Guru Granth Sahib

Volume – ਪੋਥੀ 8

Gurbani Pages : 1294 - 1430

Steek – English and Punjabi

ਬਾਣੀ ਵਿੱਚ ਕੇਵਲ ਅਕਾਲ ਪੁਰਖ ਦੀ ਮਹਿਮਾਂ ਕੀਤੀ ਗਈ ਹੈ ।
ਜਿਸ ਨੇ ਜਨਮ ਲਿਆ ਹੈ ਅਤੇ ਮਰ ਗਿਆ ਹੈ, ਉਸ ਦੀ ਮਹਿਮਾਂ ਨਹੀਂ ਕੀਤੀ ਗਈ॥

"ਜੇਸੀ ਮੈ ਆਵੇ ਖਸਮ ਕੀ ਬਾਣੀ, ਤੇਸਾ ਕਰੀ ਗਿਆਨ ਵੇ ਲਾਲੋ ।"

- ਗੁਰੂ ਗ੍ਰੰਥ ਸਾਹਿਬ ਜੀ ਨੂੰ 11th ਅਟੱਲ ਗੁਰੂ ਥਾਪਿਆ ਗਿਆ ।
- ਪ੍ਰਭ ਨੇ ਜੀਵਾਂ ਨੂੰ ਸੇਧ ਦੇਣ ਵਾਸਤੇ ਭਗਤਾਂ ਦੀ ਜੀਭ ਤੇ ਸ਼ਬਦ ਬਖਸ਼ੇ ।
- ਜਿਸ ਭਗਤ ਦੀ ਬਾਣੀ ਦਰਜ਼ ਹੋ ਗਈ, ਸਭ ਇੱਕ ਬਰਾਬਰ ਹੀ ਹਨ ।
- ਮਿਲਾਪ ਕੇਵਲ ਪ੍ਰਭ ਦੀ ਰਹਿਮਤ ਨਾਲ ਹੀ ਹੁੰਦਾ ਹੈ।

ਦਾਸ: ਭਾਗ ਸਿੰਘ

bhagbhullar@gmail.com
909-636-1233

authorHOUSE®

AuthorHouse™
1663 Liberty Drive
Bloomington, IN 47403
www.authorhouse.com
Phone: 833-262-8899

Published by AuthorHouse 02/25/2022

ISBN: 978-1-6655-5318-6 (sc)
ISBN: 978-1-6655-5317-9 (e)

Print information available on the last page.

This book is printed on acid-free paper.

About the book:

The author picked up some key dialogues from The Guru Granth sahib, The Sikh Holy Scripture. He then compared these teachings with the theme "Mool Mantar" of the Sikh Holy Scripture to convey spiritual meanings. This book rises above the traditional religious rituals. This book highlights the path adopted by saints to conquer three virtues of worldly wealth to become worthy of His consideration. No one can fully describe the true purpose and meanings of any word written in this Holy Scripture. Only, The Omniscient Creator fully knows His creation. All universes are expansion of His Holy Spirit and He remains embedded in each and every creature, nature and events.

Guru Aurjan Dev Ji, 5th guru had compiled the life experience of 25 Prophets from various religions and time periods. The book is the steek in Punjabi and English of Page (151 – 346) of Guru Granth Sahib out of total pages 1430 - Volume 2. The purpose of steek of Guru Granth Sahib in Punjabi and English combined in one book is to guide new generation who may not be able to read Punjabi; may be enlightened with path, blessed souls adopted to be sanctified and to be on the right path of salvation, acceptance in His Court.

Structure / Layout of the book:

Each dialogue is structured for easy understanding for non-Punjabi readers: as follow.

- Poetry dialogue written in Punjabi is a copy from The Guru Granth Sahib with ref. of page number and name of prophet.
- Then it is written in English for reader to recite the Punjabi poetry.
- Then the spiritual meanings based on the central theme of the Holy Scripture is written in Punjabi.
- Then the English translation of the spiritual meanings written in Punjabi for non-Punjabi readers.

Author's Name: Bhag Singh

Audience Level: Adult

Genre/ Category: Religious, Holy Spirit, His Throne

Keyword: The Word, Blessed Soul, Devotee, Ego

About the Author:

Bhag Singh is engineer who studied in India and in The Unites states of America. He has 40 years professional experience in field of Engineering. He belongs to a long list of Sikh devotees dating back to Lakhi Nakaya who honored 9th Sikh guru, Guru Tegh Bahadur ji by cremating his corpse by setting his own house on fire.

His journey started with his grandfather Tara Singh Bhullar who was very close to him. He was well known for his struggle for independence of India. He was the president of the congress party of district Lahore. He was a keen devotee of Sikh teachings. He was my guide to inspire me to accompany him in visit to Sikh shrines like Golden Temple and others.

However, he took a different route in 1994 after the death of his wife Rajwant Kaur. He was disappointed from religious practice in USA. He studied and analyzed various religious Holy Scriptures like The Torah, The New Bible, Buddha, and Hindu Holy Scripture for 3 years. All scriptures were pointing to similar thoughts his great grandfather Arjan Singh instilled in him.

In 1997, he started reading and analyzing The Guru Granth Sahib to create spiritual meanings in Punjabi and English translation to share with new generation. By His grace! The spiritual meanings of The Sikh Holy Scripture were completed in 2017. Reading these spiritual meanings, he compiled key dialogues that brought new light to him that may become a guide to overcome worldly rituals, suspicions created by worldly religions, religious greed. He had published following books:

- The Sikh Holy Scripture Teachings for Mankind.
- Guru Granth Sahib. Volume 1, 2,3,4, 5 (page 1-1106).

Purpose of Human life – Mankind!

ਚਾਰਿ ਪਦਾਰਥ ਲੈ ਜਗਿ ਜਨਮਿਆ, ਸਿਵ ਸਕਤੀ ਘਰਿ ਵਾਸੁ ਧਰੇ॥
ਲਾਗੀ ਭੂਖ ਮਾਇਆ ਮਗੁ ਜੋਹੈ, ਮੁਕਤਿ ਪਦਾਰਥੁ ਮੋਹਿ ਖਰੇ॥੩॥– P 1014
ਸਤਿਗੁਰ ਕੈ ਵਸਿ ਚਾਰਿ ਪਦਾਰਥ॥ ਤੀਨਿ ਸਮਾਏ ਏਕ ਕ੍ਰਿਤਾਰਥ॥੫॥– P 1345
ਧਰਮ, ਅਰਥ, ਕਾਮ, ਮੋਖ!
ਜੀਵ ਚਾਰ ਪਦਾਰਥ ਪਾਉਣ ਲਈ ਸੰਸਾਰ ਵਿਚ ਆਉਂਦਾ ਹੈ ।
ਸਬਦ ਦੀ ਸੋਝੀ; ਸੁਰਿਤ –ਧਿਆਨ; ਸਬਦ ਦੀ ਸੋਝੀ; ਵਿਰਾਗ, ਮੁਕਤੀ ।

ਸੰਸਾਰ ਵਿਚ ਆ ਕੇ ਮਇਆ ਦੇ ਜਾਲ ਵਿਚ ਫਸ ਜਾਂਦਾ ਹੈ । ਮਇਆ ਦੀ ਭੁੱਖ ਨਾਲ ਸੰਸਾਰਕ ਧਨ ਨਾਲ ਮੋਹ ਵਧ ਜਾਂਦਾ ਹੈ । ਸੰਸਾਰਕ ਮੋਹ, ਹੈਸੀਅਤ, ਮੁਕਤੀ ਦੀ ਥਾਂ ਲੈ ਲੈਂਦੀ ਹੈ । ਜਦੋਂ ਜੀਵ ਤਿੰਨਾਂ ਤੇ ਕਾਬੂ ਪੱਕਾ ਕਰ ਲੈਂਦਾ ਹੈ ਤਾਂ ਹੀ ਪ੍ਰਭ ਮੁਕਤੀ ਬਖਸ਼ਦਾ ਹੈ ।

ਕਵਣੁ ਸੁ ਅਖਰੁ ਕਵਣੁ ਗੁਣੁ ਕਵਣੁ ਸੁ ਮਣੀਆ ਮੰਤੁ॥
ਕਵਣੁ ਸੁ ਵੇਸੋ ਹਉ ਕਰੀ ਜਿਤੁ ਵਸਿ ਆਵੈ ਕੰਤੁ॥੧੨੬॥– P 1384
ਨਿਵਣੁ ਸੁ ਅਖਰੁ ਖਵਣੁ ਗੁਣੁ ਜਿਹਬਾ ਮਣੀਆ ਮੰਤੁ॥
ਏ ਤ੍ਰੈ ਭੈਣੇ ਵੇਸ ਕਰਿ ਤਾ ਵਸਿ ਆਵੀ ਕੰਤੁ॥੧੨੭॥ – P 1384

ਨਿਮਨ ਸੋ ਅੱਖਰ– ਕਿਸ ਨੂੰ ਕੋੜਾ ਨਹੀਂ ਬੋਲਨਾ, ਕਰੋਧ ਤਿਆਗੋ ।
ਖਵਨ ਗੁਣ– ਕੋਈ ਵਧ ਘੱਟ ਬੋਲੇ, ਨਿਮਰਤਾ ਨਾਲ ਸਹਿਣ ਕਰੋ ।
ਜੀਭਾ ਮੰਨੀਆ ਮੰਤ – ਮਿੱਠਾ ਬੋਲਕੇ, ਨਿਮਰਤਾ ਨਾਲ ਸਤਿਕਾਰ ਕਰੋ ।
ਅਗਰ ਕੋਈ ਇਹ ਤਿੰਨੇਂ ਗੁਣ ਹਾਸਿਲ ਕਰ ਲਵੇ ਤਾ ਪ੍ਰਭ ਚੌਥਾ ਪਦਾਰਥ ਬਖਸ਼ਦਾ ਹੈ ।

ਅਗਰ ਜੀਵ ਤਿੰਨ ਪਦਾਰਥ ਹਾਸਿਲ – ਸ਼ਬਦ ਦੀ ਸੋਝੀ, ਸ਼ਬਦ ਵਿੱਚ ਧਿਆਨ, ਸ਼ਬਦ ਦੀ ਪਾਲਣਾ!

Three Virtues: Concentrateon His Word; enlightenment; renunciation.

ਉਹ ਸੰਸਾਰਕ ਮਾਇਆ ਦੇ ਤਿੰਨੇਂ ਰੂਪ (ਰਾਜਸ, ਤਾਪਸ, ਸਾਤਸ) ਤਿਆਗ ਦੇਂਦਾ ਹੈ।
ਉਹ ਸੰਸਾਰਕ ਮਾਇਆ ਦੇ ਤਿੰਨੇਂ ਰੂਪ (ਅਰਥ, ਧਰਮ, ਕਾਮ) ਤਿਆਗ ਦੇਂਦਾ ਹੈ ।

Raajas–Taamas–Satvas:: Mind;Concentration;Awareness,sanctification.

To become worthy of His Consideration! Salvation! 4th Virtue

Whosoever may adopts His Word with steady and stable belief that the universe is an expansion of The Holy Spirit, he may be enlightened from within and he may be blessed with salvation.

Four Virtues

ਸ਼ਬਦ ਦੀ ਲਗਨ,	Devotion to His Word
ਸ਼ਬਦ ਦੀ ਸੋਝੀ	enlightenment;
ਸੁਚੇਤਨਾ-ਵਿਰਾਗ	Renunciation
ਮੁਕਤੀ	Salvation.

Worldly Wealth (Arath, Dharam, Kaam) and Mokh!	
ਅਰਥ; **Arath:**	Adopt His Word in life.
ਧਰਮ; **Dharam**:	Discipline! character! Ethics! selfishness!
ਕਾਮ; **Kaam**:	Conquer sexual desire for strange partner
ਮੋਖ; **Mokh**:	Salvation from birth and death cycle.

Worldly Wealth (Raajas, Taamas, Satvas)and Salvation!	
ਰਜ ਗੁਣ; **Raajas:**	Mind concentration! The quality of energy and activity!
ਤਮ ਗੁਣ; **Taamas**:	Mind Awareness! The quality of Darkness and inertia!
ਸਤ ਗੁਣ; **Satvas:**	Purity, of mind! The quality of purity and light!
ਮੁਕਤ ; **Salvation;**	Beyond cycle of birth and death! Immerse within His Holy Spirit

5 Principles of meditation- True Simran	
ਪਹਿਲੇ: ਸ਼ਬਦ ਦੀ ਉਸਤਤ, ਪਾਲਣਾ ਕਰਨਾ !	First: sing the glory and obey the teachings of His Word.
ਦੂਜਾ: ਪ੍ਰਭ ਦੇ ਬਖਸ਼ੇ ਤੇ ਸੰਤੋਖ, ਧੀਰਜ ਰਖਣਾ !	Second: Remain contented and patience with His Blessings.
ਤੀਜਾ: ਮਨ ਵਿੱਚ ਨਿਮ੍ਰਤਾ, ਹਲੀਮੀ ਨਾਲ ਜੀਵਨ ਬਤੀਤ ਕਰਨਾ !	Third: Adopt humility, tolerance of other different opinions.
ਚੌਥਾ: ਨਿਮਾਣੇ ਦੀ ਮਦਦ, ਪੁੰਨ ਕਰਨਾ ।	Fourth: Help less fortunate, charity
ਪੰਜਵਾ: ਮਨ ਦੀਆਂ ਇੱਛਾਂ ਨੂੰ ਕਾਬੂ ਰਖਣਾ।	Fifth: conquer your worldly desires, expectation.

☬ Worldly Ocean- Environment ☬

Shiva : Devine Enlightenment: eternal principle- Godhead, His Word; road map to His Court. Nectar of the essence of His Word. (14th Jewel)
Shakti: Worldly Wealth: temporal principle- Divine Mother- wealth- material world.

Shakti: Worldly Wealth: Arath, Dharam, Kaam: Raajas, Taamas, Satvas

Five Devils of Shakti: Worldly Wealth: **ਕਾਮ:** Sexual urge for strange partner. **ਕਰੋਧ:** Anger of worldly disappointment. **ਲੋਭ:** Greed to capture others earnings. **ਮੋਹ:** Worldly attachments; Bonds. **ਅਹੰਕਾਰ:**Ego of worldly status.

14 ਰਤਨ– Jewel – from ocean of The Universe.		
1.	ਹਲਾਹਲ (ਵਿਸ਼, ਜ਼ਹਿਰ)	ਸਿਵ ਜੀ (ਨੀਲਕੰਠ)
2.	ਚੰਦਰਮਾ	ਸਿਵ ਜੀ
3.	ਸਫੇਦ ਘੋੜਾ	ਬਲ ਰਾਖਜਾ ਦਾ ਰਾਜਾ
4.	ਕੌਤਸ਼ੁਭ ਮਣੀ	ਵਿਸਨੂ ਜੀ
5.	ਲਖਸ਼ਮੀ ਦੇਵੀ	ਵਿਸ਼ਨੂੰ ਜੀ
6.	ਸੰਖ	ਵਿਸਨੂ ਜੀ
7.	ਕਾਮਧੇਨ ਗਊ	ਰਿਸ਼ੀਆਂ ਨੂੰ ਦੇ ਦਿਤੀਆਂ
8.	ਧੰਨਤਰੀ ਵੈਦ	ਰਿਸ਼ੀਆਂ ਨੂੰ ਆਸਰਵੇਦ ਦਾ ਗਿਆਨ
9	ਐਰਵਤ ਹਾਥੀ	ਇੰਦਰ
10.	ਕਲਪ ਬ੍ਰਿਛ	ਇੰਦਰ
11.	ਰੰਭਾ ਅਪੰਸਰਾ	ਇੰਦਰ
12.	ਪਰਿਜਾਤ ਬ੍ਰਿਛ	
13.	ਵਾਰੁਣੀ (ਮਦਿਰਾ, ਸਰਾਬ)	ਕਾਦੰਬ ਦੇ ਫੁੱਲਾਂ ਤੋ ਤਿਆਰ – ਅਸੁਰਾਂ ਨੂੰ ਦੇ ਦਿੱਤੀ
14	ਅੰਮ੍ਰਿਤ	ਪ੍ਰਭ ਦੇ ਦਾਸਾਂ – Nectar - Shiva

Guru Granth Sahib

Volume – ਪੋਥੀ 8

Gurbani Pages : 1294 -1430

Steek – English and Punjabi

Index

ਗੁਰੂ ਗ੍ਰੰਥ

The Guru Granth Sahib

Steek – English and Punjabi

ਪੋਥੀ Volume – 8

(Gurbani Page 1294 –1430)

ਬਾਣੀ ਵਿੱਚ ਕੇਵਲ ਅਕਾਲ ਪੁਰਖ ਦੀ ਮਹਿਮਾਂ ਕੀਤੀ ਗਈ ਹੈ ।
ਜਿਸ ਨੇ ਜਨਮ ਲਿਆ ਹੈ ਅਤੇ ਮਰ ਗਿਆ ਹੈ, ਉਸ ਦੀ ਮਹਿਮਾਂ ਨਹੀਂ ਕੀਤੀ ਗਈ॥

"ਜੇਸੀ ਮੈਂ ਆਵੇ ਖਸਮ ਕੀ ਬਾਣੀ, ਤੇਸਾ ਕਰੀ ਗਿਆਨ ਵੇ ਲਾਲੋ ।"

- ਗੁਰੂ ਗ੍ਰੰਥ ਸਾਹਿਬ ਜੀ ਨੂੰ 11th Atl ਗੁਰੂ ਥਾਪਿਆ ਗਿਆ ।
- ਪ੍ਰਭ ਨੇ ਜੀਵਾਂ ਨੂੰ ਸੇਧ ਦੇਣ ਵਾਸਤੇ ਭਗਤਾਂ ਦੀ ਜੀਭ ਤੇ ਸ਼ਬਦ ਬਖਸ਼ੇ ।
- ਜਿਸ ਭਗਤ ਦੀ ਬਾਣੀ ਦਰਜ਼ ਹੋ ਗਈ, ਉਹ ਸਭ ਇੱਕ ਬਰਾਬਰ ਹੀ ਹਨ ।
- ਮਿਲਾਪ ਕੇਵਲ ਪ੍ਰਭ ਦੀ ਰਹਿਮਤ ਨਾਲ ਹੀ ਹੁੰਦਾ ਹੈ, ਵਿਚੋਲੇ ਦੀ ਲੋੜ ਨਹੀਂ ਹੁੰਦੀ ।

ਦਾਸ: ਭਾਗ ਸਿੰਘ
bhagbhullar@gmail.com
909-636-1233

ਗੁਰੂ ਗ੍ਰੰਥ

ਪੋਥੀ Volume – 8

(Gurbani Page 1294 –1430)

ਸਲੋਕ

ਸਲੋਕ ਵਾਰਾਂ ਤੇ ਵਧੀਕ

Index

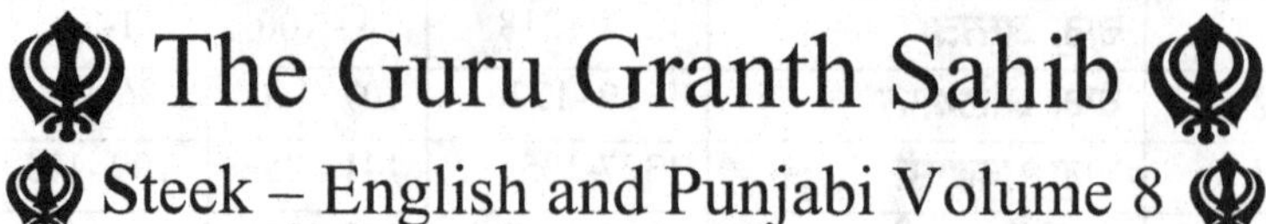

Steek – English and Punjabi Volume 8

ਪੋਥੀ Volume – 8

Gurbani Page: 1294 –1430

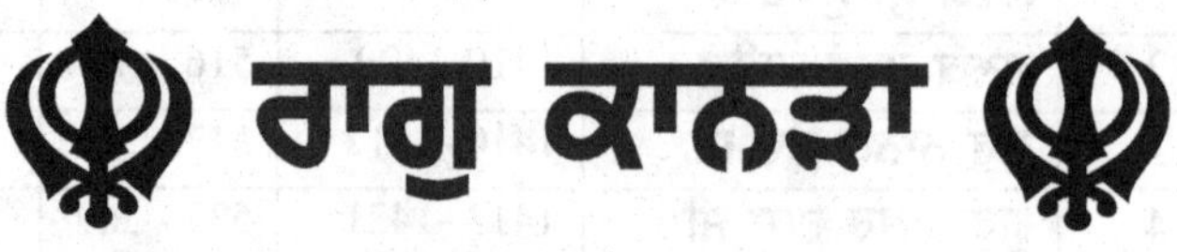

Gurbani **Page: 1294 –1318**

 # 1-85

☬ ਰਾਗੁ ਕਾਨੜਾ (1 – 85) ☬

1. **ਰਾਗੁ ਕਾਨੜਾ ਚਉਪਦੇ ਮਹਲਾ ੪ ਘਰੁ ੧॥ 1294-1**

ਗੁਰੂ ਗ੍ਰੰਥ ਸਾਹਿਬ – ਮੂਲ ਮੰਤਰ ਵਿੱਚ ਪ੍ਰਭ ਦੀ ਅਵਸਥਾ ਦੀ ਸੋਝੀ ਜਾਣਕਰੀ ਦੱਸੀ ਗਈ ਹੈ!

ਮੂਲ ਮੰਤਰ ਦੇ ਪੰਜ ਭਾਗ: **Five enlightenments of Mool Mantra:**

ਪ੍ਰਭ ਦਾ ਅਕਾਰ, ਸ਼੍ਰਿਸਟੀ ਦਾ ਪ੍ਰਬੰਧ, ਬਣਤਰ, ਮੁਕਤੀ, ਪ੍ਰਭ ਦੀ ਪਛਾਣ! Structure; Function; Creation; Acceptance; Recognition.

ੴ ਸਤਿ ਨਾਮੁ ਕਰਤਾ ਪੁਰਖੁ, ਨਿਰਭਉ ਨਿਰਵੈਰ ਅਕਾਲ ਮੂਰਤਿ ਅਜੂਨੀ ਸੈਭੰ ਗੁਰ ਪ੍ਰਸਾਦਿ॥

ik-oNkaar, sat naam, kartaa, purakh, nirbha-o, nirvair, akaal, moorat, ajoonee, saibhaN, gur parsaad.

1) **ਪ੍ਰਭ ਦਾ ਅਕਾਰ** – Structure

ੴ ik-oNkaar: The One and Only One, God, True Master. No form, shape, color, size, in Spirit only.

God, The Holy Spirit may appear in anything, anyone, anytime at His free Will; beyond any form, shape, size, or color, only Holy Spirit.

2) **ਸ਼੍ਰਿਸਟੀ ਦਾ ਪ੍ਰਬੰਧ:** Function and His Operation!

ਸਤਿ ਨਾਮੁ sat naam: naam – His Word, His command, His existence, sat- Omnipresent, Omniscient, Omnipotent, Axiom Unchangeable, Uncompromised, forever.

The One and Only One, God remains embedded in His Nature, in His Word; only His command pervades in the universe and nothing else exist.

3) **ਸ਼੍ਰਿਸਟੀ ਦੀ ਬਣਤਰ:** – Creation of the universe.

ਸੈਭੰ saibhaN: Universe, creation, soul is an expansion of His Holy spirit. Soul separated from His Holy Spirit to repent, sanctify, and may be reunited with origin.

The True Master, Creator remains embedded within His Creation, Nature. Same Holy Spirit embedded in each soul; His Creation is brother-hood.

4) **ਮੁਕਤੀ** Salvation – His acceptance.

ਗੁਰ ਪ੍ਰਸਾਦਿ gur parsaad: Only with His own mercy and grace. No one may counsel nor curse His blessing.

No one may comprehend how, why, and when; He may bestow His blessed Vision or the limits and duration of His blessings.

੫) **ਪ੍ਰਭ ਦੀ ਪਛਾਣ** – Recognition

ਗੁਣ: – ਕਰਤਾ, ਪੁਰਖੁ, ਨਿਰਭਉ, ਨਿਰਵੈਰੁ, ਅਕਾਲ, ਮੂਰਤਿ, ਅਜੂਨੀ! Virtues: - kartaa, purakh, nirbha-o nirvair, akaal, moorat, ajoonee

His virtues remain beyond any limit, imagination, and comprehension of His Creation. However, no one ever born nor will ever be born with all these unique virtues. Whosoever may have all above virtues may be worthy to be called The One and Only One, God, True Master and worthy to be worshiped.

The Master Key to open the door of the right path of acceptance in His Court, salvation may be "saibhaN"! Whosoever may be drenched with the essence that all souls are an expansion of His Holy Spirit; he may realize that mankind as a brotherhood. No one may want to harm and deceive himself; he may be blessed to conquer his mind. With His mercy and grace, his cycle of birth and death may be eliminated!

ਮੇਰਾ ਮਨੁ ਸਾਧ ਜਨਾਂ ਮਿਲਿ ਹਰਿਆ॥ mayraa man saaDh janaaN mil hari-aa.
ਹਉ ਬਲਿ ਬਲਿ ਬਲਿ ਬਲਿ ਸਾਧ ਜਨਾਂ ਕਉ, ha-o bal bal bal bal saaDh janaaN ka-o
ਮਿਲਿ ਸੰਗਤਿ ਪਾਰਿ ਉਤਰਿਆ॥੧॥ ਰਹਾਉ॥ mil sangat paar utri-aa. ||1|| rahaa-o.

ਮੇਰੇ ਮਨ ਵਿੱਚ ਸੰਤ ਮਹਾਤਮਾ ਨੂੰ ਦੇਖਕੇ ਖੇੜਾ ਆ ਜਾਂਦਾ ਹੈ । ਉਹਨਾਂ ਸੰਤਾਂ ਤੋ ਕੁਰਬਾਨ ਜਾਵਾ! ਜਿਹਨਾਂ ਦੀ ਸੰਗਤ ਕਰਕੇ, ਸਿਖਿਆਂ ਨਾਲ ਆਪਣਾ ਜੀਵਨ ਢਾਲਿਆ ਹੈ । ਮੈਂ, ਪ੍ਰਭ ਦੀ ਪ੍ਰਵਾਨਗੀ ਦੇ ਰਸਤੇ ਤੇ ਅਡੋਲ ਹੋ ਗਿਆ ਹਾ ।

I may realize blossom in my heart, in day-to-day life by witnessing the way of life of His Holy saint. I remain fascinated, astonished from the way of life of His Holy saint! By adopting his life experience teachings in my day-to-day life; with His mercy and grace, I may remain steady and stable on the right path of acceptance in His Court.

ਹਰਿ ਹਰਿ ਕ੍ਰਿਪਾ ਕਰਹੁ ਪ੍ਰਭ ਅਪਨੀ, har har kirpaa karahu parabh apnee
ਹਮ ਸਾਧ ਜਨਾਂ ਪਗ ਪਰਿਆ॥ ham saaDh janaaN pag pari-aa.
ਧਨੁ ਧਨੁ ਸਾਧ ਜਿਨ ਹਰਿ ਪ੍ਰਭੁ ਜਾਨਿਆ, Dhan Dhan saaDh jin har parabh jaani-aa
ਮਿਲਿ ਸਾਧੂ ਪਤਿਤ ਉਧਰਿਆ॥੧॥ mil saaDhoo patit uDhri-aa. ||1||

ਪ੍ਰਭ ਆਪਣੀ ਰਹਿਮਤ ਨਾਲ, ਸਾਧ ਸੰਗਤ, ਸੰਤ ਜਨਾਂ ਦੇ ਚਰਨਾਂ, ਸ਼ਰਣ ਵਿੱਚ ਆਪਾ ਭੇਟਾ ਕਰਨ ਦੀ ਸ਼ਰਧਾ ਬਖਸ਼ੇ! ਜਿਸ ਦੇ ਮਨ ਵਿੱਚ ਪ੍ਰਭ ਦੇ ਸ਼ਬਦ ਦੀ ਸੋਝੀ ਵਸਦੀ ਹੈ । ਉਸ ਸਾਧ ਜਨ, ਪ੍ਰਭ ਦੇ ਦਾਸ ਨੂੰ ਉਤਮ ਅਵਸਥਾ ਬਖਸ਼ਿਸ਼ ਹੋ ਜਾਂਦੀ ਹੈ । ਉਸ ਦੇ ਜੀਵਨ ਦੀ ਸਿਖਿਆਂ ਆਪਣੇ ਜੀਵਨ ਵਿੱਚ ਢਾਲਣ ਨਾਲ ਪਾਪੀ ਵੀ ਤਰ ਜਾਂਦੇ, ਬੰਦਗੀ ਦੇ ਰਸਤੇ ਤੇ ਚਲ ਪੈਂਦੇ ਹਨ ।

My True Master blesses me devotion and dedication to surrender my self-identity to serve Your Holy saint; with Your mercy and grace, who may remain drenched with the enlightenment of the essence of Your Word. By adopting his life experience teachings in own life, even the sinner may renounce evil path and adopts, remains intoxicated in the right path of acceptance in His Court.

ਮਨੂਆ ਚਲੈ ਚਲੈ ਬਹੁ ਬਹੁ ਬਿਧਿ, manoo-aa chalai chalai baho baho biDh
ਮਿਲਿ ਸਾਧੂ ਵਸਗਤਿ ਕਰਿਆ॥ mil saaDhoo vasgat kari-aa.
ਜਿਉਂ ਜਲ ਤੰਤੁ ਪਸਾਰਿਓ, ji-uN jal tant pasaari-o
ਬਧਕਿ ਗ੍ਰਸਿ baDhak garas
ਮੀਨਾ ਵਸਗਤਿ ਖਰਿਆ॥੨॥ meenaa vasgat khari-aa. ||2||

ਮੇਰਾ ਮਨ ਚਰੇ ਪਾਸੇ ਘੁੰਮਦਾ ਫਿਰਦਾ ਹੈ । ਸੰਤ ਸਰੂਪ ਦੇ ਜੀਵਨ ਦੀ ਸਿਖਿਆਂ ਨੂੰ ਆਪਣੇ ਜੀਵਨ ਵਿੱਚ ਢਾਲਣ ਨਾਲ ਮਨ ਇੱਕੋ ਇੱਕ ਪ੍ਰਭ ਦੇ ਸ਼ਬਦ ਦੀ ਸਿਖਿਆਂ ਤੇ ਅਡੋਲ ਹੋ ਗਿਆ ਹੈ । ਮੈਨੂੰ ਮਨ ਦੀਆਂ ਇੱਛਾਂ ਤੇ ਜਿੱਤ ਬਖਸ਼ਿਸ਼ ਹੋ ਗਈ ਹੈ । ਜਿਵੇਂ ਮੱਛੀ ਪਕੜਨ ਵਾਲਾ ਆਪਣਾ ਜਾਲ ਪਾਣੀ ਵਿੱਚ ਖਿਲਾਰਦਾ ਹੈ । ਉਸ ਦੇ ਜਾਲ ਨਾਲ ਮੱਛੀ ਤੇ ਕਾਬੂ ਪੈ ਜਾਂਦਾ ਹੈ ।

My mind was wandering in all directions, on the teachings of various worldly gurus. I have adopted the life experience teachings of His Holy saint; with His mercy and grace, I have conquered the demons of my worldly desires. As a fisherman may spread his net in water to trap fishes. He may trap, catch fishes.

ਹਰਿ ਕੇ ਸੰਤ ਸੰਤ ਭਲ ਨੀਕੇ, har kay sant sant bhal neekay
ਮਿਲਿ ਸੰਤ ਜਨਾ ਮਲੁ ਲਹੀਆ॥ mil sant janaa mal lahee-aa.
ਹਉਮੈ ਦੁਰਤੁ ਗਇਆ ਸਭੁ ਨੀਕਰਿ, ha-umai durat ga-i-aa sabh neekar
ਜਿਉ ਸਾਬੁਨਿ ਕਾਪਰੁ ਕਰਿਆ॥੩॥ ji-o saabun kaapar kari-aa. ||3||

ਪ੍ਰਭ ਦੇ ਸੰਤ ਦੀ ਅਵਸਥਾ ਬਹੁਤ ਉਤਮ ਹੁੰਦੀ ਹੈ । ਉਸ ਦੇ ਜੀਵਨ ਦੀ ਸਿਖਿਆਂ ਆਪਣੇ ਜੀਵਨ ਵਿੱਚ ਢਾਲਣ ਨਾਲ ਪਾਪੀ ਵੀ ਤਰ ਜਾਂਦਾ ਹੈ । ਉਸ ਦੇ ਮਨ ਵਿਚੋਂ ਅਹੰਕਾਰ ਦੀ ਮੈਲ ਖਤਮ ਹੋ ਜਾਂਦੀ ਹੈ । ਜਿਵੇਂ ਸਾਬਨ ਨਾਲ ਕਪੜੇ ਵਿਚੋਂ ਮੈਲ ਦੂਰ ਹੋ ਜਾਂਦੀ ਹੈ ।

The state of mind of His true devotee may become supreme, ambrosial! Whosoever may adopt his life experience teachings in his own day to day life, even a sinner may renounce his evil thoughts and deeds; with His mercy and grace, his blemish of evil, sinful thoughts may be eliminated. As the filth of clothes may be eliminated.

ਮਸਤਕਿ ਲਿਲਾਟਿ ਲਿਖਿਆ ਧੁਰਿ ਠਾਕੁਰਿ, mastak lilaat likhi-aa Dhur thaakur
ਗੁਰ ਸਤਿਗੁਰ ਚਰਨ ਉਰ ਧਰਿਆ॥ gur satgur charan ur Dhari-aa.
ਸਭੁ ਦਾਲਦੁ ਦੂਖ ਭੰਜ ਪ੍ਰਭੁ ਪਾਇਆ, sabh daalad dookh bhanj parabh paa-i-aa
ਜਨ ਨਾਨਕ ਨਾਮਿ ਉਧਰਿਆ॥੪॥੧॥ jan naanak naam uDhri-aa. ||4||1||

ਪਹਿਲੇ ਲਿਖੇ ਭਾਗਾਂ ਨਾਲ, ਮੈਂ ਸੰਤਾਂ ਦੇ ਚਰਨਾਂ, ਸ਼ਰਣ ਵਿੱਚ ਆਪਾ ਭੇਟਾ ਕੀਤਾ ਹੈ । ਮੇਰੇ ਮਨ ਵਿੱਚ ਸ਼ਬਦ ਦੀ ਸਿਖਿਆਂ ਘਰ ਕਰ ਗਈ ਹੈ । ਦੁਖਾਂ ਦਾ ਨਾਸ ਕਰਨ ਵਾਲੇ ਅਸਲੀ ਮਾਲਕ ਦੀ ਜੋਤ ਮੇਰੇ ਮਨ ਵਿੱਚ ਜੋਤ ਜਾਗਰਤ ਹੋ ਗਈ ਹੈ । ਜਿਹੜਾ ਸ਼ਬਦ ਦੀ ਪਾਲਣਾ ਕਰਦਾ, ਸ਼ਬਦ ਦੀ ਸਮਾਧੀ ਵਿੱਚ ਲੀਨ ਰਹਿੰਦਾ ਹੈ, ਪ੍ਰਭ ਦੀ ਰਹਿਮਤ ਨਾਲ ਦਰਬਾਰ ਵਿੱਚ ਪ੍ਰਵਾਨ ਹੋ ਜਾਂਦਾ ਹੈ ।

With my prewritten great destiny, I have surrendered may mind, body and self-identity to serve His Holy saint. I have been drenched with the essence of His Word in my day-to-day life. I have been enlightened with the essence of His Word; The True Master, Destroyer of miseries. Whosoever may remain intoxicated obeying the teachings of His Word in the void of His Word; with His mercy and grace, he may be accepted in His Court.

2. ਕਾਨੜਾ ਮਹਲਾ ੪॥ 1294-10

ਮੇਰਾ ਮਨੁ ਸੰਤ ਜਨਾ ਪਗ ਰੇਨ॥ mayraa man sant janaa pag rayn.
ਹਰਿ ਹਰਿ ਕਥਾ ਸੁਨੀ ਮਿਲਿ ਸੰਗਤਿ, har har kathaa sunee mil sangat
ਮਨੁ ਕੋਰਾ ਹਰਿ ਰੰਗਿ ਭੇਨ॥੧॥ ਰਹਾਉ॥ man, koraa har rang bhayn. ||1|| rahaa-o.

ਮੇਰੇ ਮਨ ਤੇ ਸੰਤਾਂ ਦੇ ਚਰਨਾਂ ਦੀ ਧੂੜ ਦਾ ਰੰਗ ਚੜ੍ਹ ਗਿਆ ਹੈ । ਸੰਤ ਦੀ ਸੰਗਤ ਵਿੱਚ ਰਲਕੇ, ਉਸ ਦੀ ਕਥਾ ਸੁਣਨ ਨਾਲ ਮੇਰੇ ਮਨ ਤੇ ਪ੍ਰਭ ਦੇ ਵਿਛੋੜੇ ਦਾ ਰੰਗ ਚੜ੍ਹ ਗਿਆ ਹੈ ।

My mind has been drenched with the crimson color of the dust of the feet of His Holy saint; his life experience teachings. I remain in the conjugation of His Holy saint and listen to the sermons of the teachings of His Word; with His mercy and grace, I am in deep renunciation in the memory of my separation from His Holy Spirit.

ਹਮ ਅਚਿਤ ਅਚੇਤ ਨ ਜਾਨਹਿ ਗਤਿ ਮਿਤਿ, ham achit achayt na jaaneh gat mit
ਗੁਰਿ ਕੀਏ ਸੁਚਿਤ ਚਿਤੇਨ॥ gur kee-ay suchit chitayn.
ਪ੍ਰਭਿ ਦੀਨ ਦਇਆਲਿ ਕੀਓ ਅੰਗੀਕ੍ਰਿਤੁ, parabh deen da-i-aal kee-o aNgeekarit
ਮਨਿ ਹਰਿ ਹਰਿ ਨਾਮੁ ਜਪੇਨ॥੧॥ man har har naam japayn. ||1||

ਮੇਰੇ ਅਚੇਤ ਮਨ ਨੂੰ ਪ੍ਰਭ ਦੀ ਅਵਸਥਾ ਦੀ ਕੋਈ ਸੋਝੀ ਨਹੀਂ ਸੀ । ਸ਼ਬਦ ਦੀ ਪਾਲਣਾ ਕਰਨ ਨਾਲ ਮਨ ਸੁਚੇਤ ਹੋ ਗਿਆ ਹੈ । ਪ੍ਰਭ ਦੀ ਰਹਿਮਤ ਨਾਲ, ਮੇਰਾ ਮਨ ਸ਼ਬਦ ਦੀ ਪਾਲਣਾ, ਸ਼ਬਦ ਦੇ ਗੁਣ ਗਾਉਣ ਲਗ ਪਿਆ ਹੈ ।

My ignorant mind may not comprehend the state of His Nature or any of His Virtues. By obeying and adopting the teachings of His Word, I remain awake and alert about His Ultimate and ever-prevailing Command; with His mercy and grace, I remain intoxicated in singing the glory and obeying the teachings of His Word.

ਹਰਿ ਕੇ ਸੰਤ ਮਿਲਹਿ ਮਨ ਪ੍ਰੀਤਮ, har kay sant mileh man pareetam
ਕਟਿ ਦੇਵਉ ਹੀਅਰਾ ਤੇਨ॥ kat dayva-o hee-araa tayn.
ਹਰਿ ਕੇ ਸੰਤ ਮਿਲੇ ਹਰਿ ਮਿਲਿਆ, har kay sant milay har mili-aa
ਹਮ ਕੀਏ ਪਤਿਤ ਪਵੇਨ॥੨॥ ham kee-ay patit pavayn. ||2||

ਪ੍ਰਭ ਦੇ ਸ਼ਬਦ ਦੀ ਬੰਦਗੀ ਕਰਨ ਵਾਲਾ, ਮੇਰੇ ਮਨ ਨੂੰ ਬਹੁਤ ਪਿਆਰਾ ਲਗਦਾ ਹੈ । ਮੈਂ ਆਪਣਾ ਤਨ, ਮਨ ਉਸ ਦੀ ਸੇਵਾ ਦੇ ਲੇਖੇ ਲਾ ਦਿੱਤਾ ਹੈ । ਪ੍ਰਭ ਦੇ ਸ਼ਬਦ ਦੇ ਸਿਮਰਨ ਨਾਲ, ਬੰਦਗੀ ਕਰਨ ਵਾਲੇ ਨਾਲ ਸੰਜੋਗ ਬਣ ਗਿਆ ਹੈ । ਮੈਂ ਪਾਪੀ ਵੀ ਬੰਦਗੀ ਦੇ ਰਸਤੇ ਤੇ ਚਲ ਪਿਆ ਹੈ ।

The conjugation, life experience teachings of His Holy saint have become very soothing and comforting to my mind. I have surrendered my mind, body, and self-identity to serve His Holy saint. I have been blessed with the association, conjugation of His Holy saint; with His mercy and grace, my sinner mind has adopted the right path of acceptance in His Court.

ਹਰਿ ਕੇ ਜਨ ਊਤਮ ਜਗਿ ਕਹੀਅਹਿ, — har kay jan ootam jag kahee-ahi
ਜਿਨ ਮਿਲਿਆ ਪਾਥਰ ਸੇਨ॥ — jin mili-aa paathar sayn.
ਜਨ ਕੀ ਮਹਿਮਾ ਬਰਨਿ ਨ ਸਾਕਉ, — jan kee mahimaa baran na saaka-o
ਓਇ ਊਤਮ ਹਰਿ ਹਰਿ ਕੇਨ॥੩॥ — o-ay ootam har har kayn. ||3||

ਪ੍ਰਭ ਦੇ ਬੰਦਗੀ ਕਰਨ ਵਾਲੇ ਨੂੰ ਅਮਰ ਅਵਸਥਾ ਬਖਸ਼ਿਸ਼ ਹੋ ਜਾਂਦੀ ਹੈ । ਜਿਸ ਦੀ ਸੰਗਤ ਕਰਨ, ਜੀਵਨ ਦੀ ਸਿਖਿਆਂ ਨੂੰ ਆਪਣੇ ਜੀਵਨ ਵਿੱਚ ਢਾਲਣ ਨਾਲ, ਪੱਥਰ ਦਿਲ ਵੀ ਪਿਘਲ ਜਾਂਦਾ ਹੈ । ਉਸ ਬੰਦਗੀ ਕਰਨ ਵਾਲੇ ਦੀ ਮਹਿਮਾਂ ਦਾ ਵਖਿਆਣ ਨਹੀਂ ਕੀਤੀ ਜਾ ਸਕਦੀ । ਪ੍ਰਭ ਆਪ ਹੀ ਉਸ ਦੀ ਸੋਭਾ ਬਣਾਉਂਦਾ, ਵਧਾਉਂਦਾ ਹੈ ।

His true devotee may be blessed with immortal state of mind. Whosoever may adopt his life experience teachings in his own day to day life; with His mercy and grace, even a stone hearted mind may adopt the right path of acceptance in His Court. State of mind of His Holy saint may remain beyond the imagination and comprehension of His Creation. The Merciful True Master, may enhance his greatness and glory.

ਤੁਮ੍ ਹਰਿ ਸਾਹ ਵਡੇ ਪ੍ਰਭ ਸੁਆਮੀ, — tumH har saah vaday parabh su-aamee
ਹਮ ਵਣਜਾਰੇ ਰਾਸਿ ਦੇਨ॥ — ham vanjaaray raas dayn.
ਜਨ ਨਾਨਕ ਕਉ ਦਇਆ ਪ੍ਰਭ ਧਾਰਹੁ, — jan naanak ka-o da-i-aa parabh Dhaarahu
ਲਦਿ ਵਾਖਰੁ ਹਰਿ ਹਰਿ ਲੇਨ॥੪॥੨॥ — lad vaakhar har har layn. ||4||2||

ਪ੍ਰਭ ਦਾਤਾਂ ਦਾ ਅਸਲੀ ਭੰਡਾਰੀ, ਮਾਲਕ ਹੈ । ਮੈਂ ਪ੍ਰਭ ਦੇ ਦਰ ਦਾ ਨਿਮਾਣਾ ਮੰਗਤਾ ਹੀ ਹਾ । ਪ੍ਰਭ ਆਪਣੀ ਰਹਿਮਤ ਨਾਲ ਸ਼ਬਦ ਦੀ ਪਾਲਣਾ ਦੀ ਸ਼ਰਧਾ, ਆਪਣੇ ਸ਼ਬਦ ਦਾ ਧਨ ਬਖਸ਼ੋ । ਮੈਨੂੰ ਵੀ ਸ਼ਬਦ ਦੀ ਪਾਲਣਾ ਕਰਨ ਨਾਲ, ਸ਼ਬਦ ਦੀ ਸੋਝੀ ਰੂਪੀ ਧਨ, ਪ੍ਰਵਾਨਗੀ ਦਾ ਰਸਤਾ ਬਖਸ਼ੋ!

My True Master, True Treasure of Virtues, Blessings! I am a humble beggar at Your door, praying for Your Forgiveness and Refuge. My True Master bestows devotion to obey the teachings of Your Word with steady and stable belief in my day-to-day life; with Your mercy and grace, I may earn the wealth of Your Word. I may be blessed with the right path of acceptance in Your Court; worthy of Your Consideration.

3. **ਕਾਨੜਾ ਮਹਲਾ ੪॥ 1295-3**

ਜਪਿ ਮਨ ਰਾਮ ਨਾਮ ਪਰਗਾਸ॥ — jap man raam naam pargaas.
ਹਰਿ ਕੇ ਸੰਤ ਮਿਲਿ ਪ੍ਰੀਤਿ ਲਗਾਨੀ, — har kay sant mil pareet lagaanee
ਵਿਚੇ ਗਿਰਹ ਉਦਾਸ॥੧॥ ਰਹਾਉ॥ — vichay girah udaas. ||1|| rahaa-o.

ਮੇਰੇ ਮਨ, ਪ੍ਰਭ ਦੇ ਸ਼ਬਦ ਦਾ ਸਿਮਰਨ ਕਰਨ ਨਾਲ ਮਨ ਵਿੱਚ ਜਾਗਰਤੀ ਬਖਸ਼ਿਸ਼ ਹੋ ਜਾਂਦੀ ਹੈ । ਸੰਤ ਸਰੂਪ ਦੀ ਸੰਗਤ ਨਾਲ, ਉਸ ਦੇ ਜੀਵਨ ਦੀ ਸਿਖਿਆਂ ਨਾਲ ਆਪਣਾ ਜੀਵਨ ਢਾਲਣ ਨਾਲ, ਮਨ ਪ੍ਰਭ ਦੇ ਵਿਛੋੜੇ ਦੇ ਵਿਰਾਗ ਵਿੱਚ ਰਹਿੰਦਾ ਹੈ । ਉਹ ਸੰਸਾਰਕ ਇਛਾਂ ਤੋ ਰਹਿਤ ਹੋ ਜਾਂਦਾ ਹੈ । ਆਪਣੇ ਮਨ ਅੰਦਰੋਂ ਹੀ ਪ੍ਰਭ ਦੇ ਸ਼ਬਦ ਦੀ ਸੋਝੀ ਦਾ ਖੋਜ ਕਰ ਲੈਂਦਾ ਹੈ ।

Whosoever may mediate on the teachings of His Word with steady and stable belief; with His mercy and grace, he may be blessed with the enlightenment of the essence of His Word. Whosoever may remain in the conjugation of His Holy saint and adopts his life experience teachings in his own day to day life; with His mercy and grace, he may remain in renunciation in the memory of his separation from His Holy Spirit. His state of mind may remain beyond the reach of demons of worldly desires; with His mercy and grace, he may be enlightened from within his own mind.

ਹਮ ਹਰਿ ਹਿਰਦੈ ਜਪਿਓ ਨਾਮੁ ਨਰਹਰਿ,	ham har hirdai japi-o naam narhar
ਪ੍ਰਭਿ ਕ੍ਰਿਪਾ ਕਰੀ ਕਿਰਪਾਸ॥	parabh kirpaa karee kirpaas.
ਅਨਦਿਨੁ ਅਨਦੁ ਭਇਆ ਮਨੁ ਬਿਗਸਿਆ,	an-din anad bha-i-aa man bigsi-aa
ਉਦਮ ਭਏ ਮਿਲਨ ਕੀ ਆਸ॥੧॥	udam bha-ay milan kee aas. ‖1‖

ਪ੍ਰਭ ਨੇ ਰਹਿਮਤ ਦੀ ਨਜ਼ਰ ਬਖਸ਼ੀ ਹੈ! ਮੈਂ ਪ੍ਰਭ ਦੇ ਸ਼ਬਦ ਦਾ ਸਿਮਰਨ ਕਰਦਾ ਹਾ । ਮੇਰਾ ਮਨ ਵਿੱਚ ਦਿਨ ਰਾਤ ਖੇੜਾ ਵਸਦਾ, ਮਨ ਵਿੱਚ ਜਵਾਨੀ, ਜਾਗਰਤੀ ਬਖਸ਼ਿਸ਼ ਹੋ ਗਈ ਹੈ । ਮੇਰੇ ਮਨ ਵਿੱਚ ਪ੍ਰਭ ਨੂੰ ਮਿਲਣ, ਅਸਲੀ ਰਸਤੇ ਦੀ ਆਸ, ਸ਼ਰਧਾ ਚਮਕਦੀ ਹੈ ।

The Merciful True Master has bestowed His Blessed Vision; my mind has been intoxicated in meditation in the void of His Word. I remain rejuvenated with new excitement, enlightenment and drenched with overwhelming blossom. I am overwhelmed with an anxiety of devotion, dedication, and hope for the right path of acceptance in His Court.

ਹਮ ਹਰਿ ਸੁਆਮੀ ਪ੍ਰੀਤਿ ਲਗਾਈ,	ham har su-aamee pareet lagaa-ee
ਜਿਤਨੇ ਸਾਸ ਲੀਏ ਹਮ ਗ੍ਰਾਸ॥	jitnay saas lee-ay ham garaas.
ਕਿਲਬਿਖ ਦਹਨ ਭਏ ਖਿਨ ਅੰਤਰਿ,	kilbikh dahan bha-ay khin antar
ਤੂਟਿ ਗਏ ਮਾਇਆ ਕੇ ਫਾਸ॥੨॥	toot ga-ay maa-i-aa kay faas. ‖2‖

ਮੈਂ ਸਵਾਸ ਗਰਾਸ ਪ੍ਰਭ ਦੇ ਸ਼ਬਦ ਦੀ ਪਾਲਣਾ, ਸਿਮਰਨ ਕਰਦਾ ਹਾ! ਮਨ ਦੇ ਬੁਰੇ ਖਿਆਲ ਇੱਕ ਪਲ ਵਿੱਚ ਹੀ ਦੂਰ ਹੋ ਗਏ ਹਨ । ਸੰਸਾਰਕ ਮਾਇਆ ਦਾ ਜਾਲ, ਬੰਧਨ ਟੁੱਟ ਗਿਆ ਹੈ ।

I may remain intoxicated in meditating and obeying the teachings of His Word. All the evil thoughts of my mind have been eliminated in a twinkle of eyes; with His mercy and grace, my emotional bonds and the trap of worldly wealth have been eliminated, destroyed.

ਕਿਆ ਹਮ ਕਿਰਮ ਕਿਆ ਕਰਮ ਕਮਾਵਹਿ,	ki-aa ham kiram ki-aa karam kamaaveh
ਮੂਰਖ ਮੁਗਧ ਰਖੇ ਪ੍ਰਭ ਤਾਸ॥	moorakh mugaDh rakhay parabh taas.
ਅਵਗਨੀਆਰੇ ਪਾਥਰ ਭਾਰੇ,	avganee-aaray paathar bhaaray
ਸਤਸੰਗਤਿ ਮਿਲਿ ਤਰੇ ਤਰਾਸ॥੩॥	satsangat mil taray taraas. ‖3‖

ਮੈਂ ਮੂਰਖ ਕਿਹੜੇ ਕੰਮ ਕਰਦਾ ਰਹਿੰਦਾ ਹਾ, ਸ਼ਬਦ ਦੀ ਕੀ ਕਮਾਈ ਕਰ ਸਕਦਾ ਹਾ? ਪ੍ਰਭ ਨੇ ਆਪ ਹੀ ਰਹਿਮਤ ਬਖਸ਼ਕੇ ਸ਼ਬਦ ਦੇ ਲੜ ਲਾ ਕੇ ਤਾਰ ਦਿੱਤਾ ਹੈ । ਪਾਪਾਂ ਨਾਲ ਭਰੇ, ਪੱਥਰ ਦੀ ਨਿਆਈ ਜੀਵ ਨੂੰ ਵੀ ਸੰਤਾਂ ਦੀ ਸੰਗਤ ਬਖਸ਼ੀ ਹੈ । ਸੰਤ ਦੇ ਜੀਵਨ ਦੀ ਸਿਖਿਆਂ ਨਾਲ ਜੀਵਨ ਢਾਲਣ ਨਾਲ, ਪ੍ਰਵਾਨਗੀ ਦਾ ਰਸਤਾ ਬਖਸ਼ਿਆ ਹੈ । ਮੈਂ ਪ੍ਰਭ ਦੇ ਦਰਬਾਰ ਵਿੱਚ ਪ੍ਰਵਾਨਗੀ ਦੇ ਰਸਤੇ ਤੇ ਅਡੋਲ ਹੋ ਗਿਆ ਹਾ ।

My stubborn, ignorant mind has been intoxicated in useless worldly chores! What may I earn the wealth of His Word? The Merciful True Master has bestowed devotion to obey the teachings of His Word and accepted me at His Sanctuary; with His mercy and grace, I have been blessed with the conjugation of His Holy saint. I have adopted the life experience teachings of His Holy saint in my day-to-day life; with His mercy and grace, I have been blessed with the right path of acceptance in His Court. I remain steady and stable on the right path of acceptance in His Court.

ਜੇਤੀ ਸ੍ਰਿਸਟਿ ਕਰੀ ਜਗਦੀਸਰਿ, jaytee sarisat karee jagdeesar
ਤੇ ਸਭਿ ਊਚ ਹਮ ਨੀਚ ਬਿਖਿਆਸ॥ tay sabh ooch ham neech bikhi-aas.
ਹਮਰੇ ਅਵਗੁਨ ਸੰਗਿ ਗੁਰ ਮੇਟੇ, hamray avgun sang gur maytay
ਜਨ ਨਾਨਕ ਮੇਲਿ ਲੀਏ ਪ੍ਰਭ ਪਾਸ॥੪॥੩॥ jan naanak mayl lee-ay parabh paas.||4||3||

ਮੈਂ ਸ੍ਰਿਸ਼ਟੀ ਵਿੱਚ ਸਭ ਤੋ ਨੀਚ, ਧੋਖੇ ਅਤੇ ਲਾਲਚ ਵਿੱਚ ਹੀ ਫਸਿਆ ਹਾ । ਪ੍ਰਭ ਨੇ ਆਪ ਹੀ ਸ਼ਬਦ ਦੇ ਲੜ ਲਾ ਕੇ ਅਉਗੁਣ ਬਖਸ਼ ਦਿੱਤੇ ਹਨ । ਪ੍ਰਭ ਨੇ ਆਪਣੀ ਸ਼ਰਣ ਵਿੱਚ, ਪ੍ਰਵਾਨ ਕਰ ਲਿਆ ਹੈ ।

I am the meanest of all worldly creatures! I remain intoxicated in deception and greed in my worldly life. The True Master has bestowed devotion to obey the teachings of His Word; with His mercy and grace, He has forgiven, ignored my sins. I have been accepted in His Sanctuary.

4. ਕਾਨੜਾ ਮਹਲਾ ੪॥ 1295-9

ਮੇਰੈ ਮਨਿ ਰਾਮ ਨਾਮੁ ਜਪਿਓ ਗੁਰ ਵਾਕ॥ mayrai man raam naam japi-o gur vaak.
ਹਰਿ ਹਰਿ ਕ੍ਰਿਪਾ ਕਰੀ ਜਗਦੀਸਰਿ, har har kirpaa karee jagdeesar
ਦੁਰਮਤਿ ਦੂਜਾ ਭਾਉ ਗਇਓ ਸਭ ਝਾਕ॥ durmat doojaa bhaa-o ga-i-o sabh jhaak.
੧॥ ਰਹਾਉ॥ ||1|| rahaa-o.

ਮੇਰੇ ਮਨ ਪ੍ਰਭ ਦੇ ਸ਼ਬਦ ਦਾ ਸਿਮਰਨ ਕਰੋ! ਸ੍ਰਿਸ਼ਟੀ ਦੇ ਮਾਲਕ, ਪ੍ਰਭ ਨੇ ਰਹਿਮਤ ਬਖਸ਼ੀ ਹੈ । ਮੇਰੇ ਮਨ ਦੇ ਸਾਰੇ ਬੁਰੇ ਖਿਆਲ, ਭਰਮ ਦੂਰ ਹੋ ਗਏ ਹਨ । ਮੇਰੇ ਮਨ ਵਿਚੋਂ ਪ੍ਰਭ ਤੋ ਬਿਨਾਂ ਹੋਰ ਕਿਸੇ ਨੂੰ ਮਾਲਕ ਮੰਨਕੇ ਪੂਜਾ ਕਰਨ ਦੇ ਸਾਰੇ ਖਿਆਲ ਦੂਰ ਹੋ ਗਏ ਹਨ ।

My mind! you should meditate on the teachings of His Word. The True Master has bestowed His Blessed Vision; all my evil thoughts and suspicions created by religion rituals have been eliminated. All my desire to consider any other, worldly guru as The True Master has been eliminated.

ਨਾਨਾ ਰੂਪ ਰੰਗ ਹਰਿ ਕੇਰੇ, naanaa roop rang har kayray
ਘਟਿ ਘਟਿ ਰਾਮੁ ਰਵਿਓ ਗੁਪਲਾਕ॥ ghat ghat raam ravi-o guplaak.
ਹਰਿ ਕੇ ਸੰਤ ਮਿਲੇ ਹਰਿ ਪ੍ਰਗਟੇ, har kay sant milay har pargatay
ਉਘਰਿ ਗਏ ਬਿਖਿਆ ਕੇ ਤਾਕ॥੧॥ ughar ga-ay bikhi-aa kay taak. ||1||

ਪ੍ਰਭ ਦੇ ਅਨੇਕਾਂ ਹੀ ਰੰਗ, ਰੂਪ, ਅਕਾਰਾਂ ਵਿੱਚ ਪ੍ਰਗਟ ਹੋ ਸਕਦਾ ਹੈ । ਉਹ ਹਰਇੱਕ ਦੇ ਮਨ ਵਿੱਚ, ਹਰਇੱਕ ਥਾਂ ਵਸਦਾ, ਵਾਪਰਦਾ ਹੈ । ਫਿਰ ਵੀ ਪ੍ਰਭ ਕਿਸੇ ਦੇ ਦੇਖਣ ਵਿੱਚ ਨਹੀਂ ਆਉਂਦਾ । ਬੰਦਗੀ ਕਰਨ ਵਾਲੇ ਦੇ ਜੀਵਨ ਤੋ ਸਿਖਿਆਂ ਨਾਲ ਪ੍ਰਭ ਦੀ ਹੋਂਦ ਦੀ ਸੋਝੀ ਬਖਸ਼ਿਸ਼ ਹੁੰਦੀ, ਦਸਵਾਂ ਦਰ ਖੁੱਲ੍ਹਦਾ ਹੈ । ਜਿਸ ਨਾਲ ਮਨ ਵਿਚੋਂ ਧੋਖਾ, ਲਾਲਚ ਨਾਸ ਹੋ ਜਾਂਦਾ ਹੈ ।

The Ture Master may appear in many, countless structures, breathing or non-breathing. He remains embedded within each soul and dwells within each body and prevails omnipresent everywhere; however, He remains beyond any visibility of His Creation. Whosoever may adopt the life experience teachings of His Holy saint in his day-to-day life; with His mercy and grace, he may realize His Existence prevailing everywhere; His 10th door may open for his soul. The deception and greed of his mind may be eliminated.

ਸੰਤ ਜਨਾ ਕੀ ਬਹੁਤੁ ਬਹੁ ਸੋਭਾ, sant janaa kee bahut baho sobhaa
ਜਿਨ ਉਰਿ ਧਾਰਿਓ ਹਰਿ ਰਸਿਕ ਰਸਾਕ॥ jin ur Dhaari-o har rasik rasaak.
ਹਰਿ ਕੇ ਸੰਤ ਮਿਲੇ ਹਰਿ ਮਿਲਿਆ, har kay sant milay har mili-aa
ਜੈਸੇ ਗਊ ਦੇਖਿ ਬਛਰਾਕ॥੨॥ jaisay ga-oo daykh bachhraak. ||2||

ਬੰਦਗੀ ਕਰਨ ਵਾਲੇ ਦੀ ਅਵਸਥਾ ਬਹੁਤ ਉਤਮ ਹੋ ਜਾਂਦੀ ਹੈ । ਉਸ ਦੇ ਮਨ ਵਿੱਚ ਪ੍ਰਭ ਦੇ ਸ਼ਬਦ ਦੀ ਸੋਝੀ ਘਰ ਕਰ ਜਾਂਦੀ, ਸਦਾ ਹੀ ਖੇੜਾ ਵਸਦਾ ਹੈ । ਪ੍ਰਭ ਦੇ ਬੰਦਗੀ ਕਰਨ ਵਾਲੇ ਦੇ ਦਰਸ਼ਨ ਕਰਨ ਨਾਲ ਪ੍ਰਭ ਦੇ ਦਰਸ਼ਨ ਹੀ ਮਹਿਸੂਸ ਹੋ ਜਾਂਦੇ ਹਨ । ਜਿਵੇਂ ਗਊ ਦੇ ਵੱਛੇ ਨੂੰ ਦੇਖਣ ਨਾਲ ਗਊ ਦੇ ਦਰਸ਼ਨ ਵੀ ਹੋ ਜਾਂਦੇ ਹਨ ।

His true devotee may be blessed with supreme state of mind. He may remain drenched with essence of His Word and overwhelmed with blossom. Whosoever may adopt his life experience in his own life; with His mercy and grace, he may realize His Holy Spirit prevailing everywhere. As someone may visualize cow by seeing her calf.

ਹਰਿ ਕੇ ਸੰਤ ਜਨਾ ਮਹਿ ਹਰਿ ਹਰਿ, har kay sant janaa meh har har
ਤੇ ਜਨ ਊਤਮ ਜਨਕ ਜਨਾਕ॥ tay jan ootam janak janaak.
ਤਿਨ ਹਰਿ ਹਿਰਦੈ ਬਾਸੁ ਬਸਾਨੀ, tin har hirdai baas basaanee
ਛੂਟਿ ਗਈ ਮੁਸਕੀ ਮੁਸਕਾਕ॥੩॥ chhoot ga-ee muskee muskaak. ||3||

ਜਿਸ ਨਿਮਾਣੇ ਸੰਤ ਦੇ ਮਨ ਵਿੱਚ ਪ੍ਰਭ ਦੀ ਜੋਤ ਜਾਗਰਤ ਹੋ ਜਾਂਦੀ ਹੈ, ਉਸ ਨੂੰ ਉਤਮ ਅਵਸਥਾ ਬਖਸ਼ਿਸ਼ ਹੋ ਜਾਂਦੀ ਹੈ । ਉਹ ਪ੍ਰਭ ਦੇ ਸ਼ਬਦ ਦੀ ਪਾਲਣਾ ਕਰਨ ਦੀ ਹੀ ਪ੍ਰੇਰਨਾ ਕਰਦਾ ਹੈ । ਉਸ ਦੇ ਮਨ ਵਿਚੋਂ ਬੁਰੇ ਖਿਆਲਾਂ ਦੀ ਇੱਛਾਂ ਖਤਮ ਹੋ ਜਾਂਦੀ ਹੈ ।

Whosoever may be blessed with the enlightenment of the essence of His Word; with His mercy and grace, he may be blessed with a supreme state of mind. He may inspire others to obey the teachings of His Word; with His mercy and grace, his blemish of sinful thoughts of mind may be eliminated.

ਤੁਮਰੇ ਜਨ ਤੁਮ੍ ਹੀ ਪ੍ਰਭ ਕੀਏ, tumray jan tumH hee parabh kee-ay
ਹਰਿ ਰਾਖਿ ਲੇਹੁ ਆਪਨ ਅਪਨਾਕ॥ har raakh layho aapan apnaak.
ਜਨ ਨਾਨਕ ਕੇ ਸਖਾ ਹਰਿ ਭਾਈ, jan naanak kay sakhaa har bhaa-ee
ਮਾਤ ਪਿਤਾ ਬੰਧਪ ਹਰਿ ਸਾਕ॥੪॥੪॥ maat pitaa banDhap har saak. ||4||4||

ਪ੍ਰਭ ਆਪਣੇ ਨਿਮਾਣੇ ਸੰਤਾਂ ਨੂੰ ਆਪਣਾ ਅੰਗ ਹੀ ਬਣਾ ਲੈਂਦਾ ਹੈ । ਪ੍ਰਭ, ਆਪ ਹੀ ਉਸ ਦੀ ਪਾਲਣਾ, ਰਖਿਆ ਕਰਦਾ ਹੈ । ਪ੍ਰਭ ਹੀ ਬੰਦਗੀ ਕਰਨ ਵਾਲੇ ਦਾ ਸਾਥੀ, ਪਰਿਵਾਰ ਬਣ ਜਾਂਦਾ ਹੈ ।

The Merciful True Master bestows His Blessed Vision to accept His true devotee as part of His own limb. He may be accepted at His Sanctuary and in His protection. The True Master may become His true companion forever; as his family like his parents and sibling.

5. ਕਾਨੜਾ ਮਹਲਾ ੪॥ 1295-16

ਮੇਰੇ ਮਨ ਹਰਿ ਹਰਿ ਰਾਮ ਨਾਮੁ ਜਪਿ ਚੀਤਿ॥ mayray man har har raam naam jap cheet.
ਹਰਿ ਹਰਿ ਵਸਤੁ ਮਾਇਆ ਗੜ੍ਹਿ ਵੇੜ੍ਹੀ, har har vasat maa-i-aa garheh vayrhHee
ਗੁਰ ਕੈ ਸਬਦਿ ਲੀਓ ਗੜੁ ਜੀਤਿ॥੧॥ gur kai sabad lee-o garh jeet. ||1||
ਰਹਾਉ॥ rahaa-o.

ਜੀਵ ਮਨ ਲਾ ਕੇ, ਪ੍ਰਭ ਦੇ ਸ਼ਬਦ ਦੀ ਪਾਲਣਾ, ਸਿਮਰਨ ਕਰੋ! ਪ੍ਰਭ ਦੇ ਸ਼ਬਦ ਦੀ ਸੋਝੀ ਸੰਸਾਰਕ ਮਾਇਆ ਦੇ ਕਿਲ੍ਹੇ ਵਿੱਚ ਬੰਧ, ਕੈਦ ਹੈ । ਸ਼ਬਦ ਨਾਲ ਜੀਵਨ ਢਾਲਣ ਨਾਲ ਹੀ ਇਸ ਕਿਲ੍ਹੇ ਤੇ ਜਿੱਤ ਬਖਸ਼ਿਸ਼ ਹੋ ਸਕਦੀ ਹੈ ।

You should whole-heartedly meditate and obey the teachings of His Word with steady and stable belief in your day-to-day life. The enlightenment of the essence of His Word remains prisoned within the sweet poison of worldly wealth. Whosoever may adopt the teachings of His Word with steady and stable belief in his day-to-day life; with His mercy and grace, he may conquer the demons of worldly wealth.

ਮਿਥਿਆ ਭਰਮਿ ਭਰਮਿ ਬਹੁ ਭ੍ਰਮਿਆ, mithi-aa bharam bharam baho bharmi-aa
ਲੁਬਧੋ ਪੁਤ੍ਰ ਕਲਤ੍ਰ ਮੋਹ ਪ੍ਰੀਤਿ॥ lubDho putar kaltar moh pareet.
ਜੈਸੇ ਤਰਵਰ ਕੀ ਤੁਛ ਛਾਇਆ, jaisay tarvar kee tuchh chhaa-i-aa
ਖਿਨ ਮਹਿ ਬਿਨਸਿ ਜਾਇ ਦੇਹ ਭੀਤਿ॥੧॥ khin meh binas jaa-ay dayh bheet. ||1||

ਜੀਵ ਦਾ ਮਨ ਭਰਮ ਭੁਲੇਖੇ ਵਿੱਚ ਚਾਰੇ ਪਾਸੇ ਘੁੰਮਦਾ ਫਿਰਦਾ ਹੈ । ਇਹ ਭਰਮ, ਭੁਲੇਖੇ ਸੰਸਾਰਕ ਪਰਿਵਾਰ ਨਾਲ ਮੋਹ ਕਰਕੇ ਹੀ ਵਧਦੇ ਹਨ । ਜਿਵੇਂ ਬ੍ਰਿਛ ਦੀ ਛਾਂ ਇੱਕ ਪਲ ਵਿੱਚ ਢਲ ਜਾਂਦੀ ਹੈ । ਇਸਤਰ੍ਹਾਂ ਜੀਵ ਦਾ ਤਨ ਇੱਕ ਪਲ ਵਿੱਚ ਹੀ ਨਾਸ, ਭਸਮ ਹੋ ਜਾਂਦਾ ਹੈ ।

Self-minded may remain intoxicated in religious rituals, suspicions, and wanders in all directions. With religious rituals and suspicions, his attachment to worldly possessions and family bonds may be enhanced, re-enforced. As the shade of a tree may be short-lived and disappears; same way his human body may be short-lived and perished in a twinkle of eyes.

ਹਮਰੇ ਪ੍ਰਾਨ ਪ੍ਰੀਤਮ ਜਨ ਊਤਮ, hamray paraan pareetam jan ootam
ਜਿਨ ਮਿਲਿਆ ਮਨਿ ਹੋਇ ਪ੍ਰਤੀਤਿ॥ jin mili-aa man ho-ay parteet.
ਪਰਚੈ ਰਾਮੁ ਰਵਿਆ ਘਟ ਅੰਤਰਿ, parchai raam ravi-aa ghat antar
ਅਸਥਿਰੁ ਰਾਮੁ ਰਵਿਆ ਰੰਗਿ ਪ੍ਰੀਤਿ॥੨॥ asthir raam ravi-aa rang pareet. ||2||

ਪ੍ਰਭ ਦੇ ਬੰਦਗੀ ਕਰਨ ਵਾਲੇ ਦੀ ਅਵਸਥਾ ਉਤਮ ਹੋ ਜਾਂਦੀ ਹੈ । ਉਹ ਹੀ ਮੇਰੇ ਸਵਾਸਾਂ ਦਾ ਅਧਾਰ, ਆਸਰਾ ਹੈ । ਉਸ ਨਾਲ ਸੰਜੋਗ ਹੋਣ ਨਾਲ ਮਨ ਵਿੱਚ ਸ਼ਬਦ ਤੇ ਭਰੋਸਾ ਅਡੋਲ ਹੋ ਜਾਂਦਾ ਹੈ । ਮੈਂ ਆਪਣੇ ਮਨ ਦੇ ਕੇਂਦਰ ਵਿੱਚ ਸਦਾ ਵਾਪਰਨ ਵਾਲੇ ਪ੍ਰਭ ਨਾਲ ਅਨੰਦ ਮਾਨਦਾ ਹਾ । ਸਦਾ ਖੇੜੇ ਵਿੱਚ ਰਹਿਣ ਵਾਲੇ ਪ੍ਰਭ ਦੇ ਘਰ, ਮਨ ਦੇ ਦਸਵੇਂ ਘਰ ਵਿੱਚ ਵਸਦਾ ਹਾ ।

His true devotee may be blessed with supreme state of mind. He may become the basis, pillar of support of my breathes. Whosoever may be blessed with his association, conjugation; with His mercy and grace, he may remain intoxicated in obeying the teachings of His Word. I cherish the blossom, pleasures of ever prevailing The True Master. I remain intoxicated in the void of His Word; dwell in His 10th Castle, everlasting Royal palace.

ਹਰਿ ਕੇ ਸੰਤ ਸੰਤ ਜਨ ਨੀਕੇ, har kay sant sant jan neekay
ਜਿਨ ਮਿਲਿਆਂ ਮਨੁ ਰੰਗਿ ਰੰਗੀਤਿ॥ jin mili-aaN man rang rangeet.
ਹਰਿ ਰੰਗੁ ਲਹੈ ਨ ਉਤਰੈ ਕਬਹੂ, har rang lahai na utrai kabhoo
ਹਰਿ ਹਰਿ ਜਾਇ ਮਿਲੈ ਹਰਿ ਪ੍ਰੀਤਿ॥੩॥ har har jaa-ay milai har pareet. ||3||

ਪ੍ਰਭ ਦੇ ਨਿਮਾਣੇ ਸੰਤ, ਬੰਦਗੀ ਕਰਨ ਵਾਲੇ ਦੇ ਮਨ ਦੀ ਅਵਸਥਾ ਉਤਮ ਹੁੰਦੀ ਹੈ । ਉਸ ਨਾਲ ਸੰਜੋਗ ਬਣਾਉਣ ਨਾਲ ਮਨ ਵਿੱਚ ਸ਼ਬਦ ਦੀ ਜਾਗ ਲਗ ਜਾਂਦੀ ਹੈ । ਪ੍ਰਭ ਨਾਲ ਪ੍ਰੀਤ, ਪ੍ਰਭ ਦੀ ਰਹਿਮਤ ਕਦੇ ਫਿਕੀ ਨਹੀਂ ਹੁੰਦੀ, ਕਦੇ ਘਟ ਦੀ ਨਹੀਂ । ਸ਼ਬਦ ਦੀ ਪਾਲਣਾ ਵਿੱਚ ਲਿਵ ਲਾਉਣ ਨਾਲ ਹੀ ਪ੍ਰਭ ਦਾ ਸ਼ਬਦ ਮਨ ਵਿੱਚ ਵਸਦਾ ਹੈ । ਮਨ ਦਾ ਦਸਵਾਂ ਦਰ ਖੁਲ੍ਹਦਾ ਹੈ ।

His true devotee may be blessed with a supreme state of mind. Whosoever may be blessed with the conjugation of His Holy saint; with His mercy and grace, his mind may be rejuvenated. His devotion to obey the teachings of His Word, enlightenment of the essence of His Word may never be dimensioned. Whosoever may remain intoxicated in meditating in the void of His Word; with His mercy and grace, he may be drenched with the essence of His Word; His 10th door, His Royal castle may open for his soul.

ਹਮ ਬਹੁ ਪਾਪ ਕੀਏ ਅਪਰਾਧੀ, ham baho paap kee-ay apraaDhee
ਗੁਰਿ ਕਾਟੇ ਕਟਿਤ ਕਟੀਤਿ॥ gur kaatay katit kateet.
ਹਰਿ ਹਰਿ ਨਾਮੁ ਦੀਓ ਮੁਖਿ ਅਉਖਧੁ, har har naam dee-o mukh a-ukhaDh
ਜਨ ਨਾਨਕ ਪਤਿਤ ਪੁਨੀਤਿ॥੪॥੫॥ jan naanak patit puneet. ||4||5||

ਮੈਂ ਬੁਹਤ ਪਾਪ ਕੀਤੇ ਹਨ । ਪ੍ਰਭ ਨੇ ਰਹਿਮਤ ਬਖਸ਼ਕੇ ਸਾਰੇ ਬੁਰੇ ਖਿਆਲ ਮਨ ਵਿਚੋਂ ਨਾਸ ਕਰ ਦਿੱਤੇ ਹਨ । ਅਸਲੀ ਗੁਰੂ, ਸ਼ਬਦ ਦੀ ਪਾਲਣਾ ਹੀ ਇਹਨਾਂ ਰੋਗਾਂ ਦੀ ਦਵਾਈ ਹੈ । ਪ੍ਰਭ ਨੇ ਆਪਣੀ ਰਹਿਮਤ ਨਾਲ ਇਹ ਮੇਰੇ ਮੂੰਹ ਵਿੱਚ ਪਾਈਆ, ਬਖਸ਼ਿਆ ਹੈ । ਜਿਹੜਾ ਸ਼ਬਦ ਦੀ ਪਾਲਣਾ, ਸਿਮਰਨ ਕਰਦਾ ਹੈ, ਉਸ ਦੀ ਆਤਮਾ ਪਵਿੱਤਰ ਹੋ ਜਾਂਦੀ ਹੈ । ਪ੍ਰਭ ਦੀ ਸ਼ਰਣ ਵਿੱਚ ਪ੍ਰਵਾਨਗੀ ਬਖਸ਼ਿਸ਼ ਹੋ ਜਾਂਦੀ ਹੈ ।

I have committed so many sins, evil deeds; with His mercy and grace, He has eliminated all my evil thoughts from my mind. The True Guru, obeying the teachings of His Word may be the cure for all diseases, anxiety of worldly desires. The True Master has bestowed the cure of my disease of worldly desires. Whosoever may meditate and obeys the teachings of His Word; with His mercy and grace, his soul may be sanctified to become worthy of His Consideration. He may be accepted in His Sanctuary.

6. ਕਾਨੜਾ ਮਹਲਾ ੪॥ 1296-4

ਜਪਿ ਮਨ ਰਾਮ ਨਾਮ ਜਗੰਨਾਥ॥	jap man raam naam jagannaath.
ਘੂਮਨ ਘੇਰ ਪਰੇ ਬਿਖੁ ਬਿਖਿਆ,	ghooman ghayr paray bikh bikhi-aa
ਸਤਿਗੁਰ ਕਾਢਿ ਲੀਏ ਦੇ ਹਾਥ॥੧॥	satgur kaadh lee-ay day haath. ||1||
ਰਹਾਉ॥	rahaa-o.

ਮੇਰੇ ਮਨ, ਸ੍ਰਿਸ਼ਟੀ ਦੇ ਮਾਲਕ ਦੇ ਸ਼ਬਦ ਦਾ ਸਿਮਰਨ ਕਰੋ! ਮੈਂ ਸੰਸਾਰਕ ਲਾਲਚ ਭਰੇ ਸਾਗਰ ਦੇ ਘੁੰਮਣ ਘੇਰ ਵਿੱਚ ਪਿਆ ਹੋਇਆ ਸੀ । ਪ੍ਰਭ ਨੇ ਆਪਣਾ ਹੱਥ, ਸ਼ਬਦ ਬਖਸ਼ਕੇ ਇਸ ਵਿਚੋਂ ਬਾਹਰ ਕੱਢ ਲਿਆ ਹੈ ।

My mind! You should meditate on the teachings of His Word, The True Master of the universe. I was confused in the ocean of greed, sweet poison of worldly wealth. The True Master has bestowed His Blessed Vision to save from the ocean of worldly wealth.

ਸੁਆਮੀ ਅਭੈ ਨਿਰੰਜਨ ਨਰਹਰਿ,	su-aamee abhai niranjan narhar
ਤੁਮ੍ ਰਾਖਿ ਲੇਹੁ ਹਮ ਪਾਪੀ ਪਾਥ॥	tumH raakh layho ham paapee paath.
ਕਾਮ ਕ੍ਰੋਧ ਬਿਖਿਆ ਲੋਭਿ ਲੁਭਤੇ,	kaam kroDh bikhi-aa lobh lubh-tay
ਕਾਸਟ ਲੋਹ ਤਰੇ ਸੰਗਿ ਸਾਥ॥੧॥	kaasat loh taray sang saath. ||1||

ਸ੍ਰਿਸ਼ਟੀ ਦੇ ਮਾਲਕ, ਨਿਡਰ, ਪਵਿੱਤਰ ਪ੍ਰਭ, ਰਹਿਮਤ ਬਖਸ਼ਕੇ ਬਚਾ ਲਵੋ! ਮੈਂ ਪਾਪੀ, ਪੱਥਰ ਦੀ ਤਰ੍ਹਾਂ ਡੁਬਦਾ ਜਾਂਦਾ ਹਾ । ਮੇਰੇ ਤੇ ਕਾਮ, ਕਰੋਧ, ਲਾਲਚ, ਧੋਖੇ ਦਾ ਜ਼ੋਰ, ਕਾਬੂ ਹੈ । ਜਿਵੇਂ ਲੋਹਾ ਲੱਕੜ ਵਿੱਚ ਲਗਕੇ ਤਰ ਜਾਂਦਾ ਹੈ, ਮੈਂ ਵੀ ਤੇਰੇ ਸੰਗ, ਸ਼ਬਦ ਦੀ ਪਾਲਣਾ ਕਰਦਾ ਪ੍ਰਵਾਨ ਹੋ ਜਾਵਾ ।

The Fearless, Holy True Master of the universe! With Your mercy and grace, save me from the ocean of sweet poison of worldly desires. I am a sinner, drowning in the worldly ocean of desires like a heavy stone. I am a victim of sexual urge, anger, greed, and deception of evil thoughts. As iron attached to wood may float on water; with Your mercy and grace, I may be saved by adopting the teachings of Your Word with steady and stable belief in my day-to-day life.

ਤੁਮ੍ ਵਡ ਪੁਰਖ ਬਡ ਅਗਮ ਅਗੋਚਰ,	tumH vad purakh bad agam agochar
ਹਰਿ ਢੂਢਿ ਰਹੇ ਪਾਈ ਨਹੀ ਹਾਥ॥	ham dhoodh rahay paa-ee nahee haath.
ਤੂ ਪਰੈ ਪਰੈ ਅਪਰੰਪਰੁ ਸੁਆਮੀ,	too parai parai aprampar su-aamee
ਤੂ ਆਪਨ ਜਾਨਹਿ ਆਪਿ ਜਗੰਨਾਥ॥੨॥	too aapan jaaneh aap jagannaath. ||2||

ਅਥਾਹ ਪ੍ਰਭ ਜੀਵ ਦੀ ਪਹੁੰਚ ਵਿੱਚ ਨਹੀਂ ਹੈ । ਮੈਂ ਤੇਰੀ ਖੋਜ ਕਰਦਾ ਵੀ, ਕੋਈ ਅੰਤ ਨਹੀਂ ਜਾਣ ਸਕਦਾ । ਪ੍ਰਭ ਪਰੇ ਤੋ ਪਰੇ, ਦੂਰ ਤੋ ਦੂਰ, ਕਰੀਬ ਤੋ ਕਰੀਬ ਹੈ । ਕੇਵਲ ਤੂੰ ਹੀ ਆਪਣੀ ਹੱਦ ਜਾਣਦਾ ਹੈ ।

I am searching to find any limits of Your Nature; however, Your Nature, miracles remain beyond any limit, comprehension, reach of Your Creation. You remain embedded within each soul; however, remains beyond the reach of Your Creation. Only You may comprehend the limit of Your Nature, Your Miracles.

ਅਦ੍ਰਿਸਟੁ ਅਗੋਚਰ ਨਾਮੁ ਧਿਆਏ, adrist agochar naam Dhi-aa-ay
ਸਤਸੰਗਤਿ ਮਿਲਿ ਸਾਧੂ ਪਾਥ॥ satsangat mil saaDhoo paath.
ਹਰਿ ਹਰਿ ਕਥਾ ਸੁਨੀ ਮਿਲਿ ਸੰਗਤਿ, har har kathaa sunee mil sangat
ਹਰਿ ਹਰਿ ਜਪਿਓ ਅਕਥ ਕਥ ਕਾਥ॥੩॥ har har japi-o akath kath kaath. ||3||

ਜੀਵ, ਪ੍ਰਭ ਦੇ ਸ਼ਬਦ ਦਾ ਸਿਮਰਨ ਕਰੋ! ਪ੍ਰਭ ਦੀ ਹੋਂਦ, ਜੀਵ ਦੇ ਦੇਖੇ ਜਾਣ ਪਾਹੁੰਚ ਵਿੱਚ ਨਹੀਂ ਹੈ। ਮੈਂ ਸੰਤਾਂ ਦੇ ਜੀਵਨ ਦੀ ਸਿਖਿਆਂ ਨਾਲ ਆਪਣਾ ਜੀਵਨ ਢਾਲਿਆ ਹੈ, ਪ੍ਰਭ ਨੇ ਰਹਿਮਤ, ਪ੍ਰਵਾਨਗੀ ਦਾ ਦਾ ਰਸਤਾ ਬਖਸ਼ਿਆ ਹੈ। ਸੰਤਾਂ ਦੀ ਕਥਾ ਸੁਣਨ, ਸ਼ਬਦ ਦੀ ਪਾਲਣਾ ਕਰਨ ਨਾਲ, ਪ੍ਰਭ ਨੇ ਸ਼ਬਦ ਦੀ ਸੋਝੀ ਬਖਸ਼ਿਸ਼ ਹੋਈ ਹੈ। ਮੈਂ ਪ੍ਰਭ ਦੀ ਅਕਥਾ ਕਥ ਜਾਣ ਗਿਆ, ਬੋਲਦਾ ਹਾ।

You should meditate on the teachings of His Word; The True Master remains beyond visibility, reach of His Creation. I have adopted the life experience teachings of His Holy saint in my day-to-day life; with His mercy and grace, I have been enlightened with right path of acceptance in His Court. I may listen to the sermons of His Holy saint and obey the teachings of His Word; with His mercy and grace, I have been enlightened with the essence of His Nature.

ਹਮਰੇ ਪ੍ਰਭ ਜਗਦੀਸ ਗੁਸਾਈ, hamray parabh jagdees gusaa-ee
ਹਮ ਰਾਖਿ ਲੇਹੁ ਜਗੰਨਾਥ॥ ham raakh layho jagannaath.
ਜਨ ਨਾਨਕੁ ਦਾਸੁ ਦਾਸ ਦਾਸਨ ਕੋ, jan naanak daas daas daasan ko
ਪ੍ਰਭ ਕਰਹੁ ਕ੍ਰਿਪਾ parabh karahu kirpaa
ਰਾਖਹੁ ਜਨ ਸਾਥ॥੪॥੬॥ raakho jan saath. ||4||6||

ਸ੍ਰਿਸ਼ਟੀ ਦੇ ਸ੍ਰਿਜਨਹਾਰੇ, ਰਹਿਮਤ ਬਖਸ਼ਕੇ ਬਚਾ ਲਵੋ! ਮੈਂ ਬੰਦਗੀ ਕਰਨ ਵਾਲੇ ਦਾਸਾਂ ਦਾ ਦਾਸ ਹਾ। ਪ੍ਰਭ ਆਪਣੀ ਰਹਿਮਤ ਨਾਲ ਆਪਣੀ ਸ਼ਰਣ ਵਿੱਚ ਪਨਾਹ ਬਖਸ਼ੋ! ਰਖਿਆ ਕਰੋ!

My True Master, savior of Your Creation. I am the slave of Your slaves; with Your mercy and grace, accepts me in Your Sanctuary.

7. ਕਾਨੜਾ ਮਹਲਾ ੪ ਪੜਤਾਲ ਘਰੁ ੫॥ 1296-11

ੴ ਸਤਿਗੁਰ ਪ੍ਰਸਾਦਿ॥ ik-oNkaar satgur parsaad.
ਮਨ ਜਾਪਹੁ ਰਾਮ ਗੁਪਾਲ॥ man, jaapahu raam gupaal.
ਹਰਿ ਰਤਨ ਜਵੇਹਰ ਲਾਲ॥ har ratan javayhar laal.har
ਹਰਿ ਗੁਰਮੁਖਿ ਘੜਿ ਟਕਸਾਲ॥ gurmukh gharh taksaal.
ਹਰਿ ਹੋ ਹੋ ਕਿਰਪਾਲ॥੧॥ ਰਹਾਉ॥ har ho ho kirpaal. ||1|| rahaa-o.

ਪ੍ਰਭ ਦੇ ਸ਼ਬਦ ਦਾ ਸਿਮਰਨ ਕਰੋ! ਪ੍ਰਭ ਦਾ ਸ਼ਬਦ ਹੀ ਅਮੋਲਕ ਜਵਾਹਰ, ਰਤਨ ਹੈ। ਪ੍ਰਭ ਆਪ ਹੀ ਗੁਰਮਖ ਨੂੰ ਅਮੋਲਕ ਅਵਸਥਾ ਵਿੱਚ ਢਾਲਦਾ ਹੈ। ਪ੍ਰਭ ਰਹਿਮਤ ਬਖਸ਼ੋ, ਸ਼ਬਦ ਦੇ ਲੜ ਲਾਵੋ!

You should meditate on the teachings of His Word. The teachings of His Word may be the true ambrosial jewel. The True Master my molds the state of mind of His true devotee as ambrosial. The True Master bestows Your Blessed Vison, devotion to adopt the teachings of Your Word.

ਤੁਮਰੇ ਗੁਨ ਅਗਮ ਅਗੋਚਰ, tumray gun agam agochar
ਏਕ ਜੀਹ ਕਿਆ ਕਥੈ ਬਿਚਾਰੀ ayk jeeh ki-aa kathai bichaaree
ਰਾਮ ਰਾਮ ਰਾਮ ਰਾਮ ਲਾਲ॥ raam raam raam raam laal.
ਤੁਮਰੀ ਜੀ ਅਕਥ ਕਥਾ ਤੂ, tumree jee akath kathaa too
ਤੂ ਤੂ ਹੀ ਜਾਨਹਿ ਹਉ, too too hee jaaneh ha-o
ਹਰਿ ਜਪਿ ਭਈ ਨਿਹਾਲ ਨਿਹਾਲ ਨਿਹਾਲ॥੧॥ har jap bha-ee nihaal nihaal nihaal. ||1||

ਅਥਾਹ ਪ੍ਰਭ ਜੀਵ ਦੇ ਅੰਦਾਜ਼ਾ ਲਾਉਣ ਤੋ ਉਪਰ ਹੈ। ਮੇਰੀ ਇੱਕ ਜੀਭ, ਪ੍ਰਭ ਦੇ ਅਨੇਕਾਂ ਗੁਣਾਂ ਦਾ ਕਿਵੇਂ ਵਖਿਆਨ ਕਰ ਸਕਦੀ ਹੈ? ਮੈਂ ਵਹਿ ਗੁਰੂ, ਵਹਿ ਗੁਰੂ ਹੀ ਕਰਦਾ ਹਾ। ਪ੍ਰਭ ਆਪਣੀ ਅਕਥ ਕਥ ਦਾ ਵਖਿਆਨ ਕੇਵਲ ਆਪ ਹੀ ਜਾਣਦਾ ਹੈ। ਮੈਂ ਪ੍ਰਭ ਦੇ ਸ਼ਬਦ ਦੀ ਪਾਲਣਾ ਕਰਦਾ, ਨਿਹਾਲ ਹੋ ਗਿਆ, ਖੇੜੇ ਵਿੱਚ ਵਸਦਾ ਹਾ।

Unfathomable True Master remains beyond the imagination of His Creation. How may I sing the glory of countless virtues of The True Master with my one tongue? I remain fascinated and astonished and only exclaim; an astonishing True Master! I am obeying the teachings of His Word and remain overwhelmed with blossom.

ਹਮਰੇ ਹਰਿ ਪ੍ਰਾਨ ਸਖਾ ਸੁਆਮੀ,	hamray har paraan sakhaa su-aamee
ਹਰਿ ਮੀਤਾ, ਮੇਰੇ ਮਨਿ ਤਨਿ	har meetaa mayray man tan
ਜੀਹ ਹਰਿ ਹਰੇ, ਹਰੇ	jeeh har haray haray
ਰਾਮ ਨਾਮ ਧਨੁ ਮਾਲ॥	raam naam Dhan maal.
ਜਾ ਕੋ ਭਾਗੁ ਤਿਨਿ ਲੀਓ ਰੀ ਸੁਹਾਗੁ,	jaa ko bhaag tin lee-o ree suhaag
ਹਰਿ ਹਰਿ ਹਰੇ ਹਰੇ ਗੁਨ ਗਾਵੈ,	har har haray haray gun gaavai
ਗੁਰਮਤਿ ਹਉ ਬਲਿ ਬਲੇ,	gurmat ha-o bal balay
ਹਉ ਬਲਿ ਬਲੇ ਜਨ ਨਾਨਕ,	ha-o bal balay jan naanak
ਹਰਿ ਜਪਿ ਭਈ	har jap bha-ee
ਨਿਹਾਲ ਨਿਹਾਲ ਨਿਹਾਲ॥੨॥੧॥੭॥	nihaal nihaal nihaal. ||2||1||7||

ਪ੍ਰਭ ਹੀ ਮੇਰੇ ਸਵਾਸ ਦਾ ਮਾਲਕ, ਸਾਥੀ ਹੈ । ਮੇਰਾ ਤਨ, ਮਨ ਸ਼ਬਦ ਦੀ ਪਾਲਣਾ ਵਿੱਚ ਲਾਉਂਦਾ, ਜੀਭ ਗੁਣ ਗਾਉਣ ਵਿੱਚ ਮਸਤ ਰਹਿੰਦੀ ਹੈ । ਜਿਸ ਦੇ ਭਾਗਾਂ ਵਿੱਚ ਪਹਿਲੇ ਹੀ ਲਿਖਿਆ ਹੁੰਦਾ ਹੈ, ਕੇਵਲ ਉਹ ਹੀ ਸ਼ਬਦ ਦਾ ਸਿਮਰਨ, ਪਾਲਣਾ ਕਰਦਾ ਹੈ । ਪ੍ਰਭ ਦੇ ਸ਼ਬਦ ਦੀ ਪਾਲਣਾ ਹੀ ਮੇਰੀ ਕਮਾਈ, ਧਨ ਦੌਲਤ ਹੈ । ਮੈਂ, ਸ਼ਬਦ ਤੋ ਸਦਾ ਹੀ ਕੁਰਬਾਨ ਜਾਂਦਾ ਹਾ । ਪ੍ਰਭ ਦੇ ਸ਼ਬਦ ਦਾ ਸਿਮਰਨ ਕਰਦਾ, ਪ੍ਰਭ ਦਾ ਦਾਸ ਬਣ ਗਿਆ ਹਾ ।

The True Master, trustee of my breathes remains my true companion forever. I remain intoxicated in obeying the teachings of His Word and singing the glory of His Word with my tongue. The True Master! obeying the teachings of Your Word is my worldly earnings and my worldly status. I remain fascinated and astonished from the teachings of Your Word. I remain meditating on the teachings of Your Word; with Your mercy and grace, I have been accepted in Your Sanctuary.

8. ਕਾਨੜਾ ਮਹਲਾ ੪॥ 1296-16

ਹਰਿ ਗੁਨ ਗਾਵਹੁ ਜਗਦੀਸ॥	har gun gaavhu jagdees.
ਏਕਾ ਜੀਹ ਕੀਚੈ ਲਖ ਬੀਸ॥	aykaa jeeh keechai lakh bees.
ਜਪਿ ਹਰਿ ਹਰਿ ਸਬਦਿ ਜਪੀਸ॥	jap har har sabad japees.
ਹਰਿ ਹੋ ਹੋ ਕਿਰਪੀਸ॥੧॥ ਰਹਾਉ॥	har ho ho kirpees. ||1|| rahaa-o.

ਮੈਂ ਪ੍ਰਭ ਦੇ ਸ਼ਬਦ ਦੇ ਗੁਣ ਗਾਉਂਦਾ ਹਾ! ਪ੍ਰਭ ਰਹਿਮਤ ਬਖਸ਼ੋ! ਮੇਰੀ ਇੱਕ ਜੀਭ ਤੋ 20 ਲਖ ਬਣਾ ਦੇਵੇਂ! ਸਾਰੀਆਂ ਜੀਭਾਂ ਨਾਲ, ਮੈਂ ਬਾਰ ਬਾਰ ਤੇਰੇ ਸ਼ਬਦ ਦਾ ਸਿਮਰਨ ਕਰਾ ।

My True Master, I am singing the glory of Your Word. I wish! My one tongue may become 20 lakhs tongues; with Your mercy and grace, I may have a devotion, desire, and strength to sing the glory of Your Word with each tongue time and again.

ਹਰਿ ਕਿਰਪਾ ਕਰਿ ਸੁਆਮੀ,	har kirpaa kar su-aamee
ਹਮ ਲਾਇ ਹਰਿ ਸੇਵਾ,	ham laa-ay har sayvaa
ਹਰਿ ਜਪਿ ਜਪੇ ਹਰਿ ਜਪਿ ਜਪੇ,	har jap japay har jap japay
ਜਪੁ ਜਾਪਉ ਜਗਦੀਸ॥	jap jaapa-o jagdees.
ਤੁਮਰੇ ਜਨ ਰਾਮੁ ਜਪਹਿ	tumray jan raam jaapeh
ਤੇ ਊਤਮ ਤਿਨ ਕਉ,	tay ootam tin ka-o
ਹਉ ਘੁਮਿ ਘੁਮੇ, ਘੁਮਿ ਘੁਮਿ ਜੀਸ॥੧॥	ha-o ghum ghumay ghum ghum jees. ||1||

ਸ੍ਰਿਸ਼ਟੀ ਦਾ ਮਾਲਕ ਆਪਣੀ ਰਹਿਮਤ ਨਾਲ ਸ਼ਬਦ ਦੀ ਪਾਲਨਾ ਦੀ ਸ਼ਰਧਾ ਬਖਸ਼ੋ! ਮੈਂ ਸਦਾ ਹੀ ਤੇਰੇ ਸ਼ਬਦ ਦੇ ਸਿਮਰਨ ਵਿੱਚ ਅਡੋਲ ਮਸਤ ਹੋ ਜਾਂਵਾ! ਜਿਹੜਾ ਸ਼ਬਦ ਦਾ ਸਿਮਰਨ ਕਰਦਾ ਹੈ, ਉਸ ਨੂੰ ਉਤਮ ਅਵਸਥਾ ਬਖਸ਼ਿਸ਼ ਹੋ ਜਾਂਦੀ ਹੈ । ਮੈਂ ਉਸ ਤੋ ਕੁਰਬਾਨ ਜਾਵਾ ।

The True Master of the universe, blesses me devotion to obey the teachings of Your Word. I may remain intoxicated in meditating on the teachings of Your Word in my day-to-day life. Whosoever may meditate on the teachings of Your Word with steady and stable belief in his day-to-day life; with Your mercy and grace, he may be blessed with supreme state of mind. I remain fascinated and astonished from his way of life.

ਹਰਿ ਤੁਮ ਵਡ ਵਡੇ,	har tum vad vaday
ਵਡੇ ਵਡ ਊਚੇ,	vaday vad oochay
ਸੋ ਕਰਹਿ ਜਿ ਤੁਧੁ ਭਾਵੀਸ॥	so karahi je tuDh bhaavees.
ਜਨ ਨਾਨਕ ਅੰਮ੍ਰਿਤੁ ਪੀਆ ਗੁਰਮਤੀ,	jan naanak amrit pee-aa gurmatee
ਧਨੁ ਧੰਨੁ, ਧਨੁ ਧੰਨੁ	Dhan Dhan Dhan Dhan
ਧੰਨੁ ਗੁਰੂ ਸਾਬੀਸ॥੨॥੨॥੮॥	Dhan guroo saabees. ‖2‖2‖8‖

ਪ੍ਰਭ ਹੀ ਸਭ ਤੋ ਵੱਡਾ ਹੈ, ਪ੍ਰਭ ਦਾ ਭਾਣਾ ਹੀ ਸ੍ਰਿਸ਼ਟੀ ਵਿੱਚ ਵਾਪਰਦਾ ਹੈ । ਬੰਦਗੀ ਕਰਨ ਵਾਲਾ, ਸ਼ਬਦ ਦੀ ਪਾਲਣਾ, ਸੋਝੀ ਰੂਪੀ ਅੰਮ੍ਰਿਤ ਦਾ ਅਨੰਦ ਮਾਨਦਾ ਹੈ । ਉਹ ਪ੍ਰਭ ਦਾ ਸ਼ਬਦ, ਗੁਰੂ ਧੰਨ ਹੈ, ਰਹਿਮਤਾਂ ਵਾਲਾ ਹੈ ।

The True Master, Creator of the universe is greatest of All! only Your Command prevails in the universe. Your true devotee may obey the teachings of Your Word; with Your mercy and grace, he may be blessed with ambrosial nectar of the essence of Your Word. The True Guru, teachings of Your Word remain the treasure of virtues, blessings.

9. ਕਾਨੜਾ ਮਹਲਾ ੪॥ 1297-3

ਭਜੁ ਰਾਮੋ ਮਨਿ ਰਾਮ॥	bhaj raamo man raam.
ਜਿਸੁ ਰੂਪ ਨ ਰੇਖ ਵਡਾਮ॥	jis roop na raykh vadaam.
ਸਤਸੰਗਤਿ ਮਿਲੁ ਭਜੁ ਰਾਮ॥	satsangat mil bhaj raam.
ਬਡ ਹੋ ਹੋ ਭਾਗ ਮਥਾਮ॥੧॥ ਰਹਾਉ॥	bad ho ho bhaag mathaam. ‖1‖ rahaa-o.

ਪ੍ਰਭ ਦੇ ਸ਼ਬਦ ਦਾ ਸਿਮਰਨ ਕਰੋ! ਸਭ ਤੋ ਵੱਡਾ, ਕੋਈ ਅਕਾਰ, ਰੂਪ, ਰੰਗ ਨਹੀਂ ਹੈ । ਜਿਹੜਾ ਬੰਦਗੀ ਕਰਨ ਵਾਲੇ ਦੀ ਸੰਗਤ ਵਿੱਚ ਰਲਕੇ, ਸ਼ਬਦ ਦਾ ਸਿਮਰਨ, ਪਾਲਣਾ ਕਰਦਾ ਹੈ । ਉਸ ਦੇ ਵੱਡੇ ਭਾਗ ਹੋ ਜਾਂਦੇ, ਭਾਗ ਖੁੱਲ੍ਹ ਜਾਂਦੇ ਹਨ ।

You should meditate on the teachings of His Word with steady and stable belief in your day-to-day life. The True Master, greatest of All! He remains beyond any limitation of body, structure, size, or color. Whosoever may remain in the conjugation of His Holy saint and meditates, obeys the teachings of His Word; his prewritten destiny may be rewarded.

ਜਿਤੁ ਗ੍ਰਿਹਿ ਮੰਦਰਿ, ਹਰਿ ਹੋਤੁ ਜਾਸੁ,	jit garihi mandar har hot jaas
ਤਿਤੁ ਘਰਿ ਆਨਦੋ, ਆਨਦੁ	tit ghar aando aanand
ਭਜੁ ਰਾਮ ਰਾਮ ਰਾਮ॥	bhaj raam raam raam.
ਰਾਮ ਨਾਮ ਗੁਨ ਗਾਵਹੁ,	raam naam gun gaavhu
ਹਰਿ ਪ੍ਰੀਤਮ ਉਪਦੇਸਿ ਗੁਰੂ,	har pareetam updays guroo
ਗੁਰ ਸਤਿਗੁਰਾ ਸੁਖੁ ਹੋਤੁ,	gur satiguraa sukh hot
ਹਰਿ ਹਰੇ ਹਰਿ ਹਰੇ,	har haray har haray
ਹਰੇ ਭਜੁ ਰਾਮ ਰਾਮ ਰਾਮ॥੧॥	haray bhaj raam raam raam. ‖1‖

ਜਿਸ ਘਰ, ਤਨ ਵਿੱਚ ਪ੍ਰਭ ਦੇ ਸ਼ਬਦ ਦਾ ਸਿਮਰਨ, ਉਸਤਤ ਕੀਤੀ ਜਾਂਦੀ ਹੈ । ਉਸ ਘਰ ਵਿੱਚ ਪ੍ਰਭ ਦੀ ਸਦਾ ਚੱਲਣ ਵਾਲੀ ਗੂੰਜ ਸੁਣਾਈ ਦੇਂਦੀ ਹੈ । ਉਹ ਆਪਣਾ ਜੀਵਨ ਸ਼ਬਦ ਦੀ ਸਿਖਿਆਂ ਨਾਲ ਢਾਲ ਲੈਂਦਾ ਹੈ । ਪ੍ਰਭ ਦੀ ਰਹਿਮਤ ਨਾਲ ਉਸ ਦੇ ਜੀਵਨ ਵਿੱਚ ਸੁਖ, ਖੇੜਾ ਬਖਸ਼ਿਸ਼ ਹੋ ਜਾਂਦਾ ਹੈ, ਉਹ ਪ੍ਰਭ ਦੇ ਸ਼ਬਦ ਦੀ ਸਮਾਧੀ ਵਿੱਚ ਲੀਨ, ਮਸਤ ਹੋ ਜਾਂਦਾ ਹੈ । ਜੀਵ ਆਪਣੇ ਮਨ ਵਿੱਚ ਪ੍ਰਭ ਦੇ ਸ਼ਬਦ ਦੀ ਗੂੰਜ, ਧੁਨ ਚਲਾਵੋ!

Whosoever may sing the glory and meditates on the teachings of His Word with steady and stable belief in his day-to-day life; with His mercy and grace, he may hear the everlasting echo of His Word within his heart. Whosoever may adopt the teachings of His Word in his day-to-day life; with His mercy and grace, he may be blessed with pleasure and blossom in his life, he may remain intoxicated in meditation in the void of His Word. You should resonate the everlasting echo of His Word within your heart.

ਸਭ ਸਿਸਟਿ ਧਾਰ ਹਰਿ, — sabh sisat Dhaar har
ਤੁਮ ਕਿਰਪਾਲ ਕਰਤਾ, — tum kirpaal kartaa
ਸਭੁ ਤੂ ਤੂ ਤੂ ਰਾਮ ਰਾਮ ਰਾਮ॥ — sabh too too too raam raam raam.
ਜਨ ਨਾਨਕੋ ਸਰਣਾਗਤੀ ਦੇਹੁ ਗੁਰਮਤੀ, — jan naanko sarnaagatee dayh gurmatee
ਭਜੁ ਰਾਮ ਰਾਮ ਰਾਮ॥੨॥੩॥੯॥ — bhaj raam raam raam. ||2||3||9||

ਪ੍ਰਭ ਹੀ ਸਾਰੀਆਂ ਸ੍ਰਿਸ਼ਟੀਆਂ ਦਾ ਸ੍ਰਿਜਨਹਾਰਾ, ਸ੍ਰਿਸ਼ਟੀਆਂ ਦਾ ਆਸਰਾ ਹੈ । ਮੈਂ ਬੰਦਗੀ ਕਰਨ ਵਾਲਾ ਦਾਸ, ਤੇਰੀ ਸ਼ਰਣ ਵਿੱਚ ਆਪਾ ਭੇਟਾ ਕਰਦਾ ਹਾ! ਪ੍ਰਭ ਆਪਣੀ ਰਹਿਮਤ ਨਾਲ ਸ਼ਬਦ ਦੇ ਲੜ ਲਾਵੋ! ਸ਼ਬਦ ਦਾ ਸਿਮਰਨ ਕਰਦਾ, ਸ਼ਬਦ ਦੀ ਧੁਨ ਮਨ ਵਿੱਚ ਜਾਗਰਤ ਕਰ ਲਵਾ ।

The True Master Creator, protector and supporting pillar of the universe! I have surrendered my mind, body, and worldly status to serve Your Holy saint; with Your mercy and grace, bestows devotion to obey the teachings of Your Word. I may meditate on the teachings of Your Word; with Your mercy and grace, I may hear the everlasting echo of Your Word resonating within my heart.

10. ਕਾਨੜਾ ਮਹਲਾ ੪॥ 1297-7

ਸਤਿਗੁਰ ਚਾਟਉ ਪਗ ਚਾਟ॥ — satgur chaata-o pag chaat.
ਜਿਤੁ ਮਿਲਿ ਹਰਿ ਪਾਧਰ ਬਾਟ॥ — jit mil har paaDhar baat.
ਭਜੁ ਹਰਿ ਰਸੁ ਰਸ ਹਰਿ ਗਾਟ॥ — bhaj har ras ras har gaat.
ਹਰਿ ਹੋ ਹੋ ਲਿਖੇ ਲਿਲਾਟ॥੧॥ ਰਹਾਉ॥ — har ho ho likhay lilaat. ||1|| rahaa-o.

ਮੇਰੇ ਮਨ ਵਿੱਚ ਪ੍ਰਭ ਦੇ ਚਰਨ, ਸ਼ਬਦ ਦੀ ਪਾਲਣਾ ਦੀ ਬਹੁਤ ਸ਼ਰਧਾ ਹੈ । ਜਿਹੜਾ ਪ੍ਰਭ ਦੇ ਸ਼ਬਦ ਦੀ ਪਾਲਣਾ ਕਰਦਾ ਹੈ, ਉਸ ਨੂੰ ਪ੍ਰਭ ਦੇ ਦਰਬਾਰ ਦਾ ਰਸਤਾ ਅਸਾਨੀ ਨਾਲ ਹੀ ਬਖਸ਼ਿਸ਼ ਹੋ ਜਾਂਦਾ ਹੈ । ਪ੍ਰਭ ਦੇ ਸ਼ਬਦ ਦੀ ਸਦਾ ਚਲਣ ਵਾਲੀ ਧੁਨ, ਸ਼ਬਦ ਦੇ ਸਿਮਰਨ ਨਾਲ ਹੀ ਸੁਣਦੀ ਹੈ । ਸ਼ਬਦ ਦੀ ਸੋਝੀ ਮਨ ਵਿੱਚ ਘਰ ਕਰ ਜਾਂਦੀ ਹੈ । ਇਹ ਪ੍ਰਭ ਨੇ ਹੀ ਮੇਰੇ ਭਾਗਾ ਵਿੱਚ ਲਿਖਿਆ ਹੈ ।

I have a deep desire, devotion, and dedication to obey the teachings of His Word with steady and stable belief. Whosoever may adopt the teachings of His Word with steady and stable belief; with His mercy and grace, he may easily be blessed with the right path of acceptance in His Court. Whosoever may meditate on the teachings of His Word; with His mercy and grace, he may hear the everlasting echo of His Word resonating within his heart. He may remain drenched with the enlightenment of the essence of His Word. This may have been prewritten in his destiny.

ਖਟ ਕਰਮ ਕਿਰਿਆ ਕਰਿ	khat karam kiri-aa kar
ਬਹੁ ਬਹੁ ਬਿਸਥਾਰ,	baho baho bisthaar
ਸਿਧ ਸਾਧਿਕ ਜੋਗੀਆ,	siDh saaDhik jogee-aa
ਕਰਿ ਜਟ ਜਟਾ ਜਟ ਜਾਟ॥	kar jat jataa jat jaat.
ਕਰਿ ਭੇਖ ਨ ਪਾਈਐ	kar bhaykh na paa-ee-ai
ਹਰਿ ਬ੍ਰਹਮ ਜੋਗੁ,	har barahm jog
ਹਰਿ ਪਾਈਐ ਸਤਸੰਗਤੀ ਉਪਦੇਸਿ,	har paa-ee-ai satsangtee updays
ਗੁਰੂ ਗੁਰ ਸੰਤ ਜਨਾ ਖੋਲਿ ਖੋਲਿ ਕਪਾਟ॥੧॥	guroo gur sant janaa khol khol kapaat. ||1||

ਕਈ ਬੰਦਗੀ ਕਰਨ ਵਾਲੇ ਧਰਮ ਦੇ 6 ਰੀਤੋ ਰੀਵਾਜ ਕਰਦੇ ਹਨ । ਸਿਧ, ਜੋਗੀ, ਪ੍ਰਭ ਦੀ ਖੋਜ ਕਰਨ ਵਾਲੇ ਤਪਸਵੀ, ਕਈ ਚਮਤਕਾਰ ਕਰਦੇ ਹਨ । ਆਪਣੇ ਵਾਲਾ ਦੀਆਂ ਜੜਾਂਵਾਂ ਬਣਾਈ ਰਖਦੇ ਹਨ । ਜੋਗ, (ਪ੍ਰਭ ਨਾਲ ਸੰਜੋਗ) ਧਰਮ ਦਾ ਬਾਣਾ ਪਾਉਣ ਨਾਲ ਨਹੀਂ ਪਾਇਆ ਜਾ ਸਕਦਾ । ਜਿਹੜਾ ਬੰਦਗੀ ਕਰਨ ਵਾਲੇ ਦੀ ਸੰਗਤ ਵਿੱਚ ਵਸਦਾ ਹੈ, ਉਸ ਦੇ ਜੀਵਨ ਦੀ ਸਿਖਿਆਂ ਨੂੰ ਆਪਣੇ ਜੀਵਨ ਵਿੱਚ ਢਾਲਦਾ ਹੈ । ਪ੍ਰਭ ਦੇ ਸ਼ਬਦ ਨੂੰ ਮਨ ਵਿੱਚ ਵਸਾਉਣ ਨਾਲ ਦਸਦਾਂ ਦਰ ਖੁੱਲ੍ਹਦਾ ਹੈ । ਪ੍ਰਭ ਦੀ ਜੋਤ ਮਨ ਵਿਚੋਂ ਹੀ ਜਾਗਰਤ ਹੋ ਜਾਂਦੀ ਹੈ ।

Many worldly saints may perform and adopt 6 religious' ritual of meditation. Sidhs, Yogis and many seekers perform many miracles of His Nature. They may keep their hairs tangled. The right path of acceptance may not be blessed by adopting religious baptism or religious robe. Whosoever may remain in the conjugation of His Holy saint and adopts his life experience teachings in his day-to-day life; with His mercy and grace, he may remain overwhelmed with blossom. He may remain drenched with the essence of His Word; with His mercy and grace, His 10th door may be open for his soul.

ਤੂ ਅਪਰੰਪਰੁ ਸੁਆਮੀ ਅਤਿ ਅਗਾਹੁ,	too aprampar su-aamee at agaahu,
ਤੂ ਭਰਪੁਰਿ ਰਹਿਆ ਜਲ ਥਲੇ,	too bharpur rahi-aa jal thalay
ਹਰਿ ਇਕੁ ਇਕੋ ਇਕ ਏਕੈ ਹਰਿ ਥਾਟ॥	har ik iko ik aykai har thaat.
ਤੂ ਜਾਣਹਿ ਸਭ ਬਿਧਿ ਬੂਝਹਿ ਆਪੇ,	too jaaneh sabh biDh boojheh aapay
ਜਨ ਨਾਨਕ ਕੇ ਪ੍ਰਭ ਘਟਿ ਘਟੇ,	jan naanak kay parabh ghat ghatay
ਘਟਿ ਘਟੇ ਘਟਿ ਹਰਿ ਘਾਟ॥੨॥੪॥੧੦॥	ghat ghatay ghat har ghaat. ||2||4||10||

ਇੱਕੋ ਇੱਕ ਅਟਲ, ਸ੍ਰਿਸ਼ਟੀ ਦਾ ਮਾਲਕ ਪ੍ਰਭ, ਪੂਰਨ ਅੰਦਾਜ਼ੇ ਤੋ ਬਾਹਰ, ਦੂਰ ਤੋ ਦੂਰ, ਜਲ, ਥਲ ਵਿੱਚ ਭਰਪੂਰ ਵਸਦਾ ਹੈ । ਪ੍ਰਭ ਆਪ ਹੀ ਆਪਣੇ ਸਾਰੇ ਤਰੀਕੇ, ਵਿਧੀਆਂ ਜਾਣਦਾ ਹੈ । ਕੇਵਲ ਆਪ ਹੀ ਆਪਣੇ ਆਪ ਨੂੰ ਪੂਰਨ ਤਰ੍ਹਾਂ ਜਾਣਦਾ ਹੈ । ਸ੍ਰਿਸ਼ਟੀ ਦਾ ਮਾਲਕ ਹਰਇੱਕ ਜੀਵ ਦੇ ਹਿਰਦੇ ਵਿੱਚ ਵਸਦਾ, ਹਰਇੱਕ ਥਾਂ ਤੇ ਵਸਦਾ ਹੈ ।

The True Master remains beyond complete comprehension and imagination of His Creation. He remains far away from His Creation and remains embedded within each soul, in water, earth and under earth. The One and only One True Master of His Creation, knows all the techniques of soul sanctification; only He may comprehend His own Nature completely. The True Master remains embedded within each soul and dwells within his body and everywhere.

11. ਕਾਨੜਾ ਮਹਲਾ ੪॥ 1297-13

ਜਪਿ ਮਨ ਗੋਬਿਦ ਮਾਧੋ॥	jap man gobid maaDho.
ਹਰਿ ਹਰਿ ਅਗਮ ਅਗਾਧੋ॥	har har agam agaaDho.
ਮਤਿ ਗੁਰਮਤਿ ਹਰਿ ਪ੍ਰਭੁ ਲਾਧੋ॥	mat gurmat har parabh laaDho.
ਧੁਰਿ ਹੋ ਹੋ ਲਿਖੇ ਲਿਲਾਧੋ॥੧॥ ਰਹਾਉ॥	Dhur ho ho likhay lilaaDho. ||1|| rahaa-o.

ਮੇਰੇ ਮਨ, ਸ੍ਰਿਸ਼ਟੀ ਦੇ ਮਾਲਕ ਦੇ ਸ਼ਬਦ ਦਾ ਸਿਮਰਨ ਕਰੋ! ਉਹ ਜੀਵ ਦੀ ਪਹੁੰਚ, ਜਾਣਕਰੀ ਵਿੱਚ ਨਹੀਂ ਹੈ । ਪ੍ਰਭ ਦੇ ਸ਼ਬਦ ਦੀ ਪਾਲਣਾ, ਮਨ ਵਿੱਚ ਵਸਾਉਣ ਨਾਲ ਹੀ ਉਸ ਦੀ ਸੋਝੀ ਬਖਸ਼ਿਸ਼ ਹੁੰਦੀ ਹੈ । ਉਹ ਜੀਵ ਦੇ ਵੱਡੇ ਭਾਗ ਨਾਲ ਹੀ ਰਹਿਮਤ ਬਖਸ਼ਦਾ ਹੈ ।

You should meditate on the teachings of His Word, The True Master of the universe. He remains beyond the reach and comprehension of His Creation. Whosoever may obey the teachings of His Word; with His mercy and grace, he may remain drenched with the essence of His Word. He may become very fortunate.

ਬਿਖੁ ਮਾਇਆ ਸੰਚਿ ਬਹੁ ਚਿਤੈ ਬਿਕਾਰ,	bikh maa-i-aa sanch baho chitai bikaar
ਸੁਖੁ ਪਾਈਐ ਹਰਿ ਭਜੁ ਸੰਤ,	sukh paa-ee-ai har bhaj sant
ਸੰਤ ਸੰਗਤੀ ਮਿਲਿ ਸਤਿਗੁਰੂ ਗੁਰੁ ਸਾਧੋ॥	sant sangtee mil satguroo gur saaDho.
ਜਿਉ ਛੁਹਿ ਪਾਰਸ ਮਨੂਰ ਭਏ,	ji-o chhuhi paaras manoor bha-ay
ਕੰਚਨ ਤਿਉ ਪਤਿਤ ਜਨ ਮਿਲਿ ਸੰਗਤੀ,	kanchan ti-o patit jan mil sangtee
ਸੁਧ ਹੋਵਤ ਗੁਰਮਤੀ ਸੁਧ ਹਾਧੋ॥੧॥	suDh hovat gurmatee suDh haaDho. ||1||

ਸੰਸਾਰਕ ਧਨ ਇਕੱਠਾ ਕਰਨ ਨਾਲ ਮਨ ਵਿੱਚ ਬੁਹਤ ਬੁਰੇ ਖਿਆਲ ਪੈਦਾ ਹੁੰਦੇ ਹਨ । ਮਨ ਵਿੱਚ ਸੰਤੋਖ ਕੇਵਲ ਸ਼ਬਦ ਦੀ ਪਾਲਣਾ, ਸਿਮਰਨ ਨਾਲ ਹੀ ਬਖਸ਼ਿਸ਼ ਹੁੰਦਾ ਹੈ । ਸੰਤ ਜਨ ਦੀ ਸੰਗਤ, ਸ਼ਬਦ ਨਾਲ ਜੀਵਨ ਢਾਲਣ ਨਾਲ ਹੀ ਸ਼ਬਦ ਦੀ ਸੋਝੀ ਬਖਸ਼ਿਸ਼ ਹੁੰਦੀ ਹੈ । ਜਿਵੇਂ ਪਾਰਸ ਪੱਥਰ ਨੂੰ ਛੋਹਨ ਨਾਲ ਲੋਹਾ ਸੋਨੇ ਵਰਗਾ ਕੀਮਤੀ ਹੋ ਜਾਂਦਾ ਹੈ । ਇਸਤਰ੍ਹਾਂ, ਬੰਦਗੀ ਵਾਲੇ ਦੀ ਸੰਗਤ, ਉਸ ਦੇ ਜੀਵਨ ਦੀ ਸਿਖਿਆਂ ਨਾਲ ਜੀਵਨ ਢਾਲਣ ਨਾਲ ਮਨ ਪਵਿੱਤਰ ਹੋ ਜਾਂਦਾ ਹੈ ।

Whosoever may collect worldly wealth; he may remain intoxicated with evil, sinful thoughts within his mind. Whosoever may meditate and obeys the teachings of His Word; with His mercy and grace, only he may be overwhelmed with contentment in his life. Whosoever may remain in the conjugation of His Holy saint and adopts the teachings of His Word; with His mercy and grace, he may be enlightened with the essence of His Word. As iron may touch the philosopher's stone to become precious like gold; same way whosoever may join the conjugation of His Holy saint and adopts his life experience teachings in his own day to day life; with His mercy and grace, he may become very fortunate.

ਜਿਉ ਕਾਸਟ ਸੰਗਿ ਲੋਹਾ ਬਹੁ ਤਰਤਾ,	ji-o kaasat sang lohaa baho tartaa
ਤਿਉ ਪਾਪੀ ਸੰਗਿ ਤਰੇ	ti-o paapee sang taray
ਸਾਧ ਸਾਧ ਸੰਗਤੀ,	saaDh saaDh sangtee
ਗੁਰ ਸਤਿਗੁਰੂ ਗੁਰ ਸਾਧੋ॥	gur satguroo gur saaDho.
ਚਾਰਿ ਬਰਨ ਚਾਰਿ ਆਸ੍ਰਮ ਹੈ	chaar baran chaar aasram hai
ਕੋਈ ਮਿਲੈ ਗੁਰੂ, ਗੁਰ ਨਾਨਕ	ko-ee milai guroo gur naanak
ਸੋ ਆਪਿ ਤਰੈ ਕੁਲ ਸਗਲ ਤਰਾਧੋ॥	so aap tarai kul sagal taraaDho.
੨॥੫॥੧੧॥	||2||5||11||

ਜਿਵੇਂ ਭਾਰੀ ਲੋਹਾ, ਲੱਕੜ ਦੀ ਬੇੜੀ ਨਾਲ ਲਗਕੇ ਸਾਗਰ ਵਿੱਚ ਤਰ ਜਾਂਦਾ ਹੈ । ਇਸਤਰ੍ਹਾਂ ਬੁਰੇ ਕੰਮਾਂ ਵਾਲਾ ਵੀ ਬੰਦਗੀ ਕਰਨ ਵਾਲੇ ਦੀ ਸੰਗਤ ਵਿੱਚ ਸ਼ਬਦ ਦਾ ਸਿਮਰਨ ਕਰਨ ਲਗ ਪੈਂਦਾ ਹੈ । ਸੰਸਾਰ ਵਿੱਚ ਚਾਰ ਜਾਤਾਂ, ਜੀਵ ਦੀ ਹੈਸੀਅਤ ਹੁੰਦੀ ਹੈ । ਇਸਤਰ੍ਹਾਂ ਮਾਨਸ ਦੇ ਜੀਵਨ ਵਿੱਚ ਵੀ ਚਾਰ ਅਵਸਥਾਂ ਬਦਲ ਦੀਆਂ, ਪੜਾ ਆਉਂਦੇ ਹਨ । ਜਿਹੜਾ ਪ੍ਰਭ ਦੇ ਸ਼ਬਦ ਨੂੰ ਮਨ ਵਿੱਚ ਵਸਾ ਲੈਂਦਾ ਹੈ । ਉਹ ਆਪਣੇ ਨਾਲ ਆਪਣੇ ਬਜ਼ੁਰਗਾ ਨੂੰ ਵੀ ਤਾਰ ਜਾਂਦਾ ਹੈ । ਕਈ ਕੁਲਾਂ, ਨੂੰ ਬੰਦਗੀ ਦੇ ਰਸਤੇ ਤੇ ਅਡੋਲ ਕਰਕੇ, ਸ਼ਬਦ ਦੇ ਦਾਸ ਬਣਾ ਜਾਂਦਾ ਹੈ ।

As iron attached to wooden, boat may float, crosses the river, ocean; same way an evil doer, who may associate with His true devotee, he may meditate on the teachings of His Word. In Hindu religious practice, human race was divided into four social classes based on their profession. Same way in worldly life, four stage comes in his life. Whosoever may remain drenched with the essence of His Word; with His mercy and grace, he may save his old generations, from the cycle of birth and death. He may inspire his next generations on the path of meditation.

12. ਕਾਨੜਾ ਮਹਲਾ ੪॥ 1297-18

ਹਰਿ ਜਸੁ ਗਾਵਹੁ ਭਗਵਾਨ॥	har jas gaavhu bhagvaan.
ਜਸੁ ਗਾਵਤ ਪਾਪ ਲਹਾਨ॥	jas gaavat paap lahaan.
ਮਤਿ ਗੁਰਮਤਿ ਸੁਨਿ ਜਸੁ ਕਾਨ॥	mat gurmat sun jas kaan.
ਹਰਿ ਹੋ ਹੋ ਕਿਰਪਾਨ॥੧॥ ਰਹਾਉ॥	har ho ho kirpaan. ||1|| rahaa-o.

ਜੀਵ, ਪ੍ਰਭ ਦੇ ਸ਼ਬਦ ਦਾ ਸਿਮਰਨ ਕਰੋ! ਸ਼ਬਦ ਦੇ ਗੁਣ ਗਾਉਣ ਨਾਲ ਮਨ ਦੇ ਪਾਪ ਧੋਤੇ, ਬੁਰੇ ਖਿਆਲ ਦੂਰ ਹੋ ਜਾਂਦੇ ਹਨ । ਆਪਣੇ ਕੰਨਾਂ ਨਾਲ ਪ੍ਰਭ ਦੀ ਉਸਤਤ ਸੁਣੋ! ਪ੍ਰਭ ਆਪਣੀ ਰਹਿਮਤ ਨਾਲ ਹੀ ਸ਼ਬਦ ਦੀ ਪਾਲਣਾ ਤੇ ਅਡੋਲ ਰਖਦਾ ਹੈ ।

You should meditate and sing the glory of His Word; with His mercy and grace, his blemish of sins of evil deeds may be eliminated. Whosoever may hear the glory of His Word; with His mercy and grace, he may remain steady and stable on obeying the teachings of His Word.

ਤੇਰੇ ਜਨ ਧਿਆਵਹਿ	tayray jan Dhi-aavahi
ਇਕ ਮਨਿ ਇਕ ਚਿਤਿ ਤੇ	ik man ik chit tay
ਸਾਧੂ, ਸੁਖ ਪਾਵਹਿ	saaDhoo sukh paavahi
ਜਪਿ ਹਰਿ ਹਰਿ ਨਾਮੁ ਨਿਧਾਨ॥	jap har har naam niDhaan.
ਉਸਤਤਿ ਕਰਹਿ ਪ੍ਰਭ ਤੇਰੀਆ	ustat karahi parabh tayree-aa
ਮਿਲਿ ਸਾਧੂ ਸਾਧ ਜਨਾ,	mil saaDhoo saaDh janaa
ਗੁਰ ਸਤਿਗੁਰੁ ਭਗਵਾਨ॥੧॥	gur satguroo bhagvaan. ||1||

ਜਿਹੜਾ ਬੰਦਗੀ ਕਰਨ ਵਾਲਾ ਦਾਸ, ਅਡੋਲ ਭਰੋਸੇ ਨਾਲ ਸ਼ਬਦ ਦਾ ਸਿਮਰਨ ਕਰਦਾ ਹੈ । ਜਿਹੜਾ ਸੰਤ ਸਰੂਪ ਸ਼ਬਦ ਦੇ ਗੁਣ ਗਾਉਂਦਾ ਹੈ, ਉਸ ਦੇ ਮਨ ਵਿੱਚ ਸੰਤੋਖ ਬਖਸ਼ਿਸ਼ ਹੋ ਜਾਂਦਾ ਹੈ । ਉਹ ਗੁਣ ਗਾਉਂਦਾ, ਖੇੜੇ ਵਿੱਚ ਵਸਦਾ ਹੈ । ਪ੍ਰਭ, ਸਾਧ ਜਨ ਤੇਰੇ ਸ਼ਬਦ ਦੇ ਗੁਣ ਗਾਉਂਦੇ ਹਨ । ਤੂੰ ਆਪ ਹੀ ਸੰਤਾਂ ਦੀ ਸੰਗਤ ਵਿੱਚ ਵਸਦਾ ਹੈ, ਉਹਨਾਂ ਨੂੰ ਨਿਹਾਲ ਰਖਦਾ ਹੈ ।

Your true devotee meditates on the teachings of Your Word with steady and stable belief. He may be singing the glory of Your Word; with Your mercy and grace, he may remain overwhelmed with contentment and blossom. Whosoever may dwell in the conjugation of Your Holy saint; with Your mercy and grace, he may remain overwhelmed with Your bliss.

ਜਿਨ ਕੈ ਹਿਰਦੈ ਤੂ ਸੁਆਮੀ	jin kai hirdai too su-aamee
ਤੇ ਸੁਖ ਫਲ ਪਾਵਹਿ,	tay sukh fal paavahi
ਤੇ ਤਰੇ ਭਵ ਸਿੰਧੁ ਤੇ	tay taray bhav sinDh tay
ਭਗਤ ਹਰਿ ਜਾਨ॥	bhagat har jaan.
ਤਿਨ ਸੇਵਾ ਹਮ ਲਾਇ ਹਰੇ	tin sayvaa ham laa-ay haray
ਹਮ ਲਾਇ ਹਰੇ,	ham laa-ay haray
ਜਨ ਨਾਨਕ ਕੇ ਹਰਿ ਤੂ ਤੂ,	jan naanak kay har too too
ਤੂ ਤੂ ਤੂ ਭਗਵਾਨ॥੨॥੬॥੧੨॥	too too too bhagvaan. ||2||6||12||

ਜਿਸ ਦੇ ਮਨ ਵਿੱਚ ਪ੍ਰਭ ਦਾ ਸ਼ਬਦ ਵਸਦਾ ਹੈ । ਕੇਵਲ ਉਸ ਨੂੰ ਹੀ ਸੰਤੋਖ ਰੂਪੀ ਫਲ ਬਖਸ਼ਿਸ਼ ਹੁੰਦਾ ਹੈ । ਉਹ ਸੰਸਾਰਕ ਭਿਆਨਕ ਸਾਗਰ ਪਾਰ ਕਰ ਜਾਂਦਾ ਹੈ, ਉਸ ਨੂੰ ਅਸਲੀ ਦਾਸ ਰੂਪੀ ਅਵਸਥਾ ਬਖਸ਼ਿਸ਼ ਹੋ ਜਾਂਦੀ ਹੈ । ਪ੍ਰਭ ਰਹਿਮਤ ਬਖਸ਼ਕੇ ਉਸ ਦੀ ਸੰਗਤ ਬਖਸ਼ੇ! ਬੰਦਗੀ ਕਰਨ ਵਾਲਾ ਦਾਸ ਹੀ ਅਸਲੀ ਮਾਲਕ, ਪ੍ਰਭ ਦਾ ਰੂਪ ਬਣ ਜਾਂਦਾ ਹੈ ।

Whosoever may remain drenched with the enlightenment; with His mercy and grace, he may be blessed with contentment with His Blessings. He may be saved from the terrible ocean of worldly desires; he may be blessed with a state of mind as His true devotee. My True Master blesses me the association of such a Holy saint. His true devotee may become the symbol of The True Master.

13. ਕਾਨੜਾ ਮਹਲਾ ੫ ਘਰੁ ੨॥ 1298-6

੧ਓ ਸਤਿਗੁਰ ਪ੍ਰਸਾਦਿ॥	ik-oNkaar satgur parsaad.
ਗਾਈਐ ਗੁਣ ਗੋਪਾਲ ਕ੍ਰਿਪਾ ਨਿਧਿ॥	gaa-ee-ai gun gopaal kirpaa niDh.
ਦੁਖ ਬਿਦਾਰਨ ਸੁਖਦਾਤੇ ਸਤਿਗੁਰ,	dukh bidaaran sukh-daatay satgur
ਜਾ ਕਉ ਭੇਟਤ ਹੋਇ ਸਗਲ ਸਿਧਿ॥੧॥	jaa ka-o bhaytat ho-ay sagal siDh.
ਰਹਾਉ॥	||1|| rahaa-o.

ਜੀਵ ਸ੍ਰਿਸ਼ਟੀ ਦੇ ਮਾਲਕ ਦੇ ਸ਼ਬਦ ਦੇ ਗੁਣ ਗਾਵੋ! ਪ੍ਰਭ ਰਹਿਮਤਾਂ, ਸੁਖ ਬਖਸ਼ਣ ਵਾਲਾ, ਦੁਖ ਨਾਸ ਕਰਨ ਵਾਲਾ, ਮਾਲਕ ਹੈ । ਸ਼ਬਦ ਮਨ ਵਿੱਚ ਜਾਗਰਤ ਕਰਨ ਨਾਲ ਸੰਤੋਖ, ਮੁਰਾਦਾਂ ਪੂਰੀਆਂ ਹੋ ਜਾਂਦੀਆਂ ਹਨ ।

You should sing the glory of His Word, The True Master of the universe. The True Master, destroyer of miseries, Treasures of Virtues, Blessings, comforts! Whosoever may be enlightened with the essence of His Word within; with His mercy and grace, he may remain overwhelmed with contentment in his worldly life. All his spoken and unspoken desires may be fulfilled.

ਸਿਮਰਤ ਨਾਮੁ ਮਨਹਿ ਸਾਧਾਰੈ॥	simrat naam maneh saDhaarai.
ਕੋਟਿ ਪਰਾਧੀ ਖਿਨ ਮਹਿ ਤਾਰੈ॥੧॥	kot paraaDhee khin meh taarai. ||1||

ਸ਼ਬਦ ਦਾ ਸਿਮਰਨ ਕਰਨ ਨਾਲ, ਅਨੇਕਾਂ ਹੀ ਪਾਪੀ ਇੱਕ ਪਲ ਵਿੱਚ ਤਰ ਜਾਂਦੇ ਹਨ । ਬੰਦਗੀ ਦੇ ਰਸਤੇ ਤੇ ਚਲ ਪੈਂਦੇ ਹਨ ।

By meditating on the teachings of His Word; with His mercy and grace, many sinners may be saved from the terrible ocean of worldly desires. They may adopt the teachings of His Word.

ਜਾ ਕਉ ਚੀਤਿ ਆਵੈ ਗੁਰੁ ਅਪਨਾ॥	jaa ka-o cheet aavai gur apnaa.
ਤਾ ਕਉ ਦੂਖੁ ਨਹੀ ਤਿਲੁ ਸੁਪਨਾ॥੨॥	taa ka-o dookh nahee til supnaa. ||2||

ਜਿਸ ਦੇ ਮਨ ਵਿੱਚ ਪ੍ਰਭ ਦਾ ਸ਼ਬਦ ਜਾਗਰਤ ਰਹਿੰਦਾ ਹੈ । ਉਸ ਨੂੰ ਸੁਪਨੇ ਵਿੱਚ ਵੀ ਦੁਖ ਮਹਿਸੂਸ ਨਹੀਂ ਹੁੰਦਾ ।

Whosoever may remain enlightened, drenched with the essence of His Word; with His mercy and grace, he may not realize any misery even in his dream.

ਜਾ ਕਉ ਸਤਿਗੁਰੁ ਅਪਨਾ ਰਾਖੈ॥	jaa ka-o satgur apnaa raakhai.
ਸੋ ਜਨੁ ਹਰਿ ਰਸੁ ਰਸਨਾ ਚਾਖੈ॥੩॥	so jan har ras rasnaa chaakhai. ||3||

ਜਿਹੜਾ ਪ੍ਰਭ ਦਾ ਸ਼ਬਦ ਮਨ ਵਿੱਚ ਜਾਗਰਤ ਰਖਦਾ ਹੈ । ਉਹ ਪ੍ਰਭ ਦੇ ਅਮੋਲਕ ਸ਼ਬਦ ਦਾ ਰਸ ਆਪਣੀ ਜੀਭ ਨਾਲ ਮਾਣਦਾ, ਸ਼ਬਦ ਦੇ ਗੁਣ ਗਾਉਂਦਾ ਹੈ ।

Whosoever may remain awake and alert with the essence of His Word in his meditation; with His mercy and grace, he may enjoy the nectar of the essence of His Word on his tongue.

ਕਹੁ ਨਾਨਕ ਗੁਰਿ ਕੀਨੀ ਮਇਆ॥ kaho naanak gur keenee ma-i-aa.
ਹਲਤਿ ਪਲਤਿ ਮੁਖ ਊਜਲ ਭਇਆ ॥੪॥੧॥ halat palat mukh oojal bha-i-aa. ||4||1||

ਜਿਸ ਬੰਦਗੀ ਕਰਨ ਵਾਲੇ ਤੇ ਪ੍ਰਭ ਰਹਿਮਤ ਦੀ ਨਜ਼ਰ ਬਖਸ਼ਦਾ ਹੈ । ਉਸ ਤੇ ਸੰਸਾਰਕ ਜੀਵਨ ਅਤੇ ਮੌਤ ਪਿਛੋਂ ਵੀ ਸ਼ਬਦ ਰੂਪੀ ਨੂਰ ਚਮਕਦਾ ਹੈ ।

Whosoever may be bestowed with His blessed Vision; with His mercy and grace, the eternal glow of His Word may be shining on his soul in his worldly life and after death in His Court.

14. ਕਾਨੜਾ ਮਹਲਾ ੫॥ 1298-10

ਆਰਾਧਉ ਤੁਝਹਿ ਸੁਆਮੀ ਅਪਨੇ॥ aaraaDha-o tujheh su-aamee apnay.
ਊਠਤ ਬੈਠਤ ਸੋਵਤ ਜਾਗਤ, oothat baithat sovat jaagat
ਸਾਸਿ ਸਾਸਿ ਸਾਸਿ ਹਰਿ ਜਪਨੇ॥੧॥ ਰਹਾਉ॥ saas saas saas har japnay. ||1|| rahaa-o.

ਬੰਦਗੀ ਕਰਨ ਵਾਲਾ, ਪ੍ਰਭ ਦੇ ਸ਼ਬਦ ਦਾ ਸਿਮਰਨ ਕਰਦਾ ਹੈ! ਉਠਦੇ, ਬੈਠਦੇ, ਜਾਗਦੇ, ਸੌਂਦੇ, ਸਵਾਸ, ਸਵਾਸ ਸਿਮਰਨ ਕਰਦਾ, ਗੁਣ ਗਾਉਂਦਾ ਹੈ ।

His true devotee may remain intoxicated in meditation in the void of His Word; with His mercy and grace, he may remain singing the glory of His Word, day, and night; while walking, sitting, laying down, waking up or sleeping with each breath.

ਤਾ ਕੈ ਹਿਰਦੈ ਬਸਿਓ ਨਾਮੁ॥ taa kai hirdai basi-o naam.
ਜਾ ਕਉ ਸੁਆਮੀ ਕੀਨੋ ਦਾਨੁ॥੧॥ jaa ka-o su-aamee keeno daan. ||1||

ਜਿਸ ਤੇ ਪ੍ਰਭ ਆਪ ਹੀ ਰਹਿਮਤ ਦੀ ਨਜ਼ਰ ਬਖਸ਼ਦਾ ਹੈ! ਉਹ ਹੀ ਸ਼ਬਦ ਦੀ ਪਾਲਣਾ ਕਰਦਾ, ਸ਼ਬਦ ਮਨ ਵਿੱਚ ਜਾਗਰਤ ਰਖਦਾ ਹੈ ।

Whosoever may be bestowed with His Blessed Vision; he may remain in renunciation in the memory of his separation from His Holy Spirit fresh within his mind.

ਤਾ ਕੈ ਹਿਰਦੈ ਆਈ ਸਾਂਤਿ॥ taa kai hirdai aa-ee saaNt.
ਠਾਕੁਰ ਭੇਟੇ ਗੁਰ ਬਚਨਾਂਤਿ॥੨॥ thaakur bhaytay gur bachnaaNt. ||2||

ਜਿਹੜਾ ਸ਼ਬਦ ਦੀ ਪਾਲਣਾ ਕਰਦਾ ਹੈ, ਉਸ ਦੇ ਮਨ ਵਿੱਚ ਸ਼ਬਦ ਜਾਗਰਤ ਹੋ ਜਾਂਦਾ ਹੈ! ਉਸ ਦੇ ਮਨ ਵਿੱਚ ਪੂਰਨ ਸੰਤੋਖ, ਖੇੜਾ ਵਸਦਾ ਜਾਂਦਾ ਹੈ ।

Whosoever may obey the teachings of His Word with steady and stable belief; with His mercy and grace, he may be enlightened with the essence of His Word. He may remain overwhelmed with complete contentment and blossom in his day-to-day life.

ਸਰਬ ਕਲਾ ਸੋਈ ਪਰਬੀਨ॥ sarab kalaa so-ee parbeen.
ਨਾਮ ਮੰਤ੍ਰੁ ਜਾ ਕਉ ਗੁਰਿ ਦੀਨ॥੩॥ naam mantar jaa ka-o gur deen. ||3||

ਜਿਸ ਨੂੰ ਪ੍ਰਭ ਆਪ ਹੀ ਸ਼ਬਦ ਦੇ ਲੜ ਲਾਉਂਦਾ, ਗੁਰ ਮੰਤ੍ਰ ਬਖਸ਼ਦਾ ਹੈ । ਉਸ ਨੂੰ ਅਨੇਕਾਂ ਹੀ ਸਮਰਥਾਂ, ਕਰਾਮਾਤਾਂ ਦੀ ਦਾਤ ਬਖਸ਼ਦਾ ਹੈ ।

Whosoever may be blessed with devotion to obey the teachings of His Word and the essence of His Word; with His mercy and grace, he may be blessed with many miracle powers.

ਕਹੁ ਨਾਨਕ ਤਾ ਕੈ ਬਲਿ ਜਾਉ॥ kaho naanak taa kai bal jaa-o.
ਕਲਿਜੁਗ ਮਹਿ ਪਾਇਆ ਜਿਨਿ ਨਾਉ॥੪॥੨॥ kalijug meh paa-i-aa jin naa-o. ||4||2||

ਜਿਸ ਨੂੰ ਪ੍ਰਭ ਕੱਲਯੁਗ ਦੇ ਜੁਗ ਵਿੱਚ ਸ਼ਬਦ ਦੇ ਲੜ ਲਾਉਂਦਾ, ਸ਼ਬਦ ਦੀ ਸੋਝੀ ਬਖਸ਼ਦਾ ਹੈ । ਉਹ ਬੰਦਗੀ ਕਰਨ ਵਾਲਾ, ਸਦਾ ਹੀ ਉਸ ਦੇ ਭਗਤ ਜਨਾਂ ਤੋ ਕੁਰਬਾਨ ਜਾਂਦਾ ਹੈ ।

In the age of Kul-Jug! Whosoever may be blessed with a devotion to obey the teachings of His Word and the enlightenment of the essence of His Word. His true devotee may remain fascinated, astonished from the way of life of His Holy saint.

15. ਕਾਨੜਾ ਮਹਲਾ ੫॥ 1298-13

ਕੀਰਤਿ ਪ੍ਰਭ ਕੀ ਗਾਉ ਮੇਰੀ ਰਸਨਾਂ॥	keerat parabh kee gaa-o mayree rasnaaN.
ਅਨਿਕ ਬਾਰ ਕਰਿ ਬੰਦਨ ਸੰਤਨ,	anik baar kar bandan santan
ਊਹਾ ਚਰਨ ਗੋਬਿੰਦ ਜੀ ਕੇ ਬਸਨਾ॥੧॥	oohaaN charan gobind jee kay basnaa. ||1||
ਰਹਾਉ॥	rahaa-o.

ਜਿਹੜਾ ਆਪਣੀ ਜੀਭ ਨਾਲ ਸ਼ਬਦ ਦੇ ਗੁਣ ਗਾਉਂਦਾ ਹੈ! ਉਹ ਨਿਮ੍ਰਤਾ ਨਾਲ ਬੰਦਗੀ ਕਰਨ ਵਾਲੇ ਸੰਤਾਂ ਦਾ ਸਤਿਕਾਰ ਕਰਦਾ ਹੈ! ਜਿਹੜਾ ਸ਼ਬਦ ਅਨੁਸਾਰ ਜੀਵਨ ਢਾਲਦਾ ਹੈ, ਉਸ ਦੇ ਮਨ ਵਿੱਚ ਸ਼ਬਦ ਦੀ ਸੋਝੀ ਬਖਸ਼ਿਸ਼ ਹੋ ਜਾਂਦੀ ਹੈ ।

Whosoever may sing the glory of His Word with his tongue; with His mercy and grace, he may always remain humble, honors and respects His Holy saint. He may adopt the teachings of His Word; with His mercy and grace, he may remain drenched with enlightenment of the essence of His Word.

ਅਨਿਕ ਭਾਂਤਿ ਕਰਿ ਦੁਆਰੁ ਨ ਪਾਵਉ॥	anik bhaaNt kar du-aar na paava-o.
ਹੋਇ ਕ੍ਰਿਪਾਲੁ ਤ ਹਰਿ ਹਰਿ ਧਿਆਵਉ॥੧॥	ho-ay kirpaal ta har har Dhi-aava-o. ||1||

ਜਿਸ ਤੇ ਪ੍ਰਭ ਆਪ ਹੀ ਰਹਿਮਤ ਦੀ ਨਜ਼ਰ ਬਖਸ਼ਦਾ ਹੈ । ਕੇਵਲ ਉਹ ਹੀ ਪ੍ਰਭ ਦੇ ਸ਼ਬਦ ਦੇ ਲੜ ਲਗਦਾ ਹੈ । ਸ਼ਬਦ ਦੀ ਪਾਲਣਾ ਤੋ ਬਿਨਾਂ ਪ੍ਰਭ ਦੇ ਘਰ, ਤਖਤ ਦਾ ਦਰਵਾਜਾ ਖੁੱਲ੍ਹਦਾ ਨਹੀਂ ।

Whosoever may be bestowed with His Blessed Vision; he may remain devoted to obey the teachings of His Word. Whosoever may not obey the teachings of His Word with steady and stable belief; His 10th door may not be opened for his soul.

ਕੋਟਿ ਕਰਮ ਕਰਿ ਦੇਹ ਨ ਸੋਧਾ॥	kot karam kar dayh na soDhaa.
ਸਾਧਸੰਗਤਿ ਮਹਿ ਮਨੁ ਪਰਬੋਧਾ॥੨॥	saaDhsangat meh man parboDhaa. ||2||

ਧਰਮ ਦੇ ਅਨੇਕਾਂ ਰੀਤੀ ਰੀਵਾਜ, ਇਸ਼ਨਾਨ ਕਰਨ ਨਾਲ ਤਨ, ਮਨ ਪਵਿੱਤਰ ਨਹੀਂ ਹੁੰਦਾ । ਕੇਵਲ ਸੰਤਾਂ ਦੀ ਸਿਖਿਆਂ ਨਾਲ ਜੀਵਨ ਢਾਲਣ ਨਾਲ ਹੀ ਮਨ ਪਵਿੱਤਰ ਹੋ ਸਕਦਾ ਹੈ ।

Whosoever may adopt many religious rituals, like worshiping and taking a sanctifying bath at Holy Shrine; his mind and body may not be sanctified. Whosoever may join the conjugation of His Holy saint and adopts his life experience teachings in his own day to day life; with His mercy and grace, his soul may be sanctified to become worthy of His Consideration, accepted in His Court.

ਤ੍ਰਿਸਨ ਨ ਬੂਝੀ ਬਹੁ ਰੰਗ ਮਾਇਆ॥	tarisan na boojhee baho rang maa-i-aa.
ਨਾਮੁ ਲੈਤ ਸਰਬ ਸੁਖ ਪਾਇਆ॥੩॥	naam lait sarab sukh paa-i-aa. ||3||

ਮਨ ਦੀ ਇੱਛਾਂ, ਕਦੇ ਸੰਸਾਰਕ ਮਾਇਆ ਦੇ ਅਨੰਦ ਮਾਨਣ ਨਾਲ ਪੂਰੀ ਨਹੀਂ ਹੁੰਦੀ, ਇਹ ਹੋਰ ਵਧਦੀ ਜਾਂਦੀ ਹੈ । ਕੇਵਲ ਅਡੋਲ ਭਰੋਸੇ ਨਾਲ ਸ਼ਬਦ ਦੇ ਗੁਣ ਗਾਉਣ ਨਾਲ ਹੀ ਮਨ ਵਿੱਚ ਸੰਤੋਖ ਬਖਸ਼ਿਸ਼ ਹੁੰਦਾ, ਘਰ ਕਰ ਜਾਂਦਾ ਹੈ ।

Worldly desire of self-minded may never be satisfied by enjoying the worldly pleasures of sweet poison of worldly wealth rather enhances, blossom. Whosoever may sing the glory of His Word with steady and stable belief; with His mercy and grace, he may be blessed with contentment in his worldly life.

ਪਾਰਬ੍ਰਹਮ ਜਬ ਭਏ ਦਇਆਲ॥ paarbarahm jab bha-ay da-i-aal.
ਕਹੁ ਨਾਨਕ ਤਉ ਛੂਟੇ ਜੰਜਾਲ॥੪॥੩॥ kaho naanak ta-o chhootay janjaal. ||4||3||

ਜਿਸ ਤੇ ਪ੍ਰਭ ਆਪ ਹੀ ਰਹਿਮਤ ਦੀ ਨਜ਼ਰ ਬਖਸ਼ਦਾ ਹੈ । ਉਸ ਦੇ ਮਨ ਵਿਚੋਂ ਸੰਸਾਰਕ ਬੰਧਨ, ਮੋਹ ਖਤਮ ਹੁੰਦਾ ਹੈ ।

Whosoever may be bestowed with His Blessed Vision; with His mercy and grace, his worldly bonds and attachment to worldly possessions may be eliminated from his mind.

16. ਕਾਨੜਾ ਮਹਲਾ ੫॥ 1298-18

ਐਸੀ ਮਾਂਗੁ ਗੋਬਿਦ ਤੇ॥ aisee maaNg gobid tay.
ਟਹਲ ਸੰਤਨ ਕੀ ਸੰਗੁ ਸਾਧੂ ਕਾ, tahal santan kee sang saaDhoo kaa
ਹਰਿ ਨਾਮਾਂ ਜਪਿ ਪਰਮ ਗਤੇ॥੧॥ har naamaaN jap param gatay. ||1||
ਰਹਾਉ॥ rahaa-o.

ਜੀਵ ਸਦਾ ਹੀ ਅਰਦਾਸ ਕਰੋ ! ਪ੍ਰਭ ਆਪਣੀ ਰਹਿਮਤ ਨਾਲ ਬੰਦਗੀ ਕਰਨ ਵਾਲੇ ਸੰਤਾਂ ਦੀ ਸੇਵਾ ਬਖਸ਼ੇ ! ਸੰਤਾਂ ਦੇ ਜੀਵਨ ਦੀ ਸਿਖਿਆਂ ਨਾਲ ਆਪਣਾ ਜੀਵਨ ਢਾਲੋ ! ਜਿਹੜਾ ਸ਼ਬਦ ਦੇ ਗੁਣ ਗਾਉਂਦਾ ਹੈ, ਪ੍ਰਭ ਦੀ ਰਹਿਮਤ ਨਾਲ ਉਸ ਨੂੰ ਅਮਰ ਅਵਸਥਾ ਬਖਸ਼ਿਸ ਹੋ ਜਾਂਦੀ ਹੈ ।

You should always pray for His Forgiveness to be blessed with the conjugation to serve His Holy saint. You should adopt the life experience teachings of His Holy saint in your day-to-day life. Whosoever may sing the glory of His Word; with His mercy and grace, he may be blessed with immortal state of mind.

ਪੂਜਾ ਚਰਨਾ ਠਾਕੁਰ ਸਰਨਾ॥ poojaa charnaa thaakur sarnaa.
ਸੋਈ ਕੁਸਲੁ ਜੁ ਪ੍ਰਭ ਜੀਉ ਕਰਨਾ॥੧॥ so-ee kusal jo parabh jee-o karnaa. ||1||

ਜੀਵ ਪ੍ਰਭ ਦੇ ਸ਼ਬਦ ਦੀ ਪਾਲਣਾ ਕਰੋ ! ਸ਼ਬਦ ਦੀ ਸਿਖਿਆਂ ਨਾਲ ਜੀਵਨ ਢਾਲੋ ! ਸ਼ਬਦ ਦੀ ਸ਼ਰਣ ਵਿੱਚ ਜੀਵਨ ਬਤੀਤ ਕਰੋ ! ਜਿਸ ਹਾਲਤ ਵਿੱਚ ਵੀ ਪ੍ਰਭ ਰਖਦਾ ਹੈ । ਉਸ ਵਿੱਚ ਹੀ ਖੇੜੇ ਵਿੱਚ ਵਸਦੇ, ਉਸ ਦਾ ਧੰਨਵਾਦ ਹੀ ਕਰੋ !

You should obey and adopt the teachings of His Word with steady and stable belief in your day-to-day life. You should surrender your mind, body, and worldly status at His Sanctuary. You should remain contented with your worldly environments, His Blessings and sing the glory of His Word.

ਸਫਲ ਹੋਤ ਇਹ ਦੁਰਲਭ ਦੇਹੀ॥ safal hot ih durlabh dayhee.
ਜਾ ਕਉ ਸਤਿਗੁਰੁ ਮਇਆ ਕਰੇਹੀ॥੨॥ jaa ka-o satgur ma-i-aa karayhee. ||2||

ਜਿਸ ਨੂੰ ਪ੍ਰਭ ਰਹਿਮਤ ਦੀ ਨਜ਼ਰ ਬਖਸ਼ਕੇ, ਸ਼ਬਦ ਦੇ ਲੜ ਲਾਉਂਦਾ ਹੈ । ਉਸ ਦਾ ਮਾਨਸ ਜਨਮ ਸਫਲ ਹੋ ਜਾਂਦਾ ਹੈ ।

Whosoever may be bestowed with His Blessed Vision; he may be blessed with devotion to obey the teachings of His Word. His human life opportunity may be rewarded, successful.

ਅਗਿਆਨ ਭਰਮੁ ਬਿਨਸੈ ਦੁਖ ਡੇਰਾ॥ agi-aan bharam binsai dukh dayraa.
ਜਾ ਕੈ ਹ੍ਰਿਦੈ ਬਸਹਿ ਗੁਰ ਪੈਰਾ॥੩॥ jaa kai hirdai baseh gur pairaa. ||3||

ਜਿਸ ਦੇ ਮਨ ਵਿੱਚ ਪ੍ਰਭ ਦਾ ਸ਼ਬਦ ਜਾਗਰਤ ਹੋ ਜਾਂਦਾ ਹੈ । ਉਸ ਦੇ ਸਾਰੇ ਭਰਮ, ਸੰਸਾਰਕ ਇੱਛਾਂ ਦੇ ਦੁਖ ਦੂਰ ਹੋ ਜਾਂਦੇ ਹਨ ।

Whosoever may be enlightened with the essence of His Word within his mind; with His mercy and grace, all his religious suspicions and miseries of worldly desires, demons may be eliminated.

ਸਾਧਸੰਗਿ ਰੰਗਿ ਪ੍ਰਭੁ ਧਿਆਇਆ॥ saaDhsang rang parabh Dhi-aa-i-aa.
ਕਹੁ ਨਾਨਕ ਤਿਨਿ ਪੂਰਾ ਪਾਇਆ॥੪॥੪॥ kaho naanak tin pooraa paa-i-aa. ||4||4||

ਬੰਦਗੀ ਕਰਨ ਵਾਲੇ ਦੇ ਸੰਗ ਸ਼ਬਦ ਦੇ ਗੁਣ ਗਾਵੋ ! ਜਿਹੜਾ ਬੰਦਗੀ ਕਰਨ ਵਾਲੇ ਸੰਤ ਦੇ ਜੀਵਨ ਦੀ ਸਿਖਿਆਂ ਨਾਲ ਜੀਵਨ ਢਾਲਣ ਨਾਲ, ਪ੍ਰਭ ਦੀ ਰਹਿਮਤ ਨਾਲ ਉਸ ਨੂੰ ਪ੍ਰਭ ਦੀ ਹੋਂਦ ਮਹਿਸੂਸ ਹੋ ਜਾਂਦੀ ਹੈ । ਪ੍ਰਭ ਦੇ ਸ਼ਬਦ ਦੇ ਸਿਮਰਨ ਨਾਲ, ਪ੍ਰਭ ਦਾ ਸ਼ਬਦ ਮਨ ਵਿੱਚ ਜਾਗਰਤ ਹੋ ਜਾਂਦਾ, ਰਹਿਮਤ ਦੀ ਨਜ਼ਰ ਬਖਸ਼ਿਸ਼ ਹੋ ਜਾਂਦੀ ਹੈ ।

You should associate, join the conjugation of His Holy saint. Whosoever may adopt his life experience teachings in his day-to-day life; with His mercy and grace, he may realize His existence prevailing everywhere. Whosoever may meditate on the teachings of His Word; he may be enlightened with the essence of His Word.

17. ਕਾਨੜਾ ਮਹਲਾ ੫॥ 1299-3

ਭਗਤਿ ਭਗਤਨ ਹੂੰ ਬਨਿ ਆਈ॥ bhagat bhagtan hooN ban aa-ee.
ਤਨ ਮਨ ਗਲਤ ਭਏ ਠਾਕੁਰ ਸਿਉ, tan man galat bha-ay thaakur si-o
ਆਪਨ ਲੀਏ ਮਿਲਾਈ॥੧॥ ਰਹਾਉ॥ aapan lee-ay milaa-ee. ||1|| rahaa-o.

ਸ਼ਬਦ ਦੀ ਪਾਲਣਾ ਹੀ ਬੰਦਗੀ ਕਰਨ ਵਾਲੇ ਦਾ ਧੰਦਾ, ਹੈਸੀਅਤ ਬਣ ਜਾਂਦੀ ਹੈ । ਉਸ ਦੇ ਤਨ, ਮਨ, ਰੋਮ, ਰੋਮ ਵਿੱਚ ਪ੍ਰਭ ਦਾ ਸ਼ਬਦ ਰਚ ਜਾਂਦਾ ਹੈ । ਪ੍ਰਭ ਆਪਣੀ ਰਹਿਮਤ ਨਾਲ ਉਸ ਦੀ ਆਤਮਾ ਦੀ ਜੋਤ ਨੂੰ ਆਪਣੇ ਵਿੱਚ ਅਲੋਪ ਕਰ ਲੈਂਦਾ ਹੈ ।

His true devote may consider obeying the teachings of His Word as the real purpose of his human life opportunity and his worldly status. He may remain drenched with the essence of His Word within each fiber of his body; with His mercy and grace, his soul may immerse within His Holy Spirit.

ਗਾਵਨਹਾਰੀ ਗਾਵੈ ਗੀਤ॥ gaavanhaaree gaavai geet.
ਤੇ ਉਧਰੇ ਬਸੇ ਜਿਹ ਚੀਤ॥੧॥ tay uDhray basay jih cheet. ||1||

ਸ਼ਬਦ ਦਾ ਕੀਰਤਨ ਕਰਨ ਵਾਲੇ ਬਹੁਤ ਸ਼ਰਧਾ ਨਾਲ ਸ਼ਬਦ ਦੇ ਗੁਣ ਗਾਉਂਦੇ ਹਨ । ਜਿਸ ਦੇ ਮਨ ਵਿੱਚ ਪ੍ਰਭ ਦਾ ਸ਼ਬਦ ਜਾਗਰਤ ਹੋ ਜਾਂਦਾ ਹੈ । ਕੇਵਲ ਉਸ ਤੇ ਹੀ ਰਹਿਮਤ ਦੀ ਨਜ਼ਰ ਹੁੰਦੀ ਹੈ !

The professional singer of Holy Rhymes may sing the glory of His Virtues with deep devotion and humility. Whosoever may adopt the teachings of His Word and remains drenched with the essence of His Word within; with His mercy and grace, only he may be bestowed with His Blessed Vision.

ਪੇਖੇ ਬਿੰਜਨ ਪਰੋਸਨਹਾਰੈ॥ paykhay binjan parosanhaarai.
ਜਿਹ ਭੋਜਨੁ ਕੀਨੋ ਤੇ ਤ੍ਰਿਪਤਾਰੈ॥੨॥ jih bhojan keeno tay tariptaarai. ||2||

ਜਿਹੜਾ ਭੋਜਨ ਪਰੋਸਦਾ ਹੈ ! ਉਹ ਕੇਵਲ ਭੋਜਨ ਨੂੰ ਦੇਖਦਾ ਹੀ ਹੈ । ਜਿਹੜਾ ਭੋਜਨ ਨੂੰ ਖਾਂਦਾ ਹੈ, ਕੇਵਲ ਉਸ ਦੀ ਹੀ ਭੁੱਖ ਖਤਮ ਹੁੰਦੀ ਹੈ । ਇਸਤਰ੍ਹਾਂ ਜਿਹੜਾ ਗੁਰੂ ਗ੍ਰੰਥ ਸਾਹਿਬ ਦਾ ਪ੍ਰਕਾਸ਼ ਕਰਦਾ, ਉਹ ਕੇਵਲ ਅੱਖਰਾਂ ਦੇ ਦਰਸ਼ਨ ਹੀ ਕਰਦਾ ਹੈ । ਜਿਹੜਾ ਗੁਰਬਾਣੀ ਦੇ ਅੱਖਰਾਂ ਦੀ ਸਿਖਿਆਂ ਨਾਲ ਆਪਣਾ ਜੀਵਨ ਢਾਲਦਾ ਹੈ, ਕੇਵਲ ਉਹ ਹੀ ਪ੍ਰਭ ਦੀ ਸ਼ਰਣ ਵਿੱਚ ਪ੍ਰਵਾਨ ਹੋ ਸਕਦਾ ਹੈ ।

Whosoever may set the table with food, he may only visualize the presentation of food; however, who may eat food, only his hunger may be satisfied. Same way who may open the Holy Scripture, Guru Granth Sahib morning to display; he may only have glimpse of the written letters. Whosoever may adopt the teachings of Guru Granth Sahib in his day-to-day life; with His mercy and grace, only he may be blessed with the right path of acceptance in His Court.

ਅਨਿਕ ਸ੍ਵਾਂਗ ਕਾਛੇ ਭੇਖਧਾਰੀ॥ anik savaaNg kaachhay bhaykh-Dhaaree.
ਜੈਸੋ ਸਾ ਤੈਸੋ ਦ੍ਰਿਸਟਾਰੀ॥੩॥ jaiso saa taiso daristaaree. ||3||

ਸੰਸਾਰਕ ਜੀਵ ਵਖਰੇ ਵਖਰੇ ਧਰਮਾਂ ਦੇ ਬਾਣੇ ਪਾਉਂਦੇ, ਦੇਖਣ ਨੂੰ ਬਹੁਤ ਬੰਦਗੀ ਵਾਲੇ ਸੰਤ ਜਾਪਦੇ ਹਨ! ਅੰਤ ਵਿੱਚ ਉਹਨਾਂ ਦੇ ਜੀਵਨ ਦੇ ਢੰਗ ਤੋ ਅਸਲੀਅਤ ਦੀ ਪਛਾਣ ਹੋ ਹੀ ਜਾਂਦੀ ਹੈ ।

Many self-minded may adopt various religious baptism, robes; he may appear to be very Holy, saintly, follower of the teachings of His Word. However, the reality of his state of mind may be revealed from his day-to-day life.

ਕਹਨ ਕਹਾਵਨ ਸਗਲ ਜੰਜਾਰ॥ kahan kahaavan sagal janjaar.
ਨਾਨਕ ਦਾਸ ਸਚੁ ਕਰਣੀ ਸਾਰ॥੪॥੫॥ naanak daas sach karnee saar. ||4||5||

ਸ਼ਬਦ ਨੂੰ ਪੜ੍ਹਨਾ, ਪ੍ਰਚਾਰ ਕਰਨਾ ਕੇਵਲ ਸੰਸਾਰਕ ਧੰਦੇ, ਮਾਇਆ ਦੇ ਜਾਲ ਹੀ ਹਨ! ਜਿਹੜਾ ਸ਼ਬਦ ਦੀ ਸਿਖਿਆਂ ਨਾਲ ਜੀਵਨ ਢਾਲਦਾ ਹੈ, ਕੇਵਲ ਉਸ ਨੂੰ ਹੀ ਪ੍ਰਵਾਨਗੀ ਦਾ ਅਸਲੀ ਰਸਤਾ ਬਖਸ਼ਿਸ਼ ਹੋ ਜਾਂਦਾ ਹੈ ।

To read Holy Scripture and preach the teachings of Gurbani have become the worldly profession to satisfy day-to-day necessities of family life. Whosoever may adopt the teachings of His Word with steady and stable belief in his own day to day life; with His mercy and grace, only he may be blessed with the right path of acceptance in His Court.

18. ਕਾਨੜਾ ਮਹਲਾ ੫॥ 1299-6

ਤੇਰੋ ਜਨੁ ਹਰਿ ਜਸੁ ਸੁਨਤ ਉਮਾਹਿਓ॥੧॥ ਰਹਾਉ॥ tayro jan har jas sunat umaahi-o. ||1|| rahaa-o.

ਬੰਦਗੀ ਕਰਨ ਵਾਲਾ ਨਿਮਾਣਾ ਜੀਵ ਤੇਰੇ ਸ਼ਬਦ ਨੂੰ ਬਹੁਤ ਸ਼ਰਧਾ ਨਾਲ ਸੁਣਦਾ ਹੈ ।

My True Master! Your humble true devotee may hear the sermons of Your Word with a deep devotion.

ਮਨਹਿ ਪ੍ਰਗਾਸੁ ਪੇਖਿ ਪ੍ਰਭ ਕੀ, maneh pargaas paykh parabh kee
ਸੋਭਾ ਜਤ ਕਤ ਪੇਖਉ ਆਹਿਓ॥੧॥ sobhaa jat kat paykha-o aahi-o. ||1||

ਮਨ ਵਿੱਚ ਪ੍ਰਭ ਦੇ ਸ਼ਬਦ ਦੀ ਜਾਗਰਤੀ, ਰੋਸ਼ਨੀ ਹੋ ਗਈ ਹੈ । ਜਿਸ ਪਾਸੇ ਵੀ ਦੇਖਦਾ ਹਾ! ਪ੍ਰਭ ਆਪ ਹੀ ਹਾਜ਼ਰਾ ਹਜ਼ੂਰ ਵਾਪਰਦਾ ਹੈ ।

The True Master has bestowed His Blessed Vision, I have been enlightened with the essence of His Word, the real purpose of human life opportunity. I may only witness, His Holy Spirit prevailing everywhere omnipresent.

ਸਭ ਤੇ ਪਰੈ ਪਰੈ ਤੇ ਊਚਾ, sabh tay parai parai tay oochaa
ਗਹਿਰ ਗੰਭੀਰ ਅਥਾਹਿਓ॥੨॥ gahir gambheer athaahi-o. ||2||

ਪ੍ਰਭ ਅਤਾਹ, ਬਹੁਤ ਗੰਭੀਰ, ਜੀਵ ਦੀ ਪਹੁੰਚ, ਜਾਣਕਾਰੀ ਤੋ ਬਹੁਤ ਉਪਰ, ਦੂਰ ਹੈ । ਪ੍ਰਭ ਸਭ ਤੋ ਵੱਡਾ, ਮਹਾਨ, ਉਚਾ ਹੈ!

Profound, unfathomable, and unreachable The True Master, the greatest of All, remains beyond the reach, comprehension of His Creation.

ਓਤਿ ਪੋਤਿ ਮਿਲਿਓ ਭਗਤਨ ਕਉ, ot pot mili-o bhagtan ka-o
ਜਨ ਸਿਉ ਪਰਦਾ ਲਾਹਿਓ॥੩॥ jan si-o pardaa laahi-o. ||3||

ਪ੍ਰਭ ਜੁਗਾਂ ਜੁਗਾਂ ਤੋ ਬੰਦਗੀ ਕਰਨ ਵਾਲੇ ਦੇ ਤਨ, ਮਨ ਵਿੱਚ ਪ੍ਰਗਟ ਹੁੰਦਾ ਆਇਆ ਹੈ । ਪ੍ਰਭ ਆਪ ਹੀ ਨਿਮਾਣੇ ਦਾਸ ਤਾ ਭਰਮ, ਪਰਦਾ ਦੂਰ ਕਰਦਾ ਹੈ ।

From ancient Ages! The True Master has been appearing and enlightening the essence of His Word in the mind of His true devotees. With His mercy and grace, He may eliminate his ignorance from the real purpose of human life opportunity from the mind of His true devotee.

ਗੁਰ ਪ੍ਰਸਾਦਿ ਗਾਵੈ ਗੁਣ ਨਾਨਕ, gur parsaad gaavai gun naanak
ਸਹਜ ਸਮਾਧਿ ਸਮਾਹਿਓ॥੪॥੬॥ sahj samaaDh samaahi-o. ||4||6||

ਬੰਦਗੀ ਕਰਨ ਵਾਲਾ ਪ੍ਰਭ ਦੇ ਸ਼ਬਦ ਦੇ ਗੁਣ ਗਾਉਂਦਾ ਹੈ । ਉਹ ਪ੍ਰਭ ਦੇ ਸ਼ਬਦ ਦਾ ਸਿਮਰਨ ਕਰਦਾ, ਸ਼ਬਦ ਦੀ ਸਮਾਧੀ ਵਿੱਚ ਹੀ ਲੀਨ, ਮਸਤ ਹੋਇਆ, ਵਸਦਾ ਹੈ ।

His true devotee remains intoxicated in singing the glory of His Word. He may remain meditation on the teachings of His Word in the void of His Word.

19. ਕਾਨੜਾ ਮਹਲਾ ੫॥ 1299-10

ਸੰਤਨ ਪਹਿ ਆਪਿ ਉਧਾਰਨ ਆਇਓ॥੧॥ ਰਹਾਉ॥ santan peh aap uDhaaran aa-i-o. ||1|| rahaa-o.

ਬੰਦਗੀ ਕਰਨ ਵਾਲੇ ਸੰਤ ਦੇ ਮਨ ਦੀ ਅਵਸਥਾ ਵਿੱਚ ਪ੍ਰਭ ਆਪ ਹੀ ਸ਼ਬਦ ਦੀ ਸੋਝੀ ਰੂਪੀ ਪ੍ਰਗਟ ਹੁੰਦਾ ਹੈ । ਉਸ ਦਾ ਉਧਾਰ ਕਰਨ ਲਈ, ਉਸ ਦਾ ਭਰੋਸਾ ਸ਼ਬਦ ਦੀ ਪਾਲਣਾ ਤੇ ਅਡੋਲ ਰਖਦਾ ਹੈ ।

In the state of mind of His true devotee, The True Master appears, remains enlightened as the essence of His Word. To transform his state of mind, to be blessed with the right path of acceptance; with His mercy and grace, He may keep His true devotee steady and stable on the right path of acceptance in His Court.

ਦਰਸਨ ਭੇਟਤ ਹੋਤ ਪੁਨੀਤਾ, darsan bhaytat hot puneetaa
ਹਰਿ ਹਰਿ ਮੰਤ੍ਰੁ ਦ੍ਰਿੜਾਇਓ॥੧॥ har har mantar darirh-aa-i-o. ||1||

ਬੰਦਗੀ ਕਰਨ ਵਾਲੇ ਸੰਤਾਂ ਦੇ ਦਰਸ਼ਨ ਕਰਨ ਨਾਲ ਮਨ ਪਵਿੱਤਰ, ਅਡੋਲ ਹੋ ਜਾਂਦਾ ਹੈ । ਉਹ ਸੰਤ, ਬੰਦਗੀ ਕਰਨ ਵਾਲੇ ਦਾਸ ਦੇ ਮਨ ਵਿੱਚ ਸ਼ਬਦ ਦਾ ਬੀਜ ਬੀਜਦਾ ਹੈ । ਸ਼ਬਦ ਦੀ ਪਾਲਣਾ ਕਰਨ ਦੀ ਪ੍ਰੇਰਨਾ ਕਰਦਾ ਹੈ ।

Whosoever may witness the way of life of His Holy saint; adopts his way of life in his day-to-day life; with His mercy and grace, his soul may be sanctified. His Holy saint may sow the seed of meditation in the mind of his follower. He may inspire to stay steady and stable on the right path of acceptance in His Court.

ਕਾਟੇ ਰੋਗ ਭਏ ਮਨ ਨਿਰਮਲ, kaatay rog bha-ay man nirmal
ਹਰਿ ਹਰਿ ਅਉਖਧੁ ਖਾਇਓ॥੨॥ har har a-ukhaDh khaa-i-o. ||2||

ਮਨ ਵਿਚੋਂ ਸੰਸਾਰਕ ਇੱਛਾਂ ਦਾ ਰੋਗ ਦੂਰ ਹੋ ਜਾਂਦਾ, ਮਨ ਪਵਿੱਤਰ ਹੋ ਜਾਂਦਾ ਹੈ । ਮਨ, ਪ੍ਰਭ ਦੇ ਸ਼ਬਦ ਦੀ ਪਾਲਣਾ ਰੂਪੀ ਦਵਾਈ ਲੈਂਦਾ ਹੈ ।

The disease of worldly desire of His true devotee may be eliminated and his soul may be sanctified. He may take a medication, remedy of obeying the teachings of His Word.

ਅਸਥਿਤ ਭਏ ਬਸੇ ਸੁਖ ਥਾਨਾ, asthit bha-ay basay sukh thaanaa
ਬਹੁਰਿ ਨ ਕਤਹੂ ਧਾਇਓ॥੩॥ bahur na kathoo Dhaa-i-o. ||3||

ਉਸ ਦੇ ਮਨ ਵਿੱਚ ਸੰਤੋਖ ਵਸ ਜਾਂਦਾ ਹੈ । ਮਨ ਸ਼ਬਦ ਦੀ ਪਾਲਣਾ ਤੇ ਅਡੋਲ ਹੋ ਜਾਂਦਾ ਹੈ । ਫਿਰ ਉਸ ਦਾ ਮਨ ਹੋਰ ਕਿਸੇ ਪਾਸੇ ਨਹੀਂ ਘੁੰਮਦਾ ਰਹਿੰਦਾ ।

His true devotee may be drenched with contentment. He may obey the teachings of His Word with steady and stable belief in his day-to-day life. He may never wander from shrine to shrine, worldly guru to worldly guru to find peace of mind.

ਸੰਤ ਪ੍ਰਸਾਦਿ ਤਰੇ ਕੁਲ ਲੋਗਾ, sant parsaad taray kul logaa
ਨਾਨਕ ਲਿਪਤ ਨ ਮਾਇਓ॥੪॥੭॥ naanak lipat na maa-i-o. ||4||7||

ਬੰਦਗੀ ਕਰਨ ਵਾਲੇ ਦੀ ਸਿਖਿਆਂ ਨਾਲ ਜੀਵਨ ਢਾਲਣ ਨਾਲ ਅਨੇਕਾਂ ਹੀ ਕੁਲਾਂ ਤਰ ਜਾਂਦੀਆਂ ਹਨ । ਉਹਨਾਂ ਦੇ ਮਨ ਤੇ ਸੰਸਾਰਕ ਮਾਇਆ ਦਾ ਕੋਈ ਪ੍ਰਭਾਵ ਨਹੀਂ ਰਹਿੰਦਾ ।

Whosoever may adopt the teachings of His Holy saint in his day-to-day life; with His mercy and grace, his many new generations may adopt the right path of acceptance in His Court. Their state of mind may remain beyond the influence of sweet poison of worldly wealth.

20. ਕਾਨੜਾ ਮਹਲਾ ੫॥ 1299-13

ਬਿਸਰਿ ਗਈ ਸਭ ਤਾਤਿ ਪਰਾਈ॥ bisar ga-ee sabh taat paraa-ee.
ਜਬ ਤੇ ਸਾਧਸੰਗਤਿ ਮੋਹਿ ਪਾਈ॥੧॥ jab tay saaDhsangat mohi paa-ee. ||1||
ਰਹਾਉ॥ rahaa-o.

ਜਿਸ ਨੂੰ ਬੰਦਗੀ ਕਰਨ ਵਾਲੇ ਸੰਤਾਂ ਦੀ ਸੰਗਤ ਬਖਸ਼ਿਸ਼ ਹੋ ਜਾਂਦੀ ਹੈ । ਜਿਹੜਾ ਉਸ ਦੇ ਜੀਵਨ ਦੀ ਸਿਖਿਆਂ ਨਾਲ ਜੀਵਨ ਢਾਲਦਾ ਹੈ । ਉਸ ਦੇ ਮਨ ਵਿਚੋਂ ਈਰਖਾ ਖਤਮ ਹੋ ਜਾਂਦੀ ਹੈ ।

Whosoever may be blessed with the conjugation of His Holy saint and adopts his life experience teachings in his day-to-day life; with His mercy and grace, his jealousy with others may be eliminated.

ਨਾ ਕੋ ਬੈਰੀ ਨਹੀ ਬਿਗਾਨਾ, naa ko bairee nahee bigaanaa
ਸਗਲ ਸੰਗਿ ਹਮ ਕਉ ਬਨਿ ਆਈ॥੧॥ sagal sang ham ka-o ban aa-ee. ||1||

ਬੰਦਗੀ ਕਰਨ ਵਾਲੇ ਦੇ ਮਨ ਵਿੱਚ ਕੋਈ ਦੁਸ਼ਮਨ ਜਾ ਅਜ਼ਨਬੀ ਨਹੀਂ ਰਹਿੰਦਾ । ਉਸ ਦਾ ਸੰਜੋਗ ਸਭ ਨਾਲ ਹੀ ਇਸਤਰ੍ਹਾਂ ਦਾ ਹੀ ਹੋ ਜਾਂਦਾ ਹੈ ।

His true devotee may not consider any one as his foe or stranger. He may treat everyone with same respect and honor.

ਜੋ ਪ੍ਰਭ ਕੀਨੋ ਸੋ ਭਲ ਮਾਨਿਓ, jo parabh keeno so bhal maani-o
ਏਹ ਸੁਮਤਿ ਸਾਧੂ ਤੇ ਪਾਈ॥੨॥ ayh sumat saaDhoo tay paa-ee. ||2||

ਬੰਦਗੀ ਕਰਨ ਵਾਲੇ ਤੋ ਇੱਕੋ ਇੱਕ ਹੀ ਸਿਖਿਆਂ ਮਿਲਦੀ ਹੈ । ਪ੍ਰਭ ਸਭ ਕੁਝ ਸਦਾ ਹੀ ਸ੍ਰਿਸ਼ਟੀ ਦੇ ਜੀਵਾਂ ਦੀ ਭਲਾਈ ਲਈ ਹੀ ਕਰਦਾ ਹੈ । ਉਸ ਦੀ ਬਖਸ਼ਿਸ਼ ਦਾ ਧੰਨਵਾਦ ਕਰਦੇ ਸਦਾ ਖੇੜੇ ਵਿੱਚ ਜੀਵਨ ਬਤੀਤ ਕਰੋ!

His true devotee may inspire only one unique counsel to everyone. His Command always prevails for the welfare of His Creation, a lesson for his worldly life. You should always sing the gratitude for His Blessings! You should always remain in blossom in worldly life.

ਸਭ ਮਹਿ ਰਵਿ ਰਹਿਆ ਪ੍ਰਭੁ ਏਕੈ, sabh meh rav rahi-aa parabh aykai
ਪੇਖਿ ਪੇਖਿ ਨਾਨਕ ਬਿਗਸਾਈ॥੩॥੮॥ paykh paykh naanak bigsaa-ee. ||3||8||

ਬੰਦਗੀ ਕਰਨ ਵਾਲਾ, ਹਰਇੱਕ ਜੀਵ ਵਿੱਚ ਹੀ ਪ੍ਰਭ ਨੂੰ ਵਾਪਰਦਾ ਮਹਿਸੂਸ ਕਰਦਾ ਹੈ । ਇਸ ਨਾਲ ਉਸ ਦੇ ਮਨ ਵਿੱਚ ਸਦਾ ਹੀ ਖੇੜਾ ਵਸਦਾ ਹੈ ।

His true devotee may witness His Holy Spirit dwelling and prevailing within the soul and body of every creature. He always remains in blossom within his own worldly condition, environment.

21. ਕਾਨੜਾ ਮਹਲਾ ੫॥ 1299-16

ਠਾਕੁਰ ਜੀਉ ਤੁਹਾਰੋ ਪਰਨਾ॥ thaakur jee-o tuhaaro parnaa.
ਮਾਨੁ ਮਹਤੁ ਤੁਮ੍ਾਰੈ ਊਪਰਿ, maan mahat tumHaarai oopar
ਤੁਮ੍ਰੀ ਓਟ ਤੁਮ੍ਾਰੀ ਸਰਨਾ॥੧॥ tumHree ot tumHaaree sarnaa. ||1||
ਰਹਾਉ॥ rahaa-o.

ਪ੍ਰਭ ਤੂੰ ਹੀ ਮੇਰਾ ਅਸਲੀ ਮਾਲਕ ਹੈ, ਮੈਨੂੰ ਕੇਵਲ ਤੇਰਾ ਹੀ ਆਸਰਾ, ਤੇਰੀ ਬਖਸ਼ਿਸ਼ ਤੇ ਭਰੋਸਾ ਅਡੋਲ ਰਹਿੰਦਾ ਹੈ । ਤੇਰੀ ਰੀਹਮਤ ਲਈ, ਆਪਾ ਤੇਰੀ ਸ਼ਰਨ ਵਿੱਚ ਭੇਟਾ ਕਰਦਾ ਹਾ ।

My True Master, I have only Your support and hope on Your Forgiveness. I have surrendered my mind, body, and worldly status at Your Sanctuary for Your Forgiveness and support.

ਤੁਮ੍ਰੀ ਆਸ ਭਰੋਸਾ ਤੁਮ੍ਰਾ, tumHree aas bharosaa tumHraa
ਤੁਮਰਾ ਨਾਮੁ ਰਿਦੈ ਲੈ ਧਰਨਾ॥ tumraa naam ridai lai Dharnaa.
ਤੁਮਰੋ ਬਲੁ ਤੁਮ ਸੰਗਿ ਸੁਹੇਲੇ, tumro bal tum sang suhaylay
ਜੋ ਜੋ ਕਹਹੁ ਸੋਈ ਸੋਈ ਕਰਣਾ॥੧॥ jo jo kahhu so-ee so-ee karnaa. ||1||

ਪ੍ਰਭ ਕੇਵਲ ਤੇਰਾ ਹੀ ਆਸਰਾ, ਤੇਰੇ ਤੇ ਹੀ ਭਰੋਸਾ ਅਡੋਲ ਹੈ । ਮੈਂ ਤੇਰੇ ਸ਼ਬਦ ਦਾ ਹੀ ਮਨ ਵਿੱਚ ਸਿਮਰਨ ਕਰਦਾ, ਸ਼ਬਦ ਨੂੰ ਮਨ ਵਿੱਚ ਜਾਗਰਤ ਰਖਦਾ ਹਾ । ਪ੍ਰਭ ਤੂੰ ਹੀ ਮੇਰੀ ਸਮਰਥਾ, ਬਲ, ਮੇਰਾ ਸਾਥੀ, ਮਦਦ ਕਰਨ ਵਾਲਾ ਹੈ । ਮੈਂ ਤੇਰੇ ਸ਼ਬਦ ਤੇ ਅਡੋਲ ਹਾ! ਜਿਹੜੇ ਧੰਦਾ ਤੇ ਤੂੰ ਆਪ ਹੀ ਲਾਉਂਦਾ ਹੈ! ਮੈਂ ਉਹ ਕੁਝ ਹੀ ਕਰਦਾ, ਕਰ ਸਕਦਾ ਹਾ ।

My True Master, I have a steady and stable belief on Your Blessings. I only meditate, obey the teachings of Your Word, and remains in the memory of my separation from Your Holy Spirit fresh within my mind. My True Master, Creator, Protector, Savior, all my wisdom, strength have been blessed and remain Your Trust only. I remain obeying the teachings of Your Word with steady and stable belief. Whatsoever worldly chores may be blessed with Your mercy and grace, I may only perform those worldly deeds.

ਤੁਮਰੀ ਦਇਆ ਮਇਆ ਸੁਖੁ ਪਾਵਉ, tumree da-i-aa ma-i-aa sukh paava-o
ਹੋਹੁ ਕ੍ਰਿਪਾਲ ਤ ਭਉਜਲੁ ਤਰਨਾ॥ hohu kirpaal ta bha-ojal tarnaa.
ਅਭੈ ਦਾਨੁ ਨਾਮੁ ਹਰਿ ਪਾਇਓ, abhai daan naam har paa-i-o
ਸਿਰੁ ਡਾਰਿਓ ਨਾਨਕ ਸੰਤ ਚਰਨਾ॥੨॥੯॥ sir daari-o naanak sant charnaa. ||2||9||

ਤੇਰੇ ਰਹਿਮਤ ਦੀ ਨਜ਼ਰ ਨਾਲ ਹੀ ਮੇਰੇ ਮਨ ਵਿੱਚ ਸੰਤੋਖ ਘਰ ਗਿਆ ਹੈ । ਜਿਸ ਤੇ ਪ੍ਰਭ ਆਪ ਹੀ ਰਹਿਮਤ ਦੀ ਨਜ਼ਰ ਬਖਸ਼ਦਾ ਹੈ! ਉਹ ਹੀ ਸੰਸਾਰਕ ਸਾਗਰ ਪਾਰ ਕਰ ਸਕਦਾ ਹੈ । ਜਿਹੜਾ ਬੰਦਗੀ ਕਰਬ ਵਾਲਾ, ਸ਼ਬਦ ਦੀ ਪਾਲਣਾ ਕਰਦਾ ਹੈ, ਉਸ ਨੂੰ ਨਿਡਰ ਅਵਸਥਾ ਬਖਸ਼ਿਸ਼ ਹੋ ਜਾਂਦੀ ਹੈ । ਉਹ ਪ੍ਰਭ ਦੇ ਭਾਣੇ ਨੂੰ ਹੀ ਸਿਰ ਝੁਕਾਉਂਦਾ ਹੈ ।

My True Master, with Your Blessed Vision, I am overwhelmed with contentment in my day-to-day life. Whosoever may be bestowed with His Blessed Vision, he may be saved from worldly ocean of sweet poison of worldly wealth. His true devotee may obey the teachings of His Word; with His mercy and grace, he may be blessed with fearless state of mind. He may remain in gratitude for His Blessing.

22. ਕਾਨੜਾ ਮਹਲਾ ੫॥ 1300-1

ਸਾਧ ਸਰਨਿ ਚਰਨ ਚਿਤੁ ਲਾਇਆ॥ saaDh saran charan chit laa-i-aa.
ਸੁਪਨ ਕੀ ਬਾਤ ਸੁਨੀ ਪੇਖੀ, supan kee baat sunee paykhee
ਸੁਪਨਾ ਨਾਮ ਮੰਤ੍ਰੁ supnaa naam mantar
ਸਤਿਗੁਰੂ ਦ੍ਰਿੜਾਇਆ॥੧॥ ਰਹਾਉ॥ satguroo drirh-aa-i-aa. ||1|| rahaa-o.

ਮੈਂ ਸੰਤਾਂ ਦੀ ਸੰਗਤ ਵਿੱਚ ਪ੍ਰਭ ਦੇ ਸ਼ਬਦ ਦੀ ਪਾਲਣਾ ਵਿੱਚ ਹੀ ਧਿਆਨ ਲਾਉਂਦਾ ਹਾ । ਮੈਂ ਆਪਣੇ ਸੁਪਨੇ ਵਿੱਚ ਉਹ ਪਦਾਰਥ ਦੇਖਿਆ, ਜਿਸ ਦਾ ਮੈਂ ਆਪਣੇ ਜੀਵਨ ਵਿੱਚ ਸੁਪਨਾ ਲੈਂਦਾ ਸੀ । ਪੂਰਨ ਗੁਰੂ, ਸ਼ਬਦ ਦੀ ਸਿਖਿਆਂ ਨਾਲ ਮੇਰੇ ਮਨ ਵਿੱਚ ਸ਼ਬਦ ਦੀ ਸੋਝੀ ਰੂਪੀ ਮੰਤ੍ਰ ਬਖਸ਼ਿਆ ਹੈ । ਪ੍ਰਭ ਦਾ ਸ਼ਬਦ ਮਨ ਵਿੱਚ ਜਾਗਰਤ ਹੋ ਗਿਆ ਹੈ ।

I may remain intoxicated in obeying the teachings of His Word in the conjugation of His Holy saint. I have realized, visualize the ambrosial virtues of His Word in my dream; which I was anxious in my worldly life. The True Master has blessed the ambrosial Mentor; with His mercy and grace, I have been enlightened with the essence of His Word.

ਨਹ ਤ੍ਰਿਪਤਾਨੋ ਰਾਜ ਜੋਬਨਿ ਧਨਿ, nah tariptaano raaj joban Dhan
ਬਹੁਰਿ ਬਹੁਰਿ ਫਿਰਿ ਧਾਇਆ॥ bahur bahur fir Dhaa-i-aa.
ਸੁਖੁ ਪਾਇਆ ਤ੍ਰਿਸਨਾ ਸਭ ਬੁਝੀ ਹੈ, sukh paa-i-aa tarisnaa sabh bujhee hai
ਸਾਂਤਿ ਪਾਈ ਗੁਨ ਗਾਇਆ॥੧॥ saaNt paa-ee gun gaa-i-aa. ||1||

ਜਵਾਨੀ, ਬਲ, ਸੰਸਾਰਕ ਧਨ ਨਾਲ ਮਨ ਵਿੱਚ ਸੰਤੋਖ, ਖੇੜਾ ਨਹੀਂ ਆਉਂਦਾ । ਸੰਸਾਰਕ ਜੀਵ, ਜੰਤ ਬਾਰ ਬਾਰ ਇਸ ਦੇ ਪਿਛੇ ਲਗਦੇ, ਇਕੱਠਾ ਕਰਦੇ ਹਨ । ਜਿਹੜਾ ਸ਼ਬਦ ਦੇ ਗੁਣ ਗਾਉਂਦਾ ਹੈ, ਉਸ ਦੇ ਮਨ ਵਿਚੋਂ ਸਭ ਇੱਛਾਂ ਦੀ ਪਿਆਸ ਬੁਝ ਜਾਂਦੀ ਹੈ । ਉਸ ਦੇ ਮਨ ਵਿੱਚ ਪੂਰਨ ਸੰਤੋਖ ਵਸਦਾ, ਮਨ ਸੰਸਾਰਕ ਇੱਛਾਂ ਰਹਿਤ ਹੋ ਜਾਂਦਾ ਹੈ ।

No one may ever be blessed with contentment and blossom with worldly glamorous, youth, strength, and worldly wealth in his life. Self-minded may remain intoxicated collecting worldly wealth. Whosoever may sing the glory of His Word with steady and stable belief on His Blessings; with His mercy and grace, his thirst and anxiety of worldly desires may be quenched. I have been overwhelmed with complete contentment within my mind. I have become beyond the reach of worldly desires.

ਬਿਨੁ ਬੂਝੇ ਪਸੂ ਕੀ ਨਿਆਈ, bin boojhay pasoo kee ni-aa-ee
ਭ੍ਰਮਿ ਮੋਹਿ ਬਿਆਪਿਓ ਮਾਇਆ॥ bharam mohi bi-aapi-o maa-i-aa.
ਸਾਧਸੰਗਿ ਹਮ ਜੇਵਰੀ ਕਾਟੀ, saaDhsang jam jayvree kaatee
ਨਾਨਕ ਸਹਜਿ ਸਮਾਇਆ॥੨॥੧੦॥ naanak sahj samaa-i-aa. ||2||10||

ਪ੍ਰਭ ਦੇ ਸ਼ਬਦ ਦੀ ਸੋਝੀ ਹੋਣ ਤੋ ਬਿਨਾਂ ਸਾਰੇ ਮਾਨਸ ਹੀ ਜਾਨਵਰਾਂ ਵਰਗੇ ਹੀ ਹੁੰਦੇ ਹਨ । ਧਰਮ ਦੇ ਪਾਏ ਭਰਮਾਂ, ਸੰਸਾਰਕ ਮਾਇਆ ਦੇ ਜਾਲ ਵਿੱਚ ਫਸੇ ਰਹਿੰਦੇ ਹਨ । ਜਿਹੜਾ ਬੰਦਗੀ ਕਰਨ ਵਾਲਾ ਸੰਤਾਂ ਦੀ ਸੰਗਤ ਵਿੱਚ, ਜੀਵਨ ਦੀ ਸਿਖਿਆਂ ਨਾਲ ਜੀਵਨ ਢਾਲਦਾ ਹੈ । ਉਸ ਦਾ ਮੌਤ ਦਾ ਸੰਗਲ ਕੱਟਿਆ ਜਾਂਦਾ ਹੈ । ਉਸ ਜੀਵ ਦੀ ਜੋਤ, ਪ੍ਰਭ ਦੀ ਜੋਤ ਵਿੱਚ ਹੀ ਅਲੋਪ ਹੋ ਜਾਂਦੀ ਹੈ ।

Without the enlightenment of the essence of His Word, everyone may have a state of mind like a wild animal. Self-minded may remain intoxicated with sweet poison of worldly wealth, religious ritual, and suspicions. Whosoever may remain in the conjugation of His Holy saint and adopts his life experience teachings in his own day-to-day life; with His mercy and grace, his cycle of birth and death may be eliminated. His soul may be sanctified to become worthy of His Consideration; he may be immersed within His Holy Spirit.

23. ਕਾਨੜਾ ਮਹਲਾ ੫॥ 1300-5

ਹਰਿ ਕੇ ਚਰਨ ਹਿਰਦੈ ਗਾਇ॥ har kay charan hirdai gaa-ay.
ਸੀਤਲਾ ਸੁਖ ਸਾਂਤਿ ਮੂਰਤਿ, seetlaa sukh saaNt moorat
ਸਿਮਰਿ ਸਿਮਰਿ ਨਿਤ ਧਿਆਇ॥੧॥ ਰਹਾਉ॥ simar simar nit Dhi-aa-ay. ||1|| rahaa-o.

ਜੀਵ ਪ੍ਰਭ ਦੇ ਸ਼ਬਦ ਦਾ ਸਿਮਰਨ ਕਰਕੇ, ਮਨ ਵਿੱਚ ਸ਼ਬਦ ਦੀ ਸੋਝੀ ਜਾਗਰਤ ਕਰੋ! ਜਿਹੜਾ ਬਾਰ ਬਾਰ, ਸਵਾਸ, ਸਵਾਸ ਭਰੋਸੇ ਨਾਲ ਸ਼ਬਦ ਦਾ ਸਿਮਰਨ ਕਰਦਾ ਹੈ! ਉਸ ਦੇ ਮਨ ਵਿੱਚ ਪੂਰਨ ਸੰਤੋਖ, ਖੇੜਾ ਵਸ ਜਾਂਦਾ ਹੈ ।

You should meditate wholeheartedly on the teachings of His Word; you may be enlightened with the essence of His Word within. Whosoever may meditate on the teachings of His Word with steady and stable belief, with each breath; with His mercy and grace, he may be blessed with complete contentment and blossom in his worldly life.

ਸਗਲ ਆਸ ਹੋਤ ਪੂਰਨ, sagal aas hot pooran
ਕੋਟਿ ਜਨਮ ਦੁਖੁ ਜਾਇ॥੧॥ kot janam dukh jaa-ay. ||1||

ਮਨ ਦੀਆਂ ਸਭ ਮੁਰਾਦਾਂ ਪੂਰੀਆਂ ਹੋ ਜਾਂਦੀਆਂ ਹਨ । ਅਨੇਕਾਂ ਜਨਮਾਂ ਦੀ ਜੂੰਨਾਂ ਵਿੱਚ ਭਉਦੀ ਆਤਮਾ ਨੂੰ ਮੁਕਤੀ ਬਖਸ਼ਿਸ਼ ਹੋ ਜਾਂਦੀ ਹੈ ।

The spoken and unspoken desires of His true devotee may be satisfied. His wandering soul in many life cycles may be blessed with salvation.

ਪੁੰਨ ਦਾਨ ਅਨੇਕ ਕਿਰਿਅ, punn daan anayk kiri-aa
ਸਾਧੂ ਸੰਗਿ ਸਮਾਇ॥ saaDhoo sang samaa-ay.
ਤਾਪ ਸੰਤਾਪ ਮਿਟੇ ਨਾਨਕ, taap santaap mitay naanak
ਬਾਹੁੜਿ ਕਾਲੁ ਨ ਖਾਇ॥੨॥੧੧॥ baahurh kaal na khaa-ay. ||2||11||

ਜਿਹੜਾ ਬੰਦਗੀ ਕਰਨ ਵਾਲੇ ਸੰਤਾਂ ਦੇ ਜੀਵਨ ਦੀ ਸਿਖਿਆਂ ਨਾਲ ਜੀਵਨ ਢਾਲਦਾ ਹੈ, ਪ੍ਰਭ ਦੀ ਰਹਿਮਤ ਨਾਲ, ਉਸ ਨੂੰ ਅਨੇਕ ਪੁੰਨਾਂ ਦਾ, ਚੰਗੇ ਕਰਮਾਂ ਕਰਨ ਵਰਗਾ ਫਲ ਬਖਸ਼ਿਸ਼ ਹੋ ਜਾਂਦਾ ਹੈ । ਮਨ ਵਿਚੋਂ ਸੰਸਾਰਕ ਚਿੰਤਾਂ, ਦੁਖ ਦੂਰ ਹੋ ਜਾਂਦੇ ਹਨ । ਉਸ ਨੂੰ ਬਾਰ ਬਾਰ ਮੌਤ ਨਹੀਂ ਆਉਂਦੀ ।

Whosoever may adopt the life experience teachings of His Holy saint in his day-to-day life; with His mercy and grace, he may be blessed with the reward of many good deeds and charities. His mind may become beyond the reach of worldly desires; his soul may not face devil of death.

24. ਕਾਨੜਾ ਮਹਲਾ ੫ ਘਰੁ ੩॥ 1300-8

ੴ ਸਤਿਗੁਰ ਪ੍ਰਸਾਦਿ॥ ik-oNkaar satgur parsaad.
ਕਥੀਐ ਸੰਤਸੰਗਿ ਪ੍ਰਭ ਗਿਆਨੁ॥ kathee-ai satsang parabh gi-aan.
ਪੂਰਨ ਪਰਮ ਜੋਤਿ ਪਰਮੇਸੁਰ, pooran param jot parmaysur
ਸਿਮਰਤ ਪਾਈਐ ਮਾਨੁ॥੧॥ ਰਹਾਉ॥ simrat paa-ee-ai maan. ||1|| rahaa-o.

ਸ਼ਬਦ ਦੀ ਕਥਾ ਕਰਨਾ, ਵਖਿਆਣ ਕਰਨਾ ਹੀ ਪੂਰਨ ਸਾਧ ਸੰਗਤ, ਸਿਮਰਨ ਹੈ । ਜਿਸ ਨੂੰ ਅਡੋਲ ਭਰੋਸਾ ਨਾਲ ਸ਼ਬਦ ਦੇ ਗੁਣ ਗਾਉਣ ਨਾਲ ਰਹਿਮਤ ਬਖਸ਼ਿਸ਼ ਹੋ ਜਾਂਦੀ ਹੈ । ਉਸ ਨੂੰ ਦਰਬਾਰ ਵਿੱਚ ਸੋਭਾ, ਸ਼ਾਨ ਪ੍ਰਵਾਨਗੀ ਬਖਸ਼ਿਸ਼ ਹੋ ਜਾਂਦੀ ਹੈ ।

To explain, comprehend the essence of His Word may be the real conjugation of His Holy saint and true meditation. Whosoever may sing the glory and obeys the teachings of His Word with steady and stable belief; with His mercy and grace, he may be blessed with the right path of acceptance in His Court. He may be blessed with honor in his worldly life and acceptance in His Court.

ਆਵਤ ਜਾਤ ਰਹੇ ਸ੍ਰਮ ਨਾਸੇ, aavat jaat rahay saram naasay
ਸਿਮਰਤ ਸਾਧੂ ਸੰਗਿ॥ simrat saaDhoo sang.
ਪਤਿਤ ਪੁਨੀਤ ਹੋਹਿ ਖਿਨ ਭੀਤਰਿ, patit puneet hohi khin bheetar
ਪਾਰਬ੍ਰਹਮ ਕੈ ਰੰਗਿ॥੧॥ paarbarahm kai rang. ||1||

ਬੰਦਗੀ ਕਰਨ ਵਾਲੇ ਦੀ ਸੰਗਤ ਵਿੱਚ ਸ਼ਬਦ ਦੇ ਗੁਣ ਗਾਵੋ! ਸ਼ਬਦ ਨੂੰ ਮਨ ਵਿੱਚ ਵਸਾਉਣ ਨਾਲ ਸੰਸਾਰਕ ਇੱਛਾਂ ਦੇ ਦੁਖ ਦੂਰ ਹੋ ਜਾਂਦੇ ਹਨ । ਜੂੰਨਾਂ ਦਾ ਚੱਕਰ ਖਤਮ ਹੋ ਜਾਂਦਾ ਹੈ । ਰਹਿਮਤ ਨਾਲ ਅਨੇਕਾਂ ਹੀ ਪਾਪ ਕਰਨ ਵਾਲੇ ਵੀ ਇੱਕ ਪਲ ਵਿੱਚ ਬਖਸ਼ੇ ਜਾਂਦੇ ਹਨ ।

You should join the conjugation of His true devotee and sing the glory of His Word. Whosoever may remain drenched with the essence of His Word; with His mercy and grace, all his miseries of his worldly desires and his cycle of birth and death may be eliminated. His blemish of sins of many previous lives may be forgiven in a twinkle of eyes.

ਜੋ ਜੋ ਕਥੈ ਸੁਨੈ ਹਰਿ ਕੀਰਤਨੁ, jo jo kathai sunai har keertan
ਤਾ ਕੀ ਦੁਰਮਤਿ ਨਾਸੁ॥ taa kee durmat naas.
ਸਗਲ ਮਨੋਰਥ ਪਾਵੈ ਨਾਨਕ, sagal manorath paavai naanak
ਪੂਰਨ ਹੋਵੈ ਆਸ॥੨॥੧॥੧੨॥ pooran hovai aas. ||2||1||12||

ਜਿਹੜਾ ਪ੍ਰਭ ਦੇ ਸ਼ਬਦ ਦਾ ਕੀਰਤਨ ਸੁਣਕੇ, ਸਿਖਿਆਂ ਨਾਲ ਆਪਣਾ ਜੀਵਨ ਢਾਲਦਾ, ਮਨ ਵਿੱਚ ਵਸਾਉਂਦਾ ਹੈ । ਉਸ ਦੇ ਮਨ ਦੇ ਬੁਰੇ ਖਿਆਲ ਦੂਰ, ਨਾਸ ਹੋ ਜਾਂਦੇ ਹਨ । ਉਸ ਦੇ ਮਨ ਦੀਆਂ ਸਭ ਮੁਰਾਦਾਂ ਪੂਰੀਆਂ ਹੋ ਜਾਂਦੀਆਂ ਹਨ ।

Whosoever may listen the sermons, singing the glory of His Word; with His mercy and grace, he may remain drenched with the essence of His Word. All his evil thoughts of his mind may be eliminated, destroyed. All his spoken and unspoken desires, hopes may be fully satisfied.

25. ਕਾਨੜਾ ਮਹਲਾ ੫॥ 1300-12

ਸਾਧਸੰਗਤਿ ਨਿਧਿ ਹਰਿ ਕੋ ਨਾਮ॥ saaDhsangat niDh har ko naam.
ਸੰਗਿ ਸਹਾਈ ਜੀਅ ਕੈ ਕਾਮ॥੧॥ ਰਹਾਉ॥ sang sahaa-ee jee-a kai kaam. ||1|| rahaa-o.

ਸੰਤਾਂ ਦੀ ਸੰਗਤ, ਸੰਤਾਂ ਦੇ ਜੀਵਨ ਦੀ ਸਿਖਿਆਂ ਨੂੰ ਆਪਣੇ ਜੀਵਨ ਵਿੱਚ ਢਾਲਣ ਨਾਲ, ਸ਼ਬਦ ਦੀ ਸੋਝੀ ਦਾ ਖਜ਼ਾਨਾਂ, ਬਖਸ਼ਿਸ਼ ਹੋ ਜਾਂਦਾ ਹੈ । ਉਹ ਸਿਖਿਆਂ ਹੀ ਆਤਮਾ ਦੇ ਸਦਾ ਸਹਾਈ ਰਹਿੰਦੀ, ਆਸਰਾ ਦੇਂਦੀ, ਮਦਦ ਕਰਦੀ ਹੈ ।

Whosoever may remain in the conjugation of His Holy saint, adopts his life experience teachings in his own day to day life; with His mercy and grace, he may be blessed with the treasure of enlightenment of the essence of His Word. The life experience teachings of His Holy saint may remain the true support and companion of his soul forever.

ਸੰਤ ਰੇਨੁ ਨਿਤਿ ਮਜਨੁ ਕਰੈ॥ sant rayn nit majan karai.
ਜਨਮ ਜਨਮ ਕੇ ਕਿਲਬਿਖ ਹਰੈ॥੧॥ janam janam kay kilbikh harai. ||1||

ਲਗਾਤਾਰ ਬੰਦਗੀ ਕਰਨ ਵਾਲੇ ਸੰਤਾਂ ਦੇ ਚਰਨਾਂ ਦੀ ਧੂੜ ਦਾ ਇਸ਼ਨਾਨ ਕਰੋ ! ਸਿਖਿਆਂ ਨਾਲ ਜੀਵਨ ਢਾਲਣ ਨਾਲ ਅਨੇਕਾਂ ਹੀ ਜਨਮਾਂ ਦੇ ਪਾਪ ਬਖਸ਼ੇ, ਧੋਤੇ ਜਾਂਦੇ ਹਨ ।

His true devotee may take a continuous sanctifying bath in the dust of the feet of His true devotee. Whosoever may adopt the teachings of His Word in his day-to-day life; with His mercy and grace, his sins of many lives may be forgiven.

ਸੰਤ ਜਨਾ ਕੀ ਊਚੀ ਬਾਨੀ॥ sant janaa kee oochee baanee.
ਸਿਮਰਿ ਸਿਮਰਿ ਤਰੇ ਨਾਨਕ ਪ੍ਰਾਨੀ॥ simar simar taray naanak paraanee.
੨॥੨॥੧੩॥ ||2||2||13||

ਬੰਦਗੀ ਕਰਨ ਵਾਲੇ ਸੰਤਾਂ ਦੇ ਜੀਵਨ ਦੀ ਸਿਖਿਆਂ, ਮਾਨਸ ਜੀਵਨ ਲਈ ਬਹੁਤ ਮਹੱਤਤਾ ਵਾਲੀ ਹੁੰਦੀ ਹੈ । ਜਿਹੜਾ ਸ਼ਬਦ ਦੀ ਪਾਲਣਾ, ਸਿਮਰਨ ਅਡੋਲ ਭਰੋਸੇ ਨਾਲ ਕਰਦਾ ਹੈ । ਪ੍ਰਭ ਦੀ ਰਹਿਮਤ ਨਾਲ ਉਸ ਨੂੰ ਪ੍ਰਵਾਨਗੀ ਦਾ ਅਸਲੀ ਰਸਤਾ ਬਖਸ਼ਿਸ਼ ਹੋ ਜਾਂਦਾ, ਸੰਸਾਰਕ ਸਾਗਰ ਪਾਰ ਕਰ ਜਾਂਦਾ ਹੈ ।

The life experience teachings of His Holy saint may be very significant for the human life journey. Whosoever may meditate and obeys the teachings of His Word with steady and stable belief; with His mercy and grace, he may be blessed with the right path of acceptance in His Court. He may be accepted in His Sanctuary.

26. ਕਾਨੜਾ ਮਹਲਾ ੫॥ 1300-14

ਸਾਧੂ ਹਰਿ ਹਰੇ ਗੁਨ ਗਾਇ॥ saaDhoo har haray gun gaa-ay.
ਮਾਨ ਤਨੁ ਧਨੁ ਪ੍ਰਾਨ ਪ੍ਰਭ ਕੇ, maan tan Dhan paraan parabh kay
ਸਿਮਰਤ ਦੁਖੁ ਜਾਇ॥੧॥ ਰਹਾਉ॥ simrat dukh jaa-ay. ||1|| rahaa-o.

ਬੰਦਗੀ ਕਰਨ ਵਾਲਾ ਸਦਾ ਹੀ ਸਵਾਸ, ਸਵਾਸ ਪ੍ਰਭ ਦੇ ਸ਼ਬਦ ਦੇ ਹੀ ਗੁਣ ਗਾਉਂਦਾ ਹੈ । ਜੀਵ ਦਾ ਤਨ, ਮਨ, ਹੈਸੀਅਤ, ਸਵਾਸ ਸਭ ਪ੍ਰਭ ਦੇ ਬਖਸ਼ੇ, ਪ੍ਰਭ ਦੀ ਹੀ ਅਮਾਨਤ ਹੁੰਦੇ । ਜਿਹੜਾ ਸ਼ਬਦ ਦਾ ਸਿਮਰਨ ਕਰਦਾ, ਉਸ ਦੇ ਸਾਰੇ ਸੰਸਾਰਕ ਚਿੰਤਾਂ ਦੇ ਦੁਖ ਦੂਰ ਹੋ ਜਾਂਦੇ ਹਨ ।

His true devotee always sings the glory of His Word with each breath. He may surrender his mind, body and worldly status, self-identity at His Sanctuary as the Trust of The True Master. Whosoever may meditate on the teachings of His Word; with His mercy and grace, all his worries of worldly desires may be eliminated.

ਈਤ ਊਤ ਕਹਾ ਲੋਭਾਵਹਿ, — eet oot kahaa lobhaaveh
ਏਕ ਸਿਉ ਮਨੁ ਲਾਇ॥੧॥ — ayk si-o man laa-ay. ||1||

ਮਾਨਸ ਜੀਵ, ਕਿਉਂ ਇੱਧਰ ਉੱਧਰ ਦੇ ਧੰਦੇ ਵਿੱਚ ਲਗਾ ਰਹਿੰਦਾ, ਲਾਲਚ ਨਾਲ ਜੀਵਨ ਬਤੀਤ ਕਰਦਾ ਹੈ? ਆਪਣੇ ਮਨ ਦਾ ਧਿਆਨ ਇੱਕੋ ਇੱਕ ਪ੍ਰਭ ਦੇ ਸ਼ਬਦ ਤੇ ਅਡੋਲ ਰਖੋ!

Why are you remaining intoxicated with sweet poison of worldly wealth, collect worldly wealth with your greed for worldly wealth? You should remain focused on the teachings of His Word, The One and Only One True Master with steady and stable belief in your day-to-day life.

ਮਹਾ ਪਵਿਤ੍ਰ ਸੰਤ ਆਸਨੁ, — mahaa pavitar sant aasan
ਮਿਲਿ ਸੰਗਿ ਗੋਬਿਦੁ ਧਿਆਇ॥੨॥ — mil sang gobid Dhi-aa-ay. ||2||

ਸੰਤਾਂ ਦਾ ਆਸਣ, ਪੂਰਨ ਪਵਿੱਤਰ ਹੁੰਦਾ ਹੈ! ਉਸ ਦੀ ਸੰਗਤ ਵਿੱਚ ਸ਼ਬਦ ਦਾ ਸਿਮਰਨ ਕਰੋ!

The meditation throne of His Holy saint remains fully sanctified, Holy. You should remain in conjugation of His Holy saint and mediate on the teachings of His Word.

ਸਗਲ ਤਿਆਗਿ ਸਰਨਿ ਆਇਓ, — sagal ti-aag saran aa-i-o
ਨਾਨਕ ਲੇਹੁ ਮਿਲਾਇ॥੩॥੩॥੧੪॥ — naanak layho milaa-ay. ||3||3||14||

ਬੰਦਗੀ ਕਰਨ ਵਾਲਾ ਸਭ ਕੁਝ ਸੰਸਾਰਕ ਇੱਛਾਂ, ਪਦਾਰਥ ਤਿਆਗ ਦੇਂਦਾ ਹੈ । ਪ੍ਰਭ ਦੇ ਸ਼ਬਦ ਦੀ ਸ਼ਰਣ ਵਿੱਚ ਆਉਂਦਾ ਅਰਦਾਸ ਕਰਦਾ ਹੈ । ਰਹਿਮਤਾਂ ਦੇ ਮਾਲਕ ਆਪਣੇ ਸ਼ਬਦ ਦੇ ਲੜ ਲਾਵੋ! ਸ਼ਬਦ ਦੀ ਬੇੜੀ ਤੇ ਥਾਂ ਬਖਸ਼ੋ!

His true devotee may renounce his worldly desires and attachment to worldly material and possessions. He may surrender his self-identity at His Sanctuary and prays for devotion to obey the teachings of His Word; with His mercy and grace, his soul may be blessed with space on rescue boat.

27. ਕਾਨੜਾ ਮਹਲਾ ੫॥ 1300-17

ਪੇਖਿ ਪੇਖਿ ਬਿਗਸਾਉ ਸਾਜਨ, — paykh paykh bigsaa-o saajan
ਪ੍ਰਭੁ ਆਪਨਾ ਇਕਾਂਤ॥੧॥ ਰਹਾਉ॥ — parabh aapnaa ikaaNt. ||1|| rahaa-o.

ਇੱਕੋ ਇੱਕ ਪ੍ਰਭ ਹੀ ਸ੍ਰਿਸ਼ਟੀ ਦਾ ਮਾਲਕ, ਪੈਦਾ ਕਰਨ ਵਾਲਾ ਹੈ । ਸ਼ਬਦ ਵਿੱਚ ਧਿਆਨ ਲਾਉਣ ਨਾਲ ਮਨ ਵਿੱਚ ਸੰਤੋਖ ਵਸ ਜਾਂਦਾ ਹੈ ।

The One and only One True Master, Creator of the universe! Whosoever may remain focused on the teachings of His Word; with His mercy and grace, he may remain drenched with the essence of His Word.

ਆਨਦਾ ਸੁਖ ਸਹਜ ਮੂਰਤਿ, — aandaa sukh sahj moorat
ਤਿਸੁ ਆਨ ਨਾਹੀ ਭਾਂਤਿ॥੧॥ — tis aan naahee bhaaNt. ||1||

ਪ੍ਰਭ ਦੇ ਸ਼ਬਦ ਦੀ ਪਾਲਣਾ ਕਰਨਾ ਹੀ ਸੰਤੋਖ, ਖੇੜੇ, ਮੁਕਤੀ ਦੀ ਅਵਸਥਾ, ਮੂਰਤ ਹੈ । ਉਸ ਵਰਗਾ ਹੋਰ ਕੋਈ ਨਹੀਂ ਹੈ ।

The teachings of His Word may be the treasure of contentment, blossom and the symbol, the right path of salvation. No one may be equal to the greatness of The True Master.

ਸਿਮਰਤ ਇਕ ਬਾਰ ਹਰਿ ਹਰਿ, simrat ik baar har har
ਮਿਟਿ ਕੋਟਿ ਕਸਮਲ ਜਾਂਤਿ॥੨॥ mit kot kasmal jaaNt. ||2||

ਇੱਕ ਬਾਰ ਵੀ ਪ੍ਰਭ ਦੇ ਸ਼ਬਦ ਦਾ ਸਿਮਰਨ ਅਡੋਲ ਭਰੋਸਾ ਨਾਲ ਕਰਨ ਨਾਲ ਅਨੇਕਾਂ ਜਨਮਾਂ ਦੇ ਪਾਪ ਬਖਸ਼ੇ ਜਾਂਦੇ ਹਨ ।

Whosoever may meditate on the teachings of His Word with steady and stable belief, even one time; with His mercy and grace, his sins of many lives may be forgiven.

ਗੁਣ ਰਮੰਤ ਦੂਖ ਨਾਸਹਿ, gun ramant dookh naaseh rid
ਰਿਦ ਭਇਅੰਤ ਸਾਂਤਿ॥੩॥ bha-i-ant saaNt. ||3||

ਪ੍ਰਭ ਦੇ ਸ਼ਬਦ ਦੇ ਗੁਣ ਗਾਉਣ ਨਾਲ ਸੰਸਾਰਕ ਇੱਛਾਂ ਦੇ ਦੁਖ ਦੂਰ ਹੋ ਜਾਂਦੇ ਹਨ । ਮਨ ਵਿੱਚ ਪੂਰਨ ਸੰਤੋਖ, ਅਮਰ ਅਵਸਥਾ ਬਖਸ਼ਿਸ਼ ਹੋ ਜਾਂਦੀ ਹੈ ।

Whosoever may sing the glory of His Word with steady and stable belief in his day-to-day life; with His mercy and grace, all his miseries of worldly desires may be eliminated. He may be blessed with complete contentment and immortal state of mind.

ਅੰਮ੍ਰਿਤਾ ਰਸੁ ਪੀਉ ਰਸਨਾ, amritaa ras pee-o rasnaa
ਨਾਨਕ ਹਰਿ ਰੰਗਿ ਰਾਤ॥੪॥੪॥੧੫॥ naanak har rang raat. ||4||4||15||

ਬੰਦਗੀ ਕਰਨ ਵਾਲਾ ਸ਼ਬਦ ਦੀ ਸੋਝੀ ਰੂਪੀ ਅਮੋਲਕ ਅੰਮ੍ਰਿਤ ਦਾ ਰਸ ਮਾਨਦਾ ਹੈ । ਸ਼ਬਦ ਦੀ ਸਮਾਧੀ ਵਿੱਚ ਹੀ ਲੀਨ ਹੋ ਜਾਂਦਾ ਹੈ ।

His true devotee may enjoy the bliss of the nectar of the enlightenment of His Word. He may remain intoxicated in the void of His Word.

28. ਕਾਨੜਾ ਮਹਲਾ ੫॥ 1301-2

ਸਾਜਨਾ ਸੰਤ ਆਉ ਮੇਰੈ॥੧॥ ਰਹਾਉ॥ saajnaa sant aa-o mayrai. ||1|| rahaa-o.

ਬੰਦਗੀ ਕਰਨ ਵਾਲੇ ਸੰਤ ਕਿਰਪਾ ਕਰੋ ! ਮੈਨੂੰ ਆਪਣਾ ਸਾਥੀ, ਦਾਸ ਬਣਾ ਲਵੋ !

His Holy saint, bestows your blessed vision and accepts me as your salve.

ਆਨਦਾ ਗੁਨ ਗਾਇ ਮੰਗਲ aandaa gun gaa-ay mangal
ਕਸਮਲਾ, ਮਿਟਿ ਜਾਹਿ ਪਰੇਰੈ॥੧॥ kasmalaa mit jaahi parayrai. ||1||

ਜਿਹੜਾ ਮਨ ਵਿੱਚ ਸ਼ਰਧਾ ਨਾਲ, ਅਡੋਲ ਭਰੋਸੇ ਨਾਲ ਸ਼ਬਦ ਦੇ ਗੁਣ ਗਾਉਂਦਾ ਹੈ, ਉਸ ਦੇ ਮਨ ਵਿਚੋਂ ਬੁਰੇ ਖਿਆਲ ਨਾਸ, ਦੂਰ ਹੋ ਜਾਂਦੇ ਹਨ ।

Whosoever may sing the glory of His Word with steady and stable belief with devotion; with His mercy and grace, all his evil thoughts may be eliminated from his day-to-day life.

ਸੰਤ ਚਰਨ ਧਰਉ ਮਾਥੈ, sant charan Dhara-o maathai
ਚਾਂਦਨਾ ਗ੍ਰਿਹਿ ਹੋਇ ਅੰਧੇਰੈ॥੨॥ chaaNdnaa garihi ho-ay anDhayrai. ||2||

ਜਿਹੜਾ ਸੰਤਾਂ ਦੇ ਚਰਨਾਂ, ਸ਼ਰਣ ਵਿੱਚ, ਪਨਾਹ ਵਿੱਚ ਆਪ ਭੇਟਾ ਕਰ ਦੇਂਦਾ ਹੈ । ਉਸ ਦੇ ਮਨ ਦੀ ਅਗਿਆਨਤਾ ਦੇ ਘਰ ਵਿੱਚ ਰੋਸ਼ਨੀ, ਜਾਗਰਤੀ ਬਖਸ਼ਿਸ਼ ਹੋ ਜਾਂਦੀ ਹੈ ।

Whosoever may surrender his self-identity at His Sanctuary, His Holy saint; with His mercy and grace, his ignorance from the real path of human life opportunity may be eliminated. He may be blessed with enlightenment of the right path of acceptance in His Court.

ਸੰਤ ਪ੍ਰਸਾਦਿ ਕਮਲ ਬਿਗਸੈ, sant parsaad kamal bigsai
ਗੋਬਿੰਦ ਭਜਉ ਪੇਖਿ ਨੇਰੈ॥੩॥ gobind bhaja-o paykh nayrai. ||3||

ਸੰਤਾਂ ਦੇ ਜੀਵਨ ਦੀ ਸਿਖਿਆਂ ਨਾਲ ਜੀਵਨ ਢਾਲਣ ਨਾਲ ਮਨ ਵਿੱਚ ਖੇੜਾ ਘਰ ਕਰ ਜਾਂਦਾ, ਬਖਸ਼ਿਸ਼ ਹੋ ਜਾਂਦਾ ਹੈ । ਪ੍ਰਭ ਦੇ ਸ਼ਬਦ ਦੀ ਸਦਾ ਚੱਲਣ ਵਾਲੀ ਧੁਨ ਮਨ ਵਿੱਚ ਸੁਣਾਈ ਦੇਂਦੀ ਹੈ । ਉਹ ਪ੍ਰਭ ਦੀ ਹੋਂਦ ਹਰਇੱਕ ਜੀਵ, ਥਾਂ ਤੇ ਵਾਪਰਦੀ ਮਹਿਸੂਸ ਕਰਦਾ ਹੈ ।

Whosoever may adopt the teachings of His Word with steady and stable belief in his day-to-day life; with His mercy and grace, he may be blessed with blossom in his life. He may hear the everlasting echo of His Word resonating within his heart. He may realize His Holy Spirit prevailing within everyone and everywhere in the universe.

ਪ੍ਰਭ ਕ੍ਰਿਪਾ ਤੇ ਸੰਤ ਪਾਏ, parabh kirpaa tay sant paa-ay
ਵਾਰਿ ਵਾਰਿ ਨਾਨਕ ਉਹ ਬੇਰੈ॥੪॥੫॥੧੬॥ vaar vaar naanak uh bayrai. ||4||5||16||

ਪ੍ਰਭ ਦੀ ਰਹਿਮਤ ਨਾਲ ਹੀ ਬੰਦਗੀ ਕਰਨ ਵਾਲੇ ਸੰਤਾਂ ਦੀ ਸੰਗਤ ਬਖਸ਼ਿਸ਼ ਹੁੰਦੀ ਹੈ । ਬੰਦਗੀ ਕਰਨ ਵਾਲਾ ਉਸ ਪਲ ਤੋ ਕੁਰਬਾਨ ਜਾਂਦਾ ਹੈ ।

Whosoever may be bestowed with His Blessed Vision; only he may be blessed with the conjugation of His Holy saint. His true devotee remains fascinated and astonished from the auspicious moment in his life.

29. ਕਾਨੜਾ ਮਹਲਾ ੫॥ 1301-5

ਚਰਨ ਸਰਨ ਗੋਪਾਲ ਤੇਰੀ॥ charan saran gopaal tayree.
ਮੋਹ ਮਾਨ ਧੋਹ ਭਰਮ, moh maan Dhoh bharam
ਰਾਖਿ ਲੀਜੈ ਕਾਟਿ ਬੇਰੀ॥੧॥ ਰਹਾਉ॥ raakh leejai kaat bayree. ||1|| rahaa-o.

ਪ੍ਰਭ, ਮੈਂ ਤੇਰੀ ਸ਼ਰਣ ਵਿੱਚ ਆਪਾ ਭੇਟਾ ਕਰਦਾ ਹਾ! ਆਪਣੀ ਰਹਿਮਤ ਨਾਲ ਭਰਮਾਂ, ਅਹੰਕਾਰ, ਸੰਸਾਰਕ ਮੋਹ, ਸੰਸਾਰਕ ਮਾਇਆ ਦੇ ਜਾਲ, ਸੰਸਾਰਕ ਬੰਧਨਾਂ ਤੇ ਜਿੱਤ ਬਖਸ਼ੋ!

My True Master! I have surrendered my self-identity at Your Sanctuary; with Your mercy and grace, I may be blessed to conquer my worldly religious suspicions, ego, worldly attachments, worldly bonds, and sweet poison of worldly wealth.

ਬੂਡਤ ਸੰਸਾਰ ਸਾਗਰ॥ boodat sansaar saagar.
ਉਧਰੇ ਹਰਿ ਸਿਮਰਿ ਰਤਨਾਗਰ॥੧॥ uDhray har simar ratnaagar. ||1||

ਮੋਹ ਭਰੇ ਸੰਸਾਰਕ ਸਾਗਰ ਵਿੱਚ ਡੁਬਦਾ ਜਾਂਦਾ ਸੀ । ਅਮੋਲਕ ਰਤਨਾਂ ਦੇ ਮਾਲਕ ਦੇ ਸ਼ਬਦ ਦਾ ਸਿਮਰਨ ਨਾਲ ਪ੍ਰਭ ਨੇ ਬਚਾ ਲਿਆ ਹੈ ।

I was drowning in the ocean of worldly attachments. The treasure of ambrosial jewels has attached me to obey the teachings of His Word; with His mercy and grace, I have been saved from the sweet poison of worldly desires.

ਸੀਤਲਾ ਹਰਿ ਨਾਮੁ ਤੇਰਾ॥ seetlaa har naam tayraa.
ਪੂਰਨੋ ਠਾਕੁਰ ਪ੍ਰਭੁ ਮੇਰਾ॥੨॥ poorno thaakur parabh mayraa. ||2||

ਪ੍ਰਭ ਆਪਣੇ ਆਪ ਵਿੱਚ ਪੂਰਨ ਹੈ । ਪ੍ਰਭ ਦੇ ਸ਼ਬਦ ਦੀ ਸਿਖਿਆਂ ਹੀ ਮਨ ਵਿੱਚ ਠੰਡ ਪਾਉਣ, ਸੰਤੋਖ, ਖੇੜਾ ਬਖਸ਼ਣ ਵਾਲਾ ਸੋਮਾ ਹੈ ।

The Omnipotent True Master remains perfect in all aspects of His Nature. The teachings of His Word remain the fountain of contentment, blossom cooling bam to sanctify soul of His true devotee.

ਦੀਨ ਦਰਦ ਨਿਵਾਰਿ ਤਾਰਨ॥ deen darad nivaar taaran.
ਹਰਿ ਕ੍ਰਿਪਾ ਨਿਧਿ ਪਤਿਤ ਉਧਾਰਨ॥੩॥ har kirpaa niDh patit uDhaaran. ||3||

ਰਹਿਮਤਾਂ ਦਾ ਖਜ਼ਾਨਾਂ, ਮਾਲਕ, ਪ੍ਰਭ ਹੀ ਜੀਵਨ ਵਿੱਚ ਦੁਖ, ਸੁਖ ਬਖਸ਼ਣ ਵਾਲਾ, ਨਿਮਾਣੇ ਦੇ ਦੁਖ ਨਾਸ ਕਰਨ ਵਾਲਾ ਹਾਕਮ, ਮਾਲਕ ਹੈ । ਪ੍ਰਭ ਦੀ ਰਹਿਮਤ ਨਾਲ ਪਾਪ ਬਖਸ਼ੇ ਜਾਂਦੇ, ਪ੍ਰਵਾਨਗੀ ਦਾ ਰਸਤਾ ਬਖਸ਼ਿਸ਼ ਹੋ ਸਕਦਾ ਹੈ ।

The One and Only One True Master, Treasure of all Blessings, may bless pleasures, miseries in worldly life. He may eliminate all miseries of worldly desires of his humble, helpless devotee. All the sins of His true devotee may be eliminated; Only with His mercy and grace, he may be blessed with the right path of acceptance in His Court.

ਕੋਟਿ ਜਨਮ ਦੂਖ ਕਰਿ ਪਾਇਓ॥	kot janam dookh kar paa-i-o.
ਸੁਖੀ ਨਾਨਕ ਗੁਰਿ ਨਾਮੁ ਦ੍ਰਿੜਾਇਓ॥	sukhee naanak gur naam darirh-aa-i-o.
੪॥੬॥੧੭॥	||4||6||17||

ਜੀਵ ਅਨੇਕਾਂ ਜਨਮ ਹੀ ਦੁਖਾਂ ਵਿੱਚ, ਜੂੰਨਾਂ ਵਿੱਚ ਭਉਦਾ, ਦੁਖ ਸਹਿੰਦਾ ਹੈ । ਜਿਸ ਨੂੰ ਆਪ ਹੀ ਸ਼ਬਦ ਦੇ ਲੜ ਲਾਉਂਦਾ ਹੈ । ਉਹ ਹੀ ਸ਼ਬਦ ਦੀ ਪਾਲਣਾ ਕਰਦਾ, ਸਮਾਧੀ ਵਿੱਚ ਲੀਨ ਹੋ ਜਾਂਦਾ ਹੈ ।

Self-minded may endures miseries and wanders in the cycle of birth and death over and over. Whosoever may be blessed with devotion to obey the teachings of His Word; with His mercy and grace, he may remain intoxicated obeying the teachings of His Word in the void of His Word.

30. ਕਾਨੜਾ ਮਹਲਾ ੫॥ 1301-9

ਧਨਿ ਉਹ ਪ੍ਰੀਤਿ ਚਰਨ ਸੰਗਿ ਲਾਗੀ॥	Dhan uh pareet charan sang laagee.
ਕੋਟਿ ਜਾਪ ਤਾਪ ਸੁਖ ਪਾਏ,	kot jaap taap sukh paa-ay aa-ay
ਆਇ ਮਿਲੇ ਪੂਰਨ ਬਡਭਾਗੀ॥੧॥ ਰਹਾਉ॥	milay pooran badbhaagee. ||1|| rahaa-o.

ਜਿਹੜਾ ਜੀਵ ਪ੍ਰਭ ਦੇ ਸ਼ਬਦ ਦੀ ਪਾਲਣਾ ਵਿੱਚ ਅਡੋਲ ਰਹਿੰਦਾ ਹੈ! ਉਹ ਪੂਰਨ, ਵੱਡੇ ਭਾਗਾਂ ਵਾਲਾ ਜੀਵ, ਸਵਾਸ ਸਵਾਸ ਸ਼ਬਦ ਦਾ ਸਿਮਰਨ ਕਰਦਾ ਹੈ । ਉਹ ਪ੍ਰਭ ਦੇ ਸ਼ਬਦ ਦੀ ਪਾਲਣਾ ਵਿੱਚ ਲਗਨ, ਅਡੋਲ ਸਮਾਧੀ ਵਿੱਚ ਰਹਿੰਦਾ ਹੈ ।

Whosoever may remain intoxicated in obeying the teachings of His Word with steady and stable belief in his day-to-day life; with His mercy and grace, he may be blessed with a great destiny. He may meditate on the teachings of His Word with each breath. He may remain intoxicated meditating in the void of His Word.

ਮੋਹਿ ਅਨਾਥੁ ਦਾਸੁ ਜਨੁ ਤੇਰਾ,	mohi anaath daas jan tayraa
ਅਵਰ ਓਟ ਸਗਲੀ ਮੋਹਿ ਤਿਆਗੀ॥	avar ot saglee mohi ti-aagee.
ਭੋਰ ਭਰਮ ਕਾਟੇ ਪ੍ਰਭ ਸਿਮਰਤ,	bhor bharam kaatay parabh simrat
ਗਿਆਨ ਅੰਜਨ ਮਿਲਿ ਸੋਵਤ ਜਾਗੀ॥੧॥	gi-aan anjan mil sovat jaagee. ||1||

ਮੈਂ ਨਿਮਾਣਾ, ਬੇ–ਆਸਰੇ ਵਾਲਾ, ਤੇਰੇ ਸ਼ਬਦ ਦੀ ਬੰਦਗੀ ਕਰਨ ਵਾਲਾ ਦਾਸ ਹਾ । ਆਪਣੇ ਮਨ ਵਿਚੋਂ ਸਭ, ਸੰਸਾਰਕ ਆਸਾਂ ਤਿਆਗ ਦਿੱਤੀਆ ਹਨ । ਮੇਰੇ ਮਨ ਵਿਚੋਂ ਸ਼ਬਦ ਦੀ ਪਾਲਣਾ ਕਰਦੇ, ਸਭ ਭਰਮ ਨਾਸ ਹੋ ਗਏ ਹਨ । ਮੈਂ ਸ਼ਬਦ ਦੀ ਸੋਝੀ ਰੂਪੀ ਬਾਮ ਆਪਣੇ ਮਨ ਦੀਆਂ ਅੱਖਾਂ ਤੇ ਲਾਈ ਹੈ । ਮੈਂ ਸੰਸਾਰਕ ਇੱਛਾਂ ਦੀ ਨੀਂਦ ਵਿਚੋਂ ਜਾਗਰਤ ਹੋ ਗਿਆ ਹਾ ।

I am humble devotee, obeying the teachings of Your Word. I have no worldly support, true companion in my worldly life. I have renounced all my worldly desires from my mind. I have been obeying the teachings of Your Word with steady and stable belief in my day-to-day life; with Your mercy and grace, all my suspicions of religious rituals have been eliminated. I have rubbed the cooling bam of the enlightenment on my eternal eyes of my mind; with Your mercy and grace, I have been awakened from the intoxication of sweet poison of worldly desires.

ਤੂ ਅਥਾਹੁ ਅਤਿ ਬਡੋ ਸੁਆਮੀ,	too athaahu at bado su-aamee
ਕ੍ਰਿਪਾ ਸਿੰਧੁ ਪੂਰਨ ਰਤਨਾਗੀ॥	kirpaa sinDh pooran ratnaagee.
ਨਾਨਕ ਜਾਚਕੁ ਹਰਿ ਹਰਿ ਨਾਮੁ ਮਾਂਗੈ,	naanak jaachak har har naam maaNgai
ਮਸਤਕੁ ਆਨਿ ਧਰਿਓ ਪ੍ਰਭ ਪਾਗੀ॥	mastak aan Dhari-o parabh paagee.
੨॥੭॥੧੮॥	||2||7||18||

ਅਥਾਹ ਪ੍ਰਭ, ਸ਼ਬਦ ਦੀ ਸੋਝੀ ਦੇ ਰਤਨਾਂ ਦਾ ਅਮੋਲਕ ਖਜ਼ਾਨਾਂ, ਸਮੁੰਦਰ ਹੈ । ਬੰਦਗੀ ਕਰਨ ਵਾਲਾ ਨਿਮਾਣਾ ਬਣਕੇ ਆਪ ਪ੍ਰਭ ਦੀ ਸ਼ਰਣ ਵਿੱਚ ਆਪਾ ਭੇਟਾ ਕਰਦਾ ਹੈ । ਸਦਾ ਹੀ ਰਹਿਮਤ ਦੀ, ਆਪਣੇ ਸ਼ਬਦ ਦੀ ਲਗਨ ਦੀ ਅਰਦਾਸ ਕਰਦਾ ਹੈ ।

Unfathomably, The True Master, Treasure of unimaginable treasure, ocean of ambrosial jewels of enlightenment of His Word. His true devotee may humbly surrender his self-identity at His Sanctuary. He may pray for His Forgiveness and a devotion to obey the teachings of His Word.

31. ਕਾਨੜਾ ਮਹਲਾ ੫॥ 1301-19

ਕੁਚਿਲ ਕਠੋਰ ਕਪਟ ਕਾਮੀ॥	kuchil kathor kapat kaamee.
ਜਿਉ ਜਾਨਹਿ ਤਿਉ ਤਾਰਿ ਸੁਆਮੀ॥੧॥	ji-o jaaneh ti-o taar su-aamee. ||1||
ਰਹਾਉ॥	rahaa-o.

ਪ੍ਰਭ ਹੀ ਅਸਲੀ ਮਾਲਕ ਹੈ । ਮੈਂ ਅਉਗੁਣਾਂ ਭਰਿਆਂ, ਪੱਥਰ ਦਿਲ, ਕਾਮ ਵਾਸ਼ਨਾ ਦੇ ਜਾਲ ਵਿੱਚ ਫਸਿਆ, ਮੰਦੇ ਭਾਗਾਂ ਵਾਲਾ ਹਾ ! ਰਹਿਮਤ ਦੀ ਨਜ਼ਰ ਨਾਲ ਸ਼ਬਦ ਦੀ ਪਾਲਣਾ ਦੀ ਲਗਨ, ਪ੍ਰਵਾਨਗੀ ਦਾ ਰਸਤਾ ਬਖਸ਼ੋ !

The True Master, Treasure of all virtues! I am unfortunate, overwhelmed with evil thoughts, stone-hearted, merciless. Unfortunately, I remain intoxicated in sexual urge for strange partner. The True Master bestows Your Blessed Vision, devotion to obey the teachings of Your Word to sanctify my soul to become worthy of Your Consideration.

ਤੂ ਸਮਰਥੁ ਸਰਨਿ ਜੋਗੁ,	too samrath saran jog
ਤੂ ਰਾਖਹਿ ਅਪਨੀ ਕਲ ਧਾਰਿ॥੧॥	too raakhahi apnee kal Dhaar. ||1||

ਸਰਬ ਕਲਾ ਸਮਰਥ ਮਾਲਕ, ਆਪਣੀ ਰਹਿਮਤ ਨਾਲ, ਸ਼ਰਣ ਵਿੱਚ ਪਨਾਹ ਬਖਸ਼ਕੇ ਰਖਿਆ ਕਰੋ !

The Omnipotent True Master! With Your mercy and grace, accepts me in Your Sanctuary and protects from the demons of worldly desires.

ਜਾਪ ਤਾਪ ਨੇਮ ਸੁਚਿ ਸੰਜਮ,	jaap taap naym such sanjam
ਨਾਹੀ ਇਨ ਬਿਧੇ ਛੁਟਕਾਰ॥	naahee in biDhay chhutkaar.
ਗਰਤ ਘੋਰ ਅੰਧ ਤੇ ਕਾਢਹੁ ਪ੍ਰਭ,	garat ghor anDh tay kaadhahu parabh
ਨਾਨਕ ਨਦਰਿ ਨਿਹਾਰਿ॥੨॥੮॥੧੯॥	naanak nadar nihaar. ||2||8||19||

ਸ਼ਬਦ ਦੀ ਬੰਦਗੀ ਤੋ ਬਿਨਾਂ ਹੋਰ ਕਿਸੇ ਯਤਨ ਨਾਲ ਮੁਕਤੀ ਬਖਸ਼ਿਸ਼ ਨਹੀਂ ਹੁੰਦੀ । ਗੁਣ ਗਾਉਣ, ਜਪ, ਤਪ, ਨਿੱਤਨੇਮ, ਵਰਤ, ਪਵਿੱਤਰਤਾ ਦੇ ਇਸ਼ਨਾਨ ਨਾਲ ਮੁਕਤੀ ਬਖਸ਼ਿਸ਼ ਨਹੀਂ ਹੁੰਦੀ । ਜਿਸ ਤੇ ਰਹਿਮਤਾਂ ਦਾ ਮਾਲਕ ਇੱਕ ਪਲ ਰਹਿਮਤ ਦੀ ਨਜ਼ਰ ਬਖਸ਼ਦਾ ਹੈ । ਉਸ ਨੂੰ ਅਗਿਆਨਤਾ ਦੇ ਡੂੰਘੇ ਨਰਕ ਵਿਚੋਂ ਕੱਢ ਲੈਂਦਾ ਹੈ !

Without obeying the teachings of True Guru; no one may ever be blessed with the right path of acceptance in His Court. Whosoever may follow religious principles of meditation, penance, and austere, self-discipline, fasting and sanctification bath at Holy shrine, Holy Pond; no one may ever be blessed with the right path of acceptance in His Court. Whosoever may be bestowed with His Blessed Vision for a moment, he may be saved from the deep hell of ignorance from the real path of human life opportunity.

32. ਕਾਨੜਾ ਮਹਲਾ ੫ ਘਰੁ ੪॥ 1301-16

੧ਓ ਸਤਿਗੁਰ ਪ੍ਰਸਾਦਿ॥	ik-oNkaar satgur parsaad.
ਨਾਰਾਇਨ ਨਰਪਤਿ ਨਮਸਕਾਰੈ॥	naaraa-in narpat namaskaarai.
ਐਸੇ ਗੁਰ ਕਉ ਬਲਿ ਬਲਿ ਜਾਈਐ,	aisay gur ka-o bal bal jaa-ee-ai
ਆਪਿ ਮੁਕਤੁ ਮੋਹਿ ਤਾਰੈ॥੧॥ ਰਹਾਉ॥	aap mukat mohi taarai. ||1|| rahaa-o.

ਜਿਹੜਾ ਇੱਕੋ ਇੱਕ ਦੇ ਸ਼ਬਦ ਤੇ ਅਡੋਲ ਭਰੋਸਾ ਨਾਲ ਜੀਵਨ ਬਤੀਤ ਕਰਦਾ ਹੈ । ਬੰਦਗੀ ਕਰਨ ਵਾਲਾ, ਉਸ ਦੇ ਜੀਵਨ ਤੋ ਹੈਰਾਨ ਹੀ ਰਹਿੰਦਾ, ਕੁਰਬਾਨ ਜਾਂਦਾ ਹੈ । ਉਹ, ਪ੍ਰਭ ਆਪਣੀ ਰਹਿਮਤ ਨਾਲ ਆਪ ਮੁਕਤ ਹੋ ਜਾਂਦਾ ਹੈ । ਜਿਹੜਾ ਉਸ ਦੇ ਜੀਵਨ ਦੀ ਸਿਖਿਆਂ ਨਾਲ ਜੀਵਨ ਢਾਲਦਾ ਹੈ, ਉਹ ਵੀ ਤਾਰ ਜਾਂਦਾ ਹੈ ।

Whosoever may adopt the teachings of His Word, The One and only One True Master with steady and stable belief. His true devotee may remain fascinated, astonished from his way of life. He may be blessed with the right path of acceptance in His Court; with His mercy and grace, his family and followers may adopt his life experience teachings in their day-to-day life. They may remain steady and stable on the right path of acceptance in His Court.

ਕਵਨ ਕਵਨ ਕਵਨ ਗੁਨ ਕਹੀਐ,	kavan kavan kavan gun kahee-ai
ਅੰਤੁ ਨਹੀ ਕਛੁ ਪਾਰੈ॥	ant nahee kachh paarai.
ਲਾਖ ਲਾਖ ਲਾਖ ਕਈ ਕੋਰੈ,	laakh laakh laakh ka-ee korai
ਕੋ ਹੈ ਐਸੋ ਬੀਚਾਰੈ॥੧॥	ko hai aiso beechaarai. ||1||

ਪ੍ਰਭ ਦੇ ਗੁਣਾਂ ਦਾ ਕੋਈ ਅੰਤ ਨਹੀਂ ਹੈ! ਪ੍ਰਭ ਵਿੱਚ ਕੋਈ ਕਮੀ, ਦਾਗ਼ ਨਹੀਂ ਹੈ । ਮੈਂ, ਪ੍ਰਭ ਦੇ ਕਿਹੜੇ ਕਿਹੜੇ ਗੁਣ ਦੀ ਉਸਤਤ ਕਰਾ? ਪ੍ਰਭ ਦੇ ਵਿੱਚ ਕੋਈ ਕਮੀ, ਦਾਗ਼ ਨਹੀ, ਗੁਣ, ਅੰਤ ਤੋ ਰਹਿਤ ਹਨ । ਸੰਸਾਰ ਵਿੱਚ ਲਖਾਂ ਹੀ ਜੀਵ ਪ੍ਰਭ ਦੇ ਸ਼ਬਦ ਦਾ ਸਿਮਰਨ ਕਰਦੇ ਹਨ । ਵਿਰਲਾ ਹੀ ਜੀਵ ਪ੍ਰਭ ਦੇ ਬਖਸ਼ੇ ਤੇ ਭਰੋਸਾ ਅਡੋਲ ਰਖਦਾ ਹੈ ।

Which of Your Virtue may I sing the glory? My True Master treasure of Virtues remains beyond any blemish, deficiency, and imagination of Your Creation! Many of Your devotees may be meditating on the teachings of Your Word; however, very rare may have steady and stable on His Blessings, on the right path of acceptance in Your Court.

ਬਿਸਮ ਬਿਸਮ ਬਿਸਮ ਹੀ ਭਈ ਹੈ,	bisam bisam bisam hee bha-ee hai
ਲਾਲ ਗੁਲਾਲ ਰੰਗਾਰੈ॥	laal gulaal rangaarai.
ਕਹੁ ਨਾਨਕ ਸੰਤਨ ਰਸੁ ਆਈ ਹੈ,	kaho naanak santan ras aa-ee hai
ਜਿਉ ਚਾਖਿ ਗੂੰਗਾ ਮੁਸਕਾਰੈ॥੨॥੧॥੨੦॥	ji-o chaakh goongaa muskaarai. ||2||1||20||

ਮੈਂ, ਪ੍ਰਭ ਦੇ ਸ਼ਬਦ ਦਾ ਨੂਰ, ਰੰਗ, ਸ਼ਾਨ ਦੇਖਕੇ ਹੈਰਾਨ ਹੀ ਰਹਿੰਦਾ ਹਾ । ਜਿਸ ਬੰਦਗੀ ਕਰਨ ਵਾਲੇ ਨੂੰ ਪ੍ਰਭ ਦੇ ਸ਼ਬਦ ਦਾ ਸਿਖਿਆ ਦਾ ਸੋਮ ਰਸ ਬਖਸ਼ਿਸ਼ ਹੋ ਜਾਂਦਾ ਹੈ । ਉਸ ਦੀ ਬੋਲਤੀ ਬੰਦ, ਮੋਨ ਅਵਸਥਾ ਬਖਸ਼ਿਸ਼ ਹੋ ਜਾਂਦਾ ਹੈ । ਉਹ ਕੇਵਲ ਮੁਸਕਰਾਟ ਨਾਲ ਹੀ ਸ਼ਬਦ ਦੇ ਰਸ ਦੇ ਸਵਾਸ, ਨਜ਼ਾਰਾ ਦੱਸਦਾ, ਮਾਨਦਾ ਹੈ ।

My True Master! I remain fascinated and astonished by witnessing the glory, glow of Your Eternal His Holy Spirit. Whosoever may be blessed with the fountain of the enlightenment of the essence of His Word. He may become mute; he may not be able to express His Glory with his tongue. He may only realize and express his pleasure, the taste of the nectar with smile.

33. ਕਾਨੜਾ ਮਹਲਾ ੫॥ 1302-2

ਨ ਜਾਨੀ ਸੰਤਨ ਪ੍ਰਭ ਬਿਨੁ ਆਨ॥	na jaanee santan parabh bin aan.
ਊਚ ਨੀਚ ਸਭ ਪੇਖਿ ਸਮਾਨੋ,	ooch neech sabh paykh samaano
ਮੁਖਿ ਬਕਨੋ ਮਨਿ ਮਾਨ॥੧॥ ਰਹਾਉ॥	mukh bakno man maan. ||1|| rahaa-o.

ਬੰਦਗੀ ਕਰਨ ਵਾਲਾ ਸੰਤ, ਦਾਸ ਕੇਵਲ ਇੱਕੋ ਇੱਕ ਪ੍ਰਭ ਨੂੰ ਹੀ ਸ੍ਰਿਸ਼ਟੀ ਦਾ ਮਾਲਕ ਮੰਨਦਾ ਹੈ । ਉਹ ਸਾਰੇ ਸੰਸਾਰਕ ਜੀਵ ਨੂੰ ਇੱਕ ਸਮਾਨ ਹੀ ਸਮਝਦਾ ਹੈ । ਆਪਣੀ ਜੀਭ ਨਾਲ ਪ੍ਰਭ ਦੇ ਸ਼ਬਦ ਦੇ ਗੁਣ ਗਾਉਂਦਾ ਹੈ । ਆਪਣੇ ਕੰਮਾਂ, ਜੀਵਨ ਦੇ ਢੰਗ ਨਾਲ ਉਸ ਦਾ ਸਤਿਕਾਰ ਕਰਦਾ ਹੈ ।

His true devotee believes, The One and only One True Master, Creator of all universes. He believes His Holy Spirit remains embedded within each soul; His creation is an expansion of His Holy Spirit. He believers and treats all worldly creature as a symbol of His Holy Spirit. He remains intoxicated singing the glory of His Word with his tongue. He may adopt the teachings of His Word, honors, and remains gratitude for His Blessings.

ਘਟਿ ਘਟਿ ਪੂਰਿ ਰਹੇ ਸੁਖ ਸਾਗਰ,	ghat ghat poor rahay sukh saagar
ਭੈ ਭੰਜਨ ਮੇਰੇ ਪ੍ਰਾਨ॥	bhai bhanjan mayray paraan.
ਮਨਹਿ ਪ੍ਰਗਾਸੁ ਭਇਓ ਭ੍ਰਮੁ ਨਾਸਿਓ,	maneh pargaas bha-i-o bharam naasi-o
ਮੰਤ੍ਰੁ ਦੀਓ ਗੁਰ ਕਾਨ॥੧॥	mantar dee-o gur kaan. ||1||

ਪ੍ਰਭ ਹਰਇੱਕ ਤਨ ਵਿੱਚ ਵਸਦਾ, ਵਾਪਰਦਾ ਹੈ । ਉਹ ਹੀ ਸੰਤੋਖ, ਖੇੜੇ ਦਾ ਸਾਗਰ ਹੈ । ਦੁਖਾਂ ਦਾ ਨਾਸ ਕਰਨ ਵਾਲਾ, ਜੀਵ ਦੇ ਸਵਾਸ ਬਖਸ਼ਣ ਵਾਲਾ ਮਾਲਕ ਹੈ । ਜਿਸ ਦੇ ਮਨ ਵਿੱਚ ਸ਼ਬਦ ਦੀ ਸੋਝੀ ਬਖਸ਼ਦਾ ਹੈ, ਉਸ ਦੇ ਮਨ ਦੇ ਸਾਰੇ ਭਰਮ ਦੂਰ ਹੋ ਜਾਂਦੇ ਹਨ ।

The True Master, His Holy Spirit remains embedded within each soul and dwells within his body. The teachings of His Word remain the ocean of comforts, blossom, and contentment. The True Destroyer of miseries of worldly desires, may bestow the capital of breathes to everyone. Whosoever may be blessed with the enlightenment of the essence of His Word; with His mercy and grace, all his suspicions may be eliminated.

ਕਰਤ ਰਹੇ ਕ੍ਰਤਗ੍ਯ ਕਰੁਣਾ,	karat rahay kartaga-y karunaa
ਮੈਂ ਅੰਤਰਜਾਮੀ ਗਿਆਨ॥	mai antarjaamee gi-yaan.
ਆਠ ਪਹਰ ਨਾਨਕ ਜਸੁ ਗਾਵੈ,	aath pahar naanak jas gaavai
ਮਾਂਗਨ ਕਉ ਹਰਿ ਦਾਨ॥੨॥੨॥੨੧॥	maaNgan ka-o har daan. ||2||2||21||

ਪ੍ਰਭ ਅੰਤਰਜਾਮੀ, ਰਹਿਮਤਾਂ ਦਾ ਸਾਗਰ, ਸਰਬ ਕਲਾ ਸਮਰਥ ਮਾਲਕ ਹੈ । ਬੰਦਗੀ ਕਰਨ ਵਾਲਾ ਦਿਨ ਰਾਤ ਉਸ ਦੇ ਸ਼ਬਦ ਦੇ ਗੁਣ ਗਾਉਂਦਾ ਹੈ! ਉਹ ਸ਼ਬਦ ਦੀ ਸੋਝੀ, ਮਨ ਵਿੱਚ ਜਾਗਰਤੀ ਦੀ ਹੀ ਅਰਦਾਸ ਕਰਦਾ ਹੈ ।

The Omnipotent, Omniscient True Master, the ocean of blessings! His true devotee may sing the glory of His Word Day and night. He may only pray for His Forgiveness and the enlightenment of the essence of His Word.

34. ਕਾਨੜਾ ਮਹਲਾ ੫॥ 1302-6

ਕਹਨ ਕਹਾਵਨ ਕਉ ਕਈ ਕੇਤੈ॥	kahan kahaavan ka-o ka-ee kaytai.
ਐਸੋ ਜਨੁ ਬਿਰਲੋ ਹੈ ਸੇਵਕੁ,	aiso jan birlo hai sayvak
ਜੋ ਤਤ ਜੋਗ ਕਉ ਬੇਤੈ॥੧॥ ਰਹਾਉ॥	jo tat jog ka-o baytai. ||1|| rahaa-o.

ਸ਼ਬਦ ਦੇ ਸਿਮਰਨ ਬਾਬਤ ਬਹੁਤ ਜੀਵ ਬੋਲਦੇ, ਪ੍ਰਚਾਰ ਕਰਦੇ, ਸਿਖਿਆਂ ਦੇਂਦੇ ਹਨ । ਵਿਰਲੇ ਹੀ ਜੀਵ ਨੂੰ ਪ੍ਰਭ ਦੇ ਸ਼ਬਦ ਦੀ ਸੋਝੀ ਹੁੰਦੀ ਹੈ । ਪ੍ਰਭ ਦੇ ਬਖਸ਼ੇ ਤੇ ਭਰੋਸਾ ਅਡੋਲ ਹੁੰਦਾ, ਰਹਿੰਦਾ ਹੈ ।

Many religious preachers, worldly saints may preach the teachings of His Word; however, very rare may be blessed with the enlightenment of the essence of His Word. He may remain contented with His Blessings, with his own worldly environments.

ਦੁਖੁ ਨਾਹੀ ਸਭੁ ਸੁਖੁ ਹੀ ਹੈ,	dukh naahee sabh sukh hee hai
ਰੇ ਏਕੈ ਏਕੀ ਨੇਤੈ॥	ray aykai aykee naytai.
ਬੁਰਾ ਨਹੀ ਸਭੁ ਭਲਾ ਹੀ ਹੈ,	buraa nahee sabh bhalaa hee hai
ਰੇ ਹਾਰ ਨਹੀ ਸਭ ਜੇਤੈ॥੧॥	ray haar nahee sabh jaytai. ||1||

ਗੁਰਮਖ ਦੇ ਮਨ ਵਿੱਚ ਪ੍ਰਭ ਦੇ ਬਖਸ਼ੇ ਤੇ ਕੋਈ ਹਿਰਖ, ਦੁਖ ਨਹੀਂ ਹੁੰਦਾ । ਉਹ ਪ੍ਰਭ ਦੇ ਬਖਸ਼ੇ ਨਾਲ ਸਦਾ ਹੀ ਖੇੜੇ ਵਿੱਚ ਵਸਦਾ ਹੈ । ਪ੍ਰਭ ਨੂੰ ਮਨ ਦੀਆਂ ਅੱਖਾਂ ਨਾਲ ਵਾਪਰਦਾ ਮਹਿਸੂਸ ਕਰਦਾ ਹੈ । ਉਹ ਨੂੰ ਕੋਈ ਬੁਰਾ ਨਜ਼ਰ ਨਹੀਂ ਆਉਂਦਾ! ਸਭ ਭਲੇ, ਚੰਗੇ, ਬੰਦਗੀ ਕਰਨ ਵਾਲੇ ਹੀ ਮਹਿਸੂਸ ਹੁੰਦੇ ਹਨ । ਉਹ ਕਿਸੇ ਕੰਮ ਵਿੱਚ ਪ੍ਰਭ ਦੇ ਬਖਸ਼ੇ ਵਿੱਚ ਹਾਰ ਨਹੀਂ ਮਹਿਸੂਸ ਕਰਦਾ । ਸਦਾ ਪ੍ਰਭ ਦੀ ਜੈਕਾਰ, ਧੰਨਵਾਦ ਹੀ ਗਾਉਂਦਾ, ਜਿੱਤ ਹੀ ਸਮਝਦਾ ਹੈ ।

His true devotee may never grievances or miserable with His Blessings. He always remains overwhelmed with blossom with His Blessings, his own environment. He realizes His Holy Spirit prevailing everywhere with the eternal eyes of his mind. He may never feel anyone as an evil doer. He may feel everyone may be meditating on the teachings of His Word. He may never feel loser with any of His Blessings. He may remain gratitude, singing His glory and feels as a winner with His Blessings.

ਸੋਗੁ ਨਾਹੀ ਸਦਾ ਹਰਖੀ ਹੈ,	sog naahee sadaa harkhee hai
ਰੇ ਛੋਡਿ ਨਾਹੀ ਕਿਛੁ ਲੇਤੈ॥	ray chhod naahee kichh laytai.
ਕਹੁ ਨਾਨਕ ਜਨੁ ਹਰਿ ਹਰਿ ਹਰਿ ਹੈ,	kaho naanak jan har har har hai
ਕਤ ਆਵੈ ਕਤ ਰਮਤੈ॥੨॥੩॥੨੨॥	kat aavai kat ramtai. ||2||3||22||

ਜਿਹੜਾ ਆਪਣੇ ਮਨ ਵਿੱਚ ਕਦੇ ਮਾਯੂਸੀ ਮਹਿਸੂਸ ਨਹੀਂ ਕਰਦਾ, ਕਦੇ ਬੇਚਾਰ ਨਹੀਂ ਹੁੰਦਾ । ਹਰਇੱਕ ਹਾਲਤ ਵਿੱਚ ਖੇੜੇ ਵਿੱਚ ਵਸਦਾ ਹੈ । ਉਸ ਦੇ ਮਨ ਵਿੱਚ ਕੋਈ ਸੰਸਾਰਕ ਪਦਾਰਥ ਦੀ ਇੱਛਾਂ ਵੀ ਨਹੀਂ ਹੁੰਦੀ । ਸੰਸਾਰਕ ਪਦਾਰਥਾਂ ਪਿਛੇ ਨਹੀਂ ਭਉਦਾ । ਬੰਦਗੀ ਕਰਨ ਵਾਲੇ ਦਾਸ ਵਿੱਚ, ਪ੍ਰਭ ਆਪ ਹੀ ਪ੍ਰਗਟ ਹੋ ਜਾਂਦਾ ਹੈ । ਉਸ ਦਾ ਜੂੰਨਾਂ ਦਾ ਚੱਕਰ ਖਤਮ, ਕਰਮਾਂ ਦਾ ਲੇਖਾ ਪੂਰਾ ਹੋ ਜਾਂਦਾ ਹੈ ।

Whosoever may never feel miserable or helpless with his worldly environments. He remains in blossom with his worldly environments. He may never have any desire or anxiety for any worldly material. He may never wander after worldly wealth or worldly possessions. The True Master may bestow His blessed Vision on His true devotee. He may remain gracious in his worldly chores of his life. His cycle of birth and death, the counts of his sins of his previous lives may be eliminated.

35. ਕਾਨੜਾ ਮਹਲਾ ੫॥ 1302-9

ਹੀਏ ਕੋ ਪ੍ਰੀਤਮੁ ਬਿਸਰਿ ਨ ਜਾਇ॥	hee-ay ko pareetam bisar na jaa-ay.
ਤਨ ਮਨ ਗਲਤ ਭਏ ਤਿਹ ਸੰਗੇ,	tan man galat bha-ay tih sangay
ਮੋਹਨੀ ਮੋਹਿ ਰਹੀ ਮੋਰੀ ਮਾਇ॥੧॥	mohnee mohi rahee moree maa-ay. ||1||
ਰਹਾਉ॥	rahaa-o.

ਉਹ ਸਦਾ ਹੀ ਅਰਦਾਸ ਕਰਦਾ ਹੈ! ਪ੍ਰਭ ਦਾ ਸ਼ਬਦ ਮਨ ਵਿਚੋਂ ਕਦੇ ਵਿਸਰ ਨਾ ਜਾਵੇ! ਉਸ ਦਾ ਤਨ, ਮਨ ਪ੍ਰਭ ਦੇ ਸ਼ਬਦ ਦੀ ਸਮਾਧੀ ਵਿੱਚ ਲੀਨ ਹੁੰਦਾ ਹੈ । ਸੰਸਾਰਕ ਮਾਇਆ ਆਪਣਾ ਜਾਲ ਪਾਉਣ ਦੀ ਕੋਸ਼ਿਸ਼ ਕਰਦੀ ਰਹਿੰਦੀ ਹੈ । ਉਸ ਤੇ ਕੋਈ ਪ੍ਰਭਾਵ ਨਹੀਂ ਹੁੰਦਾ ।

His true devotee may always pray for His Forgiveness! He may never abandon the teachings of His Word from his day-to-day life. His mind and body remain intoxicated in meditation in the void of His Word. Worldly wealth may show her dirty tricks of sweet poison, short-lived gimmicks; however, his soul remains beyond the influence of worldly wealth.

ਜੈ ਜੈ ਪਹਿ ਕਹਉ ਬ੍ਰਿਥਾ ਹਉ ਅਪੁਨੀ,	jai jai peh kaha-o baritha ha-o apunee
ਤੇਊ, ਤੇਊ ਗਹੇ ਰਹੇ ਅਟਕਾਇ॥	tay-oo tay-oo gahay rahay atkaa-ay.
ਅਨਿਕ ਭਾਂਤਿ ਕੀ ਏਕੈ ਜਾਲੀ,	anik bhaaNt kee aykai jaalee
ਤਾ ਕੀ ਗੰਠਿ ਨਹੀ ਛੋਰਾਇ॥੧॥	taa kee ganth nahee chhoraa-ay. ||1||

ਮੈਂ ਕਿਸ ਨੂੰ ਆਪਣੇ ਮਨ ਦੀ ਅਵਸਥਾ, ਬੇਚੈਨੀ ਦਾ ਵਿਸਥਾਰ ਕਰਾ? ਉਹ ਸਾਰੇ, ਆਪ ਹੀ ਮਾਇਆ ਦੇ ਜਾਲ ਵਿੱਚ ਫਸੇ ਹੁੰਦੇ ਹਨ । ਸੰਸਾਰਕ ਮਾਇਆ ਅਨੇਕਾਂ ਤਰੀਕਿਆਂ ਨਾਲ ਮਾਨਸ ਤੇ ਆਪਣਾ ਜਾਲ ਪਾਉਂਦੀ ਹੈ । ਉਸ ਦੇ ਪ੍ਰਭਾਵ ਤੇ ਜਿੱਤ ਪਾਉਣੀ ਬਹੁਤ ਹੀ ਕਠਨ, ਮੁਸ਼ਕਲ ਹੈ ।

Whom may I explain my state of mind and worldly condition? Everyone remains intoxicated and victim of sweet poison of worldly wealth. Worldly wealth may expand, spreads her net with many gimmicks and short-lived pleasures, illusions. To conquer demons of worldly desires, may be a very difficult undertaking.

ਫਿਰਤ ਫਿਰਤ ਨਾਨਕ ਦਾਸੁ ਆਇਓ,	firat firat naanak daas aa-i-o
ਸੰਤਨ ਹੀ ਸਰਨਾਇ॥	santan hee sarnaa-ay.
ਕਾਟੇ ਅਗਿਆਨ ਭਰਮ ਮੋਹ ਮਾਇਆ,	kaatay agi-aan bharam moh maa-i-aa
ਲੀਓ ਕੰਠਿ ਲਗਾਇ॥੨॥੪॥੨੩॥	lee-o kanth lagaa-ay. ||2||4||23||

ਬੰਦਗੀ ਦੀ ਸ਼ਰਧਾ ਵਾਲਾ, ਚਾਰੇ ਪਾਸੇ ਘੁੰਮਦਾ ਹੋਇਆ, ਅੰਤ ਵਿੱਚ ਸੰਤਾਂ ਦੀ ਸੰਗਤ ਵਿੱਚ ਆਪਾ ਭੇਟਾ ਕਰਦਾ ਹੈ । ਜਿਹੜਾ ਸੰਤ ਦੇ ਜੀਵਨ ਦੀ ਸਿਖਿਆਂ ਨਾਲ ਜੀਵਨ ਢਾਲਦਾ ਹੈ । ਉਸ ਦੇ ਮਨ ਵਿਚੋਂ ਭਰਮ ਦੂਰ ਹੋ ਜਾਂਦੇ ਹਨ । ਸੰਸਾਰਕ ਮਾਇਆ ਦਾ ਜਾਲ ਕੱਟਿਆ ਜਾਂਦਾ ਹੈ । ਪ੍ਰਭ ਉਸ ਨੂੰ ਦਾਸ ਅਵਸਥਾ ਬਖਸ਼ਦਾ ਹੈ, ਪ੍ਰਭ ਉਸ ਦਾ ਅੰਗ ਸੰਗ ਸਹਾਈ ਹੁੰਦਾ ਹੈ ।

His true devotee with devotion may wander from shrine to shrine! In the end, he may surrender his mind, body, and worldly status at the conjugation of His Holy saint. Whosoever may adopt the life experience teachings of His Holy saint in his day-to-day life; with His mercy and grace, all his suspicions may be eliminated. He may conquer the demons of worldly wealth. He may be blessed with a state of mind as His true devotee; with His mercy and grace, he may be accepted in His Sanctuary.

36. ਕਾਨੜਾ ਮਹਲਾ ੫॥ 1302-13

ਆਨਦ ਰੰਗ ਬਿਨੋਦ ਹਮਾਰੈ॥	aanad rang binod hamaarai.
ਨਾਮੋ ਗਾਵਨੁ ਨਾਮੁ ਧਿਆਵਨੁ,	naamo gaavan naam Dhi-aavan
ਨਾਮੁ ਹਮਾਰੇ ਪ੍ਰਾਨ ਅਧਾਰੈ॥੧॥	naam hamaaray paraan aDhaarai. ||1||
ਰਹਾਉ॥	rahaa-o.

ਬੰਦਗੀ ਕਰਨ ਵਾਲੇ ਦੇ ਮਨ ਵਿੱਚ ਸੰਤੋਖ, ਅਨੰਦ ਖੇੜਾ ਵਸਦਾ ਹੈ । ਉਸ ਦੇ ਮਨ ਵਿੱਚ ਨਿਹਾਲ ਅਵਸਥਾ ਬਖਸ਼ਿਸ਼ ਹੋ ਜਾਂਦੀ ਹੈ । ਉਹ ਪ੍ਰਭ ਦੇ ਸ਼ਬਦ ਨਾਲ ਜੀਵਨ ਢਾਲਦਾ, ਸ਼ਬਦ ਦੇ ਗੁਣ ਗਾਉਂਦਾ ਹੈ । ਸ਼ਬਦ ਦੀ ਸਿਖਿਆਂ ਹੀ ਉਸ ਦੇ ਸਵਾਸਾਂ ਦਾ ਆਸਰਾ, ਮਾਲਕ ਬਣ ਜਾਂਦੀ ਹੈ ।

His true devotee may remain drenched with contentment and blossom in his worldly life; with His mercy and grace, he may be blessed with bliss of The True Master. He may sing the glory and adopts the teachings of His Word with steady and stable belief in his day-to-day life. The teachings of His Word may become the support and trustee of his breathes.

ਨਾਮੋ ਗਿਆਨੁ ਨਾਮੁ ਇਸਨਾਨਾ,	naamo gi-aan naam isnaanaa
ਹਰਿ ਨਾਮੁ ਹਮਾਰੇ ਕਾਰਜ ਸਵਾਰੈ॥	har naam hamaaray kaaraj savaarai.
ਹਰਿ ਨਾਮੋ ਸੋਭਾ ਨਾਮੁ ਬਡਾਈ,	har naamo sobhaa naam badaa-ee
ਭਉਜਲੁ ਬਿਖਮੁ ਨਾਮੁ ਹਰਿ ਤਾਰੈ॥੧॥	bha-ojal bikham naam har taarai. ||1||

ਪ੍ਰਭ ਦੇ ਸ਼ਬਦ ਦੀ ਪਾਲਣਾ ਵਿਚੋਂ ਹੀ ਸ਼ਬਦ ਦੀ ਰੂਹਾਨੀ ਸੋਝੀ ਬਖਸ਼ਿਸ਼ ਹੁੰਦੀ ਹੈ । ਸ਼ਬਦ ਦੀ ਸੋਝੀ ਹੀ ਆਤਮਾ ਨੂੰ ਪਵਿੱਤਰ ਕਰਨ ਵਾਲਾ ਅੰਮ੍ਰਿਤ ਹੈ । ਜਿਹੜਾ ਸ਼ਬਦ ਦੀ ਪਾਲਣਾ ਕਰਦਾ ਹੈ, ਉਸ ਦੇ ਮਾਨਸ ਜਨਮ ਦੇ ਸਾਰੇ ਕਾਰਜ ਸਫਲ ਹੋ ਜਾਂਦੇ ਹਨ । ਪ੍ਰਭ ਦੇ ਸ਼ਬਦ ਦੀ ਸ਼ਾਨ, ਸੋਭਾ ਸਭ ਤੋਂ ਮਹੱਤਤਾ ਵਾਲੀ ਹੈ । ਸ਼ਬਦ ਦੀ ਪਾਲਣਾ ਨਾਲ ਹੀ ਆਤਮਾ ਸੰਸਾਰਕ ਸਾਗਰ ਪਾਰ ਕਰ ਜਾਂਦੀ, ਦਰਬਾਰ ਵਿੱਚ ਪ੍ਰਵਾਨ ਹੋ ਜਾਂਦੀ ਹੈ ।

Whosoever may obey the teachings of His Word; with His mercy and grace, he may be blessed with eternal enlightenment of the essence of His Word. The enlightenment of the essence of His Word may be the soul sanctifying nectar. Whosoever may obey the teachings of His Word with steady and stable belief; with His mercy and grace, all his chores of purpose of human life may be fully satisfied. The enlightenment of the essence of His Word may be most significant. Whosoever may obey the teachings of His Word; with His mercy and grace, he may be blessed with the right path of acceptance in His Court.

ਅਗਮ ਪਦਾਰਥ ਲਾਲ ਅਮੋਲਾ,	agam padaarath laal amolaa
ਭਇਓ ਪਰਾਪਤਿ ਗੁਰ ਚਰਨਾਰੈ॥	bha-i-o paraapat gur charnaarai.
ਕਹੁ ਨਾਨਕ ਪ੍ਰਭ ਭਏ ਕ੍ਰਿਪਾਲਾ,	kaho naanak parabh bha-ay kirpaalaa
ਮਗਨ ਭਏ ਹੀਅਰੈ ਦਰਸਾਰੈ॥੨॥੫॥੨੪	magan bha-ay hee-arai darsaarai. ||2||5||24

ਅਥਾਹ ਪ੍ਰਭ ਦੇ ਸ਼ਬਦ ਨਾਲ ਜੀਵਨ ਢਾਲਣ ਨਾਲ ਹੀ ਅਮੋਲਕ ਪਦਾਰਥ ਬਖਸ਼ਿਸ਼ ਹੁੰਦਾ ਹੈ । ਸ਼ਬਦ ਮਨ ਵਿੱਚ ਜਾਗਰਤ ਹੁੰਦਾ ਹੈ । ਬੰਦਗੀ ਕਰਨ ਵਾਲੇ ਤੇ ਪ੍ਰਭ ਆਪ ਹੀ ਰਹਿਮਤ ਬਖਸ਼ਦਾ ਹੈ । ਉਸ ਦੇ ਮਨ ਵਿੱਚ ਸ਼ਬਦ ਦੀ ਸੋਝੀ, ਪ੍ਰਭ ਦੀ ਰਹਿਮਤ ਦਾ ਨਸ਼ਾ ਹੋ ਜਾਂਦਾ ਹੈ ।

Whosoever may adopt the teachings of unfathomable The True Master; with His mercy and grace, he may be blessed with the enlightenment of the essence of His Word, ambrosial virtue. He may remain enlightened with the essence of His Word. The True Master may bestow His Blessed Vision; His true devotee may remain intoxicated with the essence of His Word.

37. ਕਾਨੜਾ ਮਹਲਾ ੫॥ 1302-17

ਸਾਜਨ ਮੀਤ ਸੁਆਮੀ ਨੇਰੋ॥	saajan meet su-aamee nayro.
ਪੇਖਤ ਸੁਨਤ ਸਭਨ ਕੈ ਸੰਗੇ,	paykhat sunat sabhan kai sangay thorai
ਥੋਰੈ ਕਾਜ ਬੁਰੋ ਕਹ ਫੇਰੋ॥੧॥ ਰਹਾਉ॥	kaaj buro kah fayro. ||1|| rahaa-o.

ਪ੍ਰਭ ਹੀ ਜੀਵ ਦਾ ਅਸਲੀ ਸਾਥੀ, ਮਿੱਤਰ, ਮਾਲਕ ਸਦਾ ਹੀ ਜੀਵ ਦੇ ਨੇੜੇ ਰਹਿੰਦਾ ਹੈ । ਉਹ ਜੀਵ ਦੇ ਹਰਇੱਕ ਕੰਮ ਨੂੰ ਦੇਖਦਾ, ਬੋਲ ਸੁਣਦਾ ਹੈ । ਉਹ ਹਰਇੱਕ ਥਾਂ ਤੇ ਹਾਜ਼ਰਾ ਹਜ਼ੂਰ ਵਸਦਾ, ਵਾਪਰਦਾ ਹੈ । ਜੀਵ ਦੀ ਆਤਮ ਨੂੰ ਪਵਿੱਤਰ ਕਰਨ ਲਈ ਸੰਸਾਰ ਵਿੱਚ ਥੋੜ੍ਹੇ ਸਮਾਂ ਹੀ ਬਖਸ਼ਦਾ ਹੈ । ਤੂੰ ਕਿਉਂ ਬੁਰੇ ਕੰਮ ਕਰਦਾ ਹੈ?

The True Master, real companion, true friend always remains embedded within his soul. He monitors, hears, and prevails in all his worldly activities. He remains omnipresent everywhere and in all events of his life. You have been blessed with another chance, human body for a limited time to sanctify your soul to become worthy of His Consideration. Why are you remaining intoxicated in evil, deceptive deeds?

ਨਾਮ ਬਿਨਾ ਜੇਤੋ ਲਪਟਾਇਓ,	naam binaa jayto laptaa-i-o
ਕਛੂ ਨਹੀ ਨਾਹੀ ਕਛੁ ਤੇਰੋ॥	kachhoo nahee naahee kachh tayro.
ਆਗੈ ਦ੍ਰਿਸਟਿ ਆਵਤ ਸਭ ਪਰਗਟ,	aagai darisat aavat sabh pargat
ਈਹਾ ਮੋਹਿਓ ਭਰਮ ਅੰਧੇਰੋ॥੧॥	eehaa mohi-o bharam anDhayro. ||1||

ਜਿਹੜੇ ਵੀ ਧੰਦੇ, ਜੀਵ ਪ੍ਰਭ ਦੇ ਸ਼ਬਦ ਦੀ ਪਾਲਣਾ ਤੋ ਬਿਨਾਂ ਕਰਦਾ ਹੈ । ਉਹ ਕਿਸੇ ਕੰਮ ਨਹੀਂ ਆਉਂਦੇ, ਜੀਵ ਦੇ ਸਾਥ ਨਹੀਂ ਜਾਂਦੇ । ਮੌਤ ਪਿਛੋਂ ਸਭ ਕੁਝ ਪ੍ਰਗਟ ਹੋ ਜਾਂਦਾ ਹੈ । ਪਰ ਸੰਸਾਰ ਵਿੱਚ ਜੀਵ ਅਗਿਆਨਤਾ ਦੇ ਅੰਧੇਰੇ ਵਿੱਚ ਭਰਮਾਂ ਵਿੱਚ ਹੀ ਰਹਿੰਦਾ ਹੈ ।

All the worldly chores, except obeying the teachings of His Word may be useless for the real purpose of human life blessings. After death, everything may be revealed to his soul. He may remain in religious suspicions in his ignorance from the real purpose of human life opportunity.

ਅਟਕਿਓ ਸੁਤ ਬਨਿਤਾ ਸੰਗ ਮਾਇਆ,	atki-o sut banitaa sang maa-i-aa
ਦੇਵਨਹਾਰੁ ਦਾਤਾਰੁ ਬਿਸੇਰੋ॥	dayvanhaar daataar bisayro.
ਕਹੁ ਨਾਨਕ ਏਕੈ ਭਾਰੋਸਉ,	kaho naanak aykai bhaarosa-o
ਬੰਧਨ ਕਾਟਨਹਾਰੁ ਗੁਰੁ ਮੇਰੋ॥੨॥੬॥੨੫॥	banDhan kaatanhaar gur mayro. ||2||6||25||

ਸੰਸਾਰ ਵਿੱਚ ਜੀਵ ਮਾਇਆ, ਪਰਿਵਾਰ ਦੇ ਮੋਹ ਦੇ ਜਾਲ ਵਿੱਚ ਫਸਿਆ ਰਹਿੰਦਾ ਹੈ । ਉਹ ਰਹਿਮਤਾਂ ਬਖਸ਼ਣ ਵਾਲੇ ਮਾਲਕ ਨੂੰ ਮਨੋ ਵਿਸਾਰ ਦੇਂਦਾ ਹੈ । ਬੰਦਗੀ ਕਰਨ ਵਾਲੇ ਦਾ ਭਰੋਸਾ ਅਡੋਲ ਹੁੰਦਾ ਹੈ । ਸ਼ਬਦ ਨਾਲ ਜੀਵਨ ਬਤੀਤ ਕਰਨ ਨਾਲ ਹੀ ਪ੍ਰਭ ਰਹਿਮਤ ਦੀ ਨਜ਼ਰ ਬਖਸ਼ਦਾ ਹੈ । ਸੰਸਾਰਕ ਬੰਧਨ ਖਤਮ ਕਰਦਾ ਹੈ ।

Self-minded may remain intoxicated with sweet poison of worldly wealth and worldly bonds. He may abandon the teachings His Word, The True Master. His true devotee may obey the teachings of His Word with steady and stable. Whosoever may adopt the teachings of His Word; with His mercy and grace, all his worldly bonds may be eliminated.

38. ਕਾਨੜਾ ਮਹਲਾ ੫॥ 1303-1

ਬਿਖੈ ਦਲੁ ਸੰਤਨਿ ਤੁਮ੍ਰੈ ਗਾਹਿਓ॥	bikhai dal santan tumHrai gaahi-o.
ਤੁਮਰੀ ਟੇਕ ਭਰੋਸਾ ਠਾਕੁਰ,	tumree tayk bharosaa thaakur
ਸਰਨਿ ਤੁਮ੍ਾਰੀ ਆਹਿਓ॥੧॥ ਰਹਾਉ॥	saran tumHaaree aahi-o. ||1|| rahaa-o.

ਬੰਦਗੀ ਕਰਨ ਵਾਲੇ ਨੂੰ ਮਨ ਦੇ ਲਾਲਚ, ਇੱਛਾਂ ਦੇ ਦੁਸ਼ਮਣਾਂ ਤੇ ਜਿੱਤ ਬਖਸ਼ਿਸ਼ ਹੋ ਜਾਂਦੀ ਹੈ । ਉਸ ਦਾ ਭਰੋਸਾ, ਪ੍ਰਭ ਦੇ ਸ਼ਬਦ ਤੇ, ਬਖਸ਼ੇ ਤੇ ਭਰੋਸਾ ਅਡੋਲ ਰਹਿੰਦਾ ਹੈ । ਉਹ ਸ਼ਬਦ ਦੀ ਸਿਖਿਆਂ ਨਾਲ ਜੀਵਨ ਢਾਲਕੇ ਪ੍ਰਭ ਦੀ ਸ਼ਰਣ ਵਿੱਚ ਮਸਤ ਰਹਿੰਦਾ ਹੈ ।

Whosoever may conquer his own greed and demons of worldly desires. His belief may remain steady and stable on His Blessings, his own worldly environments and on His Ultimate Command. He may adopt the teachings of His Word in his day-to-day life; he may remain intoxicated in the void of His Word, His Sanctuary.

ਜਨਮ ਜਨਮ ਕੇ ਮਹਾ ਪਰਾਛਤ,	janam janam kay mahaa paraachhat
ਦਰਸਨੁ ਭੇਟਿ ਮਿਟਾਇਓ॥	darsan bhayt mitaa-i-o.
ਭਇਓ ਪ੍ਰਗਾਸੁ ਅਨਦ ਉਜੀਆਰਾ,	bha-i-o pargaas anad ujee-aaraa
ਸਹਜਿ ਸਮਾਧਿ ਸਮਾਇਓ॥੧॥	sahj samaaDh samaahi-o. ||1||

ਪ੍ਰਭ ਤੇਰੇ ਦਰਸ਼ਨ ਬਖਸ਼ਿਸ਼ ਹੋਣ ਨਾਲ, ਸ਼ਬਦ ਮਨ ਵਿੱਚ ਜਾਗਰਤ ਹੋ ਜਾਂਦਾ ਹੈ । ਅਨੇਕਾਂ ਜਨਮਾਂ ਦੇ ਭਿਆਨਕ ਪਾਪ ਬਖਸ਼ੇ ਜਾਂਦੇ ਹਨ । ਮਨ ਵਿੱਚ ਪ੍ਰਭ ਦੇ ਸ਼ਬਦ ਦੀ ਸੋਝੀ ਬਖਸ਼ਿਸ਼ ਹੋ ਜਾਂਦੀ, ਸ਼ਬਦ ਦਾ ਨੂਰ ਚਮਕਦਾ ਹੈ । ਅਮਰ ਅਵਸਥਾ ਬਖਸ਼ਿਸ਼ ਹੋ ਜਾਂਦੀ ਹੈ । ਉਹ ਸ਼ਬਦ ਦੀ ਸਮਾਧੀ ਵਿੱਚ ਲੀਨ, ਮਸਤ ਰਹਿੰਦਾ ਹੈ ।

Whosoever may be enlightened with the essence of His Word; with His mercy and grace, his sins of many previous lives may be forgiven. He may be blessed with eternal glow of the essence of His Word within his heart and on his forehead. He may be blessed with immortal state of mind. He may remain intoxicated in the void of His Word.

ਕਉਨੁ ਕਹੈ ਤੁਮ ਤੇ ਕਛੁ ਨਾਹੀ,	ka-un kahai tum tay kachh naahee
ਤੁਮ ਸਮਰਥ ਅਥਾਹਿਓ॥	tum samrath athaahi-o.
ਕ੍ਰਿਪਾ ਨਿਧਾਨ ਰੰਗ ਰੂਪ ਰਸ ਨਾਮੁ,	kirpaa niDhaan rang roop ras naam
ਨਾਨਕ ਲੈ ਲਾਹਿਓ॥੨॥੭॥੨੬॥	naanak lai laahi-o. ||2||7||26||

ਪ੍ਰਭ ਤੂੰ ਸਰਬ ਕਲਾ ਸਮਰਥ ਹੈ । ਕੌਣ ਸੋਚਦਾ ਹੈ! ਤੂੰ ਸਭ ਕੁਝ ਆਪ ਨਹੀਂ ਕਰ ਸਕਦਾ, ਤੇਰੇ ਵਿੱਚ ਕੋਈ ਕਮੀ ਹੈ? ਜਿਸ ਤੇ ਰਹਿਮਤ ਦੀ ਨਜ਼ਰ ਬਖਸ਼ਿਸ਼ ਹੋ ਜਾਂਦੀ ਹੈ! ਉਹ ਬੰਦਗੀ ਕਰਨ ਵਾਲਾ ਅਨੰਦ ਖੇੜੇ ਵਿੱਚ ਵਸਦਾ ਹੈ । ਸ਼ਬਦ ਦਾ ਧਨ ਇਕੱਠਾ ਕਰਦਾ, ਮਾਨਸ ਜਨਮ ਦਾ ਲਾਹਾ ਖੱਟ ਲੈਂਦਾ ਹੈ ।

The Omnipotent True Master! Who may ever imagine? You may have any deficiency, to perform all tasks at Your Own or You may have any blemish, deficiency in the teachings of Your Word. Whosoever may be bestowed with Your Blessed Vision; he may remain overwhelmed with pleasure and contentment in his worldly life. He may collect the wealth of Your Word. He may benefit from his priceless human life opportunity.

39. ਕਾਨੜਾ ਮਹਲਾ ੫॥ 1303-5

ਬੂਡਤ ਪ੍ਰਾਨੀ ਹਰਿ ਜਪਿ ਧੀਰੈ॥	boodat paraanee har jap Dheerai.
ਬਿਨਸੈ ਮੋਹੁ ਭਰਮੁ ਦੁਖੁ ਪੀਰੈ॥੧॥ ਰਹਾਉ॥	binsai moh bharam dukh peerai. ||1|| rahaa-o.

ਜਿਸ ਜੀਵ ਨੂੰ ਕੋਈ ਵੀ ਸਹਾਰਾ ਨਾ ਹੋਵੇ, ਕੋਈ ਵਾਰਸ ਨਾ ਹੋਵੇ! ਉਸ ਦੇ ਮਨ ਵਿੱਚ ਸ਼ਬਦ ਦੇ ਸਿਮਰਨ ਕਰਨ ਨਾਲ ਧੀਰਜ, ਸੰਤੋਖ ਬਖਸ਼ਿਸ਼ ਹੋ ਜਾਂਦਾ ਹੈ । ਉਸ ਦੇ ਮਨ ਵਿੱਚ ਸੰਸਾਰਕ ਇੱਛਾਂ, ਮੋਹ, ਭਰਮਾਂ ਦੇ ਦੁਖ ਦੂਰ ਹੋ ਜਾਂਦੇ ਹਨ ।

Whosoever may not have any worldly support in his day-to-day life; with His mercy and grace, he may be blessed with patience and contentment in his day-to-day life; with his own worldly environments. All his suspicions created by religious rituals may be eliminated.

ਸਿਮਰਉ ਦਿਨੁ ਰੈਨਿ ਗੁਰ ਕੇ ਚਰਨਾ॥	simra-o din rain gur kay charnaa.
ਜਤ ਕਤ ਪੇਖਉ ਤੁਮਰੀ ਸਰਨਾ॥੧॥	jat kat paykha-o tumree sarnaa. ||1||

ਜੀਵ ਦਿਨ ਰਾਤ ਪ੍ਰਭ ਦੇ ਸ਼ਬਦ ਦਾ ਸਿਮਰਨ ਕਰੋ! ਪ੍ਰਭ! ਜਿੱਥੇ ਵੀ ਮੈਂ ਦੇਖਦਾ, ਸਭ ਕੋਈ ਤੇਰੀ ਸ਼ਰਣ ਵਿੱਚ ਹੀ ਹੈ । ਤੇਰਾ ਹੀ ਹੁਕਮ ਚਲਦਾ ਹੈ, ਤੂੰ ਹੀ ਰਖਿਆ ਕਰਦਾ ਹੈ ।

You should meditate on the teachings of His Word! Everyone remains in Your Sanctuary and under Your Control. You are the savior of Your Creation.

ਸੰਤ ਪ੍ਰਸਾਦਿ ਹਰਿ ਕੇ ਗੁਨ ਗਾਇਆ॥	sant parsaad har kay gun gaa-i-aa.
ਗੁਰ ਭੇਟਤ ਨਾਨਕ ਸੁਖੁ ਪਾਇਆ॥ ੨॥੮॥੨੭॥	gur bhaytat naanak sukh paa-i-aa. ||2||8||27||

ਮੈਂ ਸੰਤਾਂ ਦੇ ਜੀਵਨ ਦੀ ਸਿਖਿਆਂ ਆਪਣੇ ਜੀਵਨ ਵਿੱਚ ਢਾਲਕੇ, ਪ੍ਰਭ ਦੇ ਸ਼ਬਦ ਦੇ ਗੁਣ ਗਾਉਂਦਾ ਹਾ । ਜਿਸ ਦੇ ਮਨ ਵਿੱਚ ਪ੍ਰਭ ਦਾ ਸ਼ਬਦ ਜਾਗਰਤ ਹੋ ਜਾਂਦਾ ਹੈ । ਉਸ ਦੇ ਮਨ ਵਿੱਚ ਸੰਤੋਖ, ਅਨੰਦ, ਖੇੜਾ ਵਸ ਜਾਂਦਾ ਹੈ ।

I have adopted the life experience teachings of His Holy saint in my day-to-day life and sing the glory of His Word. Whosoever may be enlightened with the essence of His Word; with His mercy and grace, he may be blessed with pleasure, contentment, and blossom in his worldly life.

40. ਕਾਨੜਾ ਮਹਲਾ ੫॥ 1303 -8

ਸਿਮਰਤ ਨਾਮੁ ਮਨਹਿ ਸੁਖੁ ਪਾਈਐ॥	simrat naam maneh sukh paa-ee-ai.
ਸਾਧ ਜਨਾ ਮਿਲਿ ਹਰਿ ਜਸੁ ਗਾਈਐ॥੧॥ ਰਹਾਉ॥	saaDh janaa mil har jas gaa-ee-ai. ||1|| rahaa-o.

ਪ੍ਰਭ ਦੇ ਸ਼ਬਦ ਦਾ ਸਿਮਰਨ ਕਰਨ ਨਾਲ ਮਨ ਵਿੱਚ ਸੰਤੋਖ ਬਖਸ਼ਿਸ਼ ਹੋ ਜਾਂਦਾ ਹੈ । ਜੀਵ ਬੰਦਗੀ ਕਰਨ ਵਾਲੇ ਦੀ ਸੰਗਤ ਵਿੱਚ ਰਲਕੇ ਸ਼ਬਦ ਦੇ ਗੁਣ ਗਵੋ!

Whosoever may meditate on the teachings of His Word with steady and stable belief; with His mercy and grace, he may be blessed with contentment in his worldly life. You should join the conjugation of His Holy saint and sing the glory of His Word.

ਕਰਿ ਕਿਰਪਾ ਪ੍ਰਭ ਰਿਦੈ ਬਸੇਰੋ॥ kar kirpaa parabh ridai basayro.
ਚਰਨ ਸੰਤਨ ਕੈ ਮਾਥਾ ਮੇਰੋ॥੧॥ charan santan kai maathaa mayro. ||1||

ਜਿਸ ਤੇ ਪ੍ਰਭ ਦਾ ਸੰਤ ਰਹਿਮਤ ਦੀ ਨਜ਼ਰ ਬਖਸ਼ਦਾ ਹੈ, ਉਸ ਦੇ ਮਨ ਵਿੱਚ ਸ਼ਬਦ ਜਾਗਰਤ ਹੋ ਜਾਂਦਾ ਹੈ । ਮੈਂ ਸੰਤਾਂ ਦੇ ਚਰਨਾਂ ਵਿੱਚ ਸਿਰ ਝੁਕਾਉਂਦਾ ਹਾ ।

Whosoever may adopt the life experience teachings of His Holy saint; he may be enlightened with the essence of His Word. I remain fascinated from his way of life and bow my head in gratitude at his feet.

ਪਾਰਬ੍ਰਹਮ ਕਉ ਸਿਮਰਹੁ ਮਨਾਂ॥ paarbarahm ka-o simrahu manaaN.
ਗੁਰਮੁਖਿ ਨਾਨਕ ਹਰਿ ਜਸੁ ਸੁਨਾਂ॥ gurmukh naanak har jas sunaaN.
੨॥੯॥੨੮॥ ||2||9||28||

ਜੀਵ ਸ਼ਰੋਮਣੀ ਮਾਲਕ ਦੇ ਸ਼ਬਦ ਦਾ ਸਿਮਰਨ ਕਰੋ! ਬੰਦਗੀ ਕਰਨ ਵਾਲੇ ਨੂੰ ਗੁਰਮਖ ਅਵਸਥਾ ਬਖਸ਼ਿਸ਼ ਹੋ ਜਾਂਦੀ ਹੈ, ਉਹ ਸ਼ਬਦ ਦੀ ਉਸਤਤ ਸੁਣਦਾ ਹੈ ।

You should meditate on the teachings of His Word, The Supreme Commander; with His mercy and grace, you may be blessed with a state of mind as His true devotee. He may listen to the singing of His glory.

41. ਕਾਨੜਾ ਮਹਲਾ ੫॥ 1303-10

ਮੇਰੇ ਮਨ ਪ੍ਰੀਤਿ ਚਰਨ ਪ੍ਰਭ ਪਰਸਨ॥ mayray man pareet charan parabh parsan.
ਰਸਨਾ ਹਰਿ ਹਰਿ ਭੋਜਨਿ ਤ੍ਰਿਪਤਾਨੀ, rasnaa har har bhojan tariptaanee
ਅਖੀਅਨ ਕਉ ਸੰਤੋਖੁ ਪ੍ਰਭ ਦਰਸਨ॥੧॥ akhee-an ka-o santokh parabh darsan. ||1||
ਰਹਾਉ॥ rahaa-o.

ਮੇਰੀ ਮਨ ਵਿੱਚ ਪ੍ਰਭ ਦੇ ਸ਼ਬਦ ਰੂਪੀ ਚਰਨਾਂ ਨੂੰ ਵਸਾਉਣ ਦੀ ਬਹੁਤ ਸ਼ਰਧਾ ਹੈ । ਮੇਰੀ ਜੀਭ, ਪ੍ਰਭ ਦੇ ਸ਼ਬਦ ਦੇ ਗੁਣ ਗਾਉਂਦੀ ਸੰਤੋਖ, ਅਨੰਦ ਖੇੜੇ ਵਿੱਚ ਵਸਦੀ ਹੈ । ਮਨ ਦੀਆਂ ਅੱਖਾਂ ਪ੍ਰਭ ਦੇ ਦਰਸ਼ਨ ਕਰਕੇ ਨਿਹਾਲ ਹੋ ਗਈਆਂ ਹਨ ।

I have a deep devotion and anxiety to remain drenched with the essence of His Word within my heart, in my day-to-day life. I may remain singing the glory of His Word with my own tongue; with His mercy and grace, I may be blessed with pleasure and blossom in my day-to-day life. My eternal eyes may enjoy the bliss of The True Master, essence of His Word.

ਕਰਨਨਿ ਪੂਰਿ ਰਹਿਓ ਜਸੁ ਪ੍ਰੀਤਮ, karnan poor rahi-o jas pareetam
ਕਲਮਲ ਦੋਖ ਸਗਲ ਮਲ ਹਰਸਨ॥ kalmal dokh sagal mal harsan.
ਪਾਵਨ ਧਾਵਨ ਸੁਆਮੀ ਸੁਖ ਪੰਥਾ, paavan Dhaavan su-aamee sukh panthaa
ਅੰਗ ਸੰਗ ਕਾਇਆ ਸੰਤ ਸਰਸਨ॥੧॥ ang sang kaa-i-aa sant sarsan. ||1||

ਮੇਰੇ ਕੰਨ ਪ੍ਰਭ ਦੀ ਉਸਤਤ ਨਾਲ ਭਰੇ ਹੋਏ ਹਨ! ਮੇਰੀ ਆਤਮਾ ਦੇ ਸਾਰੇ ਬੁਰੇ ਖਿਆਲ, ਕੰਮ ਨਾਸ ਹੋ ਗਏ ਹਨ । ਮੇਰੇ ਕਦਮ ਪ੍ਰਭ ਦੇ ਦਰਬਾਰ ਦੇ, ਸੰਤੋਖ ਦੇ ਰਸਤੇ ਤੇ ਚਲਦੇ ਹਨ । ਮੇਰਾ ਤਨ, ਅੰਗ ਬੰਦਗੀ ਕਰਨ ਵਾਲੇ ਸੰਤਾਂ ਦੀ ਸੰਗਤ ਵਿੱਚ ਅਨੰਦ, ਖੇੜਾ ਮਾਨਦਾ ਹੈ ।

My ears have been overwhelmed with gratitude and praises of The True Master. All evil thoughts of my mind have been eliminated. My feet are steady and stable on the right path of acceptance in His Court with contentment in my worldly environment. My mind and body remain contented and enjoy the blossom in the conjugation of His Holy saint.

ਸਰਨਿ ਗਹੀ ਪੂਰਨ ਅਬਿਨਾਸੀ, saran gahee pooran abhinaasee
ਆਨ ਉਪਾਵ ਥਕਿਤ ਨਹੀ ਕਰਸਨ॥ aan upaav thakit nahee karsan.
ਕਰੁ ਗਹਿ ਲੀਏ ਨਾਨਕ ਜਨ ਅਪਨੇ, kar geh lee-ay naanak jan apnay
ਅੰਧ ਘੋਰ ਸਾਗਰ ਨਹੀ ਮਰਸਨ॥ anDh ghor saagar nahee marsan.
੨॥੧੦॥੨੯॥ ||2||10||29||

ਮੈਂ ਸਦਾ ਅਟਲ ਰਹਿਣ ਵਾਲੇ ਮਾਲਕ ਦੇ ਸ਼ਬਦ ਦੀ ਸ਼ਰਣ ਵਿੱਚ ਆਪਾ ਭੇਟਾ ਕਰਕੇ ਆਪਣਾ ਜੀਵਨ ਬਤੀਤ ਕਰਦਾ ਹਾ । ਮੇਰਾ ਮਨ ਹੋਰ ਕੁਝ ਸੋਚਣ ਦੀ ਪ੍ਰਵਾਹ ਹੀ ਨਹੀਂ ਕਰਦਾ । ਪ੍ਰਭ ਆਪ ਹੀ ਹੱਥ ਪਕੜ ਕੇ ਬੰਦਗੀ ਕਰਨ ਵਾਲੇ ਨੂੰ ਬਚਾ ਲੈਂਦਾ ਹੈ । ਉਹ ਅਗਿਆਨਤਾ ਦੇ ਡੂੰਘੇ ਸਾਗਰ ਵਿੱਚ, ਜੂੰਨਾਂ ਵਿੱਚ ਨਹੀਂ ਰਹਿੰਦਾ ।

I have surrendered may self-identity at His Sanctuary, The True Master. I have adopted the teachings of His Word with steady and stable belief in my day-to-day life. I may never worry about any other path in my worldly life. The True Master may hold the hand of His true devotee to save from the worldly ocean of desires; He may never be drowning in the ocean of worldly desires nor he may remain in the cycle of birth and death.

42. ਕਾਨੜਾ ਮਹਲਾ ੫॥ 1303-14

ਕੁਹਕਤ ਕਪਟ ਖਪਟ ਖਲ ਗਰਜਤ, kuhkat kapat khapat khal garjat
ਮਰਜਤ ਮੀਚੁ ਅਨਿਕ ਬਰੀਆ॥੧॥ ਰਹਾਉ॥ marjat meech anik baree-aa. ||1|| rahaa-o.

ਜਿਹੜਾ ਮੂਰਖ ਨਾਸ ਹੋ ਜਾਣ ਵਾਲਾ ਧਨ, ਸੰਸਾਰਕ ਪਦਾਰਥ ਇਕੱਠਾ ਕਰਦਾ ਹੈ । ਉਹ ਫਰੇਬ, ਧੋਖੇ ਨਾਲ ਜੀਵਨ ਬਤੀਤ ਕਰਦਾ ਹੈ । ਉਹ ਅਨੇਕਾਂ ਬਾਰ, ਜੂੰਨਾਂ ਦੇ ਚੱਕਰ ਵਿੱਚ ਹੀ ਰਹਿੰਦਾ ਹੈ ।

Self-minded, who may collect short-lived perishable worldly wealth; he may waste his human life journey in hypocrisy. He may remain in the cycle of birth and death.

ਅਹੰ ਮਤ ਅਨ ਰਤ ਕੁਮਿਤ, ਹਿਤ ਪ੍ਰੀਤਮ ahaN mat an rat kumit hit pareetam
ਪੇਖਤ ਭ੍ਰਮਤ ਲਾਖ ਗਰੀਆ॥੧॥ paykhat bharmat laakh garee-aa. ||1||

ਜਿਹੜਾ ਆਪਣੇ ਅਹੰਕਾਰ, ਹੈਸੀਅਤ ਦੇ ਨਸ਼ੇ ਵਿੱਚ ਹੋਰ ਸਵਾਦਾਂ ਪਿਛੇ ਲਗਾ ਫਿਰਦਾ ਹਾ । ਆਪਣੇ ਇੱਛਾਂ ਦੇ ਜਮਦੂਤਾਂ ਨਾਲ ਸੰਜੋਗ ਬਣਾਉਂਦਾ, ਸਾਥ ਦੇਂਦਾ ਹਾ । ਮਾਲਕ, ਕੇਵਲ ਸੰਸਾਰ ਵਿੱਚ ਕੀਤੇ ਕੰਮ ਹੀ ਪਰਖਦਾ ਹੈ । ਹਰਇੱਕ ਜੀਵ ਨੂੰ ਧਰਮਰਾਜ ਨੂੰ ਆਪਣੇ ਕੀਤੇ ਕੰਮਾਂ ਦਾ ਲੇਖਾ ਦੇਣਾ ਪੈਂਦਾ ਹੈ । ਮੈਨੂੰ ਜਨਮ, ਮਰਨ ਦੇ ਚੱਕਰ ਵਿੱਚ ਦੁਖ ਭੁਗਤਣੇ ਪੈਣੇ ਹਨ ।

Whosoever may remain intoxicated in the ego of his worldly status; his way of life may remain a slave of sweet poison of demons of worldly wealth. My True Master monitors all worldly activities of every creature. I may face the righteous judge to endure the miseries of my worldly deeds. I may remain in the cycle of birth and death.

ਅਨਿਤ ਬਿਉਹਾਰ ਅਚਾਰ ਬਿਧਿ ਹੀਨਤ, anit bi-uhaar achaar biDh heenat
ਮਮ ਮਦ ਮਾਤ ਕੋਪ ਜਰੀਆ॥ mam mad maat kop jaree-aa.
ਕਰੁਣ ਕ੍ਰਿਪਾਲ ਗੁੋਪਾਲ ਦੀਨ ਬੰਧੁ, karun kirpaal gopaal deen banDh
ਨਾਨਕ ਉਧਰੁ ਸਰਨਿ ਪਰੀਆ॥ naanak uDhar saran paree-aa.
੨॥੧੧॥੩੦॥ ||2||11||30||

ਮੇਰੇ ਸੰਸਾਰਕ ਧੰਦੇ, ਬੁਰੇ, ਥੋੜ੍ਹਾ ਸਮਾਂ ਅਨੰਦ ਦੇਣ ਵਾਲੇ ਹਨ । ਮੇਰੇ ਜੀਵਨ ਦਾ ਢੰਗ ਹੈਸੀਅਤ ਦੇ ਨਸ਼ੇ ਵਿੱਚ ਹੈ । ਮੈਂ ਆਪਣੇ ਮਨ ਵਿੱਚ ਕਰੋਧ ਦੀ ਅੱਗ ਜਲਾਉਂਦਾ ਹਾ ।

I remain intoxicated with worldly deeds for short-lived worldly pleasures. My way of life remains intoxicated with my ego of worldly status. I remain burning in the lava of anger of worldly disappointments.

43. ਕਾਨੜਾ ਮਹਲਾ ੫॥ 1303-18

ਜੀਅ ਪ੍ਰਾਨ ਮਾਨ ਦਾਤਾ॥ jee-a paraan maan daataa.
ਹਰਿ ਬਿਸਰਤੇ ਹੀ ਹਾਨਿ॥੧॥ ਰਹਾਉ॥ har bisratay hee haan. ||1|| rahaa-o.

ਸਵਾਸ ਦੇ ਮਾਲਕ ਦੇ ਸ਼ਬਦ ਦੀ ਪਾਲਣਾ ਨਾਲ ਆਤਮਾ ਨੂੰ ਸੋਭਾ ਬਖਸ਼ਿਸ਼ ਹੁੰਦੀ ਹੈ । ਸ਼ਬਦ ਮਨੋ ਵਿਸਾਰਨ ਨਾਲ ਸਭ ਕੁਝ ਹੀ ਬਿਰਥਾ, ਤਬਾਹ ਹੋ ਜਾਂਦਾ ਹੈ ।

Whosoever may obey the teachings of His Word with steady and stable belief in his day-to-day life; with His mercy and grace, his soul may be blessed with a glory in his worldly life. Whosoever may abandon the teachings of His Word from his day-to-day life; all his efforts may be wasted uselessly.

ਗੋਬਿੰਦ ਤਿਆਗਿ ਆਨ ਲਾਗਹਿ ਅੰਮ੍ਰਿਤੋ,	gobind ti-aag aan laageh amrito
ਡਾਰਿ ਭੂਮਿ ਪਾਗਹਿ॥	daar bhoom paageh.
ਬਿਖੈ ਰਸ ਸਿਉ ਆਸਕਤ ਮੂੜੇ,	bikhai ras si-o aaskat moorhay
ਕਾਹੇ ਸੁਖ ਮਾਨਿ॥੧॥	kaahay sukh maan. ||1||

ਮਨਮੁਖ ਪ੍ਰਭ ਦਾ ਸ਼ਬਦ ਮਨੋ ਵਿਸਾਰਕੇ ਹੋਰ ਪਿਛੇ ਲਗਾ ਫਿਰਦਾ ਹੈ । ਅਮੋਲਕ ਅੰਮ੍ਰਿਤ ਨੂੰ ਮਨੋ ਵਿਸਾਰਕੇ ਭਸਮ, ਮਿੱਟੀ ਇਕੱਠੀ ਕਰਦਾ ਫਿਰਦਾ ਹੈ । ਮਨ ਦੀਆਂ ਚਲਾਕੀਆਂ, ਥੋੜਾ ਸਮਾਂ ਅਨੰਦ ਦੇਣ ਵਾਲੇ ਪਦਾਰਥਾਂ ਤੋ ਕੀ ਆਸ ਰਖਦਾ ਹੈ? ਮੂਰਖ! ਕੀ ਸੰਸਾਰਕ ਧੰਦੇ ਨਾਲ ਮਨ ਵਿੱਚ ਸੰਤੋਖ, ਖੇੜਾ ਬਖਸ਼ਿਸ਼ ਹੋਵੇਗਾ?

Self-minded may abandon the teachings of His Word from his day-to-day life and wanders after the teachings of worldly gurus. He may abandon the path of ambrosial nectar of the essence of His Word. He may remain intoxicated with sweet poison of worldly wealth, collecting short-lived worthless worldly wealth. What may he be expecting to benefit from perishable short-lived pleasures of worldly wealth? Self-minded, stubborn! Do you expect to be blessed with contentment and blossom in your life with these worldly chores?

ਕਾਮਿ ਕ੍ਰੋਧਿ ਲੋਭਿ ਬਿਆਪਿਓ,	kaam kroDh lobh bi-aapi-o
ਜਨਮ ਹੀ ਕੀ ਖਾਨਿ॥	janam hee kee khaan.
ਪਤਿਤ ਪਾਵਨ ਸਰਨਿ ਆਇਓ,	patit paavan saran aa-i-o
ਉਧਰੁ ਨਾਨਕ ਜਾਨਿ॥੨॥੧੨॥੩੧॥	uDhar naanak jaan. ||2||12||31||

ਜਿਹੜਾ ਕਾਮ ਵਾਸ਼ਨਾ, ਕਰੋਧ, ਲੋਭ ਦੇ ਪਿਛੇ ਲਗਾ ਫਿਰਦਾ ਹੈ । ਉਹ ਅਨੇਕਾਂ ਜੂੰਨਾਂ ਦੇ ਚੱਕਰ ਵਿੱਚ ਹੀ ਡੂੰਘਾਂ ਫਸ ਜਾਂਦਾ ਹੈ! ਜਿਹੜਾ ਬੰਦਗੀ ਕਰਨ ਵਾਲਾ, ਪ੍ਰਭ ਦੇ ਸ਼ਬਦ ਨਾਲ ਜੀਵਨ ਢਾਲਦਾ ਹੈ! ਉਹ ਸ਼ਬਦ ਦੀ ਸ਼ਰਣ ਵਿੱਚ ਵਸਦਾ ਹੈ । ਪਾਪ ਬਖਸ਼ਣ ਵਾਲਾ ਮਾਲਕ, ਉਸ ਦੀ ਰਖਿਆ ਕਰਦਾ, ਬਚਾ ਲੈਂਦਾ ਹੈ ।

You may remain intoxicated with sexual urge for strange partner, anger of worldly disappointments and greed for worldly desires. You may remain in the hell of cycle of birth and death. Whosoever may surrender his self-identity at His Sanctuary and adopts the teachings of His Word with steady and stable belief in his day-to-day life; with His mercy and grace, he may be accepted in His Sanctuary and saved.

44. ਕਾਨੜਾ ਮਹਲਾ ੫॥ 1304-2

ਅਵਿਲੋਕਉ ਰਾਮ ਕੋ ਮੁਖਾਰਬਿੰਦ॥	aviloka-o raam ko mukhaarbind.
ਖੋਜਤ ਖੋਜਤ ਰਤਨੁ ਪਾਇਓ,	khojat khojat ratan paa-i-o
ਬਿਸਰੀ ਸਭ ਚਿੰਦ॥੧॥ ਰਹਾਉ॥	bisree sabh chind. ||1|| rahaa-o.

ਮੈਂ ਕਮਲ ਦੇ ਫੁੱਲ ਨੂੰ ਦੇਖਕੇ, ਪ੍ਰਭ ਦੇ ਦਰਸ਼ਨ ਹੀ ਮਹਿਸੂਸ ਕਰਦਾ ਹਾ! ਮਨ ਅੰਦਰੋਂ, ਖੋਜ ਕਰਦੇ ਨੂੰ ਅਮੋਲਕ ਰਤਨ ਬਖਸ਼ਿਸ਼ ਹੋ ਗਿਆ ਹੈ । ਮੇਰੇ ਮਨ ਦੀਆਂ ਸਭ ਚਿੰਤਾਂ ਦੂਰ ਹੋ ਗਈਆਂ ਹਨ ।

Looking at the lotus flower, I am realizing His Holy Spirit prevailing everywhere and within every creature. I remain intoxicated within. I have been blessed with ambrosial jewel, the nectar of the enlightenment of the essence of His Word. All my frustrations and worries have been eliminated.

ਚਰਨ ਕਮਲ ਰਿਦੈ ਧਾਰਿ॥ charan kamal ridai Dhaar.
ਉਤਰਿਆ ਦੁਖੁ ਮੰਦ॥੧॥ utri-aa dukh mand. ||1||

ਪ੍ਰਭ ਦਾ ਸ਼ਬਦ ਮਨ ਵਿੱਚ ਜਾਗਰਤ ਹੋ ਗਿਆ ਹੈ । ਮਨ ਵਿਚੋਂ ਸਾਰੇ ਸੰਸਾਰਕ ਇੱਛਾਂ ਦੇ ਦੁਖ, ਬੁਰੇ ਖਿਆਲ ਦੂਰ ਹੋ ਗਏ ਹਨ ।

I have been enlightened with the essence of His Word; with His mercy and grace, all my miseries of evil thoughts have been eliminated from my life.

ਰਾਜ ਧਨੁ ਪਰਵਾਰੁ ਮੇਰੈ, ਸਰਬਸੋ ਗੋਬਿੰਦ॥ raaj Dhan parvaar mayrai sarbaso gobind.
ਸਾਧਸੰਗਮਿ ਲਾਭੁ ਪਾਇਓ, saaDhsangam laabh paa-i-o
ਨਾਨਕ ਫਿਰਿ ਨ ਮਰੰਦ॥੨॥੧੩॥੩੨॥ naanak fir na marand. ||2||13||32||

ਸ੍ਰਿਸ਼ਟੀ ਦਾ ਮਾਲਕ ਹੀ ਮੇਰੀ ਰਾਜਧਾਨੀ, ਹੈਸੀਅਤ, ਧਨ ਦੌਲਤ, ਮੇਰਾ ਪਰਿਵਾਰ ਹੈ । ਬੰਦਗੀ ਕਰਨ ਵਾਲਾ, ਸੰਤਾਂ ਦੀ ਸੰਗਤ ਵਿੱਚ ਸ਼ਬਦ ਦੇ ਧਨ ਦਾ ਲਾਹਾ ਖੱਟਦਾ ਹੈ । ਉਸ ਦੀ ਸ਼ਬਦ ਦੀ ਕਮਾਈ ਸਦਾ ਹੀ ਉਸ ਦੇ ਸਾਥ ਸਹਾਈ ਰਹਿੰਦੀ, ਕਦੇ ਸਾਥ ਨਹੀਂ ਛੱਡਦੀ ।

The teachings of His Word may be my throne, worldly wealth, status, and my worldly family. His true devotee may earn the wealth of His Word in the conjugation of His Holy saint. The earnings of His Word may always remain his companion and my never abandon him.

45. ਕਾਨੜਾ ਮਹਲਾ ੫ ਘਰੁ ੫॥ 1304-5

ੴ ਸਤਿਗੁਰ ਪ੍ਰਸਾਦਿ॥ ik-oNkaar satgur parsaad.
ਪ੍ਰਭ ਪੂਜਹੋ ਨਾਮੁ ਅਰਾਧਿ॥ parabh poojho naam araaDh.
ਗੁਰ ਸਤਿਗੁਰ ਚਰਨੀ ਲਾਗਿ॥ gur satgur charnee laag.
ਹਰਿ ਪਾਵਹੁ ਮਨੁ ਅਗਾਧਿ॥ har paavhu man agaaDh.
ਜਗੁ ਜੀਤੋ ਹੋ ਹੋ ਗੁਰ ਕਿਰਪਾਧਿ॥੧॥ jag jeeto ho ho gur kirpaaDh. ||1||
ਰਹਾਉ॥ rahaa-o.

ਪ੍ਰਭ ਦੇ ਸ਼ਬਦ ਦੇ ਲੜ ਲਗਕੇ ਅਡੋਲ ਭਰੋਸੇ ਨਾਲ ਸ਼ਬਦ ਦੀ ਪਾਲਣਾ ਕਰੋ! ਪ੍ਰਭ ਦੀ ਰਹਿਮਤ ਨਾਲ ਮਾਨਸ ਜਨਮ ਦੇ ਸਫਰ ਵਿੱਚ ਜਿੱਤ ਬਖਸ਼ਿਸ਼ ਹੋ ਜਾਂਦੀ ਹੈ । ਅਥਾਹ, ਪਹੁੰਚ ਤੋਂ ਉਪਰ ਪ੍ਰਭ ਆਪ ਹੀ ਦਾਸ ਦੇ ਮਨ ਵਿੱਚ ਜਾਗਰਤ ਹੋ ਜਾਂਦਾ ਹੈ ।

You should remain devoted, intoxicated in obeying the teachings of His Word with steady and stable belief; with His mercy and grace, His true devotee may be rewarded, his prewritten destiny. He may conclude his human life journey successfully. Unfathomable, inaccessible True Master, the enlightenment of the essence of His Word remains drenched within the heart of His true devotee.

ਅਨਿਕ ਪੂਜਾ ਮੈਂ ਬਹੁ ਬਿਧਿ ਖੋਜੀ, anik poojaa mai baho biDh khojee
ਸਾ ਪੂਜਾ ਜਿ ਹਰਿ ਭਾਵਾਸਿ॥ saa poojaa je har bhaavaas.
ਮਾਟੀ ਕੀ ਇਹ ਪੁਤਰੀ ਜੋਰੀ, maatee kee ih putree joree
ਕਿਆ ਏਹ ਕਰਮ ਕਮਾਸਿ॥ ki-aa ayh karam kamaas.
ਪ੍ਰਭ ਬਾਹ ਪਕਰਿ ਜਿਸੁ ਮਾਰਗਿ ਪਾਵਹੁ, parabh baah pakar jis maarag paavhu
ਸੋ ਤੁਧੁ ਜੰਤ ਮਿਲਾਸਿ॥੧॥ so tuDh jant milaas. ||1||

ਮੈਂ ਸੰਸਾਰਕ ਧਰਮ ਦੇ ਗ੍ਰੰਥਾਂ ਵਿਚੋਂ ਅਨੇਕਾਂ ਹੀ ਪੂਜਾ ਕਰਨ ਦੇ ਤਰੀਕੇ ਪੜ੍ਹੇ ਹਨ! ਜਿਹੜਾ ਪ੍ਰਭ ਨੂੰ ਭਾਉਂਦਾ, ਪ੍ਰਭ ਦੇ ਦਰਬਾਰ ਵਿੱਚ ਪ੍ਰਵਾਨ ਹੁੰਦਾ ਹੈ । ਕੇਵਲ ਉਹ ਹੀ ਪੂਜਾ ਕਰਨ ਦਾ ਅਸਲੀ ਢੰਗ ਹੈ । ਜੀਵ ਦਾ ਤਨ ਮਿੱਟੀ ਦਾ ਬਣਿਆ ਹੋਇਆ ਹੈ । ਇਸ ਵਿੱਚ ਆਪਣੇ ਆਪ ਕੁਝ ਕਰਨ ਦੀ, ਕੀ ਸਮਰਥਾ ਹੈ? ਜਿਸ ਨੂੰ ਆਪ ਰਹਿਮਤ ਬਖਸ਼ਕੇ ਸ਼ਬਦ ਦੇ ਲੜ ਲਾਉਂਦਾ ਹੈ । ਕੇਵਲ ਉਹ ਹੀ ਸ਼ਬਦ ਦੀ ਪਾਲਣਾ ਵਿੱਚ ਅਡੋਲ ਰਹਿੰਦਾ, ਉਸ ਦੀ ਆਤਮਾ ਪ੍ਰਭ ਦੇ ਪਰਖਣ ਯੋਗ ਬਣ ਜਾਂਦੀ ਹੈ ।

I have studied, learned many techniques to worship and to adopt the teachings of His Word in my day-to-day life. Whose earnings, meditation may be accepted in His Court; with His mercy and grace, only his technique of meditation may be acceptable to The True Master, in His Court. Only his meditation technique may become the right path of acceptance in His Court. Human body may be made of perishable clay. What may anyone achieve at his own? Whosoever may be blessed with devotion to obey the teachings of His Word, only he may remain steady and stable on obeying the teachings of His Word. His soul may be sanctified to become worthy of His Consideration.

ਅਵਰ ਓਟ ਮੈਂ ਕੋਇ ਨ ਸੂਝੈ, avar ot mai ko-ay na soojhai
ਇਕ ਹਰਿ ਕੀ ਓਟ ਮੈਂ ਆਸ॥ ik har kee ot mai aas.
ਕਿਆ ਦੀਨੁ ਕਰੇ ਅਰਦਾਸਿ॥ ki-aa deen karay ardaas.
ਜਉ ਸਭ ਘਟਿ ਪ੍ਰਭੂ ਨਿਵਾਸ॥ ja-o sabh ghat parabhoo nivaas.
ਪ੍ਰਭ ਚਰਨਨ ਕੀ ਮਨਿ ਪਿਆਸ॥ parabh charnan kee man pi-aas.
ਜਨ ਨਾਨਕ ਦਾਸੁ ਕਹੀਅਤੁ ਹੈ ਤੁਮ੍ਰਾ, jan naanak daas kahee-at hai tumHraa
ਹਉ ਬਲਿ ਬਲਿ ਸਦ ਬਲਿ ਜਾਸ॥੨॥੧॥੩੩॥ ha-o bal bal sad bal jaas. ||2||1||33||

ਪ੍ਰਭ, ਮੇਰਾ ਕੋਈ ਹੋਰ ਆਸਰਾ, ਰਖਵਾਲਾ ਨਹੀਂ ਹੈ । ਕੇਵਲ ਤੇਰੇ ਸ਼ਬਦ ਦਾ ਹੀ ਆਸਰਾ ਹੈ । ਮੈਂ ਨਿਮਾਣਾ ਦਾਸ, ਤੇਰੇ ਅੱਗੇ ਕਿਹੜੀ ਅਰਦਾਸ ਕਰਾ? ਤੇਰੇ ਸ਼ਬਦ ਰੂਪੀ ਚਰਨ ਮਨ ਵਿੱਚ ਜਾਗਰਤ ਕਰਨ ਦੀ ਬਹੁਤ ਸ਼ਰਧਾ ਹੈ । ਬੰਦਗੀ ਕਰਨ ਵਾਲਾ ਦਾਸ ਸਦਾ ਹੀ ਪ੍ਰਭ ਦੀਆਂ ਰਹਿਮਤਾਂ ਦਾ ਧੰਨਵਾਦ ਗਾਉਂਦਾ ਹੈ । ਤੇਰੇ ਕਰਤਬਾਂ ਤੋ ਕੁਰਬਾਨ ਜਾਂਦਾ ਹੈ ।

My True Master, I have no other support, savior, and protector in the universe; I have only the teachings of Your Word as support and guiding principle of my worldly life. What may your humble slave perform, prayer for Your Forgiveness and Refuge? I have a deep devotion, anxiety to be enlightened with the essence of Your Word within my heart. Your true devotee may always remain gratitude for Your Blessings. He may remain fascinated, astonished from Your Nature.

46. ਕਾਨੜਾ ਮਹਲਾ ੫ ਘਰੁ ੬॥ 1304-12

ੴ ਸਤਿਗੁਰ ਪ੍ਰਸਾਦਿ॥ ik-oNkaar satgur parsaad.
ਜਗਤ ਉਧਾਰਨ ਨਾਮ ਪ੍ਰਿਅ ਤੇਰੈ॥ jagat uDhaaran naam pari-a tayrai.
ਨਵ ਨਿਧਿ ਨਾਮੁ ਨਿਧਾਨੁ ਹਰਿ ਕੇਰੈ॥ nav niDh naam niDhaan har kayrai.
ਹਰਿ ਰੰਗ ਰੰਗ ਰੰਗ ਅਨੂਪੇਰੈ॥ har rang rang rang anoopayrai.
ਕਾਹੇ ਰੇ ਮਨ ਮੋਹਿ ਮਗਨੇਰੈ॥ kaahay ray man mohi magnayrai.
ਨੈਨਹੁ ਦੇਖੁ ਸਾਧ ਦਰਸੇਰੈ॥ nainhu daykh saaDh darsayrai.
ਸੋ ਪਾਵੈ ਜਿਸੁ ਲਿਖਤੁ ਲਿਲੇਰੈ॥੧॥ ਰਹਾਉ॥ so paavai jis likhat lilayrai. ||1|| rahaa-o.

ਤੇਰੇ ਸ਼ਬਦ ਦੀ ਪਾਲਣਾ ਕਰਨਾ ਹੀ ਜੀਵ ਦਾ ਉਧਾਰ ਕਰਨ ਦਾ ਰਸਤਾ ਹੈ । ਤੇਰੇ ਸ਼ਬਦ ਵਿੱਚ ਸੋਝੀ ਦੇ ਰੂਹਾਨੀ ਨੌਂ ਖਜ਼ਾਨੇਂ, ਭੰਡਾਰ ਹਨ । ਜਿਹੜਾ ਪ੍ਰਭ ਦੇ ਅਮੋਲਕ ਸ਼ਬਦ ਦੇ ਲੜ ਲਗ ਜਾਂਦਾ ਹੈ । ਉਸ ਦੇ ਮਨ ਵਿੱਚ ਪ੍ਰਭ ਦੇ ਸ਼ਬਦ ਦਾ ਅਨੋਖਾ ਹੀ ਨੂਰ ਵਸ ਜਾਂਦਾ ਹੈ । ਮੇਰੇ ਮਨ, ਕਿਉਂ ਸੰਸਾਰਕ ਮੋਹ ਅਤੇ ਪਦਾਰਥਾਂ ਦੇ ਪਿਛੇ ਲਗਾ ਹੋਇਆ ਹੈ? ਜੀਵ ਆਪਣੇ ਮਨ ਦੀਆਂ ਅੱਖਾਂ ਨਾਲ ਰੂਹਾਨੀ ਜੋਤ ਦੇ ਦਰਸ਼ਨ ਕਰੋ! ਸ਼ਬਦ ਮਨ ਵਿੱਚ ਜਾਗਰਤ ਕਰੋ! ਜਿਸ ਦੇ ਭਾਗਾਂ ਵਿੱਚ ਪਹਿਲੇ ਹੀ ਲਿਖਿਆ ਹੁੰਦਾ, ਕੇਵਲ ਉਹ ਹੀ ਸ਼ਬਦ ਦੇ ਲੜ ਲਗਦਾ, ਉਸ ਨੂੰ ਦਰਸ਼ਨ, ਸ਼ਬਦ ਦੀ ਸੋਝੀ ਬਖਸ਼ਿਸ਼ ਹੋ ਜਾਂਦੀ ਹੈ ।

Your true devotee may consider to obey the teachings of Your Word as the guiding principle of his human life journey. The essence of Your Word remains embedded with nine treasures of enlightenment of the essence of Your Word. Whosoever may remain intoxicated obeying the teachings of Your Word; with Your mercy and grace, he may remain drenched with the astonishing eternal glory of Your Holy Spirit within his heart. Why have you been intoxicated with sweet poison of worldly wealth, and remain victim of worldly bonds? You should witness the eternal glow of the essence of His Word, glory of His Holy Spirit with eyes of your mind. Whosoever may have a great prewritten destiny, only he may remain steady and stable obeying the teachings of His Word; he may be blessed with enlightenment of the essence of His Word.

ਸੇਵਉ ਸਾਧ ਸੰਤ ਚਰਨੇਰੈ॥	sayva-o saaDh sant charnayrai.
ਬਾਂਛਉ ਧੂਰਿ ਪਵਿਤ੍ਰ ਕਰੇਰੈ॥	baaNchha-o Dhoor pavitar karayrai.
ਅਠਸਠਿ ਮਜਨੁ ਮੈਲੁ ਕਟੇਰੈ॥	athsath majan mail katayrai. saas saas
ਸਾਸਿ ਸਾਸਿ ਧਿਆਵਹੁ ਮੁਖੁ ਨਹੀ ਮੋਰੈ॥	Dhi-aavahu mukh nahee morai.
ਕਿਛੁ ਸੰਗਿ ਨ ਚਾਲੈ ਲਾਖ ਕਰੋਰੈ॥	kichh sang na chaalai laakh karorai.
ਪ੍ਰਭ ਜੀ ਕੋ ਨਾਮੁ ਅੰਤਿ ਪੁਕਰੋਰੈ॥੧॥	parabh jee ko naam ant pakrorai. ||1||

ਮੈਂ ਬੰਦਗੀ ਕਰਨ ਵਾਲੇ ਸੰਤ ਦੀ ਸੇਵਾ ਕਰਦਾ, ਉਸ ਦੀ ਸਿਖਿਆਂ ਨਾਲ ਜੀਵਨ ਢਾਲਦਾ ਹਾ । ਉਸ ਦੇ ਚਰਨਾਂ ਦੀ ਧੂੜ ਦੀ ਹੀ ਅਰਦਾਸ ਕਰਦਾ ਹਾ! ਇਹ ਹੀ ਮਨ ਨੂੰ ਪਵਿੱਤਰ ਕਰਨ ਵਾਲੀ ਬਖਸ਼ਿਸ਼ ਹੈ, ਇਸ ਨਾਲ ਪਾਪ ਧੋਤੇ ਜਾਂਦੇ ਹਨ! ਜਿਵੇਂ 68 ਪਵਿੱਤਰ ਤੀਰਥਾਂ ਦੇ ਇਸ਼ਨਾਨ ਕਰਨ ਦਾ ਫਲ ਬਖਸ਼ਿਸ਼ ਹੁੰਦਾ ਹੈ । ਮੈਂ ਸਵਾਸ, ਸਵਾਸ ਪ੍ਰਭ ਦੇ ਸ਼ਬਦ ਦੀ ਪਾਲਣਾ, ਸਿਮਰਨ ਕਰਦਾ, ਇੱਕ ਪਲ ਵੀ ਸ਼ਬਦ ਨੂੰ ਮਨੋ ਨਹੀਂ ਵਿਸਾਰਦਾ । ਜੀਵਨ ਵਿੱਚ ਅਨੇਕਾਂ ਇਕੱਠੇ ਕੀਤੇ ਪਦਾਰਥਾਂ ਵਿਚੋਂ ਕੁਝ ਵੀ ਸਾਥ ਨਹੀਂ ਜਾਂਦਾ । ਕੇਵਲ ਪ੍ਰਭ ਦੇ ਸ਼ਬਦ ਦਾ ਧਨ ਹੀ ਅੰਤ ਵਿੱਚ ਸਹਾਈ ਹੁੰਦਾ ਹੈ ।

I have adopted the life experience teachings of His Holy saint in my day-to-day life to serve and provide him comforts. I always pray for the dust of his feet, to remain drenched with the life experience teachings of His Word. The life experience teachings of His Holy saint, dust of his feet, may be the soul sanctifying nectar for forgiveness of evil thoughts. With such a way of life, His true devotee may be blessed with rewards for pilgrimage of 68 holy shrines. I may remain meditating and obeying the teachings of His Word in my day-to-day life. I may never abandon the teachings of His Word. Whosoever may collect many worldly possessions; nothing may stay with him after his death to support in His Court, only the earnings of His Word may remain as his true companion forever.

ਮਨਸਾ ਮਾਨਿ ਏਕ ਨਿਰੰਕੇਰੈ॥	mansaa maan ayk nirankayrai.
ਸਗਲ ਤਿਆਗਹੁ ਭਾਉ ਦੂਜੇਰੈ॥	sagal ti-aagahu bhaa-o doojayrai.
ਕਵਨ ਕਹਾ ਹਉ ਗੁਨ ਪ੍ਰਿਅ ਤੇਰੈ॥	kavan kahaaN ha-o gun pari-a tayrai.
ਬਰਨਿ ਨ ਸਾਕਉ ਏਕ ਟੁਲੇਰੈ॥	baran na saaka-o ayk lutayrai.
ਦਰਸਨ ਪਿਆਸ ਬਹੁਤੁ ਮਨਿ ਮੇਰੈ॥	darsan pi-aas bahut man mayrai.
ਮਿਲੁ ਨਾਨਕ ਦੇਵ ਜਗਤ ਗੁਰ ਕੇਰੈ॥	mil naanak dayv jagat gur kayrai.
੨॥੧॥੩੪॥	||2||1||34||

ਜੀਵ ਆਪਣੇ ਮਨ ਵਿੱਚ ਅਕਾਰ ਰਹਿਤ ਪ੍ਰਭ ਦੇ ਸ਼ਬਦ ਨੂੰ ਜਾਗਰਤ ਕਰਨ ਦੀ ਇੱਕੋ ਇੱਕ ਹੀ ਇੱਛਾਂ ਰਖੋ! ਬਾਕੀ ਹੋਰ ਸਭ ਨਾਲੋ ਪ੍ਰੀਤ, ਮੋਹ, ਲਗਨ ਤਿਆਗ ਦੇਵੋ! ਪ੍ਰਭ ਤੇਰੇ ਸ਼ਬਦ ਦੀ ਕਿਹੜੀ ਸ਼ਾਨ, ਸੋਭਾ ਵਾਲੇ ਗੁਣਾਂ ਦੀ ਉਸਤਤ ਕਰਾ? ਤੇਰੇ ਇੱਕ ਵੀ ਗੁਣ ਦਾ ਵਖਿਆਣ ਨਹੀ ਜਾਣਦਾ, ਕਰ ਸਕਦਾ । ਮੇਰੇ ਮਨ ਵਿੱਚ ਤੇਰੇ ਦਰਸ਼ਨ ਕਰਨ ਦੀ ਬਹੁਤ ਡੂੰਘੀ ਸ਼ਰਧਾ, ਪਿਆਸ ਹੈ । ਸ੍ਰਿਸ਼ਟੀ ਦੇ ਰੂਹਾਨੀ ਮਾਲਕ! ਰਹਿਮਤ ਬਖਸ਼ੋ! ਆਪਣਾ ਸ਼ਬਦ ਮੇਰੇ ਮਨ ਵਿੱਚ ਜਾਗਰਤ ਕਰੋ!

You should have only one desire to enlighten the essence of His Word, of beyond any structure limitation, The True Master. You should renounce all other desires or attachment. My True Master! Which of the virtues of Your Word may I sing the glory? I may not even comprehend any of Your Virtues. I have a deep anxiety to be enlightened with the essence of Your Word; with Your mercy and grace, enlightens the essence of Your Word within my heart.

47. ਕਾਨੜਾ ਮਹਲਾ ੫॥ 1305-1

ਐਸੀ ਕਉਨ ਬਿਧੇ ਦਰਸਨ ਪਰਸਨਾ॥੧॥ ਰਹਾਉ॥ — aisee ka-un biDhay darsan parsanaa. ||1|| rahaa-o.

ਪ੍ਰਭ, ਉਹ ਕਿਹੜੀ ਵਿਧੀ, ਬੰਦਗੀ ਨਾਲ ਤੇਰੇ ਦਰਸ਼ਨ, ਸ਼ਬਦ ਮਨ ਵਿੱਚ ਜਾਗਰਤ ਹੋ ਸਕਦਾ ਹੈ?

What meditation may enlighten the essence of Your Word within my mind?

ਆਸ ਪਿਆਸ ਸਫਲ ਮੂਰਤਿ — aas pi-aas safal moorat
ਉਮਗਿ ਹੀਉ ਤਰਸਨਾ॥੧॥ — umag hee-o tarsanaa. ||1||

ਮੇਰੇ ਮਨ ਵਿੱਚ ਇੱਛਾਂ ਪੂਰੀਆਂ ਕਰਨ ਵਾਲੀ ਮੂਰਤ ਦੇ ਦਰਸ਼ਨ ਕਰਨ ਦੀ ਬਹੁਤ ਸ਼ਰਧਾ ਹੈ ।

I have a deep desire to by blessed with vision of Elysian Tree to satisfy all my spoken and unspoken desires.

ਦੀਨ ਲੀਨ ਪਿਆਸ — deen leen pi-aas
ਮੀਨ ਸੰਤਨਾ, ਹਰਿ ਸੰਤਨਾ॥ — meen santnaa har santnaa.
ਹਰਿ ਸੰਤਨਾ ਕੀ ਰੇਨ॥ — har santnaa kee rayn.
ਹੀਉ ਅਰਪਿ ਦੇਨ॥ — hee-o arap dayn.
ਪ੍ਰਭ ਭਏ ਹੈ ਕਿਰਪੇਨ॥ — parabh bha-ay hai kirpayn.
ਮਾਨੁ ਮੋਹੁ ਤਿਆਗਿ ਛੋਡਿਓ, — maan moh ti-aag chhodi-o
ਤਉ ਨਾਨਕ ਹਰਿ ਜੀਉ ਭੇਟਨਾ॥੨॥੨॥੩੫ — ta-o naanak har jee-o bhaytnaa. ||2||2||35

ਨਿਮਾਣਾ ਸੰਤ ਮਛਲੀ ਦੀ ਤਰ੍ਹਾਂ ਸ਼ਬਦ ਰੂਪੀ ਅੰਮ੍ਰਿਤ ਦਾ ਪਿਆਸਾ ਹੁੰਦਾ ਹੈ । ਮੈਂ, ਪ੍ਰਭ ਦੇ ਸੰਤਾਂ ਦੇ ਚਰਨਾਂ ਦੀ ਧੂੜ ਦੇ ਸਮਾਨ ਜੀਵਨ ਬਤੀਤ ਕਰਦਾ ਹਾ । ਮੈਂ ਆਪਾ ਬੰਦਗੀ ਕਰਨ ਵਾਲੇ ਦੀ ਸੇਵਾ ਦੇ ਲੇਖੇ ਲਾਇਆ ਹੈ । ਪ੍ਰਭ ਨੇ ਆਪਣੀ ਰਹਿਮਤ ਨਾਲ ਮੈਨੂੰ ਮਨ ਦੇ ਅਹੰਕਾਰ ਅਤੇ ਮੋਹ ਤੇ ਜਿੱਤ ਬਖਸ਼ੀ ਹੈ । ਪ੍ਰਭ ਦਾ ਸ਼ਬਦ ਮਨ ਵਿੱਚ ਜਾਗਰਤ ਹੋ ਗਿਆ, ਪ੍ਰਭ ਨਾਲ ਮਿਲਾਪ ਹੋ ਗਿਆ ਹੈ ।

His humble Holy saint may remain thirsty for the nectar of the essence of His Word like a fish remain anxious for water. My way of life may be as humble like the dust of the feet of His Humble Holy saint. I have surrendered my self-identity to serve His Holy saint; with His mercy and grace, I have conquered my ego, my worldly bonds, and relationships. I have been enlightened with the essence of His Word; with His mercy and grace, He has blessed me the right path of acceptance in His Court.

48. ਕਾਨੜਾ ਮਹਲਾ ੫॥ 1305-4

ਰੰਗਾ ਰੰਗ ਰੰਗਨ ਕੇ ਰੰਗਾ॥ — rangaa rang rangan kay rangaa.
ਕੀਟ ਹਸਤ ਪੂਰਨ ਸਭ ਸੰਗਾ॥੧॥ ਰਹਾਉ॥ — keet hasat pooran sabh sangaa. ||1|| rahaa-o.

ਪ੍ਰਭ ਸਦਾ ਖੇੜੇ ਵਿੱਚ ਵਸਦਾ, ਸ੍ਰਿਸ਼ਟੀ ਦੇ ਸਾਰੇ ਰਗ ਤਮਾਸ਼ੇ ਦਾ ਅਨੰਦ ਮਾਨਦਾ, ਜੀਵਾਂ ਦੇ ਸਾਥ ਰਹਿੰਦਾ ਹੈ । ਛੋਟੀ ਕੀੜੀ ਤੋ ਲੈ ਕੇ ਵੱਡੇ ਹਾਥੀ ਵਿੱਚ ਵੀ ਹਰਇੱਕ ਸਮੇਂ ਵਸਦਾ, ਵਾਪਰਦਾ ਹੈ ।

The True Master remains in blossom forever. He cherishes all the pleasures of His Nature and dwells within His Creation. He remains embedded within the soul of smallest insect to the biggest creature elephant.

ਬਰਤ ਨੇਮ ਤੀਰਥ ਸਹਿਤ ਗੰਗਾ॥ — barat naym tirath sahit gangaa.
ਜਲੁ ਹੇਵਤ ਭੂਖ ਅਰੁ ਨੰਗਾ॥ — jal hayvat bhookh ar nangaa.
ਪੂਜਾਚਾਰ ਕਰਤ ਮੇਲੰਗਾ॥ — poojaachaar karat maylangaa.
ਚਕ੍ਰ ਕਰਮ ਤਿਲਕ ਖਾਟੰਗਾ॥ — chakar karam tilak khaatangaa.
ਦਰਸਨੁ ਭੇਟੇ ਬਿਨੁ ਸਤਸੰਗਾ॥੧॥ — darsan bhaytay bin satsangaa. ||1||

ਅਨੇਕਾਂ ਜੀਵ ਹੀ ਵਰਤ ਰਖਦੇ, ਧਰਮ ਦਾ ਅੰਮ੍ਰਿਤ ਪਾਨ ਕਰਦੇ, ਪਵਿੱਤਰ ਤੀਰਥਾਂ ਦੀ ਯਾਤਰਾ ਕਰਦੇ ਹਨ । ਅਨੇਕਾਂ ਜੀਵ ਪਾਣੀ ਵਿੱਚ ਨਗੇ ਖੜ੍ਹੇ ਤਪ ਕਰਦੇ, ਗ਼ਰੀਬੀ ਵਿੱਚ ਰਹਿੰਦੇ ਹਨ । ਕਈ ਚੌਂਕੜੀ ਮਾਰਕੇ ਪ੍ਰਭ ਦੀ ਪੂਜਾ, ਗ੍ਰੰਥ ਦਾ ਪਾਠ, ਚੰਗੇ ਕੰਮ ਕਰਦੇ ਹਨ । ਉਹ ਧਰਮ ਦਾ ਬਾਣਾ ਪਾਉਂਦੇ, ਮੱਥੇ ਤੇ ਪਵਿੱਤਰਤਾ ਦਾ ਤਿਲਕ ਲਾਉਂਦੇ, ਧਰਮ ਦੇ ਗ੍ਰੰਥ ਪੜਦੇ ਹਨ । ਪਰ ਬੰਦਗੀ ਕਰਨ ਵਾਲੇ ਸੰਤਾਂ ਦੀ ਸੰਗਤ ਨਹੀਂ ਕਰਦੇ, ਉਹਨਾਂ ਦੇ ਜੀਵਨ ਤੋ ਸਿਖਿਆਂ ਨਹੀਂ ਲੈਂਦੇ ।

Many devotees may observe, abstaining food; baptize with religious rituals; pilgrimage Holy Shrines, take soul sanctifying bath; they may stand in water to endure hunger and poverty. He may install a symbol of purity on his forehead and read religious Holy Scriptures. However, he may not join the conjugation of His Holy saint nor adopt his life experience teachings in his own day to day life.

ਹਠਿ ਨਿਗ੍ਰਹਿ ਅਤਿ ਰਹਤ ਬਿਟੰਗਾ॥	hath nigrahi at rahat bitangaa.
ਹਉ ਰੋਗੁ ਬਿਆਪੈ ਚੁਕੈ ਨ ਭੰਗਾ॥	ha-o rog bi-aapai chukai na bhangaa.
ਕਾਮ ਕ੍ਰੋਧ ਅਤਿ ਤ੍ਰਿਸਨ ਜਰੰਗਾ॥	kaam kroDh at tarisan jarangaa.
ਸੋ ਮੁਕਤੁ ਨਾਨਕ ਜਿਸੁ ਸਤਿਗੁਰੁ ਚੰਗਾ॥	so mukat naanak jis satgur changa.
੨॥੩॥੩੬॥	||2||3||36||

ਜਿਹੜਾ ਆਪਣੇ ਮਨ ਦਾ ਸ੍ਰਿੜ ਕਰਦਾ, ਸਿਰ ਭਾਰ ਖੜਾ ਰਹਿੰਦਾ ਹੈ । ਧਰਮ ਦੇ ਰੀਤੋ ਰੀਵਾਜ, ਬੰਦਗੀ ਦੇ ਤਰੀਕ ਧਾਰਨ ਕਰਦਾ ਹੈ । ਉਸ ਦੇ ਮਨ ਤੇ ਅਹੰਕਾਰ ਦਾ ਜ਼ੋਰ ਰਹਿੰਦਾ ਹੈ । ਉਸ ਦੇ ਮਨ ਦੇ ਬੁਰੇ ਖਿਆਲ ਦੂਰ ਨਹੀਂ ਹੁੰਦੇ । ਉਹ ਕਾਮ ਵਾਸ਼ਨਾ, ਮਨ ਵਿੱਚ ਸੋਗ ਦੇ ਕਰੋਧ, ਮਨ ਦੀਆਂ ਇੱਛਾਂ ਦੀ ਅੱਗ ਵਿੱਚ ਹੀ ਜਲਦਾ ਰਹਿੰਦਾ ਹੈ । ਜਿਹੜਾ ਅਟਲ ਪ੍ਰਭ ਦੇ ਸ਼ਬਦ ਨਾਲ ਜੀਵਨ ਢਾਲਦਾ ਹੈ । ਕੇਵਲ ਉਹ ਹੀ ਮੁਕਤੀ ਦੇ ਰਸਤੇ ਤੇ ਚਲਦਾ ਹੈ ।

Whosoever may remain determined in his own way of life, he may stand on his head to meditate. He may adopt religious rituals of meditation. His way of life may remain dominated with ego of his worldly status. He may never conquer his evil thoughts of his mind. He may remain burning in the lava of sexual urge, disappointment, anger, and worldly desires. Whosoever may adopt the teachings of His Word with steady and stable belief; with His mercy and grace, only he may be blessed with the right path of salvation.

49. ਕਾਨੜਾ ਮਹਲਾ ੫ ਘਰੁ ੭॥ 1305-9

੧ੴ ਸਤਿਗੁਰ ਪ੍ਰਸਾਦਿ॥	ik-oNkaar satgur parsaad.
ਤਿਖ ਬੂਝਿ ਗਈ ਗਈ ਮਿਲਿ ਸਾਧ ਜਨਾ॥	tikh boojh ga-ee ga-ee mil saaDh janaa.
ਪੰਚ ਭਾਗੇ ਚੋਰ ਸਹਜੇ	panch bhaagay chor sehjay
ਸੁਖੈਨੋ ਹਰੇ, ਗੁਨ ਗਾਵਤੀ	sukhaino haray gun gaavtee
ਗਾਵਤੀ ਗਾਵਤੀ ਦਰਸ ਪਿਆਰਿ॥੧॥	gaavtee gaavtee daras pi-aar. ||1||
ਰਹਾਉ॥	rahaa-o.

ਜਿਸ ਨੂੰ ਬੰਦਗੀ ਕਰਨ ਵਾਲੇ ਸੰਤ ਦੀ ਸੰਗਤ ਬਖਸ਼ਿਸ਼ ਹੋਣ ਨਾਲ ਮਨ ਦੀ ਪਿਆਸ ਬੁਝ ਗਈ ਹੈ । ਪ੍ਰਭ ਦੇ ਸ਼ਬਦ ਦੇ ਗੁਣ ਗਾਉਂਦੇ, ਮਨ ਵਿੱਚ ਸ਼ਬਦ ਦੀ ਸੋਝੀ ਜਾਗਰਤ ਹੋ ਗਈ ਹੈ । ਪ੍ਰਭ ਦੀ ਹੋਂਦ ਮਹਿਸੂਸ ਹੋ ਗਈ ਹੈ । ਉਸ ਦੇ ਮਨ ਦੇ ਇੱਛਾਂ ਦੇ ਪੰਜੇਂ ਚੋਰ ਨਾਸ, ਜਿੱਤ ਬਖਸ਼ਿਸ਼ ਹੋ ਜਾਂਦੀ ਹੈ ।

Whosoever may be blessed with the association of His Holy saint; his thirst of worldly desires may be eliminated. Whosoever may sing the glory of His Word with steady and stable belief; with His mercy and grace, he may be enlightened with the essence of His Word. He may realize the existence of His Holy Spirit prevailing everywhere. All five demons of his worldly desires may be destroyed, eliminated from within his mind.

ਜੈਸੀ ਕਰੀ ਪ੍ਰਭ ਮੋ ਸਿਉ,	jaisee karee parabh mo si-o
ਮੋ ਸਿਉ ਐਸੀ ਹਉ ਕੈਸੇ ਕਰਉ॥	mo si-o aisee ha-o kaisay kara-o.
ਹੀਉ ਤੁਮ੍ਹਾਰੇ ਬਲਿ ਬਲੇ,	hee-o tumHaaray bal balay
ਬਲਿ ਬਲੇ ਬਲਿ ਗਈ॥੧॥	bal balay bal ga-ee. ||1||

ਜਿਸਤਰ੍ਹਾਂ ਦੀ ਪ੍ਰਭ ਨੇ ਮੇਰੇ ਤੇ ਰਹਿਮਤ ਬਖਸ਼ੀ ਹੈ । ਉਸ ਲਈ ਪ੍ਰਭ ਨੂੰ ਕੀ ਭੇਟਾ ਕਰਾ, ਉਸ ਵਾਸਤੇ ਕੀ ਕਿਸਤਰ੍ਹਾਂ ਕਰਾ? ਮੇਰਾ ਤਨ, ਮਨ ਪ੍ਰਭ ਦੀਆਂ ਰਹਿਮਤਾਂ ਤੋ ਸਵਾਸ, ਸਵਾਸ ਕੁਰਬਾਨ ਜਾਂਦਾ ਹੈ ।

The True Master has bestowed such a unique blessing on my soul. What may I offer at His Service? My mind and body remain fascinated, astonished from His Blessings with each breath, day, and night.

ਪਹਿਲੇ ਪੈ ਸੰਤ ਪਾਇ ਧਿਆਇ,	pahilay pai sant paa-ay Dhi-aa-ay
ਧਿਆਇ ਪ੍ਰੀਤਿ ਲਾਇ॥	Dhi-aa-ay pareet laa-ay.
ਪ੍ਰਭ ਥਾਨੁ ਤੇਰੋ ਕੇਹਰੋ,	parabh thaan tayro kayhro
ਜਿਤੁ ਜੰਤਨ ਕਰਿ ਬੀਚਾਰੁ॥	jit jantan kar beechaar.
ਅਨਿਕ ਦਾਸ ਕੀਰਤਿ ਕਰਹਿ ਤੁਹਾਰੀ॥	anik daas keerat karahi tuhaaree.
ਸੋਈ ਮਿਲਿਓ ਜੋ ਭਾਵਤੋ,	so-ee mili-o jo bhaavto
ਜਨ ਨਾਨਕ ਠਾਕੁਰ ਰਹਿਓ ਸਮਾਇ॥	jan naanak thaakur rahi-o samaa-ay.
ਏਕ ਤੂਹੀ ਤੂਹੀ ਤੂਹੀ॥੨॥੧॥੩੭॥	ayk toohee toohee toohee. ||2||1||37||

ਪਹਿਲੇ, ਮੈਂ ਸੰਤਾਂ ਦੀ ਸਿਖਿਆਂ ਨਾਲ ਜੀਵਨ ਢਾਲਿਆ ਹੈ । ਮੈਂ ਸ਼ਬਦ ਦੀ ਪਾਲਣਾ ਵਿੱਚ ਅਡੋਲ ਹੋ ਗਿਆ ਹਾ । ਪ੍ਰਭ ਤੇਰਾ ਘਰ, ਦਰਬਾਰ ਕਿਸਤਰ੍ਹਾਂ ਦਾ ਹੈ? ਜਿੱਥੇ ਬੈਠਕੇ ਤੂੰ ਸ੍ਰਿਸ਼ਟੀ ਦੀ ਪਾਲਣਾ ਪੋਸਨਾ, ਰਖਿਆ ਕਰਦਾ ਹੈ । ਅਨੇਕਾਂ ਹੀ ਤੇਰੇ ਦਾਸ, ਗੁਲਾਮ ਤੇਰੇ ਸ਼ਬਦ ਦਾ ਸਿਮਰਨ ਕਰਦੇ ਹਨ । ਜਿਸ ਦੀ ਸ਼ਬਦ ਦੀ ਕਮਾਈ ਤੇਰੇ ਦਰਬਾਰ ਵਿੱਚ ਪ੍ਰਵਾਨ ਹੋ ਜਾਦੀ ਹੈ । ਕੇਵਲ ਉਸ ਨੂੰ ਪ੍ਰਵਾਨਗੀ ਦਾ ਅਸਲੀ ਰਸਤਾ ਬਖਸ਼ਿਸ਼ ਹੁੰਦਾ ਹੈ । ਮੈਂ ਬੰਦਗੀ ਕਰਨ ਵਾਲਾ, ਤੇਰੇ ਸ਼ਬਦ ਦੀ ਸਮਾਧੀ ਵਿੱਚ ਲੀਨ ਰਹਿੰਦਾ ਹੈ । ਇੱਕੋ ਇੱਕ ਪ੍ਰਭ ਹੀ ਸ੍ਰਿਸ਼ਟੀ ਦਾ ਅਸਲੀ ਮਾਲਕ, ਰਖਵਾਲਾ ਹੈ ।

I have adopted the life experience of Your Holy saint in my day-to-day life. I always obey the teachings of Your Word with steady and stable belief in my day-to-day life. How splendor may be Your Palace? Wherever You may sit to nourish and protect Your Creation! Many of Your slaves may be meditating on the teachings of Your Word with steady and stable belief. Whose earning of Your Word may be accepted in Your Court; with Your mercy and grace, only he may be blessed with the right path of acceptance in His Court. Your true devotee may remain intoxicated in meditation in the void of Your Word. The One and Only One True Master, savior, protector of the universe.

50. ਕਾਨੜਾ ਮਹਲਾ ੫ ਘਰੁ ੮॥ 1305-15

੧ਓ ਸਤਿਗੁਰ ਪ੍ਰਸਾਦਿ॥	ik-oNkaar satgur parsaad.
ਤਿਆਗੀਐ ਗੁਮਾਨੁ ਮਾਨੁ ਪੇਖਤਾ,	ti-aagee-ai gumaan maan paykh-taa
ਦਇਆਲ, ਲਾਲ ਹਾਂਹਾਂ	da-i-aal laal haaN haaN
ਮਨ ਚਰਨ ਰੇਨ॥੧॥ਰਹਾਉ॥	man charan rayn. ||1|| rahaa-o.

ਜੀਵ ਆਪਣੇ ਮਨ ਦਾ ਅਹੰਕਾਰ ਤਿਆਗੋ! ਸੰਤਾ ਦੇ ਪੈਰਾਂ ਦੀ ਧੂੜ ਵਰਗੀ, ਨਿਮ੍ਰਤਾ ਵਾਲੀ, ਆਪਣੇ ਮਨ ਦੀ ਅਵਸਥਾ ਬਣਾਵੋ! ਪ੍ਰਭ ਜੀਵ ਦਾ ਹਰਇੱਕ ਕੰਮ ਦੇਖਦਾ, ਪਰਖਦਾ ਹੈ ।

You should abandon, conquer the ego of your mind. You should adopt a humble state of mind like the dust of the feet of His Holy saint. The True Master monitors and judges all the activities of His Creation.

ਹਰਿ ਸੰਤ ਮੰਤ ਗੁਪਾਲ ਗਿਆਨ ਧਿਆਨ॥੧॥	har sant mant gupaal gi-aan Dhi-aan. ||1||

ਬੰਦਗੀ ਕਰਨ ਵਾਲੇ ਸੰਤ ਦੀ, ਸ਼ਬਦ ਦੀ ਰੂਹਾਨੀ ਸਿਖਿਆਂ ਨਾਲ ਸਿਮਰਨ ਕਰੋ! ਉਸ ਦੇ ਜੀਵਨ ਦੀ ਸਿਖਿਆਂ ਨਾਲ ਆਪਣਾ ਜੀਵਨ ਢਾਲੋ!

You should meditate with the eternal, spiritual teachings of His Holy saint. You should adopt his life experience teachings in your day-to-day life.

ਹਿਰਦੈ ਗੋਬਿੰਦ ਗਾਇ ਚਰਨ ਕਮਲ ਪ੍ਰੀਤਿ, hirdai gobind gaa-ay charan kamal
ਲਾਇ ਦੀਨ ਦਇਆਲ ਮੋਹਨਾ॥ pareet laa-ay deen da-i-aal mohnaa.
ਕ੍ਰਿਪਾਲ ਦਇਆ ਮਇਆ ਧਾਰਿ॥ kirpaal da-i-aa ma-i-aa Dhaar.
ਨਾਨਕੁ ਮਾਗੈ ਨਾਮੁ ਦਾਨੁ॥ naanak maagai naam daan.
ਤਜਿ ਮੋਹੁ ਭਰਮੁ ਸਗਲ ਅਭਿਮਾਨੁ॥ taj moh bharam sagal abhimaan.
੨॥੧॥੩੮॥ ||2||1||38||

ਪ੍ਰਭ ਦੇ ਸ਼ਬਦ ਰੂਪੀ ਚਰਨਾਂ ਦੀ ਉਸਤਤ ਦੇ ਗੁਣ ਗਾਵੋ! ਉਸ ਦੇ ਸ਼ਬਦ ਦੀ ਸਿਖਿਆਂ ਨੂੰ ਮਨ ਵਿੱਚ ਜਾਗਰਤ ਰਖੋ! ਪ੍ਰਭ ਆਪਣੇ ਨਿਮਾਣੇ ਦਾਸ ਤੇ ਰਹਿਮਤ ਬਖਸ਼ਕੇ, ਪ੍ਰਵਾਨਗੀ ਦੇ ਰਸਤੇ ਤੇ ਅਡੋਲ ਰਖਦਾ ਹੈ । ਬੰਦਗੀ ਕਰਨ ਵਾਲਾ, ਸਦਾ ਹੀ ਇੱਕੋ ਇੱਕ ਅਰਦਾਸ ਕਰਦਾ ਹੈ! ਆਪਣੀ ਰਹਿਮਤ ਨਾਲ ਸ਼ਬਦ ਦੀ ਪਾਲਣਾ ਤੇ ਅਡੋਲ ਰਖਕੇ, ਸੰਸਾਰਕ ਪਦਾਰਥਾਂ ਦੇ ਮੋਹ, ਮਨ ਦੇ ਅਹੰਕਾਰ ਤੇ ਜਿੱਤ ਬਖਸ਼ੋ, ਭਰਮ ਦੂਰ ਕਰੋ!

You should sing the glory, praises of His Word. You should drench the essence of His Word in your worldly deeds in day-to-day life. The Merciful True Master always keeps His true devotee steady and stable on the right path of acceptance.

51. ਕਾਨੜਾ ਮਹਲਾ ੫॥ 1305-19

ਪ੍ਰਭ ਕਹਨ ਮਲਨ ਦਹਨ ਲਹਨ, parabh kahan malan dahan lahan
ਗੁਰ ਮਿਲੇ ਆਨ ਨਹੀ ਉਪਾਉ॥੧॥ ਰਹਾਉ॥ gur milay aan nahee upaa-o. ||1|| rahaa-o.

ਪ੍ਰਭ ਦੇ ਸ਼ਬਦ ਦੇ ਸਿਮਰਨ ਨਾਲ ਮਨ ਵਿਚੋਂ ਬੁਰੇ ਖਿਆਲਾਂ ਦੀ ਮੈਲ ਧੋਤੀ ਜਾਂਦੀ ਹੈ । ਜਿਹੜਾ ਸ਼ਬਦ ਨਾਲ ਜੀਵਨ ਢਾਲਦਾ, ਸ਼ਬਦ ਦੀ ਸੋਝੀ ਨੂੰ ਮਨ ਵਿੱਚ ਜਾਗਰਤ ਰਖਦਾ, ਕੇਵਲ ਉਸ ਨੂੰ ਹੀ ਇਸਤਰ੍ਹਾਂ ਦੀ ਅਵਸਥਾ ਬਖਸ਼ਿਸ਼ ਹੁੰਦੀ ਹੈ ।

Whosoever may meditate on the teachings of His Word with steady and stable belief; with His mercy and grace, his blemish of evil thoughts may be eliminated. Whosoever may adopt the teachings of His Word with steady and stable belief, he may remain drenched with the essence of His Word; with His mercy and grace, he may be blessed such a state of mind. He may remain awake and alert with the essence of His Word in his day-to-day life.

ਤਟਨ ਖਟਨ ਜਟਨ ਹੋਮਨ, tatan khatan jatan homan
ਨਾਹੀ ਡੰਡਧਾਰ ਸੁਆਉ॥੧॥ naahee dandDhaar su-aa-o. ||1||

ਸੰਸਾਰਕ ਧਰਮਾਂ ਦੇ ਰੀਤੋ ਰੀਵਾਜ ਨਾਲ ਕੁਝ ਨਹੀਂ ਪ੍ਰਾਪਤ ਹੁੰਦਾ । (ਅੱਗ ਦੀ ਧੂਨੀ, ਪਵਿੱਤਰ ਤੀਰਥਾਂ ਦੀ ਯਾਤਰਾ, ਜੜਾਵਾਂ ਰਖਣ, ਧਾਰਮਕ ਸੋਟੀ ਹੱਥ ਵਿੱਚ ਰਖਣ, ਸਾਰੇ ਹੀ ਬਿਰਥੇ ਹੀ ਹਨ ।

Whosoever may adopt religious rituals as way of his meditation, like sitting near burning fire in summer, sanctifying bath at Holy Shrine, keeping long hair, or carrying symbolic religious stick with him; he may never be blesses with the right path of acceptance in His Court. All these rituals are only hypocrisy and ignorance from the teachings of His Word.

ਜਤਨ ਭਾਂਤਨ ਤਪਨ ਭ੍ਰਮਨ jatan bhaaNtan tapan bharman
ਅਨਿਕ ਕਥਨ, ਕਥਤੇ anik kathan kathtay
ਨਹੀ ਥਾਹ ਪਾਈ ਠਾਉ॥ nahee thaah paa-ee thaa-o.
ਸੋਧਿ ਸਗਰ ਸੋਧਨਾ, soDh sagar soDhnaa
ਸੁਖੁ ਨਾਨਕਾ ਭਜੁ ਨਾਉ॥੨॥੨॥੩੯॥ sukh naankaa bhaj naa-o. ||2||2||39||

ਕੋਈ ਜਪ, ਤਪ, ਸ਼ਬਦ ਦੇ ਅਰਥ, ਕਥਾ, ਕੀਰਤਨ ਨਾਲ, ਪ੍ਰਭ ਦੇ ਪ੍ਰਵਾਨਗੀ ਦੇ ਰਸਤੇ ਦੀ ਸੋਝੀ ਬਖਸ਼ਿਸ਼ ਨਹੀਂ ਹੁੰਦੀ । ਬੰਦਗੀ ਕਰਨ ਵਾਲੇ ਸਾਰੀਆਂ ਹੀ ਵਿਧੀਆਂ ਦੀ ਖੋਜ ਕਰਕੇ, ਪਰਖਕੇ ਸਿਖਿਆਂ ਦੇਂਦੇ ਹਨ । ਜਿਸ ਦੇ ਮਨ ਵਿੱਚ ਸ਼ਬਦ ਦੀ ਸਦਾ ਚੱਲਣ ਵਾਲੀ ਧੁਨ ਸੁਣਾਈ ਦੇਂਦੀ ਹੈ, ਉਸ ਦੇ ਮਨ ਵਿੱਚ ਜਾਗਰਤੀ, ਸੋਝੀ, ਸੰਤੋਖ, ਖੇੜਾ ਬਖਸ਼ਿਸ਼ ਹੋ ਜਾਂਦਾ ਹੈ ।

Whosoever may adopt many religious rituals like, meditation in isolation, austerities, preaching the spiritual message, sermons of His Word, singing the glory of His Word; no one may ever be blessed with the right path of acceptance in His Court. His Holy saints, His true devotees, prophets, from ancient Ages have evaluated all teachings of worldly Holy Scriptures! Enlightened with one unique message. Whosoever may remain in renunciation in the memory of his separation from His Holy Spirit; with His mercy and grace, he may hear the everlasting echo of His Word resonating within his heart. He may be blessed with the enlightenment of the essence of His Word, contentment, and blossom in his life.

52. ਕਾਨੜਾ ਮਹਲਾ ੫ ਘਰੁ ੯॥ 1306-3

੧ੳੰ ਸਤਿਗੁਰ ਪ੍ਰਸਾਦਿ॥	ik-oNkaar satgur parsaad.
ਪਤਿਤ ਪਾਵਨੁ ਭਗਤਿ ਬਛਲੁ,	patit paavan bhagat bachhal
ਭੈ ਹਰਨ ਤਾਰਨ ਤਰਨ॥੧॥ ਰਹਾਉ॥	bhai haran taaran taran. ||1|| rahaa-o.

ਪ੍ਰਭ, ਪਾਪ ਬਖਸ਼ਣ, ਮੌਤ ਦਾ ਡਰ ਨਾਸ ਕਰਨ ਵਾਲਾ, ਬੰਦਗੀ ਕਰਨ ਵਾਲੇ ਦਾਸਾਂ ਦਾ ਪ੍ਰੇਮੀ ਹੈ । ਬੰਦਗੀ ਕਰਨ ਵਾਲੇ ਨੂੰ ਸੰਸਾਰਕ ਸਾਗਰ ਵਿਚੋਂ ਬਚਾ ਲੈਂਦਾ, ਸ਼ਰਣ ਵਿੱਚ ਪਨਾਹ ਬਖਸ਼ਦਾ ਹੈ ।

The Merciful True Master, forgives sins, fear of death of His true devotee; He remains fascinated from his devotion, dedication. His true devotee may be saved from the worldly ocean dominated with sweet poison of worldly wealth and accepted in His Sanctuary.

ਨੈਨ ਤਿਪਤੇ ਦਰਸੁ ਪੇਖਿ,	nain tiptay daras paykh
ਜਸੁ ਤੋਖਿ ਸੁਨਤ ਕਰਨ॥੧॥	jas tokh sunat karan. ||1||

ਬੰਦਗੀ ਕਰਨ ਵਾਲੇ ਨੂੰ ਕੰਨਾਂ ਵਿੱਚ ਸ਼ਬਦ ਦੀ ਗੂੰਜ ਸੁਣਨ ਨਾਲ ਸੰਤੋਖ ਭਰ ਜਾਂਦਾ ਹੈ । ਸ਼ਬਦ ਜਾਗਰਤ ਹੋਣ ਨਾਲ, ਅੱਖਾਂ ਵਿੱਚ ਖੇੜਾ, ਸੰਤੋਖ, ਬਖਸ਼ਿਸ਼ ਹੋ ਜਾਂਦਾ ਹੈ ।

Whosoever may hear the everlasting echo of His Word resonating within his heart; with His mercy and grace, he may be overwhelmed with contentment in his life. With the enlightenment of the essence of His Word, his eyes may be blessed with blossom and contentment in his life.

ਪ੍ਰਾਨ ਨਾਥ ਅਨਾਥ ਦਾਤੇ,	paraan naath anaath daatay
ਦੀਨ ਗੋਬਿਦ ਸਰਨ॥	deen gobid saran.
ਆਸ ਪੂਰਨ ਦੁਖ ਬਿਨਾਸਨ,	aas pooran dukh binaasan
ਗਹੀ ਓਟ ਨਾਨਕ ਹਰਿ ਚਰਨ॥੨॥੧॥੪੦॥	gahee ot naanak har charan. ||2||1||40||

ਪ੍ਰਭ ਤੂੰ ਹੀ ਸਵਾਸ ਬਖਸ਼ਣ ਵਾਲਾ ਮਾਲਕ, ਸਵਾਸ ਦਾ ਰਖਵਾਲਾ ਹੈ । ਜਿਸ ਅਨਾਥ ਦਾ ਕੋਈ ਵਾਰਸ ਨਹੀਂ ਹੁੰਦਾ, ਉਸ ਦਾ ਰਖਵਾਲਾ, ਮਦਦ ਕਰਨ ਵਾਲਾ ਮਾਲਕ ਪ੍ਰਭ ਆਪ ਹੀ ਬਣ ਜਾਂਦਾ ਹੈ । ਮੈਂ ਨਿਮਾਣਾ ਗ਼ਰੀਬ ਆਪਾ ਤੇਰੀ ਸ਼ਰਣ ਵਿੱਚ ਪਨਾਹ ਵਿੱਚ ਭੇਟਾ ਕਰਦਾ ਹਾ । ਪ੍ਰਭ ਤੂੰ ਹੀ ਮਨ ਦੀਆਂ ਮੁਰਾਦਾਂ ਪੂਰੀਆਂ, ਦੁਖ ਨਾਸ਼, ਦੂਰ ਕਰਨ ਵਾਲਾ ਮਾਲਕ ਹੈ ।

The True Master, Treasure, and trustee of breathes of Your Creation. Who may not have any savior, disowned in worldly life; The True Master may become his protector, savior, guide, and guru? My True Master! I am humble, helpless; I have surrendered my self-identity at Your Sanctuary. Only You may forgive my sins, eliminate all miseries of worldly desires, and satisfies all spoken and unspoken desires of Your humble true devotee.

53. ਕਾਨੜਾ ਮਹਲਾ ੫॥ 1306-6

ਚਰਨ ਸਰਨ ਦਇਆਲ ਠਾਕੁਰ,	charan saran da-i-aal thaakur aan
ਆਨ ਨਾਹੀ ਜਾਇ॥	naahee jaa-ay.
ਪਤਿਤ ਪਾਵਨ ਬਿਰਦੁ ਸੁਆਮੀ,	patit paavan birad su-aamee
ਉਧਰਤੇ ਹਰਿ ਧਿਆਇ॥੧॥ ਰਹਾਉ॥	uDhratay har Dhi-aa-ay. ||1|| rahaa-o.

ਮੈਂ ਰਹਿਮਤਾਂ ਦੇ ਮਾਲਕ, ਪ੍ਰਭ ਦੀ ਸ਼ਰਣ ਵਿੱਚ ਆਇਆ ਹਾ । ਮੇਰਾ ਹੋਰ ਕੋਈ ਜਾਣ ਵਾਲਾ ਥਾਂ ਨਹੀਂ ਹੈ । ਪ੍ਰਭ ਦੁਖਾਂ ਦਾ ਨਾਸ ਕਰਨ ਵਾਲਾ, ਪਾਪ ਬਖਸ਼ਣ ਵਾਲਾ ਮਿਹਰਬਾਨ ਮਾਲਕ ਹੈ । ਉਹ ਆਪਣੇ ਬੰਦਗੀ ਕਰਨ ਵਾਲੇ ਦੀਆਂ ਭੁਲਾਂ ਬਖਸ਼ਦਾ ਹੈ । ਉਸ ਨੂੰ ਸ਼ਬਦ ਦੀ ਪਾਲਣਾ ਵਿੱਚ ਅਡੋਲ ਰਖਦਾ, ਬਚਾ ਲੈਂਦਾ ਹੈ ।

I have surrendered my mind, body, and worldly status at His Sanctuary, The True Treasure of All Blessings, Virtues. I have no other place in the universe to pray for support. The One and Only One, Merciful True Master may forgive sins of His true devotee. He may destroy sins of his worldly desires. His true devotee may be saved by attaching to the teachings of His Word.

ਸੈਸਾਰ ਗਾਰ ਬਿਕਾਰ ਸਾਗਰ,	saisaar gaar bikaar saagar
ਪਤਿਤ ਮੋਹ ਮਾਨ ਅੰਧ॥	patit moh maan anDh.
ਬਿਕਲ ਮਾਇਆ ਸੰਗਿ ਧੰਧ॥	bikal maa-i-aa sang DhanDh.
ਕਰੁ ਗਹੇ ਪ੍ਰਭ ਆਪਿ ਕਾਢਹੁ,	kar gahay parabh aap kaadhahu
ਰਾਖਿ ਲੇਹੁ ਗੋਬਿੰਦ ਰਾਇ॥੧॥	raakh layho gobind raa-ay. ‖1‖

ਸੰਸਾਰ ਧੋਖੇ, ਫਰੇਬ ਦਾ ਭਿਆਨਕ ਜਾਲ ਹੈ । ਅਗਿਆਨੀ, ਅਣਜਾਣ ਸੰਸਾਰਕ ਮੋਹ ਦੇ ਸਾਗਰ ਵਿੱਚ ਫਸ ਜਾਂਦਾ ਹੈ । ਮਾਇਆ ਦੇ ਮਿਠੇ ਜ਼ਹਿਰ ਦਾ ਦਿਵਾਨਾ ਹੋ ਜਾਂਦਾ ਹੈ । ਪ੍ਰਭ ਨੇ ਰਹਿਮਤ ਨਾਲ ਆਪਣਾ ਹੱਥ ਬਖਸ਼ਕੇ, ਸ਼ਬਦ ਦੇ ਲੜ ਲਾ ਕੇ ਬਚਾ ਲਿਆ, ਇਸ ਵਿਚੋਂ ਕੱਢ ਲਿਆ ਹੈ ।

World is a terrible ocean of deception, falsehood, and hypocrisy. Ignorant from the teachings of His Word may become a victim of intoxication of worldly emotions. He remains intoxicated in the sweet poison of worldly wealth. The True Master has blessed devotion to obey the teachings of His Word as his helping hand and saved from the worldly ocean of desires.

ਅਨਾਥ ਨਾਥ ਸਨਾਥ ਸੰਤਨ,	anaath naath sanaath santan
ਕੋਟਿ ਪਾਪ ਬਿਨਾਸ॥	kot paap binaas.
ਮਨਿ ਦਰਸਨੈ ਕੀ ਪਿਆਸ॥	man, darsanai kee pi-aas.
ਪ੍ਰਭ ਪੂਰਨ ਗੁਨਤਾਸ॥	parabh pooran guntaas.
ਕ੍ਰਿਪਾਲ ਦਇਆਲ ਗੁਪਾਲ ਨਾਨਕ,	kirpaal da-i-aal gupaal naanak
ਹਰਿ ਰਸਨਾ ਗੁਨ ਗਾਇ॥੨॥੨॥੪੧॥	har rasnaa gun gaa-ay. ‖2‖2‖41‖

ਜਿਸ ਅਨਾਥ ਦਾ ਕੋਈ ਵਾਰਸ ਨਹੀਂ ਹੁੰਦਾ, ਪ੍ਰਭ ਉਸ ਦਾ ਆਸਰਾ ਬਣ ਜਾਂਦਾ ਹੈ । ਸੰਤਾਂ ਦੀ ਲਾਜ ਰਖਣ ਵਾਲਾ ਮਾਲਕ ਅਨੇਕਾਂ ਹੀ ਜੀਵ ਦੇ ਪਾਪ ਬਖਸ਼ ਦੇਂਦਾ ਹੈ । ਜਿਹੜਾ ਸ਼ਬਦ ਦੀ ਪਾਲਣਾ ਤੇ ਅਡੋਲ ਰਹਿੰਦਾ ਹੈ । ਉਸ ਨੂੰ ਪ੍ਰਭ, ਸ਼ਬਦ ਦੀ ਰੂਹਾਨੀ, ਸੋਝੀ ਦਾ ਖਜ਼ਾਨਾਂ ਬਖਸ਼ਦਾ ਹੈ । ਮੇਰੇ ਮਨ ਵਿੱਚ ਉਸ ਦਾਸ ਦੇ ਦਰਸ਼ਨ ਕਰਨ ਦੀ ਬਹੁਤ ਡੂੰਘੀ ਪਿਆਸ, ਸ਼ਰਧਾ ਹੈ । ਬੰਦਗੀ ਕਰਨ ਵਾਲਾ, ਅਡੋਲ ਭਰੋਸੇ ਨਾਲ ਸ਼ਬਦ ਦਾ ਸਿਮਰਨ ਕਰਦਾ, ਗੁਣ ਗਾਉਂਦਾ ਹੈ ।

The True Master remains protector, savior of helpless, disowned by worldly society, creature of His Creation. The protector of the honor of His true devotee, may forgive the sins of many creatures. Whosoever may obey the teachings of His Word with steady and stable belief in his day-to-day life; with His mercy and grace, he may be blessed with the treasure of enlightenment of the essence of His Word. I always remain anxious, fascinated to be blessed with conjugation of His Holy saint. His true devotee may meditate and sings the glory of His Word with steady and stable belief in his day-to-day life.

54. ਕਾਨੜਾ ਮਹਲਾ ੫॥ 1306-10

ਵਾਰਿ ਵਾਰਉ ਅਨਿਕ ਡਾਰਉ॥ vaar vaara-o anik daara-o.

ਸੁਖੁ ਪ੍ਰਿਅ ਸੁਹਾਗ ਪਲਕ ਰਾਤ॥੧॥ ਰਹਾਉ॥ sukh pari-a suhaag palak raat. ||1|| rahaa-o.

ਜਿਸ ਦਾਸ ਦੇ ਮਨ ਵਿੱਚ ਪ੍ਰਭ ਦਾ ਸ਼ਬਦ ਜਾਗਰਤ ਹੋ ਜਾਂਦਾ, ਪ੍ਰਭ ਨਾਲ ਮਿਲਾਪ ਹੋ ਜਾਂਦਾ ਹੈ । ਉਹ ਦਾਸ ਸੰਤੋਖ ਭਰੀ ਪਲ, ਰਾਤ ਦਾ ਸਵਾਸ, ਸਵਾਸ ਪ੍ਰਭ ਦਾ ਧੰਨਵਾਦ ਗਾਉਂਦਾ, ਕੁਰਬਾਨ ਜਾਂਦਾ ਹਾ ।

Whosoever may be enlightened with the essence of His Word, blessed with the right path of acceptance in His Court; with His mercy and grace, he may remain singing the glory of His Word for that auspicious night of contentment with each breath and remains fascinated from His Blessings.

ਕਨਿਕ ਮੰਦਰ ਪਾਟ ਸੇਜ ਸਖੀ, kanik mandar paat sayj sakhee

ਮੋਹਿ ਨਾਹਿ ਇਨ ਸਿਉ ਤਾਤ॥੧॥ mohi naahi in si-o taat. ||1||

ਉਸ ਦੇ ਮਨ ਵਿੱਚ ਸੋਨੇ ਦੇ ਬਣੇ ਘਰ, ਰਸ਼ਮੀ ਬਿਸਤਰ ਲਈ ਕੋਈ ਰੀਜ਼, ਸ਼ਰਧਾ ਨਹੀਂ ਹੈ ।

His true devotee may not have any desire, anxiety, appreciation for any worldly possession, like a house made of gold nor glamorous silky clothes.

ਮੁਕਤ ਲਾਲ ਅਨਿਕ ਭੋਗ, mukat laal anik bhog

ਬਿਨੁ ਨਾਮ ਨਾਨਕ ਹਾਤ॥ bin naam naanak haat.

ਰੂਖੋ ਭੋਜਨੁ ਭੂਮਿ ਸੈਨ ਸਖੀ, rookho bhojan bhoom sain sakhee

ਪ੍ਰਿਅ ਸੰਗਿ ਸੂਖਿ ਬਿਹਾਤ॥੨॥੩॥੪੨॥ pari-a sang sookh bihaat. ||2||3||42||

ਅਨੇਕਾਂ ਸੰਸਾਰਕ ਅਨੰਦ, ਰਤਨ, ਹੀਰੇ ਮੋਤੀ ਸਭ ਨਾਸ ਹੋ ਜਾਣ ਵਾਲੇ ਹਨ । ਸਾਰੇ ਹੀ ਸ਼ਬਦ ਦੀ ਪਾਲਣਾ ਤੋ ਬਿਨਾਂ ਮਾਨਸ ਜੀਵਨ ਲਈ ਬਿਰਥੇ ਹੀ ਹਨ । ਜਿਸ ਨੂੰ ਪ੍ਰਭ ਦੇ ਸਿਮਰਨ ਵਿੱਚ ਸੁੱਕੀ, ਬਾਸੀ ਰੋਟੀ, ਸੌਣ ਲਈ ਜ਼ਮੀਨ ਹੀ ਨਸੀਬ ਹੋ ਜਾਂਦੀ ਹੈ! ਉਹ ਬਹੁਤ ਲਾਭਵੰਦ ਹੈ, ਮਨ ਵਿੱਚ ਸੰਤੋਖ ਅਤੇ ਖੇੜਾ ਰਹਿੰਦਾ ਹੈ ।

Worldly pleasures may provide short-lived comforts, perishable worldly possessions of jewels and pearls. Except obeying the teachings of His Word, all other worldly tasks may be useless for the real purpose of his human life opportunity. Whosoever may be blessed with old, left-over bread for survival and only ground to lay down to rest; his way of life may be worthy, beneficial for his human life journey. He may remain overwhelmed with contentment and blossom in his day-to-day life.

55. ਕਾਨੜਾ ਮਹਲਾ ੫॥ 1306-13

ਅਹੰ ਤੋਰੋ ਮੁਖੁ ਜੋਰੋ॥ ahaN toro mukh joro.

ਗੁਰੁ ਗੁਰੁ ਕਰਤ ਮਨੁ ਲੋਰੋ॥ gur gur karat man loro.

ਪ੍ਰਿਅ ਪ੍ਰੀਤਿ ਪਿਆਰੋ ਮੋਰੋ॥੧॥ ਰਹਾਉ॥ pari-a pareet pi-aaro moro. ||1|| rahaa-o.

ਜੀਵ ਆਪਣੇ ਮਨ ਦੇ ਅਹੰਕਾਰ ਨੂੰ ਤਿਆਗਕੇ, ਪ੍ਰਭ ਦੇ ਸ਼ਬਦ ਦੀ ਪਾਲਣਾ ਵਿੱਚ ਧਿਆਨ ਰਖੋ! ਆਪਣੇ ਮਨ ਵਿੱਚ ਪ੍ਰਭ ਦੇ ਸ਼ਬਦ ਦੀ ਗੂੰਜ, ਜਾਗਰਤ ਰਖੋ! ਪ੍ਰਭ ਬੰਦਗੀ ਕਰਨ ਵਾਲੇ ਦਾ ਪਰੇਮੀ ਹੈ ।

You should renounce the ego of your worldly status and concentrate on obeying the teachings of His Word. You should remain intoxicated with the everlasting echo of His Word resonating within your heart. The True Master remains fascinated from the devotion of His true devotee.

ਗ੍ਰਿਹਿ ਸੇਜ ਸੁਹਾਵੀ ਆਗਨਿ ਚੈਨਾ, garihi sayj suhaavee aagan chainaa

ਤੋਰੋ ਰੀ ਤੋਰੋ ਪੰਚ ਦੂਤਨ toro ree toro panch dootan

ਸਿਉ ਸੰਗੁ ਤੋਰੋ॥੧॥ si-o sang toro. ||1||

ਜਿਹੜਾ ਮਨ ਦੀਆਂ ਇੱਛਾਂ ਦੇ ਪੰਜਾਂ ਚੋਰਾਂ ਤੇ ਜਿੱਤ ਪਾ ਲੈਂਦਾ ਹੈ । ਉਸ ਦਾ ਘਰ, ਹਰਇੱਕ ਥਾਂ, ਬਿਸਤਰ ਸਭ ਅਰਾਮ ਦੇਣ ਵਾਲੇ, ਸੰਤੋਖ ਦੇਣ ਵਾਲੇ ਬਣ ਜਾਂਦੇ ਹਨ । ਉਸ ਦੇ ਮਨ ਦੀ ਅਹੰਕਾਰ ਦੀ ਜੜ੍ਹ ਨਾਸ ਹੋ ਜਾਂਦੀ ਹੈ । ਬੰਦਗੀ ਕਰਨ ਵਾਲਾ, ਸਵਾਸ ਸਵਾਸ ਗੁਣਾਂ ਦੇ ਖਜ਼ਾਨੇਂ, ਪ੍ਰਭ ਦੇ ਸ਼ਬਦ ਦੇ ਗੁਣ ਗਾਉਂਦਾ ਹੈ ।

Whosoever may conquer his five demons of worldly desires; with His mercy and grace, his house, resting place may become comforting and place of contentment. He may conquer and eliminates the root of ego of his mind. His true devotee may sing the glory of His Word, True Treasure of Virtues.

ਆਇ ਨ ਜਾਇ ਬਸੇ ਨਿਜ ਆਸਨਿ,	aa-ay na jaa-ay basay nij aasan
ਊਂਧ ਕਮਲ ਬਿਗਸੋਰੋ॥	ooNDh kamal bigsoro.
ਛੁਟਕੀ ਹਉਮੈ ਸੋਰੋ॥	chhutkee ha-umai soro.
ਗਾਇਓ ਰੀ ਗਾਇਓ, ਪ੍ਰਭ	gaa-i-o ree gaa-i-o parabh
ਨਾਨਕ ਗੁਨੀ ਗਹੇਰੋ॥੨॥੪॥੪੩॥	naanak gunee gahayro. ‖2‖4‖43‖

ਜਿਹੜਾ, ਬੰਦਗੀ ਕਰਨ ਵਾਲਾ ਸੰਤੋਖ, ਗੁਣਾਂ ਦੇ ਭੰਡਾਰੀ ਦੇ ਸ਼ਬਦ ਦੇ ਗੁਣ ਗਾਉਂਦਾ ਹੈ । ਉਸ ਦਾ ਜੂੰਨਾਂ ਦਾ ਚੱਕਰ ਖਤਮ ਹੋ ਜਾਂਦਾ ਹੈ! ਉਹ ਆਪਣੇ ਮਨ ਦੇ ਕੇਂਦਰ ਵਿੱਚ ਪ੍ਰਭ ਦੇ ਦਰਬਾਰ ਵਿੱਚ ਵਸਦਾ ਹੈ! ਉਸ ਦੇ ਮਨ ਦਾ ਕਮਲ ਦਾ ਫੁੱਲ ਖੇੜੇ ਵਿੱਚ ਆ ਜਾਂਦਾ ਹੈ । ਉਸ ਦੇ ਮਨ ਵਿਚੋਂ ਅਹੰਕਾਰ ਦੀ ਜੜ੍ਹ ਨਾਸ ਹੋ ਜਾਂਦੀ ਹੈ ।

Whosoever, His true devotee may remain intoxicated singing the glory of His Word, The True Treasure of all virtues. His cycle of birth and death may be eliminated. He may dwell with the center of his heart in His 10th castle. The lotus flower of his mind may blossom and his receiving bowl of blessings may become open to retain His Blessings. His ego of worldly status may be eliminated, destroyed.

56. ਕਾਨੜਾ ਮਃ ੫ ਘਰੁ ੯॥ 1306-16

ਤਾਂ ਤੇ ਜਾਪਿ ਮਨਾ ਹਰਿ ਜਾਪਿ॥	taaN tay jaap manaa har jaap.
ਜੋ ਸੰਤ ਬੇਦ ਕਹਤ ਪੰਥੁ,	jo sant bayd kahat panth
ਗਾਖਰੋ ਮੋਹ ਮਗਨ ਅਹੰ ਤਾਪ॥ ਰਹਾਉ॥	gaakhro moh magan ahaN taap. rahaa-o.

ਮਨਮੁਖ ਸੰਸਾਰਕ ਮੋਹ ਅਤੇ ਹੈਸੀਅਤ ਦੇ ਅਹੰਕਾਰ ਵਿੱਚ ਫਸਿਆ ਰਹਿੰਦਾ ਹੈ । ਧਰਮ ਦੇ ਗ੍ਰੰਥ, ਵੇਦਾਂ ਅਤੇ ਸੰਤ ਪੁਕਾਰਦੇ ਹਨ! ਪ੍ਰਭ ਦੇ ਸ਼ਬਦ ਦੇ ਗੁਣ ਗਾਉਣ, ਸਬਦ ਦੀ ਪਾਲਣ ਵਿੱਚ ਅਡੋਲ, ਮਸਤ ਰਹੋ! ਪ੍ਰਭ ਦੇ ਦਰਬਾਰ ਦਾ, ਮੌਤ ਪਿਛੋਂ ਜਾਣਵਾਲਾ ਰਸਤਾ ਬਹੁਤ ਭਿਆਨਕ ਹੈ ।

Self-minded may remain intoxicated with worldly attachments, emotions, and ego of his worldly possessions. All Holy Scriptures, like Vedas and His true devotees claim loud and clear! You should sing the glory and obey the teachings of His Word with steady and stable belief in your day-to-day life. The path of returning after death may be very treacherous and dangerous.

ਜੋ ਰਾਤੇ ਮਾਤੇ ਸੰਗਿ ਬਪੁਰੀ,	jo raatay maatay sang bapuree
ਮਾਇਆ ਮੋਹ ਸੰਤਾਪ॥੧॥	maa-i-aa moh santaap. ‖1‖

ਜਿਹੜਾ ਸੰਸਾਰਕ ਮਾਇਆ ਦੇ ਮੋਹ ਵਿੱਚ ਫਸ ਜਾਂਦਾ ਹੈ । ਉਹ ਜੀਵਨ ਵਿੱਚ ਦੁਖ ਹੀ ਭੋਗਦਾ ਹੈ ।

Whosoever may remain intoxicated with sweet poison of worldly wealth. He may endure only miseries in his life and after death in His Court.

ਨਾਮੁ ਜਪਤ ਸੋਊ ਜਨੁ ਉਧਰੈ,	naam japat so-oo jan uDhrai
ਜਿਸਹਿ ਉਧਾਰਹੁ ਆਪ॥	jisahi uDhaarahu aap.
ਬਿਨਸਿ ਜਾਇ ਮੋਹ ਭੈ ਭਰਮਾ,	binas jaa-ay moh bhai bharmaa
ਨਾਨਕ ਸੰਤ ਪ੍ਰਤਾਪ॥੨॥੫॥੪੪॥	naanak sant partaap. ‖2‖5‖44‖

ਜਿਹੜਾ ਨਿਮਾਣਾ ਨਿਮ੍ਰਤਾ ਵਾਲਾ ਪ੍ਰਭ ਦੇ ਸ਼ਬਦ ਦਾ ਸਿਮਰਨ ਕਰਦਾ ਹੈ । ਉਸ ਦਾ ਸੰਸਾਰਕ ਮੋਹ, ਮੌਤ ਦਾ ਡਰ, ਅਤੇ ਭਰਮ ਦੂਰ ਹੋ ਜਾਂਦੇ ਹਨ । ਉਸ ਨੂੰ ਪ੍ਰਭ ਦੀ ਸ਼ਰਣ ਵਿੱਚ ਪ੍ਰਵਾਨਗੀ ਬਖਸ਼ਿਸ਼ ਹੋ ਜਾਂਦੀ, ਬਚ ਜਾਂਦਾ ਹੈ । ਉਸ ਤੇ ਸੰਤਾਂ ਦੀ ਰਹਿਮਤ ਦੀ ਨਜ਼ਰ ਭਰਪੂਰ ਰਹਿੰਦੀ ਹੈ ।

Whosoever, humble devotee may meditate on the teachings of His Word; with His mercy and grace, his fear of death, religious suspicions and emotional attachment to worldly wealth may be eliminated. He may be accepted in His sanctuary and saved. He may remain overwhelmed with blessed vision of His Holy saints, The True Master.

57. ਕਾਨੜਾ ਮਹਲਾ ੫ ਘਰੁ ੧੦॥ 1307-2

੧ੴ ਸਤਿਗੁਰ ਪ੍ਰਸਾਦਿ॥	ik-oNkaar satgur parsaad.
ਐਸੋ ਦਾਨੁ ਦੇਹੁ ਜੀ ਸੰਤਹੁ,	aiso daan dayh jee santahu
ਜਾਤ ਜੀਉ ਬਲਿਹਾਰਿ॥	jaat jee-o balihaar.
ਮਾਨ ਮੋਹੀ ਪੰਚ ਦੋਹੀ	maan mohee panch dohee
ਉਰਝਿ ਨਿਕਟਿ ਬਸਿਓ ਤਾਕੀ,	urajh nikat basi-o taakee
ਸਰਨਿ ਸਾਧੂਆ ਦੂਤ ਸੰਗੁ ਨਿਵਾਰਿ॥੧॥	saran saaDhoo-aa doot sang nivaar. ||1||
ਰਹਾਉ॥	rahaa-o.

ਰਹਿਮਤਾਂ ਦੇ ਮਾਲਕ, ਇਸਤਰ੍ਹਾਂ ਦੀ ਸਿਖਿਆਂ, ਬਖਸ਼ੋ! ਜਿਸ ਨਾਲ ਮੇਰੀ ਆਤਮਾ ਸਦਾ ਲਈ ਸ਼ਬਦ ਦੇ ਲੜ ਲਗ ਜਾਵੇ, ਕੁਰਬਾਨ ਹੋ ਜਾਂਵੇ । ਮੈਂ ਹੈਸੀਅਤ ਦੇ ਅਹੰਕਾਰ ਵਿੱਚ ਪੰਜਾਂ ਜਮਦੂਤਾਂ ਦੇ ਜਾਲ ਵਿੱਚ ਫਸਿਆ ਹੋਇਆ ਹਾ । ਪੰਜੋਂ ਜਮਸੂਤ ਚਾਰੇ ਪਾਸੇ ਘੇਰਾ ਰਖਦੇ ਹਨ । ਮੈਂ ਬੰਦਗੀ ਕਰਨ ਵਾਲੇ ਸੰਤਾਂ ਦੀ ਸੰਗਤ ਵਿੱਚ ਸ਼ਰਣ ਵਿੱਚ ਆਪਾ ਭੇਟਾ ਕੀਤਾ ਹੈ । ਸੰਤਾਂ ਨੇ ਰਹਿਮਤ ਦੀ ਨਜ਼ਰ ਬਖਸ਼ਕੇ ਸੰਸਾਰਕ ਇੱਛਾਂ ਦੇ ਜਮਦੂਤਾਂ ਤੋ ਬਚਾ ਲਿਆ ਹੈ ।

My Ture Master! Blesses such an enlightenment of the teachings of Your Word. I may remain intoxicated and drenched with the teachings of Your Word in my day-to-day life. I may remain fascinated from the enlightenment of the essence of Your Word. I have been intoxicated with the sweet poison of five demons of worldly desires. The demons of worldly desires keep tight control on my day-to-day event in my life. I have surrendered my self-identity at the conjugation of His Holy saint. By adopting his life experience teachings in my life; I have been saved.

ਕੋਟਿ ਜਨਮ ਜੋਨਿ ਭ੍ਰਮਿਓ,	kot janam jon bharmi-o
ਹਾਰਿ ਪਰਿਓ ਦੁਆਰਿ॥੧॥	haar pari-o du-aar. ||1||

ਮੈਂ ਅਨੇਕਾਂ ਜਨਮਾਂ ਵਿੱਚ ਜੂੰਨਾਂ ਵਿੱਚ ਭਉਦਾ, ਬੇਚਾਰ ਹੋ ਗਿਆ ਹਾ । ਅੰਤ ਵਿੱਚ ਪ੍ਰਭ ਦੀ ਸ਼ਰਣ ਵਿੱਚ ਆਪਾ ਭੇਟਾ ਕਰਦਾ ਹਾ ।

I have become miserable and frustrated wandering in many reincarnations in the body of many worldly creatures. In the end, I have surrendered may self-identity at His Sanctuary, The True Master.

ਕਿਰਪਾ ਗੋਬਿੰਦ ਭਈ,	kirpaa gobind bha-ee
ਮਿਲਿਓ ਨਾਮੁ ਅਧਾਰੁ॥	mili-o naam aDhaar.
ਦੁਲਭ ਜਨਮੁ ਸਫਲੁ	dulabh janam safal
ਨਾਨਕ ਭਵ ਉਤਾਰਿ ਪਾਰਿ॥੨॥੧॥੪੫॥	naanak bhav utaar paar. ||2||1||45||

ਸ੍ਰਿਸ਼ਟੀ ਦੇ ਮਾਲਕ ਨੇ ਸ਼ਬਦ ਦੇ ਲੜ ਲਾਇਆ ਹੈ । ਮੇਰਾ ਅਮੋਲਕ ਮਾਨਸ ਜਨਮ ਲਾਭਵੰਦ ਹੋ ਗਿਆ ਹੈ । ਪ੍ਰਭ ਨੇ ਭਿਆਨਕ ਸਾਗਰ ਵਿਚੋਂ ਪਾਰ, ਦਰਬਾਰ ਵਿੱਚ ਪ੍ਰਵਾਨ ਕਰ ਲਿਆ ਹੈ ।

The Merciful True Master has bestowed with devotion to obey the teachings of His Word. My human life journey has become rewarding. The True Master has saved me from the terrible ocean of worldly desires and accepted my soul in His Court.

58. ਕਾਨੜਾ ਮਹਲਾ ੫ ਘਰੁ ੧੧॥ 1307-6

ੴ ਸਤਿਗੁਰ ਪ੍ਰਸਾਦਿ॥ ik-oNkaar satgur parsaad.
ਸਹਜ ਸੁਭਾਏ ਆਪਨ ਆਏ॥ sahj subhaa-ay aapan aa-ay.
ਕਛੂ ਨ ਜਾਨੌ ਕਛੂ ਦਿਖਾਏ॥ kachhoo na jaanou kachhoo dikhaa-ay.
ਪ੍ਰਭੁ ਮਿਲਿਓ ਸੁਖ ਬਾਲੇ ਭੋਲੇ॥੧॥ parabh mili-o sukh baalay bholay. ||1||
ਰਹਾਉ॥ rahaa-o.

ਪ੍ਰਭ ਨੇ ਆਪ ਹੀ ਮੇਰੇ ਮਨ ਵਿੱਚ ਸ਼ਬਦ ਜਾਗਰਤ ਕੀਤਾ ਹੈ । ਇਹ ਪ੍ਰਭ ਦੀ ਹੀ ਵਡਿਆਈ ਹੈ । ਮੈਨੂੰ ਕੋਈ ਸੋਝੀ ਨਹੀ! ਮੇਰੀ ਕੋਈ ਬੰਦਗੀ, ਸ਼ਬਦ ਦੀ ਕਮਾਈ ਨਹੀਂ ਹੈ । ਪ੍ਰਭ ਨੇ ਮੇਰਾ ਅਡੋਲ ਭਰੋਸਾ ਦੇਖਕੇ ਹੀ ਮੈਨੂੰ ਸੰਤੋਖ, ਖੇੜਾ ਬਖਸ਼ਿਆ ਹੈ ।

The Merciful True Master has enlightened the teachings of His Word. I may not have any earning of His Word, worthy of His Blessing; all His Greatness, Generosity. The True Master has rewarded may devotion, steady and stable belief on the essence of His Word.

ਸੰਜੋਗਿ ਮਿਲਾਏ ਸਾਧ ਸੰਗਾਏ॥ sanjog milaa-ay saaDh sangaa-ay.
ਕਤਹੂ ਨ ਜਾਏ ਘਰਹਿ ਬਸਾਏ॥ kathoo na jaa-ay ghareh basaa-ay.
ਗੁਨ ਨਿਧਾਨੁ ਪ੍ਰਗਟਿਓ ਇਹ ਚੋਲੈ॥੧॥ gun niDhaan pargati-o ih cholai. ||1||

ਵੱਡੇ ਭਾਗਾਂ ਨਾਲ ਹੀ ਬੰਦਗੀ ਕਰਨ ਵਾਲੇ, ਸੰਤਾਂ ਦੀ ਸੰਗਤ ਬਖਸ਼ਿਸ਼ ਹੋਈ ਹੈ । ਮੇਰਾ ਮਨ ਕਿਸੇ ਪਾਸੇ ਨਹੀਂ ਭਉਦਾ, ਸ਼ਬਦ ਦੀ ਸ਼ਰਣ ਵਿੱਚ ਹੀ ਵਸਦਾ ਹੈ । ਗੁਣਾਂ ਦੇ ਭੰਡਾਰੀ ਨੇ ਹੀ ਸ਼ਬਦ ਰੂਪੀ ਚੋਲਾ ਬਖਸ਼ਿਆ ਹੈ । ਮੇਰਾ ਤਨ ਹੀ ਸ਼ਬਦ ਰੂਪੀ ਚੋਲਾ ਬਣ ਗਿਆ ਹੈ ।

With my great prewritten destiny, I have been blessed with the conjugation of His Holy Saint. My mind may not wander in any direction, rather remains intoxicated in meditation in the void of His Word. The True Master, Treasure of All Virtues, has blessed me the robe of the essence of His Word. My body has been transformed as my robe of enlightenment of the essence of His Word.

ਚਰਨ ਲੁਭਾਏ ਆਨ ਤਜਾਏ॥ charan lubhaa-ay aan tajaa-ay.
ਥਾਨ ਥਨਾਏ ਸਰਬ ਸਮਾਏ॥ thaan thanaa-ay sarab samaa-ay.
ਰਸਿਕ ਰਸਿਕ ਨਾਨਕੁ ਗੁਨ ਬੋਲੈ॥੨॥੧॥੪੬॥ rasak rasak naanak gun bolai. ||2||1||46||

ਮਨ ਦੀਆਂ ਸਾਰੀਆਂ ਇੱਛਾਂ ਤਿਆਗਕੇ ਸ਼ਬਦ ਰੂਪੀ ਚਰਨਾਂ ਦੇ ਲੜ ਲਗਾ ਹਾ । ਪ੍ਰਭ ਹੀ ਜਲ, ਥਲ, ਅਕਾਸ਼, ਬ੍ਰਹਮੰਡ ਵਿੱਚ ਹਾਜ਼ਰਾ ਹਜ਼ੂਰ ਵਾਪਰਦਾ ਹੈ । ਬੰਦਗੀ ਕਰਨ ਵਾਲਾ ਅਡੋਲ ਭਰੋਸੇ ਨਾਲ ਸ਼ਬਦ ਦੇ ਗੁਣ ਗਾਉਂਦਾ, ਵਿਚਾਰਦਾ ਹੈ ।

I have renounced all my worldly desires and hopes; I have surrendered my self-identity at His Sanctuary. The Omnipresent prevails everywhere in water, in, on, under earth and sky all times. His true devotee may remain meditating and singing the glory of His Word with steady and stable belief in his day-to-day life.

59. ਕਾਨੜਾ ਮਹਲਾ ੫॥ 1307-10

ਗੋਬਿੰਦ ਠਾਕੁਰ ਮਿਲਨ ਦੁਰਾਈ॥ gobind thaakur milan duraa-eeN.
ਪਰਮਿਤਿ ਰੂਪੁ ਅਗੰਮ ਅਗੋਚਰ, parmit roop agamm agochar
ਰਹਿਓ ਸਰਬ ਸਮਾਈ॥੧॥ ਰਹਾਉ॥ rahi-o sarab samaa-ee. ||1|| rahaa-o.

ਪ੍ਰਭ ਹੀ ਸ੍ਰਿਸ਼ਟੀ ਦਾ ਮਾਲਕ ਹੈ! ਆਪਣੀ ਆਤਮਾ ਨੂੰ ਉਸ ਦੇ ਪ੍ਰਵਾਨ ਹੋਣ ਦੇ ਯੋਗ ਬਣਾਉਣਾ ਬਹੁਤ ਕਠਨ ਹੈ । ਅਕਾਰ ਰਹਿਤ ਪ੍ਰਭ, ਹਰਇੱਕ ਥਾਂ, ਜੀਵ ਅੰਦਰ ਵਸਦਾ, ਵਾਪਰਦਾ, ਜੀਵ ਦੀ ਪਹੁੰਚ, ਜਾਣਕਰੀ ਤੋ ਉਪਰ ਹੈ ।

The One and Only One, True Master of the universe! To sanctify soul to become worthy of His Consideration may be very tedious and difficult undertaking. Beyond body structure limitation True Master remains embedded within each soul and dwells within his body. He remains beyond reach and comprehension of His Creation.

ਕਹਨਿ ਭਵਨਿ ਨਾਹੀ ਪਾਇਓ, kahan bhavan naahee paa-i-o
ਪਾਇਓ ਅਨਿਕ ਉਕਤਿ ਚਤੁਰਾਈ॥੧॥ paa-i-o anik ukat chaturaa-ee. ||1||

ਚਾਰੇ ਪਾਸੇ ਘੁੰਮਣ ਨਾਲ, ਸ਼ਬਦ ਦੀ ਚਰਚਾ ਕਰਨ ਨਾਲ, ਜੀਵ ਦੇ ਮਨ ਦੀਆਂ ਚਲਾਕੀਆਂ ਨਾਲ ਵੀ ਕੁਝ ਪ੍ਰਾਪਤ ਨਹੀਂ ਹੁੰਦਾ । ਜੀਵ ਦੀ ਆਪਣੀ ਕੋਈ ਸਮਰਥਾ ਨਹੀਂ ਹੈ ।

By wandering shrine to shrine, everywhere, preaching the greatness of His teachings nor with own clever tricks; no one may ever be blessed with the right path of acceptance in His Court. Worldly creature may not have any strength, capability to accomplish anything at his own meditation.

ਜਤਨ ਜਤਨ ਅਨਿਕ ਉਪਾਵ ਰੇ, jatan jatan anik upaav ray
ਤਉ ਮਿਲਿਓ ਜਉ ਕਿਰਪਾਈ॥ ta-o mili-o ja-o kirpaa-ee.
ਪ੍ਰਭੂ ਦਇਆਰ ਕ੍ਰਿਪਾਰ ਕ੍ਰਿਪਾ ਨਿਧਿ, parabhoo da-i-aar kirpaar kirpaa niDh
ਜਨ ਨਾਨਕ ਸੰਤ ਰੇਨਾਈ॥੨॥੨॥੪੭॥ jan naanak sant raynaa-ee. ||2||2||47||

ਸੰਸਾਰਕ ਜੀਵ ਅਨੇਕਾਂ ਯਤਨਾਂ, ਬੰਦਗੀ ਕਰਨ ਦੀਆਂ ਵਿਧੀਆਂ ਧਾਰਨ ਕਰਦਾ ਹੈ । ਪਰ ਪ੍ਰਭ, ਕੇਵਲ ਆਪਣੀ ਰਜ਼ਾ ਨਾਲ ਹੀ ਰਹਿਮਤ ਦੀ ਨਜ਼ਰ ਬਖਸ਼ਦਾ ਹੈ । ਬੰਦਗੀ ਕਰਨ ਵਾਲੇ ਆਪਣੀ ਜੀਵਨ ਦੀ ਅਵਸਥਾ, ਸੰਤਾਂ ਦੇ ਚਰਨਾਂ ਦੀ ਧੂੜ ਦੇ ਸਮਾਨ ਨਿਮ੍ਰਤਾ ਵਾਲੀ ਨਿਮਾਣੀ ਬਣਾ ਕੇ ਜੀਵਨ ਬਤੀਤ ਕਰਦਾ ਹੈ ।

Self-minded may adopt many religious practices, technique of meditation to become worthy of His Consideration; however, He may only bless the right path of acceptance with His own free-Will. His true devotee may adopt humility like the dust of the feet of His Holy saint in his worldly life.

60. ਕਾਨੜਾ ਮਹਲਾ ੫॥ 1307-13

ਮਾਈ ਸਿਮਰਤ ਰਾਮ ਰਾਮ ਰਾਮ॥ maa-ee simrat raam raam raam.
ਪ੍ਰਭ ਬਿਨਾ ਨਾਹੀ ਹੋਰੁ॥ parabh binaa naahee hor.
ਚਿਤਵਉ ਚਰਨਾਰਬਿੰਦ, chitva-o charnaarbind
ਸਾਸਨ ਨਿਸਿ ਭੋਰ॥੧॥ ਰਹਾਉ॥ saasan nis bhor. ||1|| rahaa-o.

ਜੀਵ, ਪ੍ਰਭ ਦੇ ਸ਼ਬਦ ਦਾ ਸਿਮਰਨ ਕਰੋ! ਪ੍ਰਭ ਤੋ ਬਿਨਾਂ ਹੋਰ ਸ੍ਰਿਸ਼ਟੀ ਦਾ ਮਾਲਕ ਨਹੀਂ ਹੈ । ਦਿਨ, ਰਾਤ ਸਵਾਸ, ਸਵਾਸ ਸ਼ਬਦ ਰੂਪੀ ਚਰਨਾਂ ਦੀ ਪੂਜਾ ਕਰੋ! ਸ਼ਬਦ ਨੂੰ ਮਨ ਵਿੱਚ ਜਾਗਰਤ ਰਖੋ!

The One and Only One True Master, Creator, and protector of the universe! You should meditate on the teachings of His Word. You should obey and worship the teachings of His Word. You should remain awake and alert with the essence of His Word in your meditation.

ਲਾਇ ਪ੍ਰੀਤਿ ਕੀਨ, laa-ay pareet keen
ਆਪਨ ਤੂਟਤ ਨਹੀ ਜੋਰੁ॥ aapan tootat nahee jor.
ਪ੍ਰਾਨ ਮਨੁ ਧਨੁ ਸਰਬਸੋੁ, paraan man Dhan sarbaso
ਹਰਿ ਗੁਨ ਨਿਧੇ ਸੁਖ ਮੋਰ॥੧॥ har gun niDhay sukh mor. ||1||

ਪ੍ਰਭ, ਮੇਰੇ ਨਾਲ ਪ੍ਰੀਤ ਕਰਦਾ ਹੈ । ਉਸ ਨੇ ਆਪਣਾ ਦਾਸ ਬਣਾ ਲਿਆ ਹੈ! ਹੁਣ ਮੇਰਾ ਕਦੇ ਵਿਛੋੜਾ ਨਹੀਂ ਹੋਵੇਗਾ । ਮੇਰਾ ਮਨ, ਤਨ, ਹੈਸੀਅਤ, ਸਵਾਸ ਸਭ ਕੁਝ ਹੀ ਪ੍ਰਭ ਦੀ ਬਖਸ਼ਿਸ਼, ਪ੍ਰਭ ਹੀ ਅਸਲੀ ਮਾਲਕ ਹੈ । ਪ੍ਰਭ ਹੀ ਰੂਹਾਨੀ ਗੁਣਾਂ ਦਾ ਖਜ਼ਾਨਾਂ, ਸੰਤੋਖ ਬਖਸ਼ਣ ਵਾਲਾ ਮਾਲਕ ਹੈ ।

The True Master has become merciful with my devotion; He has accepted my earnings of His Word; I have been blessed with a state of mind as His true devotee. Now, I may never be separated from His Holy Spirit. The True Master has blessed me with my mind, body, worldly status, and capital of breath and everything may be only His Trust. The enlightenment of the essence of His Word may be the true treasure of eternal Holy Spirit, contentment.

ਈਤ ਊਤ ਰਾਮ ਪੂਰਨੁ, eet oot raam pooran
ਨਿਰਖਤ ਰਿਦ ਖੋਰਿ॥ nirkhat rid khor.
ਸੰਤ ਸਰਨ ਤਰਨ ਨਾਨਕ, sant saran taran naanak
ਬਿਨਸਿਓ ਦੁਖੁ ਘੋਰ॥੨॥੩॥੪੮॥ binsi-o dukh ghor. ||2||3||48||

ਸੰਸਾਰ ਵਿੱਚ ਅਤੇ ਮੌਤ ਪਿਛੋਂ ਵੀ ਪ੍ਰਭ ਦਾ ਹੀ ਹੁਕਮ ਵਾਪਰਦਾ ਹੈ । ਉਹ ਮੇਰੇ ਤਨ ਦੇ ਕੇਂਦਰ ਵਿੱਚ ਹੀ ਵਸਦਾ, ਸਭ ਕੁਝ ਦੇਖਦਾ ਹੈ । ਪ੍ਰਭ ਨੇ ਸੰਤਾਂ ਦੀ ਸ਼ਰਨ ਬਖਸ਼ਕੇ ਸੰਸਾਰਕ ਸਾਗਰ ਪਾਰ ਕਰ ਦਿੱਤਾ ਹੈ । ਮੇਰੇ ਮਨ ਦੇ ਸਾਰੇ ਦੁਖ ਨਾਸ ਕਰ ਦਿੱਤੇ ਹਨ ।

Only His Command may prevail in worldly life and after death in His Court. He remains embedded within my soul, dwells within my body and monitors all my day-to-day activities. I have been blessed with the conjugation of His Holy saint and with the right path of acceptance in His Court; with His mercy and grace, all my miseries of worldly desires have been eliminated.

61. ਕਾਨੜਾ ਮਹਲਾ ੫॥ 1307-16

ਜਨ ਕੋ ਪ੍ਰਭੁ ਸੰਗੇ ਅਸਨੇਹੁ॥ jan ko parabh sangay asnayhu.
ਸਾਜਨੋ ਤੂ ਮੀਤੁ ਮੇਰਾ, saajno too meet mayraa
ਗ੍ਰਿਹਿ ਤੇਰੈ ਸਭੁ ਕੇਹੁ॥੧॥ ਰਹਾਉ॥ garihi tayrai sabh kayhu. ||1|| rahaa-o.

ਬੰਦਗੀ ਕਰਨ ਵਾਲਾ ਦਾਸ, ਪ੍ਰਭ ਨਾਲ ਪ੍ਰੀਤ ਕਰਦਾ, ਉਸ ਦੇ ਸ਼ਬਦ ਤੇ ਭਰੋਸਾ ਅਡੋਲ ਰਖਦਾ ਹੈ । ਪ੍ਰਭ ਹੀ ਉਸ ਦਾ ਅਸਲੀ ਮਿੱਤਰ, ਸਾਥੀ ਹੁੰਦਾ ਹੈ । ਪ੍ਰਭ ਦੇ ਘਰ, ਵੱਸ ਵਿੱਚ ਸਭ ਬਖਸ਼ਿਸ਼ਾਂ ਹਨ!

His true devotee remains devoted to obey the teachings of His Word with steady and stable belief in his day-to-day life, without any expectation, reservation. He remains true companion forever of His true devotee. The True Treasure of all virtues remain embedded within obeying the teachings of His Word.

ਮਾਨੁ ਮਾਂਗਉ ਤਾਨੁ ਮਾਂਗਉ, maan maaNga-o taan maaNga-o
ਧਨੁ ਲਖਮੀ ਸੁਤ ਦੇਹ॥੧॥ Dhan lakhmee sut dayh. ||1||

ਮਾਨਸ ਪ੍ਰਭ ਤੋ ਮਾਨ, ਸੋਭਾ ਮੰਗਦਾ, ਸਭ ਸਮਰਥਾ, ਹੈਸੀਅਤ, ਦੌਲਤ, ਪਰਿਵਾਰ ਮੰਗਦਾ ਹੈ ।

Self-minded may pray and begs for honor, worldly fame, strength, worldly status, worldly wealth, possession, and prosperous family.

ਮੁਕਤਿ ਜੁਗਤਿ ਭੁਗਤਿ ਪੂਰਨ, mukat jugat bhugat pooran
ਪਰਮਾਨੰਦ ਪਰਮ ਨਿਧਾਨ॥ parmaanand param niDhaan.
ਭੈ ਭਾਇ ਭਗਤਿ ਨਿਹਾਲ, bhai bhaa-ay bhagat nihaal
ਨਾਨਕ ਸਦਾ ਸਦਾ ਕੁਰਬਾਨ॥੨॥੪॥੪੯॥ naanak sadaa sadaa kurbaan. ||2||4||49||

ਪ੍ਰਭ ਦੀ ਰਹਿਮਤ ਨਾਲ ਹੀ ਸਭ ਮੁਕਤੀ, ਮਾਨਸ ਜੀਵਨ ਵਿੱਚ ਸਫਲਤਾ ਦੇ ਤਰੀਕੇ, ਬਖਸ਼ਿਸ਼ ਹੋ ਸਕਦੇ ਹਨ । ਬੰਦਗੀ ਕਰਨ ਵਾਲਾ ਸਦਾ ਹੀ ਪ੍ਰਭ ਦੇ ਵਿਛੋੜੇ ਦੇ ਵਿਰਾਗ, ਡਰ ਵਿੱਚ ਸ਼ਬਦ ਦੀ ਪਾਲਣਾ ਵਿੱਚ ਅਡੋਲ ਰਹਿੰਦਾ ਹੈ । ਪ੍ਰਭ ਬੰਦਗੀ ਕਰਨ ਵਾਲੇ ਨੂੰ ਸ਼ਬਦ ਦੀ ਪਾਲਣਾ ਵਿੱਚ ਅਡੋਲ ਰਖਦਾ, ਮੁਕਤ ਅਵਸਥਾ ਬਖਸ਼ਦਾ ਹੈ । ਪ੍ਰਭ ਦਾ ਦਾਸ ਸਦਾ ਹੀ ਪ੍ਰਭ ਦੀਆਂ ਰਹਿਮਤਾਂ ਤੋ ਕੁਰਬਾਨ, ਹੈਰਾਨ ਹੀ ਰਹਿੰਦਾ ਹੈ ।

The True Master bestows His Blessed Vision, the right path of acceptance, meditation, devotion to His Creation. His true devotee may remain in renunciation in the memory of his separation from His Holy Spirit. The Merciful True Master may bless devotion to obey the teachings of His Word and the right path of acceptance in His Court. His true devotee remains fascinated and astonished from His Nature and His Blessings.

62. ਕਾਨੜਾ ਮਹਲਾ ੫॥ 1308-1

ਕਰਤ ਕਰਤ ਚਰਚ ਚਰਚ ਚਰਚਰੀ॥	karat karat charach charach charcharee.
ਜੋਗ ਧਿਆਨ ਭੇਖ ਗਿਆਨ,	jog Dhi-aan bhaykh gi-aan
ਫਿਰਤ ਫਿਰਤ ਧਰਤ ਧਰਤ ਧਰਚਰੀ॥੧॥	firat firat Dharat Dharat Dharcharee.
ਰਹਾਉ॥	||1|| rahaa-o.

ਸੰਸਾਰਕ ਜੀਵ ਪ੍ਰਭ ਦੇ ਸ਼ਬਦ ਦੀ ਚਰਚਾ, ਕਥਾ, ਵਖਿਆਨ ਕਰਦਾ, ਪਰਖਦਾ ਰਹਿੰਦਾ ਹੈ । ਜੋਗੀ, ਧਰਮ ਦੇ ਪ੍ਰਚਾਰਕ, ਵਿਦਵਾਨ ਥਾਂ, ਥਾਂ ਪ੍ਰਭ ਨੂੰ ਢੂੰਡਦੇ, ਬੇਚਰ ਹੋ ਜਾਂਦੇ ਹਨ । ਆਪਣੇ ਸਿਰੜ, ਮਨ ਦੇ ਜ਼ੋਰ ਵਿੱਚ ਖੋਜ ਕਰਦੇ, ਰਹਿੰਦੇ ਹਨ ।

Human may read, tries to comprehend, and tests the predictability of events of nature. Yogi, religious preacher, religious scholar may search shrine to shrine, everywhere for peace of mind and become frustrated. They may remain stubborn, with their determination, keep searching the right path of acceptance in His Court.

ਅਹੰ ਅਹੰ ਅਹੈ ਅਵਰ ਮੂੜ	ahaN ahaN ahai avar moorh
ਮੂੜ ਮੂੜ ਬਵਰਈ॥	moorh moorh bavra-ee.
ਜਤਿ ਜਾਤ ਜਾਤ ਜਾਤ ਸਦਾ,	jat jaat jaat jaat sadaa
ਸਦਾ ਸਦਾ ਸਦਾ ਕਾਲ ਹਈ॥੧॥	sadaa sadaa sadaa kaal ha-ee. ||1||

ਉਹ ਅਹੰਕਾਰੀ, ਖੁਦਗਰਜ਼ੀ, ਧੋਖੇਬਾਜ, ਮਨਮਰਜ਼ੀ ਕਰਨ ਵਾਲਾ ਦਿਵਾਨਾ ਹੀ ਰਹਿੰਦਾ ਹੈ । ਉਹ ਜਿੱਥੇ ਵੀ ਜਾਂਦਾ, ਮੌਤ ਸਦਾ ਹੀ ਉਸ ਨੂੰ ਆਪਣੇ ਘੇਰੇ ਵਿੱਚ ਹੀ ਰਖਦੀ ਹੈ ।

Self-minded remains intoxicated with selfishness, deception, and determination insane and ignorant from the real purpose of human life opportunity. Wherever may he wander in search to satisfy his greed; the devil of death remains surrounding him.

ਮਾਨੁ ਮਾਨੁ ਮਾਨੁ ਤਿਆਗਿ,	maan maan maan ti-aag
ਮਿਰਤੁ ਮਿਰਤੁ ਨਿਕਟਿ ਨਿਕਟਿ ਸਦਾ ਹਈ॥	mirat mirat nikat nikat sadaa ha-ee.
ਹਰਿ ਹਰੇ ਹਰੇ ਭਾਜੁ ਕਹਤੁ ਨਾਨਕੁ,	har haray haray bhaaj kahat naanak
ਸੁਨਹੁ ਰੇ ਮੂੜ, ਬਿਨੁ ਭਜਨ	sunhu ray moorh bin bhajan
ਭਜਨ ਭਜਨ ਅਹਿਲਾ ਜਨਮੁ ਗਈ॥	bhajan bhajan ahilaa janam ga-ee.
੨॥੫॥੫੦॥੧੨॥੬੨॥	||2||5||50||12||62||

ਜੀਵ ਆਪਣੇ ਮਨ ਦੀ ਮੂਰਖਤੀ, ਖੁਦਗਰਜ਼ੀ ਤਿਆਗ ਦੇਵੋ! ਮੌਤ ਤੇਰੇ ਘੇਰੇ ਘੇਰੇ ਫਿਰਦੀ ਹੈ, ਕਿਸੇ ਸਮੇਂ ਵੀ ਆ ਸਕਦੀ ਹੈ । ਜੀਵ ਪ੍ਰਭ ਦੇ ਸ਼ਬਦ ਦਾ ਸਿਮਰਨ ਕਰਕੇ, ਸਦਾ ਚੱਲਣ ਵਾਲੀ ਸ਼ਬਦ ਦੀ ਧੁਨ ਮਨ ਵਿੱਚ ਜਾਗਰਤ ਕਰੋ! ਮੂਰਖ ਜੀਵ, ਪ੍ਰਭ ਦੇ ਸ਼ਬਦ ਨੂੰ ਮਨ ਵਿੱਚ ਜਾਗਰਤ ਕਰੋ! ਉਸ ਤੋ ਬਿਨਾਂ ਮਾਨਸ ਜਨਮ ਬਿਰਥਾ ਹੀ ਤਬਾਹ ਹੋ ਜਾਂਦਾ, ਬੀਤ ਜਾਂਦਾ ਹੈ ।

Self-mind, you should renounce your selfishness and stupidity of your mind. The devil of death remains knocking at your door, head; he may capture your soul anytime. You should meditate on the teachings of His Word! You should drench the teachings of Your Word within, your day-to-day life. Without adopting the teachings of His Word, your human life opportunity may be wasted uselessly.

63. ਕਾਨੜਾ ਅਸਟਪਦੀਆ ਮਹਲਾ ੪ ਘਰੁ ੧॥ 1308-6

੧ੳ ਸਤਿਗੁਰ ਪ੍ਰਸਾਦਿ॥	ik-oNkaar satgur parsaad.
ਜਪਿ ਮਨ ਰਾਮ ਨਾਮੁ ਸੁਖੁ ਪਾਵੈਗੋ॥	jap man raam naam sukh paavaigo.
ਜਿਉ ਜਿਉ ਜਪੈ ਤਿਵੈ ਸੁਖੁ ਪਾਵੈ,	ji-o ji-o japai tivai sukh paavai
ਸਤਿਗੁਰੁ ਸੇਵਿ ਸਮਾਵੈਗੋ॥੧॥ ਰਹਾਉ॥	satgur sayv samaavaigo. ||1|| rahaa-o.

ਜੀਵ ਪ੍ਰਭ ਦੇ ਸ਼ਬਦ ਦਾ ਸਿਮਰਨ ਕਰੋ! ਜਿਵੇਂ ਜਿਵੇਂ ਪ੍ਰਭ ਦੇ ਸ਼ਬਦ ਤੇ ਭਰੋਸਾ ਅਡੋਲ ਹੁੰਦਾ ਹੈ, ਮਨ ਵਿੱਚ ਸੰਤੋਖ ਬਖਸ਼ਿਸ਼ ਹੁੰਦਾ ਹੈ । ਪ੍ਰਭ ਦੇ ਸ਼ਬਦ ਦੀ ਪਾਲਣਾ ਨਾਲ ਮਨ ਵਿੱਚ ਸ਼ਬਦ ਦੀ ਸੋਝੀ ਵਸ ਜਾਂਦੀ ਹੈ । ਆਤਮਾ ਨੂੰ ਪ੍ਰਭ ਦੀ ਰਹਿਮਤ ਬਖਸ਼ਿਸ਼ ਹੋ ਜਾਂਦੀ ਹੈ ।

You should meditate on the teachings of His Word with steady and stable belief in day-to-day life; with His mercy and grace, slowly, slowly, your belief may become unshakable. You may be blessed with contentment with your own worldly environment. Whosoever may obey the teachings of His Word with steady and stable belief in his day-to-day life; with His mercy and grace, he may be drenched with the essence of His Word. His soul may be sanctified to become worthy of His Consideration.

ਭਗਤ ਜਨਾਂ ਕੀ ਖਿਨੁ ਖਿਨੁ ਲੋਚਾ,	bhagat janaaN kee khin khin lochaa
ਨਾਮੁ ਜਪਤ ਸੁਖੁ ਪਾਵੈਗੋ॥	naam japat sukh paavaigo.
ਅਨ ਰਸ ਸਾਦ ਗਏ ਸਭ ਨੀਕਰਿ,	an ras saad ga-ay sabh neekar
ਬਿਨੁ ਨਾਵੈ ਕਿਛੁ ਨ ਸੁਖਾਵੈਗੋ॥੧॥	bin naavai kichh na sukhaavaigo. ||1||

ਬੰਦਗੀ ਕਰਨ ਵਾਲਾ ਸਵਾਸ, ਸਵਾਸ ਸ਼ਬਦ ਦੀ ਉਸਤਤ ਗਾਉਂਦਾ ਹੈ, ਉਸ ਨੂੰ ਸੰਤੋਖ ਬਖਸ਼ਿਸ਼ ਹੋ ਜਾਂਦਾ ਹੈ । ਉਸ ਨੂੰ ਮਨ ਦੇ ਹੋਰ ਸੰਸਾਰਕ ਸਵਾਦ, ਅਨੰਦ ਭੁਲ ਜਾਂਦੇ ਹਨ । ਕੇਵਲ ਪ੍ਰਭ ਦੇ ਸ਼ਬਦ ਦੇ ਸਿਮਰਨ ਦਾ ਹੀ ਅਨੰਦ ਆਉਂਦਾ ਹੈ ।

His true devotee may sing the glory of His Word with each breath, with His mercy and grace, he may remain contented in his worldly life. His mind may remain beyond the temptation of any other worldly pleasures. He may only cherish pleasures in meditating on the teachings of His Word.

ਗੁਰਮਤਿ ਹਰਿ ਹਰਿ ਮੀਠਾ ਲਾਗਾ,	gurmat har har meethaa laagaa
ਗੁਰੁ ਮੀਠੇ ਬਚਨ ਕਢਾਵੈਗੋ॥	gur meethay bachan kadhaavaigo.
ਸਤਿਗੁਰ ਬਾਣੀ ਪੁਰਖੁ ਪੁਰਖੋਤਮ,	satgur banee purakh purkhotam
ਬਾਣੀ ਸਿਉ ਚਿਤੁ ਲਾਵੈਗੋ॥੨॥	banee si-o chit laavaigo. ||2||

ਪ੍ਰਭ ਦੇ ਸ਼ਬਦ ਦੀ ਪਾਲਣਾ ਕਰਨ ਨਾਲ ਪ੍ਰਭ ਦਾ ਸ਼ਬਦ ਮਨ ਨੂੰ ਮਿੱਠਾ ਲਗਦਾ ਹੈ । ਪ੍ਰਭ ਦੇ ਸ਼ਬਦ ਤੋ ਹੀ ਮਿੱਠਾ ਬੋਲਨ ਦਾ ਮਨ ਦਾ ਸਭਾਉ ਬਣ ਜਾਂਦਾ ਹੈ । ਪ੍ਰਭ ਦੇ ਸ਼ਬਦ ਦੀ ਪਾਲਣਾ ਤੋ ਹੀ ਪ੍ਰਭ ਦੇ ਸ਼ਬਦ ਦੀ ਸੋਝੀ ਬਖਸ਼ਿਸ਼ ਹੁੰਦੀ ਹੈ । ਜੀਵ ਚਿਤ ਲਾ ਕੇ ਸ਼ਬਦ ਦਾ ਸਿਮਰਨ ਕਰੋ!

Whosoever may obey the teachings of His Word with steady and stable belief; the teachings of His Word may become soothing to his mind. Whosoever may be drenched with the teachings of His Word in his day-to-day life; his way of life, may become humble, respectful to others. Whosoever may obey the teachings of His Word with steady and stable belief; with His mercy and grace, he may be enlightened with the essence of His Word. You should meditate and remain focused on the real purpose of human life opportunity.

ਗੁਰਬਾਣੀ ਸੁਨਤ ਮੇਰਾ ਮਨੁ ਦ੍ਰਵਿਆ,	gurbaanee sunat mayraa man darvi-aa
ਮਨੁ ਭੀਨਾ ਨਿਜ ਘਰਿ ਆਵੈਗੋ॥	man, bheenaa nij ghar aavaigo.
ਤਹ ਅਨਹਤ ਧੁਨੀ ਬਾਜਹਿ,	tah anhat Dhunee baajeh
ਨਿਤ ਬਾਜੇ ਨੀਝਰ ਧਾਰ ਚੁਆਵੈਗੋ॥੩॥	nit baajay neejhar Dhaar chu-aavaigo. ||3||

ਪ੍ਰਭ ਦੇ ਸ਼ਬਦ ਦੇ ਸਿਮਰਨ ਨਾਲ ਮਨ ਤਰਸਵਾਨ ਹੋ ਜਾਂਦਾ ਹੈ । ਮਨ ਦੇ ਦਸਵੇਂ ਘਰ ਵਿਚੋਂ ਅੰਮ੍ਰਿਤ ਸਿੰਮਦਾ, ਵਗਦਾ ਹੈ । ਮਨ ਵਿੱਚ ਸ਼ਬਦ ਦਾ ਪ੍ਰਭਾਵ ਹੋ ਜਾਂਦਾ ਹੈ । ਮਨ ਆਪਣੇ ਅੰਦਰ ਹੀ ਖੋਜ ਕਰਦਾ, ਝਾਤੀ ਮਾਰਦਾ ਹੈ । ਉਸ ਨੂੰ ਮਨ ਵਿੱਚ ਸਦਾ ਚੱਲਣ ਵਾਲੀ ਧੁਨ ਸੁਣਾਈ ਦੇਂਦੀ ਹੈ ।

Whosoever may meditate on the teachings of His Word, his mind, nature may become merciful on others, less-fortunate, helpless. The nectar of the essence of His Word may be oozing, flowing out of His 10th castle of his mind, body. He remains drenched with the enlightenment of the essence of His Word. He may always search for the enlightenment, peace of mind from within his own mind; with His mercy and grace, he may hear the everlasting echo of His Word within his mind.

ਰਾਮ ਨਾਮੁ ਇਕੁ ਤਿਲ ਤਿਲ ਗਾਵੈ, raam naam ik til til gaavai
ਮਨੁ ਗੁਰਮਤਿ ਨਾਮਿ ਸਮਾਵੈਗੋ॥ man gurmat naam samaavaigo.
ਨਾਮੁ ਸੁਣੈ ਨਾਮੋ ਮਨਿ ਭਾਵੈ, naam sunai naamo man bhaavai
ਨਾਮੇ ਹੀ ਤ੍ਰਿਪਤਾਵੈਗੋ॥੪॥ naamay hee tariptaavaigo. ||4||

ਜਿਹੜਾ ਪ੍ਰਭ ਦਾ ਸ਼ਬਦ ਸਵਾਸ, ਸਵਾਸ ਗਾਉਂਦਾ, ਸ਼ਬਦ ਨਾਲ ਜੀਵਨ ਢਾਲਦਾ ਹੈ । ਉਸ ਦਾ ਮਨ ਸ਼ਬਦ ਦੀ ਸਮਾਧੀ ਵਿੱਚ ਲੀਨ ਰਹਿੰਦਾ ਹੈ । ਪ੍ਰਭ ਦਾ ਸ਼ਬਦ ਸੁਣ ਨਾਲ, ਮਨ ਵਿੱਚ ਅਨੰਦ, ਸੰਤੋਖ ਖੇੜਾ ਬਖਸ਼ਿਸ਼ ਹੋ ਜਾਂਦਾ ਹੈ ।

Whosoever may sing the glory and adopts the teachings of His Word with steady and stable belief with each breath; with His mercy and grace, he may remain intoxicated in the void of His Word. Whosoever may hear the everlasting echo of His Word within; he may be blessed with pleasure and contentment in his worldly life.

ਕਨਿਕ ਕਨਿਕ ਪਹਿਰੇ ਬਹੁ ਕੰਗਨਾ, kanik kanik pahiray baho kangnaa
ਕਾਪਰੁ ਭਾਂਤਿ ਬਨਾਵੈਗੋ॥ kaapar bhaaNt banaavaigo.
ਨਾਮ ਬਿਨਾ ਸਭਿ ਫੀਕ ਫਿਕਾਨੇ, naam binaa sabh feek fikaanay
ਜਨਮਿ ਮਰੈ ਫਿਰਿ ਆਵੈਗੋ॥੫॥ janam marai fir aavaigo. ||5||

ਸੰਸਾਰਕ ਜੀਵ ਕੀਮਤੇ ਗਹਿਣੇ ਪਾਉਂਦੇ, ਸੋਹਣੇ ਕਪੜੇ ਪਾਉਂਦੇ ਹਨ । ਪ੍ਰਭ ਦੇ ਸ਼ਬਦ ਦੇ ਸਿਮਰਨ ਤੋ ਬਿਨਾਂ, ਸਾਰੇ ਹੀ ਫਿਕੇ ਲਗਦੇ ਹਨ । ਉਹ ਜਨਮ, ਮਰਨ, ਜੂੰਨਾਂ ਹੀ ਬਦਲ ਦਾ ਰਹਿੰਦਾ ਹੈ ।

Self-minded may cherish wearing precious jewelry and glamorous, splendorous clothes. However, without meditation on the teachings of His Word, earnings of His Word, all other worldly pleasures may become useless for the real purpose of human life journey. He may remain in the cycle of birth and death, re-incarnated in the body of different creatures.

ਮਾਇਆ ਪਟਲ ਪਟਲ ਹੈ ਭਾਰੀ, maa-i-aa patal patal hai bhaaree
ਘਰੁ ਘੂਮਨਿ ਘੇਰਿ ਘੁਲਾਵੈਗੋ॥ ghar ghooman ghayr ghulaavaigo.
ਪਾਪ ਬਿਕਾਰ ਮਨੂਰ ਸਭਿ ਭਾਰੇ, paap bikaar manoor sabh bhaaray
ਬਿਖੁ ਦੁਤਰੁ ਤਰਿਓ ਨ ਜਾਵੈਗੋ॥੬॥ bikh dutar tari-o na jaavaigo. ||6||

ਸੰਸਾਰਕ ਮਾਇਆ ਦਾ ਜਾਲ, ਖਿੱਚ ਬਹੁਤ ਭਾਰੀ ਹੁੰਦਾ ਹੈ । ਇਹ ਜੀਵ ਦਾ ਘਰ ਬਰਬਾਦ ਕਰ ਦੇਂਦੀ ਹੈ । ਇਸ ਨਾਲ ਮਨ ਵਿੱਚ ਬੁਰੇ ਖਿਆਲ, ਧੋਖਾ, ਲਾਲਚ ਹੀ ਵਧਦਾ ਹੈ । ਉਸ ਦਾ ਪਾਪਾਂ ਦਾ ਭਾਰ ਭਾਰੀ ਹੋ ਜਾਂਦਾ ਹੈ । ਉਸ ਦਾ ਮਨ, ਪ੍ਰਭ ਦੀ ਪ੍ਰਵਾਨਗੀ ਦੇ ਰਸਤੇ ਤੇ ਅਡੋਲ ਨਹੀਂ ਰਹਿੰਦਾ । ਜੀਵ ਸੰਸਾਰਕ ਸਾਗਰ ਵਿੱਚ ਹੀ ਡੁਬ ਜਾਂਦਾ ਹੈ ।

The temptation of sweet poison of worldly wealth may be very powerful, dominating. Shakti, worldly wealth may ruin the priceless human life opportunity of self-minded, selfish. With the intoxication of sweet poison of worldly wealth, his evil thoughts, greed blossom, enhance in his worldly life. His burden of sins may become very heavy. He may never remain steady and stable on the path of meditation. He may be drowned in the worldly ocean of desires.

ਭਉ ਬੈਰਾਗੁ ਭਇਆ ਹੈ ਬੋਹਿਥੁ,	bha-o bairaag bha-i-aa hai bohith
ਗੁਰੁ ਖੇਵਟੁ ਸਬਦਿ ਤਰਾਵੈਗੋ॥	gur khayvat sabad taraavaigo.
ਰਾਮ ਨਾਮੁ ਹਰਿ ਭੇਟੀਐ,	raam naam har bhaytee-ai
ਹਰਿ ਰਾਮੈ ਨਾਮਿ ਸਮਾਵੈਗੋ॥੭॥	har raamai naam samaavaigo. ||7||

ਪ੍ਰਭ ਦੇ ਵਿਛੋੜੇ ਦੇ ਵਿਰਾਗ ਨਾਲ ਮਨ ਨੂੰ ਸੰਸਾਰਕ ਮਾਇਆ ਦੇ ਮੋਹ ਤੋ ਰਹਿਤ ਰਖੋ! ਪ੍ਰਭ ਦੇ ਵਿਛੋੜੇ ਦੇ ਵਿਰਾਗ ਦੀ ਬੇੜੀ ਤੇ ਸਵਾਰ ਹੋਵੋ! ਪ੍ਰਭ ਦੇ ਸ਼ਬਦ ਦੀ ਪਾਲਣਾ ਨੂੰ ਬੇੜੀ ਦਾ ਮਲਾਹ ਬਣਾਵੋ । ਇਹ ਬੇੜੀ ਹੀ ਸੰਸਾਰਕ ਸਾਗਰ ਪਾਰ ਲੈ ਜਾਵੇਂਗੀ ।

You should keep your mind away from sweet poison of worldly wealth with the renunciation in the memory of your separation from His Holy Spirit. You should abord the boat of renunciation and make obeying the teachings of His Word as a sailor. The boat of renunciation may keep you on the right path of acceptance in His Court.

ਅਗਿਆਨਿ ਲਾਇ ਸਵਾਲਿਆ,	agi-aan laa-ay savaali-aa
ਗੁਰ ਗਿਆਨੈ ਲਾਇ ਜਗਾਵੈਗੋ॥	gur gi-aanai laa-ay jagaavaigo.
ਨਾਨਕ ਭਾਣੈ ਆਪਣੈ ਜਿਉ,	naanak bhaanai aapnai ji-o
ਭਾਵੈ ਤਿਵੈ ਚਲਾਵੈਗੋ॥੮॥੧॥	bhaavai tivai chalaavaigo. ||8||1||

ਮਨਮੁਖ ਅਗਿਆਨਤਾ, ਅੰਧ ਵਿਸ਼ਵਾਸ ਵਿੱਚ ਲਗਕੇ ਸੌਂ ਜਾਂਦਾ, ਫੇਰੀ ਢਾਹ ਬੈਠਦਾ ਹੈ । ਜਿਹੜਾ ਸ਼ਬਦ ਦੀ ਪਾਲਣਾ ਕਰਦਾ, ਸ਼ਬਦ ਦੀ ਸੋਝੀ ਦੀ ਬਖਸ਼ਿਸ਼ ਨਾਲ ਸੁਚੇਤ ਹੋ ਜਾਂਦਾ ਹੈ । ਪ੍ਰਭ ਦਾ ਭਾਣਾ ਹੀ ਵਾਪਰਦਾ ਹੈ । ਉਹ ਜਿਵੇਂ ਵੀ ਜੀਵ ਨੂੰ ਚਲਾਉਂਦਾ ਹੈ, ਉਹ ਚਲ ਸਕਦਾ ਹੈ ।

Self-minded, in ignorance from essence of His Word, remains intoxicated in blind faith and abandons the right path of enlightenment. Whosoever may obey the teachings of His Word; with His mercy and grace, he may remain awake and alert on the right path of human life journey. Only His Command prevails in the universe, in his worldly life; he may only adopt the path prewritten in his destiny.

64. ਕਾਨੜਾ ਮਹਲਾ ੪॥ 1308-17

ਜਪਿ ਮਨ ਹਰਿ ਹਰਿ ਨਾਮੁ ਤਰਾਵੈਗੋ॥	jap man har har naam taraavaigo.
ਜੋ ਜੋ ਜਪੈ ਸੋਈ ਗਤਿ ਪਾਵੈ,	jo jo japai so-ee gat paavai
ਜਿਉ ਧ੍ਰੂ ਪ੍ਰਹਿਲਾਦੁ ਸਮਾਵੈਗੋ॥੧॥	ji-o Dharoo par-hilaad samaavaigo. ||1||
ਰਹਾਉ॥	rahaa-o.

ਜੀਵ ਪ੍ਰਭ ਦੇ ਸ਼ਬਦ ਦੀ ਪਾਲਣਾ ਕਰਨ ਨਾਲ ਹੀ ਪ੍ਰਭ ਦੇ ਦਰਬਾਰ ਵਿੱਚ ਪ੍ਰਵਾਨ ਹੋਇਆ ਜਾ ਸਕਦਾ ਹੈ । ਜਿਹੜਾ ਵੀ ਸ਼ਬਦ ਦੀ ਪਾਲਣਾ ਕਰਦਾ, ਉਸ ਨੂੰ ਪ੍ਰਵਾਨਗੀ, ਮੁਕਤੀ ਦਾ ਰਸਤਾ ਬਖਸ਼ਿਸ਼ ਹੋ ਜਾਂਦਾ ਹੈ । ਧ੍ਰਅ, ਪ੍ਰਹਿਲਾਦ ਸ਼ਬਦ ਤੇ ਭਰੋਸਾ ਅਡੋਲ ਰਖਣ ਨਾਲ ਪ੍ਰਭ ਦੀ ਜੋਤ ਵਿੱਚ ਅਲੋਪ ਗਏ ।

Whosoever may obey the teachings of His Word with steady and stable belief; with His mercy and grace, he may be blessed with the right path of acceptance in His Court. Whosoever may obey the teachings of His Word with steady and stable belief in his day-to-day life; with His mercy and grace, he may be blessed with the right path of acceptance in His Court, salvation. Remember! **Dharoo and Parhilaad** were accepted, immersed within His Holy Spirit by obeying the teachings of His Word with steady and stable belief.

ਕ੍ਰਿਪਾ ਕ੍ਰਿਪਾ ਕ੍ਰਿਪਾ ਕਰਿ ਹਰਿ ਜੀਉ,	kirpaa kirpaa kirpaa kar har jee-o
ਕਰਿ ਕਿਰਪਾ ਨਾਮਿ ਲਗਾਵੈਗੋ॥	kar kirpaa naam lagaavaigo.
ਕਰਿ ਕਿਰਪਾ ਸਤਿਗੁਰੂ ਮਿਲਾਵਹੁ,	kar kirpaa satguroo milaavhu
ਮਿਲਿ ਸਤਿਗੁਰ ਨਾਮੁ ਧਿਆਵੈਗੋ॥੧॥	mil satgur naam Dhi-aavaigo. ||1||

ਰਹਿਮਤਾਂ ਦੇ ਮਾਲਕ, ਸ਼ਬਦ ਦੀ ਪਾਲਣਾ ਦੀ ਲਗਨ ਬਖਸ਼ੋ! ਪ੍ਰਭ ਨੇ ਸ਼ਬਦ ਦੀ ਪਾਲਣਾ ਦੀ ਲਗਨ ਬਖਸ਼ੀ ਹੈ । ਪ੍ਰਭ ਦੇ ਸ਼ਬਦ ਦਾ ਸਿਮਰਨ ਕਰਦੇ, ਭਰੋਸਾ ਅਡੋਲ ਹੋ ਗਿਆ ।

The Merciful True Master blesses me devotion to obey the teachings of Your Word. The True Masters has blessed the devotion to obey the teachings of His Word. I remain intoxicated in meditation on the teachings of His Word; with His mercy and grace, my belief has become steady and stable on the teachings of His Word.

ਜਨਮ ਜਨਮ ਕੀ ਹਉਮੈ ਮਲੁ ਲਾਗੀ,	janam janam kee ha-umai mal laagee
ਮਿਲਿ ਸੰਗਤਿ ਮਲੁ ਲਹਿ ਜਾਵੈਗੋ॥	mil sangat mal leh jaavaigo.
ਜਿਉ ਲੋਹਾ ਤਰਿਓ ਸੰਗਿ ਕਾਸਟ,	ji-o lohaa tari-o sang kaasat
ਲਗਿ ਸਬਦਿ ਗੁਰੂ ਹਰਿ ਪਾਵੈਗੋ॥੨॥	lag sabad guroo har paavaigo. ‖2‖

ਮੇਰੀ ਆਤਮਾ ਨੂੰ ਕਈ ਜਨਮਾਂ ਦੀ ਅਹੰਕਾਰ ਦੀ ਮੈਲ ਲਗੀ ਹੋਈ ਸੀ । ਸੰਤ ਸਰੂਪ ਦੇ ਜੀਵਨ ਦੀ ਸਿਖਿਆਂ ਨੂੰ ਆਪਣੇ ਜੀਵਨ ਵਿੱਚ ਢਾਲਣ ਨਾਲ, ਮਨ ਦੇ ਬੁਰੇ ਖਿਆਲ ਦੂਰ ਹੋ ਗਏ । ਜਿਵੇਂ ਲੋਹਾ ਲੱਕੜ ਨਾਲ ਲਗਕੇ ਤਰ ਜਾਂਦਾ ਹੈ । ਇਸਤਰ੍ਹਾਂ ਜਿਹੜਾ ਪ੍ਰਭ ਦੇ ਸ਼ਬਦ ਦੇ ਲੜ ਲਗ ਜਾਂਦਾ, ਪ੍ਰਭ ਦੇ ਦਰਬਾਰ ਵਿੱਚ ਪ੍ਰਵਾਨ ਹੋ ਜਾਂਦਾ ਹੈ ।

My soul has been blemished with ego of many life cycles. I have adopted the life experience teachings of His Holy saint in my own day to day life; with His mercy and grace, all my evil thoughts of mind have been eliminated. As iron attached to wooden boat may float on water and across river; same way, whosoever may remain steady and stable in obeying the teachings of His Word; with His mercy and grace, he may be blessed with the right path of acceptance in His Court.

ਸੰਗਤਿ ਸੰਤ ਮਿਲਹੁ ਸਤਸੰਗਤਿ,	sangat sant milhu satsangat
ਮਿਲਿ ਸੰਗਤਿ ਹਰਿ ਰਸੁ ਆਵੈਗੋ॥	mil sangat har ras aavaigo.
ਬਿਨੁ ਸੰਗਤਿ ਕਰਮ ਕਰੈ ਅਭਿਮਾਨੀ,	bin sangat karam karai abhimaanee
ਕਢਿ ਪਾਣੀ ਚੀਕੜੁ ਪਾਵੈਗੋ॥੩॥	kadh paanee cheekarh paavaigo. ‖3‖

ਬੰਦਗੀ ਕਰਨ ਵਾਲੇ ਦੀ ਸੰਗਤ ਵਿੱਚ ਰਲਕੇ ਸ਼ਬਦ ਦੀ ਪਾਲਣਾ ਕਰਨ ਨਾਲ ਪ੍ਰਭ ਦੇ ਸ਼ਬਦ ਦੀ ਸੋਝੀ ਬਖਸ਼ਿਸ਼ ਹੋ ਜਾਂਦੀ ਹੈ । ਸੰਗਤ ਵਿੱਚ ਮਿਲਕੇ ਸਿਮਰਨ ਤੋ ਬਿਨਾਂ, ਜੀਵ ਮਨ ਦੇ ਅਹੰਕਾਰ ਵਿੱਚ ਹੀ ਕੰਮ ਕਰਦਾ ਹੈ । ਉਹ ਇਸਤਰ੍ਹਾਂ ਸ਼ਬਦ ਦੀ ਪਾਲਣਾ ਕਰਦਾ ਹੈ, ਜਿਵੇਂ ਪਵਿੱਤਰ ਪਾਣੀ ਕੱਢਕੇ ਚਿਕੱੜ ਵਿੱਚ ਹੀ ਡੋਲਣਾ ਹੈ ।

Whosoever may remain in the conjugation of His Holy saint and obeys the teachings of His Word; with His mercy and grace, he may be enlightened with the essence of His Word. Without the conjugation of His Holy saint and meditating on the teachings of His Word; all other techniques of meditation may only enhance his ego of mind. His meditation, obeying the teachings of His Word may be like pull Holy Nectar and dumping in mud.

ਭਗਤ ਜਨਾ ਕੇ ਹਰਿ ਰਖਵਾਰੇ,	bhagat janaa kay har rakhvaaray
ਜਨ ਹਰਿ ਰਸੁ ਮੀਠ ਲਗਾਵੈਗੋ॥	jan har ras meeth lagaavaigo.
ਖਿਨੁ ਖਿਨੁ ਨਾਮੁ ਦੇਇ ਵਡਿਆਈ,	khin khin naam day-ay vadi-aa-ee
ਸਤਿਗੁਰ ਉਪਦੇਸਿ ਸਮਾਵੈਗੋ॥੪॥	satgur updays samaavaigo. ‖4‖

ਬੰਦਗੀ ਕਰਨ ਵਾਲੇ ਜੀਵ ਦਾ ਪ੍ਰਭ ਆਪ ਹੀ ਰਖਵਾਲਾ ਹੁੰਦਾ ਹੈ । ਪ੍ਰਭ ਦਾ ਸ਼ਬਦ ਬੰਦਗੀ ਕਰਨ ਵਾਲੇ ਨੂੰ ਬਹੁਤ ਮਿੱਠਾ ਲਗਦਾ ਹੈ । ਉਹ ਪਲ, ਪਲ ਪ੍ਰਭ ਦੇ ਸ਼ਬਦ ਦੇ ਗੁਣ ਗਾਉਂਦਾ ਹੈ । ਪ੍ਰਭ ਦੇ ਸ਼ਬਦ ਦੀ ਪਾਲਣਾ ਕਰਦਾ, ਸ਼ਬਦ ਦੀ ਸਮਾਧੀ ਵਿੱਚ ਹੀ ਵਸਣ ਲਗ ਪੈਂਦਾ ਹੈ ।

The True Master remains the savior, protector of His true devotee. The essence of His Word may become very soothing to the mind of His true devotee. He may sing the glory of His Word, with each breath. Whosoever may obey the teachings of His Word with steady and stable belief in his day-to-day life; with His mercy and grace, he may remain intoxicated in the void of His Word; a permanent resting place in His Royal Castle.

ਭਗਤ ਜਨਾ ਕਉ ਸਦਾ ਨਿਵਿ ਰਹੀਐ, bhagat janaa ka-o sadaa niv rahee-ai
ਜਨ ਨਿਵਹਿ ਤਾ ਫਲ ਗੁਨ ਪਾਵੈਗੋ॥ jan niveh taa fal gun paavaigo.
ਜੋ ਨਿੰਦਾ ਦੁਸਟ ਕਰਹਿ ਭਗਤਾ ਕੀ, jo nindaa dusat karahi bhagtaa kee
ਹਰਨਾਖਸ ਜਿਉ ਪਚਿ ਜਾਵੈਗੋ॥੫॥ harnaakhas ji-o pach jaavaigo. ||5||

ਜੀਵ ਬੰਦਗੀ ਕਰਨ ਵਾਲੇ ਨੂੰ ਸਦਾ ਹੀ ਮਾਣ ਦੇਵੋ, ਸਿਰ ਝੁਕਾਵੋ! ਜਿਹੜਾ ਸੰਤ ਨੂੰ ਪ੍ਰਨਾਮ ਕਰਦਾ ਹੈ, ਉਸ ਨੂੰ ਸੰਤ ਦੇ ਜੀਵਨ ਦੇ ਗੁਣ ਬਖਸ਼ਿਸ਼ ਹੋ ਜਾਂਦੇ ਹਨ । ਜਿਹੜਾ ਬੰਦਗੀ ਕਰਨ ਵਾਲੇ ਦਾ ਵਿਰੋਧ, ਨਿੰਦਿਆਂ ਕਰਦਾ ਹੈ । ਉਸ ਦਾ ਨਾਸ ਹੋ ਜਾਂਦਾ ਹੈ, ਜਿਵੇਂ ਹਰਨਾਖਸ਼ ਦਾ ਨਾਸ ਹੋ ਗਿਆ ।

You should always honor, respect His Holy saint! Whosoever may bow in honor of His Holy saint, he may be blessed with some teachings of his life, like humility, tolerance in his own life. Whosoever may rebuke, criticize His true devotee; he may adopt the wrong path, the path of destruction in his own life; Imagine the end of tyranny of king **Harnaakash**.

ਬ੍ਰਹਮ ਕਮਲ ਪੁਤੁ ਮੀਨ ਬਿਆਸਾ, barahm kamal put meen bi-aasaa
ਤਪੁ ਤਾਪਨ ਪੂਜ ਕਰਾਵੈਗੋ॥ tap taapan pooj karaavaigo.
ਜੋ ਜੋ ਭਗਤੁ ਹੋਇ ਸੋ ਪੂਜਹੁ, jo jo bhagat ho-ay so poojahu
ਭਰਮਨ ਭਰਮੁ ਚੁਕਾਵੈਗੋ॥੬॥ bharman bharam chukaavaigo. ||6||

ਜਿਵੇਂ ਬ੍ਰਹਮਾ ਕਮਲ ਦੇ ਫੁੱਲ ਵਿਚੋਂ ਅਤੇ ਬਿਆਸ ਮੱਛੀ ਦਾ ਬੱਚਾ ਸੀ । ਇਸ ਦਾ ਭਾਵ ਹੈ, ਬ੍ਰਹਮਾ ਅਤੇ ਬਿਆਸ, ਉਸ ਸਮੇਂ ਨੀਵੀ ਸੰਸਾਰਕ ਜਾਤਾਂ ਵਿੱਚ ਪੈਦਾ ਹੋਏ ਸਨ । ਤਪ ਕਰਨ ਨਾਲ ਉਹਨਾਂ ਦੀ ਪੂਜਾ ਹੋਣ ਲਗ ਪਈ । ਜਿਹੜਾ ਬੰਦਗੀ ਕਰਨ ਵਾਲੇ ਨੂੰ ਪ੍ਰਨਾਮ ਕਰਦਾ ਹੈ । ਉਸ ਦੇ ਮਨ ਦੇ ਭਰਮ ਦੂਰ ਹੋ ਜਾਂਦੇ ਹਨ ।

In this line! **Brahma and Vyass, ancient Age prophets are highlighted to be born in low social class.

By meditating on the teachings of His Word, both become worthy of worship in the universe. Whosoever may honor His true devotee, adopts his life experience teachings in his own day to day life; with His mercy and grace, all his suspicions may be eliminated.

ਜਾਤ ਨਜਾਤਿ ਦੇਖਿ ਮਤ ਭਰਮਹੁ, jaat najaat daykh mat bharmahu
ਸੁਕ, ਜਨਕ ਪਗੀਂ ਲਗਿ ਧਿਆਵੈਗੋ॥ suk janak pageeN lag Dhi-aavaigo.
ਜੂਠਨ ਜੂਠਿ ਪਈ ਸਿਰ ਊਪਰਿ, joothan jooth pa-ee sir oopar
ਖਿਨੁ ਮਨੂਆ ਤਿਲੁ ਨ ਡੁਲਾਵੈਗੋ॥੭॥ khin manoo-aa til na dulaavaigo. ||7||

ਜੀਵ ਕਿਸੇ ਦੀ ਜਾਤ ਜਾ ਹੈਸੀਅਤ ਦੇਖਕੇ ਭਰਮਾਂ ਵਿੱਚ ਨਾ ਪਵੋ! ਸੁਖਦੇਵ, ਰਾਜੇ ਜਨਕ ਨੂੰ ਗੁਰੂ ਮੰਨਕੇ ਉਸ ਦੀ ਸਿਖਿਆਂ ਨਾਲ ਸਿਮਰਨ ਕਰਦਾ ਸੀ । (ਸੁਖਦੇਵ-ਪਾਡੰਤ ਜਾਤ), ਜਦੋਂ ਜਨਕ, ਸੁਖਦੇਵ ਦੇ ਸਿਰ ਉਪਰ ਆਪਣਾ ਜੂਠਾ ਖਾਣਾ ਸੁੱਟਦਾ ਸੀ । ਸੁਖਦੇਵ ਨੇ ਇੱਕ ਪਲ ਵੀ ਇਸ ਦਾ ਬੁਰਾ ਨਹੀਂ ਮਨਾਇਆ, ਮਨ ਵਿੱਚ ਸ਼ੰਕਾ ਨਹੀਂ ਆਇਆ ।

You should not pay any significance to any worldly social class. Sukhdev (Brahman of high social class) adopted king Janak as his guru. Even King Janak's servants were thrown his left-over food from his castle and food was falling on the head of Sukhdev; however, he remains humble and never think evil or doubt the teachings of Janak.

ਜਨਕ ਜਨਕ ਬੈਠੇ ਸਿੰਘਾਸਨਿ, janak janak baithay singhaasan
ਨਉ ਮੁਨੀ ਧੂਰਿ ਲੈ ਲਾਵੈਗੋ॥ na-o munee Dhoor lai laavaigo.
ਨਾਨਕ ਕ੍ਰਿਪਾ ਕ੍ਰਿਪਾ ਕਰਿ ਠਾਕੁਰ, naanak kirpaa kirpaa kar thaakur
ਮੈ ਦਾਸਨਿ ਦਾਸ ਕਰਾਵੈਗੋ॥੮॥੨॥ mai daasan daas karaavaigo. ||8||2||

ਜਨਕ ਰਾਜ ਤੱਖਤ ਤੇ ਬੈਠਾ ਹੋਇਆ ਵੀ ਨੌਂ ਬੰਦਗੀ ਕਰਨ ਵਾਲੇ ਸੰਤਾਂ ਦੇ ਚਰਨਾਂ ਦੀ ਧੂੜ ਦਾ ਸਧੂੰਰ ਲਾਉਂਦਾ ਸੀ । ਪ੍ਰਭ ਰਹਿਮਤ ਕਰੋ! ਮੈਨੂੰ ਆਪਣੇ ਦਾਸਾਂ ਦਾ ਦਾਸ ਬਣਾਵੇ!

Even those, king Janak, remains on Royal Throne; he still treats the dust of the feet of nine His Holy saint as vermillion on his forehead. He seeks and abide by their counsel. He always prays for His Forgiveness and blessing the dust of the feet of His Holy saint.

65. ਕਾਨੜਾ ਮਹਲਾ ੪॥ 1309-11

ਮਨੁ ਗੁਰਮਤਿ ਰਸਿ ਗੁਨ ਗਾਵੈਗੋ॥ man, gurmat ras gun gaavaigo.
ਜਿਹਵਾ ਏਕ ਹੋਇ ਲਖ ਕੋਟੀ, jihvaa ayk ho-ay lakh kotee
ਲਖ ਕੋਟੀ ਕੋਟਿ ਧਿਆਵੈਗੋ॥੧॥ ਰਹਾਉ॥ lakh kotee kot Dhi-aavaigo. ||1|| rahaa-o.

ਪ੍ਰਭ ਦੇ ਸ਼ਬਦ ਦੇ ਗੁਣ ਗਾਵੋ, ਅਰਦਾਸ ਕਰੋ! ਉਹ ਤੇਰੀ ਇੱਕ ਜੀਭ ਤੋ ਲਖਾਂ ਜੀਭਾਂ ਬਣ ਦੇਵੇ । ਤੂੰ ਹਰਇੱਕ ਜੀਭ ਤੋ ਲਖਾਂ ਵਾਰ ਪ੍ਰਭ ਦੇ ਸ਼ਬਦ ਦੇ ਗੁਣ ਗਾਵੇ!

You should sing the glory of His Word, His Virtues. Always prays! Your tongue may be transformed into many lakhs' tongues. He may bless devotion and dedication to meditate lakhs time with each tongue the glory of His Word.

ਸਹਸ ਫਨੀ ਜਪਿਓ ਸੇਖਨਾਗੈ, sahas fanee japi-o saykhnaagai
ਹਰਿ ਜਪਤਿਆ ਅੰਤੁ ਨ ਪਾਵੈਗੋ॥ har japti-aa ant na paavaigo.
ਤੂ ਅਥਾਹੁ ਅਤਿ ਅਗਮੁ ਅਗਮੁ ਹੈ, too athaahu at agam agam hai
ਮਤਿ ਗੁਰਮਤਿ ਮਨੁ ਠਹਰਾਵੈਗੋ॥੧॥ mat gurmat man thehraavaigo. ||1||

ਹਜ਼ਾਰਾਂ ਸਿੱਰਾਂ ਵਾਲਾਂ ਨਾਗ, ਇਹਨਾਂ ਹਜ਼ਾਰਾਂ ਜੀਭਾਂ ਨਾਲ ਸ਼ਬਦ ਦੇ ਗੁਣ ਗਾਉਂਦਾ ਹੈ । ਫਿਰ ਵੀ ਉਹ ਪ੍ਰਭ ਦੀ ਰਹਿਮਤ ਨਹੀਂ ਪਾ ਸਕਿਆ । ਪ੍ਰਭ ਨਾ ਜਾਣੇ ਜਾਣਵਾਲਾ, ਨਾ ਪਹੁੰਚ ਵਾਲਾ ਮਾਲਕ ਹੈ । ਸ਼ਬਦ ਨਾਲ ਜੀਵਨ ਢਾਲਣ ਨਾਲ ਮਨ ਵਿੱਚ ਧੀਰਜ, ਸੰਤੋਖ ਬਖਸ਼ਿਸ਼ ਹੋ ਜਾਂਦਾ ਹੈ ।

Shaikh Nag, snake with many thousand head; sings the glory of His Word many times with each tongue. However, he was not blessed with the right path of acceptance in His Court. The True Master remains beyond reach and comprehension of His Creation. Whosoever may adopt the teachings of His Word with steady and stable belief; with His mercy and grace, he may be blessed with patience and contentment in his worldly life.

ਜਿਨ ਤੂ ਜਪਿਓ ਤੇਈ ਜਨ ਨੀਕੇ, jin too japi-o tay-ee jan neekay
ਹਰਿ ਜਪਤਿਅਹੁ ਕਉ ਸੁਖੁ ਪਾਵੈਗੋ॥ har japti-ahu ka-o sukh paavaigo.
ਬਿਦਰ ਦਾਸੀ ਸੁਤੁ ਛੋਕ ਛੋਹਰਾ, bidar daasee sut chhok chhohraa
ਕ੍ਰਿਸਨੁ ਅੰਕਿ ਗਲਿ ਲਾਵੈਗੋ॥੨॥ krisan ank gal laavaigo. ||2||

ਜਿਹੜਾ ਪ੍ਰਭ ਦੇ ਸ਼ਬਦ ਦਾ ਸਿਮਰਨ ਕਰਦਾ, ਸ਼ਬਦ ਦੀ ਪਾਲਣਾ ਕਰਦਾ ਹੈ, ਉਸ ਨੂੰ ਉਤਮ ਅਵਸਥਾ ਬਖਸ਼ਿਸ਼ ਹੋ ਜਾਂਦੀ ਹੈ । ਉਸ ਦੇ ਮਨ ਵਿੱਚ ਸ਼ਬਦ ਦੀ ਪਾਲਣਾ ਕਰਨ ਨਾਲ ਸੰਤੋਖ ਵਸ ਜਾਂਦਾ ਹੈ । ਬਿਦਰ ਇੱਕ ਗੁਲਾਮ ਲੜਕੀ ਦਾ ਬੱਚਾ ਸੀ । ਫਿਰ ਵੀ ਕ੍ਰਿਸ਼ਨ ਨੇ ਉਸ ਨੂੰ ਆਪਣੇ ਗਲੇ ਲਾਇਆ ।

Whosoever may meditate and obeys the teachings of His Word Day and night; with His mercy and grace, he may be blessed with supreme state of mind. He may remain drench with contentment in his life. Imagine! Bidar, a son of slave girl; prophet Krishna embraced him.

ਜਲ ਤੇ ਓਪਤਿ ਭਈ ਹੈ ਕਾਸਟ, jal tay opat bha-ee hai kaasat
ਕਾਸਟ ਅੰਗਿ ਤਰਾਵੈਗੋ॥ kaasat ang taraavaigo.
ਰਾਮ ਜਨਾ ਹਰਿ ਆਪਿ ਸਵਾਰੇ, raam janaa har aap savaaray
ਅਪਨਾ ਬਿਰਦੁ ਰਖਾਵੈਗੋ॥੩॥ apnaa birad rakhaavaigo. ||3||

ਲੱਕੜੀ ਜਲ ਵਿੱਚ, ਜਲ ਨਾਲ ਹੀ ਪੈਦਾ ਹੁੰਦੀ ਹੈ । ਫਿਰ ਵੀ ਲੱਕੜੀ ਨੂੰ ਪਕੜਨ ਨਾਲ ਸਾਗਰ ਪਾਰ ਕੀਤਾ ਜਾ ਸਕਦਾ ਹੈ । ਜੀਵ ਨੂੰ ਡੁਬਣ ਤੋ ਬਚਾ ਸਕਦੀ ਹੈ । ਪ੍ਰਭ ਆਪ ਹੀ ਬੰਦਗੀ ਕਰਨ ਵਾਲੇ ਨੂੰ ਸ਼ਬਦ ਤੇ ਅਡੋਲ ਰਖਦਾ ਹੈ, ਪ੍ਰਵਾਨ ਕਰਦਾ ਹੈ । ਉਹ ਆਪ ਹੀ ਉਸ ਦੀ ਲਾਜ ਰਖਦਾ ਹੈ ।

The wood may be grown in water; however, by holding wood, any one may cross the river. Wood may save any one from drowning. The True Master inspires and keeps His true devotee on the right path of acceptance in His Court. He may protect the honor of His true devotee.

ਹਮ ਪਾਥਰ ਲੋਹ, ਲੋਹ ਬਡ ਪਾਥਰ, ham paathar loh loh bad paathar
ਗੁਰ ਸੰਗਤਿ ਨਾਵ ਤਰਾਵੈਗੋ॥ gur sangat naav taraavaigo.
ਜਿਉ ਸਤਸੰਗਤਿ ਤਰਿਓ ਜੁਲਾਹੋ, ji-o satsangat tari-o julaaho
ਸੰਤ ਜਨਾ ਮਨਿ ਭਾਵੈਗੋ॥੪॥ sant janaa man bhaavaigo. ||4||

ਮੈਂ ਪਾਪੀ, ਭਾਰੇ ਪੱਥਰ, ਲੋਹੇ ਵਰਗਾ, ਸ਼ਬਦ ਦੀ ਬੇੜੀ ਤੇ ਸਵਾਰ ਹੋਇਆ ਹਾ । ਪ੍ਰਭ ਦਾ ਸ਼ਬਦ ਆਪ ਹੀ ਪਾਰ ਲੰਘਾਉਣ ਵਾਲਾ ਹੈ । ਜਿਵੇਂ ਕਬੀਰ, ਸੰਤਾਂ ਦੀ ਸੰਗਤ ਵਿੱਚ ਰਲਕੇ ਤਰ ਗਿਆ । ਉਹ ਬੰਦਗੀ ਕਰਨ ਵਾਲਿਆਂ ਦੇ ਮਨ ਨੂੰ ਅੰਨਦ ਦੇਣ ਵਾਲਾ ਬਣ ਗਿਆ ।

I am like heavy stone, worthless Iron; I have aboard the boat of His Word, adopted the teachings of His Word in my day-to-day life. The Merciful True Master, the earnings of His Word may carry me to the other shore. As a humble weaver, Kabeer was blessed with the conjugation of His Holy saint; with His mercy and grace, he was saved from the demons of worldly desire. The life experience teachings of His Holy saint may become very soothing to the mind of His true devotee.

ਖਰੇ ਖਰੋਏ ਬੈਠਤ ਊਠਤ, kharay kharo-ay baithat oothat
ਮਾਰਗਿ ਪੰਥਿ ਧਿਆਵੈਗੋ॥ maarag panth Dhi-aavaigo.
ਸਤਿਗੁਰ ਬਚਨ ਬਚਨ ਹੈ ਸਤਿਗੁਰ satgur bachan bachan hai satgur
ਪਾਧਰੁ ਮੁਕਤਿ ਜਨਾਵੈਗੋ॥੫॥ paaDhar mukat janaavaigo. ||5||

ਮੈਂ ਬਹਦੇ, ਉਠਦੇ, ਕੰਮ ਕਰਦੇ ਪ੍ਰਭ ਦੇ ਸ਼ਬਦ ਦੀ ਪਾਲਨਾ ਕਰਦਾ ਹਾ । ਪ੍ਰਭ ਦੇ ਸ਼ਬਦ ਦੀ ਸਿਖਿਆਂ ਹੀ ਅਸਲੀ ਗੁਰੂ ਹੈ ! ਪ੍ਰਭ ਦੇ ਸ਼ਬਦ ਦੀ ਪਾਲਨਾ, ਸਿਖਿਆਂ ਵਿੱਚ ਪ੍ਰਭ, ਆਪ ਹੀ ਸਮਾਇਆ ਹੋਇਆ ਹੈ । ਇਸ ਨਾਲ ਜੀਵਨ ਢਾਲਣ ਨਾਲ ਹੀ ਮੁਕਤੀ ਦਾ ਰਸਤਾ ਬਖਸ਼ਿਸ਼ ਹੋ ਸਕਦਾ ਹੈ ।

I may obey the teachings of His Word with steady and stable belief, sitting and standing in my day-to-day life. The teachings of His Word may be the guru of worldly creature. The True Master, His existence remains embedded within obeying the teachings of His Word. Whosoever may adopt the teachings of His Word; with His mercy and grace, he may be blessed with the right path of acceptance in His Court.

ਸਾਸਨਿ ਸਾਸਿ ਸਾਸਿ ਬਲੁ ਪਾਈ ਹੈ, saasan saas saas bal paa-ee hai
ਨਿਹਸਾਸਨਿ ਨਾਮੁ ਧਿਆਵੈਗੋ॥ nihsaasan naam Dhi-aavaigo.
ਗੁਰ ਪਰਸਾਦੀ ਹਉਮੈ ਬੂਝੈ, gur parsaadee ha-umai boojhai
ਤੌ ਗੁਰਮਤਿ ਨਾਮਿ ਸਮਾਵੈਗੋ॥੬॥ tou gurmat naam samaavaigo. ||6||

ਸ਼ਬਦ ਦਾ ਸਿਮਰਨ ਸਵਾਸ ਸਵਾਸ ਕਰਨ ਨਾਲ ਮਨ ਵਿੱਚ ਸਮਰਥਾ ਬਖਸ਼ਿਸ਼ ਹੋ ਗਈ ਹੈ । ਮੈਂ ਪਲ, ਪਲ ਸ਼ਬਦ ਦਾ ਸਿਮਰਨ ਕਰਦਾ ਹਾ । ਪ੍ਰਭ ਦੀ ਰਹਿਮਤ ਨਾਲ ਮੇਰੇ ਮਨ ਦੀ ਅਹੰਕਾਰ ਦੀ ਜੜ੍ਹ ਨਾਸ ਹੋ ਗਈ ਹੈ । ਸ਼ਬਦ ਨਾਲ ਜੀਵਨ ਢਾਲਣ ਨਾਲ ਪ੍ਰਭ ਦੀ ਜੋਤ ਵਿੱਚ ਹੀ ਅਭੇਦ ਹੋ ਗਿਆ ਹਾ ।

I am meditating on the teachings of His Word with steady and stable belief; with His mercy and grace, I have been blessed with devotion and strength to meditate with each breath. I have conquered the root of ego of mind. I have adopted the teachings of His Word; with His mercy and grace, my soul has become worthy of His Consideration.

ਸਤਿਗੁਰੁ ਦਾਤਾ ਜੀਅ ਜੀਅਨ ਕੋ,	satgur daataa jee-a jee-an ko
ਭਾਗਹੀਨ ਨਹੀ ਭਾਵੈਗੋ॥	bhaagheen nahee bhaavaigo.
ਫਿਰਿ ਏਹ ਵੇਲਾ ਹਾਥਿ ਨ ਆਵੈ,	fir ayh vaylaa haath na aavai
ਪਰਤਾਪੈ ਪਛੁਤਾਵੈਗੋ॥੭॥	partaapai pachhutaavaigo. ||7||

ਸ਼ਬਦ ਦੀ ਸਿਖਿਆ ਹੀ ਆਤਮਾ ਦਾ ਭੋਜਨ ਹੈ, ਮੰਦੇ ਭਾਗਾਂ ਵਾਲੇ ਉਸ ਨਾਲ ਲਗਨ ਨਹੀਂ ਲਾਉਂਦੇ । ਇਹ ਮੌਕਾ ਬਾਰ ਬਾਰ ਬਖਸ਼ਿਸ਼ ਨਹੀਂ ਹੁੰਦਾ । ਅੰਤ ਵਿੱਚ ਮੌਤ ਤੇ ਉਹ ਉਦਾਸ ਹੁੰਦਾ, ਪਛਤਾਵਾਂ ਹੀ ਕਰਦਾ ਹੈ ।

The essence of the teachings of His Word may be soul sanctifying food; however, self-minded may not remain focused on the teachings of His Word. The human life opportunity may not be blessed too often. He may repent and regrets at the time of death.

ਜੇ ਕੋ ਭਲਾ ਲੋੜੈ ਭਲ ਅਪਨਾ,	jay ko bhalaa lorhai bhal apnaa
ਗੁਰ ਆਗੈ ਢਹਿ ਢਹਿ ਪਾਵੈਗੋ॥	gur aagai dheh dheh paavaigo.
ਨਾਨਕ ਦਇਆ ਦਇਆ ਕਰਿ ਠਾਕੁਰ,	naanak da-i-aa da-i-aa kar thaakur
ਮੈ ਸਤਿਗੁਰ ਭਸਮ ਲਗਾਵੈਗੋ॥੮॥੩॥	mai satgur bhasam lagaavaigo. ||8||3||

ਅਗਰ ਕੋਈ ਆਪਨਾ ਭਲਾ ਮੰਗਦਾ, ਉਸ ਨੂੰ ਸ਼ਬਦ ਦੀ ਪਾਲਣਾ ਕਰਨੀ ਚਾਹੀਦੀ ਹੈ । ਪ੍ਰਭ ਦੀ ਸ਼ਰਣ ਵਿੱਚ ਆਪਾ ਭੇਟਾ ਕਰਨਾ ਚਾਹੀਦਾ ਹੈ । ਪ੍ਰਭ ਆਪ ਹੀ ਆਪਣੇ ਦਾਸਾਂ ਤੇ ਰਹਿਮਤ ਬਖਸ਼ਦਾ ਹੈ । ਉਹ ਸੰਤ, ਅਸਲੀ ਗੁਰੂ, ਸ਼ਬਦ ਦੇ ਚਰਨਾਂ ਦੀ ਧੂੜ, ਆਪਣੇ ਮੱਥੇ ਤੇ ਲਾਉਂਦਾ ਹੈ ।

Whosoever may remain anxious for the right path of human life journey; he should obey and adopts the teachings of His Word. He should surrender his self-identity at His sanctuary. The True Master may become his savior and protector. His true devotee may only pray for the dust of the feet of His Holy saint.

66. ਕਾਨੜਾ ਮਹਲਾ ੪॥ 1310-3

ਮਨੁ ਹਰਿ ਰੰਗਿ ਰਾਤਾ ਗਾਵੈਗੋ॥	man har rang raataa gaavaigo.
ਭੈ ਭੈ ਤ੍ਰਾਸ ਭਏ ਹੈ ਨਿਰਮਲ,	bhai bhai taraas bha-ay hai nirmal
ਗੁਰਮਤਿ ਲਾਗਿ ਲਗਾਵੈਗੋ॥੧॥ ਰਹਾਉ॥	gurmat laag lagaavaigo. ||1|| rahaa-o.

ਮਨ ਪ੍ਰਭ ਦੀ ਪ੍ਰੀਤ ਵਿੱਚ ਪ੍ਰਭ ਦੇ ਗੁਣ ਗਾਵੋ! ਪ੍ਰਭ ਦੇ ਵਿਛੋੜਾ ਦੇ ਵਿਰਾਗ, ਡਰ ਨੇ ਮੈਨੂੰ ਨਿਡਰ ਅਤੇ ਪਵਿੱਤਰ ਬਣਾ ਦਿੱਤਾ । ਪ੍ਰਭ ਦੇ ਸ਼ਬਦ ਦੀ ਸੋਝੀ ਦਾ ਮੇਰੇ ਤੇ ਰੰਗ ਚੜ੍ਹ ਗਿਆ ਹੈ ।

You should sing the glory and gratitude of His Blessings and Virtues. I am in renunciation in the memory of my separation from His Holy Spirit; with His mercy and grave, I have become fearless and my soul has been sanctified to become worthy of His Consideration. I have been drenched with crimson color of the enlightenment of the essence of His Word.

ਹਰਿ ਰੰਗਿ ਰਾਤਾ ਸਦ ਬੈਰਾਗੀ,	har rang raataa sad bairaagee
ਹਰਿ ਨਿਕਟਿ ਤਿਨਾ ਘਰਿ ਆਵੈਗੋ॥	har nikat tinaa ghar aavaigo.
ਤਿਨ ਕੀ ਪੰਕ ਮਿਲੈ ਤਾਂ ਜੀਵਾਂ,	tin kee pank milai taaN jeevaa
ਕਰਿ ਕਿਰਪਾ ਆਪਿ ਦਿਵਾਵੈਗੋ॥੧॥	kar kirpaa aap divaavaigo. ||1||

ਜਿਹੜਾ ਪ੍ਰਭ ਦੇ ਸ਼ਬਦ ਦੀ ਬੰਦਗੀ ਤੇ ਅਡੋਲ ਰਹਿੰਦਾ ਹੈ । ਉਸ ਦੇ ਮਨ ਵਿੱਚ ਧੀਰਜ ਰਹਿੰਦਾ, ਸਦਾ ਹੀ ਸੰਸਾਰਕ ਇੱਛਾਂ ਤੋ ਰਹਿਤ ਹੋ ਜਾਂਦਾ ਹੈ । ਉਹ ਆਪਣੇ ਮਨ ਅੰਦਰ ਹੀ ਪ੍ਰਭ ਦੇ ਦਰਬਾਰ, ਮਨ ਦੇ ਦਸਵੇਂ ਘਰ ਵਿੱਚ ਵਸਦਾ ਹੈ । ਪ੍ਰਭ ਰਹਿਮਤ ਬਖਸ਼ੋ! ਉਸ ਬੰਦਗੀ ਕਰਨ ਵਾਲੇ ਜੀਵੇ ਦੇ ਚਰਨਾਂ ਦੀ ਧੂੜ ਬਖਸ਼ੋ! ਮੈਂ ਉਸ ਦੇ ਚਰਨਾਂ ਦੀ ਧੂੜ ਨਾਲ ਹੀ ਜਿਉਂਦਾ ਰਹਾ ।

Whosoever may remain intoxicated in meditation with steady and stable belief; with His mercy and grace, he may remain in patience and beyond the reach of worldly desires. He may dwell within his own body, in the 10th door, His Royal Castle. He always prays for His Forgiveness and Refuge to be blessed with the dust of the feet of His Holy saint. He prays for endurance to adopt the life experience teachings of His Holy saint in his day-to-day life.

ਦੁਬਿਧਾ ਲੋਭਿ ਲਗੇ ਹੈ ਪ੍ਰਾਣੀ,	dubiDhaa lobh lagay hai paraanee
ਮਨਿ ਕੋਰੈ ਰੰਗੁ ਨ ਆਵੈਗੋ॥	man korai rang na aavaigo.
ਫਿਰਿ ਉਲਟਿਓ ਜਨਮੁ ਹੋਵੈ ਗੁਰ ਬਚਨੀ,	fir ulti-o janam hovai gur bachnee
ਗੁਰੁ ਪੁਰਖੁ ਮਿਲੈ ਰੰਗੁ ਲਾਵੈਗੋ॥੨॥	gur purakh milai rang laavaigo. ‖2‖

ਮਾਨਸ ਦਾ ਮਨ ਲਾਲਚ ਅਤੇ ਭਰਮਾਂ ਵਿੱਚ ਫਸਿਆ ਹੋਇਆ ਹੈ । ਉਸ ਦੇ ਮਨ ਤੇ ਸ਼ਬਦ ਦਾ ਰੰਗ ਨਹੀਂ ਚੜ੍ਹ ਸਕਦਾ । ਉਹ ਸ਼ਬਦ ਦੀ ਪਾਲਣਾ ਤੇ ਟਿਕ ਨਹੀਂ ਸਕਦਾ, ਡੋਲ ਜਾਂਦਾ ਹੈ । ਸੰਤ ਸਰੂਪ ਦੀ ਸਿਖਿਆਂ ਤੇ ਚੱਲਣ ਨਾਲ ਮਨ ਅਡੋਲ ਹੋ ਜਾਂਦਾ ਹੈ । ਉਸ ਦੇ ਮਨ ਦੀ ਅਵਸਥਾ ਸ਼ਬਦ ਨਾਲ ਜੀਵਨ ਢਾਲਣ ਨਾਲ ਬਦਲ ਸਕਦੀ ਹੈ ।

Self-minded may remain greedy and intoxicated with sweet poison of worldly wealth. He may never remain steady and stable on the path of meditation. He may never be drenched with the crimson color of the essence of His Word. He may wander from shrine to shrine to find peace of mind. Whosoever may adopt the life experience teachings of His Holy saint in his own day to day life; with His mercy and grace, his state of mind may be transformed by adopting the teachings of His Word.

ਇੰਦ੍ਰੀ ਦਸੇ ਦਸੇ ਫੁਨਿ ਧਾਵਤ,	indree dasay dasay fun Dhaavat
ਤ੍ਰੈ ਗੁਣੀਆ ਖਿਨੁ ਨ ਟਿਕਾਵੈਗੋ॥	tarai gunee-aa khin na tikaavaigo.
ਸਤਿਗੁਰ ਪਰਚੈ ਵਸਗਤਿ ਆਵੈ,	satgur parchai vasgat aavai
ਮੋਖ ਮੁਕਤਿ ਸੋ ਪਾਵੈਗੋ॥੩॥	mokh mukat so paavaigo. ‖3‖

ਜੀਵ ਦਾ ਮਨ ਦੀਆਂ 10 ਇੰਦ੍ਰੀਆਂ ਤੇ ਕੋਈ ਕਾਬੂ ਨਹੀਂ ਹੁੰਦਾ । ਉਸ ਦਾ ਮਨ ਚਾਰੇ ਪਾਸੇ ਘੁੰਮਦਾ ਰਹਿੰਦਾ ਹੈ । ਤਿੰਨ ਰੂਪੀ ਮਾਇਆ, ਮਨ ਨੂੰ ਇੱਕ ਪਲ ਇੱਕ ਖਿਆਲ ਤੇ ਟਿਕਣ ਨਹੀਂ ਦੇਂਦੀ । ਪ੍ਰਭ ਦੇ ਸ਼ਬਦ ਨਾਲ ਜੀਵਨ ਢਾਲਣ ਨਾਲ, ਮਾਇਆ ਤੇ ਜਿੱਤ ਬਖਸ਼ਿਸ਼ ਹੋ ਸਕਦੀ ਹੈ । ਇਹ ਹੀ ਮੁਕਤੀ ਦਾ ਰਸਤਾ ਹੈ ।

Self-minded remains under the control of 10 inner senses; his mind may not have any control of these senses. Whosoever may remain intoxicated with three virtues of worldly wealth; he may remain obeying the teachings of His Word with steady and stable belief in his day-to-day life. Whosoever may adopt the teachings of His Word with steady and stable belief; with His mercy and grace, he may conquer the demons of his worldly desires. This may be a unique and right path of salvation, acceptance in His Court.

ਓਅੰਕਾਰਿ ਏਕੋ ਰਵਿ ਰਹਿਆ,	o-ankaar ayko rav rahi-aa
ਸਭੁ ਏਕਸ ਮਾਹਿ ਸਮਾਵੈਗੋ॥	sabh aykas maahi samaavaigo.
ਏਕੋ ਰੂਪੁ ਏਕੋ ਬਹੁ ਰੰਗੀ,	ayko roop ayko baho rangee
ਸਭੁ ਏਕਤੁ ਬਚਨਿ ਚਲਾਵੈਗੋ॥੪॥	sabh aykat bachan chalaavaigo. ‖4‖

ਇੱਕੋ ਇੱਕ ਪ੍ਰਭ ਹੀ ਸ੍ਰਿਸ਼ਟੀ ਨੂੰ ਪੈਦਾ ਕਰਦਾ, ਹਰਇੱਕ ਥਾਂ ਤੇ ਵਾਪਰਦਾ ਹੈ । ਸਾਰੇ ਜੀਵਾਂ ਦੀ ਆਤਮਾ ਪ੍ਰਭ ਦੀ ਜੋਤ ਵਿਚੋਂ ਹੀ ਪੈਦਾ ਹੁੰਦੀ ਹੈ, ਜਿਸ ਦੀ ਆਤਮਾ ਪਵਿੱਤ੍ਰ ਹੋ ਜਾਂਦੀ, ਪ੍ਰਭ ਦੀ ਪਵਿੱਤ੍ਰ ਜੋਤ ਵਿੱਚ ਹੀ ਸਮਾ ਜਾਂਦੀ ਹੈ । ਪ੍ਰਭ, ਅਕਾਰ ਰਹਿਤ, ਪਵਿੱਤ੍ਰ ਜੋਤ, ਅਨੇਕਾਂ ਹੀ ਅਕਾਰ, ਰੂਪ ਧਾਰਨ ਕਰ ਲੈਂਦੀ ਹੈ । ਸਾਰੇ ਜੀਵਾਂ ਨੂੰ ਆਪਣੇ ਭਾਣੇ, ਸ਼ਬਦ ਨਾਲ ਹੀ ਚਲਾਉਂਦਾ ਹੈ ।

The One and only One, Omnipresent True Master, Creator of the universe prevails everywhere. The soul of all creatures is an expansion of His Holy Spirit; blemished soul may be separated from His Holy Spirit; only after sanctification, his soul may be immersed within His Holy Spirit. His Holy Spirit may be considered as an ocean of souls; as ocean may be considered as union of drops of water. Structure-less, beyond limitation of body structure Holy Spirt, appears in unlimited structures, creatures. The True Master enforces His Command on all creatures.

ਗੁਰਮੁਖਿ ਏਕੋ ਏਕੁ ਪਛਾਤਾ,	gurmukh ayko ayk pachhaataa
ਗੁਰਮੁਖਿ ਹੋਇ ਲਖਾਵੈਗੋ॥	gurmukh ho-ay lakhaavaigo.
ਗੁਰਮੁਖਿ ਜਾਇ ਮਿਲੈ ਨਿਜ ਮਹਲੀ,	gurmukh jaa-ay milai nij mahlee
ਅਨਹਦ ਸਬਦੁ ਬਜਾਵੈਗੋ॥੫॥	anhad sabad bajaavaigo. ‖5‖

ਗੁਰਮਖ ਇੱਕੋ ਇੱਕ ਨੂੰ ਜਾਣ ਜਾਂਦਾ ਹੈ, ਪ੍ਰਭ ਆਪ ਹੀ ਗੁਰਮਖ ਵਿੱਚ ਪ੍ਰਗਟ ਹੁੰਦਾ ਹੈ । ਗੁਰਮਖ ਪ੍ਰਭ ਦੇ ਦਰਬਾਰ ਵਿੱਚ ਪ੍ਰਵਾਨ ਹੋ ਜਾਂਦਾ ਹੈ । ਪ੍ਰਭ ਦੇ ਦਰਬਾਰ ਵਿੱਚ ਸਦਾ ਚੱਲਣ ਵਾਲੀ ਸ਼ਬਦ ਦੀ ਧੁਨ ਗੂੰਜਦੀ ਹੈ ।

His true devotee recognizes the real purpose of his human life opportunity. His conscious mind follows his sub-conscious mind, the signal of His Word, embedded within his soul. The True Master may appear in the way of life of His true devotee; with His mercy and grace, he remains steady and stable on the right path of acceptance in His Court. He may hear the everlasting echo of His Word resonating within his mind, in His Royal Palace.

ਜੀਅ ਜੰਤ ਸਭ ਸਿਸਟਿ ਉਪਾਈ,	jee-a jant sabh sisat upaa-ee
ਗੁਰਮੁਖਿ ਸੋਭਾ ਪਾਵੈਗੋ॥	gurmukh sobhaa paavaigo.
ਬਿਨੁ ਗੁਰ ਭੇਟੇ ਕੋ ਮਹਲੁ ਨ ਪਾਵੈ,	bin gur bhaytay ko mahal na paavai
ਆਇ ਜਾਇ ਦੁਖੁ ਪਾਵੈਗੋ॥੬॥	aa-ay jaa-ay dukh paavaigo. ‖6‖

ਪ੍ਰਭ ਆਪ ਹੀ ਸਾਰੀ ਸ੍ਰਿਸ਼ਟੀ ਪੈਦਾ ਕਰਦਾ, ਗੁਰਮਖ ਨੂੰ ਸੋਭਾ ਬਖਸ਼ਦਾ ਹੈ । ਸ਼ਬਦ ਨਾਲ ਜੀਵਨ ਢਾਲਣ ਤੋਂ ਬਿਨਾਂ ਕੋਈ ਦਰਬਾਰ ਵਿੱਚ ਪ੍ਰਵਾਨ ਨਹੀਂ ਹੋ ਸਕਦਾ । ਉਹ ਜਨਮ, ਮਰਨ ਦਾ ਦੁਖ ਹੀ ਭੁਗਤਦਾ ਹੈ ।

The True Master, Creator of the universe, bestows honor and greatness on His true devotee. Without adopting the teachings of His Word in his own life; no one may ever be blessed with the right path of acceptance in His Court. His soul endures the miseries of cycle of birth and death.

ਅਨੇਕ ਜਨਮ ਵਿਛੁੜੇ ਮੇਰੇ ਪ੍ਰੀਤਮ,	anayk janam vichhurhay mayray
ਕਰਿ ਕਿਰਪਾ ਗੁਰੂ ਮਿਲਾਵੈਗੋ॥	pareetam kar kirpaa guroo milaavaigo.
ਸਤਿਗੁਰ ਮਿਲਤ ਮਹਾ ਸੁਖੁ ਪਾਇਆ,	satgur milat mahaa sukh paa-i-aa
ਮਤਿ ਮਲੀਨ ਬਿਗਸਾਵੈਗੋ॥੭॥	mat maleen bigsaavaigo. ‖7‖

ਅਨੇਕਾਂ ਜਨਮਾਂ ਦੇ ਪ੍ਰਭ ਤੋਂ ਵਿਛੜੇ ਨੂੰ ਪ੍ਰਭ ਨੇ ਸ਼ਬਦ ਦੇ ਲੜ ਲਾਇਆ, ਪ੍ਰਵਾਨਗੀ ਦਾ ਰਸਤਾ ਬਖਸ਼ਿਆ ਹੈ । ਪ੍ਰਭ ਦੇ ਸ਼ਬਦ ਦੀ ਪਾਲਣਾ ਕਰਨ ਨਾਲ ਸ਼ਬਦ ਦੀ ਸੋਝੀ ਬਖਸ਼ਿਸ਼ ਹੋ ਗਈ ਹੈ । ਮਨ ਵਿੱਚ ਪੂਰਨ ਸੰਤੋਖ ਭਰ ਗਿਆ, ਮਨ ਦੀ ਮੱਤ ਜਾਗਰਤ ਹੋ ਗਈ ਹੈ ।

My soul was separated many life cycles ago; with His mercy and grace, I have been blessed with the right path of acceptance in His Court. I am obeying the teachings of His Word; with His mercy and grace, I have been blessed with the enlightenment of the essence of His Word. I am overwhelmed with complete contentment and I am awake and alert on the right path of human life journey.

ਹਰਿ ਹਰਿ ਕ੍ਰਿਪਾ ਕਰਹੁ ਜਗਜੀਵਨ,	har har kirpaa karahu jagjeevan
ਮੈ ਸਰਧਾ ਨਾਮਿ ਲਗਾਵੈਗੋ॥	mai sarDhaa naam lagaavaigo.
ਨਾਨਕ ਗੁਰੂ ਗੁਰੂ ਹੈ ਸਤਿਗੁਰੁ,	naanak guroo guroo hai satgur
ਮੈ ਸਤਿਗੁਰੁ ਸਰਨਿ ਮਿਲਾਵੈਗੋ॥੮॥੪॥	mai satgur saran milaavaigo. ||8||4||

ਪ੍ਰਭ ਰਹਿਮਤ ਬਖਸ਼ਕੇ, ਮੇਰਾ ਭਰੋਸਾ ਸ਼ਬਦ ਦੀ ਪਾਲਨਾ ਵਿੱਚ ਅਡੋਲ ਰਖੋ! ਪ੍ਰਭ ਦੇ ਸ਼ਬਦ ਦੀ ਸੋਝੀ ਹੀ, ਪ੍ਰਭ ਦਾ ਅਸਲੀ ਰੂਪ ਹੈ । ਜਿਹੜਾ ਪ੍ਰਭ ਦੇ ਸ਼ਬਦ ਦੀ ਸਿਖਿਆਂ ਨਾਲ ਜੀਵਨ ਢਾਲਦਾ ਹੈ, ਉਸ ਨੂੰ ਪ੍ਰਭ ਦੀ ਸ਼ਰਣ ਵਿੱਚ ਪਨਾਹ ਬਖਸ਼ਿਸ਼ ਹੋ ਜਾਂਦੀ ਹੈ ।

My Merciful True Master, bestows Your Blessed Vision and keeps me steady and stable on the path of obeying the teachings of Your Word. The enlightenment of the essence of His Word may be the real symbol of The True Master. Whosoever may adopt the teachings of His Word with steady and stable belief; with His mercy and grace, he may be accepted in His Sanctuary.

67. ਕਾਨੜਾ ਮਹਲਾ ੪॥ 1310-15

ਮਨ ਗੁਰਮਤਿ ਚਾਲ ਚਲਾਵੈਗੋ॥	man, gurmat chaal chalaavaigo.
ਜਿਉ ਮੈਗਲੁ ਮਸਤੁ ਦੀਜੈ ਤਲਿ ਕੁੰਡੇ,	ji-o maigal masat deejai tal kunday gur
ਗੁਰ ਅੰਕਸੁ ਸਬਦੁ ਦ੍ਰਿੜਾਵੈਗੋ॥੧॥ ਰਹਾਉ॥	ankas sabad darirh-aavaigo. ||1|| rahaa-o.

ਜੀਵ, ਪ੍ਰਭ ਦੇ ਸ਼ਬਦ ਦੀ ਪਾਲਣਾ ਕਰੋ, ਜੀਵਨ ਢਾਲੋ! ਜਿਵੇਂ ਜੰਗਲੀ ਹਾਥੀ ਨੂੰ ਕਾਬੂ ਵਿੱਚ ਰਖਿਆ ਜਾਂਦਾ ਹੈ । ਇਸਤਰ੍ਹਾਂ ਹੀ ਮਨ ਨੂੰ ਸ਼ਬਦ ਦੀ ਪਾਲਣਾ ਨਾਲ ਕਾਬੂ ਵਿੱਚ ਰਖਿਆ ਜਾ ਸਕਦਾ ਹੈ ।

You should obey and adopt the teachings of His Word with steady and stable belief in your day-to-day life. As the mighty wild elephant may be controlled; same way, whosoever may obey the teachings of His Word, he may conquer his own mind.

ਚਲਤੌ ਚਲੈ ਚਲੈ ਦਹ ਦਹ ਦਿਸਿ,	chaltou chalai chalai dah dah dis
ਗੁਰੁ ਰਾਖੈ ਹਰਿ ਲਿਵ ਲਾਵੈਗੋ॥	gur raakhai har liv laavaigo.
ਸਤਿਗੁਰੁ ਸਬਦੁ ਦੇਇ ਰਿਦ ਅੰਤਰਿ,	satgur sabad day-ay rid antar
ਮੁਖਿ ਅੰਮ੍ਰਿਤੁ ਨਾਮੁ ਚੁਆਵੈਗੋ॥੧॥	mukh amrit naam chu-aavaigo. ||1||

ਜੀਵ, ਇਹ ਮਨ ਚਾਰ ਪਾਸੇ ਘੁੰਮਦਾ ਰਹਿੰਦਾ ਹੈ । ਸ਼ਬਦ ਦੀ ਪਾਲਣਾ ਨਾਲ ਹੀ ਪ੍ਰਭ ਦੇ ਵਿਛੋੜੇ ਦੇ ਵਿਰਾਗ ਵਿੱਚ ਰਖਿਆ ਜਾ ਸਕਦਾ ਹੈ । ਜਿਸ ਨੂੰ ਪ੍ਰਭ ਸ਼ਬਦ ਦੀ ਪਾਲਣਾ ਦੀ ਲਗਨ ਬਖਸ਼ਦਾ ਹੈ । ਪ੍ਰਭ ਦੇ ਸ਼ਬਦ ਦੀ ਪਾਲਣਾ ਕਰਨ ਨਾਲ ਹੀ ਸ਼ਬਦ ਰੂਪੀ ਅੰਮ੍ਰਿਤ ਮੂੰਹ ਵਿੱਚ ਪੈਂਦਾ ਹੈ ।

Human mind may remain wandering in many directions. Whosoever may obey the teachings of His Word with steady and stable belief in his day-to-day life; with His mercy and grace, his conscious mind may obey the sub-conscious mind, His Word. Whosoever may be blessed with devotion to obey the teachings of His Word; with His mercy and grace, he may be blessed with the nectar of the essence of His Word.

ਬਿਸੀਅਰ ਬਿਸੂ ਭਰੇ ਹੈ ਪੂਰਨ,	bisee-ar bisoo bharay hai pooran
ਗੁਰੁ ਗਰੁੜ ਸਬਦੁ ਮੁਖਿ ਪਾਵੈਗੋ॥	gur garurh sabad mukh paavaigo.
ਮਾਇਆ ਭੁਇਅੰਗ ਤਿਸੁ ਨੇੜਿ ਨ ਆਵੈ,	maa-i-aa bhu-i-ang tis nayrh na aavai
ਬਿਖੁ ਝਾਰਿ ਝਾਰਿ ਲਿਵ ਲਾਵੈਗੋ॥੨॥	bikh jhaar jhaar liv laavaigo. ||2||

ਸੰਸਾਰ, ਮਾਇਆ ਰੂਪੀ ਜ਼ਹਿਰ ਨਾਲ ਭਰਿਆਂ ਹੋਇਆ ਹੈ । ਪ੍ਰਭ ਦੇ ਸ਼ਬਦ ਦੀ ਸਿਖਿਆਂ ਹੀ ਇਸ ਜ਼ਹਿਰ ਨੂੰ ਨਾਸ ਕਰਨ ਵਾਲੀ ਦਵਾਈ ਹੈ । ਜਿਹੜਾ ਆਪਣੀ ਜੀਭ ਨਾਲ ਸ਼ਬਦ ਦਾ ਸਿਮਰਨ ਕਰਦਾ ਹੈ, ਉਸ ਦਾ ਜ਼ਹਿਰ ਖਤਮ ਹੋ ਸਕਦਾ ਹੈ । ਮਾਇਆ ਰੂਪੀ ਸੱਪ ਉਸ ਦੇ ਨੇੜੇ ਵੀ ਨਹੀਂ ਆਉਂਦਾ । ਉਹ ਪ੍ਰਭ ਦੇ ਸ਼ਬਦ ਦੀ ਪਾਲਣਾ ਵਿੱਚ ਲੀਨ ਰਹਿੰਦਾ ਹੈ ।

The world is an ocean overwhelmed with the sweet poison of worldly wealth, Shakti. The teachings of His Word may be the real remedy, anti-dose of poison of worldly wealth. Whosoever may sing the glory of His Word, wholeheartedly with his own tongue; with His mercy and grace, his mind remains beyond the sweet poison of worldly wealth. The snake, symbol of worldly wealth may never even come close to his path. He remains intoxicated in obeying the teachings of His Word.

ਸੁਆਨੁ ਲੋਭੁ ਨਗਰ ਮਹਿ ਸਬਲਾ,	su-aan lobh nagar meh sablaa
ਗੁਰੁ ਖਿਨ ਮਹਿ ਮਾਰਿ ਕਢਾਵੈਗੋ॥	gur khin meh maar kadhaavaigo.
ਸਤੁ ਸੰਤੋਖੁ ਧਰਮੁ ਆਨਿ ਰਾਖੇ,	sat santokh Dharam aan raakhay
ਹਰਿ ਨਗਰੀ ਹਰਿ ਗੁਨ ਗਾਵੈਗੋ॥੩॥	har nagree har gun gaavaigo. ‖3‖

ਲਾਲਚ ਰੂਪੀ ਕੁੱਤਾ, ਤਨ ਵਿੱਚ ਬਹੁਤ ਭਾਰੀ ਹੁੰਦਾ ਹੈ । ਪ੍ਰਭ ਦਾ ਸ਼ਬਦ ਹੀ ਇਸ ਨੂੰ ਇੱਕ ਪਲ ਵਿੱਚ ਮਾਰ ਦੇਂਦਾ ਹੈ । ਉਸ ਦੇ ਮਨ ਵਿੱਚ ਸਤ ਸੰਤੋਖ, ਧਰਮ ਵਸ ਜਾਂਦਾ ਹੈ । ਉਸ ਤਨ ਰੂਪੀ ਨਗਰ ਵਿੱਚ ਪ੍ਰਭ ਦੇ ਸ਼ਬਦ ਦੇ ਗੁਣ ਗਾਏ ਜਾਂਦੇ ਹਨ ।

Greed for worldly possessions may be like a very dominating dog (Shakti) within the mind of worldly creature. The enlightenment of the essence of His Word may eliminate, destroys the greed in a twinkle of eyes. He may be blessed with overwhelming, patience, endurance, contentment, and ethics in his day-to-day life. The symbolic town, within his body of His true devotee may hear, the everlasting echo of His Word resonating within.

ਪੰਕਜ ਮੋਹ ਨਿਘਰਤੁ ਹੈ ਪ੍ਰਾਨੀ,	pankaj moh nighrat hai paraanee
ਗੁਰੁ ਨਿਘਰਤ ਕਾਢਿ ਕਢਾਵੈਗੋ॥	gur nighrat kaadh kadhaavaigo.
ਤ੍ਰਾਹਿ ਤ੍ਰਾਹਿ ਸਰਨਿ ਜਨ ਆਏ,	taraahi taraahi saran jan aa-ay
ਗੁਰੁ ਹਾਥੀ ਦੇ ਨਿਕਲਾਵੈਗੋ॥੪॥	gur haathee day niklaavaigo. ‖4‖

ਮਾਨਸ, ਸੰਸਾਰਕ ਮੋਹ ਦੇ ਜਾਲ ਵਿੱਚ ਫਸਿਆ, ਡੁਬਦਾ ਜਾਂਦਾ ਹੈ । ਪ੍ਰਭ ਦਾ ਸ਼ਬਦ ਹੀ ਇਸ ਡੁਬਦੇ ਨੂੰ ਬਚਾ ਸਕਦਾ ਹੈ । ਜਿਹੜਾ ਦੁਖਾਂ ਵਿੱਚ ਵੀ ਪ੍ਰਭ ਦੀ ਸ਼ਰਣ ਆਪਾ ਭੇਟਾ ਕਰ ਦੇਂਦਾ ਹੈ । ਪ੍ਰਭ ਆਪ ਹੀ ਆਪਣਾ ਹੱਥ ਬਖਸ਼ਕੇ ਬਚਾ ਲੈਂਦਾ ਹੈ ।

Self-minded may be drowning, intoxicated in the sweet poison of worldly wealth, emotional attachments to worldly attachments and relationship. The enlightenment of the essence of His Word may be the rescue boat to save his drowning soul. Whosoever may surrender his self-identity even at the time of misery at His Sanctuary. The Merciful True Master may become a protective shield for his soul.

ਸੁਪਨੰਤਰੁ ਸੰਸਾਰੁ ਸਭ ਬਾਜੀ,	supnantar sansaar sabh baajee
ਸਭੁ ਬਾਜੀ ਖੇਲੁ ਖਿਲਾਵੈਗੋ॥	sabh baajee khayl khilaavaigo.
ਲਾਹਾ ਨਾਮੁ ਗੁਰਮਤਿ ਲੈ ਚਾਲਹੁ,	laahaa naam gurmat lai chaalahu
ਹਰਿ ਦਰਗਹ ਪੈਧਾ ਜਾਵੈਗੋ॥੫॥	har dargeh paiDhaa jaavaigo. ‖5‖

ਸਾਰਾ ਸੰਸਾਰ ਹੀ ਇੱਕ ਖੇਲ੍ਹ, ਇੱਕ ਸੁਪਨਾ ਹੈ । ਪ੍ਰਭ ਆਪ ਹੀ ਖੇਲ੍ਹ ਚਲਾਉਂਦਾ ਹੈ ਅਤੇ ਜੀਵ ਨੂੰ ਇਸ ਵਿੱਚ ਖਡਾਉਂਦਾ ਹੈ । ਜੀਵ ਪ੍ਰਭ ਦੇ ਸ਼ਬਦ ਦੀ ਪਾਲਣਾ ਕਰਕੇ, ਸ਼ਬਦ ਦਾ ਲਾਹਾ ਪ੍ਰਾਪਤ ਕਰੋ! ਉਸ ਨਾਲ ਪ੍ਰਭ ਦੇ ਦਰਬਾਰ ਵਿੱਚ ਸੋਭਾ ਬਖਸ਼ਿਸ਼ ਹੁੰਦੀ ਹੈ ।

The play of universe, His Creation is like a dream, a play. The True Master has established a play of His creation; everyone plays various roles. You should obey the teachings of His Word and earn the profit from the teachings, enlightenment from the essence of His Word; with His mercy and grace, you may be blessed with honor in His Court.

ਹਉਮੈ ਕਰੈ ਕਰਾਵੈ ਹਉਮੈ,	ha-umai karai karaavai ha-umai
ਪਾਪ ਕੋਇਲੇ ਆਨਿ ਜਮਾਵੈਗੋ॥	paap ko-ilay aan jamaavaigo.
ਆਇਆ ਕਾਲੁ ਦੁਖਦਾਈ ਹੋਏ,	aa-i-aa kaal dukh-daa-ee ho-ay
ਜੋ ਬੀਜੇ ਸੋ ਖਵਲਾਵੈਗੋ॥੬॥	jo beejay so khalaavaigo. ||6||

ਜਿਹੜਾ ਆਪਣੇ ਅਹੰਕਾਰ ਵਿੱਚ ਕੰਮ, ਬੰਦਗੀ ਕਰਦਾ ਹੈ । ਉਹ ਬਾਕੀਆਂ ਨੂੰ ਵੀ ਅਹੰਕਾਰ ਦੇ ਕੰਮ ਵਿੱਚ ਹੀ ਲਾਉਂਦਾ, ਪਾਪਾਂ ਦਾ ਭਾਰ ਹੀ ਇਕੱਠਾ ਕਰਦਾ ਹੈ । ਮੌਤ ਪਿਛੋਂ ਦੁਖ ਭੋਗਦਾ, ਆਪਣਾ ਬੀਜਿਆ ਹੀ ਖਾਂਦਾ ਹੈ ।

Whosoever may meditate or performs his worldly desires in ego. He may inspire his followers to perform deeds in the ego of worldly status. He may collect the burden of sins. After death, he may endure miseries; he may harvest his own crops.

ਸੰਤਹੁ ਰਾਮ ਨਾਮੁ ਧਨੁ ਸੰਚਹੁ,	santahu raam naam Dhan sanchahu
ਲੈ ਖਰਚੁ ਚਲੇ ਪਤਿ ਪਾਵੈਗੋ॥	lai kharach chalay pat paavaigo.
ਖਾਇ ਖਰਚਿ ਦੇਵਹਿ ਬਹੁਤੇਰਾ,	khaa-ay kharach dayveh bahutayraa
ਹਰਿ ਦਿੰਦੇ ਤੋਟਿ ਨ ਆਵੈਗੋ॥੭॥	har dayday tot na aavaigo. ||7||

ਬੰਦਗੀ ਕਰਨ ਵਾਲੇ ਭਗਤੋ! ਸ਼ਬਦ ਦੀ ਪਾਲਣਾ ਕਰਕੇ, ਸ਼ਬਦ ਦੀ ਕਮਾਈ ਇਕੱਠੀ ਕਰੋ! ਜਿਹੜਾ ਸੰਸਾਰ ਵਿੱਚ ਸ਼ਬਦ ਦਾ ਧਨ ਇਕੱਠਾ ਕਰਦਾ ਹੈ, ਉਸ ਨੂੰ ਦਰਬਾਰ ਵਿੱਚ ਸੋਭਾ ਬਖਸ਼ਿਸ਼ ਹੁੰਦੀ ਹੈ । ਸ਼ਬਦ ਦੀ ਕਮਾਈ ਸਾਂਝੀ ਕਰਨ ਨਾਲ ਵਧਦੀ ਜਾਂਦੀ, ਇਸ ਵਿੱਚ ਕਦੇ ਘਾਟਾ ਨਹੀਂ ਪੈਂਦਾ ।

You should obey on the teachings of His Word and collects the earnings of His Word. Whosoever may collect earnings of His Word; with His mercy and grace, he may be honored in His Court after death. Whosoever may share the teachings of His Word with others; with His mercy and grace, his earnings of His Word may be enhanced. His earnings of His Word may never be exhausted.

ਰਾਮ ਨਾਮ ਧਨੁ ਹੈ ਰਿਦ ਅੰਤਰਿ,	raam naam Dhan hai rid antar Dhan
ਧਨੁ ਗੁਰ ਸਰਣਾਈ ਪਾਵੈਗੋ॥	gur sarnaa-ee paavaigo.
ਨਾਨਕ ਦਇਆ ਦਇਆ ਕਰਿ ਦੀਨੀ,	naanak da-i-aa da-i-aa kar deenee
ਦੁਖੁ ਦਾਲਦੁ ਭੰਜਿ ਸਮਾਵੈਗੋ॥੮॥੫॥	dukh daalad bhanj samaavaigo. ||8||5||

ਪ੍ਰਭ ਦੇ ਸ਼ਬਦ ਦਾ ਧਨ, ਮਨ ਦੇ ਅੰਦਰ ਦਸਵੇਂ ਘਰ ਵਿੱਚ ਵਸਦਾ ਹੈ । ਪ੍ਰਭ ਦੀ ਸ਼ਰਣ ਵਿੱਚ ਆਪਾ ਭੇਟਾ ਕਰਨ ਨਾਲ ਹੀ ਸ਼ਬਦ ਦਾ ਧਨ ਬਖਸ਼ਿਸ਼ ਹੋ ਸਕਦਾ ਹੈ । ਪ੍ਰਭ ਆਪ ਹੀ ਬੰਦਗੀ ਕਰਨ ਵਾਲੇ ਤੇ ਰਹਿਮਤ ਬਖਸ਼ਦਾ, ਉਸ ਦੇ ਸੰਸਾਰਕ ਇੱਛਾ ਦੇ ਦੁਖ ਦੂਰ ਕਰ ਦੇਂਦਾ ਹੈ । ਉਸ ਦੀ ਆਤਮਾ ਪ੍ਰਭ ਦੀ ਜੋਤ ਵਿੱਚ ਹੀ ਅਭੇਦ ਹੋ ਜਾਂਦੀ ਹੈ ।

His Word remains embedded within his soul and dwells within center of his body. Whosoever may surrender his self-identity at His Sanctuary; with His mercy and grace, he may be blessed with the earnings of His Word. The True Master may eliminate all his demons of worldly desires. His soul may become worthy of His Consideration to immerse within His Holy Spirit.

68. ਕਾਨੜਾ ਮਹਲਾ ੪॥ 1311-7

ਮਨੁ ਸਤਿਗੁਰ ਸਰਨਿ ਧਿਆਵੈਗੋ॥	man, satgur saran Dhi-aavaigo.
ਲੋਹਾ ਹਿਰਨੁ ਹੋਵੈ ਸੰਗਿ ਪਾਰਸ,	lohaa hiran hovai sang paaras
ਗੁਨ ਪਾਰਸ ਕੋ ਹੋਇ ਆਵੈਗੋ॥੧॥ ਰਹਾਉ॥	gun paaras ko ho-ay aavaigo. ||1|| rahaa-o.

ਜੀਵ, ਪ੍ਰਭ ਦੀ ਸ਼ਰਣ ਵਿੱਚ ਆਪਾ ਭੇਟਾ ਕਰਕੇ ਪ੍ਰਭ ਦੇ ਸ਼ਬਦ ਦਾ ਸਿਮਰਨ ਕਰੋ! ਜਿਵੇਂ ਲੋਹਾ ਪਾਰਸ ਪੱਥਰ ਨੂੰ ਛੋਹਨ ਨਾਲ ਸੋਨੇ ਵਰਗਾ ਕੀਮਤੀ ਬਣ ਜਾਂਦਾ ਹੈ । ਇਸਤਰ੍ਹਾਂ ਹੀ ਜਿਹੜਾ ਸ਼ਬਦ ਦੀ ਸਿਖਿਆਂ ਨਾਲ ਜੀਵਨ ਢਾਲਦਾ ਹੈ, ਉਸ ਨੂੰ ਦਾਸ ਅਵਸਥਾ ਬਖਸ਼ਿਸ਼ ਹੋ ਜਾਂਦੀ ਹੈ ।

You should surrender your self-identity at His Sanctuary and meditate in the void of His Word. As Iron may become like a priceless metal by touching philosopher's stone; same way, whosoever may adopt the teachings of His Word in his day-to-day life; with His mercy and grace, he may be blessed with a state of mind as His true devotee, immortal state of mind.

ਸਤਿਗੁਰੁ ਮਹਾ ਪੁਰਖੁ ਹੈ ਪਾਰਸੁ,	satgur mahaa purakh hai paaras
ਜੋ ਲਾਗੈ ਸੋ ਫਲੁ ਪਾਵੈਗੋ॥	jo laagai so fal paavaigo.
ਜਿਉ ਗੁਰ ਉਪਦੇਸਿ ਤਰੇ ਪ੍ਰਹਿਲਾਦਾ,	ji-o gur updays taray par-hilaadaa
ਗੁਰੁ ਸੇਵਕ ਪੈਜ ਰਖਾਵੈਗੋ॥੧॥	gur sayvak paij rakhaavaigo. ‖1‖

ਇਸਤਰ੍ਹਾਂ ਪ੍ਰਭ ਦਾ ਸ਼ਬਦ ਹੀ ਉਹ ਪਾਰਸ ਪੱਥਰ ਹੈ । ਜਿਹੜਾ ਇਸ ਨੂੰ ਛੋਹਦਾ, ਸ਼ਬਦ ਦੀ ਸਿਖਿਆ ਨਾਲ ਜੀਵਨ ਢਾਲਦਾ ਹੈ, ਉਸ ਨੂੰ ਸ਼ਬਦ ਦੇ ਗੁਣ ਬਖਸ਼ਿਸ਼ ਹੋ ਜਾਂਦੇ ਹਨ । ਪ੍ਰਭ ਆਪ ਹੀ, ਦਾਸ ਦੀ ਰਖਿਆ ਕਰਦਾ ਹੈ । ਜਿਵੇਂ ਪ੍ਰਹਿਲਾਦ ਸ਼ਬਦ ਦੀ ਪਾਲਣਾ ਕਰਦਾ ਬਚ ਗਿਆ ।

The teachings of His Word may be like a philosopher's stone! Whosoever may adopt the teachings of His Word with steady and stable belief; with His mercy and grace, he may be blessed with a state of mind as His true devotee. The True Master becomes his savior and protector; as **Parhilaad** was saved by obeying the teachings of His Word.

ਸਤਿਗੁਰ ਬਚਨੁ ਬਚਨੁ ਹੈ ਨੀਕੋ,	satgur bachan bachan hai neeko
ਗੁਰ ਬਚਨੀ ਅੰਮ੍ਰਿਤੁ ਪਾਵੈਗੋ॥	gur bachnee amrit paavaigo.
ਜਿਉ ਅੰਬਰੀਕਿ ਅਮਰਾ ਪਦ ਪਾਏ,	ji-o ambreek amraa pad paa-ay
ਸਤਿਗੁਰ ਮੁਖ ਬਚਨ ਧਿਆਵੈਗੋ॥੨॥	satgur mukh bachan Dhi-aavaigo. ‖2‖

ਪ੍ਰਭ ਦਾ ਸ਼ਬਦ ਬਹੁਤ ਅਮੋਲਕ ਹੈ । ਸ਼ਬਦ ਦੀ ਪਾਲਣਾ ਨਾਲ ਹੀ ਸ਼ਬਦ ਰੂਪੀ ਅੰਮ੍ਰਿਤ, ਸ਼ਬਦ ਦੀ ਸੋਝੀ ਬਖਸ਼ਿਸ਼ ਹੋ ਜਾਂਦੀ ਹੈ । ਜਿਵੇਂ ਅੰਬਰੀਕ ਰਾਜੇ ਨੂੰ ਸ਼ਬਦ ਦੀ ਪਾਲਣਾ ਕਰਨ ਨਾਲ ਅਮਰ ਅਵਸਥਾ ਬਖਸ਼ਿਸ਼ ਹੋ ਗਈ ।

The enlightenment of the essence of His Word may be ambrosial. Whosoever may obey the teachings of His Word with steady and stable belief in his day-to-day life; with His mercy and grace, he may be blessed with the enlightenment of the essence of His Word. As king **Ambreek** was blessed with a state of mind as His true devotee by obeying the teachings of His Word.

ਸਤਿਗੁਰ ਸਰਨਿ ਸਰਨਿ ਮਨਿ ਭਾਈ,	satgur saran saran man bhaa-ee
ਸੁਧਾ ਸੁਧਾ ਕਰਿ ਧਿਆਵੈਗੋ॥	suDhaa suDhaa kar Dhi-aavaigo.
ਦਇਆਲ ਦੀਨ ਭਏ ਹੈ ਸਤਿਗੁਰ,	da-i-aal deen bha-ay hai satgur
ਹਰਿ ਮਾਰਗੁ ਪੰਥੁ ਦਿਖਾਵੈਗੋ॥੩॥	har maarag panth dikhaavaigo. ‖3‖

ਜਿਹੜਾ ਪ੍ਰਭ ਦੀ ਸ਼ਰਣ ਵਿੱਚ ਆਪਾ ਭੇਟਾ ਕਰਕੇ, ਸ਼ਬਦ ਦੀ ਪਾਲਣਾ ਕਰਦਾ ਹੈ, ਉਸ ਦੇ ਮਨ ਵਿੱਚ ਅਨੰਦ ਬਖਸ਼ਿਸ਼ ਹੋ ਜਾਂਦਾ ਹੈ । ਪ੍ਰਭ ਦੇ ਸ਼ਬਦ ਦੀ ਸਿਖਿਆ ਹੀ ਪਵਿੱਤਰ, ਮਨ ਦੇ ਬੁਰੇ ਖਿਆਲ ਦੂਰ ਕਰਨ ਵਾਲਾ ਮੰਤ੍ਰ ਹੈ । ਪ੍ਰਭ, ਆਪ ਹੀ ਬੰਦਗੀ ਕਰਨ ਵਾਲੇ ਨੂੰ ਪ੍ਰਵਾਨਗੀ ਦਾ ਰਸਤਾ ਬਖਸ਼ਦਾ ਅਤੇ ਅਡੋਲ ਰਖਦਾ ਹੈ ।

Whosoever may surrender his self-identity at His Sanctuary and obeys the teachings of His Word with steady and stable belief; with His mercy and grace, he may be blessed with pleasures in his human life journey. The essence of His Word may be soul sanctifying Mentor. The Merciful True

Master may keep His true devotee steady and stable on the right path of acceptance in His Court.

ਸਤਿਗੁਰ ਸਰਨਿ ਪਏ ਸੇ ਥਾਪੇ, satgur saran pa-ay say thaapay
ਤਿਨ ਰਾਖਨ ਕਉ ਪ੍ਰਭੁ ਆਵੈਗੋ॥ tin raakhan ka-o parabh aavaigo.
ਜੇ ਕੋ ਸਰੁ ਸੰਧੈ ਜਨ ਊਪਰਿ, jay ko sar sanDhai jan oopar
ਫਿਰਿ ਉਲਟੋ ਤਿਸੈ ਲਗਾਵੈਗੋ॥੪॥ fir ulto tisai lagaavaigo. ||4||

ਜਿਹੜਾ ਪ੍ਰਭ ਦੀ ਸ਼ਰਣ ਵਿੱਚ ਆਪਾ ਭੇਟਾ ਕਰਕੇ, ਸ਼ਬਦ ਦੀ ਪਾਲਨਾ ਵਿੱਚ ਅਡੋਲ ਹੋ ਜਾਂਦਾ ਹੈ । ਪ੍ਰਭ ਆਪ ਹੀ ਉਸ ਦਾ ਰਖਵਾਲਾ ਬਣ ਜਾਂਦਾ ਹੈ । ਜਿਹੜਾ ਪ੍ਰਭ ਦੇ ਬੰਦਗੀ ਕਰਨ ਵਾਲੇ ਨੂੰ ਤੀਰ ਮਾਰਨ ਦੀ ਕੋਸ਼ਿਸ਼ ਕਰਦਾ ਹੈ । ਉਹ ਤੀਰ ਉਸ ਦਾ ਆਪਣਾ ਹੀ ਨੁਕਸਾਨ ਨਾਸ ਕਰਦਾ ਹੈ । ਜਿਹੜਾ ਬੰਦਗੀ ਕਰਨ ਵਾਲਾ ਦਾ ਬੁਰਾ ਕਰਦਾ, ਸੋਚਦਾ ਹੈ, ਉਸ ਦਾ ਆਪਣਾ ਹੀ ਬੁਰਾ ਹੋ ਜਾਂਦਾ ਹੈ ।

Whosoever may surrender his self-identity at His Sanctuary and obeys the teachings of His Word with steady and stable belief; with His mercy and grace, The True Master may become his savior and protector. Whosoever may think or try to hurt His true devotee in his worldly journey; he may waste his human life opportunity.

ਹਰਿ ਹਰਿ, ਹਰਿ ਹਰਿ, ਹਰਿ ਸਰੁ ਸੇਵਹਿ, har har har har har sar sayveh
ਤਿਨ ਦਰਗਹ ਮਾਨੁ ਦਿਵਾਵੈਗੋ॥ tin dargeh maan divaavaigo.
ਗੁਰਮਤਿ ਗੁਰਮਤਿ, ਗੁਰਮਤਿ ਧਿਆਵਹਿ, gurmat gurmat gurmat Dhi-aavahi
ਹਰਿ ਗਲਿ ਮਿਲਿ ਮੇਲਿ ਮਿਲਾਵੈਗੋ॥੫॥ har gal mil mayl milaavaigo. ||5||

ਜਿਹੜਾ ਪ੍ਰਭ ਦੇ ਸ਼ਬਦ ਦੇ ਸਰੋਵਰ ਵਿੱਚ ਇਸ਼ਨਾਨ ਕਰਦਾ ਹੈ । ਉਸ ਨੂੰ ਦਰਬਾਰ ਵਿੱਚ ਸੋਭਾ ਬਖਸ਼ਿਸ਼ ਹੋ ਜਾਂਦੀ ਹੈ । ਜਿਹੜਾ ਪ੍ਰਭ ਦੇ ਸ਼ਬਦ ਦੀ ਪਾਲਣਾ ਕਰਦਾ, ਜੀਵਨ ਢਾਲਦਾ ਹੈ । ਉਸ ਨੂੰ ਸ਼ਬਦ ਦੀ ਸੋਝੀ ਨਾਲ ਹੀ ਪ੍ਰਭ ਦੇ ਦਰਬਾਰ ਵਿੱਚ ਪ੍ਰਵਾਨਗੀ ਦਾ ਅਸਲੀ ਰਸਤਾ ਬਖਸ਼ਿਸ਼ ਹੋ ਜਾਂਦਾ ਹੈ ।

Whosoever may take a sanctifying bath in the pond of nectar embedded within his own soul; with His mercy and grace, he may be honored and accepted in His Court. Whosoever may obey and adopts the teachings of His Word with steady and stable belief; with His mercy and grace, he may be blessed with the enlightenment of the essence of His Word, the right path of acceptance in His Court.

ਗੁਰਮੁਖਿ ਨਾਦੁ ਬੇਦੁ ਹੈ ਗੁਰਮੁਖਿ, gurmukh naad bayd hai gurmukh
ਗੁਰ ਪਰਚੈ ਨਾਮੁ ਧਿਆਵੈਗੋ॥ gur parchai naam Dhi-aavaigo.
ਹਰਿ ਹਰਿ ਰੂਪੁ ਹਰਿ ਰੂਪੋ ਹੋਵੈ, har har roop har roopo hovai
ਹਰਿ ਜਨ ਕਉ ਪੂਜ ਕਰਾਵੈਗੋ॥੬॥ har jan ka-o pooj karaavaigo. ||6||

ਪ੍ਰਭ ਦਾ ਸ਼ਬਦ ਦੀ ਉਹ ਸੰਗੀਤ, ਨਾਦ ਹੈ । ਪਭ ਦਾ ਸ਼ਬਦ ਹੀ ਵੇਦਾਂ ਦੀ ਸਿਆਣਪ, ਸੋਝੀ ਹੈ । ਜੀਵ ਪ੍ਰਭ ਦੇ ਸ਼ਬਦ ਦਾ ਸਿਮਰਨ ਕਰੋ! ਜਿਹੜਾ ਸ਼ਬਦ ਦੀ ਸਿਖਿਆਂ ਨਾਲ ਜੀਵਨ ਢਾਲਦਾ ਹੈ । ਪ੍ਰਭ ਦੀ ਰਹਿਮਤ ਨਾਲ, ਉਹ ਪ੍ਰਭ ਦਾ ਹੀ ਰੂਪ ਬਣ ਜਾਂਦਾ ਹੈ, ਦਾਸ ਅਵਸਥਾ ਬਖਸ਼ਿਸ਼ ਹੋ ਜਾਂਦੀ ਹੈ ।

The teachings of His Word may be the eternal everlasting echo of His Word resonating; the enlightenment of essence of His Word. You should meditate in the void of His Word. Whosoever may adopt the teachings of His Word with steady and stable belief; with His mercy and grace, he may be blessed with a state of mind as His true devotee. He may become a symbol of The True Master.

ਸਾਕਤ ਨਰ ਸਤਿਗੁਰੁ ਨਹੀ ਕੀਆ, saakat nar satgur nahee kee-aa
ਤੇ ਬੇਮੁਖ ਹਰਿ ਭਰਮਾਵੈਗੋ॥ tay baymukh har bharmaavaigo.
ਲੋਭ ਲਹਰਿ ਸੁਆਨ ਕੀ ਸੰਗਤਿ, lobh lahar su-aan kee sangat
ਬਿਖੁ ਮਾਇਆ ਕਰੰਗਿ ਲਗਾਵੈਗੋ॥੭॥ bikh maa-i-aa karang lagaavaigo. ||7||

ਸਾਕਤ ਪ੍ਰਭ ਦੇ ਸ਼ਬਦ ਦੀ ਪਾਲਣਾ ਨਹੀਂ ਕਰਦਾ, ਪ੍ਰਭ ਦੇ ਬਖਸ਼ੇ ਦਾ ਧੰਨਵਾਦ ਨਹੀਂ ਕਰਦਾ । ਉਹ ਭਰਮਾਂ ਵਿੱਚ ਹੀ ਫਸਿਆ ਰਹਿੰਦਾ ਹੈ । ਉਹ ਦੇ ਮਨ ਵਿੱਚ ਕੁੱਤੇ ਦੀ ਭੁੱਖ ਵਰਗਾ ਲਾਲਚ ਹੁੰਦਾ ਹੈ । ਸੰਸਾਰਕ ਮਾਇਆ ਹੀ ਉਸ ਤੇ ਭਾਰੀ ਹੋਈ ਰਹਿੰਦੀ ਹੈ ।

Self-minded may never obey the teachings of His Word with steady and stable belief nor he may ever be contented, sings the gratitude for His Blessings. He may remain victim of religious suspicions. His greed and appetite may be like a dog, he may never be contented with any worldly possessions. He may remain intoxicated with sweet poison of worldly wealth.

ਰਾਮ ਨਾਮੁ ਸਭ ਜਗ ਕਾ ਤਾਰਕੁ,	raam naam sabh jag kaa taarak lag
ਲਗਿ ਸੰਗਤਿ ਨਾਮੁ ਧਿਆਵੈਗੋ॥	sangat naam Dhi-aavaigo.naanak
ਨਾਨਕ ਰਾਖੁ ਰਾਖੁ ਪ੍ਰਭ ਮੇਰੇ,	raakh raakh parabh mayray
ਸਤਸੰਗਤਿ ਰਾਖਿ ਸਮਾਵੈਗੋ॥੮॥੬॥ ਛਕਾ ੧॥	satsangat raakh samaavaigo. ‖8‖6‖

ਜੀਵ, ਸੰਤ ਦੀ ਸੰਗਤ ਵਿੱਚ ਰਲਕੇ ਸ਼ਬਦ ਦਾ ਸਿਮਰਨ ਕਰੋ! ਪ੍ਰਭ ਦਾ ਸ਼ਬਦ, ਸਾਰੀ ਸ੍ਰਿਸ਼ਟੀ ਨੂੰ ਹੀ ਤਾਰਨ ਵਾਲ ਮੰਤ੍ਰ ਹੈ । ਪ੍ਰਭ ਆਪ ਹੀ ਬੰਦਗੀ ਕਰਨ ਵਾਲੇ ਨੂੰ ਸ਼ਬਦ ਦੇ ਲੜ ਲਾਉਂਦਾ, ਸੰਤਾਂ ਦੀ ਸੰਗਤ ਬਖਸ਼ਦਾ ਹੈ । ਜਿਹੜਾ ਸ਼ਬਦ ਦੀ ਪਾਲਣਾ ਕਰਦਾ ਹੈ, ਉਸ ਨੂੰ ਸ਼ਬਦ ਦੀ ਸਮਾਧੀ ਵਿੱਚ ਹੀ ਅਲੋਪ ਕਰ ਲੈਂਦਾ ਹੈ ।

You should join the conjugation of His Holy saint and meditate on the teachings of His Word. The teachings of His Word may be a soul sanctifying nectar, mentor. The Merciful True Master may bestow devotion to obey the teachings of His Word; His true devotee may be blessed with the conjugation of His Holy saint. Whosoever may remain intoxicated in the void of His Word; with His mercy and grace, he may be immersed within His Holy Spirit.

69. ਕਾਨੜਾ ਛੰਤ ਮਹਲਾ ੫॥ 1312-1

੧ਓ ਸਤਿਗੁਰ ਪ੍ਰਸਾਦਿ॥	ik-oNkaar satgur parsaad.
ਸੇ ਉਧਰੇ ਜਿਨ ਰਾਮ ਧਿਆਏ॥	say uDhray jin raam Dhi-aa-ay.
ਜਤਨ ਮਾਇਆ ਕੇ ਕਾਮਿ ਨ ਆਏ॥	jatan maa-i-aa kay kaam na aa-ay.
ਰਾਮ ਧਿਆਏ ਸਭਿ ਫਲ ਪਾਏ,	raam Dhi-aa-ay sabh fal paa-ay
ਧਨਿ ਧੰਨਿ ਤੇ ਬਡਭਾਗੀਆ॥	Dhan Dhan tay badbhaagee-aa.
ਸਤਸੰਗਿ ਜਾਗੇ ਨਾਮਿ ਲਾਗੇ,	satsang jaagay naam laagay
ਏਕ ਸਿਉ ਲਿਵ ਲਾਗੀਆ॥	ayk si-o liv laagee-aa.
ਤਜਿ ਮਾਨ ਮੋਹ ਬਿਕਾਰ ਸਾਧੂ,	taj maan moh bikaar saaDhoo
ਲਗਿ ਤਰਉ ਤਿਨ ਕੈ ਪਾਏ॥	lag tara-o tin kai paa-ay.
ਬਿਨਵੰਤਿ ਨਾਨਕ ਸਰਣਿ ਸੁਆਮੀ,	binvant naanak saran su-aamee
ਬਡਭਾਗਿ ਦਰਸਨੁ ਪਾਏ॥੧॥	badbhaag darsan paa-ay. ‖1‖

ਜਿਹੜਾ ਪ੍ਰਭ ਦੇ ਸ਼ਬਦ ਦਾ ਸਿਮਰਨ ਕਰਦਾ ਹੈ । ਕੇਵਲ ਉਹ ਹੀ ਜੀਵ ਪ੍ਰਭ ਦੇ ਦਰਬਾਰ ਵਿੱਚ ਪ੍ਰਵਾਨ ਹੁੰਦੇ ਹਨ । ਜਿਹੜਾ ਸੰਸਾਰਕ ਮਾਇਆ ਦੇ ਜਾਲ ਵਿੱਚ ਫਸ ਜਾਂਦਾ ਹੈ । ਉਹ ਮਾਨਸ ਜਨਮ ਬਿਰਥਾ ਹੀ ਗਵਾ ਲੈਂਦਾ ਹੈ । ਸ਼ਬਦ ਦੀ ਪਾਲਣਾ ਨਾਲ ਸ਼ਬਦ ਦੀ ਕਮਾਈ ਦੇ ਸਾਰੇ ਫਲ ਬਖਸ਼ਿਸ਼ ਹੋ ਜਾਂਦੇ ਹਨ । ਜਿਸ ਦੇ ਵੱਡੇ ਭਾਗ ਹੁੰਦੇ ਹਨ! ਉਸ ਨੂੰ ਹੀ ਪ੍ਰਭ ਦੀ ਰਹਿਮਤ ਨਾਲ ਬੰਦਗੀ ਕਰਨ ਵਾਲੇ ਸੰਤ ਦੀ ਸੰਗਤ ਬਖਸ਼ਿਸ਼ ਹੁੰਦੀ ਹੈ । ਉਸ ਦੇ ਮਨ ਵਿੱਚ ਪ੍ਰਭ ਦੇ ਸ਼ਬਦ ਦੀ ਸੋਝੀ ਹੋ ਜਾਂਦੀ ਹੈ । ਉਹ ਜਾਗਰਤ ਤੇ ਸੁਚੇਤ ਰਹਿੰਦਾ ਹੈ । ਉਹ ਇੱਕੋ ਇੱਕ ਮਾਲਕ ਦੇ ਸ਼ਬਦ ਦੀ ਸਮਾਧੀ ਵਿੱਚ ਲੀਨ ਹੋ ਜਾਂਦਾ ਹੈ । ਉਹ ਆਪਣੇ ਮਨ ਦਾ ਅਹੰਕਾਰ, ਸੰਸਾਰਕ ਮੋਹ ਤਿਆਗ ਦੇਂਦਾ, ਜਿੱਤ ਬਖਸ਼ਿਸ਼ ਹੋ ਜਾਂਦੀ ਹੈ । ਪ੍ਰਭ ਦੇ ਸ਼ਬਦ ਰੂਪੀ ਬੇੜੀ ਤੇ ਸਵਾਰ ਹੋ ਕੇ ਸਾਗਰ ਪਾਰ ਕਰ ਜਾਂਦਾ ਹੈ । ਬੰਦਗੀ ਕਰਨ ਵਾਲਾ ਸਦਾ

ਹੀ ਅਰਦਾਸ ਕਰਦਾ ਹੈ । ਪ੍ਰਭ, ਮੈਂ ਤੇਰੀ ਸ਼ਰਣ ਵਿੱਚ ਆਪਾ ਭੇਟਾ ਕਰਦਾ ਹਾ! ਮੇਰੇ ਵੱਡੇ ਭਾਗ ਹੋ ਗਏ! ਤੇਰੇ ਸ਼ਬਦ ਰੂਪੀ ਚਰਨਾਂ ਦੇ ਦਰਸ਼ਨ ਬਖਸ਼ਿਸ਼ ਹੋ ਗਏ ਹਨ ।

Whosoever may meditate on the teachings of His Word with steady and stable belief; with His mercy and grace, he may be blessed with the right path of acceptance in His Court. Whosoever may remain intoxicated with sweet poison of worldly wealth; he may waste his human life uselessly. Whosoever may obey the teachings of His Word; he may be blessed with wealth of His Word and all blessings of pilgrimage at Holy Shrines. Whosoever may have a great prewritten destiny, only he may be blessed with the conjugation of His Holy saint. He may be enlightened with the essence of His Word and remains awake and alert. He may remain intoxicated in meditation in the void of The One and only One True Master. He may conquer his ego and renounces any attachment to worldly emotions. He may aboard His rescue boat to be accepted in His Court. His true devotee may only pray! I have surrendered my self-identity at Your Sanctuary. I have become very fortunate; I have been blessed with the right path of acceptance in Your Court.

ਮਿਲਿ ਸਾਧੂ ਨਿਤ ਭਜਹ ਨਾਰਾਇਣ॥	mil saaDhoo nit bhajah naaraa-in.
ਰਸਕਿ ਰਸਕਿ ਸੁਆਮੀ ਗੁਣ ਗਾਇਣ॥	rasak rasak su-aamee gun gaa-in.
ਗੁਣ ਗਾਇ ਜੀਵਹ ਹਰਿ ਅਮਿਉ ਪੀਵਹ,	gun gaa-ay jeevah har ami-o peevah
ਜਨਮ ਮਰਣਾ ਭਾਗਏ॥	janam marnaa bhaag-ay.
ਸਤਸੰਗਿ ਪਾਈਐ ਹਰਿ ਧਿਆਈਐ,	satsang paa-ee-ai har Dhi-aa-ee-ai
ਬਹੁੜਿ ਦੂਖੁ ਨ ਲਾਗਏ॥	bahurh dookh na laag-ay.
ਕਰਿ ਦਇਆ ਦਾਤੇ ਪੁਰਖ ਬਿਧਾਤੇ,	kar da-i-aa daatay purakh biDhaatay
ਸੰਤ ਸੇਵ ਕਮਾਇਣ॥	sant sayv kamaa-in.
ਬਿਨਵੰਤਿ ਨਾਨਕ ਜਨ ਧੂਰਿ ਬਾਂਛਹਿ,	binvant naanak jan Dhoor baaNchheh
ਹਰਿ ਦਰਸਿ ਸਹਜਿ ਸਮਾਇਣ॥੨॥	har daras sahj samaa-in. ||2||

ਜੀਵ ਬੰਦਗੀ ਕਰਨ ਵਾਲੇ ਦੀ ਸੰਗਤ ਵਿੱਚ ਪ੍ਰਭ ਦੇ ਸ਼ਬਦ ਦਾ ਸਦਾ ਹੀ ਸਿਮਰਨ ਕਰੋ! ਉਹ ਬੰਦਗੀ ਕਰਨ ਵਾਲਾ ਸ਼ਰਧਾ, ਉਤਸਾਹ ਨਾਲ ਪ੍ਰਭ ਦੇ ਸ਼ਬਦ ਦੇ ਗੁਣ ਗਾਉਂਦਾ ਹੈ । ਸ਼ਬਦ ਦੇ ਗੁਣ ਗਾਉਂਦਾ, ਪ੍ਰਭ ਦੇ ਸ਼ਬਦ ਦੀ ਸੋਜ਼ੀ ਰੂਪੀ ਅੰਮ੍ਰਿਤ ਦਾ ਰਸ ਮਾਨਦਾ ਹੈ । ਉਸ ਦਾ ਜਨਮ ਮਰਨ ਦਾ ਚੱਕਰ ਖਤਮ ਹੋ ਜਾਂਦਾ ਹੈ । ਜਿਸ ਨੂੰ ਬੰਦਗੀ ਕਰਨ ਵਾਲੇ ਦੀ ਸੰਗਤ ਬਖਸ਼ ਹੋ ਜਾਂਦੀ ਹੈ । ਉਹ ਸੰਗਤ ਵਿੱਚ ਸ਼ਬਦ ਦਾ ਸਿਮਰਨ ਕਰਦਾ, ਕਦੇ ਦੁਖ ਮਹਿਸੂਸ ਨਹੀਂ ਹੁੰਦਾ । ਮਾਲਕ ਦੀ ਰਹਿਮਤ ਨਾਲ ਹੀ ਬੰਦਗੀ ਕਰਨ ਵਾਲੇ ਦੀ ਸੇਵਾ ਬਖਸ਼ਿਸ਼ ਹੁੰਦੀ ਹੈ । ਬੰਦਗੀ ਕਰਨ ਵਾਲਾ ਸਦਾ ਹੀ ਸੰਤਾਂ ਦੇ ਚਰਨਾਂ ਦੀ ਧੂੜ ਹੀ ਮੰਗਦਾ ਹੈ । ਉਹ ਪ੍ਰਭ ਦੇ ਸ਼ਬਦ ਦੀ ਸਮਾਧੀ ਵਿੱਚ ਲੀਨ ਰਹਿੰਦੇ ਹਨ ।

You should meditate in the conjugation of His Holy saint. His true devotee may sing the glory of His Word with devotion, dedication, with steady and stable belief. He may be blessed with the enlightenment of the essence of His Word and cherishes the nectar of the essence of His Word. His cycle of birth and death may be eliminated. Whosoever may be blessed with the conjugation of His Holy saint; with His mercy and grace, he may meditate and never realize any misery in his human life journey. Whosoever may be bestowed with His blessed Vision; he may be blessed to serve His Holy saint. He always prays for the dust of the feet of His Holy saint. He may adopt his life experience teachings in his day-to-day life. He may remain intoxicated in the void of His Word.

ਸਗਲੇ ਜੰਤ ਭਜਹੁ ਗੋਪਾਲੈ॥ saglay jant bhajahu gopaalai.
ਜਪ ਤਪ ਸੰਜਮ ਪੂਰਨ ਘਾਲੈ॥ jap tap sanjam pooran ghaalai.
ਨਿਤ ਭਜਹੁ ਸੁਆਮੀ ਅੰਤਰਜਾਮੀ, nit bhajahu su-aamee antarjaamee
ਸਫਲ ਜਨਮੁ ਸਬਾਇਆ॥ safal janam sabaa-i-aa.
ਗੋਬਿਦੁ ਗਾਈਐ ਨਿਤ ਧਿਆਈਐ, gobid gaa-ee-ai nit Dhi-aa-ee-ai
ਪਰਵਾਣੁ ਸੋਈ ਆਇਆ॥ parvaan so-ee aa-i-aa.
ਜਪ ਤਾਪ ਸੰਜਮ ਹਰਿ ਹਰਿ ਨਿਰੰਜਨ, jap taap sanjam har har niranjan
ਗੋਬਿੰਦ ਧਨੁ ਸੰਗਿ ਚਾਲੈ॥ gobind Dhan sang chaalai.
ਬਿਨਵੰਤਿ ਨਾਨਕ ਕਰਿ ਦਇਆ ਦੀਜੈ, binvant naanak kar da-i-aa deejai
ਹਰਿ ਰਤਨੁ ਬਾਧਉ ਪਾਲੈ॥੩॥ har ratan baaDha-o paalai. ||3||

ਸਾਰੇ ਜੀਵ ਜੰਤ ਹੀ ਪ੍ਰਭ ਦੇ ਸ਼ਬਦ ਦਾ ਸਿਮਰਨ ਕਰਦੇ ਹਨ । ਇਸ ਜਪ, ਤਪ, ਨਾਲ ਆਪਣੀ ਖੁਦਗਰਜ਼ੀ ਤੇ ਕਾਬੂ, ਫਲ ਬਖਸ਼ਿਸ਼ ਹੋ ਜਾਂਦਾ ਹੈ । ਜਿਹੜਾ ਦਿਨ ਰਾਤ ਅਸਲੀ ਮਾਲਕ ਦੇ ਸ਼ਬਦ ਦਾ ਸਿਮਰਨ ਕਰਦਾ, ਗੁਣ ਗਾਉਂਦਾ ਹੈ । ਉਸ ਦਾ ਮਾਨਸ ਜਨਮ ਸਫਲ ਹੋ ਜਾਂਦਾ, ਮਾਨਸ ਜਨਮ ਲੈਣਾ ਪ੍ਰਭ ਦੇ ਪ੍ਰਵਾਨ ਹੋ ਜਾਂਦਾ ਹੈ । ਜੀਵ ਆਪਣੇ ਮਨ ਦੀਆਂ ਇੱਛਾਂ ਤੇ ਕਾਬੂ ਰਖੋ! ਕੇਵਲ ਪਵਿੱਤਰ ਪ੍ਰਭ ਦੇ ਸ਼ਬਦ ਦੇ ਗੁਣ ਗਾਵੋ! ਇਹ ਸ਼ਬਦ ਦੀ ਕਮਾਈ ਸਦਾ ਹੀ ਸਾਥ ਰਹਿੰਦੀ, ਦਰਬਾਰ ਵਿੱਚ ਸਹਾਈ ਹੁੰਦੀ ਹੈ । ਪ੍ਰਭ ਬੰਦਗੀ ਕਰਨ ਵਾਲੇ ਨੂੰ ਆਪਣੀ ਰਹਿਮਤ ਨਾਲ ਸ਼ਬਦ ਦੇ ਲੜ ਲਾਉਂਦਾ ਹੈ । ਉਹ ਪ੍ਰਭ ਦੇ ਦਰਬਾਰ ਵਿੱਚ ਪ੍ਰਵਾਨ ਹੋ ਜਾਂਦਾ ਹੈ ।

All worldly creatures are meditating on the teachings of His Word. Whosoever may meditate on the teachings of His Word with steady and stable belief in his day-to-day life; with His mercy and grace, he may be rewarded for his medication and conquers his own selfishness. Whosoever may meditate and sings the glory of His Word with each breath; with His mercy and grace, his human life opportunity may be rewarded. Whosoever may control his worldly desires, expectations and only sing the glory of The True Master, eternal, sanctified, His Holy Spirit. His earnings of His Word may remain his companion forever to support in His Court. Whosoever may be blessed with devotion to obey the teachings of His Word; with His mercy and grace, he may be blessed with the right path of acceptance in His Court.

ਮੰਗਲਚਾਰ ਚੋਜ ਆਨੰਦਾ॥ mangalchaar choj aanandaa.
ਕਰਿ ਕਿਰਪਾ ਮਿਲੇ ਪਰਮਾਨੰਦਾ॥ kar kirpaa milay parmaanandaa.
ਪ੍ਰਭ ਮਿਲੇ ਸੁਆਮੀ ਸੁਖਹਗਾਮੀ, parabh milay su-aamee sukhhagaamee
ਇਛ ਮਨ ਕੀ ਪੁੰਨੀਆ॥ ichh man kee punnee-aa.
ਬਜੀ ਬਧਾਈ ਸਹਜੇ ਸਮਾਈ, bajee baDhaa-ee sehjay samaa-ee
ਬਹੁੜਿ ਦੂਖਿ ਨ ਰੁੰਨੀਆ॥ bahurh dookh na runnee-aa.
ਲੇ ਕੰਠਿ ਲਾਏ ਸੁਖ ਦਿਖਾਏ, lay kanth laa-ay sukh dikhaa-ay
ਬਿਕਾਰ ਬਿਨਸੇ ਮੰਦਾ॥ bikaar binsay mandaa.
ਬਿਨਵੰਤਿ ਨਾਨਕ ਮਿਲੇ ਸੁਆਮੀ, binvant naanak milay su-aamee
ਪੁਰਖ ਪਰਮਾਨੰਦਾ॥੪॥੧॥ purakh parmaanandaa. ||4||1||

ਪ੍ਰਭ ਦਾ ਸ੍ਰਿਸ਼ਟੀ ਦਾ ਖੇਲ ਅਨੋਖਾ ਸੰਤੋਖ, ਅਨੰਦ, ਖੇੜੇ ਵਾਲਾ ਹੈ । ਪ੍ਰਭ ਆਪ ਹੀ ਬੰਦਗੀ ਕਰਨ ਵਾਲੇ ਨੂੰ ਅਮਰ ਅਵਸਥਾ ਬਖਸ਼ਦਾ ਹੈ । ਮੇਰੇ ਮਨ ਵਿੱਚ ਪ੍ਰਭ ਦਾ ਸ਼ਬਦ ਜਾਗਰਤ ਹੋ ਗਿਆ, ਮਨ ਵਿੱਚ ਸੰਤੋਖ ਖੇੜਾ ਬਖਸ਼ਿਆ ਹੈ । ਮੇਰੇ ਮਨ ਦੀਆਂ ਇੱਛਾਂ ਪੂਰੀਆਂ ਹੋ ਗਈਆਂ ਹਨ । ਮੇਰੀ ਚਾਰੇ ਪਾਸੇ ਸੋਭਾ ਹੁੰਦੀ ਹੈ । ਮੈਂ ਪ੍ਰਭ ਦੇ ਸ਼ਬਦ ਦੀ ਸਮਾਧੀ ਵਿੱਚ ਅਡੋਲ, ਲੀਨ ਹਾ । ਹੁਣ ਮੈਨੂੰ ਕਦੇ ਪ੍ਰਭ ਦੇ ਵਿਛੋੜੇ ਦਾ ਦੁਖ ਮਹਿਸੂਸ ਨਹੀਂ ਹੋਵੇਗਾ । ਪ੍ਰਭ ਨੇ ਆਪਣੇ ਗਲ ਲਾਇਆ, ਸੰਤੋਖ, ਖੇੜਾ ਬਖਸ਼ਿਆ ਹੈ । ਮੇਰੇ ਮਨ ਦੇ ਸਾਰੇ ਬੁਰੇ ਖਿਆਲ, ਪਾਪ ਬਖਸ਼ਕੇ, ਮਨ ਵਿਚੋਂ ਲਾਲਚ ਨਾਸ ਕਰ ਦਿੱਤਾ ਹੈ । ਬੰਦਗੀ ਕਰਨ ਵਾਲੇ ਦੇ ਮਨ ਵਿੱਚ ਖੇੜਾ ਘਰ ਕਰ ਜਾਂਦਾ, ਪ੍ਰਭ ਨਾਲ ਮਿਲਾਪ ਹੋ ਜਾਂਦਾ ਹੈ ।

His play of the universe remains astonishing, overwhelmed with contentment, pleasures, and blossom. His true devotee may be blessed with immortal state of mind. I have been blessed with the enlightenment of the essence of His Word and overwhelmed with contentment. All my spoken and unspoken desires have been fully satisfied. I am being honored all around in the universe. I remain intoxicated in the void of His Word; with His mercy and grace, I may never experience any renunciation, misery of separation from His Holy Spirit. I have been embraced by The True Master and blessed with contentment and blossom in my day-to-day life. All my evil thoughts, sins of previous lives, greed of worldly desires have been eliminated. I may remain in blossom and immerse within His Holy Spirit.

ਕਾਨੜੇ ਕੀ ਵਾਰ ਮਹਲਾ ੪॥ 1312-15 – ਮੂਸੇ ਕੀ ਵਾਰ ਕੀ ਧੁਨੀ॥

70. ਸਲੋਕ ਮਃ ੪॥

੧ੳ ਸਤਿਗੁਰ ਪ੍ਰਸਾਦਿ॥	ik-oNkaar satgur parsaad.
ਰਾਮ ਨਾਮੁ ਨਿਧਾਨੁ ਹਰਿ,	raam naam niDhaan har
ਗੁਰਮਤਿ ਰਖੁ ਉਰ ਧਾਰਿ॥	gurmat rakh ur Dhaar.
ਦਾਸਨ ਦਾਸਾ ਹੋਇ ਰਹੁ,	daasan daasaa ho-ay rahu
ਹਉਮੈ ਬਿਖਿਆ ਮਾਰਿ॥	ha-umai bikhi-aa maar.
ਜਨਮੁ ਪਦਾਰਥੁ ਜੀਤਿਆ,	janam padaarath jeeti-aa
ਕਦੇ ਨ ਆਵੈ ਹਾਰਿ॥	kaday na aavai haar.
ਧਨੁ ਧਨੁ ਵਡਭਾਗੀ ਨਾਨਕਾ,	Dhan Dhan vadbhaagee naankaa
ਜਿਨ ਗੁਰਮਤਿ ਹਰਿ ਰਸੁ ਸਾਰਿ॥੧॥	jin gurmat har ras saar. ||1||

ਪ੍ਰਭ ਦਾ ਸ਼ਬਦ ਹੀ ਗੁਣਾਂ ਦਾ ਖਜ਼ਾਨਾਂ, ਜਾਗਰਤੀ ਦੀ ਕੁੰਜੀ ਹੈ । ਪ੍ਰਭ ਦੇ ਸ਼ਬਦ ਦੀ ਪਾਲਣਾ ਕਰਕੇ ਸ਼ਬਦ ਨੂੰ ਮਨ ਵਿੱਚ ਵਸਾਵੋ! ਜਿਹੜਾ ਸ਼ਬਦ ਨਾਲ ਜੀਵਨ ਢਾਲਦਾ, ਨਿਮ੍ਰਤਾ ਨਾਲ ਜੀਵਨ ਬਤੀਤ ਕਰਦਾ ਹੈ । ਪ੍ਰਭ ਦੀ ਰਹਿਮਤ ਨਾਲ ਉਸ ਨੂੰ ਮਨ ਦੇ ਅਹੰਕਾਰ ਤੇ ਜਿੱਤ ਬਖਸ਼ਿਸ਼ ਹੋ ਜਾਂਦੀ ਹੈ । ਉਸ ਨੂੰ ਮਾਨਸ ਜਨਮ ਸਫਲ ਕਰਨ ਵਾਲਾ ਧਨ ਬਖਸ਼ਿਸ਼ ਹੁੰਦਾ ਹੈ । ਉਸ ਦੇ ਧਨ ਵਿੱਚ ਕਦੇ ਘਾਟਾ ਨਹੀਂ ਹੁੰਦਾ । ਜਿਹੜਾ ਸ਼ਬਦ ਦੀ ਪਾਲਣਾ ਕਰਦਾ, ਸ਼ਬਦ ਮਨ ਵਿੱਚ ਵਸਾ ਲੈਂਦਾ ਹੈ, ਉਹ ਵੱਡਭਾਗੀ ਹੁੰਦਾ ਹੈ ।

The teachings of His Word are the treasure of virtues and the right path of enlightenment of the essence of His Word. Whosoever may adopt simple living and the teachings of His Word with steady and stable belief; with His mercy and grace, he may be blessed to conquer ego of his mind. He may be blessed with the wealth of His Word. His earnings may never be diminished rather enhance every moment. Whosoever may obey the teachings of His Word, he may remain enchanted with the essence of His Word; with His mercy and grace, he may become very fortunate.

ਮਃ ੪॥	mehlaa 4.
ਗੋਵਿੰਦੁ ਗੋਵਿਦੁ ਗੋਵਿਦੁ	govind govid govid
ਹਰਿ ਗੋਵਿਦੁ ਗੁਣੀ ਨਿਧਾਨੁ॥	har govid gunee niDhaan.
ਗੋਵਿਦੁ ਗੋਵਿਦੁ ਗੁਰਮਤਿ ਧਿਆਈਐ,	govid govid gurmat Dhi-aa-ee-ai
ਤਾ ਦਰਗਹ ਪਾਈਐ ਮਾਨੁ॥	taaN dargeh paa-ee-ai maan.
ਗੋਵਿਦੁ ਗੋਵਿਦੁ ਗੋਵਿਦੁ ਜਪਿ,	govid govid govid jap
ਮੁਖੁ ਊਜਲਾ ਪਰਧਾਨੁ॥	mukh oojlaa parDhaan.
ਨਾਨਕ ਗੁਰੁ ਗੋਵਿੰਦੁ ਹਰਿ,	naanak gur govind har
ਜਿਤੁ ਮਿਲਿ ਹਰਿ ਪਾਇਆ ਨਾਮੁ॥੨॥	jit mil har paa-i-aa naam. ||2||

ਪ੍ਰਭ ਦਾ ਸ਼ਬਦ ਹੀ ਗੁਣਾਂ ਦਾ ਖਜ਼ਾਨਾਂ ਹੈ । ਜਿਹੜਾ ਸ਼ਬਦ ਨਾਲ ਜੀਵਨ ਢਾਲਦਾ ਹੈ, ਉਸ ਨੂੰ ਦਰਬਾਰ ਵਿੱਚ ਪ੍ਰਵਾਨਗੀ ਬਖਸ਼ਿਸ਼ ਹੋ ਜਾਂਦੀ ਹੈ । ਪ੍ਰਭ ਦੇ ਸ਼ਬਦ ਦੇ ਗੁਣ ਗਾਉਣ ਨਾਲ ਮਨ ਤੇ ਸ਼ਬਦ ਦਾ ਨੂਰ ਚਮਕਦਾ ਹੈ । ਉਸ ਦੀ ਸੰਸਾਰ ਵਿੱਚ ਵੀ ਸੋਭਾ ਹੁੰਦੀ ਹੈ । ਸ਼ਬਦ ਹੀ ਪ੍ਰਭ ਦਾ ਰੂਪ ਹੈ । ਸ਼ਬਦ ਨਾਲ ਜੀਵਨ ਢਾਲਣ ਨਾਲ ਹੀ ਪ੍ਰਵਾਨਗੀ ਦਾ ਅਸਲੀ ਰਸਤਾ ਬਖਸ਼ਿਸ਼ ਹੋ ਸਕਦਾ ਹੈ ।

The teachings of His Word are the treasure of virtues, enlightenment of the essence of His Word. Whosoever may adopt the teachings of His Word with steady and stable belief; with His mercy and grace, he may be blessed with the right path of acceptance in His Court. Whosoever may be singing the glory of His Word, the spiritual glow of His Word may be shining on his forehead. He may be honored in the universe. The teachings of His Word may be the symbol of The True Master. Whosoever may adopt the teachings of His Word with steady and stable belief; with His mercy and grace, he may be blessed with the enlightenment of the essence of His Word, the right path of acceptance in His Court.

ਪਉੜੀ॥	pa-orhee.
ਤੂੰ ਆਪੇ ਹੀ ਸਿਧ ਸਾਧਿਕੋ,	tooN aapay hee siDh saaDhiko
ਤੂ ਆਪੇ ਹੀ ਜੁਗ ਜੋਗੀਆ॥	too aapay hee jug jogee-aa.
ਤੂ ਆਪੇ ਹੀ ਰਸ ਰਸੀਅੜਾ,	too aapay hee ras rasee-arhaa
ਤੂ ਆਪੇ ਹੀ ਭੋਗ ਭੋਗੀਆ॥	too aapay hee bhog bhogee-aa.
ਤੂ ਆਪੇ ਆਪਿ ਵਰਤਦਾ,	too aapay aap varatdaa
ਤੂ ਆਪੇ ਕਰਹਿ ਸੁ ਹੋਗੀਆ॥	too aapay karahi so hogee-aa.
ਸਤਸੰਗਤਿ ਸਤਿਗੁਰ ਧੰਨੁ ਧੰਨੋ,	satsangat satgur Dhan Dhano
ਧੰਨ ਧੰਨ ਧਨੋ,	Dhan Dhan Dhano
ਜਿਤੁ ਮਿਲਿ ਹਰਿ ਬੁਲਗ ਬੁਲੋਗੀਆ॥	jit mil har bulag bulogee-aa.
ਸਭਿ ਕਹਹੁ ਮੁਖਹੁ ਹਰਿ ਹਰਿ ਹਰੇ,	sabh kahhu mukhahu har har haray
ਹਰਿ ਹਰਿ ਹਰੇ,	har har haray
ਹਰਿ ਬੋਲਤ ਸਭਿ ਪਾਪ ਲਹੋਗੀਆ॥੧॥	har bolat sabh paap lahogee-aa. ||1||

ਪ੍ਰਭ ਆਪ ਹੀ ਸਾਧੂ, ਸਿਧ, ਜੋਗਾ ਕਰਨ ਵਾਲਾ ਜੋਗੀ ਹੈ । ਆਪ ਹੀ ਸ਼ਬਦ ਦੀ ਸੋਝੀ ਬਖਸ਼ਣ ਵਾਲਾ, ਇਸ ਦਾ ਅਨੰਦ ਮਾਨਣ ਵਾਲਾ ਹੈ । ਪ੍ਰਭ, ਆਪ ਹੀ ਸਭ ਥਾਂ ਤੇ ਵਸਦਾ, ਵਾਪਰਦਾ ਹੈ । ਕੇਵਲ ਪ੍ਰਭ ਦਾ ਭਾਣਾ ਹੀ ਵਾਪਰਦਾ, ਟਾਲਿਆ ਨਹੀਂ ਜਾ ਸਕਦਾ, ਬੀਤ ਜਾਂਦਾ ਹੈ । ਉਸ ਬੰਦਗੀ ਕਰਨ ਵਾਲੇ ਦੀ ਸੰਗਤ ਧੰਨ ਹੈ! ਜਿਸ ਵਿੱਚ ਰਲਕੇ ਜੀਭ ਪ੍ਰਭ ਦੇ ਸ਼ਬਦ ਦੀ ਉਸਤਤ ਗਾਉਂਦੀ ਹੈ । ਪ੍ਰਭ ਦੇ ਸ਼ਬਦ ਦਾ ਧੰਨਵਾਦ ਗਾਉਣ ਨਾਲ ਸਾਰੇ ਪਾਪ ਬਖਸ਼ੇ ਜਾਂਦੇ, ਬੁਰੇ ਖਿਆਲ ਦੂਰ ਹੋ ਜਾਂਦੇ ਹਨ ।

The True Master, prevails within all the events in His Holy saint, Worldly Sadhu, Yogis, Holy saints may become His Symbol. Whosoever may be bestowed with His Blessed Vision, His true devotee may cherish all the blessings of His Word in his worldly life. The Omnipresent True Master remains embedded within each soul, prevails in all events of His Nature. His Command may never be avoided, always passes on. The conjugation of His Holy saint may be very fortunate; His true devotee may sing the glory of His Word with his tongue. Whosoever may sing the glory, gratitude of His Blessings; with His mercy and grace, all his sins of previous lives may be forgiven and evil thoughts may be eliminated.

71. ਸਲੋਕ ਮਹਲਾ ੪॥ 1313-6

ਹਰਿ ਹਰਿ ਹਰਿ ਹਰਿ ਨਾਮੁ ਹੈ, har har har har naam hai
ਗੁਰਮੁਖਿ ਪਾਵੈ ਕੋਇ॥ gurmukh paavai ko-ay.
ਹਉਮੈ ਮਮਤਾ ਨਾਸੁ ਹੋਇ, ha-umai mamtaa naas ho-ay
ਦੁਰਮਤਿ ਕਢੈ ਧੋਇ॥ durmat kadhai Dho-ay.
ਨਾਨਕ ਅਨਦਿਨੁ ਗੁਣ ਉਚਰੈ, naanak an-din gun uchrai
ਜਿਨ ਕਉ ਧੁਰਿ ਲਿਖਿਆ ਹੋਇ॥੧॥ jin ka-o Dhur likhi-aa ho-ay. ||1||

ਵਿਰਲੇ ਜੀਵ ਨੂੰ ਹੀ ਪ੍ਰਭ ਦੇ ਸ਼ਬਦ ਦੀ ਲਗਨ ਬਖਸ਼ਿਸ਼ ਹੁੰਦੀ ਹੈ । ਜਿਸ ਨੂੰ ਅਹੰਕਾਰ ਅਤੇ ਮੋਹ ਤੇ ਜਿੱਤ ਬਖਸ਼ਿਸ਼ ਹੋ ਜਾਂਦੀ ਹੈ । ਉਸ ਦੇ ਮਨ ਦੇ ਬੁਰੇ ਖਿਆਲ ਖਤਮ ਹੋ ਜਾਂਦੇ, ਪਾਪ ਧੋਤੇ ਜਾਂਦੇ ਹਨ । ਜਿਸ ਦੇ ਭਾਗਾਂ ਵਿੱਚ ਪਹਿਲੇ ਹੀ ਲਿਖਿਆ ਹੁੰਦਾ ਹੈ । ਕੇਵਲ ਉਹ ਹੀ ਦਿਨ ਰਾਤ ਪ੍ਰਭ ਦੇ ਸ਼ਬਦ ਦੇ ਗੁਣ ਗਾਉਂਦਾ ਹੈ ।

Very rare, His true devotee may be blessed with devotion to obey the teachings of His Word. Whosoever may conquer his ego and his worldly bonds; with His mercy and grace, his evil thoughts of his mind may be eliminated and his sins of many previous lives may be forgiven. Whosoever may have a great prewritten destiny, only he may sing the glory of His Word with steady and stable belief in his day-to-day life.

ਮਃ ੪॥ mehlaa 4.
ਹਰਿ ਆਪੇ ਆਪਿ ਦਇਆਲੁ ਹਰਿ, har aapay aap da-i-aal har
ਆਪੇ ਕਰੇ ਸੁ ਹੋਇ॥ aapay karay so ho-ay.
ਹਰਿ ਆਪੇ ਆਪਿ ਵਰਤਦਾ, har aapay aap varatdaa
ਹਰਿ ਜੇਵਡੁ ਅਵਰੁ ਨ ਕੋਇ॥ har jayvad avar na ko-ay.
ਜੋ ਹਰਿ ਪ੍ਰਭ ਭਾਵੈ ਸੋ ਥੀਐ, jo har parabh bhaavai so thee-ai
ਜੋ ਹਰਿ ਪ੍ਰਭ ਕਰੇ ਸੁ ਹੋਇ॥ jo har parabh karay so ho-ay.
ਕੀਮਤਿ ਕਿਨੈ ਨ ਪਾਈਆ, keemat kinai na paa-ee-aa
ਬੇਅੰਤੁ ਪ੍ਰਭੂ ਹਰਿ ਸੋਇ॥ bay-ant parabhoo har so-ay.
ਨਾਨਕ ਗੁਰਮੁਖਿ ਹਰਿ ਸਾਲਾਹਿਆ, naanak gurmukh har salaahi-aa
ਤਨੁ ਮਨੁ ਸੀਤਲੁ ਹੋਇ॥੨॥ tan man seetal ho-ay. ||2||

ਰਹਿਮਤਾਂ ਦਾ ਮਾਲਕ ਪ੍ਰਭ ਆਪ ਹੀ ਜੀਵ ਤੇ ਰਹਿਮਤਾਂ ਬਖਸ਼ਦਾ ਹੈ । ਕੇਵਲ ਆਪ ਹੀ ਸਭ ਕੁਝ ਕਰਦਾ, ਹਰਇੱਕ ਥਾਂ ਵਸਦਾ, ਵਾਪਰਦਾ ਹੈ । ਪ੍ਰਭ ਕਿਸੇ ਦਾ ਮੁਹਤਾਜ ਨਹੀਂ, ਉਸ ਤੋ ਵੱਡਾ ਹੋਰ ਕੋਈ ਨਹੀਂ ਹੈ । ਪ੍ਰਭ ਦਾ ਭਾਣਾ ਵਾਪਰਕੇ ਹੀ ਰਹਿੰਦਾ, ਟਾਲਿਆ ਨਹੀਂ ਜਾ ਸਕਦਾ, ਸਮੇਂ ਨਾਲ ਬੀਤ ਜਾਂਦਾ ਹੈ । ਕੋਈ ਵੀ ਪ੍ਰਭ ਦੇ ਕਰਤਬ, ਸ਼ਬਦ ਦੀ ਰਹਿਮਤ ਦੀ ਕੀਮਤ ਨਹੀਂ ਜਾਣ ਸਕਦਾ, ਕੋਈ ਅੰਤ ਨਹੀਂ ਹੈ । ਪ੍ਰਭ ਦਾ ਦਾਸ ਬਣਕੇ, ਆਪਾ ਭੇਟਾ ਕਰਕੇ, ਪ੍ਰਭ ਦੇ ਸ਼ਬਦ ਦੇ ਗੁਣ ਗਾਉਣ ਨਾਲ ਮਨ ਵਿੱਚ ਪੂਰਨ ਸੰਤੋਖ, ਅਨੰਦ ਵਸ ਜਾਂਦਾ ਹੈ ।

The True Master, Treasure of Blessings may bestow His Blessed Vision on His true devotee; only The Omnipresent True Master performs all events; dwells everywhere and His Command may never be avoided. He may never be subjected to any higher power nor any other higher power may exist in the universe. His unavoidable Command always prevails and passes on over time. The significance of any of His event, miracle remains beyond the imagination of His Creation. His miracle Power may not have any limits, boundary, and remains beyond the comprehension of His Creation. Whosoever may surrender his self-identity at His Sanctuary and sings the glory of His Word; with His mercy and grace, he may remain overwhelmed with contentment and pleasures in his worldly life.

ਪਉੜੀ॥ pa-orhee.
ਸਭ ਜੋਤਿ ਤੇਰੀ ਜਗਜੀਵਨਾ, sabh jot tayree jagjeevanaa
ਤੂ ਘਟਿ ਘਟਿ ਹਰਿ ਰੰਗ ਰੰਗਨਾ॥ too ghat ghat har rang rangnaa.
ਸਭਿ ਧਿਆਵਹਿ ਤੁਧੁ ਮੇਰੇ ਪ੍ਰੀਤਮਾ, sabh Dhi-aavahi tuDh mayray pareetamaa
ਤੂ ਸਤਿ ਸਤਿ ਪੁਰਖ ਨਿਰੰਜਨਾ॥ too sat sat purakh niranjanaa.
ਇਕੁ ਦਾਤਾ ਸਭੁ ਜਗਤੁ ਭਿਖਾਰੀਆ, ik daataa sabh jagat bhikhaaree-aa
ਹਰਿ ਜਾਚਹਿ ਸਭ ਮੰਗ ਮੰਗਨਾ॥ har jaacheh sabh mang mangnaa.
ਸੇਵਕੁ ਠਾਕੁਰੁ ਸਭੁ ਤੂਹੈ ਤੂਹੈ, sayvak thaakur sabh toohai toohai
ਗੁਰਮਤੀ ਹਰਿ ਚੰਗ ਚੰਗਨਾ॥ gurmatee har chang changnaa.
ਸਭਿ ਕਹਹੁ ਮੁਖਹੁ sabh kahhu mukhahu
ਰਿਖੀਕੇਸੁ ਹਰੇ ਰਿਖੀਕੇਸੁ ਹਰੇ rikheekays haray rikheekays haray
ਜਿਤੁ ਪਾਵਹਿ ਸਭ ਫਲ ਫਲਨਾ॥੨॥ jit paavahi sabh fal falnaa. ||2||

ਪ੍ਰਭ ਦੀ ਜੋਤ, ਰੋਸ਼ਨੀ ਹਰਇੱਕ ਹਿਰਦੇ ਵਿੱਚ ਵਸਦੀ ਹੈ । ਸਾਰੇ ਜੀਵਾਂ ਦੇ ਮਨ ਵਿੱਚ ਸ਼ਬਦ ਦੀ ਸੋਝੀ ਦੀ ਸ਼ਰਧਾ ਹੁੰਦੀ ਹੈ । ਸਾਰੇ ਹੀ ਪ੍ਰਭ ਦੇ ਸ਼ਬਦ ਦਾ ਸਿਮਰਨ ਕਰਦੇ ਹਨ । ਕੇਵਲ ਪ੍ਰਭ ਹੀ ਪਵਿੱਤਰ, ਪਵਿੱਤਰਤਾ ਦਾ ਸੋਮਾ ਹੈ । ਕੇਵਲ ਇੱਕੋ ਇੱਕ ਪ੍ਰਭ ਹੀ ਦਾਤਾਂ ਦੇਣ ਵਾਲਾ ਅਸਲੀ ਮਾਲਕ ਹੈ । ਬਾਕੀ ਸਾਰੀ ਸ੍ਰਿਸ਼ਟੀ ਹੀ ਪ੍ਰਭ ਤੋ ਭਿੱਖਿਆਂ ਹੀ ਮੰਗਦੀ ਹੈ । ਆਪ ਹੀ ਬੰਦਗੀ ਕਰਨ ਵਾਲਾ ਦਾਸ ਹੈ, ਆਪ ਹੀ ਪ੍ਰਵਾਨਗੀ ਬਖਸ਼ਣ ਵਾਲਾ ਮਾਲਕ ਹੈ । ਪ੍ਰਭ ਦੇ ਸ਼ਬਦ ਦੀ ਪਾਲਣਾ ਨਾਲ ਮਨ ਦੀ ਅਵਸਥਾ ਉੱਚੀ ਹੋ ਜਾਂਦੀ ਹੈ । ਸਾਰੇ ਹੀ ਪ੍ਰਭ ਨੂੰ ਅਸਲੀ ਮਾਲਕ ਮੰਨਕੇ, ਧੰਨਵਾਦ ਦੇ ਗੁਣ ਗਾਵੋ! ਜਿਹੜਾ ਸ਼ਬਦ ਦੇ ਗੁਣ ਮਨ ਵਿੱਚ ਵਸਾਉਂਦਾ ਹੈ, ਪ੍ਰਭ ਦੀ ਰਹਿਮਤ ਨਾਲ ਉਸ ਨੂੰ ਮਾਨਸ, ਜਨਮ ਦਾ ਫਲ ਬਖਸ਼ਿਸ਼ ਹੋ ਜਾਂਦਾ ਹੈ ।

His Holy Spirit remains embedded within each soul; everyone has a deep desire, anxiety to be blessed with His Blessed Vision, the enlightenment of the essence of His Word. Everyone may be meditating on the teachings of His Word; only His Word may be the fountain of soul sanctifying nectar. The One and only One True Master, Trustee of all Virtues and only He may bestow any blessings on His Creation; everyone else remains beggars at His Door. The True Master prevails within His true devotee and only accepts his earnings in His Court. Whosoever may obey the teachings of His Word with steady and stable belief; with His mercy and grace, he may be blessed with supreme state of mind. You should sing the glory and gratitude for His Blessings. Whosoever may remain drenched with the essence of His Word; with His mercy and grace, his human life opportunity may be rewarded.

72. ਸਲੋਕ ਮਃ ੪॥ 1313-14

ਹਰਿ ਹਰਿ ਨਾਮੁ ਧਿਆਇ, har har naam Dhi-aa-ay
ਮਨ ਹਰਿ ਦਰਗਹ ਪਾਵਹਿ ਮਾਨੁ॥ man har dargeh paavahi maan.
ਜੋ ਇਛਹਿ ਸੋ ਫਲੁ ਪਾਇਸੀ, jo ichheh so fal paa-isee
ਗੁਰ ਸਬਦੀ ਲਗੈ ਧਿਆਨੁ॥ gur sabdee lagai Dhi-aan.
ਕਿਲਵਿਖ ਪਾਪ ਸਭਿ ਕਟੀਅਹਿ, kilvikh paap sabh katee-ah
ਹਉਮੇ ਚੁਕੈ ਗੁਮਾਨੁ॥ ha-umai chukai gumaan.
ਗੁਰਮੁਖਿ ਕਮਲੁ ਵਿਗਸਿਆ, gurmukh kamal vigsi-aa
ਸਭੁ ਆਤਮ ਬ੍ਰਹਮੁ ਪਛਾਨੁ॥ sabh aatam barahm pachhaan.
ਹਰਿ ਹਰਿ ਕਿਰਪਾ ਧਾਰਿ ਪ੍ਰਭ, har har kirpaa Dhaar parabh
ਜਨ ਨਾਨਕ ਜਪਿ ਹਰਿ ਨਾਮੁ॥੧॥ jan naanak jap har naam. ||1||

ਪ੍ਰਭ ਦੇ ਸ਼ਬਦ ਦਾ ਸਿਮਰਨ ਕਰਨ ਨਾਲ ਪ੍ਰਭ ਦੇ ਦਰਬਾਰ ਵਿੱਚ ਸੋਭਾ ਬਖਸ਼ਿਸ਼ ਹੁੰਦੀ ਹੈ । ਜਿਹੜਾ ਪ੍ਰਭ ਦੇ ਸ਼ਬਦ ਦੀ ਪਾਲਣਾ ਵਿੱਚ ਲੀਨ ਰਹਿੰਦਾ, ਧਿਆਨ ਲਾਉਂਦਾ ਹੈ । ਉਸ ਦੇ ਮਨ ਦੀਆਂ ਮੁਰਾਦਾਂ ਪੂਰੀਆਂ ਹੋ ਜਾਂਦੀਆਂ ਹਨ । ਉਸ ਦੇ ਪਾਪ ਧੋਤੇ ਜਾਂਦੇ, ਮਨ ਦੇ ਅਹੰਕਾਰ ਤੇ ਜਿੱਤ ਬਖਸ਼ਿਸ਼ ਹੋ ਜਾਂਦੀ

ਹੈ । ਜਿਸ ਜੀਵ ਨੂੰ ਸ਼ਬਦ ਦੀ ਸੋਝੀ ਬਖਸ਼ਿਸ਼ ਹੋ ਜਾਂਦੀ ਹੈ, ਉਸ ਦੇ ਮਨ ਦਾ ਕਮਲ ਦਾ ਫਲ ਖੇੜੇ ਵਿੱਚ ਰਹਿੰਦਾ ਹੈ । ਹਰਇੱਕ ਜੀਵ ਵਿੱਚ ਪ੍ਰਭ ਵਸਦਾ ਹੈ । ਪ੍ਰਭ ਆਪਣੇ ਬੰਦਗੀ ਕਰਨ ਵਾਲੇ ਦਾਸ ਨੂੰ ਸ਼ਬਦ ਦੀ ਪਾਲਣਾ ਵਿੱਚ ਅਡੋਲ ਰਖਦਾ ਹੈ ।

Whosoever may meditate on the teachings of His Word; with His mercy and grace, he may be honored in His Court. Whosoever may remain intoxicated in obeying the teachings of His Word with steady and stable belief; with His mercy and grace, his spoken and unspoken desires may be fully satisfied. His sins of previous lives may be forgiven and he may be blessed to conquer his ego. Whosoever may be enlightened with the essence of His Word; the lotus flower of his soul may be blossomed. His Holy Spirit remains embedded within each soul. My True Master bestows Your Blessed Vision on Your humbled true devotee; I may remain steady and stable on obeying the teachings of Your Word.

ਮਃ ੪॥	mehlaa 4.
ਹਰਿ ਹਰਿ ਨਾਮੁ ਪਵਿਤੁ ਹੈ,	har har naam pavit hai
ਨਾਮੁ ਜਪਤ ਦੁਖੁ ਜਾਇ॥	naam japat dukh jaa-ay.
ਜਿਨ ਕਉ ਪੂਰਬਿ ਲਿਖਿਆ,	jin ka-o poorab likhi-aa
ਤਿਨ ਮਨਿ ਵਸਿਆ ਆਇ॥	tin man vasi-aa aa-ay.
ਸਤਿਗੁਰ ਕੈ ਭਾਣੈ ਜੋ ਚਲੈ,	satgur kai bhaanai jo chalai
ਤਿਨ ਦਾਲਦੁ ਦੁਖੁ ਲਹਿ ਜਾਇ॥	tin daalad dukh leh jaa-ay.
ਆਪਣੈ ਭਾਣੈ ਕਿਨੈ ਨ ਪਾਇਓ,	aapnai bhaanai kinai na paa-i-o jan
ਜਨ ਵੇਖਹੁ ਮਨਿ ਪਤੀਆਇ॥	vaykhhu man patee-aa-ay.
ਜਨੁ ਨਾਨਕੁ ਦਾਸਨ ਦਾਸੁ ਹੈ,	jan naanak daasan daas hai
ਜੋ ਸਤਿਗੁਰ ਲਾਗੇ ਪਾਇ॥੨॥	jo satgur laagay paa-ay. ||2||

ਪ੍ਰਭ ਦੇ ਸ਼ਬਦ ਦੀ ਸਿਖਿਆਂ ਮਨ ਨੂੰ ਪਵਿੱਤਰ ਕਰਨ ਵਾਲਾ ਸੋਮਾ ਹੈ । ਜਿਹੜਾ ਸ਼ਬਦ ਦੀ ਪਾਲਣਾ ਕਰਦਾ ਹੈ, ਉਸ ਦੇ ਸੰਸਾਰਕ ਇੱਛਾਂ ਦੇ ਦੁਖ ਦੂਰ ਹੋ ਜਾਂਦੇ ਹਨ । ਜਿਸ ਦੇ ਭਾਗਾਂ ਵਿੱਚ ਪਹਿਲੇ ਹੀ ਲਿਖਿਆ ਹੁੰਦਾ ਹੈ । ਉਸ ਦੇ ਮਨ ਵਿੱਚ ਹੀ ਸ਼ਬਦ ਦੀ ਧੁਨ ਸੁਣਦੀ ਹੈ । ਜਿਹੜਾ ਪ੍ਰਭ ਦੇ ਭਾਣੇ ਨੂੰ ਅਟਲ ਮੰਨ ਕੇ ਪਾਲਣਾ ਕਰਦਾ ਹੈ, ਉਸ ਦੇ ਦੁਖ, ਦੂਰ ਹੋ ਜਾਂਦੇ ਹਨ । ਸੰਸਾਰਕ ਕਾਰਜ ਸਫਲ ਹੋ ਜਾਂਦੇ ਹਨ । ਕੋਈ ਵੀ ਆਪਣੀ ਮਰਜ਼ੀ ਨਾਲ ਪ੍ਰਭ ਦੀ ਰਹਿਮਤ ਨਹੀਂ ਪਾ ਸਕਦਾ । ਪ੍ਰਭ ਦੀ ਇਹ ਅਵਸਥਾ ਜਾਣ ਕੇ ਮਨ ਵਿੱਚ ਸੰਤੋਖ ਆ ਜਾਂਦਾ ਹੈ । ਜਿਹੜਾ ਪ੍ਰਭ ਦੇ ਸ਼ਬਦ ਦੀ ਸ਼ਰਨ ਵਿੱਚ ਆਪਾ ਭੇਟਾ ਕਰਦਾ, ਸ਼ਬਦ ਨਾਲ ਜੀਵਨ ਢਾਲਦਾ ਹੈ । ਉਹ ਪ੍ਰਭ ਦੇ ਸ਼ਬਦ ਦੀ ਬੰਦਗੀ ਕਰਨ ਵਾਲਾ ਦਾਸ ਬਣ ਜਾਂਦਾ ਹੈ ।

The teachings of His Word may be eternal and soul sanctifying fountain of nectar. Whosoever may obey the teachings of His Word with steady and stable belief; with His mercy and grace, his miseries of worldly desires may be eliminated. Whosoever may have a great prewritten destiny, he may hear the everlasting echo of His Word resonating within his heart. Whosoever may obey the teachings of His Word as an ultimate command; with His mercy and grace, all his miseries of worldly desires may be eliminated. His human life opportunity may be rewarded. No one may ever be rewarded with the right path of acceptance with his own meditation, determination or baptizing with religious rituals. The enlightenment of the essence of His Word, the right path of acceptance may only be bestowed with His Blessed Vison. Whosoever may realize the essence of His Nature, he may remain overwhelmed with contentment in his worldly life. Whosoever may surrender his self-identity at His Sanctuary and adopts the teachings of His

Word; with His mercy and grace, he may be blessed with a state of mind as His true devotee.

ਪਉੜੀ॥ ੧੩੧੪	pa-orhee.
ਤੂੰ ਥਾਨ ਥਨੰਤਰਿ ਭਰਪੂਰੁ ਹਹਿ,	tooN thaan thanantar bharpoor heh
ਕਰਤੇ ਸਭ ਤੇਰੀ ਬਣਤ ਬਣਾਵਣੀ॥	kartay sabh tayree banat banaavanee.
ਰੰਗ ਪਰੰਗ ਸਿਸਟਿ ਸਭ ਸਾਜੀ,	rang parang sisat sabh saajee
ਬਹੁ ਬਹੁ ਬਿਧਿ ਭਾਂਤਿ ਉਪਾਵਣੀ॥	baho baho biDh bhaaNt upaavanee.
ਸਭ ਤੇਰੀ ਜੋਤਿ ਜੋਤੀ ਵਿਚਿ ਵਰਤਹਿ,	sabh tayree jot jotee vich varteh
ਗੁਰਮਤੀ ਤੁਧੈ ਲਾਵਣੀ॥	gurmatee tuDhai laavnee.
ਜਿਨ ਹੋਹਿ ਦਇਆਲੁ ਤਿਨ ਸਤਿਗੁਰੁ ਮੇਲਹਿ,	jin hohi da-i-aal tin satgur mayleh mukh
ਮੁਖਿ ਗੁਰਮੁਖਿ ਹਰਿ ਸਮਝਾਵਣੀ॥	gurmukh har samjhaavanee.
ਸਭਿ ਬੋਲਹੁ ਰਾਮ ਰਮੋ ਸ੍ਰੀ ਰਾਮ ਰਮੋ,	sabh bolhu raam ramo saree raam ramo
ਜਿਤੁ ਦਾਲਦੁ ਦੁਖ ਭੁਖ ਸਭ ਲਹਿ ਜਾਵਣੀ॥੩	jit daalad dukh bhukh sabh leh jaavnee.3

ਸਾਰੀ ਸ੍ਰਿਸ਼ਟੀ ਹੀ ਪ੍ਰਭ ਨੇ ਸਾਜੀ ਹੈ । ਪ੍ਰਭ ਹੀ ਹਰਇੱਕ ਜੀਵ ਦੇ ਮਨ ਵਿੱਚ ਵਸਦਾ, ਵਾਪਰਦਾ ਹੈ । ਸਾਰੀ ਸ੍ਰਿਸ਼ਟੀ ਵਿੱਚ ਅਨੇਕਾਂ, ਅਕਾਰਾਂ, ਰੂਪਾਂ, ਰੰਗਾਂ, ਕਿਸਮਾਂ ਦੇ ਜੀਵ ਪੈਦਾ ਕੀਤੇ ਹਨ । ਹਰਇੱਕ ਵਿੱਚ ਹੀ ਪ੍ਰਭ ਦੀ ਜੋਤ ਵਸਦੀ ਹੈ, ਪ੍ਰਭ ਦੇ ਬਖਸ਼ੇ ਸਵਾਸ ਚਲਦੇ ਹਨ । ਪ੍ਰਭ ਆਪਣੀ ਰਹਿਮਤ ਨਾਲ ਜੀਵ ਦੀ ਸ਼ਬਦ ਨਾਲ ਲਗਨ ਬਖਸ਼ਦਾ ਹੈ । ਜਿਹੜਾ ਸ਼ਬਦ ਦੀ ਪਾਲਣਾ ਵਿੱਚ ਲਗਦਾ ਲਾਉਂਦਾ ਹੈ । ਕੇਵਲ ਉਸ ਨੂੰ ਹੀ ਰਹਿਮਤ ਬਖਸ਼ਿਸ਼ ਹੋ ਸਕਦੀ ਹੈ । ਸਾਰੇ ਹੀ ਪ੍ਰਭ ਦੇ ਸ਼ਬਦ ਦਾ ਸਿਮਰਨ ਕਰੋ ! ਮਨ ਵਿੱਚ ਵਸਣ ਨਾਲ ਸਾਰੇ ਸੰਸਾਰਕ ਇੱਛਾਂ ਦੇ ਦੁਖ ਦੂਰ ਹੋ ਜਾਂਦੇ ਹਨ ।

The True Master, Creator of the universes, many physical structures, creatures of various size, color, or types. His Holy Spirit remains embedded within each soul, dwells and prevails within his body. He survives with his blessed breathes. Whosoever may be bestowed with His Blessed Vision, only may remain devoted to meditate and obey the teachings of His Word; only he may be blessed with the right path of acceptance in His Court. You should meditate on the teachings of His Word. Whosoever may remain drenched with the essence of His Word; with His mercy and grace, all his miseries of worldly desires may be eliminated.

73. ਸਲੋਕ ਮਃ ੪॥ 1314-4

ਹਰਿ ਹਰਿ ਅੰਮ੍ਰਿਤੁ ਨਾਮ ਰਸੁ,	har har amrit naam ras
ਹਰਿ ਅੰਮ੍ਰਿਤੁ ਹਰਿ ਉਰ ਧਾਰਿ॥	har amrit har ur Dhaar.
ਵਿਚਿ ਸੰਗਤਿ ਹਰਿ ਪ੍ਰਭੁ ਵਰਤਦਾ,	vich sangat har parabh varatdaa
ਬੁਝਹੁ ਸਬਦ ਵੀਚਾਰਿ॥	bujhahu sabad veechaar.
ਮਨਿ ਹਰਿ ਹਰਿ ਨਾਮੁ ਧਿਆਇਆ,	man har har naam Dhi-aa-i-aa
ਬਿਖੁ ਹਉਮੈ ਕਢੀ ਮਾਰਿ॥	bikh ha-umai kadhee maar.
ਜਿਨ ਹਰਿ ਹਰਿ ਨਾਮੁ ਨ ਚੇਤਿਓ,	jin har har naam na chayti-o
ਤਿਨ ਜੂਐ ਜਨਮੁ ਸਭੁ ਹਾਰਿ॥	tin joo-ai janam sabh haar.
ਗੁਰਿ ਤੁਠੈ ਹਰਿ ਚੇਤਾਇਆ,	gur tuthai har chaytaa-i-aa
ਹਰਿ ਨਾਮਾ ਹਰਿ ਉਰ ਧਾਰਿ॥	har naamaa har ur Dhaar.
ਜਨ ਨਾਨਕ ਤੇ ਮੁਖ ਉਜਲੇ,	jan naanak tay mukh ujlay
ਤਿਤੁ ਸਚੈ ਦਰਬਾਰਿ॥੧॥	tit sachai darbaar. ||1||

ਪ੍ਰਭ ਦੇ ਸ਼ਬਦ ਦੀ ਸੋਝੀ ਰੂਪੀ ਅੰਮ੍ਰਿਤ ਬਹੁਤ ਮਿੱਠਾ ਹੈ । ਜੀਵ, ਪ੍ਰਭ ਦਾ ਅਮੋਲਕ ਅੰਮ੍ਰਿਤ, ਸ਼ਬਦ ਮਨ ਵਿੱਚ ਵਸਾਵੋ ! ਬੰਦਗੀ ਕਰਨ ਵਾਲੇ ਦੀ ਸੰਗਤ ਵਿੱਚ ਹੀ ਪ੍ਰਭ ਵਸਦਾ ਹੈ । ਸ਼ਬਦ ਦੀ ਸੋਝੀ ਪਾਉਣ, ਮਨ ਵਿੱਚ ਵਸਾਉਣ ਨਾਲ ਹੀ ਰਹਿਮਤ ਹੁੰਦੀ ਹੈ । ਸ਼ਬਦ ਦੀ ਪਾਲਣਾ, ਸਿਮਰਨ ਨਾਲ ਮਨ ਵਿਚੋਂ ਅਹੰਕਾਰ ਦਾ ਰੋਗ ਖਤਮ ਹੋ ਜਾਂਦਾ ਹੈ । ਜਿਹੜਾ ਸ਼ਬਦ ਦੀ ਪਾਲਣਾ ਨਹੀਂ ਕਰਦਾ, ਉਹ ਮਾਨਸ ਜਨਮ ਦੀ ਬਾਜੀ ਹਾਰ ਜਾਂਦਾ ਹੈ । ਜਿਸ ਦੇ ਮਨ ਵਿੱਚ ਪ੍ਰਭ ਦੇ ਸ਼ਬਦ ਦੀ ਸੋਝੀ ਰਚ ਜਾਂਦੀ ਹੈ । ਪ੍ਰਭ

ਦੀ ਰਹਿਮਤ ਨਾਲ ਉਸ ਤੇ ਸ਼ਬਦ ਦਾ ਨੂਰ ਬਖਸ਼ਿਸ਼ ਹੋ ਜਾਂਦਾ ਹੈ । ਉਸ ਨੂੰ ਪ੍ਰਭ ਦੇ ਦਰਬਾਰ ਵਿੱਚ ਸੋਭਾ ਬਖਸ਼ਿਸ਼ ਹੋ ਜਾਂਦੀ ਹੈ ।

The enlightenment of the essence of His Word may be very soothing to the mind of His true devotee. You should adopt the teachings of His Word and remain drench with the essence of His Word within. The existence of His Holy Spirit may be realized within the conjugation of His true devotee. Whosoever may remain enlightened and drenched with the essence of His Word; with His mercy and grace, he may be blessed with the right path of acceptance in His Court. He may conquer ego of his mind. Whosoever may not obey the teachings of His Word; he may waste his priceless human life opportunity. Whosoever may remain drenched with the essence of His Word; with His mercy and grace, His Holy Spirit may be glowing within his heart and on his forehead. He may be honored in His Court.

ਮਃ ੪॥	mehlaa 4.
ਹਰਿ ਕੀਰਤਿ ਉਤਮੁ ਨਾਮੁ ਹੈ,	har keerat utam naam hai
ਵਿਚਿ ਕਲਿਜੁਗ ਕਰਣੀ ਸਾਰੁ॥	vich kalijug karnee saar.
ਮਤਿ ਗੁਰਮਤਿ ਕੀਰਤਿ ਪਾਈਐ,	mat gurmat keerat paa-ee-ai
ਹਰਿ ਨਾਮਾ ਹਰਿ ਉਰਿ ਹਾਰੁ॥	har naamaa har ur haar.
ਵਡਭਾਗੀ ਜਿਨ ਹਰਿ ਧਿਆਇਆ,	vadbhaagee jin har Dhi-aa-i-aa
ਤਿਨ ਸਉਪਿਆ ਹਰਿ ਭੰਡਾਰੁ॥	tin sa-upi-aa har bhandaar.
ਬਿਨੁ ਨਾਵੈ ਜਿ ਕਰਮ ਕਮਾਵਣੇ,	bin naavai je karam kamaavnay
ਨਿਤ ਹਉਮੈ ਹੋਇ ਖੁਆਰੁ॥	nit ha-umai ho-ay khu-aar.
ਜਲਿ ਹਸਤੀ ਮਲਿ ਨਾਵਾਲੀਐ,	jal hastee mal naavaalee-ai
ਸਿਰਿ ਭੀ ਫਿਰਿ ਪਾਵੈ ਛਾਰੁ॥	sir bhee fir paavai chhaar.
ਹਰਿ ਮੇਲਹੁ ਸਤਿਗੁਰੁ ਦਇਆ ਕਰਿ,	har maylhu satgur da-i-aa kar
ਮਨਿ ਵਸੈ ਏਕੰਕਾਰੁ॥	man vasai aykankaar.
ਜਿਨ ਗੁਰਮੁਖਿ ਸੁਣਿ ਹਰਿ ਮੰਨਿਆ,	jin gurmukh sun har mani-aa
ਜਨ ਨਾਨਕ ਤਿਨ ਜੈਕਾਰੁ॥੨॥	jan naanak tin jaikaar. ||2||

ਕੱਲਯੁਗ ਵਿੱਚ ਪ੍ਰਭ ਦਾ ਸ਼ਬਦ, ਸ਼ਬਦ ਦੀ ਪਾਲਣਾ ਹੀ ਸਭ ਤੋ ਉਤਮ ਧੰਦਾ ਹੈ । ਇਸ ਨਾਲ ਹੀ ਪ੍ਰਭ ਦੀ ਰਹਿਮਤ ਬਖਸ਼ਿਸ਼ ਹੋ ਸਕਦੀ ਹੈ । ਪ੍ਰਭ ਦੇ ਸ਼ਬਦ ਦੀ ਪਾਲਣਾ ਕਰਨ ਨਾਲ ਹੀ ਪ੍ਰਭ ਦੇ ਗੁਣਾਂ ਦੀ ਸੋਝੀ ਬਖਸ਼ਿਸ਼ ਹੁੰਦੀ ਹੈ । ਜੀਵ ਮਨ ਵਿੱਚ ਪ੍ਰਭ ਦੇ ਸ਼ਬਦ ਦਾ ਸ਼ਿੰਗਾਰ ਕਰੋ! ਜਿਹੜਾ ਪ੍ਰਭ ਦੇ ਸ਼ਬਦ ਦਾ ਸਿਮਰਨ ਕਰਦਾ ਹੈ, ਉਹ ਵੱਡੇ ਭਾਗਾਂ ਵਾਲਾ ਹੁੰਦਾ ਹੈ । ਉਸ ਨੂੰ ਅਮੋਲਕ ਖਜ਼ਾਨਾਂ, ਸ਼ਬਦ ਦੀ ਸੋਝੀ ਬਖਸ਼ਿਸ਼ ਹੋ ਜਾਂਦੀ ਹੈ । ਜਿਹੜਾ ਪ੍ਰਭ ਦੇ ਸ਼ਬਦ ਦੀ ਸਿਖਿਆਂ ਤੋ ਬਿਨਾਂ ਹੋਰ ਧੰਦੇ, ਧਨ ਇਕੱਠਾ ਕਰਦਾ ਹੈ । ਉਸ ਨਾਲ ਮਨ ਵਿੱਚ ਅਹੰਕਾਰ ਭਰ ਜਾਂਦਾ ਹੈ । ਜਿਵੇਂ ਹਾਥੀ ਨੂੰ ਭਾਵੇਂ ਪਾਣੀ ਨਾਲ ਇਸ਼ਨਾਨ ਕਰਾਵੋ । ਉਹ ਫਿਰ ਵੀ ਆਪਣੇ ਉਪਰ ਧੂੜ ਹੀ ਪਾਉਂਦਾ ਹੈ । ਜਿਹੜਾ ਪ੍ਰਭ ਦੀ ਰਹਿਮਤ ਨਾਲ ਸ਼ਬਦ ਦੀ ਪਾਲਣਾ ਕਰਦਾ ਹੈ, ਉਸ ਨੂੰ ਸ਼ਬਦ ਦੀ ਸੋਝੀ ਬਖਸ਼ਿਸ਼ ਹੋ ਜਾਂਦੀ, ਸ਼ਬਦ ਮਨ ਵਿੱਚ ਵਸਦਾ ਹੈ । ਜਿਹੜਾ ਪ੍ਰਭ ਦਾ ਸ਼ਬਦ ਸੁਣਕੇ ਮਨ ਵਿੱਚ ਵਸਾਉਂਦਾ, ਜੀਵਨ ਢਾਲਦਾ ਹੈ । ਉਸ ਨੂੰ ਪ੍ਰਭ ਦੀ ਰਹਿਮਤ ਨਾਲ ਪ੍ਰਵਾਨਗੀ ਦਾ ਰਸਤਾ ਬਖਸ਼ਿਸ਼ ਹੋ ਜਾਂਦਾ ਹੈ । ਜੀਵ ਪ੍ਰਭ ਦੇ ਸ਼ਬਦ ਦਾ ਸਿਮਰਨ, ਪਾਲਣਾ ਕਰੋ! ਇਸ ਨਾਲ ਜੀਵ ਸੰਸਾਰਕ ਸਾਗਰ ਪਾਰ ਕਰਕੇ, ਦਰਬਾਰ ਵਿੱਚ ਪ੍ਰਵਾਨ ਹੋ ਸਕਦਾ ਹੈ । ਉਹ ਪੂਜਣ ਯੋਗ ਹੋ ਜਾਂਦਾ ਹੈ ।

In the Age of Kul-Jug! Obeying the teachings of His Word may be the most supreme profession, chore of human life journey. His true devotee may be blessed with the enlightenment of the essence of His Word. You should embellish your mind and soul with the enlightenment of the essence of His Word. Whosoever may meditate on the teachings of His Word; he may become very fortunate, he may be blessed with ambrosial treasure, the enlightenment of the essence of His Word. Whosoever may abandon the teachings of His Word and remains intoxicated in collecting the worldly wealth, he may remain intoxicated with ego of his mind. As elephant may be showered with Holy water; he may still roll in dirt. Whosoever may remain intoxicated in obeying the teachings of His Word; with His mercy and grace, he may be blessed with enlightenment of the essence of His Word. Whosoever may listen to the sermons of His Word and adopts the teachings of His Word in his own day to day life; with His mercy and grace, he may be blessed with the right path of acceptance in His Court. You should meditate and obey the teachings of His Word; with His mercy and grace, you may be blessed with the right path of acceptance in His Court; you may become worthy of worship.

ਪਉੜੀ॥	pa-orhee.
ਰਾਮ ਨਾਮੁ ਵਖਰੁ ਹੈ ਊਤਮੁ,	raam naam vakhar hai ootam
ਹਰਿ ਨਾਇਕੁ ਪੁਰਖੁ ਹਮਾਰਾ॥	har naa-ik purakh hamaaraa.
ਹਰਿ ਖੇਲੁ ਕੀਆ ਹਰਿ ਆਪੇ ਵਰਤੈ,	har khayl kee-aa har aapay vartai
ਸਭੁ ਜਗਤੁ ਕੀਆ ਵਣਜਾਰਾ॥	sabh jagat kee-aa vanjaaraa.
ਸਭ ਜੋਤਿ ਤੇਰੀ ਜੋਤੀ ਵਿਚਿ ਕਰਤੇ,	sabh jot tayree jotee vich kartay
ਸਭੁ ਸਚੁ ਤੇਰਾ ਪਾਸਾਰਾ॥	sabh sach tayraa paasaaraa.
ਸਭਿ ਧਿਆਵਹਿ ਤੁਧੁ ਸਫਲ ਸੇ ਗਾਵਹਿ,	sabh Dhi-aavahi tuDh safal say gaavahi
ਗੁਰਮਤੀ ਹਰਿ ਨਿਰੰਕਾਰਾ॥	gurmatee har nirankaaraa.
ਸਭਿ ਚਵਹੁ ਮੁਖਹੁ ਜਗੰਨਾਥੁ	sabh chavahu mukhahu jagannaath
ਜਗੰਨਾਥੁ ਜਗਜੀਵਨੋ,	jagannaath jagjeevano
ਜਿਤੁ ਭਵਜਲ ਪਾਰਿ ਉਤਾਰਾ॥੪॥	jit bhavjal paar utaaraa. ‖4‖

ਸ੍ਰਿਸ਼ਟੀ ਦੇ ਮਾਲਕ ਦਾ ਸ਼ਬਦ ਹੀ ਉਤਮ ਅਵਸਥਾ ਬਖਸ਼ਣ ਵਾਲਾ, ਅਮੋਲਕ ਪਦਾਰਥ ਹੈ । ਪ੍ਰਭ ਆਪ ਹੀ ਸੰਸਾਰ ਦਾ ਖੇਲੁ ਰਚਾਉਂਦਾ ਹੈ । ਸਾਰੀ ਸ੍ਰਿਸ਼ਟੀ ਹੀ ਖੇਲ ਕਰਦੀ, ਆਪਣਾ ਹੀਸਾ ਪਾਉਂਦੀ ਹੈ । ਸਾਰੀ ਸ੍ਰਿਸ਼ਟੀ ਹੀ ਪ੍ਰਭ ਦੀ ਜੋਤ ਦੀ ਰੋਸ਼ਨੀ ਫੈਲਾਉਂਦੀ ਹੈ । ਜਿਹੜਾ ਵੀ ਸ਼ਬਦ ਦੀ ਪਾਲਣਾ ਕਰਦਾ, ਪ੍ਰਭ ਦੀ ਰਹਿਮਤ ਨਾਲ ਉਸ ਦਾ ਮਾਨਸ ਜਨਮ ਸਫਲ ਹੋ ਜਾਂਦਾ ਹੈ । ਉਸ ਦੇ ਮਨ ਵਿੱਚ ਸ਼ਬਦ ਦੀ ਸੋਝੀ ਰਚ ਜਾਂਦੀ ਹੈ, ਉਹ ਅਕਾਰ ਰਹਿਤ ਪ੍ਰਭ ਦੇ ਸ਼ਬਦ ਦੇ ਗੁਣ ਗਾਉਂਦਾ ਹੈ । ਸਾਰੇ ਹੀ ਪ੍ਰਭ ਦੇ ਸ਼ਬਦ ਦੇ ਗੁਣ ਗਾਉਂਦੇ, ਪ੍ਰਭ ਦੀਆਂ ਰਹਿਮਤਾਂ ਨਾਲ ਪ੍ਰਵਾਨ ਹੋ ਸਕਦੇ ਹਨ ।

The teachings of His Word may be the ambrosial virtues, soul sanctifying nectar. The True Master creates and designs the play of the universe. All worldly creatures must participle assigned role. The universe is an expansion of His Holy Spirit and spreads His enlightenment. Whosoever may obey the teachings of His Word; with His mercy and grace, his human life journey may be rewarded. He may be enlightened and remains intoxicated singing the glory of the beyond limitation The True Master. Whosoever may sing the glory of His Word; with His mercy and grace, he may be blessed with acceptance in His Court.

74. ਸਲੋਕ ਮਃ ੪॥ 1314-15

ਹਮਰੀ ਜਿਹਵਾ ਏਕ ਪ੍ਰਭ,	hamree jihbaa ayk parabh
ਹਰਿ ਕੇ ਗੁਣ ਅਗਮ ਅਥਾਹ॥	har kay gun agam athaah.
ਹਮ ਕਿਉ ਕਰਿ ਜਪਹ ਇਆਣਿਆ,	ham ki-o kar japah i-aani-aa
ਹਰਿ ਤੁਮ ਵਡ ਅਗਮ ਅਗਾਹ॥	har tum vad agam agaah.
ਹਰਿ ਦੇਹੁ ਪ੍ਰਭੂ ਮਤਿ ਊਤਮਾ,	har dayh parabhoo mat ootmaa
ਗੁਰ ਸਤਿਗੁਰ ਕੈ ਪਗਿ ਪਾਹ॥	gur satgur kai pag paah.
ਸਤਸੰਗਤਿ ਹਰਿ ਮੇਲਿ ਪ੍ਰਭ,	satsangat har mayl parabh

ਹਮ ਪਾਪੀ ਸੰਗਿ ਤਰਾਹ॥ ham paapee sang taraah.
ਜਨ ਨਾਨਕ ਕਉ ਹਰਿ ਬਖਸਿ ਲੈਹੁ, jan naanak ka-o har bakhas laihu
ਹਰਿ ਤੁਠੈ ਮੇਲਿ ਮਿਲਾਹ॥ har tuthai mayl milaah.
ਹਰਿ ਕਿਰਪਾ ਕਰਿ ਸੁਣਿ ਬੇਨਤੀ, har kirpaa kar sun bayntee
ਹਮ ਪਾਪੀ ਕਿਰਮ ਤਰਾਹ॥੧॥ ham paapee kiram taraah. ||1||

ਪ੍ਰਭ ਤੇਰੇ ਅਥਾਹ ਗੁਣਾਂ ਦੀ ਗਿਣਤੀ, ਮਿਣਤੀ ਜੀਵ ਦੀ ਪਹੁੰਚ, ਜਾਣਕਾਰੀ ਵਿੱਚ ਨਹੀਂ ਆਉਂਦੀ। ਮੈਂ ਅਣਜਾਣ, ਅਗਿਆਨੀ, ਇੱਕ ਜੀਭ ਨਾਲ ਕਿਵੇਂ ਤੇਰੀ ਪੂਰਨ ਉਪਮਾ ਗਾ ਸਕਦਾ ਹਾ? ਪ੍ਰਭ ਆਪਣੀ ਰਹਿਮਤ ਨਾਲ ਸ਼ਬਦ ਦੀ ਪਾਲਣਾ ਦੀ ਲਗਨ ਬਖਸ਼ਕੇ ਪ੍ਰਵਾਨਗੀ ਦੇ ਅਸਲੀ ਰਸਤੇ ਅਡੋਲ ਰਖੋ! ਆਪਣੇ ਬੰਦਗੀ ਕਰਨ ਵਾਲੇ ਦੀ ਸੰਗਤ ਬਖਸ਼ੋ! ਜਿਸ ਦੀ ਸੇਵਾ ਕਰਨ ਨਾਲ ਮੇਰੀ ਆਤਮਾ, ਪਾਪ ਬਖਸ਼ਣ ਦੇ ਯੋਗ ਬਣ ਜਾਵੇ, ਮੇਰਾ ਬਚਾ ਹੋ ਜਾਵੇ! ਪ੍ਰਭ ਆਪਣੇ ਬੰਦਗੀ ਕਰਨ ਵਾਲੇ ਨੂੰ ਸ਼ਬਦ ਦੀ ਪਾਲਣਾ ਤੇ ਅਡੋਲ ਰਖਕੇ, ਭੁਲਾਂ ਬਖਸ਼ੋ! ਮੈਂ ਪਾਪੀ, ਤੇਰੇ ਦਰ ਦਾ ਕੀੜਾ ਹਾ, ਆਪ ਹੀ ਰਹਿਮਤ ਕਰਕੇ ਪ੍ਰਵਾਨ ਕਰ ਲਵੋ!

My True Master, Your Virtues are beyond any imagination, countability and comprehension of Your Creation. How may an ignorant, your humble devotee, completely sings the glory of Your Virtues with only one tongue? You remain beyond any imagination and reach of Your Creation. My Mercifully True Master bestows Your blessed Vision to bless devotion to obey the teachings of Your Word. I may be enlightened to surrender at Your Sanctuary, I may remain steady and stable belief on the right path to sanctify my soul to become worthy of Your Consideration. I may be blessed with the conjugation of Your Holy saint; I may adopt his life experience teachings in my life; with Your mercy and grace, all my sins of previous lives may be forgiven. The True Master bestows Your Blessed Vision to obey the teachings of Your Word. Your humbled devotee may be like a miserable worm; You may bless the right path of acceptance in Your Court.

ਮਃ ੪॥ 1315 mehlaa 4.
ਹਰਿ ਕਰਹੁ ਕ੍ਰਿਪਾ ਜਗਜੀਵਨਾ, har karahu kirpaa jagjeevanaa
ਗੁਰੁ ਸਤਿਗੁਰੁ ਮੇਲਿ ਦਇਆਲੁ॥ gur satgur mayl da-i-aal.
ਗੁਰ ਸੇਵਾ ਹਰਿ ਹਮ ਭਾਈਆ, gur sayvaa har ham bhaa-ee-aa
ਹਰਿ ਹੋਆ ਹਰਿ ਕਿਰਪਾਲੁ॥ har ho-aa har kirpaal.
ਸਭ ਆਸਾ ਮਨਸਾ ਵਿਸਰੀ, sabh aasaa mansaa visree
ਮਨਿ ਚੂਕਾ ਆਲ ਜੰਜਾਲੁ॥ man chookaa aal janjaal.
ਗੁਰਿ ਤੁਠੈ ਨਾਮੁ ਦ੍ਰਿੜਾਇਆ, gur tuthai naam drirh-aa-i-aa
ਹਮ ਕੀਏ ਸਬਦਿ ਨਿਹਾਲੁ॥ ham kee-ay sabad nihaal.
ਜਨ ਨਾਨਕਿ ਅਤੁਟੁ ਧਨੁ ਪਾਇਆ, jan naanak atut Dhan paa-i-aa
ਹਰਿ ਨਾਮਾ ਹਰਿ ਧਨੁ ਮਾਲੁ॥੨॥ har naamaa har Dhan maal. ||2||

ਪ੍ਰਭ ਆਪਣੀ ਰਹਿਮਤ ਨਾਲ ਪੂਰਨ ਗੁਰੂ, ਸ਼ਬਦ ਦੇ ਲੜ ਲਾਵੋ! ਮਨ ਵਿੱਚ ਬਹੁਤ ਖੁਸ਼ੀ ਹੋਈ ਹੈ, ਸ਼ਬਦ ਦੀ ਪਾਲਣਾ ਤੇ ਪ੍ਰਭ ਨੇ ਰਹਿਮਤ ਬਖਸ਼ੀ ਹੈ। ਮੇਰੇ ਮਨ ਦੀਆਂ ਸਾਰੀ ਸੰਸਾਰਕ ਇੱਛਾਂ ਹੀ ਖਤਮ ਹੋ ਗਈਆਂ ਹਨ। ਮਨ ਵਿੱਚ ਕੋਈ ਭਟਕਣ ਨਹੀਂ ਹੈ। ਪ੍ਰਭ ਨੇ ਰਹਿਮਤ ਬਖਸ਼ਕੇ ਮੇਰੇ ਮਨ ਵਿੱਚ ਸ਼ਬਦ ਦੀ ਪਾਲਣਾ ਦੀ ਲਗਨ ਬਖਸ਼ੀ ਹੈ। ਮੈਂ ਸ਼ਬਦ ਦੀ ਪਾਲਣ ਵਿੱਚ ਹੀ ਲੀਨ, ਮਸਤ ਹੋ ਗਿਆ ਹਾ। ਬੰਦਗੀ ਕਰਨ ਵਾਲਾ ਨੂੰ ਪ੍ਰਭ ਦੇ ਸ਼ਬਦ ਦਾ ਬੇਅੰਤ ਖਜ਼ਾਨਾਂ ਬਖਸ਼ਿਸ਼ ਹੋ ਜਾਂਦਾ ਹੈ। ਸ਼ਬਦ ਦੀ ਸੋਝੀ ਹੀ ਪ੍ਰਭ ਦਾ ਸ਼ਬਦ ਰੂਪੀ ਧਨ ਸਦਾ ਸਾਥ ਰਹਿੰਦਾ ਹੈ।

My True Master bestows Your Blessed Vision to bless a devotion to obey the teachings of Your Word. I am overwhelmed with gratitude; The True Master has accepted my earnings of His Word. All my worldly desires have been eliminated from my mind. I do not have any frustration within; I remain intoxicated in obeying the teachings of Your Word. Whosoever may remain intoxicated in meditation on the teachings of His Word; with His mercy and grace, he may be blessed with unlimited treasure of enlightenment of the essence of His Word. His earnings of His Word may remain his true companion forever.

ਪਉੜੀ॥	pa-orhee.
ਹਰਿ ਤੁਮ੍ ਵਡ ਵਡੇ ਵਡੇ ਵਡ ਊਚੇ,	har tumH vad vaday vaday vad oochay
ਸਭ ਊਪਰਿ ਵਡੇ ਵਡੌਨਾ॥	sabh oopar vaday vadounaa.
ਜੋ ਧਿਆਵਹਿ ਹਰਿ ਅਪਰੰਪਰੁ,	jo Dhi-aavahi har aprampar
ਹਰਿ ਹਰਿ ਹਰਿ ਧਿਆਇ ਹਰੇ ਤੇ ਹੋਨਾ॥	har har har Dhi-aa-ay haray tay honaa.
ਜੋ ਗਾਵਹਿ ਸੁਣਹਿ ਤੇਰਾ ਜਸੁ ਸੁਆਮੀ,	jo gaavahi suneh tayraa jas su-aamee
ਤਿਨ ਕਾਟੇ ਪਾਪ ਕਟੋਨਾ॥	tin kaatay paap katonaa.
ਤੁਮ ਜੈਸੇ ਹਰਿ ਪੁਰਖ ਜਾਨੇ ਮਤਿ ਗੁਰਮਤਿ,	tum jaisay har purakh jaanay mat gurmat
ਮੁਖਿ ਵਡ ਵਡ ਭਾਗ ਵਡੋਨਾ॥	mukh vad vad bhaag vadonaa.
ਸਭਿ ਧਿਆਵਹੁ ਆਦਿ ਸਤੇ ਜੁਗਾਦਿ ਸਤੇ,	sabh Dhi-aavahu aad satay jugaad satay
ਪਰਤਖਿ ਸਤੇ, ਸਦਾ ਸਦਾ ਸਤੇ	partakh satay sadaa sadaa satay
ਜਨੁ ਨਾਨਕੁ ਦਾਸੁ ਦਸੋਨਾ॥੫॥	jan naanak daas dasonaa. ||5||

ਪ੍ਰਭ ਤੂੰ ਹੀ ਸਭ ਤੋ ਵੱਡਾ, ਦਾਤਾਂ ਦਾ ਭੰਡਾਰੀ ਹੈ, ਤੇਰੇ ਉਪਰ ਹੋਰ ਕੋਈ ਨਹੀਂ ਹੈ । ਜਿਹੜਾ ਪ੍ਰਭ ਦੇ ਸ਼ਬਦ ਦਾ ਸਿਮਰਨ ਕਰਦਾ, ਉਸ ਦੇ ਮਨ ਤੇ ਨਵਾਂ ਜੋਸ਼, ਜਵਾਨੀ ਆ ਜਾਂਦੀ, ਅਵਸਥਾ ਹੀ ਬਦਲ ਜਾਂਦੀ ਹੈ । ਜਿਹੜਾ ਪ੍ਰਭ ਦੇ ਸ਼ਬਦ ਦੀ ਉਸਤਤ ਗਾਉਂਦਾ, ਸੁਣਦਾ ਹੈ । ਉਸ ਦੇ ਅਨੇਕਾਂ ਜਨਮਾਂ ਦੇ ਪਾਪ ਬਖਸ਼ੇ ਜਾਂਦੇ ਹਨ । ਜਿਹੜਾ ਪ੍ਰਭ ਦੇ ਸ਼ਬਦ ਦਾ ਸਿਮਰਨ ਕਰਦਾ ਹੈ, ਉਹ ਪ੍ਰਭ ਦਾ ਰੂਪ ਹੀ ਬਣ ਜਾਂਦਾ ਹੈ । ਉਸ ਦੀ ਅਵਸਥਾ ਬਹੁਤ ਉਤਮ, ਉਹ ਵੱਡੇ ਭਾਗਾਂ ਵਾਲਾ ਬਣ ਜਾਂਦਾ ਹੈ । ਜੁਗਾਂ ਜੁਗਾਂ ਤੋ ਜੀਵ ਪ੍ਰਭ ਦੇ ਸ਼ਬਦ ਦਾ ਸਿਮਰਨ ਕਰਦਾ ਹੈ । ਹੁਣ ਵੀ ਅਤੇ ਸਦਾ ਹੀ ਸ਼ਬਦ ਦੀ ਪਾਲਣਾ ਨਾਲ ਹੀ ਸਦਾ ਅਟਲ ਰਹਿਣ ਵਾਲੀ ਪ੍ਰਭ ਦੀ ਹੋਂਦ ਪ੍ਰਗਟ ਹੁੰਦੀ ਹੈ । ਬੰਦਗੀ ਕਰਨ ਵਾਲਾ, ਸਦਾ ਹੀ ਦਾਸਾਂ ਦਾ ਦਾਸ ਬਣਕੇ ਜੀਵਨ ਬਤੀਤ ਕਰਦਾ ਹੈ ।

The True Master Treasure of all blessings and virtues may be the greatest of All! No one may be above His Command! Whosoever may meditate on the teachings of His Word with steady and stable belief in day-to-day life; with His mercy and grace, he may be rejuvenated with a state of mind as His true devotee. Whosoever may sing the glory or listen to the sermons of His Word; his sins of many lives may be forgiven. Whosoever may meditate on the teachings of His Word with steady and stable belief; with His mercy and grace, he may become a symbol of The True Master. He may become very fortunate to be blessed with immortal state of mind. The True Master has been protecting the honor of His true devotee from ancient Ages and will protect in future generations. He remains unchanged, Ultimate Commander and true forever. He true devotee always remains the slave of His slaves.

75. ਸਲੋਕ ਮਃ ੪॥ 1315-6

ਹਮਰੇ ਹਰਿ ਜਗਜੀਵਨਾ,	hamray har jagjeevanaa
ਹਰਿ ਜਪਿਓ ਹਰਿ ਗੁਰ ਮੰਤ॥	har japi-o har gur mant.
ਹਰਿ ਅਗਮੁ ਅਗੋਚਰੁ ਅਗਮੁ ਹਰਿ,	har agam agochar agam har
ਹਰਿ ਮਿਲਿਆ ਆਇ ਅਚਿੰਤ॥	har mili-aa aa-ay achint.
ਹਰਿ ਆਪੇ ਘਟਿ ਘਟਿ ਵਰਤਦਾ,	har aapay ghat ghat varatdaa
ਹਰਿ ਆਪੇ ਆਪਿ ਬਿਅੰਤ॥	har aapay aap bi-ant.
ਹਰਿ ਆਪੇ ਸਭ ਰਸ ਭੋਗਦਾ,	har aapay sabh ras bhogdaa
ਹਰਿ ਆਪੇ ਕਵਲਾ ਕੰਤ॥	har aapay kavlaa kant.

ਹਰਿ ਆਪੇ ਭਿਖਿਆ ਪਾਇਦਾ, har aapay bhikhi-aa paa-idaa
ਸਭ ਸਿਸਟਿ ਉਪਾਈ ਜੀਅ ਜੰਤ॥ sabh sisat upaa-ee jee-a jant.
ਹਰਿ ਦੇਵਹੁ ਦਾਨੁ ਦਇਆਲ ਪ੍ਰਭ, har dayvhu daan da-i-aal parabh
ਹਰਿ ਮੰਗਹਿ ਹਰਿ ਜਨ ਸੰਤ॥ har maaNgeh har jan sant.
ਜਨ ਨਾਨਕ ਕੇ ਪ੍ਰਭ ਆਇ ਮਿਲੁ, jan naanak kay parabh aa-ay mil
ਹਮ ਗਾਵਹ ਹਰਿ ਗੁਣ ਛੰਤ॥੧॥ ham gaavah har gun chhant. ||1||

ਪ੍ਰਭ ਹੀ ਮੇਰਾ ਜੀਵਨ, ਸਵਾਸ ਬਖਸ਼ਣ ਵਾਲਾ ਮਾਲਕ ਹੈ । ਮੈਂ ਪ੍ਰਭ ਦੇ ਸ਼ਬਦ ਦੀ ਪਾਲਣਾ, ਸਿਮਰਨ ਕਰਦਾ ਹਾ । ਬੇਅੰਤ ਪ੍ਰਭ ਘਟ, ਘਟ ਵਿੱਚ ਵਾਪਰਦਾ, ਅੰਤ ਤੋ ਰਹਿਤ ਹੈ । ਸੰਸਾਰਕ ਮਾਇਆ ਪ੍ਰਭ ਦੇ ਵੱਸ ਵਿੱਚ ਹੀ ਹੈ, ਪ੍ਰਭ ਆਪ ਸਾਰੇ ਸੰਸਾਰਕ ਅਨੰਦ ਮਾਨਦਾ ਹੈ । ਪ੍ਰਭ ਨੇ ਸਾਰੇ ਜੀਵ ਜੰਤ ਪੈਦਾ ਕੀਤੇ ਹਨ, ਸਾਰੀ ਸ੍ਰਿਸ਼ਟੀ ਨੂੰ ਹੀ ਦਾਤਾਂ ਬਖਸ਼ਦਾ ਹੈ । ਪ੍ਰਭ ਦਾ ਨਿਮਾਣਾ ਦਾਸ ਰਹਿਮਤ ਦੀ ਅਰਦਾਸ ਕਰਦਾ ਹੈ, ਆਪ ਹੀ ਬੰਦਗੀ ਕਰਨ ਵਾਲੇ ਨੂੰ ਦਰਬਾਰ ਵਿੱਚ ਪ੍ਰਵਾਨਗੀ ਬਖਸ਼ਦਾ ਹੈ ।

The One and Only One True Master blesses human life opportunity, capital of breath to worldly creature. I meditate and sing the glory of the teachings of His Word with each breath. The True Master remains embedded within each fiber of his body, universe and remains beyond any limits or boundaries. The True Master, Trustee of all pleasures remains in blossom forever. The worldly wealth remains only under His Command; The Creator of the universe; only He may bestow His Virtues on His Creation. His humble true devotee may only pray for His Forgiveness and Refuge. Only, The Merciful True Master may accept His true devotee in His Court.

ਮਃ ੪॥ mehlaa 4.

ਹਰਿ ਪ੍ਰਭੁ ਸਜਣੁ ਨਾਮੁ ਹਰਿ, har parabh sajan naam har
ਮੈਂ ਮਨਿ ਤਨਿ ਨਾਮੁ ਸਰੀਰਿ॥ mai man tan naam sareer.
ਸਭਿ ਆਸਾ ਗੁਰਮੁਖਿ ਪੂਰੀਆ, sabh aasaa gurmukh pooree-aa
ਜਨ ਨਾਨਕ ਸੁਣਿ ਹਰਿ ਧੀਰ॥੨॥ jan naanak sun har Dheer. ||2||

ਪ੍ਰਭ ਦਾ ਸ਼ਬਦ ਹੀ ਮੇਰਾ ਅਸਲੀ ਸਾਥੀ ਹੈ । ਮੇਰਾ ਤਨ, ਮਨ ਪ੍ਰਭ ਦੇ ਸ਼ਬਦ ਦੇ ਰੰਗ, ਸੋਝੀ ਨਾਲ ਭਰਿਆਂ ਹੋਇਆ ਹੈ । ਗੁਰਮਖ ਦੇ ਮਨ ਦੀਆਂ ਸਾਰੀਆਂ ਮੁਰਾਦਾਂ ਪੂਰੀਆਂ ਹੋ ਜਾਂਦੀਆਂ ਹਨ । ਪ੍ਰਭ ਦਾ ਸ਼ਬਦ ਸੁਣਕੇ, ਉਸ ਦੇ ਮਨ ਵਿੱਚ ਖੇੜਾ ਵਸ ਜਾਂਦਾ ਹੈ ।

The earnings of His Word remain my true companion forever. My mind and body remain drenched with crimson color of the enlightenment of the essence of His Word. All spoken and unspoken desires of His true devotee may be satisfied. His true devotee may remain overwhelmed with blossom after hearing the sermons of His Word.

ਪਉੜੀ॥ pa-orhee.

ਹਰਿ ਉਤਮੁ ਹਰਿਆ ਨਾਮੁ ਹੈ, har ootam hari-aa naam hai
ਹਰਿ ਪੁਰਖੁ ਨਿਰੰਜਨੁ ਮਉਲਾ॥ har purakh niranjan ma-ulaa.
ਜੋ ਜਪਦੇ ਹਰਿ ਹਰਿ ਦਿਨਸੁ ਰਾਤਿ, jo japday har har dinas raat
ਤਿਨ ਸੇਵੇ ਚਰਨ ਨਿਤ ਕਉਲਾ॥ tin sayvay charan nit ka-ulaa.
ਨਿਤ ਸਾਰਿ ਸਮਾਲ੍ਹੇ ਸਭ ਜੀਅ ਜੰਤ, nit saar samaalHay sabh jee-a jant
ਹਰਿ ਵਸੈ ਨਿਕਟਿ ਸਭ ਜਉਲਾ॥ har vasai nikat sabh ja-ulaa.
ਸੋ ਬੁਝੈ ਜਿਸੁ ਆਪਿ ਬੁਝਾਇਸੀ so boojhai jis aap bujhaa-isee
ਜਿਸੁ, ਸਤਿਗੁਰੁ ਪੁਰਖੁ ਪ੍ਰਭੁ ਸਉਲਾ॥ jis satgur purakh parabh sa-ulaa.
ਸਭਿ ਗਾਵਹੁ ਗੁਣ ਗੋਵਿੰਦ ਹਰੇ sabh gaavhu gun govind haray
ਗੋਵਿੰਦ ਹਰੇ, ਗੋਵਿੰਦ ਹਰੇ govind haray govind haray
ਗੁਣ ਗਾਵਤ ਗੁਣੀ ਸਮਉਲਾ॥੬॥ gun gaavat gunee sama-ulaa. ||6||

ਪ੍ਰਭ ਦਾ ਸ਼ਬਦ ਹੀ, ਸਭ ਤੋਂ ਉਤਮ, ਪਵਿੱਤਰਤਾ ਦਾ ਸੋਮਾ ਹੈ । ਪ੍ਰਭ ਦੀ ਰਹਿਮਤ ਨਾਲ ਹੀ ਸਭ ਖੇੜੇ ਬਖਸ਼ਿਸ਼ ਹੁੰਦੇ ਹਨ । ਜਿਹੜਾ ਦਿਨ ਰਾਤ ਪ੍ਰਭ ਦੇ ਸ਼ਬਦ ਦਾ ਸਿਮਰਨ ਕਰਦਾ ਹੈ । ਸੰਸਾਰਕ ਮਾਇਆ ਉਸ ਦੀ ਦਾਸੀ ਬਣਕੇ ਪਿਛੇ ਲਗੀ ਰਹਿੰਦੀ ਹੈ । ਪ੍ਰਭ ਆਪ ਹੀ ਆਪਣੇ ਪੈਦਾ ਕੀਤੇ ਜੀਵਾਂ ਜੰਤਾਂ ਦੀ ਰਖਿਆ, ਪਾਲਣਾ ਕਰਦਾ ਹੈ । ਪ੍ਰਭ, ਜੀਵ ਦੀ ਆਤਮਾ ਵਿੱਚ ਸਮਾਇਆ, ਸਭ ਦੇ ਨੇੜੇ ਹੀ ਹੈ । ਜਿਸ ਨੂੰ ਆਪ ਹੀ ਸੋਝੀ ਬਖਸ਼ਦਾ ਹੈ, ਕੇਵਲ ਉਸ ਨੂੰ ਹੀ ਪ੍ਰਭ ਦੇ ਸ਼ਬਦ ਦੀ ਸੋਝੀ, ਪ੍ਰਵਾਨਗੀ ਦਾ ਰਸਤਾ ਬਖਸ਼ਿਸ਼ ਹੋ ਸਕਦਾ ਹੈ । ਜਿਹੜਾ ਪ੍ਰਭ ਦੇ ਸ਼ਬਦ ਦੇ ਗੁਣ ਗਾਉਂਦਾ, ਪਾਲਣਾ ਕਰਦਾ ਹੈ, ਉਸ ਦਾ ਮਨ ਸ਼ਬਦ ਦੀ ਪਾਲਣਾ ਵਿੱਚ ਲੀਨ, ਸ਼ਬਦ ਦੀ ਸਮਾਧੀ ਵਿੱਚ ਵਸਣ ਲਗ ਪੈਂਦਾ ਹੈ ।

The teachings of His Word may be the most supreme, fountain of soul sanctifying nectar. All the blossoms may only be bestowed with His Blessed Vison. Whosoever may remain intoxicated in meditation day and night; with His mercy and grace, worldly wealth may become his slave. The True Master, His Holy Spirit remains embedded within each soul and dwells within his body. Whosoever may be bestowed with His Blessed Vision, only he may adopt the teachings of His Word. He may be blessed with the right path of acceptance in His Court. Whosoever may sing the glory of His Word with steady and stable belief; with His mercy and grace, he may remain intoxicated in the void of His Word.

76. ਸਲੋਕ ਮਃ ੪॥ 1315-15

ਸੁਤਿਆ ਹਰਿ ਪ੍ਰਭੁ ਚੇਤਿ ਮਨਿ,	suti-aa har parabh chayt man
ਹਰਿ ਸਹਜਿ ਸਮਾਧਿ ਸਮਾਇ॥	har sahj samaaDh samaa-ay.
ਜਨ ਨਾਨਕ ਹਰਿ ਹਰਿ ਚਾਉ ਮਨਿ,	jan naanak har har chaa-o man
ਗੁਰੁ ਤੁਠਾ ਮੇਲੇ ਮਾਇ॥੧॥	gur tuthaa maylay maa-ay. ||1||

ਜੀਵ ਸੁੱਤੇ, ਜਾਗਦੇ, ਆਪਣੇ ਮਨ ਦਾ ਧਿਆਨ, ਪ੍ਰਭ ਦੇ ਸ਼ਬਦ ਦੇ ਸਿਮਰਨ, ਸਮਾਧੀ ਵਿੱਚ ਲੀਨ ਰਖੋ! ਪ੍ਰਭ ਮੇਰੇ ਮਨ ਵਿੱਚ ਸ਼ਬਦ ਦੀ ਸੋਝੀ ਦੀ ਬਹੁਤ ਸ਼ਰਧਾ ਹੈ । ਪ੍ਰਭ ਆਪਣੀ ਰਹਿਮਤ ਨਾਲ ਸ਼ਬਦ ਦੀ ਪਾਲਣਾ ਤੇ ਅਡੋਲ ਰਖੋ, ਸ਼ਬਦ ਦੀ ਸਮਾਧੀ ਬਖਸ਼ੋ!

You should meditate on the teachings of His Word, waking and sleeping. My True Master, I have a deep devotion to be enlightened with the essence of His Word. My True Master bestows Your Blessed Vision to bless a devotion to obey the teachings of Your Word. I may remain intoxicated in the void of Your Word.

ਮਃ ੪॥	mehlaa 4.
ਹਰਿ ਇਕਸੁ ਸੇਤੀ ਪਿਰਹੜੀ,	har ikas saytee pirharhee har
ਹਰਿ ਇਕੋ ਮੇਰੈ ਚਿਤਿ॥	iko mayrai chit.
ਜਨ ਨਾਨਕ ਇਕੁ ਅਧਾਰੁ ਹਰਿ,	jan naanak ik aDhaar har
ਪ੍ਰਭ ਇਕਸ ਤੇ ਗਤਿ ਪਤਿ॥੨॥	parabh ikas tay gat pat. ||2||

ਮੇਰੀ ਪ੍ਰੀਤ ਕੇਵਲ ਇੱਕੋ ਇੱਕ ਪ੍ਰਭ ਦੇ ਸ਼ਬਦ ਦੀ ਪਾਲਣਾ ਵਿੱਚ ਅਡੋਲ ਹੈ । ਪ੍ਰਭ ਦੇ ਸ਼ਬਦ ਦੀ ਸਿਖਿਆਂ ਹਰ ਸਮੇਂ ਮੇਰੇ ਖਿਆਲ ਵਿੱਚ ਵਸਦੀ ਹੈ । ਬੰਦਗੀ ਕਰਨ ਵਾਲਾ, ਕੇਵਲ ਪ੍ਰਭ ਦੇ ਸ਼ਬਦ ਦਾ ਹੀ ਆਸਰਾ, ਓਟ ਲੈਂਦਾ ਹੈ । ਉਸ ਨੂੰ ਸ਼ਬਦ ਦੀ ਪਾਲਣਾ ਨਾਲ ਹੀ ਪ੍ਰਵਾਨਗੀ ਦਾ ਅਸਲੀ ਰਸਤਾ ਬਖਸ਼ਿਸ਼ ਹੋ ਜਾਂਦਾ ਹੈ

I have a devotion and dedication to obey the teachings of His Word with steady and stable belief, The One and Only One True Master. I remain drenched within the teachings of His Word within my mind, in my day-to-day activities. His true devotee may only pray for His Forgiveness and Refuge. All blessings may only be bestowed with His Blessed Vision.

ਪਉੜੀ॥	pa-orhee.
ਪੰਚੇ ਸਬਦ ਵਜੇ ਮਤਿ ਗੁਰਮਤਿ,	panchay sabad vajay mat gurmat
ਵਡਭਾਗੀ ਅਨਹਦੁ ਵਜਿਆ॥	vadbhaagee anhad vaji-aa.
ਆਨਦ ਮੂਲੁ ਰਾਮੁ ਸਭੁ ਦੇਖਿਆ,	aanad mool raam sabh daykhi-aa gur
ਗੁਰ ਸਬਦੀ ਗੋਵਿਦੁ ਗਜਿਆ॥	sabdee govid gaji-aa.
ਆਦਿ ਜੁਗਾਦਿ ਵੇਸੁ ਹਰਿ ਏਕੋ ਮਤਿ,	aad jugaad vays har ayko mat gurmat
ਗੁਰਮਤਿ ਹਰਿ ਪ੍ਰਭੁ ਭਜਿਆ॥	har parabh bhaji-aa.
ਹਰਿ ਦੇਵਹੁ ਦਾਨੁ ਦਇਆਲ ਪ੍ਰਭ,	har dayvhu daan da-i-aal parabh
ਜਨ ਰਾਖਹੁ ਹਰਿ ਪ੍ਰਭ ਲਜਿਆ॥	jan raakho har parabh laji-aa.
ਸਭਿ ਧੰਨੁ ਕਹਹੁ	sabh Dhan kahhu
ਗੁਰੁ ਸਤਿਗੁਰੂ, ਗੁਰੁ ਸਤਿਗੁਰੂ	gur satguroo gur satguroo
ਜਿਤੁ ਮਿਲਿ ਹਰਿ ਪੜਦਾ ਕਜਿਆ॥੭॥	jit mil har parh-daa kaji-aa. ||7||

ਜਿਸ ਦੇ ਜਨਮ ਤੋ ਪਹਿਲੇ ਹੀ ਵੱਡੇ ਭਾਗਾਂ ਲਿਖੇ ਹੁੰਦੇ ਹਨ, ਉਸ ਦੇ ਮਨ ਵਿੱਚ ਸਦਾ ਚੱਲਣ ਵਾਲੀ ਧੁਨ ਸੁਣਾਈ ਦੇਂਦੀ ਹੈ । ਉਸ ਦੇ ਮਨ ਵਿੱਚ ਸਦਾ ਹੀ ਪੰਜੇਂ ਸ਼ਬਦ, ਪੰਜੇਂ ਧੁਨਾਂ ਹੀ ਚਲਦੀਆਂ ਹਨ । ਉਸ ਨੂੰ ਪ੍ਰਭ ਦੇ ਸ਼ਬਦ ਦੀ ਸੋਝੀ ਬਖਸ਼ਿਸ਼ ਹੋ ਜਾਂਦੀ ਹੈ । ਜਿਹੜਾ ਪ੍ਰਭ ਦੇ ਸ਼ਬਦ ਦੀ ਪਾਲਣਾ ਅਡੋਲ ਭਰੋਸੇ ਨਾਲ ਕਰਦਾ ਹੈ, ਪ੍ਰਭ ਆਪ ਹੀ ਸ਼ਬਦ ਸੋਝੀ ਬਖਸ਼ਦਾ ਹੈ । ਉਸ ਨੂੰ ਹਰਇੱਕ ਪਾਸੇ ਹੀ ਪ੍ਰਭ ਦਾ ਖੇੜਾ ਨਜ਼ਰ ਆਉਂਦਾ ਹੈ । ਜੁਗਾਂ ਜੁਗਾਂ ਤੋ ਪ੍ਰਭ ਇੱਕੋ ਇੱਕ ਅਵਸਥਾ ਵਿੱਚ ਵਸਦਾ, ਵਾਪਰਦਾ ਆਇਆ ਹੈ । ਪ੍ਰਭ ਦੇ ਸ਼ਬਦ ਦੀ ਪਾਲਣਾ ਨਾਲ ਹੀ ਮਨ ਵਿੱਚ ਸਦਾ ਚੱਲਣ ਵਾਲੀ ਧੁਨ ਸੁਣਾਈ ਦੇਂਦੀ ਹੈ । ਪ੍ਰਭ ਆਪਣੀ ਰਹਿਮਤ ਨਾਲ ਸ਼ਬਦ ਨਾਲ ਲਗਨ ਬਖਸ਼ੋ! ਆਪਣੇ ਨਿਮਾਣੇ ਦਾਸ ਦੀ ਰਖਿਆ ਕਰੋ! ਜਿਹੜਾ ਪ੍ਰਭ ਦੇ ਸ਼ਬਦ ਦੇ ਗੁਣ ਗਾਉਂਦਾ, ਪਾਲਣਾ ਕਰਦਾ, ਪ੍ਰਭ ਦੀ ਰਹਿਮਤ ਨਾਲ ਉਸ ਦੇ ਮਨ ਵਿੱਚ ਸ਼ਬਦ ਦੀ ਸੋਝੀ ਬਖਸ਼ਿਸ਼ ਹੋ ਜਾਂਦੀ ਹੈ । ਪ੍ਰਭ ਆਪ ਹੀ ਉਸ ਦਾ ਲੇਖਾ ਪੂਰਾ ਕਰਦਾ ਹੈ । ਉਸ ਦੀ ਸ਼ਬਦ ਦੀ ਕਮਾਈ ਪ੍ਰਵਾਨ ਕਰਦਾ, ਭੁੱਲਾਂ ਬਖਸ਼ਦਾ ਹੈ ।

FIVE TONES: Guru Granth Sahib Darpan by Prof. Sahib Singh		Page
ਪੰਜ ਧੁਨਾਂ	ਸੁੰਨ ਸਮਾਧਿ, ਦਰਿਮਤਿ, ਨਾਮੁ ਰਾਤਨ, ਅਨਾਹਤ, ਜਾਗਿ ਰਹੇ ਪੰਚ ਤਸਕਰ	P 282
ਪੰਜ ਸਾਜ	ਤਾਰ, ਚੰਮ, ਧਤਾ, ਘੜੇ, ਫੂਕ ਮਾਰਨ ਵਾਲੇ ਵਾਜੇ	P 332

Whosoever may have a great prewritten destiny; he may hear the everlasting echo of His Word resonating within his heart. His true devotee may hear His 5 Eternal Spiritual Words and 5 Eternal Spiritual Sounds resonating within the mind. He may be blessed with the enlightenment of the essence of His Word. Whosoever may obey the teachings of His Word with steady and stable belief; with His mercy and grace, he may be blessed with the enlightenment of the essence of His Word. He may realize His Holy Spirit prevailing everywhere. The True Master has been prevailing in such a state of mind from ancient Ages. Whosoever may obey the teachings of His Word with steady and stable belief; with His mercy and grace, he may hear the everlasting echo of His Word resonating within his heart. The True Master blesses devotion to obey the teachings of His Word; with Your mercy and grace, I may remain intoxicated singing the glory of Your Word. Whosoever may obey the teachings of His Word, he may be enlightened with the essence of His Word. All his sins may be forgiven and his human life opportunity may be rewarded.

77. ਸਲੋਕੁ ਮਃ ੪॥ 1316-2

ਭਗਤਿ ਸਰੋਵਰੁ ਉਛਲੈ,	bhagat sarovar uchhlai
ਸੁਭਰ ਭਰੇ ਵਹੰਨਿ॥	subhar bharay vahann.
ਜਿਨਾ ਸਤਿਗੁਰੁ ਮੰਨਿਆ,	jinaa satgur mani-aa
ਜਨ ਨਾਨਕ ਵਡ ਭਾਗ ਲਹੰਨਿ॥੧॥	jan naanak vad bhaag lahann. ||1||

ਪ੍ਰਭ ਦੇ ਸ਼ਬਦ ਦੀ ਸੋਝੀ ਦਾ ਸਰੋਵਰ ਭਰਿਆਂ ਹੈ । ਜਿਹੜਾ ਬੰਦਗੀ ਕਰਨ ਵਾਲਾ ਪ੍ਰਭ ਦੇ ਸ਼ਬਦ ਤੇ ਭਰੋਸਾ ਅਡੋਲ ਰਖਦਾ ਹੈ । ਉਹ ਵੱਡੇ ਭਾਗਾਂ ਵਾਲੇ ਨੂੰ ਪ੍ਰਭ ਦੀ ਰਹਿਮਤ ਨਾਲ ਅਸਲੀ ਪ੍ਰਵਾਨਗੀ ਦਾ ਰਸਤਾ ਬਖਸ਼ਿਸ਼ ਹੋ ਜਾਂਦਾ ਹੈ ।

The nectar of the enlightenment of the essence of His Word may be an overwhelming ocean. Whosoever may obey the teachings of His Word with steady and stable belief in his day-to-day life; with His mercy and grace, he may become very fortunate. He may be blessed with the right path of acceptance in His Court.

ਮਃ ੪॥	mehlaa 4.
ਹਰਿ ਹਰਿ ਨਾਮ ਅਸੰਖ ਹਰਿ,	har har naam asaNkh har har
ਕੇ ਗੁਨ ਕਥਨੁ ਨ ਜਾਹਿ॥	kay gun kathan na jaahi.
ਹਰਿ ਹਰਿ ਅਗਮੁ ਅਗਾਧਿ ਹਰਿ,	har har agam agaaDh har
ਜਨ ਕਿਤੁ ਬਿਧਿ ਮਿਲਹਿ ਮਿਲਾਹਿ॥	jan kit biDh mileh milaahi.
ਹਰਿ ਹਰਿ ਜਸੁ ਜਪਤ ਜਪੰਤ ਜਨ,	har har jas japat japant jan
ਇਕੁ ਤਿਲੁ ਨਹੀਂ ਕੀਮਤਿ ਪਾਇ॥	ik til nahee keemat paa-ay.
ਜਨ ਨਾਨਕ ਹਰਿ ਅਗਮ ਪ੍ਰਭ,	jan naanak har agam parabh
ਹਰਿ ਮੇਲਿ ਲੈਹੁ ਲੜਿ ਲਾਇ॥੨॥	har mayl laihu larh laa-ay. ||2||

ਪ੍ਰਭ ਅਨੇਕਾਂ, ਅਣਗਿਣਤ ਹੀ ਨਾਮਾਂ ਨਾਲ ਜਣਿਆ ਜਾਂਦਾ ਹੈ । ਪ੍ਰਭ ਦੇ ਅਣਗਿਣਤ ਗੁਣਾਂ ਦੀ ਪੂਰਨ ਵਿਆਖਿਆ ਨਹੀਂ ਕੀਤੀ ਜਾ ਸਕਦੀ । ਪ੍ਰਭ, ਜੀਵ ਦੀ ਪਹੁੰਚ, ਅੰਦਾਜ਼ਾ ਲਾਉਣ ਵਿੱਚ ਨਹੀਂ ਹੈ । ਕਿਵੇਂ ਮਾਨਸ ਜੀਵ ਦਾ ਪ੍ਰਭ ਨਾਲ ਮਿਲਾਪ, ਸ਼ਬਦ ਦੀ ਸੋਝੀ ਬਖਸ਼ਿਸ਼ ਹੋ ਸਕਦੀ ਹੈ? ਜਿਹੜਾ ਦਿਨ ਰਾਤ ਪ੍ਰਭ ਦੇ ਸ਼ਬਦ ਦਾ ਸਿਮਰਨ ਕਰਦਾ ਹੈ । ਉਸ ਨੂੰ ਇੱਕ ਤਿਲ ਭਰ ਹੀ ਸ਼ਬਦ ਦੀ ਕੀਮਤ ਦਾ ਅੰਦਾਜ਼ਾ ਲਗਦਾ, ਥੋੜ੍ਹੀ ਮਾਤਰਾ ਵਿੱਚ ਹੀ ਜਾਣ ਸਕਦਾ ਹੈ । ਜਿਸ ਨੂੰ ਪ੍ਰਭ ਆਪਣੀ ਰਹਿਮਤ ਨਾਲ ਸ਼ਬਦ ਦੇ ਲੜ ਲਾਉਂਦਾ ਹੈ । ਉਸ ਦਾ ਹੀ ਪ੍ਰਭ ਨਾਲ ਮਿਲਾਪ ਹੋ ਸਕਦਾ ਹੈ ।

The True Master may be worshipped with many names. His unlimited virtues remain beyond the explanation, comprehension of His Creation. The True Master remains beyond reach, imagination of His Creation. How may I find the real path of acceptance in His Court? Whosoever may meditate on the teachings of His Word with steady and stable belief; even, he may be blessed with insignificant enlightenment of essence of His Word. Whosoever may be blessed with devotion to obey the teachings of His Word; with His mercy and grace, he may be blessed with the right path of acceptance in His Court.

ਪਉੜੀ॥	pa-orhee.
ਹਰਿ ਅਗਮੁ ਅਗੋਚਰੁ ਅਗਮੁ ਹਰਿ,	har agam agochar agam har
ਕਿਉ ਕਰਿ ਹਰਿ ਦਰਸਨੁ ਪਿਖਾ॥	ki-o kar har darsan pikhaa.
ਕਿਛੁ ਵਖਰੁ ਹੋਇ ਸੁ ਵਰਨੀਐ,	kichh vakhar ho-ay so varnee-ai
ਤਿਸੁ ਰੂਪੁ ਨ ਰਿਖਾ॥	tis roop na rikhaa.
ਜਿਸੁ ਬੁਝਾਏ ਆਪਿ ਬੁਝਾਇ,	jis bujhaa-ay aap bujhaa-ay
ਦੇਇ ਸੋਈ ਜਨੁ ਦਿਖਾ॥	day-ay so-ee jan dikhaa.
ਸਤਸੰਗਤਿ ਸਤਿਗੁਰ ਚਟਸਾਲ ਹੈ,	satsangat satgur chatsaal hai
ਜਿਤੁ ਹਰਿ ਗੁਣ ਸਿਖਾ॥	jit har gun sikhaa.
ਧਨੁ ਧੰਨੁ ਸੁ ਰਸਨਾ ਧੰਨੁ ਕਰ,	Dhan Dhan so rasnaa Dhan kar
ਧੰਨੁ ਸੁ ਪਾਧਾ, ਸਤਿਗੁਰੂ	Dhan so paaDhaa satguroo
ਜਿਤੁ ਮਿਲਿ ਹਰਿ ਲੇਖਾ ਲਿਖਾ॥੮॥	jit mil har laykhaa likhaa. ||8||

ਪ੍ਰਭ, ਜੀਵ ਦੀ ਪਹੁੰਚ ਤੋ, ਅੰਦਾਜ਼ ਲਾਉਣ ਵਿੱਚ ਨਹੀਂ ਹੈ । ਉਸ ਦੇ ਦਰਸ਼ਨ ਕਿਵੇਂ ਕਰ ਸਕਦਾ ਹਾ? ਅਗਰ ਪ੍ਰਭ ਦੀ ਕੋਈ ਇੱਕ ਸਥਿਤ ਅਵਸਥਾ, ਅਕਾਰ ਹੋਵੇ, ਤਾ ਹੀ ਉਸ ਦਾ ਪੂਰਨ ਵਖਿਆਣ ਕੀਤਾ ਜਾ ਸਕਦਾ ਹੈ । ਪ੍ਰਭ ਅਨੇਕਾਂ ਹੀ ਅਕਾਰਾਂ, ਰੂਪਾਂ ਵਿੱਚ ਪ੍ਰਗਟ ਹੋ ਸਕਦਾ ਹੈ । ਜਿਸ ਨਿਮਾਣੇ ਦਾਸ ਨੂੰ ਆਪ ਹੀ ਸੋਝੀ ਬਖਸ਼ਦਾ ਹੈ, ਕੇਵਲ ਉਹ ਹੀ ਉਸ ਦਾ ਵਖਿਆਣ ਕਰ ਸਕਦਾ ਹੈ । ਉਸ ਨੂੰ ਅਨੁਭਵ ਕਰ ਸਕਦਾ, ਦੇਖ ਸਕਦਾ ਹੈ । ਬੰਦਗੀ ਕਰਨ ਵਾਲਿਆਂ ਦੀ ਸੰਗਤ ਹੀ ਧਰਮਸਾਲ ਹੈ । ਜਿੱਥੇ ਪ੍ਰਭ ਦੇ ਗੁਣਾਂ ਦੀ ਸਿਖਿਆਂ ਬਖਸ਼ਿਸ਼ ਹੋ ਸਕਦੀ ਹੈ । ਉਹ ਜੀਭ, ਹੱਥ, ਪ੍ਰਭ ਦੇ ਸ਼ਬਦ ਦੀ ਸੋਝੀ ਦਾ ਧਨ ਹਨ । ਜਿਸ ਨਾਲ ਸਿਮਰਨ, ਪਾਲਣਾ, ਜੀਵਨ ਢਾਲਣ ਨਾਲ ਵੱਡੇ ਭਾਗ ਹੋ ਜਾਂਦੇ ਹਨ ।

The True Master remains beyond reach and imagination of His Creation. How may I realize His Blessed Vision? Whosoever may have one unique fixed structure, state of existence; his existence may be completely explained, recognized. However, The True Master may appear in many structures, color, and many creatures. Whosoever may be blessed with the enlightenment of the essence of His Word, only may explain His state of Nature; as much, he may be enlightened. He may realize His existence prevailing everywhere. The conjugation of His Holy saint may be the learning school, where the enlightenment of the essence of His Word may be learned. His hands, tongue may become worthy of worship. Whosoever may obey and adopts the teachings of His Word with steady and stable belief in his day-to-day life; with His mercy and grace, he may be blessed with the right path of acceptance in His Court; he may be very fortunate.

78. ਸਲੋਕ ਮਃ ੪॥ 1316-9

ਹਰਿ ਹਰਿ ਨਾਮੁ ਅੰਮ੍ਰਿਤੁ ਹੈ	har har naam amrit hai
ਹਰਿ ਜਪੀਐ ਸਤਿਗੁਰ ਭਾਇ॥	har japee-ai satgur bhaa-ay.
ਹਰਿ ਹਰਿ ਨਾਮੁ ਪਵਿਤੁ ਹੈ,	har har naam pavit hai
ਹਰਿ ਜਪਤ, ਸੁਨਤ ਦੁਖੁ ਜਾਇ॥	har japat sunat dukh jaa-ay.
ਹਰਿ ਨਾਮੁ ਤਿਨੀ ਆਰਾਧਿਆ,	har naam tinee aaraaDhi-aa
ਜਿਨ ਮਸਤਕਿ ਲਿਖਿਆ ਧੁਰਿ ਪਾਇ॥	jin mastak likhi-aa Dhur paa-ay.
ਹਰਿ ਦਰਗਹ ਜਨ ਪੈਨਾਈਅਨਿ,	har dargeh jan painaa-ee-an
ਜਿਨ ਹਰਿ ਮਨਿ ਵਸਿਆ ਆਇ॥	jin har man vasi-aa aa-ay.
ਜਨ ਨਾਨਕ ਤੇ ਮੁਖ ਉਜਲੇ,	jan naanak tay mukh ujlay
ਜਿਨ ਹਰਿ ਸੁਣਿਆ ਮਨਿ ਭਾਇ॥੧॥	jin har suni-aa man bhaa-ay. ||1||

ਜੀਵ ਪ੍ਰਭ ਦੇ ਸ਼ਬਦ ਦੀ ਸੋਝੀ ਹੀ ਅਮੋਲਕ ਅੰਮ੍ਰਿਤ ਹੈ । ਉਸ ਸ਼ਬਦ ਦਾ ਸਿਮਰਨ ਕਰੋ! ਜਿਹੜਾ ਸ਼ਬਦ ਦੀ ਪਾਲਣਾ, ਗੁਣ ਗਾਉਂਦਾ, ਸੁਣਦਾ ਹੈ, ਉਸ ਦੇ ਸੰਸਾਰਕ ਇੱਛਾਂ ਦੇ ਦੁਖ ਦੂਰ ਹੋ ਜਾਂਦੇ ਹਨ । ਜਿਸ ਦੇ ਭਾਗਾਂ ਵਿੱਚ ਇਹ ਪਹਿਲੇ ਹੀ ਲਿਖਿਆ ਹੁੰਦਾ ਹੈ । ਕੇਵਲ ਉਹ ਹੀ ਪ੍ਰਭ ਦੇ ਸ਼ਬਦ ਦੇ ਸਿਮਰਨ ਵਿੱਚ ਅਡੋਲ ਰਹਿੰਦਾ ਹੈ । ਜਿਸ ਦੇ ਮਨ ਵਿੱਚ ਪ੍ਰਭ ਦਾ ਸ਼ਬਦ ਵਸ ਜਾਂਦਾ ਹੈ । ਉਹ ਹੀ ਪ੍ਰਭ ਦੇ ਦਰਬਾਰ ਵਿੱਚ ਪ੍ਰਵਾਨ ਹੋਣ ਦੇ ਯੋਗ ਬਣ ਸਕਦਾ ਹੈ । ਜਿਹੜਾ ਪ੍ਰਭ ਦਾ ਸ਼ਬਦ ਸੁਣਕੇ, ਸਿਖਿਆਂ ਨਾਲ ਜੀਵਨ ਢਾਲਦਾ ਹੈ । ਪ੍ਰਭ ਦੀ ਰਹਿਮਤ ਨਾਲ ਉਸ ਤੇ ਸ਼ਬਦ ਦਾ ਨੂਰ ਚਮਕਦਾ ਹੈ ।

The enlightenment of the essence of His Word may be an ambrosial nectar; You should meditate on the teachings of His Word. Whosoever may hear the sermons, sings the glory of His Word, obeys the teachings of His Word; with His mercy and grace, all his miseries of worldly desires may be eliminated. Whosoever may have a great prewritten destiny, only he may remain steady and stable in meditating on the teachings of His Word. Whosoever may be drenched with the essence of His Word; with His mercy and grace, his soul may be sanctified to become worthy of His Consideration. Whosoever may listen to the sermons of His Word and adopts the teachings of His Word with steady and stable belief in his day-to-day life; with His mercy and grace, he may be blessed with the glow of His Holy Spirit on his forehead.

ਮਃ ੪॥	mehlaa 4.
ਹਰਿ ਹਰਿ ਨਾਮੁ ਨਿਧਾਨੁ ਹੈ,	har har naam niDhaan hai
ਗੁਰਮੁਖਿ ਪਾਇਆ ਜਾਇ॥	gurmukh paa-i-aa jaa-ay.
ਜਿਨ ਧੁਰਿ ਮਸਤਕਿ ਲਿਖਿਆ,	jin Dhur mastak likhi-aa
ਤਿਨ ਸਤਿਗੁਰੁ ਮਿਲਿਆ ਆਇ॥	tin satgur mili-aa aa-ay.
ਤਨੁ ਮਨੁ ਸੀਤਲੁ ਹੋਇਆ,	tan man seetal ho-i-aa
ਸਾਂਤਿ ਵਸੀ ਮਨਿ ਆਇ॥	saaNt vasee man aa-ay.
ਨਾਨਕ ਹਰਿ ਹਰਿ ਚਉਦਿਆ,	naanak har har cha-udi-aa
ਸਭੁ ਦਾਲਦੁ ਦੁਖੁ ਲਹਿ ਜਾਇ॥੨॥	sabh daalad dukh leh jaa-ay. ‖2‖

ਪ੍ਰਭ ਦਾ ਸ਼ਬਦ ਹੀ ਗੁਣਾਂ ਦਾ ਸਭ ਤੋ ਵੱਡਾ ਖਜ਼ਾਨਾਂ ਹੈ । ਜਿਸ ਨੂੰ ਗੁਰਮਖ ਅਵਸਥਾ ਬਖਸ਼ਿਸ਼ ਹੁੰਦੀ ਹੈ, ਉਸ ਨੂੰ ਹੀ ਸ਼ਬਦ ਦੀ ਸੋਝੀ ਦਾ ਖਜ਼ਾਨਾ ਬਖਸ਼ਿਸ਼ ਹੋ ਸਕਦਾ ਹੈ । ਜਿਸ ਦੇ ਭਾਗਾਂ ਵਿੱਚ ਪਹਿਲੇ ਹੀ ਲਿਖਿਆ ਹੁੰਦਾ ਹੈ । ਕੇਵਲ ਉਹ ਹੀ ਪ੍ਰਭ ਦੇ ਸ਼ਬਦ ਦੀ ਪਾਲਣਾ ਕਰਦਾ, ਉਹ ਹੀ ਸ਼ਬਦ ਦੀ ਸੋਝੀ ਬਖਸ਼ਣ ਦੇ ਯੋਗ ਹੋ ਸਕਦਾ ਹੈ । ਪ੍ਰਭ ਦਾ ਸ਼ਬਦ ਉਸ ਦੇ ਮਨ ਵਿੱਚ ਵਸਦਾ ਹੈ । ਉਸ ਤੇ ਤਨ, ਮਨ ਵਿੱਚ ਪੂਰਨ ਸੰਤੋਖ ਰਹਿੰਦਾ ਹੈ । ਜੀਵ, ਪ੍ਰਭ ਦੇ ਸ਼ਬਦ ਦਾ ਸਿਮਰਨ ਕਰੋ ! ਪ੍ਰਭ ਦੇ ਸ਼ਬਦ ਦੇ ਗੁਣ ਗਾਉਂਦੇ ਮਨ ਦੇ ਸਾਰੇ ਦੁਖ ਦੂਰ ਹੋ ਜਾਂਦੇ ਹਨ ।

The teachings of His Word may be the greatest treasure of enlightenments of the essence of His Word. Whosoever may adopt the teachings of His Word with steady and stable belief in his day-to-day life; with His mercy and grace, he may become worthy of His Blessings; the treasure of enlightenment of the essence of His Word. Whosoever may have a great prewritten destiny, only he may obey the teachings of His Word with steady and stable belief. He may be blessed with the enlightenment of the essence of His Word. He may remain drenched with the essence of His Word; with His mercy and grace, he may remain overwhelmed with contentment within his mind and body. You should meditate on the teachings of His Word; with His mercy and grace, your miseries of worldly desires may be eliminated.

ਪਉੜੀ॥	pa-orhee.
ਹਉ ਵਾਰਿਆ ਤਿਨ ਕਉ ਸਦਾ ਸਦਾ,	ha-o vaari-aa tin ka-o sadaa sadaa
ਜਿਨਾ ਸਤਿਗੁਰੁ ਮੇਰਾ ਪਿਆਰਾ ਦੇਖਿਆ॥	jinaa satgur mayraa pi-aaraa daykhi-aa.
ਤਿਨ ਕਉ ਮਿਲਿਆ ਮੇਰਾ ਸਤਿਗੁਰੂ,	tin ka-o mili-aa mayraa satguroo
ਜਿਨ ਕਉ ਧੁਰਿ ਮਸਤਕਿ ਲੇਖਿਆ॥	jin ka-o Dhur mastak laykhi-aa.
ਹਰਿ ਅਗਮੁ ਧਿਆਇਆ ਗੁਰਮਤੀ,	har agam Dhi-aa-i-aa gurmatee
ਤਿਸੁ ਰੂਪ ਨਹੀਂ ਪ੍ਰਭ ਰੇਖਿਆ॥	tis roop nahee parabh raykh-i-aa.
ਗੁਰ ਬਚਨਿ ਧਿਆਇਆ	gur bachan Dhi-aa-i-aa
ਜਿਨਾ ਅਗਮੁ ਹਰਿ ਤੇ,	jinaa agam har tay
ਠਾਕੁਰ ਸੇਵਕ ਰਲਿ ਏਕਿਆ॥	thaakur sayvak ral ayki-aa.
ਸਭਿ ਕਹਹੁ ਮੁਖਹੁ ਨਰ ਨਰਹਰੇ,	sabh kahhu mukhahu nar narharay
ਨਰ ਨਰਹਰੇ, ਨਰ ਨਰਹਰੇ	nar narharay nar narharay
ਹਰਿ ਲਾਹਾ ਹਰਿ ਭਗਤਿ ਵਿਸੇਖਿਆ॥੯॥	har laahaa har bhagat vasaykhi-aa. ‖9‖

ਜਿਸ ਦੇ ਭਾਗਾਂ ਵਿੱਚ ਪਹਿਲੇ ਹੀ ਲਿਖਿਆ ਹੁੰਦਾ ਹੈ । ਉਸ ਨੂੰ ਹੀ ਪ੍ਰਵਾਨਗੀ ਦਾ ਅਸਲੀ ਰਸਤਾ ਬਖਸ਼ਿਸ਼ ਹੋ ਸਕਦਾ ਹੈ । ਜਿਸ ਤੇ ਪ੍ਰਭ ਦੀ ਰਹਿਮਤ ਰਹਿੰਦੀ ਹੈ, ਉਸ ਤੋ ਕੁਰਬਾਨ ਜਾਵਾਂ । ਜੀਵ, ਪ੍ਰਭ ਦੇ ਸ਼ਬਦ ਦਾ ਸਿਮਰਨ ਕਰੋ ! ਸ਼ਬਦ ਦੀ ਸੋਝੀ ਤੋ ਪ੍ਰਭ ਦੀ ਜਾਣਕਾਰੀ ਹੁੰਦੀ, ਪ੍ਰਭ ਦਾ ਕੋਈ ਅਕਾਰ ਨਹੀਂ ਹੈ । ਜਿਹੜਾ ਪ੍ਰਭ ਦੇ ਸ਼ਬਦ ਨਾਲ ਜੀਵਨ ਢਾਲਦਾ ਹੈ । ਉਹ ਪਹੁੰਚ ਤੋ ਉਪਰ ਪ੍ਰਭ

ਵਿੱਚ ਅਭੇਦ ਹੋ ਜਾਂਦਾ, ਪ੍ਰਭ ਦਾ ਰੂਪ ਹੀ ਬਣ ਜਾਂਦਾ ਹੈ । ਸਾਰੇ ਪ੍ਰਭ ਦੇ ਸ਼ਬਦ ਦਾ ਧੰਨਵਾਦ ਕਰੋ! ਉਸ ਦਾ ਸ਼ਬਦ ਰੂਪੀ ਧਨ ਇਕੱਠਾ ਕਰਕੇ ਬੰਦਗੀ ਦਾ ਲਾਹਾ ਖੱਟੋ । ਪ੍ਰਭ ਦੀਆਂ ਰਹਿਮਤਾਂ ਹੀ ਸਭ ਤੋ ਵੱਡੀਆਂ ਦਾਤਾਂ ਹਨ ।

Whosoever may have a great prewritten destiny, only he may be blessed with the right path of acceptance in His Court. Whosoever may be bestowed with His Blessed Vision! I remain fascinated and astonished from his state of mind. You should meditate on the teachings of His Word; with His mercy and grace, he may realize that The True Master, His Holy Spirit exist without any limitation of body structure. Whosoever may adopt the teachings of His Word; with His mercy and grace, his soul may be sanctified to become worthy of His Consideration. He may become a symbol of The True Master. Whosoever may sing the glory of His Word with steady and stable belief in his day-to-day life; with His mercy and grace, he may be blessed with the wealth of His Word and benefits from his human life opportunity. His blessed Vision may be the most ambrosial.

79. ਸਲੋਕ ਮਃ ੪॥ 1316-18

ਰਾਮ ਨਾਮੁ ਰਮੁ ਰਵਿ ਰਹੇ,	raam naam ram rav rahay
ਰਮੁ ਰਾਮੋ ਰਾਮੁ ਰਮੀਤਿ॥	ram raamo raam rameet.
ਘਟਿ ਘਟਿ ਆਤਮ ਰਾਮੁ ਹੈ,	ghat ghat aatam raam hai
ਪ੍ਰਭਿ ਖੇਲੁ ਕੀਓ ਰੰਗਿ ਰੀਤਿ॥	parabh khayl kee-o rang reet.
ਹਰਿ ਨਿਕਟਿ ਵਸੈ ਜਗਜੀਵਨਾ,	har nikat vasai jagjeevanaa
ਪਰਗਾਸੁ ਕੀਓ ਗੁਰ ਮੀਤਿ॥	pargaas kee-o gur meet.
ਹਰਿ ਸੁਆਮੀ ਹਰਿ ਪ੍ਰਭ ਤਿਨ ਮਿਲੇ,	har su-aamee har parabh tin milay
ਜਿਨ ਲਿਖਿਆ ਧੁਰਿ ਹਰਿ ਪ੍ਰੀਤਿ॥	jin likhi-aa Dhur har pareet.
ਜਨ ਨਾਨਕ ਨਾਮੁ ਧਿਆਇਆ,	jan naanak naam Dhi-aa-i-aa
ਗੁਰ ਬਚਨਿ ਜਪਿਓ ਮਨਿ ਚੀਤਿ॥੧॥	gur bachan japi-o man cheet. ‖1‖

ਪ੍ਰਭ ਦਾ ਸ਼ਬਦ ਹਰਇੱਕ ਜੀਵ ਦੀ ਆਤਮਾ ਵਿੱਚ ਸਮਾਇਆ, ਤਨ ਵਿੱਚ ਵਸਦਾ, ਹਰਇੱਕ ਥਾਂ ਵੀ ਵਸਦਾ, ਵਾਪਰਦਾ ਹੈ । ਪ੍ਰਭ ਨੇ ਆਪ ਹੀ ਸੰਸਾਰ ਦਾ ਸਾਰਾ ਖੇਲ ਰਚਿਆ ਹੈ । ਪ੍ਰਭ ਨੇ ਅਨੇਕਾਂ ਕਿਸਮਾਂ, ਅਕਾਰਾਂ, ਰੰਗਾ ਰੂਪਾਂ ਵਾਲੇ ਜੀਵ ਪੈਦਾ ਕੀਤੇ ਹਨ । ਸਵਾਸਾਂ ਦਾ ਮਾਲਕ, ਸ੍ਰਿਸ਼ਟੀ ਦਾ ਜੀਵਨ ਬਖਸ਼ਣ ਵਾਲਾ ਸਦਾ ਹੀ ਆਪਣੀ ਪੈਦਾ ਕੀਤੀ ਸ੍ਰਿਸ਼ਟੀ ਦੇ ਨੇੜੇ ਵਸਦਾ ਹੈ । ਜਿਹੜਾ ਸ਼ਬਦ ਦੀ ਪਾਲਣਾ ਅਡੋਲ ਭਰੋਸੇ ਨਾਲ ਕਰਦਾ ਹੈ, ਪ੍ਰਭ ਉਸ ਦਾ ਸਾਥੀ ਬਣ ਜਾਂਦਾ ਹੈ । ਜਿਸ ਦੇ ਭਾਗਾਂ ਵਿੱਚ ਪ੍ਰਭ ਦੇ ਸ਼ਬਦ ਦੀ ਪਾਲਣਾ, ਸੋਝੀ ਬਖਸ਼ਿਸ਼ ਹੁੰਦੀ ਹੈ । ਪ੍ਰਭ ਦੇ ਦਰਬਾਰ ਵਿੱਚ ਕੇਵਲ ਉਹ ਹੀ ਪ੍ਰਵਾਨ ਹੋ ਸਕਦਾ ਹੈ । ਬੰਦਗੀ ਕਰਨ ਵਾਲਾ, ਇਕਾਗਰ ਮਨ ਹੋ ਕੇ ਸ਼ਬਦ ਦੀ ਪਾਲਣਾ ਕਰਦਾ ਹੈ । ਉਹ ਪ੍ਰਭ ਦੇ ਸ਼ਬਦ ਦੀ ਸਮਾਧੀ ਵਿੱਚ ਹੀ ਵਸਦਾ ਹੈ ।

His Word remains embedded with each soul and dwells in his body; He also dwells and prevails everywhere in His Nature. You should meditate on the teachings of His Word time and again. The True Master has created the whole play of His Creation. He has created many kinds, colors, and sizes of creatures. The trustee of our breathes always remain embedded within our soul and dwells within our body nearby. Whosoever may obey the teachings of His Word with steady and stable belief; He has become his companion. Whosoever may have a great prewritten destiny, only he may be enlightened with the essence of His Word; with His mercy and grace, only he may be accepted in His Court. His true devotee always obeys the teachings of His Word wholeheartedly; with His mercy and grace, he may remain intoxicated in the void of His Word.

ਮ: ੪॥	mehlaa 4.
ਹਰਿ ਪ੍ਰਭ ਸਜਣੁ ਲੋੜਿ ਲਹੁ	har parabh sajan lorh lahu
ਭਾਗਿ ਵਸੈ ਵਡਭਾਗਿ॥	bhaag vasai vadbhaag.
ਗੁਰਿ ਪੂਰੈ ਦੇਖਾਲਿਆ,	gur poorai daykhaali-aa
ਨਾਨਕ ਹਰਿ ਲਿਵ ਲਾਗਿ॥੨॥	naanak har liv laag. ||2||

ਮੇਰੇ ਵੱਡੇ ਭਾਗ ਹੋ ਗਏ, ਪ੍ਰਭ ਮੇਰੇ ਮਨ ਵਿੱਚ ਵਸਣ ਲਈ ਆਇਆ ਹੈ । ਪ੍ਰਭ ਦੇ ਸ਼ਬਦ ਦੀ ਪਾਲਣਾ ਕਰਨ ਨਾਲ ਹੀ ਸ਼ਬਦ ਦੀ ਸੋਝੀ ਮਨ ਵਿੱਚ ਘਰ ਕਰ ਗਈ ਹੈ । ਪ੍ਰਭ ਦੀ ਰਹਿਮਤ ਨਾਲ ਮੈਂ ਸ਼ਬਦ ਦਾ ਸਿਮਰਨ ਅਡੋਲ ਭਰੋਸੇ ਨਾਲ ਕਰਦਾ, ਸ਼ਬਦ ਦੀ ਸਮਾਧੀ ਵਿੱਚ ਅਡੋਲ, ਸੁਚੇਤ ਵਾਸਦਾ ਹੈ ।

I have become very fortunate; I have realized His Holy Spirit prevailing within my heart. Whosoever may obey the teachings of His Word; with His mercy and grace, he may remain drenched with the essence of His Word. The True Master has bestowed His Blessed Vision, I may remain awake and alert in the void of His Word.

ਪਉੜੀ॥	pa-orhee.
ਧਨੁ ਧਨ ਸੁਹਾਵੀ ਸਫਲ ਘੜੀ,	Dhan Dhan suhaavee safal gharhee
ਜਿਤੁ ਹਰਿ ਸੇਵਾ ਮਨਿ ਭਾਣੀ॥	jit har sayvaa man bhaanee.
ਹਰਿ ਕਥਾ ਸੁਣਾਵਹੁ ਮੇਰੇ ਗੁਰਸਿਖਹੁ,	har kathaa sunavhu mayray gursikhahu
ਮੇਰੇ ਹਰਿ ਪ੍ਰਭ ਅਕਥ ਕਹਾਣੀ॥	mayray har parabh akath kahaanee.
ਕਿਉ ਪਾਈਐ ਕਿਉ ਦੇਖੀਐ,	ki-o paa-ee-ai ki-o daykhee-ai
ਮੇਰਾ ਹਰਿ ਪ੍ਰਭੁ ਸੁਘੜੁ ਸੁਜਾਣੀ॥	mayraa har parabh sugharh sujaanee.
ਹਰਿ ਮੇਲਿ ਦਿਖਾਏ ਆਪਿ ਹਰਿ,	har mayl dikhaa-ay aap har
ਗੁਰ ਬਚਨੀ ਨਾਮਿ ਸਮਾਣੀ॥	gur bachnee naam samaanee.
ਤਿਨ ਵਿਟਹੁ ਨਾਨਕੁ ਵਾਰਿਆ,	tin vitahu naanak vaari-aa
ਜੋ ਜਪਦੇ ਹਰਿ ਨਿਰਬਾਣੀ॥੧੦॥	jo japday har nirbaanee. ||10||

ਜਿਹੜਾ ਪ੍ਰਭ ਦੇ ਸ਼ਬਦ ਦੀ ਪਾਲਣਾ ਵਿੱਚ ਅਡੋਲ ਹੋ ਜਾਂਦਾ ਹੈ, ਉਸ ਦੇ ਮਨ ਵਿੱਚ ਅਨੰਦ ਬਖਸ਼ਿਸ਼ ਹੋ ਜਾਂਦਾ ਹੈ । ਉਹ ਪਲ, ਘੜੀ ਸੁਹਾਵੀ, ਸਫਲ ਹੋ ਜਾਂਦੀ ਹੈ । ਜੀਵ ਪ੍ਰਭ ਦੇ ਸ਼ਬਦ ਦੀ ਜੈਕਾਰ ਕਰੋ! ਜਿਹੜਾ ਪ੍ਰਭ ਦੀ ਅਕਥਾ ਕਥਾ ਦਾ ਵਿਚਾਰ ਕਰਦਾ ਹੈ, ਅੰਤਰਜਾਮੀ ਸਭ ਕੁਝ ਵੇਖਦਾ, ਜਾਣਦਾ ਹੈ । ਕਿਵੇਂ ਪ੍ਰਭ ਦੀ ਰਹਿਮਤ ਬਖਸ਼ਿਸ਼ ਹੋ ਸਕਦੀ ਹੈ? ਜਿਹੜਾ ਪ੍ਰਭ ਦੇ ਸ਼ਬਦ ਦੀ ਪਾਲਣਾ ਕਰਦਾ ਹੈ, ਪ੍ਰਭ ਆਪਣੀ ਰਹਿਮਤ ਨਾਲ ਹੀ ਸੋਝੀ ਬਖਸ਼ਦਾ, ਪ੍ਰਗਟ ਹੁੰਦਾ ਹੈ । ਉਹ ਸ਼ਬਦ ਦੀ ਸਮਾਧੀ ਵਿੱਚ ਹੀ ਸਮਾ ਜਾਂਦਾ ਹੈ । ਜਿਹੜਾ ਪ੍ਰਭ ਦੇ ਸ਼ਬਦ ਦਾ ਸਿਮਰਨ ਕਰਦਾ ਹੈ, ਉਸ ਨੂੰ ਅਮਰ ਅਵਸਥਾ ਬਖਸ਼ਿਸ਼ ਹੋ ਸਕਦੀ ਹੈ । ਬੰਦਗੀ ਕਰਨ ਵਾਲਾ ਸਦਾ ਹੀ ਉਸ ਤੋ ਕੁਰਬਾਨ ਜਾਂਦਾ, ਸਿਰ ਝੁਕਾਉਂਦਾ ਹੈ ।

Whosoever may obey the teachings of His Word with steady and stable; with His mercy and grace, he may be blessed with pleasure within his mind. That moment may become fortunate in his life. You should always sing the glory of His Word. Whosoever may think about the un-explainable event of His Nature; The Omniscient True Master monitors and witnesses his meditation. How may I become worthy of His Consideration? How may I realize His Holy Spirit prevailing everywhere? Whosoever may obey the teachings of His Word with steady and stable belief; with His mercy and grace, He may be blessed with the enlightenment of the essence of His Word. The True Master may appear visibly in day-to-day life events of His true devotee. He may remain intoxicated in meditation in the void of His Word. Whosoever may meditate on the teachings of His Word; with His mercy and grace, he may be blessed with immortal state of mind. His true devotee may remain fascinated from his way of life.

80. ਸਲੋਕ ਮਃ ੪॥ 1317-6

ਹਰਿ ਪ੍ਰਭ ਰਤੇ ਲੋਇਣਾ,	har parabh ratay lo-inaa
ਗਿਆਨ ਅੰਜਨੁ ਗੁਰੁ ਦੇਇ॥	gi-aan anjan gur day-ay.
ਮੈਂ ਪ੍ਰਭੁ ਸਜਣੁ ਪਾਇਆ,	mai parabh sajan paa-i-aa
ਜਨ ਨਾਨਕ ਸਹਜਿ ਮਿਲੇਇ॥੧॥	jan naanak sahj milay-ay. ||1||

ਜਿਸ ਨੂੰ ਪ੍ਰਭ ਆਪ ਹੀ ਗਿਆਨ ਦੀ ਬਾਮ ਬਖਸ਼ਦਾ ਹੈ । ਉਸ ਜੀਵ ਦੀਆਂ ਅੱਖਾਂ ਵਿੱਚ ਰੋਸ਼ਨੀ, ਜੋਤ ਜਾਗਰਤ ਹੋ ਜਾਂਦੀ ਹੈ । ਉਹ ਪ੍ਰਭ ਦੀ ਰਹਿਮਤ ਨਾਲ ਸ਼ਬਦ ਦੀ ਸਮਾਧੀ ਵਿੱਚ ਹੀ ਵਸਦਾ ਹੈ ।

Whosoever may be blessed with the bam of enlightenment; with His mercy and grace, he may be enlightened with the essence of His Word, he may remain awake and alert. With His Blessed Vision, he may remain intoxicated, dwells in the void of His Word.

ਮਃ ੪॥	mehlaa 4.
ਗੁਰਮੁਖਿ ਅੰਤਰਿ ਸਾਂਤਿ ਹੈ,	gurmukh antar saaNt hai
ਮਨਿ ਤਨਿ ਨਾਮਿ ਸਮਾਇ॥	man, tan naam samaa-ay.
ਨਾਮੁ ਚਿਤਵੈ ਨਾਮੋ ਪੜੈ,	naam chitvai naamo parhai
ਨਾਮਿ ਰਹੈ ਲਿਵ ਲਾਇ॥	naam rahai liv laa-ay.
ਨਾਮੁ ਪਦਾਰਥੁ ਪਾਈਐ,	naam padaarath paa-ee-ai
ਚਿੰਤਾ ਗਈ ਬਿਲਾਇ॥	chintaa ga-ee bilaa-ay.
ਸਤਿਗੁਰਿ ਮਿਲਿਐ ਨਾਮੁ ਊਪਜੈ,	satgur mili-ai naam oopjai
ਤ੍ਰਿਸਨਾ ਭੁਖ ਸਭ ਜਾਇ॥	tarisnaa bhukh sabh jaa-ay.
ਨਾਨਕ ਨਾਮੇ ਰਤਿਆ,	naanak naamay rati-aa
ਨਾਮੋ ਪਲੈ ਪਾਇ॥੨॥	naamo palai paa-ay. ||2||

ਗੁਰਮਖ ਦੇ ਮਨ ਅੰਦਰ ਸ਼ਾਤੀ ਹੁੰਦੀ ਹੈ । ਉਸ ਦਾ ਤਨ, ਮਨ ਪ੍ਰਭ ਦੇ ਸ਼ਬਦ ਦੀ ਪਾਲਣਾ ਵਿੱਚ ਮਸਤ, ਲੀਨ ਰਹਿੰਦਾ ਹੈ । ਉਹ ਪ੍ਰਭ ਦੇ ਸ਼ਬਦ ਦਾ ਵਿਚਾਰ ਕਰਦਾ, ਸ਼ਬਦ ਪੜ੍ਹਦਾ ਹੈ । ਆਪਣਾ ਧਿਆਨ ਸ਼ਬਦ ਵਿੱਚ ਹੀ ਲਾਈ ਰਖਦਾ ਹੈ । ਜਿਸ ਨੂੰ ਸ਼ਬਦ ਦੀ ਸੋਝੀ ਬਖਸ਼ਿਸ਼ ਹੋ ਜਾਂਦੀ ਹੈ, ਉਸ ਨੂੰ ਮਨ ਦੀਆਂ ਸਾਰੀਆਂ ਸੰਸਾਰਕ ਚਿੰਤਾਂ ਤੇ ਜਿੱਤ ਬਖਸ਼ਿਸ਼ ਹੋ ਜਾਂਦੀ ਹੈ, ਸੰਸਾਰਕ ਇੱਛਾਂ ਮਨ ਵਿਚੋਂ ਖਤਮ ਹੋ ਜਾਂਦੀਆਂ ਹਨ । ਜਿਹੜਾ ਪ੍ਰਭ ਦੇ ਸ਼ਬਦ ਦੀ ਪਾਲਣਾ ਅਡੋਲ ਭਰੋਸੇ ਨਾਲ ਕਰਦਾ ਹੈ, ਉਸ ਦੇ ਮਨ ਵਿੱਚ ਪ੍ਰਭ ਦੇ ਵਿਛੋੜੇ ਦਾ ਵਿਰਾਗ ਵਧਦਾ ਹੈ । ਉਸ ਦੇ ਮਨ ਵਿਚੋਂ ਸੰਸਾਰਕ ਇੱਛਾਂ ਦੀ ਭੁੱਖ ਖਤਮ ਹੋ ਜਾਂਦੀ ਹੈ । ਜਿਹੜਾ ਪ੍ਰਭ ਦੇ ਸ਼ਬਦ ਦੀ ਪਾਲਣਾ ਵਿੱਚ ਲੀਨ ਰਹਿੰਦਾ ਹੈ, ਉਹ ਸ਼ਬਦ ਦਾ ਧਨ, ਕਮਾਈ ਇਕੱਠੀ ਕਰਦਾ ਹੈ ।

His true devotee may remain in peace and contented with his own worldly environments. He may surrender his mind and body at His Sanctuary. He may remain intoxicated in obeying the teachings of His Word. He may read and try to comprehend the essence of the teachings of His Word. He may remain focused on the teachings of His Word. Whosoever may be blessed with the enlightenment of the essence of His Word; with His mercy and grace, his worldly desires and worries may be eliminated. With His devotion and dedication to obey the teachings of His Word; his renunciation in the memory of his separation from His Holy Spirit may be enhanced. All his worldly desires may be eliminated. Whosoever may remain intoxicated in obeying the teachings of His Word; with His mercy and grace, he may be blessed with forever true companion, wealth of His Word.

ਪਉੜੀ॥	pa-orhee.
ਤੁਧੁ ਆਪੇ ਜਗਤੁ ਉਪਾਇ ਕੈ,	tuDh aapay jagat upaa-ay kai
ਤੁਧੁ ਆਪੇ ਵਸਗਤਿ ਕੀਤਾ॥	tuDh aapay vasgat keetaa.
ਇਕਿ ਮਨਮੁਖ ਕਰਿ ਹਾਰਾਇਅਨੁ,	ik manmukh kar haaraa-i-an

ਇਕਨਾ ਮੇਲਿ ਗੁਰੂ ਤਿਨਾ ਜੀਤਾ॥ iknaa mayl guroo tinaa jeetaa.
ਹਰਿ ਊਤਮੁ ਹਰਿ ਪ੍ਰਭ ਨਾਮੁ ਹੈ, har ootam har parabh naam hai
ਗੁਰ ਬਚਨਿ ਸਭਾਗੈ ਲੀਤਾ॥ gur bachan sabhaagai leetaa.
ਦੁਖੁ ਦਾਲਦੁ ਸਭੋ ਲਹਿ ਗਇਆ, dukh daalad sabho leh ga-i-aa
ਜਾ ਨਾਉ ਗੁਰੂ ਹਰਿ ਦੀਤਾ॥ jaaN naa-o guroo har deetaa.
ਸਭਿ ਸੇਵਹੁ ਮੋਹਨੋ sabh sayvhu mohno
ਮਨਮੋਹਨੋ ਜਗਮੋਹਨੋ, manmohno jagmohno
ਜਿਨਿ ਜਗਤੁ ਉਪਾਇ ਸਭੋ ਵਸਿ ਕੀਤਾ॥੧੧॥ jin jagat upaa-ay sabho vas keetaa. ||11||

ਪ੍ਰਭ ਆਪ ਹੀ ਸ੍ਰਿਸ਼ਟੀ ਨੂੰ ਪੈਦਾ ਕਰਦਾ, ਆਪਣੇ ਕਾਬੂ, ਵੱਸ ਵਿੱਚ ਰਖਦਾ ਹੈ । ਮਨਮੁਖ, ਮਨਮਰਜ਼ੀ ਕਰਨ ਵਾਲਾ, ਮਾਨਸ ਜਨਮ ਦਾ ਖੇਲ ਹਾਰ ਜਾਂਦਾ ਹੈ । ਜਿਹੜਾ ਸ਼ਬਦ ਦੀ ਪਾਲਣਾ ਕਰਦਾ, ਉਸ ਨੂੰ ਸੋਝੀ ਬਖਸ਼ਦਾ ਹੈ, ਉਸ ਨੂੰ ਮਾਨਸ ਜੀਵਨ ਦੇ ਮੰਤਵ ਤੇ ਜਿੱਤ ਬਖਸ਼ਿਸ਼ ਹੋ ਜਾਂਦੀ ਹੈ । ਪ੍ਰਭ ਦੇ ਸ਼ਬਦ ਹੀ ਪਾਲਣਾ ਹੀ, ਉਤਮ ਅਵਸਥਾ ਬਖਸ਼ਣ ਵਾਲਾ ਸੋਮਾ ਹੈ । ਵੱਡੇ ਭਾਗਾਂ ਵਾਲਾ ਸ਼ਬਦ ਨਾਲ ਜੀਵਨ ਢਾਲਦਾ ਹੈ, ਉਸ ਨੂੰ ਪ੍ਰਵਾਨਗੀ ਦਾ ਅਸਲੀ ਰਸਤਾ ਬਖਸ਼ਿਸ਼ ਹੋ ਜਾਂਦਾ ਹੈ । ਉਸ ਦੇ ਮਨ ਦੇ ਸਾਰੇ ਦੁਖ, ਭੁੱਖ ਖਤਮ ਹੋ ਜਾਂਦੀ ਹੈ । ਜਿਸ ਪ੍ਰਭ ਨੇ ਸਾਰੀ ਸ੍ਰਿਸ਼ਟੀ ਪੈਦਾ ਕੀਤੀ ਹੈ । ਸਾਰੇ ਹੀ ਪ੍ਰਭ ਦੇ ਸ਼ਬਦ ਦੀ ਜੈਕਾਰ ਕਰੋ! ਆਪ ਹੀ ਸਾਰੀਆਂ ਭਲਾਂ ਕਰਵਾਉਂਦਾ, ਆਪਣੇ ਵੱਸ ਵਿੱਚ ਹੀ ਰਖਦਾ ਹੈ ।

The True Master creates the universe and keeps everything under His Command, control. Self-minded follows the lead of his worldly desires; he may lose the play of his human life journey. Whosoever may obey the teachings of His Word; with His mercy and grace, he may be blessed with the essence of His Word. His human life opportunity may be rewarded. To obey the teachings of His Word may be the fountain of blessings of immortal state of mind. Whosoever may have a great prewritten destiny, only he may adopt the teachings of His Word. He may be blessed with the right path of acceptance in His Court. Al his frustrations and miseries of worldly desires may be eliminated. Everyone should sing the glory of The True Master, Creator of the universe. The True Master also inspire His Creation to make mistakes; everything remains under His Command.

81. ਸਲੋਕ ਮਃ ੪॥ 1317-13

ਮਨ ਅੰਤਰਿ ਹਉਮੈ ਰੋਗੁ ਹੈ, man, antar ha-umai rog hai
ਭ੍ਰਮਿ ਭੂਲੇ ਮਨਮੁਖ ਦੁਰਜਨਾ॥ bharam bhoolay manmukh durjanaa.
ਨਾਨਕ ਰੋਗੁ ਵਞਾਇ, naanak rog vanjaa-ay
ਮਿਲਿ ਸਤਿਗੁਰ ਸਾਧੂ ਸਜਨਾ॥੧॥ mil satgur saaDhoo sajnaa. ||1||

ਮਨਮੁਖ ਜੀਵ ਦੇ ਮਨ ਵਿੱਚ ਅਹੰਕਾਰ ਦਾ ਡੂੰਘਾਂ ਪ੍ਰਭਾਵ ਹੁੰਦਾ ਹੈ । ਮਨਮਰਜ਼ੀ ਵਾਲਾ ਭਰਮਾਂ ਵਿੱਚ ਡੁਬਾ ਰਹਿੰਦਾ ਹੈ । ਅਗਰ ਕੋਈ ਇੱਕ ਮਨ ਹੋ ਕੇ ਸ਼ਬਦ ਨਾਲ ਜੀਵਨ ਢਾਲਦਾ ਹੈ । ਉਸ ਦਾ ਅਹੰਕਾਰ ਦਾ ਰੋਗ ਖਤਮ ਹੋ ਜਾਂਦਾ ਹੈ ।

Self-minded may remain intoxicated with ego of his worldly status, his uniqueness. He may remain intoxicated in religious rituals and suspicions. Whosoever may adopt the teachings of His Word with steady and stable belief; with His mercy and grace, he may conquer his own ego.

ਮਃ ੪॥ mehlaa 4.
ਮਨੁ ਤਨੁ ਤਾਮਿ ਸਗਾਰਵਾ, man, tan taam sagaaravaa
ਜਾਂ ਦੇਖਾ ਹਰਿ ਨੈਣੇ॥ jaaN daykhaa har nainay.
ਨਾਨਕ ਸੋ ਪ੍ਰਭ ਮੈ ਮਿਲੈ, naanak so parabh mai milai
ਹਉ ਜੀਵਾ ਸਦੁ ਸੁਣੇ॥੨॥ ha-o jeevaa sad sunay. ||2||

ਜਿਸ ਦੇ ਮਨ ਵਿੱਚ ਪ੍ਰਭ ਦੇ ਸ਼ਬਦ ਦੀ ਸੋਝੀ ਬਖਸ਼ਿਸ਼ ਹੋ ਜਾਂਦੀ ਹੈ । ਉਸ ਦਾ ਤਨ, ਮਨ ਜਾਗਰਤ, ਸੁਚੇਤ ਹੋ ਜਾਂਦਾ ਹੈ । ਪ੍ਰਭ ਦੀ ਰਹਿਮਤ ਨਾਲ ਉਸ ਦੇ ਮਨ ਅੰਦਰ ਸਦਾ ਚੱਲਣ ਵਾਲੀ ਸ਼ਬਦ ਦੀ ਧੁਨ, ਅਵਾਜ਼ ਸੁਣਾਈ ਦੇਂਦੀ ਹੈ ।

Whosoever may be blessed with the enlightenment of the essence of His Word; with His mercy and grace, he may remain awake and alert in mediation on the teachings of His Word. He may hear the everlasting echo of His Word resonating within his heart.

ਪਉੜੀ॥	pa-orhee.
ਜਗੰਨਾਥ ਜਗਦੀਸਰ ਕਰਤੇ,	jagannaath jagdeesar kartay
ਅਪਰੰਪਰ ਪੁਰਖੁ ਅਤੋਲੁ॥	aprampar purakh atol.
ਹਰਿ ਨਾਮੁ ਧਿਆਵਹੁ ਮੇਰੇ ਗੁਰਸਿਖਹੁ,	har naam Dhi-aavahu mayray gursikhahu
ਹਰਿ ਊਤਮੁ ਹਰਿ ਨਾਮੁ ਅਮੋਲੁ॥	har ootam har naam amol.
ਜਿਨ ਧਿਆਇਆ ਹਿਰਦੇ ਦਿਨਸੁ ਰਾਤਿ,	jin Dhi-aa-i-aa hirdai dinas raat
ਤੇ ਮਿਲੇ ਨਹੀਂ ਹਰਿ ਰੋਲੁ॥	tay milay nahee har rol.
ਵਡਭਾਗੀ ਸੰਗਤਿ ਮਿਲੈ ਗੁਰ,	vadbhaagee sangat milai gur
ਸਤਿਗੁਰ ਪੂਰਾ ਬੋਲੁ॥	satgur pooraa bol.
ਸਭਿ ਧਿਆਵਹੁ ਨਰ	sabh Dhi-aavahu nar
ਨਾਰਾਇਣੋ, ਨਾਰਾਇਣੋ	naaraa-ino naaraa-ino
ਜਿਤੁ ਚੂਕਾ ਜਮ ਝਗੜੁ ਝਗੋਲੁ॥੧੨॥	jit chookaa jam jhagarh jhagol. ||12||

ਸ੍ਰਿਸ਼ਟੀ ਨੂੰ ਸ੍ਰਿਜਨਹਾਰਾ ਅਥਾਹ, ਗਿਣਤੀ, ਮਿਣਤੀ ਵਿੱਚ ਨਹੀਂ ਆਉਂਦਾ । ਜੀਵ ਪ੍ਰਭ ਦੇ ਸ਼ਬਦ ਦਾ ਸਿਮਰਨ ਕਰੋ! ਉਸ ਦੇ ਅਮੋਲਕ ਸ਼ਬਦ ਦੀ ਕੀਮਤ ਜਾਣੀ ਨਹੀਂ ਜਾ ਸਕਦੀ । ਜਿਹੜਾ ਪ੍ਰਭ ਦੇ ਸ਼ਬਦ ਦਾ ਦਿਨ ਰਾਤ ਸਿਮਰਨ ਕਰਦਾ ਹੈ । ਉਸ ਦੇ ਭਰਮ ਦੂਰ ਹੋ ਜਾਂਦੇ, ਉਹ ਪ੍ਰਭ ਦੀ ਜੋਤ ਵਿੱਚ ਹੀ ਅਲੋਪ ਹੋ ਜਾਂਦਾ ਹੈ । ਜਿਸ ਦੇ ਵੱਡੇ ਭਾਗ ਹੁੰਦੇ ਹਨ, ਉਸ ਨੂੰ ਬੰਦਗੀ ਕਰਨ ਵਾਲੇ ਦੀ ਸੰਗਤ ਨਸੀਬ ਹੁੰਦੀ ਹੈ । ਉਹ ਪ੍ਰਭ ਦੇ ਸ਼ਬਦ ਦੀ ਕਥਾ, ਵਿਚਾਰ ਕਰਦਾ ਹੈ । ਜਿਹੜਾ ਪ੍ਰਭ ਹਰਇੱਕ ਥਾਂ ਤੇ ਵਾਪਰਦਾ, ਵਸਦਾ ਹੈ, ਉਸ ਦੇ ਸ਼ਬਦ ਦਾ ਸਿਮਰਨ ਕਰੋ! ਪ੍ਰਭ ਜੀਵਨ ਦੇ ਸਾਰੇ ਸੰਸਾਰਕ ਝਗੜੇ, ਮੌਤ ਦਾ ਡਰ ਖਤਮ ਕਰ ਦੇਂਦਾ ਹੈ ।

The True Master, Creator of the universe remain infinite, beyond any imagination of His Creation. You should meditate on the teachings of His Word with steady and stable belief. The significance of the enlightenment of His Ambrosial Word, may remain beyond the comprehension of His Creation. Whosoever may meditate on the teachings of His Word Day and night; with His mercy and grace, all his suspicion of worldly desires, religious rituals may be eliminated. He may immerse within His Holy Spirit. Whosoever may have a great prewritten destiny, only he may be blessed with the conjugation of His Holy saint. He may sermons the teachings of His Word. You should meditate on the teachings of His Word; who remains embedded within every moment of His Nature, everywhere. The True Master may eliminate all the frustration of worldly desires of His true devotee.

82. ਸਲੋਕ ਮਃ ੪॥ 1317-18

ਹਰਿ ਜਨ ਹਰਿ ਹਰਿ ਚਉਦਿਆ,	har jan har har cha-udi-aa
ਸਰੁ ਸੰਧਿਆ ਗਾਵਾਰ॥	sar sanDhi-aa gaavaar.
ਨਾਨਕ ਹਰਿ ਜਨ ਹਰਿ ਲਿਵ ਉਬਰੇ,	naanak har jan har liv ubray
ਜਿਨ ਸੰਧਿਆ ਤਿਸੁ ਫਿਰਿ ਮਾਰ॥੧॥	jin sanDhi-aa tis fir maar. ||1||

ਪ੍ਰਭ ਦਾ ਨਿਮਾਣਾ ਦਾਸ ਪਭ ਦੇ ਸ਼ਬਦ ਦੇ ਗੁਣ ਗਾਉਂਦਾ ਹੈ । ਮੂਰਖ ਜੀਵ ਉਸ ਦੀ ਨਿੰਦਿਆਂ ਕਰਦਾ, ਚੋਟਾ ਮਾਰਦਾ ਹੈ । ਜਿਹੜਾ ਪ੍ਰਭ ਦੇ ਸ਼ਬਦ ਦੀ ਪਾਲਣਾ, ਸਿਮਰਨ ਕਰਦਾ ਹੈ । ਉਸ ਨੂੰ ਮਾਰਿਆ ਤੀਰ, ਮਾਰਨ ਵਾਲੇ ਨੂੰ ਹੀ ਜਾ ਲਗਦਾ ਹੈ ।

His humble true devotee may sing the glory of His Word with steady and stable belief; however, self-minded may criticize, rebuke, and try to hurt His true devotee. Whosoever may meditate and obeys the teachings of His Word; whosoever may try to hurt His true devotee; he may get hurt himself; he may fall into the same ditch himself and becomes miserable.

ਮਃ ੪॥	mehlaa 4.
ਅਖੀ ਪ੍ਰੇਮਿ ਕਸਾਈਆ,	akhee paraym kasaa-ee-aa
ਹਰਿ ਹਰਿ ਨਾਮੁ ਪਿਖੰਨ੍ਹਿ॥	har har naam pikhaNniH.
ਜੇ ਕਰਿ ਦੂਜਾ ਦੇਖਦੇ,	jay kar doojaa daykh-day
ਜਨ ਨਾਨਕ ਕਢਿ ਦਿਚੰਨ੍ਹਿ॥੨॥	jan naanak kadh dichaNniH. ||2||

ਜਿਹੜੀਆਂ ਅੱਖਾਂ ਪ੍ਰਭ ਦੇ ਦਰਸ਼ਨ ਨੂੰ ਤਰਸਦੀਆਂ ਹਨ, ਸ਼ਰਧਾ ਰਖਦੀਆਂ ਹਨ । ਉਸ ਨੂੰ ਪ੍ਰਭ ਦੀ ਰਹਿਮਤ ਬਖਸ਼ਿਸ਼ ਹੋ ਜਾਂਦੀ ਹੈ । ਜਿਹੜਾ ਹੋਰ ਕਿਸੇ ਤੇ ਆਸ ਰਖਦਾ ਹੈ, ਉਸ ਨੂੰ ਪ੍ਰਭ ਦੀ ਰਹਿਮਤ ਬਖਸ਼ਿਸ਼ ਨਹੀਂ ਹੁੰਦੀ । ਉਹ ਅੱਖਾਂ ਕੱਢ ਦੇਵੋ! ਉਹ ਰਖਣ ਯੋਗ ਨਹੀਂ ਹਨ ।

Whose eyes may have deep anxiety and devotion to witness His Blessed Vision. His eyes may be blessed His blessed Vision. Whosoever may hope from any other, worldly guru; he may never be blessed with the right path of acceptance in His Court. His eyes may not be worthy to witness His glory; his eyes should be removed.

ਪਉੜੀ॥	pa-orhee.
ਜਲਿ ਥਲਿ ਮਹੀਅਲਿ ਪੂਰਨੋ,	jal thal mahee-al poorno
ਅਪਰੰਪਰੁ ਸੋਈ॥	aprampar so-ee.
ਜੀਅ ਜੰਤ ਪ੍ਰਤਿਪਾਲਦਾ,	jee-a jant partipaaldaa
ਜੋ ਕਰੇ ਸੁ ਹੋਈ॥	jo karay so ho-ee.
ਮਾਤ ਪਿਤਾ ਸੁਤ ਭ੍ਰਾਤ ਮੀਤ,	maat pitaa sut bharaat meet
ਤਿਸੁ ਬਿਨੁ ਨਹੀਂ ਕੋਈ॥	tis bin nahee ko-ee.
ਘਟਿ ਘਟਿ ਅੰਤਰਿ ਰਵਿ ਰਹਿਆ,	ghat ghat antar rav rahi-aa
ਜਪਿਅਹੁ ਜਨ ਕੋਈ॥	japi-ahu jan ko-ee.
ਸਗਲ ਜਪਹੁ ਗੋਪਾਲ,	sagal japahu gopaal
ਗੁਨ ਪਰਗਟੁ ਸਭ ਲੋਈ॥੧੩॥	gun pargat sabh lo-ee. ||13||

ਬੇਅੰਤ ਪ੍ਰਭ ਜਲ, ਥਲ ਅਤੇ ਅਕਾਸ਼ ਵਿੱਚ ਵਸਦਾ, ਵਾਪਰਦਾ ਹੈ । ਉਹ ਸਾਰੇ ਜੀਵਾਂ ਦੀ ਪਾਲਣਾ ਪੋਸਨਾ ਕਰਦਾ ਹੈ । ਪ੍ਰਭ ਦਾ ਭਾਣਾ ਵਾਪਰਕੇ ਹੀ ਰਹਿੰਦਾ, ਟਾਲਿਆ ਨਹੀਂ ਜਾ ਸਕਦਾ, ਬੀਤ ਜਾਂਦਾ ਹੈ । ਪ੍ਰਭ ਤੋ ਬਿਨਾਂ ਅਸਲੀ ਸਾਥੀ, ਮਾਤਾ, ਪਿਤਾ, ਭੈਣ, ਭਾਈ ਮਿੱਤਰ ਹੋਰ ਕੋਈ ਨਹੀਂ ਹੁੰਦਾ । ਪ੍ਰਭ ਹੀ ਜੀਵ ਦੇ ਤਨ ਦੇ ਕੇਂਦਰ ਵਿੱਚ, ਦਸਵੇਂ ਘਰ ਵਸਦਾ, ਵਾਪਰਦਾ ਹੈ । ਸਾਰੇ ਰਲਕੇ ਪ੍ਰਭ ਦੇ ਸ਼ਬਦ ਦੀ ਪਾਲਣਾ, ਸਿਮਰਨ ਕਰੋ! ਉਹ ਹੀ ਜੀਵ ਨੂੰ ਸਾਰੇ ਗੁਣ ਬਖਸ਼ਦਾ ਹੈ ।

The Infinite True Master remains totally permeated in water, land, sky and nourishes all creatures of the universe. His unavoidable Command always prevails and passes over time. The True Master remains true companion as parents, brother, sister, and friends; no one else may stay with his soul all the way even after death. His Holy Spirit remains embedded within each soul, dwells in the center of his body, behind the 10th door and prevails in his all activities. You should join to meditate and obey the teachings of His Word; only He may bestow all blessings to His Creation.

83. ਸਲੋਕ ਮਃ ੪॥ 1318-4

ਗੁਰਮੁਖਿ ਮਿਲੇ ਸਿ ਸਜਣਾ, gurmukh milay se sajnaa har
ਹਰਿ ਪ੍ਰਭ ਪਾਇਆ ਰੰਗੁ॥ parabh paa-i-aa rang.
ਜਨ ਨਾਨਕ ਨਾਮੁ ਸਲਾਹਿ ਤੂ, jan naanak naam salaahi too
ਲੁਡਿ ਲੁਡਿ ਦਰਗਹਿ ਵੰਞੁ॥੧॥ lud lud dargahi vanj. ||1||

ਜਿਹੜਾ ਗੁਰਮਖ ਬਾਕੀ ਜੀਵਾਂ ਨਾਲ ਮਿੱਤਰ ਦੀ ਤਰ੍ਹਾਂ ਮਿਲਦਾ, ਵਰਤਦਾ ਹੈ । ਉਸ ਤੇ ਪ੍ਰਭ ਦੀ ਰਹਿਮਤ ਰਹਿੰਦੀ ਹੈ । ਜਿਹੜਾ ਬੰਦਗੀ ਕਰਨ ਵਾਲਾ, ਪ੍ਰਭ ਦੇ ਸ਼ਬਦ ਦਾ ਸਿਮਰਨ ਕਰਦਾ ਹੈ, ਉਸ ਨੂੰ ਪ੍ਰਭ ਦੇ ਦਰਬਾਰ ਵਿੱਚ ਸੋਭਾ ਬਖਸ਼ਿਸ਼ ਹੁੰਦੀ ਹੈ ।

Whosoever may associate with others as friend and helper. He remains overwhelmed with His Blessed Vision. His true devotee may meditate on the teachings of His Word; with His mercy and grace, he may be honored in His Court.

ਮਃ ੪॥ mehlaa 4.
ਹਰਿ ਤੂਹੈ ਦਾਤਾ ਸਭਸ ਦਾ, har toohai daataa sabhas daa
ਸਭਿ ਜੀਅ ਤੁਮ੍ਹਾਰੇ॥ sabh jee-a tumHaaray.
ਸਭਿ ਤੁਧੈ ਨੋ ਆਰਾਧਦੇ, sabh tuDhai no aaraaDhaday
ਦਾਨੁ ਦੇਹਿ ਪਿਆਰੇ॥ daan deh pi-aaray.
ਹਰਿ ਦਾਤੈ ਦਾਤਾਰਿ ਹਥੁ ਕਢਿਆ, har daatai daataar hath kadhi-aa
ਮੀਹੁ ਵੁਠਾ ਸੈਸਾਰੇ॥ meehu vuthaa saisaaray.
ਅੰਨੁ ਜੰਮਿਆ ਖੇਤੀ ਭਾਉ, ann jammi-aa khaytee bhaa-o
ਕਰਿ ਹਰਿ ਨਾਮੁ ਸਮ੍ਹਾਰੇ॥ kar har naam samHaaray.
ਜਨੁ ਨਾਨਕੁ ਮੰਗੈ ਦਾਨੁ ਪ੍ਰਭ, jan naanak mangai daan parabh
ਹਰਿ ਨਾਮੁ ਅਧਾਰੇ॥੨॥ har naam aDhaaray. ||2||

ਪ੍ਰਭ ਹੀ ਸਾਰੇ ਜੀਵਾਂ ਨੂੰ ਦਾਤਾਂ ਦੇਣ ਵਾਲਾ ਹੈ, ਸਾਰੇ ਜੀਵ ਹੀ ਪ੍ਰਭ ਦੀ ਅਮਾਨਤ ਹਨ । ਸਾਰੇ ਹੀ ਪ੍ਰਭ ਦੇ ਸ਼ਬਦ ਦਾ ਸਿਮਰਨ ਕਰਦੇ ਹਨ । ਜਿਸ ਤੇ ਪ੍ਰਭ ਆਪਣਾ ਹੱਥ ਪਸਾਰ ਕੇ ਰਹਿਮਤਾਂ ਬਖਸ਼ਦਾ ਹੈ, ਉਸ ਦੇ ਜੀਵਨ ਵਿੱਚ ਦਾਤਾਂ ਦਾ ਮੀਂਹ ਵਰਸਦਾ ਹੈ । ਖੇਤ ਵਿੱਚ ਅਨਾਜ ਉਗਦਾ, ਜੀਵ ਜੰਤ ਪ੍ਰਭ ਦਾ ਧੰਨਵਾਦ ਗਾਉਂਦੇ ਹਨ । ਬੰਦਗੀ ਕਰਨ ਵਾਲਾ ਸਦਾ ਹੀ ਸ਼ਬਦ ਦੀ ਸੋਝੀ ਦਾ ਹੀ ਦਾਨ ਮੰਗਦਾ ਹੈ ।

The One and Only One True Master may bestow virtues to everyone; all creatures are only His trust. Everyone may only meditate on the teachings of His Word with steady and stable belief. Whosoever may be bestowed with His Blessed Vision, only he may realize His Blessings as a heavy rain in his worldly life. With rain in the universe may grow grains to feed the stomach of His Creation and everyone sings His glory. His true devotee may only pray for His Forgiveness and Refuge. He may beg for the enlightenment of the essence of His Word.

ਪਉੜੀ॥ pa-orhee.
ਇਛਾ ਮਨ ਕੀ ਪੂਰੀਐ ichhaa man kee pooree-ai
ਜਪੀਐ ਸੁਖ ਸਾਗਰੁ॥ japee-ai sukh saagar.
ਹਰਿ ਕੇ ਚਰਨ ਅਰਾਧੀਅਹਿ, har kay charan araaDhee-ah
ਗੁਰ ਸਬਦਿ ਰਤਨਾਗਰੁ॥ gur sabad ratnaagar.
ਮਿਲਿ ਸਾਧੂ ਸੰਗਿ ਉਧਾਰੁ ਹੋਇ, mil saaDhoo sang uDhaar ho-ay
ਫਾਟੈ ਜਮ ਕਾਗਰੁ॥ faatai jam kaagar.
ਜਨਮ ਪਦਾਰਥੁ ਜੀਤੀਐ, janam padaarath jeetee-ai
ਜਪਿ ਹਰਿ ਬੈਰਾਗਰੁ॥ jap har bairaagar.
ਸਭਿ ਪਵਹੁ ਸਰਨਿ ਸਤਿਗੁਰੂ ਕੀ, sabh pavahu saran satguroo kee
ਬਿਨਸੈ ਦੁਖ ਦਾਗਰੁ॥੧੪॥ binsai dukh daagar. ||14||

ਸੁਖਾਂ ਦੇ ਸਾਗਰ ਦੇ ਸ਼ਬਦ ਦੇ ਸਿਮਰਨ ਕਰਨ ਨਾਲ ਮੁਰਾਦਾਂ ਪੂਰੀਆਂ ਹੋ ਜਾਂਦੀਆਂ ਹਨ । ਜੀਵ, ਪ੍ਰਭ ਦੇ ਸ਼ਬਦ ਅਮੋਲਕ ਰਤਨ ਦੀ ਪਾਲਣਾ ਕਰੋ । ਜਿਹੜਾ ਬੰਦਗੀ ਕਰਨ ਵਾਲੇ ਦੀ ਸੰਗਤ ਕਰਦਾ, ਉਸ ਦੇ ਜੀਵਨ ਦੀ ਸਿਖਿਆਂ ਨਾਲ ਆਪਣਾ ਜੀਵਨ ਵਿੱਚ ਢਾਲਦਾ ਹੈ । ਪ੍ਰਭ ਦੀ ਰਹਿਮਤ ਨਾਲ ਉਸ ਦਾ ਮੌਤ ਦਾ ਡਰ ਖਤਮ ਹੋ ਜਾਂਦਾ ਹੈ । ਇੱਛਾਂ ਰਹਿਤ ਦੇ ਸ਼ਬਦ ਦੇ ਸਿਮਰਨ ਨਾਲ ਮਾਨਸ ਜਨਮ ਸਫਲ ਹੋ ਜਾਂਦਾ ਹੈ । ਪ੍ਰਭ ਦੀ ਸ਼ਰਣ ਵਿੱਚ ਆਪਾ ਭੇਟਾ ਕਰਨ, ਸ਼ਬਦ ਦੇ ਸਿਮਰਨ ਨਾਲ ਮਨ ਦੇ ਸਾਰੇ ਦਾਗ਼ ਧੋਤੇ ਜਾਂਦੇ ਹਨ ।

Whosoever may meditate on the teachings of His Word, the ocean of comforts, with steady and stable belief; with His mercy and grace, his spoken and unspoken desires may be eliminated. You should obey the teachings of His Ambrosial Word. Whosoever may join the conjugation of His Holy saint and adopts his life experience teachings in his day-to-day life; with His mercy and grace, his fear of death may be eliminated. Whosoever may meditate on the teachings of His Word, beyond any worldly desires True Master; his human life journey may be rewarded. Whosoever may surrender his self-identity and meditate on the teachings of His Word; with His mercy and grace, his sins of previous lives may be forgiven.

84. ਸਲੋਕ ਮਃ ੪॥ 1318-10

ਹਉ ਢੂੰਢੇਂਦੀ ਸਜਣਾ	ha-o dhooNdhayNdee sajnaa
ਸਜਣੁ ਮੈਡੈ ਨਾਲਿ॥	sajan maidai naal.
ਜਨ ਨਾਨਕ ਅਲਖੁ ਨ ਲਖੀਐ,	jan naanak alakh na lakhee-ai
ਗੁਰਮੁਖਿ ਦੇਹਿ ਦਿਖਾਲਿ॥੧॥	gurmukh deh dikhaal. ||1||

ਮੈਂ ਆਪਣੇ ਅਸਲੀ ਸਾਥੀ ਨੂੰ ਢੂੰਡਦਾ ਫਿਰਦਾ ਸੀ । ਪਰ ਮੇਰਾ ਸਾਥੀ, ਪ੍ਰਭ ਮੇਰੇ ਮਨ ਵਿੱਚ ਹੀ ਵਸਦਾ ਹੈ । ਪ੍ਰਭ ਜੀਵ ਦੇ ਦੇਖਣ ਵਿੱਚ ਨਹੀਂ ਹੈ, ਉਹ ਆਪ ਹੀ ਗੁਰਮਖ ਨੂੰ ਪ੍ਰਗਟ ਹੋ ਜਾਂਦਾ ਹੈ ।

I was wandering from shrine to shrine searching for my true companion. However, my true companion always remains embedded within my soul and dwells within my own body. The True Master remains beyond any visibility of His Creation; however, he may appear in day-to-day life activities of His true devotee.

ਮਃ ੪॥	mehlaa 4.
ਨਾਨਕ ਪ੍ਰੀਤਿ ਲਾਈ ਤਿਨਿ ਸਚੈ,	naanak pareet laa-ee tin sachai
ਤਿਸੁ ਬਿਨੁ ਰਹਣੁ ਨ ਜਾਈ॥	tis bin rahan na jaa-ee.
ਸਤਿਗੁਰੁ ਮਿਲੈ ਤ ਪੂਰਾ ਪਾਈਐ,	satgur milai ta pooraa paa-ee-ai
ਹਰਿ ਰਸਿ ਰਸਨ ਰਸਾਈ॥੨॥	har ras rasan rasaa-ee. ||2||

ਬੰਦਗੀ ਕਰਨ ਵਾਲਾ, ਅਸਲੀ ਮਾਲਕ, ਅਟਲ ਪ੍ਰਭ ਦੇ ਸ਼ਬਦ ਦੀ ਪਾਲਣਾ ਵਿੱਚ ਹੀ ਪ੍ਰੀਤ ਲਾਉਂਦਾ ਹੈ । ਉਸ ਨੂੰ ਸ਼ਬਦ ਦੀ ਪਾਲਣਾ ਤੋ ਬਿਨਾਂ ਚੈਨ ਮਹਿਸੂਸ ਨਹੀਂ ਹੁੰਦਾ । ਜਿਸ ਤੇ ਪ੍ਰਭ ਰਹਿਮਤ ਬਖਸ਼ਦਾ ਹੈ, ਉਸ ਦੀ ਜੀਭ ਤੇ ਪ੍ਰਭ ਦੇ ਗੁਣਾਂ ਦਾ ਰਸ ਬਖਸ਼ਿਸ਼ ਹੁੰਦਾ ਹੈ ।

His true devotee may only remain devoted and dedicated to obey the teachings of His Word, The True Master. Without obeying the teachings of His Word, he may not feel comfortable, contented. Whosoever may be bestowed with His Blessed Vision, only he may be blessed with the nectar of the essence of His Word on his tongue.

ਪਉੜੀ॥	pa-orhee.
ਕੋਈ ਗਾਵੈ ਕੋ ਸੁਣੈ,	ko-ee gaavai ko sunai
ਕੋ ਉਚਰਿ ਸੁਨਾਵੈ॥	ko uchar sunaavai.
ਜਨਮ ਜਨਮ ਕੀ ਮਲੁ ਉਤਰੈ,	janam janam kee mal utrai

ਮਨ ਚਿੰਦਿਆ ਪਾਵੈ॥ man chindi-aa paavai.
ਆਵਣੁ ਜਾਣਾ ਮੇਟੀਐ aavan jaanaa maytee-ai
ਹਰਿ ਕੇ ਗੁਣ ਗਾਵੈ॥ har kay gun gaavai.
ਆਪਿ ਤਰਹਿ ਸੰਗੀ ਤਰਾਹਿ, aap tareh sangee taraahi
ਸਭ ਕੁਟੰਬੁ ਤਰਾਵੈ॥ sabh kutamb taraavai.
ਜਨ ਨਾਨਕੁ ਤਿਸੁ ਬਲਿਹਾਰਣੈ, jan naanak tis balihaarnai
ਜੋ ਮੇਰੇ ਹਰਿ ਪ੍ਰਭ ਭਾਵੈ॥੧੫॥੧॥ ਸੁਧੁ॥ jo mayray har parabh bhaavai. ||15||1||

ਕੋਈ ਜੀਵ ਪ੍ਰਭ ਦੇ ਸ਼ਬਦ ਦੇ ਗੁਣ ਗਾਉਂਦਾ, ਸੁਣਦਾ, ਕਥਾ ਕਰਦਾ, ਪ੍ਰਚਾਰ, ਪ੍ਰੇਰਨਾ ਕਰਦਾ ਹੈ । ਜਿਸ ਦੇ ਮਨ ਦੀ ਮੈਲ ਧੋਤੀ ਜਾਂਦੀ ਹੈ । ਉਸ ਦੇ ਮਨ ਦੀਆਂ ਮੁਰਾਦਾਂ ਪੂਰੀਆ ਹੋ ਜਾਂਦੀਆਂ ਹਨ । ਪ੍ਰਭ ਦੇ ਸ਼ਬਦ ਦੇ ਗੁਣ ਗਾਉਣ ਨਾਲ ਜਨਮ ਮਰਨ ਦਾ ਚੱਕਰ ਖਤਮ ਹੋ ਜਾਂਦਾ, ਉਹ ਆਪ ਪ੍ਰਵਾਨ ਹੋ ਜਾਂਦਾ ਹੈ! ਅਨੇਕਾਂ ਸਾਥੀਆਂ, ਪਰਿਵਾਰ ਨੂੰ ਬੰਦਗੀ ਦੇ ਰਸਤੇ ਤੇ ਪਾ ਕੇ ਤਾਰ ਜਾਂਦਾ ਹੈ । ਜਿਸ ਤੇ ਪ੍ਰਭ ਦੀ ਰਹਿਮਤ ਬਖਸ਼ਿਸ਼ ਹੋ ਜਾਂਦੀ ਹੈ । ਬੰਦਗੀ ਕਰਨ ਵਾਲਾ ਉਸ ਤੋ ਕੁਰਬਾਨ ਜਾਂਦਾ ਹੈ!

Many devotees may sing the glory, listen to the sermons of His Word, preach, and inspires others to adopt the teachings in own life. Whose blemish of his mind may be eliminated; with His mercy and grace, all his spoken and unspoken desires may be satisfied. Whosoever may sing the glory of His Word; with His mercy and grace, his cycle of birth and death may be eliminated. He may be accepted in His Sanctuary; he may inspire his followers and family to adopt the right path of meditation. Whosoever may be bestowed with His Blessed Vision; His true devotee may remain fascinated from his way of life.

85. ਰਾਗੁ ਕਾਨੜਾ ਬਾਣੀ ਨਾਮਦੇਵ ਜੀਉ ਕੀ॥ 1318-16

ੴ ਸਤਿਗੁਰ ਪ੍ਰਸਾਦਿ॥ ik-oNkaar satgur parsaad.
ਐਸੋ ਰਾਮ ਰਾਇ ਅੰਤਰਜਾਮੀ॥ aiso raam raa-ay antarjaamee.
ਜੈਸੇ ਦਰਪਨ ਮਾਹਿ ਬਦਨ ਪਰਵਾਨੀ॥੧॥ ਰਹਾਉ॥ jaisay darpan maahi badan parvaanee. ||1|| rahaa-o.

ਪ੍ਰਭ ਜੀਵ ਦੇ ਮਨ ਦੀਆਂ ਇੱਛਾਂ, ਖਿਆਲਾਂ ਨੂੰ ਜਾਣਦਾ ਹੈ । ਉਸ ਨੂੰ ਜੀਵ ਦੇ ਮਨ ਦੀਆਂ ਇੱਛਾਂ ਇਸਤਰ੍ਹਾਂ ਪਰਤੱਖ ਹੁੰਦੀਆਂ ਹਨ । ਜਿਵੇਂ ਕਿਸੇ ਦਰਪਨ ਵਿੱਚ ਜੀਵ ਆਪਣਾ ਮੂੰਹ ਦੇਖਦਾ ਹੈ ।

The Omniscient True Master may comprehend all desires, hopes, and thoughts of His Creation. He may know all their hopes and desires as someone may see his own face in mirror.

ਬਸੈ ਘਟਾ ਘਟ ਲੀਪ ਨ ਛੀਪੈ॥ basai ghataa ghat leep na chheepai.
ਬੰਧਨ ਮੁਕਤਾ ਜਾਤੁ ਨ ਦੀਸੈ॥੧॥ banDhan muktaa jaat na deesai. ||1||

ਉਹ ਪ੍ਰਭ ਹਰਇੱਕ ਜੀਵ ਦੇ ਮਨ ਵਿੱਚ ਵਸਦਾ ਹੈ । ਉਸ ਨੂੰ ਕੋਈ ਦਾਗ਼ ਨਹੀਂ ਲਗ ਸਕਦਾ । ਉਹ ਜੀਵ ਦੇ ਅੰਦਰ ਰਹਿੰਦਾ ਹੋਇਆ ਵੀ ਕਿਸੇ ਕਿਸਮ ਦੇ ਮੋਹ ਤੋ ਰਹਿਤ ਰਹਿੰਦਾ ਹੈ । ਪ੍ਰਭ ਸੰਸਾਰਕ, ਜਾਤ ਦਾ ਕੋਈ ਵਿਕਤਰਾ ਨਹੀਂ ਕਰਦਾ ।

The True Master, His Holy Spirit remains embedded within each soul and dwells within his body. The True Master dwells within his body; however, He remains beyond the reach of any of his emotional attachments. The True Master has no distinction of any worldly social class.

ਪਾਨੀ ਮਾਹਿ ਦੇਖੁ ਮੁਖੁ ਜੈਸਾ॥ paanee maahi daykh mukh jaisaa.
ਨਾਮੇ ਕੋ ਸੁਆਮੀ ਬੀਠਲੁ ਐਸਾ॥੨॥੧॥ naamay ko su-aamee beethal aisaa. ||2||1||

ਜਿਵੇਂ ਕੋਈ ਜੀਵ ਪਾਨੀ ਵਿੱਚ ਆਪਣੀ ਸ਼ਕਲ ਦੇਖਦਾ ਹੈ । ਸ੍ਰਿਸ਼ਟੀ ਦੇ ਮਾਲਕ ਦੀ ਸ਼ਕਲ, ਅਕਾਰ ਉਸਤਰ੍ਹਾਂ ਦੀ ਹੀ ਹੁੰਦੀ ਹੈ ।

As someone may see his own face, picture in water that may be the true picture, face, and structure of The True Master of the universe.

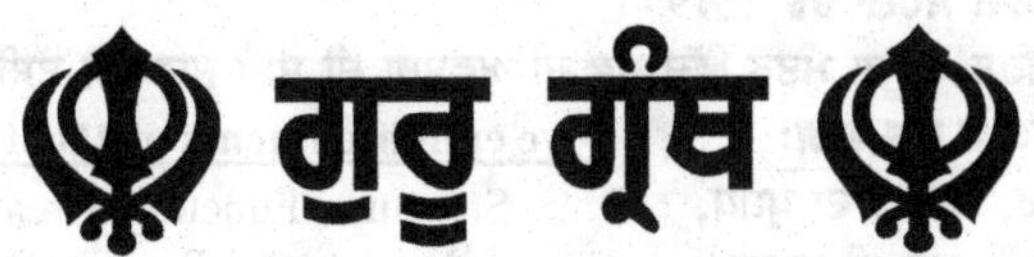

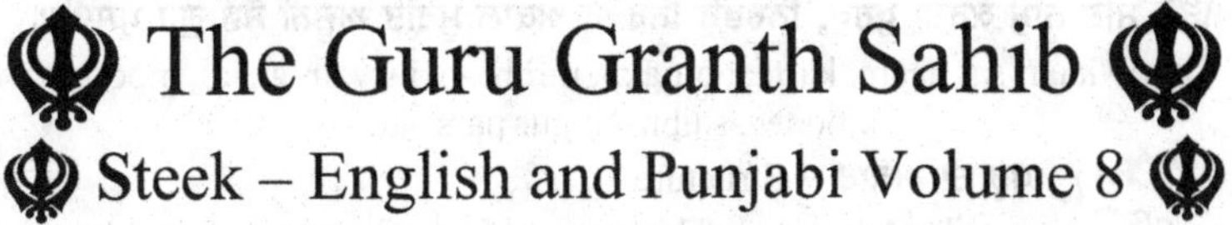

ਪੋਥੀ Volume – 8

Gurbani Page: 1294 –1430

Gurbani Page: 1319 –1326

#86- 108

☬ ਰਾਗ ਕਲਿਆਨ ☬

86. ਰਾਗੁ ਕਲਿਆਨ ਮਹਲਾ ੪॥ 1319 -1

ਗੁਰੂ ਗ੍ਰੰਥ ਸਾਹਿਬ - ਮੂਲ ਮੰਤਰ ਵਿੱਚ ਪ੍ਰਭ ਦੀ ਅਵਸਥਾ ਦੀ ਸੋਝੀ ਜਾਣਕਰੀ ਦੱਸੀ ਗਈ ਹੈ!

ਮੂਲ ਮੰਤਰ ਦੇ ਪੰਜ ਭਾਗ: **Five enlightenments of Mool Mantra:**

ਪ੍ਰਭ ਦਾ ਅਕਾਰ, ਸ਼੍ਰਿਸਟੀ ਦਾ ਪ੍ਰਬੰਧ, Structure; Function; Creation;
ਬਣਤਰ, ਮੁਕਤੀ, ਪ੍ਰਭ ਦੀ ਪਛਾਣ! Acceptance; Recognition.

ੴ ਸਤਿ ਨਾਮੁ ਕਰਤਾ ਪੁਰਖੁ, ਨਿਰਭਉ ਨਿਰਵੈਰ ਅਕਾਲ ਮੂਰਤਿ ਅਜੂਨੀ ਸੈਭੰ ਗੁਰ ਪ੍ਰਸਾਦਿ॥
ik-oNkaar, sat naam, kartaa, purakh, nirbha-o, nirvair, akaal, moorat, ajoonee, saibhaN, gur parsaad.

1) **ਪ੍ਰਭ ਦਾ ਅਕਾਰ** - Structure

ੴ ik-oNkaar: The One and Only One, God, True Master. No form, shape, color, size, in Spirit only.

God, The Holy Spirit may appear in anything, anyone, anytime at His free Will; beyond any form, shape, size, or color, only Holy Spirit.

2) **ਸ਼੍ਰਿਸਟੀ ਦਾ ਪ੍ਰਬੰਧ:** Function and His Operation!

ਸਤਿ ਨਾਮੁ sat naam: naam – His Word, His command, His existence, sat- Omnipresent, Omniscient, Omnipotent, Axiom Unchangeable, Uncompromised, forever.

The One and Only One, God remains embedded in His Nature, in His Word; only His command pervades in the universe and nothing else exist.

3) **ਸ਼੍ਰਿਸਟੀ ਦੀ ਬਣਤਰ:** - Creation of the universe.

ਸੈਭੰ saibhaN: Universe, creation, soul is an expansion of His Holy spirit. Soul separated from His Holy Spirit to repent, sanctify, and may be reunited with origin.

The True Master, Creator remains embedded within His Creation, Nature. Same Holy Spirit embedded in each soul; His Creation is brother-hood.

4) **ਮੁਕਤੀ** Salvation – His acceptance.

ਗੁਰ ਪ੍ਰਸਾਦਿ gur parsaad: Only with His own mercy and grace. No one may counsel nor curse His blessing.

No one may comprehend how, why, and when; He may bestow His blessed Vision or the limits and duration of His blessings.

੫) **ਪ੍ਰਭ ਦੀ ਪਛਾਣ** - Recognition

ਗੁਣ: - ਕਰਤਾ, ਪੁਰਖੁ, ਨਿਰਭਉ, ਨਿਰਵੈਰੁ, Virtues: - kartaa, purakh, nirbha-o
ਅਕਾਲ, ਮੂਰਤਿ, ਅਜੂਨੀ! nirvair, akaal, moorat, ajoonee

His virtues remain beyond any limit, imagination, and comprehension of His Creation. However, no one ever born nor will ever be born with all these unique virtues. Whosoever may have all above virtues may be worthy to be called The One and Only One, God, True Master and worthy to be worshiped.

The Master Key to open the door of the right path of acceptance in His Court, salvation may be "saibhaN"! Whosoever may be drenched with the essence that all souls are an expansion of His Holy Spirit; he may realize that mankind as a brotherhood. No one may want to harm and deceive himself; he may be blessed to conquer his mind. With His mercy and grace, his cycle of birth and death may be eliminated!

ਰਾਮਾ ਰਮ ਰਾ ਮੈਂ ਅੰਤੁ ਨ ਪਾਇਆ॥ raamaa ram raamai ant na paa-i-aa.
ਹਮ ਬਾਰਿਕ ਪ੍ਰਤਿਪਾਰੇ ਤੁਮਰੇ, ham baarik partipaaray tumray
ਤੂ ਬਡ ਪੁਰਖੁ ਪਿਤਾ too bad purakh pitaa
ਮੇਰਾ ਮਾਇਆ॥੧॥ ਰਹਾਉ॥ mayraa maa-i-aa. ||1|| rahaa-o.

ਅਸਲੀ ਮਾਲਕ ਪ੍ਰਭ ਦਾ ਕੋਈ ਅੰਤ ਨਹੀਂ ਜਾਣਿਆ ਜਾ ਸਕਦਾ । ਮੈਂ ਇੱਕ ਅਣਜਾਣ ਬੱਚੇ ਦੀ ਤਰ੍ਹਾਂ ਹਾ । ਪ੍ਰਭ ਹੀ ਮਾਤਾ, ਪਿਤਾ ਦੀ ਤਰ੍ਹਾਂ ਪਾਲਣਾ ਪੋਸਨਾ, ਰਖਿਆ ਕਰਦਾ ਹੈ ।

The True Master remains beyond any limitation, boundary, limits of His Power, imagination, and comprehension of His Creation. I am ignorant like an innocent child. The True Master remains wise, enlightened like worldly parents. The True Master creates, nourishes, and protects His Creation.

ਹਰਿ ਕੇ ਨਾਮ ਅਸੰਖ ਅਗਮ ਹਹਿ, har kay naam asaNkh agam heh
ਅਗਮ ਅਗਮ ਹਰਿ ਰਾਇਆ॥ agam agam har raa-i-aa.
ਗੁਣੀ ਗਿਆਨੀ ਸੁਰਤਿ ਬਹੁ ਕੀਨੀ, gunee gi-aanee surat baho keenee
ਇਕੁ ਤਿਲੁ ਨਹੀ ਕੀਮਤਿ ਪਾਇਆ॥੧॥ ik til nahee keemat paa-i-aa. ||1||

ਸੰਸਾਰਕ ਜੀਵ ਪ੍ਰਭ ਨੂੰ ਅਨੇਕਾਂ ਹੀ ਨਾਮਾਂ ਨਾਲ ਪੁਕਾਰਦੇ ਹਨ, ਨਾਮਾਂ ਦੀ ਗਿਣਤੀ ਨਹੀਂ ਕੀਤੀ ਜਾ ਸਕਦੀ । ਪ੍ਰਭ ਦੀ ਹੋਂਦ ਜੀਵ ਦੇ ਅੰਦਾਜ਼ਾ ਲਾਉਣ, ਪੂਰਨ ਤਰ੍ਹਾਂ ਸਮਝਣ ਵਿੱਚ ਨਹੀਂ ਆਉਂਦੀ, ਪੂਰਨ ਵਖਿਆਣ ਨਹੀਂ ਕੀਤਾ ਜਾ ਸਕਦਾ । ਅਨੇਕਾਂ ਹੀ ਵਿਦਵਾਨਾਂ, ਸੂਝਵਾਨਾਂ, ਸੰਤਾਂ ਨੇ ਪ੍ਰਭ ਦੀ ਹੋਂਦ ਦੀ ਖੋਜ ਕੀਤੀ ਹੈ । ਕੇਵਲ ਤਿਲ ਭਰ ਹੀ ਸੋਝੀ ਹੋਈ ਹੈ । ਕੋਈ ਜ਼ਿਆਦਾ ਗਿਆਨ ਨਹੀਂ ਹੋਇਆ ।

His Creation may recognize and prays for His Forgiveness and Refuge with countless names. The True Master remains beyond reach, imagination, comprehension, and explanation of His Creation. From Ancient Ages! Countless, Scholars, enlightened prophets, saints have been searching His existence and His Nature; however, they may have been enlightened with insignificant essence.

ਗੋਬਿਦ ਗੁਣ ਗੋਬਿਦ ਸਦਾ ਗਾਵਹਿ, gobid gun gobid sad gaavahi
ਗੁਣ ਗੋਬਿਦ ਅੰਤੁ ਨ ਪਾਇਆ॥ gun gobid ant na paa-i-aa.
ਤੂ ਅਮਿਤਿ ਅਤੋਲੁ ਅਪਰੰਪਰ ਸੁਆਮੀ, too amit atol aprampar su-aamee
ਬਹੁ ਜਪੀਐ ਥਾਹ ਨ ਪਾਇਆ॥੨॥ baho japee-ai thaah na paa-i-aa. ||2||

ਸੰਸਾਰਕ ਜੀਵ ਪ੍ਰਭ ਦੇ ਸ਼ਬਦ ਦੇ ਸਦਾ ਹੀ ਗੁਣ ਗਾਉਂਦੇ ਹਨ । ਕੋਈ ਵੀ ਸ਼ਬਦ ਦਾ ਪੂਰਨ ਗਿਆਨ ਅੰਤ ਨਹੀਂ ਜਾਣ ਸਕਦਾ । ਪਵਿੱਤਰ ਪ੍ਰਭ, ਨਾ ਤੋਲੇ, ਮਿਣੇ ਜਾਣਵਾਲਾ ਹੈ । ਪ੍ਰਭ ਦੀ ਕਿਸੇ ਕਿਸਮ ਦੀ ਗੰਭੀਰਤਾ, ਕਰਤਬ ਦੀ, ਕਰਾਮਤ ਦੀ ਕੋਈ ਹੱਦ ਨਹੀਂ ਜਾਣ ਸਕਦਾ ।

His Creation has been singing the glory the glory of His Virtues, Word; however, no one may ever comprehend the limits of His Blessings. His Holy Spirit remains beyond any imagination, measurability by any known technique. The real purpose of His Creation, the limit of any of His event, miracles remain mysterious and beyond any imagination, comprehension of His Creation.

ਉਸਤਤਿ ਕਰਹਿ ਤੁਮਰੀ ਜਨ ਮਾਧੌ, ustat karahi tumree jan maaDhou
ਗੁਨ ਗਾਵਹਿ ਹਰਿ ਰਾਇਆ॥ gun gaavahi har raa-i-aa.
ਤੁਮ੍ ਜਲ ਨਿਧਿ ਹਮ ਮੀਨੇ ਤੁਮਰੇ, tumH jal niDh ham meenay tumray
ਤੇਰਾ ਅੰਤੁ ਨ ਕਤਹੂ ਪਾਇਆ॥੩॥ tayraa ant na kathoo paa-i-aa. ||3||

ਪ੍ਰਭ ਦੇ ਨਿਮਾਣਾ ਦਾਸ ਸ਼ਬਦ ਦੀ ਪਾਲਣਾ, ਗੁਣ ਗਾਉਣ ਵਿੱਚ ਹੀ ਮਸਤ ਰਹਿੰਦਾ ਹੈ । ਪ੍ਰਭ ਸਮੁੰਦਰ ਦੀ ਤਰ੍ਹਾਂ ਵਿਸ਼ਾਲ ਹੈ । ਮੈਂ ਇੱਕ ਨਿਮਾਣੀ ਮਛਲੀ, ਤੇਰੀ ਕੋਈ ਸੀਮਾ, ਹੱਦ ਕਿਵੇਂ ਪਾ ਸਕਦੀ ਹਾ?

His true devotee may remain intoxicated in singing the glory and obeying the teachings of His Word with steady and stable belief in his day-to-day life. The True Master may remain vast like an ocean; however, I am like a helpless fish! How may I imagine the mystery, deep, limits of His Power?

ਜਨ ਕਉ ਕ੍ਰਿਪਾ ਕਰਹੁ ਮਧਸੂਦਨ,	jan ka-o kirpaa karahu maDhsoodan
ਹਰਿ ਦੇਵਹੁ ਨਾਮੁ ਜਪਾਇਆ॥	har dayvhu naam japaa-i-aa.
ਮੈਂ ਮੂਰਖ ਅੰਧੁਲੇ ਨਾਮੁ ਟੇਕ ਹੈ,	mai moorakh anDhulay naam tayk hai
ਜਨ ਨਾਨਕ ਗੁਰਮੁਖਿ ਪਾਇਆ॥੪॥੧॥	jan naanak gurmukh paa-i-aa. ‖4‖1‖

ਪ੍ਰਭ ਆਪਣੇ ਨਿਮਾਣੇ ਦਾਸ ਨੂੰ ਸ਼ਬਦ ਦੇ ਲੜ ਲਾ ਕੇ ਸ਼ਬਦ ਦੀ ਪਾਲਣਾ ਤੇ ਅਡੋਲ ਰਖੋ! ਮੈਨੂੰ ਮੂਰਖ ਅਨਜਾਣ ਨੂੰ ਕੇਵਲ ਤੇਰਾ ਸ਼ਬਦ ਹੀ ਆਸਰਾ ਹੈ । ਪ੍ਰਭ ਆਪ ਹੀ ਗੁਰਮਖ ਨੂੰ ਸ਼ਬਦ ਦੀ ਸੋਝੀ ਬਖਸ਼ਦਾ ਹੈ ।

The True Master bestows Your Blessed Vision to bless devotion to obey the teachings of Your Word, I may remain steady and stable on the right path of obeying the teachings of Your Word. I am humble, helpless, ignorant! I have only the support of Your Word as the guiding principles of my human life journey. Your true devotee may be blessed with the enlightenment of the essence of Your Word.

87. ਕਲਿਆਨੁ ਮਹਲਾ ੪॥ 1319-10

ਹਰਿ ਜਨੁ ਗੁਨ ਗਾਵਤ ਹਸਿਆ॥	har jan gun gaavat hasi-aa.
ਹਰਿ ਹਰਿ ਭਗਤਿ ਬਨੀ ਮਤਿ ਗੁਰਮਤਿ,	har har bhagat banee mat gurmat
ਧੁਰਿ ਮਸਤਕਿ ਪ੍ਰਭਿ ਲਿਖਿਆ॥੧॥	Dhur mastak parabh likhi-aa. ‖1‖
ਰਹਾਉ॥	rahaa-o.

ਪ੍ਰਭ ਦਾ ਨਿਮਾਣਾ ਦਾਸ ਸ਼ਬਦ ਦੇ ਗੁਣ ਗਾਉਂਦਾ, ਖੇੜੇ ਵਿੱਚ ਵਸਦਾ ਹੈ । ਪ੍ਰਭ ਦੇ ਸ਼ਬਦ ਦੀ ਪਾਲਣਾ ਨਾਲ ਹੀ ਪਹਿਲੇ ਲਿਖੇ ਭਾਗਾਂ ਨੂੰ ਜਾਗ ਲਗ ਜਾਂਦੀ ਹੈ । ਸ਼ਬਦ ਦੀ ਸੋਝੀ ਬਖਸ਼ਿਸ਼ ਹੋ ਜਾਂਦੀ ਹੈ ।

His humbled true devotee may sing the glory of His Word and remains contented and in blossom. By obeying the teachings of His Word, his prewritten destiny may be rewarded. He may be blessed with the enlightenment of the essence of His Word.

ਗੁਰ ਕੇ ਪਗ ਸਿਮਰਉ ਦਿਨੁ ਰਾਤੀ,	gur kay pag simra-o din raatee
ਮਨਿ ਹਰਿ ਹਰਿ ਹਰਿ ਬਸਿਆ॥	man, har har har basi-aa.
ਹਰਿ ਹਰਿ ਹਰਿ ਕੀਰਤਿ ਜਗਿ ਸਾਰੀ,	har har har keerat jag saaree
ਘਸਿ ਚੰਦਨੁ ਜਸੁ ਘਸਿਆ॥੧॥	ghas chandan jas ghasi-aa. ‖1‖

ਅਡੋਲ ਭਰੋਸੇ ਨਾਲ ਸ਼ਬਦ ਦੀ ਪਾਲਣਾ ਨਾਲ ਸ਼ਬਦ ਮਨ ਵਿੱਚ ਵਸ ਜਾਂਦਾ ਹੈ । ਪ੍ਰਭ ਦੇ ਸ਼ਬਦ ਦੀ ਪਾਲਣਾ, ਸ਼ਬਦ ਦੀ ਉਸਤਤ ਗਾਉਣਾ ਬਹੁਤ ਉਤਮ ਧੰਦਾ ਹੈ । ਜਿਹੜਾ ਸ਼ਬਦ ਦੀ ਸਿਖਿਆਂ ਨਾਲ ਜੀਵਨ ਢਾਲਦਾ ਹੈ, ਚੰਦਨ ਦੀ ਲੱਕੜੀ ਦੀ ਤਰ੍ਹਾਂ ਉਸ ਦੇ ਮਨ ਵਿੱਚ ਸੁਗੰਧ ਬਖਸ਼ਿਸ਼ ਹੋ ਜਾਂਦੀ ਹੈ ।

Whosoever may obey the teachings of His Word; with His mercy and grace, he may be drenched with the essence of His Word. To sing the glory and to obey the teachings of His Word may be a supreme chore of human life journey. Whosoever may adopt the teachings of His Word; with His mercy and grace, he may be blessed with unique aroma, like sandalwood to spread aroma in the atmosphere.

ਹਰਿ ਜਨ ਹਰਿ ਹਰਿ ਹਰਿ ਲਿਵ ਲਾਈ,	har jan har har har liv laa-ee
ਸਭਿ ਸਾਕਤ ਖੋਜਿ ਪਇਆ॥	sabh saakat khoj pa-i-aa.
ਜਿਉ ਕਿਰਤ ਸੰਜੋਗਿ ਚਲਿਓ ਨਰ ਨਿੰਦਕੁ,	ji-o kirat sanjog chali-o nar nindak
ਪਗੁ ਨਾਗਨਿ ਛੁਹਿ ਜਲਿਆ॥੨॥	pag naagan chhuhi jali-aa. ‖2‖

ਪ੍ਰਭ ਦਾ ਦਾਸ, ਸ਼ਬਦ ਦੀ ਪਾਲਣਾ ਵਿੱਚ ਲੀਨ ਰਹਿੰਦਾ ਹੈ । ਸਾਕਤ ਧਰਮ ਦੇ ਰੀਤੋ ਰੀਵਾਜ ਨਾਲ ਪ੍ਰਭ ਦੀ ਰਹਿਮਤ ਪਾਉਣ ਦੀ ਖੋਜ ਕਰਦਾ ਰਹਿੰਦਾ ਹੈ । ਜਿਹੜਾ ਨਿੰਦਿਆਂ ਕਰਦਾ ਹੈ, ਉਹ ਵੀ ਆਪਣੇ ਪਿਛਲੇ ਜਨਮ ਦੇ ਕਰਮਾਂ ਅਨੁਸਾਰ ਹੀ ਕੰਮ ਕਰਦਾ ਹੈ । ਉਹ ਮਨ ਦੇ ਲਾਲਚ ਨਾਲ ਸੰਸਾਰਕ ਮਾਇਆ ਰੂਪੀ ਸੱਪ ਤੇ ਪੈਰ ਰਖਦਾ, ਉਸ ਨੂੰ ਮਾਇਆ ਰੂਪੀ ਸੱਪ ਹੀ ਡੰਗ ਮਾਰਦਾ ਹੈ ।

His true devotee may remain intoxicated in obeying the teachings of His Word. Self-minded, non-believer may perform religious ritual to find the real purpose of human life opportunity. Slanderer may also perform his worldly deeds as prewritten in his destiny. His greed of worldly wealth may remain as a snake in his worldly life; he may remain intoxicated with the sweet poison of worldly wealth.

ਜਨ ਕੇ ਤੁਮ੍ ਹਰਿ ਰਾਖੇ ਸੁਆਮੀ, jan kay tumH har raakhay su-aamee
ਤੁਮ੍ ਜੁਗਿ ਜੁਗਿ ਜਨ ਰਖਿਆ॥ tumH jug jug jan rakhi-aa.
ਕਹਾ ਭਇਆ ਦੈਤਿ ਕਰੀ ਬਖੀਲੀ, kahaa bha-i-aa dait karee bakheelee
ਸਭ ਕਰਿ ਕਰਿ ਝਰਿ ਪਰਿਆ॥੩॥ sabh kar kar jhar pari-aa. ||3||

ਪ੍ਰਭ ਜੁਗਾਂ ਜੁਗਾਂ ਤੋ ਬੰਦਗੀ ਕਰਨ ਵਾਲੇ ਦਾ ਰਖਵਾਲਾ ਰਹਿੰਦਾ ਹੈ । ਜਿਹੜਾ ਬੰਦਗੀ ਕਰਨ ਵਾਲੇ ਤੇ ਜ਼ੁਲਮ ਕਰਦਾ, ਬੁਰਾ ਬੋਲਦਾ ਹੈ । ਉਹ ਆਪ ਹੀ ਦਿਵਾਨਾ, ਪਰੇਸ਼ਨ ਰਹਿੰਦਾ ਹੈ । ਬੰਦਗੀ ਕਰਨ ਵਾਲੇ ਦੇ ਮਨ ਦੀ ਅਵਸਥਾ ਤੇ ਕੋਈ ਫਰਕ ਨਹੀਂ ਪੈਂਦਾ ।

From Ancient Ages! The True Master remains a protector of His true devotee. Whosoever may speak rude, rebuke, try to hurt His true devotee; with His mercy and grace, he may remain frustrated and insane in his own worldly environments. However, the state of mind of His true devotee may never be changed.

ਜੇਤੇ ਜੀਅ ਜੰਤ ਪ੍ਰਭਿ ਕੀਏ, jaytay jee-a jant parabh kee-ay
ਸਭਿ ਕਾਲੈ ਮੁਖਿ ਗ੍ਰਸਿਆ॥ sabh kaalai mukh garsi-aa.
ਹਰਿ ਜਨ ਹਰਿ ਹਰਿ ਹਰਿ ਪ੍ਰਭਿ ਰਾਖੇ, har jan har har har parabh raakhay
ਜਨ ਨਾਨਕ ਸਰਨਿ ਪਇਆ॥੪॥੨॥ jan naanak saran pa-i-aa. ||4||2||

ਸ੍ਰਿਸ਼ਟੀ ਦੇ ਸਾਰੇ ਜੀਵ ਜੰਤ ਅੰਤ ਵਿੱਚ ਮੌਤ ਦੇ ਹਵਾਲੇ ਹੋ ਜਾਂਦੇ ਹਨ । ਪ੍ਰਭ ਆਪ ਹੀ ਨਿਮਾਣੇ ਦਾਸ ਦੀ ਰਖਿਆ ਕਰਦਾ ਹੈ । ਬੰਦਗੀ ਕਰਨ ਵਾਲਾ ਸਦਾ ਹੀ ਪ੍ਰਭ ਦੀ ਸ਼ਰਣ ਦੀ ਅਰਦਾਸ ਕਰਦਾ ਹੈ ।

His Creation remains in the cycle of birth and death. After predetermined time captured by devil of death to endure the miseries of his own worldly deeds. The True Master remains savior, protector of His humble true devotee. His true devotee may only pray for His Forgiveness and Refuge.

88. ਕਲਿਆਨ ਮਹਲਾ ੪॥ 1319-16

ਮੇਰੇ ਮਨ ਜਪੁ ਜਪਿ ਜਗੰਨਾਥੇ॥ mayray man jap jap jagaNnaathay.
ਗੁਰ ਉਪਦੇਸਿ ਹਰਿ ਨਾਮੁ ਧਿਆਇਓ, gur updays har naam Dhi-aa-i-o
ਸਭਿ ਕਿਲਬਿਖ ਦੁਖ ਲਾਥੇ॥੧॥ ਰਹਾਉ॥ sabh kilbikh dukh laathay. ||1|| rahaa-o.

ਜੀਵ, ਪ੍ਰਭ ਦੇ ਸ਼ਬਦ ਦਾ ਸਿਮਰਨ ਕਰੋ! ਪ੍ਰਭ ਦੇ ਸ਼ਬਦ ਦੀ ਪਾਲਣਾ ਨਾਲ ਪਿਛਲੇ ਜਨਮ ਦੇ ਕੀਤੇ ਪਾਪ ਬਖਸ਼ੇ ਜਾਂਦੇ ਹਨ ।

You should meditate on the teachings of His Word! Whosoever may obey the teachings of His Word with steady and stable belief; with His mercy and grace, all his sins of previous lives may be forgiven.

ਰਸਨਾ ਏਕ ਜਸੁ ਗਾਇ ਨ ਸਾਕੈ, rasnaa ayk jas gaa-ay na saakai
ਬਹੁ ਕੀਜੈ ਬਹੁ ਰਸੁਨਥੇ॥ baho keejai baho rasunathay.
ਬਾਰ ਬਾਰ ਖਿਨੁ ਪਲ ਸਭਿ ਗਾਵਹਿ, baar baar khin pal sabh gaavahi
ਗੁਨ ਕਹਿ ਨ ਸਕਹਿ ਪ੍ਰਭ ਤੁਮਨਥੇ॥੧॥ gun kahi na sakahi parabh tumnathay. ||1||

ਪ੍ਰਭ, ਮੇਰੀ ਇੱਕ ਜੀਭ, ਤੇਰੇ ਸਾਰੇ ਗੁਣ ਨਹੀਂ ਗਾ ਸਕਦੀ । ਆਪਣੀ ਰਹਿਮਤ ਨਾਲ ਅਨੇਕਾਂ ਜੀਭਾਂ ਬਖਸ਼ੋ! ਪ੍ਰਭ, ਅਨੇਕਾਂ ਜੀਭਾਂ ਨਾਲ ਸਵਾਸ, ਸਵਾਸ, ਸ਼ਬਦ ਦੇ ਗੁਣ ਗਾਉਣ ਨਾਲ ਵੀ ਸਾਰੇ ਗੁਣ ਗਏ ਨਹੀਂ ਜਾ ਸਕਦਾ ।

My True Master! I may not be able to sing the glory of Your countless virtues with my one tongue. Imagine! I may be blessed with many lakhs tongues and I may be blessed with devotion and strength to sing the glory of Your Virtues. Even though, I may sing the glory of Your Word with each breath; however, I may never be able to sing the glory of Your all Virtues.

ਹਮ ਬਹੁ ਪ੍ਰੀਤਿ ਲਗੀ ਪ੍ਰਭ ਸੁਆਮੀ,	ham baho pareet lagee parabh su-aamee
ਹਮ ਲੋਚਹ ਪ੍ਰਭੁ ਦਿਖਨਥੇ॥	ham lochah parabh dikhnathay.
ਤੁਮ ਬਡ ਦਾਤੇ ਜੀਅ ਜੀਅਨ ਕੇ,	tum bad daatay jee-a jee-an kay
ਤੁਮ ਜਾਨਹੁ ਹਮ ਬਿਰਥੇ॥੨॥	tum jaanhu ham birthay. ||2||

ਮੇਰੇ ਦਿਲ ਵਿੱਚ ਪ੍ਰਭ ਦੇ ਦਰਸ਼ਨਾ ਕਰਨ ਦੀ ਬਹੁਤ ਸ਼ਰਧਾ ਹੈ । ਮੈਂ ਹਰਇੱਕ ਪਲ ਪ੍ਰਭ ਦੇ ਦਰਸ਼ਨ, ਦੇ ਸੁਪਣੇ ਹੀ ਲੈਂਦਾ ਰਹਿੰਦਾ ਹਾ । ਪ੍ਰਭ ਹੀ ਸਾਰੇ ਜੀਵਾਂ ਨੂੰ ਦਾਤਾਂ ਬਖਸ਼ਦਾ ਹੈ । ਅੰਤਰਜਾਮੀ ਮੇਰੇ ਦਿਲ ਦੇ ਵਿੱਛੋੜੇ ਦਾ ਵਿਰਾਗ ਜਾਣਦਾ ਹੈ ।

I have a deep desire, anxiety to be blessed with His blessed Vision. I have been daydreaming, fantasizing His Blessed Vision; the enlightenment of the essence of His Word. Only, The True Master bestows His Virtues to all creatures of the universe. The Omniscient True Master knows my renunciation in the memory of my separation from His Holy Spirit.

ਕੋਈ ਮਾਰਗੁ ਪੰਥੁ ਬਤਾਵੈ ਪ੍ਰਭ ਕਾ,	ko-ee maarag panth bataavai parabh kaa
ਕਹੁ ਤਿਨ ਕਉ ਕਿਆ ਦਿਨਥੇ॥	kaho tin ka-o ki-aa dinthay.
ਸਭੁ ਤਨੁ ਮਨੁ ਅਰਪਉ ਅਰਪਿ ਅਰਾਪਉ,	sabh tan man arpa-o arap araapa-o
ਕੋਈ ਮੇਲੈ ਪ੍ਰਭ ਮਿਲਥੇ॥੩॥	ko-ee maylai parabh milthay. ||3||

ਜਿਹੜਾ ਪ੍ਰਭ ਦੇ ਮਿਲਣ ਦਾ ਰਸਤਾ ਦਿਖਾਉਂਦਾ ਹੈ । ਮੈਂ ਉਸ ਨੂੰ ਕੀ ਦੇ ਸਕਦਾ ਹਾ? ਸਭ ਕੁਝ ਪ੍ਰਭ ਦਾ ਹੀ ਬਖਸ਼ਿਆ ਹੋਇਆ ਹੈ । ਜਿਹੜਾ ਪ੍ਰਭ ਦੇ ਸ਼ਬਦ ਦੀ ਸੋਝੀ ਦਾ ਰਸਤਾ ਦਿਖਾਵੇ, ਮੈਂ ਆਪਾ, ਤਨ, ਮਨ ਉਸ ਦੀ ਭੇਟਾ ਕਰ ਦੇਵਾ, ਸੇਵਾ ਵਿੱਚ ਲਾ ਦੇਵਾ ।

Whosoever may inspire me on the right path of mediation to become worthy of His Consideration! What may I offer at His Service? Everything has been blessed with His Blessed Vision. Whosoever may enlighten the right path of the enlightenment of the essence of His Word; I may surrender my self-identity, mind, and body at His Sanctuary to serve His Creation.

ਹਰਿ ਕੇ ਗੁਨ ਬਹੁਤ ਬਹੁਤ ਬਹੁ ਸੋਭਾ,	har kay gun bahut bahut baho sobhaa
ਹਮ ਤੁਛ ਕਰਿ ਕਰਿ ਬਰਨਥੇ॥	ham tuchh kar kar barnathay.
ਹਮਰੀ ਮਤਿ ਵਸਗਤਿ ਪ੍ਰਭ ਤੁਮਰੈ,	hamree mat vasgat parabh tumrai
ਜਨ ਨਾਨਕ ਕੇ ਪ੍ਰਭ ਸਮਰਥੇ॥੪॥੩॥	jan naanak kay parabh samrathay. ||4||3||

ਪ੍ਰਭ ਦੇ ਗੁਣ ਅਨੇਕਾਂ ਹਨ । ਮੈਂ ਥੋੜ੍ਹੀ ਮਾਤਰਾ ਵਿੱਚ ਹੀ ਵਖਿਆਣ ਕਰ ਸਕਦਾ ਹਾ । ਮੇਰੀ ਸੁਰਤੀ, ਮੱਤ, ਸਭ ਪ੍ਰਭ ਦੇ ਵੱਸ ਵਿੱਚ ਹੀ ਹੈ । ਪ੍ਰਭ ਹੀ ਬੰਦਗੀ ਕਰਨ ਵਾਲੇ ਦਾ ਤਾਕਤਵਾਰ ਅਸਲੀ ਮਾਲਕ ਹੁੰਦਾ ਹੈ ।

The True Master of infinite Virtues! I may only explain very insignificant amount of His Virtue. My concentration, wisdom, strength, dedication remains under His Control, Command. The True Master remains the True Trustee of the strength, endurance of His true devotee.

89. ਕਲਿਆਨ ਮਹਲਾ ੪॥ 1320-7

ਮੇਰੇ ਮਨ ਜਪਿ ਹਰਿ ਗੁਨ ਅਕਥ ਸੁਨਥਈ॥ mayray man jap har gun akath suntha-ee.
ਧਰਮੁ ਅਰਥੁ ਸਭੁ ਕਾਮੁ ਮੋਖੁ ਹੈ, Dharam arath sabh kaam mokh hai
ਜਨ ਪੀਛੈ ਲਗਿ ਫਿਰਥਈ॥੧॥ ਰਹਾਉ॥ jan peechhai lag firtha-ee. ||1|| rahaa-o.

ਮੇਰੇ ਮਨ, ਅਕਥ ਕਥਾ ਦਾ ਵਖਿਆਣ ਕਰੋ! ਜਿਸ ਨੂੰ ਉਤਮ ਅਵਸਥਾ ਬਖਸ਼ਿਸ਼ ਹੋ ਜਾਂਦੀ ਹੈ । ਉਸ ਦਾਸ ਦੇ ਪਿਛੇ, ਧਰਮ, ਅਰਥ, ਕਾਮ, ਮੋਖ, ਮੁਕਤੀ ਸਾਰੀਆਂ ਹੀ ਪਰਛਾਵੇਂ ਦੀ ਤਰ੍ਹਾਂ ਲਗਾਈਆ ਰਹਿੰਦੀਆਂ ਹਨ । (ਮੋਖ– ਸੰਸਾਰਕ ਇੱਛਾਂ ਦੀ ਪਰਾਪਤੀ)

My mind explains the unexplainable nature of His Virtues. Whosoever may be blessed with such a state of mind; Dharma-Self-discipline, ethics, worldly wealth, demons of sexual urge, salvation and immortal state of mind may remain his slave and follows like his shadow.

4 Virtues	
ਧਰਮ,	Dharma-Self-discipline, ethics;
ਅਰਥ,	Adopt His Word as way of life;
ਕਾਮ,	Sexual Urge with strage partner;
ਮੋਖ, ਮੁਕਤੀ	Salvation, immortal state of mind.

ਸੋ ਹਰਿ ਹਰਿ ਨਾਮੁ ਧਿਆਵੈ ਹਰਿ ਜਨੁ, so har har naam Dhi-aavai har jan
ਜਿਸੁ ਬਡਭਾਗ ਮਥਈ॥ jis badbhaag math-ee.
ਜਹ ਦਰਗਹਿ ਪ੍ਰਭੁ ਲੇਖਾ ਮਾਗੈ, jah dargahi parabh laykhaa maagai
ਤਹ ਛੁਟੈ ਨਾਮੁ ਧਿਆਇਥਈ॥੧॥ tah chhutai naam Dhi-aa-itha-ee. ||1||

ਜਿਸ ਦੇ ਭਾਗਾਂ ਵਿੱਚ ਪਹਿਲੇ ਹੀ ਲਿਖਿਆ ਹੁੰਦਾ ਹੈ । ਕੇਵਲ ਉਹ ਬੰਦਗੀ ਕਰਨ ਵਾਲਾ ਹੀ ਪ੍ਰਭ ਦੇ ਸ਼ਬਦ ਦੀ ਪਾਲਣਾ ਕਰਦਾ ਹੈ । ਧਰਮਰਾਜ ਦਰਗਾਹ ਵਿੱਚ ਕੀਤੇ ਕੰਮਾਂ ਦਾ ਲੇਖਾ ਕਰਦਾ ਹੈ । ਬੰਦਗੀ ਕਰਨ ਵਾਲੇ ਦਾ ਲੇਖਾ ਸ਼ਬਦ ਦੀ ਕਮਾਈ ਨਾਲ ਪੂਰਾ ਹੋ ਜਾਂਦਾ ਹੈ ।

Whosoever may have a great prewritten destiny, only he may obey the teachings of His Word with steady and stable belief. The righteous judge may evaluate worldly deeds of His Creation. The accounts of worldly deeds of His true devotee may be satisfied with his earnings of His Word.

ਹਮਰੇ ਦੋਖ ਬਹੁ ਜਨਮ ਜਨਮ ਕੇ, hamray dokh baho janam janam kay
ਦੁਖੁ ਹਉਮੈ ਮੈਲੁ ਲਗਥਈ॥ dukh ha-umai mail lagtha-ee.
ਗੁਰਿ ਧਾਰਿ ਕ੍ਰਿਪਾ ਹਰਿ ਜਲਿ ਨਾਵਾਏ, gur Dhaar kirpaa har jal naavaa-ay
ਸਭ ਕਿਲਬਿਖ ਪਾਪ ਗਥਈ॥੨॥ sabh kilbikh paap gath-ee. ||2||

ਜੀਵ ਦੀ ਆਤਮਾ ਨੂੰ ਕਈ ਜਨਮਾਂ ਦੇ ਅਹੰਕਾਰ ਦੇ ਦੁਖਾਂ ਦੇ ਦਾਗ਼ ਲੱਗੇ ਹੋਏ ਹਨ । ਪ੍ਰਭ ਨੇ ਸ਼ਬਦ ਦੇ ਅੰਮ੍ਰਿਤ ਦਾ ਸਰੋਵਰ ਜੀਵ ਦੇ ਤਨ ਵਿੱਚ ਹੀ ਬਖਸ਼ਿਆ ਹੈ । ਜਿਹੜਾ ਆਪਣੇ ਤਨ ਵਿੱਚ ਹੀ ਪਵਿੱਤਰ ਸਰੋਵਰ ਵਿੱਚ ਇਸ਼ਨਾਨ ਕਰਦਾ ਹੈ, ਉਸ ਦੀ ਆਤਮਾ ਦੀ ਸਾਰੀ ਮੈਲ ਧੋਤੀ ਜਾਂਦੀ ਹੈ ।

Soul remains blemished with ego and sins on many previous lives. The True Master has blessed a pond of nectar of the enlightenment of the essence of His Word within his body. Whosoever may take a sanctifying bath within his own body; adopts the teachings of His Word with steady and stable belief; with His mercy and grace, his soul may be sanctified to become worthy of His Consideration.

ਜਨ ਕੈ ਰਿਦ ਅੰਤਰਿ ਪ੍ਰਭੁ ਸੁਆਮੀ, jan kai rid antar parabh su-aamee
ਜਨ ਹਰਿ ਹਰਿ ਨਾਮੁ ਭਜਥਈ॥ jan har har naam bhajtha-ee.
ਜਹ ਅੰਤੀ ਅਉਸਰੁ ਆਇ ਬਨਤੁ ਹੈ, jah antee a-osar aa-ay banat hai
ਤਹ ਰਾਖੈ ਨਾਮੁ ਸਾਥਈ॥੩॥ tah raakhai naam saath-ee. ||3||

ਹਰਇੱਕ ਜੀਵ ਦੇ ਮਨ ਦੇ ਕੇਂਦਰ, ਦਸਵੇਂ ਘਰ ਪ੍ਰਭ ਦਾ ਸ਼ਬਦ ਵਸਦਾ ਹੈ। ਬੰਦਗੀ ਕਰਨ ਵਾਲੇ ਨੂੰ ਸਦਾ ਚੱਲਣ ਵਾਲੀ ਧੁਨ, ਗੂੰਜਦੀ ਸੁਣਾਈ ਦੇਂਦੀ ਹੈ। ਪ੍ਰਭ ਆਪ ਹੀ ਬੰਦਗੀ ਕਰਨ ਵਾਲੇ ਨੂੰ ਅੰਤ ਦੇ ਸਮੇਂ, ਹੱਥ ਦੇ ਕੇ ਰਖਦਾ, ਭੁੱਲਾਂ ਬਖਸ਼ਦਾ ਹੈ।

His Word remains embedded within every soul and dwells within his body in the center in 10th cave of his body. His true devotee may hear the everlasting echo of His Word resonating within His Royal Castle. In the end, at the time of death; with His mercy and grace, all the sins of his previous lives may be forgiven.

ਜਨ ਤੇਰਾ ਜਸੁ ਗਾਵਹਿ ਹਰਿ ਹਰਿ ਪ੍ਰਭ,	jan tayraa jas gaavahi har har parabh
ਹਰਿ ਜਪਿਓ ਜਗੰਨਥਈ॥	har japi-o jagaNnatha-ee.
ਜਨ ਨਾਨਕ ਕੇ ਪ੍ਰਭ ਰਾਖੇ ਸੁਆਮੀ,	jan naanak kay parabh raakhay su-aamee
ਹਮ ਪਾਥਰ ਰਖੁ ਬੁਡਥਈ॥੪॥੪॥	ham paathar rakh budtha-ee. ||4||4||

ਬੰਦਗੀ ਕਰਨ ਵਾਲਾ, ਪ੍ਰਭ ਦੇ ਸ਼ਬਦ ਦੇ ਗੁਣ ਗਾਉਂਦਾ, ਜੀਵਨ ਢਾਲਦਾ ਹੈ। ਉਹ ਸਦਾ ਹੀ ਅਰਦਾਸ ਕਰਦਾ ਹੈ! ਮੈਂ ਪਾਪਾਂ ਭਰਿਆਂ ਪੱਥਰ, ਸੰਸਾਰਕ ਸਾਗਰ ਵਿੱਚ ਡੁਬਦਾ ਜਾਂਦਾ ਹਾ। ਰਹਿਮਤ ਬਖਸ਼ੋ!

His true devotee may sing the glory and adopts the teachings of His Word in his day-to-day life. I am overwhelmed with sins. I am drowning in worldly ocean of worldly desires like a heavy stone; with Your mercy and grace, save me by attaching to Your Word.

90. ਕਲਿਆਨ ਮਹਲਾ ੪॥ 1320-13

ਹਮਰੀ ਚਿਤਵਨੀ ਹਰਿ ਪ੍ਰਭੁ ਜਾਨੈ॥	hamree chitvanee har parabh jaanai.
ਅਉਰੁ ਕੋਈ ਨਿੰਦ ਕਰੈ ਹਰਿ ਜਨ ਕੀ,	a-or ko-ee nind karai har jan kee
ਪ੍ਰਭੁ ਤਾ ਕਾ ਕਹਿਆ	parabh taa kaa kahi-aa
ਇਕੁ ਤਿਲੁ ਨਹੀ ਮਾਨੈ॥੧॥ ਰਹਾਉ॥	ik til nahee maanai. ||1|| rahaa-o.

ਪ੍ਰਭ ਆਪਣੇ ਬੰਦਗੀ ਕਰਨ ਵਾਲੇ ਦੇ ਮਨ ਦੇ ਖਿਆਲ ਜਾਣਦਾ ਹੈ। ਜਿਹੜਾ ਉਸ ਦੀ ਨਿੰਦਿਆਂ, ਚੁਗਲੀ ਕਰਦਾ ਹੈ। ਪ੍ਰਭ, ਉਸ ਦਾ ਇਤਬਾਰ ਨਹੀਂ ਕਰਦਾ, ਕੋਈ ਅਸਰ ਨਹੀਂ ਹੁੰਦਾ।

The Omniscient True Master remains aware about all worldly desires and hopes of the mind of His Creation. Whosoever may slander, rebuke or back-biting His true devotee. The True Master may never heed his prayer nor the state of mind of His True devotee may ever be influenced, changed.

ਅਉਰ ਸਭ ਤਿਆਗਿ ਸੇਵਾ ਕਰਿ,	a-or sabh ti-aag sayvaa kar
ਅਚੁਤ ਜੋ ਸਭ ਤੇ ਊਚ ਠਾਕੁਰੁ ਭਗਵਾਨੈ॥	achut jo sabh tay ooch thaakur bhagvaanai.
ਹਰਿ ਸੇਵਾ ਤੇ ਕਾਲੁ ਜੋਹਿ ਨ ਸਾਕੈ,	har sayvaa tay kaal johi na saakai
ਚਰਨੀ ਆਇ ਪਵੈ ਹਰਿ ਜਾਨੈ॥੧॥	charnee aa-ay pavai har jaanai. ||1||

ਬਾਕੀ ਵਿਧੀਆਂ ਤਿਆਗਕੇ, ਨਾ ਨਾਸ ਹੋਣ ਵਾਲੇ ਪ੍ਰਭ ਦੇ ਸ਼ਬਦ ਦਾ ਸਿਮਰਨ ਕਰੋ। ਜਿਹੜਾ ਪ੍ਰਭ ਦੇ ਸ਼ਬਦ ਦੀ ਪਾਲਣਾ ਕਰਦਾ ਹੈ, ਉਸ ਨੂੰ ਮੌਤ ਦਾ ਜਮਦੂਤ ਛੋਹ ਵੀ ਨਹੀਂ ਸਕਦਾ। ਉਸ ਦੇ ਚਰਨਾਂ ਵਿੱਚ ਆ ਜਾਂਦਾ ਹੈ।

You should renounce all other rituals and meditate on the teachings of His Word, imperishable, The True Master forever. Whosoever may obey the teachings of His Word with steady and stable belief; with His mercy and grace, his soul may remain beyond the reach of the devil of death. He may become slave of His true devotee.

ਜਾ ਕਉ ਰਾਖਿ ਲੇਇ ਮੇਰਾ ਸੁਆਮੀ,	jaa ka-o raakh lay-ay mayraa su-aamee
ਤਾ ਕਉ ਸੁਮਤਿ ਦੇਇ ਪੈ ਕਾਨੈ॥	taa ka-o sumat day-ay pai kaanai.
ਤਾ ਕਉ ਕੋਈ ਅਪਰਿ ਨ ਸਾਕੈ,	taa ka-o ko-ee apar na saakai
ਜਾ ਕੀ ਭਗਤਿ ਮੇਰਾ ਪ੍ਰਭੁ ਮਾਨੈ॥੨॥	jaa kee bhagat mayraa parabh maanai. ||2||

ਜਿਸ ਦੀ ਪ੍ਰਭ ਆਪ ਹੀ ਰਖਿਆ ਕਰਦਾ ਹੈ । ਸਾਰੀ ਮੱਤ ਉਸ ਦੇ ਕੰਨਾਂ ਵਿੱਚ ਪੈ ਜਾਂਦੀ, ਸੋਝੀ ਬਖਸ਼ਿਸ਼ ਹੋ ਜਾਂਦੀ ਹੈ । ਜਿਸ ਦੀ ਸ਼ਬਦ ਦੀ ਕਮਾਈ ਪ੍ਰਵਾਨ ਹੋ ਜਾਂਦੀ ਹੈ, ਉਸ ਨੂੰ ਕੋਈ ਵੀ ਅਪੜ ਨਹੀਂ ਸਕਦਾ, ਬਰਾਬਰ ਨਹੀਂ ਹੋ ਸਕਦਾ ।

Whosoever may be accepted at His Sanctuary; with His mercy and grace, he may be blessed with wisdom and enlightenment of the essence of His Word. Whose earnings of His Word may be accepted in His Court; with His mercy and grace, no one may become comparable to his state of mind.

ਹਰਿ ਕੇ ਚੋਜ ਵਿਡਾਨ ਦੇਖੁ ਜਨ,	har kay choj vidaan daykh jan
ਜੋ ਖੋਟਾ ਖਰਾ ਇਕ ਨਿਮਖ ਪਛਾਨੈ॥	jo khotaa kharaa ik nimakh pachhaanai.
ਤਾ ਤੇ ਜਨ ਕਉ ਅਨਦੁ ਭਇਆ ਹੈ,	taa tay jan ka-o anad bha-i-aa hai
ਰਿਦ ਸੁਧ ਮਿਲੇ ਖੋਟੇ ਪਛੁਤਾਨੈ॥੩॥	rid suDh milay khotay pachhutaanai. ||3||

ਪ੍ਰਭ ਦੀ ਵਡਿਆਈ ਦੇਖੋ! ਖੋਟੇ, ਖਰੇ ਦੀ ਇਕ ਪਲ ਵਿੱਚ ਹੀ ਪਛਾਣ ਕਰ ਲੈਂਦਾ ਹੈ । ਬੰਦਗੀ ਕਰਨ ਵਾਲਾ, ਪ੍ਰਭ ਦੇ ਸ਼ਬਦ ਦੇ ਗੁਣ ਗਾਉਂਦਾ ਹੈ । ਬੁਰੇ ਕੰਮਾਂ ਵਾਲਾ ਉਦਾਸ ਹੋਇਆ, ਪਛਤਾਵਾਂ ਹੀ ਕਰਦਾ ਰਹਿੰਦਾ ਹੈ ।

Imagine the greatness of The True Master! He may recognize the distinction of evil or good deed, thoughts in a twinkle of eyes. His true devotee may remain intoxicated in singing the glory of His Word. Evil doer may remain miserable repenting and regretting in his human life journey.

ਤੁਮ ਹਰਿ ਦਾਤੇ ਸਮਰਥ ਸੁਆਮੀ,	tum har daatay samrath su-aamee
ਇਕੁ ਮਾਗਉ ਤੁਝ ਪਾਸਹੁ ਹਰਿ ਦਾਨੈ॥	ik maaga-o tujh paashu har daanai.
ਜਨ ਨਾਨਕ ਕਉ ਹਰਿ ਕ੍ਰਿਪਾ ਕਰਿ ਦੀਜੈ,	jan naanak ka-o har kirpaa kar deejai
ਸਦ ਬਸਹਿ ਰਿਦੈ ਮੋਹਿ ਹਰਿ ਚਰਾਨੈ॥੪॥੫॥	sad baseh ridai mohi har charaanai. ||4||5||

ਮੈਂ ਰਹਿਮਤਾਂ ਦੇ ਮਾਲਕ ਤੋ ਇੱਕੋ ਇੱਕ ਹੀ ਦਾਤ ਮੰਗਦਾ ਹਾ । ਸ਼ਬਦ ਦੀ ਪਾਲਣਾ ਕਰਨ ਦੀ ਸ਼ਰਧਾ, ਸ਼ਬਦ ਦੀ ਸੋਝੀ ਮਨ ਵਿੱਚ ਜਾਗਰਤ ਹੋ ਜਾਵੇ!

I may have one and only one pray to The True Master, Treasure of All Blessings. The True Master bestows Your Blessed Vision to obey the teachings of Your Word. I may remain drenched with the essence of Your Word in my day-to-day life.

91. ਕਲਿਆਨ ਮਹਲਾ ੪॥ 1321-1

ਪ੍ਰਭ ਕੀਜੈ ਕ੍ਰਿਪਾ ਨਿਧਾਨ,	parabh keejai kirpaa niDhaan
ਹਮ ਹਰਿ ਗੁਨ ਗਾਵਹਗੇ॥	ham har gun gaavhagay.
ਹਉ ਤੁਮਰੀ ਕਰਉ ਨਿਤ ਆਸ,	ha-o tumree kara-o nit aas
ਪ੍ਰਭ ਮੋਹਿ ਕਬ ਗਲਿ ਲਾਵਹਿਗੇ॥੧॥	parabh mohi kab gal laavhigay. ||1||
ਰਹਾਉ॥	rahaa-o.

ਪ੍ਰਭ, ਮੈਂ ਸਦਾ ਹੀ ਤੇਰੇ ਸ਼ਬਦ ਦਾ ਸਿਮਰਨ ਕਰਦਾ ਰਹਾ । ਮੈਂ ਆਪਣੀ ਆਸ, ਓਟ ਤੇਰੀ ਰਹਿਮਤ ਤੇ ਹੀ ਰਖੀ ਹੈ । ਉਡੀਕ ਕਰਦਾ ਹਾ, ਕਦੋ ਆਪਣੀ ਰਹਿਮਤ ਨਾਲ ਆਪਣੇ ਗੱਲ ਲਾਵੋਗੇ?

I may remain intoxicated in meditating on the teachings of Your Word. I always keep my belief and hope only on Your Blessings. I am patiently waiting! When may I be embraced by My True Master?

ਹਮ ਬਾਰਿਕ ਮੁਗਧ ਇਆਨ,	ham baarik mugaDh i-aan
ਪਿਤਾ ਸਮਝਾਵਹਿਗੇ॥	pitaa samjaavhigay.
ਸੁਤੁ ਖਿਨੁ ਖਿਨੁ ਭੂਲਿ ਬਿਗਾਰਿ,	sut khin khin bhool bigaar
ਜਗਤ ਪਿਤ ਭਾਵਹਿਗੇ॥੧॥	jagat pit bhaavhigay. ||1||

ਮੈਂ ਅਣਜਾਣ ਬੱਚਾ, ਪਲ, ਪਲ ਭੁੱਲਾਂ ਕਰਦਾ ਹਾ । ਪ੍ਰਭ ਪਿਤਾ ਸਮਾਨ ਸੋਝੀ ਵਾਲਾ, ਸਿੱਧੇ ਰਸਤੇ ਤੇ ਪਾਉਣ ਵਾਲ ਮਾਲਕ ਹੈ । ਆਪਣੀ ਰਹਿਮਤ ਨਾਲ ਸ਼ਬਦ ਦੀ ਪਾਲਣਾ ਦੀ ਲਗਨ ਬਖਸ਼ੋ! ਪ੍ਰਭ ਆਪ ਹੀ ਅਣਜਾਣ ਦੀਆਂ ਭੁੱਲਾਂ ਬਖਸ਼ਕੇ ਰਖਿਆ ਕਰਦਾ ਹੈ ।

I am an ignorant like a child and make mistakes every moment in my worldly life. The True Master is wise like my parents to guide on the right path in worldly life. With Your Blessed Vision attach me to obey the teachings of Your Word. You may ignore may mistakes and protect me in worldly journey.

ਜੋ ਹਰਿ ਸੁਆਮੀ ਤੁਮ ਦੇਹੁ,	jo har su-aamee tum dayh
ਸੋਈ ਹਮ ਪਾਵਹਗੇ॥	so-ee ham paavhagay.
ਮੋਹਿ ਦੂਜੀ ਨਾਹੀ ਠਉਰ,	mohi doojee naahee tha-ur
ਜਿਸੁ ਪਹਿ ਹਮ ਜਾਵਹਗੇ॥੨॥	jis peh ham jaavhagay. ||2||

ਜਿਸ ਨੂੰ ਕੇਵਲ ਪ੍ਰਭ ਆਪ ਹੀ ਗੁਣ ਬਖਸ਼ਦਾ ਹੈ, ਕੇਵਲ ਉਸ ਨੂੰ ਹੀ ਕੁਝ ਬਖਸ਼ਿਸ਼ ਹੋ ਸਕਦਾ ਹੈ । ਹੋਰ ਕੋਈ ਆਸਰਾ ਨਹੀਂ ! ਜਿਸ ਅੱਗੇ ਅਰਦਾਸ ਕਰ ਸਕਦਾ ਹੈ ।

Whosoever may be bestowed with His Blessed Vision, only he may receive His virtues. He may not have any other support nor he may complain to any other higher power.

ਜੋ ਹਰਿ ਭਾਵਹਿ ਭਗਤ,	jo har bhaaveh bhagat
ਤਿਨਾ ਹਰਿ ਭਾਵਹਿਗੇ॥	tinaa har bhaavhigay.
ਜੋਤੀ ਜੋਤਿ ਮਿਲਾਇ,	jotee jot milaa-ay
ਜੋਤਿ ਰਲਿ ਜਾਵਹਗੇ॥੩॥	jot ral jaavhagay. ||3||

ਜਿਹੜੇ ਬੰਦਗੀ ਕਰਨ ਵਾਲੇ ਦੀ ਕਮਾਈ ਪ੍ਰਭ ਨੂੰ ਪ੍ਰਵਾਨ ਹੋ ਜਾਂਦੀ ਹੈ । ਪ੍ਰਭ ਉਸ ਤੇ ਰਹਿਮਤ ਦੀ ਨਜ਼ਰ ਬਖਸ਼ਦਾ ਹੈ । ਉਸ ਦੀ ਆਤਮਾਂ ਦੀ ਜੋਤ ਪ੍ਰਭ ਦੀ ਜੋਤ ਵਿੱਚ ਅਲੋਪ ਹੋ ਜਾਂਦੀ ਹੈ ।

Whose earnings of His Word may be accepted in His Court. The True Master may bestow His Blessed Vision, his soul may be immersed within His Holy Spirit.

ਹਰਿ ਆਪੇ ਹੋਇ ਕ੍ਰਿਪਾਲੁ,	har aapay ho-ay kirpaal
ਆਪਿ ਲਿਵ ਲਾਵਹਿਗੇ॥	aap liv laavhigay.
ਜਨੁ ਨਾਨਕੁ ਸਰਨਿ ਦੁਆਰਿ,	jan naanak saran du-aar
ਹਰਿ ਲਾਜ ਰਖਾਵਹਿਗੇ॥੪॥੬॥ ਛਕਾ ੧॥	har laaj rakhaavhigay. ||4||6|| chhakaa 1.

ਪ੍ਰਭ ਨੇ ਆਪਣੀ ਰਹਿਮਤ ਨਾਲ ਮੇਰੀ ਲਗਨ ਸ਼ਬਦ ਦੀ ਪਾਲਣਾ ਵਿੱਚ ਲਾਈ ਹੈ । ਮੈਂ ਆਪਾ ਪ੍ਰਭ ਦੀ ਸ਼ਰਣ ਵਿੱਚ ਭੇਟਾ ਕਰਦਾ ਹੈ । ਪ੍ਰਭ ਆਪ ਹੀ ਆਪਣੇ ਦਾਸ ਦੀ ਲਾਜ ਰਖਦਾ ਹੈ ।

The True Master has bestowed His Blessed Vision, I have been blessed devotion to obey the teachings of His Word. I have surrendered his self-identity at His Sanctuary; with His mercy and grace, The True Master always protects the honor of His true devotee.

92. ਕਲਿਆਨੁ ਭੋਪਾਲੀ ਮਹਲਾ ੪॥ 1321-7

੧ਓ ਸਤਿਗੁਰ ਪ੍ਰਸਾਦਿ॥	ik-oNkaar satgur parsaad.
ਪਾਰਬ੍ਰਹਮੁ ਪਰਮੇਸੁਰੁ ਸੁਆਮੀ,	paarbarahm parmaysur su-aamee
ਦੂਖ ਨਿਵਾਰਣੁ ਨਾਰਾਇਣੇ॥	dookh nivaaran naaraa-inay.
ਸਗਲ ਭਗਤ ਜਾਚਹਿ ਸੁਖ ਸਾਗਰ,	sagal bhagat jaacheh sukh saagar
ਭਵ ਨਿਧਿ ਤਰਣ ਹਰਿ ਚਿੰਤਾਮਣੇ॥੧॥	bhav niDh taran har chintaamanay.
ਰਹਾਉ॥	||1|| rahaa-o.

ਸ੍ਰਿਸ਼ਟੀ ਦਾ ਮਾਲਕ, ਦੁਖਾਂ ਦਾ ਨਾਸ ਕਰਨ ਵਾਲਾ ਸੁਖਾਂ ਦਾ ਦਾਤਾਂ ਹੈ । ਸਾਰੇ ਹੀ ਬੰਦਗੀ ਕਰਨ ਵਾਲੇ ਪ੍ਰਭ ਦੇ ਸ਼ਬਦ ਦਾ ਸਿਮਰਨ ਕਰਦੇ ਹਨ । ਜਿਸ ਤੇ ਰਹਿਮਤ ਦੀ ਨਜ਼ਰ ਬਖਸ਼ਦਾ ਹੈ, ਉਹ ਸੰਸਾਰਕ ਸਾਗਰ ਪਾਰ ਕਰ ਜਾਂਦਾ ਹੈ । ਪ੍ਰਭ ਮਨ ਦੀਆਂ ਆਸਾਂ ਪੂਰੀਆਂ ਕਰਨ ਦੀ ਸਮਰਥਾ ਰਖਦਾ ਹੈ ।

The True Master destroyer of all miseries of worldly desires and treasure of comforts and blossom in the universe! Everyone meditates on the teachings of His Word. Whosoever may be bestowed with His Blessed Vision, only he may cross the worldly ocean of desires. The Omnipotent True Master may satisfy all spoken and unspoken desires of His true devotee.

ਦੀਨ ਦਇਆਲ ਜਗਦੀਸ ਦਮੋਦਰ, deen da-i-aal jagdees damodar
ਹਰਿ ਅੰਤਰਜਾਮੀ ਗੋਬਿੰਦੇ॥ har antarjaamee gobinday.
ਤੇ ਨਿਰਭਉ ਜਿਨ ਸ੍ਰੀਰਾਮੁ ਧਿਆਇਆ, tay nirbha-o jin sareeraam Dhi-aa-i-aa
ਗੁਰਮਤਿ ਮੁਰਾਰਿ ਹਰਿ ਮੁਕੰਦੇ॥੧॥ gurmat muraar har mukanday. ||1||

ਅੰਤਰਜਾਮੀ ਪ੍ਰਭ, ਸ੍ਰਿਸ਼ਟੀ ਦਾ ਮਾਲਕ, ਧਰਤੀ ਦਾ ਆਸਰਾ, ਨਿਮਾਣਿਆਂ ਦਾ ਮਾਨ ਹੈ । ਜਿਹੜਾ ਪ੍ਰਭ ਦੇ ਸ਼ਬਦ ਦਾ ਸਿਮਰਨ ਅਡੋਲ ਭਰੋਸੇ ਨਾਲ ਕਰਦਾ ਹੈ । ਉਸ ਦਾ ਮੌਤ ਦਾ ਡਰ ਦੂਰ ਹੋ ਜਾਂਦਾ ਹੈ । ਉਹ ਪ੍ਰਭ ਦੇ ਸ਼ਬਦ ਦੀ ਪਾਲਣਾ ਕਰਦਾ, ਸ਼ਬਦ ਦੀ ਸਿਖਿਆਂ ਆਪਣੇ ਜੀਵਨ ਵਿੱਚ ਢਾਲਦਾ ਹੈ । ਪ੍ਰਭ ਹੀ ਮੁਕਤੀ ਦਾ ਦਾਤਾ ਹੈ ।

The Omniscient, True Master, Trustee, Creator, supporting pillar of earth remains the protector of honors of His humble true devotee. Whosoever may meditate and obeys the teachings of His Word with steady and stable belief; with His mercy and grace, his fear of death may be eliminated. Whosoever may obey and adopts the teachings of His Word; with His mercy and grace, he may be blessed with a state of salvation.

ਜਗਦੀਸੁਰ ਚਰਨ ਸਰਨ ਜੋ ਆਏ, jagdeesur charan saran jo aa-ay
ਤੇ ਜਨ ਭਵ ਨਿਧਿ ਪਾਰਿ ਪਰੇ॥ tay jan bhav niDh paar paray.
ਭਗਤ ਜਨਾ ਕੀ ਪੈਜ ਹਰਿ ਰਾਖੈ, bhagat janaa kee paij har raakhai
ਜਨ ਨਾਨਕ ਆਪਿ ਹਰਿ ਕ੍ਰਿਪਾ ਕਰੇ॥ jan naanak aap har kirpaa karay.
੨॥੧॥੭॥ ||2||1||7||

ਜਿਹੜਾ ਪ੍ਰਭ ਦੀ ਸ਼ਰਣ ਵਿੱਚ ਆਪਾ ਭੇਟਾ ਕਰਦਾ ਹੈ । ਉਹ ਨਿਮਾਣਾ ਦਾਸ ਸੰਸਾਰਕ ਸਾਗਰ ਪਾਰ ਕਰ ਜਾਂਦਾ ਹੈ । ਪ੍ਰਭ ਆਪਣੀ ਰਹਿਮਤ ਨਾਲ ਦਾਸ ਦੀ ਰਖਿਆ ਕਰਦਾ, ਲਾਜ ਰਖਦਾ ਹੈ ।

Whosoever may surrender his self-identity at His Sanctuary; with His mercy and grace, he may be blessed with the right path of acceptance in His Court. The Merciful True Master may protect the honor of His true devotee.

93. ਰਾਗੁ ਕਲਿਆਨੁ ਮਹਲਾ ੫ ਘਰੁ ੧॥ 1321-14

ੴ ਸਤਿਗੁਰ ਪ੍ਰਸਾਦਿ॥ ik-oNkaar satgur parsaad.
ਹਮਾਰੈ ਏਹ ਕਿਰਪਾ ਕੀਜੈ॥ hamaarai ayh kirpaa keejai.
ਅਲਿ ਮਕਰੰਦ ਚਰਨ ਕਮਲ ਸਿਉ, al makrand charan kamal si-o
ਮਨੁ ਫੇਰਿ ਫੇਰਿ ਰੀਝੈ॥੧॥ ਰਹਾਉ॥ man, fayr fayr reejhai. ||1|| rahaa-o.

ਪ੍ਰਭ ਰਹਿਮਤ ਬਖ਼ਸ਼ੋ! ਮੇਰੇ ਮਨ ਦੀ ਮੱਖੀ ਬਾਰ, ਬਾਰ ਤੇਰੇ ਸ਼ਬਦ ਰੂਪੀ ਸ਼ਹਿਦ ਦਾ ਰਸ ਮਾਣੇ!

The True Master bestows Your Blessed Vision; the bee of my mind may remain drenched with the sweet honey of the nectar of the essence of Your Word.

ਆਨ ਜਲਾ ਸਿਉ ਕਾਜੁ ਨ ਕਛੂਐ, aan jalaa si-o kaaj na kachhoo-ai
ਹਰਿ ਬੂੰਦ ਚਾਤ੍ਰਿਕ ਕਉ ਦੀਜੈ॥੧॥ har boond chaatrik ka-o deejai. ||1||

ਪ੍ਰਭ ਮੇਰੇ ਮਨ ਵਿੱਚ ਹੋਰ ਕਿਸੇ ਪਾਣੀ, ਜਲ ਦੀ ਕੋਈ ਇੱਛਾਂ ਨਹੀਂ ਹੈ । ਰਹਿਮਤ ਬਖ਼ਸ਼ੋ! ਆਪਣੇ ਸ਼ਬਦ ਦੀ ਸੋਝੀ ਰੂਪੀ ਜਲ ਬਖ਼ਸ਼ੋ!

The True Master, I have no desire or thirst for any other water; with Your mercy and grace, I may be blessed with the nectar of the essence of Your Word to quench my thirst.

ਬਿਨੁ ਮਿਲਬੇ ਨਾਹੀ ਸੰਤੋਖਾ, bin milbay naahee santokhaa
ਪੇਖਿ ਦਰਸਨੁ ਨਾਨਕੁ ਜੀਜੈ॥੨॥੧॥ paykh darsan naanak jeejai. ||2||1||

ਪ੍ਰਭ ਤੇਰੇ ਦਰਸ਼ਨ ਹੋਣ, ਸੰਜੋਗ ਹੋਣ, ਤੇਰਾ ਸ਼ਬਦ ਮਨ ਵਿੱਚ ਜਾਗਰਤ ਹੋਣ ਤੋ ਬਿਨਾਂ, ਮੇਰੇ ਮਨ ਵਿੱਚ ਸੰਤੋਖ ਮਹਿਸੂਸ ਨਹੀਂ ਹੁੰਦਾ । ਮਨ ਵਿੱਚ ਤੇਰੇ ਵਿਛੋੜੇ ਦਾ ਦਰਦ ਹੀ ਰਹਿੰਦਾ ਹੈ ।

The True Master without Your Blessed Vision, the conjugation of Your Holy saint; the enlightenment of the essence of Your Word; I may never realize any peace of mind or contentment in my worldly life. I may remain in renunciation in the memory of my separation from Your Holy Spirit.

94. ਕਲਿਆਨ ਮਹਲਾ ੫॥ 1321-16

ਜਾਚਿਕੁ ਨਾਮੁ ਜਾਚੈ ਜਾਚੈ॥ jaachik naam jaachai jaachai.
ਸਰਬ ਧਾਰ ਸਰਬ ਕੇ ਨਾਇਕ, sarab Dhaar sarab kay naa-ik
ਸੁਖ ਸਮੂਹ ਕੇ ਦਾਤੇ॥੧॥ ਰਹਾਉ॥ sukh samooh kay daatay. ||1|| rahaa-o.

ਮੇਰੇ ਮਨ ਵਿੱਚ ਸਦਾ ਹੀ ਤੇਰੀ ਰਹਿਮਤ ਦੀ ਇੱਛਾ ਰਹਿੰਦੀ ਹੈ । ਇੱਕੋ ਇੱਕ ਹੀ ਅਰਦਾਸ! ਆਪਣੇ ਸ਼ਬਦ ਦੇ ਲੜ ਲਾਵੋ! ਤੂੰ ਹੀ ਸਾਰੀ ਸ੍ਰਿਸ਼ਟੀ ਦਾ ਆਸਰਾ, ਸੰਤੋਖ ਬਖਸ਼ਣ ਵਾਲਾ ਮਾਲਕ ਹੈ ।

I may always remain with deep desire, anxiety to be blessed with Your Blessed Vision. I may only pray to be attached to a devotional meditation on the teachings of Your Word. You are the supporting pillar, treasure of comforts and blessings for the universe.

ਕੇਤੀ ਕੇਤੀ ਮਾਂਗਨਿ ਮਾਗੈ, kaytee kaytee maaNgan maagai
ਭਾਵਨੀਆ ਸੋ ਪਾਈਐ॥੧॥ bhaavnee-aa so paa-ee-ai. ||1||

ਪ੍ਰਭ ਅਨੇਕਾਂ ਹੀ ਜੀਵ ਤੇਰੇ ਦਰਸ਼ਨ, ਸ਼ਬਦ ਦੀ ਜਾਗਰਤੀ, ਦਰ ਦੀ ਸੇਵਾ ਮੰਗਦੇ ਹਨ । ਜਿਸ ਦੀ ਸ਼ਬਦ ਦੀ ਕਮਾਈ ਤੇਰੇ ਦਰਬਾਰ ਵਿੱਚ ਪ੍ਰਵਾਨ ਹੋ ਜਾਂਦੀ ਹੈ । ਇਹ ਰਹਿਮਤ ਕੇਵਲ ਉਸ ਨੂੰ ਹੀ ਬਖਸ਼ਿਸ਼ ਹੁੰਦੀ ਹੈ ।

Many devotees remain beggar at Your door for the enlightenment of the essence of Your Word and to serve the conjugation of Your Holy saint. Whose earnings of Your Word may be accepted in Your Court; with Your mercy and grace, he may be blessed with the right path of acceptance in Your Court.

ਸਫਲ ਸਫਲ ਸਫਲ ਦਰਸੁ ਰੇ ਪਰਸਿ, safal safal safal daras ray paras
ਪਰਸਿ ਗੁਨ ਗਾਈਐ॥ paras, gun gaa-ee-ai.
ਨਾਨਕ ਤਤ ਤਤ ਸਿਉ ਮਿਲੀਐ, naanak tat tat si-o milee-ai
ਹੀਰੈ ਹੀਰੁ ਬਿਧਾਈਐ॥੨॥੨॥ heerai heer biDhaa-ee-ai. ||2||2||

ਪ੍ਰਭ ਦੇ ਦਰਸ਼ਨ, ਮਨ ਵਿੱਚ ਸ਼ਬਦ ਦੀ ਸੋਝੀ, ਜਾਗਰਤੀ ਹੋਣ ਨਾਲ ਮਨ ਵਿੱਚ ਖੇੜਾ ਭਰ ਜਾਂਦਾ ਹੈ । ਮਾਨਸ ਜਨਮ ਸਫਲ ਹੋ ਜਾਂਦਾ ਹੈ । ਮੈਂ ਸ਼ਬਦ ਦੇ ਗੁਣ, ਅਡੋਲ ਭਰੋਸੇ ਨਾਲ ਗਾਉਂਦਾ ਹਾ! ਜਿਸ ਤੇ ਪ੍ਰਭ ਰਹਿਮਤ ਦੀ ਨਜ਼ਰ ਬਖਸ਼ਦਾ ਹੈ, ਪ੍ਰਭ ਦੇ ਸ਼ਬਦ ਦੀ ਸੋਝੀ ਰੂਪੀ ਹੀਰਾ, ਮਨ ਦੇ ਰਤਨ, ਹੀਰੇ ਨੂੰ ਚੀਰ ਦੇਂਦਾ, ਕੱਟ ਦੇਂਦਾ ਹੈ । ਜੀਵ ਦੀ ਆਤਮਾ ਦੀ ਜੋਤ ਪ੍ਰਭ ਦੀ ਜੋਤ ਵਿੱਚ ਅਲੋਪ ਹੋ ਜਾਂਦੀ ਹੈ ।

Whosoever may be bestowed with Your Blessed Vision; he may be enlightened with the essence of Your Word. He may remain overwhelmed with blossom in his worldly life; his human life opportunity may be rewarded. I may always remain intoxicated singing the glory of Your Word with steady and stable belief in my day-to-day life. Whosoever may be bestowed with Your Blessed Vision; the jewel of the enlightenment of Your Word may pierce through the jewel of his soul. His soul may become worthy of His Consideration.

95. ਕਲਿਆਨ ਮਹਲਾ ੫॥ 1322-1

ਮੇਰੇ ਲਾਲਨ ਕੀ ਸੋਭਾ॥ mayray laalan kee sobhaa.
ਸਦ ਨਵਤਨ ਮਨ ਰੰਗੀ ਸੋਭਾ॥੧॥ sad navtan man rangee sobhaa. ||1||
ਰਹਾਉ॥ rahaa-o.

ਪ੍ਰਭ ਦੇ ਸ਼ਬਦ ਦੀ ਸੋਭਾ, ਸ਼ਾਨ ਅਨੋਖੀ ਹੀ ਹੈ । ਪ੍ਰਭ ਦੇ ਸ਼ਬਦ ਦੀ ਸੋਝੀ ਨਾਲ ਆਤਮਾ ਤੇ ਨਵਾਂ ਰੰਗ, ਜੋਸ਼ ਬਖਸ਼ਿਸ਼ ਹੋ ਜਾਂਦਾ ਹੈ । ਮਨ ਸਦਾ ਲਈ ਸ਼ਬਦ ਦੀ ਪਾਲਣਾ ਤੇ ਅਡੋਲ ਹੋ ਜਾਂਦਾ ਹੈ ।

The glory of His Word may be fascinating and astonishing. Whosoever may be enlightened with the essence of His Word; with His mercy and grace, his soul may be rejuvenated with crimson color of the essence of His Word. His mind may remain intoxicated in the void of His Word.

ਬ੍ਰਹਮ ਮਹੇਸ ਸਿਧ ਮੁਨਿ ਇੰਦ੍ਰਾ barahm mahays siDh mun indraa
ਭਗਤਿ ਦਾਨੁ ਜਸੁ ਮੰਗੀ॥੧॥ bhagat daan jas mangee. ||1||

ਬੰਦਗੀ ਕਰਨ ਵਾਲੇ, ਬ੍ਰਹਮਾ, ਮਹੇਸ, ਸਿਧ, ਮੋਨੀ ਸੰਤ, ਸਾਰੇ ਹੀ ਪ੍ਰਭ ਦੇ ਸ਼ਬਦ ਦੀ ਲਗਨ ਹੀ ਮੰਗਦੇ ਹਨ ।

All devotees, **Brahma, Mahesh, Sidhs**, quiet saints always pray for devotion to obey the teachings of Your Word.

ਜੋਗ ਗਿਆਨ ਧਿਆਨ ਸੇਖਨਾਗੈ, jog gi-aan Dhi-aan saykhnaagai
ਸਗਲ ਜਪਹਿ ਤਰੰਗੀ॥ sagal jaapeh tarangee.
ਕਹੁ ਨਾਨਕ ਸੰਤਨ ਬਲਿਹਾਰੈ, kaho naanak santan balihaarai
ਜੋ ਪ੍ਰਭ ਕੇ ਸਦ ਸੰਗੀ॥੨॥੩॥ jo parabh kay sad sangee. ||2||3||

ਅਨੇਕਾਂ ਜੋਗੀ, ਬੰਦਗੀ ਕਰਨ ਵਾਲੇ ਮਨ ਦੇ ਅਡੋਲ ਭਰੋਸੇ ਨਾਲ ਸ਼ਬਦ ਦੀ ਪਾਲਣਾ ਵਿੱਚ ਧਿਆਨ ਲਾਉਂਦੇ ਹਨ । ਅਨੇਕਾਂ ਹੀ, ਹਜ਼ਾਰਾਂ ਸਿਰਾਂ ਵਾਲੇ ਸ਼ੇਖਨਾਗ ਵੀ ਸਿਮਰਨ ਵਿੱਚ ਅਡੋਲ ਰਹਿੰਦੇ, ਸ਼ਬਦ ਦੀ ਸਮਾਧੀ ਵਿੱਚ ਵਸਦੇ ਹਨ । ਪ੍ਰਭ ਦੀ ਰਹਿਮਤ ਨਾਲ ਜਿਸ ਨੂੰ ਰੂਹਾਨੀ ਸ਼ਰਣ ਵਿੱਚ ਪਨਾਹ ਬਖਸ਼ਿਸ਼ ਹੋ ਜਾਂਦੀ ਹੈ । ਬੰਦਗੀ ਕਰਨ ਵਾਲੇ, ਉਸ ਸੰਤ ਤੋ ਕੁਰਬਾਨ ਜਾਂਦੇ ਹਨ!

Countless Yogis, devotees may remain intoxicated in deep meditation on the teachings of Your Word. His true devotee remains in renunciation in the memory of separation from Your Holy Spirit. Many snakes with thousand heads may remain meditating in the void of His Word. Whosoever may be accepted at His Eternal Sanctuary; with His mercy and grace, His true devotee may remain fascinated and astonished from his state of mind.

96. ਕਲਿਆਨ ਮਹਲਾ ੫ ਘਰੁ ੨॥ 1322-4

ੴ ਸਤਿਗੁਰ ਪ੍ਰਸਾਦਿ॥ ik-oNkaar satgur parsaad.
ਤੇਰੈ ਮਾਨਿ ਹਰਿ ਹਰਿ ਮਾਨਿ॥ tayrai maan har har maan.
ਨੈਨ ਬੈਨ ਸ੍ਰਵਨ ਸੁਨੀਐ, nain bain sarvan sunee-ai
ਅੰਗ ਅੰਗੇ ਸੁਖ ਪ੍ਰਾਨਿ॥੧॥ ਰਹਾਉ॥ ang angay sukh paraan. ||1|| rahaa-o.

ਜਿਹੜਾ ਪ੍ਰਭ ਦੇ ਸ਼ਬਦ ਤੇ ਅਡੋਲ ਭਰੋਸੇ ਨਾਲ ਪਾਲਣਾ ਕਰਦਾ ਹੈ, ਉਸ ਦੇ ਮਨ ਵਿੱਚ ਸੋਝੀ ਬਖਸ਼ਿਸ਼ ਹੋ ਜਾਂਦੀ ਹੈ । ਜਿਹੜਾ ਮਨ ਦੀਆਂ ਅੱਖਾਂ ਨਾਲ ਪ੍ਰਭ ਦੇ ਦਰਸ਼ਨ, ਸ਼ਬਦ ਦੀ ਸੋਝੀ ਮਹਿਸੂਸ ਕਰਦਾ ਹੈ, ਕੰਨਾਂ ਨਾਲਾ ਸ਼ਬਦ ਸੁਣਦਾ ਉਸ ਦੇ ਅੰਗ, ਅੰਗ, ਰੋਮ, ਰੋਮ ਵਿੱਚ ਪ੍ਰਭ ਦੀ ਰੂਹਾਨੀ ਜੋਤ ਦਾ ਨੂਰ, ਖੇੜਾ ਬਖਸ਼ਿਸ਼ ਹੋ ਜਾਂਦਾ ਹੈ ।

Whosoever may obey the teachings of His Word with steady and stable belief; with His mercy and grace, he may be blessed with the enlightenment of the essence of His Word and honored in the universe. Whosoever may realize His Holy Spirit prevailing with the eyes of his heart; he may be enlightened with the essence of His Word within. He may hear the everlasting echo of His Word with his ears; with His mercy and grace, he may remain drenched with the eternal glow of His Holy Spirit in every fiber of his being. He may remain in blossom in his day-to-day life.

ਇਤ ਉਤ ਦਹ ਦਿਸਿ ਰਵਿਓ, it ut dah dis ravi-o
ਮੇਰ ਤਿਨਹਿ ਸਮਾਨਿ॥੧॥ mayr tineh samaan. ||1||

ਸੰਸਾਰ ਵਿੱਚ, ਮੌਤ ਪਿਛੋਂ, ਹਰਇੱਕ ਥਾਂ ਤੇ, ਮੈਦਾਨ, ਜੰਗਲ ਵਿੱਚ ਪ੍ਰਭ ਹਾਜ਼ਰਾ ਹਜ਼ੂਰ ਵਸਦਾ, ਵਾਪਰਦਾ ਹੈ।

The Omnipresent True Master remains permeated everywhere in field, wild forest, and prevails in His Nature everywhere.

ਜਤ ਕਤਾ ਤਤ ਪੇਖੀਐ, jat kataa tat paykhee-ai
ਹਰਿ ਪੁਰਖ ਪਤਿ ਪਰਧਾਨ॥ har purakh pat parDhaan.
ਸਾਧਸੰਗਿ ਭ੍ਰਮ ਭੈ ਮਿਟੇ, saaDhsang bharam bhai mitay
ਕਥੇ ਨਾਨਕ ਬ੍ਰਹਮ ਗਿਆਨ॥੨॥੧॥੪॥ kathay naanak barahm gi-aan. ||2||1||4||

ਜਿਸ ਪਾਸੇ ਵੀ ਮੈਂ ਨਜ਼ਰ ਮਾਰਦਾ ਹਾ, ਕੇਵਲ ਪ੍ਰਭ ਦਾ ਹੀ ਨਜ਼ਰ ਆਉਂਦਾ ਹੈ। ਪ੍ਰਭ ਦੀ ਸੋਭਾ, ਪ੍ਰਭ ਦਾ ਭਾਣਾ ਹੀ ਵਾਪਰਦਾ ਨਜ਼ਰ ਆਉਂਦਾ ਹੈ। ਬੰਦਗੀ ਕਰਨ ਵਾਲੇ ਸੰਤਾਂ ਦੀ ਸੰਗਤ ਵਿੱਚ ਸ਼ਬਦ ਦੇ ਗੁਣ ਗਾਉਂਦੇ ਮਨ ਦਾ ਮੌਤ ਦਾ ਡਰ, ਭਰਮ ਦੂਰ ਹੋ ਜਾਂਦੇ ਹਨ। ਬੰਦਗੀ ਕਰਨ ਵਾਲੇ ਸੰਤ, ਸ਼ਬਦ ਨਾਲ ਜੀਵਨ ਢਾਲਣ ਦੀ ਮਹਿਮਾਂ ਹੀ ਗਾਉਂਦੇ ਹਨ।

My True Master, I may witness everywhere only Your greatness, glory prevailing. Whosoever may sing the glory of Your Word in the conjugation of Your Holy Saint; his fear of death and suspicions of worldly desires may be eliminate. The conjugation of Your Holy saint may only sing the significance of adopting the teachings of Your Word in day-to-day life.

97. ਕਲਿਆਨ ਮਹਲਾ ੫॥ 1322-7

ਗੁਨ ਨਾਦ ਧੁਨਿ ਅਨੰਦ ਬੇਦ॥ gun naad Dhun anand bayd.
ਕਥਤ ਸੁਨਤ ਮੁਨਿ ਜਨਾ, kathat sunat mun janaa
ਮਿਲਿ ਸੰਤ ਮੰਡਲੀ॥੧॥ ਰਹਾਉ॥ mil sant mandlee. ||1|| rahaa-o.

ਧਰਮ ਦੇ ਗ੍ਰੰਥ, ਸ਼ਬਦ ਦੀ ਧੁਨ, ਰੂਹਾਨੀ ਮਹਿਮਾਂ ਦੇ ਹੀ ਗੁਣ ਦੱਸਦੇ ਹਨ। ਬੰਦਗੀ ਕਰਨ ਵਾਲਾ, ਮੌਨੀ ਸੰਤ, ਸੰਗਤ ਵਿੱਚ ਸ਼ਬਦ ਦੇ ਗੁਣ ਗਾਉਂਦਾ, ਸ਼ਬਦ ਦੀ ਸਮਾਧੀ ਵਿੱਚ ਹੀ ਵਸਦਾ ਹੈ!

All Holy Scripture may highlight the significance of the everlasting echo and eternal glory of His Word, Virtues. His true devotee and quiet saints may remain intoxicated in signing the glory of His Word and remains intoxicated in the void of His Word.

ਗਿਆਨ ਧਿਆਨ ਮਾਨ ਦਾਨ, gi-aan Dhi-aan maan daan
ਮਨ ਰਸਿਕ ਰਸਨ ਨਾਮੁ ਜਪਤ man, rasik rasan naam japat
ਤਹ ਪਾਪ ਖੰਡਲੀ॥੧॥ tah paap khandlee. ||1||

ਸ਼ਬਦ ਦੀ ਪਾਲਣਾ ਵਿੱਚ ਹੀ ਸਭ ਪੁੰਨਾਂ ਦਾ ਫਲ, ਭਰੋਸਾ, ਰੂਹਾਨੀ ਸੋਝੀ ਬਖਸ਼ਿਸ਼ ਹੁੰਦੀ ਹੈ। ਉਸ ਦਾਸ ਦੇ ਮਨ ਵਿੱਚ ਸ਼ਬਦ ਦੀ ਸੋਝੀ ਰੂਪੀ ਰਸ ਬਖਸ਼ਿਸ਼ ਹੁੰਦਾ ਹੈ। ਜਿਹੜਾ ਸ਼ਬਦ ਦੇ ਗੁਣ ਗਾਉਂਦਾ ਹੈ, ਉਸ ਦੇ ਮਨ ਦੇ ਪਾਪ ਬਖਸ਼ੇ ਜਾਂਦੇ ਹਨ।

Reward for all charities, steady and stable belief, and the enlightenment of the essence of His Word may remain embedded in obeying the teachings of His Word. His true devotee may be blessed with the nectar of the enlightenment of His Word. Whosoever may sing the glory of His Word with steady and stable belief; with His mercy and grace, his sins of many previous lives may be forgiven.

ਜੋਗ ਜੁਗਤਿ ਗਿਆਨ ਭੁਗਤਿ, ਸੁਰਤਿ ਸਬਦ ਤਤ ਬੇਤੇ, ਜਪੁ ਤਪੁ ਅਖੰਡਲੀ॥ jog jugat gi-aan bhugat surat sabad tat baytay jap tap akhandlee.
ਓਤਿ ਪੋਤਿ ਮਿਲਿ ਜੋਤਿ, ਨਾਨਕ ਕਛੂ ਦੁਖੁ ਨ ਡੰਡਲੀ॥੨॥੨॥੫॥ ot pot mil jot naanak kachhoo dukh na dandlee. ||2||2||5||

ਪ੍ਰਭ ਦੇ ਸ਼ਬਦ ਨੂੰ ਅਡੋਲ ਭਰੋਸੇ ਨਾਲ ਪੜ੍ਹਨਾ, ਸਮਝਣਾ, ਜੀਵਨ ਢਾਲਣਾ, ਸਵਾਸ ਸਵਾਸ ਗੁਣ ਗਾਉਣਾ ਹੀ ਬੰਦਗੀ ਕਰਨ ਦੀ ਵਿਧੀ ਹੈ । ਜਿਸ ਨਾਲ ਅਟਲ ਸ਼ਬਦ ਦੀ ਧੁਨ ਮਨ ਵਿੱਚ ਜਾਗਰਤ ਹੋ ਜਾਂਦੀ ਹੈ, ਮਨ ਸ਼ਬਦ ਦੀ ਸਮਾਧੀ ਵਿੱਚ ਅਡੋਲ ਰਹਿੰਦਾ ਹੈ । ਜਿਸ ਬੰਦਗੀ ਕਰਨ ਵਾਲੇ ਦੇ ਮਨ ਵਿੱਚ ਪ੍ਰਭ ਦਾ ਸ਼ਬਦ ਜਾਗਰਤ ਹੋ ਜਾਂਦਾ ਹੈ । ਉਹ ਸ਼ਬਦ ਦੀ ਸਮਾਧੀ ਵਿੱਚ ਲੀਨ, ਮਸਤ ਹੋ ਜਾਂਦਾ ਹੈ । ਉਸ ਨੂੰ ਫਿਰ ਕੋਈ ਦੁਖ, ਸਜ਼ਾ, ਵਿਛੋੜਾ ਮਹਿਸੂਸ ਨਹੀਂ ਹੁੰਦਾ ।

To read, comprehend, sing the glory and to adopt the teachings of His Word are all right paths of meditation, acceptance in His Court? His true devotee may hear the everlasting echo of His Word resonating within his heart. He may remain intoxicated in the void of His Word; with His mercy and grace, he may not realize any miseries, punishment of his deeds and renunciation of his separation from His Holy Spirit.

98. ਕਲਿਆਨੁ ਮਹਲਾ ੫॥ 1322-10

ਕਉਨੁ ਬਿਧਿ ਤਾ ਕੀ ਕਹਾ ਕਰਉ॥ ka-un biDh taa kee kahaa kara-o.
ਧਰਤ ਧਿਆਨੁ ਗਿਆਨੁ ਸਸਤ੍ਰਗਿਆ, ਅਜਰ ਪਦੁ ਕੈਸੇ ਜਰਉ॥੧॥ ਰਹਾਉ॥ Dharat Dhi-aan gi-aan sastargi-aa ajar pad kaisay jara-o. ||1|| rahaa-o.

ਸ਼ਬਦ ਨੂੰ ਜਾਗਰਤ ਕਰਨ ਲਈ ਕਿਹੜੀ ਵਿਧੀ ਧਾਰਨ ਕਰਕੇ ਬੰਦਗੀ ਕਰਾ? ਕੀ ਪ੍ਰਭ ਦੇ ਸ਼ਬਦ ਦੇ ਸਿਮਰਨ ਵਿੱਚ ਧਿਆਨ ਅਡੋਲ ਰਖਾ? ਕੀ ਧਰਮ ਦੇ ਗ੍ਰੰਥ, ਸਾਸਤਰ ਵਿੱਚ ਦੱਸੇ ਰੂਹਾਨੀ ਗੁਣਾਂ ਦੀ ਖੋਜ ਕਰਾ, ਸਮਝਾ? ਕਿਸਤਰ੍ਹਾਂ ਮਨ ਵਿੱਚ ਅਡੋਲ ਭਰੋਸੇ ਵਾਲੀ, ਅਮਰ ਅਵਸਥਾ ਧਾਰਨ ਕਰਾ?

What technique may I adopt in my meditation to be enlightened with the essence of His Word? May I remain concentrated in meditating on the teachings of His Word? Should I research and comprehend the eternal virtues described in religious Holy Scriptures and **Sastras**? How may I adopt the teachings of His Word with steady and stable belief and immortal state of mind?

ਬਿਸਨ ਮਹੇਸ ਸਿਧ ਮੁਨਿ ਇੰਦ੍ਰਾ, ਕੈ ਦਰਿ ਸਰਨਿ ਪਰਉ॥੧॥ bisan mahays siDh mun indraa kai dar saran para-o. ||1||

ਕੀ ਸੰਸਾਰਕ ਮੰਨੇ ਅਵਤਾਰ, ਬ੍ਰਹਮਾ, ਸ਼ਿਵ, ਸਿਧ, ਮੌਨੀ ਸੰਤ, ਇੰਦ੍ਰ ਦੇ ਪਿਛੇ ਲਗਾ? ਜੀਵਨ ਬਤੀਤ ਕਰਾ, ਉਹਨਾਂ ਦਾ ਦਾਸ ਬਣਾ ।

Should I follow the life experience teachings of renowned prophets like Braham, Shivji, Sidhs, quiet saints, inder? May I become their disciple, follower?

ਕਾਹੂ ਪਹਿ ਰਾਜੁ ਕਾਹੂ ਪਹਿ ਸੁਰਗਾ, ਕੋਟਿ ਮਧੇ ਮੁਕਤਿ ਕਹਉ॥ kaahoo peh raaj kaahoo peh surgaa kot maDhay mukat kaha-o.
ਕਹੁ ਨਾਨਕ ਨਾਮ ਰਸੁ ਪਾਈਐ, ਸਾਧੂ ਚਰਨ ਗਹਉ॥੨॥੩॥੬॥ kaho naanak naam ras paa-ee-ai saaDhoo charan gaha-o. ||2||3||6||

ਅਨੇਕਾਂ ਹੀ ਅਵਤਾਰਾਂ ਨੂੰ ਕਰਮਤਾਂ ਦੀ ਬਖਸ਼ਿਸ਼ ਹੁੰਦੀ, ਅਨੇਕਾਂ ਨੂੰ ਰੂਹਾਨੀ ਸੋਝੀ ਬਖਸ਼ਿਸ਼ ਹੁੰਦੀ ਹੈ । ਪਰ ਅਨੇਕਾਂ ਵਿਚੋਂ ਕਿਸੇ ਵਿਰਲੇ ਨੂੰ ਹੀ ਮੁਕਤ ਅਵਸਥਾ ਬਖਸ਼ਿਸ਼ ਹੁੰਦੀ ਹੈ । ਜਿਹੜਾ ਸੰਤਾ ਦੇ ਜੀਵਨ ਨਾਲ ਜੀਵਨ ਢਾਲਦਾ ਹੈ ਉਸ ਨੂੰ ਸ਼ਬਦ ਦੀ ਸੋਝੀ ਰੂਪੀ ਅੰਮ੍ਰਿਤ ਬਖਸ਼ਿਸ਼ ਹੋ ਜਾਂਦਾ ਹੈ ।

Many prophets may be blessed with miracle power; many may be blessed with eternal enlightenment of the essence of His Word. However, a very rare, one out of millions may be blessed with a state of salvation. Whosoever may adopt the life experience teachings of His Holy saint in his day-to-day life; with His mercy and grace, he may be blessed with nectar of the essence of His Word.

99. ਕਲਿਆਨ ਮਹਲਾ ੫॥ 1322-13

ਪ੍ਰਾਨਪਤਿ ਦਇਆਲ ਪੁਰਖ ਪ੍ਰਭ ਸਖੇ॥ paraanpat da-i-aal purakh parabh sakhay.
ਗਰਭ ਜੋਨਿ ਕਲਿ ਕਾਲ ਜਾਲ, garabh jon kal kaal jaal
ਦੁਖ ਬਿਨਾਸਨੁ ਹਰਿ ਰਖੇ॥੧॥ ਰਹਾਉ॥ dukh binaasan har rakhay. ||1|| rahaa-o.

ਪ੍ਰਭ ਹੀ ਜੀਵ ਦੇ ਸਵਾਸਾਂ ਦਾ ਮਾਲਕ, ਸਵਾਸ ਬਖਸ਼ਣ ਵਾਲਾ ਮਾਲਕ, ਮੇਰਾ ਅਸਲੀ ਸਾਥੀ, ਮਿੱਤਰ ਹੈ । ਬੰਦਗੀ ਕਰਨ ਵਾਲੇ ਦਾਸ ਨੂੰ ਬਾਰ ਬਾਰ ਗਰਭ ਵਿੱਚ ਜਾਣ ਤੋਂ, ਕੱਲਯੁਗ ਵਿੱਚ ਮੌਤ ਦੇ ਜਮਦੂਤ ਤੋ ਬਚਾ ਲੈਂਦਾ ਹੈ । ਉਹ ਸਾਰੇ ਦਰਦ ਦੂਰ ਕਰ ਦੇਂਦਾ ਹੈ ।

The True Master, treasure of breathes, who may bless capital of breath to His Creation; He remains a true companion and friend of my soul. In the Age of Kul-Jug! The True Master may save His true devotee from the devil of death, eliminates his cycle of birth and death, from enduring the miseries in the womb of mother again and worldly miseries.

ਨਾਮ ਧਾਰੀ ਸਰਨਿ ਤੇਰੀ॥ naam Dhaaree saran tayree.
ਪ੍ਰਭ ਦਇਆਲ ਟੇਕ ਮੇਰੀ॥੧॥ parabh da-i-aal tayk mayree. ||1||

ਮੈਂ ਤੇਰੇ ਸ਼ਬਦ ਦੀ ਪਾਲਣਾ ਵਿੱਚ ਅਡੋਲ ਰਹਿੰਦਾ, ਸ਼ਬਦ ਦੀ ਸਿਖਿਆਂ ਨੂੰ ਮਨ ਵਿੱਚ ਜਾਗਰਤ ਰਖਦਾ ਹਾ । ਪ੍ਰਭ ਹੀ ਰਹਿਮਤਾਂ ਬਖਸ਼ਣ ਵਾਲਾ ਮਾਲਕ ਹੈ । ਮੈਂ ਤੇਰੇ ਸ਼ਬਦ ਦੀ ਸ਼ਰਣ ਵਿੱਚ ਆਪਾ ਭੇਟਾ ਕਰਦਾ ਹਾ, ਤੂੰ ਹੀ ਮੇਰਾ ਇੱਕੋ ਇੱਕ ਆਸਰਾ, ਸਾਥੀ ਹੈ ।

The True Master, I obey the teachings of Your Word with steady and stable belief and keep essence of Your Word in my day-to-day life. Only The True Master may bless the capital of breath to any soul. I have surrendered may self-identity at Your Sanctuary; You are my only companion, hope, and support in the universe.

ਅਨਾਥ ਦੀਨ ਆਸਵੰਤ॥ anaath deen aasvant.
ਨਾਮੁ ਸੁਆਮੀ ਮਨਹਿ ਮੰਤ॥੨॥ naam su-aamee maneh mant. ||2||

ਜਿਹੜੇ ਅਨਾਥ ਦਾ, ਕੋਈ ਵਾਰਸ, ਆਸਰਾ ਨਹੀਂ ਹੁੰਦਾ ਹੈ । ਪ੍ਰਭ ਆਪ ਹੀ ਬੰਦਗੀ ਕਰਨ ਵਾਲੇ ਨਿਮਾਣੇ, ਗ਼ਰੀਬ ਦੀ ਲ਼ਾਜ ਰਖਦਾ ਹੈ । ਪ੍ਰਭ ਦਾ ਸ਼ਬਦ ਹੀ ਪ੍ਰਵਾਨਗੀ ਦਾ ਰਸਤਾ, ਮੰਤ੍ਰ ਹੈ ।

Whosoever may be orphan, without any help, support or true friend or worldly family; The True Master may become his savior, protector of his honor in his worldly life. To adopt the teachings of His Word with steady and stable belief may be the right path of acceptance and a true Mentor.

ਤੁਝ ਬਿਨਾ ਪ੍ਰਭ ਕਿਛੂ ਨ ਜਾਨੂ॥ tujh binaa parabh kichhoo na jaanoo.
ਸਰਬ ਜੁਗ ਮਹਿ ਤੁਮ ਪਛਾਨੂ॥੩॥ sarab jug meh tum pachhaanoo. ||3||

ਪ੍ਰਭ ਤੇਰੇ ਤੋ ਬਿਨਾਂ ਮੇਰਾ ਹੋਰ ਕੋਈ ਆਸਰਾ ਨਹੀਂ, ਮੈਂ ਕਿਸੇ ਹੋਰ ਨੂੰ ਜਾਣਦਾ ਨਹੀਂ । ਸਾਰੀ ਸ੍ਰਿਸ਼ਟੀ ਹੀ ਤੇਰੀ ਉਤਮ ਹੋਂਦ ਨੂੰ ਮੰਨਦੀ, ਸਤਿਕਾਰ, ਸਿਮਰਨ ਕਰਦੀ ਹੈ ।

My True Master! I do not know anyone else nor I have any other support, except Your protection. The whole universe recognizes Your supreme existence. Everyone may meditate on the teachings of Your Word, and worships Your Omnipotent existence.

ਹਰਿ ਮਨਿ ਬਸੇ ਨਿਸਿ ਬਾਸਰੋ॥ har man basay nis baasro.
ਗੋਬਿੰਦ ਨਾਨਕ ਆਸਰੋ॥੪॥੪॥੭॥ gobind naanak aasro. ||4||4||7||

ਪ੍ਰਭ ਤੇਰਾ ਸ਼ਬਦ ਹੀ ਮੇਰੇ ਮਨ ਵਿੱਚ ਦਿਨ ਰਾਤ ਜਾਗਰਤ ਰਹਿੰਦਾ ਹੈ । ਤੇਰੇ ਸ਼ਬਦ ਦੀ ਹੀ ਸਿਮਰਨ ਕਰਦਾ ਹਾ । ਬੰਦਗੀ ਕਰਨ ਵਾਲੇ ਦਾ, ਕੇਵਲ ਸ਼ਬਦ ਦੀ ਪਾਲਣਾ ਕਰਨਾ ਹੀ ਧੰਦਾ ਬਣ ਜਾਂਦਾ ਹੈ । ਕੇਵਲ ਇੱਕੋ ਇੱਕ ਆਸਰਾ ਹੁੰਦਾ ਹੈ ।

My True Master, I may remain drenched with the essence of Your Word Day and night. I may remain intoxicated in meditating on the teachings of Your Word Day and night. His true devotee may adopt the teachings of His Word with steady and stable belief as the only real purpose of his human life opportunity. He may only pray for His Forgiveness and Refuge, in all events in his worldly life.

100. ਕਲਿਆਨ ਮਹਲਾ ੫॥ 1322-17

ਮਨਿ ਤਨਿ ਜਾਪੀਐ ਭਗਵਾਨ॥	man, tan jaapee-ai bhagvaan.
ਗੁਰ ਪੂਰੇ ਸੁਪ੍ਰਸੰਨ ਭਏ	gur pooray suparsan bha-ay
ਸਦਾ ਸੂਖ ਕਲਿਆਨ॥੧॥ ਰਹਾਉ॥	sadaa sookh kali-aan. ||1|| rahaa-o.

ਜੀਵ ਪ੍ਰਭ ਦੇ ਸ਼ਬਦ ਦਾ ਸਿਮਰਨ, ਅਡੋਲ ਭਰੋਸੇ ਨਾਲ ਕਰੋ, ਸ਼ਬਦ ਦੀ ਸਿਖਿਆਂ ਨਾਲ ਜੀਵਨ ਢਾਲੋ! ਜਿਸ ਦੀ ਸ਼ਬਦ ਦੀ ਕਮਾਈ ਪ੍ਰਭ ਦੇ ਦਰਬਾਰ ਵਿੱਚ ਪ੍ਰਵਾਨ ਹੋ ਜਾਂਦੀ ਹੈ । ਉਸ ਦੇ ਮਨ ਵਿੱਚ ਰੂਹਾਨੀ ਜਾਗਰਤੀ, ਖੁਸ਼ੀ, ਸੰਤੋਖ ਬਖਸ਼ਿਸ਼ ਹੋ ਜਾਂਦਾ ਹੈ ।

You should meditate and adopt the teachings of His Word with steady and stable belief in your day-to-day life. Whose earnings of His Word may be accepted in His Court; with His mercy and grace, he may be blessed with overwhelming eternal enlightenment, pleasure, and contentment in his worldly life.

ਸਰਬ ਕਾਰਜ ਸਿਧਿ ਭਏ,	sarab kaaraj siDh bha-ay
ਗਾਇ ਗੁਨ ਗੁਪਾਲ॥	gaa-ay gun gupaal.
ਮਿਲਿ ਸਾਧਸੰਗਤਿ ਪ੍ਰਭੂ ਸਿਮਰੇ,	mil saaDhsangat parabhoo simray
ਨਾਠਿਆ ਦੁਖ ਕਾਲ॥੧॥	naathi-aa dukh kaal. ||1||

ਜਿਹੜਾ ਸ਼ਬਦ ਦੇ ਗੁਣ ਅਡੋਲ ਭਰੋਸੇ ਨਾਲ ਗਾਉਂਦਾ ਹੈ, ਉਸ ਦੀ ਆਤਮਾ ਦੇ ਮਾਨਸ ਜਨਮ ਦੇ ਸਫਰ ਦੇ ਸਾਰੇ ਕਾਰਜ ਪੂਰੇ ਹੋ ਜਾਂਦੇ ਹਨ । ਜਿਹੜਾ ਬੰਦਗੀ ਕਰਨ ਵਾਲੇ ਦੀ ਸੰਗਤ, ਜੀਵਨ ਦੀ ਸਿਖਿਆਂ ਆਪਣੇ ਜੀਵਨ ਵਿੱਚ ਢਾਲਦਾ ਹੈ । ਉਸ ਦੇ ਮਨ ਵਿੱਚ ਸ਼ਬਦ ਦੀ ਸੋਝੀ ਬਖਸ਼ਿਸ਼ ਹੋ ਜਾਂਦੀ ਹੈ । ਮੌਤ ਦਾ ਡਰ, ਦੁਖ ਦੂਰ, ਖਤਮ ਹੋ ਜਾਂਦਾ ਹੈ ।

Whosoever may sing the glory of His Word with steady and stable belief in his day-to-day life; with His mercy and grace, all the chores, purpose of his human life opportunity may be rewarded, successful. Whosoever may remain in the conjugation of His Holy saint and adopts his life experience teachings in his own day to day life; with His mercy and grace, he may be enlightened with the essence of His Word within. His fear of death and all miseries of worldly desires may be eliminated.

ਕਰਿ ਕਿਰਪਾ ਪ੍ਰਭ ਮੇਰਿਆ,	kar kirpaa parabh mayri-aa
ਕਰਉ ਦਿਨੁ ਰੈਨਿ ਸੇਵ॥	kara-o din rain sayv.
ਨਾਨਕ ਦਾਸ ਸਰਣਾਗਤੀ,	naanak daas sarnaagatee
ਹਰਿ ਪੁਰਖ ਪੂਰਨ ਦੇਵ॥੨॥੫॥੮॥	har purakh pooran dayv. ||2||5||8||

ਪ੍ਰਭ ਰਹਿਮਤ ਬਖਸ਼ਕੇ, ਸ਼ਬਦ ਦੇ ਲੜ ਲਾਵੋ! ਮੈਂ ਸਵਾਸ, ਸਵਾਸ, ਦਿਨ ਰਾਤ ਤੇਰੇ ਸ਼ਬਦ ਦੇ ਸਿਮਰਨ ਵਿੱਚ ਮਸਤ ਹੋ ਜਾਵਾ । ਬੰਦਗੀ ਕਰਨ ਵਾਲਾ, ਪੂਰਨ ਪੁਰਖ, ਸ਼ਬਦ ਦੀ ਸ਼ਰਣ ਵਿੱਚ ਆਪਾ ਭੇਟਾ ਕਰਦਾ, ਵਸਦਾ ਹੈ । ਉਹ ਸ਼ਬਦ ਦੀ ਸਮਾਧੀ ਵਿੱਚ ਹੀ ਲੀਨ ਰਹਿੰਦਾ ਹੈ ।

The True Master bestows Your Blessed Vision with a devotion to obey the teachings of Your Word. I may remain intoxicated in meditation in the void of Your Word Day and night. His true devotee may surrender his self-identity at His Sanctuary, Divine Primal Being. He remains intoxicated in the void of His Word.

101.ਕਲਿਆਨੁ ਮਹਲਾ ੫॥ 1323-1

ਪ੍ਰਭੁ ਮੇਰਾ ਅੰਤਰਜਾਮੀ ਜਾਣੁ॥ parabh mayraa antarjaamee jaan.
ਕਰਿ ਕਿਰਪਾ ਪੂਰਨ ਪਰਮੇਸਰ, kar kirpaa pooran parmaysar
ਨਿਹਚਲੁ ਸਚੁ ਸਬਦੁ ਨੀਸਾਣੁ॥੧॥ ਰਹਾਉ॥ nihchal sach sabad neesaan. ||1|| rahaa-o.

ਪ੍ਰਭ, ਜੀਵ ਦੀ ਮਨ ਦੀ ਹਾਲਤ ਦਾ ਅੰਤਰਜਾਮੀ ਹੈ । ਰਹਿਮਤਾਂ ਦੇ ਮਾਲਕ ਸ਼ਬਦ ਦੇ ਪਾਲਣਾ ਦੀ ਸ਼ਰਧਾ ਬਖਸ਼ਕੇ, ਸ਼ਬਦ ਦੀ ਰੂਹਾਨੀ ਸੋਝੀ, ਜਾਗਰਤੀ ਬਖਸ਼ੋ! ਆਪਣੀ ਜੋਤ ਮਨ ਵਿੱਚ ਪ੍ਰਗਟ ਕਰੋ!

The Omniscient True Master remains aware of the state of mind of His Creation. My True Master bestows Your Blessed Vision with a devotion to obey the teachings of Your Word. I may be enlightened with the essence of Your Word within; Your eternal glow may shine within my heart.

ਹਰਿ ਬਿਨੁ ਆਨ ਨ ਕੋਈ, har bin aan na ko-ee
ਸਮਰਥੁ ਤੇਰੀ ਆਸ ਤੇਰਾ ਮਨਿ ਤਾਣੁ॥ samrath tayree aas tayraa man taan.
ਸਰਬ ਘਟਾ ਕੇ ਦਾਤੇ ਸੁਆਮੀ, sarab ghataa kay daatay su-aamee
ਦੇਹਿ ਸੁ ਪਹਿਰਣੁ ਖਾਣੁ॥੧॥ deh so pahiran khaan. ||1||

ਪ੍ਰਭ ਦੀ ਰਹਿਮਤ ਤੋ ਬਿਨਾਂ, ਜੀਵ ਵਿੱਚ ਕੁਝ ਕਰਨ ਦੀ ਸਮਰਥਾ ਨਹੀਂ ਹੈ । ਪ੍ਰਭ ਮੇਰੇ ਨਿਮਾਣੇ ਦਾਸ ਦੀ ਕੇਵਲ ਤੇਰੀ ਰਹਿਮਤ ਤੇ ਹੀ ਆਸ, ਸਮਰਥਾ ਹੈ । ਪ੍ਰਭ ਹੀ ਜੀਵ ਦੀ ਪਾਲਣਾ ਪੋਸਨਾ ਕਰਦਾ ਹੈ, ਸਭ ਸੰਸਰਕ ਪਦਾਰਥ, ਪਹਿਨਣ, ਖਾਣ, ਅਨੰਦ ਮਾਨਣ ਲਈ ਬਖਸ਼ਦਾ ਹੈ ।

Without, His Blessed Vision! His Creation may not have any wisdom, strength to accomplish anything at his own in the universe. The True Master creates, nourishes, and protects His Creation. He has blessed all worldly necessities of life, like nourishment, clothes to cover, protect his body and cherishes the pleasures of human life journey.

ਸੁਰਤਿ ਮਤਿ ਚਤੁਰਾਈ ਸੋਭਾ, surat mat chaturaa-ee sobhaa
ਰੂਪੁ ਰੰਗੁ ਧਨੁ ਮਾਣੁ॥ roop rang Dhan maan.
ਸਰਬ ਸੁਖ ਆਨੰਦ ਨਾਨਕ, sarab sookh aanand naanak
ਜਪਿ ਰਾਮ ਨਾਮੁ ਕਲਿਆਣੁ॥੨॥੬॥੯॥ jap raam naam kali-aan. ||2||6||9||

ਪ੍ਰਭ ਆਪ ਹੀ ਜੀਵ ਨੂੰ ਸੋਝੀ, ਸਿਆਣਪ, ਚਲਾਕੀ, ਸ਼ਾਨ, ਸੁੰਦਰਤਾ, ਅਨੰਦ, ਸੰਤੋਖ, ਸੰਸਾਰਕ ਦੌਲਤ, ਮਾਣ ਬਖਸ਼ਦਾ ਹੈ । ਜਿਹੜਾ ਪ੍ਰਭ ਦੇ ਸ਼ਬਦ ਦਾ ਸਿਮਰਨ ਅਡੋਲ ਭਰੋਸੇ ਨਾਲ ਕਰਦਾ, ਗੁਣ ਗਾਉਂਦਾ ਹੈ । ਪ੍ਰਭ ਦੀ ਰਹਿਮਤ ਨਾਲ, ਉਸ ਨੂੰ ਸਭ ਅਨੰਦ, ਸੁਖ, ਅਰਾਮ, ਖੇੜਾ, ਮੁਕਤ ਅਵਸਥਾ ਬਖਸ਼ਿਸ਼ ਹੋ ਜਾਂਦੀ ਹੈ ।

The True Master creates, bestows wisdom, cleverness, glory, beauty, pleasures, worldly wealth, worldly honor, and enlightenment of the essence of His Word to His Creation. Whosoever may meditate and sings the glory of His Word with steady and stable belief in his day-to-day life; with His mercy and grace, he may be blessed with all pleasures, comforts, blossom, and state of salvation.

102.ਕਲਿਆਨੁ ਮਹਲਾ ੫॥ 1323-5

ਹਰਿ ਚਰਨ ਸਰਨ ਕਲਿਆਨ ਕਰਨ॥ har charan saran kali-aan karan.
ਪ੍ਰਭ ਨਾਮੁ ਪਤਿਤ ਪਾਵਨੋ॥੧॥ ਰਹਾਉ॥ parabh naam patit paavno. ||1|| rahaa-o.

ਜਿਸ ਨੂੰ ਪ੍ਰਭ ਦੀ ਸ਼ਰਣ ਵਿੱਚ ਪਨਾਹ ਬਖਸ਼ਿਸ਼ ਹੋ ਜਾਂਦੀ ਹੈ, ਉਸ ਨੂੰ ਮੁਕਤ ਅਵਸਥਾ ਬਖਸ਼ਿਸ਼ ਹੁੰਦੀ ਹੈ । ਪ੍ਰਭ ਦੇ ਸ਼ਬਦ, ਸ਼ਬਦ ਦੀ ਪਾਲਣਾ ਨਾਲ ਹੀ ਪਾਪ ਬਖਸ਼ੇ ਜਾਂਦੇ ਹਨ ।

Whosoever may be accepted in His Sanctuary; with His mercy and grace, he may be blessed with a state of salvation. Whosoever may obey the teachings of His Word with steady and stable belief; with His mercy and grace, all his sins of previous lives may be forgiven.

ਸਾਧਸੰਗਿ ਜਪਿ ਨਿਸੰਗ saaDhsang jap nisang
ਜਮਕਾਲੁ ਤਿਸੁ ਨ ਖਾਵਨੋ॥੧॥ jamkaal tis na khaavno. ||1||

ਜਿਹੜਾ ਬੰਦਗੀ ਕਰਨ ਵਾਲੇ ਦੀ ਸੰਗਤ ਕਰਦਾ, ਜੀਵਨ ਦੀ ਸਿਖਿਆਂ ਨਾਲ ਆਪਣਾ ਜੀਵਨ ਢਾਲਦਾ ਹੈ । ਉਸ ਦਾ ਮੌਤ ਦਾ ਡਰ ਦੂਰ, ਖਤਮ ਹੋ ਜਾਂਦਾ ਹੈ ।

Whosoever may join the conjugation of His Holy saint, adopts his life experience teachings in his day-to-day life; with His mercy and grace, his fear of death may be eliminated.

ਮੁਕਤਿ ਜੁਗਤਿ ਅਨਿਕ ਸੂਖ, mukat jugat anik sookh
ਭਗਤਿ ਲਵੈ ਨ ਲਾਵਨੋ॥ har bhagat lavai na laavno.
ਪ੍ਰਭ ਦਰਸ ਲੁਬਧ ਦਾਸ ਨਾਨਕ, parabh daras lubaDh daas naanak
ਬਹੁੜਿ ਜੋਨਿ ਨ ਧਾਵਨੋ॥੨॥੭॥੧੦॥ bahurh jon na Dhaavno. ||2||7||10||

ਸੰਸਾਰਕ ਜੀਵਨ ਵਿੱਚ ਸਫਲਤਾ, ਸੰਸਾਰਕ ਅਨੰਦ, ਅਰਾਮ, ਖੇੜੇ, ਮੁਕਤੀ ਦੀ ਅਵਸਥਾ, ਅਡੋਲ ਭਰੋਸੇ ਨਾਲ ਪ੍ਰਭ ਦੇ ਸ਼ਬਦ ਦੀ ਪਾਲਣਾ ਦੇ ਬਰਾਬਰ, ਤੁਲ ਨਹੀਂ ਹੁੰਦੀ! ਬੰਦਗੀ ਕਰਨ ਵਾਲੇ ਦੇ ਮਨ ਵਿੱਚ ਪ੍ਰਭ ਦੇ ਦਰਸ਼ਨ, ਸ਼ਬਦ ਦੀ ਸੋਝੀ ਦੀ ਡੂੰਘੀ ਸ਼ਰਧਾ ਰਹਿੰਦੀ ਹੈ । ਜਿਹੜਾ ਸ਼ਬਦ ਦੀ ਸਮਾਧੀ ਵਿੱਚ ਲੀਨ ਰਹਿੰਦਾ ਹੈ! ਉਸ ਦਾ ਜੂੰਨਾਂ ਦਾ ਚੱਕਰ ਖਤਮ ਹੋ ਜਾਂਦਾ ਹੈ ।

Worldly success, accomplishments, worldly pleasures, comforts, blossom, a state of salvation may not be equal or comparable to obeying the teachings of His Word with steady and stable belief in day-to-day life. His true devotee may have a deep desire, anxiety to be blessed with the enlightenment of the essence of His Word, His Blessed Vision. Whosoever may remain intoxicated in the void of His Word; with His mercy and grace, his cycle of birth and death may be eliminated.

103.ਕਲਿਆਨ ਮਹਲਾ ੪ ਅਸਟਪਦੀਆ॥ 1323-8

ੴ ਸਤਿਗੁਰ ਪ੍ਰਸਾਦਿ॥ ik-oNkaar satgur parsaad.
ਰਾਮਾ ਰਮ ਰਾਮੋ ਸੁਨਿ ਮਨੁ ਭੀਜੈ॥ raamaa ram raamo sun man bheejai.
ਹਰਿ ਹਰਿ ਨਾਮੁ ਅੰਮ੍ਰਿਤੁ ਰਸੁ ਮੀਠਾ, har har naam amrit ras meethaa
ਗੁਰਮਤਿ ਸਹਜੇ ਪੀਜੈ॥੧॥ ਰਹਾਉ॥ gurmat sehjay peejai. ||1|| rahaa-o.

ਪ੍ਰਭ ਦਾ ਸ਼ਬਦ ਹੀ ਅਮੋਲਕ ਅੰਮ੍ਰਿਤ ਹੈ । ਪ੍ਰਭ ਦਾ ਸ਼ਬਦ ਸੁਣ ਨਾਲ ਮੇਰੇ ਮਨ ਵਿੱਚ ਅਨੰਦ, ਖੇੜਾ ਬਖਸ਼ਿਸ਼ ਹੋ ਜਾਂਦਾ ਹੈ । ਇਹ ਸ਼ਬਦ ਨਾਲ ਜੀਵਨ ਢਾਲਣ ਨਾਲ ਹੀ ਬਖਸ਼ਿਸ਼ ਹੋ ਸਕਦਾ ਹੈ ।

The teachings of His Word may be an ambrosial soul sanctifying nectar. Whosoever may listen to the sermons of His Word, he may be blessed with pleasure and blossom in his life. Whosoever may adopt the teachings of His Word with steady and stable belief in his day-to-day life; with His mercy and grace, only he may be blessed with soul sanctifying nectar of the essence of His Word.

ਕਾਸਟ ਮਹਿ ਜਿਉ ਹੈ ਬੈਸੰਤਰੁ, kaasat meh ji-o hai baisantar
ਮਥਿ ਸੰਜਮਿ ਕਾਢਿ ਕਢੀਜੈ॥ math sanjam kaadh kadheejai.
ਰਾਮ ਨਾਮੁ ਹੈ ਜੋਤਿ ਸਬਾਈ, raam naam hai jot sabaa-ee
ਤਤੁ ਗੁਰਮਤਿ ਕਾਢਿ ਲਈਜੈ॥੧॥ tat gurmat kaadh la-eejai. ||1||

ਜਿਵੇਂ ਲੱਕੜੀ ਵਿੱਚ ਅੱਗ ਸਮਾਈ ਰਹਿੰਦੀ ਹੈ । ਜਿਹੜਾ ਲੱਕੜ ਤੇ ਲੱਕੜ ਮਾਰਕੇ ਚੰਗਿਆੜੀ ਕੱਢਦਾ ਹੈ, ਉਹ ਹੀ ਅੱਗ ਬਾਹਰ ਕੱਢਦਾ, ਅਨੰਦ ਮਾਣ ਸਕਦਾ ਹੈ । ਇਸਤਰ੍ਹਾਂ ਜੀਵ ਦੇ ਤਨ ਵਿੱਚ ਹੀ ਸ਼ਬਦ ਦੀ ਸੋਝੀ ਸਮਾਈ ਰਹਿੰਦੀ ਹੈ । ਪ੍ਰਭ ਦੇ ਸ਼ਬਦ ਦੀ ਪਾਲਣਾ ਕਰਨ ਨਾਲ ਹੀ ਪ੍ਰਗਟ ਹੋ ਸਕਦੀ ਹੈ ।

As fire may remain embedded within wood! Whosoever may strike one wood on another wood to create spark; only he may enjoy the comfort of fire, realizes the power of fire. Same way the enlightenment of the essence of His Word remains embedded within the body of all creatures. Whosoever may obey the teachings of His Word with steady and stable belief; with His mercy and grace, he may be enlightened with the essence of His Word.

ਨਉ ਦਰਵਾਜ ਨਵੇ ਦਰ ਫੀਕੇ,	na-o darvaaj navay dar feekay
ਰਸੁ ਅੰਮ੍ਰਿਤੁ ਦਸਵੇ ਚੁਈਜੈ॥	ras amrit dasvay chu-eejai.
ਕ੍ਰਿਪਾ ਕ੍ਰਿਪਾ ਕਿਰਪਾ ਕਰਿ ਪਿਆਰੇ,	kirpaa kirpaa kirpaa kar pi-aaray
ਗੁਰ ਸ਼ਬਦੀ ਹਰਿ ਰਸੁ ਪੀਜੈ॥੨॥	gur sabdee har ras peejai. ‖2‖

ਮਨ ਦੇ ਵਿੱਚ ਤ੍ਰਿਸ਼ਨਾ ਦੇ ਨੌਂ ਦਰਵਾਜੇ ਹਨ । ਜੀਵ ਮਨ ਦੀਆ ਤ੍ਰਿਸ਼ਨਾਂ ਪਿਛੇ ਲਗਕੇ ਸੰਸਾਰਕ ਮਾਇਆ ਦਾ ਗੁਲਾਮ ਬਣ ਜਾਂਦਾ, ਥੋੜ੍ਹਾ ਸਮਾਂ ਰਹਿਣ ਵਾਲੇ ਅਨੰਦ ਵਿੱਚ ਹੀ ਮਸਤ ਰਹਿੰਦਾ ਹੈ । ਪ੍ਰਭ ਦੇ ਸ਼ਬਦ ਦੀ ਸੋਝੀ ਰੂਪੀ ਸਦਾ ਰਹਿਣ ਵਾਲਾ ਅਮੋਲਕ ਅੰਮ੍ਰਿਤ ਦਸਵੇਂ ਦਰ ਵਿਚੋਂ ਸਿੰਮਦਾ ਹੈ । ਜਿਹੜਾ ਪ੍ਰਭ ਦੀ ਰਹਿਮਤ ਨਾਲ ਸ਼ਬਦ ਦੀ ਪਾਲਣਾ ਕਰਦਾ, ਜੀਵਨ ਢਾਲਦਾ ਹੈ, ਉਸ ਨੂੰ ਅਮੋਲਕ ਅੰਮ੍ਰਿਤ, ਸਦਾ ਰਹਿਣ ਵਾਲਾ ਸਵਾਦ ਬਖਸ਼ਿਸ਼ ਹੋ ਜਾਂਦਾ ਹੈ ।

Human mind may have nine enlightenments, nine windows, sensations within his mind; however, self-minded may remain intoxicated with sweet poison of worldly wealth to achieve short-lived, perishable pleasures of worldly wealth, nine sensations of his mind. The everlasting ambrosial nectar, pleasures, comforts, may be oozing from His 10th door. The taste of the nectar may remain fresh and never diminishing within the mind of His true devotee forever. The True Master bestows Your Blessed Vision, with devotion to obey the teachings of Your Word; I may adopt the teachings of Your Word and blessed with ambrosial soul sanctifying nectar.

ਕਾਇਆ ਨਗਰੁ ਨਗਰੁ ਹੈ ਨੀਕੋ,	kaa-i-aa nagar nagar hai neeko
ਵਿਚਿ ਸਉਦਾ ਹਰਿ ਰਸੁ ਕੀਜੈ॥	vich sa-udaa har ras keejai.
ਰਤਨ ਲਾਲ ਅਮੋਲ ਅਮੋਲਕ,	ratan laal amol amolak
ਸਤਿਗੁਰ ਸੇਵਾ ਲੀਜੈ॥੩॥	satgur sayvaa leejai. ‖3‖

ਜੀਵ ਦੇ ਤਨ ਦੇ ਬਜ਼ਾਰ ਵਿੱਚ ਸ਼ਬਦ ਦਾ ਵਪਰ ਕੀਤਾ ਜਾ ਸਕਦਾ ਹੈ । ਸਭ ਤੋ ਅਮੋਲਕ ਰਤਨ, ਸ਼ਬਦ ਦੀ ਸੋਝੀ ਰੂਪੀ ਅਮੋਲਕ ਅੰਮ੍ਰਿਤ ਕੇਵਲ ਸ਼ਬਦ ਦੀ ਪਾਲਣਾ, ਜੀਵਨ ਢਾਲਣ ਨਾਲ ਹੀ ਬਖਸ਼ਿਸ਼ ਹੋ ਸਕਦਾ ਹੈ ।

Human body is a unique market place; the trading of the merchandize of His Word may only be traded within his body. Whosoever may obey the teachings of His Word with steady and stable belief; with His mercy and grace, only he may be blessed with ambrosial nectar of the essence of His Word.

ਸਤਿਗੁਰੁ ਅਗਮੁ ਅਗਮੁ ਹੈ ਠਾਕੁਰੁ,	satgur agam agam hai thaakur
ਭਰਿ ਸਾਗਰ ਭਗਤਿ ਕਰੀਜੈ॥	bhar saagar bhagat kareejai.
ਕ੍ਰਿਪਾ ਕ੍ਰਿਪਾ ਕਰਿ ਦੀਨ ਹਮ ਸਾਰਿੰਗ	kirpaa kirpaa kar deen ham saaring
ਇਕ ਬੂੰਦ ਨਾਮੁ ਮੁਖਿ ਦੀਜੈ॥੪॥	ik boond naam mukh deejai. ‖4‖

ਪ੍ਰਭ ਅਤੇ ਪ੍ਰਭ ਦੇ ਸ਼ਬਦ ਦੀ ਸੋਝੀ, ਜੀਵ ਦੀ ਪਹੁੰਚ ਤੋ ਉਪਰ ਹੈ । ਪ੍ਰਭ ਦਾ ਸ਼ਬਦ ਹੀ ਅੰਮ੍ਰਿਤ ਭਰਿਆਂ ਸਮੁੰਦਰ, ਸਾਗਰ, ਬੰਦਗੀ ਦਾ ਭੰਡਾਰ ਹੈ । ਰਹਿਮਤ ਕਰੋ ! ਬੰਦਗੀ ਕਰਨ ਵਾਲੇ ਦਾਸ, ਬਾਬੀਹੇ ਦੇ ਮੂੰਹ ਵਿੱਚ ਅੰਮ੍ਰਿਤ ਦੀ ਬੂੰਦ ਬਖਸ਼ੋ ।

The True Master and the enlightenment of the essence of His Word may remain beyond the reach of His Creation. The teachings of His Word may be an overwhelming ocean of bliss, enlightenment of the essence of His Word. My True Master bestows Your Blessed Vision with a drop of nectar in the mouth of **Baabeea,** Your humble true devotee.

ਲਾਲਨੁ ਲਾਲੁ ਲਾਲੁ ਹੈ ਰੰਗਨੁ, laalan laal laal hai rangan
ਮਨੁ ਰੰਗਨ ਕਉ ਗੁਰ ਦੀਜੈ॥ man, rangan ka-o gur deejai.
ਰਾਮ ਰਾਮ ਰਾਮ ਰੰਗਿ ਰਾਤੇ, raam raam raam rang raatay
ਰਸ ਰਸਿਕ ਗਟਕ ਨਿਤ ਪੀਜੈ॥੫ ras rasik gatak nit peejai. ||5||

ਪ੍ਰਭ ਰਹਿਮਤ ਬਖਸ਼ੋ! ਮੇਰੇ ਮਨ ਨੂੰ ਆਪਣੇ ਸ਼ਬਦ ਦੇ ਰੰਗ ਨਾਲ ਰੰਗ ਦੇਵੋ! ਮੈਂ ਆਪਾ ਤੇਰੇ ਦਰ ਤੇ ਭੇਟਾ ਕਰਦਾ ਹਾ । ਜਿਹੜਾ ਪ੍ਰਭ ਦੇ ਸ਼ਬਦ ਦੀ ਪਾਲਣਾ ਵਿੱਚ ਅਡੋਲ ਰਹਿੰਦਾ ਹੈ । ਉਹ ਹਰ ਪਲ ਸ਼ਬਦ ਦੀ ਸੋਝੀ ਰੂਪੀ ਅੰਮ੍ਰਿਤ ਪਾਨ ਕਰਦਾ, ਸਵਾਦ ਚੱਖਦਾ ਰਹਿੰਦਾ ਹੈ ।

The Merciful True Master bestows the crimson color of the essence of Your Word on my soul, Your humble true devotee. I have surrendered my self-identity at Your Sanctuary. Whosoever may be blessed with the nectar of the essence of Your Word; he may remain drenched with the essence of Your Word in his day-to-day life.

ਬਸੁਧਾ ਸਪਤ ਦੀਪ ਹੈ ਸਾਗਰ, basuDhaa sapat deep hai saagar
ਕਢਿ ਕੰਚਨੁ ਕਾਢਿ ਧਰੀਜੈ॥ kadh kanchan kaadh Dhareejai.
ਮੇਰੇ ਠਾਕੁਰ ਕੇ ਜਨ ਇਨਹੁ ਨ ਬਾਛਹਿ, mayray thaakur kay jan inahu na baachheh
ਹਰਿ ਮਾਗਹਿ ਹਰਿ ਰਸੁ ਦੀਜੈ॥੬॥ har maageh har ras deejai. ||6||

ਅਗਰ ਸਾਰੀ ਸ੍ਰਿਸ਼ਟੀ ਦੀ ਕੀਮਤੀ ਧਾਤ, ਸੋਨਾ, ਨਿਮਾਣੇ ਦਾਸ ਅੱਗੇ ਰਖ ਦਿੱਤਾ ਜਾਵੇ । ਪ੍ਰਭ ਦਾ ਦਾਸ ਇਸ ਨਾਲ ਡੋਲਦਾ ਨਹੀਂ । ਕੇਵਲ ਰਹਿਮਤ, ਸੰਤਾਂ ਦੇ ਚਰਨਾ ਦੀ ਧੂੜ ਹੀ ਮੰਗਦਾ ਹੈ ।

His True devotee may be offered with all precious material like gold, silver, jewels treasure of the universe; however, he may never drift from his humble way of life. He may only pray for His Forgiveness and, Refuge; the dust of the feet of His Holy saint.

ਸਾਕਤ ਨਰ ਪ੍ਰਾਨੀ ਸਦ ਭੂਖੇ, saakat nar paraanee sad bhookhay
ਨਿਤ ਭੂਖਨ ਭੂਖ ਕਰੀਜੈ॥ nit bhookhan bhookh kareejai.
ਧਾਵਤੁ ਧਾਇ ਧਾਵਹਿ ਪ੍ਰੀਤਿ ਮਾਇਆ, Dhaavat Dhaa-ay Dhaaveh pareet maa-i-aa
ਲਖ ਕੋਸਨ ਕਉ ਬਿਥਿ ਦੀਜੈ॥੭॥ lakh kosan ka-o bith deejai. ||7||

ਸਾਕਤ ਸਦਾ ਹੀ ਭਟਕਦਾ ਰਹਿੰਦਾ ਹੈ, ਉਸ ਦੀ ਭੁੱਖ ਕਦੇ ਖਤਮ ਨਹੀਂ ਹੁੰਦੀ । ਉਹ ਸਦਾ ਹੀ ਜਲਦੀ ਵਿੱਚ ਹੁੰਦਾ, ਚਾਰੇ ਪਾਸੇ ਹੱਥ ਮਾਰਦਾ, ਘੁੰਮਦਾ ਰਹਿੰਦਾ ਹੈ । ਅਨੇਕਾਂ ਹੀ ਯਤਨ ਕਰਦਾ, ਮਨ ਇੱਕ ਰਸਤੇ ਤੇ ਅਡੋਲ ਨਹੀਂ ਰਹਿੰਦਾ ।

Self-minded may always remain frustrated with his greed, hunger for worldly possessions. He may never be satisfied. He always remains in hurry and tries his efforts in various creative ways to get ahead. However, he may never stay steady and stable with belief on any path for long period.

ਹਰਿ ਹਰਿ ਹਰਿ ਹਰਿ ਹਰਿ ਜਨ, har har har har har jan
ਊਤਮ ਕਿਆ ਉਪਮਾ ਤਿਨ੍ ਦੀਜੈ॥ ootam ki-aa upmaa tinH deejai.
ਰਾਮ ਨਾਮ ਤੁਲਿ ਅਉਰੁ ਨ ਉਪਮਾ, raam naam tul a-or na upmaa
ਜਨ ਨਾਨਕ ਕ੍ਰਿਪਾ ਕਰੀਜੈ॥੮॥੧॥ jan naanak kirpaa kareejai. ||8||1||

ਬੰਦਗੀ ਕਰਨ ਵਾਲਾ ਪ੍ਰਭ ਦੇ ਸ਼ਬਦ ਦੀ ਪਾਲਣਾ ਵਿੱਚ ਹੀ ਮਸਤ ਰਹਿੰਦਾ ਹੈ । ਉਸ ਦੀ ਕੀ ਉਪਮਾ ਕੀਤੀ ਜਾਵੇ? ਇੱਕੋ ਇੱਕ ਹੀ ਅਰਦਾਸ ਕਰਦਾ ਹੈ! ਪ੍ਰਭ ਦੀ ਰਹਿਮਤ ਵਰਗੀ, ਤੁਲ, ਬਰਾਬਰ ਦੀ ਹੋਰ ਕੋਈ ਦਾਤ, ਬਖਸ਼ਿਸ਼ ਨਹੀਂ ਹੈ!

His true devotee may remain intoxicated obeying the teachings of His Word with steady and stable belief in the void of His Word. How may his glory, dedication, greatness be explained? My True Master, no other worldly possessions may be equal, comparable with the enlightenment of the essence of Your Word; Your Blessed Vision.

104.ਕਲਿਆਨ ਮਹਲਾ ੪॥ 1324-1

ਰਾਮ ਗੁਰੁ ਪਾਰਸੁ ਪਰਸੁ ਕਰੀਜੈ॥ raam gur paaras paras kareejai.
ਹਮ ਨਿਰਗੁਣੀ ਮਨੂਰ ਅਤਿ ਫੀਕੇ, ham nirgunee manoor at feekay
ਮਿਲਿ ਸਤਿਗੁਰ ਪਾਰਸੁ ਕੀਜੈ॥੧॥ ਰਹਾਉ॥ mil satgur paaras keejai. ||1|| rahaa-o.

ਪ੍ਰਭ ਆਪਣੀ ਰਹਿਮਤ ਨਾਲ ਨਿਮਾਣੇ ਨੂੰ ਸ਼ਬਦ ਰੂਪੀ ਪਾਰਸ ਨਾਲ ਛਹੋ! ਮੈਨੂੰ ਗੁਣਾਂ ਰਹਿਤ ਨਿਮਾਣੇ ਨੂੰ ਪ੍ਰਭ ਨੇ ਰਹਿਮਤ ਬਖਸ਼ਕੇ, ਸ਼ਬਦ ਰੂਪੀ ਪਾਰਸ ਦੇ ਲੜ ਲਾਇਆ ਹੈ! ਮੇਰੀ ਅਵਸਥਾ ਹੀ ਬਦਲ ਗਈ ਹੈ ।

My True Master bestows Your Blessed Vision and rubs my soul with the philosopher's stone, the essence of Your Word. The True Master has rubbed the worthless, virtue-less devotee with philosopher's stone, the essence of His Word; with His mercy and grace, He has transformed my state of mind.

ਸੁਰਗ ਮੁਕਤਿ ਬੈਕੁੰਠ ਸਭਿ ਬਾਂਛਹਿ, surag mukat baikunth sabh baaNchheh
ਨਿਤਿ ਆਸਾ ਆਸ ਕਰੀਜੈ॥ nit aasaa aas kareejai.
ਹਰਿ ਦਰਸਨ ਕੇ ਜਨ, ਮੁਕਤਿ ਨ ਮਾਂਗਹਿ, har darsan kay jan mukat na maaNgeh
ਮਿਲਿ ਦਰਸਨ ਤ੍ਰਿਪਤਿ ਮਨੁ ਧੀਜੈ॥੧॥ mil darsan taripat man Dheejai. ||1||

ਸਾਰੇ ਜੀਵ ਹੀ ਸਵਰਗ, ਮੁਕਤੀ ਮੰਗਦੇ ਹਨ! ਬੰਦਗੀ ਕਰਨ ਵਾਲਾ ਕੇਵਲ ਪ੍ਰਭ ਦੀ ਰਹਿਮਤ ਹੀ ਮੰਗਦਾ ਹੈ । ਪ੍ਰਭ ਦੇ ਦਾਸ ਨੂੰ ਪ੍ਰਭ ਦੇ ਦਰਸ਼ਨ, ਸ਼ਬਦ ਦੀ ਜਾਗਰਤੀ ਦੀ ਹੀ ਭੁੱਖਾ ਹੁੰਦੀ ਹੈ । ਉਹ ਮੁਕਤੀ ਨਹੀਂ ਮੰਗਦਾ । ਉਹ ਹਰ ਵੇਲੇ ਦਰਸ਼ਨ ਦੀ ਹੀ ਅਰਦਾਸ ਕਰਦਾ ਹੈ, ਰਹਿਮਤ ਮੰਗਦਾ ਹੈ ।

All self-minded, ignorant from the essence of His Word, always pray for heaven after death and a salvation from the cycle of birth and death; however, His true devotee always pray for His Forgiveness and Refuge; His Blessed Vision. His true devotee may always remain anxious to be blessed with the enlightenment of the essence of His Word. He may never pray for a salvation, rather endurance to accept His Command, as His Ultimate Blessings. He always prays for His Forgiveness and Refuge.

ਮਾਇਆ ਮੋਹੁ ਸਬਲੁ ਹੈ ਭਾਰੀ, maa-i-aa moh sabal hai bhaaree
ਮੋਹੁ ਕਾਲਖ ਦਾਗ ਲਗੀਜੈ॥ moh kaalakh daag lageejai.
ਮੇਰੇ ਠਾਕੁਰ ਕੇ ਜਨ ਅਲਿਪਤ ਹੈ, mayray thaakur kay jan alipat hai
ਮੁਕਤੇ ਜਿਉ ਮੁਰਗਾਈ ਪੰਕੁ ਨ ਭੀਜੈ॥੨॥ muktay ji-o murgaa-ee pank na bheejai. 2

ਸੰਸਾਰਕ ਮਾਇਆ ਦਾ ਜਾਲ ਬਹੁਤ ਭਾਰੀ ਹੈ । ਇਸ ਨਾਲ ਆਤਮਾ ਨੂੰ ਦਾਗ਼ ਹੀ ਲਗਦਾ ਹੈ । ਜਿਹੜਾ ਬੰਦਗੀ ਕਰਨ ਵਾਲਾ ਸੰਸਾਰਕ ਮੋਹ ਤੋ ਰਹਿਤ ਰਹਿੰਦਾ ਹੈ, ਉਸ ਨੂੰ ਮੁਕਤ ਅਵਸਥਾ ਬਖਸ਼ਿਸ਼ ਹੋ ਜਾਂਦੀ ਹੈ । ਜਿਵੇਂ ਬੱਖਤ ਦੇ ਖੰਭ ਪਾਣੀ ਵਿੱਚ ਤਰਦੇ ਵੀ ਗਿੱਲੇ ਨਹੀਂ ਹੁੰਦੇ, ਇਸਤਰ੍ਹਾਂ ਪ੍ਰਭ ਦਾ ਦਾਸ ਮਾਇਆ ਦੇ ਸਾਗਰ ਵਿੱਚ ਰਹਿੰਦਾ ਵੀ, ਮਾਇਆ ਦਾ ਗੁਲਾਮ ਨਹੀਂ ਹੁੰਦਾ ।

Worldly wealth, Shakti may be dominating in worldly ocean. Whosoever may remain intoxicated with sweet poison of worldly wealth, short-lived worldly pleasures; his soul may be blemished with demons of worldly desires. Whosoever may remain beyond the reach of worldly wealth in his human life journey; with His mercy and grace, he may be blessed with immortal state of mind. As the feathers of a duck may not become wet, even swimming in water. Same way, His true devotee may live in worldly ocean dominated with sweet poison of worldly wealth; however, he may remain beyond the reach of worldly wealth.

ਚੰਦਨ ਵਾਸੁ ਭੁਇਅੰਗਮ ਵੇੜੀ, chandan vaas bhu-i-angam vayrhee
ਕਿਵ ਮਿਲੀਐ ਚੰਦਨੁ ਲੀਜੈ॥ kiv milee-ai chandan leejai.
ਕਾਢਿ ਖੜਗੁ ਗੁਰ ਗਿਆਨੁ ਕਰਾਰਾ, kaadh kharhag gur gi-aan karaaraa
ਬਿਖੁ ਛੇਦਿ ਛੇਦਿ ਰਸੁ ਪੀਜੈ॥੩॥ bikh chhayd chhayd ras peejai. ||3||

ਸੱਪ ਚੰਦਨ ਦੀ ਸੁਗੰਧ ਤੇ ਮੋਹਿਤ ਹੁੰਦਾ ਹੈ, ਉਸ ਦੇ ਨੇੜੇ ਹੀ ਰਹਿੰਦਾ ਹੈ । ਚੰਦਨ ਦੀ ਲੱਕੜ ਨੂੰ ਕਿਵੇਂ ਪਾਇਆ ਜਾ ਸਕਦਾ ਹੈ? ਪ੍ਰਭ ਦੇ ਸ਼ਬਦ ਦੀ ਸੋਝੀ ਦੀ ਤਲਵਾਰ ਹੀ ਉਸ ਸੱਪ ਨੂੰ ਮਾਰ ਦੇਂਦੀ ਹੈ । ਇਸਤਰ੍ਹਾਂ ਹੀ ਉਸ ਚੰਦਨ ਨੂੰ ਪਾਇਆ ਜਾ ਸਕਦਾ ਹੈ ।

Snake may remain intoxicated with the aroma of sandalwood and remains surrounding sandalwood plant, tree. How may anyone cut sandalwood? The enlightenment of the essence of His Word may be a unique sword to kill, destroy the snake of ignorance. His true devotee may be blessed with Sandalwood, the enlightenment of the essence of His Word.

ਆਨਿ ਆਨਿ ਸਮਧਾ ਬਹੁ ਕੀਨੀ,	aan aan samDhaa baho keenee
ਪਲ ਬੈਸੰਤਰ ਭਸਮ ਕਰੀਜੈ॥	pal baisantar bhasam kareejai.
ਮਹਾ ਉਗ੍ਰ ਪਾਪ ਸਾਕਤ ਨਰ ਕੀਨੇ,	mahaa ugar paap saakat nar keenay
ਮਿਲਿ ਸਾਧੂ ਲੂਕੀ ਦੀਜੈ॥੪॥	mil saaDhoo lookee deejai. ‖4‖

ਜੀਵ, ਭਾਵੇਂ ਲੱਕੜ ਦਾ ਢੇਰ ਇਕੱਠਾ ਕਰ ਲੈਂਦਾ ਹੈ । ਪਰ, ਇੱਕ ਪਲ ਵਿੱਚ ਹੀ ਭਸਮ ਹੋ ਸਕਦਾ ਹੈ । ਇਸਤਰ੍ਹਾਂ ਸਾਕਤ ਸਾਰਾ ਜੀਵਨ ਕਈ ਪਾਪ ਕਰਦਾ ਹੈ । ਜਿਹੜਾ ਪਾਪੀ ਵੀ ਸੰਤ ਸਰੂਪ ਦੀ ਸੰਗਤ ਵਿੱਚ ਆਪਾ ਭੇਟਾ ਕਰ ਦੇਂਦਾ, ਸ਼ਬਦ ਨਾਲ ਆਪਣਾ ਜੀਵਨ ਢਾਲਦਾ ਹੈ । ਪ੍ਰਭ ਉਸ ਦੇ ਸਾਰੇ ਪਾਪ ਜਲਾ ਦੇਂਦਾ, ਬਖਸ਼ ਦੇਂਦਾ ਹੈ ।

Self-minded may collect a heap of wood over a period; all may burn with a small spark in a twinkle of eyes. Same way, self-minded may collect a burden of sins in many previous lives. Whosoever may surrender his self-identity at the conjugation of His Holy saint and adopts his life experience teachings in his own life; with His mercy and grace, all his sins of previous lives may be forgiven.

ਸਾਧੂ ਸਾਧ ਸਾਧ ਜਨ ਨੀਕੇ,	saaDhoo saaDh saaDh jan neekay
ਜਿਨ ਅੰਤਰਿ ਨਾਮੁ ਧਰੀਜੈ॥	jin antar naam Dhareejai.
ਪਰਸ ਨਿਪਰਸੁ ਭਏ ਸਾਧੂ ਜਨ,	paras nipras bha-ay saaDhoo jan
ਜਨੁ ਹਰਿ ਭਗਵਾਨੁ ਦਿਖੀਜੈ॥੫॥	jan har bhagvaan dikheejai. ‖5‖

ਸ਼ਬਦ ਦੀ ਬੰਦਗੀ ਕਰਨ ਵਾਲਾ, ਸਦਾ ਹੀ ਸ਼ਬਦ ਦੀ ਪਾਲਣਾ ਵਿੱਚ ਲੀਨ ਰਹਿੰਦਾ ਹੈ । ਸੰਤ ਦੀ ਸੰਗਤ ਵਿੱਚ ਆਪਾ ਭੇਟਾ ਕਰਨ ਨਾਲ ਉਸ ਦਾ ਮਨ ਮੋਮ ਹੋ ਜਾਂਦਾ ਹੈ । ਪ੍ਰਭ ਦੇ ਦਰਬਾਰ ਵਿੱਚ ਪ੍ਰਵਾਨਗੀ ਬਖਸ਼ਿਸ਼ ਹੋ ਜਾਂਦੀ ਹੈ ।

His true devotee, may always remain intoxicated in obeying the teachings of His Word. Whosoever may surrender his self-identity at the conjugation of His Holy saint; with His mercy and grace, his state of mind may become humble and polite. He may be blessed with the right path of acceptance in His Court.

ਸਾਕਤ ਸੂਤੁ ਬਹੁ ਗੁਰਝੀ ਭਰਿਆ,	saakat soot baho gurjhee bhari-aa
ਕਿਉ ਕਰਿ ਤਾਨੁ ਤਨੀਜੈ॥	ki-o kar taan taneejai.
ਤੰਤੁ ਸੂਤੁ ਕਿਛੁ ਨਿਕਸੈ ਨਾਹੀ,	tant soot kichh niksai naahee
ਸਾਕਤ ਸੰਗੁ ਨ ਕੀਜੈ॥੬॥	saakat sang na keejai. ‖6‖

ਸਾਕਤ ਦਾ ਧਾਗਾ, ਜੀਵਨ ਗੰਢਾਂ ਨਾਲ ਉਲਝਿਆ, ਭਰਿਆਂ ਹੋਇਆ ਹੈ । ਇਸ ਤਾਣੀ ਵਿਚੋਂ ਕੀ ਬੁਣਿਆ ਜਾ ਸਕਦਾ ਹੈ? ਉਸ ਧਾਗਾ ਦਾ ਤਾਣਾ ਨਹੀਂ ਬਣ ਸਕਦਾ, ਉਸ ਦੀ ਸੰਗਤ ਨਾ ਕਰੋ ।

Self-minded may be like an entangled thread with many knots. Nothing can be weaved from that thread. The entangled thread cannot be used for any useful purpose; same way, may be the way of life of self-minded. You must renounce, abandon his association.

ਸਤਿਗੁਰ ਸਾਧਸੰਗਤਿ ਹੈ ਨੀਕੀ, satgur saaDhsangat hai neekee
ਮਿਲਿ ਸੰਗਤਿ ਰਾਮੁ ਰਵੀਜੈ॥ mil sangat raam raveejai.
ਅੰਤਰਿ ਰਤਨ ਜਵੇਹਰ ਮਾਣਕ, antar ratan javayhar maanak
ਗੁਰ ਕਿਰਪਾ ਤੇ ਲੀਜੈ॥੭॥ gur kirpaa tay leejai. ||7||

ਪ੍ਰਭ ਦੀ ਜੋਤ, ਅਮੋਲਕ ਸ਼ਬਦ ਦੀ ਸੋਝੀ, ਤਨ ਦੇ ਅੰਦਰ ਦਸਵੇਂ ਘਰ ਵਿੱਚ ਹੀ ਵਸਦੀ ਹੈ । ਜੀਵ ਬੰਦਗੀ ਕਰਨ ਵਾਲੇ ਦੀ ਸੰਗਤ ਵਿੱਚ ਸ਼ਬਦ ਦੀ ਪਾਲਣ ਕਰਨਾ ਬਹੁਤ ਉਤਮ ਧੰਦਾ ਹੈ । ਜਿਹੜਾ ਸੰਤਾਂ ਦੇ ਜੀਵਨ ਦੀ ਸਿਖਿਆਂ ਨਾਲ ਆਪਣਾ ਜੀਵਨ ਢਾਲਦਾ ਹੈ । ਉਸ ਨੂੰ ਮਨ ਅੰਦਰੋਂ ਹੀ ਸੋਝੀ ਬਖਸ਼ਿਸ਼ ਹੋ ਜਾਂਦੀ ਹੈ ।

His Holy Spirit, the enlightenment of the essence of His Word, ambrosial jewel remains embedded within 10th door, His Royal Castle. To join the conjugation of His Holy saint and to obey the teachings of His Word may be supreme task of human life. Whosoever may adopt the life experience of His Holy saint in his day-to-day life; with His mercy and grace, he may be enlightened from within.

ਮੇਰਾ ਠਾਕੁਰੁ ਵਡਾ ਵਡਾ ਹੈ ਸੁਆਮੀ, mayraa thaakur vadaa vadaa hai su-aamee
ਹਮ ਕਿਉ ਕਰਿ ਮਿਲਹ ਮਿਲੀਜੈ॥ ham ki-o kar milah mileejai.
ਨਾਨਕ ਮੇਲਿ ਮਿਲਾਏ ਗੁਰੁ ਪੂਰਾ, naanak mayl milaa-ay gur pooraa
ਜਨ ਕਉ ਪੂਰਨੁ ਦੀਜੈ॥੮॥੨॥ jan ka-o pooran deejai. ||8||2||

ਪ੍ਰਭ ਬਹੁਤ ਵੱਡਾ ਹੈ! ਮੈਂ ਇੱਕ ਨਿਮਾਣਾ, ਉਸ ਨਾਲ ਸੰਜੋਗ ਕਿਵੇਂ ਕਰ ਸਕਦਾ ਹਾ? ਪਭ ਆਪ ਹੀ ਆਪਣੇ ਬੰਦਗੀ ਕਰਨ ਵਾਲੇ ਨੂੰ ਪ੍ਰਵਾਨ ਕਰ ਲੈਂਦਾ ਹੈ । ਆਪਣੇ ਨਾਲ ਮਿਲਾ ਲੈਂਦਾ ਹੈ ਆਪ ਹੀ ਕਮੀ ਪੂਰੀ ਕਰ ਦਿੰਦਾ ਹੈ ।

The True Master the greatest of All! How may a humble, helpless devotee be accepted in His Court, accepted in His Sanctuary? The True Master with His Blessed Vision may accept His true devotee at His Sanctuary. He may ignore his deficiencies of his previous deeds.

105. ਕਲਿਆਨੁ ਮਹਲਾ ੪॥ (1324-12)

ਰਾਮਾ ਰਮ ਰਾਮੋ ਰਾਮੁ ਰਵੀਜੈ॥ raamaa ram raamo raam raveejai.
ਸਾਧੂ ਸਾਧ ਸਾਧ ਜਨ ਨੀਕੇ, saaDhoo saaDh saaDh jan neekay
ਮਿਲਿ ਸਾਧੂ ਹਰਿ ਰੰਗੁ ਕੀਜੈ॥੧॥ ਰਹਾਉ॥ mil saaDhoo har rang keejai. ||1|| rahaa-o.

ਹਰਇੱਕ ਥਾਂ ਤੇ ਵਸਣ, ਵਾਪਰਦੇ, ਪ੍ਰਭ ਦੇ ਸ਼ਬਦ ਦਾ ਸਿਮਰਨ ਕਰੋ! ਬੰਦਗੀ ਕਰਨ ਵਾਲੇ ਸੰਤ ਦੀ ਅਵਸਥਾ ਬਹੁਤ ਉਤਮ ਹੁੰਦੀ ਹੈ । ਉਸ ਦੀ ਸੰਗਤ ਕਰਕੇ ਪ੍ਰਭ ਦੇ ਸ਼ਬਦ ਦੀ ਪਾਲਣਾ ਕਰੋ!

You should meditate on the teachings of His Word, The Omnipresent and prevailing everywhere The True Master! His Holy saints may be blessed with supreme, immortal state of mind. You should join the conjugation of His Holy saint and obey the teachings of His Word.

ਜੀਅ ਜੰਤ ਸਭੁ ਜਗੁ ਹੈ ਜੇਤਾ, jee-a jant sabh jag hai jaytaa
ਮਨੁ ਡੋਲਤ ਡੋਲ ਕਰੀਜੈ॥ man, dolat dol kareejai.
ਕ੍ਰਿਪਾ ਕ੍ਰਿਪਾ ਕਰਿ ਸਾਧੁ ਮਿਲਾਵਹੁ, kirpaa kirpaa kar saaDh milaavhu
ਜਗੁ ਥੰਮਨ ਕਉ ਥੰਮੁ ਦੀਜੈ॥੧॥ jag thamman ka-o thamm deejai. ||1||

ਸਾਰੇ ਜੀਵਾਂ ਜੰਤਾ ਦਾ ਮਨ ਘੁੰਮਦਾ, ਡੋਲਦਾ ਰਹਿੰਦਾ ਹੈ । ਪ੍ਰਭ ਰਹਿਮਤ ਬਖਸ਼ੋ! ਸੰਤ ਸਰੂਪ ਦੀ ਸੰਗਤ ਬਖਸ਼ੋ! ਉਹ ਹੀ ਸੰਸਾਰਕ ਜੀਵਾਂ ਦਾ ਆਸਰਾ ਹੁੰਦੇ ਹਨ ।

Self-minded, all worldly creatures may remain wandering from shrine to shrine. He may not remain steady and stable on any path. With His mercy and grace, blesses the conjugation of His Holy saint. His Holy saint may remain as a pillar of support for His Creation.

ਬਸੁਧਾ ਤਲੈ ਤਲੈ ਸਭ ਉਪਰਿ, basuDhaa talai talai sabh oopar
ਮਿਲਿ ਸਾਧੂ ਚਰਨ ਰੁਲੀਜੈ॥ mil saaDhoo charan ruleejai.
ਅਤਿ ਊਤਮ ਅਤਿ ਊਤਮ ਹੋਵਹੁ, at ootam at ootam hovhu
ਸਭ ਸਿਸਟਿ ਚਰਨ ਤਲ ਦੀਜੈ॥੨॥ sabh sisat charan tal deejai. ||2||

ਧਰਤੀ ਜੀਵ ਦੇ ਪੈਰਾਂ ਥੱਲੇ ਹੈ, ਫਿਰ ਵੀ ਧਰਤੀ ਦੀ ਧੂੜ ਜੀਵ ਦੇ ਉਪਰ ਪੈਂਦੀ ਹੈ । ਸੰਤਾਂ ਦੇ ਚਰਨਾਂ ਦੀ ਧੂੜ ਬਹੁਤ ਉਤਮ ਹੁੰਦੀ ਹੈ, ਆਪਣੇ ਆਪ ਨੂੰ ਸੰਤਾਂ ਦੇ ਚਰਨਾ ਦੀ ਧੂੜ ਨਾਲ ਢੱਕੋ ! ਜਿਹੜਾ ਸੰਤਾਂ ਦੇ ਜੀਵਨ ਦੀ ਸਿਖਿਆਂ ਨਾਲ ਆਪਣਾ ਜੀਵਨ ਢਾਲਦਾ ਹੈ, ਸਾਰਾ ਸੰਸਾਰ ਹੀ ਉਸ ਦੇ ਪੈਰਾਂ ਥੱਲੇ ਆ ਜਾਂਦਾ ਹੈ ।

Earth remains under the feet of worldly creature; however, the dust may cover all creatures. The dust of the feet of His Holy saint may be ambrosial vermillion. Whosoever may adopt the life experience teachings of His Holy saint in his day-to-day life; he may remain covered with the dust of the feet of His Holy saint. The whole universe may remain under his feet.

ਗੁਰਮੁਖਿ ਜੋਤਿ ਭਲੀ ਸਿਵ ਨੀਕੀ, gurmukh jot bhalee siv neekee
ਆਨਿ ਪਾਨੀ ਸਕਤਿ ਭਰੀਜੈ॥ aan paanee sakat bhareejai.
ਮੈਨਦੰਤ ਨਿਕਸੇ ਗੁਰ ਬਚਨੀ, maindant niksay gur bachnee
ਸਾਰੁ ਚਬਿ ਚਬਿ ਹਰਿ ਰਸੁ ਪੀਜੈ॥੩॥ saar chab chab har ras peejai. ||3||

ਗੁਰਮਖ ਵਿੱਚ ਪ੍ਰਭ ਦੇ ਸ਼ਬਦ ਦੀ ਜੋਤ ਜਾਗਰਤ ਹੁੰਦੀ, ਚਮਕਦੀ ਹੈ । ਸੰਸਾਰਕ ਮਾਇਆਂ ਉਸ ਦੇ ਚਰਨਾਂ ਵਿੱਚ ਆ ਜਾਂਦੀ ਹੈ । ਸ਼ਬਦ ਨਾਲ ਜੀਵਨ ਢਾਲਣ ਨਾਲ, ਦਾਸ ਮੋਮ ਦੇ ਦੰਦਾ ਨਾਲ ਲੋਹੇ ਵਰਗੀ ਅਹੰਕਾਰ ਦੀ ਦੀਵਾਰ ਨੂੰ ਕੱਟ ਦੇਂਦਾ ਹੈ । ਜੀਵ ਪ੍ਰਭ ਦੇ ਸ਼ਬਦ ਦਾ ਅੰਮ੍ਰਿਤ ਪੀਵੇ !

His true devotee may remain enlightened with the essence of His Word. His Holy spirit may be glowing in his heart and on his forehead. Whosoever may adopt the teachings of His Word with steady and stable belief; with His mercy and grace, his teeth like wax may cut the shield of ego of his mind. You should remain drenched with the essence of His Word and cherish the nectar of the essence of His Word.

ਰਾਮ ਨਾਮ ਅਨੁਗ੍ਰਹੁ ਬਹੁ ਕੀਆ, raam naam anoograhu baho kee-aa
ਗੁਰ ਸਾਧੂ ਪੁਰਖ ਮਿਲੀਜੈ॥ gur saaDhoo purakh mileejai.
ਗੁਨ ਰਾਮ ਨਾਮ ਬਿਸਥੀਰਨ ਕੀਏ, gun raam naam bistheeran kee-ay
ਹਰਿ ਸਗਲ ਭਵਨ ਜਸੁ ਦੀਜੈ॥੪॥ har sagal bhavan jas deejai. ||4||

ਪ੍ਰਭ ਨੇ ਬਹੁਤ ਰਹਿਮਤ ਬਖਸ਼ੀ, ਬੰਦਗੀ ਕਰਨ ਵਾਲੇ ਸੰਤ ਸਰੂਪ ਦੀ ਸੰਗਤ ਬਖਸ਼ੀ ਹੈ । ਪ੍ਰਭ ਦੇ ਸ਼ਬਦ ਦੀ ਸੋਭਾ ਸਾਰੀ ਸ੍ਰਿਸ਼ਟੀ ਵਿੱਚ ਹੀ ਫੈਲ ਗਈ ਹੈ । ਪ੍ਰਭ ਦੀਆਂ ਰਹਿਮਤਾਂ ਦੀ ਵਰਖਾ ਸਾਰੀ ਸ੍ਰਿਸ਼ਟੀ ਵਿੱਚ ਹੀ ਹੁੰਦੀ ਹੈ ।

I have been blessed with the conjugation of His Holy saint. The glory, the enlightenment of His Word remains overwhelmed in the universe. The rain of His blessings remains pouring indiscriminately on His Creation.

ਸਾਧੂ ਸਾਧ ਸਾਧ ਮਨਿ ਪ੍ਰੀਤਮ, saaDhoo saaDh saaDh man pareetam
ਬਿਨੁ ਦੇਖੇ ਰਹਿ ਨ ਸਕੀਜੈ॥ bin daykhay reh na sakeejai.
ਜਿਉ ਜਲ ਮੀਨ ਜਲਂ ਜਲ ਪ੍ਰੀਤਿ ਹੈ, ji-o jal meen jalaN jal pareet hai
ਖਿਨੁ ਜਲ ਬਿਨੁ ਫੂਟਿ ਮਰੀਜੈ॥੫॥ khin jal bin foot mareejai. ||5||

ਬੰਦਗੀ ਕਰਨ ਵਾਲੇ ਦੇ ਮਨ ਵਿੱਚ ਪ੍ਰਭ ਦਾ ਸ਼ਬਦ ਵਸਦਾ ਹੈ । ਜਿਵੇਂ ਮਛਲੀ ਪਾਣੀ ਨਾਲ ਹੀ ਸਵਾਸ ਲੈਂਦੀ, ਪਾਣੀ ਤੋਂ ਬਿਨਾਂ ਜੀਵਨ ਖਤਮ ਹੋ ਜਾਂਦਾ ਹੈ । ਇਸਤਰ੍ਹਾਂ, ਸ਼ਬਦ ਦੀ ਬੰਦਗੀ ਕਰਨ ਵਾਲਾ, ਸ਼ਬਦ ਦੇ ਸਿਮਰਨ ਕਰਨ ਤੋ ਬਿਨਾਂ ਚੈਨ ਨਾਲ ਬੈਠ ਨਹੀਂ ਸਕਦਾ ।

The enlightenment of the essence of His Word remains drenched within the heart and in day-to-day life of His true devotee. As fish may breathe and survive within water; her life may end without water. Same way, His true devotee may never remain in peace, contented without meditating on the teachings of His Word.

ਮਹਾ ਅਭਾਗ ਅਭਾਗ ਹੈ ਜਿਨ ਕੇ,	mahaa abhaag abhaag hai jin kay
ਤਿਨ ਸਾਧੂ ਧੂਰਿ ਨ ਪੀਜੈ॥	tin saaDhoo Dhoor na peejai.
ਤਿਨਾ ਤਿਸਨਾ ਜਲਤ ਜਲਤ ਨਹੀਂ ਬੂਝਹਿ,	tinaa tisnaa jalat jalat nahee boojheh
ਡੰਡੁ ਧਰਮ ਰਾਇ ਕਾ ਦੀਜੈ॥੬॥	dand Dharam raa-ay kaa deejai. ||6||

ਜਿਸ ਦੇ ਮੰਦੇ ਭਾਗ ਹੁੰਦੇ ਹਨ, ਉਹ ਪਾਣੀ, ਸ਼ਬਦ ਦੀ ਸੋਝੀ ਰੂਪੀ ਅੰਮ੍ਰਿਤ ਨਹੀਂ ਪੀਂਦਾ । ਜਿਸ ਨਾਲ ਬੰਦਗੀ ਕਰਨ ਵਾਲੇ ਦੇ ਪੈਰਾਂ ਦੀ ਧੂੜ ਧੋਤੀ ਹੁੰਦੀ ਹੈ । ਉਸ ਦੇ ਮਨ ਦੀਆਂ ਇੱਛਾਂ ਦੀਆਂ ਭਟਕਣਾਂ ਖਤਮ ਨਹੀਂ ਹੁੰਦੀਆਂ । ਧਰਮਰਾਜ ਉਸ ਨੂੰ ਸਜ਼ਾ ਦੇਂਦਾ ਹੈ ।

Whosoever may be very unfortunate; he may not drink the water that may wash the dust of the feet of His Holy saint; the nectar of the essence of His Word. He may remain frustrated, miserable in his worldly life; after death, he may endure the punishment of The Righteous Judge.

ਸਭਿ ਤੀਰਥ ਬਰਤ ਜਗਾਂ ਪੁੰਨ ਕੀਏ,	sabh tirath barat jag-y punn kee-ay
ਹਿਵੈ ਗਾਲਿ ਗਾਲਿ ਤਨੁ ਛੀਜੈ॥	hivai gaal gaal tan chheejai.
ਅਤੁਲਾ ਤੋਲੁ ਰਾਮ ਨਾਮੁ ਹੈ,	atulaa tol raam naam hai
ਗੁਰਮਤਿ ਕੋ ਪੁਜੈ ਨ ਤੋਲ ਤੁਲੀਜੈ॥੭॥	gurmat ko pujai na tol tuleejai. ||7||

ਜੀਵ ਭਾਵੇਂ ਅਨੇਕਾਂ ਪਵਿੱਤਰ ਤੀਰਥ ਦੀ ਯਾਤਰਾ, ਇਸ਼ਨਾਨ, ਵਰਤ, ਦਾਨ ਪੁੰਨ ਕਰੇ । ਆਪਣੇ ਤਨ ਨੂੰ ਬਰਫ ਦੀ ਤਰ੍ਹਾਂ ਪਿਘਲਾ, ਨਾਸ ਕਰ ਦੇਵੇ । ਪਰ ਪ੍ਰਭ ਦੇ ਸ਼ਬਦ ਦੀ ਸਿਖਿਆਂ ਨਾਲ ਜੀਵਨ ਢਾਲਣ ਦੇ ਕੁਝ ਵੀ ਬਰਾਬਰ ਨਹੀਂ ਤੁਲਦਾ, ਹੁੰਦਾ ।

Self-minded may pilgrimage at many shrines and takes a sanctifying bath at many Holy, sanctifying pond. He may abstain food as meditation and many Charites. Nothing may be equal or comparable with adopting the teachings of His Word with steady and stable belief in day-to-day life.

ਤਵ ਗੁਨ ਬ੍ਰਹਮ ਬ੍ਰਹਮ ਤੂ ਜਾਨਹਿ,	tav gun barahm barahm too jaaneh
ਜਨ ਨਾਨਕ ਸਰਨਿ ਪਰੀਜੈ॥	jan naanak saran pareejai.
ਤੂ ਜਲ ਨਿਧਿ ਮੀਨ ਹਮ ਤੇਰੇ,	too jal niDh meen ham tayray
ਕਰਿ ਕਿਰਪਾ ਸੰਗਿ ਰਖੀਜੈ॥੮॥੩॥	kar kirpaa sang rakheejai. ||8||3||

ਪ੍ਰਭ ਆਪ ਹੀ ਆਪਣੇ ਸ਼ਬਦ ਦੀ ਕੀਮਤ, ਗੁਣ ਜਾਣਦਾ ਹੈ । ਬੰਦਗੀ ਕਰਨ ਵਾਲ ਜੀਵ, ਪ੍ਰਭ ਦੀ ਸ਼ਰਣ ਵਿੱਚ ਆਪਾ ਭੇਟਾ ਕਰਦਾ, ਵਸਦਾ ਹੈ । ਉਹ ਆਪਣੇ ਆਪ ਨੂੰ ਸਾਗਰ ਦੀ ਮਛਲੀ ਦੀ ਤਰ੍ਹਾਂ ਨਿਆਣਾ ਹੀ ਸਮਝਦਾ ਹੈ । ਜਿਹੜੀ ਸਾਗਰ ਦੀ ਕੋਈ ਹੱਦ ਨਹੀਂ ਜਾਣੀ ਜਾ ਸਕਦੀ ।

The Omniscient True Master, Himself comprehend the significance of the essence of His Word. His true devotee always surrenders his self-identity at His Sanctuary. He may remain intoxicated in the void of His Word. He always considers his own state of mind, like a small helpless fish; who may never realize the limits and boundary of His Word; His Command.

106.ਕਲਿਆਨ ਮਹਲਾ ੪॥ 1325-5

ਰਾਮਾ ਰਮ ਰਾਮੋ ਪੂਜ ਕਰੀਜੈ॥	raamaa ram raamo pooj kareejai.
ਮਨੁ ਤਨੁ ਅਰਪਿ ਧਰਉ ਸਭੁ ਆਗੈ,	man, tan arap Dhara-o sabh aagai
ਰਸੁ ਗੁਰਮਤਿ ਗਿਆਨੁ ਦ੍ਰਿੜੀਜੈ॥੧॥	ras gurmat gi-aan darirheejai. ||1||
ਰਹਾਉ॥	rahaa-o.

ਪ੍ਰਭ ਹਰਇੱਕ ਜੀਵ ਵਿੱਚ ਵਸਦਾ, ਵਾਪਰਦਾ ਹੈ, ਆਪਨਾ ਤਨ, ਮਨ ਉਸ ਦੇ ਅੱਗੇ ਭੇਟਾ ਕਰੋ! ਪ੍ਰਭ ਦੇ ਸ਼ਬਦ ਦਾ ਸਿਮਰਨ, ਪੂਜਾ, ਆਪਣਾ ਜੀਵਨ ਸ਼ਬਦ ਦੀ ਸਿਖਿਆਂ ਨਾਲ ਢਾਲਣ ਨਾਲ, ਮਨ ਦੀ ਲਗਨ ਸ਼ਬਦ ਨਾਲ ਲਗ ਜਾਂਦੀ ਹੈ ।

The True Master remains embedded within each soul; he dwells within his body and prevails in every event in His Nature. Whosoever may meditate, worships, and adopts the teachings of His Word in his day-to-day life; with His mercy and grace, he may remain intoxicated in the void of His Word.

ਬ੍ਰਹਮ ਨਾਮ ਗੁਣ ਸਾਖ ਤਰੋਵਰ, barahm naam gun saakh tarovar
ਨਿਤ ਚੁਨਿ ਚੁਨਿ ਪੂਜ ਕਰੀਜੈ॥ nit chun chun pooj kareejai.
ਆਤਮ ਦੇਉ ਦੇਉ ਹੈ ਆਤਮੁ, aatam day-o day-o hai aatam
ਰਸਿ ਲਾਗੈ ਪੂਜ ਕਰੀਜੈ॥੧॥ ras laagai pooj kareejai. ||1||

ਪ੍ਰਭ ਦਾ ਸ਼ਬਦ ਹੀ ਗਿਆਨ ਦਾ ਬ੍ਰਿਛ ਹੈ, ਪ੍ਰਭ ਦੇ ਗੁਣ ਹੀ ਬ੍ਰਿਛ ਦੀਆਂ ਟਹਿਣੀਆਂ ਹਨ । ਉਹ ਫਲ ਇਕੱਠਾ ਕਰਕੇ ਉਸ ਦੀ ਪੂਜਾ, ਸਿਮਰਨ ਕਰੋ! ਜੀਵ ਦੀ ਆਤਮਾ ਹੀ ਪ੍ਰਭ ਦਾ ਰੂਪ ਹੈ । ਇਕਾਗਰ ਮਨ ਹੋ ਕੇ ਉਸ ਦੇ ਸ਼ਬਦ ਦੀ ਪਾਲਣਾ, ਸਿਮਰਨ ਕਰੋ!

The teachings His Word, The True Master may be a tree of enlightenment; the virtues of His Word may be the branches of the tree of enlightenment. You should collect the fruit of the tree of His Word to meditate and worship in your day-to-day life. His Holy Spirit remains embedded with each soul. Your soul may become a symbol of the True Master. You should whole heartedly meditate and obey the teachings of His Word with steady and stable belief in day-to-day life.

ਬਿਬੇਕ ਬੁਧਿ ਸਭ ਜਗ ਮਹਿ ਨਿਰਮਲ, bibayk buDh sabh jag meh nirmal
ਬਿਚਰਿ ਬਿਚਰਿ ਰਸੁ ਪੀਜੈ॥ bichar bichar ras peejai.
ਗੁਰ ਪਰਸਾਦਿ ਪਦਾਰਥੁ ਪਾਇਆ, gur parsaad padaarath paa-i-aa
ਸਤਿਗੁਰ ਕਉ ਇਹੁ ਮਨੁ ਦੀਜੈ॥੨॥ satgur ka-o ih man deejai. ||2||

ਪ੍ਰਭ ਦੇ ਸ਼ਬਦ ਵਿੱਚ ਸੁਰਤੀ, ਸ਼ਬਦ ਦੀ ਸੋਝੀ ਹੀ ਇਸ ਸੰਸਾਰ ਵਿੱਚ ਉਤਮ ਅਵਸਥਾ ਹੈ । ਜਿਹੜਾ ਸ਼ਬਦ ਦਾ ਵਿਚਾਰ ਕਰਦਾ, ਸਿਖਿਆਂ ਨਾਲ ਜੀਵਨ ਢਾਲਦਾ ਹੈ । ਉਹ ਸ਼ਬਦ ਰੂਪੀ ਅੰਮ੍ਰਿਤ ਪਾਨ ਕਰਦਾ ਹੈ । ਪ੍ਰਭ ਦੀ ਰਹਿਮਤ ਨਾਲ ਉਹ ਅਸਲੀ ਖਜ਼ਾਨਾਂ ਖੋਜ ਲੈਂਦਾ, ਬਖਸ਼ਿਸ਼ ਹੋ ਜਾਂਦਾ ਹੈ । ਉਹ ਜੀਵ ਅਸਲੀ ਗੁਰੂ ਦੇ ਸ਼ਬਦ ਦੀ ਪਾਲਣਾ, ਸਿਮਰਨ ਕਰਦਾ ਹੈ ।

The concentration, renunciation, and enlightenment of the essence of His Word may be the super, immortal state of mind. Whosoever may comprehend and adopts the teachings of His Word in his day-to-day life; with His mercy and grace, he may be blessed with the ambrosial nectar of the essence of His Word. He may discover the treasure, the real path of acceptance in His Court. His true devotee remains intoxicated in meditating and obeying the teachings of His Word.

ਨਿਰਮੋਲਕੁ ਅਤਿ ਹੀਰੋ ਨੀਕੋ nirmolak at heero neeko
ਹੀਰੈ ਹੀਰੁ ਬਿਧੀਜੈ॥ heerai heer biDheejai.
ਮਨੁ ਮੋਤੀ ਸਾਲੁ ਹੈ ਗੁਰ ਸ਼ਬਦੀ, man, motee saal hai gur sabdee
ਜਿਤੁ ਹੀਰਾ ਪਰਖਿ ਲਈਜੈ॥੩॥ jit heeraa parakh la-eejai. ||3||

ਜਿਹੜਾ ਸ਼ਬਦ ਦੀ ਪਾਲਣਾ ਕਰਦਾ, ਸ਼ਬਦ ਦੀ ਸੋਝੀ ਰੂਪੀ ਰਤਨ, ਉਸ ਦੀ ਆਤਮਾ ਰੂਪੀ ਰਤਨ ਨੂੰ ਚੀਰ ਦੇਂਦਾ ਹੈ । ਉਸ ਦੇ ਮਨ ਅੰਦਰ ਰੋਸ਼ਨੀ ਕਰ ਦੇਂਦਾ ਹੈ । ਜੀਵ ਦੀ ਆਤਮਾ ਰਤਨਾਂ ਦੀ ਮਾਲਕ ਬਣ ਜਾਂਦੀ ਹੈ । ਜਿਹੜਾ ਰਤਨ ਨੂੰ ਪਰਖਦਾ ਹੈ, ਉਸ ਨੂੰ ਕੀਮਤ ਦੀ ਸੋਝੀ ਬਖਸ਼ਿਸ਼ ਹੋ ਜਾਂਦੀ ਹੈ ।

Whosoever may obey the teachings of His Word; the enlightenment of the essence, jewel of His Holy Spirit may pierce through the jewel of his soul. His soul and mind may be illuminated, sanctified. His soul may be blessed with the treasure; she may become the trustee of the jewel. He may be enlightened to comprehend the significance of the essence of His Word.

ਸੰਗਤਿ ਸੰਤ ਸੰਗਿ ਲਗਿ ਊਚੇ, sangat sant sang lag oochay
ਜਿਉ ਪੀਪ ਪਲਾਸ ਖਾਇ ਲੀਜੈ॥ ji-o peep palaas khaa-ay leejai.
ਸਭ ਨਰ ਮਹਿ ਪ੍ਰਾਨੀ ਊਤਮੁ ਹੋਵੈ, sabh nar meh paraanee ootam hovai
ਰਾਮ ਨਾਮ ਬਾਸੁ ਬਸੀਜੈ॥੪॥ raam naamai baas baseejai. ||4||

ਜਿਹੜਾ ਸੰਤ ਸਰੂਪ ਦੀ ਸੰਗਤ ਵਿੱਚ ਰਲਕੇ ਉਸ ਦੇ ਜੀਵਨ ਦੀ ਸਿਖਿਆਂ ਨਾਲ ਜੀਵਨ ਢਾਲਦਾ ਹੈ । ਉਸ ਦੀ ਅਵਸਥਾ ਬਦਲ ਜਾਂਦੀ, ਉਤਮ ਹੋ ਜਾਂਦੀ ਹੈ । ਉਸ ਸੰਤ ਸਰੂਪ, ਪ੍ਰਭ ਦੀ ਜੋਤ ਵਿੱਚ ਹੀ ਅਭੇਦ ਹੋ ਜਾਂਦਾ, ਉਸ ਦਾ ਹੀ ਰੂਪ ਬਣ ਜਾਂਦਾ ਹੈ । ਜਿਵੇਂ ਪਿੱਪਲ ਦਾ ਬੂਟਾ, ਪਿੱਪਲ ਦੇ ਬ੍ਰਿਛ ਵਿੱਚ ਹੀ ਮਿਲ ਜਾਂਦਾ ਹੈ ।

Whosoever may join the conjugation His Holy saint and adopts his life experience teachings in his day-to-day life; with His mercy and grace, his state of mind may be transformed as immortal. His soul may immerse within His Holy Spirit. He may become a symbol of The True Master. As **Pipple** new growth, plant may become a **Pipple** tree.

ਨਿਰਮਲ ਨਿਰਮਲ ਕਰਮ ਬਹੁ ਕੀਨੇ, nirmal nirmal karam baho keenay
ਨਿਤ ਸਾਖਾ ਹਰੀ ਜੜੀਜੈ॥ nit saakhaa haree jarheejai.
ਧਰਮੁ ਫੁਲੁ ਫਲੁ ਗੁਰਿ ਗਿਆਨੁ ਦ੍ਰਿੜਾਇਆ, Dharam ful fal gur gi-aan drirh-aa-i-aa
ਬਹਕਾਰ ਬਾਸੁ ਜਗਿ ਦੀਜੈ॥੫॥ behkaar baas jag deejai. ||5||

ਜਿਹੜਾ ਹਰ ਵੇਲੇ ਚੰਗੇ ਕੰਮ ਕਰਦਾ, ਮਨ ਨੂੰ ਪਵਿੱਤਰ ਰਖਦਾ ਹੈ । ਉਸ ਦੀ ਆਤਮਾ, ਪਵਿੱਤਰਤਾ, ਪ੍ਰਭ ਦੀ ਜੋਤ ਦੀ ਹੀ ਇੱਕ ਸ਼ਾਖ ਬਣ ਜਾਂਦੀ ਹੈ । ਪ੍ਰਭ ਦੇ ਸ਼ਬਦ ਦੀ ਪਾਲਣਾ ਨਾਲ, ਧਰਮ, ਸ਼ਬਦ ਤੇ ਭਰੋਸੇ ਹੀ ਅਮੋਲਕ ਫੁੱਲ ਬਣ ਜਾਂਦੇ ਹਨ । ਜਿਸ ਵਿਚੋਂ ਸ਼ਬਦ ਦੀ ਸੋਝੀ ਦਾ ਫਲ ਬਖਸ਼ਿਸ਼ ਹੁੰਦਾ ਹੈ । ਉਸ ਦੀ ਸੁਗੰਧ ਸਾਰੇ ਸੰਸਾਰ ਵਿੱਚ ਹੀ ਫੈਲ ਜਾਂਦੀ ਹੈ ।

Whosoever may always perform good deeds and keeps his soul sanctified, blemish-free. His soul may become an extension of the eternal glow, His Holy Spirit. His meditation, devotion to obey the teachings, ethics of his life may become ambrosial flowers. These flowers may render the fruit of enlightenment of the essence of His Word. The aroma, the essence of His Word may spread over the universe.

ਏਕ ਜੋਤਿ ਏਕੋ ਮਨਿ ਵਸਿਆ, ayk jot ayko man vasi-aa
ਸਭ ਬ੍ਰਹਮ ਦ੍ਰਿਸਟਿ ਇਕੁ ਕੀਜੈ॥ sabh barahm darisat ik keejai.
ਆਤਮ ਰਾਮੁ ਸਭ ਏਕੈ ਹੈ ਪਸਰੇ, aatam raam sabh aykai hai pasray
ਸਭ ਚਰਨ ਤਲੇ ਸਿਰੁ ਦੀਜੈ॥੬॥ sabh charan talay sir deejai. ||6||

ਸਾਰੀ ਸ੍ਰਿਸ਼ਟੀ ਹੀ ਪ੍ਰਭ ਦੀ ਜੋਤ ਦਾ ਪਸਾਰਾ ਹੈ । ਇੱਕੋ ਇੱਕ ਪ੍ਰਭ ਦੀ ਜੋਤ ਹੀ ਹਰਇੱਕ ਆਤਮਾ ਵਿੱਚ ਸਮਾਈ, ਵਸਦੀ ਅਤੇ ਵਾਪਰਦੀ ਹੈ । ਸਾਰੀ ਸ੍ਰਿਸ਼ਟੀ ਦਾ ਸਿਰ ਹੀ ਪ੍ਰਭ ਦੇ ਚਰਨਾਂ ਥੱਲੇ ਹੈ ।

The universe is an expansion of His Holy Spirit. The One and only One, His Holy Spirt remains embedded within each soul, dwells within his body and prevails every event in His Nature including the day-to-day life of worldly creature. The whole universe, His creation must bow at the feet of The True Master, meditates, must obey His Command no exception.

ਨਾਮ ਬਿਨਾ ਨਕਟੇ ਨਰ ਦੇਖਹੁ, naam binaa naktay nar daykhhu
ਤਿਨ ਘਸਿ ਘਸਿ ਨਾਕ ਵਢੀਜੈ॥ tin ghas ghas naak vadheejai.
ਸਾਕਤ ਨਰ ਅਹੰਕਾਰੀ ਕਹੀਅਹਿ, saakat nar ahaNkaaree kahee-ahi
ਬਿਨੁ ਨਾਵੈ ਧ੍ਰਿਗੁ ਜੀਵੀਜੈ॥੭॥ bin naavai Dharig jeeveejai. ||7||

ਪ੍ਰਭ ਦੇ ਸ਼ਬਦ ਦੀ ਪਾਲਣਾ ਤੋ ਬਿਨਾਂ ਸਾਰੇ ਜੀਵ ਹੀ ਦੋਸ਼ੀ ਹਨ । ਉਸ ਨੂੰ ਮੌਤ ਪਿਛੋਂ ਪ੍ਰਭ ਦੇ ਦਰਬਾਰ ਵਿੱਚ ਸਜ਼ਾ ਮਿਲਦੀ, ਲਾਨ੍ਹਤਾ ਹੀ ਪੈਂਦੀਆਂ ਹਨ । ਪ੍ਰਭ ਦੇ ਸ਼ਬਦ ਤੇ ਵਿਸ਼ਵਾਸ ਨਾ ਕਰਨ ਵਾਲਾ, ਸਾਕਤ ਅਹੰਕਾਰੀ ਹੀ ਹੁੰਦਾ ਹੈ । ਉਸ ਦਾ ਮਾਨਸ ਜੀਵਨ ਸਰਾਪਿਆ ਹੋ ਜਾਂਦਾ ਹੈ ।

Whosoever may not obey the teachings of His Word with steady and stable belief, his soul may remain blemished. After death, his soul may endure the punishment of his worldly deeds, rebuked. He may remain in the cycle of birth and death. Whosoever may not have a steady and stable belief on the teachings of His Word as an ultimate command; he may remain intoxicated with ego of his own unique identity, self-minded, non-believer. His human life may become a curse rather than blessing, opportunity.

ਜਬ ਲਗੁ ਸਾਸੁ ਸਾਸੁ ਮਨ ਅੰਤਰਿ,	jab lag saas saas man antar
ਤਤੁ ਬੇਗਲ ਸਰਨਿ ਪਰੀਜੈ॥	tat baygal saran pareejai.
ਨਾਨਕ ਕ੍ਰਿਪਾ ਕ੍ਰਿਪਾ ਕਰਿ ਧਾਰਹੁ,	naanak kirpaa kirpaa kar Dhaarahu
ਮੈਂ ਸਾਧੂ ਚਰਨ ਪਖੀਜੈ॥੮॥੪॥	mai saaDhoo charan pakheejai. ||8||4||

ਜਿਸ ਦੇ ਤਨਾ ਵਿਚ ਸਵਾਸ ਚਲਦੇ ਹਨ, ਉਹ ਆਪਾ ਪ੍ਰਭ ਦੀ ਸ਼ਰਣ ਵਿੱਚ ਭੇਟਾ ਕਰ ਸਕਦਾ ਹੈ । ਉਹ ਸਮਾਂ ਹੀ ਸੁਭਾਗਾ ਮੌਕਾ ਬਣ ਜਾਂਦਾ ਹੈ ਕਦੇ ਵੀ ਦੇਰੀ ਨਾ ਕਰੋ! ਪ੍ਰਭ ਦਾ ਦਾਸ, ਸਦਾ ਹੀ ਰਹਿਮਤ ਦੀ ਅਰਦਾਸ ਕਰਦਾ, ਉਹ ਸੰਤ ਸਰੂਪ ਦੀ ਸੇਵਾ, ਚਾਕਰੀ ਵਿੱਚ ਮਸਤ ਰਹਿੰਦਾ ਹੈ ।

Whosoever may be still breathing! He may still have an opportunity to surrender his self-identity at His Sanctuary. His moment of surrendering his self-identity may become very fortunate moment! Never delay or waste this ambrosial opportunity. His true devotee may have only one prayer, desire, and selfish-ness to remain intoxicated in the void of His Word, taking last breath in the service of His Holy saint.

107.ਕਲਿਆਨ ਮਹਲਾ ੪॥ 1325-16

ਰਾਮਾ ਮੈਂ ਸਾਧੂ ਚਰਨ ਧੁਵੀਜੈ॥	raamaa mai saaDhoo charan Dhuveejai.
ਕਿਲਬਿਖ ਦਹਨ ਹੋਹਿ ਖਿਨ ਅੰਤਰਿ,	kilbikh dahan hohi khin antar
ਮੇਰੇ ਠਾਕੁਰ ਕਿਰਪਾ ਕੀਜੈ॥੧॥ ਰਹਾਉ॥	mayray thaakur kirpaa keejai. ||1|| rahaa-o.

ਜਿਹੜਾ ਸੰਤ ਸਰੂਪ ਦੇ ਚਰਨ ਧੋਦਾ, ਜੀਵਨ ਦੀ ਸਿਖਿਆਂ ਨਾਲ ਆਪਣੇ ਜੀਵਨ ਨੂੰ ਢਾਲਦਾ ਹੈ । ਉਸ ਦੀ ਆਤਮਾ ਦੇ ਪਿਛਲੇ ਜੀਵਨ ਦੇ ਪਾਪ ਬਖਸ਼ੇ ਜਾਂਦੇ ਹਨ ।

Whosoever may join the conjugation of His Holy saint and adopts his life experience teachings in his own day to day life; with His mercy and grace, all his sins of previous lives may be forgiven.

ਮੰਗਤ ਜਨ ਦੀਨ ਖਰੇ ਦਰਿ ਠਾਢੇ,	mangat jan deen kharay dar thaadhay
ਅਤਿ ਤਰਸਨ ਕਉ ਦਾਨੁ ਦੀਜੈ॥	at tarsan ka-o daan deejai.
ਤ੍ਰਾਹਿ ਤ੍ਰਾਹਿ ਸਰਨਿ ਪ੍ਰਭ ਆਏ,	taraahi taraahi saran parabh aa-ay
ਮੋ ਕਉ ਗੁਰਮਤਿ ਨਾਮੁ ਦ੍ਰਿੜੀਜੈ॥੧॥	mo ka-o gurmat naam darirheejai. ||1||

ਨਿਮਾਣਾ ਬੰਦਗੀ ਕਰਨ ਵਾਲਾ ਪ੍ਰਭ ਦੇ ਦਰ ਤੇ ਭਿੱਖਿਆਂ ਮੰਗਦਾ ਹੈ! ਜਿਸ ਦੇ ਮਨ ਵਿੱਚ ਸ਼ਰਧਾ ਹੁੰਦੀ ਹੈ । ਦਾਤਾਂ ਦਾ ਮਾਲਕ ਉਸ ਨੂੰ ਸ਼ਬਦ ਦੇ ਲੜ ਲਾਉਂਦਾ ਹੈ । ਮੈਂ ਆਪਾ ਤੇਰੀ ਸ਼ਰਣ ਵਿੱਚ ਭੇਟਾ ਕਰਦਾ ਹਾ । ਰਹਿਮਤ ਬਖਸ਼ਕੇ, ਸ਼ਬਦ ਦੀ ਪਾਲਣਾ ਕਰਨ ਦੀ ਲਗਨ ਬਖਸ਼ੋ!

His humble true devotee may pray and begs for His Forgiveness and Refuge. Whosoever may have a deep devotion and steady and stable belief; with His mercy and grace, he may be blessed with devotion to obey the teachings of His Word; The True Treasure, Trustee of all blessings. My True Master, I have surrendered my self-identity at Your Sanctuary; with Your mercy and grace, blesses me devotion to obey the teachings of Your Word with steady and stable belief in my day-to-day life.

ਕਾਮ ਕਰੋਧੁ ਨਗਰ ਮਹਿ ਸਬਲਾ, kaam karoDh nagar meh sablaa
ਨਿਤ ਉਠਿ ਉਠਿ ਜੂਝੁ ਕਰੀਜੈ॥ nit uth uth joojh kareejai.
ਅੰਗੀਕਾਰੁ ਕਰਹੁ ਰਖਿ ਲੇਵਹੁ, angeekaar karahu rakh layvhu
ਗੁਰ ਪੂਰਾ ਕਾਢਿ ਕਢੀਜੈ॥੨॥ gur pooraa kaadh kadheejai. ||2||

ਪ੍ਰਭ ਮੇਰੇ ਮਨ ਵਿੱਚ ਕਾਮ ਵਾਸ਼ਨਾ, ਕਰੋਧ ਦਾ ਬਹੁਤ ਜ਼ੋਰ, ਕਾਬੂ ਹੈ । ਮੈਂ ਹਰਵੇਲੇ ਆਪਣੇ ਮਨ ਨਾਲ ਹੀ ਝਗੜਾ ਕਰਦਾ ਰਹਿੰਦਾ ਹਾ । ਪ੍ਰਭ ਰਹਿਮਤ ਨਾਲ ਆਪਣਾ ਦਾਸ ਬਣਾਵੋ! ਮੈਨੂੰ ਸ਼ਬਦ ਦੀ ਪਾਲਣਾ ਕਰਦੇ, ਸ਼ਬਦ ਦੀ ਸੋਝੀ, ਆਪਣੇ ਮਨ ਤੇ ਜਿੱਤ ਬਖਸ਼ੋ!

My True Master! My mind remains intoxicated with sweet poison of demons of sexual urge and anger of my worldly disappointments. I remain quarrelling with the demons of my worldly desires of my mind. With Your mercy and grace, blesses me a state of mind as Your true devotee. With my devotion to obey the teachings of Your Word; I may be blessed with the enlightenment of the essence of Your Word, I may conquer the demon of my mind, worldly desires.

ਅੰਤਰਿ ਅਗਨਿ ਸਬਲ ਅਤਿ ਬਿਖਿਆ, antar agan sabal at bikhi-aa
ਹਿਵ ਸੀਤਲੁ ਸ਼ਬਦੁ ਗੁਰ ਦੀਜੈ॥ hiv seetal sabad gur deejai.
ਤਨਿ ਮਨਿ ਸਾਂਤਿ ਹੋਇ ਅਧਿਕਾਈ, tan man saaNt ho-ay aDhikaa-ee
ਰੋਗੁ ਕਾਟੈ ਸੂਖਿ ਸਵੀਜੈ॥੩॥ rog kaatai sookh saveejai. ||3||

ਮੇਰੇ ਅੰਦਰ ਧੋਖੇ, ਲਾਲਚ ਦੀ ਅੱਗ ਜਲਦੀ ਹੈ । ਪ੍ਰਭ ਦੇ ਸ਼ਬਦ ਦੀ ਸੋਝੀ ਰੂਪੀ ਪਾਣੀ ਨਾਲ ਹੀ ਅੱਗ ਬੁਝ ਸਕਦੀ ਹੈ । ਜਿਸ ਦਾ ਤਨ, ਮਨ ਸ਼ਾਂਤ ਹੋ ਜਾਂਦਾ ਹੈ, ਉਸ ਦੇ ਮਨ ਅੰਦਰੋਂ ਸਾਰੇ ਰੋਗ ਖਤਮ ਹੋ ਜਾਂਦੇ ਹਨ । ਉਸ ਦੇ ਮਨ ਵਿੱਚ ਸੰਤੋਖ ਵਸਣ ਲਗ ਪੈਂਦਾ ਹੈ ।

My True Master! My mind remains intoxicated with the poison of worldly desire. The fire, lava of deception has exploded within my mind. The nectar of the essence of Your Word may extinguish the lava of greed, desires from within my mind. Whose mind and body may remain in peace, contented with his own worldly environments; with His mercy and grace, all the miseries of his worldly desires may be eliminated. He may be blessed with overwhelming contentment in his worldly life.

ਜਿਉ ਸੂਰਜੁ ਕਿਰਣਿ ਰਵਿਆ ਸਰਬ ਠਾਈ, ji-o sooraj kiran ravi-aa sarab thaa-ee
ਸਭ ਘਟਿ ਘਟਿ ਰਾਮੁ ਰਵੀਜੈ॥ sabh ghat ghat raam raveejai.
ਸਾਧੂ ਸਾਧ ਮਿਲੇ ਰਸੁ ਪਾਵੈ, saaDhoo saaDh milay ras paavai
ਤਤੁ ਨਿਜ ਘਰਿ ਬੈਠਿਆ ਪੀਜੈ॥੪॥ tat nij ghar baithi-aa peejai. ||4||

ਜਿਵੇਂ ਸੂਰਜ ਦੀ ਕਿਰਨ ਸਾਰੇ ਪਾਸੇ ਫੈਲੀ ਹੋਈ ਹੈ । ਇਸਤਰ੍ਹਾਂ ਪ੍ਰਭ ਦੀ ਜੋਤ ਵੀ ਹਰਇੱਕ ਜੀਵ ਦੇ ਅੰਦਰ ਵਸਦੀ, ਵਾਪਰਦੀ ਹੈ । ਜਿਹੜਾ ਸੰਤਾ ਦੀ ਸੰਗਤ ਕਰਦਾ ਹੈ, ਉਸ ਨੂੰ ਸ਼ਬਦ ਦੀ ਸੋਝੀ ਬਖਸ਼ਿਸ਼ ਹੋ ਜਾਂਦੀ ਹੈ । ਉਹ ਆਪਣੇ ਮਨ, ਘਰ ਅੰਦਰ ਹੀ ਸ਼ਬਦ ਦੀ ਸੋਝੀ ਦੀ ਖੋਜ ਕਰਦਾ ਹੈ । ਪ੍ਰਭ ਦੀ ਰਹਿਮਤ ਨਾਲ ਸ਼ਬਦ ਦੀ ਸੋਝੀ ਬਖਸ਼ਿਸ਼ ਹੋ ਜਾਂਦੀ ਹੈ ।

As rays of Sun remain everywhere; same way, His Holy Spirit remains embedded within each soul, dwells and prevails everywhere in the universe. Whosoever may remain intoxicated in the conjugation of His Holy saint and adopts his life experience teachings in his day-to-day life; with His mercy and grace, he may be blessed with the enlightenment. He may remain searching within his own mind and body, he may be blessed with the enlightenment from within.

ਜਨਕਉ ਪ੍ਰੀਤਿ ਲਗੀ ਗੁਰ ਸੇਤੀ, jan ka-o pareet lagee gur saytee
ਜਿਉ ਚਕਵੀ ਦੇਖਿ ਸੂਰੀਜੈ॥ ji-o chakvee daykh sooreejai.
ਨਿਰਖਤ ਨਿਰਖਤ ਰੈਨਿ ਸਭ ਨਿਰਖੀ, nirkhat nirkhat rain sabh nirkhee
ਮੁਖੁ ਕਾਢੈ ਅੰਮ੍ਰਿਤੁ ਪੀਜੈ॥੫॥ mukh kaadhai amrit peejai. ||5||

ਬੰਦਗੀ ਕਰਨ ਵਾਲੇ ਦੀ ਪ੍ਰਭ ਦੇ ਸ਼ਬਦ ਨਾਲ ਇਸਤਰ੍ਹਾਂ ਦੀ ਪ੍ਰੀਤ ਲਗ ਜਾਂਦੀ ਹੈ । ਜਿਵੇਂ ਚੱਕਵੀ ਦੀ ਸੂਰਜ ਦੀ ਕਿਰਨ ਨਾਲ ਹੁੰਦੀ ਹੈ । ਉਹ ਸਾਰੀ ਰਾਤ ਬੈਠੀ ਇੰਤਜ਼ਾਰ ਕਰਦੀ ਰਹਿੰਦੀ ਹੈ । ਜਦੋਂ ਸੂਰਜ ਚੜ੍ਹਦਾ, ਤਾ ਦਰਸ਼ਨ ਰੂਪੀ ਅੰਮ੍ਰਿਤ ਪੀ ਲੈਂਦੀ ਹੈ ।

His true devotee may have such a deep emotional attachment to the teachings of His Word, as the **Chakvee** may have with the first ray of Sun. She may remain awake whole night waiting for the first ray of Sun. With the rise of Sun; she witnesses first ray and gratitude to The True Master and feel contented and in peace.

ਸਾਕਤ ਸੁਆਨ ਕਹੀਅਹਿ ਬਹੁ ਲੋਭੀ,	saakat su-aan kahee-ahi baho lobhee
ਬਹੁ ਦੁਰਮਤਿ ਮੈਲੁ ਭਰੀਜੈ॥	baho durmat mail bhareejai.
ਆਪਨ ਸੁਆਇ ਕਰਹਿ ਬਹੁ ਬਾਤਾ,	aapan su-aa-ay karahi baho baataa
ਤਿਨਾ ਕਾ ਵਿਸਾਹੁ ਕਿਆ ਕੀਜੈ॥੬॥	tinaa kaa visaahu ki-aa keejai. ||6||

ਸਾਕਤ ਦਾ ਮਨ ਲਾਲਚ ਨਾਲ ਭਰਿਆਂ, ਕੁੱਤੇ ਦੀ ਨਿਆਈ ਹੁੰਦਾ ਹੈ । ਉਸ ਦੇ ਮਨ ਵਿੱਚ ਲਾਲਚ ਰੂਪੀ ਮੈਲ, ਬੁਰੇ ਖਿਆਲਾਂ ਦਾ ਹੀ ਕਾਬੂ ਹੁੰਦਾ ਹੈ । ਉਹ ਕੇਵਲ ਆਪਣੇ ਮਨੋਰਥ ਦਾ ਹੀ ਵਰਣਨ ਕਰਦਾ ਹੈ । ਹੋਰ ਕੋਈ ਵਿਚਾਰ ਨਹੀਂ ਕਰਦਾ । ਉਸ ਦਾ ਵਿਸ਼ਵਾਸ ਕਿਵੇਂ ਕੀਤਾ ਜਾ ਸਕਦਾ ਹੈ?

Self-minded, non-believer remains intoxicated with greed like a dog. His mind may remain blemished with evil thoughts and devious plans. He may only dwell with his own motive in life and he may never care about anything else in his worldly life. How may anyone believe, depend on him?

ਸਾਧੂ ਸਾਧ ਸਰਨਿ ਮਿਲਿ ਸੰਗਤਿ,	saaDhoo saaDh saran mil sangat
ਜਿਤੁ ਹਰਿ ਰਸੁ ਕਾਢਿ ਕਢੀਜੈ॥	jit har ras kaadh kadheejai.
ਪਰਉਪਕਾਰ ਬੋਲਹਿ ਬਹੁ ਗੁਣੀਆ,	par-upkaar boleh baho gunee-aa
ਮੁਖਿ ਸੰਤ ਭਗਤ ਹਰਿ ਦੀਜੈ॥੭॥	mukh sant bhagat har deejai. ||7||

ਮੈਂ ਸਾਧ ਜਨਾ ਦੀ ਸੰਗਤ ਕੀਤੀ ਹੈ, ਮੈਨੂੰ ਸ਼ਬਦ ਦੀ ਸੋਝੀ ਦਾ ਰਸਤਾ ਬਖਸ਼ਿਸ਼ ਹੋ ਗਿਆ ਹੈ । ਉਹ ਦੂਸਰੇ ਜੀਵਾਂ ਦੇ ਭਲੇ ਦੇ ਕੰਮ ਕਰਦਾ ਹੈ । ਪ੍ਰਭ ਦੇ ਅਨੇਕਾਂ ਹੀ ਗੁਣ ਗਾਉਂਦਾ, ਵਿਚਾਰ ਕਰਦਾ ਹੈ । ਪ੍ਰਭ ਰਹਿਮਤ ਬਖਸ਼ਕੇ, ਉਸ ਸੰਤ ਸਰੂਪ ਜੀਵ ਦੀ ਸੰਗਤ ਬਖਸ਼ੋ!

I have joined the conjugation of His Holy saint and I have adopted his life experience teachings in my day-to-day life. I have been blessed with the right path of acceptance in His Court. His Holy saint may always perform good deeds for the welfare of Hus Creation. He may sing the glory of many of His Virtues and explains the essence of His Word. My True Master, blesses me the conjugation of such a Holy saint.

ਤੂ ਅਗਮ ਦਇਆਲ ਦਇਆ ਪਤਿ ਦਾਤਾ,	too agam da-i-aal da-i-aa pat daataa
ਸਭ ਦਇਆ ਧਾਰਿ ਰਖਿ ਲੀਜੈ॥	sabh da-i-aa Dhaar rakh leejai.
ਸਰਬ ਜੀਅ ਜਗਜੀਵਨੁ ਏਕੋ,	sarab jee-a jagjeevan ayko
ਨਾਨਕ ਪ੍ਰਤਿਪਾਲ ਕਰੀਜੈ॥੮॥੫॥	naanak partipaal kareejai. ||8||5||

ਪ੍ਰਭ ਬਹੁਤ ਤਰਸਵਾਨ, ਜੀਵ ਦੀ ਪਹੁੰਚ ਤੋ ਉਪਰ, ਦਾਤਾਂ ਦਾ ਭੰਡਾਰੀ ਹੈ । ਰਹਿਮਤ ਬਖਸ਼ੋ! ਸ਼ਬਦ ਦੀ ਪਾਲਣਾ ਦੇ ਰਸਤੇ ਤੇ ਅਡੋਲ ਰਖਕੇ ਬਚਾ ਲਵੋ! ਪ੍ਰਭ ਤੂੰ ਹੀ ਸਾਰੀ ਸ੍ਰਿਸ਼ਟੀ ਦੇ ਸਵਾਸ ਦਾ ਮਾਲਕ ਹੈ । ਰਹਿਮਤ ਬਖਸ਼ੋ! ਮੇਰੀ ਪਾਲਣਾ ਪੋਸਨਾ ਕਰੋ! ਬੰਦਗੀ ਕਰਨ ਵਾਲੇ ਦੀ ਰਖੀਆ, ਲਾਜ ਰਖੋ!

The Inaccessible True Master, Compassionate, the Great Giver, True Treasures of His Virtues! With Your mercy and grace, blesses the right path of obeying the teachings of Your Word and save my honor. You are the trustee of breathes of all worldly creatures and nourish Your Creation. My Merciful True Master, protects Your humble devotee, slave, and blesses the right path of acceptance in Your Court.

108.ਕਲਿਆਨੁ ਮਹਲਾ ੪॥ 1326-8

ਰਾਮਾ ਹਮ ਦਾਸਨ ਦਾਸ ਕਰੀਜੈ॥ raamaa ham daasan daas kareejai.
ਜਬ ਲਗਿ ਸਾਸੁ ਹੋਇ ਮਨ ਅੰਤਰਿ, jab lag saas ho-ay man antar
ਸਾਧੂ ਧੂਰਿ ਪਿਵੀਜੈ॥੧॥ ਰਹਾਉ॥ saaDhoo Dhoor piveejai. ||1|| rahaa-o.

ਪ੍ਰਭ ਰਹਿਮਤ ਬਖਸ਼ਕੇ, ਮੈਨੂੰ ਆਪਣੇ ਦਾਸਾਂ ਦਾ ਦਾਸ ਬਣਾਵੋ! ਜਿਤਨਾ ਚਿਰ ਸਵਾਸ ਚਲਦੇ ਹਨ, ਉਹਨਾਂ ਦੀ ਸੇਵਾ, ਚਾਕਰੀ ਕਰਦਾ ਰਹਾ!

My True Master blesses me the state of mind like a slave of Your Slaves. I may remain intoxicated to serve Your Slave with my last breath.

ਸੰਕਰੁ ਨਾਰਦੁ ਸੇਖਨਾਗ ਮੁਨਿ, sankar naarad saykhnaag mun
ਧੂਰਿ ਸਾਧੂ ਕੀ ਲੋਚੀਜੈ॥ Dhoor saaDhoo kee locheejai.
ਭਵਨ ਭਵਨ ਪਵਿਤੁ ਹੋਹਿ ਸਭਿ, bhavan bhavan pavit hohi sabh
ਜਹ ਸਾਧੂ ਚਰਨ ਧਰੀਜੈ॥੧॥ jah saaDhoo charan Dhareejai. ||1||

ਸੰਕਰ, ਨਾਰਦ, ਹਜ਼ਾਰਾਂ ਸਿਰਾਂ ਵਾਲਾ ਕੋਬਰਾ, ਮੌਨੀ ਵੀ ਸੰਤਾਂ ਦੇ ਚਰਨਾਂ ਦੀ ਧੂੜ ਦੀ ਹੀ ਅਰਦਾਸ ਕਰਦੇ ਹਨ। ਜਿਸ ਥਾਂ ਤੇ ਸੰਤ ਜਨ ਪੈਰ ਧਰਦਾ ਹੈ। ਉਹ ਨਗਰ, ਘਰ, ਖੇਤ ਸਭ ਪਵਿੱਤਰ ਹੋ ਜਾਂਦੇ, ਤੀਰਥ ਬਣ ਜਾਂਦੇ ਹਨ।

Your devotee like **Sankar, Neared**, snake with thousand heads, quiet saints all are also praying, begging for the dust of the feet of Your Holy saint. Wherever, Your Holy saint may enter, the dust of his feet may fall, that place, house, town may become a Holy Shrine, worthy of worship.

ਤਜਿ ਲਾਜ ਅਹੰਕਾਰੁ ਸਭੁ ਤਜੀਐ, taj laaj ahaNkaar sabh tajee-ai mil
ਮਿਲਿ ਸਾਧੂ ਸੰਗਿ ਰਹੀਜੈ॥ saaDhoo sang raheejai.
ਧਰਮ ਰਾਇ ਕੀ ਕਾਨਿ ਚੁਕਾਵੈ, Dharam raa-ay kee kaan chukhaavai
ਬਿਖੁ ਡੁਬਦਾ ਕਾਢਿ ਕਢੀਜੈ॥੨॥ bikh dubdaa kaadh kadheejai. ||2||

ਜੀਵ ਆਪਣੇ ਮਨ ਦੇ ਅਹੰਕਾਰ ਤੇ ਕਾਬੂ ਪਾ ਕੇ ਸੰਤ ਸਰੂਪ ਦੀ ਸੰਗਤ ਕਰੋ! ਉਸ ਦੇ ਚਰਨਾਂ ਵਿੱਚ ਹੀ ਨਿਵਾਸ ਬਖਸ਼ੋ! ਪ੍ਰਭ ਆਪਣੀ ਰਹਿਮਤ ਨਾਲ ਮੈਨੂੰ ਉਤਮ ਅਵਸਥਾ ਬਖਸ਼ਕੇ, ਮਨ ਵਿਚੋਂ ਧਰਮਰਾਜ ਦਾ ਡਰ ਕੱਢ ਦੇਵੋ! ਮੈਨੂੰ ਸੰਸਾਰ ਸਾਗਰ ਵਿੱਚ ਡੁਬਣ ਤੋ ਬਚ ਲਵੋ।

My True Master blesses me with the conjugation of Your Holy saint and victory on my ego of worldly status. I may consider his feet as my permanent resting place. Blesses me with supreme, immortal state of mind and eliminates my fear of The Righteous Judge; with Your mercy and grace, save me from drowning in the worldly ocean.

ਭਰਮਿ ਸੂਕੇ ਬਹੁ ਉਭਿ ਸੁਕ ਕਹੀਅਹਿ, bharam sookay baho ubh suk kahee-ahi
ਮਿਲਿ ਸਾਧੂ ਸੰਗਿ ਹਰੀਜੈ॥ mil saaDhoo sang hareejai.
ਤਾ ਤੇ ਬਿਲਮੁ ਪਲੁ ਢਿਲ ਨ ਕੀਜੈ, taa tay bilam pal dhil na keejai
ਜਾਇ ਸਾਧੂ ਚਰਨਿ ਲਗੀਜੈ॥੩॥ jaa-ay saaDhoo charan lageejai. ||3||

ਕਈ ਜੀਵ ਭਰਮਾਂ ਵਿੱਚ ਫਸੇ, ਡਰਦੇ ਰਹਿੰਦੇ ਹਨ। ਸੰਤ ਸਰੂਪ ਦੀ ਸੰਗਤ ਕਰਨ ਨਾਲ ਮਨ ਦੀ ਅਵਸਥਾ ਹੀ ਬਦਲ, ਉਤਮ ਹੋ ਜਾਂਦੀ ਹੈ। ਇਸ ਲਈ ਇੱਕ ਪਲ ਵੀ ਢਿੱਲ ਨਾ ਕਰੋ! ਬੰਦਗੀ ਕਰਨ ਵਾਲੇ ਦੀ ਸ਼ਰਣ ਵਿੱਚ ਆਪਾ ਭੇਟਾ ਕਰ ਦੇਵੋ!

Self-minded may remain intoxicated in religious rituals and afraid from the devil of death. Whosoever may remain in the conjugation of His Holy saint and adopts his life experience teachings in his day-to-day life; with His mercy and grace, his state of mind may be transformed as immortal. You should never delay rather surrender your self-identity at His Sanctuary.

ਰਾਮ ਨਾਮ ਕੀਰਤਨ ਰਤਨ ਵਥੁ, raam naam keertan ratan vath
ਹਰਿ ਸਾਧੂ ਪਾਸਿ ਰਖੀਜੈ॥ har saaDhoo paas rakheejai.
ਜੋ ਬਚਨੁ ਗੁਰ ਸਤਿ ਸਤਿ ਕਰਿ ਮਾਨੈ, jo bachan gur sat sat kar maanai
ਤਿਸੁ ਆਗੈ ਕਾਢਿ ਧਰੀਜੈ॥੪॥ tis aagai kaadh Dhareejai. ||4||

ਪ੍ਰਭ ਦੇ ਸ਼ਬਦ ਦਾ ਕੀਰਤਨ, ਸ਼ਬਦ ਦੀ ਉਸਤਤ ਕਰਨਾ ਬਹੁਤ ਉਤਮ ਧੰਦਾ ਹੈ । ਇਸ ਦੀ ਕੀਮਤ ਜਾਣੀ ਨਹੀਂ ਜਾ ਸਕਦੀ, ਕੇਵਲ ਸੰਤ ਸਰੂਪ ਨੂੰ ਹੀ ਸੋਝੀ ਬਖਸ਼ਿਸ਼ ਹੁੰਦੀ ਹੈ । ਜਿਹੜਾ ਪ੍ਰਭ ਦੇ ਸ਼ਬਦ ਦੀ ਸਿਖਿਆਂ ਨਾਲ ਅਡੋਲ ਭਰੋਸੇ ਨਾਲ ਜੀਵਨ ਢਾਲਦਾ ਹੈ । ਉਸ ਨੂੰ ਸ਼ਬਦ ਦੀ ਸੋਝੀ ਰੂਪੀ ਰਤਨ ਬਖਸ਼ਦਾ ਹੈ ।

To sing the glory and gratitude for His Blessings may be supreme task, way of human life journey. The significance of the enlightenment of the essence of His Word may remain beyond the comprehension of His Creation; with His mercy and grace, only His Holy saint may be enlightened. Whosoever may adopt the teachings of His Word with steady and stable belief; with His mercy and grace, he may be blessed with ambrosial jewel, the enlightenment of the essence of His Word.

ਸੰਤਹੁ ਸੁਨਹੁ ਸੁਨਹੁ ਜਨ ਭਾਈ, santahu sunhu sunhu jan bhaa-ee
ਗੁਰਿ ਕਾਢੀ ਬਾਹ ਕੁਕੀਜੈ॥ gur kaadhee baah kukeejai.
ਜੇ ਆਤਮ ਕਉ ਸੁਖੁ, ਸੁਖੁ ਨਿਤ ਲੋੜਹੁ, jay aatam ka-o sukh sukh nit lorhahu
ਤਾ ਸਤਿਗੁਰ ਸਰਨਿ ਪਵੀਜੈ॥੫॥ taaN satgur saran paveejai.||5||

ਬੰਦਗੀ ਕਰਨ ਵਾਲਾ ਭਗਤ ਬਾਂਹ ਕੱਢਕੇ ਜੀਵਾਂ ਨੂੰ ਪੁਕਾਰਦਾ ਹੈ । ਜਿਹੜਾ ਸਦਾ ਰਹਿਣ ਵਾਲਾ ਸੰਤੋਖ, ਅਨੰਦ, ਖੇੜਾ ਚਾਹੁੰਦਾ ਹੈ । ਉਸ ਨੂੰ ਆਪਾ ਸ਼ਬਦ ਦੀ ਸ਼ਰਣ ਵਿੱਚ ਭੇਟਾ ਕਰਕੇ, ਸ਼ਬਦ ਦੀ ਸਿਖਿਆਂ ਨਾਲ ਜੀਵਨ ਢਾਲਣਾ ਚਾਹੀਦਾ ਹੈ ।

His Holy saint may claim loud and clear! Whosoever may wish to be blessed with the everlasting peace, pleasure, blossom, and contentment in his human life journey. He should surrender his self-identity at His Sanctuary and adopts the teachings of His Word with steady and stable belief in his day-to-day life.

ਜੇ ਵਡ ਭਾਗੁ ਹੋਇ ਅਤਿ ਨੀਕਾ, jay vad bhaag ho-ay at neekaa
ਤਾ ਗੁਰਮਤਿ ਨਾਮੁ ਦ੍ਰਿੜੀਜੈ॥ taaN gurmat naam darirheejai.
ਸਭੁ ਮਾਇਆ ਮੋਹੁ ਬਿਖਮੁ ਜਗੁ ਤਰੀਐ, sabh maa-i-aa moh bikham jag taree-ai
ਸਹਜੇ ਹਰਿ ਰਸ ਪੀਜੈ॥੬॥ sehjay har ras peejai. ||6||

ਜਿਸ ਦੇ ਵੱਡੇ ਭਾਗ ਹੁੰਦੇ ਹਨ, ਕੇਵਲ ਉਹ ਹੀ ਪ੍ਰਭ ਦੇ ਸ਼ਬਦ ਦੀ ਸਿਖਿਆਂ ਨਾਲ ਜੀਵਨ ਢਾਲਦਾ, ਸ਼ਬਦ ਨੂੰ ਮਨ ਵਿੱਚ ਵਸਾਉਂਦਾ ਹੈ । ਸੰਸਾਰਕ ਮਾਇਆ ਨਾਲ ਮੋਹ, ਸੰਜੋਗ ਬਣਾਉਣਾ ਬਹੁਤ ਖਤਰਨਾਕ ਹੈ । ਜਿਹੜਾ ਸ਼ਬਦ ਦੀ ਪਾਲਣਾ ਕਰਕੇ, ਸ਼ਬਦ ਦੀ ਸੋਝੀ ਨਾਲ ਸਿਖਿਆਂ ਨੂੰ ਮਨ ਵਿੱਚ ਵਸਾ ਲੈਂਦਾ ਹੈ । ਉਹ ਅਸਾਨੀ ਨਾਲ ਹੀ ਪ੍ਰਭ ਦੇ ਦਰਬਾਰ ਵਿੱਚ ਪ੍ਰਵਾਨ ਹੋ ਜਾਂਦਾ ਹੈ ।

Whosoever may have a great prewritten destiny, only he may comprehend the teachings of His Word and adopts in his own day to day life; with His mercy and grace, he may remain drenched with the essence of His Word. Whosoever may remain intoxicated with sweet poison of worldly wealth; he may be on very terrible path in his human life journey. Whosoever may remain drenched with the essence of His Word; with His mercy and grace, he may be blessed with the right path of acceptance in His Court, he may easily be accepted in His Court.

ਮਾਇਆ ਮਾਇਆ ਕੇ ਜੋ ਅਧਿਕਾਈ, maa-i-aa maa-i-aa kay jo aDhikaa-ee
ਵਿਚਿ ਮਾਇਆ ਪਚੈ ਪਚੀਜੈ॥ vich maa-i-aa pachai pacheejai.
ਅਗਿਆਨੁ ਅੰਧੇਰੁ ਮਹਾ ਪੰਥੁ ਬਿਖੜਾ, agi-aan anDhayr mahaa panth bikh-rhaa
ਅਹੰਕਾਰਿ ਭਾਰਿ ਲਦਿ ਲੀਜੈ॥੭॥ ahaNkaar bhaar lad leejai. ||7||

ਜਿਹੜਾ ਮਾਇਆ ਨਾਲ ਮੋਹ ਲਾਈ ਰਖਦਾ ਹੈ । ਮਾਇਆ ਦੇ ਜਾਲ ਵਿੱਚ ਫਸਕੇ, ਇਸ ਜਾਲ ਵਿੱਚ ਹੀ ਨਾਸ ਹੋ ਜਾਂਦਾ ਹੈ । ਅਗਿਆਨਤਾ ਅਤੇ ਭਰਮਾਂ ਦਾ ਅੰਧੇਰਾ, ਰਸਤਾ ਬਹੁਤ ਭਿਆਨਕ ਹੈ । ਇਹ ਸੰਸਾਰਕ ਅਹੰਕਾਰ ਨਾਲ ਭਰਿਆਂ ਹੋਇਆ ਹੈ ।

Whosoever may remain intoxicated with sweet poison of worldly wealth; he may become a victim of Shakti, worldly wealth; his intoxication with sweet poison of worldly wealth may become his night-mere. He may remain intoxicated with religious suspicions, ignorance from the purpose of human life opportunity. The worldly ocean remains an overwhelming ocean of Shakti, sweet poison of worldly wealth.

ਨਾਨਕ ਰਾਮ ਰਮ ਰਮੁ ਰਮ, naanak raam ram ram ram
ਰਮ ਰਾਮੈ ਤੇ ਗਤਿ ਕੀਜੈ॥ ram raamai tay gat keejai.
ਸਤਿਗੁਰੁ ਮਿਲੈ ਤਾ ਨਾਮੁ ਦ੍ਰਿੜਾਏ, satgur milai taa naam drirh-aa-ay
ਰਾਮ ਨਾਮ ਰਲੈ ਮਿਲੀਜੈ॥੮॥੬॥ ਛਕਾ ੧॥ raam naamai ralai mileejai. ||8||6|| chhakaa 1.

ਪ੍ਰਭ ਦੇ ਸ਼ਬਦ ਨਾਲ ਜੀਵਨ ਢਾਲਣ ਨਾਲ ਹੀ ਸ਼ਰਣ ਵਿੱਚ ਪਨਾਹ ਬਖਸ਼ਿਸ਼ ਹੋ ਸਕਦੀ ਹੈ । ਪ੍ਰਭ ਦਾ ਦਾਸ ਬਣ ਸਕਦਾ ਹੈ । ਜਿਹੜਾ ਸ਼ਬਦ ਦੀ ਪਾਲਣਾ ਕਰਦਾ, ਉਸ ਦੀ ਸ਼ਬਦ ਦੀ ਸਿਖਿਆਂ ਨਾਲ ਲਗਨ ਲਗ ਜਾਂਦੀ ਹੈ । ਸ਼ਬਦ ਨਾਲ ਜੀਵਨ ਢਾਲਣ ਨਾਲ ਸ਼ਬਦ ਮਨ ਵਿੱਚ ਵਸ ਜਾਂਦਾ ਹੈ ।

Whosoever may adopt the teachings of His Word with steady and stable belief; with His mercy and grace, he may be accepted in His Sanctuary. He may be blessed with a state of mind as His true devotee. Whosoever may obey the teachings of His Word, his devotion and dedication to obey the teachings of His Word may be enhanced. He may remain drenched with the essence of His Word in his day-to-day life.

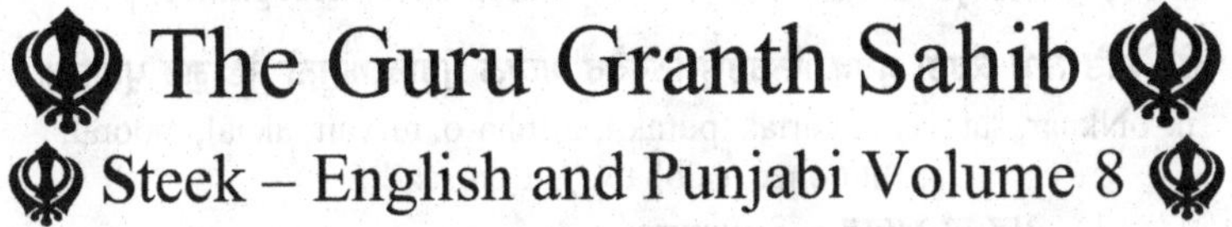

The Guru Granth Sahib

Steek – English and Punjabi Volume 8

ਪੋਥੀ Volume – 8

Gurbani Page: 1294 –1430

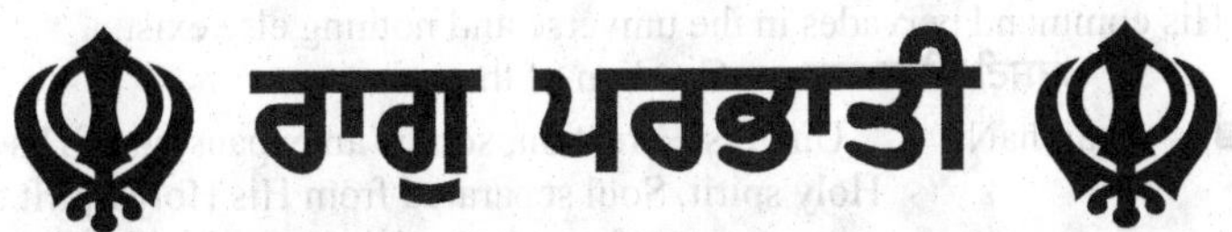

ਰਾਗੁ ਪਰਭਾਤੀ

Gurbani **Page: 1327 –1351**

 # 109- 175

☬ ਰਾਗ ਪਰਭਾਤੀ ☬

109.ਪਰਭਾਤੀ ਬਿਭਾਸ ਮਹਲਾ ੧ ਚਉਪਦੇ ਘਰੁ ੧॥ 1327-1

ਗੁਰੂ ਗ੍ਰੰਥ ਸਾਹਿਬ – ਮੂਲ ਮੰਤਰ ਵਿੱਚ ਪ੍ਰਭ ਦੀ ਅਵਸਥਾ ਦੀ ਸੋਝੀ ਜਾਣਕਰੀ ਦੱਸੀ ਗਈ ਹੈ!

ਮੂਲ ਮੰਤਰ ਦੇ ਪੰਜ ਭਾਗ: **Five enlightenments of Mool Mantra:**

ਪ੍ਰਭ ਦਾ ਅਕਾਰ, ਸ਼੍ਰਿਸਟੀ ਦਾ ਪ੍ਰਬੰਧ, ਬਣਤਰ, ਮੁਕਤੀ, ਪ੍ਰਭ ਦੀ ਪਛਾਣ! Structure; Function; Creation; Acceptance; Recognition.

ੴ ਸਤਿ ਨਾਮੁ ਕਰਤਾ ਪੁਰਖੁ, ਨਿਰਭਉ ਨਿਰਵੈਰ ਅਕਾਲ ਮੂਰਤਿ ਅਜੂਨੀ ਸੈਭੰ ਗੁਰ ਪ੍ਰਸਾਦਿ॥

ik-oNkaar, sat naam, kartaa, purakh, nirbha-o, nirvair, akaal, moorat, ajoonee, saibhaN, gur parsaad.

1) **ਪ੍ਰਭ ਦਾ ਅਕਾਰ** – Structure

ੴ ik-oNkaar: The One and Only One, God, True Master. No form, shape, color, size, in Spirit only.

God, The Holy Spirit may appear in anything, anyone, anytime at His free Will; beyond any form, shape, size, or color, only Holy Spirit.

2) **ਸ਼੍ਰਿਸਟੀ ਦਾ ਪ੍ਰਬੰਧ:** Function and His Operation!

ਸਤਿ ਨਾਮੁ sat naam: naam – His Word, His command, His existence, sat- Omnipresent, Omniscient, Omnipotent, Axiom Unchangeable, Uncompromised, forever.

The One and Only One, God remains embedded in His Nature, in His Word; only His command pervades in the universe and nothing else exist.

3) **ਸ਼੍ਰਿਸਟੀ ਦੀ ਬਣਤਰ:** – Creation of the universe.

ਸੈਭੰ saibhaN: Universe, creation, soul is an expansion of His Holy spirit. Soul separated from His Holy Spirit to repent, sanctify, and may be reunited with origin.

The True Master, Creator remains embedded within His Creation, Nature. Same Holy Spirit embedded in each soul; His Creation is brother-hood.

4) **ਮੁਕਤੀ** Salvation – His acceptance.

ਗੁਰ ਪ੍ਰਸਾਦਿ gur parsaad: Only with His own mercy and grace. No one may counsel nor curse His blessing.

No one may comprehend how, why, and when; He may bestow His blessed Vision or the limits and duration of His blessings.

੫) **ਪ੍ਰਭ ਦੀ ਪਛਾਣ** – Recognition

ਗੁਣ: – ਕਰਤਾ, ਪੁਰਖੁ, ਨਿਰਭਉ, ਨਿਰਵੈਰੁ, ਅਕਾਲ, ਮੂਰਤਿ, ਅਜੂਨੀ! Virtues: - kartaa, purakh, nirbha-o nirvair, akaal, moorat, ajoonee

His virtues remain beyond any limit, imagination, and comprehension of His Creation. However, no one ever born nor will ever be born with all these unique virtues. Whosoever may have all above virtues may be worthy to be called The One and Only One, God, True Master and worthy to be worshiped.

The Master Key to open the door of the right path of acceptance in His Court, salvation may be "saibhaN"! Whosoever may be drenched with the essence that all souls are an expansion of His Holy Spirit; he may realize that mankind as a brotherhood. No one may want to harm and deceive himself; he may be blessed to conquer his mind. With His mercy and grace, his cycle of birth and death may be eliminated!

ਨਾਇ ਤੇਰੈ ਤਰਣਾ, ਨਾਇ ਪਤਿ ਪੂਜ॥	naa-ay tayrai tarnaa naa-ay pat pooj.
ਨਾਉ ਤੇਰਾ ਗਹਣਾ, ਮਤਿ ਮਕਸੂਦੁ॥	naa-o tayraa gahnaa mat maksood.
ਨਾਇ ਤੇਰੈ ਨਾਉ, ਮੰਨੇ ਸਭ ਕੋਇ॥	naa-ay tayrai naa-o mannay sabh ko-ay.
ਵਿਣੁ ਨਾਵੈ, ਪਤਿ ਕਬਹੁ ਨ ਹੋਇ॥੧॥	vin naavai pat kabahu na ho-ay. ||1||

ਪ੍ਰਭ ਮੇਰੇ ਤੇ ਰਹਿਮਤ ਬਖਸ਼ਕੇ, ਮੇਰਾ ਭਰੋਸਾ ਆਪਣੇ ਸ਼ਬਦ ਦੀ ਸਿਖਿਆਂ ਤੇ ਅਡੋਲ ਰਖੋ! ਮੈਂ ਕੇਵਲ ਸ਼ਬਦ ਦੀ ਪਾਲਣਾ ਨੂੰ ਹੀ ਮੁਕਤੀ ਦਾ ਰਸਤਾ ਸਮਝਾ । ਤੇਰੇ ਸ਼ਬਦ ਦੀ ਸੋਝੀ ਹੀ ਮਨ ਨੂੰ ਪਵਿੱਤਰ ਕਰਨ ਵਾਲਾ, ਸ਼ਿੰਗਾਰ ਬਣ ਜਾਵੇ । ਸਾਰੀ ਸ੍ਰਿਸ਼ਟੀ ਹੀ ਤੇਰੇ ਸ਼ਬਦ ਦਾ ਸਿਮਰਨ, ਪੂਜਾ ਕਰਦੀ ਹੈ । ਸ਼ਬਦ ਦੀ ਪਾਲਣਾ ਤੋ ਬਿਨਾਂ ਪ੍ਰਵਾਨਗੀ ਦਾ ਅਸਲੀ ਬਖਸ਼ਿਸ਼ ਨਹੀਂ ਹੋ ਸਕਦਾ ।

My True Master bestows Your Blessed Vision; I may obey the teachings of Your Word with steady and stable belief in my day-to-day life. I may only believe adopting the teachings of Your Word as the right path of acceptance in Your Court. The enlightenment of the essence of Your Word may become my soul sanctifying embellishment of my mind. The whole universe may be worshipping and meditating on the teachings of Your Word. Without obeying the teachings of Your Word, the right path of acceptance in Your Court may never be blessed to any creature.

ਅਵਰ ਸਿਆਣਪ, ਸਗਲੀ ਪਾਜੁ॥	avar si-aanap saglee paaj.
ਜੈ ਬਖਸੇ, ਤੈ ਪੂਰਾ ਕਾਜੁ॥ ੧॥ ਰਹਾਉ॥	jai bakhsay tai pooraa kaaj. ||1|| rahaa-o.

ਮੈਂ ਬਾਕੀ ਸਾਰੀਆਂ ਸਿਆਣਪਾਂ, ਚਲਾਕੀਆਂ ਪਰਖ ਲਈਆ ਹਨ । ਜਿਸ ਤੇ ਪ੍ਰਭ ਰਹਿਮਤ ਦੀ ਨਜ਼ਰ ਬਖਸ਼ਦਾ ਹੈ । ਉਸ ਦੇ ਸਾਰੇ ਮਨੋਰਥ ਪੂਰੇ ਹੋ ਜਾਂਦੇ ਹਨ ।

I have evaluated all other clever plans and my own wisdom! Whosoever may be bestowed with His Blessed Vision, only his purpose of human life opportunity may be fully satisfied.

ਨਾਉ ਤੇਰਾ ਤਾਣੁ, ਨਾਉ ਦੀਬਾਣੁ॥	naa-o tayraa taan naa-o deebaan.
ਨਾਉ ਤੇਰਾ ਲਸਕਰੁ, ਨਾਉ ਸੁਲਤਾਨੁ॥	naa-o tayraa laskar naa-o sultaan.
ਨਾਇ ਤੇਰੈ ਮਾਣੁ, ਮਹਤ ਪਰਵਾਣੁ॥	naa-ay tayrai maan mahat parvaan.
ਤੇਰੀ ਨਦਰੀ, ਕਰਮਿ ਪਵੈ ਨੀਸਾਣੁ॥ ੨॥	tayree nadree karam pavai neesaan. ||2||

ਤੇਰੇ ਸ਼ਬਦ ਦੀ ਪਾਲਣਾ ਹੀ ਮੇਰੀ ਤਾਕਤ, ਬਲ, ਮੇਰਾ ਆਸਰਾ ਹੈ । ਸ਼ਬਦ ਦੀ ਸੋਝੀ ਹੀ ਮੇਰੀ ਫੌਜ, ਮੇਰਾ ਸ਼ੈਨਸ਼ਾਹ ਹੈ । ਸ਼ਬਦ ਦੀ ਪਾਲਣਾ ਹੀ ਮੇਰਾ ਮਾਣ, ਸ਼ਾਨ ਹੈ । ਸ਼ਬਦ ਦੀ ਕਮਾਈ ਨਾਲ ਹੀ ਦਰਬਾਰ ਵਿੱਚ ਪ੍ਰਵਾਨਗੀ ਦਾ ਰਸਤਾ ਬਖਸ਼ਿਸ਼ ਹੋ ਸਕਦਾ ਹੈ । ਤੇਰੀ ਰਹਿਮਤ ਨਾਲ ਹੀ ਮੇਰੀ ਬੰਦਗੀ ਪ੍ਰਵਾਨ ਹੋ ਸਕਦੀ ਹੈ ।

To obey the teachings of Your Word remains my strength, wisdom and supporting pillar of my human life journey. The enlightenment of the essence of Your Word may be my army, my kingdom. To obey the teachings of Your Word may be my honor and glory in the worldly life. Whosoever may be blessed with the earnings of Your Word; he may be blessed with the right path of acceptance in Your Court.

ਨਾਇ ਤੇਰੈ ਸਹਜੁ, ਨਾਇ ਸਾਲਾਹ॥	naa-ay tayrai sahj naa-ay saalaah.
ਨਾਉ ਤੇਰਾ ਅੰਮ੍ਰਿਤੁ, ਬਿਖੁ ਉਠਿ ਜਾਇ॥	naa-o tayraa amrit bikh uth jaa-ay.
ਨਾਇ ਤੇਰੈ ਸਭਿ ਸੁਖ,	naa-ay tayrai sabh sukh
ਵਸਹਿ ਮਨਿ ਆਇ॥	vaseh man aa-ay.
ਬਿਨੁ ਨਾਵੈ, ਬਾਧੀ ਜਮ ਪੁਰਿ ਜਾਇ॥੩॥	bin naavai baaDhee jam pur jaa-ay. ||3||

ਪ੍ਰਭ, ਤੇਰੇ ਸ਼ਬਦ ਦੀ ਸੋਝੀ ਹੀ ਮਨ ਨੂੰ ਸ਼ਾਤੀ ਦੇਣ ਵਾਲਾ ਸੋਮਾ ਹੈ । ਸ਼ਬਦ ਦੀ ਪਾਲਣਾ ਨਾਲ ਹੀ ਪ੍ਰਭ ਦੀ ਦਰਗਾਹ ਵਿੱਚ ਪ੍ਰਵਾਨਗੀ ਬਖਸ਼ਿਸ਼ ਹੋ ਸਕਦੀ ਹੈ । ਸ਼ਬਦ ਦੀ ਸੋਝੀ ਰੂਪੀ ਅੰਮ੍ਰਿਤ ਬਖਸ਼ਿਸ਼ ਹੁੰਦਾ ਹੈ! ਜਿਸ ਨਾਲ ਆਤਮਾ ਦਾ ਜ਼ਹਿਰ ਖਤਮ ਹੋ ਜਾਂਦਾ, ਮਨ ਦੀ ਅਹੰਕਾਰ ਦੀ ਜੜ੍ਹ ਖਤਮ ਹੋ ਜਾਂਦੀ ਹੈ । ਸ਼ਬਦ ਦੀ ਪਾਲਣਾ ਨਾਲ ਹੀ ਜੀਵ ਨੂੰ ਸਭ ਸੁਖ ਬਖਸ਼ਿਸ਼ ਹੋ ਸਕਦੇ ਹਨ । ਸ਼ਬਦ ਦੀ ਕਮਾਈ ਤੋ ਬਿਨਾਂ ਆਤਮਾ ਜਮਦੂਤਾਂ ਦੇ ਵੱਸ ਵਿੱਚ ਹੀ ਰਹਿੰਦੀ ਹੈ ।

The enlightenment of the essence of His Word may be the fountain of peace and contentment in the mind of His true devotee. Whosoever may earn the wealth of His Word; with His mercy and grace, he may be blessed with the right path of acceptance in His Court. His true devotee may be blessed with the nectar of the essence of His Word; the sweet poison of worldly wealth may be neutralized and the root of illusion of mind may be eliminated, destroyed. Whosoever may obey the teachings of His Word with steady and stable belief; with His mercy and grace, he may be blessed with all pleasures and comforts in his worldly life. Without the earnings of His Word, his soul may remain under the control of devil of death and in the cycle of birth and death.

ਨਾਰੀ, ਬੇਰੀ, ਘਰ, ਦਰ, ਦੇਸ॥	naaree bayree ghar dar days.
ਮਨ ਕੀਆ ਖੁਸੀਆ, ਕੀਚਹਿ ਵੇਸ॥	man kee-aa khusee-aa keecheh vays.
ਜਾਂ ਸਦੇ ਤਾਂ , ਢਿਲ ਨ ਪਾਇ॥	jaaN saday taaN dhil na paa-ay.
ਨਾਨਕ ਕੂੜੁ ਕੂੜੋ ਹੋਇ ਜਾਇ॥੪॥੧॥	naanak koorh koorho ho-ay jaa-ay. ‖4‖1‖

ਜੀਵ ਸਾਰੀ ਉਮਰ ਨਾਰੀ, ਦਿਲ ਦੀ ਮਰਜ਼ੀ, ਘਰ, ਜ਼ਮੀਨ, ਦੇਸ ਨਾਲ ਪਿਆਰ ਕਰਦਾ ਹੈ । ਮਨ ਦੀਆਂ ਖੁਸ਼ੀਆਂ, ਸੁੰਦਰ ਪਹਿਰਾਵਾ ਹੀ ਹੁੰਦਾ । ਉਹ ਲੋਕ ਦਿਖਾਵੇ ਦੀਆਂ ਖਾਹਿਸ਼ਾਂ, ਚੀਜਾਂ ਦੇ ਮਗਰ ਲਗਾ ਰਹਿੰਦਾ ਹੈ । ਮੌਤ ਦੇ ਸੱਦਾ ਨੂੰ ਇੱਕ ਪਲ ਵੀ ਰੋਕਿਆ ਨਹੀਂ ਜਾ ਸਕਦਾ । ਇਹ ਸਾਰੀਆਂ ਹੀ ਮਿੱਟ ਜਾਣ ਵਾਲੀਆਂ ਚੀਜਾਂ ਇਥੇ ਹੀ ਛੱਡ ਜਾਂਦਾ ਹੈ । ਉਹ ਇਸ ਸੰਸਾਰ ਵਿਚੋਂ ਚਲੇ ਜਾਂਦਾ ਹੈ ।

Self-minded may remain intoxicated with emotional attachment to beauty of opposite sex, ego of his mind, his worldly possessions and devotion to his country. His glamorous robe and worldly status remain his worldly pleasures. He remains intoxicated with worldly desires, possessions, and family attachments. When the devil of death knocks on his head, he may not delay even a moment. He must relinquish all worldly short-lived pleasures on earth and move on to next journey of his soul.

110.(1-2) ਪ੍ਰਭਾਤੀ ਮਹਲਾ ੧॥ (1327-10)

ਤੇਰਾ ਨਾਮੁ ਰਤਨੁ, ਕਰਮੁ ਚਾਨਣੁ,	tayraa naam ratan karam chaanan
ਸੁਰਤਿ ਤਿਥੈ ਲੋਇ॥	surat tithai lo-ay.
ਅੰਧੇਰੁ ਅੰਧੀ ਵਾਪਰੈ,	anDhayr anDhee vaaprai
ਸਗਲ ਲੀਜੈ ਖੋਇ॥ ੧॥	sagal leejai kho-ay. ‖1‖

ਪ੍ਰਭ ਦੇ ਸ਼ਬਦ ਦੀ ਸਿਖਿਆਂ, ਅਮੋਲਕ ਹੀਰਾ, ਰਤਨ ਹੈ । ਪ੍ਰਭ ਦੇ ਸ਼ਬਦ ਦੀ ਸੋਝੀ ਹੀ ਗਿਆਨ ਦਾ ਸੋਮਾ, ਮੁਕਤੀ ਦਾ ਅਸਲੀ ਰਸਤਾ ਹੈ । ਬਾਕੀ ਸਾਰੇ ਉਲਝੇ ਹੀ ਰਸਤੇ ਹਨ । ਸਾਰੀ ਸ੍ਰਿਸ਼ਟੀ ਹੀ ਸੰਸਾਰਕ ਮਾਇਆ ਦੀਆਂ ਉਲਝਣਾਂ ਵਿੱਚ ਹੀ ਫਸੀ ਰਹਿੰਦੀ ਹੈ ।

The teachings of His Word may be the ambrosial jewel, fountain of enlightenment of the essence of His Word. Whosoever may earn the wealth of His Word; with His mercy and grace, he may be blessed with the right path of acceptance in His Court, salvations. All other path of meditations may be religious rituals and sweet poison of worldly wealth. The whole universe remains intoxicated with the sweet poison of worldly wealth, short-lived worldly pleasures.

ਇਹੁ ਸੰਸਾਰੁ ਸਗਲ ਬਿਕਾਰੁ॥ ih sansaar sagal bikaar.
ਤੇਰਾ ਨਾਮੁ ਦਾਰੂ, ਅਵਰੁ ਨਾਸਤਿ, tayraa naam daaroo avar naasat
ਕਰਨਹਾਰੁ ਅਪਾਰੁ॥ ੧॥ ਰਹਾਉ॥ karanhaar apaar. ||1|| rahaa-o.

ਸਾਰਾ ਸੰਸਾਰ ਹੀ ਲਾਲਚ ਦੇ ਜੰਜਾਲ ਵਿੱਚ ਫਸਿਆ ਹੋਇਆ ਹੈ । ਤੇਰੇ ਸ਼ਬਦ ਦੀ ਪਾਲਣਾ, ਸਿਮਰਨ ਹੀ ਇਸ ਸਾਰੀ ਬਮਾਰੀ ਦਾ ਇਲਾਜ ਹੈ । ਪ੍ਰਭ, ਜੀਵ ਦੀ ਪਹੁੰਚ ਤੋ ਉਪਰ, ਸਾਰੀ ਸ੍ਰਿਸ਼ਟੀ ਦੇ ਕਾਰਨਾਂ ਦਾ ਕਰਨਹਾਰਾ ਹੈ ।

The whole universe remains intoxicated with greed, sweet poison of worldly wealth. To meditate and obey the teachings of His Word with steady and stable belief, may be the cure of these intoxication. The True Master remains beyond the reach and comprehension of His Creation. He creates all the causes of all worldly events in His Nature.

ਪਾਤਾਲ ਪੁਰੀਆ ਏਕ ਭਾਰ, paataal puree-aa ayk bhaar
ਹੋਵਹਿ ਲਾਖ ਕਰੋੜਿ॥ hoveh laakh karorh.
ਤੇਰੇ ਲਾਲ ਕੀਮਤਿ ਤਾ ਪਵੈ, tayray laal keemat taa pavai
ਜਾ ਸਿਰੈ ਹੋਵਹਿ ਹੋਰਿ॥ ੨॥ jaaN sirai hoveh hor. ||2||

ਤਿੰਨਾਂ ਸ੍ਰਿਸ਼ਟੀਆਂ, ਅਕਾਸ਼, ਪੁਤਾਲ, ਧਰਤੀ ਦਾ ਸਾਰਾ ਧਨ ਵੀ ਸ਼ਬਦ ਦੀ ਸੋਝੀ ਦੀ ਕੀਮਤ ਦੇ ਬਰਾਬਰ ਤੁਲਦਾ ਨਹੀਂ ।

Whosoever may collect all the possession, wealth all three universes; however, his possesses may not have any significance compared to the enlightenment of the essence of His Word.

ਦੂਖਾ ਤੇ ਸੁਖ ਊਪਜਹਿ, dookhaa tay sukh oopjahi
ਸੂਖੀ ਹੋਵਹਿ ਦੂਖ॥ sookhee hoveh dookh.
ਜਿਤੁ ਮੁਖਿ ਤੂ ਸਾਲਾਹੀਅਹਿ, jit mukh too salaahee-ah
ਤਿਤੁ ਮੁਖਿ ਕੈਸੀ ਭੂਖ॥ ੩॥ tit mukh kaisee bhookh. ||3||

ਜਿਹੜਾ ਆਪਣੇ ਜੀਵਨ ਵਿੱਚ ਬੰਦਗੀ ਦਾ ਰਸਤਾ ਅਪਣਾਉਂਦਾ ਹੈ । ਸੰਸਾਰਕ ਪਦਾਰਥਾਂ ਦੇ ਮੋਹ ਤੋ ਵਾਂਝਾ ਰਹਿੰਦਾ ਹੈ! ਉਸ ਨੂੰ ਅੰਤ ਵਿੱਚ ਪ੍ਰਭ ਦੀ ਦਰਗਾਹ ਵਿੱਚ ਖੁਸ਼ੀਆਂ ਬਖਸ਼ਿਸ਼ ਹੁੰਦੀਆਂ ਹਨ । ਜਿਹੜਾ ਸੰਸਾਰਕ ਚੀਜਾਂ ਦੀ ਪ੍ਰਾਪਤੀ ਨਾਲ, ਅਰਾਮ ਦਾ ਜੀਵਨ ਬਤੀਤ ਕਰਦਾ ਹੈ । ਅੰਤ ਉਸ ਦੀ ਦਰਗਾਹ ਵਿੱਚ ਸ਼ਰਮਿੰਦਗੀ ਹੀ ਪਾਉਂਦਾ ਹੈ । ਜਿਸ ਦੀ ਜੀਭ ਤੇ, ਹਿਰਦੇ ਵਿੱਚ ਸਦਾ ਸ਼ਬਦ ਦਾ ਹੀ ਧੰਨਵਾਦ ਹੁੰਦਾ ਹੈ । ਉਸ ਨੂੰ ਕਿਸੇ ਕਿਸਮ ਦੀ ਤੋਟ ਨਹੀਂ ਆਉਂਦੀ ।

Whosoever may adopt the teachings of His Word with steady and stable belief in his day-to-day life and remains beyond the reach of worldly desires; with His mercy and grace, he may be blessed with all pleasures and honor in His Court. Whosoever may remain intoxicated with short-lived pleasure and comforts of worldly wealth. He may only be rebuked and embarrassed in His Court after death. Whose tongue may remain drenched with the gratitude of His Blessings, essence of His Word; with His mercy and grace, he may never experience any deficiency and shortage in his human life journey.

ਨਾਨਕ ਮੂਰਖੁ ਏਕੁ ਤੂ, naanak moorakh ayk too
ਅਵਰੁ ਭਲਾ ਸੈਸਾਰੁ॥ avar bhalaa saisaar.
ਜਿਤੁ ਤਨਿ ਨਾਮੁ ਨ ਊਪਜੈ, jit tan naam na oopjai
ਸੇ ਤਨ ਹੋਹਿ ਖੁਆਰ॥ ੪॥੨॥ say tan hohi khu-aar. ||4||2||

ਬਾਕੀ ਜੀਵ ਨੂੰ ਆਪਣੇ ਆਪ ਨਾਲੋ ਸਿਆਣਾ ਸਮਝੋ! ਆਪਣੇ ਆਪ ਨੂੰ ਸ੍ਰਿਸ਼ਟੀ ਦਾ ਦਾਸ, ਨਿਮਾਣਾ ਸਮਝੋ । ਜਿਸ ਦੇ ਮਨ ਵਿੱਚ ਸਦਾ ਹੀ ਸ਼ਬਦ ਦੀ ਸੋਝੀ ਰਚੀ ਰਹਿੰਦੀ ਹੈ, ਉਹ ਸਦਾ ਹੀ ਖੇੜੇ ਵਿੱਚ ਰਹਿੰਦਾ ਹੈ । ਇਹ ਹੀ ਸਦਾ ਰਹਿਣ ਵਾਲੀ, ਸਫਲ ਕਮਾਈ ਹੁੰਦੀ ਹੈ! ਬਾਕੀ ਸਾਰੀਆਂ ਕਮਾਈਆਂ ਹੀ ਥੋੜ੍ਹਾ ਸਮਾਂ ਰਹਿਣ ਵਾਲੀਆਂ ਹੀ ਹਨ ।

You should always remain humble and consider others wiser than yourself. You should consider yourself as the servant of His Creation. Whosoever may remain drenched with the essence of His Word; with His mercy and grace, he may always remain contented and in blossom in his worldly life. His earnings may be accepted in His Court. All other earnings, paths of meditation may provide short-lived comforts in worldly life and all may be useless for the real purpose of human life opportunity.

111.(1-3) ਪ੍ਰਭਾਤੀ ਮਹਲਾ ੧॥ (1328-3)

ਜੈ ਕਾਰਣਿ, ਬੇਦ ਬ੍ਰਹ ਮੈਂ ਉਚਰੇ,
ਸੰਕਰਿ ਛੋਡੀ ਮਾਇਆ॥
ਜੈ ਕਾਰਣਿ, ਸਿਧ ਭਏ ਉਦਾਸੀ,
ਦੇਵੀ ਮਰਮੁ ਨ ਪਾਇਆ॥ ੧॥

jai kaaran bayd barahmai uchray
sankar chhodee maa-i-aa.
jai kaaran siDh bha-ay udaasee
dayvee maram na paa-i-aa. ||1||

ਜਿਸ ਕਾਰਨ, ਪ੍ਰਭ ਨੇ ਰਹਿਮਤ ਨਾਲ ਬ੍ਰਹਮਾ ਦੀ ਜੀਭ ਤੇ ਸ਼ਬਦ, ਬਾਣੀ ਬਖਸ਼ੀ ਹੈ! ਬੰਦਗੀ ਦੇ ਸ਼ਬਦ (ਵੇਦਾਂ) ਜੀਵ ਨੂੰ ਬਖਸ਼ੇ ਹਨ । ਸ਼ੰਕਰ ਨੇ ਸੰਸਾਰਕ ਮਾਇਆ ਤਿਆਗੀ! ਸਿਧਾਂ ਨੇ ਤੇਰੇ ਵਿਛੋੜੇ ਦੇ ਵਿਰਾਗ ਵਿੱਚ ਉਦਾਸੀ ਧਾਰਨ ਕੀਤੀ ਹੈ । ਦੇਵੀਆਂ ਦੇਵਤਿਆਂ ਨੂੰ ਵੀ ਪ੍ਰਭ ਦੀਆਂ ਸਾਰੀਆਂ ਕਰਮਾਤਾਂ ਦੀ ਜਾਣਕਾਰੀ, ਗਿਆਨ ਬਖਸ਼ਿਸ਼ ਨਹੀਂ ਹੁੰਦਾ ।

The real purpose, The True Master has blessed His Word, Holy Scripture of Vedas to His Holy saint, **Brahm**a; prophet **Sankar** renounced all worldly possession, wealth; Sidhs remain in renunciation in the memory of separation from His Holy Spirit. No worldly prophet may ever comprehend any reason, the extent, limits of His miracles.

ਬਾਬਾ ਮਨਿ ਸਾਚਾ, ਮੁਖਿ ਸਾਚਾ ਕਹੀਐ,
ਤਰੀਐ ਸਾਚਾ ਹੋਈ॥
ਦੁਸਮਨੁ ਦੂਖੁ ਨ ਆਵੈ ਨੇੜੈ,
ਹਰਿ ਮਤਿ ਪਾਵੈ ਕੋਈ॥ ੧॥ ਰਹਾਉ॥

baabaa man saachaa, mukh saachaa kahee-ai
taree-ai saachaa ho-ee.
dusman dookh na aavai nayrhai
har mat paavai ko-ee. ||1|| rahaa-o.

ਜਿਸ ਜੀਵ ਦਾ ਮਨ ਪਵਿੱਤਰ ਹੁੰਦਾ ਹੈ! ਉਸ ਹੀ ਪ੍ਰਭ ਦੀ ਉਸਤਤ ਦੇ ਗੁਣ ਗਾਉਂਦਾ ਹੈ । ਪ੍ਰਭ ਦੀ ਰਹਿਮਤ ਨਾਲ ਹੀ ਉਸ ਦੀ ਮਾਨਸ ਯਾਤਰਾ ਸਫਲ ਹੋ ਜਾਂਦਾ, ਮੁਕਤੀ ਦਾ ਰਸਤਾ ਬਖਸ਼ਿਸ਼ ਹੋ ਜਾਂਦਾ ਹੈ । ਉਸ ਦੇ ਮਨ ਦੀ ਅਵਸਥਾ ਬਦਲ ਜਾਂਦੀ ਹੈ । ਉਸ ਨੂੰ ਜੀਵਨ ਵਿੱਚ ਕੋਈ ਮੁਸ਼ਕਲ ਮਹਿਸੂਸ ਨਹੀਂ ਹੁੰਦੀ । ਉਸ ਨੂੰ ਕਿਸੇ ਪਾਏ ਜਾ ਖੋਂਏ ਜਾਣ ਦਾ ਕੋਈ ਫਰਕ ਮਹਿਸੂਸ ਨਹੀਂ ਹੁੰਦਾ । ਵਿਰਲੇ ਹੀ ਜੀਵ ਨੂੰ ਇਹ ਅਵਸਥਾ ਬਖਸ਼ਿਸ਼ ਹੁੰਦੀ ਹੈ ।

Whose mind and soul may be sanctified, he may sing the glory of His Virtues with his tongue. He may be blessed with the right path of acceptance in His Court; with His mercy and grace, his human life opportunity may be rewarded. His state of mind may be transformed; with His mercy and grace, he may never realize any hardship or restriction in his path of obeying the teachings of His Word. His state of mind may remain beyond the influence of any loss or gain of worldly wealth. However, very rare may be blessed with such a state of mind.

ਅਗਨਿ ਬਿੰਬ ਪਵਣੈ ਕੀ ਬਾਣੀ,
ਤੀਨਿ ਨਾਮ ਕੇ ਦਾਸਾ॥
ਤੇ ਤਸਕਰ, ਜੋ ਨਾਮੁ ਨ ਲੇਵਹਿ,
ਵਾਸਹਿ ਕੋਟ ਪੰਚਾਸਾ॥ ੨॥

agan bimb pavnai kee banee
teen naam kay daasaa.
tay taskar jo naam na layveh
vaaseh kot panchaasaa. ||2||

ਸੰਸਾਰਕ ਵਿੱਚ ਰਹਿਣ ਲਈ ਪਾਣੀ, ਅਗਨੀ ਅਤੇ ਹਵਾ ਦੀ ਜਰੂਰਤ ਹੁੰਦੀ ਹੈ । ਇਹ ਤਿੰਨੇਂ ਹੀ ਪ੍ਰਭ ਦੇ ਹੁਕਮ ਅੰਦਰ ਚਲ ਸਕਦੀਆਂ ਹਨ । ਜਿਹੜਾ ਪ੍ਰਭ ਦਾ ਸ਼ਬਦ ਮਨੋ ਵਿਸਾਰ ਲੈਂਦਾ ਹੈ! ਉਹ ਚੋਰਾਂ ਦੀ ਮੰਡਲੀ ਵਿੱਚ ਰਹਿੰਦਾ ਹੈ ।

To survive in worldly life, worldly creature has a necessity of three ingredient, air, water, and fire; all three may remain only under His Control, Command. Whosoever may abandon the teachings of His Word; he may remain in the association of robbers and thieves.

ਜੇ ਕੋ ਏਕ ਕਰੈ ਚੰਗਿਆਈ,	jay ko ayk karai changi-aa-ee
ਮਨਿ ਚਿਤਿ ਬਹੁਤੁ ਬਫਾਵੈ॥	man, chit bahut bafaavai.
ਏਤੇ ਗੁਣ ਏਤੀਆ ਚੰਗਿਆਈਆ,	aytay gun aytee-aa chang-aa-ee-aa
ਦੇਇ ਨ ਪਛੋਤਾਵੈ॥ ੩॥	day-ay na pachhotaavai. ||3||

ਜਿਹੜਾ ਅਗਰ ਮਾਨਸ ਕੋਈ ਭਲਾਈ ਦਾ ਕੰਮ ਕਰਦਾ, ਬਹੁਤ ਘਮੰਡ ਕਰਦਾ ਹੈ । ਆਪਣੇ ਆਪ ਨੂੰ ਬਹੁਤ ਅਨੇਕਾਂ ਕੰਮ ਕਰਨ ਵਾਲਾ ਸਮਝਦਾ ਹੈ । ਹਰਇੱਕ ਕੰਮ ਨੂੰ ਵਧਾ ਕੇ ਦੱਸਦਾ ਹੈ । ਪ੍ਰਭ ਤੇਰੇ ਵਿੱਚ ਇਤਨੀਆਂ ਚੰਗਿਆਈ, ਅਨੇਕਾਂ ਦਾਤਾਂ ਬਖਸ਼ਦਾ ਹੈ । ਪਰ ਦਾਤਾਂ ਬਖਸ਼ਕੇ, ਕਦੇ ਪਛਤਾਵਾਂ ਨਹੀਂ ਕਰਦਾ ।

Whosoever may perform charity, good deeds for mankind; he may feel proud of his service for the welfare of His Creation. He may claim to be very Holy with many good virtues. He may even highlight, glorify his smallest contribution. The True Master has unlimited virtues, greatness and blesses unlimited blessings to His Creation; however, He may never regret and repent after blessing and rewarding anyone.

ਤੁਧੁ ਸਾਲਾਹਨਿ ਤਿਨ ਧਨੁ ਪਲੈ,	tuDh saalaahan tin Dhan palai
ਨਾਨਕ ਕਾ ਧਨੁ ਸੋਈ॥	naanak kaa Dhan so-ee.
ਜੇ ਕੋ ਜੀਉ ਕਹੈ, ਓਨਾ ਕਉ,	jay ko jee-o kahai onaa ka-o
ਜਮ ਕੀ ਤਲਬ ਨ ਹੋਈ॥ ੪॥੩॥	jam kee talab na ho-ee. ||4||3||

ਜਿਹੜਾ ਪ੍ਰਭ ਦੇ ਸ਼ਬਦ ਦੀ ਪਾਲਣਾ, ਸਿਮਰਨ ਕਰਦਾ ਹੈ, ਕੇਵਲ ਉਸ ਨੂੰ ਹੀ ਸ਼ਬਦ ਦਾ ਧਨ ਬਖਸ਼ਿਸ਼ ਹੁੰਦਾ ਹੈ । ਮੇਰੀ ਵੀ ਇੱਛਾ ਹੈ! ਰਹਿਮਤ ਬਖਸ਼ੋ! ਕਿ ਇਹ ਹੀ ਮੇਰਾ ਧਨ ਬਣ ਜਾਵੇ । ਜਿਹੜਾ ਸ਼ਬਦ ਦੀ ਪਾਲਣਾ ਵਿੱਚ ਲੀਨ ਹੋ ਜਾਂਦਾ ਹੈ! ਉਸ ਨੂੰ ਪ੍ਰਵਾਨਗੀ ਦਾ ਅਸਲੀ ਰਸਤਾ ਬਖਸ਼ਿਸ਼ ਹੋ ਜਾਂਦਾ ਹੈ, ਮੁਕਤ ਅਵਸਥਾ ਬਖਸ਼ਿਸ਼ ਹੋ ਜਾਂਦੀ, ਜਮਦੂਤ ਦੇ ਵੱਸ ਨਹੀਂ ਰਹਿੰਦਾ ।

Whosoever may meditate and obeys the teachings of His Word with steady and stable belief in his day-to-day life; with His mercy and grace, he may be blessed with the earnings of His Word. I have a passionate desire! I may be blessed with the earnings, wealth of His Word. Whosoever may remain intoxicated in obeying the teachings of His Word; with His mercy and grace, he may be blessed with the right path of acceptance in His Court. He may be blessed with a state of salvation; he may never remain under the control of devil of death and his cycle of birth and death may be eliminated.

112.(1-4) ਪ੍ਰਭਾਤੀ ਮਹਲਾ ੧॥ (1328-8)

ਜਾ ਕੈ ਰੂਪੁ ਨਾਹੀ ਜਾਤਿ ਨਾਹੀ,	jaa kai roop naahee jaat naahee
ਨਾਹੀ ਮੁਖੁ ਮਾਸਾ॥	naahee mukh maasaa.
ਸਤਿਗੁਰਿ ਮਿਲੇ ਨਿਰੰਜਨੁ ਪਾਇਆ,	satgur milay niranjan paa-i-aa
ਤੇਰੈ ਨਾਮਿ ਹੈ ਨਿਵਾਸਾ॥੧॥	tayrai naam hai nivaasaa. ||1||

ਜਿਹੜੇ ਜੀਵ ਦੀ ਕੋਈ ਸੁੰਦਰਤਾ, ਸੰਸਾਰ ਵਿੱਚ ਕੋਈ ਹੈਸੀਅਤ ਵੀ ਨਾ ਹੋਵੇ । ਉਸ ਦੇ ਮੁੱਖ ਤੋ ਨਿਕਲੀ ਗੱਲ ਨੂੰ ਕੋਈ ਮਹੱਤਤਾ ਵੀ ਨਾ ਦੇਵੇ । ਅਗਰ ਉਸ ਜੀਵ ਤੇ ਪ੍ਰਭ ਦੀ ਰਹਿਮਤ ਦੀ ਨਜ਼ਰ ਬਖਸ਼ਿਸ਼ ਹੋ ਜਾਵੇ! ਉਸ ਦੀ ਬੰਦਗੀ, ਕਮਾਈ ਪ੍ਰਵਾਨ ਹੋ ਜਾਂਦੀ ਹੈ । ਉਸ ਨੂੰ ਪ੍ਰਭ ਦੀ ਦਰਗਾਹ ਵਿੱਚ ਥਾਂ ਬਖਸ਼ਿਸ਼ ਹੋ ਜਾਂਦਾ ਹੈ ।

Whosoever may not have any beauty, honor, or worldly status nor his preaching, way of life may have any signification. However, he may be bestowed with His Blessed Vision; his meditation may be accepted in His Court. He may be honored with a permanent resting place in His Court.

ਅਉਧੂ ਸਹਜੇ ਤਤੁ ਬੀਚਾਰਿ॥ a-oDhoo sehjay tat beechaar.
ਜਾ ਤੇ ਫਿਰਿ ਨ ਆਵਹੁ ਸੈਸਾਰਿ॥੧॥ ਰਹਾਉ॥ jaa tay fir na aavhu saisaar. ||1|| rahaa-o.

ਸੰਨਿਆਸੀ, ਬੰਦਗੀ ਕਰਨ ਵਾਲੇ ਭਾਈ, ਪ੍ਰਭ ਦੀ ਹੋਂਦ ਦਾ ਖਿਆਲ ਕਰੋ! ਤੇਰਾ ਸੰਸਾਰ ਵਿੱਚ ਜਨਮ ਮਰਨ ਦਾ ਚੱਕਰ ਖਤਮ ਹੋ ਸਕਦਾ ਹੈ ।

Detached Yogi, renunciatory, you should contemplate the essence of reality, existence of His Holy Spirit; with His mercy and grace, your cycle of birth and death may be eliminated.

ਜਾ ਕੈ ਕਰਮੁ ਨਾਹੀ, ਧਰਮੁ ਨਾਹੀ, jaa kai karam naahee Dharam naahee
ਨਾਹੀ ਸੁਚਿ ਮਾਲਾ॥ naahee such maalaa.
ਸਿਵ ਜੋਤਿ ਕੰਨਹੁ ਬੁਧਿ ਪਾਈ, siv jot kannahu buDh paa-ee
ਸਤਿਗੁਰੂ ਰਖਵਾਲਾ॥ ੨॥ satguroo rakhvaalaa. ||2||

ਜਿਹੜਾ ਜੀਵ ਕੋਈ ਚੰਗਾ ਕੰਮ ਨਹੀਂ ਕਰਦਾ, ਜੀਵਨ ਦਾ ਕੋਈ ਨਿਯਮ ਵੀ ਨਹੀਂ ਹੁੰਦਾ, ਉਸ ਕਿਸੇ ਪਵਿੱਤਰ ਬੰਦਗੀ ਕਰਨ ਵਾਲੀ ਮਾਲ਼ਾ, ਸਿਮਰਨ ਨਹੀਂ ਕਰਦਾ! ਜਿਸ ਤੇ ਪ੍ਰਭ ਰਹਿਮਤ ਦੀ ਨਜ਼ਰ ਬਖਸ਼ਦਾ ਹੈ! ਉਸ ਨੂੰ ਸਾਰੀਆਂ ਸਿਆਣਪਾਂ ਬਖਸ਼ਿਸ਼ ਹੋ ਜਾਂਦੀਆਂ ਹਨ । ਪ੍ਰਭ ਆਪ ਹੀ ਉਸ ਦਾ ਰਖਵਾਲਾ ਬਣ ਜਾਂਦਾ ਹੈ ।

Whosoever may not perform any good deeds for His Creation, nor he may have any ethics, or good principles in his life; he may not have any meditation routine, rosary. However, The True Master may bestow His Blessed Vision; he may be blessed with all wisdoms, enlightenments of the essence of His Word. The True Master may become his savior, protector.

ਜਾ ਕੈ ਬਰਤੁ ਨਾਹੀ, jaa kai barat naahee
ਨੇਮੁ ਨਾਹੀ, ਨਾਹੀ ਬਕਬਾਈ॥ naym naahee naahee bakbaa-ee.
ਗਤਿ ਅਵਗਤਿ ਕੀ ਚਿੰਤ ਨਾਹੀ, gat avgat kee chint naahee
ਸਤਿਗੁਰੂ ਫੁਰਮਾਈ॥ ੩॥ satguroo furmaa-ee. ||3||

ਜਿਸ ਜੀਵ ਦਾ ਕੋਈ ਆਪਣੇ ਕੰਮਾਂ ਤੇ ਕਾਬੂ, ਬੰਦਗੀ ਕਰਨ ਦਾ ਨਿਯਮ ਨਾ ਹੋਵੇ । ਕੋਈ ਧਾਰਮਕ ਬੰਦਗੀ ਦੀ ਬਾਣੀ ਵੀ ਹੱਥ ਨਾ ਹੋਵੇ । ਅਗਰ ਉਹ ਪ੍ਰਭ ਦੇ ਭਾਣੇ ਨੂੰ ਅਟਲ ਸਮਝਕੇ ਆਪਾ ਭੇਟਾ ਕਰ ਦੇਂਦਾ ਹੈ । ਫਿਰ ਉਸ ਨੂੰ ਚੰਗੇ, ਮੰਦੇ ਭਾਗਾਂ ਦਾ ਕੋਈ ਫਰਕ ਮਹਿਸੂਸ ਨਹੀਂ ਹੁੰਦਾ ।

Whosoever may not have any control or disciplines of actions, deeds nor have any meditation routine in his worldly life. Whosoever may accept His Command as an ultimate and surrenders his self-identity at His Sanctuary. He may not realize any influence of good or bad fortune, destiny.

ਜਾ ਕੈ ਆਸ ਨਾਹੀ, ਨਿਰਾਸ ਨਾਹੀ, jaa kai aas naahee niraas naahee
ਚਿਤਿ ਸੁਰਤਿ ਸਮਝਾਈ॥ chit surat samjhaa-ee.
ਤੰਤ ਕਉ ਪਰਮ ਤੰਤੁ ਮਿਲਿਆ, tant ka-o param tant mili-aa
ਨਾਨਕਾ ਬੁਧਿ ਪਾਈ॥ ੪॥੪॥ naankaa buDh paa-ee. ||4||4||

ਜਿਹੜਾ ਆਪਣੀ ਆਤਮਾ ਨੂੰ ਪਵਿੱਤਰ ਕਰਕੇ ਪ੍ਰਭ ਦੀ ਹੋਂਦ ਨੂੰ ਕਬੂਲ ਕਰ ਲੈਂਦਾ ਹੈ । ਉਸ ਦਾ ਭਰੋਸਾ ਅਡੋਲ ਹੋ ਜਾਂਦਾ, ਸ਼ਬਦ ਦੀ ਸੋਝੀ, ਪ੍ਰਭ ਦੀ ਹੋਂਦ ਅਨੁਭਵ ਹੋ ਜਾਂਦੀ ਹੈ । ਉਸ ਦੀ ਆਤਮਾ ਉਸ ਰੂਹਾਨੀ ਹੋਂਦ ਵਿੱਚ ਅਭੇਦ ਹੋ ਜਾਂਦੀ ਹੈ ।

Whosoever may sanctify his soul, remains beyond the reach of worldly desires, and accepts His Word as an ultimate Command. He may obey the teachings of His Word with steady and stable belief; with His mercy and grace, he may be blessed with the enlightenment of essence of His Word, realizes His existence. His soul may be sanctified to become worthy of His Consideration.

113.(1-5) ਪ੍ਰਭਾਤੀ ਮਹਲਾ ੧॥ (1328-14)

ਤਾ ਕਾ ਕਹਿਆ ਦਰਿ ਪਰਵਾਣੁ॥ taa kaa kahi-aa dar parvaan.
ਬਿਖੁ ਅੰਮ੍ਰਿਤੁ ਦੁਇ ਸਮ ਕਰਿ ਜਾਣੁ॥੧॥ bikh amrit du-ay sam kar jaan. ||1||

ਜਿਹੜਾ ਜੀਵ ਪ੍ਰਭ ਦੇ ਭਾਣੇ ਨੂੰ ਸਤਿ ਕਰਕੇ ਮੰਨਦਾ ਹੈ । ਉਹ ਸੁਖ, ਦੁਖ ਨੂੰ ਪ੍ਰਭ ਦਾ ਭਾਣਾ, ਬਖਸ਼ਿਸ਼ ਸਮਝਕੇ ਧੰਨਵਾਦ ਹੀ ਗਾਉਂਦਾ ਹੈ । ਉਹ "ਜਾ ਪਹਿਰਾ ਧੀਰਜ ਸੁਨਿਆਰ" ਬਣ ਜਾਂਦਾ ਹੈ । ਉਸ ਦਾ ਬੋਲਿਆ, ਦਰਗਾਹ ਵਿੱਚ ਪ੍ਰਵਾਨ ਹੁੰਦਾ ਹੈ ।

Whosoever may accept the teachings of His Word as the right path of acceptance in His Court. He may realize all his worldly sorrows and pleasures as His Worthy Blessings; he may always remain intoxicated in singing the glory of His Word. His state of mind may be transformed as liquid and molds in the shape of any container. His own identity may be eliminated, immersed within His Holy Spirit. All his spoken words may be acceptable in His Court; transformed as His Word true forever.

ਕਿਆ ਕਹੀਐ ਸਰਬੇ ਰਹਿਆ ਸਮਾਇ॥ ki-aa kahee-ai sarbay rahi-aa samaa-ay.
ਜੋ ਕਿਛੁ ਵਰਤੈ ਸਭ ਤੇਰੀ ਰਜਾਇ॥੧॥ ਰਹਾਉ॥ jo kichh vartai sabh tayree rajaa-ay. ||1|| rahaa-o.

ਉਸ ਦੀ ਅਵਸਥਾ ਦਾ ਪੂਰਨ ਵਖਿਆਣ ਨਹੀਂ ਕੀਤਾ ਜਾ ਸਕਦਾ । ਉਹ ਸਵਾਸ, ਸਵਾਸ ਪ੍ਰਭ ਦੀ ਹੋਂਦ, ਸ਼ਬਦ ਦੇ ਸਿਮਰਨ ਵਿੱਚ ਹੀ ਲੀਨ ਹੋਇਆ ਰਹਿੰਦਾ ਹੈ । ਉਹ ਪ੍ਰਭ ਨੂੰ ਹੀ ਸਭ ਕੁਝ ਕਰਨ, ਕਰਵਾਉਣ ਵਾਲਾ ਮਾਲਕ ਸਮਝਦਾ ਹੈ । ਆਪਾ ਹੀ ਪ੍ਰਭ ਦੇ ਭੇਟਾ ਕਰ ਦੇਂਦਾ ਹੈ ।

State of mind of His true devotee may never be fully comprehended by His Creation. He may remain intoxicated in meditation in the void of His Word with each breath. He may surrender his self-identity at His Sanctuary. He believes only His Command may prevail in the universe. Only He may create all causes, purpose of worldly events and only His Command prevails in the universe.

ਪ੍ਰਗਟੀ ਜੋਤਿ ਚੁਕਾ ਅਭਿਮਾਨੁ॥ pargatee jot chookaa abhimaan.
ਸਤਿਗੁਰਿ ਦੀਆ ਅੰਮ੍ਰਿਤ ਨਾਮੁ॥੨॥ satgur dee-aa amrit naam. ||2||

ਜਿਸ ਤੇ ਪ੍ਰਭ ਦੀ ਰਹਿਮਤ ਦੀ ਨਜ਼ਰ ਬਖਸ਼ਿਸ਼ ਹੋ ਜਾਂਦੀ ਹੈ । ਉਸ ਦੇ ਮਨ ਵਿਚੋਂ ਅਹੰਕਾਰ ਦੀ ਜੜ੍ਹ ਖਤਮ ਹੋ ਜਾਂਦੀ ਹੈ । ਅਮੋਲਕ ਸ਼ਬਦ ਦੀ ਦਾਤ ਨਸੀਬ ਹੋ ਜਾਂਦੀ ਹੈ, ਲਿਵ ਲਗ ਜਾਂਦੀ ਹੈ ।

Whosoever may be bestowed with His Blessed Vision; the root of ego of his worldly status may be eliminated. He may be blessed with the essence of His Word and he remains intoxicated in the void of His Word.

ਕਲਿ ਮਹਿ ਆਇਆ ਸੋ ਜਨੁ ਜਾਣੁ॥ kal meh aa-i-aa so jan jaan.
ਸਾਚੀ ਦਰਗਹ ਪਾਵੈ ਮਾਣੁ॥ ੩॥ saachee dargeh paavai maan. ||3||

ਜਿਹੜਾ ਜੀਵ ਮਾਨਸ ਜਨਮ ਵਿੱਚ ਪ੍ਰਭ ਦੀ ਹੋਂਦ ਨਹੀਂ ਭੁਲਾਉਂਦਾ । ਪ੍ਰਭ ਨੂੰ ਹੀ ਅਸਲੀ ਮਾਲਕ ਸਮਝਦਾ ਹੈ । ਉਸ ਦੀ ਮਾਨਸ ਯਾਤਰਾ ਸਫਲ ਹੋ ਜਾਂਦੀ, ਮੁਕਤੀ ਬਖਸ਼ਿਸ਼ ਹੋ ਜਾਂਦੀ ਹੈ ।

Whosoever may not forget the real purpose of his human life, opportunity; the existence of His Holy Spirit, His Word as an ultimate command. He may be blessed with the right path of acceptance in His Court. His human life opportunity may be rewarded; he may be blessed with a state of salvation.

ਕਹਣਾ ਸੁਨਣਾ ਅਕਥ ਘਰਿ ਜਾਇ॥ kahnaa sunnaa akath ghar jaa-ay.
ਕਥਨੀ ਬਦਨੀ ਨਾਨਕ ਜਲਿ ਜਾਇ॥ ੪॥੫॥ kathnee badnee naanak jal jaa-ay. ||4||5||

ਜਿਹੜਾ ਕੇਵਲ ਸ਼ਬਦ ਸੁਣਦਾ, ਕਥਾ, ਪ੍ਰਚਾਰ ਕਰਦਾ, ਧਾਰਮਕ ਅਸਥਾਨਾਂ ਤੇ ਜਾਂਦਾ ਹੈ । ਉਸ ਨੂੰ ਕੋਈ ਲਾਭ ਨਹੀਂ ਹੁੰਦਾ । ਜਿਹੜਾ ਸ਼ਬਦ ਦੇ ਗੁਣਾਂ ਨੂੰ ਆਪਣੇ ਜੀਵਨ ਵਿੱਚ ਨਹੀਂ ਢਾਲਦਾ, ਹਿਰਦੇ ਵਿੱਚ ਨਹੀਂ ਵਸਾਉਂਦਾ । ਉਸ ਦਾ ਸੁਣਨਾ, ਬੋਲਨਾ ਬੇਕਾਰ ਹੀ ਜਾਂਦਾ ਹੈ ।

Whosoever may only listen to the sermons of His Word, listen to singing His glory, preaches the sermons and spiritual message of His Word or worship at Holy Shrines; he may not be reward with the right path of acceptance in His Court. All his efforts and devotion may be useless for the real purpose of human life journey. Whosoever may not adopt the teachings of His Word with steady and stable belief nor remain drenched with the essence of His Word. All his meditation, preaching, speaking may wastage of priceless human life opportunity.

114.(1-6) ਪ੍ਰਭਾਤੀ ਮਹਲਾ ੧॥ (1328-18)

ਅੰਮ੍ਰਿਤੁ ਨੀਰੁ ਗਿਆਨਿ ਮਨ ਮਜਨੁ, amrit neer gi-aan man majan
ਅਠਸਠਿ ਤੀਰਥ ਸੰਗਿ ਗਹੇ॥ athsath tirath sang gahay.
ਗੁਰ ਉਪਦੇਸਿ ਜਵਾਹਰ ਮਾਣਕ, gur updays javaahar maanak
ਸੇਵੇ ਸਿਖੁ, ਸੁੋ ਖੋਜਿ ਲਹੈ॥ ੧॥ sayvay sikh so khoj lahai. ||1||

ਜਿਹੜਾ ਜੀਵ ਪ੍ਰਭ ਦੀ ਅੰਮ੍ਰਿਤ ਭਰੀ ਬਾਣੀ ਵਿੱਚ ਮਨ ਲਾ ਲੈਂਦਾ ਹੈ । ਉਹ ਅਠਾਠ (68) ਤੀਰਥਾਂ ਤੇ ਇਸ਼ਨਾਨ ਦੀ ਪਵਿੱਤਰਤਾ ਅਨੁਭਵ ਕਰਦਾ ਹੈ । ਜਿਹੜਾ ਪ੍ਰਭ ਦੇ ਸ਼ਬਦ ਦਾ ਸਿਮਰਨ ਕਰਦਾ ਹੈ । ਉਸ ਨੂੰ ਅਮੋਲਕ ਜਵਾਹਰ, ਪ੍ਰਭ ਦੇ ਸ਼ਬਦ ਦੀ ਪਾਲਣਾ ਕਰਨ ਦੀ ਲਗਨ ਬਖਸ਼ਿਸ਼ ਹੋ ਜਾਂਦਾ ਹੈ ।

Whosoever may remain devoted to sing the glory of His Word with steady and stable belief; with His mercy and grace, he may be blessed, realizes the reward of pilgrimage at 68 Holy Shrines. Whosoever may meditate on the teachings of His Word; with His mercy and grace, he may be blessed with devotion to obey the teachings of His Word and the enlightenment of the essence of His Word.

ਗੁਰ ਸਮਾਨਿ ਤੀਰਥੁ ਨਹੀ ਕੋਇ॥ gur samaan tirath nahee ko-ay.
ਸਰੁ ਸੰਤੋਖੁ, ਤਾਸੁ ਗੁਰੁ ਹੋਇ॥੧॥ ਰਹਾਉ॥ sar santokh taas gur ho-ay. ||1|| rahaa-o.

ਪ੍ਰਭ ਦੇ ਭਾਣੇ ਨਾਲ ਜੀਵਨ ਢਾਲਣ ਨਾਲੋ ਕੋਈ ਵੱਡਾ ਤੀਰਥ ਨਹੀਂ ਹੈ । ਪ੍ਰਭ ਦੇ ਸ਼ਬਦ ਦੀ ਸਿਖਿਆਂ ਸੰਤੋਖ ਭਰਿਆਂ ਸਮੁੰਦਰ ਹੈ ।

There may not be any other more significant Holy Shrine than adopting the teachings of His Word. The teachings of His Word remain an ocean overwhelmed with virtues of contentment in human life journey.

ਗੁਰੁ ਦਰੀਆਉ ਸਦਾ ਜਲੁ ਨਿਰਮਲੁ, gur daree-aa-o sadaa jal nirmal
ਮਿਲਿਆ ਦੁਰਮਤਿ ਮੈਲੁ ਹਰੈ॥ mili-aa durmat mail harai.
ਸਤਿਗੁਰਿ ਪਾਇਐ ਪੂਰਾ ਨਾਵਣੁ, satgur paa-i-ai pooraa naavan
ਪਸੂ ਪਰੇਤਹੁ ਦੇਵ ਕਰੈ॥੨॥ pasoo paraytahu dayv karai. ||2||

ਪ੍ਰਭ ਦੇ ਸ਼ਬਦ ਦੀ ਸੋਝੀ, ਆਤਮਾ ਨੂੰ ਪਵਿੱਤਰ ਕਰਨ ਵਾਲਾ ਜਲ, ਪਾਣੀ ਹੈ । ਜਿਹੜੇ ਜੀਵ ਦੇ ਮਨ ਵਿੱਚ ਸ਼ਬਦ ਰਚ ਜਾਂਦਾ ਹੈ । ਉਸ ਦੇ ਮਨ ਦੀ ਮੈਲ ਦੂਰ ਹੋ ਜਾਂਦੀ, ਆਤਮਾ ਪਵਿੱਤਰ ਹੋ ਜਾਂਦੀ ਹੈ । ਜਿਹੜਾ ਸ਼ਬਦ ਦੀ ਸਿਖਿਆਂ ਨਾਲ ਜੀਵਨ ਢਾਲਦਾ ਹੈ । ਉਸ ਦੀ ਆਤਮਾ ਪਵਿੱਤਰ ਹੋ ਜਾਂਦੀ, ਮਨ ਦੀ ਅਵਸਥਾ ਬਦਲ ਜਾਂਦੀ ਹੈ । ਜਾਨਵਰਾਂ ਵਾਲੇ ਕੰਮ (ਮੰਦੇ) ਕਰਨ ਵਾਲਾ ਵੀ ਦੇਵਤਿਆ ਵਾਲੇ ਕੰਮ ਕਰਨ ਲਗ ਪੈਂਦਾ ਹੈ ।

The enlightenment of the essence of His Word may be a soul sanctifying nectar. Whosoever may remain drenched with the essence of His Word; with His mercy and grace, the blemish of his soul may be eliminated and his soul may be sanctified. Whosoever may adopt the teachings of His Word in his day-to-day life; with His mercy and grace, his state of mind may be transferred and his soul may be sanctified. Even the evil doer may adopt the deeds for the welfare for His Creation like His true devotee.

ਰਤਾ ਸਚਿ ਨਾਮਿ ਤਲ ਹੀਅਲੁ, rataa sach naam tal hee-al
ਸੋ ਗੁਰੁ ਪਰਮਲੁ ਕਹੀਐ॥ so gur parmal kahee-ai.
ਜਾ ਕੀ ਵਾਸੁ ਬਨਾਸਪਤਿ ਸਉਰੈ, jaa kee vaas banaaspat sa-urai
ਤਾਸੁ ਚਰਣ ਲਿਵ ਰਹੀਐ॥੩॥ taas charan liv rahee-ai. ||3||

ਜਿਸ ਦੀ ਆਤਮਾ ਵਿੱਚ ਪ੍ਰਭ ਦੇ ਸ਼ਬਦ ਦੇ ਗੁਣ ਰਚੇ ਰਹਿੰਦੇ ਹਨ । ਉਸ ਨੂੰ ਪ੍ਰਭ ਦੇ ਅਸਲੀ ਸੇਵਕ ਵਾਲੀ ਅਵਸਥਾ ਬਖਸ਼ਿਸ਼ ਹੋ ਜਾਂਦੀ ਹੈ । ਜਿਹੜਾ ਆਪਣੀ ਜੀਭ ਨਾਲ ਸ਼ਬਦ ਦੇ ਗੁਣ ਗਾਉਂਦਾ ਹੈ । ਉਸ ਦੇ ਜੀਵਨ ਦੀ ਸਿਖਿਆਂ ਨਾਲ ਜੀਵਨ ਢਾਲਣ ਨਾਲ ਅਸਲੀ ਰਸਤਾ ਬਖਸ਼ਿਸ਼ ਹੋ ਜਾਂਦਾ ਹੈ ।

Whosoever may remain drenched with the essence of His Word in his day-to-day life; with His mercy and grace, he may be blessed with a state of mind as His true devotee. Whosoever may sing the glory of His Word, by adopting his life experience teachings; he may be blessed with the right path of acceptance in His Court.

ਗੁਰਮੁਖਿ ਜੀਅ ਪ੍ਰਾਨ ਉਪਜਹਿ, gurmukh jee-a paraan upjahi
ਗੁਰਮੁਖਿ ਸਿਵ ਘਰਿ ਜਾਈਐ॥ gurmukh siv ghar jaa-ee-ai.
ਗੁਰਮੁਖਿ ਨਾਨਕ ਸਚਿ ਸਮਾਈਐ, gurmukh naanak sach samaa-ee-ai
ਗੁਰਮੁਖਿ ਨਿਜ ਪਦੁ ਪਾਈਐ॥ ੪॥੬॥ gurmukh nij pad paa-ee-ai. ||4||6||

ਗੁਰਮਖ ਜੀਵ ਹਰ ਵੇਲੇ ਪ੍ਰਭ ਦੇ ਸ਼ਬਦ ਦਾ ਹੀ ਸਿਮਰਨ ਕਰਦਾ ਹੈ । ਉਸ ਦੀ ਲਿਵ ਹਮੇਸ਼ਾਂ ਹੀ ਪ੍ਰਭ ਦੇ ਸ਼ਬਦ ਵਿੱਚ ਲਗੀ ਰਹਿੰਦੀ ਹੈ । ਗੁਰਮਖ ਅਟਲ ਪ੍ਰਭ ਦੀ ਰਜ਼ਾ ਵਿੱਚ ਲੀਨ, ਮੁਕਤੀ ਦੇ ਰਸਤੇ ਤੇ ਚਲਦਾ ਹੈ ।

His true devotee may always meditate on the teachings of His Word. He may remain intoxicated in the void of His Word. His true devotee may remain steady and stable on the right path of acceptance in His Court.

115.(1-7) ਪ੍ਰਭਾਤੀ ਮਹਲਾ ੧॥ (1329-4)

ਗੁਰ ਪਰਸਾਦੀ ਵਿਦਿਆ ਵੀਚਾਰੈ, gur parsaadee vidi-aa veechaarai
ਪੜਿ ਪੜਿ ਪਾਵੈ ਮਾਨੁ॥ parh parh paavai maan.
ਆਪਾ ਮਧੇ ਆਪੁ ਪਰਗਾਸਿਆ, aapaa maDhay aap pargaasi-aa
ਪਾਇਆ ਅੰਮ੍ਰਿਤੁ ਨਾਮੁ॥ ੧॥ paa-i-aa amrit naam. ||1||

ਪ੍ਰਭ ਦੀ ਰਹਿਮਤ ਨਾਲ ਹੀ ਜੀਵ ਨੂੰ ਧਾਰਮਕ ਗ੍ਰੰਥ, ਕਿਤਾਬਾਂ (ਕਰਾਨ, ਪਰਾਨ, ਵੇਦਾਂ) ਪੜ੍ਹਨ ਅਤੇ ਵਿਚਾਰ ਕਰਨ ਦੀ ਸੋਝੀ ਬਖਸ਼ਿਸ਼ ਹੁੰਦੀ ਹੈ । ਉਸ ਦੀ ਸ਼ਬਦ ਦੀ ਕਮਾਈ ਦਰਗਾਹ ਵਿੱਚ ਪ੍ਰਵਾਨ ਹੋ ਜਾਂਦੀ ਹੈ । ਉਸ ਜੀਵਾਂ ਦੇ ਅੰਦਰੋਂ ਹੀ, ਪ੍ਰਭ ਦੀ ਹੋਂਦ ਪ੍ਰਗਟ ਹੁੰਦੀ ਹੈ । ਮੁੱਖ ਤੋ ਪ੍ਰਭ ਦੀ ਉਸਤਤ ਦੇ ਸ਼ਬਦ ਹੀ ਨਿਕਲਦੇ ਹਨ ।

Whosoever may be bestowed with His Blessed Vision, he may be enlightened to read the Holy Scriptures and adopts the teachings of His Word in his day-to-day life. His earnings of His Word may be accepted in His Court. He may be enlightened with the essence of His Word from within. He may realize the existence of His Holy Spirit, prevailing everywhere. He may remain intoxicated in singing the glory of His Word.

ਕਰਤਾ ਤੂ ਮੇਰਾ ਜਜਮਾਨੁ॥ kartaa too mayraa jajmaan.
ਇਕ ਦਖਿਣਾ ਹਉ ਤੈ ਪਹਿ, ik dakhinaa ha-o tai peh
ਮਾਗਉ ਦੇਹਿ ਆਪਣਾ ਨਾਮੁ॥੧॥ ਰਹਾਉ॥ maaga-o deh aapnaa naam. ||1|| rahaa-o.

ਪ੍ਰਭ ਤੂੰ ਹੀ ਮੇਰਾ ਸਭ ਤੋ ਵੱਡਾ ਮਹਿਮਾਨ, ਦਾਤਾਂ ਦੇਣ ਵਾਲਾ ਮਾਲਕ ਹੈ । ਇੱਕੋ ਇੱਕ ਹੀ ਮੰਗ ਅਰਦਾਸ ਕਰਦਾ ਹਾ! ਸ਼ਬਦ ਦੇ ਲੜ ਲਾਵੋ! ਸ਼ਬਦ ਦੀ ਪਾਲਣਾ ਵਿੱਚ ਅਡੋਲ ਰਖੋ!

The True Master! You are my most esteem guest in my life; Only You bless all virtues to Your Creation. I have one and only one desire to be blessed with devotion to obey the teachings of Your Word.

ਪੰਚ ਤਸਕਰ ਧਾਵਤ ਰਾਖੇ, panch taskar Dhaavat raakhay
ਚੂਕਾ ਮਨਿ ਅਭਿਮਾਨੁ॥ chookaa man abhimaan.
ਦਿਸਟਿ ਬਿਕਾਰੀ ਦੁਰਮਤਿ ਭਾਗੀ, disat bikaaree durmat bhaagee
ਐਸਾ ਬ੍ਰਹਮ ਗਿਆਨੁ॥ ੨॥ aisaa barahm gi-aan. ||2||

ਪ੍ਰਭ ਦੀ ਰਹਿਮਤ ਨਾਲ ਪੰਜਾਂ ਜਮਦੂਤਾਂ ਤੇ ਜਿੱਤ ਬਖਸ਼ਿਸ਼ ਹੋਈ ਹੈ । ਮੇਰਾ ਘਮੰਡ ਦੂਰ ਹੋ ਗਇਆ ਹੈ । ਬ੍ਰਹਮ ਗਿਆਨ ਨਾਲ ਮਨ ਦੀ ਲਾਲਚ ਅਤੇ ਬੁਰੇ ਕੰਮ ਕਰਨ ਦੀ ਇੱਛਾਂ ਦੂਰ ਹੋ ਗਈ ।

With Your Blessed Vision, I have conquered my 5 demons of worldly desires. I have conquered the false pride of my mind. With the enlightenment of the essence of His Word, my greedy desires and evil thoughts of my mind may be eliminated.

5 ਜਮਦੂਤ - **Demons of worldly Wealth**
ਕਾਮ, ਕਰੋਧ, ਲੋਭ, ਮੋਹ, ਅਹੰਕਾਰ
sexual urge with strange partner, anger, greed, attachments, and ego

ਜਤੁ ਸਤੁ ਚਾਵਲ ਦਇਆ ਕਣਕ, jat sat chaaval da-i-aa kanak,
ਕਰਿ ਪ੍ਰਾਪਤਿ ਪਾਤੀ ਧਾਨੁ॥ kar paraapat paatee Dhaan.
ਦੂਧੁ ਕਰਮੁ ਸੰਤੋਖੁ ਘੀਉ, dooDh karam santokh ghee-o
ਕਰਿ ਐਸਾ ਮਾਂਗਉ ਦਾਨੁ॥੩॥ kar aisaa maaNga-o daan. ||3||

ਜੀਵ ਆਪਣੀ ਕਾਮ ਵਾਸ਼ਨਾ ਤੇ ਕਾਬੂ, ਸੰਤੋਖ, ਧੀਰਜ ਰਖੋ! ਦੂਸਰਿਆਂ ਤੇ ਤਰਸ ਨੂੰ ਆਪਣੀ ਆਤਮਾ ਦਾ ਭੋਜਨ ਬਣਾਵੋ, ਕਰਮਾਂ ਨੂੰ ਦੁੱਧ, ਸੰਤੋਖ ਨੂੰ ਘਿਉ ਸਮਝੋ! ਇਸਤਰ੍ਹਾਂ ਦੀ ਰਹਿਮਤ ਪ੍ਰਭ ਤੋ ਮੰਗੋ ।

You should control your sexual urge with strange partner, patience, and contentment on His Blessings. You should adopt forgiveness and mercy on others, less fortunate as the nourishment, food for your soul, your deeds for the welfare of His Creation as nourishing milk and contentment with your worldly environment as ghee! You should pray for such a state of mind, His Blessings.

ਖਿਮਾ ਧੀਰਜੁ ਕਰਿ ਗਊ ਲਵੇਰੀ, khimaa Dheeraj kar ga-oo lavayree
ਸਹਜੇ ਬਛਰਾ ਖੀਰੁ ਪੀਐ॥ sehjay bachhraa kheer pee-ai.
ਸਿਫਤਿ ਸਰਮ ਕਾ ਕਪੜਾ ਮਾਂਗਉ, sifat saram kaa kaprhaa maaNga-o
ਹਰਿ ਗੁਣ ਨਾਨਕ ਰਵਤੁ ਰਹੈ॥ ੪॥੭॥ har gun naanak ravat rahai. ||4||7||

ਉਹ ਦੂਸਰਿਆਂ ਦੇ ਅਉਗੁਣਾਂ ਨੂੰ ਭੁਲਾਉਣਾ, ਧੀਰਜ ਰਖਕੇ ਆਤਮਾ ਨੂੰ ਪਵਿੱਤਰ ਕਰਨਾ, ਸਾਦਗੀ, ਨਿਮ੍ਰਤਾ ਨਾਲ ਰਹਿਣਾ, ਪ੍ਰਭ ਦੇ ਸ਼ਬਦ ਦੀ ਉਸਤਤ ਗਾਉਣ ਦੀ ਬਖਸ਼ਿਸ਼ ਮੰਗਦਾ ਹੈ ।

He may pray for simple living, humility, patience, and forgiveness, ignore the mistakes of others to sanctify his soul and to sing the glory of His Word with steady and stable belief in his day-to-day life.

116.(1-8) ਪ੍ਰਭਾਤੀ ਮਹਲਾ ੧॥ (1329-10)

ਆਵਤੁ ਕਿਨੈ ਨ ਰਾਖਿਆ,	aavat kinai na raakhi-aa
ਜਾਵਤੁ ਕਿਉ ਰਾਖਿਆ ਜਾਇ॥	jaavat ki-o raakhi-aa jaa-ay.
ਜਿਸ ਤੇ ਹੋਆ ਸੋਈ ਪਰੁ ਜਾਣੈ,	jis tay ho-aa so-ee par jaanai
ਜਾ ਉਸ ਹੀ ਮਾਹਿ ਸਮਾਇ॥ ੧॥	jaaN us hee maahi samaa-ay. ||1||

ਪ੍ਰਭ ਹੀ ਹਰਇੱਕ ਕਰਤਬ ਦਾ ਕਰਨ ਵਾਲਾ ਹੈ, ਉਹ ਸਭ ਕੁਝ ਜਾਣਦਾ ਹੈ । ਕਿਸੇ ਜੀਵ ਦੇ ਜਨਮ ਨੂੰ ਰੋਕਿਆ, ਮੌਤ ਨੂੰ ਵੀ ਟਾਲਿਆ ਨਹੀਂ ਜਾ ਸਕਦਾ ਹੈ । ਉਸ ਦੇ ਭਾਣੇ ਨੂੰ ਵਾਪਰਨ ਤੋ ਕੋਈ ਰੋਕ ਨਹੀਂ ਸਕਦਾ, ਘਟਨਾ ਤੋ ਕੋਈ ਬਚਾ ਨਹੀਂ ਸਕਦਾ । ਹੁਕਮ ਨਾਲ ਹੀ ਆਤਮਾ ਨੂੰ ਪ੍ਰਭ ਦੀ ਜੋਤ ਵਿਚੋਂ ਵਿਛੋੜਾ ਬਖਸ਼ਿਸ਼ ਹੁੰਦਾ ਹੈ । ਪ੍ਰਭ ਦੇ ਹੁਕਮ ਨਾਲ ਹੀ ਉਸ ਵਿੱਚ ਅਲੋਪ ਹੋ ਜਾਂਦੀ ਹੈ ।

The Omniscient True Master creates and knows the cause, purpose of every event in the universe. No one may hold the time of birth of new life, nor hold the time of death. His Command must prevail and no one can avoid any event of His nature or miseries in his own life. With His Command, soul may be separated or re-immerged within His Holy Spirit.

ਤੂਹੈ ਹੈ ਵਾਹੁ ਤੇਰੀ ਰਜਾਇ॥	toohai hai vaahu tayree rajaa-ay.
ਜੋ ਕਿਛੁ ਕਰਹਿ ਸੋਈ ਪਰੁ ਹੋਇਬਾ,	jo kichh karahi so-ee par ho-ibaa
ਅਵਰੁ ਨ ਕਰਣਾ ਜਾਇ॥ ੧॥ ਰਹਾਉ॥	avar na karnaa jaa-ay. ||1|| rahaa-o.

ਪ੍ਰਭ ਦੇ ਕਰਤਬ ਅਜੀਬ ਹਨ, ਸਭ ਕੁਝ ਪ੍ਰਭ ਦੀ ਰਜ਼ਾ ਵਿੱਚ ਹੀ ਹੁੰਦਾ ਹੈ । ਪ੍ਰਭ ਦਾ ਕੀਤਾ ਹੀ ਸਭ ਕੁਝ ਹੁੰਦਾ ਹੈ, ਹੋਰ ਕੁਝ ਕੀਤਾ ਨਹੀਂ ਜਾ ਸਕਦਾ ।

All miracles of His Nature are astonishing, strange; ever event may only happen under His Command. Only His Command prevails in the universe, nothing else may happen in the universe.

ਜੈਸੇ ਹਰਹਟ ਕੀ ਮਾਲਾ ਟਿੰਡ ਲਗਤ ਹੈ,	jaisay harhat kee maalaa tind lagat hai
ਇਕ ਸਖਨੀ ਹੋਰ ਫੇਰ ਭਰੀਅਤ ਹੈ॥	ik sakhnee hor fayr bharee-at hai.
ਤੈਸੋ ਹੀ ਇਹੁ ਖੇਲੁ ਖਸਮ ਕਾ,	taiso hee ih khayl khasam kaa
ਜਿਉ ਉਸ ਕੀ ਵਡਿਆਈ॥ ੨॥	ji-o us kee vadi-aa-ee. ||2||

ਇਹ ਸ੍ਰਿਸ਼ਟੀ ਖੂਹ ਦੀ ਟਿੰਡ ਵੱਰਗੀ ਹੈ! ਜਿਵੇਂ ਹੀ ਇੱਕ ਖਾਲੀ ਹੁੰਦੀ ਹੈ, ਆਪਣੀ ਵਾਰੀ ਆਉਣ ਤੇ ਭਰ ਜਾਂਦੀ ਹੈ । ਇਸਤਰ੍ਹਾਂ ਪ੍ਰਭ ਨੇ ਆਤਮਾ ਦਾ ਖੇਲ ਰਚਿਆ ਹੈ । ਇਹ ਉਸ ਦੀ ਹੀ ਵਡਿਆਈ ਹੈ, ਇਸ ਦੀ ਵਿਆਖੀਆ ਨਹੀਂ ਕਤੀ ਜਾ ਸਕਦੀ ।

The play of the universe may be like a rolling bucket chain. As one may be empty and other being filled. Such a play of the universe, one may die and other soul may be blessed with new life. The astonishing play and greatness of His Nature remains beyond the comprehension of His Creation.

ਸੁਰਤੀ ਕੈ ਮਾਰਗਿ ਚਲਿ ਕੈ,	surtee kai maarag chal kai
ਉਲਟੀ ਨਦਰਿ ਪ੍ਰਗਾਸੀ॥	ultee nadar pargaasee.
ਮਨਿ ਵੀਚਾਰਿ ਦੇਖੁ ਬ੍ਰਹਮ ਗਿਆਨੀ,	man, veechaar daykh barahm gi-aanee
ਕਉਨੁ ਗਿਰਹੀ ਕਉਨੁ ਉਦਾਸੀ॥ ੩॥	ka-un girhee ka-un udaasee. ||3||

ਜਿਸ ਤੇ ਪ੍ਰਭ ਦੀ ਰਹਿਮਤ ਦੀ ਨਜ਼ਰ ਬਖਸ਼ਿਸ਼ ਹੋ ਜਾਂਦੀ ਹੈ । ਉਸ ਦੇ ਮਨ ਦੀ ਦ੍ਰਿਸ਼ਟੀ ਬੁਰੇ ਕੰਮਾਂ ਤੋ ਹੱਟ ਕੇ ਸ਼ਬਦ ਦੀ ਸਿਖਿਆ ਦੇ ਰਸਤੇ ਤੇ ਚਲਦੀ ਹੈ । ਆਪਣੇ ਮਨ ਵਿੱਚ ਵੀਚਾਰ ਕੇ ਦੇਖੋ! ਪ੍ਰਭ ਦੇ ਘਰ ਕੋਈ ਉਦਾਸੀ, ਕਿਸੇ ਕਿਸਮ ਦੀ ਕਮੀ, ਘਾਟ ਨਹੀਂ ਹੁੰਦੀ ।

Whosoever may be bestowed with His Blessed Vision! He may renounce his evil thoughts and adopts the way of the teachings of His Word, the right path of human life journey. Imagine! The Treasure of True Master may not have any deficiency nor shortage of blessings.

ਜਿਸ ਕੀ ਆਸਾ ਤਿਸ ਹੀ ਸਉਪਿ ਕੈ, jis kee aasaa tis hee sa-up kai
ਏਹੁ ਰਹਿਆ ਨਿਰਬਾਣੁ॥ ayhu rahi-aa nirbaan.
ਜਿਸ ਤੇ ਹੋਆ ਸੋਈ ਕਰਿ ਮਾਨਿਆ, jis tay ho-aa so-ee kar maani-aa
ਨਾਨਕ ਗਿਰਹੀ ਉਦਾਸੀ ਸੋ ਪਰਵਾਣੁ॥੪॥੮॥ naanak girhee udaasee so parvaan. ||4||8||

ਕੇਵਲ ਪ੍ਰਭ ਤੋ ਹੀ ਹਰਇੱਕ ਰਹਿਮਤ ਦੀ ਆਸ ਰਖੋ! ਭਾਣੇ ਨੂੰ ਸਤਿ ਕਰਕੇ ਮੰਨੋ! ਆਪਾ ਪ੍ਰਭ ਦੀ ਸ਼ਰਣ ਵਿੱਚ ਭੇਟਾ ਕਰਕੇ, ਪ੍ਰਭ ਦੇ ਬਖਸ਼ੇ ਨੂੰ ਪ੍ਰਵਾਨ ਕਰਕੇ ਸ਼ਬਦ ਦੀ ਸਮਾਧੀ ਵਿੱਚ ਮਸਤ ਰਹੋ! ਜੀਵਨ ਦੇ ਸੁਖ, ਦੁਖ ਨੂੰ ਪ੍ਰਭ ਦੀ ਬਖਸ਼ਿਸ਼ ਸਮਝਕੇ ਕਬੂਲ ਕਰੋ ।

You should only hope and accept all blessings from The True Master. You should accept His Word as an ultimate unavoidable Command. You should surrender your self-identity at His Sanctuary. You should always accept His Blessings as an ultimate Command. You should remain contented with worldly sorrows and pleasure of life as His Worthy Blessings.

117.(1-9) ਪ੍ਰਭਾਤੀ ਮਹਲਾ ੧॥ (1329-16)

ਦਿਸਟਿ ਬਿਕਾਰੀ ਬੰਧਨਿ ਬਾਂਧੈ, disat bikaaree banDhan baaNDhai
ਹਉ ਤਿਸ ਕੈ ਬਲਿ ਜਾਈ॥ ha-o tis kai bal jaa-ee.
ਪਾਪ ਪੁੰਨ ਕੀ ਸਾਰ ਨ ਜਾਣੈ, paap punn kee saar na jaanai
ਭੂਲਾ ਫਿਰੈ ਅਜਾਈ॥ ੧॥ bhoolaa firai ajaa-ee. ||1||

ਜੀਵ ਕਿਉਂ ਪਾਪਾਂ, ਪੁੰਨਾ ਦੇ ਭਰਮਾਂ ਵਿੱਚ ਭਟਕਦਾ ਫਿਰਦਾ ਹੈ । ਇਹ ਲਾਲਚ ਅਤੇ ਮੋਹ ਦੇ ਬੰਧਨ ਪ੍ਰਭ ਨੇ ਆਪ ਹੀ ਬਣਾਏ ਹਨ । ਪ੍ਰਭ ਦੇ ਸ਼ਬਦ ਤੋ ਕੁਰਬਾਨਾ ਜਾਵਾ! ਉਸ ਦੀ ਰਜ਼ਾ, ਭਾਣੇ ਨੂੰ ਸਤਿ ਕਰਕੇ ਪ੍ਰਵਾਨ ਕਰਨ ਨਾਲ ਮਨ ਵਿਚੋਂ ਸਾਰੇ ਭਰਮ ਨਾਸ ਹੋ ਜਾਂਦੇ ਹਨ!

Why are you frustrated with suspicions of sinful deeds or charity? All worldly religious suspicious, greed and bonds of attachments have been created by The True Master. I remain fascinated and astonished from His Nature. You should accept His Word as an ultimate Command. His Word, Command remains above and beyond any religious suspicions.

ਬੋਲਹੁ ਸਚੁ ਨਾਮੁ ਕਰਤਾਰ॥ bolhu sach naam kartaar.
ਫੁਨਿ ਬਹੁੜਿ ਨ ਆਵਣ ਵਾਰ॥ ੧॥ ਰਹਾਉ॥ fun bahurh na aavan vaar. ||1|| rahaa-o.

ਜਿਵੇਂ ਜਿਵੇਂ ਭਰੋਸਾ ਅਡੋਲ ਹੁੰਦਾ ਜਾਂਦਾ ਹੈ! ਜੀਵ ਮੁਕਤੀ ਦੇ ਰਸਤੇ ਤੇ ਚੱਲ ਪੈਂਦਾ ਹੈ । ਜਿਸ ਦਾ ਭਰੋਸਾ ਸਮਾਂ ਪਾ ਕੇ ਅਡੋਲ ਹੋ ਜਾਂਦਾ ਹੈ । ਉਸ ਨੂੰ ਜਨਮ ਮਰਨ ਤੋ ਮੁਕਤੀ ਬਖਸ਼ਿਸ਼ ਹੋ ਜਾਂਦੀ ਹੈ ।

Slowly and slowly the belief of a devotee may become steady and stable on the teachings of His Word; with His mercy and grace, he may be blessed with the right path of acceptance in His Court. Over time, he may be blessed with salvation and his cycle of birth and death may be eliminated.

ਊਚਾ ਤੇ ਫੁਨਿ ਨੀਚੁ ਕਰਤੁ ਹੈ, oochaa tay fun neech karat hai
ਨੀਚ ਕਰੈ ਸੁਲਤਾਨੁ॥ neech karai sultaan.
ਜਿਨੀ ਜਾਣੁ ਸੁਜਾਣਿਆ, jinee jaan sujaani-aa
ਜਗਿ ਤੇ ਪੂਰੇ ਪਰਵਾਣੁ॥ ੨॥ jag tay pooray parvaan. ||2||

ਪ੍ਰਭ ਆਪ ਹੀ ਅਹੰਕਾਰੀ ਦਾ ਘਮੰਡ ਤੋੜਦਾ ਹੈ । ਆਪ ਹੀ ਨਿਮਾਣਿਆ ਨੂੰ ਰਹਿਮਤਾਂ, ਦਾਤਾਂ ਨਾਲ ਭਰਪੂਰ ਕਰ ਦੇਂਦਾ ਹੈ । ਗ਼ਰੀਬ ਤੋ ਰਾਜ, ਭਾਗਾਵਾਲਾ ਅਤੇ ਰਾਜੇ ਤੋ ਭਿੱਖਾਰੀ ਬਣਾ ਸਕਦਾ ਹੈ । ਜਿਹੜਾ ਪ੍ਰਭ ਨੂੰ ਅਸਲੀ ਮਾਲਕ ਨੂੰ ਸਮਝਕੇ, ਭਾਣਾ ਕਬੂਲ ਕਰਦਾ ਹੈ, ਉਸ ਦਾ ਮਾਨਸ ਜਨਮ ਸਫਲ ਹੋ ਜਾਂਦਾ ਹੈ ।

The True Master may show self-minded, arrogant his own feet, the reality and breaks his false pride. He may bless His humble, helpless devotee with overwhelming blessings. The True Master may honor a poor, humble devotee with royal kingdom, worldly honor; He may render a king as a beggar. Whosoever may consider His Word as an ultimate Command; his human life opportunity may be rewarded.

ਤਾ ਕਉ ਸਮਝਾਵਣ ਜਾਈਐ,	taa ka-o samjhaavan jaa-ee-ai
ਜੇ ਕੋ ਭੂਲਾ ਹੋਈ॥	jay ko bhoolaa ho-ee.
ਆਪੇ ਖੇਲ ਕਰੇ ਸਭ ਕਰਤਾ,	aapay khayl karay sabh kartaa
ਐਸਾ ਬੂਝੈ ਕੋਈ॥ ੩॥	aisaa boojhai ko-ee. ||3||

ਪ੍ਰਭ ਦੀ ਰਜ਼ਾ ਨੂੰ ਸਤਿ ਕਰਕੇ ਮੰਨੋ, ਹਿਰਖ ਨਾ ਕਰੋ! ਉਹ ਕੋਈ ਗਲਤੀ ਨਹੀਂ ਕਰਦਾ । ਅਣਜਾਣ ਜੀਵ ਨੂੰ ਕੋਈ ਸੋਝੀਵਾਲਾ ਕਥਨ ਕਰ ਸਕਦਾ ਹੈ । ਇਹ ਸਾਰਾ ਖੇਲ ਪ੍ਰਭ ਆਪਣੀ ਮਰਜ਼ੀ ਨਾਲ ਹੀ ਕਰਦਾ ਹੈ । ਇਸ ਦੀ ਸੋਝੀ ਕਿਸੇ ਵਿਰਲੇ ਨੂੰ ਹੀ ਬਖਸ਼ਿਸ਼ ਹੁੰਦੀ ਹੈ ।

You should obey the teachings of His Word as an Ultimate Command; as a worthy blessing and never grievance on His Blessings. He may never make any mistake! An ignorant making mistakes, he may be counseled by a wise person. The True Master has created the play of the universe with His own imagination. However, a very rare may be enlightened with the mystery of His Nature.

ਨਾਉ ਪ੍ਰਭਾਤੈ ਸਬਦਿ ਧਿਆਈਐ,	naa-o parbhaatai sabad Dhi-aa-ee-ai
ਛੋਡਹੁ ਦੁਨੀ ਪਰੀਤਾ॥	chhodahu dunee pareetaa.
ਪ੍ਰਣਵਤਿ ਨਾਨਕ ਦਾਸਨਿ ਦਾਸਾ,	paranvat naanak daasan daasaa
ਜਗਿ ਹਾਰਿਆ ਤਿਨਿ ਜੀਤਾ॥ ੪॥੯॥	jag haari-aa tin jeetaa. ||4||9||

ਜੀਵ ਜਾਗ ਖੁੱਲ੍ਹਣ ਤੇ ਪ੍ਰਭ ਦੀਆਂ ਰਹਿਮਤਾਂ ਦਾ ਧੰਨਵਾਦ ਹੀ ਗਾਵੋ! ਸੰਸਾਰਕ ਮੋਹ, ਹੈਸੀਅਤ ਨੂੰ ਪ੍ਰਭ ਦੀ ਸ਼ਰਣ ਵਿੱਚ ਭੇਟਾ ਕਰ ਦਵੋ! ਇਸਤਰ੍ਹਾਂ ਦਾ ਦਾਸ, ਬਣਨ ਨਾਲ, ਮਨ ਦੇ ਪੰਜਾਂ ਜਮਦੂਤਾਂ ਤੇ ਕਾਬੂ, ਜਿੱਤ ਬਖਸ਼ਿਸ਼ ਹੋ ਜਾਂਦਾ ਹੈ । ਉਸ ਦੀ ਮਾਨਸ ਯਾਤਰਾ ਸਫਲ ਹੋ ਜਾਂਦੀ ਹੈ ।

Ignorant! wake up from your sleep; you should sing the gratitude for His Blessings. You should surrender your attachment, worldly bonds, worldly status at His Sanctuary. Whosoever may adopt such a humble way of life; he may conquer the five demons of worldly desires; with His mercy and grace, his human life journey may be rewarded.

118.(1-10) ਪ੍ਰਭਾਤੀ ਮਹਲਾ ੧॥ 1330-2

ਮਨੁ ਮਾਇਆ ਮਨੁ ਧਾਇਆ,	man maa-i-aa man Dhaa-i-aa
ਮਨੁ ਪੰਖੀ ਆਕਾਸਿ॥	man, pankhee aakaas.
ਤਸਕਰ ਸਬਦਿ ਨਿਵਾਰਿਆ,	taskar sabad nivaari-aa
ਨਗਰੁ ਵੁਠਾ ਸਾਬਾਸਿ॥	nagar vuthaa saabaas.
ਜਾ ਤੂ ਰਾਖਹਿ ਰਾਖਿ ਲੈਹਿ,	jaa too raakhahi raakh laihi
ਸਾਬਤੁ ਹੋਵੈ ਰਾਸਿ॥ ੧॥	saabat hovai raas. ||1||

ਪ੍ਰਭ ਮੇਰਾ ਮਨ ਪੰਛੀ ਦੀ ਤਰ੍ਹਾਂ ਸੰਸਾਰਕ ਲਾਲਚ, ਮੋਹ ਦੇ ਪਿਛੇ ਭਟਕਦਾ ਰਹਿੰਦਾ ਹੈ । ਜਿਸ ਤੇ ਤੇਰੀ ਰਹਿਮਤ ਬਖਸ਼ਿਸ਼ ਹੋ ਜਾਂਦੀ ਹੈ, ਉਸ ਤੇ ਸ਼ਬਦ ਦੀ ਸਿਖਿਆਂ ਦਾ ਅਸਰ ਹੋ ਜਾਂਦਾ ਹੈ । ਉਸ ਨੂੰ ਪੰਜਾਂ ਜਮਦੂਤਾਂ ਤੇ ਜਿੱਤ ਬਖਸ਼ਿਸ਼ ਹੋ ਜਾਂਦੀ ਹੈ । ਉਸ ਨੂੰ ਅਸਲੀ ਰਸਤਾ ਬਖਸ਼ਿਸ਼ ਹੋ ਜਾਂਦਾ, ਚੱਲਣ ਲਗ ਪੈਂਦਾ ਹੈ । ਪ੍ਰਭ ਦੀ ਰਹਿਮਤ ਨਾਲ ਉਸ ਦੀ ਬੰਦਗੀ ਪ੍ਰਵਾਨ ਹੋ ਜਾਂਦੀ ਹੈ ।

My True Master, my mind remains wandering like a bird and remains intoxicated with greed and worldly attachments. Whosoever may be blessed with His Blessed Vision, he may remain drenched with the essence of His Word. He may conquer the demons of his worldly desire. He may be blessed with the right path of acceptance in His Court; he may remain steady and stable on the right path. His earnings of His Word may be accepted in His Court.

ਐਸਾ ਨਾਮੁ ਰਤਨੁ ਨਿਧਿ ਮੇਰੈ॥	aisaa naam ratan niDh mayrai.
ਗੁਰਮਤਿ ਦੇਹਿ ਲਗਉ ਪਗਿ ਤੇਰੈ॥ ੧॥	gurmat deh laga-o pag tayrai. ||1||
ਰਹਾਉ॥	rahaa-o.

ਪ੍ਰਭ ਸ਼ਬਦ ਦੀ ਸੋਝੀ ਬਖਸੋ! ਮੈਂ ਤੇਰੇ ਚਰਨਾਂ ਵਿੱਚ ਅਡੋਲ ਹੋ ਜਾਵਾ, ਸ਼ਬਦ ਦੀ ਕਮਾਈ ਹੀ ਮੇਰਾ ਅਮੋਲਕ ਖਜ਼ਾਨਾਂ ਬਣ ਜਾਵੇ ।

The True Master blesses the treasure of enlightenment of the essence of Your Word. I may remain intoxicated in obeying the teachings of Your Word. The earnings of Your Word may become my everlasting true companion forever.

ਮਨੁ ਜੋਗੀ ਮਨੁ ਭੋਗੀਆ,	man, jogee man bhogee-aa
ਮਨੁ ਮੂਰਖੁ ਗਾਵਾਰੁ॥	man, moorakh gaavaar.
ਮਨੁ ਦਾਤਾ ਮਨੁ ਮੰਗਤਾ,	man, daataa man mangtaa
ਮਨ ਸਿਰਿ ਗੁਰੁ ਕਰਤਾਰੁ॥	man, sir gur kartaar.
ਪੰਚ ਮਾਰਿ ਸੁਖੁ ਪਾਇਆ,	panch maar sukh paa-i-aa
ਐਸਾ ਬ੍ਰਹਮੁ ਵੀਚਾਰੁ॥ ੨॥	aisaa barahm veechaar. ||2||

ਮਨ ਹੀ ਜੀਵ ਨੂੰ ਬੰਦਗੀ ਤੇ ਲਾਉਂਦਾ ਹੈ । ਮਨ ਹੀ ਖੁਸ਼ੀਆਂ ਦੀਆਂ ਭਟਕਣਾਂ ਤੇ ਪਾਉਂਦਾ ਹੈ । ਮਨ ਹੀ ਅਣਜਾਣ, ਮੂਰਖਾਂ ਵਾਲੇ ਕੰਮਾਂ ਵਿੱਚ ਲਾਉਂਦਾ ਹੈ । ਮਨ ਹੀ ਜੀਵ ਨੂੰ ਦਾਤਾਂ ਦੇਣ ਵਾਲਾ, ਦਾਤਾਂ ਲੈਣ ਵਾਲਾ ਬਣਾਉਂਦਾ ਹੈ । ਮਨ ਵੀ ਪ੍ਰਭ ਦਾ ਹੀ ਇੱਕ ਭਾਗ ਹੈ । ਜਿਹੜਾ ਜੀਵ ਆਪਣੇ ਮਨ ਦੀਆਂ ਸੰਸਾਰਕ ਇੱਛਾਂ ਤੇ ਕਾਬੂ, ਜਿੱਤ ਪਾ ਲੈਂਦਾ ਹੈ । ਉਸ ਨੂੰ ਪ੍ਰਭ ਦੇ ਸ਼ਬਦ ਦੀ ਸੋਝੀ ਵਾਲਾ ਰਸਤਾ ਬਖਸ਼ਿਸ਼ ਹੋ ਜਾਂਦਾ ਹੈ ।

His mind may inspire His true devotee on the path of meditation. His mind may create excitements, pleasures, or frustration. His mind may inspire to do sinful deeds like ignorant fool. His mind may inspire him to perform charitable deeds or begs for alms. His sub-conscious mind is a part of His Word, The symbol of The True Master. Whosoever may control his worldly desires of his mind; the concentration of his mind becomes a slave of his subconscious mind, His Word. He may be blessed with the right path of acceptance in His Court.

ਘਟਿ ਘਟਿ ਏਕੁ ਵਖਾਣੀਐ,	ghat ghat ayk vakhaanee-ai
ਕਹਉ ਨ ਦੇਖਿਆ ਜਾਇ॥	kaha-o na daykhi-aa jaa-ay.
ਖੋਟੋ ਪੂਠੋ ਰਾਲੀਐ,	khoto pootho raalee-ai
ਬਿਨੁ ਨਾਵੈ ਪਤਿ ਜਾਇ॥	bin naavai pat jaa-ay.
ਜਾ ਤੂ ਮੇਲਹਿ ਤਾ ਮਿਲਿ ਰਹਾ,	jaa too mayleh taa mil rahaaN
ਜਾ ਤੇਰੀ ਹੋਇ ਰਜਾਇ॥ ੩॥	jaaN tayree ho-ay rajaa-ay. ||3||

ਸੋਝੀਵਾਨਾ ਦੇ ਕਥਨ ਹਨ! ਪ੍ਰਭ ਹਰਇੱਕ ਆਤਮਾ ਵਿੱਚ ਗੁਪਤ ਵਸਦਾ, ਵਾਪਰਦਾ ਹੈ । ਪਰ ਕਿਸੇ ਦੇ ਕਹਿਣ ਤੇ ਉਸ ਨੂੰ ਅਨੁਭਵ ਨਹੀਂ ਕੀਤਾ ਜਾ ਸਕਦਾ । ਜਿਹੜਾ ਪ੍ਰਭ ਦੇ ਭਾਣੇ ਅਨੁਸਾਰ ਨਹੀਂ ਚਲਦਾ ਹੈ । ਉਸ ਦੀ ਕਮਾਈ ਦਰਗਾਹ ਵਿੱਚ ਪ੍ਰਵਾਨ ਨਹੀਂ ਹੁੰਦੀ । ਜਿਸ ਤੇ ਆਪ ਹੀ ਰਹਿਮਤ ਦੀ ਨਜ਼ਰ ਬਖਸ਼ਦਾ ਹੈ । ਕੇਵਲ ਉਸ ਨੂੰ ਪ੍ਰਵਾਨਗੀ ਦਾ ਅਸਲੀ ਰਸਤਾ ਬਖਸ਼ਦਾ ਹੈ । ਹੋਰ ਕੋਈ ਵਿਧੀ ਨਹੀਂ, ਬੰਦਗੀ ਨਾਲ ਰਸਤਾ ਬਖਸ਼ਿਸ਼ ਨਹੀਂ ਹੁੰਦਾ ਹੈ ।

Worldly enlightened, Wiseman, saint emphasis! The True Master remains embedded within each soul, dwells and prevails in his body and in His Nature. His Existence may never be realized with any prayer of worldly guru. Whosoever may adopt the teachings of His Word with steady and stable belief; with His mercy and grace, his earnings of His Word may be accepted in His Court.

ਜਾਤਿ ਜਨਮੁ ਨਹ ਪੂਛੀਐ, ਸਚ ਘਰੁ ਲੇਹੁ ਬਤਾਇ॥	jaat janam nah poochhee-ai sach ghar layho bataa-ay.
ਸਾ ਜਾਤਿ ਸਾ ਪਤਿ ਹੈ, ਜੇਹੇ ਕਰਮ ਕਮਾਇ॥	saa jaat saa pat hai jayhay karam kamaa-ay.
ਜਨਮ ਮਰਨ ਦੁਖੁ ਕਾਟੀਐ, ਨਾਨਕ ਛੂਟਸਿ ਨਾਇ॥ ੪॥੧੦॥	janam maran dukh kaatee-ai naanak chhootas naa-ay. ||4||10||

ਪ੍ਰਭ ਦੀ ਦਰਗਾਹ ਵਿੱਚ ਸੰਸਾਰਕ ਹੈਸੀਅਤ ਦਾ ਕੋਈ ਫਰਕ ਨਹੀਂ ਪੈਂਦਾ । ਦਰਬਾਰ ਵਿੱਚ ਜੀਵ ਦੇ ਕੀਤੇ ਹੋਏ ਕਰਮ ਹੀ ਹੈਸੀਅਤ ਬਣ ਜਾਂਦੀ ਹੈ । ਸ਼ਬਦ ਦੀ ਕਮਾਈ ਨਾਲ, ਜਨਮ ਮਰਨ ਦੇ ਚੱਕਰ ਦਾ ਛੁਟਕਾਰਾ ਬਖਸ਼ਿਸ਼ ਹੋ ਜਾਂਦਾ ਹੈ ।

Worldly status or honor may have no significance in His Court for the real purpose of human life journey. In His Court, all his worldly deeds may become his worldly identity, status. Only with the earnings of His Word, his cycle of birth and death may be eliminated.

119.(1-11) ਪ੍ਰਭਾਤੀ ਮਹਲਾ ੧॥ (1330-9)

ਜਾਗਤੁ ਬਿਗਸੈ ਮੂਠੋ ਅੰਧਾ॥	jaagat bigsai mootho anDhaa.
ਗਲਿ ਫਾਹੀ ਸਿਰਿ ਮਾਰੇ ਧੰਧਾ॥	gal faahee sir maaray DhanDhaa.
ਆਸਾ ਆਵੈ ਮਨਸਾ ਜਾਇ॥	aasaa aavai mansaa jaa-ay.
ਉਰਝੀ ਤਾਣੀ ਕਿਛੁ ਨ ਬਸਾਇ॥ ੧॥	urjhee taanee kichh na basaa-ay. ||1||

ਜੀਵ ਸਮਝਦਾ ਹੈ! ਉਹ ਗਿਆਨ, ਸ੍ਰਿਸ਼ਟੀ ਦੀ ਭਲਾਈ ਦੇ ਕੰਮ ਕਰਦਾ ਹੈ । ਪਰ ਉਹ ਗਿਆਨ ਤੋ ਰਹਿਤ, ਅਗਿਆਨੀਆਂ ਵਾਲੇ ਅੰਧੇ ਕੰਮ ਕਰਦਾ ਹੈ । ਮੌਤ ਦਾ ਜਮਦੂਤ ਉਸ ਨੂੰ ਚਾਰੇ ਪਾਸੇ ਹੀ ਘੇਰਾ ਪਾਈ ਰਖਦਾ ਹੈ । ਉਹ ਸੰਸਾਰਕ ਕੰਮਾਂ ਵਿੱਚ ਬਹੁਤ ਮਗਨ ਹੋਇਆ ਹੈ । ਉਹ ਬਹੁਤ ਆਸ ਲੈ ਕੇ ਮਾਨਸ ਜਨਮ ਵਿੱਚ ਆਇਆ ਸੀ । ਪਰ ਮਨ ਵਿੱਚ ਹੋਰ ਹੀ ਖਾਹਿਸ਼ਾਂ ਲੈ ਕੇ ਵਾਪਸ ਜਾਂਦਾ, ਮੌਤ ਆ ਜਾਂਦੀ ਹੈ । ਉਸ ਦਾ ਜੀਵਨ ਉਲਝੀ ਹੋਈ ਤਾਣੀ, ਡੋਰੀ ਦੀ ਤਰ੍ਹਾਂ ਬਣ ਜਾਂਦਾ ਹੈ । ਇਸ ਵਿਚੋਂ ਅਸਲੀ ਰਸਤਾ ਲਭਨਾ ਬਹੁਤ ਮੁਸ਼ਕਲ ਹੁੰਦਾ ਹੈ, ਜੀਵ ਦੇ ਵੱਸ, ਕਾਬੂ ਵਿੱਚ ਕੁਝ ਨਹੀਂ ਹੁੰਦਾ ਹੈ ।

Self-minded may believe to be knowledgeable! He thinks, all his deeds are for the welfare of His Creation. However, he may remain ignorant from the real purpose his human life opportunity. The devil of death may be surrounding him from everywhere. He may remain intoxicated with the necessity of worldly life. He has come to the universe with many hopes; however, he may return empty handed. His human life remains like an entangled thread. He may have a terrible time to find the right path of acceptance.

ਜਾਗਸਿ ਜੀਵਣ ਜਾਗਣਹਾਰਾ॥	jaagas jeevan jaaganhaaraa.
ਸੁਖ ਸਾਗਰ ਅੰਮ੍ਰਿਤ ਭੰਡਾਰਾ॥ ੧॥ ਰਹਾਉ॥	sukh saagar amrit bhandaaraa. ||1|| rahaa-o.

ਜੀਵ ਜਾਗੋ! ਪ੍ਰਭ ਹਰ ਵੇਲੇ ਤੇਰੀ ਪੁਕਾਰ ਸੁਣਦਾ ਹੈ । ਪ੍ਰਭ ਸੁਖਾਂ ਦਾ ਸਾਗਰ, ਦਾਤਾਂ ਦਾ ਅੱਟੁਟ, ਨਾ ਖਤਮ ਹੋਣ ਵਾਲਾ ਭੰਡਾਰ ਹੈ ।

Wake up! You may still have an opportunity! The True Master may always heed merciful prayer of His true devotee. The True Master remains an ocean of comforts and treasure of unlimited, inexhaustible virtues

ਕਹਿਓ ਨ ਬੂਝੈ ਅੰਧੁ ਨ ਸੂਝੈ, kahi-o na boojhai anDh na soojhai
ਭੋਂਡੀ ਕਾਰ ਕਮਾਈ॥ bhoNdee kaar kamaa-ee.
ਆਪੇ ਪ੍ਰੀਤਿ ਪ੍ਰੇਮ ਪਰਮੇਸੁਰੁ, aapay pareet paraym parmaysur
ਕਰਮੀ ਮਿਲੈ ਵਡਾਈ॥ ੨॥ karmee milai vadaa-ee. ||2||

ਤੈਨੂੰ ਕਿਸ ਦੇ ਕਹਿਣ, ਵਖਿਆਣ ਕਰਨ ਨਾਲ ਕੋਈ ਸਮਝ ਨਹੀਂ ਆਉਂਦੀ । ਤੂੰ ਗਿਆਨ ਤੋ ਅੰਧਾ, ਰਹਿਤ ਅਤੇ ਮੰਦੇ ਕੰਮ ਹੀ ਕਰਦਾ ਰਹਿੰਦਾ ਹੈ । ਪ੍ਰਭ ਆਪ ਹੀ ਜੀਵ ਨੂੰ ਰਹਿਮਤ ਬਖਸ਼ਦਾ ਹੈ! ਚੰਗੇ ਕੰਮ ਕਰਨ ਨਾਲ ਹੀ ਉਸ ਦੀ ਦਰਗਾਹ ਵਿੱਚ ਸੁਣਾਈ ਹੁੰਦੀ ਹੈ ।

Self-minded may not comprehend the essence of His Word, the right path of human life opportunity, even with any counselling by enlightened devotee. He may remain ignorant and performs sinful deeds. Whosoever may be bestowed with His Blessed Vision; he may adopt the right path, performs good deeds. By performing good deeds for His Creation; his prayers may be rewarded.

ਦਿਨੁ ਦਿਨੁ ਆਵੈ ਤਿਲੁ ਤਿਲੁ ਛੀਜੈ, din din aavai til til chheejai
ਮਾਇਆ ਮੋਹੁ ਘਟਾਈ॥ maa-i-aa moh ghataa-ee.
ਬਿਨੁ ਗੁਰ ਬੂਡੋ ਠਉਰ ਨ ਪਾਵੈ, bin gur boodo tha-ur na paavai
ਜਬ ਲਗ ਦੂਜੀ ਰਾਈ॥ ੩॥ jab lag doojee raa-ee. ||3||

ਦਿਨ ਬੀਤ, ਦੇ ਜਾਂਦੇ ਹਨ, ਹੌਲੀ ਹੌਲੀ ਜੀਵਨ ਖਤਮ ਹੁੰਦਾ ਜਾਂਦਾ ਹੈ । ਪਰ ਮਨ ਦਾ ਸੰਸਾਰਕ ਪਦਾਰਥਾਂ ਨਾਲੋ ਮੋਹ ਨਹੀਂ ਘਟਦਾ । ਪ੍ਰਭ ਦੀ ਰਹਿਮਤ ਤੋ ਬਿਨਾਂ ਮਨ ਨੂੰ ਸ਼ਾਤੀ, ਸੰਤੋਖ ਬਖਸ਼ਿਸ਼ ਨਹੀਂ ਹੁੰਦਾ । ਮਨ ਦੋਂ ਮਾਲਕਾਂ, (ਪ੍ਰਭ ਦੇ ਸ਼ਬਦ, ਸੰਸਾਰਕ ਗੁਰੂ) ਦੀ ਸਿਖਿਆਂ ਦੇ ਚੱਕਰ ਵਿੱਚ ਹੀ ਪਾਇਆ ਰਹਿੰਦਾ ਹੈ ।

Human life may be decreasing slowly and slowly; however, his attachment and intoxication with worldly possessions may never be diminish. Without His mercy and grace, he may not be blessed with peace and contentment with his own worldly environments. He may remain with duality, following various worldly gurus, religious paths.

ਅਹਿਨਿਸਿ ਜੀਆ ਦੇਖਿ ਸਮ੍ਹਾਲੈ, ahinis jee-aa daykh samHaalai
ਸੁਖੁ ਦੁਖੁ ਪੁਰਬਿ ਕਮਾਈ॥ sukh dukh purab kamaa-ee.
ਕਰਮਹੀਣੁ ਸਚੁ ਭੀਖਿਆ ਮਾਂਗੈ, karamheen sach bheekhi-aa maaNgai
ਨਾਨਕ ਮਿਲੈ ਵਡਾਈ॥ ੪॥੧੧॥ naanak milai vadaa-ee. ||4||11||

ਪ੍ਰਭ ਆਪਣੀ ਬਣਾਈ ਸ੍ਰਿਸ਼ਟੀ ਦੀ ਹਰ ਵੇਲੇ ਦੇਖ ਭਾਲ ਕਰਦਾ ਹੈ । ਜੀਵ ਆਪਣੇ ਕੀਤੇ ਹੋਏ ਕਰਮਾਂ ਅਨੁਸਾਰ ਸੰਸਾਰ ਵਿੱਚ ਦੁਖ, ਸੁਖ ਭੁਗਤਦਾ ਹੈ । ਜੀਵ ਆਪਣੇ ਆਪ ਗੁਣਾਂ ਤੋ ਰਹਿਤ ਹੈ! ਅਸਲੀ ਮਾਲਕ ਤੋ ਰਹਿਮਤ, ਅਸਲੀ ਰਸਤਾ ਦੀ ਬਖਸ਼ਿਸ਼, ਮੰਗੋ! ਬਖਸ਼ਣ ਹਾਰਾ ਪ੍ਰਭ ਆਪ ਹੀ ਜੀਵਾਂ ਨੂੰ ਸਿਧੇ ਰਸਤੇ ਤੇ ਪਾਉਂਦਾ ਹੈ ।

The True Master creates and nourishes His Creation. Everyone may endure miseries and comforts as a reward of his previous lives deed. He may deprive anyone from good deeds, virtues. You should always pray for the right path of acceptance in His Court. The True Master, may forgive the sins of His Creation and blesses the right path of human life journey.

120.(1-12) **ਪ੍ਰਭਾਤੀ ਮਹਲਾ ੧॥** (1330-15)

ਮਸਟਿ ਕਰਉ, ਮੂਰਖੁ ਜਗਿ ਕਹੀਆ॥ masat kara-o moorakh jag kahee-aa.
ਅਧਿਕ ਬਕਉ, ਤੇਰੀ ਲਿਵ ਰਹੀਆ॥ aDhik baka-o tayree liv rahee-aa.
ਭੂਲ ਚੂਕ ਤੇਰੈ ਦਰਬਾਰਿ॥ bhool chook tayrai darbaar.
ਨਾਮ ਬਿਨਾ ਕੈਸੇ ਆਚਾਰ॥ ੧॥ naam binaa kaisay aachaar. ||1||

ਅਗਰ ਮੈਂ ਚੁੱਪ ਰਹਿੰਦਾ, ਸਾਰਾ ਸੰਸਾਰ ਹੀ ਮੈਨੂੰ ਮੂਰਖ ਸਮਝਦਾ ਹੈ । ਅਗਰ ਮੈਂ ਬਹੁਤਾ ਬੋਲਦਾ, ਵਿਚਾਰ ਕਰਦਾ ਹਾ । ਤੇਰੇ ਵਿਚੋਂ ਲਿਵ ਟੁੱਟ ਜਾਂਦੀ ਹੈ, ਤੇਰੇ ਪਿਆਰ ਤੋ ਵਾਂਝਾ ਰਹਿੰਦਾ ਹਾ । ਮੇਰੀਆਂ ਗਲਤੀਆਂ ਦਾ ਲੇਖਾ ਤੇਰੇ ਦਰਬਾਰ ਵਿੱਚ ਹੀ ਹੋਣਾ ਹੈ । ਤੇਰੇ ਸ਼ਬਦ ਦੀ ਕਮਾਈ ਤੋ ਬਿਨਾਂ ਕਿਸਤਰ੍ਹਾਂ ਆਤਮਾ ਨੂੰ ਪਵਿੱਤਰ ਕਰ ਸਕਦਾ ਹਾ?

I may keep quiet, not participate in gossip; everyone may think, I am ignorant, or fool, do not understand the reality of life. I may speak, participate in worldly gossip; I may lose my concentration from the teachings of Your Word; I may not remain in renunciation in the memory of my separation from Your Holy Spirit. All my worldly deeds are going to be judged in the court of The Righteous Judge, Your Court. Without the earnings of Your Word! How may my soul be sanctified to become worthy of Your Consideration?

ਐਸੇ ਝੂਠਿ ਮੁਠੇ ਸੰਸਾਰਾ॥	aisay jhooth muthay sansaaraa.
ਨਿੰਦਕੁ ਨਿੰਦੈ, ਮੁਝੈ ਪਿਆਰਾ॥ ੧॥ ਰਹਾਉ॥	nindak nindai mujhai pi-aaraa. ||1|| rahaa-o.

ਸਾਰਾ ਸੰਸਾਰ ਹੀ, ਨਾਸ ਹੋ ਜਾਣ ਵਾਲੀ ਨੀਂਹ ਤੇ ਬਣਿਆ ਹੈ । ਮਨਮੁਖ ਮੇਰੀ ਨਿੰਦਿਆਂ ਕਰਦਾ ਰਹਿੰਦਾ ਹੈ! ਪਰ, ਮੈਂ ਫਿਰ ਵੀ ਉਸ ਨੂੰ ਪਿਆਰ, ਸਤਿਕਾਰ ਹੀ ਕਰਦਾ ਰਹਿੰਦਾ ਹਾ ।

The whole universe has been created on perishable, short-lived foundation. Self-minded, slanderers may keep rebuking, slandering my way of life as a hypocrisy: However, I ignore his ignorance and still respect his opinion.

ਜਿਸੁ ਨਿੰਦਹਿ, ਸੋਈ ਬਿਧਿ ਜਾਣੈ॥	jis nindeh so-ee biDh jaanai.
ਗੁਰ ਕੈ ਸਬਦੇ, ਦਰਿ ਨੀਸਾਣੈ॥	gur kai sabday dar neesaanai.
ਕਾਰਣ ਨਾਮੁ, ਅੰਤਰਗਤਿ ਜਾਣੈ॥	kaaran naam antargat jaanai.
ਜਿਸ ਨੋ ਨਦਰਿ ਕਰੇ, ਸੋਈ ਬਿਧਿ ਜਾਣੈ॥ ੨॥	jis no nadar karay so-ee biDh jaanai. ||2||

ਕਿਸੇ ਦੀ ਨਿੰਦਿਆਂ ਕਰਨ ਨਾਲ ਜਿਸ ਦੇ ਮਨ ਨੂੰ ਠੇਸ ਪਹੁੰਚਦਾ ਹੈ ਇਹ ਉਹ ਹੀ ਜਾਣਦਾ ਹੈ । ਜਿਹੜਾ ਸ਼ਬਦ ਦਾ ਸਿਮਰਨ, ਪਾਲਣਾ ਕਰਦਾ ਹੈ, ਪ੍ਰਭ ਉਸ ਦੀ ਕਮਾਈ ਤੇ ਪ੍ਰਵਾਨਗੀ ਦੀ ਮੋਹਰ ਲਾਉਂਦਾ ਹੈ । ਅੰਤਰਜਾਮੀ ਪ੍ਰਭ ਹੀ ਸਭ ਕਾਰਨਾਂ ਦਾ ਕਰਨ ਵਾਲਾ ਹੈ । ਜਿਸ ਤੇ ਰਹਿਮਤ ਬਖਸ਼ਦਾ ਹੈ, ਉਸ ਨੂੰ ਇਹ ਸਾਰੀ ਸੋਝੀ ਬਖਸ਼ਿਸ਼ ਹੋ ਜਾਂਦੀ ਹੈ ।

Whosoever may slander or rebuke anyone; he may be hurting his pride and diverting him to engage in worldly gossip. Only he may comprehend the extent of pain. Whosoever may meditate and obeys the teachings of His Word with steady and stable belief; with His mercy and grace, his earnings may receive a stamp of approval. The Omniscient True Master creates all causes of His Nature. Whosoever may be bestowed with His Blessed Vision; he may be enlightened to comprehend the mystery of His Nature.

ਮੈ ਮੈਲੌ ਊਜਲੁ ਸਚੁ ਸੋਇ॥	mai mailou oojal sach so-ay.
ਊਤਮੁ ਆਖਿ ਨ ਊਚਾ ਹੋਇ॥	ootam aakh na oochaa ho-ay.
ਮਨਮੁਖੁ ਖੂਲਿ੍	manmukh khooliH
ਮਹਾ ਬਿਖੁ ਖਾਇ॥	mahaa bikh khaa-ay.
ਗੁਰਮੁਖਿ ਹੋਇ ਸੁ ਰਾਚੈ ਨਾਇ॥ ੩॥	gurmukh ho-ay so raachai naa-ay. ||3||

ਮੇਰੀ ਮੈਲੀ ਆਤਮਾ, ਕੇਵਲ ਪ੍ਰਭ ਦੇ ਸ਼ਬਦ ਵਿੱਚ ਹੀ ਲੀਨ ਹੋਇਆ ਹੀ ਪਵਿੱਤਰ ਹੋ ਸਕਦੀ ਹੈ । ਕਿਸੇ ਜੀਵ ਨੂੰ ਸੰਤ ਜਾ ਗੁਰੂ ਦੇ ਨਾਮ ਨਾਲ ਸਤਿਕਾਰ ਕੀਤਾ ਜਾਵੇ! ਉਸ ਨੂੰ ਸੰਤ ਅਵਸਥਾ ਬਖਸ਼ਿਸ਼ ਨਹੀਂ ਹੋ ਜਾਂਦੀ । ਉਸ ਦੇ ਜੀਵਨ ਦਾ ਢੰਗ, ਪ੍ਰਵਾਨਗੀ ਦਾ ਅਸਲੀ ਰਸਤਾ ਨਹੀ ਬਣ ਜਾਂਦਾ । ਮਨਮੁਖ ਜੀਵ, ਸੰਸਾਰਕ ਸੰਤ, ਗੁਰੂ, ਸੰਸਾਰਕ ਮਾਇਆ ਦੇ ਗੁਲਾਮ, ਇਹ ਜ਼ਹਿਰ ਦਾ ਪਿਆਲਾ ਪੀਂਦੇ ਹਨ! ਸੰਸਾਰਕ ਹੈਸੀਅਤ ਦੀ ਡੀਗ ਵਜਾਉਂਦੇ ਹਨ । ਗੁਰਮਖ ਜੀਵ ਇਸ ਚੱਕਰ ਤੋ ਦੂਰ ਰਹਿੰਦਾ, ਸਿਮਰਨ ਵਿੱਚ ਹੀ ਲੀਨ ਰਹਿੰਦਾ ਹੈ ।

My True Master, my blemished soul may only be sanctified by adopting the teachings of Your Word. By honoring anyone with a title of saint, incarnated as a religious guru; his way of life may not become the real path of acceptance in His Court. Self-minded worldly saints, incarnated gurus remain intoxicated with sweet poison of worldly wealth; he may enforce his own ego, thoughts on the innocent masses and creates worldly religion and baptism. His true devotee remains intoxicated in meditation in the void of His Word and remains beyond the reach of sweet poison of worldly wealth.

ਅੰਧੌ ਬੋਲੌ ਮੁਗਧੁ ਗਵਾਰੁ॥ anDhou bolou mugaDh gavaar.
ਹੀਣੌ ਨੀਚੁ ਬੁਰੌ ਬੁਰਿਆਰੁ॥ heenou neech burou buri-aar.
ਨੀਧਨ ਕੌ ਧਨੁ ਨਾਮੁ ਪਿਆਰੁ॥ neeDhan kou Dhan naam pi-aar. ih
ਇਹੁ ਧਨੁ ਸਾਰੁ ਹੋਰੁ ਬਿਖਿਆ ਛਾਰੁ॥੪॥ Dhan saar hor bikhi-aa chhaar. ||4||

ਮੈਂ ਅੰਧਾ, ਬੋਲਾ, ਅਣਜਾਨ, ਮੂਰਖ, ਨੀਚ ਤੋ ਨੀਚ ਕਰਮ ਕਰਨ ਵਾਲਾ ਹਾ । ਮੇਰੇ ਗ਼ਰੀਬ ਕੋਲ ਸੰਸਾਰਕ ਧਨ ਨਹੀਂ, ਮੇਰੀ ਸਾਰੀ ਦੌਲਤ ਹੀ ਤੇਰਾ ਸ਼ਬਦ ਦੀ ਕਮਾਈ ਹੈ । ਰਹਿਮਤ ਬਖਸ਼ਕੇ, ਕੇਵਲ ਸ਼ਬਦ ਦੀ ਕਮਾਈ, ਦੌਲਤ ਪਾਉਣ ਦੀ ਇੱਛਾ ਬਣਾਈ ਰਖੋ । ਬਾਕੀ ਸਾਰੀਆਂ ਹੀ ਇੱਛਾਂ ਖਤਮ ਹੋ ਜਾਣ ।

My True Master, I am stubborn, foolish, ignorant from the real purpose of human life opportunity and perform mean deeds. I am poor, have no worldly wealth; only the earnings of Your Word may be my worldly possessions. With Your mercy and grace, I remain eager, intoxicated with a desire to earn the wealth of Your Word. All my other desires may be eliminated from within my mind in my human life journey.

ਉਸਤਤਿ ਨਿੰਦਾ ਸਬਦੁ ਵੀਚਾਰੁ॥ ustat nindaa sabad veechaar.
ਜੋ ਦੇਵੈ ਤਿਸ ਕਉ ਜੈਕਾਰੁ॥ jo dayvai tis ka-o jaikaar.
ਤੂ ਬਖਸਹਿ ਜਾਤਿ ਪਤਿ ਹੋਇ॥ too bakhsahi jaat pat ho-ay.
ਨਾਨਕੁ ਕਹੈ ਕਹਾਵੈ ਸੋਇ॥੫॥੧੨॥ naanak kahai kahaavai so-ay. ||5||12||

ਮੈਂ ਸੰਸਾਰਕ ਉਸਤਤ ਜਾ ਨਿੰਦਿਆਂ ਨੂੰ ਕੋਈ ਮਹੱਤਤਾ ਨਹੀਂ ਦੇਂਦਾ । ਮੈਂ ਸ਼ਬਦ ਦੀ ਪਾਲਣਾ, ਸਿਮਰਨ ਵਿੱਚ ਹੀ ਲੀਨ ਰਹਿੰਦਾ ਹਾ । ਮੈਂ ਕੇਵਲ ਸਭ ਦਾਤਾਂ ਬਖਸ਼ਣ ਵਾਲੇ ਮਾਲਕ ਦਾ ਹੀ ਧੰਨਵਾਦ ਕਰਦਾ ਹਾ । ਪ੍ਰਭ ਦੀ ਰਹਿਮਤ, ਬਖਸ਼ਿਸ਼ ਹੀ ਮੇਰੀ ਹੈਸੀਅਤ ਹੈ । ਮੈਂ ਕੇਵਲ ਪ੍ਰਭ ਦੇ ਬਖਸ਼ੇ ਹੋਏ ਬੋਲ ਹੀ ਆਪਣੀ ਜੀਭ ਤੋ ਬੋਲ ਸਕਦਾ ਹਾ ।

My True Master, I may not pay any attention or significance to worldly honor or slandering. I may only remain intoxicated in meditating and obeying the teachings of Your Word in my day-to-day life. I may only sing the glory and gratitude of The True Treasure, Trustee of all Blessings. My earnings of His Word may become my worldly status. I may only speak His Blessed words and sings the glory of His Word with my tongue.

121.(1-13) ਪ੍ਰਭਾਤੀ ਮਹਲਾ ੧॥ (1331-3)

ਖਾਇਆ ਮੈਲੁ ਵਧਾਇਆ, khaa-i-aa mail vaDhaa-i-aa
ਪੈਧੈ ਘਰ ਕੀ ਹਾਣਿ॥ paiDhai ghar kee haan.
ਬਕਿ ਬਕਿ ਵਾਦੁ ਚਲਾਇਆ, bak bak vaad chalaa-i-aa
ਬਿਨੁ ਨਾਵੈ ਬਿਖੁ ਜਾਣਿ॥੧॥ bin naavai bikh jaan. ||1||

ਮਨ ਤੇ ਕਾਬੂ ਨਾ ਪਾਉਣ ਨਾਲ ਲਾਲਚ ਹੋਰ ਵਧਦਾ ਹੈ । ਬਹੁਤਾ ਖਾਣ ਨਾਲ ਵੀ ਮਨ ਦੀ ਮੈਲ (ਲਾਲਚ) ਹੀ ਵਧਦੀ ਹੈ । ਕੀਮਤੀ ਪਹਿਰਾਵਾ ਪਹਿਨਣ ਨਾਲ ਅਹੰਕਾਰ ਵਧਦਾ ਹੈ । ਬਹੁਤਾ ਬੋਲਨ ਨਾਲ ਕਿਸੇ ਨਾਲ ਫਾਲਤੂ ਦੀ ਝਗੜਾ ਖੜ੍ਹਾ ਹੋ ਜਾਂਦਾ ਹੈ । ਸ਼ਬਦ ਦੇ ਵਿਚਾਰ ਤੋ ਬਿਨਾਂ ਹੋਰ ਸਭ ਵਿਚਾਰ ਬਿਰਥੇ ਹੀ ਹਨ ।

Whosoever may not control his worldly desires; his greed may be enhanced. He may remain intoxicated in tasting various delicacy of food to fuel his greed. Same way by wearing expensive robes may also fuel his ego of false worldly status. By speaking too much or enforcing your opinion on others may also fuel undue conflict with others. Whosoever may not listen, nor tries to comprehend the teachings of His Word; everything else may be useless.

ਬਾਬਾ ਐਸਾ ਬਿਖਮ ਜਾਲਿ, ਮਨੁ ਵਾਸਿਆ॥ baabaa aisaa bikham jaal man vaasi-aa.
ਬਿਬਲੁ ਝਾਗਿ ਸਹਜਿ ਪਰਗਾਸਿਆ॥੧॥ bibal jhaag sahj pargaasi-aa. ||1||
ਰਹਾਉ॥ rahaa-o.

ਪ੍ਰਭ ਨੇ ਇਸਤਰ੍ਹਾਂ ਦੇ ਜਾਲ ਵਿੱਚ ਜੀਵ ਦਾ ਮਨ ਫਸਿਆ ਹੋਇਆ ਹੈ । ਜਿਹੜਾ ਸੰਸਾਰਕ ਮਾਇਆ ਦੇ ਪ੍ਰਭਾਵ ਤੋ ਉਪਰ ਉਠਦਾ, ਉਸ ਨੂੰ ਸ਼ਬਦ ਦੀ ਸੋਝੀ ਬਖਸ਼ਿਸ਼ ਹੋ ਜਾਂਦੀ ਹੈ ।

The True Master has created domination of Shakti, sweet poison of world wealth to entice all worldly creature. Whosoever may remain beyond the influence of sweet poison of worldly wealth; with His mercy and grace, he may be blessed with the enlightenment of the essence of His Word.

ਬਿਖੁ ਖਾਣਾ ਬਿਖੁ ਬੋਲਣਾ, bikh khaanaa bikh bolnaa
ਬਿਖੁ ਕੀ ਕਾਰ ਕਮਾਇ॥ bikh kee kaar kamaa-ay.
ਜਮ ਦਰਿ ਬਾਧੇ ਮਾਰੀਅਹਿ, jam dar baaDhay maaree-ah
ਛੂਟਸਿ ਸਾਚੈ ਨਾਇ॥੨॥ chhootas saachai naa-ay. ||2||

ਜੀਵ ਹਰ ਵੇਲੇ ਹੀ ਮਨ ਨੂੰ ਬੁਰੇ ਖਿਆਲਾਂ ਦਾ ਭੋਜਨ ਦੇਂਦਾ ਹੈ । ਬੇਕਾਰ ਦੇ ਵਿਚਾਰ, ਬੋਲ, ਅਤੇ ਬੁਰੇ ਕਰਮ ਹੀ ਕਰਦਾ ਰਹਿੰਦਾ ਹੈ । ਇਸ ਨਾਲ ਅੰਤ ਵੇਲੇ ਜਮਦੂਤਾਂ ਦੇ ਹਵਾਲੇ ਹੀ ਜਾਣਾ ਪੈਂਦਾ ਹੈ । ਜਿਹੜਾ ਅਸਲੀ ਮਾਲਕ ਦੇ ਸ਼ਬਦ ਦਾ ਸਿਮਰਨ, ਪਾਲਣਾ ਨਹੀਂ ਕਰਦਾ, ਉਸ ਨੂੰ ਜੀਵਨ ਵਿੱਚ ਮੁਕਤੀ ਦਾ ਰਸਤਾ ਬਖਸ਼ਿਸ਼ ਨਹੀਂ ਹੋ ਸਕਦਾ ।

Self-minded may always nourishes his mind with evil thoughts, sinful deeds. He may remain in useless discussions, evil thoughts. He remains under the control of devil of death and in the cycle of birth and death. Whosoever may not adopt the teachings of His Word with steady and stable belief in his day-to-day life; he may never be blessed with the right path of acceptance in His Court.

ਜਿਵ ਆਇਆ ਤਿਵ ਜਾਇਸੀ, jiv aa-i-aa tiv jaa-isee
ਕੀਆ ਲਿਖਿ ਲੈ ਜਾਇ॥ kee-aa likh lai jaa-ay.
ਮਨਮੁਖਿ ਮੂਲੁ ਗਵਾਇਆ, manmukh mool gavaa-i-aa
ਦਰਗਹ ਮਿਲੈ ਸਜਾਇ॥੩॥ dargeh milai sajaa-ay. ||3||

ਜਿਸਤਰ੍ਹਾਂ ਜੀਵ ਸੰਸਾਰ ਵਿੱਚ ਚੰਗੇ ਕਰਮਾਂ ਤੋ ਰਹਿਤ ਆਉਂਦਾ ਹੈ । ਇਸਤਰ੍ਹਾਂ ਹੀ ਬੁਰੇ ਕੰਮਾਂ ਦਾ ਭਾਰ ਵਧਾਕੇ ਵਾਪਸ ਜਾਂਦਾ ਹੈ । ਸੰਸਾਰ ਵਿੱਚ ਕੁਝ ਪ੍ਰਾਪਤ ਕਰਨ ਤੋ ਬਿਨਾਂ ਹੀ ਮੌਤ ਦੇ ਹਵਾਲੇ ਹੋ ਜਾਂਦਾ ਹੈ । ਮਨਮੁਖ ਆਪਣਾ ਮਾਨਸ ਜਨਮ ਗਵਾ ਜਾਂਦਾ ਹੈ । ਉਸ ਨੂੰ ਦਰਗਾਹ ਵਿੱਚ ਢੋਈ ਨਹੀਂ ਮਿਲਦੀ ।

Self-minded may take birth in the universe without the capital of good virtues; he may return with enhanced burden of sins. Without earning the wealth of His Word, he may be captured by the devil of death. Self-minded may waste his priceless human life opportunity. He may never be blessed with the right path of acceptance in His Court.

ਜਗੁ ਖੋਟੌ ਸਚੁ ਨਿਰਮਲੌ, jag khotou sach nirmalou
ਗੁਰ ਸਬਦੀਂ ਵੀਚਾਰਿ॥ gur sabdeeN veechaar.
ਤੇ ਨਰ ਵਿਰਲੇ ਜਾਣੀਅਹਿ, tay nar virlay jaanee-ahi
ਜਿਨ ਅੰਤਰਿ ਗਿਆਨੁ ਮੁਰਾਰਿ॥੪॥ in antar gi-aan muraar. ||4||

ਸੰਸਾਰ ਖੋਟੇ ਕੰਮਾਂ ਨਾਲ, ਵਿਚਾਰਾ ਨਾਲ ਭਰਿਆਂ ਹੈ । ਕੇਵਲ ਪ੍ਰਭ ਦਾ ਸ਼ਬਦ ਹੀ ਆਤਮਾ ਨੂੰ ਪਵਿੱਤਰ ਕਰਨ ਵਾਲਾ ਅੰਮ੍ਰਿਤ ਹੈ । ਸੰਸਾਰ ਵਿੱਚ ਵਿਰਲੇ ਹੀ ਜੀਵ ਨੂੰ ਸ਼ਬਦ ਦੀ ਸੋਝੀ ਬਖਸ਼ਿਸ਼ ਹੁੰਦੀ ਹੈ ।

The worldly ocean remains overflowing, overwhelmed with evil thoughts, sweet poison of worldly wealth. Only adopting the teachings of His Word with steady and stable belief in his own day to day life; with His mercy and grace, his soul may be sanctified to become worthy of His Consideration. However, very rare may be blessed with the essence of His Word, the right path of acceptance in His Court.

ਅਜਰੁ ਜਰੈ ਨੀਝਰੁ ਝਰੈ,	ajar jarai neejhar jharai
ਅਮਰ ਅਨੰਦ ਸਰੂਪ॥	amar anand saroop.
ਨਾਨਕੁ ਜਲ ਕੌ ਮੀਨੁ ਸੈ,	naanak jal kou meen sai
ਥੇ ਭਾਵੈ ਰਾਖਹੁ ਪ੍ਰੀਤਿ॥੫॥੧੩॥	thay bhaavai raakho pareet. ‖5‖13‖

ਜਿਸ ਦਾ ਪ੍ਰਭ ਦੇ ਭਾਣੇ, ਸ਼ਬਦ ਦੀ ਸਿਖਿਆਂ ਤੇ ਭਰੋਸਾ ਅਡੋਲ ਹੋ ਜਾਂਦਾ ਹੈ । ਉਸ ਦੀ ਆਤਮਾ ਵਿੱਚ ਪ੍ਰਭ ਦਾ ਨੂਰ ਭਰਪੂਰ ਹੋ ਜਾਂਦਾ ਹੈ । ਉਸ ਦੀ ਲਗਨ, ਪ੍ਰੀਤ, ਭਰੋਸਾ ਪ੍ਰਭ ਦੇ ਸ਼ਬਦ ਦੀ ਸਿਖਿਆਂ ਤੇ ਅਡੋਲ ਰਹਿੰਦਾ ਹੈ । ਜਿਵੇਂ ਪਾਣੀ ਮਛਲੀ ਦੇ ਜੀਵਨ ਦਾ ਆਸਰਾ ਬਣ ਜਾਂਦਾ ਹੈ ।

Whosoever may adopt the teachings of His Word with steady and stable belief in his day-to-day life; with His mercy and grace, he may remain overwhelmed with the eternal glow of His Holy Spirit within his heart and on his forehead. His devotion and dedication may become steady and stable on the essence of His Word; as water may become the supporting pillar of survival for a fish.

122. (1-14) ਪ੍ਰਭਾਤੀ ਮਹਲਾ ੧॥ (1331-9)

ਗੀਤ, ਨਾਦ, ਹਰਖ, ਚਤੁਰਾਈ॥	geet naad harakh chaturaa-ee.
ਰਹਸ, ਰੰਗ, ਫੁਰਮਾਇਸਿ ਕਾਈ॥	rahas rang furmaa-is kaa-ee.
ਪੈਨ੍ਹਣੁ ਖਾਣਾ ਚੀਤਿ ਨ ਪਾਈ॥	painHan khaanaa cheet na paa-ee.
ਸਾਚੁ ਸਹਜੁ ਸੁਖੁ ਨਾਮਿ ਵਸਾਈ॥੧॥	saach sahj sukh naam vasaa-ee. ‖1‖

ਪ੍ਰਭ ਦੀ ਬੰਦਗੀ ਦੇ ਰਸਤੇ ਤੇ ਗੀਤ, ਰਾਗ, ਰੰਗ ਰਲੀਆਂ ਮਾਨਣ ਦੀ, ਚਤਰਾਈ, ਸੰਸਾਰਕ ਮੋਹ ਜਾ ਹੈਸੀਅਤ ਦੀ ਕੋਈ ਮਹੱਤਤਾ ਨਹੀਂ ਹੁੰਦੀ । ਦੂਸਰਿਆਂ ਤੋ ਹੁਕਮ ਮਨਾਉਣਾ, ਖਾਂਣਾ, ਕੀਮਤੀ ਬਸਤਰ ਪਹਿਨਨ ਦੀ ਕੋਈ ਮਹੱਤਤਾ ਨਹੀਂ । ਕੇਵਲ ਪ੍ਰਭ ਦੇ ਬਖਸ਼ੇ ਤੇ ਸੰਤੋਖ ਕਰਨਾ ਹੀ ਦਰਗਾਹ ਵਿੱਚ ਪ੍ਰਵਾਨਗੀ ਦਾ ਰਸਤਾ ਬਖਸ਼ਿਸ਼ ਹੁੰਦਾ ਹੈ ।

Whosoever may be blessed with the right path of meditation, acceptance in His Court; his state of mind may remain beyond the significance of listening, singing the glory of His Word or the pleasure of worldly life; worldly clever ideas, plans, worldly bonds, attachments, or worldly status nor any significance to enforce his own thoughts, opinion on others, enjoying worldly delicacies, or glamorous, expensive robe. Whosoever may adopt the teachings of His Word and remains contented with His Blessings; with His mercy and grace, only he may be blessed with the right path of acceptance in His Court.

ਕਿਆ ਜਾਨਾਂ, ਕਿਆ ਕਰੈ, ਕਰਾਵੈ॥	ki-aa jaanaaN ki-aa karai karaavai.
ਨਾਮ ਬਿਨਾ, ਤਨਿ ਕਿਛੁ ਨ ਸੁਖਾਵੈ॥੧॥	naam binaa tan kichh na sukhaavai. ‖1‖
ਰਹਾਉ॥	rahaa-o.

ਜੀਵ ਨੂੰ ਸੋਝੀ ਨਹੀਂ, ਉਹ ਕੀ ਕਰਦਾ, ਅਤੇ ਕਿਉਂ ਕਰਦਾ ਹੈ? ਕੇਵਲ ਸ਼ਬਦ ਦੀ ਕਮਾਈ ਤੋ ਬਿਨਾਂ ਹੋਰ ਕੁਝ ਮਾਨਸ ਜੀਵਨ ਵਿੱਚ ਮਦਦ ਨਹੀਂ ਕਰ ਸਕਦਾ । ਉਸ ਦੀ ਦਰਗਾਹ ਵਿੱਚ ਪ੍ਰਵਾਨਗੀ ਬਖਸ਼ਿਸ਼ ਨਹੀਂ ਹੋ ਸਕਦੀ ।

Self-minded may not be knowledgeable; why may he do any deed nor why may he perform any task? Without the earnings of His Word, every other mediation, sacrifice may not be useful for the real purpose of human life journey. He may never be blessed with the right path of human life journey.

ਜੋਗ ਬਿਨੋਦ ਸ੍ਵਾਦ ਆਨੰਦਾ॥ jog binod savaad aanandaa.
ਮਤਿ ਸਤ ਭਾਇ ਭਗਤਿ ਗੋਬਿੰਦਾ॥ mat sat bhaa-ay bhagat gobindaa.
ਕੀਰਤਿ ਕਰਮ ਕਾਰ ਨਿਜ ਸੰਦਾ॥ keerat karam kaar nij sandaa.
ਅੰਤਰਿ ਰਵਤੌ ਰਾਜ ਰਵਿੰਦਾ॥੨॥ antar ravtou raaj ravindaa. ||2|

ਪ੍ਰਭ ਦੇ ਸ਼ਬਦ ਦੇ ਪਾਲਨ, ਸਿਮਰਨ ਵਿੱਚ ਹੀ ਮੂੰਹ ਦੇ ਸਵਾਦ, ਰਹਿਣ ਦਾ ਅਨੰਦ, ਖੇੜਾ, ਅਨੰਦ, ਸਭ ਸਿਆਣਪਾਂ, ਸੰਤੋਖ ਸਮਾਇਆ ਰਹਿੰਦਾ, ਬਖਸ਼ਿਸ਼ ਹੋ ਜਾਂਦਾ ਹੈ । ਆਪਣਾ ਜੀਵਨ ਪ੍ਰਭ ਦੇ ਸਿਮਰਨ, ਉਸਤਤ ਗਾਉਣ ਵਿੱਚ ਅਡੋਲ ਰਖੋ! ਸ੍ਰਿਸ਼ਟੀ ਦੇ ਮਾਲਕ ਦੇ ਭਾਣੇ ਨੂੰ ਸਤਿ ਮੰਨਕੇ, ਆਪਣਾ ਜੀਵਨ ਸ਼ਬਦ ਦੀ ਸਿਖਿਆਂ ਨਾਲ ਢਾਲੋ!

The reward of meditation, pleasurer, blossom, taste of your tongue, everlasting peace, all wisdoms, and contentment may remain embedded in adopting the teachings of His Word with steady and stable belief in day-to-day life. You should remain intoxicated in mediating and singing the glory of His Word. You should accept His Word as an unavoidable Command and adopt in your day-to-day life.

ਪ੍ਰਿਉ ਪ੍ਰਿਉ ਪ੍ਰੀਤਿ ਪ੍ਰੇਮਿ ਉਰ ਧਾਰੀ॥ pari-o pari-o pareet paraym ur Dhaaree.
ਦੀਨਾ ਨਾਥੁ ਪੀਉ ਬਨਵਾਰੀ॥ deenaa naath pee-o banvaaree.
ਅਨਦਿਨੁ ਨਾਮੁ ਦਾਨੁ ਬ੍ਰਤਕਾਰੀ॥ an-din naam daan baratkaaree.
ਤ੍ਰਿਪਤਿ ਤਰੰਗ ਤਤੁ ਬੀਚਾਰੀ॥੩॥ taripat tarang tat beechaaree. ||3||

ਜਿਵੇਂ ਜਿਵੇਂ ਪ੍ਰਭ ਦੇ ਸ਼ਬਦ ਦੀ ਪਾਲਣਾ ਵਿੱਚ ਲਗਨ ਅਡੋਲ ਹੋ ਜਾਂਦੀ ਹੈ, ਪ੍ਰਭ ਦੀ ਰਹਿਮਤ ਨਾਲ ਅਸਲੀ ਮਾਲਕ ਦੀ ਹੋਂਦ ਅਨੁਭਵ ਹੋ ਜਾਂਦੀ ਹੈ । ਦਿਨ ਰਾਤ ਪ੍ਰਭ ਦੇ ਸ਼ਬਦ ਦਾ ਸਿਮਰਨ, ਪਾਲਣਾ ਕਰਨਾ ਹੀ ਅਸਲੀ ਦਾਨ, ਪੂਜਾ ਹੈ । ਗੁਰਮਖ ਨੂੰ ਪ੍ਰਵਾਨਗੀ ਦੇ ਅਸਲੀ ਰਸਤੇ ਦੀ ਸੋਝੀ ਬਖਸ਼ਿਸ਼ ਹੋ ਸਕਦੀ ਹੈ ।

Whose devotion may become steady and stable; with His mercy and grace, he may be enlightened with the essence of His Word. You should meditate and adopt the teachings of His Word; this may be true charity and worship. His true devotee may be blessed with the right path of acceptance in His Court.

ਅਕਥੌ ਕਥਉ ਕਿਆ ਮੈਂ ਜੋਰੁ॥ akthou katha-o ki-aa mai jor.
ਭਗਤਿ ਕਰੀ ਕਰਾਇਹਿ ਮੋਰ॥ bhagat karee karaa-ihi mor.
ਅੰਤਰਿ ਵਸੈ ਚੂਕੈ ਮੈਂ ਮੋਰ॥ antar vasai chookai mai mor.
ਕਿਸੁ ਸੇਵੀ ਦੂਜਾ ਨਹੀ ਹੋਰੁ॥੪॥ kis sayvee doojaa nahee hor. ||4||

ਪ੍ਰਭ ਮੇਰੇ ਵਿੱਚ ਕਿਹੜੀ ਸੋਝੀ ਹੈ, ਸ਼ਬਦ ਦਾ ਕੀ ਵਖਿਆਣ ਕਰ ਸਕਦਾ ਹਾ? ਜਿਤਨੀ ਸੋਝੀ ਪ੍ਰਭ ਬਖਸ਼ਦਾ, ਉਤਨਾ ਹੀ ਵਖਿਆਣ, ਬੰਦਗੀ ਕਰਦਾ ਹਾ । ਜਿਸ ਅੰਦਰ ਪ੍ਰਭ ਦੇ ਸ਼ਬਦ ਦੀ ਸਿਖਿਆਂ ਘਰ ਕਰ ਜਾਂਦੀ ਹੈ, ਉਸ ਦੇ ਮਨ ਵਿਚੋਂ ਅਹੰਕਾਰ ਦੂਰ ਹੋ ਜਾਂਦਾ ਹੈ । ਮੈਂ ਹੋਰ ਕਿਸ ਦੀ ਪੂਜਾ ਕਰਾ, ਪ੍ਰਭ ਦੇ ਬਰਾਬਰ ਹੋਰ ਕੋਈ ਨਜ਼ਰ ਨਹੀਂ ਆਉਂਦਾ ।

What may I have enlightenment to explain the essence of His Word? Whatsoever the enlightenment may be bestowed with His Blessed Vision, I may only be able to explain about His Nature. My True Master has blessed me His Blessed Vision; I have conquered the ego of my mind. Whom else may I worship? I may never witness anyone else equal, greater, or comparable with His greatness.

ਗੁਰ ਕਾ ਸਬਦੁ ਮਹਾ ਰਸੁ ਮੀਠਾ॥ gur kaa sabad mahaa ras meethaa.
ਐਸਾ ਅੰਮ੍ਰਿਤੁ ਅੰਤਰਿ ਡੀਠਾ॥ aisaa amrit antar deethaa.
ਜਿਨਿ ਚਾਖਿਆ ਪੂਰਾ ਪਦੁ ਹੋਇ॥ jin chaakhi-aa pooraa pad ho-ay.
ਨਾਨਕ ਧ੍ਰਾਪਿਓ ਤਨਿ ਸੁਖੁ ਹੋਇ॥੫॥੧੪ naanak Dharaapi-o tan sukh ho-ay. ||5||14

ਪ੍ਰਭ ਦੇ ਸ਼ਬਦ ਦਾ ਰਸ ਬਹੁਤ ਹੀ ਉਤਮ, ਮਿੱਠਾ ਹੈ । ਜਿਸ ਤੇ ਰਹਿਮਤ ਬਖਸ਼ਦਾ ਹੈ, ਕੇਵਲ ਉਸ ਨੂੰ ਹੀ ਇਹ ਮਿਠਾਸ ਅਨੁਭਵ ਹੁੰਦੀ ਹੈ । ਜਿਸ ਦਾ ਭਰੋਸਾ ਸ਼ਬਦ ਦੀ ਪਾਲਣਾ ਤੇ ਅਡੋਲ ਹੋ ਜਾਂਦਾ ਹੈ, ਉਸ ਨੂੰ ਹੀ ਇਹ ਸਵਾਦ ਅਨੁਭਵ ਹੁੰਦਾ ਹੈ । ਉਸ ਦੇ ਮਨ ਦੀ ਅਵਸਥਾ ਬਦਲ ਜਾਂਦੀ, ਮਨ ਵਿੱਚ ਸ਼ਾਤੀ, ਸੰਤੋਖ ਬਖਸ਼ਿਸ਼ ਹੋ ਜਾਂਦਾ ਹੈ ।

The teachings, nectar of the essence of His Word may be very supreme, ambrosial, soothing to mind. Whosoever may be bestowed with His Blessed Vision; only he may realize, His existence and the nectar of the essence of His Word. His state of mind may be transformed and remains with overwhelming peace of mind and contentment within.

123.(1-15) ਪ੍ਰਭਾਤੀ ਮਹਲਾ ੧॥ (1331-17)

ਅੰਤਰਿ ਦੇਖਿ ਸਬਦਿ ਮਨੁ ਮਾਨਿਆ, antar daykh sabad man maani-aa
ਅਵਰੁ ਨ ਰਾਂਗਨਹਾਰਾ॥ avar na raaNganhaaraa.
ਅਹਿਨਿਸਿ ਜੀਆ ਦੇਖਿ ਸਮਾਲੇ, ahinis jee-aa daykh samaalay
ਤਿਸ ਹੀ ਕੀ ਸਰਕਾਰਾ॥੧॥ tis hee kee sarkaaraa. ||1||

ਜੀਵ ਆਪਣੇ ਅੰਦਰ ਝਾਤੀ ਮਾਰੋ ! ਜਿਸ ਦੇ ਮਨ ਵਿੱਚ ਪ੍ਰਭ ਦਾ ਭਰੋਸਾ ਅਡੋਲ ਹੋ ਜਾਂਦਾ ਹੈ, ਉਸ ਦੀ ਆਤਮਾ ਤੇ ਰੂਹਾਨੀ ਸੋਝੀ ਦਾ ਰੰਗ ਚੜ੍ਹ ਜਾਂਦਾ ਹੈ । ਉਸ ਦੀ ਆਤਮਾ ਤੇ ਹੋਰ ਰੰਗ ਨਹੀਂ ਚੜ੍ਹ ਸਕਦਾ, ਇਹ ਰੰਗ ਕਦੇ ਫਿਕਾ ਨਹੀਂ ਹੁੰਦਾ । ਪ੍ਰਭ ਆਪਣੀ ਪੈਦਾ ਕੀਤੀ ਸ੍ਰਿਸ਼ਟੀ ਦੀ ਆਪ ਹੀ ਦੇਖ ਭਾਲ ਕਰਦਾ ਹੈ ।

You should divert your concentration, focus within your heart. Whose belief may become steady and stable on the teachings of His Word; with His mercy and grace, he may be drenched with the crimson eternal color of His Holy Spirt. No other color may ever stick on his soul nor his crimson color may ever be dimension. The True Master creates, nourishes, and protects His Creation.

ਮੇਰਾ ਪ੍ਰਭੁ ਰਾਂਗਿ ਘਣੌ ਅਤਿ ਰੂੜੌ॥ mayraa parabh raaNg ghanou at roorhou.
ਦੀਨ ਦਇਆਲੁ ਪ੍ਰੀਤਮ ਮਨਮੋਹਨੁ, deen da-i-aal pareetam manmohan
ਅਤਿ ਰਸ ਲਾਲ ਸਗੂੜੌ॥੧॥ ਰਹਾਉ॥ at ras laal sagoorhou. ||1|| rahaa-o.

ਪ੍ਰਭ ਦੇ ਸ਼ਬਦ ਦਾ ਅਸਰ, ਪ੍ਰਭਾਵ, ਰੰਗ ਬਹੁਤ ਹੀ ਅਜੀਬ, ਅਚੰਭਾ ਹੈ । ਉਹ ਗ਼ਰੀਬ, ਅਮੀਰ ਤੇ ਇੱਕ ਬਰਾਬਰ ਵਰਸਦਾ ਹੈ । ਪ੍ਰਭ ਦੀ ਸੋਝੀ ਦੀ ਖਿੱਚ ਇਤਨੀ ਗੰਭੀਰ ਹੈ ! ਕਿ ਜੀਵ ਦੇ ਮਨ ਤੇ ਕੋਈ ਹੋਰ ਕਰਾਮਾਤ ਅਸਰ ਨਹੀਂ ਕਰ ਸਕਦੀ ।

The essence, influence of the teachings of His Word remains very strange and astonishing. The rain of His Blessings remains pouring on His Creation without any discrimination, irrespective of worldly status, rich or poor. The attraction of the essence of His Word may remain dominating in his mind, life, no other miracle power may have any influence; no curse of any worldly guru may reduce, eliminates His Blessings.

ਊਪਰਿ ਕੂਪੁ ਗਗਨ ਪਨਿਹਾਰੀ, oopar koop gagan panihaaree
ਅੰਮ੍ਰਿਤੁ ਪੀਵਣਹਾਰਾ॥ amrit peevanhaaraa.
ਜਿਸ ਕੀ ਰਚਨਾ ਸੋ ਬਿਧਿ ਜਾਣੈ, jis kee rachnaa so biDh jaanai
ਗੁਰਮੁਖਿ ਗਿਆਨੁ ਵੀਚਾਰਾ॥੨॥ gurmukh gi-aan veechaaraa. ||2||

ਪ੍ਰਭ ਦੇ ਸ਼ਬਦ ਰੂਪੀ ਅੰਮ੍ਰਿਤ ਦਾ ਸਾਗਰ ਬਹੁਤ ਹੀ ਡੂੰਘਾਂ, ਅਮੋਲਕ ਹੈ । ਪ੍ਰਭ ਆਪ ਹੀ ਰਹਿਮਤ ਨਾਲ ਗੁਰਮਖ ਨੂੰ ਬਖਸ਼ਦਾ ਹੈ । ਉਹ ਪ੍ਰਭ ਦੇ ਸ਼ਬਦ ਦੀ ਪਾਲਣਾ ਵਿੱਚ ਹੀ ਲੀਨ ਹੋ ਜਾਂਦਾ ਹੈ । ਉਸ ਦੇ ਮਨ ਵਿੱਚ ਕੇਵਲ ਸ਼ਬਦ ਦੀ ਸਿਖਿਆਂ ਹੀ ਗੂੰਜਦੀ ਸੁਣਾਈ ਦੇਂਦੀ ਹੈ ।

The ocean of the nectar of the essence of His Word may be very deep and ambrosial; with His mercy and grace, His true devotee may be blessed. He may remain intoxicated in the obeying the teachings of His Word. He may hear the everlasting echo of His Word resonating within his heart.

ਪਸਰੀ ਕਿਰਣਿ ਰਸਿ ਕਮਲ ਬਿਗਾਸੇ, pasree kiran ras kamal bigaasay
ਸਸਿ ਘਰਿ ਸੂਰੁ ਸਮਾਇਆ॥ sas ghar soor samaa-i-aa.
ਕਾਲੁ ਬਿਧੁੰਸਿ ਮਨਸਾ ਮਨਿ ਮਾਰੀ, kaal biDhuns mansaa man maaree
ਗੁਰ ਪ੍ਰਸਾਦਿ ਪ੍ਰਭੁ ਪਾਇਆ॥੩॥ gur parsaad parabh paa-i-aa. ||3||

ਜਿਹੜਾ ਪ੍ਰਭ ਰਹਿਮਤ ਨਾਲ ਸ਼ਬਦ ਦੀ ਪਾਲਣਾ ਵਿੱਚ ਲਗਨ ਲਾਉਂਦਾ ਹੈ, ਉਸ ਦੇ ਮਨ ਵਿੱਚ ਖੇੜਾ ਭਰਪੂਰ ਹੋ ਜਾਂਦਾ ਹੈ । ਉਸ ਦੇ ਮਨ ਵਿੱਚ ਹੋਰ ਕੋਈ ਖਾਹਿਸ਼ ਨਹੀਂ ਰਹਿੰਦੀ । ਕੇਵਲ ਪ੍ਰਭ ਦੇ ਸ਼ਬਦ ਦੀ ਸੋਝੀ, ਪ੍ਰਵਾਨਗੀ ਦੇ ਰਸਤੇ ਦੀ ਹੀ ਖਾਹਿਸ਼ ਰਹਿੰਦੀ ਹੈ । ਉਹ ਸ਼ਬਦ ਵਿੱਚ ਲੀਨ ਹੋਇਆ, ਉਸ ਦੀ ਆਤਮਾ ਪ੍ਰਭ ਦੀ ਜੋਤ ਵਿੱਚ ਅਭੇਦ ਹੋ ਜਾਂਦੀ ਹੈ ।

Whosoever may be blessed with devotion to obey the teachings of His Word; with His mercy and grace, he may remain overwhelmed with blossom in his worldly life. He may have only one desire, anxiety to be blessed with the right path of acceptance in His Court; he may not have any other desire exist within his mind. He may remain intoxicated in meditation in the void of His Word; with His mercy and grace, his soul may be immersed within His Holy Spirit.

ਅਤਿ ਰਸਿ ਰੰਗਿ ਚਲੂਲੈ ਰਾਤੀ, at ras rang chaloolai raatee
ਦੂਜਾ ਰੰਗੁ ਨ ਕੋਈ॥ doojaa rang na ko-ee.
ਨਾਨਕ ਰਸਨਿ ਰਸਾਏ ਰਾਤੇ, naanak rasan rasaa-ay raatay
ਰਵਿ ਰਹਿਆ ਪ੍ਰਭੁ ਸੋਈ॥੪॥੧੫॥ rav rahi-aa parabh so-ee. ||4||15||

ਜਿਸ ਜੀਵ ਦੇ ਹਿਰਦੇ ਤੇ ਪ੍ਰਭ ਦਾ ਰੰਗ ਚੜ੍ਹ ਜਾਂਦਾ ਹੈ । ਫਿਰ ਹੋਰ ਕੋਈ ਰੰਗ ਉਸ ਤੇ ਅਸਰ ਨਹੀਂ ਕਰਦਾ । ਉਸ ਦੀ ਜੀਭ ਤੇ ਕੇਵਲ ਪ੍ਰਭ ਦੇ ਸ਼ਬਦ ਦੀ ਹੀ ਉਸਤਤ ਰਹਿੰਦੀ ਹੈ । ਉਹ ਸਵਾਸ ਗਰਾਸ ਪ੍ਰਭ ਦੀ ਉਸਤਤ ਹੀ ਗਾਉਂਦਾ ਰਹਿੰਦਾ ਹੈ ।

Whosoever may remain drenched with crimson color of the eternal enlightenment of the essence of His Word; no other color, teachings of worldly guru may stick to his heart. His tongue may remain overwhelmed, intoxicated in singing the glory of His Word. He may sing the glory of His Word with each breath.

124.(1-16) ਪ੍ਰਭਾਤੀ ਮਹਲਾ ੧॥ 1332-4

ਬਾਰਹ ਮਹਿ ਰਾਵਲ ਖਪਿ ਜਾਵਹਿ, baarah meh raaval khap jaaveh
ਚਹੁ ਛਿਅ ਮਹਿ ਸੰਨਿਆਸੀ॥ chahu chhi-a meh sani-aasee.
ਜੋਗੀ ਕਾਪੜੀਆ ਸਿਰਖੂਥੇ, jogee kaaprhee-aa sirkhoothay
ਬਿਨੁ ਸਬਦੈ ਗਲਿ ਫਾਸੀ॥੧॥ bin sabdai gal faasee. ||1||

ਜੋਗੀ ਮਤ ਦੇ ਜੀਵ 12 ਮੱਤਾਂ ਵਿੱਚ ਵੰਡੇ ਅਤੇ ਸੰਨਿਆਸੀ ਮਤ ਦੇ ਜੀਵ 10 ਮੱਤਾਂ ਵਿੱਚ ਵੰਡੇ ਹਨ । ਜੋਗੀ ਧਰਮਾਂ ਦਾ ਬਾਣਾ, ਚੋਲਾ ਪਾਉਂਦੇ ਹਨ । ਜੈਨ ਆਪਣੇ ਸਿਰ ਦੇ ਵਾਲ ਪੁੱਟਦੇ, ਮੁਨਦੇ ਹਨ । ਪਰ ਪ੍ਰਭ ਦੇ ਸ਼ਬਦ ਦੀ ਕਮਾਈ ਤੋ ਬਿਨਾਂ ਮੁਕਤੀ ਦਾ ਰਸਤਾ ਬਖਸ਼ਿਸ਼ ਨਹੀਂ ਹੋ ਸਕਦਾ । ਮੌਤ ਦੇ ਜਮਦੂਤ ਦੇ ਹਵਾਲੇ ਹੀ ਰਹਿੰਦਾ ਹੈ ।

Worldly religious concept of various religions may differ, everyone claims their method may the only right path of acceptance in His Court. Yogis may have 12 different factions, groups slightly different from each other. Sanyasis remains divided into 10 different groups; Yogis adopt religious robe of unique color; Jains pull, shave their hairs, Sikhs adopt 5 K's and so on. However, without the earnings of His Word, no one may ever be blessed with the right path of acceptance in His Court. All remains under the control of the devil of death.

ਸਬਦਿ ਰਤੇ ਪੂਰੇ ਬੈਰਾਗੀ॥ sabad ratay pooray bairaagee.
ਅਉਹਠਿ ਹਸਤ ਮਹਿ ਭੀਖਿਆ ਜਾਚੀ, a-uhath hasat meh bheekhi-aa jaachee
ਏਕ ਭਾਇ ਲਿਵ ਲਾਗੀ॥੧॥ ਰਹਾਉ॥ ayk bhaa-ay liv laagee. ||1|| rahaa-o.

ਜਿਹੜੇ ਜੀਵ ਦੇ ਮਨ ਵਿੱਚ ਸ਼ਬਦ ਦੀ ਸਿਖਿਆਂ ਘਰ ਕਰ ਜਾਂਦੀ ਹੈ, ਉਹ ਕੇਵਲ ਉਸ ਇੱਕੋ ਇੱਕ ਪ੍ਰਭ ਤੋ ਹੀ ਰਹਿਮਤ ਦੀ ਭਿੱਖਿਆ ਮੰਗਦਾ ਹੈ । ਉਸ ਨੂੰ ਹੀ ਗੁਰਮਖ, ਵਿਰਾਗੀ ਅਵਸਥਾ ਬਖਸ਼ਿਸ਼ ਹੋ ਸਕਦੀ ਹੈ ।

Whosoever may remain drenched with the essence of His Word; he may only pray for His Forgiveness and Refuge. Only he may be blessed with a state of mind as His true devotee.

ਬ੍ਰਹਮਣ ਵਾਦੁ ਪੜਹਿ ਕਰਿ ਕਿਰਿਆ, barahman vaad parheh kar kiri-aa
ਕਰਣੀ ਕਰਮ ਕਰਾਏ॥ karnee karam karaa-ay.
ਬਿਨੁ ਬੂਝੇ ਕਿਛੁ ਸੂਝੈ ਨਾਹੀ, bin boojhay kichh soojhai naahee
ਮਨਮੁਖੁ ਵਿਛੁੜਿ ਦੁਖੁ ਪਾਏ॥੨॥ manmukh vichhurh dukh paa-ay. ||2||

ਬ੍ਰਹਮਣ ਵੇਦਾਂ ਪੜ੍ਹਦੇ, ਵਿਚਾਰਦੇ ਹਨ, ਕਈ ਰੀਤੋ ਰੀਵਾਜ ਕਰਦੇ ਹਨ । ਬਾਕੀ ਅਣਜਾਣ ਜੀਵਾਂ ਨੂੰ ਆਪਣੇ ਨਾਲ ਰਲਾਕੇ, ਬੂਤ ਪੂਜਾ ਕਰਦੇ ਹਨ । ਅੰਤ ਵਿੱਚ ਅਸਲੀ ਰਸਤੇ ਦੀ ਬਖਸ਼ਿਸ਼ ਤੋ ਬਿਨਾਂ ਹੀ ਮਰ ਜਾਂਦੇ ਹਨ । ਦਰਗਾਹ ਵਿੱਚ ਸ਼ਰਮਿੰਦਗੀ ਹੀ ਮਿਲਦੀ ਹੈ ।

Brahmin may read the Holy Scripture of Vedas, preaches the teachings, and perform religious rituals as worship. They may influence, ignorant followers to indulged in idol worship. Whosoever may not adopt the right path of acceptance in His Court; he may be captured by the devil of death. he may only endure embarrassment in His Court.

ਸਬਦਿ ਮਿਲੇ ਸੇ ਸੂਚਾਚਾਰੀ, sabad milay say soochaachaaree
ਸਾਚੀ ਦਰਗਹ ਮਾਨੇ॥ saachee dargeh maanay.
ਅਨਦਿਨੁ ਨਾਮਿ ਰਤਨਿ ਲਿਵ ਲਾਗੇ, an-din naam ratan liv laagay
ਜੁਗਿ ਜੁਗਿ ਸਾਚਿ ਸਮਾਨੇ॥੩॥ jug jug saach samaanay. ||3||

ਜਿਸ ਨੂੰ ਪ੍ਰਭ ਸ਼ਬਦ ਦੀ ਪਾਲਨਾ ਦੀ ਲਗਨ ਬਖਸ਼ਦਾ ਹੈ । ਉਹ ਪ੍ਰਭ ਦੇ ਸ਼ਬਦ ਦੀ ਸਮਾਧੀ ਵਿੱਚ ਲੀਨ ਹੋ ਜਾਂਦਾ ਹੈ । ਉਹ ਸਵਾਸ ਗਰਾਸ ਪ੍ਰਭ ਦੇ ਸ਼ਬਦ ਦੀ ਪਾਲਣਾ ਵਿੱਚ ਅਡੋਲ ਰਹਿੰਦਾ ਹੈ । ਉਸ ਨੂੰ ਦਰਗਾਹ ਵਿੱਚ ਪ੍ਰਵਾਨਗੀ ਦਾ ਅਸਲੀ ਰਸਤਾ ਬਖਸ਼ਿਸ਼ ਹੋ ਜਾਂਦਾ ਹੈ ।

Whosoever may be blessed with devotion to obey the teachings of His Word; with His mercy and grace, he may remain intoxicated in the void of His Word. He may remain obeying the teachings of His Word with steady and stable belief; with His mercy and grace, he may be blessed with the right path of acceptance in His Court.

ਸਗਲੇ ਕਰਮ ਧਰਮ ਸੁਚਿ ਸੰਜਮ, saglay karam Dharam such sanjam
ਜਪ ਤਪ ਤੀਰਥ ਸਬਦਿ ਵਸੇ॥ jap tap tirath sabad vasay.
ਨਾਨਕ ਸਤਿਗੁਰ ਮਿਲੈ ਮਿਲਾਇਆ, naanak satgur milai milaa-i-aa
ਦੂਖ ਪਰਾਛਤ ਕਾਲ ਨਸੇ॥੪॥੧੬॥ dookh paraachhat kaal nasay. ||4||16||

ਚੰਗੇ ਕਰਮਾਂ, ਧਾਰਮਕ ਰੀਤੋਂ ਰੀਵਾਜ, ਜਪ, ਤਪ, ਤੀਰਥਾਂ ਦਾ ਇਸ਼ਨਾਨ ਸਭ ਸ਼ਬਦ ਦੀ ਪਾਲਣਾ ਕਰਨ ਵਿੱਚ ਹੀ ਆ ਜਾਂਦੇ ਹਨ । ਜਿਸ ਦੇ ਮਨ ਵਿੱਚ ਪ੍ਰਭ ਦਾ ਸ਼ਬਦ ਜਾਗਰਤ ਹੋ ਜਾਂਦਾ ਹੈ । ਉਸ ਦਾ ਮੌਤ ਦਾ ਡਰ ਖਤਮ ਹੋ ਜਾਂਦਾ ਹੈ । ਮੌਤ ਦਾ ਸਮਾਂ ਪ੍ਰਭ ਨੂੰ ਮਿਲਣ ਦਾ ਮੌਕਾ ਬਣ ਜਾਂਦਾ ਹੈ ।

Performing good deeds, charities, religious rituals, meditation, hard discipline, sanctifying bath at Holy Shrines, all remain embedded within obeying the teachings of His Word with steady and stable belief. Whosoever may be enlightened with the essence of His Word; his fear of death may be eliminated. His time of death may become an auspicious time of union with The True Creator. His human life opportunity may be rewarded.

125.(1-17) ਪ੍ਰਭਾਤੀ ਮਹਲਾ ੧॥ (1332-10)

ਸੰਤਾ ਕੀ ਰੇਣੁ ਸਾਧ ਜਨ ਸੰਗਤਿ, santaa kee rayn saaDh jan sangat
ਹਰਿ ਕੀਰਤਿ ਤਰੁ ਤਾਰੀ॥ har keerat tar taaree.
ਕਹਾ ਕਰੈ ਬਪੁਰਾ ਜਮੁ ਡਰਪੈ, kahaa karai bapuraa jam darpai
ਗੁਰਮੁਖਿ ਰਿਦੈ ਮੁਰਾਰੀ॥੧॥ gurmukh ridai muraaree. ||1||

ਸੰਤ ਦੀ ਸੰਗਤ ਕਰਨ, ਸਿਖਿਆਂ ਨਾਲ ਜੀਵਨ ਢਾਲਣ ਨਾਲ ਮਾਨਸ ਜਨਮ ਸਫਲ ਹੋ ਜਾਂਦਾ ਹੈ । ਗੁਰਮਖ ਜੀਵ ਦੇ ਹਿਰਦੇ ਵਿੱਚ ਪ੍ਰਭ ਦੇ ਸ਼ਬਦ ਦੇ ਗੁਣ ਰਚ ਜਾਂਦੇ ਹਨ । ਉਸ ਨੂੰ ਮੌਤ ਦਾ ਜਮਦੂਤ ਕੁਝ ਨਹੀਂ ਕਰ ਸਕਦਾ ।

Whosoever may join the conjugation of His Holy saint and adopts his life experience teachings in his day-to-day life; with His mercy and grace, his human life opportunity may be rewarded. Whosoever may remain drenched with the essence of His Word; with His mercy and grace, his soul may remain beyond the reach of devil of death.

ਜਲਿ ਜਾਉ ਜੀਵਨੁ ਨਾਮ ਬਿਨਾ॥ jal jaa-o jeevan naam binaa.
ਹਰਿ ਜਪਿ ਜਾਪੁ ਜਪਉ ਜਪਮਾਲੀ, har jap jaap japa-o japmaalee
ਗੁਰਮੁਖਿ ਆਵੈ ਸਾਦੁ ਮਨਾ॥੧॥ ਰਹਾਉ॥ gurmukh aavai saad manaa. ||1|| rahaa-o.

ਗੁਰਮਖ ਜੀਵ ਆਪ ਵੀ ਸ਼ਬਦ ਦਾ ਸਿਮਰਨ, ਪਾਲਣਾ ਕਰਦਾ ਹੈ । ਆਪਣੇ ਸੰਜੋਗੀਆਂ ਨੂੰ ਵੀ ਪ੍ਰਭ ਦੇ ਸ਼ਬਦ ਦੀ ਪਾਲਣਾ ਕਰਨ ਦੀ ਪ੍ਰੇਰਨਾ ਕਰਦਾ ਹੈ । ਉਸ ਦੇ ਮਨ ਦੀ ਅਵਸਥਾ ਬਦਲ ਜਾਂਦੀ ਹੈ । ਜਿਹੜਾ ਸਵਾਸ ਸ਼ਬਦ ਤੋ ਬਿਨਾਂ ਨਿਕਲਦਾ, ਉਹ ਬਿਰਥਾ ਹੀ, ਮੌਤ ਦੇ ਬਰਾਬਰ ਸਮਝਦਾ ਹੈ ।

His true devotee may meditate and obeys the teachings of His Word with steady and stable belief in his day-to-day life. He may inspire his followers to obey the teachings of His Word. His state of mind may be transformed. He may realize any breath without the meditating on the teachings of His Word; his breaths may be a wastage opportunity in human life journey.

ਗੁਰ ਉਪਦੇਸ ਸਾਚੁ ਸੁਖੁ ਜਾ ਕਉ, gur updays saach sukh jaa ka-o
ਕਿਆ ਤਿਸੁ ਉਪਮਾ ਕਹੀਐ॥ ki-aa tis upmaa kahee-ai.
ਲਾਲ ਜਵੇਹਰ ਰਤਨ ਪਦਾਰਥ, laal javayhar ratan padaarath
ਖੋਜਤ ਗੁਰਮੁਖਿ ਲਹੀਐ॥੨॥ khojat gurmukh lahee-ai. ||2||

ਗੁਰਮੁਖ ਜੀਵ ਪ੍ਰਭ ਦੇ ਸਿਮਰਨ ਵਿੱਚ ਇਤਨਾ ਲੀਨ ਹੋ ਜਾਂਦਾ ਹੈ । ਉਸ ਨੂੰ ਮਨ ਦੀਆਂ ਸਾਰੀਆਂ ਖੁਸ਼ੀਆਂ ਹੀ ਸ਼ਬਦ ਦੀ ਪਾਲਣਾ ਵਿਚੋਂ ਹੀ ਅਨੁਭਵ ਹੋ ਜਾਂਦੀਆਂ ਹਨ । ਉਹ ਪ੍ਰਭ ਦੇ ਸ਼ਬਦ, ਭਾਣੇ ਨੂੰ ਸਤਿ ਕਰਕੇ ਮੰਨਦਾ, ਸ਼ਾਤੀ, ਸੰਤੋਖ, ਧੀਰਜ ਵਿੱਚ ਰਹਿੰਦਾ ਹੈ ।

His true devotee may remain in such an intoxication; he may realize all worldly pleasures by obeying the teachings of His Word. He may obey the teachings of His Word with steady and a stable belief as an ultimate Command. He may remain overwhelmed with patience, contentment, and blossom in his worldly life.

ਚੀਨੈ ਗਿਆਨੁ ਧਿਆਨੁ ਧਨੁ ਸਾਚੌ, cheenai gi-aan Dhi-aan Dhan saachou
ਏਕ ਸਬਦਿ ਲਿਵ ਲਾਵੈ॥ ayk sabad liv laavai.
ਨਿਰਾਲਬੁ ਨਿਰਹਾਰੁ ਨਿਹਕੇਵਲੁ, niraalamb nirhaar nihkayval
ਨਿਰਭਉ ਤਾੜੀ ਲਾਵੈ॥੩॥ nirbha-o taarhee laavai. ||3||

ਜੀਵ ਸ਼ਬਦ ਦੇ ਸਿਮਰਨ, ਭਾਣੇ ਵਿੱਚ ਆਪਣੇ ਆਪ ਨੂੰ ਲੀਨ ਕਰੋ! ਪ੍ਰਭ ਦੇ ਸ਼ਬਦ ਦੀ ਪਾਲਣਾ ਵਿੱਚ ਹੀ ਸਾਰੇ ਗਿਆਨ, ਸਿਆਣਪਾਂ, ਬੰਦਗੀ, ਆਪਣੇ ਆਪ ਵਿੱਚ ਭਰਪੂਰ ਹਨ। ਗੁਰਮਖ ਪ੍ਰਭ ਦੇ ਸ਼ਬਦ ਦੀ ਸਮਾਧੀ, ਪ੍ਰਭ ਦੀ ਨਿਡਰ, ਆਪਣੇ ਵਿੱਚ ਪੂਰਨ ਅਵਸਥਾ ਵਿੱਚ ਮਸਤ ਰਹਿੰਦਾ ਹੈ।

You should remain intoxicated in obeying the teachings of His Word. The Omnipotent True Master remains a perfect overwhelming treasure of all virtues, blessings. His true devotee may remain in the void of the Primal State of the Fearlessness, Immaculate, Independent, Self-sufficient, True Master.

ਸਾਇਰ ਸਪਤ ਭਰੇ ਜਲ ਨਿਰਮਲਿ, saa-ir sapat bharay jal nirmal
ਉਲਟੀ ਨਾਵ ਤਰਾਵੈ॥ ultee naav taraavai.
ਬਾਹਰਿ ਜਾਤੌ ਠਾਕਿ ਰਹਾਵੈ, baahar jaatou thaak rahaavai
ਗੁਰਮੁਖਿ ਸਹਜਿ ਸਮਾਵੈ॥੪॥ gurmukh sahj samaavai. ||4||

ਪਾਣੀ ਨਾਲ ਭਰੇ ਸਾਰੇ (ਸੱਤੇ) ਦਰਿਆ ਉਸ ਦੇ ਭਾਣੇ ਅੰਦਰ ਹੀ ਚਲਦੇ ਹਨ। ਅਗਰ ਕ੍ਰਿਪਾ ਹੋ ਜਾਵੇ ਤਾ ਉਲਟੀ ਬੇੜੀ ਵੀ ਸਾਗਰ ਪਾਰ ਕਰ ਜਾਂਦੀ ਹੈ। ਜਿਹੜਾ ਜੀਵ ਚਾਰ ਦਿਸ਼ਾ ਵਿੱਚ ਭਟਕਦਾ ਰਹਿੰਦਾ ਹੈ। ਪ੍ਰਭ ਉਸ ਨੂੰ ਵੀ ਸਿਧੇ ਰਸਤੇ ਤੇ ਪਾਉਂਦਾ ਹੈ। ਗੁਰਮਖ ਹਰ ਵੇਲੇ ਉਸ ਦੇ ਭਾਣੇ ਵਿੱਚ ਹੀ ਮਸਤ ਰਹਿੰਦਾ ਹੈ।

Seven rivers are flowing under His Command. With His blessed Vision, He may save the upside-down boat in the river to the other side. Whosoever may be wandering in all direction; with His mercy and grace, he may be brought back on track on the right path of acceptance in His Court. His true devotee may remain intoxicated in meditating in the void of His Word.

ਸੋ ਗਿਰਹੀ ਸੋ ਦਾਸੁ ਉਦਾਸੀ, so girhee so daas udaasee
ਜਿਨਿ ਗੁਰਮੁਖਿ ਆਪੁ ਪਛਾਨਿਆ॥ jin gurmukh aap pachhaani-aa.
ਨਾਨਕੁ ਕਹੈ ਅਵਰੁ ਨਹੀ ਦੂਜਾ, naanak kahai avar nahee doojaa
ਸਾਚ ਸਬਦਿ ਮਨੁ ਮਾਨਿਆ॥੫॥੧੭॥ saach sabad man maani-aa. ||5||17||

ਜਿਹੜਾ ਆਪਣੇ ਆਪ ਨੂੰ ਪਛਾਣ ਲੈਂਦਾ ਹੈ, ਉਸ ਨੂੰ ਗੁਰਮਖ ਅਵਸਥਾ ਬਖਸ਼ਿਸ਼ ਹੁੰਦੀ ਹੈ। ਉਹ ਪ੍ਰਭ ਦਾ ਅਸਲੀ ਦਾਸ ਬਣ ਜਾਂਦਾ ਹੈ। ਉਹ ਪ੍ਰਭ ਦੀ ਰਜ਼ਾ, ਸ਼ਬਦ ਦੀ ਪਾਲਣਾ ਵਿੱਚ ਅਨੰਦ, ਖੇੜੇ ਵਿੱਚ ਵਸਦਾ ਹੈ।

Whosoever may recognize the real purpose of his human life opportunity; with His mercy and grace, he may be blessed with a state of mind as His True devotee. He may consider His Word as an ultimate Command and remains overwhelmed with pleasure and blossom in his day-to-day life.

ਚੁਪ–ਸ਼ਬਦ ਨੂੰ ਅਪਣਾਉਣਾ, ਮਨ ਦੇ ਖਿਆਲਾਂ ਨੂੰ ਪ੍ਰਭ ਦੇ ਭਾਣੇ ਨਾਲਾ ਪਰਖਕੇ, ਕੰਮ ਕਰਨਾ

126.ਰਾਗੁ ਪ੍ਰਭਾਤੀ ਮਹਲਾ ੩ ਚਉਪਦੇ॥ 1332-17

੧ੴ ਸਤਿਗੁਰ ਪ੍ਰਸਾਦਿ॥	ik-oNkaar satgur parsaad.
ਗੁਰਮੁਖਿ ਵਿਰਲਾ ਕੋਈ ਬੂਝੈ,	gurmukh virlaa ko-ee boojhai
ਸਬਦੇ ਰਹਿਆ ਸਮਾਈ॥	sabday rahi-aa samaa-ee.
ਨਾਮਿ ਰਤੇ ਸਦਾ ਸੁਖੁ ਪਾਵੈ,	naam ratay sadaa sukh paavai
ਸਾਚਿ ਰਹੈ ਲਿਵ ਲਾਈ॥੧॥	saach rahai liv laa-ee. ||1||

ਕਿਸੇ ਵਿਰਲੇ ਹੀ ਜੀਵ ਨੂੰ ਸ਼ਬਦ ਦੀ ਸੋਝੀ, ਗੁਰਮਖ ਅਵਸਥਾ ਬਖਸ਼ਿਸ਼ ਹੁੰਦੀ ਹੈ । ਉਹ ਸ਼ਬਦ ਦੀ ਪਾਲਣਾ, ਸਿਮਰਨ ਵਿੱਚ ਹੀ ਲੀਨ ਰਹਿੰਦਾ ਹੈ । ਗਰਮੁਖ ਨੂੰ ਸ਼ਬਦ ਦੇ ਸਿਮਰਨ ਵਿੱਚ ਹੀ ਸਦਾ ਸਥਿਤ ਰਹਿਣ ਵਾਲਾ ਖੇੜਾ ਮਹਿਸੂਸ ਹੁੰਦਾ ਹੈ ।

Very rare devotee may be blessed with the enlightenment of the essence of His Word and a state of mind as His true devotee. He may remain intoxicated meditating, obeying the teachings of His Word with steady and stable belief in his day-to-day life. His true devotee may remain intoxication in the void of His Word; he may realize everlasting blossom in his day-to-day life.

ਹਰਿ ਹਰਿ ਨਾਮੁ ਜਪਹੁ ਜਨ ਭਾਈ॥	har har naam japahu jan bhaa-ee.
ਗੁਰ ਪ੍ਰਸਾਦਿ ਮਨੁ ਅਸਥਿਰੁ ਹੋਵੈ,	gur parsaad man asthir hovai
ਅਨਦਿਨੁ ਹਰਿ ਰਸਿ ਰਹਿਆ ਅਘਾਈ॥੧॥	an-din har ras rahi-aa aghaa-ee. ||1||
ਰਹਾਉ॥	rahaa-o.

ਜੀਵ, ਪ੍ਰਭ ਦੇ ਸ਼ਬਦ ਦਾ ਸਵਾਸ, ਗਰਾਸ ਸਿਮਰਨ ਕਰੋ! ਪ੍ਰਭ ਆਪ ਹੀ ਰਹਿਮਤ ਨਾਲ ਮਨ ਨੂੰ ਸ਼ਾਂਤੀ, ਸੰਤੋਖ ਬਖਸ਼ਦਾ ਹੈ । ਉਸ ਦੇ ਮਨ, ਤਨ ਵਿੱਚ ਪ੍ਰਭ ਦੇ ਸ਼ਬਦ ਦੀ ਸੋਝੀ ਘਰ ਕਰ ਜਾਂਦੀ ਹੈ ।

You should meditate on the teachings of His Word with steady and stable belief with each breath; with His mercy and grace, His true devotee may be blessed with peace of mind and contentment in his worldly environments. He may remain drenched with the essence of His Word.

ਅਨਦਿਨੁ ਭਗਤਿ ਕਰਹੁ ਦਿਨੁ ਰਾਤੀ,	an-din bhagat karahu din raatee
ਇਸੁ ਜੁਗ ਕਾ ਲਾਹਾ ਭਾਈ॥	is jug kaa laahaa bhaa-ee.
ਸਦਾ ਜਨ ਨਿਰਮਲ ਮੈਲੁ ਨ ਲਾਗੈ,	sadaa jan nirmal mail na laagai
ਸਚਿ ਨਾਮਿ ਚਿਤੁ ਲਾਈ॥੨॥	sach naam chit laa-ee. ||2||

ਜਿਹੜਾ ਦਿਨ ਰਾਤ, ਸਵਾਸ ਗਰਾਸ ਪ੍ਰਭ ਦੇ ਸ਼ਬਦ ਦਾ ਸਿਮਰਨ ਕਰਦਾ ਹੈ! ਉਹ ਮਾਨਸ ਜਨਮ ਸਫਲ ਕਰ ਜਾਂਦਾ ਹੈ, ਇਹ ਹੀ ਇੱਕੋ ਇੱਕ ਮਾਨਸ ਜਨਮ ਦਾ ਮੰਤਵ ਹੈ । ਅਡੋਲ ਭਰੋਸੇ ਨਾਲ ਸ਼ਬਦ ਦੀ ਪਾਲਣਾ, ਸਿਮਰਨ ਕਰੋ! ਇਸਤਰ੍ਹਾਂ ਦੇ ਜੀਵਨ ਦੇ ਢੰਗ ਨਾਲ ਮਨ ਨਿਰਮਲ ਹੋ ਸਕਦਾ ਹੈ । ਫਿਰ ਮਨ ਨੂੰ ਦਾਗ਼, ਮੈਲ ਕਦੇ ਨਹੀਂ ਲਗਦੀ । ਮਨ ਕਿਸੇ ਭਟਕਣ ਵਿੱਚ ਨਹੀਂ ਜਾਂਦਾ ।

Whosoever may meditate on the teachings of His Word with steady and stable belief day and night; with His mercy and grace, his human life opportunity may be rewarded. This may be the unique, one and only real purpose of human life opportunity. His mind may become immaculate forever with his way of life. His soul may never be blemished; filth of worldly wealth may never stick to his soul. His mind may never wander in different directions.

ਸੁਖ ਸੀਗਾਰੁ ਸਤਿਗੁਰੂ ਦਿਖਾਇਆ,	sukh seegaar satguroo dikhaa-i-aa
ਨਾਮਿ ਵਡੀ ਵਡਿਆਈ॥	naam vadee vadi-aa-ee.
ਅਖੁਟ ਭੰਡਾਰ ਭਰੇ ਕਦੇ ਤੋਟਿ ਨ ਆਵੈ,	akhut bhandaar bharay kaday tot na aavai
ਸਦਾ ਹਰਿ ਸੇਵਹੁ ਭਾਈ॥੩॥	sadaa har sayvhu bhaa-ee. ||3||

ਪ੍ਰਭ ਦੇ ਸ਼ਬਦ ਦੀ ਪਾਲਣਾ ਵਿੱਚ ਇਤਨੀ ਵਡਿਆਈ ਹੈ । ਪ੍ਰਭ ਆਪਣੀ ਰਹਿਮਤ ਨਾਲ ਮਨ ਨੂੰ ਸੁਖ, ਸ਼ਾਂਤੀ ਬਖਸ਼ਦਾ ਹੈ । ਪ੍ਰਭ ਬੇਅੰਤ ਦਾਤਾਂ ਦਾ ਭੰਡਾਰੀ ਹੈ । ਭੰਡਾਰ ਵਿਚੋਂ ਜਿਤਨੀਆਂ ਵੀ ਦਾਤਾਂ ਦਿੱਤੀਆ ਜਾਣ, ਕਦੇ ਤੋਟ ਨਹੀਂ ਆਉਂਦੀ । ਪ੍ਰਭ ਦੇ ਸ਼ਬਦ ਤੇ ਅਡੋਲ ਭਰੋਸੇ ਨਾਲ ਸਿਮਰਨ ਕਰੋ ।

To obey the teachings of His Word with steady and stable belief; may have a unique greatness; with His mercy and grace, His true devotee may be blessed with pleasure and peace of mind. The True Master remains the treasure of un-imaginable, unlimited virtues, blessings. His Treasure may never be exhausted with distributing any number of virtues; His treasure may grow many times more. You should meditate on the teachings of His Word with steady and stable belief in his day-to-day life.

ਆਪੇ ਕਰਤਾ ਜਿਸ ਨੋ ਦੇਵੈ,	aapay kartaa jis no dayvai
ਤਿਸੁ ਵਸੈ ਮਨਿ ਆਈ॥	tis vasai man aa-ee.
ਨਾਨਕ ਨਾਮੁ ਧਿਆਇ ਸਦਾ ਤੂ,	naanak naam Dhi-aa-ay sadaa too
ਸਤਿਗੁਰਿ ਦੀਆ ਦਿਖਾਈ॥ ੪॥੧॥	satgur dee-aa dikhaa-ee. ‖4‖1‖

ਜਿਸ ਨੂੰ ਪ੍ਰਭ ਆਪ ਹੀ ਰਹਿਮਤ ਬਖਸ਼ਕੇ ਸ਼ਬਦ ਦੇ ਲੜ ਲਾਉਂਦਾ ਹੈ! ਉਹ ਹੀ ਸ਼ਬਦ ਦੀ ਪਾਲਣਾ ਵਿੱਚ ਅਡੋਲ ਰਹਿੰਦਾ ਹੈ । ਉਸ ਦੇ ਮਨ ਵਿੱਚ ਸ਼ਬਦ ਦੀ ਸਿਖਿਆਂ ਘਰ ਕਰ ਜਾਂਦੀ ਹੈ, ਪ੍ਰਭ ਦੀ ਹੋਂਦ ਮਹਿਸੂਸ ਹੁੰਦੀ ਹੈ । ਮਨ ਵਿੱਚ ਖੇੜਾ ਵੱਸ ਜਾਂਦਾ, ਰਹਿੰਦਾ ਹੈ ।

Whosoever may be blessed with devotion to meditate; with His mercy and grace, he may remain intoxicated in obeying the teachings of His Word in his day-to-day life. He may remain drenched with the essence of His Word; with His mercy and grace, he may realize, His Holy Spirit prevailing everywhere. He may be blessed with overwhelming blossom within his mind, in his day-to-day life.

127.(3-2) ਪ੍ਰਭਾਤੀ ਮਹਲਾ ੩॥ (1333-6)

ਨਿਰਗੁਣੀਆਰੇ ਕਉ ਬਖਸਿ ਲੈ ਸੁਆਮੀ,	nirgunee-aaray ka-o bakhas lai su-aamee
ਆਪੇ ਲੈਹੁ ਮਿਲਾਈ॥	aapay laihu milaa-ee.
ਤੂ ਬਿਅੰਤੁ ਤੇਰਾ ਅੰਤੁ ਨ ਪਾਇਆ,	too bi-ant tayraa ant na paa-i-aa
ਸ਼ਬਦੇ ਦੇਹੁ ਬੁਝਾਈ॥੧॥	sabday dayh bujhaa-ee. ‖1‖

ਪ੍ਰਭ ਦੇ ਸ਼ਬਦ ਦੀ ਪਾਲਣਾ ਨਾਲ ਹੀ ਇਹ ਸੋਝੀ ਬਖਸ਼ਿਸ਼ ਹੁੰਦੀ ਹੈ! ਕਿ ਪ੍ਰਭ ਗੁਣਾਂ ਤੋ ਰਹਿਤ ਜੀਵ ਨੂੰ ਵੀ ਬਖਸ਼ ਲੈਂਦਾ ਹੈ। ਆਪ ਹੀ ਉਸ ਨੂੰ ਸਿਧੇ ਰਸਤੇ ਤੇ ਪਾਉਂਦਾ ਹੈ । ਪ੍ਰਭ ਦੀਆਂ ਵਡਿਆਈਆਂ ਦਾ, ਦਾਤਾਂ ਦਾ ਅੰਤ ਨਹੀਂ ਪਾਇਆ ਜਾ ਸਕਦਾ ।

Whosoever may obey the teachings of His Word with steady and stable belief; with His mercy and grace, he may be enlightened. The Merciful True Master may bless ignorant, without any virtues. He may be blessed with the right path of meditation, acceptance in His Court. The Treasure of His Virtues, His greatness, limits and boundaries of His miracles, Blessings may remain beyond any imagination of His Creation.

ਹਰਿ ਜੀਉ ਤੁਧੁ ਵਿਟਹੁ ਬਲਿ ਜਾਈ॥	har jee-o tuDh vitahu bal jaa-ee.
ਤਨੁ ਮਨੁ ਅਰਪੀ ਤੁਧੁ ਆਗੈ,	tan man arpee tuDh aagai
ਰਾਖਉ ਸਦਾ ਰਹਾ ਸਰਣਾਈ॥੧॥	raakha-o sadaa rahaaN sarnaa-ee. ‖1‖
ਰਹਾਉ॥	rahaa-o.

ਪ੍ਰਭ ਤੇਰੇ ਸ਼ਬਦ ਤੋ ਸਦਕੇ ਜਾਵਾਂ! ਮਨ ਦੀ ਇੱਕੋ ਇੱਕ ਹੀ ਖਾਹਿਸ਼ ਹੈ! ਮੈਂ ਆਪਣਾ ਤਨ, ਮਨ ਤੇਰੇ ਲੇਖੇ ਲਾ ਦੇਵਾ! ਹਰ ਵੇਲੇ ਹੀ ਤੇਰੀ ਸ਼ਰਣ, ਭਾਣੇ ਵਿੱਚ ਹੀ ਜੀਵਨ ਬਤੀਤ ਕਰਾ ।

My True Master, I remain fascinated, astonished from the greatness of the essence of His Word. I always have one eager desire to surrender my mind, body, and self-identity at Your Sanctuary. I may remain intoxicated in obeying and adopting the teachings of Your Word and dwell in the void of Your Word.

ਆਪਣੇ ਭਾਣੇ ਵਿਚਿ ਸਦਾ ਰਖੁ ਸੁਆਮੀ,	aapnay bhaanay vich sadaa rakh su-aamee
ਹਰਿ ਨਾਮੋ ਦੇਹਿ ਵਡਿਆਈ॥	har naamo deh vadi-aa-ee.
ਪੂਰੇ ਗੁਰ ਤੇ ਭਾਣਾ ਜਾਪੈ,	pooray gur tay bhaanaa jaapai
ਅਨਦਿਨੁ ਸਹਜਿ ਸਮਾਈ॥ ੨॥	an-din sahj samaa-ee. ‖2‖

ਪ੍ਰਭ ਆਪਣੀ ਰਹਿਮਤ ਨਾਲ ਸ਼ਬਦ ਦੀ ਪਾਲਣਾ ਦੀ ਲਗਨ ਬਖਸ਼ੋ! ਮੈਂ ਸ਼ਬਦ ਦੀ ਸਿਖਿਆਂ ਨੂੰ ਆਪਣੇ ਜੀਵਨ ਵਿੱਚ ਢਾਲਕੇ ਜੀਵਨ ਬਤੀਤ ਕਰਾ! ਪ੍ਰਭ ਦੀ ਰਹਿਮਤ ਤੋ ਬਿਨਾਂ ਕੋਈ ਸ਼ਬਦ ਦਾ ਸਿਮਰਨ ਨਹੀਂ ਕਰ ਸਕਦਾ । ਇਹ ਹੀ ਤੇਰੀ ਵਡਿਆਈ ਹੈ । ਜਿਹੜਾ ਪ੍ਰਭ ਦੇ ਸ਼ਬਦ ਦਾ ਸਿਮਰਨ ਕਰਦਾ, ਸ਼ਬਦ ਦੀ ਸਿਖਿਆਂ ਨਾਲ ਆਪਣਾ ਜੀਵਨ ਢਾਲਦਾ ਹੈ । ਉਸ ਦੇ ਮਨ ਵਿੱਚ ਸਦਾ ਰਹਿਣ ਵਾਲਾ, ਸੰਤੋਖ, ਖੇੜਾ ਬਖਸ਼ਿਸ਼ ਹੋ ਜਾਂਦਾ ਹੈ ।

My True Master blesses me devotion to obey the teachings of Your Word. I may remain intoxicated in obeying and dwelling in the void of Your Word. No one may ever meditate on the teachings of Your Word with steady and stable belief; without Your Blessed Vision. This may be Your unique greatness. Whosoever may meditate and adopts the teachings of Your Word with steady and stable belief in his day-to-day life; with Your mercy and grace, he may be overwhelmed with everlasting contentment and blossom forever.

ਤੇਰੈ ਭਾਣੈ ਭਗਤਿ ਜੇ ਤੁਧੁ ਭਾਵੈ,	tayrai bhaanai bhagat jay tuDh bhaavai
ਆਪੇ ਬਖਸਿ ਮਿਲਾਈ॥	aapay bakhas milaa-ee.
ਤੇਰੈ ਭਾਣੈ ਸਦਾ ਸੁਖੁ ਪਾਇਆ,	tayrai bhaanai sadaa sukh paa-i-aa
ਗੁਰਿ ਤ੍ਰਿਸਨਾ ਅਗਨਿ ਬੁਝਾਈ॥੩॥	gur tarisnaa agan bujhaa-ee. ‖3‖

ਜਿਸ ਦੀ ਬੰਦਗੀ ਪ੍ਰਭ ਦੇ ਦਰਬਾਰ ਵਿੱਚ ਪ੍ਰਵਾਨ ਹੋ ਜਾਂਦੀ ਹੈ । ਉਹ ਹੀ ਅਸਲੀ ਭਗਤ, ਪ੍ਰਭ ਦਾ ਦਾਸ ਬਣ ਜਾਂਦਾ ਹੈ । ਉਸ ਦੀਆਂ ਸਾਰੀਆਂ ਸੰਸਾਰਕ ਇੱਛਾਂ ਖਤਮ ਹੋ ਜਾਂਦੀਆਂ ਹਨ । ਸ਼ਬਦ ਦੇ ਸਿਮਰਨ ਵਿਚੋਂ ਹੀ ਸਭ ਸੁਖ, ਅਨੰਦ, ਖੇੜਾ ਬਖਸ਼ਿਸ਼ ਹੁੰਦਾ ਹੈ ।

Whose earnings of His Word may be accepted in His Court; with His mercy and grace, he may be blessed with a state of mind as His true devotee. All his worldly desires may be eliminated from his day-to-day life. He may remain intoxicated in the void of His Word and overwhelmed with pleasure, comforts, and blossom in his worldly life.

ਜੋ ਤੂ ਕਰਹਿ ਸੁ ਹੋਵੈ ਕਰਤੇ,	jo too karahi so hovai kartay avar
ਅਵਰੁ ਨ ਕਰਣਾ ਜਾਈ॥	na karnaa jaa-ee.
ਨਾਨਕ ਨਾਵੈ ਜੇਵਡੁ ਅਵਰੁ ਨ ਦਾਤਾ,	naanak naavai jayvad avar na
ਪੂਰੇ ਗੁਰ ਤੇ ਪਾਈ॥੪॥੨॥	daataa pooray gur tay paa-ee. ‖4‖2‖

ਸ੍ਰਿਸ਼ਟੀ ਦੇ ਸਾਰੇ ਕਰਤਬ ਹੀ ਪ੍ਰਭ ਦੇ ਹੁਕਮ ਅਨੁਸਾਰ ਹੀ ਹੁੰਦੇ ਹਨ । ਹੋਰ ਕਿਸੇ ਦਾ ਹੁਕਮ ਨਹੀਂ ਚਲਦਾ । ਪ੍ਰਭ ਦੇ ਸ਼ਬਦ ਦੀ ਲਗਨ, ਸੋਝੀ ਤੋ ਵੱਡੀ ਹੋਰ ਕੋਈ ਬਖਸ਼ਿਸ਼ ਨਹੀਂ ਹੈ ।

The True Master creates all causes of events in the universe and only His Command may prevail in the universe. No one may ever exist in the universe without His Blessings nor any other command may prevail in the universe. The blessing the devotion to obey the teachings of His Word and the enlightenment of the essence of His Word may be the most supreme and the greatest of All Blessings. No other blessings, possessions may be equal, comparable with His blessings.

128.(3-3) ਪ੍ਰਭਾਤੀ ਮਹਲਾ ੩॥ (1333-11)

ਗੁਰਮੁਖਿ ਹਰਿ ਸਾਲਾਹਿਆ,
ਜਿੰਨਾ ਤਿਨ ਸਲਾਹਿ ਹਰਿ ਜਾਤਾ॥
ਵਿਚਹੁ ਭਰਮੁ ਗਇਆ ਹੈ ਦੂਜਾ,
ਗੁਰ ਕੈ ਸਬਦਿ ਪਛਾਤਾ॥੧॥

gurmukh har salaahi-aa jinna tin
salaahi har jaataa.
vichahu bharam ga-i-aa hai doojaa
gur kai sabad pachhaataa. ||1||

ਜਿਸ ਨੂੰ ਗੁਰਮਖ ਅਵਸਥਾ ਬਖਸ਼ਿਸ਼ ਹੋ ਜਾਂਦੀ ਹੈ । ਉਸ ਦੇ ਮਨ ਵਿੱਚ ਪ੍ਰਭ ਦੇ ਸ਼ਬਦ ਦੀ ਸਿਖਿਆਂ ਤੇ ਭਰੋਸਾ ਅਡੋਲ ਹੋ ਜਾਂਦਾ ਹੈ । ਮਨ ਵਿੱਚ ਹੋਰ ਸੰਸਾਰਕ ਪੀਰਾਂ ਦੇ ਪਿਛੇ ਲਗਣ ਦੀਆਂ ਭਟਕਣਾਂ ਦੂਰ ਹੋ ਜਾਂਦੀ ਹੈ । ਜਿਤਨੀ ਪ੍ਰਭ ਸੋਝੀ ਬਖਸ਼ਦਾ ਹੈ! ਉਸ ਸ਼ਬਦ ਦੀ ਸਿਖਿਆਂ ਤੇ ਅਡੋਲ ਭਰੋਸੇ ਨਾਲ ਪ੍ਰਭ ਦੇ ਸ਼ਬਦ ਦੇ ਸਿਮਰਨ ਵਿੱਚ ਲੀਨ, ਮਸਤ ਰਹਿੰਦਾ ਹੈ ।

Whosoever may be blessed with a state of mind as His true devotee; with His mercy and grace, he may remain obeying the teachings of His Word with steady and stable belief in his day-to-day life. He may never remain in frustration wandering after other worldly prophets, saints or gurus, religious baptism. Whatsoever the enlightenment may be bestowed with His Blessed Vision; he may remain intoxicated meditating, adopting the teachings of His Word with steady and stable belief in his day-to-day life.

ਹਰਿ ਜੀਉ ਤੂ ਮੇਰਾ ਇਕੁ ਸੋਈ॥
ਤੁਧੁ ਜਪੀ ਤੁਧੈ ਸਾਲਾਹੀ,
ਗਤਿ ਮਤਿ ਤੁਝ ਤੇ ਹੋਈ॥੧॥ ਰਹਾਉ॥

har jee-o too mayraa ik so-ee.
tuDh japee tuDhai saalaahee
gat mat tujh tay ho-ee. ||1|| rahaa-o.

ਕੇਵਲ ਪ੍ਰਭ ਹੀ ਮੇਰਾ ਇੱਕੋ ਇੱਕ ਅਸਲੀ ਸਾਥੀ ਹੈ । ਪ੍ਰਭ ਦੇ ਸ਼ਬਦ ਦਾ ਸਿਮਰਨ, ਪਾਲਣਾ ਕਰਨ ਨਾਲ ਹੀ ਸ਼ਬਦ ਦੀ ਸੋਝੀ ਬਖਸ਼ਿਸ਼ ਹੁੰਦੀ ਹੈ । ਸ਼ਬਦ ਦੀ ਪਾਲਣਾ ਤੇ ਅਡੋਲ ਰਹਿਣਾ ਹੀ, ਮੁਕਤੀ ਦਾ ਰਸਤਾ ਬਣ ਜਾਂਦਾ ਹੈ ।

The One and Only One True Master may be the only true companion, friend of my soul. Whosoever may meditate and obeys the teachings of His Word with steady and stable belief in his day-to-day life; with His mercy and grace, only he may be blessed with the essence of His Word. Whosoever may obey, adopts the teachings of His Word in his day-to-day life; with His mercy and grace, he may be blessed with the right path of acceptance in His Court.

ਗੁਰਮੁਖਿ ਸਾਲਾਹਨਿ ਸੇ ਸਾਦੁ ਪਾਇਨਿ,
ਮੀਠਾ ਅੰਮ੍ਰਿਤੁ ਸਾਰੁ॥
ਸਦਾ ਮੀਠਾ ਕਦੇ ਨ ਫੀਕਾ,
ਗੁਰ ਸਬਦੀ ਵੀਚਾਰੁ॥੨॥

gurmukh saalaahan say saad paa-in
meethaa amrit saar.
sadaa meethaa kaday na feekaa
gur sabdee veechaar. ||2||

ਜਿਹੜਾ ਅਡੋਲ ਭਰੋਸੇ ਨਾਲ ਸ਼ਬਦ ਦਾ ਸਿਮਰਨ ਕਰਦਾ, ਗੁਣ ਗਾਉਂਦਾ ਹੈ । ਉਸ ਨੂੰ ਹੀ ਸ਼ਬਦ ਦੀ ਸੋਝੀ ਰੂਪੀ ਅੰਮ੍ਰਿਤ ਬਖਸ਼ਿਸ਼ ਹੋ ਸਕਦਾ ਹੈ । ਉਸ ਦੀ ਪ੍ਰੀਤ, ਲਗਨ ਪ੍ਰਭ ਦੇ ਸ਼ਬਦ ਦੀ ਪਾਲਣਾ ਵਿੱਚ ਇਤਨੀ ਅਡੋਲ ਹੋ ਜਾਂਦੀ ਹੈ । ਉਹ ਕਿਸੇ ਲਾਲਚ ਨਾਲ ਡੋਲਦਾ ਨਹੀਂ, ਸੰਸਾਰਕ ਗੁਰੂਆਂ ਪਿਛੇ ਲਗਾ, ਭਟਕਦਾ ਨਹੀਂ ਰਹਿੰਦਾ ।

Whosoever may sing the glory and meditates on the teachings of His Word with steady and stable belief in his day-to-day life; with His mercy and grace, he may be blessed with ambrosial nectar of the essence of His Word. His devotion, dedication may become steady and stable to such an extent; with His mercy and grace, he may never wander after worldly religious gurus in frustration or religious baptism.

ਜਿਨਿ ਮੀਠਾ ਲਾਇਆ ਸੋਈ ਜਾਣੈ, jin meethaa laa-i-aa so-ee jaanai
ਤਿਸੁ ਵਿਟਹੁ ਬਲਿ ਜਾਈ॥ tis vitahu bal jaa-ee.
ਸਬਦਿ ਸਲਾਹੀ ਸਦਾ ਸੁਖਦਾਤਾ, sabad salaahee sadaa sukh-daata
ਵਿਚਹੁ ਆਪੁ ਗਵਾਈ॥੩॥ vichahu aap gavaa-ee. ||3||

ਜਿਸ ਨੂੰ ਪ੍ਰਭ ਦੇ ਸ਼ਬਦ ਦੀ ਪਾਲਣਾ ਦੀ ਲਗਨ ਬਖਸ਼ਿਸ਼ ਹੋ ਜਾਂਦੀ ਹੈ । ਕੇਵਲ ਉਹ ਹੀ ਅਮੋਲਕ ਰਸ, ਮਿਠਾਸ ਮਹਿਸੂਸ ਕਰ ਸਕਦਾ ਹੈ । ਉਹ ਪ੍ਰਭ ਦੀ ਸ਼ਰਣ ਵਿੱਚ ਆਪਾ ਭੇਟਾ ਕਰ ਦੇਂਦਾ ਹੈ । ਪ੍ਰਭ ਦੇ ਸ਼ਬਦ ਦੀ ਪਾਲਣਾ, ਸਿਮਰਨ, ਧੰਨਵਾਦ ਗਾਉਂਦਾ, ਸ਼ਬਦ ਦੀ ਸਮਾਧੀ ਵਿੱਚ ਵਸਦਾ ਹੈ । ਉਸ ਦੀ ਆਤਮਾ ਪ੍ਰਭ ਦੀ ਜੋਤ ਵਿੱਚ ਹੀ ਅਲੋਪ ਹੋ ਜਾਂਦੀ ਹੈ ।

Whosoever may be blessed with devotion to obey the teachings of His Word; within His mercy and grace, only he may realize, blessed with ambrosial, comforting sweet nectar of the essence of His Word. His true devotee may surrender his mind, body, and self-identity at His Sanctuary to serve His Creation; with His mercy and grace, he may remain intoxicated in singing the glory, meditating, and obeying the teachings of His Word in the void of His Word. His soul may be immersed within His Holy Spirit.

ਸਤਿਗੁਰੁ ਮੇਰਾ ਸਦਾ ਹੈ ਦਾਤਾ, satgur mayraa sadaa hai daataa
ਜੋ ਇਛੈ ਸੋ ਫਲੁ ਪਾਏ॥ jo ichhai so fal paa-ay.
ਨਾਨਕ ਨਾਮੁ ਮਿਲੈ ਵਡਿਆਈ, naanak naam milai vadi-aa-ee
ਗੁਰ ਸਬਦੀ ਸਚੁ ਪਾਏ॥੪॥੩॥ gur sabdee sach paa-ay. ||4||3||

ਮੇਰਾ ਪ੍ਰਭ ਸਦਾ ਦਾਤਾਂ, ਬਖਸ਼ਦਾ ਰਹਿੰਦਾ ਹੈ । ਜਿਹੜਾ ਪ੍ਰਭ ਦੇ ਸ਼ਬਦ ਦੀ ਪਾਲਣਾ, ਅਡੋਲ ਭਰੋਸੇ ਨਾਲ ਕਰਦਾ ਹੈ, ਉਸ ਦੇ ਮਨ ਦੀਆਂ ਬੋਲੀਆਂ, ਅਣਬੋਲੀਆਂ, ਇੱਛਾਂ, ਆਸਾਂ ਪੂਰੀਆ ਹੋ ਜਾਂਦੀਆਂ ਹਨ । ਉਸ ਦੇ ਮਨ ਦੀਆਂ ਇੱਛਾਂ ਪ੍ਰਭ ਦੇ ਭਾਣੇ ਅਨੁਸਾਰ ਹੀ ਬਣ ਜਾਂਦੀਆ ਹਨ । ਮੇਰੇ ਅਸਲੀ ਮਾਲਕ ਦੀ ਇਹ ਹੀ ਵਡਿਆਈ ਹੈ ।

The Blessings of The True Master remains pouring like non-stop rain, indiscriminately on His Creation. Whosoever may obey the teachings of His Word with steady and stable belief; with His mercy and grace, all his spoken and unspoken desires and hopes may be fully satisfied. All his desires may become as a per His Command; his prewritten destiny may be rewarded. This may be the unique greatness of my True Master, Creator.

129.(3-4) ਪ੍ਰਭਾਤੀ ਮਹਲਾ ੩॥ (1333-17)

ਜੋ ਤੇਰੀ ਸਰਣਾਈ ਹਰਿ ਜੀਉ, jo tayree sarnaa-ee har jee-o
ਤਿਨ ਤੂ ਰਾਖਨ ਜੋਗੁ॥ tin too raakhan jog.
ਤੁਧੁ ਜੇਵਡੁ ਮੈ ਅਵਰੁ ਨ ਸੂਝੈ, tuDh jayvad mai avar na soojhai
ਨਾ ਕੋ ਹੋਆ ਨ ਹੋਗੁ॥੧॥ naa ko ho-aa na hog. ||1||

ਜਿਹੜਾ ਵੀ ਪ੍ਰਭ ਦੀ ਸ਼ਰਣ ਵਿੱਚ ਆਪਾ ਭੇਟਾ ਕਰ ਦੇਂਦਾ ਹੈ, ਪ੍ਰਭ ਆਪ ਹੀ ਉਸ ਦਾ ਰਖਵਾਲਾ ਬਣ ਜਾਂਦਾ ਹੈ । ਪ੍ਰਭ ਦੇ ਬਰਾਬਰ ਦਾ ਨਾ ਕੋਈ ਹੋਇਆ ਹੈ ਨਾ ਹੀ ਕੋਈ ਹੋਵੇਗਾ ।

Whosoever may surrender his mind, body, and self-identity at His Sanctuary. The True Master may become his savior, protector. No one equal or greater that The True Master has taken birth in the universe nor may ever walk in the universe.

ਹਰਿ ਜੀਉ ਸਦਾ ਤੇਰੀ ਸਰਣਾਈ॥ har jee-o sadaa tayree sarnaa-ee.
ਜਿਉ ਭਾਵੈ ਤਿਉ ਰਾਖਹੁ ਮੇਰੇ ਸੁਆਮੀ, ji-o bhaavai ti-o raakho mayray su-aamee
ਏਹ ਤੇਰੀ ਵਡਿਆਈ॥੧॥ਰਹਾਉ॥ ayh tayree vadi-aa-ee. ||1|| rahaa-o.

ਪ੍ਰਭ ਰਹਿਮਤ ਬਖਸ਼ਕੇ, ਆਪਣੇ ਦਾਸ ਨੂੰ ਸਦਾ ਹੀ ਆਪਣੀ ਸ਼ਰਣ, ਭਾਣੇ ਵਿੱਚ ਰਖੋ । ਜਿਹੜੀ ਅਵਸਥਾ ਆਪਣੇ ਦਾਸ ਨੂੰ ਬਖਸ਼ਦਾ ਹੈ, ਮੈਂ ਤੇਰੇ ਸ਼ਬਦ ਦੀ ਪਾਲਣਾ ਵਿੱਚ ਅਡੋਲ, ਮਸਤ, ਸਦਾ ਹੀ ਤੇਰੀਆਂ ਬਖਸ਼ਿਸ਼ਾਂ ਦਾ ਧੰਨਵਾਦ ਹੀ ਗਾਉਂਦਾ, ਖੇੜੇ ਵਿੱਚ ਜੀਵਨ ਬਤੀਤ ਕਰਦਾ ਹਾ । ਆਪਣੇ ਦਾਸ ਨੂੰ ਇਹ ਹੀ ਸਭ ਤੋ ਵੱਡੀ, ਅਮੋਲਕ ਦਾਤ ਬਖਸ਼ੋ ।

My Merciful True Master bestows Your Blessed Vision and keeps Your humble true devotee in Your Sanctuary! I may obey the teachings of Your Word in my worldly environment. I may remain contented and in blossom singing Your gratitude, obeying the teachings of Your Word in my day-to-day life. This may be a unique, greatest blessings for Your true devotee.

ਜੋ ਤੇਰੀ ਸਰਣਾਈ ਹਰਿ ਜੀਉ,	jo tayree sarnaa-ee har jee-o
ਤਿਨ ਕੀ ਕਰਹਿ ਪ੍ਰਤਿਪਾਲ॥	tin kee karahi partipaal.
ਆਪਿ ਕ੍ਰਿਪਾ ਕਰਿ ਰਾਖਹੁ ਹਰਿ ਜੀਉ,	aap kirpaa kar raakho har jee-o
ਪੋਹਿ ਨ ਸਕੈ ਜਮਕਾਲੁ॥੨॥	pohi na sakai jamkaal. ||2||

ਜਿਹੜਾ ਵੀ ਤੇਰੀ ਸ਼ਰਣ ਵਿੱਚ ਆਪਾ ਭੇਟਾ ਕਰ ਦੇਂਦਾ ਹੈ, ਪ੍ਰਭ ਆਪ ਹੀ ਉਸ ਦਾ ਰਖਵਾਲਾ ਬਣ ਜਾਂਦਾ ਹੈ । ਜਿਸ ਤੇ ਰਹਿਮਤ ਬਖਸ਼ਦਾ ਹੈ, ਉਸ ਨੂੰ ਜਮਦੂਤ ਛੋਹ ਵੀ ਨਹੀਂ ਸਕਦਾ ।

Whosoever may surrender his mind, body, self-identity at His Sanctuary; The True Master may become his savior, protector in the universe. Whosoever may be bestowed with His Blessed Vision; his soul may become beyond the reach of devil of death.

ਤੇਰੀ ਸਰਣਾਈ ਸਚੀ ਹਰਿ ਜੀਉ,	tayree sarnaa-ee sachee har jee-o
ਨਾ ਓਹ ਘਟੈ ਨ ਜਾਇ॥	naa oh ghatai na jaa-ay.
ਜੋ ਹਰਿ ਛੋਡਿ ਦੂਜੈ ਭਾਇ ਲਾਗੈ,	jo har chhod doojai bhaa-ay laagai
ਓਹੁ ਜੰਮੈ ਤੈ ਮਰਿ ਜਾਇ॥੩॥	oh jammai tai mar jaa-ay. ||3||

ਜਿਹੜਾ ਆਪਾ ਪ੍ਰਭ ਦੀ ਸ਼ਰਣ ਵਿੱਚ ਭੇਟਾ ਕਰ ਦੇਂਦਾ ਹੈ । ਰਹਿਮਤਾਂ ਦਾ ਮਾਲਕ ਆਪ ਹੀ ਆਪਣੇ ਦਾਸ ਦਾ ਰਖਵਾਲਾ ਬਣ ਜਾਂਦਾ ਹੈ । ਜਿਹੜਾ ਪ੍ਰਭ ਦੇ ਸ਼ਬਦ ਦੀ ਸਿਖਿਆਂ ਨੂੰ ਅਡੋਲ ਭਰੋਸੇ ਨਾਲ ਆਪਣੇ ਜੀਵਨ ਜੀਵਨ ਵਿੱਚ ਢਾਲਦਾ ਹੈ । ਪ੍ਰਭ ਦਾ ਦਸਵਾਂ ਦਰ, ਉਸ ਦੀ ਆਤਮਾ ਲਈ ਹੀ ਖੁੱਲ੍ਹਦਾ ਹੈ । ਜਿਹੜਾ ਪ੍ਰਭ ਦੇ ਸ਼ਬਦ ਦੀ ਸਿਖਿਆਂ ਤਿਆਗਕੇ, ਹੋਰ ਸੰਸਾਰਕ ਗੁਰੂਆਂ, ਪੀਰਾਂ ਦੇ ਅਦੇਸ਼ ਤੇ ਚਲਦਾ ਹੈ । ਉਸ ਨੂੰ ਅੰਤ ਵਿੱਚ ਦਰਬਾਰ ਵਿੱਚ ਸ਼ਰਮਿੰਦਗੀ ਹੀ ਮਿਲਦੀ ਹੈ ।

Whosoever may surrender his mind, body, and self-identity at His Sanctuary; The True Treasure of Blessings may become His savior, protector. Whosoever may adopt the teachings of His Word with steady and stable belief; with His mercy and grace, His 10th door may be opened for his soul, all restrictions may be eliminated. Whosoever may abandon the teachings of His Word and follows the teachings of worldly gurus in his day-to-day life. He may endure embarrassment after death in His Court.

ਜੋ ਤੇਰੀ ਸਰਣਾਈ ਹਰਿ ਜੀਉ,	jo tayree sarnaa-ee har jee-o
ਤਿਨਾ ਦੂਖ ਭੂਖ ਕਿਛੁ ਨਾਹਿ॥	tinaa dookh bhookh kichh naahi.
ਨਾਨਕ ਨਾਮੁ ਸਲਾਹਿ ਸਦਾ ਤੂ,	naanak naam salaahi sadaa too
ਸਚੈ ਸਬਦਿ ਸਮਾਹਿ॥੪॥੪॥	sachai sabad samaahi. ||4||4||

ਜਿਹੜਾ ਵੀ ਅਡੋਲ ਭਰੋਸੇ ਨਾਲ ਪ੍ਰਭ ਦੀ ਸ਼ਰਣ ਵਿੱਚ ਆਪਾ ਭੇਟਾ ਕਰ ਦੇਂਦਾ ਹੈ, ਪ੍ਰਭ ਆਪ ਹੀ ਉਸ ਦਾ ਰਖਵਾਲਾ ਬਣ ਜਾਂਦਾ ਹੈ । ਉਹ ਜੀਵ ਦੁਖ, ਸੁਖ ਨੂੰ ਇੱਕ ਸਮਾਨ ਸਮਝਕੇ ਖੇੜੇ ਵਿੱਚ ਹੀ ਰਹਿੰਦਾ ਹੈ । ਉਸ ਦੇ ਮਨ ਵਿੱਚ ਕੋਈ ਸੰਸਾਰਕ ਖਾਹਿਸ਼ ਨਹੀਂ ਰਹਿੰਦੀ, ਕੋਈ ਤੋਟ ਨਹੀਂ ਆਉਂਦੀ । ਉਹ ਸ਼ਬਦ ਦਾ ਸਿਮਰਨ, ਧੰਨਵਾਦ ਕਰਦਾ, ਸ਼ਬਦ ਦੀ ਸਮਾਧੀ ਵਿੱਚ ਹੀ ਲੀਨ ਰਹਿੰਦਾ ਹੈ ।

Whosoever may surrender his mind, body, and self-identity at His Sanctuary; with His mercy and grace, The True Master may become his savior, protector. He may consider worldly miseries and pleasures as His Worthy Blessing; he may remain in blossom singing His gratitude. He may not have any worldly desires left within his mind in his worldly life. He may remain intoxicated meditating, singing the gratitude for His Blessings in the void of His Word.

130.(3-5) ਪ੍ਰਭਾਤੀ ਮਹਲਾ ੩॥ (1334-4)

ਗੁਰਮੁਖਿ ਹਰਿ ਜੀਉ ਸਦਾ ਧਿਆਵਹੁ,	gurmukh har jee-o sadaa Dhi-aavahu
ਜਬ ਲਗੁ ਜੀਅ ਪਰਾਨ॥	jab lag jee-a paraan.
ਗੁਰ ਸਬਦੀ ਮਨੁ ਨਿਰਮਲੁ ਹੋਆ,	gur sabdee man nirmal ho-aa
ਚੂਕਾ ਮਨਿ ਅਭਿਮਾਨੁ॥	chookaa man abhimaan.
ਸਫਲੁ ਜਨਮੁ ਤਿਸੁ ਪ੍ਰਾਨੀ ਕੇਰਾ,	safal janam tis paraanee kayraa
ਹਰਿ ਕੈ ਨਾਮਿ ਸਮਾਨ॥੧॥	har kai naam samaan. ||1||

ਜਿਤਨਾ ਚਿਰ ਆਤਮਾ ਵਿੱਚ ਸਵਾਸ ਚਲਦੇ, ਸਵਾਸ, ਸਵਾਸ ਸ਼ਬਦ ਦਾ ਸਿਮਰਨ ਕਰੋ! ਸ਼ਬਦ ਦੀ ਪਾਲਣਾ, ਸਿਮਰਨ ਨਾਲ ਆਤਮਾ ਪਵਿੱਤਰ, ਉਜਲ ਹੋ ਜਾਂਦੀ ਹੈ । ਮਨ ਵਿਚੋਂ ਅਹੰਕਾਰ ਦੀ ਜੜ੍ਹ ਖਤਮ ਹੋ ਜਾਂਦੀ ਹੈ । ਇਸਤਰ੍ਹਾਂ ਸ਼ਬਦ ਦਾ ਸਿਮਰਨ ਕਰਨ ਨਾਲ ਮਾਨਸ ਯਾਤਰਾ ਸਫਲ ਹੋ ਜਾਂਦੀ, ਜਨਮ ਮਰਨ ਦਾ ਚੱਕਰ ਖਤਮ ਹੋ ਜਾਂਦਾ ਹੈ ।

If you are still breathing! You should meditate on the teachings of His Word with each breath. Whosoever may meditate and obeys the teachings of His Word with steady and stable belief; with His mercy and grace, his soul may be sanctified to become worthy of His Considerations. The root of his ego of worldly status may be eliminated; with His mercy and grace, his human life opportunity may be rewarded and his cycle of birth and death may be eliminated.

ਮੇਰੇ ਮਨ ਗੁਰ ਕੀ ਸਿਖ ਸੁਣੀਜੈ॥	mayray man gur kee sikh suneejai.
ਹਰਿ ਕਾ ਨਾਮੁ ਸਦਾ ਸੁਖਦਾਤਾ,	har kaa naam sadaa sukh-daata
ਸਹਜੇ ਹਰਿ ਰਸੁ ਪੀਜੈ॥੧॥ ਰਹਾਉ॥	sehjay har ras peejai. ||1|| rahaa-o.

ਜਿਹੜਾ ਪ੍ਰਭ ਦੇ ਸ਼ਬਦ ਦੀ ਸਿਖਿਆਂ ਨਾਲ ਜੀਵਨ ਢਾਲਦਾ, ਸ਼ਬਦ ਦਾ ਸਿਮਰਨ ਕਰਦਾ ਹੈ, ਉਸ ਦੇ ਮਨ ਵਿੱਚ ਧੀਰਜ, ਸੰਤੋਖ ਬਖਸ਼ਿਸ਼ ਹੋ ਜਾਂਦਾ ਹੈ । ਉਹ ਸ਼ਬਦ ਦੀ ਸਮਾਧੀ ਵਿੱਚ ਲੀਨ ਹੋਇਆ ਹੀ ਪ੍ਰਭ ਦੀ ਜੋਤ ਵਿੱਚ ਅਭੇਦ ਹੋ ਜਾਂਦਾ ਹੈ ।

Whosoever may meditate and adopts the teachings of His Word with steady and stable belief in his day-to-day life; with His mercy and grace, he may be blessed with patience and contentment in his worldly life. He may remain intoxicated in the void of His Word and his soul may be immersed within His Holy Spirit.

ਮੂਲੁ ਪਛਾਣਨਿ ਤਿਨ ਨਿਜ ਘਰਿ ਵਾਸਾ,	mool pachhaanan tin nij ghar vaasaa
ਸਹਜੇ ਹੀ ਸੁਖੁ ਹੋਈ॥	sehjay hee sukh ho-ee.
ਗੁਰ ਕੈ ਸਬਦਿ ਕਮਲੁ ਪਰਗਾਸਿਆ,	gur kai sabad kamal pargaasi-aa
ਹਉਮੈ ਦੁਰਮਤਿ ਖੋਈ॥	ha-umai durmat kho-ee.
ਸਭਨਾ ਮਹਿ ਏਕੋ ਸਚੁ ਵਰਤੈ,	sabhnaa meh ayko sach vartai
ਵਿਰਲਾ ਬੂਝੈ ਕੋਈ॥੨॥	virlaa boojhai ko-ee. ||2||

ਜਿਹੜਾ ਆਪਣਾ ਮੂਲ ਪਛਾਣ ਜਾਂਦਾ, ਕਿਥੋ ਆਇਆ, ਕਿਉਂ ਮਾਨਸ ਜਨਮ ਬਖਸ਼ਿਸ਼ ਹੋਇਆ ਹੈ? ਉਸ ਨੂੰ ਮਨ ਵਿੱਚ ਸ਼ਾਂਤੀ, ਸੰਤੋਖ ਬਖਸ਼ਿਸ਼ ਹੋ ਜਾਂਦਾ ਹੈ । ਪ੍ਰਭ ਦੀ ਰਹਿਮਤ ਨਾਲ, ਉਸ ਨੂੰ ਪ੍ਰਭ ਦੀ ਹੋਂਦ ਆਪਣੇ ਅੰਦਰੋਂ ਹੀ ਪ੍ਰਗਟ ਹੋ ਜਾਂਦੀ ਹੈ । ਉਸ ਦੀ ਅਹੰਕਾਰ ਦੀ ਜੜ੍ਹ ਖਤਮ ਹੋ ਜਾਂਦੀ ਹੈ । ਸਾਰੇ ਜੀਵਾਂ ਵਿੱਚ ਹੀ ਪ੍ਰਭ ਦੀ ਜੋਤ ਵਸਦੀ ਹੈ । ਫਿਰ ਵੀ ਕੋਈ ਵਿਰਲੇ ਹੀ ਆਪਣੇ ਮਨ ਵਿੱਚ ਪ੍ਰਭ ਦੀ ਹੋਂਦ ਅਨੁਭਵ ਕਰਦਾ ਹੈ ।

Whosoever may recognize the real purpose of his human life opportunity! Where has he come from? Why has he been blessed with priceless human life opportunity? He may be blessed with peace of mind and contentment in his day-to-day life; with His mercy and grace, he may be enlightened with the essence of His Word from within. His ego of worldly status may be eliminated. His Holy Spirit remains embedded within each soul and dwells within his body. However, very rare may be enlighten to realize His Existence prevailing within every soul and in the universe.

ਗੁਰਮਤੀ ਮਨੁ ਨਿਰਮਲੁ ਹੋਆ,	gurmatee man nirmal ho-aa
ਅੰਮ੍ਰਿਤੁ ਤਤੁ ਵਖਾਨੈ॥	amrit tat vakhaanai.
ਹਰਿ ਕਾ ਨਾਮੁ ਸਦਾ ਮਨਿ ਵਸਿਆ,	har kaa naam sadaa man vasi-aa
ਵਿਚਿ ਮਨ ਹੀ ਮਨੁ ਮਾਨੈ॥	vich man hee man maanai.
ਸਦ ਬਲਿਹਾਰੀ ਗੁਰ ਅਪੁਨੇ ਵਿਟਹੁ,	sad balihaaree gur apunay vitahu
ਜਿਤੁ ਆਤਮ ਰਾਮੁ ਪਛਾਨੈ॥੩॥	jit aatam raam pachhaanai. ‖3‖

ਪ੍ਰਭ ਦੇ ਸਿਮਰਨ ਨਾਲ ਹੀ ਜੀਵ ਦੀ ਆਤਮਾ ਪਵਿੱਤਰ ਹੋ ਜਾਂਦੀ ਹੈ । ਉਸ ਨੂੰ ਸ਼ਬਦ ਦੀ ਸੋਝੀ ਰੂਪੀ ਅਮੋਲਕ ਰਸ ਦਾ ਸਵਾਦ, ਅਨੰਦ ਬਖਸ਼ਿਸ਼ ਹੁੰਦਾ ਹੈ । ਜਿਸ ਦੇ ਹਿਰਦੇ ਵਿੱਚ ਪ੍ਰਭ ਦੇ ਸ਼ਬਦ ਦੀ ਸਿਖਿਆਂ ਘਰ ਕਰ ਜਾਂਦੀ, ਰਚ ਜਾਂਦੀ ਹੈ । ਉਸ ਦੇ ਮਨ ਵਿੱਚ ਖੇੜਾ ਬਖਸ਼ਿਸ਼ ਹੋ ਜਾਂਦਾ ਹੈ । ਆਪਣੇ ਪ੍ਰਭ ਤੋ ਸਦਕੇ ਜਾਵਾ! ਜਿਸ ਨੇ ਆਪਣੀ ਰਹਿਮਤ ਨਾਲ ਮੇਰੀ ਆਤਮਾ ਨੂੰ ਜਾਗਰਤੀ ਬਖਸ਼ੀ ਹੈ । ਮੈਂ ਆਪਣੇ ਤਨ ਅੰਦਰੋਂ ਹੀ ਪ੍ਰਭ ਦਾ ਦਰਬਾਰ ਢੂੰਡ ਲਿਆ ਹੈ ।

Whosoever may meditate on the teachings of His Word with steady and stable belief; with His mercy and grace, his soul may be sanctified. He may be blessed with ambrosial nectar of the essence of His Word. He may be blessed with blossom in his day-to-day life. He may remain drenched with the essence of His Word; with His mercy and grace, he may be blessed with blossom in his worldly life. He may remain fascinated, astonished from the greatness of The True Master. His soul may be enlightened from within. I have been blessed with the right path of acceptance in His Court.

ਮਾਨਸ ਜਨਮਿ ਸਤਿਗੁਰੂ ਨ ਸੇਵਿਆ,	maanas janam satguroo na sayvi-aa
ਬਿਰਥਾ ਜਨਮੁ ਗਵਾਇਆ॥	birthaa janam gavaa-i-aa.
ਨਦਰਿ ਕਰੇ ਤਾਂ ਸਤਿਗੁਰੁ ਮੇਲੇ,	nadar karay taaN satgur maylay
ਸਹਜੇ ਸਹਜਿ ਸਮਾਇਆ॥	sehjay sahj samaa-i-aa.
ਨਾਨਕ ਨਾਮੁ ਮਿਲੈ ਵਡਿਆਈ,	naanak naam milai vadi-aa-ee
ਪੂਰੈ ਭਾਗਿ ਧਿਆਇਆ॥੪॥੫॥	poorai bhaag Dhi-aa-i-aa. ‖4‖5‖

ਜਿਹੜਾ ਆਪਣੇ ਮਾਨਸ ਜਨਮ ਵਿੱਚ ਪ੍ਰਭ ਦੇ ਸ਼ਬਦ ਦਾ ਸਿਮਰਨ ਨਹੀਂ ਕਰਦਾ । ਉਹ ਆਪਣਾ ਅਮੋਲਕ ਮਾਨਸ ਜਨਮ ਬਿਰਥਾ ਹੀ ਬਤੀਤ ਕਰ ਜਾਂਦਾ ਹੈ । ਜਿਸ ਤੇ ਪ੍ਰਭ ਆਪ ਹੀ ਰਹਿਮਤ ਬਖਸ਼ਦਾ ਹੈ । ਉਹ ਆਪਣੇ ਅੰਦਰੋਂ ਹੀ ਸ਼ਬਦ ਦੀ ਸੋਝੀ ਢੂੰਡ ਲੈਂਦਾ ਹੈ । ਜਿਸ ਨੂੰ ਪ੍ਰਭ ਦੇ ਸ਼ਬਦ ਦੇ ਸਿਮਰਨ ਕਰਨ ਦੀ ਸਮਰਥਾ, ਲਗਨ ਬਖਸ਼ਿਸ਼ ਹੋ ਜਾਂਦੀ ਹੈ, ਉਹ ਵੱਡੇ ਭਾਗ ਵਾਲਾ ਹੁੰਦਾ ਹੈ ।

Whosoever may abandon the teachings of His Word from his day-to-day life. He may waste his human life opportunity uselessly. Whosoever may be bestowed with His Blessed Vision; he may be enlightened with the essence of His Word from within. Whosoever may meditate on the teachings of His Word with steady and stable belief; he may become very fortunate.

131.(3-6) ਪ੍ਰਭਾਤੀ ਮਹਲਾ ੩॥ (1334-12)

ਆਪੇ ਭਾਂਤਿ ਬਣਾਏ ਬਹੁ ਰੰਗੀ,	aapay bhaaNt banaa-ay baho rangee
ਸਿਸਟਿ ਉਪਾਇ ਪ੍ਰਭਿ ਖੇਲੁ ਕੀਆ॥	sisat upaa-ay parabh khayl kee-aa.
ਕਰਿ ਕਰਿ ਵੇਖੈ ਕਰੇ ਕਰਾਏ,	kar kar vaykhai karay karaa-ay
ਸਰਬ ਜੀਆ ਨੋ ਰਿਜਕੁ ਦੀਆ॥੧॥	sarab jee-aa no rijak dee-aa. ‖1‖

ਪ੍ਰਭ ਨੇ ਭਾਂਤ ਭਾਂਤ ਦੇ ਰੰਗਾਂ, ਸ਼ਕਲਾਂ ਦੇ ਜੀਵ ਪੈਦਾ ਕੀਤੇ ਹਨ । ਸ੍ਰਿਸ਼ਟੀ ਦਾ ਸਾਰਾ ਖੇਲ ਪ੍ਰਭ ਆਪ ਹੀ ਰਚਾਉਂਦਾ ਹੈ, ਆਪਣਾ ਕੀਤਾ ਆਪ ਹੀ ਦੇਖਦਾ ਹੈ । ਆਪ ਹੀ ਸਾਰਿਆਂ ਦੀ ਪਾਲਣਾ ਕਰਦਾ, ਰੋਜ਼ੀ ਦਾ ਸਾਧਨ ਬਣਾਉਂਦਾ, ਬਖਸ਼ਦਾ ਹੈ ।

The True Master has created worldly creatures of many colors, body structures and characteristics. He has created the play of the universe and monitors all the events of His Nature. The True Master creates, nourishes, protects, and provides the source of survival to His Creation.

ਕਲੀ ਕਾਲ ਮਹਿ ਰਵਿਆ ਰਾਮੁ॥	kalee kaal meh ravi-aa raam.
ਘਟਿ ਘਟਿ ਪੂਰਿ ਰਹਿਆ ਪ੍ਰਭੁ ਏਕੋ,	ghat ghat poor rahi-aa parabh ayko
ਗੁਰਮੁਖਿ ਪਰਗਟੁ ਹਰਿ ਹਰਿ ਨਾਮੁ॥੧॥	gurmukh pargat har har naam. ‖1‖
ਰਹਾਉ॥	rahaa-o.

ਹਰਇੱਕ ਜੀਵ ਦੀ ਆਤਮਾ ਵਿੱਚ ਪ੍ਰਭ ਆਪ ਹੀ ਸਮਾਇਆ, ਤਨ ਵਿੱਚ ਵਸਦਾ, ਹਰਇੱਕ ਥਾਂ ਤੇ ਵਾਪਰਦਾ ਹੈ । ਕੱਲਯੁਗ ਵਿੱਚ ਜਿਹੜਾ ਗੁਰਮਖ ਜੀਵ ਪ੍ਰਭ ਦੇ ਸ਼ਬਦ ਦੇ ਸਿਮਰਨ, ਪਾਲਣਾ ਕਰਨ ਵਿੱਚ ਲੀਨ ਰਹਿੰਦਾ ਹੈ । ਪ੍ਰਭ ਆਪਣੀ ਰਹਿਮਤ ਨਾਲ ਗੁਰਮਖ ਨੂੰ ਆਪਣੇ ਅੰਦਰੋਂ ਹੀ ਸ਼ਬਦ ਦੀ ਸੋਝੀ, ਪ੍ਰਭ ਦੀ ਹੋਂਦ ਬਖਸ਼ਿਸ਼, ਅਨੁਭਵ ਹੋ ਜਾਂਦੀ ਹੈ ।

His Holy Spirit remains embedded within each soul, dwells within his body and prevails in all events of His Nature. In the Age of Kul-Jug! His true devotee may remain intoxicated in meditating, obeying the teachings of His Word in his day-to-day life; with His mercy and grace, His true devotee may be enlightened with essence of His Word and realizes His Existence from within his mind and body.

ਗੁਪਤਾ ਨਾਮੁ ਵਰਤੈ ਵਿਚਿ ਕਲਜੁਗਿ,	guptaa naam vartai vich kaljug
ਘਟਿ ਘਟਿ ਹਰਿ ਭਰਪੂਰਿ ਰਹਿਆ॥	ghat ghat har bharpoor rahi-aa.
ਨਾਮੁ ਰਤਨੁ ਤਿਨਾ ਹਿਰਦੈ ਪ੍ਰਗਟਿਆ,	naam ratan tinaa hirdai pargati-aa
ਜੋ ਗੁਰ ਸਰਣਾਈ ਭਜਿ ਪਇਆ॥੨॥	jo gur sarnaa-ee bhaj pa-i-aa. ‖2‖

ਹਰਇੱਕ ਜੁਗ ਵਿੱਚ ਹੀ ਪ੍ਰਭ, ਸ੍ਰਿਸ਼ਟੀ ਵਿੱਚ ਆਪ ਵਸਦਾ, ਹਰਇੱਕ ਆਤਮਾ ਨੂੰ ਛੋਹਦਾ ਹੈ । ਜਿਹੜਾ ਜੀਵ ਪ੍ਰਭ ਦੇ ਸ਼ਬਦ ਦਾ ਸਿਮਰਨ ਅਡੋਲ ਭਰੋਸੇ ਨਾਲ ਕਰਦਾ ਹੈ । ਉਹ ਆਪਣੇ ਅੰਦਰੋਂ ਹੀ ਪ੍ਰਭ ਦੀ ਹੋਂਦ, ਸ਼ਬਦ ਦੀ ਸੋਝੀ ਢੂੰਡ ਲੈਂਦਾ, ਬਖਸ਼ਿਸ਼ ਹੋ ਜਾਂਦੀ ਹੈ ।

In All Ages! His Holy Spirit remains embedded within each soul, dwells within his body, prevails and may touch his soul like a philosopher's stone. Whosoever may meditate with steady and stable belief in his day-to-day life; with His mercy and grace, he be enlightened with the essence of His Word. He may witness His Holy Spirit prevailing everywhere.

ਇੰਦ੍ਰੀ ਪੰਚ ਪੰਚੇ ਵਸਿ ਆਣੈ, indree panch panchay vas aanai
ਖਿਮਾ ਸੰਤੋਖੁ ਗੁਰਮਤਿ ਪਾਵੈ॥ khimaa santokh gurmat paavai.so
ਸੋ ਧਨੁ ਧਨੁ ਹਰਿ ਜਨੁ ਵਡ ਪੂਰਾ, Dhan Dhan har jan vad pooraa jo
ਜੋ ਭੈ ਬੈਰਾਗਿ ਹਰਿ ਗੁਣ ਗਾਵੈ॥੩॥ bhai bairaag har gun gaavai. ||3||

ਜਿਹੜਾ ਆਪਣੇ ਮਨ ਤੇ ਕਾਬੂ ਪਾ ਲੈਂਦਾ, ਜਿੱਤ ਪਾ ਲੈਂਦਾ ਹੈ । ਪੰਜਾਂ ਜਮਦੂਤਾਂ (ਕਾਮ, ਕਰੋਧ, ਲੋਭ, ਮੋਹ, ਅਹੰਕਾਰ) ਤੇ ਕਾਬੂ ਪਾ ਲੈਂਦਾ ਹੈ । ਉਸ ਨੂੰ ਧੀਰਜ, ਸ਼ਾਂਤੀ, ਸੰਤੋਖ ਬਖਸ਼ਿਸ਼ ਹੋ ਜਾਂਦਾ ਹੈ । ਜਿਹੜਾ ਪ੍ਰਭ ਦੇ ਵਿਛੋੜੇ ਦੇ ਵਿਰਾਗ, ਉਦਾਸੀ ਵਿੱਚ ਉਸਤਤ, ਸਿਮਰਨ ਕਰਦਾ ਹੈ । ਉਹ ਜੀਵ ਬਹੁਤ ਵੱਡਭਾਗੀ ਹੁੰਦਾ ਹੈ ।

Whosoever may control 5 demons of his worldly desires of his own mind; Sexual urge with strange partner, Anger, Greed, Attachments, and ego. He may be blessed with patience, peace of mind and contentment in his life. Whosoever may remain meditating in renunciation in the memory of his separation from His Holy Spirit; with His mercy and grace, he may become very fortunate.

5 ਜਮਦੂਤ - **Demons of worldly Wealth**
ਕਾਮ, ਕਰੋਧ, ਲੋਭ, ਮੋਹ, ਅਹੰਕਾਰ
sexual urge with strange partner, anger, greed, attachments, and ego

ਗੁਰ ਤੇ ਮੁਹੁ ਫੇਰੇ ਜੇ ਕੋਈ, gur tay muhu fayray jay ko-ee
ਗੁਰ ਕਾ ਕਹਿਆ ਨ ਚਿਤਿ ਧਰੈ॥ gur kaa kahi-aa na chit Dharai.
ਕਰਿ ਆਚਾਰ ਬਹੁ ਸੰਪਉ ਸੰਚੈ, kar aachaar baho sampa-o sanchai
ਜੋ ਕਿਛੁ ਕਰੈ ਸੁ ਨਰਕਿ ਪਰੈ॥੪॥ jo kichh karai so narak parai. ||4||

ਜਿਹੜਾ ਪ੍ਰਭ ਦੇ ਸ਼ਬਦ ਦੀ ਸਿਖਿਆਂ, ਭਾਣੇ ਨੂੰ ਵਿਚਾਰਦਾ ਨਹੀਂ । ਆਪਣੀਆਂ ਬਣਾਈਆਂ ਬਣਤਾਂ, ਮਨ ਦੀਆਂ ਇੱਛਾਂ ਦਾ ਗੁਲਾਮ ਬਣਕੇ ਜੀਵਨ ਬਤੀਤ ਕਰਦਾ ਹੈ । ਅਖੀਰ ਵਿੱਚ ਆਪਣੇ ਕੀਤੇ ਕੰਮਾਂ ਨਾਲ ਨਰਕ ਵਿੱਚ ਹੀ ਜਾਂਦਾ ਹੈ । ਪ੍ਰਭ ਦੀ ਦਰਗਾਹ ਵਿੱਚ ਸ਼ਰਮਿੰਦਗੀ ਹੀ ਮਿਲਦੀ ਹੈ ।

Whosoever may not adopt the teachings of His Word in his human life journey. He may waste his human life opportunity, following the lead of the demons of his worldly desires. He may remain in hell, in the cycle of birth and death. He may only be rebuked, embarrassed in His Court.

ਏਕੋ ਸਬਦੁ ਏਕੋ ਪ੍ਰਭੁ ਵਰਤੈ, ayko sabad ayko parabh vartai
ਸਭ ਏਕਸੁ ਤੇ ਉਤਪਤਿ ਚਲੈ॥ sabh aykas tay utpat chalai.
ਨਾਨਕ ਗੁਰਮੁਖਿ ਮੇਲਿ ਮਿਲਾਏ, naanak gurmukh mayl milaa-ay
ਗੁਰਮੁਖਿ ਹਰਿ ਹਰਿ ਜਾਇ ਰਲੈ॥੫॥੬॥ gurmukh har har jaa-ay ralai. ||5||6||

ਪ੍ਰਭ ਦਾ ਇੱਕੋ ਇੱਕ ਹੀ ਸ਼ਬਦ ਹਰਇੱਕ ਜੀਵ ਤੇ ਇੱਕ ਤਰ੍ਹਾਂ ਹੀ ਵਾਪਰਦਾ ਹੈ । ਗੁਰਮਖ ਜੀਵ ਪ੍ਰਭ ਦੇ ਭਾਣੇ ਨੂੰ ਅਟਲ ਬਖਸ਼ਿਸ਼ ਸਮਝਦਾ ਹੈ, ਦੁਖ, ਸੁਖ ਵਿੱਚ ਖੇੜੇ ਵਿੱਚ ਹੀ ਰਹਿੰਦਾ ਹੈ । ਉਸ ਨੂੰ ਅਸਲੀ ਰਸਤਾ ਬਖਸ਼ਿਸ਼ ਹੋ ਜਾਂਦਾ, ਦਰਗਾਹ ਵਿੱਚ ਪ੍ਰਵਾਨ ਹੋ ਜਾਂਦਾ ਹੈ ।

His Command, Nature, His Word may prevail same way in the life of every creature. Whosoever may accept His Command as an Ultimate Worthy Blessings. He may remain contented with his own worldly environment. He may be blessed with the right path of acceptance in His Court.

132.(3-7) ਪ੍ਰਭਾਤੀ ਮਹਲਾ ੩॥ (1334-19)

ਮੇਰੇ ਮਨ ਗੁਰੁ ਅਪਣਾ ਸਾਲਾਹਿ॥ mayray man gur apnaa saalaahi.
ਪੂਰਾ ਭਾਗੁ ਹੋਵੈ ਮੁਖਿ ਮਸਤਕਿ, pooraa bhaag hovai mukh mastak
ਸਦਾ ਹਰਿ ਕੇ ਗੁਣ ਗਾਹਿ॥੧॥ ਰਹਾਉ॥ sadaa har kay gun gaahi. ||1|| rahaa-o.

ਅਸਲੀ ਮਾਲਕ, ਪ੍ਰਭ ਦੇ ਸ਼ਬਦ ਦਾ ਸਿਮਰਨ ਅਡੋਲ ਭਰੋਸੇ ਨਾਲ ਕਰੋ! ਜਿਹੜੇ ਜੀਵ ਦੇ ਧੁਰੋ ਹੀ ਚੰਗੇ ਭਾਗ ਲਿਖੇ ਹੁੰਦੇ ਹਨ । ਉਸ ਨੂੰ ਹੀ ਸਵਾਸ ਸਵਾਸ ਸਿਮਰਨ ਕਰਨ ਦੀ ਲਗਨ ਬਖਸ਼ਿਸ਼ ਹੁੰਦੀ ਹੈ ।

You should meditate on the teachings of His Word, The True Master of the universe with steady and stable belief. Whosoever may have a great prewritten destiny, only he may remain devoted, intoxicated in meditation in the void of His Word.

ਅੰਮ੍ਰਿਤ ਨਾਮੁ ਭੋਜਨੁ ਹਰਿ ਦੇਇ॥ amrit naam bhojan har day-ay.
ਕੋਟਿ ਮਧੇ ਕੋਈ ਵਿਰਲਾ ਲੇਇ॥ kot maDhay ko-ee virlaa lay-ay.
ਜਿਸ ਨੋ ਅਪਣੀ ਨਦਰਿ ਕਰੇਇ॥੧॥ jis no apnee nadar karay-i. ||1||

ਪ੍ਰਭ, ਅਮੋਲਕ ਸ਼ਬਦ ਦੀ ਸੋਝੀ ਦਾ ਭੰਡਾਰ ਸਾਰੀ ਸ੍ਰਿਸ਼ਟੀ ਨੂੰ ਹੀ ਬਖਸ਼ਦਾ ਹੈ । ਵਿਰਲਾ ਹੀ ਅਡੋਲ ਭਰੋਸੇ ਨਾਲ ਸਿਮਰਨ ਕਰਦਾ ਹੈ, ਪ੍ਰਭ ਦੀ ਹੋਂਦ ਆਪਣੇ ਮਨ ਵਿਚੋਂ ਹੀ ਅਨੁਭਵ ਕਰਦਾ ਹੈ । ਜਿਸ ਨੂੰ ਪ੍ਰਭ ਆਪ ਹੀ ਲਗਨ ਬਖਸ਼ਦਾ ਹੈ, ਉਹ ਹੀ ਸਿਮਰਨ ਵਿੱਚ ਅਡੋਲ, ਲੀਨ ਰਹਿੰਦਾ ਹੈ ।

The True Master blesses the treasure of enlightenment of the essence of His Word to all creatures of His Creation. However, very few may meditate on the teachings of His Word with steady and stable belief in his day-to-day life; with His mercy and grace, he may realize His Holy Spirit prevailing everywhere. Whosoever may be blessed with devotion to obey the teachings of His Word, only he may remain intoxicated in meditation in the void of His Word.

ਗੁਰ ਕੇ ਚਰਣ ਮਨ ਮਾਹਿ ਵਸਾਇ॥ gur kay charan man maahi vasaa-ay.
ਦੁਖੁ ਅਨ੍ਹੇਰਾ ਅੰਦਰਹੁ ਜਾਇ॥ dukh anHayraa andrahu jaa-ay.
ਆਪੇ ਸਾਚਾ ਲਏ ਮਿਲਾਇ॥੨॥ aapay saachaa la-ay milaa-ay. ||2||

ਜਿਹੜਾ ਜੀਵ ਆਪਾ ਤਿਆਗਦਾ, ਪ੍ਰਭ ਦੇ ਚਰਨਾਂ ਵਿੱਚ ਆਪਾ ਭੇਟਾ ਕਰਦਾ ਹੈ । ਉਸ ਜੀਵ ਦੇ ਮਨ ਦਾ ਅੰਧੇਰਾ ਦੂਰ ਹੋ ਜਾਂਦਾ ਹੈ । ਉਸ ਨੂੰ ਪ੍ਰਭ ਦੀ ਹੋਂਦ ਅਨੁਭਵ ਹੋ ਜਾਂਦੀ ਹੈ । ਪ੍ਰਭ ਆਪ ਹੀ ਉਸ ਦੀ ਆਤਮਾ ਨੂੰ ਆਪਣੇ ਵਿੱਚ ਅਭੇਦ ਕਰ ਲੈਂਦਾ ਹੈ ।

Whosoever may renounce his worldly desires and surrenders his self-identity at His Sanctuary; with His mercy and grace, his ignorance from the teachings of His Word may be eliminated. He may realize His Holy Spirit prevailing everywhere. He may be blessed with the right path of acceptance in His Court; with His mercy and grace, his soul may be immersed within His Holy Spirit.

ਗੁਰ ਕੀ ਬਾਣੀ ਸਿਉ ਲਾਇ ਪਿਆਰੁ॥ gur kee banee si-o laa-ay pi-aar.
ਐਥੈ ਓਥੈ ਏਹੁ ਅਧਾਰੁ॥ aithai othai ayhu aDhaar.
ਆਪੇ ਦੇਵੈ ਸਿਰਜਨਹਾਰੁ॥੩॥ aapay dayvai sirjanhaar. ||3||

ਪ੍ਰਭ ਦੇ ਸ਼ਬਦ ਦੇ ਸਿਮਰਨ ਵਿੱਚ ਲਗਨ ਅਡੋਲ ਰਖੋ! ਪ੍ਰਭ ਹੀ ਜਨਮ ਵਿੱਚ ਅਤੇ ਮੌਤ ਤੇ ਪਿਛੋਂ ਵੀ ਆਪ ਹੀ ਵਾਪਰਦਾ ਹੈ । ਪ੍ਰਭ ਸਭ ਕੁਝ ਆਪ ਹੀ ਦੇਖਦਾ ਅਤੇ ਪ੍ਰਵਾਨ ਕਰਦਾ ਹੈ ।

You should remain intoxicated in meditating on the teachings of His Word. The True Master prevails in worldly life and after death in His Court. The True Master creates, nourishes, and monitor all events in His Nature and only He may accept the earnings of His true devotee.

ਸਚਾ ਮਨਾਏ ਅਪਣਾ ਭਾਣਾ॥ sachaa manaa-ay apnaa bhaanaa.
ਸੋਈ ਭਗਤੁ ਸੁਘੜੁ ਸੋੁਜਾਣਾ॥ so-ee bhagat sugharh sojaanaa.
ਨਾਨਕੁ ਤਿਸ ਕੈ ਸਦ ਕੁਰਬਾਣਾ॥ naanak tis kai sad kurbaanaa.
੪॥੭॥੧੭॥੭॥੨੪॥ ||4||7||17||7||24||

ਜਿਸ ਨੂੰ ਪ੍ਰਭ ਆਪਣੀ ਰਹਿਮਤ ਨਾਲ ਸਿਮਰਨ ਦੇ ਰਸਤੇ ਤੇ ਪਾਉਂਦਾ, ਲਗਨ ਬਖਸ਼ਦਾ ਹੈ । ਉਹ ਹੀ ਸਿਮਰਨ ਵਿੱਚ ਅਡੋਲ ਹੋ ਜਾਂਦਾ ਹੈ, ਉਸ ਨੂੰ ਆਪ ਹੀ ਸੋਝੀ ਬਖਸ਼ਦਾ ਹੈ । ਉਹ ਜੀਵ ਵੱਡੀ ਕਿਸਮਤ ਵਾਲਾ ਹੁੰਦਾ ਹੈ, ਪੂਜਣ ਯੋਗ ਬਣ ਜਾਂਦਾ ਹੈ ।

Whosoever may be blessed with devotion to meditate on the teachings of His Word. He may remain steady and stable on the right path of meditation; with His mercy and grace, he may be blessed with the enlightenment of the essence of His Word. He may become very fortunate and becomes worthy of worship in his worldly life.

133.ਪ੍ਰਭਾਤੀ ਮਹਲਾ ੪ ਬਿਭਾਸ॥ 1335-6

ੴ ਸਤਿਗੁਰ ਪ੍ਰਸਾਦਿ॥ ik-oNkaar satgur parsaad.
ਰਸਕਿ ਰਸਕਿ ਗੁਨ ਗਾਵਹ ਗੁਰਮਤਿ, rasak rasak gun gaavah gurmat
ਲਿਵ ਉਨਮਨਿ ਨਾਮਿ ਲਗਾਨ॥ liv unman naam lagaan.
ਅੰਮ੍ਰਿਤੁ ਰਸੁ ਪੀਆ ਗੁਰ ਸਬਦੀ, amrit ras pee-aa gur sabdee
ਹਮ ਨਾਮ ਵਿਟਹੁ ਕੁਰਬਾਨ॥੧॥ ham naam vitahu kurbaan. ||1||

ਧਾਰਮਕ ਬਾਣੀ ਦੀ ਸਿਖਿਆਂ ਮੈਂ ਸਵਾਸ ਸਵਾਸ ਪ੍ਰਭ ਦੀ ਉਸਤਤ ਗਾਉਂਦਾ ਹਾ । ਉਸ ਨਾਲ ਪ੍ਰਭ ਦੇ ਸਿਮਰਨ ਵਿੱਚ ਲਿਵ ਲਗੀ ਹੈ । ਮੈਂ ਅੰਮ੍ਰਿਤ ਭਰੀ ਬਾਣੀ ਦਾ ਰਸ ਮਾਨਦਾ ਹਾ । ਮੈਂ ਪ੍ਰਭ ਦੇ ਸ਼ਬਦ ਦੀ ਸਿਖਿਆਂ ਤੋ ਕੁਰਬਾਨ ਜਾਂਦਾ ਹਾ ।

By reading and comprehending the teachings of the religious Holy Scripture; I am singing the glory of The True Master with every breath. I remain intoxicated in meditation in the void of His Word. I am cherishing the ambrosial nectar of the essence of His Word. I am fascinating and astonished from the teachings of His Word.

ਹਮਰੇ ਜਗਜੀਵਨ ਹਰਿ ਪ੍ਰਾਨ॥ hamray jagjeevan har paraan.
ਹਰਿ ਊਤਮੁ ਰਿਦ ਅੰਤਰਿ ਭਾਇਓ, har ootam rid antar bhaa-i-o
ਗੁਰਿ ਮੰਤੁ ਦੀਓ ਹਰਿ ਕਾਨ॥੧॥ ਰਹਾਉ॥ gur mant dee-o har kaan. ||1|| rahaa-o.

ਪ੍ਰਭ ਹੀ ਸਭ ਸ੍ਰਿਸ਼ਟੀ ਨੂੰ ਜੀਵਨ, ਸਵਾਸ ਬਖਸ਼ਣ ਵਾਲਾ ਮਾਲਕ ਹੈ । ਆਪਣੇ ਕੰਨੀ ਪ੍ਰਭ ਦੇ ਸ਼ਬਦ ਦੇ ਦੀ ਸਿਖਿਆਂ ਸੁਣਨ ਨਾਲ, ਸ਼ਬਦ ਮਨ ਵਿੱਚ ਘਰ ਕਰ ਗਿਆ ਹੈ ।

The True Master, Creator blesses a new life and capital of breathes to His Creation. By listening to the sermons of His Word with my ears; with His mercy and grace, I have been drenched with the essence of His Word.

ਆਵਹੁ ਸੰਤ ਮਿਲਹੁ ਮੇਰੇ ਭਾਈ, aavhu sant milhu mayray bhaa-ee
ਮਿਲਿ ਹਰਿ ਹਰਿ ਨਾਮੁ ਵਖਾਨ॥ mil har har naam vakhaan.
ਕਿਤੁ ਬਿਧਿ ਕਿਉ ਪਾਈਐ ਪ੍ਰਭੁ ਅਪੁਨਾ, kit biDh ki-o paa-ee-ai parabh apunaa
ਮੋ ਕਉ ਕਰਹੁ ਉਪਦੇਸੁ ਹਰਿ ਦਾਨ॥੨॥ mo ka-o karahu updays har daan. ||2||

ਮੇਰੇ ਪਿਆਰੇ ਮਿੱਤਰੋ! ਰਲਕੇ ਪ੍ਰਭ ਦੇ ਸ਼ਬਦ ਦਾ ਵਿਚਾਰ, ਵਖਿਆਨ ਕਰੀਏ । ਸੰਤ ਤੋ ਪ੍ਰਭ ਦੀ ਪ੍ਰਵਾਨਗੀ ਦੇ ਰਸਤੇ ਦੀ ਸੋਝੀ ਪ੍ਰਾਪਤ ਕਰੀਏ! ਪ੍ਰਭ ਰਹਿਮਤ ਬਖਸ਼ੋ! ਕਿਸਤਰ੍ਹਾਂ ਆਪਣਾ ਜੀਵਨ ਢਾਲਾਣ ਨਹੀਂ ਤੇਰੇ ਦਰਬਾਰ ਵਿੱਚ ਪ੍ਰਵਾਨਗੀ ਦਾ ਰਸਤਾ ਬਖਸ਼ਿਸ਼ ਹੋ ਸਕਦਾ ਹੈ? ਪ੍ਰਭ ਦੇ ਸ਼ਬਦ ਦੀ ਸਿਖਿਆਂ ਹੀ ਪ੍ਰਵਾਨਗੀ ਦਾ ਅਸਲੀ ਰਸਤਾ ਹੈ ।

Let us joint the conjugation of His Holy saint and contemplate the essence of His Word. The life experience teachings of His Holy saint may be the right path of meditation to become worthy of Your Consideration. My True Master enlighten me! What may I adopt in my day-to-day life to become worthy of Your Consideration? How may I be blessed with the right path of acceptance in Your Court?

ਸਤਸੰਗਤਿ ਮਹਿ ਹਰਿ ਹਰਿ ਵਸਿਆ, satsangat meh har har vasi-aa
ਮਿਲਿ ਸੰਗਤਿ ਹਰਿ ਗੁਨ ਜਾਨ॥ mil sangat har gun jaan.
ਵਡੈ ਭਾਗਿ ਸਤਸੰਗਤਿ ਪਾਈ, vadai bhaag satsangat paa-ee
ਗੁਰੁ ਸਤਿਗੁਰੁ ਪਰਸਿ ਭਗਵਾਨ॥੩॥ gur satgur paras bhagvaan. ||3||

ਸੰਤ ਸਰੂਪ ਜੀਵਾਂ ਦੀ ਸੰਗਤ ਵਿੱਚ ਪ੍ਰਭ ਪਰਤੱਖ ਰਹਿੰਦਾ ਹੈ । ਉਦਮ ਕਰਕੇ, ਸੰਗਤ ਵਿੱਚ ਮਿਲਕੇ ਪ੍ਰਭ ਦੇ ਸ਼ਬਦ ਦਾ ਸਿਮਰਨ ਕਰੋ । ਜਿਸ ਦੇ ਵੱਡੇ ਭਾਗ ਹੁੰਦੇ ਹਨ, ਉਸ ਨੂੰ ਹੀ ਸੰਤ ਸਰੂਪ ਦੀ ਸੰਗਤ ਬਖਸ਼ਿਸ਼ ਹੁੰਦੀ ਹੈ । ਉਸ ਨੂੰ ਪ੍ਰਵਾਨਗੀ ਦਾ ਰਸਤਾ ਬਖਸ਼ਿਸ਼ ਹੋ ਜਾਂਦਾ ਹੈ ।

The True Master remains very merciful and gracious in the conjugation of His Holy saint. Let us join the association, conjugation of His Holy saint and meditate on the teachings of His Word. Whosoever may have a great prewritten destiny, only he may be blessed with the conjugation of His Holy saint. He may be blessed with the right path of acceptance in His Court.

ਗੁਨ ਗਾਵਹ ਪ੍ਰਭ ਅਗਮ ਠਾਕੁਰ ਕੇ, gun gaavah parabh agam thaakur kay
ਗੁਨ ਗਾਇ ਰਹੇ ਹੈਰਾਨ॥ gun gaa-ay rahay hairaan.
ਜਨ ਨਾਨਕ ਕਉ ਗੁਰਿ ਕਿਰਪਾ ਧਾਰੀ, jan naanak ka-o gur kirpaa Dhaaree
ਹਰਿ ਨਾਮੁ ਦੀਓ ਖਿਨ ਦਾਨ॥੪॥੧॥ har naam dee-o khin daan. ||4||1||

ਜੀਵ, ਉਸ ਪਹੁੰਚ ਤੋ ਉਪਰ ਦੇ ਗੁਣ ਗਾਵੋ! ਪ੍ਰਭ ਦੀਆਂ ਅਚੰਭੇ ਕਰਨ ਵਾਲੀਆਂ ਕਰਾਮਾਤਾਂ ਦੇ ਸਦਕੇ ਜਾਈਏ! ਜਿਸ ਤੇ ਪ੍ਰਭ ਦੀ ਰਹਿਮਤ ਨਜ਼ਰ ਬਖਸ਼ਦਾ ਹੈ । ਉਸ ਦੇ ਭਾਗਾਂ ਵਿੱਚ ਹੀ ਪ੍ਰਭ ਦੇ ਸਿਮਰਨ ਕਰਨ ਦੀ ਲਗਨ ਬਖਸ਼ਿਸ਼ ਹੋ ਸਕਦੀ ਹੈ ।

You should sing the glory of inaccessible True Master! I may remain fascinated from the astonishing miracles of The True Master. Whosoever may be bestowed with His Blessed Vision; he may remain intoxicated in meditation on the teachings of His Word.

134.(4-2) ਪ੍ਰਭਾਤੀ ਮਹਲਾ ੪॥ (1335-13)

ਉਗਵੈ ਸੂਰੁ ਗੁਰਮੁਖਿ ਹਰਿ ਬੋਲਹਿ, ugvai soor gurmukh har boleh
ਸਭ ਰੈਨਿ ਸਮ੍ਾਲਹਿ ਹਰਿ ਗਾਲ॥ sabh rain samHaalih har gaal.
ਹਮਰੈ ਪ੍ਰਭਿ ਹਮ ਲੋਚ ਲਗਾਈ, hamrai parabh ham loch lagaa-ee
ਹਮ ਕਰਹ ਪ੍ਰਭੂ ਹਰਿ ਭਾਲ॥੧॥ ham karah parabhoo har bhaal. ||1||

ਗੁਰਮਖ ਸਵੇਰੇ ਉਠ ਤੋ ਸੌਣ ਤੀਕ ਹੀ ਸਵਾਸ ਗਰਾਸ ਸਿਮਰਨ ਕਰਦਾ ਹੈ । ਪ੍ਰਭ ਆਪ ਹੀ ਜੀਵ ਦੀ ਲਗਨ ਲਾਉਂਦਾ, ਆਪ ਹੀ ਜੀਵ ਤੋ ਲਿਵ ਲਵਾਉਂਦਾ ਹੈ । ਜਿਹੜਾ ਜੀਵ ਪ੍ਰਭ ਦੇ ਸ਼ਬਦ ਦੀ ਸੋਝੀ ਮਨ ਅੰਦਰੋਂ ਖੋਜਦਾ ਰਹਿੰਦਾ ਹੈ । ਉਸ ਦਾ ਮਨ ਹੌਲੀ ਹੌਲੀ ਉਜਲ ਹੁੰਦਾ ਹੈ ।

His true devotee may start his day meditating and remains intoxicated with each breath till sleeping. His true devotee may be blessed with devotion to meditate on the teachings of His Word with steady and stable on the path of meditation. Whosoever may remain consistent to search the essence of His Word; with His mercy and grace, slowly, his soul may be sanctified.

ਮੇਰਾ ਮਨੁ ਸਾਧੂ ਧੂਰਿ ਰਵਾਲ॥ mayraa man saaDhoo Dhoor ravaal.
ਹਰਿ ਹਰਿ ਨਾਮੁ ਦ੍ਰਿੜਾਇਓ ਗੁਰਿ ਮੀਠਾ, har har naam darirh-aa-i-o gur meethaa
ਗੁਰ ਪਗ ਝਾਰਹ ਹਮ ਬਾਲ॥੧॥ ਰਹਾਉ॥ gur pag jhaarah ham baal. ||1|| rahaa-o.

ਪ੍ਰਭ ਆਪਣੀ ਰਹਿਮਤ ਨਾਲ ਮਨ ਵਿੱਚ ਇਤਨੀ ਨਿਮਰਤਾ ਬਖਸ਼ੋ! ਮੈਨੂੰ ਸੰਤ ਸਰੂਪ ਦੇ ਪੈਰਾਂ ਦੀ ਧੂੜ ਆਪਣੇ ਸਿਰ ਦੇ ਵਾਲਾ ਨਾਲ ਸਾਫ ਕਰਨ ਨਾਲ ਵੀ ਕੋਈ ਸੰਕੋਚ ਨਾ ਹੋਵੇ ।

My True Master, blesses me such a humility in my life. I may not hesitate to clean the dust of the feet of His Holy saint with my hair.

ਸਾਕਤ ਕਉ ਦਿਨੁ ਰੈਨਿ ਅੰਧਾਰੀ, saakat ka-o din rain anDhaaree
ਮੋਹਿ ਫਾਥੇ ਮਾਇਆ ਜਾਲ॥ mohi faathay maa-i-aa jaal.
ਖਿਨੁ ਪਲੁ ਹਰਿ ਪ੍ਰਭੁ ਰਿਦੈ ਨ ਵਸਿਓ, khin pal har parabh ridai na vasi-o
ਰਿਨਿ ਬਾਧੇ ਬਹੁ ਬਿਧਿ ਬਾਲ॥੨॥ rin baaDhay baho biDh baal. ||2||

ਸਾਕਤ, ਮਨਮੁਖ ਜੀਵ ਮੋਹ ਦੇ ਚੱਕਰ ਵਿੱਚ ਇਤਨਾ ਫਸਿਆ ਰਹਿੰਦਾ ਹੈ । ਉਸ ਨੂੰ ਪ੍ਰਭ ਦੇ ਸ਼ਬਦ ਦਾ ਸਿਮਰਨ ਕਰਨ ਦਾ ਖਿਆਲ ਵੀ ਨਹੀਂ ਆਉਂਦਾ । ਉਸ ਦਾ ਮਨ, ਰੋਮ, ਰੋਮ ਸੰਸਾਰਕ ਧਨ, ਮੋਹ ਵਿੱਚ ਫਸਿਆ ਰਹਿੰਦਾ ਹੈ ।

Self-minded may remain intoxicated in the sweet poison of worldly wealth; he may never even think about meditating on the teachings of His Word. He may remain intoxicated, drenched with each fiber of his flesh.

ਸਤਸੰਗਤਿ ਮਿਲਿ ਮਤਿ ਬੁਧਿ ਪਾਈ, satsangat mil mat buDh paa-ee
ਹਉ ਛੂਟੇ ਮਮਤਾ ਜਾਲ॥ ha-o chhootay mamtaa jaal.
ਹਰਿ ਨਾਮਾ ਹਰਿ ਮੀਠ ਲਗਾਨਾ, har naamaa har meeth lagaanaa
ਗੁਰਿ ਕੀਏ ਸਬਦਿ ਨਿਹਾਲ॥੩॥ gur kee-ay sabad nihaal. ||3||

ਮੈਂ ਵੀ ਸੰਤ ਸਰੂਪ ਜੀਵ ਦੀ ਸੰਗਤ ਕਰਕੇ ਇਹ ਸੋਝੀ ਪਾਈ ਹੈ । ਜਿਸ ਨਾਲ ਸੰਸਾਰਕ ਮਾਇਆ ਦਾ ਜੰਜਾਲ ਦੂਰ ਹੋ ਗਿਆ ਹੈ । ਹੁਣ ਮਨ ਪ੍ਰਭ ਦੇ ਸ਼ਬਦ ਦੀ ਪਾਲਣਾ ਵਿੱਚ ਅਡੋਲ ਹੋ ਗਿਆ ਹੈ । ਮੇਰੇ ਮਨ ਨੂੰ ਸ਼ਬਦ ਦੀ ਪਾਲਣਾ ਨਾਲ ਹੀ ਸ਼ਾਂਤੀ, ਸੰਤੋਖ ਬਖਸ਼ਿਸ਼ ਹੋ ਗਿਆ ਹੈ ।

By joining the conjugation of His Holy saint; I have been enlightened with the essence of His Nature. I have conquered my greed, attachment with worldly wealth. I am obeying the teachings of His Word with steady and stable belief in my day-to-day life; with His mercy and grace, I have been blessed, realized peace of mind and contentment in my day-to-day life.

ਹਮ ਬਾਰਿਕ ਗੁਰ ਅਗਮ ਗੁਸਾਈ, ham baarik gur agam gusaa-ee
ਗੁਰ ਕਰਿ ਕਿਰਪਾ ਪ੍ਰਤਿਪਾਲ॥ gur kar kirpaa partipaal.
ਬਿਖੁ ਭਉਜਲ ਡੁਬਦੇ ਕਾਢਿ ਲੇਹੁ, bikh bha-ojal dubday kaadh layho
ਪ੍ਰਭ ਗੁਰ ਨਾਨਕ ਬਾਲ ਗੁਪਾਲ॥੪॥੨॥ parabh gur naanak baal gupaal. ||4||2||

ਪ੍ਰਭ, ਜੀਵ ਦੀ ਪਹੁੰਚ ਤੋਂ ਉਪਰ ਹੈ, ਮਾਨਸ, ਬੱਚੇ ਦੀ ਤਰ੍ਹਾਂ ਅਣਜਾਣ ਹੈ । ਜਿਸ ਤੇ ਪ੍ਰਭ ਰਹਿਮਤ ਬਖਸ਼ਕੇ ਸ਼ਬਦ ਦੇ ਲੜ ਲਾਉਂਦਾ ਹੈ । ਉਸ ਡੁਬਦੇ ਨੂੰ ਵੀ ਪਾਰ ਲੈ ਜਾਂਦਾ ਹੈ, ਗਲਤ ਤਸਤੇ ਤੋਂ ਰੋਕਦਾ, ਪ੍ਰਵਾਨਗੀ ਦੇ ਰਸਤੇ ਤੇ ਅਡੋਲ ਰਖਦਾ ਹੈ ।

The True Master remains beyond the reach of His Creation, human may be an ignorant like a child. Whosoever may be blessed with devotion to obey the teachings of His Word; with His mercy and grace, even His drowning true devotee may be diverted from the wrong path to the right path of acceptance in His Court and saved.

135. (4-3) ਪ੍ਰਭਾਤੀ ਮਹਲਾ ੪॥ (1335-19)

ਇਕੁ ਖਿਨੁ ਹਰਿ ਪ੍ਰਭਿ ਕਿਰਪਾ ਧਾਰੀ, ik khin har parabh kirpaa Dhaaree
ਗੁਨ ਗਾਏ ਰਸਕ ਰਸੀਕ॥ gun gaa-ay rasak raseek.
ਗਾਵਤ ਸੁਨਤ ਦਾਊ ਭਏ ਮੁਕਤੇ, gaavat sunat do-oo bha-ay muktay
ਜਿਨਾ ਗੁਰਮੁਖਿ ਖਿਨੁ ਹਰਿ ਪੀਕ॥੧॥ jinaa gurmukh khin har peek. ||1||

ਪ੍ਰਭ ਨੇ ਇੱਕ ਪਲ ਵਿੱਚ ਹੀ ਆਪਣੀ ਰਹਿਮਤ ਨਾਲ ਮਨ ਵਿੱਚ ਖੇੜਾ ਬਖਸ਼ਿਆ ਹੈ । ਮੈਂ ਸਵਾਸ, ਸਵਾਸ ਪ੍ਰਭ ਦੇ ਧੰਨਵਾਦ ਦੇ ਗੁਣ ਗਾਉਂਦਾ ਹਾ । ਜਿਹੜਾ ਇੱਕ ਪਲ ਵੀ ਪ੍ਰਭ ਦਾ ਸ਼ਬਦ ਸੁਣਦਾ, ਜਾ ਗਾਉਂਦਾ ਹੈ । ਉਹ ਦੋਨਾਂ ਨੂੰ ਹੀ ਮੁਕਤੀ ਦਾ ਰਸਤਾ ਬਖਸ਼ਿਸ਼ ਹੋ ਜਾਂਦਾ, ਮਾਨਸ ਜਨਮ ਸਫਲ ਹੋ ਜਾਂਦਾ ਹੈ ।

Whosoever may be bestowed with His Blessed Vision, he may realize blossom in his worldly life in a twinkle of eyes. I am singing His gratitude with each breath. Whosoever may listen to sermons of His Word or sings the glory of His Word, even for a moment; with His mercy and grace, both may be blessed with the right path of acceptance in His Court. His human life opportunity may be rewarded.

ਮੇਰੈ ਮਨਿ ਹਰਿ ਹਰਿ ਰਾਮ ਨਾਮੁ ਰਸੁ ਟੀਕ॥ mayrai man har har raam naam ras teek.
ਗੁਰਮਖ ਨਾਮੁ ਸੀਤਲ ਜਲੁ ਪਾਇਆ, gurmukh naam seetal jal paa-i-aa
ਹਰਿ ਹਰਿ ਨਾਮੁ ਪੀਆ ਰਸੁ ਝੀਕ॥੧॥ har har naam pee-aa ras jheek. ||1||
ਰਹਾਉ॥ rahaa-o.

ਜਿਹੜਾ ਪ੍ਰਭ ਦੇ ਸ਼ਬਦ ਦੀ ਸਿਖਿਆਂ ਤੇ ਅਡੋਲ ਭਰੋਸਾ ਰਖਕੇ, ਸ਼ਬਦ ਨਾਲ ਜੀਵਨ ਢਾਲਦਾ ਹੈ । ਉਸ ਦੇ ਮਨ ਵਿੱਚ ਸ਼ਾਂਤੀ, ਸੰਤੋਖ ਰਚ ਜਾਂਦਾ ਹੈ । ਪ੍ਰਭ ਦੀ ਹੌਂਦ ਅਨੁਭਵ ਹੋ ਜਾਂਦੀ ਹੈ ।

Whosoever may adopt the teachings of His Word with steady and stable belief in his day-to-day life. He may remain overwhelmed with peace of mind and contentment in day-to-day life; with His mercy and grace, he may realize His Holy Spirit prevailing everywhere.

ਜਨ ਹਰਿ ਹਿਰਦੈ ਪ੍ਰੀਤਿ ਲਗਾਨੀ, jin har hirdai pareet lagaanee
ਤਿਨਾ ਮਸਤਕਿ ਊਜਲ ਟੀਕ॥ tinaa mastak oojal teek.
ਹਰਿ ਜਨ ਸੋਭਾ ਸਭ ਜਗ ਊਪਰਿ, har jan sobhaa sabh jag oopar
ਜਿਉ ਵਿਚਿ ਉਡਵਾ ਸਸਿ ਕੀਕ॥੨॥ ji-o vich udvaa sas keek. ||2||

ਜਿਸ ਜੀਵ ਦੇ ਹਿਰਦੇ ਵਿੱਚ ਪ੍ਰਭ ਦੇ ਸ਼ਬਦ ਦੀ ਪਾਲਣਾ ਦੀ ਲਗਨ ਲਗ ਜਾਂਦੀ ਹੈ । ਉਸ ਦੇ ਮੱਥਾ ਤੇ ਪ੍ਰਭ ਦਾ ਨੂਰ ਚਮਕਦਾ ਹੈ । ਉਸ ਦੀ ਸੰਸਾਰ ਵਿੱਚ ਵੀ ਸੋਭਾ ਹੋਣ ਲਗ ਪੈਂਦੀ ਹੈ । ਉਹ ਦੀ ਸੰਸਾਰ ਵਿੱਚ ਇਸਤਰ੍ਹਾਂ ਪਛਾਣ ਹੁੰਦੀ ਹੈ । ਜਿਵੇਂ ਤਾਰਿਆਂ ਵਿੱਚ ਚੰਦ ਹੁੰਦਾ ਹੈ ।

Whosoever may be blessed with devotion to obey the teachings of His Word; with His mercy and grace, the eternal glow of His Holy Spirit may be shining on his forehead. He may be recognized in his worldly life as Moon among stars.

ਜਿਨ ਹਰਿ ਹਿਰਦੈ ਨਾਮੁ ਨ ਵਸਿਓ, jin har hirdai naam na vasi-o
ਤਿਨ ਸਭਿ ਕਾਰਜ ਫੀਕ॥ tin sabh kaaraj feek.
ਜੈਸੇ ਸੀਗਾਰੁ ਕਰੈ ਦੇਹ ਮਾਨੁਖ, jaisay seegaar karai dayh maanukh
ਨਾਮ ਬਿਨਾ ਨਕਟੇ ਨਕ ਕੀਕ॥੩॥ naam binaa naktay nak keek. ||3||

ਜਿਸ ਦੇ ਮਨ ਵਿੱਚ ਪ੍ਰਭ ਦੇ ਸ਼ਬਦ ਤੇ ਭਰੋਸਾ ਅਡੋਲ ਨਹੀਂ ਹੁੰਦਾ । ਉਸ ਦਾ ਜੀਵਨ ਬਿਰਥਾ ਹੀ ਬੀਤ ਜਾਂਦਾ ਹੈ । ਉਹ ਸੰਸਾਰਕ ਜੀਵਨ ਝੂਠੀ ਸ਼ੋਰ ਸ਼ੋਕਤ ਨਾਲ ਹੀ ਬਤੀਤ ਕਰਕੇ ਚਲੇ ਜਾਂਦਾ ਹੈ । ਅੰਤ ਨੂੰ ਉਸ ਦੇ ਦਰਗਾਹ ਤੇ ਸ਼ਰਮਿੰਦਗੀ ਹੀ ਮਿਲਦੀ ਹੈ ।

Whosoever may not have steady and stable belief on His Blessings, nor obey the teachings of His Word. He may waste his priceless human life opportunity in fantasy, illusion, and false glory. In the end, he may be embarrassed in His Court.

ਘਟਿ ਘਟਿ ਰਮਈਆ ਰਮਤ ਰਾਮ ਰਾਇ, ghat ghat rama-ee-aa ramat raam raa-ay
ਸਭ ਵਰਤੈ ਸਭ ਮਹਿ ਈਕ॥ sabh vartai sabh meh eek.
ਜਨ ਨਾਨਕ ਕਉ ਹਰਿ ਕਿਰਪਾ ਧਾਰੀ, jan naanak ka-o har kirpaa Dhaaree
ਗੁਰ ਬਚਨ ਧਿਆਇਓ ਘਰੀ ਮੀਕ॥੪॥੩॥ gur bachan Dhi-aa-i-o gharee meek. ||4||3

ਪ੍ਰਭ ਹਰਇੱਕ ਆਤਮਾਂ ਵਿੱਚ ਇੱਕ ਤਰ੍ਹਾਂ ਹੀ ਵਾਪਰਦਾ ਹੈ । ਜਿਸ ਤੇ ਪ੍ਰਭ ਦੀ ਰਹਿਮਤ ਨਾਲ ਸ਼ਬਦ ਨਾਲ ਲਗਨ ਬਖਸ਼ਿਸ਼ ਹੋ ਜਾਂਦੀ ਹੈ । ਉਸ ਨੂੰ ਪ੍ਰਭ ਦੀ ਹੌਂਦ ਅਨੁਭਵ ਹੋ ਜਾਂਦੀ ਹੈ । ਉਸ ਦੀ ਆਤਮਾ, ਪ੍ਰਭ ਦੀ ਜੋਤ ਵਿੱਚ ਹੀ ਅਲੋਪ ਹੋ ਜਾਂਦੀ ਹੈ ।

His Holy Spirit remains embedded within and prevails within each soul same way. Whosoever may be blessed with devotion to obey the teachings of His Word; with His mercy and grace, he may realize His Holy Spirit prevailing everywhere. His soul may immerse within His Holy Spirit.

136.(4-4) ਪ੍ਰਭਾਤੀ ਮਹਲਾ ੪॥ (1336-7)

ਅਗਮ ਦਇਆਲ ਕ੍ਰਿਪਾ ਪ੍ਰਭਿ ਧਾਰੀ, agam da-i-aal kirpaa parabh Dhaaree
ਮੁਖਿ ਹਰਿ ਹਰਿ ਨਾਮੁ ਹਮ ਕਹੇ॥ mukh har har naam ham kahay.
ਪਤਿਤ ਪਾਵਨ ਹਰਿ ਨਾਮੁ ਧਿਆਇਓ, patit paavan har naam Dhi-aa-i-o
ਸਭਿ ਕਿਲਬਿਖ ਪਾਪ ਲਹੇ॥੧॥ sabh kilbikh paap lahay. ||1||

ਮਿਹਰਬਾਨ ਪ੍ਰਭ, ਜੀਵ ਦੀ ਪਹੁੰਚ ਤੋ ਉਪਰ ਹੈ । ਪ੍ਰਭ ਦੇ ਸ਼ਬਦ ਦੀ ਸਿਖਿਆਂ ਹੀ ਆਤਮਾ ਨੂੰ ਪਵਿੱਤਰ ਕਰਨ ਵਾਲਾ ਅੰਮ੍ਰਿਤ ਹੈ । ਜਿਹੜਾ ਪ੍ਰਭ ਦੇ ਸ਼ਬਦ ਦਾ ਸਿਮਰਨ ਅਡੋਲ ਭਰੋਸੇ ਨਾਲ ਕਰਦਾ ਹੈ, ਪ੍ਰਭ ਆਪ ਹੀ ਉਸ ਦੀਆਂ ਭੁਲਾਂ ਬਖਸ਼ਦਾ ਹੈ ।

The Merciful, gracious, generous True Master remains inaccessible, beyond the reach of His Creation. The essence of the teachings of His Word may be the soul sanctifying nectar. Whosoever may meditate on the teachings of His Word with steady and stable belief in his day-to-day life; with His mercy and grace, all his sins may be forgiven.

ਜਪਿ ਮਨ ਰਾਮ ਨਾਮੁ ਰਵਿ ਰਹੇ॥ jap man raam naam rav rahay.
ਦੀਨ ਦਇਆਲੁ ਦੁਖ ਭੰਜਨੁ ਗਾਇਓ, deen da-i-aal dukh bhanjan gaa-i-o
ਗੁਰਮਤਿ ਨਾਮੁ ਪਦਾਰਥੁ ਲਹੇ॥੧॥ ਰਹਾਉ॥ gurmat naam padaarath lahay. ||1|| rahaa-o.

ਮੈਂ ਪ੍ਰਭ ਦੇ ਸ਼ਬਦ ਦੀ ਪਾਲਣਾ, ਸਿਮਰਨ ਅਡੋਲ ਭਰੋਸੇ ਨਾਲ ਕਰਦਾ ਹਾ । ਜਿਹੜਾ ਦੁਖਾਂ ਦੇ ਨਾਸ ਕਰਨ ਵਾਲੇ ਮਾਲਕ ਦੇ ਸ਼ਬਦ ਦੀ ਪਾਲਣਾ ਕਰਦਾ ਹੈ, ਉਸ ਨੂੰ ਪ੍ਰਭ ਦੇ ਸ਼ਬਦ ਦਾ ਧਨ ਬਖਸ਼ਿਸ਼ ਹੋ ਜਾਂਦਾ ਹੈ । ਪ੍ਰਭ, ਬੰਦਗੀ ਹੀ ਮੇਰੀ ਕਮਾਈ, ਸਾਰੀ ਦੌਲਤ ਹੈ ।

I meditate and obey the teachings of His Word with steady and stable belief in my day-to-day life. Whosoever may obey the teachings of His Word, The Destroyer of all miseries of worldly desires; with His mercy and grace, he may be blessed with the wealth of His Word. The earnings of His Word may be the only worldly possession of His Holy saint.

ਕਾਇਆ ਨਗਰਿ ਨਗਰਿ ਹਰਿ ਬਸਿਓ, kaa-i-aa nagar nagar har basi-o
ਮਤਿ ਗੁਰਮਤਿ ਹਰਿ ਹਰਿ ਸਹੇ॥ mat gurmat har har sahay.
ਸਰੀਰਿ ਸਰੋਵਰਿ ਨਾਮੁ ਹਰਿ ਪ੍ਰਗਟਿਓ, sareer sarovar naam har pargati-o
ਘਰਿ ਮੰਦਰਿ ਹਰਿ ਪ੍ਰਭੁ ਲਹੇ॥੨॥ ghar mandar har parabh lahay. ||2||

ਪ੍ਰਭ ਦੇ ਸ਼ਬਦ ਦੀ ਸਿਖਿਆਂ ਤੋ ਸੋਝੀ ਬਖਸ਼ਿਸ਼ ਹੋਈ ਹੈ । ਜਿਸ ਨਾਲ ਮੇਰਾ ਮਨ, ਆਤਮਾ ਪਵਿੱਤਰ ਹੋ ਗਈ ਹੈ । ਮੇਰਾ ਤਨ ਹੀ ਪ੍ਰਭ ਦਾ ਮੰਦਰ ਬਣ ਗਿਆ ਹੈ, ਮਨ ਵਿਚੋਂ ਹੀ ਪਵਿੱਤਰਤਾ ਦਾ ਸਰੋਵਰ ਬਖਸ਼ਿਸ਼ ਹੋ ਗਿਆ ਹੈ ।

I have been blessed with the enlightenment of the essence of His Word; with His mercy and grace, my soul has been sanctified to become worthy of His Considerations. My body has become His Holy Shrine and I have been blessed with soul sanctifying pond of nectar from within my mind.

ਜੋ ਨਰ ਭਰਮਿ ਭਰਮਿ ਉਦਿਆਨੇ, jo nar bharam bharam udi-aanay tay
ਤੇ ਸਾਕਤ ਮੂੜ ਮੁਹੇ॥ saakat moorh muhay.
ਜਿਉ ਮ੍ਰਿਗ ਨਾਭਿ ਬਸੈ ਬਾਸੁ ਬਸਨਾ, ji-o marig naabh basai baas basnaa
ਭ੍ਰਮਿ ਭ੍ਰਮਿਓ ਝਾਰ ਗਹੇ॥੩॥ bharam bharmi-o jhaar gahay. ||3||

ਜਿਸ ਦਾ ਪ੍ਰਭ ਦੇ ਸ਼ਬਦ ਤੇ, ਬਖਸ਼ੇ ਤੇ ਭਰੋਸਾ ਅਡੋਲ ਨਹੀਂ ਹੁੰਦਾ, ਉਹ ਭਰਮ, ਭੁਲੇਖੇ ਵਿੱਚ ਪੈ ਜਾਂਦਾ ਹੈ । ਉਹ ਗਵਾਚੇ ਹੋਏ ਮ੍ਰਿਗ ਵਾਗੂੰ ਭਰਮਾਂ ਵਿੱਚ, ਚੱਕਰਾਂ ਵਿੱਚ ਪਇਆ ਰਹਿੰਦਾ ਹੈ ।

Whosoever may not obey the teachings of His Word with a steady and stable belief in his day-to-day life. He may remain intoxicated with religious rituals and suspicions and wanders like a lost beast in jungle.

ਤੁਮ ਵਡ ਅਗਮ ਅਗਾਧਿ ਬੋਧਿ ਪ੍ਰਭ, tum vad agam agaaDh boDh parabh
ਮਤਿ ਦੇਵਹੁ ਹਰਿ ਪ੍ਰਭ ਲਹੇ॥ mat dayvhu har parabh lahay.
ਜਨ ਨਾਨਕ ਕਉ ਗੁਰਿ ਹਾਥੁ ਸਿਰਿ ਧਰਿਓ, jan naanak ka-o gur haath sir Dhari-o
ਹਰਿ ਰਾਮ ਨਾਮਿ ਰਵਿ ਰਹੇ॥੪॥੪॥ har raam naam rav rahay. ||4||4||

ਪ੍ਰਭ ਜੀਵ ਦੀ ਪਹੁੰਚ ਤੋ ਉਪਰ ਹੈ! ਮੇਰੇ ਮਾਲਕ ਆਪਣੀ ਰਹਿਮਤ ਨਾਲ ਸਿੱਧੇ ਮਾਰਗ ਦੀ ਸੋਝੀ ਬਖਸ਼ੋ । ਜਿਸ ਨੂੰ ਪ੍ਰਭ ਆਪ ਹੀ ਰਹਿਮਤ ਬਖਸ਼ਕੇ ਪ੍ਰਵਾਨਗੀ ਦੇ ਰਸਤੇ ਤੇ ਪਾਉਂਦਾ ਹੈ, ਉਹ ਪ੍ਰਵਾਨਗੀ ਦੇ ਰਸਤੇ ਤੇ ਅਡੋਲ ਹੋ ਜਾਂਦਾ ਹੈ । ਪ੍ਰਭ ਰਹਿਮਤ ਦੀ ਨਜ਼ਰ ਬਖਸ਼ੋ! ਮੈਂ ਸ਼ਬਦ ਦੇ ਸਿਮਰਨ, ਪ੍ਰਵਾਨਗੀ ਦੇ ਰਸਤੇ ਤੇ ਅਡੋਲ, ਸ਼ਬਦ ਦੀ ਸਮਾਧੀ ਵਿੱਚ ਲੀਨ ਹੋ ਜਾਂਵਾ ।

The True Master remains beyond the reach and comprehension of His Creation. My Merciful True Master bestows Your blessed Vision, the right path of acceptance in Your Court. Whosoever may be bestowed with the right path of acceptance in His Court; with His mercy and grace, he may remain steady and stable on the right path of acceptance in His Court.

137.(4-5) ਪ੍ਰਭਾਤੀ ਮਹਲਾ ੪॥ (1336-13)

ਮਨਿ ਲਾਗੀ ਪ੍ਰੀਤਿ ਰਾਮ ਨਾਮ, man, laagee pareet raam naam
ਹਰਿ ਹਰਿ ਜਪਿਓ ਹਰਿ ਪ੍ਰਭੁ ਵਡਫਾ॥ har har japi-o har parabh vadfaa.
ਸਤਿਗੁਰ ਬਚਨ ਸੁਖਾਨੇ ਹੀਅਰੈ, satgur bachan sukhaanay hee-arai
ਹਰਿ ਧਾਰੀ ਹਰਿ ਪ੍ਰਭ ਕ੍ਰਿਪਫਾ॥੧॥ har Dhaaree har parabh kirpfaa. ||1||

ਮੇਰੇ ਮਨ ਵਿੱਚ ਪ੍ਰਭ ਦੀ ਪ੍ਰੀਤ ਇਤਨੀ ਪੱਕੀ ਹੋ ਗਈ ਹੈ । ਮੈਂ ਪ੍ਰਭ ਦੇ ਸ਼ਬਦ ਦਾ ਹੀ ਸਿਮਰਨ ਅਡੋਲ ਭਰੋਸੇ ਨਾਲ ਕਰਦਾ ਹਾ । ਪ੍ਰਭ ਦੇ ਸ਼ਬਦ ਦਾ ਸਿਮਰਨ ਮਨ ਨੂੰ ਭਾਉਂਦਾ, ਮਨ ਵਿੱਚ ਸੁਖ ਮਹਿਸੂਸ ਹੁੰਦਾ ਹੈ । ਇਹ ਸਭ ਕੁਝ ਪ੍ਰਭ ਦੀ ਰਹਿਮਤ ਨਾਲ ਹੀ ਹੁੰਦਾ ਹੈ ।

I have such a firm belief on His Blessings; I am meditating on the teachings of His Word with steady and stable belief. The teachings of His Word may be very comforting and soothing to my mind. Everything has been blessed with His mercy and grace.

ਮੇਰੇ ਮਨ ਭਜੁ ਰਾਮ ਨਾਮ mayray man bhaj raam naam
ਹਰਿ ਨਿਮਖਫਾ॥ har nimkhafaa.
ਹਰਿ ਹਰਿ ਦਾਨੁ ਦੀਓ ਗੁਰਿ ਪੂਰੈ, har har daan dee-o gur poorai
ਹਰਿ ਨਾਮਾ ਮਨਿ ਤਨਿ ਬਸਫਾ॥੧॥ ਰਹਾਉ॥ har naamaa man tan basfaa. ||1|| rahaa-o.

ਮੈਂ ਪ੍ਰਭ ਦੇ ਸ਼ਬਦ ਦਾ ਸਿਮਰਨ ਕਰਦਾ ਹਾ । ਪ੍ਰਭ ਦੀ ਰਹਿਮਤ ਨਾਲ ਮੇਰਾ ਮਨ ਦਾਤਾਂ ਨਾਲ ਭਰਪੂਰ ਹੋ ਗਿਆ ਹੈ । ਮੇਰਾ ਮਨ ਸ਼ਾਂਤੀ ਨਾਲ ਸ਼ੀਤਲ ਹੋ ਗਿਆ ਹੈ ।

I am meditating on the teachings of His Word with steady and stable belief in my day-to-day life; with His mercy and grace, I have been blessed with overwhelming blessings. I am overwhelmed with peace of mind and contentment in my worldly life.

ਕਾਇਆ ਨਗਰਿ ਵਸਿਓ ਘਰਿ ਮੰਦਰਿ, kaa-i-aa nagar vasi-o ghar mandar
ਜਪਿ ਸੋਭਾ ਗੁਰਮੁਖਿ ਕਰਪਫਾ॥ jap sobhaa gurmukh karpafaa.
ਹਲਤਿ ਪਲਤਿ ਜਨ ਭਏ ਸੁਹੇਲੇ, halat palat jan bha-ay suhaylay
ਮੁਖ ਊਜਲ ਗੁਰਮੁਖਿ ਤਰਫਾ॥੨॥ mukh oojal gurmukh tarfaa. ||2||

ਮੇਰੇ ਅੰਦਰ ਹੀ ਪ੍ਰਭ ਵਸਦਾ ਹੈ, ਮੇਰਾ ਮਨ ਉਸ ਦੀ ਉਸਤਤ ਨਾਲ ਭਰ ਜਾਂਦਾ ਹੈ । ਜਿਹੜਾ ਗੁਰਮਖ ਪ੍ਰਭ ਦੇ ਸ਼ਬਦ ਦਾ ਸਿਮਰਨ ਸਵਾਸ ਗਰਾਸ ਕਰਦਾ ਹੈ । ਉਸ ਦੀ ਹਲਤ ਪਲਤ, ਜੀਵਨ ਦੀ ਅਵਸਥਾ ਬਦਲ ਜਾਂਦੀ ਹੈ । ਉਸ ਦੇ ਮਨ ਵਿੱਚ ਖੇੜਾ ਬਖੀਸ਼ਸ਼ ਹੋ ਜਾਂਦਾ ਹੈ, ਉਸ ਦੇ ਚਿਹਰੇ ਤੇ ਅਨੋਖਾ ਹੀ ਨੂਰ ਚਮਕਦਾ ਹੈ ।

The True Master, His Word remains embedded within my soul; my mind remains overwhelmed with His Gratitude. Whosoever may meditate on the teachings of His Word with steady and stable belief with each breath; with His mercy and grace, his state of mind may be transformed as His true devotee. He may be blessed with overwhelming blossom and an astonishing eternal glow of His Holy Spirit on his forehead.

ਅਨਭਉ ਹਰਿ ਹਰਿ ਹਰਿ ਲਿਵ ਲਾਗੀ,	anbha-o har har har liv laagee
ਹਰਿ ਉਰ ਧਾਰਿਓ ਗੁਰਿ ਨਿਮਖਫਾ॥	har ur Dhaari-o gur nimkhafaa.
ਕੋਟਿ ਕੋਟਿ ਕੇ ਦੋਖ ਸਭ ਜਨ ਕੇ,	kot kot kay dokh sabh jan kay
ਹਰਿ ਦੂਰਿ ਕੀਏ ਇਕ ਪਲਫਾ॥੩॥	har door kee-ay ik palfaa. ||3||

ਜਿਹੜੇ ਜੀਵ ਦਾ ਭਰੋਸਾ ਪ੍ਰਭ ਦੇ ਬਖਸ਼ੇ ਤੇ ਅਡੋਲ ਰਹਿੰਦਾ ਹੈ । ਉਸ ਦੇ ਮਨ ਵਿੱਚ ਸ਼ਬਦ ਨਾਲ ਲਿਵ ਲਗ ਜਾਂਦੀ ਹੈ, ਮਨ ਵਿੱਚ ਪ੍ਰਭ ਦੇ ਸ਼ਬਦ ਦੀ ਸਿਖਿਆਂ ਰਚ ਜਾਂਦੀ ਹੈ । ਉਸ ਦੀਆਂ ਪਿਛਲੇ ਜਨਮਾਂ ਦੀਆਂ ਗਲਤੀਆਂ, ਇੱਕ ਪਲ ਵਿੱਚ ਬਖਸ਼ੀਆ ਜਾਂਦੀਆਂ ਹਨ ।

Whosoever may have a steady and stable belief on His Blessings. He may remain intoxicated in obeying the teachings of His Word with steady and stable belief: with His mercy and grace, he may remain drenched with the enlightenment of the essence of His Word. His sins of previous lives may be forgiven in a twinkle of eyes.

ਤੁਮਰੇ ਜਨ ਤੁਮ ਹੀ ਤੇ ਜਾਨੇ,	tumray jan tum hee tay jaanay
ਪ੍ਰਭ ਜਾਨਿਓ ਜਨ ਤੇ ਮੁਖਫਾ॥	parabh jaani-o jan tay mukhfaa.
ਹਰਿ ਹਰਿ ਆਪੁ ਧਰਿਓ ਹਰਿ ਜਨ ਮਹਿ,	har har aap Dhari-o har jan meh jan
ਜਨ ਨਾਨਕੁ ਹਰਿ ਪ੍ਰਭੁ ਇਕਫਾ॥੪॥੫॥	naanak har parabh ikfaa. ||4||5||

ਪ੍ਰਭ ਦੇ ਸੇਵਕ, ਸ਼ਬਦ ਦੇ ਗੁਣਾਂ ਨਾਲ ਜਾਣੇ ਜਾਂਦੇ ਹਨ । ਜਿਸ ਨੂੰ ਪ੍ਰਭ ਆਪ ਹੀ ਮਾਣ ਬਖਸ਼ਦਾ ਹੈ, ਉਹ ਹੀ ਸ਼ਬਦ ਦੀ ਪਾਲਣਾ ਵਿੱਚ ਅਡੋਲ ਰਹਿੰਦਾ ਹੈ । ਜਿਹੜੇ ਸੇਵਕ ਦਾ ਭਰੋਸਾ ਪ੍ਰਭ ਦੇ ਸ਼ਬਦ ਦੀ ਸਿਖਿਆਂ ਤੇ ਅਡੋਲ ਹੋ ਜਾਂਦਾ ਹੈ, ਉਸ ਦੀ ਆਤਮਾ, ਪ੍ਰਭ ਦੇ ਪਰਖਣ ਯੋਗ ਹੋ ਜਾਂਦੀ, ਜੋਤ ਵਿੱਚ ਹੀ ਅਭੇਦ ਹੋ ਜਾਂਦੀ ਹੈ । ਉਸ ਦੀ ਆਪਣੀ ਹੋਂਦ ਖਤਮ ਹੋ ਜਾਂਦੀ ਹੈ ।

His true devotee may be recognized with the teachings of His Word, way of his life. Whosoever may be blessed with honor; he may remain intoxicated in obeying the teachings of His Word with steady and stable belief in his day-to-day life; with His mercy and grace, his soul may be sanctified to become worthy of His Consideration. His soul may be immersed within His Holy Spirit; his own identity, existence may be eliminated.

138. (4-6) ਪ੍ਰਭਾਤੀ ਮਹਲਾ ੪॥ 1337-1

ਗੁਰ ਸਤਿਗੁਰਿ ਨਾਮੁ ਦ੍ਰਿੜਾਇਓ ਹਰਿ ਹਰਿ,	gur satgur naam darirh-aa-i-o har har
ਹਮ ਮੁਏ ਜੀਵੇ ਹਰਿ ਜਪਿਭਾ॥	ham mu-ay jeevay har japibhaa.
ਧਨੁ ਧੰਨੁ ਗੁਰੂ ਗੁਰੁ ਸਤਿਗੁਰੁ ਪੂਰਾ,	Dhan Dhan guroo gur satgur pooraa
ਬਿਖੁ ਡੁਬਦੇ ਬਾਹ ਦੇਇ ਕਢਿਭਾ॥ ੧॥	bikh dubday baah day-ay kadhibhaa. ||1||

ਪ੍ਰਭ, ਮੈਂ ਅਸਲੀ ਰਸਤਾ ਛੱਡਕੇ ਗਲਤ ਮਾਰਗ ਤੇ ਚਲਦਾ ਸੀ । ਪ੍ਰਭ ਨੇ ਸ਼ਬਦ ਦੀ ਪਾਲਣਾ ਦੀ ਲਗਨ ਬਖਸ਼ੀ । ਸ਼ਬਦ ਦੀ ਪਾਲਣਾ ਨਾਲ ਮਾਨਸ ਜਨਮ ਦੇ ਮੰਤਵ ਦੀ ਸੋਝੀ ਬਖਸ਼ਿਸ ਹੋਈ ਹੈ । ਪ੍ਰਭ ਤੋ ਸਦਕੇ ਜਾਵਾਂ! ਪ੍ਰਭ ਨੇ ਰਹਿਮਤ ਬਖਸ਼ਕੇ, ਅਸਲੀ ਰਸਤੇ ਤੇ, ਅਡੋਲ ਰਖਿਆ ਹੈ ।

My True Master, I have abandoned the right path of meditation and adopted the teachings of worldly gurus. The True Master has blessed me devotion to obey the teachings of His Word. I am obeying the teachings of His Word; with His mercy and grace, I have been enlightened with the real purpose of human life opportunity. I remain fascinated and astonished from His Greatness, His Nature. The True Master has kept me steady and stable on the right path of acceptance in His Court.

ਜਪਿ ਮਨ ਰਾਮ ਨਾਮੁ ਅਰਧਾਂਭਾ॥	jap man raam naam arDhaaNbhaa.
ਉਪਜੰਪਿ ਉਪਾਇ ਨ ਪਾਈਐ ਕਤਹੂ,	upjamp upaa-ay na paa-ee-ai kathoo
ਗੁਰਿ ਪੂਰੈ ਹਰਿ ਪ੍ਰਭੁ ਲਾਭਾ॥੧॥ ਰਹਾਉ॥	gur poorai har parabh laabhaa. ‖1‖ rahaa-o.

ਪ੍ਰਭ ਦੀ ਰਹਿਮਤ ਹੋਰ ਕਿਸੇ ਵਿਧੀ ਜਾ ਤਰੀਕੇ ਨਾਲ ਬਖਸ਼ਿਸ਼ ਨਹੀਂ ਹੋ ਸਕਦੀ । ਕੇਵਲ ਸ਼ਬਦ ਤੇ ਭਰੋਸਾ ਅਡੋਲ ਕਰਨ ਨਾਲ ਹੀ ਰਹਿਮਤ ਬਖਸ਼ਿਸ਼ ਹੋ ਸਕਦੀ ਹੈ । ਜੀਵ ਦੂਸਰੀਆਂ ਸਿਆਣਪਾਂ ਤਿਆਗਕੇ, ਪ੍ਰਭ ਦੇ ਸ਼ਬਦ ਦੀ ਪਾਲਣਾ ਅਡੋਲ ਭਰੋਸੇ ਨਾਲ ਕਰੋ!

His Blessings, the right path of acceptance may not be blessed with any unique meditation, following the teachings of any worldly gurus, religious rituals, or pilgrimage at Holy Shrines or sanctifying bath etc. Whosoever may obey the teachings of His Word with steady and stable belief; with His mercy and grace, only he may be blessed with the right path of acceptance in His Court. You should abandon all other techniques, wisdom, clever plans of your mind and adopt the teachings of His Word with steady and stable belief in your day-to-day life.

ਰਾਮ ਨਾਮੁ ਰਸੁ ਰਾਮ ਰਸਾਇਣੁ,	raam naam ras raam rasaa-in
ਰਸੁ ਪੀਆ ਗੁਰਮਤਿ ਰਸਭਾ॥	ras pee-aa gurmat rasbhaa.
ਲੋਹ ਮਨੂਰ ਕੰਚਨੁ ਮਿਲਿ ਸੰਗਤਿ,	loh manoor kanchan mil sangat
ਹਰਿ ਉਰ ਧਾਰਿਓ ਗੁਰਿ ਹਰਿਭਾ॥੨॥	har ur Dhaari-o gur haribhaa. ‖2‖

ਪ੍ਰਭ ਦੇ ਸ਼ਬਦ ਵਿਚੋਂ ਮੈਨੂੰ ਇਹ ਸੋਝੀ ਬਖਸ਼ਿਸ਼ ਹੋਈ ਹੈ! ਕਿ ਕੇਵਲ ਪ੍ਰਭ ਹੀ ਅੰਮ੍ਰਿਤ ਦਾ ਭੰਡਾਰੀ, ਮਾਲਕ ਹੈ । ਜਿਹੜਾ ਅਡੋਲ ਭਰੋਸੇ ਨਾਲ ਸ਼ਬਦ ਦੀ ਪਾਲਣਾ ਕਰਦਾ ਹੈ, ਉਸ ਦੀ ਆਤਮਾ ਤੇ ਰੰਗ ਚੜ੍ਹ ਜਾਂਦਾ ਹੈ । ਮੰਦੇ ਕੰਮ ਕਰਨ ਵਾਲਾ ਜੀਵ ਵੀ ਸੰਤ ਸਰੂਪ ਵਾਲੇ ਕੰਮ ਕਰਨ ਲਗ ਪੈਂਦਾ ਹੈ ।

I have been enlightened from the essence of His Word, only The True Master remains the treasure of all Blessings, Virtues. Whosoever may remain intoxicated in obeying the teachings of His Word with steady and stable belief; his soul may remain drenched with the crimson color of the essence of His Word. Self-minded, evil doer may adopt the way of life as His Holy saint.

ਹਉਮੈ ਬਿਖਿਆ ਨਿਤ ਲੋਭਿ ਲੁਭਾਨੇ,	ha-umai bikhi-aa nit lobh lubhaanay
ਪੁਤ ਕਲਤ ਮੋਹਿ ਲੁਭਿਭਾ॥	put kalat mohi lubhibhaa.
ਤਿਨ ਪਗ ਸੰਤ ਨ ਸੇਵੇ ਕਬਹੂ ਤੇ,	tin pag sant na sayvay kabhoo tay
ਮਨਮੁਖ ਭੂੰਭਰ ਭਰਭਾ॥੩॥	manmukh bhoombhar bharbhaa. ‖3‖

ਜਿਹੜਾ ਮਨ ਦੇ ਅਹੰਕਾਰ ਸੰਸਾਰਕ ਸਬੰਧਾ ਦੇ ਮੋਹ, ਲਾਲਚ ਨੇ ਕਾਬੂ ਨਹੀਂ ਪਾ ਸਕਦਾ । ਉਹ ਕਦੇ ਸੰਤ ਸਰੂਪ ਜੀਵਾਂ ਦੇ ਜੀਵਨ ਤੋ ਕੋਈ ਸਿਖਿਆਂ ਹਾਸਿਲ ਨਹੀਂ ਕਰ ਸਕਦਾ । ਆਪਣਾ ਮਾਨਸ ਜਨਮ ਬਿਰਥਾ ਹੀ ਬਤੀਤ ਕਰਕੇ ਮਰ ਜਾਂਦਾ ਹੈ ।

Whosoever may not control, conquer his ego, worldly attachments, greed of worldly desires in his day-to-day life. He may never learn any lesson from the life experience teachings of His Holy saint. He may waste his priceless human life opportunity uselessly.

ਤੁਮਰੇ ਗੁਨ ਤੁਮ ਹੀ ਪ੍ਰਭ ਜਾਨਹੁ,	tumray gun tum hee parabh jaanhu
ਹਮ ਪਰੇ ਹਾਰਿ ਤੁਮ ਸਰਨਭਾ॥	ham paray haar tum sarnabhaa.
ਜਿਉ ਜਾਨਹੁ ਤਿਉ ਰਾਖਹੁ ਸੁਆਮੀ,	ji-o jaanhu ti-o raakho su-aamee
ਜਨ ਨਾਨਕੁ ਦਾਸੁ ਤੁਮਨਭਾ॥੪॥੬॥	jan naanak daas tumnabhaa. ‖4‖6‖
ਛਕਾ ੧॥	chhakaa 1.

ਪ੍ਰਭ ਆਪਣੇ ਗੁਣ ਆਪ ਹੀ ਜਾਣਦਾ ਹੈ, ਜੀਵ ਪੂਰਨ ਵਖਿਆਣ ਨਹੀਂ ਕਰ ਸਕਦਾ । ਮੈਂ ਤੇਰੀ ਸ਼ਰਣ ਵਿੱਚ ਆਪਾ ਭੇਟਾ ਕਰਦਾ ਹਾ । ਪ੍ਰਭ ਮੇਰੇ ਵਿੱਚ ਸਮਰਥਾ ਬਖਸ਼ੋ! ਮੈਂ ਤੇਰੇ ਭਾਣੇ ਨੂੰ ਸਤਿ ਕਰਕੇ ਕਬੂਲ ਕਰ ਸਕਾ । ਮੈਂ ਤੇਰਾ ਅਸਲੀ ਦਾਸ ਬਣ ਜਾਵਾ ।

The True Master may alone know all His Virtues! His Nature, greatness remains beyond the comprehension and complete explanation of His Creation. I have surrendered my self-identity at Your Sanctuary! I only pray for Your Forgiveness and Refuge, blesses me endurance to accept Your Command without any reservation. I may be blessed with a state of mind as Your true devotee.

139.(4-7) ਪ੍ਰਭਾਤੀ ਬਿਭਾਸ ਪੜਤਾਲ ਮਹਲਾ ੪॥ 1337-8

ੴ ਸਤਿਗੁਰ ਪ੍ਰਸਾਦਿ॥ ik-oNkaar satgur parsaad.
ਜਪਿ ਮਨ ਹਰਿ ਹਰਿ ਨਾਮੁ ਨਿਧਾਨ॥ jap man har har naam niDhaan.
ਹਰਿ ਦਰਗਹ ਪਾਵਹਿ ਮਾਨ॥ har dargeh paavahi maan.
ਜਿਨਿ ਜਪਿਆ ਤੇ ਪਾਰਿ ਪਰਾਨ॥੧॥ ਰਹਾਉ॥ jin japi-aa tay paar paraan. ||1|| rahaa-o.

ਜਿਹੜਾ ਪ੍ਰਭ ਦੇ ਸ਼ਬਦ ਦੀ ਪਾਲਨਾ, ਸਿਮਰਨ ਅਡੋਲ ਭਰੋਸਾ ਨਾਲ ਕਰਦਾ ਹੈ । ਪ੍ਰਭ ਦੀ ਰਹਿਮਤ ਨਾਲ, ਉਸ ਨੂੰ ਸ਼ਬਦ ਦੇ ਖਜ਼ਾਨੇਂ ਦੀ ਸੋਝੀ ਬਖਸ਼ਿਸ਼ ਹੋ ਜਾਂਦੀ ਹੈ । ਉਸ ਦੀ ਬੰਦਗੀ ਦਰਗਾਹ ਵਿੱਚ ਪ੍ਰਵਾਨ ਹੋ ਜਾਂਦੀ ਹੈ । ਜਿਹੜਾ ਅਡੋਲ ਭਰੋਸੇ ਨਾਲ ਸ਼ਬਦ ਦਾ ਸਿਮਰਨ ਕਰਦਾ ਹੈ । ਉਸ ਦੀ ਆਤਮਾ ਪ੍ਰਭ ਦੀ ਜੋਤ ਵਿੱਚ ਅਭੇਦ ਹੋ ਜਾਂਦੀ ਹੈ ।

Whosoever may meditate and obeys the teachings of His Word with steady and stable belief in his day-to-day life; with His mercy and grace, he may be blessed with the treasure of enlightenment of His Nature. His earnings may be accepted in His Court. His soul may be sanctified to become worthy of His Consideration.

ਸੁਨਿ ਮਨ ਹਰਿ ਹਰਿ ਨਾਮੁ ਕਰਿ ਧਿਆਨੁ॥ sun man har har naam kar Dhi-aan.
ਸੁਨਿ ਮਨ ਹਰਿ ਕੀਰਤਿ ਅਠਸਠਿ ਮਜਾਨੁ॥ sun man har keerat athsath majaan.
ਸੁਨਿ ਮਨ ਗੁਰਮੁਖਿ ਪਾਵਹਿ ਮਾਨੁ॥੧॥ sun man gurmukh paavahi maan. ||1||

ਪ੍ਰਭ ਦੇ ਸ਼ਬਦ ਨੂੰ ਧਿਆਨ ਲਾ ਕੇ ਸੁਣਨ, ਜੀਵਨ ਢਾਲਣ ਨਾਲ ਸ਼ਬਦ ਦੀ ਪਾਲਨਾ ਵਿੱਚ ਲਗਨ ਲਗ ਜਾਂਦੀ ਹੈ । ਜਿਹੜਾ ਪ੍ਰਭ ਦੇ ਧੰਨਵਾਦ ਦਾ ਕੀਰਤਨ, ਸਿਮਰਨ ਸੁਣਦਾ, ਸਿਖਿਆਂ ਨਾਲ ਆਪਣਾ ਜੀਵਨ ਢਾਲਦਾ ਹੈ, ਉਸ ਦੇ ਮਨ ਵਿੱਚ, 68 ਤੀਰਥਾਂ ਦੇ ਇਸ਼ਨਾਨ ਵਰਗਾ ਸੰਤੋਖ ਬਖਸ਼ਿਸ਼ ਹੋ ਜਾਂਦਾ ਹੈ । ਜਿਹੜਾ ਗੁਰਮਖ ਪ੍ਰਭ ਦਾ ਸ਼ਬਦ ਸੁਣਕੇ, ਜੀਵਨ ਢਾਲਦਾ ਹੈ, ਉਸ ਨੂੰ ਦਰਗਾਹ ਵਿੱਚ ਪ੍ਰਵਾਨਗੀ ਦਾ ਅਸਲੀ ਰਸਤਾ ਬਖਸ਼ਿਸ਼ ਹੋ ਜਾਂਦਾ ਹੈ ।

Whosoever may listen to the sermons of His Word; with His mercy and grace, he may remain intoxicated in meditation in the void of His Word. Whosoever may listen to the singing of His Glory and adopts the teachings of His Word with steady and stable belief in his day-to-day life; with His mercy and grace, he may be blessed with contentment, as pilgrimage, taking sanctifying bath at 68 Holy Shrines. His soul may be accepted in His Court.

ਜਪਿ ਮਨ ਪਰਮੇਸੁਰੁ ਪਰਧਾਨੁ॥ jap man parmaysur parDhaan.
ਖਿਨ ਖੋਵੈ ਪਾਪ ਕੋਟਾਨ॥ khin khovai paap kotaan.
ਮਿਲੁ ਨਾਨਕ ਹਰਿ ਭਗਵਾਨ॥੨॥੧॥੭॥ mil naanak har bhagvaan. ||2||1||7||

ਪ੍ਰਭ ਹੀ ਸ਼ਰੋਮਣੀ, ਸਭ ਤੋ ਉਚਾ, ਵੱਡਾ ਹੈ, ਉਸ ਦੇ ਸ਼ਬਦ ਦਾ ਹੀ ਸਿਮਰਨ ਕਰੋ! ਜਿਹੜਾ ਪ੍ਰਭ ਦੇ ਸ਼ਬਦ ਦਾ ਸਿਮਰਨ, ਪਾਲਣਾ ਕਰਦਾ ਹੈ । ਪ੍ਰਭ ਆਪਣੀ ਰਹਿਮਤ ਨਾਲ, ਲਖਾਂ ਹੀ ਪਾਪ ਬਖਸ਼ ਦੇਂਦਾ ਹੈ । ਉਸ ਦੀ ਆਤਮਾ ਪਵਿੱਤਰ ਹੋ ਜਾਂਦੀ ਹੈ! ਪ੍ਰਭ ਆਪ ਹੀ ਆਪਣੇ ਵਿੱਚ ਅਭੇਦ ਕਰ ਲੈਂਦਾ ਹੈ ।

You should meditate on the teachings of His Word, The True Master, Greatest of All, supreme Commander. Whosoever may meditate and obeys the teachings of His Word; with His mercy and grace, his sins of many previous lives may be forgiven. His soul may be sanctified to become worthy of His Consideration. His soul may be immersed within His Holy Spirit.

140.(5-1) ਪ੍ਰਭਾਤੀ ਮਹਲਾ ਪ ਬਿਭਾਸ॥ 1337-13

ੴ ਸਤਿਗੁਰ ਪ੍ਰਸਾਦਿ॥ ik-oNkaar satgur parsaad.
ਮਨੁ ਹਰਿ ਕੀਆ ਤਨੁ ਸਭੁ ਸਾਜਿਆ॥ man, har kee-aa tan sabh saaji-aa.
ਪੰਚ ਤਤ ਰਚਿ ਜੋਤਿ ਨਿਵਾਜਿਆ॥ panch tat rach jot nivaaji-aa.
ਸਿਹਜਾ ਧਰਤਿ ਬਰਤਨ ਕਉ ਪਾਨੀ॥ sihjaa Dharat bartan ka-o paanee.
ਨਿਮਖ ਨ ਵਿਸਾਰਹੁ nimakh na visaarahu
ਸੇਵਹੁ ਸਾਰਿਗਪਾਨੀ॥੧॥ sayvhu saarigpaanee. ||1||

ਪ੍ਰਭ ਨੇ ਆਤਮਾ, ਮਨ ਦੀ ਉਤਪਨਾ ਕੀਤੀ । ਇਸ ਦੇ ਦਿਵਾਲੇ ਵੱਖਰੇ ਵੱਖਰੇ ਸਰੀਰ ਬਣਾਏ । ਪੰਜਾਂ ਧਾਤਾਂ ਨੂੰ ਮਿਲਾਕੇ ਤਨ ਦੀ ਬਣਤਰ ਬਣਾਈ ਹੈ । ਇਸ ਤਨ ਵਿੱਚ ਸਵਾਸ ਦੀ ਜੋਤ ਬਖਸ਼ੀ ਹੈ । ਉਸ ਨੇ ਧਰਤੀ ਨੂੰ ਜੀਵ ਦੇ ਖੇਡਣ ਵਾਲਾ ਮੈਦਾਨ ਸਥਾਪਣ ਕੀਤਾ । ਜੀਵ ਦੇ ਜੀਵਨ ਵਾਸਤੇ ਪਾਣੀ ਪੈਦਾ ਕੀਤਾ । ਪ੍ਰਭ ਦੀ ਹੋਂਦ ਨੂੰ ਕਦੇ ਮਨੋ ਨਾ ਵਿਸਾਰੋ, ਉਹ ਹੀ ਸਾਰੀ ਸ੍ਰਿਸ਼ਟੀ ਦਾ ਸ੍ਰਿਜਨ ਹਾਰਾ ਹੈ ।

The True Master has created soul, mind and surrounded with various kind, color, size bodies. The True Master has combined five unique elements to create body of a creature. He has blessed a predetermined capital of breath in each body for soul to function to be sanctified to become worthy of His Consideration. He has established earth as a playground, stage to perform play of the universe. He has blessed water for the growth, nourishment of his body. You should never ignore, forget the teachings of His Word, existence; The One and Only One True Creator of the universe.

ਮਨ ਸਤਿਗੁਰੁ ਸੇਵਿ ਹੋਇ ਪਰਮ ਗਤੇ॥ man, satgur sayv ho-ay param gatay.
ਹਰਖ ਸੋਗ ਤੇ ਰਹਹਿ ਨਿਰਾਰਾ, harakh sog tay raheh niraaraa
ਤਾਂ ਤੂ ਪਾਵਹਿ ਪ੍ਰਾਨਪਤੇ॥੧॥ ਰਹਾਉ॥ taaN too paavahi paranpatay. ||1|| rahaa-o.

ਜਿਹੜਾ ਦੁਖ, ਸੁਖ ਨੂੰ ਇਕ ਸਮਾਨ ਪ੍ਰਭ ਦੀ ਦਾਤ ਸਮਝਕੇ ਪ੍ਰਵਾਨ ਕਰਦਾ, ਜੀਵਨ ਬਤੀਤ ਕਰਦਾ ਹੈ । ਉਸ ਦਾ ਭਰੋਸਾ ਪ੍ਰਭ ਦੇ ਬਖਸ਼ੇ ਤੇ ਅਡੋਲ ਹੋ ਜਾਂਦਾ ਹੈ । ਉਸ ਦੀ ਆਤਮਾ ਪ੍ਰਭ ਦੇ ਸ਼ਬਦ ਦੇ ਸਿਮਰਨ ਨਾਲ ਪਵਿੱਤਰ ਹੋ ਜਾਂਦੀ ਹੈ ।

Whosoever may accept pleasure and miseries of human life journey as His Worthy Blessing; with His mercy and grace, his belief may become steady and stable on His Blessings, on his own worldly environment. His soul may be sanctified to become worthy of His Consideration.

ਕਾਪੜ ਭੋਗ ਰਸ ਅਨਿਕ ਭੁੰਚਾਏ॥ kaaparh bhog ras anik bhunchaa-ay.
ਮਾਤ ਪਿਤਾ ਕੁਟੰਬ ਸਗਲ ਬਨਾਏ॥ maat pitaa kutamb sagal banaa-ay.
ਰਿਜਕੁ ਸਮਾਹੇ ਜਲਿ ਥਲਿ ਮੀਤ॥ rijak samaahay jal thal meet.
ਸੋ ਹਰਿ ਸੇਵਹੁ ਨੀਤਾ ਨੀਤ॥੨॥ so har sayvhu neetaa neet. ||2||

ਪ੍ਰਭ ਨੇ ਅਨੇਕਾਂ ਹੀ ਖੁਸ਼ੀਆਂ, ਅਨੰਦ ਮਾਨਣ ਵਾਲੇ ਸਾਧਨ, ਕਪੜੇ, ਭੋਜਨ ਜੀਵ ਨੂੰ ਬਖਸ਼ੇ ਹਨ । ਮਾਤਾ, ਪਿਤਾ, ਸਬੰਧੀ ਬਖਸ਼ਕੇ ਸੰਸਾਰਕ ਮਾਇਆ ਦਾ ਜਾਲ ਵਿਛਾਇਆ ਹੈ । ਜੀਵ ਹਰ ਵੇਲੇ ਆਪਣੀ ਨੀਅਤ ਸਾਫ ਕਰਕੇ ਪ੍ਰਭ ਦੇ ਸ਼ਬਦ ਦਾ ਸਿਮਰਨ ਕਰੋ ।

The True Master has blessed various source of entertainment, clothes, pleasures to His Creation. He has established various relationships like, mother, fathers, siblings, spouse to spread the sweet poison of worldly wealth, Shakti. You should always focus, with unblemished intention and meditate on the teachings of His Word with steady band stable belief in your day-to-day life.

ਤਹਾ ਸਖਾਈ ਜਹ ਕੋਇ ਨ ਹੋਵੈ॥ tahaa sakhaa-ee jah ko-ay na hovai.
ਕੋਟਿ ਅਪ੍ਰਾਧ ਇਕ ਖਿਨ ਮਹਿ ਧੋਵੈ॥ kot apraaDh ik khin meh Dhovai.
ਦਾਤਿ ਕਰੈ ਨਹੀ ਪਛੋੁਤਾਵੈ॥ daat karai nahee pachhotaavai.
ਏਕਾ ਬਖਸ ਫਿਰਿ ਬਹੁਰਿ ਨ ਬੁਲਾਵੈ॥੩॥ aykaa bakhas fir bahur na bulaavai. ||3||

ਜਿੱਥੇ ਕੋਈ ਵੀ ਸਾਹਰਾ ਦੇਣ ਵਾਲਾ ਨਹੀਂ ਹੁੰਦਾ, ਪ੍ਰਭ ਉਸ ਥਾਂ ਤੇ ਸਹਾਈ ਹੁੰਦਾ ਹੈ । ਜੀਵ ਦੇ ਪਾਪ ਇਕ ਪਲ ਵਿੱਚ ਹੀ ਬਖਸ਼ ਦੇਂਦਾ ਹੈ । ਰਹਿਮਤਾਂ ਦਾ ਮਾਲਕ ਦਾਤਾਂ ਬਖਸ਼ਕੇ ਕਦੇ ਪਛਤਾਵਾਂ, ਹਿਰਖ ਨਹੀਂ ਕਰਦਾ । ਜਿਸ ਨੂੰ ਇਕ ਵੇਰਾ ਬਖਸ਼ ਲੈਂਦਾ, ਉਸ ਦਾ ਕਦੇ ਲੇਖਾ ਨਹੀਂ ਮੰਗਦਾ ।

Wherever, His creature may not have any support, protection; The True Master may become the support of His true devotee. He may forgive all sins of His true devotee in a twinkle eye. The True Master may never, regret or repent after blessings any worldly creature. Whosoever may be accepted in His Court; He may never ask for his count or worldly deeds.

ਕਿਰਤ ਸੰਜੋਗੀ ਪਾਇਆ ਭਾਲਿ॥ kirat sanjogee paa-i-aa bhaal.
ਸਾਧਸੰਗਤਿ ਮਹਿ ਬਸੇ ਗੁਪਾਲ॥ saaDhsangat meh basay gupaal.
ਗੁਰ ਮਿਲਿ ਆਏ ਤੁਮਰੈ ਦੁਆਰ॥ gur mil aa-ay tumrai du-aar.
ਜਨ ਨਾਨਕ ਦਰਸਨੁ ਦੇਹੁ ਮੁਰਾਰਿ॥੪॥੧॥ jan naanak darsan dayh muraar. ||4||1||

ਜੀਵ ਆਪਣੇ ਪੂਰਬ ਲਿਖੇ ਅਨੁਸਾਰ ਪ੍ਰਭ ਦੀ ਬੰਦਗੀ ਦੇ ਰਸਤੇ ਤੇ ਚਲਦਾ ਹੈ । ਸੰਤ ਸਰੂਪ ਜੀਵਾਂ ਦੀ ਸੰਗਤ ਵਿੱਚ ਹੀ ਪ੍ਰਭ ਦਾ ਨਿਵਾਸ ਹੁੰਦਾ ਹੈ । ਪ੍ਰਭ ਦੀ ਰਹਿਮਤ ਨਾਲ ਹੀ ਜੀਵ ਬੰਦਗੀ ਦੇ ਰਸਤੇ ਤੇ ਚਲਦਾ ਹੈ । ਜਿਸ ਤੇ ਰਹਿਮਤ ਦੀ ਨਜ਼ਰ ਬਖਸ਼ਦਾ ਹੈ, ਉਸ ਦੀ ਆਤਮਾ ਪਵਿੱਤਰ, ਪਰਖਣ ਯੋਗ ਹੋ ਜਾਂਦੀ ਹੈ ।

Whosoever may have a great prewritten destiny, only he may adopt the right path of meditation. The True Master remains gracious in the conjugation of His Holy saint. Whosoever may adopt the teachings of His Word with steady and stable belief in his day-to-day life; with His mercy and grace, his soul may be sanctified to become worthy of His Consideration, accepted in His Court.

141.(5-2) ਪ੍ਰਭਾਤੀ ਮਹਲਾ ੫॥ 1338-2

ਪ੍ਰਭ ਕੀ ਸੇਵਾ ਜਨ ਕੀ ਸੋਭਾ॥ parabh kee sayvaa jan kee sobhaa.
ਕਾਮ ਕ੍ਰੋਧ ਮਿਟੇ ਤਿਸੁ ਲੋਭਾ॥ kaam kroDh mitay tis lobhaa.
ਨਾਮੁ ਤੇਰਾ ਜਨ ਕੈ ਭੰਡਾਰਿ॥ naam tayraa jan kai bhandaar.
ਗੁਨ ਗਾਵਹਿ ਪ੍ਰਭ ਦਰਸ ਪਿਆਰਿ॥੧॥ gun gaavahi parabh daras pi-aar. ||1||

ਪ੍ਰਭ ਦੇ ਸ਼ਬਦ ਦੇ ਸਿਮਰਨ ਕਰਨ ਨਾਲ ਹੀ ਜੀਵ ਨੂੰ ਦਰਗਾਹ ਵਿੱਚ ਸੋਭਾ ਬਖਸ਼ਿਸ਼ ਹੁੰਦੀ ਹੈ । ਉਸ ਜੀਵ ਦੀ ਕਾਮ, ਕਰੋਧ, ਲਾਲਚ ਦੀ ਜੜ੍ਹ ਖਤਮ ਹੋ ਜਾਂਦੀ ਹੈ । ਸ਼ਬਦ ਦੀ ਪਾਲਣਾ ਹੀ ਜੀਵ ਦਾ ਖਜ਼ਾਨਾਂ, ਦੌਲਤ ਬਣ ਜਾਂਦਾ ਹੈ । ਪ੍ਰਭ ਨੂੰ ਮਿਲਣ ਦੀ ਹੀ ਸ਼ਰਧਾ ਬਣੀ ਰਹਿੰਦੀ ਹੈ ।

Whosoever may be meditating on the teachings of His Word; with His mercy and grace, he may be honored in His Court, his root of sexual urge, anger and greed may be eliminated. His earnings of His Word may become his worldly treasure. His anxiety to be blessed with the right path of acceptance may be enhanced.

ਤੁਮਰੀ ਭਗਤਿ ਪ੍ਰਭ ਤੁਮਹਿ ਜਨਾਈ॥ tumree bhagat parabh tumeh janaa-ee.
ਕਾਟਿ ਜੇਵਰੀ ਜਨ ਲੀਏ ਛਡਾਈ॥੧॥ kaat jayvree jan lee-ay chhadaa-ee. ||1||
ਰਹਾਉ॥ rahaa-o.

ਪ੍ਰਭ, ਆਪ ਹੀ ਜੀਵ ਨੂੰ ਬੰਦਗੀ ਦਾ ਰਸਤਾ ਬਖਸ਼ਦਾ ਹੈ । ਪ੍ਰਭ ਆਪ ਹੀ ਜੀਵ ਨੂੰ ਸੰਸਾਰਕ ਮੋਹ ਤੇ ਜਿੱਤ ਬਖਸ਼ਦਾ, ਸੰਸਾਰਕ ਬੰਧਨਾ ਤੋ ਮੁਕਤਾ ਕਰਦਾ ਹੈ ।

The True Master may bless the right path of acceptance in His Court to His true devotee. He may be blessed to conquer his worldly attachments; emotions and his worldly bonds may be eliminated.

ਜੋ ਜਨੁ ਰਾਤਾ ਪ੍ਰਭ ਕੈ ਰੰਗਿ॥ jo jan raataa parabh kai rang.
ਤਿਨਿ ਸੁਖੁ ਪਾਇਆ ਪ੍ਰਭ ਕੈ ਸੰਗਿ॥ tin sukh paa-i-aa parabh kai sang.
ਜਿਸੁ ਰਸੁ ਆਇਆ ਸੋਈ ਜਾਨੈ॥ jis ras aa-i-aa so-ee jaanai.
ਪੇਖਿ ਪੇਖਿ ਮਨ ਮਹਿ ਹੈਰਾਨੈ॥੨॥ paykh paykh man meh hairaanai. ||2||

ਜਿਹੜਾ ਜੀਵ ਸ਼ਬਦ ਦੀ ਪਾਲਣਾ ਵਿੱਚ ਲੀਨ ਰਹਿੰਦਾ ਹੈ! ਉਹ ਹੀ ਸੰਤ ਸਰੂਪ ਜੀਵਾਂ ਦੀ ਸੰਗਤ ਵਿੱਚ ਸੁਖ, ਅਨੰਦ ਮਾਨਦਾ ਹੈ । ਜਿਸ ਜੀਵ ਤੇ ਪ੍ਰਭ ਦੀ ਰਹਿਮਤ ਬਖਸ਼ਿਸ਼ ਹੁੰਦੀ ਹੈ । ਉਹ ਹੀ ਪ੍ਰਭ ਦੀ ਹੋਂਦ ਅਨੁਭਵ ਕਰਕੇ ਹੈਰਾਨ ਹੁੰਦਾ ਹੈ ।

Whosoever may remain intoxicated in obeying the teachings of His Word; with His mercy and grace, he may cherish the pleasures in the conjugation of His Holy saint. He may remain fascinated, astonished witnessing His Holy Spirit prevailing everywhere.

ਸੋ ਸੁਖੀਆ ਸਭ ਤੇ ਊਤਮੁ ਸੋਇ॥ so sukhee-aa sabh tay ootam so-ay.
ਜਾ ਕੈ ਹ੍ਰਿਦੈ ਵਸਿਆ ਪ੍ਰਭੁ ਸੋਇ॥ jaa kai hirdai vasi-aa parabh so-ay.
ਸੋਈ ਨਿਹਚਲੁ ਆਵੈ ਨ ਜਾਇ॥ so-ee nihchal aavai na jaa-ay.
ਅਨਦਿਨੁ ਪ੍ਰਭ ਕੇ ਹਰਿ ਗੁਣ ਗਾਇ॥੩॥ an-din parabh kay har gun gaa-ay. ||3||

ਜਿਸ ਤੇ ਪ੍ਰਭ ਰਹਿਮਤ ਬਖਸ਼ਦਾ ਹੈ, ਉਸ ਦੇ ਮਨ ਵਿੱਚ ਸ਼ਬਦ ਦੀ ਸੋਝੀ ਬਖੀਸ਼ਸ਼ ਹੋ ਜਾਂਦੀ ਹੈ । ਜਿਸ ਦਾ ਭਰੋਸਾ, ਪ੍ਰਭ ਦੇ ਬਖਸ਼ੇ ਤੇ ਅਡੋਲ ਰਹਿੰਦਾ ਹੈ, ਉਸ ਦੇ ਮਨ ਵਿੱਚ ਸ਼ਾਂਤੀ ਭਰਪੂਰ ਰਹਿੰਦੀ ਹੈ । ਉਹ ਜਨਮ ਮਰਨ ਤੋਂ ਰਹਿਤ ਹੋ ਜਾਂਦਾ ਹੈ । ਉਹ ਅਸਲੀ ਸੇਵਕ, ਪ੍ਰਭ ਦਾ ਧੰਨਵਾਦ, ਗੁਣ ਹੀ ਗਾਉਂਦਾ ਰਹਿੰਦਾ ਹੈ ।

Whosoever may be bestowed with His Blessed Vision; he may be blessed with the enlightenment of the essence of His Word. Whosoever may remain contented with His Blessings; with His mercy and grace, he may be overwhelmed with peace of mind. His cycle of birth and death may be eliminated. His true devotee may remain singing the gratitude of His Word.

ਤਾ ਕਉ ਕਰਹੁ ਸਗਲ ਨਮਸਕਾਰੁ॥ taa ka-o karahu sagal namaskaar.
ਜਾ ਕੈ ਮਨਿ ਪੂਰਨੁ ਨਿਰੰਕਾਰੁ॥ jaa kai man pooran nirankaar.
ਕਰਿ ਕਿਰਪਾ ਮੋਹਿ ਠਾਕੁਰ ਦੇਵਾ॥ kar kirpaa mohi thaakur dayvaa.
ਨਾਨਕੁ ਉਧਰੈ ਜਨ ਕੀ ਸੇਵਾ॥੪॥੨॥ naanak uDhrai jan kee sayvaa. ||4||2||

ਜਿਹੜਾ ਪ੍ਰਭ ਦੇ ਸਿਮਰਨ ਵਿੱਚ ਰੰਗਿਆ ਹੋਇਆ ਹੈ । ਉਹ ਜੀਵ ਵੀ ਪੂਜਣ ਯੋਗ ਹੋ ਜਾਂਦਾ ਹੈ । ਸਦਾ ਹੀ ਰਹਿਮਤ ਦੀ ਅਰਦਾਸ ਕਰੋ! ਆਪਣੇ ਦਾਸ ਨੂੰ ਸ਼ਬਦ ਦੀ ਪਾਲਣਾ ਤੇ ਅਡੋਲ ਰਖਕੇ, ਆਪਣੀ ਸ਼ਰਣ ਬਖਸ਼ੋ ।

Whosoever may remain drenched with crimson color of the teachings of His Word; with His mercy and grace, he may become worthy of worship in his human life journey. You should always pray for His Forgiveness and Refuge! You may obey the teachings of His Word with steady and stable belief. You may always remain on the right path of acceptance in His Court.

142.(5-3) ਪ੍ਰਭਾਤੀ ਮਹਲਾ ੫॥ (1338-8)

ਗੁਨ ਗਾਵਤ ਮਨਿ ਹੋਇ ਅਨੰਦ॥ gun gaavat man ho-ay anand.
ਆਠ ਪਹਰ ਸਿਮਰਉ ਭਗਵੰਤ॥ aath pahar simra-o bhagvant.
ਜਾ ਕੈ ਸਿਮਰਨਿ ਕਲਮਲ ਜਾਹਿ॥ jaa kai simran kalmal jaahi.
ਤਿਸੁ ਗੁਰ ਕੀ ਹਮ ਚਰਨੀ ਪਾਹਿ॥੧॥ tis gur kee ham charnee paahi. ||1||

ਜਿਹੜਾ ਪ੍ਰਭ ਦੇ ਸ਼ਬਦ ਦਾ ਸਿਮਰਨ ਸਵਾਸ, ਸਵਾਸ ਕਰਦਾ ਹੈ, ਉਸ ਦੇ ਮਨ ਵਿੱਚ ਖੇੜਾ ਬਖਸ਼ਿਸ਼ ਹੋ ਜਾਂਦਾ ਹੈ । ਉਸ ਦੇ ਸਿਮਰਨ ਕਰਨ ਨਾਲ ਸਾਰੇ ਪਾਪ ਧੋਤੇ ਜਾਂਦੇ ਹਨ । ਉਸ ਪ੍ਰਭ ਦੇ ਚਰਨਾਂ ਵਿੱਚ ਆਪਣਾ ਸਿਰ ਝੁਕਾਵੋ! ਉਹ ਆਪਣਾ ਤਨ, ਮਨ ਪ੍ਰਭ ਦੀ ਸੇਵਾ ਵਿੱਚ ਭੇਟਾ ਕਰਦਾ ਹੈ ।

Whosoever may meditate on the teachings of His Word with steady and stable belief with each breath; with His mercy and grace, he may be blessed with blossom and his sins may be forgiven. He may surrender his mind, body, and self-identity at His Sanctuary.

ਸੁਮਤਿ ਦੇਵਹੁ ਸੰਤ ਪਿਆਰੇ॥ sumat dayvhu sant pi-aaray.
ਸਿਮਰਉ ਨਾਮੁ ਮੋਹਿ ਨਿਸਤਾਰੇ॥੧॥ਰਹਾਉ॥ simra-o naam mohi nistaaray. ||1|| rahaa-o.

ਸੰਤ ਸਰੂਪ ਜੀਵ ਹੀ ਪ੍ਰਭ ਦਾ ਰੂਪ ਬਣ ਜਾਂਦਾ ਹੈ । ਰਹਿਮਤ ਬਖਸ਼ਕੇ, ਪ੍ਰਭ ਦੇ ਸ਼ਬਦ ਦੀ ਪਾਲਣਾ ਦੀ ਲਗਨ, ਸੋਝੀ ਬਖਸ਼ੋ ।

His true devotee may become the symbol of The True Master. My True Master bestows Your blessed Vision to obey the teachings of His Word with steady and stable belief; with Your mercy and grace, I may be enlightened with the essence of Your Word.

ਜਿਨਿ ਗੁਰਿ ਕਹਿਆ ਮਾਰਗੁ ਸੀਧਾ॥ jin gur kahi-aa maarag seeDhaa.
ਸਗਲ ਤਿਆਗਿ ਨਾਮਿ ਹਰਿ ਗੀਧਾ॥ sagal ti-aag naam har geeDhaa.
ਤਿਸੁ ਗੁਰ ਕੈ ਸਦਾ ਬਲਿ ਜਾਈਐ॥ tis gur kai sadaa bal jaa-ee-ai.
ਹਰਿ ਸਿਮਰਨੁ ਜਿਸੁ ਗੁਰ ਤੇ ਪਾਈਐ॥੨॥ har simran jis gur tay paa-ee-ai. ||2||

ਜਿਸ ਸੰਤ ਸਰੂਪ ਨੇ, ਮੈਨੂੰ ਪ੍ਰਭ ਦੀ ਬੰਦਗੀ ਦਾ ਸਿੱਧਾ ਰਸਤਾ ਬਖਸ਼ਿਆ ਹੈ । ਮੈਂ ਸਾਰੇ ਦੂਸਰੇ ਰਸਤੇ ਤਿਆਗਕੇ ਪ੍ਰਭ ਦੀ ਬੰਦਗੀ ਦੇ ਰਸਤੇ ਤੇ ਚਲ ਪਿਆ ਹਾ । ਪ੍ਰਭ ਦੇ ਸਦਕੇ, ਕੁਰਬਾਨ ਜਾਵਾਂ! ਜਿਸ ਦੀ ਪ੍ਰੇਰਨਾ ਨਾਲ ਮੈਂ ਸ਼ਬਦ ਨਾਲ ਜੀਵਨ ਢਾਲਿਆ ਹੈ । ਸ਼ਬਦ ਦਾ ਸਿਮਰਨ ਹੀ ਆਪਣੇ ਜੀਵਨ ਦਾ ਸਾਧਨ ਬਣਾਇਆ ਹੈ ।

His Holy saint has inspired me on the right path of meditation. I have renounced, abandoned all other paths of meditation, and adopted the teachings of His Word with steady and stable belief. The real purpose of my human life opportunity has become obeying the teachings of His Word.

ਬੂਡਤ ਪ੍ਰਾਨੀ ਜਿਨਿ ਗੁਰਹਿ ਤਰਾਇਆ॥ boodat paraanee jin gureh taraa-i-aa.
ਜਿਸੁ ਪ੍ਰਸਾਦਿ ਮੋਹੈ ਨਹੀ ਮਾਇਆ॥ jis parsaad mohai nahee maa-i-aa.
ਹਲਤੁ ਪਲਤੁ ਜਿਨਿ ਗੁਰਹਿ ਸਵਾਰਿਆ॥ halat palat jin gureh savaari-aa.
ਤਿਸੁ ਗੁਰ ਊਪਰਿ ਸਦਾ ਹਉ ਵਾਰਿਆ॥੩॥ tis gur oopar sadaa ha-o vaari-aa. ||3||

ਸੰਸਾਰਕ ਮਾਇਆ ਦੇ ਮੋਹ ਰਹਿਤ ਪ੍ਰਭ, ਡੁਬਦੇ ਸੇਵਕ ਨੂੰ ਸਿਧੇ ਰਸਤੇ ਪਾ ਕੇ ਤਾਰ ਦੇਂਦਾ ਹੈ । ਉਹ ਪ੍ਰਭ ਦੀ ਰਹਿਮਤ ਨਾਲ ਬੰਦਗੀ ਕਰਦਾ ਹਾ । ਪ੍ਰਭ ਨੇ ਮੇਰੇ ਜੀਵਨ ਵਿੱਚ ਸੁਖ ਬਖਸ਼ਕੇ ਮੇਰੀ ਹਾਲਤ ਹੀ ਬਦਲ ਦਿੱਤੀ ਹੈ । ਉਸ ਦੇ ਹੀ ਗੁਣ ਗਾਉਂਦਾ ਹਾ ।

The True Master, beyond the reach of worldly wealth may bless the right path of meditation and saves His drowning true devotee. He may meditate on the teachings of His Word. The True Master has blessed comforts in my worldly life; with His mercy and grace, I remain intoxicated in singing the glory of His Word with steady and stable belief in my day-to-day life.

ਮਹਾ ਮੁਗਧ ਤੇ ਕੀਆ ਗਿਆਨੀ॥ mahaa mugaDh tay kee-aa gi-aanee.
ਗੁਰ ਪੂਰੇ ਕੀ ਅਕਥ ਕਹਾਨੀ॥ gur pooray kee akath kahaanee.
ਪਾਰਬ੍ਰਹਮ ਨਾਨਕ ਗੁਰਦੇਵ॥ paarbarahm naanak gurdayv.
ਵਡੈ ਭਾਗਿ ਪਾਈਐ ਹਰਿ ਸੇਵ॥੪॥੩॥ vadai bhaag paa-ee-ai har sayv. ||4||3||

ਪ੍ਰਭ ਦੀ ਰਹਿਮਤ ਨਾਲ, ਮੈਂ ਅਣਜਾਣੇ, ਗਵਾਰ ਤੋ ਬੁੱਧੀਵਾਲਾ, ਸੋਝਵਾਲਾ ਬਣ ਗਿਆ ਹਾ । ਅਟਲ ਪ੍ਰਭ ਦੀ ਪੂਰਨ ਕਥਾ, ਅਵਸਥਾ ਦਾ ਕੋਈ ਵਖਿਆਣ ਨਹੀਂ ਕਰ ਸਕਦਾ । ਸਭ ਤੋਂ ਉਚਾ ਪ੍ਰਭ ਦੀ ਰਹਿਮਤ ਵੱਡੇ ਭਾਗਾਂ ਨਾਲ ਹੀ ਬਖਸ਼ਿਸ਼ ਹੁੰਦੀ ਹੈ ।

The True Master has transformed ignorant, stub-born self-minded into an enlightened, His true devotee. The Nature of Forever True Master may remain beyond any imagination and comprehension of His Creation. Whosoever may have a great prewritten destiny, only he may be blessed with His Blessed Vision.

143.(5-4) ਪ੍ਰਭਾਤੀ ਮਹਲਾ ੫॥ (1338-15)

ਸਗਲੇ ਦੂਖ ਮਿਟੇ ਸੁਖ ਦੀਏ,	saglay dookh mitay sukh dee-ay
ਅਪਨਾ ਨਾਮੁ ਜਪਾਇਆ॥	apnaa naam japaa-i-aa.
ਕਰਿ ਕਿਰਪਾ ਅਪਨੀ ਸੇਵਾ ਲਾਏ,	kar kirpaa apnee sayvaa laa-ay
ਸਗਲਾ ਦੁਰਤੁ ਮਿਟਾਇਆ॥੧॥	saglaa durat mitaa-i-aa. ||1||

ਪ੍ਰਭ ਨੇ ਆਪ ਹੀ ਰਹਿਮਤ ਬਖਸ਼ਕੇ, ਸ਼ਬਦ ਦੀ ਪਾਲਣਾ ਦੇ ਲੜ ਲਾਇਆ ਹੈ । ਜਿਸ ਨਾਲ ਮੇਰੇ ਸਾਰੇ ਦੁਖ ਹੀ ਸੁਖਾਂ ਵਿੱਚ ਬਦਲ ਗਏ ਹਨ । ਪ੍ਰਭ ਦੀ ਰਹਿਮਤ ਨਾਲ ਮੇਰੇ ਸਾਰੇ ਪਾਪ ਬਖਸ਼ ਦਿੱਤੇ ਹਨ । ਆਪਣੇ ਸ਼ਬਦ ਦੀ ਪਾਲਣਾ ਤੇ ਲਾਇਆ ਹੈ ।

The True Master has blessed devotion to obey the teachings of His Word. By obeying the teachings of His Word, all my worldly miseries have been transformed as pleasures. The True Master has forgiven all my sins; He has kept me steady and stable on the right path of acceptance in His Court.

ਹਮ ਬਾਰਿਕ ਸਰਨਿ ਪ੍ਰਭ ਦਇਆਲ॥	ham baarik saran parabh da-i-aal.
ਅਵਗਣ ਕਾਟਿ ਕੀਏ ਪ੍ਰਭਿ ਅਪੁਨੇ,	avgan kaat kee-ay parabh apunay
ਰਾਖਿ ਲੀਏ ਮੇਰੈ ਗੁਰ ਗੋਪਾਲਿ॥੧॥	raakh lee-ay mayrai gur gopaal. ||1||
ਰਹਾਉ॥	rahaa-o.

ਤਰਸਵਾਨ ਪ੍ਰਭ ! ਮੈਂ ਅਣਜਾਣ, ਗਵਾਰ, ਆਪਾ ਤੇਰੇ ਦਰ ਤੇ ਭੇਟਾ ਕਰਦਾ ਹਾ । ਪ੍ਰਭ ਨੇ ਮੇਰੇ ਸਾਰੇ ਅਉਗੁਣ ਭੁਲਾ ਕੇ ਪ੍ਰਵਾਨਗੀ ਦਾ ਰਸਤਾ ਬਖਸ਼ਿਆ ਹੈ । ਆਪਣਾ ਦਾਸ, ਸੇਵਕ ਬਣਾਇਆ ਹੈ ।

My Merciful True Master! I am ignorant, stub-born; I have surrendered may mind, body and self-identity at Your Sanctuary. The True Master has ignored my deficiencies and blessed me with the right path of acceptance in His Court. I have been blessed with a state of mind as His true devotee.

ਤਾਪ ਪਾਪ ਬਿਨਸੇ ਖਿਨ ਭੀਤਰਿ,	taap paap binsay khin bheetar
ਭਏ ਕ੍ਰਿਪਾਲ ਗੁਸਾਈ॥	bha-ay kirpaal gusaa-ee.
ਸਾਸਿ ਸਾਸਿ ਪਾਰਬ੍ਰਹਮੁ ਅਰਾਧੀ,	saas saas paarbarahm araaDhee
ਅਪੁਨੇ ਸਤਿਗੁਰ ਕੈ ਬਲਿ ਜਾਈ॥੨॥	apunay satgur kai bal jaa-ee. ||2||

ਪ੍ਰਭ ਦੀ ਰਹਿਮਤ ਦੀ ਨਜ਼ਰ ਨਾਲ ਮੇਰੀ ਸਾਰੀ ਬਿਮਾਰੀ ਇੱਕ ਪਲ ਵਿੱਚ ਹੀ ਦੂਰ ਹੋ ਗਈ । ਮੈਂ ਸਵਾਸ, ਗਰਾਸ ਪ੍ਰਭ ਦੇ ਸ਼ਬਦ ਦੀ ਪਾਲਣਾ ਵਿੱਚ ਲੀਨ ਰਹਿੰਦਾ ਹਾ । ਮਨ ਦੀਆਂ ਸਾਰੀਆਂ ਸੰਸਾਰਕ ਇੱਛਾਂ ਹੀ ਖਤਮ ਹੋ ਗਈਆਂ ਹਨ ।

The True Master has bestowed His Blessed Vision, all my miseries of worldly desires have been eliminated. I remain intoxicated in obeying the teachings of His Word with steady and stable belief in my day-to-day life. All my worldly desires have been eliminated from within my mind.

ਅਗਮ ਅਗੋਚਰੁ ਬਿਅੰਤੁ ਸੁਆਮੀ,	agam agochar bi-ant su-aamee
ਤਾ ਕਾ ਅੰਤੁ ਨ ਪਾਈਐ॥	taa kaa ant na paa-ee-ai.
ਲਾਹਾ ਖਾਟਿ ਹੋਈਐ ਧਨਵੰਤਾ,	laahaa khaat ho-ee-ai Dhanvantaa
ਅਪੁਨਾ ਪ੍ਰਭੂ ਧਿਆਈਐ॥੩॥	apunaa parabhoo Dhi-aa-ee-ai. ||3||

ਬਹੁਤ ਦਿਆਲੂ ਪ੍ਰਭ, ਜੀਵ ਦੀ ਪਹੁੰਚ ਤੋ ਉਪਰ ਹੈ, ਉਸ ਦੀਆਂ ਵਡਿਆਈਆਂ ਦਾ ਅੰਤ ਨਹੀਂ ਪਾਇਆ ਜਾ ਸਕਦਾ । ਜਿਹੜਾ ਪ੍ਰਭ ਦੇ ਸ਼ਬਦ ਦਾ ਸਿਮਰਨ ਅਡੋਲ ਭਰੋਸੇ ਨਾਲ ਕਰਦਾ ਹੈ, ਪ੍ਰਭ ਦੀ ਰਹਿਮਤ ਨਾਲ, ਉਸ ਨੂੰ ਸਦਾ ਰਹਿਣ ਵਾਲਾ ਸ਼ਬਦ ਰੂਪੀ ਧਨ ਬਖਸ਼ਿਸ਼ ਹੋ ਸਕਦਾ ਹੈ ।

The Merciful gracious True Master remains inaccessible and His Virtues, Treasure of enlightenment remain beyond any limits, comprehension of His Creation. Whosoever may meditate on the teachings of His Word with steady and stable belief; with His mercy and grace, he may be blessed with the earnings of His Word.

ਆਠ ਪਹਰ ਪਾਰਬ੍ਰਹਮੁ ਧਿਆਈ,	aath pahar paarbarahm Dhi-aa-ee
ਸਦਾ ਸਦਾ ਗੁਨ ਗਾਇਆ॥	sadaa sadaa gun gaa-i-aa.
ਕਹੁ ਨਾਨਕ ਮੇਰੇ ਪੂਰੇ ਮਨੋਰਥ,	kaho naanak mayray pooray manorath
ਪਾਰਬ੍ਰਹਮੁ ਗੁਰੁ ਪਾਇਆ॥੪॥੪॥	paarbarahm gur paa-i-aa. ||4||4||

ਪ੍ਰਭ ਦੇ ਸ਼ਬਦ ਦਾ ਸਵਾਸ ਸਵਾਸ ਸਿਮਰਨ ਕਰੋ! ਜਿਸ ਦਾ ਮਨ ਪ੍ਰਭ ਦੇ ਬਖਸ਼ੇ ਤੇ ਅਡੋਲ ਹੋ ਜਾਂਦਾ ਹੈ, ਉਸ ਦੇ ਮਨ ਦੀਆਂ ਸਾਰੀਆਂ ਹੀ ਇੱਛਾਂ ਪੂਰੀਆਂ ਹੋ ਜਾਂਦੀਆਂ ਹਨ ।

You should meditate on the teachings of His Word with steady and stable belief with each breath. Whosoever may remain fully contented with His Blessings; with His mercy and grace, all his spoken and unspoken desires may be fully satisfied.

144.(5-5) ਪ੍ਰਭਾਤੀ ਮਹਲਾ ੫॥ (1339-2)

ਸਿਮਰਤ ਨਾਮੁ ਕਿਲਬਿਖ ਸਭਿ ਨਾਸੇ॥	simrat naam kilbikh sabh naasay.
ਸਚੁ ਨਾਮੁ ਗੁਰਿ ਦੀਨੀ ਰਾਸੇ॥	sach naam gur deenee raasay.
ਪ੍ਰਭ ਕੀ ਦਰਗਹ ਸੋਭਾਵੰਤੇ॥	parabh kee dargeh sobhaavantay.
ਸੇਵਕ ਸੇਵਿ ਸਦਾ ਸੋਹੰਤੇ॥੧॥	sayvak sayv sadaa sohantay. ||1||

ਪ੍ਰਭ ਦੀ ਰਹਿਮਤ ਨਾਲ, ਮੈਂ ਪ੍ਰਭ ਦੀ ਬੰਦਗੀ ਤੇ ਰਸਤੇ ਤੇ ਲਗਾ ਹੈ । ਮੇਰੇ ਸਾਰੇ ਪਾਪ ਬਖਸ਼ੇ ਗਏ ਹਨ । ਬੰਦਗੀ ਕਰਨ ਵਾਲਾ ਪ੍ਰਭ ਦੀ ਦਰਗਾਹ ਵਿੱਚ ਬਹੁਤ ਸੋਭਦਾ ਹੈ । ਉਹ ਪ੍ਰਭ ਦਾ ਅਸਲੀ ਸੇਵਕ, ਦਾਸ ਬਣ ਜਾਂਦਾ ਹੈ ।

With His Blessed Vision, I have adopted the teachings of His Word with steady and stable belief in my day-to-day life; with His mercy and grace, all my sins of previous lives have been forgiven. He true devotee may be honored in His Court. I have been blessed with a state of mind as His true devotee.

ਹਰਿ ਹਰਿ ਨਾਮੁ ਜਪਹੁ ਮੇਰੇ ਭਾਈ॥	har har naam japahu mayray bhaa-ee.
ਸਗਲੇ ਰੋਗ ਦੋਖ ਸਭਿ ਬਿਨਸਹਿ,	saglay rog dokh sabh binsahi agi-aan
ਅਗਿਆਨੁ ਅੰਧੇਰਾ ਮਨ ਤੇ ਜਾਈ॥੧॥ ਰਹਾਉ॥	anDhayraa man tay jaa-ee. ||1|| rahaa-o.

ਜਿਹੜਾ ਪ੍ਰਭ ਦੇ ਸ਼ਬਦ ਦਾ ਸਿਮਰਨ ਕਰਦਾ ਹੈ, ਉਸ ਦੇ ਮਨ ਦਾ ਅੰਧੇਰਾ ਦੂਰ ਹੋ ਜਾਂਦਾ ਹੈ । ਸਾਰੇ ਸੰਸਾਰਕ ਦੁਖ ਦੂਰ ਹੋ ਜਾਂਦੇ ਹਨ । ਸਭ ਦੁਖ, ਸੁਖ ਪ੍ਰਭ ਦੀ ਬਖਸ਼ਿਸ਼ ਹੀ ਬਣ ਜਾਂਦੇ ਹਨ ।

Whosoever may meditate on the teachings of His Word; with His mercy and grace, his ignorance from the real purpose of human life journey may be eliminated. All his miseries of worldly desires may be eliminated. All his miseries may be transformed as pleasure in his life.

ਜਨਮ ਮਰਨ ਗੁਰਿ ਰਾਖੇ ਮੀਤ॥	janam maran gur raakhay meet.
ਹਰਿ ਕੇ ਨਾਮ ਸਿਉ ਲਾਗੀ ਪ੍ਰੀਤਿ॥	har kay naam si-o laagee pareet.
ਕੋਟਿ ਜਨਮ ਕੇ ਗਏ ਕਲੇਸ॥	kot janam kay ga-ay kalays.
ਜੋ ਤਿਸੁ ਭਾਵੈ ਸੋ ਭਲ ਹੋਸ॥੨॥	jo tis bhaavai so bhal hos. ||2||

ਜਿਸ ਜੀਵ ਦੀ ਲਗਨ ਪ੍ਰਭ ਦੇ ਸ਼ਬਦ ਦੀ ਪਾਲਣਾ ਵਿੱਚ ਲਗ ਜਾਂਦੀ ਹੈ, ਪ੍ਰਭ ਦੀ ਰਹਿਮਤ ਨਾਲ ਉਹ ਜਨਮ ਮਰਨ ਦੇ ਚੱਕਰ ਤੋਂ ਰਹਿਤ ਹੋ ਜਾਂਦਾ ਹੈ । ਉਸ ਦੇ ਪਿਛਲੇ ਜਨਮਾਂ ਦੇ ਪਾਪ ਧੋਤੇ, ਬਖਸ਼ੇ ਜਾਂਦੇ ਹਨ । ਉਹ ਪ੍ਰਭ ਦੇ ਭਾਣੇ ਨੂੰ ਸਤਿ ਕਰਕੇ ਮਨਦਾ ਹੈ । ਕਦੇ ਪ੍ਰਭ ਦੀ ਬਖਸ਼ਿਸ਼ ਦਾ ਹਿਰਖ ਨਹੀਂ ਕਰਦਾ ।

Whosoever may remain devoted to obey the teachings of His Word; with His mercy and grace, his cycle of birth and death may be eliminated. All his sins of many previous lives may be forgiven. He may accept His blessings as an ultimate Command. He may never grievance of his own worldly environments.

ਤਿਸੁ ਗੁਰ ਕਉ ਹਉ ਸਦ ਬਲਿ ਜਾਈ॥ tis gur ka-o ha-o sad bal jaa-ee.
ਜਿਸੁ ਪ੍ਰਸਾਦਿ ਹਰਿ ਨਾਮੁ ਧਿਆਈ॥ jis parsaad har naam Dhi-aa-ee.
ਐਸਾ ਗੁਰੁ ਪਾਈਐ ਵਡਭਾਗੀ॥ aisaa gur paa-ee-ai vadbhaagee.
ਜਿਸੁ ਮਿਲਤੇ ਰਾਮ ਲਿਵ ਲਾਗੀ॥੩॥ jis miltay raam liv laagee. ||3||

ਜਿਸ ਦੀ ਰਹਿਮਤ ਨਾਲ ਤੂੰ ਬੰਦਗੀ ਦੇ ਰਸਤੇ ਤੇ ਚਲਦਾ ਹੈ, ਉਸ ਪ੍ਰਭ ਦੇ ਸਦਕੇ ਜਾਵੋ! ਜਿਸ ਦੇ ਪਹਿਲੇ ਹੀ ਵੱਡੇ ਭਾਗ ਲਿਖੇ ਹੁੰਦੇ ਹਨ, ਕੇਵਲ ਉਸ ਨੂੰ ਹੀ ਸੋਝੀ ਬਖਸ਼ਣ ਵਾਲੇ ਮਾਲਕ ਦੀ ਰਹਿਮਤ ਬਖਸ਼ਿਸ਼ ਹੁੰਦੀ ਹੈ । ਪ੍ਰਭ ਦੀ ਰਹਿਮਤ ਨਾਲ ਸ਼ਬਦ ਦੀ ਪਾਲਣਾ ਵਿੱਚ ਲਗਨ ਅਡੋਲ ਹੋ ਜਾਂਦੀ ਹੈ ।

I remain fascinated, astonished from the greatness of The True Master; with His mercy and grace, I have adopted the right path of meditation. Whosoever may have a great prewritten destiny, only he may be blessed with His Blesses Vision. He may remain intoxicated in obeying the teachings of His Word.

ਕਰਿ ਕਿਰਪਾ ਪਾਰਬ੍ਰਹਮ ਸੁਆਮੀ॥ kar kirpaa paarbarahm su-aamee.
ਸਗਲ ਘਟਾ ਕੇ ਅੰਤਰਜਾਮੀ॥ sagal ghataa kay antarjaamee.
ਆਠ ਪਹਰ ਅਪੁਨੀ ਲਿਵ ਲਾਇ॥ aath pahar apunee liv laa-ay.
ਜਨੁ ਨਾਨਕੁ ਪ੍ਰਭ ਕੀ ਸਰਨਾਇ॥੪॥੫॥ jan naanak parabh kee sarnaa-ay. ||4||5||

ਅੰਤਰਜਾਮੀ ਪ੍ਰਭ ਜੀਵ ਦੀਆਂ ਸਾਰੀਆਂ ਇੱਛਾਂ ਆਪ ਹੀ ਜਾਣਦਾ ਹੈ । ਦਿਨ ਰਾਤ ਉਸ ਪ੍ਰਭ ਦੀ ਬੰਦਗੀ ਕਰੋ! ਉਸ ਦੀ ਸ਼ਰਣ ਵਿੱਚ ਆਪ ਭੇਟਾ ਕਰਕੇ, ਸ਼ਬਦ ਦੀ ਪਾਲਣਾ ਵਿੱਚ ਲੀਨ ਰਹੋ!

The Omniscient True Master remains aware about all hopes and desires of His Creation. You should meditate on the teachings of His Word with steady and stable belief. You should surrender your self-identity in obeying the teachings of His Word.

145.(5-6) ਪ੍ਰਭਾਤੀ ਮਹਲਾ ੫॥ (1339-9)

ਕਰਿ ਕਿਰਪਾ ਅਪੁਨੇ ਪ੍ਰਭਿ ਕੀਏ॥ kar kirpaa apunay parabh kee-ay.
ਹਰਿ ਕਾ ਨਾਮੁ ਜਪਨ ਕਉ ਦੀਏ॥ har kaa naam japan ka-o dee-ay.
ਆਠ ਪਹਰ ਗੁਨ ਗਾਇ ਗੁਬਿੰਦ॥ aath pahar gun gaa-ay gubind.
ਭੈ ਬਿਨਸੇ ਉਤਰੀ ਸਭ ਚਿੰਦ॥੧॥ bhai binsay utree sabh chind. ||1||

ਪ੍ਰਭ ਨੇ ਆਪਣੀ ਰਹਿਮਤ ਨਾਲ ਹੀ ਅਸਲੀ ਬੰਦਗੀ ਦਾ ਰਸਤਾ ਬਖਸ਼ਿਆ ਹੈ । ਅੱਠ ਪਹਿਰ, ਸਵਾਸ ਸਵਾਸ ਪ੍ਰਭ ਦਾ ਸਿਮਰਨ ਕਰਦਾ ਹਾ । ਜਿਸ ਨਾਲ ਮੇਰੇ ਮਨ ਦੀਆਂ ਸਾਰੀਆਂ ਚਿੰਤਾਂ ਹੀ ਖਤਮ ਹੋ ਗਈਆਂ ਹਨ ।

The True Master has blessed a devotion to obey the teachings of His Word. I am meditating on the teachings of His Word with steady and stable belief with each breath Day and night; with His mercy and grace, all my worldly desires have been eliminated.

ਉਬਰੇ ਸਤਿਗੁਰ ਚਰਨੀ ਲਾਗਿ॥ ubray satgur charnee laag.
ਜੋ ਗੁਰੁ ਕਹੈ ਸੋਈ ਭਲ ਮੀਠਾ, jo gur kahai so-ee bhal meethaa
ਮਨ ਕੀ ਮਤਿ ਤਿਆਗਿ॥੧॥ ਰਹਾਉ॥ man, kee mat ti-aag. ||1|| rahaa-o.

ਮੈਂ ਆਪਣੀ ਲਿਵ ਪ੍ਰਭ ਦੇ ਚਰਨਾਂ ਵਿੱਚ ਲਾਈ ਹੈ । ਆਪਣੀਆਂ ਸਾਰੀਆਂ ਸਿਆਣਪਾਂ ਨੂੰ ਤਿਆਗ ਦਿੱਤਾ ਹੈ । ਉਸ ਦੇ ਭਾਣੇ ਨੂੰ ਸਤਿ ਕਰਕੇ ਅਪਣਾਇਆ ਹੈ ।

I am remaining intoxicated in obeying the teachings of His Word. I have renounced all my own wisdoms and meditation routines. I have accepted His Word as an ultimate Command; I have adopted the teachings of His Word with steady and stable belief in day-to-day life.

ਮਨਿ ਤਨਿ ਵਸਿਆ ਹਰਿ ਪ੍ਰਭੁ ਸੋਈ॥ man, tan vasi-aa har parabh so-ee.
ਕਲਿ ਕਲੇਸ ਕਿਛੁ ਬਿਘਨੁ ਨ ਹੋਈ॥ kal kalays kichh bighan na ho-ee.
ਸਦਾ ਸਦਾ ਪ੍ਰਭੁ ਜੀਅ ਕੈ ਸੰਗਿ॥ sadaa sadaa parabh jee-a kai sang.
ਉਤਰੀ ਮੈਲੁ ਨਾਮ ਕੈ ਰੰਗਿ॥੨॥ utree mail naam kai rang. ||2||

ਪ੍ਰਭ ਦੇ ਸ਼ਬਦ ਦੀ ਸਿਖਿਆਂ ਮੇਰੇ ਮਨ, ਤਨ ਤੇ ਰਚ ਗਈ ਹੈ । ਮਨ ਵਿੱਚ ਕੋਈ ਸੰਸਾਰਕ ਚਿੰਤਾਂ, ਖਾਹਿਸ਼ ਨਹੀਂ ਹੈ । ਮੈਂ ਸਵਾਸ, ਸਵਾਸ, ਰੋਮ, ਰੋਮ ਪ੍ਰਭ ਦੀ ਹੋਂਦ ਅਨੁਭਵ, ਮਹਿਸੂਸ ਕਰਦਾ ਹਾ । ਮੇਰੀ ਆਤਮਾ ਦੀ ਮੈਲ ਸਾਫ ਹੋ ਗਈ ਹੈ । ਮੈਨੂੰ ਪੰਜਾਂ ਜਮਦੂਤਾਂ ਤੇ ਕਾਬੂ ਬਖਸ਼ਿਸ਼ ਹੋ ਗਿਆ ਹੈ ।

I have been drenched with the essence of His Word in every fiber of my mind and body. All my worldly desires and hopes have been eliminated. I may realize His existence, His Holy Spirit prevailing everywhere. The blemish of evil thoughts and worldly desires of my soul have been eliminated; with His mercy and grace, my soul has been sanctified.

ਚਰਨ ਕਮਲ ਸਿਉ ਲਾਗੋ ਪਿਆਰੁ॥ charan kamal si-o laago pi-aar.
ਬਿਨਸੇ ਕਾਮ ਕ੍ਰੋਧ ਅਹੰਕਾਰ॥ binsay kaam kroDh ahaNkaar.
ਪ੍ਰਭ ਮਿਲਨ ਕਾ ਮਾਰਗੁ ਜਾਨਾਂ॥ parabh milan kaa maarag jaanaaN.
ਭਾਇ ਭਗਤਿ ਹਰਿ ਸਿਉ ਮਨੁ ਮਾਨਾਂ॥੩॥ bhaa-ay bhagat har si-o man maanaaN. ||3||

ਜਿਸ ਜੀਵ ਦਾ ਮਨ ਪ੍ਰਭ ਦੀ ਬੰਦਗੀ ਵਿੱਚ ਲਗ ਜਾਂਦਾ ਹੈ । ਉਸ ਨੂੰ ਕਾਮ ਵਾਸ਼ਨਾ, ਅਹੰਕਾਰ ਤੇ ਜਿੱਤ ਬਖਸ਼ਿਸ਼ ਹੋ ਜਾਂਦੀ ਹੈ । ਉਸ ਜੀਵ ਨੂੰ ਪ੍ਰਵਾਨਗੀ ਦਾ ਅਸਲੀ ਰਸਤਾ ਬਖਸ਼ਿਸ਼ ਹੋ ਜਾਂਦਾ ਹੈ । ਉਸ ਦੀ ਬੰਦਗੀ ਪ੍ਰਭ ਨੂੰ ਪ੍ਰਵਾਨ ਹੋਣ ਲਗ ਪੈਂਦੀ ਹੈ ।

Whosoever may remain devoted to obey the teachings of His Word with steady and stable belief in his day-to-day life; with His mercy and grace, he may be blessed to conquer his sexual urge, ego of his worldly status. He may be blessed with the right path of acceptance in His Court. His state of mind may become worthy of His Considerations.

ਸੁਣਿ ਸਜਣ ਸੰਤ ਮੀਤ ਸੁਹੇਲੇ॥ sun sajan sant meet suhaylay.
ਨਾਮੁ ਰਤਨੁ ਹਰਿ ਅਗਹ ਅਤੋਲੇ॥ naam ratan har agah atolay.
ਸਦਾ ਸਦਾ ਪ੍ਰਭੁ ਗੁਣ ਨਿਧਿ ਗਾਈਐ॥ sadaa sadaa parabh gun niDh gaa-ee-ai.
ਕਹੁ ਨਾਨਕ ਵਡਭਾਗੀ ਪਾਈਐ॥੪॥੬॥ kaho naanak vadbhaagee paa-ee-ai. ||4||6||

ਜਿਹੜਾ ਸੰਤ ਸਰੂਪ ਦੀ ਸੰਗਤ ਵਿੱਚ ਜਾਂਦਾ, ਉਸ ਦੇ ਜੀਵਨ ਦੀਆਂ ਸਿਖਿਆਂ ਨੂੰ ਆਪਣੇ ਜੀਵਨ ਵਿੱਚ ਢਾਲਦਾ ਹੈ, ਪ੍ਰਭ ਦੀ ਰਹਿਮਤ ਨਾਲ ਉਸ ਦੇ ਮਨ ਵਿੱਚ ਸੰਤੋਖ ਬਖਸ਼ਿਸ਼ ਹੋ ਜਾਂਦਾ ਹੈ । ਉਸ ਨੂੰ ਨਾ ਪਹੁੰਚ ਵਾਲੇ ਪ੍ਰਭ ਦੀ ਹੋਂਦ ਅਨੁਭਵ ਹੋ ਜਾਂਦੀ, ਬਖਸ਼ਿਸ਼ ਹੋ ਜਾਂਦੀ ਹੈ । ਉਹ ਸਵਾਸ, ਸਵਾਸ ਹੀ ਪ੍ਰਭ ਦੀਆਂ ਵਡਿਆਈਆਂ ਦਾ ਵਖਿਆਨ ਕਰਦਾ ਹੈ । ਉਹ ਵੱਡਭਾਗੀ ਜੀਵ ਪੂਜਣ ਯੋਗ ਬਣ ਜਾਂਦਾ ਹੈ ।

Whosoever may adopt the life experience teachings of His Holy saint in his day-to-day life; with His mercy and grace, he may realize the existence of inaccessible True Master, His Holy spirit prevailing everywhere. He may be explaining His virtues, the greatness The True Master with each breath. He may become very fortunate and worthy of worship in his worldly life.

146. (5-7) ਪ੍ਰਭਾਤੀ ਮਹਲਾ ੫॥ (1339-15)

ਸੇ ਧਨਵੰਤ ਸੇਈ ਸਚੁ ਸਾਹਾ॥ say Dhanvant say-ee sach saahaa.
ਹਰਿ ਕੀ ਦਰਗਹ ਨਾਮੁ ਵਿਸਾਹਾ॥੧॥ har kee dargeh naam visaahaa. ||1||

ਜਿਸ ਜੀਵਾਂ ਦੇ ਕੋਲ ਪ੍ਰਭ ਦੀ ਬੰਦਗੀ ਦੀ ਸਮਗਰੀ, ਕਮਾਈ ਹੁੰਦੀ ਹੈ । ਉਹ ਹੀ ਅਸਲੀ ਧੰਨਾਡ, ਅਸਲੀ ਵਪਾਰੀ, ਸੌਦਾਗਰ ਹੈ ।

Whosoever may have a real merchandize, earnings of His Word, only he may be real wealthy, real trader of His Word, His true devotee.

ਹਰਿ ਹਰਿ ਨਾਮੁ ਜਪਹੁ ਮਨ ਮੀਤ॥ har har naam japahu man meet.
ਗੁਰੁ ਪੂਰਾ ਪਾਈਐ ਵਡਭਾਗੀ, gur pooraa paa-ee-ai vadbhaagee
ਨਿਰਮਲ ਪੂਰਨ ਰੀਤਿ॥੧॥ ਰਹਾਉ॥ nirmal pooran reet. ||1|| rahaa-o.

ਪ੍ਰਭ ਦੇ ਸ਼ਬਦ ਦਾ ਸਵਾਸ ਸਵਾਸ ਸਿਮਰਨ ਕਰੋ । ਜਿਸ ਦਾ ਭਰੋਸਾ ਪ੍ਰਭ ਦੇ ਬਖਸ਼ੇ ਤੇ ਅਡੋਲ ਹੋ ਜਾਂਦਾ ਹੈ । ਉਸ ਨੂੰ ਪ੍ਰਭ ਆਪਣੀ ਰਹਿਮਤ ਨਾਲ ਪ੍ਰਵਾਨਗੀ ਦਾ ਅਸਲੀ ਰਸਤਾ ਬਖਸ਼ਦਾ ਹੈ ।

You should meditate on the teachings of His Word with steady and stable belief in your day-to-day life. Whosoever may establish firm belief on His Blessings as ultimate unavoidable command; with His mercy and grace, he may be blessed with the right path of acceptance in His Court.

ਪਾਇਆ ਲਾਭੁ ਵਜੀ ਵਾਧਾਈ॥ paa-i-aa laabh vajee vaaDhaa-ee.
ਸੰਤ ਪ੍ਰਸਾਦਿ ਹਰਿ ਕੇ ਗੁਨ ਗਾਈ॥੨॥ sant parsaad har kay gun gaa-ee. ||2||

ਪ੍ਰਭ ਦੇ ਸ਼ਬਦ ਦਾ ਸਿਮਰਨ ਕਰਕੇ ਵੱਡੇ ਭਾਗਾਂ ਵਾਲੇ ਬਣੋ! ਪ੍ਰਭ ਆਪ ਹੀ ਬੰਦਗੀ ਕਰਨ ਵਾਲੇ ਦਾ ਸਹਾਈ, ਰਖਵਾਲਾ ਬਣ ਜਾਂਦਾ ਹੈ ।

You should meditate on the teachings of His Word and awaken your sleeping destiny. The True Master always remain supporter, guide and savior, protector of His humble true devotee.

ਸਫਲ ਜਨਮੁ ਜੀਵਨ ਪਰਵਾਣੁ॥ safal janam jeevan parvaan.
ਗੁਰ ਪਰਸਾਦੀ ਹਰਿ ਰੰਗੁ ਮਾਣੁ॥੩॥ gur parsaadee har rang maan. ||3||

ਜਿਸ ਦੀ ਬੰਦਗੀ ਪ੍ਰਭ ਨੂੰ ਪ੍ਰਵਾਨ ਹੋ ਜਾਂਦੀ ਹੈ । ਉਸ ਦਾ ਮਾਨਸ ਜਨਮ ਸਫਲ ਹੋ ਜਾਂਦਾ ਹੈ ।

Whose earnings of His Word may be accepted in His Court; with His mercy and grace, his human life opportunity may be rewarded.

ਬਿਨਸੇ ਕਾਮ ਕ੍ਰੋਧ ਅਹੰਕਾਰ॥ binsay kaam kroDh ahaNkaar.
ਨਾਨਕ ਗੁਰਮੁਖਿ ਉਤਰਹਿ ਪਾਰਿ॥੪॥੭॥ naanak gurmukh utreh paar. ||4||7||

ਉਸ ਜੀਵਾਂ ਨੂੰ ਕਾਮ ਵਾਸ਼ਨਾ, ਕਰੋਧ ਅਤੇ ਮਨ ਦੇ ਅਹੰਕਾਰ ਤੇ ਜਿੱਤ ਬਖਸ਼ਿਸ਼ ਹੋ ਜਾਂਦੀ ਹੈ । ਉਹ ਇਹ ਸੰਸਾਰ ਰੂਪੀ ਸਾਗਰ ਨੂੰ ਪਾਰ ਕਰ ਜਾਂਦਾ ਹੈ ।

His true devotee may be blessed to conquer his sexual urge with strange partner, anger of worldly disappointments and his ego of worldly status. He may be saved from the ocean of sweet poison of worldly desires.

147.(5-8) ਪ੍ਰਭਾਤੀ ਮਹਲਾ ੫॥ (1339-19)

ਗੁਰੁ ਪੂਰਾ ਪੂਰੀ ਤਾ ਕੀ ਕਲਾ॥ gur pooraa pooree taa kee kalaa.
ਗੁਰ ਕਾ ਸਬਦੁ ਸਦਾ ਸਦ ਅਟਲਾ॥ gur kaa sabad sadaa sad atlaa.
ਗੁਰ ਕੀ ਬਾਣੀ ਜਿਸੁ ਮਨਿ ਵਸੈ॥ gur kee banee jis man vasai.
ਦੂਖੁ ਦਰਦੁ ਸਭੁ ਤਾ ਕਾ ਨਸੈ॥੧॥ dookh darad sabh taa kaa nasai. ||1||

ਪ੍ਰਭ ਆਪਣੇ ਆਪ ਵਿੱਚ ਪੂਰਨ ਹੈ ਅਤੇ ਉਸ ਦਾ ਸ਼ਬਦ ਅਟਲ, ਨਾ ਮਿਟਨਵਾਲਾ ਹੈ । ਜਿਸ ਦੇ ਮਨ ਵਿੱਚ ਉਸ ਦਾ ਸ਼ਬਦ ਜਾਗਰਤ ਹੋ ਜਾਂਦਾ, ਸੋਝੀ ਬਖਸ਼ਿਸ਼ ਹੋ ਜਾਂਦੀ ਹੈ । ਉਸ ਦੇ ਸਭ ਸੰਸਾਰਕ ਦੁਖ ਦੂਰ ਹੋ ਜਾਂਦੇ ਹਨ । ਉਸ ਨੂੰ ਕੁਝ ਪਾਏ ਜਾ ਖੋਏ ਦੀ ਕੋਈ ਪਰਵਾਹ ਨਹੀਂ ਰਹਿੰਦੀ ।

The Omnipotent True Master remains perfect in all respects of His Nature. His Command remains an ultimate, unavoidable and must be endured. Whosoever may remain enlightened with the essence of His Word within; with His mercy and grace, all his frustration and miseries of worldly desires may be eliminated. His state of mind may be transformed to become beyond the influence of any profit or loss of any worldly possession in his life.

ਹਰਿ ਰੰਗਿ ਰਾਤਾ ਮਨੁ ਰਾਮ ਗੁਨ ਗਾਵੈ॥ har rang raataa man raam gun gaavai.
ਮੁਕਤੋ ਸਾਧੂ ਧੂਰੀ ਨਾਵੈ॥੧॥ ਰਹਾਉ॥ mukto saaDhoo Dhooree naavai. ||1|| rahaa-o.

ਜਿਸ ਦੇ ਮਨ ਵਿੱਚ ਪ੍ਰਭ ਦੀ ਪ੍ਰੀਤ ਪੱਕੀ ਹੋ ਜਾਂਦੀ, ਉਹ ਸੰਤ ਸਰੂਪ ਬਣ ਜਾਂਦਾ ਹੈ । ਉਸ ਦੀ ਲਗਨ ਪ੍ਰਭ ਦੇ ਸ਼ਬਦ ਦੀ ਪਾਲਣਾ ਵਿੱਚ ਅਡੋਲ ਹੋ ਜਾਂਦੀ ਹੈ । ਉਸ ਦੀ ਆਤਮਾ ਪਵਿੱਤਰ ਹੋ ਜਾਂਦੀ, ਪ੍ਰਭ ਦੇ ਪਰਖਣ ਯੋਗ ਹੋ ਜਾਂਦੀ, ਪ੍ਰਭ ਦੀ ਜੋਤ ਵਿੱਚ ਹੀ ਅਭੇਦ ਹੋ ਜਾਂਦੀ ਹੈ ।

Whosoever may remain intoxicated in obeying the teachings of His Word with steady and stable belief in his day-to-day life; with His mercy and grace, he may be blessed with a state of mind as His true devotee. His soul may be sanctified to become worthy of His Consideration; with His mercy and grace, his soul may be immersed within His Holy Spirit.

ਗੁਰ ਪਰਸਾਦੀ ਉਤਰੇ ਪਾਰਿ॥ gur parsaadee utray paar.
ਭਉ ਭਰਮੁ ਬਿਨਸੇ ਬਿਕਾਰ॥ bha-o bharam binsay bikaar.
ਮਨ ਤਨ ਅੰਤਰਿ ਬਸੇ ਗੁਰ ਚਰਨਾ॥ man, tan antar basay gur charnaa.
ਨਿਰਭੈ ਸਾਧ ਪਰੇ ਹਰਿ ਸਰਨਾ॥੨॥ nirbhai saaDh paray har sarnaa. ||2||

ਜਿਹੜਾ ਪ੍ਰਭ ਦੇ ਬਖਸ਼ੇ ਤੇ ਸੰਤੋਖ ਵਿੱਚ ਰਹਿੰਦਾ ਹੈ । ਉਸ ਦੇ ਮਨ ਦੇ ਸਾਰੇ ਭਰਮ, ਭੁਲੇਖੇ ਦੂਰ ਹੋ ਜਾਂਦੇ ਹਨ । ਪ੍ਰਭ ਦੀ ਕ੍ਰਿਪਾ ਨਾਲ ਉਸ ਦੀ ਮਾਨਸ ਯਾਤਰਾ ਸਫਲ ਹੋ ਜਾਂਦੀ ਹੈ । ਉਸ ਦਾ ਮਨ ਸੰਤ ਸਰੂਪ ਜੀਵ ਦੇ ਚਰਨਾਂ ਵਿੱਚ ਹੀ ਰਹਿੰਦਾ ਹੈ । ਉਹ ਮਨ ਵਿੱਚ ਨਿਮ੍ਰਤਾ, ਖਿਮਾ ਗ੍ਰਹਿਣ ਕਰ ਲੈਂਦਾ ਹੈ । ਉਸ ਦਾ ਮੌਤ ਦਾ ਡਰ ਦੂਰ ਹੋ ਜਾਂਦਾ ਹੈ ।

Whosoever may remain contented with His Blessings. All his suspicions and frustrations of worldly desires may be eliminated; with His mercy and grace, his human life opportunity may be rewarded. His mind remains intoxicated in the feet of His Holy saint, in his life experience teachings. He may remain drenched with humility, tolerance, and forgiveness weakness of others. His fear of death may be eliminated.

ਅਨਦ ਸਹਜ ਰਸ ਸੂਖ ਘਨੇਰੇ॥ anad sahj ras sookh ghanayray.
ਦੁਸਮਨੁ ਦੂਖੁ ਨ ਆਵੈ ਨੇਰੇ॥ dusman dookh na aavai nayray.
ਗੁਰਿ ਪੂਰੈ ਅਪੁਨੇ ਕਰਿ ਰਾਖੇ॥ gur poorai apunay kar raakhay.
ਹਰਿ ਨਾਮੁ ਜਪਤ ਕਿਲਬਿਖ ਸਭਿ ਲਾਥੇ॥੩॥ har naam japat kilbikh sabh laathay. ||3||

ਉਸ ਤੇ ਪ੍ਰਭ ਦੀ ਰਹਿਮਤ ਭਰਪੂਰ ਰਹਿੰਦੀ ਹੈ । ਜਮਦੂਤ ਉਸ ਦੇ ਨੇੜੇ ਵੀ ਨਹੀਂ ਆ ਸਕਦਾ । ਪ੍ਰਭ, ਆਪ ਹੀ ਆਪਣੇ ਸੇਵਕ ਦਾ ਪਰਦਾ ਢੱਕਦਾ ਹੈ । ਉਸ ਨੂੰ ਆਪਣੇ ਵਿੱਚ ਅਭੇਦ ਕਰ ਲੈਂਦਾ ਹੈ ।

His true devotee may remain overwhelmed with His Blessed Vision. His state of mind may remain beyond the reach of devil of death. The Omnipotent, Perfect True Master may protect the honor and covers his deficiencies; with His mercy and grace, he may be immersed within His Holy Spirit.

ਸੰਤ ਸਾਜਨ ਸਿਖ ਭਏ ਸੁਹੇਲੇ॥ sant saajan sikh bha-ay suhaylay.
ਗੁਰਿ ਪੂਰੈ ਪ੍ਰਭ ਸਿਉ ਲੈ ਮੇਲੇ॥ gur poorai parabh si-o lai maylay.
ਜਨਮ ਮਰਨ ਦੁਖ ਫਾਹਾ ਕਾਟਿਆ॥ janam maran dukh faahaa kaati-aa.
ਕਹੁ ਨਾਨਕ ਗੁਰਿ ਪੜਦਾ ਢਾਕਿਆ॥ ੪॥੮॥ kaho naanak gur parh-daa dhaaki-aa. ||4||8

ਉਹ ਜੀਵ ਸੰਤ ਸਰੂਪ ਬਣ ਜਾਂਦਾ ਹੈ । ਉਸ ਦੇ ਜੀਵਨ ਦੀ ਸਿਖਿਆਂ ਆਪਣੇ ਜੀਵਨ ਵਿੱਚ ਢਾਲਣ ਨਾਲ, ਪ੍ਰਵਾਨਗੀ ਦਾ ਅਸਲੀ ਰਸਤਾ ਬਖਸ਼ਿਸ਼ ਹੋ ਜਾਂਦਾ ਹੈ । ਪ੍ਰਭ ਆਪ ਹੀ ਆਪਣੇ ਦਾਸ ਦਾ ਪਰਦਾ ਢੱਕਦਾ ਹੈ । ਮਾਨਸ ਯਾਤਰਾ ਸਫਲ ਹੋ ਜਾਂਦੀ ਹੈ ।

He may be blessed with a state of mind as His Holy saint. Whosoever may adopt his life experience teachings in his own day to day life; with His mercy and grace, he may be blessed with the right path of acceptance in His Court. The True Master always protects the honor of His true devotee; with His mercy and grace, he human life opportunity may be rewarded.

148.(5-9) ਪ੍ਰਭਾਤੀ ਮਹਲਾ ੫॥ (1340-6)

ਸਤਿਗੁਰਿ ਪੂਰੈ ਨਾਮੁ ਦੀਆ॥ satgur poorai naam dee-aa.
ਅਨਦ ਮੰਗਲ ਕਲਿਆਣ ਸਦਾ ਸੁਖੁ, anad mangal kali-aan sadaa sukh
ਕਾਰਜੁ ਸਗਲਾ ਰਾਸਿ ਥੀਆ॥੧॥ ਰਹਾਉ॥ kaaraj saglaa raas thee-aa. ||1|| rahaa-o.

ਅਟੱਲ ਪ੍ਰਭ, ਜਿਸ ਜੀਵ ਨੂੰ ਆਪਣੇ ਸ਼ਬਦ ਦੀ ਪਾਲਣਾ ਦੀ ਦਾਤ ਬਖਸ਼ਦਾ ਹੈ । ਉਸ ਜੀਵ ਦਾ ਮਾਨਸ ਜਨਮ ਦਾ ਕਲਿਆਣ ਹੋ ਜਾਂਦਾ, ਜਨਮ ਸਫਲ ਹੋ ਜਾਂਦਾ ਹੈ । ਉਸ ਦੀਆਂ ਸਾਰੀਆਂ ਹੀ ਮੁਰਾਦਾਂ ਪੂਰੀਆਂ ਹੋ ਜਾਂਦੀਆਂ ਹਨ । ਕੋਈ ਸੰਸਾਰਕ ਚਿੰਤਾ ਬਾਕੀ ਨਹੀਂ ਰਹਿੰਦੀ ।

Whosoever may be blessed to obey the teachings of His Word, The Forever True, Perfect Master; with His mercy and grace, His human life opportunity may be rewarded and he may be blessed with salvation. All his spoken and unspoken desires may be fully satisfied; with His mercy and grace, he may not have any worldly desire left within his mind.

ਚਰਨ ਕਮਲ ਗੁਰ ਕੇ ਮਨਿ ਵੂਠੇ॥ charan kamal gur kay man voothay.
ਦਰਦ ਭ੍ਰਮ ਬਿਨਸੇ ਝੂਠੇ॥੧॥ dookh darad bharam binsay jhoothay. ||1||

ਜਿਹੜਾ ਆਪਾ ਪ੍ਰਭ ਦੇ ਚਰਨਾਂ ਵਿੱਚ ਭੇਟਾ ਕਰ ਦੇਂਦਾ ਹੈ । ਉਸ ਦੇ ਸਾਰੇ ਦੁਖ, ਸਾਰੀਆਂ ਸੰਸਾਰਕ ਚਿੰਤਾ ਹੀ ਦੂਰ ਹੋ ਜਾਂਦੀਆਂ ਹਨ ।

Whosoever may surrender his mind, body, worldly status, his self-identity at His Sanctuary; with His mercy and grace, all his worldly desires may be eliminated from his mind.

ਨਿਤ ਉਠਿ ਗਾਵਹੁ ਪ੍ਰਭ ਕੀ ਬਾਣੀ॥ nit uth gaavhu parabh kee banee.
ਆਠ ਪਹਰ ਹਰਿ ਸਿਮਰਹੁ ਪ੍ਰਾਣੀ॥੨॥ aath pahar har simrahu paraanee. ||2||

ਪ੍ਰਭ ਦਾ ਦਾਸ, ਜਾਗ ਖੁਲ੍ਹਣ ਤੋ ਸੌਣ ਤੀਕ, ਸਵਾਸ ਸਵਾਸ ਸ਼ਬਦ ਦਾ ਹੀ ਸਿਮਰਨ ਕਰਦਾ ਹੈ ।

His true devotee may start his day, from waking up to sleeping, with each breath, in meditation on the teachings of His Word.

ਘਰਿ ਬਾਹਰਿ ਪ੍ਰਭੁ ਸਭਨੀ ਥਾਈ॥ ghar baahar parabh sabhnee thaa-ee.
ਸਹਾਈ ਜਹ ਹਉ ਜਾਈ॥੩॥ sang sahaa-ee jah ha-o jaa-ee. ||3||

ਉਸ ਨੂੰ ਪ੍ਰਭ ਦੀ ਹੋਂਦ ਹਰਇੱਕ ਥਾਂ ਤੇ ਹੀ ਅਨੁਭਵ ਹੁੰਦੀ ਹੈ । ਉਸ ਦਾ ਹਰਇੱਕ ਥਾਂ ਤੇ ਕੰਮ, ਸੋਚ ਵਿੱਚ ਪ੍ਰਭ ਆਪ ਹੀ ਸਲਾਹਕਾਰ ਬਣ ਜਾਂਦਾ ਹੈ ।

His true devotee may realize His Holy Spirit prevailing everywhere. The True Master may become his counsellor in every step of his life. His conscious mind may follow the advice of his subconscious mind, His Word.

ਦੁਇ ਕਰ ਜੋੜਿ ਕਰੀ ਅਰਦਾਸਿ॥ du-ay kar jorh karee ardaas.
ਜਪੇ ਨਾਨਕੁ ਗੁਣਤਾਸੁ॥੪॥੯॥ sadaa japay naanak guntaas. ||4||9||

ਪ੍ਰਭ ਦਾ ਦਾਸ ਨਿਮ੍ਰਤਾ ਨਾਲ ਪ੍ਰਭ ਅੱਗੇ ਅਰਾਧਨਾ ਕਰਦਾ ਹੈ । ਉਹ ਸਵਾਸ, ਸਵਾਸ ਹੀ ਪ੍ਰਭ ਦੇ ਸ਼ਬਦ ਦਾ ਸਿਮਰਨ ਕਰਦਾ, ਉਸਤਤ ਗਾਉਂਦਾ ਰਹਿੰਦਾ ਹੈ ।

His true devotee may humbly pray for His Forgiveness and Refuge. He may meditate on the teachings of His Word with each breath and sings the glory of His Word.

149.(5-10) ਪ੍ਰਭਾਤੀ ਮਹਲਾ ੫॥ (1340-10)

ਪਾਰਬ੍ਰਹਮੁ ਪ੍ਰਭੁ ਸੁਘੜ ਸੁਜਾਣੁ॥ paarbarahm parabh sugharh sujaan.
ਗੁਰੁ ਪੂਰਾ ਪਾਈਐ ਵਡਭਾਗੀ, gur pooraa paa-ee-ai vadbhaagee
ਦਰਸਨ ਕਉ ਜਾਈਐ ਕੁਰਬਾਣੁ॥੧॥ darsan ka-o jaa-ee-ai kurbaan. ||1||
ਰਹਾਉ॥ rahaa-o.

ਅੰਤਰਜਾਮੀ ਅਟਲ ਪ੍ਰਭ, ਸਾਰੀਆਂ ਸਿਆਣਪਾਂ ਦਾ ਮਾਲਕ ਹੈ । ਜਿਸ ਦੇ ਵੱਡੇ ਭਾਗ ਹੋਣ ਉਸ ਨੂੰ ਪ੍ਰਭ ਦੀ ਹੋਂਦ ਅਨੁਭਵ ਹੁੰਦੀ ਹੈ । ਜਿਹੜੇ ਜੀਵ ਨੂੰ ਅਜੇਹੇ ਸੰਤ ਸਰੂਪ ਵਰਗੀ ਅਵਸਥਾ ਬਖਸ਼ਿਸ਼ ਹੋ ਜਾਂਦੀ ਹੈ, ਉਸ ਜੀਵ ਤੋ ਸਦਕੇ, ਕੁਰਬਾਨ ਜਾਵੋ !

The Omniscient True Master remains the treasure of all enlightenments. Whosoever may have a great prewritten destiny; only he may realize His existence and His Holy Spirit prevailing everywhere. Whosoever may be blessed with a state of mind as such a Holy saint! You should remain fascinated, astonished from his way of life.

ਕਿਲਬਿਖ ਮੇਟੇ ਸਬਦਿ ਸੰਤੋਖੁ॥ kilbikh maytay sabad santokh.
ਨਾਮੁ ਅਰਾਧਨ ਹੋਆ ਜੋਗੁ॥ naam araaDhan ho-aa jog.
ਸਾਧਸੰਗਿ ਹੋਆ ਪਰਗਾਸੁ॥ saaDhsang ho-aa pargaas.
ਚਰਨ ਕਮਲ ਮਨ ਮਾਹਿ ਨਿਵਾਸੁ॥੧॥ charan kamal man maahi nivaas. ||1||

ਜਿਸ ਨੂੰ ਪ੍ਰਭ ਆਪਣੇ ਸ਼ਬਦ ਦੇ ਸਿਮਰਨ ਕਰਨ ਦੇ ਯੋਗ ਸਮਝਦਾ ਹੈ । ਉਸ ਦੇ ਕੀਤੇ ਪਾਪ, ਗਲਤੀਆਂ ਇੱਕ ਪਲ ਵਿੱਚ ਹੀ ਮਾਫ ਹੋ ਜਾਂਦੀਆਂ ਹਨ । ਉਸ ਨੂੰ ਸਿਮਰਨ ਕਰਨ ਵਾਲੇ ਦੀ ਸੰਗਤ ਬਖਸ਼ਦਾ ਹੈ । ਉਹ ਸੰਤ ਸਰੂਪ ਦੇ ਜੀਵਨ ਦੀ ਸਿਖਿਆਂ ਨਾਲ ਆਪਣਾ ਜੀਵਨ ਢਾਲਦਾ ਹੈ । ਉਸ ਦਾ ਮਨ ਨਿਮ੍ਰਤਾ ਨਾਲ ਭਰਿਆਂ ਰਹਿੰਦਾ ਹੈ ।

Whosoever may be considered worthy to meditate or adopt the teachings of His Word with steady and stable belief; with His mercy and grace, all his sins may be forgiven in a twinkle of eyes. He may be blessed with the conjugation of His Holy saint. He may adopt the life experience of His Holy saint in his own day to day life. He may remain overwhelmed, drenched with humility in his worldly life.

ਜਿਨਿ ਕੀਆ ਤਿਨਿ ਲੀਆ ਰਾਖਿ॥ jin kee-aa tin lee-aa raakh.
ਪ੍ਰਭੁ ਪੂਰਾ ਅਨਾਥ ਕਾ ਨਾਥੁ॥ parabh pooraa anaath kaa naath.
ਜਿਸਹਿ ਨਿਵਾਜੇ ਕਿਰਪਾ ਧਾਰਿ॥ jisahi nivaajay kirpaa Dhaar.
ਪੂਰਨ ਕਰਮ ਤਾ ਕੇ ਆਚਾਰ॥੨॥ pooran karam taa kay aachaar. ||2||

ਜਿਸ ਪ੍ਰਭ ਨੇ ਸ੍ਰਿਸ਼ਟੀ ਸਾਜੀ ਹੈ, ਉਹ ਆਪ ਹੀ ਰਖਿਆ ਕਰਦਾ ਹੈ । ਉਹ ਪੀਰਾਂ ਦਾ ਪੀਰ, ਗੁਰੂਾਂ ਦਾ ਗੁਰੂ, ਨਾਥਾਂ ਦਾ ਨਾਥ ਹੈ । ਜਿਹੜਾ ਸ਼ਬਦ ਦਾ ਸਿਮਰਨ ਅਡੋਲ ਭਰੋਸਾ ਨਾਲ ਕਰਦਾ ਹੈ । ਉਸ ਦੀ ਸ਼ਬਦ ਦੀ ਕਮਾਈ ਪ੍ਰਭ ਦੇ ਦਰਬਾਰ ਵਿੱਚ ਪ੍ਰਵਾਨ, ਸਫਲ ਹੋ ਜਾਂਦੀ ਹੈ ।

The True Master, True Guru of worldly gurus creates and protects His Creation. Whosoever may meditate on the teachings of His Word with steady and stable belief in his day-to-day life; with His mercy and grace, his earnings of His Word may be accepted in His Court.

ਗੁਣ ਗਾਵੈ ਨਿਤ ਨਿਤ ਨਿਤ ਨਵੇ॥ gun gaavai nit nit nit navay.
ਲਖ ਚਉਰਾਸੀਹ ਜੋਨਿ ਨ ਭਵੇ॥ lakh cha-oraaseeh jon na bhavay.
ਈਹਾ ਊਹਾ ਚਰਣ ਪੂਜਾਰੇ॥ eehaaN oohaaN charan poojaaray.
ਮੁਖੁ ਊਜਲੁ ਸਾਚੇ ਦਰਬਾਰੇ॥੩॥ mukh oojal saachay darbaaray. ||3||

ਜਿਹੜਾ ਸਵਾਸ ਸਵਾਸ ਪ੍ਰਭ ਦੇ ਸ਼ਬਦ ਦਾ ਸਿਮਰਨ ਕਰਦਾ ਹੈ । ਉਹ ਜਨਮ ਮਰਨ ਤੋ ਰਹਿਤ ਹੋ ਜਾਂਦਾ ਹੈ, ਉਸ ਦਾ ਮਾਨਸ ਜਨਮ ਸਫਲ ਹੋ ਜਾਂਦਾ ਹੈ । ਉਹ ਸੰਸਾਰਕ ਜੀਵਨ ਵਿੱਚ ਅਤੇ ਦਰਬਾਰ ਵਿੱਚ ਹੀ ਆਪਣੀ ਲਗਨ ਪ੍ਰਭ ਦੇ ਚਰਨਾਂ, ਸ਼ਬਦ ਦੀ ਸਿਖਿਆਂ ਵਿੱਚ ਹੀ ਰਖਦਾ ਹੈ ।

Whosoever may meditate on the teachings of His Word with steady and stable with each breath; with His mercy and grace, his soul may become beyond the reach of devil of death. His cycle of birth and death may be eliminated. His human life opportunity may be rewarded. He may remain intoxicated with the essence of His Word in his worldly life and after death in His Court.

ਜਿਸੁ ਮਸਤਕਿ ਗੁਰਿ ਧਰਿਆ ਹਾਥੁ॥	jis mastak gur Dhari-aa haath.
ਕੋਟਿ ਮਧੇ ਕੋ ਵਿਰਲਾ ਦਾਸੁ॥	kot maDhay ko virlaa daas.
ਜਲਿ ਥਲਿ ਮਹੀਅਲਿ ਪੇਖੈ ਭਰਪੂਰਿ॥	jal thal mahee-al paykhai bharpoor.
ਨਾਨਕ ਉਧਰਸਿ ਤਿਸੁ ਜਨ ਕੀ ਧੂਰਿ॥੪॥੧੦॥	naanak uDhras tis jan kee Dhoor. 4‖10

ਸੰਸਾਰ ਵਿੱਚ ਕੋਈ ਵਿਰਲੇ ਹੀ ਜੀਵ ਹੈ । ਜਿਸ ਦੇ ਮੱਥੇ ਤੇ ਪ੍ਰਭ ਆਪਣਾ ਰਹਿਮਤ ਭਰਿਆਂ ਹੱਥ ਰਖਦਾ ਹੈ । ਪ੍ਰਭ ਜਲ, ਥਲ ਵਿੱਚ ਸਭ ਥਾਂ ਤੇ ਆਪ ਹੀ ਵਾਪਰਦਾ ਹੈ । ਸਾਰੀ ਸ੍ਰਿਸ਼ਟੀ ਹੀ ਉਸ ਦੇ ਆਸਰੇ ਤੇ, ਭਾਣੇ ਤੇ ਚਲਦੀ ਹੈ ।

Very rare devotee may be blessed with such a state of mind; who may be bestowed with His Blessed Vision, His protective shield on his forehead. The Omnipresent True Master prevails everywhere in water, earth and in every event in His Nature. The whole universe may only function under His Command; no one may be above His reach or command.

150.(5-11) ਪ੍ਰਭਾਤੀ ਮਹਲਾ ੫॥ (1340-17)

ਕੁਰਬਾਣੁ ਜਾਈ ਗੁਰ ਪੂਰੇ ਅਪਨੇ॥	kurbaan jaa-ee gur pooray apnay.
ਜਿਸੁ ਪ੍ਰਸਾਦਿ ਹਰਿ ਹਰਿ ਜਪੁ ਜਪਨੇ॥੧॥	jis parsaad har har jap japnay. ‖1‖
ਰਹਾਉ॥	rahaa-o.

ਪੂਰਨ, ਅਟਲ ਪ੍ਰਭ ਤੋ ਸਦਕੇ ਜਾਵਾ! ਜਿਸ ਨੇ ਆਪ ਹੀ ਰਹਿਮਤ ਬਖਸ਼ਕੇ ਸ਼ਬਦ ਦੇ ਸਿਮਰਨ ਵਿੱਚ ਲਗਨ ਬਖਸ਼ੀ ਹੈ ।

I remain fascinated and astonished from the greatness of The Prefect Forever True Master. He has blessed me devotion and dedication to meditate on the teachings of His Word.

ਅੰਮ੍ਰਿਤ ਬਾਣੀ ਸੁਣਤ ਨਿਹਾਲ॥	amrit banee sunat nihaal.
ਬਿਨਸਿ ਗਏ ਬਿਖਿਆ ਜੰਜਾਲ॥੧॥	binas ga-ay bikhi-aa janjaal. ‖1‖

ਉਸ ਦੇ ਅਮੋਲਕ ਸ਼ਬਦ ਦੀ ਸਿਖਿਆਂ ਸੁਣਨ ਨਾਲ ਮਨ ਦੇ ਸਾਰੇ ਭਲੇਖੇ ਦੂਰ ਹੋ ਗਏ ਹਨ । ਮਨ ਵਿੱਚ ਖੜਾ ਬਖਸ਼ਿਸ਼ ਹੋ ਗਿਆ ਹੈ । ਸਭ ਸੰਸਾਰਕ ਚਿੰਤਾਂ ਦੂਰ ਹੋ ਗਈਆਂ ਹਨ ।

By listening to the sermons of His Ambrosial Word; with His mercy and grace, all my suspicions of religious rituals have been eliminated from my mind. I have been blessed with overwhelming blossom in my mind. All my frustrations of worldly desires have been eliminated.

ਸਾਚ ਸਬਦ ਸਿਉ ਲਾਗੀ ਪ੍ਰੀਤਿ॥	saach sabad si-o laagee pareet.
ਹਰਿ ਪ੍ਰਭੁ ਅਪੁਨਾ ਆਇਆ ਚੀਤਿ॥੨॥	har parabh apunaa aa-i-aa cheet. ‖2‖

ਪ੍ਰਭ ਦੇ ਅਮੋਲਕ, ਅਟਲ ਸ਼ਬਦ ਵਿੱਚ ਹੀ ਮੇਰੀ ਲਗਨ ਲਗੀ ਹੈ । ਮਨ ਤੇ ਕੇਵਲ ਪ੍ਰਭ ਦੇ ਸ਼ਬਦ ਦਾ ਹੀ ਰੰਗ ਚੜ੍ਹ ਗਿਆ ਹੈ ।

I remain intoxicated in obeying the teachings of His ambrosial Word. I remain only drenched the crimson color of the essence of His Word.

ਨਾਮੁ ਜਪਤ ਹੋਆ ਪਰਗਾਸੁ॥	naam japat ho-aa pargaas.
ਗੁਰ ਸਬਦੇ ਕੀਨਾ ਰਿਦੈ ਨਿਵਾਸੁ॥੩॥	gur sabday keenaa ridai nivaas. ‖3‖

ਪ੍ਰਭ ਦੇ ਸ਼ਬਦ ਦਾ ਸਿਮਰਨ ਕਰਨ ਨਾਲ ਪ੍ਰਭ ਆਪ ਹੀ ਮੇਰੇ ਅੰਦਰੋਂ ਹੀ ਪ੍ਰਗਟ ਹੋ ਗਿਆ ਹੈ । ਉਸ ਦਾ ਨਿਵਾਸ, ਹੋਂਦ ਮੇਰੇ ਮਨ ਵਿੱਚ ਅਨੁਭਵ ਹੋ ਗਈ ਹੈ ।

I am meditating on the teachings of His Word with steady and stable belief; with His mercy and grace, I have been enlightened with the essence of His Word from within. I have realized His Holy Spirit prevailing everywhere.

ਗੁਰ ਸਮਰਥ ਸਦਾ ਦਇਆਲ॥ gur samrath sadaa da-i-aal.
ਹਰਿ ਜਪਿ ਜਪਿ ਨਾਨਕ ਭਏ ਨਿਹਾਲ॥੪॥੧੧॥ har jap jap naanak bha-ay nihaal. 4||11

ਪ੍ਰਭ ਸਭ ਤਾਕਤਾ, ਸਿਆਣਪਾਂ ਦਾ ਆਪ ਹੀ ਮਾਲਕ ਹੈ । ਪ੍ਰਭ ਤੋ ਵੱਡਾ, ਉਚਾ ਹੋਰ ਕੋਈ ਨਹੀਂ ਹੈ । ਉਸ ਦੇ ਸ਼ਬਦ ਦਾ ਸਿਮਰਨ ਕਰਨ ਨਾਲ ਮਨ ਵਿੱਚ ਖੇੜਾ ਬਖਸ਼ਿਸ਼ ਹੋ ਜਾਂਦਾ ਹੈ ।

The Omnipotent True Master, Treasure of all enlightenments, wisdoms may be the greatest of All. No one may be equal, comparable and beyond His reach, command. Whosoever may meditate on the teachings of His Word with steady and stable belief; with His mercy and grace, he may be blessed with blossom in his day-to-day life.

151. (5-12) ਪ੍ਰਭਾਤੀ ਮਹਲਾ ੫॥ 1341-2

ਗੁਰੁ ਗੁਰੁ ਕਰਤ ਸਦਾ ਸੁਖੁ ਪਾਇਆ॥ gur gur karat sadaa sukh paa-i-aa.
ਦੀਨ ਦਇਆਲ ਭਏ ਕਿਰਪਾਲਾ, deen da-i-aal bha-ay kirpaalaa
ਅਪਣਾ ਨਾਮੁ ਆਪਿ ਜਪਾਇਆ॥੧॥ ਰਹਾਉ॥ apnaa naam aap japaa-i-aa. ||1|| rahaa-o.

ਤਰਸਵਾਨ, ਦਿਆਲੂ ਪ੍ਰਭ ਆਪ ਹੀ ਰਹਿਮਤ ਬਖਸ਼ਕੇ ਜੀਵ ਨੂੰ ਸ਼ਬਦ ਦਾ ਸਿਮਰਨ ਕਰਨ ਦੀ ਲਗਨ ਲਾਉਂਦਾ, ਬਖਸ਼ਦਾ ਹੈ । ਆਪ ਹੀ ਸਿਮਰਨ ਕਰਨ ਵਾਲੇ ਨੂੰ ਖੇੜਾ ਬਖਸ਼ਦਾ ਹੈ ।

The Merciful, gracious True Master may bless His true devotee a devotion to meditate on the teachings of His Word; with His mercy and grace, His true devotee remains intoxicated in meditation. He may be blessed with blossom in his day-to-day life.

ਸੰਤਸੰਗਤਿ ਮਿਲਿ ਭਇਆ ਪ੍ਰਗਾਸ॥ santsangat mil bha-i-aa pargaas.
ਹਰਿ ਹਰਿ ਜਪਤ ਪੂਰਨ ਭਈ ਆਸ॥੧॥ har har japat pooran bha-ee aas. ||1||

ਜਿਸ ਜੀਵ ਦੀ ਆਤਮਾ ਪਵਿੱਤਰ ਹੋ ਜਾਂਦੀ ਹੈ । ਉਹ ਆਪ ਹੀ ਸਾਧ ਸੰਗਤ ਬਣ ਜਾਂਦਾ ਹੈ । ਉਸ ਦੇ ਮਨ ਵਿੱਚ ਪ੍ਰਭ ਆਪ ਹੀ ਪ੍ਰਗਟ ਹੋ ਜਾਂਦਾ ਹੈ । ਸਿਮਰਨ ਕਰਦੇ ਦੀਆਂ ਸਾਰੀਆਂ ਹੀ ਇੱਛਾਂ ਪੂਰਨ ਹੋ ਜਾਂਦੀਆਂ ਹਨ । ਮਨ ਨੂੰ ਸ਼ਾਂਤੀ ਬਖਸ਼ਿਸ਼ ਹੋ ਜਾਂਦੀ ਹੈ ।

Whose soul may be sanctified; with His mercy and grace, he may become the conjugation of His Holy saint. He may be enlightened from within. He may remain intoxicated meditating in the void of His Word; with His mercy and grace, he may be blessed with peace of mind.

ਸਰਬ ਕਲਿਆਣ ਸੁਖ ਮਨਿ ਵੂਠੇ॥ sarab kali-aan sookh man voothay.
ਹਰਿ ਗੁਣ ਗਾਏ ਗੁਰ ਨਾਨਕ ਤੂਠੇ॥੨॥੧੨॥ har gun gaa-ay gur naanak toothay.2||12

ਜਿਸ ਦਾ ਭਰੋਸਾ ਪ੍ਰਭ ਦੇ ਬਖਸ਼ੇ ਤੇ ਅਡੋਲ ਹੋ ਜਾਂਦਾ ਹੈ । ਉਸ ਨੂੰ ਸਿਮਰਨ ਕਰਦੇ ਹੀ ਮਨ ਦੀਆਂ ਸੰਸਾਰਕ ਚਿੰਤਾਂ ਦੂਰ ਹੋ ਜਾਂਦੀਆਂ ਹਨ । ਸਭ ਸੁਖਾਂ ਵਿੱਚ ਬਦਲ ਜਾਂਦੀਆਂ ਹਨ ।

Whosoever may remain contented with His Blessings, accepts His Word as an Ultimate Command; with His mercy and grace, he may remain intoxicated in the void of His Word. All his frustrations of worldly desires may be eliminated. All his miseries of worldly desires may be transformed as pleasure in his worldly life.

152.(5-13) ਪ੍ਰਭਾਤੀ ਮਹਲਾ ੫ ਘਰੁ ੨ ਬਿਭਾਸ (1341-6)

ੴ ਸਤਿਗੁਰ ਪ੍ਰਸਾਦਿ॥ ik-oNkaar satgur parsaad.
ਅਵਰੁ ਨ ਦੂਜਾ ਠਾਉ॥ avar na doojaa thaa-o.
ਨਾਹੀ ਬਿਨੁ ਹਰਿ ਨਾਉ॥ naahee bin har naa-o.
ਸਰਬ ਸਿਧਿ ਕਲਿਆਨ॥ sarab siDh kali-aan.
ਪੂਰਨ ਹੋਹਿ ਸਗਲ ਕਾਮ॥੧॥ pooran hohi sagal kaam. ||1|

ਪ੍ਰਭ ਦੇ ਸ਼ਬਦ ਦੀ ਪਾਲਣਾ ਤੋ ਬਿਨਾਂ ਹੋਰ ਕੋਈ ਵਿਧੀ ਨਾਲ ਮਨ ਨੂੰ ਸ਼ਾਂਤੀ, ਸੰਤੋਖ ਬਖਸ਼ਿਸ਼ ਨਹੀਂ ਹੋ ਸਕਦਾ । ਪ੍ਰਭ ਦੇ ਸ਼ਬਦ ਦੀ ਪਾਲਣਾ ਹੀ ਸਾਰੀਆਂ ਵਿਧੀਆਂ ਦਾ ਮੰਤ੍ਰ ਹੈ । ਜਿਹੜਾ ਸ਼ਬਦ ਦਾ ਸਿਮਰਨ ਕਰਦਾ ਹੈ, ਉਸ ਦੇ ਮਨ ਦੀਆਂ ਬੋਲੀਆਂ, ਅਣਬੋਲੀਆਂ ਇੱਛਾਂ ਪੂਰੀਆਂ ਹੋ ਜਾਂਦੀਆਂ ਹਨ ।

Without obey the teachings of His Word with steady and stable belief; there may not be any other meditation technique to realize any peace of mind and comforts in worldly life. Obeying the teachings of His Word may be the foundation, pillar of all mediation to sanctify soul to become worthy of His Consideration. Whosoever may meditate on the teachings of His Word; with His mercy and grace, all his spoken and unspoken desires may be satisfied.

ਹਰਿ ਕੋ ਨਾਮੁ ਜਪੀਐ ਨੀਤ॥	har ko naam japee-ai neet.
ਕਾਮ ਕ੍ਰੋਧ ਅਹੰਕਾਰੁ ਬਿਨਸੈ,	kaam kroDh ahaNkaar binsai
ਲਗੈ ਏਕੈ ਪ੍ਰੀਤਿ॥੧॥ ਰਹਾਉ॥	lagai aykai pareet. ‖1‖ rahaa-o.

ਜਿਹੜਾ ਪ੍ਰਭ ਦੇ ਸ਼ਬਦ ਦਾ ਸਵਾਸ ਸਵਾਸ ਸਿਮਰਨ ਕਰਦਾ ਹੈ । ਉਸ ਨੂੰ ਕਾਮ ਵਾਸ਼ਨਾ, ਕਰੋਧ, ਅਹੰਕਾਰ ਤੇ ਜਿੱਤ ਬਖਸ਼ਿਸ਼ ਹੋ ਜਾਂਦੀ ਹੈ । ਉਸ ਦੀ ਅਸਲੀ ਪ੍ਰੀਤ ਸ਼ਬਦ ਨਾਲ ਲਗ ਜਾਂਦੀ ਹੈ ।

Whosoever may meditate on the teachings of His Word with each breath; with His mercy and grace, he may conquer his sexual urge, anger, ego of worldly status. He remains intoxicated in the void of His Word; his devotion and dedication may be the real path of acceptance in His Court.

ਨਾਮਿ ਲਾਗੈ ਦੂਖੁ ਭਾਗੈ,	naam laagai dookh bhaagai
ਸਰਨਿ ਪਾਲਨ ਜੋਗੁ॥	saran paalan jog.
ਸਤਿਗੁਰੁ ਭੇਟੈ ਜਮੁ ਨ ਤੇਟੈ,	satgur bhaytai jam na taytai
ਜਿਸੁ ਧੁਰਿ ਹੋਵੈ ਸੰਜੋਗੁ॥੨॥	jis Dhur hovai sanjog. ‖2‖

ਜਿਸ ਜੀਵ ਦਾ ਪ੍ਰਭ ਨੇ ਪਹਿਲੇ ਹੀ ਆਪਣੇ ਨਾਲ ਮਿਲਾਪ ਲਿਖਿਆ ਹੁੰਦਾ ਹੈ । ਉਸ ਨੂੰ ਮੌਤ ਦਾ ਜਮਦੂਤ ਛੋਹ ਵੀ ਨਹੀਂ ਸਕਦਾ । ਜਿਵੇਂ ਜਿਵੇਂ ਉਹ ਸ਼ਬਦ ਦੇ ਸਿਮਰਨ ਵਿੱਚ ਅਡੋਲ ਹੁੰਦਾ ਹੈ । ਉਸ ਦੇ ਸੰਸਾਰਕ ਇੱਛਾਂ ਦੇ ਦੁਖ ਦੂਰ ਹੋ ਜਾਂਦੇ ਹਨ, ਪ੍ਰਭ ਆਪ ਹੀ ਸਹਾਈ, ਰਖਵਾਲਾ ਬਣ ਜਾਂਦਾ ਹੈ ।

Whosoever may have a great prewritten destiny to be united with His Holy Spirit; the devil of death cannot even touch his soul. He remains intoxicated in meditation in the void of His Word; with His mercy and grace, all his miseries of worldly desires may be eliminated. The True Master may become his savior and protector in his human life journey.

ਰੈਨਿ ਦਿਨਸੁ ਧਿਆਇ ਹਰਿ ਹਰਿ,	rain dinas Dhi-aa-ay har har
ਤਜਹੁ ਮਨ ਕੇ ਭਰਮ॥	tajahu man kay bharam.
ਸਾਧਸੰਗਤਿ ਹਰਿ ਮਿਲੈ,	saaDhsangat har milai
ਜਿਸਹਿ ਪੂਰਨ ਕਰਮ॥੩॥	jisahi pooran karam. ‖3‖

ਉਹ ਜੀਵ ਰਾਤ ਦਿਨ, ਸਵਾਸ ਸਵਾਸ ਪ੍ਰਭ ਦੇ ਸ਼ਬਦ ਦਾ ਸਿਮਰਨ ਕਰਦਾ ਹੈ । ਉਸ ਦੇ ਮਨ ਦੇ ਸਾਰੇ ਭਰਮ ਦੂਰ ਹੋ ਜਾਂਦੇ ਹਨ । ਜਿਸ ਦੇ ਕੀਤੇ ਹੋਏ ਕੰਮ ਪ੍ਰਭ ਦੇ ਦਰਬਾਰ ਵਿੱਚ ਪ੍ਰਵਾਨ ਹੋ ਜਾਂਦੇ ਹਨ । ਉਹ ਆਪ ਹੀ ਸਾਧ ਸੰਗਤ ਬਣ ਜਾਂਦਾ ਹੈ ।

Whosoever may meditate on the teachings of His Word with steady and stable belief with each breath. All his worldly suspicions may be eliminated. All his worldly deeds may become acceptable in His Court. He may be transformed as the conjugation of Holy saint.

ਜਨਮ ਜਨਮ ਬਿਖਾਦ ਬਿਨਸੇ,	janam janam bikhaad binsay
ਰਾਖਿ ਲੀਨੇ ਆਪਿ॥	raakh leenay aap.
ਮਾਤ ਪਿਤਾ ਮੀਤ ਭਾਈ,	maat pitaa meet bhaa-ee
ਜਨ ਨਾਨਕ ਹਰਿ ਹਰਿ ਜਾਪਿ॥੪॥੧॥੧੩॥	jan naanak har har jaap. ‖4‖1‖13‖

ਜਿਸ ਨੂੰ ਪ੍ਰਭ ਆਪ ਰਖਦਾ ਹੈ, ਉਸ ਦੇ ਜਨਮ, ਜਨਮ ਦੇ ਕੀਤੇ ਪਾਪ ਬਖਸ਼ੇ ਜਾਂਦੇ ਹਨ । ਪ੍ਰਭ ਹੀ ਆਤਮਾ ਦਾ ਅਸਲੀ ਮਾਤਾ, ਪਿਤਾ, ਭੈਣ, ਭਾਈ ਅਤੇ ਸਬੰਧੀ ਹੁੰਦਾ ਹੈ ।

Whosoever may be protected with His Blessed Vision; all his sins of previous lives may be forgiven. The True Master Himself prevails in his mother, father, siblings to nourish, guide and protect in his worldly life.

153. (5-14) ਪ੍ਰਭਾਤੀ ਮਹਲਾ ੫॥ ਬਿਭਾਸ ਪੜਤਾਲ (1341-12)

ੴ ਸਤਿਗੁਰ ਪ੍ਰਸਾਦਿ॥ ik-oNkaar satgur parsaad.
ਰਮ ਰਾਮ ਰਾਮ ਰਾਮ ਜਾਪ॥ ram raam raam raam jaap.
ਕਲਿ ਕਲੇਸ ਲੋਭ ਮੋਹ ਬਿਨਸਿ, kal kalays lobh moh binas
ਜਾਇ ਅਹੰ ਤਾਪ॥੧॥ ਰਹਾਉ॥ jaa-ay ahaN taap. ||1|| rahaa-o.

ਜੀਵ ਸਵਾਸ ਸਵਾਸ ਪ੍ਰਭ ਦੇ ਸ਼ਬਦ ਦਾ ਸਿਮਰਨ ਕਰੋ ! ਜਿਸ ਨਾਲ ਮਨ ਦੀਆਂ ਚਿੰਤਾਂ, ਕਲੇਸ਼, ਲੋਭ, ਮੋਹ ਸਭ ਦੂਰ ਹੋ ਜਾਂਦੇ ਹਨ ।

Whosoever may meditate on the teachings of His Word with each breath with steady and stable belief; with His mercy and grace, all his frustrations, miseries, anger, greed, and worldly attachments may be eliminated.

ਆਪੁ ਤਿਆਗਿ ਸੰਤ ਚਰਨ ਲਾਗਿ, aap ti-aag sant charan laag
ਮਨੁ ਪਵਿਤੁ ਜਾਹਿ ਪਾਪ॥੧॥ man, pavit jaahi paap. ||1||

ਜੀਵ, ਆਪਣੇ ਆਪ ਦੀ ਹੌਂਦ ਨੂੰ ਪ੍ਰਭ ਦੇ ਭੇਟਾ ਕਰਕੇ ਅਸਲੀ ਦਾਸ ਸੇਵਕ ਬਣੋ ! ਇਹ ਹੀ ਇੱਕੋ ਇੱਕ ਆਤਮਾ ਨੂੰ ਪਵਿੱਤਰ ਕਰਨ ਦਾ ਢੰਗ ਹੈ ।

You should surrender your mind, body, worldly status, and self-identity at His Sanctuary and become His true devotee. This may be the One and Only One unique meditation, technique to sanctify your soul to become worthy of His Consideration.

ਨਾਨਕੁ ਬਾਰਿਕੁ ਕਛੂ ਨ ਜਾਨੈ, naanak baarik kachhoo na jaanai
ਰਾਖਨ ਕਉ ਪ੍ਰਭੁ ਮਾਈ ਬਾਪ॥੨॥੧॥੧੪॥ raakhan ka-o parabh maa-ee baap. 2||1||14

ਅਣਜਾਣਾ ਜੀਵ ਨੂੰ ਪ੍ਰਭ ਦੇ ਸ਼ਬਦ ਦੀ ਕੋਈ ਸੋਝੀ ਨਹੀਂ ਹੈ । ਜੀਵ ਨੂੰ ਪੈਦਾ ਕਰਨ ਵਾਲ ਆਪ ਹੀ ਰਖਿਆ ਕਰਦਾ ਹੈ । ਜਿਸ ਦਾ ਪ੍ਰਭ ਰਖਵਾਲਾ ਬਣ ਜਾਂਦਾ ਹੈ, ਉਸ ਨੂੰ ਕੋਈ ਮਾਰ ਨਹੀਂ ਸਕਦਾ ।

Ignorant may not comprehend His Word, His Nature. The True Master, Creator remains protector of His Creation. Whosoever may remain under His protection; no one else may ever hurt of kill His true devotee.

154.(5-15) ਪ੍ਰਭਾਤੀ ਮਹਲਾ ੫॥ (1341-15)

ਚਰਨ ਕਮਲ ਸਰਨਿ ਟੇਕ॥ charan kamal saran tayk.
ਊਚ ਮੂਚ ਬੇਅੰਤੁ ਠਾਕੁਰੁ, ooch mooch bay-ant thaakur
ਸਰਬ ਊਪਰਿ ਤੁਹੀ ਏਕ॥੧॥ ਰਹਾਉ॥ sarab oopar tuhee ayk. ||1|| rahaa-o.

ਪ੍ਰਭ ਹੀ ਸਭ ਤੋਂ ਉਚਾ, ਤਾਕਤਵਾਰ ਹੈ । ਮੈਂ ਪ੍ਰਭ ਦੀ ਸ਼ਰਣ ਵਿੱਚ ਆਪਾ ਭੇਟਾ ਕੀਤਾ ਹੈ । ਆਪਣੀ ਰਹਿਮਤ ਨਾਲ ਮੇਰਾ ਪਰਦਾ ਢੱਕੋ, ਮੇਰਾ ਹੋਰ ਕੋਈ ਆਸਰਾ ਨਹੀਂ ਹੈ ।

The Omnipotent True Master may be the most powerful and greatest of All. I have surrendered may self-identity at Your Sanctuary. With Your mercy and grace, protects my honor; I have no other hope, support, or protector in the universe.

ਪ੍ਰਾਨ ਅਧਾਰ ਦੁਖ ਬਿਦਾਰ, paraan aDhaar dukh bidaar
ਦੈਨਹਾਰ ਬੁਧਿ ਬਿਬੇਕ॥੧॥ dainhaar buDh bibayk. ||1||

ਪ੍ਰਭ ਹੀ ਜੀਵ ਨੂੰ ਸਵਾਸ ਬਖਸ਼ਣ, ਦੁਖ ਦੂਰ ਕਰਨ ਵਾਲਾ ਮਾਲਕ ਹੈ । ਆਪਣੀ ਰਹਿਮਤ ਨਾਲ ਸ਼ਬਦ ਦੀ ਪਾਲਣਾ, ਪ੍ਰਵਾਨਗੀ ਦੇ ਰਸਤੇ ਦੀ ਸੋਝੀ ਬਖਸ਼ੋ!

The True Master creates, blesses the capital of breaths, and eliminates all his miseries of worldly desires. With Your Blessed Vision, blesses a devotion to obey the teachings of Your Word and the right path of acceptance in Your Court.

ਨਮਸਕਾਰ ਰਖਨਹਾਰ	namaskaar rakhanhaar
ਮਨਿ ਅਰਾਧਿ ਪ੍ਰਭੂ ਮੇਕ॥	man, araaDh parabhoo mayk.
ਸੰਤ ਰੇਨੁ ਕਰਉ ਮਜਨੁ,	sant rayn kara-o majan
ਨਾਨਕ ਪਾਵੈ ਸੁਖ ਅਨੇਕ॥੨॥੨॥੧੫॥	naanak paavai sukh anayk. ||2||2||15||

ਪ੍ਰਭ ਹੀ ਸਾਰੀ ਸ੍ਰਿਸ਼ਟੀ ਦੀ ਪਾਲਣ ਪੋਸਨਾ ਕਰਦਾ ਹੈ । ਮੇਰੀ ਇੱਕੋ ਇੱਕ ਅਰਦਾਸ, ਅਰਾਧਨਾ ਹੈ । ਮਨ ਵਿੱਚ ਨਿਮ੍ਰਤਾ ਬਖਸ਼ੋ! ਮੈਂ ਆਪਣੇ ਆਪ ਨੂੰ ਸੰਤ ਸਰੂਪ ਦੇ ਚਰਨਾਂ ਧੂੜ ਦੇ ਸਮਾਨ ਹੀ ਸਮਝਾ ਹਾ । ਇਸ ਅਵਸਥਾ ਵਿੱਚ ਹੀ ਮਨ ਨੂੰ ਸਾਰੇ ਸੁਖ, ਦਾਤਾਂ ਬਖਸ਼ਿਸ਼ ਹੋ ਜਾਂਦੀਆਂ ਹਨ ।

The True Master creates, nourishes, and protects His Creation. I have One and only One prayer! I may be blessed with such a humility; I may consider my worldly status, lower than the dust of the feet of Your Holy saint. Whosoever may adopt such a humility in his day-to-day life; with His mercy and grace, he may be blessed with all comforts, pleasures in his human life journey.

155.ਪ੍ਰਭਾਤੀ ਅਸਟਪਦੀਆ॥ (1-1A) ਮਹਲਾ ੧ ਬਿਭਾਸ (1342-1)

੧ਓ ਸਤਿਗੁਰ ਪ੍ਰਸਾਦਿ॥	ik-oNkaar satgur parsaad.
ਦੁਬਿਧਾ ਬਉਰੀ ਮਨੁ ਬਉਰਾਇਆ॥	dubiDhaa ba-uree man ba-uraa-i-aa.
ਝੂਠੈ ਲਾਲਚਿ ਜਨਮੁ ਗਵਾਇਆ॥	jhoothai laalach janam gavaa-i-aa.
ਲਪਟਿ ਰਹੀ ਫੁਨਿ ਬੰਧੁ ਨ ਪਾਇਆ॥	lapat rahee fun banDh na paa-i-aa.
ਸਤਿਗੁਰਿ ਰਾਖੇ ਨਾਮੁ ਦ੍ਰਿੜਾਇਆ॥੧॥	satgur raakhay naam drirh-aa-i-aa. ||1||

ਜਿਸ ਦਾ ਪ੍ਰਭ ਦੇ ਬਖਸ਼ੇ ਤੇ ਭਰੋਸਾ ਅਡੋਲ ਨਹੀਂ ਹੁੰਦਾ । ਉਹ ਵੱਖਰੀਆਂ ਦ੍ਰਿਸ਼ਾਂ ਵਿੱਚ ਭਉਦਾ ਰਹਿੰਦਾ ਹੈ । ਮਨ ਦੀ ਭਟਕਣਾਂ ਜੀਵ ਨੂੰ ਗਵਾਰਾ, ਪਾਗਲ ਬਣਾ ਦੇਂਦੀਆਂ ਹਨ । ਉਹ ਝੂਠੇ ਲਾਲਚ ਵਿੱਚ ਜੀਵਨ ਬਿਰਥਾ ਹੀ ਬਤੀਤ ਕਰ ਜਾਂਦਾ ਹੈ । ਉਹ ਭਰਮ ਭੁਲੇਖੇ ਵਿੱਚ ਹੀ ਰਹਿੰਦਾ, ਆਪਣੇ ਮਨ ਤੇ ਕੋਈ ਕਾਬੂ ਨਹੀਂ ਹੁੰਦਾ । ਜਿਸ ਨੂੰ ਪ੍ਰਭ ਆਪ ਹੀ ਸ਼ਬਦ ਦੀ ਪਾਲਣਾ ਵਿੱਚ ਲਗਨ ਲਾਉਂਦਾ ਹੈ । ਉਹ ਸ਼ਬਦ ਦੀ ਪਾਲਣਾ ਵਿੱਚ ਅਡੋਲ ਰਹਿੰਦਾ ਹੈ । ਪ੍ਰਭ ਦੀ ਰਹਿਮਤ ਨਾਲ ਉਸ ਦੇ ਮਨ ਵਿੱਚ ਸ਼ਬਦ ਦੀ ਸੋਝੀ ਬਖਸ਼ਿਸ਼ ਹੋ ਜਾਂਦੀ ਹੈ ।

Whosoever may remain contented with His Blessings, on his own worldly environments. He may remain wandering in many directions, shrine to shrine searching for peace of mind. His frustrations may make him insane. He may waste his human life opportunity in false hopes, fantasy, illusion of sweet poison of worldly wealth. He may remain intoxicated in worldly suspicions. He may not have any control on his worldly desires. Whosoever may remain intoxicated in obeying the teachings of His Word with steady and stable belief in his day-to-day life; with His mercy and grace, he may be blessed with the enlightenment of the essence of His Word.

ਨਾ ਮਨੁ ਮਰੈ ਨ ਮਾਇਆ ਮਰੈ॥	naa man marai na maa-i-aa marai.
ਜਿਨਿ ਕਿਛੁ ਕੀਆ ਸੋਈ ਜਾਣੈ,	jin kichh kee-aa so-ee jaanai
ਸਬਦੁ ਵੀਚਾਰਿ ਭਉ ਸਾਗਰੁ ਤਰੈ॥੧॥	sabad veechaar bha-o saagar tarai. ||1||
ਰਹਾਉ॥	rahaa-o.

ਜਿਹੜਾ ਮਨ ਦੀਆਂ ਸੰਸਾਰਕ ਇੱਛਾਂ ਨੂੰ ਮਾਰ ਨਹੀਂ ਸਕਦਾ, ਉਸ ਨੂੰ ਆਪਣੇ ਮਾਨਸ ਜੀਵਨ ਦੇ ਮੰਤਵ ਦੀ ਸੋਝੀ ਬਖਸ਼ਿਸ਼ ਨਹੀਂ ਹੁੰਦੀ, ਮਨ ਤੇ ਜਿੱਤ ਬਖਸ਼ਿਸ਼ ਨਹੀਂ ਹੋ ਸਕਦੀ । ਸ੍ਰਿਸ਼ਟੀ ਦਾ ਖੇਲ ਰਚਾਉਣ ਵਾਲਾ ਪ੍ਰਭ ਹੀ ਸਭ ਕੁਝ ਜਾਣਦਾ ਹੈ । ਜਿਹੜਾ ਪ੍ਰਭ ਦੇ ਸ਼ਬਦ ਦੀ ਸਿਖਿਆਂ ਨੂੰ ਆਪਣੇ ਜੀਵਨ ਵਿੱਚ ਢਾਲਦਾ ਹੈ, ਉਸ ਦਾ ਮਾਨਸ ਜਨਮ ਸਫਲ ਹੋ ਜਾਂਦਾ ਹੈ ।

Whosoever may not eliminate his worldly expectation, desires; he may never comprehend the real purpose of his human life opportunity. He may never be able to conquer his own mind. Only, The True Master, Creator, may know the real purpose of His Creation. Whosoever may adopt the teachings of His Word in his day-to-day life; with His mercy and grace, his human life opportunity may be rewarded.

ਮਾਇਆ ਸੰਚਿ ਰਾਜੇ ਅਹੰਕਾਰੀ॥	maa-i-aa sanch raajay ahaNkaaree.
ਮਾਇਆ ਸਾਥਿ ਨ ਚਲੈ ਪਿਆਰੀ॥	maa-i-aa saath na chalai pi-aaree.
ਮਾਇਆ ਮਮਤਾ ਹੈ ਬਹੁ ਰੰਗੀ॥	maa-i-aa mamtaa hai baho rangee.
ਬਿਨੁ ਨਾਵੈ ਕੋ ਸਾਥਿ ਨ ਸੰਗੀ॥੨॥	bin naavai ko saath na sangee. ‖2‖

ਸੰਸਾਰਕ ਧਨ, ਦੌਲਤ ਇਕੱਠੀ ਕਰਕੇ ਰਾਜੇ, ਅਮੀਰ ਲੋਕ ਅਹੰਕਾਰੀ ਬਣ ਜਾਂਦੇ ਹਨ । ਪਰ ਸੰਸਾਰਕ ਧਨ ਮੌਤ ਪਿਛੋਂ, ਦਰਗਾਹ ਵਿੱਚ ਸਾਥ ਨਹੀਂ ਜਾਂਦਾ । ਕਿਸੇ ਕੰਮ ਨਹੀਂ ਆਉਂਦਾ । ਸੰਸਾਰਕ ਮਾਇਆ ਦੇ, ਮੋਹ ਦੇ ਬਹੁਤ ਹੀ ਰੰਗ, ਕਿਸਮਾਂ ਹਨ । ਪ੍ਰਭ ਦੇ ਸ਼ਬਦ ਦੀ ਸਿਖਿਆਂ ਨੂੰ ਜੀਵਨ ਵਿੱਚ ਅਪਣਾਉਣ ਤੋ ਬਿਨਾਂ ਹੋਰ ਕੋਈ ਕੀਤਾ ਕਰਮ, ਪ੍ਰਭ ਦੀ ਦਰਗਾਹ ਵਿੱਚ ਸਹਾਈ ਨਹੀਂ ਹੁੰਦਾ ।

Whosoever may collect worldly wealth, enjoys short lived pleasure and glamor of worldly life; he may remain intoxicated in ego of his worldly possessions. His worldly wealth, possessions, status may not stay with his soul after death nor have any significance in His Court. The attachment of worldly wealth may appear in many different unique colors. Without adopting the teachings of His Word with steady and stable belief in day-to-day life; any other meditation, worldly possessions may not support his soul in His Court.

ਜਿਉ ਮਨੁ ਦੇਖਹਿ ਪਰ ਮਨੁ ਤੈਸਾ॥	ji-o man daykheh par man taisaa.
ਜੈਸੀ ਮਨਸਾ ਤੈਸੀ ਦਸਾ॥	jaisee mansaa taisee dasaa.
ਜੈਸਾ ਕਰਮੁ ਤੈਸੀ ਲਿਵ ਲਾਵੈ॥	jaisaa karam taisee liv laavai.
ਸਤਿਗੁਰੁ ਪੂਛਿ ਸਹਜ ਘਰੁ ਪਾਵੈ॥੩॥	satgur poochh sahj ghar paavai. ‖3‖

ਜਿਸਤਰ੍ਹਾਂ ਦੀ ਮਨ ਦੀ ਦਿਸ਼ਾ, ਸੋਚ ਹੁੰਦੀ ਹੈ, ਉਹ ਬਾਕੀ ਜੀਵਾਂ ਨੂੰ ਆਪਣੇ ਮਨ ਦੀ ਸੋਚ ਨਾਲ ਹੀ ਪਰਖਦਾ ਹੈ । ਉਸ ਦੇ ਮਨ ਦੀ ਖਾਹਿਸ਼ ਵੀ ਮਨ ਦੀ ਦਿਸ਼ਾ ਨਾਲ ਹੀ ਬਣਦੀ ਹੈ । ਉਹ ਮਨ ਦੀ ਸੋਚ ਅਨੁਸਾਰ ਹੀ ਕੰਮ ਕਰਦਾ, ਜੀਵਨ ਬਤੀਤ ਕਰਦਾ ਹੈ । ਜਿਹੜਾ ਸ਼ਬਦ ਦੀ ਸਿਖਿਆਂ ਨੂੰ ਮਨ ਵਿੱਚ ਵਸਾਉਂਦਾ ਹੈ, ਉਸ ਦੇ ਮਨ ਵਿੱਚ ਧੀਰਜ, ਸੰਤੋਖ, ਸ਼ਾਂਤੀ ਬਖਸ਼ਿਸ਼ ਹੋ ਜਾਂਦੀ ਹੈ ।

Whatsoever may be the thoughts within, the directions, desires of his mind remain dominating in his life. He may judge, everyone with his own state of mind; compares with his own direction in life. All his worldly desires and way of life may remain dominating in his way of life, imagination of his mind. Whosoever may adopt the teachings of His Word with steady and stable belief; with His mercy and grace, he may be blessed with patience, peace of mind and contentment in his worldly life.

ਰਾਗਿ ਨਾਦਿ ਮਨੁ ਦੂਜੈ ਭਾਇ॥	raag naad man doojai bhaa-ay.
ਅੰਤਰਿ ਕਪਟੁ ਮਹਾ ਦੁਖੁ ਪਾਇ॥	antar kapat mahaa dukh paa-ay.
ਸਤਿਗੁਰੁ ਭੇਟੈ ਸੋਝੀ ਪਾਇ॥	satgur bhaytai sojhee paa-ay.
ਸਚੈ ਨਾਮਿ ਰਹੈ ਲਿਵ ਲਾਇ॥੪॥	sachai naam rahai liv laa-ay. ‖4‖

ਰਾਗ, ਸੰਗੀਤ, ਕੀਰਤਨ ਨਾਲ ਮਨ ਵੱਖਰੀਆਂ ਦ੍ਰਿਸ਼ਾ ਵਿੱਚ ਭਉਦਾ ਰਹਿੰਦਾ ਹੈ । ਉਸ ਦੇ ਮਨ ਵਿੱਚ ਵੱਖਰੀਆਂ ਦ੍ਰਿਸ਼ਾ ਦਾ ਬਹੁਤ ਡੂੰਘਾਂ ਪ੍ਰਭਾਵ ਹੁੰਦਾ ਹੈ । ਇਸ ਨਾਲ ਹੀ ਮਨ ਦੁਖ ਮਹਿਸੂਸ ਕਰਦਾ ਹੈ । ਜਿਹੜਾ ਆਪਾ ਪ੍ਰਭ ਦੀ ਸ਼ਰਣ ਵਿੱਚ ਭੇਟਾ ਕਰ ਦੇਂਦਾ ਹੈ, ਉਸ ਨੂੰ ਮਾਨਸ ਜੀਵਨ ਦੇ ਮੰਤਵ ਦੀ ਸੋਝੀ ਬਖਸ਼ਿਸ਼ ਹੋ ਜਾਂਦੀ ਹੈ । ਪ੍ਰਭ ਦੀ ਰਹਿਮਤ ਨਾਲ, ਉਸ ਦਾ ਮਨ ਸ਼ਬਦ ਦੀ ਪਾਲਣਾ ਵਿੱਚ ਅਡੋਲ ਹੋ ਜਾਂਦਾ ਹੈ ।

Worldly raag, music, songs and singing the glory of His Word; his mind may wander in many different imaginations. He may remain intoxicated with various fantasies, illusions, and imagination. He may endure various miseries, disappointments in his worldly life. Whosoever may surrender his self-identity at His Sanctuary; with His mercy and grace, he may be blessed with the enlightenment of the real purpose of human life. He may remain intoxicated in obeying the teachings of His Word in his day-to-day life.

ਸਚੈ ਸਬਦਿ ਸਚੁ ਕਮਾਵੈ॥ sachai sabad sach kamaavai.
ਸਚੀ ਬਾਣੀ ਹਰਿ ਗੁਣ ਗਾਵੈ॥ sachee banee har gun gaavai.
ਨਿਜ ਘਰਿ ਵਾਸੁ ਅਮਰ ਪਦੁ ਪਾਵੈ॥ nij ghar vaas amar pad paavai.
ਤਾ ਦਰਿ ਸਾਚੈ ਸੋਭਾ ਪਾਵੈ॥੫॥ taa dar saachai sobhaa paavai. ||5||

ਜਿਹੜਾ ਪ੍ਰਭ ਦੇ ਨਾ ਮਿਟਨਵਾਲੇ ਸ਼ਬਦ ਦੀ ਸਿਖਿਆ ਵਿੱਚ ਲਿਵ ਲਾਉਂਦਾ, ਸਵਾਸ ਸਵਾਸ ਗੁਣ ਗਾਉਂਦਾ ਹੈ । ਉਸ ਦੇ ਮਨ ਵਿੱਚ ਸ਼ਬਦ ਘਰ ਕਰ, ਜਾਗਰਤ ਹੋ ਜਾਂਦਾ ਹੈ । ਉਸ ਦੇ ਮਨ ਵਿੱਚ ਪ੍ਰਭ ਦਾ ਭਾਣਾ, ਘਰ ਕਰ ਜਾਂਦਾ ਹੈ । ਉਹ ਜਨਮ ਮਰਨ ਦੇ ਚੱਕਰ ਵਿਚੋਂ ਨਿਕਲ ਜਾਂਦਾ ਹੈ । ਉਸ ਦੀ ਬੰਦਗੀ ਪ੍ਰਭ ਦੇ ਦਰਬਾਰ ਵਿੱਚ ਪ੍ਰਵਾਨ ਹੋ ਜਾਂਦੀ ਹੈ ।

Whosoever may remain intoxicated in singing the glory, obeying the teachings of His Word, forever true, unavoidable with steady and stable belief; with His mercy and grace, he may remain drenched, overwhelmed with the enlightenment, the essence of His Word. Whosoever may remain drenched with the essence of His Word; his cycle of birth and death may be eliminated. His earnings of His Word may be accepted in His Court.

ਗੁਰ ਸੇਵਾ ਬਿਨੁ ਭਗਤਿ ਨ ਹੋਈ॥ gur sayvaa bin bhagat na ho-ee.
ਅਨੇਕ ਜਤਨ ਕਰੈ ਜੇ ਕੋਈ॥ anayk jatan karai jay ko-ee.
ਹਉਮੈ ਮੇਰਾ ਸਬਦੇ ਖੋਈ॥ ha-umai mayraa sabday kho-ee.
ਨਿਰਮਲ ਨਾਮੁ ਵਸੈ ਮਨਿ ਸੋਈ॥੬॥ nirmal naam vasai man so-ee. ||6||

ਸ਼ਬਦ ਤੇ ਭਰੋਸਾ ਅਡੋਲ ਕਰਨ ਤੋ ਬਿਨਾਂ, ਪ੍ਰਭ ਦੀ ਬੰਦਗੀ ਨਹੀਂ ਕੀਤੀ ਜਾ ਸਕਦੀ । ਜੀਵ ਭਾਵੇਂ ਕਿਤਨੇ ਹੀ ਹੋਰ ਯਤਨ ਕਿਉਂ ਨਾ ਕਰ ਲਵੇਂ । ਸ਼ਬਦ ਮਨ ਵਿੱਚ ਜਾਗਰਤ ਹੋਣ ਨਾਲ ਹੀ ਅਹੰਕਾਰ, ਖੁਦਗਰਜ਼ੀ ਖਤਮ ਹੁੰਦੀ ਹੈ । ਉਹ ਪ੍ਰਭ ਦੀ ਸ਼ਰਣ ਵਿੱਚ ਆਪਾ ਭੇਟਾ ਕਰਕੇ ਅਡੋਲ ਹੋ ਜਾਂਦਾ ਹੈ ।

Without accepting the teachings of His Word as an ultimate command; no one may ever adopt the teachings of His Word with steady and stable belief in his day-to-day life. No matter, he may adopt any teachings, techniques preached by worldly gurus or religious meditation techniques. Whosoever may be enlightened with the essence of His Word; with His mercy and grace, he may conquer his own ego and selfishness. He may surrender his self-identity at His Sanctuary.

ਇਸੁ ਜਗ ਮਹਿ ਸਬਦੁ ਕਰਣੀ ਹੈ ਸਾਰੁ॥ is jag meh sabad karnee hai saar.
ਬਿਨੁ ਸਬਦੈ ਹੋਰੁ ਮੋਹੁ ਗੁਬਾਰੁ॥ bin sabdai hor moh gubaar.
ਸਬਦੇ ਨਾਮੁ ਰਖੈ ਉਰਿ ਧਾਰਿ॥ sabday naam rakhai ur Dhaar.
ਸਬਦੇ ਗਤਿ ਮਤਿ ਮੋਖ ਦੁਆਰੁ॥੭॥ sabday gat mat mokh du-aar. ||7||

ਮਾਨਸ ਜੀਵਨ ਵਿੱਚ ਸ਼ਬਦ ਦੀ ਕਮਾਈ ਤੋ ਬਿਨਾਂ ਬਾਕੀ ਸਾਰੇ ਰਸਤੇ, ਅਣਜਾਣ, ਉਲਝੇ ਹੋਏ ਸੰਸਾਰਕ ਮੋਹ, ਲਾਲਚ ਦੇ ਰਸਤੇ ਹੀ ਹਨ । ਪ੍ਰਭ ਦੇ ਸ਼ਬਦ ਦੀ ਪਾਲਣਾ ਨਾਲ ਹੀ ਸ਼ਬਦ ਦੀ ਸੋਝੀ, ਸਿਖਿਆਂ ਮਨ ਵਿੱਚ ਜਾਗਰਤ ਹੋ ਜਾਂਦੀ ਹੈ । ਸ਼ਬਦ ਅਨੁਸਾਰ ਜੀਵਨ ਢਾਲਣ ਨਾਲ ਹੀ ਸ਼ਬਦ ਦੀ ਸੋਝੀ, ਮੁਕਤੀ ਦਾ ਰਸਤਾ ਬਖਸ਼ਿਸ਼ ਹੋ ਜਾਂਦਾ ਹੈ ।

Without the earnings of His Word all other meditation techniques, routines are path of ignorance; sweet poison of worldly wealth, attachments, greed. Whosoever may obey the teachings of His Word with steady and stable belief; with His mercy and grace, he may be enlightened with the essence of His Word. Whosoever may adopt the teachings of His Word with steady and stable belief; he may be blessed with enlightenment and the right path of acceptance in His Court.

ਅਵਰੁ ਨਾਹੀ ਕਰਿ ਦੇਖਣਹਾਰੋ॥ avar naahee kar daykhanhaaro.
ਸਾਚਾ ਆਪਿ ਅਨੂਪੁ ਅਪਾਰੋ॥ saachaa aap anoop apaaro.
ਰਾਮ ਨਾਮ ਊਤਮ ਗਤਿ ਹੋਈ॥ raam naam ootam gat ho-ee.
ਨਾਨਕ ਖੋਜਿ ਲਹੈ ਜਨੁ ਕੋਈ॥੮॥੧॥ naanak khoj lahai jan ko-ee. ||8||1||

ਪ੍ਰਭ ਬਹੁਤ ਅਨੋਖੀ ਹੋਂਦ ਵਾਲਾ ਮਾਲਕ, ਜੀਵ ਦੀ ਪਹੁੰਚ ਤੋ ਉਪਰ ਹੈ । ਇੱਕੋ ਇੱਕ ਪ੍ਰਭ ਹੀ, ਸਾਰੀ ਸ੍ਰਿਸ਼ਟੀ ਨੂੰ ਦੇਖਦਾ, ਦੇਖ ਭਾਲ ਕਰਦਾ ਹੈ । ਪ੍ਰਭ ਦੇ ਸ਼ਬਦ ਦੀ ਪਾਲਣਾ ਨਾਲ ਹੀ ਉਤਮ, ਅਮੋਲਕ ਅਵਸਥਾ ਬਖਸ਼ਿਸ਼ ਹੋ ਸਕਦੀ ਹੈ । ਜਿਸ ਨਾਲ ਆਤਮਾ ਦੀ ਗਤੀ ਹੁੰਦੀ ਹੈ । ਵਿਰਲਾ ਹੀ ਨਿਮ੍ਰਤਾ ਵਾਲੇ ਸੇਵਕ ਨੂੰ ਗਤੀ ਦੀ ਅਵਸਥਾ ਬਖਸ਼ਿਸ਼ ਹੋ ਸਕਦੀ ਹੈ ।

The True Master remains inaccessible, beyond the reach of His Creation; His Existence remains astonishing. The One and Only One True Creator monitors, nourishes and protects His Creation. His Word may be the most supreme, ambrosial, and soul sanctifying source, fountain of nectar; the right path of salvation. Very rare of His true devotee may be blessed with such a humility and immortal state of mind.

156.(1-2A) ਪ੍ਰਭਾਤੀ ਮਹਲਾ ੧॥ (1342-13)

ਮਾਇਆ ਮੋਹਿ ਸਗਲ ਜਗੁ ਛਾਇਆ॥ maa-i-aa mohi sagal jag chhaa-i-aa.
ਕਾਮਣਿ ਦੇਖਿ ਕਾਮਿ ਲੋਭਾਇਆ॥ kaaman daykh kaam lobhaa-i-aa.
ਸੁਤ ਕੰਚਨ ਸਿਉ ਹੇਤੁ ਵਧਾਇਆ॥ sut kanchan si-o hayt vaDhaa-i-aa.
ਸਭੁ ਕਿਛੁ ਅਪਨਾ ਇਕੁ ਰਾਮੁ ਪਰਾਇਆ॥੧॥ sabh kichh apnaa ik raam paraa-i-aa.1

ਸਾਰਾ ਸੰਸਾਰ ਹੀ ਧਨ, ਦੌਲਤ ਨਾਲ ਮੋਹ, ਲਗਨ ਦੇ ਜਾਲ ਵਿੱਚ ਫਸਿਆ ਹੈ । ਜਿਹੜਾ ਮਰਦ ਸੁੰਦਰ ਨਾਰੀ ਨੂੰ ਦੇਖਦਾ ਹੈ । ਉਸ ਦੀ ਕਾਮ ਵਾਸ਼ਨਾ ਤੇ ਕਾਬੂ ਨਹੀਂ ਰਹਿੰਦਾ, ਮਨ ਭਟਕਦਾ ਰਹਿੰਦਾ ਹੈ । ਉਸ ਦਾ ਬੱਚਿਆ, ਦੌਲਤ ਨਾਲ ਮੋਹ ਵਧਦਾ ਜਾਂਦਾ ਹੈ । ਸਾਰੀ ਸੰਸਾਰਕ ਮਾਲਕੀਅਤ ਹੀ ਆਪਣੀ ਨਜ਼ਰ ਆਉਂਦੀ ਹੈ । ਪਰ ਪ੍ਰਭ ਨੂੰ ਆਪਣਾ ਨਹੀਂ ਬਣਾਉਂਦਾ, ਸਮਝਦਾ ।

The whole universe remains intoxicated in attachments to worldly wealth and his family. Whosoever may see any beautiful, gorgeous girl; he may remain frustrated to control his sexual urge. His attachment to his family and worldly wealth may remain dominating within his mind. He considers all the wealth of the universe should belong to him; however, he may never consider, The True Master as his friend, family.

ਐਸਾ ਜਾਪੁ ਜਪਉ ਜਪਮਾਲੀ॥ aisaa jaap japa-o japmaalee.
ਦੁਖ ਸੁਖ ਪਰਹਰਿ ਭਗਤਿ ਨਿਰਾਲੀ॥੧॥ ਰਹਾਉ॥ dukh sukh parhar bhagat niraalee. ||1|| rahaa-o.

ਪ੍ਰਭ ਦੇ ਸ਼ਬਦ ਦਾ ਇਸਤਰ੍ਹਾਂ ਸਿਮਰਨ ਕਰੋ! ਜਿਸ ਨਾਲ ਮਨ ਦੁਖ, ਸੁਖ, ਕੁਝ ਪਾਉਣ, ਗਵਾਉਣ ਤੋ ਉਪਰ ਹੋ ਜਾਵੇ ।

You should remain intoxicated in meditation on the teachings of His Word in such a way; your mind may become beyond the influence of any worldly profit or loss, comforts, or miseries of worldly life.

ਗੁਣ ਨਿਧਾਨ ਤੇਰਾ ਅੰਤੁ ਨ ਪਾਇਆ॥ gun niDhaan tayraa ant na paa-i-aa.
ਸਾਚ ਸਬਦਿ ਤੁਝ ਮਾਹਿ ਸਮਾਇਆ॥ saach sabad tujh maahi samaa-i-aa.
ਆਵਾ ਗਉਣੁ ਤੁਧੁ ਆਪਿ ਰਚਾਇਆ॥ aavaa ga-on tuDh aap rachaa-i-aa.
ਸੇਈ ਭਗਤ ਜਿਨ ਸਚਿ ਚਿਤੁ ਲਾਇਆ॥੨॥ say-ee bhagat jin sach chit laa-i-aa. ||2||

ਦਾਤਾਂ ਦੇ ਭੰਡਾਰੀ ਪ੍ਰਭ ਦਾ ਅੰਤ ਨਹੀਂ ਜਾਣਿਆ ਜਾ ਸਕਦਾ । ਜਿਹੜਾ ਅਟਲ ਸ਼ਬਦ ਦੇ ਲੜ ਲਗ ਜਾਂਦਾ ਹੈ, ਉਸ ਨੂੰ ਹੀ ਪ੍ਰਵਾਨਗੀ ਦਾ ਅਸਲੀ ਰਸਤਾ ਬਖਸ਼ਿਸ਼ ਹੋ ਜਾਂਦਾ ਹੈ । ਪ੍ਰਭ ਨੇ ਹੀ ਜਨਮ ਮਰਨ ਦਾ ਚੱਕਰ ਬਣਾਇਆ ਹੈ । ਆਪ ਹੀ ਬੰਦਗੀ ਕਰਨ ਵਾਲੇ ਨੂੰ ਪ੍ਰਵਾਨਗੀ ਦੇ ਅਸਲੀ ਰਸਤੇ ਦੀ ਸੋਝੀ ਬਖਸ਼ਦਾ ਹੈ ।

The limits and boundary of The True Master of all treasures remains beyond the comprehension of His Creation. Whosoever may remain intoxicated in obeying the teachings of His Word with steady and stable belief; with His mercy and grace, he may be blessed with the right path of acceptance in His Court. The True Master has created the cycle of birth and death; with His mercy and grace, His true devotee may be blessed with the right path of acceptance in His Court.

ਗਿਆਨੁ ਧਿਆਨੁ ਨਰਹਰਿ ਨਿਰਬਾਣੀ॥ gi-aan Dhi-aan narhar nirbaanee.
ਬਿਨੁ ਸਤਿਗੁਰ ਭੇਟੇ ਕੋਇ ਨ ਜਾਣੀ॥ bin satgur bhaytay ko-ay na jaanee.
ਸਗਲ ਸਰੋਵਰ ਜੋਤਿ ਸਮਾਣੀ॥ sagal sarovar jot samaanee.
ਆਨਦ ਰੂਪ ਵਿਟਹੁ ਕੁਰਬਾਣੀ॥੩॥ aanad roop vitahu kurbaanee. ||3||

ਪ੍ਰਭ ਦੀ ਰਹਿਮਤ ਤੋ ਬਿਨਾਂ ਕੋਈ ਆਪਣੀ ਸੋਝੀ ਨਾਲ ਬੰਦਗੀ ਨਹੀਂ ਕਰ ਸਕਦਾ । ਅਸਲੀ ਰਸਤਾ ਨਹੀਂ ਢੂੰਡ ਸਕਦਾ, ਆਪਣੀ ਸਿਆਣਪ, ਲਗਨ ਕੰਮ ਨਹੀਂ ਆਉਂਦੀ । ਸਾਰੀ ਸ੍ਰਿਸ਼ਟੀ ਵਿੱਚ ਹੀ ਪ੍ਰਭ ਵਸਦਾ, ਵਾਪਰਦਾ ਹੈ । ਉਸ ਦੀ ਅਮੋਲਕ ਹੋਂਦ ਤੋ ਸਦਾ ਅਚੰਭਾ ਹੀ ਰਹਿੰਦਾ ਹੈ ।

Without His Blessed Vision! No one may meditate on the teachings of His Word with his own wisdom, own determination. No one may be able to search the right path of His acceptance; his devotion, wisdom may not provide any real guidance. His Holy Spirit remains embedded with each soul, dwells in the same body and prevails everywhere. His existence remains fascinating and astonished.

ਭਾਉ ਭਗਤਿ ਗੁਰਮਤੀ ਪਾਏ॥ bhaa-o bhagat gurmatee paa-ay.
ਹਉਮੈ ਵਿਚਹੁ ਸਬਦਿ ਜਲਾਏ॥ ha-umai vichahu sabad jalaa-ay.
ਧਾਵਤੁ ਰਾਖੈ ਠਾਕਿ ਰਹਾਏ॥ Dhaavat raakhai thaak rahaa-ay.
ਸਚਾ ਨਾਮੁ ਮੰਨਿ ਵਸਾਏ॥੪॥ sachaa naam man vasaa-ay. ||4||

ਜਿਹੜਾ ਪ੍ਰਭ ਦੇ ਸ਼ਬਦ ਦਾ ਸਿਮਰਨ ਅਡੋਲ ਭਰੋਸਾ ਨਾਲ ਕਰਦਾ ਹੈ, ਉਸ ਦੇ ਮਨ ਵਿਚੋਂ ਅਹੰਕਾਰ ਦੀ ਜੜ੍ਹ ਨਾਸ ਹੋ ਜਾਂਦੀ ਹੈ । ਉਸ ਦੀ ਆਤਮਾ ਪਵਿੱਤਰ ਹੋ ਜਾਂਦੀ ਹੈ । ਉਸ ਦੇ ਮਨ ਵਿੱਚ ਸ਼ਬਦ ਦੀ ਸਿਖਿਆਂ ਵਸ ਜਾਂਦੀ ਹੈ । ਉਸ ਦਾ ਪ੍ਰਭ ਦੇ ਬਖਸ਼ੇ ਤੇ ਭਰੋਸਾ ਅਡੋਲ ਹੋ ਜਾਂਦਾ ਹੈ । ਮਨ ਦੀਆਂ ਖਾਹਿਸ਼ਾਂ ਤੇ ਜਿੱਤ ਬਖਸ਼ਿਸ਼ ਹੋ ਜਾਂਦੀ ਹੈ ।

Whosoever may meditate on the teachings of His Word with steady and stable belief; with His mercy and grace, his ego of worldly status may be eliminated. He may remain drenched with the essence of His Word within his day-to-day life; with His mercy and grace, his soul may be sanctified. He may remain intoxicated, contented with his own worldly environment as an ultimate, worthy blessings. He may conquer his mind and becomes beyond the reach of worldly desires.

ਬਿਸਮ ਬਿਨੋਦ ਰਹੇ ਪਰਮਾਦੀ॥ bisam binod rahay parmaadee.
ਗੁਰਮਤਿ ਮਾਨਿਆ ਏਕ ਲਿਵ ਲਾਗੀ॥ gurmat maani-aa ayk liv laagee.
ਦੇਖਿ ਨਿਵਾਰਿਆ ਜਲ ਮਹਿ ਆਗੀ॥ daykh nivaari-aa jal meh aagee.
ਸੋ ਬੂਝੈ ਹੋਵੈ ਵਡਭਾਗੀ॥੫॥ so boojhai hovai vadbhaagee. ||5||

ਜਿਹੜਾ ਜੀਵ ਆਪਣੇ ਜੀਵਨ ਦੀ ਡੋਰੀ, ਆਪਾ ਪ੍ਰਭ ਦੇ ਭੇਟਾ ਕਰ ਦੇਂਦਾ ਹੈ । ਭਾਣੇ ਨੂੰ ਸਤਿ ਕਰਕੇ ਕਬੂਲ ਕਰਦਾ ਹੈ । ਉਸ ਦੇ ਮਨ ਦੀਆਂ ਸੰਸਾਰਕ ਖਾਹਿਸ਼ਾਂ ਦੀ ਲਗਨ ਖਤਮ ਹੋ ਜਾਂਦੀ ਹੈ । ਉਸ ਦੇ ਮਨ ਦੀਆਂ ਇੱਛਾਂ ਦੀ ਅੱਗ, ਸ਼ਬਦ ਦੀ ਸਿਖਿਆਂ ਰੂਪੀ ਅੰਮ੍ਰਿਤ ਨਾਲ ਸਦਾ ਲਈ ਬੁਝ ਜਾਂਦੀ ਹੈ । ਇਹ ਅਵਸਥਾ ਵਿਰਲੇ ਨੂੰ ਹੀ ਬਖਸ਼ਿਸ਼ ਹੁੰਦੀ ਹੈ ।

Whosoever may surrender his mind, body and self-identity at His Sanctuary and accepts His Word, as an ultimate Command; with His mercy and grace, he may be blessed to conquer the desires of his own mind. The lava of his worldly desires may be extinguished with the nectar of the essence of His Word. However, very rare devotee may be blessed with such an immortal state of mind.

ਸਤਿਗੁਰੁ ਸੇਵੇ ਭਰਮੁ ਚੁਕਾਏ॥ satgur sayvay bharam chukaa-ay.
ਅਨਦਿਨੁ ਜਾਗੈ ਸਚਿ ਲਿਵ ਲਾਏ॥ an-din jaagai sach liv laa-ay.
ਏਕੋ ਜਾਣੈ ਅਵਰੁ ਨ ਕੋਇ॥ ayko jaanai avar na ko-ay.
ਸੁਖਦਾਤਾ ਸੇਵੇ ਨਿਰਮਲੁ ਹੋਇ॥੬॥ sukh-daata sayvay nirmal ho-ay. ||6||

ਜਿਹੜਾ ਪ੍ਰਭ ਦੇ ਸ਼ਬਦ ਦੀ ਸਿਖਿਆਂ ਤੇ ਭਰੋਸਾ ਅਡੋਲ ਰਖਕੇ ਪਾਲਣਾ ਕਰਦਾ ਹੈ । ਉਸ ਨੂੰ ਅਸਲੀ ਸੇਵਕ ਅਵਸਥਾ ਬਖਸ਼ਿਸ਼ ਹੋ ਜਾਂਦੀ ਹੈ । ਪ੍ਰਭ ਆਪ ਹੀ ਮਨ ਦੇ ਸਾਰੇ ਭਰਮ ਦੂਰ ਕਰ ਦੇਂਦਾ ਹੈ । ਉਹ ਸਵਾਸ, ਸਵਾਸ, ਦਿਨ ਰਾਤ ਹੀ ਸ਼ਬਦ ਦੇ ਸਿਮਰਨ ਵਿੱਚ ਲੀਨ ਰਹਿੰਦਾ ਹੈ । ਉਹ ਇੱਕੋ ਇੱਕ ਪ੍ਰਭ ਨੂੰ ਹੀ ਅਸਲੀ ਮਾਲਕ ਸਮਝਦਾ ਹੈ । ਉਸ ਨੂੰ ਆਪਣੇ ਮਨ ਅੰਦਰੋਂ ਹੀ ਪ੍ਰਭ ਦੇ ਸ਼ਬਦ ਦੀ ਸੋਝੀ ਬਖਸ਼ਿਸ਼ ਹੋ ਜਾਂਦੀ ਹੈ । ਉਹ ਸ਼ਬਦ ਦੀ ਸਮਾਧੀ ਵਿੱਚ ਹੀ ਪ੍ਰਭ ਦੀ ਜੋਤ ਵਿੱਚ ਅਭੇਦ ਹੋ ਜਾਂਦਾ ਹੈ ।

Whosoever may adopt the teachings of His Word with steady and stable belief in his day-to-day life; with His mercy and grace, he may be blessed with a state of mind as His true devotee. The True Master may eliminate his religious suspicions. He may remain intoxicated in meditation in the void of His Word with each breath day and night. He may believe, The One and Only One True Master, Creator of the universe; with His mercy and grace, he may be enlightened from within. He may remain intoxicated in meditation in the void of His Word; his soul may immerse within His Holy Spirit.

ਸੇਵਾ ਸੁਰਤਿ ਸਬਦਿ ਵੀਚਾਰਿ॥ sayvaa surat sabad veechaar.
ਜਪੁ ਤਪੁ ਸੰਜਮੁ ਹਉਮੈ ਮਾਰਿ॥ jap tap sanjam ha-umai maar.
ਜੀਵਨ ਮੁਕਤੁ ਜਾ ਸਬਦੁ ਸੁਣਾਏ॥ jeevan mukat jaa sabad sunaa-ay.
ਸਚੀ ਰਹਤ ਸਚਾ ਸੁਖੁ ਪਾਏ॥੭॥ sachee rahat sachaa sukh paa-ay. ||7||

ਜਿਹੜਾ ਬਿਨਾਂ ਖੁਦਗਰਜ਼ੀ, ਇੱਛਾਂ ਤੋ ਸ਼ਬਦ ਦੀ ਸਿਖਿਆਂ ਨੂੰ ਆਪਣੇ ਜੀਵਨ ਦਾ ਅਧਾਰ ਬਣਾਉਂਦਾ ਹੈ । ਉਸ ਨੂੰ ਮਨ ਦੀਆਂ ਭਟਕਣਾਂ ਤੇ, ਖਾਹਿਸ਼ਾਂ ਤੇ ਕਾਬੂ ਬਖਸ਼ਿਸ਼ ਹੋ ਜਾਂਦਾ ਹੈ । ਉਸ ਦੀ ਅਹੰਕਾਰ ਦੀ ਜੜ੍ਹ ਖਤਮ ਹੋ ਜਾਂਦੀ ਹੈ । ਜਿਸ ਨੂੰ ਇਹ ਅਵਸਥਾ, ਜੀਵਨ ਦਾ ਅਦਰਸ਼ ਬਖਸ਼ ਹੋ ਜਾਂਦਾ ਹੈ । ਉਹ ਇਸ ਜੀਵਨ ਵਿੱਚ ਰਹਿੰਦਾ ਹੀ ਅਮਰ ਹੋ ਜਾਂਦਾ ਹੈ ।

Whosoever may adopt the teachings of His Word without any selfishness, worldly desires in his day-to-day life; with His mercy and grace, He may conquer his worldly desires and frustrations; the root of his ego may be eliminated. Whosoever may adopt such a way of life, blessed with such a state of mind; with His mercy and grace, he may be blessed with immortal state of mind in his human life journey.

ਸੁਖਦਾਤਾ ਦੁਖੁ ਮੇਟਣਹਾਰਾ॥ sukh-daata dukh maytanhaaraa.
ਅਵਰੁ ਨ ਸੂਝਸਿ ਬੀਜੀ ਕਾਰਾ॥ avar na soojhas beejee kaaraa.
ਤਨੁ ਮਨੁ ਧਨੁ ਹਰਿ ਆਗੈ ਰਾਖਿਆ॥ tan man Dhan har aagai raakhi-aa.
ਨਾਨਕੁ ਕਹੈ ਮਹਾ ਰਸੁ ਚਾਖਿਆ॥੮॥੨॥ naanak kahai mahaa ras chaakhi-aa. ||8||2||

ਪ੍ਰਭ ਆਪ ਹੀ ਸੁਖਾਂ ਦੀਆਂ ਦਾਤਾਂ ਦਾ ਭੰਡਾਰੀ, ਦੁਖ ਨਾਸ ਕਰਨ ਵਾਲਾ ਹੈ । ਪ੍ਰਭ ਤੋ ਬਿਨਾਂ ਮੈਂ ਹੋਰ ਸੰਸਾਰਕ ਗੁਰੂ ਦੀ ਪੂਜਾ ਨਹੀਂ ਕਰਦਾ । ਮੈਂ ਆਪਣਾ ਮਨ, ਤਨ, ਹੈਸੀਅਤ, ਆਪਾ ਪ੍ਰਭ ਦੇ ਭੇਟਾ ਕਰਦਾ ਹਾ । ਪ੍ਰਭ ਦੇ ਸ਼ਬਦ ਦੀ ਸਿਖਿਆਂ ਨੂੰ ਹੀ ਜੀਵਨ ਦਾ ਅਧਾਰ ਬਣਾਇਆ ਹੈ ।

The True Master, Treasure of all blessings, destroyer of all miseries of miseries of worldly desires! I may only obey the teachings of His Word; I may never worship nor follow any worldly guru. I have surrendered my mind, body, worldly status, self-identity at His Sanctuary. With His Blessed Vision, I have adopted the teachings of His Word as the guiding principle of my life.

157. (1-3A) ਪ੍ਰਭਾਤੀ ਮਹਲਾ ੧॥ (1343-6)

ਨਿਵਲੀ ਕਰਮ ਭੁਅੰਗਮ ਭਾਠੀ, nivlee karam bhu-angam bhaathee
ਰੇਚਕ ਪੂਰਕ ਕੁੰਭ ਕਰੈ॥ raychak poorak kumbh karai.
ਬਿਨੁ ਸਤਿਗੁਰ ਕਿਛੁ ਸੋਝੀ ਨਾਹੀ, bin satgur kichh sojhee naahee
ਭਰ ਮੈਂ ਭੂਲਾ ਬੂਡਿ ਮਰੈ॥ bharmay bhoolaa bood marai.
ਅੰਧਾ ਭਰਿਆ ਭਰਿ ਭਰਿ ਧੋਵੈ, anDhaa bhari-aa bhar bhar Dhovai
ਅੰਤਰ ਕੀ ਮਲੁ ਕਦੇ ਨ ਲਹੈ॥ antar kee mal kaday na lahai.
ਨਾਮ ਬਿਨਾ ਫੋਕਟ ਸਭਿ ਕਰਮਾ, naam binaa fokat sabh karmaa ji-o
ਜਿਉ ਬਾਜੀਗਰੁ ਭਰਮਿ ਭੁਲੈ॥੧॥ baajeegar bharam bhulai. ||1||

ਪ੍ਰਭ ਦੀ ਰਹਿਮਤ ਤੋ ਬਿਨਾਂ ਮਨ ਦੇ ਭਰਮ ਦੂਰ ਨਹੀਂ ਹੁੰਦੇ । ਆਪਣੀ ਆਤਮਾ ਨੂੰ ਪਵਿੱਤਰ ਕਰਨ ਦੇ ਧਰਮ ਦੇ ਤਰੀਕੇ, ਧੂਨੀ ਲਾ ਕੇ ਤਪਦੀ ਅੱਗ ਨੇੜੇ ਬੈਠਨ ਨਾਲ ਆਤਮਾ ਦੀ ਮੈਲ ਦੂਰ ਨਹੀਂ ਜਾਂਦੀ । ਮਨ ਦੀਆਂ ਭਟਕਣਾਂ ਦੂਰ ਨਹੀਂ ਹੁੰਦੀਆ । ਮਨਮੁਖ ਗਿਆਨ ਤੋ ਅੰਧਾ, ਅਣਜਾਣਾ, ਆਤਮਾ ਨੂੰ ਪਵਿੱਤਰ ਕਰਨ ਦੇ ਯਤਨ ਕਰਦਾ ਹੈ । ਉਹ ਬਾਜੀਗਰ ਵਾਲਾ ਖੇਲਾ ਤਮਾਸ਼ਾ ਕਰਦਾ ਹੈ । ਮਨ ਬੰਦਗੀ ਵਿੱਚ ਨਹੀਂ ਟਿਕਦਾ, ਭਉਦਾ ਰਹਿੰਦਾ ਹੈ । ਉਸ ਦੇ ਮਨ ਨੂੰ ਸ਼ਾਂਤੀ ਬਖਸ਼ਿਸ਼ ਨਹੀਂ ਹੁੰਦੀ ।

Without His Blessed Vision, the religious suspicions may not be eliminated from within his mind. With worldly religious techniques of meditation, the blemish of soul may not be sanctified. His frustrations may not be eliminated. Ignorant from the essence of His Word, self-minded may try various religious techniques to sanctify his soul; however, he may not realize any peace of mind. His worldly life may be like a juggler's play. His mind may wander in various directions. He may never stay steady and stable on any one path of meditation.

ਖਟੁ ਕਰਮ ਨਾਮੁ ਨਿਰੰਜਨੁ ਸੋਈ॥ khat karam naam niranjan so-ee.
ਤੂ ਗੁਣ ਸਾਗਰੁ ਅਵਗੁਣ ਮੋਹੀ॥੧॥ ਰਹਾਉ॥ too gun saagar avgun mohee. ||1|| rahaa-o.

ਪ੍ਰਭ ਹੀ ਗੁਣਾਂ ਦਾ ਸਾਗਰ ਹੈ! ਪ੍ਰਭ ਦੀ ਰਹਿਮਤ ਤੋ ਬਿਨਾਂ ਧਰਮ ਦੇ ਰੀਤ ਰੀਵਾਜ ਨਾਲ, ਪ੍ਰਵਾਨਗੀ ਦਾ ਅਸਲੀ ਰਸਤਾ ਬਖਸ਼ਿਸ਼ ਨਹੀਂ ਹੋ ਸਕਦਾ ।

The True Master remains an overwhelming ocean of Virtues, soul sanctifying nectar. Without His Blessed Vision, with religious rituals, the right path of acceptance may not be blessed to anyone.

ਮਾਇਆ ਧੰਧਾ ਧਾਵਣੀ,	maa-i-aa DhanDhaa Dhaavnee
ਦੁਰਮਤਿ ਕਾਰ ਬਿਕਾਰ॥	durmat kaar bikaar.
ਮੂਰਖੁ ਆਪੁ ਗਣਾਇਦਾ,	moorakh aap ganaa-idaa
ਬੂਝਿ ਨ ਸਕੈ ਕਾਰ॥	boojh na sakai kaar.
ਮਨਸਾ ਮਾਇਆ ਮੋਹਣੀ,	mansaa maa-i-aa mohnee
ਮਨਮੁਖ ਬੋਲ ਖੁਆਰ॥	manmukh bol khu-aar.
ਮਜਨੁ ਝੂਠਾ ਚੰਡਾਲ ਕਾ,	majan jhoothaa chandaal
ਫੋਕਟ ਚਾਰ ਸੀਂਗਾਰ॥੨॥	kaa fokat chaar seeNgaar. ‖2‖

ਸੰਸਾਰਕ ਮਾਇਆ ਦਾ ਅਨੋਖਾ ਹੀ ਜਾਲ ਹੈ । ਜਿਹੜਾ ਮਾਇਆ ਦੇ ਜਾਲ ਵਿੱਚ ਫਸ ਜਾਂਦਾ ਹੈ । ਉਸ ਦੇ ਮਨ ਅੰਦਰ ਲਾਲਚ ਮਜ਼ਬੂਤ ਹੋ ਜਾਂਦਾ ਹੈ । ਜੀਵ, ਆਪਣੀ ਚਤਰਾਈ ਨਾਲ ਵੀ ਬਾਹਰ ਨਹੀਂ ਨਿਕਲ ਸਕਦਾ । ਜਿਹੜਾ ਮਾਨਸ ਜੀਵ ਮਾਇਆ ਦੇ ਮੋਹ ਵਿੱਚ ਡੂੰਘਾਂ ਫਸ ਜਾਂਦਾ ਹੈ । ਉਸ ਦੀ ਬੋਲੀ ਹੋਈ ਕਥਾ ਬੇਕਾਰ ਦੀ ਹੈ । ਉਹ ਸਭ (ਅਣਜਾਣਤਾਂ) ਝੂਠ ਦਾ ਹੀ, ਕਥਨ, ਅਪਰਾਲਾ ਕਰਦਾ ਹੈ । ਉਸ ਦੀ ਬੰਦਗੀ, ਪੂਜਾ ਨਾਲ ਪ੍ਰਵਾਨਗੀ ਦਾ ਅਸਲੀ ਰਸਤਾ ਬਖਸ਼ਿਸ਼ ਨਹੀਂ ਹੁੰਦਾ ।

Shakti, the sweet poison of worldly wealth may be very mysterious! Whosoever may remain intoxicated in the sweet poison of worldly wealth; his greed may be enhanced, remains dominating in his worldly life. He may not even get out of the trap of worldly wealth, even with his sincere, clever tricks. Whosoever may remain intoxicated deep with the sweet poison of worldly wealth; all his preaching, sermons of His Word may not have any enlightenment of the essence of His Word. He may spread ignorance from the right path. His meditation, charity and good deeds may not be rewarded in His Court.

ਝੂਠੀ ਮਨ ਕੀ ਮਤਿ ਹੈ,	jhoothee man kee mat hai
ਕਰਣੀ ਬਾਦਿ ਬਿਬਾਦੁ॥	karnee baad bibaad.
ਝੂਠੇ ਵਿਚਿ ਅਹੰਕਰਣੁ ਹੈ,	jhoothay vich ahankaran
ਖਸਮ ਨ ਪਾਵੈ ਸਾਦੁ॥	hai khasam na paavai saad.
ਬਿਨੁ ਨਾਵੈ ਹੋਰੁ ਕਮਾਵਣਾ,	bin naavai hor kamaavanaa
ਫਿਕਾ ਆਵੈ ਸਾਦੁ॥	fikaa aavai saad.
ਦੁਸਟੀ ਸਭਾ ਵਿਗੁਚੀਐ,	dustee sabhaa viguchee-ai
ਬਿਖੁ ਵਾਤੀ ਜੀਵਣ ਬਾਦਿ॥੩॥	bikh vaatee jeevan baad. ‖3‖

ਜਿਹੜਾ ਆਪਣੀ ਮੱਤ ਦੇ ਜ਼ੋਰ ਤੇ ਚਲਦਾ ਹੈ । ਉਹ ਪ੍ਰਭ ਦੀ ਪ੍ਰਵਾਨਗੀ ਦੇ ਅਸਲੀ ਰਸਤੇ ਤੋਂ ਅਣਜਾਣ, ਅੰਧਾ ਹੀ ਰਹਿੰਦਾ ਹੈ । ਉਸ ਦੇ ਜੀਵਨ ਦਾ ਢੰਗ ਪ੍ਰਭ ਨੂੰ ਭਾਉਂਦਾ ਨਹੀਂ । ਉਹ ਆਪਣੇ ਮਨ ਦੇ ਅਹੰਕਾਰ ਵਿੱਚ ਹੀ ਫਸਿਆ ਰਹਿੰਦਾ ਹੈ । ਜਿਹੜਾ ਸ਼ਬਦ ਦੇ ਸਿਮਰਨ ਤੋਂ ਬਿਨਾਂ ਬੰਦਗੀ ਕਰਦਾ ਹੈ, ਉਸ ਬੰਦਗੀ ਨਾਲ ਮੁਕਤੀ ਦਾ ਰਸਤਾ ਬਖਸ਼ਿਸ਼ ਨਹੀਂ ਹੁੰਦਾ । ਉਹ ਸੰਸਾਰਕ ਮਾਇਆ ਦੇ ਇਸ਼ਾਰੇ ਤੇ ਚਲਦਾ ਹੈ । ਅੰਤ ਵਿੱਚ ਜਮਦੂਤਾਂ ਦੇ ਹਵਾਲੇ ਹੀ ਹੁੰਦਾ ਹੈ ।

Whosoever may follow his own wisdom, worldly desires; he may remain ignorant from the right path of human life journey. His meditation, way of life may not be acceptable in His Court. He may remain intoxicated in his ego. Whosoever may adopt other path of mediation, other than the teachings of His Word; he may never be blessed with the right path of acceptance in His Court. He may remain a victim of sweet poison of worldly wealth. In the end, he may be captured by the devil of death.

ਏ ਭ੍ਰਮਿ ਭੂਲੇ ਮਰਹੁ ਨ ਕੋਈ॥	ay bharam bhoolay marahu na ko-ee.
ਸਤਿਗੁਰੁ ਸੇਵਿ ਸਦਾ ਸੁਖੁ ਹੋਈ॥	satgur sayv sadaa sukh ho-ee.
ਬਿਨੁ ਸਤਿਗੁਰ ਮੁਕਤਿ ਕਿਨੈ ਨ ਪਾਈ॥	bin satgur mukat kinai na paa-ee.
ਆਵਹਿ ਜਾਂਹਿ ਮਰਹਿ ਮਰਿ ਜਾਈ॥੪॥	aavahi jaaNhi mareh mar jaa-ee. ‖4‖

ਜੀਵ ਭੁਲੇਖਿਆਂ ਵਿੱਚ ਹੀ ਆਪਣਾ ਮਾਨਸ ਜਨਮ ਬਤੀਤ ਨਾ ਕਰੋ! ਆਪਣੀ ਬਰਬਾਦੀ, ਮੌਤ ਨੂੰ ਆਪ ਨਾ ਸੱਦਾ ਦੇਵੋਂ । ਪ੍ਰਭ ਦੇ ਸ਼ਬਦ ਦੀ ਸਿਖਿਆਂ ਦੀ ਪਾਲਣਾ ਅਡੋਲ ਭਰੋਸਾ ਨਾਲ ਕਰਨ ਨਾਲ ਸਾਰੇ ਸੁਖ ਬਖਸ਼ਿਸ਼ ਹੋ ਜਾਂਦੇ ਹਨ । ਪ੍ਰਭ ਦੇ ਸ਼ਬਦ ਦੀ ਪਾਲਣਾ ਤੋ ਬਿਨਾਂ ਮੁਕਤੀ, ਗਤੀ ਦਾ ਰਸਤਾ ਬਖਸ਼ਿਸ਼ ਨਹੀਂ ਹੋ ਸਕਦਾ । ਉਹ ਜਨਮ ਮਰਨ ਦੇ ਚੱਕਰ ਵਿੱਚ ਹੀ ਰਹਿੰਦਾ ਹੈ ।

You should not waste your priceless human life opportunity by intoxicated in religious suspicions. You should not ruin your opportunity, invite the devil of death. Whosoever may adopt the teachings of His Word with steady and stable belief; with His mercy and grace, he may be blessed with all the comforts of human life. Without obeying the teachings of His Word with steady and stable belief; the right path of salvation may not be blessed. He may remain in the cycle of birth and death.

ਏਹੁ ਸਰੀਰੁ ਹੈ ਤ੍ਰੈ ਗੁਣ ਧਾਤੁ॥	ayhu sareer hai tarai gun Dhaat.
ਇਸ ਨੋ ਵਿਆਪੈ ਸੋਗ ਸੰਤਾਪੁ॥	is no vi-aapai sog santaap.
ਸੋ ਸੇਵਹੁ ਜਿਸੁ ਮਾਈ ਨ ਬਾਪੁ॥	so sayvhu jis maa-ee na baap.
ਵਿਚਹੁ ਚੂਕੈ ਤਿਸਨਾ ਅਰੁ ਆਪੁ॥੫॥	vichahu chookai tisnaa ar aap. ||5||

ਜੀਵ ਦਾ ਸਰੀਰ ਸੰਸਾਰਕ ਤਿੰਨਾਂ ਪਦਾਰਥਾ ਦੀ ਇੱਛਾਂ ਨਾਲ ਭਰਿਆਂ, ਸੰਸਾਰਕ ਮਾਇਆ ਦਾ ਗੁਲਾਮ ਰਹਿੰਦਾ ਹੈ । ਸੰਸਾਰਕ ਜੀਵਨ ਵਿੱਚ ਦੁਖ ਅਤੇ ਸੁਖ ਭੋਗਦਾ ਹੈ । ਜਿਹੜਾ ਉਸ ਅਸਲੀ ਮਾਲਕ ਦੇ ਸ਼ਬਦ ਦਾ ਸਿਮਰਨ ਕਰਦਾ ਹੈ, ਜਿਸ ਦਾ ਕੋਈ ਮਾਂ, ਬਾਪ ਨਹੀਂ, ਆਪਣੇ ਆਪ ਵਿਚੋਂ ਹੀ ਉਤਪਤ ਹੁੰਦਾ ਹੈ । ਉਸ ਦੇ ਮਨ ਵਿਚੋਂ ਖੁਦਗਰਜ਼ੀ ਦੀ ਜੜ੍ਹ ਖਤਮ ਹੋ ਜਾਂਦੀ ਹੈ ।

Human body remains depending, slave, victim of three worldly wealth. He may endure the miseries and pleasures of worldly wealth. Whosoever may meditate on the teachings of His Word, The True Master, without any mother or father, evolves from His own Spirit; with His mercy and grace, his root of selfishness may be eliminated.

ਜਹ ਜਹ ਦੇਖਾ ਤਹ ਤਹ ਸੋਈ॥	jah jah daykhaa tah tah so-ee.
ਬਿਨੁ ਸਤਿਗੁਰ ਭੇਟੇ ਮੁਕਤਿ ਨ ਹੋਈ॥	bin satgur bhaytay mukat na ho-ee.
ਹਿਰਦੈ ਸਚੁ ਏਹ ਕਰਣੀ ਸਾਰੁ॥	hirdai sach ayh karnee saar.
ਸਭੁ ਪਾਖੰਡੁ ਪੂਜ ਖੁਆਰੁ॥੬॥	hor sabh pakhand pooj khu-aar. ||6||

ਪ੍ਰਭ ਜਿਸ ਪਾਸੇ ਹੀ ਮੈਂ ਦੇਖਦਾ ਹਾ, ਕੇਵਲ ਤੇਰਾ ਰੂਪ ਹੀ ਨਜ਼ਰ ਆਉਂਦਾ ਹੈ । ਸ਼ਬਦ ਤੇ ਅਡੋਲ ਭਰੋਸ ਨਾਲ ਸਿਮਰਨ ਤੋ ਬਿਨਾਂ ਦਰਬਾਰ ਵਿੱਚ ਪ੍ਰਵਾਨਗੀ ਬਖਸ਼ਿਸ਼ ਨਹੀਂ ਹੁੰਦੀ । ਮਨ ਨੂੰ ਪਵਿੱਤਰ, ਸੰਸਾਰਕ ਇੱਛਾਂ ਰਹਿਤ ਰਖਕੇ ਸ਼ਬਦ ਦੀ ਪਾਲਣਾ ਕਰਨਾ ਹੀ ਸਭ ਤੋ ਉਤਮ ਬੰਦਗੀ ਹੈ । ਬਾਕੀ ਸਾਰੇ ਤਰੀਕੇ, ਧਰਮ ਧਾਰਨ ਕਰਨਾ, ਪਾਖੰਡ ਹੀ ਹਨ ।

My True Master, I may visualize everywhere, only Your Holy Spirit prevailing. Without obeying the teachings of Your Word with steady and stable belief; no one may ever be blessed with the right path of acceptance in Your Court. Whosoever may sanctify his soul and obeys the teachings of His Word; his meditation may be the most significant and accepted in His Court. All other meditation, religious baptism may be only religious ritual or ignorance from the right path of acceptance in His Court.

ਦੁਬਿਧਾ ਚੂਕੈ ਤਾਂ ਸਬਦੁ ਪਛਾਣੁ॥	dubiDhaa chookai taaN sabad pachhaan.
ਘਰਿ ਬਾਹਰਿ ਏਕੋ ਕਰਿ ਜਾਣੁ॥	ghar baahar ayko kar jaan.
ਏਹਾ ਮਤਿ ਸਬਦੁ ਹੈ ਸਾਰੁ॥	ayhaa mat sabad hai saar.
ਵਿਚਿ ਦੁਬਿਧਾ ਮਾਥੈ ਪਵੈ ਛਾਰੁ॥੭॥	vich dubiDhaa maathai pavai chhaar. ||7||

ਜਿਸ ਦੇ ਮਨ ਵਿਚੋਂ ਦੋ ਪਾਸੇ ਦੀ ਭਟਕਣ ਦੂਰ ਹੋ ਜਾਂਦੀ ਹੈ । ਉਸ ਨੂੰ ਪ੍ਰਭ ਦੇ ਸ਼ਬਦ ਦੀ ਸੋਝੀ ਬਖਸ਼ਿਸ਼ ਹੋ ਜਾਂਦੀ ਹੈ । ਉਸ ਨੂੰ ਹਰਇੱਕ ਥਾਂ ਹੀ, ਪ੍ਰਭ ਦੀ ਹੌਂਦ ਨਜ਼ਰ ਆਉਂਦੀ ਹੈ । ਪ੍ਰਭ ਦੇ ਸ਼ਬਦ ਦੀ ਇਹ ਹੀ ਸਭ ਤੋਂ ਵੱਡੀ ਮਹੱਤਤਾ ਹੈ । ਜਿਹੜਾ ਹੋਰ ਗੁਰੂਆਂ ਪੀਰਾਂ ਦੇ ਪਿਛੇ ਭਟਕਦਾ ਰਹਿੰਦਾ ਹੈ । ਉਸ ਨੂੰ ਅੰਤ ਵਿੱਚ ਸ਼ਰਮਿੰਦਗੀ ਹੀ ਮਿਲਦੀ ਹੈ ।

Whosoever may conquer his mind wandering from all directions; with His mercy and grace, he may be enlightened with the essence of His Word. He may realize, His Holy Spirit prevailing everywhere. This may be the unique significance of the enlightenment of essence of His Word. Whosoever may remain following the teachings of religious gurus and worships shrine to shrine; he may only be embarrassed after death in His Court.

ਕਰਣੀ ਕੀਰਤਿ ਗੁਰਮਤਿ ਸਾਰੁ॥	karnee keerat gurmat saar.
ਸੰਤ ਸਭਾ ਗੁਣ ਗਿਆਨੁ ਬੀਚਾਰੁ॥	sant sabhaa gun gi-aan beechaar.
ਮਨੁ ਮਾਰੇ ਜੀਵਤ ਮਰਿ ਜਾਣੁ॥	man, maaray jeevat mar jaan.
ਨਾਨਕ ਨਦਰੀ ਨਦਰਿ ਪਛਾਣੁ॥੮॥੩॥	naanak nadree nadar pachhaan. ‖8‖3‖

ਜੀਵ ਆਪਣੀ ਕਮਾਈ ਪ੍ਰਭ ਦੇ ਸ਼ਬਦ ਅਨੁਸਾਰ, ਜੀਵਾਂ ਦੀ ਭਲਾਈ ਲਈ ਕਰੋ! ਬਾਕੀ ਜੀਵਾਂ ਵਿੱਚ ਰਲਕੇ ਸ਼ਬਦ ਦਾ ਸਿਮਰਨ, ਵਿਚਾਰ ਕਰੋ । ਆਪਣੇ ਮਨ ਤੇ ਇਸਤਰ੍ਹਾਂ ਦੀ ਨਿਮ੍ਰਤਾ ਧਾਰਨ ਕਰੋ! ਕਿ ਤੇਰੀ ਹੌਂਦ ਦੀ ਵੀ ਕੋਈ ਪਛਾਣ ਨਾ ਹੋਵੇ । ਜਿਹੜਾ ਆਪਣੇ ਜੀਵਨ ਵਿੱਚ ਕਿਸੇ ਦੀ ਆਤਮਾ ਨੂੰ ਦਰਦ ਨਹੀਂ ਦੇਂਦਾ, ਕੇਵਲ ਉਸ ਨੂੰ ਹੀ ਇਸਤਰ੍ਹਾਂ ਦੀ ਅਵਸਥਾ ਬਖਸ਼ਿਸ਼ ਹੋ ਸਕਦੀ ਹੈ! ਪ੍ਰਭ ਦੀ ਹੌਂਦ ਹੀ ਹਰਇੱਕ ਪਾਸੇ ਨਜ਼ਰ ਆਉਂਦੀ ਹੈ ।

You should earn the wealth of His Word and serve His Creation. You should join the conjugation of His Holy saint and meditate on the teachings of His Word. You should adopt such a humility in your life that your own identity may not be distinguished. Whosoever may not hurt any other soul; with His mercy and grace, he may be blessed with such a state of mind. He may realize His Holy Spirit prevailing everywhere.

158.(1-4A) ਪ੍ਰਭਾਤੀ ਮਹਲਾ ੧ ਦਖਣੀ॥ (1344-1)

ਗੋਤਮੁ ਤਪਾ ਅਹਿਲਿਆ ਇਸਤ੍ਰੀ,	gotam tapaa ahili-aa istaree
ਤਿਸੁ ਦੇਖਿ ਇੰਦ੍ਰੁ ਲੁਭਾਇਆ॥	tis daykh indar lubhaa-i-aa.
ਸਹਸ ਸਰੀਰ ਚਿਹਨ ਭਗ ਹੂਏ,	sahas sareer chihan bhag hoo-ay
ਤਾ ਮਨਿ ਪਛੋਤਾਇਆ॥੧॥	taa man pachhotaa-i-aa. ‖1‖

ਇਸ ਪ੍ਰਭਾਤੀ ਦੇ ਸਲੋਕ ਵਿੱਚ ਜੀਵ ਨੂੰ ਇਹ ਉਪਦੇਸ਼ ਮਿਲਦਾ ਹੈ ਕਿ ਜਦੋਂ ਜੀਵ ਆਪਣੇ ਪੰਜਾਂ ਜਮਦੂਤਾਂ ਤੇ ਕਾਬੂ ਪਾ ਕੇ ਪ੍ਰਭ ਦੀ ਰਹਿਮਤ ਪਾ ਲੈਂਦਾ ਹੈ, ਅਗਰ ਇਸ ਤੇ ਪੱਕਾ ਨਾ ਹੋਵੇ ਤਾ ਉਹ ਪ੍ਰਭ ਦੇ ਦਰ ਤੋਂ ਛਿੜਕਿਆ ਜਾਂਦਾ ਹੈ, ਉਸ ਨੂੰ ਪ੍ਰਭ ਦੀ ਰਹਿਮਤ ਹਾਸਿਲ ਕਰਨ ਲਈ ਆਪਣੀ ਗਲਤੀ ਦਾ ਪਛਤਾਵਾਂ ਕਰਨਾ ਪੈਂਦਾ ਹੈ ।

ਇੰਦ੍ਰ ਦੇਵਤੇ ਦੇ ਮਨ ਤੇ ਕਾਮ ਵਾਸ਼ਨਾ ਨੇ ਕਾਬੂ ਪਾ ਲਿਆ । ਉਸ ਨੇ ਗੋਤਮ ਰਸ਼ੀ ਦੀ ਪਤਨੀ ਨਾਲ ਭੋਗ ਬਿਲਾਸ ਕੀਤਾ । ਉਸ ਦਾ ਪ੍ਰਭ ਤੇ ਭਰੋਸਾ ਡੋਲ ਗਿਆ, ਪ੍ਰਭ ਦੇ ਦਰ ਤੋਂ ਛਿੜਕਿਆ ਗਿਆ । ਗੋਤਮ ਰਸ਼ੀ ਦੀ ਤਪਸਿਆ ਵੀ ਭੰਗ ਹੋ ਗਈ । ਪ੍ਰਭ ਦੇ ਕੀਤੇ ਨੂੰ ਪ੍ਰਵਾਨ ਨਹੀਂ ਕੀਤਾ, ਕਰੋਧ ਨੇ ਮਨ ਤੇ ਕਾਬੂ ਪਾ ਲਿਆ । ਇੰਦ੍ਰ ਨੂੰ ਸਰਾਪ ਦਿੱਤਾ, ਉਸ ਦੇ ਸਰੀਰ ਤੇ ਛਾਲੇ ਪੇ ਗਏ, ਕੋੜ੍ਹ ਹੋ ਗਿਆ । ਉਸ ਨੂੰ ਸੋਝੀ ਹੋਈ ਤੇ ਸ਼ਰਮਿੰਦਗੀ, ਪਛਤਾਵਾਂ ਮਿਲਿਆ । ਇਸਤਰ੍ਹਾਂ ਇਹ ਸ਼ਬਦ ਵਿਚੋਂ ਇਹ ਸਿਖਿਆਂ ਮਿਲਦੀ ਹੈ । ਪ੍ਰਭ ਆਪ ਹੀ ਭਗਤਾਂ ਦਾ ਭਰੋਸਾ ਪਰਖਦਾ ਹੈ, ਕਿਤਨਾ ਕੋ ਪੱਕਾ ਹੈ ।

Prophet Inder was intoxicated with sexual urge for the wife of prophet Gotham; He deceived her to engage in sexual intimacy with her; he was rebuked from the right path of acceptance in His Court. Same way prophet Gotham was also lost his faith from His Command; he did not accept His Command and cursed his wife. Inder was blister, boils, all over his skin, infected with leprosy with his curse. He realized his foolishness; he had to regret and repent.

**** Message: The True Master monitors the faith, belief of His true devotee every moment and never ignore or forgive his sin. He must endure more severe punishment.**

ਕੋਈ ਜਾਣਿ ਨ ਭੂਲੈ ਭਾਈ॥	ko-ee jaan na bhoolai bhaa-ee.
ਸੋ ਭੂਲੈ ਜਿਸੁ ਆਪਿ ਭੁਲਾਏ,	so bhoolai jis aap bhulaa-ay
ਬੂਝੈ ਜਿਸੈ ਬੁਝਾਈ॥੧॥ ਰਹਾਉ॥	boojhai jisai bujhaa-ee. ||1|| rahaa-o.

ਕੋਈ ਜੀਵ ਵੀ ਜਾਣ ਬੁਝਕੇ ਕੋਈ ਗਲਤੀ ਨਹੀਂ ਕਰਦਾ । ਜਿਸ ਜੀਵ ਤੋ ਪ੍ਰਭ ਆਪ ਹੀ ਗਲਤੀ ਕਰਾਉਂਦਾ ਹੈ । ਉਹ ਹੀ ਜੀਵ ਗਲਤੀ ਕਰਦਾ ਹੈ । ਜਿਸ ਨੂੰ ਪ੍ਰਭ ਸੋਝੀ ਬਖਸ਼ਦਾ ਹੈ! ਉਹ ਹੀ ਘਟਨਾ ਦਾ ਕਾਰਨ ਸਮਝਦਾ ਹੈ ।

No one may ever perform sinful acts or intentionally makes mistakes. The True Master inspires His Creation to make mistake, falls into the trap of worldly wealth. Whosoever may be enlightened with the essence of His Word, only he may comprehend the real purpose of His Command.

ਤਿਨਿ ਹਰੀ ਚੰਦਿ ਪ੍ਰਿਥਮੀ ਪਤਿ ਰਾਜੈ,	tin haree chand parithmee pat raajai
ਕਾਗਦਿ ਕੀਮ ਨ ਪਾਈ॥	kaagad keem na paa-ee.
ਅਉਗਣੁ ਜਾਣੈ ਤ ਪੁੰਨ ਕਰੇ,	a-ugan jaanai ta punn karay
ਕਿਉ ਕਿਉ ਨੇਖਾਸਿ ਬਿਕਾਈ॥੨॥	ki-o ki-o naykhaas bikaa-ee. ||2||

ਰਾਜੇ ਹਰੀਚੰਦ ਵਰਗੇ ਭਗਤ ਦਾ ਭਰੋਸਾ ਵੀ ਕਈ ਵਾਰ ਪ੍ਰਭ ਤੋ ਡੋਲ ਜਾਂਦਾ ਹੈ । ਉਹ ਪ੍ਰਭ ਦੇ ਲਿਖੇ ਤੇ ਸੰਤੁਸ਼ਟ ਨਹੀਂ ਹੁੰਦਾ । ਉਹ ਦਾਨ ਕਰਨ ਦਾ ਅਹੰਕਾਰ ਕਰਦਾ, ਦਿਖਾਵਾ ਕਰਦਾ ਹੈ । ਅਖੀਰ ਵਿੱਚ ਉਸ ਦੀ ਇਹ ਹਾਲਤ ਹੋਈ! ਕੀ ਆਪਣੇ ਅਹੰਕਾਰ ਨੂੰ ਪੱਕਾ ਰਖਣ ਲਈ ਆਪਣੇ ਆਪ ਨੂੰ ਵੇਚਣਾ ਪਿਆ । ਅਗਰ ਦਿਖਾਵਾ, ਅਹੰਕਾਰ ਨਾ ਕਰਦਾ ਤਾ ਆਪਣੇ ਆਪ ਨੂੰ ਵੇਚਣਾ ਨਾ ਪੈਂਦਾ । ਫਿਰ ਪਛਤਾਵਾਂ ਕਰਕੇ ਪ੍ਰਭ ਤੋ ਰਹਿਮਤ ਪਾਈ ।

Even a prophet like king Hari-Chand may become a victim of ego, sweet poison of worldly wealth. Even he may not maintain his belief on His Word, contented with His Command. His pride for his charity becomes his false glory in the world. In the end, to maintain his false pride; he had to sell himself to become a slave. Had he not become a victim of ego? he would not have to sell himself or become a slave. He had to regret and repent for his mistake; he was blessed with the right path of acceptance in His Court.

ਕਰਉ ਅਢਾਈ ਧਰਤੀ ਮਾਂਗੀ,	kara-o adhaa-ee Dhartee maaNgee
ਬਾਵਨ ਰੂਪਿ ਬਹਾਨੈ॥	baavan roop bahaanai.
ਕਿਉ ਪਇਆਲਿ ਜਾਇ ਕਿਉ ਛਲੀਐ,	ki-o pa-i-aal jaa-ay ki-o chhalee-ai
ਜੇ ਬਲਿ ਰੂਪੁ ਪਛਾਨੈ॥੩॥	jay bal roop pachhaanai. ||3||

ਰਾਜੇ ਬਲਿ ਨੂੰ ਆਪਣੀ ਬੰਦਗੀ ਤੇ ਇਤਨਾ ਅਹੰਕਾਰ ਹੋ ਗਿਆ । ਕਿ ਪ੍ਰਭ ਨੇ ਉਸ ਨੂੰ ਬਾਵਨ ਦੇ ਰੂਪ ਵਿੱਚ ਆ ਕੇ ਛਲਿਆ । ਉਸ ਨੂੰ ਪਛਤਾਵਾਂ ਕਰਨ ਲਈ ਪਤਾਲ ਵਿੱਚ ਜਾਣਾ ਪਿਆ ।

King Ball was become a victim of his ego, pride of his land holding. The True Master appeared as dwarf structure to capture his whole kingdom. He must be born under earth to regret and repent for his mistake.

ਰਾਜਾ ਜਨਮੇਜਾ ਦੇ ਮਤੀ, raajaa janmayjaa day mateeN
ਬਰਜਿ ਬਿਆਸਿ ਪੜ੍ਹਾਇਆ॥ baraj bi-aas parhHaa-i-aa.
ਤਿਨ੍ਹਿ ਕਰਿ ਜਗ ਅਠਾਰਹ ਘਾਏ, tiniH kar jag athaarah ghaa-ay
ਕਿਰਤੁ ਨ ਚਲੈ ਚਲਾਇਆ॥੪॥ kirat na chalai chalaa-i-aa. ||4||

ਭਗਤ ਬਿਆਸ ਜੀ ਨੇ ਧਾਰਮਕ ਗ੍ਰੰਥ ਵਿਚੋਂ ਰਾਜੇ ਜਨਮੇਜੇ ਨੂੰ ਸਿਖਿਆਂ ਦਿੱਤੀ! ਕੋਈ ਅਖੰਡ ਲੰਗਰ (ਅਖੰਡ ਪਾਠ) ਕਰਨਾ, ਜਾ ਬਲੀ ਦੇਣ ਬਿਰਥੀ ਹੀ ਹੈ । ਇਸ ਨਾਲ ਪਿੱਛਲੇ ਜਨਮ ਦੇ ਕੀਤੇ ਪਾਪ ਧੋਤੇ, ਬਖਸ਼ੇ ਨਹੀਂ ਜਾਂਦੇ । ਤੂੰ ਪਵਿੱਤਰ ਜੀਵਾਂ (18 ਬ੍ਰਹਮਣਾਂ) ਦੀ ਬਲੀ ਨਾ ਦੇਵੋ! ਇਸ ਨਾਲ ਪ੍ਰਭ ਦੀ ਰਹਿਮਤ, ਪ੍ਰਵਾਨਗੀ ਦਾ ਰਸਤਾ ਬਖਸ਼ਿਸ਼ ਨਹੀਂ ਹੁੰਦਾ ।

Prophet Vyaas enlightened, warned, king Jamaica from the teachings of Holy Scripture Vedas. Religious ritual to do a charity of free unlimited kitchen, serving food to everyone or offering any sacrifice of any living creature; Holy, sanctified soul, Brahman may be useless for the purpose of human life opportunity to be blessed with salvation. Your sins of previous lives may not be forgiven nor you may be blessed with the right path of acceptance in His Court. He should not kill 18 Brahmans as Holy offer to the idol of God. You may never be blessed with the right path of acceptance in His Court; nor eliminate your cycle of birth and death.

ਗਣਤ ਨ ਗਣੀ ਹੁਕਮੁ ਪਛਾਣਾ, ganat na ganeeN hukam pachhaanaa
ਬੋਲੀ ਭਾਇ ਸੁਭਾਈ॥ bolee bhaa-ay subhaa-ee.
ਜੋ ਕਿਛੁ ਵਰਤੈ ਤੁਧੈ ਸਲਾਹੀ, jo kichh vartai tuDhai salaaheeN
ਸਭ ਤੇਰੀ ਵਡਿਆਈ॥੫॥ sabh tayree vadi-aa-ee. ||5||

ਪ੍ਰਭ, ਮੇਰੇ ਵਿੱਚ ਇਤਨੀ ਸਿਆਣਪ ਨਹੀਂ ਹੈ । ਮੈਂ ਆਪਣਾ ਕਰਮਾਂ ਦਾ ਹਿਸਾਬ ਨਹੀਂ ਕਰ ਸਕਦਾ । ਤੇਰਾ ਕੀਤਾ, ਭਾਣਾ ਸਤਿ ਕਰਕੇ ਪ੍ਰਵਾਨ ਕਰਦਾ ਹਾ । ਜੋ ਕੁਝ ਵੀ ਤੂੰ ਬਖਸ਼ਦਾ ਹੈ ਇਹ ਤੇਰੀ ਵਡਿਆਈ ਹੈ । ਸਾਰੀ ਸ੍ਰਿਸ਼ਟੀ ਤੇ ਤੇਰਾ ਹੀ ਭਾਣਾ ਵਾਪਰਦਾ ਹੈ ।

My True Master! I am not enlightened enough to count my good or evil deeds. I may only accept Your Word, Command as an ultimate, worthy Blessings in my human life journey. Whatsoever may happen in the universe, only be Your Greatness. Only Your Command must prevail in the universe.

ਗੁਰਮੁਖਿ ਅਲਿਪਤੁ ਲੇਪੁ ਕਦੇ ਨ ਲਾਗੈ, gurmukh alipat layp kaday na laagai
ਸਦਾ ਰਹੈ ਸਰਣਾਈ॥ sadaa rahai sarnaa-ee.
ਮਨਮੁਖੁ ਮੁਗਧੁ ਆਗੈ ਚੇਤੈ ਨਾਹੀ, manmukh mugaDh aagai chaytai naahee
ਦੁਖਿ ਲਾਗੈ ਪਛੁਤਾਈ॥੬॥ dukh laagai pachhutaa-ee. ||6||

ਜਿਸ ਨੂੰ ਗੁਰਮਖ ਅਵਸਥਾ ਬਖਸ਼ਿਸ਼ ਹੋ ਜਾਂਦੀ ਹੈ, ਉਹ ਕਦੇ ਪੰਜਾਂ ਜਮਦੂਤਾਂ ਦੇ ਚੱਕਰ ਵਿੱਚ ਨਹੀਂ ਫਸਦਾ । ਆਪਣੇ ਮਨ ਤੇ ਕਾਬੂ ਰਖਦਾ, ਪ੍ਰਭ ਦੇ ਭਾਣੇ ਵਿੱਚ ਹੀ ਮਸਤ ਰਹਿੰਦਾ ਹੈ । ਮਨਮੁਖ, ਮਨਮਰਜ਼ੀ ਵਿੱਚ ਹੀ ਲਗਾ ਰਹਿੰਦਾ ਹੈ । ਉਹ ਦੁਖ ਹੀ ਭੋਗਦਾ ਹੈ ।

Whosoever may be blessed with a state of mind as His true devotee; with His mercy and grace, he may never remain intoxicated with sweet poison of demons of worldly desires. He may remain contented with his own worldly environments, accepts His Command as an ultimate Command. Self-minded remains victim, slave of his demons of sweet poison of worldly wealth. He always endures miseries in his human life journey.

ਆਪੇ ਕਰੇ ਕਰਾਏ ਕਰਤਾ, aapay karay karaa-ay kartaa
ਜਿਨਿ ਏਹ ਰਚਨਾ ਰਚੀਐ॥ jin ayh rachnaa rachee-ai.
ਹਰਿ ਅਭਿਮਾਨੁ ਨ ਜਾਈ ਜੀਅਹੁ, har abhimaan na jaa-ee jee-ahu
ਅਭਿਮਾਨੇ ਪੈ ਪਚੀਐ॥੭॥ abhimaanay pai pachee-ai. ||7||

ਪ੍ਰਭ ਆਪ ਹੀ ਸਾਰੇ ਕਾਰਨਾਂ ਦਾ ਕਾਰਨ ਹੈ । ਜਿਤਨਾ ਚਿਰ ਜੀਵ ਦੇ ਮਨ ਵਿਚੋਂ ਅਹੰਕਾਰ ਦੀ ਜੜ੍ਹ ਨਾਸ ਨਹੀਂ ਹੁੰਦੀ । ਉਹ ਭਟਕਣਾਂ ਵਿੱਚ ਹੀ ਰਹਿੰਦਾ ਹੈ, ਮਨ ਨੂੰ ਸ਼ਾਂਤੀ ਬਖਸ਼ਿਸ਼ ਨਹੀਂ ਹੁੰਦੀ ।

The True Master, Creator of the universe, creates causes of all events in His Nature, in the life of His Creation. Whosoever may not conquer his own ego, surrenders his self-identity at His Sanctuary; he may never be blessed with peace of mind, contentment in his life. He remains frustrated with disappointments of his worldly desires.

ਭੁਲਣ ਵਿਚਿ ਕੀਆ ਸਭੁ ਕੋਈ, bhulan vich kee-aa sabh ko-ee
ਕਰਤਾ ਆਪਿ ਨ ਭੁਲੈ॥ kartaa aap na bhulai.
ਨਾਨਕ ਸਚਿ ਨਾਮਿ ਨਿਸਤਾਰਾ, naanak sach naam nistaaraa
ਕੋ ਗੁਰ ਪਰਸਾਦਿ ਅਘੁਲੈ॥੮॥੪॥ ko gur parsaad aghulai. ||8||4||

ਹਰਇੱਕ ਜੀਵ ਗਲਤੀਆਂ ਕਰਦਾ ਰਹਿੰਦਾ ਹੈ । ਕੇਵਲ ਇੱਕੋ ਇੱਕ ਪ੍ਰਭ ਹੀ, ਕੋਈ ਗਲਤੀ ਨਹੀਂ ਕਰਦਾ, ਗਲਤੀਆਂ ਤੋ ਰਹਿਤ, ਉਸ ਦਾ ਭਾਣਾ ਅਟਲ ਹੈ । ਕੇਵਲ ਸ਼ਬਦ ਨੂੰ ਮਨ ਵਿੱਚ ਵਸਾਉਣ ਨਾਲ ਹੀ ਮੁਕਤੀ ਦਾ ਰਸਤਾ ਬਖਸ਼ਿਸ਼ ਹੋ ਸਕਦਾ ਹੈ ।

His Whole Creation remains making mistakes, some knowingly and others in ignorance. Only, The True Master may never make any mistake; His Command must prevail and considered as the right path of human life journey. Whosoever may adopt the teachings of His Word with steady and stable belief in his day-to-day life; with His mercy and grace, only he may be blessed with the right path of acceptance in His Court, salvation.

159.(1-5A) ਪ੍ਰਭਾਤੀ ਮਹਲਾ ੧॥ (1344-11)

ਆਖਣਾ ਸੁਨਣਾ ਨਾਮੁ ਅਧਾਰੁ॥ aakh-naa sunnaa naam aDhaar.
ਧੰਧਾ ਛੁਟਕਿ ਗਇਆ ਵੇਕਾਰੁ॥ DhanDhaa chhutak ga-i-aa vaykaar.
ਜਿਉ ਮਨਮੁਖਿ ਦੂਜੈ ਪਤਿ ਖੋਈ॥ ji-o manmukh doojai pat kho-ee.
ਬਿਨੁ ਨਾਵੈ ਮੈਂ ਅਵਰੁ ਨ ਕੋਈ॥੧॥ bin naavai mai avar na ko-ee. ||1||

ਸ਼ਬਦ ਦੀ ਸਿਖਿਆਂ ਨੂੰ ਸੁਣਨਾ, ਮਨ ਵਿੱਚ ਅਪਣਾਉਣ ਨੂੰ ਆਪਣੇ ਜੀਵਨ ਦਾ ਅਧਾਰ ਬਣਾਵੋ । ਸੰਸਾਰਕ ਧੰਦੇ ਚਲਦੇ ਰਹਿੰਦੇ ਹਨ, ਮਰਨ ਤੇ ਸਾਰੇ ਧੰਦੇ ਵੀ ਖਤਮ ਹੋ ਜਾਂਦੇ ਹਨ । ਮਨਮੁਖ ਜੀਵ ਵੱਖਰੇ ਵੱਖਰੇ ਗੁਰੂਾਂ ਪੀਰਾਂ ਦੀ ਸਿਖਿਆਂ ਤੇ ਵੱਖਰੀਆਂ ਵਿਧੀਆਂ ਵਿੱਚ ਭਉਦਾ ਰਹਿੰਦਾ ਹੈ । ਜੀਵ ਪ੍ਰਭ ਦੇ ਸ਼ਬਦ ਦੀ ਸਿਖਿਆਂ ਨੂੰ ਹੀ ਆਪਣੇ ਜੀਵਨ ਦਾ ਅਧਾਰ ਬਣਾਵੋ! ਸ਼ਬਦ ਦੀ ਪਾਲਣਾ ਤੋ ਬਿਨਾਂ ਪ੍ਰਭ ਦੇ ਦਰਬਾਰ ਵਿੱਚ ਪ੍ਰਵਾਨਗੀ ਦਾ ਹੋਰ ਕੋਈ ਅਸਲੀ ਰਸਤਾ ਨਹੀਂ ਹੈ ।

You should listen to the sermons of the essence of His Word and adopt the teachings of His Word in your day-to-day life. His Nature prevails as His Command. Whosoever may exhaust his capital of breathes, all his worldly chores may also end; he may not have to worry anymore. Self-minded may adopt various meditation routine following the teachings of various religious gurus; he may wander from shrine to shrine. You should adopt the teachings of His Word with steady and stable belief in your day-to-day life. Without obeying and adopting the teachings of His Word, the right path of acceptance may never be blessed.

ਸੁਣਿ ਮਨ ਅੰਧੇ ਮੂਰਖ ਗਵਾਰ॥ sun man anDhay moorakh gavaar.
ਆਵਤ ਜਾਤ ਲਾਜ ਨਹੀ ਲਾਗੈ, aavat jaat laaj nahee laagai
ਬਿਨੁ ਗੁਰ ਬੂਡੈ ਬਾਰੋ ਬਾਰ॥੧॥ ਰਹਾਉ॥ bin gur boodai baaro baar. ||1|| rahaa-o.

ਅਣਜਾਣ ਜੀਵ, ਵਿਚਾਰਕੇ ਦੇਖੋ! ਪ੍ਰਭ ਦੀ ਬੰਦਗੀ ਤੋ ਬਿਨਾਂ ਜੀਵ ਜਨਮ ਮਰਨ ਦੇ ਚੱਕਰ ਵਿੱਚ ਹੀ ਭਉਦਾ ਰਹਿੰਦਾ ਹੈ । ਉਸ ਨੂੰ ਮੁਕਤੀ ਦਾ ਅਸਲੀ ਰਸਤਾ ਬਖਸ਼ਿਸ਼ ਨਹੀਂ ਹੋ ਸਕਦਾ ।

Ignorant self-minded listens very carefully, pay attention to the teachings of His Word. Whosoever may not obey the teachings of His Word; he may remain in the cycle of birth and death. He may never be blessed with the right path of acceptance in His Court.

ਇਸੁ ਮਨ ਮਾਇਆ ਮੋਹਿ ਬਿਨਾਸੁ॥ is man maa-i-aa mohi binaas.
ਧੁਰਿ ਹੁਕਮੁ ਲਿਖਿਆ ਤਾਂ ਕਹੀਐ ਕਾਸੁ॥ Dhur hukam likhi-aa taaN kahee-ai kaas.
ਗੁਰਮੁਖਿ ਵਿਰਲਾ ਚੀਨ੍ਹੈ ਕੋਈ॥ gurmukh virlaa cheenHai ko-ee.
ਨਾਮ ਬਿਹੂਨਾ ਮੁਕਤਿ ਨ ਹੋਈ॥੨॥ naam bihoonaa mukat na ho-ee. ||2||

ਜਿਹੜਾ ਸੰਸਾਰਕ ਧਨ ਨਾਲ ਲਗਨ ਲਾਉਂਦਾ ਹੈ, ਉਸ ਦਾ ਮਾਨਸ ਜੀਵਨ ਬਿਰਥਾ ਹੀ ਬੀਤ ਜਾਂਦਾ ਹੈ । ਇਹ ਸਭ ਕੁਝ ਪ੍ਰਭ ਦੇ ਹੁਕਮ ਅੰਦਰ ਹੀ ਹੁੰਦਾ ਹੈ । ਰਹਿਮਤ ਦੀ ਅਰਾਦਾਸ ਕਰੋ! ਪ੍ਰਭ ਆਪ ਹੀ ਸਿਧਾ ਰਸਤਾ ਬਖਸ਼ਦਾ ਹੈ । ਕੋਈ ਵਿਰਲਾ ਗੁਰਮਖ ਹੀ ਸਮਝਦਾ ਹੈ! ਪ੍ਰਭ ਦੀ ਬੰਦਗੀ ਤੋ ਬਿਨਾਂ ਪ੍ਰਵਾਨਗੀ, ਮੁਕਤੀ ਦਾ ਰਸਤਾ ਬਖਸ਼ਿਸ਼ ਨਹੀਂ ਹੋ ਸਕਦਾ ।

Whosoever may remain intoxicated with sweet poison of worldly wealth; he may waste his human life opportunity. Everything may only happen under His Command. You should always pray for His Forgiveness and Refuge! He may guide His true devotee on the right path of human life journey. However, very rare, His true devotee may realize! Without the earnings of His Word, obeying the teachings of His Word, the right path of acceptance may never be blessed.

ਭ੍ਰਮਿ ਭ੍ਰਮਿ ਡੋਲੈ ਲਖ ਚਉਰਾਸੀ॥ bharam bharam dolai lakh cha-uraasee.
ਬਿਨੁ ਗੁਰ ਬੂਝੇ ਜਮ ਕੀ ਫਾਸੀ॥ bin gur boojhay jam kee faasee.
ਇਹੁ ਮਨੂਆ ਖਿਨੁ ਖਿਨੁ ਊਭਿ ਪਇਆਲਿ॥ ih manoo-aa khin khin oobh pa-i-aal.
ਗੁਰਮੁਖਿ ਛੂਟੈ ਨਾਮੁ ਸਮ੍ਹਾਲਿ॥੩॥ gurmukh chhootai naam samHaal. ||3||

ਜੀਵ ਭਰਮਾਂ ਪਿਛੇ ਲਗਾ, ਵੱਖਰੀਆਂ ਵੱਖਰੀਆਂ ਜੂੰਨਾਂ ਵਿੱਚ ਭਉਦਾ ਰਹਿੰਦਾ ਹੈ । ਪ੍ਰਭ ਦੀ ਬੰਦਗੀ ਤੋ ਬਿਨਾਂ ਜੀਵ ਦਾ ਜਨਮ ਮਰਨ ਤੋ ਛੁਟਕਾਰਾ ਨਹੀਂ ਹੁੰਦਾ । ਮਨ ਪਲ, ਪਲ ਸਵਰਗ ਤੇ ਨਰਕ ਦੇ ਸੁਪਨੇ ਲੈਂਦਾ ਰਹਿੰਦਾ ਹੈ । ਗੁਰਮਖ ਜੀਵ ਕੇਵਲ ਪ੍ਰਭ ਦੇ ਸ਼ਬਦ ਦੀ ਸਿਖਿਆਂ ਨੂੰ ਹੀ ਆਪਣਾ ਆਸਰਾ ਬਣਾਉਂਦਾ ਹੈ । ਪ੍ਰਭ ਦੀ ਰਹਿਮਤ ਬਖਸ਼ਿਸ਼ ਹੋ ਜਾਂਦੀ ਹੈ ।

Self-minded remains intoxicated in religious rituals, suspicions in the cycle of birth and death, reincarnation of 84 life cycle of creature. Without obeying the teachings of His Word with steady and stable belief in his day-to-day life; his cycle of birth and death may never be eliminated. Every moment in his life, he may fantasize heaven or hell in his dreams. His true devotee may only, adopt the teachings of His Word with steady and stable belief as the supporting pillar of his human life journey. He may be blessed with the right path of acceptance in His Court.

ਆਪੇ ਸਦੇ ਢਿਲ ਨ ਹੋਇ॥ aapay saday dhil na ho-ay.
ਸਬਦਿ ਮਰੈ ਸਹਿਲਾ ਜੀਵੈ ਸੋਇ॥ sabad marai sahilaa jeevai so-ay.
ਬਿਨੁ ਗੁਰ ਸੋਝੀ ਕਿਸੈ ਨ ਹੋਇ॥ bin gur sojhee kisai na ho-ay.
ਆਪੇ ਕਰੈ ਕਰਾਵੈ ਸੋਇ॥੪॥ aapay karai karaavai so-ay. ||4||

ਪ੍ਰਭ ਦੇ ਹੁਕਮ ਨਾਲ ਮੌਤ ਦਾ ਸੱਦਾ ਆਉਣ ਤੇ ਕੋਈ ਦੇਰੀ ਨਹੀਂ ਕਰ ਸਕਦਾ । ਜਿਹੜਾ ਸ਼ਬਦ ਦੀ ਕਮਾਈ ਕਰਦਾ ਹੈ, ਉਸ ਦਾ ਮੌਤ ਦਾ ਸਮਾਂ ਖੁਸ਼ੀ ਦਾ ਬਣ ਜਾਂਦਾ ਹੈ । ਪ੍ਰਭ ਦੀ ਰਹਿਮੰਤ ਤੋ ਬਿਨਾਂ ਕਿਸੇ ਨੂੰ ਕੋਈ ਸੋਝੀ ਬਖਸ਼ਿਸ਼ ਨਹੀਂ ਹੁੰਦੀ । ਸਭ ਕੁਝ ਪ੍ਰਭ ਹੀ ਕਰਦਾ, ਕਾਰਨ ਬਣਾਉਂਦਾ ਹੈ ।

When the devil of death knocks at his head to capture his soul, no one may avoid or delay anymore. Whosoever may earn the wealth of His Word; his time of death may become a rewarding, acceptance in His Court. The True Master creates the causes of all events in His Nature; without His mercy and grace, no one may ever realize His Nature.

ਝਗੜੁ ਚੁਕਾਵੈ ਹਰਿ ਗੁਣ ਗਾਵੈ॥ jhagarh chukhaavai har gun gaavai.
ਪੂਰਾ ਸਤਿਗੁਰੁ ਸਹਜਿ ਸਮਾਵੈ॥ pooraa satgur sahj samaavai.
ਇਹੁ ਮਨੁ ਡੋਲਤ ਤਉ ਠਹਰਾਵੈ॥ ih man dolat ta-o thehraavai.
ਸਚੁ ਕਰਣੀ ਕਰਿ ਕਾਰ ਕਮਾਵੈ॥੫॥ sach karnee kar kaar kamaavai. ||5||

ਜਿਸ ਦੇ ਮਨ ਵਿੱਚ ਪ੍ਰਭ ਦੇ ਸ਼ਬਦ ਦੀ ਸਿਖਿਆਂ ਘਰ ਕਰ ਜਾਂਦੀ ਹੈ, ਪ੍ਰਭ ਦੀ ਰਹਿਮਤ ਨਾਲ ਉਸ ਦੇ ਮਨ ਦੀਆਂ ਭਟਕਣਾਂ ਖਤਮ ਹੋ ਜਾਂਦੀਆਂ ਹਨ । ਪ੍ਰਭ ਦੇ ਸ਼ਬਦ ਦੀ ਪਾਲਣਾ ਵਿੱਚ ਅਡੋਲ, ਸ਼ਾਂਤ ਰਹਿੰਦਾ ਹੈ । ਪ੍ਰਭ ਦੇ ਭਾਣੇ ਨੂੰ ਪ੍ਰਵਾਨ ਕਰ ਲੈਂਦਾ ਹੈ । ਉਸ ਦਾ ਮਨ ਡੋਲਣ ਤੋ ਰੁਕ ਜਾਂਦਾ ਹੈ । ਸੰਸਾਰਕ ਮਾਇਆ ਦੇ ਲਾਲਚ ਨਾਲ ਆਪਣੀ ਸੋਚ, ਨਹੀਂ ਬਦਲਦਾ । ਉਸ ਦਾ ਮਨ ਪ੍ਰਭ ਦੇ ਅਦੇਸ਼ ਅਨੁਸਾਰ ਜੀਵਨ ਢਾਲਦਾ ਹੈ ।

Whosoever may remain drenched with the essence of His Word; with His mercy and grace, all his frustrations of worldly desires may be eliminated. Whosoever may obey the teachings of His Word with steady a stable belief; with His mercy and grace, he may accept His Word as an ultimate Command. His mind may stop wandering in different directions. He may never become a victim of sweet poison of worldly wealth nor change his path of meditation. His way of life always remains as per the teachings of His Word.

ਅੰਤਰਿ ਜੂਠਾ ਕਿਉ ਸੁਚਿ ਹੋਇ॥ antar joothaa ki-o such ho-ay.
ਸਬਦੀ ਧੋਵੈ ਵਿਰਲਾ ਕੋਇ॥ sabdee Dhovai virlaa ko-ay.
ਗੁਰਮੁਖਿ ਕੋਈ ਸਚੁ ਕਮਾਵੈ॥ gurmukh ko-ee sach kamaavai.
ਆਵਣੁ ਜਾਣਾ ਠਾਕਿ ਰਹਾਵੈ॥੬॥ aavan jaanaa thaak rahaavai. ||6||

ਜਿਸ ਦੇ ਮਨ ਵਿੱਚ ਖੋਟ, ਆਤਮਾ ਮੈਲੀ ਹੁੰਦੀ ਹੈ । ਉਹ ਪੰਜਾਂ ਜਮਦੂਤਾਂ ਦੇ ਕਾਬੂ ਵਿੱਚ ਰਹਿੰਦਾ ਹੈ । ਕੋਈ ਵਿਰਲਾ ਹੀ ਜੀਵ, ਸ਼ਬਦ ਨਾਲ ਜੀਵਨ ਢਾਲਕੇ ਮਨ ਨੂੰ ਪਵਿੱਤਰ ਕਰਦਾ ਹੈ । ਜਿਹੜਾ ਅਟਲ ਸ਼ਬਦ ਦੀ ਕਮਾਈ ਕਰਦਾ, ਉਸ ਨੂੰ ਗੁਰਮਖ ਅਵਸਥਾ ਬਖਸ਼ਿਸ਼ ਹੋ ਜਾਂਦੀ ਹੈ । ਪ੍ਰਭ ਦੀ ਰਹਿਮਤ ਨਾਲ, ਉਸ ਦਾ ਆਪਣਾ ਜੂੰਨਾਂ, ਜਨਮ ਮਰਨ ਦਾ ਚੱਕਰ ਖਤਮ ਹੋ ਜਾਂਦਾ ਹੈ ।

Whosoever may remain overwhelmed with deception, hypocrisy in his life; his soul may remain blemished and under the control of devil of death. However, very rare may adopt the teachings of His Word and sanctify his soul. Whosoever may earn the wealth of His Word; with His mercy and grace, he may be blessed with a state of mind as His true devotee. With His blessed Vision, his cycle of birth and death may be eliminated.

ਭਉ ਖਾਣਾ ਪੀਣਾ ਸੁਖੁ ਸਾਰੁ॥ bha-o khaanaa peenaa sukh saar.
ਹਰਿ ਜਨ ਸੰਗਤਿ ਪਾਵੈ ਪਾਰੁ॥ har jan sangat paavai paar.
ਸਚੁ ਬੋਲੈ ਬੋਲਾਵੈ ਪਿਆਰੁ॥ sach bolai bolaavai pi-aar.
ਗੁਰ ਕਾ ਸਬਦੁ ਕਰਣੀ ਹੈ ਸਾਰੁ॥੭॥ gur kaa sabad karnee hai saar. ||7||

ਜਿਹੜਾ ਸਵਾਸ ਗਰਾਸ ਪ੍ਰਭ ਦੇ ਸ਼ਬਦ ਦੀ ਸਿਖਿਆਂ ਵਿੱਚ ਧਿਆਨ ਰਖਦਾ, ਪ੍ਰਭ ਦੇ ਵਿਛੋੜੇ ਦਾ ਹੀ ਸੋਚਦਾ ਹੈ । ਉਸ ਨੂੰ ਸੰਤ ਸਰੂਪ, ਹਰਜਨ ਜੀਵ ਦੀ ਸੰਗਤ ਬਖਸ਼ਿਸ਼ ਹੋ ਜਾਂਦੀ ਹੈ । ਉਹ ਪ੍ਰਭ ਦੇ ਸ਼ਬਦ ਦੀ ਹੀ ਕਥਾ ਕਰਦਾ ਹੈ । ਉਸ ਦੀ ਸੰਸਾਰਕ ਕਮਾਈ, ਬੰਦਗੀ, ਸਿਮਰਨ ਦੀ ਹੀ ਹੁੰਦੀ ਹੈ ।

Whosoever may remain intoxicated in meditating in the void of His Word and remains in renunciation in the memory of his separation from The True Master; with His mercy and grace, he may be blessed with conjugation of His Holy saint. He may only recite the glory of His Word. All his worldly possessions may be the wealth of His Word, earnings of meditation.

ਹਰਿ ਜਸੁ ਕਰਮੁ ਧਰਮੁ ਪਤਿ ਪੂਜਾ॥ har jas karam Dharam pat poojaa.
ਕਾਮ ਕ੍ਰੋਧ ਅਗਨੀ ਮਹਿ ਭੂੰਜਾ॥ kaam kroDh agnee meh bhooNjaa.
ਹਰਿ ਰਸੁ ਚਾਖਿਆ ਤਉ ਮਨੁ ਭੀਜਾ॥ har ras chaakhi-aa ta-o man bheejaa.
ਪ੍ਰਣਵਤਿ ਨਾਨਕੁ ਅਵਰੁ ਨ ਦੂਜਾ॥੮॥੫॥ paranvat naanak avar na doojaa. ||8||5||

ਜਿਹੜਾ ਸ਼ਬਦ ਦੇ ਸਿਮਰਨ ਨੂੰ ਹੀ ਆਪਣਾ ਕਰਮ, ਧਰਮ, ਦਾਨ, ਪੂਜਾ ਸਮਝਦਾ ਹੈ । ਉਸ ਦੇ ਮਨ ਦੀ ਕਾਮ ਵਾਸ਼ਨਾ, ਕਰੋਧ ਨਾਸ ਹੋ ਜਾਂਦਾ ਹੈ । ਉਸ ਦਾ ਮਨ ਖੇੜੇ, ਸ਼ਾਂਤੀ ਵਿੱਚ ਲੀਨ ਰਹਿੰਦਾ ਹੈ । ਉਸ ਨੂੰ ਪ੍ਰਭ ਦੀ ਹੋਂਦ ਤੋ ਬਿਨਾਂ ਕੋਈ ਹੋਰ ਨਜ਼ਰ ਨਹੀਂ ਆਉਂਦਾ । ਉਸ ਨੂੰ ਹਰਇੱਕ ਵਿੱਚ ਪ੍ਰਭ ਹੀ ਨਜ਼ਰ ਆਉਂਦਾ ਹੈ ।

Whosoever may remain intoxicated in meditation and considers his meditation as his charity, religion, worship; with His mercy and grace, he may conquer his sexual urge, anger of worldly disappointments. He remains in peace of mind and blossom in his worldly life. He may realize only His Holy Spirit prevailing everywhere and nothing else may exist.

160.(1-6A) ਪ੍ਰਭਾਤੀ ਮਹਲਾ ੧॥ (1345-3)

ਰਾਮ ਨਾਮੁ ਜਪਿ ਅੰਤਰਿ ਪੂਜਾ॥ raam naam jap antar poojaa.
ਗੁਰ ਸਬਦੁ ਵੀਚਾਰਿ ਅਵਰੁ ਨਹੀ ਦੂਜਾ॥੧॥ gur sabad veechaar avar nahee doojaa.1

ਜਿਹੜਾ ਆਪਣੇ ਮਨ ਵਿੱਚ, ਅਡੋਲ ਭਰੋਸੇ ਨਾਲ ਪ੍ਰਭ ਦੇ ਸ਼ਬਦ ਦਾ ਸਿਮਰਨ ਕਰਦਾ ਹੈ । ਉਸ ਦੀ ਹੀ ਅਸਲੀ ਪੂਜਾ ਹੈ, ਉਸ ਦੇ ਮਨ ਵਿੱਚ ਕੇਵਲ ਪ੍ਰਭ ਦੇ ਸ਼ਬਦ ਦੀ ਸਿਖਿਆਂ ਘਰ ਕਰ ਜਾਂਦੀ ਹੈ ।

Whosoever may meditate on the teachings of His Word with steady and stable belief in his day-to-day life. His mediation, way of life may be the real worship. He may remain drenched with the essence of His Word.

ਏਕੋ ਰਵਿ ਰਹਿਆ ਸਭ ਠਾਈ॥ ayko rav rahi-aa sabh thaa-ee.
ਅਵਰੁ ਨ ਦੀਸੈ ਕਿਸੁ ਪੂਜ ਚੜਾਈ॥੧॥ avar na deesai kis pooj charhaa-ee.
ਰਹਾਉ॥ ||1|| rahaa-o.

ਗੁਰਮਖ ਨੂੰ ਹਰਇੱਕ ਥਾਂ, ਹਰਇੱਕ ਜੀਵ ਵਿੱਚ ਕੇਵਲ ਪ੍ਰਭ ਹੀ ਨਜ਼ਰ ਆਉਂਦਾ ਹੈ । ਪ੍ਰਭ ਤੋ ਬਿਨਾਂ ਹੋਰ ਕੋਈ ਪੂਜਣ ਯੋਗ ਨਜ਼ਰ ਨਹੀਂ ਆਉਂਦਾ ।

His true devotee may only visualize, realizes His Holy Spirit prevailing everywhere and within each soul. He may never think anyone else to be worthy of worship.

ਮਨੁ ਤਨੁ ਆਗੈ ਜੀਅੜਾ ਤੁਝ ਪਾਸਿ॥ man, tan aagai jee-arhaa tujh paas.
ਜਿਉ ਭਾਵੈ ਤਿਉ ਰਖਹੁ ਅਰਦਾਸਿ॥੨॥ ji-o bhaavai ti-o rakhahu ardaas. ||2||

ਰਹਿਮਤ ਬਖਸ਼ੋ! ਮੈਂ ਆਪਣਾ ਮਨ, ਤਨ, ਆਤਮਾ ਤੇਰੀ ਸ਼ਰਣ ਵਿੱਚ ਭੇਟਾ ਕਰ ਦੇਵਾ । ਮੈਨੂੰ ਆਪਣੇ ਭਾਣੇ ਵਿੱਚ ਹੀ ਰਖੋ! ਮੈਂ ਤੇਰੇ ਭਾਣੇ ਨੂੰ ਸਤਿ ਕਰਕੇ ਕਬੂਲ ਕਰਾ ।

My True Master bestows Your Blessed Vision; I may surrender, my mind, body, soul, self-identity at Your Sanctuary. I may accept Your Word as an ultimate command and adopts the teachings in my day-to-day life.

ਸਚੁ ਜਿਹਵਾ ਹਰਿ ਰਸਨ ਰਸਾਈ॥ sach jihvaa har rasan rasaa-ee.
ਗੁਰਮਤਿ ਛੂਟਸਿ ਪ੍ਰਭ ਸਰਣਾਈ॥੩॥ gurmat chhootas parabh sarnaa-ee. ||3||

ਉਹ ਜੀਭ ਧਨ, ਵੱਡੇਭਾਗਾਂ ਵਾਲੀ ਹੁੰਦੀ ਹੈ । ਜਿਸ ਤੇ ਪ੍ਰਭ ਦੇ ਸ਼ਬਦ ਦੀ ਉਸਤਤ ਰਚ ਜਾਂਦੀ ਹੈ । ਗੁਰਮਖ ਜੀਵ ਸਦਾ ਹੀ ਪ੍ਰਭ ਦੀ ਸ਼ਰਣ ਵਿੱਚ ਮਗਨ ਰਹਿੰਦਾ ਹੈ ।

Whosoever may be very fortunate! His tongue may remain drenched with the nectar of the essence of His Word; with His mercy and grace, he may remain overwhelmed with singing the glory of His Word. His true devotee may remain intoxicated meditating in the void of His Word; His Sanctuary.

ਕਰਮ ਧਰਮ ਪ੍ਰਭਿ ਮੇਰੈ ਕੀਏ॥ karam Dharam parabh mayrai kee-ay.
ਨਾਮੁ ਵਡਾਈ ਸਿਰਿ ਕਰਮਾਂ ਕੀਏ॥੪॥ naam vadaa-ee sir karmaaN kee-ay. ||4||

ਪ੍ਰਭ ਨੇ ਹੀ, ਧਾਰਮਕ ਰੀਤੋਂ ਰੀਵਾਜ, ਭਰਮ ਭੁਲੇਖੇ ਪੈਦਾ ਕੀਤੇ ਹਨ । ਆਪ ਹੀ ਅਡੋਲ ਭਰੋਸੇ ਨਾਲ ਸਿਮਰਨ ਕਰਨ ਨੂੰ ਕਰਮਾਂ ਤੋ ਬਹੁਤੀ ਮਹੱਤਤਾ ਦੇਂਦਾ ਹੈ ।

The True Master has created all religious rituals and suspicions in worldly life. The True Master may reward meditation on the teachings of His Word with steady and stable belief, much more significance than even good deeds for His Creation.

ਸਤਿਗੁਰ ਕੈ ਵਸਿ ਚਾਰਿ ਪਦਾਰਥ॥ satgur kai vas chaar padaarath.
ਤੀਨਿ ਸਮਾਏ ਏਕ ਕ੍ਰਿਤਾਰਥ॥੫॥ teen samaa-ay ayk kirtaarath. ||5||

ਜੀਵ ਨੂੰ ਆਪਣੀ ਆਤਮਾ ਨੂੰ ਪਵਿੱਤਰ ਕਰਨ ਲਈ ਚਾਰ ਪਦਾਰਥਾਂ ਦੀ ਲੋੜ ਹੁੰਦੀ ਹੈ । ਪ੍ਰਭ ਦੇ ਵੱਸ ਵਿੱਚ ਹੀ ਆਤਮਾ ਨੂੰ ਪਵਿੱਤਰ ਕਰਨ ਵਾਲੇ ਚਾਰੇ ਹੀ ਪਦਾਰਥ ਹਨ । ਜਿਹੜਾ ਜੀਵ ਆਪਣਾ ਨਿਸ਼ਚੇ ਨਾਲ ਪਹਿਲੇ ਤਿੰਨਾਂ ਤੇ ਕਾਬੂ ਪੱਕਾ ਕਰ ਲੈਂਦਾ ਹੈ । ਪ੍ਰਭ ਆਪ ਹੀ ਰਹਿਮਤ ਬਖਸ਼ਦਾ, ਮੁਕਤੀ ਦਾ ਰਸਤਾ ਬਖਸ਼ਦਾ ਹੈ । ਜਿਸ ਨਾਲ ਉਹ ਮੁਕਤੀ ਦੇ ਰਸਤੇ ਤੇ ਚਲ ਪੈਂਦਾ ਹੈ ।

His soul must acquire four unique virtues, to be sanctified to become worthy of His Blessings; for the real purpose of human life opportunity. All four virtues remain under His Command. Whosoever may conquer three virtues of wealth, **Raajas, Tamaas, Sataas**; with His mercy and grace, he may be blessed with fourth Virtue, salvation. He may remain steady and stable on the right path of acceptance in His Court.

4 Virtues: **ਚਾਰ ਪਦਾਰਥ**
(ਧਰਮ, ਅਰਥ, ਕਾਮ, ਮੋਖ)
Raajas, Tamaas, Sataas, Salvation

ਸਤਿਗੁਰਿ ਦੀਏ ਮੁਕਤਿ ਧਿਆਨਾਂ॥ satgur dee-ay mukat Dhi-aanaaN.
ਹਰਿ ਪਦੁ ਚੀਨਿ ਭਏ ਪਰਧਾਨਾ॥੬॥ har pad cheeneh bha-ay parDhaanaa. ||6||

ਜਿਸ ਨੂੰ ਪ੍ਰਭ ਆਪਣੀ ਰਹਿਮਤ ਨਾਲ ਮੁਕਤੀ ਦਾ ਰਸਤਾ ਬਖਸ਼ਦਾ ਹੈ । ਉਸ ਦਾ ਧਿਆਨ, ਭਰੋਸਾ ਸ਼ਬਦ ਦੀ ਸਿਖਿਆਂ ਤੇ ਅਡੋਲ ਹੋ ਜਾਂਦਾ ਹੈ । ਉਸ ਦੇ ਮਨ ਤੇ ਸ਼ਬਦ ਦੀ ਸਿਖਿਆਂ ਦਾ ਰੰਗ ਚੜ੍ਹਾ ਜਾਂਦਾ ਹੈ ।

Whosoever may be blessed with the right path of acceptance in His Court; with His mercy and grace, he may remain steady and stable in obeying the teachings of His Word. He may remain drenched with the crimson color of the essence of His Word.

ਮਨੁ ਤਨੁ ਸੀਤਲੁ ਗੁਰਿ ਬੂਝ ਬੁਝਾਈ॥ man, tan seetal gur boojh bujhaa-ee.
ਪ੍ਰਭੁ ਨਿਵਾਜੇ ਕਿਨਿ ਕੀਮਤਿ ਪਾਈ॥੭॥ parabh nivaajay kin keemat paa-ee. ||7||

ਜਿਸ ਦੇ ਮਨ ਵਿੱਚ ਪ੍ਰਭ ਦੀ ਹੋਂਦ ਮਹਿਸੂਸ ਹੋ ਜਾਂਦੀ ਹੈ । ਉਸ ਦੇ ਮਨ ਵਿੱਚ ਖੇੜਾ ਬਖਸ਼ਿਸ਼ ਹੋ ਜਾਂਦਾ ਹੈ । ਉਸ ਦਾ ਮਨ ਸ਼ਾਂਤੀ, ਸੰਤੋਖ, ਧੀਰਜ ਨਾਲ ਠੰਡਾ ਸੀਤਲ ਹੋ ਜਾਂਦਾ ਹੈ । ਜਿਸ ਤੇ ਪ੍ਰਭ ਦੀ ਰਹਿਮਤ ਬਖਸ਼ਿਸ਼ ਹੋ ਜਾਂਦੀ ਹੈ । ਉਸ ਦੀ ਅਵਸਥਾ ਦਾ ਪੂਰਨ ਵਖਿਆਣ ਨਹੀਂ ਕੀਤਾ ਜਾ ਸਕਦਾ ।

Whosoever may realize His Holy Spirit prevailing everywhere; with His mercy and grace, he may be blessed with blossom in his day-to-day life. His mind may remain overwhelmed with patience, peace, and contentment in his day-to-day life. His state of mind may remain beyond comprehension of His Creation.

ਕਹੁ ਨਾਨਕ ਗੁਰਿ ਬੂਝ ਬੁਝਾਈ॥ kaho naanak gur boojh bujhaa-ee.
ਨਾਮ ਬਿਨਾ ਗਤਿ ਕਿਨੈ ਨ ਪਾਈ॥੮॥੬॥ naam binaa gat kinai na paa-ee. ||8||6||

ਪ੍ਰਭ ਦੀ ਰਹਿਮਤ ਤੋ ਬਿਨਾਂ ਮਾਨਸ ਜੀਵਨ ਦੇ ਮੰਤਵ ਦੀ ਸੋਝੀ ਬਖਸ਼ਿਸ਼ ਨਹੀਂ ਹੁੰਦੀ । ਪ੍ਰਭ ਦੇ ਸ਼ਬਦ ਦੀ ਪਾਲਣਾ ਅਡੋਲ ਭਰੋਸੇ ਤੋ ਬਿਨਾਂ ਅਸਲੀ ਪ੍ਰਵਾਨਗੀ, ਗਤੀ ਦਾ ਰਸਤਾ ਬਖਸ਼ਿਸ਼ ਨਹੀਂ ਹੁੰਦਾ । ਉਸ ਦੀ ਬੰਦਗੀ ਪ੍ਰਭ ਦੀ ਦਰਗਾਹ ਵਿੱਚ ਪ੍ਰਵਾਨ ਨਹੀਂ ਹੁੰਦੀ ।

Without His Blessed Vision, no one may be enlightened with the real purpose of human life opportunity. Without obeying the teachings of His Word; no one may ever be blessed with the right path of acceptance in His Court. His meditation may not be accepted in His Court.

161.(1-7A) ਪ੍ਰਭਾਤੀ ਮਹਲਾ ੧॥ (1345-10)

ਇਕਿ ਧੁਰਿ ਬਖਸਿ ਲਏ ਗੁਰਿ ਪੂਰੈ, ik Dhur bakhas la-ay gur poorai
ਸਚੀ ਬਣਤ ਬਣਾਈ॥ sachee banat banaa-ee.
ਹਰਿ ਰੰਗ ਰਾਤੇ ਸਦਾ ਰੰਗੁ ਸਾਚਾ, har rang raatay sadaa rang saachaa
ਦੁਖ ਬਿਸਰੇ ਪਤਿ ਪਾਈ॥੧॥ dukh bisray pat paa-ee. ||1||

ਪ੍ਰਭ ਨੇ ਜੀਵ ਦੀ ਬੰਦਗੀ ਪ੍ਰਵਾਨ ਕਰਨ ਦੀ ਪੂਰਨ ਵਿਧੀ ਬਣਾਈ ਹੈ । ਜਿਸ ਨੂੰ ਪ੍ਰਭ ਪ੍ਰਵਾਨਗੀ ਦਾ ਅਸਲੀ ਰਸਤਾ ਬਖਸ਼ਦਾ ਹੈ! ਉਹ ਸਦਾ ਹੀ ਪ੍ਰਭ ਦੇ ਸ਼ਬਦ ਵਿੱਚ ਲੀਨ ਰਹਿੰਦਾ ਹੈ । ਉਸ ਦੀਆਂ ਚਿੰਤਾਂ, ਭਟਕਣਾਂ ਖਤਮ ਹੋ ਜਾਂਦੀਆਂ ਹਨ ।

The True Master has established a perfect technique to be blessed with the right path of acceptance in His Court and to immerse his soul within His Holy Spirit. Whosoever may be blessed with the right path of acceptance in His Court; with His mercy and grace, he may remain intoxicated in the void of His Word. All his frustrations, worries may be eliminated.

ਝੂਠੀ ਦੁਰਮਤਿ ਕੀ ਚਤੁਰਾਈ॥ jhoothee durmat kee chaturaa-ee.
ਬਿਨਸਤ ਬਾਰ ਨ ਲਾਗੈ ਕਾਈ॥੧॥ ਰਹਾਉ॥ binsat baar na laagai kaa-ee. ||1|| rahaa-o.

ਬੁਰੇ ਕੰਮਾਂ ਦੀਆਂ ਵਿਧੀਆਂ, ਚਤਰਾਈਆਂ ਕਿਸੇ ਕੰਮ ਨਹੀਂ ਆਉਂਦੀਆਂ । ਉਹ ਦਿਖਾਵੇ ਦੀਆਂ ਪ੍ਰਾਪਤੀਆਂ ਇੱਕ ਪਲ ਵਿੱਚ ਹੀ ਖਤਮ ਹੋ ਜਾਂਦੀਆਂ ਹਨ ।

All the clever tricks of mind and evil planning may not have any real purpose for the human life journey. All his worldly accomplishments, possessions, honor may vanish after death, in a twinkle of eyes.

ਮਨਮੁਖ ਕਉ ਦੁਖੁ ਦਰਦੁ ਵਿਆਪਸਿ, manmukh ka-o dukh darad vi-aapas
ਮਨਮੁਖਿ ਦੁਖੁ ਨ ਜਾਈ॥ manmukh dukh na jaa-ee.
ਸੁਖ ਦੁਖ ਦਾਤਾ ਗੁਰਮੁਖਿ ਜਾਤਾ, sukh dukh daataa gurmukh jaataa
ਮੇਲਿ ਲਏ ਸਰਣਾਈ॥੨॥ mayl la-ay sarnaa-ee. ||2||

ਮਨਮੁਖ ਜੀਵ ਨੂੰ ਸੰਸਾਰਕ ਇੱਛਾਂ ਦੀ ਭਟਕਣ, ਚਿੰਤਾ ਲਗੀ ਰਹਿੰਦੀ ਹੈ । ਉਹ ਦੁਖੀ ਹੀ ਰਹਿੰਦਾ ਹੈ । ਜਿਸ ਨੂੰ ਗੁਰਮਖ ਅਵਸਥਾ ਬਖਸ਼ਿਸ਼ ਹੋ ਜਾਂਦੀ ਹੈ । ਉਹ ਸੁਖ, ਦੁਖ ਇੱਕ ਸਮਾਨ, ਪ੍ਰਭ ਦੀ ਬਖਸ਼ਿਸ਼ ਹੀ ਸਮਝਦਾ ਹੈ! ਪ੍ਰਭ ਦੇ ਬਖਸ਼ੇ ਤੇ ਭਰੋਸਾ ਅਡੋਲ ਰਖਕੇ ਸ਼ਰਣ, ਵਿੱਚ ਹੀ ਰਹਿੰਦਾ ਹੈ ।

Self-minded may remain in worldly frustrations and worries. He always endures miseries in his life. Whosoever may be blessed with a state of mind as His true devotee; with His mercy and grace, he may remain beyond the influenced of worldly miseries and pleasures. He may remain contented and surrenders his self-identity at His Sanctuary.

ਮਨਮੁਖ ਤੇ ਅਭ ਭਗਤਿ ਨ ਹੋਵਸਿ, manmukh tay abh bhagat na hovas
ਹਉਮੈ ਪਚਹਿ ਦਿਵਾਨੇ॥ ha-umai pacheh divaanay.
ਇਹੁ ਮਨੂਆ ਖਿਨੁ ਊਭਿ ਪਇਆਲੀ, ih manoo-aa khin oobh paa-i-aalee
ਜਬ ਲਗਿ ਸਬਦ ਨ ਜਾਨੇ॥੩॥ jab lag sabad na jaanay. ||3||

ਮਨਮੁਖ ਜੀਵ ਆਪਣੀ ਅਹੰਕਾਰ ਦੀ ਅਵਸਥਾ ਵਿਚੋਂ ਹੀ ਉਪਰ ਨਹੀਂ ਉਠਦਾ । ਉਸ ਦਾ ਮਨ ਵੱਖਰੀਆਂ ਵੱਖਰੀਆਂ ਦਿਸ਼ਾਂ ਵਿੱਚ ਭਟਕਦਾ ਰਹਿੰਦਾ ਹੈ । ਉਹ ਸ਼ਬਦ ਦੀ ਸਿਖਿਆ ਨਹੀਂ ਸਮਝਦਾ, ਨਾ ਹੀ ਸ਼ਬਦ ਦੀ ਪਾਲਨਾ ਵਿੱਚ ਲਗਨ ਹੀ ਲਾ ਸਕਦਾ ਹੈ । ਮਨ ਇੱਕੋ ਇੱਕ ਪ੍ਰਭ ਦੇ ਬਖਸ਼ੇ ਤੇ ਅਡੋਲ ਨਹੀਂ ਰਹਿੰਦਾ ।

Self-minded may not wake up from his intoxication of his ego. His mind may wander in frustrations in many directions. He may not understand the teachings of His Word nor remain steady and stable in meditation. He may not remain on any path for long time.

ਭੂਖ ਪਿਆਸਾ ਜਗੁ ਭਇਆ, | bhookh pi-aasaa jag bha-i-aa
ਤਿਪਤਿ ਨਹੀ ਬਿਨੁ ਸਤਿਗੁਰ ਪਾਏ॥ | tipat nahee bin satgur paa-ay.
ਸਹਜੈ ਸਹਜੁ ਮਿਲੈ ਸੁਖੁ ਪਾਈਐ, | sahjai sahj milai sukh paa-ee-ai
ਦਰਗਹ ਪੈਧਾ ਜਾਏ॥੪॥ | dargeh paiDhaa jaa-ay. ||4||

ਉਸ ਜੀਵ ਦੀਆਂ ਤ੍ਰਿਸ਼ਨਾਂ ਦੀ ਖਾਹਿਸ਼ ਚਮਕਦੀ ਹੈ । ਮਨ ਬੇਚਾਰ ਰਹਿੰਦਾ ਹੈ । ਪ੍ਰਭ ਦੇ ਸ਼ਬਦ ਤੇ ਭਰੋਸਾ ਕਰਨ ਤੋ ਬਿਨਾਂ ਤ੍ਰਿਸ਼ਨਾਂ, ਪਿਆਸ ਨਹੀਂ ਜਾਂਦੀ । ਜਿਸ ਦਾ ਮਨ ਸ਼ਬਦ ਵਿੱਚ ਲਗਦਾ ਹੈ । ਜਿਵੇਂ ਜਿਵੇਂ ਭਰੋਸਾ ਪੱਕਾ ਹੁੰਦਾ ਹੈ! ਉਸ ਨੂੰ ਆਤਮਾ ਪਵਿੱਤਰ ਕਰਨ ਦਾ ਰਸਤਾ ਬਖਸ਼ਿਸ਼ ਹੋ ਜਾਂਦਾ ਹੈ । ਸ਼ਬਦ ਵਿੱਚ ਲੀਨ ਹੋਇਆ, ਪ੍ਰਭ ਦੀ ਦਰਗਾਹ ਵਿੱਚ ਪ੍ਰਵਾਨ ਹੋ ਜਾਂਦਾ ਹੈ ।

Self-minded may remain intoxicated and frustrated in his worldly desires. Without adopting the teachings of His Word with steady and stable belief; his frustration of worldly desires may never be eliminated. Whosoever may remain steady and stable on the path of obeying the teachings of His Word; he may remain on the path of soul sanctification. He remains intoxicated in the void of His Word and he may be accepted in His Court.

ਦਰਗਹ ਦਾਨਾ ਬੀਨਾ ਇਕੁ ਆਪੇ, | dargeh daanaa beenaa ik aapay
ਨਿਰਮਲ ਗੁਰ ਕੀ ਬਾਣੀ॥ | nirmal gur kee banee.
ਆਪੇ ਸੁਰਤਾ ਸਚੁ ਵੀਚਾਰਸਿ, | aapay surtaa sach veechaaras
ਆਪੇ ਬੂਝੈ ਪਦੁ ਨਿਰਬਾਣੀ॥੫॥ | aapay boojhai pad nirbaanee. ||5||

ਪ੍ਰਭ ਆਪ ਹੀ ਸਭ ਕੁਝ ਜਾਣਦਾ ਹੈ, ਦਾਤਾਂ ਦਾ ਭੰਡਾਰੀ ਹੈ । ਆਪ ਆਪਣੀ ਅਮੋਲਕ ਬਾਣੀ ਦੀ ਲਗਨ ਲਾਉਂਦਾ ਹੈ । ਆਪੇ ਹੀ ਜੀਵ ਦੀ ਕੀਤੀ ਬੰਦਗੀ ਨੂੰ ਪ੍ਰਵਾਨ ਕਰਦਾ ਹੈ ।

The Omniscient True Master, Treasure of all wisdoms, enlightenments. He may inspire His true devotee with devotion to obey the teachings of His Word. He may accept the meditation of His true devotee.

ਜਲੁ ਤਰੰਗ ਅਗਨੀ ਪਵਨੈ, | jal tarang agnee pavnai
ਫੁਨਿ ਤ੍ਰੈ ਮਿਲਿ ਜਗਤੁ ਉਪਾਇਆ॥ | fun tarai mil jagat upaa-i-aa.
ਐਸਾ ਬਲੁ ਛਲੁ ਤਿਨ ਕਉ ਦੀਆ, | aisaa bal chhal tin ka-o dee-aa
ਹੁਕਮੀ ਠਾਕਿ ਰਹਾਇਆ॥੬॥ | hukmee thaak rahaa-i-aa. ||6||

ਪ੍ਰਭ ਨੇ ਪਾਣੀ, ਅੱਗ, ਹਵਾ ਬਣਾਈ ਹੈ । ਤਿਨਾਂ ਨੂੰ ਹੀ ਜੀਵ ਦੀ ਜੀਵਨ ਦੀ ਜਰੂਰਤ ਬਣਾਇਆ ਹੈ । ਇਹਨਾਂ ਤਿੰਨਾਂ ਵਿੱਚ ਵੱਖਰੀਆਂ ਤਾਕਤਾਂ, ਗੁਣ ਪਾਏ ਹਨ । ਸਾਰੀਆਂ ਹੀ ਪ੍ਰਭ ਦੇ ਹੁਕਮ ਅੰਦਰ ਹੀ ਚਲਦੀਆਂ ਹਨ ।

The True Master has created Water, Fire, and Air. Human needs three for survival. The True Master has infused various unique virtues in these. All remains under His Command.

ਐਸੇ ਜਨ ਵਿਰਲੇ ਜਗ ਅੰਦਰਿ, | aisay jan virlay jag andar
ਪਰਖਿ ਖਜਾਨੈ ਪਾਇਆ॥ | parakh khajaanai paa-i-aa.
ਜਾਤਿ ਵਰਨ ਤੇ ਭਏ ਅਤੀਤਾ, | jaat varan tay bha-ay ateetaa
ਮਮਤਾ ਲੋਭੁ ਚੁਕਾਇਆ॥੭॥ | mamtaa lobh chukaa-i-aa. ||7||

ਵਿਰਲਾ ਹੀ ਜੀਵ ਪ੍ਰਭ ਦੇ ਪਰਖਣ ਯੋਗ ਬਣਦਾ ਹੈ । ਉਹੁ ਵੱਡਭਾਗੀ ਹੁੰਦਾ ਹੈ, ਜਿਹੜਾ ਪ੍ਰਵਾਨ ਹੋ ਜਾਂਦਾ ਹੈ । ਪ੍ਰਭ ਉਸ ਦੀ ਜਾਤ, ਪਾਤ, ਦਾ ਕੋਈ ਵਿਤਕਰਾ ਨਹੀਂ ਕਰਦਾ । ਉਸ ਨੂੰ ਮੋਹ ਤੇ ਜਿੱਤ ਬਖਸ਼ਦਾ, ਲਾਲਚ ਦੂਰ ਕਰਦਾ ਹੈ ।

Very rare may be blessed with such a state of mind, worthy of His Consideration. Only the fortunate may be accepted in His Court. The True Master may not discriminate or distinction of his worldly social class. He may be blessed to conquer his worldly bonds and eliminate his greed.

ਨਾਮਿ ਰਤੇ ਤੀਰਥ ਸੇ ਨਿਰਮਲ,	naam ratay tirath say nirmal
ਦੁਖੁ ਹਉਮੈ ਮੈਲੁ ਚੁਕਾਇਆ॥	dukh ha-umai mail chukaa-i-aa.
ਨਾਨਕੁ ਤਿਨ ਕੇ ਚਰਨ ਪਖਾਲੈ,	naanak tin kay charan pakhaalai
ਜਿਨਾ ਗੁਰਮੁਖਿ ਸਾਚਾ ਭਾਇਆ॥੮॥੭॥	jinaa gurmukh saachaa bhaa-i-aa. ‖8‖7‖

ਜਿਹੜੇ ਜੀਵ ਦੇ ਮਨ ਵਿੱਚ ਪ੍ਰਭ ਦੇ ਸ਼ਬਦ ਦੀ ਸਿਖਿਆਂ ਘਰ ਕਰ ਜਾਂਦੀ ਹੈ । ਉਸ ਨੂੰ ਮਨ ਅੰਦਰ ਹੀ ਤੀਰਥ ਦੇ ਇਸ਼ਨਾਨ ਦੀ ਪਵਿੱਤਰਤਾ ਅਨੁਭਵ ਹੁੰਦੀ ਹੈ । ਮਨ ਦੀ ਪੰਜਾਂ ਜਮਦੂਤਾਂ ਦੀ ਮੈਲ ਧੋਤੀ ਜਾਂਦੀ ਹੈ । ਅਹੰਕਾਰ ਦੀ ਜੜ੍ਹ ਖਤਮ ਹੋ ਜਾਂਦੀ ਹੈ । ਉਸ ਨੂੰ ਪੂਜਣ ਯੋਗ ਅਵਸਥਾ ਬਖਸ਼ਿਸ਼ ਹੋ ਜਾਂਦੀ ਹੈ । ਉਸ ਦੇ ਜੀਵਨ ਦੀ ਸਿਖਿਆਂ ਨੂੰ ਆਪਣੇ ਜੀਵਨ ਦਾ ਅਧਾਰ ਬਣਾਉਣ ਨਾਲ ਪ੍ਰਵਾਨਗੀ ਦਾ ਰਸਤਾ ਬਖਸ਼ਿਸ਼ ਹੋ ਜਾਂਦਾ ਹੈ ।

Whosoever may remain drenched with the essence of His Word; with His mercy and grace, he may be blessed with soul sanctifying bath of Holy shrine within his own mind. He ego may be eliminated and the blemish of demons of worldly desires may be eliminated. He may be blessed with a state of mind worthy of His Blessings. Whosoever may adopt the teachings of His Word as the supporting pillar of his human life journey; with His mercy and grace, he may be blessed with the right path of acceptance in His Court.

162. (3-1A) ਪ੍ਰਭਾਤੀ ਮਹਲਾ ੩ ਬਿਭਾਸ (1346-2)

੧ਓ ਸਤਿਗੁਰ ਪ੍ਰਸਾਦਿ॥	ik-oNkaar satgur parsaad.
ਗੁਰ ਪਰਸਾਦੀ ਵੇਖੁ ਤੂ,	gur parsaadee vaykh too
ਹਰਿ ਮੰਦਰੁ ਤੇਰੈ ਨਾਲਿ॥	har mandar tayrai naal.
ਹਰਿ ਮੰਦਰੁ ਸਬਦੇ ਖੋਜੀਐ,	har mandar sabday khojee-ai
ਹਰਿ ਨਾਮੋ ਲੇਹੁ ਸਮ੍ਹਾਲਿ॥੧॥	har naamo layho samHaal. ‖1‖

ਜਿਸ ਤੇ ਪ੍ਰਭ ਰਹਿਮਤ ਦੀ ਨਜ਼ਰ ਬਖਸ਼ਦਾ ਹੈ! ਉਸ ਨੂੰ ਆਪਣੇ ਅੰਦਰੋਂ ਹੀ ਪ੍ਰਭ ਦੀ ਹੋਂਦ ਨਜ਼ਰ ਆਉਂਦੀ ਹੈ । ਇਹ ਪ੍ਰਭ ਦੇ ਸ਼ਬਦ ਵਿੱਚ ਲਿਵ ਲਾਉਣ ਨਾਲ ਹੀ ਸੋਝੀ ਬਖਸ਼ਿਸ਼ ਹੁੰਦੀ ਹੈ ।

Whosoever may be bestowed with His Blessed Vision; he may realize His Existence within and His Holy Spirit prevailing everywhere. Whosoever may remain intoxicated in void of His Word; with His mercy and grace, he may be blessed with such a state of mind.

ਮਨ ਮੇਰੇ ਸਬਦਿ ਰਪੈ ਰੰਗੁ ਹੋਇ॥	man, mayray sabad rapai rang ho-ay.
ਸਚੀ ਭਗਤਿ ਸਚਾ ਹਰਿ ਮੰਦਰੁ,	sachee bhagat sachaa har mandar
ਪ੍ਰਗਟੀ ਸਾਚੀ ਸੋਇ॥੧॥ ਰਹਾਉ॥	pargatee saachee so-ay. ‖1‖ rahaa-o.

ਪ੍ਰਭ ਦੇ ਸ਼ਬਦ ਵਿੱਚ ਲੀਨ ਹੋਣ ਨਾਲ ਹੀ ਪ੍ਰਭ ਦੇ ਸ਼ਬਦ ਦੀ ਸਿਖਿਆਂ ਨਾਲ ਮਨ ਰੰਗਿਆ ਜਾਂਦਾ ਹੈ । ਪ੍ਰਭ ਦਾ ਰੂਹਾਨੀ ਅਟਲ ਦਰਬਾਰ ਨਜ਼ਰ ਆਉਂਦਾ ਹੈ ।

Whosoever may remain intoxicated in meditation in the void of His Word. He may remain drenched with the crimson color of the essence of His Word; with His mercy and grace, he may visualize, His eternal Royal palace within his own mind and body.

ਹਰਿ ਮੰਦਰੁ ਏਹੁ ਸਰੀਰੁ ਹੈ, har mandar ayhu sareer hai
ਗਿਆਨਿ ਰਤਨਿ ਪਰਗਟੁ ਹੋਇ॥ gi-aan ratan pargat ho-ay.
ਮਨਮੁਖ ਮੂਲੁ ਨ ਜਾਣਨੀ, manmukh mool na jaannee
ਮਾਣਸਿ ਹਰਿ ਮੰਦਰੁ ਨ ਹੋਇ॥੨॥ maanas har mandar na ho-ay. ||2||

ਜਿਹੜੇ ਜੀਵ ਨੂੰ ਪ੍ਰਭ ਦੇ ਸ਼ਬਦ ਦੀ ਸੋਝੀ ਬਖਸ਼ਿਸ਼ ਹੋ ਜਾਂਦੀ ਹੈ । ਉਸ ਨੂੰ ਆਪਣੇ ਮਾਨਸ ਤਨ ਵਿਚੋਂ ਹੀ ਪ੍ਰਭ ਦਾ ਮੰਦਰ, ਦਸਵਾਂ ਘਰ ਦਿਖਾਈ ਦੇਂਦਾ ਹੈ । ਮਨਮੁਖ ਨੂੰ ਇਸ ਮਾਨਸ ਸਰੀਰ ਵਿਚੋਂ ਕੁਝ ਨਹੀਂ ਲੱਭਦਾ, ਸ਼ਾਂਤੀ ਬਖਸ਼ਿਸ਼ ਨਹੀਂ ਹੁੰਦੀ ।

Whosoever may be blessed with the enlightenment of the essence of His Word; with His mercy and grace, he may visualize, realize His Royal Castle within his own body. Self-minded may not find anything within his mind, body; he may remain intoxicated with the sweet poison of worldly wealth. He may not realize any peace of mind in his worldly life.

ਹਰਿ ਮੰਦਰੁ ਹਰਿ ਜੀਉ ਸਾਜਿਆ, har mandar har jee-o saaji-aa
ਰਖਿਆ ਹੁਕਮਿ ਸਵਾਰਿ॥ rakhi-aa hukam savaar.
ਧੁਰਿ ਲੇਖੁ ਲਿਖਿਆ ਸੁ ਕਮਾਵਣਾ, Dhur laykh likhi-aa so kamaavanaa
ਕੋਇ ਨ ਮੇਟਣਹਾਰੁ॥੩॥ ko-ay na maytanhaar. ||3||

ਪ੍ਰਭ ਆਪ ਹੀ ਜੀਵ ਦੇ ਅੰਦਰ ਮੰਦਰ ਬਣਾਉਂਦਾ, ਸਾਜਦਾ ਹੈ । ਪ੍ਰਭ ਜੀਵ ਦੇ ਜਨਮ ਤੋ ਪਹਿਲੇ ਹੀ ਸਭ ਕੁਝ ਕਿਸਮਤ ਵਿੱਚ ਲਿਖ ਦੇਂਦਾ ਹੈ । ਪ੍ਰਭ ਤੀ ਰਹਿਮਤ ਤੋ ਬਿਨਾਂ ਕੋਈ ਬਦਲ ਨਹੀਂ ਸਕਦਾ । ਪ੍ਰਭ ਦੀ ਰਹਿਮਤ ਨਾਲ ਹੀ ਜੀਵ ਪ੍ਰਭ ਦੇ ਸ਼ਬਦ ਦੀ ਕਮਾਈ ਕਰਦਾ ਹੈ ।

The True Master has established, created His Holy Shrine, His 10th door, castle within his body. He remains awake and alert within his mind beyond the reach of his emotional attachments. The True Master prewrites his destiny before birth and blesses everything once, before his human life opportunity. No one may alter, avoid, or change anything in his human life journey. With His mercy and grace, he may earn the wealth of His Word in his human life journey.

ਸਬਦੁ ਚੀਨਿ੍ ਸੁਖੁ ਪਾਇਆ, sabad cheeneh sukh paa-i-aa
ਸਚੈ ਨਾਇ ਪਿਆਰ॥ sachai naa-ay pi-aar.
ਹਰਿ ਮੰਦਰੁ ਸਬਦੇ ਸੋਹਣਾ, har mandar sabday sohnaa
ਕੰਚਨੁ ਕੋਟੁ ਅਪਾਰ॥੪॥ kanchan kot apaar. ||4||

ਸ਼ਬਦ ਵਿੱਚ ਭਰੋਸਾ ਅਡੋਲ ਰਖਣ ਨਾਲ, ਸ਼ਬਦ ਵਿਚੋਂ ਹੀ ਸੰਤੋਖ ਬਖਸ਼ਿਸ਼ ਹੋ ਜਾਂਦਾ ਹੈ । ਉਸ ਜੀਵ ਦੇ ਮਨ ਮੰਦਰ ਵਿੱਚ ਹੀ ਪ੍ਰਭ ਦਾ ਸ਼ਬਦ ਬਹੁਤ ਸੋਭਦਾ ਹੈ । ਜੀਵ ਦੇ ਚਿਹਰੇ ਤੇ ਪ੍ਰਭ ਦੀ ਜੋਤ ਦਾ ਨੂਰ ਸੋਭਾ ਦੇਂਦਾ ਹੈ ।

Whosoever may obey the teachings of His Word with steady and stable belief; with His mercy and grace, he may be blessed with contentment from the enlightenment of the essence of His Word. The eternal glow of His Holy Spirit shines within his heart, and on his forehead.

ਹਰਿ ਮੰਦਰੁ ਏਹੁ ਜਗਤੁ ਹੈ, har mandar ayhu jagat hai
ਗੁਰ ਬਿਨੁ ਘੋਰੰਧਾਰ॥ gur bin ghoranDhaar.
ਦੂਜਾ ਭਾਉ ਕਰਿ ਪੂਜਦੇ, doojaa bhaa-o kar poojday
ਮਨਮੁਖ ਅੰਧ ਗਵਾਰ॥੫॥ manmukh anDh gavaar. ||5||

ਪ੍ਰਭ ਦੀ ਰਹਿਮਤ ਨਾਲ ਸਾਰੀ ਸ੍ਰਿਸ਼ਟੀ ਹੀ ਪ੍ਰਭ ਦਾ ਮੰਦਰ ਬਣ ਜਾਂਦੀ ਹੈ । ਜਿਸ ਜੀਵ ਦੇ ਮਨ ਵਿੱਚ ਪ੍ਰਭ ਦੇ ਸ਼ਬਦ ਦੀ ਸਿਖਿਆਂ ਘਰ ਨਹੀਂ ਕਰਦੀ, ਸੋਝੀ ਬਖਸ਼ਿਸ਼ ਨਹੀਂ ਹੁੰਦੀ । ਉਸ ਦੇ ਮਨ ਵਿੱਚ ਘੋਰ ਅੰਧੇਰਾ, ਅਗਿਆਨਤਾ ਹੀ ਹੁੰਦੀ ਹੈ । ਮਨਮੁਖ ਜੀਵ ਵੱਖਰੇ ਵੱਖਰੇ ਗੁਰੂਆਂ, ਪੀਰਾਂ ਨੂੰ ਪੂਜਦਾ ਹੈ । ਉਸ ਦਾ ਭਰੋਸਾ ਕਿਸ ਤੇ ਵੀ ਪੱਕਾ, ਅਡੋਲ ਨਹੀਂ ਹੁੰਦਾ ।

With His Blessed Vision, the universe, His Creation may become His Holy Shrine. Whosoever may not have the essence of His Word enlightened, drenched within his heart and in his day-to-day life; his life may remain in deep ignorance, darkness with the sweet poison of worldly wealth. Self-minded may worship, wanders from shrine to shrine; from one worldly guru to another worldly guru; however, he may not establish steady and stable belief on the teachings of anyone, nor stay consistent on one path for long.

ਜਿਥੈ ਲੇਖਾ ਮੰਗੀਐ,	jithai laykhaa mangee-ai
ਤਿਥੈ ਦੇਹ ਜਾਤਿ ਨ ਜਾਇ॥	tithai dayh jaat na jaa-ay.
ਸਾਚਿ ਰਤੇ ਸੇ ਉਬਰੇ,	saach ratay say ubray
ਦੁਖੀਏ ਦੂਜੈ ਭਾਇ॥੬॥	dukhee-ay doojai bhaa-ay. ||6||

ਪ੍ਰਭ ਦੀ ਦਰਗਾਹ ਵਿੱਚ ਕੀਤੇ ਕਰਮਾਂ ਦਾ ਲੇਖਾ ਕੀਤਾ ਜਾਂਦਾ ਹੈ । ਉਥੇ ਸੰਸਾਰਕ ਜਾਤ ਪਾਤ ਦਾ ਕੋਈ ਵਿਤਕਰਾ ਨਹੀਂ ਕੀਤਾ ਜਾਂਦਾ । ਜਿਹੜਾ ਪ੍ਰਭ ਦੀ ਅਟਲ ਹੌਂਦ ਵਿੱਚ ਭਰੋਸਾ ਰਖਦਾ, ਉਸ ਦੀ ਸ਼ਬਦ ਦੀ ਕਮਾਈ ਪ੍ਰਵਾਨ ਹੋ ਜਾਂਦੀ ਹੈ । ਜਿਹੜਾ ਇੱਕੋ ਇੱਕ ਪ੍ਰਭ ਦੇ ਬਖਸ਼ੇ, ਸ਼ਬਦ ਦੀ ਸਿਖਿਆਂ ਤੇ ਭਰੋਸਾ ਅਡੋਲ ਨਹੀਂ ਰਖਦਾ, ਉਹ ਸ਼ਰਮਿੰਦਗੀ ਸਹਿਦਾ, ਦੁਖ ਹੀ ਭੋਗਦਾ ਹੈ ।

In His Court, The Righteous Judge rewards his worldly deeds; he may never discriminate nor his worldly social class have any significance. Whosoever may obey the teachings of His Word and steady and stable belief on His Holy Spirit; with His mercy and grace, his earnings of His Word may be accepted in His Court. Self-minded may not have steady and stable belief on His Existence, teachings of His Word. He may only endure miseries in his human life journey and embarrassment after death in His Court.

ਹਰਿ ਮੰਦਰ ਮਹਿ ਨਾਮੁ ਨਿਧਾਨੁ ਹੈ,	har mandar meh naam niDhaan hai
ਨਾ ਬੂਝਹਿ ਮੁਗਧ ਗਵਾਰ॥	naa boojheh mugaDh gavaar.
ਗੁਰ ਪਰਸਾਦੀ ਚੀਨ੍ਹਿਆ,	gur parsaadee cheenHi-aa
ਹਰਿ ਰਾਖਿਆ ਉਰਿ ਧਾਰਿ॥੭॥	har raakhi-aa ur Dhaar. ||7||

ਜੀਵ ਦੇ ਮਨ ਵਿੱਚ, ਪ੍ਰਭ ਦੇ ਮੰਦਰ, ਦਸਵੇਂ ਦਰ ਵਿੱਚ ਪ੍ਰਭ ਦੀ ਜੋਤ, ਸ਼ਬਦ ਦੀ ਸੋਝੀ ਭਰਪੂਰ ਹੁੰਦੀ ਹੈ । ਜਿਹੜਾ ਮਨਮੁਖ ਸੰਸਾਰਕ ਧਰਮਾਂ ਦੇ ਰੀਤਾਂ ਰੀਵਾਜਾਂ ਵਿੱਚ ਭਟਕਦਾ ਰਹਿੰਦਾ ਹੈ, ਉਸ ਦੇ ਮਨ ਵਿੱਚ ਅਗਿਆਨਤਾ ਦਾ ਅੰਧੇਰਾ ਹੀ ਰਹਿੰਦਾ ਹੈ । ਜਿਸ ਤੇ ਪ੍ਰਭ ਰਹਿਮਤ ਬਖਸ਼ਦਾ ਹੈ । ਉਹ ਪ੍ਰਭ ਦੇ ਸ਼ਬਦ ਦੀ ਪਾਲਣਾ ਵਿੱਚ ਅਡੋਲ ਰਹਿੰਦਾ ਹੈ । ਉਸ ਦੇ ਭਰਮ ਦੂਰ ਹੋ ਜਾਂਦੇ ਹਨ । ਪ੍ਰਭ ਦੀ ਹੌਂਦ ਮਨ ਵਿਚੋਂ ਹੀ ਮਹਿਸੂਸ ਕਰਦਾ ਹੈ ।

In His Holy Shrine, 10th gate within the mind of every creature; the treasure of enlightenment of the essence of His Word remains overwhelming to sanctify his soul. Self-minded may remain intoxicated in religious rituals, suspicions. His mind may remain in utter darkness, ignorance from the essence of His Word. Whosoever may be bestowed with His Blessed Vision, he may obey the teachings of His Word with steady and stable belief. All his suspicions may be eliminated; with His mercy and grace, he may realize His Holy Spirit within his heart, everywhere in the universe.

ਗੁਰ ਕੀ ਬਾਣੀ ਗੁਰ ਤੇ ਜਾਤੀ,	gur kee banee gur tay jaatee
ਜਿ ਸਬਦਿ ਰਤੇ ਰੰਗੁ ਲਾਇ॥	je sabad ratay rang laa-ay.
ਪਵਿਤੁ ਪਾਵਨ ਸੇ ਜਨ ਨਿਰਮਲ,	pavit paavan say jan nirmal
ਹਰਿ ਕੈ ਨਾਮਿ ਸਮਾਇ॥੮॥	har kai naam samaa-ay. ||8||

ਪ੍ਰਭ ਦੇ ਸ਼ਬਦ ਦੀ ਸੋਝੀ, ਲਗਨ, ਪ੍ਰਭ ਦੀ ਰਹਿਮਤ ਨਾਲ ਹੀ ਬਖਸ਼ਿਸ਼ ਹੋ ਸਕਦੀ ਹੈ । ਪ੍ਰਭ ਦੀ ਰਹਿਮਤ ਨਾਲ ਹੀ ਜੀਵ ਦੇ ਮਨ ਵਿੱਚ ਸ਼ਬਦ ਦੀ ਸੋਝੀ ਰਚ ਜਾਂਦੀ, ਨਿਮ੍ਰਤਾ ਬਖਸ਼ਿਸ਼ ਹੁੰਦੀ ਹੈ ।

Whosoever may be bestowed with His Blessed Vision, he may be blessed with devotion to obey the teachings of His Word. He may be blessed with the enlightenment of the essence of His Word. He may be blessed with humility in his worldly life; with His mercy and grace, he may remain drenched with the essence of His Word.

ਹਰਿ ਮੰਦਰੁ ਹਰਿ ਕਾ ਹਾਟੁ ਹੈ, har mandar har kaa haat hai
ਰਖਿਆ ਸਬਦਿ ਸਵਾਰਿ॥ rakhi-aa sabad savaar.
ਤਿਸੁ ਵਿਚਿ ਸਉਦਾ ਏਕੁ ਨਾਮੁ, tis vich sa-udaa ayk naam
ਗੁਰਮੁਖਿ ਲੈਨਿ ਸਵਾਰਿ॥੯॥ gurmukh lain savaar. ||9||

ਜੀਵ ਦਾ ਤਨ, ਪ੍ਰਭ ਦਾ ਮੰਦਰ ਹੈ, ਇਸ ਵਿੱਚ ਹੀ ਜੀਵਨ ਢਾਲਣ ਦੀ ਵਿਧੀ ਹੁੰਦੀ ਹੈ । ਜੀਵ ਨੂੰ ਸ਼ਬਦ ਦੇ ਸਿਮਰਨ ਦੀ ਸਿਖਿਆਂ ਬਖਸ਼ਿਸ਼ ਹੁੰਦੀ ਹੈ । ਜਿਹੜਾ ਵੀ ਸ਼ਬਦ ਦੀ ਸਿਖਿਆਂ ਵਿੱਚ ਭਰੋਸਾ ਅਡੋਲ ਰਖਦਾ ਹੈ । ਉਸ ਨੂੰ ਗੁਰਮਖ ਅਵਸਥਾ ਬਖਸ਼ਿਸ਼ ਹੋ ਜਾਂਦੀ ਹੈ । ਉਹ ਪ੍ਰਭ ਦੇ ਸ਼ਬਦ ਤੇ ਭਰੋਸਾ ਅਡੋਲ ਰਖਦਾ, ਸਿਮਰਨ ਵਿੱਚ ਲੀਨ, ਮਸਤ ਰਹਿੰਦਾ ਹੈ ।

The body of a creature remains His Holy Shrine; all the techniques to adopt the teachings of His Word remains embedded within his soul, within His Word. He may be blessed with devotion to meditate on the teachings of His Word. Whosoever may have a steady and stable belief on His Blessings; with His mercy and grace, he may be blessed with a state of mind as His true devotee. He may remain intoxicated in meditation with steady and stable belief in the void of His Word.

ਹਰਿ ਮੰਦਰ ਮਹਿ ਮਨੁ ਲੋਹਟੁ ਹੈ, har mandar meh man lohat hai
ਮੋਹਿਆ ਦੂਜੈ ਭਾਇ॥ mohi-aa doojai bhaa-ay.
ਪਾਰਸਿ ਭੇਟਿਐ ਕੰਚਨੁ ਭਇਆ, paaras bhayti-ai kanchan bha-i-aa
ਕੀਮਤਿ ਕਹੀ ਨ ਜਾਇ॥੧੦॥ keemat kahee na jaa-ay. ||10||

ਇਸ ਮੰਦਰ ਵਿੱਚ ਮਨ ਨੂੰ ਬਹੁਤ ਲਾਲਚ ਨਾਲ ਪਰਖਿਆ ਜਾਂਦਾ ਹੈ । ਵੱਖਰੇ ਵੱਖਰੇ ਲਾਲਚ ਦਿੱਤੇ ਜਾਂਦੇ ਹਨ । ਜਿਹੜੇ ਜੀਵ ਨੂੰ ਉਸ ਪਾਰਸ, ਪ੍ਰਭ ਦੇ ਸ਼ਬਦ ਦੀ ਲਾਗ ਲਗ ਜਾਂਦੀ ਹੈ । ਉਹ ਲੋਹੇ ਤੋ ਅਮੋਲਕ ਰਤਨ ਬਣ ਜਾਂਦਾ ਹੈ । ਉਸ ਦੀ ਕੀਮਤ ਦਾ ਵਖਿਆਣ ਨਹੀਂ ਕੀਤਾ ਜਾ ਸਕਦੀ ।

Within The Holy Temple of his mind, his soul may be tested with various illusions, greed of sweet poison of worldly wealth. Whosoever may have been touched with philosopher's stone, the essence of His Word; he may remain beyond the reach of the temptations of worldly wealth; his soul may be transformed into ambrosial jewel. His worth may remain beyond any imagination of His Creation.

ਹਰਿ ਮੰਦਰ ਮਹਿ ਹਰਿ ਵਸੈ, har mandar meh har vasai
ਸਰਬ ਨਿਰੰਤਰਿ ਸੋਇ॥ sarab nirantar so-ay.
ਨਾਨਕ ਗੁਰਮੁਖਿ ਵਣਜੀਐ, naanak gurmukh vanjee-ai
ਸਚਾ ਸਉਦਾ ਹੋਇ॥੧੧॥੧॥ sachaa sa-udaa ho-ay. ||11||1||

ਜੀਵ ਦੇ ਅੰਦਰ, ਪ੍ਰਭ ਦੇ ਮੰਦਰ ਵਿੱਚ ਪ੍ਰਭ ਆਪ ਵਸਦਾ, ਵਾਪਰਦਾ ਹੈ । ਗੁਰਮੁਖ ਜੀਵ ਇਸ ਮੰਦਰ ਵਿੱਚ ਪ੍ਰਭ ਦੇ ਸ਼ਬਦ ਦਾ ਹੀ ਵਪਾਰ ਕਰਦਾ ਹੈ । ਉਸ ਅਟਲ ਦੇ ਸ਼ਬਦ ਦਾ ਹੀ ਸੌਦਾ ਰਖਦਾ ਹੈ ।

Within his body, His Holy Spirit remains embedded and The True Master dwells and prevails in His Holy Temple, behind the 10th door of the Royal Castle. His true devotee trades the merchandize of the essence of His Word in His Holy Temple. He only keeps the merchandize, the of the essence of His Word.

163. (3-2A) ਪ੍ਰਭਾਤੀ ਮਹਲਾ ੩॥ (1346-15)

ਭੈ ਭਾਇ ਜਾਗੇ ਸੇ ਜਨ ਜਾਗ੍ਰਣ, bhai bhaa-ay jaagay say jan jaagran
ਕਰਹਿ ਹਉਮੈ ਮੈਲੁ ਉਤਾਰਿ॥ karahi ha-umai mail utaar.
ਸਦਾ ਜਾਗਹਿ ਘਰੁ ਅਪਣਾ, sadaa jaageh ghar apnaa
ਰਾਖਹਿ ਪੰਚ ਤਸਕਰ ਕਾਢਹਿ ਮਾਰਿ॥੧॥ raakhahi panch taskar kaadheh maar. ||1||

ਜਿਹੜਾ ਜੀਵ ਪ੍ਰਭ ਦੇ ਵਿਛੋੜੇ ਦੇ ਵਿਰਾਗ ਵਿੱਚ, ਉਦਾਸੀ ਵਿੱਚ ਰਹਿੰਦਾ ਹੈ । ਉਸ ਦੀ ਲਗਨ ਸਵਾਸ ਸਵਾਸ ਸ਼ਬਦ ਦੀ ਪਾਲਣਾ, ਸਿਮਰਨ ਵਿੱਚ ਰਹਿੰਦੀ ਹੈ, ਮਨ ਦੀ ਅਹੰਕਾਰ ਦੀ ਮੈਲ ਧੋਤੀ ਜਾਂਦੀ ਹੈ । ਉਹ ਕਿਸੇ ਵਿੱਚ ਅਉਗਣ ਲਭਨ ਤੋ ਪਹਿਲੇ ਆਪਣੇ ਅੰਦਰ ਝਾਂਤੀ ਮਾਰਦਾ ਹੈ । ਆਪਣੇ ਮਨ ਨੂੰ ਪੰਜਾਂ ਜਮਦੂਤਾਂ ਦੇ ਕਾਬੂ ਤੋ ਬਚਾਕੇ ਰਖਦਾ ਹੈ ।

Whosoever may remain in renunciation in the memory of his separation from His Holy Spirit. He remains intoxicated in meditation with each breath and the blemish of his mind may be eliminated, his sins of previous lives may be forgiven. He may evaluate his own worldly deeds with the essence of His Word, before criticizing, pointing out deficiencies, weaknesses in anyone else. He may keep his mind beyond the reach of sweet poison of worldly wealth, 5 demons of worldly desires.

ਮਨ ਮੇਰੇ ਗੁਰਮੁਖਿ ਨਾਮੁ ਧਿਆਇ॥ man, mayray gurmukh naam Dhi-aa-ay.
ਜਿਤੁ ਮਾਰਗਿ ਹਰਿ ਪਾਈਐ, jit maarag har paa-ee-ai
ਮਨ ਸੇਈ ਕਰਮ ਕਮਾਇ॥੧॥ man say-ee karam kamaa-ay. ||1||
ਰਹਾਉ॥ rahaa-o.

ਆਪਣੇ ਵਿੱਚ ਗੁਰਮਖ ਜੀਵਾਂ ਵਾਲੇ ਗੁਣ, ਨਿਯਮ ਧਾਰਨ ਕਰਕੇ, ਸਿਮਰਨ ਕਰੋ! ਜਿਹੜੇ ਮਾਰਗ ਤੇ ਪ੍ਰਭ ਚਲਾਉਂਦਾ ਹੈ, ਉਸ ਮਾਰਗ ਤੇ ਹੀ ਚਲੋ! ਉਸ ਦੇ ਭਾਣੇ ਨੂੰ ਸਤਿ (ਅਟੱਲ) ਸਮਝਕੇ ਭਰੋਸਾ ਅਡੋਲ ਰਖਕੇ, ਸ਼ਬਦ ਦੀ ਕਮਾਈ, ਬੰਦਗੀ ਕਰੋ ।

You should adopt the life experience teachings of His Holy saint in your day-to-day life and meditate on the teachings of His Word in your own day to day life. You should remain contented with your worldly environment and obey the teachings of His Word. You should accept His Word, Command as an ultimate and earns the wealth of His Word with steady and stable belief in your day-to-day life.

ਗੁਰਮੁਖਿ ਸਹਜ ਧੁਨਿ ਊਪਜੈ, gurmukh sahj Dhun oopjai
ਦੁਖੁ ਹਉਮੈ ਵਿਚਹੁ ਜਾਇ॥ dukh ha-umai vichahu jaa-ay.
ਹਰਿ ਨਾਮਾ ਹਰਿ ਮਨਿ ਵਸੈ, har naamaa har man vasai
ਸਹਜੇ ਹਰਿ ਗੁਣ ਗਾਇ॥੨॥ sehjay har gun gaa-ay. ||2||

ਜਿਸ ਜੀਵ ਦੀ ਆਤਮਾ ਨੂੰ ਗੁਰਮਖ ਅਵਸਥਾ ਬਖਸ਼ਿਸ਼ ਹੋ ਜਾਂਦੀ ਹੈ । ਉਸ ਤੇ ਸ਼ਬਦ ਦੀ ਸੋਝੀ ਰੂਪੀ ਅਨੋਖਾ ਰੰਗ ਚੜ੍ਹ ਜਾਂਦਾ ਹੈ । ਉਸ ਦੇ ਮਨ ਵਿਚੋਂ ਭਟਕਣਾਂ ਦੂਰ ਹੋ ਜਾਂਦੀਆਂ, ਸ਼ਾਂਤੀ, ਠੰਡ ਘਰ ਕਰ ਜਾਂਦੀ ਹੈ । ਉਹ ਆਪਣੇ ਮਨ ਅੰਦਰ ਪ੍ਰਭ ਦੀ ਹੋਂਦ ਮਹਿਸੂਸ ਕਰਦਾ ਹੈ । ਉਸ ਦੇ ਸਵਾਸ ਗਰਾਸ ਵਿੱਚ ਪ੍ਰਭ ਦੇ ਸ਼ਬਦ ਦਾ ਸਿਮਰਨ ਹੀ ਚਲਦਾ ਹੈ ।

Whosoever may be blessed with a state of mind as His true devotee; with His mercy and grace, he may remain drenched with astonishing, crimson color of the enlightenment of the essence of His Word. All his frustration may be eliminated and he may be blessed with overwhelming peace of mind, pleasures, and blossom within his mind. He may realize His Holy Spirit within his own mind; with His mercy and grace, he may hear the everlasting echo of His Word resonating within his heart.

ਗੁਰਮਤੀ ਮੁਖ ਸੋਹਣੇ, gurmatee mukh sohnay
ਹਰਿ ਰਾਖਿਆ ਉਰਿ ਧਾਰਿ॥ har raakhi-aa ur Dhaar.
ਐਥੈ ਓਥੈ ਸੁਖੁ ਘਣਾ, aithai othai sukh ghanaa
ਜਪਿ ਹਰਿ ਹਰਿ ਉਤਰੇ ਪਾਰਿ॥੩॥ jap har har utray paar. ||3||

ਜਿਸ ਦੇ ਮਨ ਤੇ ਪ੍ਰਭ ਦੇ ਸ਼ਬਦ ਦਾ ਰੰਗ ਚੜ੍ਹ ਜਾਂਦਾ, ਉਸ ਦੇ ਮਨ ਵਿੱਚ ਖੇੜੇ ਹੀ ਰਹਿੰਦਾ ਹੈ । ਉਸ ਨੂੰ ਕੁਝ ਖੋਂਅ ਜਾਣ ਜਾ ਪ੍ਰਾਪਤ ਕਰਨ ਦਾ ਕੋਈ ਫਰਕ ਮਹਿਸੂਸ ਨਹੀਂ ਹੁੰਦਾ । ਉਹ ਪ੍ਰਭ ਦੇ ਬਖਸ਼ੇ ਦਾ ਧੰਨਵਾਦ ਗਾਉਂਦਾ, ਸੀਤਲ ਰਹਿੰਦਾ ਹੈ । ਉਸ ਦਾ ਮਾਨਸ ਜਨਮ ਸਫਲ ਹੋ ਜਾਂਦਾ, ਮੁਕਤੀ ਬਖਸ਼ਿਸ਼ ਹੋ ਜਾਂਦੀ ਹੈ ।

Whosoever may remain drenched with the essence of His Word, with crimson color of enlightenments and overwhelmed blossom in his worldly life. His state of mind may remain beyond the influence of any worldly loss or profit. He may remain singing the gratitude of His Blessings and overwhelmed with peace of mind. His human life opportunity may be rewarded and he may be blessed with salvation.

ਹਉਮੈ ਵਿਚਿ ਜਾਗ੍ਰਣੁ ਨ ਹੋਵਈ, ha-umai vich jaagran na hova-ee
ਹਰਿ ਭਗਤਿ ਨ ਪਵਈ ਥਾਇ॥ har bhagat na pav-ee thaa-ay.
ਮਨਮੁਖ ਦਰਿ ਢੋਈ ਨਾ ਲਹਹਿ, manmukh dar dho-ee naa laheh
ਭਾਇ ਦੂਜੈ ਕਰਮ ਕਮਾਇ॥੪॥ bhaa-ay doojai karam kamaa-ay. ||4||

ਜਿਸ ਦੇ ਮਨ ਵਿੱਚ ਅਹੰਕਾਰ ਹੁੰਦਾ ਹੈ, ਉਸ ਦੇ ਮਨ ਵਿੱਚ ਸ਼ਾਂਤੀ ਬਖਸ਼ਿਸ਼ ਨਹੀਂ ਹੁੰਦੀ । ਉਸ ਦਾ ਮਨ ਬੰਦਗੀ, ਸਿਮਰਨ ਵਿੱਚ ਅਡੋਲ ਨਹੀਂ ਹੁੰਦਾ। ਉਸ ਮਨਮੁਖ ਨੂੰ ਕਿਸੇ ਪਾਸੇ ਵੀ ਢੋਈ ਨਹੀਂ ਮਿਲਦੀ । ਉਹ ਸਾਰਾ ਜੀਵਨ ਵੱਖਰੇ ਵੱਖਰੇ ਧਾਰਮਕ ਰੀਤ ਰੀਵਾਜ ਪਿਛੇ ਹੀ ਲਗਾ ਰਹਿੰਦਾ ਹੈ । ਅੰਤ ਨੂੰ ਉਸ ਦੇ ਦਰਬਾਰ ਵਿੱਚ ਸ਼ਰਮਿੰਦਗੀ ਹੀ ਮਿਲਦੀ ਹੈ ।

Whosoever may remain in the ego of His Worldly; he may never remain satisfied with any worldly accomplishments, with His Blessings. He may remain steady and stable on any one path of meditation in his day-to-day life. Self-minded may never be blessed with the right path of acceptance in His Word. He may remain intoxicated in religious rituals. In the end he may be rebuked and embarrassed in His Court.

ਧ੍ਰਿਗੁ ਖਾਣਾ ਧ੍ਰਿਗੁ ਪੈਨ੍ਣਾ, Dharig khaanaa Dharig painHnaa
ਜਿਨ੍ਾ ਦੂਜੈ ਭਾਇ ਪਿਆਰੁ॥ jinHaa doojai bhaa-ay pi-aar.
ਬਿਸਟਾ ਕੇ ਕੀੜੇ ਬਿਸਟਾ ਰਾਤੇ, bistaa kay keerhay bistaa raatay
ਮਰਿ ਜੰਮਹਿ ਹੋਹਿ ਖੁਆਰੁ॥੫॥ mar jameh hohi khu-aar. ||5||

ਜਿਸ ਦਾ ਇੱਕੋ ਇੱਕ ਪ੍ਰਭ ਦੇ ਬਖਸ਼ੇ ਤੇ ਭਰੋਸਾ ਅਡੋਲ ਨਹੀਂ ਹੁੰਦਾ । ਉਹ ਸੰਸਾਰਕ ਗੁਰੂਾਂ, ਪੀਰਾਂ ਦੀ ਚਾਕਰੀ ਕਰਦਾ ਰਹਿੰਦਾ ਹੈ । ਉਸ ਦਾ ਕੀਮਤੀ ਬਾਣਾ, ਪਵਿੱਤਰ ਭੋਜਨ ਖਾਣ ਦਾ ਕੋਈ ਮਹੱਤਤਾ ਨਹੀਂ ਹੁੰਦੀ, ਸਗੋ ਮਨ ਦੀ ਮੈਲ, ਅਹੰਕਾਰ ਹੀ ਵਧਦਾ ਹੈ । ਉਹ ਜੀਵ ਪ੍ਰਭ ਦੀ ਨਜ਼ਰ ਵਿੱਚ ਇੱਕ ਰੂੜੀ ਦੇ ਕੀੜੇ ਵਰਗਾ ਹੀ ਹੁੰਦਾ ਹੈ । ਉਸ ਦੇ ਮਾਨਸ ਜਨਮ ਦਾ ਕੋਈ ਲਾਭਵੰਦ ਨਹੀਂ ਹੁੰਦਾ । ਆਪਣਾ ਜਨਮ ਗਵਾ ਜਾਂਦਾ, ਜਨਮ, ਮਰਨ ਦੇ ਚੱਕਰ ਵਿੱਚ ਹੀ ਰਹਿੰਦਾ ਹੈ ।

Whosoever may not have a steady and stable on His Blessings, his own worldly environments; he may become a follower of worldly gurus intoxicated with sweet poison of worldly wealth. His expensive robe, sanctified food delicacy may not have any significance for the purpose of his human life opportunity, rather enhance his ego, blemish of his mind. He may be like a worm of manure in His Court. He may not profit from his priceless human life opportunity. He may waste his priceless human life opportunity and he may remain in the cycle of birth and death.

ਜਿਨ ਕਉ ਸਤਿਗੁਰੁ ਭੇਟਿਆ, jin ka-o satgur bhayti-aa
ਤਿਨਾ ਵਿਟਹੁ ਬਲਿ ਜਾਉ॥ tinaa vitahu bal jaa-o.
ਤਿਨ ਕੀ ਸੰਗਤਿ ਮਿਲਿ ਰਹਾ, tin kee sangat mil rahaaN
ਸਚੇ ਸਚਿ ਸਮਾਉ॥੬॥ sachay sach samaa-o. ||6||

ਜਿਸ ਤੇ ਪ੍ਰਭ ਹੀ ਰਹਿਮਤ ਦੀ ਨਜ਼ਰ ਬਖਸ਼ਦਾ ਹੈ! ਉਸ ਦਾ ਪ੍ਰਭ ਦੇ ਸ਼ਬਦ ਤੇ ਭਰੋਸਾ ਅਡੋਲ ਹੋ ਜਾਂਦਾ ਹੈ । ਪ੍ਰਭ ਦੀ ਰਹਿਮਤ ਨਾਲ ਉਸ ਨੂੰ ਸੰਤ ਸੰਗਤ ਬਖਸ਼ਿਸ਼ ਹੋ ਜਾਂਦੀ ਹੈ । ਜਿਹੜਾ ਸੰਤ ਦੇ ਜੀਵਨ ਦੀ ਸਿਖਿਆਂ ਨਾਲ ਆਪਣਾ ਜੀਵਨ ਵਿੱਚ ਢਾਲਦਾ ਹੈ, ਉਹ ਸ਼ਬਦ ਦੀ ਪਾਲਣਾ ਵਿੱਚ ਲੀਨ ਹੋਇਆ, ਆਪਣਾ ਜੀਵਨ ਸਫਲ ਕਰ ਜਾਂਦਾ ਹੈ ।

Whosoever may be bestowed with His Blessed Vision; he may remain obeying the teachings of His Word with steady and stable belief in his day-to-day life. Whosoever may adopt the life experience teachings of His Holy saint in his own day to day life; with His mercy and grace, his human life opportunity may be rewarded.

ਪੂਰੈ ਭਾਗਿ ਗੁਰੁ ਪਾਈਐ, poorai bhaag gur paa-ee-ai
ਉਪਾਇ ਕਿਤੈ ਨ ਪਾਇਆ ਜਾਇ॥ upaa-ay kitai na paa-i-aa jaa-ay.
ਸਤਿਗੁਰ ਤੇ ਸਹਜੁ ਊਪਜੈ, satgur tay sahj oopjai
ਹਉਮੈ ਸਬਦਿ ਜਲਾਇ॥੭॥ ha-umai sabad jalaa-ay. ||7||

ਜਿਸ ਦੇ ਵੱਡੇਭਾਗ ਹੁੰਦੇ ਹਨ, ਉਸ ਨੂੰ ਸਿਮਰਨ ਕਰਨ ਦੀ ਲਗਨ ਬਖਸ਼ਿਸ਼ ਹੁੰਦੀ ਹੈ । ਕਿਸੇ ਵਿਧੀ, ਬਾਣੇ, ਬਾਣੀ, ਨਿੱਤਨੇਮ ਨਾਲ ਰਹਿਮਤ ਬਖਸ਼ਿਸ਼ ਨਹੀਂ ਹੁੰਦੀ । ਜਿਸ ਦੇ ਅੰਦਰ ਸ਼ਬਦ ਜਾਗਰਤ ਹੋ ਜਾਂਦਾ, ਸੋਝੀ ਬਖਸ਼ਿਸ਼ ਹੋ ਜਾਂਦੀ ਹੈ । ਪ੍ਰਭ ਦੇ ਸ਼ਬਦ ਦੀ ਸੋਝੀ ਨਾਲ ਮਨ ਵਿਚੋਂ ਅਹੰਕਾਰ ਦੀ ਜੜ੍ਹ ਨਾਸ ਕਰ ਲੈਂਦਾ ਹੈ । ਉਸ ਦੇ ਮਨ ਵਿੱਚ ਸ਼ਾਤੀ, ਅਮਰ ਅਵਸਥਾ ਬਖਸ਼ਿਸ਼ ਹੋ ਜਾਂਦਾ ਹੈ ।

Whosoever may have a great prewritten destiny, he may be blessed with devotion to meditate, obey the teachings of His Word. With any other technique, meditation, hard discipline, following any worldly guru or religious baptism, the right path of acceptance may not be blessed. Whosoever may be enlightened with the essence of His Word within; with His mercy and grace, the root of his ego may be destroyed, eliminated. He may be blessed with peace of mind and immortal state of mind.

ਹਰਿ ਸਰਣਾਈ ਭਜੁ ਮਨ ਮੇਰੇ, har sarnaa-ee bhaj man mayray
ਸਭ ਕਿਛੁ ਕਰਣੈ ਜੋਗੁ॥ sabh kichh karnai jog.
ਨਾਨਕ ਨਾਮੁ ਨ ਵੀਸਰੈ, naanak naam na veesrai
ਜੋ ਕਿਛੁ ਕਰੈ ਸੁ ਹੋਗੁ॥੮॥੨॥੭॥੨॥੯॥ jo kichh karai so hog. ||8||2||7||2|||9||

ਆਪਣੇ ਮਨ ਦੀ ਅਹੰਕਾਰ ਛੱਡਕੇ, ਨਿਮਾਣਾ ਬਣਕੇ ਪ੍ਰਭ ਦੀ ਸ਼ਰਣ ਵਿੱਚ ਆਪਾ ਭੇਟਾ ਕਰੋ! ਸਰਬ ਕਲਾ ਸਮਰਥ ਪ੍ਰਭ ਸਭ ਕਾਰਨਾਂ ਦਾ ਕਾਰਨ ਹੈ । ਆਪ ਹੀ ਕਰਤਾ, ਕਰਨ ਵਾਲਾ, ਸਭ ਕੁਝ ਪ੍ਰਭ ਦੇ ਹੁਕਮ ਅੰਦਰ ਹੀ ਹੁੰਦਾ ਹੈ । ਉਸ ਦੇ ਭਾਣੇ, ਬਖਸ਼ੇ ਨੂੰ ਸਤਿ ਕਰਕੇ, ਅਟਲ ਸਮਝਕੇ ਪ੍ਰਵਾਨ ਕਰੋ, ਪ੍ਰਭ ਦੇ ਸ਼ਬਦ ਦੀ ਸਿਖਿਆਂ ਨੂੰ ਮਨ ਵਿਚੋਂ ਕਦੇ ਵੀ ਨਾ ਵਿਸਾਰੋ!

You should humbly surrender your mind, body, ego of worldly status and self-identity at His Sanctuary. The Omnipotent True Master creates causes, purpose of all events in His Nature. Only His unavoidable Word, Command prevails in all worldly event; you should accept His Command as an ultimate worthy Blessings. You should never ignore, abandon the teachings of His Word from your day-to-day life.

164.(5-1A) ਬਿਭਾਸ ਪ੍ਰਭਾਤੀ ਮਹਲਾ ੫॥ ਅਸਟਪਦੀਆ (1347-7)

ੴ ਸਤਿਗੁਰ ਪ੍ਰਸਾਦਿ॥ ik-oNkaar satgur parsaad.
ਮਾਤ ਪਿਤਾ ਭਾਈ ਸੁਤੁ ਬਨਿਤਾ॥ maat pitaa bhaa-ee sut banitaa.
ਚੂਗਹਿ ਚੋਗ ਅਨੰਦ ਸਿਉ ਜੁਗਤਾ॥ choogeh chog anand si-o jugtaa.
ਉਰਝਿ ਪਰਿਓ ਮਨ ਮੀਠ ਮੋਹਾਰਾ॥ urajh pari-o man meeth mohaaraa.
ਗੁਨ ਗਾਹਕ ਮੇਰੇ ਪ੍ਰਾਨ ਅਧਾਰਾ॥੧॥ gun gaahak mayray paraan aDhaaraa. ||1||

ਜੀਵ ਸੰਸਾਰ ਵਿੱਚ ਆ ਕੇ ਸੰਸਾਰਕ ਸਬੰਧਾਂ ਦੀ ਮਿੱਠੀ ਜੇਲ੍ਹ ਵਿੱਚ ਫਸ ਜਾਂਦਾ ਹੈ । ਮਾਤਾ, ਪਿਤਾ, ਭੈਣ, ਭਾਈ ਜੀਵਨ ਸਾਥੀ, ਬੱਚੇ, ਧੰਦੇ ਜਾਲ ਹੀ ਹਨ । ਪ੍ਰਵਾਰ ਦਾ ਮੋਹ ਬਹੁਤ ਮਿੱਠਾ ਲਗਦਾ ਹੈ । ਉਹ ਆਪਣਾ ਮਾਨਸ ਜਨਮ ਦੀ ਬਖਸ਼ਿਸ਼ ਦਾ ਅਸਲੀ ਮੰਤਵ ਹੀ ਭੁਲ ਜਾਂਦਾ ਹੈ । ਜਿਸ ਨੂੰ ਗੁਣਾਂ ਦਾ ਮਾਲਕ ਆਪਣੀ ਰਹਿਮਤ ਨਾਲ ਸ਼ਬਦ ਵਿੱਚ ਲਗਨ ਬਖਸ਼ਦਾ ਹੈ, ਉਹ ਹੀ ਸ਼ਬਦ ਦੀ ਸਿਖਿਆਂ ਨੂੰ ਜੀਵਨ ਦਾ ਅਧਾਰ ਬਣਾਉਂਦਾ ਹੈ ।

Self-minded may remain intoxicated in the sweet prison of worldly bonds. Worldly family, mother, father, siblings, spouse, children and worldly chores, and responsibilities are trap of sweet poison of worldly wealth. Self-minded may remain in the sweet prison of worldly bonds and he may forget the real purpose of His human life opportunity. Whosoever may be blessed with devotion to obey the teachings of His Word; with His mercy and grace, he may adopt the teachings of His Word in day-to-day life.

ਏਕੁ ਹਮਾਰਾ ਅੰਤਰਜਾਮੀ॥ ayk hamaaraa antarjaamee.
ਧਰ ਏਕਾ ਮੈਂ ਟਿਕ ਏਕਸੁ ਕੀ, Dhar aykaa mai tik aykas kee
ਸਿਰਿ ਸਾਹਾ, ਵਡ ਪੁਰਖੁ ਸੁਆਮੀ॥੧॥ sir saahaa vad purakh su-aamee. ||1||
ਰਹਾਉ॥ rahaa-o.

ਅੰਤਰਜਾਮੀ ਪ੍ਰਭ ਮਨ ਦੀਆਂ ਸਾਰੀਆਂ ਇੱਛਾਂ ਨੂੰ ਆਪ ਹੀ ਜਾਣਦਾ ਹੈ । ਜਿਹੜਾ ਪ੍ਰਭ ਨੂੰ ਆਪਣਾ ਅਸਲੀ ਮਾਲਕ, ਰਖਵਾਲਾ ਪ੍ਰਵਾਨ ਕਰਦਾ ਹੈ, ਪ੍ਰਭ ਦੀ ਰਹਿਮਤ ਨਾਲ ਉਸ ਨੂੰ ਪ੍ਰਵਾਨਗੀ ਦਾ ਅਸਲੀ ਰਸਤਾ ਬਖਸ਼ਿਸ਼ ਹੋ ਜਾਂਦਾ ਹੈ । ਸਰਬ ਕਲਾ ਸਮਰਥ ਪ੍ਰਭ ਹੀ ਸਭ ਤੋ ਉਚਾ ਅਸਲੀ ਮਾਲਕ ਹੈ ।

The Omniscient True Master remains aware about all hopes and desires of His Creation. Whosoever may accept His Word, unavoidable and ultimate Command, of the protector and the savior; with His mercy and grace, he may be blessed with the right path of acceptance in His Court. The Omnipotent True Master is the greatest of All!

ਛਲ ਨਾਗਨਿ ਸਿਉ ਮੇਰੀ ਟੂਟਨਿ ਹੋਈ॥ chhal naagan si-o mayree tootan ho-ee.
ਗੁਰਿ ਕਹਿਆ ਇਹ ਝੂਠੀ ਧੋਹੀ॥ gur kahi-aa ih jhoothee Dhohee.
ਮੁਖਿ ਮੀਠੀ ਖਾਈ ਕਉਰਾਇ॥ mukh meethee khaa-ee ka-uraa-ay.
ਅੰਮ੍ਰਿਤ ਨਾਮਿ ਮਨੁ ਰਹਿਆ ਅਘਾਇ॥੨॥ amrit naam man rahi-aa aghaa-ay. ||2||

ਪ੍ਰਭ ਦੀ ਰਹਿਮਤ ਨਾਲ ਜਿਸ ਨੂੰ ਸ਼ਬਦ ਦੀ ਸਦਾ ਚੱਲਣ ਵਾਲੀ ਧੁਨ ਸੁਣਾਈ ਦੇਂਦੀ ਹੈ । ਉਸ ਦੇ ਸੰਸਾਰਕ ਮੋਹ ਦੇ ਸਾਰੇ ਬੰਧਨ ਟੁੱਟ ਜਾਂਦੇ ਹਨ । ਉਸ ਨੂੰ ਸ਼ਬਦ ਦੀ ਸੋਝੀ ਤੋ ਸਿਖਿਆਂ ਬਖਸ਼ਿਸ਼ ਹੁੰਦੀ ਹੈ, ਸੰਸਾਰ ਸਦਾ ਰਹਿਣ ਵਾਲੀ ਥਾਂ ਨਹੀਂ ਹੈ । ਸੰਸਾਰਕ ਯਾਤਰਾ ਦਾ ਅੰਤ ਆਉਣਾ ਹੈ । ਸੰਸਾਰਕ ਜੀਵਨ, ਮਹਿਮਾਨ ਨਾਲ ਡੂੰਘੀ ਪ੍ਰੀਤ ਨਾ ਲਾਵੋ । ਥੋੜ੍ਹੇ ਸਮੇਂ ਦੇ ਸੰਸਾਰਕ ਸੁਖ ਦਰਗਾਹ ਵਿੱਚ ਕੋਈ ਮਦਦ ਨਹੀਂ ਕਰਦੇ । ਜਿਹੜਾ ਪ੍ਰਭ ਦੇ ਅਮੋਲਕ ਸ਼ਬਦ ਵਿੱਚ ਲਗਨ ਲਾਉਂਦਾ ਹੈ, ਉਸ ਦੀ ਸ਼ਬਦ ਦੀ ਕਮਾਈ ਪ੍ਰਭ ਦੀ ਦਰਗਾਹ ਵਿੱਚ ਸਹਾਈ ਹੋ ਹੁੰਦੀ ਹੈ ।

With His Blessed Vision! Whosoever may hear the everlasting echo of His Word; with His mercy and grace, all his worldly bonds may be eliminated. He may be enlightened from the essence of His Word; earth may not be a permanent resting place of soul; his human life journey must end. He should not remain attached to a visitor, guest of few days. The short-lived pleasures of worldly wealth may not have any significance after death. Whosoever may remain intoxicated with His Ambrosial Word; with His mercy and grace, his earnings of His Word may be accepted in His Court.

ਲੋਭ ਮੋਹ ਸਿਉ ਗਈ ਵਿਖੋਟਿ॥ lobh moh si-o ga-ee vikhot.
ਗੁਰਿ ਕ੍ਰਿਪਾਲਿ ਮੋਹਿ ਕੀਨੀ ਛੋਟਿ॥ gur kirpaal mohi keenee chhot.
ਇਹ ਠਗਵਾਰੀ ਬਹੁਤੁ ਘਰ ਗਾਲੇ॥ ih thagvaaree bahut ghar gaalay.
ਹਮ ਗੁਰਿ ਰਾਖਿ ਲੀਏ ਕਿਰਪਾਲੇ॥੩॥ ham gur raakh lee-ay kirpaalay. ||3||

ਪ੍ਰਭ ਆਪਣੀ ਰਹਿਮਤ ਨਾਲ ਹੀ ਗੁਰਮਖ ਨੂੰ ਸੰਸਾਰਕ ਮੋਹ ਤੇ ਜਿੱਤ ਬਖਸ਼ਦਾ ਹੈ । ਸੰਸਾਰਕ ਮਾਇਆ, ਮੋਹ ਨੇ ਬਹੁਤ ਹੀ ਜੀਵਾਂ ਨੂੰ ਜੂੰਨਾਂ ਦੇ ਚੱਕਰ ਵਿੱਚ ਪਾਇਆ ਹੈ । ਪ੍ਰਭ ਦੀ ਰਹਿਮਤ ਨਾਲ ਹੀ ਗੁਰਮਖ ਨੂੰ ਪ੍ਰਵਾਨਗੀ ਦੇ ਅਸਲੀ ਰਸਤੇ ਦੀ ਸੋਝੀ ਬਖਸ਼ਦਾ ਹੈ । ਉਸ ਅਸਲੀ ਰਸਤੇ ਤੇ ਚੱਲਣ ਨਾਲ ਮਾਨਸ ਜਨਮ ਸਫਲ ਹੋ ਜਾਂਦਾ ਹੈ ।

The True Master with His Blessed Vision may bless His true devotee to conquer his worldly bonds. Worldly bonds, attachments may prison so many in the cycle of birth and death. The True Master may bless the right path of acceptance in His Court to His true devotee. Whosoever may remain steady and stable on the right path, his human life opportunity may be rewarded.

ਕਾਮ ਕ੍ਰੋਧ ਸਿਉ ਠਾਟੁ ਨ ਬਨਿਆ॥ kaam kroDh si-o thaat na bani-aa.
ਗੁਰ ਉਪਦੇਸੁ ਮੋਹਿ ਕਾਨੀ ਸੁਨਿਆ॥ gur updays mohi kaanee suni-aa.
ਜਹ ਦੇਖਉ ਤਹ ਮਹਾ ਚੰਡਾਲ॥ jah daykh-a-u tah mahaa chandaal.
ਰਾਖਿ ਲੀਏ ਅਪੁਨੈ ਗੁਰਿ ਗੋਪਾਲ॥੪॥ raakh lee-ay apunai gur gopaal. ||4||

ਜਿਹੜੇ ਜੀਵ ਦੇ ਮਨ ਤੇ ਪ੍ਰਭ ਦੀ ਅਮੋਲਕ ਬਾਣੀ ਦਾ ਰੰਗ ਚੜ੍ਹ ਜਾਂਦਾ ਹੈ । ਉਸ ਨੂੰ ਮਨ ਦੀ ਕਾਮ ਵਾਸ਼ਨਾ, ਕਰੋਧ ਤੇ ਜਿੱਤ ਬਖਸ਼ਿਸ਼ ਹੋ ਜਾਂਦੀ ਹੈ । ਉਸ ਜੀਵ ਨੂੰ ਇਹ ਜਮਦੂਤ ਸਾਫ ਦਿਖਾਈ ਦੇਣ ਲਗ ਪੈਂਦਾ ਹੈ । ਪ੍ਰਭ ਦੀ ਰਹਿਮਤ ਨਾਲ ਸੰਸਾਰਕ ਇੱਛਾਂ ਦੇ ਜਮਦੂਤਾਂ ਤੇ ਜਿੱਤ ਬਖਸ਼ਿਸ਼ ਹੋ ਜਾਂਦੀ ਹੈ । ਬੰਦਗੀ ਕਰਨ ਨਾਲ ਪ੍ਰਭ ਆਪ ਹੀ ਸਹਾਈ, ਸਾਥੀ ਬਣ ਜਾਂਦਾ ਹੈ ।

Whosoever may remain drenched with essence of His Word, crimson color of the enlightenment of the essence of His Word; with His mercy and grace, he may be blessed to conquer his sexual urge and anger of worldly disappoints. He may clearly witness the trap of the demons of worldly desires; with His mercy and grace, his soul may become beyond the reach of devil of death. The True Master may become a savior and protector of His true devotee.

ਦਸ ਨਾਰੀ ਮੈਂ ਕਰੀ ਦੁਹਾਗਨਿ॥ das naaree mai karee duhaagan.
ਗੁਰਿ ਕਹਿਆ ਏਹ ਰਸਹਿ ਬਿਖਾਗਨਿ॥ gur kahi-aa ayh raseh bikhaagan.
ਇਨ ਸਨਬੰਧੀ ਰਸਾਤਲਿ ਜਾਇ॥ in sanbanDhee rasaatal jaa-ay.
ਹਮ ਗੁਰਿ ਰਾਖੇ ਹਰਿ ਲਿਵ ਲਾਇ॥੫॥ ham gur raakhay har liv laa-ay. ||5||

ਪ੍ਰਭ ਦੀ ਰਹਿਮਤ ਨਾਲ ਜੀਵ ਨੂੰ ਬਾਣੀ ਵਿਚੋਂ ਇਹ ਸੋਝੀ ਬਖਸ਼ਿਸ਼ ਹੁੰਦੀ ਹੈ । ਪੰਜੇਂ ਜਮਦੂਤ ਹੀ ਆਤਮਾ ਨੂੰ ਮੈਲਾ ਕਰਦੇ ਹਨ । ਜਿਹੜਾ ਸੰਸਾਰਕ ਮਾਇਆ ਨਾਲ ਸਬੰਧ ਬਣਾਉਂਦਾ ਹੈ । ਉਹ 5 ਜਮਦੂਤਾਂ ਦੇ ਕਾਬੂ ਵਿੱਚ ਹੀ ਰਹਿੰਦਾ ਹੈ । ਜਿਸ ਨੂੰ ਆਪਣੀ ਰਹਿਮਤ ਨਾਲ ਪ੍ਰਭ ਦੇ ਸ਼ਬਦ ਦੇ ਸਿਮਰਨ ਵਿੱਚ ਲਗਨ ਲਾਉਂਦਾ ਹੈ । ਪ੍ਰਭ ਆਪ ਹੀ ਉਸ ਦੀ ਬੰਦਗੀ ਪ੍ਰਵਾਨ ਕਰਦਾ ਹੈ ।

His true devotee may be enlightened from the essence of His Word; 5 demons of worldly desires may blemish his soul. Whosoever may remain intoxicated with sweet poison of worldly desire; he may remain slave of worldly desires. Whosoever may be blessed with devotion to meditate on the teachings of His Word. His earnings of His Word may be accepted in His Court.

5 ਜਮਦੂਤ - Demons of worldly Wealth
ਕਾਮ, ਕਰੋਧ, ਲੋਭ, ਮੋਹ, ਅਹੰਕਾਰ
sexual urge with strange partner, anger, greed, attachments, and ego

ਅਹੰਮੇਵ ਸਿਉ ਮਸਲਤਿ ਛੋਡੀ॥ ahaNmayv si-o maslat chhodee.
ਗੁਰਿ ਕਹਿਆ ਇਹੁ ਮੂਰਖੁ ਹੋਡੀ॥ gur kahi-aa ih moorakh hodee.
ਇਹੁ ਨੀਘਰੁ ਘਰੁ ਕਹੀ ਨ ਪਾਏ॥ ih neeghar ghar kahee na paa-ay.
ਹਮ ਗੁਰਿ ਰਾਖਿ ਲੀਏ ਲਿਵ ਲਾਏ॥੬॥ ham gur raakh lee-ay liv laa-ay. ||6||

ਪ੍ਰਭ ਦੇ ਸ਼ਬਦ ਦੀ ਸਿਖਿਆਂ ਤੋ ਹੀ ਗੁਰਮਖ ਨੂੰ ਆਪ ਹੀ ਸੋਝੀ ਬਖਸ਼ਦਾ ਹੈ । ਅਹੰਕਾਰ ਹੀ ਸਾਰੀਆਂ ਬਿਮਾਰੀਆਂ ਦੀ ਜੜ੍ਹ ਹੈ । ਪ੍ਰਭ ਦੀ ਰਹਿਮਤ ਨਾਲ, ਮੇਰੇ ਮਨ ਦੇ ਅਹੰਕਾਰ ਤੇ ਜਿੱਤ ਬਖਸ਼ਿਸ਼ ਹੋ ਗਈ ਹੈ । ਮੈਂ ਪ੍ਰਭ ਅੱਗੇ ਰਹਿਮਤ ਦੀ ਅਰਾਧਨਾ ਕਰਦਾ ਹਾ ! ਕਿਸੇ ਜੀਵ ਤੇ ਵੀ ਅਹੰਕਾਰ ਦਾ ਕਾਬੂ ਨਾ ਹੋਵੇ । ਅਹੰਕਾਰ ਦਾ ਘਰ ਨਾ ਬਣੇ । ਜਿਸ ਜੀਵ ਤੇ ਰਹਿਮਤ ਨਾਲ ਸ਼ਬਦ ਦੀ ਪਾਲਣਾ ਵਿੱਚ ਲਗਨ ਬਖਸ਼ਦਾ ਹੈ, ਉਸ ਨੂੰ ਹੀ ਗੁਰਮਖ ਅਵਸਥਾ ਬਖਸ਼ਿਸ਼ ਹੁੰਦੀ ਹੈ ।

His true devotee may be enlightened from the essence of His Word; ego of his mind may be the root cause of all diseases of worldly desires. I may always pray for His Forgiveness and Refuge; Ego may not establish his base within the mind, body, and in life of any worldly creature. Whosoever may be blessed with devotion to obey the teachings of His Word; with His mercy and grace, he may be blessed with a state of mind as His true devotee.

ਇਨ ਲੋਗਨ ਸਿਉ ਹਮ ਭਏ ਬੈਰਾਈ॥ in logan si-o ham bha-ay bairaa-ee.
ਏਕ ਗ੍ਰਿਹ ਮਹਿ ਦੁਇ ਨ ਖਟਾਂਈ॥ ayk garih meh du-ay na khataaN-ee.
ਆਏ ਪ੍ਰਭ ਪਹਿ ਅੰਚਰਿ ਲਾਗਿ॥ aa-ay parabh peh anchar laag.
ਕਰਹੁ ਤਪਾਵਸੁ ਪ੍ਰਭ ਸਰਬਾਗਿ॥੭॥ karahu tapaavas parabh sarbaag. ||7||

ਜੀਵ ਇਹਨਾਂ ਪੰਜਾਂ ਹੀ ਜਮਦੂਤ ਤੋ ਆਪਣੇ ਮਨ ਨੂੰ ਦੂਰ ਰਖੋ ! ਜਿਵੇਂ ਇੱਕ ਮਿਆਨ ਵਿੱਚ ਦੋਂ ਤਲਵਾਰਾਂ ਨਹੀਂ ਸਮਾਦੀਆਂ । ਇਸਤਰ੍ਹਾਂ ਸ਼ਿਵ ਅਤੇ ਸ਼ਕਤੀ; ਸਿਮਰਨ ਅਤੇ ਪੰਜੇਂ ਜਮਦੂਤ ਦੋਨੋਂ ਮਨ ਨੂੰ ਇੱਕ ਪਾਸੇ ਨਹੀਂ ਜਾਣ ਦੇਂਦੇ । ਮਨ ਦੇ ਭਰੋਸੇ ਨੂੰ ਅਡੋਲ ਰਖਕੇ, ਸ਼ਬਦ ਦੀ ਪਾਲਣਾ, ਸਿਮਰਨ ਕਰੋ ! ਉਹ ਸਭ ਕੁਝ ਜਾਣਦਾ ਹੈ, ਪ੍ਰਭ ਆਪ ਹੀ ਰਖਿਆ ਕਰਦਾ ਹੈ ।

You should keep your soul, mind beyond the reach of 5 demons of worldly desires. As two swords may not be kept in one hard protective covering. Same way, Shiv and shakti; path of meditation, obeying the teachings of His Word and sweet poison of worldly wealth, short-lived pleasures may not let his mind conform to one unique way; either or. Whosoever may meditate and obeys the teachings of His Word; The Omniscient True Master may become his savior and protector.

ਪ੍ਰਭ ਹਸਿ ਬੋਲੇ ਕੀਏ ਨਿਆਂਏਂ॥ parabh has bolay kee-ay ni-aaN-ayN.
ਸਗਲ ਦੂਤ ਮੇਰੀ ਸੇਵਾ ਲਾਏ॥ sagal doot mayree sayvaa laa-ay.
ਤੂੰ ਠਾਕੁਰੁ ਇਹੁ ਗ੍ਰਿਹੁ ਸਭੁ ਤੇਰਾ॥ tooN thaakur ih garihu sabh tayraa.
ਕਹੁ ਨਾਨਕ ਗੁਰਿ ਕੀਆ ਨਿਬੇਰਾ॥੮॥੧॥ kaho naanak gur kee-aa nibayraa. ||8||1||

ਜਿਸ ਤੇ ਪ੍ਰਭ ਆਪ ਹੀ ਰਹਿਮਤ ਦੀ ਨਜ਼ਰ ਬਖਸ਼ਦਾ ਹੈ । ਇੱਛਾਂ ਦੇ ਪੰਜੇਂ ਜਮਦੂਤ ਹੀ ਉਸ ਦੇ ਸੇਵਾਦਾਰ, ਚਾਕਰ ਬਣ ਜਾਂਦੇ ਹਨ । ਜਿਸ ਦਾ ਮਨ ਡੋਲ ਜਾਂਦਾ ਹੈ, ਉਸ ਤੇ ਆਪਣਾ ਜ਼ੋਰ ਪਾ ਲੈਂਦੇ ਹਨ । ਪ੍ਰਭ ਆਪ ਹੀ ਸਭ ਖੇਲ ਕਰਦਾ ਹੈ । ਰਹਿਮਤ ਬਖਸ਼ੋ ! ਤੇਰੇ ਬਖਸ਼ੇ ਨੂੰ ਸਤਿ ਕਰਕੇ ਪ੍ਰਵਾਨ ਕਰੀਏ । ਸੰਸਾਰਕ ਦੁਖ, ਸੁਖ ਨੂੰ ਤੇਰੀ ਬਖਸ਼ਿਸ਼ ਸਮਝਕੇ ਖੇੜੇ ਵਿੱਚ ਹੀ ਮਸਤ ਰਹਾ ।

Whosoever may be bestowed with His Blessed Vision; 5 demons of worldly desires may become his slave; he may conquer 5 demons of worldly desires. Whose mind may be diverted to different path; 5 demons may intoxicate his mind with sweet poison of worldly desires, short-lived pleasure of worldly wealth. The whole play of the universe has been designed and functions under His Command. My True Master bestows Your Blessed Vision, I may accept Your unavoidable, ultimate Command. I may accept all worldly pleasures and miseries as Your worthy command.

165.(5-2A) ਪ੍ਰਭਾਤੀ ਮਹਲਾ ੫॥ (1347-19)

ਮਨ ਮਹਿ ਕ੍ਰੋਧੁ ਮਹਾ ਅਹੰਕਾਰਾ॥	man, meh kroDh mahaa ahaNkaaraa.
ਪੂਜਾ ਕਰਹਿ ਬਹੁਤੁ ਬਿਸਥਾਰਾ॥	poojaa karahi bahut bisthaaraa.
ਕਰਿ ਇਸਨਾਨੁ ਤਨਿ ਚਕ੍ਰ ਬਣਾਏ॥	kar isnaan tan chakar banaa-ay.
ਅੰਤਰ ਕੀ ਮਲੁ ਕਬ ਹੀ ਨ ਜਾਏ॥੧॥	antar kee mal kab hee na jaa-ay. ||1||

ਜੀਵ ਬਹੁਤ ਸ਼ਾਨ ਨਾਲ ਪ੍ਰਭ ਦਾ ਦਰਬਾਰ ਸੁਜਾਉਦਾ ਹੈ । ਧਾਰਮਕ ਰੀਤੋ ਰਵਾਜ, ਮੰਨੇ ਹੋਏ ਤਰੀਕੇ ਨਾਲ ਦਾਨ ਪੂਜਾ ਕਰਦਾ ਹੈ । ਪਰ ਮਨ ਵਿੱਚ ਕਰੋਧ, ਅਹੰਕਾਰ ਭਰਿਆਂ ਰਹਿੰਦਾ ਹੈ । ਸਵੇਰੇ ਉਠਕੇ ਇਸ਼ਨਾਨ ਕਰਦਾ, ਧਾਰਮਕ ਰੀਵਤ ਅਨੁਸਾਰ ਸ਼ਿਗਾਰ ਕਰਦਾ, ਨਿੱਤਨੇਮ ਕਰਦਾ ਹੈ । ਇਸ ਵਿਧੀ ਨਾਲ ਜੀਵ ਨੂੰ ਮੁਕਤੀ ਬਖਸ਼ਿਸ਼ ਨਹੀਂ ਹੁੰਦੀ, ਮਨ ਦੀ ਮੈਲ ਦੂਰ ਨਹੀਂ ਹੁੰਦੀ ।

Self-minded may embellish meditation throne, follows religious ritual to perform routine meditation; however, he may remain overwhelmed with anger and ego of his worldly status. With such a meditation, devotion, his soul may not be sanctified nor he may be blessed with the right path of acceptance in His Court.

ਇਤੁ ਸੰਜਮਿ ਪ੍ਰਭੁ ਕਿਨ ਹੀ ਨ ਪਾਇਆ॥	it sanjam parabh kin hee na paa-i-aa.
ਭਗਉਤੀ ਮੁਦ੍ਰਾ ਮਨੁ ਮੋਹਿਆ ਮਾਇਆ॥੧॥	bhag-utee mudraa man mohi-aa maa-i-aa.
ਰਹਾਉ॥	||1|| rahaa-o.

ਧਾਰਮਕ ਵਿਧੀਆਂ ਨਾਲ ਪ੍ਰਭ ਦੀ ਰਹਿਮਤ, ਪ੍ਰਵਾਨਗੀ ਦਾ ਅਸਲੀ ਰਸਤਾ ਬਖਸ਼ਿਸ਼ ਨਹੀਂ ਹੁੰਦਾ । ਇਸਤਰ੍ਹਾਂ ਦੀ ਰੀਤੋ ਰਵੀਤ ਦੀ ਬੰਦਗੀ ਪ੍ਰਭ ਦੇ ਦਰਬਾਰ ਵਿੱਚ ਪ੍ਰਵਾਨ ਨਹੀਂ ਹੁੰਦੀ । ਉਸ ਦਾ ਮਨ ਸੰਸਾਰਕ ਲੋਭ, ਮੋਹ ਤੋ ਰਹਿਤ ਨਹੀਂ ਹੁੰਦਾ, ਕਾਬੂ ਨਹੀਂ ਹੁੰਦਾ ।

With religious rituals, the real path of acceptance in his court may never be blessed. His routine prayer, meditation, religious baptism may not be accepted as the right path of acceptance in His Court. He may never be able to control his greed, or worldly attachments.

ਪਾਪ ਕਰਹਿ ਪੰਚਾਂ ਕੇ ਬਸਿ ਰੇ॥	paap karahi panchaaN kay bas ray.
ਨਾਇ ਕਹਹਿ ਸਭਿ ਉਤਰੇ॥	tirath naa-ay kaheh sabh utray.
ਬਹੁਰਿ ਕਮਾਵਹਿ ਹੋਇ ਨਿਸੰਕ॥	bahur kamaaveh ho-ay nisank.
ਜਮ ਪੁਰਿ ਬਾਂਧਿ ਖਰੇ ਕਾਲੰਕ॥੨॥	jam pur baaNDh kharay kaalank. ||2||

ਜੀਵ ਇਸਤਰ੍ਹਾਂ ਪੰਜਾਂ ਜਮਦੂਤਾਂ ਦੇ ਵੱਸ ਵਿੱਚ ਚਲਦਾ ਹੈ । ਮਨਮਰਜ਼ੀ ਦੇ ਕਰਮ ਕਰਦਾ, ਧਾਰਮਕ ਤੀਰਥਾਂ ਤੇ ਇਸ਼ਨਾਨ ਕਰਦਾ ਹੈ । ਕਿ ਸਾਰੀਆਂ ਕੀਤੀਆਂ ਗਲਤੀਆਂ ਮਾਫ ਹੋ ਗਈਆਂ ਹਨ? ਫਿਰ ਉਹ ਹੀ ਕੰਮ ਕਰਦਾ ਰਹਿੰਦਾ ਹੈ । ਅਖੀਰ ਵਿੱਚ ਜਮਦੂਤਾਂ ਦੇ ਵੱਸ ਵਿੱਚ ਹੀ ਜਾਣਾ ਪੈਂਦਾ ਹੈ । ਮਾਨਸ ਜਨਮ ਬਿਰਥਾ ਹੀ ਬੀਤ ਜਾਂਦਾ ਹੈ ।

Self-minded may remain intoxicated with the demons of worldly wealth and remains under the control of devil of death. He may adopt religious rituals, worships and takes a soul sanctifying bath at Holy Shrine. He believes that all his sinful deeds have been forgiven; The Merciful True Master may be blessed the right path in his worldly life. However, he remains performing same rituals, routines repeatedly. In the end, he may be captured by the devil of death. He remains in the cycle of birth and death. He had wasted his priceless human life opportunity.

ਘੂਘਰ ਬਾਧਿ ਬਜਾਵਹਿ ਤਾਲਾ॥ ghooghar baaDh bajaaveh taalaa.
ਅੰਤਰਿ ਕਪਟੁ ਫਿਰਹਿ ਬੇਤਾਲਾ॥ antar kapat fireh baytaalaa.
ਵਰਮੀ ਮਾਰੀ ਸਾਪੁ ਨ ਮੂਆ॥ varmee maaree saap na moo-aa.
ਪ੍ਰਭੁ ਸਭ ਕਿਛੁ ਜਾਨੈ ਜਿਨਿ ਤੂ ਕੀਆ॥੩॥ parabh sabh kichh jaanai jin too kee-aa.3

ਦਿਖਾਵੇ ਦੀ ਬੰਦਗੀ, ਪ੍ਰਭ ਦਾ ਦਰਬਾਰ ਲਾਉਣ ਨਾਲ, ਮਨ ਵਿਚੋਂ ਕਰੋਧ, ਲਾਲਚ ਦੀ ਜੜ੍ਹ ਖਤਮ ਨਹੀਂ ਹੁੰਦੀ । ਜਿਵੇਂ ਸੱਪ ਦੀ ਖੁੱਡ ਬੰਦ ਕਰਨ ਨਾਲ ਸੱਪ ਮਰ ਨਹੀਂ ਜਾਂਦਾ । ਇਸਤਰ੍ਹਾਂ ਦਿਖਾਵੇ ਦੀ ਬੰਦਗੀ ਨਾਲ ਮਨ ਦੀਆਂ ਵਾਸ਼ਨਾ ਤੇ ਕਾਬੂ ਨਹੀਂ ਪੈਂਦਾ । ਪ੍ਰਭ ਆਪ ਹੀ ਸੰਸਾਰਕ ਇੱਛਾਂ ਪੈਦਾ ਕਰਦਾ, ਆਪ ਹੀ ਸਭ ਕੁਝ ਜਾਣਦਾ ਹੈ ।

Self-minded may establish, embellish a meditation throne to performs religious ritual of meditation; however, he may not control his anger, worldly greed from his day-to-day life. As a snake may not die by sealing, closing his hole. Same way by performing religious routine of meditation; he may not conquer his sexual urge or worldly desires. The True Master creates and infuses worldly desires within his mind; The Omnipresent True Master always remain aware and monitors his day-to-day life.

ਪੂੰਅਰ ਤਾਪ ਗੇਰੀ ਕੇ ਬਸਤ੍ਰਾ॥ pooNar taap gayree kay bastaraa.
ਅਪਦਾ ਕਾ ਮਾਰਿਆ ਗ੍ਰਿਹ ਤੇ ਨਸਤਾ॥ apdaa kaa maari-aa garih tay nastaa.
ਦੇਸੁ ਛੋਡਿ ਪਰਦੇਸਹਿ ਧਾਇਆ॥ days chhod pardayseh Dhaa-i-aa.
ਪੰਚ ਚੰਡਾਲ ਨਾਲੇ ਲੈ ਆਇਆ॥੪॥ panch chandaal naalay lai aa-i-aa. ||4||

ਜੀਵ ਬੰਦਗੀ ਕਰਨ ਲਈ ਅੱਗ ਦੀ ਪੂਜਾ ਕਰਦਾ, ਧਾਰਮਕ ਬਾਣਾ ਪਾਉਂਦਾ ਹੈ । ਕਿਸਮਤ ਦਾ ਮਾਰਿਆਂ ਹੋਇਆਂ ਘਰ ਛੱਡਕੇ ਜੰਗਲਾਂ ਵਿੱਚ ਭਉਦਾ ਹੈ । ਆਪਣਾ ਦੇਸ, ਬਸਤੀ ਛੱਡਕੇ ਪਰਦੇਸ ਵਿੱਚ ਭਉਦਾ ਹੈ । ਪਰ ਆਪਣੇ ਨਾਲ ਆਪਣੇ ਮਨ ਦੀਆਂ ਇੱਛਾਂ ਦੇ ਪੰਜੇਂ ਜਮਦੂਤ ਹੀ ਰਖਦਾ ਹੈ ।

Worldly saint may worship fire and adopts religious robe. The unfortunate may stay away from worldly habitation; he may renounce worldly comforts. However, he may carry 5 demons of worldly desires with him all time.

ਕਾਨ ਫਰਾਇ ਹਿਰਾਏ ਟੂਕਾ॥ kaan faraa-ay hiraa-ay tookaa.
ਘਰਿ ਘਰਿ ਮਾਂਗੈ ਤ੍ਰਿਪਤਾਵਨ ਤੇ ਚੂਕਾ॥ ghar ghar maaNgai tariptaavan tay chookaa.
ਬਨਿਤਾ ਛੋਡਿ ਬਦ ਨਦਰਿ ਪਰ ਨਾਰੀ॥ banitaa chhod bad nadar par naaree.
ਵੇਸਿ ਨ ਪਾਈਐ ਮਹਾ ਦੁਖਿਆਰੀ॥੫॥ vays na paa-ee-ai mahaa dukhi-aaree. ||5||

ਸੰਸਾਰਕ ਸੰਤ ਆਪਣੇ ਕੰਨਾਂ ਵਿੱਚ ਸੰਤੋਖ ਦੀਆਂ ਮੰਦ੍ਰਾਂ ਪਾਉਂਦਾ, ਘਰ, ਘਰ ਵਿਚੋਂ ਭਿੱਖਿਆਂ ਮੰਗਦਾ ਫਿਰਦਾ ਹੈ । ਆਪਣੇ ਮਨ ਦੀਆਂ ਮੁਰਾਦਾਂ ਪੂਰੀਆਂ ਨਹੀਂ ਹੁੰਦੀਆਂ, ਮਨ ਨੂੰ ਸ਼ਾਂਤੀ ਬਖਸ਼ਿਸ਼ ਨਹੀਂ ਹੁੰਦੀ । ਆਪਣੀ ਪਤਨੀ ਨੂੰ ਛੱਡਕੇ ਸੋਚਦਾ ਹੈ, ਉਸ ਨੂੰ ਕਾਮ ਵਾਸਨਾ ਤੇ ਕਾਬੂ ਹੋ ਗਿਆ ਹੈ । ਪਰ ਪਰਾਈਆਂ ਔਰਤਾਂ ਦੇ ਮਗਰ ਲਗਾ ਫਿਰਦਾ ਹੈ । ਧਾਰਮਕ ਬਾਣੇ ਵਿੱਚ ਵੀ ਬਹੁਤ ਤਰਸ ਵਾਲੀ ਅਵਸਥਾ ਵਿੱਚ ਹੀ ਰਹਿੰਦਾ ਹੈ ।

Worldly saint may adopt ear rings of contentment; however, he may beg from door to door for alms to satisfy his stomach. He may never establish any contentment with His Blessings. His spoken and unspoken hopes and desires may never be satisfied. He may never enjoy peace of mind. He may renounce sexual relationship with his wife, partner; however, his lust for sexual pleasure may never die, he may have an urge for strange women, partner. He may remain in saintly robe, however in very miserable pitiful state of mind.

ਬੋਲੈ ਨਾਹੀ ਹੋਇ ਬੈਠਾ ਮੋਨੀ॥	bolai naahee ho-ay baithaa monee.
ਅੰਤਰਿ ਕਲਪ ਭਵਾਈਐ ਜੋਨੀ॥	antar kalap bhavaa-ee-ai jonee.
ਅੰਨ ਤੇ ਰਹਤਾ ਦੁਖੁ ਦੇਹੀ ਸਹਤਾ॥	ann tay rahtaa dukh dayhee sahtaa.
ਹੁਕਮੁ ਨ ਬੂਝੈ ਵਿਆਪਿਆ ਮਮਤਾ॥੬॥	hukam na boojhai vi-aapi-aa mamtaa. ||6||

ਸੰਸਾਰਕ ਸੰਤ ਚੁੱਪ ਕਰਕੇ ਬੈਠਾ ਰਹਿੰਦਾ ਹੈ ਪਰ ਮਨ ਬਹੁਤ ਇੱਛਾਂ ਨਾਲ ਭਰਿਆਂ ਰਹਿੰਦਾ ਹੈ । ਉਹ ਜਨਮ, ਮਰਨ ਦੇ ਚੱਕਰ ਵਿੱਚ ਹੀ ਰਹਿੰਦਾ ਹੈ । ਉਹ ਵਰਤ ਰਖਦਾ, ਅੰਨ ਨਹੀਂ ਖਾਂਦਾ, ਆਪਣੇ ਸਰੀਰ ਨੂੰ ਹੀ ਕਠਨ ਦੁਖ ਦੇਂਦਾ ਹੈ । ਜਿਸ ਨੂੰ ਪ੍ਰਭ ਦੇ ਹੁਕਮ, ਮਾਨਸ ਜੀਵਨ ਦੇ ਮੰਤਵ ਦੀ ਸੋਝੀ ਨਹੀਂ ਹੈ । ਉਹ ਮਾਇਆ ਦੇ ਮੋਹ, ਲਾਲਚ ਦੀ ਅੱਗ ਵਿੱਚ ਹੀ ਉਲਝਿਆ ਰਹਿੰਦਾ ਹੈ ।

Worldly saint may remain quiet and may not utter any word from his tongue; however, he may remain overwhelmed with worldly desires. He may remain in the cycle of birth and death. He may abstain food, endures many hardships on his body, His Holy Temple. Whosoever may not realize the real purpose of his human life opportunity; he may remain entangled with five demons of worldly desires; like ego, greed, anger in his life.

ਬਿਨੁ ਸਤਿਗੁਰ ਕਿਨੈ ਨ ਪਾਈ ਪਰਮ ਗਤੇ॥	bin satgur kinai na paa-ee param gatay.
ਪੂਛਹੁ ਸਗਲ ਬੇਦ ਸਿੰਮ੍ਰਿਤੇ॥	poochhahu sagal bayd simritay.
ਮਨਮੁਖ ਕਰਮ ਕਰੈ ਅਜਾਈ॥	manmukh karam karai ajaa-ee.
ਜਿਉ ਬਾਲੂ ਘਰ ਠਉਰ ਨ ਠਾਈ॥੭॥	ji-o baaloo ghar tha-ur na thaa-ee. ||7||

ਜੀਵ ਕਿਸੇ ਧਾਰਮਕ ਗ੍ਰੰਥ ਨੂੰ ਪੜ੍ਹਕੇ, ਸੰਤ ਸਰੂਪ ਤੋ ਪੁੱਛਕੇ ਦੇਖੋ! ਪ੍ਰਭ ਦੀ ਬੰਦਗੀ ਤੋ ਬਿਨਾਂ ਪ੍ਰਵਾਨਗੀ ਦਾ ਅਸਲੀ ਰਸਤਾ ਬਖਸ਼ਿਸ਼ ਨਹੀਂ ਹੁੰਦਾ । ਜਿਵੇਂ ਰੇਤ ਦਾ ਬਣਾਇਆ ਹੋਇਆਂ ਘਰ ਸਥਿਤ ਨਹੀਂ ਰਹਿੰਦਾ । ਇਸਤਰ੍ਹਾਂ ਮਨਮੁਖ ਦੀ ਕੀਤੀ ਬੰਦਗੀ ਦਾ ਕੋਈ ਫਲ ਬਖਸ਼ਿਸ਼ ਨਹੀਂ ਹੁੰਦਾ ।

You may read religious Holy Scriptures or enquire from any His Holy saint. Without adopting the teachings of His Word in day-to-day life; the right path of acceptance in His Court may not be blessed. As a sand castle made at the shore of ocean by a child may not stay long, destroyed by water wave; same way the meditation, worldly earnings of self-minded may never be rewarded in His Court.

ਜਿਸ ਨੋ ਭਏ ਗੋਬਿੰਦ ਦਇਆਲਾ॥	jis no bha-ay gobind da-i-aalaa.
ਗੁਰ ਕਾ ਬਚਨੁ ਤਿਨਿ ਬਾਧਿਓ ਪਾਲਾ॥	gur kaa bachan tin baaDhi-o paalaa.
ਕੋਟਿ ਮਧੇ ਕੋਈ ਸੰਤੁ ਦਿਖਾਇਆ॥	kot maDhay ko-ee sant dikhaa-i-aa.
ਨਾਨਕੁ ਤਿਨ ਕੈ ਸੰਗਿ ਤਰਾਇਆ॥੮॥	naanak tin kai sang taraa-i-aa. ||8||

ਜਿਸ ਤੇ ਪ੍ਰਭ ਆਪ ਹੀ ਰਹਿਮਤ ਦੀ ਨਜ਼ਰ ਬਖਸ਼ਦਾ ਹੈ । ਉਸ ਤੇ ਪ੍ਰਭ ਦੇ ਸ਼ਬਦ ਦਾ ਰੰਗ ਚੜ੍ਹ ਜਾਂਦਾ ਹੈ, ਪ੍ਰਭ ਦੇ ਸ਼ਬਦ ਦੀ ਪਾਲਣਾ ਵਿੱਚ ਅਡੋਲ, ਲੀਨ ਹੋ ਜਾਂਦਾ ਹੈ । ਇਹ ਅਵਸਥਾ ਲਖਾਂ ਵਿਚੋਂ ਵਿਰਲੇ ਨੂੰ ਹੀ ਬਖਸ਼ਿਸ਼ ਹੁੰਦੀ ਹੈ । ਜਿਹੜਾ ਆਪਣੇ ਸ਼ਬਦ ਦੀ ਸਿਖਿਆਂ ਨੂੰ ਆਪਣੇ ਜੀਵਨ ਦਾ ਅਧਾਰ ਬਣਾਉਂਦਾ ਹੈ, ਪ੍ਰਭ ਦੀ ਰਹਿਮਤ ਨਾਲ ਉਸ ਨੂੰ ਪ੍ਰਵਾਨਗੀ ਦਾ ਅਸਲੀ ਰਸਤਾ ਬਖਸ਼ਿਸ਼ ਹੋ ਜਾਂਦਾ ਹੈ । ਉਸ ਦਾ ਜਨਮ ਮਰਨ ਦਾ ਚੱਕਰ ਖਤਮ ਕਰ ਜਾਂਦਾ ਹੈ ।

Whosoever may be bestowed with His Blessed Vison; he may remain drenched with the crimson color of the enlightenment of the essence of His Word. He may remain intoxicated in obeying the teachings of His Word with steady and stable belief. However, very rare may be blessed with such a state of mind. Whosoever may adopt the teachings of His Word in day-to-day life; with His mercy and grace, he may be blessed with the right path of acceptance in His Court. His cycle of birth and death may be eliminated.

ਜੇ ਹੋਵੈ ਭਾਗੁ ਤਾ ਦਰਸਨੁ ਪਾਈਐ॥ jay hovai bhaag taa darsan paa-ee-ai.
ਆਪਿ ਤਰੈ ਸਭੁ ਕੁਟੰਬੁ ਤਰਾਈਐ॥੧॥ aap tarai sabh kutamb taraa-ee-ai. ||1||
ਰਹਾਉ ਦੂਜਾ॥੨॥ rahaa-o doojaa. ||2||

ਵੱਡੇਭਾਗਾਂ ਨਾਲ ਹੀ ਉਸ ਸੰਤ ਸਰੂਪ ਜੀਵ ਦੇ ਦਰਸ਼ਨ ਕਰਨ ਦੇ ਭਾਗ ਹੁੰਦੇ ਹਨ । ਅਜੇਹੇ ਜੀਵ ਦੇ ਜੀਵਨ ਦੀ ਸਿਖਿਆਂ ਨਾਲ ਜੀਵਨ ਢਾਲਣ ਨਾਲ ਜੀਵ ਤਰ ਜਾਂਦਾ ਹੈ । ਆਪਣੇ ਸੰਜੋਗੀਆ ਨੂੰ ਵੀ ਬੰਦਗੀ ਦੇ ਰਸਤੇ ਤੇ ਪਾ ਕੇ ਤਾਰ ਦੇਂਦਾ ਹੈ ।

Whosoever may have a great prewritten destiny, only he may be blessed with the conjugation of His Holy saint. Whosoever may adopt his life experience in his own day to day life; with His mercy and grace, he may be blessed with the right path of acceptance in His Court. He may inspire his followers on the right path of meditation.

166.(5-2A) ਪ੍ਰਭਾਤੀ ਮਹਲਾ ੫॥ (1348-13)

ਸਿਮਰਤ ਨਾਮੁ ਕਿਲਬਿਖ ਸਭਿ ਕਾਟੇ॥ simrat naam kilbikh sabh kaatay.
ਧਰਮ ਰਾਇ ਕੇ ਕਾਗਰ ਫਾਟੇ॥ Dharam raa-ay kay kaagar faatay.
ਸਾਧਸੰਗਤਿ ਮਿਲਿ ਹਰਿ ਰਸੁ ਪਾਇਆ॥ saaDhsangat mil har ras paa-i-aa.
ਪਾਰਬ੍ਰਹਮੁ ਰਿਦ ਮਾਹਿ ਸਮਾਇਆ॥੧॥ paarbarahm rid maahi samaa-i-aa. ||1||

ਪ੍ਰਭ ਦੇ ਸ਼ਬਦ ਦੇ ਸਿਮਰਨ ਕਰਨ ਨਾਲ ਜੀਵ ਦੇ ਸਾਰੇ ਪਾਪ ਧੋਤੇ ਜਾਂਦੇ, ਦੁਖ ਕੱਟੇ ਜਾਂਦੇ ਹਨ । ਪ੍ਰਭ ਲੇਖਾ ਕਰਨ ਵਾਲੀ ਸਾਰੀ ਲਿਖਤ ਹੀ ਖਤਮ ਕਰ ਦੇਂਦਾ, ਪ੍ਰਵਾਨ ਕਰ ਲੈਂਦਾ ਹੈ । ਇਹ ਸਮਰਥਾ ਸੰਤ ਸਰੂਪ ਦੇ ਜੀਵਨ ਨੂੰ ਆਪਣੇ ਜੀਵਨ ਵਿੱਚ ਢਾਲਣ ਨਾਲ ਹੀ ਬਖਸ਼ਿਸ਼ ਹੋ ਸਕਦੀ ਹੈ । ਜਿਸ ਨੂੰ ਗੁਰਮਖ ਅਵਸਥਾ ਬਖਸ਼ਿਸ਼ ਹੋ ਜਾਂਦੀ ਹੈ । ਉਹ ਸ਼ਬਦ ਦੇ ਸਿਮਰਨ ਵਿੱਚ ਲੀਨ ਹੋ ਜਾਂਦਾ ਹੈ ।

Whosoever may meditate on the teachings of His Word; all his sins of previous lives may be forgiven; all his miseries of worldly desires may be eliminated. The True Master may accept his earnings of His Word and clears his account. Whosoever may adopt the life experience teachings of His Holy saint in his own day to day life; with His mercy and grace, he may be blessed with a state of mind as His true devotee. He may remain intoxicated in the void of His Word.

ਰਾਮ ਰਮਤ ਹਰਿ ਹਰਿ ਸੁਖੁ ਪਾਇਆ॥ raam ramat har har sukh paa-i-aa.
ਤੇਰੇ ਦਾਸ ਚਰਨ ਸਰਨਾਇਆ॥੧॥ tayray daas charan sarnaa-i-aa. ||1||
ਰਹਾਉ॥ rahaa-o.

ਜਿਹੜਾ ਪ੍ਰਭ ਦੇ ਸ਼ਬਦ ਦੀ ਬੰਦਗੀ, ਪਾਲਣਾ ਵਿੱਚ ਲੀਨ ਹੋ ਜਾਂਦਾ ਹੈ, ਉਸ ਨੂੰ ਮਨ ਵਿੱਚ ਸ਼ਾਂਤੀ ਬਖਸ਼ਿਸ਼ ਹੋ ਸਕਦੀ ਹੈ । ਪ੍ਰਭ ਦੀ ਸ਼ਰਣ ਵਿੱਚ ਹੀ ਆਪਾ ਭੇਟਾ ਕਰਕੇ, ਸ੍ਰਿਸ਼ਟੀ ਦੀ ਸੇਵਾ ਵਿੱਚ ਧਿਆਨ ਰਖੋ ।

Whosoever may remain intoxicated in meditation and obeying the teachings of His Word; with His mercy and grace, he may be blessed with peace of mind. You should surrender your self-identity at His sanctuary and serve His Creation.

ਚੂਕਾ ਗਉਣੁ ਮਿਟਿਆ ਅੰਧਿਆਰੁ॥	chookaa ga-on miti-aa anDhi-aar.
ਗੁਰਿ ਦਿਖਲਾਇਆ ਮੁਕਤਿ ਦੁਆਰੁ॥	gur dikhlaa-i-aa mukat du-aar.
ਹਰਿ ਪ੍ਰੇਮ ਭਗਤਿ ਮਨੁ ਤਨੁ ਸਦ ਰਾਤਾ॥	har paraym bhagat man tan sad raataa.
ਪ੍ਰਭੂ ਜਨਾਇਆ ਤਬ ਹੀ ਜਾਤਾ॥੨॥	parabhoo janaa-i-aa tab hee jaataa. ||2||

ਪ੍ਰਭ ਦੀ ਰਹਿਮਤ ਨਾਲ, ਮੈਨੂੰ ਪ੍ਰਵਾਨਗੀ ਦਾ ਅਸਲੀ ਰਸਤਾ ਬਖਸ਼ਿਸ਼ ਹੋ ਗਿਆ ਹੈ । ਮੇਰਾ ਜਨਮ, ਮਰਨ ਦਾ ਚੱਕਰ ਖਤਮ ਹੋ ਗਿਆ ਹੈ । ਜਿਹੜਾ ਪ੍ਰਭ ਦੇ ਸ਼ਬਦ ਦੇ ਸਿਮਰਨ ਵਿੱਚ ਹੀ ਲੀਨ ਹੋ ਜਾਂਦਾ ਹੈ । ਉਸ ਨੂੰ ਅਨੋਖਾ ਅਨੰਦ ਅਨੁਭਵ ਹੁੰਦਾ ਹੈ, ਉਸ ਦੀ ਵਿਆਖਿਆ ਨਹੀਂ ਕੀਤੀ ਜਾ ਸਕਦੀ, ਅੰਦਾਜ਼ਾ ਵੀ ਨਹੀਂ ਲਾਇਆ ਜਾ ਸਕਦਾ ।

With His Blessed Vision! I have been blessed with the right path of acceptance in His Court; my cycle of birth and death has been eliminated. Whosoever may remain intoxicated in meditation in the void of His Word; with His mercy and grace, he may be blessed with an astonishing pleasure in his day-to-day life. The extent of his pleasure may remain beyond imagination and explanation of His Creation.

ਘਟਿ ਘਟਿ ਅੰਤਰਿ ਰਵਿਆ ਸੋਇ॥	ghat ghat antar ravi-aa so-ay.
ਤਿਸੁ ਬਿਨੁ ਬੀਜੋ ਨਾਹੀ ਕੋਇ॥	tis bin beejo naahee ko-ay.
ਬੈਰ ਬਿਰੋਧ ਛੇਦੇ ਭੈ ਭਰਮਾਂ॥	bair biroDh chhayday bhai bharmaaN.
ਪ੍ਰਭਿ ਪੁੰਨਿ ਆਤ ਮੈਂ ਕੀਨੇ ਧਰਮਾ॥੩॥	parabh punn aatmai keenay Dharmaa. ||3||

ਜਿਹੜਾ ਜੀਵ ਸਵਾਸ ਸਵਾਸ ਪ੍ਰਭ ਦੀ ਬੰਦਗੀ ਵਿੱਚ ਮਸਤ ਹੋ ਜਾਂਦਾ ਹੈ । ਉਸ ਨੂੰ ਪ੍ਰਭ ਤੋ ਬਿਨਾਂ ਹੋਰ ਕੋਈ ਪੂਜਣ ਯੋਗ ਮਹਿਸੂਸ ਨਹੀਂ ਹੁੰਦਾ । ਉਸ ਦੇ ਵੈਰ ਵਿਰੋਧ, ਭਰਮ, ਮਨ ਦੀਆਂ ਸੰਸਾਰਕ ਇੱਛਾਂ ਖਤਮ ਹੋ ਜਾਂਦੀਆਂ ਹਨ । ਉਸ ਦੀ ਆਤਮਾ ਪਵਿੱਤਰ ਹੋ ਜਾਂਦੀ ਹੈ । ਮਨ ਸ੍ਰਿਸ਼ਟੀ ਦੀ ਭਲਾਈ ਵਿੱਚ ਹੀ ਅਨੰਦ ਮਾਨਦਾ ਹੈ ।

Whosoever may remain intoxicated in meditation in the void of His Word; with His mercy and grace, he may realize only The True Master worthy of worship. All his suspicions, enmity, hostility, jealousy, and worldly desires may be eliminated. His soul may be sanctified to become worthy of His Consideration. He may enjoy pleasure to serve His Creation.

ਮਹਾ ਤਰੰਗ ਤੇ ਕਾਂਢੈ ਲਾਗਾ॥	mahaa tarang tay kaaNdhai laagaa.
ਜਨਮ ਜਨਮ ਕਾ ਟੂਟਾ ਗਾਂਢਾ॥	janam janam kaa tootaa gaaNdhaa.
ਜਪੁ ਤਪੁ ਸੰਜਮੁ ਨਾਮੁ ਸਮ੍ਹਾਲਿਆ॥	jap tap sanjam naam samHaali-aa.
ਅਪੁਨੈ ਠਾਕੁਰਿ ਨਦਰਿ ਨਿਹਾਲਿਆ॥੪॥	apunai thaakur nadar nihaali-aa. ||4||

ਪ੍ਰਭ ਜੀਵ ਨੂੰ ਭਿਆਨਕ ਸੰਸਾਰਕ ਯਾਤਰਾ ਵਿਚੋਂ ਪਾਰ ਕੱਢ ਲੈਂਦਾ ਹੈ । ਉਸ ਦਾ ਜਨਮ, ਮਰਨ ਦਾ ਚੱਕਰ ਖਤਮ ਕਰਕੇ, ਆਪਣੇ ਵਿੱਚ ਹੀ ਅਭੇਦ ਕਰ ਲੈਂਦਾ ਹੈ । ਜਿਹੜਾ ਅਡੋਲ ਭਰੋਸੇ ਨਾਲ ਬੰਦਗੀ ਦੇ ਰਸਤੇ ਤੇ ਚਲਦਾ ਹੈ । ਉਸ ਦੀ ਸ਼ਬਦ ਦੀ ਕਮਾਈ ਪ੍ਰਭ ਦੇ ਦਰਬਾਰ ਵਿੱਚ ਪ੍ਰਵਾਨ ਹੋ ਜਾਂਦੀ ਹੈ । ਉਸ ਨੂੰ ਸੰਤੋਖ ਬਖਸ਼ਿਸ਼ ਹੋ ਜਾਂਦਾ ਹੈ ।

The True Master may bless the right path to survive from the terrible worldly ocean of desires to His true devotee. His cycle of birth and death may be eliminated; with His mercy and grace, he may be immersed within His Holy spirit. Whosoever may remain steady and stable on the right path of meditation; with His mercy and grace, his earnings of His Word may be accepted in His Court. He may be blessed with contentment in his own worldly environments.

ਮੰਗਲ ਸੁਖ ਕਲਿਆਣ ਤਿਥਾਈਂ॥	mangal sookh kali-aan tithaa-eeN.
ਜਹ ਸੇਵਕ ਗੋਪਾਲ ਗੁਸਾਈ॥	jah sayvak gopaal gusaa-ee.
ਪ੍ਰਭ ਸੁਪ੍ਰਸੰਨ ਭਏ ਗੋਪਾਲ॥	parabh suparsan bha-ay gopaal.
ਜਨਮ ਜਨਮ ਕੇ ਮਿਟੇ ਬਿਤਾਲ॥੫॥	janam janam kay mitay bitaal. ||5||

ਜਿਹੜੇ ਜੀਵ ਨੂੰ ਪ੍ਰਭ ਦੇ ਅਸਲੀ ਸੇਵਕ ਦੀ ਅਵਸਥਾ ਬਖਸ਼ਿਸ਼ ਹੋ ਜਾਂਦੀ ਹੈ । ਉਹ ਪ੍ਰਭ ਦੇ ਭਾਣੇ ਨੂੰ ਸਤਿ ਮੰਨਕੇ ਆਪਣੇ ਜੀਵਨ ਵਿੱਚ ਢਾਲਦਾ ਹੈ । ਪ੍ਰਭ ਦੀ ਰਹਿਮਤ ਨਾਲ, ਉਸ ਦੇ ਮਨ ਵਿਚ ਸ਼ਾਤੀ, ਸੰਤੋਖ ਬਖਸ਼ਿਸ਼ ਹੁੰਦਾ ਹੈ । ਪ੍ਰਭ ਦੀ ਰਹਿਮਤ ਨਾਲ, ਉਸ ਦੀ ਆਤਮਾ, ਪ੍ਰਭ ਦੀ ਜੋਤ ਵਿੱਚ ਅਭੇਦ ਹੋ ਜਾਂਦੀ, ਜਨਮ ਮਰਨ ਦਾ ਚੱਕਰ ਖਤਮ ਹੋ ਜਾਂਦਾ ਹੈ ।

Whosoever may be blessed with a state of mind as His true devotee; with His mercy and grace, He may adopt the teachings of His Word as an ultimate Command with steady and stable belief. The Merciful True Master may accept his earnings of His Word and he may be blessed with peace of mind and contentment in his worldly life. With His Blessed Vision! His soul may immerse with His Holy Spirit; his cycle of birth and death may be eliminated.

ਹੋਮ ਜਗ ਉਰਧ ਤਪ ਪੂਜਾ॥	hom jag uraDh tap poojaa.
ਕੋਟਿ ਤੀਰਥ ਇਸਨਾਨੁ ਕਰੀਜਾ॥	kot tirath isnaan kareejaa.
ਚਰਨ ਕਮਲ ਨਿਮਖ ਰਿਦੈ ਧਾਰੇ॥	charan kamal nimakh ridai Dhaaray.
ਗੋਬਿੰਦ ਜਪਤ ਸਭਿ ਕਾਰਜ ਸਾਰੇ॥੬॥	gobind japat sabh kaaraj saaray. ||6||

ਜੀਵ, ਪ੍ਰਭ ਦੀ ਰਹਿਮਤ ਬਖਸ਼ਿਸ਼ ਲਈ ਹੋਮ ਜਗ, ਪੁੰਨ, ਲਖਾਂ ਤੀਰਥਾਂ ਦੇ ਇਸ਼ਨਾਨ ਕਰਦਾ ਹੈ । ਸਾਰਾ ਫਲ ਹੀ ਸ਼ਬਦ ਵਿੱਚ ਧਿਆਨ ਲਾਉਣ, ਸਿਮਰਨ ਨਾਲ ਬਖਸ਼ਿਸ਼ ਹੋ ਜਾਂਦਾ ਹੈ । ਪ੍ਰਭ ਦੇ ਚਰਨਾਂ ਵਿੱਚ ਬੰਦਗੀ ਕਰਨ ਨਾਲ ਸਾਰੇ ਕਾਰਜ ਹੀ ਪੂਰੇ ਹੋ ਜਾਂਦੇ ਹਨ ।

Self-minded may perform worldly charities like free unlimited kitchen for limited period, worship at several Holy Shrines, sanctifying bath at Holy Pond. Whosoever may meditate, obeys the teachings of His Word with steady and stable belief; with His mercy and grace, he may be rewarded for all worships at Holy Shrine, religious rituals. Whosoever may surrender his self-identity, focused on the teachings of His Word; with His mercy and grace, all his spoken and unspoken desires may be fully satisfied.

ਊਚੇ ਤੇ ਊਚਾ ਪ੍ਰਭ ਥਾਨੁ॥	oochay tay oochaa parabh thaan.
ਹਰਿ ਜਨ ਲਾਵਹਿ ਸਹਜਿ ਧਿਆਨੁ॥	har jan laaveh sahj Dhi-aan.
ਦਾਸ ਦਾਸਨ ਕੀ ਬਾਂਛਉ ਧੂਰਿ॥	daas daasan kee baaNchha-o Dhoor.
ਸਰਬ ਕਲਾ ਪ੍ਰੀਤਮ ਭਰਪੂਰਿ॥੭॥	sarab kalaa pareetam bharpoor. ||7||

ਪ੍ਰਭ ਦਾ ਅਸਥਾਨ ਸਭ ਤੋਂ ਉਤਮ, ਉਚਾ ਹੈ । ਉਹ ਅਸਥਾਨ, ਅਵਸਥਾ ਪ੍ਰਭ ਦੇ ਸ਼ਬਦ ਦਾ ਸਿਮਰਨ ਕਰਨ ਨਾਲ ਹੀ ਬਖਸ਼ਿਸ਼ ਹੋ ਸਕਦੀ ਹੈ । ਜਿਸ ਨੂੰ ਗੁਰਮਖ ਅਵਸਥਾ ਬਖਸ਼ਿਸ਼ ਹੋ ਜਾਂਦੀ ਹੈ । ਉਸ ਦੇ ਚਰਨਾਂ ਦੀ ਧੂੜ ਨਾਲ, ਜੀਵਨ ਦੀ ਸਿਖਿਆਂ ਨਾਲ ਹੀ ਪ੍ਰਭ ਦੀ ਰਹਿਮਤ ਬਖਸ਼ਿਸ਼ ਹੋ ਸਕਦੀ ਹੈ ।

The Royal Castle of The True Master may be the supreme, greatest of All! Such a state of mind, a place in His Royal Castle may only be blessed with meditation on the teachings of His Word with steady and stable belief in day-to-day life. Whosoever may be blessed with such a state of mind as His true devotee; by adopting his life experience teachings in your own life; with His mercy and grace, he may be blessed with the right path of acceptance in His Court.

ਮਾਤ ਪਿਤਾ ਹਰਿ ਪ੍ਰੀਤਮੁ ਨੇਰਾ॥	maat pitaa har pareetam nayraa.
ਮੀਤ ਸਾਜਨ ਭਰਵਾਸਾ ਤੇਰਾ॥	meet saajan bharvaasaa tayraa.
ਕਰੁ ਗਹਿ ਲੀਨੇ ਅਪੁਨੇ ਦਾਸ॥	kar geh leenay apunay daas.
ਜਪਿ ਜੀਵੈ ਨਾਨਕੁ ਗੁਣਤਾਸ॥	jap jeevai naanak guntaas.
੮॥੩॥੨॥੭॥੧੨॥	||8||3||2||7||12||

ਪ੍ਰਭ ਆਪ ਹੀ ਆਪਣੇ ਦਾਸ ਦਾ ਮਾਤਾ, ਪਿਤਾ, ਭੈਣ, ਭਾਈ, ਜੀਵਨ ਸਾਥੀ ਦੀ ਤਰ੍ਹਾਂ ਪਾਲਣਾ, ਰਖਿਆ ਕਰਦਾ ਹੈ । ਜੀਵ ਨੂੰ ਪ੍ਰਭ ਦੀ ਸ਼ਰਣ ਵਿੱਚ ਪ੍ਰਵਾਨਗੀ ਬਖਸ਼ਿਸ਼ ਹੋ ਜਾਂਦੀ ਹੈ, ਉਸ ਦੇ ਮਨ ਵਿੱਚ ਕੋਈ ਸੰਸਾਰਕ ਇੱਛਾਂ ਨਹੀਂ ਰਹਿੰਦੀ । ਉਸ ਜੀਵ ਨੂੰ ਪ੍ਰਭ ਆਪ ਹੀ ਆਪਣਾ ਸੇਵਕ ਬਣਾਉਂਦਾ ਹੈ । ਉਸ ਦੀ ਆਤਮਾ, ਪ੍ਰਭ ਦੀ ਜੋਤ ਵਿੱਚ ਅਲੋਪ ਹੋ ਜਾਂਦੈ ਹੈ ।

The True Master nourishes and protects His true devotee as worldly parents, sibling, family friends. He may be accepted in His Sanctuary; he may not have any worldly desires within his mind. The True Master may remain anxious to accept such a devotee at His Sanctuary; with His mercy and grace, his soul may be immersed within His Holy Spirit.

167.(K-1) ਪ੍ਰਭਾਤੀ ਬਾਣੀ ਭਗਤ ਕਬੀਰ ਜੀ ਕੀ॥ 1349-7

ੴ ਸਤਿਗੁਰ ਪ੍ਰਸਾਦਿ॥ ik-oNkaar satgur parsaad.
ਮਰਨ ਜੀਵਨ ਕੀ ਸੰਕਾ ਨਾਸੀ॥ maran jeevan kee sankaa naasee.
ਆਪਨ ਰੰਗਿ ਸਹਜ ਪਰਗਾਸੀ॥੧॥ aapan rang sahj pargaasee. ||1||

ਜਿਸ ਤੇ ਪ੍ਰਭ ਦੀ ਰਹਿਮਤ ਦੀ ਨਜ਼ਰ ਬਖਸ਼ਦਾ ਹੈ, ਉਸ ਦੇ ਮਨ ਵਿਚੋਂ ਭਰਮ ਨਾਸ ਹੋ ਜਾਂਦੇ, ਪ੍ਰਭ ਦੇ ਸ਼ਬਦ ਦਾ ਰੰਗ ਚੜ੍ਹ ਜਾਂਦਾ ਹੈ । ਉਸ ਦੇ ਮਨ ਵਿਚੋਂ ਮੌਤ ਦਾ ਡਰ ਦੂਰ ਹੋ ਜਾਂਦਾ ਹੈ । ਮੌਤ ਦਾ ਸਮਾਂ, ਪ੍ਰਭ ਨੂੰ ਮਿਲਣ ਦਾ ਮੌਕਾ ਸਮਝਣ ਲਗ ਪੈਂਦਾ ਹੈ ।

Whosoever may be bestowed with His Blessed Vision, all his religious suspicions may be eliminated; he may remain drenched with the essence of His Word, the crimson color of the essence His Word. His fear of death may be eliminated from his mind. He may realize, the time of death as an opportunity to be accepted in His Court.

ਪਰਗਟੇ ਜੋਤਿ ਮਿਟਿਆ ਅੰਧਿਆਰਾ॥ pargatee jot miti-aa anDhi-aaraa.
ਰਾਮ ਰਤਨੁ ਪਾਇਆ ਕਰਤ ਬੀਚਾਰਾ॥੧॥ raam ratan paa-i-aa karat beechaaraa.
ਰਹਾਉ॥ ||1|| rahaa-o.

ਜਿਸ ਦੇ ਮਨ ਤੇ ਪ੍ਰਭ ਦੇ ਸ਼ਬਦ ਦੀ ਸਿਖਿਆਂ ਦਾ ਰੰਗ ਚੜ੍ਹ ਜਾਂਦਾ ਹੈ, ਉਸ ਦੀ ਸੋਚ ਬਦਲ ਜਾਂਦੀ ਹੈ । ਉਸ ਨੂੰ ਮਾਨਸ ਜੀਵਨ ਦੇ ਮਨੋਰਥ ਦੀ ਸੋਝੀ ਬਖੀਸ਼ਸ਼ ਹੋ ਜਾਂਦੀ ਹੈ ।

Whosoever may remain drenched with the essence of His Word; his thinking, imagination and way of life may be changed. He may be blessed with the enlightenment of the real purpose of human life opportunity.

ਜਹ ਅਨਦੁ ਦੁਖੁ ਦੂਰਿ ਪਇਆਨਾ॥ jah anand dukh door pa-i-aanaa.
ਮਨੁ ਮਾਨਕੁ ਲਿਵ ਤਤੁ ਲੁਕਾਨਾ॥੨॥ man, maanak liv tat lukaanaa. ||2||

ਜਿਸ ਦਾ ਭਰੋਸਾ ਸ਼ਬਦ ਦੀ ਸਿਖਿਆਂ ਤੇ ਅਡੋਲ ਹੋ ਜਾਂਦਾ ਹੈ । ਉਹ ਸ਼ਬਦ ਦੀ ਪਾਲਣਾ ਵਿੱਚ ਮਸਤ ਹੋ ਜਾਂਦਾ ਹੈ । ਉਸ ਦੇ ਮਨ ਦੀਆਂ ਚਿੰਤਾਂ, ਦੁਖ ਦੂਰ ਹੋ ਜਾਂਦੀਆਂ ਹਨ ।

Whosoever may remain obeying the teachings of His Word with steady and stable belief; with His mercy and grace, he may remain intoxicated in obeying the teachings and meditating in the void of His Word. All his miseries and worries of his mind may be eliminated.

ਜੋ ਕਿਛੁ ਹੋਆ ਸੁ ਤੇਰਾ ਭਾਣਾ॥ jo kichh ho-aa so tayraa bhaanaa.
ਜੋ ਇਵ ਬੂਝੈ ਸੁ ਸਹਜਿ ਸਮਾਣਾ॥੩॥ jo iv boojhai so sahj samaanaa. ||3||

ਜਿਹੜਾ ਜੀਵ ਸਮਝ ਜਾਂਦਾ ਹੈ, ਸੰਸਾਰ ਵਿੱਚ ਕੇਵਲ ਪ੍ਰਭ ਦਾ ਭਾਣਾ ਹੀ ਵਾਪਰਦਾ ਹੈ, ਹੋਰ ਕੁਝ ਨਹੀ ਹੋ ਸਕਦਾ । ਉਹ ਪ੍ਰਭ ਦੇ ਸ਼ਬਦ ਦੇ ਸਿਮਰਨ ਵਿੱਚ ਅਡੋਲ ਹੋ ਜਾਂਦਾ ਹੈ ।

Whosoever may realize that only His Command prevails; nothing else may happen in the universe without His blessings. He may remain intoxicated in meditation in the void of His Word.

ਕਹਤੁ ਕਬੀਰੁ ਕਿਲਬਿਖ ਗਏ ਖੀਣਾ॥ kahat kabeer kilbikh ga-ay kheenaa.
ਮਨੁ ਭਇਆ ਜਗਜੀਵਨ ਲੀਣਾ॥੪॥੧॥ man bha-i-aa jagjeevan leenaa. ||4||1||

ਜਿਹੜਾ ਸ਼ਬਦ ਦੀ ਪਾਲਣਾ ਅਡੋਲ ਭਰੋਸੇ ਨਾਲ ਕਰਦਾ, ਸ਼ਬਦ ਦੀ ਸਮਾਧੀ ਵਿੱਚ ਮਸਤ ਰਹਿੰਦਾ ਹੈ। ਹੌਲੀ ਹੌਲੀ ਉਸ ਦੇ ਮਨ ਦੀ ਅਵਸਥਾ ਬਦਲ ਜਾਂਦੀ ਹੈ, ਪਾਪ ਬਖਸ਼ੇ ਜਾਂਦੇ ਹਨ।

Whosoever may obey the teachings of His Word with steady and stable belief in his day-to-day life; with His mercy and grace, he may remain intoxicated in the void of His Word. Over-time, his state of mind may be transformed and his sins of previous lives may be forgiven.

168. (K-2) ਪ੍ਰਭਾਤੀ ਬਾਣੀ ਭਗਤ ਕਬੀਰ ਜੀ॥ (1349-11)

ਅਲਹੁ ਏਕੁ ਮਸੀਤਿ ਬਸਤੁ ਹੈ, alhu ayk maseet basat hai
ਅਵਰੁ ਮੁਲਖੁ ਕਿਸੁ ਕੇਰਾ॥ avar mulakh kis kayraa.
ਹਿੰਦੂ ਮੂਰਤਿ ਨਾਮ ਨਿਵਾਸੀ, hindoo moorat naam nivaasee
ਦੁਹ ਮਹਿ ਤਤੁ ਨ ਹੇਰਾ॥੧॥ duh meh tat na hayraa. ||1||

ਮੁਸਲਮਾਨ ਸੋਚਦਾ ਹੈ, ਇੱਕੋ ਇੱਕ ਪ੍ਰਭ ਹੈ! ਉਹ ਮਸੀਤ ਵਿੱਚ ਵਸਦਾ ਹੈ, ਅਰਦਾਸ ਕਰਨ ਨਾਲ ਉਸ ਦੀ ਰਹਿਮਤ ਬਖਸ਼ਿਸ਼ ਹੋ ਸਕਦੀ ਹੈ। ਹਿੰਦੂ ਸੋਚਦਾ ਹੈ, ਇੱਕੋ ਇੱਕ ਪ੍ਰਭ ਦੀ ਰਹਿਮਤ, ਭਗਤ ਦੇ ਬੁੱਤ, ਮੂਰਤ ਨੂੰ ਪ੍ਰਭ ਦਾ ਰੂਪ ਸਮਝਕੇ ਪੂਜਾ ਕਰਨ ਨਾਲ ਬਖਸ਼ਿਸ਼ ਕਰਦਾ ਹੈ। ਦੋਨਾਂ ਹੀ ਮੰਨਦੇ ਹਨ, ਪ੍ਰਭ ਹਰਇੱਕ ਥਾਂ, ਜੀਵ ਦੇ ਅੰਦਰ ਵਸਦਾ ਹੈ। ਦੋਨਾਂ ਦਾ ਭਰੋਸਾ, ਪ੍ਰਭ ਦੀ ਬੰਦਗੀ ਕਰਨ ਦੀ ਵਿਧੀ ਹੈ। ਦੋਨਾਂ ਦੀ ਵਿਧੀ, ਭਰੋਸਾ ਠੀਕ ਹੈ, ਪ੍ਰਭ ਸਾਰੀ ਸ੍ਰਿਸ਼ਟੀ ਵਿੱਚ ਹੀ ਸਮਾਇਆ ਹੈ, ਉਸ ਦੇ ਵਿਛੋੜੇ ਵਿੱਚ ਯਾਦ ਕਰਨ ਨਾਲ ਹੀ ਰਹਿਮਤ ਬਖਸ਼ਿਸ਼ ਹੁੰਦੀ ਹੈ।

Muslim believes that The One and Only True Master, God may bless the right path by meditating, by praying in Holy Mosque! Hindu believers The One and Only One True Master may become merciful and blesses the right path of acceptance in His Court by worshipping the statue of ancient prophet as symbol of God. Both believers The One and Only One remains omnipresent everywhere within each soul. Both beliefs are correct, The True Master remains omnipresent everywhere and remains embedded within each soul. Whosoever may remain in renunciation in the memory of his separation from His Holy Spirit, he may be blessed with the right path of acceptance in His Court.

ਅਲਹ ਰਾਮ ਜੀਵਉ ਤੇਰੇ ਨਾਈ॥ alah raam jeeva-o tayray naa-ee.
ਤੂ ਕਰਿ ਮਿਹਰਾਮਤਿ ਸਾਈ॥੧॥ ਰਹਾਉ॥ too kar mihraamat saa-ee. ||1|| rahaa-o.

ਪ੍ਰਭ ਮੈਂ ਸ਼ਬਦ ਦੀ ਪਾਲਣਾ, ਕਮਾਈ ਤੇ ਹੀ ਅਡੋਲ ਭਰੋਸਾ ਰਖਦਾ ਹਾ। ਆਪਣੀ ਰਹਿਮਤ ਨਾਲ ਸ਼ਬਦ ਦੀ ਪਾਲਣਾ ਦੀ ਕਰਨ ਦੀ ਸਮਰਥਾ ਬਖਸ਼ੋ!

My True Master, I obey the teachings of Your Word with steady and stable belief and hope for Your protection, guidance in my human life journey. My True Master bestows Your Blessed Vision, I may be blessed with devotion and strength to obey the teachings of Your Word with steady and stable belief in my day-to-day life.

ਦਖਨ ਦੇਸਿ ਹਰੀ ਕਾ ਬਾਸਾ, dakhan days haree kaa baasaa
ਪਛਿਮਿ ਅਲਹ ਮੁਕਾਮਾ॥ pachhim alah mukaamaa.
ਦਿਲ ਮਹਿ ਖੋਜਿ ਦਿਲੈ ਦਿਲਿ ਖੋਜਹੁ, dil meh khoj dilai dil khojahu
ਏਹੀ ਠਉਰ ਮੁਕਾਮਾ॥੨॥ ayhee tha-ur mukaamaa. ||2||

ਹਿੰਦੂ, ਪ੍ਰਭ ਨੂੰ ਦੱਖਣ ਵਿੱਚ ਵਸਦਾ, ਮੁਸਲਮਾਨ, ਪ੍ਰਭ ਨੂੰ ਪੱਛਮ ਵਿੱਚ ਵਸਦਾ ਮੰਨਦੇ ਹੈ । ਇਹ ਉਹਨਾਂ ਦਾ ਭਰੋਸਾ ਹੈ । ਜਿਹੜਾ ਆਪਣੇ ਮਨ ਅੰਦਰ ਧਿਆਨ ਲਾਉਂਦਾ, ਖੋਜਦਾ ਹੈ, ਪ੍ਰਭ ਉਸ ਨੂੰ ਸੋਝੀ ਬਖਸ਼ਦਾ ਹੈ । ਪ੍ਰਭ ਹਰਇੱਕ ਥਾਂ, ਜੀਵ ਦੇ ਤਨ ਵਿੱਚ, ਆਤਮਾ ਦੇ ਦਸਵੇਂ ਘਰ ਵਸਦਾ ਹੈ, ਉਸ ਦਾ ਦਰਵਾਜਾ, ਆਤਮਾ ਵਿੱਚ ਕਿਸੇ ਪਾਸੇ ਵੀ ਖੁਲ੍ਹ ਸਕਦਾ ਹੈ, ਉਸ ਨੂੰ ਢੂੰਡਣ ਦੀ ਹੋਰ ਕਿਸੇ ਪਾਸੇ ਲੋੜ ਨਹੀਂ ਹੁੰਦੀ ।

Hindu believes that The True Master dwells in south and Muslim believes, He dwells in West. Whosoever may concentrate, search within his own mind and body; with His mercy and grace, he may be enlightened, His Holy Spirit remains embedded with each soul and dwells in the 10th cave of his soul. His door may open for His true devotee in any direction. You may not need to search anywhere outside of your own body.

ਬ੍ਰਹਮਨ ਗਿਆਸ ਕਰਹਿ ਚਉਬੀਸਾ,	barahman gi-aas karahi cha-ubeesaa
ਕਾਜੀ ਮਹ ਰਮਜਾਨਾ॥	kaajee mah ramjaanaa.
ਗਿਆਰਹ ਮਾਸ ਪਾਸ ਕੈ ਰਾਖੇ,	gi-aareh maas paas kai raakhay
ਏਕੈ ਮਾਹਿ ਨਿਧਾਨਾ॥੩॥	aykai maahi niDhaanaa. ||3||

ਹਿੰਦੂ ਸਾਲ ਵਿੱਚ 24 ਵਰਤ, ਮੁਸਲਮਾਨ ਰਾਮਾਡਨ ਦੇ ਮਹੀਨੇ ਵਰਤ ਰਖਦੇ ਹਨ । ਬਾਕੀ 11 ਮਹਿਨੇ ਪਾਸੇ ਕਰ ਦੇਂਦੇ ਹਨ । ਇਸ ਮਹੀਨੇ ਨੂੰ ਹੀ ਬੰਦਗੀ ਦਾ ਸਮਾਂ ਸਮਝਕੇ ਪੂਜਾ, ਸਿਮਰਨ ਕਰਦੇ ਹਨ । ਉਹਨਾਂ ਦਾ ਭਰੋਸਾ ਹੈ, ਇਸ ਨਾਲ ਪ੍ਰਭ ਦੀ ਰਹਿਮਤ ਬਖਸ਼ਿਸ਼ ਹੋ ਜਾਂਦੀ ਹੈ ।

Hindu may consider 24 days in year as Holy and abstain from food; Muslim may consider Ramadan month as Holy for worship and abstain from food. Both believes that month holy, to be blessed with the right path of acceptance in His Court. He may not think, worry about meditating for rest 11 months. Both remains ignorant from the real purpose human life opportunity. His true devotee irrespective of any worldly religion, believes to remember, meditate with each breath.

ਕਹਾ ਉਡੀਸੇ ਮਜਨੁ ਕੀਆ,	kahaa udeesay majan kee-aa
ਕਿਆ ਮਸੀਤਿ ਸਿਰੁ ਨਾਂਏਂ॥	ki-aa maseet sir naaN-ayN.
ਦਿਲ ਮਹਿ ਕਪਟੁ ਨਿਵਾਜ ਗੁਜਾਰੈ,	dil meh kapat nivaaj gujaarai
ਕਿਆ ਹਜ ਕਾਬੈ ਜਾਂਏਂ॥੪॥	ki-aa haj kaabai jaaN-ayN. ||4||

ਜਿਹੜਾ ਮਨ ਵਿੱਚ ਬੁਰੀ ਨੀਅਤ, ਪਰਾਇਆਂ ਦਾ ਹੱਕ ਮਾਰਨ ਵਿੱਚ ਧਿਆਨ ਰਖਦਾ ਹੈ, ਉਹ ਪੰਜਾਂ ਜਮਦੂਤਾਂ ਦੇ ਵਸ ਵਿੱਚ ਹੀ ਰਹਿੰਦਾ ਹੈ । ਉਸ ਨੂੰ ਤੀਰਥ ਤੇ ਇਸ਼ਨਾਨ, ਗੁਰੂਦਵਾਰੇ, ਮਸੀਤ ਵਿੱਚ ਮੱਥਾ ਟੇਕਨ ਦਾ ਕੋਈ ਲਾਭ ਨਹੀਂ ਹੁੰਦਾ ।

Whosoever may remain intoxicated with greed, evil intention, control of 5 demons of worldly desires; he may not benefit with sanctifying bath at any Holy Shrine, worshiping at any Holy Shrine, and charity.

ਏਤੇ ਅਉਰਤ ਮਰਦਾ ਸਾਜੇ,	aytay a-urat mardaa saajay
ਏ ਸਭ ਰੂਪ ਤੁਮ੍ਾਰੇ॥	ay sabh roop tumHaaray.
ਕਬੀਰੁ ਪੂੰਗਰਾ ਰਾਮ ਅਲਹ ਕਾ,	kabeer poongraa raam alah kaa
ਸਭ ਗੁਰ ਪੀਰ ਹਮਾਰੇ॥੫॥	sabh gur peer hamaaray. ||5||

ਪ੍ਰਭ ਨੇ ਆਦਮੀ ਅਤੇ ਨਾਰੀ ਵੱਖਰੇ ਵੱਖਰੇ ਰੂਪਾਂ ਦੇ, ਰੰਗਾਂ ਦੇ ਬਣਾਏ ਹਨ । ਉਹਨਾਂ ਦੇ ਸਜਾਵਟ ਦੇ ਕਈ ਸਾਧਨ ਬਣਾਏ ਹਨ । ਪ੍ਰਭ ਹੀ ਸਾਰੇ ਸ੍ਰਿਸ਼ਟੀ ਦੇ ਜੀਵ ਪੈਦਾ ਕਰਦਾ ਹੈ । ਸੰਸਾਰਕ ਧਰਮ, ਪ੍ਰਭ ਨੂੰ ਵੱਖਰੇ ਨਾਮਾਂ ਨਾਲ ਯਾਦ ਕਰਦੇ ਹਨ । ਰਾਮ, ਅੱਲਾ, ਗੁਰੂ, ਪੀਰ ਤੇਰੀ ਪੂਜਾ ਦੇ ਨਾਮ ਹਨ ।

The True Master creates male, female with various features, skin color and different sizes, body structure. There may be many sources of embellishment in the universe. The One and Only One, True Master creates all creatures of the universe. Every worldly religion may remember The One and Only One True Master with various names as Rama, Allah, Guru, Sai etc. They may worship with different name; however, everyone may pray for Forgiveness and Refuge of the same True Master.

ਕਹਤੁ ਕਬੀਰੁ ਸੁਨਹੁ ਨਰ ਨਰਵੈ,	kahat kabeer sunhu nar narvai
ਪਰਹੁ ਏਕ ਕੀ ਸਰਨਾ॥	parahu ayk kee sarnaa.
ਕੇਵਲ ਨਾਮੁ ਜਪਹੁ ਰੇ ਪ੍ਰਾਨੀ,	kayval naam japahu ray paraanee
ਤਬ ਹੀ ਨਿਹਚੈ ਤਰਨਾ॥੬॥੨॥	tab hee nihchai tarnaa. ||6||2||

ਜੀਵ, ਇੱਕੋ ਇੱਕ ਪ੍ਰਭ ਦੀ ਸ਼ਰਣ ਵਿੱਚ ਆਪਾ ਭੇਟਾ ਕਰੋ! ਅਡੋਲ ਭਰੋਸੇ ਨਾਲ ਸ਼ਬਦ ਦਾ ਸਿਮਰਨ ਕਰੋ । ਪ੍ਰਭ ਦੀ ਰਹਿਮਤ ਨਾਲ ਜਨਮ ਮਰਨ ਦਾ ਚੱਕਰ ਖਤਮ ਹੋ ਸਕਦਾ ਹੈ ।

You should surrender your self-identity at His Sanctuary. Whosoever may meditate and obeys the teachings of His Word with steady and stable belief in your day-to-day life; with His mercy and grace, his cycle of birth and death may be eliminated.

169.(K-3) ਪ੍ਰਭਾਤੀ ਬਾਣੀ ਭਗਤ ਕਬੀਰ ਜੀ॥ (1349-18)

ਅਵਲਿ ਅਲਹ ਨੂਰੁ ਉਪਾਇਆ,	aval alah noor upaa-i-aa
ਕੁਦਰਤਿ ਕੇ ਸਭ ਬੰਦੇ॥	kudrat kay sabh banday.
ਏਕ ਨੂਰ ਤੇ ਸਭੁ ਜਗੁ ਉਪਜਿਆ,	ayk noor tay sabh jag upji-aa
ਕਉਨ ਭਲੇ ਕੋ ਮੰਦੇ॥੧॥	ka-un bhalay ko manday. ||1|

ਪ੍ਰਭ ਦੇ ਨੂਰ, ਰੂਹਾਨੀ ਹੋਂਦ ਵਿਚੋਂ ਹੀ ਸਾਰੀ ਸ੍ਰਿਸ਼ਟੀ ਉਤਪਤੀ ਹੋਈ ਹੈ । ਸਾਰੀ ਸ੍ਰਿਸ਼ਟੀ ਹੀ ਉਸ ਦੀ ਬਣਾਈ ਹੈ । ਉਹ ਕਿਵੇਂ ਕਿਸੇ ਨੂੰ ਚੰਗਾ ਜਾ ਕਿਸੇ ਨੂੰ ਬੁਰਾ ਬਣਾ ਸਕਦਾ ਹੈ । ਇਹ ਚੰਗਾ, ਮੰਦਾ ਆਪਣੇ ਦਿਲ ਦਾ ਭਰਮ ਹੀ ਹੈ । ਪ੍ਰਭ ਕੋਈ ਮੂਰਤ ਬੁਰੀ ਨਹੀਂ ਬਣਾਉਂਦਾ । ਜੋ ਕੁਝ ਵੀ ਕਰਦਾ ਹੈ, ਇਸ ਦਾ ਖਾਸ ਕਾਰਨ ਹੁੰਦਾ ਹੈ।

The whole creation may be an expansion of His Holy Spirit. How may he create someone good or evil creature? Fortunate and unfortunate may by the suspicion of our mind. The True Master has created every creature with unique DNA with unique purpose and no one may be ugly or bad structure.

ਲੋਗਾ ਭਰਮਿ ਨ ਭੂਲਹੁ ਭਾਈ॥	logaa bharam na bhoolahu bhaa-ee.
ਖਾਲਿਕੁ ਖਲਕ ਖਲਕ ਮਹਿ ਖਾਲਿਕੁ,	khaalik khalak khalak meh khaalik
ਪੂਰਿ ਰਹਿਓ ਸ੍ਰਬ ਠਾਂਈ॥੧॥ ਰਹਾਉ॥	poor rahi-o sarab thaaN-ee. ||1|| rahaa-o.

ਪ੍ਰਭ ਆਪ ਹੀ ਬਣਤਰ ਬਣਾਉਣ ਵਾਲਾ ਹੈ । ਇੱਕ ਹੀ ਮਿੱਟੀ (ਸਰੀਰ ਦੇ ਮਾਸ) ਤੋਂ ਵੱਖਰੇ ਵੱਖਰੇ ਬਣਤਰ ਬਣਾਉਂਦਾ ਹੈ । ਕਿਸੇ ਭਰਮ ਵਿੱਚ ਨਾ ਰਹੋ! ਆਪਣੀ ਬਣਾਈ ਹੋਈ ਸ੍ਰਿਸ਼ਟੀ ਵਿੱਚ ਪ੍ਰਭ ਆਪ ਹੀ ਵਸਦਾ, ਖੇਲਦਾ, ਵਾਪਰਦਾ ਹੈ ।

The True Master, Creator may create various body structure, colors, sex from the same clay. You should not indulge in any religious suspicions. The True Master remains embedded within each soul, dwells with each body and prevails with his body and everywhere in the universe in all plays in all events of His Nature.

ਮਾਟੀ ਏਕ ਅਨੇਕ ਭਾਂਤਿ ਕਰਿ,	maatee ayk anayk bhaaNt kar
ਸਾਜੀ ਸਾਜਨਹਾਰੈ॥	saajee saajanhaarai.
ਨਾ ਕਛੁ ਪੋਚ ਮਾਟੀ ਕੇ ਭਾਂਡੇ,	naa kachh poch maatee kay bhaaNday
ਨਾ ਕਛੁ ਪੋਚ ਕੁੰਭਾਰੈ॥੨॥	naa kachh poch kumbhaarai. ||2||

ਸਾਰੇ ਜੀਵਾਂ ਦਾ ਮਾਸ ਇੱਕੋ ਤਰ੍ਹਾਂ ਦਾ, ਇੱਕ ਹੀ ਮਿੱਟੀ ਤੋ ਬਣਾਇਆ ਹੈ । ਪ੍ਰਭ ਨੇ ਆਪ ਹੀ ਵੱਖਰੇ ਵੱਖਰੇ ਕਿਸਮ ਦੇ ਜੀਵ ਬਣਾਏ ਹਨ । ਪ੍ਰਭ ਬਣਤਰ ਬਣਾਉਣ ਲਈ ਜੀਵ ਦੀ ਕੋਈ ਸਲਾਹ ਨਹੀਂ ਲੈਂਦਾ । ਪ੍ਰਭ ਦੀ ਆਪਣੀ ਹੀ ਰਜ਼ਾ, ਮਰਜ਼ੀ ਹੁੰਦੀ ਹੈ ।

The flesh of every creature may be same kind. He has been created from same clay, from same 5 elements. He has created various kinds of creature. The True Master may never counsel anyone before creating any creature, structure, color, size with His Own imagination

ਸਭ ਮਹਿ ਸਚਾ ਏਕੋ ਸੋਈ, sabh meh sachaa ayko so-ee
ਤਿਸ ਕਾ ਕੀਆ ਸਭੁ ਕਛੁ ਹੋਈ॥ tis kaa kee-aa sabh kachh ho-ee.
ਹੁਕਮੁ ਪਛਾਨੈ ਸੁ ਏਕੋ ਜਾਨੈ, hukam pachhaanai so ayko jaanai
ਬੰਦਾ ਕਹੀਐ ਸੋਈ॥੩॥ bandaa kahee-ai so-ee. ||3||

ਹਰਇੱਕ ਜੀਵ ਦੇ ਹਿਰਦੇ ਵਿੱਚ ਅਟਲ ਪ੍ਰਭ ਦੀ ਹੀ ਜੋਤ, ਪ੍ਰਭ ਦੇ ਸ਼ਬਦ ਦੇ ਰੂਪ ਵਿੱਚ ਸਮਾਈ ਰਹਿੰਦੀ ਹੈ । ਸਾਰੇ ਹੀ ਪ੍ਰਭ ਦੀ ਮਰਜ਼ੀ ਦੇ ਗੁਲਾਮ ਹਨ । ਜਿਹੜਾ ਪ੍ਰਭ ਦੇ ਸ਼ਬਦ, ਮਰਜ਼ੀ ਨੂੰ ਸਮਝ ਜਾਂਦਾ ਹੈ । ਉਸ ਨੂੰ ਮਾਨਸ ਜੀਵਨ ਦੇ ਮੰਤਵ ਦੀ ਸੋਝੀ ਬਖਸ਼ਿਸ਼ ਹੋ ਜਾਂਦੀ ਹੈ । ਉਸ ਨੂੰ ਹੀ ਅਸਲੀ ਦਾਸ ਅਵਸਥਾ ਬਖਸ਼ਦਾ ਹੈ, ਉਹ ਹੀ ਅਸਲੀ ਇਨਸਾਨ ਹੁੰਦਾ ਹੈ ।

His Holy Spirit remains embedded within each soul as His Word and dwells within his body. Every one may only remain under His Command. Whosoever may recognize His Command, the essence of His Word; with His mercy and grace, he may realize the real purpose of his human life opportunity. He may be blessed with a state of mind as His true devotee. He may be a true human.

ਅਲਹੁ ਅਲਖੁ ਨ ਜਾਈ ਲਖਿਆ, alhu alakh na jaa-ee lakhi-aa
ਗੁਰਿ ਗੁੜੁ ਦੀਨਾ ਮੀਠਾ॥ gur gurh deenaa meethaa.
ਕਹਿ ਕਬੀਰ ਮੇਰੀ ਸੰਕਾ ਨਾਸੀ, kahi kabeer mayree sankaa naasee
ਸਰਬ ਨਿਰੰਜਨੁ ਡੀਠਾ॥੪॥੩॥ sarab niranjan deethaa. ||4||3||

ਪ੍ਰਭ ਜੀਵ ਦੇ ਦੇਖੇ ਜਾਣ, ਪਹੁੰਚ ਤੋ ਉਪਰ ਹੈ! ਜਿਸ ਤੇ ਰਹਿਮਤ ਬਖਸ਼ਦਾ ਹੈ, ਉਸ ਨੂੰ ਪ੍ਰਭ ਦੀ ਹੋਂਦ ਅਨੁਭਵ ਹੁੰਦੀ ਹੈ । ਉਸ ਦੇ ਮਨ ਦੇ ਸਾਰੇ ਭਰਮ ਦੂਰ ਹੋ ਜਾਂਦੇ ਹਨ । ਉਸ ਨੂੰ ਪ੍ਰਭ ਦੀਆਂ ਘਟਨਾਂ ਦਾ, ਵਾਪਰਨਾ ਮਹਿਸੂਸ ਹੋ ਜਾਂਦਾ ਹੈ ।

The True Master may remain beyond any visibility and reach of His Creation. Whosoever may be bestowed with His Blessed Vision, he may realize His Holy Spirit prevailing everywhere. All his suspicions may be eliminated. He may realize His Holy Spirit prevailing everywhere.

170. (K-4) ਪ੍ਰਭਾਤੀ ਬਾਣੀ ਭਗਤ ਕਬੀਰ ਜੀ॥ (1350-5)

ਬੇਦ ਕਤੇਬ ਕਹਹੁ ਮਤ ਝੂਠੇ, bayd katayb kahhu mat jhoothay
ਝੂਠਾ ਜੋ ਨ ਬਿਚਾਰੈ॥ jhoothaa jo na bichaarai.
ਜਉ ਸਭ ਮਹਿ ਏਕੁ ਖੁਦਾਇ ਕਹਤ ਹਉ, ja-o sabh meh ayk khudaa-ay kahat ha-o
ਤਉ ਕਿਉ ਮੁਰਗੀ ਮਾਰੈ॥੧॥ ta-o ki-o murgee maarai. ||1||

ਜੀਵ ਧਾਰਮਕ ਲਿਖਤਾਂ (ਕੁਰਾਨ, ਪਰਾਨ, ਗ੍ਰੰਥ) ਨੂੰ ਝੂਠਾ, ਗਲਤ ਨਾ ਕਹੋ । ਉਹ ਜੀਵ ਹੀ ਗਲਤ ਹੁੰਦਾ ਹੈ, ਜਿਸ ਦੇ ਮਨ ਵਿੱਚ ਇਹ ਵਿਚਾਰ ਹੁੰਦਾ ਹੈ । ਜਿਹੜਾ ਸਮਝਦਾ ਹੈ, ਹਰਇੱਕ ਜੀਵ ਦੀ ਆਤਮਾ ਵਿੱਚ ਇੱਕੋ ਇੱਕ ਪ੍ਰਭ ਵਸਦਾ ਹੈ, ਉਹ ਦੂਸਰੇ ਜੀਵ ਨੂੰ ਕਿਉਂ ਮਾਰਦਾ, ਮਾਸ ਖਾਂਦਾ ਹੈ?

You should not assume, consider, or claim that any Holy Scripture provides wrong teachings. Whosoever may even thing about Holy Scripture such a way, he is on the wrong path. Whosoever may believe that same Holy Spirit remains embedded within each soul and dwells within his body. Why may he hurt or kill any creature in the universe?

ਮੁਲਾਂ ਕਹਹੁ ਨਿਆਉ ਖੁਦਾਈ॥ mulaaN kahhu ni-aa-o khudaa-ee.
ਮਨ ਕਾ ਭਰਮੁ ਨ ਜਾਈ॥੧॥ ਰਹਾਉ॥ tayray man kaa bharam na jaa-ee. ||1|| rahaa-o.

ਜਿਹੜਾ ਵੀ ਧਾਰਮਕ ਜੀਵ, ਮੁੱਲਾ, ਪਰੀਸਟ, ਗੁਰੂਦਵਾਰੇ ਦਾ ਗ੍ਰੰਥੀ ਮੰਨਦਾ ਹੈ, ਪ੍ਰਭ ਸਦਾ ਇਨਸਾਫ ਕਰਦਾ, ਕਿਸੇ ਦਾ ਹੱਕ ਨਹੀਂ ਮਾਰਦਾ । ਜਿਹੜਾ ਪ੍ਰਭ ਦੀ ਰਹਿਮਤ ਤੋ ਬਿਨਾਂ ਹੋ ਕੋਈ ਅਰਦਾਸ ਕਰਦਾ ਹੈ । ਉਸ ਦੇ ਮਨ ਦਾ ਭਰੋਸਾ ਪੱਕਾ ਨਹੀਂ ਹੁੰਦਾ! ਪ੍ਰਭ ਤੇ ਪੂਰਨ ਵਿਸ਼ਵਾਸ ਨਹੀਂ ਹੁੰਦਾ ।

All religious person may claim that only justice prevails in His Court; he may never deprive anyone from justice. Whosoever may stay pray for anything except His Blessed Vision; he may remain in religious rituals or suspicions; he may never have steady and stable belief on His Command.

ਪਕਰਿ ਜੀਉ ਆਨਿਆ ਦੇਹ ਬਿਨਾਸੀ, pakar jee-o aani-aa dayh binaasee
ਮਾਟੀ ਕਉ ਬਿਸਮਿਲਿ ਕੀਆ॥ maatee ka-o bismil kee-aa.
ਜੋਤਿ ਸਰੂਪ ਅਨਾਹਤ ਲਾਗੀ, jot saroop anaahat laagee
ਕਹੁ ਹਲਾਲੁ ਕਿਆ ਕੀਆ॥੨॥ kaho halaal ki-aa kee-aa. ||2||

ਜਿਹੜਾ ਕਿਸੇ ਜਾਨਵਰ ਨੂੰ ਪਕੜਕੇ ਖਾਣੇ ਵਾਸਤੇ ਮਾਰਦਾ ਹੈ । ਉਹ ਕੇਵਲ ਇਸ ਤਨ, ਮਾਸ, ਮਿੱਟੀ ਨੂੰ ਹੀ ਮਾਰਦਾ ਹੈ । ਪਰ ਉਸ ਦੀ ਆਤਮਾ ਕਦੇ ਮਾਰਦੀ ਨਹੀਂ! ਉਸ ਦੀ ਆਤਮਾ ਹੋਰ ਮਿੱਟੀ ਵਿੱਚ ਜਾ ਬੈਠਦੀ ਹੈ । ਸੋਚੋ ਕਿ ਮਾਰਿਆ ਹੈ? ਪ੍ਰਭ ਦੀ ਬਣਤਰ ਨੂੰ ਹੀ ਬਦਲਿਆ ਹੈ । ਜਿਹੜੀ ਸਜ਼ਾ ਉਸ ਦੀ ਆਤਮਾ ਨੇ ਗਲਤੀ ਦੀ ਭੁਗਤਦੀ ਸੀ । ਪ੍ਰਭ ਉਸ ਦੇ ਖਾਤੇ ਵਿੱਚ ਲਿਖ ਦੇਂਦਾ ਹੈ ।

Whosoever may slaughter any animal, creature to eat; he has only killed his flesh, body. His imperishable soul may be assigned a new body. Imagine! what has he done? He has altered, destroyed the creation of The True Master. Whatsoever the punishment his soul may be enduring; now his soul may carry the burden of her sins. Think about the religious killings in the name of religion, His name or life sacrifice. All are nonsense and may not be rewarded in His Court.

ਕਿਆ ਉਜੂ ਪਾਕੁ, ਕੀਆ ਮੁਹੁ ਧੋਇਆ, ki-aa ujoo paak kee-aa muhu Dho-i-aa
ਕਿਆ ਮਸੀਤਿ ਸਿਰੁ ਲਾਇਆ॥ ki-aa maseet sir laa-i-aa.
ਜਉ ਦਿਲ ਮਹਿ ਕਪਟੁ ਨਿਵਾਜ ਗੁਜਾਰਹੁ, ja-o dil meh kapat nivaaj gujaarahu
ਕਿਆ ਹਜ ਕਾਬੈ ਜਾਇਆ॥੩॥ ki-aa haj kaabai jaa-i-aa. ||3||

ਜਿਹੜੇ ਜੀਵ ਦਾ ਮਨ ਪੰਜਾਂ ਜਮਦੂਤਾਂ ਦੇ ਵੱਸ ਵਿੱਚ, ਜਾਲ ਵਿੱਚ ਫਸਿਆ ਹੈ । ਉਸ ਨੂੰ ਮੰਦਰ, ਮਸੀਤ, ਗੁਰੂਦਵਾਰੇ ਜਾਣ, ਇਸ਼ਨਾਨ ਦਾ ਕੋਈ ਲਾਭ ਨਹੀਂ ਹੁੰਦਾ । ਜਿਤਨਾ ਚਿਰ ਮਨ ਸਾਫ ਨਹੀਂ ਕਰਦਾ । ਇਹ ਕਰਨ ਦੀ ਕੋਈ ਜਰੂਰਤ, ਲਾਭ ਨਹੀਂ ਹੁੰਦਾ ।

Whosoever may remain intoxicated with sweet poison of worldly deeds! He meditation at Holy Shrine or sanctifying bath may not be rewarded. Whose mind, intention may not be clean, beyond any worldly desires; he may not be rewarded for any meditation; just worthless.

ਤੂੰ ਨਪਾਕੁ ਪਾਕੁ ਨਹੀ ਸੂਝਿਆ, tooN naapaak paak nahee soojhi-aa
ਤਿਸ ਕਾ ਮਰਮੁ ਨ ਜਾਨਿਆ॥ tis kaa maram na jaani-aa.
ਕਹਿ ਕਬੀਰ ਭਿਸਤਿ ਤੇ ਚੂਕਾ, kahi kabeer bhisat tay chookaa
ਦੋਜਕ ਸਿਉ ਮਨੁ ਮਾਨਿਆ॥੪॥੪॥ dojak si-o man maani-aa. ||4||4||

ਜਿਸ ਦੀ ਆਤਮਾ ਪਵਿੱਤਰ, ਸਾਫ ਨਹੀਂ ਹੁੰਦੀ! ਉਹ ਪ੍ਰਭ ਦੀ ਪਵਿੱਤਰ ਹੋਂਦ, ਕਰਤਬ ਕਿਵੇਂ ਸਮਝ ਸਕਦਾ ਹੈ? ਉਹ ਪ੍ਰਵਾਨਗੀ ਦੇ ਰਸਤੇ ਤੇ ਨਹੀਂ ਚਲ ਸਕਦਾ । ਜਨਮ ਮਰਨ ਦੇ ਚੱਕਰ, ਨਰਕ ਵਿੱਚ ਹੀ ਰਹਿੰਦਾ ਹੈ । ਉਹ ਦਰਗਾਹ ਦੇ ਰਸਤੇ ਨਹੀਂ ਚਲਦਾ, ਉਸ ਦਾ ਰਸਤਾ ਨਰਕ ਵੱਲ ਹੈ ।

Whose soul may not be sanctified, beyond the reach of worldly desires. He may never realize His Soul prevailing everywhere, nor he may comprehend any of His miracles, events of His Nature. He may never be blessed with the right path of acceptance in His Court. He may remain in the cycle of birth and death, in hell.

171. (K-5) ਪ੍ਰਭਾਤੀ ਬਾਣੀ ਭਗਤ ਕਬੀਰ ਜੀ॥ (1350-11)

ਸੁੰਨ ਸੰਧਿਆ ਤੇਰੀ ਦੇਵ ਦੇਵਾਕਰ, ਅਧਪਤਿ ਆਦਿ ਸਮਾਈ॥ — sunn sanDhi-aa tayree dayv dayvaakar aDhpat aad samaa-ee.
ਸਿਧ ਸਮਾਧਿ ਅੰਤੁ ਨਹੀ ਪਾਇਆ, ਲਾਗਿ ਰਹੇ ਸਰਨਾਈ॥੧॥ — siDh samaaDh ant nahee paa-i-aa laag rahay sarnaa-ee. ||1||

ਸੰਸਾਰਕ ਗਿਆਨ, ਸੋਝੀ ਦਾ ਮਾਲਕ, ਹਰਇੱਕ ਥਾਂ ਤੇ ਵਾਪਰਦਾ ਹੈ । ਬੰਦਗੀ ਕਰਨ ਵਾਲਾ ਵੀ ਤੇਰਾ ਅੰਤ ਨਹੀਂ ਜਾਣ ਸਕਦਾ । ਉਹ ਵੀ ਤੇਰੀ ਰਹਿਮਤ, ਸ਼ਰਣ ਦੀ ਅਰਧਾਨਾ ਹੀ ਕਰਦਾ ਹੈ ।

The True Master, Treasure of all virtues prevails everywhere in the universe. Even His true devotee may not fully comprehend His Nature. He may also pray for His Forgiveness and Refuge.

ਲੇਹੁ ਆਰਤੀ ਹੋ ਪੁਰਖ ਨਿਰੰਜਨ, ਸਤਿਗੁਰ ਪੂਜਹੁ ਭਾਈ॥ — layho aartee ho purakh niranjan satgur poojahu bhaa-ee.
ਠਾਢਾ ਬ੍ਰਹਮਾ ਨਿਗਮ ਬੀਚਾਰੈ, ਅਲਖੁ ਨ ਲਖਿਆ ਜਾਈ॥੧॥ ਰਹਾਉ॥ — thaadhaa barahmaa nigam beechaarai alakh na lakhi-aa jaa-ee. ||1|| rahaa-o.

ਪ੍ਰਭ ਆਪਣੇ ਆਪ ਵਿੱਚ ਪੂਰਨ, ਪੂਰਾ ਹੈ । ਮੇਰੀ ਇੱਕੋ ਇੱਕ ਹੀ ਅਰਾਧਨਾ ਹੈ । ਰਹਿਮਤ ਨਾਲ ਸ਼ਬਦ ਦੀ ਲਗਨ ਬਖਸ਼ੋ! ਆਪਣੀ ਦਾਸ ਅਵਸਥਾ ਬਖਸ਼ੋ! ਬ੍ਰਹਮਾ ਵਰਗੇ, ਬੰਦਗੀ ਕਰਨ ਵਾਲੇ ਵੀ ਤੇਰੇ ਦਰਵਾਜੇ ਤੇ ਵੇਦਾਂ ਪੜ੍ਹਦੇ, ਵਿਚਾਰਦੇ ਹਨ । ਤੇਰੀ ਰਹਿਮਤ ਤੋ ਬਿਨਾਂ ਦਰਸ਼ਨ ਬਖਸ਼ਿਸ਼ ਨਹੀਂ ਹੁੰਦੇ, ਪਹੁੰਚ ਨਹੀਂ ਸਕਦੇ ।

The Omnipotent True Master remains perfect in all respects. I have One and only One prayer! I may be blessed with devotion to obey the teachings of His Word. I may be blessed with a state of mind as His true devotee. Even devotee like **Brahma** may be reading, reciting Vedas, standing at His door. Without His Blessed Vision, no one may ever be accepted in His Court.

ਤਤੁ ਤੇਲੁ ਨਾਮੁ ਕੀਆ ਬਾਤੀ, ਦੀਪਕੁ ਦੇਹ ਉਜਾਰਾ॥ — tat tayl naam kee-aa baatee deepak dayh uj-yaaraa.
ਜੋਤਿ ਲਾਇ ਜਗਦੀਸ ਜਗਾਇਆ, ਬੂਝੈ ਬੂਝਨਹਾਰਾ॥੨॥ — jot laa-ay jagdees jagaa-i-aa boojhai boojhanhaaraa. ||2||

ਪ੍ਰਭ ਤੇਰੇ ਬਖਸ਼ੇ ਤਨ ਨੂੰ ਦੀਵਾ, ਸ਼ਬਦ ਦੀ ਸੋਝੀ ਨੂੰ ਬੱਤੀ ਬਣਾਕੇ ਸਿਮਰਨ ਦਾ ਤੇਲ ਪਾਉਂਦਾ ਹਾ । ਆਪਣੇ ਤਨ ਅੰਦਰ ਚਾਨਣ ਕਰਕੇ ਤੇਰੇ ਸ਼ਬਦ ਦੀ ਸੋਝੀ ਢੂੰਡਦਾ ਹਾ । ਆਪਣੀ ਰਹਿਮਤ ਨਾਲ ਅਸਲੀ ਮਾਰਗ ਤੇ ਪਾਵੋ । ਤੇਰੀ ਬੰਦਗੀ ਵਿੱਚ ਲੀਨ ਹੋਇਆ, ਤੇਰੇ ਘਰ ਵਿੱਚ ਪ੍ਰਵਾਨ ਹੋ ਜਾਵਾ ।

My True Master! I am making your blessed body as lamp; enlightenment as a wick of lamp and my meditation as oil, fuel to enlighten the lamp within my mind and body. I am removing the darkness of ignorance and searching the enlightenment of the essence of Your Word; with Your mercy and grace, blesses me the right path of acceptance in Your Court. I may remain intoxicated meditating in the void of Your Word and I may be accepted in Your Court.

ਪੰਚੇ ਸਬਦ ਅਨਾਹਦ ਬਾਜੇ, ਸੰਗੇ ਸਾਰਿੰਗਪਾਨੀ॥ — panchay sabad anaahad baajay sangay saringpaanee.
ਕਬੀਰ ਦਾਸ ਤੇਰੀ ਆਰਤੀ ਕੀਨੀ, ਨਿਰੰਕਾਰ ਨਿਰਬਾਨੀ॥੩॥੫॥ — kabeer daas tayree aartee keenee nirankaar nirbaanee. ||3||5||

ਮੇਰੇ ਮਨ ਵਿੱਚ ਪੰਜੋਂ ਸਦਾ ਚੱਲਣ ਵਾਲੀਆਂ ਧੁਨਾਂ, ਰਾਗ ਬਾਰ ਬਾਰ ਗੂੰਜਦੇ ਹਨ । ਮੈਂ ਸ਼ਬਦ ਦੀ ਸਮਾਧੀ ਵਿਚ ਅਡੋਲ ਵਸਦਾ ਹਾ । ਮੈਂ ਪੰਜਾਂ ਜਮਦੂਤਾਂ ਤੇ ਕਾਬੂ ਪਾ ਕੇ ਤੇਰੀ ਆਰਤੀ, ਅਰਾਧਨਾ ਕਰਦਾ ਹਾ । ਆਪਣੀ ਰਹਿਮਤ ਨਾਲ ਸ਼ਬਦ ਦੀ ਪਾਲਣਾ ਦੀ ਲਗਨ ਬਖ਼ਸ਼ੋ ! ਮੈਂ ਤੇਰੇ ਦਰਬਾਰ ਵਿੱਚ ਪ੍ਰਵਾਨ ਹੋ ਸਕਾ, ਮੈਂ ਤੇਰੇ ਦਰ ਦਾ ਹੀ ਭਿਖਾਰੀ ਹਾ । ਤੂੰ ਹੀ ਸਭ ਕੁਝ ਕਰਨ ਕਰਵਾਉਣ ਵਾਲਾ ਮਾਲਕ ਹੈ ।

My True Master I may hear 5 everlasting echoes of Your 5 Words resonating within my mind. I may remain intoxicated in meditation in the void of Your Word. I have conquered 5 demons of worldly desires and praying for Your Forgiveness and Refuge. I may be blessed with devotion to obey the teachings of Your Word. I am a beggar at Your door; with Your mercy and grace, I may be accepted in Your Court. You are The One and Only One True Master prevailing everywhere.

172.ਪ੍ਰਭਾਤੀ ਬਾਣੀ ਭਗਤ ਨਾਮਦੇਵ ਜੀ ਕੀ (1350-16)

੧ੴ ਸਤਿਗੁਰ ਪ੍ਰਸਾਦਿ॥	ik-oNkaar satgur parsaad.
ਮਨ ਕੀ ਬਿਰਥਾ ਮਨੁ ਹੀ ਜਾਨੈ,	man, kee birthaa man hee jaanai
ਕੈ ਬੂਝਲ ਆਗੈ ਕਹੀਐ॥	kai boojhal aagai kahee-ai.
ਅੰਤਰਜਾਮੀ ਰਾਮੁ ਰਵਾਂਈ,	antarjaamee raam ravaaN-ee
ਮੈਂ ਡਰੁ ਕੈਸੇ ਚਹੀਐ॥੧॥	mai dar kaisay chahee-ai. ||1||

ਪ੍ਰਭ ਜੀਵ ਦੇ ਮਨ ਦੀ ਖਾਹਿਸ਼, ਅਵਸਥਾ ਜਾਣਦਾ ਹੈ । ਜਾਣੀ ਜਾਣ ਪ੍ਰਭ, ਆਪ ਹੀ ਜੀਵ ਦੇ ਅੰਦਰ ਵਸਦਾ ਹੈ । ਉਸ ਅੱਗੇ ਅਰਾਦਸ ਕਰਨ, ਮੰਗ ਕਰਨ ਤੋ ਕਿਉਂ ਡਰਦਾ, ਸ਼ਰਮਿੰਦਾ ਹੁੰਦਾ ਹੈ?

The Omniscient True Master remains aware about the desires and state of mind of His Creation. The Omniscient True Master remains embedded within your soul and dwells within your body. Why are you ashamed of begging from The True Master?

ਬੇਧੀਅਲੇ ਗੋਪਾਲ ਗੋੁਸਾਈ॥	bayDhee-alay gopaal gosaa-ee.
ਮੇਰਾ ਪ੍ਰਭੁ ਰਵਿਆ ਸਰਬੇ ਠਾਈ॥੧॥	mayraa parabh ravi-aa sarbay thaa-ee. ||1||
ਰਹਾਉ॥	rahaa-o.

ਜਿਸ ਦੇ ਮਨ ਵਿੱਚ ਪ੍ਰਭ ਦੇ ਸ਼ਬਦ ਦੀ ਸਿਖਿਆਂ ਘਰ ਕਰ ਜਾਂਦੀ ਹੈ, ਜਾਗਰਤ ਹੋ ਜਾਂਦੀ ਹੈ । ਉਸ ਨੂੰ ਪ੍ਰਭ ਦੀ ਹੋਂਦ ਹਰਇੱਕ ਥਾਂ ਵਾਪਰਦੀ ਨਜ਼ਰ ਆਉਂਦੀ ਹੈ ।

Whosoever may be enlightened with essence of His Word and remains drenched with the essence of His Word; with His mercy and grace, he may realize His Holy Spirit prevailing everywhere within each soul.

ਮਾਨੈ ਹਾਟੁ ਮਾਨੈ ਪਾਟੁ,	maanai haat maanai paat
ਮਾਨੈ ਹੈ ਪਾਸਾਰੀ॥	maanai hai paasaaree.
ਮਾਨੈ ਬਾਸੈ ਨਾਨਾ ਭੇਦੀ,	maanai baasai naanaa
ਭਰਮਤੁ ਹੈ ਸੰਸਾਰੀ॥੨॥	bhaydee bharmat hai sansaaree. ||2||

ਜੀਵ ਦਾ ਮਨ ਹੀ ਉਹ ਮਦਰਸਾ ਹੈ । ਜਿਸ ਵਿੱਚ ਵਿਚਾਰ ਘੜੇ ਜਾਂਦੇ, ਵਿਚਾਰ ਵਸਦੇ ਹਨ । ਆਪਣੇ ਮਨ ਵਿਚੋਂ ਹੀ ਵਿਚਾਰ ਖਰੀਦ ਦਾ ਹੈ । ਵਿਚਾਰਾਂ ਦੀ ਵੱਖਰੇ ਵੱਖਰੇ ਤਰੀਕੇ ਨਾਲ ਵਰਤੋਂ ਕਰਦਾ ਹੈ । ਵਿਚਾਰਾਂ ਦੇ ਅਧਾਰ ਤੇ ਵੱਖਰੀਆਂ ਵੱਖਰੀਆਂ ਦ੍ਰਿਸ਼ਾਂ ਵਿੱਚ ਭਉਦਾ ਰਹਿੰਦਾ ਹੈ ।

The mind of a creature may be considered as school, workshop to design, create different thoughts, ideas; all thoughts remain embedded within. He may purchase different ideas, thoughts and implement in various ways to accomplish his desires. He remains wandering in frustrations in different directions.

ਗੁਰ ਕੈ ਸਬਦਿ ਏਹੁ ਮਨੁ ਰਾਤਾ, gur kai sabad ayhu man raataa
ਦੁਬਿਧਾ ਸਹਜਿ ਸਮਾਣੀ॥ dubiDhaa sahj samaanee.
ਸਭੋ ਹੁਕਮੁ ਹੁਕਮੁ ਹੈ ਆਪੇ, sabho hukam hukam hai aapay
ਨਿਰਭਉ ਸਮਤੁ ਬੀਚਾਰੀ॥੩॥ nirbha-o samat beechaaree. ||3||

ਜਿਹੜੇ ਜੀਵ ਦਾ ਮਨ ਵਿੱਚ ਪ੍ਰਭ ਦੇ ਸ਼ਬਦ ਦੀ ਸਿਖਿਆਂ ਘਰ ਕਰ ਜਾਂਦੀ ਹੈ । ਉਸ ਨੂੰ ਮਨ ਦੀਆਂ ਭਟਕਣਾਂ, ਤ੍ਰਿਸ਼ਨਾ ਤੇ ਜਿੱਤ ਬਖਸ਼ਿਸ਼ ਹੋ ਜਾਂਦੀ ਹੈ । ਪ੍ਰਭ ਦਾ ਸ਼ਬਦ ਹੀ ਪ੍ਰਭ ਦਾ ਹਾਕਮ ਹੈ, ਉਸ ਦਾ ਹੁਕਮ ਹੀ ਚਲਦਾ ਹੈ । ਪ੍ਰਭ ਕਿਸੇ ਡਰ, ਵਿਕਤਰੇ ਤੋਂ ਬਿਨਾਂ ਸਾਰੇ ਜੀਵਾਂ ਦੇ ਕੰਮ ਪਰਖਦਾ ਹੈ ।

Whosoever may remain drenched with the essence of His Word; with His mercy and grace, he may be blessed to conquer his frustration and anxiety. His Word, may be an Ultimate Commander and only His Command may prevail in the universe. The True Master may judge and rewards the worldly deeds of His Creation, without any fear or discrimination.

ਜੋ ਜਨ ਜਾਨਿ ਭਜਹਿ ਪੁਰਖੋਤਮੁ, jo jan jaan bhajeh purkhotam
ਤਾ ਚੀ ਅਬਿਗਤੁ ਬਾਣੀ॥ taa chee abigat banee.
ਨਾਮਾ ਕਹੈ ਜਗਜੀਵਨੁ ਪਾਇਆ, naamaa kahai jagjeevan paa-i-aa
ਹਿਰਦੈ ਅਲਖ ਬਿਡਾਣੀ॥੪॥੧॥ hirdai alakh bidaanee. ||4||1||

ਜਿਹੜਾ ਅਤੋਲ ਭਰੋਸੇ ਨਾਲ ਪ੍ਰਭ ਦੇ ਸ਼ਬਦ ਦਾ ਸਿਮਰਨ, ਪਾਲਣਾ ਕਰਦਾ ਹੈ । ਉਸ ਦੇ ਮੁੱਖ ਤੋਂ ਨਿਕਲੇ ਕਥਨ ਹੀ ਪ੍ਰਭ ਦੀ ਬਾਣੀ ਬਣ ਜਾਂਦੇ ਹਨ । ਉਸ ਨੂੰ ਆਪਣੇ ਅੰਦਰੋਂ ਹੀ ਪ੍ਰਭ ਦੀ ਹੋਂਦ ਪ੍ਰਗਟ ਹੋ ਜਾਂਦੀ ਹੈ । ਉਸ ਵਿੱਚ ਹੀ ਮਸਤ, ਲੀਨ ਹੋਇਆ ਪ੍ਰਭ ਦੀ ਜੋਤ ਵਿੱਚ ਅਭੇਦ ਹੋ ਜਾਂਦਾ ਹੈ ।

Whosoever may meditate and obeys the teachings of His Word with steady and stable belief in his day-to-day life; with His mercy and grace, his spoken words may be transformed as His Word, true forever. He may realize His Existence, His Holy Spirit prevailing everywhere. He may remain intoxicated in the void of His Word; with His mercy and grace, he may be immersed within His Holy Spirit.

173.(N-2) ਪ੍ਰਭਾਤੀ ਬਾਣੀ ਭਗਤ ਨਾਮਦੇਵ ਜੀ॥ (1351-3)

ਆਦਿ ਜੁਗਾਦਿ ਜੁਗਾਦਿ ਜੁਗੋ ਜੁਗੁ, aad jugaad jugaad jugo jug
ਤਾ ਕਾ ਅੰਤੁ ਨ ਜਾਨਿਆ॥ taa kaa ant na jaani-aa.
ਸਰਬ ਨਿਰੰਤਰਿ ਰਾਮੁ ਰਹਿਆ sarab nirantar raam rahi-aa
ਰੁਵਿ ਐਸਾ ਰੂਪੁ ਬਖਾਨਿਆ ॥੧॥ rav aisaa roop bakhaani-aa. ||1||

ਪ੍ਰਭ ਸ੍ਰਿਸ਼ਟੀ ਤੋਂ ਪਹਿਲੇ ਵੀ ਅਜੇਹਾ ਹੀ ਸੀ ਅੱਗੇ ਵੀ ਅਜੇਹਾ ਹੀ ਰਹਿੰਗਾ । ਇਸ ਦਾ ਅੰਤ ਕਿਸੇ ਤੋਂ ਜਾਣਿਆ, ਜਾ ਵਿਆਖਿਆ ਨਹੀਂ ਕੀਤਾ ਜਾ ਸਕਦਾ । ਉਹ ਹਰਇੱਕ ਥਾਂ, ਹਰਇੱਕ ਵਿੱਚ, ਮੌਜੂਦ, ਆਪ ਹੀ ਵਾਪਰਦਾ ਹੈ । ਕਰਤਾ ਆਪ ਹੀ ਸਾਰੇ ਕਾਰਨਾਂ ਦਾ ਕਾਰਨ ਹੈ । ਪ੍ਰਭ ਨੂੰ ਇਸਤਰ੍ਹਾਂ ਹੀ ਵਖਿਆਣ ਕੀਤਾ ਜਾ ਸਕਦਾ ।

The True Master was same before the creation of the universe, in present and in future. The limits and boundary of His powers may remain beyond the comprehension of His Creation. The Omnipresent True Master remains embedded within each soul, and prevails in every event in His Nature. The True Master may be explained as the creator of all causes of all events.

ਗੋਬਿਦੁ ਗਾਜੈ ਸਬਦੁ ਬਾਜੈ॥ gobid gaajai sabad baajai.
ਆਨਦ ਰੂਪੀ ਮੇਰੋ ਰਾਮਈਆ॥੧॥ aanad roopee mayro raam-ee-aa. ||1||
ਰਹਾਉ॥ rahaa-o

ਜਿਸ ਜਗ੍ਹਾ ਤੇ ਪ੍ਰਭ ਦੇ ਸ਼ਬਦ ਦਾ ਸਿਮਰਨ ਹੁੰਦਾ, ਪ੍ਰਭ ਉਥੇ ਹੀ ਅਨੁਭਵ ਹੋ ਜਾਂਦਾ ਹੈ । ਆਪ ਹੀ ਸ਼ਬਦ ਵਿੱਚ ਵਾਪਰਦਾ ਹੈ । ਉਸ ਦੀ ਰਹਿਮਤ ਸ਼ਬਦ ਦੀ ਪਾਲਣਾ ਵਿੱਚ ਹੀ ਮਹਿਸੂਸ ਹੁੰਦੀ ਹੈ ।

Wherever any of His true devotee may meditate on the teachings of His Word; he may realize His Holy Spirit prevailing at that place. The True Master prevails through His Word; the teachings of His Word remain the virtues of His Word. His Blessed Vision may be realized in obeying the teachings of His Word.

ਬਾਵਨ ਬੀਖੂ ਬਾਨੈ ਬੀਖੇ,	baavan beekhoo baanai beekhay
ਬਾਸੁ ਤੇ ਸੁਖ ਲਾਗਿਲਾ॥	baas tay sukh laagilaa.
ਸਰਬੇ ਆਦਿ ਪਰਮਲਾਦਿ ਕਾਸਟ,	sarbay aad paramlaad kaasat
ਚੰਦਨੁ ਭੈਇਲਾ॥੨॥	chandan bhai-ilaa. ||2||

ਜਿਸ ਜੰਗਲ ਵਿੱਚ ਸੰਦਲ ਦਾ ਬ੍ਰਿਛ ਹੁੰਦਾ ਹੈ, ਸਾਰੇ ਜੰਗਲ ਦੇ ਬ੍ਰਿਛਾਂ ਵਿਚੋਂ ਹੀ ਸੁਗੰਧ ਆਉਣ ਲਗ ਪੈਂਦੀ ਹੈ । ਇਸਤਰ੍ਹਾਂ ਪ੍ਰਭ ਦੇ ਸ਼ਬਦ ਦਾ ਸਿਮਰਨ ਕਰਨ ਵਾਲੇ ਦੀ ਸੰਗਤ ਵਿੱਚ ਸਾਰੇ ਜੀਵਾਂ ਦੇ ਮਨ, ਜੀਭ ਵਿਚੋਂ ਪ੍ਰਭ ਦੇ ਸ਼ਬਦ ਦੀ ਧੁਨ ਭਰਪੂਰ ਹੁੰਦੀ ਹੈ । ਸਾਰੇ ਹੀ ਸਾਧ ਸੰਗਤ ਬਣ ਜਾਂਦੇ ਹਨ ।

Any forest may have a sandalwood tree; all the trees may spread the aroma of sandalwood. Same way, in the conjugation of His Holy saint, meditating on the teachings of His Word; the echo of the teachings of His Word may remain overwhelmed on the tongue of all devotees. All devotees may become a congregation of Holy saints.

ਤੁਮੑ ਚੇ ਪਾਰਸੁ ਹਮ ਚੇ ਲੋਹਾ,	tumH chay paaras ham chay lohaa
ਸੰਗੇ ਕੰਚਨੁ ਭੈਇਲਾ॥	sangay kanchan bhai-ilaa.
ਤੂ ਦਇਆਲੁ ਰਤਨੁ ਲਾਲੁ ਨਾਮਾ,	too da-i-aal ratan laal naamaa
ਸਾਚਿ ਸਮਾਇਲਾ॥੩॥੨॥	saach samaa-ilaa. ||3||2||

ਜਿਵੇਂ ਪਾਰਸ ਨੂੰ ਛੂਹਣ ਨਾਲ ਲੋਹਾ, ਸੋਨਾ ਵਰਗਾ ਕੀਮਤੀ ਧਾਤ ਬਣ ਜਾਂਦਾ ਹੈ । ਇਸਤਰ੍ਹਾਂ ਜਿਸ ਨੂੰ ਪ੍ਰਭ ਆਪਣੀ ਰਹਿਮਤ ਨਾਲ ਸ਼ਬਦ ਦੀ ਪਾਲਣਾ ਦੀ ਲਗਨ ਬਖਸ਼ਿਸ਼ ਹੋ ਜਾਂਦੀ ਹੈ! ਉਹ ਗੁਣ ਨਾਲ ਭਰਪੂਰ ਹੋ ਜਾਂਦਾ ਹੈ । ਉਹ ਵੀ ਲੋਹੇ ਤੋ ਸੋਨਾ ਬਣ ਜਾਂਦਾ ਹੈ ।

As by touching a philosopher's stone, Iron may be converted into an expensive, priceless element. Same way, whosoever may be blessed with devotion to obey the teachings of His Word; he may become overwhelmed with virtues of His Word. He may be transformed from Iron into expensive metal like Gold.

174.(N-3) ਪ੍ਰਭਾਤੀ ਬਾਣੀ ਭਗਤ ਨਾਮਦੇਵ ਜੀ॥ (1351-7)

ਅਕੁਲ ਪੁਰਖ ਇਕੁ ਚਲਿਤੁ ਉਪਾਇਆ॥	akul purakh ik chalit upaa-i-aa.
ਘਟਿ ਘਟਿ ਅੰਤਰਿ ਬ੍ਰਹਮੁ ਲੁਕਾਇਆ॥੧॥	ghat ghat antar barahm lukaa-i-aa. ||1||

ਪ੍ਰਭ ਨੇ ਇੱਕ ਅਜੇਹਾ ਅਨੋਖਾ ਹੀ ਖੇਲ ਬਣਾਇਆ ਹੈ! ਪ੍ਰਭ ਦੀ ਹੋਂਦ ਹਰਇੱਕ ਜੀਵ ਦੇ ਹਿਰਦੇ ਵਿੱਚ ਹੀ ਸਮਾਈ ਹੋਈ ਹੈ । ਪ੍ਰਭ ਦੀ ਰਹਿਮਤ ਤੋ ਬਿਨਾਂ, ਮਹਿਸੂਸ ਨਹੀਂ ਹੁੰਦੀ ।

The True Master has created an astonishing play of His Creation. His Holy Spirit remains embedded within each soul; only with His mercy and grace, His true devotee may realize His existence, His Holy Spirit prevailing everywhere.

ਜੀਅ ਕੀ ਜੋਤਿ ਨ ਜਾਨੈ ਕੋਈ॥	jee-a kee jot na jaanai ko-ee.
ਤੈ ਮੈ ਕੀਆ ਸੁ ਮਾਲੂਮੁ ਹੋਈ॥੧॥	tai mai kee-aa so maaloom ho-ee. ||1||
ਰਹਾਉ॥	rahaa-o.

ਕਿਸੇ ਜੀਵ ਨੂੰ ਵੀ ਆਪਣੀ ਆਤਮਾ ਦੀ ਪੂਰਨ ਸੋਝੀ ਨਹੀਂ ਹੁੰਦੀ । ਅੰਤਰਜਾਮੀ ਪ੍ਰਭ ਦੀ ਬਖਸ਼ਿਸ਼ ਨਾਲ ਹੀ ਕੁਝ ਸੋਝੀ ਹੁੰਦੀ ਹੈ । ਪ੍ਰਭ ਤੋ ਕੁਝ ਛਿਪਾਇਆ ਨਹੀਂ ਜਾ ਸਕਦਾ ।

The True Master! No one may be fully aware about the virtues of his own soul, the real purpose his human life opportunity. He may only be blessed with some enlightenment. Nothing may be kept secret, hidden from The Omniscient True Master.

ਜਿਉ ਪ੍ਰਗਾਸਿਆ ਮਾਟੀ ਕੁੰਭੇਉ॥ ji-o pargaasi-aa maatee kumbhay-o.
ਆਪ ਹੀ ਕਰਤਾ ਬੀਠੁਲੁ ਦੇਉ॥੨॥ aap hee kartaa beethul day-o. ||2||

ਜਿਵੇਂ ਸਾਰੇ ਹੀ ਭਾਂਡੇ ਇੱਕ ਮਿੱਟੀ ਤੋ ਹੀ ਬਣਾਏ ਹਨ । ਇਸਤਰ੍ਹਾਂ ਸਾਰੇ ਜੀਵ ਹੀ ਪ੍ਰਭ ਦੀ ਆਪਣੀ ਹੋਂਦ ਵਿਚੋਂ ਉਤਪਤ, ਪੈਦਾ ਹੋਏ ਹਨ ।

All clay vessels may be made from same kind of clay. Same way the soul of every creature is an expansion of His Holy Spirit.

ਜੀਅ ਕਾ ਬੰਧਨੁ ਕਰਮੁ ਬਿਆਪੈ॥ jee-a kaa banDhan karam bi-aapai.
ਜੋ ਕਿਛੁ ਕੀਆ ਸੁ ਆਪੈ ਆਪੈ॥੩॥ jo kichh kee-aa so aapai aapai. ||3||

ਪ੍ਰਭ ਨੇ ਆਤਮਾ ਨੂੰ ਕਰਮਾਂ ਦੇ ਬੰਧਨ ਵਿੱਚ ਬੰਧਿਆ ਹੈ । ਜੀਵ ਸੰਸਾਰ ਵਿੱਚ ਕੀਤੇ ਕੰਮਾਂ ਦਾ ਆਪ ਹੀ ਜ਼ੁੰਮੇਵਾਰ ਹੁੰਦਾ ਹੈ । ਪ੍ਰਭ ਸਭ ਕੁਝ ਆਪ ਦੇਖਦਾ, ਆਪ ਹੀ ਕਰਦਾ ਕਰਾਉਂਦਾ ਹੈ ।

The True Master has bonded soul with worldly deeds. Everyone remains responsible for all his own worldly deeds. His Command prevails and monitors all worldly deeds of His Creation.

ਪ੍ਰਣਵਤਿ ਨਾਮਦੇਉ paranvat naamday-o
ਇਹੁ, ਜੀਉ ਚਿਤਵੈ ਸੁ ਲਹੈ॥ ih jee-o chitvai so lahai.
ਅਮਰੁ ਹੋਇ ਸਦ ਆਕੁਲ ਰਹੈ॥੪॥੩॥ amar ho-ay sad aakul rahai. ||4||3||

ਜੀਵ ਦੀ ਆਤਮਾ ਜੋ ਕਰਦੀ ਹੈ, ਪ੍ਰਭ ਉਹ ਹੀ ਫਲ ਬਖਸ਼ਦਾ ਹੈ । ਉਸ ਦੀਆਂ ਇੱਛਾਂ ਪੂਰੀਆਂ ਕਰਦਾ ਹੈ । ਪ੍ਰਭ ਕੀਤੇ ਕੰਮਾਂ ਨੂੰ ਪਰਖਕੇ ਫਲ ਬਖਸ਼ਦਾ, ਪ੍ਰਵਾਨ ਕਰਦਾ ਹੈ । ਹਰਇੱਕ ਜੀਵ ਆਪਣੇ ਕੀਤੇ ਦਾ ਫਲ ਆਪ ਹੀ ਭੁਗਤਦਾ ਹੈ ।

Whatsoever deeds may be performed by anyone; his soul may endure the reward or punishment of his own deeds. With his own deeds, his spoken and unspoken desires may be fully satisfied. The Righteous Judge (True Master) evaluates his worldly deeds with the essence of His Word. Every soul may endure judgement, reward or punishment of worldly deeds performed by his body and mind.

175.(B-1) ਪ੍ਰਭਾਤੀ ਭਗਤ ਬੇਣੀ ਜੀ ਕੀ (1351-11)

ੴ ਸਤਿਗੁਰ ਪ੍ਰਸਾਦਿ॥ ik-oNkaar satgur parsaad.
ਤਨਿ ਚੰਦਨੁ ਮਸਤਕਿ ਪਾਤੀ॥ tan chandan mastak paatee.
ਰਿਦ ਅੰਤਰਿ ਕਰ ਤਲ ਕਾਤੀ॥ rid antar kar tal kaatee.
ਠਗ ਦਿਸਟਿ ਬਗਾ ਲਿਵ ਲਾਗਾ॥ thag disat bagaa liv laagaa.
ਦੇਖਿ ਬੈਸਨੋ ਪ੍ਰਾਨ ਮੁਖ ਭਾਗਾ॥੧॥ daykh baisno paraan mukh bhaagaa. ||1||

ਜੀਵ ਸੰਤ ਸਰੂਪ ਵਾਲਾ ਬਾਣਾ ਪਾਉਂਦਾ, ਇਸ਼ਨਾਨ ਕਰਦਾ ਹੈ । ਲੋਕ ਦਿਖਾਵੇ ਵਾਲੇ ਸਿਮਰਨ, ਰੀਤ ਰਵਾਜ ਕਰਦਾ ਹੈ । ਉਸ ਦੇ ਮਨ ਵਿੱਚ ਪੰਜਾਂ ਜਮਦੂਤਾਂ ਦੀ ਤਲਵਾਰ ਪਕੜੀ ਹੁੰਦੀ ਹੈ । ਚੋਰਾਂ, ਠੱਗਾਂ ਦੀ ਤਰ੍ਹਾਂ, ਬੰਦਗੀ ਕਰਨ ਤੋ ਪਹਿਲਾ ਹੀ ਮੰਗ ਰਖਦਾ ਹੈ । ਉਹ ਵਿਸ਼ਨੂੰ ਦਾ ਰੂਪ ਧਾਰਨ ਕਰਦਾ, ਬਾਣਾ ਪਾਉਂਦਾ ਹੈ । ਪਰ ਮਨ ਵਿਚੋਂ ਪ੍ਰਭ ਦੇ ਸ਼ਬਦ ਦੀ ਅਵਾਜ਼ ਨਹੀਂ ਨਿਕਲਦੀ । ਉਸ ਦੀ ਆਪਣੀ ਅਵਾਜ਼ ਮਨ, ਦਿਲ ਤੇ ਨਹੀਂ ਜਾਂਦੀ । ਉਥੇ ਪੰਜੇਂ ਜਮਦੂਤ ਤਲਵਾਰ ਲੈ ਕੇ ਖੜ੍ਹੇ ਹੁੰਦੇ ਹਨ ।

Self-minded may take a soul sanctifying bath and adopts robe like His Holy saint. He may perform religious ritual of meditation like routine worship. The sword of 5 demons of worldly desires may remain hanging within his mind, heart. Like a robber, thief, he may make a laundry list of demands, desires, hopes before even mediating on the teachings of worldly Holy Scripture. He may adopt robe like His true devotee, Vishnu; however, his tongue may not recite the echo of His Word. Whatsoever may he recite; he may never adopt in his worldly day to day life. The sword of 5 demons of worldly desires may remain hanging within his mind.

ਕਲਿ ਭਗਵਤ ਬੰਦ ਚਿਰਾਂਮੰ॥ kal bhagvat band chiraaNmaN.
ਕ੍ਰੂਰ ਦਿਸਟਿ ਰਤਾ ਨਿਸਿ ਬਾਦੰ॥੧॥ karoor disat rataa nis baadaN. ||1||
ਰਹਾਉ॥ rahaa-o.

ਜੀਵ ਤੂੰ ਲੰਮਾ ਸਮਾਂ ਪ੍ਰਭ ਦੀ ਉਸਤਤ ਕਰਦਾ ਰਹਿੰਦਾ ਹੈ । ਪਰ ਤੇਰੇ ਮਨ ਵਿੱਚ ਲਾਲਚ ਦੀ ਅੱਗ ਚਲਦੀ ਹੀ ਰਹਿੰਦੀ ਹੈ । ਤੇਰੀ ਕੀਤੀ ਬੰਦਗੀ, ਸਿਮਰਨ ਬਿਰਥੀ ਹੀ ਜਾਂਦੀ ਹੈ ।

Self-minded may sings the glory of His Word for long time. However, the lava of ego, greed may be exploding, bursting within his heart. His worship, charity, deeds for welfare of His Creation may not be rewarded

ਨਿਤਪ੍ਰਤਿ ਇਸਨਾਨੁ ਸਰੀਰੰ॥ nitparat isnaan sareeraN.
ਦੁਇ ਧੋਤੀ ਕਰਮ ਮੁਖਿ ਖੀਰੰ॥ du-ay Dhotee karam mukh kheeraN.
ਰਿਦੈ ਛੁਰੀ ਸੰਧਿਆਨੀ॥ ridai chhuree sanDhi-aanee.
ਪਰ ਦਰਬੁ ਹਿਰਨ ਕੀ ਬਾਨੀ॥੨॥ par darab hiran kee baanee. ||2||

ਜੀਵ ਤੂੰ ਇਸ਼ਨਾਨ ਕਰਦਾ, ਪਵਿੱਤਰਤਾ ਦੇ ਸਾਰੇ ਤਰੀਕੇ ਅਪਣਾਉਂਦਾ, ਧਾਰਮਕ ਬਾਣਾ ਪਾਉਂਦਾ ਹੈ । ਮੂੰਹ ਵਿੱਚ ਦੁੱਧ ਨੂੰ ਪਵਿੱਤਰ ਸਮਝਕੇ ਅਰਪਨ ਕਰਦਾ ਹੈ । ਪਰ ਤੇਰੇ ਮਨ ਵਿੱਚ ਪੰਜਾਂ ਜਮਦੂਤਾਂ ਨੇ ਹੀ ਤਲਵਾਰ ਪਕੜੀ ਹੈ । ਤੂੰ ਪਰਾਇਆ ਧਨ ਹੜਪਣ ਦੇ ਯਤਨ ਕਰਦਾ ਹੈ ।

Self-minded may take a sanctifying bath, adopts all religious techniques to sanctify his soul and adopts religious robe. He may drink milk as Holy nectar. However, the sword of 5 demons of worldly desires may be hanging within his mind. He may always try to rob the earnest livings of others.

ਸਿਲ ਪੂਜਸਿ ਚਕ੍ਰ ਗਣੇਸੰ॥ sil poojas chakar ganaysaN.
ਨਿਸਿ ਜਾਗਸਿ ਭਗਤਿ ਪ੍ਰਵੇਸੰ॥ nis jaagas bhagat parvaysaN.
ਪਗ ਨਾਚਸਿ ਚਿਤੁ ਅਕਰਮੰ॥ pag naachas chit akarmaN.
ਏ ਲੰਪਟ ਨਾਚ ਅਧਰਮੰ॥੩॥ ay lampat naach aDharmaN. ||3||

ਮਨਮੁਖ, ਪੱਥਰ ਦੇ ਬੁੱਤ ਨੂੰ ਸੰਤ ਸਰੂਪ, ਗਨੇਸ਼ ਦੀ ਮੂਰਤ ਸਮਝਕੇ ਪੂਜਾ ਕਰਦਾ ਹੈ । ਲੰਮੀ ਰਾਤ ਜਾਗਦਾ, ਲੋਕ ਦਿਖਾਵਾ ਕਰਦਾ ਹੈ । ਇਸ ਨੂੰ ਬੰਦਗੀ ਸਮਝਦਾ ਹੈ । ਪ੍ਰਭ ਦੇ ਬੰਦਗੀ ਕਰਨ ਦੀ ਵਿਧੀ ਨਾਲ ਨੱਚਦਾ ਟੱਪਦਾ ਹੈ । ਪਰ ਧਿਆਨ ਬੁਰੇ ਕੰਮਾਂ ਬਾਬਤ ਹੀ ਸੋਚਦਾ ਹੈ । ਉਸ ਦੇ ਸਾਰੇ ਹੀ ਨਿਯਮ ਸ੍ਰਿਸ਼ਟੀ ਦੀ ਭਲਾਈ ਦੇ ਉਲਟ ਹੁੰਦੇ ਹਨ ।

Self-minded may assume the stone statue of ancient saint **Ganesh** and worship for His Forgiveness and Refuge. He may worship long time as a gesture of his devotion to The True Master. He believes as his meditation. He may dance as an effort to entertain The True Master; however, he may remain manipulating evil, greedy plans, thoughts. All his worldly deeds, guiding principles may be against the welfare of His Creation.

ਮ੍ਰਿਗ ਆਸਣੁ ਤੁਲਸੀ ਮਾਲਾ॥ marig aasan tulsee maalaa.
ਕਰ ਊਜਲ ਤਿਲਕੁ ਕਪਾਲਾ॥ kar oojal tilak kapaalaa.
ਰਿਦੈ ਕੂੜੁ ਕੰਠਿ ਰੁਦ੍ਰਾਖੰ॥ ridai koorh kanth rudraakhaN.
ਰੇ ਲਪਟ ਕ੍ਰਿਸਨੁ ਅਭਾਖੰ॥੪॥ ray lampat krisan abhaakhaN. ||4||

ਜੀਵ ਜਗ੍ਹਾ ਸਾਫ ਕਰਕੇ, ਸੋਹਣਾ ਆਸਣ ਬਣਾਕੇ ਬੰਦਗੀ ਦੀ ਮਾਲ਼ਾ ਫੇਰਦਾ ਹੈ । ਬੰਦਗੀ ਦੇ ਸ਼ਬਦ ਦਾ ਸਿਮਰਨ ਕਰਦਾ, ਮੱਥੇ ਤੇ ਤਿਲਕ, ਧਾਰਮਕ ਬਾਣਾ ਪਾਉਂਦਾ ਹੈ । ਆਪਣੇ ਗਲ ਵਿੱਚ ਭਗਤਾਂ ਵਾਲੀ ਮਾਲ਼ਾ ਪਾਉਂਦਾ, ਬੰਦਗੀ ਕਰਦਾ ਹੈ, ਪਰ ਮਨ ਇੱਛਾਂ ਨਾਲ ਭਰਿਆਂ ਰਹਿੰਦਾ ਹੈ । ਮਨ ਤੇ ਪੰਜਾਂ ਜਮਦੂਤਾਂ ਦਾ ਹੀ ਕਾਬੂ ਰਹਿੰਦਾ ਹੈ । ਤੇਰੀ ਬੰਦਗੀ ਪ੍ਰਭ ਦੇ ਦਰਬਾਰ ਵਿੱਚ ਪ੍ਰਵਾਨ ਨਹੀਂ ਹੁੰਦੀ ।

Self-minded may clean, sanctify, embellish his meditation throne; he may meditate and counts the times of meditation with rosary of holy beads. He may meditate, reciting worldly Holy Scripture, adopts religious robe and mark a symbol of purity on his forehead. He may keep his meditation rosary in his neck; however, his mind may remain overwhelmed with greed of worldly desires. He may remain intoxicated with sweet poison of demons of worldly desires. His meditation may not be accepted in His Court.

ਜਿਨਿ ਆਤਮ ਤਤੁ ਨ ਚੀਨ੍ਹਿਆ॥	jin aatam tat na cheenHi-aa.
ਸਭ ਫੋਕਟ ਧਰਮ ਅਬੀਨਿਆ॥	sabh fokat Dharam abeeni-aa.
ਕਹੁ ਬੇਣੀ ਗੁਰਮੁਖਿ ਧਿਆਵੈ॥	kaho baynee gurmukh Dhi-aavai.
ਬਿਨੁ ਸਤਿਗੁਰ ਬਾਟ ਨ ਪਾਵੈ॥੫॥੧॥	bin satgur baat na paavai. ‖5‖1‖

ਜਿਸ ਜੀਵ ਨੂੰ ਆਤਮਾ ਦੇ ਮਾਨਸ ਜਨਮ ਦੀ ਬਖਸ਼ਿਸ਼ ਦੇ ਮੰਤਵ ਦੀ ਸੋਝੀ ਨਹੀਂ ਹੁੰਦੀ, ਉਸ ਦੀ ਬੰਦਗੀ ਕਰਨੀ ਬਿਰਥੀ ਹੀ ਹੁੰਦੀ ਹੈ । ਜੀਵ, ਗੁਰਮਖ ਬਣਕੇ ਸ਼ਬਦ ਦੀ ਪਾਲਣਾ ਕਰੋ । ਪ੍ਰਭ ਦੀ ਰਹਿਮਤ ਤੋ ਬਿਨਾਂ, ਕੋਈ ਪ੍ਰਭ ਦੀ ਬੰਦਗੀ ਨਹੀਂ ਕਰ ਸਕਦਾ । ਉਸ ਦੀ ਕਮਾਈ, ਪ੍ਰਭ ਦੇ ਦਰਬਾਰ, ਦਰਗਾਹ ਵਿੱਚ ਪ੍ਰਵਾਨ ਨਹੀਂ ਹੁੰਦੀ ।

Whosoever may not realize the real purpose of human life opportunity; his meditation, may not be rewarded in His Court. You should adopt the way of life, like His true devotee and obey the teachings of His Word. Without His Blessed Vision, no one may remain devoted and dedicated to meditate, to obey the teachings of His Word with steady and stable belief in his day-to-day life. His meditation may not be accepted, rewarded in His Court.

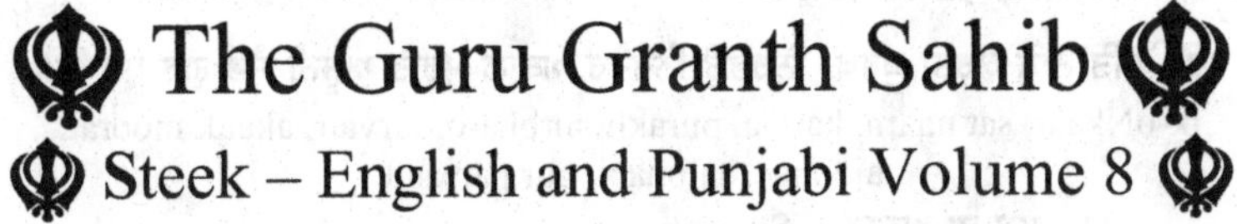

ਪੋਥੀ Volume – 8

Gurbani Page: 1294 –1430

Gurbani **Page: 1352 –1352**

 # 176- 179

☬ ਰਾਗ ਜੈਜਾਵੰਤੀ ☬

176. ਰਾਗੁ ਜੈਜਾਵੰਤੀ ਮਹਲਾ ੯॥ 1352-3

ਗੁਰੂ ਗ੍ਰੰਥ ਸਾਹਿਬ – ਮੂਲ ਮੰਤਰ ਵਿੱਚ ਪ੍ਰਭ ਦੀ ਅਵਸਥਾ ਦੀ ਸੋਝੀ ਜਾਣਕਰੀ ਦੱਸੀ ਗਈ ਹੈ!

ਮੂਲ ਮੰਤਰ ਦੇ ਪੰਜ ਭਾਗ: **Five enlightenments of Mool Mantra:**

ਪ੍ਰਭ ਦਾ ਅਕਾਰ, ਸ਼੍ਰਿਸਟੀ ਦਾ ਪ੍ਰਬੰਧ, ਬਣਤਰ, ਮੁਕਤੀ, ਪ੍ਰਭ ਦੀ ਪਛਾਣ! Structure; Function; Creation; Acceptance; Recognition.

ੴ ਸਤਿ ਨਾਮੁ ਕਰਤਾ ਪੁਰਖੁ, ਨਿਰਭਉ ਨਿਰਵੈਰ ਅਕਾਲ ਮੂਰਤਿ ਅਜੂਨੀ ਸੈਭੰ ਗੁਰ ਪ੍ਰਸਾਦਿ॥

ik-oNkaar, sat naam, kartaa, purakh, nirbha-o, nirvair, akaal, moorat, ajoonee, saibhaN, gur parsaad.

1) **ਪ੍ਰਭ ਦਾ ਅਕਾਰ** – Structure

ੴ ik-oNkaar: The One and Only One, God, True Master. No form, shape, color, size, in Spirit only.

God, The Holy Spirit may appear in anything, anyone, anytime at His free Will; beyond any form, shape, size, or color, only Holy Spirit.

2) **ਸ਼੍ਰਿਸਟੀ ਦਾ ਪ੍ਰਬੰਧ:** Function and His Operation!

ਸਤਿ ਨਾਮੁ sat naam: naam – His Word, His command, His existence, sat- Omnipresent, Omniscient, Omnipotent, Axiom Unchangeable, Uncompromised, forever.

The One and Only One, God remains embedded in His Nature, in His Word; only His command pervades in the universe and nothing else exist.

3) **ਸ਼੍ਰਿਸਟੀ ਦੀ ਬਣਤਰ:** – Creation of the universe.

ਸੈਭੰ saibhaN: Universe, creation, soul is an expansion of His Holy spirit. Soul separated from His Holy Spirit to repent, sanctify, and may be reunited with origin.

The True Master, Creator remains embedded within His Creation, Nature. Same Holy Spirit embedded in each soul; His Creation is brother-hood.

4) **ਮੁਕਤੀ** Salvation – His acceptance.

ਗੁਰ ਪ੍ਰਸਾਦਿ gur parsaad: Only with His own mercy and grace. No one may counsel nor curse His blessing.

No one may comprehend how, why, and when; He may bestow His blessed Vision or the limits and duration of His blessings.

੫) **ਪ੍ਰਭ ਦੀ ਪਛਾਣ** – Recognition

ਗੁਣ: – ਕਰਤਾ, ਪੁਰਖੁ, ਨਿਰਭਉ, ਨਿਰਵੈਰੁ, ਅਕਾਲ, ਮੂਰਤਿ, ਅਜੂਨੀ! Virtues: - kartaa, purakh, nirbha-o nirvair, akaal, moorat, ajoonee

His virtues remain beyond any limit, imagination, and comprehension of His Creation. However, no one ever born nor will ever be born with all these unique virtues. Whosoever may have all above virtues may be worthy to be called The One and Only One, God, True Master and worthy to be worshiped.

The Master Key to open the door of the right path of acceptance in His Court, salvation may be "saibhaN"! Whosoever may be drenched with the essence that all souls are an expansion of His Holy Spirit; he may realize that mankind as a brotherhood. No one may want to harm and deceive himself; he may be blessed to conquer his mind. With His mercy and grace, his cycle of birth and death may be eliminated!

ਰਾਮੁ ਸਿਮਰਿ ਰਾਮੁ ਸਿਮਰਿ,	raam simar raam simar
ਇਹੈ ਤੇਰੈ ਕਾਜਿ ਹੈ॥	ihai tayrai kaaj hai.
ਮਾਇਆ ਕੋ ਸੰਗੁ ਤਿਆਗੁ,	maa-i-aa ko sang ti-aag
ਪ੍ਰਭ ਜੂ ਕੀ ਸਰਨਿ ਲਾਗੁ॥	parabh joo kee saran laag.
ਜਗਤ ਸੁਖ ਮਾਨੁ ਮਿਥਿਆ,	jagat sukh maan mithi-aa
ਝੂਠੋ ਸਭ ਸਾਜੁ ਹੈ॥੧॥ ਰਹਾਉ॥	jhootho sabh saaj hai. ||1|| rahaa-o.

ਜੀਵ ਪ੍ਰਭ ਦੇ ਸ਼ਬਦ ਦੀ ਪਾਲਣਾ, ਸਿਮਰਨ ਕਰੋ! ਮਾਨਸ ਜਨਮ ਦੀ ਬਖਸ਼ਿਸ਼ ਦਾ ਇਹ ਹੀ ਲਾਹਾ, ਅਸਲੀ ਮੰਤਵ ਹੈ। ਸੰਸਾਰਕ ਮਾਇਆ, ਮੋਹ ਨੂੰ ਤਿਆਗਕੇ, ਪ੍ਰਭ ਦੀ ਸ਼ਰਣ ਵਿੱਚ ਆਪਾ ਭੇਟਾ ਕਰਨ ਨਾਲ, ਸਦਾ ਰਹਿਣ ਵਾਲਾ ਸੁਖ ਬਖਸ਼ਿਸ਼ ਹੋ ਜਾਂਦਾ ਹੈ। ਸੰਸਾਰਕ ਮਾਇਆ ਦੇ ਸੁਖ ਥੋੜ੍ਹਾ ਸਮਾਂ ਰਹਿਣ ਵਾਲੇ, ਨਾਸ ਹੋ ਜਾਣਵਾਲੇ, ਇੱਕ ਸੁਪਨੇ ਦੀ ਤਰ੍ਹਾਂ ਹੀ ਹੁੰਦੇ ਹਨ।

You should meditate and obey the teachings of His Word with steady and stable belief in your day-to-day life. This may be the real benefit and purpose of human life opportunity, blessings. You should renounce your attachments to worldly wealth and surrender your mind, body, and self-identity at His Sanctuary; with His mercy and grace, you may be blessed with everlasting comforts, true companion forever. The glamor and pleasures of worldly wealth may provide short-lived, perishable comforts. All may disappear over a period like a dream, shade of a tree.

ਸੁਪਨੇ ਜਿਉ ਧਨੁ ਪਛਾਨੁ,	supnay ji-o Dhan pachhaan
ਕਾਹੇ ਪਰਿ ਕਰਤ ਮਾਨੁ॥	kaahay par karat maan.
ਬਾਰੂ ਕੀ ਭੀਤਿ ਜੈਸੇ,	baaroo kee bheet jaisay
ਬਸੁਧਾ ਕੋ ਰਾਜੁ ਹੈ॥੧॥	basuDhaa ko raaj hai. ||1||

ਸੰਸਾਰਕ ਧਨ ਨੂੰ ਇੱਕ ਸੁਪਨੇ ਦੀ ਤਰ੍ਹਾਂ ਹੀ ਸਮਝੋ। ਕਿਉਂ ਇਸ ਦਾ ਘਮੰਡ ਕਰਦਾ ਹੈ? ਧਰਤੀ ਦੀ ਸਾਰੀ ਸ੍ਰਿਸ਼ਟੀ ਇੱਕ ਰੇਤ ਦੀ ਕੰਧ ਵਰਗੀ ਹੈ।

You should consider, worldly wealth and all worldly comforts like a fantasy, rosy dream. Why are you boasting about your worldly possessions? The universe, His Creation may be like a sand castle, wall.

ਨਾਨਕੁ ਜਨੁ ਕਹਤੁ, ਬਾਤ ਬਿਨਸਿ,	naanak jan kahat baat binas
ਜੈਹੈ ਤੇਰੋ ਗਾਤੁ॥	jaihai tayro gaat.
ਛਿਨੁ ਛਿਨੁ ਕਰਿ ਗਇਓ,	chhin chhin kar ga-i-o
ਕਾਲੁ ਤੈਸੇ ਜਾਤੁ ਆਜੁ ਹੈ॥੨॥੧॥	kaal taisay jaat aaj hai. ||2||1||

ਦਿਨ ਦਿਨ ਕਰਕੇ ਜੀਵਨ ਦਾ ਸਮਾਂ ਖਤਮ ਹੁੰਦਾ ਜਾਂਦਾ ਹੈ। ਅੰਤ ਵਿੱਚ ਤਨ ਨਾਸ ਹੋ ਜਾਂਦਾ ਹੈ। ਇਹ ਹੀ ਜੀਵਨ ਦੀ ਅਸਲੀਅਤ ਹੈ। ਜਿਵੇਂ ਪਲ, ਪਲ ਕਰਕੇ ਕੱਲ੍ਹ ਬੀਤ ਗਿਆ ਹੈ। ਅੱਜ ਦਾ ਸਮਾਂ ਵੀ ਬੀਤ ਜਾਣਾ ਹੈ।

You are wasting your priceless predetermined time of human life journey in ignorance day by day. In the end, your body must be perished. This may be the reality of human life journey. Your yesterday was exhausted, wasted moment by moment; same way today may be wasted.

177.ਜੈਜਾਵੰਤੀ ਮਹਲਾ ੯॥ 1352-7

ਰਾਮੁ ਭਜੁ ਰਾਮੁ ਭਜੁ ਜਨਮੁ ਸਿਰਾਤੁ ਹੈ॥	raam bhaj raam bhaj janam siraat hai.
ਕਹਉ ਕਹਾ ਬਾਰ ਬਾਰ,	kaha-o kahaa baar baar
ਸਮਝਤ ਨਹ ਕਿਉ ਗਵਾਰ॥	samjhat nah ki-o gavaar.
ਬਿਨਸਤ ਨਹ ਲਗੈ ਬਾਰ,	binsat nah lagai baar
ਓਰੇ ਸਮ ਗਾਤੁ ਹੈ॥੧॥ ਰਹਾਉ॥	oray sam gaat hai. ||1|| rahaa-o.

ਤੇਰੇ ਜੀਵਨ ਦਾ ਸਮਾਂ ਬੀਤ ਦਾ ਜਾਂਦਾ ਹੈ । ਪ੍ਰਭ ਦੇ ਸ਼ਬਦ ਦੀ ਪਾਲਣਾ, ਸਿਮਰਨ ਕਰੋ! ਬਾਣੀ ਪੜ੍ਹਨ ਵਾਲੇ ਬਾਰ ਬਾਰ ਕਿਉਂ ਯਾਦ ਕਰਾਉਂਦੇ ਹਨ? ਮੂਰਖ, ਅਣਜਾਣ, ਇਸ ਦਾ ਵਿਚਾਰ ਮਨ ਵਿੱਚ ਕਿਉਂ ਨਹੀਂ ਕਰਦਾ, ਸਮਝਦਾ? ਜਿਵੇਂ ਮੀਂਹ ਦੇ ਬਰਫ ਦੇ ਗੰੜੇ ਹੌਲੀ ਹੌਲੀ ਪਿਘਲ ਜਾਂਦੇ ਹਨ, ਤਨ ਵੀ ਨਾਸ ਹੋ ਜਾਂਦਾ ਹੈ ।

Your predetermined time may be passing day by day! You should meditate and obey the teachings of His Word with steady and stable belief in your day-to-day life. Why may His true devotee be reminding you repeatedly? As the hail of rain may melt slowly and slowly; same way your body may be deteriorated over a period.

ਸਗਲ ਭਰਮ ਡਾਰਿ ਦੇਹਿ,	sagal bharam daar deh
ਗੋਬਿੰਦ ਕੋ ਨਾਮੁ ਲੇਹਿ॥	gobind ko naam layhi.
ਅੰਤਿ ਬਾਰ ਸੰਗਿ ਤੇਰੈ,	ant baar sang tayrai
ਇਹੈ ਏਕੁ ਜਾਤੁ ਹੈ॥੧॥	ihai ayk jaat hai. ||1||

ਆਪਣੇ ਮਨ ਦੇ ਭਰਮ ਛੱਡਕੇ, ਪ੍ਰਭ ਦੇ ਸ਼ਬਦ ਦਾ ਸਿਮਰਨ ਕਰੋ! ਅੰਖੀਰ ਸਮੇਂ ਇਹ ਹੀ ਸਾਥੇ ਰਹਿੰਦਾ, ਸਹਾਈ ਹੁੰਦਾ ਹੈ ।

You should conquer your religious suspicions and meditate on the teachings of His Word. In the end after death; only the earnings of His Word, your meditation may remain as your companion and support in His Court.

ਬਿਖਿਆ ਬਿਖੁ ਜਿਉ ਬਿਸਾਰਿ,	bikhi-aa bikh ji-o bisaar
ਪ੍ਰਭ ਕੌ ਜਸੁ ਹੀਏ ਧਾਰਿ॥	parabh kou jas hee-ay Dhaar.
ਨਾਨਕ ਜਨ ਕਹਿ ਪੁਕਾਰਿ,	naanak jan kahi pukaar
ਅਉਸਰੁ ਬਿਹਾਤੁ ਹੈ॥੨॥੨॥	a-osar bihaat hai. ||2||2||

ਸੰਸਾਰ ਦੇ ਧੋਖੇ, ਪਾਪਾਂ ਵਾਲੇ ਕੰਮ ਫਰੇਬ ਛੱਡਕੇ, ਪ੍ਰਭ ਦੇ ਸ਼ਬਦ ਦਾ ਸਿਮਰਨ ਕਰੋ । ਆਪਣੇ ਮਨ ਵਿੱਚ ਉਸ ਦੀ ਉਸਤਤ, ਧੰਨਵਾਦ ਕਰੋ । ਇਹ ਅਮੋਲਕ ਮੌਕਾ ਤੇਰੇ ਕੋਲੋ ਨਿਕਲਦਾ ਜਾਂਦਾ ਹੈ ।

You should renounce your evil, deceptive, sinful thoughts of your mind and meditate on the teachings of His Word. You should sing the glory and gratitude for His Blessings. Your priceless opportunity is being wasted, passing rapidly.

178.ਜੈਜਾਵੰਤੀ ਮਹਲਾ ੯॥ 1252-11

ਰੇ ਮਨ ਕਉਨ ਗਤਿ ਹੋਇ ਹੈ ਤੇਰੀ॥	ray man ka-un gat ho-ay hai tayree.
ਇਹ ਜਗ ਮਹਿ ਰਾਮ ਨਾਮੁ,	ih jag meh raam naam
ਸੋ ਤਉ ਨਹੀ ਸੁਨਿਓ ਕਾਨਿ॥	so ta-o nahee suni-o kaan.
ਬਿਖਿਅਨ ਸਿਉ ਅਤਿ ਲੁਭਾਨਿ,	bikhi-an si-o at lubhaan
ਮਤਿ ਨਾਹਿਨ ਫੇਰੀ॥੧॥ ਰਹਾਉ॥	mat naahin fayree. ||1|| rahaa-o.

ਸੰਸਾਰ ਵਿੱਚ ਤੂੰ ਸ਼ਬਦ, ਕਦੇ ਨਹੀਂ ਸੁਣਇਆ, ਉਸ ਵਿੱਚ ਧਿਆਨ ਨਹੀਂ ਲਾਇਆ । ਧੋਖੇ, ਫਰੇਬ ਅਤੇ ਪਾਪ ਦੀ ਕਮਾਈ ਵਿੱਚ ਲਗਾ ਰਹਿੰਦਾ ਹੈ । ਇਸ ਦਾ ਖਿਆਲ ਨਹੀਂ ਛੱਡਦਾ, ਅੰਤ ਵਿੱਚ ਤੇਰਾ ਕੀ ਹਾਲ ਹੋਣਾ ਹੈ?

Self-minded, you have never listened to the sermons of His Word nor adopted the teachings of His Word in your day-to-day life. You remain intoxicated with deceptive thoughts, sins, and hypocrisy. You should renounce these thoughts! Imagine! What may be your condition after death?

ਮਾਨਸ ਕੋ ਜਨਮੁ ਲੀਨੁ,	maanas ko janam leen
ਸਿਮਰਨੁ ਨਹ ਨਿਮਖ ਕੀਨੁ॥	simran nah nimakh keen.
ਦਾਰਾ ਸੁਖ ਭਇਓ ਦੀਨੁ,	daaraa sukh bha-i-o deen
ਪਗਹੁ ਪਰੀ ਬੇਰੀ॥੧॥	pagahu paree bayree. ||1||

ਮਾਨਸ ਜਨਮ ਪ੍ਰਭ ਦੇ ਸ਼ਬਦ ਦਾ ਸਿਮਰਨ, ਪਾਲਣਾ ਕਰਨ ਲਈ ਬਖਸ਼ਿਸ਼ ਹੋਇਆ ਹੈ । ਮਨਮੁਖ ਇੱਕ ਪਲ ਵੀ ਪ੍ਰਭ ਦੇ ਸ਼ਬਦ ਦਾ ਸਿਮਰਨ ਨਹੀਂ ਕਰਦਾ । ਸੰਸਾਰ ਅਨੰਦ ਮਾਨਣ ਲਈ ਔਰਤ ਦਾ ਗੁਲਾਮ ਬਣ ਜਾਂਦਾ ਹੈ । ਉਸ ਦੇ ਪੈਰਾਂ ਵਿੱਚ ਇਹ ਸੰਗਲ ਪੈ ਜਾਂਦਾ ਹੈ ।

Remember! You have been blessed with human life opportunity to meditate and to obey the teachings of His Word in your day-to-day life. You have not even meditated for a moment on the teachings of His Word. You remain intoxicated with sexual urge with strange woman and remain a slave of beauty, woman. Now you have a chain in your feet.

ਨਾਨਕ ਜਨ ਕਹਿ ਪੁਕਾਰਿ,	naanak jan kahi pukaar
ਸੁਪਨੈ ਜਿਉ ਜਗ ਪਸਾਰੁ॥	supnai ji-o jag pasaar.
ਸਿਮਰਤ ਨਹ ਕਿਉ ਮੁਰਾਰਿ,	simrat nah ki-o muraar
ਮਾਇਆ ਜਾ ਕੀ ਚੇਰੀ॥੨॥੩॥	maa-i-aa jaa kee chayree. ||2||3||

ਜੀਵ ਸ੍ਰਿਸ਼ਟੀ ਦਾ ਸਾਰਾ ਖੇਲਾ ਹੀ ਇੱਕ ਸੁਪਨਾ ਹੈ, ਸੰਸਾਰਕ ਮਾਇਆ ਵੀ ਪ੍ਰਭ ਦੀ ਗੁਲਾਮ ਹੈ । ਕਿਉਂ ਨਾ ਪ੍ਰਭ ਦੇ ਸ਼ਬਦ ਦਾ ਸਿਮਰਨ ਕਰੋ?

The whole play of the universe, His Creation is like a dream, fantasy. The worldly wealth remains slave of The True Master. He has infused Shakti, worldly wealth to check the sincerity of His true devotee. Why don't you meditate on the teachings of His Word in your day-to-day life?

179.ਜੈਜਾਵੰਤੀ ਮਹਲਾ ੯॥ 1352-14

ਬੀਤ ਜੈਹੈ, ਬੀਤ ਜੈਹੈ ਜਨਮੁ ਅਕਾਜੁ ਰੇ॥	beet jaihai beet jaihai janam akaaj ray.
ਨਿਸਿ ਦਿਨੁ ਸੁਨਿ ਕੈ ਪੁਰਾਨ,	nis din sun kai puraan
ਸਮਝਤ ਨਹ ਰੇ ਅਜਾਨ॥	samjhat nah ray ajaan.
ਕਾਲੁ ਤਉ ਪਹੂਚਿਓ ਆਨਿ,	kaal ta-o pahoochi-o aan
ਕਹਾ ਜੈਹੈ ਭਾਜਿ ਰੇ॥੧॥ ਰਹਾਉ॥	kahaa jaihai bhaaj ray. ||1|| rahaa-o.

ਜੀਵ ਤੂੰ ਆਪਣਾ ਜੀਵਨ ਬਿਰਥਾ ਹੀ ਬਤੀਤ ਕੀਤੀ ਜਾਂਦਾ ਹੈ । ਦਿਨ ਰਾਤ ਧਾਰਮਕ ਕਥਾ, (ਪਰਾਨ) ਸੁਣਦਾ ਹੈ, ਪਰ ਸਿਖਿਆਂ ਨੂੰ ਸਮਝਦਾ ਨਹੀਂ, ਕੋਈ ਪ੍ਰਵਾਹ ਨਹੀਂ ਕਰਦਾ । ਹੁਣ ਮੌਤ ਦੇ ਜਮਦੂਤ ਨੇ ਘੇਰਾ ਪਾਇਆ ਹੈ । ਹੁਣ ਕਿਹੜੇ ਪਾਸੇ ਜਾਵੇਂਗਾ?

Self-minded, you are wasting your priceless human life opportunity uselessly. You may listen to the sermons and teachings of religious Holy Scriptures; however, you may not try to comprehend nor adopt in your day-to-day life. The devil of death is knocking at your door to reap your soul. Where may you escape from the devil of death?

ਅਸਥਿਰੁ ਜੋ ਮਾਨਿਓ ਦੇਹ,	asthir jo maani-o dayh
ਸੋ ਤਉ ਤੇਰਉ ਹੋਇ ਹੈ ਖੇਹ॥	so ta-o tayra-o ho-ay hai khayh.
ਕਿਉ ਨ ਹਰਿ ਕੋ ਨਾਮੁ ਲੇਹਿ,	ki-o na har ko naam layhi
ਮੂਰਖ ਨਿਲਾਜ ਰੇ॥੧॥	moorakh nilaaj ray. ||1||

ਮਨਮੁਖ ਆਪਣੇ ਤਨ ਨੂੰ ਸਦਾ ਰਹਿਣ ਵਾਲਾ ਹੀ ਸਮਝਦਾ ਸੀ । ਪਰ ਇਹ ਤਾ ਭਸਮ ਹੋ ਗਿਆ ਹੈ । ਜੀਵ ਪ੍ਰਭ ਦੇ ਸ਼ਬਦ ਦਾ ਸਿਮਰਨ ਕਿਉਂ ਨਹੀਂ ਕਰਦਾ?

Self-minded was imagining his body remain his companion forever; however, his body has been perished to become dust. Why don't you meditate on the teachings of His Word?

ਰਾਮ ਭਗਤਿ ਹੀਏ ਆਨਿ, raam bhagat hee-ay aan
ਛਾਡਿ ਦੇ ਤੈ ਮਨ ਕੋ ਮਾਨੁ॥ chhaad day tai man ko maan.
ਨਾਨਕ ਜਨ ਇਹ ਬਖਾਨਿ, naanak jan ih bakhaan
ਜਗ ਮਹਿ ਬਿਰਾਜੁ ਰੇ॥੨॥੪॥ jag meh biraaj ray. ||2||4||

ਆਪਣੇ ਮਨ ਦੀ ਸਿਆਣਪ ਤਿਆਗ ਕੇ ਅਡੋਲ ਭਰੋਸੇ ਨਾਲ ਸ਼ਬਦ ਦਾ ਸਿਮਰਨ ਕਰੋ । ਇਹੋ ਹੀ ਇੱਕੋ ਇੱਕ ਤਰੀਕਾ ਹੈ । ਜਿਸ ਨਾਲ ਮਾਨਸ ਜੀਵਨ ਬਤੀਤ ਕਰਨਾ ਚਾਹੀਦਾ ਹੈ ।

You should renounce the clever tricks, your own wisdom and meditate on the teachings of His Word with steady and stable belief in your day-to-day life. This may be the only right path of acceptance in His Court; the right path of human life journey.

The Guru Granth Sahib

Steek – English and Punjabi

ਪੋਥੀ Volume – 8

(Gurbani Page 1294 –1430)

ਸਲੋਕ

☬ ਸਲੋਕ ਸਹਸਕ੍ਰਿਤੀ # 71 ☬

180. ਸਲੋਕ ਸਹਸਕ੍ਰਿਤੀ ਮਹਲਾ ੧॥ 1353- 4

ਗੁਰੂ ਗ੍ਰੰਥ ਸਾਹਿਬ – ਮੂਲ ਮੰਤਰ ਵਿੱਚ ਪ੍ਰਭ ਦੀ ਅਵਸਥਾ ਦੀ ਸੋਝੀ ਜਾਣਕਰੀ ਦੱਸੀ ਗਈ ਹੈ!

ਮੂਲ ਮੰਤਰ ਦੇ ਪੰਜ ਭਾਗ: **Five enlightenments of Mool Mantra:**

ਪ੍ਰਭ ਦਾ ਅਕਾਰ, ਸ਼੍ਰਿਸਟੀ ਦਾ ਪ੍ਰਬੰਧ, ਬਣਤਰ, ਮੁਕਤੀ, ਪ੍ਰਭ ਦੀ ਪਛਾਣ! Structure; Function; Creation; Acceptance; Recognition.

ੴ ਸਤਿ ਨਾਮੁ ਕਰਤਾ ਪੁਰਖੁ, ਨਿਰਭਉ ਨਿਰਵੈਰ ਅਕਾਲ ਮੂਰਤਿ ਅਜੂਨੀ ਸੈਭੰ ਗੁਰ ਪ੍ਰਸਾਦਿ॥

ik-oNkaar, sat naam, kartaa, purakh, nirbha-o, nirvair, akaal, moorat, ajoonee, saibhaN, gur parsaad.

1) **ਪ੍ਰਭ ਦਾ ਅਕਾਰ** – Structure

ੴ ik-oNkaar: The One and Only One, God, True Master. No form, shape, color, size, in Spirit only.

God, The Holy Spirit may appear in anything, anyone, anytime at His free Will; beyond any form, shape, size, or color, only Holy Spirit.

2) **ਸ਼੍ਰਿਸਟੀ ਦਾ ਪ੍ਰਬੰਧ:** Function and His Operation!

ਸਤਿ ਨਾਮੁ sat naam: naam – His Word, His command, His existence, sat- Omnipresent, Omniscient, Omnipotent, Axiom Unchangeable, Uncompromised, forever.

The One and Only One, God remains embedded in His Nature, in His Word; only His command pervades in the universe and nothing else exist.

3) **ਸ਼੍ਰਿਸਟੀ ਦੀ ਬਣਤਰ:** – Creation of the universe.

ਸੈਭੰ saibhaN: Universe, creation, soul is an expansion of His Holy spirit. Soul separated from His Holy Spirit to repent, sanctify, and may be reunited with origin.

The True Master, Creator remains embedded within His Creation, Nature. Same Holy Spirit embedded in each soul; His Creation is brother-hood.

4) **ਮੁਕਤੀ** Salvation – His acceptance.

ਗੁਰ ਪ੍ਰਸਾਦਿ gur parsaad: Only with His own mercy and grace. No one may counsel nor curse His blessing.

No one may comprehend how, why, and when; He may bestow His blessed Vision or the limits and duration of His blessings.

੫) **ਪ੍ਰਭ ਦੀ ਪਛਾਣ** – Recognition

ਗੁਣ: – ਕਰਤਾ, ਪੁਰਖੁ, ਨਿਰਭਉ, ਨਿਰਵੈਰੁ, ਅਕਾਲ, ਮੂਰਤਿ, ਅਜੂਨੀ! Virtues: - kartaa, purakh, nirbha-o nirvair, akaal, moorat, ajoonee

His virtues remain beyond any limit, imagination, and comprehension of His Creation. However, no one ever born nor will ever be born with all these unique virtues. Whosoever may have all above virtues may be worthy to be called The One and Only One, God, True Master and worthy to be worshiped.

The Master Key to open the door of the right path of acceptance in His Court, salvation may be “saibhaN”! Whosoever may be drenched with the essence that all souls are an expansion of His Holy Spirit; he may realize that mankind as a brotherhood. No one may want to harm and deceive himself; he may be blessed to conquer his mind. With His mercy and grace, his cycle of birth and death may be eliminated!

ਪੜ੍ਹਿ ਪੁਸੋਤਕ ਸੰਧਿਆ ਬਾਦੰ॥	parhH pustak sanDhi-aa baadaN.
ਸਿਲ ਪੂਜਸਿ ਬਗੁਲ ਸਮਾਧੰ॥	sil poojas bagul samaaDhaN.
ਮੁਖਿ ਝੂਠੁ ਬਿਭੂਖਨ ਸਾਰੰ॥	mukh jhooth bibhookhan saaraN.
ਤ੍ਰੈਪਾਲ ਤਿਹਾਲ ਬਿਚਾਰੰ॥	taraipaal tihaal bichaaraN.
ਗਲਿ ਮਾਲਾ ਤਿਲਕ ਲਿਲਾਟੰ॥	gal maalaa tilak lilaataN.
ਦੁਇ ਧੋਤੀ ਬਸਤ੍ਰ ਕਪਾਟੰ॥	du-ay Dhotee bastar kapaataN.
ਜੋ ਜਾਨਸਿ ਬ੍ਰਹਮੰ ਕਰਮੰ॥	jo jaanas barahmaN karmaN.
ਸਭ ਫੋਕਟ ਨਿਸਚੈ ਕਰਮੰ॥	sabh fokat nischai karmaN.
ਕਹੁ ਨਾਨਕ ਨਿਸਚੌ ਧਿ੍ਆਵੈ॥	kaho naanak nischou Dhi-yaavai.
ਬਿਨੁ ਸਤਿਗੁਰ ਬਾਟ ਨ ਪਾਵੈ॥੧॥	bin satgur baat na paavai. ‖1‖

ਮਨਮੁਖ ਜੀਵ ਪਾਠ ਕਰਦਾ, ਬਾਣੀ ਪੜ੍ਹਦਾ, ਵਿਚਾਰ ਕਰਦਾ ਅਤੇ ਅਰਦਾਸ ਕਰਦਾ ਹੈ । ਜਿਸ ਅੱਗੇ ਅਰਦਾਸ ਕਰਦਾ, ਉਹ ਚੁੱਪ ਕਰੀ ਰਖਦਾ ਹੈ, ਜਿਵੇਂ ਸੰਮਾਧੀ ਵਿੱਚ ਹੋਵੇ । ਬਹੁਤ ਮਿੱਠੇ ਬੋਲਾਂ ਨਾਲ ਝੂਠ ਬੋਲਦਾ ਹੈ! ਇਹ ਦਿਨ ਵਿੱਚ ਤਿੰਨ ਵਾਰੀ ਕਰਦਾ ਹੈ । ਉਹ ਧਰਮ ਦੇ ਬਾਣੇ, ਰਹਿਤਨਾਮੇ ਵਿੱਚ ਪੂਰਾ ਰਹਿੰਦਾ ਹੈ! ਜਿਸ ਨੂੰ ਥੋੜ੍ਹੀ ਵੀ ਸ਼ਬਦ ਦੀ ਸੋਝੀ ਜਾ ਕਰਮਾਂ ਦੀ ਸੋਝੀ ਹੋਵੇ! ਉਹ ਜਾਣਦਾ ਹੈ, ਧਰਮ ਦੇ ਰੀਤੋ ਰੀਵਾਜ ਬਿਰਥੇ ਹੀ ਹਨ । ਜੀਵ ਪ੍ਰਭ ਅੱਗੇ ਅਡੋਲ ਭਰੋਸੇ ਨਾਲ ਅਰਦਾਸ ਕਰੋ! ਪ੍ਰਭ ਦੇ ਸ਼ਬਦ ਨਾਲ ਜੀਵਨ ਢਾਲਣ ਤੋ ਬਿਨਾਂ ਕੋਈ ਪ੍ਰਵਾਨਗੀ ਦੇ ਰਸਤੇ ਨਹੀਂ ਚਲ ਸਕਦਾ ।

Self-minded may recite routine Gurbani, read ceremonial reading religious Holy Scripture, think about teachings of Holy Scripture and prays for forgiveness from a presumed symbol of The True Master. The presumed True Master may be a statue of ancient prophet or written doctrine incarnated as guru; however, presumed God may remain quiet as in void. He may tell lies with sweet words, few times a day. He may adopt religious robe and conforms to religious outlook. Whosoever may have an enlightenment of the essence of His Word and comprehends his own worldly deeds; he may realize, religious robe, rituals may be useless for the real purpose of human life opportunity. You should whole heartedly obey the teachings of His Word with steady and stable belief as an ultimate Command. Remember! Without adopting the teachings of His Word with steady and stable belief in day-to-day life; no one may ever be blessed with the right path of acceptance in His Court nor remains on the right path of acceptance in His Court.

181.ਸਲੋਕ ਸਹਸਕ੍ਰਿਤੀ ਮਹਲਾ ੧॥ 1353-9

ਨਿਹਫਲੰ ਤਸੵ ਜਨਮਸੵ ਜਾਵਦ	nihfalaN tas-y janmas-y jaavad
ਬ੍ਰਹਮ ਨ ਬਿੰਦਤੇ॥	barahm na bindtay.
ਸਾਗਰੰ ਸੰਸਾਰਸੵ	saagraN sansaarsa-y
ਗੁਰ ਪਰਸਾਦੀ ਤਰਹਿ ਕੇ॥	gur parsaadee tareh kay.
ਕਰਣ ਕਾਰਣ ਸਮਰਥੁ ਹੈ	karan kaaran samrath hai
ਕਹੁ ਨਾਨਕ ਬੀਚਾਰਿ॥	kaho naanak beechaar.
ਕਾਰਣੁ ਕਰਤੇ ਵਸਿ ਹੈ,	kaaran kartay vas hai
ਜਿਨਿ ਕਲ ਰਖੀ ਧਾਰਿ॥੨॥	jin kal rakhee Dhaar. ‖2‖

ਜਿਸ ਨੂੰ ਸ਼ਬਦ ਦੀ ਪਾਲਣਾ ਕਰਨ ਨਾਲ, ਸ਼ਬਦ ਦੀ ਸੋਝੀ ਬਖਸ਼ਿਸ਼ ਨਹੀਂ ਹੁੰਦੀ! ਉਸ ਨੂੰ ਪ੍ਰਵਾਨਗੀ ਦਾ ਰਸਤਾ ਬਖਸ਼ਿਸ਼ ਨਹੀਂ ਹੁੰਦਾ, ਉਸ ਦਾ ਮਾਨਸ ਜੀਵਨ ਬਿਰਥਾ ਹੀ ਬਤੀਤ ਜਾਂਦਾ ਹੈ । ਕੇਵਲ ਵਿਰਲਾ ਹੀ ਜੀਵ ਇਹ ਰਸਤਾ ਧਾਰਨ ਕਰਕੇ ਸੰਸਾਰਕ ਸਾਗਰ ਪਾਰ ਕਰ ਸਕਦਾ ਹੈ । ਪ੍ਰਭ ਸਭ ਕੰਮਾਂ ਦਾ ਕਾਰਨ ਬਣਾਉਣ, ਕਰਨ ਵਾਲਾ, ਉਹ ਹੀ ਸਾਰੀਆਂ ਦਾਤਾਂ ਦਾ ਮਾਲਕ ਹੈ । ਪ੍ਰਭ ਨੇ ਇਹ ਹੀ ਸੋਝੀ ਬਖਸ਼ੀ ਹੈ । ਜਿਹੜਾ ਪ੍ਰਭ ਦੇ ਸ਼ਬਦ ਨਾਲ ਜੀਵਨ ਢਾਲਦਾ ਹੈ । ਸਭ ਕੁਝ ਪ੍ਰਭ ਦੇ ਵੱਸ ਵਿੱਚ ਹੈ, ਆਪ ਹੀ ਉਸ ਜੀਵ ਦੀ ਰਖਿਆ ਕਰਦਾ ਹੈ ।

Whosoever may not be enlightened by obeying the teachings of His Word; he may never be blessed with the right path of acceptance in His Court. He may waste his priceless human life opportunity uselessly. Very rare devotee may adopt the right path of acceptance with steady and stable belief in his day-to-day life. The True Master, Treasure of all virtues creates all the causes of worldly events and prevails in all events in His Nature.

182.ਸਲੋਕ ਸਹਸਕ੍ਰਿਤੀ ਮਹਲਾ ੧॥ 1353-11

ਜੋਗ ਸਬਦੰ ਗਿਆਨ ਸਬਦੰ,	jog sabdaN gi-aan sabdaN
ਬੇਦ ਸਬਦੰ ਤ ਬ੍ਰਾਹਮਣਹ॥	bayd sabdaN ta barahmaneh.
ਖ੍ਯ੍ਯਤ੍ਰੀ ਸਬਦੰ ਸੂਰ ਸਬਦੰ,	kha-ytaree sabdaN soor sabdaN
ਸੂਦ੍ਰ ਸਬਦੰ ਪਰਾ ਕ੍ਰਿਤਹ॥	soodar sabdaN paraa kirteh.
ਸਰਬ ਸਬਦੰ ਤ ਏਕ ਸਬਦੰ,	sarab sabdaN ta ayk sabdaN
ਜੇ ਕੋ ਜਾਨਸਿ ਭੇਉ॥	jay ko jaanas bhay-o.
ਨਾਨਕ ਤਾ ਕੋ ਦਾਸੁ ਹੈ,	naanak taa ko daas hai
ਸੋਈ ਨਿਰੰਜਨ ਦੇਉ॥੩॥	so-ee niranjan day-o. ||3||

ਪ੍ਰਭ ਦਾ ਸ਼ਬਦ ਹੀ ਜੋਗਾ ਦਾ ਮੰਤ੍ਰ ਹੈ, ਸ਼ਬਦ ਹੀ ਗਿਆਨ ਦਾ ਭੰਡਾਰ ਹੈ । ਸ਼ਬਦ ਹੀ ਬ੍ਰਹਮਾ ਦੇ ਉਚਰੇ ਵੇਦਾਂ ਹਨ । ਸ਼ਬਦ ਹੀ ਜੋਧੀਆਂ ਦੀ ਬਹਾਦਰੀ, ਸਿਧਾਂ ਦੀ ਸੇਵਾ ਹੈ । ਇਸ ਸ਼ਬਦ ਦੀ ਪਾਲਣਾ ਵਿਚੋਂ ਹੀ ਪ੍ਰਭ ਦੇ ਸ਼ਬਦ ਦੀ ਸੋਝੀ ਬਖਸ਼ਿਸ਼ ਹੁੰਦੀ ਹੈ । ਪ੍ਰਭ ਦਾ ਇੱਕੋ ਇੱਕ ਸ਼ਬਦ ਹੀ ਜੀਵ ਨੂੰ ਪਾਰ ਕਰ ਸਕਦਾ ਹੈ । ਪ੍ਰਭ ਦਾ ਸ਼ਬਦ ਹੀ ਪ੍ਰਭ ਦੀ ਰਹਿਮਤ ਦਾ ਭੇਦ, ਮੰਤਰ ਹੈ । ਜੀਵ ਪ੍ਰਭ ਦੇ ਸ਼ਬਦ ਦਾ ਦਾਸ ਬਣੋ, ਸਿਮਰਨ ਕਰੋ ।

The teachings of His Word may be the real mentor, the right path of acceptance in His Court and the real treasure of the enlightenment of essence of His Word. His Word may be the words of Vedas, blessed on the tongue of prophet **Brahma**. His Word remains embedded with the bravery, sacrifices of warriors; and the meditation, service of enlightened Sidhs. Whosoever may obey and adopts the teachings of His Word with steady and stable belief; he may be blessed with the enlightenment of the essence of His Word. The earning of His Word may be a rescue boat to cross the worldly ocean of desire. The secret of the right path of His Blessings; adventures in His Court remains embedded within the teachings of His Word. You should remain humble as His true devotee, meditate on the teachings of His Word.

183.ਸਲੋਕ ਸਹਸਕ੍ਰਿਤੀ ਮਹਲਾ ੧॥ 1353-13

ਏਕ ਕ੍ਰਿਸ੍ਨੰ ਤ ਸਰਬ ਦੇਵਾ,	ayk krisanN ta sarab dayvaa
ਦੇਵ ਦੇਵਾ ਤ ਆਤਮਹ॥	dayv dayvaa ta aatmah.
ਆਤਮੰ ਸ੍ਰੀ ਬਾਸ੍ਵਦੇਵਸ੍ਯ,	aatmaN saree baasavdaivas-y
ਜੇ ਕੋਈ ਜਾਨਸਿ ਭੇਵ॥	jay ko-ee jaanas bhayv.
ਨਾਨਕ ਤਾ ਕੋ ਦਾਸੁ ਹੈ	naanak taa ko daas hai
ਸੋਈ ਨਿਰੰਜਨ ਦੇਵ॥੪॥	so-ee niranjan dayv. ||4||

ਪ੍ਰਭ ਹੀ ਸਾਰੇ ਦੇਵਤਿਆ ਦਾ ਦੇਵਤਾ, ਅਸਲੀ ਮਾਲਕ ਹੈ । ਉਹ ਹੀ ਆਤਮਾ ਦਾ ਭੇਦ, ਮਾਨਸ ਜੀਵਨ ਦਾ ਮੰਤਵ ਜਾਣਦਾ ਹੈ । ਪ੍ਰਭ ਦਾ ਦਾਸ ਬਣਕੇ ਅਰਦਾਸ ਕਰੋ ! ਜਿਹੜਾ ਸਾਰੀਆਂ ਆਤਮਾਂ ਦਾ ਭੇਦ ਜਾਣਦਾ ਹੈ ।

The True Master is The Prophets of all worldly prophets, Guru of all worldly gurus; The One and Only One True Master of the universe. knows the mystery of soul and the real purpose of human life opportunity. You should humbly, pray for His Forgiveness and Refuge. Only, He knows the secret of all souls of His Creation.

184.ਸਲੋਕ ਸਹਸਕ੍ਰਿਤੀ ਮਹਲਾ ੫॥ 1353-15

ਗੁਰੂ ਗ੍ਰੰਥ ਸਾਹਿਬ – ਮੂਲ ਮੰਤਰ ਵਿੱਚ ਪ੍ਰਭ ਦੀ ਅਵਸਥਾ ਦੀ ਸੋਝੀ ਜਾਣਕਾਰੀ ਦੱਸੀ ਗਈ ਹੈ!

ਮੂਲ ਮੰਤਰ ਦੇ ਪੰਜ ਭਾਗ: **Five enlightenments of Mool Mantra:**

ਪ੍ਰਭ ਦਾ ਅਕਾਰ, ਸ਼੍ਰਿਸਟੀ ਦਾ ਪ੍ਰਬੰਧ, ਬਣਤਰ, ਮੁਕਤੀ, ਪ੍ਰਭ ਦੀ ਪਛਾਣ! Structure; Function; Creation; Acceptance; Recognition.

ੴ ਸਤਿ ਨਾਮੁ ਕਰਤਾ ਪੁਰਖੁ, ਨਿਰਭਉ ਨਿਰਵੈਰ ਅਕਾਲ ਮੂਰਤਿ ਅਜੂਨੀ ਸੈਭੰ ਗੁਰ ਪ੍ਰਸਾਦਿ॥

ik-oNkaar, sat naam, kartaa, purakh, nirbha-o, nirvair, akaal, moorat, ajoonee, saibhaN, gur parsaad.

1) **ਪ੍ਰਭ ਦਾ ਅਕਾਰ** – Structure

ੴ ik-oNkaar: The One and Only One, God, True Master. No form, shape, color, size, in Spirit only.

God, The Holy Spirit may appear in anything, anyone, anytime at His free Will; beyond any form, shape, size, or color, only Holy Spirit.

2) **ਸ਼੍ਰਿਸਟੀ ਦਾ ਪ੍ਰਬੰਧ:** Function and His Operation!

ਸਤਿ ਨਾਮੁ sat naam: naam – His Word, His command, His existence, sat- Omnipresent, Omniscient, Omnipotent, Axiom Unchangeable, Uncompromised, forever.

The One and Only One, God remains embedded in His Nature, in His Word; only His command pervades in the universe and nothing else exist.

3) **ਸ਼੍ਰਿਸਟੀ ਦੀ ਬਣਤਰ:** – Creation of the universe.

ਸੈਭੰ saibhaN: Universe, creation, soul is an expansion of His Holy spirit. Soul separated from His Holy Spirit to repent, sanctify, and may be reunited with origin.

The True Master, Creator remains embedded within His Creation, Nature. Same Holy Spirit embedded in each soul; His Creation is brother-hood.

4) **ਮੁਕਤੀ** Salvation – His acceptance.

ਗੁਰ ਪ੍ਰਸਾਦਿ gur parsaad: Only with His own mercy and grace. No one may counsel nor curse His blessing.

No one may comprehend how, why, and when; He may bestow His blessed Vision or the limits and duration of His blessings.

੫) **ਪ੍ਰਭ ਦੀ ਪਛਾਣ** – Recognition

ਗੁਣ: – ਕਰਤਾ, ਪੁਰਖੁ, ਨਿਰਭਉ, ਨਿਰਵੈਰੁ, ਅਕਾਲ, ਮੂਰਤਿ, ਅਜੂਨੀ! Virtues: - kartaa, purakh, nirbha-o nirvair, akaal, moorat, ajoonee

His virtues remain beyond any limit, imagination, and comprehension of His Creation. However, no one ever born nor will ever be born with all these unique virtues. Whosoever may have all above virtues may be worthy to be called The One and Only One, God, True Master and worthy to be worshiped.

The Master Key to open the door of the right path of acceptance in His Court, salvation may be "saibhaN"! Whosoever may be drenched with the essence that all souls are an expansion of His Holy Spirit; he may realize that mankind as a brotherhood. No one may want to harm and deceive himself; he may be blessed to conquer his mind. With His mercy and grace, his cycle of birth and death may be eliminated!

ਕਤੰਚ ਮਾਤਾ ਕਤੰਚ ਪਿਤਾ, katanch maataa katanch pitaa
ਕਤੰਚ ਬਨਿਤਾ ਬਿਨੋਦ ਸੁਤਹ॥ katanch banitaa binod sutah.
ਕਤੰਚ ਭ੍ਰਾਤ ਮੀਤ ਹਿਤ ਬੰਧਵ, katanch bharaat meet hit banDhav
ਕਤੰਚ ਮੋਹ ਕੁਟੰਬ੍ਯ੍ਯਤੇ॥ katanch moh kutamb-yatay.
ਕਤੰਚ ਚਪਲ ਮੋਹਨੀ, katanch chapal mohnee
ਰੂਪੰ ਪੇਖੰਤੇ ਤਿਆਗੰ ਕਰੋਤਿ॥ roopaN paykhantay ti-aagaN karot.
ਰਹੰਤ ਸੰਗ ਭਗਵਾਨ ਸਿਮਰਣ, rahant sang bhagvaan simran naanak
ਨਾਨਕ ਲਬਧ੍ਯ੍ਯੰ ਅਚੁਤ ਤਨਹ॥੧॥ labDha-yaN achut tanah. ||1||

ਜੀਵ ਕੌਣ ਤੇਰਾ ਮਾਤਾ, ਪਿਤਾ, ਕੌਣ ਬੱਚਾ, ਕੌਣ ਭਾਈ, ਸਾਥੀ, ਸਬੰਧੀ ਹੈ? ਕਿਸੇ ਨਾਲ ਸੰਜੋਗ ਬਣਾਉਣ, ਵਿਆਹ ਕਰਨ ਦਾ ਕੀ ਅਨੰਦ ਮਿਲਦਾ ਹੈ? ਪਰਿਵਾਰ ਦੇ ਮੋਹ ਵਿੱਚ ਕੌਣ ਫਸਿਆ ਹੋਇਆ ਹੈ? ਕੌਣ ਸੁੰਦਰਤਾ ਤੇ ਮੋਹਿਤ ਹੋਇਆ ਹੈ? ਜਿਹੜਾ ਸੁੰਦਰਤਾ ਨਾਲ ਮੋਹਿਤ ਹੋਇਆ ਹੈ । ਉਹ ਪਰਖਣ ਤੇ ਸਾਥ ਛੱਡ ਜਾਂਦਾ ਹੈ । ਪ੍ਰਭ ਦੇ ਵਿਛੋੜੇ ਦੇ ਵਿਰਾਗ ਵਿੱਚ ਸਿਮਰਨ ਦੀ ਕਮਾਈ ਸਦਾ ਹੀ ਸਾਥ ਰਹਿੰਦੀ ਹੈ । ਇਸ ਨਾਲ ਸਦਾ ਅਟਲ ਰਹਿਣ ਵਾਲੀਆਂ ਰਹਿਮਤਾਂ ਬਖਸ਼ਿਸ਼ ਹੁੰਦੀਆਂ ਹਨ ।

Who may be your mother, father, child, sibling, companion, and worldly relationship? What may be the pleasure to associate with and to marry someone? Who may remain intoxicated in the worldly bonds of family, relationship? Who may remain intoxicated with the beauty of partner? Whosoever may remain intoxicated with the beauty of partner; he/she may abandon his company at the time of miseries in worldly life. Whosoever may remain in renunciation in the memory of his separation from His Holy Spirit and meditates on the teachings of His Word; with His mercy and grace, his earnings of His Word remain as his companion forever.

185.ਸਲੋਕ ਸਹਸਕ੍ਰਿਤੀ ਮਹਲਾ ੫॥ 1354-1

ਧ੍ਰਿਗੰਤ ਮਾਤ ਪਿਤਾ ਸਨੇਹੰ, Dharigant maat pitaa sanayhaN
ਧ੍ਰਿਗ ਸਨੇਹੰ ਭ੍ਰਾਤ ਬਾਂਧਵਹ॥ Dharig sanayhaN bharaat baaNDhvah.
ਧ੍ਰਿਗ ਸ੍ਨੇਹੰ ਬਨਿਤਾ ਬਿਲਾਸ ਸੁਤਹ॥ Dharig sneh-aN banitaa bilaas sutah.
ਧ੍ਰਿਗ ਸ੍ਨੇਹੰ ਗ੍ਰਿਹਾਰਥ ਕਹ॥ Dharig sneh-aN garihaarath kah.
ਸਾਧਸੰਗ ਸ੍ਨੇਹ ਸਤ੍ਯ੍ਯੰ, saaDhsang sneh sati-yaN
ਸੁਖਯੰ ਬਸੰਤਿ ਨਾਨਕਹ॥੨॥ sukh-yaN basant naankah. ||2||

ਸੰਸਾਰਕ ਮਾਤਾ, ਪਿਤਾ, ਭੈਣ, ਭਾਈ, ਸਬੰਧੀਆਂ ਨਾਲ ਮੋਹ ਲਾਉਣਾ ਬਿਰਥਾ ਹੈ । ਇਸਤਰ੍ਹਾਂ ਬੱਚਿਆ ਅਤੇ ਪਤਨੀ ਨਾਲ ਮੋਹ ਲਾਉਣਾ ਬਿਰਥਾ ਹੀ ਹੈ । ਸੰਸਾਰਕ ਧੰਦੇ ਸਭ ਬਿਰਥੇ ਹੀ ਹਨ, ਸਰਾਪ ਹੀ ਬਖਸ਼ਿਸ਼ ਹੁੰਦਾ ਹੈ । ਬੰਦਗੀ ਕਰਨ ਵਾਲੇ ਸੰਤਾਂ ਦੇ ਜੀਵਨ ਦੀ ਸਿਖਿਆਂ ਨਾਲ ਜੀਵਨ ਢਾਲਣਾ ਨਾਲ ਹੀ ਮਾਨਸ ਜਨਮ ਸਫਲ ਕਰਦਾ ਹੈ ।

To develop a deep emotional bond with mother, father, sibling, spouse, children, and family may be useless for the real purpose of human life opportunity. Same way all worldly chores may also be useless for the real purpose of human life opportunity, just curse. Whosoever may adopt the life experience teachings of His Holy saint in his day-to-day life; with His mercy and grace, his human life opportunity may be rewarded.

186.ਸਲੋਕ ਸਹਸਕ੍ਰਿਤੀ ਮਹਲਾ ੫॥ 1354-2

ਮਿਥ੍ਯ੍ਯੰਤ ਦੇਹੰ ਖੀਣੰਤ ਬਲਨੰ॥ mith-yant dayhaN kheenant balanaN.
ਬਰਧੰਤਿ ਜਰੂਆ ਹਿਤ੍ਯ੍ਯੰਤ ਮਾਇਆ॥ barDhant jaroo-aa hit-yant maa-i-aa.
ਅਤ੍ਯ੍ਯੰਤ ਆਸਾ ਆਥਿਤ੍ਯ੍ਯ ਭਵਨੰ॥ at-yant aasaa aathit-y bhavanaN.
ਗਨੰਤ ਸ੍ਵਾਸਾ ਭੈਯਾਨ ਧਰਮੰ॥ ganant savasaa bhaiyaan DharmaN.
ਪਤੰਤਿ ਮੋਹ ਕੂਪ ਦੁਰਲਭ੍ਯ੍ਯ ਦੇਹੰ, patant moh koop durlabha-y dayhaN
ਤਤ ਆਸ੍ਰਯੰ ਨਾਨਕ॥ tat aasar-yaN naanak.

ਗੋਬਿੰਦ ਗੋਬਿੰਦ ਗੋਬਿੰਦ ਗੋਪਾਲ ਕ੍ਰਿਪਾ॥੩॥ gobind gobind gobind gopaal kirpaa. ||3||

ਜੀਵ ਦਾ ਤਨ ਸਦਾ ਰਹਿਣ ਵਾਲਾ ਨਹੀਂ ਹੈ, ਤਨ ਬੁੱਢਾ ਹੋ ਜਾਂਦਾ ਹੈ । ਤਨ ਵਿੱਚ ਬਲ ਵੀ ਥੋੜ੍ਹਾ ਸਮਾਂ ਹੀ ਕੁਝ ਕਰਨ ਦੀ ਸਮਰਥਾ ਹੁੰਦੀ ਹੈ । ਉਸ ਦਾ ਸੰਸਾਰਕ ਮਾਇਆ ਨਾਲ ਮੋਹ ਵਧਦਾ ਰਹਿੰਦਾ ਹੈ । ਆਤਮਾ ਥੋੜ੍ਹੇ ਸਮੇਂ ਲਈ ਮਾਨਸ ਤਨ ਵਿੱਚ ਮਹਿਮਾਨ ਹੁੰਦੀ ਹੈ । ਪਰ ਉਸ ਦੇ ਮਨ ਵਿੱਚ ਬਹੁਤ ਆਸਾਂ ਭਰੀਆਂ ਰਹਿੰਦੀਆਂ, ਬਹੁਤ ਕੁਝ ਪ੍ਰਾਪਤ ਕਰਨਾ ਚਾਹੁੰਦੀ ਹੈ । ਆਤਮਾ ਦਾ ਲੇਖਾ ਲਿਖਣ ਵਾਲਾ ਧਰਮਰਾਜ ਬਹੁਤ ਸੁਚੇਤ ਹੈ! ਉਹ ਇੱਕ ਇੱਕ ਸਵਾਸ ਦਾ ਲੇਖਾ ਲਿਖਦਾ ਹੈ । ਦੁਰਲਭ ਮਾਨਸ ਜਨਮ ਬਹੁਤ ਮੁਸ਼ਕਲ ਨਾਲ ਹੀ ਬਖਸ਼ਿਸ਼ ਹੁੰਦਾ ਹੈ । ਜਿਹੜਾ ਸੰਸਾਰਕ ਮੋਹ ਵਿੱਚ ਫਸ ਜਾਂਦਾ, ਨਰਕ, ਜੂੰਨਾਂ ਦੇ ਚੱਕਰ ਵਿੱਚ ਡਿੰਗ ਪੈਂਦਾ ਹੈ । ਬੰਦਗੀ ਕਰਨ ਵਾਲਾ ਇੱਕੋ ਇੱਕ ਪ੍ਰਭ ਦੇ ਸ਼ਬਦ ਤੇ ਹੀ ਆਸ ਰਖਦਾ ਹੈ । ਉਸ ਦੀ ਸ਼ਬਦ ਦੀ ਪਾਲਣਾ ਦਾ ਧੰਦਾ ਹੀ ਅਰਦਾਸ ਹੁੰਦੀ ਹੈ । ਸ੍ਰਿਸ਼ਟੀ ਦੇ ਮਾਲਕ, ਰਹਿਮਤਾਂ ਦੇ ਮਾਲਕ, ਰਹਿਮਤ ਦੀ ਨਜ਼ਰ ਬਖਸ਼ੋ!

The body of a creature may not live forever; over time, his body deteriorate with age. Strength in his body may remain for a limited time; however, his attachment to worldly wealth may grow stronger with age. Even though his soul may remain as a guest of his body for a predetermined, limited time. However, his mind may remain overwhelmed with hopes and desires to accomplish. The righteous judge remains awake and alert! He records his worldly deeds of every moment of his life. Human life opportunity may be blessed very rarely with very hardships, dedication. Whosoever may remain intoxicated with attachments to worldly relations and possessions; he may remain in the cycle of birth and death in hell. His true devotee may adopt the teachings of His Word as the purpose of his human life opportunity. He remains contented with His Blessings. He may obey the teachings of His Word and prays for His Forgiveness and Refuge.

187.ਸਲੋਕ ਸਹਸਕ੍ਰਿਤੀ ਮਹਲਾ ੫॥ 1354-4

ਕਾਚ ਕੋਟੰ ਰਚੰਤਿ ਤੋਯੰ, kaach kotaN rachant to-yaN
ਲੇਪਨੰ ਰਕਤ ਚਰਮਣਹ॥ laypanaN rakat charamneh.
ਨਵੰਤ ਦੁਆਰੰ ਭੀਤ ਰਹਿਤੰ, navant du-aaraN bheet rahitaN
ਬਾਇ ਰੂਪੰ ਅਸਥੰਭਨਹ॥ baa-ay roopaN asthambhnah.
ਗੋਬਿੰਦ ਨਾਮੰ ਨਹ ਸਿਮਰੰਤਿ, gobind naamaN nah simrant
ਅਗਿਆਨੀ ਜਾਨੰਤਿ ਅਸਥਿਰੰ॥ agi-aanee jaanant asthiraN.
ਦੁਰਲਭ ਦੇਹ ਉਧਰੰਤ, durlabh dayh uDhrant
ਸਾਧ ਸਰਣ ਨਾਨਕ॥ saaDh saran naanak.
ਹਰਿ ਹਰਿ ਹਰਿ ਹਰਿ, ਹਰਿ ਹਰੇ ਜਪੰਤਿ॥੪॥ har har har har, har haray japant. ||4||

ਜੀਵ ਦਾ ਨਾਸ ਹੋ ਜਾਣਵਾਲਾ ਤਨ ਪਾਣੀ ਦਾ ਬਣਿਆ ਹੈ, ਇਸ ਤਨ ਵਿੱਚ ਰੱਤ ਭਰੀ ਹੈ । ਇਸ ਨੂੰ ਚੱਮੜੀ ਨਾਲ ਲਪੇਟਿਆ, ਇਕੱਠਾ ਕੀਤਾ ਹੈ । ਉਸ ਨੂੰ ਨੌਂ ਖਿੜਕੀਆ ਦੀ ਸੋਝੀ ਹੈ, ਪਰ ਦਸਵੇਂ ਦਰਵਾਜੇ ਦੀ ਸੋਝੀ ਨਹੀਂ ਹੈ । ਇਹ ਹਵਾ ਦੇ ਥੰਮ੍ਹੀ ਅਤੇ ਸਵਾਸਾਂ ਦੀਆਂ ਨਾਲਾ ਦੇ ਆਸਰੇ ਤੇ ਚਲਦਾ ਹੈ । ਅਣਜਾਣ ਪ੍ਰਭ ਦੇ ਸ਼ਬਦ ਦਾ ਸਿਮਰਨ ਨਹੀਂ ਕਰਦਾ । ਉਹ ਤਨ ਨੂੰ ਸਦਾ ਹੀ ਰਹਿਣ ਵਾਲਾ, ਅਸਲੀ ਅਰਾਮ ਕਰਨ ਵਾਲਾ ਆਸਣ ਸਮਝਦਾ ਹੈ । ਸੰਤਾਂ ਦੀ ਸ਼ਰਣ ਵਿੱਚ ਆਉਣ, ਸ਼ਬਦ ਦੇ ਗੁਣ ਗਾਉਣ ਨਾਲ ਹੀ ਅਮੋਲਕ ਤਨ ਦਾ ਸਧਾਰ, ਮੰਤਵ ਪੂਰਾ ਹੋ ਸਕਦਾ ਹੈ ।

The perishable body of worldly creature is made of water and filled with blood. His body is wrapped with skin. He remains aware of 9 windows of his body; however, he may not be aware of any door. His body remains stable on the pillar of air and his breathes remain functioning with many veins and arteries. Ignorant may not meditate on the teachings of His Word. Ignorant believes his body may remain forever, a permanent resting place for soul. Whosoever may join the conjugation of His Holy saint and sings the glory of His Word; the real purpose of his ambrosial human body may be satisfied

188.ਸਲੋਕ ਸਹਸਕ੍ਰਿਤੀ ਮਹਲਾ ੫॥ 1354-7

ਸੁਭੰਤ ਤੁਯੰ ਅਚੁਤ ਗੁਣਗ੍ਯੰ, subhant tu-yaN achut gunga-yaN
ਪੂਰਨੰ ਬਹੁਲੋ ਕ੍ਰਿਪਾਲਾ॥ pooranaN bahulo kirpaalaa.
ਗੰਭੀਰੰ ਊਚੈ ਸਰਬਗਿ ਅਪਾਰਾ॥ gambheeraN oochai sarbag apaaraa.
ਭ੍ਰਿਤਿਆ ਪ੍ਰਿਅੰ ਬਿਸ੍ਰਾਮ ਚਰਣੰ॥ bhariti-aa pari-aN bisraam charnaN.
ਅਨਾਥ ਨਾਥੇ ਨਾਨਕ ਸਰਣੰ॥੫॥ anaath naathay naanak sarnaN. ||5|

ਪ੍ਰਭ ਆਪਣੇ ਆਪ ਵਿੱਚ ਪੂਰਨ, ਸਦਾ ਅਟਲ ਰਹਿਣ ਵਾਲਾ, ਰਹਿਮਤਾਂ ਨਾਲ ਭਰਪੂਰ, ਖੇੜੇ ਵਿੱਚ ਹੀ ਰਹਿੰਦਾ ਹੈ । ਅਥਾਹ, ਅੰਤਰਜਾਮੀ ਪ੍ਰਭ, ਜਾਣਕਾਰੀ, ਪਹੁੰਚ ਤੋ ਉਪਰ ਹੈ । ਪ੍ਰਭ ਆਪਣੇ ਬੰਦਗੀ ਕਰਨ ਵਾਲੇ ਦਾਸਾਂ ਦਾ ਪ੍ਰੇਮੀ ਹੈ । ਬੰਦਗੀ ਕਰਨ ਵਾਲਾ ਸਦਾ ਹੀ ਪ੍ਰਭ ਦੀ ਸ਼ਰਣ ਵਿੱਚ ਵਸਦਾ ਹੈ । ਬੰਦਗੀ ਕਰਨ ਵਾਲਾ, ਨਿਮਾਣੇ ਦਾ ਮਾਣ ਬਣਾਉਣ ਵਾਲੇ, ਅਨਾਥਾਂ ਦੇ ਨਾਥ ਦੀ ਸ਼ਰਣ ਵਿੱਚ ਪਨਾਹ ਖੋਜਦਾ ਹੈ ।

The Eternal, Perfect, imperishable Forever True Master, Treasure of Virtues remains overwhelmed with blossom. Profound, unfathomable Lofty and Exalted, All-knowing and Infinite True Master! He remains lover of His true devotee. His true devotee may surrender his self-identity at His Sanctuary. The True Master of helpless, rebuked by religious gurus, guru of all worldly gurus; His true devotee always seeks for His Forgiveness and Refuge.

189.ਸਲੋਕ ਸਹਸਕ੍ਰਿਤੀ ਮਹਲਾ ੫॥ 1354-8

ਮ੍ਰਿਗੀ ਪੇਖੰਤ ਬਧਿਕ marigee paykhant baDhik
ਪ੍ਰਹਾਰੇਣ ਲਖ੍ ਆਵਧਹ॥ par-haarayn lakh-y aavDhah.
ਅਹੋ ਜਸੁ ਰਖੇਣ ਗੋਪਾਲਹ, aho jas-y rakhayn gopaalah
ਨਾਨਕ ਰੋਮ ਨ ਛੇਦ੍ਤੇ॥੬॥ naanak rom na chhayd-ytay. ||6||

ਜਿਵੇਂ ਸ਼ਿਕਾਰੀ ਹਿਰਨ ਨੂੰ ਦੇਖਦਾ, ਆਪਣਾ ਨਿਸ਼ਾਨਾ ਉਸ ਤੇ ਲਾਉਂਦਾ ਹੈ । ਜਿਹੜਾ ਪ੍ਰਭ ਦੀ ਸ਼ਰਣ ਵਿੱਚ, ਪਨਾਹ ਵਿੱਚ, ਰਖਵਾਲੀ ਵਿੱਚ ਹੁੰਦਾ ਹੈ । ਉਸ ਦਾ ਕੁਝ ਵੀ ਨੁਕਸਾਨ ਨਹੀਂ ਕਰ ਸਕਦਾ ।

As the hunter may find a wandering deer in the wild; he may aim his arrow to slaughter, kill the deer. Whosoever may be protected in His Sanctuary; no one may ever touch, hurt, His true devotee, any worldly creature.

190.ਸਲੋਕ ਸਹਸਕ੍ਰਿਤੀ ਮਹਲਾ ੫॥ 1354-9

ਬਹੁ ਜਤਨ ਕਰਤਾ ਬਲਵੰਤ ਕਾਰੀ, baho jatan kartaa balvant kaaree
ਸੇਵੰਤ ਸੂਰਾ ਚਤੁਰ ਦਿਸਹ॥ sayvant sooraa chatur disah.
ਬਿਖਮ ਥਾਨ ਬਸੰਤ ਊਚਹ, bikham thaan basant oochah
ਨਹ ਸਿਮਰੰਤ ਮਰਣੰ ਕਦਾਂਚਹ॥ nah simrant marnaN kadaaNcheh.
ਹੋਵੰਤਿ ਆਗਿਆ ਭਗਵਾਨ ਪੁਰਖਹ, hovant aagi-aa bhagvaan pukhah
ਨਾਨਕ ਕੀਟੀ ਸਾਸ ਅਕਰਖਤੇ॥੭॥ naanak keetee saas akarkhatay. ||7||

ਸੰਸਾਰਕ ਰਾਜਾ, ਹਾਕਮ ਭਾਵੇਂ ਆਪਣੀ ਰਖਿਆ ਲਈ ਤਾਕਤਵਾਲ ਫੌਜ ਰਖਦਾ ਹੈ! ਮਜ਼ਬੂਤ ਕਿਲ੍ਹਾ ਬਣਾਉਂਦਾ ਹੈ, ਜਿਸ ਵਿੱਚ ਦਾਖਲ ਹੋਣਾ ਬਹੁਤ ਮੁਸ਼ਕਲ ਹੁੰਦਾ ਹੈ । ਉਹ ਆਪਣੇ ਮਨ ਵਿੱਚ ਕਦੇ ਮੌਤ ਦੀ ਸੋਚ ਵੀ ਨਹੀਂ ਰਖਦਾ! ਪ੍ਰਭ ਦੇ ਹੁਕਮ ਦਾ ਸੱਦਾ ਆਉਣ ਤੇ, ਇੱਕ ਕੀੜੀ ਵੀ ਉਸ ਨੂੰ ਨਾਸ ਕਰ ਸਕਦੀ ਹੈ । ਉਸ ਦੇ ਸਵਾਸ ਖਤਮ ਹੋ ਜਾਂਦੇ, ਮੌਤ ਆ ਜਾਂਦੀ ਹੈ ।

Worldly King may maintain a heavy armed force, built an impenetrable Castle. He may never even think about death. However, with His Command at predetermined time, the devil of death may knock at His head; even a small ant may become a cause of his death, destruction.

191.ਸਲੋਕ ਸਹਸਕ੍ਰਿਤੀ ਮਹਲਾ ੫॥ 1354-11

ਸਬਦੰ ਰਤੰ ਹਿਤੰ ਮਇਆ, sabdaN rataN hitaN ma-i-aa
ਕੀਰਤੰ ਕਲੀ ਕਰਮ ਕ੍ਰਿਤੁਆ॥ keertaN kalee karam kritu-aa.
ਮਿਟੰਤਿ ਤਤ੍ਰਾਗਤ ਭਰਮ ਮੋਹੰ॥ mitant tatraagat bharam mohaN.
ਭਗਵਾਨ ਰਮਣੰ ਸਰਬਤ੍ਰ ਥਾਨ੍ਹਿੰ॥ bhagvaan ramnaN sarbatar thaani-yaN.
ਦ੍ਰਿਸਟ ਤੁਯੰ ਅਮੋਘ ਦਰਸਨੰ, darisat tu-yaN amogh darsanaN
ਬਸੰਤ ਸਾਧ ਰਸਨਾ॥ basant saaDh rasnaa.
ਹਰਿ ਹਰਿ ਹਰਿ ਹਰੇ, har har har haray
ਨਾਨਕ ਪ੍ਰਿਅੰ ਜਾਪੁ ਜਪਨਾ॥੮॥ naanak pari-aN jaap japnaa. ||8||

ਜੀਵ ਪ੍ਰਭ ਦੇ ਸ਼ਬਦ ਦੀ ਲਗਨ ਨਾਲ ਪਾਲਣਾ ਕਰੋ! ਬਾਕੀ ਜੀਵ ਤੇ ਨਿਮ੍ਰਤਾ, ਤਰਸ ਕਰਦੇ, ਪ੍ਰਭ ਦੇ ਸ਼ਬਦ ਦੇ ਕੀਰਤਨ, ਗੁਣ ਗਾਵੋ! ਕੱਲਯੁਗ ਵਿੱਚ ਸ਼ਬਦ ਦੇ ਗੁਣ ਗਾਉਣਾ ਸਭ ਤੋ ਉਤਮ ਧੰਦਾ ਹੈ । ਇਸ ਨਾਲ ਜੀਵ ਦੇ ਮਨ ਵਿਚੋਂ, ਭਰਮ ਦੂਰ ਹੋ ਜਾਂਦੇ ਹਨ । ਪ੍ਰਭ ਹਰਇੱਕ ਥਾਂ, ਹਰਇੱਕ ਜੀਵ ਵਿੱਚ ਹੀ ਵਾਪਰਦਾ ਹੈ । ਉਸ ਦਾ ਦਰਬਾਰ ਹੀ ਆਤਮਾ ਦਾ ਅਸਲੀ ਅਰਾਮ ਕਰਨ ਵਾਲਾ ਘਰ ਹੈ । ਜਿਸ ਬੰਦਗੀ ਕਰਨ ਵਾਲੇ ਦੀ ਜੀਭ ਤੇ ਪ੍ਰਭ ਦਾ ਸ਼ਬਦ ਘਰ ਕਰ ਜਾਂਦਾ ਹੈ, ਉਸ ਸੰਤ ਦੀ ਸੰਗਤ ਵਿੱਚ ਪ੍ਰਭ ਦੇ ਸ਼ਬਦ ਦਾ ਸਿਮਰਨ ਕਰੋ! ਉਸ ਦੇ ਸ਼ਬਦ ਦੇ ਸਵਾਸ ਸਵਾਸ ਗੁਣ ਗਾਵੋ!

You should obey the teachings of His Word with devotion, steady and stable belief; You should humbly and with forgiveness, merciful to helpless, sings the glory of His Word. In the Age of Kul-jug! Singing the glory of His Word without any worldly desire may be the most supreme task in human life journey. The True Master, His Holy Spirit remains embedded within each soul and prevails in every event in His Nature. His Royal Palace may be the only permanent resting place for soul. Whosoever may remain drenched with the essence of His Word on his tongue; you should join his conjugation and adopt his life experience teachings in your own life. You should meditate and sing the glory of His Word with each breath.

192.ਸਲੋਕ ਸਹਸਕ੍ਰਿਤੀ ਮਹਲਾ ੫॥ 1354-13

ਘਟੰਤ ਰੂਪੰ ਘਟੰਤ ਦੀਪੰ, ghatant roopaN ghatant deepaN
ਘਟੰਤ ਰਵਿ ਸਸੀਅਰ ਨਖ੍ਯ੍ਰ ਗਗਨੰ॥ ghatant rav sasee-ar nakh-yatar gaganaN.
ਘਟੰਤ ਬਸੁਧਾ ਗਿਰਿ ਤਰ ਸਿਖੰਡੰ॥ ghatant basuDhaa gir tar sikhaNdaN.
ਘਟੰਤ ਲਲਨਾ ਸੁਤ ਭ੍ਰਾਤ ਹੀਤੰ॥ ghatant lalnaa sut bharaat heetaN.
ਘਟੰਤ ਕਨਿਕ ਮਾਨਿਕ ਮਾਇਆ ਸ੍ਵਰੂਪੰ॥ ghatant kanik maanik maa-i-aa savroopaN.
ਨਹ ਘਟੰਤ ਕੇਵਲ ਗੋਪਾਲ ਅਚੁਤ॥ nah ghatant kayval gopaal achut.
ਅਸਥਿਰੰ ਨਾਨਕ ਸਾਧ ਜਨ॥੯॥ asthiraN naanak saaDh jan. ||9||

ਸ੍ਰਿਸ਼ਟੀ ਵਿਚ ਦਿੱਸਣ ਵਾਲਾ ਸਭ ਕੁਝ ਹੀ ਸਮਾਂ ਪਾ ਕੇ ਨਾਸ, ਖਤਮ ਹੋ ਜਾਂਦਾ ਹੈ । ਸੁੰਦਰਤਾ, ਸਭ ਖੰਡ, ਸੂਰਜ, ਚੰਦ, ਤਾਰੇ, ਧਰਤੀ, ਪ੍ਰਬਤ, ਜੰਗਲ, ਮੈਦਾਨ, ਜੀਵਨ ਸਾਥੀ–ਪਤਨੀ, ਬੱਚੇ, ਭੈਣ, ਭਾਈ, ਮਿੱਤਰ, ਸੋਨਾ, ਰਤਨ, ਸੰਸਾਰਕ ਮਾਇਆ ਦਾ ਖੇਲ ਸਭ ਸਮਾਂ ਪਾ ਕੇ ਖਤਮ ਹੋ ਜਾਂਦਾ ਹੈ । ਕੇਵਲ ਪ੍ਰਭ ਦੀ ਰੂਹਾਨੀ ਜੋਤ ਸਦਾ ਅਟਲ ਰਹਿੰਦੀ ਹੈ, ਕਦੇ ਨਾਸ ਨਹੀਂ ਹੁੰਦੀ । ਬੰਦਗੀ ਕਰਨ ਵਾਲੇ ਪ੍ਰਭ ਦੇ ਦਾਸ, ਸਦਾ ਹੀ ਅਮਰ ਹੋ ਜਾਂਦੇ ਹਨ ।

Anything visible in the universe may vanish over a period. Worldly beauty, worldly islands, sun, moon, stars, sky, spouse, children, siblings, friends, gold, jewels, and the impeccable beauty of worldly wealth may fade away. Only The Eternal, Holy Spirit, teachings of His Word may remain true forever; never vanish. His true devotee with His Blessed Vision may be immortalized forever.

193.ਸਲੋਕ ਸਹਸਕ੍ਰਿਤੀ ਮਹਲਾ ੫॥ 1354-16

ਨਹ ਬਿਲੰਬ ਧਰਮੰ ਬਿਲੰਬ ਪਾਪੰ॥	nah bilamb DharmaN bilamb paapaN.
ਦ੍ਰਿੜੰਤ ਨਾਮੰ ਤਜੰਤ ਲੋਭੰ॥	darirh-aaNt naamaN tajant lobhaN.
ਸਰਣਿ ਸੰਤੰ ਕਿਲਬਿਖ ਨਾਸੰ,	saran santaN kilbikh naasaN
ਪ੍ਰਾਪਤੰ ਧਰਮ ਲਖ੍ਹਿਣ॥	paraaptaN Dharam lakh-yin.
ਨਾਨਕ ਜਿਹ ਸੁਪ੍ਰਸੰਨ ਮਾਧਵਹ॥੧੦॥	naanak jih suparsan maaDhvah. ||10||

ਜੀਵ ਚੰਗੇ ਕੰਮ ਕਰਨ ਸਮੇਂ ਆਲਸ ਨਾ ਕਰੋ! ਬੁਰੇ ਕੰਮ ਸਮੇਂ, ਬਾਰ ਬਾਰ ਸੋਚੋ, ਜਲਦੀ ਨਾ ਕਰੋ! ਆਪਣੇ ਮਨ ਵਿਚੋਂ ਲਾਲਚ ਨੂੰ ਤਿਆਗਕੇ, ਪ੍ਰਭ ਦੇ ਸ਼ਬਦ ਦੀ ਪਾਲਣਾ ਵਿੱਚ ਸੁਚੇਤ ਜਾਗਰਤ ਰਹੋ! ਇਸਤਰ੍ਹਾਂ ਦਾ ਜੀਵ ਦਾ ਜੀਵਨ ਦਾ ਢੰਗ ਹੀ ਪ੍ਰਭ ਦੇ ਸ਼ਬਦ ਅਨੁਸਾਰ, ਪ੍ਰਵਾਨਗੀ ਦਾ ਅਸਲੀ ਰਸਤਾ ਬਣ ਜਾਂਦਾ ਹੈ । ਪ੍ਰਭ ਦੀ ਰਹਿਮਤ ਨਾਲ ਮਨ ਵਿੱਚ ਸੰਤੋਖ, ਖੇੜਾ ਭਰ ਜਾਂਦਾ ਹੈ ।

You should never hesitate delay performing any good deeds for His Creation. You should always think, time and again before performing any hurtful deeds to other; never rush to conclusion, always cool down and think about the consequence of your action. You should renounce your greed and always remain awake and alert in your meditation. Such a way of life may become as per the teachings of His Word; the right path of acceptance in His Court; with His mercy and grace, you may remain overwhelmed with contentment and blossom in your life.

194.ਸਲੋਕ ਸਹਸਕ੍ਰਿਤੀ ਮਹਲਾ ੫॥ 1354-17

ਮਿਰਤ ਮੋਹੰ ਅਲਪ ਬੁਧੵੰ,	mirat mohaN alap buDh-yaN
ਰਚੰਤਿ ਬਨਿਤਾ ਬਿਨੋਦ ਸਾਹੰ॥	rachant banitaa binod saahaN.
ਜੌਬਨ ਬਹਿਕ੍ਰਮ ਕਨਿਕ ਕੁੰਡਲਹ॥	jouban bahikaram kanik kundlah.
ਬਚਿਤ੍ਰ ਮੰਦਿਰ ਸੋਭੰਤਿ ਬਸਤ੍ਰਾ,	bachitar mandir sobhant bastaraa
ਇਤੵੰਤ ਮਾਇਆ ਬੵਾਪਿਤੰ॥	it-yant maa-i-aa bi-yaapitaN.
ਹੇ ਅਚੁਤ ਸਰਣਿ ਸੰਤ,	hay achut saran sant
ਨਾਨਕ ਭੋ ਭਗਵਾਨਏ ਨਮਹ॥੧੧॥	naanak bho bhagvaana-ay namah. ||11||

ਥੋੜ੍ਹੀ ਸੋਝੀ ਵਾਲਾ ਜੀਵ ਸੰਸਾਰਕ ਮੋਹ ਦੇ ਪਿਛੇ ਲਗਾ ਰਹਿੰਦਾ ਹੈ । ਉਹ ਪਤਨੀ ਦੀ ਕਾਮ ਵਾਸ਼ਨਾ ਦੇ ਜਾਲ ਵਿੱਚ ਹੀ ਫਸਿਆ ਰਹਿੰਦਾ ਹੈ । ਇਹ ਸਭ ਸੰਸਾਰਕ ਮਾਇਆ ਦਾ ਜਾਲ, ਪਸਾਰਾ ਹੈ । ਜਵਾਨੀ ਦਾ ਜੋਬਨ, ਸੋਨੇ ਦੀਆਂ ਮੰਦ੍ਹਾਂ, ਸ਼ਾਹੀ ਘਰ, ਸਜਾਵਟ ਵਾਲੇ ਕਪੜੇ, ਗਹਿਣੇ ਆਦਿ ਵੀ ਸੰਸਾਰਕ ਮਾਇਆ ਦਾ ਹੀ ਪਸਾਰਾ, ਜਾਲ ਹੈ । ਬੰਦਗੀ ਕਰਨ ਵਾਲਾ, ਸਦਾ ਹੀ ਰੂਹਾਨੀ ਸੰਤਾਂ ਦੀ ਸੰਗਤ, ਸ਼ਰਣ ਵਿੱਚ ਸ਼ਬਦ ਦੇ ਗੁਣ ਗਾਉਂਦਾ, ਸਿਰ ਝੁਕਾਉਂਦਾ ਹੈ ।

Self-minded, ignorant from the teachings of His Word, may remain intoxicated with the sweet poison of worldly wealth. He may remain intoxicated with sexual urge of strange partner. These 5 demons of worldly desires are all expansion of the sweet poison of worldly wealth. Youth, beauty, gold ear rings, glamorous palaces, expensive clothes, jewelry all are expansion of worldly wealth. His true devotee may remain in the conjugation of His Holy saint, sings the glory and gratitude of His Virtues.

195.ਸਲੋਕ ਸਹਸਕ੍ਰਿਤੀ ਮਹਲਾ ੫॥ 1354-19

ਜਨਮੰ ਤ ਮਰਣੰ ਹਰਖੰ ਤ ਸੋਗੰ,	janmaN ta marnaN harkhaN ta sogaN
ਭੋਗੰ ਤ ਰੋਗੰ॥	bhogaN ta rogaN.
ਊਚੰ ਤ ਨੀਚੰ ਨਾਨ੍ਹਾ ਸੁ ਮੂਚੰ॥	oonchaN ta neechaN naanHaa so moochaN.
ਰਾਜੰ ਤ ਮਾਨੰ ਅਭਿਮਾਨੰ ਤ ਹੀਨੰ॥	raajaN ta maanaN abhimaanaN ta heenaN.
ਪ੍ਰਵਿਰਤਿ ਮਾਰਗੰ ਵਰਤੰਤਿ ਬਿਨਾਸਨੰ॥	parvirat maargaN vartant binaasanaN.
ਗੋਬਿੰਦ ਭਜਨ ਸਾਧ ਸੰਗੇਣ, ਅਸਥਿਰੰ	gobind bhajan saaDh sangayn asthiraN
ਨਾਨਕ ਭਗਵੰਤ ਭਜਨਾਸਨੰ॥੧੨॥	naanak bhagvant bhajnaasnaN. ||12||

ਜਿਸ ਦਾ ਜਨਮ ਹੁੰਦਾ, ਮੌਤ ਵੀ ਆਉਂਦੀ, ਸੁਖ ਆਉਂਦਾ, ਦੁਖ ਵੀ ਆਉਂਦਾ ਹੈ । ਜੀਵਨ ਵਿੱਚ ਖੇੜਾ ਹੁੰਦਾ ਹੈ, ਰੋਗ ਵੀ ਆਉਂਦਾ ਹੈ । ਜੀਵਨ ਵਿੱਚ ਚੰਗਾ ਸਮਾਂ ਆਉਂਦਾ ਹੈ, ਮੰਦਾ ਵੀ ਆਉਂਦਾ ਹੈ । ਕੋਈ ਛੋਟਾ ਹੈ, ਕੋਈ ਵੱਡਾ, ਤਾਕਤਵਾਰ ਵੀ ਹੈ । ਜਿਸ ਨੂੰ ਪ੍ਰਭ ਤਾਕਤ ਬਖਸ਼ਦਾ ਹੈ, ਉਸ ਦੇ ਮਨ ਵਿੱਚ ਅਹੰਕਾਰ ਦਾ ਜ਼ੋਰ ਵੀ ਹੁੰਦਾ ਹੈ । ਜਿਹੜਾ ਅਹੰਕਾਰ ਵਿੱਚ ਫਸ ਜਾਂਦਾ ਹੈ । ਉਹ ਅਹੰਕਾਰ ਦੇ ਰਸਤੇ ਤੇ ਚਲਦਾ, ਜੂੰਨਾ ਦੇ ਚੱਕਰ ਵਿੱਚ ਪੈਂਦਾ, ਨਾਸ ਹੋ ਜਾਂਦਾ, ਨਰਕ ਵਿੱਚ ਜਾਂਦਾ ਹੈ । ਪ੍ਰਭ ਦੇ ਸ਼ਬਦ ਦੀ ਬੰਦਗੀ ਕਰਦੇ ਜੀਵ ਦੇ ਮਨ ਵਿੱਚ ਸੰਤੋਖ ਧੀਰਜ ਵਸ ਜਾਂਦਾ ਹੈ । ਬੰਦਗੀ ਕਰਨ ਵਾਲਾ ਦੇ ਮਨ ਵਿੱਚ ਪ੍ਰਭ ਦੇ ਸ਼ਬਦ ਦੀ ਸਦਾ ਚੱਲਣ ਵਾਲੀ ਧੁਨ ਜਾਗਰਤ ਹੋ ਜਾਂਦੀ, ਸੁਣਾਈ ਦੇਂਦੀ ਹੈ ।

Whosoever may take birth in the universe, he must die over a period. Whosoever may enjoy blossom in life; he may experience miseries also. Whosoever may have a good time in his worldly life; he may experience tough time in his life also. Someone may be small, weak, other may be big and strong. Whosoever may be blessed with strength and wealth, richness; he may be enticed with ego. Whosoever become a victim of ego. He may spend his life, meditation in his ego, worldly status; he may remain in the path of destruction and cycle of birth and death. Whosoever may adopt the teachings of His Word; with His mercy and grace, he may be blessed with overwhelming contentment and blossom. He may hear the everlasting echo of His Word resonating within his heart.

196.ਸਲੋਕ ਸਹਸਕ੍ਰਿਤੀ ਮਹਲਾ ੫॥ 1355-2

ਕਿਰਪੰਤ ਹਰੀਅੰ ਮਤਿ ਤਤੁ ਗਿਆਨੰ॥ kirpant haree-aN mat tat gi-aanaN.
ਬਿਗਸੀਧ੍ਰਿ ਬੁਧਾ ਕੁਸਲ ਥਾਨੰ॥ bigseeDhiy buDhaa kusal thaanaN.
ਬਸ੍ਯੰਤ ਰਿਖਿਅੰ ਤਿਆਗਿ ਮਾਨੰ॥ bas-yant rikhi-aN ti-aag maanaN.
ਸੀਤਲੰਤ ਰਿਦਯੰ ਦ੍ਰਿੜੁ ਸੰਤ ਗਿਆਨੰ॥ seetlant rid-yaN darirh sant gi-aanaN.
ਰਹੰਤ ਜਨਮੰ ਹਰਿ ਦਰਸ ਲੀਣਾ॥ rahant janmaN har daras leenaa.
ਬਾਜੰਤ ਨਾਨਕ ਸਬਦ ਬੀਣੰ॥੧੩॥ baajant naanak sabad beenaaN. ||13||

ਪ੍ਰਭ ਦੀ ਰਹਿਮਤ ਨਾਲ ਸ਼ਬਦ ਦੀ ਸੋਝੀ ਮਨ ਅੰਦਰੋਂ ਹੀ ਪ੍ਰਗਟ ਹੋ ਜਾਂਦੀ ਹੈ । ਜੀਵ ਦੇ ਅੰਦਰ ਰੂਹਾਨੀ ਨੂਰ, ਸ਼ਬਦ ਜਾਗਰਤ ਹੋ ਜਾਂਦਾ ਹੈ । ਜੀਵ ਪ੍ਰਭ ਦੇ ਸ਼ਬਦ ਦੀ ਸਮਾਧੀ ਵਿੱਚ ਲੀਨ ਹੋ ਜਾਂਦਾ ਹੈ । ਉਸ ਦੇ ਮਨ ਦੀਆਂ ਇੱਛਾਂ ਭਾਵਨਾਂ, ਅਹੰਕਾਰ ਤੇ ਜਿੱਤ ਬਖਸ਼ਿਸ਼ ਹੋ ਜਾਂਦੀ ਹੈ, ਮਨ ਵਿੱਚ ਸੰਤੋਖ ਘਰ ਕਰ ਜਾਂਦਾ ਹੈ । ਉਸ ਦੇ ਮਨ ਵਿੱਚ ਸੰਤ ਅਵਸਥਾ ਦਾ ਬੀਜ, ਬੂਟਾ ਪੈਦਾ ਹੋ ਜਾਂਦਾ ਹੈ । ਉਸ ਨੂੰ ਪ੍ਰਭ ਦੇ ਦਰਬਾਰ ਵਿੱਚ ਪ੍ਰਵਾਨਗੀ, ਹਜ਼ੂਰੀ ਬਖਸ਼ਿਸ਼ ਹੋ ਜਾਂਦੀ, ਜੂੰਨਾਂ ਦਾ ਚੱਕਰ ਖਤਮ ਹੋ ਜਾਂਦਾ ਹੈ । ਪ੍ਰਭ ਦੇ ਸ਼ਬਦ ਦੀ ਧੁਨ ਮਨ ਵਿੱਚ ਚਲ ਪੈਂਦੀ, ਸ਼ਬਦ ਮਨ ਵਿੱਚ ਜਾਗਰਤ ਹੋ ਜਾਂਦਾ ਹੈ ।

Whosoever may be bestowed with His blessed Vision! He may be enlightened with the essence of His Word from within; he may remain awake and alert with the eternal spiritual glow within. His true devotee may remain intoxicated in meditation in the void of His Word. He may conquer his ego of worldly status, worldly desires and blessed with overwhelming contentment. With His Blessed Vision, the seed of state of mind as His true devotee, saint may be sowed within his mind. He may be blessed with the right path of acceptance in His Court. His cycle of birth and death may be eliminated. He may hear the everlasting echo of His Word within. He may remain awake and alert with the enlightenment of the essence of His Word.

197.ਸਲੋਕ ਸਹਸਕ੍ਰਿਤੀ ਮਹਲਾ ੫॥ 1355-4

ਕਹੰਤ ਬੇਦਾ ਗੁਣੰਤ ਗੁਨੀਆ, kahant baydaa gunant gunee-aa
ਸੁਣੰਤ ਬਾਲਾ ਬਹੁ ਬਿਧਿ ਪ੍ਰਕਾਰਾ॥ sunant baalaa baho biDh parkaaraa.
ਦ੍ਰਿੜੰਤ ਸੁਬਿਦਿਆ ਹਰਿ ਹਰਿ ਕ੍ਰਿਪਾਲਾ॥ darirh-aaNt subidi-aa har har kirpaalaa.
ਨਾਮ ਦਾਨੁ ਜਾਚੰਤ, naam daan jaachant

ਨਾਨਕ ਦੈਨਹਾਰ ਗੁਰ ਗੋਪਾਲਾ॥੧੪॥ naanak dainhaar gur gopaalaa. ||14||

ਸੰਸਾਰਕ ਸੰਤ ਧਰਮ ਦੇ ਗ੍ਰੰਥਾਂ ਵਿੱਚ ਲਿਖੇ ਪ੍ਰਭ ਦੇ ਗੁਣਾਂ, ਵਡਿਆਈਆਂ ਦਾ ਵਖਿਆਣ, ਪ੍ਰਚਾਰ ਕਰਦੇ ਹਨ। ਸੰਸਾਰਕ ਜੀਵ ਅਨੇਕਾਂ ਹੀ ਤਰੀਕੇ ਨਾਲ ਗੁਣ ਸੁਣਦੇ ਹਨ। ਤਰਸਵਾਨ, ਮਿਹਰਬਾਨ ਮਾਲਕ ਆਪਣੀ ਰਹਿਮਤ ਨਾਲ ਰੂਹਾਨੀ ਸ਼ਬਦ ਜੀਵ ਅੰਦਰੋਂ ਹੀ ਜਾਗਰਤ ਕਰਦਾ ਹੈ। ਬੰਦਗੀ ਕਰਨ ਵਾਲਾ ਸਦਾ ਹੀ ਰਹਿਮਤਾਂ, ਸ਼ਬਦ ਦੀ ਪਾਲਣਾ ਦੇ ਲੜ ਲਾਉਣ ਦੀ ਅਰਦਾਸ ਕਰਦਾ ਹੈ।

Religious preacher, saint explains and preaches the greatness, Virtues described in worldly Holy Scriptures. His true devotee may listen these virtues and practice in his life with different techniques. The Merciful, Gracious True Master may enlighten the eternal Holy Spirit from within, the mind of His true devotee; he may remain awake and alert. His true devotee may always pray for devotion to obey the teachings of His Word, for His Forgiveness and Refuge.

198.ਸਲੋਕ ਸਹਸਕ੍ਰਿਤੀ ਮਹਲਾ ੫॥ 1355-6

ਨਹ ਚਿੰਤਾ ਮਾਤ ਪਿਤ ਭ੍ਰਾਤਹ, nah chintaa maat pit bharaatah
ਨਹ ਚਿੰਤਾ ਕਛੁ ਲੋਕ ਕਹ॥ nah chintaa kachh lok kah.
ਨਹ ਚਿੰਤਾ ਬਨਿਤਾ ਸੁਤ ਮੀਤਹ, nah chintaa banitaa sut meetah
ਪ੍ਰਵਿਰਤਿ ਮਾਇਆ ਸਨਬੰਧਨਹ॥ parvirat maa-i-aa sanbhanDhnah.
ਦਇਆਲ ਏਕ ਭਗਵਾਨ ਪੁਰਖਹ, da-i-aal ayk bhagvaan pukhah
ਨਾਨਕ ਸਰਬ ਜੀਅ ਪ੍ਰਤਿਪਾਲਕਹ॥੧੫॥ naanak sarab jee-a partipaalkeh. ||15||

ਮਾਨਸ ਜੀਵ ਸੰਸਾਰਕ ਮਾਇਆ ਦੇ ਨਸ਼ੇ ਵਿੱਚ ਦਿਵਾਨਾ ਹੋਇਆ ਰਹਿੰਦਾ ਹੈ। ਆਪਣੇ ਮਾਤਾ, ਪਿਤਾ, ਭੈਣ, ਭਾਈ, ਪਤਨੀ, ਬੱਚੇ, ਸੰਸਾਰਕ ਜੀਵ ਦੀ ਭਲਾਈ ਦਾ ਖਿਆਲ ਨਹੀਂ ਕਰਦਾ। ਸ੍ਰਿਸ਼ਟੀ ਨੂੰ ਪੈਦਾ ਕਰਨ ਵਾਲਾ ਮਾਲਕ ਬਹੁਤ ਮਿਹਰਬਾਨ, ਰਹਿਮਤਾਂ ਬਖਸ਼ਦਾ ਹੈ। ਉਹ ਹੀ ਸਾਰੀ ਸ੍ਰਿਸ਼ਟੀ ਦੀ ਪਾਲਣਾ ਪੋਸਨਾ, ਰਖਿਆ ਕਰਦਾ ਹੈ।

Self-minded may remain intoxicated with the sweet poison of worldly wealth. He may never care for the welfare of his parents, siblings, spouse, children nor His Creation. The True Master, Creator Treasure of all Virtues, Blessings remains very generous, gracious on His Creation. He nourishes and protects His Creation.

199.ਸਲੋਕ ਸਹਸਕ੍ਰਿਤੀ ਮਹਲਾ ੫॥ 1355-8

ਅਨਿਤ੍ਯ ਵਿਤੰ ਅਨਿਤ੍ਯ ਚਿਤੰ ਅਨਿਤ੍ਯ, anit-y vitaN anit-y chitaN anit-y
ਆਸਾ ਬਹੁ ਬਿਧਿ ਪ੍ਰਕਾਰੰ॥ aasaa baho biDh parkaaraN.
ਅਨਿਤ੍ਯ ਹੇਤੰ ਅਹੰ ਬੰਧੰ ਭਰਮ, anit-y haytaN ahaN banDhaN bharam
ਮਾਇਆ ਮਲਨੰ ਬਿਕਾਰੰ॥ maa-i-aa malanaN bikaaraN.
ਫਿਰੰਤ ਜੋਨਿ ਅਨੇਕ ਜਠਰਾਗਨਿ, firant jon anayk jhathraagan
ਨਹ ਸਿਮਰੰਤ ਮਲੀਣ ਬੁਧੰ॥ nah simrant maleen buDh-yaN.
ਹੇ ਗੋਬਿੰਦ ਕਰਤ ਮਇਆ, ਨਾਨਕ hay gobind karat ma-i-aa naanak
ਪਤਿਤ ਉਧਾਰਣ ਸਾਧ ਸੰਗਮਹ॥੧੬॥ patit uDhaaran saaDh sangmah. ||16||

ਸੰਸਾਰਕ ਮਾਇਆ, ਸੋਚਾਂ, ਖਿਆਲ, ਇੱਛਾਂ ਸਭ ਥੋੜ੍ਹਾ ਸਮੇਂ ਵਿੱਚ ਹੀ ਖਤਮ ਹੋ ਜਾਂਦੀਆਂ ਹਨ। ਸਾਰੇ ਰਿਸ਼ਤੇ, ਸਬੰਧ, ਧਨ, ਅਹੰਕਾਰ, ਭਰਮ, ਸੰਸਾਰਕ ਮਾਇਆ, ਧੋਖੇ ਦੇ ਖਿਆਲ ਥੋੜ੍ਹਾ ਸਮਾਂ ਹੀ ਰਹਿੰਦੇ ਹਨ। ਨਾਸ਼ ਹੋਣਵਾਲਾ ਜੀਵ, ਅਨੇਕਾਂ ਜਨਮਾਂ ਵਿੱਚ ਹੀ ਗਰਭ ਦੀ ਅੱਗ ਵਿੱਚ ਜਾਂਦਾ ਹੈ। ਉਹ ਪ੍ਰਭ ਦੇ ਸ਼ਬਦ ਦਾ ਸਿਮਰਨ ਨਹੀਂ ਕਰਦਾ। ਉਹ ਆਪਣੇ ਲਾਲਚ, ਚਲਾਕੀ ਨੂੰ ਵੀ ਆਪ ਨਹੀਂ ਸਮਝਦਾ। ਜਿਸ ਤੇ ਰਹਿਮਤਾਂ ਦਾ ਮਾਲਕ ਰਹਿਮਤ ਦੀ ਨਜ਼ਰ ਬਖਸ਼ਦਾ ਹੈ। ਉਹ ਸ਼ਬਦ ਦੇ ਲੜ ਲਗ ਜਾਂਦਾ, ਪਾਪੀ ਵੀ ਤਰ ਜਾਂਦਾ ਹੈ। ਬੰਦਗੀ ਕਰਨ ਵਾਲਾ ਸੰਤਾਂ ਦੀ ਸੰਗਤ ਕਰਦਾ, ਸੰਤ ਦੇ ਜੀਵਨ ਦੀ ਸਿਖਿਆਂ ਨਾਲ ਜੀਵਨ ਢਾਲਦਾ ਹੈ।

Thoughts of mind, worldly desires, intoxication of worldly wealth may provide short-lived pleasures and vanish over period. Same way worldly relationship, family bonds, worldly wealth, ego, suspicions, glamor of worldly wealth, deceptive thoughts may provide short-lived comforts. His body is perishable and his soul endure the miseries in the lava in the womb of mother repeatedly. Self-minded may never meditate on the teachings of His Word with steady and stable belief in his day-to-day life. He may not even comprehend his own greed, clever, deceptive thoughts, tricks. Whosoever may be bestowed with His Blessed Vision. He may remain intoxicated in obeying the teachings of His Word; even the sinners may be blessed with the right path of acceptance in His Court. His true devotee may surrender in the conjugation of His Holy saint and he may adopt his life experience teachings in his day-to-day life.

200.ਸਲੋਕ ਸਹਸਕ੍ਰਿਤੀ ਮਹਲਾ ੫॥ 1355-9

ਗਿਰੰਤ ਗਿਰਿ ਪਤਿਤ ਪਾਤਾਲੰ,	girant gir patit paataalaN
ਜਲੰਤ ਦੇਦੀਪ੍ਯ ਬੈਸ੍ਵਾਂਤਰਹ॥	jalant daydeep-y baisvaaNtareh.
ਬਹੰਤਿ ਅਗਾਹ ਤੋਯੰ ਤਰੰਗੰ ਦੁਖੰਤ,	bahant agaah to-yaN tarangaN dukhant
ਗ੍ਰਹ ਚਿੰਤਾ ਜਨਮੰ ਤ ਮਰਣਹ॥	garah chintaa janmaN ta marnah.
ਅਨਿਕ ਸਾਧਨੰ ਨ ਸਿਧ੍ਯਤੇ,	anik saaDhanaN na siDh-yatai
ਨਾਨਕ ਅਸਥੰਭੰ ਅਸਥੰਭੰ,	naanak asthambhaN asthambhaN
ਅਸਥੰਭੰ ਸਬਦ ਸਾਧ ਸ੍ਵਜਨਹ॥੧੭॥	asthambhaN sabad saaDh savajniH. ||17||

ਜੀਵ ਭਾਵੇਂ ਤੇਰੇ ਤੇ ਅਨੇਕਾਂ ਮੁਸ਼ਕਲਾਂ ਆਉਣ, ਪਹਾੜੀ ਤੋਂ, ਪਤਾਲ ਵਿੱਚ, ਅੱਗ ਵਿੱਚ ਡਿੱਗ ਪਵੇ, ਪਾਣੀ ਦੇ ਤੁਫਾਨ ਨਾਲ ਸਮੁੰਦਰ ਵਿੱਚ ਫਸ ਜਾਵੇ । ਇਹਨਾਂ ਸਾਰੇ ਦੁਖਾਂ ਨਾਲੋ ਵੱਡਾ ਦੁਖ ਘਰ ਦੀਆਂ, ਚਿੰਤਾਂ ਦਾ ਹੁੰਦਾ ਹੈ । ਜਿਸ ਨਾਲ ਜੀਵ ਜਨਮ ਮਰਨ ਦੇ ਚੱਕਰ ਵਿੱਚ ਭਉਦਾ ਰਹਿੰਦਾ ਹੈ । ਜੀਵ ਦੀ ਆਪਣੀ ਕੋਸ਼ਿਸ਼ ਨਾਲ, ਕੁਝ ਵੀ ਕਰਨ ਨਾਲ ਜੂੰਨਾਂ ਦਾ ਚੱਕਰ ਖਤਮ ਨਹੀਂ ਕਰ ਸਕਦਾ । ਪ੍ਰਭ ਦੇ ਸ਼ਬਦ ਦਾ ਆਸਰਾ, ਸ਼ਬਦ ਨਾਲ ਜੀਵਨ ਢਾਲਣਾ, ਬੰਦਗੀ ਕਰਨ ਵਾਲੇ ਸੰਤਾਂ ਦੀ ਸੰਗਤ ਕਰਨਾ ਹੀ ਬਚਣ ਦਾ ਇੱਕੋ ਇੱਕ ਹੀ ਸਾਧਨ ਹੈ!

Human may face, endure miseries by falling from top of hill, falls in deep water, underearth world, in burning fire or in storm in ocean; however, much more terrible misery may be the worries of his family. His family worries may be the root cause of his cycle of birth and death. He may perform any techniques, efforts, meditation; he may not be able to eliminate his cycle of birth and death.

To surrender your self-identity at His Sanctuary; adopt the teachings of His Word in day-to-day life; adopt the life experience teachings of His Holy saint in your own life may be the only right path of acceptance in His Court.

201.ਸਲੋਕ ਸਹਸਕ੍ਰਿਤੀ ਮਹਲਾ ੫॥ 1355-12

ਘੋਰ ਦੁਖੵੰ ਅਨਿਕ ਹਤੵੰ ਜਨਮ,	ghor dukh-yaN anik hat-yaN janam
ਦਾਰਿਦ੍ਰੰ ਮਹਾ ਬਿਖੵਾਦੰ॥	daaridaraN mahaa bikh-yaadN.
ਮਿਟੰਤ ਸਗਲ ਸਿਮਰੰਤ ਹਰਿ ਨਾਮ, ਨਾਨਕ,	mitant sagal simrant har naam naanak
ਜੈਸੇ ਪਾਵਕ ਕਾਸਟ ਭਸਮੰ ਕਰੋਤਿ॥੧੮॥	jaisay paavak kaasat bhasmaN karot. 18

ਜੀਵ ਦੀ ਭਿਆਨਕ ਦਰਦ, ਦੁਖ, ਅਨੇਕਾਂ ਕਤਲਾਂ ਦੇ ਪਾਪ, ਜੂੰਨਾਂ ਦਾ ਚੱਕਰ, ਗ਼ਰੀਬੀ, ਦਰਦਨਾਕ ਹਾਲਤ ਇਹਨਾਂ ਸਰਿਆਂ ਦਾ ਇੱਕੋ ਇੱਕ ਹੀ ਇਲਾਜ ਹੈ । ਪ੍ਰਭ ਦੇ ਸ਼ਬਦ ਦਾ ਸਿਮਰਨ ਕਰਨ ਨਾਲ ਇਹ ਸਾਰੇ ਹੀ ਨਾਸ, ਬਖਸ਼ੇ ਜਾ ਸਕਦੇ ਹਨ । ਜਿਵੇਂ ਤਨ ਦੇ ਅੰਗ, ਅੰਤ ਵਿੱਚ ਭਸਮ ਦੀ ਢੇਰੀ ਬਣ ਜਾਂਦੇ ਹਨ ।

The terrible miseries of life, sins of many murders, cycle of birth and death, poverty may have only one cure! Whosoever may remain intoxicated in meditation in the void of His Word; all his sins may be forgiven. His miseries may be cured; as limbs of his body may become ashes in fire at the time of cremation.

202.ਸਲੋਕ ਸਹਸਕ੍ਰਿਤੀ ਮਹਲਾ ੫॥ 1355-13

ਅੰਧਕਾਰ ਸਿਮਰਤ ਪ੍ਰਕਾਸੰ,	anDhkaar simrat parkaasaN
ਗੁਣ ਰਮੰਤ ਅਘ ਖੰਡਨਹ॥	gun ramant agh khandnah.
ਰਿਦ ਬਸੰਤਿ ਭੈ ਭੀਤ ਦੂਤਹ,	rid basant bhai bheet dootah
ਕਰਮ ਕਰਤ ਮਹਾ ਨਿਰਮਲਹ॥	karam karat mahaa niramleh.
ਜਨਮ ਮਰਣ ਰਹੰਤ ਸ੍ਰੋਤਾ,	janam maran rahant sarotaa
ਸੁਖ ਸਮੂਹ ਅਮੋਘ ਦਰਸਨਹ॥	sukh samooh amogh darasneh.
ਸਰਣਿ ਜੋਗੰ ਸੰਤ ਪ੍ਰਿਅ ਨਾਨਕ,	saran jogaN sant pari-a naanak
ਸੋ ਭਗਵਾਨ ਖੇਮੰ ਕਰੋਤਿ॥੧੯॥	so bhagvaan khaymaN karot. ‖19‖

ਪ੍ਰਭ ਦੇ ਸ਼ਬਦ ਦਾ ਸਿਮਰਨ ਕਰਨ ਨਾਲ ਅਗਿਆਨਤਾ ਦਾ ਅੰਧੇਰਾ ਦੂਰ ਹੋ ਜਾਂਦਾ ਹੈ । ਸ਼ਬਦ ਨਾਲ ਜੀਵਨ ਢਾਲਣ ਨਾਲ ਮਨ ਵਿਚੋਂ ਬੁਰੇ ਖਿਆਲ, ਪਾਪ ਨਾਸ ਹੋ ਜਾਂਦੇ ਹਨ । ਪ੍ਰਭ ਦੇ ਸ਼ਬਦ ਨੂੰ ਮਨ ਵਿੱਚ ਜਾਗਰਤ ਕਰੋ ! ਸੰਸਾਰ ਵਿੱਚ ਚੰਗੇ ਕੰਮ ਕਰੋ ! ਇਸ ਨਾਲ ਮੌਤ ਦਾ ਜਮਦੂਤ ਵੀ ਜੀਵ ਤੋ ਡਰਨ ਲਗ ਪੈਂਦਾ, ਜੂੰਨਾਂ ਦਾ ਚੱਕਰ ਖਤਮ ਹੋ ਜਾਂਦਾ ਹੈ । ਪ੍ਰਭ ਦੀ ਰਹਿਮਤ ਦੀ ਨਜ਼ਰ ਨਾਲ, ਉਸ ਦੇ ਮਨ ਵਿੱਚ ਪੂਰਨ ਸੰਤੋਖ ਭਰ ਜਾਂਦਾ, ਪ੍ਰਭ ਦੇ ਦਰਬਾਰ ਵਿੱਚ ਪ੍ਰਵਾਨਗੀ ਬਖਸ਼ਿਸ਼ ਹੋ ਜਾਂਦੀ ਹੈ । ਪ੍ਰਭ ਆਪਣੇ ਬੰਦਗੀ ਕਰਨ ਵਾਲੇ ਦਾਸਾਂ ਦਾ ਪ੍ਰੇਮੀ, ਬੰਦਗੀ ਕਰਨ ਵਾਲੇ ਦੀ ਰਖਿਆ ਕਰਦਾ ਹੈ ।

Whosoever may meditate on the teachings of His Word with steady and stable belief; with His mercy and grace, his ignorance from the essence of His Word, from the real purpose of His Blessings may be eliminated. Whosoever may adopt the teachings of His Word with steady and stable belief in his day-to-day life; with His mercy and grace, all his evil thoughts may be eliminated and his sins may be forgiven. You should enlighten the essence of His Word within and serve His Creation; with His mercy and grace, his fear of devil of death may start disappearing from his mind. His cycle of birth and death may be eliminated. He may be bestowed with His Blessed Vision and blesses complete, overwhelming contentment and the right path of acceptance in His Court. The True Master is a lover, fond of and savior, protector of His true devotee.

203.ਸਲੋਕ ਸਹਸਕ੍ਰਿਤੀ ਮਹਲਾ ੫॥ 1355-16

ਪਾਛੰ ਕਰੋਤਿ ਅਗ੍ਰਣੀਵਹ,	paachhaN karot agarneeveh
ਨਿਰਾਸੰ ਆਸ ਪੂਰਨਹ॥	niraasaN aas poornah.
ਨਿਰਧਨ ਭਯੰ ਧਨਵੰਤਹ,	nirDhan bha-yaN Dhanvantah
ਰੋਗੀਅੰ ਰੋਗ ਖੰਡਨਹ॥	rogee-aN rog khandnah.
ਭਗਤ੍ਯੰ ਭਗਤਿ ਦਾਨੰ,	bhagat-yaN bhagat daanaN
ਰਾਮ ਨਾਮ ਗੁਣ ਕੀਰਤਨਹ॥	raam naam gun keeratneh.
ਪਾਰਬ੍ਰਹਮ ਪੁਰਖ ਦਾਤਾਰਹ,	paarbarahm purakh daataareh
ਨਾਨਕ ਗੁਰ ਸੇਵਾ ਕਿੰ ਨ ਲਭ੍ਯਤੇ॥੨੦॥	naanak gur sayvaa kiN na labh-yatai. ‖20‖

ਜਿਸ ਜੀਵ ਦਾ ਸੰਸਾਰ ਵਿੱਚ ਕੋਈ ਮਾਣ ਨਹੀਂ ਹੁੰਦਾ । ਪ੍ਰਭ ਉਸ ਨੂੰ ਪ੍ਰਵਾਨਗੀ ਦਾ ਰਸਤਾ ਬਖਸ਼ਦਾ ਹੈ । ਉਹ ਨਿਮਾਣੇ ਦੀਆਂ ਮੁਰਾਦਾਂ ਪੂਰੀਆਂ ਕਰਦਾ ਹੈ । ਉਹ ਨਿਰਧਨ, ਗ਼ਰੀਬ ਨੂੰ ਅਮੀਰ ਬਣਾ ਦੇਂਦਾ, ਰੋਗੀ ਦੀ ਬਿਮਾਰੀ ਦੂਰ ਕਰ ਦੇਂਦਾ ਹੈ । ਉਹ ਆਪਣੇ ਬੰਦਗੀ ਕਰਨ ਵਾਲੇ ਦਾਸਾ ਤੇ ਰਹਿਮਤ, ਸ਼ਬਦ ਦੀ ਲਗਨ ਬਖਸ਼ਦਾ ਹੈ । ਉਹ ਸਵਾਸ ਸਵਾਸ ਪ੍ਰਭ ਦੇ ਗੁਣ ਗਾਉਂਦਾ, ਕੀਰਤਨ ਕਰਦਾ ਹੈ । ਜਿਹੜਾ

ਸ਼ਬਦ ਨਾਲ ਜੀਵਨ ਬਤੀਤ ਕਰਦਾ ਹੈ, ਉਹ ਹੀ ਆਪਣੇ ਗੁਰੂ (ਸ਼ਬਦ ਦੀ ਪਾਲਣਾ) ਦੀ ਸੇਵਾ ਕਰਦਾ ਹੈ । ਆਪ ਹੀ ਉਸ ਦੇ ਮਨ ਵਿੱਚ ਪ੍ਰਗਟ ਹੋ ਜਾਂਦਾ, ਸ਼ਬਦ ਜਾਗਰਤ ਹੋ ਜਾਂਦਾ ਹੈ ।

Whosoever may not have any honor or worldly status; with His mercy and grace, he may be blessed with the right path of acceptance in His Court. All his spoken and unspoken desires may be fully satisfied. He may bestow His Blessed Vision to eliminate the poverty of poor and cure the chronic miseries of worldly desires of His true devotee. He may bless devotion to obey the teachings of His Word to His true devotee; with His mercy and grace, he may remain intoxicated in meditation, singing the glory. He may adopt the teachings of His Word with steady and stable belief in his day-to-day life. His true devotee may be enlightened with the essence of His Word; with His mercy and grace, His Holy Spirit may be shining within his heart and on his forehead.

204.ਸਲੋਕ ਸਹਸਕ੍ਰਿਤੀ ਮਹਲਾ ੫॥ 1355-18

ਅਧਰੰ ਧਰੰ ਧਾਰਣਹ ਨਿਰਧਨੰ,	aDhraN DharaN Dhaarnah nirDhanaN
ਧਨ ਨਾਮ ਨਰਹਰਹ॥	Dhan naam narhareh.
ਅਨਾਥ ਨਾਥ ਗੋਬਿੰਦਹ,	anaath naath gobindah
ਬਲਹੀਣ ਬਲ ਕੇਸਵਹ॥	balheen bal kaysvah.
ਸਰਬ ਭੂਤ ਦਯਾਲ ਅਚੁਤ,	sarab bhoot da-yaal achut
ਦੀਨ ਬਾਂਧਵ ਦਾਮੋਦਰਹ॥	deen baaNDhav daamodareh.
ਸਰਬਗ੍ਯ ਪੂਰਨ ਪੁਰਖ ਭਗਵਾਨਹ,	sarabga-y pooran purakh bhagvaaneh
ਭਗਤਿ ਵਛਲ ਕਰੁਣਾ ਮਯਹ॥	bhagat vachhal karunaa ma-yeh.
ਘਟਿ ਘਟਿ ਬਸੰਤ ਬਾਸੁਦੇਵਹ,	ghat ghat basant baasudayveh
ਪਾਰਬ੍ਰਹਮ ਪਰਮੇਸੁਰਹ॥	paarbarahm parmaysureh.
ਜਾਚੰਤਿ ਨਾਨਕ ਕ੍ਰਿਪਾਲ ਪ੍ਰਸਾਦੰ,	jaachant naanak kirpaal parsaadaN
ਨਹ ਬਿਸਰੰਤਿ ਨਹ ਬਿਸਰੰਤਿ	nah bisrant nah bisrant
ਨਾਰਾਇਣਹ॥੨੧॥	naaraa-ineh. ||21||

ਪ੍ਰਭ ਬੇ–ਆਸਰੇ ਜੀਵਾਂ ਦਾ ਆਸਰਾ, ਅਨਾਥਾਂ ਦਾ ਨਾਥ, ਮਾਲਕ ਬਣ ਜਾਂਦਾ ਹੈ । ਪ੍ਰਭ ਦੇ ਸ਼ਬਦ ਦੀ ਕਮਾਈ ਹੀ ਗ਼ਰੀਬ ਦਾ ਧਨ ਬਣ ਜਾਂਦਾ ਹੈ । ਉਹ ਸੁੰਦਰ ਵਾਲਾਂ ਵਾਲਾ ਨਿਤਾਣੇ ਦਾ ਤਾਨ, ਬਲ ਬਣ ਜਾਂਦਾ, ਸਮਰਥਾ ਬਖ਼ਸ਼ਦਾ ਹੈ । ਉਹ ਰੂਹਾਨੀ ਅਟਲ ਜੋਤ, ਪ੍ਰਭ ਸਾਰੇ ਜੀਵਾਂ ਤੇ ਹੀ ਤਰਸ, ਰਹਿਮਤ ਬਖ਼ਸ਼ਦਾ ਹੈ । ਉਹ ਨਿਮਾਣੇ ਦਾ ਪਰਿਵਾਰ, ਸਾਥੀ ਬਣ ਜਾਂਦਾ ਹੈ । ਅੰਤਰਜਾਮੀ ਪੂਰਨ ਪ੍ਰਭ ਆਪਣੇ ਬੰਦਗੀ ਕਰਨ ਵਾਲੇ ਦਾਸਾਂ ਦਾ ਪ੍ਰੇਮੀ, ਰਹਿਮਤ ਬਖ਼ਸ਼ਦਾ ਹੈ । ਸ੍ਰਿਸ਼ਟੀ ਦਾ ਮਾਲਕ ਜੀਵ ਦੀ ਜਾਣਕਾਰੀ, ਪਹੁੰਚ ਵਿੱਚ ਨਹੀਂ ਹੁੰਦਾ । ਉਹ ਹਰਇੱਕ ਜੀਵ ਦੇ ਤਨ ਵਿੱਚ ਹੀ ਵਸਦਾ, ਵਾਪਰਦਾ ਹੈ । ਬੰਦਗੀ ਕਰਨ ਵਾਲਾ ਸਦਾ ਹੀ ਰਹਿਮਤ ਦੀ ਅਰਦਾਸ ਕਰਦਾ ਹੈ! ਪ੍ਰਭ ਤੇਰੇ ਸ਼ਬਦ ਦੀ ਸਿਖਿਆਂ ਕਦੇ ਮਨ ਵਿਚੋਂ ਭੁਲ ਨਾ ਜਾਵੇ!

The True Master becomes the savior of helpless, guru, guide of His true devotee rebuked by worldly gurus. The earnings of His Word may become the worldly wealth, possession of His humble helpless devotee. The True Master, with silky hairs may become his strength, wisdom, and capability of His true devotee. The eternal Holy Spirit remains merciful on His Whole Creation. The Omniscient True Master remains as family, true companion, lover of His humble true devotee. The True Master of the universe remains beyond reach and comprehension of His Creation. He remains embedded within each soul and dwells within his body. His true devotee may only pray; I may never forget or abandon the teachings of Your Word from my day-to-day life.

205.ਸਲੋਕ ਸਹਸਕ੍ਰਿਤੀ ਮਹਲਾ ੫॥ 1556-2

ਨਹ ਸਮਰਥੰ ਨਹ ਸੇਵਕੰ, nah samrathaN nah sayvkaN
ਨਹ ਪ੍ਰੀਤਿ ਪਰਮ ਪਰਖੋਤਮੰ॥ nah pareet param parkhotamaN.
ਤਵ ਪ੍ਰਸਾਦਿ ਸਿਮਰਤੇ ਨਾਮੰ, tav parsaad simartay naamaN
ਨਾਨਕ ਕ੍ਰਿਪਾਲ ਹਰਿ ਹਰਿ ਗੁਰੰ॥੨੨॥ naanak kirpaal har har guraN. ||22||

ਜੀਵ ਦੇ ਆਪਣੇ ਵਿੱਚ ਕੁਝ ਕਰਨ ਦੀ ਸਮਰਥਾ ਨਹੀਂ ਹੈ । ਉਹ ਆਪਣੀ ਮਰਜ਼ੀ ਨਾਲ ਪ੍ਰਭ ਦੇ ਸ਼ਬਦ ਦੀ ਪਾਲਣਾ, ਸਿਮਰਨ, ਸ਼ਬਦ ਤੇ ਭਰੋਸਾ ਵੀ ਨਹੀਂ ਕਰਦਾ । ਪ੍ਰਭ ਦਾ ਹੁਕਮ ਹੀ ਸਾਰੇ ਪਾਸੇ ਚਲਦਾ ਹੈ । ਜਿਸ ਤੇ ਆਪ ਹੀ ਰਹਿਮਤਾਂ ਬਖਸ਼ਦਾ ਹੈ । ਉਹ ਹੀ ਸ਼ਬਦ ਦੇ ਗੁਣ ਗਾਉਂਦਾ ਹੈ ।

Human may not have any control or strength, determination to perform any deed, accomplish anything at his own desire. With his own dedication, devotion, determination, he may not meditate, obeys the teachings of His Word with steady and stable belief on His Blessings. Only, His Command may prevail everywhere in the universe. Whosoever may be bestowed with His Blessed Vision; only he may remain intoxicated singing the glory of His Word.

206.ਸਲੋਕ ਸਹਸਕ੍ਰਿਤੀ ਮਹਲਾ ੫॥ 1356-3

ਭਰਣ ਪੋਖਣ ਕਰੰਤ ਜੀਆ, bharan pokhan karant jee-aa
ਬਿਸ੍ਰਾਮ ਛਾਦਨ ਦੇਵੰਤ ਦਾਨੰ॥ bisraam chhaadan dayvant daanaN.
ਸ੍ਰਿਜੰਤ ਰਤਨ ਜਨਮ ਚਤੁਰ ਚੇਤਨਹ॥ sirjaNt ratan janam chatur chaytnah.
ਵਰਤੰਤਿ ਸੁਖ ਆਨੰਦ ਪ੍ਰਸਾਦਹ॥ vartant sukh aanand parsaadeh.
ਸਿਮਰੰਤ ਨਾਨਕ ਹਰਿ ਹਰਿ ਹਰੇ॥ simrant naanak har har haray.
ਅਨਿਤ੍ਰ ਰਚਨਾ ਨਿਰਮੋਹ ਤੇ॥੨੩॥ anit-y rachnaa nirmoh tay. ||23||

ਪ੍ਰਭ ਆਪਣੇ ਪੈਦਾ ਕੀਤੇ ਜੀਵਾਂ ਨੂੰ ਭੋਜਨ ਬਖਸ਼ਦਾ, ਰਖਿਆ ਕਰਦਾ ਹੈ । ਉਸ ਨੂੰ ਅਨੇਕਾਂ ਦਾਤਾਂ, ਸੰਤੋਖ, ਅਨੰਦ ਅਤੇ ਕਪੜੇ ਬਖਸ਼ਦਾ ਹੈ । ਉਹ ਅਮੋਲਕ ਰਤਨ, ਮਾਨਸ ਤਨ ਬਖਸ਼ਦਾ ਹੈ । ਪ੍ਰਭ ਉਸ ਦੇ ਮਨ ਵਿੱਚ ਸਿਆਣਪ, ਸੋਝੀ, ਚਲਾਕੀਆਂ ਵੀ ਪੈਦਾ ਕਰਦਾ ਹੈ । ਪ੍ਰਭ ਦੀ ਰਹਿਮਤ ਨਾਲ ਹੀ ਮਾਨਸ ਜੀਵਨ ਵਿੱਚ ਸੁਖ ਬਖਸ਼ਿਸ਼ ਹੁੰਦਾ ਹੈ । ਬੰਦਗੀ ਕਰਨ ਵਾਲਾ ਸਵਾਸ, ਸਵਾਸ ਹੀ ਪ੍ਰਭ ਦੇ ਸ਼ਬਦ ਦਾ ਸਿਮਰਨ ਕਰਦਾ ਹੈ । ਪ੍ਰਭ ਦੀ ਰਹਿਮਤ ਨਾਲ ਉਸ ਦੇ ਸੰਸਾਰਕ ਬੰਧਨ ਖਤਮ ਕਰਦਾ, ਪ੍ਰਵਾਨਗੀ ਦਾ ਰਸਤਾ ਬਖਸ਼ਦਾ ਹੈ ।

The True Master may bless nourishment and protection to His Creation. He may be blessed with numerous blessings, pleasures, contentment, and robes to enhance his glory. The True Master also creates ambrosial jewel, His Word, priceless human body, enlightenment of the essence of His Word, wisdom and clever deceptive tricks and thoughts within his mind. His true devotee may meditate on the teachings of His Word with steady and stable belief with each breath; with His mercy and grace, he may be blessed with comforts in his life. The Merciful True Master may eliminate his worldly bonds and blesses the right path of acceptance in His Court.

207.ਸਲੋਕ ਸਹਸਕ੍ਰਿਤੀ ਮਹਲਾ ੫॥ 1356-5

ਦਾਨੰ ਪਰਾ ਪੂਰਬੇਣ daanaN paraa poorbayn
ਭੁੰਚੰਤੇ ਮਹੀਪਤੇ॥ bhuNchantay maheepatay.
ਬਿਪਰੀਤ ਬੁਧੵੰ ਮਾਰਤ ਲੋਕਹ, bipreet buDh-yaN maarat lokah
ਨਾਨਕ ਚਿਰੰਕਾਲ ਦੁਖ ਭੋਗਤੇ॥੨੪॥ naanak chirankaal dukh bhogtay. ||24||

ਸੰਸਾਰਕ ਰਾਜੇ, ਆਪਣੇ ਪਿਛਲੇ ਕੀਤੇ ਚੰਗੇ ਕਰਮਾਂ ਦਾ ਹੀ ਫਲ ਮਾਨਦੇ ਹਨ । ਜਿਹੜੇ ਸੰਸਾਰਕ ਰਾਜੇ ਜ਼ਾਲਮ ਬਣ ਜਾਂਦੇ, ਜੀਵਾਂ ਤੇ ਜ਼ੁਲਮ ਕਰਦੇ ਹਨ । ਉਹਨਾਂ ਨੂੰ ਇਸ ਦੀ ਸਜ਼ਾ ਅਗਲੇ ਜਨਮ ਵਿੱਚ ਮਿਲਦੀ ਹੈ ।

Worldly kings and rulers are cherishing the reward of his previous life good deeds. Whosoever may become tyrant king in worldly life; he must endure the judgement of his worldly deeds in his next life cycle in hell.

208.ਸਲੋਕ ਸਹਸਕ੍ਰਿਤੀ ਮਹਲਾ ੫॥ 1356-6

ਬ੍ਰਿਥਾ ਅਨੁਗ੍ਰਹੰ ਗੋਬਿੰਦਹ	baritha anugrahaN gobindah
ਜਸ੍ਯ ਸਿਮਰਣ ਰਿਦੰਤਰਹ॥	jas-y simran ridantrah.
ਆਰੋਗ੍ਯੰ ਮਹਾ ਰੋਗ੍ਯੰ	aarog-yaN mahaa rog-yaN
ਬਿਸਿਮ੍ਰਿਤੇ ਕਰੁਣਾ ਮਯਹ॥੨੫॥	bisimritay karunaa ma-yeh. ‖25‖

ਜਿਹੜਾ ਪ੍ਰਭ ਦੇ ਸ਼ਬਦ ਤੇ ਭਰੋਸਾ ਅਡੋਲ ਰਖਕੇ ਸਿਮਰਨ ਕਰਦਾ ਹੈ । ਉਹ ਸੰਸਾਰਕ ਜੀਵਨ ਵਿੱਚ ਆਉਣ ਵਾਲੇ ਦੁਖ ਵੀ ਪ੍ਰਭ ਦੀ ਬਖਸ਼ਿਸ਼ ਹੀ ਮੰਨਦਾ ਹੈ । ਜਿਹੜਾ ਜੀਵ ਪ੍ਰਭ ਦੇ ਸ਼ਬਦ ਦਾ ਸਿਮਰਨ ਨਹੀਂ ਕਰਦਾ । ਉਹ ਮਾਨਸ ਬਹੁਤ ਵੱਡਾ ਰੋਗੀ ਹੁੰਦਾ ਹੈ ।

Whosoever may meditate on the teachings of His Word with steady and stable belief in his day-to-day life; with His mercy and grace, he may remain contented with his worldly environments. He considers even miseries of worldly life as His Worthy Blessings. Whosoever may not meditate on the teachings of His Word with steady and stable belief in his day-to-day life. He may become a victim of chronic disease of ego.

209.ਸਲੋਕ ਸਹਸਕ੍ਰਿਤੀ ਮਹਲਾ ੫॥ 1356-7

ਰਮਣੰ ਕੇਵਲੰ ਕੀਰਤਨੰ,	|ramnaN kayvlaN keeratanaN
ਸੁਧਰਮੰ ਦੇਹ ਧਾਰਣਹ॥	suDharmaN dayh Dhaarnah.
ਅੰਮ੍ਰਿਤ ਨਾਮੁ ਨਾਰਾਇਣ,	amrit naam naaraa-in
ਨਾਨਕ ਪੀਵਤੰ ਸੰਤ ਨ ਤ੍ਰਿਪ੍ਯਤੇ॥੨੬॥	naanak peevtaN sant na tariptayatay. ‖26‖

ਪ੍ਰਭ ਦੇ ਸ਼ਬਦ ਦੇ ਗੁਣ ਗਾਉਣਾ ਹੀ ਮਾਨਸ ਜਨਮ ਲੈਣ ਦਾ ਮੰਤਵ ਹੁੰਦਾ ਹੈ । ਪ੍ਰਭ ਦਾ ਸ਼ਬਦ ਹੀ ਅਮੋਲਕ ਅੰਮ੍ਰਿਤ ਹੈ । ਬੰਦਗੀ ਕਰਨ ਵਾਲਾ ਇਸ ਦਾ ਅਨੰਦ ਮਾਨਦਾ ਹੈ ।

The real purpose of human life opportunity may be to meditate and sings the glory of His Word to sanctify his soul to become worthy of His Consideration. The teachings of His Word may be an ambrosial nectar of the essence of His Word. His true devotee may remain drenched with the nectar, the essence of His Word in the void of His Word.

210.ਸਲੋਕ ਸਹਸਕ੍ਰਿਤੀ ਮਹਲਾ ੫॥ 1346-8

ਸਹਣ ਸੀਲ ਸੰਤੰ,	sahan seel santaN
ਸਮ ਮਿਤ੍ਰਸ੍ਯ ਦੁਰਜਨਹ॥	sam mitarsa-y durajneh.
ਨਾਨਕ ਭੋਜਨ ਅਨਿਕ ਪ੍ਰਕਾਰੇਣ,	naanak bhojan anik parkaarayn
ਨਿੰਦਕ ਆਵਧ ਹੋਇ ਉਪਤਿਸਟਤੇ॥੨੭॥	nindak aavaDh ho-ay uptistatay. ‖27‖

ਬੰਦਗੀ ਕਰਨ ਵਾਲਾ ਧੀਰਜ, ਨਿਮ੍ਰਤਾ ਵਾਲਾ ਬਣ ਜਾਂਦਾ ਹੈ । ਉਹ ਸਭ ਮਿੱਤਰ, ਵੈਰੀ ਨੂੰ ਇੱਕ ਸਮਾਨ ਹੀ ਸਮਝਦਾ ਹੈ । ਅਗਰ ਕੋਈ ਉਸ ਨੂੰ ਭੋਜਨ ਦੇਵੇ, ਨਿੰਦਿਆਂ ਕਰੇ, ਮਾਰਨ ਦੀ ਕੋਸ਼ਿਸ਼ ਵੀ ਕਰੇ । ਉਹ ਪ੍ਰਭ ਦਾ ਭਾਣਾ ਹੀ ਸਮਝਦਾ ਹੈ ।

His true devotee may be blessed with a state of mind with humility and patience. He may not distinguish between friend or foe; he may treat, respect both same ways. Anyone may offer alms, food or rebuke or even try to hurt or kill him. He considers as His ultimate Command, and Blessings.

211.ਸਲੋਕ ਸਹਸਕ੍ਰਿਤੀ ਮਹਲਾ ੫॥ 1356-9

ਤਿਰਸਕਾਰ ਨਹ ਭਵੰਤਿ,	tiraskaar nah bhavant
ਨਹ ਭਵੰਤਿ ਮਾਨ ਭੰਗਨਹ॥	nah bhavant maan bhangnah.
ਸੋਭਾ ਹੀਨ ਨਹ ਭਵੰਤਿ,	sobhaa heen nah bhavant
ਨਹ ਪੋਹੰਤਿ ਸੰਸਾਰ ਦੁਖਨਹ॥	nah pohant sansaar dukhnah.

ਗੋਬਿੰਦ ਨਾਮ ਜਪੰਤਿ ਮਿਲਿ ਸਾਧ ਸੰਗਹ, gobind naam japant mil saaDh sangah
ਨਾਨਕ ਸੇ ਪ੍ਰਾਣੀ ਸੁਖ ਬਾਸਨਹ॥੨੮॥ naanak say paraanee sukh baasnah. ||28||

ਉਹ ਕਿਸੇ ਦੇ ਬੁਰੇ ਬੋਲੇ, ਅਪਮਾਨ ਕਰਨ ਵੱਲ ਕੋਈ ਧਿਆਨ ਨਹੀਂ ਦੇਂਦਾ । ਉਸ ਦੇ ਮਨ ਤੇ ਸੰਸਾਰਕ ਜੀਵਾਂ ਦੇ ਕਹਿਣ ਦਾ ਕੋਈ ਪ੍ਰਭਾਵ ਨਹੀਂ ਹੁੰਦਾ । ਉਸ ਨੂੰ ਸੰਸਾਰਕ ਚਿੰਤਾਂ, ਛੋਹ ਵੀ ਨਹੀਂ ਸਕਦੀਆਂ । ਜਿਹੜਾ ਬੰਦਗੀ ਕਰਨ ਵਾਲੇ ਦੀ ਸੰਗਤ ਕਰਦਾ ਹੈ । ਉਹ ਪ੍ਰਭ ਦੇ ਸ਼ਬਦ ਨਾਲ ਜੀਵਨ ਢਾਲਦਾ, ਸ਼ਬਦ ਦੇ ਗੁਣ ਗਾਉਣ ਵਿੱਚ ਹੀ ਮਸਤ ਰਹਿੰਦਾ ਹੈ । ਉਸ ਬੰਦਗੀ ਕਰਨ ਵਾਲੇ ਦੇ ਮਨ ਵਿੱਚ ਸੰਤੋਖ, ਖੇੜਾ ਵਸਦਾ ਹੈ ।

His true devotee may never pay any attention to any disrespectful comments by anyone. He may remain beyond the reach of any influence of any worldly comments nor any worldly worries or miseries change his path of meditation. Whosoever may join his conjugation; with His mercy and grace, he may adopt his life teachings in his own life. He may remain intoxicated singing the glory of His Word in his day-to-day life. He may remain overwhelmed with contentment and blossom in his day-to-day life.

212.ਸਲੋਕ ਸਹਸਕ੍ਰਿਤੀ ਮਹਲਾ ੫॥ 1356-11

ਸੈਨਾ ਸਾਧ ਸਮੂਹ ਸੂਰ ਅਜਿਤੰ, sainaa saaDh samooh soor ajitaN
ਸੰਨਾਹੰ ਤਨਿ ਨਿੰਮ੍ਰਤਾਹ॥ saNnaahaN tan nimartaah.
ਆਵਧਹ ਗੁਣ ਗੋਬਿੰਦ ਰਮਣੰ, aavDhah gun gobind ramnaN
ਓਟ ਗੁਰ ਸਬਦ ਕਰ ਚਰਮਣਹ॥ ot gur sabad kar charamneh.
ਆਰੂੜਤੇ ਅਸ੍ਵ ਰਥ ਨਾਗਹ, aaroorh-tay asav rath naagah
ਬੁਝੰਤੇ ਪ੍ਰਭ ਮਾਰਗਹ॥ bujhantay parabh maargah.
ਬਿਚਰਤੇ ਨਿਰਭਯੰ ਸਤ੍ਰੁ ਸੈਨਾ, bichartay nirabh-yaN satar sainaa
ਧਾਯੰਤੇ ਗੋੁਪਾਲ ਕੀਰਤਨਹ॥ Dhaa-yantay gopaal keeratneh.
ਜਿਤਤੇ ਬਿਸ੍ਵ ਸੰਸਾਰਹ ਨਾਨਕ, jittay bisav sansaarah naanak
ਵਸੵੰ ਕਰੋਤਿ ਪੰਚ ਤਸਕਰਹ॥੨੯॥ vas-yaN karot panch taskarahi. ||29||

ਬੰਦਗੀ ਕਰਨ ਵਾਲਾ, ਪ੍ਰਭ ਦਾ ਦਾਸ, ਰੂਹਾਨੀ ਜੋਧਾ ਬਣ ਜਾਂਦਾ ਹੈ । ਸ੍ਰਿਸ਼ਟੀ ਦੀ ਭਲਾਈ ਰੂਪੀ ਢਾਲ ਉਸ ਦੀ ਰਖਿਆ ਕਰਦੀ ਹੈ । ਪ੍ਰਭ ਦੇ ਸ਼ਬਦ ਦੇ ਗੁਣ ਗਾਉਣਾ ਹੀ, ਉਸ ਦਾ ਬਚਾ ਕਰਨ ਵਾਲਾ ਹਥਿਆਰ ਬਣ ਜਾਂਦਾ ਹੈ । ਉਸ ਦੀ ਢਾਲ, ਰਖਿਆ, ਸ਼ਬਦ ਦੀ ਪਾਲਣਾ, ਸ਼ਰਣ ਹੀ ਬਣ ਜਾਂਦੀ ਹੈ । ਉਸ ਦੇ ਜੀਵਨ ਦਾ ਢੰਗ, ਸ਼ਬਦ ਦੀ ਪਾਲਣਾ ਹੀ ਉਸ ਦਾ ਸਵਾਰੀ ਕਰਨ ਵਾਲਾ ਘੋੜਾ, ਹਾਥੀ, ਰਥ ਬਣ ਜਾਂਦਾ ਹੈ । ਉਹ ਆਪਣੇ ਦੁਸ਼ਮਨ ਦੀ ਸੰਗਤ ਵਿੱਚ ਵੀ ਨਿਡਰ ਰਹਿੰਦਾ ਹੈ । ਉਹ ਸ਼ਬਦ ਦੇ ਕੀਰਤਨ ਦਾ ਹੀ ਹਮਲਾ ਕਰਦਾ ਹੈ । ਉਸ ਦੇ ਜੀਵਨ ਦੇ ਢੰਗ ਨਾਲ ਹੀ ਸਾਰੇ ਸੰਸਾਰ ਤੇ ਜਿੱਤ ਬਖਸ਼ਿਸ਼ ਹੋ ਜਾਂਦੀ ਹੈ । ਮਨ ਦੇ ਪੰਜਾਂ ਜਮਦੂਤਾਂ ਤੇ ਜਿੱਤ ਪਾ ਲੈਂਦਾ ਹੈ ।

His true devotee may be blessed with a state of mind as His Holy saint, eternal warrior. His service for the welfare of His Creation may become his shield of protection. His singing the glory and obeying the teachings of His Word in His Sanctuary may become his weapon of protection, his shield of protection. His way of life, obeying the teachings of His Word may become his ride on horse, elephant, or Royal Carriage. He may remain fearless, even in the gathering of enemies. He may only offend his enemy with the singing the glory of His Word; with His mercy and grace, he may conquer the whole world. He may be blessed to conquer 5 demons of worldly desires.

213.ਸਲੋਕ ਸਹਸਕ੍ਰਿਤੀ ਮਹਲਾ ੫॥ 1356-14

ਮ੍ਰਿਗ ਤ੍ਰਿਸਨਾ ਗੰਧਰਬ ਨਗਰੰ, marig tarisnaa ganDharab nagraN
ਦ੍ਰੁਮ ਛਾਯਾ ਰਚਿ ਦੁਰਮਤਿਹ॥ darum chhaa-yaa rach duramtih.
ਤਤਹ ਕੁਟੰਬ ਮੋਹ ਮਿਥੵਾ ਸਿਮਰੰਤਿ, tatah kutamb moh mith-yaa simrant
ਨਾਨਕ ਰਾਮ ਰਾਮ ਨਾਮਹ॥੩੦॥ naanak raam raam naamah. ||30||

ਮਨ ਦੀਆਂ ਇੱਛਾਂ ਪਿਛੇ ਲਗਣ ਵਾਲ ਮਾਨਸ ਬੁਰੇ ਖਿਆਲਾਂ ਵਾਲਾ ਬਣ ਜਾਂਦਾ ਹੈ । ਜਿਵੇਂ ਕੋਈ ਬ੍ਰਿਛ ਦੇ ਪਰਛਾਵੇਂ ਨੂੰ ਪਕੜਨ ਦੀ ਕੋਸ਼ਿਸ਼ ਕਰਦਾ ਰਹਿੰਦਾ ਹੈ । ਇਸਤਰ੍ਹਾਂ ਪਰਿਵਾਰ ਦਾ ਮੋਹ ਵੀ ਇੱਕ ਥੋੜ੍ਹਾ ਸਮਾਂ ਰਹਿਣ ਵਾਲਾ ਹੈ । ਜੀਵ ਪ੍ਰਭ ਦੇ ਸ਼ਬਦ ਦਾ ਸਿਮਰਨ, ਸ਼ਬਦ ਦੇ ਗੁਣ ਗਾਵੇ !

Whosoever may remain intoxicated with his worldly desires, follows his worldly desires, his mind may remain overwhelmed with evil and deceptive thoughts. As someone may try to catch the shade of a tree; same way the attachment and worldly bonds may provide short-lived comforts. You should meditate and sing the glory of His Word.

214.ਸਲੋਕ ਸਹਸਕ੍ਰਿਤੀ ਮਹਲਾ ੫॥ 1356-15

ਨਚ ਬਿਦਿਆ ਨਿਧਾਨ ਨਿਗਮੰ	nach bidi-aa niDhaan nigamaN
ਨਚ ਗੁਣਗ੍ਯ, ਨਾਮ ਕੀਰਤਨਹ॥	nach gunga-y naam keeratneh.
ਨਚ ਰਾਗ ਰਤਨ ਕੰਠੰ ਨਹ,	nach raag ratan kanthaN nah
ਚੰਚਲ ਚਤੁਰ ਚਾਤੁਰਹ॥	chanchal chatur chaatureh.
ਭਾਗ ਉਦਿਮ ਲਬਧ੍ਯੰ ਮਾਇਆ,	bhaag udim labDha-yaN maa-i-aa
ਨਾਨਕ ਸਾਧਸੰਗਿ ਖਲ ਪੰਡਿਤਹ॥੩੧॥	naanak saaDhsang khal panditah. ||31||

ਮੈਨੂੰ ਧਰਮ ਦੇ ਗ੍ਰੰਥਾਂ ਦੀ ਸਿਖਿਆਂ ਦੀ, ਸ਼ਬਦ ਦੇ ਕੀਰਤਨ ਕਰਨ ਦੀ ਕੋਈ ਸੋਝੀ ਨਹੀਂ ਹੈ । ਮੇਰੀ ਅਵਾਜ਼ ਵੀ ਸੰਗੀਤ ਗਾਉਣ ਵਾਲੀ ਨਹੀਂ, ਮੇਰੇ ਵਿੱਚ ਕੋਈ ਚਲਾਕੀ, ਸਿਆਣਪ ਵੀ ਨਹੀਂ ਹੈ । ਚੰਗੇ ਭਾਗਾਂ, ਜ਼ੋਰ ਨਾਲ ਕੰਮ ਕਰਨ ਨਾਲ ਹੀ ਸੰਸਾਰਕ ਧਨ ਇਕੱਠਾ ਕੀਤਾ ਹੈ । ਬੰਦਗੀ ਕਰਨ ਵਾਲੇ ਦੀ ਸੰਗਤ ਵਿੱਚ ਮੂਰਖ ਵੀ ਸ਼ਬਦ ਦੀ ਜਾਣਕਾਰੀ ਵਾਲੇ ਗਿਆਨੀ, ਵਿਦਵਾਨ ਬਣ ਜਾਂਦੇ ਹਨ ।

My True Master! I may not have any comprehension of the teachings of Holy Scriptures nor comprehension of singing the glory of Your greatness. My vocal sound may not be pleasant to sing the glory of Your Word nor any wisdom of clever plans, tricks within my mind. With my prewritten destiny and hard, determined efforts, I have collected worldly wealth. In the association, conjugation of His Holy saint even foolish may become knowledgeable with the teachings of Holy Scripture.

215.ਸਲੋਕ ਸਹਸਕ੍ਰਿਤੀ ਮਹਲਾ ੫॥ 1356-17

ਕੰਠ ਰਮਣੀਯ ਰਾਮ ਰਾਮ ਮਾਲਾ,	kanth ramneey raam raam maalaa
ਹਸਤ ਊਚ ਪ੍ਰੇਮ ਧਾਰਣੀ॥	hasat ooch paraym Dhaarnee.
ਜੀਹ ਭਣਿ ਜੋ ਉਤਮ ਸਲੋਕ,	jeeh bhan jo utam salok
ਉਧਰਣੰ ਨੈਨ ਨੰਦਨੀ॥੩੨॥	uDharnaN nain nandnee. ||32||

ਮੇਰੇ ਗਲ ਦੀ ਮਾਲਾ ਹੀ ਪ੍ਰਭ ਦੇ ਸ਼ਬਦ ਦੇ ਗੁਣ ਗਾਉਣਾ ਹੈ । ਮੇਰੇ ਮਨ ਦੀ ਸ਼ਰਧਾ, ਮੌਨ ਵਿੱਚ ਹੀ ਸ਼ਬਦ ਦੇ ਗੁਣ ਗਾਉਂਦੀ ਹੈ । ਪ੍ਰਭ ਦੇ ਉਤਮ ਸ਼ਬਦ ਦੇ ਜੀਭ ਨਾਲ ਗਾਉਣ ਨਾਲ, ਮਨ ਵਿੱਚ ਮੁਕਤ ਅਵਸਥਾ, ਅੱਖਾਂ ਵਿੱਚ ਖੇੜਾ ਬਖਸ਼ਿਸ਼ ਹੋ ਜਾਂਦਾ ਹੈ ।

Singing the glory of His Word has become my rosary of meditation in my neck. My devotion to obey the teachings of His Word and in quietness sings the glory of His Virtues. Whosoever may sing the glory of His Ambrosial Word with his tongue; with His mercy and grace, he may be blessed with a state of salvation, blossom in his eyes.

216.ਸਲੋਕ ਸਹਸਕ੍ਰਿਤੀ ਮਹਲਾ ੫॥ 1356-18

ਗੁਰ ਮੰਤ੍ਰ ਹੀਣਸ੍ਯ ਜੋ ਪ੍ਰਾਣੀ,	gur mantar heensa-y jo paraanee
ਧ੍ਰਿਗੰਤ ਜਨਮ ਭ੍ਰਸਟਣਹ॥	Dharigant janam bharsatnah.
ਕੂਕਰਹ ਸੂਕਰਹ ਗਰਧਭਹ ਕਾਕਹ,	kookrah sookrah garaDh-bheh kaakah
ਸਰਪਨਹ ਤੁਲਿ ਖਲਹ॥੩੩॥	sarapneh tul khalah. ||33||

ਜਿਹੜੇ ਮਾਨਸ ਦੇ ਜੀਵਨ ਵਿੱਚ ਪ੍ਰਭ ਦੇ ਸ਼ਬਦ ਦਾ ਸਿਮਰਨ ਨਹੀਂ ਹੁੰਦਾ । ਉਸ ਦਾ ਜੀਵਨ ਕਹਿਰ, ਭਰਿਆਂ, ਸਰਾਪੀ ਹੋ ਜਾਂਦਾ ਹੈ । ਉਹ ਮਾਨਸ ਦਾ ਜੀਵਨ, ਇੱਕ ਕੁੱਤੇ, ਸੁਰ, ਕਾਂ, ਖੋਤੇ, ਸੱਪ ਦੀ ਤਰ੍ਹਾਂ ਹੀ ਹੁੰਦਾ ਹੈ ।

Whosoever may not meditate on the teachings of His Word; his human life may become as curse. His human life may be like a dog, pig, crow, donkey, or snake.

217.ਸਲੋਕ ਸਹਸਕ੍ਰਿਤੀ ਮਹਲਾ ੫॥ 1356-19

ਚਰਨਾਰਬਿੰਦ ਭਜਨੰ	charnaarbind bhajanaN
ਰਿਦਯੰ ਨਾਮ ਧਾਰਣਹ॥	rid-yaN naam Dhaarnah.
ਕੀਰਤਨੰ ਸਾਧਸੰਗੇਣ ਨਾਨਕ,	keeratanaN saaDhsangayn naanak
ਨਹ ਦ੍ਰਿਸਟੰਤਿ ਜਮਦੂਤਨਹ॥੩੪॥	nah darisat-aNt jamdootneh. ||34||

ਜਿਹੜਾ ਵੀ ਜੀਵ ਪ੍ਰਭ ਦੇ ਸ਼ਬਦ ਰੂਪੀ ਚਰਨਾਂ ਦੀ ਸੇਵਾ ਕਰਦਾ ਹੈ । ਸ਼ਬਦ ਮਨ ਵਿੱਚ ਜਾਗਰਤ ਰਖਦਾ ਹੈ । ਉਹ ਬੰਦਗੀ ਕਰਨ ਵਾਲੇ ਦੀ ਸੰਗਤ ਵਿੱਚ ਸ਼ਬਦ ਦੇ ਗੁਣ ਗਾਉਂਦਾ ਹੈ । ਉਹ ਕਦੇ ਮੌਤ ਦੇ ਜਮਦੂਤ ਨੂੰ ਦੇਖਦਾ ਵੀ ਨਹੀਂ ।

Whosoever may meditate on the teachings of His Word, serve his spiritual feet; with His mercy and grace, he may remain awake and alert in meditation in the void of His Word. He may remain in the conjugation of His Holy saint and sings the glory of His Word. He may never even see the devil of death.

218.ਸਲੋਕ ਸਹਸਕ੍ਰਿਤੀ ਮਹਲਾ ੫॥ 1357-1

ਨਚ ਦੁਰਲਭੰ ਧਨੰ ਰੂਪੰ,	nach durlabhaN danaN roopaN nach
ਨਚ ਦੁਰਲਭੰ ਸ੍ਵਰਗ ਰਾਜਨਹ॥	durlabhaN savarag raajnah.
ਨਚ ਦੁਰਲਭੰ ਭੋਜਨੰ ਬਿੰਜਨੰ,	nach durlabhaN bhojanaN biNjanaN nach
ਨਚ ਦੁਰਲਭੰ ਸ੍ਵਛ ਅੰਬਰਹ॥	durlabhaN savachh ambreh.
ਨਚ ਦੁਰਲਭੰ ਸੁਤ ਮਿਤ੍ਰ ਭ੍ਰਾਤ,	nach durlabhaN sut mitar bharaat
ਬਾਂਧਵ ਨਚ ਦੁਰਲਭੰ	baaNDhav nach durlabhaN
ਬਨਿਤਾ ਬਿਲਾਸਹ॥	banitaa bilaaseh.
ਨਚ ਦੁਰਲਭੰ ਬਿਦਿਆ ਪ੍ਰਬੀਣੰ,	nach durlabhaN bidi-aa parbeenaN
ਨਚ ਦੁਰਲਭੰ ਚਤੁਰ ਚੰਚਲਹ॥	nach durlabhaN chatur chanchleh.
ਦੁਰਲਭੰ ਏਕ ਭਗਵਾਨ ਨਾਮਹ,	durlabhaN ayk bhagvaan naamah
ਨਾਨਕ ਲਬਧਿੰ	naanak labDhi-yaN
ਸਾਧਸੰਗਿ ਕ੍ਰਿਪਾ ਪ੍ਰਭੰ॥੩੫॥	saaDhsang kirpaa parabhaN. ||35||

ਮਾਨਸ ਲਈ ਕੋਈ ਵੀ ਸੰਸਾਰਕ ਪਦਾਰਥ ਪ੍ਰਾਪਤ ਕਰਨਾ ਜ਼ਿਆਦਾ ਮੁਸ਼ਕਲ ਨਹੀਂ! ਜਿਵੇਂ ਸੰਸਾਰਕ ਧਨ, ਸੋਭਾ, ਸੰਦੁਰਤਾ, ਸਵਰਗ, ਰਾਜ ਭਾਗ, ਸ਼ਾਹੀ ਭੋਜਨ, ਸ਼ਾਨਦਾਰ ਬਸਤਰ, ਬੱਚੇ, ਪਰਿਵਾਰ, ਮਿੱਤਰ ਸਬੰਧੀ, ਔਰਤ ਦਾ ਮਨੋਰੰਜਨ, ਸਿਆਣਪਾਂ, ਧੋਖੇ ਦੀ ਵਿਧੀ ਹਾਸਿਲ ਕਰਨਾ ਹੈ । ਕੇਵਲ ਸ਼ਬਦ ਦੀ ਸੋਝੀ, ਸ਼ਬਦ ਮਨ ਵਿੱਚ ਜਾਗਰਤ ਕਰਨਾ ਹੀ ਸਭ ਤੋ ਮੁਸ਼ਕਲ ਹੈ । ਇਹ ਕੇਵਲ ਸੰਤਾਂ ਦੇ ਜੀਵਨ ਦੀ ਸਿਖਿਆਂ ਨਾਲ ਜੀਵਨ ਢਾਲਣ ਨਾਲ, ਪ੍ਰਭ ਦੀ ਰਹਿਮਤ ਨਾਲ ਹੀ ਬਖਸ਼ਿਸ਼ ਹੁੰਦਾ ਹੈ ।

For any human, to obtain, gather worldly wealth, possessions may not be very difficult. He may collect worldly wealth, honor, beauty, heaven on earth, royal kingdom, royal food delicacy, glamorous robe, children, family, friends, beauty for entertainment, wisdom or deceptive thoughts and plans. However, the enlightenment of the essence of His Word, state of mind as awake and alert in meditation may be the utmost difficult undertaking. Such a state of mind may only be blessed by adopting the life experience teachings of His Holy saint in day-to-day life.

219.ਸਲੋਕ ਸਹਸਕ੍ਰਿਤੀ ਮਹਲਾ ੫॥ 1357-4

ਜਤ ਕਤਹ ਤਤਹ ਦ੍ਰਿਸਟੰ,	jat katah tatah daristaN
ਸ੍ਵਰਗ ਮਰਤ ਪਯਾਲ ਲੋਕਹ॥	savarag marat pa-yaal lokah.
ਸਰਬਤ੍ਰ ਰਮਣੰ ਗੋਬਿੰਦਹ,	sarbatar ramnaN gobindah
ਨਾਨਕ ਲੇਪ ਛੇਪ ਨ ਲਿਪ੍ਯਤੇ॥੩੬॥	naanak layp chhayp na lip-yatai. ||36||

ਜਿੱਥੇ ਵੀ ਦੇਖਦਾ, ਸ੍ਰਿਸ਼ਟੀ ਦਾ ਮਾਲਕ ਹਰਇੱਕ ਥਾਂ, ਹਰਇੱਕ ਜੀਵ ਵਿੱਚ ਹੀ ਵਾਪਰਦਾ ਹੈ । ਉਸ ਨੂੰ ਕੋਈ ਦਾਗ਼ ਨਹੀਂ ਲਗ ਸਕਦਾ, ਕੋਈ ਕਮੀ ਨਹੀਂ ਹੁੰਦੀ ।
(ਸੰਸਾਰ ਵਿੱਚ, ਸਵਰਗ ਵਿੱਚ, ਪਤਾਲ ਵਿੱਚ) ।

The Omnipresent True Master remains embedded within every soul and prevails everywhere in the universe. He may never have any deficiency or blemish of any kind.

220.ਸਲੋਕ ਸਹਸਕ੍ਰਿਤੀ ਮਹਲਾ ੫॥ 1357-7

ਬਿਖਯਾ ਭਯੰਤਿ ਅੰਮ੍ਰਿਤੰ,	bikhyaa bha-yant amritaN
ਦ੍ਰੁਸਟਾਂ ਸਖਾ ਸ੍ਵਜਨਹ॥	darustaaN sakhaa savajniH.
ਦੁਖੰ ਭਯੰਤਿ ਸੁਖੵੰ ਭੈ,	dukhaN bha-yant sukh-yaN bhai
ਭੀਤੰ ਤ ਨਿਰਭਯਹ॥	bheetaN ta nirabhyeh.
ਥਾਨ ਬਿਹੂਨ ਬਿਸ੍ਰਾਮ ਨਾਮੰ,	thaan bihoon bisraam naamaN
ਨਾਨਕ ਕ੍ਰਿਪਾਲ ਹਰਿ ਹਰਿ ਗੁਰਹ॥੩੭॥	naanak kirpaal har har gurah. ||37||

ਜਦੋਂ ਪ੍ਰਭ ਆਪ ਹੀ ਰਹਿਮਤ ਦੀ ਨਜ਼ਰ ਬਖਸ਼ਦਾ ਹੈ । ਜਿਸ ਜੀਵ ਦਾ ਕੋਈ ਘਰ ਨਹੀਂ ਹੁੰਦਾ! ਉਸ ਨੂੰ ਪ੍ਰਭ ਦੇ ਦਰਬਾਰ ਵਿੱਚ ਹੀ ਅਰਾਮ ਕਰਨ ਵਾਲੀ ਥਾਂ ਬਖਸ਼ਿਸ਼ ਹੋ ਜਾਂਦੀ ਹੈ । ਜ਼ਹਿਰ ਵੀ ਅੰਮ੍ਰਿਤ ਬਣ ਜਾਂਦਾ, ਵੈਰੀ ਵੀ ਮਿੱਤਰ, ਮਦਦ ਕਰਨ ਵਾਲਾ, ਦੁਖ ਖੇੜੇ ਵਿੱਚ ਬਦਲ ਜਾਂਦਾ ਹੈ । ਡਰਨ ਵਾਲਾ ਜੀਵ ਨਿਡਰ ਬਣ ਜਾਂਦਾ ਹੈ ।

Whosoever may be bestowed with His Blessed Vision; even a homeless may be blessed with a permanent resting place for his soul in His Royal Castle. Even poison given by enemy may become like a nectar of the essence of His Word. All enemies may become his helper and all miseries may be transformed as pleasure in his life. Even a coward human may become warrior and fearless.

221.ਸਲੋਕ ਸਹਸਕ੍ਰਿਤੀ ਮਹਲਾ ੫॥ 1357-7

ਸਰਬ ਸੀਲ ਮਮੰ ਸੀਲੰ,	sarab seel mamaN seelaN
ਸਰਬ ਪਾਵਨ ਮਮ ਪਾਵਨਹ॥	sarab paavan mam paavnah.
ਸਰਬ ਕਰਤਬ ਮਮੰ ਕਰਤਾ,	sarab kartab mamaN kartaa
ਨਾਨਕ ਲੇਪ ਛੇਪ ਨ ਲਿਪ੍ਯਤੇ॥੩੮॥	naanak layp chhayp na lip-yatai. ||38||

ਪ੍ਰਭ ਸਭ ਨੂੰ ਮਾਣ ਬਖਸ਼ਦਾ ਹੈ, ਮੈਨੂੰ ਵੀ ਨਿਮ੍ਰਤਾ, ਮਾਣ ਬਖਸ਼ਿਆ ਹੈ । ਸਭ ਦੇ ਪਾਪ ਬਖਸ਼ਦਾ ਹੈ, ਮੇਰੇ ਵੀ ਪਾਪ ਬਖਸ਼ ਦਿੱਤੇ ਹਨ । ਸਾਰੀ ਸ੍ਰਿਸ਼ਟੀ ਨੂੰ ਪੈਦਾ ਕਰਨ ਵਾਲਾ ਹੀ ਮੈਨੂੰ ਪੈਦਾ ਕਰਨ ਵਾਲਾ ਮਾਲਕ ਹੈ । ਉਸ ਨੂੰ ਕਿਸੇ ਕਿਸਮ ਦਾ ਕੋਈ ਦਾਗ਼ ਨਹੀਂ ਲਗ ਸਕਦਾ ।

The True Master blesses honor to all His true devotees; He has blessed me honor. He may forgive the sins of His true devotee; He has forgiven my sins. The True Master, Creator may never have any limitation or blemish of any kind.

222.ਸਲੋਕ ਸਹਸਕ੍ਰਿਤੀ ਮਹਲਾ ੫॥ 1357-8

ਨਹ ਸੀਤਲੰ ਚੰਦ੍ਰ ਦੇਵਹ ਨਹ,	nah seetlaN chandar dayvah nah
ਸੀਤਲੰ ਬਾਵਨ ਚੰਦਨਹ॥	seetlaN baavan chandnah.
ਨਹ ਸੀਤਲੰ ਸੀਤ ਰੁਤੇਣ,	nah seetlaN seet rutayn
ਨਾਨਕ ਸੀਤਲੰ ਸਾਧ ਸ੍ਵਜਨਹ॥੩੯॥	naanak seetlaN saaDh savajniH. ||39||

ਚੰਦ ਮਨ ਨੂੰ ਠੰਡ ਪਾਉਣ ਵਾਲਾ ਨਹੀਂ ਹੁੰਦਾ, ਨਾ ਹੀ ਸਰਦੀ, ਠੰਡ ਦੀ ਰੁੱਤ ਵੀ ਮਨ ਨੂੰ ਠੰਡ, ਸੰਤੋਖ ਦੇਂਦੀ ਹੈ । ਨਾ ਹੀ ਚੰਦਨ ਦੇ ਬ੍ਰਿਛ ਦੀ ਸੁਗੰਧ ਨਾਲ ਹੀ ਮਨ ਵਿੱਚ ਅਨੰਦ ਆਉਂਦਾ ਹੈ । ਕੇਵਲ ਬੰਦਗੀ ਕਰਨ ਵਾਲੇ ਸੰਤ ਦੀ ਸੰਗਤ ਵਿੱਚ, ਜੀਵਨ ਦੀ ਸਿਖਿਆ ਨਾਲ ਜੀਵਨ ਢਾਲਣ ਨਾਲ ਹੀ ਮਨ ਨੂੰ ਸੰਤਖ, ਖੇੜੇ ਦੀ ਅਵਸਥਾ ਬਖਸ਼ਿਸ਼ ਹੁੰਦੀ ਹੈ ।

Moon my not bring peace of mind nor winter may bring a peace of mind or contentment in his worldly life. Even the aroma of sandalwood may not bring peace of mind or pleasure in his day-to-day life. Whosoever may remain in the conjugation of His Holy saint and adopts his life experience in his own life; with His mercy and grace, he may be blessed with a state of mind of contentment and blossom in life.

223.ਸਲੋਕ ਸਹਸਕ੍ਰਿਤੀ ਮਹਲਾ ੫॥ 1357-9

ਮੰਤ੍ਰੰ ਰਾਮ ਰਾਮ ਨਾਮੰ,	mantraN raam raam naamaN Dha-
ਧ੍ਯਾਨੰ ਸਰਬਤ੍ਰ ਪੂਰਨਹ॥	yaana sarbatar poornah.
ਗ੍ਯਾਨੰ ਸਮ ਦੁਖ ਸੁਖੰ ਜੁਗਤਿ,	ga-yaana sam dukh sukhaN jugat
ਨਿਰਮਲ ਨਿਰਵੈਰਣਹ॥	nirmal nirvairneh.
ਦਯਾਲੰ ਸਰਬਤ੍ਰ ਜੀਆ,	da-yaalaN sarbatar jee-aa
ਪੰਚ ਦੋਖ ਬਿਵਰਜਿਤਹ॥	panch dokh bivarjiteh.
ਭੋਜਨੰ ਗੋਪਾਲ ਕੀਰਤਨੰ,	bhojanaN gopaal keeratanaN
ਅਲਪ ਮਾਯਾ ਜਲ ਕਮਲ ਰਹਤਹ॥	alap maa-yaa jal kamal rahtah.
ਉਪਦੇਸੰ ਸਮ ਮਿਤ੍ਰ ਸਤ੍ਰਹ,	updaysaN sam mitar satreh
ਭਗਵੰਤ ਭਗਤਿ ਭਾਵਨੀ॥	bhagvant bhagat bhaavnee.
ਪਰ ਨਿੰਦਾ ਨਹ ਸ੍ਰੋਤਿ ਸ੍ਰਵਣੰ,	par nindaa nah sarot sarvanaN
ਆਪੁ ਤ੍ਯਿਾਗਿ ਸਗਲ ਰੇਣੁਕਹ॥	aap ti-yaag sagal raynukeh.
ਖਟ ਲਖ੍ਯਣ ਪੂਰਨੰ ਪੁਰਖਹ,	khat lakh-yan pooranaN pukhah
ਨਾਨਕ ਨਾਮ ਸਾਧ ਸ੍ਵਜਨਹ॥੪੦॥	naanak naam saaDh savajniH. ||40||

ਜੀਵ ਪ੍ਰਭ ਦੇ ਸ਼ਬਦ ਦੀ ਪਾਲਣਾ ਕਰਦੇ, ਪ੍ਰਭ ਦੇ ਗੁਣ ਗਾਵੇ! ਜਿਸ ਨੂੰ ਪ੍ਰਭ ਸੋਝੀ ਬਖਸ਼ਦਾ ਹੈ! ਉਹ ਸੰਸਾਰਕ ਦੁਖ, ਸੁਖ ਵਿੱਚ ਨਿਰਾਰਾ ਰਹਿੰਦਾ ਹੈ । ਉਸ ਦੇ ਜੀਵਨ ਦਾ ਢੰਗ ਪਵਿੱਤਰ ਹੁੰਦਾ ਹੈ, ਮਨ ਵਿੱਚ ਕੋਈ ਈਰਖਾ ਨਹੀਂ ਹੁੰਦੀ । ਉਹ ਸਭ ਨੂੰ ਇੱਕ ਸਮਾਨ ਹੀ ਸਮਝਦਾ ਹੈ । ਉਸ ਨੂੰ ਆਪਣੇ ਮਨ ਦੇ ਪੰਜਾਂ ਜਮਦੂਤਾਂ ਤੇ ਜਿੱਤ ਬਖਸ਼ਿਸ਼ ਹੋ ਜਾਂਦੀ ਹੈ । ਪ੍ਰਭ ਦੇ ਸ਼ਬਦ ਦਾ ਕੀਰਤਨ ਹੀ ਉਸ ਦਾ ਭੋਜਨ ਬਣ ਜਾਂਦਾ ਹੈ । ਉਹ ਸੰਸਾਰਕ ਮਾਇਆ ਦੇ ਪ੍ਰਭਾਵ ਤੋ ਰਹਿਤ ਰਹਿੰਦਾ ਹੈ । ਜਿਵੇਂ ਕਮਲ ਦਾ ਫੁੱਲ ਗੰਦੇ ਪਾਣੀ ਵਿੱਚ ਵੀ ਪਵਿੱਤਰ ਰਹਿੰਦਾ ਹੈ । ਉਹ ਪ੍ਰਭ ਦੇ ਸ਼ਬਦ ਦੀ ਸਿਖਿਆਂ, ਮਿੱਤਰ ਨਾਲ ਅਤੇ ਵੈਰੀ ਨਾਲ ਵੀ ਸਾਂਝੀ ਕਰਦਾ ਹੈ । ਉਸ ਦੀ ਲਗਨ ਸ਼ਬਦ ਦੀ ਪਾਲਣਾ ਵਿੱਚ ਅਡੋਲ ਰਹਿੰਦੀ, ਸੰਸਾਰਕ ਨਿੰਦਿਆਂ ਦਾ ਕੋਈ ਪ੍ਰਭਾਵ ਨਹੀਂ ਹੁੰਦਾ । ਉਹ ਆਪਣੀ ਖੁਦਗਰਜ਼ੀ ਤਿਆਗਕੇ ਨਿਮ੍ਰਤਾ ਵਾਲਾ ਬਣ ਜਾਂਦਾ ਹੈ । ਆਪਣੇ ਆਪ ਨੂੰ ਬਾਕੀ ਜੀਵਾਂ ਦੇ ਚਰਨਾਂ ਦੀ ਧੂੜ ਦੇ ਸਮਾਨ ਹੀ ਸਮਝਦਾ ਹੈ । ਜਿਸ ਜੀਵ ਵਿੱਚ ਹੀ ਇਹ 6 ਗੁਣ ਹੁੰਦੇ ਹਨ । ਬੰਦਗੀ ਕਰਨ ਵਾਲਾ, ਉਸ ਨੂੰ ਆਪਣਾ ਮਿੱਤਰ, ਸਾਥੀ ਸਮਝਦਾ ਹੈ ।

	6 Virtues of a Holy Saint	
1	ਨਿਰਲੇਪ	clean, desire-free
2	ਸ਼ਰਧਾ	Devotion- dedication
3	ਚਰਨ–ਧੂੜ –ਨਿਮ੍ਰਤਾ	Humility
4	ਸ਼ਬਦ ਦੀ ਪਾਲਣਾ	Adopt Teachings in own life.
5	ਲੀਨ– ਸ਼ਬਦ ਦੀ ਸਮਾਧੀ	intoxicated in void of His Word
6	ਆਪਾ ਤਿਆਗਣਾ	Surrender self-identity

You should sing the glory of His Word, while obeying the teachings of His Word. Whosoever may be blessed with the enlightenment of the essence of His Word; he may remain contented with worldly environments; miseries and pleasures. He may treat everyone same way politely with respect. His mind remains clean, pure without any jealousy; with His mercy and grace, he may be blessed to conquer 5 demons of worldly desires. Singing the glory of His Word may become a nourishment for his soul. He remains beyond the reach of sweet poison of worldly wealth. His soul may remain sanctified as lotus flower, remains sanctified in muddy water. He may inspire both friends and foes same way to meditate on the teachings of His Word. He may remain intoxicated in obeying the teachings of His Word. His state of mind may remain beyond the reach of criticism or rebuking by self-minded. He may renounce his greed and remains very humble, polite like the dust of the feet of others. Whosoever may have these **6 Virtues** in his way of life; everyone who may follow the path of meditation, consider him as his friend and true companion.

224.ਸਲੋਕ ਸਹਸਕ੍ਰਿਤੀ ਮਹਲਾ ੫॥ 1357-13

ਅਜਾ ਭੋਗੰਤ ਕੰਦ ਮੂਲੰ ਬਸੰਤੇ,	ajaa bhogant kand moolaN basantay
ਸਮੀਪਿ ਕੇਹਰਹ॥	sameep kayhrah.
ਤਤ੍ਰ ਗਤੇ ਸੰਸਾਰਹ ਨਾਨਕ,	tatar gatay sansaarah naanak
ਸੋਗ ਹਰਖੰ ਬਿਆਪਤੇ॥੪੧॥	sog harkhaN bi-aapatay. ||41||

ਜਿਵੇਂ ਬੱਕਰੀ ਜੜ੍ਹਾ ਅਤੇ ਫਲ ਖਾਣ ਵਿੱਚ ਅਨੰਦ ਮਾਨਦੀ ਹੈ । ਅਗਰ ਸ਼ੇਰ ਨੇੜੇ ਰਹਿੰਦਾ ਹੋਵੇ, ਉਸ ਦੇ ਮਨ ਵਿੱਚ ਸਦਾ ਹੀ ਚਿੰਤਾ ਲਗੀ ਰਹਿੰਦੀ ਹੈ । ਇਸਤਰ੍ਹਾਂ ਦੀ ਹਾਲਤ ਮਾਨਸ ਦੀ ਹੁੰਦੀ ਹੈ । ਉਸ ਦੇ ਸੰਸਾਰਕ ਜੀਵਨ ਵਿੱਚ ਦੁਖ, ਸੁਖ ਦਾ ਪ੍ਰਭਾਵ ਹੁੰਦਾ ਹੈ ।

As a goat may enjoy the roots of plants and fruit of tree. If loin may be living nearby, she remains worried for her safety. Same way may be the state of mind of human; worldly miseries and pleasure remain a major factor in his state of mind.

225.ਸਲੋਕ ਸਹਸਕ੍ਰਿਤੀ ਮਹਲਾ ੫॥ 1357-14

ਛਲੰ ਛਿਦ੍ਰੰ ਕੋਟਿ ਬਿਘਨੰ,	chhalaN chhidaraN kot bighanaN
ਅਪਰਾਧੰ ਕਿਲਬਿਖ ਮਲੰ॥	apraaDhaN kilbikh malaN.
ਭਰਮ ਮੋਹੰ ਮਾਨ ਅਪਮਾਨੰ,	bharam mohaN maan apmaanaN
ਮਦੰ ਮਾਯਾ ਬਿਆਪਿਤੰ॥	madaN maa-yaa bi-aapitaN.
ਮ੍ਰਿਤੁ ਜਨਮ ਭ੍ਰਮੰਤਿ ਨਰਕਹ,	mitar-yo janam bharmant narkah
ਅਨਿਕ ਉਪਾਵੰ ਨ ਸਿਧ੍ਹਤੇ॥	anik upaavaN na siDh-yatai.
ਨਿਰਮਲੰ ਸਾਧ ਸੰਗਹ ਜਪੰਤਿ,	nirmalaN saaDh sangah japant
ਨਾਨਕ ਗੋਪਾਲ ਨਾਮੰ॥	naanak gopaal naamaN.
ਰਮੰਤਿ ਗੁਣ ਗੋਬਿੰਦ ਨਿਤ ਪ੍ਰਤਹ॥੪੨॥	ramant gun gobind nit parteh. ||42||

ਮਨ ਦੇ ਬੁਰੇ ਖਿਆਲਾਂ ਨਾਲ ਹੀ ਧੋਖੇ, ਝੂਠੇ ਦੋਸ਼, ਅਨੇਕਾਂ ਸਰੀਰ ਦੇ ਰੋਗ, ਪਾਪ ਪੈਦਾ ਹੁੰਦੇ ਹਨ । ਇਹਨਾਂ ਦਾ ਕਾਰਨ ਮਨ ਦੇ ਬੁਰੇ ਖਿਆਲ ਹੀ ਹੁੰਦੇ ਹਨ । ਮੋਹ, ਅਹੰਕਾਰ, ਨਿੰਦਿਆ, ਮਾਇਆ ਦਾ ਨਸ਼ਾ ਹੀ ਜੀਵ ਨੂੰ ਜਨਮ ਮਰਨ ਦੇ ਚੱਕਰ ਵਿੱਚ ਪਾਉਂਦਾ ਹੈ । ਜੀਵ ਆਪਣੇ ਅਨੇਕਾਂ ਯਤਨ ਕਰਨ ਤੇ ਵੀ ਨਰਕ, ਜੂਨਾਂ ਵਿੱਚ ਹੀ ਭਉਦਾ ਰਹਿੰਦਾ, ਮੁਕਤੀ ਦਾ ਰਸਤਾ ਨਹੀਂ ਮਿਲਦਾ । ਬੰਦਗੀ ਕਰਨ ਵਾਲੇ ਸੰਤਾਂ ਦੀ ਸੰਗਤ, ਸ਼ਬਦ ਦੇ ਗੁਣ ਗਾਉਣ ਨਾਲ ਮਾਨਸ ਦਾ ਮਨ ਪਵਿੱਤਰ ਹੋ ਜਾਂਦਾ ਹੈ । ਉਹ ਪ੍ਰਭ ਦੇ ਸ਼ਬਦ ਦੀ ਸਮਾਧੀ ਵਿੱਚ ਵਸਦਾ ਹੈ ।

Deception, false excusing, disease of body, sinful deeds may be created with evil thoughts of mind, worldly desires. The root cause may be the evil thoughts of mind. Worldly bonds, ego of worldly status, slandering, sweet poison of worldly wealth may keep his soul in the cycle of birth and death. Even with all his sincere efforts; he may remain in the cycle of birth and death; he may not be blessed with the right path of acceptance in His Court. Whosoever may remain in the conjugation of His Holy saint and adopts his life experience teachings in his life; with His mercy and grace, his soul may be sanctified to become worthy of His Consideration. He may remain intoxicated meditating in the void of His Word.

226.ਸਲੋਕ ਸਹਸਕ੍ਰਿਤੀ ਮਹਲਾ ੫॥ 1357-16

ਤਰਣ ਸਰਣ ਸੁਆਮੀ,	taran saran su-aamee
ਰਮਣ ਸੀਲ ਪਰਮੇਸੁਰਹ॥	raman seel parmaysureh.
ਕਰਣ ਕਾਰਣ ਸਮਰਥਹ,	karan kaaran samartheh
ਦਾਨੁ ਦੇਤ ਪ੍ਰਭੁ ਪੂਰਨਹ॥	daan dayt parabh poornah.
ਨਿਰਾਸ ਆਸ ਕਰਣੰ,	niraas aas karnaN
ਸਗਲ ਅਰਥ ਆਲਯਹ॥	sagal arath aalyeh.
ਗੁਣ ਨਿਧਾਨ ਸਿਮਰੰਤਿ ਨਾਨਕ,	gun niDhaan simrant naanak
ਸਗਲ ਜਾਚੰਤ ਜਾਚਿਕਹ॥੪੩॥	sagal jaachant jaachikeh. ||43||

ਜਿਹੜਾ ਰਹਿਮਤਾਂ ਦੇ ਮਾਲਕ ਦੀ ਸ਼ਰਨ ਵਿੱਚ ਪਨਾਹ ਲੈਂਦਾ ਹੈ, ਉਹ ਪ੍ਰਵਾਨਗੀ ਦੇ ਰਸਤੇ ਤੇ ਅਡੋਲ ਹੋ ਜਾਂਦਾ ਹੈ । ਪ੍ਰਭ ਆਪਣੇ ਆਪ ਵਿੱਚ ਪੂਰਨ, ਸਰਬ ਕਲਾ ਸਮਰਥ, ਸਭ ਕਾਰਨਾਂ ਦਾ ਕਾਰਨ ਹੈ । ਰਹਿਮਤਾਂ ਬਖਸ਼ਣ ਵਾਲਾ ਮਾਲਕ ਹੈ । ਉਹ ਅਨਾਥਾਂ ਨੂੰ ਆਸ, ਮਨ ਵਿੱਚ ਧੀਰਜ ਬਖਸ਼ਦਾ ਹੈ । ਉਹ ਹੀ ਸਭ ਦਾਤਾਂ ਦਾ ਮਾਲਕ, ਬਖਸ਼ਣ ਵਾਲਾ ਹੈ । ਬੰਦਗੀ ਕਰਨ ਵਾਲੇ ਪ੍ਰਭ ਦੇ ਸ਼ਬਦ ਦੇ ਗੁਣ ਹੀ ਗਾਉਂਦੇ ਹਨ । ਸ੍ਰਿਸ਼ਟੀ ਦੇ ਸਾਰੇ ਜੀਵ ਜੰਤ ਹੀ ਪ੍ਰਭ ਦੇ ਦਰ ਦੇ ਮੰਗਤੇ ਹੀ ਹਨ ।

Whosoever may surrender his self-identity at His Sanctuary, The True Master of all blessings; with His mercy and grace, he may be blessed with the right path of acceptance in His Court. The Omnipotent, Perfect True Master creates all causes of all events in His Nature. The Merciful True Master, Treasure of all Virtues and Blessings may bless his humble, helpless devotee, with hope and patience in his worldly life. His true devotee may remain intoxicated in singing the glory of His Word. All creatures of the universe are beggars at His door; no exception of any worldly status.

227.ਸਲੋਕ ਸਹਸਕ੍ਰਿਤੀ ਮਹਲਾ ੫॥ 1357-18

ਦੁਰਗਮ ਸਥਾਨ ਸੁਗਮੰ,	durgam sathaan sugamaN
ਮਹਾ ਦੂਖ ਸਰਬ ਸੂਖਣਹ॥	mahaa dookh sarab sookh-nah.
ਦੁਰਬਚਨ ਭੇਦ ਭਰਮੰ ਸਾਕਤ,	durbachan bhayd bharamaN saakat
ਪਿਸਨੰ ਤ ਸੁਰਜਨਹ॥	pisanaN ta surajneh.
ਅਸਥਿਤੰ ਸੋਗ ਹਰਖੰ,	asthitaN sog harkhaN
ਭੈ ਖੀਣੰ ਤ ਨਿਰਭਵਹ॥	bhai kheenaN ta nirabhveh.
ਭੈ ਅਟਵੀਅੰ ਮਹਾ ਨਗਰ,	bhai atvee-aN mahaa nagar
ਬਾਸੰ ਧਰਮ ਲਖ੍ਹਣ ਪ੍ਰਭ ਮਇਆ॥	baasaN Dharam lakh-yan parabh ma-i-aa.
ਸਾਧ ਸੰਗਮ ਰਾਮ ਰਾਮ ਰਮਣੰ,	saaDh sangam raam raam ramnaN
ਸਰਣਿ ਨਾਨਕ	saran naanak
ਹਰਿ ਹਰਿ ਦਯਾਲ ਚਰਣੰ॥੪੪॥	har har da-yaal charnaN. ||44||

ਜਿਹੜਾ ਸ਼ਬਦ ਦਾ ਸਿਮਰਨ ਕਰਦਾ ਹੈ, ਉਸ ਲਈ ਬਹੁਤ ਭਿਆਨਕ ਥਾਂ ਵੀ ਪ੍ਰਭ ਦਾ ਅਸਾਨ ਅਤੇ ਸੰਸਾਰਕ ਦੁਖ ਵੀ ਅਨੰਦ ਵਿੱਚ ਬਦਲ ਜਾਂਦੇ ਹਨ । ਉਸ ਦੇ ਮਨ ਦੇ ਬੁਰੇ ਬੋਲ, ਵਿਤਕਰੇ, ਭਰਮ ਦੂਰ ਹੋ ਜਾਂਦੇ ਹਨ । ਜਿਹੜਾ ਸਾਕਤ, ਨਿੰਦਿਆਂ ਕਰਨ ਵਾਲਾ ਵੀ ਸ਼ਬਦ ਦੀ ਪਾਲਣਾ ਵਿੱਚ ਲਗ ਜਾਂਦਾ, ਚੰਗੇ ਕੰਮ ਕਰਦਾ ਹੈ । ਉਸ ਦੇ ਮਨ ਵਿੱਚ ਧੀਰਜ, ਸੰਤੋਖ ਭਰ ਜਾਂਦਾ ਹੈ । ਭਾਵੇਂ ਉਹ ਖੁਸ਼ੀ, ਜਾ ਗ਼ਮੀ ਦੀ ਅਵਸਥਾ ਵਿੱਚ ਵੀ ਹੋਵੇ । ਉਸ ਦਾ ਮੌਤ ਦਾ ਡਰ ਦੂਰ ਹੋ ਜਾਂਦਾ, ਨਿਡਰ ਹੋ ਜਾਂਦਾ ਹੈ । ਸੁੰਨ ਅਤੇ ਜੰਗਲ ਵੀ ਵਸਦੇ ਨਗਰ ਬਣ ਜਾਂਦੇ ਹਨ । ਜਿਹੜਾ ਬੰਦਗੀ ਕਰਨ ਵਾਲੇ ਸੰਤਾਂ ਦੇ ਜੀਵਨ ਦੀ ਸਿਖਿਆਂ ਨਾਲ ਜੀਵਨ ਢਾਲਦਾ, ਸ਼ਬਦ ਦੇ ਗੁਣ ਗਾਉਂਦਾ ਹੈ । ਇਹ ਅਵਸਥਾ ਸ਼ਬਦ ਨਾਲ ਜੀਵਨ ਢਾਲਣ, ਰਹਿਮਤ ਨਾਲ ਬਖਸ਼ਿਸ਼ ਹੋ ਜਾਂਦੀ ਹੈ । ਉਸ ਨੂੰ ਪ੍ਰਭ ਦੀ ਸ਼ਰਣ ਵਿੱਚ ਪਨਾਹ ਬਖਸ਼ਿਸ਼ ਹੋ ਜਾਂਦੀ ਹੈ ।

Whosoever may meditate on the teachings of His Word; with His mercy and grace, even the terrible place may feel like His Castle, even miseries may be transferred as pleasure within his mind. All his evil thoughts, jealousy, religious suspicions may be eliminated. Even self-minded, slanderer may obey the teachings of His Word and performs good deeds for His Creation; with His mercy and grace, he may be blessed with patience and contentment in his day-to-day life. Even though, he may be in worldly pleasure or misery; his fear of death may be eliminated and he may become fearless. Even the wild jungle may feel like dwelling town to His true devotee. Whosoever may remain in the conjugation of His Holy saint; adopts his life experience teachings in his life and sings the glory of His Word. He may be blessed with such a state of mind as His true devotee; with His mercy and grace, he may be accepted in His Sanctuary.

228.ਸਲੋਕ ਸਹਸਕ੍ਰਿਤੀ ਮਹਲਾ ੫॥ 1358-2

ਹੇ ਅਜਿਤ ਸੂਰ ਸੰਗ੍ਰਾਮੰ,	hay ajit soor sangraamaN
ਅਤਿ ਬਲਨਾ ਬਹੁ ਮਰਦਨਹ॥	at balnaa baho maradneh.
ਗਣ ਗੰਧਰਬ ਦੇਵ ਮਾਨੁਖ੍ਯੰ,	gan ganDharab dayv maanukh-yaN
ਪਸੁ ਪੰਖੀ ਬਿਮੋਹਨਹ॥	pas pankhee bimohneh.
ਹਰਿ ਕਰਨਹਾਰੰ ਨਮਸਕਾਰੰ,	har karanhaaraN namaskaaraN
ਸਰਣਿ ਨਾਨਕ ਜਗਦੀਸ੍ਵਰਹ॥੪੫॥	saran naanak jagdeesvareh. ||45||

ਸੰਸਾਰਕ ਮੋਹ ਮਾਨਸ ਦੇ ਸੰਸਾਰਕ ਜੀਵਨ ਦੇ ਮੈਦਾਨ ਵਿੱਚ ਬਹੁਤ ਵੱਡਾ ਸੂਰਮਾ ਹੁੰਦਾ ਹੈ । ਇਹ ਤਾ ਵੱਡੇ ਵੱਡੇ ਭਰੋਸੇ ਵਾਲੇ ਨੂੰ ਵੀ ਜਿੱਤ ਲੈਂਦਾ ਹੈ । ਇਸ ਨੇ ਸ਼ਬਦ ਦੇ ਕੀਰਤਨ ਕਰਨ ਵਾਲੇ, ਸੰਸਾਰਕ ਗੁਰੂ, ਦੇਵਤੇ, ਰੂਹਾਨੀ ਫਰਿਸ਼ਤੇ, ਮਾਨਸ, ਜਾਨਵਰਾਂ, ਪੰਛੀਆ ਨੂੰ ਵੀ ਆਪਣੇ ਜਾਲ ਵਿੱਚ ਫਸਾ ਲਿਆ ਹੈ । ਜਿਹੜਾ ਬੰਦਗੀ ਕਰਨ ਵਾਲਾ ਆਪਾ, ਪ੍ਰਭ ਦੀ ਭੇਟਾ ਕਰ ਦੇਂਦਾ ਹੈ । ਉਹ ਪ੍ਰਭ ਦੇ ਸ਼ਬਦ ਦੀ ਸ਼ਰਣ ਵਿੱਚ ਸਮਾਧੀ ਵਿੱਚ ਹੀ ਲੀਨ ਰਹਿੰਦਾ ਹੈ ।

Worldly bond may be the greatest warrior in the battle field of human life journey. Worldly bond may conquer even great believers of His Word, saint, prophet, or guru. Worldly bonds have intoxicated even worldly gurus, eternal spiritual angels, animals, birds. Intoxicated in worldly bonds, the worldly guru may incarnate his son, next generation on so called throne of saint-hood. His true devotee may surrender his mind, body, self-identity at His Sanctuary to serve His Creation. He may remain intoxicated in meditation in the void of His Word.

229.ਸਲੋਕ ਸਹਸਕ੍ਰਿਤੀ ਮਹਲਾ ੫॥ 1358-3

ਹੇ ਕਾਮੰ ਨਰਕ ਬਿਸ੍ਰਾਮੰ,	hay kaamaN narak bisraamaN
ਬਹੁ ਜੋਨੀ ਭ੍ਰਮਾਵਣਹ॥	baho jonee bharmaavneh.
ਚਿਤ ਹਰਣੰ ਤ੍ਰੈ ਲੋਕ ਗੰਮ੍ਯੰ,	chit harnaN tarai lok gam-yaN
ਜਪ ਤਪ ਸੀਲ ਬਿਦਾਰਣਹ॥	jap tap seel bidaarneh.
ਅਲਪ ਸੁਖ ਅਵਿਤ ਚੰਚਲ,	alap sukh avit chanchal
ਊਚ ਨੀਚ ਸਮਾਵਣਹ॥	ooch neech samaavneh.
ਤਵ ਭੈ ਬਿਮੁੰਚਿਤ ਸਾਧ ਸੰਗਮ,	tav bhai bimuNchit saaDh
ਓਟ ਨਾਨਕ ਨਾਰਾਇਣਹ॥੪੬॥	sangam ot naanak naaraa-ineh. ‖46‖

ਮਨ ਦੀ **ਕਾਮ ਵਾਸ਼ਨਾ** ਜੀਵ ਜੰਤ ਨੂੰ ਨਰਕ ਦੇ ਰਸਤੇ ਤੇ ਪਾਉਂਦੀ, ਜੀਵ ਦੀਆਂ ਭਾਵਨਾਂ ਨੂੰ ਧੋਖ ਵਿੱਚ ਪਾਉਂਦੀ ਹੈ । ਉਹ ਅਨੇਕਾਂ ਹੀ ਜੂੰਨਾਂ ਵਿੱਚ ਭਉਦਾ ਰਹਿੰਦਾ ਹੈ । ਮਨ ਦੀ ਕਾਮ ਵਾਸ਼ਨਾ ਤਿੰਨਾਂ ਸ੍ਰਿਸ਼ਟੀਆਂ ਵਿੱਚ ਵੀ ਵਾਪਰਦੀ, ਥੋੜ੍ਹਾ ਸਮਾਂ ਰਹਿਣ ਵਾਲਾ ਅਨੰਦ ਦੇਂਦੀ ਹੈ । ਜੀਵ ਦੀ ਬੰਦਗੀ, ਤਪ, ਗੁਣ ਨਾਸ ਕਰ ਦੇਂਦੀ ਹੈ । ਜੀਵ ਦਾ ਮਨ ਕਮਜ਼ੋਰ ਅਤੇ ਡੋਲ ਜਾਂਦਾ ਹੈ । ਜੀਵ ਦੇ ਮਨ ਦੀ ਉੱਚੀ ਅਤੇ ਨੀਵੀ ਅਵਸਥਾ ਦੇ ਖੇਲ ਤੇ ਵਾਪਰਦੀ ਹੈ । ਜਿਹੜਾ ਬੰਦਗੀ ਕਰਨ ਵਾਲੇ ਦੇ ਜੀਵਨ ਦੀ ਸਿਖਿਆਂ ਨਾਲ ਜੀਵਨ ਢਾਲਦਾ ਹੈ, ਉਸ ਦੇ ਮਨ ਦੇ ਸਾਰੇ ਭਰਮ, ਪਰਦੇ ਦੂਰ ਹੋ ਜਾਂਦੇ ਹਨ । ਬੰਦਗੀ ਕਰਨ ਵਾਲਾ ਸਦਾ ਹੀ ਪ੍ਰਭ ਦੇ ਸ਼ਬਦ ਦੀ ਸ਼ਰਣ, ਰਖਿਆ ਵਿੱਚ ਰਹਿੰਦਾ ਹੈ ।

Sexual urge with strange partner may inspire and guide his mind on the path of hell, deceives all his feeling, thoughts of his mind on the evil, sinful path. Sexual urge may remain dominating, overwhelmed in all three universes; however sexual gratification may provide short-lived pleasures. Sexual urge may destroy his path of meditation, discipline in life. He may not remain steady and stable on path of obeying the teachings of His Word. Sexual urge plays a significant role, prevails in both low and high state of mind. Whosoever may adopt the life experience teachings of His Holy saint in his day-to-day life; with His mercy and grace, all his suspicions and curtain of secrecy from His Holy Spirit may be eliminated. His true devotee always surrenders his self-identity at His Sanctuary.

230.ਸਲੋਕ ਸਹਸਕ੍ਰਿਤੀ ਮਹਲਾ ੫॥ 1358-6

ਹੇ ਕਲਿ ਮੂਲ ਕ੍ਰੋਧੰ ਕਦੰਚ,	hay kal mool kroDh-aN kadanch
ਕਰੁਣਾ ਨ ਉਪਰਜਤੇ॥	karunaa na uparjatay.
ਬਿਖਯੰਤ ਜੀਵੰ ਵਸ੍ਯੰ ਕਰੋਤਿ,	bikh-yant jeevaN vas-yaN karot
ਨਿਰਤ੍ਯੰ ਕਰੋਤਿ ਜਥਾ ਮਰਕਟਹ॥	nirt-yaN karot jathaa marakteh.
ਅਨਿਕ ਸਾਸਨ ਤਾੜੰਤਿ ਜਮਦੂਤਹ,	anik saasan taarhant jamdooteh
ਤਵ ਸੰਗੇ ਅਧਮੰ ਨਰਹ॥	tav sangay aDhamaN narah.
ਦੀਨ ਦੁਖ ਭੰਜਨ ਦਯਾਲ ਪ੍ਰਭੁ,	deen dukh bhanjan da-yaal parabh
ਨਾਨਕ ਸਰਬ ਜੀਅ ਰਖ੍ਯਾ ਕਰੋਤਿ॥੪੭॥	naanak sarab jee-a rakh-yaa karot. ‖47‖

ਕਰੋਧ ਹੀ ਸਾਰੇ ਝਗੜੇ ਦੀ ਜੜ੍ਹ, ਮੁੱਢ ਹੈ! ਮਨ ਦਾ ਤਰਸ, ਕਰੋਧ ਤੇ ਕਾਬੂ ਨਹੀਂ ਪਾ ਸਕਦਾ । ਕਰੋਧ ਧੋਖਾ, ਬੁਰੇ ਕੰਮ ਕਰਨ ਵਾਲੇ ਜੀਵ ਨੂੰ ਬਲ ਦੇਂਦਾ, ਮਦਦ ਕਰਦਾ ਹੈ । ਫਿਰ ਉਹ ਜੀਵ ਕਰੋਧ ਦੇ ਇਸ਼ਾਰੇ ਤੇ ਚਲਦਾ, ਬੰਦਰ ਦੀ ਤਰ੍ਹਾਂ ਨਾਚ ਕਰਦਾ ਹੈ । ਜਿਹੜਾ ਕਰੋਧ ਦੇ ਜਾਲ ਵਿੱਚ ਫਸ ਜਾਂਦਾ ਹੈ, ਮੌਤ ਦਾ ਜਮਦੂਤ ਉਸ ਨੂੰ ਅਨੇਕਾਂ ਤਰ੍ਹਾਂ ਹੀ ਸਜ਼ਾ ਦੇਂਦਾ ਹੈ । ਕੇਵਕ ਪ੍ਰਭ ਹੀ ਨਿਮਾਣੇ ਦੇ ਦੁਖ ਦੂਰ ਕਰਨ ਵਾਲਾ ਅਸਲੀ ਮਾਲਕ ਹੈ । ਬੰਦਗੀ ਕਰਨ ਵਾਲਾ ਪ੍ਰਭ ਦੇ ਸ਼ਬਦ ਦੀ ਪਾਲਣਾ ਕਰਦਾ, ਰਹਿਮਤ ਨਾਲ ਕਰੋਧ ਤੇ ਜਿੱਤ ਬਖਸ਼ਣ ਦੀ ਅਰਦਾਸ ਕਰਦਾ ਹੈ!

Anger of worldly disappointments may be root cause of all frustrations, quarrels in human life journey. Even the humility, forgiveness, merciful state of mind may not conquer the anger of worldly disappointments. Anger may fuel, entice, strengthen, enhance, encourage his deceptive and evil, sinful thoughts of his mind. He may dance on the signal of anger as a puppet, monkey. Whosoever may remain intoxicated with sweet poison of worldly wealth, anger of his mind; he may endure many miseries. The One and only One True Master may save, eliminates suspicions of His humble, helpless true devotee. His true devotee may obey the teachings of His Word and prays for His Forgiveness to help to conquer Anger of his mind.

231.ਸਲੋਕ ਸਹਸਕ੍ਰਿਤੀ ਮਹਲਾ ੫॥ 1358-8

ਹੇ ਲੋਭਾ ਲੰਪਟ ਸੰਗ ਸਿਰਮੋਰਹ,	hay lobhaa lampat sang sirmohreh
ਅਨਿਕ ਲਹਰੀ ਕਲੋਲਤੇ॥	anik lahree kalolatay.
ਧਾਵੰਤ ਜੀਆ ਬਹੁ ਪ੍ਰਕਾਰੰ,	Dhaavant jee-aa baho parkaaraN
ਅਨਿਕ ਭਾਂਤਿ ਬਹੁ ਡੋਲਤੇ॥	anik bhaaNt baho doltay.
ਨਚ ਮਿਤ੍ਰੰ ਨਚ ਇਸਟੰ ਨਚ ਬਾਧਵ,	nach mitraN nach istaN nach baaDhav
ਨਚ ਮਾਤ ਪਿਤਾ ਤਵ ਲਜਯਾ॥	nach maat pitaa tav lajyaa.
ਅਕਰਣੰ ਕਰੋਤਿ ਅਖਾਦ੍ਯਿ ਖਾਦ੍ਯੰ,	akranaN karot akhaad-ya khaad-yaN
ਅਸਾਜ੍ਯੰ ਸਾਜਿ ਸਮਜਯਾ॥	asaaj-yaN saaj samajyaa.
ਤ੍ਰਾਹਿ ਤ੍ਰਾਹਿ ਸਰਣਿ ਸੁਆਮੀ,	taraahi taraahi saran su-aamee
ਬਿਗ੍ਯਾਪਿਣ ਨਾਨਕ ਹਰਿ ਨਰਹਰਹ॥੪੮॥	big-yaapati naanak har narhareh. ||48||

ਲੋਭ, ਲਾਲਚ, ਵੱਡੇ, ਤੋ ਵੱਡੇ ਤੇ ਵੀ ਆਪਣਾ ਜ਼ੋਰ, ਪ੍ਰਭਾਵ ਪਾ ਲੈਂਦਾ ਹੈ । ਉਸ ਤੋ ਅਨੇਕਾਂ ਕਿਸਮਾਂ ਦੇ ਕੰਮ ਕਰਵਾਉਂਦਾ ਹੈ । ਉਹ ਧੀਰਜ ਤੋ ਬਿਨਾਂ ਅਨੇਕਾਂ ਪਾਸੇ ਡੋਲਦਾ, ਯਤਨ ਕਰਦਾ ਰਹਿੰਦਾ ਹੈ । ਲੋਭ ਮਾਤਾ, ਪਿਤਾ, ਭੈਣ, ਭਾਈ, ਮਿੱਤਰ ਦਾ ਵੀ ਕੋਈ ਵਿਤਕਰਾ ਨਹੀਂ ਕਰਦਾ, ਆਪਣੇ ਜਾਲ ਬਿਨਾਂ ਨਹੀ ਛੱਡਦਾ । ਜਿਹੜਾ ਕੰਮ ਉਸ ਨੂੰ ਕਰਨ ਨਹੀਂ ਚਾਹੀਦਾ, ਉਹ ਕੰਮ ਕਰਵਾਉਂਦਾ, ਜਿਹੜਾ ਭੋਜਨ ਉਸ ਦੇ ਖਾਣ ਵਾਸਤੇ ਚੰਗਾ ਨਹੀਂ ਹੁੰਦਾ, ਉਹ ਹੀ ਖਵਾਉਂਦਾ ਹੈ । ਉਹ ਕੁਝ ਪ੍ਰਾਪਤ, ਹਾਸਿਲ ਕਰਦਾ, ਜਿਹੜਾ ਉਸ ਨੂੰ ਹਾਸਿਲ ਕਰਨ ਨਹੀਂ ਚਾਹੀਦਾ । ਬੰਦਗੀ ਕਰਨ ਵਾਲਾ ਆਪਾ ਪ੍ਰਭ ਦੀ ਸ਼ਰਣ ਵਿੱਚ ਭੇਟਾ ਕਰਦਾ, ਲੋਭ ਤੋ ਬਚਣ, ਰਖਿਆ ਦੀ ਅਰਦਾਸ ਕਰਦਾ ਹੈ ।

Greed of mind, may intoxicate strongest devotee, prophet, worldly guru, most powerful in the universe. Greed may entice, inspires to indulge in various undesirable worldly deeds. He may wander in various direction, various efforts in life without patience on His Blessings. Greed may not discriminate even, parents, sibling, friend, or spare anyone from the sweet poison of worldly wealth, greed of mind. Under the influence of greed, with intoxication, he may perform those deeds, he may not wish to perform; he may eat, he may not wish to eat; he may achieve, capture something, he may not wish to achieve. His true devotee may surrender his self-identity at His Sanctuary and prays for His Forgiveness to be saved and protected from greed of mind.

232.ਸਲੋਕ ਸਹਸਕ੍ਰਿਤੀ ਮਹਲਾ ੫॥ 1358-11

ਹੇ ਜਨਮ ਮਰਣ ਮੂਲੰ,	hay janam maran moolaN
ਅਹੰਕਾਰੰ ਪਾਪਾਤਮਾ॥	ahaNkaaraN paapaatmaa.
ਮਿਤ੍ਰੰ ਤਜੰਤਿ ਸਤ੍ਰੰ ਦ੍ਰਿੜੰਤਿ,	mitraN tajant satraN darirh-aaNt
ਅਨਿਕ ਮਾਯਾ ਬਿਸ੍ਤੀਰਨਹ॥	anik maa-yaa bisteerniH.
ਆਵੰਤ ਜਾਵੰਤ ਥਕੰਤ ਜੀਆ,	aavant jaavant thakant jee-aa
ਦੁਖ ਸੁਖ ਬਹੁ ਭੋਗਣਹ॥	dukh sukh baho bhognah.
ਭ੍ਰਮ ਭਯਾਨ ਉਦਿਆਨ ਰਮਣੰ,	bharam bha-yaan udi-aan ramnaN

ਮਹਾ ਬਿਕਟ ਅਸਾਧ ਰੋਗਣਹ॥	mahaa bikat asaaDh rognah.
ਬੈਦੵਂ ਪਾਰਬ੍ਰਹਮ ਪਰਮੇਸ੍ਵਰ ਆਰਾਧਿ,	baid-yaN paarbarahm parmaysvar aaraaDh
ਨਾਨਕ ਹਰਿ ਹਰਿ ਹਰੇ॥੪੯॥	naanak har har haray. ||49||

ਅਹੰਕਾਰ ਹੀ ਜਨਮ ਮਰਨ ਦੇ ਚੱਕਰ ਦੀ ਜੜ੍ਹ, ਪਾਪਾਂ ਦਾ ਮੁੱਢ ਹੈ । ਅਹੰਕਾਰ ਵਿੱਚ ਹੀ ਜੀਵ ਆਪਣੇ ਅਸਲੀ ਸਾਥੀ ਨੂੰ ਛੱਡ ਦੇਂਦਾ, ਵੈਰੀ ਨਾਲ ਸੰਜੋਗ ਬਣਾਉਂਦਾ ਹੈ । ਅਹੰਕਾਰ ਸੰਸਾਰਕ ਮਾਇਆ ਦੇ ਅਨੇਕਾਂ ਅਨੰਦਾਂ ਦੇ ਜਾਲ ਪਾਉਂਦਾ ਹੈ । ਅਹੰਕਾਰ ਨਾਲ ਹੀ ਜੀਵ ਜੂੰਨਾਂ ਦੇ ਚੱਕਰ ਵਿੱਚ ਭਉਦਾ, ਬੇਚਾਰ ਹੋ ਜਾਂਦਾ ਹੈ । ਅਹੰਕਾਰ ਨਾਲ ਹੀ ਉਸ ਨੂੰ ਸੰਸਾਰਕ ਦੁਖ, ਸੁਖ ਮਿਲਦੇ, ਅਨੇਕਾਂ ਭਿਆਨਕ ਭਰਮਾਂ ਵਿੱਚ ਪਾਈ ਰਖਦਾ ਹੈ । ਉਹ ਸੰਸਾਰਕ ਇੱਛਾਂ ਦੇ ਅਨੇਕਾਂ ਰੋਗਾਂ ਵਿੱਚ ਫਸ ਜਾਂਦਾ ਹੈ । ਸੰਸਾਰਕ ਇੱਛਾਂ ਦੇ ਸਾਰੇ ਰੋਗਾ ਦਾ ਇਲਾਜ ਇੱਕੋ ਇੱਕ, ਅਸਲੀ ਵੈਦ, ਪ੍ਰਭ ਹੀ ਕਰ ਸਕਦਾ ਹੈ । ਬੰਦਗੀ ਕਰਨ ਵਾਲਾ ਪ੍ਰਭ ਦੇ ਸ਼ਬਦ ਦਾ ਸਿਮਰਨ, ਗੁਣ ਗਾਉਣ ਵਿੱਚ ਮਸਤ ਰਹਿੰਦਾ ਹੈ ।

Ego remains the dominating force, root cause of the cycle of birth and death. Whosoever may remain intoxicated with ego of his worldly status or his unique identity; he may abandon his true friend and associates with his enemy, who may not be his well-wishers. Ego of worldly wealth may spread various trap of short-lived pleasures of worldly life. With ego, he may remain frustrated, helpless in the cycle of birth and death. He may enjoy various short-lived pleasures and endures various miseries in worldly life; he may remain in terrible worldly religious suspicions. He may become a victim of many chronic disease of many worldly desires. The One and Only One, True Master may cure all the miseries of worldly desires. His true devotee may remain intoxicated in meditation and singing the glory of His Word in the void of His Word.

233.ਸਲੋਕ ਸਹਸਕ੍ਰਿਤੀ ਮਹਲਾ ੫॥ 1358-13

ਹੇ ਪ੍ਰਾਣ ਨਾਥ ਗੋਬਿੰਦਹ,	hay paraan naath gobindah
ਕ੍ਰਿਪਾ ਨਿਧਾਨ ਜਗਦ ਗੁਰੋ॥	kirpaa niDhaan jagad guro.
ਹੇ ਸੰਸਾਰ ਤਾਪ ਹਰਣਹ,	hay sansaar taap harnah
ਕਰੁਣਾ ਮੈਂ ਸਭ ਦੁਖ ਹਰੋ॥	karunaa mai sabh dukh haro.
ਹੇ ਸਰਣਿ ਜੋਗ ਦਯਾਲਹ,	hay saran jog da-yaaleh
ਦੀਨਾ ਨਾਥ ਮਯਾ ਕਰੋ॥	deenaa naath ma-yaa karo.
ਸਰੀਰ ਸ੍ਵਸਥ ਖੀਣ ਸਮਏ, ਸਿਮਰੰਤਿ	sareer savasth kheen sam-ay simrant
ਨਾਨਕ ਰਾਮ ਦਾਮੋਦਰ ਮਾਧਵਹ॥੫੦॥	naanak raam daamodar maaDhvah. ||50||

ਪ੍ਰਭ ਹੀ ਜੀਵ ਦੇ ਸਵਾਸਾਂ, ਰਹਿਮਤਾਂ ਦਾ ਮਾਲਕ, ਅਸਲੀ ਗੁਰੂ ਹੈ । ਜੀਵ ਦੇ ਸੰਸਾਰਕ ਪਦਾਰਥਾਂ ਦੇ ਮੋਹ ਨੂੰ ਨਾਸ ਕਰਨ ਵਾਲਾ ਹੈ । ਪ੍ਰਭ ਆਪਣੀ ਰਹਿਮਤ ਨਾਲ ਮੇਰੇ ਮਨ ਦੀਆਂ ਇੱਛਾਂ, ਦੁਖ ਦਾ ਨਾਸ ਕਰੋ! ਮਿਹਰਬਾਨ ਮਾਲਕ ਹੀ ਸ਼ਰਣ ਲੈਣ ਦੇ ਯੋਗ, ਨਿਮਾਣੇ, ਅਨਾਥਾਂ ਦਾ ਨਾਥ ਹੈ । ਬੰਦਗੀ ਕਰਨ ਵਾਲਾ ਤਨ ਦਾ ਰੋਗੀ, ਜਾ ਤੰਦਰੁਸਤ ਹੋਵੇ । ਉਹ ਪ੍ਰਭ ਦੇ ਸ਼ਬਦ ਦਾ ਹੀ ਸਿਮਰਨ ਕਰਦਾ ਹੈ ।

The True Master, Treasure of breathes, blessings, True Guru, guide of His Creation! Who may destroy the intoxication, influence of worldly virtues, attachments, and bonds of worldly possessions? My True Master, bestows Your Blessed Vision, to eliminate my worldly desires and destroy, the miseries of my worldly desires. The One and Only One True Master may be worthy to worship, to surrender your self-identity at His Sanctuary. His true devotee may be physical well or sick, miserable, he remains intoxicated in meditation in the void of His Word.

234.ਸਲੋਕ ਸਹਸਕ੍ਰਿਤੀ ਮਹਲਾ ੫॥ 1358-16

ਚਰਣ ਕਮਲ ਸਰਣੰ, charan kamal sarnaN
ਰਮਣੰ ਗੋਪਾਲ ਕੀਰਤਨਹ॥ ramnaN gopaal keeratneh.
ਸਾਧ ਸੰਗੇਣ ਤਰਣੰ, saaDh sangayn tarnaN
ਨਾਨਕ ਮਹਾ ਸਾਗਰ ਭੈ ਦੁਤਰਹ॥੫੧॥ naanak mahaa saagar bhai dutrah. ||51||

ਮੈਂ ਪ੍ਰਭ ਦੇ ਸ਼ਬਦ ਰੂਪੀ ਚਰਨਾਂ, ਸ਼ਰਣ ਵਿੱਚ ਆਪਾ ਭੇਟਾ ਕੀਤਾ ਹੈ । ਮੈਂ ਪ੍ਰਭ ਦੇ ਸ਼ਬਦ ਦੇ ਗੁਣ ਗਾਉਂਦਾ ਹਾ । ਜਿਹੜਾ ਬੰਦਗੀ ਕਰਨ ਵਾਲਾ, ਸੰਤਾਂ ਦੀ ਸੰਗਤ ਵਿੱਚ, ਜੀਵਨ ਦੀ ਸਿਖਿਆਂ ਨਾਲ, ਸ਼ਬਦ ਦੀ ਸਿਖਿਆਂ ਨਾਲ ਜੀਵਨ ਢਾਲਦਾ ਹੈ, ਉਹ ਭਿਆਨਕ ਸਾਗਰ ਪਾਰ ਕਰ ਜਾਂਦਾ ਹੈ ।

I have surrendered my self-identity at the sanctuary of The True Master, the teachings, essence of His Word. I may remain intoxicated singing the glory of His Word. Whosoever may remain in the conjugation of His Holy saint and adopts his life experience teachings in his own day to day life; with His mercy and grace, he may be blessed with the right path of acceptance in His Court. He may be saved from the terrible ocean of worldly desires.

235.ਸਲੋਕ ਸਹਸਕ੍ਰਿਤੀ ਮਹਲਾ ੫॥ 1358-17

ਸਿਰ ਮਸ੍ਤਕ ਰਖ੍ਯਾ ਪਾਰਬ੍ਰਹਮੰ, sir mastak rakh-yaa paarbrahmaN
ਹਸ੍ਤ ਕਾਯਾ ਰਖ੍ਯਾ ਪਰਮੇਸ੍ਵਰਹ॥ hast kaa-yaa rakh-yaa parmaysvareh.
ਆਤਮ ਰਖ੍ਯਾ ਗੋਪਾਲ ਸੁਆਮੀ, aatam rakh-yaa gopaal su-aamee
ਧਨ ਚਰਣ ਰਖ੍ਯਾ ਜਗਦੀਸ੍ਵਰਹ॥ Dhan charan rakh-yaa jagdeesvareh.
ਸਰਬ ਰਖ੍ਯਾ ਗੁਰ ਦਯਾਲਹ, sarab rakh-yaa gur da-yaaleh
ਭੈ ਦੂਖ ਬਿਨਾਸਨਹ॥ bhai dookh binaasneh.
ਭਗਤਿ ਵਛਲ ਅਨਾਥ ਨਾਥੇ, bhagat vachhal anaath naathay
ਸਰਣਿ ਨਾਨਕ ਪੁਰਖ ਅਚੁਤਹ॥੫੨॥ saran naanak purakh achuteh. ||52||

ਸ੍ਰਿਸ਼ਟੀ ਦੇ ਮਾਲਕ ਨੇ ਮੇਰੇ ਸਿਰ, ਮੱਥੇ ਤੇ ਹੱਥ ਰਖਕੇ, ਤਨ ਦੀ ਰਖਿਆ ਕੀਤੀ ਹੈ । ਪ੍ਰਭ ਨੇ ਮੇਰੀ ਆਤਮਾ, ਸੰਸਾਰਕ ਹੈਸੀਅਤ, ਪੈਰਾਂ ਦੀ ਰਖਿਆ ਕੀਤੀ ਹੈ । ਰਹਿਮਤਾਂ ਦੇ ਮਾਲਕ ਨੇ ਮੇਰੇ ਸਭ ਕੁਝ ਦੀ ਰਖਿਆ ਕੀਤੀ ਹੈ । ਮੇਰਾ ਦੁਖ, ਮੌਤ ਦਾ ਡਰ ਨਾਸ ਕਰ ਦਿੱਤਾ ਹੈ । ਪ੍ਰਭ ਹੀ ਅਨਾਥਾਂ ਦਾ ਨਾਥ, ਆਪਣੇ ਬੰਦਗੀ ਕਰਨ ਵਾਲੇ ਦਾਸ ਦਾ ਪ੍ਰੇਮੀ ਹੁੰਦਾ ਹੈ । ਬੰਦਗੀ ਕਰਨ ਵਾਲਾ, ਪ੍ਰਭ ਦੀ ਸ਼ਰਣ ਵਿੱਚ ਪ੍ਰਵਾਨ ਹੋ ਜਾਂਦਾ ਹੈ ।

The True Master of the universe has blessed His merciful hand, protection, on my head, forehead to protect my body. He has protected my soul, worldly honor, my feet, and my identity in the universe. My fear of death has been eliminated. The True Master is the guru, guide, savior of helpless; lover of His true devotee. Whosoever may surrender his self-identity at His Sanctuary; he may be accepted in His Court.

236.ਸਲੋਕ ਸਹਸਕ੍ਰਿਤੀ ਮਹਲਾ ੫॥ 1358-19

ਜੇਨ ਕਲਾ ਧਾਰਿਓ ਆਕਾਸੰ, jayn kalaa Dhaari-o aakaasaN
ਬੈਸੰਤਰੰ ਕਾਸਟ ਬੇਸਟੰ॥ baisaNtaaraN kaasat baystaN.
ਜੇਨ ਕਲਾ ਸਸਿ ਸੂਰ ਨਖ੍ਯਤ੍ਰ, jayn kalaa sas soor nakh-yatar
ਜੋਤ੍ਯਿੰ ਸਾਸੰ ਸਰੀਰ ਧਾਰਣੰ॥ jot-yaN saasaN sareer DhaarnaN.
ਜੇਨ ਕਲਾ ਮਾਤ ਗਰਭ ਪ੍ਰਤਿਪਾਲੰ, jayn kalaa maat garabh paritpaalaN
ਨਹ ਛੇਦੰਤ ਜਠਰ ਰੋਗਣਹ॥ nah chhaydant jathar rognah.
ਤੇਨ ਕਲਾ ਅਸਥੰਭੰ ਸਰੋਵਰੰ, tayn kalaa asthambhaN sarovaraN
ਨਾਨਕ ਨਹ ਛਿਜੰਤਿ ਤਰੰਗ ਤੋਯਣਹ॥੫੩॥ naanak nah chhijant tarang toyneh. ||53||

ਪ੍ਰਭ ਦੀ ਸਮਰਥਾ, ਤਾਕਤ ਹੀ ਅਕਾਸ਼ ਦਾ ਆਸਰਾ ਹੈ । ਅੱਗ ਨੂੰ ਲੱਕੜ ਵਿੱਚ ਹੀ ਸਮਾਈ ਰਖਦਾ ਹੈ । ਉਹ ਦੇ ਆਸਰੇ ਤੇ ਹੀ ਸੂਰਜ, ਚੰਦ, ਤਾਰੇ ਚੜ੍ਹਦੇ ਹਨ । ਪ੍ਰਭ ਦੀ ਰੋਸ਼ਨੀ ਹੀ ਉਹਨਾਂ ਵਿੱਚ ਹੁੰਦੀ ਹੈ । ਉਹ ਹੀ ਤਨ ਨੂੰ ਸਵਾਸ ਬਖਸ਼ਦਾ, ਆਤਮਾ ਦੀ ਮਾਤਾ ਦੇ ਗਰਭ ਵਿੱਚ ਪਾਲਣਾ ਪੋਸਨਾ ਕਰਦਾ ਹੈ । ਗਰਭ ਵਿੱਚ ਉਸ ਤੇ ਕਿਸੇ ਬਿਮਾਰੀ ਦਾ ਪ੍ਰਭਾਵ ਨਹੀਂ ਪੈਂਦਾ, ਅਸਰ ਕਰਦਾ । ਉਸ ਦੀ ਤਾਕਤ ਨਾਲ ਹੀ ਸਮੁੰਦਰ, ਧਰਤੀ ਨੂੰ ਆਪਣੇ ਅੰਦਰ ਸਮਾ ਨਹੀਂ ਕਰ ਸਕਦਾ, ਤਬਾਹ ਨਹੀਂ ਕਰ ਸਕਦਾ ।

The Omnipotent True Master remains the supporting pillar of sky. The true Master keeps the fire embedded within wood; fire may not consume the wood. The Sun and Moon remain in the orbit under His Command. His Holy Spirit shines through both to illuminate the universe. The True Master bestows capital of breath to body, nourishes and protects his soul in the womb of her mother. The fetus may remain beyond the effect of any disease. The True Master keeps earth floating in the ocean and water may not be able to dissolve the whole earth.

237.ਸਲੋਕ ਸਹਸਕ੍ਰਿਤੀ ਮਹਲਾ ੫॥ 1359-2

ਗੁਸਾਂਈ ਗਰਿਸ੍ਟ ਰੂਪੇਣ,	gusaaN-ee garist roopayn
ਸਿਮਰਣੰ ਸਰਬਤ੍ਰ ਜੀਵਣਹ॥	simarnaN sarbatar jeevnah.
ਲਬਧੵੰ ਸੰਤ ਸੰਗੇਣ ਨਾਨਕ,	labDha-yaN sant sangayn naanak
ਸ੍ਵਛ ਮਾਰਗ ਹਰਿ ਭਗਤਣਹ॥੫੪॥	savachh maarag har bhagat-neh. ||54||

ਸ੍ਰਿਸ਼ਟੀ ਦਾ ਮਾਲਕ ਬਹੁਤ ਸ਼ਾਨ, ਨੂਰ ਵਾਲਾ ਹੈ । ਸ਼ਬਦ ਦਾ ਸਿਮਰਨ, ਬੰਦਗੀ ਕਰਨਾ ਹੀ ਸਾਰੇ ਜੀਵਾਂ ਦਾ ਅਸਲੀ ਧੰਦਾ ਹੈ । ਬੰਦਗੀ ਕਰਨ ਵਾਲੇ ਸੰਤਾਂ ਦੀ ਸੰਗਤ ਵਿੱਚ ਜੀਵ ਨੂੰ ਬੰਦਗੀ ਕਰਨ ਦੇ ਅਸਲੀ ਰਸਤੇ ਦੀ ਸੋਝੀ ਹੋ ਜਾਂਦੀ ਹੈ ।

The True Master of the universe may be with greatest glory and glamor. The real purpose of opportunity of human life opportunity may be to meditate on the teachings of His Word. Whosoever may remain in conjugation of His Holy saint and adopts his life experience teachings in his own day to day life; with His mercy and grace, he may be blessed with the right path of acceptance in His Court.

238.ਸਲੋਕ ਸਹਸਕ੍ਰਿਤੀ ਮਹਲਾ ੫॥ 1359-3

ਮਸਕੰ ਭਗਨੰਤ ਸੈਲੰ,	|maskaN bhagnant sailaN
ਕਰਦਮੰ ਤਰੰਤ ਪਪੀਲਕਹ॥	kardamaN tarant papeelkeh.
ਸਾਗਰੰ ਲੰਘੰਤਿ ਪਿੰਗੰ,	saagraN laNghant pi-angaN
ਤਮ ਪਰਗਾਸ ਅੰਧਕਹ॥	tam pargaas anDhkah.
ਸਾਧ ਸੰਗੇਣਿ ਸਿਮਰੰਤਿ ਗੋਬਿੰਦ,	saaDh sangayn simrant gobind
ਸਰਣਿ ਨਾਨਕ ਹਰਿ ਹਰਿ ਹਰੇ॥੫੫॥	saran naanak har har haray. ||55||

ਪ੍ਰਭ ਦੇ ਸ਼ਬਦ ਦੀ ਸ਼ਰਣ ਵਿੱਚ ਪਨਾਹ ਬਖਸ਼ਿਸ਼ ਹੋਣ ਨਾਲ ਮੱਛਰ ਪੱਥਰ ਵਿੱਚ ਡੰਗ ਮਾਰ ਸਕਦਾ ਹੈ । ਕੀੜੀ ਪਾਣੀ ਤਰ ਕੇ ਪਾਰ ਹੋ ਸਕਦੀ ਹੈ । ਲੰਗੜਾ ਵੀ ਸਮੁੰਦਰ ਪਾਰ ਕਰ ਸਕਦਾ ਹੈ, ਅੰਧਾ ਦੇਖ ਸਕਦਾ ਹੈ । ਪ੍ਰਭ ਦਾ ਦਾਸ ਸ਼ਬਦ ਦੀ ਪਾਲਣਾ ਕਰਦਾ ਹੈ, ਆਪਾ ਪ੍ਰਭ ਦੀ ਸ਼ਰਣ ਵਿੱਚ ਭੇਟਾ ਕਰਦਾ ਹੈ । ਉਹ ਪ੍ਰਭ ਦੀ ਸ਼ਰਣ ਵਿੱਚ ਪ੍ਰਵਾਨਗੀ ਦੀ ਅਰਦਾਸ ਕਰਦਾ ਹੈ ।

With the power, blessing of The True Master, mosquito may pierce through stone; ant may swim cross swamp; the cripple may cross the ocean, and the blind may realize the path in the darkness. His true devotee may meditate on the teachings of His Word; surrenders his self-identity at His Sanctuary and prays for His Forgiveness and Refuge.

239.ਸਲੋਕ ਸਹਸਕ੍ਰਿਤੀ ਮਹਲਾ ੫॥ 1359-5

ਤਿਲਕ ਹੀਣੰ ਜਥਾ ਬਿਪ੍ਰਾ, tilak heenaN jathaa bipraa
ਅਮਰ ਹੀਣੰ ਜਥਾ ਰਾਜਨਹ॥ amar heenaN jathaa raajnah.
ਆਵਧ ਹੀਣੰ ਜਥਾ ਸੂਰ, ਨਾਨਕ aavaDh heenaN jathaa soorar naanak
ਧਰਮ ਹੀਣੰ ਤਥਾ ਬੈਸ੍ਨਵਹ॥੫੬॥ Dharam heenaN tathaa baisnveh. ||56||

ਜਿਵੇਂ ਬ੍ਰਹਮਣ ਪਵਿੱਤਰਤਾ ਦੇ ਤਿਲਕ ਬਿਨਾਂ, ਸ਼ੈਨਸਾਹ ਤਾਕਤ ਬਿਨਾਂ, ਜੋਧਾ ਕਿਸੇ ਹਥਿਆਰ ਤੋ ਬਿਨਾਂ, ਬੰਦਗੀ ਕਰਨ ਵਾਲੇ ਦੀ ਅਵਸਥਾ ਪ੍ਰਭ ਦੇ ਸ਼ਬਦ ਤੇ ਭਰੋਸੇ ਤੋ ਬਿਨਾਂ ਇਸਤਰ੍ਹਾ ਦੀ ਹੁੰਦੀ ਹੈ ।

What may be the identity of a Holy priest, Brahmin without symbol of purity on his forehead; king without any power, kingdom; a warrior without any weapon. Such an identity, state of mind, His true devotee, worldly saint may have without steady and stable belief on the teachings of His Word.

240.ਸਲੋਕ ਸਹਸਕ੍ਰਿਤੀ ਮਹਲਾ ੫॥ 1359-6

ਨ ਸੰਖੰ ਨ ਚਕ੍ਰੰ, na saNkhaN na chakaraN
ਨ ਗਦਾ ਨ ਸਿਆਮੰ॥ na gadaa na si-aamaN.
ਅਸ੍ਚਰਜ ਰੂਪੰ ਰਹੰਤ ਜਨਮੰ॥ ascharaj roopaN rahant janmaN.
ਨੇਤ ਨੇਤ ਕਥੰਤਿ ਬੇਦਾ॥ nayt nayt kathant baydaa.
ਊਚ ਮੂਚ ਅਪਾਰ ਗੋਬਿੰਦਹ॥ ooch mooch apaar gobindah.
ਬਸੰਤਿ ਸਾਧ ਰਿਦਯੰ ਅਚੁਤ, basant saaDh rid-yaN achut
ਬੁਝੰਤਿ ਨਾਨਕ ਬਡਭਾਗੀਅਹ॥੫੭॥ bujhant naanak badbhaagee-ah. ||57||

ਪ੍ਰਭ ਕਿਸੇ ਪਵਿੱਤਰਤਾ ਦੇ ਚੱਕਰ, ਤਾਜ, ਧਰਮ ਦੇ ਨਿਸ਼ਾਨ ਤੋ ਬਿਨਾਂ ਹੀ ਹੁੰਦਾ ਹੈ । ਉਸ ਦੀ ਸੂਰਤ ਨੀਲੇ ਰੰਗ ਦੀ ਨਹੀਂ ਹੁੰਦੀ । ਉਸ ਦੀ ਹੋਂਦ ਅਕਾਰ ਅਨੋਖਾ, ਮਨ ਨੂੰ ਹੈਰਾਨ ਕਰਨ ਵਾਲਾ ਹੀ ਹੁੰਦਾ ਹੈ । ਉਹ ਜਨਮ ਮਰਨ ਤੋ ਉਪਰ, ਰਹਿਤ ਹੀ ਹੁੰਦਾ ਹੈ । ਧਰਮ ਦੇ ਗ੍ਰੰਥਾਂ, ਪ੍ਰਭ ਦੀ ਇਸਤਰ੍ਹਾਂ ਦਾ, ਵੱਖਰੀ ਵੱਖਰੀ ਅਵਸਥਾਂ ਦੱਸਦੇ ਹਨ । ਅਥਾਹ ਪ੍ਰਭ ਸਦਾ ਹੀ ਖੇੜੇ ਵਿੱਚ, ਸਭ ਤੋ ਉਤਮ, ਵੱਡਾ, ਨਾਸ ਹੋਣ ਤੋ ਰਹਿਤ ਹੈ । ਪ੍ਰਭ ਬੰਦਗੀ ਕਰਨ ਵਾਲੇ ਸੰਤਾਂ ਦੇ ਮਨ ਵਿੱਚ ਜਾਗਰਤ ਰਹਿੰਦਾ ਹੈ । ਉਸ ਦੀ ਅਵਸਥਾ ਦੀ ਸੋਝੀ, ਵੱਡੇ ਭਾਗਾਂ ਨਾਲ ਹੀ ਬਖਸ਼ਿਸ਼ ਹੁੰਦੀ ਹੈ ।

The True Master has no physical body, structure, religious robe, mark, paraphernalia or any unique different color, blue skin nor any skin. The existence of The True Master, His Holy Spirit remains fascinating and beyond any incarnation. Religious Holy Scriptures may be described with various imaginations. Infinite The True Master always remain in blossom, most supreme and greatest of All. The True Master remains abide within the heart of His true devotee. Whosoever may have a great prewritten destiny, only he may be blessed with the enlightenment and realizes His Existence, Holy Spirit prevailing everywhere.

241.ਸਲੋਕ ਸਹਸਕ੍ਰਿਤੀ ਮਹਲਾ ੫॥ 1359-8

ਉਦਿਆਨ ਬਸਨੰ ਸੰਸਾਰੰ, udi-aan basanaN saNsaaraN
ਸਨਬੰਧੀ ਸ੍ਵਾਨ ਸਿਆਲ ਖਰਹ॥ sanbanDhee savaan si-aal kharah.
ਬਿਖਮ ਸਥਾਨ ਮਨ ਮੋਹ ਮਦਿਰੰ, bikham sathaan man moh madiraN
ਮਹਾ ਅਸਾਧ ਪੰਚ ਤਸਕਰਹ॥ mahaaN asaaDh panch taskarahi.
ਹੀਤ ਮੋਹ ਭੈ ਭਰਮ ਭ੍ਰਮਣੰ, heet moh bhai bharam bharmanaN
ਅਹੰ ਫਾਂਸ ਤੀਖ੍ਯਣ ਕਠਿਨਹ॥ ahaN faaNs teekh-yan kathineh.
ਪਾਵਕ ਤੋਅ ਅਸਾਧ ਘੋਰੰ, paavak to-a asaaDh ghoraN
ਅਗਮ ਤੀਰ ਨਹ ਲੰਘਨਹ॥ agam teer nah langhnah.
ਭਜੁ ਸਾਧਸੰਗਿ ਗੋੁਪਾਲ ਨਾਨਕ, bhaj saaDhsang gopaal naanak
ਹਰਿ ਚਰਣ ਸਰਣ ਉਧਰਣ ਕ੍ਰਿਪਾ॥੫੮॥ har charan saran uDhran kirpaa. ||58||

ਸੰਸਾਰ ਵਿੱਚ ਜੀਵਨ ਬਤੀਤ ਕਰਨਾ, ਇੱਕ ਜੰਗਲ ਵਿੱਚ ਹੀ ਵਸਣਾ ਦੀ ਤਰ੍ਹਾਂ ਹੁੰਦਾ ਹੈ । ਰਿਸ਼ਤੇਦਾਰ, ਸਬੰਧੀ, ਜਿਵੇਂ ਜੰਗਲ ਵਿੱਚ ਕੁੱਤੇ, ਖੋਤੇ, ਗਿੱਦੜ ਦੀ ਤਰ੍ਹਾਂ ਹੀ ਹੁੰਦੇ ਹਨ । ਸੰਸਾਰ ਬਹੁਤ ਭਿਆਨਕ, ਮੁਸ਼ਕਲ ਥਾਂ ਹੈ । ਜੀਵ ਸੰਸਾਰਕ ਮੋਹ ਦੇ ਨਸ਼ੇ ਵਿੱਚ ਮਨ ਦੇ ਪੰਜਾਂ ਜਮਦੂਤਾਂ ਦੇ ਵੱਸ ਵਿੱਚ ਹੀ ਰਹਿੰਦਾ ਹੈ । ਨਾਸ ਹੋਣ ਵਾਲਾ ਜੀਵ, ਸੰਸਾਰਕ ਮੋਹ, ਡਰ ਅਤੇ ਭਰਮਾਂ ਵਿੱਚ ਹੀ ਫਸਿਆ ਰਹਿੰਦਾ ਹੈ । ਉਹ ਅਹੰਕਾਰ, ਹੈਸੀਅਤ ਦਾ ਗੁਲਾਮ ਬਣ ਜਾਂਦਾ ਹੈ । ਸੰਸਾਰਕ ਬਹੁਤ ਅੱਗ ਭਰਿਆਂ ਭਿਆਨਕ ਸਮੁੰਦਰ ਹੈ । ਇਸ ਹਾਲਤ ਵਿੱਚ ਦੂਸਰਾ ਕਿਨਾਰਾ ਬਹੁਤ ਦੂਰ, ਜੀਵ ਦੀ ਪਹੁੰਚ ਵਿੱਚ ਨਹੀਂ ਹੁੰਦਾ । ਜਿਹੜਾ, ਬੰਦਗੀ ਕਰਨ ਵਾਲੇ ਸੰਤ ਦੀ ਸਿਖਿਆਂ ਨਾਲ ਜੀਵਨ ਢਾਲਦਾ ਹੈ । ਉਸ ਦੇ ਮਨ ਵਿੱਚ ਪ੍ਰਭ ਦੇ ਸ਼ਬਦ ਦੀ ਸਦਾ ਚੱਲਣ ਵਾਲੀ ਧੁਨ ਸੁਣਾਈ ਦੇਂਦੀ ਹੈ! ਪ੍ਰਭ ਆਪ ਹੀ ਰਖਿਆ ਕਰਦਾ, ਬਚਾ ਲੈਂਦਾ ਹੈ ।

World may be a terrible ocean of miseries; to survive in worldly life may be like surviving in a wild jungle dominated with wild beasts. Worldly relationships, relatives, so-called friends may be like wild beast, dogs, donkeys, and jackal. Self-minded may remain intoxicated in sweet poison of worldly bonds and remains slave, victim of 5 demons of worldly desires. Human with his perishable body, may remain intoxicated in worldly bonds, attachments, fear of death and religious suspicions. He may remain a slave, victim of ego of his worldly status. The worldly ocean may remain overwhelmed with lava of demons of worldly desires. In such a state of mind; the other shore, His Royal palace, 10th door may be beyond his visibility and reach; even though, 10th door may remain within his own perishable body. Whosoever may adopt the life experience teachings of His Holy saint, His Word within his day-to-day life; with His mercy and grace, he may hear the everlasting echo of His Word resonating within his heart and he may be saved.

242.ਸਲੋਕ ਸਹਸਕ੍ਰਿਤੀ ਮਹਲਾ ੫॥ 1359-11

ਕ੍ਰਿਪਾ ਕਰੰਤ ਗੋਬਿੰਦ ਗੋਪਾਲਹ,	kirpaa karant gobind gopaalah
ਸਗਲੵੰ ਰੋਗ ਖੰਡਣਹ॥	sagal-yaN rog khandnah.
ਸਾਧ ਸੰਗੇਣਿ ਗੁਣ ਰਮਤ,	saaDh sangayn gun ramat
ਨਾਨਕ ਸਰਣਿ ਪੂਰਨ ਪਰਮੇਸੁਰਹ॥੫੯॥	naanak saran pooran parmaysureh. ||59||

ਜਿਸ ਤੇ ਪ੍ਰਭ ਰਹਿਮਤ ਦੀ ਨਜ਼ਰ ਬਖਸ਼ਦਾ ਹੈ । ਉਸ ਦੇ ਮਨ ਦੇ ਸਾਰੇ ਰੋਗ ਦੂਰ ਹੋ ਜਾਂਦੇ ਹਨ । ਉਹ ਬੰਦਗੀ ਕਰਨ ਵਾਲੇ ਸੰਤਾਂ ਦੀ ਸੰਗਤ ਵਿੱਚ ਪ੍ਰਭ ਦੇ ਸ਼ਬਦ ਦਾ ਸਿਮਰਨ ਕਰਦਾ, ਗੁਣ ਗਾਉਂਦਾ ਹੈ । ਉਸ ਸੰਤਾਂ ਦੀ ਸ਼ਰਣ ਵਿੱਚ ਹੀ ਪ੍ਰਭ ਦੀ ਸ਼ਰਣ ਮਹਿਸੂਸ ਕਰਦਾ ਹੈ ।

Whosoever may be bestowed with His Blessed Vision; all his miseries of worldly desires may be eliminated. He may remain in the conjugation of His Holy saint, meditating and singing the glory of His Word. His true devotee, in the conjugation of His Holy saint, his sanctuary may realize the comforts of His Sanctuary; The Sanctuary of The True Master.

243.ਸਲੋਕ ਸਹਸਕ੍ਰਿਤੀ ਮਹਲਾ ੫॥ 1359-12

ਸਿਆਮਲੰ ਮਧੁਰ ਮਾਨੁਖੵੰ,	si-aamalaN maDhur maanukh-yaN
ਰਿਦਯੰ ਭੂਮਿ ਵੈਰਣਹ॥	rid-yaN bhoom vairnah.
ਨਿਵੰਤਿ ਹੋਵੰਤਿ ਮਿਥਿਆ,	nivant hovant mithi-aa
ਚੇਤਨੰ ਸੰਤ ਸ੍ਵਜਨਹ॥੬੦॥	chaytnaN sant savajniH. ||60||

ਮਨਮੁਖ, ਮਾਨਸ ਦੀ ਸੂਰਤ ਬਹੁਤ ਸੰਦਰ, ਮਨ ਨੂੰ ਮੋਹਣ ਵਾਲੇ ਮਿੱਠੇ ਬੋਲ ਬੋਲਦਾ ਹੈ । ਪਰ ਮਨ ਵਿੱਚ ਬੁਰੇ ਖਿਆਲ, ਬਦਲੇ ਦੀ ਭਾਵਨਾ ਵਧਦੀ ਰਹਿੰਦੀ, ਇਸ ਭਾਵਨਾ ਦੀ ਪਾਲਣਾ ਕਰਦਾ ਹੈ । ਉਹ ਲੋਕ ਦਿਖਾਵੇ ਦੀ ਪੂਜਾ, ਬੰਦਗੀ ਕਰਦਾ ਸਿਰ ਝੁਕਾਉਂਦਾ ਹੈ । ਬੰਦਗੀ ਕਰਨ ਵਾਲਾ ਉਸ ਤੋ ਸਾਵਧਨ, ਸੁਚੇਤ ਰਹਿੰਦਾ ਹੈ, ਕਦੇ ਉਸ ਤੇ ਵਿਸ਼ਵਾਸ ਨਹੀਂ ਕਰਦਾ!

Self-minded may have a very glamorous religious robe, glow on his face may be imitated like a spiritual glow. He may speak very polite soothing words. However, his mind may remain overwhelmed with evil thoughts of revenge, hostility. He may remain intoxicated with the demons of worldly desires. He may perform routine meditation as a religious norm and politely bows to presumed True Guru, God. His true devotee may remain awake and alert from him and he may never trust his intention.

244.ਸਲੋਕ ਸਹਸਕ੍ਰਿਤੀ ਮਹਲਾ ੫॥ 1359-13

ਅਚੇਤ ਮੂੜਾ ਨ ਜਾਣੰਤ,	achayt moorhaa na jaanant
ਘਟੰਤ ਸਾਸਾ ਨਿਤ ਪ੍ਰਤੇ॥	ghatant saasaa nit partay.
ਛਿਜੰਤ ਮਹਾ ਸੁੰਦਰੀ ਕਾਂਇਆ,	chhijant mahaa sundree kaaN-i-aa
ਕਾਲ ਕੰਨਿਆ ਗ੍ਰਾਸਤੇ॥	kaal kanniaa garaastay.
ਰਚੰਤਿ ਪੁਰਖਹ ਕੁਟੰਬ ਲੀਲਾ,	rachant pukhah kutamb leelaa
ਅਨਿਤ ਆਸਾ ਬਿਖਿਆ ਬਿਨੋਦ॥	anit aasaa bikhi-aa binod.
ਭ੍ਰਮੰਤਿ ਭ੍ਰਮੰਤਿ ਬਹੁ ਜਨਮ ਹਾਰਿਓ,	bharmant bharmant baho janam haari-o
ਸਰਣਿ ਨਾਨਕ ਕਰੁਣਾ ਮਯਹ॥੬੧॥	saran naanak karunaa ma-yeh. ‖61‖

ਅਣਜਾਣ, ਮੂਰਖ ਜੀਵ ਸਮਝਦਾ ਨਹੀਂ, ਉਹ ਦੇ ਸਵਾਸ ਖਤਮ ਹੁੰਦੇ ਜਾਂਦੇ, ਸਮਾਂ ਬੀਤ ਦਾ ਜਾਂਦਾ ਹੈ । ਉਸ ਦੀ ਜਵਾਨੀ ਢਲਦੀ ਜਾਂਦੀ, ਸੰਦੁਰ ਤਨ ਬੁੱਢਾ ਹੁੰਦਾ ਜਾਂਦਾ ਹੈ । ਉਸ ਦੀ ਮੌਤ ਨੇੜੇ ਆਉਂਦੀ ਜਾਂਦੀ ਹੈ । ਉਹ ਗ੍ਰਿਸਤੀ ਦਾ ਖੇਲ ਕਰਦਾ, ਆਪਣੀ ਆਸਾਂ ਸੰਸਾਰਕ ਪਦਾਰਥਾਂ ਤੇ ਰਖਦਾ, ਲਾਲਚ, ਧੋਖੇ ਵਿੱਚ ਫਸ ਜਾਂਦਾ ਹੈ । ਅਨੇਕਾਂ ਜੂੰਨਾਂ ਵਿੱਚ ਭਉਦਾ, ਬੇਚਾਰ ਹੋ ਜਾਂਦਾ ਹੈ । ਬੰਦਗੀ ਕਰਨ ਵਾਲਾ ਰਹਿਮਤਾਂ ਦੇ ਮਾਲਕ ਦੇ ਸ਼ਬਦ ਦੀ ਸ਼ਰਣ ਵਿੱਚ ਆਪਾ ਭੇਟਾ ਕਰਦਾ, ਵਸਦਾ ਹੈ ।

Ignorant, self-minded may not realize! His capital of breaths, predetermined time on earth may be exhausting. His youth has passed on and his perishable body has become old, feeble, weak; his time of death may be approaching rapidly. He may remain intoxicated with the necessities of worldly family life. He may be keeping his hopes on his worldly assets. He may remain intoxicated in greed and deception. He remains frustrated in the cycle of birth and death. His true devotee may surrender his self-identity at the sanctuary of His Word and dwells in the void of His Word.

245.ਸਲੋਕ ਸਹਸਕ੍ਰਿਤੀ ਮਹਲਾ ੫॥ 1359-15

ਹੇ ਜਿਹਬੇ ਹੇ ਰਸਗੇ,	hay jihbay hay rasgay
ਮਧੁਰ ਪ੍ਰਿਅ ਤੁਯੰ॥	maDhur pari-a tu-yaN.
ਸਤ ਹਤੰ ਪਰਮ ਬਾਦੰ ਅਵਰਤ,	sat hataN param baadaN avrat
ਏਥਹ ਸੁਧ ਅਛਰਣਹ॥	aythah suDh achharneh.
ਗੋਬਿੰਦ ਦਾਮੋਦਰ ਮਾਧਵੇ॥੬੨॥	gobind daamodar maaDhvay. ‖62‖

ਜੀਵ ਦੀ ਜੀਭ ਮਿੱਠੇ ਸਵਾਦ ਨਾਲ ਪ੍ਰੀਤ ਕਰਦੀ, ਮਨ ਨੂੰ ਅਨੰਦ ਮਿਲਦਾ ਹੈ । ਉਹ ਜੀਵਨ ਦੀ ਅਸਲੀਅਤ ਨੂੰ ਜਾਣਦੀ ਨਹੀਂ, ਸੋਝੀ ਨਹੀਂ ਹੁੰਦੀ । ਮਨ ਆਪਣੇ ਆਪ ਨਾਲ ਝਗੜਾ ਕਰਦਾ ਰਹਿੰਦਾ ਹੈ । ਜੀਵ ਇਹ ਸਭ ਕੁਝ ਤਿਆਗਕੇ, ਪ੍ਰਭ ਦੇ ਸ਼ਬਦ ਦਾ ਸਿਮਰਨ ਕਰੋ!

Self-minded, his tongue may enjoy and remains intoxicated with taste of sweet delicacies. He may not be aware about the reality of worldly life. He may remain arguing with his worldly desires of his mind. You should renounce all these anxieties of worldly desire and remain intoxicated in meditation and singing the glory of His Word.

246.ਸਲੋਕ ਸਹਸਕ੍ਰਿਤੀ ਮਹਲਾ ੫॥ 1359-16

ਗਰਬੰਤਿ ਨਾਰੀ ਮਦੋਨ ਮਤੰ॥ garbant naaree madon mataN.
ਬਲਵੰਤ ਬਲਾਤ ਕਾਰਣਹ॥ balvant balaat kaarnah.
ਚਰਨ ਕਮਲ ਨਹ ਭਜੰਤ, charan kamal nah bhajant
ਤ੍ਰਿਣ ਸਮਾਨਿ ਧ੍ਰਿਗੁ ਜਨਮਨਹ॥ tarin samaan Dharig janamneh.
ਹੇ ਪਪੀਲਕਾ ਗ੍ਰਸਟੇ ਗੋਬਿੰਦ, hay papeelkaa garastay gobind
ਸਿਮਰਣ ਤੁਯੰ ਧਨੇ॥ simran tu-yaN Dhanay.
ਨਾਨਕ ਅਨਿਕ ਬਾਰ ਨਮੋ ਨਮਹ॥੬੩॥ naanak anik baar namo namah. ||63||

ਜਿਹੜਾ ਸੰਸਾਰਕ ਮਾਇਆ ਦੇ ਨਸ਼ੇ, ਅਹੰਕਾਰ ਦੇ ਜਾਲ ਵਿੱਚ ਫਸ ਜਾਂਦਾ ਹੈ । ਉਹ ਕਾਮ ਵਾਸ਼ਨਾ ਵਿੱਚ ਅਨੰਦ ਮਹਿਸੂਸ ਕਰਦਾ ਹੈ । ਉਹ ਆਪਣਾ ਜ਼ੋਰ, ਨਿਮਾਣੇ ਤੇ ਪਾਉਂਦਾ ਹੈ । ਉਹ ਪ੍ਰਭ ਦੇ ਸ਼ਬਦ ਦਾ ਸਿਮਰਨ, ਕਦੇ ਯਾਦ ਨਹੀਂ ਰਖਦਾ । ਉਹ ਮਾਨਸ ਜੀਵਨ ਵਿੱਚ ਹੀ ਪ੍ਰਭ ਦੀ ਰਹਿਮਤ ਤੋ ਦੂਰ ਹੋ ਜਾਂਦਾ, ਸਰਾਪਿਆ ਆ ਜਾਂਦਾ, ਬਿਰਥਾ ਹੀ ਬਰਬਾਦ ਕਰ ਜਾਂਦਾ ਹੈ । ਉਸ ਦਾ ਮਾਨਸ ਜੀਵਨ ਕੋਈ ਮਹੱਤਤਾ ਵਾਲਾ ਨਹੀਂ ਹੁੰਦਾ । ਇੱਕ ਕੀੜੀ ਦੀ ਹੈਸੀਅਤ ਵਾਲਾ ਹੀ ਹੁੰਦਾ ਹੈ । ਜਿਹੜਾ ਪ੍ਰਭ ਦੇ ਸ਼ਬਦ ਦਾ ਸਿਮਰਨ ਕਰਦਾ, ਸ਼ਬਦ ਦਾ ਧਨ ਇਕੱਠਾ ਕਰਦਾ, ਉਸ ਦਾ ਜੀਵਨ ਮਹੱਤਤਾ ਵਾਲਾ ਬਣ ਜਾਂਦਾ ਹੈ । ਬੰਦਗੀ ਕਰਨ ਵਾਲਾ ਸਵਾਸ, ਸਵਾਸ ਸ਼ਬਦ ਦੇ ਗੁਣ ਗਾਉਂਦਾ, ਸਿਰ ਝੁਕਾਉਂਦਾ ਹੈ ।

Whosoever may remain intoxicated with the sweet poison of ego, worldly wealth; he may enjoy pleasure in sexual urge for strange women/ men. He may take his frustration on less fortunate and helpless; He may never meditate on the teachings of His Word nor remember The True Master, fear of death. He may remain far away from the right path of acceptance in His Court; his human life may be cursed, wasted uselessly, without any significance. His worldly status may be like a worm, ant. Whosoever may meditate on the teachings of His Word and collects the earnings of His Word; his human life may become very significant and rewarding. His true devotee may sing the glory of His Word and bows his head in gratitude and worship the teachings of His Word.

247.ਸਲੋਕ ਸਹਸਕ੍ਰਿਤੀ ਮਹਲਾ ੫॥ 1359-18

ਤ੍ਰਿਣੰ ਤ ਮੇਰੰ ਸਹਕੰ ਤ ਹਰੀਅੰ॥ tarin ta mayraN sehkaN ta haree-aN.
ਬੂਡੰ ਤ ਤਰੀਅੰ ਊਣੰ ਤ ਭਰੀਅੰ॥ boodaN ta taree-aN oonaN ta bharee-aN.
ਅੰਧਕਾਰ ਕੋਟਿ ਸੂਰ ਉਜਾਰੰ॥ anDhkaar kot soor ujaaraN.
ਬਿਨਵੰਤਿ ਨਾਨਕ ਹਰਿ ਗੁਰ ਦਯਾਰੰ॥੬੪॥ binvant naanak har gur dayaaraN. ||64||

ਜੀਵ ਪ੍ਰਭ ਦੇ ਸ਼ਬਦ ਦਾ ਸਿਮਰਨ ਕਰੋ ! ਜਿਸ ਤੇ ਰਹਿਮਤਾਂ ਦਾ ਮਾਲਕ ਰਹਿਮਤ ਦੀ ਨਜ਼ਰ ਬਖਸ਼ਦਾ ਹੈ । ਘਾਹ ਦੇ ਢੇਰੀ, ਪਹਾੜ ਬਣ ਜਾਂਦੀ, ਬੰਜਰ ਜ਼ਮੀਨ ਅਬਾਦ ਹੋ ਜਾਂਦੀ, ਹਰਆਵਾਲੀ ਹੋ ਜਾਂਦੀ ਹੈ, ਡੁਬਦਾ ਜੀਵ ਸੰਸਾਰਕ ਸਾਗਰ ਪਾਰ ਕਰ ਜਾਂਦਾ ਹੈ । ਖਾਲੀ ਮਨ ਸ਼ਬਦ ਦੀ ਸੋਝੀ ਨਾਲ ਉਛਲਦਾ, ਭਰ ਜਾਂਦਾ ਹੈ । ਅਨੇਕਾਂ, ਲਖਾਂ ਹੀ ਸੂਰਜ ਆਪਣੀ ਰੋਸ਼ਨੀ ਨਾਲ ਮਨ ਦਾ ਅੰਧੇਰਾ ਦੂਰ ਕਰਦੇ ਹਨ ।

You should meditate on the teachings of His Word! Whosoever may be bestowed with His Blessed Vision; the heap of grace may become mountain; barren land becomes green; drowning may swim across; empty ignorant mind may be overwhelmed with enlightenment of the essence of His Word. Countless Suns may illuminate within his mind, worldly life.

248.ਸਲੋਕ ਸਹਸਕ੍ਰਿਤੀ ਮਹਲਾ ੫॥ 1360 -1

ਬ੍ਰਹਮਣਹ ਸੰਗਿ ਉਧਰਣੰ, barahmaneh sang uDharnaN
ਬ੍ਰਹਮ ਕਰਮ ਜਿ ਪੂਰਣਹ॥ barahm karam je poornah.
ਆਤਮ ਰਤੰ ਸੰਸਾਰ ਗਹੰ ਤੇ, aatam rataN sansaar gahaN tay
ਨਰ ਨਾਨਕ ਨਿਹਫਲਹ॥੬੫॥ nar naanak nihfaleh. ||65||

ਜਿਹੜੇ ਬ੍ਰਹਮਣ, ਸੰਤ ਦੇ ਜੀਵਨ ਦਾ ਢੰਗ ਸ਼ਬਦ ਅਨੁਸਾਰ ਹੋਵੇ! ਉਸ ਦੀ ਸੰਗਤ ਕਰਨ ਨਾਲ ਜੀਵ ਦਰਬਾਰ ਵਿੱਚ ਪ੍ਰਵਾਨ ਹੋ ਜਾਂਦਾ ਹੈ । ਜਿਸ ਦਾ ਜੀਵਨ ਸੰਸਾਰਕ ਮਾਇਆ ਦੇ ਜਾਲ ਵਿੱਚ ਫਸਿਆ ਹੁੰਦਾ ਹੈ । ਉਸ ਦਾ ਮਾਨਸ ਜੀਵਨ ਬਿਰਥਾ ਹੀ ਬੀਤ ਜਾਂਦਾ ਹੈ ।

A Holy saint, Brahman may have his way of life as per the teachings of His Word; in his association, conjugation, adopting his life experience teachings in own life; his follower may be blessed with the right path of acceptance in His Court. His human life may be rewarded. Whosoever may remain intoxicated with sweet poison of worldly wealth; he may waste his human life opportunity uselessly.

249.ਸਲੋਕ ਸਹਸਕ੍ਰਿਤੀ ਮਹਲਾ ੫॥ 1360 -1

ਪਰ ਦਰਬ ਹਿਰਣੰ ਬਹੁ ਵਿਘਨ,	par darab hirnaN baho vighan
ਕਰਣੰ ਉਚਰਣੰ ਸਰਬ ਜੀਅ ਕਹ॥	karnaN ucharnaN sarab jee-a kah.
ਲਉ ਲਈ ਤ੍ਰਿਸਨਾ ਅਤਿਪਤਿ, ਮਨ	la-o la-ee tarisnaa atipat man
ਮਾਏ ਕਰਮ ਕਰਤ ਸਿ ਸੂਕਰਹ॥੬੬॥	maa-ay karam karat se sookrah. ||66||

ਮਾਨਸ ਜੀਵ ਪਰਾਏ ਧਨ ਦੀ ਚੋਰੀ ਕਰਦਾ ਹੈ । ਅਨੇਕਾਂ ਕਿਸਮਾਂ ਦੀਆਂ ਮੁਸ਼ਕਲਾਂ ਆਪਣੇ ਜੀਵਨ ਵਿੱਚ ਬਣਾ ਲੈਂਦਾ ਹੈ । ਉਸ ਦੀ ਸਿਖਿਆਂ ਕੇਵਲ ਆਪਣੇ ਸੰਸਾਰਕ ਧਨ ਇਕੱਠਾ ਕਰਨ ਲਈ ਹੀ ਹੁੰਦੀ ਹੈ । ਉਸ ਦੇ ਮਨ ਦੀਆਂ ਮੁਰਾਦਾਂ ਕਦੇ ਪੂਰੀਆਂ ਨਹੀਂ ਹੁੰਦੀਆਂ । ਉਹ ਸੰਸਾਰਕ ਮਾਇਆ ਦੇ ਜਾਲ ਵਿੱਚ ਫਸਿਆ ਰਹਿੰਦਾ ਹੈ । ਉਸ ਦੇ ਜੀਵਨ ਦੀ ਹਾਲਤ ਇੱਕ ਸੂਰ ਦੀ ਤਰ੍ਹਾਂ ਹੀ ਹੁੰਦੀ ਹੈ ।

Self-minded may remain intoxicated in robing the earnest livings of others. He may create many miseries in his human life journey. His objective in human life may be only to collect worldly wealth. His desires may never be fully satisfied. He may remain intoxicated with sweet poison of worldly wealth; his human life, state of mind may be like the worm of manure.

250.ਸਲੋਕ ਸਹਸਕ੍ਰਿਤੀ ਮਹਲਾ ੫॥ 1360 -3

ਮਤੇ ਸਮੇਵ ਚਰਣੰ	|matay samayv charnaN
ਉਧਰਣੰ ਭੈ ਦੁਤਰਹ॥	uDharnaN bhai dutrah.
ਅਨੇਕ ਪਾਤਿਕ ਹਰਣੰ, ਨਾਨਕ	anayk paatik harnaN naanak
ਸਾਧ ਸੰਗਮ ਨ ਸੰਸਯਹ॥੬੭॥੪॥	saaDh sangam na sansyah. ||67||4||

ਜਿਹੜਾ ਪ੍ਰਭ ਦੇ ਸ਼ਬਦ ਦੇ ਨਸ਼ੇ ਵਿੱਚ ਮਸਤ, ਲੀਨ ਰਹਿੰਦਾ, ਉਹ ਸ਼ਬਦ ਦੀ ਸ਼ਰਨ ਵਿੱਚ ਵਸਦਾ ਹੈ । ਉਹ ਭਿਆਨਕ ਸਾਗਰ ਪਾਰ ਕਰ ਜਾਂਦਾ, ਦਰਬਾਰ ਵਿੱਚ ਪ੍ਰਵਾਨ ਹੋ ਜਾਂਦਾ ਹੈ । ਜਿਹੜਾ ਸੰਤਾਂ ਦੇ ਜੀਵਨ ਦੀ ਸਿਖਿਆਂ ਨਾਲ ਜੀਵਨ ਢਾਲਦਾ ਹੈ, ਉਸ ਦੇ ਅਨੇਕਾਂ ਜਨਮਾਂ ਦੇ ਪਾਪ ਬਖਸ਼ੇ ਜਾਂਦੇ ਹਨ । ਇਸ ਵਿੱਚ ਕੋਈ ਸ਼ੱਕ ਨਹੀਂ!

Whosoever may remain intoxicated in meditation in the void of His Word; he may dwell in His Sanctuary; with His mercy and grace, he may be saved from terrible ocean of worldly desires and accepted in His Court.
Whosoever may adopt the life experience teachings of His Holy saint; with His mercy and grace, his sins of previous lives may be forgiven; This is believed to be true forever!

ਗਾਥਾ # 24

251.ਮਹਲਾ ੫ – ਗਾਥਾ॥ 1360-5

ੴ ਸਤਿਗੁਰ ਪ੍ਰਸਾਦਿ॥ ik-oNkaar satgur parsaad.

ਇੱਕੋ ਇੱਕ ਪ੍ਰਭ ਸ੍ਰਿਸ਼ਟੀ ਨੂੰ ਪੈਦਾ ਕਰਨ ਵਾਲਾ, ਤਿੰਨਾਂ ਗੁਣਾਂ (ਰੂਪ, ਰੰਗ, ਅਕਾਰ) ਤੋ ਰਹਿਤ ਹੈ । ਉਸ ਦੀ ਹੋਂਦ, ਸ਼ਬਦ, ਹੁਕਮ, ਭਾਣਾ ਅਟਲ ਹੈ । ਸ੍ਰਿਸ਼ਟੀ ਨੂੰ ਗਿਆਨ, ਚਾਨਣ ਬਖਸ਼ਣ ਵਾਲਾ ਅਟਲ ਮਾਲਕ ਹੈ । ਕੇਵਲ ਪ੍ਰਭ ਦੀ ਰਹਿਮਤ ਨਾਲ ਹੀ ਪ੍ਰਭ ਦੇ ਦਰਬਾਰ ਵਿੱਚ, ਪ੍ਰਵਾਨਗੀ ਬਖਸ਼ਿਸ਼ ਹੋ ਸਕਦੀ ਹੈ । ਕਿਸੇ ਸੰਸਾਰਕ ਗੁਰੂ ਦੀ ਅਸੀਸ ਨਾਲ ਜਾ ਕੋਈ ਇਸਤਰ੍ਹਾਂ ਦੀ ਬੰਦਗੀ ਨਹੀਂ, ਕੋਈ ਵੀ ਪ੍ਰਭਾਵ, ਦੁਬਿਆ ਨਹੀਂ ਪਾਇਆ ਜਾ ਸਕਦਾ ।

The One and only One True Master, Creator of the universe remains beyond three limitations of recognitions known to mankind; color, body structure-size, and beauty. His Word, His Existence, Command remains true forever and only His Command prevails in the universe; nothing else may exist without His Command. His Word remains the fountain of enlightenment and illumination in the universe. Whosoever may be bestowed with His Blessed Vision; only he may be blessed with the right path of acceptance in His Court; his earnings, wealth of His Word may be accepted in His Court. No external power, recommendation of any saint, prophet, worldly guru may influence His Blessings.

ਕਰਪੂਰ ਪੁਹਪ ਸੁਗੰਧਾ, karpoor puhap suganDhaa
ਪਰਸ ਮਾਨੁਖ੍ ਦੇਹੰ ਮਲੀਣੰ॥ paras manukh-y dayhaN maleenaN.
ਮਜਾ ਰੁਧਿਰ ਦ੍ਰੁਗੰਧਾ, majaa ruDhir daruganDhaa
ਨਾਨਕ ਅਥਿ ਗਰਬੇਣ ਅਗ੍ਯਾਨਣੋ॥੧॥ naanak ath garbayn agyaanano. ||1||

ਕਮਪਰ, ਫੁੱਲ, ਅਤਰ ਮਾਨਸ ਦੇ ਤਨ ਨਾਲ ਛੋਹਨ ਨਾਲ ਮੈਲੇ ਹੋ ਜਾਂਦੇ ਹਨ । ਅਣਜਾਣ ਆਪਣੀ ਤਨ ਦੀ, ਖੁਸ਼ਬੂ ਦਾ ਮਾਣ, ਅਹੰਕਾਰ ਕਰਦਾ ਹੈ ।

Camphor (Cinnamomum) flower, expansive fragrance, perfume may become contaminated with contact of human body. Ignorant self-minded may feel proud of smell of fragrance, aroma, odor, smell from his body.

252. ਮਹਲਾ ੫ – ਗਾਥਾ॥ 1360-7

ਪਰਮਾਣੋ ਪਰਜੰਤ ਆਕਾਸਹ, parmaano parjant aakaaseh
ਦੀਪ ਲੋਅ ਸਿਖੰਡਣਹ॥ deep lo-a sikhandnah.
ਗਛੇਣ ਨੈਣ ਭਾਰੇਣ, gachhayn nain bhaarayn
ਨਾਨਕ ਬਿਨਾ ਸਾਧੂ ਨ ਸਿਧ੍ਯਤੇ॥੨॥ naanak binaa saaDhoo na siDh-yatai. ||2||

ਭਾਵੇਂ ਜੀਵ ਆਪਣੇ ਤਨ ਨੂੰ ਇੱਕ ਛੋਟਾ ਪਰਮਾਣੂ (atom) ਹੀ ਬਣਾ ਲਵੇ! ਇਤਨਾ ਤੇਜ ਦੌੜੇ, ਕਿ ਇੱਕ ਪਲ ਵਿੱਚ ਤਿੰਨੇ ਸ੍ਰਿਸ਼ਟੀਆਂ ਹੀ ਪਾਰ ਕਰ ਸਕੇ! ਫਿਰ ਵੀ ਰੂਹਾਨੀ ਸੰਤਾਂ ਦੇ ਜੀਵਨ ਦੀ ਸਿਖਿਆਂ ਨਾਲ ਜੀਵਨ ਢਾਲਣ ਤੋ ਬਿਨਾਂ, ਜੂੰਨਾਂ ਦੇ ਚੱਕਰ ਵਿਚੋਂ ਬਚ ਨਹੀ ਸਕਦਾ ।

Self-minded, human may shrink himself to the size of an atom. He may shoot through world and realms in blink of eye. However, without adopting the life experience teachings of His Holy saint in his own life; he may never be blessed with the right path of acceptance in His Court. His cycle of birth and death may not be eliminated.

253.ਮਹਲਾ ੫ – ਗਾਥਾ॥ 1360-

ਜਾਣੋ ਸਤਿ ਹੋਵੰਤੋ, jaano sat hovanto
ਮਰਣੋ ਦ੍ਰਿਸਟੇਣ ਮਿਥਿਆ॥ marno daristayn mithi-aa.
ਕੀਰਤਿ ਸਾਥਿ ਚਲੰਥੋ, keerat saath chalantho
ਭਣੰਤਿ ਨਾਨਕ ਸਾਧ ਸੰਗੇਣ॥੩॥ bhanant naanak saaDh sangayn. ||3||

ਜੀਵ ਜਾਣਦਾ ਮੌਤ ਅਟਲ ਹੈ, ਹਰਇੱਕ ਜੀਵ ਨੂੰ ਅੰਤ ਵਿੱਚ ਮੌਤ ਆਉਣੀ ਹੈ । ਸ੍ਰਿਸ਼ਟੀ ਵਿੱਚ ਦਿਖਾਈ ਦੇਣ ਵਾਲਾ ਸਭ ਕੁਝ ਸਮੇਂ ਨਾਲ ਨਾਸ ਹੋ ਜਾਂਦਾ, ਬੀਤ ਜਾਂਦਾ ਹੈ । ਕੇਵਲ ਸੰਤਾਂ ਦੀ ਸਿਖਿਆਂ ਨਾਲ ਜੀਵਨ ਢਾਲਣ ਨਾਲ ਸ਼ਬਦ ਦੀ ਕਮਾਈ ਬਖਸ਼ਿਸ਼ ਹੁੰਦੀ ਹੈ । ਉਸ ਦੀ ਸ਼ਬਦ ਦੀ ਕਮਾਈ ਸਦਾ ਹੀ ਸਾਥ ਰਹਿੰਦੀ, ਦਰਬਾਰ ਵਿੱਚ ਸਹਾਈ ਹੁੰਦੀ ਹੈ ।

Everyone remains aware! His death remains unpredictable! everyone must die after predetermined time in the universe. Whosoever may adopt the life experience teachings of His Holy saint in his day-to-day life; he may earn wealth of His Word. His earnings of His Word remain his true companion forever to support his soul in His Court.

254.ਮਹਲਾ ੫ – ਗਾਥਾ॥ 1360-9

ਮਾਯਾ ਚਿਤ ਭਰਮੇਣ, maa-yaa chit bharmayn
ਇਸਟ ਮਿਤ੍ਰੇਖੁ ਬਾਂਧਵਹ॥ isat mitraykh baaNDhvah.
ਲਬਧ੍ਹੰ ਸਾਧ ਸੰਗੇਣ ਨਾਨਕ, labDha-yaN saaDh sangayn naanak
ਸੁਖ ਅਸਥਾਨੰ ਗੋਪਾਲ ਭਜਣੰ॥੪॥ sukh asthaanaN gopaal bhajnaN. ||4||

ਜੀਵ ਦਾ ਮਨ ਸੰਸਾਰਕ ਮਾਇਆ ਦੇ ਜਾਲ ਵਿੱਚ ਫਸਿਆ ਭਉਦਾ ਰਹਿੰਦਾ ਹੈ । ਸੰਸਾਰਕ ਮਿੱਤਰਾਂ ਅਤੇ ਸਬੰਧੀਆਂ ਦੇ ਮੋਹ ਵਿੱਚ ਰਹਿੰਦਾ ਹੈ । ਜਿਹੜਾ ਬੰਦਗੀ ਕਰਨ ਵਾਲੇ ਸੰਤ ਦੇ ਜੀਵਨ ਦੀ ਸਿਖਿਆਂ ਨਾਲ ਜੀਵਨ ਢਾਲਦਾ ਹੈ, ਪ੍ਰਭ ਦੀ ਰਹਿਮਤ ਨਾਲ ਉਸ ਦੇ ਮਨ ਵਿੱਚ ਪ੍ਰਭ ਦੇ ਸ਼ਬਦ ਦੀ ਸਦਾ ਚੱਲਣ ਵਾਲੀ ਧੁਨ ਸੁਣਾਈ ਦੇਂਦੀ ਹੈ! ਪ੍ਰਭ ਦੇ ਦਰਬਾਰ ਵਿੱਚ ਰੂਹਾਨੀ ਅਰਾਮ, ਘਰ ਬਖਸ਼ਿਸ਼ ਹੋ ਜਾਂਦਾ ਹੈ ।

Self-minded may remain intoxicated with sweet poison of worldly wealth. He may remain bonded with family relationship and friendship. Whosoever may adopt the life experience teachings of His Holy saint in his day-to-day life; with His mercy and grace, he may hear the everlasting echo of His Word resonating within his heart. He may be blessed with a permanent eternal resting place in His Royal palace.

255.ਮਹਲਾ ੫ – ਗਾਥਾ॥ 1360-10

ਮੈਲਾਗਰ ਸੰਗੇਣ ਨਿੰਮੁ, mailaagar sangayn nimm
ਬਿਰਖ ਸਿ ਚੰਦਨਹ॥ birakh se chandnah.
ਨਿਕਟਿ ਬਸੰਤੋ ਬਾਂਸੋ, nikat basanto baaNso
ਨਾਨਕ ਅਹੰ ਬੁਧਿ ਨ ਬੋਹਤੇ॥੫॥ naanak ahaN buDh na bohtay. ||5||

ਨਿੰਮ ਦਾ ਬ੍ਰਿਛ ਚੰਦਨ ਦੇ ਬ੍ਰਿਛ ਦੇ ਨੇੜੇ ਪੈਦਾ ਹੋਇਆ, ਚੰਦਨ ਵਰਗੀ ਸੁਗੰਧ ਦੇਂਦਾ ਹੈ । ਪਰ ਬਾਸ ਦਾ ਬ੍ਰਿਛ ਵੀ ਚੰਦਨ ਦੇ ਨੇੜੇ ਹੁੰਦਾ ਹੈ । ਚੰਦਨ ਨਾਲੋ ਬਹੁਤ ਲੰਮਾ ਹੁੰਦਾ, ਬਹੁਤ ਘਮੰਡੀ ਹੁੰਦਾ ਹੈ । ਇਸ ਦੀ ਸੁੰਗਧ ਚੰਦਨ ਵਰਗੀ ਨਹੀਂ ਹੁੰਦੀ ।

The lowly Nim tree grows near sandalwood tree may spread an aroma like sandalwood. Whoever a bamboo tall tree also grows near Sandalwood and remains proud of his height; however, does not pick any fragrance from sandalwood.

256.ਮਹਲਾ ੫ ਗਾਥਾ॥ 1360-11

ਗਾਥਾ ਗੁੰਫ ਗੋਪਾਲ ਕਥੰ, — gaathaa gunf gopaal kathaN
ਮਥੰ ਮਾਨ ਮਰਦਨਹ॥ — mathaN maan maradneh.
ਹਤੰ ਪੰਚ ਸਤ੍ਰੇਣ, ਨਾਨਕ — hataN panch satrayn naanak
ਹਰਿ ਬਾਣੇ ਪ੍ਰਹਾਰਣਹ॥੬॥ — har baanay par-haarneh. ||6||

ਜਿਹੜਾ ਮਾਨਸ ਜੀਵਨ ਵਿੱਚ ਪ੍ਰਭ ਦੇ ਸ਼ਬਦ ਤੇ ਭਰੋਸਾ ਅਡੋਲ ਰਖਕੇ ਸੁਣਦਾ ਹੈ । ਪ੍ਰਭ ਦੀ ਰਹਿਮਤ ਨਾਲ ਉਸ ਦੇ ਮਨ ਤੇ ਪ੍ਰਭ ਦੇ ਸ਼ਬਦ ਦਾ ਡੂੰਘਾ ਪ੍ਰਭਾਵ ਰਹਿੰਦਾ ਹੈ । ਉਸ ਦੇ ਮਨ ਵਿੱਚ ਸਦਾ ਚੱਲਣ ਵਾਲੀ ਸ਼ਬਦ ਦੀ ਧੁਨ ਸੁਣਾਈ ਦੇਂਦੀ ਹੈ, ਮਨ ਦੇ ਅਹੰਕਾਰ ਦਾ ਨਾਸ ਹੋ ਜਾਂਦਾ ਹੈ । ਸ਼ਬਦ ਦੀ ਸੋਝੀ ਰੂਪੀ ਤੀਰ ਨਾਲ, ਇੱਛਾਂ ਦੇ ਪੰਜ ਜਮਦੂਤਾਂ ਤੇ ਜਿੱਤ ਬਖਸ਼ਿਸ਼ ਹੋ ਜਾਂਦੀ ਹੈ ।

Whosoever may listen the sermons, teachings of His Word with steady and stable belief; with His mercy and grace, he may remain drenched with a deeper influence of the teachings of His Word. He may hear the everlasting echo of His Word resonating within his heart; his ego of worldly status may be eliminated. The arrow of enlightenment of the essence of His Word may pierce through his heart and he may conquer 5 demons of worldly desires.

257.ਮਹਲਾ ੫ ਗਾਥਾ॥ 1360-12

ਬਚਨ ਸਾਧ ਸੁਖ ਪੰਥਾ, — bachan saaDh sukh panthaa
ਲਹੰਥਾ ਬਡ ਕਰਮਣਹ॥ — lahanthaa bad karamneh.
ਰਹੰਤਾ ਜਨਮ ਮਰਣੇਨ ਰਮਣੰ, — rahantaa janam marnayn ramnaN
ਨਾਨਕ ਹਰਿ ਕੀਰਤਨਹ॥੭॥ — naanak har keeratneh. ||7||

ਬੰਦਗੀ ਵਾਲੇ ਸੰਤਾਂ ਦੇ ਜੀਵਨ ਦੀ ਸਿਖਿਆਂ ਨਾਲ ਜੀਵਨ ਢਾਲਣਾ ਹੀ ਪ੍ਰਵਾਨਗੀ ਦਾ ਰਸਤਾ ਹੈ । ਬੰਦਗੀ ਕਰਨ ਵਾਲੇ ਸੰਤ ਦੀ ਸੰਗਤ ਚੰਗੇ ਭਾਗਾਂ ਨਾਲ ਹੀ ਬਖਸ਼ਿਸ਼ ਹੁੰਦੀ ਹੈ । ਪ੍ਰਭ ਦੇ ਸ਼ਬਦ ਦੇ ਗੁਣ ਗਾਉਣ ਨਾਲ ਜਨਮ ਮਰਨ ਦਾ ਚੱਕਰ ਖਤਮ ਹੋ ਜਾਂਦਾ ਹੈ ।

To adopt the life experience teachings of His Holy saint in own day to day life, may be the right path of acceptance in His Court. Whosoever may have a great prewritten destiny, only he be blessed with the conjugation of His Holy saint. Whosoever sing the glory of His Word with steady and stable belief; with His mercy and grace, his cycle of birth and death may be eliminated.

258.ਮਹਲਾ ੫ ਗਾਥਾ॥ 1360-13

ਪਤ੍ਰ ਭੁਰਿਜੇਣ ਝੜੀਯੰ, — patar bhurijayn jharhee-yaN
ਨਹ ਜੜੀਅੰ ਪੇਡ ਸੰਪਤਾ॥ — nah jarhee-aN payd sapantaa.
ਨਾਮ ਬਿਹੂਣ ਬਿਖਮਤਾ, — naam bihoon bikhmataa
ਨਾਨਕ ਬਹੰਤਿ ਜੋਨਿ ਬਾਸਰੋ ਰੈਣੀ॥੮॥ — naanak bahant jon baasro rainee. ||8||

ਪੱਤਝੜ ਦੇ ਮੌਸਮ ਵਿੱਚ ਬ੍ਰਿਛ ਦੇ ਪੱਤੇ ਡਿੱਗ ਪੈਂਦੇ ਹਨ । ਫਿਰ ਉਹ ਪੱਤੇ ਟਾਹਣੀ ਨਾਲ ਵਾਪਸ ਨਹੀਂ ਲਾਏ ਜਾ ਸਕਦੇ । ਇਸਤਰ੍ਹਾਂ ਹੀ ਜੀਵਨ ਵਿੱਚ ਪ੍ਰਭ ਦੇ ਸ਼ਬਦ ਦਾ ਸਿਮਰਨ ਕਰਨ ਤੋ ਬਿਨਾਂ ਦੁਖ ਆਉਂਦਾ ਹੈ । ਉਹ ਜੀਵਨ ਦਾ ਸਮਾਂ ਵਾਪਸ ਨਹੀਂ ਆਉਂਦਾ । ਫਿਰ ਬੰਦਗੀ ਕਰਨ ਦਾ ਸਮਾਂ ਬਖਸ਼ਿਸ਼ ਨਹੀਂ ਹੁੰਦਾ । ਉਹ ਜੂੰਨਾਂ ਦੇ ਚੱਕਰ ਵਿੱਚ ਹੀ ਭਉਦਾ ਰਹਿੰਦਾ ਹੈ ।

When the leaves of a tree may wither away and fall; these leaves cannot be attached back to the branch. Same way, whosoever may not meditate on the teachings of His Word; he may endure miseries in life; his wasted time may not be brought back. He may not be blessed with another opportunity to meditate. He may remain in the cycle of birth and death.

259.ਮਹਲਾ ੫ ਗਾਥਾ॥ 1360-14

ਭਾਵਨੀ ਸਾਧ ਸੰਗੇਣ,	bhaavnee saaDh sangayn
ਲਭੰਤੰ ਬਡ ਭਾਗਣਹ॥	labhaNtaN bad bhaagnah.
ਹਰਿ ਨਾਮ ਗੁਣ ਰਮਣੰ, ਨਾਨਕ	har naam gun ramnaN naanak
ਸੰਸਾਰ ਸਾਗਰ ਨਹ ਬਿਆਪਣਹ॥੯॥	sansaar saagar nah bi-aapneh. ||9||

ਚੰਗੇ ਭਾਗਾਂ ਨਾਲ ਹੀ ਬੰਦਗੀ ਕਰਨ ਵਾਲੇ ਸੰਤ ਦੀ ਸੰਗਤ ਬਖਸ਼ਿਸ਼ ਹੁੰਦੀ ਹੈ । ਜਿਹੜਾ ਪ੍ਰਭ ਦੇ ਸ਼ਬਦ ਦੇ ਗੁਣ ਗਾਉਂਦਾ ਹੈ । ਉਸ ਤੇ ਇੱਛਾਂ ਭਰੇ ਸੰਸਾਰਕ ਸਾਗਰ ਦਾ ਕੋਈ ਪ੍ਰਭਾਵ ਨਹੀਂ ਪੈਂਦਾ ।

Whosoever may have a great prewritten destiny, only he may be blessed with the conjugation of His Holy saint. Whosoever may sing the glory of His Word with steady and stable belief in his day-to-day life; with His mercy and grace, his state of mind may remain beyond the reach of overwhelming sweet poison of worldly desires.

260.ਮਹਲਾ ੫ ਗਾਥਾ॥ 1360-15

ਗਾਥਾ ਗੂੜ ਅਪਾਰੰ,	gaathaa goorh apaaraN
ਸਮਝਣੰ ਬਿਰਲਾ ਜਨਹ॥	samjhanaN birlaa janah.
ਸੰਸਾਰ ਕਾਮ ਤਜਣੰ, ਨਾਨਕ	sansaar kaam tajnaN naanak
ਗੋਬਿੰਦ ਰਮਣੰ ਸਾਧ ਸੰਗਮਹ॥੧੦॥	gobind ramnaN saaDh sangmah. ||10||

ਪ੍ਰਭ ਦਾ ਸ਼ਬਦ ਬਹੁਤ ਅਮੋਲਕ, ਗੰਭੀਰ, ਡੂੰਘਾ ਅਤੇ ਅਥਾਹ, ਗੁਣਾਂ ਦਾ ਖਜ਼ਾਨਾਂ ਹੈ । ਕਿਸੇ ਵਿਰਲੇ ਹੀ ਜੀਵ ਨੂੰ ਸੋਝੀ ਬਖਸ਼ਿਸ਼ ਹੁੰਦੀ ਹੈ । ਉਸ ਨੂੰ ਕਾਮ ਵਸ਼ਨਾ ਅਤੇ ਸੰਸਾਰਕ ਮੋਹ ਤੇ ਜਿੱਤ ਬਖਸ਼ਿਸ਼ ਹੋ ਜਾਂਦੀ ਹੈ । ਉਹ ਬੰਦਗੀ ਕਰਨ ਵਾਲੇ ਸੰਤ ਦੀ ਸੰਗਤ ਵਿੱਚ ਸ਼ਬਦ ਦੇ ਗੁਣ ਗਾਉਂਦਾ ਹੈ ।

The teachings of His Word remain a mysterious, deep, infinity, ambrosial treasure of virtues of enlightenment of the essence of His Word. However, very rare may be blessed with the enlightenment of the essence of His Word; with His mercy and grace, he may be blessed to conquer his sexual urge with strange partner and worldly bonds. He may remain singing the glory of His Word in the conjugation of His Holy saint.

261.ਮਹਲਾ ੫ ਗਾਥਾ॥ 1360-16

ਸੁਮੰਤ੍ਰ ਸਾਧ ਬਚਨਾ,	sumantar saaDh bachnaa
ਕੋਟਿ ਦੋਖ ਬਿਨਾਸਨਹ॥	kot dokh binaasneh.
ਹਰਿ ਚਰਣ ਕਮਲ ਧ੍ਯਾਨੰ,	har charan kamal Dha-yaana
ਨਾਨਕ ਕੁਲ ਸਮੂਹ ਉਧਾਰਣਹ॥੧੧॥	naanak kul samooh uDhaarneh. ||11||

ਬੰਦਗੀ ਕਰਨ ਵਾਲੇ ਸੰਤਾਂ ਦੀ ਸਿਖਿਆਂ ਹੀ ਰੂਹਾਨੀ ਮੰਤ੍ਰ, ਸ਼ਬਦ ਹੁੰਦਾ ਹੈ । ਜਿਹੜਾ ਸ਼ਬਦ ਦੀ ਸਿਖਿਆਂ ਆਪਣੇ ਜੀਵਨ ਵਿੱਚ ਢਾਲਦਾ ਹੈ, ਉਸ ਦੇ ਪਿਛਲੇ ਜੀਵਨ ਦੀਆਂ ਅਨੇਕਾਂ, ਲਖਾਂ ਹੀ ਗਲਤੀਆਂ ਮੁਫ ਹੋ ਜਾਂਦੀਆਂ ਹਨ । ਉਸ ਦਾਸ ਦੀਆਂ, ਕੁਲਾਂ ਹੀ ਪ੍ਰਭ ਦੇ ਸ਼ਬਦ ਦੀ ਪਾਲਣਾ ਵਿੱਚ ਅਡੋਲ ਹੋ ਕੇ ਤਰ ਜਾਂਦੀਆਂ ਹਨ ।

The life experience teachings of His Holy saint may be the true eternal mantra, His Word, the right path of acceptance in His Court. All his sins of previous lives may be forgiven. Whosoever may meditate on the teachings of His Word with steady and stable belief; his future generation may adopt the right path of meditation on the teachings of His Word and be saved.

262.ਮਹਲਾ ੫ ਗਾਥਾ॥ 1360-17

ਸੁੰਦਰ ਮੰਦਰ ਸੈਣਹ ਜੇਣ,	sundar mandar sainah jayn
ਮਧ੍ਯ ਹਰਿ ਕੀਰਤਨਹ॥	maDh-y har keeratneh.
ਮੁਕਤੇ ਰਮਣ ਗੋਬਿੰਦਹ,	muktay raman gobindah
ਨਾਨਕ ਲਬਧ੍ਯੰ ਬਡ ਭਾਗਣਹ॥੧੨॥	naanak labDha-yaN bad bhaagnah. ||12||

ਜਿੱਥੇ ਪ੍ਰਭ ਦੇ ਸ਼ਬਦ ਦਾ ਕੀਰਤਨ ਕੀਤਾ ਜਾਂਦਾ ਹੈ । ਉਹ ਥਾਂ ਸੁਹਾਵਨੀ ਬਣ ਜਾਂਦੀ, ਰਹਿਮਤ ਭਰਪੂਰ ਹੋ ਜਾਂਦੀ ਹੈ । ਜਿਹੜੇ ਜੀਵ ਦੇ ਮਨ ਵਿੱਚ ਪ੍ਰਭ ਦਾ ਸ਼ਬਦ ਜਾਗਰਤ ਹੋ ਜਾਂਦਾ ਹੈ । ਉਸ ਨੂੰ ਮੁਕਤ ਅਵਸਥਾ ਬਖਸ਼ਿਸ਼ ਹੋ ਜਾਂਦੀ ਹੈ । ਕੇਵਲ ਵੱਡੇ ਭਾਗਾਂ ਵਾਲੇ ਜੀਵ ਨੂੰ ਹੀ ਇਹ ਬਖਸ਼ਿਸ਼ ਹੁੰਦੀ ਹੈ ।

Wherever, His true devotee may sing the glory of His Word; with His mercy and grace, that place may become blessed, very fortunate and remains with overwhelming blessings and blossom. Whosoever may be enlightened with essence of His Word within; with His mercy and grace, he may be blessed with a state of salvation. Whosoever may have a great prewritten destiny, only he may be blessed with such a state of mind.

263.ਮਹਲਾ ੫ ਗਾਥਾ॥ 1360-18

ਹਰਿ ਲਬਧੋ ਮਿਤ੍ਰ ਸੁਮਿਤੋ॥	har labDho mitar sumito.
ਬਿਦਾਰਣ ਕਦੇ ਨ ਚਿਤੋ॥	bidaaran kaday na chito.
ਜਾ ਕਾ ਅਸਥਲੁ ਤੋਲੁ ਅਮਿਤੋ॥	jaa kaa asthal tol amito.
ਸੁੋਈ ਨਾਨਕ ਸਖਾ ਜੀਅ ਸੰਗਿ ਕਿਤੋ॥੧੩॥	so-ee naanak sakhaa jee-a sang kito. 13

ਜਿਸ ਦੇ ਮਨ ਵਿੱਚ ਪ੍ਰਭ ਦਾ ਸ਼ਬਦ ਜਾਗਰਤ ਹੋ ਜਾਂਦਾ ਹੈ । ਪ੍ਰਭ ਉਸ ਦਾ ਪਿਆਰਾ ਮਿੱਤਰ, ਸਾਥੀ ਬਣ ਜਾਂਦਾ ਹੈ । ਉਸ ਦੇ ਮਨ ਵਿਚੋਂ ਉਸ ਦਾ ਸ਼ਬਦ ਕਦੇ ਵੀ ਵਿਸਰਦਾ ਨਹੀਂ । ਪ੍ਰਭ ਦੇ ਸ਼ਬਦ ਦੀ ਸੋਝੀ ਮਨ ਵਿੱਚ ਜਾਗਰਤ ਹੋਣ ਨਾਲ ਮਨ ਵਿੱਚ ਰੂਹਾਨੀ ਨੂਰ ਵਸ ਜਾਂਦਾ ਹੈ । ਜਿਸ ਦੀ ਕੀਮਤ ਦਾ ਵਖਿਆਣ ਨਹੀਂ ਕੀਤਾ ਜਾ ਸਕਦਾ । ਬੰਦਗੀ ਕਰਨ ਵਾਲਾ ਪ੍ਰਭ ਦੇ ਸ਼ਬਦ ਦੀ ਕਮਾਈ ਨੂੰ ਹੀ ਆਤਮਾ ਦਾ ਅਸਲੀ ਮਿੱਤਰ, ਸਾਥੀ ਬਣਾਉਂਦਾ ਹੈ ।

Whosoever may be enlightened with the essence of His Word; The True Master may become his true friend forever. He may never abandon the teachings of His Word from within and from his day-to-day life. The eternal Holy Spirit may be glowing within his heart and shining on his forehead. The significance of the enlightenment, eternal glow may never be explained, comprehended. His true devotee may always consider the earnings of His Word as his true friend forever to support in His Court.

264.ਮਹਲਾ ੫ ਗਾਥਾ॥ 13611360-19

ਅਪਜਸੰ ਮਿਟੰਤ ਸਤ ਪੁਤ੍ਰਹ॥	apjasaN mitant sat putreh.
ਸਿਮਰਤਬੵ ਰਿਦੈ ਗੁਰ ਮੰਤ੍ਰਣਹ॥	simartab-y ridai gur mantarneh.
ਪ੍ਰੀਤਮ ਭਗਵਾਨ ਅਚੁਤ॥	pareetam bhagvaan achut.
ਨਾਨਕ ਸੰਸਾਰ ਸਾਗਰ ਤਾਰਣਹ॥੧੪॥	naanak sansaar saagar taarnah. ||14||

ਅਗਰ ਜੀਵ ਦਾ ਬੱਚਾ ਪ੍ਰਭ ਦੇ ਸ਼ਬਦ ਦੀ ਬੰਦਗੀ ਵਿੱਚ ਅਡੋਲ ਹੋ ਜਾਵੇ । ਤਾ ਉਸ ਜੀਵ ਦੇ ਮਾਤਾ, ਪਿਤਾ ਤੇ ਲਗਾ ਦਾਗ਼ ਦੂਰ ਹੋ ਜਾਂਦਾ, ਸੰਸਾਰ ਉਹਨਾਂ ਦੇ ਪਿਛਲੇ ਬੁਰੇ ਕੀਤੇ ਕੰਮ ਵੀ ਭੁਲ ਜਾਂਦਾ ਹੈ । ਇੱਕੋ ਇੱਕ ਰੂਹਾਨੀ ਜੋਤ, ਪ੍ਰਭ, ਬੰਦਗੀ ਕਰਨ ਵਾਲੇ ਨੂੰ ਸੰਸਾਰਕ ਸਾਗਰ ਵਿਚੋਂ ਪਾਰ ਲੈ ਜਾਂਦਾ ਹੈ ।

Whosoever may meditate on the teachings of His Word with steady and stable belief in his day-to-day life; with His mercy and grace, the bad reputation of his parents may be forgotten. His parents may abandon evil deeds and obey the teachings of His Word. The One and only One, eternal Holy Spirit may save His true devotee from the worldly ocean of desires.

265.ਮਹਲਾ ੫ ਗਾਥਾ॥ 1361-1

ਮਰਣੰ ਬਿਸਰਣੰ ਗੋਬਿੰਦਹ॥	marnaN bisranaN gobindah.
ਜੀਵਣੰ ਹਰਿ ਨਾਮ ਧੵਾਵਣਹ॥	jeevanaN har naam Dha-yaavaneh.
ਲਭਣੰ ਸਾਧ ਸੰਗੇਣ॥	labh-naN saaDh sangayn.
ਨਾਨਕ ਹਰਿ ਪੂਰਬਿ ਲਿਖਣਹ॥੧੫॥	naanak har poorab likh-neh. ||15||

ਮਾਨਸ ਜੀਵਨ ਪ੍ਰਭ ਦੇ ਸ਼ਬਦ ਦਾ ਸਿਮਰਨ ਕਰਨ ਲਈ ਬਖਸ਼ਿਸ਼ ਹੋਇਆ ਹੈ । ਮੌਤ ਆਉਣ ਤੇ ਪ੍ਰਭ ਦੇ ਸ਼ਬਦ ਦਾ ਸਿਮਰਨ ਨਹੀਂ ਕੀਤਾ ਜਾ ਸਕਦਾ । ਬੰਦਗੀ ਦਾ ਸਮਾਂ ਬੀਤ ਜਾਂਦਾ ਹੈ । ਪਿਛਲੇ ਜੀਵਨ ਦੇ ਚੰਗੇ ਕੰਮਾਂ ਨਾਲ ਹੀ ਬੰਦਗੀ ਕਰਨ ਵਾਲੇ ਨੂੰ ਸੰਤਾਂ ਦੀ ਸੰਗਤ ਬਖਸ਼ਿਸ਼ ਹੋ ਸਕਦੀ ਹੈ ।

The priceless human life opportunity may be blessed to meditate on the teachings of His Word. After death, the time to meditate may already be wasted and no one can meditation. Whosoever may have a great prewritten destiny, only the conjugation of His Holy saint may be blessed.

266.ਮਹਲਾ ੫ – ਗਾਥਾ॥ 1361-2

ਦਸਨ ਬਿਹੂਨ ਭੁਯੰਗੰ	dasan bihoon bhu-yaaNgaN
ਮੰਤ੍ੰ ਗਾਰੁੜੀ ਨਿਵਾਰੰ॥	mantraN gaarurhee nivaaraN.
ਬ੍ਯਾਧਿ ਉਪਾੜਣ ਸੰਤੰ॥	bayaaDh upaarhan santaN.
ਨਾਨਕ ਲਬਧ ਕਰਮਣਹ॥੧੬॥	naanak labaDh karamneh. ‖16‖

ਸੱਪ ਨੂੰ ਪਕੜਣ ਵਾਲਾ ਆਪਣੇ ਮੰਤਰ ਨਾਲ ਸੱਪ ਦਾ ਜ਼ਹਿਰ ਵਾਲ ਡੰਗ ਕੱਢ ਦੇਂਦਾ ਹੈ । ਸੱਪ ਦਾ ਜ਼ਹਿਰ, ਡਰ, ਖਤਮ ਹੋ ਜਾਂਦਾ ਹੈ । ਇਸਤਰ੍ਹਾਂ ਹੀ ਬੰਦਗੀ ਵਾਲੇ ਸੰਤ ਜੀਵ ਦੇ ਮਨ ਵਿਚੋਂ ਬੁਰੇ ਖਿਆਲ ਨਾਸ ਕਰ ਦੇਂਦੇ ਹਨ । ਉਸ ਦੀ ਸੰਗਤ ਚੰਗੇ ਭਾਗਾਂ ਨਾਲ ਹੀ ਬਖਸ਼ਿਸ਼ ਹੁੰਦੀ ਹੈ ।

The snake-charmer may remove his poisonous fang of snake. The fear of poison from snake fang may be eliminated. Same way, in conjugation of His Holy saint, the evil thoughts may be eliminated in meditation on the teachings of His Word. Whosoever may have a great prewritten destiny, only he may be blessed with the conjugation of His Holy saint.

267.ਮਹਲਾ ੫ ਗਾਥਾ॥ 1361-3

ਜਥ ਕਥ ਰਮਣੰ ਸਰਣੰ	jath kath ramnaN sarnaN
ਸਰਬਤ੍ਰ ਜੀਅਣਹ॥	sarbatar jee-anah.
ਤਥ ਲਗਣੰ ਪ੍ਰੇਮ ਨਾਨਕ॥	tath lagnaN paraym naanak.
ਪਰਸਾਦੰ ਗੁਰ ਦਰਸਨਹ॥੧੭॥	parsaadaN gur darasneh. ‖17‖

ਪ੍ਰਭ ਹਰਇੱਕ ਥਾਂ ਤੇ ਹਰਇੱਕ ਜੀਵ ਵਿੱਚ ਵਾਪਰਦਾ ਹੈ । ਸਾਰੇ ਪੈਦਾ ਕੀਤੇ ਜੀਵ ਜੰਤ ਨੂੰ ਸ਼ਰਣ ਵਿੱਚ ਪਨਾਹ ਬਖਸ਼ਦਾ ਹੈ । ਪ੍ਰਭ ਦੀ ਰਹਿਮਤ ਨਾਲ ਜਿਸ ਦੇ ਮਨ ਵਿੱਚ ਸ਼ਬਦ ਜਾਗਰਤ ਹੋ ਜਾਂਦਾ ਹੈ । ਉਸ ਜੀਵ ਦਾ ਮਨ ਪ੍ਰਭ ਦੇ ਸ਼ਬਦ ਦੀ ਲਗਨ ਨਾਲ ਮੋਹਿਤ ਹੋ ਜਾਂਦਾ ਹੈ ।

The Omnipresent True Master remains embedded within each soul as His Word and prevails in every event in His Nature. He may inspire every creature to surrender his self-identity at His Sanctuary. Whosoever may be enlightened with the essence of His Word within; with His mercy and grace. he may remain intoxicated in meditation in the void of His Word.

268.ਮਹਲਾ ੫ ਗਾਥਾ॥ 1361-4

ਚਰਣਾਰਬਿੰਦ ਮਨ ਬਿਧੵੰ॥	charnaarbind man biDh-yaN.
ਸਿਧੵੰ ਸਰਬ ਕੁਸਲਣਹ॥	siDh-yaN sarab kusalneh.
ਗਾਥਾ ਗਾਵੰਤਿ ਨਾਨਕ	gaathaa gavant naanak
ਭਬੵੰ ਪਰਾ ਪੂਰਬਣਹ॥੧੮॥	bhab-yaN paraa poorabneh. ‖18‖

ਜਿਸ ਜੀਵ ਦੇ ਮਨ ਵਿੱਚ ਸ਼ਬਦ ਜਾਗਰਤ ਹੋ ਜਾਂਦਾ ਹੈ । ਉਸ ਦੇ ਮਨ ਵਿੱਚ ਪੂਰਨ ਖੇੜਾ ਵਸ ਜਾਂਦਾ ਹੈ । ਬੰਦਗੀ ਕਰਨ ਵਾਲੇ ਸੰਤ, ਜੁਗਾਂ ਜੁਗਾਂ ਤੋ ਪ੍ਰਭ ਦੇ ਸ਼ਬਦ ਦੇ ਗੁਣ ਗਾਉਂਦੇ ਹਨ । ਸ਼ਬਦ ਦੀ ਪਾਲਣਾ ਕਰਦੇ ਹਨ ।

Whosoever may be enlightened with the essence of His Word within; with His mercy and grace, he may remain overwhelmed with complete blossom. His Holy saints have been singing the glory of His Word from ancient Ages. He remains obeying the teachings of His Word.

269.ਮਹਲਾ ੫ ਗਾਥਾ॥ 1361-5

ਸੁਭ ਬਚਨ ਰਮਣੰ ਗਵਣੰ, subh bachan ramnaN gavnaN
ਸਾਧ ਸੰਗੇਣ ਉਧਰਣਹ॥ saaDh sangayn uDharneh.
ਸੰਸਾਰ ਸਾਗਰੰ ਨਾਨਕ sansaar saagraN naanak
ਪੁਨਰਪਿ, ਜਨਮ ਨ ਲਭ੍ਤੇ॥੧੯॥ punrap janam na labh-yatai. ||19||

ਜਿਹੜਾ ਬੰਦਗੀ ਕਰਨ ਵਾਲੇ ਦੇ ਜੀਵਨ ਦੀ ਸਿਖਿਆਂ ਨਾਲ ਆਪਣਾ ਜੀਵਨ ਢਾਲਦਾ ਹੈ, ਉਹ ਸ਼ਬਦ ਦੇ ਗੁਣ ਗਾਉਂਦਾ ਇੱਛਾਂ ਭਰੇ ਸੰਸਾਰਕ ਨੂੰ ਪਾਰ ਕਰ ਜਾਂਦਾ, ਪ੍ਰਵਾਨ ਹੋ ਜਾਂਦਾ ਹੈ । ਬੰਦਗੀ ਕਰਨ ਵਾਲਾ ਫਿਰ ਜੂੰਨਾਂ ਦੇ ਚੱਕਰ ਵਿੱਚ ਨਹੀਂ ਭਉਦਾ ।

Whosoever may adopt the life experience teachings of His Word; with His mercy and grace, he may be saved from the ocean of worldly desires. He may be singing the glory of His Word; with His mercy and grace, he may be accepted in His Court. His cycle of birth and death may be eliminated.

270.ਮਹਲਾ ੫ ਗਾਥਾ॥ 1361-6

ਬੇਦ ਪੁਰਾਣ ਸਾਸਤ੍ਰ ਬੀਚਾਰੰ॥ bayd puraan saastar beechaaraN.
ਏਕੰਕਾਰ ਨਾਮ ਉਰ ਧਾਰੰ॥ aykankaar naam ur DhaaraN.
ਕੁਲਹ ਸਮੂਹ ਸਗਲ ਉਧਾਰੰ॥ kulah samooh sagal uDhaaraN.
ਬਡਭਾਗੀ ਨਾਨਕ ਕੋ ਤਾਰੰ॥੨੦॥ badbhaagee naanak ko taaraN. ||20||

ਸੰਸਾਰਕ ਜੀਵ ਧਰਮ ਦੇ ਗ੍ਰੰਥ (ਵੇਦਾਂ, ਸਾਸਤ੍ਰ ਆਦਿ) ਵਿਚਾਰਦਾ ਹੈ । ਜਿਹੜਾ ਇੱਕੋ ਇੱਕ ਪ੍ਰਭ ਦੇ ਸ਼ਬਦ ਨੂੰ ਮਨ ਵਿੱਚ ਵਸਾ ਲੈਂਦਾ, ਜਾਗਰਤ ਕਰ ਲੈਂਦਾ ਹੈ । ਉਹ ਬਚ ਜਾਂਦਾ, ਪ੍ਰਵਾਨ ਹੋ ਜਾਂਦਾ ਹੈ । ਵੱਡੇ ਭਾਗਾਂ ਨਾਲ ਕੋਈ ਵਿਰਲਾ ਹੀ ਪ੍ਰਭ ਦੇ ਦਰਬਾਰ ਵਿੱਚ ਪ੍ਰਵਾਨ ਹੁੰਦਾ ਹੈ ।

Self-minded, worldly religious preacher may recite and comprehend the teachings of religious Holy Scriptures. Whosoever may be enlightened and remains drenched with the teachings of His Word within; with His mercy and grace, he may be saved from worldly ocean of desires and accepted in His Court. With a great prewritten destiny, very rare, may be accepted in His Court.

271.ਮਹਲਾ ੫ ਗਾਥਾ॥ 1361-7

ਸਿਮਰਣੰ ਗੋਬਿੰਦ ਨਾਮੰ, simarnaN gobind naamaN
ਉਧਰਣੰ ਕੁਲ ਸਮੂਹਣਹ॥ uDharnaN kul samoohneh.
ਲਬਧਿਅੰ ਸਾਧ ਸੰਗੇਣ, ਨਾਨਕ labDhi-aN saaDh sangayn naanak
ਵਡਭਾਗੀ ਭੇਟੰਤਿ ਦਰਸਨਹ॥੨੧॥ vadbhaagee bhaytant darasneh. ||21||

ਜਿਹੜਾ ਸ਼ਬਦ ਨਾਲ ਜੀਵਨ ਢਾਲਦਾ ਹੈ, ਉਸ ਦੀਆਂ ਕੁਲਾਂ ਤਰ ਜਾਂਦੀਆਂ ਹਨ । ਜਿਹੜਾ ਬੰਦਗੀ ਵਾਲੇ ਸੰਤਾਂ ਦੀ ਸਿਖਿਆਂ ਨਾਲ, ਜੀਵਨ ਢਾਲਦਾ ਹੈ, ਉਸ ਨੂੰ ਇਹ ਅਵਸਥਾ ਬਖਸ਼ਿਸ਼ ਹੋ ਜਾਂਦੀ ਹੈ । ਵੱਡੇ ਭਾਗਾਂ ਨਾਲ ਹੀ ਬੰਦਗੀ ਕਰਨ ਵਾਲੇ ਸੰਤਾਂ ਦੀ ਸੰਗਤ ਬਖਸ਼ਿਸ਼ ਹੁੰਦੀ ਹੈ । ਸ਼ਬਦ ਮਨ ਵਿੱਚ ਜਾਗਰਤ ਹੁੰਦਾ ਹੈ ।

Whosoever may adopt the teachings of His Word with steady and stable belief in his day-to-day life; within His mercy and grace, his next generations may obey the teachings of His Word and be saved. Whosoever may adopt life experience teachings of His Holy saint in his day-to-day life; with His mercy and grace, only he may be blessed with such a state of mind as His true devotee. Whosoever may have a great prewritten destiny, only he may be blessed with the conjugation of His Holy saint. He may be enlightened with the essence of His Word.

272.ਮਹਲਾ ੫ ਗਾਥਾ॥ 1361-8

ਸਰਬ ਦੋਖ ਪਰੰਤਿਆਗੀ, sarab dokh paraNtiaagee
ਸਰਬ ਧਰਮ ਦ੍ਰਿੜੰਤਣਃ॥ sarab Dharam darirh-aaNtanh.
ਲਬਧੇਣਿ ਸਾਧ ਸੰਗੇਣਿ, labh-Dhayn saaDh sangayn
ਨਾਨਕ ਮਸਤਕਿ ਲਿਖਣਃ॥੨੨॥ naanak mastak likh-yan-a. ||22||

ਜੀਵ ਆਪਣੇ ਮਨ ਦੇ ਬੁਰੇ ਖਿਆਲ ਤਿਆਗਕੇ, ਪ੍ਰਭ ਦੇ ਸ਼ਬਦ ਦੀ ਅਡੋਲ ਭਰੋਸੇ ਨਾਲ ਪਾਲਣਾ ਕਰੋ! ਜਿਸ ਦੇ ਮੱਥੇ ਤੇ ਜਨਮ ਤੇ ਹੀ ਲਿਖਿਆ ਹੁੰਦਾ ਹੈ । ਉਸ ਨੂੰ ਹੀ ਬੰਦਗੀ ਕਰਨ ਵਾਲੇ ਸੰਤਾਂ ਦੀ ਸੰਗਤ ਬਖਸ਼ਿਸ਼ ਹੁੰਦੀ ਹੈ ।

You should renounce the evil, sinful thoughts from your mind and obey the teachings of His Word with steady and stable belief in your day-to-day life. Whosoever may have a great prewritten destiny, only he may be blessed with the conjugation of His Holy saint.

273.ਮਹਲਾ ੫ ਗਾਥਾ॥ 1361-9

ਹੋਯੋ ਹੈ ਹੋਵੰਤੋ, hoyo hai hovanto
ਹਰਣ ਭਰਣ ਸੰਪੂਰਣਃ॥ haran bharan sampooran-a.
ਸਾਧੂ ਸਤਮ ਜਾਣੋ, saaDhoo satam jaano
ਨਾਨਕ ਪ੍ਰੀਤਿ ਕਾਰਣੰ॥੨੩॥ naanak pareet kaarnaN. ||23||

ਪ੍ਰਭ ਹੀ ਜੀਵ ਨੂੰ ਪੈਦਾ ਕਰਨ ਵਾਲਾ ਅਤੇ ਮੌਤ ਦੇਣ ਵਾਲਾ ਇੱਕੋ ਇੱਕ ਮਾਲਕ ਹੈ । (ਆਦਿ ਤੋ, ਹੁਣ ਵੀ, ਅਤੇ ਅੱਗੇ ਵੀ) ਬੰਦਗੀ ਕਰਨ ਵਾਲੇ ਰੂਹਾਨੀ ਸੰਤ ਦੇ ਬਚਨ ਅਟਲ ਰਹਿੰਦੇ ਹਨ । ਉਸ ਦੀ ਪ੍ਰੀਤ ਪ੍ਰਭ ਦੇ ਨਾਲ ਅਡੋਲ ਰਹਿੰਦੀ ਹੈ ।

The birth and death of every creature remains only under the Command of The True Master, Creator of the universe. The spoken words of His eternal, Holy saint may remain true from the beginning of the universe and remain in future. The devotion of His Holy saint to meditate on the teachings of His Word remains unchanged forever.

274.ਮਹਲਾ ੫ ਗਾਥਾ॥ 1361-10

ਸੁਖੇਣ ਬੈਣ ਰਤਨੰ, |sukhayn bain ratanaN
ਰਚਨੰ ਕਸੁੰਭ ਰੰਗਣਃ॥ rachanaN kasumbh raNgan-a.
ਰੋਗ ਸੋਗ ਬਿਓਗੰ rog sog biogaN
ਨਾਨਕ ਸੁਖੁ ਨ ਸੁਪਨਹ॥੨੪॥ naanak sukh na supnah. ||24||

ਮਨਮੁਖ ਮਿੱਠੇ ਬੋਲਾਂ ਤੇ ਅਤੇ ਸੰਸਾਰਕ ਇੱਛਾਂ ਦੇ ਸੁਪਨੇ ਵਿੱਚ ਜੀਵਨ ਬਤੀਤ ਕਰਦਾ ਹੈ । ਉਹ ਸੰਸਾਰਕ ਅਨੰਦ, ਅੰਤ ਵਿੱਚ ਖਤਮ ਹੋ ਜਾਂਦੇ ਹਨ, ਸਮਾਂ ਪਾ ਕੇ ਬੀਤ ਜਾਂਦਾ ਹੈ । ਉਹ ਪ੍ਰਭ ਦੇ ਵਿਛੋੜੇ ਵਿੱਚ ਦੁਖ, ਸੁਖ ਵਿੱਚ ਰਹਿੰਦਾ ਹੈ । ਉਸ ਨੂੰ ਕਦੇ ਸੁਪਨੇ ਵਿੱਚ ਵੀ ਸੰਤੋਖ, ਅਨੰਦ, ਖੇੜਾ ਬਖਸ਼ਿਸ਼ ਨਹੀਂ ਹੁੰਦਾ ।

Ignorant, self-minded may spend his human life journey on his sweet talks and imagination of worldly desires, comforts. All his worldly pleasures may be exhausted over time. He may endure miseries and pleasure in his separation from His Holy Spirit. He may not even enjoy pleasure, blossom, and contentment, even in his dreams.

☬ ਫੁਨਹੇ # 23 ☬

275.ਫੁਨਹੇ ਮਹਲਾ ੫॥ 1361-12

ੴ ਸਤਿਗੁਰ ਪ੍ਰਸਾਦਿ॥ ik-oNkaar satgur parsaad.

ਇੱਕੋ ਇੱਕ ਪ੍ਰਭ ਸ੍ਰਿਸ਼ਟੀ ਨੂੰ ਪੈਦਾ ਕਰਨ ਵਾਲਾ, ਤਿੰਨਾਂ ਗੁਣਾਂ (ਰੂਪ, ਰੰਗ, ਅਕਾਰ) ਤੋ ਰਹਿਤ ਹੈ । ਉਸ ਦੀ ਹੋਂਦ, ਸ਼ਬਦ, ਹੁਕਮ, ਭਾਣਾ ਅਟਲ ਹੈ । ਸ੍ਰਿਸ਼ਟੀ ਨੂੰ ਗਿਆਨ, ਚਾਨਣ ਬਖਸ਼ਣ ਵਾਲਾ ਅਟਲ ਮਾਲਕ ਹੈ । ਕੇਵਲ ਪ੍ਰਭ ਦੀ ਰਹਿਮਤ ਨਾਲ ਹੀ ਪ੍ਰਭ ਦੇ ਦਰਬਾਰ ਵਿੱਚ, ਪ੍ਰਵਾਨਗੀ ਬਖਸ਼ਿਸ਼ ਹੋ ਸਕਦੀ ਹੈ । ਕਿਸੇ ਸੰਸਾਰਕ ਗੁਰੂ ਦੀ ਅਸੀਸ ਨਾਲ ਜਾ ਕੋਈ ਇਸਤਰ੍ਹਾਂ ਦੀ ਬੰਦਗੀ ਨਹੀਂ, ਕੋਈ ਵੀ ਪ੍ਰਭਾਵ, ਦੁਬਿਆ ਨਹੀਂ ਪਾਇਆ ਜਾ ਸਕਦਾ ।

The One and only One True Master, Creator of the universe remains beyond three limitations of recognitions known to mankind; color, body structure-size, and beauty. His Word, His Existence, Command remains true forever and only His Command prevails in the universe; nothing else may exist without His Command. His Word remains the fountain of enlightenment and illumination in the universe. Whosoever may be bestowed with His Blessed Vision; only he may be blessed with the right path of acceptance in His Court; his earnings, wealth of His Word may be accepted in His Court. No external power, recommendation of any saint, prophet, worldly guru may influence His Blessings.

ਹਾਥਿ ਕਲੰਮ ਅਗੰਮ	haath kalamm agamm
ਮਸਤਕਿ ਲੇਖਾਵਤੀ॥	mastak laykhaavatee.
ਉਰਝਿ ਰਹਿਓ ਸਭ	urajh rahi-o sabh sang
ਸੰਗਿ ਅਨੂਪ ਰੂਪਾਵਤੀ॥	anoop roopaavatee.
ਉਸਤਤਿ ਕਹਨੁ ਨ ਜਾਇ	ustat kahan na jaa-ay
ਮੁਖਹੁ ਤੁਹਾਰੀਆ॥	mukhahu tuhaaree-aa.
ਮੋਹੀ ਦੇਖਿ ਦਰਸੁ	mohee daykh daras
ਨਾਨਕ ਬਲਿਹਾਰੀਆ॥੧॥	naanak balihaaree-aa. ‖1‖

ਅਥਾਹ, ਨਾ ਪਹੁੰਚੇ ਜਾਣਵਾਲੇ ਮਾਲਕ, ਆਪਣੇ ਹੱਥ ਨੂੰ ਕਲਮ ਬਣਾਕੇ, ਜੀਵ ਦੇ ਮੱਥੇ ਤੇ ਭਾਗ ਲਿਖਦਾ ਹੈ । ਅਤੁਲ ਪ੍ਰਭ ਸਾਰੇ ਜੀਵ ਜੰਤਾਂ ਦੇ ਸਾਰੇ ਕੰਮਾਂ ਵਿੱਚ ਆਪ ਹੀ ਵਾਪਰਦਾ ਹੈ । ਮਾਨਸ ਜੀਵ ਉਹ ਦੀ ਕੁਦਰਤ ਦੇਖਕੇ ਹੈਰਾਨ ਹੀ ਰਹਿੰਦਾ ਹੈ, ਕੁਰਬਾਨ ਜਾਂਦਾ ਹੈ । ਆਪਣੀ ਜੀਭ ਨਾਲ ਉਸ ਦੀ ਪੂਰਨ ਉਸਤਤ, ਗੁਣਾਂ ਦਾ ਵਖਿਆਣ ਨਹੀਂ ਕੀਤਾ ਜਾ ਸਕਦਾ ।

The unfathomable, infinite True Master with His inkless pen prewrites the destiny of every creature before birth. The Impeccable True Master prevails in all events in His Nature. His true devotee remains fascinated and astonished from His Nature. His greatness, His Virtues may never be sung completely with tongue, nor f His Virtues may ever be fully explained.

276.ਫੁਨਹੇ ਮਹਲਾ ੫॥ 1361-14

ਸੰਤ ਸਭਾ ਮਹਿ ਬੈਸਿ ਕਿ	sant sabhaa meh bais ke
ਕੀਰਤਿ ਮੈ ਕਹਾ॥	keerat mai kahaaN.
ਅਰਪੀ ਸਭੁ ਸੀਗਾਰੁ	arpee sabh seegaar
ਏਹੁ ਜੀਉ ਸਭੁ ਦਿਵਾ॥	ayhu jee-o sabh divaa.
ਆਸ ਪਿਆਸੀ ਸੇਜ	aas pi-aasee sayj
ਸੁ ਕੰਤਿ ਵਿਛਾਈਐ॥	so kant vichhaa-ee-ai.
ਹਰਿਹਾ ਮਸਤਕਿ ਹੋਵੈ ਭਾਗੁ	harihaaN mastak hovai bhaag
ਤ ਸਾਜਨੁ ਪਾਈਐ॥੨॥	ta saajan paa-ee-ai. ‖2‖

ਬੰਦਗੀ ਕਰਨ ਵਾਲਾ, ਆਪਣਾ ਜੀਵਨ ਸੰਤਾਂ ਦੇ ਜੀਵਨ ਦੀ, ਸ਼ਬਦ ਦੀ ਸਿਖਿਆਂ ਨਾਲ ਢਾਲਦਾ ਹੈ । ਆਪਣਾ ਸਭ ਕੁਝ ਪ੍ਰਭ ਦੇ ਭੇਟਾ ਕਰ ਦੇਂਦਾ ਹੈ । ਉਹ ਸ਼ਬਦ ਦੇ ਗੁਣ ਗਾਉਂਦਾ, ਸ਼ਬਦ ਵਿੱਚ ਹੀ ਲੀਨ, ਮਸਤ ਹੋ ਜਾਂਦਾ ਹੈ । ਆਪਣੇ ਮਨ ਵਿੱਚ ਪ੍ਰਭ ਨੂੰ ਮਿਲਣ ਦੀ ਆਸ, ਸ਼ਰਧਾ ਜਾਗਰਤ ਰਖਦਾ ਹੈ । ਆਪਣੇ ਮਨ ਵਿੱਚ ਹੀ ਪ੍ਰਭ ਦਾ ਆਸਣ, ਦਰਬਾਰ ਲਾਉਂਦਾ ਹੈ । ਜਿਸ ਦੇ ਭਾਗਾਂ ਵਿੱਚ ਜਨਮ ਤੋ ਪਹਿਲੇ ਹੀ ਲਿਖਿਆ ਹੁੰਦਾ ਹੈ, ਉਸ ਨੂੰ ਪ੍ਰਭ ਦੇ ਦਰਸ਼ਨ, ਸ਼ਬਦ ਦੀ ਸੋਝੀ, ਦਾਸ ਅਵਸਥਾ ਬਖਸ਼ਿਸ਼ ਹੋ ਸਕਦੀ ਹੈ । ਉਸ ਦਾ ਮਨ ਜਾਗਰਤ ਅਤੇ ਸੁਚਤ ਰਹਿੰਦਾ, ਪ੍ਰਭ ਆਪਣਾ ਦਾਸ ਬਣਾ ਲੈਂਦਾ ਹੈ ।

His true devotee may adopt the life experience teachings of His Holy saint, the teachings of His Word in his day-to-day life. He may surrender his self-identity at His Sanctuary and remains intoxicated in the void of His Word. He may keep his hope and anxiety to be blessed with His Blessed Vision alive; he may embellish meditation throne within his heart. Whosoever may have a great prewritten destiny, only he may be blessed with the enlightenment of the essence of His Word, state of mind as His true devotee. Only he may remain drenched with the essence of His Word; with His mercy and grace, his soul may become worthy to be blessed with a state of mind as His true devotee.

277.ਡੁਨਹੇ ਮਹਲਾ ੫॥ 1361-16

ਸਖੀ ਕਾਜਲ ਹਾਰ ਤੰਬੋਲ	sakhee kaajal haar tambol
ਸਭੈ ਕਿਛੁ ਸਾਜਿਆ॥	sabhai kichh saaji-aa.
ਸੋਲਹ ਕੀਏ ਸੀਗਾਰ	solah kee-ay seegaar
ਕਿ ਅੰਜਨੁ ਪਾਜਿਆ॥	ke anjan paaji-aa.
ਜੇ ਘਰਿ ਆਵੈ ਕੰਤੁ	jay ghar aavai kant
ਤ ਸਭੁ ਕਿਛੁ ਪਾਈਐ॥	ta sabh kichh paa-ee-ai.
ਹਰਿਹਾ ਕੰਤੈ ਬਾਝੁ ਸੀਗਾਰੁ	harihaaN kantai baajh seegaar
ਸਭੁ ਬਿਰਥਾ ਜਾਈਐ॥੩॥	sabh birthaa jaa-ee-ai. ||3||

ਪ੍ਰਭ ਮੈਂ ਆਪਣੇ ਮਨ ਨੂੰ ਸ਼ਰਧਾ ਨਾਲ, ਤੇਰੇ ਮਿਲਣ ਲਈ, ਆਸਣ ਨੂੰ ਸਭ ਪਵਿੱਤਰਾ ਦੇ ਤਰੀਕੇ ਨਾਲ ਸ਼ਿੰਗਾਰਿਆ ਹੈ । ਜਿਸ ਦੇ ਮਨ ਵਿੱਚ ਰਹਿਮਤਾਂ ਦੇ ਮਾਲਕ ਦੇ ਸ਼ਬਦ ਦੀ ਸੋਝੀ ਬਖਸ਼ਿਸ਼ ਹੋ ਜਾਂਦੀ, ਘਰ ਕਰ ਜਾਂਦੀ ਹੈ, ਉਸ ਦੇ ਸਾਰੇ ਯਤਨ ਹੀ ਸਫਲ ਹੋ ਜਾਂਦੇ ਹਨ । ਪ੍ਰਭ ਦੀ ਰਹਿਮਤ ਤੋ ਬਿਨਾਂ ਸਾਰੇ ਆਸਣ, ਪੂਜਾ ਦੀ ਸਮਗਰੀ, ਮਾਨਸ ਜੀਵਨ ਦੇ ਸਫਲ ਲਈ ਬਿਰਥੀ ਹੀ ਹੈ ।

My True Master, with a deep devotion, hope for Your Blessed Vision, I have embellished my meditation throne with all technique of sanctification. Whosoever may be enlightened and drenched with the essence of His Word; with His mercy and grace, his human life journey be rewarded successfully. Without His Blessed Vision, all his decorated, embellished throne, offering for worship and human life journey may be wasted uselessly.

278.ਡੁਨਹੇ ਮਹਲਾ ੫॥ 1361-18

ਜਿਸੁ ਘਰਿ ਵਸਿਆ ਕੰਤੁ	jis ghar vasi-aa kant
ਸਾ ਵਡਭਾਗਣੇ॥	saa vadbhaagnay.
ਤਿਸੁ ਬਣਿਆ ਹਭੁ ਸੀਗਾਰੁ	tis bani-aa habh seegaar
ਸਾਈ ਸੋਹਾਗਣੇ॥	saa-ee sohaagnay.
ਹਉ ਸੁਤੀ ਹੋਇ ਅਚਿੰਤ	ha-o sutee ho-ay achint
ਮਨਿ ਆਸ ਪੁਰਾਈਆ॥	man, aas puraa-ee-aa.
ਹਰਿਹਾ ਜਾ ਘਰਿ ਆਇਆ ਕੰਤੁ	harihaaN jaa ghar aa-i-aa kant
ਤ ਸਭੁ ਕਿਛੁ ਪਾਈਆ॥੪॥	ta sabh kichh paa-ee-aa. ||4||

ਜਿਸ ਦੇ ਮਨ ਵਿੱਚ ਪ੍ਰਭ ਦਾ ਸ਼ਬਦ ਜਾਗਰਤ ਹੋ ਜਾਂਦਾ ਹੈ । ਉਸ ਦੇ ਵੱਡੇ ਭਾਗ ਹੋ ਜਾਂਦੇ ਹਨ । ਉਸ ਦੀ ਆਤਮਾ ਵਿੱਚ ਖੇੜਾ, ਅਨੰਦ ਵਸ ਜਾਂਦਾ, ਸਭ ਕਾਰਜ ਸਫਲ ਹੋ ਜਾਂਦੇ ਹਨ । ਉਸ ਨੂੰ ਬਿਨਾਂ ਕਿਸੇ

ਚਿੰਤਾ ਦੇ ਨੀਂਦ ਆਉਂਦੀ ਹੈ । ਉਸ ਦੀਆਂ ਮੁਰਾਦਾਂ ਪੂਰੀਆਂ ਹੋ ਜਾਂਦੀਆਂ ਹਨ । ਜਿਸ ਬੰਦਗੀ ਕਰਨ ਵਾਲੇ ਦੇ ਮਨ ਵਿੱਚ ਪ੍ਰਭ ਦਾ ਸ਼ਬਦ ਜਾਗਰਤ ਹੋ ਜਾਂਦਾ ਹੈ । ਉਸ ਨੂੰ ਸਭ ਕੁਝ ਹੀ ਬਖਸ਼ਿਸ਼ ਹੋ ਜਾਂਦਾ, ਲੇਖਾ ਪੂਰਾ ਹੋ ਜਾਂਦਾ ਹੈ ।

Whosoever may be enlightened with the essence of His Word; he may become very fortunate. He may be overwhelmed with pleasure and blossom; his human life opportunity may be rewarded. He may enjoy worry-free sleep. All his spoken and unspoken desires may be fully satisfied. Whosoever may be enlightened and remains drenched with essence of His Word; with His mercy and grace, he may be blessed with everything in universe.

279.ਫੁਨਹੇ ਮਹਲਾ ੫॥ 1362-1

ਆਸਾ ਇਤੀ ਆਸ ਕਿ ਆਸ ਪੁਰਾਈਐ॥	aasaa itee aas ke aas puraa-ee-ai.
ਸਤਿਗੁਰ ਭਏ ਦਇਆਲ	satgur bha-ay da-i-aal
ਤ ਪੂਰਾ ਪਾਈਐ॥	ta pooraa paa-ee-ai.
ਮੈਂ ਤਨਿ ਅਵਗਣ ਬਹੁਤੁ ਕਿ	mai tan avgan bahut ke
ਅਵਗਣ ਛਾਇਆ॥	avgan chhaa-i-aa.
ਹਰਿਹਾ ਸਤਿਗੁਰ ਭਏ ਦਇਆਲ,	harihaaN satgur bha-ay da-i-aal
ਤ ਮਨੁ ਠਹਰਾਇਆ॥੫॥ 1362	ta man thehraa-i-aa. ||5||

ਉਸ ਦੇ ਮਨ ਵਿੱਚ ਪ੍ਰਭ ਨੂੰ ਮਿਲਣ ਦੀ ਸ਼ਰਧਾ ਇਤਨੀ ਗੰਭੀਰ, ਡੂੰਘੀ ਹੋ ਜਾਂਦੀ ਹੈ । ਇਸ ਨਾਲ ਹੀ ਸਾਰੀਆਂ ਇੱਛਾਂ ਮਨ ਵਿਚੋਂ ਖਤਮ ਹੋ ਜਾਂਦੀਆਂ ਹਨ । ਜਿਸ ਤੇ ਪ੍ਰਭ ਆਪ ਹੀ ਰਹਿਮਤ ਬਖਸ਼ਦਾ ਹੈ, ਉਸ ਦੇ ਮਨ ਵਿੱਚ ਪ੍ਰਭ ਦਾ ਸ਼ਬਦ ਜਾਗਰਤ ਹੋ ਜਾਂਦਾ ਹੈ । ਜੀਵ ਦਾ ਤਨ, ਮਨ ਅਉਗੁਣਾਂ ਭਰਿਆਂ, ਸਵਾਸ, ਸਵਾਸ ਗਲਤੀਆਂ ਕਰਦਾ ਹੈ । ਰਹਿਮਤਾਂ ਦਾ ਮਾਲਕ ਆਪ ਹੀ ਰਹਿਮਤ ਬਖਸ਼ਕੇ ਮਨ ਸ਼ਬਦ ਦੀ ਪਾਲਨਾ ਤੇ ਅਡੋਲ ਰਖਦਾ ਹੈ ।

Whosoever may have a deep devotion, anxiety to be enlightened and for His Blessed Vision; with His mercy and grace, all his worldly desires may be eliminate. Whosoever may be bestowed with His Blessed Vision, he may be enlightened with the essence of His Word. His body and mind may remain overwhelmed with demerits and makes repeated mistakes in his human life. The True Master, of all Virtues may keep His true devotee steady and stable on the path of obeying the teachings of His Word.

280.ਫੁਨਹੇ ਮਹਲਾ ੫॥ 1362-3

ਕਹੁ ਨਾਨਕ ਬੇਅੰਤੁ ਬੇਅੰਤੁ ਧਿਆਇਆ॥	kaho naanak bay-ant bay-ant Dhi-aa-i-aa.
ਦੁਤਰੁ ਇਹੁ ਸੰਸਾਰੁ ਸਤਿਗੁਰੂ ਤਰਾਇਆ॥	dutar ih sansaar satguroo taraa-i-aa.
ਮਿਟਿਆ ਆਵਾ ਗਉਣੁ	miti-aa aavaa ga-on
ਜਾਂ ਪੂਰਾ ਪਾਇਆ॥	jaaN pooraa paa-i-aa.
ਹਰਿਹਾ ਅੰਮ੍ਰਿਤੁ ਹਰਿ ਕਾ ਨਾਮੁ,	harihaaN amrit har kaa naam s
ਸਤਿਗੁਰ ਤੇ ਪਾਇਆ॥੬॥	atgur tay paa-i-aa. ||6||

ਬੰਦਗੀ ਕਰਨ ਵਾਲਾ, ਸਵਾਸ ਸਵਾਸ ਹੀ ਪ੍ਰਭ ਦੇ ਸ਼ਬਦ ਦਾ ਸਿਮਰਨ ਕਰਦਾ ਹੈ । ਸੰਸਾਰਕ ਸਾਗਰ ਬਹੁਤ ਭਿਆਨਕ, ਇੱਛਾਂ ਭਰਿਆਂ ਹੈ । ਪ੍ਰਭ ਆਪ ਹੀ ਸ਼ਬਦ ਦੀ ਪਾਲਣਾ ਤੇ ਅਡੋਲ ਰਖਦਾ, ਦਰਬਾਰ ਵਿੱਚ ਪ੍ਰਵਾਨ ਕਰਦਾ ਹੈ । ਜਿਸ ਦੇ ਮਨ ਵਿੱਚ ਪ੍ਰਭ ਦਾ ਸ਼ਬਦ ਜਾਗਰਤ ਹੋ ਜਾਂਦਾ, ਪ੍ਰਭ ਨਾਲ ਮਿਲਾਪ ਹੋ ਜਾਂਦਾ ਹੈ । ਉਸ ਦਾ ਜਨਮ ਮਰਨ ਦਾ ਚੱਕਰ ਖਤਮ ਹੋ ਜਾਂਦਾ ਹੈ । ਉਸ ਜੀਵ ਨੂੰ ਸ਼ਬਦ ਦੀ ਸੋਝੀ ਰੂਪੀ ਅੰਮ੍ਰਿਤ ਬਖਸ਼ਿਸ਼ ਹੋ ਜਾਂਦਾ ਹੈ ।

Whosoever may remain meditating with steady and stable belief with each breath; with His mercy and grace, he may be saved from the worldly ocean overwhelmed with worldly desires. His true devotee may obey the teachings of His Word with steady and stable belief in his day-to-day life; with His mercy and grace, he may be blessed with the right path of acceptance in His Court. Whosoever may be enlightened with the essence of His Word; with His mercy and grace, he may be blessed with eternal nectar of the essence of His Word. His cycle of birth and death may be eliminated.

281.ਫੁਨਹੇ ਮਹਲਾ ੫॥ 1362-4

ਮੇਰੈ ਹਾਥਿ ਪਦਮੁ ਆਗਨਿ ਸੁਖ ਬਾਸਨਾ॥	mayrai haath padam aagan sukh baasnaa.
ਸਖੀ ਮੋਰੈ ਕੰਠਿ ਰਤੰਨੁ	sakhee morai kanth ratann
ਪੇਖਿ ਦੁਖੁ ਨਾਸਨਾ॥	paykh dukh naasnaa.
ਬਾਸਉ ਸੰਗਿ ਗੁਪਾਲ	baasa-o sang gupaal
ਸਗਲ ਸੁਖ ਰਾਸਿ ਹਰਿ॥	sagal sukh raas har.
ਹਰਿਹਾ ਰਿਧਿ ਸਿਧਿ, ਨਵ ਨਿਧਿ,	harihaaN riDh siDh nav niDh
ਬਸਹਿ ਜਿਸੁ ਸਦਾ ਕਰਿ॥੭॥	baseh jis sadaa kar. ||7||

ਬੰਦਗੀ ਕਰਨ ਵਾਲੇ ਦੇ ਹੱਥ ਵਿੱਚ ਸ਼ਬਦ ਰੂਪੀ ਕਮਲ ਦਾ ਫੁੱਲ ਬਖਸ਼ਿਸ਼ ਹੋ ਜਾਂਦਾ ਹੈ । ਉਸ ਦੇ ਮਨ ਵਿੱਚ ਪੂਰਨ ਸੰਤੋਖ, ਖੇੜਾ ਵਸ ਜਾਂਦਾ ਹੈ । ਪ੍ਰਭ ਦੀ ਬਖਸ਼ਿਸ਼ ਨਾਲ ਉਸ ਦੇ ਗਲ ਵਿੱਚ ਅਮੋਲਕ ਰਤਨ ਸ਼ਬਦ ਹੁੰਦਾ ਹੈ । ਉਸ ਦੇ ਮਨ ਦੇ ਸਾਰੇ ਦੁਖ ਨਾਸ ਹੋ ਜਾਂਦੇ ਹਨ । ਉਸ ਦੇ ਮਨ ਵਿੱਚ ਸ਼ਬਦ ਦੀ ਸੋਝੀ ਦਾ ਖਜ਼ਾਨਾਂ ਬਖਸ਼ਿਸ਼ ਹੋ ਜਾਂਦਾ ਹੈ । ਸ਼ਬਦ ਦਾ ਧਨ, ਰੂਹਾਨੀ ਪਵਿੱਤਰਤਾ, ਨੌਂ ਖਜ਼ਾਨੇਂ ਬਖਸ਼ਿਸ਼ ਹੋ ਜਾਂਦੇ ਹਨ ।

His true devotee may be blessed with lotus flower in his hand. He may remain with overwhelmed contentment and blossom. He may be blessed with the ambrosial jewel, the enlightenment of the essence of His Word; with His mercy and grace, all his miseries of worldly desires may be eliminated. He may be blessed with the treasure of enlightenment. He may be blessed with the wealth of His Word, eternal sanctification, nine treasure of virtues of His Word.

282.ਫੁਨਹੇ ਮਹਲਾ ੫॥ 1362-6

ਪਰ ਤ੍ਰਿਅ ਰਾਵਣਿ ਜਾਹਿ	par tari-a raavan jaahi
ਸੇਈ ਤਾ ਲਾਜੀਅਹਿ॥	say-ee taa laajee-ah.
ਨਿਤਪ੍ਰਤਿ ਹਿਰਹਿ ਪਰ ਦਰਬੁ	nitparat hireh par darab
ਛਿਦ੍ਰ ਕਤ ਢਾਕੀਅਹਿ॥	chhidar kat dhaakee-ah.
ਹਰਿ ਗੁਣ ਰਮਤ ਪਵਿਤ੍ਰ	har gun ramat pavitar
ਸਗਲ ਕੁਲ ਤਾਰਈ॥	sagal kul taar-ee.
ਹਰਿਹਾ ਸੁਨਤੇ ਭਏ ਪੁਨੀਤ	harihaaN suntay bha-ay puneet
ਪਾਰਬ੍ਰਹਮੁ ਬੀਚਾਰਈ॥੮॥	paarbarahm beechaara-ee. ||8||

ਜਿਹੜਾ ਮਾਨਸ ਪਰਾਈ ਔਰਤ ਦੇ ਕਾਮ ਵਾਸ਼ਨਾ ਦੇ ਜਾਲ ਵਿੱਚ ਫਸ ਜਾਂਦਾ ਹੈ । ਉਸ ਨੂੰ ਸ਼ਰਮਿੰਦਗੀ ਹੀ ਮਿਲਦੀ ਹੈ । ਜਿਹੜਾ ਕਿਸੇ ਦਾ ਪਰਾਇਆ ਧਨ ਚੋਰੀ ਕਰਦਾ, ਹੱਕ ਮਾਰਦਾ ਹੈ । ਉਸ ਦੇ ਅਉਗੁਣ ਲੁਕੇ ਨਹੀਂ ਰਹਿੰਦੇ । ਜਿਹੜਾ ਪ੍ਰਭ ਦੇ ਪਵਿੱਤਰ ਸ਼ਬਦ ਦਾ ਸਿਮਰਨ ਕਰਦਾ ਹੈ । ਉਹ ਆਪਣੀਆਂ ਕੁਲਾਂ ਤਾਰ ਜਾਂਦਾ ਹੈ । ਜਿਹੜਾ ਪ੍ਰਭ ਦੇ ਸ਼ਬਦ ਦੀ ਕਥਾ ਸੁਣਦਾ, ਮਨ ਵਿੱਚ ਵਸਾਉਂਦਾ, ਜੀਵਨ ਢਾਲਦਾ ਹੈ । ਉਸ ਦਾ ਮਨ ਪਵਿੱਤਰ ਹੋ ਜਾਂਦਾ, ਰੂਹਾਨੀ ਅਵਸਥਾ ਬਖਸ਼ਿਸ਼ ਹੋ ਜਾਂਦੀ ਹੈ ।

Whosoever may remain intoxicated with a sexual urge with strange women; he may be embarrassed in His Court. Whosoever may rob the earnest living of others helpless. His sins may not remain hidden, secret, unexposed. Whosoever may meditate and obeys the teachings of His Word with steady and stable belief; with His mercy and grace, his next generations may be inspired to obey the teachings of His Word. Whosoever may hear the sermons of His Word and remains drenched with the essence of His Word;

with His mercy and grace, his soul may be sanctified and blessed with eternal state of mind as His true devotee.

283.ਫੁਨਹੇ ਮਹਲਾ ੫॥ 1362-8

ਊਪਰਿ ਬਨੈ ਅਕਾਸੁ ਤਲੈ ਧਰ ਸੋਹਤੀ॥	oopar banai akaas talai Dhar sohtee.
ਦਹ ਦਿਸ ਚਮਕੈ ਬੀਜੁਲਿ ਮੁਖ ਕਉ ਜੋਹਤੀ॥	dah dis chamkai beejul mukh ka-o johtee.
ਖੋਜਤ ਫਿਰਉ ਬਿਦੇਸਿ ਪੀਉ ਕਤ ਪਾਈਐ॥	khojat fira-o bidays pee-o kat paa-ee-ai.
ਹਰਿਹਾ ਜੇ ਮਸਤਕਿ ਹੋਵੈ ਭਾਗੁ	harihaaN jay mastak hovai bhaag
ਤ ਦਰਸਿ ਸਮਾਈਐ॥੯॥	ta daras samaa-ee-ai. ||9||

ਅਕਾਸ਼ ਬਹੁਤ ਮਨ ਨੂੰ ਮੋਹਣ ਵਾਲਾ ਲਗਦਾ ਹੈ । ਪੈਰਾਂ ਥੱਲੇ ਧਰਤੀ ਬਹੁਤ ਸੁੰਦਰ ਹੁੰਦੀ ਹੈ । ਸੰਸਾਰ ਵਿੱਚ ਇੱਛਾਂ ਰੂਪੀ ਬਿਜਲੀਆਂ ਚਮਕਦੀਆਂ ਹਨ । ਮੈਂ ਆਪਣਾ ਧਿਆਨ ਪ੍ਰਭ ਦੇ ਸ਼ਬਦ ਵਿੱਚ ਅਡੋਲ ਰਖਦਾ ਹਾ । ਜਿਹੜਾ ਪ੍ਰਭ ਨੂੰ ਹੋਰ ਕਿਸੇ ਥਾਂ ਤੇ, ਦੇਸ ਵਿੱਚ ਖੋਜ ਕਰਦਾ ਹੈ । ਉਹ ਪ੍ਰਭ ਨੂੰ ਕਿਵੇਂ ਖੋਜ ਸਕਦਾ ਹਾ? ਜਿਸ ਦੇ ਭਾਗਾਂ ਵਿੱਚ ਪਹਿਲੇ ਹੀ ਲਿਖਿਆ ਹੁੰਦਾ ਹੈ । ਕੇਵਲ ਉਹ ਹੀ ਪ੍ਰਭ ਦੇ ਸ਼ਬਦ ਦੀ ਸਮਾਧੀ ਵਿੱਚ ਲੀਨ ਹੋ ਸਕਦਾ, ਸ਼ਬਦ ਨੂੰ ਆਪਣੇ ਮਨ ਵਿੱਚ ਜਾਗਰਤ ਕਰ ਸਕਦਾ ਹਾ ।

The sky may be very soothing to the mind of His true devotee; the earth under his feet may be very beautiful. In the sky of his mind, the lightening of his worldly desires may be overwhelming. I may remain concentrated, focused in obeying the teachings of His Word. Whosoever may be searching the enlightenment of His Word anywhere else! How may he find the enlightenment of the essence of His Word? Whosoever may have a great prewritten destiny, only he may remain intoxicated in the void of His Word; he may remain enlightened with the essence of His Word.

284.ਫੁਨਹੇ ਮਹਲਾ ੫॥ 1362-10

ਡਿਠੇ ਸਭੇ ਥਾਵ ਨਹੀ ਤੁਧੁ ਜੇਹਿਆ॥	dithay sabhay thaav nahee tuDh jayhi-aa.
ਬਧੋਹੁ ਪੁਰਖਿ ਬਿਧਾਤੈ	baDhohu purakh biDhaatai
ਤਾਂ ਤੂ ਸੋਹਿਆ॥	taaN too sohi-aa.
ਵਸਦੀ ਸਘਨ ਅਪਾਰ	vasdee saghan apaar
ਅਨੂਪ ਰਾਮਦਾਸ ਪੁਰ॥	anoop raamdaas pur.
ਹਰਿਹਾ ਨਾਨਕ ਕਸਮਲ	harihaaN naanak kasmal
ਜਾਹਿ ਨਾਇਐ ਰਾਮਦਾਸ ਸਰ॥੧੦॥	jaahi naa-i-ai raamdaas sar. ||10||

ਮੈਂ ਸਾਰੇ ਥਾਂ ਢੂੰਡਕੇ ਦੇਖੇ ਹਨ! ਪ੍ਰਭ ਦੇ ਦਰਬਾਰ, ਘਰ ਵਰਗਾ, ਬਰਾਬਰ ਦਾ ਹੋਰ ਕੋਈ ਥਾਂ ਨਹੀਂ ਹੈ । ਜੀਵ, ਸ੍ਰਿਸ਼ਟੀ ਨੂੰ ਪੈਦਾ ਕਰਨਵਾਲੇ, ਅਟਲ ਪ੍ਰਭ ਦੇ ਸ਼ਬਦ ਦੀ ਸਿਖਿਆਂ ਨਾਲ ਜੀਵਨ ਢਾਲਣ ਨੂੰ ਆਪਣੇ ਜੀਵਨ ਦਾ ਮੰਤਵ ਬਣਾਵੋ! ਜਿਹੜਾ ਪ੍ਰਭ ਦੇ ਸ਼ਬਦ ਦੀ ਪਾਲਣਾ ਵਿੱਚ ਅਡੋਲ ਰਹਿੰਦਾ ਹੈ, ਉਸ ਦੇ ਮਨ ਵਿੱਚ ਸੰਤੋਖ, ਖੇੜਾ ਭਰਪੂਰ ਵਸਦਾ ਹੈ । ਉਸ ਦੇ ਮਨ ਅੰਦਰ ਪ੍ਰਭ ਦੇ ਸੇਵਕਾ ਦੇ ਗੁਣਾਂ ਦੀ ਸੰਘਣੀ ਵਸੋ ਹੋ ਜਾਂਦੀ ਹੈ । ਉਸ ਦੇ ਮਨ ਆਤਮਾ ਨੂੰ ਪਵਿੱਤਰ ਕਰਨ ਵਾਲਾ ਸਰੋਵਰ ਬਣ ਜਾਂਦਾ ਹੈ । ਪ੍ਰਭ ਦੀ ਸ਼ਾਨ ਦੀ ਤੁਲਨਾ ਹੋਰ ਕਿਸੇ ਨਾਲ ਕੀਤੀ ਨਹੀਂ ਜਾ ਸਕਦੀ । ਜਿਹੜਾ ਆਪਣੇ ਮਨ ਅੰਦਰ ਪ੍ਰਭ ਦੇ ਸ਼ਬਦ ਦੀ ਸੋਝੀ ਰੂਪੀ ਸਰੋਵਰ ਵਿੱਚ ਇਸ਼ਨਾਨ ਕਰਦਾ ਹੈ, ਉਸ ਦੇ ਪਾਪ ਧੋਤੇ ਜਾਂਦੇ ਹਨ ।

I have searched everywhere! No one may be comparable to The Primal True Master, the Architect of Destiny; Creator of the universe; His Royal palace. Whosoever may adopt the teachings of His Word with steady and stable belief in his day-to-day life; with His mercy and grace, he may be blessed with overwhelming contentment and blossom in his life. His Royal palace within the body of creature remains a densely populated with virtues of His Word, a prosperous city, with impeccable beauty, glory. Whosoever may take a sanctifying bath in the pond of nectar of the essence of His Word within his own mind; with His mercy and grace, all his sins of previous lives may be forgiven.

285.ਫੁਨਹੇ ਮਹਲਾ ੫॥ 1362-12

ਚਾਤ੍ਰਿਕ ਚਿਤ ਸੁਚਿਤ	chaatrik chit suchit
ਸੁ ਸਾਜਨੁ ਚਾਹੀਐ॥	so saajan chaahee-ai.
ਜਿਸੁ ਸੰਗਿ ਲਾਗੇ ਪ੍ਰਾਣ	jis sang laagay paraan
ਤਿਸੈ ਕਉ ਆਹੀਐ॥	tisai ka-o aahee-ai.
ਬਨੁ ਬਨੁ ਫਿਰਤ ਉਦਾਸ	ban ban firat udaas
ਬੂੰਦ ਜਲ ਕਾਰਣੇ॥	boond jal kaarnay.
ਹਰਿਹਾ ਤਿਉ ਹਰਿ ਜਨੁ ਮਾਂਗੈ	harihaaN ti-o har jan maaNgai
ਨਾਮੁ ਨਾਨਕ ਬਲਿਹਾਰਣੇ॥੧੧॥	naam naanak balihaarnay. ‖11‖

ਚਾਤ੍ਰਿਕ, ਬੰਦਗੀ ਕਰਨ ਵਾਲਾ ਬਹੁਤ ਸਿਆਣਾ ਹੁੰਦਾ ਹੈ! ਉਸ ਦੇ ਮਨ ਦੀ ਲਿਵ, ਲਗਨ ਰਹਿਮਤਾਂ ਦੇ ਮੀਂਹ ਨਾਲ ਲਗੀ ਰਹਿੰਦੀ ਹੈ । ਜਿਵੇਂ ਪਾਣੀ ਦੀ ਬੂੰਦ, ਚਾਤ੍ਰਿਕ ਦੇ ਜੀਵਨ ਦਾ ਆਸਰਾ ਹੁੰਦੀ ਹੈ । ਇੱਸਤਰ੍ਹਾਂ ਹੀ ਬੰਦਗੀ ਕਰਨ ਵਾਲਾ ਰਹਿਮਤਾਂ ਦੇ ਮੀਂਹ ਬੂੰਦ ਦੀ ਆਸ, ਉਡੀਕ ਕਰਦਾ ਹੈ । ਉਹ ਜੰਗਲ, ਜੰਗਲ ਬੇਚੈਨ ਸ਼ਬਦ ਦੀ ਸੋਝੀ, ਬੂੰਦ ਦੀ ਤਲਾਸ਼ ਵਿੱਚ ਭਉਦਾ ਰਹਿੰਦਾ ਹੈ । ਇਸਤਰ੍ਹਾਂ ਹੀ ਪ੍ਰਭ ਦਾ ਦਾਸ, ਪ੍ਰਭ ਦੀ ਰਹਿਮਤ, ਸ਼ਬਦ ਦੀ ਸੋਝੀ ਦੀ ਅਰਦਾਸ ਕਰਦਾ ਰਹਿੰਦਾ ਹੈ । ਬੰਦਗੀ ਕਰਨ ਵਾਲਾ, ਉਸ ਸੇਵਕ ਦੇ ਜੀਵਨ ਦੀ ਅਵਸਥਾਂ ਤੋ ਕੁਰਬਾਨ ਜਾਂਦਾ ਹੈ ।

Rain-bird, His true devotee may be wise and realizes the real purpose of human life opportunity. His conscious remains intoxicated searching the enlightenment of the essence of His Word; the drop of the rain-water of His Blessings. As the drop of rain water in the mouth of a rain-bird may be a support for his survival; same way the enlightenment of the essence of His Word may be the real purpose of his human life opportunity, journey. He may be wandering from jungle to jungle, Shrine to Shrine searching for peace of mind, enlightenment of the essence of His Word. His true devotee may only pray for His Forgiveness and the enlightenment of the essence of His Word. His true devotee may remain fascinated and astonished from the way of life of such a true devotee.

286.ਫੁਨਹੇ ਮਹਲਾ ੫॥ 1362-13

ਮਿਤ ਕਾ ਚਿਤੁ ਅਨੂਪੁ	mit kaa chit anoop
ਮਰੰਮੁ ਨ ਜਾਨੀਐ॥	maramm na jaanee-ai.
ਗਾਹਕ ਗੁਨੀ ਅਪਾਰ	gaahak gunee apaar
ਸੁ ਤਤੁ ਪਛਾਨੀਐ॥	so tat pachhaanee-ai.
ਚਿਤਹਿ ਚਿਤੁ ਸਮਾਇ	chiteh chit samaa-ay
ਤ ਹੋਵੈ ਰੰਗੁ ਘਨਾ॥	ta hovai rang ghanaa.
ਹਰਿਹਾ ਚੰਚਲ ਚੋਰਹਿ ਮਾਰਿ	harihaaN chanchal choreh maar
ਤ ਪਾਵਹਿ ਸਚੁ ਧਨਾ॥੧੨॥	ta paavahi sach Dhanaa. ‖12‖

ਮੇਰੇ ਅਸਲੀ ਮਿੱਤਰ, ਸਾਥੀ ਦੀ ਅਵਸਥਾ ਬਹੁਤ ਸ਼ਾਨ ਵਾਲੀ, ਹੋਰ ਕਿਸੇ ਨਾਲ ਤੁਲਨਾ ਨਹੀਂ ਕੀਤੀ ਜਾ ਸਕਦੀ । ਉਸ ਦੀ ਅਵਸਥਾ ਦਾ ਵਖਿਆਣ ਨਹੀਂ ਕੀਤਾ ਜਾ ਸਕਦਾ । ਜਿਹੜਾ ਸ਼ਬਦ ਦੀ ਸੋਝੀ ਰੂਪੀ ਅਮੋਲਕ ਪਦਾਰਥ, ਰਤਨ ਖਰੀਦਾ ਲੈਂਦਾ ਹੈ । ਉਹ ਹੀ ਇਸ ਅਵਸਥਾ ਦੀ ਕੀਮਤ ਜਾਣ ਸਕਦਾ ਹੈ । ਜਿਹੜਾ ਪ੍ਰਭ ਦੇ ਸ਼ਬਦ ਦੀ ਸਮਾਧੀ ਵਿੱਚ ਲੀਨ, ਮਸਤ ਹੋ ਜਾਂਦਾ ਹੈ । ਉਸ ਨੂੰ ਅਨੋਖਾ ਹੀ ਰੂਹਾਨੀ ਖੇੜਾ ਬਖਸ਼ਿਸ਼ ਹੋ ਜਾਂਦਾ ਹੈ । ਉਸ ਦੇ ਮਨ ਨੂੰ ਭਟਕਾਉਣ ਵਾਲੇ ਚੋਰਾਂ, ਜਮਦੂਤਾਂ ਤੇ ਜਿੱਤ ਬਖਸ਼ਿਸ਼ ਹੋ ਜਾਂਦੀ ਹੈ । ਅਸਲੀ ਧਨ ਬਖਸ਼ਿਸ਼ ਹੋ ਜਾਂਦਾ ਹੈ ।

The conscious of My True Master remains as impeccable beauty; His Nature remains a mystery and beyond the reach of His Creation. Whosoever may purchase His ambrosial Jewel; adopts the teachings of His Word with steady and stable belief in his day-to-day life; with His mercy and grace, only he may comprehend the significance of the enlightenment of the essence of His Word. Whosoever may remain intoxicated in the void of His Word; with His mercy and grace, he may be blessed with eternal spiritual blossom in his worldly life. He may be blessed victory on the 5 demons of worldly desires, he may be blessed with real wealth of His Word.

287.ਫੁਨਹੇ ਮਹਲਾ ੫॥ 1362-15

ਸੁਪਨੈ ਊਭੀ ਭਈ ਗਹਿਓ	supnai oobhee bha-ee gahi-o
ਕੀ ਨ ਅੰਚਲਾ॥	kee na anchlaa.
ਸੁੰਦਰ ਪੁਰਖ ਬਿਰਾਜਿਤ	sundar purakh biraajit
ਪੇਖਿ ਮਨੁ ਬੰਚਲਾ॥	paykh man banchlaa.
ਖੋਜਉ ਤਾ ਕੇ ਚਰਣ	khoja-o taa kay charan
ਕਹਹੁ ਕਤ ਪਾਈਐ॥	kahhu kat paa-ee-ai.
ਹਰਿਹਾ ਸੋਈ ਜਤੰਨੁ ਬਤਾਇ	harihaaN so-ee jatann bataa-ay
ਸਖੀ ਪ੍ਰਿਉ ਪਾਈਐ॥੧੩॥	sakhee pari-o paa-ee-ai. ||13||

ਸੁਪਨੇ ਵਿੱਚ ਮੈਂ ਧਰਤੀ ਤੋ ਉਪਰ ਉਠਦਾ ਜਾਂਦਾ ਸੀ । ਪ੍ਰਭ ਦੇ ਸ਼ਬਦ ਦੀ ਲੜ ਕਿਉਂ ਨਾ ਪਕੜ ਲਿਆ? ਪ੍ਰਭ ਦੇ ਸ਼ਬਦ ਦਾ ਨੂਰ ਦੇਖਕੇ ਮੇਰਾ ਮਨ ਅਚੰਭਾ ਹੋ ਗਿਆ ਹੈ । ਮੇਰੇ ਮਨ ਵਿੱਚ ਪੂਰਨ ਸੰਤੋਖ, ਖੇੜਾ ਵਸ ਗਿਆ ਹੈ । ਮੈਂ ਉਸ ਦੇ ਸ਼ਬਦ ਰੂਪੀ ਚਰਨ ਢੂੰਡਾ ਫਿਰਦਾ ਸੀ! ਸੋਝੀ ਬਖਸ਼ੋ! ਮੈਂ ਪ੍ਰਭ ਦੇ ਚਰਨ ਪਕੜਾ, ਸ਼ਬਦ ਦੀ ਪਾਲਨਾ ਵਿੱਚ ਕਿਸਤਰ੍ਹਾਂ ਅਡੋਲ ਹੋ ਜਾਵਾ? ਮੇਰੇ ਸਿਖਿਆਂ ਦੇਣ ਵਾਲੇ ਸਾਥੀ! ਮੈਂ ਆਪਣੇ ਪ੍ਰੀਤਮ, ਪ੍ਰਭ ਦੀ ਰਹਿਮਤ ਕਿਵੇਂ ਪਾ ਸਕਦਾ ਹਾ?

In my dream, imagination! I am rising above and floating in Air! Why have not I grabbed, adopted the teachings of His Word in my worldly life? I may remain fascinated, astonished witnessing the glory, eternal glow of The True Master; with His mercy and grace, I am overwhelmed with complete contentment and blossom in my day-to-day life. I am searching His eternal feet, essence of His Word within. How may I remain attached to His eternal, spiritual feet, the essence of His Word? My True Guru, guides, bestows Your Blessed Vision! How may I be blessed with the right path of acceptance in His Court?

288.ਫੁਨਹੇ ਮਹਲਾ ੫॥ 1362-17

ਨੈਣ ਨ ਦੇਖਹਿ ਸਾਧ,	nain na daykheh saaDh
ਸਿ ਨੈਣ ਬਿਹਾਲਿਆ॥	se nain bihaali-aa.
ਕਰਨ ਨ ਸੁਨਹੀ ਨਾਦੁ,	karan na sunhee naad
ਕਰਨ ਮੁੰਦਿ ਘਾਲਿਆ॥	karan mund ghaali-aa.
ਰਸਨਾ ਜਪੈ ਨ ਨਾਮੁ,	rasnaa japai na naam
ਤਿਲੁ ਤਿਲੁ ਕਰਿ ਕਟੀਐ॥	til til kar katee-ai.
ਹਰਿਹਾ ਜਬ ਬਿਸਰੈ ਗੋਬਿਦ,	harihaaN jab bisrai gobid
ਰਾਇ ਦਿਨੋ ਦਿਨੁ ਘਟੀਐ॥੧੪॥	raa-ay dino din ghatee-ai. ||14||

ਜਿਹੜੀਆਂ ਮਨ ਦੀਆਂ ਅੱਖਾਂ ਰੂਹਾਨੀ ਪ੍ਰਭ ਦੇ ਦਰਸ਼ਨ ਨਹੀਂ ਕਰਦੀਆਂ । ਉਹਨਾਂ ਦੀ ਹਾਲਤ ਬਹੁਤ ਦਰਦਨਾਕ ਹੀ ਹੁੰਦੀ ਹੈ । ਜਿਹੜੇ ਕੰਨ ਪ੍ਰਭ ਦੇ ਸ਼ਬਦ ਦੀ ਧੁਨ ਨਹੀਂ ਸੁਣਦੇ! ਉਹ ਕੰਨ ਹੀ ਬੰਦ ਕਰ ਦੇਣੇ ਚਾਹੀਦੇ ਹਨ । ਜਿਹੜੀ ਜੀਭ ਪ੍ਰਭ ਦੇ ਸ਼ਬਦ ਦੇ ਗੁਣ ਨਹੀਂ ਗਾਉਂਦੀ! ਉਹ ਜੀਭ ਕੱਟਕੇ ਟੋਟੇ ਕਰਨੇ ਚਾਹੀਦੇ ਹਨ । ਜਿਹੜਾ ਮਾਨਸ ਪ੍ਰਭ ਦਾ ਸ਼ਬਦ ਮਨੋ ਵਿਸਾਰ ਦੇਂਦਾ ਹੈ । ਉਹ ਦਿਨ ਰਾਤ ਕਮਜ਼ੋਰ ਹੁੰਦਾ ਜਾਂਦਾ ਹੈ ।

Whose eyes may not witness, realize His Holy Spirit prevailing everywhere; his eyes remain very miserable. Whose ears may not hear the everlasting echo of His Word resonating within heart; his ears are useless and should be plugged. Whosoever may not be singing the glory of His Word with His tongue; his tongue has no purpose and should be cut into pieces. Whosoever may abandon the teachings of His Word from his day-to-day life; he may be becoming, feeble, helpless in his day-by-day life.

289.ਫੁਨਹੇ ਮਹਲਾ ੫॥ 1362-19

ਪੰਕਜ ਫਾਥੇ ਪੰਕ ਮਹਾ ਮਦ ਗੁੰਫਿਆ॥ pankaj faathay pank mahaa mad guNfi-aa.
ਅੰਗ ਸੰਗ ਉਰਝਾਇ ਬਿਸਰਤੇ ਸੁੰਫਿਆ॥ ang sang urjhaa-ay bisratay suNfi-aa.
ਹੈ ਕੋਊ ਐਸਾ ਮੀਤੁ hai ko-oo aisaa meet
ਜਿ ਤੋਰੈ ਬਿਖਮ ਗਾਂਠਿ॥ je torai bikham gaaNth.
ਨਾਨਕ ਇਕੁ ਸ੍ਰੀਧਰ ਨਾਥ naanak ik sareeDhar naath
ਜਿ ਟੂਟੇ ਲੇਇ ਸਾਂਠਿ॥੧੫॥ je tootay lay-ay saaNth. ||15||

ਜਦੋਂ ਬੱਬਲ ਬੀ ਦੇ ਖੰਭ, ਕਮਲ ਦੀ ਸੁਗੰਧ ਦੇ ਨਸ਼ੇ ਵਿੱਚ ਫਸ ਜਾਂਦੇ ਹਨ । ਉਸ ਦੇ ਖੰਭ ਫਸ ਜਾਣ ਨਾਲ ਉਹ ਆਪਣੀ ਸੋਝੀ ਖੋਂਅ ਲੈਂਦੀ ਹੈ । ਸੰਸਾਰ ਵਿੱਚ ਕੋਈ ਇਸ ਅਵਸਥਾ ਵਾਲਾ ਜੀਵ ਹੈ । ਜਿਹੜਾ ਇਸ ਗੰਝਲ ਤੋ ਬਚਾ ਸਕਦਾ ਹੈ? ਅਸਲੀ ਮਾਲਕ ਹੀ ਵਿਛੜੇ ਹੋਏ ਨੂੰ ਆਪਣੇ ਨਾਲ ਮਿਲਾਪ ਬਖਸ਼ ਸਕਦਾ ਹੈ ।

The wings of the bumble bee may be caught in the intoxicating fragrant petals of the lotus. She loses her senses. The True Master blesses the conjugation of such a true companion! Who may realize the mystery of His Nature? Who may guide me on the right path of acceptance in His Court?

290.ਫੁਨਹੇ ਮਹਲਾ ੫॥ 1363-2

ਧਾਵਉ ਦਸਾ ਅਨੇਕ Dhaava-o dasaa anayk
ਪ੍ਰੇਮ ਪ੍ਰਭ ਕਾਰਣੇ॥ paraym parabh kaarnay.
ਪੰਚ ਸਤਾਵਹਿ ਦੂਤ panch sataaveh doot
ਕਵਨ ਬਿਧਿ ਮਾਰਣੇ॥ kavan biDh maarnay.
ਤੀਖਣ ਬਾਣ ਚਲਾਇ teekhan baan chalaa-ay
ਨਾਮੁ ਪ੍ਰਭ ਧ੍ਯ੍ਯਾਈਐ॥ naam parabh Dha-yaa-ee-ai.
ਹਰਿਹਾ ਮਹਾ ਬਿਖਾਦੀ ਘਾਤ harihaaN mahaaN bikhaadee ghaat
ਪੂਰਨ ਗੁਰੁ ਪਾਈਐ॥੧੬॥ pooran gur paa-ee-ai. ||16||

ਮੈਂ ਚਾਰੇ ਪਾਸੇ ਪ੍ਰਭ ਦੇ ਸ਼ਬਦ ਦੀ ਸੋਝੀ ਦੀ ਖੋਜ ਕਰਦਾ ਰਹਿੰਦਾ ਹਾ! ਮਨ ਦੀਆਂ ਇੱਛਾਂ ਦੇ ਪੰਜ ਜਮਦੂਤ ਬਹੁਤ ਪ੍ਰਛਾਨ ਕਰਦੇ ਹਨ । ਇਹਨਾਂ ਤੇ ਜਿੱਤ ਕਿਵੇਂ ਪਾ ਸਕਦਾ ਹਾ? ਜੀਵ ਸ਼ਬਦ ਦੀ ਪਾਲਣਾ ਰੂਪੀ ਤੇਜ ਤੀਰ ਨਾਲ ਇੱਛਾਂ ਦੇ ਜਮਦੂਤਾਂ ਤੇ ਵਾਰ ਕਰੋ! ਇਹਨਾਂ ਨੂੰ ਮਾਰਨ ਦੀ ਵਿਧੀ ਸ਼ਬਦ ਨਾਲ ਜੀਵਨ ਢਾਲਣ ਨਾਲ ਹੀ ਬਖਸ਼ਿਸ਼ ਹੁੰਦੀ ਹੈ ।

I may remain wandering from shrine to shrine, searching for the peace of mind. The demons of worldly desires are creating misery and frustration in my worldly life. How may I conquer these demons of worldly desires? You should attack these demons with sharp arrow of obeying the teachings of His Word; with His mercy and grace, adopting the teachings of His Word in your day-to-day life; you may conquer these demons.

291.ਫੁਨਹੇ ਮਹਲਾ ੫॥ 1363-3

ਸਤਿਗੁਰ ਕੀਨੀ ਦਾਤਿ satgur keenee daat
ਮੂਲਿ ਨ ਨਿਖੁਟਈ॥ mool na nikhuta-ee.
ਖਾਵਹੁ ਭੁੰਚਹੁ ਸਭਿ kaavahu bhunchahu sabh
ਗੁਰਮੁਖਿ ਛੁਟਈ॥ gurmukh chhut-ee.
ਅੰਮ੍ਰਿਤੁ ਨਾਮੁ ਨਿਧਾਨੁ amrit naam niDhaan
ਦਿਤਾ ਤੁਸਿ ਹਰਿ॥ ditaa tus har.
ਨਾਨਕ ਸਦਾ ਅਰਾਧਿ naanak sadaa araaDh
ਕਦੇ ਨ ਜਾਂਹਿ ਮਰਿ॥੧੭॥ kaday na jaaNhi mar. ||17||

ਪ੍ਰਭ ਨੇ ਸ਼ਬਦ ਦੀ ਦਾਤ ਬਖਸ਼ੀ ਹੈ । ਇਸ ਵਿੱਚ ਕਦੇ ਘਾਟਾ ਨਹੀਂ ਪੈਂਦਾ । ਜਿਹੜਾ ਸ਼ਬਦ ਦੀ ਸਿਖਿਆਂ ਨਾਲ ਜੀਵਨ ਬਤੀਤ ਕਰਦਾ, ਬਾਕੀ ਜੀਵਾਂ ਨੂੰ ਸਿਖਿਆਂ ਦੇਂਦਾ ਹੈ! ਉਸ ਨੂੰ ਗੁਰਮਖ, ਮੁਕਤ ਅਵਸਥਾ ਬਖਸ਼ਿਸ਼ ਹੋ ਜਾਂਦੀ ਹੈ । ਪ੍ਰਭ ਆਪਣੀ ਰਹਿਮਤ ਦੀ ਨਜ਼ਰ ਨਾਲ ਪ੍ਰਭ ਦੇ ਅਮੋਲਕ ਸ਼ਬਦ ਦੀ ਸੋਝੀ ਦਾ ਖਜ਼ਾਨਾਂ, ਰੂਪੀ ਅੰਮ੍ਰਿਤ ਬਖਸ਼ਦਾ ਹੈ । ਜੀਵ ਪ੍ਰਭ ਦੇ ਸ਼ਬਦ ਦੀ ਪਾਲਣਾ, ਸਿਮਰਨ ਕਰੋ! ਪ੍ਰਭ ਸਦਾ ਅਟਲ ਰਹਿਣ ਵਾਲਾ, ਕਦੇ ਨਾਸ ਨਹੀਂ ਹੁੰਦਾ, ਮਰਦਾ ਨਹੀ ਹੈ ।

The True Master has blessed me devotion to obey the teachings of His Word; his blessings may never be diminished. Whosoever may adopt the teachings of His Word and inspires others to adopt the teachings of His Word; with His mercy and grace, he may be blessed with a state of mind as His true devotee; immortal state of mind. Whosoever may be bestowed with His Blessed Vision, he may be blessed with treasure of enlightenment, the nectar of the essence of His Word. You should meditate on the teachings of His Word; The imperishable True Master lives forever and beyond death.

292.ਫੁਨਹੇ ਮਹਲਾ ੫॥ 1363-5

ਜਿਥੈ ਜਾਏ ਭਗਤੁ ਸੁ ਥਾਨੁ ਸੁਹਾਵਣਾ॥	jithai jaa-ay bhagat so thaan suhaavanaa.
ਸਗਲੇ ਹੋਏ ਸੁਖ ਹਰਿ ਨਾਮੁ ਧਿਆਵਣਾ॥	saglay ho-ay sukh har naam Dhi-aavanaa.
ਜੀਅ ਕਰਨਿ ਜੈਕਾਰੁ ਨਿੰਦਕ ਮੁਏ ਪਚਿ॥	jee-a karan jaikaar nindak mu-ay pach.
ਸਾਜਨ ਮਨਿ ਆਨੰਦੁ	saajan man aanand
ਨਾਨਕ ਨਾਮੁ ਜਪਿ॥੧੮॥	naanak naam jap. ||18||

ਜਿੱਥੇ ਵੀ ਪ੍ਰਭ ਦੇ ਸ਼ਬਦ ਦੀ ਬੰਦਗੀ ਕਰਨ ਵਾਲੇ ਇਕੱਠੇ ਹੁੰਦੇ, ਸ਼ਬਦ ਦੇ ਗੁਣ ਗਾਉਂਦੇ ਹਨ । ਉਹ ਥਾਂ ਹੀ ਸੁਹਾਵਾਨਾ, ਪਵਿੱਤਰ, ਬਖਸ਼ਿਸ਼ ਵਾਲਾ ਬਣ ਜਾਂਦਾ ਹੈ । ਸ਼ਬਦ ਦੀ ਪਾਲਣਾ ਕਰਦੇ ਮਨ ਨੂੰ ਸਭ ਅਨੰਦ, ਖੇੜੇ, ਸੁਖ ਬਖਸ਼ਿਸ਼ ਹੋ ਜਾਂਦੇ ਹਨ । ਸੰਸਾਰਕ ਜੀਵ ਬੰਦਗੀ ਕਰਨ ਵਾਲੇ ਦੀ ਸੋਭਾ ਗਾਉਂਦਾ ਹੈ । ਨਿੰਦਿਆਂ ਕਰਨ ਵਾਲੇ ਨੂੰ ਸ਼ਰਮਿੰਦਗੀ, ਲਨ੍ਹਤਾਂ ਹੀ ਪੈਂਦੀਆਂ ਹਨ । ਜੀਵ ਪ੍ਰਭ ਦੇ ਸ਼ਬਦ ਦੇ ਗੁਣ ਗਾਉਣ ਨਾਲ ਮਨ ਵਿੱਚ ਸੰਤੋਖ, ਖੁਸ਼ੀ, ਅਨੰਦ, ਖੇੜਾ ਭਰਪੂਰ ਹੋ ਜਾਂਦਾ ਹੈ ।

Wherever, His true devotee may conjugate and sings the glory of His Word; with His mercy and grace, that place may become a Holy Shrine worthy of worship. Whosoever may obey the teachings of His Word with steady and stable belief; with His mercy and grace, he may be blessed with overwhelming peace of mind, contentment, and blossom. He may be honored in the universe. The slanderer may be embarrassed and rebuked in His Court. Whosoever may sing the glory of His Word; with His mercy and grace, he may remain overwhelmed with peace, contentment, pleasure, and blossom in his day-to-day life.

293.ਫੁਨਹੇ ਮਹਲਾ ੫॥ 1363-7

ਪਾਵਨ ਪਤਿਤ ਪੁਨੀਤ	paavan patit puneet
ਕਤਹ ਨਹੀ ਸੇਵੀਐ॥	katah nahee sayvee-ai.
ਝੂਠੈ ਰੰਗਿ ਖੁਆਰੁ	jhoothai rang khu-aar
ਕਹਾ ਲਗੁ ਖੇਵੀਐ॥	kahaaN lag khayvee-ai.
ਹਰਿਚੰਦਉਰੀ ਪੇਖਿ	harichand-uree paykh
ਕਾਹੇ ਸੁਖੁ ਮਾਨਿਆ॥	kaahay sukh maani-aa.
ਹਰਿਹਾ ਹਉ ਬਲਿਹਾਰੀ ਤਿੰਨ	harihaaN ha-o balihaaree tinn
ਜਿ ਦਰਗਹਿ ਜਾਨਿਆ॥੧੯॥	je dargahi jaani-aa. ||19||

ਸੰਸਾਰਕ ਜੀਵ ਪਵਿੱਤਰ, ਪਾਪ ਬਖਸ਼ਣ ਵਾਲੇ ਪ੍ਰਭ ਦੇ ਸ਼ਬਦ ਦੀ ਪਾਲਣਾ ਸਿਮਰਨ ਨਹੀਂ ਕਰਦਾ । ਆਪਣਾ ਜੀਵਨ ਸੰਸਾਰਕ ਪਦਾਰਥਾਂ ਦੇ ਅਨੰਦ ਵਿੱਚ ਹੀ ਬਤੀਤ ਕਰਦਾ ਹੈ । ਉਹ ਇਹ ਕਿਤਨਾ ਚਿਰ ਕਰ ਸਕਦਾ ਹੈ? ਜੀਵ ਕਿਉਂ ਨਾ ਇਸ ਸੰਸਾਰਕ ਪਦਾਰਥਾਂ ਦੇ ਅਨੰਦ ਦੇ ਪਰਛਾਵੇਂ ਨੂੰ ਦੇਖਕੇ, ਪਰਖ

ਕਰੋ? ਜਿਹੜੇ ਪ੍ਰਭ ਦੇ ਦਰਬਾਰ ਵਿੱਚ ਪ੍ਰਵਾਨ ਹੋ ਗਏ ਹਨ! ਬੰਦਗੀ ਕਰਨ ਵਾਲੇ ਉਸ ਦੇ ਜੀਵਨ ਦੀ ਅਵਸਥਾ ਤੋ ਕੁਰਬਾਨ ਜਾਂਦਾ ਹੈ ।

Self-minded may never meditate or obeys the teachings of His Word, the road of The True Master; who may forgive all sins of previous lives. He may remain intoxicated with the short-lived pleasures of sweet poison of worldly glamor. How long may he continue the path of destruction? Why are you not evaluating the illusion of short-lived pleasures of sweet poison of worldly wealth? Whosoever might have been accepted in His Court; His true devotee may remain fascinated astonished from his way of life.

294.ਫੁਨਹੇ ਮਹਲਾ ੫॥ 1363-9

ਕੀਨੇ ਕਰਮ ਅਨੇਕ ਗਵਾਰ ਬਿਕਾਰ ਘਨ॥	keenay karam anayk gavaar bikaar ghan.
ਮਹਾ ਦ੍ਰੁਗੰਧਤ ਵਾਸੁ ਸਠ ਕਾ ਛਾਰੁ ਤਨ॥	mahaa darugaNDhat vaas sath kaa chhaar tan.
ਫਿਰਤਉ ਗਰਬ ਗੁਬਾਰਿ ਮਰਣੁ ਨਹ ਜਾਨਈ॥	firta-o garab gubaar maran nah jaan-ee.
ਹਰਿਹਾ ਹਰਿਚੰਦਉਰੀ ਪੇਖਿ ਕਾਹੇ ਸਚੁ ਮਾਨਈ॥੨੦॥	harihaaN harichand-uree paykh kaahay sach maan-ee. ‖20‖

ਸੰਸਾਰਕ ਜੀਵ ਮੂਰਖਤਾ ਵਿੱਚ ਹੀ ਅਨੇਕਾਂ ਬੁਰੇ ਕੰਮ, ਪਾਪ, ਗਲਤੀਆਂ ਕਰਦਾ ਹੈ । ਅੰਤ ਵਿੱਚ ਉਸ ਦਾ ਤਨ ਰੋਗੀ, ਨਾਸ ਹੋ ਕੇ ਭਸਮ ਹੋ ਜਾਂਦਾ ਹੈ । ਉਹ ਅਗਿਆਨਤਾ ਦੇ ਅੰਧੇਰੇ, ਅਹੰਕਾਰ ਵਿੱਚ ਸੁਪਨੇ ਦੇ ਜੀਵਨ ਵਿੱਚ ਰਹਿੰਦਾ ਹੈ । ਕਦੇ ਮੌਤ ਦਾ ਸੋਚਦਾ, ਖਿਆਲ ਨਹੀਂ ਕਰਦਾ । ਮਾਨਸ ਜੀਵ ਸੁਪਨੇ ਦੇ ਸੰਸਾਰ ਵਿੱਚ, ਪਰਛਾਵੇਂ ਨੂੰ ਹੀ ਦੇਖਦਾ ਹੈ । ਕਿਉਂ ਇਸ ਨੂੰ ਹੀ ਜੀਵਨ ਦੀ ਅਸਲੀਅਤ ਸਮਝਦਾ ਹੈ?

Self-minded in his ignorance may preform many sinful deeds and deplorable, silly mistakes. In the end, his body may be infected with disease, perishes, and becomes part of ashes. In his ignorance from the real purpose of his human life opportunity, he may remain in fantasy, illusion, and ego. He may never even think about the unpredictable death in his dreams. He may only see the fantasy of worldly life and its shadow! Why may he assume this as the reality of human life?

295.ਫੁਨਹੇ ਮਹਲਾ ੫॥ 1363-10

ਜਿਸ ਕੀ ਪੂਜੈ ਅਉਧ ਤਿਸੈ ਕਉਣੁ ਰਾਖਈ॥	jis kee poojai a-oDh tisai ka-un raakh-ee.
ਬੈਦਕ ਅਨਿਕ ਉਪਾਵ ਕਹਾ ਲਉ ਭਾਖਈ॥	baidak anik upaav kahaaN la-o bhaakh-ee.
ਏਕੋ ਚੇਤਿ ਗਵਾਰ ਕਾਜਿ ਤੇਰੈ ਆਵਈ॥	ayko chayt gavaar kaaj tayrai aavee.
ਹਰਿਹਾ ਬਿਨੁ ਨਾਵੈ ਤਨੁ ਛਾਰੁ ਬ੍ਰਿਥਾ ਸਭੁ ਜਾਵਈ॥੨੧॥	harihaaN bin naavai tan chhaar baritha sabh jaav-ee. ‖21‖

ਜਿਸ ਦਾ ਸੰਸਾਰ ਵਿੱਚ ਸਮਾਂ ਪੂਰਾ ਹੋ ਜਾਂਦਾ, ਬੀਤ ਜਾਂਦਾ ਹੈ । ਉਸ ਨੂੰ ਕਿਵੇਂ ਬਚਾਇਆ ਜਾ ਸਕਦਾ ਹੈ? ਵੈਦ ਕਿਤਨਾ ਚਿਰ ਵੱਖਰੇ ਵੱਖਰੇ ਇਲਾਜ ਦੀ ਸਲਾਹ, ਦਵਾਈ ਦੇ ਸਕਦਾ ਹੈ? ਇੱਕੋ ਇੱਕ ਪ੍ਰਭ ਦੇ ਸ਼ਬਦ ਦੀ ਕਮਾਈ ਹੀ ਅੰਤ ਸਮੇਂ ਸਹਾਈ ਹੋ ਸਕਦੀ ਹੈ । ਸਭ ਕੁਝ ਪ੍ਰਭ ਦੇ ਹੁਕਮ ਅੰਦਰ ਹੀ ਚਲਦਾ ਹੈ । ਪ੍ਰਭ ਦੇ ਸ਼ਬਦ ਦੀ ਕਮਾਈ ਤੋ ਬਿਨਾਂ, ਤਨ ਅੰਤ ਵਿੱਚ ਭਸਮ ਹੋ ਜਾਂਦਾ ਹੈ । ਸਭ ਕੁਝ ਬਿਰਥਾ ਹੀ ਜਾਂਦਾ, ਮਾਨਸ ਜਨਮ ਬਿਰਥਾ ਹੀ ਬੀਤ ਜਾਂਦਾ ਹੈ ।

Whose predetermined time have been exhausted! How may he be saved, his life on earth may be prolonged? How long, worldly doctor may counsel, treat his illness? In the end, The One and only One True Master, the earnings of His Word may remain his true companion forever and support in His Court. Only His Command may prevail everywhere forever. Without the earnings of His Word, any other possessions may be useless and have no significance in His Court. He may waste his human life uselessly.

296.ਫੁਨਹੇ ਮਹਲਾ ੫॥ 1363-12

ਅਉਖਧੁ ਨਾਮੁ ਅਪਾਰੁ ਅਮੋਲਕੁ ਪੀਜਈ॥	a-ukhaDh naam apaar amolak peej-ee.
ਮਿਲਿ ਮਿਲਿ ਖਾਵਹਿ ਸੰਤ	mil mil khaaveh sant
ਸਗਲ ਕਉ ਦੀਜਈ॥	sagal ka-o deej-ee.
ਜਿਸੈ ਪਰਾਪਤਿ ਹੋਇ	jisai paraapat ho-ay
ਤਿਸੈ ਹੀ ਪਾਵਣੇ॥	tisai hee paavnay.
ਹਰਿਹਾ ਹਉ ਬਲਿਹਾਰੀ ਤਿੰਨ੍	harihaaN ha-o balihaaree tinH
ਜਿ ਹਰਿ ਰੰਗੁ ਰਾਵਣੇ॥੨੨॥	je har rang raavnay. ||22||

ਜੀਵ ਪ੍ਰਭ ਦੇ ਅਮੋਲਕ ਸ਼ਬਦ ਦੀ ਪਾਲਨਾ ਰੂਪੀ ਦਵਾਈ ਲਵੋ! ਬੰਦਗੀ ਕਰਨ ਵਾਲੇ ਇਕੱਠੇ ਹੋ ਕੇ ਸ਼ਬਦ ਦੀ ਸੋਝੀ ਰੂਪੀ ਅੰਮ੍ਰਿਤ ਦਾ ਅਨੰਦ ਮਾਨਦੇ, ਸਾਥੀਆਂ ਨੂੰ ਵੰਡਦੇ ਹਨ । ਜਿਸ ਦੇ ਭਾਗਾਂ ਵਿੱਚ ਪਹਿਲੇ ਹੀ ਲਿਖਿਆ ਹੁੰਦਾ ਹੈ । ਕੇਵਲ ਉਸ ਨੂੰ ਹੀ ਇਸ ਦੀ ਬਖਸ਼ਿਸ਼ ਹੁੰਦੀ ਹੈ । ਸ਼ਬਦ ਦੀ ਸਮਾਧੀ ਵਿੱਚ ਅਡੋਲ ਵਸਦਾ ਹੈ । ਬੰਦਗੀ ਕਰਨ ਵਾਲਾ, ਉਸ ਜੀਵ ਦੀ ਅਵਸਥਾ ਤੋ ਕੁਰਬਾਨ ਜਾਂਦਾ ਹੈ ।

You should take the remedy, medicine of obeying the teachings of His Word. His true devotee may join the conjugation and cherishes the nectar of the essence of His Word and share with everyone. Whosoever may have a great prewritten destiny, only he may be blessed with such a state of mind. He may remain intoxicated in meditation in the void of His Word. His true devotee may remain fascinated and astonished from the state of mind of such a devotee.

297.ਫੁਨਹੇ ਮਹਲਾ ੫॥ 1363-14

ਵੈਦਾ ਸੰਦਾ ਸੰਗੁ ਇਕਠਾ ਹੋਇਆ॥	vaidaa sandaa sang ikthaa ho-i-aa.
ਅਉਖਦ ਆਏ ਰਾਸਿ	a-ukhad aa-ay raas
ਵਿਚਿ ਆਪਿ ਖਲੋਇਆ॥	vich aap khalo-i-aa.
ਜੋ ਜੋ ਓਨਾ ਕਰਮ	jo jo onaa karam
ਸੁਕਰਮ ਹੋਇ ਪਸਰਿਆ॥	sukaram ho-ay pasri-aa.
ਹਰਿਹਾ ਦੂਖ ਰੋਗ ਸਭਿ ਪਾਪ	harihaaN dookh rog sabh paap
ਤਨ ਤੇ ਖਿਸਰਿਆ॥੨੩॥	tan tay khisri-aa. ||23||

ਸੰਸਾਰਕ ਵੈਦ, ਬੰਦਗੀ ਕਰਨ ਵਾਲੇ, ਇਕੱਠੇ ਹੋ ਕੇ ਸਿਮਰਨ ਕਰਦੇ ਹਨ । ਜਿਸ ਤੇ ਪ੍ਰਭ ਆਪ ਹੀ ਰਹਿਮਤ ਦੀ ਨਜ਼ਰ ਬਖਸ਼ਦਾ ਹੈ । ਉਸ ਵੇਲੇ ਹੀ ਦਵਾਈ ਦਾ ਪ੍ਰਭਾਵ, ਜੀਵਨ ਸਫਲ ਹੁੰਦਾ ਹੈ । ਉਸ ਦੇ ਚੰਗੇ ਕੰਮਾਂ ਅਤੇ ਭਾਗਾਂ ਨੂੰ ਜਾਗ ਲਗ ਜਾਂਦੀ, ਪ੍ਰਗਟ ਹੋ ਜਾਂਦੇ ਹਨ । ਪ੍ਰਭ ਦੀ ਰਹਿਮਤ ਨਾਲ ਸਾਰੇ ਸੰਸਾਰਕ ਦੁਖ, ਰੋਗ, ਪਾਪ ਖਤਮ, ਬਖਸ਼ੇ ਜਾਂਦੇ ਹਨ ।

His true devotee, worldly doctors may meditate together for His Blessings. Whosoever may be bestowed with His Blessed Vision, The True Master remains his protector; the remedy may cure his disease of worldly desires. His good deeds of previous lives, prewritten destiny may be rewarded; with His mercy and grace, all his disease may be cured; his sins may be forgiven.

☬ ਚਉਬੋਲੇ # 11 ☬

298.ਚਉਬੋਲੇ ਮਹਲਾ ੫॥ 1363-17

ੴ ਸਤਿਗੁਰ ਪ੍ਰਸਾਦਿ॥ ik-oNkaar satgur parsaad.

ਇੱਕੋ ਇੱਕ ਪ੍ਰਭ ਸ੍ਰਿਸ਼ਟੀ ਨੂੰ ਪੈਦਾ ਕਰਨ ਵਾਲਾ, ਤਿੰਨਾਂ ਗੁਣਾਂ (ਰੂਪ, ਰੰਗ, ਅਕਾਰ) ਤੋ ਰਹਿਤ ਹੈ । ਉਸ ਦੀ ਹੋਂਦ, ਸ਼ਬਦ, ਹੁਕਮ, ਭਾਣਾ ਅਟਲ ਹੈ । ਸ੍ਰਿਸ਼ਟੀ ਨੂੰ ਗਿਆਨ, ਚਾਨਣ ਬਖਸ਼ਣ ਵਾਲਾ ਅਟਲ ਮਾਲਕ ਹੈ । ਕੇਵਲ ਪ੍ਰਭ ਦੀ ਰਹਿਮਤ ਨਾਲ ਹੀ ਪ੍ਰਭ ਦੇ ਦਰਬਾਰ ਵਿੱਚ ਪ੍ਰਵਾਨਗੀ ਬਖਸ਼ਿਸ਼ ਹੋ ਸਕਦੀ ਹੈ । ਕਿਸੇ ਸੰਸਾਰਕ ਗੁਰੂ ਦੀ ਅਸੀਸ ਨਾਲ ਜਾ ਕੋਈ ਇਸਤਰ੍ਹਾਂ ਦੀ ਬੰਦਗੀ ਨਹੀਂ, ਕੋਈ ਵੀ ਪ੍ਰਭਾਵ, ਦੁਬਿਆ ਨਹੀਂ ਪਾਇਆ ਜਾ ਸਕਦਾ ।

The One and only One True Master, Creator of the universe remains beyond three limitations of recognitions known to mankind; color, body structure-size, and beauty. His Word, His Existence, Command remains true forever and only His Command prevails in the universe; nothing else may exist without His Command. His Word remains the fountain of enlightenment and illumination in the universe. Whosoever may be bestowed with His Blessed Vision; only he may be blessed with the right path of acceptance in His Court; his earnings, wealth of His Word may be accepted in His Court. No external power, recommendation of any saint, prophet, worldly guru may influence His Blessings.

ਸੰਮਨ ਜਉ ਇਸ ਪ੍ਰੇਮ ਕੀ samman ja-o is paraym kee
ਦਮ ਕ੍ਯ੍ਯਿਹੂ ਹੋਤੀ ਸਾਟ॥ dam ki-yahoo hotee saat.
ਰਾਵਨ ਹੁਤੇ ਸੁ ਰੰਕ ਨਹਿ, raavan hutay so rank neh
ਜਿਨਿ ਸਿਰ ਦੀਨੇ ਕਾਟਿ॥੧॥ jin sir deenay kaat. ||1||

ਕਿਸੇ ਦਾ ਪਿਆਰ, ਅਡੋਲ ਲਗਨ, ਸੰਸਾਰਕ ਧਨ ਨਾਲ ਖਰੀਦੀ ਨਹੀਂ ਜਾ ਸਕਦੀ! ਰਾਵਨ ਬਹੁਤ ਵੱਡਾ, ਅਮੀਰ ਸ਼ੇਨਸਾਹ ਸੀ । ਉਹ ਵੀ ਸੀਤਾ ਦਾ ਪਿਆਰ ਨਾ ਖਰੀਦ ਸਕਿਆ! ਉਹ ਆਪਣਾ ਸਿਰ ਵੀ ਸ਼ਿਵਾਂ ਨੂੰ ਭੇਟਾ ਕਰਨ ਲਈ ਤਿਆਰ ਸੀ!

Worldly wealth cannot buy love or devotion of anyone. King **Raavan** was the greatest and the richest of all; Even then, he was not able to buy Sita's love. He was willing to offer his head to Shiv Ji.

299.ਚਉਬੋਲੇ ਮਹਲਾ ੫॥ 1363-19

ਪ੍ਰੀਤਿ ਪ੍ਰੇਮ ਤਨੁ ਖਚਿ ਰਹਿਆ pareet paraym tan khach rahi-aa
ਬੀਚੁ ਨ ਰਾਈ ਹੋਤ॥ beech na raa-ee hot.
ਚਰਨ ਕਮਲ ਮਨੁ ਬੇਧਿਓ charan kamal man bayDhi-o
ਬੂਝਨੁ ਸੁਰਤਿ ਸੰਜੋਗ॥੨॥ boojhan surat sanjog. ||2||

ਜਿਸ ਜੀਵ ਦੇ ਰੋਮ, ਰੋਮ ਵਿੱਚ ਪ੍ਰਭ ਦਾ ਸ਼ਬਦ ਰਚ ਜਾਂਦਾ ਹੈ! ਪ੍ਰਭ ਨਾਲ ਪ੍ਰੀਤ ਅਡੋਲ ਹੋ ਜਾਂਦੀ ਹੈ । ਉਸ ਦੀ ਆਤਮਾ ਵਿੱਚ ਕੋਈ ਪ੍ਰਭ ਨਾਲੋ ਦੂਰੀ ਨਹੀਂ ਰਹਿੰਦੀ । ਉਸ ਦਾ ਮਨ ਸਦਾ ਹੀ ਪ੍ਰਭ ਦੇ ਸ਼ਬਦ ਦੀ ਪਾਲਣਾ ਤੇ ਅਡੋਲ ਹੋ ਜਾਂਦਾ, ਸ਼ਬਦ ਦੀ ਸਮਾਧੀ ਵਿੱਚ ਲੀਨ ਹੋ ਜਾਂਦਾ ਹੈ । ਪ੍ਰਭ ਦੇ ਸ਼ਬਦ ਰੂਪੀ ਚਰਨਾਂ ਦਾ ਕਮਲ ਦਾ ਫੁੱਲ ਦਿਲ ਨੂੰ ਚੀਰ ਜਾਂਦਾ ਹੈ ।

Whosoever may be drenched with the essence of His Word; his devotion to obey the teachings of His Word may become steady and stable. The curtain of secrecy between his soul and His Holy Spirit may be removed. His minds may remain obeying the teachings of His Word with steady and stable belief; he may remain intoxicated in the void of His Word. The lotus flower of the essence of His Word may pierce through his heart.

300.ਚਉਬੋਲੇ ਮਹਲਾ ੫॥ 1364-1

ਸਾਗਰ ਮੇਰ ਉਦਿਆਨ ਬਨ
ਨਵ ਖੰਡ ਬਸੁਧਾ ਭਰਮ॥
ਮੂਸਨ ਪ੍ਰੇਮ ਪਿਰੰਮ ਕੈ
ਗਨਉ ਏਕ ਕਰਿ ਕਰਮ॥੩॥

saagar mayr udi-aan ban
nav khand basuDhaa bharam.
moosan paraym piramm kai
gan-o ayk kar karam. ||3||

ਉਹ ਬੰਦਗੀ ਕਰਨ ਵਾਲਾ ਦਾਸ ਪ੍ਰਭ ਦੇ ਸ਼ਬਦ ਦੀ ਲਗਨ, ਪ੍ਰੀਤ ਵਿੱਚ ਆਉਂਦਾ ਹੈ । ਪ੍ਰਭ ਦੀ ਰਹਿਮਤ ਨਾਲ ਸਾਗਰ, ਪਹਾੜ, ਜੰਗਲ, ਨੌਂ ਖੰਡ ਇੱਕ ਕਦਮ ਵਿੱਚ ਹੀ ਪਾਰ ਕਰ ਜਾਂਦਾ ਹੈ ।

His true devotee may surrender his self-identity at His Sanctuary and remain intoxicated in obeying the teachings of His Word; with His mercy and grace, millions of miles of path to His Court may be covered with his one step, on the path of mediation in the void of His Word.

301.ਚਉਬੋਲੇ ਮਹਲਾ ੫॥ 1364-2

ਮੂਸਨ ਮਸਕਰ ਪ੍ਰੇਮ ਕੀ
ਰਹੀ ਜੁ ਅੰਬਰੁ ਛਾਇ॥
ਬੀਧੇ ਬਾਂਧੇ ਕਮਲ ਮਹਿ
ਭਵਰ ਰਹੇ ਲਪਟਾਇ॥੪॥

moosan maskar paraym kee
rahee jo ambar chhaa-ay.
beeDhay baaNDhay kamal meh
bhavar rahay laptaa-ay. ||4||

ਜੀਵ ਪ੍ਰਭ ਦੇ ਸ਼ਬਦ ਦਾ ਨੂਰ, ਰੋਸ਼ਨੀ ਸਾਰੇ ਅਕਾਸ਼ ਵਿੱਚ ਚਮਕਦੀ ਹੈ । ਮੈਂ ਇਸਤਰ੍ਹਾਂ ਪ੍ਰਭ ਦੇ ਸ਼ਬਦ ਦੇ ਲੜ ਲਗਾ ਹਾ! ਜਿਵੇਂ ਬਬਲ ਬੀ ਕਮਲ ਦੇ ਫੁੱਲ ਵਿੱਚ ਫਸ ਜਾਂਦੀ, ਬੰਦ ਹੋ ਜਾਂਦੀ ਹੈ ।

The enlightenment, the glow of the teachings of His Word, the ray of His Holy Spirt illuminates in the whole sky. I am attached, intoxicated in the teachings of His Word such a way; as the bumble bee may be captured in the pellets of lotus flower.

302.ਚਉਬੋਲੇ ਮਹਲਾ ੫॥ 1364-2

ਜਪ ਤਪ ਸੰਜਮ
ਹਰਖ ਸੁਖ ਮਾਨ ਮਹਤ ਅਰੁ ਗਰਬ॥
ਮੂਸਨ ਨਿਮਖਕ ਪ੍ਰੇਮ ਪਰਿ
ਵਾਰਿ ਵਾਰਿ ਦੇਂਉ ਸਰਬ॥੫॥

jap tap sanjam
harakh sukh maan mahat ar garab.
moosan nimkhak paraym par
vaar vaar dayN-u sarab. ||5||

ਬੰਦਗੀ ਕਰਨ ਵਾਲੇ ਪ੍ਰਭ ਦੇ ਇੱਕ ਪਲ ਦਰਸ਼ਨ ਕਰਨ ਲਈ, ਸ਼ਬਦ ਮਨ ਵਿੱਚ ਜਾਗਰਤ ਕਰਨ ਲਈ ਆਪਣਾ ਜਪ, ਤਪ, ਮਨ ਦੀ ਖੁਦਗਰਜ਼ੀ ਤੇ ਕਾਬੂ, ਸੰਸਾਰਕ ਅਨੰਦ, ਖੇੜੇ ਸਭ ਵਾਰ ਦੇਂਦੇ ਹਨ ।

His true devotee may sacrifice, his enlightenment of the essence of His Word, rewards of his mediation, selfishness, worldly pleasures, blossom at His Sanctuary to be blessed with His Blessed Vision.

303.ਚਉਬੋਲੇ ਮਹਲਾ ੫॥ 1364-3

ਮੂਸਨ ਮਰਮੁ ਨ ਜਾਨਈ
ਮਰਤ ਹਿਰਤ ਸੰਸਾਰ॥
ਪ੍ਰੇਮ ਪਿਰੰਮ ਨ ਬੇਧਿਓ
ਉਰਝਿਓ ਮਿਥ ਬਿਉਹਾਰ॥੬॥

moosan maram na jaan-ee
marat hirat sansaar.
paraym piramm na bayDhi-o
urjhi-o mith bi-uhaar. ||6||

ਸੰਸਾਰਕ ਜੀਵ ਪ੍ਰਭ ਦੀ ਕੁਦਰਤ ਦਾ ਭੇਦ ਨਹੀਂ ਜਾਣਦਾ । ਉਹ ਸੰਸਾਰਕ ਮਾਇਆ ਦੇ ਜਾਲ ਵਿੱਚ ਫਸਕੇ ਮਰ ਜਾਂਦਾ ਹੈ । ਪ੍ਰਭ ਦੇ ਸ਼ਬਦ ਦੀ ਪਾਲਣਾ, ਸ਼ਬਦ ਦੇ ਲੜ ਨਹੀਂ ਲਗਦਾ । ਉਹ ਸੰਸਾਰਕ ਥੋੜ੍ਹਾ ਸਮਾਂ ਰਹਿਣ ਵਾਲੇ ਅਨੰਦ ਪਿਛੇ ਲੱਗਾ ਰਹਿੰਦਾ ਹੈ ।

Self-minded may not comprehend the secret of His Nature; He may remain intoxicated with the sweet poison of worldly wealth. He may never obey the teachings of His Word with steady and stable belief. He may remain intoxicated with short-lived pleasures of worldly wealth.

304.ਚਉਬੋਲੇ ਮਹਲਾ ੫॥ 1364-4

ਘਬੁ ਦਬੁ ਜਬ ਜਾਰੀਐ	ghab dab jab jaaree-ai
ਬਿਛੁਰਤ ਪ੍ਰੇਮ ਬਿਹਾਲ॥	bichhurat paraym bihaal.
ਮੂਸਨ ਤਬ ਹੀ ਮੂਸੀਐ	moosan tab hee moosee-ai
ਬਿਸਰਤ ਪੁਰਖ ਦਇਆਲ॥੭॥	bisrat purakh da-i-aal. ||7||

ਜਿਹੜਾ ਸੰਸਾਰਕ ਧਨ, ਦੌਲਤ, ਘਰ ਨਾਲ ਮੋਹ ਲਾਉਂਦਾ ਹੈ । ਸੰਸਾਰਕ ਮਾਇਆ ਨਾਸ ਹੋਣ ਤੇ ਉਸ ਨੂੰ ਇਸ ਵਿਛੋੜੇ ਦਾ ਬਹੁਤ ਦੁਖ ਹੁੰਦਾ ਹੈ । ਜਿਹੜਾ ਪ੍ਰਭ ਦਾ ਸ਼ਬਦ ਮਨੋ ਵਿਸਾਰ ਦੇਂਦਾ ਹੈ । ਉਸ ਦਾ ਮਾਨਸ ਜਨਮ ਪ੍ਰਭ ਦੇ ਵਿਛੋੜੇ ਵਿੱਚ ਅਸਲੀ ਭਸਮ, ਤਬਾਹ ਹੋ ਜਾਂਦਾ ਹੈ ।

Whosoever may remain intoxicated with sweet poison of worldly wealth. With the loss of short-lived comforts of worldly wealth, his state of mind may be very miserable. Whosoever may abandon the teachings of His Word, his human life opportunity may be ruined in his separation from His Holy Spirit.

305.ਚਉਬੋਲੇ ਮਹਲਾ ੫॥ 1364-5

ਜਾ ਕੋ ਪ੍ਰੇਮ ਸੁਆਉ ਹੈ,	jaa ko paraym su-aa-o hai
ਚਰਨ ਚਿਤਵ ਮਨ ਮਾਹਿ॥	charan chitav man maahi.
ਨਾਨਕ ਬਿਰਹੀ ਬ੍ਰਹਮ ਕੇ	naanak birhee barahm kay
ਆਨ ਨ ਕਤਹੂ ਜਾਹਿ॥੮॥	aan na kathoo jaahi. ||8||

ਜਿਸ ਨੂੰ ਪ੍ਰਭ ਦੇ ਸ਼ਬਦ ਨਾਲ ਲਗਨ, ਪ੍ਰੀਤ ਹੁੰਦੀ ਹੈ । ਉਸ ਦੇ ਮਨ ਵਿੱਚ ਪ੍ਰਭ ਦਾ ਸ਼ਬਦ ਜਾਗਰਤ ਹੋ ਜਾਂਦਾ ਹੈ । ਪ੍ਰਭ ਦੇ ਸ਼ਬਦ ਤੇ ਭਰੋਸਾ ਰਖਣ ਵਾਲਾ ਹੋਰ ਕਿਸੇ ਪਾਸੇ ਨਹੀਂ ਜਾਂਦਾ! ਹੋਰ ਕਿਸੇ ਦੀ ਪੂਜਾ ਨਹੀਂ ਕਰਦਾ ।

Whosoever may remain intoxicated in meditation in the void of His Word with steady and stable belief; with His mercy and grace, he may remain enlightened, awake, and alert with the essence of His Word. He may remain steady and stable on the right path of acceptance in His Court. He may never wander anywhere nor worship any worldly guru.

306.ਚਉਬੋਲੇ ਮਹਲਾ ੫॥ 1364-6

ਲਖ ਘਾਟੀਂ ਊਂਚੌ ਘਨੋ	lakh ghaateeN ooNchou ghano
ਚੰਚਲ ਚੀਤ ਬਿਹਾਲ॥	chanchal cheet bihaal.
ਨੀਚ ਕੀਚ ਨਿਮ੍ਰਿਤ ਘਨੀ	neech keech nimrit ghanee
ਕਰਨੀ ਕਮਲ ਜਮਾਲ॥੯॥	karnee kamal jamaal. ||9||

ਜੀਵ ਦਾ ਮਨ ਉਚੇ ਪਰਬਤ ਤੇ ਚੜ੍ਹਦਾ, ਮਨ ਵਿੱਚ ਵੱਡੀਆਂ ਇੱਛਾਂ ਰਖਦਾ ਹੈ! ਉਸ ਦੀ ਹਾਲਤ ਦਰਦਨਾਕ ਹੀ ਰਹਿੰਦੀ ਹੈ । ਜਿਹੜਾ ਉਸ ਨਿਮਾਣੇ ਚਿੱਕੜ ਵੱਲ ਧਿਆਨ ਮਾਰਦਾ, ਦੇਖਦਾ ਹੈ । ਕਮਲ ਦਾ ਫੁੱਲ ਚਿੱਕੜ ਵਿੱਚ ਹੀ ਪੈਦਾ ਹੁੰਦਾ ਹੈ । ਨਿਮ੍ਰਤਾ ਵਾਲੇ ਨੂੰ ਹੀ ਪ੍ਰਭ ਰਹਿਮਤ ਦੀ ਨਜ਼ਰ ਬਖਸ਼ਦਾ ਹੈ ।

Whosoever may remain on his high horse and keeps high hopes and desires within his mind. His state of mind may remain very miserable. Whosoever may look at the humble mud; he may realize the lotus flower grow and flourishes in mud. Same way, only humble devotee may be blessed with the right path of acceptance in His Court.

307.ਚਉਬੋਲੇ ਮਹਲਾ ੫॥ 1364-7

ਕਮਲ ਨੈਨ ਅੰਜਨ ਸਿਆਮ	kamal nain anjan si-aam
ਚੰਦ੍ਰ ਬਦਨ ਚਿਤ ਚਾਰ॥	chandar badan chit chaar.
ਮੂਸਨ ਮਗਨ ਮਰੰਮ ਸਿਉ	moosan magan maramm si-o
ਖੰਡ ਖੰਡ ਕਰਿ ਹਾਰ॥੧੦॥	khand khand kar haar. ||10||

ਪ੍ਰਭ ਦੇ ਸ਼ਬਦ ਰੂਪੀ ਚਰਨ, ਕਮਲ ਦੇ ਫੁੱਲ ਵਰਗੀਆਂ ਅੱਖਾਂ ਹਨ! ਪ੍ਰਭ ਦਾ ਸ਼ਿੰਗਾਰ ਅਮੋਲਕ, ਬਹੁਤ ਸੁੰਦਰ ਹੈ । ਮੈਂ ਪ੍ਰਭ ਦੀ ਕੁਦਰਤ ਦੇਖਕੇ ਨਸ਼ੇ ਵਿੱਚ ਮਸਤ ਹੋ ਗਿਆ ਹਾ! ਮੈਂ ਆਪਣੇ ਮਨ ਦੇ ਅਹੰਕਾਰ ਦਾ ਹਾਰ, ਮਾਲ਼ਾ ਤੋੜ ਕੇ ਟੋਟੇ ਕਰ ਦਿੱਤੀ ਹੈ ।

The eternal feet of The True Master, the teachings of His Word may be his eyes, as wonderful as the lotus flower. The embellishment, glory of His Word may by splendorous. I have been astonished witnessing the beauty of His Nature. I have cut the garland of my ego of worldly wealth and I have cut my rosary into pieces.

308.ਚਉਬੋਲੇ ਮਹਲਾ ੫॥ 1364-8

ਮਗਨੁ ਭਇਓ ਪ੍ਰਿਅ ਪ੍ਰੇਮ ਸਿਉ	|magan bha-i-o pari-a paraym
ਸੂਧ ਨ ਸਿਮਰਤ ਅੰਗ॥	si-o sooDh na simrat ang.
ਪ੍ਰਗਟਿ ਭਇਓ ਸਭ ਲੋਅ ਮਹਿ	pargat bha-i-o sabh lo-a meh
ਨਾਨਕ ਅਧਮ ਪਤੰਗ॥੧੧॥	naanak aDham patang. ||11||

ਪ੍ਰਭ ਦੇ ਸ਼ਬਦ ਨੂੰ ਬੰਦਗੀ ਵਿੱਚ ਯਾਦ ਕਰਦੇ, ਸਿਮਰਨ ਕਰਦੇ ਹੋਏ! ਮੈਂ ਆਪਣੇ ਤਨ ਨੂੰ ਭੁਲ ਜਾਂਦਾ ਹਾ । ਪ੍ਰਭ ਦੀ ਸ਼ਾਨ, ਨੂਰ ਸਾਰੀ ਸ੍ਰਿਸ਼ਟੀ ਵਿੱਚ ਹੀ ਚਮਕਦਾ ਹੈ । ਬੰਦਗੀ ਕਰਨ ਵਾਲਾ, ਪ੍ਰਭ ਦੀ ਚਮਕਦੀ ਰੋਸ਼ਨੀ ਦਾ ਪ੍ਰਵਾਨਾ ਬਣ ਜਾਂਦਾ ਹੈ ।

I remember the misery of my separation from His Holy Spirit in my meditation. I may forget my body, physical existence. The glory, glow of His Holy Spirit is shining in the whole universe. His true devotee may become the lover, slave of the glow of His Holy Spirit.

☬ ਸਲੋਕ ਭਗਤ ਕਬੀਰ #243 ☬

309.ਸਲੋਕ ਭਗਤ ਕਬੀਰ ਜੀਉ ਕੇ॥ 1364-10

ੴ ਸਤਿਗੁਰ ਪ੍ਰਸਾਦਿ॥ ik-oNkaar satgur parsaad.

ਇੱਕੋ ਇੱਕ ਪ੍ਰਭ ਸ੍ਰਿਸ਼ਟੀ ਨੂੰ ਪੈਦਾ ਕਰਨ ਵਾਲਾ, ਤਿੰਨਾਂ ਗੁਣਾਂ (ਰੂਪ, ਰੰਗ, ਅਕਾਰ) ਤੋ ਰਹਿਤ ਹੈ । ਉਸ ਦੀ ਹੋਂਦ, ਸ਼ਬਦ, ਹੁਕਮ, ਭਾਣਾ ਅਟਲ ਹੈ । ਸ੍ਰਿਸ਼ਟੀ ਨੂੰ ਗਿਆਨ, ਚਾਨਣ ਬਖਸ਼ਣ ਵਾਲਾ ਅਟਲ ਮਾਲਕ ਹੈ । ਪ੍ਰਭ ਦੇ ਦਰਬਾਰ ਵਿੱਚ, ਪ੍ਰਵਾਨਗੀ ਕੇਵਲ ਪ੍ਰਭ ਦੀ ਰਹਿਮਤ ਨਾਲ ਹੀ ਬਖਸ਼ਿਸ਼ ਹੋ ਸਕਦੀ ਹੈ । ਕਿਸੇ ਸੰਸਾਰਕ ਗੁਰੂ ਦੀ ਅਸੀਸ ਨਾਲ ਜਾ ਕੋਈ ਇਸਤਰ੍ਹਾਂ ਦੀ ਬੰਦਗੀ ਨਹੀਂ, ਕੋਈ ਵੀ ਪ੍ਰਭਾਵ, ਦੁਬਿਆ ਨਹੀਂ ਪਾਇਆ ਜਾ ਸਕਦਾ ।

The One and only One True Master, Creator of the universe remains beyond three limitations of recognitions known to mankind; color, body structure-size, and beauty. His Word, His Existence, Command remains true forever and only His Command prevails in the universe; nothing else may exist without His Command. His Word remains the fountain of enlightenment and illumination in the universe. Whosoever may be bestowed with His Blessed Vision; only he may be blessed with the right path of acceptance in His Court; his earnings, wealth of His Word may be accepted in His Court. No external power, recommendation of any saint, prophet, worldly guru may influence His Blessings.

ਕਬੀਰ ਮੇਰੀ ਸਿਮਰਨੀ,	kabeer mayree simrnee
ਰਸਨਾ ਊਪਰਿ ਰਾਮੁ॥	rasnaa oopar raam.
ਆਦਿ ਜੁਗਾਦੀ ਸਗਲ ਭਗਤ,	aad jugaadee sagal bhagat
ਤਾ ਕੋ ਸੁਖੁ ਬਿਸ੍ਰਾਮੁ॥੧॥	taa ko sukh bisraam. ||1||

ਸ੍ਰਿਸ਼ਟੀ ਬਣਨ ਦੇ ਸਮੇਂ ਤੋ ਹੀ ਭਗਤ ਪ੍ਰਭ ਦੇ ਸ਼ਬਦ ਦਾ ਸਿਮਰਨ ਕਰਦੇ ਹਨ । ਸਾਰੇ ਹੀ ਰੱਬ ਦੀ ਰਜ਼ਾ ਵਿੱਚ ਪ੍ਰਸੰਨ ਰਹਿੰਦੇ, ਸੁਖ ਮਾਨਦੇ ਹਨ । ਮੈਂ ਆਪਣੀ ਜੀਭ ਨਾਲ ਪ੍ਰਭ ਦੇ ਸ਼ਬਦ ਦਾ ਸਿਮਰਨ ਕਰਦਾ ਹਾ ।

From the creation of universe, all His true devotees remain meditating and praying for His Forgiveness and Refuge; with His mercy and grace, all His true devotees may remain contented and cherish pleasure and blossom in worldly environment. I remain intoxicated in meditating and singing the glory of His Word with my tongue.

310.ਸਲੋਕ ਭਗਤ ਕਬੀਰ ਜੀਉ ਕੇ॥ 1364-12

ਕਬੀਰ ਮੇਰੀ ਜਾਤਿ ਕਉ,	kabeer mayree jaat ka-o
ਸਭੁ ਕੋ ਹਸਨੇਹਾਰੁ॥	sabh ko rasnayhaar.
ਬਲਿਹਾਰੀ ਇਸ ਜਾਤਿ ਕਉ,	balihaaree is jaat ka-o
ਜਿਹ ਜਪਿਓ ਸਿਰਜਨਹਾਰੁ॥੨॥	jih japi-o sirjanhaar. ||2||

ਪ੍ਰਭ ਮੇਰੀ ਜਾਤ, ਮੇਰਾ ਜਨਮ ਸੰਸਾਰਕ ਨੀਵੀਂ ਜਾਤ ਦੇ ਘਰ ਹੋਇਆ ਹੈ । ਸੰਸਾਰਕ ਜੀਵ ਵੱਖਰੀਆਂ ਵੱਖਰੀਆਂ ਜਾਤਾਂ ਦਾ ਵਿਤਕਰਾ, ਅਭਿਮਾਨ ਕਰਦੇ ਹਨ । ਮੇਰੀ ਸੰਸਾਰਕ ਨੀਵੀਂ ਜਾਤ ਦਾ ਮਜ਼ਾਕ ਬਣਾਉਂਦੇ ਹਨ । ਮੈਂ ਪ੍ਰਭ ਦੀ ਰਹਿਮਤ ਤੋ ਹੈਰਾਨ ਰਹਿੰਦਾ ਹੈ । ਜਿਸ ਨੇ ਮੈਨੂੰ ਸ਼ਬਦ ਦੀ ਪਾਲਣਾ ਕਰਨ ਦੀ ਲਗਨ ਬਖਸ਼ੀ ਹੈ, ਪ੍ਰਵਾਨਗੀ ਦਾ ਅਸਲੀ ਰਸਤਾ ਬਖਸ਼ਿਆ ਹੈ ।

My True Master! My birth mother is from social low caste. Ignorant, self-minded make a mockery of my low social caste and discriminate even on the path of meditation. I remain fascinated, astonished from His Nature, His Blessings; with His mercy and grace, I have been blessed with devotion to obey the teachings of His Word; I have been blessed with the right path of acceptance in His Court.

311.ਸਲੋਕ ਭਗਤ ਕਬੀਰ ਜੀਉ ਕੇ॥ 1364-13

ਕਬੀਰ ਡਗਮਗ ਕਿਆ ਕਰਹਿ,	kabeer dagmag ki-aa karahi
ਕਹਾ ਡੁਲਾਵਹਿ ਜੀਉ॥	kahaa dulaaveh jee-o.
ਸਰਬ ਸੂਖ ਕੋ ਨਾਇਕੋ,	sarab sookh ko naa-iko
ਰਾਮ ਨਾਮ ਰਸੁ ਪੀਉ॥੩॥	raam naam ras pee-o. ||3||

ਜੀਵ ਆਪਣੇ ਆਪ ਤੇ ਪਛਤਾਵਾਂ, ਹਲਾਤ ਤੇ ਸੋਗ, ਚਿੰਤਾਂ ਨਾ ਕਰੋ । ਸ੍ਰਿਸ਼ਟੀ ਦੇ ਮਾਲਕ, ਸੁਖਾਂ ਦੇ ਖਜ਼ਾਨੇ ਦੇ ਸ਼ਬਦ ਦੀ ਪਾਲਣਾ, ਸਿਮਰਨ ਕਰਨ ਨਾਲ, ਰਹਿਮਤਾਂ ਦਾ ਮਾਲਕ ਆਪ ਹੀ ਆਤਮਾ ਦਾ ਰਖਵਾਲਾ ਬਣ ਜਾਂਦਾ, ਸੰਸਾਰਕ ਬੇੜੀ ਦਾ ਮਲਾਹ ਬਣਕੇ, ਪ੍ਰਵਾਨਗੀ ਦੇ ਰਸਤੇ ਤੇ ਅਡੋਲ ਰਖਦਾ ਹੈ ।

You should not worry nor grievances on your worldly environments. Whosoever may meditate, obeys the teachings of His Word, The True Master, Treasure of all blessings and comforts with steady and stable belief; with His mercy and grace, The Merciful True Master may become his Savior, protector, and sailor of his rescue boat of human life journey. His true devotee may remain steady and stable on the right path of acceptance in His Court.

312.ਸਲੋਕ ਭਗਤ ਕਬੀਰ ਜੀਉ ਕੇ॥ 1364-14

ਕਬੀਰ ਕੰਚਨ ਕੇ ਕੁੰਡਲ ਬਨੇ,	kabeer kanchan kay kundal banay
ਊਪਰਿ ਲਾਲ ਜੜਾਉ॥	oopar laal jarhaa-o.
ਦੀਸਹਿ ਦਾਧੇ ਕਾਨ ਜਿਉ,	deeseh daaDhay kaan ji-o
ਜਿਨ੍ ਮਨਿ ਨਾਹੀ ਨਾਉ॥੪॥	jinH man naahee naa-o. ||4||

ਜੀਵ ਤੂੰ ਭਾਵੇਂ ਸੋਨੇ, ਹੀਰੇ ਨਾਲ ਆਪਣੇ ਤਨ ਦੀ ਸਾਜਾਵਟ ਬਣਾਉਣ ਦੇ ਯਤਨ ਕਰੇ । ਜਿਸ ਦੇ ਮਨ ਅੰਦਰ ਪ੍ਰਭ ਦੇ ਸ਼ਬਦ ਦੀ ਪਾਲਣਾ ਦੀ ਲਗਨ ਨਹੀਂ ਹੁੰਦੀ । ਉਸ ਦੇ ਮਨ, ਤਨ ਦੇ ਸ਼ਿਗਾਰ ਨਾਲ ਵੀ ਉਦਾਸੀ ਵਿੱਚ ਹੀ ਰਹਿੰਦਾ ਹੈ ।

Self-minded may embellish his body with gold, diamond, expensive robe! Whosoever may not have devotion to obey the teachings of His Word with steady and stable belief in his day-to-day life. Even with glamorous embellishment of his body, his state of mind may remain very miserable.

313.ਸਲੋਕ ਭਗਤ ਕਬੀਰ ਜੀਉ ਕੇ॥ 1364-15

ਕਬੀਰ ਐਸਾ ਏਕੁ ਆਧੁ ਜੋ,	kabeer aisaa ayk aaDh jo
ਜੀਵਤ ਮਿਰਤਕੁ ਹੋਇ॥	jeevat mirtak ho-ay.
ਨਿਰਭੈ ਹੋਇ ਕੈ ਗੁਨ ਰਵੈ,	nirbhai ho-ay kai gun ravai
ਜਤ ਪੇਖਉ ਤਤ ਸੋਇ॥੫॥	jat paykha-o tat so-ay. ||5||

ਕੋਈ ਵਿਰਲਾ ਹੀ ਜੀਵ ਪ੍ਰਭ ਦੀ ਰਜ਼ਾ ਵਿੱਚ ਆਪਣਾ ਮਾਨਸ ਜੀਵਨ ਬਤੀਤ ਕਰਦਾ ਹੈ । ਆਪਣੇ ਆਪ ਨੂੰ ਨਿਮਾਣਾ ਸਮਝਦਾ ਹੈ । ਜਿਹੜਾ ਸੰਸਾਰਕ ਇੱਛਾਂ ਤੋ ਬਿਨਾਂ, ਪ੍ਰਭ ਦੇ ਸ਼ਬਦ ਦੇ ਸਿਮਰਨ, ਗੁਣ ਗਾਉਣ ਵਿੱਚ ਮਸਤ ਰਹਿੰਦਾ ਹੈ । ਪ੍ਰਭ ਦੀ ਰਹਿਮਤ ਨਾਲ ਉਸ ਨੂੰ ਗੁਰਮਖ ਅਵਸਥਾ ਬਖਸ਼ਿਸ਼ ਹੋ ਜਾਂਦੀ ਹੈ । ਉਸ ਨੂੰ ਪ੍ਰਭ ਦੀ ਹੋਂਦ ਹਰਇੱਕ ਥਾਂ, ਨਜ਼ਰ ਆਉਂਦੀ, ਪ੍ਰਭ ਨੂੰ ਸਹਾਈ ਮਹਿਸੂਸ ਕਰਦਾ ਹੈ ।

Very rare, devotee may remain contented and accepts his own worldly environment, His Command as His Worthy Blessings in his day-to-day life. Whosoever may humbly surrender his self-identity at His Sanctuary and fearlessly, without any hope or worldly desire. He may remain intoxicated in meditation and singing the glory of His Word. He may be blessed with a state of mind as His true devotee; with His mercy and grace, he may realize His Holy Spirit prevailing everywhere. He may realize, The True Master always remain his companion, savior.

314.ਸਲੋਕ ਭਗਤ ਕਬੀਰ ਜੀਉ ਕੇ॥ 1364-15

ਕਬੀਰ ਜਾ ਦਿਨ ਹਉ ਮੂਆ,	kabeer jaa din ha-o moo-aa
ਪਾਛੈ ਭਇਆ ਅਨੰਦੁ॥	paachhai bha-i-aa anand.
ਮੋਹਿ ਮਿਲਿਓ ਪ੍ਰਭੁ ਆਪਨਾ,	mohi mili-o parabh aapnaa
ਸੰਗੀ ਭਜਹਿ ਗੋਬਿੰਦੁ॥੬॥	sangee bhajeh gobind. ‖6‖

ਗੁਰਮਖ ਦਾ ਸੰਸਾਰ ਵਿੱਚ ਆਖਰੀ ਦਿਨ ਬੀਤ ਜਾਣ ਤੇ, ਮੌਤ ਤੋ ਪਿਛੋਂ, ਆਤਮਾ ਨੂੰ ਖੇੜਾ ਬਖਸ਼ਿਸ਼ ਹੋ ਜਾਂਦਾ ਹੈ । ਉਸ ਦੀ ਆਤਮਾ ਦਾ ਆਪਣੇ ਅਸਲੀ ਮਾਲਕ ਨਾਲ ਮਿਲਾਪ ਹੋ ਜਾਂਦਾ ਹੈ, ਜੂੰਨਾਂ ਦਾ ਚੱਕਰ ਖਤਮ ਹੋ ਜਾਂਦਾ ਹੈ । ਉਸ ਨੂੰ ਸੰਤ ਸੰਗਤ ਬਖਸ਼ਿਸ਼ ਹੋ ਜਾਂਦੀ ਹੈ ।

His true devotee may exhaust his last breath in human body; with His mercy and grace, after death, his soul may be overwhelmed with blossom. His soul may be accepted in His Court; immersed within His Holy Spirit. His cycle of birth and death may be eliminated. She may be blessed with the conjugation of His Holy saints.

315.ਸਲੋਕ ਭਗਤ ਕਬੀਰ ਜੀਉ ਕੇ॥ 1364-16

ਕਬੀਰ ਸਭ ਤੇ ਹਮ ਬੁਰੇ,	kabeer sabh tay ham buray
ਹਮ ਤਜਿ ਭਲੋ ਸਭੁ ਕੋਇ॥	ham taj bhalo sabh ko-ay.
ਜਿਨਿ ਐਸਾ ਕਰਿ ਬੂਝਿਆ,	jin aisaa kar boojhi-aa
ਮੀਤੁ ਹਮਾਰਾ ਸੋਇ॥੭॥	meet hamaaraa so-ay. ‖7‖

ਗੁਰਮਖ ਆਪਣੇ ਵਿੱਚ ਕੋਈ ਗੁਣ ਨਹੀਂ ਸਮਝਦਾ, ਬਾਕੀ ਸਾਰੀ ਸ੍ਰਿਸ਼ਟੀ ਨੂੰ ਹੀ ਆਪਣੇ ਨਾਲੋ ਸਿਆਣਾ, ਬੰਦਗੀ ਦੇ ਰਸਤੇ ਤੇ ਚੱਲਣ ਵਾਲਾ ਹੀ ਸਮਝਦਾ ਹੈ । ਉਹ ਆਪਣੀ ਅਕਲ ਦਾ ਅਹੰਕਾਰ ਨਹੀਂ ਕਰਦਾ । ਜਿਹੜਾ ਆਪਣੇ ਆਪ ਨੂੰ ਪਛਾਣ ਜਾਂਦਾ ਹੈ, ਇਸਤਰ੍ਹਾਂ ਦੀ ਗੁਰਮਖ ਅਵਸਥਾ ਬਖਸ਼ਿਸ਼ ਹੋ ਜਾਂਦੀ ਹੈ । ਉਸ ਗੁਰਮਖ ਦੀ ਸੰਗਤ, ਉਸ ਦੇ ਜੀਵਨ ਦੀ ਸਿਖਿਆਂ ਨਾਲ ਆਪਣਾ ਜੀਵਨ ਢਾਲੋ!

His true devotee may become humble and considers, everyone else may be wiser and with good virtues than him. He may never enforce his opinion nor proud of his devotion, way of his life. Whosoever may realize the reality of human life journey; he may be blessed with such a state of mind as His true devotee. You should seek the conjugation of such a devotee and adopt his life experience teachings in your day-to-day life.

316.ਸਲੋਕ ਭਗਤ ਕਬੀਰ ਜੀਉ ਕੇ॥ 1364-17

ਕਬੀਰ ਆਈ ਮੁਝਹਿ ਪਹਿ,	kabeer aa-ee mujheh peh
ਅਨਿਕ ਕਰੇ ਕਰਿ ਭੇਸ॥	anik karay kar bhays.
ਹਮ ਰਾਖੇ ਗੁਰ ਆਪਨੇ,	ham raakhay gur aapnay
ਉਨਿ ਕੀਨੋ ਆਦੇਸੁ॥੮॥	un keeno aadays. ‖8‖

ਪੰਜੇਂ ਜਮਦੂਤ, ਵੱਖਰੇ, ਵੱਖਰੇ ਤਾਰੀਕੇ ਨਾਲ ਗੁਰਮਖ ਦੀ ਸੰਸਾਰ ਯਾਤਰਾ ਵਿੱਚ ਉਸ ਦੇ ਮਨ ਦੀ ਅਵਸਥਾ ਨੂੰ ਸੰਸਾਰਕ ਮਾਇਆ ਦੇ ਲਾਲਚ ਨਾਲ ਪਰਖਦੇ ਹਨ । ਜਿਹੜਾ ਅਟਲ ਪ੍ਰਭ ਦੇ ਬਖਸ਼ੇ ਤੇ ਸੰਤੋਖ, ਖੇੜੇ ਵਿੱਚ ਪ੍ਰਭ ਦਾ ਧੰਨਵਾਦ ਗਾਉਂਦਾ ਹੈ । ਉਸ ਨੂੰ ਮਨ ਦੀ ਇੱਛਾ ਦੇ ਪੰਜਾਂ ਜਮਦੂਤਾ ਤੇ ਜਿੱਤ ਬਖਸ਼ਿਸ਼ ਹੋ ਜਾਂਦੀ ਹੈ । ਇਹ ਜਮਦੂਤ ਉਸ ਗੁਰਮਖ ਦੇ ਗੁਲਾਮ, ਸੇਵਕ ਬਣ ਜਾਂਦੇ ਹਨ ।

The five demons of worldly desires may create various temptations of sweet poison of worldly wealth to test the devotion and sincerity of His true devotee. Whosoever may remain contented with his worldly environment and remains intoxicated in singing the gratitude of The True Master; with His mercy and grace, he may conquer 5 demons of worldly desire. They become his slave and follows his counsel.

5 ਜਮਦੂਤ - **Demons of worldly Wealth**
ਕਾਮ, ਕਰੋਧ, ਲੋਭ, ਮੋਹ, ਅਹੰਕਾਰ
sexual urge with strange partner, anger, greed, attachments, and ego

317.ਸਲੋਕ ਭਗਤ ਕਬੀਰ ਜੀਉ ਕੇ॥ 1364-18

ਕਬੀਰ ਸੋਈ ਮਾਰੀਐ, kabeer so-ee maaree-ai
ਜਿਹ ਮੂਐ ਸੁਖੁ ਹੋਇ॥ jih moo-ai sukh ho-ay.
ਭਲੋ ਭਲੋ ਸਭੁ ਕੋ ਕਹੈ, bhalo bhalo sabh ko kahai
ਬੁਰੋ ਨ ਮਾਨੈ ਕੋਇ॥੯॥ buro na maanai ko-ay. ||9||

ਜੀਵ ਆਪਣੀ ਆਤਮਾ ਵਿਚੋਂ ਉਹਨਾਂ ਸੰਸਾਰਕ ਇੱਛਾਂ ਨੂੰ ਖਤਮ ਕਰੋ! ਜਿਸ ਨਾਲ ਮਨ ਵਿੱਚ ਸੰਤੋਖ, ਸ਼ਾਤੀ, ਪੰਜਾਂ ਜਮਦੂਤਾਂ ਤੇ ਜਿੱਤ ਬਖਸ਼ਿਸ਼ ਹੋ ਜਾਵੇ! ਇਸਤਰ੍ਹਾਂ ਤੇਰੀ ਸੰਸਾਰਕ ਸੋਭਾ ਵਿੱਚ ਕੋਈ ਘਟ ਦੀ ਨਹੀਂ ਆਉਂਦੀ, ਸਭ ਤੇਰੇ ਜੀਵਨ ਦੀ ਸਿਖਿਆਂ ਨਾਲ ਜੀਵਨ ਢਾਲਣ ਲਗ ਪੈਂਦੇ ਹਨ!

You should renounce such worldly desires and surrender your self-identity at His Sanctuary; with His mercy and grace, you may be blessed with contentment, blossom and conquer your 5 demons of worldly desires. You worldly honor, glory may not diminish rather everyone may seek to adopt your life experience.

318. ਸਲੋਕ ਭਗਤ ਕਬੀਰ ਜੀਉ ਕੇ॥ 1364-19

ਕਬੀਰ ਰਾਤੀ ਹੋਵਹਿ ਕਾਰੀਆ, kabeer raatee hoveh kaaree-aa
ਕਾਰੇ ਊਭੇ ਜੰਤ॥ kaaray oobhay jant.
ਲੈ ਫਾਹੇ ਉਠਿ ਧਾਵਤੇ, lai faahay uth Dhaavtay
ਸਿ ਜਾਨਿ ਮਾਰੇ ਭਗਵੰਤ॥੧੦॥ se jaan maaray bhagvant. ||10||

ਜਿਸ ਜੀਵ ਦੇ ਮਨ ਵਿੱਚ ਮੈਲ ਹੁੰਦੀ, ਆਤਮਾ ਨਿਰਮਲ ਨਹੀਂ ਹੁੰਦੀ । ਉਸ ਦੇ ਸਭ ਕੰਮ ਹੀ ਸ੍ਰਿਸ਼ਟੀ ਦੀ ਭਲਾਈ ਦੇ ਉਲਟ ਹੁੰਦੇ ਹਨ । ਉਸ ਬਾਬਤ ਨਾ ਸੋਚੋ! ਜਿਹੜਾ ਆਪਣੀ ਪੀੜ੍ਹੀ ਹੇਠ ਸੋਟਾ ਮਾਰਦਾ ਹੈ, ਪ੍ਰਭ ਆਪ ਹੀ ਰਹਿਮਤ, ਮੱਤ ਬਖਸ਼ਦਾ ਹੈ ।

Whosoever may have evil thoughts within his mind; his soul may remain blemished. All his worldly deeds may remain against the welfare of His Creation. Whosoever may evaluate his own deeds, his way of life with the teachings of His Word; with His mercy and grace, he may be blessed with the right path of acceptance in His Court.

319.ਸਲੋਕ ਭਗਤ ਕਬੀਰ ਜੀਉ ਕੇ॥ 1365-1

ਕਬੀਰ ਚੰਦਨ ਕਾ ਬਿਰਵਾ ਭਲਾ, kabeer chandan kaa birvaa bhalaa
ਬੇੜ੍ਹਿਓ ਢਾਕ ਪਲਾਸ॥ bayrheha-o dhaak palaas.
ਓਇ ਭੀ ਚੰਦਨੁ ਹੋਇ ਰਹੇ, o-ay bhee chandan ho-ay rahay
ਬਸੇ ਜੁ ਚੰਦਨ ਪਾਸਿ॥੧੧॥ basay jo chandan paas. ||11||

ਜਿਸ ਜੀਵ ਦੀ ਆਤਮਾ ਨਿਰਮਲ ਹੁੰਦੀ ਹੈ । ਉਹ ਤੇ ਦੂਸਰੇ ਗਲਤ ਕੰਮ ਕਰਨ ਵਾਲੇ ਜੀਵਾਂ ਦੇ ਕੰਮਾਂ ਦਾ ਕੋਈ ਪ੍ਰਭਾਵ ਨਹੀਂ ਪੈਂਦਾ । ਸਗੋ ਬੁਰੇ ਕੰਮ ਕਰਨ ਵਾਲੇ ਜੀਵਾਂ ਤੇ ਵੀ ਚੰਗੇ ਕੰਮਾਂ ਦਾ ਅਸਰ ਹੋ ਜਾਂਦਾ ਹੈ । ਉਹ ਵੀ ਸਿੱਧੇ ਰਸਤੇ ਤੇ ਚੱਲਣ ਲਗ ਪੈਂਦਾ ਹੈ ।

Whose soul may remain blemish-free from worldly desires; his way of life may remain beyond the influence of evil doers, sinner. Rather, a sinner may be influenced to adopt some good virtues in his own life. He may adopt the right path, the teachings of His Word.

320.ਸਲੋਕ ਭਗਤ ਕਬੀਰ ਜੀਉ ਕੇ॥ 1365-2

ਕਬੀਰ ਬਾਂਸੁ ਬਡਾਈ ਬੂਡਿਆ, kabeer baaNs badaa-ee boodi-aa
ਇਉ ਮਤ ਡੂਬਹੁ ਕੋਇ॥ i-o mat doobahu ko-ay.
ਚੰਦਨ ਕੈ ਨਿਕਟੇ ਬਸੈ, chandan kai niktay basai
ਬਾਂਸੁ ਸੁਗੰਧੁ ਨ ਹੋਇ॥੧੨॥ baaNs suganDh na ho-ay. ||12||

ਜਿਹੜਾ ਆਪਣੀ ਗਲਤੀ ਨੂੰ ਪਛਾਣਦਾ ਨਹੀਂ । ਪਰ ਆਪਣੀ ਘਮੰਡ ਵਿੱਚ ਹੀ ਮਸਤ ਰਹਿੰਦਾ ਹੈ । ਉਹ ਚੰਗੇ ਕੰਮ ਕਰਨ ਵਾਲੇ ਦੇ ਜੀਵਨ ਦੀ ਕੋਈ ਸਿਖਿਆਂ ਆਪਣੇ ਜੀਵਨ ਵਿੱਚ ਨਹੀਂ ਅਪਣਾਉਂਦਾ । ਸਿਮਰਨ ਕਰਨ ਵਾਲੇ ਜੀਵ ਦੇ ਚੰਗੇ ਕੰਮਾਂ ਦਾ ਉਸ ਤੇ ਕੋਈ ਅਸਰ ਨਹੀਂ ਹੁੰਦਾ । ਉਸ ਦਾ ਮਾਨਸ ਜਨਮ ਅਧੂਰਾ ਹੀ ਰਹਿੰਦਾ ਹੈ ।

Whosoever may not recognize his own mistakes, evil deeds; however, he may remain on high horse of his ego. He may never learn nor adopt any good virtues from His true devotee in his day-to-day life. He may not be blessed with the right path of human life journey. The life experience teachings of His true devotee may not have any influence of the way of life of evil doer. His human life journey may not be rewarded.

321.ਸਲੋਕ ਭਗਤ ਕਬੀਰ ਜੀਉ ਕੇ॥ 1365-3

ਕਬੀਰ ਦੀਨੁ ਗਵਾਇਆ ਦੁਨੀ ਸਿਉ,	kabeer deen gavaa-i-aa dunee si-o
ਦੁਨੀ ਨ ਚਾਲੀ ਸਾਥਿ॥	dunee na chaalee saath.
ਪਾਇ ਕੁਹਾੜਾ ਮਾਰਿਆ,	paa-ay kuhaarhaa maari-aa
ਗਾਫਲਿ ਅਪੁਨੈ ਹਾਥਿ॥੧੩॥	gaafal apunai haath. ||13||

ਜਿਹੜਾ ਸੰਸਾਰਕ ਜੀਵਾਂ ਨੂੰ ਖੁਸ਼ ਕਰਨ ਲਈ, ਪ੍ਰਭ ਦੇ ਸ਼ਬਦ ਦੀ ਪਾਲਣਾ ਦਾ ਰਸਤਾ ਛੱਡ ਦੇਂਦਾ ਹੈ । ਉਹ ਸੰਸਾਰਕ ਗੁਰੂ ਨੂੰ ਖੁਸ਼ ਕਰਨ ਲਈ, ਆਪਣਾ ਮਾਨਸ ਜੀਵਨ ਬਿਰਥਾ ਹੀ ਤਬਾਹ ਕਰ ਜਾਂਦਾ ਹੈ ।

Whosoever may abandon the right path of obeying the teachings of His Word and adopts the teachings of worldly guru; he may waste his human life opportunity uselessly.

322.ਸਲੋਕ ਭਗਤ ਕਬੀਰ ਜੀਉ ਕੇ॥ 1365-4

ਕਬੀਰ ਜਹ ਜਹ ਹਉ ਫਿਰਿਓ,	kabeer jah jah ha-o firi-o
ਕਉਤਕ ਠਾਓ ਠਾਇ॥	ka-utak thaa-o thaa-ay.
ਇਕ ਰਾਮ ਸਨੇਹੀ ਬਾਹਰਾ,	ik raam sanayhee baahraa
ਊਜਰੁ ਮੇਰੈ ਭਾਂਇ॥੧੪॥	oojar mayrai bhaaN-ay. ||14||

ਪ੍ਰਭ ਦੇ ਕਰਤਬਾਂ ਦੇ ਨਜ਼ਾਰੇ ਹਰ ਪਾਸੇ ਹੀ ਅਚੰਭੇ ਹਨ । ਜਿਹੜਾ ਅੱਟਲ ਪ੍ਰਭ ਦੇ ਸ਼ਬਦ ਦੀ ਪਾਲਣਾ, ਸਿਮਰਨ ਵਿੱਚ ਧਿਆਨ ਨਹੀਂ ਲਾਉਂਦਾ । ਉਸ ਨੂੰ ਸਭ ਨਜ਼ਾਰੇ ਬੇਕਾਰ ਹੀ ਮਹਿਸੂਸ ਹੁੰਦੇ ਹਨ ।

The miracles of His nature remain astonishing everywhere in the universe. Whosoever may not meditate, obeys the teachings of His Word in his day-to-day life. He may not realize the astonishing wonders of His Nature.

323.ਸਲੋਕ ਭਗਤ ਕਬੀਰ ਜੀਉ ਕੇ॥ 1365-5

ਕਬੀਰ ਸੰਤਨ ਕੀ ਝੁੰਗੀਆ,	kabeer santan kee jhungee-aa
ਭਲੀ ਭਠਿ ਕੁਸਤੀ ਗਾਉ॥	bhalee bhath kustee gaa-o.
ਆਗਿ ਲਗਉ ਤਿਹ ਧਉਲਹਰ,	aag laga-o tih Dha-ulhar
ਜਿਹ ਨਾਹੀ ਹਰਿ ਕੋ ਨਾਉ॥੧੫॥	jih naahee har ko naa-o. ||15||

ਸੰਤ ਸਰੂਪ ਜੀਵ ਆਪਣੇ ਗ਼ਰੀਬ ਖਾਨੇ, ਗੁਫਾ ਵਿੱਚ ਸਦਾ ਹੀ ਪ੍ਰਭ ਦੇ ਸ਼ਬਦ ਦਾ ਸਿਮਰਨ ਕਰਦਾ, ਰਹਿਮਤਾਂ ਦਾ ਧੰਨਵਾਦ ਗਾਉਂਦਾ ਹੈ । ਉਹ ਮਾਨਸ ਜੀਵਨ ਦੀ ਯਾਤਰਾ ਸਫਲ ਕਰ ਜਾਂਦਾ ਹੈ । ਉਹ ਮਹਿਲ ਮਹੱਤਤਾ ਪੂਰਕ ਨਹੀਂ ਹੁੰਦੇ! ਜਿਥੇ ਵਸਣ ਵਾਲੇ ਪ੍ਰਭ ਦੇ ਸ਼ਬਦ ਦਾ ਸਿਮਰਨ, ਯਾਦ ਨਹੀਂ ਕਰਦੇ । ਮਾਨਸ ਜੀਵਨ ਦੀ ਯਾਤਰਾ ਲਈ ਉਹ ਖਡਰ, ਸਰਾਪੇ ਹੀ ਹੁੰਦੇ ਹਨ ।

His true devotee may remain contented in meditation and singing the glory of His Word, gratitude of His Blessings in his poor hut, cave; with His mercy and grace, he may feel the comforts of His Royal Castle. His human life journey may be rewarded with the right path of acceptance in His Court. Where no one may meditate or sings the glory of His Word; even worldly royal palaces, may be like a haunted house for the human life opportunity.

324.ਸਲੋਕ ਭਗਤ ਕਬੀਰ ਜੀਉ ਕੇ॥ 1365-6

ਕਬੀਰ ਸੰਤ ਮੂਏ ਕਿਆ ਰੋਈਐ, kabeer sant moo-ay ki-aa ro-ee-ai
ਜੋ ਅਪੁਨੇ ਗ੍ਰਿਹਿ ਜਾਇ॥ jo apunay garihi jaa-ay.
ਰੋਵਹੁ ਸਾਕਤ ਬਾਪੁਰੇ, rovhu saakat baapuray
ਜੁ ਹਾਟੈ ਹਾਟ ਬਿਕਾਇ॥੧੬॥ jo haatai haat bikaa-ay. ||16||

ਜਿਹੜਾ ਸੰਤ ਸਰੂਪ ਆਪਣਾ ਜੀਵਨ ਪ੍ਰਭ ਦੇ ਸ਼ਬਦ ਦੀ ਪਾਲਣਾ, ਸਿਮਰਨ ਵਿੱਚ ਬਤੀਤ ਕਰਦਾ ਹੈ। ਉਸ ਦਾ ਮੌਤ ਦਾ ਸਮਾਂ, ਅਸਲੀ ਮਾਲਕ ਨਾਲ ਸੰਜੋਗ, ਖੁਸ਼ੀ ਦਾ ਸਮਾਂ ਬਣ ਜਾਂਦਾ ਹੈ। ਉਸ ਦਾ ਮੌਤ ਦਾ ਸਮਾਂ, ਪ੍ਰਭ ਦੀ ਬਖਸ਼ਿਸ਼ ਦਾ ਧੰਨਵਾਦ ਕਰਨਾ ਹੁੰਦਾ ਹੈ। ਮਨਮੁਖ ਆਪਣਾ ਸਮਾਂ ਸਿਮਰਨ ਕਰਨ ਤੋ ਬਿਨਾਂ ਹੀ ਗਵਾ ਜਾਂਦਾ ਹੈ, ਮੌਤ ਦੇ ਸਮਾਂ ਪਛਤਾਵੇਂ ਕਰਦਾ, ਜੂੰਨਾਂ ਦੇ ਚੱਕਰ ਵਿੱਚ ਹੀ ਰਹਿੰਦਾ ਹੈ।

His true devotee may remain intoxicated in meditation on the teachings of His Word in his day-to-day life; with His mercy and grace, his time of death may become a union, acceptance in His Court. His death may be time of celebration, time to sing the gratitude of The True Master. Self-minded may waste his human life journey without meditation or remembering the purpose of human life opportunity. His time of death may be to regret and repent for wasting his priceless human life opportunity.

325.ਸਲੋਕ ਭਗਤ ਕਬੀਰ ਜੀਉ ਕੇ॥ 1365-7

ਕਬੀਰ ਸਾਕਤੁ ਐਸਾ ਹੈ, kabeer saakat aisaa hai
ਜੈਸੀ ਲਸਨ ਕੀ ਖਾਨਿ॥ jaisee lasan kee khaan.
ਕੋਨੇ ਬੈਠੇ ਖਾਈਐ, konay baithay khaa-ee-ai
ਪਰਗਟ ਹੋਇ ਨਿਦਾਨਿ॥੧੭॥ pargat ho-ay nidaan. ||17||

ਮਨਮੁਖ ਮਨ ਦੀਆਂ ਖਾਹਿਸ਼ਾਂ, ਕੰਮ ਸਭ ਤੋ ਛਿਪਾਕੇ ਕਰਦਾ ਰਹਿੰਦਾ ਹੈ। ਪਰ ਅੰਤਰਜਾਮੀ ਪ੍ਰਭ ਤੋ ਕੁਝ ਛਿਪਾਇਆ ਨਹੀਂ ਜਾ ਸਕਦਾ। ਮੌਤ ਤੇ ਚੰਗੇ, ਮੰਦੇ ਦਾ ਨਿਰਨਾ ਹੁੰਦਾ, ਸਭ ਕੁਝ ਸਾਮ੍ਹਣੇ ਆ ਜਾਂਦਾ ਹੈ। (ਸਾਕਤ– ਪ੍ਰਭ ਦੀ ਰਜ਼ਾ ਦੀ ਨਾ ਪ੍ਰਵਾਹ, ਨਾ ਸਿਮਰਨ ਕਰਨ ਵਾਲਾ ਜੀਵ)

Self-minded, non-believer may perform all his evil, sinful deeds with utmost secrecy; however, noting can be hidden from The Omniscient True Master. He must endure the miseries of his worldly deeds. After death, in the court of The Righteous Judge, everything comes crystal clear to endure the miseries of his worldly deeds.

326.ਸਲੋਕ ਭਗਤ ਕਬੀਰ ਜੀਉ ਕੇ॥ 1365-8

ਕਬੀਰ ਮਾਇਆ ਡੋਲਨੀ, kabeer maa-i-aa dolnee
ਪਵਨੁ ਝਕੋਲਨਹਾਰੁ॥ pavan jhakolanhaar.
ਸੰਤਹੁ ਮਾਖਨੁ ਖਾਇਆ, santahu maakhan khaa-i-aa
ਛਾਛਿ ਪੀਐ ਸੰਸਾਰੁ॥੧੮॥ chhaachh pee-ai sansaar. ||18||

ਸੰਸਾਰਕ ਰੁਪੀ ਮੰਡਲ ਵਿੱਚ ਪ੍ਰਭ ਨੇ ਸਿਮਰਨ ਦਾ ਭੰਡਾਰ ਭਰਿਆਂ ਹੈ। ਜਿਹੜਾ ਸਵਾਸ, ਸਵਾਸ ਸਿਮਰਨ ਕਰਦਾ ਹੈ, ਉਸ ਨੂੰ ਹੀ ਅੰਮ੍ਰਿਤ ਬਖਸ਼ਿਸ਼ ਹੁੰਦਾ ਹੈ। ਉਸ ਨੂੰ ਸੰਤ ਸਰੂਪ, ਗੁਰਮਖ ਅਵਸਥਾ ਬਖਸ਼ਿਸ਼ ਹੋ ਜਾਂਦੀ ਹੈ। ਮਨਮੁਖ ਜੀਵ ਬਿਰਥਾ ਹੀ ਜੀਵਨ ਗਵਾ ਜਾਂਦਾ ਹੈ।

The worldly ocean remains an overwhelming treasure of meditation, enlightenment of the essence of His Word. Whosoever may remain intoxicated in meditating on the teachings of His Word; with His mercy and grace, only he may be blessed with the nectar of the essence of His Word. He may be blessed with a state of mind as His true devotee. Self-minded, non-believer may waste his priceless human life opportunity.

327.ਸਲੋਕ ਭਗਤ ਕਬੀਰ ਜੀਉ ਕੇ॥ 1365-9

ਕਬੀਰ ਮਾਇਆ ਡੋਲਨੀ,	kabeer maa-i-aa dolnee
ਪਵਨੁ ਵਹੈ ਹਿਵ ਧਾਰ॥	pavan vahai hiv Dhaar.
ਜਿਨਿ ਬਿਲੋਇਆ ਤਿਨਿ ਖਾਇਆ,	jin bilo-i-aa tin khaa-i-aa
ਅਵਰ ਬਿਲੋਵਨਹਾਰ॥੧੯॥	avar bilovanhaar. ‖19‖

ਸੰਸਾਰ ਸਾਗਰ ਵਿੱਚ ਮਾਇਆ ਦਾ ਬਹੁਤ ਜੋਰ ਰਹਿੰਦਾ ਹੈ, ਹਰਇੱਕ ਜੀਵ ਨੂੰ ਆਪਣਾ ਗੁਲਮ ਬਣਾ ਲੈਂਦੀ ਹੈ । ਉਹ ਬੰਦਗੀ ਦੇ ਰਸਤੇ ਤੋਂ ਡੋਲ ਜਾਂਦਾ ਹੈ । ਜਿਹੜਾ ਸਵਾਸ, ਸਵਾਸ ਪ੍ਰਭ ਦੇ ਸ਼ਬਦ ਦਾ ਸਿਮਰਨ ਕਰਦਾ, ਉਸ ਵਿੱਚ ਲੀਨ ਰਹਿੰਦਾ ਹੈ । ਪ੍ਰਭ ਦੀ ਰਹਿਮਤ ਨਾਲ ਉਸ ਨੂੰ ਸੰਸਾਰਕ ਮਾਇਆ ਤੇ ਜਿੱਤ ਬਖਸ਼ਿਸ਼ ਹੋ ਜਾਂਦੀ ਹੈ । ਉਸ ਨੂੰ ਪ੍ਰਵਾਨਗੀ ਦਾ ਅਸਲੀ ਰਸਤਾ, ਸ਼ਬਦ ਦੀ ਸੋਝੀ ਰੂਪੀ ਅੰਮ੍ਰਿਤ ਬਖਸ਼ਿਸ਼ ਹੋ ਜਾਂਦਾ ਹੈ । ਮਨਮੁਖ ਰੀਤ ਰੀਵਾਜ ਵਿੱਚ ਹੀ ਮਾਨਸ ਜੀਵਨ ਗਵਾ ਜਾਂਦਾ ਹੈ ।

Worldly ocean remains overwhelmed with Shakti, influence of worldly wealth. Everyone may remain intoxicated with sweet poison of worldly wealth and drifts from the right path of meditation. Whosoever may remain intoxicated in meditation on the teachings of His Word; with His mercy and grace, he may be blessed with nectar of the essence of His Word, the right path of acceptance in His Court. Self-minded may waste his human life opportunity, intoxicated in religious rituals.

328.ਸਲੋਕ ਭਗਤ ਕਬੀਰ ਜੀਉ ਕੇ॥ 1365-10

ਕਬੀਰ ਮਾਇਆ ਚੋਰਟੀ,	kabeer maa-i-aa chortee
ਮੁਸਿ ਮੁਸਿ ਲਾਵੈ ਹਾਟਿ॥	mus mus laavai haat.
ਏਕੁ ਕਬੀਰਾ ਨਾ ਮੁਸੈ,	ayk kabeeraa naa musai
ਜਿਨਿ ਕੀਨੀ ਬਾਰਹ ਬਾਟ॥੨੦॥	jin keenee baarah baat. ‖20‖

ਸੰਸਾਰਕ ਮਾਇਆ ਚੋਰ ਦੀ ਤਰ੍ਹਾਂ ਹੀ ਹੁੰਦੀ ਹੈ । ਵੱਖਰੇ, ਵੱਖਰੇ ਢੰਗਾਂ, ਥੋੜ੍ਹਾ ਰਹਿਣ ਵਾਲੇ ਸੰਸਾਰਕ ਅਨੰਦਾ ਨਾਲ ਜੀਵ ਨੂੰ ਅਸਲੀ ਰਸਤੇ ਤੋਂ ਬਦਲ ਕੇ ਗੁਲਾਮ ਬਣਾ ਲੈਂਦੀ ਹੈ । ਜਿਹੜਾ ਸ਼ਬਦ ਦੀ ਪਾਲਣਾ ਦੇ ਅਸਲੀ ਰਸਤੇ ਤੇ ਅਡੋਲ ਰਹਿੰਦਾ ਹੈ, ਉਹ ਸੰਸਾਰਕ ਮਾਇਆ ਦੇ ਪ੍ਰਭਾਵ ਤੋਂ ਦੂਰ ਰਹਿੰਦਾ ਹੈ । ਉਸ ਨੂੰ ਮਾਇਆ ਤੇ ਜਿੱਤ ਬਖਸ਼ਿਸ਼ ਹੋ ਜਾਂਦੀ ਹੈ ।

Worldly wealth is like a cunning thief; she may intoxicate self-minded with sweet poison of worldly wealth, short-lived worldly pleasures. Self-minded may drift and abandons the right path of meditation. He may become a victim, slave of worldly wealth. Whosoever may obey the teachings of His Word with steady and stable belief; with His mercy and grace, his state of mind may remain beyond the influence, reach of worldly wealth. He may conquer demons of worldly wealth.

5 ਜਮਦੂਤ - **Demons of worldly Wealth**
(ਕਾਮ, ਕਰੋਧ, ਲੋਭ, ਮੋਹ, ਅਹੰਕਾਰ)
sexual urge with strange partner, anger, greed, attachments, and ego

329.ਸਲੋਕ ਭਗਤ ਕਬੀਰ ਜੀਉ ਕੇ॥ 1365-11

ਕਬੀਰ ਸੁਖੁ ਨ ਏਂਹ ਜੁਗਿ ਕਰਹਿ,	kabeer sookh na ayNh jug karahi
ਜੁ ਬਹੁਤੈ ਮੀਤ॥	jo bahutai meet.
ਜੋ ਚਿਤੁ ਰਾਖਹਿ ਏਕ ਸਿਉ,	jo chit raakhahi ayk si-o
ਤੇ ਸੁਖੁ ਪਾਵਹਿ ਨੀਤ॥੨੧॥	tay sukh paavahi neet. ‖21‖

ਸੰਸਾਰ ਵਿੱਚ ਬੁਹਤ ਜੀਵਾਂ ਨਾਲ ਸੰਪਰਕ ਕਰਨ ਨਾਲ, ਸਾਥੀ ਬਣਾਉਣ ਨਾਲ ਅਸਲੀ ਸੁਖ ਬਖਸ਼ਿਸ਼ ਨਹੀਂ ਹੁੰਦਾ । ਜਿਹੜਾ ਅਟਲ ਪ੍ਰਭ ਦੇ ਸ਼ਬਦ ਦਾ ਸਿਮਰਨ, ਪਾਲਣਾ ਅਡੋਲ ਭਰੋਸੇ ਨਾਲ ਕਰਦਾ ਹੈ, ਉਸ ਨੂੰ ਸ਼ਬਦ ਦੀ ਸੋਝੀ ਅਨੰਦ ਬਖਸ਼ਿਸ਼ ਹੋ ਜਾਂਦਾ ਹੈ ।

Whosoever may have many followers, friends, family, and well-wisher; he may not realize any peace of mind, contentment in his worldly life. Whosoever may meditate, obeys the teachings of His Word with steady and stable belief in his day-to-day life; with His mercy and grace, he may be blessed with the enlightenment of the essence of His Word, pleasures in his worldly life.

330.ਸਲੋਕ ਭਗਤ ਕਬੀਰ ਜੀਉ ਕੇ॥ 1365-12

ਕਬੀਰ ਜਿਸੁ ਮਰਨੇ ਤੇ ਜਗੁ ਡਰੈ,	kabeer jis marnay tay jag darai
ਮੇਰੇ ਮਨਿ ਆਨੰਦੁ॥	mayray man aanand.
ਮਰਨੇ ਹੀ ਤੇ ਪਾਈਐ,	marnay hee tay paa-ee-ai
ਪੂਰਨੁ ਪਰਮਾਨੰਦੁ॥੨੨॥	pooran parmaanand. ||22||

ਮਨਮੁਖ ਸਦਾ ਹੀ ਮੌਤ ਤੋਂ ਡਰਦਾ ਰਹਿੰਦਾ ਹੈ । ਜਿਹੜਾ ਪ੍ਰਭ ਦੇ ਸ਼ਬਦ ਦੀ ਪਾਲਣਾ ਅਡੋਲ ਭਰੋਸੇ ਨਾਲ ਕਰਦਾ ਹੈ, ਉਸ ਨੂੰ ਮੌਤ ਦਾ ਸਮਾਂ, ਸੁਭਾਗਾ, ਪ੍ਰਭ ਨਾਲ ਸੰਜੋਗ ਦਾ ਬਣ ਜਾਂਦਾ ਹੈ । ਉਸ ਦਾ ਜੂੰਨਾਂ ਦਾ ਚੱਕਰ, ਸੰਸਾਰਕ ਯਤਾਰਾ ਸਫਲ ਹੋ ਜਾਂਦੀ ਹੈ ।

Self-minded may remain worried, afraid from devil of death; time of death may be miserable to endure the judgement for his worldly deeds. Whosoever may obey the teachings of His Word with steady and stable belief in his day-to-day life; with His mercy and grace, his time of death may become very fortunate, union with His Holy Spirit. His cycle of birth and death may be eliminated; his human life journey may be concluded successfully.

331.ਸਲੋਕ ਭਗਤ ਕਬੀਰ ਜੀਉ ਕੇ॥ 1365-13

ਰਾਮ ਪਦਾਰਥੁ ਪਾਇ ਕੈ,	raam padaarath paa-ay kai
ਕਬੀਰਾ ਗਾਂਠਿ ਨ ਖੋਲ੍॥	kabeeraa gaaNth na kholH.
ਨਹੀ ਪਟਣੁ ਨਹੀ ਪਾਰਖੂ,	nahee patan nahee paarkhoo
ਨਹੀ ਗਾਹਕੁ ਨਹੀ ਮੋਲੁ॥੨੩॥	nahee gaahak nahee mol. ||23||

ਜਿਹੜੇ ਬੰਦਗੀ ਕਰਨ ਵਾਲੇ ਨੂੰ ਪ੍ਰਭ ਦੀ ਰਹਿਮਤ ਨਾਲ, ਸ਼ਬਦ ਦੀ ਸੋਝੀ, ਪ੍ਰਭ ਦੀ ਹੋਂਦ ਅਨੁਭਵ ਹੋ ਜਾਂਦੀ ਹੈ । ਉਸ ਨੂੰ ਨਿਮ੍ਰਤਾ ਵਾਲੀ ਅਵਸਥਾ ਬਖਸ਼ਿਸ਼ ਹੋ ਜਾਂਦੀ ਹੈ, ਉਸ ਨੂੰ ਅਹੰਕਾਰ ਤੇ ਜਿੱਤ ਬਖਸ਼ਿਸ਼ ਹੋ ਜਾਂਦੀ ਹੈ । ਉਹ ਇਸ ਦਾ ਵਪਾਰ ਨਹੀਂ ਕਰਦਾ, ਇਸ ਨੂੰ ਸੰਸਾਰਕ ਧਨ ਇੱਕਠਾ ਕਰਨ ਦਾ ਸਾਧਨ ਨਹੀ ਬਣਾਉਂਦਾ । ਸੰਸਾਰ ਵਿੱਚ ਇਸ ਦਾ ਸੌਦਾ ਕਰਨ ਵਾਲਾ, ਅਸਲੀ ਕੀਮਤ ਪਾਉਣ ਵਾਲਾ ਕੋਈ ਨਹੀਂ ਹੈ । ਸ਼ਬਦ ਦੀ ਕਮਾਈ ਕੇਵਲ ਪ੍ਰਭ ਦੀ ਰਹਿਮਤ ਨਾਲ, ਹੀ ਬਖਸ਼ਿਸ਼ ਹੁੰਦਾ ਹੈ ।

Whosoever may be blessed with the enlightenment of the essence of His Word; he may realize His Holy Spirit prevailing everywhere; with His mercy and grace, he may become humble and blessed to conquer his ego. He may never sell the enlightenment of the essence of His Word nor make a source to collect worldly wealth. No one may be the true trader, who may realize the significance and worth of enlightenments of His Word. Whosoever may be bestowed with His Blessed Vision, only he may earn the wealth of His Word.

332.ਸਲੋਕ ਭਗਤ ਕਬੀਰ ਜੀਉ ਕੇ॥ 1365-14

ਕਬੀਰ ਤਾ ਸਿਉ ਪ੍ਰੀਤਿ ਕਰਿ,	kabeer taa si-o pareet kar
ਜਾ ਕੋ ਠਾਕੁਰੁ ਰਾਮੁ॥	jaa ko thaakur raam.
ਪੰਡਿਤ ਰਾਜੇ ਭੂਪਤੀ,	pandit raajay bhooptee
ਆਵਹਿ ਕਉਨੇ ਕਾਮ॥੨੪॥	aavahi ka-unay kaam. ||24||

ਸੰਸਾਰ ਵਿੱਚ ਬੁਹਤ ਵੱਡੇ ਗਿਆਨਵਾਨ, ਪੰਡਿਤ, ਰਾਜੇ, ਦੇ ਪਿਛੇ ਲਗਕੇ ਆਪਣਾ ਅਸਲੀ ਮਾਰਗ ਨਾ ਬਦਲੋ! ਤੇਰੇ ਕਿਸੇ ਕੰਮ ਨਹੀਂ ਆਉਣਾ, ਕੇਵਲ ਸ਼ਬਦ ਦੀ ਕਮਾਈ ਹੀ ਸਦਾ ਸਾਥ ਦੇਂਦੀ ਹੈ ।

You should not abandon the teachings of His Word by following religious teachings or worldly guru. The teachings of worldly guru may lead to hell. You may not be blessed with the right path of acceptance in His Court. Only the earnings of His Word may remain your true companion forever.

333.ਸਲੋਕ ਭਗਤ ਕਬੀਰ ਜੀਉ ਕੇ॥ 1365-15

ਕਬੀਰ ਪ੍ਰੀਤਿ ਇਕ ਸਿਉ ਕੀਏ,	kabeer pareet ik si-o kee-ay
ਆਨ ਦੁਬਿਧਾ ਜਾਇ॥	aan dubiDhaa jaa-ay.
ਭਾਵੈ ਲਾਂਬੇ ਕੇਸ ਕਰੁ,	bhaavai laaNbay kays kar
ਭਾਵੈ ਘਰਰਿ ਮੁਡਾਇ॥੨੫॥	bhaavai gharar mudaa-ay. ‖25‖

ਸੰਸਾਰਕ ਧਰਮ ਦੇ ਭੁਲੇਖੇ ਮਗਰ ਨਾ ਲਗੋ! ਭਗਵੇ ਬਾਣੇ, ਲੰਮੇ ਵਾਲ ਰਖਣ, ਜਾ ਵਾਲ ਮੁਨਨ ਨਾਲ ਕੁਝ ਫਰਕ ਨਹੀਂ ਪੈਂਦਾ । ਮਾਨਸ ਜੀਵਨ ਦਾ ਅਸਲੀ ਮੰਤਵ, ਅਟਲ ਪ੍ਰਭ ਦੇ ਸ਼ਬਦ ਦੀ ਅਡੋਲ ਭਰੋਸੇ ਨਾਲ ਪਾਲਣਾ ਕਰਨਾ ਹੀ ਹੈ । ਇਸ ਰਸਤੇ ਤੇ ਅਡੋਲ ਰਹਿਣ ਨਾਲ, ਆਤਮਾ ਦਾ ਪਰਦਾ, ਪ੍ਰਭ ਦੀ ਜੋਤ ਤੋ ਦੂਰ ਹੋ ਸਕਦਾ ਹੈ । ਪ੍ਰਭ ਸਾਰੇ ਭਗਤੀ ਕਰਨ ਵਾਲਿਆ ਨੂੰ ਪਿਆਰ ਕਰਦਾ ਹੈ ।

You should not fall into notion, religious suspicions! Any religious robe, like keeping long hair or shaving hair may have no significance in His Court. The real purpose of human life opportunity may be to obey the teachings of His Word with steady and stable belief in day-to-day life. Whosoever may meditate on the teachings of His Word with steady and stable belief; with His mercy and grace, the curtain of secrecy between his soul and His Holy Spirit may be eliminated. He loves all His true devotees.

334.ਸਲੋਕ ਭਗਤ ਕਬੀਰ ਜੀਉ ਕੇ॥ 1365-16

ਕਬੀਰ ਜਗੁ ਕਾਜਲ ਕੀ ਕੋਠਰੀ,	kabeer jag kaajal kee kothree
ਅੰਧ ਪਰੇ ਤਿਸ ਮਾਹਿ॥	anDh paray tis maahi.
ਹਉ ਬਲਿਹਾਰੀ ਤਿਨ ਕਉ,	ha-o balihaaree tin ka-o
ਪੈਸਿ ਜੁ ਨੀਕਸਿ ਜਾਹਿ॥੨੬॥	pais jo neekas jaahi. ‖26‖

ਸੰਸਾਰ ਆਗਿਆਨਤਾ ਨਾਲ ਭਰਿਆਂ ਹੋਇਆ ਹੈ । ਅਨੇਕਾਂ ਹੀ ਜੀਵ ਅਗਿਆਨਤ ਵਿੱਚ ਫਸੇ ਹੋਏ ਹਨ । ਉਸ ਜੀਵਾਂ ਤੇ ਸਦਕੇ ਜਾਵੋ! ਜਿਹੜਾ ਅੰਧੇਰੇ ਭਰੇ ਸੰਸਾਰ ਵਿੱਚ ਵੀ ਪ੍ਰਭ ਦੀ ਰਜ਼ਾ ਵਿੱਚ ਮਸਤ ਰਹਿੰਦਾ ਹੈ । ਉਹ ਅਟਲ ਪ੍ਰਭ ਦੇ ਸ਼ਬਦ ਨੂੰ ਭਲਾਉਂਦਾ ਨਹੀਂ, ਸਿਮਰਨ ਕਰਦਾ, ਸੋਝੀ ਢੂੰਡਣ ਦਾ ਯਤਨ ਕਰਦਾ ਹੈ ।

The universe may be an ocean of pitch dark of ignorance. Many creatures remain intoxicated in ignorance, with sweet poison of worldly wealth. I may remain fascinated, astonished from the way of life of His true devotee; who may remain intoxicated in obeying the teachings of His Word in the worldly ocean of pitch darkness, ignorance. He may never forget the teachings of His Word; he remains steady and stable searching for the enlightenment.

335.ਸਲੋਕ ਭਗਤ ਕਬੀਰ ਜੀਉ ਕੇ॥ 1365-17

ਕਬੀਰ ਇਹੁ ਤਨੁ ਜਾਇਗਾ,	kabeer ih tan jaa-igaa
ਸਕਹੁ ਤ ਲੇਹੁ ਬਹੋਰਿ॥	sakahu ta layho bahor.
ਨਾਂਗੇ ਪਾਵਹੁ ਤੇ ਗਏ,	naaNgay paavhu tay ga-ay
ਜਿਨ ਕੇ ਲਾਖ ਕਰੋਰਿ॥੨੭॥	jin kay laakh karor. ‖27‖

ਸੰਸਾਰ ਵਿਚ ਬੁਹਤ ਵੱਡੇ ਵੱਡੇ ਧੰਨਾਡ, ਬੁਹਤ ਮਾਇਆ ਧਾਰੀ ਨੂੰ ਵੀ ਮੌਤ ਆਉਂਦੀ ਹੈ । ਉਹ ਸੰਸਾਰ ਵਿੱਚੋ ਖਾਲੀ ਹੱਥ, ਨੰਗੇ ਪੈਰੀ ਹੀ ਵਾਪਸ ਜਾਂਦਾ ਹੈ । ਜੀਵ ਦਾ ਨਾਸ ਹੋਣ ਵਾਲਾ ਤਨ, ਸਵਾਸ ਖਤਮ ਹੋਣ ਤੇ ਇੱਕ ਦਿਨ ਖਤਮ ਹੋ ਜਾਣਾ ਹੈ । ਸ਼ਬਦ ਦੀ ਕਮਾਈ ਹੀ ਸਦਾ ਸਾਥੀ ਦੇਂਦੀ ਹੈ ।

Even worldly rich and powerful also face death at predetermined time. His soul must leave empty handed, naked without any cloth. His perishable body may be destroyed by exhausting the capital of breathes. Only the earnings of His Word may remain a true companion of his soul forever.

<u>Note: soul enter the court of The Righteous Judge within his own 10th cave to endure the judgement; soul never carries any robe; only burden of his worldly deeds;</u>**

336. ਸਲੋਕ ਭਗਤ ਕਬੀਰ ਜੀਉ ਕੇ॥ 1365-17

ਕਬੀਰ ਇਹੁ ਤਨੁ ਜਾਇਗਾ,	kabeer ih tan jaa-igaa
ਕਵਨੈ ਮਾਰਗਿ ਲਾਇ॥	kavnai maarag laa-ay.
ਕੈ ਸੰਗਤਿ ਕਰਿ ਸਾਧ ਕੀ,	kai sangat kar saaDh kee
ਕੈ ਹਰਿ ਕੇ ਗੁਨ ਗਾਇ॥੨੮॥	kai har kay gun gaa-ay. ||28||

ਤੇਰਾ ਨਾਸ ਹੋਣ ਵਾਲਾ ਤਨ ਇੱਕ ਦਿਨ ਖਤਮ ਹੋ ਜਾਣਾ ਹੈ । ਤੂੰ ਕਿਹੜੇ ਰਸਤੇ ਤੇ ਚਲਦਾ ਹੈ? ਅਜੇ ਵੀ ਸਮਾਂ ਹੈ! ਸੰਤ ਸਰੂਪ ਜੀਵ ਦੇ ਜੀਵਨ ਦੀ ਸਿਖਿਆਂ ਨਾਲ ਆਪਣਾ ਜੀਵਨ ਢਾਲੋ! ਅਟਲ ਪ੍ਰਭ ਦੇ ਸ਼ਬਦ ਦੀ ਕਮਾਈ ਹੀ ਤੇਰਾ ਸਦਾ ਸਾਥੀ ਬਣ ਜਾਂਦਾ ਹੈ ।

Your perishable body may be vanished one day. What path have you adopted in your ignorance? You should realize the reality of human life journey! You should remain in the conjugation of His Holy saint. Only your earnings of His Word may remain your companion and supporter forever.

337.ਸਲੋਕ ਭਗਤ ਕਬੀਰ ਜੀਉ ਕੇ॥ 1365-19

ਕਬੀਰ ਮਰਤਾ ਮਰਤਾ ਜਗੁ ਮੂਆ,	kabeer martaa martaa jag moo-aa
ਮਰਿ ਭੀ ਨ ਜਾਨਿਆ ਕੋਇ॥	mar bhee na jaani-aa ko-ay.
ਐਸੇ ਮਰਨੇ ਜੋ ਮਰੈ,	aisay marnay jo marai
ਬਹੁਰਿ ਨ ਮਰਨਾ ਹੋਇ॥੨੯॥	bahur na marnaa ho-ay. ||29||

ਜਿਹੜਾ ਜੀਵ ਸੰਸਾਰ ਵਿੱਚ ਪੈਦਾ ਹੁੰਦਾ ਹੈ, ਉਸ ਨੂੰ ਮਿਥੇ ਸਮੇਂ ਮੌਤ ਆਉਂਦੀ ਹੈ । ਪਰ ਕੋਈ ਵੀ ਅਸਲੀ ਮਰਨ ਦਾ ਤਾਰੀਕਾ, ਢੰਗ ਨਹੀਂ ਜਾਣਦਾ । ਜਿਸ ਨੂੰ ਅਸਲੀ ਮਰਨ ਦੇ ਢੰਗ ਦੀ ਸੋਝੀ ਬਖਸ਼ਿਸ਼ ਹੋ ਜਾਂਦੀ ਹੈ । ਉਸ ਦਾ ਮੌਤ ਦਾ ਚੱਕਰ ਹੀ ਖਤਮ ਹੋ ਜਾਂਦਾ ਹੈ ।

The time of death of everyone has been predetermined before birth; however, no one may really know the right way of dying. Whosoever may be blessed with the enlightenment of the right technique of death; with His mercy and grace, his cycle of birth and death may be eliminated.

338.ਸਲੋਕ ਭਗਤ ਕਬੀਰ ਜੀਉ ਕੇ॥ 1366-1

ਕਬੀਰ ਮਾਨਸ ਜਨਮੁ ਦੁਲੰਭੁ ਹੈ,	kabeer maanas janam dulambh hai
ਹੋਇ ਨ ਬਾਰੈ ਬਾਰ॥	ho-ay na baarai baar.
ਜਿਉ ਬਨ ਫਲ ਪਾਕੇ ਭੁਇ ਗਿਰਹਿ,	ji-o ban fal paakay bhu-ay gireh
ਬਹੁਰਿ ਨ ਲਾਗਹਿ ਡਾਰ॥੩੦॥	bahur na laageh daar. ||30||

ਅਮੋਲਕ ਮਾਨਸ ਜੀਵਨ ਬਾਰ ਬਾਰ ਬਖਸ਼ਿਸ਼ ਨਹੀਂ ਹੁੰਦਾ । ਬਹੁਤ ਚੰਗੀ ਕਿਸਮਤ ਨਾਲ ਹੀ ਮਾਨਸ ਜੀਵਨ ਬਖਸ਼ਿਸ਼ ਹੁੰਦਾ ਹੈ । ਜਿਹੜਾ ਫਲ ਟਾਹਣੀ ਨਾਲੋ ਟੁੱਟ ਜਾਂਦਾ ਹੈ, ਫਿਰ ਵਾਪਸ ਨਹੀਂ ਲਗਾ ਸਕਦਾ । ਇਸਤਰ੍ਹਾਂ ਜਿਸ ਦਾ ਮਾਨਸ ਜਨਮ ਬਿਰਥਾ ਹੀ ਬਤੀਤ ਜਾਂਦਾ, ਉਸ ਦਾ ਅਸਲੀ ਮਾਲਕ ਨਾਲ ਮਿਲਣ ਦਾ ਮੌਕਾ ਬਿਰਥਾ ਹੀ ਗਵਾਚ ਜਾਂਦਾ ਹੈ । ਅਜੇ ਵੀ ਮੌਕਾ ਹੈ! ਸਿਮਰਨ ਕਰਕੇ ਆਪਣੀ ਜੀਵਨ ਯਾਤਰਾ ਸਫਲ ਕਰ ਲਵੋ ।

The priceless ambrosial human life opportunity may not be blessed too many times. Human life may be blessed with a great destiny. As the fruit picked or dropped from the branch cannot be attached to branch again; same way whosoever may wastes his human life opportunity without obeying the teachings of His Word; he may not be blessed with another opportunity very often. You should not waste your opportunity; rather meditate on the teachings of His Word to conclude your opportunity successfully.

339.ਸਲੋਕ ਭਗਤ ਕਬੀਰ ਜੀਉ ਕੇ॥ 1366-2

ਕਬੀਰਾ ਤੁਹੀ ਕਬੀਰੁ ਤੂ, kabeeraa tuhee kabeer too
ਤੇਰੋ ਨਾਉ ਕਬੀਰੁ॥ tayro naa-o kabeer.
ਰਾਮ ਰਤਨੁ ਤਬ ਪਾਈਐ, raam ratan tab paa-ee-ai
ਜਉ ਪਹਿਲੇ ਤਜਹਿ ਸਰੀਰੁ॥੩੧॥ ja-o pahilay tajeh sareer. ||31||

ਜੀਵ ਨੂੰ ਸੰਸਾਰਕ ਨਾਮ, ਪ੍ਰਭ ਆਪ ਹੀ ਦੇਂਦਾ ਹੈ । ਜਿਹੜਾ ਆਪਾ ਪ੍ਰਭ ਦੀ ਸ਼ਰਣ ਵਿੱਚ ਤਿਆਗ ਦੇਂਦਾ ਹੈ, ਉਸ ਨੂੰ ਪ੍ਰਭ ਦੇ ਨਾਲ ਸੰਜੋਗ ਦਾ ਅਮੋਲਕ ਮੌਕਾ ਬਖਸ਼ਿਸ਼ ਹੋ ਜਾਂਦਾ ਹੈ । ਪ੍ਰਭ ਦੇ ਦਰਬਾਰ ਵਿੱਚ ਪ੍ਰਵਾਨ ਹੋਣ ਪਿਛੋਂ ਜਨਮ ਨਹੀਂ ਲੈਣਾ ਪੈਂਦਾ, ਤਨ ਦੀ ਲੋੜ ਨਹੀਂ ਹੁੰਦੀ ।

The True Master may inspire a worldly name within the heart of mother. Whosoever may surrender his self-identity at His Sanctuary; with His mercy and grace, his soul may be blessed with ambrosial moment of union with His Holy Spirit. Whosoever may be accepted in His Court; with His mercy and grace, he may never endure the misery in the womb of mother; he may never need any worldly body.

340.ਸਲੋਕ ਭਗਤ ਕਬੀਰ ਜੀਉ ਕੇ॥ 1366-3

ਕਬੀਰ ਝੰਖੁ ਨ ਝੰਖੀਐ, kabeer jhankh na jhankhee-ai
ਤੁਮਰੋ ਕਹਿਓ ਨ ਹੋਇ॥ tumro kahi-o na ho-ay.
ਕਰਮ ਕਰੀਮ ਜੁ ਕਰਿ ਰਹੇ, karam kareem jo kar rahay
ਮੇਟਿ ਨ ਸਾਕੈ ਕੋਇ॥੩੨॥ mayt na saakai ko-ay. ||32||

ਜੀਵ ਮਨ ਕਾਮਨਾ ਦੇ ਪਿਛੇ ਲਗਕੇ, ਆਪਣੇ ਅਹੰਕਾਰ ਵਿੱਚ ਹੀ ਦਾਵਾ ਕਰਦਾ ਹੈ । ਜੀਵ ਦੇ ਆਪਣੇ ਤਰੀਕੇ, ਜੀਵਨ ਦੇ ਢੰਗਾਂ ਨਾਲ ਕੁਝ ਬਖਸ਼ਿਸ਼ ਨਹੀਂ ਹੁੰਦਾ । ਪ੍ਰਭ ਦੀ ਬਖਸ਼ਿਸ਼ ਨਾਲ ਹੀ ਸਭ ਕੁਝ ਸੰਸਾਰ ਵਿੱਚ ਵਾਪਰਦਾ, ਬਖਸ਼ਿਸ਼ ਹੁੰਦਾ ਹੈ ।

Self-minded may follow the ego of his worldly status, own meditation and make many false assumptions, his accomplishments. However, with his own meditation, worldly status, or way of worldly life; nothing may be blessed to his soul. Everything may only happen under His Command.

341.ਸਲੋਕ ਭਗਤ ਕਬੀਰ ਜੀਉ ਕੇ॥ 1366-4

ਕਬੀਰ ਕਸਉਟੀ ਰਾਮ ਕੀ, kabeer kasa-utee raam kee
ਝੂਠਾ ਟਿਕੈ ਨ ਕੋਇ॥ jhoothaa tikai na ko-ay.
ਰਾਮ ਕਸਉਟੀ ਸੋ ਸਹੈ, raam kasa-utee so sahai
ਜੋ ਮਰਿ ਜੀਵਾ ਹੋਇ॥੩੩॥ jo mar jeevaa ho-ay. ||33||

ਅੰਤਰਜਾਮੀ ਪ੍ਰਭ ਦੀ ਪਰਖ (ਕਸਉਟੀ) ਪਵਿੱਤਰ ਹੈ । ਇਸ ਵਿਚੋਂ ਗਲਤ ਕੰਮ ਕਰਨ ਵਾਲਾ ਪ੍ਰਵਾਨ ਨਹੀਂ ਹੋ ਸਕਦਾ । ਜਿਹੜਾ ਵੀ ਪਰਖ ਵਿੱਚ ਪੂਰਾ ਹੋ ਜਾਂਦਾ ਹੈ । ਉਸ ਦਾ ਜਮਨ, ਮਰਨ ਦਾ ਚੱਕਰ ਖਤਮ ਹੋ ਜਾਂਦਾ ਹੈ ।

The evaluation, consideration of The Omniscient True Master may be sanctified and true forever. No one with evil, sinful deeds may ever be accepted in His Court. Whosoever may pass, accepted in His Court; with His mercy and grace, his cycle of birth and death may be eliminated.

342.ਸਲੋਕ ਭਗਤ ਕਬੀਰ ਜੀਉ ਕੇ॥ 1366-5

ਕਬੀਰ ਊਜਲ ਪਹਿਰਹਿ ਕਾਪਰੇ, kabeer oojal pahirahi kaapray
ਪਾਨ ਸੁਪਾਰੀ ਖਾਹਿ॥ paan supaaree khaahi.
ਏਕਸ ਹਰਿ ਕੇ ਨਾਮ ਬਿਨ, aykas har kay naam bin
ਬਾਧੇ ਜਮ ਪੁਰਿ ਜਾਂਹਿ॥੩੪॥ baaDhay jam pur jaaNhi. ||34||

ਕਈ ਜੀਵ ਬੁਹਤ ਖੁਬ ਸੁਰਤ ਬਾਣਾ ਪਾਉਂਦੇ ਹਨ । ਆਪਣੇ ਆਪ ਨੂੰ ਪ੍ਰਭ ਦਾ ਦਾਸ, ਪੁੱਤਰ ਦੱਸਦੇ ਹਨ । ਜਿਹੜਾ ਪ੍ਰਭ ਦੇ ਸ਼ਬਦ ਦਾ ਸਿਮਰਨ ਨਹੀਂ ਕਰਦਾ, ਉਹ ਜਮਦੂਤ ਦੇ ਵੱਸ ਹੀ ਰਹਿੰਦਾ ਹੈ ।

Many self-minded may adopt royal robe and keeps unique outlook and claims to be only son of God, slave of The True Master. Whosoever may not meditate on the teachings of His Word; he may be captured by the devil of death and remains in the cycle of birth and death.

343.ਸਲੋਕ ਭਗਤ ਕਬੀਰ ਜੀਉ ਕੇ॥ 1366-6

ਕਬੀਰ ਬੇੜਾ ਜਰਜਰਾ, kabeer bayrhaa jarjaraa
ਫੂਟੇ ਛੇਂਕ ਹਜਾਰ॥ footay chhayNk hajaar.
ਹਰੂਏ ਹਰੂਏ ਤਿਰਿ ਗਏ, haroo-ay haroo-ay tir ga-ay
ਡੂਬੇ ਜਿਨ ਸਿਰ ਭਾਰ॥੩੫॥ doobay jin sir bhaar. ||35||

ਜੀਵ ਸੰਸਾਰਕ ਜੀਵਨ ਬਤੀਤ ਕਰਦਿਆ ਅਨੇਕਾਂ ਹੀ ਚੰਗੇ, ਮੰਦੇ ਕੰਮ ਕਰਦਾ ਹੈ । ਮੰਦੇ ਕਰਮ ਬੇੜੀ ਵਿੱਚ ਛੇਕਾਂ ਦੀ ਤਰ੍ਹਾਂ ਹੀ ਉਸ ਦੇ ਸਾਥ ਰਹਿੰਦੇ ਹਨ । ਅਖੀਰਲੇ ਸਮੇਂ ਜੀਵ ਦੇ ਕੰਮ ਹੀ ਨਾਲ ਜਾਂਦੇ ਹਨ । ਜਿਸ ਦੇ ਚੰਗੇ ਕੰਮ ਭਾਰੀ ਹੁੰਦੇ ਹਨ, ਉਸ ਨੂੰ ਫਿਰ ਮਾਨਸ ਜਨਮ (ਸਵਰਗ) ਬਖਸ਼ਿਸ਼ ਹੋ ਸਕਦਾ ਹੈ । ਮੰਦੇ ਕੰਮ ਭਾਰੀ ਹੋਣ ਨਾਲ ਬਾਕੀ ਜੂੰਨਾਂ (ਨਰਕ) ਵਿੱਚ ਜਾਂਦਾ ਹੈ ।

Everyone may perform various good and bad deeds in the universe. Evil deeds may be like holes in his rescue boat of his life. In the end, after death; The righteous Judge rewards his worldly deeds. Whose good deeds may be heavy, he may be rewarded wealth of His Word; he may be blessed with another human life opportunity. Whose evil deeds may be heavy, he may endure misery in other reincarnations.

344.ਸਲੋਕ ਭਗਤ ਕਬੀਰ ਜੀਉ ਕੇ॥ 1366-7

ਕਬੀਰ ਹਾਡ ਜਰੇ ਜਿਉ ਲਾਕਰੀ, kabeer haad jaray ji-o laakree
ਕੇਸ ਜਰੇ ਜਿਉ ਘਾਸੁ॥ kays jaray ji-o ghaas.
ਇਹੁ ਜਗੁ ਜਰਤਾ ਦੇਖਿ ਕੈ, ih jag jartaa daykh kai
ਭਇਓ ਕਬੀਰੁ ਉਦਾਸੁ॥੩੬॥ bha-i-o kabeer udaas. ||36||

ਆਖਰੀ ਸਮੇਂ ਤਨ ਨੂੰ ਅੱਗਨੀ ਭੇਟ ਕੀਤਾ ਜਾਂਦਾ ਹੈ । ਉਸ ਦੇ ਤਨ ਦੇ ਵਾਲ ਘਾਹ ਦੀ ਤਰ੍ਹਾਂ, ਹੱਡੀਆਂ ਲੱਕੜ ਦੀ ਤਰ੍ਹਾਂ ਜਲ ਜਾਂਦੀਆਂ ਹਨ । ਇਹ ਸਭ ਕੁਝ ਸੋਚਣ ਨਾਲ ਮਨ ਵਿੱਚ ਉਦਾਸੀ ਆ ਜਾਂਦੀ ਹੈ । ਅਜੇ ਵੀ ਮੌਕਾ ਸੰਭਾਲੋ! ਪ੍ਰਭ ਦੇ ਸ਼ਬਦ ਦਾ ਸਿਮਰਨ ਕਰੋ ।

In the end, perishable body may be disposed, cremated in fire. His hairs may burn like grass and bones burn like wood. I have been very depressed witnessing the end of human life! I still have an opportunity to meditate on the teachings of His Word.

345.ਸਲੋਕ ਭਗਤ ਕਬੀਰ ਜੀਉ ਕੇ॥ 1366-8

ਕਬੀਰ ਗਰਬੁ ਨ ਕੀਜੀਐ, kabeer garab na keejee-ai
ਚਾਮ ਲਪੇਟੇ ਹਾਡ॥ chaam lapaytay haad.
ਹੈਵਰ ਊਪਰਿ ਛਤ੍ਰ ਤਰ, haivar oopar chhatar tar
ਤੇ ਫੁਨਿ ਧਰਨੀ ਗਾਡ॥੩੭॥ tay fun Dharnee gaad. ||37||

ਆਪਣੇ ਰੂਪ, ਸੰਸਾਰਕ ਹੈਸੀਅਤ ਦਾ ਅਹੰਕਾਰ ਨਾ ਕਰੋ । ਜਿਹੜੇ ਰਾਜੇ, ਸੁਲਤਾਨ ਹਾਥੀ ਤੇ ਸਵਾਰ, ਛੱਤਰ ਝੱਲਦੇ ਸਨ । ਅਖੀਰ ਵਿੱਚ ਜ਼ਮੀਨ ਦੇ ਥੱਲੇ, ਕਬਰਾਂ ਵਿੱਚ ਹੀ ਨਾਸ ਹੋ ਜਾਂਦੇ ਹਨ ।

You should not boast about your beauty and worldly status. Imagine! Worldly kings were riding on horses, elephants embellishing with royal crowns and canopies; after death are buried in graves under few feet of dirt.

346.ਸਲੋਕ ਭਗਤ ਕਬੀਰ ਜੀਉ ਕੇ॥ 1366-9

ਕਬੀਰ ਗਰਬੁ ਨ ਕੀਜੀਐ, |kabeer garab na keejee-ai
ਊਚਾ ਦੇਖਿ ਅਵਾਸੁ॥ oochaa daykh avaas.
ਆਜੁ ਕਾਲ੍ਹਿ ਭੁਇ ਲੇਟਣਾ, aaj kaaliH bhu-ay laytnaa
ਊਪਰਿ ਜਾਮੈ ਘਾਸੁ॥੩੮॥ oopar jaamai ghaas. ||38||

ਜੀਵ ਵੱਡੇ ਘਰ, ਮਹਿਲ ਦਾ ਅਹੰਕਾਰ ਨਾ ਕਰੋ, ਅਖੀਰ ਵਿੱਚ ਤੇਰਾ ਅੰਤ ਆਉਣਾ ਹੈ । ਉਸ ਵੇਲੇ ਤੂੰ ਕਬਰ ਵਿੱਚ ਧਰਤੀ ਥੱਲੇ ਹੀ ਦੱਬੇ ਜਾਣਾ ਹੈ । ਤੇਰੀ ਕਬਰ ਉਪਰ ਘਾਹ ਹੀ ਉਗਣਾ ਹੈ ।

You should not boast about your Royal Castle, grand houses; you must face your death. Your body may be buried under earth; only grass and weeds may grow over.

347.ਸਲੋਕ ਭਗਤ ਕਬੀਰ ਜੀਉ ਕੇ॥ 1366-10

ਕਬੀਰ ਗਰਬੁ ਨ ਕੀਜੀਐ,	kabeer garab na keejee-ai
ਰੰਕੁ ਨ ਹਸੀਐ ਕੋਇ॥	rank na hasee-ai ko-ay.
ਅਜਹੁ ਸੁ ਨਾਉ ਸਮੁੰਦ੍ਰ ਮਹਿ,	ajahu so naa-o samundar meh
ਕਿਆ ਜਾਨਉ ਕਿਆ ਹੋਇ॥੩੯॥	ki-aa jaan-o ki-aa ho-ay. ||39||

ਜੀਵ ਮਾੜੇ ਨੂੰ ਮਜ਼ਾਕ ਨਾ ਕਰੋ, ਆਪਣੀ ਹੈਸੀਅਤ ਦਾ ਅਹੰਕਾਰ ਨਾ ਕਰੋ । ਅਜੇ ਇਸ ਸੰਸਾਰ ਵਿੱਚ ਹੀ ਹੈ, ਅਗਲੀ ਹਾਲਤ ਦੀ ਕੋਈ ਸੋਝੀ ਨਹੀਂ ਹੈ ।

You should not boast about your worldly status and may not make a mockery of poor or misfortunate. You are still alive in the world; however, you are not aware, what may happen next after death?

348.ਸਲੋਕ ਭਗਤ ਕਬੀਰ ਜੀਉ ਕੇ॥ 1366-11

ਕਬੀਰ ਗਰਬੁ ਨ ਕੀਜੀਐ,	kabeer garab na keejee-ai
ਦੇਹੀ ਦੇਖਿ ਸੁਰੰਗ॥	dayhee daykh surang.
ਆਜੁ ਕਾਲ੍ਹਿ ਤਜਿ ਜਾਹੁਗੇ,	aaj kaaliH taj jaahugay
ਜਿਉ ਕਾਂਚੁਰੀ ਭੁਯੰਗ॥੪੦॥	ji-o kaaNchuree bhuyang. ||40||

ਆਪਣੇ ਸੁੰਦਰ ਰੂਪ ਦਾ ਅਹੰਕਾਰ ਨਾ ਕਰੋ, ਇੱਕ ਦਿਨ ਤੇਰੀ ਮੌਤ ਵੀ ਆਉਣੀ ਹੈ । ਜਿਵੇਂ ਸੱਪ ਆਪਣੀ ਕੂੰਜ ਉਤਾਰਦਾ ਹੈ । ਇਸਤਰ੍ਹਾਂ ਸਰੀਰ ਦਾ ਮਾਣ, ਖਤਮ ਹੋ ਜਾਣਾ ਹੈ ।

You should not boast about your youth, beauty; at predetermined time, you are going to meet your maker. As a snake may remove his skin, shell; the glory of your body may be perished.

349.ਸਲੋਕ ਭਗਤ ਕਬੀਰ ਜੀਉ ਕੇ॥ 1366-12

ਕਬੀਰ ਲੂਟਨਾ ਹੈ ਤ ਲੂਟਿ ਲੈ,	kabeer lootnaa hai ta loot
ਰਾਮ ਨਾਮ ਹੈ ਲੂਟਿ॥	lai raam naam hai loot.
ਫਿਰਿ ਪਾਛੈ ਪਛੁਤਾਹੁਗੇ,	fir paachhai pachhutaahugay
ਪ੍ਰਾਨ ਜਾਹਿੰਗੇ ਛੂਟਿ॥੪੧॥	paraan jaahingay chhoot. ||41||

ਜੀਵ ਕੋਲ ਮਾਨਸ ਜੀਵਨ ਵਿੱਚ ਹੀ ਸਮਾਂ, ਮੌਕਾ ਪ੍ਰਭ ਦੇ ਸ਼ਬਦ ਦੀ ਕਮਾਈ ਕਰਨ ਲਈ ਹੈ । ਆਖਰੀ ਸਵਾਸ ਖਤਮ ਹੋਣ ਤੇ ਫਿਰ ਪਛਤਾਵਾਂ ਹੀ ਕਰੇਗਾ ।

You have an opportunity to meditate and earn the wealth of His Word in your human life journey. In the end, after the last breath! You may only regret and repent.

350.ਸਲੋਕ ਭਗਤ ਕਬੀਰ ਜੀਉ ਕੇ॥ 1366-13

ਕਬੀਰ ਐਸਾ ਕੋਈ ਨ ਜਨਮਿਓ,	kabeer aisaa ko-ee na janmi-o
ਅਪਨੈ ਘਰਿ ਲਾਵੈ ਆਗਿ॥	apnai ghar laavai aag.
ਪਾਂਚਉ ਲਰਿਕਾ ਜਾਰਿ ਕੈ,	paaNcha-o larikaa jaar kai
ਰਹੈ ਰਾਮ ਲਿਵ ਲਾਗਿ॥੪੨॥	rahai raam liv laag. ||42||

ਜੀਵ ਇਸ ਹੈਸੀਅਤ ਵਾਲਾ ਸੰਸਾਰ ਵਿੱਚ ਕੋਈ ਪੈਦਾ ਨਹੀਂ ਹੋਇਆ । ਜਿਹੜਾ ਆਪਣੇ ਆਪ ਦਾ ਬੁਰਾ ਕਰਦਾ ਹੈ । ਆਪਣੇ ਮਨ ਦੀਆਂ ਇੱਛਾਂ ਦੇ ਪੰਜੋਂ ਦਸ਼ਮਣਾਂ ਨੂੰ ਜਿੱਤਕੇ, ਸੰਸਾਰਕ ਹੈਸੀਅਤ ਨੂੰ ਤਿਆਗਕੇ, ਆਪਾ ਪ੍ਰਭ ਦੀ ਭੇਟਾ ਕਰ ਦੇਂਦਾ ਹੈ । ਪ੍ਰਭ ਦੇ ਸ਼ਬਦ ਦੇ ਸਿਮਰਨ ਵਿੱਚ ਲੀਨ ਹੀ ਰਹਿੰਦਾ ਹੈ ।

No One has ever born in the universe, who may burn his own house, hurt, or intentionally ruins himself. Whosoever may renounce his worldly desires, conquer his 5 demons, and surrender his self-identity at His Sanctuary; he may remain intoxicated in mediation in void of His Word?

351.ਸਲੋਕ ਭਗਤ ਕਬੀਰ ਜੀਉ ਕੇ॥ 1366-14

ਕੋ ਹੈ ਲਰਿਕਾ ਬੇਚਈ,	ko hai larikaa baych-ee
ਲਰਿਕੀ ਬੇਚੈ ਕੋਇ॥	larikee baychai ko-ay.
ਸਾਝਾ ਕਰੈ ਕਬੀਰ ਸਿਉ,	saajhaa karai kabeer si-o
ਹਰਿ ਸੰਗਿ ਬਨਜੁ ਕਰੇਇ॥੪੩॥	har sang banaj karay-i. ||43||

ਸੰਸਾਰ ਵਿੱਚ ਕੋਈ ਵਿਰਲੇ ਹੀ ਜੀਵ ਆਪਣੀ ਸੰਸਾਰਕ ਹੈਸੀਅਤ ਤਿਆਗਕੇ ਪ੍ਰਭ ਦੇ ਸ਼ਬਦ ਦੇ ਸਿਮਰਨ ਵਿੱਚ ਲੀਨ ਹੋ ਜਾਂਦਾ ਹੈ । ਇਸ ਅਵਸਥਾ ਵਾਲਾ ਜੀਵ ਦੀ ਸੰਗਤ ਕਰੋ । ਉਸ ਦੇ ਜੀਵਨ ਦੀ ਸਿਖਿਆਂ ਨਾਲ ਜੀਵਨ ਢਾਲਣ ਨਾਲ, ਪ੍ਰਭ ਦੇ ਦਰਬਾਰ ਵਿੱਚ ਪ੍ਰਵਾਨਗੀ ਦਾ ਅਸਲੀ ਰਸਤਾ ਬਖਸ਼ਿਸ਼ ਹੋ ਜਾਂਦਾ ਹੈ ।

Very rare, His true devotee may surrender his self-identity at His Sanctuary! You should associate with his conjugation and adopt his life experience teachings in your in your day-to-day life; with His mercy and grace, you may be blessed with the right path of acceptance in His Court.

352.ਸਲੋਕ ਭਗਤ ਕਬੀਰ ਜੀਉ ਕੇ॥ 1366-15

ਕਬੀਰ ਇਹ ਚੇਤਾਵਨੀ,	kabeer ih chaytaavnee
ਮਤ ਸਹਸਾ ਰਹਿ ਜਾਇ॥	mat sahsaa reh jaa-ay.
ਪਾਛੈ ਭੋਗ ਜੁ ਭੋਗਵੇ,	paachhai bhog jo bhogvay
ਤਿਨ ਕੋ ਗੁੜੁ ਲੈ ਖਾਹਿ॥੪੪॥	tin ko gurh lai khaahi. ||44||

ਇਸ ਅਵਸਥਾ ਵਾਲੇ ਜੀਵ ਦੀ ਸਿਖਿਆਂ ਨੂੰ ਅਡੋਲ ਭਰੋਸੇ ਨਾਲ ਆਪਣੇ ਜੀਵਨ ਵਿੱਚ ਢਾਲੋ! ਉਸ ਜੀਵ ਦੀ ਸੰਗਤ, ਤੇਰੇ ਪਿਛਲੇ ਜਨਮ ਦੀ ਬੰਦਗੀ ਦਾ ਹੀ ਫਲ, ਬਖਸ਼ਿਸ਼ ਹੋਇਆ ਹੈ ।

You should adopt the life experience teachings of such a Holy saint. You have been blessed with conjugation of His Holy saint, a reward of your previous life, earnings of His Word.

353.ਸਲੋਕ ਭਗਤ ਕਬੀਰ ਜੀਉ ਕੇ॥ 1366-16

ਕਬੀਰ ਮੈ ਜਾਨਿਓ ਪੜਿਬੋ ਭਲੋ,	kabeer mai jaani-o parhibo bhalo
ਪੜਿਬੇ ਸਿਉ ਭਲ ਜੋਗੁ॥	parhibay si-o bhal jog.
ਭਗਤਿ ਨ ਛਾਡਉ ਰਾਮ ਕੀ,	bhagat na chhaada-o raam kee
ਭਾਵੈ ਨਿੰਦਉ ਲੋਗੁ॥੪੫॥	bhaavai ninda-o log. ||45||

ਸੰਸਾਰਕ ਧਰਮ ਦੇ ਗ੍ਰੰਥ ਪੜ੍ਹਨਾ, ਗਿਆਨ ਹਾਸਿਲ ਕਰਨਾ ਚੰਗਾ ਹੈ । ਧਰਮ ਦੇ ਗ੍ਰੰਥ ਪੜ੍ਹਨ ਨਾਲ ਹੀ ਸੋਝੀ ਹੁੰਦੀ ਹੈ, ਸ਼ਬਦ ਦੀ ਕਮਾਈ ਕਰਨੀ ਚੰਗੀ ਹੁੰਦੀ ਹੈ । ਸੰਸਾਰਕ ਜੀਵਾਂ ਦੇ ਨਿੰਦਿਆਂ ਕਰਨ ਤੇ, ਆਪਣੇ ਜੀਵਨ ਵਿੱਚ ਪ੍ਰਭ ਦੇ ਸ਼ਬਦ ਦੀ ਪਾਲਣਾ ਕਰਨਾ ਨਾ ਛੱਡੋ! ਪ੍ਰਭ ਦੇ ਸ਼ਬਦ ਦੀ ਕਮਾਈ ਦੇ ਬਰਾਬਰ ਹੋਰ ਕੋਈ ਦਰਬਾਰ ਵਿੱਚ ਪ੍ਰਵਾਨਗੀ ਦਾ ਰਸਤਾ ਨਹੀਂ ਹੈ ।

To study and learn the teachings of worldly Holy Scripture may be very enlightening path. Whosoever may read worldly Holy Scripture; with His mercy and grace, he may be enlightened that the earnings of His Word remain with his soul forever. You should not be worried about the slandering by others nor abandon obeying the teachings of His Word. No other meditation may be comparable with the earnings of His Word nor the right path of acceptance in His Court.

354.ਸਲੋਕ ਭਗਤ ਕਬੀਰ ਜੀਉ ਕੇ॥ 1366-17

ਕਬੀਰ ਲੋਗੁ ਕਿ ਨਿੰਦੈ ਬਪੁੜਾ,	kabeer log ke nindai bapurhaa
ਜਿਹ ਮਨਿ ਨਾਹੀ ਗਿਆਨੁ॥	jih man naahee gi-aan.
ਰਾਮ ਕਬੀਰਾ ਰਵਿ ਰਹੇ,	raam kabeeraa rav rahay
ਅਵਰ ਤਜੇ ਸਭ ਕਾਮ॥੪੬॥	avar tajay sabh kaam. ||46||

ਜਿਹੜਾ ਸਿਮਰਨ ਦੇ ਰਸਤੇ ਤੋ ਹਟਾਉਂਦਾ ਹੈ, ਉਹ ਅਗਿਆਨੀ ਹੀ ਹੁੰਦਾ ਹੈ । ਉਸ ਦੇ ਮਗਰ ਨਾ ਲਗੋ! ਬਾਕੀ ਸਾਰੀਆਂ ਵਿਧੀਆਂ ਨੂੰ ਛੱਡਕੇ ਪ੍ਰਭ ਦੇ ਸਿਮਰਨ ਵਿੱਚ ਲੀਨ ਹੋ ਜਾਵੋ ।

Whosoever may discourage to meditate on the teachings of His Word; he may be ignorant from the real purpose of human life journey. You must ignore his teachings, his path of life. You should abandon all other path of meditation and remain intoxicated in meditation in the void of His Word.

355.ਸਲੋਕ ਭਗਤ ਕਬੀਰ ਜੀਉ ਕੇ॥ 1366-18

ਕਬੀਰ ਪਰਦੇਸੀ ਕੈ ਘਾਘਰੈ,	kabeer pardaysee kai ghaaghrai
ਚਹੁ ਦਿਸਿ ਲਾਗੀ ਆਗਿ॥	chahu dis laagee aag.
ਖਿੰਥਾ ਜਲਿ ਕੋਇਲਾ ਭਈ,	khinthaa jal ko-ilaa bha-ee
ਤਾਗੇ ਆਂਚ ਨ ਲਾਗ॥੪੭॥	taagay aaNch na laag. ||47||

ਜੀਵ ਆਤਮਾ ਦੇ ਸੰਸਾਰਕ ਰਖਵਾਲੇ, ਤੇਰਾ ਮਨ, ਤਨ ਸੰਸਾਰਕ ਮਾਇਆ ਦੀ ਅੱਗ, ਲਾਲਚ ਵਿੱਚ ਜਲਦਾ ਹੈ । ਤੇਰੀ ਆਤਮਾ ਆਪਣੇ ਘਰ ਵਿੱਚ ਹੀ ਪ੍ਰਦੇਸੀ ਦੀ ਤਰ੍ਹਾਂ ਹੈ । ਜਿਹੜਾ ਪ੍ਰਭ ਦੇ ਸ਼ਬਦ ਦੀ ਪਾਲਣਾ ਵਿੱਚ ਅਡੋਲ ਰਹਿੰਦਾ ਹੈ । ਉਸ ਤੇ ਸੰਸਾਰਕ ਮਾਇਆ ਦਾ ਕੋਈ ਪ੍ਰਭਾਵ ਨਹੀਂ ਪੈਂਦਾ ।

The protector, savior of your soul, your mind and body, both remain intoxicated with sweet poison of worldly wealth; You are burning in the lava of greed. Your soul has become a stranger in her own house. Whosoever may obey the teachings of His Word with steady and stable belief in his day-to-day life; with His mercy and grace, his soul may remain beyond the reach, influence of worldly wealth.

356.ਸਲੋਕ ਭਗਤ ਕਬੀਰ ਜੀਉ ਕੇ॥ 1366-19

ਕਬੀਰ ਖਿੰਥਾ ਜਲਿ ਕੋਇਲਾ ਭਈ,	|kabeer khinthaa jal ko-ilaa bha-ee
ਖਾਪਰੁ ਫੂਟ ਮਫੂਟ॥	khaapar foot mafoot.
ਜੋਗੀ ਬਪੁੜਾ ਖੇਲਿਓ,	jogee bapurhaa khayli-o
ਆਸਨਿ ਰਹੀ ਬਿਭੂਤਿ॥੪੮॥	aasan rahee bibhoot. ||48||

ਸੰਸਾਰਕ ਨਿੰਦਿਆਂ, ਤੇਰੀ ਸੰਸਾਰਕ ਹੈਸੀਅਤ ਤਾ ਬਰਬਾਦ ਕਰ ਸਕਦੀ ਹੈ । ਜਿਹੜਾ ਸੰਸਾਰਕ ਨਿੰਦਿਆਂ ਦੀ ਪਰਵਾਹ ਨਹੀਂ ਕਰਦਾ, ਸ਼ਬਦ ਦੀ ਪਾਲਣਾ ਵਿੱਚ ਅਡੋਲ ਰਹਿੰਦਾ ਹੈ । ਸੰਸਾਰਕ ਨਿੰਦਿਆਂ ਨਾਲ ਉਸ ਦੀ ਆਤਮਾ ਦਾ ਪ੍ਰਭ ਦੇ ਸੰਜੋਗ ਵਿੱਚ ਕੋਈ ਫਰਕ ਨਹੀਂ ਪੈਂਦਾ ।

The slanderer may ruin your worldly status, reputation. Whosoever may not be bothered by worldly slandering; he may remain intoxicated in obeying the teachings of His Word with steady and stable belief in his day-to-day life; with His mercy and grace; worldly slandering has no significance on his acceptance in His Court.

357.ਸਲੋਕ ਭਗਤ ਕਬੀਰ ਜੀਉ ਕੇ॥ 1367-1

ਕਬੀਰ ਥੋਰੈ ਜਲਿ ਮਾਛੁਲੀ,	kabeer thorai jal maachhulee
ਝੀਵਰਿ ਮੇਲਿਓ ਜਾਲੁ॥	jheevar mayli-o jaal.
ਇਹ ਟੋਘਨੈ ਨ ਛੂਟਸਹਿ,	ih toghnai na chhootsahi
ਫਿਰਿ ਕਰਿ ਸਮੁੰਦੁ ਸਮ੍ਹਾਲਿ॥੪੯॥	fir kar samund samHaal. ||49||

ਜਿਵੇਂ ਮਛਲੀ ਇੱਕ ਛੋਟੇ ਪਾਣੀ ਦੇ ਟੋਬੇ ਵਿੱਚ ਰਹਿੰਦੀ ਹੈ । ਉਹ ਜਾਲ ਵਿੱਚ ਫਸ ਜਾਂਦੀ ਹੈ । ਇਸਤਰ੍ਹਾਂ ਹੀ ਸੰਸਾਰ ਨੂੰ ਪਾਣੀ ਦਾ ਟੋਬੇ ਦੇ ਬਰਾਬਰ ਸਮਝੋ! ਇਸ ਵਿੱਚ ਬੁਹਤ ਹੀ ਲਾਲਚ ਦੇ ਜਾਲ ਹਨ । ਇਸ ਸੰਸਾਰ ਤੋ ਛੁਟਕਾਰਾ, ਜਾਲ ਵਿਚੋਂ ਬਚਣ ਦਾ ਫਿਕਰ ਨਾ ਸੋਚੋ । ਸਗੋ ਅਟਲ ਪ੍ਰਭ ਦੇ ਭਾਣੇ ਦਾ ਮਨ ਵਿੱਚ ਖਿਆਲ ਰਖਕੇ ਸ਼ਬਦ ਦੇ ਸਿਮਰਨ ਵਿੱਚ ਮਸਤ ਰਹੋ!
(ਕਾਮ, ਕਰੋਧ, ਲੋਭ, ਮੋਹ, ਅਹੰਕਾਰ) ।

As a fish in shallow water may not be saved from fisherman, net. World may be like an ocean overwhelmed with sweet poison of worldly wealth. You should not only think about saving from sweet poison, rather you should remember your separation from His Holy Spirit. You should remain intoxicated in meditation in the void of His Word.

358.ਸਲੋਕ ਭਗਤ ਕਬੀਰ ਜੀਉ ਕੇ॥ 1367-2

ਕਬੀਰ ਸਮੁੰਦੁ ਨ ਛੋਡੀਐ,	kabeer samund na chhodee-ai
ਜਉ ਅਤਿ ਖਾਰੋ ਹੋਇ॥	ja-o at khaaro ho-ay.
ਪੋਖਰਿ ਪੋਖਰਿ ਢੂਢਤੇ,	pokhar pokhar dhoodh-tay
ਭਲੋ ਨ ਕਹਿਹੈ ਕੋਇ॥੫੦॥	bhalo na kahihai ko-ay. ‖50‖

ਆਪਣਾ ਅਸਲੀ ਮਾਰਗ ਨਾ ਛੱਡੋ, ਭਾਵੇਂ ਇਸ ਵਿੱਚ ਬੁਹਤ ਮੁਸ਼ਕਲਾਂ ਵੀ ਹਨ । ਜਿਹੜਾ ਅਸਲੀ ਰਸਤਾ ਛੱਡਕੇ ਹੋਰ ਵੱਖਰੇ ਵੱਖਰੇ ਰਸਤੇ ਢੂੰਡਦਾ ਹੈ । ਉਸ ਨੂੰ ਕੌਣ ਸੋਝੀ ਵਾਲਾ ਸਮਝਦਾ ਹੈ?

You should not abandon the right path of obeying the teachings of His Word; even though, you may face many hardships and hurdles. Whosoever may abandon the path of obeying the teachings of His Word and wanders from shrine to shrine, following worldly gurus. Who may consider him enlightened, wise?

359.ਸਲੋਕ ਭਗਤ ਕਬੀਰ ਜੀਉ ਕੇ॥ 1367-3

ਕਬੀਰ ਨਿਗੁਸਾਂਏਂ ਬਹਿ ਗਏ,	kabeer nigusaaN-ayN bahi ga-ay
ਥਾਂਘੀ ਨਾਹੀ ਕੋਇ॥	thaaNghee naahee ko-ay.
ਦੀਨ ਗਰੀਬੀ ਆਪੁਨੀ,	deen gareebee aapunee
ਕਰਤੇ ਹੋਇ ਸੁ ਹੋਇ॥੫੧॥	kartay ho-ay so ho-ay. ‖51‖

ਜੀਵ ਨਿਮਰਤਾ ਧਾਰਨ ਕਰਕੇ, ਪ੍ਰਭ ਦੀ ਰਜ਼ਾ ਨੂੰ ਕਬੂਲ ਕਰਕੇ, ਸਾਦਾ ਜੀਵਨ ਬਤੀਤ ਕਰੋ । ਪ੍ਰਭ ਸਦਾ ਸ੍ਰਿਸ਼ਟੀ ਦਾ ਭਲਾ ਹੀ ਕਰਦਾ ਹੈ । ਜਿਹੜਾ ਜੀਵ ਪ੍ਰਭ ਦੇ ਸ਼ਬਦ ਦਾ ਰਸਤਾ ਤਿਆਗਕੇ, ਸੰਸਾਰਕ ਗੁਰੂਾਂ ਪਿਛੇ ਲਗਕੇ ਜੀਵਨ ਬਤੀਤ ਕਰਦਾ ਹੈ । ਉਸ ਦੀ ਯਾਤਰਾ ਸਫਲ ਨਹੀਂ ਹੁੰਦੀ ।

You should humbly adopt simple living and accept His Word as an ultimate command. Everything may only happen under His Command and everything may happen for welfare of His Creation. Whosoever may abandon the teachings of His Word and follows the teachings of worldly guru; his human life opportunity may be wasted uselessly.

360.ਸਲੋਕ ਭਗਤ ਕਬੀਰ ਜੀਉ ਕੇ॥ 1367-4

ਕਬੀਰ ਬੈਸਨਉ ਕੀ ਕੂਕਰਿ ਭਲੀ,	kabeer baisna-o kee kookar bhalee
ਸਾਕਤ ਕੀ ਬੁਰੀ ਮਾਇ॥	saakat kee buree maa-ay.
ਓਹ ਨਿਤ ਸੁਨੈ ਹਰਿ ਨਾਮ ਜਸੁ,	oh nit sunai har naam jas
ਉਹ ਪਾਪ ਬਿਸਾਹਨ ਜਾਇ॥੫੨॥	uh paap bisaahan jaa-ay. ‖52‖

ਭਗਤੀ ਕਰਨ ਵਾਲੇ ਜੀਵ ਦਾ ਕੁੱਤਾ ਵੀ, ਮਨਮੁਖ ਜੀਵ ਦੀ ਮਾਂ ਨਾਲੋ, ਦਰਗਾਹ ਵਿੱਚ ਚੰਗਾ ਸਮਝਿਆ ਜਾਂਦਾ ਹੈ । ਉਸ ਕੁੱਤੇ ਦੇ ਕੰਨਾਂ ਵਿੱਚ ਪ੍ਰਭ ਦੇ ਸਿਮਰਨ ਦੀ ਅਵਾਜ਼ ਪੈਂਦੀ ਹੈ । ਪਾਪੀ ਦੀ ਮਾਂ ਦੇ ਕੰਨਾਂ ਵਿੱਚ ਮੰਦੇ ਕੰਮਾਂ ਦੀ ਵਿਧੀ ਹੀ ਚਲਦੀ ਹੈ ।

The dog of His Holy saint may be rewarded better than the mother of non-believer, self-minded in His Court. The dog of His Holy saint may always hear the echo of His Word resonating within his ears; however, the mother of a sinner may only hear evil plans.

361.ਸਲੋਕ ਭਗਤ ਕਬੀਰ ਜੀਉ ਕੇ॥ 1367-5

ਕਬੀਰ ਹਰਨਾ ਦੂਬਲਾ,	kabeer harnaa dooblaa
ਇਹੁ ਹਰੀਆਰਾ ਤਾਲੁ॥	ih haree-aaraa taal.
ਲਾਖ ਅਹੇਰੀ ਏਕੁ ਜੀਉ,	laakh ahayree ayk jee-o
ਕੇਤਾ ਬੰਚਉ ਕਾਲੁ॥੫੩॥	kaytaa bancha-o kaal. ‖53‖

ਮਨਮੁਖ ਪ੍ਰਭ ਦੇ ਸ਼ਬਦ ਦੀ ਸਿਖਿਆਂ ਤੋ ਅਗਿਆਨੀ ਹੀ ਰਹਿੰਦਾ ਹੈ! ਸੰਸਾਰ ਸੰਸਾਰਕ ਮਾਇਆ ਦਾ ਭਰਿਆ ਸਾਗਰ ਹੈ । ਤੇਰੀ ਆਤਮਾ ਤੇ ਕਾਬੂ ਪਾਉਣ ਲਈ ਪੰਜੇਂ ਇੰਦ੍ਰੀਆਂ ਬਹੁਤ ਜ਼ੋਰਾਵਰ ਹਨ । ਕਿਤਨਾਂ ਚਿਰ ਆਪਣੀ ਆਤਮਾ ਨੂੰ ਸੰਸਾਰਕ ਮਾਇਆ ਦੇ ਜਾਲ ਵਿਚੋਂ ਬਚਾ ਸਕਦਾ ਹੈ?

Self-minded may remain ignorant from the teachings of His Word, the real purpose of his human life. The universe remains overwhelmed with sweet poison of worldly wealth. 5 demons of worldly desires remain dominating to control the direction of his day-to-day life. How much more, may he protect from the demons of worldly desires?

362.ਸਲੋਕ ਭਗਤ ਕਬੀਰ ਜੀਉ ਕੇ॥ 1367-6

ਕਬੀਰ ਗੰਗਾ ਤੀਰ ਜੁ ਘਰੁ ਕਰਹਿ,	kabeer gangaa teer jo ghar karahi
ਪੀਵਹਿ ਨਿਰਮਲ ਨੀਰੁ॥	peeveh nirmal neer.
ਬਿਨੁ ਹਰਿ ਭਗਤਿ ਨ ਮੁਕਤਿ ਹੋਇ,	bin har bhagat na mukat ho-ay
ਇਉ ਕਹਿ ਰ ਮੈਂ ਕਬੀਰ॥੫੪॥	i-o kahi ramay kabeer. ‖54‖

ਕਈ ਆਪਣੇ ਘਰ ਵਿੱਚ ਹੀ ਪੂਜਾ ਕਰਨ ਵਾਲਾ ਵੱਖਰਾ ਅਸਥਾਨ ਬਣਾ ਲੈਂਦੇ ਹਨ । ਉਸ ਨਾਲ ਕੁਝ ਲਾਭ ਨਹੀਂ ਹੁੰਦਾ? ਜਿਤਨਾ ਚਿਰ ਜੀਵ ਭਰੋਸਾ ਅਡੋਲ ਕਰਕੇ ਸ਼ਬਦ ਦੀ ਸਿਖਿਆਂ ਨਾਲ ਜੀਵਨ ਨਹੀਂ ਢਾਲਦਾ । ਉਸ ਨੂੰ ਪ੍ਰਭ ਦੇ ਦਰਬਾਰ ਵਿੱਚ ਪ੍ਰਵਾਨਗੀ ਦਾ ਰਸਤਾ ਬਖਸ਼ਿਸ਼ ਨਹੀਂ ਹੁੰਦਾ ।

Some may establish separate room in his house as meditation room, temple. He may not be rewarded or benefit from his practice? Whosoever may not adopt the teachings of His Word in his day-to-day life; he may never be blessed with the right path of acceptance in His Court.

363.ਸਲੋਕ ਭਗਤ ਕਬੀਰ ਜੀਉ ਕੇ॥ 1367-7

ਕਬੀਰ ਮਨੁ ਨਿਰਮਲੁ ਭਇਆ,	kabeer man nirmal bha-i-aa
ਜੈਸਾ ਗੰਗਾ ਨੀਰੁ॥	jaisaa gangaa neer.
ਪਾਛੈ ਲਾਗੋ ਹਰਿ ਫਿਰੈ,	paachhai laago har firai
ਕਹਤ ਕਬੀਰ ਕਬੀਰ॥੫੫॥	kahat kabeer kabeer. ‖55‖

ਜਿਹੜਾ ਪ੍ਰਭ ਦੇ ਸ਼ਬਦ ਦੀ ਕਮਾਈ ਕਰਦਾ ਹੈ, ਉਸ ਦੀ ਆਤਮਾ ਪਵਿੱਤਰ ਹੋ ਜਾਂਦੀ ਹੈ । ਪ੍ਰਭ ਆਪ ਹੀ ਪ੍ਰਵਾਨਗੀ ਦਾ ਰਸਤਾ ਬਖਸ਼ਦਾ ਹੈ । ਆਪ ਹੀ ਉਸ ਨੂੰ ਪੁਕਾਰ ਪੁਕਾਰ ਕੇ ਢੂੰਡ ਲੈਂਦਾ ਹੈ ।

Whosoever may remain obeying the teachings of His Word with steady and stable belief; with His mercy and grace, his soul may be sanctified. He may be blessed with the right path of acceptance in His Court. The True Master may be searching his soul for union.

364.ਸਲੋਕ ਭਗਤ ਕਬੀਰ ਜੀਉ ਕੇ॥ 1367-8

ਕਬੀਰ ਹਰਦੀ ਪੀਅਰੀ,	kabeer hardee pee-aree
ਚੂੰਨਾਂ ਊਜਲ ਭਾਇ॥	chooNnaaN oojal bhaa-ay.
ਰਾਮ ਸਨੇਹੀ ਤਉ ਮਿਲੈ,	raam sanayhee ta-o milai
ਦੋਨਉ ਬਰਨ ਗਵਾਇ॥੫੬॥	don-o baran gavaa-ay. ‖56‖

ਜੀਵ ਹਲਦੀ ਦਾ ਰੰਗ ਪੀਲਾ ਹੁੰਦਾ, ਚੂਨੇ ਦਾ ਰੰਗ ਚਿੱਟਾ ਹੁੰਦਾ ਹੈ । ਇਸਤਰ੍ਹਾਂ ਹੀ ਜਿਹੜਾ ਆਪਣੀ ਹੈਸੀਅਤ ਕਾਇਮ ਰਖਦਾ, ਮਾਣ ਕਰਦਾ ਹੈ, ਉਸ ਨੂੰ ਕੁਝ ਬਖਸ਼ਿਸ਼ ਨਹੀਂ ਹੁੰਦਾ । ਜਿਹੜਾ ਆਪਾ ਖਤਮ ਕਰ ਦੇਂਦਾ, ਆਪਣੀ ਹੈਸੀਅਤ ਪ੍ਰਭ ਦੇ ਭੇਟਾ ਕਰ ਦੇਂਦਾ ਹੈ । ਪ੍ਰਭ ਦੀ ਰਹਿਮਤ ਨਾਲ ਉਸ ਨੂੰ ਸਭ ਕੁਝ ਬਖਸ਼ਿਸ਼ ਹੋ ਜਾਂਦਾ ਹੈ ।

As turmeric may be yellow and lime, cement may be white. Same way, whosoever may boast about his worldly status; he may not be blessed with anything. Whosoever may renounce his worldly status and surrenders his self-identity at His Sanctuary; with His mercy and grace, he may be blessed with everything, the right path of acceptance in His Court.

365.ਸਲੋਕ ਭਗਤ ਕਬੀਰ ਜੀਉ ਕੇ॥ 1367-9

ਕਬੀਰ ਹਰਦੀ ਪੀਰਤਨੁ ਹਰੈ,	kabeer hardee peertan harai
ਚੂਨ ਚਿਹਨੁ ਨ ਰਹਾਇ॥	choon chihan na rahaa-ay.
ਬਲਿਹਾਰੀ ਇਹ ਪ੍ਰੀਤਿ ਕਉ,	balihaaree ih pareet ka-o
ਜਿਹ ਜਾਤਿ ਬਰਨੁ ਕੁਲੁ ਜਾਇ॥੫੭॥	jih jaat baran kul jaa-ay. ||57||

ਜਿਹੜਾ ਆਪਣੀ ਸੰਸਾਰਕ ਹੈਸੀਅਤ ਤਿਆਗ ਦੇਂਦਾ ਹੈ, ਮਨ ਦੀ ਹਲਦੀ, ਚੂਨਾ ਆਪਣਾ ਰੰਗ ਗਵਾ ਲੈਂਦਾ ਹੈ । ਉਸ ਦੇ ਮਨ ਵਿੱਚ ਪ੍ਰਭ ਦੇ ਸ਼ਬਦ ਦੀ ਸਿਖਿਆਂ ਰਚ ਜਾਂਦੀ ਹੈ । ਪ੍ਰਭ ਦੀ ਰਹਿਮਤ ਨਾਲ ਉਸ ਦਾ ਰੰਗ, ਰੂਪ, ਜਾਤ, ਸੰਸਾਰਕ ਹੈਸੀਅਤ, ਆਪਣੀ ਹੋਂਦ ਹੀ ਖਤਮ ਹੋ ਜਾਂਦੀ ਹੈ ।

Whosoever may surrender his worldly status, the turmeric and lime of his mind may lose identity. He may be drenched with the enlightenment, essence of His Word; with His mercy and grace, his worldly social caste, youth, beauty, worldly status, own identity may be eliminated and immersed within His Holy Spirit.

366.ਸਲੋਕ ਭਗਤ ਕਬੀਰ ਜੀਉ ਕੇ॥ 1367-10

ਕਬੀਰ ਮੁਕਤਿ ਦੁਆਰਾ ਸੰਕੁਰਾ,	kabeer mukat du-aaraa sankuraa
ਰਾਈ ਦਸਏਂ ਭਾਇ॥	raa-ee das-ayN bhaa-ay.
ਮਨੁ ਤਉ ਮੈਗਲੁ ਹੋਇ ਰਹਿਓ,	man ta-o maigal ho-ay rahi-o
ਨਿਕਸੋ ਕਿਉ ਕੈ ਜਾਇ॥੫੮॥	nikso ki-o kai jaa-ay. ||58||

ਪ੍ਰਭ ਦਾ ਦਸਵਾਂ ਦਰਵਾਜ਼ਾ ਬਹੁਤ ਭੀੜਾ, ਰਾਈ ਦੇ ਦਾਣੇ ਵਰਗਾ ਹੈ । ਤੇਰੀ ਆਤਮਾ ਦੀ ਆਕੜ ਹਾਥੀ ਦੀ ਤਰ੍ਹਾਂ ਬਹੁਤ ਵੱਡੀ ਹੈ । ਉਸ ਭੀੜੇ ਦਰਵਾਜੇ ਵਿਚੋਂ ਕਿਸਤਰ੍ਹਾਂ ਪਾਰ ਜਾ ਸਕਦੀ ਹੈ?

The 10th door to enter His Court may be very narrow as the size of mustard seed. However, your ego of worldly status may be big like an elephant. How may you soul enter His Court, with your own efforts?

367.ਸਲੋਕ ਭਗਤ ਕਬੀਰ ਜੀਉ ਕੇ॥ 1367-11

ਕਬੀਰ ਐਸਾ ਸਤਿਗੁਰੁ ਜੇ ਮਿਲੈ,	kabeer aisaa satgur jay milai
ਤੁਠਾ ਕਰੇ ਪਸਾਉ॥	tuthaa karay pasaa-o.
ਮੁਕਤਿ ਦੁਆਰਾ ਮੋਕਲਾ,	mukat du-aaraa moklaa
ਸਹਜੇ ਆਵਉ ਜਾਉ॥੫੯॥	sehjay aava-o jaa-o. ||59||

ਜਿਸ ਨੂੰ ਸੰਤ ਸਰੂਪ ਦੀ ਸੰਗਤ ਬਖਸ਼ਿਸ਼ ਹੋ ਜਾਂਦੀ ਹੈ, ਉਹ ਸੰਤ ਦੇ ਜੀਵਨ ਦੀ ਸਿਖਿਆਂ ਆਪਣੇ ਜੀਵਨ ਵਿੱਚ ਢਾਲ ਲੈਂਦਾ ਹੈ । ਪ੍ਰਭ ਦੀ ਰਹਿਮਤ ਨਾਲ ਉਸ ਨੂੰ ਆਪਣੀ ਹੈਸੀਅਤ ਤੇ ਜਿੱਤ ਬਖਸ਼ਿਸ਼ ਹੋ ਜਾਂਦੀ ਹੈ । ਉਸ ਦੀ ਆਪਣੀ ਹੋਂਦ ਹੀ ਖਤਮ ਹੋ ਜਾਂਦੀ ਹੈ । ਪ੍ਰਭ ਦੇ ਦਰਬਾਰ ਦਾ ਦਰਵਾਜਾ ਇਤਨਾ ਖੁਲ੍ਹਾ, ਵੱਡਾ ਹੋ ਜਾਂਦਾ ਹੈ । ਉਹ ਅਸਾਨੀ ਨਾਲ ਹੀ ਇਸ ਵਿਚੋਂ ਪਾਰ ਲਗ ਜਾਂਦੀ ਹੈ ।

Whosoever may be blessed with the conjugation of His Holy saint! He may adopt the life experience teachings of His Holy saint in his own day to day life; with His mercy and grace, he may conquer his ego of his worldly status, his own identity may be eliminated. The elephant of his ego may shrink; The 10th door may become very big, open for his soul. She may easily enter His Royal Castle and be accepted in His Court.

368.ਸਲੋਕ ਭਗਤ ਕਬੀਰ ਜੀਉ ਕੇ॥ 1367-12

ਕਬੀਰ ਨਾ ਮੋੁਹਿ ਛਾਨਿ ਨ ਛਾਪਰੀ, kabeer naa mohi chhaan na chhaapree
ਨਾ ਮੋੁਹਿ ਘਰੁ ਨਹੀ ਗਾਉ॥ naa mohi ghar nahee gaa-o.
ਮਤ ਹਰਿ ਪੂਛੈ ਕਉਨੁ ਹੈ, mat har poochhai ka-un hai
ਮੇਰੇ ਜਾਤਿ ਨ ਨਾਉ॥੬੦॥ mayray jaat na naa-o. ||60||

ਮੇਰਾ ਇਸ ਸੰਸਾਰ ਵਿੱਚ ਕੋਈ ਘਰ, ਹੈਸੀਅਤ ਹੀ ਨਹੀਂ ਹੈ । ਮੇਰੀ ਵਿੱਚ ਆਸ, ਅਡੋਲ ਭਰੋਸਾ ਹੈ, ਤੇਰੇ ਦਰ ਤੇ ਕਿਸੇ, ਹੈਸੀਅਤ, ਘਰ ਦੀ ਕੋਈ ਜਰੂਰਤ ਨਹੀਂ ਹੁੰਦੀ ।

My True Master! I have no worldly status, support or living shelter, home. I remain intoxicated in the void of Your Word. I have a hope and steady and stable belief that Your Court, may not distinguish worldly status, house, and worldly support. These may not have any significant, only the earnings of Your Word may be accepted.

369.ਸਲੋਕ ਭਗਤ ਕਬੀਰ ਜੀਉ ਕੇ॥ 1367-13

ਕਬੀਰ ਮੁਹਿ ਮਰਨੇ ਕਾ ਚਾਉ ਹੈ, kabeer muhi marnay kaa chaa-o
ਮਰਉ ਤ ਹਰਿ ਕੈ ਦੁਆਰ॥ hai mara-o ta har kai du-aar.
ਮਤ ਹਰਿ ਪੂਛੈ ਕਉਨੁ ਹੈ, mat har poochhai ka-un hai
ਪਰਾ ਹਮਾਰੈ ਬਾਰ॥੬੧॥ paraa hamaarai baar. ||61||

ਜਿਸ ਦੇ ਮਨ ਵਿੱਚ ਕੇਵਲ ਇੱਕ ਹੀ ਇੱਛਾ, ਪ੍ਰਭ ਨੂੰ ਮਿਲਣ ਦੀ ਖਾਹਿਸ਼ ਰਹਿੰਦੀ ਹੈ, ਉਹ ਪ੍ਰਭ ਦੇ ਸ਼ਬਦ ਦਾ ਸਿਮਰਨ ਕਰਦਾ ਅਖੀਰਲਾ ਸਵਾਸ ਲੈਂਦਾ ਹੈ । ਪ੍ਰਭ ਦੀ ਦਰਗਾਹ ਵਿੱਚ ਕੇਵਲ ਸ਼ਬਦ ਦੀ ਕਮਾਈ ਦੀ ਹੀ ਪਰਖ, ਪ੍ਰਵਾਨ ਹੁੰਦੀ ਹੈ । ਸੰਸਾਰਕ ਹੈਸੀਅਤ ਦੀ ਕੋਈ ਮਹੱਤਤਾ ਨਹੀਂ ਹੁੰਦੀ ।

Whosoever may have only one desire, anxiety within his heart to be enlightened with the essence of His Word; to be accepted in His Court. He may meditate on the teachings of His Word with his last breath. The earnings of His Word may be rewarded and accepted in His Court; worldly status, social caste may not have any significance for the real purpose of human life opportunity.

370.ਸਲੋਕ ਭਗਤ ਕਬੀਰ ਜੀਉ ਕੇ॥ 1367-14

ਕਬੀਰ ਨਾ ਹਮ ਕੀਆ ਨ ਕਰਹਿਗੇ, kabeer naa ham kee-aa na karhigay
ਨਾ ਕਰਿ ਸਕੈ ਸਰੀਰੁ॥ naa kar sakai sareer.
ਕਿਆ ਜਾਨਉ ਕਿਛੁ ਹਰਿ ਕੀਆ, ki-aa jaan-o kichh har kee-aa
ਭਇਓ ਕਬੀਰੁ ਕਬੀਰੁ॥੬੨॥ bha-i-o kabeer kabeer. ||62||

ਪ੍ਰਭ ਮੇਰੇ ਵਿੱਚ ਕੋਈ ਸਮਰਥਾ, ਕੋਈ ਸਿਆਣਪ, ਬੰਦਗੀ ਦੀ ਵਿਧੀ ਨਹੀਂ ਹੈ । ਮੈਂ ਆਪਣੇ ਤਨ, ਮਨ ਦੀ ਸਿਆਣਪ ਨਾਲ ਕੀ ਕਰ ਸਕਦਾ ਹਾ? ਜਿਸ ਨੂੰ ਪ੍ਰਭ ਆਪ ਹੀ ਪ੍ਰਵਾਨਗੀ ਦਾ ਰਸਤਾ ਬਖਸ਼ਦਾ ਹੈ, ਉਸ ਦੇ ਸਾਰੇ ਕੰਮ ਸਫਲ ਹੋ ਜਾਂਦੇ ਹਨ! ਪ੍ਰਭ ਆਪਣੇ ਭਗਤਾ ਨੂੰ ਆਪ ਹੀ ਢੂੰਡਦਾ ਰਹਿੰਦਾ ਹੈ ।

My True Master, I have no wisdom, strength, or technique of meditation. What may I accomplish with my own wisdom? Whosoever may be blessed with the right path of acceptance in His Court; with His mercy and grace, all his chores of human life journey may be concluded successfully. The True Master remains searching for His tree devotee to accept within His Holy Spirit.

371.ਸਲੋਕ ਭਗਤ ਕਬੀਰ ਜੀਉ ਕੇ॥ 1367-15

ਕਬੀਰ ਸੁਪਨੈ ਹੂ ਬਰੜਾਇ ਕੈ, kabeer supnai hoo barrhaa-ay kai
ਜਿਹ ਮੁਖਿ ਨਿਕਸੈ ਰਾਮੁ॥ jih mukh niksai raam.
ਤਾ ਕੇ ਪਗ ਕੀ ਪਾਨਹੀ, taa kay pag kee paanhee
ਮੇਰੇ ਤਨ ਕੋ ਚਾਮੁ॥੬੩॥ mayray tan ko chaam. ||63||

ਅਗਰ ਅਜੇਹਾ ਜੀਵ ਦੀ ਸੰਗਤ ਮਿਲ ਜਾਵੇ । ਜਿਸ ਨੂੰ ਸੁਪਨੇ ਵਿੱਚ ਵੀ ਪ੍ਰਭ ਦਾ ਸ਼ਬਦ, ਬਾਣੀ ਦਾ ਖਿਆਲ ਆ ਜਵੇ । ਉਸ ਜੀਵ ਦੇ ਜੀਵਨ ਤੋ ਸੇਧ ਲੈ ਕੇ ਆਪਣੇ ਜੀਵਨ ਨੂੰ ਸਧਾਰ ਲਵੇ ।

Whosoever may be blessed with the association of His true devotee; who may have been thinking about the teachings of His Word in his dream even. You should adopt his life experience teachings in your day-to-day life.

372.ਸਲੋਕ ਭਗਤ ਕਬੀਰ ਜੀਉ ਕੇ॥ 1367-16

ਕਬੀਰ ਮਾਟੀ ਕੇ ਹਮ ਪੂਤਰੇ, kabeer maatee kay ham pootray
ਮਾਨਸੁ ਰਾਖਿਉ ਨਾਉ॥ maanas raakhi-o naa-o.
ਚਾਰਿ ਦਿਵਸ ਕੇ ਪਾਹੁਨੇ, chaar divas kay paahunay
ਬਡ ਬਡ ਰੂੰਧਹਿ ਠਾਉ॥੬੪॥ bad bad rooNDheh thaa-o. ||64||

ਜੀਵ ਦਾ ਤਨ ਨਾਸ ਹੋਣ ਵਾਲੇ ਮਿੱਟੀ ਦਾ ਬਣਇਆ ਹੈ । ਮਾਨਸ ਤਨ ਮਿਥੇ ਸਮੇਂ ਲਈ ਹੀ ਬਖਸ਼ਿਸ਼ ਹੁੰਦਾ ਹੈ । ਮਾਨਸ ਜੀਵਨ ਦੇ ਥੋੜ੍ਹਾ ਹੀ ਸਮਾਂ ਵਿੱਚ, ਆਪਣਾ ਮੰਤਵ ਸਮਝਕੇ ਜੀਵਨ ਢਾਲਣਾ ਚਾਹੀਦਾ ਹੈ । ਮਨਮੁਖ ਅਸਲੀ ਮਨੋਰਥ ਛੱਡਕੇ, ਸੰਸਾਰਕ ਮਾਇਆ ਦੇ ਜਾਲ ਵਿੱਚ ਫਸ ਜਾਂਦਾ ਹੈ । ਉਹ ਫਾਲਤੂ ਚੀਜਾਂ ਵਿੱਚ ਬਹੁਤ ਸਮਾਂ ਬਤੀਤ ਕਰ ਦੇਂਦੇ ਹੈ ।

His soul may be blessed with perishable body of clay for predetermined limited time. He should realize the real purpose of human life opportunity in this short time to adopt the teachings of His Word in his day-to-day life. Self-minded may abandon the real path of human life journey and he remains intoxicated in sweet poison of worldly wealth.

373.ਸਲੋਕ ਭਗਤ ਕਬੀਰ ਜੀਉ ਕੇ॥ 1367-17

ਕਬੀਰ ਮਹਿਦੀ ਕਰਿ ਘਾਲਿਆ, kabeer mahidee kar ghaali-aa
ਆਪੁ ਪੀਸਾਇ ਪੀਸਾਇ॥ aap peesaa-ay peesaa-ay.
ਤੈ ਸਹ ਬਾਤ ਨ ਪੂਛੀਐ, tai sah baat na poochhee-ai
ਕਬਹੁ ਨ ਲਾਈ ਪਾਇ॥੬੫॥ kabahu na laa-ee paa-ay. ||65||

ਜਿਹੜਾ ਜੀਵ ਬਹੁਤ ਤਪਸਿਆ, ਭਗਤੀ, ਬਹੁਤ ਮੁਸ਼ਕਲ ਤਰੀਕੇ ਨਾਲ ਕਰਦਾ ਹੈ । ਜਿਸ ਦੇ ਮਨ ਵਿੱਚ ਭਰਮ ਰਹਿੰਦੇ ਹਨ, ਭਰੋਸਾ ਅਡੋਲ ਨਹੀਂ ਹੁੰਦਾ । ਉਸ ਦੇ ਮਨ ਵਿੱਚ ਸ਼ਬਦ ਦੀ ਸਿਖਿਆਂ ਘਰ ਨਹੀਂ ਕਰਦੀ । ਉਸ ਨੂੰ ਪ੍ਰਭ ਦੇ ਚਰਨਾਂ ਦੀ ਧੂੜ ਵਾਲਾ ਸੰਤੋਖ ਬਖਸ਼ਿਸ਼ ਨਹੀਂ ਹੋ ਸਕਦਾ ।

Whosoever may meditate with hard, rigid discipline in his life; however, he may not have steady and stable belief on His Ultimate Command. His suspicions may not be eliminated nor he may be drenched with the essence of His Word.

374.ਸਲੋਕ ਭਗਤ ਕਬੀਰ ਜੀਉ ਕੇ॥ 1367-18

ਕਬੀਰ ਜਿਹ ਦਰਿ ਆਵਤ ਜਾਤਿਅਹੁ, kabeer jih dar aavat jaati-ahu
ਹਟਕੈ ਨਾਹੀ ਕੋਇ॥ hatkai naahee ko-ay.
ਸੋ ਦਰੁ ਕੈਸੇ ਛੋਡੀਐ, so dar kaisay chhodee-ai
ਜੋ ਦਰੁ ਐਸਾ ਹੋਇ॥੬੬॥ jo dar aisaa ho-ay. ||66||

ਹਰਇੱਕ ਜੀਵ ਹੀ ਪ੍ਰਭ ਦੇ ਦਰ ਤੇ ਆਉਂਦਾ, ਦਰਬਾਰ ਵਿੱਚ ਪ੍ਰਵਾਨਗੀ ਦੀ ਆਸ, ਇੱਛਾਂ ਰਖਦਾ ਹੈ । ਜਿਹੜਾ ਜੀਵ ਪ੍ਰਵਾਨਗੀ ਨਾ ਬਖਸ਼ਿਸ਼ ਹੋਣ ਤੇ ਵੀ ਦਰ ਨਹੀਂ ਛੱਡਦਾ । ਗੁਰਮਖ ਹਿਮਤ ਨਹੀਂ ਹਾਰਦਾ, ਸ਼ਬਦ ਦੀ ਪਾਲਣਾ ਦਾ ਰਸਤਾ ਕਦੇ ਨਹੀਂ ਤਿਆਗਦਾ । ਉਸ ਨੂੰ ਪ੍ਰਵਾਨਗੀ ਦਾ ਰਸਤਾ ਬਖਸ਼ਿਸ਼ ਹੋ ਜਾਂਦਾ ਹੈ ।

Whosoever may meditate on the teachings of His Word; with His mercy and grace, he may hope to be accepted in His Court. Whosoever may not abandon the path of meditation; even though, he may not be blessed with peace of mind. His true devotee may endure his disappointment with belief, determination on His Ultimate Power. He may never give up meditation; with His mercy and grace, he may be blessed with the right path of acceptance in His Court, peace of mind.

375.ਸਲੋਕ ਭਗਤ ਕਬੀਰ ਜੀਉ ਕੇ॥ 1367-19

ਕਬੀਰ ਡੂਬਾ ਥਾ ਪੈ ਉਬਰਿਓ,	kabeer doobaa thaa pai ubri-o
ਗੁਨ ਕੀ ਲਹਰਿ ਝਬਕਿ॥	gun kee lahar jhabak.
ਜਬ ਦੇਖਿਓ ਬੇੜਾ ਜਰਜਰਾ,	jab daykhi-o bayrhaa jarjaraa
ਤਬ ਉਤਰਿ ਪਰਿਓ ਹਉ ਫਰਕਿ॥੬੭॥	tab utar pari-o ha-o farak. ||67||

ਪ੍ਰਭ, ਮੈਂ ਸੰਸਾਰਕ ਮਾਇਆ ਦੇ ਜੰਜਾਲਾਂ ਵਿੱਚ ਫਸਿਆ ਸੀ । ਮੈਂ ਧਰਮ ਦਾ ਰਸਤਾ ਦੇਖਕੇ ਸੰਸਾਰਕ ਗੁਰੂ ਦੀ ਸਿਖਿਆਂ ਧਾਰਨ ਕਰ ਲਈ! ਪ੍ਰਭ ਨੇ ਰਹਿਮਤ ਨਾਲ ਸੋਝੀ ਬਖਸ਼ੀ, ਧਰਮ ਦਾ ਰਸਤਾ ਵੀ ਸੰਸਾਰਕ ਮਾਇਆ ਦਾ ਹੀ ਜਾਲ ਹੈ । ਮੈਂ ਧਰਮ ਦਾ ਰਸਤਾ ਛੱਡਕੇ ਆਪਾ ਪ੍ਰਭ ਦੇ ਸ਼ਬਦ ਦੇ ਭੇਟਾ ਕੀਤਾ ਹੈ ।

My True Master, I was trapped into the sweet poison of worldly wealth, worldly bonds. I beg for the counsel of worldly guru and adopted the religious baptism. The True Master has enlightened me that the religious path is also a trap of worldly wealth to become a loyal, slave of religious disciplines and creates duality. I have abandoned the teachings of worldly guru and I have surrendered my self-identity at His Sanctuary.

376.ਸਲੋਕ ਭਗਤ ਕਬੀਰ ਜੀਉ ਕੇ॥ 1368-2

ਕਬੀਰ ਪਾਪੀ ਭਗਤਿ ਨ ਭਾਵਈ,	kabeer paapee bhagat na bhaav-ee
ਹਰਿ ਪੂਜਾ ਨ ਸੁਹਾਇ॥	har poojaa na suhaa-ay.
ਮਾਖੀ ਚੰਦਨੁ ਪਰਹਰੈ,	maakhee chandan parharai
ਜਹ ਬਿਗੰਧ ਤਹ ਜਾਇ॥੬੮॥	jah biganDh tah jaa-ay. ||68||

ਜਿਵੇਂ ਮੱਖੀ ਸੁਗੰਧ ਦੇਣ ਵਾਲੀ ਚੀਜ਼ ਨੂੰ ਛੱਡਕੇ ਗੰਦਗੀ ਤੇ ਹੀ ਬੈਠਦੀ ਹੈ । ਇਸਤਰ੍ਹਾਂ ਬੁਰੇ ਕੰਮਾਂ ਵਾਲੇ ਨੂੰ ਬੰਦਗੀ ਨਾਲ ਕੋਈ ਲਗਨ ਨਹੀਂ ਹੁੰਦੀ ।

As a fly may abandon the sandalwood with aroma and remains attracted to rotten smell. Same way, self-minded, sinner may remain attached with evil, sinful deeds. He may not have any devotion with the teachings of His Word.

377.ਸਲੋਕ ਭਗਤ ਕਬੀਰ ਜੀਉ ਕੇ॥ 1368-3

ਕਬੀਰ ਬੈਦੁ ਮੂਆ ਰੋਗੀ ਮੂਆ,	kabeer baid moo-aa rogee moo-aa
ਮੂਆ ਸਭੁ ਸੰਸਾਰੁ॥	moo-aa sabh sansaar.
ਏਕੁ ਕਬੀਰਾ ਨਾ ਮੂਆ,	ayk kabeeraa naa moo-aa
ਜਿਹ ਨਾਹੀ ਰੋਵਨਹਾਰੁ॥੬੯॥	jih naahee rovanhaar. ||69||

ਸੰਸਾਰ ਵਿੱਚ ਬਹੁਤ ਜੀਵ ਆਪਣੇ ਆਪ ਨੂੰ ਸੂਝਵਾਨ ਸਮਝਦੇ ਹਨ । ਬਾਕੀਆਂ ਨੂੰ ਪ੍ਰਭ ਦੀ ਬੰਦਗੀ ਦਾ ਮਾਰਗ ਦੱਸਦੇ ਹਨ । ਪਰ ਆਪ ਨਾ ਹੀ ਮਾਰਗ ਜਾਣਦੇ, ਨਾ ਹੀ ਆਪ ਚਲਦੇ ਹਨ । ਜਿਹੜਾ ਮਾਇਆ ਦੇ ਡੰਘੇ ਜਾਲ ਵਿੱਚ ਫਸ ਜਾਂਦਾ ਹੈ । ਉਹ ਆਪਣਾ ਜੀਵਨ ਬਿਰਥਾ ਹੀ ਗਵਾ ਜਾਂਦਾ ਹੈ । ਜਿਹੜਾ ਅਸਲੀ ਮਾਰਗ ਤੇ ਚਲਦਾ ਹੈ । ਕੇਵਲ ਉਹ ਹੀ ਪਛਤਾਵਾਂ ਨਹੀਂ ਕਰਦਾ ।

Many religious preachers, worldly saints may claim to be enlightened and counsel, preach others the right path of meditation. However, he may not understand the right path nor believes on his own preaching; he may never adopt his own preaching in his life. He remains intoxicated with sweet poison of worldly wealth; he may waste his priceless human life opportunity. Whosoever may obey the teachings of His Word with steady and stable belief, only he may not have to regret and repent.

378.ਸਲੋਕ ਭਗਤ ਕਬੀਰ ਜੀਉ ਕੇ॥ 1368-4

ਕਬੀਰ ਰਾਮੁ ਨ ਧਿਆਇਓ,	kabeer raam na Dhi-aa-i-o
ਮੋਟੀ ਲਾਗੀ ਖੋਰਿ॥	motee laagee khor.
ਕਾਇਆ ਹਾਡੀ ਕਾਠ ਕੀ,	kaa-i-aa haaNdee kaath kee
ਨਾ ਓਹ ਚਰ੍ਹੈ ਬਹੋਰਿ॥੭੦॥	naa oh charHai bahor. ||70||

ਮਨਮੁਖ ਦੀ ਮੱਤ ਮੋਟੀ ਹੁੰਦੀ ਹੈ, ਉਹ ਪ੍ਰਭ ਦੇ ਸ਼ਬਦ ਦੀ ਪਾਲਣਾ ਨਹੀਂ ਕਰਦਾ । ਉਸ ਦੀ ਆਦਤ ਹੀ ਇਤਨੀ ਪੱਕੀ ਹੋ ਜਾਂਦੀ ਹੈ । ਉਹ ਬੰਦਗੀ ਦੇ ਰਸਤੇ ਤੇ ਚਲ ਹੀ ਨਹੀਂ ਸਕਦਾ, ਨਾ ਹੀ ਕੋਈ ਉਸ ਨੂੰ ਇਸ ਰਸਤੇ ਤੇ ਪਾ ਹੀ ਸਕਦਾ ਹੈ ।

Self-minded may have such a narrow vision, wisdom; he may not obey the teachings of His Word. He may remain determined in his way of life; no one may be able to convince him to obey the teachings of His Word; nor he may abandon his sinful path.

379.ਸਲੋਕ ਭਗਤ ਕਬੀਰ ਜੀਉ ਕੇ॥ 1368-4

ਕਬੀਰ ਐਸੀ ਹੋਇ ਪਰੀ,	kabeer aisee ho-ay paree
ਮਨ ਕੋ ਭਾਵਤੁ ਕੀਨੁ॥	man, ko bhaavat keen.
ਮਰਨੇ ਤੇ ਕਿਆ ਡਰਪਨਾ,	marnay tay ki-aa darapnaa
ਜਬ ਹਾਥਿ ਸਿਧਉਰਾ ਲੀਨ॥੭੧॥	jab haath siDha-uraa leen. ||71||

ਮਨਮੁਖ ਆਪਣੀ ਮਨਮਰਜ਼ੀ ਨਾਲ ਹੀ ਸਾਰੇ ਕੰਮ ਕਰਦਾ ਹੈ, ਸਾਰਾ ਸਮਾਂ ਬੀਤ ਦਾ ਜਾਂਦਾ ਹੈ । ਤੂੰ ਆਪਣੀ ਮੌਤ ਨੂੰ ਆਪ ਹੀ ਸੱਦਾ ਦੇਂਦਾ ਹੈ, ਤੂੰ ਇਤਨਾ ਵਡਾ ਮੂਰਖ ਹੈ ।

Self-minded may perform his deeds following the worldly desires of his mind; he may waste his human life opportunity uselessly. The ignorant may be such an arrogant, foolish, he invites his own death himself.

380.ਸਲੋਕ ਭਗਤ ਕਬੀਰ ਜੀਉ ਕੇ॥ 1368-5

ਕਬੀਰ ਰਸ ਕੋ ਗਾਂਡੋ ਚੂਸੀਐ,	kabeer ras ko gaaNdo choosee-ai
ਗੁਨ ਕਉ ਮਰੀਐ ਰੋਇ॥	gun ka-o maree-ai ro-ay.
ਅਵਗੁਨੀਆਰੇ ਮਾਨਸੈ,	avgunee-aaray maansai
ਭਲੋ ਨ ਕਹਿਹੈ ਕੋਇ॥੭੨॥	bhalo na kahihai ko-ay. ||72||

ਮੌਤ ਤੋ ਪਿਛੋਂ, ਜੀਵ ਦੇ ਚੰਗੇ ਗੁਣਾਂ ਹੀ ਸਾਰੇ ਯਾਦ ਕਰਦੇ ਹਨ । ਜਿਸ ਨੇ ਕੋਈ ਚੰਗਾ ਕੰਮ ਨਾ ਕੀਤਾ ਹੋਵੇ, ਉਸ ਨੂੰ ਕੋਈ ਯਾਦ ਨਹੀਂ ਕਰਦਾ ।

After death, good deeds of departing soul may be remembered by his family and friends. Whosoever may not have done any good deeds, no one may remember his departure.

381.ਸਲੋਕ ਭਗਤ ਕਬੀਰ ਜੀਉ ਕੇ॥ 1368-6

ਕਬੀਰ ਗਾਗਰਿ ਜਲ ਭਰੀ,	kabeer gaagar jal bharee
ਆਜੁ ਕਾਲ੍ਹਿ ਜੈਹੈ ਫੂਟਿ॥	aaj kaaliH jaihai foot.
ਗੁਰੁ ਜੁ ਨ ਚੇਤਹਿ ਆਪਨੋ,	gur jo na cheeteh aapno
ਅਧ ਮਾਝਿ ਲੀਜਹਿਗੇ ਲੂਟਿ॥੭੩॥	aDh maajh leejhigay loot. ||73||

ਜੀਵ ਤੇਰਾ ਸਰੀਰ ਅਜੇ ਨਵਾਂ ਹੈ, ਸਵਾਸਾ ਦੀ ਪੂਜੀ ਹੈ, ਇਸ ਵਿੱਚ ਕੁਝ ਕਰਨ ਦੀ ਸਮਰਥਾ ਹੈ । ਇਹ ਮਿਥੇ ਸਮੇਂ ਲਈ ਹੀ ਬਖਸ਼ਿਸ਼ ਹੁੰਦਾ ਹੈ, ਇੱਕ ਦਿਨ ਸਵਾਸਾਂ ਦੀ ਪੂਜੀ ਖਤਮ ਹੋ ਜਾਣੀ ਹੈ, ਮੌਤ ਆਉਣੀ ਹੈ । ਜਿਹੜਾ ਮਾਨਸ ਜੀਵਨ ਵਿੱਚ ਸ਼ਬਦੀ ਦੀ ਕਮਾਈ ਨਹੀ ਕਰਦਾ, ਉਸ ਦਾ ਮਾਨਸ ਜੀਵਨ ਬਿਰਥਾ ਹੀ ਬੀਤ ਜਾਂਦਾ, ਅਧੂਰਾ ਹੀ ਰਹਿੰਦਾ ਹੈ ।

Self-minded! You are very young, have capital of breathes, and strength to accomplish the real purpose of human life opportunity. You have been blessed with predetermined time and capital of breathes. You must face death as soon as the capital of breathes may be exhausted. Without earnings of His Word; your human life opportunity may be wasted uselessly.

382.ਸਲੋਕ ਭਗਤ ਕਬੀਰ ਜੀਉ ਕੇ॥ 1368-8

ਕਬੀਰ ਕੂਕਰੁ ਰਾਮ ਕੋ,	kabeer kookar raam ko
ਮੁਤੀਆ ਮੇਰੋ ਨਾਉ॥	mutee-aa mayro naa-o.
ਗਲੇ ਹਮਾਰੇ ਜੇਵਰੀ,	galay hamaaray jayvree
ਜਹ ਖਿੰਚੈ ਤਹ ਜਾਉ॥੭੪॥	jah khinchai tah jaa-o. ||74||

ਜੀਵ ਦਾ ਸ੍ਰਿਸ਼ਟੀ ਤੇ ਆਉਣਾ, ਜਨਮ ਪ੍ਰਭ ਦੇ ਭਾਣੇ ਅੰਦਰ ਹੀ ਹੁੰਦਾ ਹੈ । ਪ੍ਰਭ ਦੀ ਰਜ਼ਾ ਵਿੱਚ ਹੀ ਜੀਵਨ ਦੇ ਧੰਦੇ ਕਰਦਾ ਰਹਿੰਦਾ ਹੈ । ਪ੍ਰਭ ਦੀ ਰਜ਼ਾ ਨਾਲ ਹੀ ਮੌਤ ਦੇ ਹਵਾਲੇ ਹੋ ਜਾਂਦਾ ਹੈ ।

The birth of a new soul may be only under His command. He may be assigned to perform various tasks in worldly life journey. With His command after predetermined time, the devil of death may capture his soul to endure the judgement of The Righteous Judge.

383.ਸਲੋਕ ਭਗਤ ਕਬੀਰ ਜੀਉ ਕੇ॥ 1368-8

ਕਬੀਰ ਜਪਨੀ ਕਾਠ ਕੀ,	kabeer japnee kaath kee
ਕਿਆ ਦਿਖਲਾਵਹਿ ਲੋਇ॥	ki-aa dikhlaavahi lo-ay.
ਹਿਰਦੈ ਰਾਮੁ ਨ ਚੇਤਹੀ,	hirdai raam na chaythee
ਇਹ ਜਪਨੀ ਕਿਆ ਹੋਇ॥੭੫॥	ih japnee ki-aa ho-ay. ||75||

ਜੀਵ ਤੂੰ ਬੰਦਗੀ ਕਰਨ ਦਾ, ਪਹਿਰਾਵਾ ਕਿਉਂ ਪਾਉਂਦਾ, ਲੋਕ ਦਿਖਾਵਾ ਕਰਦਾ ਹੈ? ਜਿਹੜਾ ਦਿਲੋ ਬੰਦਗੀ ਨਹੀਂ ਕਰਦਾ, ਉਸ ਨੂੰ ਪਹਿਰਾਵੇ ਦਾ ਕੋਈ ਲਾਭ ਨਹੀਂ ਹੁੰਦਾ ।

Self-minded, why have you adopted religious robe, baptism and pretend to be meditating? Whosoever may not meditate wholeheartedly on the teachings of His Word; he may never be rewarded, blessed with the right path of acceptance in His Court.

384.ਸਲੋਕ ਭਗਤ ਕਬੀਰ ਜੀਉ ਕੇ॥ 1368-9

ਕਬੀਰ ਬਿਰਹੁ ਭੁਯੰਗਮੁ ਮਨਿ ਬਸੈ,	kabeer birahu bhuyangam man basai
ਮੰਤੁ ਨ ਮਾਨੈ ਕੋਇ॥	mant na maanai ko-ay.
ਰਾਮ ਬਿਓਗੀ ਨਾ ਜੀਐ,	raam bi-ogee naa jee-ai
ਜੀਐ ਤ ਬਉਰਾ ਹੋਇ॥੭੬॥	jee-ai ta ba-uraa ho-ay. ||76||

ਜੀਵ ਤੇਰੇ ਮਨ ਤੇ ਪੰਜਾਂ ਇੰਦ੍ਰੀਆਂ ਦਾ ਕਾਬੂ ਹੈ । ਕੋਈ ਮੰਤ੍ਰ ਪੜ੍ਹਨ ਨਾਲ, ਪੰਜੇ ਇੱਛਾਂ ਤੇ ਜਿੱਤ ਨਹੀਂ ਬਖਸ਼ਿਸ਼ ਹੋ ਸਕਦੀ । ਕੇਵਲ ਪ੍ਰਭ ਦੇ ਸ਼ਬਦ ਦੀ ਸਿਖਿਆਂ ਨਾਲ ਜੀਵਨ ਢਾਲਣ ਨਾਲ ਹੀ ਮਨ ਦੀਆਂ ਇੱਛਾਂ ਤੇ ਜਿੱਤ ਬਖਸ਼ਿਸ਼ ਹੋ ਸਕਦੀ ਹੈ । ਸ਼ਬਦ ਦੀ ਪਾਲਣਾ ਤੋ ਬਿਨਾਂ ਮਾਨਸ ਜੀਵਨ ਬਿਰਥਾ ਹੀ ਬਤੀਤ ਜਾਂਦਾ ਹੈ ।

Self-minded may remain intoxicated with sweet poison of worldly desires, wealth. You may not be able to conquer these demons of worldly desires by any mantras, or blessings of any worldly guru. Whosoever may adopt the teachings of His Word with steady and stable belief; with His mercy and grace, he may conquer his worldly desires. Whosoever may not earn the wealth of His Word; his human life opportunity may be wasted.

385.ਸਲੋਕ ਭਗਤ ਕਬੀਰ ਜੀਉ ਕੇ॥ 1368-10

ਕਬੀਰ ਪਾਰਸ ਚੰਦਨੈ,	kabeer paaras chandnai
ਤਿਨ੍ ਹੈ ਏਕ ਸੁਗੰਧ॥	tinH hai ayk suganDh.
ਤਿਹ ਮਿਲਿ ਤੇਊ ਊਤਮ ਭਏ,	tih mil tay-oo ootam bha-ay
ਲੋਹ ਕਾਠ ਨਿਰਗੰਧ॥੭੭॥	loh kaath nirganDh. ||77||

ਸੰਤ ਦੇ ਅਦੇਸ਼, ਪ੍ਰਭ ਦੇ ਅਦੇਸ਼ ਵਿੱਚ ਕੋਈ ਭੇਦ ਨਹੀਂ ਹੁੰਦਾ । ਦੋਨੇਂ ਹੀ ਜੀਵ ਨੂੰ ਅਸਲੀ ਰਸਤੇ ਤੇ ਹੀ ਪਾਉਂਦੇ ਹਨ । ਜਿਹੜੇ ਸਿਖਿਆਂ ਨਾਲ ਜੀਵਨ ਢਾਲਦੇ ਹਨ, ਪਾਪੀ ਜੀਵ ਵੀ ਤਰ ਜਾਂਦੇ ਹਨ, ਉਹ ਵੀ ਪੂਜਣ ਯੋਗ ਬਣ ਜਾਂਦੇ ਹਨ ।

The True Master and His Holy saint, both may provide the same teachings to adopt in worldly life. Even the sinner may adopt the teachings and he may be saved. He may become worth of worship in the world.

386.ਸਲੋਕ ਭਗਤ ਕਬੀਰ ਜੀਉ ਕੇ॥ 1368-11

ਕਬੀਰ ਜਮ ਕਾ ਠੇਂਗਾ ਬੁਰਾ ਹੈ,	kabeer jam kaa thayNgaa buraa hai
ਓਹੁ ਨਹੀ ਸਹਿਆ ਜਾਇ॥	oh nahee sahi-aa jaa-ay.
ਏਕੁ ਜੁ ਸਾਧੂ ਮੋਹਿ ਮਿਲਿਓ,	ayk jo saaDhoo mohi mili-o
ਤਿਨ੍ਹਿ ਲੀਆ ਅੰਚਲਿ ਲਾਇ॥੭੮॥	tiniH lee-aa anchal laa-ay. ‖78‖

ਪੰਜਾਂ ਇੰਦ੍ਰੀਆਂ ਦਾ ਜੰਜਾਲ ਬਹੁਤ ਡੂੰਘਾਂ ਹੈ, ਕੋਈ ਵਿਰਲਾ ਹੀ ਬਚਦਾ ਹੈ । ਜਿਸ ਨੂੰ ਪ੍ਰਭ ਦੀ ਰਹਿਮਤ ਨਾਲ ਸੰਤ ਸਰੂਪ ਦੀ ਸੰਗਤ ਬਖਸ਼ਿਸ਼ ਹੋ ਜਾਂਦੀ ਹੈ । ਉਸ ਦੇ ਜੀਵਨ ਤੋ ਸੇਧ ਲੈਣ, ਜੀਵਨ ਢਾਲਣ ਨਾਲ, ਜਮਾਂ ਤੋ ਛੁਟਕਾਰਾ ਬਖਸ਼ਿਸ਼ ਹੋ ਸਕਦਾ ਹੈ ।

The intoxication of demons of worldly desires may be very mysterious; however, very rare may be saved or conquer the demons. Whosoever may be blessed with the association, conjugation of His Holy saint; by adopting his life experience teachings, His true devotee may conquer devil of death.

387.ਸਲੋਕ ਭਗਤ ਕਬੀਰ ਜੀਉ ਕੇ॥ 1368-12

ਕਬੀਰ ਬੈਦੁ ਕਹੈ ਹਉ ਹੀ ਭਲਾ,	kabeer baid kahai ha-o hee bhalaa
ਦਾਰੂ ਮੇਰੈ ਵਸਿ॥	daaroo mayrai vas.
ਇਹ ਤਉ ਬਸਤੁ ਗੁਪਾਲ ਕੀ,	ih ta-o basat gupaal kee
ਜਬ ਭਾਵੈ ਲੇਇ ਖਸਿ॥੭੯॥	jab bhaavai lay-ay khas. ‖79‖

ਜਿਹੜਾ ਸਮਝਦਾ ਹੈ! ਕੇਵਲ ਉਸ ਦਾ ਬੰਦਗੀ ਦਾ ਰਸਤਾ ਹੀ ਪ੍ਰਭ ਦੇ ਦਰਬਾਰ ਵਿੱਚ ਪ੍ਰਵਾਨਗੀ ਦਾ ਰਸਤਾ ਹੈ । ਉਹ ਅਣਜਾਣ, ਮਨਮੁਖ ਹੀ ਹੁੰਦਾ ਹੈ, ਉਸ ਨੂੰ ਸ਼ਬਦ ਦੀ ਸੋਝੀ ਬਖਸ਼ਿਸ ਨਹੀਂ ਹੋ ਸਕਦੀ । ਉਹ ਭੁਲ ਜਾਂਦਾ ਹੈ, ਜਨਮ, ਮਰਨ, ਪ੍ਰਵਾਨਗੀ ਦਾ ਰਸਤਾ ਕੇਵਲ ਪ੍ਰਭ ਦੀ ਰਹਿਮਤ ਨਾਲ ਹੀ ਬਖਸ਼ਿਸ਼ ਹੋ ਸਕਦਾ ਹੈ । ਸ਼ਬਦ ਦੀ ਸਿਖਿਆਂ ਨਾਲ ਹੀ ਜੀਵਨ ਢਾਲਣ ਨਾਲ ਹੀ ਅਸਲੀ ਰਸਤਾ ਬਖਸ਼ਿਸ਼ ਹੋ ਸਕਦਾ ਹੈ ।

Whosoever may think to be enlightened and only his way of life may be the right path of salvation. Ignorant may never be enlightened with the essence of His Word. He may never realize, His Holy Spirit prevailing within his heart; the cycle of birth and death remains under His Command, The True Master. Whosoever may adopt his way of life, only he may be blessed with right path of acceptance in His Court.

388.ਸਲੋਕ ਭਗਤ ਕਬੀਰ ਜੀਉ ਕੇ॥ 1368-14

ਕਬੀਰ ਨਉਬਤਿ ਆਪਨੀ,	kabeer na-ubat aapnee
ਦਿਨ ਦਸ ਲੇਹੁ ਬਜਾਇ॥	din das layho bajaa-ay.
ਨਦੀ ਨਾਵ ਸੰਜੋਗ ਜਿਉ,	nadee naav sanjog ji-o
ਬਹੁਰਿ ਨ ਮਿਲਹੈ ਆਇ॥੮੦॥	bahur na milhai aa-ay. ‖80‖

ਜੀਵਨ ਥੋੜ੍ਹੇ ਦਿਨਾ ਦਾ ਹੀ ਖੇਲ ਹੈ । ਮਨਮੁਖ ਆਪਨਾ ਜੀਵਨ ਆਪਣੀ ਮਰਜ਼ੀ ਨਾਲ ਬਤੀਤ ਕਰਦਾ ਹੈ । ਆਪਣੀ ਮਰਜ਼ੀ ਦੂਸਿਆਂ ਤੇ ਠੋਸਦਾ ਹੈ । ਸੰਸਾਰਕ ਜੀਵਾਂ ਨਾਲ ਸੰਜੋਗ ਭਾਗਾਂ ਨਾਲ ਹੀ ਹੁੰਦਾ ਹੈ । ਪਤਾ ਨਹੀਂ, ਫਿਰ ਕਿਦੇ ਇਹ ਸੰਜੋਗ ਹੋਣਾ ਵੀ ਹੈ ।

Human life may be short-lived, for predetermined period. Self-minded remains intoxicated with his worldly desires. He may enforce his opinion on others. Worldly life is like boat ride, you may see someone once, you may never see that person again.

389.ਸਲੋਕ ਭਗਤ ਕਬੀਰ ਜੀਉ ਕੇ॥ 1368-15

ਕਬੀਰ ਸਾਤ ਸਮੁੰਦਹਿ ਮਸੁ ਕਰਉ, kabeer saat samundeh mas kara-o
ਕਲਮ ਕਰਉ ਬਨਰਾਇ॥ kalam kara-o banraa-ay.
ਬਸੁਧਾ ਕਾਗਦੁ ਜਉ ਕਰਉ, basuDhaa kaagad ja-o kara-o
ਹਰਿ ਜਸੁ ਲਿਖਨੁ ਨ ਜਾਇ॥੮੧॥ har jas likhan na jaa-ay. ||81||

ਪ੍ਰਭ ਰਹਿਮਤ ਨਾਲ ਸੱਤ ਸਾਗਰ ਹੀ ਸਿਆਈ ਵਿੱਚ ਬਦਲ ਜਾਣ, ਸਾਰੀ ਬਿਨਾਸਪਤੀ ਹੀ ਮੇਰੀਆਂ ਕਲਮਾਂ ਬਣਾ ਜਾਣ, ਸਾਰੀ ਧਰਤੀ ਹੀ ਕਾਗਜ਼ ਵਿੱਚ ਬਦਲ ਦੇਵਾ । ਮੈਂ ਪ੍ਰਭ ਦੀਆਂ ਵਡਿਆਈਆਂ ਲਿਖਾ । ਫਿਰ ਵੀ ਸਾਰੀਆਂ ਵਡਿਆਈਆਂ ਲਿਖਣ ਲਈ ਥੋੜ੍ਹਾ ਹੈ ।

The True Master may convert seven seas into ink; all vegetation as pen; all earths into paper; with His mercy and grace, I may write His Virtues, miracles. However, all these may fall short to completely write His Greatness.

390.ਸਲੋਕ ਭਗਤ ਕਬੀਰ ਜੀਉ ਕੇ॥ 1368-16

ਕਬੀਰ ਜਾਤਿ ਜੁਲਾਹਾ ਕਿਆ ਕਰੈ, kabeer jaat julaahaa ki-aa karai
ਹਿਰਦੈ ਬਸੇ ਗੁਪਾਲ॥ hirdai basay gupaal.
ਕਬੀਰ ਰਮਈਆ ਕੰਠਿ ਮਿਲੁ, kabeer rama-ee-aa kanth mil
ਚੂਕਹਿ ਸਰਬ ਜੰਜਾਲ॥੮੨॥ chookeh sarab janjaal. ||82||

ਜਿਸ ਦੀ ਆਤਮਾ ਨੂੰ ਸੰਸਾਰਕ ਪੰਜਾਂ ਇੰਦ੍ਰੀਆਂ ਦੇ ਜਾਲ ਤੇ ਜਿੱਤ ਬਖਸ਼ਿਸ਼ ਹੋ ਜਾਂਦੀ ਹੈ । ਉਸ ਦੀ ਸੰਸਾਰਕ ਨੀਵੀਂ ਹੈਸੀਅਤ, ਜਾਤ ਦਾ ਕੋਈ ਫਰਕ ਨਹੀਂ ਪੈਂਦਾ । ਉਸ ਦਾ ਪ੍ਰਭ ਦੇ ਸ਼ਬਦ, ਬਖਸ਼ੇ ਤੇ ਭਰੋਸਾ ਅਡੋਲ ਰਹਿੰਦਾ ਹੈ । ਪ੍ਰਭ ਜੀਵ ਨੂੰ ਆਪਣੇ ਗਲੇ ਲਾਉਂਦਾ ਹੈ । ਉਸ ਦੀ ਸ਼ਬਦ ਦੀ ਕਮਾਈ ਪ੍ਰਵਾਨ ਕਰਦਾ, ਉਸ ਦੀ ਆਤਮਾ ਨੂੰ ਆਪਣੀ ਜੋਤ ਵਿੱਚ ਅਭੇਦ ਕਰ ਲੈਂਦਾ ਹੈ ।

Whosoever may be blessed to conquer 5 demons of worldly wealth, desires. His worldly low social caste, status may not make any difference, distinction in His Court. His belief may remain steady and stable on the teachings of His Word, His Blessings. The True Master may embrace His true devotee and accepts his earnings of His Word; with His mercy and grace, his soul may be immersed within His Holy Spirit.

391.ਸਲੋਕ ਭਗਤ ਕਬੀਰ ਜੀਉ ਕੇ॥ 1368-17

ਕਬੀਰ ਐਸਾ ਕੋ ਨਹੀ, kabeer aisaa ko nahee
ਮੰਦਰੁ ਦੇਇ ਜਰਾਇ॥ mandar day-ay jaraa-ay.
ਪਾਂਚਉ ਲਰਿਕੇ ਮਾਰਿ ਕੈ, paaNcha-o larikay maar kai
ਰਹੈ ਰਾਮ ਲਿਉ ਲਾਇ॥੮੩॥ rahai raam li-o laa-ay. ||83||

ਕੋਈ ਅਜੇਹਾ ਜੀਵ ਪੈਦਾ ਨਹੀਂ ਹੋਇਆ, ਜਿਹੜਾ ਸੰਸਾਰਕ ਪੰਜਾਂ ਇੰਦ੍ਰੀਆਂ ਤਿਆਗਕੇ, ਪ੍ਰਭ ਦੇ ਸ਼ਬਦ ਦੇ ਸਿਮਰਨ ਵਿੱਚ ਲੀਨ ਹੋ ਜਾਂਦਾ ਹੈ ।

Such a devotee may not have taken birth in the universe; who may renounce all worldly desires, conquers his 5 demons of worldly wealth. Whosoever may meditate on the teachings of His Word with steady and stable belief within the void of His Word.

392.ਸਲੋਕ ਭਗਤ ਕਬੀਰ ਜੀਉ ਕੇ॥ 1368-18

ਕਬੀਰ ਐਸਾ ਕੋ ਨਹੀ, kabeer aisaa ko nahee
ਇਹੁ ਤਨੁ ਦੇਵੈ ਫੂਕਿ॥ ih tan dayvai fook.
ਅੰਧਾ ਲੋਗੁ ਨ ਜਾਨਈ, anDhaa log na jaan-ee
ਰਹਿਓ ਕਬੀਰਾ ਕੂਕਿ॥੮੪॥ rahi-o kabeeraa kook. ||84||

ਕੋਈ ਅਜੇਹਾ ਜੀਵ ਪੈਦਾ ਨਹੀਂ ਹੋਇਆ, ਜਿਹੜਾ ਆਪਣੇ ਘਰ ਨੂੰ ਆਪ ਹੀ ਬਰਬਾਦ ਕਰਨਾ ਚਾਹੁੰਦਾ ਹੈ । ਕੋਈ ਵਿਰਲਾ ਹੀ ਪੰਜਾਂ ਇੰਦ੍ਰੀਆਂ ਨੂੰ ਕਾਬੂ ਵਿੱਚ ਰਖਦਾ ਹੈ । ਸੰਤ ਸਰੂਪ ਜੀਵ ਪੁਕਾਰ ਪੁਕਾਰ ਕੇ ਇਹ ਦੱਸਦੇ ਹਨ । ਪਰ ਅਗਿਆਨੀ ਨਹੀਂ ਸੁਣਦੇ ।

No one have ever born in the universe with such a state of mind; who may conquer 5 demons of his worldly desires. Even though no one may intentionally burn his own house or hurt himself. His Holy saints are shouting loud to enlighten mankind; however, ignorant, self-minded may not heed his warning!

393.ਸਲੋਕ ਭਗਤ ਕਬੀਰ ਜੀਉ ਕੇ॥ 1368-19

ਕਬੀਰ ਸਤੀ ਪੁਕਾਰੈ ਚਿਹ ਚੜੀ,	kabeer satee pukaarai chih charhee
ਸੁਨੁ ਹੋ ਬੀਰ ਮਸਾਨ॥	sun ho beer masaan.
ਲੋਗੁ ਸਬਾਇਆ ਚਲਿ ਗਇਓ,	log sabaa-i-aa chal ga-i-o
ਹਮ ਤੁਮ ਕਾਮੁ ਨਿਦਾਨ॥੮੫॥	ham tum kaam nidaan. ||85||

ਜਿਹੜਾ ਆਪਣੇ ਮਾਨਸ ਜਨਮ ਵਿੱਚ ਬੰਦਗੀ ਨਹੀਂ ਕਰਦਾ, ਉਸ ਦੀ ਆਤਮਾ ਨੂੰ ਪਛਤਾਵਾ ਹੀ ਕਰਨਾ ਪੈਂਦਾ ਹੈ । ਪਿਛੇ ਰਹਿਣ ਵਾਲੇ ਜੀਵਾਂ ਨੂੰ ਚੇਤਾਬਨੀ ਦੇਂਦਾ ਹੈ । ਆਪਣਾ ਮਾਨਸ ਜੀਵਨ ਦਾ ਮੌਕਾ ਸੰਭਾਲੋ! ਮਾਨਸ ਜਨਮ ਸ਼ਬਦ ਦੀ ਪਾਲਣਾ, ਸਿਮਰਨ ਕਰਨ ਲਈ ਹੀ ਬਖਸ਼ਿਸ਼ ਹੋਇਆ ਹੈ । ਹਰਇੱਕ ਜੀਵ ਨੂੰ ਮੌਤ ਆਉਣੀ ਹੈ ।

Whosoever may not meditate in his human life journey; his soul must regret and repent after death. His departing soul warns his friend and families! You should benefit from your priceless opportunity of human life blessings. Human life has been blessed only to meditate on the teachings of His Word. Everyone must face devil of death at her predetermined time.

394.ਸਲੋਕ ਭਗਤ ਕਬੀਰ ਜੀਉ ਕੇ॥ 1369-1

ਕਬੀਰ ਮਨੁ ਪੰਖੀ ਭਇਓ,	kabeer man pankhee bha-i-o
ਉਡਿ ਉਡਿ ਦਹ ਦਿਸ ਜਾਇ॥	ud ud dah dis jaa-ay.
ਜੋ ਜੈਸੀ ਸੰਗਤਿ ਮਿਲੈ,	jo jaisee sangat milai
ਸੋ ਤੈਸੋ ਫਲੁ ਖਾਇ॥੮੬॥	so taiso fal khaa-ay. ||86||

ਜੀਵ ਦਾ ਮਨ ਪੰਛੀ ਦੀ ਤਰ੍ਹਾਂ, ਬਹੁਤ ਪਾਸੇ ਭਉਦਾ ਰਹਿੰਦਾ ਹੈ । ਇੱਕੋ ਇੱਕ ਪ੍ਰਭ ਦੇ ਸ਼ਬਦ ਦੀ ਸਿਖਿਆਂ ਦੀ ਪਾਲਣਾ ਕਰਨ ਵਿੱਚ ਅਡੋਲ ਨਹੀਂ ਰਹਿੰਦਾ । ਜਿਸਤਰ੍ਹਾਂ ਦੀ ਸੰਗਤ ਕਰਦਾ, ਗੁਰੂ ਦੀ ਸਿਖਿਆਂ ਤੇ ਚਲਦਾ ਹੈ । ਆਪਣੇ ਕੀਤੇ ਦਾ ਹੀ ਫਲ ਬਖਸ਼ਿਸ਼ ਹੁੰਦਾ ਹੈ ।

Human mind may be like a bird! His mind may wander in many directions, with intoxication of sweet poison of worldly wealth. He may not remain contented with His Blessings to obey the teachings of His Word with steady and stable belief in his day-to-day life. His association in his worldly life may influence his way of life, his worldly deeds. He may be rewarded for his own worldly deeds.

395.ਸਲੋਕ ਭਗਤ ਕਬੀਰ ਜੀਉ ਕੇ॥ 1369-2

ਕਬੀਰ ਜਾ ਕਉ ਖੋਜਤੇ ਪਾਇਓ,	kabeer jaa ka-o khojtay paa-i-o
ਸੋਈ ਠਉਰੁ॥	so-ee tha-ur.
ਸੋਈ ਫਿਰਿ ਕੈ ਤੂ ਭਇਆ,	so-ee fir kai too bha-i-aa
ਜਾ ਕਉ ਕਹਤਾ ਅਉਰੁ॥੮੭॥	jaa ka-o kahtaa a-or. ||87||

ਜੀਵ ਆਪਣੀ ਪੀੜ੍ਹੀ ਥੱਲੇ ਸੋਟੀ ਮਾਰ, ਆਪਣਾ ਰਸਤਾ ਪਛਾਣੋ । ਮਾਨਸ ਜਨਮ ਦਾ ਮੰਤਵ ਸਮਝੋ । ਕੀ ਤੇਰਾ ਰਸਤਾ, ਮਾਨਸ ਜੀਵਨ ਦੇ ਮੰਤਵ ਵਾਲਾ ਹੈ, ਜਾ ਪੰਜਾਂ ਇਦ੍ਰੀਆਂ ਦਾ ਗੁਲਾਮ ਹੈ?

You should re-assess your path in human life journey. You were blessed with human life opportunity to meditate on the teachings of His Word to sanctify your soul to become worthy of His Consideration. Have you adopted the right path of acceptance in His court? Have you become a victim of sweet poison of worldly wealth, 5 demons of worldly desires?

396.ਸਲੋਕ ਭਗਤ ਕਬੀਰ ਜੀਉ ਕੇ॥ 1369-3

ਕਬੀਰ ਮਾਰੀ ਮਰਉ ਕੁਸੰਗ ਕੀ,	kabeer maaree mara-o kusang kee
ਕੇਲੇ ਨਿਕਟਿ ਜੁ ਬੇਰਿ॥	kaylay nikat jo bayr.
ਉਹ ਝੂਲੈ ਉਹ ਚੀਰੀਐ,	uh jhoolai uh cheeree-ai
ਸਾਕਤ ਸੰਗੁ ਨ ਹੇਰਿ॥੮੮॥	saakat sang na hayr. ||88||

ਜਿਹੜਾ ਜੀਵ ਬੁਰੀ ਸੰਗਤ ਕਰਦਾ, ਉਸ ਦੀ ਹਾਲਤ ਦਰਦਨਾਕ ਹੁੰਦੀ ਹੈ । ਜਿਹੜਾ ਕੇਲੇ ਦਾ ਬੂਟਾ ਕੰਡਿਆਂ ਵਾਲੀ ਬੇਰੀ ਦੇ ਲਾਗੇ ਹੋਵੇ, ਹਵਾ ਦੇ ਝਲਕੇ ਨਾਲ ਕੇਲੇ ਦੇ ਪੱਤੇ ਚੀਰੇ ਜਾਂਦੇ ਹਨ । ਇਸਤਰ੍ਹਾਂ ਪਵਿੱਤਰ ਆਤਮ ਵੀ ਬੁਰੀ ਸੰਗਤ ਕਰਨ ਨਾਲ, ਅਸਲੀ ਰਸਤੇ ਤੋਂ ਭਟਕ ਸਕਦੀ ਹੈ ।

The company in worldly life may have a deep influence in his life. Whosoever may remain in the company of evil doer, his life may become miserable. As a banana planted near thorn bush; with wind, banana leaves may be pierced. Same way, the association of evil doer, his soul may be blemished with similar sinful deeds. He may drift from the right path of acceptance in His Court.

397.ਸਲੋਕ ਭਗਤ ਕਬੀਰ ਜੀਉ ਕੇ॥ 1369-4

ਕਬੀਰ ਭਾਰ ਪਰਾਈ ਸਿਰਿ ਚਰੈ,	kabeer bhaar paraa-ee sir charai
ਚਲਿਓ ਚਾਹੈ ਬਾਟ॥	chali-o chaahai baat.
ਅਪਨੇ ਭਾਰਹਿ ਨਾ ਡਰੈ,	apnay bhaareh naa darai
ਆਗੈ ਅਉਘਟ ਘਾਟ॥੮੯॥	aagai a-ughat ghaat. ||89||

ਧਾਰਮਕ ਪ੍ਰਚਾਰਕ, ਜੀਵਾਂ ਨੂੰ ਬੰਦਗੀ ਕਰਨਾ ਦੇ ਰਸਤੇ ਤੇ ਪਾਉਂਦਾ ਹੈ । ਉਹ ਪਾਪੀਆਂ ਨੂੰ ਪਾਰ ਲੰਘਣ ਦੇ ਮਾਰਗ ਤੇ ਪਾਉਂਦਾ ਹੈ । ਆਪਣੇ ਜੀਵਨ ਦੇ ਰਸਤੇ ਨੂੰ ਝਾਤੀ ਮਾਰ, ਤੇਰੀ ਆਤਮਾ ਪਵਿੱਤਰ ਹੈ । ਪ੍ਰਭ ਦੇ ਦਰਬਾਰ ਵਿੱਚ ਪ੍ਰਵਾਨਗੀ ਦਾ ਰਸਤਾ ਬਹੁਤ ਕਠਨ ਹੈ ।

You are preaching others to meditate on the teachings of His Word, the right path of acceptance in His Court. You may re-assess your own path in life. Is your own soul sanctified, worthy of His Consideration? The right path of acceptance may be very tedious, with many miseries.

398.ਸਲੋਕ ਭਗਤ ਕਬੀਰ ਜੀਉ ਕੇ॥ 1369-5

ਕਬੀਰ ਬਨ ਕੀ ਦਾਧੀ ਲਾਕਰੀ,	kabeer ban kee daaDhee laakree
ਠਾਢੀ ਕਰੈ ਪੁਕਾਰ॥	thaadhee karai pukaar.
ਮਤਿ ਬਸਿ ਪਰਉ ਲੁਹਾਰ ਕੇ,	mat bas para-o luhaar kay
ਜਾਰੈ ਦੂਜੀ ਬਾਰ॥੯੦॥	jaarai doojee baar. ||90||

ਜੀਵ ਤੇਰਾ ਜੀਵਨ ਸੰਸਾਰਕ ਮਾਇਆ ਦਾ ਗੁਲਾਮ ਬਣ ਗਿਆ ਹੈ । ਤੇਰੀ ਆਤਮ ਸੰਸਾਰਕ ਮਾਇਆ ਤੋ ਬਚਣ ਲਈ ਤਰਲੇ ਮਾਰਦੀ ਹੈ । ਜਿਹੜਾ ਮਾਨਸ ਜੀਵਨ ਵਿੱਚ ਆਪਣਾ ਰਸਤਾ ਨਹੀਂ ਬਦਲਦਾ, ਪ੍ਰਭ ਦੇ ਸ਼ਬਦ ਦੀ ਪਾਲਣਾ ਨਹੀਂ ਕਰਦਾ, ਉਸ ਦੀ ਆਤਮਾ ਪਵਿੱਤਰ ਨਹੀਂ ਹੁੰਦੀ । ਉਸ ਨੂੰ ਜਮਦੂਤਾਂ ਦੇ ਹਵਾਲੇ, ਜੂੰਨਾਂ ਦੇ ਚੱਕਰ ਵਿੱਚ ਹੀ ਜਾਣਾ ਪੈਂਦਾ ਹੈ ।

You have been intoxicated with the sweet poison of worldly wealth. Your soul remains miserable, blemished with worldly desires. Whosoever may not renounce his worldly desires and adopts the teachings of His Word with steady and stable belief in his day-to-day life; his soul may not be sanctified to become worthy of His Consideration. She may be captured by devil of death and remains in the cycle of birth and death.

399.ਸਲੋਕ ਭਗਤ ਕਬੀਰ ਜੀਉ ਕੇ॥ 1369-6

ਕਬੀਰ ਏਕ ਮਰੰਤੇ ਦੁਇ ਮੂਏ,	kabeer ayk marantay du-ay moo-ay
ਦੋਇ ਮਰੰਤਹ ਚਾਰਿ॥	do-ay marantah chaar.
ਚਾਰਿ ਮਰੰਤਹ ਛਹ ਮੂਏ,	chaar marantah chhah moo-ay
ਚਾਰਿ ਪੁਰਖ ਦੁਇ ਨਾਰਿ॥੯੧॥	chaar purakh du-ay naar. ||91||

ਹਰ ਰੋਜ਼ ਕੋਈ ਨਾ ਕੋਈ ਮਰਦਾ ਹੀ ਹੈ । ਪੁਰਖ ਜਾ ਨਾਰੀ ਵਿੱਚ ਕੋਈ ਭੇਦ ਨਹੀਂ । ਸਾਰੇ ਹੀ ਆਪਣੀ ਵਾਰੀ ਨਾਲ ਜਾਂਦੇ ਹਨ ।

Whosoever may take birth in the universe, he must face death at his predetermined time and death remains unpredictable. The age and gender of a creature have no distinction; everything with His Ultimate Command.

400.ਸਲੋਕ ਭਗਤ ਕਬੀਰ ਜੀਉ ਕੇ॥ 1369-7

ਕਬੀਰ ਦੇਖਿ ਦੇਖਿ ਜਗੁ ਢੂੰਢਿਆ,	kabeer daykh daykh jag dhooNdhi-aa
ਕਹੂੰ ਨ ਪਾਇਆ ਠਉਰੁ॥	kahoo-aN na paa-i-aa tha-ur.
ਜਿਨਿ ਹਰਿ ਕਾ ਨਾਮੁ ਨ ਚੇਤਿਓ,	jin har kaa naam na chayti-o
ਕਹਾ ਭੁਲਾਨੇ ਅਉਰ॥੯੨॥	kahaa bhulaanay a-or. ‖92‖

ਸਾਰੇ ਸੰਸਾਰ ਵਿੱਚ ਢੂੰਡਕੇ ਦੇਖ ਲਿਆ ਹੈ । ਮੈਨੂੰ ਕੋਈ ਵੀ ਅਰਾਮ ਕਰਨ ਵਾਲੀ ਥਾਂ ਨਹੀਂ ਦਿਸਦੀ । ਜਿਹੜਾ ਪ੍ਰਭ ਦੇ ਸ਼ਬਦ ਦਾ ਸਿਮਰਨ ਨਹੀਂ ਕਰਦਾ, ਉਹ ਕਿਹੜੇ ਧੰਦੇ ਕਰਦੇ ਫਿਰਦਾ ਹੈ ।

I have searched all over the universe; I have not found, discovered any permanent resting place for soul in the universe. Whosoever may not realize the real purpose of human life blessing. He may not adopt the teachings of His Word in his day-to-day life! Why may he be doing other useless chores in his human life journey?

401.ਸਲੋਕ ਭਗਤ ਕਬੀਰ ਜੀਉ ਕੇ॥ 1369-8

ਕਬੀਰ ਸੰਗਤਿ ਕਰੀਐ ਸਾਧ ਕੀ,	kabeer sangat karee-ai saaDh kee
ਅੰਤਿ ਕਰੈ ਨਿਰਬਾਹੁ॥	ant karai birbaahu.
ਸਾਕਤ ਸੰਗੁ ਨ ਕੀਜੀਐ,	saakat sang na keejee-ai
ਜਾ ਤੇ ਹੋਇ ਬਿਨਾਹੁ॥੯੩॥	jaa tay ho-ay binaahu. ‖93‖

ਹਮੇਸ਼ਾਂ ਹੀ ਭਲੇ ਜੀਵ ਦੀ ਸੰਗਤ ਕਰੋ! ਅੰਤ ਵਿੱਚ ਤੇਰੇ ਜੀਵਨ ਦੇ ਢੰਗ ਤੇ ਪ੍ਰਭ ਦੇ ਸਿਮਰਨ ਦਾ ਪ੍ਰਭਾਵ, ਸਿਖਿਆਂ ਘਰ ਕਰ ਜਾਦੀ ਹੈ । ਜਿਹੜਾ ਸਾਕਤ ਦੀ ਸੰਗਤ ਕਰਦਾ ਹੈ, ਉਹ ਮਾਨਸ ਜਨਮ ਦਾ ਮੌਕਾ ਬਿਰਥਾ ਹੀ ਗਵਾ ਜਾਂਦਾ ਹੈ ।

You should always associate with someone doing good deeds, a saintly person, His true devotee. In the end, your way of life may be influenced with his way of life; you may be drenched with the essence of His Word. You may be blessed with the right path of acceptance in His Court. Whosoever may associate with self-minded, sinner, he may waste his human life opportunity. He may remain in the cycle of birth and death.

402.ਸਲੋਕ ਭਗਤ ਕਬੀਰ ਜੀਉ ਕੇ॥ 1369-9

ਕਬੀਰ ਜਗ ਮਹਿ ਚੇਤਿਓ ਜਾਨਿ ਕੈ,	kabeer jag meh chayti-o jaan kai
ਜਗ ਮਹਿ ਰਹਿਓ ਸਮਾਇ॥	jag meh rahi-o samaa-ay.
ਜਿਨ ਹਰਿ ਕਾ ਨਾਮੁ ਨ ਚੇਤਿਓ,	jin har kaa naam na chayti-o
ਬਾਦਹਿ ਜਨਮੇਂ ਆਇ॥੯੪॥	baadeh janmayN aa-ay. ‖94‖

ਮੈਂ ਸੰਸਾਰ ਨੂੰ ਪਰਖਿਆ ਹੈ! ਪ੍ਰਭ ਆਪਣੀ ਸ੍ਰਿਸ਼ਟੀ ਵਿੱਚ ਹੀ ਅਲੋਪ, ਸਮਾਇਆ ਹੈ । ਜਿਹੜਾ ਪ੍ਰਭ ਦੇ ਸ਼ਬਦ ਦੀ ਪਾਲਣਾ ਨਹੀਂ ਕਰਦਾ । ਉਸ ਦਾ ਮਾਨਸ ਜਨਮ ਲੈਣਾ ਬਿਰਥਾ ਹੀ ਜਾਂਦਾ ਹੈ ।

I have contemplated the universe, His Creation; with His mercy and grace, I have realized, His Holy Spirit remains embedded within each soul and permeating in His Nature. Whosoever may not adopt the teachings of His Word in his day-to-day life. He may not benefit from priceless human life opportunity.

403.ਸਲੋਕ ਭਗਤ ਕਬੀਰ ਜੀਉ ਕੇ॥ 1369-10

ਕਬੀਰ ਆਸਾ ਕਰੀਐ ਰਾਮ ਕੀ,	kabeer aasaa karee-ai raam kee
ਅਵਰੈ ਆਸ ਨਿਰਾਸ॥	avrai aas niraas.
ਨਰਕਿ ਪਰਹਿ ਤੇ ਮਾਨਈ,	narak pareh tay maan-ee
ਜੋ ਹਰਿ ਨਾਮ ਉਦਾਸ॥੯੫॥	jo har naam udaas. ‖95‖

ਜੀਵ ਕੇਵਲ ਇੱਕੋ ਇੱਕ ਪ੍ਰਭ ਦੇ ਸ਼ਬਦ ਦੀ ਸਿਖਿਆਂ ਨਾਲ ਜੀਵਨ ਢਾਲੋ । ਜਿਹੜਾ ਸੰਸਾਰਕ ਗਰੂ, ਪੀਰ, ਧਰਮ ਦਾ ਰਸਤਾ ਧਾਰਨ ਕਰਦਾ ਹੈ, ਉਸ ਨੂੰ ਨਰਾਜ਼ਗੀ ਹੀ ਮਿਲਦੀ ਹੈ । ਜਿਹੜਾ ਪ੍ਰਭ ਦੇ ਸ਼ਬਦ ਦਾ ਸਿਮਰਨ, ਪਾਲਣਾ ਨਹੀਂ ਕਰਦਾ, ਉਸ ਨੂੰ ਮੌਤ ਤੋ ਪਿਛੋਂ ਪਛਤਾਵਾਂ ਹੀ ਕਰਨਾ ਪੈਂਦਾ ਹੈ । ਫਿਰ ਉਸ ਨੂੰ ਸ਼ਬਦ ਦੀ ਕਮਾਈ ਦੀ ਮਹੱਤਤਾ ਦਾ ਅੰਦਾਜ਼ਾ ਲਗਦਾ ਹੈ ।

You should adopt the teachings of His Word with steady and stable belief in your day-to-day life. Whosoever may follow worldly guru, religious baptism, he may remain disappointed. Whosoever may not adopt the teachings of His Word in his day-to-day life, he may regret and repent after death. Then, he may realize the significance of the earnings of His Word.

404.ਸਲੋਕ ਭਗਤ ਕਬੀਰ ਜੀਉ ਕੇ॥ 1369-11

ਕਬੀਰ ਸਿਖ ਸਾਖਾ ਬਹੁਤੇ ਕੀਏ,	kabeer sikh saakhaa bahutay kee-ay
ਕੇਸੋ ਕੀਓ ਨ ਮੀਤੁ॥	kayso kee-o na meet.
ਚਾਲੇ ਥੇ ਹਰਿ ਮਿਲਨ ਕਉ,	chaalay thay har milan ka-o
ਬੀਚੈ ਅਟਕਿਓ ਚੀਤੁ॥੯੬॥	beechai atki-o cheet. ‖96‖

ਜੀਵ ਸੰਸਾਰ ਵਿੱਚ ਆ ਕੇ ਬਹੁਤ ਜੀਵਾਂ ਨੂੰ ਪ੍ਰਭਾਵਤ ਕਰ ਲੈਂਦਾ ਹੈ । ਅਨੇਕਾਂ ਹੀ ਸਾਥੀ, ਚੇਲੇ ਬਣਾ ਲੈਂਦਾ ਹੈ । ਪਰ ਪ੍ਰਭ ਨੂੰ ਆਪਣਾ ਮਿੱਤਰ ਨਹੀਂ ਬਣਾਉਂਦਾ । ਜਿਹੜੇ ਕੰਮ ਕਰਨ ਲਈ ਮਾਨਸ ਜਨਮ ਬਖਸ਼ਿਸ਼ ਹੁੰਦਾ ਹੈ, ਅਧੂਰਾ ਹੀ ਛੱਡ ਜਾਂਦਾ ਹੈ ।

Self-minded may create his influence on many others; makes many friends and followers; however, he may not adopt the teachings of His Word in his day-to-day life to make The True Master as his friend. He was blessed with human life opportunity to sanctify his soul to become worthy of His Consideration. He may waste his human life opportunity and remains in the cycle of birth and death.

405.ਸਲੋਕ ਭਗਤ ਕਬੀਰ ਜੀਉ ਕੇ॥ 1369-12

ਕਬੀਰ ਕਾਰਨੁ ਬਪੁਰਾ ਕਿਆ ਕਰੈ,	kabeer kaaran bapuraa ki-aa karai
ਜਉ ਰਾਮੁ ਨ ਕਰੈ ਸਹਾਇ॥	ja-o raam na karai sahaa-ay.
ਜਿਹ ਜਿਹ ਡਾਲੀ ਪਗੁ ਧਰਉ,	jih jih daalee pag Dhara-o
ਸੋਈ ਮੁਰਿ ਮੁਰਿ ਜਾਇ॥੯੭॥	so-ee mur mur jaa-ay. ‖97‖

ਪ੍ਰਭ ਦੀ ਰਹਿਮਤ ਤੋ ਬਿਨਾਂ ਜੀਵ ਕੁਝ ਨਹੀਂ ਕਰ ਸਕਦਾ । ਜਿਹੜੇ ਕੰਮ ਨੂੰ ਉਹ ਹੱਥ ਪਾਉਂਦਾ, ਮਾਰਗ ਤੇ ਚਲਦਾ ਹੈ । ਉਹ ਹੀ ਪ੍ਰਵਾਨਗੀ ਦੇ ਅਸਲੀ ਰਸਤੇ ਤੋ ਦੂਰ ਹੀ ਲੈ ਜਾਂਦਾ ਹੈ ।

Without His Blessed Vision, human may not accomplish anything with his meditation, own efforts. Whatsoever path, he may adopt in his human life journey; his way of life may deprive him from the right path of acceptance in His Court.

406.ਸਲੋਕ ਭਗਤ ਕਬੀਰ ਜੀਉ ਕੇ॥ 1369-13

ਕਬੀਰ ਅਵਰਹ ਕਉ ਉਪਦੇਸਤੇ,	kabeer avrah ka-o updaystay
ਮੁਖ ਮੈਂ ਪਰਿ ਹੈ ਰੇਤੁ॥	mukh mai par hai rayt.
ਰਾਸਿ ਬਿਰਾਨੀ ਰਾਖਤੇ,	raas biraanee raakh-tay
ਖਾਜਾ ਘਰ ਕਾ ਖੇਤੁ॥੯੮॥	khaa-yaa ghar kaa khayt. ‖98‖

ਜਿਹੜਾ ਬਾਕੀ ਜੀਵਾਂ ਨੂੰ ਬੰਦਗੀ ਦਾ ਉਪਦੇਸ਼ ਦੇਂਦਾ ਹੈ । ਪਰ ਆਪਣੇ ਜੀਵਨ ਵਿੱਚ ਸ਼ਬਦ ਦੀ ਸਿਖਿਆਂ ਨਹੀਂ ਅਪਣਾਉਂਦਾ, ਉਸ ਨੂੰ ਪ੍ਰਭ ਦੇ ਦਰਬਾਰ ਵਿੱਚ ਲਾਨ੍ਹਤਾਂ ਹੀ ਪੈਂਦੀਆਂ ਹਨ । ਉਹ ਮਨ ਦੇ ਲਾਲਚ ਵਿੱਚ, ਪਰਾਏ ਧਨ, ਅਮਾਨਤ ਨੂੰ ਹਾਸਿਲ ਕਰਨ ਵਿੱਚ ਰਹਿੰਦਾ ਹੈ । ਆਪਣਾ ਅਮੋਲਕ ਮਾਨਸ ਜਨਮ ਬਿਰਥਾ ਹੀ ਬਤੀਤ ਕਰ ਜਾਂਦਾ ਹੈ ।

Whosoever may preach others to meditate, obey the teachings of His Word; however, he may not adopt his own preaching in his life. He may be rebuked and embarrassed in His Court. He remains intoxicated with sweet poison of worldly wealth; he may remain focused to rob the earnest living of others. He may waste his ambrosial human life opportunity.

407.ਸਲੋਕ ਭਗਤ ਕਬੀਰ ਜੀਉ ਕੇ॥ 1369-14

ਕਬੀਰ ਸਾਧੂ ਕੀ ਸੰਗਤਿ ਰਹਉ,	kabeer saaDhoo kee sangat raha-o
ਜਉ ਕੀ ਭੂਸੀ ਖਾਉ॥	ja-o kee bhoosee khaa-o.
ਹੋਨਹਾਰੁ ਸੋ ਹੋਇਹੈ,	honhaar so ho-ihai
ਸਾਕਤ ਸੰਗਿ ਨ ਜਾਉ॥੯੯॥	saakat sang na jaa-o. ‖99‖

ਸੰਤ ਸਰੂਪ ਦੇ ਜੀਵਨ ਨੂੰ ਆਪਣਾ ਜੀਵਨ ਦਾ ਅਧਾਰ ਬਣਾਵੋ! ਭਾਵੇਂ ਉਸ ਨਾਲ ਤੈਨੂੰ ਸਾਦਾ ਜੀਵਨ ਹੀ ਬਤੀਤ ਕਰਨਾ ਪਵੇ । ਪਰ ਸਾਕਤ ਦੀ ਸੰਗਤ, ਉਹ ਕੰਮ ਨਾ ਕਰੋ! ਪ੍ਰਭ ਦਾ ਭਾਣਾ, ਟਲਿਆ ਨਹੀਂ ਜਾ ਸਕਦਾ ।

You should adopt the life experience teachings of His Holy saint in your day-to-day life. You may have to live simple and humble life in the universe. You should not associate with self-minded, non-believer nor follow his way of life. His Ultimate Command always prevail and cannot be altered or avoided.

408.ਸਲੋਕ ਭਗਤ ਕਬੀਰ ਜੀਉ ਕੇ॥ 1369-15

ਕਬੀਰ ਸੰਗਤਿ ਸਾਧ ਕੀ,	kabeer sangat saaDh kee
ਦਿਨ ਦਿਨ ਦੂਨਾ ਹੇਤੁ॥	din din doonaa hayt.
ਸਾਕਤ ਕਾਰੀ ਕਾਂਬਰੀ,	saakat kaaree kaaNbree
ਧੋਏ ਹੋਇ ਨ ਸੇਤੁ॥੧੦੦॥	Dho-ay ho-ay na sayt. ‖100‖

ਸੰਤ ਸਰੂਪ ਦੇ ਜੀਵਨ ਨੂੰ ਆਪਣੇ ਅਧਾਰ ਬਣਾਉਣ ਨਾਲ ਪ੍ਰਭ ਦੇ ਸ਼ਬਦ ਦੀ ਸਿਖਿਆਂ ਨਾਲ ਸ਼ਰਧਾ ਵਧਦੀ ਹੈ । ਜਿਵੇਂ ਗੰਦੇ ਕੰਬਲ ਨੂੰ ਧੋਣ ਨਾਲ, ਮੈਲ ਨਹੀਂ ਜਾਂਦੀ । ਇਸਤਰ੍ਹਾਂ ਸਾਕਤ ਦੀ ਸੰਗਤ ਕਰਨ ਨਾਲ ਜੀਵ ਦੀ ਆਤਮਾਂ ਪਵਿੱਤਰ ਨਹੀਂ ਹੁੰਦੀ ।

Whosoever may adopt the life experience teachings of His Holy saint; with His mercy and grace, his devotion and belief on the teachings of His Word may be enhanced. As washing a blanket soaked with oil may not be cleaned completely; same way, whosoever may associate with self-minded, his blemished soul may not be sanctified.

409.ਸਲੋਕ ਭਗਤ ਕਬੀਰ ਜੀਉ ਕੇ॥ 1369-16

ਕਬੀਰ ਮਨੁ ਮੂੰਡਿਆ ਨਹੀ,	kabeer man mooNdi-aa nahee
ਕੇਸ ਮੁੰਡਾਏ ਕਾਂਇ॥	kays mundaa-ay kaaN-ay.
ਜੋ ਕਿਛੁ ਕੀਆ ਸੋ ਮਨ ਕੀਆ,	jo kichh kee-aa so man kee-aa
ਮੂੰਡਾ ਮੂੰਡੁ ਅਜਾਂਇ॥੧੦੧॥	mooNdaa moond ajaaN-ay. ‖101‖

ਸੰਸਾਰਕ ਜੀਵਨ ਵਿੱਚ ਸਭ ਕੁਝ ਮਨ ਦੀ ਸੋਚ ਨਾਲ ਹੀ ਹੁੰਦਾ ਹੈ, ਉਹ ਮਨ ਦੀ ਸੋਚ ਨਾਲ ਹੀ ਜੀਵਨ ਵਿੱਚ ਰਸਤਾ ਧਾਰਨ ਕਰਦਾ ਹੈ । ਜਿਹੜਾ ਆਪਣੇ ਮਨ ਨੂੰ ਸ਼ਬਦ ਦੀ ਪਾਲਣਾ ਨਾਲ ਪਵਿੱਤਰ ਨਹੀਂ ਕਰਦਾ, ਸੰਸਾਰਕ ਇੱਛਾਂ ਨਹੀਂ ਤਿਆਗਦਾ । ਉਸ ਦਾ ਤਨ ਨੂੰ ਸਾਫ ਕਰਨ, ਸਜਾਉਣ ਦੀ ਕੋਈ ਲਾਭ ਨਹੀਂ ਹੁੰਦਾ ।

Human mind may control all the actions, his way of life. Whosoever may not sanctify his mind, renounce his worldly desires from his day-to-day life. His sanctifying bath at Holy Pond, embellishing his body may not have any benefit for the purpose of his human life journey.

410.ਸਲੋਕ ਭਗਤ ਕਬੀਰ ਜੀਉ ਕੇ॥ 1369-17

ਕਬੀਰ ਰਾਮੁ ਨ ਛੋਡੀਐ,	kabeer raam na chhodee-ai
ਤਨੁ ਧਨੁ ਜਾਇ ਤ ਜਾਉ॥	tan Dhan jaa-ay ta jaa-o.
ਚਰਨ ਕਮਲ ਚਿਤੁ ਬੇਧਿਆ,	charan kamal chit bayDhi-aa
ਰਾਮਹਿ ਨਾਮਿ ਸਮਾਉ॥੧੦੨॥	raameh naam samaa-o. ||102||

ਗੁਰਮਖ ਪ੍ਰਭ ਦੇ ਸ਼ਬਦ ਦੀ ਪਾਲਣਾ ਵਿੱਚ ਅਡੋਲ ਰਹਿੰਦਾ ਹੈ, ਉਸ ਨੂੰ ਆਪਣੇ ਮਾਨਸ ਤਨ, ਧਨ ਨਾਸ ਹੋਣ ਦਾ ਕੋਈ ਚਿੰਤਾ ਨਹੀਂ ਹੁੰਦੀ । ਉਸ ਦੀ ਆਤਮਾ ਸ਼ਬਦ ਦੀ ਸਮਾਧੀ ਵਿੱਚ ਅਡੋਲ ਰਹਿੰਦੀ ਹੈ ।

His true devotee may remain intoxicated in meditation in the void of His Word. He may not worry about sacrificing his human life, worldly wealth, or worldly reputation. He remains drenched with the enlightenment of the essence of His Word and he remains intoxicated in the void of His Word.

411.ਸਲੋਕ ਭਗਤ ਕਬੀਰ ਜੀਉ ਕੇ॥ 1369-18

ਕਬੀਰ ਜੋ ਹਮ ਜੰਤੁ ਬਜਾਵਤੇ,	kabeer jo ham jant bajaavtay
ਟੂਟਿ ਗਈਂ ਸਭ ਤਾਰ॥	toot ga-eeN sabh taar.
ਜੰਤੁ ਬਿਚਾਰਾ ਕਿਆ ਕਰੈ,	jant bichaaraa ki-aa karai
ਚਲੇ ਬਜਾਵਨਹਾਰ॥੧੦੩॥	chalay bajaavanhaar. ||103||

ਜੀਵ ਧਰਮ ਦੀਆਂ ਬੰਦਗੀ ਕਰਨ ਦੀਆਂ ਵਿਧੀਆਂ, ਸਾਰੀਆਂ ਹੀ ਅਧੂਰੀਆਂ ਹਨ । ਜਿਹੜਾ ਧਰਮ ਦਾ ਰਸਤਾ ਧਾਰਨ ਕਰਦਾ ਹੈ, ਉਸ ਨੂੰ ਪ੍ਰਵਾਨਗੀ ਦਾ ਰਸਤਾ ਬਖਸ਼ਿਸ਼ ਨਹੀਂ ਹੁੰਦਾ । ਉਹ ਆਪਣੀ ਮੰਜ਼ਲ ਤੇ ਨਹੀਂ ਪਹੁੰਚ ਸਕਦਾ, ਧਰਮ ਦਾ ਹੀ ਗੁਲਾਮ ਬਣ ਜਾਂਦਾ ਹੈ ।

All the religious techniques of meditation may not be the right path of sanctification of soul. He may remain confused with both path, religious path, or the teachings of His Word. Whosoever may adopt the religious path, he may become a loyal to worldly guru; who is an also beggar at His door; he cannot be bless with the right path of acceptance of His Court.

412.ਸਲੋਕ ਭਗਤ ਕਬੀਰ ਜੀਉ ਕੇ॥ 1369-19

ਕਬੀਰ ਮਾਇ ਮੂੰਡਉ ਤਿਹ ਗੁਰੂ ਕੀ,	kabeer maa-ay moonda-o tih guroo kee
ਜਾ ਤੇ ਭਰਮੁ ਨ ਜਾਇ॥	jaa tay bharam na jaa-ay.
ਆਪ ਡੁਬੇ ਚਹੁ ਬੇਦ ਮਹਿ,	aap dubay chahu bayd meh
ਚੇਲੇ ਦੀਏ ਬਹਾਇ॥੧੦੪॥	chaylay dee-ay bahaa-ay. ||104||

ਜਿਹੜੇ ਸੰਤ ਦੀ ਸੰਗਤ ਕਰਨ ਨਾਲ ਮਨ ਦਾ ਪ੍ਰਭ ਤੇ ਵਿਸ਼ਵਾਸ ਅਡੋਲ ਨਹੀਂ ਹੁੰਦਾ, ਮਨ ਵਿਚੋਂ ਭਰਮ ਨਾਸ ਨਹੀਂ ਹੁੰਦੇ । ਉਸ ਦੇ ਰਸਤੇ ਤੇ ਚੱਲਣ ਨਾਲ ਪ੍ਰਵਾਨਗੀ ਦਾ ਰਸਤਾ ਬਖਸ਼ਿਸ਼ ਨਹੀਂ ਹੁੰਦਾ । ਸੰਸਾਰਕ ਗੁਰੂ, ਆਪ ਹੀ ਧਾਰਮ ਦੇ ਗ੍ਰੰਥਾਂ ਦੀ ਸਿਖਿਆਂ ਵਿੱਚ ਉਲਝਿਆ ਰਹਿੰਦਾ ਹੈ । ਉਹ ਆਪਣੇ ਸਾਥੀਆਂ ਨੂੰ ਅਸਲੀ ਮਾਰਗ ਤੇ ਨਹੀਂ ਪਾ ਸਕਦਾ । ਉਸ ਸੰਤ ਨੂੰ ਪਹਿਲੇ ਆਪਣੀ ਆਤਮਾ ਨੂੰ ਪ੍ਰਭ ਦੇ ਸ਼ਬਦ, ਬਖਸ਼ੇ ਤੇ ਭਰੋਸਾ ਅਡੋਲ ਰਖਕੇ ਪਵਿੱਤਰ ਕਰਨਾ ਚਾਹੀਦਾ ਹੈ ।

By following the teachings of any guru! Your worldly suspicions may not be eliminated; your mind may not rise above worldly profit or loss, miseries, or pleasures. Whosoever may adopt his teachings in his day-to-day life; he may not be blessed with the right path of acceptance in His Court. Worldly Guru may remain confused with the various paths, meditation techniques, routine. He may not guide on one path of acceptance in His Court. Worldly saint should adopt the teachings of His Word in his own day to day life and sanctify his soul.

413.ਸਲੋਕ ਭਗਤ ਕਬੀਰ ਜੀਉ ਕੇ॥ 1370-1

ਕਬੀਰ ਜੇਤੇ ਪਾਪ ਕੀਏ, kabeer jaytay paap kee-ay
ਰਾਖੇ ਤਲੈ ਦੁਰਾਇ॥ raakhay talai duraa-ay.
ਪਰਗਟ ਭਏ ਨਿਦਾਨ ਸਭ, pargat bha-ay nidaan sabh
ਜਬ ਪੂਛੇ ਧਰਮ ਰਾਇ॥੧੦੫॥ jab poochhay Dharam raa-ay. ||105||

ਜਿਹੜਾ ਸੰਸਾਰ ਵਿੱਚ ਮੰਦੇ ਕੰਮ, ਪਾਪ ਕਰਦਾ ਹੈ । ਉਹ ਸਾਰੀ ਉਮਰ ਹੀ ਛਿਪਾਕੇ ਰਖਦਾ ਹੈ । ਪਰ ਅੰਤਰਜਾਮੀ ਦੇ ਦਰਬਾਰ ਵਿੱਚ ਲੇਖਾ ਕੀਤਾ ਜਾਂਦਾ ਹੈ । ਇਹ ਸਾਰੇ ਹੀ ਅੰਤਰਜਾਮੀ ਦੀ ਦਰਗਾਹ ਵਿੱਚ ਪ੍ਰਗਟ ਹੋ ਜਾਂਦੇ ਹਨ ।

Self-minded may commit many sinful deeds with utmost secrecy in his whole life. However, after death, in the court of The Righteous Judge, the reel of his human life journey may be played. He must endure the miseries of his worldly deeds.

414.ਸਲੋਕ ਭਗਤ ਕਬੀਰ ਜੀਉ ਕੇ॥ 1370-2

ਕਬੀਰ ਹਰਿ ਕਾ ਸਿਮਰਨੁ ਛਾਡਿ ਕੈ, kabeer har kaa simran chhaad kai
ਪਾਲਿਓ ਬਹੁਤੁ ਕੁਟੰਬੁ॥ paali-o bahut kutamb.
ਧੰਧਾ ਕਰਤਾ ਰਹਿ ਗਇਆ, DhanDhaa kartaa reh ga-i-aa
ਭਾਈ ਰਹਿਆ ਨ ਬੰਧੁ॥੧੦੬॥ bhaa-ee rahi-aa na banDh. ||106||

ਮਨਮੁਖ ਪ੍ਰਭ ਦੇ ਸ਼ਬਦ ਦੀ ਪਾਲਣਾ ਦਾ ਰਸਤਾ ਛੱਡਕੇ, ਸੰਸਾਰਕ ਪਰਿਵਾਰ ਨੂੰ ਸੰਭਾਲਨ ਵਿੱਚ ਮਗਨ ਰਹਿੰਦਾ ਹੈ । ਦੇਖ ਤੇਰੇ ਸੰਬਧੀ ਸਾਰੇ ਹੀ ਮਰ ਗਏ ਹਨ, ਤੂੰ ਵੀ ਮਰ ਜਾਣਾ ਹੈ । ਇਹ ਸੰਸਾਰਕ ਸਬੰਧੀ ਤੇਰੇ ਸਾਥ ਨਹੀਂ ਜਾਣੇ ।

Self-minded may abandon the path of meditation to meet the necessity of worldly family. Even though, many of his family members have already dead; he is going to die and endure the miseries of your deeds alone.

415.ਸਲੋਕ ਭਗਤ ਕਬੀਰ ਜੀਉ ਕੇ॥ 1370-3

ਕਬੀਰ ਹਰਿ ਕਾ ਸਿਮਰਨੁ ਛਾਡਿ ਕੈ, kabeer har kaa simran chhaad kai
ਰਾਤਿ ਜਗਾਵਨ ਜਾਇ॥ raat jagaavan jaa-ay.
ਸਰਪਨਿ ਹੋਇ ਕੈ ਅਉਤਰੈ, sarpan ho-ay kai a-utarai
ਜਾਏ ਅਪੁਨੇ ਖਾਇ॥੧੦੭॥ jaa-ay apunay khaa-ay. ||107||

ਜਿਹੜਾ ਜੀਵ ਪ੍ਰਭ ਦੀ ਬੰਦਗੀ ਛੱਡਕੇ, ਹੋਰ ਸੰਸਾਰਕ ਗੁਰੂਆਂ ਦੀ ਪੂਜਾ ਕਰਦਾ ਹੈ । ਉਹਨਾਂ ਦੀ ਸਿਖਿਆਂ ਨਾਲ ਜੀਵਨ ਚਾਲਦਾ ਹੈ । ਉਹ ਸੱਪ ਦੀ ਜੂੰਨ ਪੈਂਦਾ ਹੈ । ਉਹ ਆਪਣੇ ਸਾਥੀਆਂ ਨੂੰ ਆਪ ਹੀ ਬਰਬਾਦ ਕਰ ਦੇਂਦਾ, ਖਤਮ ਕਰਦਾ ਹੈ ।

Whosoever may abandon the teachings of His Word from his day-to-day life and adopts the teachings of religious guru, religious baptism. He may be reincarnated as a snake. He may ruin the human life opportunity of his followers.

416.ਸਲੋਕ ਭਗਤ ਕਬੀਰ ਜੀਉ ਕੇ॥ 1370-4

ਕਬੀਰ ਹਰਿ ਕਾ ਸਿਮਰਨੁ ਛਾਡਿ ਕੈ, kabeer har kaa simran chhaad kai
ਅਹੋਈ ਰਾਖੈ ਨਾਰਿ॥ aho-ee raakhai naar.
ਗਦਹੀ ਹੋਇ ਕੈ ਅਉਤਰੈ, gadhee ho-ay kai a-utarai
ਭਾਰੁ ਸਹੈ ਮਨ ਚਾਰਿ॥੧੦੮॥ bhaar sahai man chaar. ||108||

ਜਿਹੜਾ ਜੀਵ ਪ੍ਰਭ ਦੇ ਸ਼ਬਦ, ਬਖਸ਼ੇ ਤੇ ਭਰੋਸਾ ਛੱਡ ਦੇਂਦਾ ਹੈ, ਸਗਨ ਅਪਸਗਨ ਵਿਚਾਰਦਾ, ਧਰਮ ਦੇ ਰੀਤ ਰੀਵਾਜ ਕਰਦਾ ਹੈ । ਉਹ ਅਗਲੇ ਜਨਮ ਵਿੱਚ ਖੋਤੇ ਦੀ ਜੂੰਨ ਪੈਂਦਾ, ਭਾਰੀ ਮੁਸ਼ੱਕਤ ਕਰਨੀ ਪੈਂਦੀ ਹੈ ।

Whosoever may abandon the teachings of His Word. He may remain in worldly suspicions and performs religious suspicions. His soul may be reincarnated as a donkey and endures hardship in his life.

417.ਸਲੋਕ ਭਗਤ ਕਬੀਰ ਜੀਉ ਕੇ॥ 1370-5

ਕਬੀਰ ਚਤੁਰਾਈ ਅਤਿ ਘਨੀ, kabeer chaturaa-ee at ghanee
ਹਰਿ ਜਪਿ ਹਿਰਦੈ ਮਾਹਿ॥ har jap hirdai maahi.
ਸੂਰੀ ਊਪਰਿ ਖੇਲਨਾ, sooree oopar khaylnaa
ਗਿਰੈ ਤ ਠਾਹਰ ਨਾਹਿ॥੧੦੯॥ girai ta thaahar naahi. ||109||

ਜੀਵ ਮਨ ਵਿੱਚ ਪ੍ਰਭ ਦਾ ਸਿਮਰਨ ਕਰਨਾ ਹੀ ਸਭ ਤੋ ਵੱਡੀ ਸਿਆਣਪ ਹੈ । ਮਾਨਸ ਜੀਵਨ ਇੱਕ ਅਨੋਖਾ ਖੇਲ ਹੈ, ਜਿਹੜਾ ਪ੍ਰਭ ਦੇ ਸ਼ਬਦ ਦਾ ਰਸਤਾ ਛੱਡ ਦੇਂਦਾ ਹੈ । ਉਸ ਨੂੰ ਅਰਾਮ ਕਰਨ ਵਾਲੀ ਕੋਈ ਥਾਂ ਬਖਸ਼ਿਸ਼ ਨਹੀਂ ਹੁੰਦੀ ।

To meditate on the teachings of His Word may be the greatest wisdom! Human life journey may be an astonishing, strange play. Whosoever may abandon the teachings of His Word in his day-to-day life; his soul may not be blessed with any permanent resting place.

418.ਸਲੋਕ ਭਗਤ ਕਬੀਰ ਜੀਉ ਕੇ॥ 1370-6

ਕਬੀਰ ਸੋਈ ਮੁਖੁ ਧੰਨਿ ਹੈ, kabeer so-ee mukh Dhan hai
ਜਾ ਮੁਖਿ ਕਹੀਐ ਰਾਮੁ॥ jaa mukh kahee-ai raam.
ਦੇਹੀ ਕਿਸ ਕੀ ਬਾਪੁਰੀ, dayhee kis kee baapuree
ਪਵਿਤ੍ਰੁ ਹੋਇਗੋ ਗ੍ਰਾਮੁ॥੧੧੦॥ pavitar ho-igo garaam. ||110||

ਜੀਵ ਉਹ ਮੁੱਖ ਧਨ ਹੈ, ਜਿਸ ਦੀ ਜੀਭ ਵਿਚੋਂ ਪ੍ਰਭ ਦੇ ਸ਼ਬਦ ਦੇ ਸਿਮਰਨ ਦੀ ਅਵਾਜ਼ ਆਉਂਦੀ ਹੈ । ਉਸ ਦੀ ਆਤਮਾ ਪਵਿੱਤਰ ਹੋ ਜਾਂਦੀ ਹੈ, ਸਾਰਾ ਤਨ ਹੀ ਪ੍ਰਵਾਨ ਹੋ ਜਾਂਦਾ ਹੈ ।

Whose tongue may meditate and sings the glory of His Word; his face may become very fortunate. His soul may become sanctified, and his body becomes clean, sanctified.

419.ਸਲੋਕ ਭਗਤ ਕਬੀਰ ਜੀਉ ਕੇ॥ 1370-7

ਕਬੀਰ ਸੋਈ ਕੁਲ ਭਲੀ, kabeer so-ee kul bhalee
ਜਾ ਕੁਲ ਹਰਿ ਕੋ ਦਾਸੁ॥ jaa kul har ko daas.
ਜਿਹ ਕੁਲ ਦਾਸੁ ਨ ਊਪਜੈ, jih kul daas na oopjai
ਸੋ ਕੁਲ ਢਾਕੁ ਪਲਾਸੁ॥੧੧੧॥ so kul dhaak palaas. ||111||

ਜਿਸ ਖਾਨਦਾਨ ਵਿੱਚ ਪ੍ਰਭ ਦੇ ਸ਼ਬਦ ਦੀ ਪਾਲਣਾ ਕਰਨ ਵਾਲਾ ਜੀਵ ਜਨਮ ਲੈਂਦਾ, ਉਹ ਖਾਨਦਾਨੀ ਹੀ ਮਹਾਨ ਬਣ ਜਾਂਦੀ ਹੈ । ਜਿਸ ਘਰ ਵਿੱਚ ਜਨਮ ਲੈਣ ਵਾਲਾ ਪ੍ਰਭ ਦੀ ਬੰਦਗੀ ਨਹੀਂ ਕਰਦਾ । ਉਹ ਪਰਿਵਾਰ, ਖਾਨਦਾਨ ਨੀਚ ਹੋ ਜਾਂਦੀ ਹੈ ।

The family may be blessed with great legacy; who may be blessed with a child, obeying the teachings of His Word. Whosoever may not meditate on the teachings of His Word; his family legacy may become a mean, low social class.

420.ਸਲੋਕ ਭਗਤ ਕਬੀਰ ਜੀਉ ਕੇ॥ 1370-8

ਕਬੀਰ ਹੈ ਗਇ ਬਾਹਨ ਸਘਨ ਘਨ, kabeer hai ga-ay baahan saghan ghan
ਲਾਖ ਧਜਾ ਫਹਰਾਹਿ॥ laakh Dhajaa fahraahi.
ਇਆ ਸੁਖ ਤੇ ਭਿਖਆ ਭਲੀ, i-aa sukh tay bhikh-yaa bhalee
ਜਉ ਹਰਿ ਸਿਮਰਤ ਦਿਨ ਜਾਹਿ॥੧੧੨॥ ja-o har simrat din jaahi. ||112||

ਜਿਹੜਾ ਜੀਵ ਆਪਣਾ ਸਮਾਂ ਬੰਦਗੀ ਵਿੱਚ ਬਤੀਤ ਕਰਦਾ ਹੈ । ਉਸ ਦਾ ਸਾਧਰਨ ਜੀਵਨ ਵੀ ਅਰਾਮ ਕਰਨ ਵਾਲਾ ਹੁੰਦਾ ਹੈ । ਉਸ ਦਾ ਜੀਵਨ ਉਸ ਜੀਵ ਨਾਲੋ ਚੰਗਾ ਹੁੰਦਾ ਹੈ । ਜਿਸ ਕੋਲ ਹਾਥੀ, ਘੋੜੇ, ਰਥ ਹੋਣ ਪਰ ਪ੍ਰਭ ਦਾ ਨਾਮ ਨਹੀਂ ਜਪਦੇ ।

Whosoever may obey the teachings of His Word in his day-to-day life; with His mercy and grace, he may realize peace of mind, and contentment in his live, with simple, humble living. His worldly condition may be comfortable, rewarding compared with a rich and famous, who may have leisure of life like horse, elephants etc., but not meditating on the teachings of His Word, in his house.

421.ਸਲੋਕ ਭਗਤ ਕਬੀਰ ਜੀਉ ਕੇ॥ 1370-9

ਕਬੀਰ ਸਭੁ ਜਗੁ ਹਉ ਫਿਰਿਓ,	kabeer sabh jag ha-o firi-o
ਮਾਂਦਲੁ ਕੰਧ ਚਢਾਇ॥	maaNdal kanDh chadhaa-ay.
ਕੋਈ ਕਾਹੂ ਕੋ ਨਹੀ,	ko-ee kaahoo ko nahee
ਸਭ ਦੇਖੀ ਠੋਕਿ ਬਜਾਇ॥੧੧੩॥	sabh daykhee thok bajaa-ay. ||113||

ਜੀਵ ਤੂੰ ਸੰਸਾਰ ਵਿੱਚ ਦਾਵਾ ਕਰਦਾ ਫਿਰਦਾ ਹੈ, ਕਿ ਤੂੰ ਪ੍ਰਭ ਦਾ ਅਸਲੀ ਭਗਤ ਹੈ । ਜਿਹੜਾ ਰਸਤਾ ਤੂੰ ਬਾਕੀ ਜੀਵਾਂ ਨੂੰ ਦੱਸਦਾ ਹੈ । ਅਗਰ ਤੇਰੀ ਸ਼ਰਣ ਵਿੱਚ ਆਵੇ ਤਾ ਹੀ ਦਰਗਾਹ ਵਿੱਚ ਥਾਂ ਬਖਸ਼ਿਸ਼ ਹੋ ਸਕਦੀ ਹੈ । ਮੈਂ ਸਭ ਕੁਝ ਢੂੰਡਕੇ ਦੇਖ ਲਿਆ ਹੈ! ਪ੍ਰਭ ਕਿਸੇ ਜੀਵ ਦੇ ਕਾਬੂ ਵਿੱਚ ਨਹੀਂ । ਕਿਸੇ ਦੇ ਇਸ਼ਾਰੇ ਤੇ ਬੰਦਗੀ ਪ੍ਰਵਾਨ ਕਰੇ, ਮੁਕਤੀ ਨਹੀਂ ਬਖਸ਼ਦਾ ।

Self-minded, worldly Guru may claim to be enlightened! Whosoever may adopt his teachings, religion; he may be blessed with the right path of acceptance in His Court. Arrogant! I have searched, evaluated all religious Holy Scripture. All Holy Scriptures enlighten us! God is not a puppet to bless the right path of acceptance on the recommendation of any worldly guru, power nor blesses salvation.

422.ਸਲੋਕ ਭਗਤ ਕਬੀਰ ਜੀਉ ਕੇ॥ 1370-10

ਮਾਰਗਿ ਮੋਤੀ ਬੀਥਰੇ,	maarag motee beethray
ਅੰਧਾ ਨਿਕਸਿਓ ਆਇ॥	anDhaa niksi-o aa-ay.
ਜੋਤਿ ਬਿਨਾ ਜਗਦੀਸ ਕੀ,	jot binaa jagdees kee
ਜਗਤੁ ਉਲਾਘੇ ਜਾਇ॥੧੧੪॥	jagat ulanghay jaa-ay. ||114||

ਸੰਸਾਰ ਵਿੱਚ ਬਹੁਤ ਅਮੋਲਕ ਧਾਰਮਕ ਕਿਤਾਬਾਂ, ਅਮੋਲਕ ਬਾਣੀਆਂ ਹਨ । ਅਗਿਆਨੀ ਜੀਵ, ਬਿਨਾਂ ਕਿਸੇ ਲਾਭ ਦੇ ਜੀਵਨ ਬਿਰਥਾ ਗਵਾ ਜਾਂਦਾ ਹੈ । ਪ੍ਰਭ ਦੀ ਰਹਿਮਤ ਤੋ ਬਿਨਾਂ, ਜੀਵ ਇਹਨਾਂ ਅਮੋਲਕ ਮੋਤੀਆਂ ਨੂੰ ਪਛਾਣ ਨਹੀਂ ਸਕਦਾ ।

World has an unlimited treasure of religious Holy Scriptures, and many ambrosial doctrines, Gurbani. However, self-minded may waste his human life journey without adopting the right path of acceptance in His Court. Whosoever may be bestowed with His Blessed Vision, he may not recognize the ambrosial jewels, the enlightenment of the essence of His Word.

423.ਸਲੋਕ ਭਗਤ ਕਬੀਰ ਜੀਉ ਕੇ॥ 1370-11

ਬੂਡਾ ਬੰਸੁ ਕਬੀਰ ਕਾ,	boodaa bans kabeer kaa
ਉਪਜਿਓ ਪੂਤੁ ਕਮਾਲੁ॥	upji-o poot kamaal.
ਹਰਿ ਕਾ ਸਿਮਰਨੁ ਛਾਡਿ ਕੈ,	har kaa simran chhaad kai
ਘਰਿ ਲੇ ਆਯਾ ਮਾਲੁ॥੧੧੫॥	ghar lay aa-yaa maal. ||115||

ਜਿਹੜਾ ਜੀਵ ਧਨ ਦੇ ਲਾਲਚ ਨੂੰ ਆਪਣੇ ਜੀਵਨ ਦਾ ਅਧਾਰ ਬਣਾ ਲੈਂਦਾ ਹੈ । ਉਸ ਸ਼ਬਦ ਦੀ ਪਾਲਣਾ ਛੱਡਕੇ, ਸੰਸਾਰਕ ਮਾਇਆ ਇਕੱਠੀ ਕਰਦਾ ਹੈ । ਉਸ ਦੀ ਬੰਦਗੀ ਬਿਰਥੀ ਹੀ ਜਾਂਦੀ ਹੈ ।

Whosoever may remain intoxicated with worldly wealth; he may abandon the path of obeying the teachings of His Word and collects worldly wealth. His human life may be wasted uselessly.

424.ਸਲੋਕ ਭਗਤ ਕਬੀਰ ਜੀਉ ਕੇ॥ 1370-12

ਕਬੀਰ ਸਾਧੂ ਕਉ ਮਿਲਨੇ ਜਾਈਐ,	kabeer saaDhoo ka-o milnay jaa-ee-ai
ਸਾਥਿ ਨ ਲੀਜੈ ਕੋਇ॥	saath na leejai ko-ay.
ਪਾਛੈ ਪਾਉ ਨ ਦੀਜੀਐ,	paachhai paa-o na deejee-ai
ਆਗੈ ਹੋਇ ਸੁ ਹੋਇ॥੧੧੬॥	aagai ho-ay so ho-ay. ||116||

ਜਿਹੜੇ ਜੀਵ ਦੇ ਮਨ ਵਿੱਚ ਸੰਤ ਸਰੂਪ ਨੂੰ ਮਿਲਣ ਦੀ ਸ਼ਰਧਾ ਹੁੰਦੀ ਹੈ! ਉਹ ਪ੍ਰਭ ਦੇ ਸ਼ਬਦ, ਬਖਸ਼ੇ ਤੇ ਭਰੋਸਾ ਅਡੋਲ ਰਖਦਾ ਹੈ, ਉਸ ਨੂੰ ਹੋਰ ਅਸਾਰਾ ਲੈਣ ਦੀ ਕੋਈ ਲੋੜ ਨਹੀਂ ਰਹਿੰਦੀ । ਉਹ ਅਡੋਲ ਭਰੋਸੇ ਨਾਲ ਉਸ ਦੇ ਜੀਵਨ ਦੀ ਸਿਖਿਆਂ ਨੂੰ ਆਪਣੇ ਜੀਵਨ ਵਿੱਚ ਢਾਲਦਾ ਹੈ । ਉਹ ਭਰਮਾਂ ਵਿੱਚ ਨਹੀਂ ਪੈਂਦਾ, ਚਿੰਤਾ ਨਹੀਂ ਕਰਦਾ । ਸੰਤ ਦੀ ਸਿਖਿਆਂ ਨੂੰ, ਪ੍ਰਭ ਦੇ ਭਾਣਾ ਨੂੰ ਅਟਲ ਸਮਝਕੇ, ਆਪਣਾ ਜੀਵਨ ਢਾਲਦਾ ਹੈ ।

Whosoever may have a deep desire, anxiety to meet His Holy saint. He must adopt the teachings of His Word with steady and stable belief in his day-to-day life. He may not need a middle person to meet His Holy saint. He may adopt his life experience teachings in his day-to-day life, without any suspicions or worries. He believes, the teachings of His Holy saint as His Word and true forever.

425.ਸਲੋਕ ਭਗਤ ਕਬੀਰ ਜੀਉ ਕੇ॥ 1370-13

ਕਬੀਰ ਜਗੁ ਬਾਧਿਓ ਜਿਹ ਜੇਵਰੀ,	kabeer jag baaDhi-o jih jayvree
ਤਿਹ ਮਤ ਬੰਧਹੁ ਕਬੀਰ॥	tih mat banDhhu kabeer.
ਜੈਹਹਿ ਆਟਾ ਲੋਨ ਜਿਉ,	jaiheh aataa lon ji-o
ਸੋਨ ਸਮਾਨਿ ਸਰੀਰੁ॥੧੧੭॥	son samaan sareer. ||117||

ਜੀਵ ਇਸ ਸੰਸਾਰ ਵਿੱਚ ਰੀਤੋਂ ਰੀਵਾਜ ਪਿਛੇ ਲਗਕੇ ਅੰਧੇ ਕੰਮ ਕਰਦਾ ਹੈ । ਇਹ ਤੇਰਾ ਮਾਨਸ ਸਰੀਰ ਬਹੁਤ ਅਮੋਲਕ ਹੈ । ਇਸ ਨੂੰ ਸਸਤਾ ਹੀ ਨਾ ਸਮਝ, ਇੱਕ ਦਿਨ ਖਤਮ ਹੋ ਜਾਣੀ ਹੈ ।

Self-minded may performs religious rituals and remains in suspicions and ignorance. You have been blessed with ambrosial human life opportunity. You should not treat as lightly and insignificant. Human life opportunity may be over in predetermined time.

426.ਸਲੋਕ ਭਗਤ ਕਬੀਰ ਜੀਉ ਕੇ॥ 1370-15

ਕਬੀਰ ਹੰਸੁ ਉਡਿਓ ਤਨੁ ਗਾਡਿਓ,	kabeer hans udi-o tan gaadi-o
ਸੋਝਾਈ ਸੈਨਾਹ॥	sojhaa-ee sainaah.
ਅਜਹੂ ਜੀਉ ਨ ਛੋਡਈ,	ajhoo jee-o na chhod-ee
ਰੰਕਾਈ ਨੈਨਾਹ॥੧੧੮॥	rankaa-ee nainaah. ||118||

ਜੀਵ ਤੇਰੀ ਆਤਮਾ ਤਨ ਨੂੰ ਛੱਡ ਗਈ ਹੈ, ਧਰਤੀ ਵਿੱਚ ਦੱਬਿਆ ਜਾ ਰਹਿਆ ਹੈ । ਤੇਰੀ ਯਾਤਰਾ ਖਤਮ ਹੋ ਗਈ ਹੈ । ਫਿਰ ਵੀ ਤੇਰਾ ਸਰੀਰ ਇਸ਼ਾਰੇ ਕਰਦਾ ਹੈ । ਅਜੇ ਵੀ ਤੇਰੇ ਅੱਖਾਂ ਦੀ ਫਰੇਬ ਵਾਲੀ ਨੀਅਤ ਨਹੀਂ ਜਾਂਦੀ ।

Self-minded, your soul has left your perishable body and your body is being buried under dirt. Your human life journey has been ceased. However, your body is still signaling and eyes are overwhelmed with deceptive intention.

427.ਸਲੋਕ ਭਗਤ ਕਬੀਰ ਜੀਉ ਕੇ॥ 1370-15

ਕਬੀਰ ਨੈਨ ਨਿਹਾਰਉ ਤੁਝ ਕਉ,	kabeer nain nihaara-o tujh ka-o
ਸ੍ਰਵਨ ਸੁਨਉ ਤੁਅ ਨਾਉ॥	sarvan sun-o tu-a naa-o.
ਬੈਨ ਉਚਰਉ ਤੁਅ ਨਾਮ ਜੀ,	bain uchara-o tu-a naam jee
ਚਰਨ ਕਮਲ ਰਿਦ ਠਾਉ॥੧੧੯॥	charan kamal rid thaa-o. ||119||

ਮੇਰੇ ਮਾਲਕ, ਮੈਂ ਅੱਖਾਂ ਨਾਲ ਦੇਖਦਾ, ਕੰਨਾਂ ਨਾਲ ਸੁਣਦਾ, ਜੀਭ ਨਾਲ ਗੁਣ ਗਾਉਣ ਵਿੱਚ ਮਸਤ ਰਹਿੰਦਾ ਹਾ । ਮੈਂ ਸ਼ਬਦ ਦੀ ਸਿਖਿਆਂ ਮਨ ਵਿੱਚ ਵਸਾ ਕੇ ਸਿਮਰਨ ਵਿੱਚ ਲੀਨ ਰਹਿੰਦਾ ਹਾ ।

My true Master, I may witness Your Nature with my eyes; hear the sermon of Your Word with my ears and my tongue remains intoxicated singing the glory in the void of Your Word.

428.ਸਲੋਕ ਭਗਤ ਕਬੀਰ ਜੀਉ ਕੇ॥ 1370-17

ਕਬੀਰ ਸੁਰਗ ਨਰਕ ਤੇ ਮੈ ਰਹਿਓ, kabeer surag narak tay mai rahi-o
ਸਤਿਗੁਰ ਕੇ ਪਰਸਾਦਿ॥ satgur kay parsaad.
ਚਰਨ ਕਮਲ ਕੀ ਮਉਜ ਮਹਿ, charan kamal kee ma-uj meh
ਰਹਉ ਅੰਤਿ ਅਰੁ ਆਦਿ॥੧੨੦॥ raha-o ant ar aad. ||120||

ਪ੍ਰਭ ਦੀ ਰਹਿਮਤ ਨਾਲ ਮੇਰੇ ਮਨ ਤੇ ਨਰਕ, ਸੁਰਗ ਦਾ ਕੋਈ ਫਰਕ ਮਹਿਸੂਸ ਨਹੀਂ ਹੁੰਦਾ । ਪ੍ਰਭ ਨੇ ਮੇਰੀ ਆਤਮਾ ਨੂੰ ਦੋਨਾਂ ਤੋ ਹੀ ਰਹਿਤ ਅਵਸਥਾ ਬਖਸ਼ੀ ਹੈ । ਮੈਂ ਆਦਿ ਤੋਂ ਅੰਤ ਤੀਕ, ਪ੍ਰਭ ਦੀ ਰਜ਼ਾ ਵਿੱਚ ਹੀ ਮਸਤ, ਲੀਨ ਰਹਿੰਦਾ ਹੈ ।

The True Master has bestowed His Blessed Vision; I may not realize any difference in hell or heaven. The True Master has blessed me with a state of mind beyond the distinction of pleasures and miseries of human life. I remain intoxicated in meditating, in His Blessed environment, signing His Glory in the void of His Word. From the beginning of my life up to the end of human life journey.

429.ਸਲੋਕ ਭਗਤ ਕਬੀਰ ਜੀਉ ਕੇ॥ 1370-18

ਕਬੀਰ ਚਰਨ ਕਮਲ ਕੀ ਮਉਜ ਕੋ, kabeer charan kamal kee ma-uj ko
ਕਹਿ ਕੈਸੇ ਉਨਮਾਨ॥ kahi kaisay unmaan.
ਕਹਿਬੇ ਕਉ ਸੋਭਾ ਨਹੀ, kahibay ka-o sobhaa nahee
ਦੇਖਾ ਹੀ ਪਰਵਾਨੁ॥੧੨੧॥ daykhaa hee parvaan. ||121||

ਜਿਹੜਾ ਜੀਵ ਪ੍ਰਭ ਦੀ ਬੰਦਗੀ ਵਿੱਚ ਲੀਨ ਹੋ ਜਾਂਦਾ ਹੈ । ਉਸ ਦੇ ਮਨ ਵਿੱਚ ਅਨੰਦ ਭਰਪੂਰ ਬਖਸ਼ਿਸ਼ ਹੋ ਜਾਂਦਾ ਹੈ । ਉਹ ਆਪਣੇ ਮਨ ਦੇ ਅਨੰਦ ਨੂੰ ਆਪਣੀ ਜੀਭ, ਕਲਮ ਨਾਲ ਪੂਰਨ ਵਖਿਆਣ ਨਹੀਂ ਕਰ ਸਕਦਾ । ਪ੍ਰਭ ਦੀ ਰਹਿਮਤ ਨੂੰ ਸ਼ਬਦ ਦੀ ਸਮਾਧੀ ਵਿੱਚ ਲੀਨ ਹੋਇਆ ਹੀ ਮਹਿਸੂਸ ਕੀਤਾ ਜਾ ਸਕਦਾ ਹੈ ।

Whosoever may remain intoxicated in meditation in the void of His Word. He may remain overwhelmed with peace of mind, blossom, and the bliss of His Word. The sublime glory of His Bliss may not be described with his tongue nor with any pen in writing. Whosoever may be blessed, only he may realize within his heart, in his day-to-day life.

430.ਸਲੋਕ ਭਗਤ ਕਬੀਰ ਜੀਉ ਕੇ॥ 1370-19

ਕਬੀਰ ਦੇਖਿ ਕੈ ਕਿਹ ਕਹਉ, kabeer daykh kai kih kaha-o
ਕਹੇ ਨ ਕੋ ਪਤੀਆਇ॥ kahay na ko patee-aa-ay.
ਹਰਿ ਜੈਸਾ ਤੈਸਾ ਉਹੀ ਰਹਉ, har jaisaa taisaa uhee raha-o
ਹਰਖਿ ਗੁਨ ਗਾਇ॥੧੨੨॥ harakh gun gaa-ay. ||122||

ਅਗਰ ਮੈਂ ਪ੍ਰਭ ਦੀ ਸ਼ਾਨ ਨੂੰ ਜੀਭ, ਕਲਮ ਨਾਲ ਸਾਂਝਾ ਵੀ ਕਰਾ, ਮੇਰੇ ਤੇ ਕੋਈ ਵਿਸ਼ਵਾਸ ਨਹੀਂ ਕਰੇਗਾ । ਮੈਂ ਪ੍ਰਭ ਦੇ ਸ਼ਬਦ ਦੇ ਗੁਣ ਗਾਉਣ ਵਿੱਚ ਹੀ ਮਸਤ ਰਹਿੰਦਾ ਹਾ ।

I may describe His greatness glory with my tongue or with my pen on paper; however, no one may believe my description. I remain intoxicated in singing His Glory in the void of His Word.

431.ਸਲੋਕ ਭਗਤ ਕਬੀਰ ਜੀਉ ਕੇ॥ 1371-1

ਕਬੀਰ ਚੁਗੈ ਚਿਤਾਰੈ ਭੀ ਚੁਗੈ, kabeer chugai chitaarai bhee chugai
ਚੁਗਿ ਚੁਗਿ ਚਿਤਾਰੇ॥ chug chug chitaaray.
ਜੈਸੇ ਬਚਰਹਿ ਕੂੰਜ ਮਨ, jaisay bachrahi kooNj man
ਮਾਇਆ ਮਮਤਾ ਰੇ॥੧੨੩॥ maa-i-aa mamtaa ray. ||123||

ਪੰਛੀ ਚੋਗਾ ਚੁਗਦਾ ਵੀ ਹਮੇਸ਼ਾਂ ਹੀ ਬੱਚਿਆ ਨੂੰ ਯਾਦ ਰਖਦਾ ਹੈ । ਆਪਣੇ ਬੱਚਿਆ ਨੂੰ ਖਵਾਉਂਦਾ ਹੈ । ਉਸ ਦਾ ਬੱਚਿਆ ਨਾਲ ਡੂੰਘਾ ਪਿਆਰ ਹੁੰਦਾ ਹੈ । ਇਸਤਰ੍ਹਾਂ ਮਨਮੁਖ ਦੀ ਸੰਸਾਰਕ ਮਾਇਆ ਨਾਲ ਡੂੰਘੀ ਖਿੱਚ ਹੁੰਦੀ ਹੈ । ਮਾਇਆ ਦੇ ਇਸ਼ਾਰੇ ਤੇ ਨੱਚਦਾ ਹੈ ।

When a flamingo, any bird may peak food, she always remembers her chicks. She carries food to feed her chicks. Same way, self-minded may remain intoxicated with the sweet poison of worldly wealth; he may dance at the signal of worldly wealth.

432.ਸਲੋਕ ਭਗਤ ਕਬੀਰ ਜੀਉ ਕੇ॥ 1370-2

ਕਬੀਰ ਅੰਬਰ ਘਨਹਰੁ ਛਾਇਆ, kabeer ambar ghanhar chhaa-i-aa
ਬਰਖਿ ਭਰੇ ਸਰ ਤਾਲ॥ barakh bharay sar taal.
ਚਾਤ੍ਰਿਕ ਜਿਉ ਤਰਸਤ ਰਹੈ, chaatrik ji-o tarsat rahai
ਤਿਨ ਕੋ ਕਉਨੁ ਹਵਾਲੁ॥੧੨੪॥ tin ko ka-un havaal. ||124||

ਅਕਾਸ਼ ਬੱਦਲਾਂ ਨਾਲ, ਧਰਤੀ ਤੇ ਟੋਏ, ਟੱਬੇ, ਨਦੀਆਂ ਪਾਣੀ ਨਾਲ ਭਰੇ ਹਨ । ਫਿਰ ਵੀ ਅਕਾਸ਼ ਵਿੱਚ ਰੰਗੀਲੀ ਪੀਗ, ਕਹਿੰਦਾ ਹੈ, ਧਰਤੀ ਪਾਣੀ ਮੰਗਦੀ ਹੈ । ਧਰਤੀ ਦੀ ਅਤੇ ਰੰਗੀਲੀ ਪੀਗ ਦੀ ਹਾਲਤ ਕੇਵਲ ਪ੍ਰਭ ਹੀ ਜਾਣਦਾ ਹੈ ।

Sky remains soaked with water, all ditches and rivers may be overflowing with water; still rainbows indicate that earth needs more water. Only The True Master knows the real condition of earth and rainbow.

433.ਸਲੋਕ ਭਗਤ ਕਬੀਰ ਜੀਉ ਕੇ॥ 1371-3

ਕਬੀਰ ਚਕਈ ਜਉ ਨਿਸਿ ਬੀਛੁਰੈ, kabeer chak-ee ja-o nis beechhurai
ਆਇ ਮਿਲੈ ਪਰਭਾਤਿ॥ aa-ay milai parbhaat.
ਜੋ ਨਰ ਬਿਛੁਰੇ ਰਾਮ ਸਿਉ, jo nar bichhuray raam si-o
ਨਾ ਦਿਨ ਮਿਲੇ ਨ ਰਾਤਿ॥੧੨੫॥ naa din milay na raat. ||125||

ਚੱਕਵੀ ਸਾਰੀ ਰਾਤ ਆਪਣੇ ਬੱਚਿਆ ਤੋ ਵੱਖਰੀ ਰਹਿੰਦੀ ਹੈ । ਦਿਨ ਚੜ੍ਹਨ ਤੇ ਸਾਰਾ ਦਿਨ ਬੱਚਿਆ ਨਾਲ ਹੀ ਬਤੀਤ ਕਰਦੀ ਹੈ । ਜਿਹੜਾ ਜੀਵ ਪ੍ਰਭ ਨੂੰ ਵਿਸਾਰ ਦੇਂਦਾ ਹੈ! ਫਿਰ ਉਸ ਨਾਲ ਸੰਜੋਗ ਬਖਸ਼ਿਸ਼ ਨਹੀਂ ਹੋ ਸਕਦਾ ।

The **Chakvee** duck remains away from her chick's whole night; as Sun rises, she remains with chicks' whole day to protect her chicks. Whosoever may abandon the teachings of His Word from his day-to-day life; he may not be blessed with the right path of acceptance in His Court.

434.ਸਲੋਕ ਭਗਤ ਕਬੀਰ ਜੀਉ ਕੇ॥ 1371-4

ਕਬੀਰ ਰੈਨਾਇਰ ਬਿਛੋਰਿਆ, kabeer rainaa-ir bichhori-aa
ਰਹੁ ਰੇ ਸੰਖ ਮਝੂਰਿ॥ rahu ray sankh majhoor.
ਦੇਵਲ ਦੇਵਲ ਧਾਹੜੀ, dayval dayval Dhaahrhee
ਦੇਸਹਿ ਉਗਵਤ ਸੂਰ॥੧੨੬॥ dayseh ugvat soor. ||126||

ਜਿਹੜੇ ਜੀਵ ਸ਼ੈੱਲ ਵਿਚੋਂ ਪੈਦਾ ਹੁੰਦੇ ਹਨ, ਉਹ ਪਾਣੀ ਤੋ ਬਾਹਰ ਪੈਦਾ ਹੁੰਦੇ ਹਨ । ਸ਼ੈੱਲ ਵਿਚੋਂ ਨਿਕਲ ਕੇ ਪਾਣੀ ਵਿੱਚ ਚਲੇ ਜਾਂਦੇ, ਵਧਦੇ ਫੁੱਲਦੇ ਹਨ । ਜਿਹੜਾ ਜੀਵ ਪ੍ਰਭ ਤੋ ਵਿਛੜ ਜਾਂਦਾ ਹੈ, ਉਹ ਵੀ ਦਿਨ ਚੜ੍ਹਨ ਤੇ ਮੰਦਰ ਜਾ ਕੇ ਪੁਕਾਰੇ, ਸ਼ਬਦ ਦੀ ਪਾਲਣਾ ਕਰੇ, ਰਹਿਮਤਾ ਦਾ ਮਾਲਕ ਉਸ ਨੂੰ ਅਸਲੀ ਰਸਤਾ ਬਖਸ਼ਦਾ ਹੈ!

O conch, specie born outside of water, on earth in shell; however, after coming out of shell, she may enter in water, nourishes, and grow. Same way, who may forget His Word, right path; whosoever, may realize his mistake and adopts the teachings of His Word in his life; with His mercy and grace, he may be bless with the right path of acceptance in His Court.

435.ਸਲੋਕ ਭਗਤ ਕਬੀਰ ਜੀਉ ਕੇ॥ 1371-5

ਕਬੀਰ ਸੂਤਾ ਕਿਆ ਕਰਹਿ, kabeer sootaa ki-aa karahi
ਜਾਗੁ ਰੋਇ ਭੈ ਦੁਖ॥ jaag ro-ay bhai dukh.
ਜਾ ਕਾ ਬਾਸਾ ਗੋਰ ਮਹਿ, jaa kaa baasaa gor meh
ਸੋ ਕਿਉ ਸੋਵੈ ਸੁਖ॥੧੨੭॥ so ki-o sovai sukh. ||127||

ਤੂੰ ਕਿਵੇਂ ਅਰਾਮ ਨਾਲ ਸੁੱਤਾ ਪਾਇਆ ਹੈ, ਸੋਚ ਜਿਹੜੇ ਕਬਰਾ ਵਿੱਚ ਦੱਬੇ ਹਨ । ਜਿਹੜੇ ਕਬਰਾਂ ਵਿੱਚ ਸੁੱਤੇ ਹਨ । ਉਹ ਕਿਸਤਰ੍ਹਾਂ ਅਰਾਮ ਨਾਲ ਸੌਂ ਸਕਦੇ ਹਨ । ਇਹ ਸੋਚਣ ਨਾਲ ਤੈਨੂੰ ਆਪਣਾ ਦਰਦ ਮਹਿਸੂਸ ਹੋਵੇ, ਅਤੇ ਪ੍ਰਭ ਦੀ ਬੰਦਗੀ ਵਿੱਚ ਲੱਗੇ ।

Why are you sleeping carefree? Wake up in fear and pain. Whosoever are dead and laying in graves, how may their soul sleep in peace. You may realize the pain of your soul and start meditation for His Forgiveness and refuge.

436.ਸਲੋਕ ਭਗਤ ਕਬੀਰ ਜੀਉ ਕੇ॥ 1371-6

ਕਬੀਰ ਸੂਤਾ ਕਿਆ ਕਰਹਿ,	kabeer sootaa ki-aa karahi
ਉਠਿ ਕਿ ਨ ਜਪਹਿ ਮੁਰਾਰਿ॥	uth ke na jaapeh muraar.
ਇਕ ਦਿਨ ਸੋਵਨੁ ਹੋਇਗੋ,	ik din sovan ho-igo
ਲਾਂਬੇ ਗੋਡ ਪਸਾਰਿ॥੧੨੮॥	laaNbay god pasaar. ||128||

ਜੀਵ ਉਠ ਜਾਗ ਪ੍ਰਭ ਦੀ ਬੰਦਗੀ ਕਰੋ ! ਇੱਕ ਦਿਨ ਤੇਰੇ ਸਵਾਸ ਖਤਮ ਹੋ ਜਾਣੇ ਹਨ । ਤਾ ਫਿਰ ਤੂੰ ਲੰਮੇ ਸਮੇਂ ਲਈ ਸੌਣਾ ਹੀ ਹੈ ।

Why are you wasting your priceless human life opportunity in sleeping? Wake up and remember The Creator! Your death remains unpredictable. You may sleep for long time without any opportunity to meditate.

437.ਸਲੋਕ ਭਗਤ ਕਬੀਰ ਜੀਉ ਕੇ॥ 1371-7

ਕਬੀਰ ਸੂਤਾ ਕਿਆ ਕਰਹਿ,	kabeer sootaa ki-aa karahi
ਬੈਠਾ ਰਹੁ ਅਰੁ ਜਾਗੁ॥	baithaa rahu ar jaag.
ਜਾ ਕੇ ਸੰਗ ਤੇ ਬੀਛੁਰਾ,	jaa kay sang tay beechhuraa
ਤਾ ਹੀ ਕੇ ਸੰਗਿ ਲਾਗੁ॥੧੨੯॥	taa hee kay sang laag. ||129||

ਜੀਵ, ਤੂੰ ਸੁੱਤਾ ਕੀ ਕਰਦਾ ਹੈ, ਜਾਗ, ਪ੍ਰਭ ਦੀ ਬੰਦਗੀ ਕਰੋ । ਉਸ ਪ੍ਰਭ ਨਾਲ ਆਪਣੀ ਆਤਮਾ ਨੂੰ ਜੋੜ, ਜਿਸ ਨਾਲੋ ਤੂੰ ਵਿਛੜਿਆ ਹੈ ।

Why are you sleeping carefree? Wake up and meditate on the teachings of His Word. You should remain in renunciation in the memory of your separation from His Holy Spirit.

438.ਸਲੋਕ ਭਗਤ ਕਬੀਰ ਜੀਉ ਕੇ॥ 1371-8

ਕਬੀਰ ਸੰਤ ਕੀ ਗੈਲ ਨ ਛੋਡੀਐ,	kabeer sant kee gail na chhodee-ai
ਮਾਰਗਿ ਲਾਗਾ ਜਾਉ॥	maarag laagaa jaa-o.
ਪੇਖਤ ਹੀ ਪੁੰਨੀਤ ਹੋਇ,	paykhat hee punneet ho-ay
ਭੇਟਤ ਜਪੀਐ ਨਾਉ॥੧੩੦॥	bhaytat japee-ai naa-o. ||130||

ਜੀਵ ਸੰਤ ਦੀ ਸੰਗਤ ਨਾ ਛੱਡੋ, ਉਸ ਦੇ ਜੀਵਨ ਦੀ ਸਿਖਿਆਂ ਨਾਲ ਆਪਣਾ ਜੀਵਨ ਢਾਲੋ । ਚਿਤ ਲਾ ਕੇ ਸਿਮਰਨ ਕਰਨ ਨਾਲ ਆਤਮਾ ਪਵਿੱਤਰ ਹੋ ਜਾਂਦੀ ਹੈ ।

You should not abandon the conjugation of His Holy saint. You should adopt his life experience teachings in your day-to-day life. Whosoever may wholeheartedly meditate on the teachings of His Word; with His mercy and grace, his soul may be sanctified to become worthy of His Considerations.

439.ਸਲੋਕ ਭਗਤ ਕਬੀਰ ਜੀਉ ਕੇ॥ 1371-9

ਕਬੀਰ ਸਾਕਤ ਸੰਗੁ ਨ ਕੀਜੀਐ,	kabeer saakat sang na keejee-ai
ਦੂਰਹਿ ਜਾਈਐ ਭਾਗਿ॥	dooreh jaa-ee-ai bhaag.
ਬਾਸਨੁ ਕਾਰੋ ਪਰਸੀਐ,	baasan kaaro parsee-ai
ਤਉ ਕਛੁ ਲਾਗੈ ਦਾਗੁ॥੧੩੧॥	ta-o kachh laagai daag. ||131||

ਸਾਕਤ ਜੀਵ ਦੀ ਸੰਗਤ ਤੋ ਦੂਰ ਰਹੋ । ਉਸ ਦੀ ਸੰਗਤ ਕਰਨ ਨਾਲ ਕੁਝ ਦਾਗ਼ ਲਗ ਸਕਦਾ ਹੈ । ਜਿਵੇਂ ਕਿਸੇ ਮੈਲੀ ਚੀਜ ਨੂੰ ਛੋਹਨ ਨਾਲ ਹੱਥ ਮੈਲਾ ਹੋ ਜਾਂਦਾ ਹੈ ।

You should avoid the association with faithless, non-believer. If you touch any filthy item, vessel, your hand may be stained, become dirty, filthy. Same way in the association of self-minded, you may be blemished with evil thoughts.

440.ਸਲੋਕ ਭਗਤ ਕਬੀਰ ਜੀਉ ਕੇ॥ 1371-10

ਕਬੀਰਾ ਰਾਮੁ ਨ ਚੇਤਿਓ,	kabeeraa raam na chayti-o
ਜਰਾ ਪਹੂੰਚਿਓ ਆਇ॥	jaraa pahooNchi-o aa-ay.
ਲਾਗੀ ਮੰਦਿਰ ਦੁਆਰ ਤੇ,	laagee mandir du-aar tay
ਅਬ ਕਿਆ ਕਾਢਿਆ ਜਾਇ॥੧੩੨॥	ab ki-aa kaadhi-aa jaa-ay. ||132||

ਤੂੰ ਸਾਰੀ ਉਮਰ ਪ੍ਰਭ ਦਾ ਸਿਮਰਨ ਨਹੀਂ ਕੀਤਾ, ਹੁਣ ਅਖੀਰਲਾ ਸਮਾਂ ਆ ਗਿਆ ਹੈ । ਤੇਰੇ ਤਨ ਦੇ ਮੰਦਰ ਨੂੰ ਅੱਗ ਲਗੀ, ਮੌਤ ਆ ਗਈ ਹੈ । ਤੇਰੇ ਸਾਥ ਜਾਣ ਵਾਲਾ ਕਿਹੜਾ ਧਨ ਹੈ?

You have not meditated in your youth, young age; now you are in your old age. The devil of death is knock at your head; your body-temple is burning. What earning may you carry to support in His Court.

441.ਸਲੋਕ ਭਗਤ ਕਬੀਰ ਜੀਉ ਕੇ॥ 1371-11

ਕਬੀਰ ਕਾਰਨੁ ਸੋ ਭਇਓ,	kabeer kaaran so bha-i-o
ਜੋ ਕੀਨੋ ਕਰਤਾਰਿ॥	jo keeno kartaar.
ਤਿਸੁ ਬਿਨੁ ਦੂਸਰੁ ਕੋ ਨਹੀ,	tis bin doosar ko nahee
ਏਕੈ ਸਿਰਜਨਹਾਰੁ॥੧੩੩॥	aykai sirjanhaar. ||133||

ਜੀਵ ਉਹ ਹੀ ਕੰਮ ਭਲਾ ਹੈ, ਜਿਹੜਾ ਪ੍ਰਭ ਨੂੰ ਭਾਉਂਦਾ ਹੈ । ਕੇਵਲ ਇੱਕੋ ਇੱਕ ਪ੍ਰਭ ਦਾ ਹੀ ਹੁਕਮ ਚਲਦਾ ਹੈ, ਸਭ ਪ੍ਰਭ ਦੀ ਜੋਤ ਦਾ ਹੀ ਪਸਾਰਾ ਹੈ, ਉਸ ਤੋ ਬਿਨਾਂ ਹੋਰ ਦੂਜਾ ਕੋਈ ਨਹੀਂ ਹੈ ।

Whatsoever may be accepted in His Court, only those worldly deeds may be considered Holy, worthy for human life journey. The whole creation is an expansion of His Holy Spirit; only His Command may prevail and nothing else may exist in the universe.

442.ਸਲੋਕ ਭਗਤ ਕਬੀਰ ਜੀਉ ਕੇ॥ 1371-12

ਕਬੀਰ ਫਲ ਲਾਗੇ ਫਲਨਿ,	kabeer fal laagay falan
ਪਾਕਨਿ ਲਾਗੇ ਆਂਬ॥	paakan laagay aaNb.
ਜਾਇ ਪਹੁਚਹਿ ਖਸਮ ਕਉ,	jaa-ay pahoocheh khasam ka-o
ਜਉ ਬੀਚਿ ਨ ਖਾਹੀ ਕਾਂਬ॥੧੩੪॥	ja-o beech na khaahee kaaNb. ||134||

ਜਿਵੇਂ ਫਲ ਦੇਣ ਵਾਲੇ ਬ੍ਰਿਛ ਨੂੰ ਫੁੱਲ ਲਗਦੇ ਹਨ, ਅਤੇ ਫਲ ਬਣਕੇ ਪੱਕ ਜਾਂਦੇ ਹਨ । ਜਿਹੜੇ ਕਾਂ ਤੋ ਬਚ ਜਾਂਦੇ ਹਨ, ਮਾਲਕ ਕੋਲ ਕੇਵਲ ਉਹ ਹੀ ਜਾਂਦੇ ਹਨ । ਇਸਤਰ੍ਹਾਂ ਅਨੇਕਾਂ ਜੀਵ ਬੰਦਗੀ ਕਰਨ ਲਗਦੇ ਹਨ । ਪਰ ਜਿਹੜਾ ਉਸ ਰਸਤੇ ਤੇ ਅਡੋਲ ਰਹਿੰਦਾ ਹੈ । ਉਹ ਹੀ ਪ੍ਰਭ ਦੀ ਦਰਗਾਹ ਵਿੱਚ ਪ੍ਰਵਾਨ ਹੋ ਸਕਦਾ ਹੈ ।

As a fruit tree may blossom and fruit may ripe. Whatsoever may be saved from crows, the own may keep those fruits. Same way many devotees may be motivated to start meditation; however, very rare may stay on the path with steady and stable belief, in worldly life. Only he may be blessed with the right path of acceptance in His Court.

443.ਸਲੋਕ ਭਗਤ ਕਬੀਰ ਜੀਉ ਕੇ॥ 1371-13

ਕਬੀਰ ਠਾਕੁਰੁ ਪੂਜਹਿ ਮੋਲਿ ਲੇ,	kabeer thaakur poojeh mol lay
ਮਨਹਠਿ ਤੀਰਥ ਜਾਹਿ॥	manhath tirath jaahi.
ਦੇਖਾ ਦੇਖੀ ਸ੍ਵਾਂਗੁ ਧਰਿ,	daykhaa daykhee savaaNg Dhar
ਭੂਲੇ ਭਟਕਾ ਖਾਹਿ॥੧੩੫॥	bhoolay bhatkaa khaahi. ||135||

ਕਈ ਜੀਵ, ਪ੍ਰਭ ਦਾ ਬੁੱਤ ਬਣਾ ਕੇ, ਉਸ ਦੀ ਪੂਜਾ ਕਰਦੇ ਹਨ । ਧਾਰਮਕ ਤੀਰਥਾਂ ਦੀ ਪੂਜਾ ਕਰਦੇ ਹਨ । ਕਈ ਇੱਕ ਦੂਜੇ ਨੂੰ ਦੇਖਕੇ ਧਾਰਮਕ ਬਾਣਾ ਪਾਉਂਦੇ ਹਨ । ਇਹ ਸਾਰੇ ਹੀ ਅਸਲੀ ਰਸਤਾ ਭੁਲ ਗਏ ਹਨ ।

Many may install idol of ancient prophet and worship, sings his glory. Others may make pilgrimages to sacred shrines. Some may be baptized, and adopts religious robe. Without adopting the life experience teachings of ancient prophet in your own day to day life; all have lost the right path of human life journey.

444.ਸਲੋਕ ਭਗਤ ਕਬੀਰ ਜੀਉ ਕੇ॥ 1371-14

ਕਬੀਰ ਪਾਹਨੁ ਪਰਮੇਸੁਰੁ ਕੀਆ,	kabeer paahan parmaysur kee-aa
ਪੂਜੈ ਸਭੁ ਸੰਸਾਰੁ॥	poojai sabh sansaar.
ਇਸ ਭਰਵਾਸੇ ਜੋ ਰਹੇ,	is bharvaasay jo rahay
ਬੂਡੇ ਕਾਲੀ ਧਾਰ॥੧੩੬॥	booday kaalee Dhaar. ||136||

ਕਿਸੇ ਪ੍ਰਭਾਵ ਵਾਲੇ ਨੇ ਪ੍ਰਭ ਦਾ ਬੁੱਤ ਬਣਾ ਕੇ, ਬੁੱਤ ਨੂੰ ਹੀ ਰੱਬ ਮੰਨਕੇ ਪੂਜਾ ਕਰਨੀ ਸ਼ੁਰੂ ਕਰ ਦਿੱਤੀ । ਅਨੇਕਾਂ ਜੀਵ ਉਸ ਬੁੱਤ ਦੀ ਪੂਜਾ ਕਰਨ ਲਗ ਪਏ । ਜਿਸ ਨੇ ਇਹ ਵਿਸ਼ਵਾਸ ਬਣਾ ਲਿਆ, ਬੁੱਤ ਹੀ ਪ੍ਰਭ ਹੈ । ਉਹ ਅਸਲੀ ਰਸਤਾ ਨਹੀਂ ਜਾਣਦਾ ।

Some rich, powerful set up stone idol, of ancient prophet and initiated worship. Many want to be on the good side of rich and powerful, started worshiping stone idol as God. Whosoever may belief that stone idol, The True Master; he may drown in the ignorance, in religious suspicions.

445.ਸਲੋਕ ਭਗਤ ਕਬੀਰ ਜੀਉ ਕੇ॥ 1371-15

ਕਬੀਰ ਕਾਗਦ ਕੀ ਓਬਰੀ,	kabeer kaagad kee obree
ਮਸੁ ਕੇ ਕਰਮ ਕਪਾਟ॥	mas kay karam kapaat.
ਪਾਹਨ ਬੋਰੀ ਪਿਰਥਮੀ,	paahan boree pirathmee
ਪੰਡਿਤ ਪਾੜੀ ਬਾਟ॥੧੩੭॥	pandit paarhee baat. ||137||

ਧਾਰਮਕ ਕਿਤਾਬਾਂ ਹੀ ਮਾਨਸ ਜੀਵ ਦੀ ਜੇਲ੍ਹ ਬਣ ਜਾਂਦੀਆਂ ਹਨ । ਧਰਮ ਦੇ ਰਹਿਤਨਾਮੇ ਦੀ ਜੇਲ੍ਹ ਦੀਆਂ ਸੀਖਾਂ ਬਣ ਜਾਂਦੀਆਂ ਹਨ । ਇਹ ਪੱਥਰ ਦਾ ਬੁੱਤ ਤਾ ਸੰਸਾਰਕ ਸਾਗਰ ਵਿੱਚ ਡੁਬਦਾ ਹੀ ਸੀ । ਧਾਰਮਕ ਗਿਆਨੀਆਂ ਨੇ ਪ੍ਰਚਾਰ ਕਰਕੇ, ਜੀਵਾਂ ਨੂੰ ਡੁਬਣ ਵਿੱਚ ਮਦਦ ਕੀਤੀ ਹੈ ।

Worldly Holy Scripture may become prison for human. The religious ritual becomes bars of the prison. A stone idol statue may drown in the ocean; however, religious preachers have facilitated mankind to drown in the cycle of birth and death.

446.ਸਲੋਕ ਭਗਤ ਕਬੀਰ ਜੀਉ ਕੇ॥ 1371-16

ਕਬੀਰ ਕਾਲਿ ਕਰੰਤਾ ਅਬਹਿ ਕਰੁ,	kabeer kaal karantaa abeh kar
ਅਬ ਕਰਤਾ ਸੁਇ ਤਾਲ॥	ab kartaa su-ay taal.
ਪਾਛੈ ਕਛੂ ਨ ਹੋਇਗਾ,	paachhai kachhoo na ho-igaa
ਜਉ ਸਿਰ ਪਰਿ ਆਵੈ ਕਾਲੁ॥੧੩੮॥	ja-o sir par aavai kaal. ||138||

ਪ੍ਰਭ ਦੀ ਬੰਦਗੀ ਕਰਨ ਵਿੱਚ ਢਿੱਲ ਨਾ ਕਰੋ! ਕੱਲ੍ਹ ਨੂੰ ਕਰਨਾ ਵਾਲ ਕੰਮ ਹੁਣ ਹੀ ਕਰੋ, ਮੌਤ ਕਦੋਂ ਵੀ ਆ ਸਕਦੀ ਹੈ । ਫਿਰ ਪਤਾ ਨਹੀਂ ਬੰਦਗੀ ਕਰਨ ਦਾ ਸਮਾਂ ਬਖਸ਼ਿਸ਼ ਨਹੀਂ ਹੋਣਾ ।

You should never hesitate, delay starting meditation. You may never postpone anything for tomorrow, what can be done today! You may never know, when the devil of death may knock at your head. You may never know; you may not be blessed with time to meditate again.

447.ਸਲੋਕ ਭਗਤ ਕਬੀਰ ਜੀਉ ਕੇ॥ 1371-17

ਕਬੀਰ ਐਸਾ ਜੰਤੁ ਇਕੁ ਦੇਖਿਆ, kabeer aisaa jant ik daykhi-aa
ਜੈਸੀ ਧੋਈ ਲਾਖ॥ jaisee Dho-ee laakh.
ਦੀਸੈ ਚੰਚਲੁ ਬਹੁ ਗੁਨਾ, deesai chanchal baho gunaa
ਮਤਿ ਹੀਨਾ ਨਾਪਾਕ॥੧੩੯॥ mat heenaa naapaak. ||139||

ਕਈ ਇਸਤਰ੍ਹਾਂ ਦੇ ਜੀਵ ਹਨ, ਜਿਹੜੇ ਬਾਣੇ, ਪ੍ਰਚਾਰ ਤੋ ਪੂਰਨ ਸੰਤ ਜਾਪਦੇ ਹਨ । ਉਸ ਦੇ ਜੀਵਨ ਦੇ ਢੰਗ ਨੂੰ ਪਰਖਣ ਤੇ, ਉਹ ਸੰਸਾਰਕ ਮਾਇਆ ਦਾ ਗੁਲਾਮ ਹੀ ਹੁੰਦਾ ਹੈ, ਉਸ ਨੂੰ ਅਸਲੀ ਰਸਤੇ ਦੀ ਸੋਝੀ ਨਹੀਂ ਹੁੰਦੀ ।

Many religious preachers, may wear saintly robe, politeness seems like Holy saint. By following his way of life! He may be intoxicated with the sweet poison of worldly wealth. He may not have any enlightenment of the right path of acceptance in His Court.

448.ਸਲੋਕ ਭਗਤ ਕਬੀਰ ਜੀਉ ਕੇ॥ 1371-18

ਕਬੀਰ ਮੇਰੀ ਬੁਧਿ ਕਉ, kabeer mayree buDh ka-o
ਜਮੁ ਨ ਕਰੈ ਤਿਸਕਾਰ॥ jam na karai tiskaar.
ਜਿਨਿ ਇਹੁ ਜਮੂਆ ਸਿਰਜਿਆ, jin ih jamoo-aa sirji-aa
ਸੁ ਜਪਿਆ ਪਰਵਿਦਗਾਰ॥੧੪੦॥ so japi-aa parvidagaar. ||140||

ਮੈਂ ਪੂਰੇ ਭਰੋਸੇ ਨਾਲ ਪ੍ਰਭ ਦੇ ਸ਼ਬਦ ਦੀ ਪਾਲਣਾ ਕਰਦਾ ਹਾ । ਮੌਤ ਦਾ ਜਮਦੂਤ ਮੈਨੂੰ ਛੋਹ ਵੀ ਨਹੀਂ ਸਕਦਾ । ਮੌਤ ਦਾ ਜਮਦੂਤ ਵੀ ਪ੍ਰਭ ਦਾ ਪੈਦਾ ਕੀਤਾ, ਗੁਲਾਮ ਹੈ । ਉਸ ਨੂੰ ਵੀ ਭਗਤਾਂ ਦੀ ਪਛਾਣ ਹੋਵੇਗੀ ।

I am meditating, obeying the teachings of His Word with steady and stable belief in my day-to-day life. The devil of death cannot capture my soul. The devil of death has been created by the same True Master and His slave. He must recognize His true devotee.

449.ਸਲੋਕ ਭਗਤ ਕਬੀਰ ਜੀਉ ਕੇ॥ 1371-19

ਕਬੀਰੁ ਕਸਤੂਰੀ ਭਇਆ, kabeer kastooree bha-i-aa
ਭਵਰ ਭਏ ਸਭ ਦਾਸ॥ bhavar bha-ay sabh daas.
ਜਿਉ ਜਿਉ ਭਗਤਿ ਕਬੀਰ ਕੀ, ji-o ji-o bhagat kabeer kee
ਤਿਉ ਤਿਉ ਰਾਮ ਨਿਵਾਸ॥੧੪੧॥ ti-o ti-o raam nivaas. ||141||

ਪ੍ਰਭ ਦੀ ਬੰਦਗੀ ਕਰਨ ਵਾਲੇ ਦੀ ਪ੍ਰਭ ਦੇ ਸ਼ਬਦ ਨਾਲ ਬਹੁਤ ਡੂੰਘੀ ਲਗਨ ਹੁੰਦੀ ਹੈ । ਜਿਵੇਂ ਜਿਵੇਂ ਭਗਤੀ ਕਰਦਾ, ਹੌਲੀ ਹੌਲੀ ਉਸ ਦੀ ਲਗਨ ਅਡੋਲ ਹੁੰਦੀ ਜਾਂਦੀ ਹੈ ।

His true devotee may have a deep devotion with the teachings of His Word. Whosoever may adopt the teachings of His Word with steady and stable belief in day-to-day life; with His mercy and grace, his intoxication may become more intense day and night.

450.ਸਲੋਕ ਭਗਤ ਕਬੀਰ ਜੀਉ ਕੇ॥ 1372-1

ਕਬੀਰ ਗਹਗਚਿ ਪਰਿਓ ਕੁਟੰਬ ਕੈ, kabeer gahgach pari-o kutamb kai
ਕਾਂਠੈ ਰਹਿ ਗਇਓ ਰਾਮੁ॥ kaaNthai reh ga-i-o raam.
ਆਇ ਪਰੇ ਧਰਮ ਰਾਇ ਕੇ, aa-ay paray Dharam raa-ay kay
ਬੀਚਹਿ ਧੂਮਾ ਧਾਮ॥੧੪੨॥ beecheh Dhoomaa Dhaam. ||142||

ਮਾਨਸ ਜੀਵ ਇਸ ਸੰਸਾਰ ਵਿੱਚ ਆ ਕੇ ਗ੍ਰਿਸਤੀ ਦੇ ਜੰਜਾਲ ਵਿੱਚ ਫਸ ਜਾਂਦਾ ਹੈ । ਪ੍ਰਭ ਨੂੰ ਭੁਲਾ ਲੈਂਦਾ ਹੈ, ਪ੍ਰਭ ਉਸ ਨੂੰ ਭੁਲਾਉਂਦਾ ਨਹੀਂ । ਇਸ ਗ੍ਰਿਸਤੀ ਵਿੱਚ ਹੀ ਧਰਮਰਾਜ ਜੀਵ ਦੇ ਮਨ ਵਿੱਚ ਵਸਦਾ, ਸਿਧੇ ਰਸਤੇ ਦੀ ਪ੍ਰੇਰਨਾ ਕਰਦਾ ਹੈ ।

After birth in the universe, human may remain involved with necessities of family life. He may forget the real purpose of his human life opportunity; however, The True Master may never forget His Creation nor the purpose of his separation. The Righteous Judge remains embedded within his soul, inspiring to adopt the right path of acceptance in His Court.

451.ਸਲੋਕ ਭਗਤ ਕਬੀਰ ਜੀਉ ਕੇ॥ 1372-2

ਕਬੀਰ ਸਾਕਤ ਤੇ ਸੂਕਰ ਭਲਾ,	kabeer saakat tay sookar bhalaa
ਰਾਖੈ ਆਛਾ ਗਾਉ॥	raakhai aachhaa gaa-o.
ਉਹੁ ਸਾਕਤੁ ਬਪੁਰਾ ਮਰਿ ਗਇਆ,	uho saakat bapuraa mar ga-i-aa
ਕੋਇ ਨ ਲੈਹੈ ਨਾਉ॥੧੪੩॥	ko-ay na laihai naa-o. ||143||

ਜੀਵ ਸਾਕਤ ਨਾਲੋ ਸੂਰ ਵੀ ਚੰਗਾ ਹੈ, ਗੰਦਗੀ ਤਾ ਖਾਂਦਾ ਹੈ । ਪਰ ਆਪਣੇ ਚਾਰੇ ਪਾਸੇ ਨੂੰ ਸਾਫ ਰਖਦਾ ਹੈ । ਸਾਕਤ ਦੀ ਮੌਤ ਤੇ ਉਸ ਦੇ ਕੰਮਾਂ ਨੂੰ ਕੋਈ ਵੀ ਯਾਦ ਨਹੀਂ ਕਰਦਾ ।

Imagine! Even the pig may be better than faithless cynic; at least pig eats filth and keeps his surrounding clean. No one may even remember the name of wretched, faithless cynic after death.

452.ਸਲੋਕ ਭਗਤ ਕਬੀਰ ਜੀਉ ਕੇ॥ 1372-4

ਕਬੀਰ ਕਉਡੀ ਕਉਡੀ ਜੋਰਿ ਕੈ,	kabeer ka-udee ka-udee jor kai
ਜੋਰੇ ਲਾਖ ਕਰੋਰਿ॥	joray laakh karor.
ਚਲਤੀ ਬਾਰ ਨ ਕਛੁ ਮਿਲਿਓ,	chaltee baar na kachh mili-o
ਲਈ ਲਗੋਟੀ ਤੋਰਿ॥੧੪੪॥	la-ee langotee tor. ||144||

ਜੀਵ ਸਾਰੀ ਉਮਰ ਧਨ ਇਕੱਠਾ ਕਰਦਾ ਰਹਿੰਦਾ ਹੈ । ਪਰ ਮੌਤ ਪਿਛੋਂ ਆਪਣੇ ਸਾਥ ਕੁਝ ਵੀ ਨਹੀਂ ਜਾ ਸਕਦਾ । ਜਿਸਤਰ੍ਹਾਂ ਨੰਗਾ ਜਨਮ ਲੈਂਦਾ ਹੈ, ਨੰਗਾ ਹੀ ਵਾਪਸ ਜਾਂਦਾ ਹੈ ।

Self-minded may remain collecting, accumulating worldly wealth with good and evil deeds. However, after death, he may not carry anything to support in His Court. He was born naked, empty handed and return empty handed, carrying the burden of sins with his soul.

453.ਸਲੋਕ ਭਗਤ ਕਬੀਰ ਜੀਉ ਕੇ॥ 1372-5

ਕਬੀਰ ਬੈਸਨੋ ਹੂਆ ਤ ਕਿਆ ਭਇਆ,	kabeer baisno hoo-aa ta ki-aa bha-i-aa
ਮਾਲਾ ਮੇਲੀਂ ਚਾਰਿ॥	maalaa mayleeN chaar.
ਬਾਹਰਿ ਕੰਚਨੁ ਬਾਰਹਾ,	baahar kanchan baarhaa
ਭੀਤਰਿ ਭਰੀ ਭੰਗਾਰ॥੧੪੫॥	bheetar bharee bhangaar. ||145||

ਜੀਵ ਅਗਰ ਤੂੰ ਵੇਸਨੂੰ ਦਾ ਭਗਤ ਹੈ, ਚਾਰ ਵੇਰਾ ਮਾਲ਼ਾ ਫੇਰਦਾ ਹੈ । ਤੇਰਾ ਬਾਣਾ ਸੰਤਾਂ, ਬੰਦਗੀ ਕਰਨ ਵਾਲਾ ਹੈ । ਪਰ ਤੇਰੇ ਮਨ ਅੰਦਰ ਤਾ ਲਾਲਚ ਅਤੇ ਅਹੰਕਾਰ ਨਾਲ ਭਰਿਆਂ ਹੈ ।

What good may be to become a devotee, follower of Vishnu and to wear four rosaries for meditation. You may wear sober, robe like a saint; however, your way of life remains overwhelmed with greed and ego.

454.ਸਲੋਕ ਭਗਤ ਕਬੀਰ ਜੀਉ ਕੇ॥ 1372-6

ਕਬੀਰ ਰੋੜਾ ਹੋਇ ਰਹੁ ਬਾਟ ਕਾ,	kabeer rorhaa ho-ay rahu baat kaa
ਤਜਿ ਮਨ ਕਾ ਅਭਿਮਾਨੁ॥	taj man kaa abhimaan.
ਐਸਾ ਕੋਈ ਦਾਸੁ ਹੋਇ,	aisaa ko-ee daas ho-ay
ਤਾਹਿ ਮਿਲੈ ਭਗਵਾਨੁ॥੧੪੬॥	taahi milai bhagvaan. ||146||

ਜੀਵ ਆਪਣੇ ਮਨ ਦਾ ਅਹੰਕਾਰ ਤਿਆਗਕੇ, ਇੱਕ ਪੱਥਰ ਦੀ ਤਰ੍ਹਾਂ ਆਪਣੇ ਆਪ ਨੂੰ ਨਿਮ੍ਰਤਾ ਵਾਲਾ ਬਣੋ । ਇਸਤਰ੍ਹਾਂ ਨਿਮ੍ਰਤਾ ਵਾਲੇ, ਸਾਦੇ ਜੀਵਨ ਵਾਲੇ ਦੇ ਮਨ ਵਿੱਚ ਪ੍ਰਭ ਪ੍ਰਗਟ ਹੋ ਜਾਂਦਾ ਹੈ ।

You should renounce, conquer your ego of mind. You should adopt a simple living, humility in your life, like a pebble on the path. Such a humble slave may be enlightened with the essence of His Word, The True Master.

455.ਸਲੋਕ ਭਗਤ ਕਬੀਰ ਜੀਉ ਕੇ॥ 1372-2

ਕਬੀਰ ਰੋੜਾ ਹੂਆ ਤ ਕਿਆ ਭਇਆ,	kabeer rorhaa hoo-aa ta ki-aa bha-i-aa
ਪੰਥੀ ਕਉ ਦੁਖੁ ਦੇਇ॥	panthee ka-o dukh day-ay.
ਐਸਾ ਤੇਰਾ ਦਾਸੁ ਹੈ	aisaa tayraa daas hai
ਜਿਉ, ਧਰਨੀ ਮਹਿ ਖੇਹ॥੧੪੭॥	ji-o Dharnee meh khayh. ||147||

ਜੀਵ ਅਗਰ ਤੂੰ ਰਸਤੇ ਦੇ ਪੱਥਰ ਵਰਗਾ ਨਿਮ੍ਰਤਾ ਵਾਲਾ ਵੀ ਬਣ ਜਾਵੇ । ਫਿਰ ਵੀ ਰੋੜਾ ਕਿਸੇ ਰਾਹੀ ਦੇ ਪੈਰ ਨੂੰ ਠੋਕਰ ਮਾਰ ਸਕਦਾ ਹੈ । ਜਿਸ ਦਾ ਜੀਵਨ ਮਿੱਟੀ ਦਾ ਤਰ੍ਹਾਂ ਨਿਮ੍ਰਤਾ ਵਾਲਾ ਹੁੰਦਾ ਹੈ । ਉਸ ਨੂੰ ਦਾਸ ਅਵਸਥਾ ਬਖਸ਼ਿਸ਼ ਹੋ ਸਕਦੀ ਹੈ ।

Whosoever may adopt humility like pebble, still pebble may hurt feet of a traveler. Whosoever may adopt humility like dust, dirt in his life. He may be blessed with a state of mind like His true devotee.

456.ਸਲੋਕ ਭਗਤ ਕਬੀਰ ਜੀਉ ਕੇ॥ 1372-8

ਕਬੀਰ ਖੇਹ ਹੂਈ ਤਉ ਕਿਆ ਭਇਆ,	kabeer khayh hoo-ee ta-o ki-aa bha-i-aa
ਜਉ ਉਡਿ ਲਾਗੈ ਅੰਗ॥	ja-o ud laagai ang.
ਹਰਿ ਜਨੁ ਐਸਾ ਚਾਹੀਐ,	har jan aisaa chaahee-ai
ਜਿਉ ਪਾਨੀ ਸਰਬੰਗ॥੧੪੮॥	ji-o paanee sarbang. ||148||

ਜੀਵ ਅਗਰ ਤੂੰ ਮਿੱਟੀ ਵਰਗਾ ਵੀ ਨੀਵਾਂ ਹੋ ਜਾਵੇ ਤਾ ਕੋਈ ਫਰਕ ਨਹੀਂ ਪੈਂਦਾ । ਮਿੱਟੀ ਹਵਾ ਨਾਲ ਉਡਕੇ ਤੂੰ ਜੀਵਾਂ ਨੂੰ ਦੁਖ ਦੇਂਦੀ ਹੈ । ਅਸਲੀ ਪ੍ਰਭ ਦੇ ਭਗਤ ਤਾ ਪਾਣੀ ਦੀ ਤਰ੍ਹਾਂ ਨਿਰਮਲ ਹੁੰਦਾ ਹੈ ।

Whosoever may adopt humility like dirt, dust; his way of life may not make any difference. With wind, dust may hurt someone's eyes. His humble devotee should be as adoptable like water. He takes container shape.

457.ਸਲੋਕ ਭਗਤ ਕਬੀਰ ਜੀਉ ਕੇ॥ 1372-9

ਕਬੀਰ ਪਾਨੀ ਹੂਆ ਤ ਕਿਆ ਭਇਆ,	kabeer paanee hoo-aa ta ki-aa bha-i-aa
ਸੀਰਾ ਤਾਤਾ ਹੋਇ॥	seeraa tataa ho-ay.
ਹਰਿ ਜਨੁ ਐਸਾ ਚਾਹੀਐ,	har jan aisaa chaahee-ai
ਜੈਸਾ ਹਰਿ ਹੀ ਹੋਇ॥੧੪੯॥	jaisaa har hee ho-ay. ||149||

ਜੀਵ ਅਗਰ ਪਾਣੀ ਦੀ ਤਰ੍ਹਾਂ ਬਣ ਨਾਲ ਵੀ ਕੁਝ ਲਾਭ ਨਹੀਂ ਹੁੰਦਾ । ਕਦੇ ਠੰਡਾ ਜਾ ਗਰਮ ਹੋ ਕੇ ਜੀਵ ਨੂੰ ਦੁਖ ਦੇਵੇਗਾ । ਅਸਲੀ ਭਗਤ ਤਾ ਪ੍ਰਭ ਵਰਗਾ ਹੀ ਹੋਵਾ ਤਾ ਹੀ ਪ੍ਰਭ ਨੂੰ ਭਾਉਂਦਾ ਹੈ ।

Even becoming adoptable like water; still sometime too hot or too cold may hurt His Creation. His true devotee may become indistinguishable like The True Master, only he may be immersed within His Holy Spirit and loses own identity.

458.ਸਲੋਕ ਭਗਤ ਕਬੀਰ ਜੀਉ ਕੇ॥ 1372-10

ਊਚ ਭਵਨ ਕਨਕਾਮਨੀ,	ooch bhavan kankaamnee
ਸਿਖਰਿ ਧਜਾ ਫਹਰਾਇ॥	sikhar Dhajaa fehraa-ay.
ਤਾ ਤੇ ਭਲੀ ਮਧੂਕਰੀ,	taa tay bhalee maDhookree
ਸੰਤਸੰਗਿ ਗੁਨ ਗਾਇ॥੧੫੦॥	satsang gun gaa-ay. ||150||

ਜੀਵ ਅਗਰ ਤੈਨੂੰ ਵੱਡਾ ਘਰ, ਜਿਸ ਉਪਰ ਸੋਨੇ ਦੇ ਝੁੰਮਕੇ ਝੁਲਦੇ, ਮਨੋਰੰਜਨ ਲਈ ਸੋਹਣੀਆਂ ਔਰਤਾਂ ਸਾਥ ਹੋਵੇ । ਸੰਤਾਂ ਦੀ ਸੰਗਤ ਵਿੱਚ ਬੇਈ ਰੋਟੀ ਖਾ ਕੇ ਸਿਮਰਨ ਕਰਨਾ ਸਭ ਤੋ ਉਤਮ ਹੈ ।

Someone may have grand house, with royal canopies and company of beautiful women. Still for His true devotee, in the conjugation of His Holy saint, eating dry, old bread may even bring the most supreme peace of mind and contentment in his life.

459.ਸਲੋਕ ਭਗਤ ਕਬੀਰ ਜੀਉ ਕੇ॥ 1372-11

ਕਬੀਰ ਪਾਟਨ ਤੇ ਊਜਰੁ ਭਲਾ,	kabeer paatan tay oojar bhalaa
ਰਾਮ ਭਗਤ ਜਿਹ ਠਾਇ॥	raam bhagat jih thaa-ay.
ਰਾਮ ਸਨੇਹੀ ਬਾਹਰਾ,	raam sanayhee baahraa
ਜਮ ਪੁਰੁ ਮੇਰੇ ਭਾਂਇ॥੧੫੧॥	jam pur mayray bhaaN-ay. ‖151‖

ਬੰਦਗੀ ਕਰਨ ਵਾਲੇ ਨੂੰ ਜੰਗਲ ਦੀ ਉਜਾੜ, ਸ਼ਹਿਰ ਦੀ ਰੌਣਕ ਨਾਲੋ ਚੰਗੀ ਲਗਦੀ ਹੈ । ਬੰਦਗੀ ਤੋ ਬਿਨਾਂ ਸ਼ਹਿਰ ਦੀ ਰੌਣਕ ਸਮਸ਼ਾਨ ਦੀ ਸੁੰਨ ਵਰਗੀ ਹੀ ਹੁੰਦੀ ਹੈ ।

His true devotee may find peaceful and contented in wilderness better than the city glamor and pleasures. Without meditation, the city life may be feeling live a cremation ground.

460.ਸਲੋਕ ਭਗਤ ਕਬੀਰ ਜੀਉ ਕੇ॥ 1372-12

ਕਬੀਰ ਗੰਗ ਜਮੁਨ ਕੇ ਅੰਤਰੇ,	kabeer gang jamun kay antray
ਸਹਜ ਸੁੰਨ ਕੇ ਘਾਟ॥	sahj sunn kay ghaat.
ਤਹਾ ਕਬੀਰੈ ਮਟੁ ਕੀਆ,	tahaa kabeerai mat kee-aa
ਖੋਜਤ ਮੁਨਿ ਜਨ ਬਾਟ॥੧੫੨॥	khojat mun jan baat. ‖152‖

ਜਿਹੜਾ ਪਵਿੱਤਰ ਤੀਰਥ, ਗੰਗਾ, ਜਮਨਾਂ ਤੋ ਦੂਰ ਸੁੰਨ ਵਿੱਚ ਹੀ ਆਪਣਾ ਘਰ, ਬੰਦਗੀ ਕਰਨ ਵਾਲਾ ਥਾਂ ਬਣਾਉਂਦਾ ਹੈ । ਜਿਹੜਾ ਅਡੋਲ ਭਰੋਸੇ ਨਾਲ ਪ੍ਰਭ ਨੂੰ ਯਾਦ ਕਰਦਾ ਹੈ, ਉਸ ਨੂੰ ਪ੍ਰਵਾਨਗੀ ਦਾ ਅਸਲੀ ਰਸਤਾ ਬਖਸ਼ਿਸ਼ ਹੋ ਸਕਦਾ ਹੈ ।

His true devotee may make his shelter even away from Holy shrine like shore of **Ganges or Jamuna** in complete void. Whosoever may whole heartedly meditate and remembers the misery of his separation from His Holy Spirit; with His mercy and grace, he may be blessed with the right path of acceptance in His Court.

461.ਸਲੋਕ ਭਗਤ ਕਬੀਰ ਜੀਉ ਕੇ॥ 1372-13

ਕਬੀਰ ਜੈਸੀ ਉਪਜੀ ਪੇਡ ਤੇ,	kabeer jaisee upjee payd tay
ਜਉ ਤੈਸੀ ਨਿਬਹੈ ਓੜਿ॥	ja-o taisee nibhai orh.
ਹੀਰਾ ਕਿਸ ਕਾ ਬਾਪੁਰਾ,	heeraa kis kaa baapuraa
ਪੁਜਹਿ ਨ ਰਤਨ ਕਰੋੜਿ॥੧੫੩॥	pujeh na ratan karorh. ‖153‖

ਜਿਹੜਾ ਆਦਿ ਤੋ ਅੰਤ ਤੱਕ ਹੀ ਪ੍ਰਭ ਦੀ ਬੰਦਗੀ ਵਿੱਚ ਲੀਨ ਰਹਿੰਦਾ ਹੈ । ਅੰਤ ਜਿਹੜਾ ਫਲ ਬਖਸ਼ਿਸ਼ ਹੁੰਦਾ ਹੈ । ਅਨੇਕਾਂ ਹੀਰੇ, ਜਵਾਹਰ ਨਾਲ ਉਸ ਦੀ ਤੁਲਨਾ ਨਹੀਂ ਕੀਤੀ ਜਾ ਸਕਦੀ ।

Whosoever may meditate with similar devotion as he started his meditation in the beginning; with His mercy and grace, any worldly accomplishment of precious jewels may not be compared with His Blessing.

462.ਸਲੋਕ ਭਗਤ ਕਬੀਰ ਜੀਉ ਕੇ॥ 1372-14

ਕਬੀਰਾ ਏਕੁ ਅਚੰਭਉ ਦੇਖਿਓ,	kabeeraa ayk achambha-o daykhi-o
ਹੀਰਾ ਹਾਟ ਬਿਕਾਇ॥	heeraa haat bikaa-ay.
ਬਨਜਨਹਾਰੇ ਬਾਹਰਾ,	banjanhaaray baahraa
ਕਉਡੀ ਬਦਲੈ ਜਾਇ॥੧੫੪॥	ka-udee badlai jaa-ay. ‖154‖

ਜੀਵਨ ਵਿੱਚ ਇਸਤਰ੍ਹਾਂ ਵੀ ਹੁੰਦਾ ਹੈ, ਜਿਥੇ ਹੀਰੇ ਨੂੰ ਖਰੀਦਣ ਵਾਲਾ ਕੋਈ ਨਹੀਂ ਹੁੰਦਾ, ਉਥੇ ਹੀਰੇ ਦੀ ਕੋਈ ਕੀਮਤ ਨਹੀਂ ਪੈਂਦੀ ।

You may witness such a strange situation. Where there may be no buyer of jewel; no one may pay the right price, for jewel.

463.ਸਲੋਕ ਭਗਤ ਕਬੀਰ ਜੀਉ ਕੇ॥ 1372-15

ਕਬੀਰਾ ਜਹਾ ਗਿਆਨੁ ਤਹ ਧਰਮੁ ਹੈ,	kabeeraa jahaa gi-aan tah Dharam hai
ਜਹਾ ਝੂਠੁ ਤਹ ਪਾਪੁ॥	jahaa jhooth tah paap.
ਜਹਾ ਲੋਭੁ ਤਹ ਕਾਲੁ ਹੈ,	jahaa lobh tah kaal hai
ਜਹਾ ਖਿਮਾ ਤਹ ਆਪਿ॥੧੫੫॥	jahaa khimaa tah aap. ||155||

ਜਿਸ ਜੀਵ ਨੂੰ ਗਿਆਨ ਹੋ ਜਾਂਦਾ ਹੈ, ਉਹ ਜੀਵ ਚੰਗੇ ਨਿਯਮਾਂ, ਗੁਣਾਂ ਵਾਲਾ ਬਣ ਜਾਂਦਾ ਹੈ । ਜਿਸ ਦੇ ਜੀਵਨ ਵਿੱਚ ਧੋਖਾ, ਫਰੇਬ ਹੁੰਦਾ ਹੈ, ਉਹ ਪਾਪੀ ਬਣ ਜਾਂਦਾ ਹੈ । ਜਿਸ ਦੇ ਮਨ ਵਿੱਚ ਪਰਾਏ ਧਨ ਦਾ ਲਾਲਚ ਹੁੰਦਾ ਹੈ, ਉਸ ਦੇ ਮਨ ਵਿੱਚ ਮੌਤ ਵਰਗੀ ਉਦਾਸੀ ਹੀ ਰਹਿੰਦੀ ਹੈ । ਜਿਸ ਦੇ ਮਨ ਵਿੱਚ ਤਰਸ, ਗਲਤੀ ਭੁਲਣ ਦੀ ਸਮਰਥਾ ਹੁੰਦੀ ਹੈ । ਉਸ ਦੇ ਜੀਵਨ ਵਿੱਚ ਸੰਤੋਖ, ਖੇੜਾ ਵਸਦਾ ਹੈ ।

Whosoever may have knowledge, spiritual wisdom; he may adopt good disciplines in his life and his deeds may reflect for the welfare of His Creation. Whosoever may remain intoxicated with deception and hypocrisy; he may become a sinner. He always remains greedy to rob the earnest living of others, innocent. His state of mind may remain miserable like death. Whosoever may remain sympathetic to others; with His mercy and grace, he may remain in peace, contented and blossom.

464.ਸਲੋਕ ਭਗਤ ਕਬੀਰ ਜੀਉ ਕੇ॥ 1372-16

ਕਬੀਰ ਮਾਇਆ ਤਜੀ ਤ ਕਿਆ ਭਇਆ,	kabeer maa-i-aa tajee ta ki-aa bha-i-aa
ਜਉ ਮਾਨੁ ਤਜਿਆ ਨਹੀ ਜਾਇ॥	ja-o maan taji-aa nahee jaa-ay.
ਮਾਨ ਮੁਨੀ ਮੁਨਿਵਰ ਗਲੇ,	maan munee munivar galay
ਮਾਨੁ ਸਭੈ ਕਉ ਖਾਇ॥੧੫੬	maan sabhai ka-o khaa-ay. ||156||

ਜਿਹੜਾ ਆਪਣੇ ਮਨ ਦਾ ਅਹੰਕਾਰ ਨਹੀਂ ਤਿਆਗਦਾ, ਉਸ ਦਾ ਸੰਸਾਰਕ ਮਾਇਆ ਤਿਆਗਣ ਦਾ ਕੋਈ ਲਾਭ ਨਹੀਂ ਹੁੰਦਾ । ਜੀਵਨ ਦੇ ਮਨ ਦੀ ਸਾਂਤੀ ਦੀ ਅਵਸਥਾ ਹੀ, ਅਹੰਕਾਰ ਨਾਲ ਖਤਮ ਹੋ ਜਾਂਦੀ ਹੈ । ਮਨ ਦਾ ਅਹੰਕਾਰ ਸਭ ਕੁਝ ਹੀ ਖਤਮ ਕਰ ਦੇਂਦਾ ਹੈ ।

Whosoever may not renounce, conquer his ego of his uniqueness; he may not be rewarded the right path of acceptance in His Court even by renouncing worldly wealth. The peace of mind of a quiet saint may be ruined by his ego. The ego remains the dominating cause of all destructions in the universe.

465.ਸਲੋਕ ਭਗਤ ਕਬੀਰ ਜੀਉ ਕੇ॥ 1372-17

ਕਬੀਰ ਸਾਚਾ ਸਤਿਗੁਰੁ ਮੈ ਮਿਲਿਆ,	kabeer saachaa satgur mai mili-aa
ਸਬਦੁ ਜੁ ਬਾਹਿਆ ਏਕੁ॥	sabad jo baahi-aa ayk.
ਲਾਗਤ ਹੀ ਭੁਇ ਮਿਲਿ ਗਇਆ,	laagat hee bhu-ay mil ga-i-aa
ਪਰਿਆ ਕਲੇਜੇ ਛੇਕੁ॥੧੫੭॥	pari-aa kalayjay chhayk. ||157||

ਜਿਸ ਨੂੰ ਸੰਤ ਸਰੂਪ ਦੀ ਸੰਗਤ ਬਖਸ਼ਿਸ਼ ਹੋ ਜਾਂਦੀ ਹੈ! ਉਸ ਦੇ ਜੀਵਨ ਦਾ ਢੰਗ, ਤੀਰ ਦੀ ਤਰ੍ਹਾਂ ਮਨ ਵਿੱਚ ਲਗਦਾ ਹੈ । ਉਸ ਦੇ ਮਨ ਦੀ ਅਵਸਥਾ ਬਦਲ ਜਾਂਦੀ, ਅਸਲੀ ਰਸਤਾ ਬਖਸ਼ਿਸ਼ ਹੋ ਜਾਂਦਾ ਹੈ ।

Whosoever may be blessed with the association, conjugation of His Holy saint. The life experience teachings of His Holy saint may pierce through the heart of his follower. His state of mind may be changed; with His mercy and grace, he may be blessed with the right path of acceptance in His Court.

466.ਸਲੋਕ ਭਗਤ ਕਬੀਰ ਜੀਉ ਕੇ॥ 1372-18

ਕਬੀਰ ਸਾਚਾ ਸਤਿਗੁਰੁ ਕਿਆ ਕਰੈ,	kabeer saachaa satgur ki-aa karai
ਜਉ ਸਿਖਾ ਮਹਿ ਚੂਕ॥	ja-o sikhaa meh chook.
ਅੰਧੇ ਏਕ ਨ ਲਾਗਈ,	anDhay ayk na laag-ee
ਜਿਉ ਬਾਂਸੁ ਬਜਾਈਐ ਫੂਕ॥੧੫੮॥	ji-o baaNs bajaa-ee-ai fook. ||158||

ਜੀਵ ਸੰਤਾਂ ਦੀ ਸਿਖਿਆਂ, ਸਾਥ ਕਰਨ ਨਾਲ ਕੁਝ ਨਹੀਂ ਬਖਸ਼ਿਸ਼ ਹੋ ਸਕਦਾ, ਜਿਹੜਾ ਉਸ ਦੇ ਜੀਵਨ ਦੀ ਸਿਖਿਆਂ ਨੂੰ ਆਪਣੇ ਜੀਵਨ ਵਿੱਚ ਨਹੀਂ ਢਾਲਦਾ । ਜਿਵੇਂ ਬਾਸ ਦੀ ਫੂਕਨੀ ਵਿੱਚ ਫੂਕ ਮਾਰਨ ਨਾਲ ਕੋਈ ਸੰਗੀਤ ਨਹੀਂ ਨਿਕਲਦਾ । ਇਸਤਰ੍ਹਾਂ ਹੀ ਸੰਤ ਦੀ ਸਿਖਿਆਂ ਨੂੰ ਜੀਵਨ ਵਿੱਚ ਢਾਲਣ ਤੋ ਬਿਨਾਂ, ਬਣਾ ਪਾਉਣ ਜਾ ਸੰਗਤ ਦਾ ਕੋਈ ਲਾਭ ਨਹੀਂ ਹੁੰਦਾ ।

Self-minded may not benefit from the association, conjugation of His Holy saint; who may not adopt his life experience teachings in his day-to-day life. As blowing through the pipe of bamboo, no music sound may be created. Same way, without adopt the life experience teachings of His Holy saint, nothing may be blessed with religious robe, joining the conjugation of His Holy saint.

467.ਸਲੋਕ ਭਗਤ ਕਬੀਰ ਜੀਉ ਕੇ॥ 1372-19

ਕਬੀਰ ਹੈ ਗੈ ਬਾਹਨ ਸਘਨ ਘਨ,	kabeer hai gai baahan saghan ghan
ਛਤ੍ਰਪਤੀ ਕੀ ਨਾਰਿ॥	chhatarpatee kee naar.
ਤਾਸੁ ਪਟੰਤਰ ਨ ਪੁਜੈ,	taas patantar na pujai
ਹਰਿ ਜਨ ਕੀ ਪਨਿਹਾਰਿ॥੧੫੯॥	har jan kee panihaar. ||159||

ਜੀਵ ਰਾਜੇ ਦੀ ਰਾਣੀ ਦੇ ਕੋਲ ਅਨੇਕਾਂ ਕਿਸਮਾਂ ਦੇ ਸੰਦ, ਘੋੜੇ, ਹਾਥੀ, ਰਥ ਹੁੰਦੇ ਹਨ । ਪਰ ਉਸ ਦੀ ਮਾਲਕੀਅਤ, ਪ੍ਰਭ ਦੇ ਨਿਮਾਣੇ ਪਾਣੀ ਢੋਣਵਾਲੇ ਦੇ ਬਰਾਬਰ ਨਹੀਂ ਹੁੰਦੀ ।

Queen may have various worldly pleasures and worldly possessions in her life; however, her peace of mind, contentment in her life may not be worthy or significant compare with water carrier of His Holy saint.

468.ਸਲੋਕ ਭਗਤ ਕਬੀਰ ਜੀਉ ਕੇ॥ 1373-2

ਕਬੀਰ ਨ੍ਰਿਪ ਨਾਰੀ ਕਿਉ ਨਿੰਦੀਐ,	kabeer nrip naaree ki-o nindee-ai
ਕਿਉ ਹਰਿ ਚੇਰੀ ਕਉ ਮਾਨੁ॥	ki-o har chayree ka-o maan.
ਓਹ ਮਾਂਗ ਸਵਾਰੈ ਬਿਖੈ ਕਉ,	oh maaNg savaarai bikhai ka-o
ਓਹ ਸਿਮਰੈ ਹਰਿ ਨਾਮੁ॥੧੬੦॥	oh simrai har naam. ||160||

ਸੰਸਾਰਕ ਜੀਵ ਅਮੀਰ ਦੀ ਪਤਨੀ ਦੀ ਨਿੰਦਿਆਂ ਕਿਉਂ ਕਰਦੇ ਹਨ? ਅਮੀਰ ਜੀਵ ਦੇ ਨੌਕਰ ਨੂੰ ਕਿਉਂ ਸਤਿਕਾਰ ਕਰਦੇ ਹਨ? ਇੱਕ ਜੀਵ ਆਪਣੇ ਸਵਾਰਥ ਲਈ ਅਮੀਰ ਪਤਨੀ ਦੇ ਵਾਲ ਸਵਾਰਦਾ ਹੈ । ਪ੍ਰਭ ਦੀ ਰਹਿਮਤ ਨਾਲ ਬੰਦਗੀ ਕਰਨ ਵਾਲਾ, ਸਿਮਰਨ ਵਿੱਚ ਅਡੋਲ ਰਹਿੰਦਾ ਹੈ ।

Why are you slandering the wife of rich man? Why are you honoring the servant, slave of a rich woman? He may be combing her for his greed, corruption. His true devotee may remain intoxicated in meditating on the teachings of His Word.

469.ਸਲੋਕ ਭਗਤ ਕਬੀਰ ਜੀਉ ਕੇ॥ 1373-3

ਕਬੀਰ ਥੂਨੀ ਪਾਈ ਥਿਤਿ ਭਈ,	kabeer thoonee paa-ee thit bha-ee
ਸਤਿਗੁਰ ਬੰਧੀ ਧੀਰ॥	satgur banDhee Dheer.
ਕਬੀਰ ਹੀਰਾ ਬਨਜਿਆ,	kabeer heeraa banji-aa
ਮਾਨ ਸਰੋਵਰ ਤੀਰ॥੧੬੧॥	maan sarovar teer. ||161||

ਜਿਹੜਾ ਪ੍ਰਭ ਦੇ ਸ਼ਬਦ ਦੀ ਬੰਦਗੀ, ਸਿਮਰਨ ਕਰਦਾ ਹੈ, ਪ੍ਰਭ ਆਪ ਹੀ ਧੀਰਜ ਬਖਸ਼ਦਾ ਹੈ । ਜਿਸ ਦਾ ਪ੍ਰਭ ਦੇ ਬਖਸ਼ੇ ਤੇ ਭਰੋਸਾ ਅਡੋਲ ਹੋ ਜਾਂਦਾ ਹੈ । ਪ੍ਰਭ ਉਸ ਨੂੰ ਅਮੋਲਕ ਹੀਰਾ, ਸ਼ਬਦ ਦੀ ਲਗਨ, ਸੋਝੀ ਬਖਸ਼ਦਾ ਹੈ ।

Whosoever may wholeheartedly meditate, obeys the teachings of His Word with steady and stable belief; with His mercy and grace, he may be blessed with patience to remain on the right path of acceptance. Whosoever may remain contented with his blessed worldly environment; with His mercy and grace, he may be blessed with ambrosial jewel, devotion to meditate and the enlightenment of the essence of His Word.

470.ਸਲੋਕ ਭਗਤ ਕਬੀਰ ਜੀਉ ਕੇ॥ 1373-4

ਕਬੀਰ ਹਰ ਹੀਰਾ ਜਨ ਜਉਹਰੀ,	kabeer har heeraa jan ja-uharee
ਲੇ ਕੈ ਮਾਂਡੈ ਹਾਟ॥	lay kai maaNdai haat.
ਜਬ ਹੀ ਪਾਈਅਹਿ ਪਾਰਖੂ,	jab hee paa-ee-ah paarkhoo
ਤਬ ਹੀਰਨ ਕੀ ਸਾਟ॥੧੬੨॥	tab heeran kee saat. ||162||

ਪ੍ਰਭ ਦੇ ਸ਼ਬਦ ਦੀ ਲਗਨ ਹੀ ਅਸਲੀ ਹੀਰਾ ਹੈ, ਬੰਦਗੀ ਕਰਨ ਵਾਲਾ ਹੀ ਖਰੀਦਣ ਵਾਲਾ ਹੈ । ਜਿਹੜਾ ਬੰਦਗੀ ਕਰਨ ਵਾਲਾ, ਸ਼ਬਦ ਦੀ ਪਾਲਣਾ ਵਿੱਚ ਅਡੋਲ ਹੋ ਜਾਂਦਾ ਹੈ । ਉਸ ਨੂੰ ਹੀਰੇ ਦੀ ਕੀਮਤ ਦੀ ਮਹੱਤਤਾ ਮਹਿਸੂਸ ਹੋ ਜਾਂਦੀ ਹੈ ।

The devotion to meditate on the teachings of His Word may be an ambrosial jewel. His true devotee may be the only buyer of the jewel. Whosoever may remain intoxicated in obeying the teachings of His Word; with His mercy and grace, he may comprehend the significance of the essence of His Word.

471.ਸਲੋਕ ਭਗਤ ਕਬੀਰ ਜੀਉ ਕੇ॥ 1373-5

ਕਬੀਰ ਕਾਮ ਪਰੇ ਹਰਿ ਸਿਮਰੀਐ,	kabeer kaam paray har simree-ai
ਐਸਾ ਸਿਮਰਹੁ ਨਿਤ॥	aisaa simrahu nit.
ਅਮਰਾ ਪੁਰ ਬਾਸਾ ਕਰਹੁ,	amraa pur baasaa karahu
ਹਰਿ ਗਇਆ ਬਹੋਰੈ ਬਿਤ॥੧੬੩॥	har ga-i-aa bahorai bit. ||163||

ਮਨਮੁਖ, ਕੇਵਲ ਮੁਸ਼ਕਲ ਵਿੱਚ ਹੀ ਪ੍ਰਭ ਦੇ ਸ਼ਬਦ ਦਾ ਸਿਮਰਨ ਕਰਦਾ, ਰਹਿਮਤ ਦੀ ਅਰਦਾਸ ਕਰਦਾ ਹੈ । ਜੀਵ, ਪ੍ਰਭ ਦੇ ਸ਼ਬਦ ਦੀ ਸਿਖਿਆਂ ਨੂੰ ਹਰ ਸਮੇਂ ਯਾਦ ਕਰਨਾ ਚਾਹੀਦਾ ਹੈ । ਜਿਹੜਾ ਸਵਾਸ, ਸਵਾਸ ਪ੍ਰਭ ਦੇ ਸ਼ਬਦ ਦੀ ਪਾਲਣਾ ਵਿੱਚ ਅਡੋਲ ਰਹਿੰਦਾ ਹੈ, ਉਸ ਦੇ ਮਨ ਵਿੱਚ ਸ਼ਬਦ ਦੀ ਸਿਖਿਆਂ ਰਚ ਜਾਂਦੀ ਹੈ । ਪ੍ਰਭ ਉਸ ਦਾ ਗੁਵਾਚਾ ਹੋਇਆ ਮਾਣ ਵਾਪਸ ਦੇ ਸਕਦਾ ਹੈ ।

Self-minded may only meditate and prays for His forgiveness at the time of misery in life. We should meditate every moment on the teachings of His Word. Whosoever may remain intoxicated meditating with each breath with steady and stable belief, he may remain drenched with the essence of His Word; with His mercy and grace, his lost honor, glory may be restored.

472.ਸਲੋਕ ਭਗਤ ਕਬੀਰ ਜੀਉ ਕੇ॥ 1373-6

ਕਬੀਰ ਸੇਵਾ ਕਉ ਦੁਇ ਭਲੇ,	kabeer sayvaa ka-o du-ay bhalay
ਏਕੁ ਸੰਤੁ ਇਕੁ ਰਾਮੁ॥	ayk sant ik raam.
ਰਾਮੁ ਜੁ ਦਾਤਾ ਮੁਕਤਿ ਕੋ,	raam jo daataa mukat ko
ਸੰਤੁ ਜਪਾਵੈ ਨਾਮੁ॥੧੬੪॥	sant japaavai naam. ||164||

ਪ੍ਰਭ ਅਤੇ ਸੰਤ ਦੋਨਾਂ ਦੀ ਪੂਜਾ ਕਰਨੀ ਠੀਕ ਹੈ । ਸੰਤ ਜੀਵ ਨੂੰ ਪ੍ਰਭ ਦੀ ਬੰਦਗੀ ਕਰਨ ਦੀ ਪ੍ਰੇਰਨਾ ਕਰਦਾ ਹੈ । ਕੇਵਲ ਪ੍ਰਭ ਹੀ ਜੀਵ ਨੂੰ ਮੁਕਤੀ ਬਖਸ਼ ਸਕਦਾ ਹੈ ।

Worshipping, obeying the teachings of both His Holy saint and The True Master are the right path of human life. His Holy saint may inspire his follower to obey the teachings of His Word with the example of his own way of life. The One and only One True Master may bless the right path of acceptance in His Court, salvation.

473.ਸਲੋਕ ਭਗਤ ਕਬੀਰ ਜੀਉ ਕੇ॥ 1373-7

ਕਬੀਰ ਜਿਹ ਮਾਰਗਿ ਪੰਡਿਤ ਗਏ,	kabeer jih maarag pandit ga-ay
ਪਾਛੈ ਪਰੀ ਬਹੀਰ॥	paachhai paree baheer.
ਇਕ ਅਵਘਟ ਘਾਟੀ ਰਾਮ ਕੀ,	ik avghat ghaatee raam kee
ਤਿਹ ਚੜਿ ਰਹਿਓ ਕਬੀਰ॥੧੬੫॥	tih charh rahi-o kabeer. ||165||

ਜਿਹੜਾ ਰਸਤਾ ਧਾਰਮਕ ਸੰਤ, ਧਾਰਮਕ ਗਿਆਨੀ, ਪੰਡਿਤ ਆਪਣੇ ਜੀਵਨ ਵਿੱਚ ਚਾਲਦਾ ਹੈ, ਉਹ ਰਸਤਾ ਬਹੁਤ ਹੀ ਧਾਰਨ ਕਰਦੇ ਹਨ । ਪਰ ਪ੍ਰਭ ਦੇ ਸ਼ਬਦ ਦੀ ਪਾਲਣਾ ਬਹੁਤ ਕਠਨ ਰਸਤਾ ਹੈ । ਪ੍ਰਭ ਦਾ ਅਸਲੀ ਸੇਵਕ ਹੀ ਉਸ ਰਸਤੇ ਤੇ ਅਡੋਲ ਰਹਿੰਦਾ ਹੈ ।

The meditation path adopted by worldly saint, religious preacher, religious scholar may be adopted by many followers. However, staying on the real path of meditation on the teachings of His Word, may be like climbing a treacherous cliff. Only, His true devotee remains steady and stable on the path of treacherous cliff.

474.ਸਲੋਕ ਭਗਤ ਕਬੀਰ ਜੀਉ ਕੇ॥ 1373-8

ਕਬੀਰ ਦੁਨੀਆ ਕੇ ਦੋਖੇ ਮੂਆ,	kabeer dunee-aa kay dokhay moo-aa
ਚਾਲਤ ਕੁਲ ਕੀ ਕਾਨਿ॥	chaalat kul kee kaan.
ਤਬ ਕੁਲੁ ਕਿਸ ਕਾ ਲਾਜਸੀ,	tab kul kis kaa laajsee
ਜਬ ਲੇ ਧਰਹਿ ਮਸਾਨਿ॥੧੬੬॥	jab lay Dhareh masaan. ||166||

ਮਾਨਸ ਸੰਸਾਰਕ ਚਿੰਤਾ, ਪਰਿਵਾਰ ਦੇ ਅਭਿਮਾਨ ਦਾ ਫਿਕਰ ਕਰਦਾ ਹੀ ਮਾਨਸ ਜਨਮ ਦਾ ਸਮਾਂ ਗਵਾ ਜਾਂਦਾ ਹੈ । ਉਹ ਭੁਲ ਜਾਂਦਾ ਹੈ! ਉਸ ਨੂੰ ਕਬਰ ਵਿੱਚ ਦੱਬਣ ਸਮੇਂ ਕਿਸ ਦਾ ਅਪਮਾਣ ਹੁੰਦਾ ਹੈ ।

Self-minded may waste his human life opportunity worrying about family necessities, to maintain his family legacy, ego. Imagine! When his body would be place on funeral pyre? Whose family legacy may be dishonored.

475.ਸਲੋਕ ਭਗਤ ਕਬੀਰ ਜੀਉ ਕੇ॥ 1373-9

ਕਬੀਰ ਡੂਬਹਿਗੋ ਰੇ ਬਾਪੁਰੇ,	kabeer doob-higo ray baapuray
ਬਹੁ ਲੋਗਨ ਕੀ ਕਾਨਿ॥	baho logan kee kaan.
ਪਾਰੋਸੀ ਕੇ ਜੋ ਹੂਆ,	paarosee kay jo hoo-aa
ਤੂ ਅਪਨੇ ਭੀ ਜਾਨੁ॥੧੬੭॥	too apnay bhee jaan. ||167||

ਜਿਹੜਾ ਆਪਣੇ ਜੀਵਨ ਦਾ ਰਸਤਾ, ਬਾਕੀ ਜੀਵ ਨੂੰ ਖੁਸ਼ ਕਰਨ ਵਾਲਾ ਧਾਰਨ ਕਰਦਾ ਹੈ । ਉਹ ਆਪਣਾ ਜੀਵਨ ਬਿਰਥਾ ਹੀ ਗਵਾ ਜਾਂਦਾ ਹੈ । ਇਸ ਦਾ ਕੋਈ ਫਿਕਰ ਨਾ ਕਰੋ, ਬੰਦਗੀ ਕਰੋ । ਦੂਸਰੇ ਜੀਵ ਦਾ ਦਰਦ ਮਹਿਸੂਸ ਕਰੋ, ਜਿਵੇਂ ਉਹ ਦੁਖ ਤੈਨੂੰ ਹੀ ਲਗਾ ਹੈ ।

Whosoever may adopt his way of life to please others; he may waste his human life opportunity uselessly. You should meditate and do not worry about their opinion. You should remain sympathetic with others on their miseries as your own misery.

476.ਸਲੋਕ ਭਗਤ ਕਬੀਰ ਜੀਉ ਕੇ॥ 1373-10

ਕਬੀਰ ਭਲੀ ਮਧੁਕਰੀ,	kabeer bhalee maDhookree
ਨਾਨਾ ਬਿਧਿ ਕੋ ਨਾਜੁ॥	naanaa biDh ko naaj.
ਦਾਵਾ ਕਾਹੂ ਕੋ ਨਹੀ,	daavaa kaahoo ko nahee
ਬਡਾ ਦੇਸੁ ਬਡ ਰਾਜੁ॥੧੬੮॥	badaa days bad raaj. ||168||

ਜੀਵ, ਸੁਕੀ ਰੋਟੀ ਵੀ ਵੱਖਰੇ ਵੱਖਰੇ ਅਨਾਜ ਦੀ ਬਣਦੀ ਹੈ । ਕਿਤਨਾ ਵੀ ਵੱਡਾ ਰਾਜ ਭਾਗ ਕਿਉਂ ਨਾ ਹੋਵੇ? ਕੋਈ ਇਸ ਦਾ ਮਾਣ, ਅਭਿਮਾਨ ਨਹੀਂ ਕਰਦਾ, ਇਸ ਬਾਬਤ ਵਿਚਾਰ ਨਹੀਂ ਕਰਦਾ ।

The bread may be made of many grains are good nutrition. No one may brag about it. Even the rich and powerful eat the food for survival.

477.ਸਲੋਕ ਭਗਤ ਕਬੀਰ ਜੀਉ ਕੇ॥ 1373-11

ਕਬੀਰ ਦਾਵੈ ਦਾਝਨੁ ਹੋਤੁ ਹੈ,	kabeer daavai daajhan hot hai
ਨਿਰਦਾਵੈ ਰਹੈ ਨਿਸੰਕ॥	nirdaavai rahai nisank.
ਜੋ ਜਨੁ ਨਿਰਦਾਵੈ ਰਹੈ,	jo jan nirdaavai rahai
ਸੋ ਗਨੈ ਇੰਦ੍ਰ ਸੋ ਰੰਕ॥੧੬੯॥	so ganai indar so rank. ||169||

ਜਿਹੜੇ ਇਸ ਦਾ ਮਾਣ ਕਰਦੇ ਹਨ, ਕਿ ਉਹ ਕਿਹੜੇ ਅਨਾਜ ਦੀ ਰੋਟੀ ਖਾਂਦੇ ਹਨ । ਉਹ ਦਰਗਾਹ ਵਿੱਚ ਨਰਕ ਦੇ ਭਾਗੀ ਹੁੰਦੇ ਹਨ । ਜਿਹੜੇ ਨਿਮ੍ਰਤਾ ਵਾਲੇ ਹੁੰਦੇ ਹਨ ਉਹ ਗ਼ਰੀਬ, ਅਮੀਰ ਨੂੰ ਇੱਕ ਸਮਾਨ ਹੀ ਦੇਖਦੇ ਹਨ । ਉਸ ਨੂੰ ਪ੍ਰਵਾਨਗੀ ਦਾ ਅਸਲੀ ਰਸਤਾ ਬਖਸ਼ਿਸ਼ ਹੋ ਜਾਂਦਾ ਹੈ ।

Whosoever may boast, what kind of bread, he may eat. He may be assigning to hell after death. Whosoever may remain humble and consider rich and poor, both as His Creation with unknown destiny. He may be blessed with the right path of acceptance in His Court.

478.ਸਲੋਕ ਭਗਤ ਕਬੀਰ ਜੀਉ ਕੇ॥ 1373-12

ਕਬੀਰ ਪਾਲਿ ਸਮੁਹਾ ਸਰਵਰੁ ਭਰਾ,	kabeer paal samuhaa sarvar bharaa
ਪੀ ਨ ਸਕੈ ਕੋਈ ਨੀਰੁ॥	pee na sakai ko-ee neer.
ਭਾਗ ਬਡੇ ਤੈ ਪਾਇਓ,	bhaag baday tai paa-i-o
ਤੂੰ ਭਰਿ ਭਰਿ ਪੀਉ ਕਬੀਰ॥੧੭੦॥	tooN bhar bhar pee-o kabeer. ||170||

ਧਰਮ ਦੇ ਗ੍ਰੰਥ, ਰੂਹਾਨੀ ਸੋਝੀ ਨਾਲ, ਪ੍ਰਭ ਦੀ ਰਹਿਮਤਾਂ ਨਾਲ ਭਰਪੂਰ ਹਨ । ਫਿਰ ਵੀ ਕੋਈ ਵਿਰਲਾ ਹੀ ਸਿਖਿਆਂ ਨੂੰ ਆਪੇ ਜੀਵਨ ਵਿੱਚ ਢਾਲਦਾ ਹੈ । ਜਿਸ ਦੇ ਵੱਡੇ ਭਾਗ ਲਿਖੇ ਹੁੰਦੇ ਹਨ, ਉਸ ਨੂੰ ਹੀ ਅੰਮ੍ਰਿਤ ਦਾ ਸੋਮਾ ਬਖਸ਼ਿਸ਼ ਹੁੰਦਾ ਹੈ ।

Worldly Holy Scriptures remain overwhelmed with His Blessings; however, very rare may comprehend and adopts the teachings of Holy Scripture in his own day to day life. Whosoever may have a great prewritten destiny, only he may be blessed with the fountain of nectar from within. Only he may remain drenched with the nectar of the essence of His Word.

479.. ਸਲੋਕ ਭਗਤ ਕਬੀਰ ਜੀਉ ਕੇ॥ 1373-13

ਕਬੀਰ ਪਰਭਾਤੇ ਤਾਰੇ,	kabeer parbhaatay taaray
ਖਿਸਹਿ ਤਿਉ ਇਹੁ ਖਿਸੈ ਸਰੀਰੁ॥	khiseh ti-o ih khisai sareer.
ਏ ਦੁਇ ਅਖਰ ਨਾ ਖਿਸਹਿ,	ay du-ay akhar naa khiseh
ਸੋ ਗਹਿ ਰਹਿਓ ਕਬੀਰੁ॥੧੭੧॥	so geh rahi-o kabeer. ||171||

ਇਹ ਮਾਨਸ ਸਰੀਰ ਖਤਮ ਹੋ ਜਾਣਾ ਹੈ, ਜਿਵੇਂ ਤਾਰੇ ਦਿਨ ਚੜ੍ਹਨ ਤੇ ਛਿਪ ਜਾਂਦੇ ਹਨ । ਜਿਸ ਹਿਰਦੇ ਵਿੱਚ ਪ੍ਰਭ ਦੇ ਸ਼ਬਦ ਦੀ ਸਿਖਿਆਂ ਸਮਾ ਜਾਂਦੀ ਹੈ, ਉਹ ਕਦੇ ਸਾਥ ਨਹੀਂ ਛੱਡਦਾ ।

Human body may perish with old age, as stars may disappears with the rising Sun. Whosoever may be drenched with the essence of His Word; his earnings of His Word may never diminish.

480.ਸਲੋਕ ਭਗਤ ਕਬੀਰ ਜੀਉ ਕੇ॥ 1373-14

ਕਬੀਰ ਕੋਠੀ ਕਾਠ ਕੀ,	kabeer kothee kaath kee
ਦਹ ਦਿਸਿ ਲਾਗੀ ਆਗਿ॥	dah dis laagee aag.
ਪੰਡਿਤ ਪੰਡਿਤ ਜਲਿ ਮੂਏ,	pandit pandit jal moo-ay
ਮੂਰਖ ਉਬਰੇ ਭਾਗਿ॥੧੭੨॥	moorakh ubray bhaag. ||172||

ਮਾਨਸ ਸਰੀਰ ਲੱਕੜ ਦੇ ਘਰ ਵਰਗਾ ਹੈ, ਇਹ ਸੰਸਾਰ ਲਾਲਚ ਨਾਲ ਭਰਿਆਂ, ਜਲ ਰਿਹਾ ਹੈ । ਸੰਸਾਰਕ ਧਾਰਮਕ ਗਿਆਨੀ, ਵਿਦਵਾਨ, ਪੰਡਿਤ, ਸੰਤ ਸਾਰੇ ਜਲਕੇ ਭਸਮ ਹੋ ਜਾਂਦੇ ਹਨ । ਜਿਹੜਾ ਮਾਇਆ ਦੇ ਲਾਲਚ ਤੋ ਉਪਰ ਉਠ ਜਾਂਦਾ ਹੈ । ਉਸ ਨੂੰ ਸੰਸਾਰਕ ਮਾਇਆ ਛੋਹ ਵੀ ਨਹੀ ਸਕਦੀ । ਜਿਹੜਾ ਸੰਸਾਰਕ ਮਾਇਆ ਨਾਲ ਧੰਨਾਡ ਹੁੰਦਾ ਹੈ । ਸੰਸਾਰ ਉਸ ਨੂੰ ਸਿਆਣਾ ਸਮਝਦਾ ਹੈ । ਜਿਹੜਾ ਸੰਸਾਰਕ ਧਨ ਦੀ ਕੋਈ ਪ੍ਰਵਾਹ ਨਹੀਂ ਕਰਦਾ, ਸੰਸਾਰ ਉਸ ਨੂੰ ਮੂਰਖ ਹੀ ਸਮਝਦਾ ਹੈ ।

**World consider wiseman: who may be rich with worldly wealth, knowledgeable, successful in worldly life.

** World consider un-wiseman! Who may not care about worldly wealth?

Human mind and body are like a perishable wooden hut; remains overwhelmed with the lava of greed. Whosoever may be rich and knowledgeable remain intoxicated with the sweet poison of worldly wealth. He may waste his priceless human life opportunity uselessly. Whosoever may remain above the reach of sweet poison of worldly wealth; he may remain steady and stable on the right path of acceptance in His Court.

481.ਸਲੋਕ ਭਗਤ ਕਬੀਰ ਜੀਉ ਕੇ॥ 1373-15

ਕਬੀਰ ਸੰਸਾ ਦੂਰਿ ਕਰੁ, kabeer sansaa door kar
ਕਾਗਦ ਦੇਹ ਬਿਹਾਇ॥ kaagad dayh bihaa-ay.
ਬਾਵਨ ਅਖਰ ਸੋਧਿ ਕੈ, baavan akhar soDh kai
ਹਰਿ ਚਰਨੀ ਚਿਤੁ ਲਾਇ॥੧੭੩॥ har charnee chit laa-ay. ||173||

ਜੀਵ ਆਪਣਾ ਸ਼ੱਕ ਦੂਰ ਕਰੋ, ਇਹਨਾਂ ਧਾਰਮਕ ਲਿਖਤਾ, ਰੀਤ ਰੀਵਾਜਾ ਦੇ ਪਿਛੇ ਨਾ ਲਗੋ! ਪ੍ਰਭ ਦੀ ਹੋਂਦ ਵਿੱਚ ਭਰੋਸਾ ਰਖਕੇ, ਸ਼ਬਦ ਦੀ ਸਿਖਿਆਂ ਨਾਲ ਜੀਵਨ ਢਾਲਕੇ, ਪ੍ਰਭ ਦੇ ਬਖਸ਼ ਤੇ ਸੰਤੋਖ ਰਖੋ!

You should give up skepticism created by religious books and renounce following religious rituals as the right path of meditation. You should have a steady and stable belief on His Blessings, His Existence. You should adopt the teachings of His Word and remain intoxicated, drenched with the essence of His Word.

482.ਸਲੋਕ ਭਗਤ ਕਬੀਰ ਜੀਉ ਕੇ॥ 1373-16

ਕਬੀਰ ਸੰਤੁ ਨ ਛਾਡੈ ਸੰਤਈ, kabeer sant na chhaadai sant-ee
ਜਉ ਕੋਟਿਕ ਮਿਲਹਿ ਅਸੰਤ॥ ja-o kotik mileh asant.
ਮਲਿਆਗਰੁ ਭੁਯੰਗਮ ਬੇਢਿਓ, mali-aagar bhuyangam baydhi-o
ਤ ਸੀਤਲਤਾ ਨ ਤਜੰਤ॥੧੭੪॥ ta seetaltaa na tajant. ||174||

ਸੰਤ ਸਰੂਪ ਸ੍ਰਿਸ਼ਟੀ ਦੀ ਭਲਾਈ, ਪ੍ਰਭ ਦੀ ਬੰਦਗੀ ਨਹੀਂ ਛੱਡਦਾ । ਭਾਵੇਂ ਅਨੇਕਾਂ ਹੀ ਉਸ ਦੀ ਨਿੰਦਿਆਂ ਕਰਦੇ ਰਹਿਣ । ਭਾਵੇਂ ਕਿਤਨੀਆਂ ਵੀ ਮੁਸੀਬਤਾਂ ਉਸ ਨੂੰ ਘੇਰਾ ਪਾ ਲੈਣ । ਜਿਵੇਂ ਚੰਦਨ ਦਾ ਬ੍ਰਿਛ ਆਪਣੀ ਸੁਗੰਧਤ ਨਹੀਂ ਛੱਡਦਾ । ਭਾਵੇਂ ਉਸ ਦੇ ਦੁਵਾਲੇ ਸੱਪ, ਆਪਣਾ ਜ਼ਹਿਰ ਕਿਉਂ ਨਾ ਫਲਾਉਂਦੇ ਰਹਿਣ?

His Holy saint may never abandon his path of well-fare of His Creation; he may face many hardships, resistance by evil doer, slanderers. Sandalwood may never lose her aroma; even though, may poisons snakes may spread their venoms.

483.ਸਲੋਕ ਭਗਤ ਕਬੀਰ ਜੀਉ ਕੇ॥ 1373-17

ਕਬੀਰ ਮਨੁ ਸੀਤਲੁ ਭਇਆ, kabeer man seetal bha-i-aa
ਪਾਇਆ ਬ੍ਰਹਮ ਗਿਆਨੁ॥ paa-i-aa barahm gi-aan.
ਜਿਨਿ ਜੁਆਲਾ ਜਗੁ ਜਾਰਿਆ, jin ju-aalaa jag jaari-aa
ਸੁ ਜਨ ਕੇ ਉਦਕ ਸਮਾਨਿ॥੧੭੫॥ so jan kay udak samaan. ||175||

ਜਿਸ ਦਾ ਮਨ ਨਿਮ੍ਰਤਾ ਅਤੇ ਪ੍ਰਭ ਦੇ ਸ਼ਬਦ ਦੀ ਸਿਖਿਆਂ ਨਾਲ ਭਰਿਆਂ ਰਹਿੰਦਾ ਹੈ । ਉਸ ਦੇ ਮਨ ਤੇ ਪੰਜੇਂ ਇੰਦ੍ਰੀਆਂ ਦਾ ਕੋਈ ਅਸਰ ਨਹੀਂ ਹੁੰਦਾ । ਪ੍ਰਭ ਦੀ ਰਹਿਮਤ ਨਾਲ ਮਨ ਵਿੱਚ ਸੰਤੋਖ ਭਰਪੂਰ ਹੀ ਰਹਿੰਦਾ ਹੈ ।

Whosoever may remain overwhelmed with humility and drenched with the essence of His Word. His mind remains beyond the reach of demons of worldly desires, sweet poison of worldly wealth; with His mercy and grace, he may remain overwhelmed with contentment in his day-to-day life.

484.ਸਲੋਕ ਭਗਤ ਕਬੀਰ ਜੀਉ ਕੇ॥ 1373-18

ਕਬੀਰ ਸਾਰੀ ਸਿਰਜਨਹਾਰ ਕੀ, kabeer saaree sirjanhaar kee
ਜਾਨੈ ਨਾਹੀ ਕੋਇ॥ jaanai naahee ko-ay.
ਕੈ ਜਾਨੈ ਆਪਨ ਧਨੀ, kai jaanai aapan Dhanee
ਕੈ ਦਾਸੁ ਦੀਵਾਨੀ ਹੋਇ॥੧੭੬॥ kai daas deevaanee ho-ay. ||176||

ਇਹ ਸਾਰਾ ਖੇਲ ਪ੍ਰਭ ਨੇ ਆਪ ਹੀ ਰਚਿਆ ਹੈ, ਕੇਵਲ ਉਹ ਹੀ ਸਭ ਕੁਝ ਜਾਣਦਾ । ਜਿਤਨੀ ਬੰਦਗੀ ਕਰਨ ਵਾਲੇ ਤੇ ਰੀਹਮਤ ਬਖਸ਼ਦਾ ਹੈ, ਉਤਨਾ ਹੀ ਸਮਝ ਸਕਦਾ ਹੈ ।

The Omniscient True Master, Creator of the universe, only he may fully comprehend the play of His Nature, His Creation. Whatsoever the enlightenment may be blessed to His true devotee; he may only explain to that extent.

485.ਸਲੋਕ ਭਗਤ ਕਬੀਰ ਜੀਉ ਕੇ॥ 1373-19

ਕਬੀਰ ਭਲੀ ਭਈ ਜੋ ਭਉ ਪਰਿਆ, kabeer bhalee bha-ee jo bha-o pari-aa
ਦਿਸਾ ਗਈ ਸਭ ਭੂਲਿ॥ disaa ga-eeN sabh bhool.
ਓਰਾ ਗਰਿ ਪਾਨੀ ਭਇਆ, oraa gar paanee bha-i-aa
ਜਾਇ ਮਿਲਿਓ ਢਲਿ ਕੂਲਿ॥੧੭੭॥ jaa-ay mili-o dhal kool. ||177||

ਜਿਸ ਦੇ ਮਨ ਵਿੱਚ ਪ੍ਰਭ ਦੇ ਵਿਛੋੜੇ ਦਾ ਡਰ, ਵਿਰਾਗ ਵਸ ਜਾਂਦਾ ਹੈ । ਉਸ ਦੇ ਮਨ ਵਿਚੋਂ ਹੋਰ ਸਭ ਡਰ ਨਾਸ, ਦੂਰ ਹੋ ਜਾਂਦੇ ਹਨ । ਉਹ ਕਿਤਨੇ ਵੱਡੇ ਵੀ ਕਿਉਂ ਨਾ ਹੋਣ? ਜਿਵੇਂ ਮੀਂਹ ਦੇ ਗੜੇ ਪਿੰਘਲ ਕੇ ਸਾਗਰ ਵਿੱਚ ਰਲ ਜਾਂਦੇ ਹਨ ।

Whosoever may be in renunciation, fear of separation from His Holy Spirit remains drenched within his mind; with His mercy and grace, all his other fears may be eliminated. No matter, how terrible may be other fears? As the hail of storm may melt and flows into the ocean.

486.ਸਲੋਕ ਭਗਤ ਕਬੀਰ ਜੀਉ ਕੇ॥ 1374-1

ਕਬੀਰਾ ਧੂਰਿ ਸਕੇਲਿ ਕੈ, kabeeraa Dhoor sakayl kai
ਪੁਰੀਆ ਬਾਂਧੀ ਦੇਹ॥ puree-aa baaNDhee dayh.
ਦਿਵਸ ਚਾਰਿ ਕੋ ਪੇਖਨਾ, divas chaar ko paykhnaa
ਅੰਤਿ ਖੇਹ ਕੀ ਖੇਹ॥੧੭੮॥ ant khayh kee khayh. ||178||

ਇਹ ਸਰੀਰ ਮਿੱਟੀ ਦਾ ਪੁਤਲਾ ਹੈ, ਕੁਝ ਵੱਖਰੀਆਂ ਧਾਤਾਂ ਰਲਾ ਕੇ ਬਾਣਿਆ ਹੈ । ਤਨ ਦੀ ਮਿਆਦ ਥੋੜ੍ਹੇ ਸਮੇਂ ਦੀ ਹੀ ਹੁੰਦੀ ਹੈ, ਫਿਰ ਤਨ ਮਿੱਟੀ ਵਿੱਚ ਹੀ ਰਲ ਜਾਂਦਾ ਹੈ ।

Body of a creature has been created by combing various elements, kind of clay. His perishable body may survive for limited predetermined time. His perishable body may become part of dust again.

487.ਸਲੋਕ ਭਗਤ ਕਬੀਰ ਜੀਉ ਕੇ॥ 1374-2

ਕਬੀਰ ਸੂਰਜ ਚਾਂਦ ਕੈ ਉਦੈ, kabeer sooraj chaaNd kai udai
ਭਈ ਸਭ ਦੇਹ॥ bha-ee sabh dayh.
ਗੁਰ ਗੋਬਿੰਦ ਕੇ ਬਿਨੁ, gur gobind kay bin
ਮਿਲੇ ਪਲਟਿ ਭਈ ਸਭ ਖੇਹ॥੧੭੯॥ milay palat bha-ee sabh khayh. ||179||

ਜੀਵ ਦੇ ਸਰੀਰ ਦੀ ਥੋੜ੍ਹੇ ਸਮੇਂ ਦੀ ਹੀ ਮਿਆਦ ਹੁੰਦੀ ਹੈ । ਜਿਵੇਂ ਸੂਰਜ ਅਤੇ ਚੰਦ ਚੜ੍ਹਦੇ, ਡੁਬ ਜਾਂਦੇ ਹਨ । ਜਿਹੜਾ ਮਾਨਸ ਜੀਵਨ ਦੇ ਸਮੇਂ ਵਿੱਚ ਪ੍ਰਭ ਦੇ ਸ਼ਬਦ ਦੀ ਕਮਾਈ ਨਹੀਂ ਕਰਦਾ, ਉਸ ਨੂੰ ਮਾਨਸ ਜੀਵਨ ਦਾ ਕੋਈ ਲਾਭ ਨਹੀਂ ਹੁੰਦਾ । ਉਸ ਦਾ ਤਨ ਫਿਰ ਮਿੱਟੀ ਵਿੱਚ ਹੀ ਰਲ ਜਾਂਦਾ ਹੈ ।

Human perishable body may survive for short, predetermined time. As Sun and Moon rise and set. Whosoever may not earn the wealth of His Word in his human life journey; he has wasted his priceless human life opportunity. His perishable body may become a part of dust.

488.ਸਲੋਕ ਭਗਤ ਕਬੀਰ ਜੀਉ ਕੇ॥ 1374-3

ਜਹ ਅਨਭਉ ਤਹ ਭੈ ਨਹੀ, jah anbha-o tah bhai nahee
ਜਹ ਭਉ ਤਹ ਹਰਿ ਨਾਹਿ॥ jah bha-o tah har naahi.
ਕਹਿਓ ਕਬੀਰ ਬਿਚਾਰਿ ਕੈ, kahi-o kabeer bichaar kai
ਸੰਤ ਸੁਨਹੁ ਮਨ ਮਾਹਿ॥੧੮੦॥ sant sunhu man maahi. ||180||

ਜਿਸ ਦੇ ਮਨ ਵਿੱਚ ਪ੍ਰਭ ਦੇ ਨਰਾਜ਼ ਹੋਣ ਦਾ ਡਰ ਰਹਿੰਦਾ ਹੈ । ਉਸ ਨੂੰ ਪ੍ਰਵਾਨਗੀ ਦਾ ਰਸਤਾ ਕਦੇ ਬਖਸ਼ਿਸ਼ ਨਹੀ ਹੁੰਦਾ । ਉਸ ਨੂੰ ਸ਼ਬਦ ਦੀ ਸੋਝੀ ਬਖਸ਼ਿਸ਼ ਨਹੀਂ ਹੁੰਦੀ । ਜਿਸ ਦੇ ਮਨ ਵਿੱਚ ਪ੍ਰਭ ਦੇ ਵਿਛੋੜੇ ਦਾ ਵਿਰਾਗ ਭਰ ਜਾਂਦਾ ਹੈ । ਉਸ ਦਾ ਡਰ ਖਤਮ ਹੋ ਜਾਂਦਾ, ਪ੍ਰਭ ਮਿੱਤਰ ਮਹਿਸੂਸ ਹੁੰਦਾ ਹੈ ।

Whosoever may worry about, God getting angry, mad with him. He may never be blessed with the right path, enlightenment of the essence of His Word. Whosoever may remain in renunciation in the memory of his separation from His Holy Spirit; all his fears may be eliminated; God may feel like a friend.

489.ਸਲੋਕ ਭਗਤ ਕਬੀਰ ਜੀਉ ਕੇ॥ 1374-4

ਕਬੀਰ ਜਿਨਹੁ ਕਿਛੂ ਜਾਨਿਆ ਨਹੀ,	kabeer jinahu kichhoo jaani-aa nahee
ਤਿਨ ਸੁਖ ਨੀਦ ਬਿਹਾਇ॥	tin sukh need bihaa-ay.
ਹਮਹੁ ਜੁ ਬੂਝਾ ਬੂਝਨਾ,	hamhu jo boojhaa boojhnaa
ਪੂਰੀ ਪਰੀ ਬਲਾਇ॥੧੮੧॥	pooree paree balaa-ay. ||181||

ਜਿਹੜਾ ਜੀਵ ਤੇਰਾ ਭਾਣਾ, ਮਾਨਸ ਜੀਵਨ ਦਾ ਮੰਤਵ ਨਹੀਂ ਸਮਝਦਾ ! ਉਹ ਅਣਜਾਣੇ ਵਿੱਚ ਅਰਾਮ ਦੀ ਨੀਂਦ ਸੌਂਦਾ ਹੈ । ਪ੍ਰਭ ਨੇ ਮੈਨੂੰ ਸੋਝੀ ਬਖਸ਼ੀ ਹੈ ! ਮੈਨੂੰ ਪ੍ਰਭ ਦੇ ਵਿਛੋੜੇ ਦੀ ਯਾਦ ਵਿੱਚ ਵੱਖਰੀ ਹੀ ਪਰੇਸ਼ਨੀ ਮਹਿਸੂਸ ਹੁੰਦੀ ਹੈ ।

Whosoever may remain ignorant from the real purpose of human life opportunity; Ignorant may waste his priceless opportunity in sleeping carelessly. The True Master has enlightened me! I remain in renunciation in the memory of miseries of my separation from His Holy Spirit.

490.ਸਲੋਕ ਭਗਤ ਕਬੀਰ ਜੀਉ ਕੇ॥ 1374-5

ਕਬੀਰ ਮਾਰੇ ਬਹੁਤੁ ਪੁਕਾਰਿਆ,	kabeer maaray bahut pukaari-aa
ਪੀਰ ਪੁਕਾਰੈ ਅਉਰ॥	peer pukaarai a-or.
ਲਾਗੀ ਚੋਟ ਮਰੰਮ ਕੀ,	laagee chot maramm kee
ਰਹਿਓ ਕਬੀਰਾ ਠਉਰ॥੧੮੨॥	rahi-o kabeeraa tha-ur. ||182||

ਜੀਵ ਨੂੰ ਮਾਰਨ ਨਾਲ ਉਹ ਦੁਖ ਵਿੱਚ ਕਰਲਾਉਂਦਾ ਹੈ । ਪ੍ਰਭ ਦੇ ਵਿਰਾਗ ਵਿੱਚ ਕਰਲਾਉਣਾ ਵੱਖਰਾ ਹੀ ਹੁੰਦਾ ਹੈ । ਜਿਸ ਤੇ ਆਪ ਹੀ ਰਹਿਮਤ ਬਖਸ਼ਦਾ ਹੈ । ਉਹ ਪ੍ਰਭ ਦੇ ਵਿਛੋੜੇ ਦੇ ਵਿਰਾਗ ਨੂੰ ਸੰਤੋਖ ਨਾਲ ਹੀ ਸਹਿਣ ਕਰ ਲੈਂਦਾ ਹੈ ।

Whosoever may be beaten by someone, he may cry in physical pain. Whosoever may cry in the memory of his separation, his pain is unique and deep within his heart. Whosoever may be blessed with His Blessed Vision; he may endure the pain of separation from His Holy Spirit easily and he remains contented in his worldly environment.

491.ਸਲੋਕ ਭਗਤ ਕਬੀਰ ਜੀਉ ਕੇ॥ 1374-6

ਕਬੀਰ ਚੋਟ ਸੁਹੇਲੀ ਸੇਲ ਕੀ,	kabeer chot suhaylee sayl kee
ਲਾਗਤ ਲੇਇ ਉਸਾਸ॥	laagat lay-ay usaas.
ਚੋਟ ਸਹਾਰੈ ਸਬਦ ਕੀ,	chot sahaarai sabad kee
ਤਾਸੁ ਗੁਰੂ ਮੈਂ ਦਾਸ॥੧੮੩॥	taas guroo mai daas. ||183||

ਜਿਸ ਨੂੰ ਕੋਈ ਜੀਵ ਚੋਟ ਮਾਰੇ ਤਾ ਉਹ ਸਹਿਣੀ ਅਸਾਨ ਹੁੰਦੀ ਹੈ, ਉਸ ਨਾਲ ਜੀਵ ਦੀ ਮੌਤ ਹੋ ਸਕਦੀ ਹੈ । ਜਿਸ ਨੂੰ ਪ੍ਰਭ ਦੇ ਸ਼ਬਦ ਦੀ ਚੋਟ ਲਗਦੀ ਹੈ, ਉਹ ਚੋਟ ਹਿਰਦੇ ਨੂੰ ਚੀਰ ਜਾਂਦੀ ਹੈ । ਉਸ ਦੇ ਮਨ ਦੀ ਅਵਸਥਾ ਹੀ ਬਦਲ ਜਾਂਦੀ ਹੈ, ਉਹ ਨੂੰ ਦਾਸ ਅਵਸਥਾ ਬਖਸ਼ਿਸ਼ ਹੋ ਜਾਂਦਾ ਹੈ ।

When any human may strike, hurt other, his strike may kill him, takes his breathes away; however, he may easily bear, he may be able to recover. Whosoever may be struck with the arrow of His Word; his arrow may pierce through his heart; his state of mind may be transformed. He may be blessed with a state of mind as His true devotee.

492.ਸਲੋਕ ਭਗਤ ਕਬੀਰ ਜੀਉ ਕੇ॥ 1374-7

ਕਬੀਰ ਮੁਲਾਂ ਮੁਨਾਰੇ ਕਿਆ ਚਢਹਿ, kabeer mulaaN munaaray ki-aa chadheh
ਸਾਂਈ ਨ ਬਹਰਾ ਹੋਇ॥ saaN-ee na bahraa ho-ay.
ਜਾ ਕਾਰਨਿ ਤੂੰ ਬਾਂਗ ਦੇਹਿ, jaa kaaran tooN baaNg deh
ਦਿਲ ਹੀ ਭੀਤਰਿ ਜੋਇ॥੧੮੪॥ dil hee bheetar jo-ay. ||184||

ਜੀਵ ਅਣਜਾਣ, ਤੂੰ ਉੱਚੀ ਸ਼ੰਖ ਕਿਉਂ ਵਜਾਉਂਦਾ ਹੈ? ਪ੍ਰਭ ਬੋਲਾ ਨਹੀਂ ਹੈ । ਜਿਸ ਪ੍ਰਭ ਨੂੰ ਤੂੰ ਢੂੰਡਦਾ ਹੈ । ਉਹ ਤੇਰੇ ਮਨ ਵਿੱਚ ਹੀ ਹੈ, ਅੰਤਰਜਾਮੀ ਸਭ ਕੁਝ ਜਾਣਦਾ, ਸੁਣਦਾ ਹੈ ।

Ignorant, why are blowing your conch loud? The Omniscient True Master is not deaf. Whom You may be searching! The Omniscient True Master remains embedded within your soul and aware about your hopes and desires.

493.ਸਲੋਕ ਭਗਤ ਕਬੀਰ ਜੀਉ ਕੇ॥ 1374-9

ਸੇਖ ਸਬੂਰੀ ਬਾਹਰਾ, saykh sabooree baahraa
ਕਿਆ ਹਜ ਕਾਬੇ ਜਾਇ॥ ki-aa haj kaabay jaa-ay.
ਕਬੀਰ ਜਾ ਕੀ ਦਿਲ ਸਾਬਤਿ ਨਹੀਂ, kabeer jaa kee dil saabat nahee
ਤਾ ਕਉ ਕਹਾ ਖੁਦਾਇ॥੧੮੫॥ taa ka-o kahaaN khudaa-ay. ||185||

ਜਿਸ ਦੇ ਮਨ ਵਿੱਚ ਪ੍ਰਭ ਦੇ ਬਖਸ਼ੇ ਤੇ ਸੰਤੋਖ ਨਹੀਂ ਹੁੰਦਾ! ਉਹ ਤੀਰਥ ਯਾਤਰਾ ਤੇ ਕਿਉਂ ਜਾਂਦਾ ਹੈ? ਪ੍ਰਭ ਦੇ ਬਖਸ਼ੇ ਤੇ ਸੰਤੋਖ ਬਿਨਾਂ, ਪ੍ਰਵਾਨਗੀ ਦਾ ਅਸਲੀ ਰਸਤਾ ਨਹੀ ਬਖਸ਼ਿਸ਼ ਹੁੰਦਾ ।

Whosoever may not be contented with His Blessings! Why may he bother to go on pilgrimage at Holy Shrine? Whosoever may not remain contented with His Blessings, his worldly environments; he may not be blessed with the right path of acceptance in His Court.

494.ਸਲੋਕ ਭਗਤ ਕਬੀਰ ਜੀਉ ਕੇ॥ 1374-10

ਕਬੀਰ ਅਲਹ ਕੀ ਕਰਿ ਬੰਦਗੀ, kabeer alah kee kar bandagee
ਜਿਹ ਸਿਮਰਤ ਦੁਖੁ ਜਾਇ॥ jih simrat dukh jaa-ay.
ਦਿਲ ਮਹਿ ਸਾਂਈ ਪਰਗਟੈ, dil meh saaN-ee pargatai
ਬੁਝੈ ਬਲੰਤੀ ਨਾਂਇ॥੧੮੬॥ bujhai balantee naaN-ay. ||186||

ਪ੍ਰਭ ਦੇ ਸ਼ਬਦ ਦਾ ਸਿਮਰਨ, ਪਾਲਣਾ ਕਰਨ, ਵਿਛੋੜੇ ਨੂੰ ਯਾਦ ਕਰਨ ਨਾਲ ਮਨ ਦੀ ਇੱਛਾਂ ਦੇ ਸਾਰੇ ਦੁਖ ਦੂਰ ਹੋ ਜਾਂਦੇ ਹਨ । ਜਿਹੜਾ ਪ੍ਰਭ ਦੇ ਬਖਸ਼ੇ ਤੇ ਭਰੋਸਾ ਅਡੋਲ ਰਖਦਾ ਹੈ । ਉਸ ਨੂੰ ਮਨ ਅੰਦਰੋਂ ਹੀ ਅਸਲੀ ਰਸਤੇ ਦੀ ਸੋਝੀ ਬਖਸ਼ਿਸ਼ ਹੋ ਜਾਂਦੀ ਹੈ ।

Whosoever may meditate, obeys the teachings of His Word, and remains in renunciation in the memory of his separation from His Holy Spirit; with His mercy and grace, all his miseries of worldly desires may be eliminated. He may be enlightened with the right path of acceptance in His Court.

495.ਸਲੋਕ ਭਗਤ ਕਬੀਰ ਜੀਉ ਕੇ॥ 1374-11

ਕਬੀਰ ਜੋਰੀ ਕੀਏ ਜੁਲਮੁ ਹੈ, kabeer joree kee-ay julam hai
ਕਹਤਾ ਨਾਉ ਹਲਾਲੁ॥ kahtaa naa-o halaal.
ਦਫਤਰਿ ਲੇਖਾ ਮਾਂਗੀਐ, daftar laykhaa maaNgee-ai
ਤਬ ਹੋਇਗੋ ਕਉਨੁ ਹਵਾਲੁ॥੧੮੭॥ tab ho-igo ka-un havaal. ||187||

ਜਿਹੜੇ ਹੁਕਮ ਦੀ ਜਬਰਦਸਤੀ ਪਾਲਣਾ ਕਰਵਾਈ ਜਾਂਦੀ ਹੈ, ਉਸ ਨੂੰ ਜ਼ੁਲਮ ਕਿਹਾ ਜਾਂਦਾ ਹੈ । ਭਾਵੇਂ ਉਹ ਕੰਮ ਕਾਨੂੰਨ ਦੇ ਅੰਦਰ ਵੀ ਹੋਵੇ । ਉਸ ਹਾਕਮ ਨੂੰ ਪ੍ਰਭ ਦੀ ਦਰਗਾਹ ਵਿੱਚ ਹਿਸਾਬ ਦੇਣਾ ਪੈਂਦਾ ਹੈ । ਉਸ ਦੀ ਕੀ ਹਾਲਤ ਹੁੰਦੀ ਹੈ? ਉਹ ਪ੍ਰਭ ਨੂੰ ਕੀ ਜਵਾਬ ਦੇ ਸਕਦਾ ਹੈ?

Whosoever may enforce his command for his personal gain, his order may be called a tyranny. Even though that may be a law of land, that kingdom, country. The enforcer may have to endure the misery of his action, deeds in

His Court after death. What miserable may be his condition in His Court? What justification may he provide to The Omniscient True Master?

496.ਸਲੋਕ ਭਗਤ ਕਬੀਰ ਜੀਉ ਕੇ॥ 1374-12

ਕਬੀਰ ਖੂਬੁ ਖਾਨਾ ਖੀਚਰੀ, kabeer khoob khaanaa kheechree
ਜਾ ਮਹਿ ਅੰਮ੍ਰਿਤੁ ਲੋਨੁ॥ jaa meh amrit lon.
ਹੇਰਾ ਰੋਟੀ ਕਾਰਨੇ, hayraa rotee kaarnay
ਗਲਾ ਕਟਾਵੈ ਕਉਨੁ॥੧੮੮॥ galaa kataavai ka-un. ||188||

ਜਦੋਂ ਸਾਦੇ ਖਾਣੇ, ਦਾਲ, ਚਾਵਲ ਵਿੱਚ ਲੂਣ ਪਾ ਦਿੱਤਾ ਜਾਵੇ । ਇਹ ਭੋਜਨ ਬਣ ਜਾਂਦਾ ਹੈ । ਜਿਹੜਾ ਮਾਸ ਖਾਣ ਲਈ ਕਿਸੇ ਹੋਰ ਜੀਵ ਦੀ ਹੋਂਦ ਨੂੰ ਖਤਮ ਕਰਦਾ ਹੈ । ਉਹ ਕਿਵੇਂ ਪ੍ਰਭ ਦਾ ਦਾਸ ਬਣ ਸਕਦਾ ਹੈ! ਉਹ ਪ੍ਰਭ ਦੀ ਸਾਜੀ ਸ੍ਰਿਸ਼ਟੀ ਨੂੰ ਖਤਮ ਕਰਦਾ ਹੈ ।

Whosoever may flavor simple food, rice and grain with salt that may become a nourishment for human body. Whosoever may kill some other creature, eliminate his identity, existence to feed his own stomach, eat meat! How may he become a humble devotee or Holy saint, guru? He has eliminated his life, violated His Command.

497.ਸਲੋਕ ਭਗਤ ਕਬੀਰ ਜੀਉ ਕੇ॥ 1374-14

ਕਬੀਰ ਗੁਰੁ ਲਾਗਾ ਤਬ ਜਾਨੀਐ, kabeer gur laagaa tab jaanee-ai
ਮਿਟੈ ਮੋਹੁ ਤਨ ਤਾਪ॥ mitai moh tan taap.
ਹਰਖ ਸੋਗ ਦਾਝੈ ਨਹੀ, harakh sog daajhai nahee
ਤਬ ਹਰਿ ਆਪਹਿ ਆਪਿ॥੧੮੯॥ tab har aapeh aap. ||189||

ਜਿਹੜਾ ਆਪਣੇ ਸੰਸਾਰਕ ਮੋਹ ਨੂੰ ਤਿਆਗ ਦੇਂਦਾ ਹੈ, ਪ੍ਰਭ ਦੀ ਰਹਿਮਤ ਨਾਲ ਉਸ ਦੇ ਮਨ ਦੀਆਂ ਇੱਛਾ ਦੇ ਦੁਖ ਖਤਮ ਹੋ ਜਾਂਦੇ ਹਨ । ਉਹ ਸੰਸਾਰਕ ਇੱਛਾਂ ਦੇ ਪ੍ਰਭਾਵ ਅੰਦਰ ਨਹੀਂ ਰਹਿੰਦਾ, ਉਸ ਨੂੰ ਅਸਲੀ ਸੇਵਕ ਅਵਸਥਾ ਬਖਸ਼ਿਸ਼ ਹੋ ਜਾਂਦੀ ਹੈ । ਉਹ ਪ੍ਰਭ ਦਾ ਰੂਪ ਹੀ ਬਣ ਜਾਂਦਾ ਹੈ ।

Whosoever may renounce his worldly bonds with possessions and relationships; with His mercy and grace, all his miseries of worldly desires may be eliminated. His state of mind may be beyond the reach of miseries of worldly desires. He may be blessed with a state of mind as His true devotee. He may become a symbol of The True Master.

498.ਸਲੋਕ ਭਗਤ ਕਬੀਰ ਜੀਉ ਕੇ॥ 1374-14

ਕਬੀਰ ਰਾਮ ਕਹਨ ਮਹਿ ਭੇਦੁ ਹੈ, kabeer raam kahan meh bhayd hai
ਤਾ ਮਹਿ ਏਕੁ ਬਿਚਾਰੁ॥ taa meh ayk bichaar.
ਸੋਈ ਰਾਮੁ ਸਭੈ ਕਹਹਿ, so-ee raam sabhai kaheh
ਸੋਈ ਕਉਤਕਹਾਰ॥੧੯੦॥ so-ee ka-utakhaar. ||190||

ਪ੍ਰਭ ਨੂੰ ਯਾਦ ਕਰਨ ਵਿੱਚ ਅੰਤਰ ਹੈ, ਸਾਰੇ ਹੀ ਪ੍ਰਭ ਦੀ ਉਸਤਤ ਗਾਉਂਦੇ ਹਨ, ਪੁਕਾਰਦੇ, ਯਾਦ ਕਰਦੇ ਹਨ । ਧਿਆਨ ਨਾਲ ਸੋਚੋ! ਪ੍ਰਭ ਦਾ ਸੇਵਕ, ਪ੍ਰਭ ਦੇ ਦਾਸ ਦੇ ਮਨ ਵਿੱਚ ਵੀ ਕੋਈ ਇੱਛਾ ਆਉਂਦੀ ਹੈ, ਅੰਤਰਜਾਮੀ, ਬਿਨਾਂ ਬੋਲਿਆ ਹੀ ਪੂਰੀ ਕਰ ਦੇਂਦਾ ਹੈ ।

Everyone sings the glory, worship The One and Only One True Master with different names and with different techniques. Their prayers may or may not be answered. Imagine! When, any thoughts, hope, desire may pop up in the mind of His true devotee; his silent prayer may be rewarded without speaking. A unique miracle may happen.

499.ਸਲੋਕ ਭਗਤ ਕਬੀਰ ਜੀਉ ਕੇ॥ 1374-15

ਕਬੀਰ ਰਾਮੈ ਰਾਮ ਕਹੁ, kabeer raamai raam kaho
ਕਹਿਬੇ ਮਾਹਿ ਬਿਬੇਕ॥ kahibay maahi bibayk.
ਏਕੁ ਅਨੇਕਹਿ ਮਿਲਿ ਗਇਆ, ayk anaykeh mil ga-i-aa
ਏਕ ਸਮਾਨਾ ਏਕ॥੧੯੧॥ ayk samaanaa ayk. ||191||

ਜੀਵ, ਪ੍ਰਭ ਦਾ ਨਾਮ ਲੈਣ, ਸਿਮਰਨ ਦਾ ਕੀ ਮਤਲਬ ਹੈ? ਕਿ ਕੇਵਲ ਅਟਲ ਪ੍ਰਭ ਦਾ ਨਾਮ ਲੈਣਾ, ਵਹਿਗੁਰੂ ਵਹਿਗੁਰੂ ਹੀ ਕਰਨਾ ਹੈ । ਪ੍ਰਭ ਅਨੇਕਾਂ ਨਾਮਾਂ ਨਾਲ ਜਾਣਿਆ ਜਾਂਦਾ ਹੈ । ਅਨੇਕਾਂ ਹੀ ਪ੍ਰਭ ਨੂੰ ਯਾਦ ਕਰਦੇ, ਉਸ ਵਿੱਚ ਹੀ ਅਲੋਪ ਹੋ ਗਏ ਹਨ ।

What may be the meaning of calling, praying in the name of any unique name of God? Is just reciting His name, as preached by religious ritual a meditation? The One and Only One may be known by many names. Many true devotees, remembering the misery of his separation from His Holy Spirit had been immersed within His Holy Spirit.

500.ਸਲੋਕ ਭਗਤ ਕਬੀਰ ਜੀਉ ਕੇ॥ 1374-16

ਕਬੀਰ ਜਾ ਘਰ ਸਾਧ ਨ ਸੇਵੀਅਹਿ,	kabeer jaa ghar saaDh na sayvee-ah
ਹਰਿ ਕੀ ਸੇਵਾ ਨਾਹਿ॥	har kee sayvaa naahi.
ਤੇ ਘਰ ਮਰਹਟ ਸਾਰਖੇ,	tay ghar marhat saarkhay
ਭੂਤ ਬਸਹਿ ਤਿਨ ਮਾਹਿ॥੧੯੨॥	bhoot baseh tin maahi. ||192||

ਜਿਸ ਘਰ ਵਿੱਚ ਪ੍ਰਭ ਦੇ ਸ਼ਬਦ ਦਾ ਸਿਮਰਨ ਨਹੀਂ ਹੁੰਦਾ । ਪ੍ਰਭ ਦੇ ਦਾਸ, ਸੰਤ ਸਰੂਪ ਦਾ ਸਤਿਕਾਰ ਨਹੀਂ ਕੀਤੀ ਜਾਂਦਾ! ਉਹ ਘਰ ਸ਼ਮਸ਼ਾਨ (ਕਬਰਾ) ਦੇ ਬਰਾਬਰ ਹੈ ।

Wherever, no one may meditate on the teachings of His Word nor honor His true devotee, His Holy saint. His house, place may feel like a cremation ground; only dwelling of a devil.

501.ਸਲੋਕ ਭਗਤ ਕਬੀਰ ਜੀਉ ਕੇ॥ 1374-17

ਕਬੀਰ ਗੂੰਗਾ ਹੂਆ ਬਾਵਰਾ,	kabeer goongaa hoo-aa baavraa
ਬਹਰਾ ਹੂਆ ਕਾਨ॥	bahraa hoo-aa kaan.
ਪਾਵਹੁ ਤੇ ਪਿੰਗੁਲ ਭਇਆ,	paavhu tay pingul bha-i-aa
ਮਾਰਿਆ ਸਤਿਗੁਰ ਬਾਨ॥੧੯੩॥	maari-aa satgur baan. ||193||

ਪ੍ਰਭ ਨੇ ਰਹਿਮਤ ਬਖਸ਼ਕੇ ਆਪਣੇ ਸ਼ਬਦ ਦੀ ਲਗਨ ਬਖਸ਼ੀ ਹੈ, ਪ੍ਰਭ ਦਾ ਸ਼ਬਦ ਰੂਪੀ ਤੀਰ ਮੇਰੇ ਹਿਰਦੇ ਵਿੱਚ ਚੀਰ ਪਾ ਗਿਆ ਹੈ । ਮੇਰੇ ਰੋਮ, ਰੋਮ ਵਿੱਚ ਪ੍ਰਭ ਦਾ ਸ਼ਬਦ ਰਚ ਗਿਆ ਹੈ । ਮੇਰੀ ਅਵਸਥਾ, ਗੂੰਗੇ, ਬੋਲੇ ਵਰਗੀ ਹੋ ਗਈ ਹੈ । ਮੈਂ ਦਿਵਾਨਾ ਹੋ ਗਿਆ ਹਾ ।

The True Master has blessed me devotion to obey the teachings of His Word. The arrow of His Word has pierced through my heart; with His mercy and grace, I am drenched with the essence of His Word. My state of mind may be like a mute, deaf and insane.

502.ਸਲੋਕ ਭਗਤ ਕਬੀਰ ਜੀਉ ਕੇ॥ 1374-18

ਕਬੀਰ ਸਤਿਗੁਰ ਸੂਰ ਮੈਂ ਬਾਹਿਆ,	kabeer satgur soormay baahi-aa
ਬਾਨੁ ਜੁ ਏਕੁ॥	baan jo ayk.
ਲਾਗਤ ਹੀ ਭੁਇ ਗਿਰਿ ਪਰਿਆ,	laagat hee bhu-ay gir pari-aa
ਪਰਾ ਕਰੇਜੇ ਛੇਕੁ॥੧੯੪॥	paraa karayjay chhayk. ||194||

ਜਿਸ ਤੇ ਅਟਲ ਪ੍ਰਭ ਰਹਿਮਤ ਬਖਸ਼ਕੇ ਸ਼ਬਦ ਦੇ ਲੜ ਲਾਉਂਦਾ ਹੈ! ਉਸ ਦਾ ਧਿਆਨ, ਲਿਵ ਕੇਵਲ ਇੱਕੋ ਇੱਕ ਪ੍ਰਭ ਦੇ ਸ਼ਬਦ ਵਿੱਚ ਹੀ ਅਡੋਲ ਹੋ ਜਾਂਦੀ ਹੈ । ਸੰਸਾਰਕ ਇੱਛਾਂ ਦੀਆਂ ਸਭ ਭਟਕਣਾਂ ਦੂਰ ਹੋ ਜਾਂਦੀਆਂ ਹਨ ।

Whosoever may be blessed with devotion to meditate, obeys the teachings of His Word; with His mercy and grace, he may remain intoxicated in obeying the teachings of His Word with steady and stable belief in his day-to-day life. All his frustrations of worldly desires may be eliminated.

503.ਸਲੋਕ ਭਗਤ ਕਬੀਰ ਜੀਉ ਕੇ॥ 1374-19

ਕਬੀਰ ਨਿਰਮਲ ਬੂੰਦ ਅਕਾਸ ਕੀ,	kabeer nirmal boond akaas kee
ਪਰਿ ਗਈ ਭੂਮਿ ਬਿਕਾਰ॥	par ga-ee bhoom bikaar.
ਬਿਨੁ ਸੰਗਤਿ ਇਉ ਮਾਂਨਈ,	bin sangat i-o maaNn-ee
ਹੋਇ ਗਈ ਭਠ ਛਾਰ॥੧੯੫॥	ho-ay ga-ee bhath chhaar. ||195||

ਜਿਵੇਂ ਪਵਿੱਤਰ ਪਾਣੀ ਦੀ ਬੂੰਦ, ਚਿੱਕੜ ਤੇ ਡਿੱਗ ਪਵੇ । ਇਸਤਰ੍ਹਾਂ ਸੰਤ ਸਰੂਪ ਤੋ ਬਿਨਾਂ ਇਕੱਠ, ਸਾਧ ਸੰਗਤ ਨਹੀਂ ਬਣਦੀ । ਉਹ ਫਾਲਤੂ ਗੱਲਾਂ, ਝਖ ਮਾਰਨ ਵਾਲਾ, ਇਕੱਠ ਹੀ ਬਣ ਜਾਂਦਾ ਹੈ ।

As Holy nectar, sanctified drop may be dropped in mud; the mud may not become sanctified mud, nectar. Same way any gathering without the conjugation of His Holy saint may not become Holy Congregation. The gathering may only be a mob, intoxicated with the sweet poison of worldly wealth.

504.ਸਲੋਕ ਭਗਤ ਕਬੀਰ ਜੀਉ ਕੇ॥ 1375-1

ਕਬੀਰ ਨਿਰਮਲ ਬੂੰਦ ਅਕਾਸ ਕੀ,	kabeer nirmal boond akaas kee
ਲੀਨੀ ਭੂਮਿ ਮਿਲਾਇ॥	leenee bhoom milaa-ay.
ਅਨਿਕ ਸਿਆਨੇ ਪਚਿ ਗਏ,	anik si-aanay pach ga-ay
ਨਾ ਨਿਰਵਾਰੀ ਜਾਇ॥੧੯੬॥	naa nirvaaree jaa-ay. ||196||

ਜਿਵੇਂ ਪਾਣੀ, ਅੰਮ੍ਰਿਤ ਦੀ ਪਵਿੱਤਰ ਬੂੰਦ ਧਰਤੀ ਤੇ, ਮਿੱਟੀ ਤੇ ਡਿੱਗ ਪੈਂਦੀ ਹੈ । ਤਾ ਫਿਰ ਉਹ ਵੱਖਰੀ ਨਹੀਂ ਕੀਤੀ ਜਾ ਸਕਦੀ । ਅਨੇਕਾਂ ਜੀਵ ਬਹੁਤ ਚਲਾਕੀਆਂ ਕਰਦੇ ਹਨ, ਪਰ ਸਫਲਤਾ ਨਹੀਂ ਹੁੰਦੀ ।

As a drop of Holy water, nectar may fall on earth; The Nectar may not be separated. Same way worldly guru may try various clever meditation technique; however, without surrendering his self-identity at His Sanctuary, no one may be blessed with the right path of acceptance in His Court.

505.ਸਲੋਕ ਭਗਤ ਕਬੀਰ ਜੀਉ ਕੇ॥ 1375-2

ਕਬੀਰ ਹਜ ਕਾਬੇ ਹਉ ਜਾਇ ਥਾ,	kabeer haj kaabay ha-o jaa-ay thaa
ਆਗੈ ਮਿਲਿਆ ਖੁਦਾਇ॥	aagai mili-aa khudaa-ay.
ਸਾਂਈ ਮੁਝ ਸਿਉ ਲਰਿ ਪਰਿਆ,	saaN-ee mujh si-o lar pari-aa
ਤੁਝੈ ਕਿਨ੍ਹਿ ਫੁਰਮਾਈ ਗਾਇ॥੧੯੭॥	tujhai kiniH furmaa-ee gaa-ay. ||197||

ਜਿਹੜਾ ਸ਼ਰਧਾ ਨਾਲ ਤੀਰਥ ਯਾਤਰਾ ਤੇ ਜਾਂਦਾ ਹੈ, ਜਿਸ ਦਾ ਭਰੋਸਾ ਪ੍ਰਭ ਦੇ ਬਖਸ਼ੇ ਤੇ ਅਡੋਲ ਰਹਿੰਦਾ ਹੈ । ਉਸ ਨੂੰ ਆਪਣੇ ਅੰਦਰੋਂ ਹੀ ਅਵਾਜ਼ ਸੁਣਾਈ ਦੇਂਦੀ ਹੈ, ਅਣਜਾਣ ਤੀਰਥ ਤੇਰੇ ਮਨ ਵਿੱਚ ਹੀ ਵਸਦਾ ਹਾ, ਆਪਣੇ ਅੰਦਰ ਝਾਤੀ ਮਾਰੋ! ਮੈਂ ਤੇਰੀ ਉਡੀਕ ਕਰਦਾ ਹਾ ।

Whosoever may pilgrimage to Holy Shrine! Whosoever may have steady and stable belief on His Blessings; with His mercy and grace, he may hear a sound from within! I am dwelling within your body! You should search within; I am waiting for you there.

506.ਸਲੋਕ ਭਗਤ ਕਬੀਰ ਜੀਉ ਕੇ॥ 1375-4

ਕਬੀਰ ਹਜ ਕਾਬੈ ਹੋਇ,	kabeer haj kaabai ho-ay ho-ay
ਹੋਇ ਗਇਆ ਕੇਤੀ ਬਾਰ ਕਬੀਰ॥	ga-i-aa kaytee baar kabeer.
ਸਾਂਈ ਮੁਝ ਮਹਿ ਕਿਆ ਖਤਾ,	saaN-ee mujh meh ki-aa khataa
ਮੁਖਹੁ ਨ ਬੋਲੈ ਪੀਰ॥੧੯੮॥	mukhahu na bolai peer. ||198||

ਮੈਂ ਅਨੇਕਾਂ ਵਾਰ ਮੰਦਰ, ਗੁਰੂਦਵਾਰੇ ਗਿਆ ਹਾ । ਮੇਰੇ ਵਿੱਚ ਕੀ ਕਮੀ ਰਹੇ ਗਈ ਹੈ, ਤੂੰ ਮੇਰੇ ਨਾਲ ਇੱਕ ਬਾਰ ਵੀ ਬੋਲਿਆ ਨਹੀਂ?

I have gone to Holy Shrine so many times to worship. What may be lacking in my devotion? You have not appeared in my thoughts, nor spoken, blessed with the right path of acceptance in Your Court.

507.ਸਲੋਕ ਭਗਤ ਕਬੀਰ ਜੀਉ ਕੇ॥ 1375-5

ਕਬੀਰ ਜੀਅ ਜੁ ਮਾਰਹਿ ਜੋਰੁ ਕਰਿ, kabeer jee-a jo maareh jor kar
ਕਹਤੇ ਹਹਿ ਜੁ ਹਲਾਲੁ॥ kahtay heh jo halaal.
ਦਫਤਰੁ ਦਈ ਜਬ ਕਾਢਿ ਹੈ, daftar da-ee jab kaadh hai
ਹੋਇਗਾ ਕਉਨੁ ਹਵਾਲੁ॥੧੯੯॥ ho-igaa ka-un havaal. ||199||

ਜਿਹੜੇ ਹੁਕਮ ਦੀ ਜਬਰਦਸਤੀ ਪਾਲਣਾ ਕਰਵਾਈ ਜਾਂਦੀ ਹੈ, ਉਸ ਨੂੰ ਜ਼ੁਲਮ ਕਿਹਾ ਜਾਂਦਾ ਹੈ । ਉਸ ਹਾਕਮ ਨੂੰ ਪ੍ਰਭ ਦੀ ਦਰਗਾਹ ਵਿੱਚ ਹਿਸਾਬ ਦੇਣਾ ਪੈਂਦਾ ਹੈ । ਉਹ ਪ੍ਰਭ ਨੂੰ ਕੀ ਜਵਾਬ ਦੇ ਸਕਦਾ ਹੈ?

Whosoever may enforce his command for his personal gain, his order may be called a tyranny. He may have to endure the misery of his action, deeds in His Court after death. What justification, may he provide, to The Omniscient True Master?

508.ਸਲੋਕ ਭਗਤ ਕਬੀਰ ਜੀਉ ਕੇ॥ 1375-6

ਕਬੀਰ ਜੋਰੁ ਕੀਆ ਸੋ ਜੁਲਮੁ ਹੈ, kabeer jor kee-aa so julam hai
ਲੇਇ ਜਬਾਬੁ ਖੁਦਾਇ॥ lay-ay jabaab khudaa-ay.
ਦਫਤਰਿ ਲੇਖਾ ਨੀਕਸੈ, daftar laykhaa neeksai
ਮਾਰ ਮੁਹੈ ਮੁਹਿ ਖਾਇ॥੨੦੦॥ maar muhai muhi khaa-ay. ||200||

ਜਿਹੜੇ ਹੁਕਮ ਦੀ ਜਬਰਦਸਤੀ ਪਾਲਣਾ ਕਰਵਾਈ ਜਾਂਦੀ ਹੈ, ਉਸ ਨੂੰ ਜ਼ੁਲਮ ਕਿਹਾ ਜਾਂਦਾ ਹੈ । ਉਹ ਪ੍ਰਭ ਨੂੰ ਕੀ ਜਵਾਬ ਦੇ ਸਕਦਾ ਹੈ? ਉਸ ਨੂੰ ਦਰਬਾਰ ਵਿੱਚ ਲਨ੍ਹਤਾਂ ਹੀ ਪੈਂਦੀਆਂ ਹਨ ।

Whosoever may enforce his command for his personal gain, his order may be called a tyranny. What justification may he provide, to The Omniscient True Master? He may be embarrassed, rebuked in His Court.

509.ਸਲੋਕ ਭਗਤ ਕਬੀਰ ਜੀਉ ਕੇ॥ 1375-7

ਕਬੀਰ ਲੇਖਾ ਦੇਨਾ ਸੁਹੇਲਾ, kabeer laykhaa daynaa suhaylaa
ਜਉ ਦਿਲ ਸੂਚੀ ਹੋਇ॥ ja-o dil soochee ho-ay.
ਉਸੁ ਸਾਚੇ ਦੀਬਾਨ ਮਹਿ, us saachay deebaan meh
ਪਲਾ ਨ ਪਕਰੈ ਕੋਇ॥੨੦੧॥ palaa na pakrai ko-ay. ||201||

ਪ੍ਰਭ ਦੇ ਦਰਬਾਰ ਵਿੱਚ ਲੇਖਾ ਸਾਰਿਆ ਨੂੰ ਦੇਣਾ ਪੈਂਦਾ ਹੈ । ਜਿਸ ਦਾ ਦਿਲ ਸਾਫ ਹੁੰਦਾ ਹੈ, ਉਸ ਨੂੰ ਲੇਖਾ ਦੇਣਾ ਬਹੁਤ ਸੌਖਾ ਹੋ ਜਾਂਦਾ ਹੈ । ਆਪਣੇ ਮੰਦੇ ਕੰਮਾਂ ਦਾ, ਆਪ ਹੀ ਕਾਰਨ ਵਖਿਆਣ ਕਰਨਾ ਪੈਂਦਾ ਹੈ । ਪ੍ਰਭ ਦੇ ਦਰਬਾਰ ਵਿੱਚ ਕੋਈ ਸਾਥੀ, ਸਬੰਧੀ ਮਦਦ ਨਹੀਂ ਕਰ ਸਕਦਾ ।

Everyone must endure the miseries of his own worldly deeds. Whosoever may have a clear conscious, remembers the real purpose of his human life opportunity. His account may be satisfied with ease. Everyone must explain, justifies his own deeds, no friend, family may help in His Court.

510.ਸਲੋਕ ਭਗਤ ਕਬੀਰ ਜੀਉ ਕੇ॥ 1375-8

ਕਬੀਰ ਧਰਤੀ ਅਰੁ ਆਕਾਸ ਮਹਿ, kabeer Dhartee ar aakaas meh
ਦੁਇ ਤੂੰ ਬਰੀ ਅਬਧ॥ du-ay tooN baree abaDh.
ਖਟ ਦਰਸਨ ਸੰਸੇ ਪਰੇ, khat darsan sansay paray
ਅਰੁ ਚਉਰਾਸੀਹ ਸਿਧ॥੨੦੨॥ ar cha-oraaseeh siDh. ||202||

ਪ੍ਰਭ ਹੀ ਜੀਵਨ ਵਿੱਚ ਅਤੇ ਮੌਤ ਪਿਛੋਂ ਮਾਲਕ ਹੁੰਦਾ ਹੈ । ਧਾਰਮਕ ਲਿਖਤਾ, ਗੁਰੂਆਂ, ਪੀਰਾਂ, ਸਿਧਾ ਨੇ ਕਈ ਹੋਰ ਹੀ ਭੁਲੇਖੇ ਪਾਏ ਹੋਏ ਹਨ ।

The One and only One True Master, creature of the universe, only His Command prevails in worldly life and after death in His Court. Worldly religious scriptures, six **Shastras** and the eighty-four Siddhas are entrenched in skepticism.

511.ਸਲੋਕ ਭਗਤ ਕਬੀਰ ਜੀਉ ਕੇ॥ 1375-9

ਕਬੀਰ ਮੇਰਾ ਮੁਝ ਮਹਿ ਕਿਛੁ ਨਹੀ,	kabeer mayraa mujh meh kichh nahee
ਜੋ ਕਿਛੁ ਹੈ ਸੋ ਤੇਰਾ॥	jo kichh hai so tayraa.
ਤੇਰਾ ਤੁਝ ਕਉ ਸਉਪਤੇ,	tayraa tujh ka-o sa-upatay
ਕਿਆ ਲਾਗੈ ਮੇਰਾ॥੨੦੩॥	ki-aa laagai mayraa. ||203||

ਪ੍ਰਭ ਮੇਰੇ ਵਿੱਚ ਕੋਈ ਕਰਨ ਦੀ ਸਮਰਥਾ ਨਹੀਂ ਹੈ । ਸਭ ਕੁਝ ਤੇਰਾ ਹੀ ਬਖਸ਼ਿਆ ਹੈ । ਮੈਂ ਆਪਾ ਤੇਰੇ ਭੇਟਾ ਕਰਕੇ, ਬੇਫਿਕਰ ਹੋ ਗਿਆ ਹਾ ।

My True Master, I have no wisdom, strength nor identity. Everything has been blessed with Your mercy and grace. I have surrendered my mind, body, worldly status, self-identity at Your Sanctuary. I am worry-free intoxicated in meditation in the void of Your Word.

512.ਸਲੋਕ ਭਗਤ ਕਬੀਰ ਜੀਉ ਕੇ॥ 1375-10

ਕਬੀਰ ਤੂੰ ਤੂੰ ਕਰਤਾ ਤੂ ਹੂਆ,	kabeer tooN tooN kartaa too hoo-aa
ਮੁਝ ਮਹਿ ਰਹਾ ਨ ਹੂੰ॥	mujh meh rahaa na hooN.
ਜਬ ਆਪਾ ਪਰ ਕਾ ਮਿਟਿ ਗਇਆ,	jab aapaa par kaa mit ga-i-aa
ਜਤ ਦੇਖਉ ਤਤ ਤੂ॥੨੦੪॥	jat daykh-a-u tat too. ||204||

ਪ੍ਰਭ ਮੇਰੀ ਜੀਭ ਵਿਚੋਂ ਹਰ ਵੇਲੇ ਤੇਰੇ ਸ਼ਬਦ ਦੀ ਅਵਾਜ਼ ਆਉਂਦੀ ਹੈ । ਮੇਰਾ ਆਪਾ, ਹੌਂਦ ਹੀ ਖਤਮ ਹੋ ਗਈ ਹੈ । ਸਭ ਵਿੱਚ ਤੇਰੀ ਜੋਤ ਹੀ ਵਾਪਰਦੀ ਮਹਿਸੂਸ ਹੁੰਦੀ ਹੈ ।

My True Master, I may only hear the everlasting echo of Your Word resonating within everyone and my tongue remains drenched with your gratitude. My own identity has been eliminated. I may only realize, Your Holy Spirit dwelling and prevailing within everyone and everywhere.

513.ਸਲੋਕ ਭਗਤ ਕਬੀਰ ਜੀਉ ਕੇ॥ 1375-11

ਕਬੀਰ ਬਿਕਾਰਹ ਚਿਤਵਤੇ,	kabeer bikaareh chitvatay
ਝੂਠੇ ਕਰਤੇ ਆਸ॥	jhoothay kartay aas.
ਮਨੋਰਥੁ ਕੋਇ ਨ ਪੂਰਿਓ,	manorath ko-ay na poori-o
ਚਾਲੇ ਊਠਿ ਨਿਰਾਸ॥੨੦੫॥	chaalay ooth niraas. ||205||

ਜਿਹੜਾ ਬੁਰਾ ਸੋਚਦਾ ਹੈ, ਉਹ ਮਨ ਵਿੱਚ ਲਾਲਚ, ਝੂਠ ਦੀਆਂ ਆਸਾਂ ਬਣਾਉਂਦਾ ਹੈ । ਉਸ ਦੀ ਕੋਈ ਆਸ ਪੂਰੀ ਨਹੀਂ ਹੁੰਦੀ, ਨਰਾਜ਼ਗੀ ਹੀ ਹੁੰਦੀ ਹੈ ।

Whosoever may think evil of others, remains intoxicated with sweet poison of worldly wealth, all his hopes, expectations are overwhelmed with greed and based on lies, deceptions. His hopes, desires may never be satisfied.

514.ਸਲੋਕ ਭਗਤ ਕਬੀਰ ਜੀਉ ਕੇ॥ 1375-12

ਕਬੀਰ ਹਰਿ ਕਾ ਸਿਮਰਨੁ ਜੋ ਕਰੈ,	kabeer har kaa simran jo karai
ਸੋ ਸੁਖੀਆ ਸੰਸਾਰਿ॥	so sukhee-aa sansaar.
ਇਤ ਉਤ ਕਤਹਿ ਨ ਡੋਲਈ,	it ut kateh na dol-ee
ਜਿਸ ਰਾਖੈ ਸਿਰਜਨਹਾਰ॥੨੦੬॥	jis raakhai sirjanhaar. ||206||

ਜਿਹੜਾ ਪ੍ਰਭ ਦੇ ਸ਼ਬਦ ਦਾ ਸਿਮਰਨ, ਪਾਲਣਾ ਕਰਦਾ ਹੈ, ਉਹ ਸੰਸਾਰਕ ਜੀਵਨ ਵਿੱਚ ਅਨੰਦ ਮਾਨਦਾ ਹੈ । ਜਿਸ ਨੂੰ ਪ੍ਰਭ ਆਪ ਹੀ ਰਹਿਮਤ ਬਖਸ਼ਕੇ ਸ਼ਬਦ ਦੇ ਲੜ ਲਾਉਂਦਾ ਹੈ । ਉਹ ਜੀਵ ਕਦੇ ਆਪਣੇ ਅਸਲੀ ਬੰਦਗੀ ਦੇ ਰਸਤੇ ਤੋ ਡੋਲਦਾ ਨਹੀਂ ।

Whosoever may meditate, obeys the teachings of His Word with steady and stable belief in his day-to-day life; with His mercy and grace, he may remain overwhelmed with pleasures in his life. Whosoever may be blessed with devotion to obey the teachings of His Word; with His mercy and grace, he may never drift from the right path of acceptance in His Court.

515.ਸਲੋਕ ਭਗਤ ਕਬੀਰ ਜੀਉ ਕੇ॥ 1375-13

ਕਬੀਰ ਘਾਣੀ ਪੀੜਤੇ, kabeer ghaanee peerh-tay
ਸਤਿਗੁਰ ਲੀਏ ਛਡਾਇ॥ satgur lee-ay chhadaa-ay.
ਪਰਾ ਪੂਰਬਲੀ ਭਾਵਨੀ, paraa poorablee bhaavnee
ਪਰਗਟੁ ਹੋਈ ਆਇ॥੨੦੭॥ pargat ho-ee aa-ay. ||207||

ਬੰਦਗੀ ਕਰਨ ਵਾਲੇ ਨੂੰ ਵੱਡੀ ਮੁਸ਼ਕਲ ਵਿਚੋਂ ਆਪ ਹੀ ਬਚਾ ਲੈਂਦਾ ਹੈ । ਉਸ ਵੇਲੇ ਪਿਛਲੇ ਕੀਤੇ ਚੰਗੇ ਕਰਮ ਦਾ ਲਿਖਿਆ ਪ੍ਰਗਟ ਹੋ ਜਾਂਦਾ ਹੈ ।

The True Master may protect and saves His true devotee from terrible mistakes in worldly life; with His mercy and grace, his prewritten destiny may be rewarded.

516.ਸਲੋਕ ਭਗਤ ਕਬੀਰ ਜੀਉ ਕੇ॥ 1375-14

ਕਬੀਰ ਟਾਲੈ ਟੋਲੈ ਦਿਨੁ ਗਇਆ, kabeer taalai tolai din ga-i-aa
ਬਿਆਜੁ ਬਢੰਤਉ ਜਾਇ॥ bi-aaj badhanta-o jaa-ay.
ਨਾ ਹਰਿ ਭਜਿਓ ਨ ਖਤੁ ਫਟਿਓ, naa har bhaji-o na khat fati-o
ਕਾਲੁ ਪਹੂੰਚੋ ਆਇ॥੨੦੮॥ kaal pahooNcho aa-ay. ||208||

ਮਨਮੁਖ ਜੀਵਨ ਦੇ ਧੰਦੇ ਕਰਦਾ, ਆਪਣੀ ਸਾਰੀ ਉਮਰ ਹੀ ਬਤੀਤ ਕਰ ਜਾਂਦਾ ਹੈ । ਉਸ ਨੂੰ ਮਾਨਸ ਜਨਮ ਬੰਦਗੀ ਕਰਨ ਲਈ ਬਖਸ਼ਿਸ਼ ਹੁੰਦਾ ਹੈ, ਬੰਦਗੀ ਨਹੀਂ ਕਰਦਾ । ਉਸ ਦਾ ਮਰਨ ਦਾ ਸਮਾਂ ਆ ਜਾਂਦਾ ਹੈ, ਉਸ ਦਾ ਮਾਨਸ ਜਨਮ ਬਿਰਥਾ ਹੀ ਬੀਤ ਜਾਂਦਾ ਹੈ ।

Self-minded may remain intoxicated in family necessities in his whole life. He was blessed with human life opportunity to meditate; however, he may not find time to meditate. At predetermined time, the devil of death may capture his soul. He has wasted his priceless opportunity.

517.ਸਲੋਕ ਭਗਤ ਕਬੀਰ ਜੀਉ ਕੇ॥ 1375-15

ਮਹਲਾ ੫॥ mehlaa 5.
ਕਬੀਰ ਕੂਕਰੁ ਭਉਕਨਾ, kabeer kookar bha-ukanaa
ਕਰੰਗ ਪਿਛੈ ਉਠਿ ਧਾਇ॥ karang pichhai uth Dhaa-ay.
ਕਰਮੀ ਸਤਿਗੁਰੁ ਪਾਇਆ, karmee satgur paa-i-aa
ਜਿਨਿ ਹਉ ਲੀਆ ਛਡਾਇ॥੨੦੯॥ jin ha-o lee-aa chhadaa-ay. ||209||

ਮਾਨਸ ਜੀਵ ਵੱਖਰੀਆਂ ਵੱਖਰੀਆਂ ਇੱਛਾਂ ਪਿਛੇ ਭਉਂਦਾ ਰਹਿੰਦਾ ਹੈ । ਜਿਸ ਦੇ ਵੱਡੇ ਭਾਗ ਹੁੰਦੇ ਹਨ, ਉਸ ਨੂੰ ਸੰਤ ਸਰੂਪ ਦੀ ਸੰਗਤ ਬਖਸ਼ਿਸ਼ ਹੋ ਜਾਂਦੀ ਹੈ । ਜਿਹੜਾ ਸੰਤ ਸਰੂਪ ਦੇ ਜੀਵਨ ਦੀ ਸਿਖਿਆਂ ਨਾਲ ਜੀਵਨ ਢਾਲਦਾ ਹੈ । ਪ੍ਰਭ ਦੀ ਰਹਿਮਤ ਨਾਲ ਉਸ ਨੂੰ ਅਸਲੀ ਰਸਤਾ ਬਖਸ਼ਿਸ਼ ਹੋ ਜਾਂਦਾ ਹੈ । ਉਸ ਦਾ ਮਾਨਸ ਜਨਮ ਸਫਲ ਹੋ ਜਾਂਦਾ ਹੈ ।

Self-minded may remain intoxicated with sweet poison of worldly wealth and wanders after various worldly desires. Whosoever may have a great prewritten destiny, he may be blessed with the conjugation of His Holy saint. Whosoever may adopt his life experience teachings in his day-to-day life; with His mercy and grace, he may be blessed with the right path of acceptance in His Court. His human life opportunity may be rewarded.

518.ਸਲੋਕ ਭਗਤ ਕਬੀਰ ਜੀਉ ਕੇ॥ 1375-16

ਮਹਲਾ ੫॥ mehlaa 5.
ਕਬੀਰ ਧਰਤੀ ਸਾਧ ਕੀ, kabeer Dhartee saaDh kee taskar
ਤਸਕਰ ਬੈਸਹਿ ਗਾਹਿ॥ baiseh gaahi.
ਧਰਤੀ ਭਾਰਿ ਨ ਬਿਆਪਈ, Dhartee bhaar na bi-aapa-ee
ਉਨ ਕਉ ਲਾਹੂ ਲਾਹਿ॥੨੧੦॥ un ka-o laahoo laahi. ||210||

ਪ੍ਰਭ ਨੇ ਧਰਤੀ ਬੰਦਗੀ ਕਰਨ ਵਾਲੇ ਜੀਵਾਂ ਵਾਸਤੇ ਹੀ ਬਣਾਈ ਹੈ । ਪਰ ਇਥੇ ਬਹੁਤ ਜੀਵ ਸਾਕਤ ਬਣੇ ਰਹਿੰਦੇ ਹਨ । ਬੰਦਗੀ ਕਰਨ ਵਾਲੇ ਜੀਵ ਧਰਤੀ ਤੇ ਭਾਰ ਨਹੀਂ ਹੁੰਦੇ! ਬੰਦਗੀ ਕਰਨ ਵਾਲੇ ਨੂੰ ਪ੍ਰਵਾਨਗੀ ਦਾ ਰਸਤਾ ਬਖਸ਼ਿਸ਼ ਹੋ ਜਾਂਦਾ ਹੈ ।

The True Master has created earth for soul to be sanctified to become worth of His Consideration. However, faithless, self-minded have dwelled on earth also. His true devotee may never become burden on earth. He may be blessed with the right path of acceptance in His Court.

519.ਸਲੋਕ ਭਗਤ ਕਬੀਰ ਜੀਉ ਕੇ॥ 1375-17

ਮਹਲਾ ੫॥	mehlaa 5.
ਕਬੀਰ ਚਾਵਲ ਕਾਰਨੇ,	kabeer chaaval kaarnay
ਤੁਖ ਕਉ ਮੁਹਲੀ ਲਾਇ॥	tukh ka-o muhlee laa-ay.
ਸੰਗਿ ਕੁਸੰਗੀ ਬੈਸਤੇ,	sang kusangee baistay
ਤਬ ਪੂਛੈ ਧਰਮ ਰਾਇ॥੨੧੧॥	tab poochhai Dharam raa-ay. ||211||

ਜਿਵੇਂ ਚੌਲ ਦਾ ਛਿਲਕਾ ਉਤਾਰਨ ਲਈ ਚੌਲ ਨੂੰ ਸੱਟਾਂ ਮਾਰ ਕੇ ਉਤਾਰਿਆ ਜਾਂਦਾ ਹੈ । ਇਸਤਰ੍ਹਾਂ ਜਿਹੜਾ ਬੁਰੀ ਸੰਗਤ ਵਿੱਚ ਰਲਕੇ ਬੁਰੇ ਕੰਮ ਕਰਦਾ ਹੈ । ਉਸ ਨੂੰ ਪ੍ਰਭ ਸਿਧੇ ਰਸਤੇ ਤੇ ਪਾਉਣ ਲਈ ਕੀਤੇ ਕੰਮਾਂ ਦਾ ਲੇਖਾ ਮੰਗਦਾ ਹੈ ।

As the rice skin may be removed by hitting with stick to make eatable, useful food. Same way, whosoever may commit evil deeds in association with a sinner; The righteous Judge demands him to justify his behavior. He may improve and adopts the right path in his next cycle.

520.ਸਲੋਕ ਭਗਤ ਕਬੀਰ ਜੀਉ ਕੇ॥ 1375-18

ਨਾਮਾ ਮਾਇਆ ਮੋਹਿਆ,	naamaa maa-i-aa mohi-aa
ਕਹੈ ਤਿਲੋਚਨੁ ਮੀਤ॥	kahai tilochan meet.
ਕਾਹੇ ਛੀਪਹੁ ਛਾਇਲੈ,	kaahay chheepahu chhaa-ilai
ਰਾਮ ਨ ਲਾਵਹੁ ਚੀਤੁ॥੨੧੨॥	raam na laavhu cheet. ||212||

ਗ੍ਰਿਸਤੀ ਜੀਵ, ਸਾਰਾ ਦਿਨ ਪੇਟ ਭਰਨ ਲਈ ਸੰਸਾਰਕ ਧੰਦੇ ਕਰਦਾ ਰਹਿੰਦਾ ਹੈ । ਤੇਰੀ ਬੰਦਗੀ ਕਰਨ ਲਈ ਸਮਾਂ ਹੀ ਨਹੀਂ ਨਿਕਲਦਾ ।

Human may remain intoxicated in family necessities and performs various deeds; he may not find time to concentrate to meditating, focus on purpose of human life.

521.ਸਲੋਕ ਭਗਤ ਕਬੀਰ ਜੀਉ ਕੇ॥ 1375-19

ਨਾਮਾ ਕਹੈ ਤਿਲੋਚਨਾ,	naamaa kahai tilochanaa
ਮੁਖ ਤੇ ਰਾਮੁ ਸੰਮ੍ਹਾਲਿ॥	mukh tay raam samHaal.
ਹਾਥ ਪਾਉ ਕਰਿ ਕਾਮੁ ਸਭੁ,	haath paa-o kar kaam sabh,
ਚੀਤੁ ਨਿਰੰਜਨ ਨਾਲਿ॥੨੧੩॥	cheet niranjan naal. ||213||

ਹੱਥਾਂ ਪੈਰਾਂ ਨਾਲ ਸਾਰਾ ਦਿਨ ਕੰਮ ਕਰੋ! ਬੰਦਗੀ ਲਈ ਵੱਖਰੇ ਸਮੇਂ ਦੀ ਲੋੜ ਨਹੀਂ ਹੈ । ਹਰ ਵੇਲੇ ਆਪਣੇ ਧਿਆਨ ਨੂੰ ਪ੍ਰਭ ਦੀ ਰਜ਼ਾ ਵਿੱਚ ਰਖੋ! ਕਿ ਅਗਰ ਤੇਰੀ ਥਾਂ ਪ੍ਰਭ ਹੁੰਦਾ ਤਾ ਇਹ ਕੰਮ ਕਿਸਤਰ੍ਹਾਂ ਕਰਦਾ ।

His true devotee may work day and night to satisfy the necessity of human life; he may never need any separate time to meditate on the teachings of His Word in his life. He remains intoxicated on obeying the teachings of His Word and remember the misery of his separation from His Holy Spirit with each breath. He always thinks! The True Master may be performing the same task; how may he preform that worldly task?

522.ਸਲੋਕ ਭਗਤ ਕਬੀਰ ਜੀਉ ਕੇ॥ 1376-2

ਮਹਲਾ ੫॥	mehlaa 5.
ਕਬੀਰਾ ਹਮਰਾ ਕੋ ਨਹੀ,	kabeeraa hamraa ko nahee
ਹਮ ਕਿਸ ਹੂ ਕੇ ਨਾਹਿ॥	ham kis hoo kay naahi.
ਜਿਨਿ ਇਹੁ ਰਚਨੁ ਰਚਾਇਆ,	jin ih rachan rachaa-i-aa
ਤਿਸ ਹੀ ਮਾਹਿ ਸਮਾਹਿ॥੨੧੪॥	tis hee maahi samaahi. ||214||

ਤੇਰਾ ਇਸ ਸੰਸਾਰ ਵਿੱਚ ਕੋਈ ਸਬੰਧੀ ਨਹੀਂ ਹੈ, ਨਾ ਹੀ ਤੂੰ ਕਿਸੇ ਦਾ ਕੁਝ ਦੇਣਾ ਹੈ । ਜਿਸ ਪ੍ਰਭ ਨੇ ਇਹ ਸਾਰੀ ਸ੍ਰਿਸ਼ਟੀ ਸਾਜੀ ਹੈ, ਉਸ ਨੂੰ ਆਪਣਾ ਸਬੰਧੀ ਬਣਾਵੋ! ਉਸ ਵਿੱਚ ਹੀ ਅਲੋਪ ਹੋਣ ਦੀ ਸ਼ਰਧਾ ਰਖੋ ।

You have no real friend or helper in the universe; you are not obligated to anyone for his help and support. You should consider, The True Master, Creator your only real friend; you should develop bonds with The True Master. You should always remain anxious to sanctify your soul to become worthy of His Consideration.

523.ਸਲੋਕ ਭਗਤ ਕਬੀਰ ਜੀਉ ਕੇ॥ 1376-3

ਕਬੀਰ ਕੀਚੜਿ ਆਟਾ ਗਿਰਿ ਪਰਿਆ,	kabeer keecharh aataa gir pari-aa
ਕਿਛੂ ਨ ਆਇਓ ਹਾਥ॥	kichhoo na aa-i-o haath.
ਪੀਸਤ ਪੀਸਤ ਚਾਬਿਆ,	peesat peesat chaabi-aa
ਸੋਈ ਨਿਬਹਿਆ ਸਾਥ॥੨੧੫॥	so-ee nibhi-aa saath. ||215||

ਜਿਹੜਾ ਆਟਾ ਗਿੱਲੀ ਮਿੱਟੀ ਵਿੱਚ ਡਿੱਗ ਪੈਂਦਾ ਹੈ, ਉਸ ਦਾ ਕੋਈ ਲਾਭ ਨਹੀਂ ਹੁੰਦਾ । ਇਸਤਰ੍ਹਾਂ ਬੰਦਗੀ ਕਰਨ ਵਾਲਾ ਜਿਹੜੇ ਗੁਣ ਜੀਵਨ ਵਿੱਚ ਢਾਲਦਾ, ਸ਼ਬਦ ਦੀ ਕਮਾਈ ਕਰਦਾ ਹੈ । ਉਸ ਦੀ ਸ਼ਬਦ ਦੀ ਕਮਾਈ ਸਦਾ ਹੀ ਸਾਥ ਰਹਿੰਦੀ ਹੈ । ਬਾਕੀ ਸੁਣੇ ਸੁਣਏ ਦਾ ਕੋਈ ਲਾਭ ਨਹੀਂ ਹੁੰਦਾ ।

Any flour may fall over wet dirt, mud; that may not have any use. Same way, any virtue may be adopted in own worldly life; wealth of His Word may be blessed. His earnings may remain companion of his soul forever. Any other meditation, singing the glory of His Word may not help.

524.ਸਲੋਕ ਭਗਤ ਕਬੀਰ ਜੀਉ ਕੇ॥ 1376-4

ਕਬੀਰ ਮਨੁ ਜਾਨੈ ਸਭ ਬਾਤ,	kabeer man jaanai sabh baat
ਜਾਨਤ ਹੀ ਅਉਗਨੁ ਕਰੈ॥	jaanat hee a-ugan karai.
ਕਾਹੇ ਕੀ ਕੁਸਲਾਤ,	kaahay kee kuslaat
ਹਾਥਿ ਦੀਪੁ ਕੂਏ ਪਰੈ॥੨੧੬॥	haath deep koo-ay parai. ||216||

ਜਿਹੜਾ ਮਾਨਸ ਸਭ ਮੰਦਾ, ਚੰਗਾ ਜਾਣਦਾ ਹੈ, ਫਿਰ ਵੀ ਮੰਦੇ ਕੰਮ ਕਰਦਾ ਹੈ । ਉਸ ਨੂੰ ਜਾਣਨ ਦਾ ਕੋਈ ਲਾਭ ਨਹੀਂ ਹੁੰਦਾ । ਜਿਵੇਂ ਹੱਥ ਵਿੱਚ ਦੀਵਾ ਹੋਵੇ, ਫਿਰ ਵੀ ਟੋਏ ਵਿੱਚ ਡਿੱਗ ਪਵੇ ।

Self-minded may know the distinction of good and evil deeds; however, he may only adopt wrong path in his worldly life. He may not benefit from knowing the right path. Same as carry a lamp, he may still fall in the ditch.

525.ਸਲੋਕ ਭਗਤ ਕਬੀਰ ਜੀਉ ਕੇ॥ 1376-5

ਕਬੀਰ ਲਾਗੀ ਪ੍ਰੀਤਿ ਸੁਜਾਨ ਸਿਉ,	kabeer laagee pareet sujaan si-o
ਬਰਜੈ ਲੋਗੁ ਅਜਾਨੁ॥	barjai log ajaan.
ਤਾ ਸਿਉ ਟੂਟੀ ਕਿਉ ਬਨੈ,	taa si-o tootee ki-o banai
ਜਾ ਕੇ ਜੀਅ ਪਰਾਨ॥੨੧੭॥	jaa kay jee-a paraan. ||217||

ਜਿਸ ਨੂੰ ਪ੍ਰਭ ਦੇ ਸ਼ਬਦ ਨਾਲ ਲਗਨ, ਸ਼ਰਧਾ ਬਖਸ਼ਿਸ਼ ਹੋ ਜਾਂਦੀ ਹੈ । ਉਹ ਪ੍ਰਭ ਦੇ ਸ਼ਬਦ ਦੀ ਪਾਲਣਾ ਵਿੱਚ ਅਡੋਲ ਰਹਿੰਦਾ ਹੈ । ਜੀਵ ਦਾ ਸਰੀਰ ਅਤੇ ਸਵਾਸ ਪ੍ਰਭ ਦੇ ਬਖਸ਼ੇ ਹੋਏ ਹਨ । ਕਈ ਅਣਜਾਣ ਉਸ ਰਸਤੇ ਤੋ ਰੋਕਦੇ ਹਨ । ਉਸ ਰਸਤੇ ਤੇ ਅਡੋਲ ਰਹਿਣਾ ਹੀ ਪ੍ਰਵਾਨਗੀ ਦਾ ਅਸਲੀ ਰਸਤਾ ਹੈ ।

Whosoever may be blessed with devotion to obey the teachings of His Word. He may remain steady and stable on the right path of acceptance in His Court. Many slanderers may discourage him from his path. To remain focused, on meditation may be the right path of acceptance in His Court.

526.ਸਲੋਕ ਭਗਤ ਕਬੀਰ ਜੀਉ ਕੇ॥ 1376-6

ਕਬੀਰ ਕੋਠੇ ਮੰਡਪ ਹੇਤੁ ਕਰਿ,	kabeer kothay mandap hayt kar
ਕਾਹੇ ਮਰਹੁ ਸਵਾਰਿ॥	kaahay marahu savaar.
ਕਾਰਜੁ ਸਾਢੇ ਤੀਨਿ ਹਥ,	kaaraj saadhay teen hath
ਘਨੀ ਤ ਪਉਨੇ ਚਾਰਿ॥੨੧੮॥	ghanee ta pa-unay chaar. ||218||

ਜੀਵ ਸਾਰੀ ਉਮਰ ਵੱਡੇ ਘਰ ਬਣਾਉਣ, ਸਜਾਉਣ ਦੇ ਚੱਕਰ ਵਿੱਚ ਲਗਾ ਰਹਿੰਦਾ ਹੈ । ਮਰਨ ਤੇ ਇਹ ਕਿਸੇ ਕੰਮ ਨਹੀਂ ਆਉਂਦੇ । ਅਖੀਰ ਵਿੱਚ ਤਾ ਚਾਰ ਹੱਥ ਕਬਰ ਵਿੱਚ ਹੀ ਤਨ ਦੱਬਿਆ ਜਾਂਦਾ ਹੈ ।

Self-minded may remain concentrated in acquiring mansion and decorating to boast his ego. Nothing may go along within him after death. His perishable body may be buried under few feet in grave, in dirt.

527.ਸਲੋਕ ਭਗਤ ਕਬੀਰ ਜੀਉ ਕੇ॥ 1376-7

ਕਬੀਰ ਜੋ ਮੈਂ ਚਿਤਵਉ ਨਾ ਕਰੈ,	kabeer jo mai chitva-o naa karai ki-aa
ਕਿਆ ਮੇਰੇ ਚਿਤਵੇ ਹੋਇ॥	mayray chitvay ho-ay.
ਅਪਨਾ ਚਿਤਵਿਆ ਹਰਿ ਕਰੈ,	apnaa chitvi-aa har karai
ਜੋ ਮੇਰੇ ਚਿਤਿ ਨ ਹੋਇ॥੨੧੯॥	jo mayray chit na ho-ay. ||219||

ਪ੍ਰਭ ਆਪਣੀ ਰਜ਼ਾ ਨਾਲ ਹੀ ਸਭ ਕੁਝ ਸ੍ਰਿਸ਼ਟੀ ਵਿੱਚ ਕਰਦਾ, ਜੀਵ ਦੇ ਜੀਵਨ ਵਿੱਚ ਬਖਸ਼ਦਾ ਹੈ । ਜੀਵ ਦੇ ਵੱਸ ਕੁਝ ਨਹੀਂ ਹੁੰਦਾ, ਉਸ ਦੇ ਸੋਚਣ ਨਾਲ ਕੁਝ ਪ੍ਰਾਪਤ, ਬਖਸ਼ਿਸ਼ ਨਹੀਂ ਹੁੰਦਾ । ਕੇਵਲ ਪ੍ਰਭ ਦਾ ਭਾਣਾ ਹੀ ਵਾਪਰਦਾ ਹੈ ।

The True Master, only His Command may prevail in the universe and everything may be bestowed with His Blessed Vision. Worldly creature may not have anything under his own control nor any thing may happen with his thinking, wishing, with his hard work or meditation. Only His Ultimate Command may prevail forever.

528.ਸਲੋਕ ਭਗਤ ਕਬੀਰ ਜੀਉ ਕੇ॥ 1376-8

ਮਃ ੩॥	mehlaa 3.
ਚਿੰਤਾ ਭਿ ਆਪਿ ਕਰਾਇਸੀ,	chintaa bhe aap karaa-isee
ਅਚਿੰਤੁ ਭਿ ਆਪੇ ਦੇਇ॥	achint bhe aapay day-ay.
ਨਾਨਕ ਸੋ ਸਾਲਾਹੀਐ,	naanak so salaahee-ai
ਜਿ ਸਭਨਾ ਸਾਰ ਕਰੇਇ॥੨੨੦॥	je sabhnaa saar karay-i. ||220||

ਪ੍ਰਭ ਆਪ ਹੀ ਜੀਵ ਨੂੰ ਚਿੰਤਾਂ ਲਾਉਂਦਾ ਹੈ ਅਤੇ ਆਪ ਹੀ ਚਿੰਤਾਂ ਦੂਰ ਕਰਦਾ ਹੈ । ਹਮੇਸ਼ਾਂ ਪ੍ਰਭ ਦੀ ਬੰਦਗੀ, ਉਸਤਤ ਕਰੋ! ਜਿਹੜਾ ਸਾਰਿਆਂ ਦੀ ਆਪ ਰਖਿਆ ਕਰਦਾ ਹੈ ।

The True Master creates worries, frustration in worldly life; with His mercy and grace, all frustration of His true devotee may be eliminated. You should always meditate and sings the glory of The True Master, Creator.

529.ਸਲੋਕ ਭਗਤ ਕਬੀਰ ਜੀਉ ਕੇ॥ 1376-9

ਮਃ ੫॥	mehlaa 5.
ਕਬੀਰ ਰਾਮੁ ਨ ਚੇਤਿਓ,	kabeer raam na chayti-o
ਫਿਰਿਆ ਲਾਲਚ ਮਾਹਿ॥	firi-aa laalach maahi.
ਪਾਪ ਕਰੰਤਾ ਮਰਿ ਗਇਆ,	paap karantaa mar ga-i-aa
ਅਉਧ ਪੁਨੀ ਖਿਨ ਮਾਹਿ॥੨੨੧॥	a-oDh punee khin maahi. ||221||

ਜੀਵ ਸਾਰਾ ਦਿਨ ਲਾਲਚ ਮਗਰ ਹੀ ਲਗਾ, ਕਦੇ ਪ੍ਰਭ ਦਾ ਸਿਮਰਨ ਨਹੀਂ ਕਰਦਾ । ਪਾਪ ਕਰਦਾ ਹੀ ਸਾਰਾ ਜੀਵਨ ਬਤੀਤ ਕਰ ਜਾਂਦਾ ਹੈ । ਤੇਰਾ ਖਾਤਮਾ ਇੱਕ ਪਲ ਵਿੱਚ ਹੀ ਹੋ ਜਾਣਾ ਹੈ ।

Self-minded may remain intoxicated, engrossed in worldly greed and he may never meditate. Committing sins, he may be captured by the devil of death and the play of human life may start over again.

530.ਸਲੋਕ ਭਗਤ ਕਬੀਰ ਜੀਉ ਕੇ॥ 1376-10

ਕਬੀਰ ਕਾਇਆ ਕਾਚੀ ਕਾਰਵੀ,	kabeer kaa-i-aa kaachee kaarvee
ਕੇਵਲ ਕਾਚੀ ਧਾਤੁ॥	kayval kaachee Dhaat.
ਸਾਬਤੁ ਰਖਹਿ ਤ ਰਾਮ ਭਜੁ,	saabat rakheh ta raam bhaj
ਨਾਹਿ ਤ ਬਿਨਠੀ ਬਾਤ॥੨੨੨॥	naahi ta binthee baat. ||222||

ਜੀਵ ਦਾ ਸਰੀਰ ਟੁੱਟ ਜਾਣ ਵਾਲੀ ਧਾਤ ਦਾ, ਮਿੱਟੀ ਦਾ ਭਾਂਡਾ ਹੈ । ਜੀਵ ਨੂੰ ਮਿਥੇ ਸਮੇਂ ਲਈ ਮਾਨਸ ਤਨ ਬਖਸ਼ਿਸ਼ ਹੁੰਦਾ ਹੈ । ਜਿਹੜਾ ਅਮੋਲਕ ਮੌਕੇ ਦਾ ਲਾਭ ਲੈਣਾ ਚਾਹੁੰਦਾ ਹੈ । ਪ੍ਰਭ ਦੇ ਸ਼ਬਦ ਦੀ ਪਾਲਣਾ ਕਰਨ ਨਾਲ ਹੀ ਪ੍ਰਵਾਨਗੀ ਦਾ ਰਸਤਾ ਬਖਸ਼ਿਸ਼ ਹੋ ਸਕਦਾ ਹੈ ।

Human perishable body has been created by combining various dirt. His body, life opportunity may only be blessed for predetermined short-lived. Whosoever may want to benefit from human life opportunity! He should obey the teachings of His Word with steady and stable belief; he may be blessed with the right path of acceptance in His Court.

531.ਸਲੋਕ ਭਗਤ ਕਬੀਰ ਜੀਉ ਕੇ॥ 1376-11

ਕਬੀਰ ਕੇਸੋ ਕੇਸੋ ਕੂਕੀਐ,	kabeer kayso kayso kookee-ai
ਨ ਸੋਈਐ ਅਸਾਰ॥	na so-ee-ai asaar.
ਰਾਤਿ ਦਿਵਸ ਕੇ ਕੂਕਨੇ,	raat divas kay kooknay
ਕਬਹੂ ਕੇ ਸੁਨੈ ਪੁਕਾਰ॥੨੨੩॥	kabhoo kay sunai pukaar. ||223||

ਜੀਵ ਸਵਾਸ ਸਵਾਸ ਬਹੁਤ ਦਿਆਲੋ ਪ੍ਰਭ ਦੇ ਸ਼ਬਦ ਦਾ ਸਿਮਰਨ ਕਰੋ! ਪ੍ਰਭ ਸੇਵਕ ਦੀ ਲਗਨ ਤੇ ਖੁਸ਼ ਹੋ ਕੇ, ਰਹਿਮਤ ਬਖਸ਼ਦਾ ਹੈ ।

You should meditate day and night on the teachings of His Word; The True Master remains very merciful and gracious on His true devote. With His mercy and grace, he may reward the devotion of His true devotee.

532.ਸਲੋਕ ਭਗਤ ਕਬੀਰ ਜੀਉ ਕੇ॥ 1376-12

ਕਬੀਰ ਕਾਇਆ ਕਜਲੀ ਬਨੁ ਭਇਆ,	kabeer kaa-i-aa kajlee ban bha-i-aa
ਮਨੁ ਕੁੰਚਰੁ ਮਯ ਮੰਤੁ॥	man, kunchar ma-y mant.
ਅੰਕਸੁ ਗ੍ਯਾਨੁ ਰਤਨੁ ਹੈ,	ankas ga-yaan ratan hai
ਖੇਵਟੁ ਬਿਰਲਾ ਸੰਤੁ॥੨੨੪॥	khayvat birlaa sant. ||224||

ਜੀਵ ਦਾ ਸਰੀਰ ਕੇਲੇ ਦੇ ਜੰਗਲ ਦੀ ਤਰ੍ਹਾਂ ਹੁੰਦਾ ਹੈ । ਮਨ ਨਸ਼ੇ ਨਾਲ ਭਰਪੂਰ ਹਾਥੀ ਦੀ ਤਰ੍ਹਾਂ ਹੀ ਹੁੰਦਾ ਹੈ । ਜੀਵ ਦੇ ਤਨ, ਮਨ ਵਿੱਚ ਪ੍ਰਭ ਦੇ ਸ਼ਬਦ ਦੀ ਸੋਝੀ ਦਾ ਭਰਪੂਰ ਖਜ਼ਾਨਾ ਹੈ । ਵਿਰਲਾ ਹੀ ਜੀਵ ਸੰਤ ਸਰੂਪ ਬਣਕੇ, ਮਨ ਦੇ ਹਾਥੀ ਦੀ ਸਵਾਰੀ ਕਰਦਾ ਹੈ ।

Human body is like a forest, jungle of banana trees; his mind may be like an intoxicated elephant. His human body may remain embedded with an unlimited treasure of enlightenment of the essence of His Word. However, very rare, may be blessed with a state of mind as His true devotee to ride, handle the intoxicated elephant.

533.ਸਲੋਕ ਭਗਤ ਕਬੀਰ ਜੀਉ ਕੇ॥ 1376-13

ਕਬੀਰ ਰਾਮ ਰਤਨੁ ਮੁਖੁ ਕੋਥਰੀ,	kabeer raam ratan mukh kothree
ਪਾਰਖ ਆਗੈ ਖੋਲਿ॥	paarakh aagai khol.
ਕੋਈ ਆਇ ਮਿਲੈਗੋ,	ko-ee aa-ay milaigo
ਗਾਹਕੀ ਲੇਗੋ ਮਹਗੇ ਮੋਲਿ॥੨੨੫॥	gaahkee laygo mahgay mol. ||225||

ਸਿਮਰਨ ਦੀ ਕਮਾਈ ਬਹੁਤ ਅਮੋਲਕ ਰਤਨ ਹੈ, ਜੀਭ ਇਸ ਦਾ ਭੰਡਾਰੀ ਹੈ । ਇਹ ਖਜ਼ਾਨਾ ਕੇਵਲ ਕੀਮਤ ਜਾਣਨ ਵਾਲੇ ਅੱਗੇ ਹੀ ਖੁੱਲ੍ਹਦਾ ਹੈ । ਅਸਲੀ ਪਰਖਣ ਵਾਲਾ, ਬਹੁਤ ਕੀਮਤ ਪਾਉਂਦਾ ਹੈ ।

The earning of His Word may be most ambrosial jewel; tongue of His true devotee may be the treasure of the essence of His Word. The treasure of enlightenment may only open for an enlightened devotee. The real appraiser may asses great value.

534.ਸਲੋਕ ਭਗਤ ਕਬੀਰ ਜੀਉ ਕੇ॥ 1376-14

ਕਬੀਰ ਰਾਮ ਨਾਮੁ ਜਾਨਿਓ ਨਹੀ,	kabeer raam naam jaani-o nahee
ਪਾਲਿਓ ਕਟਕੁ ਕੁਟੰਬੁ॥	paali-o katak kutamb.
ਧੰਧੇ ਹੀ ਮਹਿ ਮਰਿ ਗਇਓ,	DhanDhay hee meh mar ga-i-o
ਬਾਹਰਿ ਭਈ ਨ ਬੰਬ॥੨੨੬॥	baahar bha-ee na bamb. ‖226‖

ਮਨਮੁਖ ਪ੍ਰਭ ਦੇ ਸ਼ਬਦ ਦਾ ਸਿਮਰਨ ਨਹੀਂ ਕਰਦਾ । ਸੰਸਾਰਕ ਪਰਿਵਾਰ ਦੀ ਸੰਭਾਲਨਾ ਵਿੱਚ ਹੀ ਜੀਵਨ ਬਤੀਤ ਕਰ ਜਾਂਦਾ ਹੈ । ਸੰਸਾਰਕ ਕੰਮ ਕਰਦਿਆ ਹੀ ਮੌਤ ਹੋ ਜਾਂਦੀ ਹੈ । ਮੌਤ ਪਿਛੋਂ ਕੋਈ ਉਸ ਦਾ ਨਾਮ ਵੀ ਯਾਦ ਨਹੀਂ ਕਰਦਾ । ਕਿ ਉਹ ਸੰਸਾਰ ਵਿੱਚ ਆਇਆ ਵੀ ਸੀ ।

Self-minded may not meditate, obey the teachings of His Word. He may remain deeply devoted to nourish, protect his worldly family. He may die, fulfilling necessities of his family. No one may even remember his name! Was he ever walked on earth?

535.ਸਲੋਕ ਭਗਤ ਕਬੀਰ ਜੀਉ ਕੇ॥ 1376-15

ਕਬੀਰ ਆਖੀ ਕੇਰੇ ਮਾਟੁਕੇ,	kabeer aakhee kayray maatukay
ਪਲੁ ਪਲੁ ਗਈ ਬਿਹਾਇ॥	pal pal ga-ee bihaa-ay.
ਮਨੁ ਜੰਜਾਲੁ ਨ ਛੋਡਈ ਜਮ,	man, janjaal na chhod-ee jam
ਦੀਆ ਦਮਾਮਾ ਆਇ॥੨੨੭॥	dee-aa damaamaa aa-ay. ‖227‖

ਮਾਨਸ ਜੀਵ ਦੀ ਉਮਰ ਹਰ ਪਲ ਘਟਦੀ ਜਾਂਦੀ, ਖਤਮ ਹੁੰਦੀ ਜਾਂਦੀ ਹੈ । ਉਹ ਸੰਸਾਰਕ ਲਾਲਚ ਨਹੀਂ ਛੱਡਦਾ । ਮੌਤ ਦਾ ਜਮਦੂਤ ਉਸ ਦੇ ਸਿਰ ਤੇ ਖੜਾ ਹੁੰਦਾ ਹੈ ।

The predetermined time of worldly creature may be diminishing every moment; in the end, his breathes may be exhausted. He may never renounce his greed. The devil of death may be knocking at his head.

536.ਸਲੋਕ ਭਗਤ ਕਬੀਰ ਜੀਉ ਕੇ॥ 1376-16

ਕਬੀਰ ਤਰਵਰ ਰੂਪੀ ਰਾਮੁ ਹੈ,	kabeer tarvar roopee raam hai
ਫਲ ਰੂਪੀ ਬੈਰਾਗੁ॥	fal roopee bairaag.
ਛਾਇਆ ਰੂਪੀ ਸਾਧੁ ਹੈ,	chhaa-i-aa roopee saaDh hai
ਜਿਨਿ ਤਜਿਆ ਬਾਦੁ ਬਿਬਾਦੁ॥੨੨੮॥	jin taji-aa baad bibaad. ‖228‖

ਜੀਵ ਪ੍ਰਭ ਇੱਕ ਬ੍ਰਿਛ ਦੀ ਤਰ੍ਹਾਂ ਹੈ, ਵਿਛੋੜੇ ਦਾ ਵਿਰਾਗ ਕਰਨਾ ਹੀ ਇਸ ਦਾ ਫਲ ਹੈ । ਜਿਹੜਾ ਸੰਸਾਰਕ ਪਦਾਰਥਾਂ ਨਾਲੋ ਮੋਹ ਤਿਆਗ ਦੇਂਦਾ ਹੈ । ਉਸ ਨੂੰ ਸੰਤ ਸਰੂਪ ਅਵਸਥਾ ਬਖਸ਼ਿਸ਼ ਹੋ ਜਾਂਦੀ ਹੈ, ਉਹ ਬ੍ਰਿਛ ਦੀ ਛਾਂ ਬਣ ਜਾਂਦਾ ਹੈ ।

The True Master may be like a fruit tree; the renunciation in the memory of his separation may be the fruit of the tree. Whosoever may renounce his greed, attachment to worldly possessions; with His mercy and grace, he may be blessed with a state of mind as His true devotee. He may become the shade of the tree.

537.ਸਲੋਕ ਭਗਤ ਕਬੀਰ ਜੀਉ ਕੇ॥ 1376-17

ਕਬੀਰ ਐਸਾ ਬੀਜੁ ਬੋਇ,	kabeer aisaa beej bo-ay
ਬਾਰਹ ਮਾਸ ਫਲੰਤ॥	baarah maas falant.
ਸੀਤਲ ਛਾਇਆ ਗਹਿਰ ਫਲ,	seetal chhaa-i-aa gahir fal
ਪੰਖੀ ਕੇਲ ਕਰੰਤ॥੨੨੯॥	pankhee kayl karant. ‖229‖

ਜੀਵ ਆਪਣੇ ਸਰੀਰ ਦੀ ਧਰਤੀ ਵਿੱਚ ਇਸਤਰ੍ਹਾਂ ਦਾ ਬੀਜ, ਇਸਤਰ੍ਹਾਂ ਦੀ ਬੰਦਗੀ ਕਰੋ! ਜਿਹੜੀ ਹਰਇੱਕ ਸਮਾਂ ਹੀ ਫਲ ਦੇਵੇ । ਇਸ ਦੀ ਠੰਡੀ ਛਾਂ ਅਤੇ ਅਥਾਹ ਫਲ ਨਾਲ ਬਾਕੀ ਜੀਵ ਅਨੰਦ ਮਾਨਦੇ ਰਹਿਣ ।

You should bow such a seed, such a way of meditation; The fruit of your meditation may blossom forever. Many devotees may enjoy cool shade and enjoy the tremendous fruit.

538.ਸਲੋਕ ਭਗਤ ਕਬੀਰ ਜੀਉ ਕੇ॥ 1376-18

ਕਬੀਰ ਦਾਤਾ ਤਰਵਰੁ,	kabeer daataa tarvar
ਦਯਾ ਫਲੁ, ਉਪਕਾਰੀ ਜੀਵੰਤ॥	da-yaa fal upkaaree jeevant.
ਪੰਖੀ ਚਲੇ ਦਿਸਾਵਰੀ,	pankhee chalay disaavaree
ਬਿਰਖਾ ਸੁਫਲ ਫਲੰਤ॥੨੩੦॥	birkhaa sufal falant. ||230||

ਪ੍ਰਭ ਇਸਤਰ੍ਹਾਂ ਦਾ ਬ੍ਰਿਛ, ਹਰਵਾਲੇ ਹੀ ਦਾਤਾਂ ਬਖਸ਼ਦਾ, ਫਲ ਦੇਂਦਾ ਰਹਿੰਦਾ ਹੈ। ਜਿਹੜਾ ਪ੍ਰਭ ਤੋ ਵਿਛੜ ਜਾਂਦਾ ਹੈ, ਉਹ ਫਲ ਨੂੰ ਯਾਦ ਕਰਦਾ ਹੈ । ਇਸਤਰ੍ਹਾਂ ਜੀਵ ਦੇ ਮਰਨ ਤੋ ਪਿਛੋਂ ਸਕੇ ਸਬੰਧੀ ਉਸ ਦੇ ਭਲਾਈ ਦੇ ਕੰਮਾਂ, ਸਿਆਣਪ, ਸਿਖਿਆਂ ਨੂੰ ਯਾਦ ਕਰਦੇ ਹਨ ।

The True Master may be considered as a fruit tree that always blesses virtues to everyone. Whosoever may be separated; he may remember, missed the fruit of His Blessings. Same way, after death, all family and friends remember his generosity, wisdom, and great counsel.

539.ਸਲੋਕ ਭਗਤ ਕਬੀਰ ਜੀਉ ਕੇ॥ 1376-19

ਕਬੀਰ ਸਾਧੂ ਸੰਗੁ ਪਰਾਪਤੀ,	kabeer saaDhoo sang paraapatee
ਲਿਖਿਆ ਹੋਇ ਲਿਲਾਟ॥	likhi-aa ho-ay lilaat.
ਮੁਕਤਿ ਪਦਾਰਥੁ ਪਾਈਐ,	mukat padaarath paa-ee-ai
ਠਾਕ ਨ ਅਵਘਟ ਘਾਟ॥੨੩੧॥	thaak na avghat ghaat. ||231||

ਜਿਸ ਦੇ ਭਾਗਾਂ ਵਿੱਚ ਜਨਮ ਤੋ ਪਹਿਲੇ ਹੀ ਲਿਖਿਆ ਹੁੰਦਾ ਹੈ! ਕੇਵਲ ਉਸ ਨੂੰ ਹੀ ਸਾਧ ਸੰਗਤ ਬਖਸ਼ਿਸ਼ ਹੁੰਦੀ ਹੈ । ਜਿਹੜਾ ਸੰਤਾ ਦੀ ਜੀਵਨ ਦੀ ਸਿਖਿਆਂ ਨਾਲ ਆਪਣਾ ਜੀਵਨ ਢਾਲਦਾ ਹੈ । ਉਸ ਦੀਆਂ ਸੰਸਾਰਕ ਇੱਛਾਂ ਦੀਆਂ ਮੁਸ਼ਕਲਾਂ ਦੂਰ ਹੋ ਜਾਂਦੀਆਂ, ਮੁਕਤ ਹੋ ਜਾਂਦਾ ਹੈ ।

Whosoever may have a prewritten destiny, only he may be blessed with the conjugation of His Holy saint. Whosoever may adopt the life experience teachings of His Holy saint in his day-to-day life; with His mercy and grace, all his miseries of worldly desires may be eliminated; he may be blessed with salvation.

540.ਸਲੋਕ ਭਗਤ ਕਬੀਰ ਜੀਉ ਕੇ॥ 1377-2

ਕਬੀਰ ਏਕ ਘੜੀ ਆਧੀ ਘਰੀ,	kabeer ayk gharhee aaDhee gharee
ਆਧੀ ਹੂੰ ਤੇ ਆਧ॥	aaDhee hooN tay aaDh.
ਭਗਤਨ ਸੇਤੀ ਗੋਸਟੇ,	bhagtan saytee gostay
ਜੋ ਕੀਨੇ ਸੋ ਲਾਭ॥੨੩੨॥	jo keenay so laabh. ||232||

ਜੀਵ ਬੰਦਗੀ ਕਰਨ ਦਾ ਕੋਈ ਮਿਥਿਆ ਸਮਾਂ ਨਹੀਂ ਹੁੰਦਾ ਹੈ । ਜਿਹੜਾ ਪਲ, ਸਵਾਸ ਵੀ ਬੰਦਗੀ ਕਰਨ ਵਿੱਚ ਲਾਇਆ ਜਾਂਦਾ ਹੈ! ਉਸ ਦਾ ਲਾਭ ਹੀ ਲਾਭ ਹੈ, ਕੋਈ ਘਾਟੇ ਵਾਲਾ ਕੰਮ ਨਹੀਂ ਹੈ ।

To remember The True Master has no limit, no specified time, no specific routine prayer. Every meditation may always be profitable and never have any down fall.

541.ਸਲੋਕ ਭਗਤ ਕਬੀਰ ਜੀਉ ਕੇ॥ 1377-2

ਕਬੀਰ ਭਾਂਗ ਮਾਛੁਲੀ ਸੁਰਾ ਪਾਨਿ,	kabeer bhaaNg maachhulee suraa paan
ਜੋ ਜੋ ਪ੍ਰਾਨੀ ਖਾਂਹਿ॥	jo jo paraanee khaaNhi.
ਤੀਰਥ ਬਰਤ ਨੇਮ ਕੀਏ,	tirath barat naym kee-ay
ਤੇ ਸਭੈ ਰਸਾਤਲਿ ਜਾਂਹਿ॥੨੩੩॥	tay sabhai rasaatal jaaNhi. ||233||

ਜਿਹੜਾ ਜੀਵ ਮਾਸ ਖਾਂਦਾ, ਜਾ ਨਸ਼ਾ ਕਰਦਾ ਹੈ (ਮਛੀ, ਸੁਖਾ, ਸਰਾਬ) । ਉਹ ਕਿਸੇ ਵੀ ਧਰਮ ਨੂੰ ਮੰਨਣ ਵਾਲਾ, ਕਿਸੇ ਵੀ ਤੀਰਥ ਤੇ ਜਾਣ ਵਾਲਾ ਹੋਵੇ । ਉਹ ਨਰਕ ਦਾ ਹੀ ਭਾਗੀ ਹੁੰਦਾ ਹੈ ।

Whosoever may eat meat, any intoxication in his life. No matter, he may belong to any religion, worshipper at any Holy Shrine; he may not be blessed with the right path of acceptance in His Court. He may remain in the cycle of birth and death.

542.ਸਲੋਕ ਭਗਤ ਕਬੀਰ ਜੀਉ ਕੇ॥ 1377-4

ਨੀਚੇ ਲੋਇਨ ਕਰਿ ਰਹਉ, — neechay lo-in kar raha-o
ਲੇ ਸਾਜਨ ਘਟ ਮਾਹਿ॥ — lay saajan ghat maahi.
ਸਭ ਰਸ ਖੇਲਉ ਪੀਅ ਸਉ, — sabh ras khayla-o pee-a sa-o
ਕਿਸੀ ਲਖਾਵਉ ਨਾਹਿ॥੨੩੪॥ — kisee lakhaava-o naahi. ||234||

ਜੀਵ ਆਪਣੇ ਆਪ ਨੂੰ ਨੀਵਾਂ ਸਮਝੇ! ਆਪਣੇ ਮਿੱਤਰਾਂ ਦਾ ਮਨ ਵਿੱਚ ਸਤਿਕਾਰ ਵਧਾਵੇ । ਆਪਣੇ ਮਾਲਕ, ਪ੍ਰਭ ਦੀ ਬੰਦਗੀ ਵਿੱਚ ਮਗਨ ਹੋ । ਇਸ ਦਾ ਦੂਸਰਿਆਂ ਤੇ ਪ੍ਰਭਾਵਤ ਨਾ ਪਾਵੋ ।

You should remain humble, polite and consider yourself less significant than others. You should enhance the glory of your friend. You should remain intoxicated in meditating on the teachings of His Word. You should not boast about your meditation routine.

543.ਸਲੋਕ ਭਗਤ ਕਬੀਰ ਜੀਉ ਕੇ॥ 1377-5

ਆਠ ਜਾਮ ਚਉਸਠਿ ਘਰੀ, — aath jaam cha-usath gharee
ਤੁਅ ਨਿਰਖਤ ਰਹੈ ਜੀਉ॥ — tu-a nirkhat rahai jee-o.
ਨੀਚੇ ਲੋਇਨ ਕਿਉ ਕਰਉ, — neechay lo-in ki-o kara-o
ਸਭ ਘਟ ਦੇਖਉ ਪੀਉ॥੨੩੫॥ — sabh ghat daykh-a-u pee-o. ||235||

ਪ੍ਰਭ ਮੇਰੀ ਨਜ਼ਰ, ਲਗਨ ਹਰ ਵੇਲੇ ਤੇਰੇ ਸ਼ਬਦ ਦੀ ਪਾਲਣਾ ਵਿੱਚ ਹੀ ਰਹਿੰਦੀ ਹੈ । ਆਪਣੀ ਨਜ਼ਰ ਨੂੰ ਕਿਵੇਂ ਨੀਵਾਂ ਕਰ ਲਵਾ? ਜਿਸ ਪਾਸੇ ਹੀ ਦੇਖਦਾ ਹਾ, ਤੇਰਾ ਰੂਪ ਹੀ ਨਜ਼ਰ ਆਉਂਦਾ ਹੈ ।

My True Master, I remain intoxicated with Your Blessed Vision. How may I drift may eyes on something else? I may see, only You are prevailing within each soul and everywhere.

544.ਸਲੋਕ ਭਗਤ ਕਬੀਰ ਜੀਉ ਕੇ॥ 1377-6

ਸੁਨੁ ਸਖੀ ਪੀਅ ਮਹਿ ਜੀਉ, — sun sakhee pee-a meh jee-o
ਬਸੈ ਜੀਅ ਮਹਿ ਬਸੈ ਕਿ ਪੀਉ॥ — basai jee-a meh basai ke pee-o.
ਜੀਉ ਪੀਉ ਬੂਝਉ ਨਹੀ, — jee-o pee-o boojha-o nahee
ਘਟ ਮਹਿ ਜੀਉ ਕਿ ਪੀਉ॥੨੩੬॥ — ghat meh jee-o ke pee-o. ||236||

ਜਿਸ ਜੀਵ ਦੀ ਬੰਦਗੀ ਪ੍ਰਵਾਨ ਹੋ ਜਾਂਦੀ ਹੈ । ਉਹ ਮਹਿਸੂਸ ਕਰਦਾ ਹੈ, ਉਸ ਦੀ ਆਤਮਾ, ਪ੍ਰਭ ਦੀ ਜੋਤ ਵਿੱਚ ਵਸਦੀ ਹੈ । ਉਸ ਨੂੰ ਆਪਣੀ ਆਤਮਾ ਅਤੇ ਪ੍ਰਭ ਦੀ ਜੋਤ ਵਿੱਚ ਭੇਦ ਮਹਿਸੂਸ ਨਹੀਂ ਹੁੰਦਾ । ਉਸ ਦੀ ਆਪਣੀ ਹੋਂਦ ਖਤਮ ਹੋ ਜਾਂਦੀ ਹੈ ।

Whose earnings of His Word may be accepted in His Court. He may realize, his soul dwelling within His Holy Spirit. His own identity has been eliminated, only His Holy Spirit speaks on his tongue.

545.ਸਲੋਕ ਭਗਤ ਕਬੀਰ ਜੀਉ ਕੇ॥ 1377-7

ਕਬੀਰ ਬਾਮਨੁ ਗੁਰੂ ਹੈ ਜਗਤ, — kabeer baaman guroo hai jagat
ਕਾ ਭਗਤਨ ਕਾ ਗੁਰੁ ਨਾਹਿ॥ — kaa bhagtan kaa gur naahi.
ਅਰਝਿ ਉਰਝਿ ਕੈ ਪਚਿ ਮੂਆ, — arajh urajh kai pach moo-aa
ਚਾਰਉ ਬੇਦਹੁ ਮਾਹਿ॥੨੩੭॥ — chaara-o baydahu maahi. ||237||

ਪੰਡਿਤ, ਗੁਰਦਾਵਾਰੇ ਦੇ ਗ੍ਰੰਥੀ, ਸੰਸਾਰਕ ਗੁਰੂ, ਸੰਸਾਰਕ ਅਣਜਾਣ ਜੀਵਾਂ ਦਾ ਗੁਰੂ ਹੋ ਸਕਦਾ ਹੈ । ਪਰ ਉਹ ਬੰਦਗੀ ਕਰਨ ਵਾਲੇ ਦਾ ਗੁਰੂ ਨਹੀਂ ਬਣ ਸਕਦਾ ਹੈ । ਸੰਸਾਰਕ ਗੁਰੂ ਧਰਮ ਦੇ ਗ੍ਰੰਥਾਂ ਦੇ

ਭਰਮਾਂ ਵਿੱਚ, ਰੀਤਾਂ ਰੀਵਾਜਾਂ ਵਿੱਚ ਹੀ ਮਸਤ ਰਹਿੰਦਾ ਹੈ । ਉਹ ਧਰਮ ਦੇ ਗ੍ਰੰਥ ਦੀ ਲਿਖਤ ਨੂੰ ਹੀ ਗੁਰੂ ਮੰਨਦਾ ਹੈ ।

Religious priest, worldly saint, guru may be a guide guru for ignorant, masses. However, he may not be a guru, of His true devotee. Worldly guru may remain intoxicated in religious suspicions and rituals. Ignorant may enforce that Holy Scriptures are the message of The True Master.

546.ਸਲੋਕ ਭਗਤ ਕਬੀਰ ਜੀਉ ਕੇ॥ 1377-8

ਹਰਿ ਹੈ ਖਾਂਡੁ ਰੇਤੁ ਮਹਿ,	har hai khaaNd rayt meh
ਬਿਖਰੀ ਹਾਥੀ ਚੁਨੀ ਨ ਜਾਇ॥	bikhree haathee chunee na jaa-ay.
ਕਹਿ ਕਬੀਰ ਗੁਰਿ ਭਲੀ ਬੁਝਾਈ,	kahi kabeer gur bhalee bujhaa-ee
ਕੀਟੀ ਹੋਇ ਕੈ ਖਾਇ॥੨੩੮॥	keetee ho-ay kai khaa-ay. ||238||

ਜਿਵੇਂ ਖੰਡ ਰੇਤ ਤੇ ਡੁਲ ਜਾਵੇ ਤਾ ਹਾਥੀ ਉਸ ਨੂੰ ਚੁਣਕੇ ਖਾ ਨਹੀਂ ਸਕਦਾ । ਜਿਸ ਨੂੰ ਪ੍ਰਭ ਆਪ ਹੀ ਸੋਝੀ ਬਖਸ਼ਦਾ ਹੈ । ਉਹ ਕੀੜੀ ਦੀ ਤਰ੍ਹਾਂ ਨਿਮ੍ਰਤਾ ਵਾਲਾ ਬਣਕੇ ਅਨੰਦ ਮਾਨਦਾ ਹੈ । ਇਸਤਰ੍ਹਾਂ ਪ੍ਰਭ ਦੀ ਰਹਿਮਤ ਨਿਮ੍ਰਤਾ ਵਾਲੇ ਨੀਵੇਂ ਜੀਵ ਨੂੰ ਹੀ ਬਖਸ਼ਿਸ਼ ਹੁੰਦੀ ਹੈ । ਅਹੰਕਾਰੀ ਜੀਵ ਨੂੰ ਪ੍ਰਵਾਨਗੀ ਦਾ ਅਸਲੀ ਰਸਤਾ ਬਖਸ਼ਿਸ਼ ਨਹੀਂ ਹੁੰਦਾ ।

Imagine, sugar may be spread on sand, elephant may not pick from sand to enjoy; however, ant may pick and enjoy the sweetness of sugar. Same way the right path of acceptance may only be blessed to humble and simple living devotee. Whosoever may remain in ego of His Worldly status, he may not be blessed with the right path.

547.ਸਲੋਕ ਭਗਤ ਕਬੀਰ ਜੀਉ ਕੇ॥ 1377-9

ਕਬੀਰ ਜਉ ਤੁਹਿ ਸਾਧ ਪਿਰੰਮ ਕੀ,	kabeer ja-o tuhi saaDh piramm kee
ਸੀਸੁ ਕਾਟਿ ਕਰਿ ਗੋਇ॥	sees kaat kar go-ay.
ਖੇਲਤ ਖੇਲਤ ਹਾਲ ਕਰਿ,	khaylat khaylat haal kar
ਜੋ ਕਿਛੁ ਹੋਇ ਤ ਹੋਇ॥੨੩੯॥	jo kichh ho-ay ta ho-ay. ||239||

ਜਿਸ ਨੂੰ ਪ੍ਰਭ ਦੀ ਰਹਿਮਤ, ਸ਼ਬਦ ਦੀ ਲਗਨ ਦੀ ਸ਼ਰਧਾ ਹੁੰਦੀ ਹੈ! ਉਹ ਆਪਾ ਪ੍ਰਭ ਦੀ ਸ਼ਰਣ ਵਿੱਚ ਭੇਟਾ ਕਰਕੇ ਪ੍ਰਭ ਦੇ ਭਾਣੇ ਵਿੱਚ ਹੀ ਲੀਨ ਹੋ ਜਾਂਦਾ ਹੈ । ਆਪਣੀ ਸਿਆਣਪ, ਸਮਰਥਾ ਨੂੰ ਤਿਆਗਕੇ ਆਪਣੀ ਡੋਰੀ ਪ੍ਰਭ ਦੀ ਰਹਿਮਤ ਤੇ ਹੀ ਰਖਦਾ ਹੈ । ਉਸ ਦੀ ਅਰਦਾਸ ਕੇਵਲ ਇੱਕ ਹੀ ਹੁੰਦੀ ਹੈ! ਪ੍ਰਭ ਆਪਣੇ ਭਾਣੇ ਨੂੰ ਸਹਿਣ ਦੀ ਸਮਰਥਾ ਬਖਸ਼ੋ ।

Whosoever may have devotion and dedication to obey the teachings of His Word. He may surrender his self-identity at His Sanctuary. He may remain intoxicated in meditating in the void of His Word. He may always renounce, surrenders his own intelligence, strength at His Sanctuary and obeys the teachings of His Word. He may have one prayer! The True Master blesses me endurance to accept Your command patiently.

548.ਸਲੋਕ ਭਗਤ ਕਬੀਰ ਜੀਉ ਕੇ॥ 1377-10

ਕਬੀਰ ਜਉ ਤੁਹਿ ਸਾਧ ਪਿਰੰਮ ਕੀ,	kabeer ja-o tuhi saaDh piramm kee
ਪਾਕੇ ਸੇਤੀ ਖੇਲੁ॥	paakay saytee khayl.
ਕਾਚੀ ਸਰਸਉਂ ਪੇਲਿ ਕੈ,	kaachee sarsa-uN payl kai
ਨਾ ਖਲਿ ਭਈ ਨ ਤੇਲੁ॥੨੪੦॥	naa khal bha-ee na tayl. ||240||

ਜਿਸ ਦੇ ਮਨ ਵਿੱਚ ਬੰਦਗੀ ਦੇ ਰਸਤੇ ਤੇ ਚੱਲਣ ਦੀ ਖਾਹਿਸ਼ ਰਹਿੰਦੀ ਹੈ । ਉਹ ਆਪਣੇ ਮਨ ਵਿੱਚ ਦ੍ਰਿੜਤਾ, ਧੀਰਜ ਧਾਰਨ ਕਰਦਾ ਹੈ । ਉਹ ਪ੍ਰਭ ਨੂੰ ਹਰ ਵੇਲੇ ਪਰਖਣ ਦੀ ਕੋਸ਼ਿਸ਼ ਨਹੀਂ ਕਰਦਾ । ਜਿਹੜਾ ਪ੍ਰਭ ਨੂੰ ਹਰ ਸਮੇਂ ਹੀ ਪਰਖਦਾ ਰਹਿੰਦਾ ਹੈ । ਉਸ ਦੀ ਹਾਲਤ ਦੱਬੇ ਹੋਏ ਸਰੋਂ ਦੇ ਦਾਣੇ ਵਰਗੀ ਹੁੰਦੀ ਹੈ । ਉਸ ਵਿਚੋਂ ਨਾ ਤਾ ਤੇਲ ਹੀ ਨਿਕਲਦਾ ਹੈ, ਨਾ ਹੀ ਆਟਾ ਬਣਦਾ ਹੈ ।

Whosoever may remain anxious to adopt the teachings of His Word in his day-to-day life. He may remain determined on the path and adopts patience for the blessings, reward. He may never try to test His Power, miracles. Whosoever keep testing His miracles all the times; his condition may be like a crushed mustard seed. No oil may come out of the seed nor it can be converted into flour.

549.ਸਲੋਕ ਭਗਤ ਕਬੀਰ ਜੀਉ ਕੇ॥ 1377-11

ਢੂੰਢਤ ਡੋਲਹਿ ਅੰਧ ਗਤਿ, dhooNdhat doleh anDh gat
ਅਰੁ ਚੀਨਤ ਨਾਹੀ ਸੰਤ॥ ar cheenat naahee sant.
ਕਹਿ ਨਾਮਾ ਕਿਉ ਪਾਈਐ, kahi naamaa ki-o paa-ee-ai
ਬਿਨੁ ਭਗਤਹੁ ਭਗਵੰਤੁ॥੨੪੧॥ bin bhagtahu bhagvant. ||241||

ਮਾਨਸ ਜੀਵ ਕਈ ਬਾਰ ਅਣਜਾਣੇ ਵਿੱਚ ਹੀ ਸੰਤ ਸਰੂਪ ਦੇ ਦਰਸ਼ਨ ਕਰ ਲੈਂਦਾ ਹੈ । ਜਿਹੜਾ ਉਸ ਨੂੰ ਪਛਾਣਦਾ ਨਹੀਂ, ਉਸ ਨੂੰ ਕੋਈ ਲਾਭ ਨਹੀਂ ਹੁੰਦਾ । ਕਿਸੇ ਵੀ ਜੀਵ ਨੂੰ ਬੰਦਗੀ ਤੋ ਬਿਨਾਂ ਪ੍ਰਭ ਦੀ ਰਹਿਮਤ ਬਖਸ਼ਿਸ਼ ਨਹੀਂ ਹੁੰਦੀ ।

Ignorant may witness His Holy saint accidently; however, he may not recognize; nor heed to his comments. He may not benefit from his association. Without obeying the teachings of His Word. No one may ever be blessed with the right path of acceptance in His Court.

550.ਸਲੋਕ ਭਗਤ ਕਬੀਰ ਜੀਉ ਕੇ॥ 1377-12

ਹਰਿ ਸੋ ਹੀਰਾ ਛਾਡਿ ਕੈ, har so heeraa chhaad kai
ਕਰਹਿ ਆਨ ਕੀ ਆਸ॥ karahi aan kee aas.
ਤੇ ਨਰ ਦੋਜਕ ਜਾਹਿਗੇ, tay nar dojak jaahigay
ਸਤਿ ਭਾਖੈ ਰਵਿਦਾਸ॥੨੪੨॥ sat bhaakhai ravidaas. ||242||

ਮਨਮੁਖ ਜੀਵ ਅਸਲੀ ਮਾਲਕ, ਪ੍ਰਭ ਨੂੰ ਛੱਡਕੇ ਹੋਰ ਗੁਰੂਾਂ, ਪੀਰਾਂ ਦੇ ਮਗਰ ਲਗਾ ਰਹਿੰਦਾ ਹੈ । ਉਹਨਾਂ ਦੇ ਦੱਸੇ ਰਸਤੇ ਤੇ ਚਲਦਾ ਹੈ । ਉਹ ਸੰਤ ਤਾ ਆਪ ਮੁਕਤੀ ਦੇ ਰਸਤੇ ਨਹੀਂ ਚਲਦਾ, ਹੋਰ ਕਿਸੇ ਨੂੰ ਮੁਕਤੀ ਦੇ ਰਸਤੇ ਤੇ ਕਿਵੇਂ ਪਾ ਸਕਦਾ ਹੈ?

Self-minded may abandon to obey the teachings of His Word and find easy, flexible path following the teachings of worldly guru; who may have many followers and lofty living. Worldly saint may not follow the humility, tolerance, nor renounce his worldly wealth, basic steps of the path of meditation. How may be guide his followers on the right path of salvation?

551.ਸਲੋਕ ਭਗਤ ਕਬੀਰ ਜੀਉ ਕੇ॥ 1377-13

ਕਬੀਰ ਜਉ ਗ੍ਰਿਹੁ ਕਰਹਿ ਤ ਧਰਮੁ ਕਰੁ, kabeer ja-o garihu karahi ta Dharam kar
ਨਾਹੀ ਤ ਕਰੁ ਬੈਰਾਗੁ॥ naahee ta kar bairaag.
ਬੈਰਾਗੀ ਬੰਧਨੁ ਕਰੈ, bairaagee banDhan karai
ਤਾ ਕੋ ਬਡੋ ਅਭਾਗੁ॥੨੪੩॥ taa ko bado abhaag. ||243||

ਜਿਹੜਾ ਜੀਵ ਗ੍ਰਿਸਤੀ ਦਾ ਜੀਵਨ ਬਤੀਤ ਕਰਦਾ ਹੈ । ਉਸ ਨੂੰ ਚੰਗੇ ਕੰਮ, ਭਲਾਈ ਦੇ ਕੰਮ ਕਰਨੇ ਚਾਹੀਦੇ ਹਨ । ਜਿਹੜਾ ਇਹ ਰਸਤਾ ਧਾਰਨ ਨਹੀਂ ਕਰਦਾ । ਉਸ ਦਾ ਮਾਨਸ ਜਨਮ ਬਿਰਥਾ ਹੀ ਬੀਤ ਜਾਂਦਾ ਹੈ । ਜਿਹੜਾ ਜੀਵ ਗ੍ਰਿਸਤੀ ਜੀਵਨ ਨੂੰ ਤਿਆਗ ਦੇਂਦੇ ਹੈ । ਪਰ ਸੰਸਾਰਕ ਪਦਾਰਥਾਂ ਨੂੰ ਇਕੱਠੇ ਕਰਨ ਵਿੱਚ ਲਗ ਪੈਂਦਾ ਹੈ । ਉਸ ਨੂੰ ਲਾਨ੍ਹਤਾਂ ਹੀ ਪੈਂਦੀਆਂ ਹਨ ।

Whosoever has adopted family life; he should do good deeds for the welfare of His Creation. Whosoever may not adopt such a path; he may waste his human life opportunity uselessly. Whosoever may renounce the family life to follow the path of mediation; however, he may have a passion to collect worldly wealth, possession; In the end, after death, he may be embarrassed and rebuked in His Court.

 ਸਲੋਕ ਸੇਖ ਫਰੀਦ ਜੀ #130 

552.ਸਲੋਕ ਸਲੋਕ ਸੇਖ ਫਰੀਦ ਜੀ॥ 1377-15

ੴ ਸਤਿਗੁਰ ਪ੍ਰਸਾਦਿ॥ ik-oNkaar satgur parsaad.

ਇੱਕੋ ਇੱਕ ਪ੍ਰਭ ਸ੍ਰਿਸ਼ਟੀ ਨੂੰ ਪੈਦਾ ਕਰਨ ਵਾਲਾ, ਤਿੰਨਾਂ ਗੁਣਾਂ (ਰੂਪ, ਰੰਗ, ਅਕਾਰ) ਤੋ ਰਹਿਤ ਹੈ । ਉਸ ਦੀ ਹੋਂਦ, ਸ਼ਬਦ, ਹੁਕਮ, ਭਾਣਾ ਅਟਲ ਹੈ । ਸ੍ਰਿਸ਼ਟੀ ਨੂੰ ਗਿਆਨ, ਚਾਨਣ ਬਖਸ਼ਣ ਵਾਲਾ ਅਟਲ ਮਾਲਕ ਹੈ । ਕੇਵਲ ਪ੍ਰਭ ਦੀ ਰਹਿਮਤ ਨਾਲ ਹੀ ਪ੍ਰਭ ਦੇ ਦਰਬਾਰ ਵਿੱਚ ਪ੍ਰਵਾਨਗੀ ਬਖਸ਼ਿਸ਼ ਹੋ ਸਕਦੀ ਹੈ । ਕਿਸੇ ਸੰਸਾਰਕ ਗੁਰੂ ਦੀ ਅਸੀਸ ਨਾਲ ਜਾ ਕੋਈ ਇਸਤਰ੍ਹਾਂ ਦੀ ਬੰਦਗੀ ਨਹੀਂ, ਕੋਈ ਵੀ ਪ੍ਰਭਾਵ, ਦੁਬਿਆ ਨਹੀਂ ਪਾਇਆ ਜਾ ਸਕਦਾ ।

The One and only One True Master, Creator of the universe remains beyond three limitations of recognitions known to mankind; color, body structure-size, and beauty. His Word, His Existence, Command remains true forever and only His Command prevails in the universe; nothing else may exist without His Command. His Word remains the fountain of enlightenment and illumination in the universe. Whosoever may be bestowed with His Blessed Vision; only he may be blessed with the right path of acceptance in His Court; his earnings, wealth of His Word may be accepted in His Court. No external power, recommendation of any saint, prophet, worldly guru may influence His Blessings.

ਜਿਤੁ ਦਿਹਾੜੈ ਧਨ ਵਰੀ	jit dihaarhai Dhan varee
ਸਾਹੇ ਲਏ ਲਿਖਾਇ॥	saahay la-ay likhaa-ay.
ਮਲਕੁ ਜਿ ਕੰਨੀ ਸੁਣੀਦਾ	malak je kannee suneedaa
ਮੁਹੁ ਦੇਖਾਲੇ ਆਇ॥	muhu daykhaalay aa-ay.
ਜਿੰਦੁ ਨਿਮਾਣੀ ਕਢੀਐ	jind nimaanee kadhee-ai
ਹਡਾ ਕੂ ਕੜਕਾਇ॥	hadaa koo karhkaa-ay.
ਸਾਹੇ ਲਿਖੇ ਨ ਚਲਨੀ	saahay likhay na chalnee
ਜਿੰਦੂ ਕੂੰ ਸਮਝਾਇ॥	jindoo kooN samjhaa-ay.
ਜਿੰਦੁ ਵਹੁਟੀ ਮਰਣੁ ਵਰੁ	jind vahutee maran var
ਲੈ ਜਾਸੀ ਪਰਣਾਇ॥	lai jaasee parnaa-ay.
ਆਪਣ ਹਥੀ ਜੋਲਿ ਕੈ	aapan hathee jol kai
ਕੈ ਗਲਿ ਲਗੈ ਧਾਇ॥	kai gal lagai Dhaa-ay.
ਵਾਲਹੁ ਨਿਕੀ ਪੁਰਸਲਾਤ	vaalahu nikee puraslaat
ਕੰਨੀ ਨ ਸੁਣੀ ਆਇ॥	kannee na sunee aa-ay.
ਫਰੀਦਾ ਕਿੜੀ ਪਵੰਦੀਈ	fareedaa kirhee pavaNdee-ee
ਖੜਾ ਨ ਆਪੁ ਮੁਹਾਇ॥੧॥	kharhaa na aap muhaa-ay. ‖1‖

ਪ੍ਰਭ, ਜੀਵ ਦੀ ਮੌਤ ਦਾ ਸਮਾਂ ਜਮਨ ਤੇ ਹੀ ਮਿਥ ਦੇਂਦਾ ਹੈ । ਜਿਹੜੀ ਮੌਤ ਕੰਨਾਂ ਨਾਲ ਸੁਣਦੇ ਸੀ, ਉਹ ਆਪਣੇ ਮਿਥੇ ਸਮੇਂ ਤੇ ਆ ਜਾਂਦੀ ਹੈ । ਰੋਮ, ਰੋਮ ਵਿੱਚ ਸਵਾਸਾ ਨਾਲ ਵਸਦੀ, ਅਤਾਮਾ ਨੂੰ ਅੰਗਾਂ ਨਾਲੋ ਤੋੜ ਕੇ ਸਰੀਰ ਵਿਚੋਂ ਕੱਢਕੇ ਲੈ ਜਾਂਦੀ ਹੈ । ਸਰੀਰ ਇਸ ਤੋ ਬਚਣ ਦੇ ਸਾਰੇ ਯਤਨ ਕਰਦਾ ਹੈ । ਪਰ ਉਸ ਦਾ ਮੌਤ ਦੇ ਜਮਦੂਤ ਤੇ ਕੋਈ ਜ਼ੋਰ ਨਹੀਂ ਚਲਦਾ, ਸਭ ਕੁਝ ਪ੍ਰਭ ਦੇ ਹੁਕਮ ਅਨੁਸਾਰ ਹੀ ਹੁੰਦਾ ਹੈ । ਮੌਤ ਦਾ ਜਮਦੂਤ, ਆਤਮਾ ਨੂੰ ਆਪਣੇ ਕਾਬੂ ਕਰ ਲੈਂਦਾ ਹੈ । ਇਹ ਸਰੀਰ ਲੋਥ (ਕੋਈ ਕੀਮਤ ਨਹੀਂ) ਬਣ ਜਾਂਦੀ ਹੈ । ਜੀਵ ਦੇ ਸਬੰਦੀ ਇਸ ਲੋਥ ਨੂੰ ਜਲਾ ਕੇ ਭਸਮ ਕਰ ਦੇਂਦੇ ਹਨ । ਮੌਤ ਦਾ ਜਮਦੂਤ ਇਸ ਨੂੰ ਬਹੁਤ ਦੂਰ ਅਣਜਾਣੇ ਰਸਤੇ ਤੇ ਦਰਬਾਰ ਵਿੱਚ ਲੈ ਜਾਂਦਾ ਹੈ । ਉਸ ਨੂੰ ਆਪਣੇ ਕੀਤੇ ਕੰਮਾਂ ਦਾ ਲੇਖਾ ਦੇਣਾ ਪੈਂਦਾ ਹੈ ।

The True Master predetermine the time of death of a creature before birth. Everyone remains worried about the death; the devil of death knocks at his head at the pre-determined time. The soul remains embedded within each limb of his body; the devil of death must snatch from his limbs and takes away in-spite of all efforts of his body to escape, to be saved. The devil of death must capture his soul, everything happens as per His Command and no one may be able stop devil of death. His body becomes a worthless corpse. His family may dispose of his body in different ways accepted in religious accepted manner. The devil of death will take the soul on unknown path to endure the miseries of worldly deeds.

553.ਸਲੋਕ ਸਲੋਕ ਸੇਖ ਫਰੀਦ ਜੀ॥ 1377-19

ਫਰੀਦਾ ਦਰ ਦਰਵੇਸੀ ਗਾਖੜੀ	fareedaa dar darvaysee gaakh-rhee
ਚਲਾਂ ਦੁਨੀਆਂ ਭਤਿ॥	chalaaN dunee-aaN bhat.
ਬੰਨ੍ਹਿ ਉਠਾਈ ਪੋਟਲੀ	baneh uthaa-ee potlee
ਕਿਥੈ ਵੰਞਾ ਘਤਿ॥੨॥	kithai vanjaa ghat. ||2||

ਆਤਮਾ ਆਪਣੇ ਸੰਸਾਰ ਵਿੱਚ ਕੀਤੇ ਚੰਗੇ ਅਤੇ ਮੰਦੇ ਕੰਮਾਂ ਦੀ ਪੂੰਜੀ (ਗੰਢੜੀ, ਅਹੰਕਾਰ) ਨਾਲ ਲੈ ਕੇ ਜਾਂਦੀ ਹੈ । ਸੰਸਾਰ ਵਿੱਚ ਰਹਿੰਦੇ ਉਸ ਨੂੰ ਸਮਝ ਨਹੀਂ ਆਉਂਦੀ, ਉਸ ਦੀ ਆਤਮਾ ਨੂੰ, ਤਨ ਦੇ ਚੰਗੇ, ਮੰਦੇ ਕੰਮਾਂ ਦਾ ਲੇਖਾ ਦੇਣਾ ਪੈਣਾ ਹੈ ।

His worldly reward of good and burden of evil deeds remains with his soul forever. In worldly life, ignorant may not realize that his soul must bear the responsibility of good and evil deeds of his body, dictated by his mind.

554.ਸਲੋਕ ਸੇਖ ਫਰੀਦ ਜੀ॥ 1378 -1

ਕਿਝੁ ਨ ਬੁਝੈ ਕਿਝੁ ਨ ਸੁਝੈ,	kijh na bujhai kijh na sujhai
ਦੁਨੀਆ ਗੁਝੀ ਭਾਹਿ॥	dunee-aa gujhee bhaahi.
ਸਾਂਈਂ ਮੇਰੈ ਚੰਗਾ ਕੀਤਾ,	saa-eeN mayrai changa keetaa
ਨਾਹੀ ਤ ਹੰ ਭੀ ਦਝਾਂ ਆਹਿ॥੩॥	naahee ta haN bhee dajhaaN aahi. ||3||

ਜੀਵ ਨੂੰ ਸੰਸਾਰ ਵਿੱਚ ਆਉਣ ਤੋ ਪਹਿਲੇ ਕੋਈ ਸੋਝੀ ਨਹੀਂ ਹੁੰਦੀ । ਕਿ ਸੰਸਾਰ ਪੰਜਾਂ ਇੰਦ੍ਰੀਆਂ ਦੇ ਜੰਜਾਲ, ਅੱਗ ਨਾਲ ਭਰਿਆਂ ਹੈ । ਪ੍ਰਭ ਚੇਤਾਬਨੀ ਦੇ ਕੇ ਭੇਜਦਾ ਹੈ, ਇਸ ਤੋ ਬਚ ਕੇ ਰਹਿਣਾ । ਇਸ ਦੇ ਕਾਬੂ ਵਿੱਚ ਆ ਕੇ ਉਸ ਅੱਗ ਵਿੱਚ ਹੀ ਜਲ ਜਾਵੇਂਗਾ ।

His soul has no knowledge that the worldly ocean remains overwhelmed, dominated with Shakti, sweet poison, lava of worldly wealth; 5 demons of worldly desires. However, The True Master, caution his soul to avoid the sweet poison of worldly wealth; otherwise, you may burn in the lava of sweet poison of worldly wealth.

555.ਸਲੋਕ ਸੇਖ ਫਰੀਦ ਜੀ॥ 1378 -2

ਫਰੀਦਾ ਜੇ ਜਾਣਾ ਤਿਲ ਥੋੜੜੇ	fareedaa jay jaanaa til thorh-rhay
ਸੰਮਲਿ ਬੁਕੁ ਭਰੀ॥	sammal buk bharee.
ਜੇ ਜਾਣਾ ਸਹੁ ਨਢੜਾ	jay jaanaa saho nandh-rhaa
ਤਾਂ ਥੋੜਾ ਮਾਣੁ ਕਰੀ॥੪॥	taaN thorhaa maan karee. ||4||

ਜਿਹੜਾ ਜਾਣਦਾ ਹੈ ! ਪੰਜਾਂ ਇੰਦ੍ਰੀਆਂ, ਸੰਸਾਰਕ ਮਾਇਆ ਦਾ ਅਨੰਦ ਥੋੜ੍ਹਾ ਸਮਾਂ ਰਹਿਣ ਵਾਲਾ ਹੈ । ਉਹ ਸੰਸਾਰਕ ਮਾਇਆ ਤੋ ਬਚਣ ਦੇ ਕੁਝ ਤਰੀਕੇ ਸਮਝ ਜਾਂਦਾ ਹੈ । ਉਹ ਅਹੰਕਾਰ ਨਹੀਂ ਕਰਦਾ, ਆਪਣੇ ਜੀਵਨ ਦਾ ਢੰਗ, ਸ਼ਬਦ ਨੂੰ ਵਿਚਾਰ ਕੇ ਧਾਰਨ ਕਰਦਾ ਹੈ ।

Whosoever may recognize! The pleasure of sweet poison of worldly wealth, 5 demons of worldly desires are short lived. He may recognize few techniques to avoid the trap of worldly wealth. He may never boast about his worldly identity, status; he may adopt the way of life as per the teachings of His Word.

556.ਸਲੋਕ ਸੇਖ ਫਰੀਦ ਜੀ॥ 1378 -3

ਜੇ ਜਾਣਾ ਲੜੁ ਛਿਜਣਾ	jay jaanaa larh chhijnaa
ਪੀਡੀ ਪਾਈਂ ਗੰਢਿ॥	peedee paa-eeN gandh.
ਤੈ ਜੇਵਡੁ ਮੈ ਨਾਹਿ ਕੋ,	tai jayvad mai naahi ko
ਸਭੁ ਜਗੁ ਡਿਠਾ ਹੰਢਿ॥੫॥	sabh jag dithaa handh. ‖5‖

ਜਿਹੜਾ ਜਾਣ ਜਾਂਦਾ ਹੈ, ਮਾਇਆ ਦਾ ਅਨੰਦ ਥੋੜ੍ਹਾਂ ਸਮਾਂ ਹੀ ਰਹਿੰਦਾ ਹੈ, ਉਹ ਆਪਣਾ ਅਸਲੀ ਰਸਤਾ ਢੂੰਡਕੇ ਧਾਰਨ ਕਰਦਾ ਹੈ । ਪ੍ਰਭ ਤੇਰੇ ਸ਼ਬਦ ਦੀ ਪਾਲਣਾ ਤੇ ਚੰਗਾ ਹੋਰ ਕੋਈ ਰਸਤਾ ਨਹੀਂ ਹੈ, ਮੈਂ ਮਾਇਆ ਦੇ ਸਾਰੇ ਰਸਤੇ ਪਰਖੇ ਹਨ ।

Whosoever may recognize! The pleasures of worldly wealth maul be short-lived; he searches for the right path of human life to adopt in his day-to-day life. My True Master, I have evaluated, compared all the paths of worldly wealth; no path may be better than adopting the teachings of Your Word.

557.ਸਲੋਕ ਸੇਖ ਫਰੀਦ ਜੀ॥ 1378 -4

ਫਰੀਦਾ ਜੇ ਤੂ ਅਕਲਿ ਲਤੀਫੁ,	fareedaa jay too akal lateef
ਕਾਲੇ ਲਿਖੁ ਨ ਲੇਖ॥	kaalay likh na laykh.
ਆਪਨੜੇ ਗਿਰੀਵਾਨ ਮਹਿ	aapnarhay gireevaan meh
ਸਿਰੁ ਨੀਵਾਂ ਕਰਿ ਦੇਖੁ॥੬॥	sir neeNvaaN kar daykh. ‖6‖

ਜਿਹੜਾ ਆਪਣੇ ਆਪ ਨੂੰ ਸੋਝੀ ਵਾਲਾ ਸਮਝਦਾ ਹੈ । ਉਹ ਹੋਰ ਕਿਸੇ ਦਾ ਬੁਰਾ, ਨਿੰਦਿਆਂ ਨਹੀਂ ਕਰਦਾ । ਸਗੋ ਆਪਣੇ ਅੰਦਰ ਝਾਤੀ ਮਾਰਦਾ, ਆਪਣੇ ਅਉਗੁਣ ਵਿਚਾਰਦਾ, ਆਪਣੇ ਮਨ ਤੇ ਜਿੱਤ ਪਾਉਂਦਾ ਹੈ ।

Whosoever may consider himself wise, enlightened. He may never do any harm or criticize others way of life. Rather, he may revisit his way of life to control his own evil thoughts. He may conquer his own worldly desires.

558.ਸਲੋਕ ਸੇਖ ਫਰੀਦ ਜੀ॥ 1378 -5

ਫਰੀਦਾ ਜੋ ਤੈ ਮਾਰਨਿ ਮੁਕੀਆਂ,	fareedaa jo tai maaran mukee-aaN
ਤਿਨ੍ਹਾ ਨ ਮਾਰੇ ਘੁੰਮਿ॥	tinHaa na maaray ghumm.
ਆਪਨੜੈ ਘਰਿ ਜਾਈਐ,	aapnarhai ghar jaa-ee-ai
ਪੈਰ ਤਿਨ੍ਹਾ ਦੇ ਚੁੰਮਿ॥੭॥	pair tinHaa day chumm. ‖7‖

ਜਿਹੜਾ ਬੰਦਗੀ ਦੇ ਰਸਤੇ ਚਲਦਾ ਹੈ, ਆਪਣੀ ਬੁਰਾਈ, ਨਿੰਦਿਆਂ ਕਰਨ ਵਾਲੇ ਨਾਲ ਨਰਾਜ਼ ਨਹੀਂ ਹੁੰਦਾ, ਮਨ ਵਿੱਚ ਬਦਲੇ ਦੀ ਪਾਵਨਾ ਨਹੀਂ ਰਖਦਾ । ਸਗੋ ਨਿਮਾਣਾ ਬਣਕੇ ਆਪਣੇ ਕੀਤੇ ਕੰਮ ਨੂੰ ਪਰਖਦਾ, ਉਸ ਦਾ ਧੰਨਵਾਦ ਕਰਦਾ ਹੈ । ਅੱਗੇ ਤੋ ਆਪਣੇ ਆਪ ਨੂੰ ਸੁਧਾਰ ਲੈਂਦਾ ਹੈ ।

Whosoever may adopt the teachings of His Word with steady and stable belief in his day-to-day life. He may never become angry, disappointed with his slanderer, or evil doer nor become a slave of revenge in his mind. Rather he may humbly thank his slanderer, evaluate his way of life, and improve his way of life; his tolerance.

559.ਸਲੋਕ ਸੇਖ ਫਰੀਦ ਜੀ॥ 1378 -6

ਫਰੀਦਾ ਜਾ ਤਉ ਖਟਣ ਵੇਲ,	fareedaa jaaN ta-o khatan vayl
ਤਾ ਤੂ ਰਤਾ ਦੁਨੀ ਸਿਉ॥	taaN too rataa dunee si-o.
ਮਰਗ ਸਵਾਈ ਨੀਹਿ	marag savaa-ee neehi
ਜਾ ਭਰਿਆ ਤਾ ਲਦਿਆ॥੮॥	jaaN bhari-aa taaN ladi-aa. ‖8‖

ਮਾਨਸ ਜਨਮ ਦਾ ਮਿਥਿਆ ਸਮਾਂ ਹੀ ਬੰਦਗੀ ਕਰਨ ਲਈ ਬਖਸ਼ਿਸ਼ ਹੁੰਦਾ ਹੈ । ਮਨਮੁਖ, ਪੰਜਾਂ ਇੰਦ੍ਰੀਆਂ ਦਾ ਖੇਲ, ਸੰਸਾਰਕ ਮਾਇਆ ਦੇ ਥੋੜ੍ਹਾ ਸਮਾਂ ਅਨੰਦ ਦੇਣ ਵਾਲੇ ਧੰਦੇ ਕਰਦਾ ਰਹਿੰਦਾ ਹੈ । ਮਾਨਸ ਜਨਮ ਦਾ ਸਮਾਂ ਪੂਰਾ ਹੋਣ ਤੇ, ਮੌਤ ਦਾ ਜਮਦੂਤ, ਆਤਮਾ ਨੂੰ ਪਕੜ ਲੈਂਦਾ ਹੈ । ਉਹ ਆਪਣੇ ਚੰਗੇ, ਮੰਦੇ ਕੰਮਾਂ ਦਾ ਭਾਰ ਆਪਣੇ ਸਾਥ ਲੈ ਕੇ ਵਾਪਸ ਜਾਂਦਾ ਹੈ ।

Human life opportunity may be blessed for a limited time to meditate on the teachings of His Word to sanctify his soul to become worthy of His Consideration. Self-minded may remain intoxicated with the sweet poison of worldly wealth, slave of 5 demons of worldly desires. He may collect short-lived pleasure of worldly wealth. The devil of death, knocks on his head at predetermined time and capture his soul to face the judgement of The Righteous Judge. He must carry the burden of good and evil worldly deeds to endure the judgement.

560.ਸਲੋਕ ਸੇਖ ਫਰੀਦ ਜੀ॥ 1378 -7

ਦੇਖੁ ਫਰੀਦਾ ਜੁ ਥੀਆ	daykh fareedaa jo thee-aa
ਦਾੜੀ ਹੋਈ ਭੂਰ॥	daarhee ho-ee bhoor.
ਅਗਹੁ ਨੇੜਾ ਆਇਆ	agahu nayrhaa aa-i-aa
ਪਿਛਾ ਰਹਿਆ ਦੂਰਿ॥੯॥	pichhaa rahi-aa door. ‖9‖

ਮਨਮੁਖ ਨੂੰ ਜੀਵਨ ਦੇ ਚੌਥੇ ਪਹਿਰੇ, ਬੁਢੇਪੇ ਵਿੱਚ ਯਾਦ ਆਉਂਦਾ ਹੈ, ਆਪਣਾ ਜੀਵਨ ਦਾ ਸਮਾਂ ਬਿਰਥਾ ਹੀ ਗਵਾ ਲਿਆ ਹੈ । ਉਸ ਨੂੰ ਮਹਿਸੂਸ ਹੁੰਦਾ ਹੈ, ਉਸ ਦਾ ਸੰਸਾਰ ਵਿੱਚ ਥੋੜ੍ਹਾਂ ਸਮਾਂ ਰਹਿੰਦਾ ਹੈ, ਉਸ ਦਾ ਜਵਾਨੀ ਦਾ ਸਮਾਂ ਬੀਤ ਗਿਆ ਹੈ ।

Self-minded may realize in his old age, 4th segment of his human life journey. He has wasted his human life, without collecting any earnings of His Word to carry with him in His Court. He may realize his stay on earth, death approaching soon and his youth had been wasted long time ago.

561.ਸਲੋਕ ਸੇਖ ਫਰੀਦ ਜੀ॥ 1378 -8

ਦੇਖੁ ਫਰੀਦਾ ਜਿ ਥੀਆ	daykh fareedaa je thee-aa
ਸਕਰ ਹੋਈ ਵਿਸੁ॥	sakar ho-ee vis.
ਸਾਂਈ ਬਾਝਹੁ ਆਪਣੇ	saaN-ee baajhahu aapnay
ਵੇਦਣ ਕਹੀਐ ਕਿਸੁ॥੧੦॥	vaydan kahee-ai kis. ‖10‖

ਮਨਮੁਖ ਮਹਿਸੂਸ ਕਰਦਾ ਹੈ, ਉਸ ਦਾ ਸਰੀਰ ਬੁੱਡਾ ਹੋ ਗਿਆ ਹੈ । ਜਵਾਨੀ ਵਿੱਚ ਅਨੰਦ ਦੇਣ ਵਾਲੇ ਸਾਰੇ ਪਦਾਰਥ ਹੀ ਜ਼ਹਿਰ ਦੀ ਤਰ੍ਹਾਂ ਮਹਿਸੂਸ ਹੁੰਦੇ ਹਨ । ਉਸ ਨੇ ਅਸਲੀ ਰਸਤਾ ਭੁਲਾ ਕੇ, ਆਪਣਾ ਮਾਨਸ ਜੀਵਨ ਬਿਰਥਾ ਹੀ ਗਵਾ ਲਿਆ ਹੈ । ਪ੍ਰਭ ਦੇ ਸ਼ਬਦ ਦੀ ਸਿਖਿਆਂ ਨੂੰ ਜੀਵਨ ਵਿੱਚ ਢਾਲਣ ਤੋ ਬਿਨਾਂ ਹੋ ਕੋਈ ਪ੍ਰਵਾਨਗੀ ਦਾ ਰਸਤਾ ਨਹੀਂ ਹੁੰਦਾ ।

Self-minded may realize in his old age! Whatsoever was pleasures and delicacy in younger age; now feels like poison in old age. He has abandoned the right path in his life and he has wasted his human life opportunity. He realizes that adopting the teachings of His Word may be the only right path of human life opportunity and acceptance in His Court.

562.ਸਲੋਕ ਸੇਖ ਫਰੀਦ ਜੀ॥ 1378 -9

ਫਰੀਦਾ ਅਖੀ ਦੇਖਿ ਪਤੀਣੀਆਂ,	fareedaa akhee daykh pateenee-aaN
ਸੁਣਿ ਸੁਣਿ ਰੀਣੇ ਕੰਨ॥	sun sun reenay kann.
ਸਾਖ ਪਕੰਦੀ ਆਈਆ	aakh pakandee aa-ee-aa
ਹੋਰ ਕਰੇਂਦੀ ਵੰਨ॥੧੧॥	hor karayNdee vann. ‖11‖

ਜੀਵ ਤੇਰੀਆਂ ਅੱਖਾਂ ਤੋ ਦਿਸਦਾ ਨਹੀਂ, ਕੰਨਾਂ ਤੋ ਸੁਣਦਾ ਨਹੀਂ, ਸਰੀਰ ਪਿੰਗਲਾ ਬਣ ਗਿਆ ਹੈ । ਤੇਰੇ ਸਰੀਰ ਦਾ ਰੰਗ ਬਦਲ ਗਿਆ ਹੈ ।

In your old age, your eyes have been compromised, cannot see clearly; ears may not hear properly and your body have become feeble. The color of your skin has changed with wrinkles.

563.ਸਲੋਕ ਸੇਖ ਫਰੀਦ ਜੀ॥ 1378 -10

ਫਰੀਦਾ ਕਾਲੀ ਜਿਨੀ ਨ ਰਾਵਿਆ, ਧਉਲੀ ਰਾਵੈ ਕੋਇ॥	fareedaa kaaleeN jinee na raavi-aa Dha-ulee raavai ko-ay.
ਕਰਿ ਸਾਂਈ ਸਿਉ ਪਿਰਹੜੀ, ਰੰਗੁ ਨਵੇਲਾ ਹੋਇ॥੧੨॥	kar saaN-ee si-o pirharhee rang navaylaa ho-ay. ||12||

ਜਿਹੜਾ ਬਚਪਣ ਵਿੱਚ ਪ੍ਰਭ ਦੀ ਸ਼ਬਦ ਦੀ ਪਾਲਣਾ, ਸਿਮਰਨ ਨਹੀਂ ਕਰਦਾ, ਉਸ ਦੀ ਆਦਤ ਹੀ ਬਣ ਜਾਂਦੀ ਹੈ । ਬਹੁਤ ਥੋੜ੍ਹੇ ਹੀ ਜੀਵ ਬਚਪਣ ਦੀਆਂ ਆਦਤਾਂ, ਬੁਢੇਪੇ ਵਿੱਚ ਬਦਲ ਸਕਦੇ ਹਨ । ਜਿਹੜਾ ਬਚਪਣ ਵਿੱਚ ਹੀ ਸਿਮਰਨ ਦੀ ਆਦਤ ਪਾਉਂਦਾ ਹੈ, ਉਸ ਦਾ ਪ੍ਰਭ ਦੇ ਬਖਸ਼ੇ ਤੇ ਭਰੋਸਾ ਅਡੋਲ ਹੋ ਜਾਂਦਾ ਹੈ । ਜੀਵ ਦੇਖ ਤੇਰੇ ਸਰੀਰ ਦਾ ਰੰਗ ਬਦਲ ਗਿਆ ਹੈ ।

Whosoever may not meditate, obeys the teachings of His Word in his early age; that may become his habit, way of life. Very rare may change his habits in his old age. Whosoever may mediation, obeys the teachings of His Word in his young age; his belief may become steady and stable with time.

564. ਸਲੋਕ ਸੇਖ ਫਰੀਦ ਜੀ॥ 1378 -11

ਮਃ ੩॥	mehlaa 3.
ਫਰੀਦਾ ਕਾਲੀ ਧਉਲੀ ਸਾਹਿਬੁ ਸਦਾ ਹੈ ਜੇ ਕੋ ਚਿਤਿ ਕਰੇ॥	fareedaa kaalee Dha-ulee saahib sadaa hai jay ko chit karay.
ਆਪਣਾ ਲਾਇਆ ਪਿਰਮੁ ਨ ਲਗਈ ਜੇ ਲੋਚੈ ਸਭੁ ਕੋਇ॥	aapnaa laa-i-aa piram na lag-ee jay lochai sabh ko-ay.
ਏਹੁ ਪਿਰਮੁ ਪਿਆਲਾ ਖਸਮ ਕਾ ਜੈ ਭਾਵੈ ਤੈ ਦੇਇ॥੧੩॥	ayhu piram pi-aalaa khasam kaa jai bhaavai tai day-ay. ||13||

ਬੰਦਗੀ ਦੀ ਕੋਈ ਮਿਥਿਆ ਸਮਾਂ, ਉਮਰ ਨਹੀਂ ਹੁੰਦੀ, ਪ੍ਰਭ ਹਮੇਸ਼ਾਂ ਹੀ ਪ੍ਰਵਾਨ ਕਰਦਾ ਹੈ । ਹਰਇੱਕ ਜੀਵ ਦੇ ਮਨ ਵਿੱਚ ਬੰਦਗੀ ਕਰਨ ਦੀ ਸ਼ਰਧਾ ਹੁੰਦੀ ਹੈ । ਕਿਸੇ ਜੀਵ ਦੇ ਆਪਣੇ ਵੱਸ ਨਹੀਂ ਹੁੰਦਾ । ਜਿਸ ਨੂੰ ਆਪਣੀ ਰਹਿਮਤ ਨਾਲ ਲਗਨ ਬਖਸ਼ਦਾ ਹੈ, ਕੇਵਲ ਉਹ ਹੀ ਬੰਦਗੀ ਵਿੱਚ ਅਡੋਲ ਹੁੰਦਾ ਹੈ

There may not be any auspicious time, age to stat meditating on the teachings of His Word; The True Master always encourage and accepts his earnings of His Word. Everyone may remain anxious to meditate, sings the glory, obeys the teachings of His Word; however, he may not have any control on his action, initiation. Whosoever may have a great prewritten destiny, only he may obey the teachings of His Word with steady and stable belief in his day-to-day life.

565.ਸਲੋਕ ਸੇਖ ਫਰੀਦ ਜੀ॥ 1378 -12

ਫਰੀਦਾ ਜਿਨ੍ਹ ਲੋਇਣ ਜਗੁ ਮੋਹਿਆ, ਸੇ ਲੋਇਣ ਮੈਂ ਡਿਠੁ॥	fareedaa jinH lo-in jag mohi-aa say lo-in mai dith.
ਕਜਲ ਰੇਖ ਨ ਸਹਦਿਆ ਸੇ ਪੰਖੀ ਸੂਇ ਬਹਿਠੁ॥੧੪॥	kajal raykh na sehdi-aa say pankhee soo-ay bahith. ||14||

ਜੀਵ, ਤੇਰੀਆਂ ਜਵਾਨੀ ਵਾਲੀਆ ਅੱਖਾਂ ਨੇ ਸਾਰੇ ਸੰਸਾਰ ਨੂੰ ਮੋਹਿਤ ਕਰ ਲਿਆ ਸੀ । ਬੁਢੇਪੇ ਵਿੱਚ ਤੁਰੀਆ ਅੱਖਾਂ ਸੁਰਮਾ ਪਾਉਣ ਦੇ ਯੋਗ ਵੀ ਨਹੀਂ ਹਨ । ਉਹ ਪੰਛੀਆਂ ਦੇ ਆਲ੍ਹਣੇ ਵਰਗੀਆਂ ਬਣ ਗਈਆਂ ਹਨ ।

Your eyes at your young were intoxicating with glimpse of love and enticed the world. In your old age, your eyes are like bird's nest. These are not worthy to embellish your eyes with antimony.

566.ਸਲੋਕ ਸੇਖ ਫਰੀਦ ਜੀ॥ 1378 -13

ਫਰੀਦਾ ਕੂਕੇਦਿਆ ਚਾਂਗੇਦਿਆ fareedaa kookaydi-aa chaaNgaydi-aa
ਮਤੀ ਦੇਦਿਆ ਨਿਤ॥ matee daydi-aa nit.
ਜੋ ਸੈਤਾਨਿ ਵੰਞਾਇਆ jo saitaan vanjaa-i-aa
ਸੇ ਕਿਤ ਫੇਰਹਿ ਚਿਤ॥੧੫॥ say kit fayreh chit. ||15||

ਸੰਤ ਸਰੂਪ, ਜੀਵਾਂ ਨੂੰ ਸ਼ਬਦ ਨਾਲ ਜੀਵਨ ਢਾਲਣ ਦੀ ਉਚੀ ਪੁਕਾਰ ਕੇ ਪ੍ਰੇਰਨਾ ਕਰਦੇ ਹਨ । ਪਰ ਜਿਹੜਾ ਜੀਵ ਪੰਜਾਂ ਇੰਦ੍ਰੀਆਂ ਦੇ ਕਾਬੂ ਵਿੱਚ ਹੁੰਦਾ ਹੈ । ਉਸ ਦਾ ਮਨ ਪ੍ਰਭ ਦੇ ਦਰਬਾਰ ਵਿੱਚ ਪ੍ਰਵਾਨਗੀ ਦੇ ਰਸਤੇ ਤੇ ਨਹੀਂ ਚਲ ਸਕਦਾ ।

His Holy saints may be inspiring everyone to adopt the teachings of His Word. However, whosoever may be intoxicated with sweet poison of worldly wealth, victim of 4 demons of worldly wealth. He may never obey, adopts the right path of acceptance in His Court.

567.ਸਲੋਕ ਸੇਖ ਫਰੀਦ ਜੀ॥ 1378 -14

ਫਰੀਦਾ ਥੀਉ ਪਵਾਹੀ ਦਭੁ॥ fareedaa thee-o pavaahee dabh.
ਜੇ ਸਾਂਈ ਲੋੜਹਿ ਸਭੁ॥ jay saaN-ee lorheh sabh.
ਇਕੁ ਛਿਜਹਿ ਬਿਆ ਲਤਾੜੀਅਹਿ॥ ik chhijeh bi-aa lataarhee-ah.
ਤਾਂ ਸਾਈ ਦੈ ਦਰਿ ਵਾੜੀਅਹਿ॥੧੬॥ aaN saa-ee dai dar vaarhee-ah. ||16||

ਜੀਵ ਅਗਰ ਤੇਰੇ ਮਨ ਵਿੱਚ ਪ੍ਰਭ ਨੂੰ ਮਿਲਣ ਦੀ ਸ਼ਰਧਾ ਹੈ । ਰਸਤੇ ਤੇ ਉਗੇ ਘਾਹ ਵਰਗੀ ਨਿਮ੍ਰਤਾ ਧਾਰਨ ਕਰੋ! ਜਿਸ ਦਾ ਕੋਈ ਮਾਲਕ ਨਹੀਂ ਹੁੰਦਾ (ਅਹੰਕਾਰ) । ਕੋਈ ਇਸ ਨੂੰ ਪੈਰਾਂ ਥੱਲੇ ਲਤਾੜ ਦਾ ਅਤੇ ਕੋਈ ਕੱਟਦਾ, ਤੋੜਦਾ, ਤਸੀਏ ਦੇਂਦਾ ਹੈ । ਪ੍ਰਭ ਦੀ ਰਹਿਮਤ ਨਾਲ, ਉਸ ਨੂੰ ਦਰਬਾਰ ਵਿੱਚ ਪ੍ਰਵਾਨਗੀ ਦਾ ਰਸਤਾ ਬਖਸ਼ਿਸ਼ ਹੋ ਜਾਂਦਾ ਹੈ ।

Whosoever may have a deep devotion, anxiety to be blessed with the essence of His Word; He must adopt such a humility is his own life, like grass grown on the path. He may not have any ego of his status. As grass on the path may be cut, crushed under feet. Whosoever may have such a state of mind; with His mercy and grace, he may be blessed with the right path of acceptance in His Court.

568.ਸਲੋਕ ਸੇਖ ਫਰੀਦ ਜੀ॥ 1378-15

ਫਰੀਦਾ ਖਾਕੁ ਨ ਨਿੰਦੀਐ fareedaa khaak na nindee-ai
ਖਾਕੂ ਜੇਡੁ ਨ ਕੋਇ॥ khaakoo jayd na ko-ay.
ਜੀਵਦਿਆ ਪੈਰਾ ਤਲੈ jeevdi-aa pairaa talai
ਮੁਇਆ ਉਪਰਿ ਹੋਇ॥੧੭॥ mu-i-aa upar ho-ay. ||17||

ਨੀਵੇਂ ਜੀਵ (ਮਿੱਟੀ) ਦੀ ਕਦੇ ਨਿੰਦਿਆਂ ਨਾ ਕਰੋ! ਜਿਵੇਂ ਮਿੱਟੀ ਜੀਉਂਦੇ ਜੀਵ ਦੇ ਪੈਰਾਂ ਥੱਲੇ ਹੁੰਦੀ ਹੈ । ਪਰ ਮਰਨ ਤੋ ਪਿਛੋਂ ਜੀਵ ਦਾ ਤਨ, ਮਿੱਟੀ ਥੱਲੇ ਹੀ ਦੱਬਿਆ ਜਾਂਦਾ ਹੈ । ਇਸਤਰ੍ਹਾਂ ਜਿਹੜਾ ਜੀਵ ਨਿਮਾਣਾ, ਨੀਵਾਂ ਬਣਕੇ ਜੀਵ ਬਤੀਤ ਕਰਦਾ ਹੈ । ਉਸ ਨੂੰ ਪ੍ਰਭ ਦੇ ਦਰਬਾਰ ਵਿੱਚ ਬਹੁਤ ਮਾਣ ਬਖਸ਼ਿਸ਼ ਹੋ ਜਾਂਦਾ ਹੈ ।

You should not rebuke a humble, simple living person, any saintly person. As dirt may remain under the feet of person still breathing, living; however, after death, his body may be buried under dirt. Same way whosoever may live a simple, humble way of life, appears miserable. He may be blessed with the right path of acceptance in His Court; his soul may be honored in His Court.

569.ਸਲੋਕ ਸੇਖ ਫਰੀਦ ਜੀ॥ 1378 -16

ਫਰੀਦਾ ਜਾ ਲਬੁ ਤਾ ਨੇਹੁ ਕਿਆ, fareedaa jaa lab taa nayhu ki-aa
ਲਬੁ ਤ ਕੂੜਾ ਨੇਹੁ॥ lab ta koorhaa nayhu.
ਕਿਚਰੁ ਝਤਿ ਲਘਾਈਐ kichar jhat laghaa-ee-ai
ਛਪਰਿ ਤੁਟੈ ਮੇਹੁ॥੧੮॥ chhapar tutai mayhu. ||18||

ਜਿਹੜੇ ਜੀਵ ਦੇ ਮਨ ਵਿੱਚ ਲਾਲਚ ਹੁੰਦਾ ਹੈ, ਉਹ ਬੰਦਗੀ ਕਰਨ ਤੋ ਪਹਿਲੇ ਹੀ ਫਲ ਦੀ ਅਰਦਾਸ ਕਰਦਾ ਹੈ । ਉਸ ਦੀ ਸ਼ਰਧਾ ਵਿੱਚ ਪ੍ਰਭ ਦੇ ਬਖਸ਼ੇ ਤੇ ਭਰੋਸਾ ਅਡੋਲ ਨਹੀਂ ਹੁੰਦਾ । ਉਸ ਦੀ ਬੰਦਗੀ ਦਿਖਾਵੇ ਦੀ ਹੀ ਹੁੰਦੀ ਹੈ । ਜਿਸ ਦੇ ਘਰ ਦੀ ਮਿੱਟੀ ਦੀ ਬਣੀ ਛੱਤ ਚੋਂਦੀ ਹੋਵੇ । ਉਸ ਵਿੱਚ ਬਹੁਤਾ ਸਮਾਂ ਸਿਰ ਨਹੀਂ ਲੁਕਾਇਆ ਜਾ ਸਕਦਾ । ਉਹ ਢਹਿ ਹੀ ਜਾਂਦੀ ਹੈ ।

Whosoever may have greed in his mind; he may hope for some blessings rewards, before even starting his meditation. His meditation, obeying the teachings may not have any devotion. He may never obey the teachings of His Word with steady and stable belief in his day-to-day life. His mediation is only for a greed, a quick reward. As the roof of a house may be leaking many places; how long that house can be used for dwelling without replacing the roof.

570.ਸਲੋਕ ਸੇਖ ਫਰੀਦ ਜੀ॥ 1378 -17

ਫਰੀਦਾ ਜੰਗਲੁ ਜੰਗਲੁ ਕਿਆ ਭਵਹਿ fareedaa jangal jangal ki-aa bhaveh
ਵਣਿ ਕੰਡਾ ਮੋੜੇਹਿ॥ van kandaa morhayhi.
ਵਸੀ ਰਬੁ ਹਿਆਲੀਐ vasee rab hi-aalee-ai
ਜੰਗਲੁ ਕਿਆ ਢੂਢੇਹਿ॥੧੯॥ jangal ki-aa dhoodhayhi. ||19||

ਜਿਹੜਾ ਪ੍ਰਭ ਨੂੰ ਤੀਰਥਾਂ ਵਿੱਚ, ਜੰਗਲਾਂ ਵਿੱਚ ਲੱਭਦਾ ਫਿਰਦਾ ਹੈ । ਉਹ ਬਹੁਤ ਮੁਸ਼ਕਲਾਂ ਹੀ ਸਹਿਦਾ ਹੈ । ਜੀਵ, ਪ੍ਰਭ ਦੀ ਜੋਤ ਆਤਮਾ ਵਿੱਚ ਹੀ ਸਮਾਈ, ਤਨ ਵਿੱਚ ਹੀ ਵਸਦੀ ਹੈ । ਹੋਰ ਥਾਂ ਤੇ ਢੂੰਡਣ ਦਾ ਕੋਈ ਲਾਭ ਨਹੀਂ ਹੁੰਦਾ ।

Whosoever may pilgrimage from shrine to shrine; wanders in wild jungles. He may endure many hardships in his journey. His Holy Spirit, His Word remains embedded within his soul and dwells in his own body. Whosoever may search within his own body and mind; with His mercy and grace, he may be blessed with enlightenment, the right path of acceptance in His Court. Wander any other places, shrines may not have any benefit.

571.ਸਲੋਕ ਸੇਖ ਫਰੀਦ ਜੀ॥ 1378 -18

ਫਰੀਦਾ ਇਨੀ ਨਿਕੀ ਜੰਘੀਐ fareedaa inee nikee janghee-ai
ਥਲ ਡੂੰਗਰ ਭਵਿਓਮ੍ਹਿ॥ thal doongar bhavi-omiH.
ਅਜੁ ਫਰੀਦੈ ਕੂਜੜਾ aj fareedai koojrhaa
ਸੈ ਕੋਹਾਂ ਥੀਓਮਿ॥੨੦॥ sai kohaaN thee-om. ||20||

ਜੀਵ ਇਹਨਾਂ ਛੋਟੀਆਂ ਲੱਤਾਂ ਨਾਲ ਤੂੰ ਕਈ ਰੇਗ ਸਥਾਨ, ਕਈ ਪਰਬਤ ਫਿਰੇ ਹਨ । ਪਰ ਹੁਣ ਇਹ ਥੋੜ੍ਹਾ ਪਾਣੀ ਪਾਰ ਕਰਨਾ ਹੀ ਬਹੁਤ ਲੰਮਾ ਫਾਸਲਾ ਜਾਪਦਾ ਹੈ ।

You have walked through many deserts and climbed many mountains with your small legs in your young age. In your old age, small, shallow pond of water may be feeling like a long distance.

572.ਸਲੋਕ ਸੇਖ ਫਰੀਦ ਜੀ॥ 1378-19

ਫਰੀਦਾ ਰਾਤੀ ਵਡੀਆਂ fareedaa raatee vadee-aaN
ਧੁਖਿ ਧੁਖਿ ਉਠਨਿ ਪਾਸ॥ Dhukh Dhukh uthan paas.
ਧਿਗੁ ਤਿਨ੍ਹਾ ਦਾ ਜੀਵਿਆ Dhig tinHaa daa jeevi-aa
ਜਿਨਾ ਵਿਡਾਣੀ ਆਸ॥੨੧॥ jinaa vidaanee aas. ||21||

ਜੀਵ ਲੰਮੀਆਂ ਰਾਤਾ ਪਾਸੇ ਪਲਟ, ਪਲਟ ਕੇ ਹੀ ਗੁਜ਼ਾਰਦਾ ਹੈ । ਜਿਹੜਾ ਸ਼ਬਦ ਦਾ ਸਿਮਰਨ ਦਾ ਹੈ, ਉਸ ਦਾ ਮਾਨਸ ਜੀਵਨ ਸਫਲ ਹੋ ਜਾਂਦਾ ਹੈ । ਜਿਹੜਾ ਸ਼ਬਦ ਦੀ ਪਾਲਣਾ ਤੋ ਬਿਨਾਂ ਹੋਰ ਕਿਸੇ ਗੁਰੂ ਪੀਰ ਦੀ ਆਸ ਰਖਦਾ ਹੈ, ਉਹ ਆਪਣਾ ਜੀਵਨ ਬਿਰਥਾ ਹੀ ਗਵਾ ਜਾਂਦਾ ਹੈ । ਹੋਰ ਜੀਵ ਤੇ ਆਸ ਰਖਣੀ ਬਿਰਥੀ ਹੈ ।

You are spending your long nights just turning sides, waiting for sun rise. Whosoever may meditate on the teachings of His Word; with His mercy and grace, his human life opportunity may be rewarded. Whosoever may abandon the teachings of His Word and follows the teachings of worldly religious gurus; he may waste his human life opportunity uselessly.

573.ਸਲੋਕ ਸੇਖ ਫਰੀਦ ਜੀ॥ 1379 -1

ਫਰੀਦਾ ਜੇ ਮੈਂ ਹੋਦਾ ਵਾਰਿਆ	fareedaa jay mai hodaa vaari-aa
ਮਿਤਾ ਆਇੜਿਆਂ॥	mitaa aa-irhi-aaN.
ਹੇੜਾ ਜਲੈ ਮਜੀਠ	hayrhaa jalai majeeth
ਜਿਉ ਉਪਰਿ ਅੰਗਾਰਾ॥੨੨॥	ji-o upar angaaraa. ‖22‖

ਮੇਰਾ ਮਨ ਅਤੇ ਤਨ ਪੰਜਾਂ ਇੰਦ੍ਰੀਆਂ ਦੀ ਅੱਗ ਵਿੱਚ ਜਲ ਰਹਿਆ ਸੀ । ਪ੍ਰਭ ਅਗਰ ਮੈਂ ਉਸ ਵੇਲੇ ਬੰਦਗੀ ਦੇ ਰਸਤੇ ਤੇ ਚਲਦਾ, ਜਦੋਂ ਮੈਨੂੰ ਸੰਤ ਦੀ ਸੰਗਤ ਬਖਸ਼ੀ ਸੀ । ਮੇਰਾ ਬਚਾ ਹੋ ਜਾਂਦਾ ।

My mind and body are burning in the fire of 5 demons worldly desires. I wish I would have adopted the teachings of His Word. Whosoever may be blessed with the conjugation of His Holy saint; with His mercy and grace, he may be saved.

574.ਸਲੋਕ ਸੇਖ ਫਰੀਦ ਜੀ॥ 1379 -2

ਫਰੀਦਾ ਲੋੜੈ ਦਾਖ ਬਿਜਉਰੀਆਂ	fareedaa lorhai daakh bij-uree-aaN
ਕਿਕਰਿ ਬੀਜੈ ਜਟੁ॥	kikar beejai jat.
ਹੰਢੈ ਉਂਨ ਕਤਾਇਦਾ	handhai unn kataa-idaa
ਪੈਧਾ ਲੋੜੈ ਪਟੁ॥੨੩॥	paiDhaa lorhai pat. ‖23‖

ਅਣਜਾਣ ਜੀਵ ਮੰਦੇ ਕੰਮ ਕਰਦਾ ਹੈ । ਉਸ ਦੇ ਕੰਮ ਸ੍ਰਿਸ਼ਟੀ ਦੇ ਭਲੇ ਦੇ ਹਨ । ਪ੍ਰਭ ਰਹਿਮਤ ਬਖਸ਼ੇ ਗਾ ! ਪ੍ਰਭ ਅੰਤਰਜਾਮੀ ਹੈ । ਸਭ ਆਪਣੇ ਕੀਤੇ ਕੰਮਾਂ ਦਾ ਫਲ ਹੀ ਭੁਗਤਦਾ ਹੈ ।

Self-minded, ignorant performs sinful deeds; however, he may think his deeds are for the welfare of His Creation. He hopes to be blessed with the right path of acceptance in His Court. The Omniscient True Master, only rewards, the earnings of His Word; he must endure the miseries of his worldly deeds.

575.ਸਲੋਕ ਸੇਖ ਫਰੀਦ ਜੀ॥ 1379 -3

ਫਰੀਦਾ ਗਲੀਏ ਚਿਕੜੁ ਦੂਰਿ ਘਰੁ	fareedaa galee-ay chikarh door ghar
ਨਾਲਿ ਪਿਆਰੇ ਨੇਹੁ॥	naal pi-aaray nayhu.
ਚਲਾ ਤ ਭਿਜੈ ਕੰਬਲੀ	chalaa ta bhijai kamblee
ਰਹਾ ਤ ਤੁਟੈ ਨੇਹੁ॥੨੪॥	rahaaN ta tutai nayhu. ‖24‖

ਪ੍ਰਭ ਨੂੰ ਮਿਲਣ, ਸ਼ਬਦ ਦੀ ਪਾਲਣਾ ਕਰਨ ਦਾ ਰਸਤੇ ਬਹੁਤ ਮੁਸ਼ਕਲ ਹੈ । ਜਿਹੜਾ ਸ਼ਬਦ ਦੀ ਪਾਲਣਾ ਦੇ ਰਸਤੇ ਤੇ ਚਲਦਾ ਹੈ । ਉਸ ਨੂੰ ਸੰਸਾਰਕ ਜੀਵ ਬਹੁਤ ਰੁਕਾਵਟਾਂ ਪਾਉਂਦੇ ਹਨ । ਬੰਦਗੀ ਕਰਨ ਵਾਲਾ ਸੰਸਾਰਕ ਨਿੰਦਿਆਂ ਦੀ ਕੋਈ ਪ੍ਰਵਾਹ ਨਹੀਂ ਕਰਦਾ, ਉਹ ਅਸਲੀ ਰਸਤੇ ਤੇ ਅਡੋਲ ਭਰੋਸੇ ਨਾਲ ਚਲਦਾ ਰਹਿੰਦਾ ਹੈ ।

The path of acceptance in His Court may be very tedious. Whosoever may adopt the teachings of His Word in his day-to-day life. Many slanderers, criticize, rebuke his way of life; however, His true devotee may remain steady and stable on the right path of acceptance in His Court, irrespective of anu approval of religious norms.

576.ਸਲੋਕ ਸੇਖ ਫਰੀਦ ਜੀ॥ 1379 -4

ਭਿਜਉ ਸਿਜਉ ਕੰਬਲੀ	bhija-o sija-o kamblee
ਅਲਹ ਵਰਸਉ ਮੇਹੁ॥	alah varsa-o mayhu.
ਜਾਇ ਮਿਲਾ ਤਿਨਾ ਸਜਣਾ	jaa-ay milaa tinaa sajnaa
ਤੁਟਉ ਨਾਹੀ ਨੇਹੁ॥੨੫॥	tuta-o naahee nayhu. ||25||

ਮੈਂ ਬੰਦਗੀ ਦੇ ਰਸਤੇ ਤੇ ਹੀ ਚੱਲਣਾ ਹੈ । ਮੈਨੂੰ ਹੋਰ ਕਿਸੇ ਦੀ ਨਿੰਦਿਆਂ ਦੀ ਪ੍ਰਵਾਹ ਨਹੀਂ ਹੈ । ਜਿਹੜਾ ਸੰਸਾਰਕ ਮੋਹ, ਪ੍ਰਭਾਵ ਨੂੰ ਤਿਆਗ ਦੇਂਦਾ ਹੈ, ਕੇਵਲ ਉਸ ਨੂੰ ਹੀ ਪ੍ਰਵਾਨਗੀ ਦਾ ਅਸਲੀ ਰਸਤਾ ਬਖਸ਼ਿਸ਼ ਹੁੰਦਾ ਹੈ ।

I have adopted the teachings of His Word with steady and stable belief in my day-to-day life; I am not concerned about any approval or criticism of religious norms. Whosoever may obey the teachings of His Word with steady and stable belief in his day-to-day life; with His mercy and grace, only, he may be blessed with the right path of acceptance in His Court.

577.ਸਲੋਕ ਸੇਖ ਫਰੀਦ ਜੀ॥ 1379 -5

ਫਰੀਦਾ ਮੈਂ ਭੋਲਾਵਾ ਪਗ ਦਾ	fareedaa mai bholaavaa pag daa
ਮਤੁ ਮੈਲੀ ਹੋਇ ਜਾਇ॥	mat mailee ho-ay jaa-ay.
ਗਹਿਲਾ ਰੂਹੁ ਨ ਜਾਣਈ	gahilaa roohu na jaan-ee
ਸਿਰੁ ਭੀ ਮਿਟੀ ਖਾਇ॥੨੬॥	sir bhee mitee khaa-ay. ||26||

ਅਣਜਾਣ ਜੀਵ ਆਪਣੀ ਸੰਸਾਰਕ ਹੈਸੀਅਤ ਦੀ ਚਿੰਤਾ ਕਰਦਾ ਰਹਿੰਦਾ ਹੈ । ਉਹ ਸ਼ਬਦ ਦੀ ਪਾਲਣਾ ਨਹੀਂ ਕਰਦਾ । ਮਨਮੁਖ ਇਹ ਭੁਲ ਜਾਂਦਾ ਹੈ, ਇੱਕ ਦਿਨ ਉਸ ਦਾ ਸਰੀਰ ਹੀ ਮਿੱਟੀ ਵਿੱਚ ਦੱਬਿਆ ਜਾਣਾ ਹੈ ।

Ignorant self-minded remains worried about his worldly status, honor. Ignorant may forget, after death, his body may be going to be buried under earth; who may be disrespected on that day.

578.ਸਲੋਕ ਸੇਖ ਫਰੀਦ ਜੀ॥ 1379 -6

ਫਰੀਦਾ ਸਕਰ ਖੰਡੁ ਨਿਵਾਤ ਗੁੜੁ	fareedaa sakar khand nivaat gurh
ਮਾਖਿਉ ਮਾਂਝਾ ਦੁਧੁ॥	maakhi-o maaNjhaa duDh.
ਸਭੇ ਵਸਤੂ ਮਿਠੀਆਂ	sabhay vastoo mithee-aaN
ਰਬ ਨ ਪੁਜਨਿ ਤੁਧੁ॥੨੭॥	rab na pujan tuDh. ||27||

ਜੀਵ ਸੰਸਾਰ ਵਿੱਚ ਬਹੁਤ ਮਿੱਠੇ ਪਦਾਰਥ (ਖੰਡ, ਗੰਨਾ, ਕੈਡੀ, ਦੁੱਧ) ਹਨ । ਪਰ ਇਹਨਾਂ ਵਿਚੋਂ ਕੋਈ ਵੀ ਪ੍ਰਭ ਨੂੰ ਮਿਲਣ ਵਿੱਚ ਸਹਾਇਤਾ ਨਹੀਂ ਕਰ ਸਕਦਾ ।

Worldly life may be overwhelmed with many sweet delicacies to enjoy and entertain. However, none of these delicacies may help to be blessed with the right path of acceptance in His Court.

579.ਸਲੋਕ ਸੇਖ ਫਰੀਦ ਜੀ॥ 1379 -7

ਫਰੀਦਾ ਰੋਟੀ ਮੇਰੀ ਕਾਠ ਕੀ	fareedaa rotee mayree kaath kee
ਲਾਵਣੁ ਮੇਰੀ ਭੁਖ॥	laavan mayree bhukh.
ਜਿਨਾ ਖਾਧੀ ਚੋਪੜੀ	jinaa khaaDhee choprhee
ਘਣੇ ਸਹਨਿਗੇ ਦੁਖ॥੨੮॥	ghanay sehnigay dukh. ||28||

ਗੁਰਮਖ ਜੀਵ ਆਪਣੇ ਤਨ ਦੀ ਭੁਖ ਦੂਰ ਕਰਨ ਲਈ ਸਾਦਾ ਭੋਜਨ ਖਾਂਦਾ ਹੈ । ਜਿਹੜਾ ਸ਼ਾਹੀ ਖਾਣਾ ਖਾਂਦਾ ਹੈ, ਉਸ ਨੂੰ ਇਸ ਦਾ ਲੇਖਾ ਦੇਣਾ ਪੈਂਦਾ ਹੈ ।

His true devotee always remains humble and eat simple food to satisfy his stomach. Whosoever may eat and live luxury life; he may have to endure the judgement of The Righteous Judge.

580.ਸਲੋਕ ਸੇਖ ਫਰੀਦ ਜੀ॥ 1379 -8

ਰੁਖੀ ਸੁਖੀ ਖਾਇ ਕੈ	rukhee sukhee khaa-ay kai
ਠੰਢਾ ਪਾਣੀ ਪੀਉ॥	thandhaa paanee pee-o.
ਫਰੀਦਾ ਦੇਖਿ ਪਰਾਈ ਚੋਪੜੀ	fareedaa daykh paraa-ee choprhee
ਨਾ ਤਰਸਾਏ ਜੀਉ॥੨੯॥	naa tarsaa-ay jee-o. ||29||

ਜੀਵ ਸਾਦੀ ਰੋਟੀ ਖਾ ਕੇ ਠੰਡਾ ਪਾਣੀ ਪੀ ਕੇ ਪ੍ਰਭ ਦਾ ਧੰਨਵਾਦ ਕਰੋ । ਜਿਸ ਦੀ ਰਹਿਮਤ ਨਾਲ ਤੈਨੂੰ ਖਾਣ ਲਈ ਭੋਜਨ ਬਖਸ਼ਿਸ਼ ਹੋਇਆ ਹੈ । ਦੂਸਰੇ ਦੀ ਸ਼ਾਹੀ ਜ਼ਿੰਦਗੀ ਬਤੀਤ ਕਰਦੇ ਨੂੰ ਦੇਖਕੇ ਆਪਣੇ ਦਿਲ ਨੂੰ ਛੋਟਾ ਨਾ ਕਰੋ ।

You should eat simple food and remain gratitude to the True Master, Treasure of all blessings. You should not feel embarrassed, less fortune by witnessing the luxurious way of life of others.

581.ਸਲੋਕ ਸੇਖ ਫਰੀਦ ਜੀ॥ 1379 -9

ਅਜੁ ਨ ਸੁਤੀ ਕੰਤ ਸਿਉ	aj na sutee kant si-o
ਅੰਗੁ ਮੁੜੇ ਮੁੜਿ ਜਾਇ॥	ang murhay murh jaa-ay.
ਜਾਇ ਪੁਛਹੁ ਡੋਹਾਗਣੀ	jaa-ay puchhahu dohaaganee
ਤੁਮ ਕਿਉ ਰੈਣਿ ਵਿਹਾਇ॥੩੦॥	tum ki-o rain vihaa-ay. ||30||

ਜਿਹੜਾ ਗਰਮੁਖ ਇੱਕ ਦਿਨ ਵੀ ਬੰਦਗੀ ਕਰਨਾ ਭੁਲ ਜਾਂਦਾ ਹੈ । ਉਸ ਦਾ ਮਨ ਡੋਲਦਾ ਹੈ, ਨੀਂਦ ਨਹੀਂ ਆਉਂਦੀ । ਉਹ ਸੋਚਦਾ ਹੈ, ਜਿਹੜਾ ਕਦੇ ਸਿਮਰਨ ਨਹੀਂ ਕਰਦਾ, ਉਸ ਦਾ ਕੀ ਹਾਲ ਹੋਵੇਗਾ?

His true devotee may forget to meditate on the teachings of His Word one day; he may remain very disturbed and sleepless night. He imagines! What may be his state of mind, who may not meditate ever?

582.ਸਲੋਕ ਸੇਖ ਫਰੀਦ ਜੀ॥ 1379 -10

ਸਾਹੁਰੈ ਢੋਈ ਨਾ ਲਹੈ,	saahurai dho-ee naa lahai
ਪੇਈਐ ਨਾਹੀ ਥਾਉ॥	pay-ee-ai naahee thaa-o.
ਪਿਰੁ ਵਾਤੜੀ ਨ ਪੁਛਈ,	pir vaat-rhee na puchh-ee
ਧਨ ਸੋਹਾਗਣਿ ਨਾਉ॥੩੧॥	Dhan sohagan naa-o. ||31||

ਉਸ ਦੀ ਕੀ ਹਾਲਤ ਹੁੰਦੀ ਹੈ? ਉਸ ਨੂੰ ਮਾਨਸ ਜਨਮ ਵਿੱਚ ਹੀ ਮਾਣ ਨਹੀਂ ਬਖਸ਼ਿਸ਼ ਹੁੰਦਾ, ਨਾ ਹੀ ਮਰਨ ਤੇ ਦਰਗਾਹ ਵਿੱਚ ਹੀ ਕੋਈ ਪ੍ਰਵਾਨਗੀ ਬਖਸ਼ਿਸ਼ ਹੁੰਦੀ ਹੈ । ਉਸ ਦੇ ਕੀਤੇ ਕੰਮਾਂ ਨੂੰ ਕੋਈ ਮਹੱਤਤਾ ਨਹੀਂ ਹੁੰਦੀ ।

How terrible may be the condition of self-minded? He may not be honored in worldly life nor he may be accepted in His Court. No one consider, any of his deed may be significant for human life journey.

583.ਸਲੋਕ ਸੇਖ ਫਰੀਦ ਜੀ॥ 1379 -11

ਸਾਹੁਰੈ ਪੇਈਐ ਕੰਤ ਕੀ	saahurai pay-ee-ai kant kee
ਕੰਤੁ ਅਗੰਮੁ ਅਥਾਹੁ॥	kant agamm athaahu.
ਨਾਨਕ ਸੋ ਸੋਹਾਗਣੀ	naanak so sohaaganee
ਜੁ ਭਾਵੈ ਬੇਪਰਵਾਹ॥੩੨॥	jo bhaavai bayparvaah. ||32||

ਪ੍ਰਭ ਦੋਨਾਂ ਸਿਰਿਆ ਦਾ ਅਸਲੀ ਮਾਲਕ, ਉਹ ਜੀਵ ਦੀ ਪਾਹੁੰਚ ਅਤੇ ਪ੍ਰਭਾਵਤ ਤੋ ਰਹਿਤ ਹੈ । ਜਿਸ ਦੀ ਬੰਦਗੀ ਤੇ ਪ੍ਰਭ ਖੁਸ਼, ਪ੍ਰਭਾਵਤ ਹੁੰਦਾ ਹੈ । ਉਹ ਵੱਡਭਾਗੀ ਹੁੰਦਾ ਹੈ ।

The True Master remains beyond the reach, comprehension, influence of anyone; only His Command prevails in worldly life and after death in His Court.

584.ਸਲੋਕ ਸੇਖ ਫਰੀਦ ਜੀ॥ 1379 -11

ਨਾਤੀ ਧੋਤੀ ਸੰਬਹੀ	naatee Dhotee sambhee
ਸੁਤੀ ਆਇ ਨਚਿੰਦੁ॥	sutee aa-ay nachind.f
ਫਰੀਦਾ ਰਹੀ ਸੁ ਬੇੜੀ ਹਿੰਙੁ ਦੀ	areedaa rahee so bayrhee hiny dee

ਗਈ ਕਥੂਰੀ ਗੰਧੁ॥੩੩॥ ga-ee kathooree ganDh. ||33||

ਜੀਵ ਤੂੰ ਆਪਣੇ ਸਰੀਰ ਨੂੰ ਇਸ਼ਨਾਨ ਕਰਕੇ ਪਵਿੱਤਰ ਕਰਦਾ ਹੈ । ਸਾਰਾ ਦਿਨ ਬੰਦਗੀ ਤੋ ਬਿਨਾਂ ਹੀ ਬਤੀਤ ਕਰਦਾ, ਲਗਨ ਨਹੀਂ ਲਾਉਂਦਾ । ਅਗਲੇ ਦਿਨ ਸਰੀਰ ਉਸ ਤਰ੍ਹਾਂ ਹੀ ਮੈਲਾ ਹੋ ਜਾਂਦਾ, ਸਜਾਵਟ ਖਤਮ ਹੋ ਜਾਂਦੀ ਹੈ । ਜਿਹੜਾ ਪ੍ਰਭ ਦੇ ਸ਼ਬਦ ਦੀ ਬੰਦਗੀ ਨਹੀਂ ਕਰਦਾ ਹੈ, ਉਸ ਦਾ ਸਭ ਕੁਝ ਬਿਰਥਾ ਹੀ ਹੈ ।

Self-minded may clean his body by taking shower; however, he may perform worldly good or evil deeds. Next day his body may need cleaning again and his embellishments may be vanished. Whosoever may meditate on the teachings of His Word; his time may not be wasted.

585.ਸਲੋਕ ਸੇਖ ਫਰੀਦ ਜੀ॥ 1379 -12

ਜੋਬਨ ਜਾਂਦੇ ਨਾ ਡਰਾਂ, joban jaaNday naa daraaN jay sah
ਜੇ ਸਹ ਪ੍ਰੀਤਿ ਨ ਜਾਇ॥ pareet na jaa-ay.
ਫਰੀਦਾ ਕਿਤੀ ਜੋਬਨ ਪ੍ਰੀਤਿ ਬਿਨੁ, areedaa kiteeN joban pareet bin
ਸੁਕਿ ਗਏ ਕੁਮਲਾਇ॥੩੪॥ suk ga-ay kumlaa-ay. ||34||

ਗੁਰਮਖ ਨੂੰ ਆਪਣੇ ਜੀਵਨ ਦੀ ਕੋਈ ਪ੍ਰਵਾਹ ਨਹੀਂ ਹੁੰਦੀ, ਪ੍ਰਭ ਦੇ ਸ਼ਬਦ ਦੀ ਪਾਲਣਾ, ਲਗਨ ਦਾ ਹੀ ਫਿਕਰ ਕਰਦਾ ਰਹਿੰਦਾ ਹੈ । ਬਹੁਤ ਹੀ ਆਤਮਾ, ਬੰਦਗੀ ਤੋ ਬਿਨਾਂ ਹੀ ਬਿਰਧ ਹੋ ਜਾਂਦੀਆਂ ਹਨ ।

His true devotee may not worry about the welfare of his own body, sacrifice his human life to preserve the right path of acceptance in His Court. So many souls may waste their human life opportunity without meditating on the teachings of His Word.

586.ਸਲੋਕ ਸੇਖ ਫਰੀਦ ਜੀ॥ 1379 -13

ਫਰੀਦਾ ਚਿੰਤ ਖਟੋਲਾ ਵਾਣੁ ਦੁਖੁ fareedaa chint khatolaa vaan dukh
ਬਿਰਹਿ ਵਿਛਾਵਣ ਲੇਫੁ॥ bireh vichhaavan layf.
ਏਹੁ ਹਮਾਰਾ ਜੀਵਣਾ ayhu hamaaraa jeevnaa
ਤੂ ਸਾਹਿਬ ਸਚੇ ਵੇਖੁ॥੩੫॥ too saahib sachay vaykh. ||35||

ਮੇਰੇ ਦਿਲ ਵਿੱਚ ਪ੍ਰਭ ਨੂੰ ਮਿਲਣ ਦੀ ਭਟਕਣ ਲਗੀ ਰਹਿੰਦੀ, ਵਿਛੋੜੇ ਦਾ ਦਰਦ ਮਹਿਸੂਸ ਹੁੰਦਾ ਹੈ । ਮੈਂ ਪ੍ਰਭ ਦੇ ਵਿਛੋੜੇ ਦੀ ਯਾਦ, ਵਿਰਾਗ ਵਿੱਚ ਹੀ, ਸੌਂਦਾ ਜਾਗਦਾ ਹਾ । ਇਹ ਹੀ ਮੇਰੇ ਜੀਵਨ ਦਾ ਢੰਗ ਬਣ ਗਿਆ ਹੈ ।

I may remain anxious for His Blessed Vision; I may realize the misery of separation from His Holy Spirit. I may sleep and wake up in renunciation in the memory of my separation from His Holy Spirit. My True Master! Such may be my worldly condition.

587.ਸਲੋਕ ਸੇਖ ਫਰੀਦ ਜੀ॥ 1379 -14

ਬਿਰਹਾ ਬਿਰਹਾ ਆਖੀਐ birhaa birhaa aakhee-ai
ਬਿਰਹਾ ਤੂ ਸੁਲਤਾਨੁ॥ birhaa too sultaan.
ਫਰੀਦਾ ਜਿਤੁ ਤਨਿ ਬਿਰਹੁ ਨ ਊਪਜੈ fareedaa jit tan birahu na oopjai
ਸੋ ਤਨੁ ਜਾਣੁ ਮਸਾਨੁ॥੩੬॥ so tan jaan masaan. ||36||

ਜੀਵ ਵਿਛੋੜੇ ਦਾ ਦੁਖ ਸਭ ਤੋ ਵੱਡਾ ਹੈ । ਜਿਸ ਦੇ ਦਿਲ ਵਿੱਚ ਪ੍ਰਭ ਦੇ ਵਿਛੜੇ ਦੀ ਪੀੜ ਨਹੀਂ ਹੁੰਦੀ । ਉਸ ਦਾ ਜੀਵਨ ਸ਼ਮਸ਼ਾਨ ਵਰਗਾ ਹੀ ਹੁੰਦਾ ਹੈ ।

The memory of his separation from His Holy Spirit may be the most miserable to tolerate. Whosoever may not feel miserable with his separation from The True Master. His worldly life may be like cremation ground.

588.ਸਲੋਕ ਸੇਖ ਫਰੀਦ ਜੀ॥ 1379 -15

ਫਰੀਦਾ ਏ ਵਿਸੁ ਗੰਦਲਾ fareedaa ay vis gandlaa
ਧਰੀਆਂ ਖੰਡੁ ਲਿਵਾੜਿ॥ Dharee-aaN khand livaarh.
ਇਕਿ ਰਾਹੇਦੇ ਰਹਿ ਗਏ ik raahayday reh ga-ay

ਇਕਿ ਰਾਧੀ ਗਏ ਉਜਾੜਿ॥੩੭॥ ik raaDhee ga-ay ujaarh. ||37||

ਸੰਸਾਰ ਪੰਜ ਇੰਦ੍ਰੀਆਂ ਦੇ ਮਿਠੇ ਜ਼ਹਿਰ ਨਾਲ ਭਰਿਆਂ ਹੈ । ਕਈ ਇਹਨਾਂ ਦੀਆਂ ਵਿਧੀਆਂ ਬਣਾਉਂਦਾ ਮਰ ਜਾਂਦੇ ਹਨ । ਕਈ ਇਹਨਾਂ ਦਾ ਅਨੰਦ ਮਾਨਦੇ ਆਪਣਾ ਜੀਵਨ ਤਬਾ, ਨਾਸ ਕਰ ਲੈਂਦੇ ਹਨ ।

Worldly ocean remains overwhelmed with sweet poison of 5 demons of worldly desires, worldly wealth. Some may waste their life in planning to enjoy the short-lived pleasures; others may waste their life enjoy and remain as slave of worldly wealth.

589.ਸਲੋਕ ਸੇਖ ਫਰੀਦ ਜੀ॥ 1379 -16

ਫਰੀਦਾ ਚਾਰਿ ਗਵਾਇਆ ਹੰਢਿ ਕੈ fareedaa chaar gavaa-i-aa handh kai
ਚਾਰਿ ਗਵਾਇਆ ਸੰਮਿ॥ chaar gavaa-i-aa samm.
ਲੇਖਾ ਰਬੁ ਮੰਗੇਸੀਆ laykhaa rab mangaysee-aa
ਤੂ ਆਂਹੋ ਕੇਰ੍ਹੇ ਕੰਮਿ॥੩੮॥ too aaNho kayrHay kamm. ||38||

ਜੀਵ ਆਪਣਾ ਦਿਨ ਸੰਸਾਰਕ ਧੰਦੇ ਕਰਦਾ, ਘੁੰਮਦਾ ਫਿਰਦਾ ਗਵਾ ਲਿਆ ਹੈ ਅਤੇ ਰਾਤ ਸੌਂ ਕੇ ਗਵਾ ਲੈਂਦਾ ਹੈ । ਮੌਤ ਤੇ ਧਰਮਰਾਜ ਸੰਸਾਰਕ ਜੀਵਨ ਵਿੱਚ ਕੀਤੇ ਕੰਮਾ ਦਾ ਲੇਖਾ ਕਰਦਾ ਹੈ । ਮਨਮੁਖ ਕੀ ਜਵਾਬ ਦੇ ਸਕਦਾ?

Self-minded may remain busy performing worldly chores to satisfy his family necessities, at night tired, he may sleep. After death, The Righteous Judge demand the accounts of his deeds for the purpose of his human life journey. What may a self-minded answer?

590.ਸਲੋਕ ਸੇਖ ਫਰੀਦ ਜੀ॥ 1379 -17

ਫਰੀਦਾ ਦਰਿ ਦਰਵਾਜੈ ਜਾਇ ਕੈ fareedaa dar darvaajai jaa-ay kai
ਕਿਉ ਡਿਠੋ ਘੜੀਆਲੁ॥ ki-o ditho gharhee-aal.
ਏਹੁ ਨਿਦੋਸਾਂ ਮਾਰੀਐ ayhu nidosaaN maaree-ai
ਹਮ ਦੋਸਾਂ ਦਾ ਕਿਆ ਹਾਲੁ॥੩੯॥ ham dosaaN daa ki-aa haal. ||39||

ਜੀਵ ਪ੍ਰਭ ਦੇ ਦਰ ਤੇ ਦੇਖਦਾ ਹੈ, ਕਿ ਟੱਲ ਤੇ ਸੱਟਾ ਮਾਰੀਆ ਜਾਂਦੀਆਂ ਹਨ । ਉਸ ਦੇ ਮਨ ਵਿੱਚ ਖਿਆਲ ਆਉਂਦਾ ਹੈ! ਕਿ ਇਸ ਨਿਰਦੋਸ਼ ਨੂੰ ਸੱਟਾ ਕਿਉਂ ਮਾਰੀਆ ਜਾਂਦੀਆਂ ਹਨ? ਮੈਂ ਅਨੇਕਾਂ ਹੀ ਪਾਪ ਕਰਕੇ ਆਇਆ ਹੈ, ਮੈਨੂੰ ਕਿਹੜੀ ਸਜ਼ਾ ਮਿਲੇਗੀ ।

After death, his soul may go to The Court of The Righteous Judge and notice, heavy bell is being hit to make sound for next soul to appear before The Righteous Judge. He becomes very miserable thinking; the innocent bell is being beaten so many times. What may I endure misery; my body and mind have committed so many sins?

591.ਸਲੋਕ ਸੇਖ ਫਰੀਦ ਜੀ॥ 1379 -19

ਘੜੀਏ ਘੜੀਏ ਮਾਰੀਐ gharhee-ay gharhee-ay maaree-ai
ਪਹਰੀ ਲਹੈ ਸਜਾਇ॥ pahree lahai sajaa-ay.
ਸੋ ਹੇੜਾ ਘੜੀਆਲ ਜਿਉ so hayrhaa gharhee-aal ji-o
ਡੁਖੀ ਰੈਣਿ ਵਿਹਾਇ॥੪੦ dukhee rain vihaa-ay. ||40||

ਹਰ ਘੜੀ ਹੀ ਇਸ ਨੂੰ ਮਾਰ ਪੈਂਦੀ ਹੈ । ਮੇਰੀ ਆਤਮਾ ਦਾ ਵੀ ਇਹ ਹੀ ਹਾਲ ਹੋਣਾ ਹੈ । ਇਹ ਸੋਚ ਕੇ ਸਾਰੀ ਰਾਤ ਨੀਂਦ ਨਹੀਂ ਆਈ ।

The bell is being beaten so many times. What may be the condition, misery of my soul? He may not sleep in worry.

592.ਸਲੋਕ ਸੇਖ ਫਰੀਦ ਜੀ॥ 1380-1

ਬੁਢਾ ਹੋਆ ਸੇਖ ਫਰੀਦੁ budhaa ho-aa saykh fareed
ਕੰਬਣਿ ਲਗੀ ਦੇਹ॥ kamban lagee dayh.
ਜੇ ਸਉ ਵਰ੍ਹਿਆ ਜੀਵਣਾ jay sa-o vareh-aa jeevnaa
ਭੀ ਤਨੁ ਹੋਸੀ ਖੇਹ॥੪੧॥ bhee tan hosee khayh. ||41||

ਜੀਵ ਤੈਨੂੰ ਬੁਢੇਪਾ ਆ ਗਿਆ ਹੈ, ਤੇਰਾ ਸਰੀਰ ਕਮਜ਼ੋਰ ਹੋ ਗਿਆ ਹੈ । ਜਿਹੜਾ ਹੋਰ ਵੀ ਲੰਮੀ ਉਮਰ ਵਿੱਚ ਜੀਉਂਦਾ ਹੈ । ਅੰਤ ਨੂੰ ਉਸ ਦਾ ਤਨ ਮਿੱਟੀ ਵਿੱਚ ਹੀ ਰਲ ਜਾਣਾ ਹੈ ।

You are in your old age and your body has become feeble and shivering. Whosoever may live longer life; in the end his perishable body in going to become part of dirt, ashes.

593.ਸਲੋਕ ਸੇਖ ਫਰੀਦ ਜੀ॥ 1380 -1

ਫਰੀਦਾ ਬਾਰਿ ਪਰਾਇਐ ਬੈਸਣਾ	fareedaa baar paraa-i-ai baisnaa
ਸਾਂਈ ਮੁਝੈ ਨ ਦੇਹਿ॥	saaN-ee mujhai na deh.
ਜੇ ਤੂ ਏਵੈ ਰਖਸੀ	jay too ayvai rakhsee
ਜੀਉ ਸਰੀਰਹੁ ਲੇਹਿ॥੪੨॥	jee-o sareerahu layhi. ‖42‖

ਪ੍ਰਭ, ਮੈਨੂੰ ਕਿਸੇ ਦੂਸਰੇ ਦੇ ਅਸਾਰੇ ਤੇ ਜਿਉਂਦੇ ਰਹਿਣ ਵਾਲਾ ਜੀਵਨ ਨਾ ਦੇਵੀ । ਮੇਰੀ ਪੁਕਾਰ ਸੁਣੋ । ਅਜੇਹਾ ਜੀਵਨ ਦੇਣਾ ਨਾਲੋ, ਮੌਤ ਹੀ ਚੰਗੀ ਹੈ ।

My True Master, blesses me life to survive at my own, without living on others support. My True Master, I am pleading! Surviving on others mercy, rather, dying with grace may be much comforting, pleasant.

594.ਸਲੋਕ ਸੇਖ ਫਰੀਦ ਜੀ॥ 1380-2

ਕੰਧਿ ਕੁਹਾੜਾ ਸਿਰਿ ਘੜਾ,	kanDh kuhaarhaa sir gharhaa
ਵਣਿ ਕੈ ਸਰੁ ਲੋਹਾਰੁ॥	van kai sar lohaar.
ਫਰੀਦਾ ਹਉ ਲੋੜੀ ਸਹੁ ਆਪਣਾ,	areedaa ha-o lorhee saho aapnaa
ਤੂ ਲੋੜਹਿ ਅੰਗਿਆਰ॥੪੩॥	too lorheh angi-aar. ‖43‖

ਜਿਵੇਂ ਤਰਖਾਨ ਦੇ ਮੋਹਡੇ ਉਪਰ ਕੁਹਾੜਾ ਅਤੇ ਹੱਥ ਵਿੱਚ ਟੋਕਰੀ ਹੋਵੇ । ਉਹ ਤਰਖਾਨ ਰੁਖ ਨੂੰ ਕੱਟਣ ਲਈ ਤਿਆਰ ਹੁੰਦਾ ਹੈ । ਉਸ ਦਾ ਮੰਤਵ ਬਾਲਣ (ਕੋਲੇ) ਬਣਾਉਣ ਹੀ ਹੁੰਦਾ ਹੈ । ਮੇਰੀ ਤੈਨੂੰ ਮਿਲਣ ਦੀ ਹੀ ਇੱਛਾ ਹੈ । ਮੈਨੂੰ ਪਤ ਨਹੀਂ ਤੇਰੀ ਰਹਿਮਤ ਕੀ ਹੈ?

When the black-smith may carry axe and bucket to climb on tree. He seems ready to cut branches of tree. His purpose is to gather wood for fuel. However, my only desire is to be enlightened with the essence of Your Word. I am ignorant! What may be Your Blessed Vision?

595.ਸਲੋਕ ਸੇਖ ਫਰੀਦ ਜੀ॥ 1380 -3

ਫਰੀਦਾ ਇਕਨਾ ਆਟਾ ਅਗਲਾ	fareedaa iknaa aataa aglaa
ਇਕਨਾ ਨਾਹੀ ਲੋਣੁ॥	iknaa naahee lon.
ਅਗੈ ਗਏ ਸਿੰਞਾਪਸਨਿ	agai ga-ay sinjaapsan chotaaN
ਚੋਟਾਂ ਖਾਸੀ ਕਉਣੁ॥੪੪॥	khaasee ka-un. ‖44‖

ਕਿਸੇ ਕੋਲ ਬਹੁਤ ਧਨ, ਪਦਾਰਥ ਹੁੰਦੇ, ਕਿਸੇ ਕੋਲ ਕੁਝ ਨਹੀਂ, ਗ਼ਰੀਬੀ ਹੁੰਦੀ ਹੈ । ਕਿਸੇ ਨੂੰ ਅਗਲੇ ਜੀਵਨ ਵਿੱਚ ਬਖਸ਼ਿਆਂ ਹੁੰਦੀਆਂ ਹਨ । ਕਿਸੇ ਨੂੰ ਅਗਲੇ ਜੀਵਨ ਵਿੱਚ ਲਾਨ੍ਹਤਾਂ ਹੀ ਪੈਂਦੀਆਂ ਹਨ ।

Some may have abundant of everything in his worldly life; others may not have even enough to survive. Who may know! Who may be overwhelmed with blessings after death and who may be embarrassed after death?

596.ਸਲੋਕ ਸੇਖ ਫਰੀਦ ਜੀ॥ 1380 - 4

ਪਾਸਿ ਦਮਾਮੇ ਛਤੁ	paas damaamay chhat
ਸਿਰਿ ਭੇਰੀ ਸਡੋ ਰਡ॥	sir bhayree sado rad.
ਜਾਇ ਸੁਤੇ ਜੀਰਾਣ ਮਹਿ	jaa-ay sutay jeeraan meh
ਥੀਏ ਅਤੀਮਾ ਗਡ॥੪੫॥	thee-ay ateemaa gad. ‖45‖

ਜਿਹੜਾ ਸੰਸਾਰਕ ਜੀਵਨ ਵਿੱਚ ਰਾਜਾ ਮਾਹਰਾਜਾ ਹੁੰਦਾ, ਸਿਰ ਤੇ ਛੱਤਰ ਝੁਲਦਾ ਹੈ । ਉਹ ਵੀ ਮੌਤ ਪਿਛੋਂ ਯਤੀਮ ਦੀ ਤਰ੍ਹਾਂ ਕਬਰ ਵਿੱਚ ਹੀ ਦੱਬਿਆ ਜਾਂਦਾ ਹੈ ।

Whosoever may be a king in worldly life and honored with crown and canopy on his head. He may also be buried underground like a poor orphan.

597.ਸਲੋਕ ਸੇਖ ਫਰੀਦ ਜੀ॥ 1380 -1

ਫਰੀਦਾ ਕੋਠੇ ਮੰਡਪ ਮਾੜੀਆ	fareedaa kothay mandap maarhee-aa
ਉਸਾਰੇਦੇ ਭੀ ਗਏ॥	usaarayday bhee ga-ay.
ਕੂੜਾ ਸਉਦਾ ਕਰਿ ਗਏ	koorhaa sa-udaa kar ga-ay
ਗੋਰੀ ਆਇ ਪਏ॥੪੬॥	goree aa-ay pa-ay. ||46||

ਜਿਹੜਾ ਆਪਣੇ ਸੁਖ ਲਈ ਵੱਡੇ ਵੱਡੇ ਮਹਿਲ ਅਤੇ ਮਾੜੀਆਂ ਉਸਾਰਦਾ ਹੈ । ਪਰ ਬੰਦਗੀ ਨਹੀਂ ਕਰਦਾ, ਸੰਸਾਰਕ ਧੰਦੇ ਵਿੱਚ ਹੀ ਲੀਨ ਰਹਿੰਦਾ ਹੈ । ਉਹ ਵੀ ਮੌਤ ਪਿਛੋਂ ਕਬਰਾ ਵਿੱਚ ਹੀ ਦੱਬਿਆ ਜਾਂਦਾ ਹੈ ।

Whosoever may have grand castle to live with worldly comforts and pleasures; however, he may not meditate obey the teachings of His Word rather remain intoxicated in worldly responsibilities and family necessities of family life. He may also be buried in grave after death.

598.ਸਲੋਕ ਸੇਖ ਫਰੀਦ ਜੀ॥ 1380 -6

ਫਰੀਦਾ ਖਿੰਥੜਿ ਮੇਖਾ ਅਗਲੀਆ	fareedaa khintharh maykhaa aglee-aa
ਜਿੰਦੁ ਨ ਕਾਈ ਮੇਖ॥	jind na kaa-ee maykh.
ਵਾਰੀ ਆਪੋ ਆਪਣੀ	vaaree aapo aapnee
ਚਲੇ ਮਸਾਇਕ ਸੇਖ॥੪੭॥	chalay masaa-ik saykh. ||47||

ਜੀਵ ਤੇਰੇ ਸਰੀਰ ਦੇ ਅੰਗ ਅੰਗ ਵਿੱਚ ਤੇੜਾ ਹਨ । ਪਰ ਤੇਰੀ ਆਤਮਾ ਵਿੱਚ ਕੋਈ ਤੇੜ ਨਹੀਂ ਹੈ । ਗੁਰੂ ਅਤੇ ਚੇਲੇ ਵੀ ਆਪਣੇ ਮਿਥੇ ਸਮੇਂ ਅਨੁਸਾਰ ਹੀ ਮੌਤ ਦੇ ਹਵਾਲੇ ਹੋ ਗਏ ਹਨ ।

The limbs of your body have many seams; however, your soul have no seam. All worldly gurus and disciples have been captured by the devil of death at the predetermined time.

599.ਸਲੋਕ ਸੇਖ ਫਰੀਦ ਜੀ॥ 1380 - 7

ਫਰੀਦਾ ਦੁਹੁ ਦੀਵੀ ਬਲਦਿਆ,	fareedaa duhu deevee balandi-aa
ਮਲਕੁ ਬਹਿਠਾ ਆਇ॥	malak bahithaa aa-ay.
ਗੜੁ ਲੀਤਾ ਘਟੁ ਲੁਟਿਆ,	garh leetaa ghat luti-aa
ਦੀਵੜੇ ਗਇਆ ਬੁਝਾਇ॥੪੮॥	deevrhay ga-i-aa bujhaa-ay. ||48||

ਜੀਵ ਤੇਰੀਆਂ ਦੋਵੇ ਅੱਖਾਂ ਖੁੱਲ੍ਹੀਆਂ ਹਨ, ਅਤੇ ਮੌਤ ਨੇ ਘੇਰ ਪਾ ਲਿਆ । ਉਸ ਨੇ ਤੇਰੀਆਂ ਅੱਖਾਂ ਦੀ ਰੋਸ਼ਨੀ ਖਤਮ ਕਰਕੇ ਆਤਮਾ ਕੱਢ ਕੇ ਲੈ ਜਾਣਾ ਹੈ ।

Your both eyes are open and still the devil of death has entered the fortress of your body. He has captured your soul and turned off light of your eyes.

600.ਸਲੋਕ ਸੇਖ ਫਰੀਦ ਜੀ॥ 1380 -8

ਫਰੀਦਾ? ਵੇਖੁ ਕਪਾਹੈ ਜਿ ਥੀਆ,	fareedaa! vaykh kapaahai je thee-aa
ਜਿ ਸਿਰਿ ਥੀਆ ਤਿਲਾਹ॥	je sir thee-aa tilaah.
ਕਮਾਦੈ ਅਰੁ ਕਾਗਦੈ	kamaadai ar kaagdai
ਕੁੰਨੇ ਕੋਇਲਿਆਹ॥	kunnay ko-ili-aah.
ਮੰਦੇ ਅਮਲ ਕਰੇਦਿਆ	manday amal karaydi-aa
ਏਹ ਸਜਾਇ ਤਿਨਾਹ॥੪੯॥	ayh sajaa-ay tinaah. ||49||

ਜੀਵ ਦੇਖ, ਕਪਾਹ, ਤਿਲਾਂ, ਗੰਨੇ, ਮਿੱਟੀ ਦੇ ਭਾਡੇ, ਕਾਗਜ਼ ਅਤੇ ਕੋਲੇ ਦਾ ਕੀ ਹਾਲ ਹੋਇਆ ਹੈ? ਇਹ ਹੀ ਮੰਦੇ ਕੰਮ ਕਰਨ ਵਾਲੇ ਦਾ ਹਾਲ ਹੁੰਦਾ ਹੈ ।

Imagine! What have happened to cotton, sesame seed, sugar can, paper, clay vessel, and charcoal? Evil doer may endure similar miseries after death in His Court.

601.ਸਲੋਕ ਸੇਖ ਫਰੀਦ ਜੀ॥ 1380 -10

ਫਰੀਦਾ ਕੰਨਿ ਮੁਸਲਾ ਸੂਫੁ ਗਲਿ,	fareedaa kann muslaa soof gal
ਦਿਲਿ ਕਾਤੀ ਗੁੜੁ ਵਾਤਿ॥	dil kaatee gurh vaat.
ਬਾਹਰਿ ਦਿਸੈ ਚਾਨਣਾ,	baahar disai chaannaa
ਦਿਲਿ ਅੰਧਿਆਰੀ ਰਾਤਿ॥੫੦॥	dil anDhi-aaree raat. ||50||

ਜੀਵ ਦੇਖ ਤੂੰ ਭਗਤਾ ਵਾਲਾ ਬਾਣਾ ਪਾਇਆ ਹੈ, ਤੇਰੇ ਬੋਲ ਵੀ ਬਹੁਤ ਮਿਠੇ ਹਨ । ਪਰ ਤੇਰੇ ਮਨ ਵਿੱਚ ਬੁਰੀਅਈ ਦਾ ਛੁਰਾ ਪਾਇਆ ਹੈ । ਤੇਰੀ ਸੁਰਤ ਬੜੀ ਸੋਭਾ ਵਾਲੀ ਹੈ । ਪਰ ਮਨ ਕਾਲੇ ਖਿਆਲਾਂ ਨਾਲ ਭਰਿਆਂ ਹੈ ।

You wear a saintly robe, rosary in your neck and you are speaking very humbly, polite, and sweet. Your outlook, and embellishment may be very honorable like a His Holy saint; however, your heart, intention may remain overwhelmed with evil thoughts like a dagger.

602.ਸਲੋਕ ਸੇਖ ਫਰੀਦ ਜੀ॥ 1380 -11

ਫਰੀਦਾ ਰਤੀ ਰਤੁ ਨ ਨਿਕਲੈ	fareedaa ratee rat na niklai
ਜੇ ਤਨੁ ਚੀਰੈ ਕੋਇ॥	jay tan cheerai ko-ay.
ਜੋ ਤਨ ਰਤੇ ਰਬ ਸਿਉ	jo tan ratay rab si-o
ਤਿਨ ਤਨਿ ਰਤੁ ਨ ਹੋਇ॥੫੧॥	tin tan rat na ho-ay. ||51||

ਜਿਹੜੇ ਜੀਵ ਦੀ ਪ੍ਰਭ ਦੇ ਸ਼ਬਦ ਵਿੱਚ ਲਗਨ ਲਗ ਜਾਂਦੀ ਹੈ । ਉਸ ਦੀ ਅਵਸਥਾ ਬਦਲ ਜਾਂਦੀ, ਹੋਰ ਹੀ ਹੋ ਜਾਂਦੀ ਹੈ । ਉਸ ਦੇ ਤਨ ਨੂੰ ਕੱਟਣ ਨਾਲ ਤਨ ਵਿਛੋਂ ਲਹੂ, (ਰੁਤ) ਨਹੀਂ ਨਿਕਲਦਾ । ਉਸ ਦੇ ਤਨ ਵਿਚੋਂ ਲਾਲਚ ਰੂਪੀ ਰਤ ਨਹੀਂ ਨਿਕਲਦੀ । ਜਿਸ ਦੀ ਆਤਮਾ, ਪ੍ਰਭ ਦੀ ਜੋਤ ਵਿੱਚ ਸਮਾ ਜਾਂਦੀ ਹੈ, ਉਸ ਦੇ ਤਨ ਨੂੰ ਲਹੂ ਦੀ ਕੋਈ ਲੋੜ ਨਹੀਂ ਰਹਿੰਦੀ ।

Whosoever may remain intoxicated in meditating on the teachings of His Word in the void of His Word. A drop of blood may not ooze by piercing his body. His body may not have blood like greed in his body. His soul may be immersed within His Holy Spirit and his soul may never need any blood.

603.ਸਲੋਕ ਸੇਖ ਫਰੀਦ ਜੀ॥ 1380 -12

ਮਃ ੩॥	mehlaa 3.
ਇਹੁ ਤਨੁ ਸਭੋ ਰਤੁ ਹੈ	ih tan sabho rat hai
ਰਤੁ ਬਿਨੁ ਤੰਨੁ ਨ ਹੋਇ॥	rat bin tann na ho-ay.
ਜੋ ਸਹ ਰਤੇ ਆਪਣੇ	jo sah ratay aapnay
ਤਿਤੁ ਤਨਿ ਲੋਭੁ ਰਤੁ ਨ ਹੋਇ॥	tit tan lobh rat na ho-ay.
ਭੈ ਪਇਐ ਤਨੁ ਖੀਣੁ ਹੋਇ	bhai pa-i-ai tan kheen ho-ay
ਲੋਭੁ ਰਤੁ ਵਿਚਹੁ ਜਾਇ॥	lobh rat vichahu jaa-ay.
ਜਿਉ ਬੈਸੰਤਰਿ ਧਾਤੁ ਸੁਧੁ ਹੋਇ,	ji-o baisantar Dhaat suDh ho-ay
ਤਿਉ ਹਰਿ ਕਾ ਭਉ ਦੁਰਮਤਿ ਮੈਲੁ ਗਵਾਇ॥	ti-o har kaa bha-o durmat mail gavaa-ay.
ਨਾਨਕ ਤੇ ਜਨ ਸੋਹਣੇ,	naanak tay jan sohnay
ਜਿ ਰਤੇ ਹਰਿ ਰੰਗੁ ਲਾਇ॥੫੨॥	je ratay har rang laa-ay. ||52||

ਇਹ ਮਾਨਸ ਸਰੀਰ ਲਹੂ ਨਾਲ ਭਰਿਆਂ ਹੈ । ਲਹੂ ਤੋ ਬਿਨਾਂ ਤਨ ਜੀਉਂਦਾ ਨਹੀਂ । ਜਿਹੜਾ ਜੀਵ ਪ੍ਰਭ ਦੇ ਸ਼ਬਦ ਵਿੱਚ ਲੀਨ ਹੋ ਜਾਂਦਾ ਹੈ । ਉਸ ਦੇ ਤਨ, ਮਨ ਵਿਚੋਂ ਲਾਲਚ ਰੁਪੀ ਲਹੂ ਖਤਮ ਹੋ ਜਾਂਦਾ ਹੈ । ਉਸ ਦਾ ਮਨ, ਪ੍ਰਭ ਦੇ ਵਿਛੋੜੇ ਦੇ ਵਿਰਾਗ ਵਿੱਚ ਮਸਤ ਹੋ ਜਾਂਦਾ ਹੈ । ਉਸ ਦੇ ਮਨ ਵਿਚੋਂ ਸੰਸਾਰਕ ਇੱਛਾਂ, ਲਾਲਚ ਦੀਆਂ ਭਾਵਨਾਂ ਦੂਰ, ਖਤਮ ਹੋ ਜਾਂਦੀਆਂ ਹਨ । ਉਹ ਬਹੁਤ ਨਿਮਰਤਾ ਵਾਲਾ ਬਣ ਜਾਂਦਾ, ਬੰਦਗੀ ਵਿੱਚ ਮਸਤ ਹੋ ਜਾਂਦਾ ਹੈ ।

Human body, flesh is a vessel overwhelmed with blood. Without blood, human body cannot breathe or survive. Whosoever may remain intoxicated in meditation in the void of His Word. The greed, symbol of blood may be eliminated from his body and mind. He may remain overwhelmed with renunciation in the memory of his separation from His Holy Spirit. All his worldly desires may be eliminated from his mind, his day-to-day life. He may become humble and remains intoxication in the void of His Word.

604.ਸਲੋਕ ਸੇਖ ਫਰੀਦ ਜੀ॥ 1380 -14

ਫਰੀਦਾ ਸੋਈ ਸਰਵਰੁ ਢੂਢਿ ਲਹੁ	fareedaa so-ee sarvar dhoodh lahu
ਜਿਥਹੁ ਲਭੀ ਵਥੁ॥	jithahu labhee vath.
ਛਪੜਿ ਢੂਢੈ ਕਿਆ ਹੋਵੈ	chhaparh dhoodhai ki-aa hovai
ਚਿਕੜਿ ਡੁਬੈ ਹਥੁ॥੫੩॥	chikarh dubai hath. ||53||

ਜੀਵ ਉਹ ਪਾਣੀ ਦਾ ਟੋਬਾ, ਸ਼ਬਦ ਦੀ ਪਾਲਣਾ ਵਾਲਾ ਰਸਤਾ, ਢੂੰਡ, ਜਿਸ ਵਿੱਚ ਅਸਲੀ ਰਤਨ, ਸ਼ਬਦ ਦੀ ਸੋਝੀ ਹੈ । ਬਾਕੀ ਛੱਪੜ, ਸੰਸਾਰਕ ਗੁਰੂਾਂ ਦੇ ਰਸਤੇ ਤੇ ਕਿਉਂ ਜੀਵਨ ਬਰਬਾਦ ਕਰਦਾ ਹੈ? ਉਹ ਤਾ ਸੰਸਾਰਕ ਮਾਇਆ ਰੂਪੀ ਚਿੱਕੜ ਹੀ ਹਨ ।

You should search the Holy Pond of the virtues of His Word, adopt the teachings of His Word; you may find the ambrosial jewel, enlightenment of the essence of His Word. By searching mud, following the teachings of worldly guru! Why are you wasting your human life opportunity uselessly?

605.ਸਲੋਕ ਸੇਖ ਫਰੀਦ ਜੀ॥ 1380 -15

ਫਰੀਦਾ ਨੰਢੀ ਕੰਤੁ ਨ ਰਾਵਿਓ	fareedaa nandhee kant na raavi-o
ਵਡੀ ਥੀ ਮੁਈਆਸੁ॥	vadee thee mu-ee-aas.
ਧਨ ਕੂਕੇਂਦੀ ਗੋਰ ਮੇਂ	Dhan kookayNdee gor mayN
ਤੈ ਸਹ ਨਾ ਮਿਲੀਆਸੁ॥੫੪॥	tai sah naa milee-aas. ||54||

ਜਿਹੜਾ ਜੀਵ ਜਵਾਨੀ ਵਿੱਚ ਪ੍ਰਭ ਦੇ ਸ਼ਬਦ ਦੀ ਪਾਲਣਾ ਨਹੀਂ ਕਰਦਾ, ਲਿਵ ਨਹੀਂ ਲਾਉਂਦਾ । ਅਖੀਰ ਵਿੱਚ ਮੌਤ ਦਾ ਸਮਾਂ ਆ ਜਾਂਦਾ ਹੈ । ਉਸ ਦਾ ਤਨ ਕਬਰ ਵਿੱਚ ਪਈਆ ਆਤਮਾ ਨੂੰ ਪੁਕਾਰਦਾ ਹੈ । ਉਹ ਪਛਤਾਵਾਂ ਕਰਦਾ ਹੈ, ਉਸ ਨੇ ਸ਼ਬਦ ਦੀ ਪਾਲਣਾ ਨਹੀਂ ਕੀਤੀ ।

Whosoever may not obey the teachings of His Word in his youth. In the end, the devil of death may capture his soul. His body buried in grave, may be crying for his soul; he regrets and repents for not meditating on the teachings of His Word.

606.ਸਲੋਕ ਸੇਖ ਫਰੀਦ ਜੀ॥ 1380 -16

ਫਰੀਦਾ ਸਿਰੁ ਪਲਿਆ ਦਾੜੀ ਪਲੀ,	fareedaa sir pali-aa daarhee palee
ਮੁਛਾਂ ਭੀ ਪਲੀਆਂ॥	muchhaaN bhee palee-aaN.
ਰੇ ਮਨ ਗਹਿਲੇ ਬਾਵਲੇ,	ray man gahilay baavlay
ਮਾਣਹਿ ਕਿਆ ਰਲੀਆਂ॥੫੫॥	maaneh ki-aa ralee-aaN. ||55||

ਜੀਵ ਤੇਰੇ ਸਿਰ ਦੇ ਵਾਲ, ਦਾਹੜੀ, ਮੁਛਾਂ ਵੀ ਚਿੱਟੇ ਹੋ ਗਏ, ਬੁਢੇਪਾ ਆ ਗਿਆ ਹੈ । ਤੇਰਾ ਅਣਜਾਣ ਮਨ ਅਜੇ ਵੀ ਮਨੋਰੰਜਨ ਵਿੱਚ ਹੀ ਮਸਤ ਰਹਿੰਦਾ ਹੈ ।

Your hairs, beard and moustache have turned gray from original black color; you are in your old age. Ignorant, you are remaining intoxicated with worldly entertainment.

607.ਸਲੋਕ ਸੇਖ ਫਰੀਦ ਜੀ॥ 1380 -17

ਫਰੀਦਾ ਕੋਠੇ ਧੁਕਣੁ ਕੇਤੜਾ	fareedaa kothay Dhukan kayt-rhaa
ਪਿਰ ਨੀਦੜੀ ਨਿਵਾਰਿ॥	pir need-rhee nivaar.
ਜੋ ਦਿਹ ਲਧੇ ਗਾਣਵੇ ਗਏ	jo dih laDhay gaanvay ga-ay
ਵਿਲਾੜਿ ਵਿਲਾੜਿ॥੫੬॥	vilaarh vilaarh. ||56||

ਜਿਹੜਾ ਸੰਸਾਰਕ ਮਾਇਆ ਪਿਛੇ ਲਗਾ, ਸੁਪਨੇ ਦਾ ਜੀਵਨ ਬਤੀਤ ਕਰਦਾ ਹੈ । ਅੰਤ ਵਿੱਚ ਉਸ ਨੂੰ ਆਪਣੇ ਮਾਨਸ ਜੀਵਨ ਦੀ ਅਸਲੀਅਤ ਨੂੰ ਝਾਤੀ ਮਾਰਨੀ ਪੈਂਦੀ ਹੈ । ਮਾਨਸ ਜੀਵਨ ਦਾ ਮੰਤਵ, ਮਾਨਸ ਜੀਵਨ ਕਿਉ ਬਖਸ਼ਿਸ਼ ਹੋਇਆ ਹੈ? ਮਿਥੇ ਸਮੇਂ ਪਿਛੋਂ ਮੌਤ ਦੇ ਹਵਾਲੇ ਹੀ ਹੋ ਜਾਣਾ ਹੈ ।

Whosoever may remain intoxicated with sweet poison of worldly wealth and lives his life in fantasy world. In the end, he must realize the reality of his human life journey. Why was he blessed with human life opportunity? After a predetermined time, his soul may be captured by devil of death to endure the judgement of his worldly deeds.

608.ਸਲੋਕ ਸੇਖ ਫਰੀਦ ਜੀ॥ 1380 -18

ਫਰੀਦਾ ਕੋਠੇ ਮੰਡਪ ਮਾੜੀਆ	fareedaa kothay mandap maarhee-aa
ਏਤੁ ਨ ਲਾਏ ਚਿਤੁ॥	ayt na laa-ay chit.
ਮਿਟੀ ਪਈ ਅਤੋਲਵੀ	mitee pa-ee atolavee
ਕੋਇ ਨ ਹੋਸੀ ਮਿਤੁ॥੫੭॥	ko-ay na hosee mit. ||57||

ਜੀਵ ਸੰਸਾਰਕ ਪੰਜਾਂ ਇੰਦ੍ਰੀਆਂ, ਮਹਿਲ ਮਾੜੀਆ ਨਾਲ ਪ੍ਰੀਤ ਨਾ ਲਾਵੋ । ਇੱਕ ਦਿਨ ਇਹ ਡਿੱਗ ਜਾਣ ਗਈਆਂ, ਇਹਨਾਂ ਦਾ ਕੋਈ ਆਸਰਾ ਨਹੀਂ ਮਿਲਦਾ, ਜੀਵਨ ਦੇ ਅਸਲੀ ਮੰਤਵ ਲਈ ਕੋਈ ਲਾਭ ਨਹੀਂ ਹੁੰਦਾ, ਪ੍ਰਵਾਨਗੀ ਦਾ ਰਸਤਾ ਬਖਸ਼ਿਸ਼ ਨਹੀਂ ਹੁੰਦਾ ।

You should not remain intoxicated with sweet poison of worldly wealth, short-lived pleasure of life; like fabulous castles, worldly glory, and honor. These may not support with you forever. After death, worldly possessions may not remain with you to support in His Court. You may not be blessed with the right path of acceptance in His Court to benefit from your human life opportunity.

609.ਸਲੋਕ ਸੇਖ ਫਰੀਦ ਜੀ॥ 1380-19

ਫਰੀਦਾ ਮੰਡਪ ਮਾਲੁ ਨ ਲਾਇ,	fareedaa mandap maal na laa-ay
ਮਰਗ ਸਤਾਣੀ ਚਿਤਿ ਧਰਿ॥	marag sataanee chit Dhar.
ਸਾਈ ਜਾਇ ਸਮ੍ਹਾਲਿ	saa-ee jaa-ay samHaal
ਜਿਥੈ ਹੀ ਤਉ ਵੰਞਣਾ॥੫੮॥	jithai hee ta-o vanjnaa. ||58||

ਜੀਵ ਸੰਸਾਰਕ ਹੈਸੀਅਤ ਨੂੰ ਮਹੱਤਤਾ ਨਾ ਦੇਵੋ । ਆਪਣਾ ਧਿਆਨ ਵੱਡੇ, ਤਾਕਤਵਾਰ ਦੁਸ਼ਮਨ, ਮੌਤ ਵੱਲ ਰਖੋ! ਜਿਹੜਾ ਆਪਣੇ ਜੀਵਨ ਦਾ ਮੰਤਵ ਪ੍ਰਭ ਦੇ ਸ਼ਬਦ ਦੀ ਪਾਲਣਾ ਨੂੰ ਬਣਾਓਂਦਾ ਹੈ । ਪ੍ਰਭ ਦੀ ਰਹਿਮਤ ਨਾਲ ਉਸ ਨੂੰ ਪ੍ਰਵਾਗੀ ਦਾ ਅਸਲੀ ਰਸਤਾ ਬਖਸ਼ਿਸ਼ ਹੋ ਜਾਂਦਾ ਹੈ ।

Self-minded, you should not only focus on your worldly status! You should focus on your biggest and strongest enemy, unpredictable devil of death. Whosoever may adopt the teachings of His Word as the real purpose of his human life blessings; with His mercy and grace, he may be blessed with the right path of acceptance in His Court.

610.ਸਲੋਕ ਸੇਖ ਫਰੀਦ ਜੀ॥ 1381 -1

ਫਰੀਦਾ ਜਿਨ੍ਹੀ ਕੰਮੀ ਨਾਹਿ ਗੁਣ	fareedaa jinHee kammee naahi gun
ਤੇ ਕੰਮੜੇ ਵਿਸਾਰਿ॥	tay kammrhay visaar.
ਮਤੁ ਸਰਮਿੰਦਾ ਥੀਵਹੀ	mat sarmindaa theevhee
ਸਾਂਈ ਦੈ ਦਰਬਾਰਿ॥੫੯॥	saaN-ee dai darbaar. ||59||

ਜਿਹੜੇ ਜੀਵਨ ਦੇ ਰਸਤੇ, ਸੰਸਾਰਕ ਕੰਮ ਨਾਲ, ਮਾਨਸ ਜੀਵਨ ਦੇ ਮੰਤਵ ਦਾ ਕੋਈ ਲਾਭ ਨਹੀਂ ਹੁੰਦਾ, ਪ੍ਰਵਾਨਗੀ ਦਾ ਰਸਤਾ ਬਖਸ਼ਿਸ਼ ਨਹੀਂ ਹੁੰਦਾ । ਜਿਸ ਨਾਲ ਮੌਤ ਤੇ ਪਛਤਾਵਾ ਨਾਲ ਕਰਨਾ ਪਵੇ, ਪ੍ਰਭ ਦੇ ਦਰਬਾਰ ਵਿੱਚ ਸ਼ਰਮਿੰਦਾ ਹੋਣਾ ਪਵੇ । ਉਹ ਰਸਤਾ ਆਪਣੇ ਜੀਵਨ ਵਿਚੋਂ ਵਿਸਾਰ ਦੇਵੋ!

You should renounce the way of life, worldly deeds that may not be helpful for the real purpose of human life opportunity. You may not be blessed with the right path of acceptance in His Court. You may have to regret and repent, embarrassed in His Court. You should abandon those paths in life.

611.ਸਲੋਕ ਸੇਖ ਫਰੀਦ ਜੀ॥ 1381 -2

ਫਰੀਦਾ ਸਾਹਿਬ ਦੀ ਕਰਿ ਚਾਕਰੀ,	fareedaa saahib dee kar chaakree
ਦਿਲ ਦੀ ਲਾਹਿ ਭਰਾਂਦਿ॥	dil dee laahi bharaaNd.
ਦਰਵੇਸਾਂ ਨੋ ਲੋੜੀਐ,	darvaysaaN no lorhee-ai
ਰੁਖਾਂ ਦੀ ਜੀਰਾਂਦਿ॥੬੦॥	rukhaaN dee jeeraaNd. ||60||

ਆਪਣੇ ਦਿਲ ਦੇ ਭੁਲੇਖੇ ਦੂਰ ਕਰਕੇ ਆਪਣੇ ਅਸਲੀ ਮਾਲਕ ਦੇ ਸ਼ਬਦ ਦੀ ਪਾਲਣਾ ਕਰੋ! ਪ੍ਰਭ ਦਾ ਭਗਤਾ ਆਪਣਾ ਧੀਰਜ, ਸੰਤੋਖ ਰੁੱਖਾਂ ਵਰਗਾ ਅਡੋਲ ਰਖਦਾ ਹੈ ।

You should renounce, conquer your religious suspicions, and obey the teachings of His Word with steady and stable belief in your day-to-day life. His true devotee always remains contented with patience like a tree to endure his worldly environment.

612.ਸਲੋਕ ਸੇਖ ਫਰੀਦ ਜੀ॥ 1381 -3

ਫਰੀਦਾ ਕਾਲੇ ਮੈਡੇ ਕਪੜੇ	fareedaa kaalay maiday kaprhay
ਕਾਲਾ ਮੈਡਾ ਵੇਸੁ॥	kaalaa maidaa vays.
ਗੁਨਹੀ ਭਰਿਆ ਮੈ ਫਿਰਾ,	gunhee bhari-aa mai firaa
ਲੋਕੁ ਕਹੈ ਦਰਵੇਸੁ॥੬੧॥	lok kahai darvays. ||61||

ਜੀਵ ਤੇਰੀ ਆਤਮਾ ਮੈਲੀ, ਪਾਪਾਂ ਨਾਲ ਦਾਗ਼ੀ ਹੋਈ ਹੈ । ਤੇਰਾ ਬਾਣਾ ਉਦਾਸੀਆਂ ਵਾਲਾ ਹੈ, ਅਣਜਾਣੇ ਜੀਵਾਂ ਨੂੰ ਮੱਤਾ ਦੇਂਦਾ ਹੈ । ਆਪ ਬੁਰੇ, ਕਾਲੇ ਕੰਮਾਂ ਨਾਲ ਭਰਿਆਂ ਘੁੰਮਦਾ ਹੈ ।

Worldly saint, your soul may be intoxicated with blemished of worldly wealth and performs sinful deeds. You have adopted the robe like a renunciatory, His true devotee. You may preach others to renounce worldly wealth and adopt the teachings of His Word; however, you remain overwhelmed with evil thoughts, performing sinful deeds.

613.ਸਲੋਕ ਸੇਖ ਫਰੀਦ ਜੀ॥ 1380 -4

ਤਤੀ ਤੋਇ ਨ ਪਲਵੈ	tatee to-ay na palvai
ਜੇ ਜਲਿ ਟੁਬੀ ਦੇਇ॥	jay jal tubee day-ay.
ਫਰੀਦਾ ਜੋ ਡੋਹਾਗਣਿ ਰਬ ਦੀ	fareedaa jo dohaagan rab dee
ਝੂਰੇਦੀ ਝੂਰੇਇ॥੬੨॥	jhooraydee jooray-ay. ||62||

ਜਿਹੜੀ ਫਸਲ ਪਾਣੀ ਤੋਂ ਬਿਨਾਂ ਸੁਕ (ਜਲ) ਜਾਂਦੀ ਹੈ । ਉਸ ਨੂੰ ਫੁੱਲ ਜਾ ਫਲ ਨਹੀਂ ਲਗਦਾ । ਭਾਵੇਂ ਸੁਕਣ ਤੋ ਪਿਛੋਂ ਪਾਣੀ ਨਾਲ ਡੋਬ ਵੀ ਦਿੱਤਾ ਜਾਵੇ । ਜਿਸ ਦੀ ਆਤਮਾ ਬੁਰੇ ਕੰਮ ਕਰਕੇ ਪ੍ਰਭ ਦੀ ਦਰਗਾਹ ਤੋ ਫਿਟਕੀ ਜਾਂਦੀ ਹੈ । ਉਸ ਨੂੰ ਦਰਗਾਹ ਵਿੱਚ ਪਨਾਹ ਬਖਸ਼ਿਸ਼ ਨਹੀਂ ਹੁੰਦੀ । ਫਿਰ ਉਸ ਨੂੰ ਮੁੱਢ ਤੋ ਹੀ ਸ਼ੁਰੂ ਕਰਨਾ ਪੈਂਦਾ ਹੈ ।

Any crops may be dried out without water; she may not blossom nor grow fruit, grains. Even though, the crop may be soaked with water. Same way, whosoever may be rebuked from His Court for his sinful deeds; he may not be blessed with the right path of acceptance in His Court. He may have to restart from beginning.

614.ਸਲੋਕ ਸੇਖ ਫਰੀਦ ਜੀ॥ 1381 -5

ਜਾਂ ਕੁਆਰੀ ਤਾ ਚਾਉ	jaaN ku-aaree taa chaa-o
ਵੀਵਾਹੀ ਤਾਂ ਮਾਮਲੇ॥	veevaahee taaN maamlay.
ਫਰੀਦਾ ਏਹੋ ਪਛੋਤਾਉ ਵਤਿ	fareedaa ayho pachhotaa-o vat
ਕੁਆਰੀ ਨ ਥੀਐ॥੬੩॥	ku-aaree na thee-ai. ||63||

ਜਦੋਂ ਨਾਰੀ ਦਾ ਵਿਆਹ ਨਹੀਂ ਹੋਇਆ ਹੁੰਦਾ । ਤਾ ਮਨ ਵਿੱਚ ਬਹੁਤ ਅਨੰਦ ਭਰੇ ਸੁਪਨੇ ਹੁੰਦੇ ਹਨ । ਕਿ ਉਹ ਇਸਤਰ੍ਹਾਂ ਆਪਣੇ ਪਤੀ ਨਾਲ ਜੀਵਨ ਬਤੀਤ ਕਰੇਗੀ । ਸੁਪਨਾ ਪੂਰਾ ਹੋਣ ਤੇ ਜੀਵਨ ਦੀਆਂ ਅਸਲੀ ਮੁਸ਼ਕਲਾਂ ਆਉਂਦੀਆਂ ਹਨ । ਉਹ ਪਛਤਾਵਾ ਕਰਦੀ ਹੈ । ਜਿਹੜਾ ਬੰਦਗੀ ਦੇ ਅਸਲੀ

ਮਾਰਗ ਤੇ ਨਹੀਂ ਚਲਦਾ, ਉਸ ਦੇ ਮਨ ਵਿੱਚ ਸੁਪਨਾ ਹੁੰਦਾ ਹੈ, ਉਹ ਬੰਦਗੀ ਕਰਕੇ, ਪੂਜਣ ਯੋਗ ਬਣ ਜਾਵੇਂਗਾ । ਕੁਝ ਚਿਰ ਰਸਤੇ ਤੇ ਚੱਲਣ ਨਾਲ ਜੀਵਨ ਦੀਆਂ ਮੁਸ਼ਕਲਾਂ ਮਹਿਸੂਸ ਹੁੰਦੀਆ ਹਨ । ਉਹ ਕਈ ਬਾਰ ਰਸਤਾ ਛੱਡ ਜਾਂਦਾ ਹੈ ।

Whosoever may not be married yet; she may have various fantasy of glamor of his family life. When his dream may be fulfilled; sometimes she may repent with the reality of life. Same way, any devotee may start on the path of meditation; he may have fantasized! He may become worthy of worship and honored in the world. However, he may realize the reality, hardship of the path of meditation; he may abandon the right path.

615.ਸਲੋਕ ਸੇਖ ਫਰੀਦ ਜੀ॥ 1381 -6

ਕਲਰ ਕੇਰੀ ਛਪੜੀ	kalar kayree chhaprhee
ਆਇ ਉਲਥੇ ਹੰਝ॥	aa-ay ulthay hanjh.
ਚਿੰਜੂ ਬੋੜਨ੍ਹਿ ਨਾ ਪੀਵਹਿ	chinjoo borhniH naa peeveh
ਉਡਣ ਸੰਦੀ ਡੰਝ॥੬੪॥	udan sandee danjh. ||64||

ਜਿਵੇਂ ਕਲਰ ਭਰੇ ਟੋਬੇ ਵਿੱਚ ਹੰਸ ਆ ਜਾਵੇ ਤਾ ਚੁਝ ਡੋਬਕੇ ਦੇਖਦਾ ਹੈ । ਇਸ ਵਿੱਚ ਹੀਰੇ, ਜਾ ਮੋਤੀ ਨਹੀਂ ਹਨ । ਉਹ ਕੁਝ ਪੀਤੇ ਤੋਂ ਬਿਨਾਂ ਹੀ ਉਡ ਜਾਂਦਾ ਹੈ । ਉਹ ਟੋਬੇ ਵਿਚੋਂ ਮੱਛੀ ਜਾ ਖੇਤ ਵਿਚੋਂ ਦਾਣੇ ਨਹੀਂ ਚੁੰਗਦਾ ।

A swan may land in a pond and dip his beak and find there is no jewel, pearls; he may fly away without pecking, he may not pick fish or grain from field. Same way, His devotee may join any gathering of worldly saints; he may quickly assess not the essence of His Word; he may quickly abandon the path.

616.ਸਲੋਕ ਸੇਖ ਫਰੀਦ ਜੀ॥ 1380 -7

ਹੰਸੁ ਉਡਰਿ ਕੋਧ੍ਰੈ ਪਇਆ	hans udar koDhrai pa-i-aa
ਲੋਕੁ ਵਿਡਾਰਣਿ ਜਾਇ॥	lok vidaaran jaa-ay.
ਗਹਿਲਾ ਲੋਕੁ ਨ ਜਾਣਦਾ	gahilaa lok na jaandaa
ਹੰਸੁ ਨ ਕੋਧ੍ਰਾ ਖਾਇ॥੬੫॥	hans na koDhraa khaa-ay. ||65||

ਹੰਸ ਦੇਖਕੇ ਅਣਜਾਣ ਜੀਵ ਉਡਾਣ ਲਈ ਜਾਂਦੇ ਹਨ । ਅਣਜਾਣ ਜਾਣਦੇ ਨਹੀਂ ! ਹੰਸ ਦਾਣੇ ਨਹੀਂ, ਕੇਵਲ ਹੀਰੇ ਮੋਤੀ ਹੀ ਚੁਗਦੇ ਹਨ । ਇਸਤਰ੍ਹਾਂ ਸੰਤ ਸਰੂਪ ਕਿਸੇ ਸੰਗਤ ਵਿੱਚ ਸ਼ਬਦ ਦਾ ਪ੍ਰਚਾਰ ਕਰਦਾ ਹੈ, ਅਣਜਾਣ ਸਮਝਦੇ ਹਨ, ਉਸ ਦਾ ਧੰਦਾ ਹੀ ਸੰਸਾਰਕ ਧਨ ਇਕੱਠ ਕਰਨਾ ਹੈ । ਉਹ ਕੇਵਲ ਬੰਦਗੀ ਕਰਨ ਵਾਲੇ ਜੀਵਾਂ ਨੂੰ ਹੀ ਢੂੰਡਦਾ ਹੈ । ਅਗਰ ਨਾ ਲਭੇ, ਉਹ ਅੱਗੇ ਚਲੇ ਜਾਂਦਾ ਹੈ ।

The swans may fly and land on field, ignorant may chase these swans; however, ignorant may not know swans only pick jewels, pearls and not any grain. Same way, a Holy saint may come in Holy shrine to sing the glory of His Word; slanderer may rebuke, criticize him as his purpose may be to collect worldly wealth. His Holy saint may be only searching for His true devotee, of His Word.

617.ਸਲੋਕ ਸੇਖ ਫਰੀਦ ਜੀ॥ 1380 -8

ਚਲਿ ਚਲਿ ਗਈਆਂ ਪੰਖੀਆਂ,	chal chal ga-ee-aa pankhee-aaN
ਜਿਨ੍ਹੀ ਵਸਾਏ ਤਲ॥	jinHee vasaa-ay tal.
ਫਰੀਦਾ ਸਰੁ ਭਰਿਆ ਭੀ ਚਲਸੀ	fareedaa sar bhari-aa bhee chalsee
ਥਕੇ ਕਵਲ ਇਕਲ॥੬੬॥	thakay kaval ikal. ||66||

ਜਿਹੜੇ ਪੰਛੀ ਉਸ ਟੋਬੇ ਵਿੱਚ ਰਹਿੰਦੇ ਸਨ, ਸਾਰੇ ਹੀ ਚਲੇ ਗਏ ਅਤੇ ਟੋਬਾ ਵੀ ਖਤਮ ਹੋ ਗਿਆ ਹੈ । ਕਮਲ ਦਾ ਫੁੱਲ ਵੀ ਕਮਲਾ ਗਿਆ ਹੈ । ਮੇਰੀ ਆਤਮਾ ਦੇ ਨਾਲ ਸਵਾਸ ਹੀ ਮੇਰੇ ਤਨ ਰੂੰਪੀ ਟੋਬੇ ਵਿੱਚ ਵਸਦੇ ਸਨ । ਆਤਮਾ ਰੂਪੀ ਪੰਛੀ ਇਸ ਤਨ ਰੂਪੀ ਟੋਬੇ ਵਿਚੋਂ ਉਡ ਗਿਆ ਹੈ, ਇਹ ਸਵਾਸਾ ਦਾ

ਟੋਬਾ, ਹੌਲੀ ਹੌਲੀ ਖਾਲੀ ਹੋ ਗਿਆ ਹੈ । ਸ੍ਰਿਸ਼ਟੀ ਦੇ ਸਾਰੇ ਅਨੰਦ ਦੇਣ ਵਾਲੇ ਪਦਾਰਥ, ਕਮਲਾ ਗਏ, ਅਨੰਦ ਨਹੀਂ ਮਹਿਸੂਸ ਹੁੰਦਾ, ਤਨ ਲਾਸ਼ ਬਣ ਗਿਆ ਹੈ ।

My body, pond was vibrating with my soul breathing. The bird, my soul has flown away, captured by devil of death. Slowly and slowly my body has stopped breathing, pond of breathes has become dry. My body has become a worthless corpse.

618.ਸਲੋਕ ਸੇਖ ਫਰੀਦ ਜੀ॥ 1381 -9

ਫਰੀਦਾ ਇਟ ਸਿਰਾਣੇ ਭੁਇ ਸਵਣੁ,	fareedaa it siraanay bhu-ay savan
ਕੀੜਾ ਲੜਿਓ ਮਾਸਿ॥	keerhaa larhi-o maas.
ਕੇਤੜਿਆ ਜੁਗ ਵਾਪਰੇ,	kayt-rhi-aa jug vaapray
ਇਕਤੁ ਪਇਆ ਪਾਸਿ॥੬੭॥	ikat pa-i-aa paas. ||67||

ਜੀਵ ਕਬਰ, ਧਰਤੀ ਤੇਰਾ ਬਿਸਤਰਾ ਅਤੇ ਪੱਥਰ ਹੀ ਤੇਰਾ ਸਿਰਹਾਣਾ ਬਣ ਜਾਣਾ ਹੈ । ਕੀੜੇ ਤੇਰਾ ਮਾਸ ਖਾਣਗੇ, ਕੁਝ ਸਮੇਂ ਵਿੱਚ ਹੀ ਸਭ ਕੁਝ ਮਿੱਟੀ ਵਿੱਚ ਰਲ ਜਾਣਾ ਹੈ । ਬਹੁਤ ਸਮਾਂ ਬੀਤ ਜਾਵੇਂਗਾ, ਉਥੇ ਹੀ ਭਸਮ ਹੋ ਜਾਵੇਗਾ ।

Grave, ground is going to your resting bed and stone is going to be your pillow. Earthly worms are going to cherish on your flesh and bones are going to become part of dirt.

619.ਸਲੋਕ ਸੇਖ ਫਰੀਦ ਜੀ॥ 1381 -10

ਫਰੀਦਾ ਭੰਨੀ ਘੜੀ ਸਵੰਨਵੀ	fareedaa bhannee gharhee savannvee
ਟੂਟੀ ਨਾਗਰ ਲਜੁ॥	tutee naagar laj.
ਅਜਰਾਈਲੁ ਫਰੇਸਤਾ	ajraa-eel faraystaa
ਕੈ ਘਰਿ ਨਾਠੀ ਅਜੁ॥੬੮॥	kai ghar naathee aj. ||68||

ਜਿਸ ਸਮੇਂ ਗੁਰਮਖ ਦੀ ਆਤਮਾ, ਸਰੀਰ ਨਾਲੋ ਵੱਖਰੀ ਹੁੰਦੀ ਹੈ । ਉਹ ਸਮਾਂ ਬੜਾ ਵੱਡਭਾਗਾਂ ਬਣ ਜਾਂਦਾ ਹੈ । ਆਤਮਾ ਦੀ ਡੋਰੀ, ਸੰਸਾਰਕ ਸਬੰਧ ਟੱਟ ਜਾਂਦੇ ਹਨ, ਆਤਮਾ, ਮੌਤ ਦੇ ਫਰਿਸ਼ਤੇ ਦੇ ਘਰ ਮਹਿਮਾਨ ਬਣ ਜਾਂਦੀ ਹੈ ।

When the soul may be separated from the limbs of body that moment may become very fortunate for His true devotee. All his worldly bonds may be eliminated, His soul may become a part of deep well, ocean of His Holy Spirit. His soul may become a guest in the house of angel of death.

620.ਸਲੋਕ ਸੇਖ ਫਰੀਦ ਜੀ॥ 1381 -11

ਫਰੀਦਾ ਭੰਨੀ ਘੜੀ ਸਵੰਨਵੀ	fareedaa bhannee gharhee savannvee
ਟੂਟੀ ਨਾਗਰ ਲਜੁ॥	tootee naagar laj.
ਜੋ ਸਜਣ ਭੁਇ ਭਾਰੁ ਥੇ	jo sajan bhu-ay bhaar thay
ਸੇ ਕਿਉ ਆਵਹਿ ਅਜੁ॥੬੯॥	say ki-o aavahi aj. ||69||

ਜਿਸ ਸਮੇਂ ਆਤਮਾ, ਤਨ ਨਾਲੋ ਵੱਖਰਾ ਹੁੰਦੀ, ਸਵਾਸ ਦੀ ਲੜੀ ਟੁੱਟ ਜਾਂਦੀ ਹੈ, ਗਰਮੁਖ ਲਈ ਉਹ ਸਮਾਂ ਵੱਡਭਾਗਾ ਹੁੰਦਾ ਹੈ । ਜਿਹੜੇ ਮਾਲਕ ਦੇ ਵਿਛੋੜੇ ਦੀ ਅੱਗ ਵਿੱਚ, ਵਿਰਾਗ ਵਿੱਚ ਆਤਮਾ ਤਪਦੀ ਸੀ, ਲੰਮੇ ਸਮੇਂ ਤੋ ਉਡੀਕ ਕਰਦਾ ਸੀ । ਉਸ ਨਾਲ ਸੰਜੋਗ ਦਾ ਸਮਾਂ ਬਖਸ਼ਿਸ਼ ਹੋ ਗਿਆ ਹੈ ।

The moment, soul may be separated from limbs of body; the threads of breathes worldly bonds may be vanished. That moment becomes fortunate for His true devotee. His soul in renunciation, burning in miseries for long time has been blessed with an opportunity to be immersed within His Holy Spirit.

621.ਸਲੋਕ ਸੇਖ ਫਰੀਦ ਜੀ॥ 1381 -12

ਫਰੀਦਾ ਬੇ ਨਿਵਾਜਾ ਕੁਤਿਆ	fareedaa bay nivaajaa kuti-aa
ਏਹ ਨ ਭਲੀ ਰੀਤਿ॥	ayh na bhalee reet.
ਕਬਹੀ ਚਲਿ ਨ ਆਇਆ	kabhee chal na aa-i-aa
ਪੰਜੇ ਵਖਤ ਮਸੀਤਿ॥੭੦॥	panjay vakhat maseet. ||70||

ਜਿਹੜਾ ਜੀਵ ਪ੍ਰਭ ਦੇ ਸ਼ਬਦ ਦਾ ਸਿਮਰਨ, ਸਿਖਿਆਂ ਨਾਲ ਜੀਵਨ ਨਹੀਂ ਢਾਲਦਾ, ਉਸ ਦਾ ਜੀਵਨ ਪਾਪਾਂ ਵਾਲਾ, ਜਨਵਰਾਂ ਵਰਗਾ ਹੁੰਦਾ ਹੈ । ਉਹ ਸੰਸਾਰਕ ਪੰਜਾਂ ਇੱਛਾਂ ਦਾ ਗੁਲਾਮ ਹੀ ਰਹਿੰਦਾ ਹੈ, ਉਸ ਨੂੰ ਦਰਬਾਰ ਵਿੱਚ ਪ੍ਰਵਾਨਗੀ ਦਾ ਰਸਤਾ ਬਖਸ਼ਿਸ਼ ਨਹੀ ਹੋ ਸਕਦਾ ।

Whosoever may not meditate, adopts the teachings of His Word with steady and stable belief in his day-to-day life. His worldly life may be like a beast. He remains intoxicated with the sweet poison of worldly wealth, victim, slave of 5 demons of worldly wealth. He may never be blessed with the right path of acceptance in His Court.

622.ਸਲੋਕ ਸੇਖ ਫਰੀਦ ਜੀ॥ 1381 -13

ਉਠੁ ਫਰੀਦਾ ਉਜੂ ਸਾਜਿ,	uth fareedaa ujoo saaj
ਸੁਬਹ ਨਿਵਾਜ ਗੁਜਾਰਿ॥	subah nivaaj gujaar.
ਜੋ ਸਿਰੁ ਸਾਂਈ ਨਾ ਨਿਵੈ,	jo sir saaN-ee naa nivai
ਸੋ ਸਿਰੁ ਕਪਿ ਉਤਾਰਿ॥੭੧॥	so sir kap utaar. ||71||

ਜੀਵ, ਉਠ ਜਾਗ ਆਪਣੀ ਆਤਮਾ ਨੂੰ ਪ੍ਰਭ ਦੇ ਸ਼ਬਦ ਦੇ ਸਿਮਰਨ, ਸ਼ਬਦ ਦੀ ਪਾਲਣਾ ਨਾਲ ਪਵਿੱਤਰ ਕਰੋ । ਜਿਹੜਾ ਜੀਵ ਪ੍ਰਭ ਦੇ ਸ਼ਬਦ ਦੀ ਪਾਲਣਾ ਨਹੀਂ ਕਰਦਾ, ਪ੍ਰਭ ਦੀਆਂ ਰਹਿਮਤਾ ਦਾ ਧੰਨਵਾਦ ਨਹੀਂ ਗਾਉਂਦਾ । ਉਸ ਦਾ ਮਾਨਸ ਜੀਵਨ ਬਿਰਥਾ ਹੀ ਬੀਤ ਜਾਂਦਾ ਹੈ ।

You should take initiate meditate and obey the teachings of His Word to sanctify your soul. Whosoever may not obey the teachings of His Word, nor sings the glory, gratitude for His Blessings. He may be wasting his human life opportunity uselessly.

623.ਸਲੋਕ ਸੇਖ ਫਰੀਦ ਜੀ॥ 1381 -14

ਜੋ ਸਿਰੁ ਸਾਈ ਨਾ ਨਿਵੈ,	jo sir saa-ee naa nivai
ਸੋ ਸਿਰੁ ਕੀਜੈ ਕਾਂਇ॥	so sir keejai kaaN-ay.
ਕੁੰਨੇ ਹੇਠਿ ਜਲਾਈਐ	kunnay hayth jalaa-ee-ai
ਬਾਲਣ ਸੰਦੈ ਥਾਇ॥੭੨॥	baalan sandai thaa-ay. ||72||

ਜਿਹੜਾ ਪ੍ਰਭ ਦੇ ਸ਼ਬਦ ਦਾ ਸਿਮਰਨ ਨਹੀਂ ਕਰਦਾ, ਬਖਸ਼ੇ ਦਾ ਧੰਨਵਾਦ ਨਹੀਂ ਗਾਉਂਦਾ, ਉਸ ਨੂੰ ਮਾਨਸ ਜਨਮ ਦੇ ਮੰਤਵ ਦੀ ਕੋਈ ਸੋਝੀ ਬਖਸ਼ਿਸ਼ ਨਹੀਂ ਹੁੰਦੀ । ਉਸ ਦੇ ਮਾਨਸ ਜੀਵਨ ਦੀ ਕੋਈ ਮਹੱਤਤਾ ਨਹੀਂ ਹੁੰਦਾ । ਉਹ ਸੰਸਾਰ ਵਿੱਚ ਜੂੰਨਾਂ ਹੀ ਭੋਗਦਾ ਹੈ ।

Whosoever may not meditate on the teachings of His Word, sings the gratitude for His Blessings. He may never realize the real purpose or significance of his human life blessings. He may be only wasting his opportunity; he may remain in the cycle of birth and death.

624.ਸਲੋਕ ਸੇਖ ਫਰੀਦ ਜੀ॥ 1381 -15

ਫਰੀਦਾ ਕਿਥੈ ਤੈਡੇ ਮਾਪਿਆ	fareedaa kithai taiday maapi-aa
ਜਿਨ੍ਹੀ ਤੂ ਜਣਿਓਹਿ॥	jinHee too jani-ohi.
ਤੈ ਪਾਸਹੁ ਓਇ ਲਦਿ ਗਏ,	tai paashu o-ay lad ga-ay
ਤੂੰ ਅਜੈ ਨ ਪਤੀਣੋਹਿ॥੭੩॥	tooN ajai na pateenohi. ||73||

ਜੀਵ ਤੇਰੇ ਜਨਮ ਦੇਣ, ਪਾਲਣਾ ਪੋਸਨ ਵਾਲੇ ਮਾਂ ਬਾਪ ਕਿਥੇ ਚਲੇ ਗਏ ਹਨ? ਆਪਣਾ ਜੀਵਨ ਭੋਗਕੇ ਮਰ ਗਏ ਹਨ । ਤੇਰੇ ਕੋਲੋ ਵਿਛੜ ਗਏ ਹਨ । ਮੌਤ ਤੇਰੀ ਵੀ ਉਡੀਕ ਕਰਦੀ ਹੈ । ਇਹ ਸੰਸਾਰ ਸਦਾ ਰਹਿਣ ਵਾਲਾ ਘਰ ਨਹੀਂ ਹੈ ।॥

Where have your mothers and father disappeared? Who have given birth and nourished, protected you in the world? All have separated from you, passed away, after spending predetermined time. Unpredictable death is waiting for your turn. You must live your life believing that world may not be a permanent resting place for your soul.

625.ਸਲੋਕ ਸੇਖ ਫਰੀਦ ਜੀ॥ 1380 -16

ਫਰੀਦਾ ਮਨੁ ਮੈਦਾਨੁ ਕਰਿ	fareedaa man maidaan kar
ਟੋਏ ਟਿਬੇ ਲਾਹਿ॥	to-ay tibay laahi.
ਅਗੈ ਮੂਲਿ ਨ ਆਵਸੀ	agai mool na aavsee
ਦੋਜਕ ਸੰਦੀ ਭਾਹਿ॥੭੪॥	dojak sandee bhaahi. ||74||

ਜੀਵ ਮਨ ਵਿਚੋਂ ਭਰਮ ਭੁਲੇਖੇ ਦੂਰ ਕਰਕੇ, ਪ੍ਰਭ ਦੇ ਸ਼ਬਦ ਦੀ ਪਾਲਣਾ ਕਰਕੇ, ਆਪਣੀ ਆਤਮਾ ਨੂੰ ਪਵਿੱਤਰ ਕਰੋ । ਜਿਹੜਾ ਅਡੋਲ ਭਰੋਸੇ ਨਾਲ ਪ੍ਰਭ ਦੇ ਸ਼ਬਦ ਨੂੰ ਜੀਵਨ ਵਿੱਚ ਢਾਲਦਾ ਹੈ । ਉਸ ਨੂੰ ਜਮਦੂਤ ਦੀ ਪੀੜ ਸਹਿਣੀ ਨਹੀਂ ਪੈਂਦੀ ।

You should eliminate your suspicions of religious rituals. You should obey the teachings of His Word to sanctify your soul. Whosoever may adopt the teachings of His Word with steady and stable belief in his day-to-day life; with His mercy and grace, he may not endure the hardship, suffering of devil of death.

626.ਸਲੋਕ ਸੇਖ ਫਰੀਦ ਜੀ॥ 1380 -17

ਮਹਲਾ ੫॥	mehlaa 5.
ਫਰੀਦਾ ਖਾਲਕੁ ਖਲਕ ਮਹਿ	fareedaa khaalak khalak meh
ਖਲਕ ਵਸੈ ਰਬ ਮਾਹਿ॥	khalak vasai rab maahi.
ਮੰਦਾ ਕਿਸ ਨੋ ਆਖੀਐ	mandaa kis no aakhee-ai
ਜਾ ਤਿਸੁ ਬਿਨੁ ਕੋਈ ਨਾਹਿ॥੭੫॥	jaaN tis bin ko-ee naahi. ||75||

ਇਹ ਸ੍ਰਿਸ਼ਟੀ ਪ੍ਰਭ ਨੇ ਬਣਾਈ ਹੈ ਅਤੇ ਸ੍ਰਿਸ਼ਟੀ ਪ੍ਰਭ ਦੀ ਜੋਤ ਦਾ ਹੀ ਪਸਾਰਾ ਹੈ । ਪ੍ਰਭ ਦੀ ਜੋਤ ਹਰਇੱਕ ਆਤਮਾ ਵਿੱਚ ਹੀ ਸਮਾਈ ਰਹਿੰਦੀ ਹੈ, ਉਸ ਦੇ ਮਨ ਵਿੱਚ ਹੀ ਪ੍ਰਭ ਦੀ ਜੋਤ ਵਸਦੀ ਹੈ । ਕੋਈ ਵੀ ਜੀਵ ਆਤਮਾ, ਪ੍ਰਭ ਦੀ ਜੋਤ ਤੋ ਬਿਨਾਂ ਪੈਦਾ ਨਹੀਂ ਹੋ ਸਕਦਾ । ਪ੍ਰਭ ਦੇ ਪੈਦਾ ਕੀਤੇ ਜੀਵ ਨੂੰ ਮੰਦਾ ਕਿਵੇਂ ਆਖਿਆ ਜਾ ਸਕਦਾ ਹੈ?

The True Master, has created the universe as an expansion of His Holy Spirit. His Holy spirit remains embedded within each soul and dwells within his body. The body of each creature is a temple of The True Master. No living creature may be without His Holy Spirit. How may His Creation be called bad, evil?

627.ਸਲੋਕ ਸੇਖ ਫਰੀਦ ਜੀ॥ 1381 -18

ਫਰੀਦਾ ਜਿ ਦਿਹਿ ਨਾਲਾ ਕਪਿਆ,	fareedaa je dihi naalaa kapi-aa
ਜੇ ਗਲੁ ਕਪਹਿ ਚੁਖ॥	jay gal kapeh chukh.
ਪਵਨਿ ਨ ਇਤੀ ਮਾਮਲੇ	pavan na itee maamlay
ਸਹਾ ਨ ਇਤੀ ਦੁਖ॥੭੬॥	sahaaN na itee dukh. ||76||

ਪ੍ਰਭ ਜਿਸ ਦਿਨ ਮੇਰੇ ਜਮਨ ਤੇ ਮੇਰੀ ਭੋਜਨ ਕਰਨ ਵਾਲੀ ਨਾੜੀ ਕੱਟੀ ਸੀ । ਅਗਰ ਗਲ ਵੀ ਕੱਟ ਦਿੱਤਾ ਜਾਂਦਾ । ਮੈਂ ਜੀਵਨ ਵਿੱਚ ਇਤਨੇ ਪਾਪ ਨਾ ਕਰਦਾ, ਮੁਸੀਬਤਾਂ ਨਾ ਸਹਿਣੀਆ ਪੈਂਦੀਆਂ । ਮੈਨੂੰ ਇਤਨੇ ਦੁਖ ਨਾ ਸਹਿਣੇ ਪੈਂਦੇ ।

My True Master, the time my umbilical cord was cut; I wish my throat would have been cut too. I would have not committed so many sinful deeds. My soul would not have suffered so many miseries hardship in Your Court.

628.ਸਲੋਕ ਸੇਖ ਫਰੀਦ ਜੀ॥ 1381 -19

ਚਬਣ ਚਲਣ ਰਤੰਨ ਸੇ — chaban chalan ratann say
ਸੁਣੀਅਰ ਬਹਿ ਗਏ॥ — sunee-ar bahi ga-ay.
ਹੇੜੇ ਮੁਤੀ ਧਾਹ ਸੇ — hayrhay mutee Dhaah say
ਜਾਨੀ ਚਲਿ ਗਏ॥੭੭॥ — jaanee chal ga-ay. ||77||

ਪ੍ਰਭ ਮੈਂ ਆਪਣੇ ਤਨ ਦੀ ਜਵਾਨੀ, ਮਨ ਦੀ ਸਿਆਣਪ ਤੇ ਬਹੁਤ ਮਾਣ ਕਰਦਾ ਸੀ । ਮੇਰੇ ਪੈਰ, ਅੱਖਾਂ, ਕੰਨ, ਦੰਦ ਕੰਮ ਨਹੀਂ ਕਰਦੇ । ਮੇਰਾ ਸਰੀਰ ਵਿੱਚ ਕੁਝ ਕੰਮ ਕਰਨ ਦੀ ਸਮਰਥਾ ਨਹੀਂ ਹੈ! ਮੇਰੀ ਉਮਰ ਦੇ ਸਾਰੇ ਜੀਵ ਹੀ ਆਪਣਾ ਸਮਾਂ ਬਤੀਤ ਕਰਕੇ ਮਰ ਗਏ ਹਨ ।

My True Master, I was proud of my youth, wisdom to accomplish many mile stones in my life. However, my feet, eyes, ears, teeth have stopped helping me; have become useless. My body has become helpless. Every one of my age groups have exhausted their predetermined time and have been captured by the devil of death.

629.ਸਲੋਕ ਸੇਖ ਫਰੀਦ ਜੀ॥ 1381-19

ਫਰੀਦਾ ਬੁਰੇ ਦਾ ਭਲਾ ਕਰਿ — fareedaa buray daa bhalaa kar
ਗੁਸਾ ਮਨਿ ਨ ਹਢਾਇ॥ — gusaa man na hadhaa-ay.
ਦੇਹੀ ਰੋਗੁ ਨ ਲਗਈ — dayhee rog na lag-ee
ਪਲੈ ਸਭੁ ਕਿਛੁ ਪਾਇ॥੭੮॥ — palai sabh kichh paa-ay. ||78||

ਜਿਹੜਾ ਤੇਰਾ ਬੁਰਾ ਕਰਦਾ, ਤੇਰੀ ਨਿੰਦਿਆਂ ਕਰਦਾ ਹੈ, ਉਸ ਦਾ ਵੀ ਭਲਾ ਮੰਗੋ । ਇਸ ਨਾਲ ਤੇਰੇ ਮਨ ਵਿੱਚ ਕਰੋਧ ਨਹੀਂ ਆਉਂਦਾ । ਮਨ ਵਿੱਚ ਸ਼ਾਂਤੀ, ਸੰਤੋਖ ਬਖਸ਼ਿਸ਼ ਹੋ ਜਾਂਦਾ ਹੈ । ਪਰੇਸ਼ਨੀਆਂ ਤੋ ਹੀ ਛੁਟਕਾਰਾ ਬਖਸ਼ਿਸ਼ ਹੋ ਜਾਂਦਾ ਹੈ ।

Whosoever may be slandering or trying to hurt or thinks evil of you; You should remain a well-wisher for him. You mind may never be angry. You may be blessed with peace of mind, contentment in your life; all your frustrations may be eliminated.

630.ਸਲੋਕ ਸੇਖ ਫਰੀਦ ਜੀ॥ 1382 -1

ਫਰੀਦਾ ਪੰਖ ਪਰਾਹੁਣੀ — fareedaa pankh paraahunee
ਦੁਨੀ ਸੁਹਾਵਾ ਬਾਗੁ॥ — dunee suhaavaa baag.
ਨਉਬਤਿ ਵਜੀ ਸੁਬਹ ਸਿਉ — na-ubat vajee subah si-o
ਚਲਣ ਕਾ ਕਰਿ ਸਾਜੁ॥੭੯॥ — chalan kaa kar saaj. ||79||

ਜੀਵ ਤੂੰ ਇਸ ਸੰਸਾਰ ਵਿੱਚ ਮਹਿਮਾਨ ਦੀ ਤਰ੍ਹਾਂ ਆਇਆ ਹੈ । ਰਾਤ ਬੀਤ ਗਈ, ਦਿਨ ਚੜ੍ਹ ਗਿਆ ਹੈ, ਵਾਪਸ ਜਾਣ ਦੀ ਤਿਆਰੀ ਕਰੋ ।

You have come as a guest in the beautiful garden, world with short-lived glamor of worldly wealth. You have spent a night and new dawn has arrived! You should get ready to leave.

631.ਸਲੋਕ ਸੇਖ ਫਰੀਦ ਜੀ॥ 1382 -2

ਫਰੀਦਾ ਰਾਤਿ ਕਥੂਰੀ ਵੰਡੀਐ — fareedaa raat kathooree vandee-ai
ਸੁਤਿਆ ਮਿਲੈ ਨ ਭਾਉ॥ — suti-aa milai na bhaa-o.
ਜਿੰਨ੍ਹਾ ਨੈਣ ਨੀਂਦ੍ਰਾਵਲੇ — jinHaa nain neeNdraavalay
ਤਿੰਨ੍ਹਾ ਮਿਲਣੁ ਕੁਆਉ॥੮੦॥ — tinHaa milan ku-aa-o. ||80||

ਜੀਵ ਪ੍ਰਭ ਦੀਆਂ ਰਹਿਮਤਾਂ ਵੰਡੀਆ ਜਾ ਰਹੀ ਹਨ । ਜਿਹੜਾ ਸੁੱਤਾ, ਧਿਆਨ ਉਸ ਦੀ ਬੰਦਗੀ ਵਿੱਚ ਨਹੀਂ ਹੁੰਦਾ, ਉਹ ਵਾਂਝੇ ਹੀ ਰਹਿੰਦਾ ਹੈ । ਪਰ ਜਿਹੜਾ ਜੀਵ ਬੰਦਗੀ ਕਰਦਾ ਵੀ ਭਰਮਾਂ ਵਿੱਚ ਹੀ ਰਹਿੰਦਾ ਹੈ । ਉਸ ਨੂੰ ਪ੍ਰਭ ਦੀਆਂ ਰਹਿਮਤਾਂ ਕਿਵੇਂ ਪ੍ਰਾਪਤ ਹੋ ਸਕਦੀਆਂ ਹਨ?

The melodious nectar of the essences of His Word has been overflowing in the quietness of night. Whosoever may keep his eyes closed with sleep; intoxicated in the sweet poison of worldly wealth; he may be deprived from the nectar, the right path of acceptance in His Court. Whosoever may be meditating on the teachings of His Word; however, he may still believe in religious rituals, superstitions. How may he be blessed with right path of acceptance in His Court?

632.ਸਲੋਕ ਸੇਖ ਫਰੀਦ ਜੀ॥ 1382 -3

ਫਰੀਦਾ ਮੈਂ ਜਾਨਿਆ ਦੁਖੁ ਮੁਝ ਕੂ	fareedaa mai jaani-aa dukh mujh koo
ਦੁਖੁ ਸਬਾਇਐ ਜਗਿ॥	dukh sabaa-i-ai jag.
ਊਚੇ ਚੜਿ ਕੈ ਦੇਖਿਆ	oochay charh kai daykhi-aa
ਤਾਂ ਘਰਿ ਘਰਿ ਏਹਾ ਅਗਿ॥੮੧॥	taaN ghar ghar ayhaa ag. ||81||

ਮੈਂ ਸੋਚਦਾ ਸੀ, ਪੰਜਾਂ ਇੰਦ੍ਰੀਆਂ ਦਾ ਘੇਰਾ, ਦੁਖ ਕੇਵਲ ਮੈਨੂੰ ਹੀ ਹੈ । ਹੋਰ ਜੀਵਾਂ ਤੋ ਪੁਛਿਆ, ਸਾਰੇ ਹੀ ਆਪਣੇ ਜੰਜਾਲ ਵਿੱਚ ਫਸੇ ਹਨ । ਕੇਵਲ ਪ੍ਰਭ ਹੀ ਜੀਵਾਂ ਨੂੰ ਇਸ ਜਾਲ ਵਿਚੋਂ ਕੱਢ ਸਕਦਾ ਹੈ ।

I thought! Only, I am victim of 5 demons of worldly desires; however, I found out everyone remains intoxicated with sweet poison of worldly wealth. The One and Only One True Master may save His Creation from the intoxication of worldly wealth.

633.ਸਲੋਕ ਸੇਖ ਫਰੀਦ ਜੀ॥ 1382 -5

ਮਹਲਾ ੫॥	mehlaa 5.
ਫਰੀਦਾ ਭੂਮਿ ਰੰਗਾਵਲੀ	fareedaa bhoom rangaavalee
ਮੰਝਿ ਵਿਸੂਲਾ ਬਾਗ॥	manjh visoolaa baag.
ਜੋ ਜਨ ਪੀਰਿ ਨਿਵਾਜਿਆ	jo jan peer nivaaji-aa
ਤਿੰਨ੍ਹਾ ਅੰਚ ਨ ਲਾਗ॥੮੨॥	tinHaa anch na laag. ||82||

ਜੀਵ, ਸੁੰਦਰ ਧਰਤੀ ਵਿੱਚ ਬਹੁਤ ਕੰਡਿਆਂ ਵਾਲੇ ਫੁੱਲ ਵੀ ਹਨ । ਜਿਹੜਾ ਸ਼ਬਦ ਦੇ ਸਿਮਰਨ ਵਿੱਚ ਲੀਨ ਰਹਿੰਦਾ ਹੈ! ਪ੍ਰਭ ਦੀ ਰਹਿਮਤ ਨਾਲ, ਉਸ ਤੇ ਇਹਨਾਂ ਦਾ ਕੋਈ ਅਸਰ ਨਹੀਂ ਹੁੰਦਾ ਹੈ ।

** **ਕੰਡਿਆਂ ਵਾਲੇ ਫੁੱਲ: ਕਾਮ, ਕਰੋਧ, ਲੋਭ, ਮੋਹ, ਨਿੰਦਿਆ-ਅਹੰਕਾਰ**

Wonderfully beautiful earth also remains overwhelmed with flowers with thorns; like 5 demons of worldly desires, Sexual urge, anger, greed, attachment, and ego. Whosoever may be bestowed with His Blessed Vision, only he may be saved.

634.ਸਲੋਕ ਸੇਖ ਫਰੀਦ ਜੀ॥ 1382 -6

ਮਹਲਾ ੫॥	mehlaa 5.
ਫਰੀਦਾ ਉਮਰ ਸੁਹਾਵੜੀ	fareedaa umar suhaavarhee
ਸੰਗਿ ਸੁਵੰਨੜੀ ਦੇਹ॥	sang suvannrhee dayh.
ਵਿਰਲੇ ਕੇਈ ਪਾਈਅਨਿ	virlay kay-ee paa-ee-an
ਜਿੰਨ੍ਹਾ ਪਿਆਰੇ ਨੇਹ॥੮੩॥	jinHaa pi-aaray nayh. ||83||

ਵੱਡੇ ਭਾਗਾਂ ਨਾਲ ਹੀ ਆਤਮਾ ਨੂੰ ਮਾਨਸ ਜਨਮ ਬਖਸ਼ਿਸ਼ ਹੁੰਦਾ ਹੈ । ਕੋਈ ਵਿਰਲਾ ਹੀ ਜੀਵ, ਪ੍ਰਭ ਦੇ ਸ਼ਬਦ ਦੀ ਪਾਲਣਾ, ਸਿਮਰਨ ਕਰਦਾ ਹੈ । ਪ੍ਰਭ ਦੀ ਰਹਿਮਤ ਨਾਲ ਉਸ ਨੂੰ ਪ੍ਰਵਾਨਗੀ ਦਾ ਰਸਤਾ ਬਖਸ਼ਿਸ਼ ਹੁੰਦਾ ਹੈ । ਉਸ ਦਾ ਮਾਨਸ ਜਨਮ ਸਫਲ ਹੋ ਜਾਂਦਾ ਹੈ ।

Whosoever may have a great prewritten destiny, only he may be blessed with human life opportunity. However, only very rare may meditate and adopt the teachings of His Word; with His mercy and grace, he may be blessed with the right path of acceptance His Court. His human life may be rewarded.

635.ਸਲੋਕ ਸੇਖ ਫਰੀਦ ਜੀ॥ 1382 -7

ਕੰਧੀ ਵਹਣ ਨ ਢਾਹਿ	kanDhee vahan na dhaahi
ਤਉ ਭੀ ਲੇਖਾ ਦੇਵਣਾ॥	ta-o bhee laykhaa dayvnaa.
ਜਿਧਰਿ ਰਬ ਰਜਾਇ	jiDhar rab rajaa-ay
ਵਹਣੁ ਤਿਦਾਊ ਗੰਉ ਕਰੇ॥੮੪॥	vahan tiDhaa-oo gaN-o karay. ||84||

ਪ੍ਰਭ ਦਾ ਦਾਸ ਦੁਖਾਂ ਵਿੱਚ, ਮਾਇਆ ਦੇ ਜਾਲ ਵਿੱਚ ਫਸੇ ਜੀਵ ਨੂੰ ਸਮਝਾਉਂਦਾ ਹੈ । ਸੰਸਾਰਕ ਮਾਇਆ ਵੀ ਪ੍ਰਭ ਨੇ ਪੈਦਾ ਕੀਤੀ ਹੈ, ਉਸ ਦੀ ਹੀ ਗੁਲਾਮ ਹੈ । ਜਿਹੜਾ ਸ਼ਬਦ ਦੇ ਲੜ ਲਗ ਜਾਂਦਾ ਹੈ, ਪ੍ਰਭ ਦੀ ਰਹਿਮਤ ਨਾਲ, ਸੰਸਾਰਕ ਮਾਇਆ ਉਸ ਤੇ ਕੋਈ ਪ੍ਰਭਾਵ ਨਹੀਂ ਪਾ ਸਕਦੀ ।

His true devotee may be miserable with the trap of worldly wealth! He consoles his own mind to resist the worldly temptation! The True Master has created worldly wealth and she may only remain under His Command. Whosoever may remain focused in meditation on the teachings of His Word; with His mercy and grace, his soul may become beyond the reach of worldly wealth.

636.ਸਲੋਕ ਸੇਖ ਫਰੀਦ ਜੀ॥ 1382 -7

ਫਰੀਦਾ ਡੁਖਾ ਸੇਤੀ ਦਿਹੁ ਗਇਆ,	fareedaa dukhaa saytee dihu ga-i-aa
ਸੂਲਾਂ ਸੇਤੀ ਰਾਤਿ॥	soolaaN saytee raat.
ਖੜਾ ਪੁਕਾਰੇ ਪਾਤਣੀ	kharhaa pukaaray paat-nee
ਬੇੜਾ ਕਪਰ ਵਾਤਿ॥੮੫॥	bayrhaa kapar vaat. ||85||

ਜੀਵ ਸਾਰਾ ਦਿਨ ਸੰਸਾਰਕ ਇੱਛਾਂ ਵਿੱਚ ਹੀ ਬਤੀਤ ਕਰਦਾ ਹੈ, ਰਾਤ ਨੂੰ ਵੀ ਪਰੇਸ਼ਾਨੀ ਵਿੱਚ ਇੱਛਾਂ ਨੂੰ ਹਾਸਿਲ ਕਰਨ ਦੀਆਂ ਸੋਚਾਂ ਵਿੱਚ ਬਤੀਤ ਕਰਦਾ ਹੈ । ਉਸ ਦੇ ਮਨ ਵਿੱਚ ਬੈਠਾ ਮਲਾਹ, ਪ੍ਰਭ ਦਾ ਸ਼ਬਦ, ਮਨ ਅੰਦਰੋਂ ਚੇਤਾਬਨੀ ਦੇਂਦਾ ਹੈ, ਤੇਰੀ ਬੇੜੀ ਤੁਫਾਨ ਦੇ ਚੱਕਰ ਵਿੱਚ ਪੈ ਗਈ ਹੈ । ਜਿਹੜਾ ਪ੍ਰਭ ਦੇ ਸ਼ਬਦ ਦੀ ਪਾਲਣਾ ਕਰਦਾ ਹੈ, ਉਸ ਦਾ ਬਚਾ ਹੋ ਸਕਦਾ ਹੈ । ਜਿਹੜਾ ਬੰਦਗੀ ਨਹੀਂ ਕਰਦਾ ਉਸ ਦੀ ਇਹ ਅਵਸਥਾ ਹੁੰਦੀ ਹੈ ।

Self-minded may remain intoxicated with the sweet poison of worldly wealth, dreaming for short-lived pleasures of worldly comforts. He may remain worried about his disappointments. His Word, embedded within his soul, the sailor, warning him of the danger of his path. Avoid your boat from sailing on the path of storm. Whosoever may adopt the teachings of His Word with steady and stable belief; with His mercy and grace, he may be blessed with the right path of acceptance in His Court.

637.ਸਲੋਕ ਸੇਖ ਫਰੀਦ ਜੀ॥ 1382 -8

ਲੰਮੀ ਲੰਮੀ ਨਦੀ ਵਹੈ	lammee lammee nadee vahai
ਕੰਧੀ ਕੇਰੈ ਹੇਤਿ॥	kanDhee kayrai hayt.
ਬੇੜੇ ਨੋ ਕਪਰੁ ਕਿਆ ਕਰੇ	bayrhay no kapar ki-aa karay
ਜੇ ਪਾਤਣ ਰਹੈ ਸੁਚੇਤਿ॥੮੬॥	jay paatan rahai suchayt. ||86||

ਸੰਸਾਰ ਵਿੱਚ ਸੰਸਾਰਕ ਇੱਛਾਂ ਰੂਪੀ ਦਰਿਆ ਵਗਦਾ ਰਹਿੰਦਾ ਹਨ, ਮਨਮੁਖ ਜੀਵ ਸੰਸਾਰਕ ਇੱਛਾਂ ਦੇ ਥੋੜ੍ਹੇ ਸਮੇਂ ਦੇ ਅਨੰਦ ਦੇਖਕੇ, ਮਾਇਆ ਦੇ ਜਾਲ ਵਿੱਚ ਫਸ ਜਾਂਦਾ ਹੈ । ਗਰਮੁਖ ਜੀਵ ਸ਼ਬਦ ਦੀ ਪਾਲਣਾ ਕਰਦਾ ਸੁਚੇਤ ਰਹਿੰਦਾ ਹੈ । ਉਹ ਸੰਸਾਰਕ ਮਾਇਆ ਦੇ ਜਾਲ ਤੋ ਬਚ ਜਾਂਦਾ, ਪ੍ਰਵਾਨਗੀ ਦੇ ਰਸਤੇ ਤੇ ਅਡੋਲ ਰਹਿੰਦਾ ਹੈ ।

The worldly ocean remains overwhelmed with many rivers of sweet poison of worldly wealth overflowing. Self-minded may remain intoxicated with sweet poison of worldly wealth, short-lived pleasures. He remains miserable victim of worldly wealth. His true devotee may adopt the teachings of His Word in his day-to-day life; with His mercy and grace, he remains awake and alert from sweet poison of worldly wealth. He may be blessed with the right path of acceptance in His Court.

638.ਸਲੋਕ ਸੇਖ ਫਰੀਦ ਜੀ॥ 1382-9

ਫਰੀਦਾ ਗਲੀ ਸੁ ਸਜਣ ਵੀਹ	fareedaa galeeN so sajan veeh
ਇਕੁ ਢੂੰਢੇਦੀ ਨ ਲਹਾਂ॥	ik dhooNdhaydee na lahaaN.
ਧੁਖਾਂ ਜਿਉ ਮਾਂਲੀਹ	DhukhaaN ji-o maaNleeh
ਕਾਰਣਿ ਤਿੰਨ੍ਹਾ ਮਾ ਪਿਰੀ॥੮੭॥	kaaran tinHaa maa piree. ||87||

ਗੱਲਾਂ ਬਾਤਾਂ ਨਾਲ ਹਰ ਕੋਈ ਮੈਨੂੰ ਆਪਣਾ ਮਿੱਤਰ ਕਹਿੰਦਾ ਹੈ । ਮਦਦ ਦੀ ਲੋੜ ਪੈਣ ਤੇ ਕੋਈ ਵੀ ਸਾਥ ਨਹੀਂ ਦੇਂਦਾ । ਮੈਂ ਅਸਲੀ ਸਾਥੀ ਨਾ ਮਿੱਲਣ ਕਰਕੇ ਦੁਖ ਵਿੱਚ ਨਿਰਾਸਾ ਹੋ ਕੇ ਪ੍ਰਭ ਦੇ ਸ਼ਬਦ ਦਾ ਹੀ ਆਸਰਾ ਭਾਲਦਾ ਹਾ ।

In my good and prosper times, many remain close and dear, faithful friends. When I faced some hardship, misery of worldly life; all disappeared and no one remain my helper, well-wisher. Without any friend, helper, I remain miserable and depressed in my life; My inner voice, the echo of His Word, counseling and inspiring me to obey the teachings of His Word; the earnings of His Word may remain true friend companion forever.

639.ਸਲੋਕ ਸੇਖ ਫਰੀਦ ਜੀ॥ 1382 -10

ਫਰੀਦਾ ਇਹੁ ਤਨੁ ਭਉਕਣਾ,	fareedaa ih tan bha-ukanaa
ਨਿਤ ਨਿਤ ਦੁਖੀਐ ਕਉਣੁ॥	nit nit dukhee-ai ka-un.
ਕੰਨੀ ਬੁਜੇ ਦੇ ਰਹਾਂ	kannee bujay day rahaaN
ਕਿਤੀ ਵਗੈ ਪਉਣੁ ॥੮੮॥	kitee vagai pa-un. ||88||

ਮਨਮੁਖ ਹਰ ਵੇਲੇ ਹੀ ਸੰਸਾਰਕ ਇੱਛਾਂ, ਸੁਖ ਦੀ ਭਾਲ ਕਰਦਾ ਰਹਿੰਦਾ ਹੈ । ਇੱਛਾਂ ਨਾ ਪੂਰੀਆ ਹੋਣ ਤੇ ਦੁਖਾਂ ਵਿੱਚ ਹੀ ਭਟਕਦਾ ਰਹਿੰਦਾ ਹੈ । ਹੁਣ ਬੇਵਸ ਹੋ ਕੇ ਪੁਕਾਰਨਾਂ ਵੀ ਬੰਦ ਕਰ ਦਿੱਤਾ ਹੈ । ਕੋਈ ਵੀ ਮਦਦ ਕਰਨ ਵਾਲਾ, ਰਸਤੇ ਤੇ ਪਾਉਣ ਵਾਲਾ ਨਹੀਂ ਹੈ ।

Self-minded may remain intoxicated with sweet poison of worldly wealth and remains hoping for new desires, hopes. His ever-increasing demand, greed may not be satisfied and he becomes miserable. He has stopped hoping for anything and enters deep depression, miseries. He may not find any helper, counselor to guide on the right path.

640.ਸਲੋਕ ਸੇਖ ਫਰੀਦ ਜੀ॥ 1382 -11

ਫਰੀਦਾ ਰਬ ਖਜੂਰੀ ਪਕੀਆਂ	fareedaa rab khajooree pakee-aaN
ਮਾਖਿਅ ਨਈ ਵਹੰਨ੍ਹਿ॥	maakhi-a na-ee vahaNniH.
ਜੋ ਜੋ ਵੰਞੈਂ ਡੀਹੜਾ	jo jo vanjaiN deehrhaa
ਸੋ ਉਮਰ ਹਥ ਪਵੰਨਿ॥੮੯॥	so umar hath pavann. ||89||

ਪ੍ਰਭ ਦੀਆਂ ਰਹਿਮਤਾਂ ਦਾ ਮੀਂਹ ਨਾਲ ਦਰਿਆ ਭਰਿਆਂ ਵਗਦਾ ਹੈ । ਜਿਹੜਾ ਸ਼ਬਦ ਦੀ ਪਾਲਣਾ ਤੋ ਬਿਨਾਂ ਹੀ ਦਿਨ ਬੀਤ ਕਰਦਾ ਹੈ, ਉਸ ਦਾ ਰਹਿਮਤਾਂ, ਬਖਸ਼ਿਸ਼ ਪਾਉਣ ਦਾ ਸਮਾਂ ਬੀਤ ਜਾਂਦਾ ਹੈ ।

The Blessings, Virtues of The True Master are pouring like heavy rain and overflowing worldly ocean. Whosoever may not meditate on the teachings of His Word; his time to be blessed may be decreasing, wasted.

641.ਸਲੋਕ ਸੇਖ ਫਰੀਦ ਜੀ॥ 1382 -12

ਫਰੀਦਾ ਤਨੁ ਸੁਕਾ ਪਿੰਜਰੁ ਥੀਆ,	fareedaa tan sukaa pinjar thee-aa
ਤਲੀਆਂ ਖੂੰਡਹਿ ਕਾਗ॥	talee-aaN khooNdeh kaag.
ਅਜੈ ਸੁ ਰਬੁ ਨ ਬਾਹੁੜਿਓ,	ajai so rab na baahurhi-o
ਦੇਖੁ ਬੰਦੇ ਕੇ ਭਾਗ॥੯੦॥	daykh banday kay bhaag. ||90||

ਪ੍ਰਭ, ਮੇਰਾ ਸਰੀਰ ਤੇ ਬੁਢੇਪੇ ਆ ਗਿਆ ਹੈ । ਮੇਰੇ ਵਿੱਚ ਆਪਣੇ ਆਪ ਦੀ ਰਖਿਆ ਕਰਨ ਦੀ ਸਮਰਥਾ ਨਹੀਂ ਰਹੀ । ਮੇਰੀ ਮਾੜੀ ਕਿਸਮਤ ਹੈ, ਮੇਰੇ ਤੇ ਰਹਿਮਤ ਬਖਸ਼ਿਸ਼ ਨਹੀਂ ਹੋਈ, ਦਰ ਤੋ ਸੱਦਾ ਬਖਸ਼ਿਸ਼ ਨਹੀਂ ਹੋਇਆ । ਮੇਰੀ ਬੰਦਗੀ ਵਿੱਚ ਕੋਈ ਕਮੀ ਹੀ ਹੋਵੇਗੀ ।

My youth has passed and I have become old; I have no strength to protect my own body. Unfortunately! I have not been blessed with the right path of acceptance in His Court, any invitation from The True Master. My devotion, meditation may have some deficiency.

642.ਸਲੋਕ ਸੇਖ ਫਰੀਦ ਜੀ॥ 1382 -13

ਕਾਗਾ ਕਰੰਗ ਢੰਢੋਲਿਆ — kaagaa karang dhandholi-aa
ਸਗਲਾ ਖਾਇਆ ਮਾਸੁ॥ — saglaa khaa-i-aa maas.
ਏ ਦੁਇ ਨੈਨਾ ਮਤਿ ਛੁਹਉ — ay du-ay nainaa mat chhuha-o
ਪਿਰ ਦੇਖਨ ਕੀ ਆਸ॥੯੧॥ — pir daykhan kee aas. ||91||

ਕਾਂ ਤੂੰ ਸਾਰਾ ਮਾਸ ਤੋੜ ਲੈ, ਪਰ ਤੂੰ ਮੇਰੀਆਂ ਦੋਨੋਂ ਅੱਖਾਂ ਨੂੰ ਨਾ ਛੂਹੋ! ਮੇਰਾ ਭਰੋਸਾ ਪੱਕਾ ਹੈ! ਉਹ ਮੈਨੂੰ ਮਰਨ ਤੋ ਪਹਿਲੇ ਦਰਸ਼ਨ ਜਰੂਰ ਦੇਵੇਗਾ ।

Crow, you may search my skeleton and peck my flesh; however, do not touch may both eyes; I still have a belief, The True Master may pity on my soul; He may bestow His Blessed Vision before my last breath.

643.ਸਲੋਕ ਸੇਖ ਫਰੀਦ ਜੀ॥ 1382 -14

ਕਾਗਾ ਚੂੰਡਿ ਨ ਪਿੰਜਰਾ — kaagaa choond na pinjraa
ਬਸੈ ਤ ਉਡਰਿ ਜਾਹਿ॥ — basai ta udar jaahi.
ਜਿਤੁ ਪਿੰਜਰੈ ਮੇਰਾ ਸਹੁ ਵਸੈ — jit pinjrai mayraa saho vasai
ਮਾਸੁ ਨ ਤਿਦੂ ਖਾਹਿ॥੯੨॥ — maas na tidoo khaahi. ||92||

ਕਾਂ ਤੂੰ ਮੇਰੇ ਸਰੀਰ ਤੇ ਬੈਠ ਗਿਆ ਹੈ । ਇਹ ਸਰੀਰ ਦਾ ਮਾਸ ਨਾ ਖਾਂ, ਇਸ ਤੋ ਉਡ ਜਾਵੋ । ਮੈਨੂੰ ਆਪਣੇ ਮਾਸ ਦਾ ਕੋਈ ਫਿਕਰ ਨਹੀਂ! ਇਸ ਸਰੀਰ ਵਿੱਚ ਮੇਰਾ ਪ੍ਰਭ ਵਸਦਾ ਹੈ । ਤੇਰੀਆਂ ਚੁੰਝਾਂ ਨਾਲ ਉਸ ਨੂੰ ਚੋਟ ਆਵੇਗੀ ।

Crow, you have landed on my body; you do not peck at my Skeleton, fly away. Do not eat from my skeleton, My True Master is still dwelling in my skeleton. He may be hurt with your beak.

644.ਸਲੋਕ ਸੇਖ ਫਰੀਦ ਜੀ॥ 1382 -15

ਫਰੀਦਾ ਗੋਰ ਨਿਮਾਣੀ ਸਡੁ ਕਰੇ — fareedaa gor nimaanee sad karay
ਨਿਘਰਿਆ ਘਰਿ ਆਉ॥ — nighri-aa ghar aa-o.
ਸਰਪਰ ਮੈਥੈ ਆਵਣਾ — sarpar maithai aavnaa
ਮਰਣਹੁ ਨ ਡਰਿਆਹੁ॥੯੩॥ — marnahu na dari-aahu. ||93||

ਮੇਰੀ ਕਬਰ ਮੈਨੂੰ ਉਚੀ ਪੁਕਾਰਦੀ ਹੈ । ਤੂੰ ਆਪਣੇ ਅਰਾਮ ਕਰਨ ਦੇ ਟਿਕਾਣੇ ਤੇ ਆ ਜਾਵੋ । ਮੌਤ ਇਤਨੀ ਮਾੜੀ ਨਹੀਂ, ਇਸ ਤੋ ਨਾ ਡਰੋ ।

My grave is calling my body; come to your permanent resting place. Death may not be so bad, do not be afraid.

645.ਸਲੋਕ ਸੇਖ ਫਰੀਦ ਜੀ॥ 1382 -16

ਏਨੀ ਲੋਇਣੀ ਦੇਖਦਿਆ — aynee lo-inee daykh-di-aa
ਕੇਤੀ ਚਲਿ ਗਈ॥ — kaytee chal ga-ee.
ਫਰੀਦਾ ਲੋਕਾਂ ਆਪੋ ਆਪਣੀ — fareedaa lokaaN aapo aapnee
ਮੈਂ ਆਪਣੀ ਪਈ॥੯੪॥ — mai aapnee pa-ee. ||94||

ਮੇਰੇ ਦੇਖਦਿਆ ਹੀ ਕਈ ਮਹਾਨ ਜੀਵ ਸੰਸਾਰ ਵਿਚੋਂ ਚਲੇ ਗਏ, ਮਰ ਗਏ ਹਨ । ਹਰਇੱਕ ਦੀ ਆਪਣੀ ਕਿਸਮਤ ਸੀ, ਮੇਰੀ ਆਪਣੀ ਕਿਸਮਤ ਹੈ ।

I have witnessed! many great souls have own destiny and died. Everyone has own prewritten destiny; I may have my own destiny.

646.ਸਲੋਕ ਸੇਖ ਫਰੀਦ ਜੀ॥ 1382 -17

ਆਪੁ ਸਵਾਰਹਿ ਮੈਂ ਮਿਲਹਿ, aap savaareh mai mileh
ਮੈਂ ਮਿਲਿਆ ਸੁਖੁ ਹੋਇ॥ mai mili-aa sukh ho-ay.
ਜੇ ਤੂ ਮੇਰਾ ਹੋਇ ਰਹਹਿ fareedaa jay too mayraa ho-ay raheh
ਸਭੁ ਜਗੁ ਤੇਰਾ ਹੋਇ॥੯੫॥ sabh jag tayraa ho-ay. ||95||

ਜਿਹੜਾ ਆਪਣੇ ਅੰਦਰ ਖੋਜ ਕਰਦਾ ਹੈ, ਆਪਣੇ ਕੰਮਾਂ ਨੂੰ ਪ੍ਰਭ ਦੇ ਸ਼ਬਦ ਨਾਲ ਪਰਖਦਾ ਹੈ । ਉਸ ਦਾ ਮਨ, ਆਤਮਾ ਪਵਿੱਤਰ ਹੋ ਜਾਂਦੀ ਹੈ । ਆਪਣੇ ਆਪ ਦੀ ਪਛਾਣ ਹੋ ਜਾਂਦੀ ਹੈ । ਉਸ ਨੂੰ ਸਾਂਤੀ, ਸੰਤੋਖ ਬਖਸ਼ਿਸ਼ ਹੋ ਜਾਂਦਾ ਹੈ । ਉਸ ਨੂੰ ਪ੍ਰਵਾਨਗੀ ਦਾ ਰਸਤਾ, ਸਭ ਕੁਝ ਹੀ ਬਖਸ਼ਿਸ਼ ਹੋ ਜਾਂਦਾ ਹੈ ।

Whosoever may search within his own mind, evaluates his own deeds with the teachings of His Word. His soul may be sanctified. He may recognize the real purpose of his human life opportunity. He may be blessed with a peace of mind and contentment in his worldly life; with His mercy and grace, he may be blessed with the right path of acceptance in His Court, his human life opportunity may be rewarded.

647.ਸਲੋਕ ਸੇਖ ਫਰੀਦ ਜੀ॥ 1382 -18

ਕੰਧੀ ਉਤੈ ਰੁਖੜਾ kanDhee utai rukh-rhaa
ਕਿਚਰਕੁ ਬੰਨੈ ਧੀਰੁ॥ kichrak bannai Dheer.
ਫਰੀਦਾ ਕਚੈ ਭਾਂਡੈ ਰਖੀਐ fareedaa kachai bhaaNdai rakhee-ai
ਕਿਚਰੁ ਤਾਈ ਨੀਰੁ॥੯੬॥ kichar taa-ee neer. ||96||

ਜੀਵ, ਕਿਤਨਾ ਚਿਰ ਬ੍ਰਿਛ, ਨਦੀ ਦੇ ਕਿਨਾਰੇ ਤੇ ਖੜ੍ਹਾ ਰਹੇ ਸਕਦਾ ਹੈ । ਕਿਤਨਾ ਚਿਰ ਕੱਚੇ ਭਾਂਡੇ ਵਿੱਚ ਪਾਣੀ ਰਖਿਆ ਜਾ ਸਕਦਾ ।

Imagine! How long, may a tree, planted on the river-bank survive? How long, water may be stored in raw clay vessel?

648.ਸਲੋਕ ਸੇਖ ਫਰੀਦ ਜੀ॥ 1382-19

ਫਰੀਦਾ ਮਹਲ ਨਿਸਖਣ ਰਹਿ ਗਏ, fareedaa mahal nisakhan reh ga-ay
ਵਾਸਾ ਆਇਆ ਤਲਿ॥ vaasaa aa-i-aa tal.
ਗੋਰਾਂ ਸੇ ਨਿਮਾਣੀਆ goraaN say nimaanee-aa
ਬਹਸਨਿ ਰੂਹਾ ਮਲਿ॥ bahsan roohaaN mal.
ਆਖੀਂ ਸੇਖਾ ਬੰਦਗੀ aakheeN saykhaa bandagee
ਚਲਣੁ ਅਜੁ ਕਿ ਕਲਿ॥੯੭॥ chalan aj ke kal. ||97||

ਮਹਿਲ ਖਾਲੀ ਹੋ ਗਏ, ਜਿਹੜੇ ਜੀਵ ਇਹਨਾਂ ਵਿੱਚ ਰਹਿੰਦੇ ਸਨ, ਉਹ ਮਰ ਗਏ ਹਨ । ਕਬਰਾ ਵਿੱਚ ਦੱਬੇ ਹਨ, ਜਿਹਨਾਂ ਤੇ ਕੋਈ ਨਿਸ਼ਾਨੀ ਨਹੀਂ ਹੈ । ਜੀਵ ਤੂੰ ਆਪਣਾ ਜੀਵਨ ਪ੍ਰਭ ਦੇ ਲੇਖੇ ਲਾ ਦੇਵੋਂ! ਇੱਕ ਦਿਨ ਤੇਰੀ ਵੀ ਮੌਤ ਤਾ ਆਉਣੀ ਹੀ ਹੈ ।

How many humans have died and how many houses are empty, became haunted houses? How many graves are forgotten, un-honored, un-named. You must obey the teachings of His Word; you are going to depart and endure the judgement of The Righteous Judge.

649.ਸਲੋਕ ਸੇਖ ਫਰੀਦ ਜੀ॥ 1383 -2

ਫਰੀਦਾ ਮਉਤੈ ਦਾ ਬੰਨਾ ਏਵੈ ਦਿਸੈ, fareedaa ma-utai daa bannaa ayvai disai
ਜਿਉ ਦਰੀਆਵੈ ਢਾਹਾ॥ ji-o daree-aavai dhaahaa.
ਅਗੈ ਦੋਜਕੁ ਤਪਿਆ ਸੁਣੀਐ, agai dojak tapi-aa sunee-ai
ਹੂਲ ਪਵੈ ਕਾਹਾਹਾ॥ hool pavai kaahaahaa.
ਇਕਨਾ ਨੋ ਸਭ ਸੋਝੀ ਆਈ, iknaa no sabh sojhee aa-ee
ਇਕਿ ਫਿਰਦੇ ਵੇਪਰਵਾਹਾ॥ ik firday vayparvaahaa.
ਅਮਲ ਜਿ ਕੀਤਿਆ ਦੁਨੀ ਵਿਚਿ, amal je keeti-aa dunee vich
ਸੇ ਦਰਗਹ ਓਗਾਹਾ॥੯੮॥ say dargeh ohaagaa. ||98||

ਜੀਵ ਮੌਤ ਇਵੇਂ ਲਗਦੀ ਹੈ, ਜਿਵੇਂ ਦਰਿਆ ਦੇ ਕਿਨਾਰੇ ਢੱਠੇ ਹੁੰਦੇ ਹਨ । ਨਰਕ ਵਿੱਚ ਬਲਦੀ ਅੱਗ ਵਿਚੋਂ, ਰੋਣਾ ਅਤੇ ਕਰਲਾਉਣਾ ਹੀ ਸੁਣਦਾ ਹੈ । ਕਈ ਜੀਵ ਪੂਰਨ ਸੋਝੀ ਨਾਲ ਸ਼ਾਤ, ਸੰਤੋਖ ਵਿੱਚ ਰਹਿੰਦੇ ਹਨ । ਪਰ ਕਈ ਇਵੇਂ ਝਖ ਹੀ ਮਾਰਦੇ ਰਹਿੰਦੇ ਹਨ । ਜਿਹੜੇ ਸ਼ਬਦ ਨਾਲ ਜੀਵਨ ਢਾਲਦੇ ਹਨ! ਉਹ ਦਰਗਾਹ ਵਿੱਚ ਫਲ ਇਕੱਠਾ ਕਰ ਲੈਂਦੇ ਹਨ ।

Imagine! Death is like, eroded bank of river. After death, only sounds of cry and miseries may be heard from hell. Many (His true devotee) may be enlightened and remain in peace, patience and contented. Many self-minded may claim in ignorance. Whosoever may earn the wealth of His Word in his human life journey; with His mercy and grace, he may be rewarded in His Court; endure the judgement of The Righteous Judge.

650.ਸਲੋਕ ਸੇਖ ਫਰੀਦ ਜੀ॥ 1383 -4

ਫਰੀਦਾ ਦਰੀਆਵੈ ਕੰਨ੍ਹੈ ਬਗੁਲਾ,	fareedaa daree-aavai kanHai bagulaa
ਬੈਠਾ ਕੇਲ ਕਰੇ॥	baithaa kayl karay.
ਕੇਲ ਕਰੇਦੇ ਹੰਝ ਨੋ	kayl karayday hanjh no
ਅਚਿੰਤੇ ਬਾਜ ਪਏ॥	achintay baaj pa-ay.
ਬਾਜ ਪਏ ਤਿਸੁ ਰਬ ਦੇ	baaj pa-ay tis rab day
ਕੇਲਾਂ ਵਿਸਰੀਆਂ॥	kaylaaN visree-aaN.
ਜੋ ਮਨਿ ਚਿਤਿ ਨ ਚੇਤੇ,	jo man chit na chaytay
ਸਨਿ ਸੋ ਗਾਲੀ ਰਬ ਕੀਆਂ॥੯੯॥	san so gaalee rab kee-aaN. ‖99‖

ਜਿਵੇਂ ਦਰਿਆ ਦੇ ਕਿਨਾਰੇ ਬੈਠਾ ਬਗੁਲਾ ਖੁਸ਼ੀ ਨਾਲ ਖੇਡਦਾ ਹੈ । ਬਾਜ ਅਚਾਨਕ ਹੀ ਪਕੜਕੇ ਲੈ ਜਾਂਦਾ ਹੈ । ਪਰ ਜਦੋਂ ਪ੍ਰਭ ਦਾ ਬਾਜ ਇਹ ਖੇਲ ਕਰਦਾ ਹੈ ਤਾ ਕੋਈ ਬੁਰਾ ਨਹੀਂ ਕਹਿੰਦਾ । ਇਸਤਰ੍ਹਾਂ ਪ੍ਰਭ ਦਾ ਭਾਣਾ ਸਮਝਿਆ ਨਹੀਂ ਜਾ ਸਕਦਾ, ਕੀ ਚੰਗਾ ਜਾ ਮੰਦਾ ਹੈ?

As the crane perches on the river bank and play joyfully. Suddenly, hawk may pounce to kill him. When the hawk of God, the devil of death, captures his soul, all his worldly chores, play may be dismissed, forgotten. His Commands remain unpredictable and unchanged, ultimate and beyond any comprehension of His Creation.

651.ਸਲੋਕ ਸੇਖ ਫਰੀਦ ਜੀ॥ 1383 -5

ਸਾਢੇ ਤ੍ਰੈ ਮਣ ਦੇਹੁਰੀ	saadhay tarai man dayhuree
ਚਲੈ ਪਾਣੀ ਅੰਨਿ॥	chalai paanee ann.
ਆਇਓ ਬੰਦਾ ਦੁਨੀ ਵਿਚਿ	aa-i-o bandaa dunee vich
ਵਤਿ ਆਸੂਣੀ ਬੰਨਿ੍॥	vat aasoonee baneh.
ਮਲਕਲ ਮਉਤ ਜਾ ਆਵਸੀ	malkal ma-ut jaaN aavsee
ਸਭ ਦਰਵਾਜੇ ਭੰਨਿ॥	sabh darvaajay bhann.
ਤਿਨ੍ਹਾ ਪਿਆਰਿਆ ਭਾਈਆਂ	tinHaa pi-aari-aa bhaa-ee-aaN
ਅਗੈ ਦਿਤਾ ਬੰਨਿ੍॥	agai ditaa baneh.
ਵੇਖਹੁ ਬੰਦਾ ਚਲਿਆ	vaykhhu bandaa chali-aa
ਚਹੁ ਜਣਿਆ ਦੈ ਕੰਨਿ੍॥	chahu jani-aa dai kaNniH.
ਫਰੀਦਾ ਅਮਲ ਜਿ ਕੀਤੇ ਦੁਨੀ, ਵਿਚਿ	fareedaa amal je keetay dunee vich
ਦਰਗਹ ਆਏ ਕੰਮਿ॥੧੦੦॥	dargeh aa-ay kamm. ‖100‖

ਮਾਨਸ ਦੇ ਤਨ ਦੀ ਪਾਲਣਾ, ਪਾਣੀ ਅਤੇ ਅਨਾਜ ਨਾਲ ਕੀਤੀ ਜਾਂਦੀ, ਵਧਦਾ ਹੈ । ਉਹ ਇਸ ਸੰਸਾਰ ਵਿੱਚ ਬਹੁਤ ਆਸਾਂ ਲੈ ਕੇ ਆਉਂਦਾ ਹੈ । ਪਰ ਜਦੋਂ ਮੌਤ ਆਂਉਦੀ ਹੈ, ਉਹ ਸਾਰੇ ਦਰਵਾਜੇ ਤੋੜ ਕੇ ਆਉਂਦੀ ਹੈ । ਸਾਰੇ ਸਬੰਧੀਆਂ ਦੇ ਸਾਮ੍ਹਣੇ ਹੀ ਆਤਮਾ ਨੂੰ ਕੱਢਕੇ ਲੈ ਜਾਂਦੀ ਹੈ । ਸਰੀਰ ਮੁਰਦਾ ਬਣ ਜਾਂਦਾ ਹੈ । ਸਾਰੇ ਸਬੰਧੀ ਮੁਰਦੇ ਸਰੀਰ ਨੂੰ ਅੱਗ ਵਿੱਚ ਜਲਾ ਦੇਂਦੇ ਹਨ । ਜੀਵ ਦੀ ਬੰਦਗੀ ਦੀ ਕਮਾਈ ਸਦਾ ਹੀ ਸਾਥ ਰਹਿੰਦੀ, ਪ੍ਰਭ ਦੇ ਦਰਬਾਰ ਵਿੱਚ ਜਾਂਦੀ ਹੈ ।

Human body may be nourished with water and grain for the growth and survival on earth. He was blessed with human life opportunity with many hopes and expectations. At predetermined time, the devil of death knocks at his head and captures his soul in front his families and friends. His family members carry his corpse to the cremation ground. Only the earnings of His Word may remain with him to support in His Court.

652.ਸਲੋਕ ਸੇਖ ਫਰੀਦ ਜੀ॥ 1383 -8

ਫਰੀਦਾ ਹਉ ਬਲਿਹਾਰੀ ਤਿਨ੍ ਪੰਖੀਆ,	fareedaa ha-o balihaaree tinH pankhee-aa
ਜੰਗਲਿ ਜਿੰਨ੍ਾ ਵਾਸੁ॥	jangal jinHaa vaas.
ਕਕਰੁ ਚੁਗਨਿ ਥਲਿ ਵਸਨਿ,	kakar chugan thal vasan
ਰਬ ਨ ਛੋਡਨਿ ਪਾਸੁ॥੧੦੧॥	rab na chhodan paas. ||101||

ਜਿਹੜੇ ਪੰਛੀ ਜੰਗਲਾਂ (ਸਾਦੇ) ਵਿੱਚ ਰੀਹੰਦੇ ਹਨ । ਜ਼ਮੀਨ ਤੇ ਰੁੱਖਾ ਦੀ ਜੜ੍ਹਾ ਨੂੰ ਫੋਲਕੇ ਚੋਗਾ ਚੁਣਦੇ, ਨਿਮਰਤਾ ਨਾਲ ਰਹਿੰਦੇ ਹਨ । ਉਹ ਪੰਛੀ ਵੱਡੇ ਭਾਗਾਂ ਵਾਲੇ ਹੁੰਦੇ ਹਨ । ਉਹ ਪ੍ਰਭ ਦੀ ਹੋਂਦ, ਵਿਛੋੜੇ ਦੀ ਯਾਦ ਨਹੀਂ ਭੁਲਦੇ, ਉਸ ਦਾ ਦਰ ਨਹੀਂ ਛਡਦੇ ।

I remain fascinated and astonished from the humility and devotion of birds; who may remain on tree branches and survive on pecking from the roots of trees. Who may not forget the misery of separation from His Holy Spirit? He may never forget the path of remembering The True Master?

653.ਸਲੋਕ ਸੇਖ ਫਰੀਦ ਜੀ॥ 1383 -9

ਫਰੀਦਾ ਰੁਤਿ ਫਿਰੀ ਵਣੁ ਕੰਬਿਆ	fareedaa rut firee van kambi-aa
ਪਤ ਝੜੇ ਝੜਿ ਪਾਹਿ॥	pat jharhay jharh paahi.
ਚਾਰੇ ਕੁੰਡਾ ਢੂੰਢੀਆਂ	chaaray kundaa dhooNdhee-aaN
ਰਹਣੁ ਕਿਥਾਊ ਨਾਹਿ॥੧੦੨॥	rahan kithaa-oo naahi. ||102||

ਜੀਵ ਮੌਸਮ ਬਦਲ ਗਿਆ ਹੈ, ਰੁੱਖਾ ਦੇ ਪਤੇ ਝੜ ਗਏ, ਰੁੱਖਾ ਦਾ ਸੱਕ ਉਤਰਦਾ ਹੈ । ਚਾਰੇ ਪਾਸੇ ਢੂੰਡਦਾ ਹਾ! ਸਮਾਂ, ਮੌਸਮ ਇੱਕ ਤਰ੍ਹਾਂ ਦਾ ਨਹੀਂ ਰਹਿੰਦਾ । ਮਾਨਸ ਦੇ ਜੀਵਨ ਵਿੱਚ ਸਮਾਂ ਬਦਲਾ ਦਾ ਰਹਿੰਦਾ, ਜਵਾਨੀ ਹੁੰਦੀ, ਬੁਢੇਪਾ ਆਉਂਦਾ ਹੈ, ਮਿਥੇ ਸਮੇ ਨਾਲ ਮੌਤ ਆ ਜਾਂਦੀ ਹੈ ।

With change of season, trees may shed leaves and tree skin may be dropped. Season may not remain same always changes. Same way in life of human, youth passes and old age comes. The devil of death may capture his soul at fixed predetermined time.

654.ਸਲੋਕ ਸੇਖ ਫਰੀਦ ਜੀ॥ 1383 -10

ਫਰੀਦਾ ਪਾੜਿ ਪਟੋਲਾ ਧਜ ਕਰੀ,	fareedaa paarh patolaa Dhaj karee
ਕੰਬਲੜੀ ਪਹਿਰੇਉ॥	kamblarhee pahiray-o.
ਜਿਨ੍ੀ ਵੇਸੀ ਸਹੁ ਮਿਲੈ,	jinHee vaysee saho milai
ਸੇਈ ਵੇਸ ਕਰੇਉ॥੧੦੩॥	say-ee vays karay-o. ||103||

ਮੈਂ ਆਪਣੇ ਸ਼ਾਨਵਾਲੇ ਕਪੜੇ ਸੁਟ ਦਿੱਤੇ ਹਨ । ਮੈਂ ਕੇਵਲ ਸਾਦੇ ਕਪੜੇ ਹੀ ਪਹਿਨਦਾ ਹਾ । ਜਿਹੜੇ ਕਪੜੇ ਮੇਰੇ ਦਿਲ ਨੂੰ ਨਿਮਰਤਾ, ਪ੍ਰਭ ਦੇ ਚਰਨਾਂ ਵਿੱਚ ਰਖਦੇ ਹਨ । ਮੇਰੀ ਝੂਠੀ ਸ਼ਾਨ ਸ਼ੋਕਤ, ਅਹੰਕਾਰ ਨੂੰ ਖਤਮ ਕਰ ਦੇਣ ।

I have renounced may expensively robe and adopted simple and humbled living. I have adopted simple robe remain humble to remain in the feet of The True Master; with His mercy and grace, I may conquer my ego.

655.ਸਲੋਕ ਸੇਖ ਫਰੀਦ ਜੀ॥ 1383 -11

ਮਃ ੩॥ mehlaa 3.
ਕਾਇ ਪਟੋਲਾ ਪਾੜਤੀ kaa-ay patolaa paarh-tee
ਕੰਬਲੜੀ ਪਹਿਰੇਇ॥ kamblarhee pahiray-ay.
ਨਾਨਕ ਘਰ ਹੀ ਬੈਠਿਆ ਸਹੁ ਮਿਲੈ, naanak ghar hee baithi-aa saho milai
ਜੇ ਨੀਅਤਿ ਰਾਸਿ ਕਰੇਇ॥੧੦੪॥ jay nee-at raas karay-i. ||104||

ਕਿਉਂ ਸ਼ਾਨਦਾਰ ਕਪੜੇ ਪਾੜ (ਸੁਟ) ਦਿੱਤੇ ਹਨ? ਪੁਰਾਣੇ ਕੰਬਲ ਨਾਲ ਹੀ ਆਪਣੇ ਆਪ ਨੂੰ ਲਪੇਟਿਆ ਹੈ । ਜਿਸ ਦੀ ਨੀਅਤ, ਦਿਲ ਸਾਫ ਹੁੰਦਾ, ਆਤਮ ਪਵਿੱਤਰ, ਬਿਨਾਂ ਕਿਸ ਦੀ ਬੁਰੀਆਈ ਨਿੰਦਿਆਂ ਤੋ ਹੋਵੇ । ਉਸ ਨੂੰ ਦੀ ਰਹਿਮਤ ਆਪਣੇ ਘਰ ਵਿੱਚ ਬੈਠੇ ਨੂੰ ਬਖਸ਼ਿਸ਼ ਹੋ ਜਾਂਦੀ ਹੈ ।

Why have you renounced your expensive robe? You have adopted simple robe. Whosoever may have good intention, without any criticism of other and sanctified soul. He may be bestowed with His Blessed Vision, meditating in his own home.

656.ਸਲੋਕ ਸੇਖ ਫਰੀਦ ਜੀ॥ 1383 -13

ਮਃ ੫॥ mehlaa 5.
ਫਰੀਦਾ ਗਰਬੁ ਜਿਨ੍ਹਾ ਵਡਿਆਈਆ, fareedaa garab jinHaa vadi-aa-ee-
ਧਨਿ ਜੋਬਨਿ ਆਗਾਹ॥ aa Dhan joban aagaah.
ਖਾਲੀ ਚਲੇ ਧਣੀ ਸਿਉ, khaalee chalay Dhanee si-o
ਟਿਬੇ ਜਿਉ ਮੀਹਾਹੁ॥੧੦੫॥ tibay ji-o meehahu. ||105||

ਜਿਹੜਾ ਜੀਵ ਆਪਣੀ ਜਵਾਨੀ, ਧਨ, ਜਾ ਚੰਗੇ ਕੰਮਾਂ ਦਾ ਅਹੰਕਾਰ ਕਰਦਾ ਹੈ । ਉਹ ਪ੍ਰਭ ਦੇ ਦਰ ਤੋ ਖਾਲੀ ਹੀ ਵਾਪਸ ਜਾਂਦਾ ਹੈ । ਉਹ ਦੀ ਹਾਲਤ ਰੇਤ ਦੇ ਪਹਾੜ ਵਰਗੀ ਹੁੰਦੀ ਹੈ ।

Whosoever may boast about his youth, worldly wealth, good deeds and ego of his worldly status. He may be rebukes at His Court and his condition may be like a sandhill after rain.

657.ਸਲੋਕ ਸੇਖ ਫਰੀਦ ਜੀ॥ 1383 -14

ਫਰੀਦਾ ਤਿਨਾ ਮੁਖ ਡਰਾਵਣੇ, fareedaa tinaa mukh daraavanay
ਜਿਨਾ ਵਿਸਾਰਿਓਨੁ ਨਾਉ॥ jinaa visaari-on naa-o.
ਐਥੈ ਦੁਖ ਘਣੇਰਿਆ, aithai dukh ghanayri-aa
ਅਗੈ ਠਉਰ ਨ ਠਾਉ॥੧੦੬॥ agai tha-ur na thaa-o. ||106||

ਜਿਸ ਦੇ ਮਨ ਵਿਚੋਂ ਪ੍ਰਭ ਦਾ ਸ਼ਬਦ ਵਿਸਰ ਜਾਂਦਾ, ਪ੍ਰਭ ਦੇ ਵਿਛੋੜੇ ਦੀ ਯਾਦ ਨਹੀਂ ਰਹਿੰਦੀ । ਉਸ ਦਾ ਮੁੱਖ, ਸੂਰਤ ਡਰਾਉਣੀ ਲਗਦੀ ਹੈ । ਉਸ ਨੂੰ ਜਨਮ ਵਿੱਚ ਅਤੇ ਮਰਨ ਤੋ ਪਿਛੋਂ ਵੀ ਬਹੁਤ ਦੁਖ ਸਹਿਣਾ ਪੈਂਦਾ ਹੈ । ਉਸ ਨੂੰ ਸ਼ਾਂਤੀ ਸੰਤੋਖ ਵਾਲੀ ਕੋਈ ਥਾਂ ਬਖਸ਼ਿਸ਼ ਨਹੀਂ ਹੁੰਦੀ ।

Whosoever may abandon the teachings of His Word and memory of his separation from His Holy Spirit. His face may look very horrible. He may endure miseries in worldly life and after death. He may never realize any peace of mind nor permanent resting place.

658.ਸਲੋਕ ਸੇਖ ਫਰੀਦ ਜੀ॥ 1383 -15

ਫਰੀਦਾ ਪਿਛਲ ਰਾਤਿ ਨ ਜਾਗਿਓਹਿ, fareedaa pichhal raat na jaagi-ohi
ਜੀਵਦੜੋ ਮੁਇਓਹਿ॥ jeevad-rho mu-i-ohi.
ਜੇ ਤੈ ਰਬੁ ਵਿਸਾਰਿਆ, jay tai rab visaari-aa
ਤ ਰਬਿ ਨ ਵਿਸਰਿਓਹਿ॥੧੦੭॥ ta rab na visari-ohi. ||107||

ਜੀਵ ਦਿਨ ਨੂੰ ਸ਼ੁਰੂ ਕਰਨ ਤੇ ਪਹਿਲਾ ਪ੍ਰਭ ਦਾ ਸ਼ਬਦ ਸਿਮਰਨ ਨਹੀਂ ਕਰਦਾ । ਉਸ ਦਾ ਮਾਨਸ ਜਨਮ ਬਿਰਥਾ ਹੀ ਬੀਤ ਜਾਂਦਾ ਹੈ । ਉਹ ਪ੍ਰਭ ਦੇ ਵਿਛੋੜੇ ਦੀ ਯਾਦ ਭੁਲ ਜਾਂਦਾ ਹੈ । ਪ੍ਰਭ ਆਪਣੇ ਬੱਚੇ ਨੂੰ ਭੁਲਾਉਂਦਾ ਨਹੀਂ, ਵਾਪਸ ਆਉਣ ਦੀ ਉਡੀਕ ਕਰਦਾ ਹੈ ।

Whosoever may not start his day with meditation and singing His gratitude. He may waste his human life opportunity. He may forget the memory of his separation from His Holy Spirit. However, The True Master may never abandon His Creation; He may always hope His Creation to follow the right path of acceptance in His Court.

659.ਸਲੋਕ ਸੇਖ ਫਰੀਦ ਜੀ॥ 1383 -16

ਮ: ੫॥ |mehlaa 5.
ਫਰੀਦਾ ਕੰਤੁ ਰੰਗਾਵਲਾ fareedaa kant rangvaalaa
ਵਡਾ ਵੇਮੁਹਤਾਜੁ॥ vadaa vaymuhtaaj.
ਅਲਹ ਸੇਤੀ ਰਤਿਆ alah saytee rati-aa
ਏਹੁ ਸਚਾਵਾਂ ਸਾਜੁ॥੧੦੮॥ ayhu sachaavaaN saaj. ||108||

ਜੀਵ ਪ੍ਰਭ ਹਮੇਸ਼ਾਂ ਹੀ ਖੇੜੇ ਨਾਲ ਭਰਿਆਂ ਰਹਿੰਦਾ ਹੈ । ਪੂਰਨ ਪ੍ਰਭ ਨੂੰ ਕੋਈ ਕੰਮ ਕਰਨ ਲਈ ਕਿਸੇ ਦੀ ਮਦਦ ਨਹੀਂ ਚਾਹੁੰਦੀ । ਪ੍ਰਭ ਦੀ ਬੰਦਗੀ ਵਿੱਚ ਲੀਨ ਹੋਣਾ ਹੀ ਸਭ ਤੋ ਚੰਗਾ, ਸ਼ਿਗਾਰ ਹੈ ।

The True Master remains overwhelmed with blossom forever. The perfect, Omnipotent True Master may not have any deficiency nor need any support to perform all functions of His Creation.

660.ਸਲੋਕ ਸੇਖ ਫਰੀਦ ਜੀ॥ 1383 -17

ਮ: ੫॥ mehlaa 5.
ਫਰੀਦਾ ਦੁਖੁ ਸੁਖੁ ਇਕੁ ਕਰਿ, fareedaa dukh sukh ik kar
ਦਿਲ ਤੇ ਲਾਹਿ ਵਿਕਾਰੁ॥ dil tay laahi vikaar.
ਅਲਹ ਭਾਵੈ ਸੋ ਭਲਾ, alah bhaavai so bhalaa
ਤਾ ਲਭੀ ਦਰਬਾਰੁ॥੧੦੯॥ taaN labhee darbaar. ||109||

ਜੀਵ ਪ੍ਰਭ ਦੇ ਭਾਣੇ ਨੂੰ, ਮਾਨਸ ਜੀਵਨ ਦੇ ਦੁਖ, ਸੁਖ ਨੂੰ ਪ੍ਰਭ ਦੀ ਰਹਿਮਤ ਸਮਝਕੇ ਧੁੰਨਵਾਦ ਹੀ ਕਰੋ । ਆਪਣੇ ਲਾਲਚ ਦੂਰ ਕਰਕੇ ਆਤਮਾ ਨੂੰ ਪਵਿੱਤਰ ਰਖੋ । ਜਿਹੜਾ ਪ੍ਰਭ ਦੇ ਭਾਣੇ ਨੂੰ ਹੱਸਦੇ ਮੁੱਖ ਕਬੂਲ ਕਰਦਾ ਹੈ । ਉਸ ਨੂੰ ਪ੍ਰਭ ਦੀ ਰਹਿਮਤ ਬਖਸ਼ਿਸ਼ ਹੋ ਜਾਂਦੀ ਹੈ ।

You should endure the pleasure and miseries of human life as His Worthy Blessings. You should control your greed to sanctify your soul. Whosoever may accept His Command as an Ultimate, unavoidable; with His mercy and grace, he may be blessed with the right path of acceptance in His Court.

661.ਸਲੋਕ ਸੇਖ ਫਰੀਦ ਜੀ॥ 1383 -18

ਮ: ੫॥ mehlaa 5.
ਫਰੀਦਾ ਦੁਨੀ ਵਜਾਈ ਵਜਦੀ, fareedaa dunee vajaa-ee vajdee
ਤੂੰ ਭੀ ਵਜਹਿ ਨਾਲਿ॥ tooN bhee vajeh naal.
ਸੋਈ ਜੀਉ ਨ ਵਜਦਾ, so-ee jee-o na vajdaa
ਜਿਸੁ ਅਲਹੁ ਕਰਦਾ ਸਾਰ॥੧੧੦॥ jis alhu kardaa saar. ||110||

ਸਾਰੀ ਸ੍ਰਿਸ਼ਟੀ ਹੀ ਪੰਜਾਂ ਇੰਦ੍ਰੀਆਂ ਦੇ ਕਾਬੂ ਵਿੱਚ ਚਲਦੀ ਹੈ । ਤੂੰ ਵੀ ਉਸੇ ਤਾਲ ਤੇ ਚੱਲਣ ਲਗ ਪਿਆ ਹੈ । ਜਿਹੜਾ ਪ੍ਰਭ ਦੇ ਸ਼ਬਦ ਦੀ ਪਾਲਣਾ ਕਰਦਾ ਹੈ, ਪ੍ਰਭ ਦੀ ਰਹਿਮਤ ਨਾਲ, ਉਸ ਤੇ ਜਮਦੂਤਾ ਦਾ ਕਾਬੂ ਨਹੀਂ ਰਹਿੰਦਾ ।

The whole universe remains intoxicated with sweet poison of worldly wealth; short-lived pleasure of worldly wealth. You are also following the same cycle. Whosoever may obey the teachings of His Word; with His mercy and grace, he may not remain under the control of the devil of death.

662.ਸਲੋਕ ਸੇਖ ਫਰੀਦ ਜੀ॥ 1383-19

ਮਃ ੫॥	mehlaa 5.
ਫਰੀਦਾ ਦਿਲੁ ਰਤਾ ਇਸੁ ਦੁਨੀ ਸਿਉ,	fareedaa dil rataa is dunee si-o
ਦੁਨੀ ਨ ਕਿਤੈ ਕੰਮਿ॥	dunee na kitai kamm.
ਮਿਸਲ ਫਕੀਰਾਂ ਗਾਖੜੀ,	misal fakeeraaN gaakh-rhee
ਸੁ ਪਾਈਐ ਪੂਰ ਕਰੰਮਿ॥੧੧੧॥	so paa-ee-ai poor karamm. ||111||

ਮਨਮੁਖ ਦਾ ਮਨ ਸੰਸਾਰਕ ਸੁਖਾਂ, ਮਨੋਰੰਜਨਾ ਨਾਲ ਖੁਸ਼, ਪ੍ਰਭਾਵਤ ਹੁੰਦਾ ਹੈ । ਇਹ ਮਾਨਸ ਜੀਵਨ ਦੇ ਕਿਸੇ ਕੰਮ ਨਹੀਂ ਆਉਂਦੇ । ਸੰਤ ਸਰੂਪ ਵਾਲਾ ਜੀਵਨ ਬਤੀਤ ਕਰਨਾ ਬਹੁਤ ਕਠਨ ਹੈ । ਕੇਵਲ ਆਤਮਾ ਨੂੰ ਪਵਿੱਤਰ, ਸ਼ਬਦ ਨਾਲ ਢਾਲਣ ਨਾਲ ਹੀ ਰਹਿਮਤ ਬਖਸ਼ਿਸ਼ ਹੁੰਦੀ ਹੈ ।

Self-minded may remain intoxicated with worldly pleasures, entertainment of sweet poison of worldly wealth. To adopt the life experience teachings of His Holy saint may be very tedious, difficult path; he may face many sacrifices in life. Whosoever may adopt the teachings of His Word in his day-to-day life; with His mercy and grace, he may be blessed with the right path of acceptance in His Court.

663.ਸਲੋਕ ਸੇਖ ਫਰੀਦ ਜੀ॥ 1384 -1

ਪਹਿਲੈ ਪਹਰੈ ਫੁਲੜਾ	pahilai pahrai fulrhaa
ਫਲੁ ਭੀ ਪਛਾ ਰਾਤਿ॥	fal bhee pachhaa raat.
ਜੋ ਜਾਗੰਨਿ੍ ਲਹੰਨਿ	jo jaagaNniH lahann
ਸੇ ਸਾਈ ਕੰਨੋ ਦਾਤਿ॥੧੧੨॥	say saa-ee kanno daat. ||112||

ਜਿਹੜਾ ਜਵਾਨ ਉਮਰ ਵਿੱਚ ਸ਼ਬਦ ਦੀ ਪਾਲਣਾ ਕਰਨ ਲਗ ਪੈਂਦਾ ਹੈ, ਉਸ ਦੇ ਮਨ ਵਿੱਚ ਸ਼ਰਧਾ, ਆਸਾਂ ਦੇ ਸੁਪਨੇ ਆਉਂਦੇ ਹਨ । ਜਿਹੜਾ ਬੰਦਗੀ ਦੇ ਰਸਤੇ ਤੇ ਅਡੋਲ ਰਹਿੰਦਾ ਹੈ, ਪ੍ਰਭ ਦੀ ਰਹਿਮਤ ਨਾਲ ਉਸ ਨੂੰ ਪ੍ਰਵਾਨਗੀ ਦਾ ਰਸਤਾ ਬਖਸ਼ਿਸ਼ ਹੋ ਜਾਂਦਾ ਹੈ । ਉਸ ਦਾ ਜਨਮ ਮਰਨ ਦਾ ਚੱਕਰ ਖਤਮ ਹੋ ਜਾਂਦਾ ਹੈ ।

Whosoever may start meditating on the teachings of His Word in his early, young age; with His mercy and grace, his devotion and dreams of hopes may initiate within his mind. Whosoever may remain obeying the teachings of His Word in his life, till old age; over period, his soul may be sanctified to become worthy of His Consideration. He may be blessed with the right path of acceptance in His Court; with His mercy and grace, his cycle of birth and death may be eliminated.

664.ਸਲੋਕ ਸੇਖ ਫਰੀਦ ਜੀ॥ 1384 -2

ਦਾਤੀ ਸਾਹਿਬ ਸੰਦੀਆ,	daatee saahib sandee-aa
ਕਿਆ ਚਲੈ ਤਿਸੁ ਨਾਲਿ॥	ki-aa chalai tis naal.
ਇਕਿ ਜਾਗੰਦੇ ਨਾ ਲਹਨਿ,	ik jaaganday naa lahniH
ਇਕਨ੍ਾ ਸੁਤਿਆ ਦੇਇ ਉਠਾਲਿ॥੧੧੩॥	iknHaa suti-aa day-ay uthaal. ||113||

ਸਾਰੀਆਂ ਦਾਤਾਂ ਪ੍ਰਭ, ਆਪ ਹੀ ਬਖਸ਼ਦਾ ਹੈ । ਕਈ ਜੀਵ ਬੰਦਗੀ ਕਰਦੇ ਨੂੰ ਰਹਿਮਤ ਬਖਸ਼ਿਸ਼ ਨਹੀਂ ਹੁੰਦੀ । ਕਈ ਬੰਦਗੀ ਨਹੀਂ ਕਰਦੇ, ਪ੍ਰਭ ਆਪ ਹੀ ਲਗਨ, ਦਾਤ ਬਖਸ਼ਕੇ ਬੰਦਗੀ ਤੇ ਅਡੋਲ ਰਖਦਾ ਹੈ । ਸਭ ਕੁਝ ਪ੍ਰਭ ਦੇ ਭਾਣੇ ਅੰਦਰ ਹੀ ਹੁੰਦਾ ਹੈ । ਇਹ ਕਿਸਤਰ੍ਹਾਂ ਅਤੇ ਕਿਉਂ ਹੁੰਦਾ ਹੈ, ਜੀਵ ਦੀ ਸੋਝੀ ਵਿੱਚ ਨਹੀਂ ਹੁੰਦਾ?

The True Master may bestow His Blessed Vision on any creature. Some may not be meditating; with His mercy and grace, he may be blessed with the right path of acceptance in His Court. Others may be meditating with steady and stable belief and he may remain intoxicated with religious rituals. Everything happens under His Command, His Nature. How and

Why His Nature functions such a way remains beyond the comprehension of His Creation.

665.ਸਲੋਕ ਸੇਖ ਫਰੀਦ ਜੀ॥ 1384 -3

ਢੂਢੇਦੀਏ ਸੁਹਾਗ ਕੂ	dhoodhaydee-ay suhaag koo
ਤਉ ਤਨਿ ਕਾਈ ਕੋਰ॥	ta-o tan kaa-ee kor.
ਜਿਨ੍ਹਾ ਨਾਉ ਸੁਹਾਗਣੀ	jinHaa naa-o suhaaganee
ਤਿਨ੍ਹਾ ਝਾਕ ਨ ਹੋਰ॥੧੧੪॥	tinHaa jhaak na hor. ‖114‖

ਜਿਹੜੀ ਆਤਮਾ ਪ੍ਰਭ ਦੀ ਰਹਿਮਤ ਨੂੰ ਹਰਇੱਕ ਪਾਸੇ ਢੂਡਦੀ ਫਿਰਦੀ ਹੈ । ਉਸ ਦੀ ਆਤਮਾ, ਬੰਦਗੀ ਵਿੱਚ ਕੋਈ ਮੈਲ ਹੁੰਦੀ ਹੈ । ਪਵਿੱਤਰ ਆਤਮਾ, ਕੇਵਲ ਇੱਕੋ ਇੱਕ ਪ੍ਰਭ ਦੇ ਸ਼ਬਦ ਵਿੱਚ ਲਗਨ ਲਾਉਂਦਾ, ਹੋਰ ਥਾਂ ਤੇ ਨਹੀਂ ਢੂੰਡਦਾ ।

Whosoever may be wandering from shrine to shrine, searching for peace of mind; his meditation may have some deficiency. Whose soul may be sanctified, he may remain steady and stable on the teachings of His Word.

666.ਸਲੋਕ ਸੇਖ ਫਰੀਦ ਜੀ॥ 1384 -4

ਸਬਰ ਮੰਝ ਕਮਾਣ ਏ	sabar manjh kamaan ay
ਸਬਰੁ ਕਾ ਨੀਹਣੋ॥	sabar kaa neehno.
ਸਬਰ ਸੰਦਾ ਬਾਣੁ	sabar sandaa baan
ਖਾਲਕੁ ਖਤਾ ਨ ਕਰੀ॥੧੧੫॥	khaalak khataa na karee. ‖115‖

ਜੀਵ ਆਪਣੇ ਦਿਲ ਵਿੱਚ ਧੀਰਜ ਨੂੰ ਆਪਣਾ ਬੰਦਗੀ ਕਰਨ ਦਾ ਸਾਧਨ ਬਣਾਵੇ । ਭਰੋਸੇ ਨਾਲ ਉਸ ਨੂੰ ਅਡੋਲ ਕਰੋ! ਪ੍ਰਭ ਆਪ ਹੀ ਤੇਰੀ ਲਗਨ ਨੂੰ ਟੁੱਟਣ ਨਹੀਂ ਦੇਵੇਂਗਾ ।

Whosoever may adopt patience and devotion to obey the teachings of His Word; with His mercy and grace, his devotion, belief may not become unstable.

667.ਸਲੋਕ ਸੇਖ ਫਰੀਦ ਜੀ॥ 1384 -5

ਸਬਰ ਅੰਦਰਿ ਸਾਬਰੀ	sabar andar saabree
ਤਨੁ ਏਵੈ ਜਾਲੇਨ੍ਹਿ॥	tan ayvai jaalayniH.
ਹੋਨਿ ਨਜੀਕਿ ਖੁਦਾਇ ਦੈ	hon najeek khudaa-ay dai
ਭੇਤੁ ਨ ਕਿਸੈ ਦੇਨਿ॥੧੧੬॥	bhayt na kisai dayn. ‖116‖

ਜਿਹੜਾ ਜੀਵਾ ਪ੍ਰਭ ਦੇ ਬਖਸ਼ੇ ਤੇ ਭਰੋਸਾ ਅਡੋਲ ਰਖਦਾ ਹੈ, ਉਸ ਦਾ ਧੀਰਜ ਡੋਲਦਾ ਨਹੀਂ । ਉਹ ਪ੍ਰਭ ਦੇ ਸ਼ਬਦ ਦੀ ਪਾਲਣਾ ਵਿੱਚ ਲੀਨ ਰਹਿੰਦਾ ਹੈ । ਪ੍ਰਭ ਦੀ ਰਹਿਮਤ ਨਾਲ ਉਸ ਨੂੰ ਪ੍ਰਵਾਨਗੀ ਦਾ ਰਸਤਾ ਬਖਸ਼ਿਸ਼ ਹੋ ਜਾਂਦਾ ਹੈ । ਉਹ ਪ੍ਰਭ ਦੀ ਰਹਿਮਤ ਦਾ ਅਭਿਮਾਣ ਨਹੀਂ ਕਰਦੇ ।

Whosoever may have a steady and stable belief on His blessings; his belief, patience may never become unstable. He may remain intoxicated in meditating in the void of His Word. He may be blessed with the right path of acceptance in His Court. He may remain humble and polite; he may never boast about his state of mind.

668.ਸਲੋਕ ਸੇਖ ਫਰੀਦ ਜੀ॥ 1384 -6

ਸਬਰੁ ਏਹੁ ਸੁਆਉ	sabar ayhu su-aa-o
ਜੇ ਤੂੰ ਬੰਦਾ ਦਿੜੁ ਕਰਹਿ॥	jay tooN bandaa dirh karahi.
ਵਧਿ ਥੀਵਹਿ ਦਰੀਆਉ,	vaDh theeveh daree-aa-o
ਟੁਟਿ ਨ ਥੀਵਹਿ ਵਾਹੜਾ॥੧੧੭॥	tut na theeveh vaahrhaa. ‖117‖

ਜਿਹੜਾ ਆਪਣੇ ਭਰੋਸੇ ਨੂੰ ਆਪਣੇ ਜੀਵਨ ਦਾ, ਬੰਦਗੀ ਦਾ ਅਧਾਰ ਬਣਾਉਂਦਾ ਹੈ । ਉਸ ਨੂੰ ਪ੍ਰਭ ਦੇ ਦਰਬਾਰ ਵਿੱਚ ਪ੍ਰਵਾਨਗੀ ਦਾ ਅਸਲੀ ਰਸਤਾ ਬਖਸ਼ਿਸ਼ ਹੋ ਜਾਂਦਾ ਹੈ । ਉਸ ਦੀ ਆਪਣੀ ਹੋਂਦ ਹੀ ਖਤਮ ਹੋ ਜਾਂਦੀ, ਪ੍ਰਭ ਦੀ ਜੋਤ ਵਿੱਚ ਅਭੇਦ ਹੋ ਜਾਂਦੀ ਹੈ ।

Whosoever may adopt his belief on His Blessings as the guiding principles of his meditation in day-to-day life; with His mercy and grace, he may be blessed with the right path of acceptance in His Court. His own identity may be eliminated, immersed within His Holy Spirit.

669.ਸਲੋਕ ਸੇਖ ਫਰੀਦ ਜੀ॥ 1384 -7

ਫਰੀਦਾ ਦਰਵੇਸੀ ਗਾਖੜੀ	fareedaa darvaysee gaakh-rhee
ਚੋਪੜੀ ਪਰੀਤਿ॥	choprhee pareet.
ਇਕਨਿ ਕਿਨੈ ਚਾਲੀਐ	ikan kinai chaalee-ai
ਦਰਵੇਸਾਵੀ ਰੀਤਿ॥੧੧੮॥	darvaysaavee reet. ||118||

ਸੰਤ ਸਰੂਪ ਵਰਗਾ ਜੀਵਨ ਬਤੀਤ ਕਰਨਾ ਬਹੁਤ ਕਠਨ ਹੈ । ਸੰਸਾਰਕ ਸੁਖਾਂ ਵਿੱਚ ਫਸ ਜਾਣਾ ਬਹੁਤ ਸਹਿਲਾ ਹੈ । ਵਿਰਲੇ ਹੀ ਜੀਵ ਸੰਤ ਸਰੂਪ ਵਾਲਾ ਜੀਵਨ ਬਤੀਤ ਕਰਦੇ ਹਨ ।

To adopt the life experience teachings of His Holy saint in your own life may be very tedious path. To be intoxicated with sweet poison of worldly wealth may be much easier path. Very few may adopt the teachings of His Word with steady and stable belief like His Holy saint.

670.ਸਲੋਕ ਸੇਖ ਫਰੀਦ ਜੀ॥ 1384 -8

ਤਨੁ ਤਪੈ ਤਨੂਰ ਜਿਉ,	tan tapai tanoor ji-o
ਬਾਲਣੁ ਹਡ ਬਲੰਨ੍ਹਿ॥	baalan had balaNniH.
ਪੈਰੀ ਥਕਾਂ ਸਿਰਿ ਜੁਲਾਂ,	pairee thakaaN sir julaaN
ਜੇ ਮੂੰ ਪਿਰੀ ਮਿਲੰਨ੍ਹਿ॥੧੧੯॥	jay mooN piree milaNniH. ||119||

ਪ੍ਰਭ ਮੇਰਾ ਸਰੀਰ ਤਦੂਰ ਦੀ ਤਰ੍ਹਾਂ ਤਪ ਰਹਿੰਆ ਹੈ । ਮੇਰੇ ਹੱਡ ਲੱਕੜੀ ਦੀ ਤਰ੍ਹਾਂ ਜਲ ਰਹੇ ਹਨ, ਪੈਰ ਥੱਕ ਗਏ, ਚਲ ਨਹੀਂ ਸਕਦੇ । ਮੇਰੀ ਸ਼ਰਧਾ, ਭਰੋਸਾ ਅਡੋਲ ਹੈ, ਮੈਂ ਪ੍ਰਭ ਨੂੰ ਮਿਲਣ ਲਈ ਆਪਣੇ ਸਿਰ ਤੇ ਵੀ ਚਲਕੇ ਜਾਣ ਲਈ ਤਿਆਰ ਹਾ । ਮੈਂ ਪ੍ਰਭ ਦੇ ਸ਼ਬਦ ਦੀ ਪਾਲਣਾ ਦਾ ਰਸਤਾ ਛੱਡ ਨਹੀਂ ਸਕਦਾ ।

My body is burning like oven and boons are like wood, fuel. My feet are tired to walk anymore. However, my devotion, belief remains strong and unchanged. I am willing to walk on my head to His door; however, I may never abandon the path of obeying the teachings of His Word.

671.ਸਲੋਕ ਸੇਖ ਫਰੀਦ ਜੀ॥ 1384 -9

ਤਨੁ ਨ ਤਪਾਇ ਤਨੂਰ ਜਿਉ,	tan na tapaa-ay tanoor ji-o
ਬਾਲਣੁ ਹਡ ਨ ਬਾਲਿ॥	baalan had na baal.
ਸਿਰਿ ਪੈਰੀ ਕਿਆ ਫੇੜਿਆ,	sir pairee ki-aa fayrhi-aa
ਅੰਦਰਿ ਪਿਰੀ ਨਿਹਾਲਿ॥੧੨੦॥	andar piree nihaal. ||120||

ਆਪਣੇ ਸਰੀਰ ਨੂੰ ਤਦੂਰ ਦੀ ਤਰ੍ਹਾਂ ਨਾ ਤਪਾਵੋ, ਨਾ ਹੀ ਹੱਡੀਆ ਨੂੰ ਬਾਲਨ ਦੀ ਤਰ੍ਹਾਂ ਜਲਾਵੋ! ਤੇਰਾ ਪੈਰਾਂ ਦਾ ਅਤੇ ਸਿਰ ਦਾ ਕੀ ਦੋਸ਼ ਹੈ? ਆਤਮਾ ਨੂੰ ਪਵਿੱਤਰ ਕਰਨ ਨਾਲ ਆਪਣੇ ਅੰਦਰੋਂ ਹੀ ਪ੍ਰਭ ਦੀ ਰਹਿਮਤ ਦਾ ਰਸਤਾ ਬਖਸ਼ਿਸ਼ ਹੋ ਜਾਂਦਾ ਹੈ ।

You should not burn your body as an oven and may not burn your boons as wood! Why are creating misery for your feet and head; no fault of them? Whosoever may obey the teachings of His Word and sanctify his soul; with His mercy and grace, he may be blessed with the right path of acceptance in His Court from within.

672.ਸਲੋਕ ਸੇਖ ਫਰੀਦ ਜੀ॥ 1384 -10

ਹਉ ਢੂਢੇਦੀ ਸਜਣਾ,	ha-o dhoodhaydee sajnaa
ਸਜਣੁ ਮੈਡੇ ਨਾਲਿ॥	sajan maiday naal.
ਨਾਨਕ ਅਲਖੁ ਨ ਲਖੀਐ,	naanak alakh na lakhee-ai
ਗੁਰਮੁਖਿ ਦੇਇ ਦਿਖਾਲਿ॥੧੨੧॥	gurmukh day-ay dikhaal. ||121||

ਮੈਂ ਪ੍ਰਭ ਨੂੰ ਢੂੰਡਦਾ ਫਿਰਦਾ ਹਾ, ਪ੍ਰਭ ਮੇਰੀ ਆਤਮਾ ਵਿੱਚ ਹੀ ਸਮਾਇਆ ਹੈ, ਦਿਖਾਈ ਨਹੀਂ ਦੇਂਦਾ। ਜਿਸ ਦੀ ਆਤਮਾ ਪਵਿੱਤਰ ਹੁੰਦੀ ਹੈ। ਕੇਵਲ ਪਵਿੱਤਰ ਆਤਮਾ ਨੂੰ ਹੀ ਅਨੁਭਵ ਹੁੰਦਾ ਹੈ।

I am searching from shrine to shrine; however, The True Master remains embedded within my soul and remain invisible. Whosoever may have a sanctified soul; with His mercy and grace, only he may realize His Existence, His Holy Spirit prevailing everywhere.

673.ਸਲੋਕ ਸੇਖ ਫਰੀਦ ਜੀ॥ 1384 -11

ਹੰਸਾ ਦੇਖਿ ਤਰੰਦਿਆ, hansaa daykh tarandi-aa
ਬਗਾ ਆਇਆ ਚਾਉ॥ bagaa aa-i-aa chaa-o.
ਡੁਬਿ ਮੁਏ ਬਗ ਬਪੁੜੇ, dub mu-ay bag bapurhay
ਸਿਰੁ ਤਲਿ ਉਪਰਿ ਪਾਉ॥੧੨੨॥ sir tal upar paa-o. ||122||

ਜੀਵ ਜਿਵੇਂ ਬਗੁਲਾ, ਬੱਤਖਾ ਨੂੰ ਪਾਣੀ ਵਿੱਚ ਤਰਦੀਆਂ ਅਨੰਦ ਮਾਨਦਾ ਦੇਖਦਾ ਹੈ। ਤਾ ਉਹ ਵੀ ਤਰਨ ਦੀ ਕੋਸ਼ਿਸ਼ ਕਰਦਾ ਹੈ। ਜਦੋਂ ਉਸ ਦਾ ਸਿਰ ਪਾਣੀ ਵਿੱਚ ਡੁਬ ਜਾਂਦਾ ਹੈ, ਉਸ ਦੇ ਪੈਰ ਉਪਰ ਆ ਜਾਂਦੇ ਹਨ। ਉਹ ਵਾਪਸ ਨਹੀਂ ਨਿਕਲ ਸਕਦਾ, ਮਰ ਜਾਂਦਾ ਹੈ। ਕਈ ਜੀਵ ਸੰਤ ਸਰੂਪ ਨੂੰ ਦੇਖ ਕੇ ਬੰਦਗੀ ਦੇ ਰਸਤੇ ਤੇ ਚੱਲਣ ਲਗ ਪੈਂਦਾ ਹੈ। ਪਰ ਬੰਦਗੀ ਕਰਨ ਦੀਆਂ ਕਠਨਾਈਆ ਦੇਖਕੇ ਰਸਤੇ ਤੇ ਅਡੋਲ ਨਹੀਂ ਰਹਿੰਦੇ।

Crane may become excited to see the swan swimming, enjoying in water; he may try swimming; however, he may drown. Same way, self-minded may become excited listening the sermons of His Holy saint and adopts the path of His Holy saint. However, facing the reality, difficulties in the path, he may not stay on the path.

674.ਸਲੋਕ ਸੇਖ ਫਰੀਦ ਜੀ॥ 1384 -12

ਮੈਂ ਜਾਣਿਆ ਵਡ ਹੰਸੁ ਹੈ mai jaani-aa vad hans hai
ਤਾਂ ਮੈਂ ਕੀਤਾ ਸੰਗੁ॥ taaN mai keetaa sang.
ਜੇ ਜਾਣਾ ਬਗੁ ਬਪੁੜਾ, jay jaanaa bag bapurhaa
ਜਨਮਿ ਨ ਭੇੜੀ ਅੰਗੁ॥੧੨੩॥ janam na bhayrhee ang. ||123||

ਅਣਜਾਣ ਜੀਵ ਪਾਖੰਡੀ ਸੰਤ ਨੂੰ ਆਪਣੇ ਜੀਵਨ ਦਾ ਅਧਾਰ ਬਣਾ ਲੈਂਦਾ ਹੈ। ਉਸ ਦੇ ਜੀਵ ਤੋ ਪਤਾ ਲਗ ਜਾਂਦਾ ਹੈ, ਉਹ ਪਹਿਰਾਵੇ ਦਾ ਹੀ ਸੰਤ ਹੈ। ਉਹ ਪਛਤਾਵਾਂ ਕਰਦਾ, ਸਾਥ ਛਡ ਦੇਂਦਾ ਹੈ।

Sometime, ignorant may consider someone preacher with saintly robe as His true devotee. He may adopt his teachings in his own life. Over a period, he may find, he has adopted saintly robe to collect money from innocents. He may repent and abandons his way of life.

675.ਸਲੋਕ ਸੇਖ ਫਰੀਦ ਜੀ॥ 1384 -13

ਕਿਆ ਹੰਸੁ ਕਿਆ ਬਗੁਲਾ, ki-aa hans ki-aa bagulaa
ਜਾ ਕਉ ਨਦਰਿ ਧਰੇ॥ jaa ka-o nadar Dharay.
ਜੇ ਤਿਸੁ ਭਾਵੈ ਨਾਨਕਾ, jay tis bhaavai naankaa
ਕਾਗਹੁ ਹੰਸੁ ਕਰੇ॥੧੨੪॥ kaagahu hans karay. ||124||

ਜਿਸ ਤੇ ਪ੍ਰਭ ਦੀ ਰਹਿਮਤ ਦੀ ਨਜ਼ਰ ਬਖਸ਼ਦਾ ਹੈ। ਜੀਵ ਬਗੁਲੇ ਜਾ ਹੰਸ ਵਿੱਚ ਕੋਈ (ਸੰਤ ਜਾ ਪਾਖੰਡੀ) ਭੇਦ ਨਹੀਂ ਰਹਿੰਦਾ। ਉਹ ਇੱਕ ਪਲ ਵਿੱਚ ਹੀ ਪਾਪੀ ਤੋ ਭਗਤ ਬਣਾ ਸਕਦਾ ਹੈ।

Whosoever may be blessed with His blessed Vision; There may not be any distinction between a swan or a cunning crane. Even the sinners may adopt the teachings of His Word. He may be blessed with a state of mind as His true devotee.

676.ਸਲੋਕ ਸੇਖ ਫਰੀਦ ਜੀ॥ 1384 -14

ਸਰਵਰ ਪੰਖੀ ਹੇਕੜੋ — sarvar pankhee haykrho
ਫਾਹੀਵਾਲ ਪਚਾਸ॥ — faaheevaal pachaas.
ਇਹੁ ਤਨੁ ਲਹਰੀ ਗਡੁ ਥਿਆ, — ih tan lahree gad thi-aa
ਸਚੇ ਤੇਰੀ ਆਸ॥੧੨੫॥ — sachay tayree aas. ||125||

ਪ੍ਰਭ ਮੇਰੀ ਇੱਕ ਆਤਮਾ ਹੈ, ਪਰ ਪੰਜਾਂ ਇੰਦ੍ਰੀਆਂ ਦੇ ਅਨੇਕਾਂ ਹੀ ਜਾਲ ਹਨ । ਮੇਰੀ ਆਤਮਾ ਬਹੁਤ ਆਸਾਂ, ਖਾਹਿਸ਼ਾਂ ਵਿੱਚ ਭਟਕਦੀ ਰਹਿੰਦੀ ਹੈ । ਇੱਕੋ ਇੱਕ ਪ੍ਰਭ ਦੇ ਆਸਰਾ, ਸ਼ਬਦ ਦੀ ਪਾਲਣਾ ਨਾਲ ਹੀ ਪ੍ਰਵਾਨਗੀ ਦਾ ਰਸਤਾ ਬਖਸ਼ਿਸ਼ ਹੋ ਸਕਦਾ ਹੈ ।

I have one soul and 5 demons of worldly desires may have many traps of worldly desires. My mind remains intoxicated with many hopes and desires. I have only one and one support of the teachings of Your Word to be blessed with the right path of acceptance in His Court.

677.ਸਲੋਕ ਸੇਖ ਫਰੀਦ ਜੀ॥ 1384 -14

ਕਵਣੁ ਸੁ ਅਖਰੁ, ਕਵਣੁ ਗੁਣੁ, — kavan so akhar kavan gun
ਕਵਣੁ ਸੁ ਮਣੀਆ ਮੰਤੁ॥ — kavan so manee-aa mant.
ਕਵਣੁ ਸੁ ਵੇਸੋ ਹਉ ਕਰੀ, — kavan so vayso ha-o karee
ਜਿਤੁ ਵਸਿ ਆਵੈ ਕੰਤੁ॥੧੨੬॥ — jit vas aavai kant. ||126||

ਪ੍ਰਭ ਉਹ ਕਿਹੜਾ ਸ਼ਬਦ, ਕੰਮ ਹੈ, ਕਿਹੜਾ ਮੰਤਰ ਹੈ, ਉਹ ਕਿਹੜਾ ਬਾਣਾ ਹੈ? ਜਿਹੜਾ ਬਾਣਾ ਪਾਉਣ ਨਾਲ ਪ੍ਰਵਾਨਗੀ ਦਾ ਰਸਤਾ ਬਖਸ਼ਿਸ਼ ਹੋ ਜਾਂਦਾ ਹੈ ।

My True Master! What Word, work, mentor, or robe may I adopt in my day-to-day life to become worthy of Your Consideration? I may be blessed with the right path of acceptance in Your Court.

678.ਸਲੋਕ ਸੇਖ ਫਰੀਦ ਜੀ॥ 1384 -15

ਨਿਵਣੁ ਸੁ ਅਖਰੁ ਖਵਣੁ ਗੁਣੁ, — nivan so akhar khavan gun
ਜਿਹਬਾ ਮਣੀਆ ਮੰਤੁ॥ — jihbaa manee-aa mant.
ਏ ਤ੍ਰੈ ਭੈਣੇ ਵੇਸ ਕਰਿ, — ay tarai bhainay vays kar
ਤਾਂ ਵਸਿ ਆਵੀ ਕੰਤੁ॥੧੨੭॥ — taaN vas aavee kant. ||127||

ਜੀਵ ਨਿਮਰਤਾ ਉਹ ਸ਼ਬਦ ਹੈ? ਕਿਸੇ ਦੀ ਗਲਤੀ ਨੂੰ ਭੁਲ ਜਾਣਾ ਹੀ ਉਹ ਕਰਮ ਹੈ? ਮਿੱਠਾ ਬੋਲਨਾ ਹੀ ਉਹ ਮੰਤਰ ਹੈ? ਉਹ ਹੀ ਅਸਲੀ ਬਾਣਾ ਹੈ? ਜਿਸ ਨਾਲ ਅਸਲੀ ਪ੍ਰਵਾਨਗੀ ਦਾ ਰਸਤਾ ਬਖਸ਼ਿਸ਼ ਹੋ ਸਕਦਾ ਹੈ ।

Humility, politeness may be the word; to forgive others mistakes may be the task, deed; politely speaking may be the mentor. Whosoever may adopt such a robe; with His mercy and grace, he may be blessed with the right path of acceptance in His Court.

679.ਸਲੋਕ ਸੇਖ ਫਰੀਦ ਜੀ॥ 1384 -16

ਮਤਿ ਹੋਦੀ ਹੋਇ ਇਆਣਾ॥ — mat hodee ho-ay i-aanaa.
ਤਾਣ ਹੋਦੇ ਹੋਇ ਨਿਤਾਣਾ॥ — taan hoday ho-ay nitaanaa.
ਅਣਹੋਦੇ ਆਪੁ ਵੰਡਾਏ॥ — anhoday aap vandaa-ay.
ਕੋ ਐਸਾ ਭਗਤੁ ਸਦਾਏ॥੧੨੮॥ — ko aisaa bhagat sadaa-ay. ||128||

ਜਿਹੜਾ ਗਿਆਨ ਹੁੰਦੇ ਵੀ, ਅਹੰਕਾਰ ਨਹੀਂ ਕਰਦਾ । ਬਲ ਹੁੰਦੇ ਵੀ ਕਿਸੇ ਤੇ ਜ਼ੁਲਮ ਨਹੀ ਕਰਦਾ । ਆਪਣੇ ਲੋੜ ਵਿਚੋਂ ਹੀ ਦੂਸਰੇ ਨਾਲ ਵੰਡਦਾ ਹੈ । ਜਿਹੜਾ ਇਸਤਰ੍ਹਾਂ ਦੀ ਅਵਸਥਾ ਵਾਲਾ ਜੀਵ ਹੁੰਦਾ ਹੈ । ਉਹ ਹੀ ਪ੍ਰਭ ਦਾ ਅਸਲੀ ਸੇਵਕ ਕਹਾਉਣ ਦੇ ਯੋਗ ਹੁੰਦਾ ਹੈ ।

Whosoever may not boast about his enlightenment, knowledge; even with physical strength, he may not enforce his opinion on others; save from his own necessity and shares with helpless, less fortunate; any one with such a state of mind may be worthy to be called His true devotee.

680.ਸਲੋਕ ਸੇਖ ਫਰੀਦ ਜੀ॥ 1384 -17

ਇਕੁ ਫਿਕਾ ਨ ਗਾਲਾਇ ik fikaa na gaalaa-ay
ਸਭਨਾ ਮੈ ਸਚਾ ਧਣੀ॥ sabhnaa mai sachaa Dhanee.
ਹਿਆਉ ਨ ਕੈਹੀ ਠਾਹਿ, hi-aa-o na kaihee thaahi
ਮਾਣਕ ਸਭ ਅਮੋਲਵੇ॥੧੨੯॥ maanak sabh amolvay. ||129||

ਜਿਹੜਾ ਇੱਕ ਵੀ ਸ਼ਬਦ ਫਿਕਾ, ਕੌੜਾ ਨਹੀਂ ਬੋਲਦਾ, ਪ੍ਰਭ ਦੇ ਸ਼ਬਦ ਦੀ ਪਾਲਣਾ ਵਿੱਚ ਅਡੋਲ ਰਹਿੰਦਾ ਹੈ । ਕਿਸੇ ਦਾ ਦਿਲ ਨਹੀਂ ਦਿਖਾਉਂਦਾ । ਹਰ ਜੀਵ ਦਾ ਦਿਲ ਇੱਕ ਅਮੋਲਕ ਹੈ, ਉਸ ਵਿੱਚ ਪ੍ਰਭ ਵਸਦਾ ਹੈ ।

Whosoever may never speak rude; remains steady and stable on the teachings of His Word; he may never hurt anyone physically or emotionally. He may treat everyone as image, symbol of Him, an ambrosial soul. His Holy Spirit remain shining within his heart and on his forehead.

681.ਸਲੋਕ ਸੇਖ ਫਰੀਦ ਜੀ॥ 1384 -18

ਸਭਨਾ ਮਨ ਮਾਣਿਕ ਠਾਹਣੁ sabhnaa man maanik thaahan
ਮੂਲਿ ਮਚਾਂਗਵਾ॥ mool machaaNgvaa.
ਜੇ ਤਉ ਪਿਰੀਆ ਦੀ ਸਿਕ ਹਿਆਉ, jay ta-o piree-aa dee sik hi-aa-o
ਨ ਠਾਹੇ ਕਹੀ ਦਾ॥੧੩੦॥ na thaahay kahee daa. ||130||

ਹਰਇੱਕ ਜੀਵ ਦੇ ਹਿਰਦੇ ਵਿੱਚ ਪ੍ਰਭ ਆਪ ਵਸਦਾ ਹੈ । ਹਰਇੱਕ ਜੀਵ ਦਾ ਦਿਲ ਅਮੋਲਕ ਮੋਤੀ ਹੈ, ਉਸ ਨੂੰ ਦੁਖ ਦੇਣਾ ਚੰਗਾ ਨਹੀਂ ਹੁੰਦਾ । ਜਿਸ ਦੇ ਮਨ ਵਿੱਚ ਪ੍ਰਭ ਦੀ ਰਹਿਮਤ ਦੀ ਇੱਛਾਂ ਹੈ । ਉਹ ਕਦੇ ਕਿਸੇ ਦੇ ਦਿਲ ਨੂੰ ਦੁਖ ਨਹੀਂ ਦੇਂਦਾ, ਕਿਸ ਦੀ ਬੇਅਬਦੀ ਨਹੀਂ ਕਰਦਾ ।

His Holy Spirit remains embedded within each soul and dwells within His body. Every soul is ambrosial and part of His Holy Spirit; you should not hurt physically or emotional to anyone. Whosoever may have a desire to be blessed with His blessed Vision; He should never hurt anyone nor emotionally disrespect anyone.

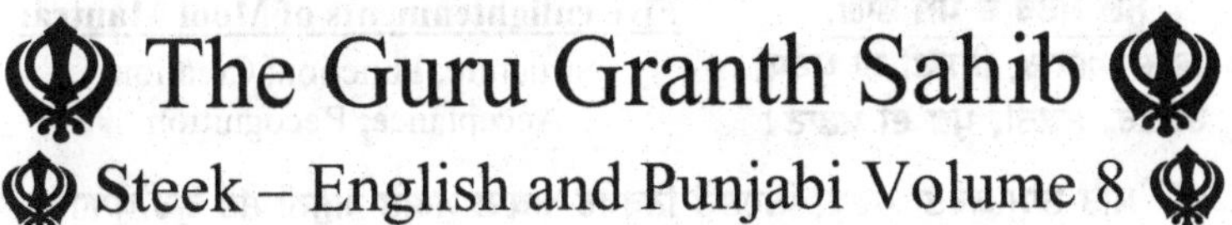

Steek – English and Punjabi Volume 8

ਪੋਥੀ Volume – 8

Gurbani Page: 1294 –1430

ਸਵਯੇ ਸ੍ਰੀ ਮੁਖਬਾਕ

Gurbani **Page: 1385–1409**

 # 682- 706

☬ ਸਵਯੇ ਸ੍ਰੀ ਮੁਖਬਾਕ #25 ☬

682.ਸਵਯੇ ਸ੍ਰੀ ਮੁਖਬਾਕ੍ ਮਹਲਾ ੫॥ 1385-1

ਗੁਰੂ ਗ੍ਰੰਥ ਸਾਹਿਬ - ਮੂਲ ਮੰਤਰ ਵਿੱਚ ਪ੍ਰਭ ਦੀ ਅਵਸਥਾ ਦੀ ਸੋਝੀ ਜਾਣਕਰੀ ਦੱਸੀ ਗਈ ਹੈ!

ਮੂਲ ਮੰਤਰ ਦੇ ਪੰਜ ਭਾਗ:	**Five enlightenments of Mool Mantra:**
ਪ੍ਰਭ ਦਾ ਅਕਾਰ, ਸ੍ਰਿਸਟੀ ਦਾ ਪ੍ਰਬੰਧ, ਬਣਤਰ, ਮੁਕਤੀ, ਪ੍ਰਭ ਦੀ ਪਛਾਣ!	Structure; Function; Creation; Acceptance; Recognition.

ੴ ਸਤਿ ਨਾਮੁ ਕਰਤਾ ਪੁਰਖੁ, ਨਿਰਭਉ ਨਿਰਵੈਰ ਅਕਾਲ ਮੂਰਤਿ ਅਜੂਨੀ ਸੈਭੰ ਗੁਰ ਪ੍ਰਸਾਦਿ॥

ik-oNkaar, sat naam, kartaa, purakh, nirbha-o, nirvair, akaal, moorat, ajoonee, saibhaN, gur parsaad.

1) **ਪ੍ਰਭ ਦਾ ਅਕਾਰ** - Structure

ੴ ik-oNkaar: The One and Only One, God, True Master. No form, shape, color, size, in Spirit only.

God, The Holy Spirit may appear in anything, anyone, anytime at His free Will; beyond any form, shape, size, or color, only Holy Spirit.

2) **ਸ੍ਰਿਸਟੀ ਦਾ ਪ੍ਰਬੰਧ:** Function and His Operation!

ਸਤਿ ਨਾਮੁ sat naam: naam – His Word, His command, His existence, sat- Omnipresent, Omniscient, Omnipotent, Axiom Unchangeable, Uncompromised, forever.

The One and Only One, God remains embedded in His Nature, in His Word; only His command pervades in the universe and nothing else exist.

3) **ਸ੍ਰਿਸਟੀ ਦੀ ਬਣਤਰ:** - Creation of the universe.

ਸੈਭੰ saibhaN: Universe, creation, soul is an expansion of His Holy spirit. Soul separated from His Holy Spirit to repent, sanctify, and may be reunited with origin.

The True Master, Creator remains embedded within His Creation, Nature. Same Holy Spirit embedded in each soul; His Creation is brother-hood.

4) **ਮੁਕਤੀ** Salvation – His acceptance.

ਗੁਰ ਪ੍ਰਸਾਦਿ gur parsaad: Only with His own mercy and grace. No one may counsel nor curse His blessing.

No one may comprehend how, why, and when; He may bestow His blessed Vision or the limits and duration of His blessings.

੫) **ਪ੍ਰਭ ਦੀ ਪਛਾਣ** - Recognition

ਗੁਣ: - ਕਰਤਾ, ਪੁਰਖੁ, ਨਿਰਭਉ, ਨਿਰਵੈਰੁ, ਅਕਾਲ, ਮੂਰਤਿ, ਅਜੂਨੀ!	Virtues: - kartaa, purakh, nirbha-o nirvair, akaal, moorat, ajoonee

His virtues remain beyond any limit, imagination, and comprehension of His Creation. However, no one ever born nor will ever be born with all these unique virtues. Whosoever may have all above virtues may be worthy to be called The One and Only One, God, True Master and worthy to be worshiped.

The Master Key to open the door of the right path of acceptance in His Court, salvation may be "saibhaN"! Whosoever may be drenched with the essence that all souls are an expansion of His Holy Spirit; he may realize that mankind as a brotherhood. No one may want to harm and deceive himself; he may be blessed to conquer his mind. With His mercy and grace, his cycle of birth and death may be eliminated!

ਆਦਿ ਪੁਰਖ ਕਰਤਾਰ	aad purakh kartaar
ਕਰਣ ਕਾਰਣ ਸਭ ਆਪੇ॥	karan kaaran sabh aapay.
ਸਰਬ ਰਹਿਓ ਭਰਪੂਰਿ	sarab rahi-o bharpoor
ਸਗਲ ਘਟ ਰਹਿਓ ਬਿਆਪੇ॥	sagal ghat rahi-o bi-aapay.
ਬ੍ਯਾਪਤੁ ਦੇਖੀਐ ਜਗਤਿ ਜਾਨੈ	ba-yaapat daykhee-ai jagat jaanai
ਕਉਨੁ ਤੇਰੀ ਗਤਿ,	ka-un tayree gat
ਸਰਬ ਕੀ ਰਖ੍ਯਾ ਕਰੈ	sarab kee rakh-yaa karai
ਆਪੇ ਹਰਿ ਪਤਿ॥	aapay har pat.
ਅਬਿਨਾਸੀ ਅਬਿਗਤ ਆਪੇ	abhinaasee abigat aapay
ਆਪਿ ਉਤਪਤਿ॥	aap utpat.
ਏਕੈ ਤੂਹੀ ਏਕੈ ਅਨ	aykai toohee aykai an
ਨਾਹੀ ਤੁਮ ਭਤਿ॥	naahee tum bhat.
ਹਰਿ ਅੰਤੁ ਨਾਹੀ ਪਾਰਾਵਾਰੁ	har ant naahee paaraavaar
ਕਉਨੁ ਹੈ ਕਰੈ ਬੀਚਾਰੁ,	ka-un hai karai beechaar
ਜਗਤ ਪਿਤਾ ਹੈ	jagat pitaa hai
ਸ੍ਰਬ ਪ੍ਰਾਨ ਕੋ ਅਧਾਰੁ॥	sarab paraan ko aDhaar.
ਜਨੁ ਨਾਨਕੁ ਭਗਤੁ ਦਰਿ ਤੁਲਿ ਬ੍ਰਹਮ,	jan naanak bhagat dar tul barahm
ਸਮਸਰਿ ਏਕ ਜੀਹ ਕਿਆ ਬਖਾਨੈ॥	samsar ayk jeeh ki-aa bakhaanai.
ਹਾ ਕਿ ਬਲਿ ਬਲਿ	haaN ke bal bal
ਬਲਿ ਬਲਿ ਸਦ ਬਲਿਹਾਰਿ॥੧॥	bal bal sad balihaar. ‖1‖

ਜੁਗੋ ਜੁਗ ਅਟਲ, ਪੂਰਨ ਸ੍ਰਿਜਨਹਾਰਾ ਨੇ ਜੀਵ ਨੂੰ ਪੈਦਾ ਕਰਕੇ ਆਪਣੀ ਜੋਤ ਦਾ ਹੀ ਪਸਾਰਾ ਕੀਤਾ ਹੈ । ਆਪੇ ਹੀ ਕਰਤਾ, ਆਪੇ ਹੀ ਕਾਰਨ ਹੈ । ਪ੍ਰਭ ਹਰਇੱਕ ਥਾਂ, ਹਰਇੱਕ ਜੀਵ ਦੇ ਤਨ ਵਿੱਚ ਹਰ ਸਮੇਂ ਹੀ ਵਸਦਾ ਹੈ । ਪ੍ਰਭ ਇਕੋ ਇਕ, ਨਾ ਮਿਟਨਵਾਲਾ ਹੈ, ਪ੍ਰਭ ਵਰਗਾ ਹੋਰ ਕੋਈ ਨਹੀਂ ਹੈ । ਪ੍ਰਭ ਤਿੰਨਾਂ ਪਛਾਣਾਂ ਤੋ ਰਹਿਤ (ਰੰਗ, ਰੂਪ, ਅਕਾਰ), ਆਪਣੀ ਹੋਂਦ ਵਿਚੋਂ ਹੀ ਉਤਪੰਨ ਹੋਇਆ ਹੈ । ਪ੍ਰਭ ਨੂੰ ਗੱਦੀ ਤੇ ਥਾਪਿਆ ਨਹੀਂ ਜਾ ਸਕਦਾ, ਪ੍ਰਭ ਵਿੱਚ ਕੋਈ ਕਮੀ ਨਹੀਂ, ਕਰਤਬਾਂ ਦਾ ਗੁਣਾਂ ਦਾ ਕੋਈ ਅੰਤ ਨਹੀਂ ਹੈ । ਪ੍ਰਭ ਹੀ ਸਾਰੀਆਂ ਸ੍ਰਿਸ਼ਟੀਆਂ ਦਾ ਸ੍ਰਿਜਨਹਾਰਾ, ਪਾਲਣਾ, ਹਿਫਾਜ਼ਤ ਕਰਨ ਵਾਲਾ ਮਾਲਕ ਹੈ । ਸਭ ਜੀਵਾ ਨੂੰ ਪ੍ਰਭ ਦਾ ਹੀ ਆਸਰਾ, ਅਧਾਰ ਹੈ । ਪ੍ਰਭ ਦੀ ਪੂਰਨ ਅਵਸਥਾ ਦਾ ਜੀਵ ਨੂੰ ਗਿਆਨ, ਸੋਝੀ ਨਹੀਂ ਹੋ ਸਕਦੀ । ਜਿਹੜਾ ਅਡੋਲ ਭਰੋਸੇ ਨਾਲ ਦਰ ਤੇ ਖੜ੍ਹਾ ਰਹਿੰਦਾ, ਸ਼ਬਦ ਦੀ ਪਾਲਣਾ ਵਿੱਚ ਅਡੋਲ ਰਹਿੰਦਾ ਹੈ, ਉਹ ਪ੍ਰਭ ਦਾ ਹੀ ਰੂਪ ਬਣ ਜਾਂਦਾ ਹੈ । ਮੈਂ ਇਕ ਜੀਭ ਨਾਲ ਸਾਰੇ ਗੁਣਾ ਦਾ ਵਖਿਆਣ ਕਿਸਤਰ੍ਹਾਂ ਕਰ ਸਕਦਾ ਹਾ? ਪ੍ਰਭ ਵਿੱਚ ਅਤੇ ਦਾਸਾਂ ਵਿੱਚ ਭੇਦ ਸ੍ਰਿਸ਼ਟੀ ਦੀ ਸੋਝੀ ਵਿੱਚ ਨਹੀਂ ਹੁੰਦਾ! ਸਭ ਧੰਨ ਧੰਨ ਹੀ ਕਹਿੰਦੇ ਹਨ ।

The One and Only One, perfect from beginning, ancient Ages has created the universe as an expansion of His Holy Spirit. The True Master creates all cause and only His Word prevails in every event in the universe. The Omnipresent True Master remains embedded within each soul, dwells in his body and prevails everywhere in the universe. The One and Only One, imperishable, Formless True Master evolves from His own Holy Spirit; He cannot be incarnated on throne nor any deficiency, limits, and boundary of His Miracles. The True Master, Creator creates, nourishes, and protects His Creation. All creatures always depend on His Support and adopts the teachings of His Word as the guiding principle of human life journey. His Nature, existence remains beyond comprehension of His Creation. Whosoever may obey the teachings of His Word with steady and stable belief and with patience; he may become His symbol. How may my one tongue sing the glory, explain all His Virtues? The distinction between His true devotee and The True Master remains beyond the comprehension of His Creation. Wveryone exclaims great, great!

ਅੰਮ੍ਰਿਤ ਪ੍ਰਵਾਹ ਸਰਿ ਅਤੁਲ ਭੰਡਾਰ,	amrit parvaah sar atul bhandaar
ਭਰਿ ਪਰੈ ਹੀ ਤੇ ਪਰੈ	bhar parai hee tay parai
ਅਪਰ ਅਪਾਰ ਪਰਿ॥	apar apaar par.
ਆਪੁਨੋ ਭਾਵਨੁ ਕਰਿ ਮੰਤ੍ਰਿ	aapuno bhaavan kar mantar
ਨ ਦੂਸਰੋ, ਧਰਿ ਓਪਤਿ	na doosro Dhar opat
ਪਰਲੋ ਏਕੈ ਨਿਮਖ ਤੁ ਘਰਿ॥	parloua aykai nimakh to ghar.
ਆਨ ਨਾਹੀ ਸਮਸਰਿ ਉਜੀਆਰੋ,	aan naahee samsar ujee-aaro
ਨਿਰਮਰਿ ਕੋਟਿ ਪਰਾਛਤ	nirmar kot paraachhat
ਜਾਹਿ ਨਾਮ ਲੀਏ ਹਰਿ ਹਰਿ॥	jaahi naam lee-ay har har.
ਜਨੁ ਨਾਨਕੁ ਭਗਤੁ ਦਰਿ ਤੁਲਿ ਬ੍ਰਹਮ,	jan naanak bhagat dar tul barahm
ਸਮਸਰਿ ਏਕ ਜੀਹ ਕਿਆ ਬਖਾਨੈ॥	samsar ayk jeeh ki-aa bakhaanai.
ਹਾਕਿ ਬਲਿ ਬਲਿ	haaN ke bal bal
ਬਲਿ ਬਲਿ ਸਦ ਬਲਿਹਾਰਿ॥੨॥	bal bal sad balihaar. ||2||

ਪ੍ਰਭ ਅਮੋਲਕ ਬਾਣੀ (ਅੰਮ੍ਰਿਤ) ਸ਼ਬਦ ਦਾ ਉਛਲਦਾ ਸਾਗਰ ਹੈ । ਅਥਾਹ ਪ੍ਰਭ ਦੀ ਸੁੰਦਰਤਾ ਜੀਭ ਨਾਲ ਬੋਲੀ, ਲਿਖੀ ਨਹੀਂ ਜਾ ਸਕਦੀ । ਮਰਜ਼ੀ ਦਾ ਮਾਲਕ, ਕਿਸ ਦੇ ਪ੍ਰਭਾਵ ਅੰਦਰ ਨਹੀਂ ਹੁੰਦਾ । ਪ੍ਰਭ ਦੇ ਹੁਕਮ ਨਾਲ, ਪਲ ਵਿੱਚ ਹੀ ਕੋਈ ਜੀਵ ਪੈਦਾ ਹੁੰਦਾ, ਨਾਸ ਹੋ ਜਾਂਦਾ ਹੈ । ਪ੍ਰਭ ਦੇ ਬਰਾਬਰ ਦਾ ਹੋਰ ਕੋਈ ਨਹੀਂ ਹੈ । ਪ੍ਰਭ ਦੇ ਸ਼ਬਦ ਦੀ ਸਿਖਿਆਂ ਆਤਮਾ ਨੂੰ ਪਵਿੱਤਰ ਕਰਨ ਵਾਲੀ ਹੈ । ਅਨੇਕਾਂ ਹੀ ਜੀਵ ਸ਼ਬਦ ਦੀ ਸਿਖਿਆਂ ਨਾਲ ਜੀਵਨ ਢਾਲਕੇ, ਪਾਪੀਆਂ ਤੋਂ ਪਵਿੱਤਰ ਬਣ ਜਾਂਦੇ ਹਨ । ਜਿਹੜਾ ਸ਼ਬਦ ਦੀ ਪਾਲਣਾ ਤੇ ਅਡੋਲ ਰਹਿੰਦਾ, ਧੀਰਜ ਨਾਲ ਦਰ ਤੇ ਖੜ੍ਹਾ ਰਹਿੰਦਾ ਹੈ, ਉਹ ਦਾ ਹੀ ਰੂਪ ਬਣ ਜਾਂਦਾ ਹੈ । ਮੈਂ ਇੱਕ ਜੀਭ ਨਾਲ ਸਾਰੇ ਗੁਣਾ ਦਾ ਵਖਿਆਣ ਕਿਸਤਰ੍ਹਾਂ ਕਰ ਸਕਦਾ ਹਾ? ਪ੍ਰਭ ਅਤੇ ਪ੍ਰਭ ਦੇ ਦਾਸ ਵਿੱਚ ਭੇਦ ਜੀਵ ਦੀ ਸੋਝੀ ਵਿੱਚ ਨਹੀਂ ਹੁੰਦਾ । ਸਭ ਧਨ ਹੀ ਕਹਿੰਦੇ ਹਨ ।

The True Master, His Word is an overflowing ocean of nectar, the essence of His Word. No one may ever completely sing the greatness, beauty, glamor of The True Master with his tongue nor can write on paper with ink and pen. The True Master may never be subjected to any other power; and His Command remains independent, with His Own discretion. He may create or destroys anyone, anything in a twinkle of eyes. No one equal or greater than Him may ever walk in the universe in flesh. The teachings of His Word may be soul sanctifying nectar; many have adopted in own life and transformed from sinner to His true devotee. Whosoever may obey the teachings of His Word with steady and stable belief; with His mercy and grace, he may remain in patience on the path. He may become a symbol of The True Master. How may one tongue sing the glory, greatness of His Word? The distinction between His true devotee and The True Master remains beyond the comprehension of His Creation. Everyone exclaims Great Master!

ਸਗਲ ਭਵਨ ਧਾਰੇ ਏਕ ਥੇਂ	sagal bhavan Dhaaray ayk thayN
ਕੀਏ ਬਿਸਥਾਰੇ,	kee-ay bisthaaray
ਪੂਰਿ ਰਹਿਓ ਸ੍ਰਬ ਮਹਿ	poor rahi-o sarab meh
ਆਪਿ ਹੈ ਨਿਰਾਰੇ॥	aap hai niraaray.
ਹਰਿ ਗੁਨ ਨਾਹੀ ਅੰਤ ਪਾਰੇ	har gun naahee ant paaray
ਜੀਅ ਜੰਤ ਸਭਿ ਥਾਰੇ,	jee-a jant sabh thaaray
ਸਗਲ ਕੋ ਦਾਤਾ ਏਕੈ	sagal ko daataa aykai
ਅਲਖ ਮੁਰਾਰੇ॥	alakh muraaray.

ਆਪ ਹੀ ਧਾਰਨ ਧਾਰੇ	aap hee Dhaaran Dhaaray
ਕੁਦਰਤਿ ਹੈ ਦੇਖਾਰੇ,	kudrat hai daykhaaray
ਬਰਨੁ ਚਿਹਨੁ ਨਾਹੀ	baran chihan naahee
ਮੁਖ ਨ ਮਸਾਰੇ॥	mukh na masaaray.
ਜਨੁ ਨਾਨਕੁ ਭਗਤੁ ਦਰਿ ਤੁਲਿ ਬ੍ਰਹਮ,	jan naanak bhagat dar tul barahm
ਸਮਸਰਿ ਏਕ ਜੀਹ ਕਿਆ ਬਖਾਨੈ॥	samsar ayk jeeh ki-aa bakhaanai.
ਹਾਂਕਿ ਬਲਿ ਬਲਿ	haaN ke bal bal
ਬਲਿ ਬਲਿ ਸਦ ਬਲਿਹਾਰਿ॥੩॥	bal bal sad balihaar. ||3||

ਸਾਰੀ ਸ੍ਰਿਸ਼ਟੀ ਹੀ ਪ੍ਰਭ ਦੀ ਜੋਤ ਦਾ ਪਸਾਰਾ, ਆਪਣੀ ਜੋਤ ਵਿਚੋਂ ਹੀ ਪੈਦਾ ਕੀਤੀ ਹੈ । ਪ੍ਰਭ ਹਰਇੱਕ ਆਤਮਾ ਵਿੱਚ ਹੀ ਸਮਾਇਆ, ਉਸ ਦੇ ਤਨ ਵਿੱਚ ਉਸ ਦੇ ਮੋਹ ਤੋ ਅਲੱਗ ਹੀ ਵਸਦਾ ਹੈ । ਪ੍ਰਭ ਵਿੱਚ ਗੁਣਾਂ ਦੀ ਕੋਈ ਕਮੀ, ਜਾ ਕਰਮਤਾਂ ਦੀ ਹੱਦ ਨਹੀਂ ਹੈ । ਸਾਰੀ ਸ੍ਰਿਸ਼ਟੀ ਨੂੰ ਪੈਦਾ ਕਰਨ ਵਾਲਾ ਮਾਲਕ, ਸਭ ਜੀਵਾਂ ਨੂੰ ਦਾਤਾਂ ਬਖਸ਼ਦਾ ਹੈ । ਨਾ ਦੇਖੇ ਜਾਣ ਵਾਲਾ ਪ੍ਰਭ ਹੀ ਸਾਰੀ ਸ੍ਰਿਸ਼ਟੀ ਦਾ ਅਧਾਰ, ਆਸਰਾ, ਧੁਰਾ ਹੈ । ਰੂਪ, ਰੰਗ, ਅਕਾਰ ਤੋ ਰਹਿਤ ਪ੍ਰਭ, ਆਪਣੀ ਤਾਕਤ, ਕੁਦਰਤ ਆਪ ਹੀ ਪ੍ਰਗਟ ਕਰਦਾ ਹੈ । ਪ੍ਰਭ ਨੂੰ ਕੋਈ ਵਧਣ, ਘਟਨ ਲਈ ਕੋਈ ਖਰਾਕ ਨਹੀਂ ਚਾਹੀਦੀ । ਜਿਹੜਾ ਅਡੋਲ ਭਰੋਸੇ ਨਾਲ ਸ਼ਬਦ ਦੀ ਪਾਲਣਾ ਕਰਦਾ, ਧੀਰਜ ਨਾਲ ਬਖਸ਼ਿਸ਼ ਦੀ ਉਡੀਕ ਕਰਦਾ ਹੈ, ਉਹ ਵੀ ਪ੍ਰਭ ਦਾ ਰੂਪ ਹੀ ਬਣ ਜਾਂਦਾ ਹੈ । ਮੈਂ ਇੱਕ ਜੀਭ ਨਾਲ ਸਾਰੇ ਗੁਣਾ ਦਾ ਵਖਿਆਣ ਕਿਸਤਰ੍ਹਾਂ ਕਰ ਸਕਦਾ ਹਾ? ਪ੍ਰਭ ਅਤੇ ਪ੍ਰਭ ਦੇ ਦਾਸ ਵਿੱਚ ਭੇਦ, ਜੀਵ ਦੀ ਸੋਝੀ ਵਿੱਚ ਨਹੀਂ ਹੁੰਦਾ । ਉਹ ਧਨ ਧਨ ਹੀ ਕਹਿੰਦਾ ਹੈ ।

The True Master, Creator has created the universe as an expansion of His Holy Spirit. He remains embedded within each soul and dwells within his body beyond any emotional attachments. The True Master has no blemish, deficiencies, nor any limits and boundary of His miracles. The True Master, Creator bestows virtues on His Creation. Beyond visibility and reach, comprehension The True Master remains the supporting pillar of His Creation. The teachings of His Word remain the guiding principles of human life journey. Formless, beyond three known recognition The True Master, His Power appears in His Nature with His own discretion. He may never need any nourishment to grow bigger or shrink to a small size. Whosoever may obey the teachings of His Word with steady and stable belief, remains in patience on the path; with His mercy and grace, he may become a symbol of The True Master. How may one tongue sing the glory, greatness of His Word? The distinction between His true devotee and The True Master remains beyond the comprehension of His Creation. Everybody exclaims waha, waha Guru, True Master, God!

ਸਰਬ ਗੁਣ ਨਿਧਾਨੰ	sarab gun niDhaanaN
ਕੀਮਤਿ ਨ ਗ੍ਯਾਨੰ ਧ੍ਯਾਨੰ,	keemat na ga-yaana Dha-yaana
ਊਚੇ ਤੇ ਊਚੌ	oochay tay oochou
ਜਾਨੀਜੈ ਪ੍ਰਭ ਤੇਰੋ ਥਾਨੰ॥	jaaneejai parabh tayro thaanaN.
ਮਨੁ ਧਨੁ ਤੇਰੋ ਪ੍ਰਾਨੰ	man, Dhan tayro paraanaN
ਏਕੈ ਸੂਤਿ ਹੈ ਜਹਾਨੰ,	aykai soot hai jahaanaN
ਕਵਨ ਉਪਮਾ ਦੇਉ	kavan upmaa day-o
ਬਡੇ ਤੇ ਬਡਾਨੰ॥	baday tay badaanaN.
ਜਾਨੈ ਕਉਨੁ ਤੇਰੋ ਭੇਉ	jaanai ka-un tayro bhay-o
ਅਲਖ ਅਪਾਰ, ਦੇਉ ਅਕਲ ਕਲਾ ਹੈ	alakh apaar day-o akal kalaa hai
ਪ੍ਰਭ ਸਰਬ ਕੋ ਧਾਨੰ॥	parabh sarab ko DhaanaN.
ਜਨੁ ਨਾਨਕੁ ਭਗਤੁ ਦਰਿ ਤੁਲਿ ਬ੍ਰਹਮ,	jan naanak bhagat dar tul barahm

ਸਮਸਰਿ ਏਕ ਜੀਹ ਕਿਆ ਬਖਾਨੈ॥ samsar ayk jeeh ki-aa bakhaanai.
ਹਾ ਕਿ ਬਲਿ ਬਲਿ haaN ke bal bal
ਬਲਿ ਬਲਿ ਸਦ ਬਲਿਹਾਰਿ॥੪॥ bal bal sad balihaar. ||4||

ਸਰਬ ਕਲਾ ਸਮਰਥ ਸਵਾਮੀ, ਸ਼ਬਦ ਦੀ ਸੋਝੀ, ਲਿਵ, ਭਗਤੀ ਦੀ ਵਿਧੀ ਦੀ ਮਹੱਤਤਾ ਦੀ ਕੀਮਤ ਸ੍ਰਿਸ਼ਟੀ ਦੀ ਸੋਝੀ ਵਿੱਚ ਨਹੀਂ ਹੰਦੀ । ਪ੍ਰਭ ਦੀ ਹੋਂਦ, ਸ਼ਬਦ ਦੀ ਸਿਖਿਆਂ ਸਭ ਤੋ ਉਤਮ ਹੈ । ਜੀਵ ਦੀ ਆਤਮਾ, ਮਨ, ਤਨ, ਧਨ, ਸੰਸਾਰਕ ਮਾਲਕੀਅਤ ਪ੍ਰਭ ਦੀ ਬਖਸ਼ਿਸ਼, ਅਮਾਨਤ ਹੈ । ਸਾਰੀਆਂ ਸ੍ਰਿਸ਼ਟੀਆਂ ਹੀ ਪ੍ਰਭ ਦੇ ਆਸਰੇ, ਹੁਕਮ ਅੰਦਰ ਹੀ ਚਲਦੀਆਂ ਹਨ । ਮੈਂ ਪ੍ਰਭ ਦੀ ਕੀ ਉਪਮਾ ਕਰ ਸਕਦਾ ਹਾ? ਸਭ ਤੋ ਮਹਾਨ ਪ੍ਰਭ ਦੀ ਕੁਦਰਤ ਨੂੰ ਕੋਈ ਸਮਝ ਨਹੀਂ ਸਕਦਾ । ਪ੍ਰਭ ਦਾ ਭਾਣਾ ਕੀ, ਕਿਉਂ ਅਤੇ ਕਿਵੇਂ ਵਾਪਰਦਾ ਹੈ ? ਪ੍ਰਭ ਦੇ ਭਾਣੇ, ਹੁਕਮ, ਰਹਿਮਤ ਨੂੰ ਕੋਈ ਬਦਲ ਨਹੀਂ ਸਕਦਾ ਹੈ । ਸ੍ਰਿਸ਼ਟੀ ਦੀ ਡੋਰੀ ਪ੍ਰਭ ਦੇ ਹੱਥ ਵਿੱਚ ਹੀ ਹੈ । ਜਿਹੜਾ ਅਡੋਲ ਭਰੋਸੇ ਨਾਲ ਸ਼ਬਦ ਦੀ ਪਾਲਣਾ ਕਰਦਾ, ਧੀਰਜ ਨਾਲ ਬਖਸ਼ਿਸ਼ ਦੀ ਉਡੀਕ ਕਰਦਾ ਹੈ, ਉਹ ਵੀ ਪ੍ਰਭ ਦਾ ਰੂਪ ਹੀ ਬਣ ਜਾਂਦਾ ਹੈ । ਮੈਂ, ਇੱਕ ਜੀਭ ਨਾਲ ਸਾਰੇ ਗੁਣਾ ਦਾ ਵਖਿਆਨ ਕਿਸਤਰ੍ਹਾਂ ਕਰ ਸਕਦਾ ਹਾ? ਪ੍ਰਭ ਅਤੇ ਪ੍ਰਭ ਦੇ ਦਾਸ ਵਿੱਚ ਭੇਦ ਸਮਝ ਜੀਵ ਦੀ ਸੋਝੀ ਵਿੱਚ ਨਹੀਂ ਹੁੰਦਾ । ਉਹ ਧਨ ਧਨ ਹੀ ਕਹਿੰਦੇ ਹਨ ।

The Omnipotent True Master, the enlightenment of the essence of His Word, the techniques of mediation and significance may remain beyond the comprehension of His Creation. The existence of The True Master, the teachings of His Word are the most supreme. Human soul, body, mind, worldly wealth, identity, status remain only His Trust. The whole universe remains and functions under His Command, Word. What may anyone sing the glory of The True Master? The Nature of The Greatest of All, True Master remains beyond the comprehension of His Creation. What may be His Command? Why and how that may prevail in the universe? His Command, cannot be altered, changed, avoided and His Blessings cannot be removed by any curse of any worldly power. Whosoever may obey the teachings of His Word with steady and stable belief, remains in patience on the path; with His mercy and grace, he may become a symbol of The True Master. How may my one tongue sing the glory, greatness of His Word? The distinction between His true devotee and The True Master remains beyond the comprehension of His Creation. Everyone exclaims waha, waha, Guru, The True Master, God!

ਨਿਰੰਕਾਰੁ ਆਕਾਰ ਅਛਲ nirankaar aakaar achhal
ਪੂਰਨ ਅਬਿਨਾਸੀ॥ pooran abhinaasee.
ਹਰਖਵੰਤ ਆਨੰਤ ਰੂਪ harakhvant aanant roop
ਨਿਰਮਲ ਬਿਗਾਸੀ॥ nirmal bigaasee.
ਗੁਣ ਗਾਵਹਿ ਬੇਅੰਤ ਅੰਤੁ gun gaavahi bay-ant ant
ਇਕੁ ਤਿਲੁ ਨਾਹੀ ਪਾਸੀ॥ ik til nahee paasee.
ਜਾ ਕਉ ਹੋਂਹਿ ਕ੍ਰਿਪਾਲ jaa ka-o hoNhi kirpaal
ਸੁ ਜਨੁ ਪ੍ਰਭ ਤੁਮਹਿ ਮਿਲਾਸੀ॥ so jan parabh tumeh milaasee.
ਧੰਨਿ ਧੰਨਿ ਤੇ ਧੰਨਿ ਜਨ Dhan Dhan tay Dhan jan
ਜਿਹ ਕ੍ਰਿਪਾਲੁ ਹਰਿ ਹਰਿ ਭਜਉ॥ jih kirpaal har har bha-ya-o.
ਹਰਿ ਗੁਰੁ ਨਾਨਕੁ ਜਿਨ ਪਰਸਿਅਉ, har gur naanak jin parsi-o
ਸਿ ਜਨਮ ਮਰਣ ਦੁਹ ਥੇ ਰਹਿਓ॥੫॥ se janam maran duh thay rahi-o. ||5||

ਅਟੱਲ, ਪੂਰਨ ਸਵਾਮੀ, ਪ੍ਰਭ ਸਦਾ ਹੀ ਖੇੜੇ ਵਿੱਚ ਰਹਿੰਦਾ ਹੈ । ਅਨੇਕਾਂ ਹੀ ਜੀਵ ਪ੍ਰਭ ਦੇ ਸ਼ਬਦ ਦਾ ਸਿਮਰਨ ਕਰਦੇ, ਗੁਣ ਗਾਉਂਦੇ ਹਨ । ਪ੍ਰਭ ਦੇ ਪੂਰਨ ਗੁਣਾਂ ਦਾ ਵਖਿਆਨ ਨਹੀਂ ਕੀਤਾ ਜਾ ਸਕਦਾ । ਜਿਸ ਤੇ ਰਹਿਮਤ ਦੀ ਨਜ਼ਰ ਬਖਸ਼ਦਾ! ਉਹ ਹੀ ਪ੍ਰਭ ਦੇ ਸ਼ਬਦ ਦੀ ਪਾਲਣਾ ਵਿੱਚ ਲੀਨ ਰਹਿੰਦਾ ਹੈ । ਉਹ ਵੱਡਭਾਗੀ ਹੋ ਜਾਂਦਾ ਹੈ । ਪ੍ਰਭ ਦੀ ਰਹਿਮਤ ਨਾਲ ਪ੍ਰਵਾਨਗੀ ਦਾ ਰਸਤਾ ਬਖਸ਼ਿਸ਼ ਹੋ ਜਾਂਦਾ, ਪ੍ਰਭ ਦੀ ਜੋਤ ਵਿੱਚ ਹੀ ਅਭੇਦ ਹੋ ਜਾਂਦਾ ਹੈ । ਜਨਮ ਮਰਨ ਤੋ ਰਹਿਤ ਹੋ ਜਾਂਦਾ ਹੈ ।

Imperishable, perfect True Master, forever always remains in blossom. Many devotees may remain intoxicated in meditation in the void of His Word and sings the glory of His Word. However, no one may even explain any significance completely of His virtues, His Nature. Whosoever may be bestowed with His Blessed Vision, only he may remain intoxicated in meditation and obeying the teachings of His Word. He may be blessed with the right path of acceptance in His Court; with His mercy and grace, he may immerse within His Holy Spirit. His cycle of birth and death may be eliminated.

ਸਤਿ ਸਤਿ ਹਰਿ ਸਤਿ ਸਤਿ	sat sat har sat sat
ਸਤੇ ਸਤਿ ਭਣੀਐ॥	satay sat bhanee-ai.
ਦੂਸਰ ਆਨ ਨ ਅਵਰੁ ਪੁਰਖੁ	doosar aan na avar purakh
ਪਉਰਾਤਨੁ ਸੁਣੀਐ॥	pa-uraatan sunee-ai.
ਅੰਮ੍ਰਿਤੁ ਹਰਿ ਕੋ ਨਾਮੁ ਲੈਤ,	amrit har ko naam lait
ਮਨਿ ਸਭ ਸੁਖ ਪਾਏ॥	man sabh sukh paa-ay.
ਜੇਹ ਰਸਨ ਚਾਖਿਓ ਤੇਹ,	jayh rasan chaakhi-o tayh
ਜਨ ਤ੍ਰਿਪਤਿ ਅਘਾਏ॥	jan taripat aghaa-ay.
ਜਿਹ ਠਾਕੁਰੁ ਸੁਪ੍ਰਸੰਨੁ ਭਯੋ,	jih thaakur suparsan bha-yo
ਸਤਸੰਗਤਿ ਤਿਹ ਪਿਆਰੁ॥	satsangat tih pi-aar.
ਹਰਿ ਗੁਰੁ ਨਾਨਕੁ ਜਿਨ੍ਹ ਪਰਸਿਓ,	har gur naanak jinH parsi-o
ਤਿਨ੍ਹ ਸਭ ਕੁਲ ਕੀਓ ਉਧਾਰੁ॥੬॥	tinH sabh kul kee-o uDhaar. ||6||

ਅਟੱਲ ਪ੍ਰਭ ਦੀ ਹੋਂਦ, ਸਬਦ ਦੀ ਸਿਖਿਆਂ ਵੀ ਅਟਲ ਹੈ । ਜੀਵ ਦੀ ਆਤਮਾ ਗੁਰੂਾਂ ਦਾ ਗੁਰੂ, ਪ੍ਰਭ ਦੀ ਹੀ ਅਮਾਨਤ ਹੈ । ਪ੍ਰਭ ਦੇ ਬਰਾਬਰ ਕੋਈ ਜੀਵ ਪੈਦਾ ਨਹੀਂ ਹੋ ਸਕਦਾ । ਜਿਹੜਾ ਅਮੋਲਕ ਬਾਣੀ ਦਾ ਅਡੋਲ ਭਰੋਸੇ ਨਾਲ ਸਿਮਰਨ ਕਰਦਾ ਹੈ, ਉਸ ਦੀ ਆਤਮਾ ਨੂੰ ਠੰਡ, ਸ਼ਾਤੀ, ਸੰਤੋਖ ਬਖਸ਼ਿਸ਼ ਹੋ ਜਾਂਦਾ ਹੈ । ਜਿਸ ਨੂੰ ਸ਼ਬਦ ਦੀ ਰਸਨਾ ਦੇ ਸਵਾਦ, ਲਗਨ ਲਗ ਜਾਂਦੀ ਹੈ । ਉਹ ਨਿਮ੍ਰਤਾ, ਸੰਤੋਖ ਨਾਲ ਸ਼ਬਦ ਦੀ ਸਮਾਧੀ ਵਿੱਚ ਮਸਤ ਹੋ ਜਾਂਦਾ ਹੈ । ਪ੍ਰਭ ਦੀ ਰਹਿਮਤ ਨਾਲ ਜਿਸ ਦੀ ਬੰਦਗੀ ਪ੍ਰਵਾਨ ਹੋ ਜਾਂਦੀ ਹੈ । ਉਹ ਸੰਤ ਸਰੂਪ ਦੀ ਸੰਗਤ ਵਿੱਚ, ਸ੍ਰਿਸ਼ਟੀ ਦੀ ਭਲਾਈ ਦੇ ਕੰਮ ਕਰਦਾ, ਅਨੰਦ ਮਾਨਦਾ ਹੈ । ਆਪਣੇ ਸੰਜੋਗੀਆਂ ਨੂੰ ਪ੍ਰਵਾਨਗੀ ਦੇ ਰਸਤੇ ਦੀ ਪ੍ਰੇਰਨਾ ਕਰਦਾ ਹੈ ।

Imperishable, forever True Master, the teachings of His Word remain true forever. The soul of a creature remains only the trust of The True Guru of worldly gurus. No one may ever be born equal or greater than The True Master. Only the blemish part of His Holy Spirit may be born to be sanctified. Whosoever may obey the teachings of His Ambrosial Word; with His mercy and grace, his soul may be blessed with peace of mind, patience, and contentment in his worldly life. Whosoever may be blessed with devotion and the essence of His Word; with His mercy and grace, he may remain intoxicated humbly, with contentment meditating in the void of His Word. Whose meditation may be accepted in His Court; with His mercy and grace, he may remain in blossom in the conjugation of His Holy saint and performs the deeds of welfare of His Creation. He may inspire his companions to adopt the teachings of His Word in his own day to day life.

ਸਚੁ ਸਭਾ ਦੀਬਾਣੁ ਸਚੁ ਸਚੇ ਪਹਿ ਧਰਿਓ॥	sach sabhaa deebaan sach sachay peh Dhari-o.
ਸਚੈ ਤਖਤਿ ਨਿਵਾਸੁ ਸਚੁ ਤਪਾਵਸੁ ਕਰਿਓ॥	sachai takhat nivaas sach tapaavas kari-o.
ਸਚਿ ਸਿਰਜਿਉ ਸੰਸਾਰੁ, ਆਪਿ ਆਭੁਲੁ ਨ ਭੁਲਉ॥	sach sirji-ya-o sansaar aap aabhul na bhula-o.
ਰਤਨ ਨਾਮੁ ਅਪਾਰੁ ਕੀਮ ਨਹੁ ਪਵੈ ਅਮੁਲਉ॥	ratan naam apaar keem nahu pavai amula-o.
ਜਿਹ ਕ੍ਰਿਪਾਲੁ ਹੋਯਉ ਗੋੁਬਿੰਦੁ, ਸਰਬ ਸੁਖ ਤਿਨਹੂ ਪਾਏ॥	jih kirpaal ho-ya-o gobind sarab sukh tinhoo paa-ay.
ਹਰਿ ਗੁਰੁ ਨਾਨਕੁ ਜਿਨ੍ ਪਰਸਿਓ, ਤੇ ਬਹੁੜਿ ਫਿਰਿ ਜੋਨਿ ਨ ਆਏ॥੭॥	har gur naanak jinH parsi-o tay bahurh fir jon na aa-ay. ‖7‖

ਅਟੱਲ, ਮਰਜ਼ੀ ਦੇ ਮਾਲਕ, ਪ੍ਰਭ ਦੀ ਹੋਂਦ, ਸਬਦ ਦੀ ਸਿਖਿਆਂ ਵੀ ਅਟਲ ਹੈ । ਉਸ ਦਾ ਭਾਣਾ ਬਦਲਿਆ ਨਹੀਂ ਜਾ ਸਕਦਾ, ਹਮੇਸ਼ਾ ਹੀ ਅਸਲੀ ਰਸਤਾ ਹੈ । ਸ੍ਰਿਸ਼ਟੀ ਦੀ ਸੋਝੀ ਵਿੱਚ ਨਹੀਂ, ਕੋਈ ਉਸ ਦੇ ਉਲਟ ਨਹੀਂ ਜਾ ਸਕਦਾ । ਪ੍ਰਭ ਨੇ ਸ੍ਰਿਸ਼ਟੀ ਦੀ ਰਚਨਾ ਆਪਣੀ ਇੱਛਾਂ ਅਨੁਸਾਰ ਹੀ ਕੀਤੀ ਹੈ । ਉਹ ਕਦੇ ਗਲਤੀ ਨਹੀਂ ਕਰਦਾ । ਕੇਵਲ ਅਣਜਾਣ ਮਾਨਸ ਦੀ ਸਮਝ ਵਿੱਚ ਨਹੀਂ ਹੈ । ਉਸ ਦੇ ਸ਼ਬਦ ਦੀ ਸਿਖਿਆਂ ਅਮੋਲਕ, ਆਤਮਾ ਨੂੰ ਪਵਿੱਤਰ ਕਰਨ ਵਾਲਾ ਮੰਤਰ ਹੈ । ਉਸ ਦੇ ਸ਼ਬਦ ਦੀ ਸਿਖਿਆਂ ਦੀ ਮਹੱਤਤਾ, ਦੀ ਤੁਲਨਾ ਸੰਸਾਰਕ ਪਦਾਰਥਾਂ ਨਾਲ ਕੀਤੀ ਨਹੀਂ ਜਾ ਸਕਦੀ । ਜਿਸ ਤੇ ਰਹਿਮਤ ਬਖਸ਼ਦਾ ! ਉਸ ਦੀਆਂ ਬੋਲੀਆਂ, ਅਨਬੋਲੀਆਂ ਮੁਰਾਦਾਂ ਪੂਰੀਆਂ ਕਰਦਾ, ਬਖਸ਼ਦਾ ਹੈ । ਜਿਸ ਦੀ ਬੰਦਗੀ ਪ੍ਰਵਾਨ ਹੋ ਜਾਂਦੀ ਹੈ । ਉਹ ਜਨਮ ਮਰਨ ਤੋ ਰਹਿਤ ਹੋ ਜਾਂਦਾ ਹੈ ।

The Imperishable, True Master, His existence, the teachings of His Word remain true forever. His Command remains an ultimate, final, and always the right path of human life journey. His Command remains beyond the comprehension of His Creation and no one may survive challenging His Command. The True Master has created His Creation with His own imagination. He may never make any mistake; however, His Command remains beyond the comprehension of His Creation. The teachings of His Word are ambrosial soul sanctifying nectar, mentor. The significance of the teachings of His Word cannot be compared with any worldly possessions. Whosoever may be bestowed with His Blessed Vision, his spoken and unspoken desires may be satisfied. Whose earnings of His Word may be accepted in His Court; with His mercy and grace, he may become beyond the cycle of birth and death.

ਕਵਨੁ ਜੋਗੁ ਕਉਨੁ ਗ੍ਯਾਨੁ ਧ੍ਯਾਨੁ, ਕਵਨ ਬਿਧਿ ਉਸੋਤਤਿ ਕਰੀਐ॥	kavan jog ka-un ga-yaan Dhayaan kavan biDh ustat karee-ai.
ਸਿਧ ਸਾਧਿਕ ਤੇਤੀਸ ਕੋਰਿ, ਤਿਰੁ ਕੀਮ ਨ ਪਰੀਐ॥	siDh saaDhik taytees kor tir keem na paree-ai.
ਬ੍ਰਹਮਾਦਿਕ ਸਨਕਾਦਿ ਸੇਖ, ਗੁਣ ਅੰਤੁ ਨ ਪਾਏ॥	barahmaadik sankaad saykh gun ant na paa-ay.
ਅਗਹੁ ਗਹਿਓ ਨਹੀ ਜਾਇ, ਪੂਰਿ ਸ੍ਰਬ ਰਹਿਓ ਸਮਾਏ॥	agahu gahi-o nahee jaa-ay poor sarab rahi-o samaa-ay.
ਜਿਹ ਕਾਟੀ ਸਿਲਕ ਦਯਾਲ ਪ੍ਰਭਿ, ਸੇਇ ਜਨ ਲਗੇ ਭਗਤੇ॥	jih kaatee silak da-yaal parabh say-ay jan lagay bhagtay.
ਹਰਿ ਗੁਰੁ ਨਾਨਕੁ ਜਿਨ੍ ਪਰਸਿਓ, ਤੇ ਇਤ ਉਤ ਸਦਾ ਮੁਕਤੇ॥੮॥	har gur naanak jinH parsi-o tay it ut sadaa muktay. ‖8‖

ਪ੍ਰਭ ਦੀ ਰਹਿਮਤ ਦੇ ਬਖਸ਼ਣ ਦੇ ਯੋਗ ਬਣਨ ਲਈ, ਕਿਸਤਰ੍ਹਾਂ ਬੰਦਗੀ ਕੀਤੀ ਜਾਵੇ, ਜੀਵਨ ਢਾਲਿਆ ਜਾਵੇ? ਅਨੇਕਾਂ ਹੀ ਬੰਦਗੀ ਕਰਨ ਵਾਲੇ, 33 ਕਰੋੜ ਫਰਿਸ਼ਤੇ ਵੱਖਰੇ ਵੱਖਰੇ ਤਰੀਕੇ ਨਾਲ ਬੰਦਗੀ ਕਰਦੇ ਹਨ । ਕਿਸੇ ਨੂੰ ਵੀ ਪ੍ਰਭ ਦੇ ਗੁਣਾਂ ਦੀ ਤਿਲ ਭਰ ਵੀ ਸੋਝੀ ਨਹੀਂ ਹੋਈ । ਬੰਦਗੀ ਕਰਨ ਵਾਲੇ, ਬ੍ਰਹਮਾ, ਸੰਕਰ ਆਦਿ ਕੋਈ ਵੀ ਪ੍ਰਭ ਦੇ ਗੁਣਾ, ਕਰਤਬਾਂ ਦਾ ਅੰਤ ਨਹੀਂ ਜਾਣ ਸਕਦਾ । ਨਾਸ ਰਹਿਤ ਪ੍ਰਭ ਦੀ ਹੋਂਦ ਨੂੰ ਕੋਈ ਕਿਸੇ ਥਾਂ ਤੇ ਛੋਹ ਨਹੀਂ ਸਕਦਾ । ਉਹ ਸਭ ਥਾਂ ਤੇ ਹਰਇੱਕ ਜੀਵ ਦੀ ਆਤਮਾ ਵਿੱਚ ਹੀ ਸਮਾਇਆ ਰਹਿੰਦਾ ਹੈ । ਜਿਸ ਤੇ ਰਹਿਮਤ ਬਖਸ਼ਦਾ ਹੈ, ਉਹ ਨਿਮ੍ਰਤਾ ਨਾਲ ਪ੍ਰਭ ਦੀ ਹੋਂਦ, ਸ਼ਬਦ ਦੀ ਸਮਾਧੀ ਵਿੱਚ ਹੀ ਲੀਨ ਰਹਿੰਦਾ ਹੈ । ਜਿਸ ਦੇ ਅੰਦਰ ਪ੍ਰਭ ਦੀ ਸਦਾ ਚੱਲਣ ਵਾਲੀ ਸ਼ਬਦ ਦੀ ਗੂੰਜ ਸੁਣਾਈ ਦੇਣ ਲਗ ਪੈਂਦੀ ਹੈ। ਉਸ ਨੂੰ ਸਦਾ ਲਈ ਮੁਕਤ ਅਵਸਥਾ ਬਖਸ਼ਿਸ਼ ਹੋ ਜਾਂਦੀ ਹੈ ।

To become worthy of His Consideration! What meditation technique, routine, way of life or the teachings of His Word may someone adopt in his day-to-day life? Many devotees, 33 crores (3,3 million) spiritual angels may be mediating with various techniques, disciplines in life; however, no one may have any significant comprehension of His Nature. Worldly renowned prophets like **Brahma, Sankar, Vishnu, Shivji** remained intoxicated in the void of His Word; however, no one ever find any limits of His events, miracles. No one may ever mark the existence of The True Master any time; however, He remains embedded within each soul and in His Nature everywhere. Whosever may be bestowed with His blessed Vision, he may humbly remain intoxicated in the void of His Word. Whosoever may hear the everlasting echo of His Word resonating within his heart; with His mercy and grace, he may be blessed with a state of salvation forever.

ਪ੍ਰਭ ਦਾਤਉ ਦਾਤਾਰ ਪਰਿਉ, ਜਾਚਕੁ ਇਕੁ ਸਰਨਾ॥	parabh daata-o daataar pari-ya-o jaachak ik sarnaa.
ਮਿਲੈ ਦਾਨੁ ਸੰਤ ਰੇਨ ਜੇਹ, ਲਗਿ ਭਉਜਲੁ ਤਰਨਾ॥	milai daan sant rayn jayh lag bha-ojal tarnaa.
ਬਿਨਤਿ ਕਰਉ ਅਰਦਾਸਿ, ਸੁਨਹੁ ਜੇ ਠਾਕੁਰ ਭਾਵੈ॥	binat kara-o ardaas sunhu jay thaakur bhaavai.
ਦੇਹੁ ਦਰਸੁ ਮਨਿ ਚਾਉ, ਭਗਤਿ ਇਹੁ ਮਨੁ ਠਹਰਾਵੈ॥	dayh daras man chaa-o bhagat ih man thehraavai.
ਬਲਿਓ ਚਰਾਗੁ ਅੰਧ੍ਯਾਰ ਮਹਿ, ਸਭ ਕਲਿ ਉਧਰੀ ਇਕ ਨਾਮ ਧਰਮ॥	bali-o charaag anDh-yaar meh sabh kal uDhree ik naam Dharam.
ਪ੍ਰਗਟੁ ਸਗਲ ਹਰਿ ਭਵਨ ਮਹਿ, ਜਨੁ ਨਾਨਕੁ ਗੁਰੁ ਪਾਰਬ੍ਰਹਮੁ॥੯॥	pargat sagal har bhavan meh jan naanak gur paarbarahm. ‖9‖

ਪ੍ਰਭ ਮੈਂ ਤੇਰੀ ਸ਼ਰਨ ਵਿੱਚ ਆਪ ਭੇਟਾ ਕਰਦਾ ਹਾ, ਰਹਿਮਤ ਨਾਲ ਸੰਤ ਸਰੂਪ ਜੀਵ ਦੀ ਸੰਗਤ ਬਖਸ਼ੋ! ਮੈਨੂੰ ਸੰਤ ਸਰੂਪ ਦੇ ਜੀਵਨ ਦੀ ਸਿਖਿਆਂ ਨਾਲ ਜੀਵਨ ਢਾਲਕੇ ਤੇਰ ਦਰਬਾਰ ਦਾ ਰਸਤਾ ਬਖਸ਼ਿਸ਼ ਹੋ ਜਾਵੇ! ਮੇਰੇ ਪ੍ਰੀਤਮ, ਰਹਿਮਤ ਦੇ ਮਾਲਕ! ਮੇਰੇ ਮਨ ਵਿੱਚ ਤੇਰੇ ਸ਼ਬਦ ਦੀ ਸੋਝੀ ਰੂਪੀ ਦਰਸ਼ਨਾ ਦੀ ਬਹੁਤ ਸ਼ਰਧਾ, ਪਿਆਸ ਹੈ । ਮੈਂ ਤੇਰੇ ਸ਼ਬਦ ਦੀ ਸਮਾਧੀ ਲੀਨ ਹੋ ਕੇ ਆਪਣੇ ਅੰਦਰੋਂ ਹੀ ਤੇਰੀ ਜੋਤ ਢੂੰਡਾ, ਬਖਸ਼ਿਸ਼ ਹੋ ਜਾਵੇ । ਜਿਹੜਾ ਪ੍ਰਭ ਦੇ ਸ਼ਬਦ ਦੀ ਅਡੋਲ ਭਰੋਸੇ ਨਾਲ ਪਾਲਣਾ ਕਰਦਾ ਹੈ, ਉਸ ਨੂੰ ਪ੍ਰਵਾਨਗੀ ਦਾ ਰਸਤਾ ਬਖਸ਼ਿਸ਼ ਹੋ ਜਾਂਦਾ ਹੈ । ਸਬਦ ਦੀ ਸਿਖਿਆਂ ਨਾਲ ਸਾਰੇ ਸੰਸਾਰ ਵਿਚੋਂ ਹੀ ਅਗਿਆਨਤਾ ਦਾ ਅਧੇਰਾ ਦੂਰ ਹੋ ਜਾਂਦਾ ਹੈ ।

My True Master, I have surrendered may self-identity at Your Sanctuary; with Your mercy and grace, blesses me the conjugation of Your Holy Saint. I may adopt his life experience teachings in my own life; with Your mercy and grace, I may be blessed with the right path of acceptance in Your Court. I have a deep devotion, anxiety to be blessed with the enlightenment of the essence of Your Word. I may remain intoxicated in the void of Your Word and search the enlightenment, eternal glow from within. Whosoever may obey the teachings of Your Word with steady and stable belief; with Your mercy and grace, he may be blessed with the right path of acceptance in Your Court. With the teachings of Your Word, the universe may be enlightened; his ignorance may be eliminated.

683.ਸਵਯੇ ਸ੍ਰੀ ਮੁਖਬਾਕ੍ਯ ਮਹਲਾ ੫॥ 1387-3

ੴ ਸਤਿਗੁਰ ਪ੍ਰਸਾਦਿ॥
ਕਾਚੀ ਦੇਹ ਮੋਹ ਫੁਨਿ ਬਾਂਧੀ,
ਸਠ ਕਠੋਰ ਕੁਚੀਲ ਕੁਗਿਆਨੀ॥
ਧਾਵਤ ਭ੍ਰਮਤ ਰਹਨੁ ਨਹੀ ਪਾਵਤ,
ਪਾਰਬ੍ਰਹਮ ਕੀ ਗਤਿ ਨਹੀ ਜਾਨੀ॥
ਜੋਬਨ ਰੂਪ ਮਾਇਆ ਮਦ ਮਾਤਾ,
ਬਿਚਰਤ ਬਿਕਲ ਬਡੌ ਅਭਿਮਾਨੀ॥
ਪਰ ਧਨ ਪਰ ਅਪਵਾਦ ਨਾਰਿ ਨਿੰਦਾ,
ਯਹ ਮੀਠੀ ਜੀਅ ਮਾਹਿ ਹਿਤਾਨੀ॥
ਬਲਬੰਚ ਛਪਿ ਕਰਤ ਉਪਾਵਾ,
ਪੇਖਤ ਸੁਨਤ ਪ੍ਰਭ ਅੰਤਰਜਾਮੀ॥
ਸੀਲ ਧਰਮ ਦਯਾ ਸੁਚ ਨਾਸ੍ਤਿ,
ਆਇਓ ਸਰਨਿ ਜੀਅ ਕੇ ਦਾਨੀ॥
ਕਾਰਣ ਕਰਣ ਸਮਰਥ ਸਿਰੀਧਰ,
ਰਾਖਿ ਲੇਹੁ ਨਾਨਕ ਕੇ ਸੁਆਮੀ॥੧॥

ik-oNkaar satgur parsaad.
kaachee dayh moh fun baaNDhee
sath kathor kucheel kugi-aanee.
Dhaavat bharmat rahan nahee paavat
paarbarahm kee gat nahee jaanee.
joban roop maa-i-aa mad maataa
bichrat bikal badou abhimaanee.
par Dhan par apvaad naar nindaa
yeh meethee jee-a maahi hitaanee.
balbanch chhap karat upaavaa
paykhat sunat parabh antarjaamee.
seel Dharam da-yaa such naasit
aa-i-o saran jee-a kay daanee.
kaaran karan samrath sireeDhar
raakh layho naanak kay su-aamee. ||1||

ਮੇਰਾ ਸਰੀਰ ਟੁੱਟ ਜਾਣ ਵਾਲਾ, ਨਾਸ ਹੋ ਜਾਣਵਾਲਾ ਹੈ । ਮੈਂ ਸੰਸਾਰਕ ਮੋਹ ਦੇ ਜਾਲ ਵਿੱਚ ਫਸਿਆ ਹਾ, ਮੇਰਾ ਦਿਲ, ਪਥਰ ਵਰਗਾ ਬਣ ਗਿਆ ਹੈ । ਮਨ ਲਾਲਚ ਦੀ ਮੈਲ ਅਤੇ ਅਗਿਆਨਤਾ ਨਾਲ ਭਰਿਆਂ ਹੈ । ਮੇਰਾ ਮਨ ਚਾਰੇ ਪਾਸੇ ਘੁੰਮਦਾ ਹੈ, ਇੱਕੋ ਇੱਕ ਦੇ ਸ਼ਬਦ ਤੇ ਭਰੋਸਾ ਅਡੋਲ ਨਹੀਂ ਰਹਿੰਦਾ । ਮੈਨੂੰ ਅਟਲ ਪ੍ਰਭ ਦੀ ਹੋਂਦ ਅਨੁਭਵ ਨਹੀਂ ਹੁੰਦੀ । ਜਵਾਨੀ ਅਤੇ ਸੰਸਾਰਕ ਮਾਇਆ ਨੇ ਮੇਰੀ ਮੱਤ ਤੇ ਕਾਬੂ ਪਾਇਆ ਹੈ । ਮੇਰੇ ਜੀਵਨ ਦਾ ਅਧਾਰ, ਅਹੰਕਾਰ ਦੀ ਅੱਗ, ਹਰਾਮ ਦੀ ਕਮਾਈ, ਕਾਮ ਵਾਸ਼ਨਾ, ਨਿੰਦਿਆਂ ਹੀ ਬਣ ਗਿਆ ਹੈ । ਆਪਣੀਆਂ ਚਲਾਕੀਆਂ, ਫਰੇਬੀਆਂ ਨੂੰ ਬਾਕੀ ਜੀਵਾਂ ਤੋ ਛਿਪਾਕੇ ਰਖਦਾ ਹਾ । ਅੰਤਰਜਾਮੀ ਪ੍ਰਭ ਸਭ ਕੁਝ ਜਾਣਦਾ, ਸੁਣਦਾ ਹੈ । ਮੇਰਾ ਕੋਈ ਨਿਯਮ (ਧਰਮ) ਇਮਾਨ ਨਹੀਂ, ਮਨ ਸਾਫ ਨਹੀਂ, ਕਿਸੇ ਨਾਲ ਪਿਆਰ ਨਹੀਂ ਹੈ । ਮੈਂ ਬੇਵਸ ਹੋ ਕੇ ਆਪਾ ਤੇਰੀ ਸ਼ਰਣ ਵਿੱਚ ਭੇਟਾ ਕਰਦਾ ਹਾ । ਤੂੰ ਸਭ ਕੁਝ ਕਰਨ, ਕਰਾਉਣ ਵਾਲਾ ਮਾਲਕ ਹੈ । ਮੈਨੂੰ ਸਿੱਧੇ ਰਸਤੇ, ਸ਼ਬਦ ਦੇ ਲੜ ਲਾ ਕੇ ਮੇਰਾ ਪੜਦਾ ਢੱਕੋ ।

My body is perishable! I remain intoxicated with worldly attachments; I do not have any feelings or love for anyone. I am intoxicated with greed and overwhelmed with ignorance from the real purpose of human life opportunity. I remain wandering from shrine to shrine and I may not obey the teachings of His Word with steady and stable belief as His Ultimate Command. I do not realize His Holy Spirit prevailing within nor anywhere in the universe. My youth, and sweet poison of worldly wealth have taken over my senses, direction of human life journey. I remain intoxicated with lava of ego, robing others, sexual urge, and slandering others. I am trying all my deceptive, clever tricks secrete from everyone. The Omniscient True Master monitors all events of His Creation. I have no ethics, nor good virtues in my worldly life. I am frustrated with my way of life and I have surrendered may self-identity at Your Sanctuary. Everything happens only under Your Command. My True Master bestows Your Blessed Vision to obey the teachings of Your Word and protects my honor in my worldly life.

ਕੀਰਤਿ ਕਰਣ ਸਰਨ ਮਨਮੋਹਨ,	|keerat karan saran manmohan
ਜੋਹਨ ਪਾਪ ਬਿਦਾਰਨ ਕਉ॥	johan paap bidaaran ka-o.
ਹਰਿ ਤਾਰਨ ਤਰਨ ਸਮਰਥ ਸਭੈ,	har taaran taran samrath sabhai
ਬਿਧਿ ਕੁਲਹ ਸਮੂਹ ਉਧਾਰਨ ਸਉ॥	biDh kulah samooh uDhaaran sa-o.
ਚਿਤ ਚੇਤਿ ਅਚੇਤ ਜਾਨਿ ਸਤਸੰਗਤਿ,	chit chayt achayt jaan satsangat
ਭਰਮ ਅੰਧੇਰ ਮੋਹਿਓ ਕਤ ਧੰਉ॥	bharam anDhayr mohi-o kat DhaN-u.
ਮੂਰਤ ਘਰੀ ਚਸਾ ਪਲੁ ਸਿਮਰਨ,	moorat gharee chasaa pal Simran
ਰਾਮ ਨਾਮੁ ਰਸਨਾ ਸੰਗਿ ਲਉ॥	raam naam rasnaa sang la-o.
ਹੋਛਉ ਕਾਜੁ ਅਲਪ ਸੁਖ ਬੰਧਨ,	hochha-o kaaj alap sukh banDhan
ਕੋਟਿ ਜਨੰਮ ਕਹਾ ਦੁਖ ਭੰਉ॥	kot jannam kahaa dukh bhaN-u.
ਸਿਖ੍ਯਾ ਸੰਤ ਨਾਮੁ ਭਜੁ ਨਾਨਕ,	sikh-yaa sant naam bhaj naanak
ਰਾਮ ਰੰਗਿ ਆਤਮ ਸਿਉ ਰੰਉ॥੨॥	raam rang aatam si-o raN-u. ||2||

ਜਿਹੜਾ ਪ੍ਰਭ ਦੇ ਸ਼ਬਦ ਨੂੰ ਮਨ ਵਿੱਚ ਜਾਗਰਤ ਰਖਦਾ, ਹੱਕ ਦੀ ਕਮਾਈ ਕਰਦਾ ਹੈ । ਉਸ ਦੇ ਪਾਪ ਬਖਸ਼ੇ ਜਾ ਸਕਦੇ ਹਨ । ਜਿਹੜਾ ਸ਼ਬਦ ਦੀ ਸਿਖਿਆਂ ਨਾਲ ਜੀਵਨ ਢਾਲਦਾ ਹੈ, ਸੰਤ ਸਰੂਪ ਵਰਗਾ ਜੀਵਨ ਦਾ ਅਧਾਰ ਬਣਾਉਂਦਾ ਹੈ । ਉਸ ਦੇ ਮਨ ਦੇ ਭਰਮ, ਇੱਛਾਂ ਦੀਆਂ ਭਟਕਣਾਂ ਦੂਰ ਹੋ ਜਾਂਦੀਆਂ ਹਨ । ਜਿਹੜਾ ਪ੍ਰਭ ਦੇ ਸ਼ਬਦ ਦਾ ਸਿਮਰਨ, ਪਾਲਣਾ ਅਡੋਲ ਭਰੋਸੇ ਨਾਲ ਕਰਦਾ, ਜੀਭ ਨਾਲ ਗੁਣ ਗਾਉਂਦਾ ਹੈ, ਉਸ ਦੀ ਜੀਭ ਪਵਿੱਤਰ ਹੋ ਜਾਂਦੀ ਹੈ । ਕਿਉਂ ਲਾਲਚ ਦੇ ਧੰਦੇ, ਝੂਠੇ ਸੁਖ ਲਈ ਜਨਮ ਮਰਨ ਦੇ ਚੱਕਰ ਵਿੱਚ ਭਉਦਾ ਫਿਰਦਾ ਹੈ? ਸੰਤ ਸਰੂਪ ਜੀਵ ਦੇ ਜੀਵਨ ਦੀ ਸਿਖਿਆਂ ਆਪਣੇ ਜੀਵਨ ਵਿਚ ਢਾਲੋ! ਪ੍ਰਭ ਦੇ ਸ਼ਬਦ ਦੀ ਪਾਲਣਾ, ਸਿਮਰਨ ਵਿੱਚ ਅਡੋਲ ਭਰੋਸਾ ਰਖੋ!

Whosoever may remain drenched with the teachings of His Word and works honestly; with His mercy and grace, his sins of previous lives may be forgiven. Whosoever may adopt the life experience teachings of His Holy saint in his own day to day life; all his frustrations of worldly desires may be eliminated. Whosoever may meditate, sings the glory, and obeys the teachings of His Word with steady and stable belief; with His mercy and grace, his tongue may be sanctified. Why are you wandering in the cycle of birth and death with greed of short-lived comforts of human life? You should adopt the life experience teachings of His Holy saint in your day-to-day life. You should meditate and obey the teachings of His Word with steady and stable belief in your day-to-day life.

ਰੰਚਕ ਰੇਤ ਖੇਤ ਤਨਿ ਨਿਰਮਿਤ,	ranchak rayt khayt tan nirmit
ਦੁਰਲਭ ਦੇਹ ਸਵਾਰਿ ਧਰੀ॥	durlabh dayh savaar Dharee.
ਖਾਨ ਪਾਨ ਸੋਧੇ ਸੁਖ ਭੁੰਚਤ,	khaan paan soDhay sukh bhuNchat
ਸੰਕਟ ਕਾਟਿ ਬਿਪਤਿ ਹਰੀ॥	sankat kaat bipat haree.
ਮਾਤ ਪਿਤਾ ਭਾਈ ਅਰੁ ਬੰਧਪ,	maat pitaa bhaa-ee ar banDhap
ਬੂਝਨ ਕੀ ਸਭ ਸੂਝ ਪਰੀ॥	boojhan kee sabh soojh paree.
ਬਰਧਮਾਨ ਹੋਵਤ ਦਿਨ ਪ੍ਰਤਿ,	baraDhmaan hovat din parat
ਨਿਤ ਆਵਤ ਨਿਕਟਿ ਬਿਖੰਮ ਜਰੀ॥	nit aavat nikat bikhamm jaree.
ਰੇ ਗੁਨ ਹੀਨ ਦੀਨ ਮਾਇਆ,	ray gun heen deen maa-i-aa
ਕ੍ਰਿਮ ਸਿਮਰਿ ਸੁਆਮੀ ਏਕ ਘਰੀ॥	kiram simar su-aamee ayk gharee.
ਕਰੁ ਗਹਿ ਲੇਹੁ ਕ੍ਰਿਪਾਲ ਕ੍ਰਿਪਾ ਨਿਧਿ,	kar geh layho kirpaal kirpaa niDh
ਨਾਨਕ ਕਾਟਿ ਭਰੰਮ ਭਰੀ॥੩	naanak kaat bharamm bharee. ||3||

ਮਾਤਾ ਦੇ ਗਰਭ ਵਿੱਚ ਬੀਜ ਪਾਉਣ ਨਾਲ ਇਹ ਦੁਰਲਭ, ਅਮੋਲਕ ਮਾਨਸ ਪੈਦਾ ਹੋਇਆ ਹੈ । ਖਾਣ, ਪੀਣ ਅਤੇ ਸੰਸਾਰਕ ਸੁਖਾਂ ਨਾਲ ਸਾਰੇ ਦਰਦ ਅਤੇ ਮੁਸ਼ਕਲ ਦੂਰ ਹੋ ਗਈ ਹੈ । ਮਾਤਾ, ਪਿਤਾ, ਭੈਣ, ਭਾਈ, ਸਬੰਧੀਆਂ ਦੇ ਰਿਸ਼ਤੇ ਦੀ ਸਮਝ ਆ ਗਈ ਹੈ । ਇਸ ਜਾਲ ਵਿੱਚ ਫਸਕੇ ਸਮਾਂ ਬੀਤ ਗਿਆ, ਹੁਣ ਭਿਆਨਕ ਬੁਢੇਪਾ ਆ ਗਿਆ ਹੈ । ਮੂਰਖ ਜੀਵ, ਮਾਇਆ ਦੇ ਲਾਲਚ ਵਿੱਚ ਹੀ ਭਟਕਦਾ ਰਹਿੰਦਾ

ਹੈ । ਪ੍ਰਭ ਦੇ ਸ਼ਬਦ ਦਾ ਸਿਮਰਨ ਕਰੋ! ਜਿਸ ਤੇ ਪ੍ਰਭ ਰਹਿਮਤ ਦੀ ਨਜ਼ਰ ਬਖਸ਼ਦਾ ਹੈ! ਉਸ ਦੇ ਮਨ ਦੇ ਸਾਰੇ ਭਰਮ, ਭਲੇਖੇ ਦੂਰ ਹੋ ਜਾਂਦੇ ਹਨ ।

By infusing male semen in the womb of a female, an astonishing, priceless human life has been created. With worldly pleasure, delicacies to eat, all the miseries have been forgotten. I have realized the family relationships like, mother, father, brothers, sisters, and other relatives. I have wasted most of my time in the family bonds, traps; now, I am feeble and old. Ignorant! You should meditate on the teachings of His Word. Why are you intoxicated with greed, sweet poison of worldly wealth? Whosoever may be bestowed with His Blessed Vison, all his religious suspicions may be eliminated.

ਰੇ ਮਨ ਮੂਸ ਬਿਲਾ ਮਹਿ ਗਰਬਤ,	ray man moos bilaa meh garbat
ਕਰਤਬ ਕਰਤ ਮਹਾ ਮੁਘਨਾਂ॥	kartab karat mahaaN mughnaaN.
ਸੰਪਤ ਦੋਲ ਝੋਲ ਸੰਗਿ ਝੂਲਤ,	sampat dol jhol sang jhoolat
ਮਾਇਆ ਮਗਨ ਭ੍ਰਮਤ ਘੁਘਨਾ॥	maa-i-aa magan bharmat ghughnaa.
ਸੁਤ ਬਨਿਤਾ ਸਾਜਨ ਸੁਖ ਬੰਧਪ,	sut banitaa saajan sukh banDhap
ਤਾ ਸਿਉ ਮੋਹੁ ਬਢਿਓ ਸੁ ਘਨਾ॥	taa si-o moh badhi-o so ghanaa.
ਬੋਇਓ ਬੀਜੁ ਅਹੰ ਮਮ ਅੰਕੁਰੁ,	bo-i-o beej ahaN mam ankur
ਬੀਤਤ ਅਉਧ ਕਰਤ ਅਘਨਾਂ॥	beetat a-oDh karat aghnaaN.
ਮਿਰਤੁ ਮੰਜਾਰ ਪਸਾਰਿ ਮੁਖੁ ਨਿਰਖਤ,	mirat manjaar pasaar mukh nirkhat
ਭੁੰਚਤ ਭੁਗਤਿ ਭੂਖ ਭੁਖਨਾ॥	bhuNchat bhugat bhookh bhukhnaa.
ਸਿਮਰਿ ਗੁਪਾਲ ਦਇਆਲ ਸਤਸੰਗਤਿ,	simar gupaal da-i-aal satsangat
ਨਾਨਕ ਜਗੁ ਜਾਨਤ ਸੁਪਨਾ॥੪॥	naanak jag jaanat supnaa. ‖4‖

ਜੀਵ ਤੇਰਾ ਮਨ ਆਪਣੇ ਅਹੰਕਾਰ ਦੀ ਗੁਫਾ ਵਿੱਚ ਬੈਠਾ ਬਹੁਤ ਘਮੰਡ ਕਰਦਾ, ਮੂਰਖਾਂ ਵਾਲੇ ਕੰਮ ਕਰਦਾ ਹੈ । ਤੂੰ ਮਾਇਆ ਦੇ ਨਸ਼ੇ ਵਿੱਚ ਅੰਧਾ ਹੋਇਆ, ਉੱਲੂ ਦੀ ਤਰ੍ਹਾਂ ਭਟਕਦਾ ਰਹਿੰਦਾ ਹੈ । ਸੰਸਾਰਕ ਸਬੰਧੀਆਂ ਦੇ ਮੋਹ ਦੇ ਜਾਲ ਵਿੱਚ ਫਸਿਆ ਹੀ ਖੁਸ਼ੀ, ਅਨੰਦ ਮਾਨਦਾ ਹੈ । ਤੂੰ ਮੋਹ ਦਾ, ਅਹੰਕਾਰ ਦਾ ਜਾਲ ਵਿਛਾਇਆ ਹੈ । ਤੂੰ ਇਹ ਹੀ ਨਿਸ਼ਾਨੀ ਆਪਣੀ ਯਾਦ ਵਿੱਚ ਛੱਡ ਜਾਣੀ ਹੈ । ਤੂੰ ਲਾਲਚ ਨਾਲ ਮੂੰਹ ਅਡਿਆ ਹੈ, ਮੌਤ ਬਿੱਲੀ ਦੀ ਤਰ੍ਹਾਂ ਮੂੰਹ ਅਡੀ ਉਡੀਕ ਕਰਦੀ ਹੈ । ਬੰਦਗੀ ਕਰਨ ਵਾਲੀਆਂ ਦੀ ਸੰਗਤ ਵਿੱਚ ਪ੍ਰਭ ਦੇ ਸ਼ਬਦ ਦਾ ਸਿਮਰਨ ਕਰੋ । ਮਾਨਸ ਜੀਵਨ ਨੂੰ ਸੁਪਨਾ ਸਮਝਕੇ ਬਤੀਤ ਕਰੋ, ਆਰਧਨਾ ਕਰੋ ।

You remain in your own cave of ego with ignorance from the real purpose of human life opportunity. You remain ignorant, blind, intoxicated with sweet poison of worldly wealth. You remain wandering uselessly like owl. You remain intoxicated with sweet poison of worldly wealth and wandering for short-lived worldly pleasures. You have spread a net of ego and sweet poison of worldly wealth. You are going to leave such a legacy behind. You remain insane with greed for worldly possessions. The cat of death remains anxious to capture your soul. You should join the conjugation of His Holy saint and meditate on the teachings of His Word with steady and stable belief in your day-to-day life. You should meditate and live your life as a guest on earth.

ਦੇਹ ਨ ਗੇਹ ਨ ਨੇਹ ਨ ਨੀਤਾ,	dayh na gayh na nayh na neetaa
ਮਾਇਆ ਮਤ ਕਹਾ ਲਉ ਗਾਰਹੁ॥	maa-i-aa mat kahaa la-o gaarahu.
ਛਤ੍ਰ ਨ ਪਤ੍ਰ ਨ ਚਉਰ ਨ ਚਾਵਰ,	chhatar na patar na cha-ur na chaavar
ਬਹਤੀ ਜਾਤ ਰਿਦੈ ਨ ਬਿਚਾਰਹੁ॥	bahtee jaat ridai na bichaarahu.
ਰਥ ਨ ਅਸ੍ਵ ਨ ਗਜ ਸਿੰਘਾਸਨ,	rath na asav na gaj singhaasan
ਛਿਨ ਮਹਿ ਤਿਆਗਤ ਨਾਂਗ ਸਿਧਾਰਹੁ॥	chhin meh ti-aagat naaNg siDhaarahu.

ਸੂਰ ਨ ਬੀਰ ਨ ਮੀਰ ਨ ਖਾਨਮ,	soor na beer na meer na khaanam
ਸੰਗਿ ਨ ਕੋਊ ਦ੍ਰਿਸਟਿ ਨਿਹਾਰਹੁ॥	sang na ko-oo darisat nihaarahu.
ਕੋਟ ਨ ਓਟ ਨ ਕੋਸ ਨ ਛੋਟਾ,	kot na ot na kos na chhotaa
ਕਰਤ ਬਿਕਾਰ ਦੋਊ ਕਰ ਝਾਰਹੁ॥	karat bikaar do-oo kar jhaarahu.
ਮਿਤ੍ਰ ਨ ਪੁਤ੍ਰ ਕਲਤ੍ਰ ਸਾਜਨ ਸਖ,	mitar na putar kaltar saajan sakh
ਉਲਟਤ ਜਾਤ ਬਿਰਖ ਕੀ ਛਾਂਰਹੁ॥	ultat jaat birakh kee chhaaNrahu.
ਦੀਨ ਦਯਾਲ ਪੁਰਖ ਪ੍ਰਭ ਪੂਰਨ,	deen da-yaal purakh parabh pooran
ਛਿਨ ਛਿਨ ਸਿਮਰਹੁ ਅਗਮ ਅਪਾਰਹੁ॥	chhin chhin simrahu agam apaarahu.
ਸ੍ਰੀਪਤਿ ਨਾਥ ਸਰਣਿ ਨਾਨਕ ਜਨ ਹੇ,	sareepat naath saran naanak jan hay
ਭਗਵੰਤ ਕ੍ਰਿਪਾ ਕਰਿ ਤਾਰਹੁ॥੫॥	bhagvant kirpaa kar taarahu. ||5||

ਜੀਵ ਤੇਰਾ ਮਾਨਸ ਤਨ, ਘਰ, ਮੋਹ, ਸੰਸਾਰਕ ਧਨ, ਰਾਜ ਭਾਗ, ਤਾਜ, ਨੌਕਰ ਸਦਾ ਸਾਥ ਨਹੀਂ ਰਹਿੰਦੇ । ਕਿਤਨਾ ਚਿਰ ਆਪਣੀ ਸੰਸਾਰਕ ਹੈਸੀਅਤ ਦਾ ਅਹੰਕਾਰ ਕਰ ਸਕਦਾ ਹੈ? ਆਪਣੇ ਮਨ ਵਿੱਚ ਮੌਤ ਦਾ ਖਿਆਲ ਰਖੋ! ਤੂੰ ਮਾਨਸ ਜੀਵਨ ਬਿਰਥਾ ਹੀ ਬਤੀਤ ਕਰ ਜਾਣਾ ਹੈ । ਅੰਤ ਵਿੱਚ ਮੌਤ ਆਉਣ ਤੇ ਇਕ ਪਲ ਵਿੱਚ ਸਭ ਰੱਥ, ਘੋੜੇ, ਹਾਥੀ, ਰਾਜ ਸੰਸਾਰ ਵਿੱਚ ਹੀ ਛੱਡ ਜਾਣੇ ਹਨ । ਮੌਤ ਦੇ ਜਮਦੂਤ ਨੇ ਆਤਮਾ ਨੂੰ ਆਪਣੇ ਕੀਤੇ ਕੰਮਾਂ ਦਾ ਲੇਖਾ ਦੇਣ ਲਈ ਵਾਪਸ ਲੈ ਜਾਂਦਾ ਹੈ । ਆਪਣੀਆਂ ਅੱਖਾਂ ਨਾਲ ਵੱਡੇ ਸੂਰਮੇ, ਜੋਧੇ, ਰਾਜੇ, ਸੰਤ ਵੀ ਮਰਦੇ ਦੇਖੇ ਹਨ । ਸੰਸਾਰਕ ਘਰ, ਧਨ ਦੇ ਖਜ਼ਾਨੇਂ ਮੌਤ ਤੋ ਬਚਾ ਨਹੀਂ ਸਕਦੇ । ਤੂੰ ਕਿਉਂ ਬਿਰਥਾ ਹੀ ਮੰਦੇ ਕੰਮ ਕਰਦਾ ਹੈ ? ਇਕ ਦਿਨ ਤੂੰ ਖਾਲੀ ਹੱਥ ਹੀ ਜਾਣਾ ਹੈ । ਸੰਸਾਰਕ ਮਿੱਤਰ, ਪੁਤਰ, ਭਾਈ, ਪਤਨੀ, ਪ੍ਰੇਮੀ ਸਾਥ ਨਹੀਂ ਦੇ ਸਕਦੇ, ਮੌਤ ਤੋ ਬਚਾ ਨਹੀਂ ਸਕਦੇ । ਸਦਾ ਰਹਿਣ ਵਾਲਾ, ਪੂਰਨ ਹੌਂਦ ਪ੍ਰਭ, ਬਹੁਤ ਤਰਸਵਾਨ ਹੈ! ਉਹ ਪਾਹੁੰਚ, ਪਕੜ ਤੋ ਉਪਰ ਹੈ! ਜਿਹੜਾ ਸਵਾਸ ਸਵਾਸ ਪ੍ਰਭ ਦੇ ਸ਼ਬਦ ਦਾ ਸਿਮਰਨ ਕਰਦਾ, ਆਪਾ ਪ੍ਰਭ ਦੀ ਸ਼ਰਣ ਵਿੱਚ ਭੇਟਾ ਕਰ ਦੇਂਦਾ ਹੈ! ਰਹਿਮਤ ਦਾ ਮਾਲਕ ਉਸ ਨੂੰ ਪ੍ਰਵਾਨਗੀ ਦਾ ਅਸਲੀ ਰਸਤਾ ਬਖਸ਼ਦਾ ਹੈ ।

Your perishable human body, worldly home, palace, worldly wealth, even kingdom, royal crown, paid servants, helpers may not remain loyal to you forever. How long, may you boast about your worldly possessions and status? You are going to waste your priceless human life opportunity uselessly. In the end, the devil of death will capture your soul to endure the judgement of The Righteous Judge; all your worldly possessions, worldly status remains in world. I have seen, great warriors, kings, holy saint died, leaving worldly possessions behind. Why are you committing sins uselessly in your human life journey? Your soul must leave empty handed, carrying the burden of sins, and no worldly wealth may go along with her. Worldly family, friend, mother, father, spouse, children, siblings may not save you from the devil of death. The Merciful, Generous True Master, remains beyond comprehension of His Creation. Whosoever may surrender his self-identity and meditates on the teachings of His Word with each breath; with His mercy and grace, he may be blessed with the right path of acceptance in His Court.

ਪ੍ਰਾਨ ਮਾਨ ਦਾਨ ਮਗ ਜੋਹਨ,	paraan maan daan mag johan
ਹੀਤੁ ਚੀਤੁ ਦੇ ਲੇ ਲੇ ਪਾਰੀ॥	heet cheet day lay lay paaree.
ਸਾਜਨ ਸੈਨ ਮੀਤ ਸੁਤ ਭਾਈ,	saajan sain meet sut bhaa-ee
ਤਾਹੂ ਤੇ ਲੇ ਰਖੀ ਨਿਰਾਰੀ॥	taahoo tay lay rakhee niraaree.
ਧਾਵਨ ਪਾਵਨ ਕੂਰ ਕਮਾਵਨ	Dhaavan paavan koor kamaavan
ਇਹ ਬਿਧਿ ਕਰਤ ਅਉਧ ਤਨ ਜਾਰੀ॥	ih biDh karat a-oDh tan jaaree.
ਕਰਮ ਧਰਮ ਸੰਜਮ ਸੁਚ ਨੇਮਾ,	karam Dharam sanjam such naymaa
ਚੰਚਲ ਸੰਗਿ ਸਗਲ ਬਿਧਿ ਹਾਰੀ॥	chanchal sang sagal biDh haaree.
ਪਸੁ ਪੰਖੀ ਬਿਰਖ ਅਸਥਾਵਰ	pas pankhee birakh asthaavar

ਬਹੁ ਬਿਧਿ, ਜੋਨਿ ਭ੍ਰਮਿਓ ਅਤਿ ਭਾਰੀ॥ baho biDh jon bharmi-o at bhaaree.
ਖਿਨੁ ਪਲੁ ਚਸਾ ਨਾਮੁ ਨਹੀ ਸਿਮਰਿਓ, khin pal chasaa naam nahee simri-o
ਦੀਨਾ ਨਾਥ ਪ੍ਰਾਨਪਤਿ ਸਾਰੀ॥ deenaa naath paraanpat saaree.
ਖਾਨ ਪਾਨ ਮੀਠ ਰਸ ਭੋਜਨ, khaan paan meeth ras bhojan
ਅੰਤ ਕੀ ਬਾਰ ਹੋਤ ਕਤ ਖਾਰੀ॥ ant kee baar hot kat khaaree.
ਨਾਨਕ ਸੰਤ ਚਰਨ ਸੰਗਿ ਉਧਰੇ, naanak sant charan sang uDhray
ਹੋਰਿ ਮਾਇਆ ਮਗਨ ਚਲੇ ਸਭਿ ਡਾਰੀ॥੬॥ hor maa-i-aa magan chalay sabh daaree.6

ਮੈਂ ਆਪਣੇ ਜੀਵਨ ਵਿੱਚ, ਆਪਣਾ ਮਾਣ ਵੇਚਕੇ, ਬਾਕੀ ਜੀਵਾਂ ਤੋ ਧਨ ਇਕੱਠਾ ਕੀਤਾ ਹੈ । ਸਾਰਾ ਜ਼ੋਰ ਹੀ ਧਨ ਇਕੱਠਾ ਕਰਨ ਤੇ ਲਾਇਆ ਹੈ । ਸਾਰੇ ਹੀ ਚਲਾਕੀ ਦੇ ਤਰੀਕੇ, ਭੈਣ, ਭਾਈ, ਧੀ, ਪੁਤ, ਸਬੰਧੀਆਂ ਤੋ ਛਿਪਾ ਕੇ ਰਖੇ ਹਨ । ਝੂਠੇ, ਧੋਖੇ ਵਾਲੇ ਕੰਮ ਕਰਕੇ ਆਪਣਾ ਜੀਵਨ ਬਿਰਥਾ ਹੀ ਗਵਾ ਲਿਆ ਹੈ । ਕੋਈ ਚੰਗਾ, ਸ੍ਰਿਸ਼ਟੀ ਦੀ ਭਲਾਈ ਦਾ ਕੰਮ ਨਹੀਂ ਕੀਤਾ । ਮੇਰੇ ਸਾਰੇ ਕੰਮਾਂ ਦਾ ਮੰਤਵ ਹੀ ਧਨ ਇਕੱਠਾ ਕਰਨਾ ਹੁੰਦਾ ਹੈ । ਜਾਨਵਰਾਂ, ਪੰਛੀਆਂ ਦੀ ਤਰ੍ਹਾਂ ਜੂੰਨਾਂ ਦੇ ਚੱਕਰ ਵਿੱਚ ਭਉਦਾ ਰਹਿੰਦਾ ਹਾ । ਸ੍ਰਿਸ਼ਟੀ ਦੇ ਮਾਲਕ ਦਾ ਇਕ ਪਲ ਵੀ ਖਿਆਲ, ਸਿਮਰਨ ਨਹੀਂ ਕੀਤਾ । ਬੁਢੇਪੇ ਦੇ ਸਮੇਂ ਸਾਰੇ ਖਾਣ ਪੀਣ ਵਾਲੇ ਪਦਾਰਥ ਜ਼ਹਿਰ ਦੀ ਤਰ੍ਹਾਂ ਹੀ ਲਗਦੇ ਹਨ । ਰਹਿਮਤਾਂ ਦੇ ਮਾਲਕ ਸੰਤ ਸਰੂਪ ਦੀ ਸੰਗਤ ਬਖਸ਼ੋ! ਮੈਂ ਮਾਇਆ ਦੇ ਜਾਲ ਵਿੱਚ ਫਸਿਆ ਹੋਇਆ ਹਾ । ਸਾਰਾ ਕੁਝ ਇਥੇ ਹੀ ਛੱਡਕੇ ਜਨਮ ਮਰਨ ਦੇ ਚੱਕਰ ਵਿੱਚ ਚਲੇ ਜਾਣਾ ਹੈ ।

I have sold, my ethics, worldly honor and robed the earnest living of others. The focus of my human life has become to collect worldly wealth by any means. I have kept all my evil deeds secret from my family, friends, and everyone else. I have ruined my priceless human life opportunity, uselessly in fraud, deception. I have not done any good deed for the welfare of His Creation. The purpose of all my worldly deeds remains to collect worldly wealth. I may remain in the cycle of birth and death like worldly beasts, birds. I have never meditated on the teachings of His Word nor in renunciation in the misery of my separation from His Holy Spirit. In my old age, all worldly delicacies, worldly comforts, pleasure are haunting like a gosht, devil of death. I repent, regret pray for His Forgiveness to be blessed with the conjugation of His Holy saint. I remain intoxicated with the sweet poison of worldly wealth. In the end, after death, I am going to leave everything behind and endure the misery in the cycle of birth and death.

ਬ੍ਰਹਮਾਦਿਕ ਸਿਵ ਛੰਦ ਮੁਨੀਸੁਰ, barahmaadik siv chhand muneesur
ਰਸਕਿ ਰਸਕਿ ਠਾਕੁਰ ਗੁਨ ਗਾਵਤ॥ rasak rasak thaakur gun gaavat.
ਇੰਦ੍ਰ ਮੁਨਿੰਦ੍ਰ ਖੋਜਤੇ ਗੋਰਖ ਧਰਣਿ, indar munindar khojtay gorakh Dharan
ਗਗਨ ਆਵਤ ਫੁਨਿ ਧਾਵਤ॥ gagan aavat fun Dhaavat.
ਸਿਧ ਮਨੁਖ੍ ਦੇਵ ਅਰੁ ਦਾਨਵ siDh manukh-y dayv ar daanav
ਇਕੁ ਤਿਲੁ, ਤਾ ਕੋ ਮਰਮੁ ਨ ਪਾਵਤ॥ ik til taa ko maram na paavat.
ਪ੍ਰਿਅ ਪ੍ਰਭ ਪ੍ਰੀਤਿ ਪ੍ਰੇਮ ਰਸ ਭਗਤੀ, pari-a parabh pareet paraym ras bhagtee
ਹਰਿ ਜਨ ਤਾ ਕੈ ਦਰਸਿ ਸਮਾਵਤ॥ har jan taa kai daras samaavat.
ਤਿਸਹਿ ਤਿਆਗਿ ਆਨ ਕਉ ਜਾਚਹਿ, tiseh ti-aag aan ka-o jaacheh
ਮੁਖ ਦੰਤ ਰਸਨ ਸਗਲ ਘਸਿ ਜਾਵਤ॥ mukh dant rasan sagal ghas jaavat.
ਰੇ ਮਨ ਮੂੜ ਸਿਮਰਿ ਸੁਖਦਾਤਾ, ray man moorh simar sukh-daata
ਨਾਨਕ ਦਾਸ ਤੁਝਹਿ ਸਮਝਾਵਤ॥੭॥ naanak daas tujheh samjhaavat. ||7||

ਬ੍ਰਹਮਾ, ਸ਼ਿਵ, ਅਨੇਕਾਂ ਹੀ ਭਗਤ ਪ੍ਰਭ ਦੀ ਮਹਿਮਾ ਦਾ ਸਿਮਰਨ ਕਰਦੇ ਹਨ । ਇੰਦਰ, ਵਿਸ਼ਨੂੰ, ਗੋਰਖ, ਸੰਸਾਰ ਵਿੱਚ ਆ ਕੇ ਰਹਿਮਤ ਪਾ ਕੇ ਉਸ ਵਿੱਚ ਅਭੇਦ ਹੋ ਗਏ ਹਨ । ਕਈ ਸਿਧ, ਦੇਵ ਦੇਵਤੇ, ਕਰਾਮਾਤਾਂ ਦੇ ਚੱਕਰ ਵਿੱਚ ਹੀ ਆਪਣਾ ਜੀਵਨ ਬਿਰਥਾ ਬਤੀਤ ਗਵਾ ਗਏ ਹਨ । ਪ੍ਰਭ ਦੇ ਸ਼ਬਦ ਦੀ, ਮਾਨਸ ਜੀਵਨ ਦੇ ਮੰਤਵ ਦੀ ਕੁਝ ਵੀ ਸੋਝੀ ਬਖਸ਼ਿਸ਼ ਨਹੀਂ ਹੋਈ । ਕਈ ਨਿਮਾਣੇ ਸੰਤ,

ਪ੍ਰਭ ਦੇ ਸ਼ਬਦ ਦੀ ਪਾਲਣਾ ਵਿੱਚ ਲੀਨ ਰਹਿੰਦੇ ਹਨ, ਮਨ ਵਿੱਚ ਪ੍ਰਭ ਦੇ ਦਰਸ਼ਨ, ਸ਼ਬਦ ਦੀ ਸੋਝੀ ਦੀ ਹੀ ਆਸ ਰਹਿੰਦੀ ਹੈ । ਜਿਹੜਾ ਪ੍ਰਭ ਦੇ ਸ਼ਬਦ ਦੀ ਪਾਲਣਾ ਛੱਡਕੇ, ਸੰਸਾਰਕ ਗੁਰੂਾਂ ਦੀ ਸਿਖਿਆਂ ਨਾਲ ਜੀਵਨ ਢਾਲਦਾ ਹੈ । ਉਸ ਦੀ ਜੀਭ ਅਰਦਾਸ ਕਰਦੀ ਕਰਦੀ ਹੀ ਖਤਮ ਹੋ ਜਾਂਦੀ ਹੈ । ਜੀਵ, ਕੇਵਲ ਅਟਲ ਪ੍ਰਭ ਅਸਲੀ ਰਸਤਾ ਬਖਸ਼ ਸਕਦਾ ਹੈ, ਉਸ ਦਾ ਹੀ ਆਸਰਾ ਮਨ ਵਿੱਚ ਰਖੋ!

Worldly renowned prophets like **Brahma, Vishnu, Inder, Shivji** all remain intoxicated singing the glory of The True Master; with His mercy and grace, anyone may be absorbed within His Holy Spirit. Many worldly saints, **sidhs**, prophets, angels remain intoxicated with blessings of miracles power and wasted human life opportunity uselessly. No one may ever be blessed with the enlightenment of the essence of His Word nor the real purpose of human life opportunity. Many saints, His true devotees remain intoxicated in obeying the teachings and remain anxious to be enlightened with the essence of His Word, His Blessed Vision. Whosoever may abandon to obey the teachings of His Word and follows the teachings of worldly gurus as a savior; his tongue may remain praying for His Forgiven and Refuge, till devil of death may capture her soul. Only, The True Master may bless the right path of acceptance in His Word! You should only hope for His support and Blessings.

ਮਾਇਆ ਰੰਗ ਬਿਰੰਗ ਕਰਤ	maa-i-aa rang birang karat
ਭ੍ਰਮ ਮੋਹ ਕੈ, ਕੂਪਿ ਗੁਬਾਰਿ ਪਰਿਓ ਹੈ॥	bharam moh kai koop gubaar pari-o hai.
ਏਤਾ ਗਬੁ ਅਕਾਸਿ ਨ ਮਾਵਤ ਬਿਸਟਾ,	aytaa gab akaas na maavat bistaa
ਅਸੋਟ ਕ੍ਰਿਮਿ ਉਦਰੁ ਭਰਿਓ ਹੈ॥	ast kiram udar bhari-o hai.
ਦਹ ਦਿਸ ਧਾਇ ਮਹਾ ਬਿਖਿਆ ਕਉ,	dah dis Dhaa-ay mahaa bikhi-aa ka-o
ਪਰ ਧਨ ਛੀਨਿ ਅਗਿਆਨ ਹਰਿਓ ਹੈ॥	par Dhan chheen agi-aan hari-o hai.
ਜੋਬਨ ਬੀਤਿ ਜਰਾ ਰੋਗਿ ਗ੍ਰਸਿਓ,	joban beet jaraa rog garsi-o
ਜਮਦੂਤਨ ਡੰਨੁ ਮਿਰਤੁ ਮਰਿਓ ਹੈ॥	jamdootan dann mirat mari-o hai.
ਅਨਿਕ ਜੋਨਿ ਸੰਕਟ ਨਰਕ ਭੁੰਚਤ,	anik jon sankat narak bhuNchat
ਸਾਸਨ ਦੂਖ ਗਰਤਿ ਗਰਿਓ ਹੈ॥	saasan dookh garat gari-o hai.
ਪ੍ਰੇਮ ਭਗਤਿ ਉਧਰਹਿ ਸੇ ਨਾਨਕ,	paraym bhagat uDhrahi say naanak
ਕਰਿ ਕਿਰਪਾ ਸੰਤੁ ਆਪਿ ਕਰਿਓ ਹੈ॥੮	kar kirpaa sant aap kari-o hai. ||8||

ਜੀਵ, ਸੰਸਾਰਕ ਧਨ, ਮੋਹ ਦੇ ਜਾਲ ਵਿੱਚ ਡੂੰਘਾ ਫਸਦਾ ਜਾਂਦਾ ਹੈ, ਇਹ ਇਕ ਦਿਨ ਖਤਮ ਹੋ ਜਾਣਾ ਹੈ । ਅਹੰਕਾਰ ਵਿੱਚ ਅੰਧਾ ਹੋ ਕੇ ਆਪਣੇ ਆਪ ਦੀ ਪਛਾਣ ਭੁਲ ਗਈ ਹੈ । ਚਾਰ ਪਾਸੇ ਵੱਖਰੀਆਂ ਦਿਸ਼ਾ ਵਿੱਚ ਲਾਲਚ, ਧੋਖੇ ਦੀਆਂ ਸਕੀਮਾਂ ਲਾਉਂਦਾ ਰਹਿੰਦਾ ਹੈ । ਆਪਣੀ ਅਗਿਆਨਤਾ ਦਾ ਆਪ ਹੀ ਸ਼ਿਕਾਰ ਹੋ ਗਿਆ ਹੈ । ਇਸਤਰ੍ਹਾਂ ਤੇਰੀ ਜਵਾਨੀ ਬੀਤ ਜਾਂਦੀ, ਮੌਤ ਘੇਰ ਲੈਂਦੀ ਹੈ । ਧਰਮਰਾਜ ਕੀਤੇ ਕੰਮਾਂ ਦੀ ਸਜ਼ਾ ਦੇਂਦਾ, ਅਨੇਕਾਂ ਹੀ ਜਨਮ ਦੁਖਾਂ ਵਿੱਚ ਬਤੀਤ ਕਰਦਾ ਹੈ । ਜਿਹੜਾ ਜੀਵ ਸੰਤ ਸਰੂਪ ਦੀ ਸ਼ਰਣ ਵਿੱਚ ਆਪਾ ਭੇਟਾ ਕਰ ਦੇਂਦਾ ਹੈ । ਉਹ ਸੰਤ ਸਰੂਪ ਦੇ ਜੀਵਨ ਦੀ ਸਿਖਿਆਂ ਨਾਲ ਜੀਵਨ ਢਾਲਦਾ ਹੈ । ਰਹਿਮਤਾਂ ਦਾ ਮਾਲਕ ਉਸ ਨੂੰ ਪ੍ਰਵਾਨਗੀ ਦਾ ਅਸਲੀ ਰਸਤਾ ਬਖਸ਼ਦਾ ਹੈ ।

Your intoxication with worldly wealth, worldly attachments may become deeper every day; all these are going to abandon you one day. You have been blinded with your ignorance. You have forgotten the real purpose of your human life opportunity. You may be wandering in all directions to contemplating greedy, deceptive plans. You have become a victim of your own ignorance from the real purpose of human life. Your youth has passed and the devil of death is surrounding, knocking at your door. You must endure the miseries of your sinful deeds in the court of The Righteous Judge. You may endure the miseries in the womb a mother in the cycle of birth and death. Whosoever may surrender his self-identity in the conjugation of His Holy saint. He may adopt his life experience teachings in his day-to-day life; with His mercy and grace, he may be blessed with the right path of acceptance in His Court.

ਗੁਣ ਸਮੂਹ ਫਲ ਸਗਲ ਮਨੋਰਥ,	gun samooh fal sagal manorath
ਪੂਰਨ ਹੋਈ ਆਸ ਹਮਾਰੀ॥	pooran ho-ee aas hamaaree.
ਅਉਖਧ ਮੰਤ੍ਰ ਤੰਤ੍ਰ ਪਰ ਦੁਖ	a-ukhaDh mantar tantar par dukh
ਹਰ ਸਰਬ ਰੋਗ ਖੰਡਣ ਗੁਣਕਾਰੀ॥	har sarab rog khandan gunkaaree.
ਕਾਮ ਕ੍ਰੋਧ ਮਦ ਮਤਸਰ ਤ੍ਰਿਸਨਾ,	kaam kroDh mad matsar tarisnaa
ਬਿਨਸਿ ਜਾਹਿ ਹਰਿ ਨਾਮੁ ਉਚਾਰੀ॥	binas jaahi har naam uchaaree.
ਇਸਨਾਨ ਦਾਨ ਤਾਪਨ ਸੁਚਿ ਕਿਰਿਆ,	isnaan daan taapan such kiri-aa
ਚਰਣ ਕਮਲ ਹਿਰਦੈ ਪ੍ਰਭ ਧਾਰੀ॥	charan kamal hirdai parabh Dhaaree.
ਸਾਜਨ ਮੀਤ ਸਖਾ ਹਰਿ ਬੰਧਪ,	saajan meet sakhaa har banDhap
ਜੀਅ ਧਾਨ ਪ੍ਰਭ ਪ੍ਰਾਨ ਅਧਾਰੀ॥	jee-a Dhaan parabh paraan aDhaaree.
ਓਟ ਗਹੀ ਸੁਆਮੀ ਸਮਰਥਹ,	ot gahee su-aamee samartheh
ਨਾਨਕ ਦਾਸ ਸਦਾ ਬਲਿਹਾਰੀ॥੯॥	naanak daas sadaa balihaaree. ||9||

ਮੇਰੀ ਭਗਤੀ ਪੂਰੀ ਹੋ ਗਈ ਹੈ, ਮੈਨੂੰ ਸਾਰੇ ਫਲ ਬਖਸ਼ਿਸ਼ ਹੋ ਗਏ ਹਨ । ਸਾਰੀਆਂ ਆਸਾਂ ਪੂਰੀਆਂ ਹੋ ਗਈ ਹਨ । ਬੰਦਗੀ ਦੇ ਸਾਰੇ ਮੰਤਰ, ਕਰਾਮਾਤਾਂ ਨਾਲ ਮੇਰੇ ਮਨ, ਤਨ ਦੇ ਸਾਰੇ ਸੰਸਾਰਕ ਇੱਛਾਂ ਦੇ ਦੁਖ ਦੂਰ ਹੋ ਗਏ ਹਨ । ਪ੍ਰਭ ਦੇ ਸ਼ਬਦ ਦਾ ਸਿਮਰਨ ਕਰਨ ਨਾਲ, ਪੰਜਾਂ ਜਮਦੂਤਾਂ ਤੇ ਕਾਬੂ ਬਖਸ਼ਿਸ਼ ਹੋ ਗਿਆ ਹੈ । ਉਸ ਦੇ ਸ਼ਬਦ ਰੂਪੀ ਚਰਨ ਹਿਰਦੇ ਵਿੱਚ ਵਸਾਉਣ ਨਾਲ ਤੀਰਥਾਂ ਦੇ ਇਸ਼ਨਾਨ, ਚੰਗੇ ਕਰਮਾਂ ਦਾ ਫਲ ਬਖਸ਼ਿਸ਼ ਹੋ ਗਿਆ । ਅਟਲ ਹੌਂਦ ਪ੍ਰਭ, ਮੇਰਾ ਆਪਣਾ, ਮਿੱਤਰ ਬਣ ਗਿਆ ਹੈ । ਪ੍ਰਭ ਦੀ ਰਹਿਮਤ ਨਾਲ ਮੈਂ ਜੀਵਨ ਦਾ ਅਧਾਰ ਸ੍ਰਿਸ਼ਟੀ ਦੇ ਰਖਵਾਲੇ ਨੂੰ ਬਣਾ ਲਿਆ ਹੈ ।

The True Master has accepted my earnings of His Word; I have been rewarded for human life opportunity. All my spoken and unspoken desires have been satisfied. With the miracles of earnings of His Word, all my miseries of worldly desires have been eliminated. I am meditating on the teachings of His Word with steady and stable belief; with His mercy and grace, I have conquered, 5 demons of worldly desires. I have been drenched with the essence of His Word, his blessed feet within my heart. I have been blessed with the reward of pilgrimage of 68 Holy shrines and good deeds for His Creation. The True Master has become my savior, companion forever. I have all my hopes of worldly life on the teachings of His Word; The True Protector of the universe.

ਆਵਧ ਕਟਿਓ ਨ ਜਾਤ ਪ੍ਰੇਮ ਰਸ,	aavaDh kati-o na jaat paraym ras
ਚਰਨ ਕਮਲ ਸੰਗਿ॥	charan kamal sang.
ਦਾਵਨਿ ਬੰਧਿਓ ਨ ਜਾਤ,	daavan banDhi-o na jaat
ਬਿਧੇ ਮਨ ਦਰਸ ਮਗਿ॥	biDhay man daras mag.
ਪਾਵਕ ਜਰਿਓ ਨ ਜਾਤ ਰਹਿਓ,	paavak jari-o na jaat rahi-o
ਜਨ ਧੂਰਿ ਲਗਿ॥	jan Dhoor lag.
ਨੀਰੁ ਨ ਸਾਕਸਿ ਬੋਰਿ ਚਲਹਿ,	neer na saakas bor chaleh
ਹਰਿ ਪੰਥਿ ਪਗਿ॥	har panth pag.
ਨਾਨਕ ਰੋਗ ਦੋਖ ਅਘ ਮੋਹ,	naanak rog dokh agh moh
ਛਿਦੇ ਹਰਿ ਨਾਮ ਖਗਿ॥੧॥੧੦॥	chhiday har naam khag. ||1||10||

ਜਿਸ ਜੀਵ ਦੇ ਹਿਰਦੇ ਵਿੱਚ ਪ੍ਰਭ ਦੇ ਚਰਨਾਂ ਦੀ ਪੂਜਾ ਹੁੰਦੀ ਹੈ । ਕੋਈ ਸੰਗਲ ਉਸ ਨੂੰ ਬੰਨ ਨਹੀਂ ਸਕਦਾ । ਉਸ ਨੂੰ ਕੋਈ ਤਲਵਾਰ (ਆਵਧ) ਕੱਟ ਨਹੀਂ ਸਕਦੀ । ਜਿਸ ਦੇ ਦਿਲ ਵਿੱਚ ਪ੍ਰਭ ਦੇ ਦਰਸ਼ਨਾ ਦੀ ਸ਼ਰਧਾ ਹੁੰਦੀ ਹੈ । ਕੋਈ ਅੱਗ ਉਸ ਨੂੰ ਭਸਮ, ਜਲਾ ਨਹੀਂ ਸਕਦੀ । ਜਿਸ ਦਾ ਹਿਰਦਾ ਪ੍ਰਭ ਦੀ ਬੰਦਗੀ ਵਿੱਚ ਲੀਨ ਹੋਇਆ ਹੈ । ਕੋਈ ਪਾਣੀ ਉਸ ਨੂੰ ਡੋਬ ਨਹੀਂ ਸਕਦਾ । ਜਿਹੜਾ ਪ੍ਰਭ

ਦੀ ਬੰਦਗੀ ਦੇ ਮਾਰਗ ਤੇ ਚਲਦਾ ਹੈ । ਉਸ ਨੂੰ ਕੋਈ ਸੰਸਾਰਕ ਇੱਛਾਂ ਦਾ ਰੋਗ ਨਹੀਂ ਲਗਦਾ । ਜਿਸ ਦਾ ਹਿਰਦਾ ਉਸ ਦੀ ਪ੍ਰੀਤ ਵਿੱਚ ਰਚ ਜਾਂਦਾ ਹੈ । ਕੋਈ ਜਮਦੂਤ ਛੋਹ ਨਹੀਂ ਸਕਦਾ ।

Whosoever may meditate, obeys, worships the teachings of His Word with steady and stable belief in his day-to-day life. No chain or worldly bonds may be able to restrain him. No sword of the worldly temptations may hurt or restrict his path in life. Whosoever may remain intoxicated with deep desire, devotion for the enlightenment; no fire of worldly desires, sweet poison of worldly desires may burn him. Whosoever may remain drenched with the essence of His Word; no water, storm of greed may drown him. Whosoever may remain steady and stable on the path of meditation. He may never be infected with any disease of worldly desires. Whosoever may be pierced with the arrow of enlightenment of His Word; his soul become beyond the reach of devil of death.

ਉਦਮੁ ਕਰਿ ਲਾਗੇ ਬਹੁ ਭਾਤੀ ਬਿਚਰਹਿ,	udam kar laagay baho bhaatee bichrahi
ਅਨਿਕ ਸਾਸਤ੍ਰ ਬਹੁ ਖਟੂਆ॥	anik saastar baho khatoo-aa.
ਭਸਮ ਲਗਾਇ ਤੀਰਥ ਬਹੁ ਭ੍ਰਮਤੇ,	bhasam lagaa-ay tirath baho bharamtay
ਸੂਖਮ ਦੇਹ ਬੰਧਹਿ ਬਹੁ ਜਟੂਆ॥	sookham dayh banDheh baho jatoo-aa.
ਬਿਨੁ ਹਰਿ ਭਜਨ ਸਗਲ ਦੁਖ ਪਾਵਤ,	bin har bhajan sagal dukh paavat
ਜਿਉ ਪ੍ਰੇਮ ਬਢਾਇ ਸੂਤ ਕੇ ਹਟੂਆ॥	ji-o paraym badhaa-ay soot kay hatoo-aa.
ਪੂਜਾ ਚਕ੍ਰ ਕਰਤ ਸੋਮਪਾਕਾ,	poojaa chakar karat sompaakaa
ਅਨਿਕ ਭਾਂਤਿ ਥਾਟਹਿ ਕਰਿ ਥਟੂਆ॥	anik bhaaNt thaateh kar thatoo-aa.
੨॥੧੧॥੨੦॥	‖2‖11‖20‖

ਅਨੇਕਾਂ ਹੀ ਜੀਵ ਵੱਖਰੇ, ਵੱਖਰੇ ਤਰੀਕਿਆਂ ਨਾਲ, 6 ਸਾਸਤਰਾਂ ਨੂੰ ਵਿਚਾਰ ਕਰਦੇ ਹਨ । ਅਭਿਆਸ ਕਰਦੇ, ਆਪਣੇ ਸਰੀਰ ਨੂੰ ਭਸਮ ਲਾਉਂਦੇ, ਵੱਖਰੇ ਵੱਖਰੇ ਤੀਰਥਾਂ ਤੇ ਜਾਂਦੇ ਹਨ । ਲੰਮੇ ਵਰਤ ਰਖਕੇ ਤਨ ਨੂੰ ਪਵਿੱਤਰ ਕਰਦੇ ਹਨ । ਵਾਲਾਂ ਦੀਆਂ ਜੜਾਂਵਾਂ ਬਣਾਉਂਦੇ ਹਨ । ਅਡੋਲ ਭਰੋਸੇ ਨਾਲ ਸਿਮਰਨ ਤੋਂ ਬਿਨਾਂ ਸਾਰੇ ਹੀ ਭਰਮਾਂ ਵਿੱਚ ਦੁਖ ਹੀ ਸਹਿੰਦੇ ਹਨ । ਵੱਖਰੀ ਵੱਖਰੀ ਪੂਜਾ ਦੇ ਤਰੀਕੇ ਰਾਵੀਅਤ ਕਰਦੇ ਹਨ । ਸਰੀਰ ਤੇ ਚਿੰਨ ਪਾਉਂਦੇ ਹਨ, ਆਪਣਾ ਖਾਣਾ ਆਪ ਬਣਾਉਂਦੇ ਹਨ । ਇਹ ਉਹਨਾਂ ਦਾ ਆਪਣਾ ਹੀ ਨਿਯਮ ਹੁੰਦਾ ਹੈ । ਇਸ ਦਾ ਪ੍ਰਭ ਦੀ ਰਹਿਮਤ ਨਾਲ ਕੋਈ ਸਬੰਧ ਨਹੀਂ ਹੁੰਦਾ ਹੈ ।

Many devotees may meditate on the teachings of various Holy Scriptures and practice various routine meditations. Some may rub ashes on own body, long time abstain food as self-sacrifice, keeps long and tangled hairs etc. However, without meditating on the teachings of His Word all routines are religious rituals, suspicions and suffers worldly miseries. He may adopt different routine of meditation; mark on his body, prepare own food. All these are self-claimed meditation routine; these may not have any significance for his blessings, acceptance in His Court.

684.ਸਵਈਏ ਮਹਲੇ ਪਹਿਲੇ ਕੇ ੧ (1389-10) – ਕਲ੍ਯ

੧ਓ ਸਤਿਗੁਰ ਪ੍ਰਸਾਦਿ॥	ik-oNkaar satgur parsaad.
ਇਕ ਮਨਿ ਪੁਰਖੁ ਧਿਆਇ ਬਰਦਾਤਾ॥	ik man purakh Dhi-aa-ay bardaataa.
ਸੰਤ ਸਹਾਰੁ ਸਦਾ ਬਿਖਿਆਤਾ॥	sant sahaar sadaa bikhi-aataa.
ਤਾਸੁ ਚਰਨ ਲੇ ਰਿਦੈ ਬਸਾਵਉ॥	taas charan lay ridai basaava-o.
ਤਉ ਪਰਮ ਗੁਰੂ ਨਾਨਕ ਗੁਨ ਗਾਵਉ॥੧॥	ta-o param guroo naanak gun gaava-o. ‖1‖

ਜੀਵ ਇੱਕ ਮਨ ਹੋ ਕੇ ਅਟਲ ਅਕਾਲ ਪੁਰਖ ਦੇ ਸ਼ਬਦ ਦਾ ਸਿਮਰਨ ਕਰੋ! ਉਸ ਦੀਆਂ ਰਹਿਮਤਾਂ ਪ੍ਰਾਪਤ ਕਰੋ । ਪ੍ਰਭ ਦੇ ਸ਼ਬਦ ਦੀ ਸਿਖਿਆਂ ਹੀ ਸੰਤ ਸਰੂਪ ਦੇ ਜੀਵਨ ਦਾ ਅਧਾਰ ਹੁੰਦਾ ਹੈ । ਆਪਣੇ ਹਿਰਦੇ ਵਿੱਚ ਸ਼ਬਦ ਰੂਪੀ ਚਰਨਾਂ ਤੇ ਪੂਰਨ ਭਰੋਸਾ ਰਖਕੇ ਗੁਣ ਸਿਮਰਨ ਕਰੋ ।

You should meditate on the teachings of His Word, The Forever True Master, with steady and stable belief, whole heartedly. You may be blessed with the enlightenment of the essence of His Word. The teachings of His Word remain the guiding principle of the way of life of His true devotee, His Holy saint. You should meditate on the teachings of His Word with steady and stable belief.

ਗਾਵਉ ਗੁਨ ਪਰਮ ਗੁਰੂ,	gaava-o gun param guroo
ਸੁਖ ਸਾਗਰ ਦੁਰਤ ਨਿਵਾਰਣ ਸਬਦ ਸਰੇ॥	sukh saagar durat nivaaran sabad saray.
ਗਾਵਹਿ ਗੰਭੀਰ ਧੀਰ ਮਤਿ ਸਾਗਰ,	gaavahi gambheer Dheer mat saagar
ਜੋਗੀ ਜੰਗਮ ਧਿਆਨੁ ਧਰੇ॥	jogee jangam Dhi-aan Dharay.
ਗਾਵਹਿ ਇੰਦ੍ਰਾਦਿ ਭਗਤ ਪ੍ਰਹਿਲਾਦਿਕ,	gaavahi indraad bhagat par-hilaadik
ਆਤਮ ਰਸੁ ਜਿਨਿ ਜਾਣਿਓ॥	aatam ras jin jaani-o.
ਕਬਿ ਕਲ ਸੁਜਸੁ ਗਾਵਉ ਗੁਰ ਨਾਨਕ,	kab kal sujas gaava-o gur naanak
ਰਾਜੁ ਜੋਗੁ ਜਿਨਿ ਮਾਣਿਓ॥੨॥	raaj jog jin maani-o. ||2||

ਉਸ ਅਦੁੱਤੀ ਹੌਂਦ ਦੇ ਗੁਣ ਗਾਉਣ ਨਾਲ ਸਾਗਰ ਨੂੰ ਪਾਰ ਕਰਨ ਦਾ, ਪ੍ਰਵਾਨਗੀ ਦਾ ਅਸਲੀ ਰਸਤਾ ਬਖਸ਼ਿਸ਼ ਹੋ ਜਾਂਦਾ ਹੈ । ਪ੍ਰਭ ਦੇ ਦਾਸ ਦੇ ਪਾਪ ਬਖਸ਼ੇ ਜਾਂਦੇ, ਉਹ ਪ੍ਰਭ ਦੇ ਸ਼ਬਦ ਦਾ ਸਿਮਰਨ ਕਰਦਾ, ਸ਼ਬਦ ਦੀ ਸਮਾਧੀ ਵਿੱਚ ਅਡੋਲ ਰਹਿੰਦਾ ਹੈ । ਇੰਦਰ ਅਤੇ ਪ੍ਰਹਿਲਾਦ ਵਰਗੇ ਭਗਤ, ਪ੍ਰਭ ਦੇ ਸ਼ਬਦ ਦੀ ਮਹੱਤਤਾ ਜਾਣਦੇ, ਸ਼ਬਦ ਦੇ ਗੁਣ ਗਾਉਂਦੇ ਹਨ । ਕਵੀ ਕਲ੍ਹ, ਨਾਨਕ ਦੇ ਜੀਵਨ ਤੋ ਹੈਰਾਨ ਰਹਿੰਦਾ, ਉਸ ਦੀ ਸਿਖਿਆਂ ਦੀ ਉਸਤਤ ਗਾਉਂਦਾ ਹੈ!

Whosoever may be singing the glory of the teachings of His Word, most exalted The True Master; with His mercy and grace, he may be blessed with the right path of acceptance in His Court. His sins of previous lives may be forgiven and he may remain intoxicated in meditation in the void of His Word. Prophets like **Inder, Parhilaad** may be enlightened with the significance of the teachings of His Word; with His mercy and grace, he may remain singing the glory of His Word in the void of His Word. Poet **Kal** remains fascinating from the way of life of His true devotee Nanak Ji! He remains singing the glory of The True Master.

ਗਾਵਹਿ ਜਨਕਾਦਿ ਜੁਗਤਿ ਜੋਗੇਸੁਰ,	gaavahi jankaad jugat jogaysur
ਹਰਿ ਰਸ ਪੂਰਨ ਸਰਬ ਕਲਾ॥	har ras pooran sarab kalaa.
ਗਾਵਹਿ ਸਨਕਾਦਿ ਸਾਧ ਸਿਧਾਦਿਕ,	gaavahi sankaad saaDh siDhaadik
ਮੁਨਿ ਜਨ ਗਾਵਹਿ ਅਛਲ ਛਲਾ॥	mun jan gaavahi achhal chhalaa.
ਗਾਵੈ ਗੁਣ ਧੋਮੁ ਅਟਲ ਮੰਡਲਵੈ,	gaavai gun Dhom atal mandlavai
ਭਗਤਿ ਭਾਇ ਰਸੁ ਜਾਣਿਓ॥	bhagat bhaa-ay ras jaani-o.
ਕਬਿ ਕਲ ਸੁਜਸੁ ਗਾਵਉ	kab kal sujas gaava-o
ਗੁਰ ਨਾਨਕ, ਰਾਜੁ ਜੋਗੁ ਜਿਨਿ ਮਾਣਿਓ॥੩॥	gur naanak raaj jog jin maani-o. ||3||

ਰਾਜੇ ਜਨਕ ਵਰਗੇ ਭਗਤ, ਮਾਹ ਬਲੀ ਜੋਗੀ ਵੀ ਪੂਰਨ ਅਟਲ ਦਾ ਸਿਮਰਨ ਕਰਦੇ, ਰਹਿਮਤਾਂ ਦਾ ਅਨੰਦ ਮਾਨਦੇ ਹਨ । ਸ਼ੰਕਰ ਵਰਗੇ ਭਗਤ, ਸਾਧੂ, ਸਿਧ ਜੋਗੀ ਨੂੰ ਸ਼ਬਦ ਦੇ ਸਿਮਰਨ ਕਰਨ ਨਾਲ ਰਿਧੀਆਂ ਸਿਧਿਆਂ ਬਖਸ਼ਿਸ਼ ਹੋਈਆ ਹਨ । ਜਿਹੜੇ ਪ੍ਰਭ ਨੂੰ ਧੋਖਾ ਨਹੀਂ ਦਿੱਤਾ ਜਾ ਸਕਦਾ, ਉਸ ਦੇ ਸ਼ਬਦ ਦਾ ਸਿਮਰਨ ਕਰਦੇ ਹਨ । ਦੇਰੋ ਦੇ ਰਾਜੇ ਧੋਮੁ ਵਰਗੇ, ਜਿਸ ਦਾ ਰਾਜ ਭਾਗ ਅਡੋਲ ਰਹਿਣ ਵਾਲਾ ਸੀ! ਉਸ ਨੂੰ ਪ੍ਰਭ ਦੇ ਸ਼ਬਦ ਦੇ ਸਿਮਰਨ ਦੀ ਮਹੱਤਤਾ ਹੋਈ ਹੈ । ਕਵੀ ਕਲ੍ਹ, ਭਗਤ ਨਾਨਕ ਦੇ ਜੀਵਨ ਤੋ ਹੈਰਾਨ ਰਹਿੰਦਾ ਹੈ, ਉਸ ਦੇ ਜੀਵਨ ਦੀ ਸਿਖਿਆਂ ਦੀ ਉਸਤਤ ਗਾਉਂਦਾ ਹੈ!

Saintly king **Janak, great Yogi (Maha balle**) remain meditating on the teachings of His Word; they remain contented and cherish the pleasures of His Bliss. Prophet like **Sankar**, Holy saint, **Sidh** Yogis remain intoxicated in meditating and cherish miracle powers. They remain intoxicated in the void of His Word; who may remain beyond the reach of any deception of worldly wealth nor any of His Creation. The King of Daaroo, whose kingdom was unshakable; he believes in the ultimate power of meditating on the teachings of His Word. Poet **Kal,** remains fascinating from the way of life of Nanak Ji! Who remains singing the glory of The True Master?

ਗਾਵਹਿ ਕਪਿਲਾਦਿ ਆਦਿ ਜੋਗੇਸੁਰ,	gaavahi kapilaad aad jogaysur
ਅਪਰੰਪਰ ਅਵਤਾਰ ਵਰੋ॥	aprampar avtaar varo.
ਗਾਵੈ ਜਮਦਗਨਿ ਪਰਸਰਾਮੇਸੁਰ,	gaavai jamadgan parasraamaysur
ਕਰ ਕੁਠਾਰੁ ਰਘੁ ਤੇਜੁ ਹਰਿਓ॥	kar kuthaar ragh tayj hari-o.
ਉਧੌ ਅਕ੍ਰੂਰੁ ਬਿਦਰੁ ਗੁਣ ਗਾਵੈ,	uDhou akroor bidar gun gaavai
ਸਰਬਾਤਮੁ ਜਿਨਿ ਜਾਣਿਓ॥	sarbaatam jin jaani-o.
ਕਬਿ ਕਲ ਸੁਜਸੁ ਗਾਵਉ ਗੁਰ ਨਾਨਕ,	kab kal sujas gaava-o gur naanak
ਰਾਜੁ ਜੋਗੁ ਜਿਨਿ ਮਾਣਿਓ॥੪॥	raaj jog jin maani-o. ‖4‖

ਜੋਗੀ ਕਪਿਲਾਦ, ਸਾਰੇ ਜੋਗ ਮਤਵਾਲੇ ਜੋਗੀ ਵੀ ਪ੍ਰਭ ਨੂੰ ਹੀ ਅਟਲ ਰਹਿਣ ਵਾਲਾ ਅਕਾਲ ਪੁਰਖ ਹੀ ਮੰਨਦੇ ਹਨ। ਜਮਦਗਨਿ, ਪੁਤਰ ਪਰਸਰਾਮੇਸੁਰ ਜਿਸ ਦਾ ਰਾਜ ਰਘੁਪਵੀਰ ਨੇ ਖਤਮ ਕੀਤਾ ਸੀ। ਪ੍ਰਭ ਦੇ ਸ਼ਬਦ ਦਾ ਹੀ ਸਿਮਰਨ ਕਰਦਾ ਹੈ। ਭਗਤ ਉਧੋ, ਅਕ੍ਰੂਰ, ਬਿਦਰੁ ਨੇ ਅਨੁਭਵ ਕੀਤਾ। ਪ੍ਰਭ ਹੀ ਸਾਰੀਆਂ ਸ੍ਰਿਸ਼ਟੀਆਂ ਦੀਆਂ ਆਤਮਾਂ ਦਾ ਭਾਗ ਹੀ ਹੈ। ਕਵੀ ਕਲੁ, ਭਗਤ ਨਾਨਕ ਦੇ ਜੀਵਨ ਤੋ ਹੈਰਾਨ ਹੁੰਦਾ, ਉਸ ਦੀ ਸਿਖਿਆਂ ਦੀ ਉਸਤਤ ਗਾਉਂਦਾ ਹੈ!

Yogi **Kal**, all yogis believe in the ultimate power of The Omnipotent, True Master. King **Jagdamman,** son of king **Parsramaser**, whose kingdom was captured by king **Raugupveer**; he remains meditating on the teachings of His Word. Prophet **Udo, Kakuro, Bider** realized; all souls are an expansion of His Holy Spirit; His Word remains embedded within each soul and dwells in his body. Poet **Kal,** remains fascinating from the way of life of Nanak Ji! Who remains singing the glory of The True Master.

ਗਾਵਹਿ ਗੁਣ ਬਰਨ ਚਾਰਿ ਖਟ ਦਰਸਨ,	gaavahi gun baran chaar khat darsan
ਬ੍ਰਹਮਾਦਿਕ ਸਿਮਰੰਥਿ ਗੁਨਾ॥	barahmaadik simranth gunaa.
ਗਾਵੈ ਗੁਣ ਸੇਸੁ ਸਹਸ ਜਿਹਬਾ ਰਸ,	gaavai gun says sahas jihbaa ras
ਆਦਿ ਅੰਤਿ ਲਿਵ ਲਾਗਿ ਧੁਨਾ॥	aad ant liv laag Dhunaa.
ਗਾਵੈ ਗੁਣ ਮਹਾਦੇਉ ਬੈਰਾਗੀ,	gaavai gun mahaaday-o bairaagee
ਜਿਨਿ ਧਿਆਨ ਨਿਰੰਤਰਿ ਜਾਣਿਓ॥	jin Dhi-aan nirantar jaani-o.
ਕਬਿ ਕਲ ਸੁਜਸੁ ਗਾਵਉ ਗੁਰ ਨਾਨਕ,	kab kal sujas gaava-o gur naanak
ਰਾਜੁ ਜੋਗੁ ਜਿਨਿ ਮਾਣਿਓ॥੫॥	raaj jog jin maani-o. ‖5‖

ਚਾਰੇ ਵਰਨ, ਛੇ ਸ਼ਾਸ਼ਤਰ ਵੀ ਸ਼ਬਦ ਦੇ ਸਿਮਰਨ ਦੀ ਮਹਿਮਾਂ ਹੀ ਦੱਸਦੇ ਹਨ। ਅਨੇਕਾਂ ਹੀ ਜੀਭਾਂ ਪ੍ਰਭ ਦੇ ਸ਼ਬਦ ਵਿੱਚ ਲੀਨ ਰਹਿੰਦੀਆਂ ਹਨ। ਸ਼ਿਵਾਂ ਵਰਗੇ ਵਿਰਾਗੀ ਵੀ ਸ਼ਬਦ ਦਾ ਹੀ ਸਿਮਰਨ ਕਰਦੇ, ਲੀਨ ਰਹਿੰਦੇ ਹਨ। ਕਵੀ ਕਲੁ, ਭਗਤ ਨਾਨਕ ਦੇ ਜੀਵਨ ਤੋ ਹੈਰਾਨ ਰਹਿੰਦਾ ਹੈ, ਉਸ ਦੀ ਸਿਖਿਆਂ ਦੀ ਉਸਤਤ ਗਾਉਂਦਾ ਹੈ!

All four social castes, **six Sahstar** all recognize the significance of meditating on the teachings of His Word. Countless tongues remain intoxicated singing the glory of His Word. Renunciatory **Shivji** remains intoxicated in meditating in the teachings of His Word. Poet **Kal** remains fascinating from the way of life of His true devotee Nanak Ji! He remains singing the glory of The True Master.

ਰਾਜੁ ਜੋਗੁ ਮਾਣਿਓ,	raaj jog maani-o
ਬਸਿਓ ਨਿਰਵੈਰੁ ਰਿਦੰਤਰਿ॥	basi-o nirvair ridantar.
ਸ੍ਰਿਸਟਿ ਸਗਲ ਉਧਰੀ,	sarisat sagal uDhree
ਨਾਮਿ ਲੇ ਤਰਿਓ ਨਿਰੰਤਰਿ॥	naam lay tari-o nirantar.
ਗੁਣ ਗਾਵਹਿ ਸਨਕਾਦਿ,	gun gaavahi sankaad
ਆਦਿ ਜਨਕਾਦਿ ਜੁਗਹ ਲਗਿ॥	aad jankaad jugah lag.
ਧੰਨਿ ਧੰਨਿ ਗੁਰੁ ਧੰਨਿ ਜਨਮੁ,	Dhan Dhan gur Dhan janam
ਸਕਯਥੁ ਭਲੌ ਜਗਿ॥	sakyath bhalou jag.
ਪਾਤਾਲ ਪੁਰੀ ਜੈਕਾਰ ਧੁਨਿ,	paataal puree jaikaar Dhun
ਕਬਿ ਜਨ ਕਲ ਵਖਾਣਿਓ॥	kab jan kal vakhaani-o.
ਹਰਿ ਨਾਮ ਰਸਿਕ ਨਾਨਕ ਗੁਰ,	har naam rasik naanak gur
ਰਾਜੁ ਜੋਗੁ ਤੈ ਮਾਣਿਓ॥੬॥	raaj jog tai maani-o. ||6||

ਪ੍ਰਭ ਹੀ ਰਾਜ ਜੋਗ (ਬੰਦਗੀ ਕਰਨ ਦੀ ਵਿਧੀ) ਮਾਲਕ ਕਿਸੇ ਵੈਰ, ਵਿਰੋਧ, ਬਦਲੇ ਦੀ ਭਾਵਨਾ ਤੋ ਉਪਰ ਹੈ । ਪ੍ਰਭ ਦੇ ਦਾਸ ਦੇ ਮਨ ਵਿੱਚ ਬਦਲੇ ਦੀ ਭਾਵਨਾ ਨਹੀਂ ਹੁੰਦੀ । ਸਾਰੀ ਸ੍ਰਿਸ਼ਟੀ ਹੀ ਸਿਮਰਨ ਕਰਕੇ ਸੰਸਾਰਕ ਸਾਗਰ ਨੂੰ ਪਾਰ ਕਰ ਸਕਦੀ, ਜੂੰਨਾਂ ਦਾ ਚੱਕਰ ਖਤਮ ਕਰ ਸਕਦੀ ਹੈ । ਸ਼ੰਕਰ ਅਤੇ ਜਨਕ ਵਰਗੇ ਵੀ ਜਨਮ, ਜਨਮ ਪ੍ਰਭ ਦੇ ਸ਼ਬਦ ਦਾ ਹੀ ਸਿਮਰਨ ਕਰਦੇ ਹਨ । ਪ੍ਰਭ ਹਰ ਸਮੇਂ ਤੇ ਸ੍ਰਿਸ਼ਟੀ ਨੂੰ ਸਿੱਧੇ ਰਸਤਾ ਤੇ ਪਾਉਣ ਲਈ ਅਵਤਾਰ ਭੇਜਦਾ ਹੈ । ਉਹ ਵੀ ਸ਼ਬਦ ਦੀ ਮਹਿਮਾਂ ਹੀ ਗਾਉਂਦੇ ਹਨ, ਬਾਕੀ ਸ੍ਰਿਸ਼ਟੀ ਨੂੰ ਜਪਾਉਂਦੇ ਹਨ । ਉਹਨਾਂ ਅਵਤਾਰਾਂ ਦੇ ਮੂੰਹ ਤੋ ਰੂਹਾਨੀ ਸ਼ਬਦ, ਆਪ ਹੀ ਬਲਾਉਂਦਾ, ਬੰਦਗੀ ਕਰਨ ਦੀ ਵਿਧੀ ਬਖਸ਼ਦਾ ਹੈ ।

The True Master, the right path of meditation to become worthy of His Consideration remains, beyond any enmity, jealousy, hostility, desire for any revenge. His true devotee may never have any hostility with anyone nor desire for revenge. The whole universe may be accepted in His Court by meditating on the teachings of His Word with steady and stable belief in his day-to-day life; their cycle of birth and death may be eliminated. Prophets like **Sankar**, king J**anak** remain meditating many life cycles. From time to time! The True Master may send His enlightened souls to guide His Creation on the right path of acceptance in His Court. Al blessed souls remain singing the glory of His Word and inspires everyone! meditating on the teachings of His Word remains the right path of acceptance in His Court. He blesses words of enlightenment on the tongue of His enlightened, blessed soul. He may never send any blessed soul to create new religion on the universe. Mankind remains only Ultimate religion

ਸਤਜੁਗਿ ਤੈ ਮਾਣਿਓ,	satjug tai maani-o
ਛਲਿਓ ਬਲਿ ਬਾਵਨ ਭਾਇਓ॥	chhali-o bal baavan bhaa-i-o.
ਤ੍ਰੇਤੈ ਤੈ ਮਾਣਿਓ,	taraytai tai maani-o
ਰਾਮੁ ਰਘੁਵੰਸੁ ਕਹਾਇਓ॥	raam raghoovans kahaa-i-o.
ਦੁਆਪੁਰਿ ਕ੍ਰਿਸਨ ਮੁਰਾਰਿ,	du-aapur krisan muraar
ਕੰਸੁ ਕਿਰਤਾਰਥੁ ਕੀਓ॥	kans kirtaarath kee-o.
ਉਗ੍ਰਸੈਣ ਕਉ ਰਾਜੁ,	ugarsain ka-o raaj
ਅਭੈ ਭਗਤਹ ਜਨ ਦੀਓ॥	abhai bhagtah jan dee-o.
ਕਲਿਜੁਗਿ ਪ੍ਰਮਾਣੁ ਨਾਨਕ,	kalijug parmaan naanak
ਗੁਰੁ ਅੰਗਦੁ ਅਮਰੁ ਕਹਾਇਓ॥	gur angad amar kahaa-i-o.
ਸ੍ਰੀ ਗੁਰੂ ਰਾਜੁ ਅਬਿਚਲੁ ਅਟਲੁ,	saree guroo raaj abichal atal
ਆਦਿ ਪੁਰਖਿ ਫੁਰਮਾਇਓ॥੭॥	aad purakh furmaa-i-o. ||7||

ਸੱਤਯੁਗ ਵਿੱਚ ਬਾਵਨ ਦਾ ਰੂਪ ਧਾਰਨ ਕਰਕੇ ਬਲਿ ਰਾਜੇ ਦੇ ਜ਼ੁਲਮ ਨੂੰ ਖਤਮ ਕੀਤਾ । ਤ੍ਰਤੈ ਵਿੱਚ ਰਾਮ ਚੰਦਰ, ਦੁਆਪੁਰਿ ਵਿੱਚ ਕ੍ਰਿਸ਼ਨਾ ਪ੍ਰਭ ਦੇ ਸ਼ਬਦ ਦੀ ਮਹਿਮਾਂ ਗਾਉਂਦਾ ਸੀ । ਪ੍ਰਭ ਨੇ ਹੀ ਮੁਰਾਰ ਵਰਗੇ, ਕੰਸ ਵਰਗੇ ਜ਼ਾਲਮਾਂ ਨੂੰ ਖਤਮ ਕੀਤਾ । ਬੰਦਗੀ ਕਰਨ ਵਾਲੇ ਉਗ੍ਰਸੈਣ ਨੂੰ ਰਾਜ ਭਾਗ ਬਖਸ਼ਿਆ, ਉਹ ਨਿਡਰ ਅਤੇ ਨਿਮਾਣਾ ਦਾਸ ਬਣਾਇਆ । ਕੱਲਯੁਗ ਵਿੱਚ ਨਾਨਕ ਤੇਰੀ ਮਹਿਮਾਂ ਗਾਉਂਦਾ ਹੈ । ਉਸ ਦਾ ਸਾਥ ਦੇਣ ਵਾਲੇ ਅੰਗਦ ਅਤੇ ਅਮਰਦਾਸ ਤੇਰੇ ਭਗਤ ਬਣ ਗਏ ਹਨ । ਤੇਰਾ ਰਾਜ, ਤਖਤ ਅਡੋਲ, ਸਦਾ ਰਹਿਣ ਵਾਲਾ ਹੈ, ਸ੍ਰਿਸ਼ਟੀ ਤੋ ਪਹਿਲੇ ਵੀ ਅਜੇਹੇ ਹੀ ਸੀ ।

The True Master appeared as **Dwarf**-man to eliminated the tyranny of king Ball in Sat Yuga; He appeared in Ram Chander in Tarayta, and in **Du-aapur** appeared in Krishna, to eliminate the tyranny of Murrar and Kanse. He also blessed kingdom to His true devotee **Ugrasian**. He became His fearless and humble true devotee. In the Age of Kul-Yuga! Nanak is singing the glory of His Word; his associates Angad and Amar Das become his follower. His throne, The True Master remains everlasting, permanent, and true forever.

ਗੁਣ ਗਾਵੈ ਰਵਿਦਾਸੁ,	gun gaavai ravidaas
ਭਗਤੁ ਜੈਦੇਵ ਤ੍ਰਿਲੋਚਨ॥	bhagat jaidayv tarilochan.
ਨਾਮਾ ਭਗਤੁ ਕਬੀਰੁ,	naamaa bhagat kabeer
ਸਦਾ ਗਾਵਹਿ ਸਮ ਲੋਚਨ॥	sadaa gaavahi sam lochan.
ਭਗਤੁ ਬੇਣਿ ਗੁਣ ਰਵੈ,	bhagat bayn gun ravai
ਸਹਜਿ ਆਤਮ ਰੰਗੁ ਮਾਣੈ॥	sahj aatam rang maanai.
ਜੋਗ ਧਿਆਨਿ ਗੁਰ ਗਿਆਨਿ ਬਿਨਾ,	jog Dhi-aan gur gi-aan binaa
ਪ੍ਰਭ ਅਵਰੁ ਨ ਜਾਣੈ॥	parabh avar na jaanai.
ਸੁਖਦੇਉ ਪਰੀਖਤੁ ਗੁਣ ਰਵੈ,	sukh-day-o parteekh-yat gun ravai
ਗੋਤਮ ਰਿਖਿ ਜਸੁ ਗਾਇਓ॥	gotam rikh jas gaa-i-o.
ਕਬਿ ਕਲ ਸੁਜਸੁ ਨਾਨਕ ਗੁਰ,	kab kal sujas naanak gur
ਨਿਤ ਨਵਤਨੁ ਜਗਿ ਛਾਇਓ॥੮॥	nit navtan jag chhaa-i-o. ‖8‖

ਸ਼ਬਦ ਦੀ ਮਹਿਮਾਂ, ਅਨੇਕਾਂ ਹੀ ਭਗਤ, ਰਵੀਦਾਸ, ਜੈਦੇਵ, ਤ੍ਰਿਲੋਚਨ, ਨਾਮਦੇਵ, ਕਬੀਰ, ਸੈਣ ਜੀ ਗਾਉਂਦੇ ਹਨ । ਸਦਾ ਹੀ ਉਸ ਵਿੱਚ ਲੀਨ ਰਹਿੰਦੇ ਹਨ । ਅਨੇਕਾਂ ਹੀ ਜੋਗੀ ਆਪਣੀ ਲਿਵ ਲਾ ਕੇ ਤੇਰੀ ਹੋਂਦ ਦਾ ਅਨੰਦ ਮਾਨਦੇ ਹਨ । ਭਗਤ ਸੁਖਦੇਵ, ਪਰੀਖਤੁ, ਗੋਤਮ ਰੀਸ਼ੀ ਤੇਰੇ ਸ਼ਬਦ ਵਿੱਚ ਲੀਨ ਰਹਿੰਦੇ, ਮਹਿਮਾਂ ਗਾਉਂਦੇ ਹਨ । ਕੱਲਯੁਗ ਦਾ ਕਵੀ ਕਲ੍ਹ ਭਗਤਾਂ ਦੀ ਮਹਿਮਾਂ ਗਾਉਂਦਾ ਹੈ ।

Many devotees, **Ravi Das, Jay Dev, Tarilochan, Nam Dev, Kabeer, Sain** ji sing the glory of His Word and remain intoxicated in the void of His Word. Many Yogis remain intoxicated in the void of Your Word and cherish the pleasure, blossom of His existence. Prophets **Sukdev, Parteekh, Gotam** remain intoxicated singing the glory in void of Your Word. In Kul-Jug! Poet Kal remains astonished from the life of ancient prophets.

ਗੁਣ ਗਾਵਹਿ ਪਾਯਾਲਿ ਭਗਤ,	gun gaavahi paa-yaal bhagat
ਨਾਗਾਦਿ ਭੁਯੰਗਮ॥	naagaad bhuyangam.
ਮਹਾਦੇਉ ਗੁਣ ਰਵੈ,	mahaaday-o gun ravai
ਸਦਾ ਜੋਗੀ ਜਤਿ ਜੰਗਮ॥	sadaa jogee jat jangam.
ਗੁਣ ਗਾਵੈ ਮੁਨਿ ਬ੍ਯਾਸੁ,	gun gaavai mun bayaas
ਜਿਨਿ ਬੇਦ ਬ੍ਯਾਕਰਣ ਬੀਚਾਰਿਅ॥	jin bayd ba-yaakaran beechaari-a.
ਬ੍ਰਹਮਾ ਗੁਣ ਉਚਰੈ,	barahmaa gun uchrai
ਜਿਨਿ ਹੁਕਮਿ ਸਭ ਸ੍ਰਿਸਟਿ ਸਵਾਰੀਅਾ॥	jin hukam sabh sarisat savaaree-a.
ਬ੍ਰਹਮੰਡ ਖੰਡ ਪੂਰਨ ਬ੍ਰਹਮੁ,	barahmand khand pooran barahm
ਗੁਣ ਨਿਰਗੁਣ ਸਮ ਜਾਣਿਓ॥	gun nirgun sam jaani-o.

ਜਪੁ ਕਲ ਸੁਜਸੁ ਨਾਨਕ ਗੁਰ, jap kal sujas naanak gur
ਸਹਜੁ ਜੋਗੁ ਜਿਨਿ ਮਾਣਿਓ॥੯॥ sahj jog jin maani-o. ||9||

ਪ੍ਰਭ ਦੇ ਸ਼ਬਦ ਦੇ ਸਿਮਰਨ ਵਿੱਚ ਹੀ ਨਾਗਾਂ ਦਾ ਦੇਵਤਾ ਸਸ਼ੀਰ ਨਾਗ ਹੈ । ਸ਼ਿਵ ਜੋਗੀ ਸ਼ਬਦ ਦੀ ਮਹਿਮਾਂ ਵਿੱਚ ਹੀ ਲੀਨ ਰਹਿੰਦਾ ਹੈ । ਅਨੇਕਾਂ ਹੀ ਮੋਨੀ ਭਗਤ ਵੇਦਾਂ ਦਾ ਅਭਿਆਸ ਕਰਦੇ, ਘੋਖਦੇ ਹਨ । ਸ਼ਬਦ ਦੀ ਮਹਿਮਾਂ, ਬ੍ਰਹਮਾ ਵਰਗੇ ਭਗਤ ਕਰਦੇ ਹੀ ਪ੍ਰਭ ਦੀ ਜੋਤ ਵਿੱਚ ਅਭੇਦ ਹੋ ਗਏ ਹਨ । ਪ੍ਰਭ ਨੇ ਸ੍ਰਿਸ਼ਟੀਆਂ ਆਪਣੀ ਮਰਜ਼ੀ ਅਨੁਸਾਰ ਸਾਜੀਆ ਹਨ । ਪ੍ਰਭ ਦੇ ਹੁਕਮ ਅੰਦਰ ਹੀ ਚਲਦੀਆਂ ਹਨ, ਕੋਈ ਉਸ ਦਾ ਨਿਯਮ ਬਦਲ ਨਹੀਂ ਸਕਦਾ । ਕਵੀ ਕਲ੍ਹ ਪ੍ਰਭ ਦੀ ਕੁਦਰਤ ਦੇ ਨਜ਼ਾਰੇ ਮਾਣਦਾ, ਗੁਣ ਗਾਉਂਦਾ ਹੈ ।

SiShis Nag-snake king of snakes remain intoxicated in the void of His Word, Yogi Shiv Ji! Remains meditating, singing the glory of His Word. Many quiet saints remain practicing the teachings of His Word, trying to find the limits and extent of His Virtues. The True Master has created the universe with His own imagination. All universes may only remain under His unchangeable command. No one may avoid His Nature. Poet Kal sings the glory of His Word and enjoys the pleasure of His Nature.

ਗੁਣ ਗਾਵਹਿ ਨਵ ਨਾਥ, gun gaavahi nav naath
ਧੰਨਿ ਗੁਰੁ ਸਾਚਿ ਸਮਾਇਓ॥ Dhan gur saach samaa-i-o.
ਮਾਂਧਾਤਾ ਗੁਣ ਰਵੈ, maaNDhaataa gun ravai
ਜੇਨ ਚਕ੍ਰਵੈ ਕਹਾਇਓ॥ jayn chakarvai kahaa-i-o.
ਗੁਣ ਗਾਵੈ ਬਲਿ ਰਾਉ, gun gaavai bal raa-o
ਸਪਤ ਪਾਤਾਲਿ ਬਸੰਤੌ॥ sapat paataal basantou.
ਭਰਥਰਿ ਗੁਣ ਉਚਰੈ, bharthar gun uchrai
ਸਦਾ ਗੁਰ ਸੰਗਿ ਰਹੰਤੌ॥ sadaa gur sang rahantou.
ਦੂਰਬਾ ਪਰੂਰਉ ਅੰਗਰੈ, doorbaa paroora-o angrai
ਗੁਰ ਨਾਨਕ ਜਸੁ ਗਾਇਓ॥ gur naanak jas gaa-i-o.
ਕਬਿ ਕਲ ਸੁਜਸੁ ਨਾਨਕ ਗੁਰ, kab kal sujas naanak gur
ਘਟਿ ਘਟਿ ਸਹਜਿ ਸਮਾਇਓ॥੧੦॥ ghat ghat sahj samaa-i-o. ||10||

ਨੌਂ ਨਾਥ ਤੇਰੇ ਸ਼ਬਦ ਦੀ ਮਹਿਮਾਂ ਗਾਉਂਦੇ ਹਨ । ਸ਼ਬਦ ਵਿੱਚ ਲੀਨ ਹੋ ਕੇ ਤੇਰੇ ਵਿੱਚ ਅਭੇਦ ਹੋਣ ਦੇ ਢੰਗ ਧਾਰਨ ਕਰਦੇ ਹਨ । ਜਿਹੜਾ ਮਾਂਧਾਤਾ ਰਾਜਾ ਆਪਣੇ ਆਪ ਨੂੰ ਸ੍ਰਿਸ਼ਟੀ ਦਾ ਹਾਕਮ ਕਹਾਉਂਦਾ ਸੀ । ਉਹ ਵੀ ਤੇਰੇ ਸ਼ਬਦ ਦੀ ਮਹਿਮਾਂ ਹੀ ਗਾਉਂਦਾ ਹੈ । ਰਾਜਾ ਬਲ ਜਿਹੜਾ ਸੱਤਾ ਸ੍ਰਿਸ਼ਟੀਆਂ ਵਿੱਚ ਵਸਦਾ ਹੈ । ਉਹ ਵੀ ਤੇਰੇ ਸ਼ਬਦ ਦੀ ਮਹਿਮਾਂ ਹੀ ਗਾਉਂਦਾ ਹੈ । ਭਰਥਰ ਨਾਥ ਜੋਗੀ ਆਪਣੇ ਗੁਰੂ ਗੋਰਖ ਨਾਥ ਦੀ ਰਜ਼ਾ ਵਿੱਚ ਰਹਿੰਦਾ ਹੈ । ਤੇਰੇ ਸ਼ਬਦ ਵਿੱਚ ਹੀ ਲੀਨ ਹੈ । ਦੁਰਬਾ, ਇਜੱਪ ਦਾ ਰਾਜਾ ਪੂਰੋ ਅੰਗਰੈ, ਤੇਰੇ ਸ਼ਬਦ ਦੀ ਮਹਿਮਾਂ ਹੀ ਗਾਉਂਦਾ ਹੈ । ਕੱਲਯੁਗ ਦਾ ਕਵੀ ਕਲ੍ਹ ਦੱਸਦਾ ਹੈ! ਤੇਰੇ ਸ਼ਬਦ ਦੀ ਮਹਿਮਾਂ ਹਰਇੱਕ ਆਤਮਾ ਵਿੱਚ ਰਚੀ, ਘਰ ਕਰ ਗਈ ਹੈ ।

Nine Naths, Yogis remains singing the glory of Your Word and they remain intoxicated in the void of His Word trying to adopt various techniques to practice His Virtues. The **Maandhaataa** claims to be the king of universe remains singing the glory of Your Word. King **Bal Rao**, considered to be dwelling in seven universes remains singing the glory of His Word. **Bharthar** Yogi remains intoxicated in the teachings of his guru **Gorakh** and remains intoxicated in the void of Your Word. **Doorbaa, the king of Egypt, Paroor-o -Angra** remains singing the glory of Your Word. In Kul-Jug, poet **Kal** claims! The enlightenment of the essence of Your Word remains embedded within each soul.

685.ਸਵਈਏ ਮਹਲੇ ਦੂਜੇ ਕੇ ੨॥ 1391

੧ੳ ਸਤਿਗੁਰ ਪ੍ਰਸਾਦਿ॥	ik-oNkaar satgur parsaad.
ਸੋਈ ਪੁਰਖੁ ਧੰਨੁ ਕਰਤਾ,	so-ee purakh Dhan kartaa
ਕਾਰਣ ਕਰਤਾਰੁ ਕਰਣ ਸਮਰਥੋ॥	kaaran kartaar karan samratho.
ਸਤਿਗੁਰੂ ਧੰਨੁ ਨਾਨਕੁ ਮਸਤਕਿ,	satguroo Dhan naanak mastak
ਤੁਮ ਧਰਿਓ ਜਿਨਿ ਹਥੋ॥	tum Dhari-o jin hatho.
ਤ ਧਰਿਓ ਮਸਤਕਿ ਹਥੁ,	ta Dhari-o mastak hath
ਸਹਜਿ ਅਮਿਉ ਵੁਠਉ,	sahj ami-o vuth-o
ਛਜਿ ਸੁਰਿ ਨਰ ਗਣ,	chhaj sur nar gan
ਮੁਨਿ ਬੋਹਿਯ ਅਗਾਜਿ॥	mun bohiy agaaj.
ਮਾਰਿਓ ਕੰਟਕੁ ਕਾਲੁ ਗਰਜਿ	maari-o kantak kaal garaj
ਧਾਵਤੁ ਲੀਓ, ਬਰਜਿ	Dhaavat lee-o baraj
ਪੰਚ ਭੂਤ ਏਕ ਘਰਿ	panch bhoot ayk
ਰਾਖਿ ਲੇ ਸਮਜਿ॥	ghar raakh lay samaj.
ਜਗੁ ਜੀਤਉ ਗੁਰ ਦੁਆਰਿ	jag jeeta-o gur du-aar
ਖੇਲਹਿ ਸਮਤ ਸਾਰਿ,	khayleh samat saar
ਰਥੁ ਉਨਮਨਿ ਲਿਵ	rath unman liv
ਰਾਖਿ ਨਿਰੰਕਾਰਿ॥	raakh nirankaar.
ਕਹੁ ਕੀਰਤਿ ਕਲ ਸਹਾਰ	kaho keerat kal sahaar
ਸਪਤ ਦੀਪ ਮਝਾਰ,	sapat deep majhaar
ਲਹਣਾ ਜਗਤ੍ਰ ਗੁਰੁ ਪਰਸਿ ਮੁਰਾਰਿ॥੧॥	lahnaa jagtar gur paras muraar. ||1||

ਸਦਾ ਅਟਲ ਰਹਿਣ ਵਾਲਾ ਅਕਾਲ ਪੁਰਖ ਸਰਬ ਕਲਾ ਸਮਰਥ ਹੈ । ਕਰਤਾ ਆਪ ਹੀ ਸਭ ਕਰਤਬਾਂ ਦਾ ਕਾਰਨ ਬਣਾਉਂਦਾ ਹੈ । ਜਿਸ ਨੂੰ ਰਹਿਮਤ ਬਖਸ਼ਦਾ ਹੈ, ਉਹ ਵੀ ਪੂਜਣ ਯੋਗ ਹੋ ਜਾਂਦਾ ਹੈ । ਉਸ ਤੇ ਪ੍ਰਭ ਦੀਆਂ ਕਰਾਮਾਤਾਂ ਦਾ ਮੀਂਹ ਪੈਣ ਲਗ ਪੈਂਦਾ ਹੈ । ਉਸ ਦੇ ਮਨ ਦੀਆਂ ਭਟਕਣਾਂ ਦੂਰ ਹੋ ਜਾਂਦੀਆਂ ਹਨ । ਪ੍ਰਭ ਦੀ ਕ੍ਰਿਪਾ ਨਾਲ ਉਸ ਨੂੰ ਪੰਜਾਂ ਜਮਦੂਤਾਂ ਤੇ, ਸੰਸਰਕ ਸਾਗਰ ਤੇ ਜਿੱਤ ਬਖਸ਼ਿਸ਼ ਹੋ ਜਾਂਦੀ ਹੈ । ਓਹ ਪ੍ਰਭ ਦੇ ਸ਼ਬਦ ਦੀ ਸਿਖਿਆਂ ਨਾਲ ਜੀਵਨ ਢਾਲਦਾ, ਧੰਨਵਾਦ ਗਾਉਂਦਾ ਜੀਵਨ ਬਤੀਤ ਕਰਦਾ ਹੈ । ਸਾਰੀ ਸ੍ਰਿਸ਼ਟੀ ਨੂੰ ਇੱਕੋ ਇੱਕ ਪ੍ਰਭ ਦਾ ਰੂਪ ਸਮਝਕੇ ਵਰਤਦਾ ਹੈ । ਕਵੀ ਕੀਰਤ ਕਹਿੰਦਾ ਹੈ, ਜਿਸ ਤੇ ਪ੍ਰਭ ਰਹਿਮਤ ਬਖਸ਼ਦਾ ਹੈ, ਉਹ ਪੂਜਣ ਯੋਗ ਹੋ ਜਾਂਦਾ ਹੈ । ਲਹਿਣਾ, ਅੰਗਦ ਦੇਵ ਵੀ ਪ੍ਰਭ ਦਾ ਨਿਮਾਣਾ, ਨਿਮ੍ਰਤਾ ਵਾਲਾ ਦਾਸ, ਸੇਵਕ ਹੈ ।

The Omnipotent True Master lives forever and His Word remains true forever. The True Master, Creator creates the purpose of all events in His Nature, universe and prevails in every event. Whosoever may be bestowed with His Blessed Vision, he may become worthy of worship. His miracles, blessings may be raining non-stop on His Creation. All his frustrations of worldly desires may be eliminated; with His mercy and grace, he may conquer his 5 demons of worldly desires and the whole world. He may adopt the teachings of His Word and sings the glory of His Word in his day-to-day life. He may realize the whole universe as a symbol of His Holy Spirit; He treats everyone as brotherhood. Poet **Keerat** believes! Whosoever may be bestowed with His Blessed Vision, he may become worthy of worship. His true devotee, Angad has become His humble and polite devotee.

ਜਾ ਕੀ ਦ੍ਰਿਸਟਿ ਅੰਮ੍ਰਿਤ ਧਾਰ, jaa kee darisat amrit Dhaar
ਕਾਲੁਖ ਖਨਿ ਉਤਾਰ ਤਿਮਰ kaalukh khan utaar timar
ਅਗਾਨ ਜਾਹਿ ਦਰਸ ਦੁਆਰ॥ ag-yaan jaahi daras du-aar.
ਓਇ ਜੁ ਸੇਵਹਿ ਸਬਦੁ ਸਾਰੁ ਗਾਖੜੀ o-ay jo sayveh sabad saar gaakh-rhee
ਬਿਖਮ ਕਾਰ ਤੇ ਨਰ bikham kaar tay nar
ਭਵ ਉਤਾਰਿ ਕੀਏ ਨਿਰਭਾਰ॥ bhav utaar kee-ay nirbhaar.
ਸਤਸੰਗਤਿ ਸਹਜ ਸਾਰਿ ਜਾਗੀਲੇ satsangat sahj saar jaageelay
ਗੁਰ ਬੀਚਾਰਿ, ਨਿੰਮਰੀ ਭੂਤ gur beechaar nimmree bhoot
ਸਦੀਵ ਪਰਮ ਪਿਆਰਿ॥ sadeev param pi-aar.
ਕਹੁ ਕੀਰਤਿ ਕਲ ਸਹਾਰ kaho keerat kal sahaar
ਸਪਤ ਦੀਪ ਮਝਾਰ, sapat deep majhaar
ਲਹਣਾ ਜਗਤ੍ਰ ਗੁਰੂ ਪਰਸਿ ਮੁਰਾਰਿ॥੨॥ lahnaa jagtar gur paras muraar. ||2||

ਜਿਸ ਤੇ ਪ੍ਰਭ, ਕ੍ਰਿਪਾ ਦੀ ਦ੍ਰਿਸ਼ਟੀ ਬਖਸ਼ਦਾ ਹੈ, ਉਸ ਦੇ ਸਾਰੇ ਪਾਪ ਬਖਸ਼ੇ ਜਾਂਦੇ ਹਨ । ਉਸ ਦਾ ਅਗਿਆਨਤਾ ਦਾ ਅੰਧੇਰਾ ਦੂਰ ਹੋ ਜਾਂਦਾ ਹੈ । ਉਹ ਸਭ ਤੋ ਮੁਸ਼ਕਲ ਕੰਮ, ਸ਼ਬਦ ਦਾ ਭਾਵ ਅਰਥ ਸਮਝ ਜਾਂਦਾ, ਆਪਣੇ ਜੀਵਨ ਦਾ ਅਧਾਰ ਬਣਾ ਲੈਂਦਾ ਹੈ । ਆਪਣੇ ਪਾਪਾਂ ਦਾ ਭਾਰ ਉਤਾਰ ਕੇ ਸੰਸਾਰਕ ਸਾਗਰ ਪਾਰ ਕਰ ਜਾਂਦਾ ਹੈ । ਉਹ ਜੀਵ ਸਾਧ ਸੰਗਤ ਵਿੱਚ ਬੈਠਕੇ, ਪ੍ਰਭ ਦੀ ਮਹਿਮਾਂ ਗਾਉਂਦਾ, ਸਦਾ ਹੀ ਪ੍ਰਭ ਦੀ ਰਜ਼ਾ ਵਿੱਚ ਲੀਨ ਰਹਿੰਦਾ ਹੈ । ਕਵੀ ਕੀਰਤ ਕਹਿੰਦਾ ਹੈ, ਲਹਿਣਾ, ਅੰਗਤ ਦੇਵ ਵੀ ਤੇਰਾ ਨਿਮਾਣਾ, ਨਿਮ੍ਰਤਾ ਵਾਲਾ ਦਾਸ, ਸੇਵਕ ਬਣ ਗਿਆ ਹੈ । ਜਿਸ ਤੇ ਪ੍ਰਭ ਰਹਿਮਤ ਬਖਸ਼ਦਾ ਹੈ, ਉਹ ਪੂਜਣ ਯੋਗ ਹੋ ਜਾਂਦਾ ਹੈ ।

Whosoever may be bestowed with His blessed Vision, all his sins of previous lives may be eliminated. His ignorance may be eliminated. He may handle all difficult task easily; he may comprehend the spiritual message of His Word, the real purpose of his human life opportunity. The teachings of His Word remain the guiding principle of his worldly life. He may relinquish the burden of his sins and reaches the other shore. He may remain in the conjugation of His Holy saint and sings the glory of His World. He may remain intoxicated in the void of His Word. Poet Keerat believes! Whosoever may be bestowed with His Blessed Vision, he may become worthy of worship. Angad has become His humble and polite devotee.

ਤੈ ਤਉ ਦ੍ਰਿੜਿਓ ਨਾਮੁ ਅਪਾਰੁ, tai ta-o darirha-o naam apaar
ਬਿਮਲ ਜਾਸੁ ਬਿਥਾਰੁ, bimal jaas bithaar
ਸਾਧਿਕ ਸਿਧ ਸੁਜਨ saaDhik siDh sujan
ਜੀਆ ਕੋ ਅਧਾਰੁ॥ jee-aa ko aDhaar.
ਤੂ ਤਾ ਜਨਿਕ ਰਾਜਾ ਅਉਤਾਰੁ, too taa janik raajaa a-utaar
ਸਬਦੁ ਸੰਸਾਰਿ ਸਾਰੁ, sabad sansaar saar
ਰਹਹਿ ਜਗਤ੍ਰ ਜਲ ਪਦਮ ਬੀਚਾਰ॥ raheh jagtar jal padam beechaar.
ਕਲਿਪ ਤਰੁ ਰੋਗ ਬਿਦਾਰੁ, kalip tar rog bidaar
ਸੰਸਾਰ ਤਾਪ ਨਿਵਾਰੁ, sansaar taap nivaar
ਆਤਮਾ ਤ੍ਰਿਬਿਧਿ ਤੇਰੈ aatmaa taribaDh tayrai
ਏਕ ਲਿਵ ਤਾਰ॥ ayk liv taar.
ਕਹੁ ਕੀਰਤਿ ਕਲ ਸਹਾਰ, kaho keerat kal sahaar
ਸਪਤ ਦੀਪ ਮਝਾਰ, sapat deep majhaar
ਲਹਣਾ ਜਗਤ੍ਰ ਗੁਰੂ ਪਰਸਿ ਮੁਰਾਰਿ॥੩॥ lahnaa jagtar gur paras muraar. ||3||

ਲਹਿਣਾ, ਅੰਗਦ, ਪ੍ਰਭ ਦੇ ਸ਼ਬਦ ਦਾ ਅਡੋਲ ਭਰੋਸੇ ਨਾਲ ਸਿਮਰਨ ਕਰਦਾ ਹੈ, ਪ੍ਰਭ ਨੂੰ ਹੀ ਇੱਕੋ ਇੱਕ ਆਸਰਾ ਸਮਝਦਾ ਹੈ । ਪ੍ਰਭ ਆਪ ਹੀ ਸਿਧੇ ਰਸਤਾ ਤੇ ਪਾ ਕੇ ਉਧਾਰ ਕਰਦਾ ਹੈ । ਪ੍ਰਭ ਹੀ ਸਿਧਾਂ, ਨਿਮਰਤਾ ਵਾਲੇ ਸੰਤਾਂ ਦੇ ਜੀਵਨ ਦਾ ਅਧਾਰ ਹੈ । ਉਹ ਪ੍ਰਭ ਦੇ ਸ਼ਬਦ ਦਾ ਹੀ ਸਿਮਰਨ ਕਰਦੇ ਹਨ । ਰਾਜੇ ਜਨਕ ਵਰਗੇ ਭਗਤ ਸਿਮਰਨ ਕਰਦੇ ਹਨ, ਜਿਹਨਾਂ ਤੇ ਸ਼ਬਦ ਦੀ ਵਰਖਾ ਭਰਪੂਰ ਹੋਈ ਹੈ । ਪ੍ਰਭ ਦੇ ਸ਼ਬਦ ਦੀ ਸਿਖਿਆਂ ਹੀ ਕਲਿਪ ਇੱਛਾਂ ਪੂਰਕ ਬ੍ਰਿਛ ਹੈ, ਜਿਸ ਨਾਲ ਸੰਸਾਰ ਦੇ ਸਾਰੇ ਰੋਗ ਖਤਮ ਹੋ ਜਾਂਦੇ ਹਨ । ਉਹਨਾਂ ਦੀ ਆਤਮਾ ਪ੍ਰਭ ਦੇ ਸ਼ਬਦ ਦੀ ਸਮਾਧੀ ਵਿੱਚ ਲੀਨ ਹੋ ਜਾਂਦੀ ਹੈ । ਕਵੀ ਕੀਰਤ ਜੀ ਸਮਝਦੇ ਹਨ! ਲਹਿਣਾ, ਅੰਗਤ ਦੇਵ ਵੀ ਤੇਰਾ ਨਿਮਾਣਾ, ਨਿਮ੍ਰਤਾ ਵਾਲਾ ਦਾਸ, ਸੇਵਕ ਹੈ ।

Lahnaa, Angad remain intoxicated in meditation on the teachings of His Word with steady and stable belief; he only seeks His support in worldly life. The True Master blesses the right path of acceptance in His Court to His true devotee. The True Master remains the pillar of support of His true devotee, sidhs, yogis. They remain intoxicated in meditation in the void of His Word. His true devotees like king Janak remains intoxicated in meditation on the teachings of His Word. They remain overwhelmed with His blessed Vision. The teachings of His World as an Elysian tree that may eliminate all the miseries of worldly desires. The soul remains intoxicated in the void of His Word. Poet **Keerat** believes! His true devotee, Angad has become His humble and polite devotee.

ਤੈ ਤਾ ਹਦਰਥਿ ਪਾਇਓ,	tai taa hadrath paa-i-o
ਮਾਨੁ ਸੇਵਿਆ ਗੁਰੁ ਪਰਵਾਨੁ,	maan sayvi-aa gur parvaan
ਸਾਧਿ ਅਜਗਰੁ ਜਿਨਿ ਕੀਆ ਉਨਮਾਨੁ॥	saaDh ajgar jin kee-aa unmaan.
ਹਰਿ ਹਰਿ ਦਰਸ ਸਮਾਨ,	har har daras samaan
ਆਤਮਾ ਵੰਤਗਿਆਨ ਜਾਣੀਅ,	aatmaa vantgi-aan jaanee-a
ਅਕਲ ਗਤਿ ਗੁਰ ਪਰਵਾਨ॥	akal gat gur parvaan.
ਜਾ ਕੀ ਦ੍ਰਿਸਟਿ ਅਚਲ ਠਾਣ,	jaa kee darisat achal thaan
ਬਿਮਲ ਬੁਧਿ ਸੁਥਾਨ,	bimal buDh suthaan
ਪਹਿਰਿ ਸੀਲ ਸਨਾਹੁ ਸਕਤਿ ਬਿਦਾਰਿ॥	pahir seel sanaahu sakat bidaar.
ਕਹੁ ਕੀਰਤਿ ਕਲ ਸਹਾਰ,	kaho keerat kal sahaar
ਸਪਤ ਦੀਪ ਮਝਾਰ,	sapat deep majhaar
ਲਹਣਾ ਜਗਤ੍ਰ ਗੁਰ ਪਰਸਿ ਮੁਰਾਰਿ॥੪॥	lahnaa jagtar gur paras muraar. ‖4‖

ਜਿਹੜਾ ਪ੍ਰਭ ਦੇ ਸ਼ਬਦ ਦਾ ਸਿਮਰਨ ਕਰਦਾ ਹੈ, (ਹਦਰਥ– ਹਜ਼ੂਰੀ) ਉਹ ਪੂਜਣ ਯੋਗ ਅਵਤਾਰ ਬਣ ਜਾਂਦਾ ਹੈ । ਜਿਹੜਾ ਸ਼ਬਦ ਦੀ ਸਿਖਿਆਂ ਨਾਲ ਜੀਵਨ ਢਾਲਦਾ ਹੈ । ਉਸ ਦੀ ਬੰਦਗੀ, ਸ਼ਬਦ ਦੀ ਕਮਾਈ ਪ੍ਰਵਾਨ ਹੋ ਜਾਂਦੀ ਹੈ । ਉਸ ਦੀ ਆਤਮਾ ਨੂੰ ਜਾਗਰਤੀ ਦੇਣ ਵਾਲੀ ਅਵਸਥਾ, ਜਾਗਰਤੀ ਅਨੁਭਵ ਹੋ ਜਾਂਦੀ, ਬਖਸ਼ਿਸ਼ ਹੋ ਜਾਂਦੀ ਹੈ । ਉਸ ਨੂੰ ਅਨੋਖੀ ਹੀ ਅਵਸਥਾ ਬਖਸ਼ਿਸ਼ ਹੋ ਜਾਂਦੀ ਹੈ । ਉਸ ਦਾ ਮਨ ਨਿਮਰਤਾ ਨਾਲ ਭਰਪੂਰ ਹੋ ਜਾਂਦਾ ਹੈ । ਉਸ ਨੂੰ ਪੰਜਾਂ ਜਮਦੂਤਾਂ ਤੇ ਜਿੱਤ ਬਖਸ਼ਿਸ਼ ਹੋ ਜਾਂਦੀ ਹੈ । ਪ੍ਰਭ, ਲਹਿਣੇ ਨੂੰ ਵੀ ਆਪਣੇ ਦਰਸ਼ਨ ਬਖਸ਼ੋ! ਮੈਂ ਵੀ ਤੇਰੇ ਨਾਮ ਵਿੱਚ ਰੰਗਿਆ ਜਾਵਾ । ਕਵੀ ਕੀਰਤ ਜੀ ਕਹਿੰਦਾ ਹੈ! ਲਹਿਣਾ, ਪ੍ਰਭ ਦੀ ਰੰਗਨਾ ਵਿੱਚ ਰਗਿਆ ਹੋਇਆ ਹੈ ।

Whosoever may remain intoxicated in meditation in the void of His Word; he may remain in His Sanctuary. Whosoever may adopt the teachings of His Word with steady and stable belief; with His mercy and grace, his earnings of His Word, his meditation may be accepted in His Court. He may be blessed with a state of mind of enlightenment of the essence of His Word. He may remain overwhelmed with His Blessings. He may conquer 5 demons of his worldly desires. His true devotee prays for His Forgiveness! The True Master blesses Your Blessed Vision! I may remain drenched with the crimson color of the essence of His World. Poet **Keerat** believes! His true devotee, Angad has been drenched with the crimson color of the essence of His Word.

ਦ੍ਰਿਸਟਿ ਧਰਤ ਤਮ ਹਰਨ ਦਹਨ,	darisat Dharat tam haran dahan
ਅਘ ਪਾਪ ਪ੍ਰਨਾਸਨ॥	agh paap parnaasan.
ਸਬਦ ਸੂਰ ਬਲਵੰਤ,	sabad soor balvant
ਕਾਮ ਅਰੁ ਕ੍ਰੋਧ ਬਿਨਾਸਨ॥	kaam ar kroDh binaasan.
ਲੋਭ ਮੋਹ ਵਸਿ ਕਰਣ,	lobh moh vas karan
ਸਰਣ ਜਾਚਿਕ ਪ੍ਰਤਿਪਾਲਣ॥	saran jaachik partipaalan.
ਆਤਮ ਰਤ ਸੰਗ੍ਰਹਣ ਕਹਣ,	aatam rat sangar-han kahan
ਅੰਮ੍ਰਿਤ ਕਲ ਢਾਲਣ॥	amrit kal dhaalan.
ਸਤਿਗੁਰੂ ਕਲ ਸਤਿਗੁਰ ਤਿਲਕੁ,	satguroo kal satgur tilak
ਸਤਿ ਲਾਗੈ ਸੋ ਪੈ ਤਰੈ॥	sat laagai so pai tarai.
ਗੁਰੁ ਜਗਤ ਫਿਰਣਸੀਹ ਅੰਗਰਉ,	gur jagat firanseeh angara-o
ਰਾਜੁ ਜੋਗੁ ਲਹਣਾ ਕਰੈ॥੫॥	raaj jog lahnaa karai. ||5||

ਜਿਹੜਾ ਪ੍ਰਭ ਦੇ ਸ਼ਬਦ ਦਾ ਸਿਮਰਨ, ਪਾਲਣਾ ਕਰਦਾ ਹੈ, ਉਸ ਦੀ ਆਤਮਾ ਦੀ ਅਗਿਆਨਤਾ ਦੂਰ ਹੋ ਜਾਂਦੀ, ਪਾਪ ਧੋਤੇ ਜਾਂਦੇ, ਕਾਮ, ਕਰੋਧ, ਲੋਭ, ਮੋਹ ਤੇ ਜਿੱਤ ਬਖਸ਼ਿਸ਼ ਹੋ ਜਾਂਦੀ, ਮਨ ਸ਼ਰਣ ਵਿੱਚ ਅਡੋਲ ਹੋ ਜਾਂਦਾ ਹੈ । ਉਸ ਦੀ ਆਤਮਾ ਸ਼ਬਦ ਦਾ ਆਸਰਾ ਲੇ ਕੇ ਅਮੋਲਕ ਅੰਮ੍ਰਿਤ ਦਾ ਰਸ ਮਾਨਦੀ ਹੈ । ਕੱਲਯੁਗ ਵਿੱਚ ਜਿਸ ਦੇ ਮਨ ਵਿੱਚ ਸ਼ਬਦ ਦੀ ਸਿਖਿਆਂ ਰਚ ਜਾਂਦੀ ਹੈ, ਉਸ ਦੇ ਮੱਥੇ ਤੇ ਸ਼ਬਦ ਰੂਪੀ ਤਿਲਕ ਬਖਸ਼ਿਸ਼ ਹੋ ਜਾਂਦਾ ਹੈ । ਉਸ ਦੀ ਸ਼ਬਦ ਦੀ ਕਮਾਈ ਦਰਬਾਰ ਵਿੱਚ ਪ੍ਰਵਾਨ ਹੋ ਜਾਂਦੀ ਹੈ । ਪ੍ਰਭ ਦੀ ਰਹਿਮਤ ਨਾਲ ਲਹਿਣਾ ਸ਼ਬਦ ਦਾ ਅਭਿਆਸ, ਸ਼ਬਦ ਦੀ ਕਮਾਈ ਕਰਦਾ ਹੈ ।

Whosoever may meditate on the teachings of His Word with steady and stable belief; with His mercy and grace, his sins of previous lives may be forgiven. Whosoever may obey the teachings of His Word; with His mercy and grace, he may conquer 5 demons of worldly desires, he may remain steady and stable in His Sanctuary. His soul may seek the support of the essence of His Word and enjoys the ambrosial nectar of the essence of His Word. In the Age of Kul-jug! Whosoever may remain drenched with the essence of His Word; he may be blessed with sign of sanctification glowing on his forehead. His spoken words may be accepted in His Court as His Word. The True Master has bestowed His Blessed Vision on His true devotee **Angad**. He may only practice the teachings of His Word in his day-to-day life and he earns the wealth of His Word.

ਸਦਾ ਅਕਲ ਲਿਵ ਰਹੈ,	sadaa akal liv rahai
ਕਰਨ ਸਿਉ ਇਛਾ ਚਾਰਹ॥	karan si-o ichhaa chaarah.
ਦ੍ਰੁਮ ਸਪੂਰ ਜਿਉ ਨਿਵੈ,	darum sapoor ji-o nivai
ਖਵੈ ਕਸੁ ਬਿਮਲ ਬੀਚਾਰਹ॥	khavai kas bimal beechaareh.
ਇਹੈ ਤਤੁ ਜਾਣਿਓ,	ihai tat jaani-o
ਸਰਬ ਗਤਿ ਅਲਖੁ ਬਿਡਾਣੀ॥	sarab gat alakh bidaanee.
ਸਹਜ ਭਾਇ ਸੰਚਿਓ ਕਿਰਣਿ,	sahj bhaa-ay sanchi-o kiran
ਅੰਮ੍ਰਿਤ ਕਲ ਬਾਣੀ॥	amrit kal banee.
ਗੁਰ ਗਮਿ ਪ੍ਰਮਾਣੁ ਤੈ ਪਾਇਓ,	gur gam parmaan tai paa-i-o
ਸਤੁ ਸੰਤੋਖੁ ਗ੍ਰਾਹਜਿ ਲਯੌ॥	sat santokh garaahaj la-you.
ਹਰਿ ਪਰਸਿਓ ਕਲੁ ਸਮੁਲਵੈ,	har parsi-o kal samulavai jan
ਜਨ ਦਰਸਨੁ ਲਹਣੇ ਭਯੌ॥੬॥	darsan lahnay bha-you. ||6|

ਜੀਵ ਆਪਣੇ ਮਨ ਨੂੰ ਹਮੇਸ਼ਾਂ ਹੀ ਪ੍ਰਭ ਦੀ ਲਿਵ ਵਿੱਚ ਰਖੋ! ਪ੍ਰਭ ਦੇ ਭਾਣੇ ਅੰਦਰ ਹੀ ਸਭ ਕੰਮ ਕਰੋ । ਆਪਣੇ ਮਨ ਨੂੰ ਸਾਫ ਕਰਕੇ, ਉਸ ਬ੍ਰਿਛ ਵਰਗਾ ਨਿਮ੍ਰਤਾ ਵਾਲਾ ਬਣੋ, ਜਿਹੜਾ ਫਲ ਨਾਲ ਭਰਿਆਂ ਰਹਿੰਦਾ ਹੈ । ਮਾਨਸ ਜੀਵਨ ਦੀ ਅਸਲੀਅਤ ਸਮਝੋ! ਸਰਬ ਕਲਾ ਸਮਰਥ ਪ੍ਰਭ ਦਾ ਹੀ, ਸਭ ਕੁਝ ਕੀਤਾ ਵਾਪਰਦਾ ਹੈ । ਜਿਸ ਜੀਵ ਦੇ ਮੁੱਖ ਤੋ ਅੰਮ੍ਰਿਤ ਭਰੇ ਪ੍ਰਭ ਦੇ ਸ਼ਬਦ, ਜੀਭ ਉਸਤਤ ਦੇ ਗੁਣ ਗਾਉਂਦੀ ਹੈ । ਪ੍ਰਭ ਦੀ ਕਿਰਪਾ ਨਾਲ ਉਸ ਦੇ ਜੀਵਨ ਵਿੱਚ ਧੀਰਜ, ਭਰੋਸਾ, ਸੰਤੋਖ ਘਰ ਕਰ ਜਾਂਦਾ ਹੈ । ਕਵੀ ਕਲੁ ਕਹਿੰਦਾ ਹੈ! ਅਜੇਹੇ ਜੀਵ ਦੇ ਦਰਸ਼ਨ ਕਰਨ ਨਾਲ ਮਨ ਨੂੰ ਸ਼ਾਤੀ, ਧੀਰਜ ਸੰਤੋਖ ਬਖਸ਼ਿਸ਼ ਹੋ ਜਾਂਦਾ ਹੈ । ਮਨ ਦੀਆਂ ਮੁਰਾਦਾਂ ਪੂਰੀਆਂ ਹੋ ਜਾਂਦੀਆਂ ਹਨ ।

You should always remain intoxicated in meditation in the void of His Word and adopt the teachings of His Word with steady and stable belief in day-to-day life. You should clear your intention and remain humble like a fruit tree that remains overwhelmed with fruits. You should accept the reality of human life and the real purpose of human life opportunity. The Omnipotent True Master, only His Command prevails and everything happens under His Command. Whose tongue may remain overwhelmed with the praises of His Ambrosial Word and sings the glory of His Word; with His mercy and grace, he may be overwhelmed with patience, belief, and contentment. All his spoken and unspoken desires may be satisfied.

ਮਨਿ ਬਿਸਾਸੁ ਪਾਇਓ,	man, bisaas paa-i-o
ਗਹਰਿ ਗਹੁ ਹਦਰਥਿ ਦੀਓ॥	gahar gahu hadrath dee-o.
ਗਰਲ ਨਾਸੁ ਤਨਿ ਨਠਯੋ,	garal naas tan nathyo
ਅਮਿਉ ਅੰਤਰਗਤਿ ਪੀਓ॥	ami-o antargat pee-o.
ਰਿਦਿ ਬਿਗਾਸੁ ਜਾਗਿਓ,	rid bigaas jaagi-o
ਅਲਖਿ ਕਲ ਧਰੀ ਜੁਗੰਤਰਿ॥	alakh kal Dharee jugantar.
ਸਤਿਗੁਰੁ ਸਹਜ ਸਮਾਧਿ,	satgur sahj samaaDh
ਰਵਿਓ ਸਾਮਾਨਿ ਨਿਰੰਤਰਿ॥	ravi-o saamaan nirantar.
ਉਦਾਰਉ ਚਿਤ ਦਾਰਿਦ ਹਰਨ,	udaara-o chit daarid haran
ਪਿਖੰਤਿਹ ਕਲਮਲ ਤ੍ਰਸਨ॥	pikhantai kalmal tarsan.
ਸਦ ਰੰਗਿ ਸਹਜਿ ਕਲੁ ਉਚਰੈ,	sad rang sahj kal uchrai
ਜਸੁ ਜੰਪਉ ਲਹਣੇ ਰਸਨ॥੭॥	jas jampa-o lahnay rasan. ||7||

ਜਿਸ ਦੇ ਮਨ ਵਿੱਚ ਪ੍ਰਭ ਦੇ ਬਖਸ਼ੇ ਤੇ ਭਰੋਸਾ ਅਡੋਲ ਹੋ ਜਾਂਦਾ ਹੈ ਉਸ ਤੇ ਪ੍ਰਭ ਦੀ ਰਹਿਮਤ ਭਰਪੂਰ ਹੋ ਜਾਂਦੀ ਹੈ । ਉਸ ਦੇ ਮਨ ਵਿਚੋਂ ਪਾਪ ਦੀ ਜੜ੍ਹ ਪੁੱਟੀ ਜਾਂਦੀ ਹੈ, ਮਨ ਨਿਮ੍ਰਤਾ ਨਾਲ ਭਰ ਜਾਂਦਾ ਹੈ । ਪ੍ਰਭ ਦੀ ਰਹਿਮਤ ਨਾਲ ਆਤਮਾ ਜਾਗਰਤ ਹੋ ਜਾਂਦੀ, ਸ਼ਬਦ ਦੀ ਸਿਖਿਆਂ ਜੀਵਨ ਦਾ ਅਧਾਰ ਬਣ ਜਾਂਦੀ ਹੈ । ਜਿਹੜਾ ਅਡੋਲ ਭਰੋਸੇ ਨਾਲ ਸਿਮਰਨ ਕਰਦਾ ਹੈ, ਪ੍ਰਭ ਦੀ ਰਹਿਮਤ ਨਾਲ ਉਸ ਦਾ ਮਨ ਬਹੁਤ ਦਿਆਲੂ, ਨਿਮਾਣੀਆਂ ਦੀ ਸਹਾਇਤਾ ਕਰਨ ਵਾਲਾ ਬਣ ਜਾਂਦਾ ਹੈ । ਇਸਤਰ੍ਹਾਂ ਦਾ ਜੀਵਨ ਢਾਲਣ ਨਾਲ ਹਰ ਪਲ ਮਨ ਵਿਚੋਂ ਪ੍ਰਭ ਦੇ ਸ਼ਬਦ ਦੀ ਗੂੰਜ ਹੀ ਨਿਕਲਦੀ ਹੈ ।

Whosoever may remain contented with His blessings; he may remain overwhelmed with His Blessed Vision. His mind may eradicate the root of sins from within and he may remain with humility in his worldly life. His mind may remain awake and alert and the teachings of His Word may become the guiding principle of his worldly life. Whosoever may meditate on the teachings of His Word with steady and stable belief; with His mercy and grace, he may become very humble, generous on helpless, less fortunate. His mind may become beyond the reach of evil, sinful thoughts. You should adopt such a way of life that the everlasting echo of His Word may be heard resonating within your heart.

ਨਾਮੁ ਅਵਖਧੁ ਨਾਮੁ ਆਧਾਰੁ,	naam avkhaDh naam aaDhaar
ਅਰੁ ਨਾਮੁ ਸਮਾਧਿ,	ar naam samaaDh
ਸੁਖੁ ਸਦਾ ਨਾਮ ਨੀਸਾਣੁ ਸੋਹੈ॥	sukh sadaa naam neesaan sohai.
ਰੰਗਿ ਰਤੌ ਨਾਮ ਸਿਉ,	rang ratou naam si-o
ਕਲ ਨਾਮੁ ਸੁਰਿ ਨਰਹ ਬੋਹੈ॥	kal naam sur narah bohai.
ਨਾਮ ਪਰਸੁ ਜਿਨਿ ਪਾਇਓ,	naam paras jin paa-i-o
ਸਤੁ ਪ੍ਰਗਟਿਓ ਰਵਿ ਲੋਇ॥	sat pargati-o rav lo-ay.
ਦਰਸਨਿ ਪਰਸਿਐ ਗੁਰੂ ਕੈ,	darsan parsi-ai guroo kai
ਅਠਸਠਿ ਮਜਨੁ ਹੋਇ॥੮॥	athsath majan ho-ay. ‖8‖

ਪ੍ਰਭ ਦੇ ਸ਼ਬਦ ਦੀ ਸਿਖਿਆਂ ਹੀ ਸੰਸਾਰਕ ਇੱਛਾਂ ਦੇ ਦੁਖਾਂ ਦੀ ਦਵਾਈ, ਆਤਮਾ ਦਾ ਆਸਰਾ, ਅਸਲੀ ਸਮਾਧੀ ਹੈ । ਜਿਹੜਾ ਸ਼ਬਦ ਦੇ ਸਿਮਰਨ ਵਿੱਚ ਅਡੋਲ ਹੋ ਜਾਂਦਾ ਹੈ, ਉਹ ਸੰਤਾਂ ਦੀ ਤਰ੍ਹਾਂ ਸ਼ਬਦ ਦੀ ਸ਼ਾਤ ਭਰੀ ਸਮਾਧੀ ਵਿੱਚ ਅਨੰਦ ਮਾਨਦਾ ਹੈ । ਜਿਹੜਾ ਪ੍ਰਭ ਦੇ ਸ਼ਬਦ ਦੀ ਕਮਾਈ ਕਰਦਾ ਹੈ, ਉਹ ਸੰਸਾਰ ਵਿੱਚ ਗਿਆਨ ਦਾ ਸੋਮਾ ਬਣ ਜਾਂਦਾ ਹੈ । ਜਿਹੜਾ ਉਸ ਦੇ ਜੀਵਨ ਦੀ ਸਿਖਿਆਂ ਨਾਲ ਆਪਣਾ ਜੀਵਨ ਵਿੱਚ ਢਾਲਦਾ ਹੈ । ਉਸ ਨੂੰ 68 ਤੀਰਥਾਂ ਦੇ ਇਸ਼ਨਾਨ ਦਾ ਫਲ ਬਖਸ਼ਿਸ਼ ਹੋ ਜਾਂਦਾ ਹੈ ।

The teachings of His Word may be the cure for all miseries of worldly desires; the true void of His Word; His Royal Palace. Whosoever may remain intoxicated in the void of His Word; with His mercy and grace, he may be blessed with peace of mind like His Holy saint. He remains intoxicated in the void of His Word. Whosoever may earn the wealth of His Word; with His mercy and grace, he may become a fountain of enlightenment of the essence of His Word. Whosoever may adopt his life experience teachings in his own day to day life; with His mercy and grace, he may be blessed with the reward of pilgrimage of 68 Holy Shrines.

ਸਚੁ ਤੀਰਥੁ ਸਚੁ ਇਸਨਾਨੁ,	sach tirath sach isnaan
ਅਰੁ ਭੋਜਨੁ ਭਾਉ ਸਚੁ,	ar bhojan bhaa-o sach
ਸਦਾ ਸਚੁ ਭਾਖੰਤੁ ਸੋਹੈ॥	sadaa sach bhaakhant sohai.
ਸਚੁ ਪਾਇਓ ਗੁਰ ਸਬਦਿ,	sach paa-i-o gur sabad
ਸਚੁ ਨਾਮੁ ਸੰਗਤੀ ਬੋਹੈ॥	sach naam sangtee bohai.
ਜਿਸੁ ਸਚੁ ਸੰਜਮੁ, ਵਰਤੁ ਸਚੁ,	jis sach sanjam varat sach
ਕਬਿ ਜਨ ਕਲ ਵਖਾਣੁ॥	kab jan kal vakhaan.
ਦਰਸਨਿ ਪਰਸਿਐ ਗੁਰੂ ਕੈ,	darsan parsi-ai guroo kai
ਸਚੁ ਜਨਮੁ ਪਰਵਾਣੁ॥੯॥	sach janam parvaan. ‖9‖

ਪ੍ਰਭ ਦਾ ਸ਼ਬਦ ਹੀ ਅਸਲੀ ਪਵਿੱਤਰ ਤੀਰਥ, ਆਤਮਾ ਨੂੰ ਪਵਿੱਤਰ ਕਰਨ ਵਾਲਾ ਇਸ਼ਨਾਨ ਹੈ । ਸ਼ਬਦ ਦੀ ਪਾਲਣਾ ਹੀ ਆਤਮਾ ਦੀ ਤ੍ਰਿਸ਼ਨਾ ਖਤਮ ਕਰਨ ਵਾਲਾ ਭੋਜਨ ਹੈ । ਪ੍ਰਭ ਦੀ ਰਹਿਮਤ ਨਾਲ ਸ਼ਬਦ ਮਨ ਵਿਚ ਜਾਗਰਤ ਕਰਨਾ, ਜੀਵਨ ਢਾਲਣਾ ਹੀ ਸੰਤ ਸਰੂਪ ਦੇ ਦਰਸ਼ਨ ਹਨ । ਜਿਹੜਾ ਸ਼ਬਦ ਨਾਲ ਜੀਵਨ ਢਾਲਦਾ ਹੈ, ਪ੍ਰਭ ਦੀ ਰਹਿਮਤ ਨਾਲ ਉਹ ਸ਼ਬਦ ਦੀ ਸਮਾਧੀ ਵਿੱਚ ਅਡੋਲ ਵਸਦਾ ਹੈ । ਜਿਹੜਾ ਸ਼ਬਦ ਨੂੰ ਅਟਲ ਸਮਝਕੇ ਬਿਨਾਂ ਭਰਮ ਦੇ ਜੀਵਨ ਢਾਲਦਾ ਹੈ, ਉਸ ਨੂੰ ਪ੍ਰਭ ਦੀ ਰਹਿਮਤ ਬਖਸ਼ਿਸ਼ ਹੋ ਜਾਂਦੀ ਹੈ । ਜਿਹੜਾ ਉਸ ਦੇ ਜੀਵਨ ਦੀ ਸਿਖਿਆਂ ਨੂੰ ਆਪਣੇ ਜੀਵਨ ਵਿੱਚ ਢਾਲਦਾ ਹੈ, ਪ੍ਰਭ ਦੀ ਰਹਿਮਤ ਨਾਲ ਉਸ ਨੂੰ ਦਰਬਾਰ ਵਿਚ ਪ੍ਰਵਾਨਗੀ ਦਾ ਅਸਲੀ ਰਸਤਾ ਬਖਸ਼ਿਸ਼ ਹੋ ਜਾਂਦਾ ਹੈ ।

The teachings of His Word may be the real Holy Shrine; sanctifying bath at a Holy Shrine. To obey the teachings of His Word may be the nourishment to satisfy his hunger, to eradicate his worldly desires. Whosoever may adopt the teachings of His Word with steady and stable belief in his day-to-day life; with His mercy and grace, he may be enlightened with the essence of His Word, Blessed Vision of The True Master. He may remain in the void of His Word. Whosoever may accept the teachings of His Word as an ultimate command; he may remain drenched with the essence of His Word, His Blessed Vision. Whosoever may adopt his life experience teachings in his own day to day life; with His mercy and grace, he may be blessed with the right path of acceptance in His Court.

ਅਮਿਅ ਦ੍ਰਿਸਟਿ ਸੁਭ ਕਰੈ ਹਰੈ,	ami-a darisat subh karai harai
ਅਘ ਪਾਪ ਸਕਲ ਮਲ॥	agh paap sakal mal.
ਕਾਮ ਕ੍ਰੋਧ ਅਰੁ ਲੋਭ ਮੋਹ,	kaam kroDh ar lobh moh
ਵਸਿ ਕਰੈ ਸਭੈ ਬਲ॥	vas karai sabhai bal.
ਸਦਾ ਸੁਖੁ ਮਨਿ ਵਸੈ,	sadaa sukh man vasai
ਦੁਖੁ ਸੰਸਾਰਹ ਖੋਵੈ॥	dukh sansaarah khovai.
ਗੁਰੁ ਨਵ ਨਿਧਿ ਦਰੀਆਉ,	gur nav niDh daree-aa-o
ਜਨਮ ਹਮ ਕਾਲਖ ਧੋਵੈ॥	janam ham kaalakh Dhovai.
ਸੁ ਕਹੁ ਟਲ ਗੁਰੁ ਸੇਵੀਐ,	so kaho tal gur sayvee-ai
ਅਹਿਨਿਸਿ ਸਹਜਿ ਸੁਭਾਇ॥	ahinis sahj subhaa-ay.
ਦਰਸਨਿ ਪਰਸਿਐ ਗੁਰੂ ਕੈ,	darsan parsi-ai guroo kai
ਜਨਮ ਮਰਣ ਦੁਖੁ ਜਾਇ॥੧੦॥	janam maran dukh jaa-ay. ‖10‖

ਜਿਸ ਤੇ ਪ੍ਰਭ ਰਹਿਮਤ ਬਖਸ਼ਦਾ ਹੈ, ਉਸ ਦੇ ਮਨ ਦੀ ਮੈਲ, ਪਾਪ ਧੋਤੇ ਜਾਂਦੇ ਹਨ । ਪੰਜਾਂ ਜਮਦੂਤਾਂ (ਕਾਮ, ਕਰੋਧ, ਲੋਭ, ਮੋਹ, ਅਹੰਕਾਰ) ਤੇ ਜਿੱਤ ਬਖਸ਼ਿਸ਼ ਹੋ ਜਾਂਦੀ ਹੈ । ਉਸ ਦੇ ਸਾਰੇ ਸੰਸਾਰਕ ਇੱਛਾਂ ਦੇ ਦੁਖ ਦੂਰ ਹੋ ਜਾਂਦੇ, ਮਨ ਵਿੱਚ ਸਦਾ ਰਹਿਣ ਵਾਲਾ ਖੇੜਾ ਬਖਸ਼ਿਸ਼ ਹੋ ਜਾਂਦਾ ਹੈ । ਪ੍ਰਭ ਦਾ ਸ਼ਬਦ ਹੀ ਇੱਕ ਵਿਧੀ ਹੈ, ਨੌਂ ਭੰਡਾਰਾਂ ਵਾਲਾ ਪਵਿੱਤਰ ਸਾਗਰ ਹੈ । ਜਿਸ ਨਾਲ ਮਨ ਦੀ ਮੈਲ ਧੋਤੀ ਜਾਂਦੀ ਹੈ । ਕਵੀ ਟਲੁ ਕਹਿੰਦਾ ਹੈ! ਜਿਹੜਾ ਪ੍ਰਭ ਦੇ ਸ਼ਬਦ ਨੂੰ ਸਵਾਸ, ਸਵਾਸ ਸਿਮਰਨ ਕਰਦਾ ਹੈ, ਉਸ ਦੇ ਮਨ ਤੇ ਅਮੋਲਕ ਸ਼ਬਦ ਦੀ ਸੋਝੀ ਰੂਪੀ ਰੰਗ ਚੜ੍ਹ ਜਾਂਦਾ ਹੈ । ਉਸ ਜੀਵ ਦੀ ਸੰਗਤ ਕਰਨ, ਜੀਵਨ ਦੀ ਸਿਖਿਆਂ ਨਾਲ ਜੀਵਨ ਢਾਲਣ ਨਾਲ ਜਨਮ ਮਰਨ ਦਾ ਚੱਕਰ ਖਤਮ ਹੋ ਸਕਦਾ ਹੈ ।

Whosoever may be bestowed with His Blessed Vision, the blemish of his mind may be eliminated and his sins of previous lives may be forgiven. He may be blessed with victory on 5 demons of worldly desires; sexual urge, anger, greed, attachment, and ego. All his miseries of worldly desires may be eliminated; he may be blessed with everlasting blossom in his day-to-day life. The teachings of His Word may be the nine treasures of virtues and ocean of soul sanctifying nectar. The blemish of his mind may be eliminated. Poet **Tul** claims! Whosoever may meditate on the teachings of His Word with each breath; with His mercy and grace, his heart may be drenched with crimson color of the enlightenment of the essence of His Word. Whosoever may remain in his conjugation, adopts his life experience teachings in his day-to-day life; with His mercy and grace, his cycle of birth and death may be eliminated.

686.ਸਵਈਏ ਮਹਲੇ ਤੀਜੇ ਕੇ ੩॥ 1392- 16 ਕਲ੍ਯ

੧ਓ ਸਤਿਗੁਰ ਪ੍ਰਸਾਦਿ॥	ik-oNkaar satgur parsaad.
ਸੋਈ ਪੁਰਖੁ ਸਿਵਰਿ ਸਾਚਾ,	so-ee purakh sivar saachaa
ਜਾ ਕਾ ਇਕੁ ਨਾਮੁ ਅਛਲੁ ਸੰਸਾਰੇ॥	jaa kaa ik naam achhal sansaaray.
ਜਿਨਿ ਭਗਤ ਭਵਜਲ ਤਾਰੇ,	jin bhagat bhavjal taaray
ਸਿਮਰਹੁ ਸੋਈ ਨਾਮੁ ਪਰਧਾਨੁ॥	simrahu so-ee naam parDhaan.
ਤਿਤੁ ਨਾਮਿ ਰਸਿਕੁ ਨਾਨਕੁ,	tit naam rasik naanak
ਲਹਣਾ ਥਪਿਓ ਜੇਨ ਸ੍ਰਬ ਸਿਧੀ॥	lahnaa thapi-o jayn sarab siDhee.
ਕਵਿ ਜਨ ਕਲ੍ਯ ਸਬੁਧੀ,	kav jan kal-y sabuDhee
ਕੀਰਤਿ ਜਨ ਅਮਰਦਾਸ ਬਿਸ੍ਰੀਯਾ॥	keerat jan amardaas bistree-yaa.
ਕੀਰਤਿ ਰਵਿ ਕਿਰਣਿ ਪ੍ਰਗਟਿ ਸੰਸਾਰਹ,	keerat rav kiran pargat sansaarah

ਸਾਖ ਤਰੋਵਰ ਮਵਲਸਰਾ॥	saakh tarovar mavalsaraa.
ਉਤਰਿ ਦਖਿਣਹਿ ਪੁਬਿ ਅਰੁ ਪਸ੍ਚਮਿ,	utar dakh-nahi pub ar pascham
ਜੈ ਜੈ ਕਾਰੁ ਜਪੰਥਿ ਨਰਾ॥	jai jai kaar japanth naraa.
ਹਰਿ ਨਾਮੁ ਰਸਨਿ ਗੁਰਮੁਖਿ ਬਰਦਾਜਉ,	har naam rasan gurmukh baraad-ya-o
ਉਲਟਿ ਗੰਗ ਪਸ੍ਚਮਿ ਧਰੀਆ॥	ulat gang pascham Dharee-aa.
ਸੋਈ ਨਾਮੁ ਅਛਲੁ ਭਗਤਹ, ਭਵ ਤਾਰਣੁ	so-ee naam achhal bhagtah bhav taaran
ਅਮਰਦਾਸ ਗੁਰ ਕਉ ਫੁਰਿਆ॥੧॥	amardaas gur ka-o furi-aa. ||1||

ਜੀਵ ਆਦਿ ਪ੍ਰਭ ਨੂੰ ਕੋਈ ਧੋਖਾ ਨਹੀਂ ਦੇ ਸਕਦਾ! ਜਿਹੜਾ ਪ੍ਰਭ ਦੇ ਸ਼ਬਦ ਦਾ ਸਿਮਰਨ ਕਰਦਾ ਹੈ, ਉਸ ਨੂੰ ਪ੍ਰਵਾਨਗੀ ਦਾ ਰਸਤਾ ਬਖਸ਼ਿਸ਼ ਹੋ ਜਾਂਦਾ ਹੈ । ਉਹ ਪ੍ਰਭ ਦਾ ਦਾਸ, ਸ਼ਬਦ ਦੀ ਸਮਾਧੀ ਵਿੱਚ ਅਡੋਲ ਹੋ ਜਾਂਦਾ ਹੈ । ਉਸ ਦਾ ਸਾਥੀ ਲਹਿਨਾ ਵੀ ਸ਼ਬਦ ਦੀ ਪਾਲਣਾ ਦੀ ਮਹੱਤਤਾ ਦਾ ਹੀ ਉਪਦੇਸ਼ ਦੇਂਦਾ ਹੈ । ਕਵੀ ਕਲ੍ਹ ਜੀ ਦੱਸਦਾ ਹੈ! ਅਮਰਦਾਸ ਬਾਕੀ ਜੀਵਾਂ ਨੂੰ ਪ੍ਰਭ ਦੇ ਸ਼ਬਦ ਦੀ ਪਾਲਣਾ ਦੀ ਪ੍ਰੇਰਨਾ ਕਰਦਾ ਹੈ । ਪ੍ਰਭ ਦੇ ਸ਼ਬਦ ਦੀ ਮਹਿਮਾਂ ਸੰਸਾਰ ਵਿੱਚ ਫੈਲ ਗਈ ਹੈ । ਸ਼ਬਦ ਦੀ ਸਿਖਿਆਂ ਸੂਰਜ ਦੀ ਕਿਰਨ ਦੀ ਤਰ੍ਹਾਂ, ਮਵਲਸਰਾ – ਸੁਗੰਧ ਵਾਲੇ ਬ੍ਰਿਛ ਦੀ ਸੁਗੰਧੀ ਸੰਸਾਰ ਵਿੱਚ ਫੈਲ ਗਈ । ਚਾਰੇ ਦਿਸ਼ਾਂ (ਉਤਰ, ਦੱਖਣ, ਪੂਰਬ, ਪਛਮ) ਵਿੱਚ ਪ੍ਰਭ ਦੇ ਸ਼ਬਦ ਦੀ ਜੈਕਾਰ ਚਲਦੀ ਹੈ । ਜਿਹੜਾ ਗੁਰਮਖ ਪ੍ਰਭ ਦਾ ਸ਼ਬਦ ਮੁੱਖ ਤੋ ਬੋਲਦਾ ਹੈ । ਉਹ ਪ੍ਰਭ ਦੇ ਸ਼ਬਦ ਦੇ ਗੁਣ ਗਾਉਂਦਾ, ਸ਼ਬਦ ਦੀ ਸਮਾਧੀ ਵਿੱਚ ਮਸਤ ਹੋ ਜਾਂਦਾ ਹੈ । ਅਮਰਦਾਸ ਵੀ ਨਾ ਛਲੇ ਜਾਣ ਵਾਲੇ ਪਰਮ ਪ੍ਰਭ ਦੇ ਸ਼ਬਦ ਦਾ ਸਿਮਰਨ ਕਰਦਾ ਹੈ । ਜਿਹੜਾ ਸ਼ਬਦ ਦਾ ਸਿਮਰਨ ਕਰਦਾ ਹੈ, ਉਸ ਨੂੰ ਪ੍ਰਵਾਨਗੀ ਦਾ ਅਸਲੀ ਰਸਤਾ ਬਖਸ਼ਿਸ਼ ਹੋ ਜਾਂਦਾ ਹੈ ।

The Forever True Master was true even before the creation of the universe; no one may ever deceive The True Master. Whosoever may meditate on the teachings of His Word with steady and stable belief in his day-to-day life; with His mercy and grace, he may remain intoxicated in the void of His Word. His follower, associate **Lahnaa,** also inspires everyone with the significance of obeying the teachings of His Word. Poet Kal claims! Amar Das also inspires all associates to obey the teachings of His Word and the significance of the enlightenment of the essence of His Word. His true devotees have spread the significance of the teachings of His Word. The teachings of His Word have become like rays of Sun; a fragrance tree to spread the aroma of the teachings of His Word in the universe. In all four direction (East, West, North and South) the echo of His Word remains resonating in the universe. Whosoever may sing the glory of His Word with his tongue; with His mercy and grace, he may remain intoxicated in the void of His Word. Amar Das also meditates on the teachings of His Word; The True Master beyond deception of His Creation. Whosoever may meditate on the teachings of His Word; with His mercy and grace, he may be blessed with the right path of acceptance in His Court.

ਸਿਮਰਹਿ ਸੋਈ ਨਾਮੁ ਜਖ ਅਰੁ ਕਿੰਨਰ,	simrahi so-ee naam jakh-y ar kinnar
ਸਾਧਿਕ ਸਿਧ ਸਮਾਧਿ ਹਰਾ॥	saaDhik siDh samaaDh haraa.
ਸਿਮਰਹਿ ਨਖੵਤ੍ਰ ਅਵਰ ਧ੍ਰੂ ਮੰਡਲ,	simrahi nakh-yatar avar Dharoo mandal
ਨਾਰਦਾਦਿ ਪ੍ਰਹਲਾਦਿ ਵਰਾ॥	naardaad parahlaad varaa.
ਸਸੀਅਰੁ ਅਰੁ ਸੂਰੁ ਨਾਮੁ ਉਲਾਸਹਿ,	sasee-ar ar soor naam ulaaseh
ਸੈਲ ਲੋਅ ਜਿਨਿ ਉਧਰਿਆ॥	sail lo-a jin uDhri-aa.
ਸੋਈ ਨਾਮੁ ਅਛਲੁ ਭਗਤਹ, ਭਵ ਤਾਰਣੁ	so-ee naam achhal bhagtah bhav taaran
ਅਮਰਦਾਸ ਗੁਰ ਕਉ ਫੁਰਿਆ॥੨॥	amardaas gur ka-o furi-aa. ||2||

ਦੇਵੀ ਦੇਵਤੇ, ਸਿਧ, ਸ਼ਿਵਜੀ ਆਪਣੀ ਸਮਾਧੀ ਵਿੱਚ ਪ੍ਰਭ ਦੇ ਸ਼ਬਦ ਦਾ ਹੀ ਸਿਮਰਨ ਕਰਦੇ ਹਨ। ਅਕਾਸ਼ ਦੇ ਤਾਰੇ, ਧ੍ਰਅ ਭਗਤ ਦੇ ਸ਼ਰਧਾਲੂ, ਨਾਰਦ ਅਤੇ ਪ੍ਰਹਿਲਾਦ ਵਰਗੇ ਭਗਤ ਵੀ ਪ੍ਰਭ ਦੇ ਸ਼ਬਦ ਦਾ ਹੀ ਸਿਮਰਦੇ ਹਨ। ਸੂਰਜ, ਚੰਦ, ਤੇਰੇ ਪ੍ਰਭ ਦੇ ਸ਼ਬਦ ਦੀ ਲਗਨ ਵਿੱਚ ਘੁੰਮਦੇ, ਪਰਬਤਾਂ ਤੇ ਸ੍ਰਿਸ਼ਟੀ ਦੀ ਹਿਫਾਜ਼ਤ ਕਰਦੇ ਹਨ। ਅਮਰਦਾਸ ਜੀ ਵੀ ਨਾ ਛਲੇ ਜਾਣ ਵਾਲੇ ਪਰਮ ਪ੍ਰਭ ਦਾ ਸਿਮਰਨ ਕਰਦਾ ਹੈ। ਜਿਸ ਦੇ ਸ਼ਬਦ ਦਾ ਸਿਮਰਨ ਕਰਨ ਨਾਲ ਭਗਤ ਪ੍ਰਭ ਨੂੰ ਪ੍ਰਵਾਨ ਹੋ ਜਾਂਦੇ ਹਨ। (ਧ੍ਰਅ ਭਗਤ ਦੇ ਸ਼ਰਧਾਲੂ – ਤਾਰਿਆਂ ਦੀ ਮਾਲਾ ਧ੍ਰ ਦੇ ਦੁਆਲੇ ਬਣੀ ਹੈ)

All devotees, **Devi, Devatas, Sidh, Shiv ji** remain meditating in the void of His Word. The star in the sky proclaimed as prophet **Dharoo** and rosary of stars around him; his devotee, followers like **Naardaad, Parhilaad** remains intoxicated in the void of His Word. Sun, Moon, and stars remain circling in intoxication, attraction of His Holy Spirit, to protects His Creation on mountains and on earth. His devotee Amar Das also remain meditating on the teachings of The True Master; beyond any deception of His Creation. By meditating on the teachings of His Word; with His mercy and grace, His true devotee may be blessed with the right path of acceptance in His Court.

ਸੋਈ ਨਾਮੁ ਸਿਵਰਿ ਨਵ ਨਾਥ ਨਿਰੰਜਨੁ,	so-ee naam sivar nav naath niranjan
ਸਿਵ ਸਨਕਾਦਿ ਸਮੁਧਰਿਆ॥	siv sankaad samuDhri-aa.
ਚਵਰਾਸੀਹ ਸਿਧ ਬੁਧ ਜਿਤੁ ਰਾਤੇ,	chavraaseeh siDh buDh jit raatay
ਅੰਬਰੀਕ ਭਵਜਲੁ ਤਰਿਆ॥	ambreek bhavjal tari-aa.
ਉਧਉ ਅਕ੍ਰੂਰੁ ਤਿਲੋਚਨੁ ਨਾਮਾ,	uDha-o akroor tilochan naamaa
ਕਲਿ ਕਬੀਰ ਕਿਲਵਿਖ ਹਰਿਆ॥	kal kabeer kilvikh hari-aa.
ਸੋਈ ਨਾਮੁ ਅਛਲੁ ਭਗਤਹ, ਭਵ ਤਾਰਣੁ	so-ee naam achhal bhagtah bhav taaran
ਅਮਰਦਾਸ ਗੁਰ ਕਉ ਫੁਰਿਆ॥੩॥	amardaas gur ka-o furi-aa. ‖3‖

ਉਸ ਪ੍ਰਭ ਦੇ ਸ਼ਬਦ ਦਾ ਸਿਮਰਨ ਨੌਂ ਨਾਥ, ਜੋਗਾ ਦੇ ਮਾਹਿਰ, ਸ਼ਿਵ ਜੀ, ਸੰਕਰ ਅਤੇ ਬਹੁਤ ਭਗਤ ਕਰਦੇ ਹਨ। ਸ਼ਬਦ ਦਾ ਸਿਮਰਨ 84 ਲਖ ਸਿਧ, ਅੰਬਰੀਕ ਕਰਦੇ, ਪ੍ਰਭ ਦੇ ਬਖਸ਼ੇ ਤੇ ਭਰੋਸਾ ਅਡੋਲ ਕਰਕੇ ਸੰਸਾਰਕ ਸਾਗਰ ਨੂੰ ਪਾਰ ਕਰ ਗਏ ਹਨ। ਉਸ ਦੇ ਸ਼ਬਦ ਨੂੰ ਭਗਤ ਧ੍ਰ, ਅਕ੍ਰੂਰ, ਤਿਲੋਚਨ, ਨਾਮਦੇਵ, ਕਬੀਰ ਕੱਲਯੁਗ ਵਿੱਚ ਸਿਮਰਦੇ ਹਨ। ਅਮਰਦਾਸ ਜੀ ਵੀ ਨਾ ਛਲੇ ਜਾਣ ਵਾਲੇ ਪਰਮ ਪ੍ਰਭ ਦੇ ਸ਼ਬਦ ਦਾ ਸਿਮਰਨ ਕਰਦਾ ਹੈ। ਸ਼ਬਦ ਦਾ ਸਿਮਰਨ ਕਰਦੇ, ਭਗਤ ਪ੍ਰਵਾਨ ਹੋ ਜਾਂਦੇ ਹਨ।

Nine Yogis, Shivji, Sankar and so many devotees meditate on the teachings of His Word. 84 lakhs Sidhs, **Ambree**k have been accepted in His Court, meditating on the teachings of His Word. His true devotee, **Dharoo**, the realms of Dhroo, **Naardaad and Prahilaad** meditate on the teachings of His Word. In the Age of Kul-Jug! Akroor, Trilochan, Naam Dev and Kabeer, were meditating on the teachings of His Word. His devotee Amar Das also remains meditating on the teachings of The True Master; beyond the deception of His Creation. By meditating on the teachings of His Word; with His mercy and grace, His true devotee may be blessed with the right path of acceptance in His Court.

ਤਿਤੁ ਨਾਮਿ ਲਾਗਿ ਤੇਤੀਸ ਧਿਆਵਹਿ,	tit naam laag taytees Dhi-aavahi
ਜਤੀ ਤਪੀਸੁਰ ਮਨਿ ਵਸਿਆ॥	jatee tapeesur man vasi-aa.
ਸੋਈ ਨਾਮੁ ਸਿਮਰਿ ਗੰਗੇਵ ਪਿਤਾਮਹ,	so-ee naam simar gangayv pitaameh
ਚਰਣ ਚਿਤ ਅੰਮ੍ਰਿਤ ਰਸਿਆ॥	charan chit amrit rasi-aa.
ਤਿਤੁ ਨਾਮਿ ਗੁਰੂ ਗੰਭੀਰ ਗਰੂਅ,	tit naam guroo gambheer garoo-a
ਮਤਿ ਸਤ ਕਰਿ ਸੰਗਤਿ ਉਧਰੀਆ॥	mat sat kar sangat uDhree-aa.
ਸੋਈ ਨਾਮੁ ਅਛਲੁ ਭਗਤਹ ਭਵ, ਤਾਰਣੁ	so-ee naam achhal bhagtah bhav taaran
ਅਮਰਦਾਸ ਗੁਰ ਕਉ ਫੁਰਿਆ॥੪॥	amardaas gur ka-o furi-aa. ‖4‖

33 ਕਰੋੜ ਫਰਿਸ਼ਤੇ, ਜਤੀਆਂ ਅਤੇ ਤਪੀਸਆਂ ਪ੍ਰਭ ਦੇ ਸ਼ਬਦ ਦਾ ਸਿਮਰਨ ਕਰਦੇ, ਮਨ ਵਿੱਚ ਸ਼ਬਦ ਦੀ ਸੋਝੀ ਘਰ ਕਰ ਗਈ ਹੈ । ਗੰਗਾ ਦੇ ਪੁਤਰ ਬਿਸ਼ਮ ਪਿਤਾਮਹ ਨੇ ਸਿਮਰਨ ਕਰਕੇ ਪ੍ਰਭ ਦੇ ਚਰਨਾਂ ਵਿੱਚ ਪ੍ਰਵਾਨ ਹੋ ਗਿਆ ਹੈ । ਸ਼ਬਦ ਦੀ ਪਾਲਣਾ ਕਰਦੇ, ਪ੍ਰੇਰਨਾ ਨਾਲ ਅਨੇਕਾਂ ਹੀ ਭਗਤਾ ਨੇ ਸੰਗਤਾ ਨੂੰ ਤਾਰ ਦਿੱਤਾ । ਅਮਰਦਾਸ ਵੀ ਉਸ ਨਾ ਛਲੇ ਜਾਣ ਵਾਲੇ ਪਰਮ ਪ੍ਰਭ ਦਾ ਸਿਮਰਨ ਕਰਦਾ ਹੈ । ਜਿਸ ਦੇ ਸ਼ਬਦ ਦੇ ਸਿਮਰਨ ਕਰਨ ਨਾਲ ਭਗਤ ਪ੍ਰਭ ਨੂੰ ਪ੍ਰਵਾਨ ਹੋ ਜਾਂਦੇ ਹਨ ।

33 Crores, spiritual angels, celibates, and ascetics remain intoxicated in meditating on the teachings of His Word; all remains drenched with the essence of His Word. **Bhisham-Pitama**, son of the Ganges remains intoxicated in the void of His Word; with His mercy and grace, he was blessed with the right path of acceptance in His Court. Many of His true devotees have inspired many devotees to adopt the teachings of His Word; with His mercy and grace, many have been blessed with the right path of acceptance in His Court. His devotee Amar Das remains meditating on the teachings of His Word; beyond the deception of His Creation. By meditating on the teachings of His Word; with His mercy and grace, His true devotee may be blessed with the right path of acceptance in His Court.

ਨਾਮ ਕਿਤਿ ਸੰਸਾਰਿ ਕਿਰਣਿ,	naam kit sansaar kiran
ਰਵਿ ਸੁਰਤਰ ਸਾਖਹ॥	rav surtar saakhah.
ਉਤਰਿ ਦਖਿਣਿ ਪੁਬਿ ਦੇਸਿ,	utar dakhin pub days
ਪਸ੍ਚਮਿ ਜਸੁ ਭਾਖਹ॥	pascham jas bhaakhah.
ਜਨਮੁ ਤ ਇਹੁ ਸਕਯਥੁ,	janam ta ih sakyath
ਜਿਤੁ ਨਾਮੁ ਹਰਿ ਰਿਦੈ ਨਿਵਾਸੈ॥	jit naam har ridai nivaasai.
ਸੁਰਿ ਨਰ ਗਣ ਗੰਧਰਬ,	sur nar gan ganDharab
ਛਿਅ ਦਰਸਨ ਆਸਾਸੈ॥	chhi-a darsan aasaasai.
ਭਲਉ ਪ੍ਰਸਿਧੁ ਤੇਜੋ ਤਨੌ,	bhala-o parsiDh tayjo tanou
ਕਲ ਜੋੜਿ ਕਰ ਧਾਇਅਓ॥	kal-y jorh kar Dhayaa-i-o.
ਸੋਈ ਨਾਮੁ ਭਗਤ ਭਵਜਲ,	so-ee naam bhagat bhavjal
ਹਰਣੁ ਗੁਰ ਅਮਰਦਾਸ ਤੈ ਪਾਇਓ॥੫॥	haran gur amardaas tai paa-i-o. ||5||

ਸ਼ਬਦ ਦੀ ਕਮਾਈ ਸੂਰਜ ਦੀ ਕ੍ਰਿਨ ਦੀ ਤਰ੍ਹਾਂ ਅਤੇ ਸੁਰਤਰ, ਇੱਛਾਂ ਪੂਰਕ ਬ੍ਰਿਛ ਦੀ ਟਾਹਣੀ ਦੀ ਤਰ੍ਹਾਂ ਚਮਕਦੀ ਹੈ । ਚਾਰੇ ਪਾਸੇ ਪ੍ਰਭ ਦੇ ਸ਼ਬਦ ਦੀ ਜੈਕਾਰ ਹੁੰਦੀ ਹੈ । ਜਿਹੜਾ ਸ਼ਬਦ ਦੀ ਪਾਲਣਾ ਵਿੱਚ ਅਡੋਲ ਹੋ ਜਾਂਦਾ ਹੈ, ਉਸ ਦੇ ਮਨ ਵਿੱਚ ਸ਼ਬਦ ਦੀ ਸੋਝੀ ਬਖਸ਼ਿਸ਼ ਹੋ ਜਾਂਦੀ ਹੈ । ਉਹ ਸ਼ਬਦ ਦੀ ਸਮਾਧੀ ਵਿੱਚ ਲੀਨ ਹੋ ਜਾਂਦਾ, ਮਾਨਸ ਜਨਮ ਇੱਕ ਫਲ ਬਣ ਜਾਂਦਾ ਹੈ । ਸਵਰਗੀ ਫਰਿਸ਼ਤੇ, ਛੇ ਸ਼ਾਸ਼ਤਰ ਵੀ ਸ਼ਬਦ ਦੀ ਮਹਿਮਾਂ ਹੀ ਦੱਸਦੇ ਹਨ । ਅਮਰਦਾਸ, ਭੱਲਾ ਖਾਨਦਾਨੀ ਦੇ ਤੇਜ ਭਾਨ ਦਾ ਪੁਤਰ ਵੀ ਹੱਥ ਜੋੜ ਕੇ ਸ਼ਬਦ ਦੀ ਸਮਾਧੀ ਵਿੱਚ ਹੀ ਲੀਨ ਰਹਿੰਦਾ ਹੈ । ਸ਼ਬਦ ਦਾ ਆਸਰਾ ਲੈ ਕੇ ਨਿਡਰ ਹੋ ਕੇ ਸਿਮਰਨ ਕਰਦਾ ਹੈ ।

The earnings of His Word like the rays of Sun; like the branches of The Elysian tree shining, glowing. In all four directions in three universes, everyone remains singing the glory of His Word. Whosoever may obey the teachings of His Word with steady and stable belief in his day-to-day life. Whosoever may remain intoxicated meditating in the void of His Word; his human life opportunity may be rewarded. The eternal spiritual angels, six Shastras highlights the significance of the essence of His Word. Amar Das son of Taj Bhann of the Bhalla dynasty remains humbly in the void of His Word. He remains fearless from the devil of death in the meditation on the teachings of His Word.

ਨਾਮੁ ਧਿਆਵਹਿ ਦੇਵ ਤੇਤੀਸ, naam Dhi-aavahi dayv taytees
ਅਰੁ ਸਾਧਿਕ ਸਿਧ, ar saaDhik siDh
ਨਰ ਨਾਮਿ ਖੰਡ ਬ੍ਰਹਮੰਡ ਧਾਰੇ॥ nar naam khand barahmand Dhaaray.
ਜਹ ਨਾਮੁ ਸਮਾਧਿਓ, jah naam samaaDhi-o
ਹਰਖੁ ਸੋਗੁ ਸਮ ਕਰਿ ਸਹਾਰੇ॥ harakh sog sam kar sahaaray.
ਨਾਮੁ ਸਿਰੋਮਣਿ ਸਰਬ ਮੈ, naam siroman sarab mai
ਭਗਤ ਰਹੇ ਲਿਵ ਧਾਰਿ॥ bhagat rahay liv Dhaar.
ਸੋਈ ਨਾਮੁ ਪਦਾਰਥੁ ਅਮਰ ਗੁਰ, so-ee naam padaarath amar gur
ਤੁਸਿ ਦੀਓ ਕਰਤਾਰਿ॥੬॥ tus dee-o kartaar. ||6||

ਪ੍ਰਭ ਦੇ ਸ਼ਬਦ ਦਾ ਸਿਮਰਨ ਅਨੇਕਾਂ ਹੀ ਦੇਵਤੇ, ਸਿੱਧ ਅਤੇ ਭਗਤ ਸਾਰੇ ਖੰਡਾਂ, ਬ੍ਰਹਮੰਡਾਂ ਵਿੱਚ ਕਰਦੇ ਹਨ । ਜਿਹੜਾ ਅਡੋਲ ਭਰੋਸੇ ਨਾਲ ਸ਼ਬਦ ਦਾ ਸਿਮਰਨ ਕਰਦਾ ਹੈ । ਉਹ ਸੰਸਾਰਕ ਦੁਖ, ਸੁਖ ਨੂੰ ਪ੍ਰਭ ਦੀ ਬਖਸ਼ਿਸ਼ ਸਮਝਕੇ ਪ੍ਰਵਾਨ ਕਰਦਾ ਹੈ । ਉਹ ਸ਼ਬਦ ਦੀ ਸਮਾਧੀ ਵਿੱਚ ਅਡੋਲ, ਮਸਤ ਰਹਿੰਦਾ ਹੈ । ਉਹ ਸ਼ਬਦ ਦੀ ਸਿਖਿਆਂ ਨੂੰ ਆਪਣੇ ਜੀਵਨ ਦਾ ਅਧਾਰ ਬਣਾਉਂਦਾ ਹੈ । ਪ੍ਰਭ ਦੀ ਰਹਿਮਤ ਨਾਲ ਅਮਰਦਾਸ ਵੀ ਸ਼ਬਦ ਦੀ ਕਮਾਈ, ਬੰਦਗੀ ਨੂੰ ਆਪਣੀ ਆਤਮਾ ਦਾ ਭੋਜਨ ਬਣਾਉਂਦਾ ਹੈ ।

Many devotees, prophets, Sidhs, in all continents of the universes may be meditating on the teachings of His Word. Whosoever may meditate on the teachings of His Word with steady and stable belief; with His mercy and grace, his state of mind may be transformed such a way; he may remain blossom in worldly miseries and pleasures as His Worthy Blessings. He may remain intoxicated in meditation in the void of His Word and he adopts the teachings of His Word as the guiding principles of his human life journey. With His Blessed Vision! Amar Das is earnings the wealth of His Word and he obeys the teachings of His Word as a nourishment of his soul.

ਸਤਿ ਸੂਰਉ ਸੀਲਿ ਬਲਵੰਤੁ, sat soora-o seel balvant
ਸਤ ਭਾਇ ਸੰਗਤਿ ਸਘਨ, sat bhaa-ay sangat saghan
ਗਰੂਅ ਮਤਿ ਨਿਰਵੈਰਿ ਲੀਣਾ॥ garoo-a mat nirvair leenaa.
ਜਿਸੁ ਧੀਰਜੁ ਧੁਰਿ ਧਵਲੁ ਧੁਜਾ, jis Dheeraj Dhur Dhaval Dhujaa
ਸੇਤਿ ਬੈਕੁੰਠ ਬੀਣਾ॥ sayt baikunth beenaa.
ਪਰਸਹਿ ਸੰਤ ਪਿਆਰੁ, parseh sant pi-aar
ਜਿਹ ਕਰਤਾਰਹ ਸੰਜੋਗੁ॥ jih kartaareh sanjog.
ਸਤਿਗੁਰੂ ਸੇਵਿ ਸੁਖੁ ਪਾਇਓ, satguroo sayv sukh paa-i-o
ਅਮਰਿ ਗੁਰਿ ਕੀਤਉ ਜੋਗੁ॥੭॥ amar gur keeta-o jog. ||7||

ਜੀਵ ਨਿਮ੍ਰਤਾ ਨੂੰ ਆਪਣਾ ਵੱਡਾ ਨਿਯਮ, ਧਰਮ, ਪ੍ਰਭ ਦੇ ਸ਼ਬਦ ਦੀ ਪੁਜਾਰੀ ਬਣੋ! ਵੈਰ ਵਿਰੋਧ ਨੂੰ ਦੂਰ ਕਰਕੇ ਸਿਮਰਨ ਕਰਨਾ ਹੀ ਧੀਰਜ, ਸੰਤੋਖ ਪ੍ਰਭ ਦੇ ਦਰਬਾਰ ਪਹੁੰਚਣ ਵਾਲਾ ਪੁਲ ਹੈ । ਸੰਤ ਆਪਣੇ ਜੀਵਨ ਦਾ ਅਧਾਰ ਹੀ ਪ੍ਰਭ ਦੇ ਸ਼ਬਦ ਦੀ ਲਗਨ ਨੂੰ ਬਣਾਉਂਦਾ ਹੈ । ਪ੍ਰਭ ਦੇ ਸ਼ਬਦ ਦੀ ਕਮਾਈ ਨਾਲ ਹੀ ਪ੍ਰਭ ਦੀ ਜੋਤ ਵਿੱਚ ਅਭੇਦ ਹੋ ਜਾਂਦਾ ਹੈ । ਅਟਲ ਪ੍ਰਭ ਦੇ ਸਿਮਰਨ ਨਾਲ ਹੀ ਸਾਰੇ ਸੁਖ ਬਖਸ਼ਿਸ਼ ਹੁੰਦੇ ਹਨ । ਅਮਰਦਾਸ ਜੀ ਵੀ ਸ਼ਬਦ, ਜੋਗ ਦੀ ਕਮਾਈ ਕਰਦਾ ਹੈ ।

You should adopt humility and politeness as the fundament of your human life journey and worship on the teachings, essence of His Word. You should overcome your desire to seek any revenge or enmity with anyone. You should adopt your patience and contented with your worldly environment as a bridge to cross worldly ocean of desires to reach His Court. His true devotee with devotion, adopts the teachings of His Word with steady and stable belief as the real purpose of human life opportunity. He may be blessed with the right path of acceptance in His Court. Whosoever may remain intoxicated in meditation in the void of His Word; with His mercy and grace, he may be blessed with pleasures in his human life journey. His true devotee Amar Das remains intoxicated earning the wealth of His Word.

ਨਾਮੁ ਨਾਵਣੁ ਨਾਮੁ ਰਸ ਖਾਣੁ,	naam naavan naam ras khaan
ਅਰੁ ਭੋਜਨੁ, ਨਾਮ ਰਸੁ,	ar bhojan naam ras
ਸਦਾ ਚਾਯ ਮੁਖਿ ਮਿਸ ਬਾਣੀ॥	sadaa chaa-y mukh mist banee.
ਧਨਿ ਸਤਿਗੁਰੁ ਸੇਵਿਓ,	Dhan satgur sayvi-o
ਜਿਸੁ ਪਸਾਇ ਗਤਿ ਅਗਮ ਜਾਣੀ॥	jis pasaa-ay gat agam jaanee.
ਕੁਲ ਸੰਬੂਹ ਸਮੁਧਰੇ,	kul sambooh samuDhray
ਪਾਯਉ ਨਾਮ ਨਿਵਾਸੁ॥	paa-ya-o naam nivaas.
ਸਕਯਥੁ ਜਨਮੁ ਕਲ੍ਹ ਚਰੈ,	sakyath janam kal-yuchrai
ਗੁਰੁ ਪਰਸਿਉ ਅਮਰ ਪ੍ਰਗਾਸੁ॥੮॥	gur paras-yi-o amar pargaas. ||8||

ਪ੍ਰਭ ਦੇ ਸ਼ਬਦ ਦੀ ਪਾਲਣਾ ਹੀ ਅਸਲੀ ਪਵਿੱਤਰ ਤੀਰਥ ਬਣ ਜਾਂਦਾ ਹੈ । ਆਤਮਾ ਨੂੰ ਪਵਿੱਤਰ ਕਰਨ ਵਾਲਾ ਇਸ਼ਨਾਨ ਬਣ ਜਾਂਦਾ ਹੈ । ਉਹ ਹੀ ਆਤਮਾ ਦੀ ਤ੍ਰਿਸ਼ਨਾ ਖਤਮ ਕਰਨ ਵਾਲਾ ਭੋਜਨ ਬਣ ਜਾਂਦਾ ਹੈ । ਜਿਸ ਦੇ ਮਨ ਦੀ ਪ੍ਰਭ ਦੇ ਸ਼ਬਦ ਵਿੱਚ ਲਿਵ ਲਗ ਜਾਂਦੀ ਹੈ । ਪ੍ਰਭ ਦੀ ਰਹਿਮਤ ਨਾਲ ਉਸ ਦੇ ਮਨ ਵਿੱਚ ਜਾਗਰਤ ਹੋ ਜਾਂਦਾ ਹੈ । ਪ੍ਰਭ ਦਾ ਸ਼ਬਦ ਜੀਵਨ ਵਿੱਚ ਅਪਣਾਉਣ ਨਾਲ, ਉਸ ਨੂੰ ਪ੍ਰਭ ਦੀ ਹੋਂਦ ਅਨੁਭਵ ਹੋ ਜਾਂਦੀ ਹੈ । ਜੀਵ ਪ੍ਰਭ ਦੇ ਸ਼ਬਦ ਦੀ ਅਡੋਲ ਭਰੋਸੇ ਨਾਲ ਪਾਲਣਾ ਕਰੋ ! ਪ੍ਰਭ ਦੀ ਰਹਿਮਤਾ ਨਾਲ ਕੁਲਾਂ ਦਾ ਉਧਾਰ ਹੋ ਸਕਦਾ ਹੈ । ਕਵੀ ਕਲ੍ਹ ਜੀ ਕਹਿੰਦਾ! ਜਿਹੜਾ ਪ੍ਰਭ ਦੇ ਭਾਣੇ, ਸ਼ਬਦ ਦੀ ਸਿਖਿਆਂ ਨਾਲ ਜੀਵਨ ਢਾਲਦਾ ਹੈ, ਪ੍ਰਭ ਦੀ ਰਹਿਮਤ ਨਾਲ ਉਸ ਨੂੰ ਪ੍ਰਵਾਨਗੀ ਦਾ ਰਸਤਾ ਬਖਸ਼ਿਸ਼ ਹੋ ਜਾਂਦਾ ਹੈ । ਉਸ ਤੇ ਪ੍ਰਭ ਦੀ ਰੂਹਾਨੀ ਜੋਤ ਦਾ ਨੂਰ ਚਮਕਦਾ, ਜਨਮ ਮਰਨ ਦਾ ਚੱਕਰ ਖਤਮ ਹੋ ਜਾਂਦਾ ਹੈ ।

Obeying the teachings of His Word may be the real Holy Shrine; his soul sanctifying bath at Holy Shrine. His earnings of His Word may become the nourishment of soul to eliminate his worldly desires. Whosoever may remain intoxicated in meditating on the teachings of His Word; with His mercy and grace, he may be enlightened with the essence of His Word. Whosoever may adopt the teachings of His Word with steady and stable belief; with His mercy and grace, he may realize the existence of His Holy Spirit prevailing everywhere. You should obey the teachings of His Word with steady and stable belief; with His mercy and grace, his next generations may adopt the path of meditation. Poet Kal claims! Whosoever may adopt the teachings of His Word; with His mercy and grace, he may be blessed with the right path of acceptance in His Court. The eternal, Spiritual glow may be shining within his heart and on his forehead.

ਬਾਰਿਜੁ ਕਰਿ ਦਾਹਿਣੈ,	baarij kar daahinai
ਸਿਧਿ ਸਨਮੁਖ ਮੁਖੁ ਜੋਵੈ॥	siDh sanmukh mukh jovai.
ਰਿਧਿ ਬਸੈ ਬਾਂਵਾਂਗਿ,	riDh basai baaNvaaNg
ਜੁ ਤੀਨਿ ਲੋਕਾਂਤਰ ਮੋਹੈ॥	jo teen lokaantar mohai.
ਰਿਦੈ ਬਸੈ ਅਕਹੀਉ,	ridai basai ak-hee-o
ਸੋਇ ਰਸੁ ਤਿਨ ਹੀ ਜਾਤਉ॥	so-ay ras tin hee jaata-o.
ਮੁਖਹੁ ਭਗਤਿ ਉਚਰੈ,	mukhahu bhagat uchrai
ਅਮਰੁ ਗੁਰੁ ਇਤੁ ਰੰਗਿ ਰਾਤਉ॥	amar gur it rang raata-o.
ਮਸਤਕਿ ਨੀਸਾਣੁ ਸਚਉ,	mastak neesaan sacha-o
ਕਰਮੁ ਕਲ੍ਹ ਜੋੜਿ ਕਰ ਧਾਇਅਉ॥	karam kal-y jorh kar Dhayaa-i-a-o.
ਪਰਸਿਅਉ ਗੁਰੂ ਸਤਿਗੁਰ,	parsi-o guroo satgur
ਤਿਲਕੁ ਸਰਬ ਇਛ ਤਿਨਿ ਪਾਇਅਉ॥ ੯॥	tilak sarab ichh tin paa-i-a-o. ||9||

ਪ੍ਰਭ ਦੇ ਦਾਸ ਦੇ ਸੱਜੇ ਹੱਥ ਤੇ ਸਿੱਧਾ ਵਾਲਾ ਗਿਆਨ, ਉਹ ਪ੍ਰਭ ਦੀ ਰਜ਼ਾ, ਰਹਿਮਤ, ਰੂਹਾਨੀ ਤਾਕਤ ਦੀ ਉਡੀਕ ਕਰਦਾ ਹੈ । ਖੱਬੇ ਹੱਥ ਤੇ ਰਿਧੀਆਂ! ਇਹਨਾਂ ਨੇ ਤਿੰਨਾਂ ਸ੍ਰਿਸ਼ਟੀਆਂ ਵਿੱਚ ਜੀਵਾਂ ਨੂੰ ਆਪਣੇ ਪ੍ਰਭਾਵ ਵਿੱਚ ਮੋਹਿਆ ਹੈ । ਜਿਹੜਾ ਭਗਤ ਆਪਣੇ ਜੀਭ ਨਾਲ ਪ੍ਰਭ ਦੀ ਉਸਤਤ ਦੇ ਅਮਰ ਸ਼ਬਦ ਗਾਉਂਦੇ, ਸ਼ਬਦ ਦੀ ਸਮਾਧੀ ਵਿੱਚ ਹੀ ਲੀਨ, ਰਹਿੰਦਾ ਹੈ । ਉਸ ਦੇ ਮਸਤਕ ਤੇ ਪ੍ਰਭ ਦੀ ਰਹਿਮਤ ਦਾ ਨੂਰ ਵਸਦਾ ਹੈ । ਉਸ ਦੇ ਹੱਥ ਹਮੇਸ਼ਾਂ ਹੀ ਨਿਮ੍ਰਤਾ ਨਾਲ ਪ੍ਰਭ ਅੱਗੇ ਜੁੜੇ ਰਹਿੰਦੇ ਹਨ । ਜਿਸ ਨੂੰ ਇਹ ਅਵਸਥਾ ਵਾਲੇ ਦੇ ਮਨ ਦੀਆਂ ਸਾਰੀਆਂ ਇੱਛਾਂ ਪੂਰੀਆਂ ਹੋ ਜਾਂਦੀਆਂ ਹਨ ।

His true devotee may be blessed with the enlightenment like Sidh saint, on his right hand waiting for his eternal spiritual power. On his left hand with shakti, power of worldly wealth. Shakti, the sweet poison of worldly wealth has intoxicated the whole universe. His true devotee may sing the glory of His Word with his own tongue; with His mercy and grace, he may remain intoxicated in meditation in the void of His Word. The eternal spiritual glow of His Holy Spirit may be glowing within his heart and on his forehead. He remains humble in gratitude for His Blessings. Whosoever may be blessed with such a state of mind; with His mercy and grace, all his spoken and unspoken desires may be fully satisfied.

687.ਸਵਈਏ ਮਹਲੇ ਤੀਜੇ ਕੇ ੩॥ 1394-4 – ਜਾਲਪੁ

ਚਰਣ ਤ ਪਰ ਸਕਯਥ,	charan ta par sakyath
ਚਰਣ ਗੁਰ ਅਮਰ ਪਵਲਿ ਰਯ॥	charan gur amar paval ra-y.
ਹਥ ਤ ਪਰ ਸਕਯਥ,	hath ta par sakyath
ਹਥ ਲਗਹਿ ਗੁਰ ਅਮਰ ਪਯ॥	hath lageh gur amar pa-y.
ਜੀਹ ਤ ਪਰ ਸਕਯਥ,	jeeh ta par sakyath
ਜੀਹ ਗੁਰ ਅਮਰੁ ਭਣਿਜੈ॥	jeeh gur amar bhanijai.
ਨੈਣ ਤ ਪਰ ਸਕਯਥ,	nain ta par sakyath
ਨਯਣਿ ਗੁਰੁ ਅਮਰੁ ਪਿਖਿਜੈ॥	na-yan gur amar pikhijai.
ਸ੍ਰਵਣ ਤ ਪਰ ਸਕਯਥ,	sarvan ta par sakyath
ਸ੍ਰਵਣਿ ਗੁਰੁ ਅਮਰੁ ਸੁਣਿਜੈ॥	sarvan gur amar sunijai.
ਸਕਯਥੁ ਸੁ ਹੀਉ ਜਿਤੁ ਹੀਅ ਬਸੈ,	sakyath so hee-o jit hee-a basai
ਗੁਰ ਅਮਰਦਾਸੁ ਨਿਜ ਜਗਤ ਪਿਤ॥	gur amardaas nij jagat pit.
ਸਕਯਥੁ ਸੁ ਸਿਰੁ ਜਾਲਪੁ ਭਣੈ,	sakyath so sir jaalap bhanai
ਜੁ ਸਿਰੁ ਨਿਵੈ ਗੁਰ ਅਮਰ ਨਿਤ॥੧॥੧੦॥	jo sir nivai gur amar nit. ||1||10||

ਜਿਹੜਾ ਜੀਵ ਅਸਲੀ ਗੁਰੂ (ਪ੍ਰਭ) ਦੇ ਮਾਰਗ ਤੇ ਚਲਦਾ, ਭਾਣੇ ਵਿੱਚ ਰਹਿੰਦਾ ਹੈ, ਉਸ ਦੇ ਚਰਨ ਧੰਨ ਹੋ ਜਾਂਦੇ ਹਨ । ਜਿਹੜਾ ਸ੍ਰਿਸ਼ਟੀ ਦੀ ਭਲਾਈ, ਨਿਮਾਣੀਆ ਦੀ ਸੇਵਾ ਕਰਦਾ ਹੈ, ਉਸ ਦੇ ਹੱਥ ਵੱਡਭਾਗੇ ਹੋ ਜਾਂਦੇ ਹਨ । ਜਿਹੜਾ ਪ੍ਰਭ ਦੀ ਉਸਤਤ, ਧੰਨਵਾਦ ਦੇ ਗੀਤ ਗਾਉਂਦਾ ਹੈ, ਉਸ ਦੀ ਜੀਭ ਵੱਡਭਾਗੀ ਹੋ ਜਾਂਦੀ ਹੈ । ਜਿਹੜਾ ਹਰਇੱਕ ਜੀਵ ਵਿੱਚ ਹੀ ਪ੍ਰਭ ਦਾ ਰੂਪ ਮਹਿਸੂਸ ਕਰਦਾ ਹੈ, ਉਸ ਦੀਆਂ ਅੱਖਾਂ ਧੰਨ ਹਨ! ਜਿਸ ਦੇ ਕੰਨ ਵਿੱਚ ਪ੍ਰਭ ਦੇ ਸ਼ਬਦ ਦੀ ਧੁਨ ਗੂੰਜਦੀ ਸੁਣਦੀ ਹੈ, ਉਸ ਦੇ ਕੰਨ ਵੱਡਭਾਗੀ ਹੋ ਜਾਂਦੇ ਹਨ । ਜਿਹੜਾ ਹਰ ਵੇਲੇ ਸਵਾਸ ਗਰਾਸ ਸ਼ਬਦ ਦੀ ਸਮਾਧੀ ਵਿਚ ਲੀਨ ਹੋ ਜਾਂਦਾ ਹੈ! ਪ੍ਰਭ ਦਾ ਸ਼ਬਦ ਉਸ ਦੇ ਮਨ ਵਿੱਚ ਜਾਗਰਤ ਹੋ ਜਾਂਦਾ ਹੈ । ਉਸ ਦੇ ਮਨ ਵਿੱਚ ਪ੍ਰਭ ਦੀਆਂ ਰਹਿਮਤਾਂ ਦਾ ਨੂਰ ਚਮਕਦਾ, ਭਰਪੂਰ ਰਹਿੰਦਾ ਹੈ । ਭਗਤ ਜਾਲਪੁ ਜੀ ਕਹਿੰਦਾ ਹੈ! ਜਿਸ ਦਾ ਸਿਰ ਸਦਾ ਜੀ ਪ੍ਰਭ ਦੇ ਅੱਗੇ ਧੰਨਵਾਦ ਨਾਲ ਝੁਕਿਆਂ ਰਹਿੰਦਾ ਹੈ । ਉਹ ਸਿਰ ਪੂਜਣ ਯੋਗ ਹੋ ਜਾਂਦਾ ਹੈ ।

Whosoever may adopt the teachings of The True Guru, The One and Only One True Master, his feet become very fortunate. Whosoever may perform deeds for the welfare of His Creation, His hand becomes fortunate. Whosoever may sing the gratitude of His Virtues, blessings, his tongue may remain drenched with the essence of His Word. Whosoever may realize the same Holy Spirit embedded within each soul and prevailing everywhere in

His Nature; his eyes become for fortunate. Whosoever may hear the everlasting echo of His Word; his ears become very fortunate. Whosoever may remain intoxicated meditating in the void of His Word with each breath, he may be enlightened with the essence of His Word; with His mercy and grace, His eternal, spiritual glow may be shining within his heart and on his forehead. Bhatt **Jaalap** claims! Whose head bows in gratitude for His Blessings; with His mercy and grace, he may become worth of worship.

ਤਿ ਨਰ ਦੁਖ ਨਹ ਭੁਖ,	te nar dukh nah bhukh
ਤਿ ਨਰ ਨਿਧਨ ਨਹੁ ਕਹੀਅਹਿ॥	te nar niDhan nahu kahee-ahi.
ਤਿ ਨਰ ਸੋਕੁ ਨਹੁ ਹੁਐ,	te nar sok nahu hu-ai
ਤਿ ਨਰ ਸੇ ਅੰਤੁ ਨ ਲਹੀਅਹਿ॥	te nar say ant na lahee-ah.
ਤਿ ਨਰ ਸੇਵ ਨਹੁ ਕਰਹਿ,	te nar sayv nahu karahi
ਤਿ ਨਰ ਸਯ ਸਹਸ ਸਮਪਹਿ॥	te nar sa-y sahas sampeh.
ਤਿ ਨਰ ਦੁਲੀਚੇ ਬਹਹਿ,	te nar duleechai baheh
ਤਿ ਨਰ ਉਥਪਿ ਬਿਥਪਹਿ॥	te nar uthap bithpahi.
ਸੁਖ ਲਹਹਿ ਤਿ ਨਰ ਸੰਸਾਰ ਮਹਿ,	sukh laheh te nar sansaar meh
ਅਭੈ ਪਟੁ ਰਿਪ ਮਧਿ ਤਿਹ॥	abhai pat rip maDh tih.
ਸਕਯਥ ਤਿ ਨਰ ਜਾਲਪੁ ਭਣੈ,	sakyath te nar jaalap bhanai
ਗੁਰ ਅਮਰਦਾਸੁ ਸੁਪ੍ਰਸੰਨੁ ਜਿਹ॥੨॥੧੧॥	gur amardaas suparsan jih. ||2||11||

ਜਿਹੜੇ ਜੀਵ ਨੂੰ ਕਿਸੇ ਸੰਸਾਰਕ ਪਦਾਰਥ ਦਾ ਲਾਲਚ, ਦੁਖ ਨਹੀਂ ਹੁੰਦਾ । ਉਹ ਸੰਸਾਰਕ ਸੁਖ, ਦੁਖ ਨੂੰ ਇੱਕ ਸਮਾਨ ਪ੍ਰਭ ਦੀ ਰਹਿਮਤ ਸਮਝਕੇ ਪ੍ਰਵਾਨ ਕਰਦਾ ਹੈ । ਉਸ ਭਗਤ ਨੂੰ ਨਿਮਾਣਾ, ਗ਼ਰੀਬ ਨਹੀਂ ਕਿਹਾ ਜਾ ਸਕਦਾ । ਉਸ ਨੂੰ ਕੁਝ ਮਿਲਣ ਜਾ ਖੋਂਅ ਜਾਣ ਦਾ ਕੋਈ ਸੋਗ ਨਹੀਂ ਹੁੰਦਾ । ਉਸ ਦੇ ਧੀਰਜ, ਸੰਤੋਖ ਦੀ ਹੱਦ ਜਾਣੀ ਨਹੀਂ ਜਾ ਸਕਦੀ । ਉਹ ਪ੍ਰਭ ਤੋ ਬਿਨਾਂ ਹੋਰ ਕਿਸੇ ਦੇ ਮੁਹਤਾਜ ਨਹੀਂ ਹੁੰਦਾ । ਉਹ ਸਾਰੀ ਸ੍ਰਿਸ਼ਟੀ ਨੂੰ ਹੀ ਪ੍ਰਭ ਦਾ ਰੂਪ ਦੇਖਦਾ, ਨਿਮ੍ਰਤਾ ਨਾਲ ਸੇਵਾ ਕਰਦਾ ਹੈ । ਉਹ ਕਿਸੇ ਤਖਤ, ਗਲੀਚੇ ਤੇ ਨਹੀਂ ਬੈਠਦਾ, ਕੋਈ ਹੋਰ ਧਰਮ ਨਹੀਂ ਸਥਾਪਤ ਕਰਦਾ । ਕਿਸੇ ਦਾ ਵਿਰੋਧ ਨਹੀਂ ਕਰਦਾ, ਕੇਵਲ ਪ੍ਰਭ ਦੇ ਸ਼ਬਦ ਦੇ ਹੀ ਗੀਤ ਗਾਉਂਦਾ ਹੈ । ਉਹ ਸੰਸਾਰ ਵਿੱਚ ਵੀ ਸ਼ਾਤੀ, ਸੰਤੋਖ ਨਾਲ ਰਹਿੰਦਾ, ਮਿੱਤਰ ਅਤੇ ਵੇਰੀ ਨੂੰ ਇੱਕ ਸਮਾਨ ਹੀ ਸਮਝਦਾ ਹੈ । ਭਗਤ ਜਾਲਪੁ ਜੀ ਕਹਿੰਦਾ ਹੈ! ਉਸ ਤੇ ਪ੍ਰਭ ਦੀ ਰਹਿਮਤ ਭਰਪੂਰ ਰਹਿੰਦੀ, ਪ੍ਰਵਾਨਗੀ ਦੇ ਅਸਲੀ ਰਸਤੇ ਤੇ ਚਲਦਾ ਹੈ ।

Whosoever may not have any worldly desire, anxiety, greed for any worldly profit or loss; with His mercy and grace, he may believe that all worldly pleasures or miseries are His Worthy Blessings. He may remain in blossom in all worldly environments. He may not be called helpless, poor or without any direction in his worldly life. He may never have any concern, grievance of any worldly profit or loss. The limits of his patience and contentment remains beyond the imagination of His Creation. He may not be subjected to anyone other than The True Master. He believes that the universe is an expansion of His Holy Spirit and he humbly serves His Creation. He may not sit on any worldly throne nor establish his own religion. He may never have any jealousy, enmity with anyone. He may respect, friend and foe same way and remains in peace of mind and contented with His Blessings. Bhatt Jaalap claims! He remains overwhelmed with His Blessed Vision and he remains on the right path of acceptance in His Court.

ਤੈ ਪਢਿਅਉ ਇਕੁ ਮਨਿ ਧਰਿਅਉ, tai padhi-a-o ik man dhari-a-o
ਇਕੁ ਕਰਿ ਇਕੁ ਪਛਾਣਿਓ॥ ik kar ik pachhaani-o.
ਨਯਣਿ ਬਯਣਿ ਮੁਹਿ ਇਕੁ ਇਕੁ, na-yan ba-yan muhi ik ik
ਦੁਹੁ ਠਾਂਇ ਨ ਜਾਣਿਓ॥ duhu thaaN-ay na jaani-o.
ਸੁਪਨਿ ਇਕੁ ਪਰਤਖਿ, supan ik partakh
ਇਕ ਇਕਸ ਮਹਿ ਲੀਣਉ॥ ik ikas meh leena-o.
ਤੀਸ ਇਕੁ ਅਰੁ ਪੰਜਿ ਸਿਧੁ, tees ik ar panj siDh
ਪੈਤੀਸ ਨ ਖੀਣਉ॥ paitees na kheena-o.
ਇਕਹੁ ਜਿ ਲਾਖੁ ਲਖਹੁ ਅਲਖੁ ਹੈ, ikahu je laakh lakhahu alakh hai
ਇਕੁ ਇਕੁ ਕਰਿ ਵਰਨਿਅਉ॥ ik ik kar varni-a-o.
ਗੁਰ ਅਮਰਦਾਸ ਜਾਲਪੁ ਭਣੈ ਤੂ, gur amardaas jaalap bhanai too
ਇਕੁ ਲੋੜਹਿ ਇਕੁ ਮੰਨਿਅਉ॥੩॥੧੨॥ ik lorheh ik manni-a-o. ||3||12||

ਜੀਵ ਇੱਕੋ ਇੱਕ ਹੀ ਅਸਲੀ ਸ੍ਰਿਸ਼ਟੀ ਦਾ ਮਾਲਕ ਹੈ, ਕੇਵਲ ਪ੍ਰਭ ਦੇ ਬਖ਼ਸ਼ੇ, ਭਾਣੇ ਤੇ ਭਰੋਸਾ ਅਡੋਲ ਰਖੋ! ਜਿਸ ਦੀ ਜੀਭ ਪ੍ਰਭ ਦੇ ਬਖ਼ਸ਼ੇ ਦਾ ਧੰਨਵਾਦ, ਸ਼ਬਦ ਦੇ ਗੁਣ ਆਪਣੀ ਜੀਭ ਨਾਲ ਗਾਉਣ ਵਿੱਚ ਮਸਤ ਰਹਿੰਦੀ ਹੈ। ਉਸ ਦੇ ਮਨ ਦੀਆਂ ਅੱਖਾਂ ਪ੍ਰਭ ਦੀ ਹੋਂਦ ਮਹਿਸੂਸ ਕਰਦੀਆਂ ਹਨ, ਮਨ ਵਿੱਚ ਸ਼ਾਂਤੀ ਭਰਪੂਰ ਰਹਿੰਦੀ ਹੈ। ਉਹ ਸਾਉਂਦੇ, ਜਾਗਦੇ ਪ੍ਰਭ ਦੀ ਹੋਂਦ, ਮਹਿਸੂਸ ਕਰਦਾ, ਸਿਮਰਨ ਵਿੱਚ ਹੀ ਮਸਤ ਰਹਿੰਦਾ ਹੈ। ਉਹ ਬੁਢੇਪੇ ਵਿੱਚ ਵੀ ਪ੍ਰਵਾਨਗੀ ਦੇ ਅਸਲੀ ਰਸਤੇ ਤੇ ਅਡੋਲ ਰਹਿੰਦਾ ਹੈ। ਉਸ ਨੂੰ ਪ੍ਰਭ ਦੀ ਹੋਂਦ ਮਹਿਸੂਸ ਹੁੰਦੀ ਹੈ। ਉਸ ਨੂੰ ਕੋਈ ਘਾਟ ਮਹਿਸੂਸ ਨਹੀਂ ਹੁੰਦੀ ਹੈ। ਇੱਕੋ ਇੱਕ ਪ੍ਰਭ, ਅਨੇਕਾਂ ਹੀ ਰੂਪਾਂ ਵਿੱਚ ਪ੍ਰਗਟ ਹੋ ਸਕਦਾ, ਹੁੰਦਾ ਹੈ। ਪ੍ਰਭ ਦੀ ਹੋਂਦ ਦਾ ਵਖਿਆਣ ਨਹੀਂ ਕੀਤਾ ਜਾ ਸਕਦਾ, ਕੇਵਲ ਅਡੋਲੇ ਭਰੋਸੇ ਨਾਲ ਹੀ ਅਨੁਭਵ ਕੀਤੀ ਜਾ ਸਕਦਾ ਹੈ। ਭਗਤ ਜਾਲਪੁ ਜੀ ਕਹਿੰਦਾ ਹੈ। ਜੀਵ, ਇੱਕੋ ਇੱਕ ਪ੍ਰਭ ਦੀ ਰਹਿਮਤ ਤੇ ਹੀ ਆਸ ਰਖੋ! ਜਿਸ ਦਾ ਭਰੋਸਾ ਪ੍ਰਭ ਦੇ ਸ਼ਬਦ ਤੇ ਅਡੋਲ ਹੋ ਜਾਂਦਾ, ਪ੍ਰਭ ਆਪਣੀ ਰਜ਼ਾ ਨਾਲ ਹੀ ਪਰਤੱਖ ਹੋ ਜਾਂਦਾ ਹੈ।

The one and only One True Master of the universe! You should only depend on and have a steady and stable belief on His Blessings and ultimate Command. Whosoever may sing the gratitude for His Blessings and sings the glory of His Virtues, His Word with his tongue; with His mercy and grace, his eyes may realize His Holy Spirit prevailing everywhere. He remains in peace of mind and contented in his own worldly environments. He remains absorbed in meditating awake and alert in his dreams on the teachings of His Word. In his old age, he remains steady and stable on the right path of acceptance in His Court. He may never realize any deficiency in his life. The True Master may appear in many shapes or structures and His Existence remains beyond any explanation, comprehension of His Creation. Whosoever may remain obeying the teachings of His Word with steady and stable belief; with His mercy and grace, only he may realize His Existence, His Holy Spirit prevailing everywhere. Bhatt Jaalap claims! You should always have a steady and stable belief and hope on His Blessings. Whosoever may have a steady and stable belief on His Ultimate Command; The True Master may appear in his worldly life; with His own good Will.

ਜਿ ਮਤਿ ਗਹੀ ਜੈਦੇਵਿ, je mat gahee jaidayv
ਜਿ ਮਤਿ ਨਾਮੈ ਸੰਮਾਣੀ॥ je mat naamai sammaanee.
ਜਿ ਮਤਿ ਤ੍ਰਿਲੋਚਨ ਚਿਤਿ, je mat tarilochan chit
ਭਗਤ ਕੰਬੀਰਹਿ ਜਾਣੀ॥ bhagat kambeereh jaanee.
ਰੁਕਮਾਂਗਦ ਕਰਤੂਤਿ ਰਾਮੁ, rukmaaNgad kartoot raam
ਜੰਪਹੁ ਨਿਤ ਭਾਈ॥ jampahu nit bhaa-ee.
ਅੰਮਰੀਕਿ ਪ੍ਰਹਲਾਦਿ ਸਰਣਿ, ammreek parahlaad saran
ਗੋਬਿੰਦ ਗਤਿ ਪਾਈ॥ gobind gat paa-ee.

ਤੈ ਲੋਭੁ ਕ੍ਰੋਧੁ ਤ੍ਰਿਸਨਾ ਤਜੀ, tai lobh kroDh tarisnaa tajee
ਸੁ ਮਤਿ ਜਲ ਜਾਣੀ ਜੁਗਤਿ॥ so mat jal-y jaanee jugat.
ਗੁਰੁ ਅਮਰਦਾਸੁ ਨਿਜ ਭਗਤੁ ਹੈ, gur amardaas nij bhagat hai
ਦੇਖਿ ਦਰਸੁ ਪਾਵਉ ਮੁਕਤਿ॥੪॥੧੩॥ daykh daras paava-o mukat. ||4||13||

ਜਿਹੜੀ ਸ਼ਬਦ ਦੀ ਸੋਝੀ ਭਗਤ ਜੈਦੇਵ ਜੀ ਨੂੰ ਬਖਸ਼ਿਸ਼ ਹੋਈ । ਨਾਮਦੇਵ ਜੀ ਨੇ ਅਡੋਲ ਭਰੋਸੇ ਉਸ ਦੀ ਸਿਖਿਆਂ ਨਾਲ ਜੀਵਨ ਢਾਲਿਆ । ਜਿਹੜਾ ਖਿਆਲ, ਸ਼ਬਦ ਦੀ ਸੋਝੀ ਭਗਤ ਤ੍ਰਿਲੋਚਨ ਨੂੰ ਬਖਸ਼ਿਸ਼ ਹੋਈ । ਕਬੀਰ ਜੀ ਉਸ ਦੀ ਸਿਖਿਆਂ ਦਾ ਸਿਮਰਨ ਅਡੋਲ ਭਰੋਸੇ ਨਾਲ ਕਰਦਾ ਸੀ । ਰੁਕਮਾਂਗਰ ਵੀ ਸਵਾਸ ਗਰਾਸ ਸ਼ਬਦ ਦੀ ਸਿਖਿਆਂ ਦਾ ਸਿਮਰਨ ਕਰਦਾ ਸੀ । ਉਸ ਦੇ ਜੀਵਨ ਦੀ ਸਿਖਿਆਂ ਨਾਲ ਜੀਵਨ ਢਾਲਣ ਨਾਲ ਭਗਤ ਅੰਮਰੀਕ ਅਤੇ ਪ੍ਰਹਲਾਦਿ ਨੂੰ ਗਤੀ ਬਖਸ਼ਿਸ਼ ਹੋਈ । ਜਲ੍ਹ ਜੀ ਕਹਿੰਦੇ ਹਨ! ਜੀਵ ਇੱਕ ਛੋਟੀ ਗੱਲ ਸਮਝਣ ਵਾਲੀ ਹੈ । ਕਰੋਧ, ਲਾਲਚ ਅਤੇ ਮੋਹ ਤਿਆਗਣਾ ਹੀ ਜਾਗਰਤੀ, ਸ਼ਬਦ ਦੀ ਸੋਝੀ ਦਾ ਅਸਲੀ ਰਸਤਾ ਹੈ । ਅਮਰਦਾਸ ਜੀ ! ਇਸ ਵਿਧੀ, ਸਿਖਿਆਂ ਨੂੰ ਜੀਵਨ ਵਿੱਚ ਢਾਲਣ ਨਾਲ ਪ੍ਰਵਾਨਗੀ ਦਾ ਅਸਲੀ ਰਸਤਾ ਬਖਸ਼ਿਸ਼ ਹੋ ਸਕਦਾ ਹੈ ।

Whatsoever the right path of acceptance in His Court was blessed to Jai dev; Naam dev adopted his life experience with steady and stable belief in his own day to day life. Whatsoever enlightenment of the essence of His Word was blessed to Trilochan; Kabeer adopted in his own day to day life. Ruk-maangad meditated on the teachings of His Word with steady and stable belief in his day-to-day life. **Ambeek and Parhilaad** adopted his life experience teachings and surrendered their self-identity at His Sanctuary. Bhatt Jalap share unique enlightenment of His Nature! To renounce, conquer 5 demons of worldly desires, sexual urge with strange partner, anger, greed, attachments, and ego; he may be the right path of acceptance in His Court. Amar Das also empathizes on the sameas the right path of acceptance in His Court.

ਗੁਰੁ ਅਮਰਦਾਸੁ ਪਰਸੀਐ, gur amardaas parsee-ai
ਪੁਹਮਿ ਪਾਤਿਕ ਬਿਨਾਸਹਿ॥ puham paatik binaaseh.
ਗੁਰੁ ਅਮਰਦਾਸੁ ਪਰਸੀਐ, gur amardaas parsee-ai
ਸਿਧ ਸਾਧਿਕ ਆਸਾਸਹਿ॥ siDh saaDhik aasaaseh.
ਗੁਰੁ ਅਮਰਦਾਸੁ ਪਰਸੀਐ, gur amardaas parsee-ai
ਧਿਆਨੁ ਲਹੀਐ ਪਉ ਮੁਕਿਹਿ॥ Dhi-aan lahee-ai pa-o mukihi.
ਗੁਰੁ ਅਮਰਦਾਸੁ ਪਰਸੀਐ, gur amardaas parsee-ai
ਅਭਉ ਲਭੈ ਗਉ ਚੁਕਿਹਿ॥ abha-o labhai ga-o chukihi.
ਇਕੁ ਬਿੰਨਿ ਦੁਗਣ ਜੁ ਤਉ ਰਹੈ, ik binn dugan jo ta-o rahai
ਜਾ ਸੁਮੰਤ੍ਰਿ ਮਾਨਵਹਿ ਲਹਿ॥ jaa sumantar maanvahi leh.
ਜਾਲਪਾ ਪਦਾਰਥ ਇਤੜੇ, jaalpaa padaarath it-rhay
ਗੁਰ ਅਮਰਦਾਸਿ ਡਿਠੈ ਮਿਲਹਿ॥੫॥੧੪॥ gur amardaas dithai mileh. ||5||14||

ਜਿਹੜਾ ਆਪਾ ਪ੍ਰਭ ਦੀ ਸ਼ਰਣ ਵਿੱਚ ਭੇਟਾ ਕਰ ਦੇਂਦਾ ਹੈ, ਪ੍ਰਭ ਦੀ ਰਹਿਮਤ ਨਾਲ ਉਸ ਦੇ ਪਿਛਲੇ ਜਨਮਾਂ ਦੇ ਪਾਪਾਂ ਦਾ ਖੰਡਨ ਹੋ ਜਾਂਦਾ ਹੈ । ਉਸ ਨੂੰ ਪ੍ਰਵਾਨਗੀ ਦਾ ਅਸਲੀ ਰਸਤਾ ਬਖਸ਼ਿਸ਼ ਹੋ ਜਾਂਦਾ ਹੈ, ਪ੍ਰਭ ਨੂੰ ਮਿਲਣ ਦੀ ਤ੍ਰਿਸ਼ਨਾ ਚਮਕਣ ਲਗ ਪੈਂਦੀ ਹੈ । ਜਿਹੜਾ ਸ਼ਬਦ ਦੇ ਸਿਮਰਨ ਵਿੱਚ ਅਡੋਲ, ਮਸਤ ਰਹਿੰਦਾ ਹੈ । ਉਸ ਦੇ ਮਨ ਦੀਆਂ ਸੰਸਾਰਕ ਇੱਛਾਂ, ਤ੍ਰਿਸ਼ਨਾਂ ਖਤਮ ਹੋ ਜਾਂਦੀਆਂ ਹਨ । ਉਸ ਦਾ ਮੌਤ ਦਾ ਡਰ, ਜਨਮ ਮਰਨ ਦਾ ਚੱਕਰ ਖਤਮ ਹੋ ਸਕਦਾ ਹੈ । ਉਸ ਦਾ ਮਨ ਹੋਰ ਪਾਸੇ ਭਟਕਣ ਤੋ ਰੁਕ ਜਾਂਦਾ, ਪ੍ਰਭ ਦੇ ਸ਼ਬਦ ਵਿੱਚ ਹੀ ਭਰੋਸਾ ਅਡੋਲ ਹੋ ਜਾਂਦਾ ਹੈ । ਇਹ ਹੀ ਮੁਕਤੀ ਦਾ ਮੰਤ੍ਰ ਹੈ, ਜਿਸ ਨਾਲ ਪ੍ਰਭ ਦੀ ਰਹਿਮਤ ਬਖਸ਼ਿਸ਼ ਹੋ ਸਕਦੀ ਹੈ । ਜਾਲਪਾ ਜੀ ! ਪ੍ਰਭ ਦੀ ਹੋਂਦ ਨੂੰ ਅਨੁਭਵ ਕਰਨ ਨਾਲ ਅਣਗਿਣਤ ਹੀ ਰਹਿਮਤਾਂ ਬਖਸ਼ਿਸ਼ ਹੋ ਸਕਦੀਆਂ ਹਨ ।

Whosoever may surrender his self-identity at His Sanctuary; with His mercy and grace, all his sins of previous lives may be forgiven. He may be blessed with the right path of acceptance in His Court. He may remain overwhelmed with anxiety to be enlightened with the essence of His Word. Whosoever may remain intoxicated in meditation in the void of His Word; with His mercy and grace, all his worldly desires may be eliminated. His fear of devil of death and the cycle of birth and death may be eliminated. He may stop wandering in other directions in frustrations and his belief remains steady and stable on the teachings of His Word. This may become the true mentor to be blessed with the right path of acceptance in His Court. Bhatt **Jaalap** claims! Whosoever may realize His Holy Spirit prevailing everywhere; with His mercy and grace, he may be blessed with unlimited blessings.

688.ਸਵਈਏ ਮਹਲੇ ਤੀਜੇ ਕੇ ੩॥ 1395–2 ਕੀਰਤ

ਸਚੁ ਨਾਮੁ ਕਰਤਾਰੁ,	sach naam kartaar
ਸੁ ਦ੍ਰਿੜੁ ਨਾਨਕਿ ਸੰਗ੍ਰਹਿਅਉ॥	so darirh naanak sangar-hi-a-o.
ਤਾ ਤੇ ਅੰਗਦੁ ਲਹਣਾ ਪ੍ਰਗਟਿ,	taa tay angad lahnaa pargat
ਤਾਸੁ ਚਰਣਹ ਲਿਵ ਰਹਿਅਉ॥	taas charnah liv rahi-a-o.
ਤਿਤੁ ਕੁਲਿ ਗੁਰ ਅਮਰਦਾਸੁ ਆਸਾ,	tit kul gur amardaas aasaa
ਨਿਵਾਸੁ ਤਾਸੁ ਗੁਣ ਕਵਣ ਵਖਾਣਉ॥	nivaas taas gun kavan vakhaana-o.
ਜੋ ਗੁਣ ਅਲਖ ਅਗੰਮ,	jo gun alakh agamm
ਤਿਨਹ ਗੁਣ ਅੰਤੁ ਨ ਜਾਣਉ॥	tinah gun ant na jaana-o.
ਬੋਹਿਥਉ ਬਿਧਾਤੈ ਨਿਰਮਯੌ,	bohitha-o biDhaatai niramyou
ਸਭ ਸੰਗਤਿ ਕੁਲ ਉਧਰਣ॥	sabh sangat kul uDhran.
ਗੁਰ ਅਮਰਦਾਸ ਕੀਰਤੁ ਕਹੈ,	gur amardaas keerat kahai
ਤ੍ਰਾਹਿ ਤ੍ਰਾਹਿ ਤੁਅ ਪਾ ਸਰਣ॥੧॥੧੫॥	taraahi taraahi tu-a paa saran. ‖1‖15‖

ਭਗਤ ਕੀਰਤੁ ਜੀ ਕਹਿੰਦੇ ਹਨ! ਭਗਤ ਨਾਨਕ ਨੇ ਅਸਲੀ ਮਾਲਕ ਅਟਲ ਪ੍ਰਭ ਦੇ ਸ਼ਬਦ ਦੀ ਪਾਲਣਾ ਅਡੋਲ ਭਰੋਸਾ ਨਾਲ ਕੀਤੀ । ਉਸ ਦੀ ਪ੍ਰੇਰਨਾ ਤੇ, ਲਹਿਣੇ ਅਤੇ ਅਮਰਦਾਸ ਨੇ ਵੀ ਨਾਨਕ ਜੀ ਦੇ ਜੀਵਨ ਦੀ ਸਿਖਿਆਂ ਨੂੰ ਆਪਣੇ ਜੀਵਨ ਵਿੱਚ ਢਾਲਣ ਕੀਤਾ । ਇੱਕੋ ਇੱਕ ਪ੍ਰਭ, ਅਨੇਕਾਂ ਹੀ ਰੂਪਾਂ ਵਿੱਚ ਆਪਣੀ ਰਜ਼ਾ ਨਾਲ ਪ੍ਰਗਟ ਹੋ ਸਕਦਾ, ਹੁੰਦਾ ਹੈ । ਉਸ ਦੇ ਕਿਸੇ ਕਰਤਬ ਦਾ ਅੰਤ ਨਹੀਂ ਜਾਣਿਆ ਜਾ ਸਕਦਾ । ਸ੍ਰਿਸ਼ਟੀ ਨੂੰ ਸ੍ਰਿਜਨਵਾਲੇ ਦੇ ਸ਼ਬਦ ਦੀ ਭਰੋਸੇ ਨਾਲ ਪਾਲਣਾ ਕਰਨਾ ਹੀ ਇੱਕ ਜਹਾਜ਼, ਮੁਕਤੀ ਦਾ ਰਸਤਾ ਹੈ । ਸੰਤਾਂ ਦੀ ਸ਼ਰਣ ਸੰਗਤ ਵਿੱਚ ਆਪਾ ਭੇਟਾ ਕਰਨਾ ਹੀ ਪ੍ਰਵਾਨਗੀ ਦਾ ਅਸਲੀ ਰਸਤਾ ਹੈ ।

Bhatt Keerat claims! His true devotee Nanak Ji obeyed the teachings of His Word with steady and stable belief in his day-to-day life. He inspired his followers Lahnaa and Amar Das to meditate on the teachings of His Word. Lahnaa ji and Amar Das Ji adopted his life experience teachings in own day to day life. The One and Only One True Master may appear in many creatures in many colors with his own good Will. His Nature, miracles remain beyond the comprehension of His Creation. To adopt the teachings of His Word; The Creator of the universe may be a rescue boat, the right path of acceptance in His Court. Whosoever may surrender in the conjugation of His Holy saint and adopts his life experience teachings in his own day to day life; with His mercy and grace, he may be blessed with the right path of acceptance in His Court.

ਆਪਿ ਨਰਾਇਣੁ ਕਲਾ ਧਾਰਿ, aap naraa-in kalaa Dhaar
ਜਗ ਮਹਿ ਪਰਵਰਿਯਉ॥ jag meh parvari-ya-o.
ਨਿਰੰਕਾਰਿ ਆਕਾਰੁ ਜੋਤਿ, nirankaar aakaar jot
ਜਗ ਮੰਡਲਿ ਕਰਿਯਉ॥ jag mandal kari-ya-o.
ਜਹ ਕਹ ਤਹ ਭਰਪੂਰੁ, jah kah tah bharpoor
ਸਬਦੁ ਦੀਪਕਿ ਦੀਪਾਯਉ॥ sabad deepak deepaa-ya-o.
ਜਿਹ ਸਿਖਹ ਸੰਗ੍ਰਹਿਓ, jih sikhah sangarahi-o
ਤਤੁ ਹਰਿ ਚਰਣ ਮਿਲਾਯਉ॥ tat har charan milaa-ya-o.
ਨਾਨਕ ਕੁਲਿ ਨਿੰਮਲੁ ਅਵਤਰਿਉ, naanak kul nimmal avtar-yi-o
ਅੰਗਦ ਲਹਣੇ ਸੰਗਿ ਹੁਅ॥ angad lahnay sang hu-a.
ਗੁਰ ਅਮਰਦਾਸ ਤਾਰਣ ਤਰਣ, gur amardaas taaran taran
ਜਨਮ ਜਨਮ ਪਾ ਸਰਣਿ ਤੁਅ॥੨॥੧੬॥ janam janam paa saran tu-a. ||2||16||

ਪ੍ਰਭ ਆਪਣੀ ਕ੍ਰਿਪਾ ਨਾਲ ਹੀ ਭਗਤਾ ਦੀ ਜੀਭ ਤੇ ਬੰਦਗੀ ਵਾਲੇ ਸ਼ਬਦ ਬਖਸ਼ਦਾ ਹੈ । ਪ੍ਰਭ ਦੇ ਸ਼ਬਦ ਦੀ ਪਾਲਣਾ, ਸਿਮਰਨ ਨਾਲ ਹੀ ਸਾਰੀ ਸ੍ਰਿਸ਼ਟੀ ਵਿਚੋਂ ਅਗਿਆਨਤਾ ਦਾ ਹਨੇਰਾ ਦੂਰ ਹੋ ਗਿਆ । ਪ੍ਰਭ ਦੇ ਸ਼ਬਦ ਦੀ ਸੋਝੀ ਹੀ ਪ੍ਰਭ ਦੀ ਹੋਂਦ, ਰੋਸ਼ਨੀ ਦਾ ਮੁਨਾਰਾ ਹੈ । ਜਿਹੜਾ ਜੀਵ ਸ਼ਬਦ ਦੀ ਸਿਖਿਆਂ ਆਪਣੇ ਜੀਵਨ ਵਿੱਚ ਢਾਲਦਾ ਹੈ । ਪ੍ਰਭ ਦੀ ਰਹਿਮਤ ਨਾਲ ਉਹ ਪ੍ਰਭ ਦੀ ਹੋਂਦ ਵਿੱਚ ਲੀਨ ਹੋ ਜਾਂਦਾ, ਅਨੰਦ ਮਾਨਦਾ ਹੈ । ਭਗਤ ਨਾਨਕ, ਅੰਗਦ ਅਤੇ ਅਮਰਦਾਸ ਵੀ ਪ੍ਰਭ ਦੀ ਸ਼ਰਣ ਵਿੱਚ ਹੀ ਬੰਦਗੀ ਕਰਦੇ ਕਰਦੇ ਪ੍ਰਵਾਨ ਹੋ ਗਏ ਹਨ ।

The One and Only One True Master may bless His Word on the tongue of His True devotee. Whosoever may meditate, obeys the teachings of His Word with steady and stable belief; with His mercy and grace, his ignorance from the teachings of His Word may be eliminated. The enlightenment of the essence of His Word may be the existence of His Holy Spirit, His Blessed Vision, and the pillar of enlightenment. Whosoever may adopt the teachings of His Word in his day-to-day life; with His mercy and grace, he may remain intoxicated in the voids of His Word. He may remain in pleasure and blossom. Bhatt claims! His true devotee Nanak Ji, Angad Ji, Amar Das Ji remained intoxicated in the void of His Word were immersed within His Holy Spirit.

ਜਪੁ ਤਪੁ ਸਤੁ ਸੰਤੋਖੁ ਪਿਖਿ, jap tap sat santokh pikh
ਦਰਸਨੁ ਗੁਰ ਸਿਖਹ॥ darsan gur sikhah.
ਸਰਣਿ ਪਰਹਿ ਤੇ ਉਬਰਹਿ, saran pareh tay ubrahi
ਛੋਡਿ ਜਮ ਪੁਰ ਕੀ ਲਿਖਹ॥ chhod jam pur kee likhah.
ਭਗਤਿ ਭਾਇ ਭਰਪੂਰੁ, bhagat bhaa-ay bharpoor
ਰਿਦੈ ਉਚਰੈ ਕਰਤਾਰੈ॥ ridai uchrai kartaarai.
ਗੁਰੁ ਗਉਹਰੁ ਦਰੀਆਉ, gur ga-uhar daree-aa-o
ਪਲਕ ਡੁਬੰਤਹ ਤਾਰੈ॥ palak dubaNt-yah taarai.
ਨਾਨਕ ਕੁਲਿ ਨਿੰਮਲੁ ਅਵਤਰਿਉ, naanak kul nimmal avtar-yi-o
ਗੁਣ ਕਰਤਾਰੈ ਉਚਰੈ॥ gun kartaarai uchrai.
ਗੁਰੁ ਅਮਰਦਾਸੁ ਜਿਨੑ ਸੇਵਿਅਉ, gur amardaas jinH sayvi-a-o
ਤਿਨੑ ਦੁਖੁ ਦਰਿਦ੍ਰੁ ਪਰਹਰਿ ਪਰੈ॥੩॥੧੭॥ tinH dukh daridar parhar parai. ||3||17||

ਜਿਹੜਾ ਜੀਵ ਪ੍ਰਭ ਦੇ ਸ਼ਬਦ ਦੀ ਪਾਲਣਾ ਅਡੋਲ ਭਰੋਸੇ ਨਾਲ ਕਰਦਾ ਹੈ, ਪ੍ਰਭ ਦੀ ਰਹਿਮਤ ਨਾਲ ਉਸ ਨੂੰ ਧੀਰਜ ਅਤੇ ਸੰਤੋਖ ਬਖਸ਼ਿਸ਼ ਹੋ ਜਾਂਦਾ ਹੈ । ਉਸ ਦਾ ਮਨ ਪ੍ਰਭ ਦੀ ਬੰਦਗੀ ਵਿੱਚ ਲੀਨ ਹੋ ਜਾਂਦਾ ਹੈ । ਜਿਹੜਾ ਹੋਰ ਰਸਤੇ ਛੱਡਕੇ ਪ੍ਰਭ ਦੀ ਸ਼ਰਣ ਵਿੱਚ ਆ ਜਾਂਦਾ ਹੈ, ਉਸ ਦਾ ਮੌਤ ਦਾ ਡਰ ਖਤਮ ਹੋ ਜਾਂਦਾ ਹੈ । ਮੌਤ ਦਾ ਸਮਾਂ, ਖੁਸ਼ੀ ਦਾ ਮੌਕਾ, ਪ੍ਰਭ ਨਾਲ ਮਿਲਾਪ ਦਾ ਸਮਾਂ ਬਣ ਜਾਂਦਾ ਹੈ । ਬੰਦਗੀ ਕਰਨ ਵਾਲੇ ਦਾ ਮਨ ਪ੍ਰਭ ਦੀ ਪ੍ਰੀਤ ਵਿੱਚ ਲੀਨ ਹੋ ਜਾਂਦਾ ਹੈ । ਉਸ ਨੂੰ ਹੋਰ ਕੋਈ ਭਟਕਣ ਨਹੀਂ

ਰਹਿੰਦੀ । ਜਿਹੜਾ ਪ੍ਰਭ ਦੇ ਸ਼ਬਦ ਦੀ ਸ਼ਰਣ, ਅਮੋਲਕ ਸਾਗਰ ਵਿੱਚ ਆਪਾ ਭੇਟਾ ਕਰ ਦੇਂਦਾ ਹੈ । ਉਹ ਸੰਸਾਰਕ ਸਾਗਰ ਵਿੱਚ ਡੁਬਦਾ ਨਹੀਂ, ਪਾਰ ਹੋ ਜਾਂਦਾ ਹੈ । ਅਮਰਦਾਸ ਜੀ ਉਸ ਪ੍ਰਭ ਦੇ ਗੁਣਾਂ ਦਾ ਵਖਿਆਣ ਕਰਦਾ ਹੈ । ਜਿਹੜਾ ਪ੍ਰਭ ਦੇ ਸ਼ਬਦ ਦਾ ਸਿਮਰਨ ਅਡੋਲ ਭਰੋਸੇ ਨਾਲ ਕਰਦਾ ਹੈ! ਪ੍ਰਭ ਦੀ ਰਹਿਮਤ ਨਾਲ ਉਸ ਦੇ ਪਾਪ ਬਖਸ਼ੇ ਜਾਂਦੇ ਹਨ । ਸੰਸਾਰਕ ਇੱਛਾਂ ਦੇ ਸਭ ਦੁਖ ਦੂਰ ਹੋ ਜਾਂਦੇ ਹਨ ।

Whosoever may obey the teachings of His Word with steady and stable belief; with His mercy and grace, he may be blessed with patience and contentment in his human life journey. He may remain intoxicated in meditation in the void of His Word. Whosoever may renounce all other paths, teachings of worldly guru and surrenders his self-identity at His Sanctuary; with His mercy and grace, he may never drown in the worldly ocean of desires. His true devotee shares his enlightenment of His Word! Whosoever may meditate, obeys the teachings of His Word with steady and stable belief; with His mercy and grace, all his sins of previous lives may be forgiven. All his miseries of worldly desires may be eliminated.

ਚਿਤਿ ਚਿਤਵਉ ਅਰਦਾਸਿ ਕਹਉ,	chit chitva-o ardaas kaha-o
ਪਰੁ ਕਹਿ ਭਿ ਨ ਸਕਉ॥	par kahi bhe na saka-o.
ਸਰਬ ਚਿੰਤ ਤੁਝੁ ਪਾਸਿ,	sarab chint tujh paas
ਸਾਧਸੰਗਤਿ ਹਉ ਤਕਉ॥	saaDhsangat ha-o taka-o.
ਤੇਰੈ ਹੁਕਮਿ ਪਵੈ ਨੀਸਾਣੁ,	tayrai hukam pavai neesaan
ਤਉ ਕਰਉ ਸਾਹਿਬ ਕੀ ਸੇਵਾ॥	ta-o kara-o saahib kee sayvaa.
ਜਬ ਗੁਰੁ ਦੇਖੈ ਸੁਭ ਦਿਸਟਿ,	jab gur daykhai subh disat
ਨਾਮੁ ਕਰਤਾ ਮੁਖਿ ਮੇਵਾ॥	naam kartaa mukh mayvaa.
ਅਗਮ ਅਲਖ ਕਾਰਣ ਪੁਰਖ,	agam alakh kaaran purakh
ਜੋ ਫੁਰਮਾਵਹਿ ਸੋ ਕਹਉ॥	jo furmaaveh so kaha-o.
ਗੁਰ ਅਮਰਦਾਸ ਕਾਰਣ ਕਰਣ,	gur amardaas kaaran karan
ਜਿਵ ਤੂ ਰਖਹਿ ਤਿਵ ਰਹਉ॥੪॥੧੮॥	jiv too rakheh tiv raha-o. ‖4‖18‖

ਅਮਰਦਾਸ ਜੀ ਕਹਿੰਦੇ ਹਨ, ਮੈਂ ਇਕਾਗਰ ਮਨ ਹੋ ਕੇ ਪ੍ਰਭ ਦੇ ਸ਼ਬਦ ਦਾ ਸਿਮਰਨ ਕਰਦਾ ਹਾ, ਆਪਣੇ ਮਨ ਦੀ ਸ਼ਰਧਾ, ਜੀਭ ਨਾਲ ਵਖਿਆਨ ਨਹੀਂ ਕਰ ਸਕਦਾ । ਮਨ ਦੀਆਂ ਚਿੰਤਾ ਤਿਆਗਕੇ ਬੰਦਗੀ ਕਰਨਵਾਲੇ ਸੰਤਾਂ ਦੀ ਸਿਖਿਆਂ ਨਾਲ ਜੀਵਨ ਬਤੀਤ ਕਰਦਾ ਹਾ । ਪ੍ਰਭ ਦੇ ਹੁਕਮ ਅੰਦਰ ਚੱਲਣ ਨਾਲ ਮਨ ਵਿੱਚ ਪ੍ਰਭ ਦੀ ਰਹਿਮਤ ਦਾ ਨੂਰ ਭਰਪੂਰ ਹੋ ਗਿਆ ਹੈ, ਮੈਂ ਸ਼ਬਦ ਦੀ ਸਮਾਧੀ ਵਿੱਚ ਹੀ ਲੀਨ ਹੋ ਗਿਆ ਹਾ । ਮੈਂ ਸਵਾਸ, ਸਵਾਸ ਆਪਣੀ ਜੀਭ ਨਾਲ ਸ਼ਬਦ ਦੀ ਉਸਤਤ ਦੇ ਗੀਤ ਗਾਉਂਦਾ ਹਾ । ਪ੍ਰਭ ਆਪ ਹੀ ਸਭ ਕੁਝ ਕਰਦਾ, ਆਪ ਹੀ ਕਾਰਨ ਬਣਾਉਂਦਾ ਹੈ । ਹਮੇਸ਼ਾਂ ਹੀ ਪ੍ਰਭ ਦੀ ਰਹਿਮਤ ਦੀ ਹੀ ਅਰਦਾਸ ਕਰੋ ।

Amar Das claims! I am meditating on the teachings of His Word with steady and stable belief. I sing the glory of His Word with devotion with my tongue. I cannot express the extent of my devotion with my tongue. I obey the teachings of His Word with steady and stable belief; with His mercy and grace, I am remaining overwhelmed with His Blessed Vision. I remain intoxicated in meditation in the void of His Word. I am singing the glory of His Word with each breath and sings His praises with my tongue. Everything may only happen under His Command and only He may create causes, purpose of all events in His Nature. You should always pray for His forgiveness and Refuge.

689.ਸਵਈਏ ਮਹਲੇ ਤੀਜੇ ਕੇ ੩॥ ਭਿਖੇ॥ 1395 -15

ਗੁਰੁ ਗਿਆਨੁ ਅਰੁ ਧਿਆਨੁ, gur gi-aan ar Dhi-aan
ਤਤ ਸਿਉ ਤਤੁ ਮਿਲਾਵੈ॥ tat si-o tat milaavai.
ਸਚਿ ਸਚੁ ਜਾਣੀਐ, sach sach jaanee-ai
ਇਕ ਚਿਤਹਿ ਲਿਵ ਲਾਵੈ॥ ik chiteh liv laavai.
ਕਾਮ ਕ੍ਰੋਧ ਵਸਿ ਕਰੈ, kaam kroDh vas karai
ਪਵਣੁ ਉਡੰਤ ਨ ਧਾਵੈ॥ pavan udant na Dhaavai.
ਨਿਰੰਕਾਰ ਕੈ ਵਸੈ ਦੇਸਿ, nirankaar kai vasai days
ਹੁਕਮੁ ਬੁਝਿ ਬੀਚਾਰੁ ਪਾਵੈ॥ hukam bujh beechaar paavai.
ਕਲਿ ਮਾਹਿ ਰੂਪੁ ਕਰਤਾ ਪੁਰਖੁ, kal maahi roop kartaa purakh
ਸੋ ਜਾਣੈ ਜਿਨਿ ਕਿਛੁ ਕੀਅਉ॥ so jaanai jin kichh kee-a-o.
ਗੁਰੁ ਮਿਲਿਉ ਸੋਇ ਭਿਖਾ ਕਹੈ, gur mili-ya-o so-ay bhikhaa kahai
ਸਹਜ ਰੰਗਿ ਦਰਸਨੁ ਦੀਅਉ॥੧॥੧੯॥ sahj rang darsan dee-a-o. ||1||19||

ਜਿਹੜਾ ਅਡੋਲ ਭਰੋਸੇ ਨਾਲ ਸਿਮਰਨ ਕਰਦਾ ਹੈ, ਉਸ ਦੀ ਅਗਿਆਨਤਾ ਦੂਰ ਹੋ ਜਾਂਦੀ, ਜੀਵਨ ਦੀ ਅਸਲੀਅਤ ਦੀ ਸੋਝੀ ਬਖਸ਼ਿਸ਼ ਹੋ ਜਾਂਦੀ ਹੈ । ਉਸ ਦਾ ਮਨ ਇੱਕ ਪ੍ਰਭ ਦੇ ਸ਼ਬਦ ਦੀ ਪਾਲਣਾ, ਸਿਮਰਨ ਵਿੱਚ ਲੀਨ ਹੋ ਜਾਂਦਾ ਹੈ । ਪ੍ਰਭ ਦੀ ਰਹਿਮਤ ਨਾਲ ਜੀਵ ਦੀ ਕਾਮ ਵਾਸ਼ਨਾ ਅਤੇ ਕਰੋਧ ਤੇ ਜਿੱਤ ਬਖਸ਼ਿਸ਼ ਹੋ ਜਾਂਦੀ ਹੈ । ਮਨ ਚਾਰੇ ਪਾਸੇ ਭਟਕਣ ਤੋ ਰੋਕ ਜਾਂਦਾ ਹੈ, ਪ੍ਰਭ ਦੀ ਰਜ਼ਾ ਵਿੱਚ ਰਹਿੰਦਾ ਹੈ । ਪ੍ਰਭ ਆਪ ਹੀ ਗਿਆਨ ਬਖਸ਼ਦਾ ਹੈ ! ਕੱਲਯੁਗ ਵਿੱਚ ਪ੍ਰਭ ਕਿਸ ਰੂਪ ਵਿੱਚ ਪ੍ਰਗਟ ਹੁੰਦਾ ਹੈ, ਪ੍ਰਭ ਹੀ ਜਾਣਦਾ ਹੈ । ਜਿਸ ਤੇ ਰਹਿਮਤ ਬਖਸ਼ਦਾ ਹੈ, ਉਸ ਨੂੰ ਹੀ ਅਸਲੀ ਮਾਲਕ ਦੀ ਹੋਂਦ ਅਨੁਭਵ ਹੁੰਦੀ ਹੈ ।

Whosoever may meditate on the teachings of His Word with steady and stable belief; with His mercy and grace, his ignorance from the teachings of His Word may be eliminated; with His mercy and grace, he may realize the reality of human life journey. He may remain intoxicated in meditating and obeying the teachings of His Word; with His mercy and grace, he may conquer his sexual urge with strange partner and anger of worldly disappointments. He may control his wandering mind and accepts his worldly miseries and pleasures as His Worthy blessings. He may be enlightened with the essence of His Word. In the Age of Kul-Jug! The True Master appears in many ways in the universe; He may remain beyond any comprehension of His Creation. Whosoever may be bestowed with His Blessed Vision, only he may realize His Existence, His Holy Spirit prevailing everywhere.

ਰਹਿਓ ਸੰਤ ਹਉ ਟੋਲਿ, rahi-o sant ha-o tol
ਸਾਧ ਬਹੁਤੇਰੇ ਡਿਠੇ॥ saaDh bahutayray dithay.
ਸੰਨਿਆਸੀ ਤਪਸੀਅਹ, sani-aasee tapsee-ah
ਮੁਖਹੁ ਏ ਪੰਡਿਤ ਮਿਠੇ॥ mukhahu ay pandit mithay.
ਬਰਸੁ ਏਕੁ ਹਉ ਫਿਰਿਓ, baras ayk ha-o firi-o
ਕਿਨੈ ਨਹੁ ਪਰਚਉ ਲਾਯਉ॥ kinai nahu parcha-o laa-ya-o.
ਕਹਤਿਅਹ ਕਹਤੀ ਸੁਣੀ, kehti-ah kahtee sunee
ਰਹਤ ਕੋ ਖੁਸੀ ਨ ਆਯਉ॥ rahat ko khusee na aa-ya-o.
ਹਰਿ ਨਾਮੁ ਛੋਡਿ ਦੂਜੈ ਲਗੇ, har naam chhod doojai lagay
ਤਿਨ੍ ਕੇ ਗੁਣ ਹਉ ਕਿਆ ਕਹਉ॥ tinH kay gun ha-o ki-aa kaha-o.
ਗੁਰੁ ਦਯਿ ਮਿਲਾਯਉ ਭਿਖਿਆ, gur da-yi milaa-ya-o bhikhi-aa
ਜਿਵ ਤੂ ਰਖਹਿ ਤਿਵ ਰਹਉ॥੨॥੨੦॥ jiv too rakheh tiv raha-o. ||2||20||

ਭਿਖਾਂ ਜੀ ਕਹਿੰਦਾ ਹੈ, ਮੈਂ ਸੰਤ ਸਰੂਪ ਦੀ ਭਾਲ ਕਰਦੇ, ਬਹੁਤ ਹੀ ਸਾਧੂ, ਬੰਦਗੀ ਕਰਨ ਵਾਲੇ, ਸੰਨਿਆਸੀ, ਤਪਸੀਅਹ, ਬਹੁਤ ਪੰਡਿਤ ਦੇਖੇ ਹਨ । ਸਾਰੇ ਹੀ ਬਹੁਤ ਨਿਮ੍ਰਤਾ ਨਾਲ ਬੋਲਦੇ ਹਨ । ਸਾਲਾਂ ਤੋ ਢੂੰਡਦਾ ਹਾ, ਪਰ ਕਿਸੇ ਨੇ ਮੇਰੇ ਉਪਰ ਉਹ ਪ੍ਰਭਾਵ ਨਹੀਂ ਪਾਇਆ । ਬਹੁਤ ਹੀ ਪ੍ਰਚਾਰਕਾ ਦੇ ਪ੍ਰਚਾਰ, ਕੀਰਤਨ ਸੁਣੇ ਹਨ । ਉਹਨਾਂ ਦੇ ਆਪਣੇ ਜੀਵਨ ਦੇ ਢੰਗ ਤੋ ਖੁਸ਼, ਪ੍ਰਭਾਵਤ ਨਹੀਂ ਹੋਇਆ । ਜਿਸ ਨੂੰ ਆਪ ਪ੍ਰਭ ਤੇ ਭਰੋਸਾ ਨਹੀਂ ਹੁੰਦਾ! ਮੈਂ ਉਸ ਦੀ ਉਸਤਤ ਕਿਵੇਂ ਕਰ ਸਕਦਾ ਹਾ? ਪ੍ਰਭ ਆਪ ਹੀ ਰਹਿਮਤ ਬਖਸ਼ਕੇ ਸ਼ਬਦ ਦੇ ਭਿਖਾਰੀ, ਸੰਤ ਸਰੂਪ ਦੀ ਸੰਗਤ ਬਖਸ਼ੀ ਹੈ, ਮੈਂ ਉਸ ਦੇ ਜੀਵਨ ਦੀ ਸਿਖਿਆਂ ਢਾਲਕੇ, ਪ੍ਰਭ ਦੀ ਸ਼ਰਣ ਵਿੱਚ ਅਡੋਲ ਹੋ ਗਿਆ ਹਾ ।

Bhikhaa ji claims! I am searching for His Holy saint from long time. I have pilgrimaged many Holy Shrines, many hermits, Sani-aasees, ascetics, penitents, fanatics and pandits, all speak very politely. However, no one has ever pierced may heart. I have not been impressed with their own way of life. Whosoever may not adopt the teachings of His Word with steady and stable belief and remains attached to duality; how and why should I sing his praises or follows his teachings in my human life journey? The True Master has blessed me the conjugation of His Holy saint. I have adopted his life experience teachings in my day-to-day life; with His mercy and grace, I am intoxicated in meditation in the void of His Word.

690.ਸਵਈਏ ਮਹਲੇ ਤੀਜੇ ਕੇ ੩॥ ਸਲ੍ਯ॥ 1396-3

ਪਹਿਰਿ ਸਮਾਧਿ ਸਨਾਹੁ ਗਿਆਨਿ ਹੈ,	pahir samaaDh sanaahu gi-aan hai
ਆਸਣਿ ਚੜਿਅਉ॥	aasan charhi-a-o.
ਧ੍ਰੰਮ ਧਨਖੁ ਕਰ ਗਹਿਓ,	Dharamm Dhanakh kar gahi-o
ਭਗਤ ਸੀਲਹ ਸਰਿ ਲੜਿਅਉ॥	bhagat seelah sar larhi-a-o.
ਭੈ ਨਿਰਭਉ ਹਰਿ ਅਟਲੁ,	bhai nirbha-o har atal
ਮਨਿ ਸਬਦਿ ਗੁਰ ਨੇਜਾ ਗਡਿਓ॥	man sabad gur nayjaa gadi-o.
ਕਾਮ ਕ੍ਰੋਧ ਲੋਭ ਮੋਹ,	kaam kroDh lobh moh
ਅਪਤੁ ਪੰਚ ਦੂਤ ਬਿਖੰਡਿਓ॥	apat panch doot bikhandi-o.
ਭਲਉ ਭੂਹਾਲੁ ਤੇਜੋ ਤਨਾ,	bhala-o bhoohaal tayjo tanaa
ਨ੍ਰਿਪਤਿ ਨਾਥੁ ਨਾਨਕ ਬਰਿ॥	nript naath naanak bar.
ਗੁਰ ਅਮਰਦਾਸ ਸਚੁ ਸਲ੍ਯ ਭਣਿ ਤੈ,	gur amardaas sach sal-y bhan tai dal
ਦਲੁ ਜਿਤਉ ਇਵ ਜੁਧੁ ਕਰਿ॥੧॥੨੧॥	jita-o iv juDh kar. ||1||21||

ਸਲ੍ਯ ਜੀ ਕਹਿੰਦਾ ਹੈ! ਪ੍ਰਭ ਦਾ ਅਸਲੀ ਭਗਤ, ਸ਼ਬਦ ਦੀ ਸਮਾਧੀ ਵਿੱਚ ਅਡੋਲ ਰਹਿੰਦਾ, ਸ਼ਬਦ ਦੀ ਸੋਝੀ ਦਾ ਅਨੰਦ ਮਾਨਦਾ ਹੈ । ਉਸ ਸ੍ਰਿਸ਼ਟੀ ਦੀ ਭਲਾਈ ਦੇ ਨਿਯਮਾਂ, ਸਿਖਿਆਂ ਨਾਲ ਮਨ ਵਿੱਚ ਨਿਮਰਤਾ ਬਖਸ਼ਿਸ਼ ਹੋ ਜਾਂਦਾ ਹੈ । ਮੌਤ ਦਾ ਡਰ ਦੂਰ ਕਰਨ ਵਾਲਾ ਪ੍ਰਭ ਦੇ ਅਟਲ ਸ਼ਬਦ ਦੀ ਸਿਖਿਆਂ ਦੇਂਦਾ ਹੈ । ਉਸ ਦੀ ਸਿਖਿਆਂ ਨਾਲ ਪ੍ਰਭ ਦੇ ਸ਼ਬਦ ਦੇ ਸਿਮਰਨ ਵਿੱਚ ਮਨ ਲੀਨ ਹੋ ਜਾਂਦਾ ਹੈ । ਪ੍ਰਭ ਦੀ ਰਹਿਮਤ ਨਾਲ ਪੰਜਾਂ ਜਮਦੂਤਾਂ ਤੇ ਜਿੱਤ ਬਖਸ਼ਿਸ਼ ਹੋ ਜਾਂਦੀ ਹੈ । ਪ੍ਰਭ ਨੇ ਅਮਰਦਾਸ ਨੂੰ ਹੀ ਸੰਤ ਸਰੂਪ ਅਵਸਥਾ ਬਖਸ਼ੀ ਹੈ । ਉਹ ਕੇਵਲ ਪ੍ਰਭ ਦੇ ਸ਼ਬਦ ਦੀ ਹੀ ਉਪਮਾ ਗਾਉਂਦਾ ਹੈ ।

Sall claims! His true devotee remains intoxicated in the void of His Word; with His mercy and grace, he may remain in blossom with the enlightenment of the essence pf His Word. With his life experience teachings for welfare of His Creation; his mind may remain overwhelmed with humility. With His life experience teachings, with the enlightenment of the essence of His Word, his fear of death may be eliminated. With His life experience teachings, he may remain intoxicated in the void of His Word; with His mercy and grace, he may be blessed to conquer the demons of his worldly desires. The True Master has blessed such a state of mind to His devotee Amar Das; he remains intoxicated in singing the gratitude and glory of His Word.

691.ਸਵਈਏ ਮਹਲੇ ਤੀਜੇ ਕੇ ੩॥ ਭਲੁ॥ 1396-6

ਘਨਹਰ ਬੂੰਦ ਬਸੁਅ ਰੋਮਾਵਲਿ,	ghanhar boond basu-a romaaval
ਕੁਸਮ ਬਸੰਤ ਗਨੰਤ ਨ ਆਵੈ॥	kusam basant ganant na aavai.
ਰਵਿ ਸਸਿ ਕਿਰਣਿ ਉਦਰੁ ਸਾਗਰ ਕੋ,	rav sas kiran udar saagar ko
ਗੰਗ ਤਰੰਗ ਅੰਤੁ ਕੋ ਪਾਵੈ॥	gang tarang ant ko paavai.
ਰੁਦ੍ਰ ਧਿਆਨ ਗਿਆਨ ਸਤਿਗੁਰ ਕੇ,	rudr Dhi-aan gi-aan satgur kay
ਕਬਿ ਜਨ ਭਲੁ ਉਨਹ ਜੋੁ ਗਾਵੈ॥	kab jan bhal-y unah jo gaavai.
ਭਲੇ ਅਮਰਦਾਸ ਗੁਣ ਤੇਰੇ,	bhalay amardaas gun tayray
ਤੇਰੀ ਉਪਮਾ ਤੋਹਿ ਬਨਿ ਆਵੈ॥੧॥੨੨॥	tayree upmaa tohi ban aavai. ||1||22||

ਭਲ੍ਹਾ ਜੀ ਕਹਿੰਦੇ ਹਨ! ਜਿਵੇਂ ਮੀਂਹ ਦੀਆਂ ਬੂੰਦਾਂ, ਕਿਤਨੇ ਬੂਟਿਆਂ ਅਤੇ ਫੁੱਲਾ ਦੀ ਪਿਆਸ ਬੁਝਾਉਂਦੀਆਂ ਹਨ । ਇਹਨਾਂ ਦੀ ਗਿਣਤੀ ਨਹੀਂ ਕੀਤੀ ਜਾ ਸਕਦੀ । ਇਸਤਰ੍ਹਾਂ, ਸੂਰਜ ਅਤੇ ਚੰਦ ਦੀਆਂ ਕਿਰਨਾਂ ਦੀ ਅਤੇ ਸਾਗਰ ਦੀਆਂ ਲਹਿਰਾ ਦੀ ਕੋਈ ਗਿਣਤੀ ਨਹੀਂ ਕਰ ਸਕਦਾ । ਪਰ ਸ਼ਿਵਜੀ ਵਰਗੀ ਭਗਤੀ ਕਰਨ ਵਾਲੇ ਨੂੰ, ਪ੍ਰਭ ਦੀ ਰਹਿਮਤ ਨਾਲ, ਸਭ ਕੁਝ ਸੰਭਵ ਹੋ ਸਕਦਾ ਹੈ । ਇਸਤਰ੍ਹਾਂ ਪ੍ਰਭ ਆਪਣੇ ਕਰਤਬ ਆਪ ਹੀ ਜਾਣਦਾ ਹੈ! ਪ੍ਰਭ ਦੀ ਜਿਤਨੀ ਵੀ ਉਪਮਾ ਕੀਤੀ ਜਾਵੇ ਥੋੜ੍ਹੀ ਹੈ, ਪੂਰਨ ਉਪਮਾ ਕੀਤੀ ਨਹੀਂ ਜਾ ਸਕਦੇ ।

Bhalla ji claims! The drops of rain may quench the thirst of so many plaints, flowers remain beyond the imagination of His Creation. Same way the rays of Sun and Moon, waves of ocean remain beyond the imagination of His Creation. Whosoever may meditate and remains intoxicated in the void of His Word; with His mercy and grace, everything is possible. Same way, The True Master may only comprehend His own Nature. You may praise, sing the glory of The True Master; that may not be enough; no one may be able to completely sing the glory of His Word.

692.ਸਵਈਏ ਮਹਲੇ ਚਉਥੇ ਕੇ ੪॥ 1396-10 ਕਲ੍ਯ ਕਵਿ ।

ੴ ਸਤਿਗੁਰ ਪ੍ਰਸਾਦਿ॥	ik-oNkaar satgur parsaad.
ਇਕ ਮਨਿ ਪੁਰਖੁ ਨਿਰੰਜਨੁ ਧਿਆਵਉ॥	ik man purakh niranjan Dhi-aava-o.
ਗੁਰ ਪ੍ਰਸਾਦਿ ਹਰਿ ਗੁਣ ਸਦ ਗਾਵਉ॥	gur parsaad har gun sad gaava-o.
ਗੁਨ ਗਾਵਤ ਮਨਿ ਹੋਇ ਬਿਗਾਸਾ॥	gun gaavat man ho-ay bigaasaa.
ਸਤਿਗੁਰ ਪੂਰਿ ਜਨਹ ਕੀ ਆਸਾ॥	satgur, poor janah kee aasaa.
ਸਤਿਗੁਰੁ ਸੇਵਿ ਪਰਮ ਪਦੁ ਪਾਯਉ॥	satgur sayv param pad paa-ya-o.
ਅਬਿਨਾਸੀ ਅਬਿਗਤੁ ਧਿਆਯਉ॥	abhinaasee abigat Dhi-aa-ya-o.
ਤਿਸੁ ਭੇਟੇ ਦਾਰਿਦ੍ਰੁ ਨ ਚੰਪੈ॥	tis bhaytay daaridar na champai.
ਕਲ੍ਯ ਸਹਾਰੁ ਤਾਸੁ ਗੁਣ ਜੰਪੈ॥	kal-y sahaar taas gun jampai.
ਜੰਪਉ ਗੁਣ ਬਿਮਲ ਸੁਜਨ ਜਨ,	jampa-o gun bimal sujan jan kayray
ਕੇਰੇ ਅਮਿਅ ਨਾਮੁ ਜਾ ਕਉ ਫੁਰਿਆ॥	ami-a naam jaa ka-o furi-aa.
ਇਨਿ ਸਤਗੁਰੁ ਸੇਵਿ ਸਬਦ ਰਸੁ ਪਾਯਾ,	in satgur sayv sabad ras paa-yaa
ਨਾਮੁ ਨਿਰੰਜਨ ਉਰਿ ਧਰਿਆ॥	naam niranjan ur Dhari-aa.
ਹਰਿ ਨਾਮ ਰਸਿਕੁ ਗੋਬਿੰਦ ਗੁਣ ਗਾਹਕੁ,	har naam rasik gobind gun gaahak
ਚਾਹਕੁ ਤਤ ਸਮਤ ਸਰੇ॥	chaahak tat samat saray.
ਕਵਿ ਕਲ੍ਯ ਠਕੁਰ ਹਰਦਾਸ ਤਨੇ,	kav kal-y thakur hardaas tanay
ਗੁਰ ਰਾਮਦਾਸ ਸਰ ਅਭਰ ਭਰੇ॥੧॥	gur raamdaas sar abhar bharay. ||1||

ਜੀਵ ਇੱਕ ਮਨ ਹੋ ਕੇ ਅਦੁੱਤੀ ਬ੍ਰਹਮ ਦਾ ਸਿਮਰਨ ਕਰੋ । ਉਸ ਦੀ ਰਹਿਮਤ ਨਾਲ ਜੀਵਨ ਵਿੱਚ ਖੇੜਾ, ਪ੍ਰਭ ਨਿਮਾਣੇ ਸੇਵਕ ਦੀਆਂ ਮੁਰਾਦਾਂ ਪੂਰੀਆਂ ਕਰਦਾ ਹੈ । ਪ੍ਰਭ ਦੀ ਬੰਦਗੀ ਕਰਨ ਨਾਲ ਉਸ ਪਾਰਬ੍ਰਹਮ ਦੀ ਹੋਂਦ ਅਨੁਭਵ ਹੋ ਜਾਂਦੀ ਹੈ । ਜਿਹੜਾ ਪ੍ਰਭ ਦੀ ਸ਼ਰਣ ਵਿੱਚ ਆਪਾ ਭੇਟਾ ਕਰਦਾ ਹੈ, ਉਸ ਨੂੰ ਦੁਖ ਮਹਿਸੂਸ ਨਹੀਂ ਹੁੰਦਾ । ਕਵੀ ਕਲੂ ਜੀ! ਪ੍ਰਭ ਦੇ ਸ਼ਬਦ ਦਾ ਸਿਮਰਨ ਕਰਨ ਨਾਲ ਉਸ ਅਮੋਲਕ ਸ਼ਬਦ ਦਾ ਸੋਝੀ ਰੂਪੀ ਰਸ ਅਨੰਦ ਬਖਸ਼ਿਸ਼ ਹੋ ਜਾਂਦਾ ਹੈ । ਜਿਹੜਾ ਸ਼ਬਦ ਦਾ ਸਿਮਰਨ ਕਰਦਾ ਖੇੜਾ, ਅਨੰਦ ਮਾਨਦਾ, ਪ੍ਰਭ ਦੀ ਰਹਿਮਤ ਨਾਲ ਉਸ ਨੂੰ ਪ੍ਰਵਾਨਗੀ ਦਾ ਅਸਲੀ ਰਸਤਾ ਬਖਸ਼ਿਸ਼ ਹੋ ਜਾਂਦਾ ਹੈ । ਜਿਸ ਦੇ ਮਨ ਵਿੱਚ ਕੇਵਲ ਪ੍ਰਭ ਦੇ ਸ਼ਬਦ ਦੀ ਸੋਝੀ ਦੀ ਹੀ ਭੁੱਖ ਹੁੰਦੀ, ਉਹ ਅਮੋਲਕ ਬਾਣੀ ਦੀ ਸੋਝੀ ਖੋਜਦਾ ਹੈ, ਉਹ ਆਪ ਹੀ ਸੋਝੀ ਦਾ ਸੋਮਾ ਬਣ ਜਾਂਦਾ ਹੈ । ਕਲੂ ਕਵੀ! ਹਰਦਾਸ ਦਾ ਪੁਤਰ ਰਾਮਦਾਸ ਇਸਤਰ੍ਹਾਂ ਦਾ ਸੋਮਾ ਬਣ ਗਿਆ ਹੈ ।

Whosoever may meditate on the teachings of His Word with steady and stable belief in his day-to-day life; with His mercy and grace, he may be blessed with blossom in his life, all his spoken and unspoken desires may be fully satisfied. He may realize His Holy Spirit prevailing everywhere in the universe. Whosoever may surrender his self-identity at His Sanctuary; he may not realize any misery with any worldly environment. Whosoever may enjoy the blossom in meditating; with His mercy and grace, he may be blessed with the right path of acceptance in His Court. Whosoever may only remain anxious for the enlightenment of the essence of His Word; with His mercy and grace, he may become a fountain of enlightenment. Poet Kal claims! Ram Das son of Hari Das has become such a fountain of enlightenment.

ਛੁਟਤ ਪਰਵਾਹ ਅਮਿਅ ਅਮਰਾ ਪਦ,	chhutat parvaah ami-a amraa pad
ਅੰਮ੍ਰਿਤ ਸਰੋਵਰ ਸਦ ਭਰਿਆ॥	amrit sarovar sad bhari-aa.
ਤੇ ਪੀਵਹਿ ਸੰਤ ਕਰਹਿ ਮਨਿ ਮਜਨੁ,	tay peeveh sant karahi man majan
ਪੁਬ ਜਿਨਹੁ ਸੇਵਾ ਕਰੀਆ॥	pub jinahu sayvaa karee-aa.
ਤਿਨ ਭਉ ਨਿਵਾਰਿ ਅਨਭੈ ਪਦੁ ਦੀਨਾ,	tin bha-o nivaar anbhai pad deenaa
ਸਬਦ ਮਾਤ੍ਰ ਤੇ ਉਧਰ ਧਰੇ॥	sabad matar tay uDhar Dharay.
ਕਵਿ ਕਲ੍ਯ ਠਕੁਰ ਹਰਦਾਸ ਤਨੇ,	kav kal-y thakur hardaas tanay
ਗੁਰ ਰਾਮਦਾਸ ਸਰ ਅਭਰ ਭਰੇ॥੨॥	gur raamdaas sar abhar bharay. ‖2‖

ਜਿਸ ਜੀਵ ਨੇ ਪਿਛਲੇ ਜਨਮ ਵਿੱਚ ਬੰਦਗੀ ਕੀਤੀ ਹੁੰਦੀ ਹੈ । ਉਸ ਦੇ ਰੋਮ ਰੋਮ ਵਿੱਚ ਸ਼ਬਦ ਦਾ ਅੰਮ੍ਰਿਤ ਰਚਿਆ ਰਹਿੰਦਾ ਹੈ, ਉਹ ਅਮਰ ਹੋ ਜਾਂਦੇ ਹਨ । ਉਹ ਅਡੋਲ ਭਰੋਸੇ ਨਾਲ ਪ੍ਰਭ ਦਾ ਸਿਮਰਨ ਕਰਦਾ ਹੈ, ਉਸ ਦੇ ਮਨ ਤੇ ਸ਼ਬਦ ਦਾ ਰੰਗ ਚੜ੍ਹ ਜਾਂਦਾ ਹੈ । ਉਸ ਨੂੰ ਸ਼ਬਦ ਦੀ ਪਾਲਣਾ ਕਰਦੇ ਨੂੰ ਸ਼ਬਦ ਦੀ ਨਿਡਰ ਅਵਸਥਾ ਬਖਸ਼ਿਸ਼ ਹੋ ਜਾਂਦੀ ਹੈ । ਕਲੂ ਕਵੀ ਕਹਿੰਦਾ! ਹਰਦਾਸ ਦਾ ਪੁਤਰ ਰਾਮਦਾਸ ਇਸਤਰ੍ਹਾਂ ਦਾ ਸੋਮਾ ਬਣ ਗਿਆ ਹੈ ।

Whosoever may have a great prewritten destiny, only he may remain drenched with the ambrosial nectar of the essence of His Word. He may obey the teachings of His Word with steady and stable belief, he may be drenched with crimson color of the essence of His Word; with His mercy and grace, he may be blessed with immortal state of mind. He may remain intoxicated obeying on the teachings of His Word within the void of His Word, blessed with fearless state of mind. Poet Kal claims! Ram Das son of Hari Das has become such a fountain of enlightenment.

ਸਤਗੁਰ ਮਤਿ ਗੂੜ੍ ਬਿਮਲ,	satgur mat goorhH bimal satsangat
ਸਤਸੰਗਤਿ ਆਤਮੁ ਰੰਗਿ ਚਲੂਲੁ ਭਯਾ॥	aatam rang chalool bha-yaa.
ਜਾਗਾ ਮਨੁ ਕਵਲੁ ਸਹਜਿ ਪਰਕਾਸਾ,	jaag-yaa man kaval sahj parkaas-yaa
ਅਭੈ ਨਿਰੰਜਨੁ ਘਰਹਿ ਲਹਾ॥	abhai niranjan ghareh lahaa.

ਸਤਗੁਰਿ ਦਯਾਲਿ ਹਰਿ ਨਾਮੁ ਦ੍ਰਿੜਾਯਾ, satgur da-yaal har naam darirh-aa-yaa
ਤਿਸੁ ਪ੍ਰਸਾਦਿ ਵਸਿ ਪੰਚ ਕਰੇ॥ tis parsaad vas panch karay.
ਕਵਿ ਕਲ੍ਯ ਠਕੁਰ ਹਰਦਾਸ ਤਨੇ, kav kal-y thakur hardaas tanay
ਗੁਰ ਰਾਮਦਾਸ ਸਰ ਅਭਰ ਭਰੇ॥੩॥ gur raamdaas sar abhar bharay. ||3||

ਜਿਹੜਾ ਜੀਵ ਸੰਤ ਸਰੂਪ ਜੀਵ ਦੀ ਸੰਗਤ ਵਿੱਚ ਰਹਿੰਦਾ ਹੈ । ਉਸ ਦੇ ਜੀਵਨ ਦੀ ਸਿਖਿਆਂ ਨੂੰ ਆਪਣੇ ਜੀਵਨ ਦਾ ਅਧਾਰ ਬਣਾਉਂਦਾ, ਉਸ ਦੀ ਰਜ਼ਾ ਵਿੱਚ ਹੀ ਰਹਿੰਦਾ ਹੈ । ਉਹ ਸੌਂਦੇ, ਜਾਗਦੇ, ਪ੍ਰਭ ਦੀ ਮਹਿਮਾਂ ਹੀ ਗਾਉਂਦਾ ਹੈ । ਪ੍ਰਭ ਦੀ ਰਹਿਮਤ ਨਾਲ ਉਸ ਨੂੰ ਪੰਜਾਂ ਇੰਦ੍ਰੀਆਂ, ਜਮਦੂਤਾਂ ਤੇ ਜਿੱਤ ਬਖਸ਼ਿਸ਼ ਹੋ ਜਾਂਦੀ ਹੈ । ਉਸ ਨੂੰ ਮਨ ਵਿਚੋਂ ਹੀ ਪ੍ਰਭ ਦੇ ਸ਼ਬਦ ਦੀ ਸੋਝੀ ਬਖਸ਼ਿਸ਼ ਹੋ ਜਾਂਦੀ ਹੈ । ਪ੍ਰਭ ਦੀ ਰਹਿਮਤ ਨਾਲ ਉਸ ਨੂੰ ਪ੍ਰਵਾਨਗੀ ਦਾ ਰਸਤਾ ਬਖਸ਼ਿਸ਼ ਹੋ ਜਾਂਦਾ ਹੈ । ਕਲ੍ਯ ਕਵੀ ਕਹਿੰਦਾ ਹੈ! ਰਾਮਦਾਸ ਇਸਤਰ੍ਹਾਂ ਦਾ ਸੋਮਾ ਬਣ ਗਿਆ ਹੈ ।

Whosoever may remain in the conjugation of His Holy saint and adopts his life experience teachings in his own day to day life. He may remain in the sanctuary of His Word; with His mercy and grace, he may remain intoxicated in singing the glory of His Word in his day-to-day life and in his dreams. He may conquer the demons of his worldly desires. He may be enlightened with the essence of His Word from within; with His mercy and grace, he may be blessed with the right path of acceptance in His Court. Poet Kal claims! Ram Das son of Hari Das has become such a fountain of enlightenment.

ਅਨਭਉ ਉਨਮਾਨਿ ਅਕਲ ਲਿਵ ਲਾਗੀ, anbha-o unmaan akal liv laagee
ਪਾਰਸੁ ਭੇਟਿਆ ਸਹਜ ਘਰੇ॥ paaras bhayti-aa sahj gharay.
ਸਤਗੁਰ ਪਰਸਾਦਿ ਪਰਮ ਪਦੁ ਪਾਯਾ, satgur parsaad param pad paa-yaa
ਭਗਤਿ ਭਾਇ ਭੰਡਾਰ ਭਰੇ॥ bhagat bhaa-ay bhandaar bharay.
ਮੇਟਿਆ ਜਨਮਾਂਤੁ ਮਰਣ ਭਉ ਭਾਗਾ, mayti-aa janmaaNt maran bha-o
ਚਿਤੁ ਲਾਗਾ ਸੰਤੋਖ ਸਰੇ॥ bhaagaa chit laagaa santokh saray.
ਕਵਿ ਕਲ੍ਯ ਠਕੁਰ ਹਰਦਾਸ ਤਨੇ, kav kal-y thakur hardaas tanay
ਗੁਰ ਰਾਮਦਾਸ ਸਰ ਅਭਰ ਭਰੇ॥੪॥ gur raamdaas sar abhar bharay. ||4||

ਬੰਦਗੀ ਕਰਨ ਵਾਲੇ ਨੂੰ ਪ੍ਰਭ ਦੀ ਹੋਂਦ ਅਨੁਭਵ ਹੋ ਜਾਂਦੀ ਹੈ, ਉਸ ਦੀ ਲਗਨ ਪ੍ਰਭ ਦੇ ਸ਼ਬਦ ਦੀ ਸਿਖਿਆਂ ਵਿੱਚ ਅਡੋਲ ਹੋ ਜਾਂਦੀ ਹੈ । ਪ੍ਰਭ ਦੀ ਰਹਿਮਤ ਨਾਲ ਹੀ ਪ੍ਰਭ ਦੇ ਸ਼ਬਦ ਦੀ ਸੋਝੀ, ਅਮਰ ਅਵਸਥਾ ਬਖਸ਼ਿਸ਼ ਹੋ ਜਾਂਦੀ ਹੈ । ਪ੍ਰਭ ਨਾਲ ਪ੍ਰੀਤ ਡੂੰਘੀ ਹੋ ਜਾਂਦੀ ਹੈ । ਉਸ ਦਾ ਮੌਤ ਦਾ ਡਰ ਦੂਰ ਹੋ ਜਾਂਦਾ ਹੈ, ਜਨਮ ਮਰਨ ਦੇ ਅਟਲ ਖੇਡ ਦੀ ਸੋਝੀ ਬਖਸ਼ਿਸ਼ ਹੋ ਜਾਂਦੀ ਹੈ । ਜਨਮ ਮਰਨ ਦੇ ਖੇਲ ਵਿੱਚ ਹੀ ਪ੍ਰਭ ਦੇ ਦਰਬਾਰ ਵਿੱਚ ਪ੍ਰਵਾਨਗੀ ਦਾ ਰਸਤਾ ਸਮਾਇਆ ਹੈ । ਉਹ ਧੀਰਜ, ਸੰਤੋਖ ਨਾਲ ਪ੍ਰਭ ਦੇ ਭਾਣੇ ਵਿੱਚ ਅਡੋਲ ਰਹਿੰਦਾ ਹੈ । ਕਲ੍ਯ ਕਵੀ ਕਹਿੰਦਾ ਹੈ, ਹਰਦਾਸ ਦਾ ਪੁਤਰ ਰਾਮਦਾਸ ਇਸਤਰ੍ਹਾਂ ਦਾ ਸੋਮਾ ਬਣ ਗਿਆ ਹੈ ।

His true devotee may realize His Holy Spirit prevailing everywhere. He remains intoxicated in obeying the teachings of His Word; with His mercy and grace, he may be blessed with the enlightenment of the essence of His Word. His devotion to obey the teachings of His Word may become steady and stable. He may be blessed with immortal state of mind. His fear of death may be eliminated. The right path of acceptance in His Court, remains embedded within the cycle of birth and death. His true devotee may remain intoxicated in the void of His Word with patience and contentment. Poet Kal claims! Ram Das son of Hari Das has become such a fountain of enlightenment.

ਅਭਰ ਭਰੇ ਪਾਯਉ ਅਪਾਰੁ,	abhar bharay paa-ya-o apaar
ਰਿਦ ਅੰਤਰਿ ਧਾਰਿਓ॥	rid antar Dhaari-o.
ਦੁਖ ਭੰਜਨੁ ਆਤਮ ਪ੍ਰਬੋਧੁ,	dukh bhanjan aatam parboDh
ਮਨਿ ਤਤੁ ਬੀਚਾਰਿਓ॥	man tat beechaari-o.
ਸਦਾ ਚਾਇ ਹਰਿ ਭਾਇ ਪ੍ਰੇਮ,	sadaa chaa-ay har bhaa-ay paraym
ਰਸੁ ਆਪੇ ਜਾਣਇ॥	ras aapay jaan-ay.
ਸਤਗੁਰ ਕੈ ਪਰਸਾਦਿ,	satgur kai parsaad
ਸਹਜ ਸੇਤੀ ਰੰਗੁ ਮਾਣਇ॥	sahj saytee rang maan-ay.
ਨਾਨਕ ਪ੍ਰਸਾਦਿ ਅੰਗਦ ਸੁਮਤਿ,	naanak parsaad angad sumat
ਗੁਰਿ ਅਮਰਿ ਅਮਰੁ ਵਰਤਾਇਓ॥	gur amar amar vartaa-i-o.
ਗੁਰ ਰਾਮਦਾਸ ਕਲ੍ਯ੍ਯੁਚਰੈ ਤੈਂ,	gur raamdaas kal-yuchrai taiN
ਅਟਲ ਅਮਰ ਪਦੁ ਪਾਇਓ॥੫॥	atal amar pad paa-i-o. ||5||

ਗੁਰਮਖ ਦੇ ਮਨ ਦੀ ਹਾਲਤ ਬਦਲ ਜਾਂਦੀ, ਇੱਕ ਅਨੋਖੀ ਹੋ ਜਾਂਦੀ ਹੈ । ਉਸ ਦੇ ਮਨ ਵਿੱਚ ਪ੍ਰਭ ਦੇ ਸ਼ਬਦ ਦੀ ਪਾਲਨਾ ਦੀ ਸ਼ਰਧਾ, ਗੂੰਜ ਸੁਣਾਈ ਦੇਂਦੀ ਹੈ । ਉਸ ਦੇ ਮਨ ਦੀਆਂ ਸਭ ਸੰਸਾਰਕ ਇੱਛਾਂ ਦੀਆਂ ਚਿਤਾਂ ਦੂਰ ਹੋ ਜਾਂਦੀਆਂ ਹਨ । ਉਸ ਦੀ ਆਤਮਾ ਨੂੰ ਸ਼ਬਦ ਦੀ ਸੋਝੀ, ਜਾਗਰਤੀ, ਪ੍ਰਭ ਦੀ ਹੋਂਦ ਦਾ ਗਿਆਨ ਬਖਸ਼ਿਸ਼ ਹੋ ਜਾਂਦਾ ਹੈ । ਉਸ ਦੇ ਸਵਾਸ ਗਰਾਸ, ਰੋਮ, ਰੋਮ ਵਿੱਚ ਪ੍ਰਭ ਦੇ ਸ਼ਬਦ ਦੀਆਂ ਸਿਖਿਆਂ ਰਚ ਜਾਂਦੀਆਂ ਹਨ । ਪ੍ਰਭ ਦੀ ਰੀਹਮਤ ਨਾਲ, ਉਸ ਦਾ ਮਨ ਸ਼ਬਦ ਦੇ ਸਿਮਰਨ ਵਿੱਚ ਲੀਨ ਰਹਿੰਦਾ ਹੈ! ਪ੍ਰਭ ਨੇ ਆਪ ਹੀ ਨਾਨਕ ਤੇ ਰਹਿਮਤ ਬਖਸ਼ੀ । ਓਸ ਦੀ ਸਿਖਿਆਂ ਤੇ ਚੱਲਣ ਨਾਲ ਅੰਗਦ ਅਤੇ ਅਮਰਦਾਸ ਨੂੰ ਇਹ ਅਵਸਥਾ ਬਖਸ਼ਿਸ਼ ਹੋ ਗਈ । ਰਾਮਦਾਸ ਵੀ ਸ਼ਬਦ ਦਾ ਸਿਮਰਨ ਕਰਦਾ, ਪ੍ਰਵਾਨਗੀ ਦੇ ਰਸਤੇ ਤੇ ਅਡੋਲ, ਲੀਨ ਰਹਿੰਦਾ ਹੈ ।

The state of mind of His true devotee may be transformed to become astonishing. He may be overwhelmed with devotion to obey the teachings of His Word. He may hear the everlasting echo of His Word resonating within his heart. All his worldly desires may be eliminated from within. He may be enlightened with the essence of His Word; with His mercy and grace, he may realize His Holy Spirit prevailing everywhere. He may be drenched with the essence of His Word; he may remain intoxicated in meditation in the void of His Word. The True Master has blessed such a state of mind to His true devotee, Nanak Ji! His followers Angad and Amar Das adopted his life experience teachings in own life; with His mercy and grace, both were blessed with immortal state of mind. His follower Ram Das has adopted the same teachings and remains intoxicated on the right path of acceptance in His Court.

ਸੰਤੋਖ ਸਰੋਵਰਿ ਬਸੈ,	santokh sarovar basai
ਅਮਿਅ ਰਸੁ ਰਸਨ ਪ੍ਰਕਾਸੈ॥	ami-a ras rasan parkaasai.
ਮਿਲਤ ਸਾਂਤਿ ਉਪਜੈ,	milat saaNt upjai
ਦੁਰਤੁ ਦੂਰੰਤਰਿ ਨਾਸੈ॥	durat doorantar naasai.
ਸੁਖ ਸਾਗਰੁ ਪਾਇਅਉ,	sukh saagar paa-i-a-o
ਦਿੰਤੁ ਹਰਿ ਮਗਿ ਨ ਹੁਟੈ॥	binn har mag na hutai.
ਸੰਜਮੁ ਸਤੁ ਸੰਤੋਖੁ,	sanjam sat santokh
ਸੀਲ ਸੰਨਾਹੁ ਮਫੁਟੈ॥	seel sannahu mafutai.
ਸਤਿਗੁਰੁ ਪ੍ਰਮਾਣੁ ਬਿਧ ਨੈ,	satgur parmaan biDh nai
ਸਿਰਿਉ ਜਗਿ ਜਸ ਤੂਰੁ ਬਜਾਇਅਉ॥	siri-o jag jas toor bajaa-i-a-o.
ਗੁਰ ਰਾਮਦਾਸ ਕਲ੍ਯ੍ਯੁਚਰੈ ਤੈ,	gur Ram Das kal-yuchrai tai
ਅਭੈ ਅਮਰ ਪਦੁ ਪਾਇਅਉ॥੬॥	abhai amar pad paa-i-a-o. ||6||

ਕਵੀ ਕਲ੍ਯ ਜੀ ਕਹਿੰਦੇ ਹਨ, ਰਾਮਦਾਸ ਜੀ ਤੇ ਪ੍ਰਭ ਦੀ ਕ੍ਰਿਪਾ, ਸੰਤੋਖ ਭਰਪੂਰ ਹੈ । ਉਸ ਦੀ ਰਸਨਾ ਤੋ ਸਵਾਸ ਸਵਾਸ ਪ੍ਰਭ ਦੀ ਮਹਿਮਾਂ ਦੇ ਹੀ ਸ਼ਬਦ ਨਿਕਲਦੇ ਹਨ । ਉਸ ਨੂੰ ਮਿਲਣ ਨਾਲ ਮਨ ਸ਼ਾਤ ਹੋ ਜਾਂਦਾ, ਪਾਪਾਂ ਵਾਲੇ ਕੰਮ ਕਰਨ ਤੋ ਰੁਕ ਜਾਂਦਾ, ਬੰਦਗੀ ਵਿੱਚ ਪੱਕਾ ਹੋ ਜਾਂਦਾ ਹੈ । ਪ੍ਰਭ ਦੀ ਰਹਿਮਤ ਨਾਲ ਜਿਹੜਾ ਉਸ ਦੀ ਸੰਗਤ ਵਿੱਚ ਆ ਜਾਂਦਾ ਹੈ । ਉਸ ਦੇ ਮਨ ਵਿੱਚ ਪ੍ਰਭ ਦੇ ਸਿਮਰਨ ਦੀ ਧੁਨ ਚਲਦੀ ਸੁਣਾਈ ਦੇਣ ਲਗ ਪੈਂਦੀ ਹੈ । ਰਾਮਦਾਸ ਨੇ ਇਹ ਅਵਸਥਾ ਬਖਸ਼ਿਸ਼ ਹੋਈ ਹੈ ।

Poet Kul claims! The glow of His Blessed Vision, contentment remains overwhelmed on His true devotee, Ram Das Ji. He remains drenched with the essence of His Word on his tongue with each breath. Whosoever may join his conjugation and adopts his life experience teachings in his own day to day life; with His mercy and grace, he may remain intoxicated in meditation and renounces his evil, sinful thoughts from his day-to-day life. Whosoever may remain in his conjugation; with His mercy and grace, he may hear the everlasting echo of His Word resonating within his heart. His true devotee has been blessed with such a state of mind.

ਜਗੁ ਜਿਤਉ ਸਤਿਗੁਰ ਪ੍ਰਮਾਣਿ,	jag jita-o satgur parmaan
ਮਨਿ ਏਕੁ ਧਿਆਯਉ॥	man, ayk Dhi-aa-ya-o.
ਧਨਿ ਧਨਿ ਸਤਿਗੁਰ ਅਮਰਦਾਸੁ,	Dhan Dhan satgur amardaas
ਜਿਨਿ ਨਾਮੁ ਦ੍ਰਿੜਾਯਉ॥	jin naam darirhaa-ya-o.
ਨਵ ਨਿਧਿ ਨਾਮੁ ਨਿਧਾਨੁ,	nav niDh naam niDhaan
ਰਿਧਿ ਸਿਧਿ ਤਾ ਕੀ ਦਾਸੀ॥	riDh siDh taa kee daasee.
ਸਹਜ ਸਰੋਵਰੁ ਮਿਲਿਓ,	sahj sarovar mili-o
ਪੁਰਖੁ ਭੇਟਿਓ ਅਬਿਨਾਸੀ॥	purakh bhayti-o abhinaasee.
ਆਦਿ ਲੇ ਭਗਤ ਜਿਤੁ ਲਗਿ ਤਰੇ,	aad lay bhagat jit lag taray
ਸੋ ਗੁਰਿ ਨਾਮੁ ਦ੍ਰਿੜਾਇਅਉ॥	so gur naam darirhaa-i-a-o.
ਗੁਰ ਰਾਮਦਾਸ ਕਲ੍ਯੁਚਰੈ ਤੈ,	gur raamdaas kal-yuchrai tai
ਹਰਿ ਪ੍ਰੇਮ ਪਦਾਰਥੁ ਪਾਇਅਉ॥੭॥	har paraym padaarath paa-i-a-o. ‖7‖

ਜਿਹੜਾ ਪ੍ਰਭ ਦੇ ਸ਼ਬਦ ਦਾ ਸਿਮਰਨ ਅਡੋਲ ਭਰੋਸੇ ਨਾਲ ਕਰਦਾ ਹੈ, ਉਸ ਨੂੰ ਸੰਸਾਰਕ ਮੁਸ਼ਕਲਾਂ ਤੇ ਕਾਬੂ ਬਖਸ਼ਿਸ਼ ਹੋ ਜਾਂਦਾ ਹੈ । ਉਸ ਦੇ ਮਨ ਵਿੱਚ ਧੀਰਜ, ਸੰਤੋਖ ਬਖਸ਼ਿਸ਼ ਹੋ ਜਾਂਦਾ ਹੈ । ਅਮਰਦਾਸ ਤੇ ਪ੍ਰਭ ਦੀ ਰਹਿਮਤ ਨਾਲ ਪ੍ਰਭ ਦੇ ਸ਼ਬਦ ਦਾ ਸਿਮਰਨ, ਸਿਖਿਆਂ ਮਨ ਵਿੱਚ ਵਸਦੀ ਹੈ । ਜਿਹੜਾ ਸਿਮਰਨ ਕਰਦਾ ਹੈ, ਸਾਰੀਆਂ ਰਿਧੀਆਂ ਸਿਧਿਆਂ ਬਖਸ਼ਿਸ਼ ਹੋ ਜਾਂਦੀਆਂ, ਨਿਮ੍ਰਤਾ, ਸੰਤੋਖ ਬਖਸ਼ਿਸ਼ ਹੋ ਜਾਂਦਾ ਹੈ । ਜਿਹੜਾ ਪ੍ਰਭ ਦੇ ਸ਼ਬਦ, ਬਖਸ਼ੇ ਤੇ ਭਰੋਸਾ ਅਡੋਲ ਰਖਕੇ ਸ਼ਰਣ ਵਿੱਚ ਆਪਾ ਭੇਟਾ ਕਰਦਾ ਹੈ, ਉਸ ਤੇ ਪ੍ਰਭ ਤਰਸ ਬਖਸ਼ਦਾ ਹੈ । ਪਹਿਲੇ ਵੀ ਜਿਹੜਾ ਸ਼ਬਦ ਦੀ ਬੰਦਗੀ ਕਰਦਾ ਸੀ, ਉਸ ਨੂੰ ਪ੍ਰਵਾਨਗੀ ਦਾ ਅਸਲੀ ਰਸਤਾ ਬਖਸ਼ਿਸ਼ ਹੋ ਜਾਂਦਾ ਸੀ । ਹੁਣ ਵੀ ਪ੍ਰਭ ਦੇ ਸ਼ਬਦ ਦੀ ਬੰਦਗੀ ਕਰਨ ਨਾਲ, ਪ੍ਰਵਾਨਗੀ ਦਾ ਰਸਤਾ ਬਖਸ਼ਿਸ਼ ਹੋ ਜਾਂਦਾ ਹੈ । ਰਾਮਦਾਸ ਜੀ ਵੀ ਸ਼ਬਦ ਦੀ ਪਾਲਣਾ ਦਾ ਉਪਦੇਸ਼ ਦੇਂਦਾ ਹੈ ।

Whosoever may meditate on the teachings of His Word with steady and stable belief; with His mercy and grace, he may endure miseries of his worldly desires. He may remain overwhelmed with patience and contentment in his day-to-day life. His true devotee, Amar Das remains intoxicated in meditation and drenched with the essence of His Word. Whosoever may meditate on the teachings of His Word; with His mercy and grace, Shiv (Siddhis) remains his companion and Ridhis (worldly wealth) remains his salve. Whosoever may remain contented with His blessings and steady and stable belief on His Ultimate Power, Command. He may surrender his self-identity at His Sanctuary. He may be blessed with the right path of acceptance in His Court. From ancient Ages! The Merciful

True Master has been gracious on His true devotee. Even in the present Age! The True Master may bless the right path of acceptance in His Court. His true devotee, Ram Das Ji may also inspire and spreads the same message to His Creation.

ਪ੍ਰੇਮ ਭਗਤਿ ਪਰਵਾਹ,	paraym bhagat parvaah
ਪ੍ਰੀਤਿ ਪੁਬਲੀ ਨ ਹੁਟਇ॥	pareet publee na hut-ay.
ਸਤਿਗੁਰ ਸਬਦੁ ਅਥਾਹੁ,	satgur sabad athaahu
ਅਮਿਅ ਧਾਰਾ ਰਸੁ ਗੁਟਇ॥	ami-a Dhaaraa ras gut-ay.
ਮਤਿ ਮਾਤਾ ਸੰਤੋਖੁ ਪਿਤਾ,	mat maataa santokh pitaa
ਸਰਿ ਸਹਜ ਸਮਾਯਉ॥	sar sahj samaa-ya-o.
ਆਜੋਨੀ ਸੰਭਵਿਅਉ,	aajonee sambhvi-a-o
ਜਗਤੁ ਗੁਰ ਬਚਨਿ ਤਰਾਯਉ॥	jagat gur bachan taraa-ya-o.
ਅਬਿਗਤ ਅਗੋਚਰੁ ਅਪਰਪਰੁ,	abigat agochar aparpar
ਮਨਿ ਗੁਰ ਸਬਦੁ ਵਸਾਇਅਉ॥	man, gur sabad vasaa-i-a-o.
ਗੁਰ ਰਾਮਦਾਸ ਕਲ੍ਯ੍ਯੁਚਰੈ ਤੈ,	gur raamdaas kal-yuchrai tai
ਜਗਤ ਉਧਾਰਣੁ ਪਾਇਅਉ॥੮॥	jagat uDhaaran paa-i-a-o. ||8||

ਜਿਸ ਤੇ ਪ੍ਰਭ ਦੀ ਬੰਦਗੀ ਦਾ ਰੰਗ ਚੜ੍ਹ ਜਾਂਦਾ ਹੈ, ਉਸ ਦਾ ਮਨ ਬੰਦਗੀ ਤੋ ਕਦੇ ਹੱਟਦਾ ਨਹੀਂ । ਉਹ ਜੀਵ ਪ੍ਰਭ ਦੀ ਨਾ ਅੰਤ ਵਾਲੇ ਸ਼ਬਦ ਦੀ ਖੋਜ ਵਿੱਚ ਲਗ ਜਾਂਦਾ ਹੈ । ਉਸ ਨੂੰ ਸੋਝੀ ਬਖਸ਼ਿਸ਼ ਹੁੰਦੀ, ਮਹਿਸੂਸ ਹੁੰਦਾ ਹੈ, ਬਹੁਤ ਕੁਝ ਸਮਝਣ ਵਾਲਾ ਬਾਕੀ ਹੈ । ਉਸ ਦੇ ਜੀਵਨ ਵਿੱਚ ਨਿਮ੍ਰਤਾ ਹੀ ਮਾਤਾ, ਜੜ੍ਹ ਬਣ ਜਾਂਦੀ ਹੈ । ਧੀਰਜ, ਸੰਤੋਖ ਪਿਤਾ, ਅਧਾਰ ਬਣ ਜਾਂਦਾ ਹੈ । ਉਹ ਪ੍ਰਭ ਦੇ ਭਾਣੇ ਵਿੱਚ ਹੀ ਅਨੰਦ ਮਾਨਦਾ ਹੈ । ਉਸ ਦੇ ਮਨ ਦੀ ਅਵਸਥਾ, ਸੰਸਾਰਕ ਪਦਾਰਥ, ਪਾਉਣ ਜਾ ਖੋਂਹ ਜਾਣ ਦੇ ਵਿਚਾਰ ਤੋ ਰਹਿਤ ਰਹਿੰਦੀ ਹੈ । ਉਸ ਨੂੰ ਅਟਲ ਪ੍ਰਭ ਆਪ ਹੀ ਜਾਗਰਤੀ ਬਖਸ਼ਦਾ, ਪ੍ਰਵਾਨਗੀ ਦਾ ਅਸਲੀ ਰਸਤਾ ਬਖਸ਼ਦਾ ਹੈ । ਉਸ ਦੇ ਮਨ ਵਿੱਚ ਨਾ ਪਹੁੰਚ ਜਾਣ ਵਾਲੇ ਪ੍ਰਭ ਦਾ ਸ਼ਬਦ ਘਰ ਕਰ ਜਾਂਦਾ ਹੈ । ਰਾਮਦਾਸ ਜੀ ਵੀ ਸ਼ਬਦ ਦੀ ਪਾਲਣਾ ਦਾ ਉਪਦੇਸ਼ ਦੇਂਦਾ ਹੈ ।

Whosoever may be drenched with the essence of His Word; with His mercy and grace, he may never abandon the path of meditation in his worldly life. He may remain searching within his own mind and body the essence of beyond reach, comprehension His Word. He may be blessed with the enlightenment; much more need to be learned in worldly life. Simplicity, humility may become the root of his foundation of life; patience on His Blessings and contentment may become the support of His worldly life; as his guide, father in his day-to-day life. He may remain in blossom in his worldly environments; with His mercy and grace, his state of mind may become beyond the reach of worldly profit or loss. The True Master may bless his enlightenment of the essence of His Word, the right path of acceptance in His Court. The teachings of His Word; The True Master, beyond any comprehension may be drenched within his day-to-day life. His true devotee, Ram Das Ji may also inspire and spreads the same message to His Creation.

ਜਗਤ ਉਧਾਰਣੁ ਨਵ ਨਿਧਾਨੁ,	jagat uDhaaran nav niDhaan
ਭਗਤਹ ਭਵ ਤਾਰਣੁ॥	bhagtah bhav taaran.
ਅੰਮ੍ਰਿਤ ਬੂੰਦ ਹਰਿ ਨਾਮੁ,	amrit boond har naam
ਬਿਸੁ ਕੀ ਬਿਖੈ ਨਿਵਾਰਣੁ॥	bis kee bikhai nivaaran.
ਸਹਜ ਤਰੋਵਰ ਫਲਿਓ,	sahj tarovar fali-o
ਗਿਆਨ ਅੰਮ੍ਰਿਤ ਫਲ ਲਾਗੇ॥	gi-aan amrit fal laagay.
ਗੁਰ ਪ੍ਰਸਾਦਿ ਪਾਈਅਹਿ,	gur parsaad paa-ee-ah
ਧੰਨਿ ਤੇ ਜਨ ਬਡਭਾਗੇ॥	Dhan tay jan badbhaagay.

ਤੇ ਮੁਕਤੇ ਭਏ ਸਤਿਗੁਰ ਸਬਦਿ,	tay muktay bha-ay satgur sabad
ਮਨਿ ਗੁਰ ਪਰਚਾ ਪਾਇਅਉ॥	man gur parchaa paa-i-a-o.
ਗੁਰ ਰਾਮਦਾਸ ਕਲੁ ਚੁਰੈ ਤੈ,	gur raamdaas kal-yuchrai tai
ਸਬਦ ਨੀਸਾਨੁ ਬਜਾਇਅਉ॥੯॥	sabad neesaan bajaa-i-a-o. ||9||

ਪ੍ਰਭ ਨੇ ਸੰਸਾਰ ਵਿੱਚ ਬੰਦਗੀ ਕਰਨ ਵਾਲੀਆਂ ਦੀ ਬੰਦਗੀ ਪ੍ਰਵਾਨ ਕਰਨ ਲਈ ਭਗਤੀ ਦੇ ਨੌਂ ਭੰਡਾਰ ਬਖਸ਼ੇ ਹਨ । ਪ੍ਰਭ ਦੇ ਅਮੋਲਕ ਸ਼ਬਦ ਦੀ ਰਸਨਾ ਹੀ ਪਾਪ ਖਤਮ ਕਰਨ ਵਾਲੀ ਦਵਾਈ ਹੈ । ਜਿਸ ਦੇ ਮਨ ਵਿੱਚ ਸ਼ਬਦ ਦੀ ਰਸਨਾ, ਸੋਝੀ ਘਰ ਕਰ ਜਾਂਦੀ ਹੈ, ਉਸ ਨੂੰ ਸ਼ਬਦ ਦੀ ਸੋਝੀ, ਆਤਮਾ ਨੂੰ ਜਾਗਰਤੀ ਬਖਸ਼ਿਸ਼ ਹੋ ਜਾਂਦੀ ਹੈ । ਉਹ ਜੀਵ ਧੰਨ ਹੈ! ਜਿਸ ਨੂੰ ਪ੍ਰਭ ਦੀ ਰਹਿਮਤ ਨਾਲ ਮਨ ਵਿੱਚ ਪ੍ਰਭ ਦਾ ਸ਼ਬਦ ਘਰ ਕਰ ਜਾਂਦਾ, ਉਹ ਨੂੰ ਮੁਕਤੀ ਦਾ ਰਸਤਾ ਬਖਸ਼ਿਸ਼ ਹੋ ਜਾਂਦਾ ਹੈ । ਰਾਮਦਾਸ ਜੀ ਵੀ ਸ਼ਬਦ ਦੀ ਪਾਲਣਾ ਦਾ ਹੀ ਉਪਦੇਸ਼ ਦੇਂਦਾ ਹੈ ।

The universe remains overwhelmed with nine treasures of enlightenment of the essence of His Word for His true devotee. Singing the glory of His Word may cure the disease of committing sinful deeds. Whosoever may remain drenched with the essence of His Word on his tongue; with His mercy and grace, he may be blessed with the enlightenment of the essence of His Word; his soul may remain overwhelmed with the eternal glow of His Holy Spirit. He may be very fortunate! Whosoever may remain drenched, overwhelmed with the essence of His Word; with His mercy and grace, he may be blessed with the right path of acceptance in His Court. His true devotee, Ram Das Ji may also inspire and spread the same message to His Creation.

ਸੇਜ ਸਧਾ ਸਹਜੁ ਛਾਵਾਣੁ	sayj saDhaa sahj chhaavaan
ਸੰਤੋਖੁ ਸਰਾਇਚਉ,	santokh saraa-icha-o
ਸਦਾ ਸੀਲ ਸੰਨਾਹੁ ਸੋਹੈ॥	sadaa seel sannahu sohai.
ਗੁਰ ਸਬਦਿ ਸਮਾਚਰਿਓ,	gur sabad samaachri-o
ਨਾਮੁ ਟੇਕ ਸੰਗਾਦਿ ਬੋਹੈ॥	naam tayk sangaad bohai.
ਅਜੋਨੀਉ ਭਲੁ ਅਮਲੁ,	ajonee-o bhalyu amal
ਸਤਿਗੁਰ ਸੰਗਿ ਨਿਵਾਸੁ॥	satgur sang nivaas.
ਗੁਰ ਰਾਮਦਾਸ ਕਲੁ ਚਰੈ ਤੁਅ,	gur raamdaas kal-yuchrai
ਸਹਜ ਸਰੋਵਰਿ ਬਾਸੁ॥੧੦॥ 1398	tu-a sahj sarovar baas. ||10||

ਜਿਹੜਾ ਪ੍ਰਭ ਦੇ ਬਖਸ਼ੇ ਤੇ ਭਰੋਸਾ ਨੂੰ ਜੀਵਨ ਦਾ ਅਧਾਰ, ਸੰਤੋਖ ਨੂੰ ਆਪਣਾ ਤਾਜ ਬਣਾਉਂਦਾ, ਹਮੇਸ਼ਾਂ ਹੀ ਨਿਮ੍ਰਤਾ ਵਿੱਚ ਰਹਿੰਦਾ ਹੈ । ਉਸ ਦੇ ਰੋਮ ਰੋਮ ਵਿੱਚ ਸ਼ਬਦ ਦੀ ਸਿਖਿਆਂ ਰਚੀ ਰਹਿੰਦੀ ਹੈ । ਉਸ ਦੇ ਹਿਰਦੇ ਵਿੱਚ ਅਟਲ ਪ੍ਰਭ ਦਾ ਨਿਵਾਸ ਹੁੰਦਾ ਹੈ । ਕਵੀ ਕਲੁ ਜੀ ਕਹਿੰਦਾ ਹੈ, ਰਾਮਦਾਸ ਜੀ ਪ੍ਰਭ ਦੀ ਰਜ਼ਾ ਵਿੱਚ ਲੀਨ ਰਹਿੰਦਾ ਹੈ ।

Whosoever may have a steady and stable belief on His Blessings as the guide of his human life journey; contented with his worldly environments as crown, worldly status; with His mercy and grace, he may always remain humble in his day-to-day life. He may remain drenched with the essence of His Word. He may remain awake and alert with His existence in his day-to-day life. Poet Kul claims! His true devotee, Ram Das remains intoxicated in meditation in the void of His Word.

ਗੁਰੁ ਜਿਨ੍ ਕਉ ਸੁਪ੍ਰਸੰਨੁ,	gur jinH ka-o suparsan
ਨਾਮੁ ਹਰਿ ਰਿਦੈ ਨਿਵਾਸੈ॥	naam har ridai nivaasai.
ਜਿਨ੍ ਕਉ ਗੁਰੁ ਸੁਪ੍ਰਸੰਨੁ,	jinH ka-o gur suparsan
ਦੁਰਤੁ ਦੂਰੰਤਰਿ ਨਾਸੈ॥	durat doorantar naasai.
ਗੁਰੁ ਜਿਨ੍ ਕਉ ਸੁਪ੍ਰਸੰਨੁ,	gur jinH ka-o suparsan

ਮਾਨੁ ਅਭਿਮਾਨੁ ਨਿਵਾਰੈ॥	maan abhimaan nivaarai.
ਜਿਨ੍ ਕਉ ਗੁਰੁ ਸੁਪ੍ਰਸੰਨੁ,	jinH ka-o gur suparsan
ਸਬਦਿ ਲਗਿ ਭਵਜਲੁ ਤਾਰੈ॥	sabad lag bhavjal taarai.
ਪਰਚਉ ਪ੍ਰਮਾਣੁ ਗੁਰ ਪਾਇਅਉ,	parcha-o parmaan gur paa-i-a-o
ਤਿਨ ਸਕਯਥਉ ਜਨਮੁ ਜਗਿ॥	tin sakaytha-o janam jag.
ਸ੍ਰੀ ਗੁਰੂ ਸਰਣਿ ਭਜੁ ਕਲ੍ਹ ਕਬਿ,	saree guroo saran bhaj kal-y kab
ਭੁਗਤਿ ਮੁਕਤਿ ਸਭ ਗੁਰੂ ਲਗਿ॥੧੧॥	bhugat mukat sabh guroo lag. ||11||

ਜਿਸ ਤੇ ਪ੍ਰਭ ਦੀ ਰਹਿਮਤ ਬਖਸ਼ਿਸ਼ ਹੁੰਦੀ ਹੈ, ਉਸ ਦੇ ਮਨ ਵਿੱਚ ਪ੍ਰਭ ਦੇ ਸ਼ਬਦ ਦੀ ਸਿਖਿਆਂ ਰਚ ਜਾਂਦੀ ਹੈ । ਉਸ ਦਾ ਮਨ ਪਾਪਾਂ ਵਾਲੇ ਕੰਮਾਂ ਵਿੱਚ ਨਹੀਂ ਲਗਦਾ । ਉਹ ਸਵਾਸ, ਸਵਾਸ ਪ੍ਰਭ ਦੇ ਸ਼ਬਦ ਦਾ ਸਿਮਰਨ ਕਰਦਾ ਹੈ । ਉਸ ਨੂੰ ਮਾਨਸ ਜੀਵਨ ਵਿੱਚ ਹੀ ਮੁਕਤੀ ਬਖਸ਼ਿਸ਼ ਹੋ ਜਾਂਦੀ ਹੈ । ਉਸ ਦਾ ਸੰਸਾਰ ਵਿੱਚ ਜਨਮ ਲੈਣਾ ਹੀ ਸੰਸਾਰ ਦੇ ਚੰਗੇ ਭਾਗ ਹੁੰਦੇ ਹਨ । ਜਿਹੜਾ ਅਡੋਲ ਭਰੋਸਾ ਨਾਲ ਆਪਾ ਪ੍ਰਭ ਦੀ ਸ਼ਰਣ ਵਿੱਚ ਭੇਟਾ ਕਰਦਾ ਹੈ । ਉਹ ਸੰਸਾਰ ਵਿੱਚ ਬੰਦਗੀ ਕਰਦਾ, ਅਨੰਦ ਮਾਨਦਾ ਹੈ । ਉਸ ਦਾ ਜਨਮ ਮਰਨ ਦਾ ਚੱਕਰ ਖਤਮ ਹੋ ਜਾਂਦਾ ਹੈ ।

Whosoever may have a great prewritten destiny, he may remain drenched with the essence of His Word. He may renounce his evil, sinful deeds, and thoughts. He may remain intoxicated in meditating on the teachings of His Word with steady and stable belief with each breath in his day-to-day life; with His mercy and grace, he may be blessed with a state of salvation in his human life journey. His human life opportunity may be a blessing for His Creation. Whosoever may surrender his self-identity at His Sanctuary with steady and stable belief on His Blessings; with His mercy and grace, he may remain intoxicated in meditation and remains in blossom. His cycle of birth and death may be eliminated.

ਸਤਿਗੁਰਿ ਖੇਮਾ ਤਾਣਿਆ,	satgur khaymaa taani-aa
ਜੁਗ ਜੂਥ ਸਮਾਣੇ॥	jug jooth samaanay.
ਅਨਭਉ ਨੇਜਾ ਨਾਮੁ ਟੇਕ,	anbha-o nayjaa naam tayk
ਜਿਤੁ ਭਗਤ ਅਘਾਣੇ॥	jit bhagat aghaanay.
ਗੁਰੁ ਨਾਨਕੁ ਅੰਗਦੁ ਅਮਰੁ ਭਗਤ,	gur naanak angad amar bhagat
ਹਰਿ ਸੰਗਿ ਸਮਾਣੇ॥	har sang samaanay.
ਇਹੁ ਰਾਜ ਜੋਗ ਗੁਰ ਰਾਮਦਾਸ,	ih raaj jog gur raamdaas
ਤੁਮ੍ ਹੂ ਰਸੁ ਜਾਣੇ॥੧੨॥	tumH hoo ras jaanay. ||12||

ਪ੍ਰਭ ਨੇ ਬੰਦਗੀ ਕਰਨ ਦਾ ਖੇਲ ਰਚਿਆ ਹੈ । ਜਿਸ ਵਿੱਚ ਹਰਇੱਕ ਉਮਰ ਦੇ ਜੀਵ ਹੀ ਬੰਦਗੀ ਕਰ ਸਕਦਾ ਹੈ । ਜਿਹੜਾ ਪ੍ਰਭ ਦੇ ਸ਼ਬਦ ਨੂੰ ਆਪਣਾ ਅਸਲੀ ਹਥਿਆਰ ਬਣਾਉਂਦਾ ਹੈ, ਉਸ ਦੇ ਮਨ ਦੀਆਂ ਆਸਾਂ ਪੂਰੀਆਂ ਹੋ ਜਾਂਦੀਆਂ ਹਨ । ਜਿਹੜਾ ਨਾਨਕ, ਅੰਗਤ, ਅਮਰਦਾਸ ਦੇ ਜੀਵਨ ਦੀ ਸਿਖਿਆਂ ਨੂੰ ਆਪਣੇ ਜੀਵਨ ਦਾ ਅਧਾਰ ਬਣਾਉਂਦਾ ਹੈ । ਉਹ ਪ੍ਰਭ ਦੇ ਸ਼ਬਦ ਦੀ ਸਮਾਧੀ ਵਿੱਚ ਹੀ ਲੀਨ ਹੋ ਜਾਂਦਾ ਹੈ । ਰਾਮਦਾਸ ਜੀ ਨੇ ਸ਼ਬਦ ਦੀ ਪਾਲਣਾ ਦੀ ਵਿਧੀ ਹੀ ਆਪਣੇ ਜੀਵਨ ਵਿੱਚ ਧਾਰਨ ਕੀਤੀ ਹੈ ।

The True Master has created the play of the universe to meditate on the teachings of His Word. All ages are suitable, good to meditate on the teachings of His Word. Whosoever may adopt the teachings of His Word with steady and stable belief as his weapon to conquer his human life opportunity; with His mercy and grace, all his spoken and unspoken desires may be fully satisfied. Whosoever may adopt the life experience teachings of **Nanak, Angad, Amar Das** Ji in his own day to day life; with His mercy and grace, he may remain intoxicated in the void of His Word. Ram Das has adopted the teachings of His Word in his worldly life.

ਜਨਕੁ ਸੋਇ ਜਿਨਿ ਜਾਣਿਆ,	janak so-ay jin jaani-aa
ਉਨਮਨਿ ਰਥੁ ਧਰਿਆ॥	unman rath Dhari-aa.
ਸਤੁ ਸੰਤੋਖੁ ਸਮਾਚਰੇ,	sat santokh samaachray
ਅਭਰਾ ਸਰੁ ਭਰਿਆ॥	abhraa sar bhari-aa.
ਅਕਥ ਕਥਾ ਅਮਰਾ ਪੁਰੀ,	akath kathaa amraa puree
ਜਿਸੁ ਦੇਇ ਸੁ ਪਾਵੈ॥	jis day-ay so paavai.
ਇਹੁ ਜਨਕ ਰਾਜੁ ਗੁਰ ਰਾਮਦਾਸ,	ih janak raaj gur raamdaas
ਤੁਝ ਹੀ ਬਣਿ ਆਵੈ॥੧੩॥	tujh hee ban aavai. ‖13‖

ਜਿਸ ਨੇ ਮਨ ਦੀ ਅਵਸਥਾ ਨੂੰ ਅਡੋਲ ਕਰ ਲਿਆ, ਉਸ ਨੂੰ ਰਾਜੇ ਜਨਕ ਵਰਗਾ ਗਿਆਨ, ਸੋਝੀ ਬਖਸ਼ਿਸ਼ ਹੋ ਜਾਂਦੀ ਹੈ । ਉਸ ਦਾ ਮਨ ਧੀਰਜ ਅਤੇ ਸੰਤੋਖ ਨਾਲ ਭਰਿਆਂ ਰਹਿੰਦਾ ਹੈ । ਉਹ ਅਟਲ ਪ੍ਰਭ ਦੀ ਅਕਥ ਬਾਣੀ ਦੇ ਸ਼ਬਦ ਬੋਲਦਾ ਹੈ । ਪ੍ਰਭ ਆਪ ਹੀ ਉਸ ਨੂੰ ਬਖਸ਼ਦਾ ਹੈ । ਰਾਮਦਾਸ ਜੀ ਨੂੰ ਅਮੋਲਕ ਅਵਸਥਾ ਬਖਸ਼ਿਸ਼ ਹੋਈ ਹੈ ।

Whosoever may control his worldly desires, expectations; with His mercy and grace, he may be blessed with enlightenment of the essence of His Word, like king Janaki Ji! He may remain overwhelmed with patience and contentment in his worldly life. He may be blessed with the enlightenment of His Eternal Words on his tongue. He may remain overwhelmed with His Blessed Vision. Ram Das Ji has been blessed with such a state of mind.

693.ਸਵਈਏ ਮਹਲੇ ਚਉਥੇ ਕੇ ੪॥ 1398-10 – ਨਲ੍ਹ ਕਵਿ

ਸਤਿਗੁਰ ਨਾਮੁ ਏਕ ਲਿਵ,	satgur naam ayk liv
ਮਨਿ ਜਪੈ ਦ੍ਰਿੜ੍ਹੁ,	man, japai darirhHu
ਤਿਨ੍ਹ ਜਨ ਦੁਖ ਪਾਪੁ ਕਹੁ,	tinH jan dukh paap kaho
ਕਤ ਹੋਵੈ ਜੀਉ॥	kat hovai jee-o.
ਤਾਰਣ ਤਰਣ ਖਿਨ ਮਾਤ੍ਰ,	taaran taran khin matar
ਜਾ ਕਉ ਦ੍ਰਿਸਿ ਧਾਰੈ,	jaa ka-o darisat Dhaarai
ਸਬਦੁ ਰਿਦ ਬੀਚਾਰੈ,	sabad rid beechaarai
ਕਾਮੁ ਕ੍ਰੋਧੁ ਖੋਵੈ ਜੀਉ॥	kaam kroDh khovai jee-o.
ਜੀਅਨ ਸਭਨ ਦਾਤਾ,	jee-an sabhan daataa
ਅਗਮ ਗਾਨ ਬਿਖਾਤਾ	agam ga-yaan bikh-yaataa
ਅਹਿਨਿਸਿ ਧਾਨ ਧਾਵੈ,	ahinis Dhayaan Dhaavai
ਪਲਕ ਨ ਸੋਵੈ ਜੀਉ॥	palak na sovai jee-o.
ਜਾ ਕਉ ਦੇਖਤ ਦਰਿਦ੍ਰੁ ਜਾਵੈ,	jaa ka-o daykhat daridar jaavai
ਨਾਮੁ ਸੋ ਨਿਧਾਨੁ ਪਾਵੈ,	naam so niDhaan paavai
ਗੁਰਮੁਖਿ ਗਾਨਿ,	gurmukh ga-yaan
ਦੁਰਮਤਿ ਮੈਲੁ ਧੋਵੈ ਜੀਉ॥	durmat mail Dhovai jee-o.
ਸਤਿਗੁਰ ਨਾਮੁ ਏਕ ਲਿਵ,	satgur naam ayk liv
ਮਨਿ ਜਪੈ ਦ੍ਰਿੜ੍ਹ,	man, japai darirh
ਤਿਨ ਜਨ ਦੁਖ ਪਾਪ,	tin jan dukh paap
ਕਹੁ ਕਤ ਹੋਵੈ ਜੀਉ॥੧॥	kaho kat hovai jee-o. ‖1‖

ਜਿਹੜਾ ਇੱਕ ਮਨ ਹੋ ਕੇ ਆਪਣਾ ਭਰੋਸਾ ਪੱਕਾ ਕਰਕੇ ਪ੍ਰਭ ਦੇ ਸ਼ਬਦ ਦਾ ਸਿਮਰਨ ਕਰਦਾ ਹੈ । ਉਸ ਦਾ ਮਨ ਪਾਪਾਂ ਵਾਲੇ ਕੰਮਾਂ ਨਹੀਂ ਕਰਦਾ । ਉਸ ਨੂੰ ਪ੍ਰਭ ਦੀ ਰਹਿਮਤ ਨਾਲ ਪੰਜਾਂ ਇੰਦ੍ਰੀਆਂ ਤੇ ਜਿੱਤ ਬਖਸ਼ਿਸ਼ ਹੋ ਜਾਂਦੀ ਹੈ, ਉਹ ਸਵਾਸ ਗਰਾਸ ਪ੍ਰਭ ਦੇ ਸ਼ਬਦ ਦੇ ਸਿਮਰਨ ਵਿੱਚ ਲੀਨ ਰਹਿੰਦਾ ਹੈ । ਉਹ ਪ੍ਰਭ ਨੂੰ ਹੀ ਸਾਰੀਆਂ ਦਾਤਾਂ ਬਖਸ਼ਣ ਵਾਲਾ ਮੰਨਦਾ ਹੈ । ਪ੍ਰਭ ਦੀਆਂ ਕਰਾਮਾਤਾਂ ਦੇ ਗੁਣ ਗਾਉਂਦਾ ਹੈ । ਉਸ ਜੀਵ ਦੇ ਜੀਵਨ ਨੂੰ ਦੇਖਣ ਨਾਲ ਮਨ ਵਿੱਚ ਸ਼ਾਤੀ ਘਰ ਕਰ ਜਾਂਦੀ ਹੈ । ਜਿਹੜਾ ਉਸ ਦੇ ਜੀਵਨ ਦੀ ਸਿਖਿਆਂ ਨਾਲ ਆਪਣਾ ਜੀਵਨ ਢਾਲਦਾ ਹੈ । ਉਸ ਦੇ ਪਾਪ ਧੋਤੇ ਬਖਸ਼ੇ ਜਾਂਦੇ ਹਨ ।

ਜਿਹੜਾ ਇੱਕ ਮਨ ਹੋ ਕੇ ਆਪਣਾ ਭਰੋਸਾ ਪੱਕਾ ਕਰਕੇ ਸ਼ਬਦ ਦਾ ਸਿਮਰਨ ਕਰਦਾ ਹੈ । ਉਹ ਪਾਪਾਂ ਵਾਲੇ ਕੰਮਾਂ ਵਿੱਚ ਧਿਆਨ ਨਹੀਂ ਲਾਉਂਦਾ ।

Whosoever may meditate on the teachings of His Word with steady and stable belief in his day-to-day life; with His mercy and grace, he may never think about any evil deeds. He may be blessed to conquer his 5 demons of worldly desires. He may remain intoxicated in meditation in the void of His Word. He believes in the ultimate Power, Command of The True Master. He believes that The One and Only One True Master, blesses all virtues to His Creation. He remains singing the glory of His Virtues, His Miracles. Whosoever may join his conjugation and adopts his life experience in his own day to day life; with His mercy and grace, all his sins of previous lives may be forgiven. Whosoever may meditate on the teachings of His Word with steady and stable belief in his day-to-day life; with His mercy and grace, he may never think about any evil deeds.

ਧਰਮ ਕਰਮ ਪੂਰੈ ਸਤਿਗੁਰੁ ਪਾਈ ਹੈ॥	Dharam karam poorai satgur paa-ee hai.
ਜਾ ਕੀ ਸੇਵਾ ਸਿਧ ਸਾਧ ਮੁਨਿ ਜਨ,	jaa kee sayvaa siDh saaDh mun jan
ਸੁਰਿ ਨਰ ਜਾਚਹਿ ਸਬਦ	sur nar jaacheh sabad
ਸਾਰੁ ਏਕ ਲਿਵ ਲਾਈ ਹੈ॥	saar ayk liv laa-ee hai.
ਫੁਨਿ ਜਾਨੈ ਕੋ ਤੇਰਾ ਅਪਾਰੁ	fun jaanai ko tayraa apaar
ਨਿਰਭਉ ਨਿਰੰਕਾਰੁ, ਅਕਥ ਕਥਨਹਾਰੁ	nirbha-o nirankaar akath kathanhaar
ਤੁਝਹਿ ਬੁਝਾਈ ਹੈ॥	tujheh bujhaa-ee hai.
ਭਰਮ ਭੂਲੇ ਸੰਸਾਰ	bharam bhoolay sansaar
ਛੁਟਹੁ ਜੂਨੀ, ਸੰਘਾਰ	chhutahu joonee sanghaar
ਜਮ ਕੋ ਨ ਡੰਡ ਕਾਲ	jam ko na dand kaal
ਗੁਰਮਤਿ ਧਾਈ ਹੈ॥	gurmat Dhayaa-ee hai.
ਮਨ ਪ੍ਰਾਣੀ ਮੁਗਧ ਬੀਚਾਰੁ	man, paraanee mugaDh beechaar
ਅਹਿਨਿਸਿ, ਜਪੁ ਧਰਮ ਕਰਮ	ahinis jap Dharam karam
ਪੂਰੈ ਸਤਿਗੁਰੁ ਪਾਈ ਹੈ॥੨॥	poorai satgur paa-ee hai. ||2||

ਉਸ ਨੂੰ ਸ੍ਰਿਸ਼ਟੀ ਦੀ ਭਲਾਈ ਦੇ ਕੰਮ ਕਰਨ ਅਤੇ ਪ੍ਰਭ ਦੀ ਰਜ਼ਾ ਤੇ ਭਰੋਸਾ ਅਡੋਲ ਰਖਣ ਦੀ ਮੱਤ ਬਖਸ਼ਿਸ਼ ਹੁੰਦੀ ਹੈ । ਜਿਹੜਾ ਪ੍ਰਭ ਦੇ ਸ਼ਬਦ ਦੀ ਬੰਦਗੀ ਕਰਦਾ ਹੈ, ਉਸ ਨੂੰ ਸ਼ਿਵਜੀ, ਸਿਧ, ਸੰਤ ਸਰੂਪ ਅਵਸਥਾ ਬਖਸ਼ਿਸ਼ ਹੋ ਜਾਂਦੀ ਹੈ । ਉਸ ਦੇ ਮਨ ਵਿੱਚ ਅਮੋਲਕ ਸ਼ਬਦ ਦੀ ਸਿਖਿਆਂ ਘਰ ਕਰ ਜਾਂਦੀ ਹੈ । ਅਕਾਰ ਤੋ ਰਹਿਤ, ਪ੍ਰਭ ਦੇ ਕਰਤਬ ਜੀਵ ਦੀ ਸੋਝੀ ਵਿੱਚ ਨਹੀਂ ਹੁੰਦੇ । ਕੇਵਲ ਪ੍ਰਭ ਆਪ ਹੀ ਆਪਣੇ ਕੀਤੇ ਨੂੰ ਜਾਣਦਾ ਹੈ । ਅਣਜਾਣ ਜੀਵ ਦਾ ਪ੍ਰਭ ਦੇ ਸ਼ਬਦ ਦਾ ਸਿਮਰਨ ਕਰਨ ਨਾਲ, ਜਿਵੇਂ ਜਿਵੇਂ ਭਲੇਖਾ ਦੂਰ ਹੁੰਦਾ ਹੈ, ਉਸ ਦਾ ਮੌਤ ਦਾ ਡਰ ਦੂਰ ਹੋ ਜਾਂਦਾ ਹੈ । ਜਿਹੜਾ ਪ੍ਰਭ ਦੇ ਸ਼ਬਦ ਦਾ ਸਿਮਰਨ ਦਿਨ, ਰਾਤ ਕਰਦਾ ਹੈ! ਉਸ ਨੂੰ ਸ੍ਰਿਸ਼ਟੀ ਦੀ ਭਲਾਈ ਦੀ ਹੀ ਮੱਤ ਬਖਸ਼ਿਸ਼ ਹੁੰਦੀ ਹੈ ।

His true devotee may remain intoxicated in performing deeds for the welfare of His Creation; with His mercy and grace, he may be blessed with wisdom to remain within the teachings of His Word. Whosoever may remain intoxicated in meditation in the void of His Word; with His mercy and grace, he may be blessed with a state of mind as Shiv ji, Holy saint, Sidhs. He may remain drenched with the essence of His Word. The Structureless, True Master, His Nature remains beyond the imagination, comprehension of His Creation. Whosoever may meditate on the teachings of His Word with steady and stable belief; with His mercy and grace, slowly and slowly his suspicions along with his fear of death may be eliminated. His true devotee may remain intoxicated in performing deeds for the welfare of His Creation; with His mercy and grace, he may be blessed with wisdom to remain within the teachings of His Word

ਹਉ ਬਲਿ ਬਲਿ ਜਾਉ,	ha-o bal bal jaa-o
ਸਤਿਗੁਰ ਸਾਚੇ ਨਾਮ ਪਰ॥	satgur saachay naam par.
ਕਵਨ ਉਪਮਾ ਦੇਉ ਕਵਨ ਸੇਵਾ ਸਰੇਉ,	kavan upmaa day-o kavan sayvaa saray-o
ਏਕ ਮੁਖ ਰਸਨਾ ਰਸਹੁ ਜੁਗ ਜੋਰਿ ਕਰ॥	ayk mukh rasnaa rasahu jug jor kar.
ਫੁਨਿ ਮਨ ਬਚ ਕ੍ਰਮ ਜਾਨੁ,	fun man bach karam jaan
ਅਨਤ ਦੂਜਾ ਨ ਮਾਨੁ ਨਾਮੁ,	anat doojaa na maan naam
ਸੋ ਅਪਾਰੁ ਸਾਰੁ ਦੀਨੋ ਗੁਰਿ ਰਿਦ ਧਰ॥	so apaar saar deeno gur rid Dhar.
ਨਲ੍ਯ ਕਵਿ ਪਾਰਸ ਪਰਸ	nal-y kav paaras paras
ਕਚ ਕੰਚਨਾ ਹੁਇ, ਚੰਦਨਾ	kach kanchnaa hu-ay chandnaa
ਸੁਬਾਸੁ ਜਾਸੁ ਸਿਮਰਤ ਅਨ ਤਰ॥	subaas jaas simrat an tar.
ਜਾ ਕੇ ਦੇਖਤ ਦੁਆਰੇ	jaa kay daykhat du-aaray
ਕਾਮ ਕ੍ਰੋਧ ਹੀ ਨਿਵਾਰੇ ਜੀ,	kaam kroDh hee nivaaray jee
ਹਉ ਬਲਿ ਬਲਿ ਜਾਉ,	ha-o bal bal jaa-o
ਸਤਿਗੁਰ ਸਾਚੇ ਨਾਮ ਪਰ॥੩॥	satgur saachay naam par. ||3||

ਅਸਲੀ ਮਾਲਕ ਤੋ ਕੁਰਬਾਨ ਜਾਵਾ! ਉਸ ਦੀ ਪੂਰਨ ਉਪਮਾ, ਸੇਵਾ ਕਿਸਤਰ੍ਹਾਂ ਇੱਕ ਹੀ ਜੀਭ ਨਾਲ ਕੀਤਾ ਜਾ ਸਕਦੀ ਹੈ । ਕੇਵਲ ਆਪਣੇ ਭਰੋਸੇ ਨੂੰ ਪੱਕਾ ਕਰਕੇ, ਇੱਕ ਮਨ ਹੋ ਕੇ ਬੰਦਗੀ ਕਰੋ । ਜੀਵ ਆਪਣੇ ਪ੍ਰਭ ਦੇ ਕਰਤਬਾਂ, ਬਖਸ਼ਿਸ਼ਾਂ ਨੂੰ ਪਛਾਣਕੇ ਉਸ ਨੂੰ ਜਾਣ ਜਾਂਦਾ ਹੈ । ਉਸ ਦੇ ਸ਼ਬਦ ਦੀ ਪਾਲਣਾ ਛੱਡਕੇ ਹੋਰ ਕਿਸੇ ਸੰਸਾਰਕ ਗੁਰੂ ਦੀ ਸਿਖਿਆਂ ਪਿਛੇ ਆਪਣਾ ਜੀਵਨ ਤਬਾਹ ਨਾ ਕਰੋ । ਅਸਲੀ ਮਾਲਕ ਦੇ ਸ਼ਬਦ ਦੀ ਸਿਖਿਆਂ ਨਾਲ ਆਪਣੇ ਜੀਵਨ ਢਾਲਣ ਨਾਲ ਮਨ ਵਿੱਚ ਸ਼ਬਦ ਦੀ ਸਿਖਿਆਂ ਰਚ ਜਾਂਦੀ ਹੈ । ਕਵੀ ਨਲ੍ਯ ਜੀ! ਜਿਵੇਂ ਪਾਰਸ ਨੂੰ ਛੋਹਨ ਨਾਲ, ਲੋਹਾ ਵੀ ਸੋਨਾ (ਕੀਮਤੀ ਧਾਤ) ਬਣ ਜਾਂਦਾ ਹੈ । ਇਸਤਰ੍ਹਾਂ ਸਿਮਰਨ ਕਰਨ ਨਾਲ, ਨਿਮਾਣਾ ਜੀਵ ਵੀ ਪ੍ਰਭ ਦਾ ਭਗਤ ਬਣ ਜਾਂਦਾ, ਦਰਬਾਰ ਵਿੱਚ ਕਬੂਲ ਹੋ ਜਾਂਦਾ ਹੈ ।

I remain fascinated, astonished from His greatness, miracles! How may I sing the complete praise of His Virtues, serve His Creation with my one tongue? You should meditate, obey the teachings of His Word with steady and stable belief as His ultimate Command. His true devotee may recognize His miracles, His Nature, His Holy Spirit prevailing everywhere. You should never abandon the teachings of His Word from your day-to-day life. You should never adopt the teachings of worldly religious guru and ruin the priceless human life opportunity. Whosoever may adopt the teachings of His Word with steady and stable belief; with His mercy and grace, he may remain intoxicated, drenched with the essence of His Word. Poet Nul-y claims! As rubbing iron with philosopher's stone, may become priceless metal; same way whosoever may humbly remain intoxicated in meditating on the teachings of His Word; he may be blessed with the right path of acceptance in His Court. He may be blessed with a state of mind as His true devotee.

ਰਾਜੁ ਜੋਗੁ ਤਖਤੁ ਦੀਅਨੁ ਗੁਰ ਰਾਮਦਾਸ॥	raaj jog takhat dee-an gur raamdaas.
ਪ੍ਰਥਮੈ ਨਾਨਕ ਚੰਦੁ ਜਗਤ ਭਯੋ,	parathmay naanak chand jagat bha-yo
ਆਨੰਦੁ ਤਾਰਨਿ ਮਨੁਖ	aanand taaran manukh-y
ਜਨ ਕੀਅਉ ਪ੍ਰਗਾਸ॥	jan kee-a-o pargaas.
ਗੁਰ ਅੰਗਦ ਦੀਅਉ ਨਿਧਾਨੁ	gur angad dee-a-o niDhaan
ਅਕਥ ਕਥਾ, ਗਿਆਨੁ ਪੰਚ	akath kathaa gi-aan panch
ਭੂਤ ਬਸਿ ਕੀਨੇ ਜਮਤ ਨ ਤ੍ਰਾਸ॥	bhoot bas keenay jamat na taraas.

ਗੁਰ ਅਮਰੁ ਗੁਰੂ ਸ੍ਰੀ ਸਤਿ ਕਲਿਜੁਗਿ	gur amar guroo saree sat kalijug
ਰਾਖੀ ਪਤਿ, ਅਘਨ ਦੇਖਤ	raakhee pat aghan daykhat
ਗਤੁ ਚਰਨ ਕਵਲ ਜਾਸ॥	gat charan kaval jaas.
ਸਭ ਬਿਧਿ ਮਾਨਿਉ ਮਨੁ	sabh biDh maani-ya-o man
ਤਬ ਹੀ ਭਯਉ ਪ੍ਰਸੰਨੁ,	tab hee bha-ya-o parsann
ਰਾਜੁ ਜੋਗੁ ਤਖਤੁ	raaj jog takhat
ਦੀਅਨੁ ਗੁਰ ਰਾਮਦਾਸ॥ ੪॥	dee-an gur raamdaas. ||4||

ਪ੍ਰਭ ਦੀ ਕ੍ਰਿਪਾ ਨਾਲ, ਨਾਨਕ ਨੂੰ ਸੰਸਾਰਕ ਜੀਵਾਂ ਨੂੰ ਸਿਧੇ ਮਾਰਗ ਤੇ ਪਾਉਣ ਦੀ ਬਖਸ਼ਿਸ਼ ਹੋਈ । ਅੰਗਦ ਜੀ ਨੇ ਨਾਨਕ ਦੇ ਜੀਵਨ ਨੂੰ ਆਪਣੇ ਜੀਵਨ ਦਾ ਅਧਾਰ ਬਣਾ ਲਿਆ । ਅੰਗਦ ਜੀ ਨੂੰ ਪੰਜਾਂ ਜਮਦੂਤਾਂ ਤੇ ਜਿੱਤ ਬਖਸ਼ਿਸ਼ ਹੋ ਗਈ, ਅਤੇ ਮੌਤ ਦਾ ਡਰ ਖਤਮ ਹੋ ਗਿਆ । ਇਸ ਹੀ ਵਿਧੀ ਨੂੰ ਧਾਰਨ ਕਰਨ ਨਾਲ ਅਮਰਦਾਸ ਤੇ ਪ੍ਰਭ ਦੀ ਬਖਸ਼ਿਸ਼ ਹੋਈ । ਉਸ ਦੇ ਜੀਵਨ ਦੀ ਸਿਖਿਆਂ ਨੂੰ ਅਪਣਾਉਣ ਨਾਲ ਪਾਪ ਧੋਤੇ ਜਾਂਦੇ ਹਨ । ਮਨ ਚੰਗੇ ਕੰਮ ਕਰਨ ਲਗ ਪੈਂਦਾ ਹੈ । ਇਹ ਹੀ ਵਿਧੀ ਪ੍ਰਭ ਦੇ ਸੇਵਕ ਰਾਮਦਾਸ ਨੇ ਅਪਣੇ ਜੀਵਨ ਵਿੱਚ ਧਾਰਨ ਕੀਤੀ ਹੈ ।

The True Master has bestowed His Virtues on His true devotee Nanak Ji to guide His Creation on the right path of meditation on the teachings of His Word. Angad Ji adopted the life experience teachings of Nanak Ji in his day-to-day life; with His mercy and grace, he was blessed to conquer his 5 demons of worldly desires. His fear of death was eliminated. By adopting same teachings in his own life, Amar Das Ji was blessed with the right path of acceptance in His Court. Whosoever may adopt his life experience teachings in his own day to day life; with His mercy and grace, his sins of previous lives may be forgiven, he may perform good deeds for His Creation. His true devotee Ram Das has adopted same way of life in his own day to day life.

694.ਸਵਈਏ ਮਹਲੇ ਚਉਥੇ ਕੇ ੪॥ ਰਡ॥ 1399-7 ਨਲੁ ਕਵਿ

ਜਿਸਹਿ ਧਾਰਿਉ ਧਰਤਿ ਅਰੁ ਵਿਉਮੁ,	jisahi Dhaari-ya-o Dharat ar vi-um
ਅਰੁ ਪਵਣੁ, ਤੇ ਨੀਰ ਸਰ,	ar pavan tay neer sar
ਅਵਰ ਅਨਲ ਅਨਾਦਿ ਕੀਅਉ॥	avar anal anaad kee-a-o.
ਸਸਿ ਰਿਖਿ ਨਿਸਿ ਸੂਰ ਦਿਨਿ ਸੈਲ,	sas rikh nis soor din sail
ਤਰੂਅ ਫਲ ਫੁਲ ਦੀਅਉ॥	taroo-a fal ful dee-a-o.
ਸੁਰਿ ਨਰ ਸਪਤ ਸਮੁਦ੍ਰ ਕਿਅ,	sur nar sapat samudar ki-a
ਧਾਰਿਓ ਤ੍ਰਿਭਵਣ ਜਾਸੁ॥	Dhaari-o taribhavan jaas.
ਸੋਈ ਏਕੁ ਨਾਮੁ ਹਰਿ ਨਾਮੁ ਸਤਿ ਪਾਇਓ,	so-ee ayk naam har naam sat paa-i-o
ਗੁਰ ਅਮਰ ਪ੍ਰਗਾਸੁ॥੧॥੫॥	gur amar pargaas. ||1||5||

ਪ੍ਰਭ ਨੇ ਧਰਤੀ, ਅਕਾਸ਼, ਹਵਾ, ਪਾਣੀ, ਸਾਗਰ, ਅੱਗ ਅਤੇ ਭੋਜਨ ਰਚਿਆ ਹੈ । ਉਸ ਨੇ ਹੀ ਸੂਰਜ, ਚੰਦ, ਦਿਨ, ਰਾਤ, ਪਰਬਤ ਬਣਾਏ ਅਤੇ ਫਲ, ਫੁੱਲ, ਪੌਦੇ ਪੈਦਾ ਕੀਤੇ । ਪ੍ਰਭ ਨੇ ਹੀ ਦੇਵਤੇ, 7 ਸਾਗਰ, ਤਿੰਨੋਂ ਲੋਕ (ਧਰਤੀ, ਅਕਾਸ਼, ਪਤਾਲ) ਪੈਦਾ ਕੀਤੇ ਹਨ । ਰਡ ਜੀ ਕਹਿੰਦੇ ਹਨ! ਅਮਰਦਾਸ ਵੀ ਉਸ ਅਸਲੀ ਮਾਲਕ ਦੇ ਸ਼ਬਦ ਦੀ ਬੰਦਗੀ ਕਰਦਾ ਹੈ ।

The True Master has created earth, sky, air, water, ocean, fire, and food for His Creation. He has also created Sun, Moon, day and night, mountains, plants, flowers, and fruits. He has also created His devotees, seven seas, three universes, (earth, sky and under earth). Poet Radd claims! Amar Das is also meditating on the teachings of the same The True Master.

ਕਚਹੁ ਕੰਚਨੁ ਭਇਅਉ,	|kachahu kanchan bha-i-a-o
ਸਬਦੁ ਗੁਰ ਸ੍ਰਵਣਹਿ ਸੁਣਿਓ॥	sabad gur sarvaneh suni-o.
ਬਿਖੁ ਤੇ ਅੰਮ੍ਰਿਤੁ ਹੁਯਉ,	bikh tay amrit hu-ya-o
ਨਾਮੁ ਸਤਿਗੁਰ ਮੁਖਿ ਭਣਿਅਉ॥	naam satgur mukh bhani-a-o.
ਲੋਹਉ ਹੋਯਉ ਲਾਲੁ ਨਦਰਿ,	loha-o ho-ya-o laal nadar
ਸਤਿਗੁਰੁ ਜਦਿ ਧਾਰੈ॥	satgur jad Dhaarai.
ਪਾਹਣ ਮਾਣਕ ਕਰੈ ਗਿਆਨੁ,	paahan maanak karai gi-aan
ਗੁਰ ਕਹਿਅਉ ਬੀਚਾਰੈ॥	gur kahi-a-o beechaarai.
ਕਾਠਹੁ ਸ੍ਰੀਖੰਡ ਸਤਿਗੁਰਿ ਕੀਅਉ,	kaathahu sareekhand satgur kee-a-o
ਦੁਖ ਦਰਿਦ੍ਰ ਤਿਨ ਕੇ ਗਇਅ॥	dukh daridar tin kay ga-i-a.
ਸਤਿਗੁਰੂ ਚਰਨ ਜਿਨ੍ ਪਰਸਿਆ,	satguroo charan jinH parsi-aa
ਸੇ ਪਸੁ ਪਰੇਤ ਸੁਰਿ ਨਰ ਭਇਅ॥੨॥੬॥	say pas parayt sur nar bha-i-a. ||2||6||

ਪ੍ਰਭ ਦੀ ਬਾਣੀ ਦੇ ਅਮੋਲਕ ਸ਼ਬਦ ਸੁਣਨ ਨਾਲ ਮਨ ਅਡੋਲ ਹੋ ਜਾਂਦਾ ਹੈ । ਉਸ ਦੀ ਜੀਭ ਅਮੋਲਕ ਸ਼ਬਦ, ਪ੍ਰਭ ਦੀ ਉਸਤਤ ਗਾਉਂਦੀ ਹੈ । ਉਸ ਦਾ ਅਹੰਕਾਰ, ਨਿੰਦਿਆਂ ਕਰਨ ਦੀ ਭਾਵਨਾ ਖਤਮ ਹੋ ਜਾਂਦੀ ਹੈ । ਜਿਵੇਂ ਪਾਰਸ ਨਾਲ ਲਗਨ ਨਾਲ ਲੋਹਾ, ਸੋਨਾ ਬਣ ਜਾਂਦਾ ਹੈ । ਇਸਤਰ੍ਹਾਂ ਪ੍ਰਭ ਦੀ ਰਹਿਮਤ ਦੀ ਨਜ਼ਰ ਨਾਲ ਜੀਵ ਭਗਤ ਬਣ ਜਾਂਦਾ ਹੈ । ਪ੍ਰਭ ਦੇ ਸ਼ਬਦ ਦੀ ਬੰਦਗੀ ਕਰਨ ਨਾਲ ਮਾਨਸ ਨੂੰ ਪ੍ਰਭ ਦੀਆਂ ਕਈ ਕਰਾਮਾਤਾਂ ਦਾ ਗਿਆਨ ਬਖਸ਼ਿਸ਼ ਹੋ ਜਾਂਦਾ ਹੈ । ਜਿਹੜਾ ਇਸ ਅਸਲੀ ਰਸਤੇ ਤੇ ਚਲਦਾ ਹੈ, ਪ੍ਰਭ ਆਪਣੀ ਰਹਿਮਤ ਦੀ ਨਜ਼ਰ ਨਾਲ ਪ੍ਰਵਾਨਗੀ ਦੇ ਰਸਤੇ ਤੇ ਅਡੋਲ ਰਹਿਣ ਦੀ ਸਮਰਥਾ ਬਖਸ਼ਦਾ, ਉਸ ਦੀਆਂ ਭਟਕਣਾਂ ਦੂਰ ਹੋ ਜਾਂਦੀਆਂ ਹਨ । ਜਿਹੜਾ ਜੀਵ ਪ੍ਰਭ ਦੀ ਸ਼ਰਣ ਵਿੱਚ ਆਪਾ ਭੇਟਾ ਕਰ ਦੇਂਦਾ ਹੈ । ਜਮਦੂਤਾਂ ਵਾਲੇ ਕੰਮ ਕਰਨ ਵਾਲਾ ਵੀ ਫਰਿਸ਼ਤਾ ਬਣ ਜਾਂਦਾ ਹੈ ।

Whosoever may hear the sermons of the teachings of His Word; with His mercy and grace, his wandering mind in many directions may become steady and stable on the teachings of His Word. His tongue may remain intoxicated in singing the glory of His Ambrosial Word. His ego of worldly status and urge to slander others may be eliminated. As Iron may become a priceless metal like gold by touching philosopher's stone; same way, with His Blessed Vision, a devotee may be blessed with a state of mind as His true devotee. Whosoever may meditate on the teachings of His Word; with His mercy and grace, he may comprehend His miracles. Whosoever may remain on the right path; with His mercy and grace, he may be blessed with endurance to stay on the right path of acceptance in His Court. All his frustrations may be eliminated. Whosoever may surrender his self-identity at His Sanctuary; with His mercy and grace, even the sinner, evil doers may become His true devotee.

ਜਾਮਿ ਗੁਰੂ ਹੋਇ ਵਲਿ,	jaam guroo ho-ay val
ਧਨਹਿ ਕਿਆ ਗਾਰਵੁ ਦਿਜਇ॥	dhaneh ki-aa gaarav dij-ay.
ਜਾਮਿ ਗੁਰੂ ਹੋਇ ਵਲਿ,	jaam guroo ho-ay val
ਲਖ ਬਾਹੇ ਕਿਆ ਕਿਜਇ॥	lakh baahay ki-aa kij-ay.
ਜਾਮਿ ਗੁਰੂ ਹੋਇ ਵਲਿ,	jaam guroo ho-ay val
ਗਿਆਨ ਅਰੁ ਧਿਆਨ ਅਨਨ ਪਰਿ॥	gi-aan ar Dhi-aan anan par.
ਜਾਮਿ ਗੁਰੂ ਹੋਇ ਵਲਿ,	jaam guroo ho-ay val
ਸਬਦੁ ਸਾਖੀ ਸੁ ਸਚਹ ਘਰਿ॥	sabad saakhee so sachah ghar.
ਜੋ ਗੁਰੂ ਗੁਰੂ ਅਹਿਨਿਸਿ ਜਪੈ,	jo guroo guroo ahinis japai
ਦਾਸੁ ਭਟੁ ਬੇਨਤਿ ਕਹੈ॥	daas bhat baynat kahai.
ਜੋ ਗੁਰੂ ਨਾਮੁ ਰਿਦ ਮਹਿ ਧਰੈ,	jo guroo naam rid meh Dharai
ਸੋ ਜਨਮ ਮਰਣ ਦੁਹ ਥੇ ਰਹੈ॥੩॥੭॥	so janam maran duh thay rahai. ||3||7||

ਜਿਸ ਜੀਵ ਤੇ ਪ੍ਰਭ ਰਹਿਮਤ ਦੀ ਨਜ਼ਰ ਬਖਸ਼ਦਾ ਹੈ । ਉਸ ਦਾ ਸੰਸਾਰਕ ਧਨ ਦਾ ਅਹੰਕਾਰ ਖਤਮ ਹੋ ਜਾਂਦਾ ਹੈ । ਉਸ ਨੂੰ ਆਪਣੇ ਧਨ ਦੇ ਜ਼ੋਰ ਦੀ ਲੋੜ ਨਹੀਂ ਰਹਿੰਦੀ, ਆਪਣੀ ਤਾਕਤ ਨਾਲ, ਸੰਜੋਗੀਆਂ ਦੇ ਜ਼ੋਰ ਦੀ ਲੋੜ ਨਹੀਂ ਰਹਿੰਦੀ । ਉਸ ਨੂੰ ਬੰਦਗੀ ਕਰਨ ਲਈ ਸੰਸਾਰਕ ਗੁਰੂ ਧਾਰਨ ਕਰਨ ਦੀ ਲੋੜ ਨਹੀਂ ਰਹਿੰਦੀ । ਜਿਸ ਤੇ ਪ੍ਰਭ ਰਹਿਮਤ ਦੀ ਨਜ਼ਰ ਬਖਸ਼ਦਾ ਹੈ, ਉਸ ਦੇ ਮਨ ਵਿੱਚ ਪ੍ਰਭ ਦੇ ਸ਼ਬਦ ਦੀ ਸਿਖਿਆਂ ਘਰ ਕਰ ਜਾਂਦਾ ਹੈ । ਜਿਹੜਾ ਜੀਵ ਦਿਨ ਰਾਤ ਪ੍ਰਭ ਦੇ ਸ਼ਬਦ ਦਾ ਸਿਮਰਨ ਕਰਦਾ ਹੈ । ਉਸ ਦੇ ਮਨ ਦੀਆਂ ਬੋਲੀਆਂ, ਅਣਬੋਲੀਆਂ ਮੁਰਾਦਾਂ, ਆਸਾਂ, ਪ੍ਰਭ ਆਪ ਸੁਣਦਾ ਹੈ । ਉਸ ਨੂੰ ਪ੍ਰਭ ਦੀ ਰਹਿਮਤ ਨਾਲ ਅਸਲੀ ਪ੍ਰਵਾਨਗੀ, ਮੁਕਤੀ ਦਾ ਰਸਤਾ ਬਖਸ਼ਿਸ਼ ਹੋ ਜਾਂਦਾ ਹੈ ।

Whosoever may be bestowed with His Blessed Vision; he may conquer his ego of worldly status, worldly wealth. He may never need the power of his worldly wealth, youth power and the support of his followers to convey his belief. He may not need to adopt any religion or guru to meditate on the teachings of His Word. Whosoever may be bestowed with His blessed Vision, he may be drenched with the essence of His Word. Whosoever may meditate on the teachings of His Word Day and night; with His mercy and grace, all his spoken and unspoken desires may be satisfied. He may be blessed with the right path of acceptance in His Court, salvation.

ਗੁਰ ਬਿਨੁ ਘੋਰੁ ਅੰਧਾਰੁ,	gur bin ghor anDhaar
ਗੁਰੂ ਬਿਨੁ ਸਮਝ ਨ ਆਵੈ॥	guroo bin samajh na aavai.
ਗੁਰ ਬਿਨੁ ਸੁਰਤਿ ਨ ਸਿਧਿ,	gur bin surat na siDh
ਗੁਰੂ ਬਿਨੁ ਮੁਕਤਿ ਨ ਪਾਵੈ॥	guroo bin mukat na paavai.
ਗੁਰੁ ਕਰੁ ਸਚੁ ਬੀਚਾਰੁ,	gur kar sach beechaar
ਗੁਰੂ ਕਰੁ ਰੇ ਮਨ ਮੇਰੇ॥	guroo kar ray man mayray.
ਗੁਰੂ ਕਰੁ ਸਬਦ ਸਪੁੰਨ,	gur kar sabad sapunn
ਅਘਨ ਕਟਹਿ ਸਭ ਤੇਰੇ॥	aghan kateh sabh tayray.
ਗੁਰੁ ਨਯਣਿ ਬਯਣਿ ਗੁਰੁ ਗੁਰੁ ਕਰਹੁ,	gur na-yan ba-yan gur gur karahu
ਗੁਰੂ ਸਤਿ ਕਵਿ ਨਲ੍ਯ ਕਹਿ॥	guroo sat kav nal-y kahi.
ਜਨਿ ਗੁਰੂ ਨ ਦੇਖਿਅਉ ਨਹੁ ਕੀਅਉ,	jin guroo na daykhi-a-o nahu kee-a-o
ਤੇ ਅਕਯਥ ਸੰਸਾਰ ਮਹਿ॥੪॥੮॥	tay akyath sansaar meh. ‖4‖8‖

ਪ੍ਰਭ ਦੀ ਰਹਿਮਤ ਤੋਂ ਬਿਨਾਂ ਜੀਵ ਤੇ ਅਗਿਆਨਤਾ ਦਾ ਅੰਧੇਰਾ ਰਹਿੰਦਾ ਹੈ । ਉਸ ਨੂੰ ਜਾਗਰਤੀ, ਮੁਕਤੀ ਦਾ ਅਸਲੀ ਰਸਤਾ ਬਖਸ਼ਿਸ਼ ਨਹੀਂ ਹੁੰਦਾ । ਜੀਵ ਪ੍ਰਭ ਦੇ ਸ਼ਬਦ ਦੀ ਸਿਖਿਆਂ ਨੂੰ ਆਪਣੇ ਜੀਵਨ ਵਿੱਚ ਧਾਰਨ ਕਰੋ । ਜਿਸ ਦੇ ਮਨ ਵਿੱਚ ਪ੍ਰਭ ਦੇ ਸ਼ਬਦ ਦੀ ਸਿਖਿਆਂ ਘਰ ਕਰ ਜਾਂਦੀ ਹੈ, ਉਸ ਦੇ ਪਾਪ ਬਖਸ਼ੇ ਜਾਂਦੇ ਹਨ । ਕਵੀ ਨਲ੍ਯ ਜੀ ! ਜੀਵ ਆਪਣੀਆਂ ਮਨ ਦੀਆਂ ਅੱਖਾਂ ਨਾਲ ਪ੍ਰਭ ਨੂੰ ਅਸਲੀ ਮਾਲਕ ਸਮਝਕੇ, ਆਪਣੀ ਜੀਭ ਨਾਲ ਪ੍ਰਭ ਦੀ ਮਹਿਮਾਂ ਦਾ ਸਿਮਰਨ ਕਰੋ । ਜਿਹੜਾ ਪ੍ਰਭ ਦੇ ਸ਼ਬਦ ਦੀ ਪਾਲਣਾ, ਸਿਮਰਨ ਨਹੀਂ ਕਰਦਾ । ਉਸ ਦਾ ਮਾਨਸ ਜਨਮ ਬਿਰਥਾ ਹੀ ਬੀਤ ਜਾਂਦਾ ਹੈ ।

Without His Blessed Vision; the whole universe may remain in ignorance from the real purpose of human life opportunity. No one may ever be enlightened with the essence of His Word, the right path of acceptance in His Court. You should adopt the teachings of His Word with steady and stable belief in your day-to-day life. Whosoever may adopt the teachings of His Word with steady and stable belief in his day-to-day life; with His mercy and grace, he may remain drenched with the essence of His Word. Poet Nall inspires! You should realize His Holy Spirit prevailing with the eyes of your mind and sing the glory of His Word with your tongue. Whosoever may not meditate, obeys the teachings of His Word; he may waste his human life opportunity uselessly.

ਗੁਰੂ ਗੁਰੂ ਗੁਰ ਕਰੁ ਮਨ ਮੇਰੇ॥ guroo guroo gur kar man mayray.
ਤਾਰਣ ਤਰਣ ਸਮ੍ਰਥੁ ਕਲਿਜੁਗਿ, taaran taran samrath kalijug
ਸੁਨਤ ਸਮਾਧਿ ਸਬਦ ਜਿਸੁ ਕੇਰੇ॥ sunat samaaDh sabad jis kayray.
ਫੁਨਿ ਦੁਖਨਿ ਨਾਸੁ ਸੁਖਦਾਯਕੁ, ਸੂਰਉ fun dukhan naas sukh-daa-yak soora-o
ਜੋ ਧਰਤ ਧਿਆਨੁ ਬਸਤ ਤਿਹ ਨੇਰੇ॥ jo Dharat Dhi-aan basat tih nayray.
ਪੂਰਉ ਪੁਰਖੁ ਰਿਦੈ ਹਰਿ ਸਿਮਰਤ, poora-o purakh ridai har simrat
ਮੁਖੁ ਦੇਖਤ ਅਘ ਜਾਹਿ ਪਰੇਰੇ॥ mukh daykhat agh jaahi parayray.
ਜਉ ਹਰਿ ਬੁਧਿ ਰਿਧਿ ਸਿਧਿ ਚਾਹਤ, ja-o har buDh riDh siDh chaahat
ਗੁਰੂ ਗੁਰੂ ਗੁਰ ਕਰੁ ਮਨ ਮੇਰੇ॥੫॥੯॥ guroo guroo gur kar man mayray. ||5||9||

ਮੇਰੇ ਮਨ ਉਸ ਅਕਾਲ ਪੁਰਖ ਦਾ ਸ਼ਬਦ ਚਿਤ ਲਾ ਕੇ ਸਿਮਰਨ ਕਰੋ । ਸ੍ਰਿਸ਼ਟੀ ਨੂੰ ਪਾਰ ਉਤਾਰਨ ਵਾਲੇ ਦੇ ਸ਼ਬਦ ਦੀ ਪਾਲਣਾ ਕਰਨ ਨਾਲ, ਸ਼ਬਦ ਦੀ ਸਮਾਧੀ ਵਿੱਚ ਲਿਵ ਲਗ ਜਾਂਦੀ ਹੈ । ਉਸ ਵਿੱਚ ਧਿਆਨ ਲਾਉਣ ਨਾਲ ਮਨ ਵਿੱਚ ਸ਼ਾਤੀ ਬਖਸ਼ਿਸ਼ ਹੋ ਜਾਂਦੀ, ਮਨ ਪਾਪਾਂ ਵਾਲੇ ਕੰਮ ਕਰਨ ਤੋ ਰੁਕ ਜਾਂਦਾ ਹੈ । ਪੂਰਨ ਪਾਰਬ੍ਰਹਮ ਦੇ ਸ਼ਬਦ ਦੀ ਸਿਖਿਆਂ ਮਨ ਵਿੱਚ ਰਚ ਜਾਣ ਨਾਲ ਪਾਪ ਬਖਸ਼ੇ ਜਾਂਦੇ ਹਨ । ਅਗਰ ਤੇਰੇ ਮਨ ਵਿੱਚ ਰਿਧੀਆਂ ਸਿਧੀਆਂ ਪ੍ਰਾਪਤ ਕਰਨ ਦੀ ਇੱਛਾਂ ਹੋਵੇ! ਤਾ ਸਵਾਸ ਗਰਾਸ ਪ੍ਰਭ ਦੇ ਭਾਣੇ, ਅੰਦਰ ਦੀ ਅਵਾਜ਼ ਨੂੰ ਅਟਲ ਹੁਕਮ, ਅਸਲੀ ਰਸਤਾ ਸਮਝੋ!

You should meditate on the teachings of His Word with steady and stable belief in your day-to-day life; with His mercy and grace, His true devotee may remain intoxicated in meditation in the void of His Word. Whosoever may remain focused on the teachings of His Word; with His mercy and grace, he may be blessed with peace of mind. He may stop performing sinful deeds. Whosoever may be drenched with the essence of His Word; with His mercy and grace, he may be enlightened with the essence of His Word, his sins of previous lives may be forgiven. Whosoever may have a desire, anxiety to be blessed worldly prosperity, spiritual perfection, and prosperity. You should obey the teachings of His Word with each breath and believes His Word as an Ultimate Command.

ਗੁਰੂ ਮੁਖੁ ਦੇਖਿ ਗਰੂ ਸੁਖੁ ਪਾਯਉ॥ guroo mukh daykh garoo sukh paa-ya-o.
ਹੁਤੀ ਜੁ ਪਿਆਸ ਪਿਊਸ ਪਿਵੰਨ ਕੀ, hutee jo pi-aas pi-oos pivann kee
ਬੰਛਤ ਸਿਧਿ ਕਉ ਬਿਧਿ ਮਿਲਾਯਉ॥ banchhat siDh ka-o biDh milaa-ya-o.
ਪੂਰਨ ਭੋ ਮਨ ਠਉਰ ਬਸੋ, pooran bho man tha-ur baso
ਰਸ ਬਾਸਨ ਸਿਉ ਜੁ ਦਹੰ ਦਿਸਿ ਧਾਯਉ॥ ras baasan si-o jo dahaN dis Dhaa-ya-o.
ਗੋਬਿੰਦ ਵਾਲੁ ਗੋਬਿੰਦ ਪੁਰੀ, gobind vaal gobind puree
ਸਮ ਜਲਨ ਤੀਰਿ ਬਿਪਾਸ ਬਨਾਯਉ॥ sam jal-yan teer bipaas banaa-ya-o.
ਗਯਉ ਦੁਖੁ ਦੂਰਿ ਬਰਖਨ ਕੋ, ga-ya-o dukh door barkhan ko
ਸੁ ਗੁਰੂ ਮੁਖੁ ਦੇਖਿ so guroo mukh daykh
ਗਰੂ ਸੁਖੁ ਪਾਯਉ॥੬॥੧੦॥ garoo sukh paa-ya-o. ||6||10||

ਜਿਸ ਤੇ ਪ੍ਰਭ ਦੀ ਰਹਿਮਤ ਬਖਸ਼ਿਸ਼ ਹੋ ਜਾਂਦੀ ਹੈ, ਉਸ ਤੇ ਪ੍ਰਭ ਦੇ ਸ਼ਬਦ ਦਾ ਸੋਝੀ ਰੂਪੀ ਨੂਰ ਬਖਸ਼ਿਸ਼ ਹੋ ਜਾਂਦਾ ਹੈ । ਉਸ ਜੀਵ ਦੇ ਦਰਸ਼ਨ ਕਰਨ ਨਾਲ ਮਨ ਵਿੱਚ ਸ਼ਾਤੀ ਬਖਸ਼ਿਸ਼ ਹੋ ਜਾਂਦੀ ਹੈ । ਉਸ ਦੀ ਕਥਾ ਸੁਣਨ ਨਾਲ ਮਨ ਦੀਆਂ ਤ੍ਰਿਸ਼ਨਾਂ, ਭਟਕਣਾਂ ਦੂਰ ਹੋ ਜਾਂਦੀਆਂ ਹਨ । ਪ੍ਰਭ ਆਪ ਹੀ ਅਸਲੀ ਰਸਤਾ ਬਖਸ਼ਦਾ, ਸਾਫ ਕਰ ਦੇਂਦਾ ਹੈ । ਜੀਵ ਦੇ ਮਨ ਅੰਦਰ ਵਸਦਾ, ਸ਼ਬਦ ਹੀ ਗੋਬਿਦਵਾਲ ਤੀਰਥ ਬਣ ਜਾਂਦਾ ਹੈ! ਜਿੱਥੇ ਸ਼ਰਧਾ ਨਾਲ ਸਿਮਰਨ ਕਰਨ ਨਾਲ ਸੰਸਾਰਕ ਦੁਖ ਦੂਰ, ਮਨ ਵਿੱਚ ਸੰਤੋਖ ਬਖਸ਼ਿਸ਼ ਹੋ ਜਾਂਦਾ ਹੈ ।

Whosoever may be bestowed with His Blessed Vision, he may be blessed with the enlightenment of the essence of His Word. He may be blessed with the spiritual glow of His Holy Spirit. Whosoever may adopt his life experience teachings in his own day to day life; with His mercy and grace, he may be blessed with peace of mind. By listening to the sermons of His Word, all his frustrations of worldly desires may be eliminated. He may remain intoxicated in meditation in the void of His Word; with His mercy and grace, his path may be cleared, all his restrictions may be eliminated. The teachings of His Word, Gobind-vale within his body may become such a Holy Shrine! Whosoever may meditate with devotion within his heart on the teachings of His Word; all his miseries of worldly desires may be eliminated. He may be blessed with contentment in his day-to-day life.

ਸਮਰਥ ਗੁਰੂ ਸਿਰਿ ਹਥੁ ਧਰ੍ਉ॥	samrath guroo sir hath Dhar-ya-o.
ਗੁਰਿ ਕੀਨੀ ਕ੍ਰਿਪਾ ਹਰਿ ਨਾਮੁ ਦੀਅਉ,	gur keenee kirpaa har naam dee-a-o
ਜਿਸੁ ਦੇਖਿ ਚਰੰਨ ਅਘੰਨ ਹਰ੍ਉ॥	jis daykh charann aghann har-ya-o.
ਨਿਸਿ ਬਾਸੁਰ ਏਕ ਸਮਾਨ ਧਿਆਨ,	nis baasur ayk samaan Dhi-aan
ਸੁ ਨਾਮ ਸੁਨੇ ਸੁਤੁ ਭਾਨ ਡਰ੍ਉ॥	so naam sunay sut bhaan dar-ya-o.
ਭਨਿ ਦਾਸ ਸੁ ਆਸ ਜਗਤ੍ਰ ਗੁਰੂ ਕੀ,	bhan daas so aas jagtar guroo kee
ਪਾਰਸੁ ਭੇਟਿ ਪਰਸੁ ਕਰ੍ਉ॥	paaras bhayt paras kar-ya-o.
ਰਾਮਦਾਸੁ ਗੁਰੂ ਹਰਿ ਸਤਿ ਕੀਯਉ,	raamdaas guroo har sat kee-ya-o
ਸਮਰਥ ਗੁਰੂ ਸਿਰਿ ਹਥੁ ਧਰ੍ਉ॥੭॥੧੧॥	samrath guroo sir hath Dhar-ya-o. ‖7‖11‖

ਜਿਸ ਤੇ ਪ੍ਰਭ ਦੀ ਰਹਿਮਤ ਦੀ ਨਜ਼ਰ ਬਖਸ਼ਿਸ਼ ਹੋ ਜਾਂਦੀ ਹੈ, ਉਸ ਨੂੰ ਆਪਣੇ ਅੰਦਰੋਂ ਹੀ ਪ੍ਰਭ ਦੀ ਹੋਂਦ ਅਨੁਭਵ ਹੋ ਜਾਂਦੀ ਹੈ । ਉਸ ਜੀਵ ਦੇ ਦਰਸ਼ਨ ਕਰਨ, ਜੀਵਨ ਦੀ ਸਿਖਿਆਂ ਆਪਣੇ ਜੀਵਨ ਵਿੱਚ ਢਾਲਣ ਨਾਲ ਮਨ ਦੇ ਪਾਪ ਬਖਸ਼ੇ ਜਾਂਦੇ ਹਨ । ਉਸ ਦੇ ਮਨ ਵਿੱਚ ਸ਼ਬਦ ਦੀ ਸਿਖਿਆਂ ਜਾਗਰਤ ਹੋ ਜਾਂਦਾ ਹੈ । ਪ੍ਰਭ ਦੇ ਸ਼ਬਦ ਦੀ ਸਦਾ ਚੱਲਣ ਵਾਲੀ ਗੂੰਜ ਸੁਣਕੇ ਮੌਤ ਦਾ ਡਰ ਖਤਮ ਹੋ ਜਾਂਦਾ ਹੈ । ਪ੍ਰਭ ਦਾ ਸੇਵਕ ਕਥਨ ਕਰਦਾ ਹੈ, ਜਿਵੇਂ ਪਾਰਸ ਨੂੰ ਛੋਹ ਕੇ ਲੋਹਾ ਸੋਨਾ ਬਣ ਜਾਂਦਾ ਹੈ । ਇਸਤਰ੍ਹਾਂ ਜਿਹੜਾ ਜੀਵ ਪ੍ਰਭ ਦੇ ਸ਼ਬਦ ਦੀ ਪਾਲਣਾ ਕਰਦਾ ਹੈ । ਪ੍ਰਭ ਦੀ ਰਹਿਮਤ ਨਾਲ ਉਸ ਨੂੰ ਅਸਲੀ ਰਸਤਾ ਬਖਸ਼ਿਸ਼ ਹੋ ਜਾਂਦਾ ਹੈ! ਪ੍ਰਭ ਦੀ ਜੋਤ ਵਿੱਚ ਹੀ ਅਲੋਪ ਹੋ ਜਾਂਦਾ ਹੈ ।

Whosoever may be bestowed with His Blessed Vision, he may realize His Holy spirit from within his own mind. Whosoever may join his conjugation, and adopts his life experience teachings in his day-to-day life; with His mercy and grace, his sins of previous lives may be forgiven. He may be enlightened with the essence of His Word. Whosoever may hear the everlasting echo of His Word within his heart; with His mercy and grace, his fear of death may be eliminated. As iron rubbed with philosopher's stone may become priceless metal. Same way, whosoever may remain devoted to obey the teachings of His Word; with His mercy and grace, he may be immersed within His Holy Spirit.

ਅਬ ਰਾਖਹੁ ਦਾਸ ਭਾਟ ਕੀ ਲਾਜ॥	ab raakho daas bhaat kee laaj.
ਜੈਸੀ ਰਾਖੀ ਲਾਜ ਭਗਤ ਪ੍ਰਹਿਲਾਦ ਕੀ,	jaisee raakhee laaj bhagat par-hilaad kee
ਹਰਨਾਖਸ ਫਾਰੇ ਕਰ ਆਜ॥	harnaakhas faaray kar aaj.
ਫੁਨਿ ਦ੍ਰੋਪਤੀ ਲਾਜ ਰਖੀ ਹਰਿ ਪ੍ਰਭ ਜੀ,	fun daropatee laaj rakhee har parabh jee
ਛੀਨਤ ਬਸਤ੍ਰ ਦੀਨ ਬਹੁ ਸਾਜ॥	chheenat bastar deen baho saaj.
ਸੋਦਾਮਾ ਅਪਦਾ ਤੇ ਰਾਖਿਆ,	sodaamaa apdaa tay raakhi-aa
ਗਨਿਕਾ ਪੜ੍ਹਤ ਪੂਰੇ ਤਿਹ ਕਾਜ॥	ganikaa parhHat pooray tih kaaj.
ਸ੍ਰੀ ਸਤਿਗੁਰ ਸੁਪ੍ਰਸੰਨ ਕਲਜੁਗ ਹੋਇ,	saree satgur suparsan kaljug ho-ay
ਰਾਖਹੁ ਦਾਸ ਭਾਟ ਕੀ ਲਾਜ॥੮॥੧੨॥	raakho daas bhaat kee laaj. ‖8‖12‖

ਪ੍ਰਭ ਆਪਣੇ ਸੇਵਕ ਦਾ ਪਰਦਾ ਰਖੇ । ਜਿਵੇਂ ਭਗਤ ਪ੍ਰਹਿਲਾਦ ਦੀ ਰਖਿਆ ਕੀਤੀ ਅਤੇ ਹਰਨਾਖਸ ਦਾ ਘਮੰਡ ਤੋੜਿਆ । ਜਿਵੇਂ ਦ੍ਰੋਪਤੀ ਦੀ ਲਾਜ ਰਖੀ, ਉਸ ਨੂੰ ਨੰਗੇ ਹੋਣ ਤੋ ਬਚਿਆ । ਨਿਮਾਣੇ ਸੋਦਾਮੇ ਦੀ, ਵੇਸਵਾ ਗੰਨਿਕਾ ਦੀ ਰਖਿਆ ਕੀਤੀ । ਇਸਤਰ੍ਹਾਂ ਜਿਹੜਾ ਵੀ ਦਿਲੋ ਪ੍ਰਭ ਦੀ ਸ਼ਰਣ ਵਿੱਚ ਆਪਾ ਭੇਟਾ ਕਰਦਾ ਹੈ । ਪ੍ਰਭ ਆਪ ਸਹਾਈ ਹੋ ਕੇ ਕਾਰਜ ਪੂਰੇ ਕਰਦਾ ਹੈ ।

My True Master, protects the honor of His true devotee. As He has protected His true devotee, **Prahilad** from his father tyrant king **Harnaakhash.** He has protected the honor of His devotee **Dropadi,** when the ruler tried to dishonor by removing her clothes. He has saved the honor of **Saddama,** and prostitute **Ganika**. Whosoever may surrender his self-identity at His Sanctuary; with His mercy and grace, The True Master may eliminate the burden of sins of his previous lives.

695.ਸਵਈਏ ਮਹਲੇ ਚਉਥੇ ਕੇ ੪॥ ਭੋਲਨਾ॥ 1400–12 ਗਯੰਦ

ਗੁਰੂ ਗੁਰ, ਗੁਰੂ ਗੁਰ,	guroo gur guroo gur
ਗੁਰੂ ਜਪੁ ਪ੍ਰਾਨੀਅਹੁ॥	guroo jap paraanee-ahu.
ਸਬਦੁ ਹਰਿ ਹਰਿ ਜਪੈ,	sabad har har japai
ਨਾਮੁ ਨਵ ਨਿਧਿ ਅਪੈ,	naam nav niDh apai
ਰਸਨਿ ਅਹਿਨਿਸਿ ਰਸੈ,	rasan ahinis rasai
ਸਤਿ ਕਰਿ ਜਾਨੀਅਹੁ॥	sat kar jaanee-ahu.
ਫੁਨਿ ਪ੍ਰੇਮ ਰੰਗ ਪਾਈਐ,	fun paraym rang paa-ee-ai
ਗੁਰਮੁਖਹਿ ਧਿਆਈਐ,	gurmukheh Dhi-aa-ee-ai
ਅੰਨ ਮਾਰਗ ਤਜਹੁ ਭਜਹੁ,	ann maarag tajahu bhajahu
ਹਰਿ ਗਾਨੀਅਹੁ॥	har gayaanee-ahu.
ਬਚਨ ਗੁਰ ਰਿਦਿ ਧਰਹੁ,	bachan gur rid Dharahu
ਪੰਚ ਭੂ ਬਸਿ ਕਰਹੁ,	panch bhoo bas karahu
ਜਨਮੁ ਕੁਲ ਉਧਰਹੁ,	janam kul uDhrahu
ਦ੍ਵਾਰਿ ਹਰਿ ਮਾਨੀਅਹੁ॥	davaar har maanee-ahu.
ਜਉ ਤ ਸਭ ਸੁਖ,	ja-o ta sabh sukh
ਇਤ ਉਤ ਤੁਮ ਬੰਛਵਹੁ,	it ut tum banchhvahu
ਗੁਰੂ ਗੁਰ, ਗੁਰੂ ਗੁਰ,	guroo gur guroo gur
ਗੁਰੂ ਜਪੁ ਪ੍ਰਾਨੀਅਹੁ॥੧॥੧੩॥	guroo jap paraanee-ahu. ||1||13||

ਮਾਨਸ ਜੀਵ ਉਸ ਅਟਲ ਪ੍ਰਭ ਦੇ ਸ਼ਬਦ ਦਾ ਸਿਮਰਨ ਕਰੋ । ਜਿਹੜਾ ਪ੍ਰਭ ਦੇ ਸ਼ਬਦ ਦਾ ਸਿਮਰਨ ਕਰਦਾ ਹੈ, ਉਸ ਦਾ ਭਰੋਸਾ ਸ਼ਬਦ ਦੀ ਸਿਖਿਆਂ ਤੇ ਅਡੋਲ ਹੋ ਜਾਂਦਾ ਹੈ । ਉਸ ਦੀ ਜੀਭ ਵਿਚੋਂ ਦਿਨ ਰਾਤ ਪ੍ਰਭ ਦੇ ਸ਼ਬਦ ਦੀ ਗੂੰਜ ਆਉਂਦੀ ਹੈ । ਬੰਦਗੀ ਕਰਨ ਨਾਲ ਗੁਰਮਖ ਅਵਸਥਾ ਬਖਸ਼ਿਸ਼ ਹੋ ਜਾਂਦੀ ਹੈ । ਉਹ ਰੂਹਾਨੀ, ਪ੍ਰਵਾਨਗੀ ਦੇ ਮਾਰਗ ਤੇ ਚਲ ਪੈਂਦਾ ਹੈ । ਪ੍ਰਭ ਦੇ ਸ਼ਬਦ ਦੀ ਸਿਖਿਆਂ ਮਨ ਵਿੱਚ ਵਸ ਜਾਂਦੀ ਹੈ । ਉਸ ਨੂੰ ਪੰਜਾਂ ਜਮਦੂਤਾਂ ਤੇ ਜਿੱਤ ਬਖਸ਼ਿਸ਼ ਹੋ ਜਾਂਦੀ ਹੈ, ਪ੍ਰਭ ਨੂੰ ਪ੍ਰਵਾਨ ਹੋ ਜਾਂਦਾ ਹੈ । ਜਿਹੜਾ ਪ੍ਰਭ ਦੇ ਸ਼ਬਦ ਦਾ ਸਵਾਸ, ਸਵਾਸ ਸਿਮਰਨ ਕਰਦਾ ਹੈ, ਉਸ ਦੇ ਮਨ ਵਿੱਚ ਸ਼ਾਤੀ, ਸੰਤੋਖ ਦੀ ਭਾਵਨਾ, ਇੱਛਾ ਭਰਪੂਰ ਰਹਿੰਦੀ ਹੈ ।

You should meditate on the teachings of His Word! Whosoever may meditate on the teachings of His Word; with His mercy and grace, his belief remains steady and stable on the teachings of His Word. The everlasting echo of His Word may be heard resonating within his heart. His tongue may remain drenched with the essence of His Word. He may be blessed with a state of mind as His true devotee. He may become steady and stable on the right path of acceptance in His Court; the eternal, spiritual path. He may remain overwhelmed with the essence of His Word within his heart; he may be blessed to conquer the 5 demons of his worldly desires. He may be accepted in His Court. Whosoever may remain anxious to be blessed with peace of mind and contentment; he should meditate on the teachings of His Word with each breath.

ਗੁਰੂ ਗੁਰੁ, ਗੁਰੂ ਗੁਰੁ,	guroo gur guroo gur
ਗੁਰੂ ਜਪਿ ਸਤਿ ਕਰਿ॥	guroo jap sat kar.
ਅਗਮ ਗੁਨ ਜਾਨੁ ਨਿਧਾਨੁ,	agam gun jaan niDhaan
ਹਰਿ ਮਨਿ ਧਰਹੁ ਧਾਨੁ	har man Dharahu Dhayaan
ਅਹਿਨਿਸਿ ਕਰਹੁ ਬਚਨ,	ahinis karahu bachan
ਗੁਰ ਰਿਦੈ ਧਰਿ॥	gur ridai Dhar.
ਫੁਨਿ ਗੁਰੂ ਜਲ ਬਿਮਲ	fun guroo jal bimal
ਅਥਾਹ ਮਜਨੁ ਕਰਹੁ,	athaah majan karahu
ਸੰਤ ਗੁਰਸਿਖ ਤਰਹੁ	sant gursikh tarahu
ਨਾਮ ਸਚ ਰੰਗ ਸਰਿ॥	naam sach rang sar.
ਸਦਾ ਨਿਰਵੈਰੁ ਨਿਰੰਕਾਰੁ ਨਿਰਭਉ	sadaa nirvair nirankaar nirbha-o
ਜਪੈ, ਪ੍ਰੇਮ ਗੁਰ ਸਬਦ ਰਸਿ	japai paraym gur sabad ras
ਕਰਤ ਦ੍ਰਿੜ ਭਗਤਿ ਹਰਿ॥	karat darirh bhagat har.
ਮੁਗਧ ਮਨ ਭ੍ਰਮੁ ਤਜਹੁ,	mugaDh man bharam tajahu
ਨਾਮੁ ਗੁਰਮੁਖਿ ਭਜਹੁ ਗੁਰੂ ਗੁਰੁ,	naam gurmukh bhajahu guroo gur
ਗੁਰੂ ਗੁਰੁ, ਗੁਰੂ ਜਪੁ ਸਤਿ ਕਰਿ॥੨॥੧੪॥	guroo gur guroo jap sat kar. ‖2‖14‖

ਜੀਵ ਪ੍ਰਭ ਦੇ ਭਾਣੇ ਨੂੰ ਅਟਲ ਸਮਝਕੇ ਸਿਮਰਨ, ਪਾਲਣਾ ਕਰੋ । ਉਸ ਦੀ ਸਿਖਿਆਂ ਨੂੰ ਮਨ ਵਿੱਚ ਵਸਾਉਣ ਨਾਲ, ਪ੍ਰਭ ਰਹਿਮਤ ਬਖਸ਼ਦਾ ਹੈ । ਆਤਮਾ ਪਾਪਾਂ ਤੋ ਰਹਿਤ ਹੋ ਜਾਂਦੀ ਹੈ । ਉਸ ਨੂੰ ਗੁਰਮਖ, ਸੰਤ ਅਵਸਥਾ, ਪ੍ਰਵਾਨਗੀ ਦਾ ਰਸਤਾ ਬਖਸ਼ਿਸ਼ ਹੋ ਜਾਂਦਾ ਹੈ । ਜਿਹੜਾ ਨਿਡਰ, ਬਦਲੇ ਦੀ ਭਾਵਨਾ ਤੋ ਰਹਿਤ ਪ੍ਰਭ ਦੇ ਸ਼ਬਦ ਦਾ ਭਰੋਸੇ ਨਾਲ ਸਿਮਰਨ ਕਰਦਾ ਹੈ! ਉਸ ਦਾ ਮਨ ਸ਼ਬਦ ਦੀ ਪਾਲਣਾ ਵਿੱਚ ਅਡੋਲ ਹੋ ਜਾਂਦਾ ਹੈ । ਅਗਿਆਨੀ ਜੀਵ ਭਰਮ ਦੂਰ ਕਰਕੇ, ਗੁਰਮਖ ਬਣਕੇ, ਪ੍ਰਭ ਦੇ ਸ਼ਬਦ ਦਾ ਸਿਮਰਨ ਕਰੋ ।

You should meditate and obey the teachings of His Word with steady and stable belief in your day-to-day life. Whosoever may remain drenched with the essence of His Word; with His mercy and grace, all his sins of previous lives may be forgiven. He may be blessed with a state of mind as His true devotee; with His mercy and grace, he may be accepted in His Court. Whosoever may meditate on the teachings of The Word of The Ture Master; who remains fearless, beyond any jealousy, enmity, desire to seek revenge; with His mercy and grace, he may remain steady and stable on the right path of acceptance in His Court. Ignorant! You should renounce your suspicions and meditate, adopt the teachings of His Word as His true devotee.

ਗੁਰੂ ਗੁਰੁ, ਗੁਰੁ ਕਰਹੁ,	guroo gur gur karahu
ਗੁਰੂ ਹਰਿ ਪਾਈਐ॥	guroo har paa-ee-ai.
ਉਦਧਿ ਗੁਰੁ ਗਹਿਰ ਗੰਭੀਰ ਬੇਅੰਤੁ,	udaDh gur gahir gambheer bay-ant
ਹਰਿ ਨਾਮ ਨਗ ਹੀਰ,	har naam nag heer
ਮਣਿ ਮਿਲਤ ਲਿਵ ਲਾਈਐ॥	man milat liv laa-ee-ai.
ਫੁਨਿ ਗੁਰੂ ਪਰਮਲ ਸਰਸ ਕਰਤ,	fun guroo parmal saras karat
ਕੰਚਨੁ ਪਰਸ ਮੈਲੁ ਦੁਰਮਤਿ	kanchan paras mail durmat
ਹਿਰਤ ਸਬਦਿ ਗੁਰੁ ਧਾਈਐ॥	hirat sabad gur Dha-yaa-ee-ai.
ਅੰਮ੍ਰਿਤ ਪਰਵਾਹ ਛੁਟਕੰਤ ਸਦ ਦ੍ਵਾਰਿ,	amrit parvaah chhutkant sad davaar
ਜਿਸੁ ਗਾਨ ਗੁਰ ਬਿਮਲ	jis ga-yaan gur bimal
ਸਰ ਸੰਤ ਸਿਖ ਨਾਈਐ॥	sar sant sikh naa-ee-ai.

ਨਾਮੁ ਨਿਰਬਾਣੁ ਨਿਧਾਨੁ ਹਰਿ naam nirbaan niDhaan har
ਉਰਿ ਧਰਹੁ, ਗੁਰੂ ਗੁਰ ur Dharahu guroo gur
ਗੁਰੁ ਕਰਹੁ ਗੁਰੂ ਹਰਿ ਪਾਈਐ॥੩॥ gur karahu guroo har paa-ee-ai. ||3||15||

ਜਿਹੜਾ ਪ੍ਰਭ ਦੇ ਸ਼ਬਦ ਦੀ ਸਿਖਿਆਂ ਦਾ ਸਿਮਰਨ ਕਰਦਾ ਹੈ, ਉਸ ਨੂੰ ਪ੍ਰਵਾਨਗੀ ਦਾ ਰਸਤਾ ਬਖਸ਼ਿਸ਼ ਹੋ ਜਾਂਦਾ ਹੈ । ਪ੍ਰਭ ਦੀ ਅਵਸਥਾ ਬਹੁਤ ਡੂੰਘੀ ਗੰਭੀਰਤਾ ਵਾਲੀ ਹੈ, ਸ੍ਰਿਸ਼ਟੀ ਦੀ ਜਾਣਕਾਰੀ, ਸੋਝੀ ਵਿੱਚ ਨਹੀਂ ਹੁੰਦੀ ਹੈ । ਪ੍ਰਭ ਦੇ ਸ਼ਬਦ ਦੀ ਪਾਲਣਾ ਕਰਨਾ ਹੀ ਪਾਰਸ ਧਾਤ ਹੈ, ਜਿਸ ਨੂੰ ਛੋਹਣ ਨਾਲ, ਸ਼ਬਦ ਦੀ ਪਾਲਣਾ ਕਰਨ ਨਾਲ, ਲੋਹਾ (ਪਾਪੀ) ਵੀ ਸੋਨਾ (ਬੰਦਗੀ ਦੇ ਰਸਤੇ ਚਲ ਪੈਂਦਾ) ਬਣ ਜਾਂਦਾ ਹੈ । ਇਸਤਰ੍ਹਾਂ ਸਿਮਰਨ ਨਾਲ ਮੰਦੇ ਕੰਮ ਕਰਨ ਦੀਆਂ ਭਾਵਨਾ ਦੂਰ ਹੋ ਜਾਂਦੀਆਂ ਹਨ । ਪ੍ਰਭ ਦੇ ਸ਼ਬਦ ਦੀ ਸਿਖਿਆਂ ਰੂਪੀ ਅੰਮ੍ਰਿਤ, ਦਾਸ ਦੇ ਮਨ ਵਿੱਚ ਰਚ ਜਾਂਦਾ ਹੈ । ਪ੍ਰਭ ਦੀ ਰਹਿਮਤ ਨਾਲ ਉਹ ਸ੍ਰਿਸ਼ਟੀ ਦੀ ਭਲਾਈ ਦੇ ਹੀ ਕੰਮ ਕਰਦਾ ਹੈ ।

Whosoever may meditate on the teachings of His Word with steady and stable belief; with His mercy and grace, he may be blessed with the right path of acceptance in His Court. His Nature, His Function may be very mysterious, deep like an ocean and remains beyond any imagination, comprehension of His Creation. The True Master is an Elysian tree of blessings. To obey the teachings of His Word may be like a philosopher's stone; by rubbing iron may become priceless metal like gold; sinner may be transformed like His true devotee. He may adopt the teachings of His Word. All his worldly desires or evil thoughts may be eliminated. The teachings of His Word, are like an ambrosial nectar. Whosoever may remain drenched within his heart; with His mercy and grace, he may perform the welfare of His Creation.

ਗੁਰੂ ਗੁਰੁ, ਗੁਰੂ ਗੁਰੁ, ਗੁਰੂ ਜਪੁ ਮੰਨ ਰੇ॥ guroo gur guroo gur guroo jap man ray.
ਜਾ ਕੀ ਸੇਵ ਸਿਵ ਸਿਧ ਸਾਧਿਕ, jaa kee sayv siv siDh saaDhik
ਸੁਰ ਅਸੁਰ ਗਣ ਤਰਹਿ ਤੇਤੀਸ, sur asur gan tareh taytees
ਗੁਰ ਬਚਨ ਸੁਣਿ ਕੰਨ ਰੇ॥ gur bachan sun kann ray.
ਫੁਨਿ ਤਰਹਿ ਤੇ ਸੰਤ ਹਿਤ ਭਗਤ, fun tareh tay sant hit bhagat
ਗੁਰੁ ਗੁਰੁ ਕਰਹਿ ਤਰਿਓ ਪ੍ਰਹਲਾਦੁ, gur gur karahi tari-o parahlaad
ਗੁਰ ਮਿਲਤ ਮੁਨਿ ਜੰਨ ਰੇ॥ gur milat mun jann ray.
ਤਰਹਿ ਨਾਰਦਾਦਿ ਸਨਕਾਦਿ tareh naardaad sankaad
ਹਰਿ ਗੁਰਮੁਖਹਿ ਤਰਹਿ, har gurmukheh tareh
ਇੱਕ ਨਾਮ ਲਗਿ ਤਜਹੁ ਰਸ ਅੰਨ ਰੇ॥ ik naam lag tajahu ras ann ray.
ਦਾਸੁ ਬੇਨਤਿ ਕਹੈ daas baynat kahai
ਨਾਮੁ ਗੁਰਮੁਖਿ ਲਹੈ, naam gurmukh lahai
ਗੁਰੂ ਗੁਰੁ, ਗੁਰੂ ਗੁਰੁ, guroo gur guroo gur
ਗੁਰੂ ਜਪੁ ਮੰਨ ਰੇ॥੪॥੧੬॥੨੯॥ guroo jap man ray. ||4||16||29||

ਪ੍ਰਭ ਦੇ ਸ਼ਬਦ ਦਾ ਸਿਮਰਨ ਕਰੋ! ਅਨੇਕਾਂ ਹੀ ਸਿਧ, ਅਨੇਕਾਂ ਹੀ ਦੇਵਤੇ ਸਿਮਰਨ ਕਰਦੇ ਹਨ । ਅਨੇਕਾਂ ਹੀ ਪ੍ਰਭ ਵਿੱਚ ਅਭੇਦ ਹੋ ਗਏ ਹਨ । ਪ੍ਰਹਿਲਾਦ ਵਰਗੇ ਅਨੇਕਾਂ ਹੀ ਸੰਤ ਹਨ! ਜਿਹੜੇ ਉਸ ਤੇ ਭਰੋਸਾ ਪੱਕਾ ਕਰਕੇ ਉਸ ਵਿੱਚ ਲੀਨ ਰਹਿੰਦੇ ਹਨ । ਨਾਰਦ ਅਤੇ ਸੰਕਰ ਵਰਗੇ ਸੰਤ ਸਰੂਪ ਬਣ ਗਏ! ਉਸ ਵਿੱਚ ਅਲੋਪ ਹੋ ਗਏ ਹਨ । ਨਿਮਾਣਾ ਬਣਕੇ ਉਸ ਪ੍ਰਭ ਅੱਗੇ ਅਰਾਧਨਾ ਕਰੋ! ਉਹ ਰਹਿਮਤ ਨਾਲ ਗੁਰਮਖ ਅਵਸਥਾ ਬਖਸ਼ਕੇ, ਪ੍ਰਵਾਨਗੀ ਦਾ ਰਸਤਾ ਬਖਸ਼ੇ ।

You should meditate on the teachings of His Word. Many Sidhs, saints, devotees are meditating on the teachings of His Word. Many have been immersed within His Holy Spirit. Many have been blessed with a state of mind like His true devotee, **Parahilaad**. Many have been blessed with a state of mind like His true devotee, Sankar; who have been immersed within

His Holy Spirit. You should humbly pray for His Forgiveness and Refuge. He may bless a state of mind as His true devotee and blesses the right path of acceptance in His Court.

696.ਸਵਈਏ ਮਹਲੇ ਚਉਥੇ ਕੇ ੪॥ 1401-9 ਗਯੰਦ

ਸਿਰੀ ਗੁਰੂ ਸਾਹਿਬੁ ਸਭ ਊਪਰਿ॥	siree guroo saahib sabh oopar.
ਕਰੀ ਕ੍ਰਿਪਾ ਸਤਜੁਗਿ ਜਿਨਿ ਧ੍ਰੂ ਪਰਿ॥	karee kirpaa satjug jin Dharoo par.
ਸ੍ਰੀ ਪ੍ਰਹਲਾਦ ਭਗਤ ਉਧਰੀਅੰ॥	saree parahlaad bhagat uDhree-aN.
ਹਸ ਕਮਲ ਮਾਥੇ ਪਰ ਧਰੀਅੰ॥	hast kamal maathay par Dharee-aN.
ਅਲਖ ਰੂਪ ਜੀਅ ਲਖਾ ਨ ਜਾਈ॥	alakh roop jee-a lakh-yaa na jaa-ee.
ਸਾਧਿਕ ਸਿਧ ਸਗਲ ਸਰਣਾਈ॥	saaDhik siDh sagal sarnaa-ee.
ਗੁਰ ਕੇ ਬਚਨ ਸਤਿ ਜੀਅ ਧਾਰਹੁ॥	gur kay bachan sat jee-a Dhaarahu.
ਮਾਣਸ ਜਨਮੁ ਦੇਹ ਨਿਸਾਰਹੁ॥	maanas janam dayh nistaarahu.
ਗੁਰੁ ਜਹਾਜੁ ਖੇਵਟੁ ਗੁਰੂ,	gur jahaaj khayvat guroo
ਗੁਰ ਬਿਨੁ ਤਰਿਆ ਨ ਕੋਇ॥	gur bin tari-aa na ko-ay.
ਗੁਰ ਪ੍ਰਸਾਦਿ ਪ੍ਰਭੁ ਪਾਈਐ,	gur parsaad parabh paa-ee-ai
ਗੁਰ ਬਿਨੁ ਮੁਕਤਿ ਨ ਹੋਇ॥	gur bin mukat na ho-ay.
ਗੁਰੁ ਨਾਨਕੁ ਨਿਕਟਿ ਬਸੈ ਬਨਵਾਰੀ॥	gur naanak nikat basai banvaaree.
ਤਿਨਿ ਲਹਣਾ ਥਾਪਿ ਜੋਤਿ ਜਗਿ ਧਾਰੀ॥	tin lahnaa thaap jot jag Dhaaree.
ਲਹਣੈ ਪੰਥੁ ਧਰਮ ਕਾ ਕੀਆ॥	lahnai panth Dharam kaa kee-aa.
ਅਮਰਦਾਸ ਭਲੇ ਕਉ ਦੀਆ॥	amardaas bhalay ka-o dee-aa.
ਤਿਨਿ ਸ੍ਰੀ ਰਾਮਦਾਸੁ ਸੋਢੀ ਥਿਰੁ ਥਪ੍ਯ੍ਉ॥	tin saree raamdaas sodhee thir thap-ya-o.
ਹਰਿ ਕਾ ਨਾਮੁ ਅਖੈ ਨਿਧਿ ਅਪ੍ਯ੍ਉ॥	har kaa naam akhai niDh ap-ya-o.
ਅਪ੍ਯ੍ਉ ਹਰਿ ਨਾਮੁ ਅਖੈ ਨਿਧਿ ਚਹੁ ਜੁਗਿ,	ap-ya-o har naam akhai niDh chahu jug
ਗੁਰ ਸੇਵਾ ਕਰਿ ਫਲੁ ਲਹੀਅੰ॥	gur sayvaa kar fal lahee-aN.
ਬੰਦਹਿ ਜੋ ਚਰਣ ਸਰਣਿ ਸੁਖੁ ਪਾਵਹਿ,	bandeh jo charan saran sukh paavahi
ਪਰਮਾਨੰਦ ਗੁਰਮੁਖਿ ਕਹੀਅੰ॥	parmaanand gurmukh kahee-aN.
ਪਰਤਖਿ ਦੇਹ ਪਾਰਬ੍ਰਹਮੁ ਸੁਆਮੀ,	partakh dayh paarbarahm su-aamee
ਆਦਿ ਰੂਪਿ ਪੋਖਣ ਭਰਣੰ॥	aad roop pokhan bharnaN.
ਸਤਿਗੁਰੁ ਗੁਰੁ ਸੇਵਿ ਅਲਖ ਗਤਿ ਜਾ ਕੀ,	satgur gur sayv alakh gat jaa kee
ਸ੍ਰੀ ਰਾਮਦਾਸੁ ਤਾਰਣ ਤਰਣੰ॥੧॥	saree raamdaas taaran tarnaN. ||1||

ਪ੍ਰਭ ਆਪਣੀ ਸਾਰੀ ਸ੍ਰਿਸ਼ਟੀ ਦੀ ਪਾਲਣਾ, ਰਖਿਆ ਕਰਦਾ ਹੈ । ਜਿਸ ਉਪਰ ਪ੍ਰਭ ਦੀ ਰਹਿਮਤ ਦਾ ਹੱਥ ਬਖਸ਼ਕੇ ਰਖਿਆ ਕਰਦਾ ਹੈ । ਸਤਯੁਗ ਵਿੱਚ ਭਗਤ ਧ੍ਰੂ, ਭਗਤ ਪ੍ਰਹਿਲਾਦ ਤੇ ਰਹਿਮਤ ਬਖਸ਼ਕੇ ਰਖਿਆ ਕੀਤੀ । ਸੰਤ, ਸਿਧ ਨਾ-ਦਿਖਾਈ ਦੇਣ ਵਾਲੇ ਪ੍ਰਭ ਦੀ ਸ਼ਰਣ ਵਿੱਚ ਆਪਾ ਭੇਟਾ ਕਰਦੇ ਹਨ । ਮਾਨਸ ਜਨਮ ਆਤਮਾ ਨੂੰ ਪਵਿੱਤ੍ਰ ਕਰਕੇ, ਮੁਕਤੀ ਅਵਸਥਾ ਬਖਸ਼ਣ ਯੋਗ ਬਣਾਉਣ ਲਈ ਹੀ ਬਖਸ਼ਿਸ਼ ਹੋਇਆ ਹੈ । ਪ੍ਰਭ ਦੇ ਸ਼ਬਦ ਦੀ ਸਿਖਿਆਂ ਇੱਕ ਅਨੋਖਾ ਜਹਾਜ਼ ਹੈ, ਪ੍ਰਭ ਦੀ ਰਹਿਮਤ ਤੋਂ ਬਿਨਾਂ ਜੀਵ ਨੂੰ ਜਨਮ, ਮਰਨ ਦੇ ਚੱਕਰ ਤੋਂ ਮੁਕਤੀ ਬਖੀਸ਼ਸ਼ ਨਹੀਂ ਹੋ ਸਕਦੀ । ਨਾਨਕ ਨੇ ਪ੍ਰਭ ਦੀ ਸ਼ਰਣ ਵਿੱਚ ਆਪਾ ਭੇਟਾ ਕੀਤਾ, ਲਹਿਣੇ ਨੂੰ ਇਸ ਰਸਤੇ ਦੀ ਪ੍ਰੇਰਨਾ ਕੀਤੀ । ਸ੍ਰਿਸ਼ਟੀ ਦੀ ਭਲਾਈ ਦੇ ਕੰਮਾਂ ਦੀ ਰੀਤ ਚਲਾਈ । ਅਮਰਦਾਸ, ਰਾਮਦਾਸ ਨੇ ਨਾਨਕ ਦੇ ਜੀਵਨ ਦੀ ਸਿਖਿਆਂ ਨੂੰ ਆਪਣੇ ਜੀਵਨ ਵਿੱਚ ਧਾਰਨ ਕੀਤੀ । ਪ੍ਰਭ ਦੇ ਸ਼ਬਦ ਦੀ ਧੁਨ ਸਦਾ ਹੀ, ਚਾਰੇ ਜੁਗਾਂ ਵਿੱਚ ਹੀ ਚਲਦੀ ਰਹਿੰਦੀ ਹੈ । ਜਿਸ ਦੇ ਹਿਰਦੇ ਵਿੱਚ ਪ੍ਰਭ ਦੇ ਸ਼ਬਦ ਦੀ ਸਿਖਿਆਂ ਰਚ ਜਾਂਦੀ ਹੈ! ਜਿਸ ਦੇ ਮਨ ਵਿੱਚ ਸਦਾ ਚੱਲਣ ਵਾਲੀ ਧੁਨ ਸੁਣਾਈ ਦੇਂਦੀ ਹੈ, ਉਸ ਨੂੰ ਪ੍ਰਵਾਨਗੀ ਦਾ ਅਸਲੀ ਰਸਤਾ (ਫਲ) ਬਖਸ਼ਿਸ਼ ਹੋ ਜਾਂਦਾ ਹੈ । ਜਿਹੜਾ ਆਪਾ ਪ੍ਰਭ ਦੀ ਸ਼ਰਣ ਵਿੱਚ ਭੇਟਾ ਕਰਦਾ ਹੈ, ਉਸ ਨੂੰ ਗੁਰਮਖ, ਭਗਤ ਅਵਸਥਾ ਬਖਸ਼ਿਸ਼ ਹੋ ਸਕਦੀ ਹੈ । ਉਹ ਹਰਇੱਕ ਜੀਵ, ਥਾਂ ਤੇ ਪ੍ਰਭ ਦੀ ਜੋਤ ਚਲਦੀ ਮਹਿਸੂਸ ਕਰਦਾ ਹੈ । ਪ੍ਰਭ ਦੇ ਸ਼ਬਦ ਦੀ ਸਿਖਿਆਂ ਨਾਲ ਜੀਵਨ ਢਾਲਣ ਨਾਲ ਹੀ ਅਸਲੀ ਪ੍ਰਵਾਨਗੀ ਦਾ ਰਸਤਾ, ਮੁਕਤੀ ਬਖਸ਼ਿਸ਼ ਹੋ ਸਕਦੀ ਹੈ ।

The One and Only One True Master, Creator nourishes and protects His Creation. Whosoever may be bestowed with His Blessed Vision; he may remain in His Sanctuary, under His Protection. In the **Sat-Jug** Age! His true devotee Dhroo, Parahilaad were protected. Saints, Sidhs surrender their self-identity at His Sanctuary, un-seen, beyond comprehension True Master. His soul may be blessed with human life opportunity to sanctify his soul to become worthy of His Consideration. The teachings of His Word may be considered as a rescue ship; without His mercy and grace, the right path of acceptance in His Court may never be blessed. The cycle of birth and death may never be eliminated. Nanak Ji surrendered his self-identity at His Sanctuary and inspired **Angad** to adopt to serve His Creation. He imparted same guidance to his followers **Amar Das and Ram Das** Ji! In all four Ages! The everlasting echo of His Word remains resonating everywhere within the heart of each creature. Whosoever may remain drenched with the essence of His Word; with His mercy and grace, he may hear the everlasting echo of His Word resonating within his heart. He may be blessed with the right path of acceptance in His Court. Whosoever may surrender his self-identity at His Sanctuary; with His mercy and grace, he may be blessed with a state of mind as His true devotee. He may realize His Holy Spirit prevailing everywhere and within the body of every creature. Whosoever may adopt the teachings of His Word with steady and stable belief; with His mercy and grace, only he may be blessed with a state of salvation.

ਜਿਹ ਅੰਮ੍ਰਿਤ ਬਚਨ ਬਾਣੀ ਸਾਧੂ ਜਨ,	jih amrit bachan banee saaDhoo jan
ਜਪਹਿ ਕਰਿ ਬਿਚਿਤਿ ਚਾਓ॥	jaapeh kar bichit chaa-o.
ਆਨੰਦੁ ਨਿਤ ਮੰਗਲੁ,	aanand nit mangal
ਗੁਰ ਦਰਸਨੁ ਸਫਲੁ ਸੰਸਾਰਿ॥	gur darsan safal sansaar.
ਸੰਸਾਰਿ ਸਫਲੁ ਗੰਗਾ ਗੁਰ ਦਰਸਨੁ,	sansaar safal gangaa gur darsan
ਪਰਸਨ ਪਰਮ ਪਵਿਤ੍ਰ ਗਤੇ॥	parsan param pavitar gatay.
ਜੀਤਹਿ ਜਮ ਲੋਕੁ ਪਤਿਤ,	jeeteh jam lok patit
ਜੇ ਪ੍ਰਾਣੀ ਹਰਿ ਜਨ	jay paraanee har jan
ਸਿਵ ਗੁਰ ਗਾਨਿ ਰਤੇ॥	siv gur ga-yaan ratay.
ਰਘੁਬੰਸਿ ਤਿਲਕੁ ਸੁੰਦਰੁ ਦਸਰਥ ਘਰਿ,	raghubans tilak sundar dasrath ghar
ਮੁਨਿ ਬੰਛਹਿ ਜਾ ਕੀ ਸਰਣੰ॥	mun banchheh jaa kee sarnaN.
ਸਤਿਗੁਰੁ ਗੁਰੁ ਸੇਵਿ ਅਲਖ ਗਤਿ ਜਾ ਕੀ,	satgur gur sayv alakh gat jaa kee
ਸ੍ਰੀ ਰਾਮਦਾਸੁ ਤਾਰਣ ਤਰਣੰ॥੨॥	saree raamdaas taaran tarnaN. ||2||

ਸੰਤ ਸਰੂਪ, ਪ੍ਰਭ ਦੀ ਬਾਣੀ ਬੜੀ ਸ਼ਰਧਾ ਨਾਲ ਸਿਮਰਨ ਕਰਦਾ, ਗਾਉਂਦਾ ਹੈ । ਜਿਸ ਦੇ ਮਨ ਅੰਦਰ, ਸ਼ਬਦ ਦੀ ਸੋਝੀ, ਪ੍ਰਭ ਦੀ ਹੋਂਦ ਮਹਿਸੂਸ ਹੋ ਜਾਂਦੀ ਹੈ, ਉਹ ਸਦਾ ਹੀ ਖੇੜੇ ਵਿੱਚ ਰਹਿੰਦਾ ਹੈ । ਉਹ ਪ੍ਰਭ ਪ੍ਰਤਖ, ਮਹਿਸੂਸ ਕਰਦਾ ਹੈ । ਉਹ ਸ਼ਬਦ ਦੀ ਸੋਝੀ ਰੂਪੀ ਪਵਿੱਤਰ ਸਰੋਵਰ (ਗੰਗਾ), ਮਨ ਅੰਦਰ ਹੀ ਆਪਣੀ ਆਤਮਾ ਦਾ ਪਵਿੱਤ੍ਰਤਾ ਦਾ ਇਸ਼ਨਾਨ ਕਰ ਲੈਂਦਾ ਹੈ । ਪਾਪੀ ਵੀ ਪਾਪਾਂ ਵਾਲੇ ਕੰਮ ਤਿਆਗ ਕੇ ਬੰਦਗੀ ਕਰਨ ਲਗ ਪੈਂਦਾ ਹੈ । ਉਹ ਜੀਵ ਭਗਤ ਰਾਮ ਚੰਦਰ ਵਰਗਾ ਬੰਦਗੀ ਕਰਨ ਵਾਲਾ ਬਣ ਜਾਂਦਾ ਹੈ । ਉਸ ਨੂੰ ਪ੍ਰਵਾਨਗੀ ਦਾ ਅਸਲੀ ਰਸਤਾ ਬਖਸ਼ਿਸ਼ ਹੋ ਸਕਦਾ ਹੈ ।

His true devotee remains intoxicated in meditating and singing the glory of His Word with deep devotion and belief on His Ultimate Power. Whosoever may be enlightened with the essence of His Word, realized His Holy Spirit prevailing everywhere; with His mercy and grace, he may remain in blossom in his human life journey. He may realize the existence of His Holy Spirit prevailing everywhere within everyone. He may realize a soul sanctifying bath within his heart, in nectar of the essence of His Word. Even the sinner may renounce the evil thoughts, deeds and serve His creation to provide comfort. He may be blessed with a state of mind as His true devotee like Ram Chandra! He may be blessed with the right path of acceptance in His Court.

ਸੰਸਾਰੁ ਅਗਮ ਸਾਗਰੁ ਤੁਲਹਾ,	sansaar agam saagar tulhaa
ਹਰਿ ਨਾਮੁ ਗੁਰੂ ਮੁਖਿ ਪਾਯਾ॥	har naam guroo mukh paa-yaa.
ਜਗਿ ਜਨਮ ਮਰਣੁ ਭਗਾ,	ag janam maran bhagaa
ਇਹ ਆਈ ਹੀਐ ਪਰਤੀਤਿ॥	ih aa-ee hee-ai parteet.
ਪਰਤੀਤਿ ਹੀਐ ਆਈ ਜਿਨ ਜਨ ਕੈ,	parteet hee-ai aa-ee jin jan kai
ਤਿਨ੍ ਕਉ ਪਦਵੀ ਉਚ ਭਈ॥	tinH ka-o padvee uch bha-ee.
ਤਜਿ ਮਾਇਆ ਮੋਹੁ ਲੋਭੁ ਅਰੁ ਲਾਲਚੁ,	taj maa-i-aa moh lobh ar laalach
ਕਾਮ ਕ੍ਰੋਧ ਕੀ ਬ੍ਰਿਥਾ ਗਈ॥	kaam kroDh kee baritha ga-ee.
ਅਵਲੋਕ੍ਯਾ ਬ੍ਰਹਮੁ ਭਰਮੁ ਸਭੁ ਛੁਟਕ੍ਯਾ,	avlok-yaa barahm bharam sabh chhut-yaa
ਦਿਬ੍ਯ ਦ੍ਰਿਸਿ ਕਾਰਣ ਕਰਣੰ॥	dib-y darisat kaaran karnaN.
ਸਤਿਗੁਰੁ ਗੁਰੁ ਸੇਵਿ ਅਲਖ ਗਤਿ ਜਾ ਕੀ,	satgur gur sayv alakh gat jaa kee
ਸ੍ਰੀ ਰਾਮਦਾਸੁ ਤਾਰਣ ਤਰਣੰ॥੩॥	saree raamdaas taaran tarnaN. ‖3‖

ਜੀਵ, ਕੇਵਲ ਪ੍ਰਭ ਦੇ ਸ਼ਬਦ ਦੀ ਪਾਲਣਾ ਹੀ ਸੰਸਾਰ ਰੂਪੀ ਸਾਗਰ ਨੂੰ ਪਾਰ ਕਰਨ ਲਈ ਤੁਲਹਾ, ਬੇੜੀ ਹੈ । ਪ੍ਰਭ ਆਪ ਹੀ ਭਗਤਾ ਦੇ ਮੂੰਹ ਤੋ ਸ਼ਬਦ ਬਲਾਉਂਦਾ ਹੈ । ਜਿਸ ਜੀਵ ਦਾ ਭਰੋਸਾ, ਪ੍ਰਭ ਦੇ ਬਖਸ਼ੇ ਤੇ ਅਡੋਲ ਰਹਿੰਦਾ ਹੈ । ਉਸ ਦਾ ਜਨਮ ਮਰਨ ਦਾ ਚੱਕਰ ਖਤਮ ਹੋ ਜਾਂਦਾ ਹੈ । ਉਸ ਨਿਮਾਣੇ ਜੀਵ ਨੂੰ ਬਹੁਤ ਉਤਮ ਅਵਸਥਾ ਬਖਸ਼ਿਸ਼ ਹੋ ਜਾਂਦੀ ਹੈ । ਉਸ ਨੂੰ ਮਨ ਦੇ ਪੰਜਾਂ ਜਮਦੂਤਾਂ (ਕਾਮ ਕਰੋਧ, ਲੋਭ, ਮੋਹ, ਅਹੰਕਾਰ) ਤੇ ਜਿੱਤ ਬਖਸ਼ਿਸ਼ ਹੋ ਜਾਂਦੀ ਹੈ । ਉਸ ਨੂੰ ਪ੍ਰਭ ਦੀ ਹੋਂਦ ਅਨੁਭਵ ਹੋ ਜਾਂਦੀ ਹੈ । ਉਸ ਦੇ ਸਾਰੇ ਭਲੇਖੇ, ਭਰਮ, ਖਤਮ ਹੋ ਜਾਂਦੇ ਹਨ । ਰਾਮਦਾਸ ਜੀ ਕਹਿੰਦਾ ਹੈ । ਜੀਵ ਪ੍ਰਭ ਦੀ ਸ਼ਰਣ ਵਿੱਚ ਆਪਾ ਭੇਟਾ ਕਰਨ ਨਾਲ ਹੀ ਦਰਬਾਰ ਵਿੱਚ ਪ੍ਰਵਾਨਗੀ ਦਾ ਅਸਲੀ ਰਸਤਾ ਬਖਸ਼ਿਸ਼ ਹੋ ਸਕਦਾ ਹੈ ।

Whosoever may obey the teachings of His Word with steady and stable belief; with His mercy and grace, the essence of His Word may become his rescue boat, right path of acceptance in His Court. The True Master may bless the eternal, spiritual Words from the tongue of His true devotee. Whosoever may have a steady and stable belief on His Ultimate Power, His Blessings; with His mercy and grace, his cycle of birth and death may be eliminated. His humble true devotee may be blessed with super state of mind. He may be blessed to conquer 5 demons of his worldly desires; Sexual urge, Anger, Greed, worldly attachments, and Ego. He may realize His Holy Spirit prevailing everywhere and his religious suspicions may be eliminated. Ram Das Ji inspires! Whosoever may surrender his self-identity at His Sanctuary; with His mercy and grace, he may be blessed with the right path of acceptance in His Court.

ਪਰਤਾਪੁ ਸਦਾ ਗੁਰ ਕਾ	partaap sadaa gur kaa
ਘਟਿ ਘਟਿ ਪਰਗਾਸੁ,	ghat ghat pargaas
ਭਯਾ ਜਸੁ ਜਨ ਕੈ॥	bha-yaa jas jan kai.
ਇਕਿ ਪੜਹਿ ਸੁਣਹਿ ਗਾਵਹਿ	ik parheh suneh gaavahi
ਪਰਭਾਤਿਹਿ, ਕਰਹਿ ਇਸ੍ਨਾਨੁ॥	parbhaatihi karahi isnaan.
ਇਸ੍ਨਾਨੁ ਕਰਹਿ ਪਰਭਾਤਿ,	isnaan karahi parbhaat
ਸੁਧ ਮਨਿ ਗੁਰ ਪੂਜਾ	suDh man gur poojaa
ਬਿਧਿ ਸਹਿਤ ਕਰੰ॥	biDh sahit karaN.
ਕੰਚਨੁ ਤਨੁ ਹੋਇ ਪਰਸਿ ਪਾਰਸ ਕਉ,	kanchan tan ho-ay paras paaras ka-o

ਜੋਤਿ ਸਰੂਪੀ ਧਯਾਨੁ ਧਰੰ॥	jot saroopee Dhayaan DharaN.
ਜਗਜੀਵਨੁ ਜਗੰਨਾਥੁ	jagjeevan jagannaath
ਜਲ ਥਲ ਮਹਿ ਰਹਿਆ,	jal thal meh rahi-aa
ਪੂਰਿ ਬਹੁ ਬਿਧਿ ਬਰਨ॥	poor baho biDh baranaN.
ਸਤਿਗੁਰੁ ਗੁਰੁ ਸੇਵਿ ਅਲਖ ਗਤਿ ਜਾ ਕੀ,	satgur gur sayv alakh gat jaa kee
ਸ੍ਰੀ ਰਾਮਦਾਸੁ ਤਾਰਣ ਤਰਣੰ॥੪॥	saree raamdaas taaran tarnaN. ||4||

ਪ੍ਰਭ ਦਾ ਪ੍ਰਗਾਸ, ਜੋਤ ਹਰਇੱਕ ਆਤਮਾ ਵਿੱਚ ਹੀ ਸਮਾਈ ਹੈ । ਨਿਮਾਣਾ ਸੇਵਕ ਬਣਕੇ, ਪ੍ਰਭ ਦੇ ਸ਼ਬਦ ਦਾ ਸਿਮਰਨ ਕਰੋ । ਆਪਣੀ ਆਤਮਾ ਨੂੰ ਪਵਿੱਤਰ ਕਰਕੇ, ਸੰਸਾਰਕ ਇੱਛਾਂ ਤੇ ਕਾਬੂ ਕਰਕੇ, ਸਵੇਰੇ ਪ੍ਰਭ ਦੇ ਸ਼ਬਦ ਦਾ ਸਿਮਰਨ ਕਰਨ ਨਾਲ, ਡੋਲਦਾ ਮਨ ਵੀ ਸ਼ਬਦ ਦੀ ਪਾਲਣਾ ਵਿੱਚ ਅਡੋਲ ਹੋ ਜਾਵੇ । ਸ੍ਰਿਸ਼ਟੀ ਨੂੰ ਸਿਰਜਨਹਾਰਾ, ਹਰਇੱਕ ਜੀਵ ਵਿੱਚ, ਜਲ, ਥਲ ਵਿੱਚ ਆਪ ਹੀ ਪਰਵੇਸ਼ ਕਰਦਾ ਹੈ । ਪ੍ਰਭ ਦੀ ਰਹਿਮਤ ਲਈ ਅਰਾਧਨਾ ਕਰੋ, ਉਹ ਹੀ ਜੀਵ ਨੂੰ ਗਤੀ ਬਖਸ਼ ਸਕਦਾ ਹੈ । (ਕੰਚਨ- ਟੁੱਟ ਜਾਣਵਾਲਾ), (ਪਾਰਸ ਨਾਲ ਲਗ ਕੇ ਕੰਚਨ ਤੋ ਗਹਿਨਾ ਬਣ ਜਾਵੇ)

His Holy Spirit remains embedded within each soul. You should humbly meditate on the teachings of His Word. Whosoever may sanctify his soul, controls his worldly desires, expectation and meditates on the teachings of His Word; with His mercy and grace, his wandering mind may remain intoxicated in obeying the teachings of His Word with steady and stable belief. The True Master, Creator remains omnipresent in His Nature, on earth, in water and in sky everywhere. You should pray for His Forgiveness and Refuse; only He may bless the right path of acceptance in His Court.

ਜਿਨਹੁ ਬਾਤ ਨਿਸ੍ਚਲ ਧ੍ਰਅ ਜਾਨੀ,	jinahu baat nischal Dharoo-a jaanee
ਤੇਈ ਜੀਵ ਕਾਲ ਤੇ ਬਚਾ॥	tay-ee jeev kaal tay bachaa.
ਤਿਨ੍ ਤਰਿਓ ਸਮੁਦ੍ਰੁ ਰੁਦ੍ਰੁ ਖਿਨ,	tinH tari-o samudar rudar khin
ਇਕ ਮਹਿ ਜਲਹਰ ਬਿੰਬ ਜੁਗਤਿ ਜਗੁ ਰਚਾ॥	ik meh jalhar bimb jugat jag rachaa.
ਕੁੰਡਲਨੀ ਸੁਰਝੀ ਸਤਸੰਗਤਿ,	kundlanee surjhee satsangat
ਪਰਮਾਨੰਦ ਗੁਰੁ ਮੁਖਿ ਮਚਾ॥	parmaanand guroo mukh machaa.
ਸਿਰੀ ਗੁਰੂ ਸਾਹਿਬੁ ਸਭ ਊਪਰਿ,	siree guroo saahib sabh oopar
ਮਨ ਬਚ ਕ੍ਰੰਮ ਸੇਵੀਐ ਸਚਾ॥੫॥	man, bach krem sayvee-ai sachaa. ||5||

ਜਿਹੜਾ ਪ੍ਰਭ ਦੇ ਭਾਣੇ, ਸ਼ਬਦ, ਬਖਸ਼ੇ ਨੂੰ ਅਟਲ ਸਮਝਕੇ ਪ੍ਰਵਾਨ ਕਰਦਾ ਹੈ, ਸੰਤੋਖ ਰਖਦਾ ਹੈ, ਉਸ ਨੂੰ ਪ੍ਰਭ ਦੀ ਹੋਂਦ ਮਹਿਸੂਸ ਹੋ ਜਾਂਦੀ ਹੈ । ਉਸ ਨੂੰ ਧ੍ਰ ਵਰਗੀ, ਜਨਮ ਮਰਨ ਤੋ ਰਹਿਤ ਅਵਸਥਾ ਬਖਸ਼ਿਸ਼ ਹੋ ਸਕਦੀ ਹੈ । ਉਸ ਦੀ ਸੰਸਾਰਕ ਯਾਤਰਾ ਸਫਲ ਹੋ ਜਾਂਦੀ ਹੈ । ਸੰਸਾਰ ਪਾਣੀ ਦੇ ਬੁੱਲਬਲੇ ਦੀ ਤਰ੍ਹਾਂ ਹੀ ਹੁੰਦਾ ਹੈ । ਸੰਤ ਸਰੂਪ ਦੀ ਸੰਗਤ ਵਿੱਚ, ਉਸ ਦੇ ਜੀਵਨ ਦੀ ਸਿਖਿਆਂ ਨੂੰ ਆਪਣੇ ਜੀਵਨ ਦਾ ਅਧਾਰ ਬਣਾਉਣ ਨਾਲ ਕਿਸਮਤ ਬਦਲ ਜਾਂਦੀ ਹੈ । ਪ੍ਰਭ ਹੀ ਸਾਰੀ ਸ੍ਰਿਸ਼ਟੀ ਦਾ ਅਸਲੀ ਮਾਲਕ ਹੈ! ਜਿਹੜਾ ਚੰਗੇ ਕੰਮ, ਨਿਮ੍ਰਤਾ ਨਾਲ ਸਿਮਰਨ ਕਰਦਾ ਹੈ, ਉਸ ਨੂੰ ਹੀ ਬੰਦਗੀ ਕਰਨ ਦੀ ਲਗਨ ਬਖਸ਼ਿਸ਼ ਹੁੰਦੀ ਹੈ ।

Whosoever may remain contented with His blessings as an ultimate worthy reward for his meditation; with His mercy and grace, he may realize His Holy Spirit prevailing everywhere. He may be blessed with a state of mind as His true devotee, **Dhroo**, state of salvation from the cycle of birth and death. His human life opportunity may be rewarded. The universe, His Creation is like a bubble of water. Whosoever may adopt the life experience of His Holy saint in his own day to day life; with His mercy and grace, his prewritten destiny may be rewarded. The One and Only One True Master of His Creation. Whosoever may humbly meditate on the teachings of His Word and performs good deeds for the welfare of His Creation; with His mercy and grace, he may be blessed with devotion to meditate and serve His Creation.

697.ਸਵਈਏ ਮਹਲੇ ਚਉਥੇ ਕੇ ੪॥ 1402-11 – ਗਯੰਦ

ਵਾਹਿਗੁਰੂ ਵਾਹਿਗੁਰੂ	vaahiguroo vaahiguroo
ਵਾਹਿਗੁਰੂ ਵਾਹਿ ਜੀਉ॥	vaahiguroo vaahi jee-o.
ਕਵਲ ਨੈਨ ਮਧੁਰ ਬੈਨ,	kaval nain maDhur bain
ਕੋਟਿ ਸੈਨ ਸੰਗ ਸੋਭ ਕਹਤ,	kot sain sang sobh kahat
ਮਾ ਜਸੋਦ ਜਿਸਹਿ ਦਹੀ	maa jasod jisahi dahee
ਭਾਤੁ ਖਾਹਿ ਜੀਉ॥	bhaat khaahi jee-o.
ਦੇਖਿ ਰੂਪੁ ਅਤਿ ਅਨੂਪੁ,	daykh roop at anoop
ਮੋਹ ਮਹਾ ਮਗ ਭਈ,	moh mahaa mag bha-ee
ਕਿੰਕਨੀ ਸਬਦ ਝਨਤਕਾਰ	kinknee sabad jhanatkaar
ਖੇਲੁ ਪਾਹਿ ਜੀਉ॥	khayl paahi jee-o.
ਕਾਲ ਕਲਮ ਹੁਕਮੁ ਹਾਥਿ ਕਹਹੁ,	kaal kalam hukam haath kahhu
ਕਉਨੁ ਮੇਟਿ ਸਕੈ ਈਸੁ ਬੰਮ੍ਹ੍ਹਮਾ,	ka-un mayt sakai ees bamm-yu
ਗ੍ਯਾਨੁ ਧ੍ਯਾਨੁ ਧਰਤ	ga-yaan Dhayaan Dharat
ਹੀਐ ਚਾਹਿ ਜੀਉ॥	hee-ai chaahi jee-o.
ਸਤਿ ਸਾਚੁ ਸ੍ਰੀ ਨਿਵਾਸੁ	sat saach saree nivaas
ਆਦਿ ਪੁਰਖੁ ਸਦਾ ਤੁਹੀ,	aad purakh sadaa tuhee
ਵਾਹਿਗੁਰੂ ਵਾਹਿਗੁਰੂ	vaahiguroo vaahiguroo
ਵਾਹਿਗੁਰੂ ਵਾਹਿ ਜੀਉ॥੧॥੬॥	vaahiguroo vaahi jee-o. ||1||6||

ਪ੍ਰਭ ਦੀ ਹੋਂਦ ਬਹੁਤ ਅਨੋਖੀ ਹੈ (ਵਾਹਿ ਵਾਹਿ, ਵਾਹਿ– ਅਚੰਭੀ ਹੈ)। ਜਿਸਤਰ੍ਹਾਂ ਮਾਂ ਪ੍ਰੀਤ ਭਰੀਆਂ ਅੱਖਾਂ ਨਾਲ, ਮਿੱਠੀ ਅਵਾਜ਼ ਨਾਲ ਆਪਣੇ ਬੱਚੇ ਨੂੰ ਭੋਜਨ ਖਾਣ ਲਈ ਪੁਕਾਰਦੀ ਹੈ। ਜਿਵੇਂ ਮਾਤਾ ਜਸੋਦਾ ਆਪਣੇ ਬੱਚੇ ਕ੍ਰਿਸ਼ਨ ਨੂੰ ਖਾਣੇ ਵਾਸਤੇ ਬੁਲਾਉਂਦੀ ਹੈ। ਹਰਇੱਕ ਮਾਂ ਵਾਸਤੇ ਉਸ ਦਾ ਬੱਚਾ ਕ੍ਰਿਸ਼ਨ ਸਮਾਨ ਹੀ ਹੁੰਦਾ ਹੈ। ਜਿਸ ਨੂੰ ਪ੍ਰਭ ਦੀ ਹੋਂਦ ਅਨੁਭਵ ਹੁੰਦੀ ਹੈ। ਉਸ ਦਾ ਮਨ ਸ਼ਬਦ ਦੀ ਧੁਨ ਦੀ ਗੂੰਜ ਵਿੱਚ ਖੇੜੇ ਵਿੱਚ ਮਸਤ ਹੋ ਜਾਂਦਾ ਹੈ। ਮੌਤ ਪ੍ਰਭ ਦੇ ਹੁਕਮ ਨਾਲ ਹੀ ਆਉਂਦੀ ਹੈ, ਇਸ ਦਾ ਡਰ ਕਿਸਤਰ੍ਹਾਂ ਖਤਮ ਹੋ ਸਕਦਾ ਹੈ? ਸ਼ਿਵਾ, ਬ੍ਰਹਮਾ ਵਰਗੇ ਭਗਤ ਵੀ ਦਿਲ ਵਿੱਚ ਆਸ ਰਖਕੇ ਬੰਦਗੀ ਕਰਦੇ ਹਨ। ਪ੍ਰਭ ਦਾ ਨਿਵਾਸ ਹੀ ਹਰਇੱਕ ਤਨ ਵਿੱਚ ਸ੍ਰਿਸ਼ਟੀ ਤੋਂ ਪਹਿਲੇ, ਹੁਣ ਵੀ ਹੀ ਹੈ। ਪ੍ਰਭ ਦੇ ਕਿਸੇ ਕਰਤਬ ਦਾ ਅੰਤ ਨਹੀਂ ਜਾਣਿਆ ਜਾ ਸਕਦਾ।

The existence of The True Master remains fascinating, astonishing. As mother may call his child with love and with sweet tone to eat. As **Jasodh** may call her child Krishna to eat. Every mother considers her child as Krishna. Whosoever may realize His Holy Spirit prevailing everywhere; with His mercy and grace, he may remain intoxicated in the everlasting echo of His Word resonating within his heart. The devil of death remains under His Command! How may the fear of death be eliminated? Renowned prophets like **Brahma, Shiv ji** remain intoxicated in meditation in the void of His Word with a hope to conquer the fear of death. His Holy Spirt dwells within each body of creature from the beginning of the universe and in the present. All miracles, events of His Nature remain beyond any limit, any imagination, comprehension of His Creation.

ਰਾਮ ਨਾਮ ਪਰਮ ਧਾਮ,	raam naam param Dhaam
ਸੁਧ ਬੁਧ ਨਿਰੀਕਾਰ ਬੇਸੁਮਾਰ	suDh buDh nireekaar baysumaar
ਸਰਬਰ, ਕਉ ਕਾਹਿ ਜੀਉ॥	sarbar ka-o kaahi jee-o.
ਸੁਥਰ ਚਿਤ ਭਗਤ, ਹਿਤ ਭੇਖੁ	suthar chit bhagat hit bhaykh
ਧਰਿਓ ਹਰਨਾਖਸੁ ਹਰਿਓ,	Dhari-o harnaakhas hari-o

ਨਖ ਬਿਦਾਰਿ ਜੀਉ॥ nakh bidaar jee-o.
ਸੰਖ ਚਕ੍ਰ ਗਦਾ ਪਦਮ, sankh chakar gadaa padam
ਆਪਿ ਆਪੁ ਕੀਓ ਛਦਮ ਅਪਰੰਪਰ, aap aap kee-o chhadam aprampar
ਪਾਰਬ੍ਰਹਮ ਲਖੈ ਕਉਨੁ ਤਾਹਿ ਜੀਉ॥ paarbarahm lakhai ka-un taahi jee-o.
ਸਤਿ ਸਾਚੁ ਸ੍ਰੀ ਨਿਵਾਸੁ, sat saach saree nivaas
ਆਦਿ ਪੁਰਖੁ ਸਦਾ ਤੁਹੀ ਵਾਹਿਗੁਰੂ, aad purakh sadaa tuhee vaahiguroo
ਵਾਹਿਗੁਰੂ ਵਾਹਿਗੁਰੂ ਵਾਹਿ ਜੀਉ॥੨॥੭॥ vaahiguroo vaahiguroo vaahi jee-o. ||2||7||

ਅਕਾਰ ਰਹਿਤ, ਅੰਤ ਤੋ ਰਹਿਤ ਪ੍ਰਭ ਹੀ ਸ਼ਬਦ ਦਾ, ਸ਼ਬਦ ਦੀ ਸੋਝੀ ਦਾ ਸੋਮਾ ਹੈ । ਪ੍ਰਭ ਦੀ ਤੁਲਨਾ ਸੰਸਾਰਕ ਜੀਵਾਂ ਨਾਲ ਨਹੀਂ ਕੀਤੀ ਜਾ ਸਕਦੀ । ਆਪਣੇ ਅਸਲੀ ਭਗਤ ਪ੍ਰਹਿਲਾਦ ਦੀ ਰਖਿਆ ਕਰਨ ਲਈ, ਪ੍ਰਭ ਸ਼ੇਰ–ਮਰਦ ਦਾ ਰੂਪ ਧਾਰਨ ਕਰਕੇ, ਹਰਨਾਖਸ਼ ਨੂੰ ਆਪਣੇ ਪੰਜੇਂ ਦੇ ਨਹੁੰ ਨਾਲ ਹੀ ਚੀਰ ਦਿੱਤਾ । ਪ੍ਰਭ ਅਣਗਿਣਤ ਕਰਾਮਾਤਾਂ, ਸਿਆਣਪਾਂ ਦਾ ਮਾਲਕ ਹੈ । ਪ੍ਰਭ ਨੂੰ ਕੌਣ ਪੂਰਨ ਤਰ੍ਹਾਂ ਜਾਣ ਸਕਦਾ ਹੈ? ਅਟਲ ਸਦਾ ਰਹਿਨਵਾਲਾ ਪਵਿੱਤਰਤਾ ਦਾ ਸੋਮਾ, ਅਮੋਲਕ, ਅਤੱਟ ਖਜ਼ਾਨਾ ਹੈ ।

The True Master, structure-less, beyond any limitation may be the fountain of the enlightenment of the essence of His Word. His Virtues, greatness and miracle power may not be compared with any worldly creature, guru etc. The True Master appeared as loin-man creature, beast to protect His true devotee **Prahalad** from his tyrant father, king **Harnaakhas**. He pierced him with the nails of His Palm and destroyed him. The True Master remains the treasure on unlimited miracles and wisdom. Who may comprehend, imagine His Power? He may be transformed as ever-living, true forever, eternal Holy treasure, and fountain of soul sanctification.

ਪੀਤ ਬਸਨ ਕੁੰਦ ਦਸਨ, peet basan kund dasan
ਪ੍ਰਿਅ ਸਹਿਤ ਕੰਠ ਮਾਲ ਮੁਕਟੁ, pari-a sahit kanth maal mukat
ਸੀਸਿ ਮੋਰ ਪੰਖ ਚਾਹਿ ਜੀਉ॥ sees mor pankh chaahi jee-o.
ਬੇਵਜੀਰ ਬਡੇ ਧਰਿ, bayvjeer baday Dheer
ਧਰਮ ਅੰਗ ਅਲਖ ਅਗਮ, Dharam ang alakh agam
ਖੇਲੁ ਕੀਆ ਆਪਣੈ ਉਛਾਹਿ ਜੀਉ॥ khayl kee-aa aapnai uchhaahi jee-o.
ਅਕਥ ਕਥਾ ਕਥੀ ਨ ਜਾਇ, akath kathaa kathee na jaa-ay
ਤੀਨਿ ਲੋਕ ਰਹਿਆ ਸਮਾਇ teen lok rahi-aa samaa-ay
ਸੁਤਹ ਸਿਧ ਰੂਪੁ ਧਰਿਓ, sutah siDh roop Dhari-o
ਸਾਹਨ ਕੈ ਸਾਹਿ ਜੀਉ॥ saahan kai saahi jee-o.
ਸਤਿ ਸਾਚੁ ਸ੍ਰੀ ਨਿਵਾਸੁ, sat saach saree nivaas
ਆਦਿ ਪੁਰਖੁ ਸਦਾ ਤੁਹੀ ਵਾਹਿਗੁਰੂ, aad purakh sadaa tuhee vaahiguroo
ਵਾਹਿਗੁਰੂ ਵਾਹਿਗੁਰੂ ਵਾਹਿ ਜੀਉ॥੩॥੮॥ vaahiguroo vaahiguroo vaahi jee-o. ||3||8||

ਪ੍ਰਭ ਤੂੰ ਆਪਣੀ ਖੁਸ਼ੀ ਨਾਲ ਕਿਸ ਵੀ ਸਜਾਵਟ ਵਾਲੇ ਬਾਣੇ ਵਿੱਚ ਪ੍ਰਗਟ ਹੋ ਸਕਦਾ ਹੈ । ਤੇਰਾ ਕੋਈ ਸਲਾਹਕਾਰ, ਵਜੀਰ ਨਹੀਂ । ਤੂੰ ਸ੍ਰਿਸ਼ਟੀ ਦੀ ਭਲਾਈ ਦੇ ਨਿਯਮ ਆਪ ਬਣਾਉਂਦਾ ਹੈ । ਆਪ ਹੀ ਉਸ ਦੀ ਪਾਲਣਾ ਕਰਵਾਉਂਦਾ ਹੈ । ਤੈਨੂੰ ਕੋਈ ਪਹੁੰਚ ਨਹੀਂ, ਦੇਖ ਨਹੀਂ ਸਕਦਾ । ਸ੍ਰਿਸ਼ਟੀ ਦੀ ਖੇਡ ਆਪਣੀ ਮਰਜ਼ੀ ਨਾਲ ਹੀ ਬਣਾਈ, ਚਲਾਉਂਦਾ ਹੈ । ਰਾਜਿਆ ਦੇ ਮਹਾਰਾਜਾ ਦੇ ਕਿਸੇ ਕਰਤਬ ਨੂੰ ਪੂਰਨ ਤਰ੍ਹਾਂ ਵਖਿਆਣ ਨਹੀਂ ਕੀਤਾ ਜਾ ਸਕਦਾ । ਪ੍ਰਭ ਤਿੰਨਾਂ ਲੋਕਾਂ ਵਿੱਚ ਹੀ ਹਾਜ਼ਰਾ ਹਦੂਰ, ਸਦਾ ਅਟਲ, ਪਵਿੱਤਰਾ ਦਾ ਧੁਰਾ ਹੈ । ਤੈਨੂੰ ਧੰਨ ਧੰਨ ਹੀ ਕਹਿਆ ਜਾ ਸਕਦਾ ਹੈ ।

The True Master may appear in any structure, embellishment with His own free Will. The True Master may never counsel anyone to perform His function of the universe. The True Master creates, establishes His Own Principles, and enforces on His creation to conform and function in the worldly life journey. His Nature remains beyond any imagination, comprehension of His Creation. He creates the function of the universe and makes His Creation to conform. The Events of the king of kings remain beyond any imagination and comprehension of His Creation. He remains omnipresent in all three universes and the fountain of soul satisfaction. You should remain fascinated, astonished from His Nature.

ਸਤਿਗੁਰੂ ਸਤਿਗੁਰੂ, ਸਤਿਗੁਰ ਗੁਬਿੰਦ ਜੀਉ॥	satguroo satguroo satgur gubind jee-o.
ਬਲਿਹਿ ਛਲਨ ਸਬਲ ਮਲਨ,	balihi chhalan sabal malan
ਭਗਿ ਫਲਨ ਕਾਨ੍ ਕੁਅਰ ਨਿਹਕਲਕ,	bhagat falan kaanH ku-ar nihklank
ਬਜੀ ਡੰਕ ਚੜੂ ਦਲ ਰਵਿੰਦ ਜੀਉ॥	bajee dank charhhoo dal ravind jee-o.
ਰਾਮ ਰਵਣ, ਦੁਰਤ ਦਵਣ, ਸਕਲ ਭਵਣ,	raam ravan durat davan sakal bhavan
ਕੁਸਲ ਕਰਣ, ਸਰਬ ਭੂਤ	kusal karan sarab bhoot
ਆਪਿ ਹੀ ਦੇਵਾਧਿ ਦੇਵ,	aap hee dayvaaDh dayv
ਸਹਸ ਮੁਖ ਫਨਿੰਦ ਜੀਉ॥	sahas mukh fanind jee-o.
ਜਰਮ ਕਰਮ ਮਛ ਕਛ ਹੁਅ,	jaram karam machh kachh hu-a
ਬਰਾਹ ਜਮੁਨਾ ਕੈ ਕੂਲਿ ਖੇਲੁ ਖੇਲਿਓ,	baraah jamunaa kai kool khayl khayli-o
ਜਿਨਿ ਗਿੰਦ ਜੀਉ॥	jin binn jee-o.
ਨਾਮੁ ਸਾਰੁ ਹੀਏ ਧਾਰੁ ਤਜੁ ਬਿਕਾਰੁ,	naam saar hee-ay Dhaar taj bikaar
ਮਨ ਗਯੰਦ ਸਤਿਗੁਰੂ ਸਤਿਗੁਰੂ,	man ga-yand satguroo satguroo
ਸਤਿਗੁਰ ਗੁਬਿੰਦ ਜੀਉ॥੪॥ ੯॥	satgur gubind jee-o. ‖4‖9‖

ਪ੍ਰਭ ਹੀ ਸਦਾ ਅਟਲ ਰਹਿਣ ਵਾਲਾ ਅਸਲੀ ਮਾਲਕ ਹੈ । ਤੂੰ ਬਲ ਰਾਜੇ ਦੀ ਵੱਡੀ ਤਾਕਤਵਾਰ ਫੌਜ ਹੋਣ ਤੇ ਵੀ ਉਸ ਨੂੰ ਉਸ ਦੀ ਚਲਾਕੀ ਵਿੱਚ ਹੀ ਖਤਮ ਕੀਤਾ । ਆਪਣੇ ਭਗਤ ਦੀ ਰਖਿਆ ਕੀਤੀ, ਜਿੱਤ ਬਖਸ਼ੀ । ਭਗਤ ਰਾਮ ਅਤੇ ਭਗਤ ਰਾਵਨ ਆਪਣੇ ਆਪ ਨੂੰ ਤੇਰਾ ਸ਼ਰੀਕ ਸਮਝਣ ਲਗ ਪਏ! ਅਸਲੀਅਤ ਤੋ ਜਾਣੂ ਕਰਵਾਉਣ ਲਈ ਖੇਲ ਰਚਿਆ । ਇਸਤਰ੍ਹਾਂ ਤੂੰ ਜਲ ਦੇ ਜੀਵਾਂ ਅਤੇ ਜੰਗਲੀ ਜੀਵ ਵਿੱਚ ਇਹ ਹੀ ਖੇਲ ਰਚਿਆ ਹੈ । ਜੀਵ ਮਨ ਦੇ ਬੁਰੇ ਖਿਆਲ ਤਿਆਗਕੇ ਮਨ ਵਿੱਚ ਅਸਲੀ ਮਾਲਕ ਦੇ ਸ਼ਬਦ ਦਾ ਸਿਮਰਨ ਕਰੋ! ਉਹ ਹੀ ਸ੍ਰਿਸ਼ਟੀ ਦਾ ਅਸਲੀ ਮਾਲਕ ਹੈ ।

The One and only One forever True Master of the universe! He has defeated the mighty army of king Bal with his own clever plans. He protects the honor of His true devotee. Prophets **Rama, Ravan** remains ignorant from the ultimate power of The True Master. The True Master makes them aware from the reality of human life opportunity. He has created the same life cycle of beasts of wild jungle and the beasts of sea. You should renounce the evil thoughts and plans of your mind and meditates on the teachings of His Word. The One and only One True Master of the universe.

ਸਿਰੀ ਗੁਰੁ, ਸਿਰੀ ਗੁਰੁ,	siree guroo siree guroo
ਸਿਰੀ ਗੁਰੁ ਸਤਿ ਜੀਉ॥	siree guroo sat jee-o.
ਗੁਰ ਕਹਿਆ ਮਾਨੁ ਨਿਜ ਨਿਧਾਨੁ,	gur kahi-aa maan nij niDhaan
ਸਚੁ ਜਾਨੁ ਮੰਤ੍ਰੁ ਇਹੈ,	sach jaan mantar ihai
ਨਿਸਿ ਬਾਸੁਰ ਹੋਇ ਕਲਾਨੁ,	nis baasur ho-ay kal-yaan
ਲਹਹਿ ਪਰਮ ਗਤਿ ਜੀਉ॥	laheh param gat jee-o.
ਕਾਮੁ ਕ੍ਰੋਧੁ ਲੋਭੁ ਮੋਹੁ ਜਣ,	kaam kroDh lobh moh jan
ਜਣ ਸਿਉ ਛਾਡੁ ਧੋਹੁ,	jan si-o chhaad Dhohu
ਹਉਮੈ ਕਾ ਫੰਧੁ ਕਾਟੁ,	ha-umai kaa fanDh kaat
ਸਾਧਸੰਗਿ ਰਤਿ ਜੀਉ॥	saaDhsang rat jee-o.
ਦੇਹ ਗੇਹੁ ਤ੍ਰਿਅ ਸਨੇਹੁ,	dayh gayhu tari-a sanayhu
ਚਿਤ ਬਿਲਾਸੁ ਜਗਤ ਏਹੁ	chit bilaas jagat ayhu
ਚਰਨ ਕਮਲ ਸਦਾ ਸੇਉ,	charan kamal sadaa say-o
ਦ੍ਰਿੜਤਾ ਕਰੁ ਮਤਿ ਜੀਉ॥	darirh-taa kar mat jee-o.
ਨਾਮੁ ਸਾਰੁ ਹੀਏ, ਧਾਰੁ	naam saar hee-ay Dhaar

ਤਜੁ ਬਿਕਾਰੁ ਮਨ ਗਯੰਦ, taj bikaar man ga-yand
ਸਿਰੀ ਗੁਰੁ, ਸਿਰੀ ਗੁਰੁ, siree guroo siree guroo
ਸਿਰੀ ਗੁਰੁ ਸਤਿ ਜੀਉ॥੫॥੧੦॥ siree guroo sat jee-o. ||5||10||

ਸ਼ਰੋਮਣੀ ਪ੍ਰਭ, ਸਦਾ ਅਟਲ ਰਹਿਣ ਵਾਲਾ ਮਾਲਕ ਹੈ, ਪ੍ਰਭ ਦੇ ਸ਼ਬਦ, ਭਾਣੇ ਨੂੰ ਅਟਲ ਸਮਝੋ। ਸ਼ਬਦ ਦੀ ਕਮਾਈ ਹੀ ਅਸਲੀ ਸਾਥ ਰਹਿਣ ਵਾਲਾ ਖਜ਼ਾਨਾਂ ਹੈ। ਪ੍ਰਭ ਦੇ ਸ਼ਬਦ ਦੀ ਸੋਝੀ ਹੀ ਮੰਤ੍ਰ, ਪ੍ਰਵਾਨਗੀ ਦਾ ਰਸਤਾ, ਮੁਕਤੀ ਬਖਸ਼ਿਸ਼ ਹੋ ਸਕਦੀ ਹੈ। ਪੰਜਾਂ ਇੰਦ੍ਰੀਆਂ ਤੇ ਕਾਬੂ ਪਾ ਕੇ, ਨਿਮ੍ਰਤਾ ਨਾਲ, ਸੰਤ ਸਰੂਪ ਜੀਵਾਂ ਨਾਲ ਮਿਲਕੇ ਸਿਮਰਨ ਕਰੋ। ਸਰੀਰ ਨੂੰ, ਆਪਣੀ ਹੈਸੀਅਤ ਨੂੰ, ਸੁਪਨਾ ਸਮਝੋ! ਉਸ ਦੇ ਸ਼ਬਦ ਦੀ ਸਿਖਿਆਂ ਤੇ ਅਡੋਲ ਭਰੋਸੇ ਨਾਲ ਪਾਲਣਾ ਕਰੋ। ਜਿਸ ਦਾ ਪ੍ਰਭ ਦੇ ਸ਼ਬਦ ਦੀ ਸਿਖਿਆਂ ਤੇ ਭਰੋਸਾ ਅਡੋਲ ਹੋ ਜਾਂਦਾ ਹੈ, ਉਸ ਦੇ ਮਨ ਦੀਆਂ ਖੋਟੀਆਂ ਨੀਅਤਾਂ ਖਤਮ ਹੋ ਜਾਂਦੀਆ ਹਨ। ਇਹ ਹੀ ਅਸਲੀ ਮਾਲਕ ਦੀ ਸ਼ਰਣ ਹੁੰਦੀ ਹੈ।

The Supreme True Master remains unchanged and true forever. Whosoever may obey the teachings of His Word with steady and stable belief; with His mercy and grace, he may be blessed with the everlasting companion with his soul. The enlightenment of the essence of His Word may be the right path of acceptance in His Court; with His mercy and grace, he may be blessed with salvation. You should control your worldly expectations and join the conjugation of His Holy saint. You should consider your human life journey as a dream, and a visit on the planet earth. You should obey the teachings of His Word with steady and stable belief in your day-to-day life; with His mercy and grace, all you evil thoughts may be eliminated. You may realize His Sanctuary within your own heart.

698.ਸਵਈਏ ਮਹਲੇ ਚਉਥੇ ਕੇ ੪॥ 1403-12 ਗਯੰਦ

ਸੇਵਕ ਕੈ ਭਰਪੂਰ ਜੁਗੁ, sayvak kai bharpoor jug
ਜੁਗੁ ਵਾਹਗੁਰੂ ਤੇਰਾ ਸਭੁ ਸਦਕਾ॥ jug vaahguroo tayraa sabh sadkaa.
ਨਿਰੰਕਾਰੁ ਪ੍ਰਭੁ ਸਦਾ ਸਲਾਮਤਿ, nirankaar parabh sadaa salaamat
ਕਹਿ ਨ ਸਕੈ ਕੋਊ ਤੂ ਕਦ ਕਾ॥ kahi na sakai ko-oo too kad kaa.
ਬ੍ਰਹਮਾ ਬਿਸਨੁ ਸਿਰੇ ਤੈ ਅਗਨਤ, barahmaa bisan siray tai agnat
ਤਿਨ ਕਉ ਮੋਹੁ ਭਯਾ ਮਨ ਮਦ ਕਾ॥ tin ka-o moh bha-yaa man mad kaa.
ਚਵਰਾਸੀਹ ਲਖ ਜੋਨਿ ਉਪਾਈ, chavraaseeh lakh jon upaa-ee
ਰਿਜਕੁ ਦੀਆ ਸਭ ਹੂ ਕਉ ਤਦ ਕਾ॥ rijak dee-aa sabh hoo ka-o tad kaa.
ਸੇਵਕ ਕੈ ਭਰਪੂਰ ਜੁਗੁ ਜੁਗੁ, sayvak kai bharpoor jug jug
ਵਾਹਗੁਰੂ ਤੇਰਾ ਸਭੁ ਸਦਕਾ॥੧॥੧੧॥ vaahguroo tayraa sabh sadkaa. ||1||11||

ਅਕਾਰ ਤੋ ਰਹਿਤ ਪ੍ਰਭ ਆਪਣੇ ਸੇਵਕ ਦੀਆਂ ਇੱਛਾਂ ਸਦਾ ਹੀ ਪੂਰੀਆਂ ਕਰਦਾ ਹੈ। ਪ੍ਰਭ ਕਿਸਤਰ੍ਹਾਂ ਉਤਪਤ ਹੋਇਆ ਹੈ, ਸ੍ਰਿਸ਼ਟੀ ਦੀ ਸੋਝੀ ਵਿੱਚ ਨਹੀਂ ਹੁੰਦਾ? ਅਨੇਕਾਂ ਹੀ ਵਿਸ਼ਨੂੰ, ਬ੍ਰਹਮਾ ਵਰਗੇ ਭਗਤ ਪ੍ਰਭ ਦੀ ਰਜ਼ਾ ਵਿੱਚ ਲੀਨ ਰਹਿੰਦੇ ਹਨ। ਪ੍ਰਭ ਨੇ ਅਨੇਕਾਂ, 84 ਲਖ ਜੂੰਨਾਂ ਦੇ ਜੀਵ ਪੈਦਾ ਕੀਤੇ ਹਨ। ਸਾਰੀਆਂ ਨੂੰ ਹੀ ਖਾਣ ਲਈ ਰੋਜ਼ੀ ਬਖਸ਼ਦਾ ਹੈ। ਪ੍ਰਭ ਦਾ ਸਵੇਕ ਸਦਾ ਹੀ ਪ੍ਰਭ ਦੇ ਸ਼ਬਦ ਦੀ ਮਹਿਮਾਂ ਗਾਉਂਦਾ ਰਹਿੰਦਾ ਹੈ। ਆਪਣੀਆਂ ਮੁਰਾਦਾਂ ਪੂਰੀਆਂ ਕਰਕੇ ਸੰਤੋਖ ਵਿੱਚ ਵਸਦਾ ਹੈ।

The True Master, beyond any structure limitation always satisfy spoken and unspoken desires and hopes of His true devotee. How may The True Master evolve out of His Own Holy Spirit, remains beyond imagination, comprehension of His Creation? Many renowned prophets like Brahma, Vishnu remain intoxicated in meditation in the void of His Word under His Command. He has created creatures of many different kind, body structures. He has created food, source of nourishment before the birth of a creature. Whosoever may remain intoxicated singing the glory of His Word with steady and stable belief; with His mercy and grace, his spoken and unspoken desires may be satisfied, he may remain contented in his life.

ਵਾਹੁ ਵਾਹੁ ਕਾ ਬਡਾ ਤਮਾਸਾ॥	vaahu vaahu kaa badaa tamaasaa.
ਆਪੇ ਹਸੈ ਆਪਿ ਹੀ ਚਿਤਵੈ,	aapay hasai aap hee chitvai
ਆਪੇ ਚੰਦੁ ਸੂਰੁ ਪਰਗਾਸਾ॥	aapay chand soor pargaasaa.
ਆਪੇ ਜਲੁ ਆਪੇ ਥਲੁ ਥੰਮ੍ਹਨੁ,	aapay jal aapay thal thamHan
ਆਪੇ ਕੀਆ ਘਟਿ ਘਟਿ ਬਾਸਾ॥	aapay kee-aa ghat ghat baasaa.
ਆਪੇ ਨਰੁ ਆਪੇ ਫੁਨਿ ਨਾਰੀ,	aapay nar aapay fun naaree
ਆਪੇ ਸਾਰਿ ਆਪ ਹੀ ਪਾਸਾ॥	aapay saar aap hee paasaa.
ਗੁਰਮੁਖਿ ਸੰਗਤਿ ਸਭੈ ਬਿਚਾਰਹੁ,	gurmukh sangat sabhai bichaarahu
ਵਾਹੁ ਵਾਹੁ ਕਾ ਬਡਾ ਤਮਾਸਾ॥੨॥੧੨॥	vaahu vaahu kaa badaa tamaasaa. ||2||12||

ਪ੍ਰਭ ਦੀ ਸ੍ਰਿਸ਼ਟੀ ਦੀ ਖੇਡ ਬਹੁਤ ਅਨੋਖੀ, ਨਿਆਰੀ ਹੀ ਹੈ । ਆਪੇ ਹੀ ਜੀਵ ਨੂੰ ਖੇੜੇ ਵਿੱਚ ਅਤੇ ਆਪ ਹੀ ਗੰਭੀਰਤਾਂ, ਚਿੰਤਾਂ ਵਿੱਚ ਪਾਉਂਦਾ ਹੈ । ਆਪ ਹੀ ਸੂਰਜ, ਚੰਦ ਨੂੰ ਨੂਰ ਬਖਸ਼ਿਆ ਹੈ, ਆਪ ਹੀ ਧਰਤੀ ਬਣਾਈ ਹੈ । ਆਪ ਹੀ ਜਲ ਬਣਾਇਆ, ਆਪ ਹੀ ਧਰਤੀ ਦਾ ਥੰਮ, ਧੁਰਾ ਹੈ । ਆਪ ਹੀ ਨਰ ਅਤੇ ਆਪ ਹੀ ਨਿਮ੍ਰਤਾ ਵਾਲੀ ਨਾਰੀ ਹੈ । ਆਪੇ ਹੀ ਖੇਲ, ਆਪੇ ਹੀ ਖਿਲਾਰੀ ਹੈ । ਪ੍ਰਭ ਦੇ ਸੇਵਕ, ਬੰਦਗੀ ਕਰਨ ਵਾਲੇ ਇੱਕ ਦੂਜੇ ਨਾਲ ਇਹ ਹੀ ਚਰਚਾ ਕਰਦੇ ਹਨ । ਸਭ ਅਚੰਭਾ ਹੀ ਕਹਿੰਦੇ ਹਨ, ਇਸ ਨੂੰ ਤੇਰੀ ਕੁਦਰਤ ਹੀ ਕਹਿੰਦੇ ਹਨ ।

The play of His Creation, Nature remains fascination, astonished. He has created blossom, worries, and frustrations in his life of His Creation. His Holy Spirit glows throw Sun and Moon; He has created earth for soul sanctification of His Creation. He has created water and remains supporting pillar of earth. All males and humble females have evolved out His Holy Spirit. He prevails within body, in his life and in the universe. His true devotees, may gather and discuss the greatness of His Virtues with each other. Everyone remains astonished from His Nature, Creation.

ਕੀਆ ਖੇਲੁ ਬਡ ਮੇਲੁ ਤਮਾਸਾ,	kee-aa khayl bad mayl tamaasaa
ਵਾਹਿਗੁਰੂ ਤੇਰੀ ਸਭ ਰਚਨਾ॥	vaahiguroo tayree sabh rachnaa.
ਤੂ ਜਲਿ ਥਲਿ ਗਗਨਿ ਪਯਾਲਿ ਪੂਰਿ ਰਹਾ,	too jal thal gagan pa-yaal poor rah-yaa
ਅੰਮ੍ਰਿਤ ਤੇ ਮੀਠੇ ਜਾ ਕੇ ਬਚਨਾ॥	amrit tay meethay jaa kay bachnaa.
ਮਾਨਹਿ ਬ੍ਰਹਮਾਦਿਕ ਰੁਦ੍ਰਾਦਿਕ,	maaneh barahmaadik rudraadik
ਕਾਲ ਕਾ ਕਾਲੁ ਨਿਰੰਜਨ ਜਚਨਾ॥	kaal kaa kaal niranjan jachnaa.
ਗੁਰ ਪ੍ਰਸਾਦਿ ਪਾਈਐ ਪਰਮਾਰਥੁ,	gur parsaad paa-ee-ai parmaarath
ਸਤਸੰਗਤਿ ਸੇਤੀ ਮਨੁ ਖਚਨਾ॥	satsangat saytee man khachnaa.
ਕੀਆ ਖੇਲੁ ਬਡ ਮੇਲੁ ਤਮਾਸਾ,	kee-aa khayl bad mayl tamaasaa
ਵਾਹਗੁਰੂ ਤੇਰੀ ਸਭ ਰਚਨਾ॥੩॥੧੩॥੪੨॥	vaahguroo tayree sabh rachnaa. |3||13||42

ਪ੍ਰਭ ਤੂੰ ਜਲ, ਥਲ, ਅਕਾਸ਼, ਪਤਾਲ ਵਿੱਚ ਹਾਜ਼ਰਾ ਹਦੂਰ ਹੈ । ਤੇਰਾ ਸ਼ਬਦ ਬਹੁਤ ਅਮੋਲਕ ਹੈ । ਅਨੇਕਾਂ ਹੀ ਬ੍ਰਹਮਾ, ਸ਼ਿਵਜੀ ਤੇਰੀ ਰਜ਼ਾ ਵਿੱਚ ਪ੍ਰਸੰਨ ਹਨ । ਜਨਮ, ਮੌਤ ਤੇਰੇ ਹੁਕਮ ਅੰਦਰ ਹੀ ਬਖਸ਼ਿਸ਼ ਹੋ ਸਕਦਾ ਹੈ । ਪ੍ਰਭ ਦੀ ਰਹਿਮਤ ਨਾਲ ਹੀ ਸੰਤ ਸਰੂਪ ਦੀ ਸੰਗਤ ਬਖਸ਼ਿਸ਼ ਹੁੰਦੀ ਹੈ । ਸ੍ਰਿਸ਼ਟੀ ਦਾ ਖੇਲ, ਤੇਰੀ ਰਜ਼ਾ ਨਾਲ ਹੀ ਬਣਦਾ, ਚਲਦਾ, ਖਤਮ ਹੋ ਸਕਦਾ ਹੈ ।

The True Master has created, water, earth, sky and under earth creations and remains omnipresent and prevails everywhere. Your Word, Command remains very mysterious, ambrosial, and astonishing. Many Brahmas, Shiv ji remain intoxicated in blossom meditating in the void of Your Word. The Creation and destruction of creation; birth and death of any creature remains under Your Command. Your true devotee may be blessed with the conjugation of Your Holy saint; only with Your mercy and grace, the universe has been created, functions and may be destroyed.

699.ਸਵਈਏ ਮਹਲੇ ਚਉਥੇ ਕੇ ੪॥ 1404-2 ਮਥੁਰਾ

ਅਗਮੁ ਅਨੰਤੁ ਅਨਾਦਿ ਆਦਿ,	agam anant anaad aad
ਜਿਸੁ ਕੋਇ ਨ ਜਾਣੈ॥	jis ko-ay na jaanai.
ਸਿਵ ਬਿਰੰਚਿ ਧਰਿ ਧਾਨੁ,	siv biranch Dhar Dhayaan
ਨਿਤਹਿ ਜਿਸੁ ਬੇਦੁ ਬਖਾਣੈ॥	niteh jis bayd bakhaanai.
ਨਿਰੰਕਾਰੁ ਨਿਰਵੈਰੁ,	nirankaar nirvair
ਅਵਰੁ ਨਹੀ ਦੂਸਰ ਕੋਈ॥	avar nahee doosar ko-ee.
ਭੰਜਨ ਗੜ੍ਹਣ ਸਮਥੁ,	bhanjan garhHan samath
ਤਰਣ ਤਾਰਣ ਪ੍ਰਭੁ ਸੋਈ॥	taran taaran parabh so-ee.
ਨਾਨਾ ਪ੍ਰਕਾਰ ਜਿਨਿ ਜਗੁ ਕੀਓ,	naanaa parkaar jin jag kee-o
ਜਨੁ ਮਥੁਰਾ ਰਸਨਾ ਰਸੈ॥	jan mathuraa rasnaa rasai.
ਸ੍ਰੀ ਸਤਿ ਨਾਮੁ ਕਰਤਾ ਪੁਰਖੁ,	saree sat naam kartaa purakh
ਗੁਰ ਰਾਮਦਾਸ ਚਿਤਹ ਬਸੈ॥੧॥	gur raamdaas chitah basai. ||1||

ਪ੍ਰਭ ਦੇ ਆਦਿ, ਹੋਂਦ, ਗੰਭੀਰਤਾ, ਦਾ ਅਨੁਮਾਨ, ਪੂਰਨ ਗਿਆਨ ਸ੍ਰਿਸ਼ਟੀ ਦੇ ਜੀਵਾਂ ਦੀ ਸੋਝੀ ਵਿੱਚ ਨਹੀਂ ਹੁੰਦਾ । ਪ੍ਰਭ ਦੇ ਭਗਤ, ਸ਼ਿਵਜੀ, ਬ੍ਰਹਮਾ ਪ੍ਰਭ ਦੇ ਸ਼ਬਦ ਦਾ ਸਿਮਰਨ ਕਰਦੇ, ਵੇਦਾਂ ਦਾ ਬਾਰ ਬਾਰ ਵਖਿਆਣ ਕਰਦੇ ਹਨ । ਕਹਿੰਦੇ ਹਨ! ਇੱਕੋ ਇੱਕ ਪ੍ਰਭ ਦਾ ਕਿਸੇ ਨਾਲ ਵੈਰ ਵਰੋਧ ਨਹੀਂ ਹੁੰਦਾ । ਪ੍ਰਭ ਵਰਗਾ, ਬਰਾਬਰ ਦਾ ਸ਼ਰੀਕ ਹੋਰ ਕੋਈ ਨਹੀਂ ਹੈ । ਜੀਵਨ ਦਾ ਜਨਮ, ਅਤੇ ਮੌਤ ਕੇਵਲ ਪ੍ਰਭ ਦੇ ਹੁਕਮ ਨਾਲ ਹੀ ਹੋ ਸਕਦਾ ਹੈ । ਉਹ ਹੀ ਮੁਕਤੀ ਦਾ ਰਸਤਾ ਬਖਸ਼ਦਾ, ਪ੍ਰਵਾਨ ਕਰ ਸਕਦਾ ਹੈ । ਪ੍ਰਭ ਨੇ ਅਨੇਕਾਂ ਪ੍ਰਕਾਰਾਂ ਦੇ ਜੀਵ ਪੈਦਾ ਕੀਤੇ ਹਨ । ਭਗਤ ਮੁਥਰਾ, ਪ੍ਰਭ ਦੀ ਰਜ਼ਾ ਵਿੱਚ ਪ੍ਰਸੰਨ ਹੈ । ਰਾਮਦਾਸ ਜੀ ਕਹਿੰਦੇ ਹਨ! ਜੀਵ ਪ੍ਰਭ ਦੇ ਸ਼ਬਦ ਨੂੰ ਅਟਲ ਸਮਝਕੇ ਮਨ ਵਿੱਚ ਜਾਗਰਤ ਕਰੋ! ਪ੍ਰਭ ਹੀ ਸਭ ਕਾਰਨਾਂ ਦਾ ਕਰਤਾ ਹੈ ।

The beginning of His Creation, His existence, mystery of His Nature remains beyond imagination and complete comprehension of His Creation. His true devotees like Brahma, Shiv Ji remain intoxicated in the void of His Word and repeatedly singing His glory described in worldly Holy Scriptures. His Holy saints claim! The One and Only One True Master, Creator of the universe remains beyond any jealousy, hostility, or enmity with anyone. No one may ever be born with greatness equal or greater than His glory. Birth and death of any creature may only happen under His Command, His Blessings. Only He may bless the right path of acceptance in His Court and blesses salvation to his soul. He has created may kinds of creatures in three universes. His true devotee, **Mathura** remains contended and intoxicated in meditation in the void of His Word. His true devotee Ram Das Ji inspires! You should accept His Command, blessings true forever and enlighten His Holy Spirit within own heart. He is the creator of all causes and prevails in every event.

ਗੁਰੁ ਸਮਰਥੁ ਗਹਿ ਕਰੀਆ ਧ੍ਰੁਵ,	guroo samrath geh karee-aa Dharuv
ਬੁਧਿ ਸੁਮਤਿ ਸਮ੍ਹਾਰਨ ਕਉ॥	buDh sumat samHaaran ka-o.
ਫੁਨਿ ਧ੍ਰੰਮ ਧੁਜਾ ਫਹਰੰਤਿ ਸਦਾ,	fun Dharamm Dhujaa fahrant sadaa
ਅਘ ਪੁੰਜ ਤਰੰਗ ਨਿਵਾਰਨ ਕਉ॥	agh punj tarang nivaaran ka-o.
ਮਥੁਰਾ ਜਨ ਜਾਨਿ ਕਹੀ ਜੀਅ,	mathuraa jan jaan kahee jee-a
ਸਾਚੁ ਸੁ ਅਉਰ ਕਛੂ ਨ ਬਿਚਾਰਨ ਕਉ॥	saach so a-or kachhoo na bichaaran ka-o.
ਹਰਿ ਨਾਮੁ ਬੋਹਿਥੁ ਬਡੌ ਕਲਿ ਮੈ,	har naam bohith badou kal mai
ਭਵ ਸਾਗਰ ਪਾਰਿ ਉਤਾਰਨ ਕਉ॥੨॥	bhav saagar paar utaaran ka-o. ||2||

ਭਗਤ ਮੁਥਰਾ ਜੀ ਕਹਿੰਦਾ ਹੈ! ਮੈਂ ਪ੍ਰਭ ਤੇ ਆਪਣਾ ਭਰੋਸਾ ਅਡੋਲ ਰਖਦਾ ਹਾ । ਮੇਰੇ ਮਨ ਦੀ ਮੈਲ ਧੋਤੀ ਗਈ, ਹੁਣ ਪ੍ਰਭ ਦੇ ਸ਼ਬਦ ਦੀ ਕਮਾਈ ਮੇਰੀ ਢਾਲ ਬਣ ਗਈ ਹੈ, ਪਾਪ ਬਖਸ਼ੇ ਗਏ ਹਨ । ਸ਼ਬਦ ਦੀ ਪਾਲਣਾ ਹੀ ਪ੍ਰਵਾਨਗੀ ਦਾ ਅਸਲੀ ਰਸਤਾ, ਹੋਰ ਕੋਈ ਵਿਧੀ ਨਹੀਂ ਹੈ । ਇਹ ਮੇਰੀ ਆਤਮਾ ਦੀ ਅਵਾਜ਼ ਹੈ । ਕੱਲਯੁਗ ਵਿੱਚ ਪ੍ਰਭ ਦੇ ਸ਼ਬਦ ਦੀ ਪਾਲਣਾ ਹੀ ਇੱਕ ਅਡੋਲ ਜਹਾਜ਼ ਹੈ । ਆਤਮਾ ਨੂੰ ਡੁੱਬਣ ਤੋ ਬਚਾ ਸਕਦਾ, ਮਨ ਦਾ ਪੰਜਾਂ ਜਮਦੂਤਾਂ ਤੋ ਛੁਟਕਾਰਾ ਹੋ ਸਕਦਾ ਹੈ ।

Mathura ji claims! I have a steady and stable belief on His Command, His Blessings. The blemish of my soul, has been eliminated; my earnings of His Word have become my shield and all my sins have been forgiven. To adopt the teachings of His Word remains the only right path of acceptance in His Court; no other technique or meditation may be comparable. I hear the everlasting echo resonating within my heart. In the Age of Kul-jug! obeying the teachings of His Word remain the rescue boat for soul sanctification. His soul may be saved from sinking and eliminated the control of 5 demons of worldly desires.

ਸੰਤਤ ਹੀ ਸਤਸੰਗਤਿ ਸੰਗ,	santat hee satsangat sang
ਸੁਰੰਗ ਰਤੇ ਜਸੁ ਗਾਵਤ ਹੈ॥	surang ratay jas gaavat hai.
ਧ੍ਰਮ ਪੰਥੁ ਧਰਿਓ ਧਰਨੀਧਰ,	Dharam panth Dhari-o DharneeDhar
ਆਪਿ ਰਹੇ ਲਿਵ ਧਾਰਿ ਨ ਧਾਵਤ ਹੈ॥	aap rahay liv Dhaar na Dhaavat hai.
ਮਥੁਰਾ ਭਨਿ ਭਾਗ ਭਲੇ ਉਨ੍ ਕੇ,	mathuraa bhan bhaag bhalay unH kay
ਮਨ ਇਛਤ ਹੀ ਫਲ ਪਾਵਤ ਹੈ॥	man ichhat hee fal paavat hai.
ਰਵਿ ਕੇ ਸੁਤ ਕੋ ਤਿਨ੍ ਤ੍ਰਾਸੁ ਕਹਾ,	rav kay sut ko tinH taraas kahaa
ਜੁ ਚਰੰਨ ਗੁਰੂ ਚਿਤੁ ਲਾਵਤ ਹੈ॥੩॥	jo charann guroo chit laavat hai. ‖3‖

ਭਗਤ ਮੁਥਰਾ ਜੀ! ਸੰਤ ਸਰੂਪ ਜੀਵ ਦੀ ਸੰਗਤ, ਸਿਖਿਆਂ ਨੂੰ ਆਪਣੇ ਜੀਵਨ ਦਾ ਅਧਾਰ ਬਣਾਵੋ! ਸਿਮਰਨ ਕਰੋ! ਮਨ ਦੀਆਂ ਭਟਕਣਾਂ ਦੂਰ ਹੋ ਜਾਂਦੀਆਂ ਹਨ । ਪ੍ਰਭ ਨੇ ਸੰਸਾਰ ਵਿੱਚ ਸੰਜੋਗਤਾ ਨਾਲ ਰਹਿਣ ਲਈ ਕਈ ਨਿਯਮ ਬਣਾਏ ਹਨ । ਜਿਹੜਾ ਨਿਯਮਾਂ ਅੰਦਰ ਚਲਦਾ ਹੈ, ਉਸ ਦੀ ਲਗਨ ਸ਼ਬਦ ਦੀ ਪਾਲਣਾ ਵਿੱਚ ਅਡੋਲ ਹੋ ਜਾਂਦੀ ਹੈ । ਉਸ ਵੱਡਭਾਗੀ ਜੀਵ ਦੇ ਮਨ ਦੀਆਂ ਮੁਰਾਦਾਂ ਪੂਰੀਆਂ ਹੋ ਜਾਂਦੀਆਂ ਹਨ । ਜਿਹੜਾ ਵੀ ਆਪਣੇ ਮਨ ਨੂੰ ਪ੍ਰਭ ਦੇ ਸ਼ਬਦ ਦੇ ਲੜ ਲਾਉਂਦਾ ਹੈ । ਉਸ ਦਾ ਮੌਤ ਦਾ ਡਰ, ਧਰਮਰਾਜ ਦਾ ਲੇਖ ਖਤਮ ਹੋ ਜਾਂਦਾ ਹੈ ।

Mathura ji inspires! Whosoever may adopt the life experience teachings of His Holy saint in his own day to day life; with His mercy and grace, all his frustrations, miseries may be eliminated. The True Master has established many good principles in the universe to co-exist and lives with harmony. Whosoever may adopt the teachings of His Word in his day-to-day life; with His mercy and grace, he may remain intoxicated in meditation in the void of His Word. All his spoken and unspoken desires may be fully satisfied. Whosoever may obey the teachings of His Word with steady and stable belief; with His mercy and grace, all his account of his soul may be satisfied.

ਨਿਰਮਲ ਨਾਮੁ ਸੁਧਾ ਪਰਪੂਰਨ,	nirmal naam suDhaa parpooran sabad
ਸਬਦ ਤਰੰਗ ਪ੍ਰਗਟਿਤ ਦਿਨ ਆਗਰੁ॥	tarang paragtit din aagar.
ਗਹਿਰ ਗੰਭੀਰੁ ਅਥਾਹ ਅਤਿ,	gahir gambheer athaah at
ਬਡ ਸੁਭਰੁ ਸਦਾ ਸਭ ਬਿਧਿ ਰਤਨਾਗਰੁ॥	bad subhar sadaa sabh biDh ratnaagar.
ਸੰਤ ਮਰਾਲ ਕਰਹਿ ਕੰਤੂਹਲ,	sant maraal karahi kantoohal
ਤਿਨ ਜਮ ਤ੍ਰਾਸ ਮਿਟਿਓ ਦੁਖ ਕਾਗਰੁ॥	tin jam taraas miti-o dukh kaagar.
ਕਲਜੁਗ ਦੁਰਤ ਦੂਰਿ ਕਰਬੇ ਕਉ, ਦਰਸਨੁ	kaljug durat door karbay ka-o
ਗੁਰੂ ਸਗਲ ਸੁਖ ਸਾਗਰੁ॥੪॥	darsan guroo sagal sukh saagar. ‖4‖

ਪ੍ਰਭ ਦੇ ਸ਼ਬਦ ਦਾ ਸਿਮਰਨ ਕਰਨ ਨਾਲ, ਮਨ ਤੇ ਰੂਹਾਨੀ ਨੂਰ ਬਖਸ਼ਿਸ਼ ਹੋ ਜਾਂਦਾ ਹੈ । ਪ੍ਰਭ ਦੇ ਅਮੋਲਕ ਸ਼ਬਦ ਦਾ ਅਥਾਹ ਸਾਗਰ ਹੈ । ਜਿਹੜੇ ਬੰਦਗੀ ਕਰਨ ਵਾਲੇ ਦੇ ਮਨ ਵਿੱਚ ਸ਼ਬਦ ਦੀ ਸੋਝੀ ਰੂਪੀ ਅੰਮ੍ਰਿਤ ਰਚ ਜਾਂਦਾ ਹੈ । ਉਸ ਦਾ ਮੌਤ ਦਾ ਡਰ, ਸੰਸਾਰਕ ਇੱਛਾ ਦੇ ਦੁਖ ਦੂਰ ਹੋ ਜਾਂਦੇ ਹਨ । ਕੱਲਯੁਗ ਵਿੱਚ ਸ਼ਬਦ ਨੂੰ ਮਨ ਵਿੱਚ ਵਸਾਉਣ ਨਾਲ ਪਾਪ ਬਖਸ਼ੇ ਜਾਂਦੇ ਹਨ ।

Whosoever may meditate on the teachings of His Word with steady and stable belief; with His mercy and grace, he may be blessed with eternal, spiritual glow on his forehead. The teachings of His Word may remain an infinite treasure, ocean of ambrosial virtues. Whosoever may remain drenched with the nectar of the essence of His Word; with His mercy and grace, his fear of death and demons of worldly desires, miseries may be eliminated. In the Age of Kul-jug! Whosoever may remain drenched with the essence of His Word; with His mercy and grace, all his sins of previous lives may be forgiven.

ਜਾ ਕਉ ਮੁਨਿ ਧਰਾਨੁ ਧਰੈ,	jaa ka-o mun Dhayaan Dharai
ਫਿਰਤ ਸਗਲ ਜੁਗ ਕਬਹੁ,	firat sagal jug kabahu
ਕ ਕੋਊ ਪਾਵੈ ਆਤਮ ਪ੍ਰਗਾਸ ਕਉ॥	ka ko-oo paavai aatam pargaas ka-o.
ਬੇਦ ਬਾਣੀ ਸਹਿਤ ਬਿਰੰਚਿ,	bayd banee sahit biranch
ਜਸੁ ਗਾਵੈ ਜਾ ਕੋ ਸਿਵ ਮੁਨਿ,	jas gaavai jaa ko siv mun
ਗਹਿ ਨ ਤਜਾਤ ਕਬਿਲਾਸ ਕੰਉ॥	geh na tajaat kabilaas kaN-u.
ਜਾ ਕੌ ਜੋਗੀ ਜਤੀ ਸਿਧ ਸਾਧਿਕ,	jaa kou jogee jatee siDh saaDhik
ਅਨੇਕ ਤਪ ਜਟਾ ਜੂਟ ਭੇਖ ਕੀਏ,	anayk tap jataa joot bhaykh kee-ay
ਫਿਰਤ ਉਦਾਸ ਕਉ॥	firat udaas ka-o.
ਸੁ ਤਿਨਿ ਸਤਿਗੁਰਿ ਸੁਖ ਭਾਇ	so tin satgur sukh bhaa-ay
ਕ੍ਰਿਪਾ ਧਾਰੀ ਜੀਅ	kirpaa Dhaaree jee-a
ਨਾਮ ਕੀ ਬਡਾਈ	naam kee badaa-ee
ਦਈ ਗੁਰ ਰਾਮਦਾਸ ਕਉ॥੫॥	da-ee gur raamdaas ka-o. ‖5‖

ਕਈ ਮੋਨ ਧਾਰੀ ਸਾਧੂ ਆਪਣੇ ਧਿਆਨ ਨੂੰ ਪ੍ਰਭ ਦੇ ਸ਼ਬਦ ਦੀ ਸਿਖਿਆਂ ਵਿੱਚ ਲਾਉਂਦੇ ਹਨ । ਪਰ ਮਨ ਬਹੁਤ ਪਾਸੇ ਭਟਕਦਾ ਫਿਰਦਾ ਹੈ । ਵਿਰਲੇ ਨੂੰ ਹੀ ਪ੍ਰਭ ਦੀ ਹੋਂਦ ਦਾ ਗਿਆਨ ਬਖਸ਼ਿਸ਼ ਹੋਇਆ ਹੈ । ਬ੍ਰਹਮਾ ਜੀ ਪ੍ਰਭ ਦੀ ਉਸਤਤ ਵਿੱਚ ਵੇਦਾਂ ਗਾਉਂਦਾ ਹੈ । ਸ਼ਿਵਜੀ ਨੇ ਕਾਸ਼ੀ ਦੇ ਪ੍ਰਬਤ ਤੇ ਸਮਾਧੀ ਲਾਈ ਹੈ । ਕਈ ਜੋਗੀ, ਸਿਧ, ਵਾਲਾਂ ਦੀਆਂ ਜੜਾਂਵਾਂ ਬਣਾਈ ਰਖਦੇ, ਵੱਖਰਾ ਬਾਣਾ ਪਾਉਂਦੇ, ਗ੍ਰਸਤੀਆਂ ਤੋਂ ਦੂਰ ਰਹਿੰਦੇ ਹਨ । ਪਰ ਪ੍ਰਭ ਆਪਣੀ ਰਜ਼ਾ ਨਾਲ ਹੀ ਆਪਣੇ ਬੰਦਗੀ ਕਰਨ ਵਾਲੇ ਨੂੰ ਸ਼ਬਦ ਦੀ ਸੋਝੀ ਬਖਸ਼ਦਾ ਹੈ ।

Many quiet saints remain intoxicated in the greatness, void of His Nature; however, his mind remain wandering in many directions. Very rare devotee may be enlightened with the essence of His Word, realizes His Existence. Brahma remains intoxicated singing the Holy Scripture of Vedas, The glory of His Word. His true devotee Shiv Ji remained intoxicated in the cave on the mountain of **Kansanshi**! Many Yogis, Sidhs keep long and tangled hairs, adopt different, distinguished robe and stay away from the human habitats. Whosoever may be bestowed with His Blessed Vision, only he may be blessed with the right path of acceptance in His Court.

ਨਾਮੁ ਨਿਧਾਨੁ ਧਿਆਨ ਅੰਤਰਗਤਿ,	naam niDhaan Dhi-aan antargat
ਤੇਜ ਪੁੰਜ ਤਿਹੁ ਲੋਗ ਪ੍ਰਗਾਸੇ॥	tayj punj tihu log pargaasay.
ਦੇਖਤ ਦਰਸੁ ਭਟਕਿ ਭ੍ਰਮੁ ਭਜਤ,	daykhat daras bhatak bharam bhajat
ਦੁਖ ਪਰਹਰਿ ਸੁਖ ਸਹਜ ਬਿਗਾਸੇ॥	dukh parhar sukh sahj bigaasay.
ਸੇਵਕ ਸਿਖ ਸਦਾ ਅਤਿ ਲੁਭਿਤ,	sayvak sikh sadaa at lubhit

ਅਲਿ ਸਮੂਹ ਜਿਉ ਕੁਸਮ ਸੁਬਾਸੇ॥ al samooh ji-o kusam subaasay.
ਬਿਦ ਮਾਨ ਗੁਰਿ ਆਪਿ ਥਪਉ, bid-yamaan gur aap thap-ya-o
ਥਿਰੁ ਸਾਚਉ ਤਖਤੁ ਗੁਰੂ ਰਾਮਦਾਸੈ॥੬॥ thir saacha-o takhat guroo raamdaasai. ||6||

ਜੀਵ, ਮਨ ਨੂੰ ਸਾਫ ਕਰਕੇ ਪ੍ਰਭ ਦੇ ਸ਼ਬਦ ਵਿੱਚ ਲਗਨ ਲਾਉਣ ਨਾਲ ਮਨ ਅੰਦਰੋਂ ਹੀ ਸ਼ਬਦ ਦੀ ਸੋਝੀ ਬਖਸ਼ਿਸ਼ ਹੋ ਜਾਂਦੀ ਹੈ । ਮਨ ਨੂੰ ਤਿੰਨਾਂ ਲੋਕਾਂ ਦੀ ਸੋਝੀ ਬਖਸ਼ਿਸ਼ ਹੋ ਜਾਂਦੀ ਹੈ । ਪ੍ਰਭ ਦੀ ਰਹਿਮਤ ਨਾਲ ਉਸ ਨੂੰ ਪ੍ਰਭ ਦੀ ਹੋਂਦ ਅਨੁਭਵ ਹੋ ਜਾਂਦੀ ਹੈ । ਮਨ ਦੇ ਭਰਮ ਭੁਲੇਖੇ, ਦੁਖ ਦੂਰ ਹੋ ਜਾਂਦੇ ਹਨ । ਬੰਦਗੀ ਕਰਨ ਵਾਲਾ ਪ੍ਰਭ ਦੇ ਸ਼ਬਦ ਵਿੱਚ ਲੀਨ ਰਹਿੰਦਾ ਹੈ, ਜਿਵੇਂ ਮੱਖੀ ਸ਼ਹਿਦ ਵੱਲ ਆਉਂਦੀ ਹੈ । ਰਾਮਦਾਸ ਜੀ ਕਹਿੰਦਾ ਹੈ! ਪ੍ਰਭ ਆਪ ਹੀ, ਆਪਣਾ ਆਸਣ ਸੇਵਕ ਦੇ ਹਿਰਦੇ ਵਿੱਚ ਲਾਉਂਦਾ ਹੈ ।

Whosoever may obey the teachings of His Word with steady and stable belief; with His mercy and grace, he may be enlightened from within. He may be enlightened with the comprehension of the nature of three universes. He may realize His Holy Spirit prevailing everywhere; with His mercy and grace, all his suspicions, and miseries of worldly desires may be eliminated. His true devotee remains intoxicated in meditation in the void of His Word as a honey bee may remain attracted to honey. His true devotee Ram Das Ji claims! The True Master inspires His true devotee to remain intoxicated in the void of His Word.

ਤਾਰਉ ਸੰਸਾਰੁ ਮਾਯਾ ਮਦ ਮੋਹਿਤ, taar-ya-o sansaar maa-yaa mad mohit
ਅੰਮ੍ਰਿਤ ਨਾਮੁ ਦੀਅਉ ਸਮਰਥੁ॥ amrit naam dee-a-o samrath.
ਫੁਨਿ ਕੀਰਤਿਵੰਤ ਸਦਾ ਸੁਖ ਸੰਪਤਿ, fun keertivant sadaa sukh sampat
ਰਿਧਿ ਅਰੁ ਸਿਧਿ ਨ ਛੋਡਇ ਸਥੁ॥ riDh ar siDh na chhod-ay sath.
ਦਾਨਿ ਬਡੌ ਅਤਿਵੰਤੁ ਮਹਾਬਲਿ ਸੇਵਕਿ, daan badou ativant mahaabal sayvak
ਦਾਸਿ ਕਹਿਓ ਇਹੁ ਤਥੁ॥ daas kahi-o ih tath.
ਤਾਹਿ ਕਹਾ ਪਰਵਾਹ ਕਾਹੂ ਕੀ, taahi kahaa parvaah kaahoo kee
ਜਾ ਕੈ ਬਸੀਸਿ ਧਰਿਓ ਗੁਰਿ ਹਥੁ॥੭॥੪੯॥ jaa kai basees Dhari-o gur hath. ||7||49||

ਇਹ ਸੰਸਾਰ ਮਾਇਆ ਅਤੇ ਮੋਹ ਨਾਲ ਬੇਹੋਸ਼ ਹੋਇਆ ਹੈ । ਪ੍ਰਭ ਨੇ ਆਪਣੀ ਰਹਿਮਤ ਨਾਲ ਇਸ ਦੀ ਦਵਾਈ ਸ਼ਬਦ ਦੀ ਪਾਲਣਾ ਵਿੱਚ ਹੀ ਬਖਸ਼ਿਆ ਹੈ । ਪ੍ਰਭ ਦੀ ਰਹਿਮਤ ਨਾਲ ਇਸ ਦਾ ਇਤਨਾ ਅਸਰ ਹੋਇਆ । ਕਿ ਬੰਦਗੀ ਕਰਨ ਵਾਲੇ, (ਸਿਧ) ਉਸ ਦੀ ਬੰਦਗੀ ਦਾ ਰਸਤਾ ਨਹੀਂ ਛੱਡਦੇ । ਬੰਦਗੀ ਕਰਨ ਵਾਲੇ ਨਿਮ੍ਰਤਾ ਵਾਲੇ ਸੇਵਕਾਂ ਨੂੰ ਆਪ ਹੀ ਲਗਨ ਲਾਉਂਦਾ, ਬਖਸ਼ਦਾ ਹੈ । ਜਿਸ ਦੇ ਸਿਰ ਤੇ ਪ੍ਰਭ ਆਪਣਾ ਹੱਥ ਰਹਿੰਦਾ ਹੈ । ਉਸ ਨੂੰ ਹੋਰ ਕੋਈ ਪ੍ਰਵਾਹ ਨਹੀਂ ਰਹਿੰਦੀ ।

The whole universe, His Creation remains intoxicated with sweet poison of worldly wealth and worldly attachment. The True Master has embedded the cure, meditation of the intoxication within obeying the teachings of His Word. I have been drenched with the essence of His Word. Many worldly saints, Sidhs may drift in different direction with the sweet poison of worldly wealth. The True Master may keep His true devotee on the right path of acceptance in His Court. Whosoever may be accepted in His Sanctuary; he may become beyond the reach of worldly temptations.

700.ਸਵਈਏ ਮਹਲੇ ਚਉਥੇ ਕੇ ੪॥ 1405-3 ਬਲ੍ਯ

ਤੀਨਿ ਭਵਨ ਭਰਪੂਰਿ ਰਹਿਓ ਸੋਈ॥ teen bhavan bharpoor rahi-o so-ee.
ਅਪਨ ਸਰਸੁ ਕੀਅਉ ਨ ਜਗਤ ਕੋਈ॥ apan saras kee-a-o na jagat ko-ee.
ਆਪੁਨ ਆਪੁ ਆਪ ਹੀ ਉਪਾਯਉ॥ aapun aap aap hee upaa-ya-o.
ਸੁਰਿ ਨਰ ਅਸੁਰ ਅੰਤੁ ਨਹੀ ਪਾਯਉ॥ sur nar asur ant nahee paa-ya-o.
ਪਾਯਉ ਨਹੀ ਅੰਤੁ ਸੁਰੇ ਅਸੁਰਹ, paa-ya-o nahee ant suray asureh
ਨਰ ਗਣ ਗੰਧ੍ਰਬ ਖੋਜੰਤ ਫਿਰੇ॥ nar gan ganDharab khojant firay.
ਅਬਿਨਾਸੀ ਅਚਲੁ ਅਜੋਨੀ ਸੰਭਉ, abhinaasee achal ajonee sambha-o

ਪੁਰਖੋਤਮੁ ਅਪਾਰ ਪਰੇ॥ purkhotam apaar paray.
ਕਰਣ ਕਾਰਣ ਸਮਰਥੁ ਸਦਾ, karan kaaran samrath sadaa
ਸੋਈ ਸਰਬ ਜੀਅ ਮਨਿ ਧਾਇਅਉ॥ so-ee sarab jee-a man Dhayaa-i-ya-o.
ਸ੍ਰੀ ਗੁਰ ਰਾਮਦਾਸ ਜਯੋ ਜਯ ਜਗ ਮਹਿ, saree gur raamdaas ja-yo ja-y jag meh
ਤੈ ਹਰਿ ਪਰਮ ਪਦੁ ਪਾਇਅਉ॥੧॥ tai har param pad paa-i-ya-o. ||1||

ਜੀਵ ਪ੍ਰਭ ਤਿੰਨਾਂ ਲੋਕਾਂ, ਜਲ, ਥਲ, ਪਤਾਲ ਵਿੱਚ ਆਪ ਹੀ ਵਿਆਪੀਆ ਹੈ । ਉਸ ਨੇ ਸਾਰੀ ਸ੍ਰਿਸ਼ਟੀ ਸਾਜੀ ਹੈ ਪਰ ਆਪਣੇ ਤੁਲ ਹੋਰ ਕੋਈ ਨਹੀਂ ਬਣਾਇਆ । ਪ੍ਰਭ ਆਪਣੇ ਆਪ ਵਿਚੋਂ ਹੀ ਉਤਪਤ ਹੋਇਆ ਹੈ । ਸੰਸਾਰਕ ਜੀਵਾਂ ਜਾ ਫਿਰਸ਼ਤਿਆਂ ਨੇ ਵੀ ਅੰਤ ਨਹੀਂ ਪਾਇਆ । ਜਾਦੂ ਟੂਣੇ ਕਰਨ ਵਾਲੇ, ਫਰਿਸ਼ਤੇ, ਸੰਸਾਰਕ ਜੀਵ, ਗਿਆਨ ਨੂੰ ਪਾਉਣ ਦੀ ਕੋਸ਼ਿਸ਼ ਕਰਦੇ ਹਨ । ਪਰ ਕਿਸ ਨੇ ਉਸ ਦੀ ਹੱਦ ਨਹੀਂ ਜਾਣੀ । ਨਾ ਜਨਮ ਲੈਣ ਵਾਲਾ, ਸਦਾ ਅਟਲ ਰਹਿਣ ਵਾਲਾ, ਆਤਮਾ ਦਾ ਮੁੱਢ ਹੈ । ਪ੍ਰਭ ਆਪ ਹੀ ਕਰਤਾ, ਆਪ ਹੀ ਕਾਰਨ ਹੈ । ਸਾਰੀ ਸ੍ਰਿਸ਼ਟੀ ਹੀ ਮਨ ਵਿੱਚ ਪ੍ਰਭ ਦੇ ਸ਼ਬਦ ਦੀ ਬੰਦਗੀ ਕਰਦੀ ਹੈ । ਜਿਹੜਾ ਹੀ ਜੀਵ ਅਡੋਲ ਭਰੋਸੇ ਨਾਲ ਸ਼ਬਦ ਦੀ ਪਾਲਣਾ ਕਰਦਾ ਹੈ, ਪ੍ਰਭ ਦੀ ਰਹਿਮਤ ਨਾਲ ਉਸ ਨੂੰ ਪ੍ਰਵਾਨਗੀ ਦਾ ਅਸਲੀ ਰਸਤਾ ਬਖਸ਼ਿਸ਼ ਹੋ ਜਾਂਦਾ ਹੈ । ਉਹ ਹੀ ਮੁਕਤੀ ਦੇ ਰਸਤੇ ਤੇ ਚਲ ਪੈਂਦਾ ਹੈ ।

The True Master remains embedded within 3 universes, on earth, within water and in sky. He has created all creatures in three universes; however, He has not created anyone equal or greater than Himself. The True Master evolves from His Holy Spirit. No one, angles, prophets may ever fully comprehend His Nature. Spiritual Angels, saints with miracle powers remain anxious to find the limits of His Nature, events; however, no one may ever imagine the limits of any of His Events. The True Master remains beyond the cycle of birth and death; He remains unchanged, true forever and the origin of the soul. The True Master creates the causes of all events of His Nature and Himself prevails in all events. His Whole Creation meditates on the teachings of His Word. Whosoever may obey the teachings of His Word with steady and stable belief in his day-to-day life; with His mercy and grace, he may be blessed with the right path of acceptance in His Court; he may remain on the right path of salvation.

ਸਤਿਗੁਰਿ ਨਾਨਕਿ ਭਗਤਿ ਕਰੀ, satgur naanak bhagat karee
ਇਕ ਮਨਿ ਤਨੁ ਮਨੁ ਧਨੁ ਗੋਬਿੰਦ ਦੀਅਉ॥ ik man tan man Dhan gobind dee-a-o.
ਅੰਗਦਿ ਅਨੰਤ ਮੂਰਤਿ ਨਿਜ ਧਾਰੀ, angad anant moorat nij Dhaaree
ਅਗਮ ਗਾਨਿ ਰਸਿ ਰਸਉ ਹੀਅਉ॥ agam ga-yaan ras ras-ya-o hee-a-o.
ਗੁਰਿ ਅਮਰਦਾਸਿ ਕਰਤਾਰੁ ਕੀਅਉ, gur amardaas kartaar kee-a-o
ਵਸਿ ਵਾਹੁ ਵਾਹੁ ਕਰਿ ਧਾਇਅਉ॥ vas vaahu vaahu kar Dhayaa-i-ya-o.
ਸ੍ਰੀ ਗੁਰ ਰਾਮਦਾਸ ਜਯੋ ਜਯ ਜਗ ਮਹਿ, saree gur raamdaas ja-yo ja-y jag meh
ਤੈ ਹਰਿ ਪਰਮ ਪਦੁ ਪਾਇਅਉ॥੨॥ tai har param pad paa-i-ya-o. ||2||

ਨਾਨਕ ਜੀ ਨੇ ਪ੍ਰਭ ਦੀ ਬੰਦਗੀ ਕੀਤੀ, ਆਪਾ ਮਿਟਾ ਦਿੱਤਾ । ਨਾਨਕ ਜੀ ਦੇ ਜੀਵਨ ਦੀ ਸਿਖਿਆਂ, ਅੰਗਦ ਨੇ ਆਪਣੇ ਜੀਵਨ ਵਿੱਚ ਧਾਰਨ ਕੀਤੀ, ਅਮਰਦਾਸ ਜੀ ਨੇ ਪ੍ਰਭ ਦੇ ਸ਼ਬਦ ਦੀ ਪਾਲਣਾ ਕੀਤੀ । ਰਾਮਦਾਸ ਜੀ ਕਹਿੰਦਾ ਹੈ! ਆਪਣਾ ਆਪਾ ਸ਼ਬਦ ਦੀ ਸ਼ਰਣ ਵਿੱਚ ਭੇਟਾ ਕਰਨਾ ਹੀ ਪ੍ਰਵਾਨਗੀ ਦਾ ਅਸਲੀ ਰਸਤਾ ਹੈ । ਪ੍ਰਭ ਬੁਹਤ ਤਰਸਵਾਨ ਹੈ ।

Nanak Ji surrendered his self-identity at His Sanctuary to serve His Creation. His true devotee, Angad Dev adopted his life experience teachings in his own life; with His mercy and grace, he was blessed with the right path of acceptance. His true devotee Amar Das remained intoxicated on the same path in his worldly life. His true devotee Ram Das claims! To surrender self-identity at His Sanctuary to serve His Creation may be the right path of acceptance in His Court. The True Master remains very gracious and forgiving.

ਨਾਰਦੁ, ਧ੍ਰੂ, ਪ੍ਰਹਲਾਦੁ, ਸੁਦਾਮਾ,	naarad, Dharoo, parahlaad, sudaamaa,
ਪੁਬ, ਭਗਤ ਹਰਿ ਕੇ ਜੁ ਗਣੰ॥	pub bhagat har kay jo ganaN.
ਅੰਬਰੀਕੁ, ਜਯਦੇਵ, ਤ੍ਰਿਲੋਚਨੁ,	ambreek ja-ydayv tarilochan
ਨਾਮਾ, ਅਵਰੁ ਕਬੀਰੁ ਭਣੰ॥	naamaa avar kabeer bhanaN.
ਤਿਨ ਕੌ ਅਵਤਾਰੁ ਭਯਉ ਕਲਿ ਭਿੰਤਰਿ,	tin kou avtaar bha-ya-o kal bhintar
ਜਸੁ ਜਗਤ੍ਰ ਪਰਿ ਛਾਇਯਉ॥	jas jagtar par chhaa-i-ya-o.
ਸ੍ਰੀ ਗੁਰ ਰਾਮਦਾਸ ਜਯੋ ਜਯ ਜਗ ਮਹਿ,	saree gur raamdaas ja-yo ja-y jag meh
ਤੈ ਹਰਿ ਪਰਮ ਪਦੁ ਪਾਇਯਉ॥੩॥	tai har param pad paa-i-ya-o. ||3||

ਨਾਰਦੁ, ਧ੍ਰੂ, ਪ੍ਰਹਿਲਾਦ, ਸਦਾਮਾ ਪਿਛਲੇ ਜੁਗ ਦੇ ਭਗਤ ਮੰਨ ਗਏ ਹਨ । ਅੰਬਰੀਕੁ, ਜਦੇਵ, ਤ੍ਰਿਲੋਚਨ, ਨਾਮਦੇਵ, ਕਬੀਰ ਕੱਲਯੁਗ ਵਿੱਚ ਬੰਦਗੀ ਕਰਨ ਵਾਲੇ ਭਗਤ ਹੋਏ ਹਨ । ਇਹਨਾਂ ਦੀ ਬੰਦਗੀ ਪ੍ਰਭ ਨੂੰ ਪ੍ਰਵਾਨ ਹੋ ਗਈ । ਰਾਮਦਾਸ ਹੀ ਕਹਿੰਦਾ ਹੈ! ਜਿਹੜਾ ਅਡੋਲ ਭਰੋਸੇ ਨਾਲ ਬੰਦਗੀ ਕਰਦਾ ਹੈ, ਉਸ ਨੂੰ ਪਰਮ ਅਵਸਥਾ ਬਖਸ਼ਿਸ਼ ਹੋ ਸਕਦੀ ਹੈ ।

Naarad, Dharoo, parahilaad, Sudama, Ambreek, Jay dev, Tarilochan, Naama and kabeer were renowned ancient saints. Their earnings of His Word were believed to be accepted in His Court. His true devotee Ram Das Ji claims! Whosoever may meditate on the teachings of His Word with steady and stable belief in his day-to-day life; with His mercy and grace, he may be blessed with immortal state of mind.

ਮਨਸਾ ਕਰਿ ਸਿਮਰੰਤ ਤੁਝੈ ਨਰ,	mansaa kar simrant tujhai nar
ਕਾਮੁ ਕ੍ਰੋਧੁ ਮਿਟਿਅਉ ਜੁ ਤਿਣੰ॥	kaam kroDh miti-a-o jo tinaN.
ਬਾਚਾ ਕਰਿ ਸਿਮਰੰਤ ਤੁਝੈ,	baachaa kar simrant tujhai
ਤਿਨ੍ ਦੁਖੁ ਦਰਿਦ੍ਰੁ ਮਿਟਯਉ ਜੁ ਖਿਣੰ॥	tinH dukh daridar miti-ya-o jo khinaN.
ਕਰਮ ਕਰਿ ਤੁਅ ਦਰਸ ਪਰਸ ਪਾਰਸ,	karam kar tu-a daras paras paaras
ਸਰ ਬਲੵ ਭਟ ਜਸੁ ਗਾਇਯਉ॥	sar bal-y bhat jas gaa-i-ya-o.
ਸ੍ਰੀ ਗੁਰ ਰਾਮਦਾਸ ਜਯੋ ਜਯ ਜਗ ਮਹਿ,	saree gur raamdaas ja-yo ja-y jag meh
ਤੈ ਹਰਿ ਪਰਮ ਪਦੁ ਪਾਇਯਉ॥੪॥	tai har param pad paa-i-ya-o. ||4||

ਰਾਮਦਾਸ ਜੀ ਕਹਿੰਦਾ ਹੈ । ਜਿਹੜਾ ਵੀ ਅਡੋਲ ਭਰੋਸੇ ਨਾਲ ਪ੍ਰਭ ਦੇ ਸ਼ਬਦ ਦੀ ਪਾਲਣਾ ਕਰਦਾ ਹੈ । ਉਸ ਦੇ ਮਨ ਦੀ ਕਾਮ ਵਾਸ਼ਨਾ ਅਤੇ ਕਰੋਧ ਖਤਮ ਹੋ ਜਾਂਦਾ ਹੈ । ਜਿਹੜਾ ਆਪਣੀ ਜੀਭ ਨਾਲ ਪ੍ਰਭ ਦੇ ਸ਼ਬਦ ਦੀ ਉਸਤਤ ਗਾਉਂਦਾ ਹੈ । ਉਸ ਦੇ ਸੰਸਾਰਕ ਇੱਛਾਂ ਦੇ ਦੁਖ, ਭੁੱਖ ਦੂਰ ਹੋ ਜਾਂਦੇ ਹਨ । ਜਿਹੜਾ ਸ੍ਰਿਸ਼ਟੀ ਦੀ ਭਲਾਈ ਦੇ ਕੰਮ ਕਰਦਾ, ਸਿਮਰਨ ਕਰਦਾ ਹੈ । ਉਹ ਪਾਰਸ ਪੱਥਰ ਵਰਗਾ ਬਣ ਜਾਂਦਾ ਹੈ । ਰਾਮਦਾਸ ਜੀ ਕਹਿੰਦਾ ਹੈ! ਜਿਹੜਾ ਅਡੋਲ ਭਰੋਸੇ ਨਾਲ ਸ਼ਬਦ ਦਾ ਸਿਮਰਨ ਕਰਦਾ ਹੈ, ਪ੍ਰਭ ਦੀ ਰਹਿਮਤ ਨਾਲ ਉਸ ਨੂੰ ਉਤਮ, ਅਵਸਥਾ ਬਖਸ਼ਿਸ਼ ਹੋ ਸਕਦੀ ਹੈ ।

His true devotee claims! Whosoever may obey the teachings of His Word with steady and stable belief; with His mercy and grace, he may conquer his sexual urge with strange partner and anger of worldly disappointments. Whosoever may sing the glory of His Word with his tongue; with His mercy and grace, all his miseries of worldly desires, and anxiety may be eliminated. Whosoever may surrender his self-identity at His Sanctuary and serve His Creation. He may be transformed as philosopher's stone. Ram Das Ji claims! Whosoever may meditate on the teachings of His Word with steady and stable belief in his day-to-day life; with His mercy and grace, he may be blessed with immortal state of mind.

ਜਿਹ ਸਤਿਗੁਰ ਸਿਮਰੰਤ ਨਯਨ ਕੇ,	jih satgur simrant na-yan kay
ਤਿਮਰ ਮਿਟਹਿ ਖਿਨੁ॥	timar miteh khin.
ਜਿਹ ਸਤਿਗੁਰ ਸਿਮਰੰਥਿ ਰਿਦੈ,	jih satgur simranth ridai
ਹਰਿ ਨਾਮੁ ਦਿਨੋ ਦਿਨੁ॥	har naam dino din.
ਜਿਹ ਸਤਿਗੁਰ ਸਿਮਰੰਥਿ,	jih satgur simranth
ਜੀਅ ਕੀ ਤਪਤਿ ਮਿਟਾਵੈ॥	jee-a kee tapat mitaavai.
ਜਿਹ ਸਤਿਗੁਰ ਸਿਮਰੰਥਿ,	jih satgur simranth
ਰਿਧਿ ਸਿਧਿ ਨਵ ਨਿਧਿ ਪਾਵੈ॥	riDh siDh nav niDh paavai.
ਸੋਈ ਰਾਮਦਾਸੁ ਗੁਰੁ ਬਲ੍ਯ,	so-ee raamdaas gur bal-y
ਭਣਿ ਮਿਲਿ ਸੰਗਤਿ ਧੰਨਿ ਧੰਨਿ ਕਰਹੁ॥	bhan mil sangat Dhan Dhan karahu.
ਜਿਹ ਸਤਿਗੁਰ ਲਗਿ ਪ੍ਰਭੁ ਪਾਈਐ,	jih satgur lag parabh paa-ee-ai
ਸੋ ਸਤਿਗੁਰੁ ਸਿਮਰਹੁ ਨਰਹੁ॥੫॥੫੪॥	so satgur simrahu marahu. ||5||54||

ਜਿਹੜਾ ਪ੍ਰਭ ਦੇ ਸ਼ਬਦ ਦਾ ਸਿਮਰਨ ਅਡੋਲ ਭਰੋਸੇ ਨਾਲ ਕਰਦਾ ਹੈ । ਉਸ ਨੂੰ ਆਪਣੇ ਮਨ ਵਿਚੋਂ ਹੀ ਸੋਝੀ ਬਖਸ਼ਿਸ਼ ਹੋ ਜਾਂਦੀ ਹੈ । ਉਸ ਨੂੰ ਪ੍ਰਭ ਦੀ ਸ਼ਰਣ ਵਿੱਚ ਪ੍ਰਵਾਨਗੀ ਬਖਸ਼ਿਸ਼ ਹੋ ਜਾਂਦੀ ਹੈ । ਜਿਹੜਾ ਆਪਾ, ਪ੍ਰਭ ਦੀ ਸ਼ਰਣ ਵਿੱਚ ਭੇਟਾ ਕਰ ਦੇਂਦਾ ਹੈ, ਉਸ ਦੇ ਮਨ ਦੀਆਂ ਭਟਕਣਾਂ ਦੂਰ ਹੋ ਜਾਂਦੀਆਂ ਹਨ । ਜਿਹੜਾ ਪ੍ਰਭ ਨੂੰ ਅਸਲੀ ਮਾਲਕ ਸਮਝਕੇ ਬੰਦਗੀ ਕਰਦਾ ਹੈ । ਉਸ ਨੂੰ ਨੌਂ ਰਿਧੀਆਂ, 18 ਸਿਧੀਆਂ ਪ੍ਰਾਪਤ ਹੋ ਜਾਂਦੀਆਂ ਹਨ । ਕਵੀ ਬਲ੍ਯ ਜੀ ਕਹਿੰਦਾ ਹੈ! ਰਾਮਦਾਸ ਜੀ, ਸੰਗਤ ਵਿੱਚ ਰਲਕੇ ਪ੍ਰਭ ਦੇ ਗੁਣ ਗਾਉਂਦਾ ਹੈ । ਰਾਮਦਾਸ ਜੀ ਕਹਿੰਦਾ ਹੈ । ਜਿਹੜਾ ਪ੍ਰਭ ਦੀ ਸ਼ਰਣ ਵਿੱਚ ਆਪਾ ਭੇਟਾ ਕਰਦਾ ਹੈ, ਉਸ ਨੂੰ ਪ੍ਰਭ ਦੀ ਰਹਿਮਤ ਨਾਲ, ਪ੍ਰਵਾਨਗੀ ਦਾ ਅਸਲੀ ਰਸਤਾ ਬਖਸ਼ਿਸ਼ ਹੋ ਸਕਦਾ ਹੈ ।

Whosoever may meditate on the teachings of His Word with steady and stable belief in his day-to-day life; with His mercy and grace, he may be enlightened from within. He may be accepted in His Sanctuary. Whosoever may surrender his self-identity at His Sanctuary, all his miseries and frustrations of worldly desires may be eliminated. Whosoever may adopt the teachings of His Word as an Ultimate Command true forever; with His mercy and grace, he may be blessed with prosperity, nine supernatural powers. Poet Ball claims! His true devotee sings the glory of His Word, in the conjugation of His Holy saints. His true devotee believes! Whosoever may surrender his self-identity at His Sanctuary; with His mercy and grace, he may be blessed with the right path of acceptance in His Court.

701.ਸਵਈਏ ਮਹਲੇ ਚਉਥੇ ਕੇ ੪॥ 1405-19 ਬਲ੍ਯ– ਕੀਰਤ

ਜਿਨਿ ਸਬਦੁ ਕਮਾਇ ਪਰਮ ਪਦੁ ਪਾਇਓ,	jin sabad kamaa-ay param pad paa-i-o
ਸੇਵਾ ਕਰਤ ਨ ਛੋਡਿਓ ਪਾਸੁ॥	sayvaa karat na chhodi-o paas.
ਤਾ ਤੇ ਗਉਹਰੁ ਗ੍ਯਾਨ ਪ੍ਰਗਟੁ,	taa tay ga-uhar ga-yaan pargat
ਉਜੀਆਰਉ ਦੁਖ ਦਰਿਦ੍ਰ	ujee-aara-o dukh daridar
ਅੰਧ੍ਯਾਰ ਕੋ ਨਾਸੁ॥	anDh-yaar ko naas.
ਕਵਿ ਕੀਰਤ ਜੋ ਸੰਤ ਚਰਨ ਮੁੜਿ ਲਾਗਹਿ,	kav keerat jo sant charan murh laageh
ਤਿਨ੍ਹ ਕਾਮ ਕ੍ਰੋਧ ਜਮ ਕੋ ਨਹੀ ਤ੍ਰਾਸੁ॥	tinH kaam kroDh jam ko nahee taraas.
ਜਿਵ ਅੰਗਦੁ ਅੰਗਿ ਸੰਗਿ ਨਾਨਕ ਗੁਰ,	jiv angad ang sang naanak gur
ਤਿਵ ਗੁਰ ਅਮਰਦਾਸ ਕੈ ਗੁਰੁ ਰਾਮਦਾਸੁ॥੧॥	tiv gur amardaas kai gur raamdaas. ||1||

ਜਿਹੜਾ ਇੱਛਾਂ ਰਹਿਤ ਕੰਮ, ਸੇਵਾ ਕਰਦਾ ਹੈ, ਉਹ ਸ਼ਬਦ ਦੀ ਕਮਾਈ ਕਰਦਾ ਹੈ । ਪ੍ਰਭ ਦੀ ਰਹਿਮਤ ਨਾਲ ਉਸ ਦਾ ਭਰੋਸਾ ਪ੍ਰਭ ਦੇ ਬਖਸ਼ੇ ਤੋ ਕਦੇ ਡੋਲਦਾ ਨਹੀਂ । ਪ੍ਰਭ ਦੇ ਸਿਮਰਨ ਨਾਲ ਉਸ ਦੀ ਆਤਮਾ ਜਾਗਰਤ, ਸੋਝੀ ਬਖਸ਼ਿਸ਼ ਹੋ ਜਾਂਦੀ ਹੈ । ਉਸ ਦੇ ਭੁਲੇਖੇ, ਦੁਖ ਦੂਰ ਹੋ ਜਾਂਦੇ ਹਨ । ਕੀਰਤ ਜੀ ਕਹਿੰਦਾ ਹੈ! ਜਿਹੜਾ ਪ੍ਰਭ ਦੇ ਸ਼ਬਦ ਦੀ ਪਾਲਣਾ ਵਿੱਚ ਅਡੋਲ ਰਹਿੰਦਾ ਹੈ । ਉਸ ਦੀ ਕਾਮ ਵਾਸਨਾ, ਕਰੋਧ ਦੂਰ, ਮੌਤ ਦਾ ਡਰ ਦੂਰ ਹੋ ਜਾਂਦਾ ਹੈ । ਅੰਗਦ ਜੀ ਨੇ ਨਾਨਕ ਦੇ ਜੀਵਨ ਦੀ

ਸਿਖਿਆਂ ਨੂੰ ਆਪਣੇ ਜੀਵਨ ਦਾ ਅਧਾਰ ਬਣਾਇਆ । ਰਾਮਦਾਸ ਨੇ ਅਮਰਦਾਸ ਦੇ ਜੀਵਨ ਦੀ ਸਿਖਿਆਂ ਨੂੰ ਆਪਣਾ ਅਧਾਰ ਬਣਿਆ ਹੈ ।

Whosoever may obey the teachings of His Word without any expectation; with His mercy and grace, he may earn the wealth of His Word, his belief on His Blessings, command may never be unchanged. He may be blessed with the enlightenment from within and all his suspicions may be eliminated. His true devotee, **Keerat** claims! Whosoever may obey the teachings of His Word with steady and stable belief on His Ultimate Command; with His mercy and grace, he may conquer his sexual urge, anger of disappointments and fear of death. Angad Ji, adopted the life experience teachings of Nanak in his own day to day life. His true devotee Ram Das adopted the life experience teachings of His true devotee Amar Das ji in his own day to day life.

ਜਿਨਿ ਸਤਿਗੁਰੁ ਸੇਵਿ ਪਦਾਰਥੁ ਪਾਯਉ, — jin satgur sayv padaarath paa-ya-o
ਨਿਸਿ ਬਾਸੁਰ ਹਰਿ ਚਰਨ ਨਿਵਾਸੁ॥ — nis baasur har charan nivaas.
ਤਾ ਤੇ ਸੰਗਤਿ ਸਘਨ ਭਾਇ ਭਉ, — taa tay sangat saghan bhaa-ay bha-o
ਮਾਨਹਿ ਤੁਮ ਮਲੀਆਗਰ ਪ੍ਰਗਟ ਸੁਬਾਸੁ॥ — maaneh tum malee-aagar pargat subaas.
ਧ੍ਰੂ, ਪ੍ਰਹਲਾਦ, ਕਬੀਰ, ਤਿਲੋਚਨ, — Dharoo, parahlaad, Kabeer, tilochan,
ਨਾਮੁ ਲੈਤ ਉਪਜ ਜੁ ਪ੍ਰਗਾਸੁ॥ — naam lait upjayo jo pargaas.
ਜਿਹ ਪਿਖਤ ਅਤਿ ਹੋਇ ਰਹਸੁ ਮਨਿ, — jih pikhat at ho-ay rahas man
ਸੋਈ ਸੰਤ ਸਹਾਰੁ ਗੁਰੂ ਰਾਮਦਾਸੁ॥੨॥ — so-ee sant sahaar guroo raamdaas. ||2||

ਜਿਸ ਨੂੰ ਬੰਦਗੀ ਕਰਨ ਨਾਲ ਪ੍ਰਵਾਨਗੀ ਦਾ ਅਸਲੀ ਰਸਤਾ ਬਖਸ਼ਿਸ਼ ਹੋ ਜਾਂਦਾ ਹੈ । ਉਹ ਹਮੇਸ਼ਾਂ ਹੀ ਸ਼ਰਣ ਵਿੱਚ ਰਹਿੰਦਾ ਹੈ । ਉਹ ਚੰਦਨ, ਸੰਦਲ ਦੀ ਲੱਕੜ ਵਾਗੂੰ ਸੁੰਗਧ ਵਾਲਾ ਬਣ ਜਾਂਦਾ ਹੈ । ਬਾਕੀਆਂ ਤੇ ਉਸ ਦੇ ਜੀਵਨ ਦੇ ਢੰਗ ਦਾ ਬਹੁਤ ਪ੍ਰਭਾਵ ਹੋ ਜਾਂਦਾ ਹੈ । ਪ੍ਰਹਿਲਾਦ, ਕਬੀਰ, ਧ੍ਰਅ, ਤ੍ਰਿਲੋਚਨ ਪ੍ਰਭ ਦਾ ਸਿਮਰਨ ਕਰਦੇ ਸਨ । ਉਹਨਾਂ ਦੇ ਮੱਥੇ ਤੇ ਪ੍ਰਭ ਦਾ ਨੂਰ ਚਮਕਦਾ ਹੈ ।

Whosoever may be blessed with the right path of acceptance in His Court; with His mercy and grace, he may remain within the teachings of His Word, His Sanctuary. He may remain overwhelmed with aroma like sandalwood. His way of life may become a pillar of enlightenment. Ancient prophets Dharoo, Parhilaad, Kabeer, Tarilochan, Naama remained intoxicated in the void of His Word. The eternal spiritual glow of the essence of His Word shines on their forehead.

ਨਾਨਕਿ ਨਾਮੁ ਨਿਰੰਜਨ ਜਾਨਉ, — naanak naam niranjan jaan-ya-o
ਕੀਨੀ ਭਗਤਿ ਪ੍ਰੇਮ ਲਿਵ ਲਾਈ॥ — keenee bhagat paraym liv laa-ee.
ਤਾ ਤੇ ਅੰਗਦੁ ਅੰਗ ਸੰਗਿ ਭਯੋ ਸਾਇਰੁ, — taa tay angad ang sang bha-yo saa-ir
ਤਿਨਿ ਸਬਦ ਸੁਰਤਿ ਕੀ ਨੀਵ ਰਖਾਈ॥ — tin sabad surat kee neev rakhaa-ee.
ਗੁਰ ਅਮਰਦਾਸ ਕੀ ਅਕਥ ਕਥਾ ਹੈ, — gur amardaas kee akath kathaa hai
ਇਕ ਜੀਹ ਕਛੁ ਕਹੀ ਨ ਜਾਈ॥ — ik jeeh kachh kahee na jaa-ee.
ਸੋਢੀ ਸ੍ਰਿਸਿ ਸਕਲ ਤਾਰਣ ਕਉ, — sodhee sarisat sakal taaran ka-o
ਅਬ ਗੁਰ ਰਾਮਦਾਸ ਕਉ ਮਿਲੀ ਬਡਾਈ॥੩॥ — ab gur raamdaas ka-o milee badaa-ee. ||3||

ਨਾਨਕ ਜੀ ਨੇ ਅਟਲ ਪ੍ਰਭ ਦੀ ਬੰਦਗੀ ਵਿੱਚ ਆਪਾ ਭੇਟਾ ਕਰ ਦਿੱਤਾ । ਅਗੰਦ ਦੇਵ ਜੀ ਨੇ, ਨਾਨਕ ਜੀ ਦੇ ਜੀਵਨ ਦੀ ਸਿਖਿਆਂ ਨਾਲ ਆਪਣਾ ਜੀਵਨ ਢਾਲਿਆ । ਅਮਰਦਾਸ ਜੀ, ਆਪਣੀ ਜੀਭ ਨਾਲ ਪ੍ਰਭ ਦੇ ਸ਼ਬਦ ਦੀ ਮਹਿਮਾਂ ਗਾਉਂਦਾ ਹੈ । ਜਿਸ ਦਾ ਵਖਿਆਣ ਨਹੀਂ ਕੀਤਾ ਜਾ ਸਕਦਾ । ਪ੍ਰਭ ਦੇ ਸ਼ਬਦ ਦਾ ਸਿਮਰਨ ਕਰਦੇ, ਰਾਮਦਾਸ ਨੂੰ ਅਸਲੀ ਰਸਤਾ ਬਖਸ਼ਿਸ਼ ਹੋ ਗਿਆ ।

His true devotee, Nanak, surrendered his self-identity at His Sanctuary to spread His Message. His follower Angad adopted the life experience teachings of Nanak in his day-to-day life. Amar Das remained intoxicated in singing the glory of His Word; whose glory remains beyond the comprehension of His Creation. His true devotee, Ram Das meditates on the teachings of His Word; with His mercy and grace, he was blessed with the right path of acceptance in His Court.

ਹਮ ਅਵਗੁਣਿ ਭਰੇ ਏਕੁ ਗੁਣੁ ਨਾਹੀ,	ham avgun bharay ayk gun naahee
ਅੰਮ੍ਰਿਤੁ ਛਾਡਿ ਬਿਖੈ ਬਿਖੁ ਖਾਈ॥	amrit chhaad bikhai bikh khaa-ee.
ਮਾਯਾ ਮੋਹ ਭਰਮ ਪੈ ਭੂਲੇ,	maa-yaa moh bharam pai bhoolay
ਸੁਤ ਦਾਰਾ ਸਿਉ ਪ੍ਰੀਤਿ ਲਗਾਈ॥	sut daaraa si-o pareet lagaa-ee.
ਇਕੁ ਉਤਮ ਪੰਥੁ ਸੁਨਿਓ ਗੁਰ ਸੰਗਤਿ,	ik utam panth suni-o gur sangat
ਤਿਹ ਮਿਲਤ ਜਮ ਤ੍ਰਾਸ ਮਿਟਾਈ॥	tih milant jam taraas mitaa-ee.
ਇਕ ਅਰਦਾਸਿ ਭਾਟ ਕੀਰਤਿ ਕੀ,	ik ardaas bhaat keerat kee
ਗੁਰ ਰਾਮਦਾਸ ਰਾਖਹੁ ਸਰਣਾਈ॥੪॥੫੯॥	gur raamdaas raakho sarnaa-ee. ||4||59||

ਕਰਿਤ ਜੀ ਅਰਦਾਸ ਕਰਦਾ ਹੈ! ਮੇਰਾ ਮਾਨਸ ਜੀਵ ਅਗਿਆਨਤਾ ਨਾਲ ਭਰਿਆਂ ਹੋਇਆ ਹੈ, ਕੋਈ ਚੰਗਾ ਕੰਮ ਕਰਨ ਦੀ ਸੋਝੀ ਨਹੀਂ ਹੈ । ਮਾਨਸ, ਪ੍ਰਭ ਦੀ ਬੰਦਗੀ ਛਡਕੇ ਸੰਸਾਰਕ ਭਟਕਣਾਂ ਵਿੱਚ ਲਗਾ ਰਹਿੰਦਾ ਹੈ । ਮਾਇਆ ਨਾਲ ਮੋਹੀਆ, ਗੁਲਾਮ ਆਪਣੇ ਸੰਸਾਰਕ ਪਰਿਵਾਰ, ਬੱਚਿਆਂ ਅਤੇ ਪਤਨੀ ਦੇ ਪਿਆਰ ਵਿੱਚ ਬੰਧਿਆ ਰਹਿੰਦਾ ਹੈ । ਰਾਮਦਾਸ ਜੀ ਕਹਿੰਦਾ ਹੈ! ਪ੍ਰਭ ਦੀ ਰਹਿਮਤ, ਅਸਲੀ ਰਸਤਾ ਬਖਸ਼ਿਣ ਦੇ ਯੋਗ ਬਣਨ ਦੀ ਇੱਕ ਹੀ ਵਿਧੀ ਹੈ । ਜਿਹੜਾ ਸੰਗਤ ਵਿੱਚ ਰਲਕੇ, ਆਪਣੇ ਆਪ ਨੂੰ ਬਾਕੀ ਜੀਵਾਂ ਤੋ ਨੀਵਾਂ ਸਮਝਕੇ, ਸਿਮਰਨ ਕਰਦਾ ਹੈ । ਪ੍ਰਭ ਦੇ ਸ਼ਬਦ ਦੇ ਗੁਣ ਗਾਉਣ ਨਾਲ ਉਸ ਦਾ ਮੌਤ ਦਾ ਡਰ ਦੂਰ ਹੋ ਜਾਂਦਾ ਹੈ । ਪ੍ਰਭ ਦੀ ਸ਼ਰਣ ਵਿੱਚ ਪਨਾਹ ਬਖਸ਼ਣ ਦੀ ਅਰਦਾਸ ਕਰੋ ।

His true devotee **Keerat** prays for His Forgiveness and Refuge! I am ignorant from the real purpose of human life opportunity. I have no wisdom to perform any good deeds for the welfare of His Creation. I am ignored to meditate and obey the teachings of His Word; I remain intoxicated in worldly frustrations. I have become a victim of worldly wealth and family bonds, attachments. His true devotee Ram Das claims! The only unique technique to become worthy of His Blessed Vision! Whosoever may remain in the conjugation of His Holy saint and considers himself less significance than others and meditates on the teachings of His Word; with His mercy and grace, his fear of death may be eliminated. You should always pray for His Forgiveness and Refuge.

702.ਸਵਈਏ ਮਹਲੇ ਚਉਥੇ ਕੇ ੪॥ 1406-11 ਸਲ੍ਯ

ਮੋਹੁ ਮਲਿ ਬਿਵਸਿ ਕੀਅਉ,	moh mal bivas kee-a-o
ਕਾਮੁ ਗਹਿ ਕੇਸ ਪਛਾੜਉ॥	kaam geh kays pachhaarh-ya-o.
ਕ੍ਰੋਧੁ ਖੰਡਿ ਪਰਚੰਡਿ ਲੋਭੁ,	kroDh khand parchand lobh
ਅਪਮਾਨ ਸਿਉ ਝਾੜਉ॥	apmaan si-o jhaarh-ya-o.
ਜਨਮੁ ਕਾਲੁ ਕਰ ਜੋੜਿ,	janam kaal kar jorh
ਹੁਕਮੁ ਜੋ ਹੋਇ ਸੁ ਮੰਨੈ॥	hukam jo ho-ay so mannai.
ਭਵ ਸਾਗਰੁ ਬੰਧਿਅਉ,	bhav saagar banDhi-a-o
ਸਿਖ ਤਾਰੇ ਸੁਪ੍ਰਸੰਨੈ॥	sikh taaray suparsannai.
ਸਿਰਿ ਆਤਪਤੁ ਸਚੌ ਤਖਤੁ,	sir aatpat sachou takhat
ਜੋਗ ਭੋਗ ਸੰਜੁਤੁ ਬਲਿ॥	jog bhog sanjut bal.
ਗੁਰ ਰਾਮਦਾਸ ਸਚੁ ਸਲ੍ਯ ਭਣਿ,	gur raamdaas sach sal-y bhan
ਤੂ ਅਟਲੁ ਰਾਜਿ ਅਭਗੁ ਦਲਿ॥੧॥	too atal raaj abhag dal. ||1||

ਪ੍ਰਭ ਨੇ ਆਪਣੀ ਰਹਿਮਤ ਨਾਲ ਮੋਹ ਅਤੇ ਕਾਮ ਵਾਸ਼ਨਾ ਤੇ ਕਾਬੂ ਬਖਸ਼ਿਆ ਹੈ । ਪ੍ਰਭ ਨੇ ਮੇਰੇ ਕਰੋਧ ਨੂੰ ਦੂਰ ਕਰਕੇ, ਲਾਲਚ ਤੇ ਕਾਬੂ ਬਖਸ਼ਿਆ ਹੈ । ਮੈਂ ਜਨਮ, ਮਰਨ ਨੂੰ ਸਮਰਥ ਰਖਕੇ ਪ੍ਰਭ ਦੇ ਭਾਣੇ ਨੂੰ ਸਤਿ ਕਰਕੇ ਮੰਨਿਆ ਹੈ । ਪ੍ਰਭ ਇਸ ਭਇਆਨਕ ਸੰਸਾਰ ਤੇ ਜਿੱਤ ਬਖਸ਼ਕੇ, ਆਪਣੇ ਸੇਵਕ ਦੀ ਰਖਿਆ ਕਰਦਾ ਹੈ । ਪ੍ਰਭ ਦਾ ਅਟਲ ਤਖਤ, ਜੀਵ ਦੀ ਭਲਾਈ ਦੇ ਧੁਰੇ, ਬੰਦਗੀ ਦੇ ਅਧਾਰ ਤੇ ਚਲਦਾ ਹੈ । ਸਲ੍ਹ ਜੀ ਕਹਿੰਦਾ ਹੈ! ਰਾਮਦਾਸ ਜੀ ਸੰਗਤ ਵਿੱਚ ਅਟਲ ਪ੍ਰਭ ਦੀ ਬੰਦਗੀ ਕਰਦਾ ਹੈ ।

The True Master has bestowed His Blessed Vision; I have conquered my sexual urge with strange partner, worldly attachments, greed, and anger of my disappointments. I remember the unpredictable death and endure His Command as His Worthy Blessings. The True Master has blessed victory on terrible worldly desires and protected His true devotee. His Royal Throne within the body of every creature remains as the pillar of welfare of His Creation and meditation on the teachings of His Word.

ਤੂ ਸਤਿਗੁਰੁ ਚਹੁ ਜੁਗੀ,	too satgur chahu jugee
ਆਪਿ ਆਪੇ ਪਰਮੇਸਰੁ॥	aap aapay parmaysar.
ਸੁਰਿ ਨਰ ਸਾਧਿਕ ਸਿਧ,	sur nar saaDhik siDh
ਸਿਖ ਸੇਵੰਤ ਧੁਰਹ ਧੁਰੁ॥	sikh sayvant Dhurah Dhur.
ਆਦਿ ਜੁਗਾਦਿ ਅਨਾਦਿ ਕਲਾ,	aad jugaad anaad kalaa
ਧਾਰੀ ਤ੍ਰਿਹੁ ਲੋਅਹ॥	Dhaaree tarihu lo-ah.
ਅਗਮ ਨਿਗਮ ਉਧਰਣ,	agam nigam uDhran
ਜਰਾ ਜੰਮਿਹਿ ਆਰੋਅਹ॥	jaraa jamihi aaro-ah.
ਗੁਰ ਅਮਰਦਾਸਿ ਥਿਰੁ ਥਪਿਅਉ,	gur amardaas thir thapi-a-o
ਪਰਗਾਮੀ ਤਾਰਣ ਤਰਣ॥	pargaamee taaran taran.
ਅਘ ਅੰਤਕ ਬਦੈ ਨ ਸਲੁ ਕਵਿ,	agh antak badai na sal-y kav
ਗੁਰ ਰਾਮਦਾਸ ਤੇਰੀ ਸਰਣ॥੨॥੬੦॥	gur raamdaas tayree saran. ||2||60||

ਇੱਕੋ ਇੱਕ ਪ੍ਰਭ ਹੀ ਅਸਲੀ ਮਾਲਕ, ਅਸਲੀ ਗੁਰੂ, ਜੀਵ ਨੂੰ ਪੈਦਾ ਕਰਨਵਾਲਾ ਹੈ । ਫਰਿਸ਼ਤੇ, ਸਿਧ, ਭਗਤ ਅਰੰਭ ਤੋ ਹੀ ਸ਼ਬਦ ਦੀ ਬੰਦਗੀ ਕਰਦੇ ਹਨ । ਆਦਿ, ਅਰੰਭ ਤੋ ਹੀ ਪ੍ਰਭ ਤਿਨਾਂ ਲੋਕਾ ਵਿੱਚ ਹੀ ਹਾਜ਼ਰਾ ਹਦੂਰ, ਲੋਕਾ ਦਾ ਆਸਰਾ ਹੈ । ਪਾਹੁੰਚ ਤੋ ਉਪਰ ਪ੍ਰਭ ਆਪਣੇ ਸ਼ਬਦ ਦੀ ਮਾਨ ਰਖਦਾ ਹੈ । ਪ੍ਰਭ ਦੇ ਹੁਕਮ ਨਾਲ ਹੀ ਮੌਤ ਅਤੇ ਬੁਢੇਪੇ ਆਉਂਦਾ ਹੈ । ਅਮਰਦਾਸ ਨੂੰ ਸ਼ਬਦ ਦੀ ਬੰਦਗੀ ਨਾਲ ਪ੍ਰਵਾਨਗੀ ਦਾ ਅਸਲੀ ਰਸਤਾ ਬਖਸ਼ਿਸ਼ ਹੋ ਗਇਆ ਹੈ । ਸਲ੍ਹ ਜੀ ਕਹਿਦਾ ਹੈ! ਰਾਮਦਾਸ ਜੀ ਵੀ ਤੇਰੀ ਸ਼ਰਨ ਦਾ ਹੀ ਪੁਜਾਰੀ ਬਣ ਗਿਆ ਹੈ ।

The One and Only One True Master, Creator, True Guru of the universe. Your Eternal Angels, Holy saints remain meditating on the teachings of Your Word from the beginning of the universe. You remain Omnipresent and prevails in 3 universes from the beginning. You remain beyond the imagination, reach and comprehension of Your Creation and protects the honor of Your Word. You have a complete control on old age and the devil of death. Your true devotee, Amar Das was blessed with the right path of acceptance in Your Court. Poet Sal-y claims! Ram Das has become the worshipper of Your Word, Your Sanctuary.

703.ਸਵਈਏ ਮਹਲੇ ਪੰਜਵੇ ਕੇ ੫॥ 1406-18 ਕਲ੍ਹ

੧ਓ ਸਤਿਗੁਰ ਪ੍ਰਸਾਦਿ॥	ik-oNkaar satgur parsaad.
ਸਿਮਰੰ ਸੋਈ ਪੁਰਖੁ ਅਚਲੁ ਅਬਿਨਾਸੀ॥	simaraN so-ee purakh achal abhinaasee.
ਜਿਸੁ ਸਿਮਰਤ ਦੁਰਮਤਿ ਮਲੁ ਨਾਸੀ॥	jis simrat durmat mal naasee.
ਸਤਿਗੁਰ ਚਰਣ ਕਵਲ ਰਿਦਿ ਧਾਰੰ॥	satgur charan kaval rid DhaaraN.
ਗੁਰ ਅਰਜੁਨ ਗੁਣ ਸਹਜਿ ਬਿਚਾਰੰ॥	gur arjun gun sahj bichaaraN.
ਗੁਰ ਰਾਮਦਾਸ ਘਰਿ ਕੀਅਉ ਪ੍ਰਗਾਸਾ॥	gur raamdaas ghar kee-a-o pargaasaa.

ਸਗਲ ਮਨੋਰਥ ਪੂਰੀ ਆਸਾ॥	sagal manorath pooree aasaa.
ਤੈ ਜਨਮਤ ਗੁਰਮਤਿ ਬ੍ਰਹਮੁ ਪਛਾਣਿਓ॥	tai janmat gurmat barahm pachhaani-o.
ਕਲ੍ਯ ਜੋੜਿ ਕਰ ਸੁਜਸੁ ਵਖਾਣਿਓ॥	kal-y jorh kar sujas vakhaani-o.
ਭਗਤਿ ਜੋਗ ਕੌ ਜੈਤਵਾਰੁ,	bhagat jog kou jaitvaar
ਹਰਿ ਜਨਕੁ ਉਪਾਯਉ॥	har janak upaa-ya-o.
ਸਬਦੁ ਗੁਰੂ ਪਰਕਾਸਿਓ,	sabad guroo parkaasi-o
ਹਰਿ ਰਸਨ ਬਸਾਯਉ॥	har rasan basaa-ya-o.
ਗੁਰ ਨਾਨਕ ਅੰਗਦ ਅਮਰ,	gur naanak angad amar
ਲਾਗਿ ਉਤਮ ਪਦੁ ਪਾਯਉ॥	laag utam pad paa-ya-o.
ਗੁਰੁ ਅਰਜੁਨੁ, ਘਰਿ ਗੁਰ ਰਾਮਦਾਸ,	gur arjun ghar gur raamdaas
ਭਗਤ ਉਤਰਿ ਆਯਉ॥੧॥	bhagat utar aa-ya-o. ||1||

ਜਿਹੜਾ ਅਟਲ ਪ੍ਰਭ ਦੇ ਸ਼ਬਦ ਦਾ ਸਿਮਰਨ ਅਡੋਲ ਭਰੋਸੇ ਨਾਲ ਕਰਦਾ ਹੈ । ਸ਼ਬਦ ਦੀ ਸਿਖਿਆਂ ਉਸ ਦੇ ਮਨ ਵਿੱਚ ਘਰ ਕਰ ਜਾਂਦੀਆਂ ਹਨ । ਉਸ ਦੇ ਮਨ ਦੀਆਂ ਬੁਰੀਆ ਇੱਛਾਂ ਖਤਮ ਹੋ ਜਾਂਦੀਆਂ ਹਨ । ਅਰਜਨ ਦੇਵ ਜੀ, ਉਸ ਪ੍ਰਭ ਦੇ ਸ਼ਬਦ ਦੀ ਮਹਿਮਾਂ ਗਾਉਂਦਾ ਹੈ । ਪ੍ਰਭ ਦੀ ਕ੍ਰਿਪਾ ਨਾਲ ਰਾਮਦਾਸ ਜੀ, ਦੇ ਹਿਰਦੇ ਵਿੱਚ ਵੀ ਪ੍ਰਭ ਦੇ ਬਖਸ਼ੇ ਤੇ ਭਰੋਸਾ ਅਡੋਲ ਹੋ ਗਿਆ ਹੈ । ਉਸ ਦੇ ਮਨ ਦੀਆਂ ਮੁਰਾਦਾਂ ਪੂਰੀਆਂ ਹੋ ਗਈਆਂ ਹਨ । ਕਵੀ ਕਲ੍ਯ ਜੀ ਕਹਿੰਦਾ ਹੈ! ਅਰਜਨ ਜੀ ਨੂੰ ਜਨਮ ਤੋ ਹੀ ਸ਼ਬਦ ਦੀ ਮਹੱਤਤਾ ਦੀ ਸਿਖਿਆਂ ਦਿੱਤਾ ਗਈ ਹੈ । ਉਸ ਦੀ ਜੀਭ ਤੇ ਪ੍ਰਭ ਦੇ ਸ਼ਬਦ ਦਾ ਰੰਗ ਚੜ੍ਹ ਗਿਆ । ਜਿਵੇਂ ਅੰਗਤ, ਅਮਰਦਾਸ, ਰਾਮਦਾਸ ਨੇ ਨਾਨਕ ਦੇ ਜੀਵਨ ਨੂੰ ਅਧਾਰ ਬਣਾਇਆ । ਇਸਤਰ੍ਹਾਂ ਅਰਜਨ ਨੇ ਰਾਮਦਾਸ ਦੇ ਜੀਵਨ ਨੂੰ ਜੀਵਨ ਦਾ ਅਧਾਰ ਬਣਾਇਆ ।

Whosoever may meditate on the teachings on His Word with steady and stable belief in his day-to-day life; with His mercy and grace, he may remain drenched with the essence of His Word. All his evil desires of worldly wealth may be eliminated. Arjan Dev Ji, also sings the glory of His Word, The Same True Master. Ram Das Ji remains drenched with the virtues of His Word within his heart, in his day-to-day life; with His mercy and grace, all his spoken and unspoken desires have been fully satisfied. Poet Kul claims! Arjan Dev has been imparted with the significance of obeying the teachings of His Word from his birth. His tongue remains drenched with the crimson color of the teachings of His Word. Angad Dev, Amar Das, and Ram Das adopted the life experience teachings of Nanak Den Ji; same way Arjan Dev has adopted the life experience teachings of Ram Das in his day-to-day life.

ਬਡਭਾਗੀ ਉਨਮਾਨਿਅਉ,	badbhaagee unmaani-a-o
ਰਿਦਿ ਸਬਦੁ ਬਸਾਯਉ॥	rid sabad basaa-ya-o.
ਮਨੁ ਮਾਣਕੁ ਸੰਤੋਖਿਅਉ,	man, maanak santhokhi-a-o
ਗੁਰਿ ਨਾਮੁ ਦ੍ਰਿੜ੍ਹਾਯਉ॥	gur naam darirhaaH-ya-o.
ਅਗਮੁ ਅਗੋਚਰੁ ਪਾਰਬ੍ਰਹਮੁ,	agam agochar paarbarahm
ਸਤਿਗੁਰਿ ਦਰਸਾਯਉ॥	satgur darsaa-ya-o.
ਗੁਰੁ ਅਰਜੁਨੁ, ਘਰਿ ਗੁਰ ਰਾਮਦਾਸ,	gur arjun ghar gur raamdaas
ਅਨਭਉ ਠਹਰਾਯਉ॥੨॥	anbha-o thahraa-ya-o. ||2||

ਜਿਸ ਦੇ ਵੱਡੇ ਭਾਗ ਹੁੰਦੇ ਹਨ, ਉਸ ਦੇ ਮਨ ਵਿੱਚ ਪ੍ਰਭ ਦੇ ਸ਼ਬਦ ਦੀ ਸੋਝੀ ਘਰ ਕਰ ਜਾਂਦੀ ਹੈ । ਪ੍ਰਭ ਦੀ ਕ੍ਰਿਪਾ ਨਾਲ, ਉਸ ਦੇ ਮਨ ਵਿੱਚ ਸੰਤੋਖ ਭਰ ਜਾਂਦਾ ਹੈ । ਪ੍ਰਭ ਆਪ ਹੀ ਆਪਣੀ ਹੋਂਦ ਨੂੰ ਉਸ ਜੀਵ ਵਿੱਚ ਪ੍ਰਗਟ ਕਰਦਾ ਹੈ । ਆਤਮਾ ਨੂੰ ਜਾਗਰਤੀ ਬਖਸ਼ਦਾ ਹੈ । ਪ੍ਰਭ ਦੀ ਕ੍ਰਿਪਾ ਨਾਲ ਅਟਲ ਪ੍ਰਭ ਦੇ ਭਗਤ ਨੇ ਰਾਮਦਾਸ ਜੀ ਦੇ ਘਰ ਜਨਮ ਲਿਆ ।

Whosoever may have a great prewritten destiny, he may remain drenched with the essence of His Word; with His mercy and grace, he may remain drenched with the essence of His Word. He may realize His Holy Spirit prevailing everywhere in the universe; he may be enlightened from within. With His mercy and grace, His true devotee, blessed soul Arjan Dev has taken birth in the house of Ram Das Ji!

ਜਨਕ ਰਾਜੁ ਬਰਤਾਇਆ,	janak raaj bartaa-i-aa
ਸਤਜੁਗੁ ਆਲੀਣਾ॥	satjug aaleenaa.
ਗੁਰ ਸਬਦੇ ਮਨੁ ਮਾਨਿਆ,	gur sabday man maani-aa
ਅਪਤੀਜੁ ਪਤੀਣਾ॥	apteej pateenaa.
ਗੁਰੁ ਨਾਨਕੁ ਸਚੁ ਨੀਵ ਸਾਜਿ,	gur naanak sach neev saaj
ਸਤਿਗੁਰ ਸੰਗਿ ਲੀਣਾ॥	satgur sang leenaa.
ਗੁਰੁ ਅਰਜੁਨੁ, ਘਰਿ ਗੁਰ ਰਾਮਦਾਸ,	gur arjun ghar gur raamdaas
ਅਪਰੰਪਰੁ ਬੀਣਾ॥੩॥	aprampar beenaa. ||3||

ਰਾਜੇ ਜਨਕ ਤੇ ਪ੍ਰਭ ਦੀ ਕਿਰਪਾ ਹੋਈ! ਮਨ ਵਿੱਚ ਪ੍ਰਭ ਦੇ ਬਖਸ਼ੇ ਤੇ ਭਰੋਸਾ ਪੱਕਾ ਹੋ ਗਿਆ । ਉਸ ਦਾ ਭਟਕਦਾ ਮਨ ਸੀਤਲ ਹੋ ਗਿਆ ਹੈ । ਇਸਤਰ੍ਹਾਂ ਪ੍ਰਭ ਦੇ ਸ਼ਬਦ ਦੀ ਪਾਲਣਾ ਦੀ ਨੀਂਹ ਭਗਤ ਨਾਨਕ ਨੇ ਸੰਸਾਰ ਵਿੱਚ ਰਖੀ । ਇਸਤਰ੍ਹਾਂ ਰਾਮਦਾਸ ਜੀ ਦੇ ਘਰ ਵਿੱਚ ਅਰਜਨ ਦੇਵ ਨੇ ਜਨਮ ਲਿਆ । ਪ੍ਰਭ ਦੇ ਸ਼ਬਦ ਦਾ ਪ੍ਰਤਾਪ ਚੱਲਣ ਲਗ ਪਿਆ ।

The True Master bestowed His Blessed Vision on king Janak; he became steady and stable belief on His Blessings. His wandering mind became calm, steady, and stable on the teachings of His Word. Same way, His true devotee Nanak laid down the foundation of obeying the teachings of His Word in his human life journey. Same way, His Blessed soul, Arjan was born in the house of Ram Das; with His mercy and grace, the message of obeying the teachings of His Word was spread in the universe.

ਖੇਲੁ ਗੂੜ੍ਹਉ ਕੀਅਉ,	khayl goorhHa-o kee-a-o
ਹਰਿ ਰਾਇ ਸੰਤੋਖਿ ਸਮਾਚਰਿਓ,	har raa-ay santokh samaachri-ya-o
ਬਿਮਲ ਬੁਧਿ ਸਤਿਗੁਰਿ ਸਮਾਣਉ॥	bimal buDh satgur samaana-o.
ਆਜੋਨੀ ਸੰਭਵਿਅਉ ਸੁਜਸੁ,	aajonee sambhvi-a-o sujas
ਕਲ੍ਯ ਕਵੀਅਣਿ ਬਖਾਣਿਅਉ॥	kal-y kavee-an bakhaani-a-o.
ਗੁਰਿ ਨਾਨਕਿ ਅੰਗਦੁ ਵਰ੍ਯਉ,	gur naanak angad var-ya-o
ਗੁਰਿ ਅੰਗਦਿ ਅਮਰ ਨਿਧਾਨੁ॥	gur angad amar niDhaan.
ਗੁਰਿ ਰਾਮਦਾਸ ਅਰਜੁਨੁ ਵਰ੍ਯਉ,	gur raamdaas arjun var-ya-o
ਪਾਰਸੁ ਪਰਸੁ ਪ੍ਰਮਾਣੁ॥੪॥	paaras paras parmaan. ||4||

ਕਵੀ ਕਲ੍ਯ ਜੀ ਕਹਿੰਦਾ ਹੈ! ਮੈਂ ਪ੍ਰਭ ਦੇ ਸ੍ਰਿਸ਼ਟੀ ਦੇ ਅਨੋਖਾ ਖੇਲ ਤੋ ਹੈਰਾਨ ਹੀ ਰਹਿੰਦਾ ਹਾ । ਮੈਂ ਧੀਰਜ, ਸੰਤੋਖ, ਨਿਮ੍ਰਤਾ ਦਾ ਭੰਡਾਰ ਇਕੱਠਾ ਕਰਦਾ ਹਾ । ਪ੍ਰਭ ਦੀ ਰਹਿਮਤ ਨਾਲ ਨਾਨਕ ਦੇਵ ਜੀ ਦੇ ਮਨ ਵਿੱਚ ਸੋਝੀ ਬਖਸ਼ੀ ਹੋਈ । ਅੰਗਦ, ਅਮਰਦਾਸ, ਰਾਮਦਾਸ ਜੀ ਨੂੰ ਨਾਨਕ ਤੋ ਇਹ ਬੰਦਗੀ ਦਾ ਖਜ਼ਾਨਾਂ ਬਖਸ਼ਿਸ਼ ਹੋਇਆ । ਇਹਨਾਂ ਭਗਤਾਂ ਦੀ ਕਮਾਈ ਨੇ ਪਾਰਸ ਬਣਕੇ ਅਰਜਨ ਨੂੰ ਭਗਤੀ ਵਿੱਚ ਢਾਲ ਦਿੱਤਾ ।

Port Kul claims! I remain fascinated from his astonishing creation of the universe. I am collecting the treasure of patience, contentment humility in my human life journey. The True Master has bestowed His Blessed Vision on Nanak Dev Ji; he was enlightened with the essence of His Word from within. Angad, Amar Das, Ram Das adopted the life experience teachings of Nanak Dev Ji; with His mercy and grace, they were blessed with the treasure of enlightenment. The life experience teachings of His Holy saints have become as a philosopher's stone to transform the human life journey of His true devotee, Arjan Dev Ji!

ਸਦ ਜੀਵਣੁ ਅਰਜੁਨੁ, sad jeevan arjun
ਅਮੋਲੁ ਆਜੋਨੀ ਸੰਭਉ॥ amol aajonee sambha-o.
ਭਯ ਭੰਜਨੁ ਪਰ ਦੁਖ ਨਿਵਾਰੁ, bha-y bhanjan par dukh nivaar apaar
ਅਪਾਰੁ ਅਨੰਭਉ॥ anmbha-o.
ਅਗਹ ਗਹਣੁ ਭ੍ਰਮੁ ਭ੍ਰਾਂਤਿ, agah gahan bharam bharaaNt dahan
ਦਹਣੁ ਸੀਤਲੁ ਸੁਖ ਦਾਤਉ॥ seetal sukh daata-o.
ਆਸੰਭਉ ਉਦਵਿਅਉ, asambha-o udvi-a-o
ਪੁਰਖੁ ਪੂਰਨ ਬਿਧਾਤਉ॥ purakh pooran biDhaata-o.
ਨਾਨਕ ਆਦਿ ਅੰਗਦ ਅਮਰ, naanak aad angad amar
ਸਤਿਗੁਰ ਸਬਦਿ ਸਮਾਇਅਉ॥ satgur sabad samaa-i-a-o.
ਧਨੁ ਧੰਨੁ ਗੁਰੂ ਰਾਮਦਾਸ, Dhan Dhan guroo raamdaas
ਗੁਰੁ ਜਿਨਿ ਪਾਰਸੁ ਪਰਸਿ ਮਿਲਾਇਅਉ॥੫॥ Gur jin paaras paras milaa-i-a-o. ||5||

ਪ੍ਰਭ, ਸਦਾ ਰਹਿਣ ਵਾਲਾ, ਜਨਮ ਤੋ ਰਹਿਤ ਆਪਣੇ ਆਪ ਵਿਚੋਂ ਹੀ ਉਤਪਤ ਹੋਣਵਾਲਾ ਹੈ । ਪ੍ਰਭ ਜੀਵ ਦੇ ਦਰਦ, ਡਰ ਦੂਰ ਕਰਨ ਵਾਲਾ, ਅੰਤ ਤੋ ਰਹਿਤ, ਨਿਡਰ ਮਾਲਕ ਹੈ । ਪ੍ਰਭ ਪਕੜ ਤੋ ਰਹਿਤ, ਨਾ ਪਕੜੇ ਜਾਣ ਵਾਲਾ, ਭਰਮ ਭੁਲੇਖੇ ਦੂਰ ਕਰਨ ਵਾਲਾ ਮਾਲਕ ਹੈ । ਜੀਵਾਂ ਦੇ ਮਨ ਵਿੱਚ ਸ਼ਾਤੀ ਅਤੇ ਠੰਡ ਵਰਤਾਉਣ ਵਾਲਾ ਮਾਲਕ ਹੈ । ਆਪ ਜਨਮ ਮਰਨ ਤੋ ਰਹਿਤ, ਕਿਸੇ ਜੀਵ ਵਿੱਚ ਵੀ ਪ੍ਰਗਟ ਹੋ ਜਾਂਦਾ ਹੈ । ਪਹਿਲੇ ਨਾਨਕ ਤੇ ਰਹਿਮਤ ਬਖਸ਼ੀ! ਉਹ ਪ੍ਰਭ ਦੇ ਸ਼ਬਦ ਦੀ ਪਾਲਣਾ ਵਿੱਚ ਹੀ ਮਸਤ ਹੋ ਗਿਆ । ਨਾਨਕ ਜੀ ਦੇ ਜੀਵਨ ਦੀ ਸਿਖਿਆਂ ਨਾਲ ਪ੍ਰਭ ਦੇ ਸ਼ਬਦ ਦਾ ਤੱਤ ਅੰਗਦ, ਅਮਰਦਾਸ, ਦੇ ਦਿਲ ਵਿੱਚ ਸਮਾ ਗਿਆ । ਰਾਮਦਾਸ ਨੂੰ ਉਹ ਪਾਰਸ ਪੱਥਰ ਦੀ ਤਰ੍ਹਾਂ ਬਣਾ ਦਿੱਤਾ! ਜਿਸ ਦੀ ਸੰਗਤ ਵਿੱਚ ਪਾਪੀ ਵੀ ਸਿਮਰਨ ਵਿੱਚ ਲੀਨ ਹੋ ਗਏ, ਭਗਤ ਬਣ ਗਏ ।

The Ever-living, forever True Master remains beyond the cycle of birth and death; He may evolve from His Holy Spirit. The fearless True Master remains beyond any limits, boundaries of His miracles. He is the destroyer of all miseries of worldly desires, worldly wealth. He may bless peace of mind and contentment in the heart of His true devotees. The True Master, beyond the cycle of birth and death may appears within any structure or in the life of anyone with His own Will. The True Master bestowed His Blessed Vision on Nanak Dev Ji! He remains intoxicated in meditation in the void of obeying the teachings of His Word. Angad and Amar Das adopted the life experience teachings of Nanak dev Ji in his own day to day life; with His mercy and grace, the essence of His Word drenched in their day-to-day life. Ram Das was transformed like a philosopher's stone. By joining his conjugation, even the sinners may adopt the teachings of His Word in their day-to-day life.

ਜੈ ਜੈ ਕਾਰੁ ਜਾਸੁ ਜਗ ਅੰਦਰਿ, jai jai kaar jaas jag andar
ਮੰਦਰਿ ਭਾਗੁ ਜੁਗਤਿ ਸਿਵ ਰਹਤਾ॥ mandar bhaag jugat siv rahtaa.
ਗੁਰੁ ਪੂਰਾ ਪਾਯਉ ਬਡ ਭਾਗੀ, gur pooraa paa-ya-o bad bhaagee
ਲਿਵ ਲਾਗੀ ਮੇਦਨਿ ਭਰੁ ਸਹਤਾ॥ liv laagee maydan bhar sahtaa.
ਭਯ ਭੰਜਨੁ ਪਰ ਪੀਰ ਨਿਵਾਰਨੁ, bha-y bhanjan par peer nivaaran
ਕਲੁ ਸਹਾਰੁ ਤੋਹਿ ਜਸੁ ਬਕਤਾ॥ kal-y sahaar tohi jas baktaa.
ਕੁਲਿ ਸੋਢੀ ਗੁਰ ਰਾਮਦਾਸ, kul sodhee gur raamdaas
ਤਨੁ ਧਰਮ ਧੁਜਾ tan Dharam Dhujaa
ਅਰਜੁਨੁ ਹਰਿ ਭਗਤਾ॥੬॥ arjun har bhagtaa. ||6||

ਪ੍ਰਭ ਦੇ ਸ਼ਬਦ ਦੀ ਮਹਿਮਾਂ ਸੰਸਾਰ ਵਿੱਚ ਹੁੰਦੀ । ਜਿਸ ਦੇ ਮਨ ਵਿੱਚ ਪ੍ਰਭ ਦੇ ਸ਼ਬਦ ਦੀ ਸਿਖਿਆਂ ਘਰ ਕਰ ਜਾਂਦੀ ਹੈ । ਉਹ ਜੀਵ ਵੱਡੇ ਭਾਗਾ ਵਾਲਾ ਹੁੰਦਾ ਹੈ, ਉਸ ਨੂੰ ਪ੍ਰਵਾਨਗੀ ਦੇ ਅਸਲੀ ਰਸਤੇ ਦੀ ਸੋਝੀ ਬਖਸ਼ਿਸ਼ ਹੋ ਜਾਂਦੀ ਹੈ । ਉਹ ਪ੍ਰਭ ਦੇ ਸ਼ਬਦ ਦੀ ਸਮਾਧੀ ਵਿੱਚ ਲੀਨ ਹੋਇਆ, ਸੰਸਾਰਕ ਦੁਖ, ਸੁਖ ਵਿੱਚ ਖੇੜੇ ਵਿੱਚ ਹੀ ਰਹਿੰਦਾ ਹੈ । ਪ੍ਰਭ ਹੀ ਮੌਤ ਦੇ ਡਰ, ਸੰਸਾਰਕ ਇੱਛਾਂ ਦੇ ਦੁਖ ਖਤਮ ਕਰਨ ਵਾਲਾ ਮਾਲਕ ਹੈ । ਕਵੀ ਕਲੁ ਉਸ ਦੀ ਮਹਿਮਾਂ ਗਾਉਂਦਾ ਹੈ । ਰਾਮਦਾਸ ਸੋਢੀ ਦੇ ਵੱਡੇ ਭਾਗ ਹੋ ਗਏ, ਪ੍ਰਭ ਦੀ ਬੰਦਗੀ ਕਰਨ ਵਾਲਾ ਪੁਤਰ ਅਰਜਨ ਪੈਦਾ ਹੋਇਆ ।

The whole universe sings the glory of His Word, His greatness. Whosoever may remain drenched with the essence of His Word; with His mercy and grace, he may become very fortunate. He may be blessed with the right path of acceptance in His Court. He may remain intoxicated in meditation in the void of His Word; with His mercy and grace, he may remain in blossom in all worldly miseries and pleasure as His Worthy Blessings. The True Master destroys the fear of death and frustrations of sweet poison of worldly wealth. Poet Kul remains intoxicated in singing the glory of His Word. Ram Das became very fortunate; His blessed soul, Arjan was born in his house.

ਧ੍ਰੰਮ ਧੀਰੁ ਗੁਰਮਤਿ ਗਭੀਰੁ,	Dharamm Dheer gurmat gabheer
ਪਰ ਦੁਖ ਬਿਸਾਰਣੁ॥	par dukh bisaaran.
ਸਬਦ ਸਾਰੁ ਹਰਿ ਸਮ ਉਦਾਰੁ,	sabad saar har sam udaar
ਅਹੰਮੇਵ ਨਿਵਾਰਣੁ॥	ahaNmayv nivaaran.
ਮਹਾ ਦਾਨਿ ਸਤਿਗੁਰ ਗਿਆਨਿ,	mahaa daan satgur gi-aan
ਮਨਿ ਚਾਉ ਨ ਹੁਟੈ॥	man chaa-o na hutai.
ਸਤਿਵੰਤੁ ਹਰਿ ਨਾਮੁ ਮੰਤ੍ਰੁ,	satvant har naam mantar
ਨਵ ਨਿਧਿ ਨ ਨਿਖੁਟੈ॥	nav niDh na nikhutai.
ਗੁਰ ਰਾਮਦਾਸ ਤਨੁ ਸਰਬ ਮੈ,	gur raamdaas tan sarab mai
ਸਹਜਿ ਚੰਦੋਆ ਤਾਣਿਅਉ॥	sahj chando-aa taani-a-o.
ਗੁਰ ਅਰਜੁਨ ਕਲ੍ਯ੍ਯੁਚਰੈ ਤੈ,	gur arjun kal-yuchrai tai
ਰਾਜ ਜੋਗ ਰਸੁ ਜਾਣਿਅਉ॥੭॥	raaj jog ras jaani-a-o. ||7||

ਜਿਹੜਾ ਸ੍ਰਿਸ਼ਟੀ ਦੀ ਭਲਾਈ ਦੇ ਨਿਯਮਾਂ ਨਾਲ ਜੀਵਨ ਢਾਲਦਾ, ਪ੍ਰਭ ਦੀ ਰਜ਼ਾ ਵਿੱਚ ਚਲਦਾ ਹੈ, ਪ੍ਰਭ ਦੀ ਰਹਿਮਤ ਨਾਲ ਉਸ ਦੇ ਸੰਸਾਰਕ ਇੱਛਾਂ ਦੇ ਦੁਖ ਦੂਰ ਹੋ ਜਾਂਦੇ ਹਨ । ਪ੍ਰਭ ਬਹੁਤ ਦਿਆਲ ਹੈ! ਜਿਹੜਾ ਸ਼ਬਦ ਨੂੰ ਮਨੋ ਅਰਾਧਨਾ, ਸਿਮਰਨ ਕਰਦਾ ਹੈ, ਉਸ ਦੇ ਮਨ ਵਿਚੋਂ ਅਹੰਕਾਰ, ਨਿੰਦਿਆਂ ਦੀ ਜੜ੍ਹ ਪੁੱਟੀ ਜਾਂਦੀ ਹੈ । ਅਟਲ ਮਾਲਕ ਦੇ ਸ਼ਬਦ ਦਾ ਬਾਰ ਬਾਰ ਸਿਮਰਨ ਕਰਨ ਨਾਲ ਪ੍ਰਭ ਨਰਾਜ਼ ਨਹੀਂ ਹੁੰਦਾ । ਜੀਵ ਦੀ ਕਮਾਈ ਨੂੰ ਬਿਰਥਾ ਨਹੀਂ ਜਾਣ ਦੇਂਦਾ । ਰਾਮਦਾਸ ਤੇ ਪ੍ਰਭ ਆਪਣੀ ਰਹਿਮਤ ਨਾਲ ਨਿਮ੍ਰਤਾ, ਸੰਤੋਖ ਬਖਸ਼ਿਆ ਹੈ । ਕਵੀ ਕਲੁ ਜੀ ਨੂੰ ਕਹਿੰਦਾ ਹੈ! ਅਰਜਨ ਦੇਵ ਜੀ ਪ੍ਰੇਰਨਾ ਕਰਦਾ ਹੈ, ਨਿਮ੍ਰਤਾ ਨਾਲ ਸ਼ਬਦ ਦਾ ਸਿਮਰਨ, ਆਪਾ ਭੇਟਾ ਕਰਨਾ ਹੀ ਪ੍ਰਭ ਦੀ ਅਸਲੀ ਸ਼ਰਣ ਹੈ ।

Whosoever may adopt the welfare of His Creation as a guide for his human life journey and remains steady and stable on his path; with His mercy and grace, all his frustrations, miseries of worldly desires may be eliminated. The Merciful True Master may be very gracious. Whosoever may meditate on the teachings of His Word and prays for His Forgiveness; with His mercy and grace, he may conquer his ego and slandering others. The True Master may never ignore any earnings of His Word of His Creation; always be rewarded. Ram Das ji was blessed with humility and contentment in his human life journey. Poet Kul claims! Arjan Dev inspires his associates; humbly meditating and obeying the teachings of His Word is truly surrendering his self-identity at His Sanctuary.

ਭੈ ਨਿਰਭਉ ਮਾਨਿਅਉ,	bhai nirbha-o maani-a-o
ਲਾਖ ਮਹਿ ਅਲਖੁ ਲਖਾਯਉ॥	laakh meh alakh lakhaa-ya-o.
ਅਗਮੁ ਅਗੋਚਰ ਗਤਿ ਗਭੀਰੁ,	agam agochar gat gabheer
ਸਤਿਗੁਰਿ ਪਰਚਾਯਉ॥	satgur parchaa-ya-o.
ਗੁਰ ਪਰਚੈ ਪਰਵਾਣੁ,	gur parchai parvaan
ਰਾਜ ਮਹਿ ਜੋਗੁ ਕਮਾਯਉ॥	raaj meh jog kamaa-ya-o.
ਧੰਨਿ ਧੰਨਿ ਗੁਰੁ ਧੰਨਿ,	Dhan Dhan gur Dhan
ਅਭਰ ਸਰ ਸੁਭਰ ਭਰਾਯਉ॥	abhar sar subhar bharaa-ya-o.
ਗੁਰ ਗਮ ਪ੍ਰਮਾਣਿ ਅਜਰੁ ਜਰਿਓ,	gur gam parmaan ajar jari-o
ਸਰਿ ਸੰਤੋਖ ਸਮਾਇਯਉ॥	sar santokh samaa-i-ya-o.
ਗੁਰ ਅਰਜੁਨ ਕਲੁ ਚਰੈ ਤੈ,	gur arjun kal-yuchrai tai
ਸਹਜਿ ਜੋਗੁ ਨਿਜੁ ਪਾਇਯਉ॥੮॥	sahj jog nij paa-i-ya-o. ‖8‖

ਜਿਸ ਜੀਵ ਦੇ ਮਨ ਵਿੱਚ ਪ੍ਰਭ ਦੇ ਵਿਛੋੜੇ ਦਾ ਡਰ, ਯਾਦ ਰਹਿੰਦੀ ਹੈ । ਉਹ ਸਦਾ ਹੀ ਪ੍ਰਭ ਦੇ ਭਾਣੇ ਨੂੰ ਸਤਿ ਕਰਕੇ ਮੰਨਦਾ ਹੈ । ਲਖਾਂ ਵਿੱਚ ਕੋਈ ਵਿਰਲਾ ਹੀ ਪ੍ਰਭ ਦੀ ਜੋਤ ਨੂੰ ਹਰਇੱਕ ਥਾਂ ਵਸਦੀ ਅਨੁਭਵ ਕਰਦਾ ਹੈ । ਪ੍ਰਭ ਦੀ ਰਹਿਮਤ ਨਾਲ ਹੀ ਅਮੋਲਕ ਅਵਸਥਾ ਬਖਸ਼ਿਸ਼ ਹੁੰਦੀ ਹੈ । ਪ੍ਰਭ ਦੀ ਰਹਿਮਤ ਨਾਲ, ਬੰਦਗੀ ਵਿੱਚ ਲੀਨ ਹੋਏ ਦਾਸ ਨੂੰ ਪ੍ਰਭ ਦੇ ਕਈ ਕਰਤਬਾਂ ਦੀ ਸੋਝੀ ਬਖਸ਼ਿਸ਼ ਹੋ ਸਕਦੀ ਹੈ । ਪ੍ਰਭ ਆਪ ਹੀ ਜੀਵ ਨੂੰ ਗਿਆਨ ਦੇਣ ਵਾਲਾ ਮਾਲਕ ਬਣਾਉਂਦਾ ਹੈ । ਆਪ ਹੀ ਕਰਾਮਾਤਾਂ ਦਾ ਗਿਆਨ ਬਖਸ਼ਦਾ ਹੈ । ਜਿਹੜਾ ਅਸਲੀ ਮਾਲਕ ਦੇ ਸ਼ਬਦ ਦਾ ਸਿਮਰਨ ਕਰਦਾ ਹੈ, ਪ੍ਰਭ ਦੀ ਰਹਿਮਤ ਨਾਲ ਉਸ ਦਾ ਮਨ ਸ਼ਾਤੀ ਨਾਲ ਸੀਤਲ ਹੋ ਜਾਂਦਾ ਹੈ । ਅਰਜਨ ਦੇਵ, ਕਵੀ ਕਲੁ ਜੀ ਨੂੰ ਕਹਿੰਦਾ ਹੈ! ਪ੍ਰਭ ਦੇ ਸ਼ਬਦ ਤੇ ਭਰੋਸਾ ਅਡੋਲ ਰਖਣ ਨਾਲ ਹੀ ਸੰਤੋਖ ਬਖਸ਼ਿਸ਼ ਹੋ ਸਕਦਾ ਹੈ ।

Whosoever may remain in renunciation in the memory of his separation from His Holy Spirit; he may always believe His Word is an Ultimate Command. However, very rare, one out of lakhs may realize His Holy Spirit prevailing everywhere. Only with His mercy and grace, such an ambrosial state of mind may be blessed to His true devotee. The True Master may bless the enlightenment of the essence of His Word, His miracles to His true devotee intoxicated in the void of His Word. He may be blessed with peace of mind in his worldly life. Arjan Dev inspires his followers! Whosoever may remain steady and stable in meditation on the teachings of His Word; with His mercy and grace, he may be blessed with contentment in his worldly life.

ਅਮਿਉ ਰਸਨਾ ਬਦਨਿ ਬਰ,	ami-o rasnaa badan bar
ਦਾਤਿ ਅਲਖ ਅਪਾਰ,	daat alakh apaar
ਗੁਰ ਸੂਰ ਸਬਦਿ ਹਉਮੈ ਨਿਵਾਰਉ॥	gur soor sabad ha-umai nirvaar-ya-o.
ਪੰਚਾਹਰੁ ਨਿਦਲਿਅਉ ਸੁੰਨ,	panchaahar nidli-a-o sunn
ਸਹਜਿ ਨਿਜ ਘਰਿ ਸਹਾਰਉ॥	sahj nij ghar sahaar-ya-o.
ਹਰਿ ਨਾਮਿ ਲਾਗਿ ਜਗ ਉਧਰਉ,	har naam laag jag uDhar-ya-o
ਸਤਿਗੁਰੁ ਰਿਦੈ ਬਸਾਇਅਉ॥	satgur ridai basaa-i-a-o.
ਗੁਰ ਅਰਜੁਨ ਕਲੁ ਚਰੈ ਤੈ,	gur arjun kal-yuchrai tai
ਜਨਕਹ ਕਲਸੁ ਦੀਪਾਇਅਉ॥੯॥	jankah kalas deepaa-i-a-o. ‖9‖

ਜਿਹੜਾ ਪ੍ਰਭ ਦੇ ਸ਼ਬਦ ਦਾ ਅਡੋਲ ਭਰੋਸੇ ਨਾਲ ਸਿਮਰਨ ਕਰਦਾ ਹੈ, ਪ੍ਰਭ ਦੀ ਰਹਿਮਤ ਨਾਲ ਉਸ ਦੇ ਮਨ ਵਿਚੋਂ ਅਹੰਕਾਰ ਦੀ ਜੜ੍ਹ ਪੁੱਟੀ ਜਾਂਦੀ ਹੈ । ਜਿਸ ਦਾ ਭਰੋਸਾ ਅਡੋਲ ਰਹਿੰਦਾ ਹੈ, ਉਸ ਦੀ ਆਤਮਾ ਜਾਗ ਪੈਂਦੀ ਹੈ । ਪ੍ਰਭ ਆਪ ਹੀ ਪੰਜਾਂ ਜਮਦੂਤਾਂ ਤੇ ਆਤਮਾ ਦਾ ਕਾਬੂ ਬਖਸ਼ਦਾ ਹੈ । ਉਸ ਨੂੰ ਪ੍ਰਵਾਨਗੀ ਦੇ ਅਸਲੀ ਰਸਤੇ, ਮੁਕਤੀ ਦੇ ਰਸਤੇ ਦੀ ਸੋਝੀ ਬਖਸ਼ਿਸ਼ ਹੋ ਜਾਂਦੀ ਹੈ । ਉਹ ਪ੍ਰਭ ਦੇ ਸ਼ਬਦ ਦੀ ਸਮਾਧੀ ਵਿੱਚ ਲੀਨ, ਅਲੋਪ ਹੋ ਜਾਂਦਾ ਹੈ । ਅਰਜਨ ਦੇਵ ਜੀ, ਕਵੀ ਕਲੁ ਨੂੰ ਕਹਿੰਦਾ ਹੈ! ਪ੍ਰਭ ਹੀ ਨੂਰ ਦਾ ਸਭ ਤੋ ਵੱਡਾ ਸੋਮਾ ਹੈ ।

Whosoever may obey the teachings of His Word with steady and stable belief; with His mercy and grace, his root of ego may be destroyed from his mind, his day-to-day life. Whosoever may remain steady and stable on the right path, he may remain awake and alert with the enlightenment of the essence of His Word. He may be blessed to conquer 5 demons of his worldly desires. He may be blessed with the right path of acceptance in His Court, salvation. He may remain intoxicated in the void of His Word and immersed within His Holy Spirit. Arjan Dev suggest to poet Kul! The True Master, remains the fountain of eternal glow of enlightenment of the real purpose of human life opportunity.

704.ਸਵਈਏ ਮਹਲੇ ਪੰਜਵੇ ਕੇ ੫॥ ਮਥੁਰਾ॥ ਸੋਰਠੇ॥ 1408-7

ਗੁਰੁ ਅਰਜੁਨੁ ਪੁਰਖੁ ਪ੍ਰਮਾਣੁ,	gur arjun purakh parmaan
ਪਾਰਥਉ ਚਾਲੈ ਨਹੀ॥	paartha-o chaalai nahee.
ਨੇਜਾ ਨਾਮ ਨੀਸਾਣੁ,	nayjaa naam neesaan
ਸਤਿਗੁਰ ਸਬਦਿ ਸਵਾਰਿਅਉ॥੧॥	satgur sabad savaari-a-o. ||1||

ਜਿਹੜਾ ਕਿਸੇ ਦੁਖ, ਮੁਸੀਬਤ ਵਿੱਚ ਵੀ ਪ੍ਰਭ ਦੇ ਸ਼ਬਦ ਨੂੰ ਮਨੋ ਨਹੀਂ ਵਿਸਾਰਦਾ । ਉਹ ਪ੍ਰਭ ਦਾ ਅਸਲੀ ਭਗਤ ਹੁੰਦਾ ਹੈ! ਉਸ ਹਾਲਤ ਨੂੰ ਪ੍ਰਭ ਦੀ ਰਹਿਮਤ ਸਮਝਦਾ ਹੈ, ਉਸ ਦਾ ਭਰੋਸਾ ਹੋਰ ਅਡੋਲ ਹੋ ਜਾਂਦਾ ਹੈ । ਭਾਣੇ ਨੂੰ ਸਤਿ ਕਰਕੇ ਮੰਨਣ ਨਾਲ ਹੀ ਸ਼ਬਦ ਵਿੱਚ ਲੀਨ ਹੋ ਜਾਂਦਾ ਹੈ ।

Whosoever may never abandon the path of meditation, teachings of His Word in the face of worldly miseries; with His mercy and grace, he may be blessed with a state of mind as His true devotee. He believes all worldly environments, pleasures and miseries are His Worthy Blessings to learn lesson in human life journey. His belief may be re-enforced, enhanced. He may remain intoxicated in meditation in the void of His Word.

ਭਵਜਲੁ ਸਾਇਰੁ ਸੇਤੁ,	bhavjal saa-ir sayt
ਨਾਮੁ ਹਰੀ ਕਾ ਬੋਹਿਥਾ॥	naam haree kaa bohithaa.
ਤੁਅ ਸਤਿਗੁਰ ਸੰ ਹੇਤੁ,	tu-a satgur saN hayt
ਨਾਮਿ ਲਾਗਿ ਜਗੁ ਉਧਰਉ॥੨॥	naam laag jag uDhar-yao. ||2||

ਪ੍ਰਭ ਦੇ ਸ਼ਬਦ ਦੀ ਸਿਖਿਆਂ ਇੱਕ ਅਨੋਖਾ ਜਹਾਜ਼ ਹੈ । ਕੇਵਲ ਇਹ ਹੀ ਜੀਵ ਨੂੰ ਮੁਕਤੀ ਦੇ ਸਕਦਾ ਹੈ । ਜਿਹੜਾ ਸ਼ਬਦ ਦੇ ਲੜ ਲਗ ਜਾਂਦਾ ਹੈ, ਉਸ ਦਾ ਜੂੰਨਾਂ ਦਾ ਚੱਕਰ ਖਤਮ ਤੋ ਸਕਦਾ ਹੈ ।

The teachings of His Word are an astonishing rescue boat, ship. Only by adopting the teachings of His Word in day-to-day life; with His mercy and grace, he may be blessed with the right path of acceptance in His Court. Whosoever may remain steady and stable on obeying the teachings of His Word; with His mercy and grace, his cycle of birth and death may be eliminated.

ਜਗਤ ਉਧਾਰਣੁ ਨਾਮੁ,	jagat uDhaaran naam
ਸਤਿਗੁਰ ਤੁਠੈ ਪਾਇਅਉ॥	satgur tuthai paa-i-a-o.
ਅਬ ਨਾਹਿ ਅਵਰ ਸਰਿ ਕਾਮੁ,	ab naahi avar sar kaam
ਬਾਰੰਤਰਿ ਪੂਰੀ ਪੜੀ॥੩॥੧੨॥	baarantar pooree parhee. ||3||12||

ਜਿਹੜਾ ਪ੍ਰਭ ਦੇ ਸ਼ਬਦ ਦਾ ਸਿਮਰਨ ਕਰਦਾ ਹੈ, ਉਸ ਨੂੰ ਮੁਕਤੀ, ਪ੍ਰਵਾਨਗੀ ਦਾ ਰਸਤਾ ਬਖਸ਼ਿਸ਼ ਹੋ ਸਕਦਾ ਹੈ । ਹੋਰ ਕੋਈ ਵਿਧੀ ਨਾਲ ਜੀਵ ਦਾ ਪ੍ਰਭ ਨਾਲ ਮਿਲਾਪ ਨਹੀਂ ਹੋ ਸਕਦਾ ਹੈ । ਹੋਰ ਕਿਸੇ ਗੁਰੂ ਪੀਰ ਦੀ ਸਿਖਿਆਂ ਦੀ ਪ੍ਰਵਾਹ ਕਰਨ ਦੀ ਕੋਈ ਲੋੜ ਨਹੀਂ ।

Whosoever may meditate on the teachings of His Word; with His mercy and grace, he may be blessed with the right path of acceptance in His Court. No other meditation, technique may be worthy to sanctify his soul to become worthy of His Consideration. He may never need to be baptize or adopts the teachings of any worldly guru.

705.ਸਵਈਏ ਮਹਲੇ ਪੰਜਵੇ ਕੇ ੫॥ 1408-10 ਮਥੁਰਾ

ਜੋਤਿ ਰੂਪਿ ਹਰਿ ਆਪਿ,	jot roop har aap
ਗੁਰੂ ਨਾਨਕੁ ਕਹਾਯਉ॥	guroo naanak kahaa-ya-o.
ਤਾ ਤੇ ਅੰਗਦੁ ਭਯਉ,	taa tay angad bha-ya-o
ਤਤ ਸਿਉ ਤਤੁ ਮਿਲਾਯਉ॥	tat si-o tat milaa-ya-o.
ਅੰਗਦਿ ਕਿਰਪਾ ਧਾਰਿ,	angad kirpaa Dhaar
ਅਮਰੁ ਸਤਿਗੁਰੁ ਥਿਰੁ ਕੀਅਉ॥	amar satgur thir kee-a-o.
ਅਮਰਦਾਸਿ ਅਮਰਤੁ ਛਤ੍ਰੁ,	amardaas amrat chhatar
ਗੁਰ ਰਾਮਹਿ ਦੀਅਉ॥	gur raameh dee-a-o.
ਗੁਰ ਰਾਮਦਾਸ ਦਰਸਨੁ ਪਰਸਿ,	gur raamdaas darsan paras
ਕਹਿ ਮਥੁਰਾ ਅੰਮ੍ਰਿਤ ਬਯਣ॥	kahi mathuraa amrit ba-yan.
ਮੂਰਤਿ ਪੰਚ ਪ੍ਰਮਾਣ ਪੁਰਖੁ,	moorat panch parmaan purakh
ਗੁਰੁ ਅਰਜੁਨੁ ਪਿਖਹੁ ਨਯਣ॥੧॥	gur arjun pikhahu na-yan. ‖1‖

ਮੁਥਰਾ ਜੀ ਕਹਿੰਦੇ! ਪ੍ਰਭ ਦੀ ਰਹਿਮਤ ਨਾਲ ਨਾਨਕ ਦੇਵ ਜੀ ਦੀ ਬੰਦਗੀ ਪ੍ਰਵਾਨ ਹੋ ਗਈ । ਉਸ ਨੂੰ ਜਾਗਰਤੀ, ਨੂਰ ਬਖਸ਼ਿਸ਼ ਹੋਇਆ । ਨਾਨਕ ਦੇਵ ਜੀ ਨੇ ਸ਼ਬਦ ਦੀ ਪਾਲਣਾ ਦੀ ਸਿਖਿਆਂ ਅੰਗਦ ਨੂੰ ਦਿੱਤੀ ਅਤੇ ਉਸ ਨੇ ਅਮਰਦਾਸ ਨੂੰ ਦੀਤੀ । ਅਮਰਦਾਸ ਨੇ ਸਿਮਰਨ ਦੀ ਮਹਿਮਾਂ ਰਾਮਦਾਸ ਨੂੰ ਦਿੱਤੀ । ਉਸ ਹੀ ਸਿਖਿਆਂ ਨਾਲ ਅਰਜਨ ਦੇਵ ਜੀ ਨੇ ਆਪਣਾ ਜੀਵਨ ਢਾਲਿਆ । ਇਸਤਰ੍ਹਾਂ ਇਹ ਪੰਜੇਂ ਹੀ ਪ੍ਰਭ ਦੀ ਬੰਦਗੀ ਦੇ ਸੋਮੇ ਬਣ ਗਏ ।

Mathura ji claims! The True Master bestowed His Blessed Vision and accepted the earnings of His Word of Nanak Dev Ji! He was blessed with enlightenment and eternal spiritual glow of His Word. Nanak Dev inspired Angad Dev to adopt the path of obeying the teachings of His Word. Angad, Amar Das, Ram Das and Arjan Dev adopted the life experience teachings of Nanak dev in their day-to-day life. Such a way, His five true devotees became the fountain of enlightenment of the essence of His Word.

ਸਤਿ ਰੂਪੁ ਸਤਿ ਨਾਮੁ,	sat roop sat naam
ਸਤੁ ਸੰਤੋਖੁ ਧਰਿਓ ਉਰਿ॥	sat santokh Dhari-o ur.
ਆਦਿ ਪੁਰਖਿ ਪਰਤਖਿ,	aad purakh partakh likh-ya-o achhar
ਲਿਖਉ ਅਛਰੁ ਮਸਤਕਿ ਧੁਰਿ॥	mastak Dhur.
ਪ੍ਰਗਟ ਜੋਤਿ ਜਗਮਗੈ,	pargat jot jagmagai
ਤੇਜੁ ਭੂਅ ਮੰਡਲਿ ਛਾਯਉ॥	tayj bhoo-a mandal chhaa-ya-o.
ਪਾਰਸੁ ਪਰਸਿ, ਪਰਸੁ ਪਰਸਿ,	paaras paras paras paras
ਗੁਰਿ ਗੁਰੂ ਕਹਾਯਉ॥	gur guroo kahaa-ya-o.
ਭਨਿ ਮਥੁਰਾ ਮੂਰਤਿ ਸਦਾ,	bhan mathuraa moorat
ਥਿਰੁ ਲਾਇ ਚਿਤੁ ਸਨਮੁਖ ਰਹਹੁ॥	sadaa thir laa-ay chit sanmukh rahhu.
ਕਲਜੁਗਿ ਜਹਾਜੁ ਅਰਜੁਨੁ,	kaljug jahaaj arjun
ਗੁਰੂ ਸਗਲ ਸ੍ਰਿਸਟਿ ਲਗਿ ਬਿਤਰਹੁ॥੨॥	guroo sagal sarisat lag bitrahu. ‖2‖

ਮਥਰ ਜੀ ਕਹਿੰਦੇ! ਪ੍ਰਭ ਦੀ ਹੋਂਦ, ਸ਼ਬਦ, ਸਦਾ ਅਟਲ ਰਹਿਣ ਵਾਲਾ ਹੈ । ਭਰੋਸੇ ਨਾਲ ਦਿਲ ਵਿੱਚ ਵਸਾਉਣ ਨਾਲ ਹੋਂਦ ਅਨੁਭਵ ਹੋ ਜਾਂਦੀ ਹੈ । ਉਹ ਸ੍ਰਿਸ਼ਟੀ ਤੋਂ ਪਹਿਲੇ ਵੀ ਅਜੇਹਾ ਹੀ ਸੀ । ਉਹ ਹੀ ਹਰਇੱਕ ਜੀਵ ਦੇ ਭਾਗ ਜਨਮ ਤੋਂ ਪਹਿਲੇ ਹੀ ਲਿਖਦਾ ਹੈ । ਉਸ ਦੀ ਰਹਿਮਤ ਦੀ ਜੋਤ ਨਾਲ ਹੀ ਸੰਸਾਰ ਵਿੱਚ ਗਿਆਨ, ਸੋਝੀ ਹੁੰਦੀ ਹੈ । ਉਹ ਹੀ ਪਾਰਸ, ਕਿਸੇ ਨੂੰ ਰਹਿਮਤ ਬਖਸ਼ਕੇ ਸੋਝੀ ਵਾਲਾ ਬਣਾ ਦੇਂਦਾ ਹੈ । ਅਰਜਨ ਦੇਵ ਜੀ ਕਹਿੰਦੇ ਹਨ, ਮੁਥਰਾ! ਉਸ ਪ੍ਰਭ ਨੂੰ ਸਦਾ ਹੀ ਚਿਤ ਵਿੱਚ ਰਖੋ । ਕੱਲਯੁਗ ਵਿੱਚ ਜੀਵ ਨੂੰ ਪਾਰ ਕਰਨ ਵਾਲਾ ਰਸਤਾ, ਕੇਵਲ ਸ਼ਬਦ ਦੀ ਸਿਖਿਆਂ ਦੀ ਪਾਲਣਾ ਕਰਨਾ ਹੀ ਹੈ । ਸ਼ਬਦ ਦੇ ਲੜ ਲਗਣ ਨਾਲ ਜੀਵ ਜਨਮ ਮਰਨ ਤੋਂ ਛੁਟਕਾਰਾ ਪਾ ਸਕਦਾ ਹੈ ।

Mathura ji claims! The existence of His Holy Spirit, His Word remain true forever and unchanged. Whosoever may obey the teachings of His Word with steady and stable belief; with His mercy and grace, he may realize His Holy Spirit prevailing within everyone and everywhere. The True Master was true and unchanged before the creation of the universe. He prewrites the destiny of every creature before birth. With His blessed Vision, His true devotee may be enlightened with the essence of His Word, His Nature. Arjan Dev inspires! Always remember the misery of your separation from His Holy Spirit. In the Age of Kul-jug! only obeying the teachings of His Word may be the right path of human life opportunity. Whosoever may remain devoted to meditate on the teachings of His Word; with His mercy and grace, his cycle of birth and death may be eliminated.

ਤਿਹ ਜਨ ਜਾਚਹੁ ਜਗਤ੍ਰ ਪਰ ਜਾਨੀਅਤੁ,	tih jan jaachahu jagtar par jaanee-
ਬਾਸੁਰ ਰਯਨਿ ਬਾਸੁ ਜਾ ਕੋ	at baasur ra-yan baas jaa ko
ਹਿਤੁ ਨਾਮ ਸਿਉ॥	hit naam si-o.
ਪਰਮ ਅਤੀਤੁ ਪਰਮੇਸੁਰ ਕੈ	param ateet parmaysur kai
ਰੰਗਿ ਰੰਗੌ, ਬਾਸਨਾ ਤੇ	rang rang-y-ou baasnaa tay
ਬਾਹਰਿ ਪੈ ਦੇਖੀਅਤੁ ਧਾਮ ਸਿਉ॥	baahar pai daykhee-at Dhaam si-o.
ਅਪਰ ਪਰੰਪਰ ਪੁਰਖ ਸਿਉ	apar parampar purakh si-o
ਪ੍ਰੇਮੁ ਲਾਗੌ,	paraym laag-y-ou
ਬਿਨੁ ਭਗਵੰਤ ਰਸੁ ਨਾਹੀ	bin bhagvant ras naahee
ਅਉਰੈ ਕਾਮ ਸਿਉ॥	a-urai kaam si-o.
ਮਥੁਰਾ ਕੋ ਪ੍ਰਭੁ ਸ੍ਰਬ ਮਯ	mathuraa ko parabh sarab ma-y
ਅਰਜੁਨ ਗੁਰੁ, ਭਗਤਿ ਕੈ ਹੇਤਿ	arjun gur bhagat kai hayt
ਪਾਇ ਰਹਿਓ ਮਿਲਿ ਰਾਮ ਸਿਉ॥੩॥	paa-ay rahi-o mil raam si-o. ‖3‖

ਅਰਜਨ ਜੀ ਕਹਿੰਦਾ ਹੈ, ਮੁਥਰਾ! ਜਿਸ ਪ੍ਰਭ ਨੂੰ ਸਾਰੀ ਸ੍ਰਿਸ਼ਟੀ ਹੀ ਮੰਨਦੀ ਹੈ । ਮੈਂ ਵੀ ਉਸ ਦੀ ਅਰਾਧਨਾ, ਸ਼ਬਦ ਦਾ ਸਿਮਰਨ ਕਰਦਾ ਹਾ । ਪ੍ਰਭ ਜੀਵ ਦੀ ਆਤਮਾ ਵਿੱਚ ਸਮਾਇਆ ਹੋਇਆ ਵੀ ਜੀਵ ਦੇ ਮੋਹ ਤੋ ਅੱਲਗ ਹੈ । ਮੈਂ ਆਪਣਾ ਜੀਵਨ ਪ੍ਰਭ ਦੇ ਲੇਖੇ ਹੀ ਲਾਇਆ ਹੈ । ਉਸ ਦੇ ਕੋਮਲ ਚਰਨ ਮੇਰੇ ਹਿਰਦੇ ਵਿੱਚ ਘਰ ਕਰ ਗਏ ਹਨ । ਪ੍ਰਭ ਦੀ ਅਰਾਧਨਾ ਕਰੋ! ਮਨ ਵਿੱਚ ਭਰੋਸਾ ਅਡੋਲ ਕਰਕੇ ਸਿਮਰਨ ਕਰੋ । ਉਹ ਹੀ ਸਾਰੀ ਸ੍ਰਸਟੀ ਦਾ ਅਸਲੀ ਮਾਲਕ ਹੈ ।

Arjan Dev Ji claims! The whole universe recognizes The One and only One Creator of the universe. I am also His slave and meditate on the teachings of His Word and pray for His Forgiveness and Refuge. He remains embedded within each soul and remains beyond any emotional attachments of his soul. I have surrendered my human life at His Sanctuary to serve His Creation, His tender feet. The essence of His Word remains drenched within my heart and in my day-to-day life. You should pray with steady and stable belief for His Forgiveness and Refuge; The True Master, Creator of the universe.

ਅੰਤੁ ਨ ਪਾਵਤ ਦੇਵ,	ant na paavat dayv
ਸਬੈ ਮੁਨਿ ਇੰਦ੍ਰ	sabai mun indar
ਮਹਾ ਸਿਵ ਜੋਗ ਕਰੀ॥	mahaa siv jog karee.
ਫੁਨਿ ਬੇਦ ਬਿਰੰਚਿ ਬਿਚਾਰਿ ਰਹਿਓ,	fun bayd biranch bichaar rahi-o
ਹਰਿ ਜਾਪੁ ਨ ਛਾਡਿਉ ਏਕ ਘਰੀ॥	har jaap na chhaadi-ya-o ayk gharee.
ਮਥੁਰਾ ਜਨ ਕੋ ਪ੍ਰਭੁ ਦੀਨ ਦਯਾਲੁ ਹੈ,	mathuraa jan ko parabh deen da-yaal hai
ਸੰਗਤਿ ਸ੍ਰਿਸਿ ਨਿਹਾਲੁ ਕਰੀ॥	sangat sarisat nihaal karee.
ਰਾਮਦਾਸਿ ਗੁਰੂ ਜਗ ਤਾਰਨ ਕਉ,	raamdaas guroo jag taaran ka-o
ਗੁਰ ਜੋਤਿ ਅਰਜੁਨ ਮਾਹਿ ਧਰੀ॥੪॥	gur jot arjun maahi Dharee. ‖4‖

ਅਰਜਨ ਦੇਵ ਜੀ ਕਹਿੰਦਾ ਹੈ, ਮੁਥਰਾ ਜੀ! ਸਾਰੇ ਦੇਵੀ, ਦੇਵਤੇ, ਇਦ੍ਰ, ਸ਼ਿਵ, ਜੋਗੀ ਪ੍ਰਭ ਦੇ ਸ਼ਬਦ ਦੀ ਬੰਦਗੀ ਕਰਦੇ ਹਨ । ਕਿਸ ਨੇ ਉਸ ਦਾ ਅੰਤ ਨਹੀਂ ਪਾਇਆ । ਬ੍ਰਹਮਾ, ਨੂੰ ਵੇਦਾਂ ਦਾ ਬਹੁਤ ਡੂੰਘਾਂ ਬਖਸ਼ਿਸ਼ ਹੋਇਆ ਹੈ! ਉਹ ਇੱਕ ਪਲ ਵੀ ਪ੍ਰਭ ਦੀ ਬੰਦਗੀ ਨਹੀਂ ਛੱਡਦਾ । ਜਿਸ ਜੀਵ ਤੇ ਪ੍ਰਭ ਰਹਿਮਤ ਦੀ ਨਜ਼ਰ ਬਖਸ਼ਦਾ ਹੈ । ਉਸ ਨੂੰ ਪ੍ਰਭ ਆਪ ਹੀ ਢੂੰਡਕੇ ਨਿਹਾਲ ਕਰ ਦੇਂਦਾ ਹੈ । ਇਹ ਹੀ ਉਪਦੇਸ਼ ਮੈਨੂੰ ਰਾਮਦਾਸ ਜੀ ਨੇ ਦਿੱਤਾ ਸੀ ।

Arjan Dev Ji claims! All ancient prophets, Holy saints have been meditating on the teachings of His Word; however, no one may have comprehended the limits of any of His events, miracles. **Brahma ji** was blessed with deep knowledge of Vedas; he may never abandon the path of meditation. Whosoever may be bestowed with His Blessed Vision! The True Master, may search His true devotee to overwhelm with His Bliss. This was the message of life experience teachings of Ram Das ji!

ਜਗ ਅਉਰੁ ਨ ਯਾਹਿ ਮਹਾ ਤਮ,	jag a-or na yaahi mahaa tam
ਮੈਂ ਅਵਤਾਰੁ ਉਜਾਗਰੁ ਆਨਿ ਕੀਅਉ॥	mai avtaar ujaagar aan kee-a-o.
ਤਿਨ ਕੇ ਦੁਖ ਕੋਟਿਕ ਦੂਰਿ ਗਏ,	tin kay dukh kotik door ga-ay
ਮਥੁਰਾ ਜਿਨ੍ ਅੰਮ੍ਰਿਤ ਨਾਮੁ ਪੀਅਉ॥	mathuraa jinH amrit naam pee-a-o.
ਇਹ ਪਧਤਿ ਤੇ ਮਤ ਚੂਕਹਿ ਰੇ ਮਨ,	ih paDhat tay mat chookeh ray man
ਭੇਦੁ ਬਿਭੇਦੁ ਨ ਜਾਨ ਬੀਅਉ॥	bhayd bibhayd na jaan bee-a-o.
ਪਰਤਛਿ ਰਿਦੈ ਗੁਰ ਅਰਜੁਨ ਕੈ,	partachh ridai gur arjun kai
ਹਰਿ ਪੂਰਨ ਬ੍ਰਹਮਿ ਨਿਵਾਸੁ ਲੀਅਉ॥੫॥	har pooran barahm nivaas lee-a-o. ||5||

ਅਰਜਨ ਦੇਵ ਜੀ ਕਹਿੰਦਾ ਹੈ, ਮੁਥਰਾ ਜੀ! ਪ੍ਰਭ ਨੂੰ ਆਪ ਜਨਮ ਲੈਣ ਦੀ ਲੋੜ ਨਹੀਂ ਪੈਂਦੀ । ਉਸ ਦੀ ਮਹਿਮਾਂ, ਉਸ ਦੇ ਸ਼ਬਦ ਦੀ ਪਾਲਣਾ ਨਾਲ ਹੀ ਸੰਸਾਰਕ ਇੱਛਾਂ ਦੇ ਦੁਖ ਦੂਰ ਹੋ ਜਾਂਦੇ ਹਨ । ਜਿਹੜਾ ਵੀ ਅਡੋਲ ਭਰੋਸੇ ਨਾਲ ਸਿਮਰਨ ਕਰਦਾ ਹੈ, ਉਸ ਨੂੰ ਹੀ ਪ੍ਰਵਾਨਗੀ ਦਾ ਅਸਲੀ ਰਸਤਾ ਬਖਸ਼ਿਸ਼ ਹੋ ਜਾਂਦਾ ਹੈ । ਜੀਵ ਇਹ ਮਾਰਗ ਕਦੇ ਨਾ ਛੱਡੋ! ਪ੍ਰਭ ਤੇ ਉਸ ਦੇ ਦਾਸ ਵਿੱਚ ਦਾ ਭੇਦ, ਜੀਵ ਦੀ ਸੋਝੀ ਵਿੱਚ ਨਹੀਂ ਹੁੰਦਾ । ਫਿਰ ਵੀ ਦਾਸ ਪ੍ਰਭ ਦਾ ਰੂਪ ਨਹੀਂ ਬਣ ਸਕਦਾ । ਪ੍ਰਭ ਆਪਣੇ ਬੰਦਗੀ ਕਰਨ ਵਾਲਿਆਂ ਦੇ ਹਿਰਦੇ ਵਿੱਚ ਹੀ ਪਰਤੱਖ ਰੂਪ ਵਿੱਚ ਰਹਿੰਦਾ ਹੈ ।

Arjan Dev Ji claims! The True Master may never take birth in the universe. Whosoever may obey the teachings of His Word with steady and stable belief; with His mercy and grace, all his miseries of worldly desires may be eliminated. He may be blessed with the right path of acceptance in His Court. He may never abandon the right path of meditation. The distinction between The True Master and His true devotee may remain beyond the comprehension of His Creation. His true devotee may never become The True Master nor alter his prewritten destiny. He remains visibly awake and alert within the heart and day to day life of His true devotees.

ਜਬ ਲਉ ਨਹੀ ਭਾਗ ਲਿਲਾਰ ਉਦੈ,	jab la-o nahee bhaag lilaar udai
ਤਬ ਲਉ ਭ੍ਰਮਤੇ ਫਿਰਤੇ ਬਹੁ ਧਾਯਉ॥	tab la-o bharamtay firtay baho Dhaa-ya-o.
ਕਲਿ ਘੋਰ ਸਮੁਦ੍ਰ ਮੈਂ ਬੂਡਤ ਥੇ,	kal ghor samudar mai boodat thay
ਕਬਹੂ ਮਿਟਿ ਹੈ ਨਹੀ ਰੇ ਪਛੁਤਾਯਉ॥	kabhoo mit hai nahee ray pachhotaa-ya-o.
ਤਤੁ ਬਿਚਾਰੁ ਯਹੈ ਮਥੁਰਾ,	tat bichaar yahai mathuraa
ਜਗ ਤਾਰਨ ਕਉ ਅਵਤਾਰੁ ਬਨਾਯਉ॥	jag taaran ka-o avtaar banaa-ya-o.
ਜਪਉ ਜਿਨ੍ ਅਰਜੁਨ ਦੇਵ ਗੁਰੂ,	jap-ya-o jinH arjun dayv guroo
ਫਿਰਿ ਸੰਕਟ ਜੋਨਿ ਗਰਭ ਨ ਆਯਉ॥੬॥	fir sankat jon garabh na aa-ya-o. ||6||

ਅਰਜਨ ਦੇਵ ਜੀ ਕਹਿੰਦਾ ਹੈ, ਮੁਥਰਾ ਜੀ! ਜੀਵ ਦੇ ਮੱਥੇ ਤੇ ਮੁਕੱਦਰ ਲਿਖਿਆ ਹੁੰਦਾ ਹੈ । ਜਿਤਨਾਂ ਚਿਰ ਉਹ ਦਾ ਸਮਾਂ ਨਹੀਂ ਆਉਂਦਾ । ਜੀਵ ਦੀਆਂ ਭਟਕਣਾਂ ਦੂਰ ਨਹੀਂ ਹੁੰਦੀਆਂ, ਅਸਲੀ ਰਸਤਾ ਬਖਸ਼ਿਸ਼ ਨਹੀਂ ਹੁੰਦਾ । ਇਸ ਅਸਲੀਅਤ ਨੂੰ ਵਿਚਾਰੋ! ਜਿਸ ਦਾ ਮੁਕੱਦਰ ਦਾ ਸਮਾਂ ਆਉਂਦਾ ਹੈ! ਪ੍ਰਭ ਆਪ ਹੀ ਅਵਤਾਰ ਬਣਕੇ ਸਿਧੇ ਰਸਤੇ ਤੇ ਪਾਉਂਦਾ ਹੈ । ਜਿਹੜਾ ਅਡੋਲ ਭਰੋਸੇ ਨਾਲ ਸਿਮਰਨ ਕਰਦਾ ਹੈ । ਉਸ ਦਾ ਜਨਮ ਮਰਨ ਦਾ ਚੱਕਰ ਖਤਮ ਹੋ ਜਾਂਦਾ ਹੈ ।

Arjan Dev Ji claims! The prewritten destiny has been engraved on the forehead of each creature with predetermined time of every event in his worldly life. Before the predetermined time, frustration of his mind may never be eliminated nor he may be blessed with the right path of acceptance in His Word. At the right time, The True Master may become savior to guide him on the right path of acceptance in His Court. Whosoever may meditate on the teachings of His Word with steady and stable belief; with His mercy and grace, his cycle of birth and death may be eliminated.

ਕਲਿ ਸਮੁਦ੍ਰ ਭਏ ਰੂਪ ਪ੍ਰਗਟਿ,	kal samudar bha-ay roop pargat
ਹਰਿ ਨਾਮ ਉਧਾਰਨੁ॥	har naam uDhaaran.
ਬਸਹਿ ਸੰਤ ਜਿਸੁ ਰਿਦੈ,	baseh sant jis ridai
ਦੁਖ ਦਾਰਿਦ੍ਰ ਨਿਵਾਰਨੁ॥	dukh daridar nivaaran.
ਨਿਰਮਲ ਭੇਖ ਅਪਾਰ ਤਾਸੁ,	nirmal bhaykh apaar taas
ਬਿਨੁ ਅਵਰੁ ਨ ਕੋਈ॥	bin avar na ko-ee.
ਮਨ ਬਚ ਜਿਨਿ ਜਾਣਿਅਉ,	man bach jin jaani-a-o
ਭਯਉ ਤਿਹ ਸਮਸਰਿ ਸੋਈ॥	bha-ya-o tih samsar so-ee.
ਧਰਨਿ ਗਗਨ ਨਵ ਖੰਡ ਮਹਿ,	Dharan gagan nav khand meh
ਜੋਤਿ ਸ੍ਵਰੂਪੀ ਰਹਿਓ ਭਰਿ॥	jot savroopee rahi-o bhar.
ਭਨਿ ਮਥੁਰਾ ਕਛੁ ਭੇਦੁ ਨਹੀ,	bhan mathuraa kachh bhayd nahee
ਗੁਰੁ ਅਰਜੁਨੁ ਪਰਤਖ ਹਰਿ॥੭॥੧੯॥	gur arjun partakh-y har. ‖7‖19‖

ਅਰਜਨ ਦੇਵ ਜੀ ਕਹਿੰਦੇ ਹਨ, ਮੁਥਰਾ ਜੀ! ਕੱਲਯੁਗ ਵਿੱਚ ਸੰਸਾਰ ਨੂੰ ਕੇਵਲ ਸ਼ਬਦ ਦੀ ਪਾਲਣਾ ਹੀ ਬਚਾ ਸਕਦੀ ਹੈ । ਜਿਸ ਦੇ ਹਿਰਦੇ ਵਿੱਚ ਪ੍ਰਭ, ਨਿਮ੍ਰਤਾ ਦਾ ਰੂਪ ਬਣਕੇ ਨਿਵਾਸ ਕਰ ਲੈਂਦਾ ਹੈ । ਉਸ ਦੀ ਆਤਮਾ ਨਿਰਮਲ, ਪਵਿੱਤਰ ਹੋ ਜਾਂਦੀ ਹੈ । ਉਸ ਨੂੰ ਕਿਸੇ ਗੁਰੂ ਧਾਰਨ, ਬਾਣਾ ਧਾਰਨ ਦੀ ਕੋਈ ਲੋਵ ਨਹੀਂ ਰਹਿੰਦੀ । ਜਿਸ ਨੂੰ ਸ਼ਬਦ ਦੀ ਸੋਝੀ ਬਖਸ਼ਿਸ਼ ਹੋ ਜਾਂਦੀ ਹੈ । ਉਹ ਸ਼ਬਦ ਨਾਲ ਜੀਵਨ ਢਾਲਦਾ, ਚੰਗੇ ਕੰਮ ਕਰਦਾ ਹੈ, ਪ੍ਰਭ ਦੀ ਰਹਿਮਤ ਨਾਲ ਉਸ ਨੂੰ ਪ੍ਰਵਾਨਗੀ ਦਾ ਅਸਲੀ ਰਸਤਾ ਬਖਸ਼ਿਸ਼ ਹੋ ਸਕਦਾ ਹੈ । ਪ੍ਰਭ ਹਰਇੱਕ ਥਾਂ, ਧਰਤੀ, ਅਕਾਸ਼ ਤੇ ਵਾਪਰਦਾ ਹੈ । ਬੰਦਗੀ ਕਰਨ ਵਾਲੇ ਅਤੇ ਪ੍ਰਭ ਵਿੱਚ ਕੋਈ ਭੇਦ,ਸ੍ਰਿਸ਼ਟੀ ਦੀ ਸੋਝੀ ਵਿੱਚ ਨਹੀਂ ਹੁੰਦਾ । ਪ੍ਰਭ ਆਪਣੀ ਰਹਿਮਤ ਨਾਲ ਉਸ ਵਿੱਚ ਪਰਤੱਖ ਰੂਪ ਵਿੱਚ ਵਸਦਾ ਹੈ ।

Arjan Dev Ji claims! In the Age of Kul-Jug; only obeying the teachings of His Word may save His Creation from terrible worldly ocean dominated with the sweet poison of worldly wealth. Whosoever may remain drenched with humility in his day-to-day life; he may remain overwhelmed with His blossom, Bliss. His soul may be sanctified to become worthy of His Consideration. He may never need any religious baptism, or worldly guru. Whosoever may be enlightened with the essence of His Word; he may adopt the teachings of His Word and secret His Creation. The Omnipresent True Master prevails everywhere on earth and in sky. There may not be any curtain of secrecy between The True Master and His true devotee. The True Master remains visible in his day-to-day activities.

706.ਸਵਈਏ ਮਹਲੇ ਪੰਜਵੇ ਕੇ ੫॥ ਹਰਿਬੰਸ॥॥ (1409-10)

ਅਜੈ ਗੰਗ ਜਲੁ ਅਟਲੁ,	ajai gang jal atal
ਸਿਖ ਸੰਗਤਿ ਸਭ ਨਾਵੈ॥	sikh sangat sabh naavai.
ਨਿਤ ਪੁਰਾਣ ਬਾਚੀਅਹਿ,	nit puraan baachee-ah
ਬੇਦ ਬ੍ਰਹਮਾ ਮੁਖਿ ਗਾਵੈ॥	bayd barahmaa mukh gaavai.
ਅਜੈ ਚਵਰੁ ਸਿਰਿ ਢੁਲੈ,	ajai chavar sir dhulai
ਨਾਮੁ ਅੰਮ੍ਰਿਤੁ ਮੁਖਿ ਲੀਅਉ॥	naam amrit mukh lee-a-o.
ਗੁਰ ਅਰਜੁਨ ਸਿਰਿ ਛਤ੍ਰੁ,	gur arjun sir chhatar
ਆਪਿ ਪਰਮੇਸਰਿ ਦੀਅਉ॥	aap parmaysar dee-a-o.
ਮਿਲਿ ਨਾਨਕ ਅੰਗਦ ਅਮਰ ਗੁਰ,	mil naanak angad amar gur
ਗੁਰੁ ਰਾਮਦਾਸੁ ਹਰਿ ਪਹਿ ਗਯਉ॥	gur raamdaas har peh ga-ya-o.
ਹਰਿਬੰਸ ਜਗਤਿ ਜਸੁ ਸੰਚਰਉ,	harbans jagat jas sanchar-ya-o
ਸੁ ਕਵਣੁ ਕਹੈ ਸ੍ਰੀ ਗੁਰੁ ਮੁਯਉ॥੧॥ ੫	so kavan kahai saree gur mu-ya-o. ||1||

ਅਰਜਨ ਦੇਵ ਜੀ ਕਹਿੰਦਾ ਹੈ, ਹਰਬੰਸ ਜੀ! ਪ੍ਰਭ ਦੇ ਸ਼ਬਦ ਦੇ ਅੰਮ੍ਰਿਤ ਦਾ ਸਰੋਵਰ, ਗੰਗਾ ਵਾਗੂ ਭਰਪੂਰ ਵਗਦਾ ਹੈ । ਸਾਰੀ ਸ੍ਰਿਸ਼ਟੀ, ਬੰਦਗੀ ਕਰਨ ਵਾਲੇ ਇਸ਼ਨਾਨ ਕਰਕੇ ਆਤਮਾ ਨੂੰ ਪਵਿੱਤਰ ਕਰ ਸਕਦੇ ਹਨ । ਪ੍ਰਭ ਦੇ ਸ਼ਬਦ ਦੀ ਧੁਨ ਗੁੰਜਦੀ ਹੈ, ਜਿਵੇਂ ਅਮੋਲਕ, ਪਵਿੱਤਰ ਸ਼ਬਦ, ਪੁਰਾਣ ਗਾਇਆ ਜਾ ਰਿਹਾ ਹੈ । ਇਸਤਰ੍ਹਾਂ ਲਗਦਾ ਹੈ, ਜਿਵੇਂ ਬ੍ਰਹਮਾ ਜੀ ਆਪ ਹੀ ਵੇਦਾਂ ਦੀ ਬਾਣੀ ਗਾਉਂਦਾ ਹੈ । ਜਿਹੜਾ ਦਿਲੋ ਸਿਮਰਨ ਕਰਦਾ ਹੈ! ਉਸ ਤੇ ਪ੍ਰਭ ਦਾ ਰਹਿਮਤ ਭਰਿਆਂ ਹੱਥ, ਬਖੀਸ਼ਸ਼ ਰਹਿੰਦੀ ਹੈ । ਅਰਜਨ ਦੇਵ ਜੀ ਕਹਿੰਦੇ ਹਨ! ਆਪਣੇ ਭਗਤਾ, ਬੰਦਗੀ ਵਾਲਿਆਂ ਤੇ ਰਹਿਮਤ ਭਰਿਆਂ ਰੂਹਾਨੀ ਤਾਜ ਬਖਸ਼ਦਾ ਹੈ । ਉਸ ਪ੍ਰਭ ਦੇ ਸ਼ਬਦਾ ਸਿਮਰਨ ਨਾਨਕ, ਅੰਗਤ, ਅਮਰਦਾਸ ਅਤੇ ਰਾਮਦਾਸ ਸਿਮਰਨ ਕਰਦੇ ਹਨ । ਪ੍ਰਭ ਦੇ ਸ਼ਬਦ ਦੀ ਸਦਾ ਚੱਲਣ ਵਾਲੀ ਧੁਨ ਅਟਲ ਗੂੰਜਦੀ ਰਹਿੰਦੀ ਹੈ ।

Arjan Dev Ji enlightens, His true devotee, Harbans! The nectar of the essence of His Word within his soul remains an overwhelming ocean of sanctifying nectar like the water of Ganges. All His true devotees may meditate and sanctify their souls. The everlasting echo of His Word remains resonating, as **Brahma** ji is reciting the Holy Scripture of **Puraan**, Vedas. Whosoever may meditate on the teachings of His Word with steady and stable belief; he may remain overwhelmed with His Blessed Vision. Arjan Dev Ji claims! The True Master bestows His crown of enlightenment on His true devotee. Our forefathers, Nanak, Anand, Amar Das and Ram Das were singing the glory of His Word. The everlasting echo of His Word remains resonating in the universe.

ਦੇਵ ਪੁਰੀ ਮਹਿ ਗਯਉ,	dayv puree meh ga-ya-o
ਆਪਿ ਪਰਮੇਸ੍ਵਰ ਭਾਯਉ॥	aap parmaysvar bhaa-ya-o.
ਹਰਿ ਸਿੰਘਾਸਣੁ ਦੀਅਉ,	har singhaasan dee-a-o
ਸਿਰੀ ਗੁਰੁ ਤਹ ਬੈਠਾਯਉ॥	siree gur tah bathaa-ya-o.
ਰਹਸੁ ਕੀਅਉ ਸੁਰ ਦੇਵ ਤੋਹਿ,	rahas kee-a-o sur dayv tohi
ਜਸੁ ਜਯ ਜਯ ਜੰਪਹਿ॥	jas ja-y ja-y jampeh.
ਅਸੁਰ ਗਏ ਤੇ ਭਾਗਿ,	asur ga-ay tay bhaag
ਪਾਪ ਤਿਨ੍ਹ ਭੀਤਰਿ ਕੰਪਹਿ॥	paap tinH bheetar kampeh.
ਕਾਟੇ ਸੁ ਪਾਪ ਤਿਨ੍ਹ ਨਰਹੁ ਕੇ,	kaatay so paap tinH narahu kay gur
ਗੁਰੁ ਰਾਮਦਾਸੁ ਜਿਨ੍ਹ ਪਾਇਯਉ॥	raamdaas jinH paa-i-ya-o.chhatar
ਛਤ੍ਰੁ ਸਿੰਘਾਸਨੁ ਪਿਰਥਮੀ,	singhaasan pirathmee
ਗੁਰ ਅਰਜੁਨ ਕਉ ਦੇ ਆਇਅਉ॥੨॥	gur arjun ka-o day aa-i-a-o.
੨੧॥੯॥੧੧॥੧੦॥੧੦॥੨੨॥੬੦॥੧੪੩॥	||2||21||9||11||10||10||22||60||143||

ਅਰਜਨ ਦੇਵ ਜੀ ਕਹਿੰਦਾ ਹੈ! ਜਿਹੜੇ ਸੇਵਕ ਦੀ ਬੰਦਗੀ ਪ੍ਰਭ ਨੂੰ ਪ੍ਰਵਾਨ ਹੋ ਜਾਂਦੀ ਹੈ । ਉਸ ਸੇਵਕ ਦੀ ਬੰਦਗੀ ਦੀ ਅਵਾਜ਼ ਪ੍ਰਭ ਦੇ ਦਰਬਾਰ ਵਿੱਚ ਸੁਣਾਈ ਦੇਂਦੀ ਹੈ । ਪ੍ਰਭ ਆਪਣੇ ਸੇਵਕ ਦੀ ਬੰਦਗੀ ਪ੍ਰਵਾਨ ਕਰਦਾ ਹੈ । ਉਸ ਨੂੰ ਆਪਣੇ ਬੱਚੇ ਦੀ ਤਰ੍ਹਾਂ ਗੋਦੀ ਵਿੱਚ ਬਠਾਉਂਦਾ ਹੈ । ਉਸ ਦੀ ਦਰਗਾਹ ਵਿੱਚ ਪਾਪ ਕਰਨ ਵਾਲੇ ਡਰਦੇ ਰਹਿੰਦੇ ਹਨ । ਜਿਹੜਾ ਬੰਦਗੀ ਕਰਨ ਵਾਲੇ ਦੀ (ਰਾਮਦਾਸ) ਸੰਗਤ ਕਰਦਾ ਹੈ । ਉਸ ਦੇ ਪਾਪ ਧੋਤੇ ਜਾਂਦੇ ਹਨ । ਬੰਦਗੀ ਕਰਨ ਵਾਲੇ ਧਰਤੀ ਤੇ ਸਦਾ ਹੀ ਪ੍ਰਭ ਦੀ ਛੱਤਰ ਛਾਇਆ ਵਿੱਚ ਅਨੰਦ ਮਾਨਦੇ ਹਨ ।

Arjan Dev Ji claims! Whose meditation may be accepted in His Court; the echo of his mediation remains resonating within His Royal palace. The True Master accepts the meditation; He embraces His true devote as worldly parents comfort their child in their lap. The sinners remain worried in His Court. Whosoever may remain in the conjugation of His true devotee, Ram Das and adopts his life experience teachings in his own life; with His mercy and grace, his sins of previous lives may be forgiven. His True devotee may remain in blossom in worldly life under His Sanctuary.

ਗੁਰੂ ਗ੍ਰੰਥ

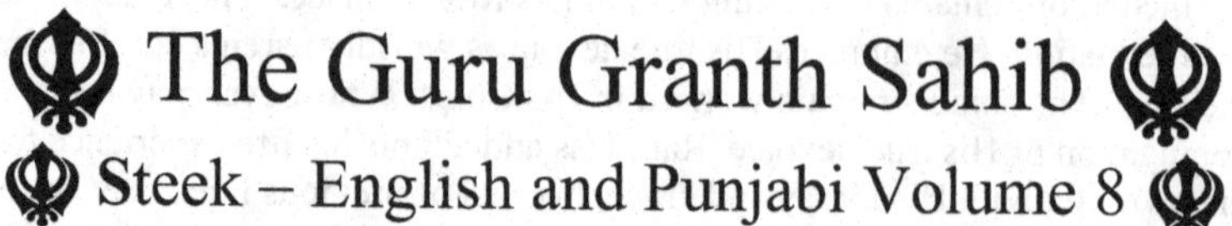

ਪੋਥੀ Volume – 8

Gurbani Page: 1294 –1430

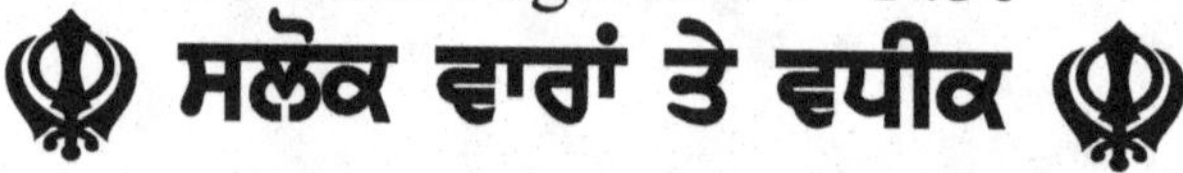

Gurbani **Page: 1410–1429**

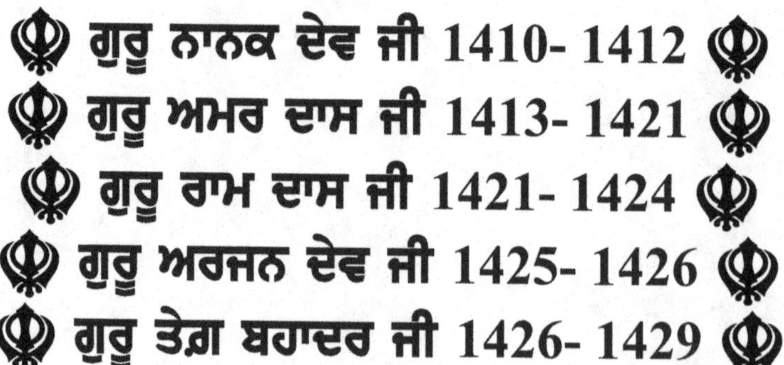

☬ ਸਲੋਕ ਗੁਰੂ ਨਾਨਕ ਦੇਵ ਜੀ # 33 ☬

707.ਸਲੋਕ ਮਹਲਾ ੧॥ 1410-1

ਗੁਰੂ ਗ੍ਰੰਥ ਸਾਹਿਬ – ਮੂਲ ਮੰਤਰ ਵਿੱਚ ਪ੍ਰਭ ਦੀ ਅਵਸਥਾ ਦੀ ਸੋਝੀ ਜਾਣਕਰੀ ਦੱਸੀ ਗਈ ਹੈ!

ਮੂਲ ਮੰਤਰ ਦੇ ਪੰਜ ਭਾਗ:	**Five enlightenments of Mool Mantra:**
ਪ੍ਰਭ ਦਾ ਅਕਾਰ, ਸ਼੍ਰਿਸਟੀ ਦਾ ਪ੍ਰਬੰਧ, ਬਣਤਰ, ਮੁਕਤੀ, ਪ੍ਰਭ ਦੀ ਪਛਾਣ!	Structure; Function; Creation; Acceptance; Recognition.

ੴ ਸਤਿ ਨਾਮੁ ਕਰਤਾ ਪੁਰਖੁ, ਨਿਰਭਉ ਨਿਰਵੈਰ ਅਕਾਲ ਮੂਰਤਿ ਅਜੂਨੀ ਸੈਭੰ ਗੁਰ ਪ੍ਰਸਾਦਿ॥

ik-oNkaar, sat naam, kartaa, purakh, nirbha-o, nirvair, akaal, moorat, ajoonee, saibhaN, gur parsaad.

1) **ਪ੍ਰਭ ਦਾ ਅਕਾਰ** – Structure

ੴ ik-oNkaar: The One and Only One, God, True Master. No form, shape, color, size, in Spirit only.

God, The Holy Spirit may appear in anything, anyone, anytime at His free Will; beyond any form, shape, size, or color, only Holy Spirit.

2) **ਸ਼੍ਰਿਸਟੀ ਦਾ ਪ੍ਰਬੰਧ:** Function and His Operation!

ਸਤਿ ਨਾਮੁ sat naam: naam – His Word, His command, His existence, sat- Omnipresent, Omniscient, Omnipotent, Axiom Unchangeable, Uncompromised, forever.

The One and Only One, God remains embedded in His Nature, in His Word; only His command pervades in the universe and nothing else exist.

3) **ਸ਼੍ਰਿਸਟੀ ਦੀ ਬਣਤਰ:** – Creation of the universe.

ਸੈਭੰ saibhaN: Universe, creation, soul is an expansion of His Holy spirit. Soul separated from His Holy Spirit to repent, sanctify, and may be reunited with origin.

The True Master, Creator remains embedded within His Creation, Nature. Same Holy Spirit embedded in each soul; His Creation is brother-hood.

4) **ਮੁਕਤੀ** Salvation – His acceptance.

ਗੁਰ ਪ੍ਰਸਾਦਿ gur parsaad: Only with His own mercy and grace. No one may counsel nor curse His blessing.

No one may comprehend how, why, and when; He may bestow His blessed Vision or the limits and duration of His blessings.

੫) ਪ੍ਰਭ ਦੀ ਪਛਾਣ – Recognition

ਗੁਣ: – ਕਰਤਾ, ਪੁਰਖੁ, ਨਿਰਭਉ, ਨਿਰਵੈਰੁ, ਅਕਾਲ, ਮੂਰਤਿ, ਅਜੂਨੀ!	Virtues: - kartaa, purakh, nirbha-o nirvair, akaal, moorat, ajoonee

His virtues remain beyond any limit, imagination, and comprehension of His Creation. However, no one ever born nor will ever be born with all these unique virtues. Whosoever may have all above virtues may be worthy to be called The One and Only One, God, True Master and worthy to be worshiped. **The Master Key** to open the door of the right path of acceptance in His Court, salvation may be "saibhaN"! Whosoever may be drenched with the essence that all souls are an expansion of His Holy Spirit; he may realize that mankind as a brotherhood. No one may want to harm and deceive himself; he may be blessed to conquer his mind. With His mercy and grace, his cycle of birth and death may be eliminated!

ਉਤੰਗੀ ਪੈਓਹਰੀ ਗਹਿਰੀ ਗੰਭੀਰੀ॥ utangee pai-ohree gahiree gambheeree.
ਸਸੁੜਿ ਸੁਹੀਆ ਕਿਵ ਕਰੀ sasurh suhee-aa kiv karee
ਨਿਵਣੁ ਨ ਜਾਇ ਥਣੀ॥ nivan na jaa-ay thanee.
ਗਚੁ ਜਿ ਲਗਾ ਗਿੜਵੜੀ gach je lagaa girvarhee
ਸਖੀਏ ਧਉਲਹਰੀ॥ sakhee-ay Dha-ulharee.
ਸੇ ਭੀ ਢਹਦੇ ਡਿਠੁ ਮੈਂ say bhee dhahday dith mai
ਮੁੰਧ ਨ ਗਰਬੁ ਥਣੀ॥੧॥ munDh na garab thanee. ||1||

ਜੀਵ ਆਪਣੀ ਜਵਾਨੀ ਦੇ ਅਭਿਮਾਨ, ਅਹੰਕਾਰ ਵਿੱਚ ਮਸਤ ਰਹਿੰਦਾ ਹੈ । ਉਹ ਆਪਣੇ ਬਜ਼ੁਰਗਾਂ ਦੇ ਕਥਨਾਂ ਨੂੰ ਕੋਈ ਮਹੱਤਤਾ ਨਹੀਂ ਦੇਂਦਾ । ਉਸ ਨੂੰ ਜਵਾਨੀ ਮਹਿਲ ਦੀ ਤਰ੍ਹਾਂ ਮਜ਼ਬੂਤ, ਪਹਾੜ ਦੀ ਤਰ੍ਹਾਂ ਤਾਕਤਵਾਰ, ਉੱਚੀ ਜਾਪਦੀ ਹੈ । ਮੈਂ ਇਹ ਜਵਾਨੀ ਢਲਦੀ ਦੇਖੀ ਹੈ! ਇਸ ਦਾ ਅਹੰਕਾਰ ਨਾ ਕਰੋ, ਸਦਾ ਨਹੀਂ ਰਹਿੰਦੀ ।

Self-minded may remain pride of his youth and remains intoxicated in the ego of his worldly status. He may not pay any attention or care for the opinion, advise of old family member. He thinks his youth is strong like high mountain. Ignorant, arrogant! I have seen youth; you are going to become feeble, and old; everything may never remain same. You should not boast in ignorance; life change over time.

708.ਸਲੋਕ ਮਹਲਾ ੧॥ 1410-5

ਸੁਣਿ ਮੁੰਧੇ ਹਰਣਾਖੀਏ sun munDhay harnaakhee-ay
ਗੂੜਾ ਵੈਣੁ ਅਪਾਰੁ॥ goorhaa vain apaar.
ਪਹਿਲਾ ਵਸਤੁ ਸਿਞਾਣਿ ਕੈ pahilaa vasat sinjaan kai
ਤਾਂ ਕੀਚੈ ਵਾਪਾਰੁ॥ taaN keechai vaapaar.
ਦੋਹੀ ਦਿਚੈ ਦੁਰਜਨਾ dohee dichai durjanaa
ਮਿਤ੍ਰਾਂ ਕੂੰ ਜੈਕਾਰੁ॥ mitraaN kooN jaikaar.
ਜਿਤੁ ਦੋਹੀ ਸਜਣ ਮਿਲਨਿ jit dohee sajan milan
ਲਹੁ ਮੁੰਧੇ ਵੀਚਾਰੁ॥ lahu munDhay veechaar.
ਤਨੁ ਮਨੁ ਦੀਜੈ ਸਜਣਾ tan man deejai sajnaa
ਐਸਾ ਹਸਣੁ ਸਾਰੁ॥ aisaa hasan saar.
ਤਿਸ ਸਉ ਨੇਹੁ ਨ ਕੀਚਈ tis sa-o nayhu na keech-ee
ਜਿ ਦਿਸੈ ਚਲਣਹਾਰੁ॥ je disai chalanhaar.
ਨਾਨਕ ਜਿਨ੍ਹੀ ਇਵ ਕਰਿ ਬੁਝਿਆ, naanak jinHee iv kar bujhi-aa
ਤਿਨ੍ਹਾ ਵਿਟਹੁ ਕੁਰਬਾਣੁ॥੨॥ tinHaa vitahu kurbaan. ||2||

ਨੂਰ ਨਾਲ ਭਰੇ ਨੇਣਾ ਵਾਲੀ! ਡੂੰਗੀ ਸਿਆਣਪ ਵਾਲੀ ਸਲਾਹ ਸੁਣੋ । ਚੀਜ ਖਰੀਦਣ ਤੋ ਪਹਿਲੇ ਉਸ ਨੂੰ ਪਰਖਕੇ ਦੇਖ ਲੈਣਾ ਚਾਹੁੰਦਾ ਹੈ । ਆਪਣੇ ਮਿੱਤਰਾ ਨਾਲ ਵਿਚਾਰ ਕਰੋ! ਆਪਣੇ ਮਨ, ਦਿਲ ਵਿਚੋਂ ਬੁਰੇ ਖਿਆਲ ਦੂਰ, ਖਤਮ ਕਰੋ । ਆਪਣੀ ਆਤਮਾ ਨੂੰ ਪਵਿੱਤਰ ਕਰਕੇ ਪ੍ਰਭ ਨੂੰ ਮਿਲਣਾ ਦੇ ਯੋਗ ਬਣਾਵੋ! ਆਪਣੇ ਤਨ, ਸਰੀਰ, ਜਵਾਨੀ ਨਾਲ ਬਹੁਤਾ ਮੋਹ ਨਾ ਲਗਾਵੋ! ਇਹ ਇੱਕ ਦਿਨ ਖਤਮ ਹੋ ਜਾਣਾ ਹੈ । ਜਿਹੜਾ ਸ਼ਬਦ ਦੀ ਸਿਖਿਆਂ ਸਮਝ ਲੈਂਦਾ ਹੈ, ਉਹ ਪੂਜਣ ਯੋਗ ਹੋ ਜਾਂਦਾ ਹੈ ।

Ignorant, young, tender age and beautiful self-minded; you may pay attention to deep wisdom, and valuable advice of wiseman. Before you buy anything; it may be advisable to test; knows the pros and cons of your path in life. You should consult your friends or expert in that field. You should renounce your evil thoughts to sanctify your soul to become worthy of His Consideration. You should not boast or pride of your beauty and strength. Your youth are going to be passed, over at predetermined time. Whosoever may realize the reality of human life; with His mercy and grace, he may become worthy of worship in his human life journey.

709.ਸਲੋਕ ਮਹਲਾ ੧॥ 1410-9

ਜੇ ਤੂੰ ਤਾਰੂ ਪਾਣਿ	jay tooN taaroo paan
ਤਾਹੂ ਪੁਛੁ ਤਿੜੰਨ੍ ਕਲ॥	taahoo puchh tirhHaN-nH kal.
ਤਾਹੂ ਖਰੇ ਸੁਜਾਣ	taahoo kharay sujaan
ਵੰਞਾ ਏਨ੍ਹੀ ਕਪਰੀ॥੩॥	vanjaa aynHee kapree. ||3||

ਅਗਰ ਤੂੰ ਪਾਣੀ ਪਾਰ ਕਰਨਾ ਹੈ! ਤਾ ਉਸ ਦੀ ਸਲਾਹ ਲੈ, ਜਿਸ ਨੂੰ ਤਰਨਾ ਆਉਂਦਾ ਹੈ । ਜਿਹੜਾ ਮਸ਼ਕੁਲ ਪਾਣੀ ਵਿਚੋਂ ਲੰਘਿਆ ਹੋਵੇ, ਉਹ ਮੁਸ਼ਕਲਾਂ ਜਾਣਦਾ, ਕੁਝ ਸਿਆਣਾ ਹੋ ਜਾਂਦਾ ਹੈ । ਇਸਤਰ੍ਹਾਂ ਬੰਦਗੀ ਤੇ ਰਸਤੇ ਤੇ ਚੱਲਣ ਲਈ, ਜਿਹੜਾ ਬੰਦਗੀ ਦੇ ਰਸਤੇ ਤੇ ਚਲਦਾ ਹੈ, ਉਸ ਦੀ ਸਲਾਹ ਲਵੋ! ਉਸ ਨੂੰ ਆਉਣ ਵਾਲੀਆਂ ਮੁਸ਼ਕਲਾਂ ਦੀ ਜਾਣਕਾਰੀ ਹੁੰਦੀ ਹੈ, ਡੋਲਣ ਤੋ ਬਚਣ ਦੇ ਢੰਗ ਜਾਣਦਾ ਹੈ ।

Whosoever may wish to cross the water, river; he should consult, get guidance from the person who may know how to swim. Who might have crossed similar water; he may know the difficulties; with his experience? He might have become wise to handle the tough situation? Same way! Whosoever may have desire to adopt the path of meditation; he should counsel someone who already have adopted the path of meditation for a while. He may advise you about the hardships and real-life miseries in the path of meditation. He may advise, coach, or prepare you for the path.

710.ਸਲੋਕ ਮਹਲਾ ੧॥ 1410-9

ਝੜ ਝਖੜ ਓਹਾੜ	jharh jhakharh ohaarh
ਲਹਰੀ ਵਹਨਿ ਲਖੇਸਰੀ॥	lahree vahan lakhaysaree.
ਸਤਿਗੁਰ ਸਿਉ ਆਲਾਇ,	satgur si-o aalaa-ay
ਬੇੜੇ ਡੁਬਣਿ ਨਾਹਿ ਭਉ॥੪॥	bayrhay duban naahi bha-o. ||4||

ਸੰਸਾਰ ਵਿੱਚ ਬਹੁਤ ਤੁਫਾਨ, ਮੁਸ਼ਕਲਾਂ ਆਉਂਦੀਆਂ ਹਨ । ਜਿਹੜਾ ਨੂੰ ਅਸਲੀ ਮਾਲਕ, ਪ੍ਰਭ ਦੇ ਸ਼ਬਦ ਦੀ ਸੋਝੀ ਦੀ ਇੱਛਾ ਹੁੰਦੀ ਹੈ, ਉਹ ਸ਼ਬਦ ਦੀ ਸਿਖਿਆਂ ਦਾ ਪਾਲਣ ਕਰਦਾ ਹੈ । ਉਸ ਦੀਆਂ ਸਾਰੀਆਂ ਹੀ ਮੁਸ਼ਕਲਾਂ ਦੂਰ ਹੋ ਜਾਂਦੀਆ ਹਨ । ਉਸ ਦੇ ਜੀਵਨ ਤੋ ਸਿਖਿਆਂ ਲੈਣ ਨਾਲ, ਮਾਨਸ ਜਨਮ ਦੀ ਬੇੜੀ ਡੁਬਣ ਦਾ ਡਰ ਦੂਰ ਹੋ ਜਾਂਦਾ ਹੈ ।

Human life journey remains overwhelmed with many hardships and tornado created by worldly wealth. Whosoever may adopt the teachings of His Word with steady and stable belief and prays for His Forgiveness and Refuge; he may smoothen all his hurdles. His fear of sinking in the reality of human life journey may be eliminated.

711.ਸਲੋਕ ਮਹਲਾ ੧॥ 1410-10

ਨਾਨਕ ਦੁਨੀਆ ਕੈਸੀ ਹੋਈ॥	naanak dunee-aa kaisee ho-ee.
ਸਾਲਕੁ ਮਿਤੁ ਨ ਰਹਿਓ ਕੋਈ॥	saalak mit na rahi-o ko-ee.
ਭਾਈ ਬੰਧੀ ਹੇਤੁ ਚੁਕਾਇਆ॥	bhaa-ee banDhee hayt chukaa-i-aa.
ਦੁਨੀਆ ਕਾਰਣਿ ਦੀਨੁ ਗਵਾਇਆ॥੫॥	dunee-aa kaaran deen gavaa-i-aa. ||5||

ਸੰਸਾਰ ਵਿੱਚ ਕੀ ਭਾਣਾ ਵਰਤ ਗਿਆ ਹੈ? ਇਸ ਵਿੱਚ ਭਲਾਈ ਕਰਨ, ਸਿੱਧਾ ਰਸਤਾ ਦੱਸਣ ਵਾਲਾ, ਕੋਈ ਸਾਥੀ ਨਹੀਂ ਲੱਭਦਾ । ਭਾਈ, ਭਾਈ ਵਿੱਚ ਵੀ ਕੋਈ ਹਮਦਰਦੀ, ਪਿਆਰ ਨਹੀਂ ਰਿਹਾ । ਸੰਸਾਰਕ ਸੁਖ ਨੂੰ ਮੁੱਖ ਰਖਕੇ ਭਲੇ ਕੰਮਾਂ ਤੋ ਆਪਣਾ ਵਿਸ਼ਵਾਸ ਖੋਂਅ ਲਿਆ ਹੈ ।

What have happened in the universe? It has become very difficult to find a true guide, helper, companion to find right path, to guide His Creation. Brother may not have any concern or sympathy with brother in misery. Everyone may remain focused on his own comfort in his own life. Everyone has lost faith in good deeds for His Creation.

712.ਸਲੋਕ ਮਹਲਾ ੧॥ 1410-12

ਹੈ ਹੈ ਕਰਿ ਕੈ ਓਹਿ ਕਰੇਨਿ॥	hai hai kar kai ohi karayn.
ਗਲ੍ਹਾ ਪਿਟਨਿ ਸਿਰੁ ਖੋਹੇਨਿ॥	galHaa pitan sir khohayn.
ਨਾਉ ਲੈਨਿ ਅਰੁ ਕਰਨਿ ਸਮਾਇ॥	naa-o lain ar karan samaa-ay.
ਨਾਨਕ ਤਿਨ ਬਲਿਹਾਰੈ ਜਾਇ॥੬॥	naanak tin balihaarai jaa-ay. ||6||

ਸੰਸਾਰਕ ਜੀਵ ਪੰਜਾਂ ਇੰਦ੍ਰੀਆਂ ਦੇ ਚੱਕਰ ਹੀ ਬੇਵਸ ਰਹਿੰਦਾ ਹੈ । ਜਿਹੜਾ ਜੀਵ ਸੋਗ ਦੀ ਥਾਂ ਤੇ ਪ੍ਰਭ ਦੇ ਸ਼ਬਦ ਦੀ ਪਾਲਣਾ, ਸਿਮਰਨ ਕਰਦਾ ਹੈ । ਉਹ ਦੁਖ ਦੂਰ ਕਰਨ ਵਾਲੇ ਪ੍ਰਭ ਦੇ ਸ਼ਬਦ ਦੀ ਸਿਖਿਆਂ ਵਿੱਚ ਹੀ ਮਸਤ ਹੋ ਜਾਂਦਾ ਹੈ । ਉਸ ਨੂੰ ਮੁਸ਼ਕਲ ਨੂੰ ਸਹਿਣ ਦਾ ਧੀਰਜ ਬਖਸ਼ਿਸ਼ ਹੋ ਜਾਂਦਾ ਹੈ । ਉਹ ਪੂਜਣ ਯੋਗ ਬਣ ਜਾਂਦਾ ਹੈ ।

Self-minded may remain intoxicated with the sweet poison of worldly wealth. Whosoever may meditate and obey the teachings of His Word; his grievances may stop. He may remain intoxicated with the essence of His Word; The True destroyer of miseries. He may be blessed with endurance and tolerance to face his worldly hardships; with His mercy and grace, he may become worthy of worship.

713.ਸਲੋਕ ਮਹਲਾ ੧॥ 1410-13

ਰੇ ਮਨ ਡੀਗਿ ਨ ਡੋਲੀਐ,	ray man deeg na dolee-ai
ਸੀਧੈ ਮਾਰਗਿ ਧਾਉ॥	seeDhai maarag Dhaa-o.
ਪਾਛੈ ਬਾਘੁ ਡਰਾਵਣੋ,	paachhai baagh daraavno
ਆਗੈ ਅਗਨਿ ਤਲਾਉ॥	aagai agan talaa-o.
ਸਹਸੈ ਜੀਅਰਾ ਪਰਿ ਰਹਿਓ,	sahsai jee-araa par rahi-o
ਮਾ ਕਉ ਅਵਰੁ ਨ ਢੰਗੁ॥	maa ka-o avar na dhang. naanak
ਨਾਨਕ ਗੁਰਮੁਖਿ ਛੁਟੀਐ,	gurmukh chhutee-ai
ਹਰਿ ਪ੍ਰੀਤਮ ਸਿਉ ਸੰਗੁ॥੭॥	har pareetam si-o sang. ||7||

ਆਪਣੇ ਮਨ ਨੂੰ ਡੋਲਣ ਤੋ ਬਚਾਕੇ, ਪ੍ਰਭ ਦੀ ਬੰਦਗੀ ਦੇ ਸਿੱਧੇ ਰਸਤੇ ਤੇ ਚਲੋ । ਇਹ ਰਸਤਾ ਅਸਾਨ ਨਹੀਂ ਹੈ, ਦੋਨੋਂ ਪਾਸੇ ਹੀ ਭਾਰੀਆਂ ਮੁਸ਼ਕਲਾਂ ਹਨ । ਜਿਸ ਦਾ ਭਰੋਸਾ ਨਹੀ ਹੁੰਦਾ, ਉਸ ਦਾ ਮਨ ਡੋਲ ਜਾਂਦਾ ਹੈ । ਪਰ ਹੋਰ ਕੋਈ ਚਾਰਾ ਵੀ ਨਹੀਂ ਹੈ । ਜਿਹੜਾ ਆਪਣਾ ਭਰੋਸਾ ਅਡੋਲ ਰਖਕੇ ਆਪਣੀ ਆਤਮਾ ਨੂੰ ਪਵਿੱਤਰ ਕਰਦਾ ਹੈ । ਉਹ ਪ੍ਰਭ ਦੇ ਸ਼ਬਦ ਦੇ ਸਿਮਰਨ ਵਿੱਚ ਲੀਨ ਰਹਿੰਦਾ ਹੈ । ਉਸ ਦੀਆਂ ਮੁਸ਼ਕਲਾਂ ਅਸਾਨ ਹੋ ਜਾਂਦੀਆਂ ਹਨ, ਉਹ ਪਾਰ ਲੰਘ ਜਾਂਦਾ ਹੈ ।

You should control your expectations and adopt the right path of meditation. The path of meditation may not be easy, remains overwhelmed with hardships. Whosoever, may not have a steady and stable belief on His Ultimate Command; he may stay on the right path. However, there may not be any other right path of acceptance in His Court. Whosoever may obey the teachings of His Word; with His mercy and grace, his soul may be sanctified to become worthy of His Consideration. He may remain intoxicated in meditation in the void of His Word; with His mercy and grace, his hurdles may be eliminated and he may be accepted in His Court.

714.ਸਲੋਕ ਮਹਲਾ ੧॥ 1410-15

ਬਾਘੁ ਮਰੈ ਮਨੁ ਮਾਰੀਐ,	baagh marai man maaree-ai
ਜਿਸੁ ਸਤਿਗੁਰ ਦੀਖਿਆ ਹੋਇ॥	jis satgur deekhi-aa ho-ay.
ਆਪੁ ਪਛਾਣੈ ਹਰਿ ਮਿਲੈ,	aap pachhaanai har milai
ਬਹੁੜਿ ਨ ਮਰਣਾ ਹੋਇ॥	bahurh na marnaa ho-ay.
ਕੀਚੜਿ ਹਾਥੁ ਨ ਬੂਡਈ,	keecharh haath na bood-ee
ਏਕਾ ਨਦਰਿ ਨਿਹਾਲਿ॥	aykaa nadar nihaal.
ਨਾਨਕ ਗੁਰਮੁਖਿ ਉਬਰੇ,	naanak gurmukh ubray

ਗੁਰੁ ਸਰਵਰੁ ਸਚੀ ਪਾਲਿ॥੮॥ gur sarvar sachee paal. ||8||

ਜਿਹੜਾ ਪ੍ਰਭ ਦੇ ਸ਼ਬਦ ਨੂੰ ਅਟਲ ਮਨ ਕੇ ਸਿਖਿਆਂ ਨਾਲ ਜੀਵਨ ਢਾਲ ਲੈਂਦਾ ਹੈ, ਉਸ ਦੇ ਮਨ ਦਾ ਜਮਦੂਤ ਵੀ ਖਤਮ ਹੋ ਜਾਂਦਾ ਹੈ, ਮਨ ਵੀ ਡੋਲਣ ਤੋ ਰੁਕ ਜਾਂਦਾ ਹੈ । ਪ੍ਰਭ ਦੀ ਰਹਿਮਤ ਨਾਲ ਉਸ ਨੂੰ ਮਾਨਸ ਜੀਵਨ ਦੇ ਅਸਲੀ ਮੰਤਵ ਦੀ ਸੋਝੀ ਬਖਸ਼ਿਸ਼ ਹੋ ਜਾਂਦੀ ਹੈ! ਉਸ ਦਾ ਜਨਮ ਮਰਨ ਦਾ ਚੱਕਰ ਖਤਮ ਹੋ ਜਾਂਦਾ ਹੈ । ਜਿਹੜਾ ਇੱਕੋ ਇੱਕ ਪ੍ਰਭ ਦੇ ਬਖਸ਼ੇ ਤੇ ਭਰੋਸ ਅਡੋਲ ਰਖਦਾ ਹੈ । ਉਹ ਸੰਸਾਰਕ ਗੁਰੂਆਂ, ਪੀਰਾਂ ਪਿਛੇ ਨਹੀਂ ਲਗਦਾ । ਉਸ ਦੀ ਆਤਮਾ ਮੈਲੀ ਨਹੀਂ ਹੁੰਦੀ, ਜਮਦੂਤਾਂ ਦੇ ਵੱਸ ਵਿੱਚ ਨਹੀਂ ਰਹਿੰਦੀ । ਉਸ ਨੂੰ ਗੁਰਮਖ ਅਵਸਥਾ ਬਖਸ਼ਿਸ਼ ਹੋ ਜਾਂਦੀ ਹੈ । ਉਹ ਪ੍ਰਭ ਦੇ ਅੰਮ੍ਰਿਤ ਦੇ ਸਰੋਵਰ ਦਾ ਅਨੰਦ ਮਾਨਣ ਲਗ ਪੈਂਦਾ ਹੈ! ਉਸ ਦੀ ਲਿਵ ਅਟਲ ਸ਼ਬਦ ਵਿੱਚ ਲਗ ਜਾਂਦੀ ਹੈ ।

Whosoever may accept the teachings of His Word as an ultimate command and adopts the teachings of His Word; with His mercy and grace, his demons of worldly desires may be eliminated. His wandering mind may remain steady and stable on the right path of acceptance in His Court. He may realize the real purpose of his human life opportunity. His cycle of birth and death may be eliminated. Whosoever may accept the teachings of His Word as an ultimate command; he may never follow the teachings of worldly guru or baptize with any religious rituals. His soul may never be blemished; his soul remains beyond the reach of devil of death. He may be blessed with a state of mind as His true devotee. He enjoys the nectar of the essence of His Word and he remain intoxicated in the void of His Word.

715.ਸਲੋਕ ਮਹਲਾ ੧॥ 1411-2

ਅਗਨਿ ਮਰੈ ਜਲੁ ਲੋੜਿ ਲਹੁ, agan marai jal lorh lahu
ਵਿਣੁ ਗੁਰ ਨਿਧਿ ਜਲੁ ਨਾਹਿ॥ vin gur niDh jal naahi.
ਜਨਮਿ ਮਰੈ ਭਰਮਾਈਐ, janam marai bharmaa-ee-ai
ਜੇ ਲਖ ਕਰਮ ਕਮਾਹਿ॥ jay lakh karam kamaahi.
ਜਮੁ ਜਾਗਾਤਿ ਨ ਲਗਈ, jam jaagaat na lag-ee
ਜੇ ਚਲੈ ਸਤਿਗੁਰ ਭਾਇ॥ jay chalai satgur bhaa-ay.
ਨਾਨਕ ਨਿਰਮਲੁ ਅਮਰ ਪਦੁ, naanak nirmal amar pad
ਗੁਰੁ ਹਰਿ ਮੇਲੈ ਮੇਲਾਇ॥੯॥ gur har maylai maylaa-ay. ||9||

ਜਿਹੜਾ ਜਮਦੂਤਾਂ ਦੀਆਂ ਪਾਈਆਂ ਤ੍ਰਿਸਨਾਂ ਦੀ ਅੱਗ ਨੂੰ ਬੁਝਾਉਣਾ ਚਾਹੁੰਦਾ ਹੈ । ਕੇਵਲ ਸ਼ਬਦ ਦਾ ਸਿਮਰਨ ਰੂਪੀ ਸਾਗਰ ਹੀ ਮਨ ਦੀਆਂ ਇੱਛਾਂ ਦੀ ਅੱਗ ਖਤਮ ਕਰ ਸਕਦਾ ਹੈ । ਅਨੇਕਾਂ ਹੀ ਚੰਗੇ ਕੰਮ ਕਰਨ ਨਾਲ ਵੀ ਜਨਮ, ਮਰਨ ਦੇ ਚੱਕਰ ਵਿੱਚ ਹੀ ਰਹਿੰਦਾ ਹੈ । ਜਿਹੜਾ ਭਾਣੇ ਨੂੰ ਸਤਿ ਕਰਕੇ ਮੰਨਦਾ ਹੈ, ਮੌਤ ਦਾ ਜਮਦੂਤ ਉਸ ਨੂੰ ਛੋਹ ਨਹੀਂ ਸਕਦਾ । ਉਹ ਸਿਮਰਨ ਵਿੱਚ ਲੀਨ ਹੋਇਆ ਹੀ ਪ੍ਰਭ ਦੀ ਜੋਤ ਵਿੱਚ ਅਭੇਦ ਹੋ ਜਾਂਦਾ ਹੈ ।

Whosoever may remain anxious to extinguish the fire of worldly desires? The earnings of His Word may the ocean of nectar to extinguish the fire of worldly desires. Whosoever may believe performing good deeds as the right path of acceptance in His Court; he may remain in the cycle of birth and death. Whosoever may adopt the teachings of His Word with steady and stable belief; with His mercy and grace, he may become beyond the reach of devil of death. He may remain intoxicated in meditation in the void of His Word; with His mercy and grace, he may be accepted and immersed within His Holy Spirit.

716.ਸਲੋਕ ਮਹਲਾ ੧॥ 1411-4

ਕਲਰ ਕੇਰੀ ਛਪੜੀ,	kalar kayree chhaprhee
ਕਊਆ ਮਲਿ ਮਲਿ ਨਾਇ॥	ka-oo-aa mal mal naa-ay.
ਮਨੁ ਤਨੁ ਮੈਲਾ ਅਵਗੁਣੀ,	man tan mailaa avgunee binn
ਚਿੰਜੁ ਭਰੀ ਗੰਧੀ ਆਇ॥	bharee ganDhee aa-ay.
ਸਰਵਰੁ ਹੰਸਿ ਨ ਜਾਣਿਆ,	sarvar hans na jaani-aa
ਕਾਗ ਕੁਪੰਖੀ ਸੰਗਿ॥	kaag kupankhee sang.
ਸਾਕਤ ਸਿਉ ਐਸੀ ਪ੍ਰੀਤਿ ਹੈ,	saakat si-o aisee pareet hai
ਬੂਝਹੁ ਗਿਆਨੀ ਰੰਗਿ॥	boojhhu gi-aanee rang.
ਸੰਤ ਸਭਾ ਜੈਕਾਰੁ ਕਰਿ,	sant sabhaa jaikaar kar
ਗੁਰਮੁਖਿ ਕਰਮ ਕਮਾਉ॥	gurmukh karam kamaa-o.
ਨਿਰਮਲੁ ਨ੍ਹਾਵਣੁ ਨਾਨਕਾ,	nirmal nHaavan naankaa
ਗੁਰੁ ਤੀਰਥੁ ਦਰੀਆਉ॥੧੦॥	gur tirath daree-aa-o. ||10||

ਸੰਸਾਰ ਪਾਖੰਡੀ ਸੰਤਾਂ ਨਾਲ ਭਰਿਆਂ ਹੈ! ਅਣਜਾਣਾ ਜੀਵ ਸੰਸਾਰਕ ਸੰਤਾ ਦੇ ਅਦੇਸ਼ ਨੂੰ ਪ੍ਰਭ ਦਾ ਅਦੇਸ਼ ਸਮਝ ਲੈਂਦਾ ਹੈ । ਦਿਨ ਰਾਤ ਉਸ ਦੀ ਬੰਦਗੀ, ਪੂਜਾ ਕਰਦਾ ਹੈ । ਪਰ ਉਸ ਦਾ ਮਨ ਅਤੇ ਤਨ ਕਰੋਧ, ਅਹੰਕਾਰ ਨਾਲ ਭਰਿਆ ਰਹਿੰਦਾ ਹੈ । ਉਹ ਹੋਰ ਜੀਵਾਂ ਨੂੰ ਵੀ ਇਹ ਹੀ ਅਦੇਸ਼ ਦੇਂਦਾ, ਗ਼ੰਦਗੀ ਵਧਾਉਂਦਾ ਹੈ । ਕਈ ਅਣਜਾਣ ਬੰਦਗੀ ਕਰਨ ਵਾਲੇ ਵੀ ਪ੍ਰਚਾਰ ਤੇ ਪ੍ਰਭਾਵਤ ਹੋ ਜਾਂਦੇ ਹਨ । ਉਸ ਦਾ ਸਾਥ ਦੇਂਦੇ ਹਨ, ਉਹਨਾਂ ਨੂੰ ਸੋਝੀ ਨਹੀਂ ਹੁੰਦੀ ਕਿ ਉਹ ਬੁਰਾ ਪ੍ਰਚਾਰ ਕਰਦਾ ਹੈ । ਕੇਵਲ ਸੋਝੀਵਾਨ, ਸੰਤ ਸਰੂਪ ਹੀ ਜਾਣਦਾ ਹੈ! ਕਿ ਸਾਕਤ ਨਾਲ ਪ੍ਰੀਤ ਕਰਨੀ ਇਸਤਰ੍ਹਾਂ ਦੀ ਹੀ ਹੁੰਦੀ ਹੈ । ਗੁਰਮਖ, ਸੰਤ ਸਰੂਪ ਦੀ ਸੰਗਤ ਕਰਕੇ ਪ੍ਰਭ ਦੇ ਸ਼ਬਦ ਦਾ ਸਿਮਰਨ ਕਰਦਾ ਹੈ । ਆਪਣਾ ਜੀਵਨ ਪ੍ਰਭ ਦੇ ਸ਼ਬਦ ਦੇ ਅਧਾਰ ਤੇ ਬਤੀਤ ਕਰਦਾ ਹੈ । ਪਵਿੱਤਰ ਤੀਰਥ, ਸ਼ਬਦ ਦੇ ਸਿਮਰਨ ਨਾਲ ਹੀ ਆਤਮਾ ਪਵਿੱਤਰ, ਅਸਲੀ ਰਸਤਾ ਬਖਸ਼ਣ ਦੇ ਯੋਗ ਹੋ ਸਕਦੀ ਹੈ ।

World remains overwhelmed with false prophets, agents of worldly wealth. Ignorant may believe, their message is the eternal Spiritual message. He may worship false prophet as massager of God. However, he remains overwhelmed with anger and the ego of his worldly status. He may inspire more on the same message and spreads the false notion, sweet poison of worldly wealth. Sometime ignorant devotees of His Word may also be impressed with his polite and humble preaching. He may follow his cult, group, gang. He may preach the same message of ignorance. Only His true devotee, His Holy saint may realize; whosoever may follow evil doer, false prophet, self-minded; he may be enduring misery in his human life journey. His true devotee may remain in the conjugation of His Holy saint and meditates on the teachings of His Word; he may adopt the teachings of His Word. The nectar of the essence of His Word remains a soul sanctifying pond to sanctify his soul to become worthy of His Consideration.

717.ਸਲੋਕ ਮਹਲਾ ੧॥ 1411-7

ਜਨ ਮੈਂ ਕਾ ਫਲੁ ਕਿਆ ਗਣੀ,	janmay kaa fal ki-aa ganee
ਜਾ ਹਰਿ ਭਗਤਿ ਨ ਭਾਉ॥	jaaN har bhagat na bhaa-o.
ਪੈਧਾ ਖਾਧਾ ਬਾਦਿ ਹੈ,	paiDhaa khaaDhaa baad hai
ਜਾ ਮਨਿ ਦੂਜਾ ਭਾਉ॥	jaaN man doojaa bhaa-o.
ਵੇਖਣੁ ਸੁਨਣਾ ਝੂਠੁ ਹੈ,	vaykhan sunnaa jhooth hai
ਮੁਖਿ ਝੂਠਾ ਆਲਾਉ॥	mukh jhoothaa aalaa-o.
ਨਾਨਕ ਨਾਮੁ ਸਲਾਹਿ ਤੂ,	naanak naam salaahi too
ਹੋਰੁ ਹਉਮੈ ਆਵਉ ਜਾਉ॥੧੧॥	hor ha-umai aava-o jaa-o. ||11||

ਜਿਸ ਦੇ ਮਨ ਵਿੱਚ ਪ੍ਰਭ ਦੇ ਸ਼ਬਦ ਨਾਲ ਲਗਨ ਨਹੀਂ ਹੁੰਦੀ, ਉਸ ਦੇ ਮਾਨਸ ਜਨਮ ਦਾ ਕੋਈ ਲਾਭ ਨਹੀਂ ਹੁੰਦਾ । ਜਿਹੜਾ ਜੀਵ ਵੱਖਰੇ, ਵੱਖਰੇ ਗੁਰੂਾਂ ਪਿਛੇ ਘੁੰਮਦਾ ਰਹਿੰਦਾ ਹੈ । ਉਸ ਦੇ ਧਾਰਮਕ ਬਾਣਾ ਪਹਿਨਣ, ਖਾਣ ਦਾ ਕੋਈ ਲਾਭ ਨਹੀਂ ਹੁੰਦਾ । ਜਿਹੜਾ ਜੀਵ ਜਾਣ ਬੁਝਕੇ ਝੂਠ ਬੋਲਦਾ, ਪ੍ਰਚਾਰ ਕਰਦਾ ਹੈ । ਉਸ ਦਾ ਬਾਣੀ ਦਾ ਸੁਣਨਾ ਸਭ ਗਲਤ ਹੈ । ਜੀਵ ਪ੍ਰਭ ਦੇ ਸ਼ਬਦ ਦੀ ਪਾਲਣਾ ਕਰਨਾ ਹੀ ਪ੍ਰਵਾਨਗੀ ਦਾ ਅਸਲੀ ਰਸਤਾ ਹੈ, ਬਾਕੀ ਸਾਰਾ ਕੁਝ ਹੀ ਅਹੰਕਾਰ ਵਧਾਉਂਦਾ ਹੈ ।

Whosoever may not have devotion to obey the teachings of His Word; he may never profit from his priceless human life opportunity. Whosoever may follow the teachings of worldly guru, agent of worldly wealth; his religious robe and worldly discipline may be useless. Whosoever may intentionally mislead and spread the wrong message; his meditation, singing the glory of His Word may not be accepted in His Court. Remember! Whosoever may adopt the teachings of His Word; only he may be blessed with the right path; all other paths may enhance his ego.

718.ਸਲੋਕ ਮਹਲਾ ੧॥ 1411-9

ਹੈਨਿ ਵਿਰਲੇ ਨਾਹੀ ਘਣੇ,	hain virlay naahee ghanay
ਫੈਲ ਫਕੜੁ ਸੰਸਾਰੁ॥੧੨॥	fail fakarh sansaar. ||12||

ਸੰਸਾਰ ਵਿੱਚ ਕੋਈ ਵਿਰਲਾ ਹੀ ਬੰਦਗੀ ਕਰਨ ਵਾਲਾ ਸੰਤ ਹੈ, ਬਾਕੀ ਪਾਖੰਡੀ, ਫਰੇਬੀ ਹੀ ਹਨ ।

Very rare may adopt the teachings of His Word in the universe; with His mercy and grace, he may be blessed with a state of mind as His true devotee, His Holy saint. However, most of preachers, worldly gurus, saints may be false prophet.

719.ਸਲੋਕ ਮਹਲਾ ੧॥ 1411-9

ਨਾਨਕ ਲਗੀ ਤੁਰਿ ਮਰੈ,	naanak lagee tur marai
ਜੀਵਣ ਨਾਹੀ ਤਾਣੁ॥	jeevan naahee taan.
ਚੋਟੈ ਸੇਤੀ ਜੋ ਮਰੈ	chotai saytee jo marai
ਲਗੀ ਸਾ ਪਰਵਾਣੁ॥	lagee saa parvaan.
ਜਿਸ ਨੋ ਲਾਏ ਤਿਸੁ ਲਗੈ,	jis no laa-ay tis lagai
ਲਗੀ ਤਾ ਪਰਵਾਣੁ॥	lagee taa parvaan.
ਪਿਰਮ ਪੈਕਾਮੁ ਨ ਨਿਕਲੈ,	piram paikaam na niklai
ਲਾਇਆ ਤਿਨਿ ਸੁਜਾਣਿ॥੧੩॥	laa-i-aa tin sujaan. ||13||

ਜਿਸ ਨੂੰ ਪ੍ਰਭ ਦੀ ਰਹਿਮਤ ਦੀ ਨਜ਼ਰ ਬਖਸ਼ਦਾ ਹੈ, ਉਸ ਦੀ ਲਿਵ ਲਗ ਜਾਂਦੀ ਹੈ । ਉਸ ਦੀਆਂ ਸੰਸਾਰਕ ਤ੍ਰਿਸ਼ਨਾਂ ਖਤਮ ਹੋ ਜਾਂਦੀਆਂ ਹਨ, ਇੱਕ ਨਜ਼ਰ ਨਾਲ ਉਸ ਦੀ ਬੰਦਗੀ ਪ੍ਰਵਾਨ ਹੋ ਜਾਂਦੀ ਹੈ । ਜਿਸ ਨੂੰ ਪ੍ਰਭ ਰਹਿਮਤ ਦੀ ਨਜ਼ਰ ਬਖਸ਼ਦਾ ਹੈ । ਉਸ ਦੇ ਕੰਮ ਪ੍ਰਵਾਨ ਹੋ ਜਾਂਦੇ ਹਨ । ਫਿਰ ਉਸ ਦੀ ਲਿਵ ਕੋਈ ਹੱਟਾ ਨਹੀਂ ਸਕਦਾ, ਭੰਗ ਨਹੀਂ ਕਰ ਸਕਦਾ ।

Whosoever may be bestowed with His Blessed Vision, he may remain intoxicated in meditation in the void of His Word. All his worldly desires may be eliminated. His meditation may be accepted in His Court in a twinkle of eyes. Whosoever may The True Master wish to reform, only he may be blessed with His Blessed Vison. All his worldly deeds may become as per His Word. His devotion, concentration from the right path may never be disturbed?

720.ਸਲੋਕ ਮਹਲਾ ੧॥ 1411-11

ਭਾਂਡਾ ਧੋਵੈ ਕਉਣੁ ਜਿ ਕਚਾ ਸਾਜਿਆ॥	bhaaNdaa Dhovai ka-un je kachaa saaji-aa.
ਧਾਤੂ ਪੰਜਿ ਰਲਾਇ ਕੂੜਾ ਪਾਜਿਆ॥	Dhaatoo panj ralaa-ay koorhaa paaji-aa.
ਭਾਂਡਾ ਆਣਗੁ ਰਾਸਿ ਜਾ ਤਿਸੁ ਭਾਵਸੀ॥	bhaaNdaa aanag raas jaaN tis bhaavsee.
ਪਰਮ ਜੋਤਿ ਜਾਗਾਇ ਵਾਜਾ ਵਾਵਸੀ॥ ੧੪	param jot jaagaa-ay vaajaa vaavsee. ||14||

ਪ੍ਰਭ ਨੇ, ਪੰਜ ਤੱਤ ਇਕੱਠੇ ਕਰਕੇ ਮਾਨਸ ਜੀਵ ਦਾ ਨਾਸ ਹੋ ਜਾਣ ਵਾਲਾ ਤਨ ਬਣਾਇਆ ਹੈ! ਇਹ ਟੁੱਟ ਜਾਣ ਵਾਲਾ, ਕੱਚਾ ਭਾਂਡਾ ਧੋਤਾ ਨਹੀਂ ਜਾ ਸਕਦਾ । ਜਿਸ ਤੇ ਰਹਿਮਤ ਦੀ ਨਜ਼ਰ ਬਖਸ਼ਦਾ ਹੈ, ਉਸ ਨੂੰ ਠੀਕ ਬਣਾ ਦੇਂਦਾ ਹੈ । ਉਸ ਦੀ ਹੀ ਸ਼ਬਦ ਦੀ ਪਾਲਣਾ ਵਿੱਚ ਲਗਨ ਲਾਉਂਦਾ ਹੈ ।

The True Master has combined 5 unique elements to create a perishable body of creature as a raw clay vessel. No one may ever wash a clay vessel. Whosoever may be bestowed with His Blessed Vision; his body may be created right, blemish-free. He may remain intoxicated in meditation in the void of His Word.

721.ਸਲੋਕ ਮਹਲਾ ੧॥ 1411-13

ਮਨਹੁ ਜਿ ਅੰਧੇ ਘੂਪ,	manhu je anDhay ghoop
ਕਹਿਆ ਬਿਰਦੁ ਨ ਜਾਣਨੀ॥	kahi-aa birad na jaannee.
ਮਨਿ ਅੰਧੈ ਊਂਧੈ ਕਵਲ	man, anDhai ooNDhai kaval
ਦਿਸਨਿ ਖਰੇ ਕਰੂਪ॥	disan kharay karoop.
ਇਕਿ ਕਹਿ ਜਾਣਨਿ ਕਹਿਆ,	ik kahi jaanan kahi-aa
ਬੁਝਨਿ ਤੇ ਨਰ ਸੁਘੜ ਸਰੂਪ॥	bujhan tay nar sugharh saroop.
ਇਕਨਾ ਨਾਦੁ ਨ ਬੇਦੁ ਨ ਗੀਅ ਰਸੁ,	iknaa naad na bayd na gee-a ras
ਰਸੁ ਕਸੁ ਨ ਜਾਣੰਤਿ॥	ras kas na jaanant.
ਇਕਨਾ ਸਿਧਿ ਨ ਬੁਧਿ ਨ ਅਕਲਿ ਸਰ,	iknaa siDh na buDh na akal sar
ਅਖਰ ਕਾ ਭੇਉ ਨ ਲਹੰਤਿ॥	akhar kaa bhay-o na laahant.
ਨਾਨਕ ਤੇ ਨਰ ਅਸਲਿ ਖਰ,	naanak tay nar asal khar
ਜਿ ਬਿਨੁ ਗੁਣ ਗਰਬੁ ਕਰੰਤ॥੧੫॥	je bin gun garab karant. ||15||

ਜਿਹੜਾ ਆਪਣਾ ਕੀਤੇ ਕਰਾਰ (ਵਹਿਧੇ) ਤੇ ਟਿਕਦਾ ਨਹੀਂ, ਉਹ ਮਨੋ ਅੰਧਾ ਹੁੰਦਾ ਹੈ । ਉਸ ਦਾ ਮਨ ਇੱਕ ਥਾਂ ਤੇ ਨਹੀਂ ਟਿਕਦਾ, ਪ੍ਰਭ ਨੂੰ ਪ੍ਰਵਾਨ ਨਹੀਂ ਹੁੰਦਾ । ਜਿਹੜਾ ਕੁਝ ਦੱਸਣ ਨਾਲ ਸਮਝ ਜਾਂਦਾ ਹੈ, ਉਹ ਸਿਆਣਾ ਬਣ ਜਾਂਦਾ ਹੈ, ਦਰਬਾਰ ਵਿੱਚ ਸੋਭਦਾ ਹੈ । ਜਿਹੜਾ ਸ਼ਬਦ ਦੀ, ਕੀਰਤਨ ਦੀ ਧੁਨ ਨਹੀਂ ਜਾਣਦਾ, ਸਮਝਦਾ! ਉਸ ਨੂੰ ਬੁਰੇ ਅਤੇ ਭਲੇ ਕੰਮ ਵਿੱਚ ਕੋਈ ਫਰਕ ਨਹੀਂ ਜਾਪਦਾ । ਕਈ ਮਨਮੁਖ ਹੀ ਰਹਿੰਦੇ ਹਨ, ਜਿਹਨਾਂ ਨੂੰ ਕੋਈ ਸੋਝੀ ਜਾ ਸਿਆਨਪ ਨਹੀਂ ਹੁੰਦੀ । ਉਸ ਨੂੰ ਸ਼ਬਦ ਦੀ ਵੀ ਕੋਈ ਸੋਝੀ ਹੁੰਦੀ ਹੈ । ਉਸ ਅਹੰਕਾਰੀ ਦੀ ਮੱਤ ਖੋਤੇ ਵਰਗੀ ਹੁੰਦੀ ਹੈ ।

Whosoever may not conform to his promise, commitment; he may remain blind, ignorant from the real purpose of human life journey. He may never remain steady and stable on one path of meditation in his worldly life. Whosoever may learn by teachings; he may become wise; his earnings may be accepted in His Court. Many may not know, recognize the echo of His Word nor understand the essence of His Word. He may not recognize the difference between good or evil deed. Many may not understand the real purpose of human life opportunity by even advising. He may not have any understanding, significance of the teachings of His Word either. His wisdom, state of mind may be like a donkey; he may remain very arrogant of his worldly status.

722.ਸਲੋਕ ਮਹਲਾ ੧॥ 1411-16

ਸੋ ਬ੍ਰਹਮਣੁ ਜੋ ਬਿੰਦੈ ਬ੍ਰਹਮੁ॥	so barahman jo bindai barahm.
ਜਪੁ ਤਪੁ ਸੰਜਮੁ ਕਮਾਵੈ ਕਰਮੁ॥	jap tap sanjam kamaavai karam.
ਸੀਲ ਸੰਤੋਖ ਕਾ ਰਖੈ ਧਰਮੁ॥	seel santokh kaa rakhai Dharam.
ਬੰਧਨ ਤੋੜੈ ਹੋਵੈ ਮੁਕਤੁ॥	banDhan torhai hovai mukat.
ਸੋਈ ਬ੍ਰਹਮਣੁ ਪੂਜਣ ਜੁਗਤੁ॥੧੬॥	so-ee barahman poojan jugat. ||16||

ਜਿਹੜਾ ਪ੍ਰਭ ਦੇ ਸ਼ਬਦ ਦਾ ਸਿਮਰਨ ਕਰਦਾ, ਚੰਗੇ ਕੰਮ ਕਰਦਾ, ਪ੍ਰਭ ਦੇ ਭਾਣੇ ਨੂੰ ਸਵੀਕਾਰ ਕਰਦਾ ਹੈ, ਉਸ ਨੂੰ ਹੀ ਅਸਲੀ ਬ੍ਰਹਮਣ ਅਵਸਥਾ ਬਖਸ਼ਿਸ਼ ਹੁੰਦੀ ਹੈ । ਉਹ ਧੀਰਜ, ਸੰਤੋਖ ਨੂੰ ਜੀਵਨ ਦਾ ਅਧਾਰ ਬਣਾਉਂਦਾ ਹੈ! ਪੰਜਾਂ ਇੰਦ੍ਰੀਆਂ ਦੇ ਜਾਲ, ਮੋਹ ਨੂੰ ਤਿਆਗਕੇ ਮੁਕਤ ਹੋ ਜਾਂਦਾ ਹੈ । ਉਹ ਜੀਵ (ਬ੍ਰਹਮਣ) ਪੂਜਣ ਯੋਗ ਬਣ ਜਾਂਦਾ ਹੈ ।

Whosoever may meditate on the teachings of His Word, performs good greed for His Creation; he may accept His Word as an Ultimate Command true forever; with His mercy and grace, he may be blessed with a state of mind as His true devotee, Brahman. He may adopt patience and contentment with his own worldly environments. He may renounce his worldly bonds and remains steady and stable on the right path of acceptance in His Court. He may become worthy of worship in his human life journey.

723.ਸਲੋਕ ਮਹਲਾ ੧॥ 1411-17

ਖਤ੍ਰੀ ਸੋ ਜੁ ਕਰਮਾ ਕਾ ਸੂਰੁ॥	khatree so jo karmaa kaa soor.
ਪੁੰਨ ਦਾਨ ਕਾ ਕਰੈ ਸਰੀਰੁ॥	punn daan kaa karai sareer.
ਖੇਤੁ ਪਛਾਣੈ ਬੀਜੈ ਦਾਨੁ॥	khayt pachhaanai beejai daan.
ਸੋ ਖਤ੍ਰੀ ਦਰਗਹ ਪਰਵਾਣੁ॥	so khatree dargeh parvaan.
ਲਬੁ ਲੋਭੁ ਜੇ ਕੂੜੁ ਕਮਾਵੈ॥	lab lobh jay koorh kamaavai.
ਅਪਣਾ ਕੀਤਾ ਆਪੇ ਪਾਵੈ॥੧੭॥	apnaa keetaa aapay paavai. ||17||

ਜਿਹੜਾ ਚੰਗੇ ਕੰਮ ਕਰਦਾ, ਨਿਮਾਣੇ ਦੀ ਰਖਿਆ, ਕੁਰਬਾਨੀ ਲਈ ਤਿਆਰ ਰਹਿੰਦਾ ਹੈ, ਉਹ ਅਸਲੀ ਸੂਰਮਾ, ਖਤ੍ਰੀ ਹੁੰਦਾ ਹੈ । ਉਹ ਆਪਣੇ ਕੰਮ ਨੂੰ ਸਮਝਦਾ, ਦਰਦ ਵੰਡਣ ਵਾਲਾ ਹੁੰਦਾ ਹੈ । ਉਸ ਦੀ ਕਮਾਈ, ਬੰਦਗੀ ਪ੍ਰਭ ਨੂੰ ਪ੍ਰਵਾਨ ਹੋ ਜਾਂਦੀ ਹੈ । ਜਿਹੜਾ ਲੋਭ, ਸੰਸਾਰਕ ਧਨ ਨਾਲ ਮੋਹ, ਝੂਠ ਫਰੇਬ ਨਾਲ ਜੀਵਨ ਬਤੀਤ ਕਰਦਾ ਹੈ । ਉਹ ਦਰਗਾਹ ਵਿੱਚ ਆਪਣੇ ਕੀਤੇ ਦਾ ਹੀ ਫਲ ਪਾਉਂਦਾ ਹੈ ।

Whosoever may perform good deeds for His Creation; he remains ready to help, protect innocent, helpless. He may be the real warrior. He realizes the real purpose of his human life opportunity and relieves the miseries of helpless. The earning of such a warrior may be accepted in His Court. Whosoever may remain intoxicated with sweet poison of worldly wealth; he may waste his day-to-day life with deception. He may endure the miseries of his deeds in the universe.

724.ਸਲੋਕ ਮਹਲਾ ੧॥ 1411-19

ਤਨੁ ਨ ਤਪਾਇ ਤਨੂਰ ਜਿਉ,	tan na tapaa-ay tanoor
ਬਾਲਣੁ ਹਡ ਨ ਬਾਲਿ॥	ji-o baalan had na baal.
ਸਿਰਿ ਪੈਰੀ ਕਿਆ ਫੇੜਿਆ,	sir pairee ki-aa fayrhi-aa
ਅੰਦਰਿ ਪਿਰੀ ਸਮ੍ਹਾਲਿ॥੧੮॥	andar piree samHaal. ||18||

ਜਿਹੜਾ ਜੀਵ ਆਪਣੇ ਸਰੀਰ ਨੂੰ ਤਸੀਏ ਦੇਂਦਾ, ਵਰਤ ਰਖਦਾ, ਆਪਣੇ ਧੀਰਜ, ਸੰਤੋਖ ਨੂੰ ਅਡੋਲ ਰਖਣ ਦੀ ਕੋਸ਼ਿਸ਼ ਕਰਦਾ ਹੈ । ਉਹ ਸਿਰ ਤੇ ਖੜ੍ਹਾ ਹੋ ਕੇ ਧਿਆਨ ਲਾਉਣ ਦੀ ਕੋਸ਼ਿਸ਼ ਕਰਦਾ ਹੈ । ਉਹ ਅਣਜਾਣ ਗਲਤ ਰਸਤੇ ਤੇ ਹੀ ਰਹਿੰਦਾ ਹੈ । ਇਹਨਾਂ ਵਿਧੀਆਂ ਦੀ ਕੋਈ ਮਹੱਤਤਾ ਨਹੀਂ, ਆਤਮਾ ਸਾਫ ਨਹੀਂ ਹੁੰਦੀ । ਪ੍ਰਭ ਜੀਵ ਦੇ ਅੰਦਰ ਹੀ ਵਸਦਾ ਹੈ, ਅੰਦਰੋਂ ਢੂੰਡਣ ਦਾ ਯਤਨ ਕਰੋ ।

Whosoever may rigorously stress his body by abstaining food, eat less to develop patience and contentment in his human life journey. He may stand on his head to develop his concentration; he may remain ignorant from the real purpose of human life opportunity. His meditation may not have any significance to sanctify his soul. The True Master remains embedded within each soul as His Word! You should search within your own body and mind.

725.ਸਲੋਕ ਮਹਲਾ ੧॥ 1412-1

ਸਭਨੀ ਘਟੀ ਸਹੁ ਵਸੈ, sabhnee ghatee saho vasai
ਸਹ ਬਿਨੁ ਘਟੁ ਨ ਕੋਇ॥ sah bin ghat na ko-ay.
ਨਾਨਕ ਤੇ ਸੋਹਾਗਣੀ, naanak tay sohaaganee
ਜਿਨ੍ਹਾ ਗੁਰਮੁਖਿ ਪਰਗਟੁ ਹੋਇ॥੧੯॥ jinHaa gurmukh pargat ho-ay. ||19||

ਹਰਇੱਕ ਜੀਵ ਦੇ ਹਿਰਦੇ ਵਿੱਚ ਪ੍ਰਭ ਦੀ ਜੋਤ ਵਸਦੀ ਹੈ । ਕੋਈ ਜੀਵ ਵੀ ਪ੍ਰਭ ਦੀ ਜੋਤ ਤੋ ਬਿਨਾਂ ਪੈਦਾ ਨਹੀਂ ਹੋ ਸਕਦਾ । ਜਿਹੜਾ ਪ੍ਰਭ ਨੂੰ ਆਪਣੇ ਅੰਦਰੋਂ ਢੂੰਡਦਾ, ਜਾਗਰਤ ਕਰ ਲੈਂਦਾ ਹੈ, ਉਸ ਨੂੰ ਪ੍ਰਭ ਦੀ ਹੋਂਦ ਹਰ ਥਾਂ ਵਾਪਰਦੀ ਮਹਿਸੂਸ ਹੁੰਦੀ ਹੈ । ਉਸ ਵੱਡਭਾਗੀ ਨੂੰ ਗੁਰਮਖ ਅਵਸਥਾ ਬਖਸ਼ਿਸ਼ ਹੋ ਜਾਂਦੀ ਹੈ ।

His Holy Spirit remains embedded within each soul and dwells within his body. Our soul is an expansion of His Holy Spirit. No one may ever be alive, born without, soul, His Holy Spirit. Whosoever may search within his own mind and body; with His mercy and grace, he may be enlightened and realizes His Holy Spirit prevailing everywhere in the universe. He may be very fortunate; he may be blessed with a state of mind as His true devotee.

726.ਸਲੋਕ ਮਹਲਾ ੧॥ 1412-2

ਜਉ ਤਉ ਪ੍ਰੇਮ ਖੇਲਣ ਕਾ ਚਾਉ॥ ja-o ta-o paraym khaylan kaa chaa-o.
ਸਿਰੁ ਧਰਿ ਤਲੀ ਗਲੀ ਮੇਰੀ ਆਉ॥ sir Dhar talee galee mayree aa-o.
ਇਤੁ ਮਾਰਗਿ ਪੈਰੁ ਧਰੀਜੈ॥ it maarag pair Dhareejai.
ਸਿਰੁ ਦੀਜੈ ਕਾਣਿ ਨ ਕੀਜੈ॥੨੦॥ sir deejai kaan na keejai. ||20||

ਜਿਸ ਦੇ ਮਨ ਵਿੱਚ ਪ੍ਰਭ ਦੀ ਹੋਂਦ ਮਹਿਸੂਸ ਕਰਨ ਦੀ, ਸ਼ਬਦ ਦੀ ਸੋਝੀ, ਮਾਨਸ ਜੀਵਨ ਦੇ ਮੰਤਵ ਦੀ ਸੋਝੀ ਪਾਉਣ ਦੀ ਖਾਹਿਸ਼ ਹੁੰਦੀ ਹੈ । ਉਹ ਪ੍ਰਭ ਦੇ ਸ਼ਬਦ ਦੀ ਸਿਖਿਆਂ ਨੂੰ ਪੂਰਨ ਭਰੋਸੇ ਨਾਲ ਆਪਣੇ ਜੀਵਨ ਵਿੱਚ ਢਾਲਦਾ, ਸਿਮਰਨ ਦੇ ਮਾਰਗ ਤੇ ਚੱਲਣਾ ਚਾਹੀਦਾ ਹੈ । ਉਸ ਨੂੰ ਹੋਰ ਪਾਸੇ, ਸੰਸਾਰਕ ਧਰਮਾਂ, ਗੁਰੂਆਂ ਦੀ ਸਿਖਿਆਂ ਪਿਛੇ ਲਗਕੇ ਮਾਨਸ ਜੀਵਨ ਦਾ ਅਮੋਲਕ ਮੌਕਾ ਬਰਬਾਦ ਨਹੀਂ ਕਰਦਾ । ਸ਼ਬਦ ਦੀ ਸਿਖਿਆਂ ਦਾ ਮਾਰਗ ਬਹੁਤ ਕਠਨ ਹੈ । ਪ੍ਰਭ ਦੇ ਭਾਣੇ, ਸ਼ਬਦ ਨੂੰ ਸਤਿ ਕਰਕੇ, ਬਿਨਾਂ ਕਿਸੇ ਦੀ ਨਿੰਦਿਆਂ ਦੀ ਪ੍ਰਵਾਹ ਕਰਦੇ ਆਪਣੇ ਜੀਵਨ ਦਾ ਅਧਾਰ ਬਣਾਵੇ ।

Whosoever may have a burning desire, anxiety to realize His Holy Spirit prevailing everywhere; to be enlightened with the essence of His Word; the real purpose of ambrosial human life opportunity. He must meditate, adopts the teachings of His Word with steady and stable belief in his day-to-day life. To adopt the teachings of His Word in own day to day life, may be very tedious, overwhelmed with sweet poison, temptations of worldly wealth. He must adopt the teachings of His Word with steady and stable belief as an ultimate Command. He should remain beyond the reach of influence of worldly criticism, rebuking, slandering. He must renounce all his worldly desires and only one desire, anxiety should dominate within, to become worthy of His Consideration.

727.ਸਲੋਕ ਮਹਲਾ ੧॥ 1412-3

ਨਾਲਿ ਕਿਰਾੜਾ ਦੋਸਤੀ naal kiraarhaa dostee
ਕੂੜੈ ਕੂੜੀ ਪਾਇ॥ koorhai koorhee paa-ay.
ਮਰਣੁ ਨ ਜਾਪੈ ਮੂਲਿਆ, maran na jaapai mooli-aa
ਆਵੈ ਕਿਤੈ ਥਾਇ॥੨੧॥ aavai kitai thaa-ay. ||21||

ਸੰਸਾਰਕ ਮਾਇਆ ਦੇ ਗੁਲਾਮ, ਲਾਲਚੀ ਨਾਲ ਦੋਸਤੀ ਕਦੀ ਮੁਸ਼ਕਲ ਸਮੇਂ ਸਾਥ ਨਹੀ ਦੇਂਦੀ। ਜਿਵੇਂ ਸੰਸਾਰਕ ਮਾਇਆ ਕਿਸੇ ਦੀ ਗੁਲਾਮ ਨਹੀਂ ਰਹਿੰਦੀ, ਇੱਕ ਪਲ ਵਿੱਚ ਹੀ ਇੱਕ ਜੀਵ ਤੋ ਦੂਸਰੇ ਦੇ ਪਾਸ ਚਲੇ ਜਾਂਦੀ ਹੈ। ਮੌਤ ਦੇ ਸਮੇਂ ਦੀ ਕਿਸੇ ਜੀਵ ਨੂੰ ਸੋਝੀ ਨਹੀਂ ਹੁੰਦੀ, ਕਿਸੇ ਸਮੇਂ ਵੀ ਆ ਸਕਦੀ ਹੈ। ਜੀਵ ਨੂੰ ਸੰਸਾਰਕ ਮਾਇਆ ਦੇ ਨਸ਼ੇ, ਭਰੋਸੇ ਨੂੰ ਆਪਣੇ ਮਾਨਸ ਜੀਵਨ ਦਾ ਅਧਾਰ ਬਣਾਕੇ, ਮਾਨਸ ਜੀਵਨ ਦਾ ਅਮੋਲਕ ਮੌਕਾ ਬਰਬਾਦ ਨਹੀਂ ਕਰਨਾ ਚਾਹੀਦਾ।

Whosoever may remain intoxicated with sweet poison of worldly wealth; whosoever may associate and depends on his help, friendship; he may only regret and repents. He may never standby to help in the time of worldly miseries. As worldly wealth (**wealth, cat, women**) may never be slaved; same way, worldly wealth remains moving, circulation from one to other. Unpredictable death may knock at your head anytime. Whosoever may adopt the sweet poison of worldly wealth as the guiding principle in his life; he may waste his ambrosial human life opportunity uselessly.

728.ਸਲੋਕ ਮਹਲਾ ੧॥ 1412-4

ਗਿਆਨ ਹੀਣੰ ਅਗਿਆਨ ਪੂਜਾ॥ gi-aan heenaN agi-aan poojaa.
ਅੰਧ ਵਰਤਾਵਾ ਭਾਉ ਦੂਜਾ॥੨੨॥ anDh vartaavaa bhaa-o doojaa. ||22||

ਰੂਹਾਨੀ ਸੋਝੀ ਤੋ ਬਿਨਾਂ ਮਾਨਸ ਅੰਧ ਵਿਸ਼ਵਾਸ, ਮਾਇਆ ਦੇ ਗੁਲਾਮ, ਅਗਿਆਨੀ ਸੰਤਾਂ ਦੇ ਪਿਛੇ ਲਗ ਪੈਂਦਾ, ਧਰਮ ਦੇ ਨਿਯਮਾਂ ਦਾ ਗੁਲਾਮ ਬਣ ਜਾਂਦਾ ਹੈ। ਉਹ ਸ਼ਬਦ ਦੀ ਪਾਲਣਾ ਤੇ ਅਡੋਲ ਨਹੀਂ ਰਹਿੰਦਾ। ਧਰਮ ਆਪਣੇ ਨਿਯਮਾਂ ਦਾ, ਗੁਰੂ ਦੀ ਸਿਖਿਆਂ ਦਾ ਗੁਲਾਮ ਬਣਾਉਂਦਾ ਹੈ। ਸ਼ਬਦ ਦੀ ਸਿਖਿਆਂ, ਜਨਮ, ਮਰਨ ਦੇ ਮਾਲਕ ਦਾ ਗੁਲਾਮ ਬਣਾਉਂਦੀ ਹੈ। ਉਹ ਦੋਨਾਂ ਰਸਤਿਆਂ ਤੇ ਅਡੋਲ ਭਰੋਸੇ ਨਾਲ ਨਹੀਂ ਚਲ ਸਕਦਾ।

Without eternal spiritual enlightenment, one may follow the teachings of ignorant, slave of sweet poison of wealth guru. He may become a prisoner of religious principles, fundamentals. He may never remain obeying the teachings of His Word with steady and stable belief in his day-to-day life. Religious fundamentals may enforce the teachings of religious, worldly guru as the right path of salvation from the cycle of birth and death. Worldly guru as a gate-keeper between his soul and His Holy Spirit. Teachings of His Word may enforce the path of the True Guru, The True Master of birth and death. Whosoever may put his feet on two boats; he may never be able to cross the worldly ocean overwhelmed with Shiv (His Word teachings) and Shakti (sweet poison of worldly wealth).

729.ਸਲੋਕ ਮਹਲਾ ੧॥ 1412-5

ਗੁਰ ਬਿਨੁ ਗਿਆਨੁ, ਧਰਮ ਬਿਨੁ ਧਿਆਨੁ॥ gur bin gi-aan Dharam bin Dhi-aan.
ਸਚ ਬਿਨੁ ਸਾਖੀ ਮੂਲੋ ਨ ਬਾਕੀ॥੨੩॥ sach bin saakhee moolo na baakee. ||23||

ਜਿਹੜਾ ਸ਼ਬਦ ਦੀ ਸਿਖਿਆਂ ਨਾਲ ਆਪਣਾ ਜੀਵਨ ਨਹੀਂ ਢਾਲਦਾ, ਉਸ ਨੂੰ ਪ੍ਰਭ ਦੇ ਸ਼ਬਦ ਦੀ ਸੋਝੀ ਬਖਸ਼ਿਸ਼ ਨਹੀਂ ਹੁੰਦੀ। ਮਨ ਵਿਚੋਂ ਸੰਸਾਰਕ ਇੱਛਾਂ ਨੂੰ ਤਿਆਗਣ, ਕਾਬੂ ਰਖਣ ਤੋ ਬਿਨਾਂ, ਕੋਈ ਜੀਵ ਸ਼ਬਦ ਦੀ ਪਾਲਣਾ ਵਿੱਚ ਅਡੋਲ ਨਹੀਂ ਹੋ ਸਕਦਾ। ਜਿਹੜਾ ਸ਼ਬਦ ਨੂੰ ਅਡੋਲ ਭਰੋਸੇ ਨਾਲ ਆਪਣੇ ਜੀਵਨ ਦਾ ਅਧਾਰ ਨਹੀਂ ਬਣਾਉਂਦਾ, ਉਸ ਨੂੰ ਪ੍ਰਭ ਦੇ ਦਰਬਾਰ ਵਿੱਚ ਪ੍ਰਵਾਨਗੀ ਦਾ ਅਸਲੀ ਰਸਤਾ ਬਖਸ਼ਿਸ਼ ਨਹੀਂ ਹੁੰਦਾ।

Whosoever may not adopt the teachings of His Word with steady and stable belief in his day-to-day life; he may never be enlightened with the essence of His Word, the real purpose of human life opportunity. Whosoever may not renounce his worldly desires and controls, conquers his own mind; he may never remain steady and stable on the one path, of obeying the teachings of His Word. He may never be blessed with the right path of acceptance in His Court.

730.ਸਲੋਕ ਮਹਲਾ ੧॥ 1412-6

ਮਾਨੂ ਘਲੈ ਉਠੀ ਚਲੈ॥	maanoo ghalai uthee chalai.
ਸਾਦੁ ਨਾਹੀ ਇਵੇਹੀ ਗਲੈ॥੨੪॥	saad naahee ivayhee galai. ‖24‖

ਮਾਨਸ ਜੀਵਨ ਦਾ ਮੰਤਵ ਹੀ ਆਤਮਾ ਨੂੰ ਪਵਿੱਤਰ ਕਰਕੇ, ਪ੍ਰਭ ਦੇ ਪਰਖਣ ਯੋਗ ਬਣਾਉਣਾ ਹੁੰਦਾ ਹੈ । ਜਿਹੜਾ ਸ਼ਬਦ ਦੀ ਕਮਾਈ, ਸ਼ਬਦ ਦੀ ਸਿਖਿਆਂ ਨਾਲ ਜੀਵਨ ਢਾਲਣ ਤੋ ਬਿਨਾਂ ਜੀਵਨ ਬਤੀਤ ਕਰਦਾ ਹੈ । ਉਸ ਨੂੰ ਮਾਨਸ ਜਨਮ ਦਾ ਕੋਈ ਲਾਭ, ਅਨੰਦ ਬਖਸ਼ਿਸ਼ ਨਹੀਂ ਹੁੰਦਾ ।

The real purpose of human life opportunity may be to sanctify his soul to become worthy of His Consideration. Whosoever may not adopt the teachings of His Word, earns the wealth of His Word; he may waste his life uselessly, without any benefit.

731.ਸਲੋਕ ਮਹਲਾ ੧॥ 1412-6

ਰਾਮੁ ਝੁਰੈ ਦਲ ਮੇਲਵੈ,	raam jhurai dal maylvai
ਅੰਤਰਿ ਬਲੁ ਅਧਿਕਾਰ॥	antar bal aDhikaar.
ਬੰਤਰ ਕੀ ਸੈਨਾ ਸੇਵੀਐ,	bantar kee sainaa sayvee-ai
ਮਨਿ ਤਨਿ ਜੁਝੁ ਅਪਾਰੁ॥	man, tan jujh apaar.
ਸੀਤਾ ਲੈ ਗਇਆ ਦਹਸਿਰੋ,	seetaa lai ga-i-aa dehsiro
ਲਛਮਣੁ ਮੂਓ ਸਰਾਪਿ॥	lachhman moo-o saraap.
ਨਾਨਕ ਕਰਤਾ ਕਰਨਹਾਰੁ,	naanak kartaa karanhaar
ਕਰਿ ਵੇਖੈ ਥਾਪਿ ਉਥਾਪਿ॥੨੫॥	kar vaykhai thaap uthaap. ‖25‖

ਰਾਮ ਚੰਦਰ ਦੇ ਮਨ ਅੰਦਰ, ਆਪਣੀ ਸੰਸਾਰਕ ਤਾਕਤ, ਹੈਸੀਅਤ, ਬਲ ਦਾ ਬਹੁਤ ਅਹੰਕਾਰ ਹੁੰਦਾ ਹੈ । ਸੀਤਾ ਦੇ ਵਿਛੋੜੇ ਨਾਲ ਮਨ ਵਿੱਚ ਬਹੁਤ ਉਦਾਸੀ ਹੁੰਦੀ ਹੈ । ਆਪਣੇ ਆਪ ਨੂੰ ਮਜਬੂਰ ਸਮਝਦਾ ਹੈ । ਉਹ ਆਪਣੇ ਸੇਵਕ, ਬੰਦਰਾਂ ਦੇ ਪੀਰ ਹਨੂਮਾਨ ਦੀ ਆਰਧਨਾ ਕਰਦਾ ਹੈ । ਉਸ ਦੀ ਪੁਕਾਰ ਸੁਣਕੇ, ਹਨੂਮਾਨ, ਬੰਦਰਾਂ ਦੀ ਫੌਜ ਲੈ ਕੇ ਹਾਜ਼ਰ ਹੋ ਜਾਂਦਾ ਹੈ । ਰਾਵਨ ਨੇ ਸੀਤਾ ਨੂੰ, ਲਛਮਨ ਨੂੰ ਸਰਾਪ ਦੇ ਕੇ ਮਾਰ ਦੇਣ ਦਾ ਡਰ ਪਾ ਦਿੱਤਾ! ਉਸ ਨੇ ਸੀਤਾ ਨੂੰ ਗੁਲਾਮ ਬਣਾ ਲਿਆ । ਪ੍ਰਭ ਆਪ ਹੀ ਸਭ ਕਰਤਵ ਰਚਾਉਂਦਾ, ਆਪਣਾ ਕੀਤਾ ਆਪ ਹੀ ਦੇਖਦਾ ਹੈ । ਭਗਤ ਵੀ ਪ੍ਰਭ ਦੇ ਭਾਣੇ ਨੂੰ ਭੁਲ ਜਾਂਦਾ ਹੈ, ਆਪਣੇ ਰਸਤੇ ਤੋਂ ਡੋਲ ਜਾਂਦਾ ਹੈ । ਉਹ ਆਪਣੇ ਉਪਰ ਆਉਣ ਵਾਲੀ ਮੁਸ਼ੀਬਤ ਨੂੰ ਬਦਲ ਨਹੀਂ ਸਕਦਾ ਵਾਪਰਕੇ ਹੀ ਰਹਿੰਦੀ ਹੈ । ਜੋ ਪ੍ਰਭ ਦੇ ਕਰਤਬ ਨੂੰ ਸਤਿ ਕਰਕੇ ਹੀ ਮੰਨ ਲਵੇ ।

Ram Chander was a proud of his worldly status, power and his own youth and strength. He became very depressed with the separation of **Sita**. He felt helpless. He begged for the help of **Hanmaan,** the king of monkeys. King **Raaven** created a fear of cursing **Lachhman** in the mind of **Sita**. He captured Sita as a prisoner. The True Master creates the play of universe to check the sincerity, belief of His true devotee and monitors all events in his life. Sometimes, His true devotee may drift from the right path and becomes a slave of worldly wealth. No one may ever be able to avoid the events of His Nature; His Command must be endured. His true devotee remains steady and stable on the right path under any worldly environments.

732.ਸਲੋਕ ਮਹਲਾ ੧॥ 1412-8

ਮਨ ਮਹਿ ਝੂਰੈ ਰਾਮਚੰਦੁ,	man, meh jhoorai raamchand
ਸੀਤਾ ਲਛਮਣ ਜੋਗੁ॥	seetaa lachhman jog.
ਹਣਵੰਤਰੁ ਆਰਾਧਿਆ,	hanvantar aaraaDhi-aa
ਆਇਆ ਕਰਿ ਸੰਜੋਗੁ॥	aa-i-aa kar sanjog.
ਭੂਲਾ ਦੈਤੁ ਨ ਸਮਝਈ,	bhoolaa dait na samjha-ee
ਤਿਨਿ ਪ੍ਰਭ ਕੀਏ ਕਾਮ॥	tin parabh kee-ay kaam.
ਨਾਨਕ ਵੇਪਰਵਾਹੁ ਸੋ,	naanak vayparvaahu so
ਕਿਰਤੁ ਨ ਮਿਟਈ ਰਾਮ॥੨੬॥	kirat na mit-ee raam. ||26||1

ਭਗਤ ਰਾਮ ਚੰਦਰ ਆਪਣੇ ਦਿਲ ਵਿੱਚ ਬਹੁਤ ਉਦਾਸ ਹੈ । ਉਹ ਲਛਮਨ, ਸੀਤਾ ਦੀ ਰਖਿਆ ਨਹੀਂ ਕਰ ਸਕਿਆ । ਉਹ ਪ੍ਰਭ ਦੀ ਭਾਣੇ ਤੋ ਡੋਲ ਜਾਂਦਾ ਹੈ! ਬੰਦਰਾਂ ਦੇ ਦੇਵਤੇ ਹਣੂਮਾਨ ਦੀ ਮਦਦ ਲੈਂਦਾ ਹੈ । ਹੁਣਮਾਨ ਦੀ ਮੱਤ ਵੀ ਮਾਰੀ ਜਾਂਦੀ ਹੈ, ਉਹ ਭੁਲ ਜਾਂਦਾ ਹੈ, ਸਭ ਕੁਝ ਪ੍ਰਭ ਆਪ ਹੀ ਕਰਦਾ ਹੈ, ਭਗਤਾ ਦਾ ਭਰੋਸਾ ਪਰਖਦਾ ਰਹਿੰਦਾ ਹੈ । ਉਸ ਦਾ ਭਾਣਾ ਟਾਲਿਆ ਨਹੀਂ ਜਾ ਸਕਦਾ । ਪ੍ਰਭ ਦੇ ਭਾਣੇ ਨੂੰ ਸਤਿ ਕਰਕੇ ਮੰਨਣਾ ਹੀ ਪ੍ਰਭ ਦੀ ਰਜ਼ਾ ਵਿੱਚ ਰਹਿਣਾ ਹੈ ।

Prophet, **Ram Chander** becomes very depressed and helpless; he could not protect Sita and Lachman. He drifted from the right path of acceptance in His Court. He begged for the help of **Hunvaan**. Even though **Hunvaan** was His true devotee; he also abandoned the right path, His Command. He Ignored, forgot; The True Master creates unique events time to time to monitor the sincerity of His true devotee. His Command may never be avoided, altered. To obey His Command under all worldly environments may be the right path of acceptance in His Court.

733.ਸਲੋਕ ਮਹਲਾ ੧॥ 1412-10

ਲਾਹੌਰ ਸਹਰੁ ਜਹਰੁ	laahour sahar jahar
ਕਹਰੁ ਸਵਾ ਪਹਰੁ॥੨੭॥	kahar savaa pahar. ||27||

ਲਾਹੌਰ ਤੇ ਵੀ ਸਵਾ ਪਹਰੋ ਕਰੋਪੀ ਆਉਣੀ ਹੈ । ਕਿਸੇ ਬੰਦਗੀ ਕਰਨ ਵਾਲੇ ਦੀ ਕੁਰਬਾਨੀ ਹੋਣੀ ਹੈ ।

Nanak Ji was blessed with prediction of His Nature! The Holy City of Lahore may face a terrible disaster; His true devotee, Holy soul may be sacrificed to uphold the teachings of His Word, Command.

734.ਸਲੋਕ ਮਹਲਾ ੧॥ 1412-11

ਮਹਲਾ ੩॥	mehlaa 3.
ਲਾਹੌਰ ਸਹਰੁ ਅੰਮ੍ਰਿਤ ਸਰੁ,	laahour sahar amrit sar
ਸਿਫਤੀ ਦਾ ਘਰੁ॥੨੮॥	siftee daa ghar. ||28||

ਅਮਰਦਾਸ ਜੀ ਅਰਾਧਨਾ ਕਰਦਾ ਹੈ! ਲਾਹੌਰ, ਪ੍ਰਭ ਦੇ ਸ਼ਬਦ ਦੇ ਅੰਮ੍ਰਿਤ ਦਾ ਸਾਗਰ ਬਣ ਜਾਵੇਗਾ । ਉਥੇ ਥਾਂ ਥਾਂ ਤੇ ਪ੍ਰਭ ਦੇ ਸ਼ਬਦ ਦੀ ਪੁਜਾ ਹੋਵੇਗੀ ।

His true devotee Amar Das prayed! The Holy City of Lahore may become a Holy Shrine, the ocean of nectar of the teachings of His Word. Everywhere in the city, the teachings of His Word may be worshipped.

735.ਸਲੋਕ ਮਹਲਾ ੧॥ 1412-12

ਮਹਲਾ ੧॥	mehlaa 1.
ਉਦੋਸਾਹੈ ਕਿਆ ਨੀਸਾਨੀ,	udosaahai ki-aa neesaanee
ਤੋਟਿ ਨ ਆਵੈ ਅੰਨੀ॥	tot na aavai annee.
ਉਦੋਸੀਅ ਘਰੇ ਹੀ ਵੁਠੀ,	udosee-a gharay hee vuthee
ਕੁੜਿਈ ਰੰਨੀ ਧੰਮੀ॥	kurhi-eeN rannee Dhammee.
ਸਤੀ ਰੰਨੀ ਘਰੇ ਸਿਆਪਾ,	satee rannee gharay si-aapaa
ਰੋਵਨਿ ਕੂੜੀ ਕੰਮੀ॥	rovan koorhee kammee.

ਜੋ ਲੇਵੈ ਸੋ ਦੇਵੈ ਨਾਹੀ, jo layvai so dayvai naahee
ਖਟੇ ਦੰਮ ਸਹੰਮੀ॥੨੯॥ khatay damm sahamee. ||29||

ਜਿਹੜੇ ਘਰ ਵਿੱਚ ਔਰਤ, ਨਾਰੀ ਹਮੇਸ਼ਾਂ ਹੀ ਕਲੇਸ਼ ਪਾਈ ਰਖਦੀ ਹੈ । ਉਸ ਘਰ ਦੀ ਬਰਕਤ ਉਠ ਜਾਂਦੀ ਹੈ । ਜਿਸ ਘਰ ਵਿੱਚ ਨਾਰੀ ਦੀਆਂ ਝਾਂਜ਼ਰਾਂ ਦੀ ਅਵਾਜ਼ ਆਉਂਦੀ, ਨਾਰੀ ਦਾ ਸਤਿਕਾਰ ਹੁੰਦਾ ਹੈ । ਉਹ ਘਰ ਵਿੱਚ ਸਦਾ ਹੀ ਖੇੜੇ ਰਹਿੰਦਾ ਹੈ । ਜਿਸ ਘਰ ਵਿੱਚ ਔਰਤ ਦਾ ਸਤਿਕਾਰ ਹੁੰਦਾ, ਔਰਤ ਸਦਾ ਕਲੇਸ਼ ਨਹੀਂ ਪਾਈ ਰਖਦੀ । ਉਸ ਘਰ ਵਿੱਚ ਬਰਕਤ ਰਹਿੰਦੀ ਹੈ, ਕਦੇ ਕਿਸੇ ਚੀਜ ਦੀ ਕਮੀ ਨਹੀਂ ਹੁੰਦੀ ।

In any family, a woman of the house may always create uncomfortable environments in family life; peace of mind, contentment may evaporate from her house. Wherever woman of the house may be respected, treated as queen, the sound of jiggling may be heard; her house may remain with peace, contentment, and blossom forever. Wherever woman of the house may be respected and woman may not create unhealthy environment with every small event; her house may have an abundant of everything. He may never realize any shortage, disappointment in worldly life.

736.ਸਲੋਕ ਮਹਲਾ ੧॥ 1412-14

ਪਬਰ ਤੂੰ ਹਰੀਆਵਲਾ, pabar tooN haree-aavlaa
ਕਵਲਾ ਕੰਚਨ ਵੰਨਿ॥ kavlaa kanchan vann.
ਕੈ ਦੋਖੜੈ ਸੜਿਓਹਿ. kai dokh-rhai sarhi-ohi
ਕਾਲੀ ਹੋਈਆ ਦੇਹੁਰੀ, kaalee ho-ee-aa dayhuree
ਨਾਨਕ ਮੈ ਤਨਿ ਭੰਗੁ॥ naanak mai tan bhang.
ਜਾਣਾ ਪਾਣੀ ਨਾ ਲਹਾ, jaanaa paanee naa lahaaN
ਜੈ ਸੇਤੀ ਮੇਰਾ ਸੰਗੁ॥ jai saytee mayraa sang.
ਜਿਤੁ ਡਿਠੈ ਤਨੁ ਪਰਫੁੜੈ, jit dithai tan parfurhai
ਚੜੈ ਚਵਗਣਿ ਵੰਨੁ॥੩੦॥ charhai chavgan vann. ||30||

ਕਿਸ ਗੱਲ ਦੀ ਪਰੇਸ਼ਾਨੀ ਹੈ, ਕਿ ਤੂੰ ਜਲ ਕੇ ਸਵਾਹ ਹੋਇਆ, ਤਨ, ਸਰੀਰ ਮੁਰਝਾਇਆ ਹੈ? ਦੇਖ ਪਹਾੜੀ ਤੇ ਹਰਿਆਵਲੀ ਹੈ, ਫੁੱਲ ਖੇੜੇ ਹਨ । ਮੈਨੂੰ ਪ੍ਰਭ ਦੇ ਪਾਣੀ, ਸ਼ਬਦ ਦੀ ਸੋਝੀ ਦੀ ਸ਼ਰਧਾ ਹੈ, ਮੈਨੂੰ ਸ਼ਬਦ ਦੀ ਸੋਝੀ ਬਖੀਸ਼ਸ਼ ਨਹੀਂ ਹੋਈ । ਜਿਸ ਦੇ ਮਨ ਵਿੱਚ ਪ੍ਰਭ ਦੇ ਸ਼ਬਦ ਦੀ ਸੋਝੀ ਘਰ ਕਰ ਜਾਂਦੀ, ਗੂੜਾ ਰੂਪ ਚੜ੍ਹ ਜਾਂਦਾ, ਸ਼ਬਦ ਦੀ ਸੋਝੀ ਰੂਪੀ ਅੰਮ੍ਰਿਤ ਬਖਸ਼ਿਸ਼ ਹੋ ਜਾਂਦਾ ਹੈ, ਉਸ ਦੇ ਮਨ ਵਿੱਚ ਖੇੜੇ ਬਖਸ਼ਿਸ਼ ਹੋ ਜਾਂਦਾ ਹੈ ।

Why are you frustrated? Why have your body burned and looks like ashes, charcoal? Imagine, all mountains are blossoming with greenery and flowers. I have a deep devotion with the nectar of the essence of His Word; I have not been blessed with the essence of His Word. Whosoever may remain drenched with the essence of His Word, a deep crimson color of essence of His Word; with His mercy and grace, he may be blessed with the nectar of the essence of His Word, he may be overwhelmed with blossom in his day-to-day life.

737.ਸਲੋਕ ਮਹਲਾ ੧॥ 1412-16

ਰਜਿ ਨ ਕੋਈ ਜੀਵਿਆ, raj na ko-ee jeevi-aa
ਪਹੁਚਿ ਨ ਚਲਿਆ ਕੋਇ॥ pahuch na chali-aa ko-ay.
ਗਿਆਨੀ ਜੀਵੈ ਸਦਾ ਸਦਾ, gi-aanee jeevai sadaa sadaa
ਸੁਰਤੀ ਹੀ ਪਤਿ ਹੋਇ॥ surtee hee pat ho-ay.
ਸਰਫੈ ਸਰਫੈ ਸਦਾ, sarfai sarfai sadaa
ਸਦਾ ਏਵੈ ਗਈ ਵਿਹਾਇ॥ sadaa ayvai ga-ee vihaa-ay.
ਨਾਨਕ ਕਿਸ ਨੋ ਆਖੀਐ, naanak kis no aakhee-ai

ਵਿਣੁ ਪੁਛਿਆ ਹੀ ਲੈ ਜਾਇ॥੩੧॥ vin puchhi-aa hee lai jaa-ay. ||31||

ਕੋਈ ਵੀ ਇਤਨਾ ਚਿਰ ਜੀਉਂਦਾ ਨਹੀਂ ਰਹੇ ਸਕਦਾ । ਕਿ ਉਹ ਮਨ ਦੀਆਂ ਸਾਰੀਆਂ ਹੀ ਸੰਸਾਰਕ ਇੱਛਾਂ ਪੂਰੀਆਂ ਕਰ ਸਕੇ । ਇੱਛਾਂ ਵਧਦੀਆਂ ਜਾਂਦੀਆਂ ਹਨ । ਰਾਤੀ ਇੱਛਾਂ ਪੂਰੀਆਂ ਕਰੋ! ਅਗਰ ਦਿਨ ਚੜ੍ਹੇ ਤਾ ਹੋਰ ਇੱਛਾਂ ਆ ਜਾਂਦੀਆਂ ਹਨ । ਜਿਹੜੇ ਜੀਵਾਂ ਨੂੰ ਸ਼ਬਦ ਦੀ ਸੋਝੀ ਬਖਸ਼ਿਸ਼ ਹੋ ਜਾਂਦੀ ਹੈ । ਉਹ ਆਪਣੇ ਭਲਾਈ ਦੇ ਕੰਮਾਂ ਦੀ ਯਾਦ ਨਾਲ ਹਮੇਸ਼ਾਂ ਲਈ ਅਮਰ ਹੋ ਜਾਂਦੇ ਹਨ । ਜੀਵਨ ਪਲ ਪਲ ਕਰਕੇ ਖਤਮ ਹੁੰਦਾ ਜਾਂਦਾ ਹੈ । ਮਾਨਸ ਇਸ ਨੂੰ ਪਕੜ ਰਖਣ ਦੀ ਬਹੁਤ ਕੋਸ਼ਿਸ਼ ਕਰਦਾ ਹੈ । ਪ੍ਰਭ ਬਿਨਾਂ ਦੱਸੇ, ਮਿਥੇ ਸਮੇਂ ਨਾਲ ਹੀ ਮੌਤ ਦੇ ਕੇ ਵਾਪਸ ਲੈ ਜਾਂਦਾ ਹੈ ।

No one ever live long enough to satisfy all his worldly desires, expectations. He may satisfy one desire, a new and more aggressive desire become dominating in his heart. Whosoever may be enlightened with the essence of His Word; he may surrender his self-identity to serve His Creation; with His mercy and grace, he may be blessed with immortal state of mind forever. The predetermined time of human life opportunity may be wasted every moment; however, everyone may try to hold his youth, prosperity. However, the devil of death knocks at his head unannounced and captures his soul to endure the judgement of his worldly deeds.

738.ਸਲੋਕ ਮਹਲਾ ੧॥ 1412-17

ਦੋਸੁ ਨ ਦੇਅਹੁ ਰਾਇ ਨੋ, dos na day-ahu raa-ay no
ਮਤਿ ਚਲੈ ਜਾ ਬੁਢਾ ਹੋਵੈ॥ mat chalai jaaN budhaa hovai.
ਗਲਾਂ ਕਰੇ ਘਣੇਰੀਆ ਤਾਂ galaaN karay ghanayree-aa taaN
ਅੰਨ੍ਹੇ, ਪਵਣਾ ਖਾਤੀ ਟੋਵੈ॥੩੨॥ annHay pavnaa khaatee tovai. ||32||

ਨਾਸ ਹੋਣ ਵਾਲੇ ਤਨ ਦੇ ਬੁੱਢੇ ਹੋਣ ਤੇ ਪ੍ਰਭ ਨੂੰ ਕੋਈ ਦੋਸ਼ ਨਾ ਦੇਵੋ । ਜਿਸ ਦੀ ਮੱਤ ਭੁਲਣ ਲਗ ਪਵੇ, ਹੌਲੀ ਹੌਲੀ ਮੱਤ ਤੋ ਖੋਖਲਾ, ਅੰਧਾ ਹੋ ਜਾਂਦਾ ਹੈ । ਉਹ ਗੱਲ ਵੀ ਪੂਰੀ ਨਹੀਂ ਕਰ ਸਕਦਾ । ਅਖੀਰ ਵਿੱਚ ਮੌਤ ਦੇ ਟੋਏ ਵਿੱਚ ਡਿੱਗ ਪੈਂਦਾ ਹੈ ।

You should not blame, The True Master for your old age! When the perishable body may become feeble, old with predetermined time; you should not blame your destiny; face the reality of human life. You may lose your memory and concentration. You may not even completely speak clearly. In the end, your perishable body may give up, your breaths may be exhausted.

739.ਸਲੋਕ ਮਹਲਾ ੧॥ 1412-18

ਪੂਰੇ ਕਾ ਕੀਆ ਸਭ ਕਿਛੁ, pooray kaa kee-aa sabh kichh
ਪੂਰਾ ਘਟਿ ਵਧਿ ਕਿਛੁ ਨਾਹੀ॥ pooraa ghat vaDh kichh naahee.
ਨਾਨਕ ਗੁਰਮੁਖਿ ਐਸਾ ਜਾਣੈ, naanak gurmukh aisaa jaanai
ਪੂਰੇ ਮਾਂਹਿ ਸਮਾਂਹੀ॥੩੩॥ pooray maaNhi samaaNhee. ||33||

ਪ੍ਰਭ ਸਭ ਕੁਝ ਠੀਕ ਹੀ ਕਰਦਾ ਹੈ, ਕੋਈ ਘਟ ਵਧ ਨਹੀਂ ਕਰਦਾ । ਜਿਹੜਾ ਭਲਾਈ, ਸ਼ਬਦ ਦੀ ਕਮਾਈ ਕਰਦਾ ਹੈ । ਪ੍ਰਭ ਦੀ ਰਹਿਮਤ ਨਾਲ ਉਸ ਨੂੰ ਗੁਰਮਖ ਅਵਸਥਾ ਬਖਸ਼ਿਸ਼ ਹੋ ਜਾਂਦੀ ਹੈ! ਉਸ ਦੀ ਆਤਮਾ, ਪ੍ਰਭ ਦੀ ਜੋਤ ਵਿੱਚ ਅਭੇਦ ਹੋ ਜਾਂਦੀ ਹੈ ।

Justice may always prevail in His Court; The True Master may never make mistakes. Whosoever may earn the wealth of His Word; with His mercy and grace, he may be blessed with a state of mind as His true devotee. His soul may be immersed within His Holy Spirit.

☬ ਸਲੋਕ ਗੁਰੂ ਅਮਰ ਦਾਸ ਜੀ #67 ☬

740.ਸਲੋਕ ਮਹਲਾ ੩॥ 1413-1

ੴ ਸਤਿਗੁਰ ਪ੍ਰਸਾਦਿ॥ ik-oNkaar satgur parsaad.

ਇੱਕੋ ਇੱਕ ਪ੍ਰਭ ਸ੍ਰਿਸ਼ਟੀ ਨੂੰ ਪੈਦਾ ਕਰਨ ਵਾਲਾ, ਤਿੰਨਾਂ ਗੁਣਾਂ (ਰੂਪ, ਰੰਗ, ਅਕਾਰ) ਤੋ ਰਹਿਤ ਹੈ । ਉਸ ਦੀ ਹੋਂਦ, ਸ਼ਬਦ, ਹੁਕਮ, ਭਾਣਾ ਅਟਲ ਹੈ । ਸ੍ਰਿਸ਼ਟੀ ਨੂੰ ਗਿਆਨ, ਚਾਨਣ ਬਖਸ਼ਣ ਵਾਲਾ ਅਟਲ ਮਾਲਕ ਹੈ । ਕੇਵਲ ਪ੍ਰਭ ਦੀ ਰਹਿਮਤ ਨਾਲ ਹੀ ਪ੍ਰਭ ਦੇ ਦਰਬਾਰ ਵਿੱਚ ਪ੍ਰਵਾਨਗੀ ਬਖਸ਼ਿਸ਼ ਹੋ ਸਕਦੀ ਹੈ । ਕਿਸੇ ਸੰਸਾਰਕ ਗੁਰੂ ਦੀ ਅਸੀਸ ਨਾਲ ਜਾ ਕੋਈ ਇਸਤਰ੍ਹਾਂ ਦੀ ਬੰਦਗੀ ਨਹੀਂ, ਕੋਈ ਵੀ ਪ੍ਰਭਾਵ, ਦੁਬਿਆ ਨਹੀਂ ਪਾਇਆ ਜਾ ਸਕਦਾ ।

The One and only One True Master, Creator of the universe remains beyond three limitations of recognitions known to mankind; color, body structure-size, and beauty. His Word, His Existence, Command remains true forever and only His Command prevails in the universe; nothing else may exist without His Command. His Word remains the fountain of enlightenment and illumination in the universe. Whosoever may be bestowed with His Blessed Vision; only he may be blessed with the right path of acceptance in His Court; his earnings, wealth of His Word may be accepted in His Court. No external power, recommendation of any saint, prophet, worldly guru may influence His Blessings.

ਅਭਿਆਗਤ ਏਹ ਨ ਆਖੀਅਹਿ, abhi-aagat ayh na aakhee-ahi
ਜਿਨ ਕੈ ਮਨ ਮਹਿ ਭਰਮੁ॥ jin kai man meh bharam.
ਤਿਨ ਕੇ ਦਿਤੇ ਨਾਨਕਾ, tin kay ditay naankaa
ਤੇਹੋ ਜੇਹਾ ਧਰਮੁ॥੧॥ tayho jayhaa Dharam. ||1||

ਜੀਵ ਹਰਇੱਕ ਮੰਗਤੇ ਨੂੰ ਪ੍ਰਭ ਦਾ ਭਗਤ ਨਾ ਸਮਝੋ! ਜਿਸ ਦੇ ਮਨ ਵਿੱਚ ਪ੍ਰਭ ਦੀ ਹੋਂਦ, ਸ਼ਬਦ ਤੇ ਭਰੋਸਾ ਨਹੀਂ ਹੁੰਦਾ । ਉਸ ਨੂੰ ਪ੍ਰਭ ਦਾ ਸੇਵਕ ਸਮਝਕੇ ਭਿੱਖਿਆ ਦੇਣ ਦਾ ਕੋਈ ਲਾਭ ਨਹੀਂ ਹੁੰਦਾ ।

You should not consider everyone in religious robe as Holy saint! Whosoever may not obey the teachings of His Word with steady and stable belief in his day-to-day life, as an ultimate Command; offering alms to him may not be a worthy cause.

741.ਸਲੋਕ ਗੁਰੂ ਅਮਰਸਦਾਸ ਜੀ – ਮਹਲਾ ੩॥ 1413-3

ਅਭੈ ਨਿਰੰਜਨ ਪਰਮ ਪਦੁ, abhai niranjan param pad
ਤਾ ਕਾ ਭੀਖਕੁ ਹੋਇ॥ taa kaa bheekhak ho-ay.
ਤਿਸ ਕਾ ਭੋਜਨੁ ਨਾਨਕਾ, tis kaa bhojan naankaa
ਵਿਰਲਾ ਪਾਏ ਕੋਇ॥੨॥ virlaa paa-ay ko-ay. ||2||

ਜਿਹੜਾ ਅਟਲ ਪ੍ਰਭ ਦੀ ਰਹਿਮਤ ਦੀ ਭਿੱਖਿਆ ਮੰਗਦਾ ਹੈ । ਉਹ ਹੀ ਅਸਲੀ ਭਗਤ ਹੁੰਦਾ ਹੈ । ਕਿਸੇ ਵਿਰਲੇ ਨੂੰ ਪ੍ਰਭ ਦੇ ਦਾਸ ਨੂੰ ਭੋਜਨ ਕਰਵਾਉਣ ਦਾ ਅਮੋਲਕ ਮੌਕਾ ਬਖਸ਼ਿਸ਼ ਹੁੰਦਾ ਹੈ ।

Whosoever may only pray and begs for His Forgiveness and Refuge; only he may be His true devotee. However, very rare, only fortunate may be blessed with ambrosial opportunity to serve His true devotee.

742.ਸਲੋਕ ਗੁਰੂ ਅਮਰਸਦਾਸ ਜੀ – ਮਹਲਾ ੩॥ 1413-3

ਹੋਵਾ ਪੰਡਿਤੁ ਜੋਤਕੀ, hovaa pandit jotkee
ਵੇਦ ਪੜਾ ਮੁਖਿ ਚਾਰਿ॥ vayd parhaa mukh chaar.
ਨਵਾ ਖੰਡਾ ਵਿਚਿ ਜਾਣੀਆ, navaa khanda vich jaanee-aa
ਅਪਨੇ ਚਜ ਵੀਚਾਰ॥੩॥ apnay chaj veechaar. ||3||

ਪ੍ਰਭ ਦੀ ਰਹਿਮਤ ਨਾਲ ਮੈਨੂੰ, ਸ਼ਬਦ ਦੀ ਸੋਝੀ, ਜੋਤਿਸ਼, ਭਵਿੱਖ ਵਿਦਿਆ ਦੀ ਸੋਝੀ ਬਖਸ਼ਿਸ਼ ਹੋ ਜਾਵੇ । ਮੈਂ ਚਾਰੇ ਵੇਦਾਂ, ਬਿਨਾਂ ਦੇਖੇ ਹੀ ਪੜ੍ਹ, ਮੂੰਹ ਤੋ ਬੋਲਾਂ, ਵਿਚਾਰ ਕਰ ਸਕਾ । ਮੇਰੀ ਸਿਆਣਪ ਦੀ ਚਰਚਾ ਸਾਰੇ ਖੰਡਾ (ਨੌਂ ਖੰਡਾ) ਵਿੱਚ ਮਸ਼ਹੂਰ, ਪ੍ਰਸਿੱਧ ਹੋ ਜਾਂਵੇ ।

I may be bestowed with His Blessed Vision! I may be enlightened with the essence of His Word; I may predict the future. I may recite, religious Holy Scripture with my tongue without opening the book. I may become famous in nine regions of the earth, for my thoughtful contemplation.

743.ਸਲੋਕ ਗੁਰੂ ਅਮਰਸਦਾਸ ਜੀ – ਮਹਲਾ ੩॥ 1413-4

ਬ੍ਰਹਮਣ ਕੈਲੀ ਘਾਤੁ ਕੰਞਕਾ,	barahman kailee ghaat kanjkaa
ਅਣਚਾਰੀ ਕਾ ਧਾਨੁ॥	anchaaree kaa Dhaan.
ਫਿਟਕ ਫਿਟਕਾ ਕੋੜੁ ਬਦੀਆ,	fitak fitkaa korh badee-aa
ਸਦਾ ਸਦਾ ਅਭਿਮਾਨੁ॥	sadaa sadaa abhimaan.
ਪਾਹਿ ਏਤੇ ਜਾਹਿ,	paahi aytay jaahi
ਵੀਸਰਿ ਨਾਨਕਾ ਇਕੁ ਨਾਮੁ॥	veesar naankaa ik naam.
ਸਭ ਬੁਧੀ ਜਾਲੀਅਹਿ,	sabh buDhee jaalee-ah
ਇਕੁ ਰਹੈ ਤਤੁ ਗਿਆਨੁ॥੪॥	ik rahai tat gi-aan. ‖4‖

ਅਗਰ ਕੋਈ ਪ੍ਰਭ ਦੀ ਬੰਦਗੀ ਕਰਨ ਵਾਲਾ, ਸੰਤ, ਗਿਆਨੀ, ਪੰਡਿਤ ਹੋਵੇ । ਫਿਰ ਕਿਸੇ ਦਾ ਕਤਲ ਕਰੇ ਜਾ ਬੁਰੇ ਕੰਮ ਕਰਨ ਵਾਲੇ ਤੋ ਪੂਜਾ ਲਵੇਂ । ਉਸ ਨੂੰ ਪ੍ਰਭ ਦੀ ਦਰਗਾਹ ਵਿੱਚ ਫਿਟਕਾ ਹੀ ਪੈਂਦੀਆ ਹਨ । ਜਿਹੜੇ ਬੰਦਗੀ ਕਰਨ ਵਾਲਾ ਸ਼ਬਦ ਨੂੰ ਮਨ ਵਿਚੋਂ ਵਿਸਾਰ ਦੇਂਦਾ ਹੈ, ਉਸ ਦੇ ਮਨ ਵਿੱਚ ਅਹੰਕਾਰ ਘਰ ਕਰ ਜਾਂਦਾ ਹੈ । ਉਹ ਅਨੇਕਾਂ ਹੀ ਪਾਪ ਨਾਲ ਆਪਣੇ ਜੀਵਨ ਨੂੰ ਭਰ ਲੈਂਦਾ ਹੈ । ਜਿਸ ਨੂੰ ਪ੍ਰਭ ਦੇ ਸ਼ਬਦ ਦੀ ਸੋਝੀ ਬਖਸ਼ਿਸ਼ ਹੋ ਜਾਂਦੀ ਹੈ! ਇਸ ਦੇ ਬਦਲੇ ਬਾਕੀ ਸਭ ਸਿਆਣਪਾਂ ਵੀ ਖਤਮ ਜੋ ਜਾਣ! ਫਿਰ ਵੀ ਸ਼ਬਦ ਦੀ ਸੋਝੀ ਦਾ ਸੌਦਾ ਲਾਭਵੰਦ ਹੀ ਹੁੰਦਾ ਹੈ ।

Whosoever may murder anyone or accepts a charity from a sinner; he may be honored in world as His Holy saint, guru, or true devotee. He may only be rebuked in His Court and his meditation; charity may never be rewarded in His Court. Whosoever may abandon the teachings of His Word from his day-to-day life; he may become a victim of ego. He may be overwhelmed with the burden of many sins. Whosoever may be blessed with the enlightenment of the essence of His Word; even though, he may lose all other wisdoms, still his reward, enlightenment may be much more significant, beneficial reward.

744.ਸਲੋਕ ਗੁਰੂ ਅਮਰਸਦਾਸ ਜੀ – ਮਹਲਾ ੩॥ 1413-6

ਮਾਥੈ ਜੋ ਧੁਰਿ ਲਿਖਿਆ,	maathai jo Dhur likhi-aa
ਸੁ ਮੇਟਿ ਨ ਸਕੈ ਕੋਇ॥	so mayt na sakai ko-ay.
ਨਾਨਕ ਜੋ ਲਿਖਿਆ ਸੋ ਵਰਤਦਾ,	naanak jo likhi-aa so varatdaa
ਸੋ ਬੂਝੈ ਜਿਸ ਨੋ ਨਦਰਿ ਹੋਇ॥੫॥	so boojhai jis no nadar ho-ay. ‖5‖

ਜੀਵ ਦੇ ਜਨਮ ਤੋ ਪਹਿਲੇ ਲਿਖੇ ਭਾਗ ਬਦਲੇ ਨਹੀਂ ਜਾ ਸਕਦੇ । ਉਸ ਨੂੰ ਕੋਈ ਬਦਲ ਨਹੀਂ ਸਕਦਾ, ਹੋ ਕੇ ਹੀ ਰਹਿੰਦਾ ਹੈ । ਜਿਸ ਤੇ ਪ੍ਰਭ ਰਹਿਮਤ ਦੀ ਨਜ਼ਰ ਬਖਸ਼ਦਾ ਹੈ । ਉਹ ਪ੍ਰਭ ਦੀ ਬਖਸ਼ਿਸ਼ ਸਮਝਕੇ ਖੇੜੇ ਵਿੱਚ ਅਨੰਦ ਮਾਨਦਾ ਹੈ ।

The prewritten destiny of anyone cannot be changed, avoided; he must be endured his worldly environments. Whosoever may be bestowed with His Blessed Vision; he may realize all worldly pleasures and miseries as His Worthy Blessings and remains contented and in blossom.

745.ਸਲੋਕ ਗੁਰੂ ਅਮਰਸਦਾਸ ਜੀ – ਮਹਲਾ ੩॥ 1413-7

ਜਿਨੀ ਨਾਮੁ ਵਿਸਾਰਿਆ,	jinee naam visaari-aa
ਕੂੜੈ ਲਾਲਚਿ ਲਗਿ॥	koorhai laalach lag.
ਧੰਧਾ ਮਾਇਆ ਮੋਹਣੀ,	DhanDhaa maa-i-aa mohnee
ਅੰਤਰਿ ਤਿਸਨਾ ਅਗਿ॥	antar tisnaa ag.
ਜਿਨ੍ਹਾ ਵੇਲਿ ਨ ਤੂੰਬੜੀ,	jinHaa vayl na toombrhee
ਮਾਇਆ ਠਗੇ ਠਗਿ॥	maa-i-aa thagay thag.
ਮਨਮੁਖਿ ਬੰਨਿ੍ ਚਲਾਈਅਹਿ,	manmukh baneh chalaa-ee-ah
ਨਾ ਮਿਲਹੀ ਵਗਿ ਸਗਿ॥	naa milhee vag sag.
ਆਪਿ ਭੁਲਾਏ ਭੁਲੀਐ,	aap bhulaa-ay bhulee-ai
ਆਪੇ ਮੇਲਿ ਮਿਲਾਇ॥	aapay mayl milaa-ay.
ਨਾਨਕ ਗੁਰਮੁਖਿ ਛੁਟੀਐ,	naanak gurmukh chhutee-ai
ਜੇ ਚਲੈ ਸਤਿਗੁਰ ਭਾਇ॥੬॥	jay chalai satgur bhaa-ay. ||6||

ਜਿਹੜਾ ਪ੍ਰਭ ਦੇ ਸ਼ਬਦ ਦੀ ਸਿਖਿਆਂ ਨੂੰ ਮਨ ਵਿਚੋਂ ਵਿਸਾਰ ਦੇਂਦਾ ਹੈ! ਉਸ ਦਾ ਮਨ ਲਾਲਚ, ਫਰੇਬ, ਸੰਸਾਰਕ ਧਨ ਦੇ ਲੋਭ, ਤ੍ਰਿਸਨਾ ਦੀ ਅੱਗ ਵਿੱਚ ਫਸ ਜਾਂਦਾ ਹੈ । ਉਹ ਮਨਮੁਖ ਆਪਣੀਆਂ ਚਲਾਕੀਆਂ ਵਿੱਚ ਆਪ ਹੀ ਫਸ ਜਾਂਦਾ ਹੈ । ਆਪਣਾ ਇਤਬਾਰ ਗਵਾ ਲੈਂਦਾ ਹੈ । ਉਹ ਬੰਦਗੀ ਕਰਨ ਵਾਲਿਆਂ ਦੀ ਸੰਗਤ ਵਿੱਚ ਰਲਕੇ ਨਹੀਂ ਚਲਦਾ । ਪ੍ਰਭ ਆਪ ਹੀ ਮਨਮੁਖਾ ਨੂੰ ਬੰਦਗੀ ਦੇ ਰਸਤੇ ਤੋ ਦੂਰ ਰਖਦਾ ਹੈ । ਜਿਸ ਨੂੰ ਆਪਣੇ ਨਾਲ ਜੋੜਦਾ, ਬੰਦਗੀ ਦੇ ਮਾਰਗ ਤੇ ਪਾਉਂਦਾ ਹੈ । ਉਸ ਨੂੰ ਗੁਰਮਖ ਅਵਸਥਾ ਬਖਸ਼ਿਸ਼ ਹੋ ਜਾਂਦੀ, ਪ੍ਰਭ ਦੇ ਭਾਣੇ ਵਿੱਚ ਅਡੋਲ ਰਹਿੰਦਾ, ਮੁਕਤ ਹੋ ਜਾਂਦਾ ਹੈ । ਉਹ ਜਨਮ ਮਰਨ ਦੇ ਚੱਕਰ ਤੋ ਬਚ ਜਾਂਦਾ ਹੈ ।

Whosoever may abandon the teachings of His Word from his day-to-day life. He may remain intoxicated with sweet poison of worldly wealth. He may remain intoxicated in deception, greed for worldly possessions and lava of worldly desires. Self-minded may be trapped in his own clever, deceptive plans. He may lose his credential. He may never be blessed with the conjugation of His Holy saint. He may be deprived from the right path of acceptance in His Court. Whosoever may be bestowed with his Blessed Vision; he may be inspired on the right path of acceptance in His Court. He may be blessed with a state of mind as His true devotee. He may obey the teachings of His Word with steady and stable in his day-to-day life; with His mercy and grace, he may be blessed with salvation. He may be saved from the cycle of birth and death.

746.ਸਲੋਕ ਗੁਰੂ ਅਮਰਸਦਾਸ ਜੀ – ਮਹਲਾ ੩॥ 1413-10

ਸਾਲਾਹੀ ਸਾਲਾਹਣਾ,	saalaahee salaahnaa
ਭੀ ਸਚਾ ਸਾਲਾਹਿ॥	bhee sachaa saalaahi.
ਨਾਨਕ ਸਚਾ ਏਕੁ ਦਰੁ,	naanak sachaa ayk dar
ਬੀਭਾ ਪਰਹਰਿ ਆਹਿ॥੭॥	beebhaa parhar aahi. ||7||

ਕੇਵਲ ਇੱਕੋ ਇੱਕ ਪ੍ਰਭ ਹੀ ਉਸਤਤ ਕਰਨ ਦੇ ਯੋਗ ਹੈ । ਉਸ ਦੇ ਸ਼ਬਦ ਦੀ ਹੀ ਉਸਤਤ ਕਰਨੀ ਚਾਹੀਦੀ ਹੈ । ਹੋਰ ਵੱਖਰੇ ਵੱਖਰੇ ਗੁਰੂ ਪੀਰਾਂ ਦੇ ਅਦੇਸ਼ ਤੇ ਨਹੀਂ ਚੱਲਣਾ ਚਾਹੀਦਾ । ਉਹ ਆਪ ਵੀ ਅਸਲੀ ਰਸਤਾ ਨਹੀਂ ਜਾਣਦੇ ।

The One and Only One True Master may be worthy to be worshipped and to sing the glory. You should only obey the teachings of His Word and sing the glory of His Word. To follow the teachings of worldly gurus; who may not adopt the teachings of His Word in his day-to-day life nor comprehend the right path of acceptance in His Court.

747.ਸਲੋਕ ਗੁਰੂ ਅਮਰਸਦਾਸ ਜੀ – ਮਹਲਾ ੩॥ 1413-11

ਨਾਨਕ ਜਹ ਜਹ ਮੈਂ ਫਿਰਉ, naanak jah jah mai fira-o
ਤਹ ਤਹ ਸਾਚਾ ਸੋਇ॥ tah tah saachaa so-ay.
ਜਹ ਦੇਖਾ ਤਹ ਏਕੁ ਹੈ, jah daykhaa tah ayk hai
ਗੁਰਮੁਖਿ ਪਰਗਟੁ ਹੋਇ॥੮॥ gurmukh pargat ho-ay. ||8||

ਪ੍ਰਭ ਦਾ ਸੇਵਕ ਜਿਥੇ ਵੀ ਜਾਂਦਾ, ਕੰਮ ਕਰਦਾ ਹੈ, ਪ੍ਰਭ ਸਦਾ ਹੀ ਸਹਾਈ ਰਹਿੰਦਾ ਹੈ । ਗੁਰਮਖ ਨੂੰ ਹਰਇੱਕ ਜੀਵ ਵਿੱਚ ਹੀ ਪ੍ਰਭ ਦੀ ਜੋਤ ਵਾਪਰਦੀ ਮਹਿਸੂਸ ਹੁੰਦੀ ਹੈ ।

The True Master may remain true companion and support for every task of His true devotee. He may realize His Holy Spirit prevailing within each soul and everywhere in the universe.

748.ਸਲੋਕ ਗੁਰੂ ਅਮਰਸਦਾਸ ਜੀ – ਮਹਲਾ ੩॥ 1413-12

ਦੂਖ ਵਿਸਾਰਣੁ ਸਬਦੁ ਹੈ, dookh visaaran sabad hai
ਜੇ ਮੰਨਿ ਵਸਾਏ ਕੋਇ॥ jay man vasaa-ay ko-ay.
ਗੁਰ ਕਿਰਪਾ ਤੇ ਮਨਿ ਵਸੈ, gur kirpaa tay man vasai
ਕਰਮ ਪਰਾਪਤਿ ਹੋਇ॥੯॥ karam paraapat ho-ay. ||9||

ਜਿਸ ਦੇ ਮਨ ਵਿੱਚ ਸ਼ਬਦ ਦੀ ਸਿਖਿਆਂ ਘਰ ਕਰ ਜਾਂਦੀ ਹੈ । ਉਸ ਦੇ ਮਨ ਵਿਚੋਂ ਸੰਸਾਰਕ ਇੱਛਾਂ ਦੇ ਸਾਰੇ ਦੂਖ ਦੂਰ ਹੋ ਜਾਂਦੇ ਹਨ । ਜਿਸ ਤੇ ਪ੍ਰਭ ਰਹਿਮਤ ਦੀ ਨਜ਼ਰ ਬਖਸ਼ਦਾ ਹੈ, ਕੇਵਲ ਉਹ ਹੀ ਪ੍ਰਭ ਦੇ ਸ਼ਬਦ ਦੀ ਪਾਲਣਾ, ਸਿਮਰਨ ਵਿੱਚ ਅਡੋਲ ਰਹਿੰਦਾ ਹੈ । ਪ੍ਰਭ ਦੀ ਰਹਿਮਤ ਨਾਲ ਉਸ ਦੇ ਮਨ ਵਿੱਚ ਸ਼ਬਦ ਦੀ ਸੋਝੀ ਬਖਸ਼ਿਸ਼ ਹੋ ਜਾਂਦੀ ਹੈ ।

Whosoever may remain drenched with the essence of His Word; with His mercy and grace, all his miseries of worldly desires may be eliminated. Whosoever may be bestowed with His Blessed Vision, only he may meditate and obeys the teachings of His Word with steady and stable belief in his day-to-day life. He may be blessed with the enlightenment of the essence of His Word.

749.ਸਲੋਕ ਗੁਰੂ ਅਮਰਸਦਾਸ ਜੀ – ਮਹਲਾ ੩॥ 1413-13

ਨਾਨਕ ਹਉ ਹਉ ਕਰਤੇ ਖਪਿ ਮੁਏ, naanak ha-o ha-o kartay khap mu-ay
ਖੂਹਣਿ ਲਖ ਅਸੰਖ॥ khoohan lakh asaNkh.
ਸਤਿਗੁਰ ਮਿਲੇ ਸੁ ਉਬਰੇ, satgur milay so ubray
ਸਾਚੈ ਸਬਦਿ ਅਲਖ॥੧੦॥ saachai sabad alankh. ||10||

ਅਨੇਕਾਂ ਹੀ ਆਪਣੀ ਅਹੰਕਾਰ ਦੀ ਅੱਗ ਵਿੱਚ ਜਲਦੇ ਸੰਸਾਰ ਤੋ ਮਰ ਜਾਂਦੇ ਹਨ । ਜਿਹੜਾ ਪ੍ਰਭ ਦੇ ਸ਼ਬਦ ਦੀ ਪਾਲਣਾ ਕਰਦਾ ਹੈ । ਉਹ ਮਾਨਸ ਜਨਮ ਸਫਲ ਕਰ ਜਾਂਦਾ, ਮੁਕਤ ਹੋ ਜਾਂਦਾ ਹੈ ।

Many self-minded remains intoxicated in ego of worldly status and waste priceless human life opportunity uselessly. Whosoever may obey the teachings of His Word with steady and stable belief in his day-to-day life; with His mercy and grace, his human life opportunity may be rewarded.

750.ਸਲੋਕ ਗੁਰੂ ਅਮਰਸਦਾਸ ਜੀ – ਮਹਲਾ ੩॥ 1413-14

ਜਿਨਾ ਸਤਿਗੁਰੁ ਇਕ ਮਨਿ ਸੇਵਿਆ, ||jinaa satgur ik man sayvi-aa
ਤਿਨ ਜਨ ਲਾਗਉ ਪਾਇ॥ tin jan laaga-o paa-ay.
ਗੁਰ ਸਬਦੀ ਹਰਿ ਮਨਿ ਵਸੈ, gur sabdee har man vasai
ਮਾਇਆ ਕੀ ਭੁਖ ਜਾਇ॥ maa-i-aa kee bhukh jaa-ay.
ਸੇ ਜਨ ਨਿਰਮਲ ਊਜਲੇ, say jan nirmal oojlay
ਜਿ ਗੁਰਮੁਖਿ ਨਾਮਿ ਸਮਾਇ॥ je gurmukh naam samaa-ay.
ਨਾਨਕ ਹੋਰਿ ਪਤਿਸਾਹੀਆ ਕੂੜੀਆ, naanak hor patisaahee-aa koorhee-aa
ਨਾਮਿ ਰਤੇ ਪਾਤਿਸਾਹ॥੧੧॥ naam ratay paatisaah. ||11||

ਜਿਹੜਾ ਪ੍ਰਭ ਦੇ ਸ਼ਬਦ ਨਾਲ ਜੀਵਨ ਢਾਲਦਾ ਹੈ । ਪ੍ਰਭ ਦੀ ਰਹਿਮਤ ਨਾਲ ਸ਼ਬਦ ਦੀ ਸਿਖਿਆਂ ਉਸ ਦੇ ਮਨ ਵਿੱਚ ਘਰ ਕਰ ਜਾਂਦੀ ਹੈ । ਉਸ ਦੀ ਸੰਸਾਰਕ ਧਨ ਦੀ ਤ੍ਰਿਸ਼ਨਾ ਖਤਮ ਹੋ ਜਾਂਦੀ ਹੈ । ਉਹ ਬੰਦਗੀ ਕਰਨ ਵਾਲਾ ਪੂਜਣ ਯੋਗ ਹੋ ਜਾਂਦਾ ਹੈ । ਉਸ ਦੀ ਆਤਮਾ ਪਵਿੱਤਰ ਹੋ ਜਾਂਦੀ ਹੈ । ਉਸ ਨੂੰ ਗੁਰਮਖ ਅਵਸਥਾ ਬਖਸ਼ਿਸ਼ ਹੋ ਜਾਂਦੀ ਹੈ, ਉਹ ਪ੍ਰਭ ਦੇ ਸ਼ਬਦ ਦੀ ਪਾਲਣਾ ਵਿੱਚ ਹੀ ਲੀਨ ਰਹਿੰਦਾ ਹੈ । ਪ੍ਰਭ ਹੀ ਸਭ ਤੋ ਵੱਡਾ ਰਾਜਿਆਂ ਦਾ ਰਾਜਾ ਹੈ । ਉਸ ਦਾ ਤਖਤ ਅਟਲ, ਸਦਾ ਰਹਿਣ ਵਾਲਾ ਹੈ । ਬਾਰੀ ਸਾਰੇ ਤਖਤ, ਮਿਟ ਜਾਣਵਾਲੇ ਹਨ, ਇੱਕ ਦਿਨ ਖਤਮ ਹੋ ਜਾਣੇ ਹਨ ।

Whosoever may adopt the teachings of His Word with steady and stable belief; with His mercy and grace, he may remain drenched with the essence of His Word. All his worldly desires may be eliminated. He may become worthy to be worship in the universe. His soul may be sanctified to become worthy of His Consideration. He may be blessed with a state of mind as His true devotee. He may remain intoxicated, meditating in the void of His Word. The True Master, The King of all worldly kings! His Throne remains true, unchanged forever. All worldly thrones may be vanished, eliminated one of these days.

751.ਸਲੋਕ ਗੁਰੂ ਅਮਰਸਦਾਸ ਜੀ - ਮਹਲਾ ੩॥ 1413-16

ਜਿਉ ਪੁਰਖੈ ਘਰਿ ਭਗਤੀ ਨਾਰਿ ਹੈ,	ji-o purkhai ghar bhagtee naar hai
ਅਤਿ ਲੋਚੈ ਭਗਤੀ ਭਾਇ॥	at lochai bhagtee bhaa-ay.
ਬਹੁ ਰਸ ਸਾਲਣੇ ਸਵਾਰਦੀ,	baho ras saalnay savaardee
ਖਟ ਰਸ ਮੀਠੇ ਪਾਇ॥	khat ras meethay paa-ay.
ਤਿਉ ਬਾਣੀ ਭਗਤ ਸਲਾਹਦੇ,	ti-o banee bhagat salaahday
ਹਰਿ ਨਾਮੈ ਚਿਤੁ ਲਾਇ॥	har naamai chit laa-ay.
ਮਨੁ ਤਨੁ ਧਨੁ ਆਗੈ ਰਾਖਿਆ,	man tan Dhan aagai raakhi-aa
ਸਿਰੁ ਵੇਚਿਆ ਗੁਰ ਆਗੈ ਜਾਇ॥	sir vaychi-aa gur aagai jaa-ay.
ਭੈ ਭਗਤੀ ਭਗਤ ਬਹੁ ਲੋਚਦੇ,	bhai bhagtee bhagat baho lochday
ਪ੍ਰਭ ਲੋਚਾ ਪੂਰਿ ਮਿਲਾਇ॥	parabh lochaa poor milaa-ay.
ਹਰਿ ਪ੍ਰਭੁ ਵੇਪਰਵਾਹੁ ਹੈ,	har parabh vayparvaahu hai
ਕਿਤੁ ਖਾਧੈ ਤਿਪਤਾਇ॥	kit khaaDhai tiptaa-ay.
ਸਤਿਗੁਰ ਕੈ ਭਾਣੈ ਜੋ ਚਲੈ,	satgur kai bhaanai jo chalai
ਤਿਪਤਾਸੈ ਹਰਿ ਗੁਣ ਗਾਇ॥	tiptaasai har gun gaa-ay.
ਧਨੁ ਧਨੁ ਕਲਜੁਗਿ ਨਾਨਕਾ,	Dhan Dhan kaljug naankaa
ਜਿ ਚਲੇ ਸਤਿਗੁਰ ਭਾਇ॥੧੨॥	je chalay satgur bhaa-ay. ||12||

ਜਿਸ ਜੀਵ ਦੇ ਅੰਦਰ ਪ੍ਰਭ ਦੀ ਬੰਦਗੀ ਦੀ ਸ਼ਰਧਾ ਹੁੰਦੀ ਹੈ । ਉਹ ਅਡੋਲੋ ਭਰੋਸੇ ਨਾਲ ਸ਼ਬਦ ਦਾ ਸਿਮਰਨ, ਪਾਲਣਾ ਕਰਦਾ ਹੈ । ਹਰ ਤਰੀਕੇ ਨਾਲ ਪ੍ਰਭ ਨੂੰ ਖੁਸ਼ ਕਰਨ ਦੀ ਕੋਸ਼ਿਸ਼ ਕਰਦਾ ਹੈ । ਬੰਦਗੀ ਕਰਨ ਵਾਲਾ ਮਨ, ਤਨ, ਹੈਸੀਅਤ, ਆਪਾ ਪ੍ਰਭ ਦੇ ਹੀ ਲੇਖੇ ਲਾ ਦੇਂਦਾ, ਭੇਟਾ ਕਰਦਾ ਹੈ । ਉਹ ਸਵਾਸ ਗਰਾਸ ਸ਼ਬਦ ਦੇ ਧੰਨਵਾਦ ਦੇ ਵਿਚਾਰ, ਸਿਮਰਨ ਕਰਦਾ ਹੈ । ਭਗਤਾ ਦੇ ਮਨ ਵਿੱਚ ਕੇਵਲ ਪ੍ਰਭ ਦੇ ਸ਼ਬਦ ਦੀ ਸੋਝੀ, ਜੋਤ ਵਿੱਚ ਅਲੋਪ ਹੋਣ ਦੀ ਹੀ ਇੱਛਾ ਰਹਿੰਦੀ ਹੈ । ਬੇਪ੍ਰਵਾਹ ਪ੍ਰਭ ਦਾ ਅਟਲ ਭਾਣਾ ਹੀ ਵਾਪਰਦਾ ਹੈ । ਉਹ ਕਿਸੇ ਦੀ ਕੀਤੀ ਕਮਾਈ ਬਿਰਥੀ ਨਹੀਂ ਜਾਣ ਦੇਂਦਾ । ਬੰਦਗੀ ਕਰਨ ਵਾਲੇ ਦੀਆਂ ਸੰਸਾਰਕ ਇੱਛਾਂ ਦੁਖ ਦੂਰ ਕਰ ਦੇਂਦਾ ਹੈ । ਜਿਹੜਾ ਵੀ ਸ਼ਬਦ ਦੀ ਪਾਲਣਾ ਕਰਦਾ, ਗੁਣ ਗਾਉਂਦਾ ਹੈ । ਉਸ ਨੂੰ ਪ੍ਰਭ ਦੀ ਰਹਿਮਤ ਨਾਲ ਪ੍ਰਵਾਨਗੀ ਦਾ ਅਸਲੀ ਰਸਤਾ ਬਖਸ਼ਿਸ਼ ਹੋ ਜਾਂਦਾ ਹੈ । ਜਿਹੜਾ ਕੱਲਯੁਗ ਵਿੱਚ ਭਰੋਸੇ ਨਾਲ ਬੰਦਗੀ ਕਰਦਾ ਹੈ । ਉਸ ਦੀ ਬੰਦਗੀ ਪ੍ਰਵਾਨ ਹੋ ਜਾਂਦੀ, ਉਹ ਪੂਜਣ ਯੋਗ ਬਣ ਜਾਂਦਾ ਹੈ ।

Whosoever may have a deep devotion to obey the teachings of His Word; with His mercy and grace, he may meditate and obeys the teachings of His Word. He may always check his worldly deeds with the teachings of His Word. He may surrender his body, mind, worldly status, self-identity at His

Sanctuary to sever His Creation. He may remain intoxicated in singing the glory of His Word with each breath. He may only have desire, anxiety to be enlightened with the essence of His Word. The ultimate command of The True Master prevails unchanged. He may never ignore the earnings of His Word. The True Master may eliminate all miseries of worldly desires of His true devotee. He may remain intoxicated in singing the glory and obeying the teachings of His Word; with His mercy and grace, he may be blessed with the right path of acceptance in His Court. In the Age of Kul-Jug! Whosoever may meditate on the teachings of His Word with steady and stable belief; his meditation may be accepted in His Court. He may become worthy of worship in the universe.

752.ਸਲੋਕ ਗੁਰੂ ਅਮਰਸਦਾਸ ਜੀ - ਮਹਲਾ ੩॥ 1414-3

ਸਤਿਗੁਰੂ ਨ ਸੇਵਿਓ,	satguroo na sayvi-o
ਸਬਦੁ ਨ ਰਖਿਓ ਉਰ ਧਾਰਿ॥	sabad na rakhi-o ur Dhaar.
ਧਿਗੁ ਤਿਨਾ ਕਾ ਜੀਵਿਆ,	Dhig tinaa kaa jeevi-aa
ਕਿਤੁ ਆਏ ਸੰਸਾਰਿ॥	kit aa-ay sansaar.
ਗੁਰਮਤੀ ਭਉ ਮਨਿ ਪਵੈ,	gurmatee bha-o man pavai
ਤਾਂ ਹਰਿ ਰਸਿ ਲਗੈ ਪਿਆਰਿ॥	taaN har ras lagai pi-aar.
ਨਾਉ ਮਿਲੈ ਧੁਰਿ ਲਿਖਿਆ,	naa-o milai Dhur likhi-aa
ਜਨ ਨਾਨਕ ਪਾਰਿ ਉਤਾਰਿ॥੧੩॥	jan naanak paar utaar. ||13||

ਜਿਹੜਾ ਜੀਵ ਪ੍ਰਭ ਦੇ ਸ਼ਬਦ ਨੂੰ ਅਟਲ ਮੰਨਕੇ ਸਿਖਿਆਂ ਨਾਲ ਜੀਵਨ ਨਹੀਂ ਢਾਲਦਾ ਹੈ! ਉਸ ਦਾ ਮਾਨਸ ਜਨਮ ਲੈਣਾ ਬਿਰਥਾ ਹੀ ਹੁੰਦਾ ਹੈ । ਪ੍ਰਭ ਦੇ ਸ਼ਬਦ ਤੋ ਹੀ ਪ੍ਰਭ ਦੀ ਹੋਂਦ ਨਾਲ ਲਗਨ ਵਧਦੀ ਹੈ । ਜਿਸ ਦੇ ਭਾਗਾਂ ਵਿੱਚ ਜਨਮ ਤੋ ਪਹਿਲੇ ਹੀ ਲਿਖਿਆ ਹੁੰਦਾ ਹੈ । ਕੇਵਲ ਉਸ ਦੀ ਹੀ ਸ਼ਬਦ ਨਾਲ ਲਗਨ ਲਗਦੀ ਹੈ । ਉਸ ਦੀ ਆਤਮਾ ਹੀ ਪ੍ਰਭ ਦੇ ਪਰਖਣ, ਅਭੇਦ ਹੋਣ ਯੋਗ ਹੁੰਦੀ ਹੈ ।

Whosoever may not adopt the teachings of His Word with steady and stable belief as an ultimate Command; his human life opportunity may be wasted uselessly. Whosoever may obey, sings the glory of His Word, Virtues; his devotion with the existence of His Holy Spirit may be enhanced. Whosoever may have a great prewritten destiny, only he may develop a deep devotion to obey the teachings of His Word. His soul may be sanctified to become worthy of His Consideration, to immerse within His Holy Spirit.

753.ਸਲੋਕ ਗੁਰੂ ਅਮਰਸਦਾਸ ਜੀ - ਮਹਲਾ ੩॥ 1414-5

ਮਾਇਆ ਮੋਹਿ ਜਗੁ ਭਰਮਿਆ,	maa-i-aa mohi jag bharmi-aa
ਘਰੁ ਮੁਸੈ ਖਬਰਿ ਨ ਹੋਇ॥	ghar musai khabar na ho-ay.
ਕਾਮ ਕ੍ਰੋਧਿ ਮਨੁ ਹਿਰਿ ਲਇਆ,	kaam kroDh man hir la-i-aa
ਮਨਮੁਖ ਅੰਧਾ ਲੋਇ॥	manmukh anDhaa lo-ay.
ਗਿਆਨ ਖੜਗ ਪੰਚ ਦੂਤ ਸੰਘਾਰੇ,	gi-aan kharhag panch doot sanghaaray
ਗੁਰਮਤਿ ਜਾਗੈ ਸੋਇ॥	gurmat jaagai so-ay.
ਨਾਮ ਰਤਨੁ ਪਰਗਾਸਿਆ,	naam ratan pargaasi-aa
ਮਨੁ ਤਨੁ ਨਿਰਮਲੁ ਹੋਇ॥	man, tan nirmal ho-ay.
ਨਾਮਹੀਨ ਨਕਟੇ ਫਿਰਹਿ,	naamheen naktay fireh
ਬਿਨੁ ਨਾਵੈ ਬਹਿ ਰੋਇ॥	bin naavai bahi ro-ay.
ਨਾਨਕ ਜੋ ਧੁਰਿ ਕਰਤੈ ਲਿਖਿਆ,	naanak jo Dhur kartai likhi-aa
ਸੁ ਮੇਟਿ ਨ ਸਕੈ ਕੋਇ॥੧੪॥	so mayt na sakai ko-ay. ||14||

ਮਨਮੁਖ ਦਾ ਮਨ, ਕਾਮ ਵਾਸ਼ਨਾ, ਕਰੋਧ ਨਾਲ ਅੰਧਾ ਹੋਇਆ ਹੁੰਦਾ ਹੈ । ਧਨ ਅਤੇ ਸੰਸਾਰਕ ਸੁਖਾਂ ਦੇ ਲਾਲਚ ਨਾਲ ਮਨ ਭਰਿਆਂ ਰਹਿੰਦਾ ਹੈ । ਉਸ ਨੂੰ ਮਾਨਸ ਜੀਵਨ ਦੇ ਅਸਲੀ ਮੰਤਵ ਦੀ ਕੋਈ ਖਬਰ, ਪਛਾਣ ਨਹੀਂ ਰਹਿੰਦੀ । ਜਿਸ ਦੀ ਅਮੋਲਕ ਸ਼ਬਦ ਦੀ ਪਾਲਣਾ ਵਿੱਚ ਲਗਨ ਲਗਦੀ ਹੈ, ਉਸ ਨੂੰ ਪ੍ਰਭ ਦੇ ਸ਼ਬਦ ਦੀ ਸੋਝੀ ਬਖਸ਼ਿਸ਼ ਹੋ ਜਾਂਦੀ ਹੈ । ਉਸ ਦਾ ਤਨ, ਮਨ ਪਵਿੱਤਰ ਹੋ ਜਾਂਦਾ ਹੈ । ਜਿਹੜਾ ਸ਼ਬਦ ਦੀ ਪਾਲਣਾ ਵਿੱਚ ਲਗਨ ਨਹੀਂ ਲਾਉਂਦਾ । ਉਹ ਮਾਨਸ ਜੀਵਨ ਵਿੱਚ ਰੋਂਦਾ ਹੀ ਰਹਿੰਦਾ ਹੈ । ਜੀਵ ਦੇ ਭਾਗਾ ਵਿੱਚ ਲਿਖਿਆ, ਮਿਟ ਨਹੀਂ ਸਕਦਾ, ਹੋ ਕੇ ਹੀ ਰਹਿੰਦਾ ਹੈ ।

Self-minded may remain blind intoxicated in sexual urge with strange partner and anger of disappointments. He may remain intoxicated with sweet poison of worldly wealth, greed, and short-lived worldly comforts. He may not recognize the real purpose of human life blessings, opportunity. Whosoever may remain devoted to obey the teachings of His Word with steady and stable belief; with His mercy and grace, he may be enlightened with the essence of His Word. His mind and body may be sanctified to become worthy of His Consideration. Whosoever may not have devotion to obey the teachings of His Word; he may waste his ambrosial opportunity in worldly frustrations and miseries. His prewritten destiny may never be altered, he must endure the events of His Nature in his worldly life.

754.ਸਲੋਕ ਗੁਰੂ ਅਮਰਸਦਾਸ ਜੀ – ਮਹਲਾ ੩॥ 1414-8

ਗੁਰਮੁਖਾ ਹਰਿ ਧਨੁ ਖਟਿਆ,	gurmukhaa har Dhan khati-aa
ਗੁਰ ਕੈ ਸਬਦਿ ਵੀਚਾਰਿ॥	gur kai sabad veechaar.
ਨਾਮੁ ਪਦਾਰਥੁ ਪਾਇਆ,	naam padaarath paa-i-aa
ਅਤੁਟ ਭਰੇ ਭੰਡਾਰ॥	atut bharay bhandaar.
ਹਰਿ ਗੁਣ ਬਾਣੀ ਉਚਰਹਿ,	har gun banee uchrahi
ਅੰਤੁ ਨ ਪਾਰਾਵਾਰੁ॥	ant na paaraavaar.
ਨਾਨਕ ਸਭ ਕਾਰਣ ਕਰਤਾ ਕਰੈ,	naanak sabh kaaran kartaa karai
ਵੇਖੈ ਸਿਰਜਨਹਾਰੁ॥੧੫॥	vaykhai sirjanhaar. ||15||

ਗੁਰਮਖ ਨੂੰ ਸ਼ਬਦ ਦੀ ਪਾਲਣਾ ਕਰਦੇ, ਸ਼ਬਦ ਦੀ ਸੋਝੀ ਬਖਸ਼ਿਸ਼ ਹੋ ਜਾਂਦੀ ਹੈ । ਸ਼ਬਦ ਦੀ ਕਮਾਈ ਨਾਲ ਉਸ ਦੇ ਜੀਵਨ ਵਿੱਚ ਖੇੜਾ ਰਹਿੰਦਾ ਹੈ । ਉਸ ਦੇ ਬੋਲ, ਕਥਨ ਬਹੁਤ ਡੂੰਘੇ, ਜੀਵ ਨੂੰ ਸੁਧਾਰਨ ਵਾਲੇ ਹੀ ਹੁੰਦੇ ਹਨ । ਉਸ ਦੇ ਬੋਲੇ ਕਥਨਾਂ, ਬਾਣੀ ਦਾ ਅੰਤ ਨਹੀਂ ਲਿਆ ਜਾ ਸਕਦਾ । ਪ੍ਰਭ, ਆਪ ਹੀ ਸਭ ਕੁਝ ਕਰਦਾ, ਆਪ ਹੀ ਦੇਖਦਾ, ਅਨੰਦ ਮਾਨਦਾ ਹੈ ।

His true devotee may obey the teachings of His Word with steady and stable belief in his day-to-day life; with His mercy and grace, he may be enlightened with the essence of His Word. With the earnings of His Word, his human life journey may remain overwhelmed with blossom. His spoken words may be having deep essences, soul sanctifying and remains beyond the comprehension of His Creation. The True Master, Creator prevails and monitor in every event in his human life journey; cherishes pleasures.

755.ਸਲੋਕ ਗੁਰੂ ਅਮਰਸਦਾਸ ਜੀ – ਮਹਲਾ ੩॥ 1414-10

ਗੁਰਮੁਖਿ ਅੰਤਰਿ ਸਹਜੁ ਹੈ,	gurmukh antar sahj hai
ਮਨੁ ਚੜਿਆ ਦਸਵੈ ਆਕਾਸਿ॥	man charhi-aa dasvai aakaas.
ਤਿਥੈ ਊਂਘ ਨ ਭੁਖ ਹੈ,	tithai ooNgh na bhukh hai
ਹਰਿ ਅੰਮ੍ਰਿਤ ਨਾਮੁ ਸੁਖ ਵਾਸੁ॥	har amrit naam sukh vaas.
ਨਾਨਕ ਦੁਖੁ ਸੁਖੁ ਵਿਆਪਤ ਨਹੀਂ,	naanak dukh sukh vi-aapat nahee
ਜਿਥੈ ਆਤਮ ਰਾਮ ਪ੍ਰਗਾਸੁ॥੧੬॥	jithai aatam raam pargaas. ||16||

ਗੁਰਮਖ ਦਾ ਮਨ ਧੀਰਜ ਨਾਲ ਭਰਿਆਂ ਹੁੰਦਾ, ਪ੍ਰਭ ਦੀ ਰਜ਼ਾ ਵਿੱਚ ਮਸਤ ਰਹਿੰਦਾ ਹੈ । ਜਿਸ ਨੂੰ ਇਹ ਅਵਸਥਾ ਬਖਸ਼ਿਸ਼ ਹੋ ਜਾਂਦੀ ਹੈ । ਉਸ ਦੇ ਮਨ ਦੀਆਂ ਤ੍ਰਿਸ਼ਨਾਂ, ਭਟਕਣਾਂ ਖਤਮ ਹੋ ਜਾਂਦੀਆਂ ਹਨ । ਉਸ ਨੂੰ ਸ਼ਬਦ ਦੀ ਪਾਲਣਾ ਨਾਲ ਹੀ ਸਾਰੇ ਸੁਖ ਅਨੰਦ ਬਖਸ਼ਿਸ਼ ਹੋ ਜਾਂਦੇ ਹਨ । ਪ੍ਰਭ ਦੀ ਰਹਿਮਤ ਭਰਪੂਰ ਰਹਿੰਦੀ ਹੈ । ਉਹ ਦੁਖ, ਸੁਖ ਨੂੰ ਪ੍ਰਭ ਦਾ ਹੁਕਮ ਮੰਨਕੇ ਕਬੂਲ ਕਰਦਾ ਹੈ । ਉਸ ਦੇ ਮਨ ਵਿੱਚ ਸ਼ਾਂਤੀ, ਸੰਤੋਖ ਰਹਿੰਦਾ ਹੈ ।

His true devotee may remain overwhelmed with patience and intoxicated in obeying the teachings of His Word. Whosoever may be blessed with such a state of mind; with His mercy and grace, his frustration of worldly desires may be eliminated. He may cherish all comforts in obeying the teachings of His Word. He may remain overwhelmed with His Blessed Vision; he accepts all worldly miseries and pleasures as His Worthy Blessings. He remains overwhelmed with peace of mind and contentment in his life.

756.ਸਲੋਕ ਗੁਰੂ ਅਮਰਸਦਾਸ ਜੀ – ਮਹਲਾ ੩॥ 1414-11

ਕਾਮ ਕ੍ਰੋਧ ਕਾ ਚੋਲੜਾ,	kaam kroDh kaa cholrhaa
ਸਭ ਗਲਿ ਆਏ ਪਾਇ॥	sabh gal aa-ay paa-ay.
ਇਕਿ ਉਪਜਹਿ ਇਕਿ ਬਿਨਸਿ ਜਾਂਹਿ,	ik upjahi ik binas jaaNhi
ਹੁਕਮੇ ਆਵੈ ਜਾਇ॥	hukmay aavai jaa-ay.
ਜੰਮਣੁ ਮਰਣੁ ਨ ਚੁਕਈ,	jaman maran na chuk-ee
ਰੰਗੁ ਲਗਾ ਦੂਜੈ ਭਾਇ॥	rang lagaa doojai bhaa-ay.
ਬੰਧਨਿ ਬੰਧਿ ਭਵਾਈਅਨੁ,	banDhan banDh bhavaa-ee-an
ਕਰਣਾ ਕਛੂ ਨ ਜਾਇ॥੧੭॥	karnaa kachhoo na jaa-ay. ‖17‖

ਸਾਰੇ ਜੀਵ ਹੀ ਕਾਮ ਵਾਸ਼ਨਾ ਅਤੇ ਕਰੋਧ ਆਪਣੇ ਨਾਲ ਲੈ ਕੇ ਜੰਮਦੇ ਹਨ । ਪ੍ਰਭ ਦੇ ਹੁਕਮ ਅੰਦਰ ਹੀ ਜਨਮ, ਮਰਨ ਦਾ ਖੇਲ ਚਲਦਾ ਹੈ । ਜਿਹੜਾ ਬੰਦਗੀ ਕਰਦਾ ਹੈ, ਉਸ ਦੀ ਆਤਮਾ ਪਵਿੱਤਰ ਹੋ ਜਾਂਦੀ, ਪ੍ਰਭ ਦੀ ਰਹਿਮਤ ਨਾਲ ਉਸ ਦਾ ਆਵਾ ਗਾਉਣ ਦਾ ਚੱਕਰ ਖਤਮ ਹੋ ਜਾਂਦਾ ਹੈ । ਜਿਹੜਾ ਵੱਖਰੇ ਵੱਖਰੇ ਗੁਰੂ ਪੀਰਾਂ ਦੇ ਪਿਛੇ ਲਗਾ ਰਹਿੰਦਾ ਹੈ । ਉਸ ਦਾ ਜਮਨ ਮਰਨ ਦਾ ਚੱਕਰ ਖਤਮ ਨਹੀਂ ਹੁੰਦਾ, ਪੰਜਾਂ ਇੰਦ੍ਰੀਆਂ ਦੇ ਜਾਲ ਖਤਮ ਨਹੀਂ ਹੁੰਦੇ । ਸਭ ਕੁਝ ਪ੍ਰਭ ਦੀ ਰਜ਼ਾ ਵਿੱਚ ਹੀ ਹੁੰਦਾ ਹੈ, ਮਾਨਸ ਆਪਣੀ ਬੰਦਗੀ ਨਾਲ ਕੁਝ ਨਹੀਂ ਕਰ ਸਕਦਾ ।

Sexual urge and anger remain embedded within his soul as part of Shakti at the time of birth. The play of birth and death remains under His Command. Whosoever may meditate on the teachings of His Word with steady and stable belief; with His mercy and grace, his soul may be sanctified to become worthy of His Consideration. His cycle of reincarnation may be eliminated. Whosoever may remain following the teachings of various worldly religious gurus, he may remain a victim, under the control of 5 demons of worldly desires and in the cycle of birth and death. Every event in the universe happens under His Command and no one may be able to avoid or alter any event with his own meditation, efforts.

757.ਸਲੋਕ ਗੁਰੂ ਅਮਰਸਦਾਸ ਜੀ – ਮਹਲਾ ੩॥ 1414-13

ਜਿਨ ਕਉ ਕਿਰਪਾ ਧਾਰੀਅਨੁ,	jin ka-o kirpaa Dhaaree-an
ਤਿਨਾ ਸਤਿਗੁਰੁ ਮਿਲਿਆ ਆਇ॥	tinaa satgur mili-aa aa-ay.
ਸਤਿਗੁਰਿ ਮਿਲੇ ਉਲਟੀ ਭਈ,	satgur milay ultee bha-ee
ਮਰਿ ਜੀਵਿਆ ਸਹਜਿ ਸੁਭਾਇ॥	mar jeevi-aa sahj subhaa-ay.
ਨਾਨਕ ਭਗਤੀ ਰਤਿਆ,	naanak bhagtee rati-aa
ਹਰਿ ਹਰਿ ਨਾਮਿ ਸਮਾਇ॥੧੮॥	har har naam samaa-ay. ‖18‖

ਜਿਸ ਤੇ ਪ੍ਰਭ ਰਹਿਮਤ ਦੀ ਨਜ਼ਰ ਬਖਸ਼ਦਾ ਹੈ, ਉਸ ਨੂੰ ਸ਼ਬਦ ਦੀ ਪਾਲਣਾ ਦਾ ਰਸਤਾ ਬਖਸ਼ਦਾ ਹੈ । ਜਿਹੜਾ ਸ਼ਬਦ ਦੀ ਪਾਲਣਾ ਅਡੋਲ ਭਰੋਸੇ ਨਾਲ ਕਰਦਾ ਹੈ । ਉਸ ਦੇ ਮਨ ਵਿੱਚ ਧੀਰਜ, ਸੰਤੋਖ ਘਰ ਕਰ ਜਾਂਦਾ ਹੈ । ਉਹ ਮਾਨਸ ਜੀਵਨ ਵਿੱਚ ਸੰਸਾਰਕ ਬੰਧਨਾ ਨਾਲ ਮੋਹ ਨਹੀਂ ਲਾਉਂਦਾ । ਉਹ ਸ਼ਬਦ ਦੀ ਪਾਲਣਾ ਵਿੱਚ ਹੀ ਲੀਨ ਹੋਇਆ, ਉਸ ਵਿੱਚ ਹੀ ਅਲੋਪ ਹੋ ਜਾਂਦਾ ਹੈ ।

Whosoever may be bestowed with His Blessed Vision, he may remain devoted to obey the teachings of His Word with steady and stable belief; with His mercy and grace, he may remain overwhelmed with patience and contentment in his worldly life. He may not remain attached to worldly bonds, under the influence of worldly wealth. He may remain intoxicated in obeying the teachings of His Word; with His mercy and grace, his soul may be sanctified to become worthy of His Consideration.

758.ਸਲੋਕ ਗੁਰੂ ਅਮਰਸਦਾਸ ਜੀ – ਮਹਲਾ ੩॥ 1414-15

ਮਨਮੁਖ ਚੰਚਲ ਮਤਿ ਹੈ,	manmukh chanchal mat hai
ਅੰਤਰਿ ਬਹੁਤੁ ਚਤੁਰਾਈ॥	antar bahut chaturaa-ee.
ਕੀਤਾ ਕਰਤਿਆ ਬਿਰਥਾ ਗਇਆ,	keetaa karti-aa birthaa ga-i-aa
ਇਕੁ ਤਿਲੁ ਥਾਇ ਨ ਪਾਈ॥	ik til thaa-ay na paa-ee.
ਪੁੰਨ ਦਾਨੁ ਜੋ ਬੀਜਦੇ,	punn daan jo beejday
ਸਭ ਧਰਮ ਰਾਇ ਕੈ ਜਾਈ॥	sabh Dharam raa-ay kai jaa-ee.
ਬਿਨੁ ਸਤਿਗੁਰੂ ਜਮਕਾਲੁ ਨ ਛੋਡਈ,	bin satguroo jamkaal na chhod-ee
ਦੂਜੈ ਭਾਇ ਖੁਆਈ॥	doojai bhaa-ay khu-aa-ee.
ਜੋਬਨੁ ਜਾਂਦਾ ਨਦਰਿ ਨ ਆਵਈ,	joban jaaNdaa nadar na aavee
ਜਰੁ ਪਹੁਚੈ ਮਰਿ ਜਾਈ॥	jar pahuchai mar jaa-ee.
ਪੁਤੁ ਕਲਤੁ ਮੋਹੁ ਹੇਤੁ ਹੈ,	put kalat moh hayt hai
ਅੰਤਿ ਬੇਲੀ ਕੋ ਨ ਸਖਾਈ॥	ant baylee ko na sakhaa-ee.
ਸਤਿਗੁਰੁ ਸੇਵੇ ਸੋ ਸੁਖੁ ਪਾਏ,	satgur sayvay so sukh paa-ay
ਨਾਉ ਵਸੈ ਮਨਿ ਆਈ॥	naa-o vasai man aa-ee.
ਨਾਨਕ ਸੇ ਵਡੇ ਵਡਭਾਗੀ,	naanak say vaday vadbhaagee
ਜਿ ਗੁਰਮੁਖਿ ਨਾਮਿ ਸਮਾਈ॥੧੯॥	je gurmukh naam samaa-ee. ||19||

ਮਨਮੁਖ ਦੀ ਮੱਤ ਅਨੋਖੀ ਹੀ ਹੁੰਦੀ ਹੈ, ਮਨ ਚਲਾਕੀਆਂ ਨਾਲ ਭਰਿਆਂ ਹੁੰਦਾ ਹੈ । ਉਸ ਦਾ ਚੰਗਾ ਕੰਮ ਵੀ, ਦਰਗਾਹ ਵਿੱਚ ਪ੍ਰਵਾਨ ਨਹੀਂ ਹੁੰਦਾ, ਬਿਰਥਾ ਹੀ ਜਾਂਦਾ ਹੈ । ਉਸ ਦਾ ਪੁੰਨ, ਦਾਨ ਸਭ ਪ੍ਰਭ ਪਰਖਦਾ ਹੈ । ਰਹਿਮਤ ਤੋ ਬਿਨਾਂ ਹੋਰ ਕਿਸ ਦੇ ਹੁਕਮ ਨਾਲ ਮੌਤ ਦਾ ਜਮ ਨਹੀਂ ਛਡਦਾ । ਜਵਾਨੀ ਬਿਰਥੀ ਹੀ ਬੀਤ ਜਾਂਦੀ, ਬੁਢੇਪਾ ਆ ਜਾਂਦਾ, ਮੌਤ ਆ ਜਾਂਦੀ ਹੈ । ਉਸ ਦੇ ਬੱਚੇ, ਭਾਈ, ਪਤਨੀ ਅੰਤ ਸਮੇਂ ਦਰਗਾਹ ਵਿੱਚ ਕੋਈ ਸਹਾਇਤਾ, ਸਾਥ ਨਹੀਂ ਦੇ ਸਕਦੇ । ਜਿਹੜਾ ਪ੍ਰਭ ਦੇ ਸ਼ਬਦ ਦੀ ਪਾਲਣਾ ਕਰਦਾ, ਪ੍ਰਭ ਦੇ ਭਾਣੇ, ਬਖਸ਼ਿਸ਼ ਨੂੰ ਅਟਲ ਮੰਨਦਾ, ਪ੍ਰਵਾਨ ਕਰਦਾ ਹੈ । ਉਸ ਨੂੰ ਧੀਰਜ ਸੰਤੋਖ ਬਖਸ਼ਿਸ਼ ਹੁੰਦਾ ਹੈ । ਜਿਹੜਾ ਪ੍ਰਭ ਦੇ ਸ਼ਬਦ ਵਿੱਚ ਹੀ ਲੀਨ ਰਹਿੰਦਾ ਹੈ, ਉਹ ਵੱਡੇ ਭਾਗਾ ਵਾਲੇ ਜੀਵ ਦੀ ਆਤਮਾ, ਪ੍ਰਭ ਦੀ ਜੋਤ ਵਿੱਚ ਅਲੋਪ ਹਣ ਦੇ ਯੋਗ ਹੋ ਜਾਂਦੀ ਹੈ ।

Self-minded may have strange wisdom, his mind remains overwhelmed, dominated with clever, deceptive plans. Even, his good deeds for the welfare of His Creation may not be rewarded in His Court. His intention in all good deeds, charities may be monitored in His Court. Without His Command, the cycle of birth and death, control of devil of death may never be eliminated. He may waste his youth; old age and his soul may be captured by the devil of death captures. His family, children, sibling, spouse, and friends may not be able to support in His Court. Whosoever may obey the teachings of His Word as an ultimate worthy command. He may accept worldly miseries and pleasures as His Worthy Blessings; with

His mercy and grace, he may be blessed with patience and contentment. Whosoever may remain intoxicated in meditation in the void of His Word; he may be very fortunate and his soul may be sanctified to become worthy of His Consideration.

759.ਸਲੋਕ ਗੁਰੂ ਅਮਰਸਦਾਸ ਜੀ – ਮਹਲਾ ੩॥ 1414-19

ਮਨਮੁਖ ਨਾਮੁ ਨ ਚੇਤਨੀ,	manmukh naam na chaytnee
ਬਿਨੁ ਨਾਵੈ ਦੁਖ ਰੋਇ॥	bin naavai dukh ro-ay.
ਆਤਮਾ ਰਾਮੁ ਨ ਪੂਜਨੀ,	aatmaa raam na poojnee
ਦੂਜੈ ਕਿਉ ਸੁਖੁ ਹੋਇ॥	doojai ki-o sukh ho-ay.
ਹਉਮੈ ਅੰਤਰਿ ਮੈਲੁ ਹ,	ha-umai antar mail hai
ਸਬਦਿ ਨ ਕਾਢਹਿ ਧੋਇ॥	sabad na kaadheh Dho-ay.
ਨਾਨਕ ਬਿਨੁ ਨਾਵੈ ਮੈਲਿਆ,	naanak bin naavai maili-aa
ਮੁਏ ਜਨਮੁ ਪਦਾਰਥੁ ਖੋਇ॥੨੦॥	mu-ay janam padaarath kho-ay. ||20||

ਮਨਮੁਖ ਜੀਵ ਪ੍ਰਭ ਦੇ ਭਾਣੇ ਦੀ ਪ੍ਰਵਾਹ ਨਹੀਂ ਕਰਦਾ । ਸ਼ਬਦ ਦੇ ਸਿਮਰਨ ਤੋ ਬਿਨਾਂ ਦੁਖ, ਤ੍ਰਿਸ਼ਨਾਂ ਦੀਆਂ ਭਟਕਣਾਂ ਹੀ ਜੀਵਨ ਵਿੱਚ ਭਾਰੀ ਰਹਿੰਦੀਆਂ ਹਨ । ਜਿਹੜਾ ਪ੍ਰਭ ਦੇ ਸ਼ਬਦ ਦੀ ਪਾਲਣਾ, ਸਿਮਰਨ ਨਹੀਂ ਕਰਦਾ, ਹੋਰ ਪੀਰਾਂ ਦੇ ਅਦੇਸ਼ ਤੋ ਹੀ ਸੁਖ ਪਾਉਣ ਦੀ ਕੋਸ਼ਿਸ਼ ਕਰਦਾ ਹੈ । ਉਸ ਦੀ ਆਤਮਾ ਅਹੰਕਾਰ ਨਾਲ ਮੈਲੀ ਹੀ ਰਹਿੰਦੀ ਹੈ । ਉਸ ਨੂੰ ਪ੍ਰਭ ਦੇ ਸ਼ਬਦ ਦੀ ਪਾਲਣਾ ਤੋ ਬਿਨਾਂ ਆਤਮਾ ਦੀ ਪਵਿੱਤਰਤਾ, ਨਿਮ੍ਰਤਾ ਬਖਸ਼ਿਸ਼ ਨਹੀਂ ਹੁੰਦੀ । ਉਹ ਮਾਨਸ ਜਨਮ ਦਾ ਅਮੋਲਕ ਮੌਕਾ ਬਿਰਥਾ ਹੀ ਗਵਾ ਜਾਂਦਾ ਹੈ ।

Self-minded may not obey the teachings of His Word with steady and stable belief nor care about the teachings of His Word. He may remain intoxicated with sweet poison of worldly wealth, dominated with frustration, miseries of worldly desires. Whosoever may not meditate, obeys the teachings of His Word with steady and stable belief in his day-to-day life; he may remain wandering from shrine to shrine, from one guru to other religious guru to find peace of mind and contentment. His soul may remain blemished with ego of worldly status. Whosoever may not obey the teachings of His Word with steady and stable belief; his soul may not be sanctified nor blessed with humility in his life. He may waste his priceless human life opportunity.

760.ਸਲੋਕ ਗੁਰੂ ਅਮਰਸਦਾਸ ਜੀ – ਮਹਲਾ ੩॥ 1415-2

ਮਨਮੁਖ ਬੋਲੇ ਅੰਧੁਲੇ,	manmukh bolay anDhulay
ਤਿਸੁ ਮਹਿ ਅਗਨੀ ਕਾ ਵਾਸੁ॥	tis meh agnee kaa vaas.
ਬਾਣੀ ਸੁਰਤਿ ਨ ਬੁਝਨੀ,	banee surat na bujhnee
ਸਬਦਿ ਨ ਕਰਹਿ ਪ੍ਰਗਾਸੁ॥	sabad na karahi pargaas.
ਓਨਾ ਆਪਣੀ ਅੰਦਰਿ ਸੁਧਿ ਨਹੀਂ,	onaa aapnee andar suDh nahee
ਗੁਰ ਬਚਨਿ ਨ ਕਰਹਿ ਵਿਸਾਸੁ॥	gur bachan na karahi visaas.
ਗਿਆਨੀਆ ਅੰਦਰਿ ਗੁਰ ਸਬਦੁ ਹੈ,	gi-aanee-aa andar gur sabad hai
ਨਿਤ ਹਰਿ ਲਿਵ ਸਦਾ ਵਿਗਾਸੁ॥	nit har liv sadaa vigaas.
ਹਰਿ ਗਿਆਨੀਆ ਕੀ ਰਖਦਾ,	har gi-aanee-aa kee rakh-daa
ਹਉ ਸਦ ਬਲਿਹਾਰੀ ਤਾਸੁ॥	ha-o sad balihaaree taas.
ਗੁਰਮੁਖਿ ਜੋ ਹਰਿ ਸੇਵਦੇ,	gurmukh jo har sayvday
ਜਨ ਨਾਨਕੁ ਤਾ ਕਾ ਦਾਸੁ॥੨੧॥	jan naanak taa kaa daas. ||21|

ਮਨਮੁਖ ਜੀਵ ਸ਼ਬਦ ਦੀ ਸਦਾ ਚੱਲਣ ਵਾਲੀ ਧੁਨ ਨਹੀਂ ਸੁਣਨ ਸਕਦਾ, ਬੋਲ਼ਾ ਹੀ ਹੁੰਦਾ ਹੈ। ਪ੍ਰਭ ਦੇ ਸ਼ਬਦ ਦੀ ਸੋਝੀ ਤੋ ਅੰਧਾ, ਅਹੰਕਾਰ ਦੀ ਅੱਗ ਵਿੱਚ ਜਲਦਾ ਹੈ। ਉਸ ਨੂੰ ਪ੍ਰਭ ਦੇ ਸ਼ਬਦ ਦੀ ਸੋਝੀ ਨਹੀਂ ਹੁੰਦੀ। ਉਸ ਨੂੰ ਆਪਣੇ ਆਪ ਦੀ ਸੁਰਤ, ਮਾਨਸ ਜਨਮ ਦੇ ਮੰਤਵ ਦੀ ਸੋਝੀ ਨਹੀਂ ਹੁੰਦੀ। ਉਸ ਦਾ ਭਰੋਸਾ ਪ੍ਰਭ ਦੇ ਸ਼ਬਦ, ਪ੍ਰਭ ਦੇ ਬਖਸ਼ੇ ਤੇ ਅਡੋਲ ਨਹੀਂ ਹੁੰਦਾ । ਗੁਰਮਖ, ਬੰਦਗੀ ਕਰਨ ਵਾਲੇ, ਨੂੰ ਪ੍ਰਭ ਦੇ ਭਾਣੇ ਤੇ ਭਰੋਸਾ ਅਡੋਲ ਰਹਿੰਦਾ ਹੈ। ਉਹ ਸੰਸਾਰਕ ਦੁਖ, ਸੁਖ ਨੂੰ ਪ੍ਰਭ ਦੀ ਬਖਸ਼ਿਸ਼ ਸਮਝਕੇ, ਸਦਾ ਹੀ ਖੇੜੇ ਵਿੱਚ ਰਹਿੰਦਾ ਹੈ। ਪ੍ਰਭ ਆਪਣੇ ਭਗਤਾ ਦੀ ਹਰ ਵਾਲੇ ਹੀ ਲਾਜ, ਪਰਦਾ ਰਖਦਾ ਹੈ। ਜਿਹੜਾ ਸਵਾਸ ਗਰਾਸ ਪ੍ਰਭ ਦੇ ਸ਼ਬਦ ਦਾ ਸਿਮਰਨ ਕਰਦਾ ਹੈ। ਉਸ ਨੂੰ ਗੁਰਮਖ ਅਵਸਥਾ ਬਖਸ਼ਿਸ਼ ਹੋ ਜਾਂਦੀ ਹੈ। ਉਹ ਜੀਵ ਪੂਜਣ ਯੋਗ ਹੋ ਜਾਂਦਾ ਹੈ। ਉਸ ਦੇ ਜੀਵਨ ਦੀ ਸਿਖਿਆਂ ਨੂੰ ਆਪਣੇ ਜੀਵਨ ਵਿੱਚ ਢਾਲਦਾ ਹੈ।

Self-minded may remain deaf from hearing the everlasting echo of His Word within his heart. He remains ignorant, blind from the teachings of His Word and remains frustrated, burning in lava of ego of his worldly status. He may not be enlightened with the essence of His Word nor the real purpose of human life blessings, opportunity. He may not obey the teachings of His Word with steady and stable belief nor believes His Ultimate, Unavoidable Command. His true devotee always obeys the teachings of His Word with steady and stable belief in his day-to-day life; he remains contented and in blossom with his worldly environments. He may consider his worldly miseries, and pleasures as His Worthy Blessings. The True Master always protects the honor of His true devotee. Whosoever may meditate on the teachings of His Word with steady and stable belief with each breath; with His mercy and grace, he may be blessed with a state of mind as His true devotee. He may become worthy of worship in his life. You should adopt his life experience teachings in your day-to-day life.

761.ਸਲੋਕ ਗੁਰੂ ਅਮਰਸਦਾਸ ਜੀ – ਮਹਲਾ ੩॥ 1415-5

ਮਾਇਆ ਭੁਇਅੰਗਮੁ ਸਰਪੁ ਹੈ,	maa-i-aa bhu-i-angam sarap hai
ਜਗੁ ਘੇਰਿਆ ਬਿਖੁ ਮਾਇ॥	jag ghayri-aa bikh maa-ay.
ਬਿਖੁ ਕਾ ਮਾਰਣੁ ਹਰਿ ਨਾਮੁ ਹੈ,	bikh kaa maaran har naam hai
ਗੁਰ ਗਰੁੜ ਸਬਦੁ ਮੁਖਿ ਪਾਇ॥	gur garurh sabad mukh paa-ay.
ਜਿਨ ਕਉ ਪੂਰਬਿ ਲਿਖਿਆ,	jin ka-o poorab likhi-aa
ਤਿਨ ਸਤਿਗੁਰੁ ਮਿਲਿਆ ਆਇ॥	tin satgur mili-aa aa-ay.
ਮਿਲਿ ਸਤਿਗੁਰ ਨਿਰਮਲੁ ਹੋਇਆ,	mil satgur nirmal ho-i-aa
ਬਿਖੁ ਹਉਮੈ ਗਇਆ ਬਿਲਾਇ॥	bikh ha-umai ga-i-aa bilaa-ay.
ਗੁਰਮੁਖਾ ਕੇ ਮੁਖ ਉਜਲੇ,	gurmukhaa kay mukh ujlay
ਹਰਿ ਦਰਗਹ ਸੋਭਾ ਪਾਇ॥	har dargeh sobhaa paa-ay.
ਜਨ ਨਾਨਕੁ ਸਦਾ ਕੁਰਬਾਣੁ ਤਿਨ,	jan naanak sadaa kurbaan tin
ਜੋ ਚਾਲਹਿ ਸਤਿਗੁਰ ਭਾਇ॥੨੨॥	jo chaaleh satgur bhaa-ay. ||22||

ਸੰਸਾਰਕ ਧਨ ਨੇ ਸੱਪ ਦੀ ਤਰ੍ਹਾਂ ਆਪਣੀਆ ਗੰਝਲਾਂ ਵਿੱਚ ਸਾਰਿਆਂ ਨੂੰ ਘੇਰੀਆ ਹੈ। ਕੇਵਲ ਪ੍ਰਭ ਦੇ ਸ਼ਬਦ ਦੀ ਪਾਲਣਾ ਹੀ ਸੰਸਾਰਕ ਮਾਇਆਂ ਰੂਪੀ ਜ਼ਹਿਰ ਨੂੰ ਖਤਮ, ਕਰੋਪੀ ਦੂਰ ਕਰ ਸਕਦੀ ਹੈ। ਪਿਛਲੇ ਲਿਖੇ ਹੋਏ ਭਾਗਾਂ ਅਨੁਸਾਰ ਹੀ ਪ੍ਰਭ ਦੇ ਸ਼ਬਦ ਨਾਲ ਲਗਨ ਬਖਸ਼ਿਸ਼ ਹੁੰਦੀ ਹੈ। ਉਸ ਨੂੰ ਨਿਮ੍ਰਤਾ, ਲਾਲਚ, ਅਹੰਕਾਰ ਤੇ ਜਿੱਤ ਬਖਸ਼ਿਸ਼ ਹੋ ਜਾਂਦੀ, ਆਤਮਾ ਪਵਿੱਤਰ ਹੋ ਜਾਂਦੀ ਹੈ। ਗੁਰਮਖ ਜੀਵ ਦੇ ਚਿਹਰੇ ਤੇ ਅਨੋਖਾ ਹੀ ਨੂਰ ਬਖਸ਼ਿਸ਼ ਹੁੰਦਾ ਹੈ। ਉਹ ਪ੍ਰਭ ਦੀ ਦਰਗਾਹ ਵਿੱਚ ਸੋਭਦਾ ਹੈ। ਜਿਹੜਾ ਸ਼ਬਦ ਨਾਲ ਜੀਵਨ ਬਤੀਤ ਕਰਦਾ ਹੈ, ਉਸ ਦੀ ਬੰਦਗੀ ਪ੍ਰਵਾਨ ਹੋ ਜਾਂਦੀ ਹੈ। ਉਹ ਪੂਜਣ ਯੋਗ ਹੋ ਜਾਂਦਾ ਹੈ।

Worldly wealth may have strangled everyone like a snake hold. Whosoever may obey the teachings of His Word with steady and stable belief in his day-to-day life; with His mercy and grace, only he may conquer the influence, curse of worldly wealth. Whosoever may have a great prewritten destiny, only he may be blessed with devotion to obey the teachings of His Word. He may conquer his greed, ego of worldly status and blessed with humility in his worldly life. His soul may be sanctified to become worthy of His Consideration. His true devotee may be blessed with astonishing, eternal spiritual glow on his forehead. He may be honored in His Court. Whosoever may adopt the teachings of His Word with steady and stable belief; with His mercy and grace, his earnings of His Word may be accepted in His Court. He may become worthy of worship.

762.ਸਲੋਕ ਗੁਰੂ ਅਮਰਸਦਾਸ ਜੀ – ਮਹਲਾ ੩॥ 1415-9

ਸਤਿਗੁਰ ਪੁਰਖੁ ਨਿਰਵੈਰੁ ਹੈ,	satgur purakh nirvair hai
ਨਿਤ ਹਿਰਦੈ ਹਰਿ ਲਿਵ ਲਾਇ॥	nit hirdai har liv laa-ay.
ਨਿਰਵੈਰੈ ਨਾਲਿ ਵੈਰੁ ਰਚਾਇਦਾ,	nirvairai naal vair rachaa-idaa
ਅਪਣੈ ਘਰਿ ਲੂਕੀ ਲਾਇ॥	apnai ghar lookee laa-ay.
ਅੰਤਰਿ ਕ੍ਰੋਧੁ ਅਹੰਕਾਰੁ ਹੈ,	antar kroDh ahaNkaar hai
ਅਨਦਿਨੁ ਜਲੈ ਸਦਾ ਦੁਖੁ ਪਾਇ॥	an-din jalai sadaa dukh paa-ay.
ਕੂੜੁ ਬੋਲਿ ਬੋਲਿ ਨਿਤ ਭਉਕਦੇ,	koorh bol bol nit bha-ukday
ਬਿਖੁ ਖਾਧੇ ਦੂਜੈ ਭਾਇ॥	bikh khaaDhay doojai bhaa-ay.
ਬਿਖੁ ਮਾਇਆ ਕਾਰਣਿ ਭਰਮਦੇ,	bikh maa-i-aa kaaran bharamday
ਫਿਰਿ ਘਰਿ ਘਰਿ ਪਤਿ ਗਵਾਇ॥	fir ghar ghar pat gavaa-ay.
ਬੇਸੁਆ ਕੇਰੇ ਪੂਤ ਜਿਉ,	baysu-aa kayray poot ji-o
ਪਿਤਾ ਨਾਮੁ ਤਿਸੁ ਜਾਇ॥	pitaa naam tis jaa-ay.
ਹਰਿ ਹਰਿ ਨਾਮੁ ਨ ਚੇਤਨੀ,	har har naam na chaytnee
ਕਰਤੈ ਆਪਿ ਖੁਆਇ॥	kartai aap khu-aa-ay.
ਹਰਿ ਗੁਰਮੁਖਿ ਕਿਰਪਾ ਧਾਰੀਅਨੁ,	har gurmukh kirpaa Dhaaree-an
ਜਨ ਵਿਛੁੜੇ ਆਪਿ ਮਿਲਾਇ॥	jan vichhurhay aap milaa-ay.
ਜਨ ਨਾਨਕੁ ਤਿਸੁ ਬਲਿਹਾਰਣੈ,	jan naanak tis balihaarnai
ਜੋ ਸਤਿਗੁਰ ਲਾਗੇ ਪਾਇ॥੨੩॥	jo satgur laagay paa-ay. ‖23‖

ਬੰਦਗੀ ਕਰਨ ਵਾਲੇ ਨੂੰ ਨਿਰਵੈਰ (ਬਦਲੇ ਦੀ ਭਾਵਨਾ ਖਤਮ) ਅਵਸਥਾ ਬਖਸ਼ਿਸ਼ ਹੋ ਜਾਂਦੀ ਹੈ । ਉਸ ਦੇ ਮਨ ਵਿੱਚ ਪ੍ਰਭ ਦੇ ਸ਼ਬਦ ਦੀ ਪਾਲਣਾ ਦੀ ਲਗਨ ਅਡੋਲ ਹੋ ਜਾਂਦੀ ਹੈ । ਜਿਹੜਾ ਬੰਦਗੀ ਕਰਨ ਵਾਲੇ ਦੀ ਨਿੰਦਿਆਂ ਕਰਦਾ, ਉਸ ਦਾ ਨੁਕਸਾਨ ਕਰਦਾ ਹੈ । ਉਹ ਆਪਣੇ ਆਪ ਹੀ ਪ੍ਰਭ ਦੀ ਦਰਗਾਹ ਵਿੱਚ ਪਾਪੀ ਬਣ ਜਾਂਦਾ ਹੈ । ਉਹ ਕਰੋਧ, ਅਹੰਕਾਰ ਨਾਲ ਭਰਿਆਂ, ਅੱਗ ਵਿੱਚ ਹੀ ਜਲਦਾ ਰਹਿੰਦਾ, ਦੁਖ ਪਾਉਂਦਾ ਹੈ । ਉਹ ਮੰਦਾ ਬੋਲਦਾ, ਝੂਠ, ਲਾਲਚ ਅਤੇ ਧੋਖੇ ਵਾਲਾ ਜੀਵਨ ਬਤੀਤ ਕਰਦਾ ਹੈ । ਉਹ ਆਪਣਾ ਵਿਸ਼ਵਾਸ ਪ੍ਰਭ ਦੇ ਦਰਬਾਰ ਵਿੱਚ ਖਤਮ ਕਰ ਲੈਂਦਾ ਹੈ । ਉਹ ਗੁਰੂਆਂ ਪੀਰਾਂ ਦੇ ਮਗਰ ਘੁੰਮਦਾ, ਵੇਸਵਾ ਦੇ ਬੱਚੇ ਵਰਗਾ ਹੁੰਦਾ ਹੈ, ਉਸ ਨੂੰ ਆਪਣੇ ਅਸਲੀ ਪਿਤਾ ਦਾ, ਜੀਵਨ ਦੇ ਮੰਤਵ ਦੀ ਸੋਝੀ ਨਹੀਂ ਹੁੰਦੀ । ਉਹ ਪ੍ਰਭ ਨੂੰ ਕਦੇ ਯਾਦ ਨਹੀਂ ਰਖਦਾ । ਪ੍ਰਭ ਆਪ ਹੀ ਉਸ ਨੂੰ ਤਬਾਹੀ ਦੇ ਰਸਤੇ ਤੇ ਪਾਉਂਦਾ ਹੈ । ਗੁਰਮਖ ਜੀਵ ਨੂੰ ਪ੍ਰਭ, ਰਹਿਮਤ ਨਾਲ ਸਿੱਧੇ ਰਸਤੇ ਤੇ ਪਾਉਂਦਾ ਹੈ । ਜਿਸ ਦੀ ਲਗਨ ਪ੍ਰਭ ਦੇ ਸ਼ਬਦ ਦੀ ਪਾਲਣਾ ਵਿੱਚ ਅਡੋਲ ਰਹਿੰਦੀ ਹੈ । ਉਸ ਦੀ ਬੰਦਗੀ ਪ੍ਰਵਾਨ ਹੋ ਜਾਂਦੀ ਹੈ, ਉਹ ਪੂਜਣ ਯੋਗ ਹੋ ਜਾਂਦਾ ਹੈ ।

His true devotee may be blessed with a state of mind beyond the reach of desire of revenge, hostility. He may obey the teachings of His Word with steady and stable belief in his day-to-day life. Whosoever may slander or hurt His true devotee; he may be cursed and become sinner in His Court. He may remain frustrated, burning in anger, ego of worldly status and endures miseries in his worldly life. He may speak rudely, and lives in fantasy world, greed, and deceptive plans. His credential may be ruined in His Court. He may remain wandering from shrine to shrine, from worldly guru to guru; his worldly condition may be like a child of a prostitute; who may not know his father. He may never remember the misery of his separation form His Holy Spirit nor the real purpose of his human life opportunity. The True Master keeps him on the path of destruction, suffering. His true devotee may be inspired on the right path of acceptance in His Court. He remains intoxicated in obeying the teachings of His Word; with His mercy and grace, his earnings of His Word may be accepted in His Court; he may become worthy of worship in world.

763.ਸਲੋਕ ਗੁਰੂ ਅਮਰਸਦਾਸ ਜੀ – ਮਹਲਾ ੩॥ 1415-14

ਨਾਮਿ ਲਗੇ ਸੇ ਊਬਰੇ,	naam lagay say oobray
ਬਿਨੁ ਨਾਵੈ ਜਮ ਪੁਰਿ ਜਾਂਹਿ॥	bin naavai jam pur jaaNhi.
ਨਾਨਕ ਬਿਨੁ ਨਾਵੈ ਸੁਖੁ ਨਹੀਂ,	naanak bin naavai sukh nahee
ਆਇ ਗਏ ਪਛੁਤਾਹਿ॥੨੪॥	aa-ay ga-ay pachhutaahi. ‖24‖

ਜਿਹੜਾ ਸ਼ਬਦ ਦੀ ਪਾਲਣਾ ਵਿੱਚ ਅਡੋਲ ਰਹਿੰਦਾ ਹੈ, ਉਸ ਦੀ ਸ਼ਬਦ ਦੀ ਕਮਾਈ ਦਰਗਾਹ ਵਿੱਚ ਪ੍ਰਵਾਨ ਹੋ ਜਾਂਦੀ ਹੈ । ਜਿਹੜਾ ਪ੍ਰਭ ਦੇ ਸ਼ਬਦ ਦੀ ਪਾਲਣਾ ਨਹੀਂ ਕਰਦਾ, ਉਹ ਜਮਾਂ ਦੇ ਵੱਸ ਵਿੱਚ ਹੀ ਰਹਿੰਦਾ ਹੈ । ਉਸ ਨੂੰ ਸੰਸਾਰਕ ਜੀਵਨ ਵਿੱਚ ਸੁਖ, ਸ਼ਾਤੀ ਨਸੀਬ ਨਹੀਂ ਹੁੰਦੀ । ਉਹ ਆਪਣੇ ਜੀਵਨ ਵਿੱਚ ਪਛਤਾਵਾਂ ਹੀ ਕਰਦਾ ਹੈ ।

Whosoever may obey the teachings of His Word with steady and stable belief; his earnings of His Word may be accepted in His Court. Whosoever may not meditate, obey the teachings of His Word; he remains in the cycle of birth and death, under the control of devil of death. He may never realize any peace of mind, comforts in his worldly life. He remains regretting and repenting in his human life journey.

764.ਸਲੋਕ ਗੁਰੂ ਅਮਰਸਦਾਸ ਜੀ – ਮਹਲਾ ੩॥ 1415-15

ਚਿੰਤਾ ਧਾਵਤ ਰਹਿ ਗਏ,	chintaa Dhaavat reh ga-ay
ਤਾਂ ਮਨਿ ਭਇਆ ਅਨੰਦੁ॥	taaN man bha-i-aa anand.
ਗੁਰ ਪ੍ਰਸਾਦੀ ਬੁਝੀਐ,	gur parsaadee bujhee-ai
ਸਾ ਧਨ ਸੁਤੀ ਨਿਚਿੰਦ॥	saa Dhan sutee nichind.
ਜਿਨ ਕਉ ਪੂਰਬਿ ਲਿਖਿਆ,	jin ka-o poorab likhi-aa
ਤਿਨ੍ਹਾ ਭੇਟਿਆ ਗੁਰ ਗੋਵਿੰਦੁ॥	tinHaa bhayti-aa gur govind.
ਨਾਨਕ ਸਹਜੇ ਮਿਲਿ ਰਹੇ,	naanak sehjay mil rahay
ਹਰਿ ਪਾਇਆ ਪਰਮਾਨੰਦੁ॥੨੫॥	har paa-i-aa parmaanand. ‖25‖

ਜਿਸ ਨੂੰ ਪ੍ਰਭ ਦੇ ਭਾਣੇ, ਸ਼ਬਦ ਦੀ ਸੋਝੀ ਬਖਸ਼ਿਸ਼ ਹੋ ਜਾਂਦੀ ਹੈ, ਉਹ ਅਰਾਮ ਦੀ ਨੀਂਦ ਸੌਂਦਾ ਹੈ । ਉਸ ਦੇ ਮਨ ਦੀਆਂ ਚਿੰਤਾਂ ਦੂਰ ਹੋ ਜਾਂਦੀਆਂ ਹਨ । ਉਸ ਦਾ ਮਨ ਖੇੜੇ ਨਾਲ ਭਰ ਜਾਂਦਾ ਹੈ । ਜਿਸ ਦੇ ਭਾਗਾ ਵਿੱਚ ਪਹਿਲੇ ਹੀ ਲਿਖਿਆ ਹੁੰਦਾ ਹੈ । ਉਸ ਨੂੰ ਪ੍ਰਭ, ਸ਼ਬਦ ਦੀ ਸੋਝੀ ਬਖਸ਼ਦਾ ਹੈ । ਉਹ ਸ਼ਬਦ ਦੀ ਪਾਲਣਾ ਵਿੱਚ ਅਡੋਲ ਹੋਇਆ, ਉਸ ਦੀ ਜੋਤ ਵਿੱਚ ਅਭੇਦ ਹੋ ਜਾਂਦਾ ਹੈ ।

Whosoever may be blessed with the enlightenment of the essence of His Word; with His mercy and grace, he may remain in peace of mind, and overwhelmed with blossom. Whosoever may have a great prewritten destiny, only he may be blessed with the enlightenment of the essence of His Word. He may remain intoxicated in meditation in the void of His Word; with His mercy and grace, he may be immersed within His Holy Spirit.

765.ਸਲੋਕ ਗੁਰੂ ਅਮਰਸਦਾਸ ਜੀ – ਮਹਲਾ ੩॥ 1415-7

ਸਤਿਗੁਰੁ ਸੇਵਨਿ ਆਪਣਾ,	satgur sayvan aapnaa
ਗੁਰ ਸਬਦੀ ਵੀਚਾਰਿ॥	gur sabdee veechaar.
ਸਤਿਗੁਰ ਕਾ ਭਾਣਾ ਮੰਨਿ ਲੈਨਿ,	satgur kaa bhaanaa man lain
ਹਰਿ ਨਾਮੁ ਰਖਹਿ ਉਰ ਧਾਰਿ॥	har naam rakheh ur Dhaar.
ਐਥੈ ਓਥੈ ਮੰਨੀਅਨਿ,	aithai othai mannee-an
ਹਰਿ ਨਾਮਿ ਲਗੇ ਵਾਪਾਰਿ॥	har naam lagay vaapaar.
ਗੁਰਮੁਖਿ ਸਬਦਿ ਸਿਞਾਪਦੇ,	gurmukh sabad sinjaapadai
ਤਿਤੁ ਸਾਚੈ ਦਰਬਾਰਿ॥	tit saachai darbaar.
ਸਚਾ ਸਉਦਾ ਖਰਚੁ ਸਚੁ,	sachaa sa-udaa kharach sach
ਅੰਤਰਿ ਪਿਰਮੁ ਪਿਆਰੁ॥	antar piram pi-aar.
ਜਮਕਾਲੁ ਨੇੜਿ ਨ ਆਵਈ,	jamkaal nayrh na aavee
ਆਪਿ ਬਖਸੇ ਕਰਤਾਰਿ॥	aap bakhsay kartaar.
ਨਾਨਕ ਨਾਮ ਰਤੇ ਸੇ ਧਨਵੰਤ ਹੈਨਿ,	naanak naam ratay say Dhanvant hain
ਨਿਰਧਨੁ ਹੋਰੁ ਸੰਸਾਰੁ॥੨੬॥	nirDhan hor sansaar. ||26||

ਪ੍ਰਭ ਦੇ ਸ਼ਬਦ ਦੀ ਪਾਲਣਾ ਕਰਨਵਾਲਾ, ਸ਼ਬਦ ਦਾ ਵਿਚਾਰ ਕਰਦਾ, ਸ਼ਬਦ ਦੀ ਸਿਖਿਆਂ ਨੂੰ ਅਟਲ ਮੰਨਕੇ ਆਪਣਾ ਜੀਵਨ ਢਾਲਦਾ ਹੈ । ਉਹ ਸੰਸਾਰਕ ਜੀਵਨ ਅਤੇ ਮੌਤ ਪਿਛੋਂ ਵੀ ਕੇਵਲ ਸ਼ਬਦ ਦਾ ਹੀ ਆਸਰਾ ਲੈਂਦਾ ਹੈ । ਸ਼ਬਦ ਦੀ ਪਾਲਣਾ ਕਰਨਾ ਹੀ ਆਪਣਾ ਧੰਦਾ ਬਣਾਉਂਦਾ ਹੈ । ਉਸ ਨੂੰ ਸ਼ਬਦ ਦੀ ਕਮਾਈ ਨਾਲ ਪ੍ਰਭ ਦੇ ਦਰਬਾਰ ਵਿੱਚ ਮਾਣ ਬਖਸ਼ਿਸ਼ ਹੁੰਦਾ ਹੈ । ਉਹ ਜੀਵ ਪ੍ਰਭ ਦੇ ਸ਼ਬਦ ਦਾ ਸੌਦਾ ਕਰਦਾ, ਸ਼ਬਦ ਦੀ ਸਿਖਿਆਂ ਦਾ ਪ੍ਰਚਾਰ ਕਰਦਾ, ਪ੍ਰੇਰਨਾ ਕਰਦਾ ਹੈ । ਸੱਚਾਈ ਦੇ ਢੰਗ ਨਾਲ ਹੀ ਵੇਚਦੇ ਹਨ । ਮੌਤ ਦਾ ਜਮਦੂਤ ਉਸ ਦੇ ਨੇੜੇ ਵੀ ਨਹੀਂ ਆ ਸਕਦਾ । ਪ੍ਰਭ ਆਪ ਹੀ ਉਸ ਦੇ ਪਾਪ, ਮਾਫ ਕਰਦਾ, ਬਖੀਸ਼ਸ਼ ਦੇਂਦਾ ਹੈ । ਜਿਸ ਦੇ ਮਨ ਵਿੱਚ ਪ੍ਰਭ ਦੇ ਸ਼ਬਦ ਦੀ ਸੋਝੀ ਘਰ ਕਰ ਜਾਂਦੀ ਹੈ, ਰੰਗ ਚੜ੍ਹ ਜਾਂਦਾ ਹੈ । ਉਹ ਸਾਰਿਆਂ ਨਾਲੋ ਹੀ ਖੁਸ਼ਹਾਲ ਹੁੰਦਾ ਹੈ ।

His true devotee may adopt the teachings of His Word with steady and stable belief in his day-to-day life; with His mercy and grace, he may comprehend the teachings of His Word and accepts as an Ultimate Command. He always depends on His Support in worldly life and after death. He makes obeying the teachings of His Word as the real purpose of his human life blessings, opportunity. He may be blessed with honor in His Court with earnings of His Word. He always trades the merchandize of obeying the teachings of His Word; he may inspire and spreads the essence of His Word to his family and followers. The devil of death may never reach or capture his soul. The True Master may forgive his sins of previous lives. Whosoever may be drenched with the essence of His Word, the crimson color; he may become the most prosperous in His Court.

766.ਸਲੋਕ ਗੁਰੂ ਅਮਰਸਦਾਸ ਜੀ – ਮਹਲਾ ੩॥ 1416-1

ਜਨ ਕੀ ਟੇਕ ਹਰਿ ਨਾਮੁ,	jan kee tayk har naam
ਹਰਿ ਬਿਨੁ ਨਾਵੈ ਠਵਰ ਨ ਠਾਉ॥	har bin naavai thavar na thaa-o.
ਗੁਰਮਤੀ ਨਾਉ ਮਨਿ ਵਸੈ,	gurmatee naa-o man vasai
ਸਹਜੇ ਸਹਜਿ ਸਮਾਉ॥	sehjay sahj samaa-o.
ਵਡਭਾਗੀ ਨਾਮੁ ਧਿਆਇਆ,	vadbhaagee naam Dhi-aa-i-aa
ਅਹਿਨਿਸਿ ਲਾਗਾ ਭਾਉ॥	ahinis laagaa bhaa-o.
ਜਨ ਨਾਨਕੁ ਮੰਗੈ ਧੂੜਿ ਤਿਨ,	jan naanak mangai Dhoorh tin
ਹਉ ਸਦ ਕੁਰਬਾਣੈ ਜਾਉ॥੨੭॥	ha-o sad kurbaanai jaa-o. ||27||

ਪ੍ਰਭ ਦੇ ਨਿਮਰਤਾ ਭਰੇ ਸੇਵਕ ਦਾ ਆਸਰਾ, ਅਧਾਰ ਹੀ ਪ੍ਰਭ ਦੇ ਸ਼ਬਦ ਦੀ ਪਾਲਣਾ ਹੁੰਦਾ ਹੈ । ਉਸ ਦੇ ਅਰਾਮ ਕਰਨ ਵਾਲਾ ਹੋਰ ਕੋਈ ਥਾਂ ਨਹੀਂ ਹੁੰਦਾ । ਪ੍ਰਭ ਦੇ ਸ਼ਬਦ ਦੀ ਸਿਖਿਆਂ ਤੋਂ ਹੀ ਪ੍ਰਭ ਦੇ ਸ਼ਬਦ ਦੀ ਪਾਲਣਾ ਨਾਲ ਲਗਨ ਲਗਦੀ ਹੈ । ਉਸ ਵਿੱਚ ਹੀ ਅਲੋਪ ਹੋ ਜਾਂਦਾ ਹੈ । ਕੇਵਲ ਵੱਡਭਾਗੀ ਜੀਵ ਹੀ ਦਿਨ ਰਾਤ ਪ੍ਰਭ ਦੇ ਸ਼ਬਦ ਦੇ ਸਿਮਰਨ ਵਿੱਚ ਅਡੋਲ ਰਹਿੰਦਾ ਹੈ । ਉਸ ਜੀਵ ਦੀ ਸੰਗਤ, ਚਰਨਾਂ ਦੀ ਧੂੜ ਮੰਗੋ ! ਉਸ ਦੇ ਜੀਵਨ ਦੀ ਸਿਖਿਆਂ ਨੂੰ ਆਪਣੇ ਜੀਵਨ ਦਾ ਅਧਾਰ ਬਣਾਵੋ !

His humble true devotee always prays for His Forgiveness and Refuge; he always adopts the teachings of His Word as the guiding principle in his life. He may not realize any other resting, comforting place for his human life journey. Whosoever may obey the teachings of His Word with steady and stable belief; with His mercy and grace, his devotion may be enhanced and he may immerse within His Holy Spirit. However, only very fortunate may remain intoxicated in the void of His Word. You should always pray for the conjugation of such a true devotee and adopt his life experience teachings in your own day to day life.

767.ਸਲੋਕ ਗੁਰੂ ਅਮਰਸਦਾਸ ਜੀ – ਮਹਲਾ ੩॥ 1416-4

ਲਖ ਚਉਰਾਸੀਹ ਮੇਦਨੀ,	lakh cha-oraaseeh maydnee
ਤਿਸਨਾ ਜਲਤੀ ਕਰੇ ਪੁਕਾਰ॥	tisnaa jaltee karay pukaar.
ਇਹੁ ਮੋਹੁ ਮਾਇਆ ਸਭੁ ਪਸਰਿਆ,	ih moh maa-i-aa sabh pasri-aa
ਨਾਲਿ ਚਲੈ ਨ ਅੰਤੀ ਵਾਰ॥	naal chalai na antee vaar.
ਬਿਨੁ ਹਰਿ ਸਾਂਤਿ ਨ ਆਵਈ,	bin har saaNt na aavee
ਕਿਸੁ ਆਗੈ ਕਰੀ ਪੁਕਾਰ॥	kis aagai karee pukaar.
ਵਡਭਾਗੀ ਸਤਿਗੁਰੁ ਪਾਇਆ,	vadbhaagee satgur paa-i-aa
ਬੂਝਿਆ ਬ੍ਰਹਮੁ ਬਿਚਾਰੁ॥	boojhi-aa barahm bichaar.
ਤਿਸਨਾ ਅਗਨਿ ਸਭ ਬੁਝਿ ਗਈ,	tisnaa agan sabh bujh ga-ee
ਜਨ ਨਾਨਕ ਹਰਿ ਉਰਿ ਧਾਰਿ॥੨੮॥	jan naanak har ur Dhaar. ||28||

ਜੀਵ ਅਨੇਕਾਂ ਜੂੰਨਾ ਵਿੱਚ ਭਉਦਾ, ਮਨ ਦੀਆਂ ਤ੍ਰਿਸ਼ਨਾਂ ਦੀ ਅੱਗ ਵਿੱਚ, ਪੀੜ ਵਿੱਚ ਕਰਲਾਉਂਦਾ ਹੈ । ਜਿਹੜਾ ਸੰਸਾਰਕ ਧਨ ਨਾਲ ਮੋਹ ਲਾਉਂਦਾ ਹੈ, ਅੰਤ ਵਿੱਚ ਉਸ ਦੇ ਕਿਸੇ ਕੰਮ ਨਹੀਂ ਆਉਂਦਾ । ਪ੍ਰਭ ਦੀ ਰਹਿਮਤ ਤੋਂ ਬਿਨਾਂ ਸ਼ਾਂਤੀ ਸੰਤੋਖ ਬਖਸ਼ਿਸ਼ ਨਹੀਂ ਹੁੰਦਾ । ਕਿਸ ਨੂੰ ਸ਼ਕਾਈਤ ਲਾਈ ਜਾਵੇ? ਪ੍ਰਭ ਤੋਂ ਬਿਨਾਂ ਹੋਰ ਕੋਈ ਸੁਣਨ ਵਾਲਾ ਨਹੀਂ ਹੈ । ਜਿਸ ਨੂੰ ਪ੍ਰਭ ਦੇ ਸ਼ਬਦ ਦੀ ਸੋਝੀ ਬਖਸ਼ਿਸ਼ ਹੋ ਜਾਂਦੀ ਹੈ । ਉਸ ਵੱਡਭਾਗੀ ਦੇ ਮਨ ਦੀਆਂ ਤ੍ਰਿਸ਼ਨਾਂ ਖਤਮ ਹੋ ਜਾਂਦੀਆਂ ਹਨ । ਉਸ ਦੇ ਮਨ ਵਿੱਚ ਪ੍ਰਭ ਦਾ ਸ਼ਬਦ ਘਰ ਕਰ ਜਾਂਦਾ, ਜਾਗਰਤ ਹੋ ਜਾਂਦਾ ਹੈ ।

Self-minded may remain in the cycle of birth and death; he remains frustrated enduring the miseries of his worldly desires. Whosoever may remain intoxicated with sweet poison of worldly wealth; his worldly earnings may not have any value in His Court for the real purpose of human life. He may not be blessed with the peace of mind nor contentment in his human life journey. Whom may he complain about his worldly condition, environment? No one else ever may hear his plea for Forgiveness and Refuse without The True Master. Whosoever may be blessed with the enlightenment of the essence of His Word; with His mercy and grace, he may become very fortunate and his worldly desires may be eliminated. He may awake and alert and drenched with the essence of His Word.

768.ਸਲੋਕ ਗੁਰੂ ਅਮਰਸਦਾਸ ਜੀ – ਮਹਲਾ ੩॥ 1416-6

ਅਸੀ ਖਤੇ ਬਹੁਤੁ ਕਮਾਵਦੇ,	asee khatay bahut kamaavday
ਅੰਤੁ ਨ ਪਾਰਾਵਾਰੁ॥	ant na paaraavaar.
ਹਰਿ ਕਿਰਪਾ ਕਰਿ ਕੈ ਬਖਸਿ ਲੈਹੁ,	har kirpaa kar kai bakhas laihu
ਹਉ ਪਾਪੀ ਵਡ ਗੁਨਹਗਾਰੁ॥	ha-o paapee vad gunahgaar.
ਹਰਿ ਜੀਉ ਲੇਖੈ ਵਾਰ ਨ ਆਵਈ,	har jee-o laykhai vaar na aavee
ਤੂੰ ਬਖਸਿ ਮਿਲਾਵਣਹਾਰੁ॥	tooN bakhas milaavanhaar.
ਗੁਰ ਤੁਠੈ ਹਰਿ ਪ੍ਰਭੁ ਮੇਲਿਆ,	gur tuthai har parabh mayli-aa
ਸਭ ਕਿਲਵਿਖ ਕਟਿ ਵਿਕਾਰ॥	sabh kilvikh kat vikaar.
ਜਿਨਾ ਹਰਿ ਹਰਿ ਨਾਮੁ ਧਿਆਇਆ,	jinaa har har naam Dhi-aa-i-aa
ਜਨ ਨਾਨਕ ਤਿਨ੍ ਜੈਕਾਰੁ॥੨੯॥	jan naanak tinH jaikaar. ||29||

ਮੈਂ ਸਾਰੇ ਦਿਨ ਦੀਆਂ ਗਲਤੀਆਂ, ਪਾਪੀਆਂ ਵਾਲੇ ਕੰਮ ਦੀ ਗਿਣਤੀ ਨਹੀਂ ਕੀਤੀ ਜਾ ਸਕਦੀ । ਆਪਣੀ ਰਹਿਮਤ ਨਾਲ ਮੇਰੀਆਂ ਭੁਲਾਂ ਬਖਸ਼ਕੇ, ਪਾਪੀ, ਅਉਗਣ ਕਰਨ ਵਾਲੇ ਜੀਵ ਨੂੰ ਸਿੱਧਾ ਰਸਤਾ ਬਖਸ਼ੋ! ਮੇਰੀਆਂ ਗਲਤੀਆਂ ਦਾ ਲੇਖਾ ਕਰਨ ਨਾਲ ਮੇਰੇ ਬਖਸ਼ਣ ਦੀ ਵਾਰੀ ਨਹੀਂ ਆਉਣੀ । ਆਪਣੀ ਰਹਿਮਤ ਬਖਸ਼ਕੇ, ਸ਼ਬਦ ਦੀ ਪਾਲਣਾ ਵਿੱਚ ਲਗਨ ਬਖਸ਼ੋ! ਜਿਸ ਨੂੰ ਪ੍ਰਭ ਆਪਣੀ ਰਹਿਮਤ ਨਾਲ ਪਾਪ ਬਖਸ਼ਕੇ ਸ਼ਬਦ ਦੇ ਲੜ ਲਾਉਂਦਾ ਹੈ । ਉਹ ਵੱਡਭਾਗੀ ਜੀਵ ਸ਼ਬਦ ਦੀ ਪਾਲਣਾ ਵਿੱਚ ਅਡੋਲ ਹੋ ਜਾਂਦਾ ਹੈ ।

I am overwhelmed with sinful deeds, mistakes unimaginable, beyond count; with Your Blessed Vision, forgives my sins and blesses devotion to obey the teachings of Your Word. With my burden of sins of previous lives, I may never be blessed with the right path. Whosoever may be blessed with devotion to obey the teachings of His Word; he may remain intoxicated in meditation in the void of His Word. He may be very fortunate and remains steady and stable on the right path of acceptance in His Court.

769.ਸਲੋਕ ਗੁਰੂ ਅਮਰਸਦਾਸ ਜੀ – ਮਹਲਾ ੩॥ 1416-9

ਵਿਛੁੜਿ ਵਿਛੁੜਿ ਜੋ ਮਿਲੇ,	vichhurh vichhurh jo milay
ਸਤਿਗੁਰ ਕੇ ਭੈ ਭਾਇ॥	satgur kay bhai bhaa-ay.
ਜਨਮ ਮਰਣ ਨਿਹਚਲੁ ਭਏ,	janam maran nihchal bha-ay
ਗੁਰਮੁਖਿ ਨਾਮੁ ਧਿਆਇ॥	gurmukh naam Dhi-aa-ay.
ਗੁਰ ਸਾਧੂ ਸੰਗਤਿ ਮਿਲੈ,	gur saaDhoo sangat milai heeray
ਹੀਰੇ ਰਤਨ ਲਭੰਨ੍ਹਿ॥	ratan labhaNniH.
ਨਾਨਕ ਲਾਲੁ ਅਮੋਲਕਾ,	naanak laal amolkaa
ਗੁਰਮੁਖਿ ਖੋਜਿ ਲਹੰਨ੍ਹਿ॥੩੦॥	gurmukh khoj lahaNniH. ||30||

ਜਿਹੜਾ ਜੀਵ ਅਡੋਲ ਭਰੋਸੇ ਨਾਲ ਸ਼ਬਦ ਦਾ ਸਿਮਰਨ ਕਰਦਾ ਹੈ । ਉਹ ਪ੍ਰਭ ਦੇ ਵਿਛੋੜੇ ਦੇ ਵਿਰਾਗ ਵਿੱਚ ਹੀ ਮਸਤ ਰਹਿੰਦਾ ਹੈ । ਪ੍ਰਭ ਆਪ ਹੀ ਉਸ ਨੂੰ ਪ੍ਰਵਾਨਗੀ ਦਾ ਰਸਤਾ ਬਖਸ਼ਦਾ ਹੈ । ਉਸ ਨੂੰ ਗੁਰਮਖ ਅਵਸਥਾ ਬਖਸ਼ਿਸ਼ ਹੋ ਜਾਂਦੀ ਹੈ, ਉਸ ਦਾ ਜਨਮ ਮਰਨ ਦਾ ਚੱਕਰ ਖਤਮ ਹੋ ਜਾਂਦਾ ਹੈ । ਉਹ ਜੀਵ ਸੰਤ ਸਰੂਪ ਜੀਵਾਂ ਦੀ ਸੰਗਤ ਕਰਦਾ, ਮਨ ਵਿੱਚ ਨਿਮ੍ਰਤਾ ਬਖਸ਼ਿਸ਼ ਹੋ ਜਾਂਦੀ ਹੈ । ਉਸ ਨੂੰ ਸ਼ਬਦ ਦੀ ਸੋਝੀ ਬਖਸ਼ਿਸ਼ ਹੋ ਜਾਂਦੀ ਹੈ । ਆਪਣੇ ਮਾਨਸ ਜਨਮ ਦਾ ਮੰਤਵ ਸਮਝ ਜਾਂਦਾ ਹੈ ।

Whosoever may meditate on the teachings of His Word; with His mercy and grace, he may remain in renunciation in the memory of his separation from His Holy Spirit. He may be blessed with the right path of acceptance in His Court. He may be blessed with a state of mind as His true devotee. His cycle of birth and death may be eliminated. He may remain in the conjugation of His Holy saint. He may remain overwhelmed with simplicity and humility in his day-to-day life. He may be enlightened with the essence of His Word. He may realize the real purpose of human life opportunity.

770.ਸਲੋਕ ਗੁਰੂ ਅਮਰਸਦਾਸ ਜੀ – ਮਹਲਾ ੩॥ 1416-11

ਮਨਮੁਖ ਨਾਮੁ ਨ ਚੇਤਿਓ,	manmukh naam na chayti-o
ਧਿਗੁ ਜੀਵਣੁ ਧਿਗੁ ਵਾਸੁ॥	Dhig jeevan Dhig vaas.
ਜਿਸ ਦਾ ਦਿੱਤਾ ਖਾਣਾ ਪੈਨਣਾ,	jis daa ditaa khaanaa painnaa
ਸੋ ਮਨਿ ਨ ਵਸਿਓ ਗੁਣਤਾਸੁ॥	so man na vasi-o guntaas.
ਇਹੁ ਮਨੁ ਸਬਦਿ ਨ ਭੇਦਿਓ,	ih man sabad na baydi-o
ਕਿਉ ਹੋਵੈ ਘਰ ਵਾਸੁ॥	ki-o hovai ghar vaas.
ਮਨਮੁਖੀਆ ਦੋਹਾਗਣੀ,	manmukhee-aa duhaaganee
ਆਵਣ ਜਾਣਿ ਮੁਈਆਸੁ॥	aavan jaan mu-ee-aas.
ਗੁਰਮੁਖਿ ਨਾਮੁ ਸੁਹਾਗੁ ਹੈ,	gurmukh naam suhaag hai
ਮਸਤਕਿ ਮਣੀ ਲਿਖਿਆਸੁ॥	mastak manee likhi-aas.
ਹਰਿ ਹਰਿ ਨਾਮੁ ਉਰਿ ਧਾਰਿਆ,	har har naam ur Dhaari-aa
ਹਰਿ ਹਿਰਦੈ ਕਮਲ ਪ੍ਰਗਾਸੁ॥	har hirdai kamal pargaas.
ਸਤਿਗੁਰੁ ਸੇਵਨਿ ਆਪਣਾ,	satgur sayvan aapnaa
ਹਉ ਸਦ ਬਲਿਹਾਰੀ ਤਾਸੁ॥	ha-o sad balihaaree taas.
ਨਾਨਕ ਤਿਨ ਮੁਖ ਉਜਲੇ,	naanak tin mukh ujlay
ਜਿਨ ਅੰਤਰਿ ਨਾਮੁ ਪ੍ਰਗਾਸੁ॥੩੧॥	jin antar naam pargaas. ||31||

ਮਨਮੁਖ ਜੀਵ ਦੇ ਮਨ ਵਿੱਚ ਪ੍ਰਭ ਦੇ ਵਿਛੋੜਾ ਦੇ ਵਿਰਾਗ ਦਾ ਦਰਦ, ਯਾਦ ਨਹੀਂ ਹੁੰਦੀ । ਉਸ ਦੇ ਜੀਵਨ ਵਿੱਚ, ਘਰ ਵਿੱਚ ਸੰਤੋਖ, ਨਹੀਂ ਹੁੰਦਾ । ਜਿਹੜਾ ਪ੍ਰਭ, ਹਰਇੱਕ ਜੀਵ ਨੂੰ ਭੋਜਨ, ਤਨ ਢੱਕਣ ਲਈ ਕਪੜਾ ਬਖਸ਼ਦਾ ਹੈ । ਸਦਾ ਹੀ ਉਸ ਨੂੰ ਮਨ ਵਿੱਚ ਯਾਦ ਰਖਕੇ ਧੰਨਵਾਦ ਕਰੋ । ਜਿਸ ਦੇ ਮਨ ਵਿੱਚ ਪ੍ਰਭ ਦੇ ਸ਼ਬਦ ਦੀ ਸਿਖਿਆਂ ਰਚੀ ਨਹੀਂ ਰਹਿੰਦੀ । ਉਸ ਦੀ ਆਤਮਾ ਦਰਬਾਰ ਵਿੱਚ ਪ੍ਰਵਾਨ ਕਿਸਤਰ੍ਹਾਂ ਹੋ ਸਕਦੀ ਹੈ? ਮਨਮੁਖ ਜੀਵ ਜਨਮ ਮਰਨ ਦੇ ਚੱਕਰ ਵਿੱਚ ਹੀ ਭਉਦਾ ਰਹਿੰਦਾ ਹੈ । ਉਸ ਨੂੰ ਮਾਨਸ ਜਨਮ ਦੀ ਮਹੱਤਤਾ ਦੀ ਕੋਈ ਸੋਝੀ ਨਹੀਂ ਹੁੰਦੀ । ਗੁਰਮਖ ਵੱਡਭਾਗੀ, ਪ੍ਰਭ ਦੇ ਸ਼ਬਦ ਵਿੱਚ ਲੀਨ ਰਹਿੰਦਾ ਹੈ । ਉਸ ਦੇ ਚੰਗੇ ਭਾਗ ਉਸ ਦੇ ਮੱਥੇ ਤੇ ਲਿਖੇ ਹੁੰਦੇ ਹਨ । ਉਸ ਦੇ ਮਨ ਵਿੱਚ ਪ੍ਰਭ ਦੇ ਸ਼ਬਦ ਦੀ ਸੋਝੀ ਬਖਸ਼ਿਸ਼ ਹੋ ਜਾਂਦੀ ਹੈ । ਉਸ ਦੇ ਮਨ ਵਿੱਚ ਸਦਾ ਹੀ ਖੇੜਾ ਰਹਿੰਦਾ ਹੈ । ਉਸ ਦੇ ਮਨ, ਮੱਥੇ ਤੇ ਅਨੋਖਾ ਹੀ ਨੂਰ ਬਖਸ਼ਿਸ਼ ਹੁੰਦਾ ਹੈ । ਉਹ ਪੂਜਾ ਯੋਗ ਬਣ ਜਾਂਦਾ ਹੈ ।

Self-minded may not have renunciation of memory of his separation from His Holy Spirit. He may never have a peace of mind nor contentment, satisfaction with any blessings in his human life journey. The True Master, Creator nourishes and provides clothes to cover, protect your body. You should always remember and sing his gratitude. Whosoever may not adopt the teachings of His Word with steady and stable belief in his day-to-day life. How may his soul be blessed with the right path of acceptance in His

Court? Self-minded may remain in the cycle of birth and death. He may not realize the significance of human life opportunity. His true devotee may become very fortunate and remains intoxicated in meditating on the teachings of His Word, He may have a great prewritten on his forehead. He may be blessed with the enlightenment of the essence of His Word. He may remain overwhelmed with contentment and blossom in his day-to-day life. He may be blessed with a spiritual glow on his forehead. He may become worthy of worship.

771.ਸਲੋਕ ਗੁਰੂ ਅਮਰਸਦਾਸ ਜੀ – ਮਹਲਾ ੩॥ 1416-16

ਸਬਦਿ ਮਰੈ ਸੋਈ ਜਨੁ ਸਿਝੈ,	sabad marai so-ee jan sijhai
ਬਿਨੁ ਸਬਦੈ ਮੁਕਤਿ ਨ ਹੋਈ॥	bin sabdai mukat na ho-ee.
ਭੇਖ ਕਰਹਿ ਬਹੁ ਕਰਮ ਵਿਗੁਤੇ,	bhaykh karahi baho karam vigutay
ਭਾਇ ਦੂਜੈ ਪਰਜ ਵਿਗੋਈ॥	bhaa-ay doojai paraj vigo-ee.
ਨਾਨਕ ਬਿਨੁ ਸਤਿਗੁਰ ਨਾਉ ਨ ਪਾਈਐ,	naanak bin satgur naa-o na paa-ee-ai
ਜੇ ਸਉ ਲੋਚੈ ਕੋਈ॥੩੨॥	jay sa-o lochai ko-ee. ||32||

ਜਿਹੜਾ ਸ਼ਬਦ ਦੀ ਕਮਾਈ ਕਰਦਾ ਹੈ, ਉਸ ਨੂੰ ਮਾਨਸ ਜੀਵਨ ਦੀ ਮਹੱਤਤਾ ਦੀ ਸੋਝੀ ਬਖਸ਼ਿਸ਼ ਹੋ ਜਾਂਦੀ ਹੈ । ਪ੍ਰਭ ਦੇ ਸ਼ਬਦ ਦੀ ਪਾਲਣਾ ਤੋ ਬਿਨਾਂ ਦਰਗਾਹ ਵਿੱਚ ਢੋਈ, ਮੁਕਤੀ ਬਖਸ਼ਿਸ਼ ਨਹੀਂ ਹੁੰਦੀ । ਜਿਹੜਾ ਕੇਵਲ ਧਾਰਮਕ ਬਾਣਾ ਪਾਉਂਦਾ, ਰੀਤੋ ਰਵਾਜ ਦੇ ਮਗਰ ਹੀ ਲਗਾ ਰਹਿੰਦਾ ਹੈ । ਉਹ ਆਪਣਾ ਮਾਨਸ ਜਨਮ ਬਿਰਥਾ ਹੀ ਗਵਾ ਜਾਂਦਾ ਹੈ । ਅਨੇਕਾਂ ਹੀ ਜੀਵ ਲੰਮੇ ਸਮੇਂ ਤੋ ਹੀ ਕੋਸ਼ਿਸ਼ ਕਰਦੇ ਆਏ ਹਨ । ਪਰ ਪ੍ਰਭ ਦੀ ਰਹਿਮਤ ਤੋ ਬਿਨਾਂ ਸਿਮਰਨ ਵਿੱਚ ਮਨ ਅਡੋਲ ਨਹੀਂ ਹੁੰਦਾ, ਸ਼ਬਦ ਦੀ ਸੋਝੀ ਬਖਸ਼ਿਸ਼ ਨਹੀਂ ਹੁੰਦੀ ।

Whosoever may earn the wealth of His Word; with His mercy and grace, he may be blessed with the enlightenment of the essence of His Word. Without obeying the teachings of His Word, no one may ever be blessed with the right path of acceptance in His Court nor blessed with salvation. Whosoever may only adopt religious robe and only performs religious rituals. He may waste his ambrosial human life opportunity uselessly. Many may have been trying to be blessed with the right path from many Ages; however, without meditating on the teachings of His Word, no one may remain steady and stable on the path of obeying the teachings of His Word nor would be blessed with the enlightenment of the essence of His Word.

772.ਸਲੋਕ ਗੁਰੂ ਅਮਰਸਦਾਸ ਜੀ – ਮਹਲਾ ੩॥ 1416-17

ਹਰਿ ਕਾ ਨਾਉ ਅਤਿ ਵਡ ਊਚਾ,	har kaa naa-o at vad oochaa oochee
ਊਚੀ ਹੂ ਊਚਾ ਹੋਈ॥	hoo oochaa ho-ee.
ਅਪੜਿ ਕੋਇ ਨ ਸਕਈ,	aparh ko-ay na sak-ee
ਜੇ ਸਉ ਲੋਚੈ ਕੋਈ॥	jay sa-o lochai ko-ee.
ਮੁਖਿ ਸੰਜਮ ਹਛਾ ਨ ਹੋਵਈ,	mukh sanjam hachhaa na hova-ee
ਕਰਿ ਭੇਖ ਭਵੈ ਸਭ ਕੋਈ॥	kar bhaykh bhavai sabh ko-ee.
ਗੁਰ ਕੀ ਪਉੜੀ ਜਾਇ ਚੜੈ,	gur kee pa-orhee jaa-ay charhai
ਕਰਮਿ ਪਰਾਪਤਿ ਹੋਈ॥	karam paraapat ho-ee.
ਅੰਤਰਿ ਆਇ ਵਸੈ,	antar aa-ay vasai
ਗੁਰ ਸਬਦੁ ਵੀਚਾਰੈ ਕੋਇ॥	gur sabad veechaarai ko-ay.
ਨਾਨਕ ਸਬਦਿ ਮਰੈ ਮਨੁ ਮਾਨੀਐ,	naanak sabad marai man maanee-ai
ਸਾਚੇ ਸਾਚੀ ਸੋਇ॥੩੩॥	saachay saachee so-ay. ||33||

ਪ੍ਰਭ ਦੇ ਸ਼ਬਦ ਦੀ ਸੋਝੀ ਬਹੁਤ ਗੰਭੀਰ, ਡੂੰਘੀ ਹੈ । ਸ਼ਬਦ ਦੀ ਪੂਰਨ ਸੋਝੀ ਕਿਸੇ ਨੂੰ ਵੀ ਨਹੀਂ ਹੋ ਸਕਦੀ । ਜਿਤਨੀ ਹੀ ਸੋਝੀ ਬਖਸ਼ਦਾ, ਜਾਣਕਾਰੀ ਹੁੰਦੀ ਹੈ, ਪ੍ਰਭ ਹੋਰ ਵਿਸ਼ਾਲ ਹੋ ਜਾਂਦਾ ਹੈ । ਅਨੇਕਾਂ ਹੀ ਜੀਵ ਸ਼ਬਦ ਨੂੰ ਪੂਰਨ ਸਮਝਣ ਦੀ ਇੱਛਾ ਰਖਦੇ ਹਨ । ਆਪਣੇ ਮੂੰਹ ਤੋ ਬਾਣੀ ਪੜ੍ਹਨ, ਵਿਚਾਰਨ ਨਾਲ ਆਤਮਾ ਪਵਿੱਤਰ ਨਹੀਂ ਹੁੰਦੀ । ਹਰਇੱਕ ਜੀਵ ਹੀ ਕਿਸੇ ਨਾ ਕਿਸੇ ਧਰਮ ਦੇ ਬੰਧਨ ਵਿੱਚ ਫਸਿਆ ਰਹਿੰਦਾ ਹੈ । ਧਰਮ ਹੀ ਉਸ ਨੂੰ ਅਸਲੀ ਰਸਤੇ ਤੇ ਚੱਲਣ ਨਹੀਂ ਦੇਂਦੇ । ਉਸ ਨੂੰ ਧਰਮਾਂ ਦਾ ਰਸਤਾ ਹੀ ਅਸਲੀ ਰਸਤਾ ਮਹਿਸੂਸ ਹੁੰਦਾ ਹੈ । ਪ੍ਰਭ ਦੀ ਰਹਿਮਤ ਨਾਲ ਹੀ ਪ੍ਰਵਾਨਗੀ ਦਾ ਅਸਲੀ ਰਸਤਾ ਬਖਸ਼ਿਸ਼ ਹੋ ਸਕਦਾ, ਪ੍ਰਭ ਦੇ ਮਾਰਗ ਤੇ ਚਲ ਸਕਦਾ ਹੈ । ਜਿਹੜਾ ਪ੍ਰਭ ਦੇ ਸ਼ਬਦ ਦੀ ਪਾਲਣਾ ਅਡੋਲ ਭਰੋਸੇ ਨਾਲ ਕਰਦਾ ਹੈ । ਉਸ ਨੂੰ ਆਪਣੇ ਅੰਦਰੋਂ ਹੀ ਪ੍ਰਭ ਦੇ ਸ਼ਬਦ ਦੀ ਜਾਗਰਤੀ ਮਹਿਸੂਸ ਹੋ ਜਾਂਦੀ ਹੈ । ਪ੍ਰਭ ਦੇ ਸ਼ਬਦ ਦਾ ਅਡੋਲ ਭਰੋਸੇ ਨਾਲ ਸਿਮਰਨ ਕਰਨ ਨਾਲ, ਮਨ ਸ਼ਬਦ ਦੀ ਪਾਲਣਾ ਵਿੱਚ ਹੀ ਲੀਨ ਹੋ ਜਾਂਦਾ ਹੈ । ਉਸ ਦੇ ਮਨ ਵਿੱਚ ਖੇੜੇ, ਅਮਰ ਅਵਸਥਾ ਬਖਸ਼ਿਸ਼ ਹੋ ਜਾਂਦੀ ਹੈ ।

The teachings of His Word may be very deep, mysterious. No one may ever be blessed with complete enlightenment of the essence of His Word. More someone may understand His Nature, significance of the teachings of His Word; more in-depth, he may be blessed with the enlightenment. Many devotees may remain anxious, willing to sacrifice self-identity at His Sanctuary to be enlightened with the essence of His Word. By reading, reciting, singing the glory of His Word or preaching the sermons of His Word, his soul may not be sanctified. Everyone remains bonded by certain religious beliefs from his worldly environment. The religious fundamentals may prevent him to adopt the right path of acceptance in His Court. He may realize his religious path as the right path of acceptance in His Court. His religious beliefs may transform his as loyal to the teachings of worldly guru; however, deprive from the right path of acceptance in His Court. No one may ever cross a river by boarding two boats at the sometime. He must stay on one boat. Whosoever may be bestowed with His Blessed Vision, only he may be blessed with the right path of acceptance in His Court. Whosoever may remain steady and stable on the right path; with His mercy and grace, he may be enlightened from within. He may remain intoxicated in meditation in the void of His Word; with His mercy and grace, he may be blessed with blossom and immortal state of mind.

773.ਸਲੋਕ ਗੁਰੂ ਅਮਰਸਦਾਸ ਜੀ – ਮਹਲਾ ੩॥ 1417-1

ਮਾਇਆ ਮੋਹੁ ਦੁਖੁ ਸਾਗਰੁ ਹੈ,	maa-i-aa moh dukh saagar hai
ਬਿਖੁ ਦੁਤਰੁ ਤਰਿਆ ਨ ਜਾਇ॥	bikh dutar tari-aa na jaa-ay.
ਮੇਰਾ ਮੇਰਾ ਕਰਦੇ ਪਚਿ ਮੁਏ,	mayraa mayraa karday pach mu-ay
ਹਉਮੈ ਕਰਤ ਵਿਹਾਇ॥	ha-umai karat vihaa-ay.
ਮਨਮੁਖਾ ਉਰਵਾਰੁ ਨ ਪਾਰੁ ਹੈ,	manmukhaa urvaar na paar hai
ਅਧ ਵਿਚਿ ਰਹੇ ਲਪਟਾਇ॥	aDh vich rahay laptaa-ay.
ਜੋ ਧੁਰਿ ਲਿਖਿਆ ਸੁ ਕਮਾਵਣਾ,	jo Dhur likhi-aa so kamaavanaa
ਕਰਣਾ ਕਛੂ ਨ ਜਾਇ॥	karnaa kachhoo na jaa-ay.
ਗੁਰਮਤੀ ਗਿਆਨੁ ਰਤਨੁ ਮਨਿ ਵਸੈ,	gurmatee gi-aan ratan man vasai
ਸਭੁ ਦੇਖਿਆ ਬ੍ਰਹਮੁ ਸੁਭਾਇ॥	sabh daykhi-aa barahm subhaa-ay.
ਨਾਨਕ ਸਤਿਗੁਰਿ ਬੋਹਿਥੈ ਵਡਭਾਗੀ,	naanak satgur bohithai vadbhaagee
ਚੜੈ ਤੇ ਭਉਜਲਿ ਪਾਰਿ ਲੰਘਾਇ॥੩੪॥	charhai tay bha-ojal paar langhaa-ay. ||34||

ਸੰਸਾਰਕ ਪਦਾਰਥਾਂ ਨਾਲ ਮੋਹ, ਇੱਕ ਮਿੱਠੇ ਜ਼ਹਿਰ ਦਾ ਸਾਗਰ ਹੈ। ਜੀਵ ਮੇਰੀ ਮੇਰੀ ਕਰਦਾ, ਆਪਣੇ ਅਹੰਕਾਰ ਵਿੱਚ ਹੀ ਮਰ ਜਾਂਦਾ ਹੈ। ਮਨਮੁਖ ਅੱਧ ਵਿੱਚ ਹੀ ਲਟਕਿਆ ਰਹਿੰਦਾ, ਕਿਸੇ ਪਾਸੇ ਨਹੀਂ ਲਗਦਾ। ਮਨਮੁਖ ਅਗਿਆਨੀ ਨੂੰ ਸੋਝੀ ਨਹੀਂ, ਸੰਸਾਰ ਵਿੱਚ ਸਭ ਕੁਝ ਪ੍ਰਭ ਦੀ ਰਜ਼ਾ ਨਾਲ ਹੀ ਹੁੰਦਾ ਹੈ। ਉਸ ਨੇ ਜਨਮ ਤੋ ਪਹਿਲੇ ਹੀ ਲਿਖਿਆ ਹੈ। ਉਹ ਸੰਸਾਰ ਵਿੱਚ ਹੀ ਕੋਈ ਮਹੱਤਵ ਪੂਰਕ ਕੰਮ ਨਹੀਂ ਕਰ ਸਕਦਾ, ਨਾ ਹੀ ਪ੍ਰਭ ਦੀ ਦਰਗਾਹ ਵਿੱਚ ਹੀ ਪ੍ਰਵਾਨ ਹੋ ਸਕਦਾ ਹੈ। ਜਿਹੜਾ ਸ਼ਬਦ ਦੀ ਪਾਲਣ ਕਰਦਾ ਹੈ, ਉਸ ਨੂੰ ਸ਼ਬਦ ਦੀ ਸਿਖਿਆਂ ਨੂੰ ਮਨ ਵਿੱਚ ਵਸਾਉਣ ਦੀ ਸੋਝੀ ਬਖਸ਼ਿਸ਼ ਹੋ ਜਾਂਦੀ ਹੈ। ਜਿਸ ਦੀ ਆਤਮਾ ਪਵਿੱਤਰ ਹੋ ਜਾਂਦੀ ਹੈ, ਉਸ ਨੂੰ ਹਰਇੱਕ ਪਾਸੇ ਹੀ ਪ੍ਰਭ ਦੀ ਹੋਂਦ ਵਾਪਰਦੀ ਨਜ਼ਰ ਆਉਂਦੀ ਹੈ। ਉਹ ਆਪਣਾ ਜੀਵਨ ਸ਼ਬਦ ਦੀ ਸਿਖਿਆਂ ਨਾਲ ਢਾਲਦਾ ਹੈ। ਉਹ ਵੱਡਭਾਗੀ ਦੁਖਾਂ ਭਰੇ ਸਾਗਰ ਨੂੰ ਪਾਰ ਕਰਕੇ, ਅਸਲੀ ਮਾਲਕ ਵਿੱਚ ਅਲੋਪ ਹੋ ਜਾਂਦਾ ਹੈ।

Whosoever may remain anxious to collect worldly wealth; he may remain intoxicated with sweet poison of worldly wealth, short-lived worldly comforts. By capturing more and more, worldly wealth may enhance his ego and wastes his human life opportunity. He may remain hanging half-way and he may never reach anywhere. Ignorant may not realize, everything happens as prewritten in his destiny under His Command. He may not perform any significant deed in human life journey nor he may be blessed with the right path of acceptance in His Court. Whosoever may obey the teachings of His Word; with His mercy and grace, he may be enlightened with the significance of drenching the essence of His Word in his day-to-day life. Whose soul may be sanctified, he may realize, His Holy Spirit prevailing everywhere. He may adopt the teachings of His Word with steady and stable belief; with His mercy and grace, His fortunate true devotee may adopt the right path of acceptance in His Court and immerses within His Holy Spirit.

774.ਸਲੋਕ ਗੁਰੂ ਅਮਰਸਦਾਸ ਜੀ – ਮਹਲਾ ੩॥ 1417-5

ਬਿਨੁ ਸਤਿਗੁਰ ਦਾਤਾ ਕੋ ਨਹੀਂ,	bin satgur daataa ko nahee
ਜੋ ਹਰਿ ਨਾਮੁ ਦੇਇ ਆਧਾਰੁ॥	jo har naam day-ay aaDhaar.
ਗੁਰ ਕਿਰਪਾ ਤੇ ਨਾਉ ਮਨਿ ਵਸੈ,	gur kirpaa tay naa-o man vasai
ਸਦਾ ਰਹੈ ਉਰਿ ਧਾਰਿ॥	sadaa rahai ur Dhaar.
ਤਿਸਨਾ ਬੁਝੈ ਤਿਪਤਿ ਹੋਇ,	tisnaa bujhai tipat ho-ay
ਹਰਿ ਕੈ ਨਾਇ ਪਿਆਰਿ॥	har kai naa-ay pi-aar.
ਨਾਨਕ ਗੁਰਮੁਖਿ ਪਾਈਐ,	naanak gurmukh paa-ee-ai
ਹਰਿ ਅਪਨੀ ਕਿਰਪਾ ਧਾਰਿ॥੩੫॥	har apnee kirpaa Dhaar. ||35||

ਪ੍ਰਭ ਤੋ ਵੱਡਾ ਦਾਤਾਂ ਬਖਸ਼ਣ ਵਾਲਾ ਕੋਈ ਹੋਰ ਮਾਲਕ ਨਹੀਂ ਹੈ। ਪ੍ਰਭ ਦੀ ਰਹਿਮਤ ਨਾਲ ਮਨ ਵਿੱਚ ਸ਼ਬਦ ਦਾ ਅਧਾਰ ਬਣ ਸਕਦਾ ਹੈ। ਕੇਵਲ ਪ੍ਰਭ ਦੀ ਕ੍ਰਿਪਾ ਨਾਲ ਹੀ ਮਨ ਸਿਮਰਨ ਵਿੱਚ ਲਗਦਾ, ਅਡੋਲ ਰਹਿੰਦਾ ਹੈ। ਉਸ ਨਾਲ ਮਨ ਦੀਆਂ ਬਾਕੀ ਸਾਰੀਆਂ ਹੀ ਤ੍ਰਿਸ਼ਨਾ ਖਤਮ ਹੋ ਜਾਂਦੀਆਂ ਹਨ। ਜਿਸ ਦੀ ਲਗਨ, ਸ਼ਬਦ ਦੀ ਪਾਲਣਾ ਵਿੱਚ ਅਡੋਲ ਹੋ ਜਾਂਦੀ ਹੈ। ਪ੍ਰਭ ਦੀ ਰਹਿਮਤ ਨਾਲ ਉਸ ਨੂੰ ਪ੍ਰਵਾਨਗੀ ਦਾ ਅਸਲੀ ਰਸਤਾ ਬਖਸ਼ਿਸ਼ ਹੋ ਸਕਦਾ ਹੈ, ਗੁਰਮਖ ਪ੍ਰਭ ਨੂੰ ਪ੍ਰਵਾਨ ਹੋ ਜਾਂਦਾ ਹੈ।

The True Master, greatest Treasure of Virtues, Blessings; with His mercy and grace, His true devotee may obey and adopts the teachings of His Word with steady and stable belief in his day-to-day life. All his worldly desires may be eliminated, overpowered by his anxiety for the enlightenment of the essence of His Word. He may be blessed with the right path of acceptance in His Court; he may immerse within His Holy Spirit, in His Court.

775.ਸਲੋਕ ਗੁਰੂ ਅਮਰਸਦਾਸ ਜੀ – ਮਹਲਾ ੩॥ 1417-7

ਬਿਨੁ ਸਬਦੈ ਜਗਤੁ ਬਰਲਿਆ, bin sabdai jagat barli-aa kahnaa
ਕਹਣਾ ਕਛੂ ਨ ਜਾਇ॥ kachhoo na jaa-ay.
ਹਰਿ ਰਖੇ ਸੇ ਉਬਰੇ, har rakhay say ubray
ਸਬਦਿ ਰਹੇ ਲਿਵ ਲਾਇ॥ sabad rahay liv laa-ay.
ਨਾਨਕ ਕਰਤਾ ਸਭ ਕਿਛੁ ਜਾਣਦਾ, naanak kartaa sabh kichh jaandaa
ਜਿਨਿ ਰਖੀ ਬਣਤ ਬਣਾਇ॥੩੬॥ jin rakhee banat banaa-ay. ||36||

ਸੰਸਾਰਕ ਜੀਵ ਸ਼ਬਦ ਦੀ ਪਾਲਣਾ, ਸੋਝੀ ਤੋ ਬਿਨਾਂ ਪਾਗਲਾਂ ਦੀ ਤਰ੍ਹਾਂ ਇੱਧਰ ਉੱਧਰ ਹੱਥ ਮਾਰਦਾ ਹੈ । ਉਸ ਦੀ ਅਵਸਥਾ ਦਾ ਵਿਖਆਨ ਨਹੀਂ ਕੀਤਾ ਜਾ ਸਕਦਾ । ਜਿਹੜਾ ਜੀਵ ਦ੍ਰਿੜਤਾ ਨਾਲ ਸ਼ਬਦ ਦੀ ਪਾਲਣਾ ਵਿੱਚ ਅਡੋਲ ਰਹਿੰਦਾ ਹੈ । ਪ੍ਰਭ ਆਪਣੀ ਰਹਿਮਤ ਨਾਲ, ਉਸ ਨੂੰ ਪ੍ਰਵਾਨਗੀ ਦਾ ਰਸਤਾ ਬਖਸ਼ਦਾ ਹੈ । ਪ੍ਰਭ ਆਪ ਹੀ ਸ੍ਰਿਸ਼ਟੀ ਦੇ ਜੀਵ ਪੈਦਾ ਕਰਦਾ ਹੈ, ਆਪ ਹੀ ਸਭ ਕਰਤਬਾਂ ਦਾ ਕਾਰਨ, ਕਰਨ ਵਾਲਾ, ਆਪ ਹੀ ਸਭ ਕੁਝ ਜਾਣਦਾ ਹੈ ।

Whosoever may not obey the teachings of His Word with steady and stable belief; without the enlightenment of the essence of His Word; he may wander everywhere insanity. His state of mind may remain beyond any comprehension of His Creation. Whosoever may remain obeying the teachings of His Word with devotion, steady and stable belief in his day-to-day life; with His mercy and grace, he may be blessed with the right path of acceptance in His Court. The True Master, Creator of the universe, creates all the purposes of events in worldly life and monitor all activities.

776.ਸਲੋਕ ਗੁਰੂ ਅਮਰਸਦਾਸ ਜੀ – ਮਹਲਾ ੩॥ 1417-8

ਹੋਮ ਜਗ ਸਭਿ ਤੀਰਥਾ, hom jag sabh teerthaa
ਪੜ੍ਹਿ ਪੰਡਿਤ ਥਕੇ ਪੁਰਾਣ॥ parhH pandit thakay puraan.
ਬਿਖੁ ਮਾਇਆ ਮੋਹੁ ਨ ਮਿਟਈ, bikh maa-i-aa moh na mit-ee
ਵਿਚਿ ਹਉਮੈ ਆਵਣੁ ਜਾਣੁ॥ vich ha-umai aavan jaan.
ਸਤਿਗੁਰ ਮਿਲਿਐ ਮਲੁ ਉਤਰੀ, satgur mili-ai mal utree
ਹਰਿ ਜਪਿਆ ਪੁਰਖੁ ਸੁਜਾਣੁ॥ har japi-aa purakh sujaan.
ਜਿਨਾ ਹਰਿ ਹਰਿ ਪ੍ਰਭੁ ਸੇਵਿਆ, jinaa har har parabh sayvi-aa
ਜਨ ਨਾਨਕੁ ਸਦ ਕੁਰਬਾਣੁ॥੩੭॥ jan naanak sad kurbaan. ||37||

ਧਾਰਮਕ ਵਿਦਵਾਨ ਵੱਖਰੇ ਵੱਖਰੇ ਤਰੀਕੇ ਨਾਲ ਧਾਰਮਕ ਲਿਖਤਾ ਪੜ੍ਹਦੇ, ਬੇਵਸ ਹੋ ਗਏ ਹਨ । ਕਿਸੇ ਵਿਧੀ ਨਾਲ ਸੰਸਾਰਕ ਧਨ ਦਾ ਮੋਹ, ਮਨ ਦਾ ਅਹੰਕਾਰ ਖਤਮ ਨਹੀਂ ਹੁੰਦਾ । ਉਹ ਇਸ ਅਹੰਕਾਰ ਵਿੱਚ ਹੀ ਜਨਮ, ਮਰਨ ਦੇ ਚੱਕਰ ਵਿੱਚ ਰਹਿੰਦਾ ਹੈ । ਜਿਸ ਨੂੰ ਸ਼ਬਦ ਦੀ ਪਾਲਣਾ ਦੀ ਲਗਨ ਬਖਸ਼ਦਾ ਹੋ ਜਾਂਦੀ ਹੈ, ਉਹ ਹੀ ਸ਼ਬਦ ਦੀ ਪਾਲਣਾ ਵਿੱਚ ਅਡੋਲ ਰਹਿੰਦਾ ਹੈ । ਉਸ ਦੇ ਮਨ ਦੀ ਮੈਲ (ਪੰਜਾਂ ਇੰਦ੍ਰੀਆਂ ਤੇ ਕਾਬੂ) ਉਤਰ ਜਾਂਦੀ ਹੈ । ਉਸ ਪੂਰਨ ਪੁਰਖ, ਨੂੰ ਪ੍ਰਭ ਦੇ ਭਾਣੇ ਦੀ ਸੋਝੀ ਬਖਸ਼ਿਸ਼ ਹੋ ਜਾਂਦੀ ਹੈ । ਜਿਹੜਾ ਅਡੋਲ ਭਰੋਸੇ ਨਾਲ ਸਿਮਰਨ ਕਰਦਾ ਹੈ, ਉਹ ਪੂਜਣ ਯੋਗ ਹੋ ਜਾਂਦਾ ਹੈ ।

Worldly scholars, saints read various religious Scriptures to comprehend His Nature; he may remain frustrated from various paths. By adopting any worldly religious techniques of meditation, his mind may not conquer his own ego and anxiety to collect worldly wealth. His ego of worldly status, keeps him in the cycle of birth and death. Whosoever may be bestowed with His Blessed Vision, he may obey the teachings of His Word with steady and stable beliefs in his day-to-day life. He may conquer his 5 demons of worldly desires and his soul may be blemished-free, sanctified to become worthy of His Consideration. His true devotee may be blessed with the enlightenment with the essence of His Word. Whosoever may remain intoxicated in meditation in the void of His Word; with His mercy and grace, he may become worthy of His Consideration.

777.ਸਲੋਕ ਗੁਰੂ ਅਮਰਸਦਾਸ ਜੀ – ਮਹਲਾ ੩॥ 1417-11

ਮਾਇਆ ਮੋਹੁ ਬਹੁ ਚਿਤਵਦੇ,	maa-i-aa moh baho chitvaday
ਬਹੁ ਆਸਾ ਲੋਭੁ ਵਿਕਾਰ॥	baho aasaa lobh vikaar.
ਮਨਮੁਖਿ ਅਸਥਿਰੁ ਨਾ ਥੀਐ,	manmukh asthir naa thee-ai
ਮਰਿ ਬਿਨਸਿ ਜਾਇ ਖਿਨ ਵਾਰ॥	mar binas jaa-ay khin vaar.
ਵਡ ਭਾਗੁ ਹੋਵੈ ਸਤਿਗੁਰੁ ਮਿਲੈ,	vad bhaag hovai satgur milai
ਹਉਮੈ ਤਜੈ ਵਿਕਾਰ॥	ha-umai tajai vikaar.
ਹਰਿ ਨਾਮਾ ਜਪਿ ਸੁਖੁ ਪਾਇਆ,	har naamaa jap sukh paa-i-aa
ਜਨ ਨਾਨਕ ਸਬਦੁ ਵੀਚਾਰ॥੩੮॥	jan naanak sabad veechaar. ||38||

ਸੰਸਾਰਕ ਧਨ, ਸਬੰਧੀਆਂ ਨਾਲ ਮੋਹ, ਲਾਲਚ, ਮਲਕੀਅਤ ਬਹੁਤ ਅਨੋਖੀ ਹੈ । ਜੀਵ ਇਸ ਦੀ ਆਸ ਤੇ ਬਹੁਤ ਕੁਝ ਕਰਦਾ, ਮਹੱਤਤਾ ਦੇਂਦਾ ਹੈ । ਮਨਮੁਖ ਜੀਵ ਇੱਕ ਥਾਂ ਤੇ, ਇੱਕ ਵਿਚਾਰ ਤੇ ਅਡੋਲ ਨਹੀਂ ਰਹਿੰਦਾ । ਆਪਣੇ ਮਨ ਵਿੱਚ ਬਹੁਤ ਆਸ, ਲਾਲਚ, ਤ੍ਰਿਸ਼ਨਾ ਰਖਦਾ ਹੈ । ਉਹ ਮਾਨਸ ਜਨਮ ਦੇ ਮੰਤਵ ਲਈ ਕੁਝ ਹਾਸਿਲ ਕਰਨ ਤੋ ਬਿਨਾਂ ਹੀ ਮਰ ਜਾਂਦਾ ਹੈ । ਵੱਡੇ ਭਾਗਾਂ ਵਾਲੇ ਨੂੰ ਪ੍ਰਭ, ਸ਼ਬਦ ਦੀ ਸੋਝੀ ਬਖਸ਼ਦਾ ਹੈ । ਉਸ ਦੇ ਮਨ ਵਿੱਚ ਨਿਮ੍ਰਤਾ ਘਰ ਕਰ ਜਾਂਦੀ, ਅਹੰਕਾਰ, ਲਾਲਚ ਖਤਮ ਹੋ ਜਾਂਦਾ ਹੈ । ਜਿਹੜਾ ਪ੍ਰਭ ਦੇ ਸ਼ਬਦ ਦੀ ਪਾਲਣਾ ਵਿੱਚ ਅਡੋਲ ਰਹਿੰਦਾ ਹੈ, ਉਸ ਨੂੰ ਸ਼ਾਂਤੀ, ਸੰਤੋਖ ਬਖਸ਼ਿਸ਼ ਹੋ ਜਾਂਦਾ ਹੈ ।

Worldly wealth, attachment to worldly relationships, greed, and worldly possessions may be a unique, strange power. Self-minded may keep high hopes and considers these as very significant part of his worldly life. Self-minded may never remain steady and stable on one the right path in his life. He may have great hopes, greed, and worldly desires. He may waste his human life opportunity without any earning of His Word; forever true companion of his soul. His fortunate true devotee may be blessed with the enlightenment of the essence of His Word. He may remain overwhelmed with humility and blessed to conquer his greed and ego of his worldly status. He remains intoxicated in obeying the teachings of His Word; with His mercy and grace, he may remain overwhelmed with peace of mind and contentment.

778.ਸਲੋਕ ਗੁਰੂ ਅਮਰਸਦਾਸ ਜੀ – ਮਹਲਾ ੩॥ 1417-13

ਬਿਨੁ ਸਤਿਗੁਰ ਭਗਤਿ ਨ ਹੋਵਈ,	bin satgur bhagat na hova-ee
ਨਾਮਿ ਨ ਲਗੈ ਪਿਆਰੁ॥	naam na lagai pi-aar.
ਜਨ ਨਾਨਕ ਨਾਮੁ ਅਰਾਧਿਆ,	jan naanak naam araaDhi-aa
ਗੁਰ ਕੈ ਹੇਤਿ ਪਿਆਰਿ॥੩੯॥	gur kai hayt pi-aar. ||39||

ਪ੍ਰਭ ਦੀ ਰਹਿਮਤ ਤੋ ਬਿਨਾਂ, ਅਡੋਲ ਭਰੋਸੇ ਨਾਲ ਸ਼ਬਦ ਦੀ ਪਾਲਣਾ ਨਹੀਂ ਕੀਤੀ ਜਾ ਸਕਦੀ । ਕੇਵਲ ਪ੍ਰਭ ਆਪ ਹੀ ਜੀਵ ਨੂੰ ਸ਼ਬਦ ਦੀ ਪਾਲਣਾ ਦੇ ਲੜ ਲਾਉਂਦਾ, ਅਡੋਲ ਰਖਦਾ ਹੈ । ਜਿਸ ਦੀ ਆਤਮਾ ਪਵਿੱਤਰ ਹੋ ਜਾਂਦੀ ਹੈ । ਉਹ ਅਡੋਲ ਭਰੋਸੇ ਨਾਲ ਸ਼ਬਦ ਦੇ ਸਿਮਰਨ ਵਿੱਚ ਲੀਨ ਰਹਿੰਦਾ ਹੈ ।

Without His Blessed Vision, no one may remain obeying the teachings of His Word with steady and stable belief in his day-to-day life. Only The True Master may bless devotion to obey the teachings of His Word to His true devotee. Whosoever may sanctify his soul by obeying the teachings of His Word; with His mercy and grace, he may remain steady and stable on the right path of acceptance in His Court.

779.ਸਲੋਕ ਗੁਰੂ ਅਮਰਸਦਾਸ ਜੀ – ਮਹਲਾ ੩॥ 1417-14

ਲੋਭੀ ਕਾ ਵੇਸਾਹੁ ਨ ਕੀਜੈ,	lobhee kaa vaysaahu na keejai
ਜੇ ਕਾ ਪਾਰਿ ਵਸਾਇ॥	jay kaa paar vasaa-ay.
ਅੰਤਿ ਕਾਲਿ ਤਿਥੈ ਧੁਹੈ,	ant kaal tithai Dhuhai
ਜਿਥੈ ਹਥੁ ਨ ਪਾਇ॥	jithai hath na paa-ay.
ਮਨਮੁਖ ਸੇਤੀ ਸੰਗੁ ਕਰੇ,	manmukh saytee sang karay
ਮੁਹਿ ਕਾਲਖ ਦਾਗੁ ਲਗਾਇ॥	muhi kaalakh daag lagaa-ay.
ਮੁਹ ਕਾਲੇ ਤਿਨ੍ ਲੋਭੀਆਂ,	muh kaalay tinH lobhee-aaN
ਜਾਸਨਿ ਜਨਮੁ ਗਵਾਇ॥	jaasan janam gavaa-ay.
ਸਤਸੰਗਤਿ ਹਰਿ ਮੇਲਿ ਪ੍ਰਭ,	satsangat har mayl parabh
ਹਰਿ ਨਾਮੁ ਵਸੈ ਮਨਿ ਆਇ॥	har naam vasai man aa-ay.
ਜਨਮ ਮਰਨ ਕੀ ਮਲੁ ਉਤਰੈ,	janam maran kee mal utrai
ਜਨ ਨਾਨਕ ਹਰਿ ਗੁਨ ਗਾਇ॥੪੦॥	jan naanak har gun gaa-ay. ||40||

ਅਗਰ ਕੋਈ ਚਾਰਾ ਹੋਵੇ, ਲਾਲਚੀ, ਧੋਖੇਬਾਜ ਦਾ ਵਿਸ਼ਵਾਸ ਨਹੀਂ ਕਰਨਾ ਚਾਹੀਦਾ । ਉਹ ਜੀਵ, ਮੁਸ਼ਕਲ ਵਿੱਚ, ਅਖੀਰ ਵਿੱਚ ਸਾਥ ਛੱਡ ਜਾਂਦਾ ਹੈ । ਜਿਸ ਨੂੰ ਪੂਰਨ ਵਿਸ਼ਵਾਸ ਹੋ ਜਾਂਦਾ ਹੈ, ਹੁਣ ਹੋਰ ਕੋਈ ਉਸ ਜੀਵ ਦੀ ਮਦਦ ਨਹੀਂ ਕਰ ਸਕਦਾ । ਜਿਹੜਾ ਮਨਮੁਖ ਜੀਵ ਦੀ ਸੰਗਤ ਕਰਦਾ ਹੈ । ਆਪਣੇ ਆਪ ਨੂੰ ਕਿਸੇ ਨਾ ਕਿਸੇ ਬੁਰੇ ਕੰਮ ਦਾ ਦਾਗ਼ ਲਵਾ ਲੈਂਦਾ ਹੈ । ਉਹ ਲਾਲਚੀ, ਧੋਖੇਬਾਜ ਜੀਵ ਮੰਦੇ ਕੰਮ ਕਰਦਾ ਕਰਦਾ ਹੀ ਮਰ ਜਾਂਦਾ ਹੈ । ਜੀਵ ਸੰਤ ਸਰੂਪ ਜੀਵ ਦੀ ਸੰਗਤ ਕਰੋ! ਜਿਸ ਨਾਲ ਪ੍ਰਭ ਦੇ ਸਿਮਰਨ ਕਰਨ ਦੀ ਲਗਨ, ਸ਼ਰਧਾ ਵਧਦੀ ਹੈ! ਉਸ ਨਾਲ ਮਨ ਦੇ ਅਹੰਕਾਰ ਦੀ ਜੜ੍ਹ ਖਤਮ, ਹੋ ਜਾਂਦੀ ਹੈ । ਉਹ ਸ਼ਬਦ ਦੀ ਪਾਲਣਾ ਕਰਦਾ ਸ਼ਬਦ ਦੀ ਸਮਾਧੀ ਲੀਨ ਹੋ ਜਾਂਦਾ ਹੈ!

You should not never trust or associate with any greedy, deceitful person. He may always abandon in the time of misery, a dare necessity. When he determines no one else may help to save him. Whosoever may associate with self-minded; he may blemish his soul with some sinful deed. Self-minded, greedy, deceitful person remains indulged with evil, sinful activities till devil of death capture his soul. You should associate in the conjugation of His Holy saint; your devotion to meditate on the teachings of His Word may be enhanced. Your root of ego may be eliminated. You may remain intoxicated in meditation in the void of His Word.

780.ਸਲੋਕ ਗੁਰੂ ਅਮਰਸਦਾਸ ਜੀ – ਮਹਲਾ ੩॥ 1417-17

ਧੁਰਿ ਹਰਿ ਪ੍ਰਭਿ ਕਰਤੈ ਲਿਖਿਆ,	Dhur har parabh kartai likhi-aa
ਸੁ ਮੇਟਣਾ ਨ ਜਾਇ॥	so maytnaa na jaa-ay.
ਜੀਉ ਪਿੰਡੁ ਸਭੁ ਤਿਸ ਦਾ,	jee-o pind sabh tis daa
ਪ੍ਰਤਿਪਾਲਿ ਕਰੇ ਹਰਿ ਰਾਇ॥	partipaal karay har raa-ay.
ਚੁਗਲ ਨਿੰਦਕ ਭੁਖੇ ਰੁਲਿ ਮੁਏ,	chugal nindak bhukhay rul mu-ay
ਏਨਾ ਹਥੁ ਨ ਕਿਥਾਊ ਪਾਇ॥	aynaa hath na kithaa-oo paa-ay.
ਬਾਹਰਿ ਪਾਖੰਡ ਸਭ ਕਰਮ ਕਰਹਿ,	baahar pakhand sabh karam karahi
ਮਨਿ ਹਿਰਦੈ ਕਪਟੁ ਕਮਾਇ॥	man hirdai kapat kamaa-ay.
ਖੇਤਿ ਸਰੀਰਿ ਜੋ ਬੀਜੀਐ,	khayt sareer jo beejee-ai
ਸੋ ਅੰਤਿ ਖਲੋਆ ਆਇ॥	so ant khalo-aa aa-ay.
ਨਾਨਕ ਕੀ ਪ੍ਰਭ ਬੇਨਤੀ,	naanak kee parabh bayntee
ਹਰਿ ਭਾਵੈ ਬਖਸਿ ਮਿਲਾਇ॥੪੧॥	har bhaavai bakhas milaa-ay. ||41|

ਜੀਵ ਦੇ ਜਨਮ ਤੋ ਪਹਿਲੇ ਲਿਖੇ ਭਾਗ, ਪ੍ਰਭ ਦੀ ਰਹਿਮਤ ਤੋ ਬਿਨਾਂ ਬਦਲੇ ਨਹੀਂ ਜਾ ਸਕਦੇ । ਤਨ, ਮਨ ਪ੍ਰਭ ਦੀ ਅਮਾਨਤ ਹੈ, ਆਪ ਹੀ ਸੋਧ ਦੇਂਦਾ, ਰਖਿਆ ਕਰਦਾ ਹੈ । ਚੁਗਲੀ ਨਿੰਦਿਆਂ ਕਰਨ ਵਾਲਾ ਜੀਵ ਬਿਰਥੀ ਹੀ ਝਖ ਮਾਰਦਾ ਰਹਿੰਦਾ ਹੈ । ਉਸ ਨੂੰ ਕੁਝ ਪ੍ਰਾਪਤ ਨਹੀਂ ਹੁੰਦਾ । ਉਹ ਦਿਖਾਵੇ ਦੇ ਧਾਰਮਕ ਭਲਾਈ ਦੇ ਕੰਮ ਕਰਦਾ ਰਹਿੰਦਾ ਹੈ । ਉਸ ਦਾ ਮਨ ਲਾਲਚ, ਅਤੇ ਚਲਾਕੀ ਨਾਲ

ਭਰਿਆਂ ਹੁੰਦਾ ਹੈ । ਜਿਸਤਰ੍ਹਾਂ ਦਾ ਉਹ ਕੰਮ ਕਰਦਾ, ਬੀਜਦਾ ਹੈ । ਉਸਤਰ੍ਹਾਂ ਦਾ ਹੀ ਫਲ ਬਖਸ਼ਿਸ਼ ਹੁੰਦਾ ਹੈ । ਪ੍ਰਭ ਅੱਗੇ ਰਹਿਮਤ, ਸ਼ਬਦ ਦੇ ਲੜ ਲਾਉਣ ਦੀ ਅਰਾਧਨ ਕਰੋ!

Prewritten destiny of anyone may never be avoided, changed without His Command. The True Master creates nourishes, protects body, mind, worldly status; everything remains His trust only. He may provide the right path and protects in human life journey. Slanderer back-biters may make useless proclamations in worldly life. He may never be blessed with everlasting earnings of His Word. All his meditation and worldly charities may be to win worldly fame. He remains overwhelmed with greed and clever evil plans. Whatsoever may he sow? he may be rewarded the fruit of his own seed. You should always pray for His Forgiveness and to be blessed with devotion to obey the teachings of His Word.

781.ਸਲੋਕ ਗੁਰੂ ਅਮਰਸਦਾਸ ਜੀ – ਮਹਲਾ ੩॥ 1418-1

ਮਨ ਆਵਣ ਜਾਣੁ ਨ ਸੁਝਈ,	man, aavan jaan na sujh-ee
ਨਾ ਸੁਝੈ ਦਰਬਾਰੁ॥	naa sujhai darbaar.
ਮਾਇਆ ਮੋਹਿ ਪਲੇਟਿਆ,	maa-i-aa mohi palayti-aa
ਅੰਤਰਿ ਅਗਿਆਨੁ ਗੁਬਾਰੁ॥	antar agi-aan gubaar.
ਤਬ ਨਰੁ ਸੁਤਾ ਜਾਗਿਆ,	tab nar sutaa jaagi-aa
ਸਿਰਿ ਡੰਡੁ ਲਗਾ ਬਹੁ ਭਾਰੁ॥	sir dand lagaa baho bhaar.
ਗੁਰਮੁਖਾਂ ਕਰਾਂ ਉਪਰਿ ਹਰਿ ਚੇਤਿਆ,	gurmukhaaN karaaN upar har chayti-aa
ਸੇ ਪਾਇਨਿ ਮੋਖ ਦੁਆਰੁ॥	say paa-in mokh du-aar.
ਨਾਨਕ ਆਪਿ ਓਹਿ ਉਧਰੇ,	naanak aap ohi uDhray
ਸਭ ਕੁਟੰਬ ਤਰੇ ਪਰਵਾਰ॥੪੨॥	sabh kutamb taray parvaar. ||42||

ਮਨਮੁਖ ਨੂੰ ਵੱਖਰੀਆਂ ਜੂੰਨਾਂ ਦੀ, ਮਾਨਸ ਜੀਵਨ ਦੇ ਮੰਤਵ ਦੀ, ਪ੍ਰਭ ਦੇ ਦਰਬਾਰ ਦੇ ਰਸਤੇ ਦੀ ਸੋਝੀ ਨਹੀਂ ਹੁੰਦੀ । ਉਹ ਸੰਸਾਰਕ ਧਨ, ਸੰਸਾਰਕ ਮੋਹ ਵਿੱਚ ਫਸ ਜਾਦਾ ਹੈ, ਮਾਨਸ ਜੀਵਨ ਦੀ ਅਸਲੀਅਤ ਤੋ ਅਗਿਆਨੀ ਹੁੰਦਾ ਹੈ । ਸੰਸਾਰ ਵਿੱਚ ਮੁਸੀਬਤ ਆਉਣ ਨਾਲ ਹੀ ਜਾਗ ਖੁੱਲਦੀ ਹੈ । ਗੁਰਮੁਖ ਸ਼ਬਦ ਦੀ ਪਾਲਣਾ, ਸਿਮਰਨ ਕਰਦਾ, ਆਪਣੇ ਅੰਦਰੋਂ ਹੀ ਮੁਕਤੀ ਦਾ ਰਸਤਾ ਬਖਸ਼ਿਸ਼ ਹੋ ਜਾਂਦਾ ਹੈ । ਉਹ ਆਪ ਪ੍ਰਵਾਨਗੀ ਦੇ ਰਸਤੇ ਤੇ ਅਡੋਲ ਹੋ ਹਾਂਦਾ ਹੈ । ਆਪਣੇ ਸਾਥੀਆਂ ਨੂੰ ਵੀ ਸ਼ਬਦ ਦੀ ਪਾਲਣਾ ਦੀ ਪ੍ਰੇਰਨਾ ਕਰਦਾ ਹੈ । ਉਹਨਾਂ ਦੀ ਆਤਮਾ ਪਵਿੱਤਰ ਹੋ ਜਾਂਦੀ ਹੈ, ਪ੍ਰਭ ਦੇ ਪਰਖਣ ਯੋਗ ਬਣਾ ਜਾਂਦੀ ਹੈ ।

Self-minded may not realize the cycle of reincarnation of soul, real purpose of human life opportunity nor the awareness of the right path of acceptance in His Court. He may remain intoxicated with the sweet poison of worldly wealth, worldly bonds, possessions. He may remain ignorant from the reality of human life journey. Once he may face a human life reality, miseries; he may realize his wrong path in life. His true devotee meditates and obeys the teachings of His Word with steady and stable belief in his day-to-day life; with His mercy and grace, he may be enlightened with the essence of His Word. He may remain steady and stable on the right path of acceptance in His Court. He may inspire his followers to adopt the teachings of His Word to sanctify their soul to become worthy of His Consideration.

782.ਸਲੋਕ ਗੁਰੂ ਅਮਰਸਦਾਸ ਜੀ – ਮਹਲਾ ੩॥ 1418-4

ਸਬਦਿ ਮਰੈ ਸੋ ਮੁਆ ਜਾਪੈ॥ sabad marai so mu-aa jaapai.
ਗੁਰ ਪਰਸਾਦੀ ਹਰਿ ਰਸਿ ਧ੍ਰਾਪੈ॥ gur parsaadee har ras Dharaapai.
ਹਰਿ ਦਰਗਹਿ ਗੁਰ ਸਬਦਿ ਸਿਞਾਪੈ॥ har dargahi gur sabad sinjaapai.
ਬਿਨੁ ਸਬਦੈ ਮੁਆ ਹੈ ਸਭੁ ਕੋਇ॥ bin sabdai mu-aa hai sabh ko-ay.
ਮਨਮੁਖੁ ਮੁਆ ਅਪੁਨਾ ਜਨਮੁ ਖੋਇ॥ manmukh mu-aa apunaa janam kho-ay.
ਹਰਿ ਨਾਮੁ ਨ ਚੇਤਹਿ ਅੰਤਿ ਦੁਖੁ ਰੋਇ॥ har naam na cheeteh ant dukh ro-ay.
ਨਾਨਕ ਕਰਤਾ ਕਰੇ ਸੁ ਹੋਇ॥੪੩॥ naanak kartaa karay so ho-ay. ||43||

ਜਿਹੜਾ ਜੀਵ ਸ਼ਬਦ ਦੀ ਕਮਾਈ ਕਰਦਾ ਹੈ । ਸੰਸਾਰਕ ਜੀਵਨ ਵਿੱਚ ਬਹੁਤ ਨਿਮਾਣਾ, ਨਿਮ੍ਰਤਾ ਵਾਲਾ ਬਣਕੇ ਰਹਿੰਦਾ ਹੈ । ਪ੍ਰਭ ਦੀ ਰਹਿਮਤ ਨਾਲ ਉਸ ਨੂੰ ਮਨ ਦੀਆਂ ਪੰਜਾਂ ਇੰਦ੍ਰੀਆਂ ਤੇ ਜਿੱਤ ਬਖਸ਼ਿਸ਼ ਹੋ ਜਾਂਦੀ ਹੈ । ਪ੍ਰਭ ਦੀ ਰਹਿਮਤ ਨਾਲ ਉਸ ਦੀ ਸ਼ਬਦ ਦੀ ਕਮਾਈ ਪ੍ਰਭ ਦੇ ਦਰਬਾਰ ਵਿੱਚ ਪ੍ਰਵਾਨ ਹੋ ਜਾਂਦੀ ਹੈ । ਉਹ ਪ੍ਰਭ ਦੇ ਸ਼ਬਦ ਦੇ ਸਿਮਰਨ ਵਿੱਚ ਅਡੋਲ, ਲੀਨ ਰਹਿੰਦਾ ਹੈ । ਸ਼ਬਦ ਦੀ ਕਮਾਈ ਤੋ ਬਿਨਾਂ ਦਰਗਾਹ ਵਿੱਚ ਕਿਸੇ ਦੀ ਕੋਈ ਪੁੱਛ ਨਹੀਂ ਹੁੰਦੀ, ਪ੍ਰਵਾਨਗੀ ਨਹੀਂ ਬਖਸ਼ਿਸ਼ ਹੁੰਦੀ । ਮਨਮੁਖ ਜੀਵ ਬੰਦਗੀ, ਭਲਾਈ ਦੇ ਕੰਮ ਨਹੀਂ ਕਰਦਾ । ਆਪਣਾ ਮਾਨਸ ਜਨਮ ਬਿਰਥਾ ਹੀ ਗਵਾ ਜਾਂਦਾ ਹੈ । ਸੰਸਾਰਕ ਇੱਛਾਂ ਦੀਆ ਚਿੰਤਾਂ, ਭਟਕਣਾਂ ਵਿੱਚ ਹੀ ਦੁਖ ਸਹਿਣਾ ਪਾਉਂਦਾ ਹੈ । ਪ੍ਰਭ ਹੀ ਸਭ ਕੁਝ ਕਰਦਾ, ਕਰਨ ਯੋਗ ਹੈ । ਉਸ ਦਾ ਭਾਣਾ ਅਟਲ ਵਾਪਰਕੇ ਹੀ ਰਹਿੰਦਾ ਹੈ ।

Whosoever may obey the teachings of His Word, earns the wealth of His Word. His worldly life may become simple and overwhelmed with humility; with His mercy and grace, he may be blessed with victory on 5 demons of worldly desires, his senses. His earnings of His Word may be accepted in His Court. He may remain intoxicated in the void of His Word. Without earnings of His Word, no one may ever be blessed with the right path of acceptance in His Court. Self-minded may remain ignorant from the significance of welfare for His Creation in his human life journey. He may waste his human life opportunity. His life may remain dominated with worries of worldly desires and frustration of disappointments in worldly desires. He may endure miseries in his human life journey. His Word, remains ultimate Command; always prevails and must be endured.

783.ਸਲੋਕ ਗੁਰੂ ਅਮਰਸਦਾਸ ਜੀ – ਮਹਲਾ ੩॥ 1418-6

ਗੁਰਮੁਖਿ ਬੁਢੇ ਕਦੇ ਨਾਹੀ, gurmukh budhay kaday naahee
ਜਿਨ੍ਹਾ ਅੰਤਰਿ ਸੁਰਤਿ ਗਿਆਨੁ॥ jinHaa antar surat gi-aan.
ਸਦਾ ਸਦਾ ਹਰਿ ਗੁਣ ਰਵਹਿ, sadaa sadaa har gun raveh antar
ਅੰਤਰਿ ਸਹਜ ਧਿਆਨੁ॥ sahj Dhi-aan.
ਓਇ ਸਦਾ ਅਨੰਦਿ ਬਿਬੇਕ ਰਹਹਿ, o-ay sadaa anand bibayk raheh
ਦੁਖਿ ਸੁਖਿ ਏਕ ਸਮਾਨਿ॥ dukh sukh ayk samaan.
ਤਿਨਾ ਨਦਰੀ ਇਕੋ ਆਇਆ, tinaa nadree iko aa-i-aa sabh aatam
ਸਭੁ ਆਤਮ ਰਾਮੁ ਪਛਾਨੁ॥੪੪॥ raam pachhaan. ||44||

ਗੁਰਮੁਖ ਜੀਵ ਕਦੇ ਹਿੰਮਤ ਨਹੀਂ ਹਾਰਦਾ, ਕਿਸੇ ਉਮਰ ਵਿੱਚ (ਬੁੱਢਾ) ਬੇਵਸ ਨਹੀਂ ਹੁੰਦਾ । ਉਸ ਦੇ ਮਨ ਅੰਦਰ ਪ੍ਰਭ ਦੇ ਸ਼ਬਦ ਦੀ ਸੋਝੀ ਰਚੀ ਰਹਿੰਦੀ ਹੈ । ਉਸ ਨੂੰ ਸਵਾਸ ਗਰਾਸ ਪ੍ਰਭ ਦੇ ਸ਼ਬਦ ਦੀ ਸਦਾ ਚੱਲਣ ਵਾਲੀ ਧੁਨ ਸੁਣਾਈ ਦੇਂਦੀ ਹੈ । ਉਸ ਦੀ ਲਿਵ ਪ੍ਰਭ ਦੀ ਹੋਂਦ ਵਿੱਚ ਹੀ ਲਗੀ ਰਹਿੰਦੀ ਹੈ । ਉਹ ਸੁਖ, ਦੁਖ ਨੂੰ ਪ੍ਰਭ ਦੀ ਬਖਸ਼ੀਸ਼ ਸਮਝਕੇ ਪ੍ਰਵਾਨ ਕਰਦਾ, ਹਿਰਖ ਜਾ ਸੋਗ ਨਹੀਂ ਕਰਦਾ, ਸਦਾ ਹੀ ਖੇੜੇ ਵਿੱਚ ਰਹਿੰਦਾ ਹੈ । ਹਰਇੱਕ ਜੀਵ ਵਿੱਚ ਹੀ ਪ੍ਰਭ ਨੂੰ ਵਾਪਰਦਾ ਮਹਿਸੂਸ ਕਰਦਾ ਹੈ । ਉਸ ਨੂੰ ਮਾਨਸ ਜੀਵਨ ਦੇ ਮੰਤਵ ਦੀ, ਪ੍ਰਭ ਦੀ ਹੋਂਦ ਦੀ ਸੋਝੀ ਬਖਸ਼ਿਸ਼ ਹੋ ਜਾਂਦੀ ਹੈ ।

His true devotee may never drift from his path in human life, obeying the teachings of His Word; his age may never become a restriction in his way of life. He may remain drenched with the essence of His Word within his heart, in his day-to-day life. He may hear the everlasting echo of His Word resonating within his heart. He may remain intoxicated, realizes His Existence prevailing everywhere. He may consider worldly pleasures and miseries as His Worthy Blessings. He may never grievance on any worldly environment. He may realize His Holy Spirit prevailing within each soul and everywhere in His Nature. He may be blessed with the enlightenment of the purpose of human life opportunity and comprehension of His Nature.

784.ਸਲੋਕ ਗੁਰੂ ਅਮਰਸਦਾਸ ਜੀ - ਮਹਲਾ ੩॥ 1418-9

ਮਨਮੁਖੁ ਬਾਲਕੁ ਬਿਰਧਿ ਸਮਾਨਿ ਹੈ,	manmukh baalak biraDh samaan hai
ਜਿਨ੍ਹਾ ਅੰਤਰਿ ਹਰਿ ਸੁਰਤਿ ਨਾਹੀ॥	jinHaa antar har surat naahee.
ਵਿਚਿ ਹਉਮੈ ਕਰਮ ਕਮਾਵਦੇ,	vich ha-umai karam kamaavday
ਸਭ ਧਰਮ ਰਾਇ ਕੈ ਜਾਂਹੀ॥	sabh Dharam raa-ay kai jaaNhee.
ਗੁਰਮੁਖਿ ਹਛੇ ਨਿਰਮਲੇ,	gurmukh hachhay nirmalay
ਗੁਰ ਕੈ ਸਬਦਿ ਸੁਭਾਇ॥	gur kai sabad subhaa-ay.
ਓਨਾ ਮੈਲੁ ਪਤੰਗੁ ਨ ਲਗਈ,	onaa mail patang na lag-ee
ਜਿ ਚਲਨਿ ਸਤਿਗੁਰ ਭਾਇ॥	je chalan satgur bhaa-ay.
ਮਨਮੁਖ ਜੂਠਿ ਨ ਉਤਰੈ,	manmukh jooth na utrai
ਜੇ ਸਉ ਧੋਵਣ ਪਾਇ॥	jay sa-o Dhovan paa-ay.
ਨਾਨਕ ਗੁਰਮੁਖਿ ਮੇਲਿਅਨੁ,	naanak gurmukh mayli-an
ਗੁਰ ਕੈ ਅੰਕਿ ਸਮਾਇ॥੪੫॥	gur kai ank samaa-ay. ||45||

ਮਨਮੁਖ ਬੱਚਾ ਜਾ ਬੁੱਢਾ ਹੋਵੇ, ਉਸ ਨੂੰ ਪ੍ਰਭ ਦੇ ਸ਼ਬਦ ਦੀ ਕੋਈ ਸੋਝੀ ਨਹੀਂ ਹੁੰਦੀ । ਉਹ ਸੰਸਾਰ ਵਿੱਚ, ਲਾਲਚ, ਅਹੰਕਾਰ ਵਿੱਚ ਹੀ ਸਾਰੇ ਕੰਮ ਕਰਦਾ ਹੈ । ਉਸ ਦੇ ਬੋਲੇ ਦਾ ਫਿਕਰ ਨਾ ਕਰੋ! ਉਹ ਆਪ ਹੀ ਪ੍ਰਭ ਦੀ ਦਰਗਾਹ ਵਿੱਚ ਲੇਖਾ ਦੇਂਦਾ ਹੈ । ਗੁਰਮੁਖ ਜੀਵ ਸ਼ਬਦ ਨੂੰ ਵਿਚਾਰਦਾ, ਪਾਲਣਾ ਕਰਦਾ ਹੈ । ਉਸ ਦੀ ਆਤਮਾ ਪਵਿੱਤਰ ਹੋ ਜਾਂਦੀ ਹੈ, ਪ੍ਰਭ ਦੇ ਸ਼ਬਦ ਦੀ ਸਿਖਿਆਂ ਵਿੱਚ ਹੀ ਰਹਿੰਦੀ ਹੈ । ਮਨਮੁਖ ਦੇ ਮਨ ਦੀ ਮੈਲ ਕਦੇ ਵੀ ਸਾਫ ਨਹੀਂ ਹੁੰਦੀ । ਉਹ ਭਾਵੇਂ ਅਨੇਕਾਂ ਹੀ ਤੀਰਥਾਂ, ਮੰਦਰਾਂ, ਵਿੱਚ ਸਿਰ ਝਕਾਉਂਦਾ ਹੈ । ਗੁਰਮੁਖ ਪ੍ਰਭ ਦੀ ਬੰਦਗੀ ਵਿੱਚ ਲੀਨ ਹੋਇਆ, ਅਭੇਦ ਹੋ ਜਾਂਦਾ ਹੈ ।

Self-minded remains ignorant from the teachings of His Word in all ages, youth, or old age. He remains intoxicated with greed and ego of his worldly status. You should not pay any attention to his teachings, proclamations. He may endure the judgement of The Righteous Judge for his worldly deeds. His true devotee, thinks about the essence of His Word and obeys the teachings of His Word with steady and stable belief in his day-to-day life. He remains drenched with the essence of His Word and his soul may be sanctified. Self-minded may remain blemished with the sins of his sweet poison of worldly wealth. He may pilgrimage at many Holy shrine and worships ancient prophets. His true devotee may remain intoxicated in the void of His Word; with His mercy and grace, he may be immersed within His Holy Spirit.

785.ਸਲੋਕ ਗੁਰੂ ਅਮਰਸਦਾਸ ਜੀ - ਮਹਲਾ ੩॥ 1418-12

ਬੁਰਾ ਕਰੇ ਸੁ ਕੇਹਾ ਸਿਝੈ॥	buraa karay so kayhaa sijhai.
ਆਪਣੈ ਰੋਹਿ ਆਪੇ ਹੀ ਦਝੈ॥	aapnai rohi aapay hee dajhai.
ਮਨਮੁਖਿ ਕਮਲਾ ਰਗੜੈ ਲੁਝੈ॥	manmukh kamlaa ragrhai lujhai.
ਗੁਰਮੁਖਿ ਹੋਇ ਤਿਸੁ ਸਭ ਕਿਛੁ ਸੁਝੈ॥	gurmukh ho-ay tis sabh kichh sujhai.
ਨਾਨਕ ਗੁਰਮੁਖਿ ਮਨ ਸਿਉ ਲੁਝੈ॥੪੬॥	naanak gurmukh man si-o lujhai. ||46||

ਜਿਹੜਾ ਜੀਵ ਕਿਸੇ ਜੀਵ ਦਾ ਬੁਰਾ ਕਰਦਾ, ਜਾ ਸੋਚਦਾ ਹੈ । ਉਹ ਕਿਸਤਰ੍ਹਾਂ ਸੰਸਾਰ ਵਿੱਚ ਮੂੰਹ ਦਿਖਾਉਣ ਦੇ ਯੋਗ ਰਹਿੰਦਾ ਹੈ? ਉਹ ਮਨ ਦੇ ਕਰੋਧ, ਅਹੰਕਾਰ ਵਿੱਚ ਆਪ ਹੀ ਜਲ ਜਾਂਦਾ ਹੈ । ਮਨਮੁਖ ਜੀਵ ਆਪਣੇ ਵਿਚਾਰਾਂ ਵਿੱਚ ਹੀ ਦਿਵਾਨਾ ਹੋਇਆ ਰਹਿੰਦਾ ਹੈ । ਉਹ ਆਪਣੀਆਂ ਚਿੰਤਾਂ ਵਿੱਚ ਫਸਿਆ ਰਹਿੰਦਾ ਹੈ । ਗੁਰਮਖ ਜੀਵ ਨੂੰ ਪ੍ਰਭ ਦੇ ਭਾਣੇ ਦੀ ਸੋਝੀ ਬਖਸ਼ਿਸ਼ ਹੋ ਜਾਂਦੀ ਹੈ । ਉਹ ਆਪਣੇ ਮਨ ਵਿੱਚ ਹੀ ਇਸ ਦਾ ਵਿਚਾਰ ਕਰਦਾ, ਜੀਵਨ ਢਾਲਦਾ ਹੈ ।

Whosoever may think evil about anyone or hurt anyone emotionally or physically. How may he present himself as a civilized human being? He may remain intoxicated, burning with his anger and ego of worldly status. Self-minded may remain insane in his intoxication of worldly desires. He remains worried and in miseries of his worldly desires and false prestige. His true devotee may be blessed with the essence of His Word; he remains drenched with the essence of His Word and adopts the teachings of His Word in his day-to-day life.

786.ਸਲੋਕ ਗੁਰੂ ਅਮਰਸਦਾਸ ਜੀ – ਮਹਲਾ ੩॥ 1418-13

ਜਿਨਾ ਸਤਿਗੁਰੁ ਪੁਰਖੁ ਨ ਸੇਵਿਓ,	jinaa satgur purakh na sayvi-o
ਸਬਦਿ ਨ ਕੀਤੋ ਵੀਚਾਰੁ॥	sabad na keeto veechaar.
ਓਇ ਮਾਣਸ ਜੂਨਿ ਨ ਆਖੀਅਨਿ,	o-ay maanas joon na aakhee-an
ਪਸੂ ਢੋਰ ਗਾਵਾਰ॥	pasoo dhor gaavaar.
ਓਨਾ ਅੰਤਰਿ ਗਿਆਨੁ ਨ ਧਿਆਨੁ ਹੈ,	onaa antar gi-aan na Dhi-aan hai
ਹਰਿ ਸਉ ਪ੍ਰੀਤਿ ਨ ਪਿਆਰੁ॥	har sa-o pareet na pi-aar.
ਮਨਮੁਖ ਮੁਏ ਵਿਕਾਰ ਮਹਿ,	manmukh mu-ay vikaar meh
ਮਰਿ ਜੰਮਹਿ ਵਾਰੋ ਵਾਰ॥	mar jameh vaaro vaar.
ਜੀਵਦਿਆ ਨੋ ਮਿਲੈ ਸੁ ਜੀਵਦੇ,	jeevdi-aa no milai so jeevday
ਹਰਿ ਜਗਜੀਵਨ ਉਰ ਧਾਰਿ॥	har jagjeevan ur Dhaar.
ਨਾਨਕ ਗੁਰਮੁਖਿ ਸੋਹਣੇ,	naanak gurmukh sohnay
ਤਿਤੁ ਸਚੈ ਦਰਬਾਰਿ॥੪੭॥	tit sachai darbaar. ||47||

ਜਿਹੜਾ ਪ੍ਰਭ ਦੇ ਸ਼ਬਦ ਦਾ ਵਿਚਾਰ ਨਹੀਂ ਕਰਦਾ, ਜੀਵਨ ਵਿੱਚ ਨਹੀਂ ਢਾਲਦਾ । ਉਹ ਜੀਵ ਮਾਨਸ ਤਨ, ਜੀਵਨ ਵਿੱਚ ਵੀ ਜਾਨਵਰ ਵਰਗਾ ਜੀਵਨ ਬਤੀਤ ਕਰਦਾ ਹੈ । ਉਸ ਦੇ ਮਨ ਵਿੱਚ ਪ੍ਰਭ ਦੇ ਸ਼ਬਦ ਦੀ ਪਾਲਨਾ ਦੀ ਕੋਈ ਸ਼ਰਧਾ, ਪ੍ਰਭ ਦੀ ਹੋਂਦ ਦੀ ਕੋਈ ਸੋਝੀ ਨਹੀਂ ਹੁੰਦੀ । ਮਨਮੁਖ ਜੀਵ ਆਪਣੇ ਅਹੰਕਾਰ ਵਿੱਚ ਹੀ ਕੰਮ ਕਰਦਾ, ਮਾਨਸ ਜੀਵਨ ਬਿਰਥਾ ਹੀ ਗਵਾ ਜਾਂਦਾ ਹੈ । ਜਿਹੜਾ ਜੀਵ ਪ੍ਰਭ ਦੇ ਭਾਣੇ ਅਨੁਸਾਰ ਆਪਣਾ ਜੀਵਨ ਬਤੀਤ ਕਰਦਾ ਹੈ । ਉਹ ਆਪਣੇ ਜੀਵਨ ਦੀ ਸਾਦਗੀ, ਨਿਮ੍ਰਤਾ ਨਾਲ ਆਪਣੇ ਅਹੰਕਾਰ ਨੂੰ ਖਤਮ ਕਰ ਦੇਂਦਾ ਹੈ । ਉਸ ਨੂੰ ਪ੍ਰਭ ਦੇ ਸ਼ਬਦ ਦੀ ਸੋਝੀ, ਹੋਂਦ ਅਨੁਭਵ ਹੋ ਜਾਂਦੀ ਹੈ । ਉਹ ਜੀਵ ਪ੍ਰਭ ਦੇ ਦਰਬਾਰ ਵਿੱਚ ਸੋਭਦਾ ਹੈ ।

Whosoever may not think about the teachings of His Word, nor adopt the teachings of His Word with steady and stable belief in his day-to-day life. He may live his life like a beast in his human life journey. He may not have any devotion to obey the teachings of His Word nor comprehend the significance of realizing His Holy Spirt prevailing everywhere. Self-minded may remain intoxicated in his ego of worldly status and wastes his human life opportunity uselessly. Whosoever may adopt the teachings of His Word with steady and stable belief in his day-to-day life; with His mercy and grace, he may conquer his ego with simple living and humility in his worldly life. He may realize His Holy Spirit prevailing everywhere; with His mercy and grace, he may be honored in His Court.

787.ਸਲੋਕ ਗੁਰੂ ਅਮਰਸਦਾਸ ਜੀ – ਮਹਲਾ ੩॥ 1418-17

ਹਰਿ ਮੰਦਰੁ ਹਰਿ ਸਾਜਿਆ, har mandar har saaji-aa
ਹਰਿ ਵਸੈ ਜਿਸੁ ਨਾਲਿ॥ har vasai jis naal.
ਗੁਰਮਤੀ ਹਰਿ ਪਾਇਆ, gurmatee har paa-i-aa
ਮਾਇਆ ਮੋਹ ਪਰਜਾਲਿ॥ maa-i-aa moh parjaal.
ਹਰਿ ਮੰਦਰਿ ਵਸਤੁ ਅਨੇਕ ਹੈ, har mandar vasat anayk hai
ਨਵ ਨਿਧਿ ਨਾਮੁ ਸਮਾਲਿ॥ nav niDh naam samaal.
ਧਨੁ ਭਗਵੰਤੀ ਨਾਨਕਾ, Dhan bhagvantee naankaa
ਜਿਨਾ ਗੁਰਮੁਖਿ ਲਧਾ ਹਰਿ ਭਾਲਿ॥ jinaa gurmukh laDhaa har bhaal.
ਵਡਭਾਗੀ ਗੜ ਮੰਦਰੁ ਖੋਜਿਆ, vadbhaagee garh mandar khoji-aa
ਹਰਿ ਹਿਰਦੈ ਪਾਇਆ ਨਾਲਿ॥੪੮॥ har hirdai paa-i-aa naal. ||48||

ਜਿਹੜਾ ਜੀਵ ਪ੍ਰਭ ਦੇ ਸ਼ਬਦ ਨੂੰ ਆਪਣੇ ਜੀਵਨ ਦਾ ਅਧਾਰ ਬਣਾਉਂਦਾ ਹੈ । ਜੀਵ ਦਾ ਤਨ ਹੀ ਮੰਦਰ ਬਣ ਜਾਂਦਾ ਹੈ । ਸ਼ਬਦ ਦੀ ਸੋਝੀ ਨਾਲ ਸੰਸਾਰਕ ਧਨ ਦੀ ਇੱਛਾ ਅਤੇ ਸੰਸਾਰਕ ਮੋਹ ਤੇ ਜਿੱਤ ਬਖਸ਼ਿਸ਼ ਹੋ ਜਾਂਦੀ ਹੈ । ਪ੍ਰਭ ਸ਼ਬਦ ਦੀ ਸੋਝੀ, ਅਮੋਲਕ ਗੁਣਾਂ ਦਾ ਭੰਡਾਰ ਹੈ । ਜਿਹੜੇ ਜੀਵ ਨੂੰ ਸ਼ਬਦ ਦੀ ਸਿਖਿਆਂ ਦੀ ਸੋਝੀ ਬਖਸ਼ਿਸ਼ ਹੋ ਜਾਂਦੀ ਹੈ, ਉਹ ਜੀਵ ਵੱਡੇ ਭਾਗਾ ਵਾਲਾ ਹੀ ਹੁੰਦਾ ਹੈ । ਜਿਹੜਾ ਆਪਣੇ ਅੰਦਰੋਂ ਹੀ ਪ੍ਰਭ ਦੇ ਸ਼ਬਦ ਨੂੰ ਜਾਗਰਤ ਕਰ ਲੈਂਦਾ ਹੈ । ਉਸ ਨੂੰ ਸ਼ਬਦ ਦੀ ਸਿਖਿਆਂ ਦਾ ਅਮੋਲਕ ਭੰਡਾਰ ਬਖਸ਼ਿਸ਼ ਹੋ ਜਾਂਦਾ ਹੈ ।

Whosoever may adopt the teachings of His Word with steady and stable belief and make as the real purpose of his human life blessings. His body may be transformed as a Holy Shrine. He may be blessed with the enlightenment of the essence of His Word; with His mercy and grace, he may be blessed to conquer the sweet poison of worldly wealth and his worldly bonds. The True Master remains the treasure of inexhaustible ambrosial virtues of His Word. Whosoever may be blessed with the enlightenment of the essence of His Word; he may become very fortunate. Whosoever may remain drenched with the essence of His Word within; with His mercy and grace, he may be blessed with ambrosial treasure of the essence of His Word.

788.ਸਲੋਕ ਗੁਰੂ ਅਮਰਸਦਾਸ ਜੀ – ਮਹਲਾ ੩॥ 1418-19

ਮਨਮੁਖ ਦਹ ਦਿਸਿ ਫਿਰਿ ਰਹੇ, manmukh dah dis fir rahay
ਅਤਿ ਤਿਸਨਾ ਲੋਭ ਵਿਕਾਰ॥ at tisnaa lobh vikaar.
ਮਾਇਆ ਮੋਹੁ ਨ ਚੁਕਈ, maa-i-aa moh na chuk-ee
ਮਰਿ ਜੰਮਹਿ ਵਾਰੋ ਵਾਰ॥ mar jameh vaaro vaar.
ਸਤਿਗੁਰੁ ਸੇਵਿ ਸੁਖੁ ਪਾਇਆ, satgur sayv sukh paa-i-aa
ਅਤਿ ਤਿਸਨਾ ਤਜਿ ਵਿਕਾਰ॥ at tisnaa taj vikaar.
ਜਨਮ ਮਰਨ ਕਾ ਦੁਖੁ ਗਇਆ, janam maran kaa dukh ga-i-aa
ਜਨ ਨਾਨਕ ਸਬਦੁ ਬੀਚਾਰਿ॥੪੯॥ jan naanak sabad beechaar. ||49||

ਮਨਮੁਖ ਵੱਖਰੇ ਵੱਖਰੇ ਮਾਰਗਾਂ ਤੇ ਚਲਦਾ ਹੈ । ਮਨ ਪੰਜਾਂ ਇੰਦ੍ਰੀਆਂ ਦੇ ਲਾਲਚ ਦੇ ਇਸ਼ਾਰੇ ਤੇ ਹੀ ਚਲਦਾ ਹੈ । ਉਸ ਦਾ ਧਨ ਦਾ ਲਾਲਚ ਅਤੇ ਮੋਹ ਖਤਮ ਨਹੀਂ ਹੁੰਦਾ । ਵੱਖਰੀਆਂ ਵੱਖਰੀਆਂ ਜੂੰਨਾਂ ਵਿੱਚ, ਜਨਮ, ਮਰਨ ਦੇ ਚੱਕਰ ਵਿੱਚ ਰਹਿੰਦਾ ਹੈ । ਪ੍ਰਭ ਦੇ ਸ਼ਬਦ ਦਾ ਸਿਮਰਨ ਕਰਨ ਨਾਲ ਮਨ ਨੂੰ ਸ਼ਾਂਤੀ, ਸੰਤੋਖ ਬਖਸ਼ਿਸ਼ ਹੁੰਦਾ, ਮਨ ਦੀਆਂ ਤ੍ਰਿਸ਼ਨਾਂ ਤੇ ਜਿੱਤ ਬਖਸ਼ਿਸ਼ ਹੋ ਜਾਂਦੀ ਹੈ । ਪ੍ਰਭ ਦੇ ਸ਼ਬਦ ਵਿੱਚ ਧਿਆਨ ਲਾਉਣ ਨਾਲ ਹੀ ਮੌਤ ਦਾ ਸਮਾਂ ਭਿਆਨਕ ਮਹਿਸੂਸ ਨਹੀਂ ਹੁੰਦਾ, ਇਹ ਪ੍ਰਭ ਨੂੰ ਮਿਲਣ ਦਾ ਸਮਾਂ ਬਣ ਜਾਂਦਾ ਹੈ ।

Self-minded may adopt various meditation techniques in his life; however, he may dance at the signal of the 5 demons of his worldly desires. He may never conquer the sweet poison of worldly wealth and his worldly bonds.

He may remain incarnation of various creature bodies and remains in the cycle of birth and death. Whosoever may meditate on the teachings of His Word with steady and stable belief; with His mercy and grace, he may remain overwhelmed with peace of mind, contentment with his worldly environments. He may conquer the ego of his worldly desires. Whosoever may remain intoxicated in meditation in the void of His Word; with His mercy and grace, his fear of terrible death may become a blessed moment of union of his separated soul with His Holy Spirit.

789. ਸਲੋਕ ਗੁਰੂ ਅਮਰਸਦਾਸ ਜੀ – ਮਹਲਾ ੩॥ 1419-2

ਹਰਿ ਹਰਿ ਨਾਮੁ ਧਿਆਇ,	har har naam Dhi-aa-ay
ਮਨ ਹਰਿ ਦਰਗਹ ਪਾਵਹਿ ਮਾਨੁ॥	man har dargeh paavahi maan.
ਕਿਲਵਿਖ ਪਾਪ ਸਭਿ ਕਟੀਅਹਿ,	kilvikh paap sabh katee-ah
ਹਉਮੈ ਚੁਕੈ ਗੁਮਾਨੁ॥	ha-umai chukai gumaan.
ਗੁਰਮੁਖਿ ਕਮਲੁ ਵਿਗਸਿਆ,	gurmukh kamal vigsi-aa
ਸਭੁ ਆਤਮ ਬ੍ਰਹਮੁ ਪਛਾਨੁ॥	sabh aatam barahm pachhaan.
ਹਰਿ ਹਰਿ ਕਿਰਪਾ ਧਾਰਿ ਪ੍ਰਭ,	har har kirpaa Dhaar parabh
ਜਨ ਨਾਨਕ ਜਪਿ ਹਰਿ ਨਾਮੁ॥੫੦॥	jan naanak jap har naam. ||50||

ਪ੍ਰਭ ਦੇ ਸ਼ਬਦ ਦੇ ਸਿਮਰਨ ਨਾਲ ਹੀ ਪ੍ਰਭ ਦੀ ਦਰਗਾਹ ਵਿੱਚ ਪ੍ਰਵਾਨਗੀ ਬਖਸ਼ਿਸ਼ ਹੁੰਦੀ ਹੈ । ਪਿਛਲੇ ਕੀਤੇ ਹੋਏ ਮੰਦੇ ਕੰਮ, ਗਲਤੀਆਂ ਮਾਫ ਹੋ ਜਾਂਦੀਆਂ, ਅਹੰਕਾਰ ਦੀ ਜੜ੍ਹ ਖਤਮ ਹੋ ਜਾਂਦੀ ਹੈ । ਗੁਰਮਖ ਜੀਵ ਦੀ ਆਤਮਾ ਦਾ ਕਮਲ ਫੁੱਲ ਨੂੰ ਖੇੜਾ ਬਖਸ਼ਿਸ਼ ਹੋ ਜਾਂਦਾ ਹੈ । ਉਸ ਨੂੰ ਹਰਇੱਕ ਜੀਵ ਵਿੱਚ ਪ੍ਰਭ ਹੀ ਮਹਿਸੂਸ ਹੋਣ ਲਗ ਪੈਂਦੀ ਹੈ । ਜਿਸ ਤੇ ਪ੍ਰਭ ਰਹਿਮਤ ਦੀ ਨਜ਼ਰ ਬਖਸ਼ਦਾ ਹੈ, ਕੇਵਲ ਉਸ ਨੂੰ ਇਸਤਰ੍ਹਾਂ ਪ੍ਰਭ ਦੇ ਸ਼ਬਦ ਦਾ ਸਿਮਰਨ ਕਰਨ ਦੀ ਲਗਨ ਬਖਸ਼ਿਸ਼ ਹੋ ਸਕਦੀ ਹੈ ।

Whosoever may meditate on the teachings of His Word with steady and stable belief in his day-to-day life; with His mercy and grace, he may be blessed with the right path of acceptance in His Court. All his sins of previous lives may be forgiven and the root of his ego may be uprooted from within his mind. The lotus flower of his soul may be blessed with blossom. He may realize, witness His Holy Spirit prevailing within every soul and in His Nature. Whosoever may be bestowed with His Blessed Vision, only he may be blessed with such a deep devotion to meditate on the teachings of His Word.

790.ਸਲੋਕ ਗੁਰੂ ਅਮਰਸਦਾਸ ਜੀ – ਮਹਲਾ ੩॥ 1419-5

ਧਨਾਸਰੀ ਧਨਵੰਤੀ ਜਾਣੀਐ ਭਾਈ,	Dhanaasree Dhanvantee jaanee-ai bhaa-ee
ਜਾਂ ਸਤਿਗੁਰ ਕੀ ਕਾਰ ਕਮਾਇ॥	jaaN satgur kee kaar kamaa-ay.
ਤਨੁ ਮਨੁ ਸਉਪੇ ਜੀਅ ਸਉ,	tan man sa-upay jee-a sa-o
ਭਾਈ, ਲਏ ਹੁਕਮਿ ਫਿਰਾਉ॥	bhaa-ee la-ay hukam firaa-o.
ਜਹ ਬੈਸਾਵਹਿ ਬੈਸਹ ਭਾਈ,	jah baisaaveh baisah bhaa-ee
ਜਹ ਭੇਜਹਿ ਤਹ ਜਾਉ॥	jah bhayjeh tah jaa-o.
ਏਵਡੁ ਧਨੁ ਹੋਰੁ ਕੋ ਨਹੀਂ ਭਾਈ,	ayvad Dhan hor ko nahee bhaa-ee
ਜੇਵਡੁ ਸਚਾ ਨਾਉ॥	jayvad sachaa naa-o.
ਸਦਾ ਸਚੇ ਕੇ ਗੁਣ ਗਾਵਾਂ ਭਾਈ,	sadaa sachay kay gun gaavaaN bhaa-ee
ਸਦਾ ਸਚੇ ਕੈ ਸੰਗਿ ਰਹਾਉ॥	sadaa sachay kai sang rahaa-o.
ਪੈਨਣੁ ਗੁਣ ਚੰਗਿਆਈਆ ਭਾਈ,	painan gun chang-aa-ee-aa bhaa-ee
ਆਪਣੀ ਪਤਿ ਕੇ ਸਾਦ ਆਪੇ ਖਾਇ॥	aapnee pat kay saad aapay khaa-ay.
ਤਿਸ ਕਾ ਕਿਆ ਸਾਲਾਹੀਐ ਭਾਈ,	tis kaa ki-aa salaahee-ai bhaa-ee
ਦਰਸਨ ਕਉ ਬਲਿ ਜਾਇ॥	darsan ka-o bal jaa-ay.

ਸਤਿਗੁਰ ਵਿਚਿ ਵਡੀਆ ਵਡਿਆਈਆ	satgur vich vadee-aa vadi-aa-ee-aa
ਭਾਈ, ਕਰਮਿ ਮਿਲੈ ਤਾਂ ਪਾਇ॥	bhaa-ee karam milai taaN paa-ay.
ਇਕਿ ਹੁਕਮੁ ਮੰਨਿ ਨ ਜਾਣਨੀ ਭਾਈ,	ik hukam man na jaannee bhaa-ee
ਦੂਜੈ ਭਾਇ ਫਿਰਾਇ॥	doojai bhaa-ay firaa-ay.
ਸੰਗਤਿ ਢੋਈ ਨਾ ਮਿਲੈ ਭਾਈ,	sangat dho-ee naa milai bhaa-ee
ਬੈਸਣਿ ਮਿਲੈ ਨ ਥਾਉ॥	baisan milai na thaa-o.
ਨਾਨਕ ਹੁਕਮੁ ਤਿਨਾ ਮਨਾਇਸੀ ਭਾਈ,	naanak hukam tinaa manaa-isee bhaa-ee
ਜਿਨਾ ਧੁਰੇ ਕਮਾਇਆ ਨਾਉ॥	jinaa Dhuray kamaa-i-aa naa-o.
ਤਿਨ੍ ਵਿਟਹੁ ਹਉ ਵਾਰਿਆ ਭਾਈ,	tinH vitahu ha-o vaari-aa bhaa-ee
ਤਿਨ ਕਉ ਸਦ ਬਲਿਹਾਰੈ ਜਾਉ॥੫੧॥	tin ka-o sad balihaarai jaa-o. ||51||

ਜਿਹੜਾ ਪ੍ਰਭ ਦੇ ਸ਼ਬਦ ਦੀ ਕਮਾਈ ਕਰਦਾ ਹੈ । ਉਸ ਦੀ ਆਤਮਾ ਭਾਗਾ ਵਾਲੀ ਹੋ ਜਾਂਦੀ ਹੈ । ਉਹ ਤਨ, ਮਨ ਨੂੰ ਪ੍ਰਭ ਦੀ ਅਮਾਨਤ ਕਬੂਲ ਕਰਕੇ ਸ਼ਬਦ ਨਾਲ ਜੀਵਨ ਢਾਲਦਾ ਹੈ । ਉਸ ਦੀ ਆਪਣੀ ਹੌਂਦ ਨਹੀਂ ਰਹਿੰਦੀ, ਆਪਾ ਖਤਮ ਹੋ ਜਾਂਦਾ ਹੈ । ਉਹ ਹੀ ਕੁਝ ਕਰਦੀ ਹੈ, ਜੋ ਪ੍ਰਭ ਦਾ ਹੁਕਮ ਹੁੰਦਾ ਹੈ । ਉਥੇ ਹੀ ਜਾਂਦਾ ਹੈ, ਜਿੱਥੇ ਉਸ ਨੂੰ ਭੇਜਦਾ ਹੈ । ਉਸ ਜੀਵ ਵਾਸਤੇ ਇਸ ਤੋ ਵੱਡੀ ਹੋਰ ਕੋਈ ਕਮਾਈ ਨਹੀਂ ਹੁੰਦੀ । ਉਹ ਇਸ ਵਿੱਚ ਹੀ ਅਨੰਦ ਮਾਨਦਾ, ਖੇੜੇ ਵਿੱਚ ਰਹਿੰਦਾ ਹੈ । ਉਹ ਸਵਾਸ ਸਵਾਸ ਹੀ ਸ਼ਬਦ ਦੇ ਗੁਣ ਗਾਉਂਦਾ, ਰਜ਼ਾ ਅੰਦਰ ਹੀ ਚਲਦਾ ਹੈ । ਪ੍ਰਭ ਦੀ ਬਣਾਈ ਸ੍ਰਿਸ਼ਟੀ ਦੀ ਭਲਾਈ ਦੀ ਹੀ ਕਮਾਈ ਕਰਦਾ ਹੈ । ਜਿਸ ਨਾਲ ਪ੍ਰਭ ਦੀ ਹੌਂਦਾ ਦਾ ਹੀ ਮਾਣ, ਬੋਲ ਬਾਲ ਵਧਦਾ ਹੈ । ਪ੍ਰਭ ਦੇ ਦਰਸ਼ਨ ਕਰਨ ਨਾਲ, ਸੋਝੀ ਪਾਉਣ ਨਾਲ ਹੀ ਜੀਵ ਨਿਹਾਲ ਹੋ ਜਾਂਦਾ ਹੈ । ਉਸ ਦੀ ਉਸਤਤ ਦਾ ਵਖਿਆਣ ਨਹੀਂ ਕੀਤਾ ਜਾ ਸਕਦਾ । ਜੋ ਕੁਝ ਕਹਿਣ ਲਗਦਾ ਹੈ, ਸੋਚਦਾ ਹੈ, ਇਹ ਥੋੜ੍ਹਾ ਹੀ ਹੁੰਦਾ ਹੈ । ਸਭ ਪ੍ਰਭ ਦੀਆਂ ਹੀ ਵਡਿਆਈਆਂ ਹਨ । ਜਿਸ ਦੇ ਚੰਗੇ ਕਰਮ ਹੰਦੇ ਹਨ, ਉਸ ਨੂੰ ਹੀ ਇਹ ਅਵਸਥਾਂ ਬਖਸ਼ਿਸ਼ ਹੁੰਦੀ ਹੈ । ਕਈ ਜੀਵਾਂ ਨੂੰ ਸਮਝ ਨਹੀਂ, ਕਿਵੇਂ ਭਾਣੇ ਨੂੰ ਕਬੂਲ ਕੀਤਾ ਜਾ ਸਕਦਾ ਹੈ? ਮਨਮੁਖ ਹੋਰ ਸੰਸਾਰਕ ਧਰਮਾਂ ਪਿਛੇ ਚਲਦਾ ਹੈ! ਉਸ ਦਾ ਮਨ ਸੰਤ ਸਰੂਪਾਂ ਦੀ ਸੰਗਤ ਵਿੱਚ ਵੀ ਅਡੋਲ ਨਹੀਂ ਹੁੰਦਾ । ਮਨ ਤ੍ਰਿਸ਼ਨਾ ਪਿਛੇ ਭਟਕਦਾ ਫਿਰਦਾ ਹੈ । ਜਿਸ ਜੀਵ ਦੇ ਭਾਗਾ ਵਿੱਚ ਪਹਿਲੇ ਹੀ ਲਿਖਿਆ ਹੁੰਦਾ ਹੈ । ਪ੍ਰਭ ਉਸ ਤੇ ਰਹਿਮਤ ਦੀ ਨਜ਼ਰ ਬਖਸ਼ਕੇ ਆਪਣੇ ਭਾਣੇ ਵਿੱਚ ਰਹਿਣ ਦੀ ਲਗਨ ਬਖਸ਼ਦਾ ਹੈ । ਉਹ ਜੀਵ ਪੂਜਣ ਯੋਗ ਬਣ ਜਾਂਦੇ ਹਨ ।

Whosoever may obey the teachings of His Word and earns the wealth of His Word; with His mercy and grace, his soul may become very fortunate. He may surrender his body, mind, and worldly status at His Sanctuary as only the trust of The True Master. He may surrender and eliminates his own identity. He may perform every deed as per the teachings of His Word; he may go anywhere, his inner soul, His Word guide him in his human life journey. He may never consider any other blessings; earnings be greater than obeying the teachings of His Word. He remains intoxicated in meditation in the void of His Word, overwhelmed pleasure, and blossom in his life. He may be singing the glory of His Word with belief and accepts His Word as an ultimate command. He only earns the wealth of welfare of His Creation. He may only spread the greatness and the glory of His Word, His existence. With the enlightenment of the essence of His Word and recognizing His Holy Spirit prevailing everywhere; he may remain overwhelmed with His Bliss. The greatness and praises of His Word remains beyond the comprehension of His Creation. Whatsoever may he described, be only insignificant amount of His glory. The True Master has such a greatness. Whosoever may have a great prewritten destiny, only he may be blessed with such a state of mind. Many self-minded may not be enlightened! How may he accept His Command in his day-to-day life? He may wander in many religious fundamentals and he may never remain on the path of obeying the teachings of His Word nor in the conjugation of His Holy saint. He may remain frustrated in worldly desires. Whosoever may have a great prewritten destiny, only he may be blessed with pleasure and His Blessed Vision. He may be blessed with devotion to accept His Command as an ultimate. He may become worthy of worship in his life.

791.ਸਲੋਕ ਗੁਰੂ ਅਮਰਸਦਾਸ ਜੀ – ਮਹਲਾ ੩॥ 1419-12

ਸੇ ਦਾੜੀਆਂ ਸਚੀਆ,	say daarhee-aaN sachee-aa
ਜਿ ਗੁਰ ਚਰਨੀ ਲਗੰਨ੍ਹਿ॥	je gur charnee lagaNniH.
ਅਨਦਿਨੁ ਸੇਵਨਿ ਗੁਰੁ ਆਪਣਾ,	an-din sayvan gur aapnaa
ਅਨਦਿਨੁ ਅਨਦਿ ਰਹੰਨ੍ਹਿ॥	an-din anad rahaNniH.
ਨਾਨਕ ਸੇ ਮੁਹ ਸੋਹਣੇ,	naanak say muh sohnay
ਸਚੈ ਦਰਿ ਦਿਸੰਨ੍ਹਿ॥੫੨॥	sachai dar disaNniH. ||52||

ਜਿਹੜਾ ਪ੍ਰਭ ਦੇ ਸ਼ਬਦ ਦੀ ਪਾਲਣਾ ਅਡੋਲ ਭਰੋਸੇ ਨਾਲ ਕਰਦਾ ਹੈ, ਉਸ ਦੀ ਆਤਮਾ ਪਵਿੱਤਰ ਹੋ ਜਾਂਦੀ ਹੈ । ਜਿਹੜਾ ਸਵਾਸ ਗਰਾਸ ਪ੍ਰਭ ਦੇ ਸ਼ਬਦ ਦਾ ਸਿਮਰਨ ਕਰਦਾ ਹੈ । ਉਹ ਹੀ ਪ੍ਰਭ ਦੇ ਦਰਬਾਰ ਵਿੱਚ ਸੋਭਦਾ, ਪ੍ਰਵਾਨ ਹੁੰਦਾ ਹੈ ।

Whosoever may obey the teachings of His Word with steady and stable belief; with His mercy and grace, his soul may be sanctified. Whosoever may meditate on the teachings of His Word with steady and stable belief; with His mercy and grace, he may be honored and accepted in His Court.

792.ਸਲੋਕ ਗੁਰੂ ਅਮਰਸਦਾਸ ਜੀ – ਮਹਲਾ ੩॥ 1419-13

ਮੁਖ ਸਚੇ ਸਚੁ ਦਾੜੀਆ,	mukh sachay sach daarhee-aa
ਸਚੁ ਬੋਲਹਿ ਸਚੁ ਕਮਾਹਿ॥	sach boleh sach kamaahi.
ਸਚਾ ਸਬਦੁ ਮਨਿ ਵਸਿਆ,	sachaa sabad man vasi-aa
ਸਤਿਗੁਰ ਮਾਂਹਿ ਸਮਾਂਹਿ॥	satgur maaNhi samaaNhi.
ਸਚੀ ਰਾਸੀ ਸਚੁ ਧਨੁ,	sachee raasee sach Dhan
ਉਤਮ ਪਦਵੀ ਪਾਂਹਿ॥	utam padvee paaNhi.
ਸਚੁ ਸੁਣਹਿ ਸਚੁ ਮੰਨਿ ਲੈਨਿ,	sach suneh sach man lain
ਸਚੀ ਕਾਰ ਕਮਾਹਿ॥	sachee kaar kamaahi.
ਸਚੀ ਦਰਗਹ ਬੈਸਣਾ,	sachee dargeh baisnaa
ਸਚੇ ਮਾਹਿ ਸਮਾਹਿ॥	sachay maahi samaahi.
ਨਾਨਕ ਵਿਣੁ ਸਤਿਗੁਰ	naanak vin satgur
ਸਚੁ ਨ ਪਾਈਐ,	sach na paa-ee-ai
ਮਨਮੁਖ ਭੂਲੇ ਜਾਂਹਿ॥੫੩॥	manmukh bhoolay jaaNhi. ||53||

ਜਿਹੜਾ ਅਟਲ ਪ੍ਰਭ ਦੇ ਸ਼ਬਦ ਦੇ ਗੁਣ ਗਾਉਂਦਾ, ਸ਼ਬਦ ਦੀ ਪਾਲਣਾ ਵਿੱਚ ਹੀ ਮਸਤ ਰਹਿੰਦਾ ਹੈ! ਉਸ ਦੀ ਆਤਮਾ ਪਵਿੱਤਰ ਹੋ ਜਾਂਦੀ ਹੈ । ਉਸ ਪ੍ਰਭ ਦੀ ਜੋਤ ਵਿੱਚ ਹੀ ਅਭੇਦ ਹੋ ਜਾਂਦੀ ਹੈ । ਉਸ ਨੂੰ ਪ੍ਰਭ ਸ਼ਬਦ ਦੀ ਸੋਝੀ ਦਾ ਖਜ਼ਾਨਾਂ ਬਖਸ਼ਿਸ਼ ਹੋ ਜਾਂਦਾ ਹੈ । ਉਹ ਆਪਣਾ ਜੀਵਨ ਸ਼ਬਦ ਦੀ ਸਿਖਿਆਂ ਨਾਲ ਢਾਲਦਾ ਹੈ! ਆਪਣੇ ਸਾਥੀਆਂ ਨੂੰ ਪ੍ਰੇਰਨਾ ਕਰਦਾ ਸਾਂਝਾ ਕਰਦਾ ਹੈ । ਉਸ ਦੀ ਆਤਮਾ ਪ੍ਰਭ ਦੀ ਦਰਗਾਹ ਵਿੱਚ ਪ੍ਰਵਾਨ ਹੋਣ ਦੇ ਯੋਗ ਹੋ ਜਾਂਦੀ ਹੈ, ਉਸ ਵਿੱਚ ਹੀ ਅਭੇਦ ਹੋ ਜਾਂਦੀ ਹੈ । ਮਨਮੁਖ ਜੀਵ ਜਨਮ ਮਰਨ ਦੇ ਚੱਕਰ ਵਿੱਚ ਹੀ ਰਹਿੰਦਾ ਹੈ । ਪ੍ਰਭ ਦੇ ਸ਼ਬਦ ਦੀ ਕਮਾਈ ਤੋ ਬਿਨਾਂ, ਪ੍ਰਭ ਦੀ ਰਹਿਮਤ, ਦਰਬਾਰ ਵਿੱਚ ਥਾਂ ਬਖਸ਼ਿਸ਼ ਨਹੀਂ ਹੁੰਦੀ ।

Whosoever may remain intoxicated in singing the glory and obeying the teachings of His Word; with His mercy and grace, his soul may be sanctified to become worthy of His Consideration. His soul may immerse within His Holy Spirit. He may adopt the teachings of His Word in his day-to-day life and he may be blessed with the treasure of enlightenment of the essence of His Word. He may inspire his follower to obey the teachings of

His Word with steady and stable belief. They may sanctify their soul and remain on the right path of acceptance in His Court. Self-minded may remain in the cycle of birth and death. No one may be blessed with the right path of acceptance in His Court, without the wealth of His Word.

793.ਸਲੋਕ ਗੁਰੂ ਅਮਰਸਦਾਸ ਜੀ - ਮਹਲਾ ੩॥ 1419-16

ਬਾਬੀਹਾ ਪ੍ਰਿਉ ਪ੍ਰਿਉ ਕਰੇ,	baabeehaa pari-o pari-o karay
ਜਲਨਿਧਿ ਪ੍ਰੇਮ ਪਿਆਰਿ॥	jalniDh paraym pi-aar.
ਗੁਰ ਮਿਲੇ ਸੀਤਲ ਜਲੁ ਪਾਇਆ,	gur milay seetal jal paa-i-aa
ਸਭਿ ਦੂਖ ਨਿਵਾਰਣਹਾਰੁ॥	sabh dookh nivaaranhaar.
ਤਿਸ ਚੁਕੈ ਸਹਜੁ ਊਪਜੈ,	tis chukai sahj oopjai
ਚੁਕੈ ਕੂਕ ਪੁਕਾਰ॥	chukai kook pukaar.
ਨਾਨਕ ਗੁਰਮੁਖਿ ਸਾਂਤਿ ਹੋਇ,	naanak gurmukh saaNt ho-ay
ਨਾਮੁ ਰਖਹੁ ਉਰਿ ਧਾਰਿ॥੫੪॥	naam rakhahu ur Dhaar. ||54||

ਜਿਵੇਂ ਬੀਬਆ (ਭਗਤ ਪ੍ਰਭ ਦੇ ਨਾਮ ਦੇ ਅੰਮ੍ਰਿਤ) ਪਾਣੀ ਲਈ ਤਰਸਦਾ ਫਿਰਦਾ ਹੈ । ਇਸਤਰ੍ਹਾਂ ਦਾਸ, ਪ੍ਰਭ ਦੇ ਵਿਛੋੜੇ ਦੇ ਵਿਰਾਗ ਵਿੱਚ ਭਟਕਦਾ ਰਹਿੰਦਾ ਹੈ । ਜਿਸ ਨੂੰ ਆਪਣੀ ਰਹਿਮਤ ਨਾਲ ਸ਼ਬਦ ਦੀ ਸੋਝੀ ਬਖਸ਼ਦਾ ਹੈ । ਉਸ ਦੇ ਮਨ ਵਿੱਚ ਸ਼ਾਂਤੀ ਬਖਸ਼ਿਸ਼ ਹੋ ਜਾਂਦੀ ਹੈ, ਸਾਰੇ ਸੰਸਾਰਕ ਇੱਛਾਂ ਦੇ ਦੁਖ, ਤਕਲੀਫ ਦੂਰ ਹੋ ਜਾਂਦੀ ਹੈ । ਉਸ ਦੇ ਮਨ ਦੀਆਂ ਸਾਰੀਆਂ ਹੀ ਤ੍ਰਿਸ਼ਨਾ ਪੂਰੀਆਂ ਹੋ ਜਾਂਦੀਆਂ, ਮਨ ਵਿੱਚ ਸੰਤੋਖ ਘਰ ਕਰ ਜਾਂਦਾ ਹੈ । ਗੁਰਮਖ ਜੀਵ ਸ਼ਾਤੀ ਨਾਲ ਸ਼ਬਦ ਵਿੱਚ ਸਮਾਧੀ ਵਿੱਚ ਅਡੋਲ ਰਹਿੰਦਾ ਹੈ ।

As the rain-bird, **Baabhaa** may remain crying, anxious for the drop of rain falling in his mouth; same way His true devotee remain in renunciation in the memory of his separation from His Holy Spirit. Whosoever may be blessed with the enlightenment of the essence of His Word; with His mercy and grace, all his spoken and unspoken desires may be fully satisfied. His mind may remain with peace and contentment. His true devotee may remain intoxicated in the void of His Word

794.ਸਲੋਕ ਗੁਰੂ ਅਮਰਸਦਾਸ ਜੀ - ਮਹਲਾ ੩॥ 1419-18

ਬਾਬੀਹਾ ਤੂੰ ਸਚੁ ਚਉ,	baabeehaa tooN sach cha-o
ਸਚੇ ਸਉ ਲਿਵ ਲਾਇ॥	sachay sa-o liv laa-ay.
ਬੋਲਿਆ ਤੇਰਾ ਥਾਇ ਪਵੈ,	boli-aa tayraa thaa-ay pavai
ਗੁਰਮੁਖਿ ਹੋਇ ਅਲਾਇ॥	gurmukh ho-ay alaa-ay.
ਸਬਦੁ ਚੀਨਿ ਤਿਖ ਉਤਰੈ,	sabad cheen tikh utrai
ਮੰਨਿ ਲੈ ਰਜਾਇ॥	man, lai rajaa-ay.
ਚਾਰੇ ਕੁੰਡਾ ਝੋਕਿ ਵਰਸਦਾ,	chaaray kundaa jhok varasdaa
ਬੂੰਦ ਪਵੈ ਸਹਜਿ ਸੁਭਾਇ॥	boond pavai sahj subhaa-ay.
ਜਲ ਹੀ ਤੇ ਸਭ ਊਪਜੈ,	jal hee tay sabh oopjai
ਬਿਨੁ ਜਲ ਪਿਆਸ ਨ ਜਾਇ॥	bin jal pi-aas na jaa-ay.
ਨਾਨਕ ਹਰਿ ਜਲੁ ਜਿਨਿ ਪੀਆ,	naanak har jal jin pee-aa
ਤਿਸੁ ਭੂਖ ਨ ਲਾਗੈ ਆਇ॥੫੫॥	tis bhookh na laagai aa-ay. ||55||

ਜੀਵ, ਜਿਵੇਂ ਬੀਬਆ ਆਪਣੀ ਪ੍ਰੀਤ ਵਿੱਚ ਅਡੋਲ ਰਹਿੰਦਾ ਹੈ । ਗੁਰਮਖ ਵੀ ਅਡੋਲ ਭਰੋਸੇ ਨਾਲ ਸ਼ਬਦ ਦੀ ਪਾਲਣਾ ਕਰਦਾ, ਆਪਣੇ ਅੰਦਰੋਂ ਹੀ ਸ਼ਬਦ ਦੀ ਸੋਝੀ ਦੀ ਖੋਜ ਕਰਦਾ! ਉਸ ਨੂੰ ਸ਼ਬਦ ਦੀ ਪਾਲਣਾ ਕਰਨ ਨਾਲ ਗੁਰਮਖ ਅਵਸਥਾ ਬਖਸ਼ਿਸ਼ ਹੋ ਜਾਂਦੀ ਹੈ । ਗੁਰਮੁਖ ਦੇ ਬੋਲੇ ਹੋਏ ਬੋਲ ਪ੍ਰਭ ਮਨਜੂਰ ਕਰ ਲੈਂਦਾ ਹੈ । ਉਹ ਆਪਣਾ ਆਪ ਪ੍ਰਭ ਨੂੰ ਅਰਪਨ ਕਰਕੇ ਪ੍ਰਭ ਦੀ ਸਮਾਧੀ ਵਿੱਚ ਲੀਨ ਰਹਿੰਦਾ ਹੈ । ਪ੍ਰਭ ਦੀਆਂ ਰਹਿਮਤਾਂ ਹਰ ਵੇਲੇ ਹੀ ਵਰਸਦੀਆਂ ਹਨ । ਗੁਰਮਖ ਨੂੰ ਵੀ ਪ੍ਰਭ ਦੇ ਅੰਮ੍ਰਿਤ ਦੀ ਬੂੰਦ ਬਖਸ਼ਿਸ਼ ਹੋ ਜਾਂਦੀ ਹੈ । ਜਿਵੇਂ ਜਲ ਨਾਲ ਹੀ ਸਭ ਕੁਝ ਵਧਦਾ ਹੈ । ਪਾਣੀ ਤੋ ਬਿਨਾਂ

ਪਿਆਸ ਖਤਮ ਨਹੀਂ ਹੁੰਦੀ । ਇਸਤਰ੍ਹਾਂ ਜਿਸ ਦੇ ਮਨ ਵਿੱਚ ਪ੍ਰਭ ਨੂੰ ਮਿਲਣ ਦੀ ਤ੍ਰਿਸ਼ਨਾ ਹੁੰਦੀ ਹੈ । ਉਸ ਦੀ ਤ੍ਰਿਸ਼ਨਾ ਪ੍ਰਭ ਦੀ ਪ੍ਰਵਾਨਗੀ ਤੋ ਬਿਨਾਂ ਨਹੀਂ ਖਤਮ ਹੁੰਦੀ ।

As a rain-bird may remain steady and stable belief on his path, belief; same way His true devotee may obey the teachings of His Word and searches within his own body and mind; with His mercy and grace, he may be blessed with the state of mind as His true devotee. His spoken words may be transformed as His Word, His Command, true forever. He may surrender his self-identity and remains intoxicated in meditation in the void of His Word. His blessing may be raining everywhere in the universe; His true devotee may be blessed with the nectar of the essence of His Word. As everything may grow and blossom with water; same way the thirst, anxiety of His true devotee may only be quenched with acceptance in His Court.

795.ਸਲੋਕ ਗੁਰੂ ਅਮਰਸਦਾਸ ਜੀ – ਮਹਲਾ ੩॥ 1420-2

ਬਾਬੀਹਾ ਤੂੰ ਸਹਜਿ ਬੋਲਿ,	baabeehaa tooN sahj bol
ਸਚੈ ਸਬਦਿ ਸੁਭਾਇ॥	sachai sabad subhaa-ay.
ਸਭੁ ਕਿਛੁ ਤੇਰੈ ਨਾਲਿ ਹੈ,	abh kichh tayrai naal hai
ਸਤਿਗੁਰਿ ਦੀਆਂ ਦਿਖਾਇ॥	satgur dee-aa dikhaa-ay.
ਆਪੁ ਪਛਾਣਹਿ ਪ੍ਰੀਤਮੁ ਮਿਲੈ,	aap pachhaaneh pareetam milai
ਵੁਠਾ ਛਹਬਰ ਲਾਇ॥	vuthaa chhahbar laa-ay.
ਝਿਮਿ ਝਿਮਿ ਅੰਮ੍ਰਿਤੁ ਵਰਸਦਾ,	jhim jhim amrit varasdaa
ਤਿਸਨਾ ਭੁਖ ਸਭ ਜਾਇ॥	tisnaa bhukh sabh jaa-ay.
ਕੂਕ ਪੁਕਾਰ ਨ ਹੋਵਈ,	kook pukaar na hova-ee
ਜੋਤੀ ਜੋਤਿ ਮਿਲਾਇ॥	jotee jot milaa-ay.
ਨਾਨਕ ਸੁਖਿ ਸਵਨ੍ਹਿ ਸੋਹਾਗਣੀ,	naanak sukh savniH sohaaganee
ਸਚੈ ਨਾਮਿ ਸਮਾਇ॥੫੬॥	sachai naam samaa-ay. ||56||

ਜਿਹੜਾ ਪ੍ਰਭ ਦੇ ਅੰਮ੍ਰਿਤ ਦਾ ਪਿਆਸਾ, ਬੀਬਆ ਬਣ ਜਾਂਦਾ ਹੈ, ਉਸ ਤੇ ਪ੍ਰਭ ਦੇ ਸ਼ਬਦ ਦੀ ਸੋਝੀ, ਅੰਮ੍ਰਿਤ ਦਾ ਰੰਗ ਚੜ੍ਹ ਜਾਂਦਾ ਹੈ । ਪ੍ਰਭ ਦੀਆਂ ਰਹਿਮਤ ਨਾਲ ਸੋਝੀ ਬਖਸ਼ਿਸ਼ ਹੋ ਜਾਂਦੀ, ਪ੍ਰਭ ਦੀ ਹੋਂਦ ਮਹਿਸੂਸ ਹੋ ਜਾਂਦੀ ਹੈ । ਉਹ ਆਪਣੇ ਆਪ ਨੂੰ ਪਛਾਣ ਜਾਂਦਾ, ਮਾਨਸ ਜੀਵਨ ਦੇ ਮੰਤਵ ਦੀ ਸੋਝੀ ਬਖਸ਼ਿਸ਼ ਹੋ ਜਾਂਦੀ ਹੈ । ਪ੍ਰਭ ਦੇ ਅੰਮ੍ਰਿਤ ਦਾ ਮੀਂਹ ਹਮੇਸ਼ਾਂ ਹੀ ਪੈਂਦਾ ਰਹਿੰਦਾ ਹੈ । ਪ੍ਰਭ ਦੇ ਸ਼ਬਦ ਦੀ ਸੋਝੀ ਨਾਲ ਸਦਾ ਲਈ ਭੁੱਖ ਖਤਮ ਹੋ ਜਾਂਦੀ ਹੈ । ਉਸ ਨੂੰ ਕਰਲਾਉਣ ਦੀ ਲੋੜ ਨਹੀਂ ਰਹਿੰਦੀ । ਉਸ ਦਾ ਵਿਰਾਗ ਸਦਾ ਲਈ ਦੂਰ ਹੋ ਜਾਂਦਾ ਹੈ । ਉਸ ਦੇ ਮਨ ਵਿੱਚ ਸਦਾ ਰਹਿਣ ਵਾਲਾ ਖੇੜਾ ਬਖਸ਼ਿਸ਼ ਹੋ ਜਾਂਦਾ ਹੈ ।

Whosoever may become like a rain-bird for the nectar of the essence of His Word; with His mercy and grace, he may be blessed with the enlightenment of the essence of His Word. He may realize His Holy Spirit prevailing everywhere. He may recognize the real purpose of his human life journey. The nectar of the essence of His Word may remain raining everywhere all times. Whosoever may be blessed with the enlightenment of the essence of His Word; his thirst, anxiety may be eliminated forever. He may not remain in renunciation in the memory of his separation from His Holy Spirit.

796.ਸਲੋਕ ਗੁਰੂ ਅਮਰਸਦਾਸ ਜੀ – ਮਹਲਾ ੩॥ 1420-5

ਧੁਰਹੁ ਖਸਮਿ ਭੇਜਿਆ,	Dharahu khasam bhayji-aa
ਸਚੈ ਹੁਕਮਿ ਪਠਾਇ॥	sachai hukam pathaa-ay.
ਇੰਦੁ ਵਰਸੈ ਦਇਆ ਕਰਿ,	ind varsai da-i-aa kar
ਗੂੜ੍ਹੀ ਛਹਬਰ ਲਾਇ॥	goorhHee chhahbar laa-ay.
ਬਾਬੀਹੇ ਤਨਿ ਮਨਿ ਸੁਖੁ ਹੋਇ,	baabeehay tan man sukh ho-ay

ਜਾ ਤਤੁ ਬੂੰਦ ਮੁਹਿ ਪਾਇ॥	jaaN tat boond muhi paa-ay.
ਅਨੁ ਧਨੁ ਬਹੁਤਾ ਉਪਜੈ,	an Dhan bahutaa upjai
ਧਰਤੀ ਸੋਭਾ ਪਾਇ॥	Dhartee sobhaa paa-ay.
ਅਨਦਿਨੁ ਲੋਕੁ ਭਗਤਿ ਕਰੇ,	an-din lok bhagat karay
ਗੁਰ ਕੈ ਸਬਦਿ ਸਮਾਇ॥	gur kai sabad samaa-ay.
ਆਪੇ ਸਚਾ ਬਖਸਿ ਲਏ,	aapay sachaa bakhas la-ay
ਕਰਿ ਕਿਰਪਾ ਕਰੈ ਰਜਾਇ॥	kar kirpaa karai rajaa-ay.
ਹਰਿ ਗੁਣ ਗਾਵਹੁ ਕਾਮਣੀ,	har gun gaavhu kaamnee
ਸਚੈ ਸਬਦਿ ਸਮਾਇ॥	sachai sabad samaa-ay.
ਭੈ ਕਾ ਸਹਜੁ ਸੀਗਾਰੁ ਕਰਿਹੁ,	bhai kaa sahj seegaar karihu
ਸਚਿ ਰਹਹੁ ਲਿਵ ਲਾਇ॥	sach rahhu liv laa-ay.
ਨਾਨਕ ਨਾਮੋ ਮਨਿ ਵਸੈ,	naanak naamo man vasai
ਹਰਿ ਦਰਗਹ ਲਏ ਛਡਾਇ॥੫੭॥	har dargeh la-ay chhadaa-ay. ||57||

ਪ੍ਰਭ ਦੇ ਅਟਲ ਸ਼ਬਦ ਰੂਪੀ ਰਹਿਮਤਾਂ ਦਾ ਮੀਂਹ ਪੈਂਦਾ ਹੈ । ਜਿਹੜੇ ਜੀਵ ਦੇ ਮਨ ਵਿੱਚ ਪ੍ਰਭ ਦੇ ਸ਼ਬਦ ਦੀ ਸਿਖਿਆਂ ਘਰ ਕਰ ਜਾਂਦੀ ਹੈ । ਉਸ ਦੀ ਲਗਨ ਪ੍ਰਭ ਦੇ ਸ਼ਬਦ ਦੀ ਪਾਲਣਾ ਵਿੱਚ ਅਡੋਲ ਹੋ ਜਾਂਦੀ ਹੈ, ਉਹ ਸੋਭਾ ਯੋਗ ਹੋ ਜਾਂਦਾ ਹੈ । ਜਿਹੜਾ ਜੀਵ ਦਿਨ ਰਾਤ ਪ੍ਰਭ ਦੇ ਸ਼ਬਦ ਦੇ ਸਿਮਰਨ ਵਿੱਚ ਲੀਨ ਹੋ ਜਾਂਦਾ ਹੈ । ਪ੍ਰਭ ਆਪ ਹੀ ਰਹਿਮਤ ਬਖਸ਼ਦਾ, ਆਪਣੇ ਵਿੱਚ ਅਭੇਦ ਕਰ ਲੈਂਦਾ ਹੈ । ਉਹ ਪ੍ਰਭ ਦੇ ਸ਼ਬਦ ਦੇ ਗੁਣ ਗਾਉਂਦਾ, ਸ਼ਬਦ ਦੀ ਸਮਾਧੀ ਵਿੱਚ ਹੀ ਸਮਾ ਜਾਂਦਾ, ਲੀਨ ਰਹਿੰਦਾ ਹੈ । ਉਸ ਦਾ ਮੌਤ ਦਾ ਡਰ ਖਤਮ ਹੋ ਜਾਂਦਾ ਹੈ । ਉਹ ਮੌਤ ਦੇ ਸਮੇਂ ਦੀ ਉਡੀਕ ਕਰਦਾ ਹੈ । ਮੌਤ ਪ੍ਰਭ ਨਾਲ ਮਿਲਾਪ ਦਾ ਸਮਾਂ ਬਣ ਜਾਂਦੀ ਹੈ । ਜਿਸ ਦੇ ਮਨ ਵਿੱਚ ਸ਼ਬਦ ਜਾਗਰਤ ਹੋ ਜਾਂਦਾ ਹੈ । ਉਸ ਨੂੰ ਆਪ ਹੀ ਦਰਗਾਹ ਵਿੱਚ ਪ੍ਰਵਾਨ ਕਰ ਲੈਂਦਾ ਹੈ ।

The Blessings of True Master may be raining in the form of teachings of His Word everywhere. Whosoever may remain drenched with the essence of His Word within his heart, in his day-to-day life. He may remain intoxicated in meditation and obeying the teachings of His Word Day and night; with His mercy and grace, he may be honored in the universe. He may be immersed within His Holy spirit. His fear of death may be eliminated. His time of death may become an auspicious time to be united with the origin, His Holy Spirit. Whosoever may remain enlightened with the essence of His Word; with His mercy and grace, he may be accepted in His Court.

797. ਸਲੋਕ ਗੁਰੂ ਅਮਰਸਦਾਸ ਜੀ – ਮਹਲਾ ੩॥ 1420 - 9

ਬਾਬੀਹਾ ਸਗਲੀ ਧਰਤੀ ਜੇ ਫਿਰਹਿ,	baabeehaa saglee Dhartee jay fireh
ਊਡਿ ਚੜਹਿ ਆਕਾਸਿ॥	ood charheh aakaas.
ਸਤਿਗੁਰਿ ਮਿਲਿਐ ਜਲੁ ਪਾਈਐ,	satgur mili-ai jal paa-ee-ai
ਚੂਕੈ ਭੂਖ ਪਿਆਸ॥	chookai bhookh pi-aas.
ਜੀਉ ਪਿੰਡੁ ਸਭੁ ਤਿਸ ਕਾ,	jee-o pind sabh tis kaa
ਸਭੁ ਕਿਛੁ ਤਿਸ ਕੈ ਪਾਸਿ॥	sabh kichh tis kai paas.
ਵਿਣੁ ਬੋਲਿਆ ਸਭੁ ਕਿਛੁ ਜਾਣਦਾ,	vin boli-aa sabh kichh jaandaa
ਕਿਸੁ ਆਗੈ ਕੀਚੈ ਅਰਦਾਸਿ॥	kis aagai keechai ardaas.
ਨਾਨਕ ਘਟਿ ਘਟਿ ਏਕੋ ਵਰਤਦਾ,	naanak ghat ghat ayko varatdaa
ਸਬਦਿ ਕਰੇ ਪਰਗਾਸ॥੫੮॥	sabad karay pargaas. ||58||

ਜੀਵ ਦਾ ਮਨ ਸੰਸਾਰ ਵਿੱਚ ਵੱਖਰੇ ਵੱਖਰੇ ਧਰਮਾਂ ਦੇ ਖਿਆਲਾਂ ਪਿਛੇ ਲਗਾ ਰਹਿੰਦਾ ਹੈ । ਜਿਸ ਨੂੰ ਪ੍ਰਭ ਆਪਣੀ ਰਹਿਮਤ ਨਾਲ ਸ਼ਬਦ ਦੀ ਪਾਲਣਾ ਦੀ ਸ਼ਰਧਾ, ਲਗਨ ਬਖਸ਼ਦਾ ਹੈ । ਉਸ ਨੂੰ ਸ਼ਬਦ ਦੀ ਸੋਝੀ ਨਾਲ ਮਨ ਵਿੱਚ ਸ਼ਾਂਤੀ ਬਖਸ਼ਿਸ਼ ਹੋ ਜਾਂਦੀ ਹੈ । ਪ੍ਰਭ ਦੀ ਰਹਿਮਤ ਨਾਲ ਸੋਝੀ ਹੋ ਜਾਂਦੀ ਹੈ, ਤਨ, ਮਨ ਸਭ ਕੁਝ ਪ੍ਰਭ ਦੀ ਹੀ ਅਮਾਨਤ ਹੈ । ਪ੍ਰਭ ਬਿਨਾਂ ਬੋਲਿਆਂ ਹੀ ਮਨ ਦੀਆਂ ਭਾਵਨਾਂ, ਇੱਛਾਂ

ਜਾਣਦਾ ਰਹਿਮਤ ਬਖਸ਼ਦਾ ਹੈ! ਹੋਰ ਕਿਸੇ ਅੱਗੇ ਮੰਗ ਕੀ ਕੀਤੀ ਜਾਵੇ? ਪ੍ਰਭ ਹਰਇੱਕ ਆਤਮਾ ਵਿੱਚ ਹੀ ਸਮਾਇਆ ਰਹਿੰਦਾ ਹੈ । ਜਿਸ ਦਾ ਭਰੋਸਾ ਸ਼ਬਦ ਦੀ ਸਿਖਿਆਂ ਤੇ ਅਡੋਲ ਹੋ ਜਾਂਦਾ ਹੈ, ਉਸ ਨੂੰ ਸੋਝੀ ਬਖਸ਼ਦਾ, ਪ੍ਰਗਟ ਹੋ ਜਾਂਦਾ ਹੈ ।

Self-minded may remain wandering after various religious gurus to find peace of mind. Whosoever may be blessed with devotion to obey the teachings of His Word; with His mercy and grace, he may be enlightened that his body, mind, and worldly status have been blessed and only His Trust. The Omniscient True Master remains aware about the hopes, desires of everyone without speaking and praying. Whom else should he pray, begs for forgiveness and Refuge? His Holy Spirit remains embedded within each soul. Whosoever may remain drenched with the essence of His Word within; with His mercy and grace, he may be enlightened and realizes His Spirit prevailing everywhere.

798.ਸਲੋਕ ਗੁਰੂ ਅਮਰਸਦਾਸ ਜੀ – ਮਹਲਾ ੩॥ 1420-12

ਨਾਨਕ ਤਿਸੈ ਬਸੰਤੁ ਹੈ,	naanak tisai basant hai
ਜਿ ਸਤਿਗੁਰੁ ਸੇਵਿ ਸਮਾਇ॥	je satgur sayv samaa-ay.
ਹਰਿ ਵੁਠਾ ਮਨੁ ਤਨੁ ਸਭੁ ਪਰਫੜੈ,	har vuthaa man tan sabh parfarhai
ਸਭੁ ਜਗੁ ਹਰੀਆਵਲੁ ਹੋਇ॥੫੯॥	sabh jag haree-aaval ho-ay. ||59||

ਜਿਹੜਾ ਜੀਵ ਪ੍ਰਭ ਦੀ ਸੇਵਾ, ਬੰਦਗੀ ਵਿੱਚ ਹੀ ਲੀਨ ਰਹਿੰਦਾ ਹੈ । ਉਸ ਦੇ ਮਨ ਵਿੱਚ ਸਦਾ ਰਹਿਣ ਵਾਲਾ ਖੇੜਾ ਬਖਸ਼ਿਸ਼ ਹੋ ਜਾਂਦਾ ਹੈ । ਉਸ ਨੂੰ ਪ੍ਰਭ ਦੀ ਰਹਿਮਤ ਨਾਲ ਸਾਰਾ ਸੰਸਾਰ ਹੀ ਹਰੀਆਵਲਾ, ਖੇੜੇ ਵਿੱਚ, ਸੋਹਣਾ ਲਗਦਾ ਹੈ ।

Whosoever may remain intoxicated in meditation on the teachings of His Word with steady and stable belief in his day-to-day life; with His mercy and grace, he may be blessed with the everlasting blossom forever. He may realize His Holy Spirit prevailing and blossom overwhelmed everywhere.

799.ਸਲੋਕ ਗੁਰੂ ਅਮਰਸਦਾਸ ਜੀ – ਮਹਲਾ ੩॥ 1420-13

ਸਬਦੇ ਸਦਾ ਬਸੰਤੁ ਹੈ,	sabday sadaa basant hai
ਜਿਤੁ ਤਨੁ ਮਨੁ ਹਰਿਆ ਹੋਇ॥	jit tan man hari-aa ho-ay.
ਨਾਨਕ ਨਾਮੁ ਨ ਵੀਸਰੈ,	naanak naam na veesrai
ਜਿਨਿ ਸਿਰਿਆ ਸਭੁ ਕੋਇ॥੬੦॥	jin siri-aa sabh ko-ay. ||60||

ਸ੍ਰਿਸ਼ਟੀ ਦੇ ਮਾਲਕ, ਸ੍ਰਿਜਨਹਾਰੇ ਦੇ ਵਿਛੋੜੇ ਨੂੰ ਸਦਾ ਯਾਦ ਰਖਕੇ, ਉਸ ਦੇ ਸ਼ਬਦ ਦੀ ਪਾਲਣਾ ਸਿਮਰਨ ਕਰੋ! ਪ੍ਰਭ ਦੀ ਰਹਿਮਤ ਨਾਲ ਮਨ ਵਿੱਚ ਸ਼ਰਧਾ ਵਧਦੀ ਹੈ, ਖੇੜਾ ਬਖਸ਼ਿਸ਼ ਹੋ ਜਾਂਦਾ ਹੈ । ਗੁਰਮਖ ਪ੍ਰਭ ਦੇ ਵਿਛੋੜੇ, ਸ਼ਬਦ ਦੀ ਸਿਖਿਆਂ ਨੂੰ ਕਦੇ ਮਨ ਵਿਚੋਂ ਵਿਸਾਰਦਾ ਨਹੀਂ ।

You should always remain in renunciation in the memory of your separation from His Holy Spirit! You should meditate and obey the teachings of His Word with steady and stable belief; with His mercy and grace, you may be blessed with blossom in your life and your devotion may be enhanced. His true devotee remains in renunciation in the memory of his separation from His Holy Spirit. He may remain intoxicated in meditation in the void of His Word.

800.ਸਲੋਕ ਗੁਰੂ ਅਮਰਸਦਾਸ ਜੀ – ਮਹਲਾ ੩॥ 1420-14

ਨਾਨਕ ਤਿਨਾ ਬਸੰਤੁ ਹੈ,	|naanak tinaa basant hai
ਜਿਨਾ ਗੁਰਮੁਖਿ ਵਸਿਆ ਮਨਿ ਸੋਇ॥	jinaa gurmukh vasi-aa man so-ay.
ਹਰਿ ਵੁਠੈ ਮਨੁ ਤਨੁ ਪਰਫੜੈ,	har vuthai man tan parfarhai
ਸਭੁ ਜਗੁ ਹਰਿਆ ਹੋਇ॥੬੧॥	sabh jag hari-aa ho-ay. ||61||

ਜਿਸ ਦੇ ਮਨ ਵਿੱਚ ਪ੍ਰਭ ਦੇ ਸ਼ਬਦ ਦੀ ਸਿਖਿਆਂ ਘਰ ਕਰ ਜਾਂਦੀ ਹੈ। ਪ੍ਰਭ ਦੀ ਰਹਿਮਤ ਨਾਲ ਉਸ ਦੇ ਮਨ ਵਿੱਚ ਖੇੜਾ ਬਖਸ਼ਿਸ਼ ਹੋ ਜਾਂਦਾ ਹੈ। ਉਸ ਨੂੰ ਸਾਰਾ ਸੰਸਾਰ ਹੀ ਹਰੀਆਵਲਾ, ਖੇੜੇ ਵਿੱਚ, ਸੋਹਣਾ ਲਗਦਾ ਹੈ।

Whosoever may remain drenched with the essence of His Word; with His mercy and grace, he may remain overwhelmed with contentment and blossom in his day-to-day life. He may realize, His Holy Spirit prevailing everywhere and the whole universe remains overwhelmed with blossom.

801.ਸਲੋਕ ਗੁਰੂ ਅਮਰਸਦਾਸ ਜੀ – ਮਹਲਾ ੩॥ 1420-15

ਵਡੜੈ ਝਾਲਿ ਝਲੁੰਭਲੈ,	vadrhai jhaal jhalumbhlai
ਨਾਵੜਾ ਲਈਐ ਕਿਸੁ॥	naavrhaa la-ee-ai kis.
ਨਾਉ ਲਈਐ ਪਰਮੇਸਰੈ,	naa-o la-ee-ai parmaysrai
ਭੰਨਣ ਘੜਣ ਸਮਰਥੁ॥੬੨॥	bhannan gharhan samrath. ||62||

ਜੀਵ ਪਹਿਲੇ ਪਹਰੇ, ਉੱਠਕੇ ਸਭ ਤੋ ਪਹਿਲੇ ਕਿਸ ਨੂੰ ਯਾਦ ਕਰਨਾ ਚਾਹੀਦਾ ਹੈ? ਕੇਵਲ ਜਨਮ, ਮਰਨ ਬਖਸ਼ਣ ਵਾਲੇ ਪ੍ਰਭ ਦੇ ਵਿਛੋੜੇ, ਸ਼ਬਦ ਦੀ ਸਿਖਿਆਂ ਨੂੰ ਯਾਦ ਕਰੋ!

Who should be remembered first waking in the morning? You should always remember your misery of separation from His Holy Spirit and the teachings of His Word.

802.ਸਲੋਕ ਗੁਰੂ ਅਮਰਸਦਾਸ ਜੀ – ਮਹਲਾ ੩॥ 1420-16

ਹਰਹਟ ਭੀ ਤੂੰ ਤੂੰ ਕਰਹਿ,	harhat bhee tooN tooN karahi
ਬੋਲਹਿ ਭਲੀ ਬਾਣਿ॥	boleh bhalee baan.
ਸਾਹਿਬੁ ਸਦਾ ਹਦੂਰਿ ਹੈ,	saahib sadaa hadoor hai
ਕਿਆ ਉਚੀ ਕਰਹਿ ਪੁਕਾਰ॥	ki-aa uchee karahi pukaar.
ਜਿਨਿ ਜਗਤੁ ਉਪਾਇ ਹਰਿ ਰੰਗੁ ਕੀਆ,	jin jagat upaa-ay har rang kee-aa
ਤਿਸੈ ਵਿਟਹੁ ਕੁਰਬਾਣੁ॥	tisai vitahu kurbaan.
ਆਪੁ ਛੋਡਹਿ ਤਾਂ ਸਹੁ ਮਿਲੈ	aap chhodeh taaN saho milai
ਸਚਾ ਏਹੁ ਵੀਚਾਰੁ॥	sachaa ayhu veechaar.
ਹਉਮੈ ਫਿਕਾ ਬੋਲਣਾ	ha-umai fikaa bolnaa
ਬੁਝਿ ਨ ਸਕਾ ਕਾਰ॥	bujh na sakaa kaar.
ਵਣੁ ਤ੍ਰਿਣੁ ਤ੍ਰਿਭਵਣੁ ਤੁਝੈ ਧਿਆਇਦਾ,	van tarin taribhavan tujhai Dhi-aa-idaa
ਅਨਦਿਨੁ ਸਦਾ ਵਿਹਾਣ॥	an-din sadaa vihaan.
ਬਿਨੁ ਸਤਿਗੁਰ ਕਿਨੈ ਨ ਪਾਇਆ,	bin satgur kinai na paa-i-aa
ਕਰਿ ਕਰਿ ਥਕੇ ਵੀਚਾਰ॥	kar kar thakay veechaar.
ਨਦਰਿ ਕਰਹਿ ਜੇ ਆਪਣੀ,	nadar karahi jay aapnee
ਤਾਂ ਆਪੇ ਲੈਹਿ ਸਵਾਰਿ॥	taaN aapay laihi savaar.
ਨਾਨਕ ਗੁਰਮੁਖਿ ਜਿਨੀ ਧਿਆਇਆ,	naanak gurmukh jinHee Dhi-aa-i-aa
ਆਏ ਸੇ ਪਰਵਾਣੁ॥੬੩॥	aa-ay say parvaan. ||63||

ਪ੍ਰਭ ਦੀ ਜੋਤ ਆਤਮਾ ਵਿੱਚ ਹੀ ਸਮਾਈ, ਤਨ ਵਿੱਚ ਹੀ ਵਸਦੀ ਹੈ, ਉਸ ਨੂੰ ਉੱਚੀ ਪੁਕਰਨ ਦੀ ਕੋਈ ਲੋੜ ਨਹੀਂ ਹੈ। ਜਿਹੜਾ ਮਨ ਵਿੱਚ ਵਿਛੋੜੇ ਨੂੰ ਯਾਦ ਰਖਦਾ ਹੈ, ਪ੍ਰਭ ਉਸ ਦੀ ਪੁਕਾਰ ਸੁਣਦਾ ਹੈ। ਪ੍ਰਭ ਤੋ ਕੁਰਬਾਨ ਜਾਈਏ! ਪ੍ਰਭ ਆਪਣੀ ਪੈਦਾ ਕੀਤੀ ਸ੍ਰਿਸ਼ਟੀ ਨੂੰ ਪ੍ਰੀਤ ਕਰਦਾ ਹੈ। ਹਰਇੱਕ ਜੀਵ ਦੇ ਤਨ ਅੰਦਰ ਦੋਂ ਮਨ ਹਨ, ਇੱਕ ਜੀਵ ਦਾ ਸੁਚੇਤ ਮਨ, ਆਪਾ ਸੰਸਾਰਕ ਮਾਇਆ ਦਾ ਗੁਲਾਮ ਅਤੇ ਦੂਸਰਾ ਅਚੇਤ ਮਨ, ਪ੍ਰਭ ਦਾ ਸ਼ਬਦ, ਜੋਤ, ਸ਼ਿਵ ਵਸਦੇ ਹਨ। ਜਿਸ ਦੇ ਮਨ ਵਿੱਚ ਆਪਾ ਰਹਿੰਦਾ ਹੈ, ਉਸ ਦਾ ਮਨ ਸੰਸਾਰਕ ਮਾਇਆ ਦਾ ਗੁਲਾਮ ਰਹਿੰਦਾ ਹੈ, ਉਸ ਨੂੰ ਮਾਨਸ ਜਨਮ ਦੇ ਮੰਤਵ ਦੀ ਸੋਝੀ ਨਹੀਂ ਹੁੰਦੀ। ਜਿਹੜਾ ਆਪਾ ਪ੍ਰਭ ਦੀ ਭੇਟਾ ਕਰ ਦੇਂਦਾ ਹੈ, ਉਸ ਦਾ ਮਨ ਸ਼ਿਵ ਦੇ ਲੜ ਲਗ ਜਾਂਦਾ ਹੈ, ਉਸ ਦਾ ਮਨ ਸ਼ਬਦ ਦਾ ਗੁਲਾਮ ਬਣ ਜਾਂਦਾ ਹੈ। ਜਿਹੜਾ ਆਪ ਪ੍ਰਭ ਦੇ ਭੇਟਾ ਕਰਦਾ ਹੈ, ਉਸ ਨੂੰ ਪ੍ਰਵਾਨਗੀ ਦਾ ਅਸਲੀ ਰਸਤਾ ਬਖਸ਼ਿਸ਼ ਹੋ ਜਾਂਦਾ ਹੈ। ਤਿੰਨਾਂ ਸ੍ਰਿਸ਼ਟੀਆਂ ਵਿੱਚ ਹੀ ਸਭ ਪ੍ਰਭ

ਦੇ ਸ਼ਬਦ ਦਾ ਸਿਮਰਨ ਕਰਦੇ, ਆਪਣਾ ਦਿਨ ਰਾਤ ਬਤੀਤ ਕਰਦੇ ਹਨ । ਸੰਸਾਰਕ ਜੀਵਾਂ ਨੇ ਪਰਖਕੇ ਦੇਖ ਲਿਆ ਹੈ । ਪ੍ਰਭ ਦੀ ਰਹਿਮਤ ਤੋ ਬਿਨਾਂ ਕੋਈ ਪ੍ਰਵਾਨ ਨਹੀਂ ਹੋ ਸਕਦਾ । ਜਿਹੜਾ ਪ੍ਰਭ ਦੇ ਸ਼ਬਦ ਦੀ ਪਾਲਣਾ ਅਡੋਲ ਭਰੋਸੇ ਨਾਲ ਕਰਦਾ ਹੈ, ਪ੍ਰਭ ਦੀ ਰਹਿਮਤ ਨਾਲ ਉਸ ਨੂੰ ਪ੍ਰਵਾਨਗੀ ਦਾ ਰਸਤਾ ਬਖਸ਼ਿਸ਼ ਹੋ ਜਾਂਦਾ ਹੈ, ਉਹ ਦਰਬਾਰ ਵਿੱਚ ਪ੍ਰਵਾਨ ਹੋ ਜਾਂਦਾ ਹੈ ।

His Holy Spirit remains embedded with each soul and dwells within his body; The Omniscient True Master remains aware of all his thoughts and hopes; you need not to pray loud. Whosoever may remain in renunciation in the memory of his separation from His Holy Spirit; even his unspoken prayers may be heard. I remain fascinated, astonished from The True Master! He remains in love, bonded, concerned about His Creation. Two commanders' dwells within each soul; one may be his concentration- mind, dominated with sweet poison of worldly wealth, Shakti; second may be called sub-conscious, the everlasting echo of His Word, shiv! Whosoever may remain intoxicated with sweet poison of worldly wealth; he may never be blessed with the right path of acceptance in His Court. Whosoever may surrender his self-identity at His Sanctuary; his concentrated mind may become a slave of subconscious mind, His Word, attached with Shiv! Shakti, worldly wealth becomes his slave. He may be blessed with the right path of acceptance in His Court. In three universes, all creatures meditate and worship The True Master and spend predetermined time in the universe. From ancient Ages! His Creations have realized! Without His mercy and grace, his soul may not be blessed with the right path of acceptance in His Court. Whosoever may remain intoxicated in meditation with steady and stable belief; with His mercy and grace, he may be blessed with the right path of acceptance in His Court. He may be immersed within His Holy Spirit.

803.ਸਲੋਕ ਗੁਰੂ ਅਮਰਸਦਾਸ ਜੀ – ਮਹਲਾ ੩॥ 1421-2

ਜੋਗੁ ਨ ਭਗਵੀ ਕਪੜੀ, jog na bhagvee kaprhee
ਜੋਗੁ ਨ ਮੈਲੇ ਵੇਸਿ॥ jog na mailay vays.
ਨਾਨਕ ਘਰਿ ਬੈਠਿਆ ਜੋਗੁ ਪਾਈਐ, naanak ghar baithi-aa jog paa-ee-ai
ਸਤਿਗੁਰ ਕੈ ਉਪਦੇਸਿ॥੬੪॥ satgur kai updays. ||64||

ਸੰਸਾਰਕ ਧਰਮ ਦੇ ਰਸਤਾ ਨਾਲ ਜੀਵਨ ਢਾਲਣ ਨਾਲ, ਅੰਮ੍ਰਿਤ ਪਾਨ ਕਰਨ ਨਾਲ ਆਤਮਾ ਪਵਿੱਤਰ ਨਹੀਂ ਹੁੰਦੀ, ਪ੍ਰਵਾਨਗੀ ਦਾ ਰਸਤਾ ਬਖਸ਼ਿਸ਼ ਨਹੀਂ ਹੁੰਦਾ । ਜਿਹੜਾ ਸ਼ਬਦ ਦੀ ਸਿਖਿਆਂ ਨਾਲ ਜੀਵਨ ਢਾਲਦਾ ਹੈ, ਉਸ ਨੂੰ ਹੀ ਪ੍ਰਭ ਦੇ ਦਰਬਾਰ ਵਿੱਚ ਪ੍ਰਵਾਨਗੀ ਦਾ ਰਸਤਾ ਬਖਸ਼ਿਸ਼ ਹੋ ਸਕਦਾ ਹੈ । ਆਤਮਾ, ਪ੍ਰਭ ਦੇ ਪਰਖਣ, ਪ੍ਰਵਾਨ ਹੋਣ ਦੇ ਯੋਗ ਬਣ ਜਾਂਦੀ ਹੈ ।

Whosoever may adopt any religious robe, baptism; he may not conquer his ego, his soul may not be sanctified nor he may be blessed with the right path of acceptance in His Court. Whosoever may adopt the teachings of His Word with steady and stable belief; with His mercy and grace, he may be blessed with the right path of acceptance in His Court. His Soul may be sanctified to become worthy of His Consideration.

804. ਸਲੋਕ ਗੁਰੂ ਅਮਰਸਦਾਸ ਜੀ – ਮਹਲਾ ੩॥ 1421-3

ਚਾਰੇ ਕੁੰਡਾ ਜੇ ਭਵਹਿ, chaaray kundaa jay bhaveh
ਬੇਦ ਪੜਹਿ ਜੁਗ ਚਾਰਿ॥ bayd parheh jug chaar.
ਨਾਨਕ ਸਾਚਾ ਭੇਟੈ ਹਰਿ ਮਨਿ ਵਸੈ, naanak saachaa bhaytai har man vasai
ਪਾਵਹਿ ਮੋਖ ਦੁਆਰ॥੬੫॥ paavahi mokh du-aar. ||65||

ਜਿਹੜਾ ਜੀਵ ਸਾਰੀਆਂ ਧਾਰਮਕ ਲਿਖਤਾਂ, ਗ੍ਰੰਥ ਪੜ੍ਹਕੇ, ਆਪਣੇ ਜੀਵਨ ਵਿੱਚ ਸਾਰੇ ਧਰਮ ਦੇ ਗੁਣ ਧਾਰਨ ਕਰ ਵੀ ਲੈਂਦਾ ਹੈ, ਫਿਰ ਵੀ ਉਸ ਨੂੰ ਪ੍ਰਭ ਦੀ ਰਹਿਮਤ, ਪ੍ਰਵਾਨਗੀ ਦਾ ਰਸਤਾ ਬਖਸ਼ਿਸ਼ ਨਹੀਂ ਹੋ ਸਕਦਾ । ਜਿਹੜਾ ਆਪ ਪ੍ਰਭ ਦੇ ਭੇਟਾ ਕਰਦਾ, ਸਿਮਰਨ ਵਿੱਚ ਅਡੋਲ ਰਹਿੰਦਾ ਹੈ, ਪ੍ਰਭ ਦੀ ਰਹਿਮਤ ਨਾਲ ਕੇਵਲ ਉਸ ਦੀ ਆਤਮਾ ਪਵਿੱਤਰ ਹੋ ਸਕਦੀ ਹੈ, ਪ੍ਰਵਾਨਗੀ ਦਾ ਰਸਤਾ ਬਖਸ਼ਿਸ਼ ਹੋ ਸਕਦਾ ਹੈ ।

Whosoever may read, comprehend all the teachings of worldly religious Holy Scriptures, and adopts religious robe, baptism; however, he may not conquer his ego nor he may be blessed with the right path of acceptance in His Court. Whosoever may surrender his self-identity at His Sanctuary and remains intoxicated in meditation in the void of His Word; with His mercy and grace, his soul may be sanctified and he may be blessed with the right path of acceptance in His Court.

805.ਸਲੋਕ ਗੁਰੂ ਅਮਰਸਦਾਸ ਜੀ – ਮਹਲਾ ੩॥ 1421-4

ਨਾਨਕ ਹੁਕਮੁ ਵਰਤੈ ਖਸਮ ਕਾ,	naanak hukam vartai khasam kaa
ਮਤਿ ਭਵੀ ਫਿਰਹਿ ਚਲ ਚਿਤ॥	mat bhavee fireh chal chit.
ਮਨਮੁਖ ਸਉ ਕਰਿ ਦੋਸਤੀ,	manmukh sa-o kar dostee
ਸੁਖ ਕਿ ਪੁਛਹਿ ਮਿਤ॥	sukh ke puchheh mit.
ਗੁਰਮੁਖ ਸਉ ਕਰਿ ਦੋਸਤੀ,	gurmukh sa-o kar dostee
ਸਤਿਗੁਰ ਸਉ ਲਾਇ ਚਿਤੁ॥	satgur sa-o laa-ay chit.
ਜੰਮਣ ਮਰਣ ਕਾ ਮੂਲੁ ਕਟੀਐ,	jaman maran kaa mool katee-ai
ਤਾਂ ਸੁਖੁ ਹੋਵੀ ਮਿਤ॥੬੬॥	taaN sukh hovee mit. ||66||

ਜੀਵ ਪ੍ਰਭ ਦਾ ਅਟਲ ਹੁਕਮ ਹੀ ਸਾਰੇ ਥਾਂ ਤੇ ਚਲਦਾ ਹੈ, ਹੋਰ ਭਰਮ ਵਿੱਚ ਨਾ ਪਵੋ । ਜਿਹੜਾ ਮਨਮੁਖ ਨਾਲ ਸੰਗਤ ਕਰਦਾ ਹੈ, ਉਸ ਨੂੰ ਸੁਖ ਬਖਸ਼ਿਸ਼ ਨਹੀਂ ਹੁੰਦਾ । ਜਿਹੜਾ ਗੁਰਮਖ ਨਾਲ ਸੰਗਤ ਕਰਦਾ ਹੈ, ਉਸ ਦਾ ਮਨ ਸ਼ਬਦ ਦੀ ਪਾਲਣਾ ਵਿੱਚ ਅਡੋਲ ਰਹਿੰਦਾ ਹੈ । ਉਸ ਦਾ ਜਨਮ ਮਰਨ ਦਾ ਚੱਕਰ ਖਤਮ ਹੋ ਜਾਂਦਾ ਹੈ, ਸੁਖ, ਸ਼ਾਂਤੀ ਬਖਸ਼ਿਸ਼ ਹੋ ਜਾਂਦੀ ਹੈ ।

The Ultimate Command of The True Master prevails everywhere in all worldly events. You should not become a victim of religious rituals. Whosoever may associate with self-minded; he may never be blessed with the right path of acceptance in His Court nor peace of mind, comforts in his worldly life. Whosoever may remain in the conjugation of His Holy saint, he may remain devoted to meditate and to obey the teachings of His Word with steady and stable belief in his day-to-day life; with His mercy and grace, his cycle of birth and death may be eliminated. He may be blessed with peace of mind, contentment, and pleasures in his human life journey.

806.ਸਲੋਕ ਗੁਰੂ ਅਮਰਸਦਾਸ ਜੀ – ਮਹਲਾ ੩॥ 1421-6

ਭੁਲਿਆਂ ਆਪਿ ਸਮਝਾਇਸੀ,	bhuli-aaN aap samjhaa-isee
ਜਾ ਕਉ ਨਦਰਿ ਕਰੇ॥	jaa ka-o nadar karay.
ਨਾਨਕ ਨਦਰੀ ਬਾਹਰੀ,	naanak nadree baahree
ਕਰਣ ਪਲਾਹ ਕਰੇ॥੬੭॥	karan palaah karay. ||67||

ਜਿਸ ਤੇ ਪ੍ਰਭ ਰਹਿਮਤ ਦੀ ਨਜ਼ਰ ਬਖਸ਼ਦਾ ਹੈ । ਉਸ ਨੂੰ ਆਪ ਹੀ ਗਲਤ ਰਸਤੇ ਤੋ ਹਟਾ ਕੇ ਸਿੱਧੇ ਰਸਤੇ ਤੇ ਪਾਉਂਦਾ ਹੈ । ਉਹ ਆਪ ਹੀ ਸਾਰੇ ਕਾਰਨ ਬਣਾਉਂਦਾ ਹੈ ।

Whosoever may be bestowed with His Blessed Vision; he may be diverted from the wrong path in his human life. He may be blessed with devotion to adopt the teachings of His Word with steady and stable belief in his day-to-day life. The True Master creates all purposes of worldly events in His Nature, in the life of His Creation.

☬ ਸਲੋਕ ਗੁਰੂ ਰਾਮ ਦਾਸ ਜੀ #30 

807.ਸਲੋਕ ਮਹਲਾ ੪ (1421-8)

ੴ ਸਤਿਗੁਰ ਪ੍ਰਸਾਦਿ॥ ik-oNkaar satgur parsaad.

ਇੱਕੋ ਇੱਕ ਪ੍ਰਭ ਸ੍ਰਿਸ਼ਟੀ ਨੂੰ ਪੈਦਾ ਕਰਨ ਵਾਲਾ, ਤਿੰਨਾਂ ਗੁਣਾਂ (ਰੂਪ, ਰੰਗ, ਅਕਾਰ) ਤੋ ਰਹਿਤ ਹੈ । ਉਸ ਦੀ ਹੋਂਦ, ਸ਼ਬਦ, ਹੁਕਮ, ਭਾਣਾ ਅਟਲ ਹੈ । ਸ੍ਰਿਸ਼ਟੀ ਨੂੰ ਗਿਆਨ, ਚਾਨਣ ਬਖਸ਼ਣ ਵਾਲਾ ਅਟਲ ਮਾਲਕ ਹੈ । ਕੇਵਲ ਪ੍ਰਭ ਦੀ ਰਹਿਮਤ ਨਾਲ ਹੀ ਪ੍ਰਭ ਦੇ ਦਰਬਾਰ ਵਿੱਚ ਪ੍ਰਵਾਨਗੀ ਬਖਸ਼ਿਸ਼ ਹੋ ਸਕਦੀ ਹੈ । ਕਿਸੇ ਸੰਸਾਰਕ ਗੁਰੂ ਦੀ ਅਸੀਸ ਨਾਲ ਜਾ ਕੋਈ ਇਸਤਰ੍ਹਾਂ ਦੀ ਬੰਦਗੀ ਨਹੀਂ, ਕੋਈ ਵੀ ਪ੍ਰਭਾਵ, ਦੁਬਿਆ ਨਹੀਂ ਪਾਇਆ ਜਾ ਸਕਦਾ ।

The One and only One True Master, Creator of the universe remains beyond three limitations of recognitions known to mankind; color, body structure-size, and beauty. His Word, His Existence, Command remains true forever and only His Command prevails in the universe; nothing else may exist without His Command. His Word remains the fountain of enlightenment and illumination in the universe. Whosoever may be bestowed with His Blessed Vision; only he may be blessed with the right path of acceptance in His Court; his earnings, wealth of His Word may be accepted in His Court. No external power, recommendation of any saint, prophet, worldly guru may influence His Blessings.

ਵਡਭਾਗੀਆ ਸੋਹਾਗਣੀ,	vadbhaagee-aa sohaaganee
ਜਿਨ੍ਹਾ ਗੁਰਮੁਖਿ ਮਿਲਿਆ ਹਰਿ ਰਾਇ॥	jinHaa gurmukh mili-aa har raa-ay.
ਅੰਤਰਿ ਜੋਤਿ ਪਰਗਾਸੀਆ,	antar jot pargaasee-aa
ਨਾਨਕ ਨਾਮਿ ਸਮਾਇ॥੧॥	naanak naam samaa-ay. ‖1‖

ਜਿਸ ਦੇ ਮਨ ਵਿੱਚ ਪ੍ਰਭ ਦੀ ਹੋਂਦ ਅਨੁਭਵ, ਜਾਗਰਤ ਹੋ ਜਾਂਦੀ ਹੈ । ਉਹ ਆਤਮਾ ਵੱਡੇ ਭਾਗਾਂ ਵਾਲੀ ਬਣ ਜਾਂਦੀ ਹੈ । ਉਸ ਹਰ ਪਲ ਸ਼ਬਦ ਦੇ ਸਿਮਰਨ, ਪਾਲਣਾ ਵਿੱਚ ਅਡੋਲ ਰਹਿੰਦਾ ਹੈ । ਉਸ ਨੂੰ ਗੁਰਮਖ ਅਵਸਥਾ ਬਖਸ਼ਿਸ਼ ਹੋ ਜਾਂਦੀ ਹੈ । ਉਸ ਨੂੰ ਪ੍ਰਭ ਦੇ ਦਰਬਾਰ ਵਿੱਚ ਪ੍ਰਵਾਨਗੀ ਦਾ ਰਸਤਾ ਬਖਸ਼ਿਸ਼ ਹੋ ਜਾਂਦਾ ਹੈ ।

Whosoever may realize His Holy Spirit prevailing everywhere, enlightened with the essence of His Word; with His mercy and grace, he may be very fortunate, his soul may be sanctified to become worthy of His Consideration. He may be blessed with a state of mind as His true devotee. he may be blessed with the right path of acceptance in His Court.

808.ਸਲੋਕ ਗੁਰੂ ਰਾਮ ਦਾਸ ਜੀ – ਮਹਲਾ ੪॥ 1421-10

ਵਾਹੋ ਵਾਹੁ ਸਤਿਗੁਰੁ ਪੁਰਖੁ ਹੈ,	vaahu vaahu satgur purakh hai
ਜਿਨਿ ਸਚੁ ਜਾਤਾ ਸੋਇ॥	jin sach jaataa so-ay.
ਜਿਤੁ ਮਿਲਿਐ ਤਿਖ ਉਤਰੈ,	jit mili-ai tikh utrai
ਤਨੁ ਮਨੁ ਸੀਤਲੁ ਹੋਇ॥	tan man seetal ho-ay.
ਵਾਹੁ ਵਾਹੁ ਸਤਿਗੁਰੁ ਸਤਿ ਪੁਰਖੁ ਹੈ,	vaahu vaahu satgur sat purakh hai
ਜਿਸ ਨੋ ਸਮਤੁ ਸਭ ਕੋਇ॥	jis no samat sabh ko-ay.
ਵਾਹੁ ਵਾਹੁ ਸਤਿਗੁਰੁ ਨਿਰਵੈਰੁ ਹੈ,	vaahu vaahu satgur nirvair hai
ਜਿਸੁ ਨਿੰਦਾ ਉਸਤਤਿ ਤੁਲਿ ਹੋਇ॥	jis nindaa ustat tul ho-ay.
ਵਾਹੁ ਵਾਹੁ ਸਤਿਗੁਰੁ ਸੁਜਾਣੁ ਹੈ,	vaahu vaahu satgur sujaan hai
ਜਿਸੁ ਅੰਤਰਿ ਬ੍ਰਹਮੁ ਵੀਚਾਰੁ॥	jis antar barahm veechaar.
ਵਾਹੁ ਵਾਹੁ ਸਤਿਗੁਰੁ ਨਿਰੰਕਾਰੁ ਹੈ,	vaahu vaahu satgur nirankaar hai
ਜਿਸੁ ਅੰਤੁ ਨ ਪਾਰਾਵਾਰੁ॥	jis ant na paaraavaar.
ਵਾਹੁ ਵਾਹੁ ਸਤਿਗੁਰੂ ਹੈ,	vaahu vaahu satguroo hai

ਜਿ ਸਚੁ ਦ੍ਰਿੜਾਏ ਸੋਇ॥ je sach drirh-aa-ay so-ay.
ਨਾਨਕ ਸਤਿਗੁਰ ਵਾਹੁ ਵਾਹੁ, naanak satgur vaahu vaahu
ਜਿਸ ਤੇ ਨਾਮੁ ਪਰਾਪਤਿ ਹੋਇ॥੨॥ jis tay naam paraapat ho-ay. ||2||

ਜਿਸ ਨੂੰ ਅਟਲ ਪ੍ਰਭ ਦੀ ਪਛਾਣ ਹੋ ਜਾਂਦੀ, ਸ਼ਬਦ ਦੀ ਸੋਝੀ, ਮਾਨਸ ਜੀਵਨ ਦੇ ਮੰਤਵ ਦੀ ਸੋਝੀ ਬਖਸ਼ਿਸ਼ ਹੋ ਜਾਂਦੀ ਹੈ । ਉਸ ਨੂੰ ਪ੍ਰਭ ਦੀ ਹੋਂਦ ਅਨੁਭਵ ਹੋ ਜਾਂਦੀ, ਮਨ ਵਿੱਚ ਸ਼ਾਂਤੀ ਸੰਤੋਖ ਬਖਸ਼ਿਸ਼ ਹੋ ਜਾਂਦਾ ਹੈ । ਉਹ ਸਾਰੀ ਸ੍ਰਿਸ਼ਟੀ ਨੂੰ ਇੱਕ ਸਮਾਨ ਹੀ ਸਮਝਦਾ ਹੈ । ਉਸ ਨੂੰ ਨਿਰਵੈਰ ਅਵਸਥਾ ਬਖਸ਼ਿਸ਼ ਹੋ ਜਾਂਦੀ ਹੈ । ਉਹ ਸੰਸਾਰਕ ਨਿੰਦਿਆਂ, ਉਸਤਤ ਦੇ ਪ੍ਰਭਾਵ, ਨਾਲ ਡੋਲਦਾ ਨਹੀਂ, ਅਹੰਕਾਰ ਨਹੀਂ ਕਰਦਾ, ਆਪਣਾ ਰਸਤਾ ਨਹੀਂ ਬਦਲਦਾ । ਉਸ ਸੇਵਕ ਨੂੰ ਅਮੋਲਕ ਅਵਸਥਾ ਬਖਸ਼ਿਸ਼ ਹੋ ਜਾਂਦੀ ਹੈ । ਉਹ ਪ੍ਰਭ ਦਾ ਹੀ ਰੂਪ ਬਣ ਜਾਂਦਾ ਹੈ । ਉਸ ਨੂੰ ਆਪਣੇ ਅੰਦਰੋਂ ਹੀ ਜਾਗਰਤੀ, ਸ਼ਬਦ ਦੀ ਸੋਝੀ ਬਖਸ਼ਿਸ਼ ਹੋ ਜਾਂਦੀ ਹੈ । ਉਸ ਦੇ ਮਨ ਵਿੱਚ ਸ਼ਬਦ ਦੀ ਸਿਖਿਆਂ ਘਰ ਕਰ ਜਾਂਦੀ ਹੈ । ਪ੍ਰਭ ਦੀਆਂ ਕਰਾਮਾਤਾਂ ਦਾ ਕੋਈ ਅੰਤ ਨਹੀਂ ਹੈ । ਨਾ ਹੀ ਕੋਈ ਅੰਤ (ਵਿੱਚ ਅਲੋਪ ਹੋਣ ਤੇ ਵੀ) ਜਾਣ ਸਕਦਾ ਹੈ । ਪ੍ਰਭ ਹੀ ਅਟਲ ਸ਼ਬਦ ਦੀ ਲਗਨ ਬਖਸ਼ਦਾ ਹੈ । ਗੁਰਮਖ ਸ਼ਬਦ ਦੀ ਪਾਲਣਾ, ਸਿਮਰਨ ਵਿੱਚ ਅਡੋਲ, ਸ਼ਬਦ ਦੀ ਸਮਾਧੀ ਵਿੱਚ ਮਸਤ ਰਹਿੰਦਾ ਹੈ ।

Whosoever may recognize His Holy Spirit prevailing everywhere; he may be enlightened with the essence of His Word; with His mercy and grace, he may realize the real purpose of human life opportunity. He may be blessed with peace of mind and contentment in his day-to-day life. He may realize soul is an expansion of His Holy Spirit. He may be blessed with a unique state of mind, beyond any desire of revenge, jealousy, slandering or praises. He may never abandon the path of obeying the teachings of His Word. He may be blessed with immortal state of mind. He may become a symbol of The True Master. He may be enlightened with the essence of His Word from within; he may remain drenched with the essence of His Word. The True Master, His Miracles remains beyond any limit, any comprehension of His Creation. The True Master bestows His Blessed Vision with devotion to obey the teachings of His Word. His true devotee may remain intoxicated in meditation in the void of His Word.

809.ਸਲੋਕ ਗੁਰੂ ਰਾਮ ਦਾਸ ਜੀ – ਮਹਲਾ ੪॥ 1421-14

ਹਰਿ ਪ੍ਰਭ ਸਚਾ ਸੋਹਿਲਾ, har parabh sachaa sohilaa
ਗੁਰਮੁਖਿ ਨਾਮੁ ਗੋਵਿੰਦੁ॥ gurmukh naam govind.
ਅਨਦਿਨੁ ਨਾਮੁ ਸਲਾਹਣਾ, an-din naam salaahnaa
ਹਰਿ ਜਪਿਆ ਮਨਿ ਆਨੰਦੁ॥ har japi-aa man aanand.
ਵਡਭਾਗੀ ਹਰਿ ਪਾਇਆ, vadbhaagee har paa-i-aa
ਪੂਰਨ ਪਰਮਾਨੰਦੁ॥ pooran parmaanand.
ਜਨ ਨਾਨਕ ਨਾਮੁ ਸਲਾਹਿਆ, jan naanak naam sahaali-aa
ਬਹੁੜਿ ਨ ਮਨਿ ਤਨਿ ਭੰਗੁ॥੩॥ bahurh na man tan bhang. ||3||

ਸੇਵਕ ਲਈ ਪ੍ਰਭ ਦੇ ਸ਼ਬਦ ਦੇ ਗੁਣ ਗਾਉਣੇ ਹੀ ਸਭ ਤੋ ਸੁਹਾਵਨੇ ਹਨ । ਉਸ ਨੂੰ ਦਿਨ ਰਾਤ, ਸਵਾਸ, ਗਰਾਸ ਨਾਲ ਗਾਉਣ ਨਾਲ ਮਨ ਵਿੱਚ ਅਨੰਦ, ਸਾਂਤੀ ਮਹਿਸੂਸ ਹੁੰਦੀ ਹੈ । ਜਿਸ ਦੀ ਲਗਨ ਪ੍ਰਭ ਦੇ ਸ਼ਬਦ ਵਿੱਚ ਅਡੋਲ ਰਹਿੰਦੀ ਹੈ, ਉਸ ਦੇ ਭਾਗ ਜਾਗ ਪੈਂਦੇ ਹਨ । ਉਸ ਨੂੰ ਫਿਰ ਬੰਦਗੀ ਦੇ ਰਸਤੇ ਤੇ ਕੋਈ ਵੀ ਮੁਸ਼ਕਲ, ਰੁਕਾਵਟ ਨਹੀਂ ਪਾ ਸਕਦੀ ।

His true devotee remains in blossom singing the glory of His Word with each breath; with His mercy and grace, he may realize, cherishes pleasures and peace of mind. Whosoever may meditate and obeys the teachings of His Word with steady and stable in his day-to-day life; with His mercy and grace, his prewritten destiny may be rewarded. He may not realize any restriction in his path of acceptance in His Court.

810.ਸਲੋਕ ਗੁਰੂ ਰਾਮ ਦਾਸ ਜੀ – ਮਹਲਾ ੪॥ 1421-16

ਮੂੰ ਪਿਰੀਆ ਸਉ ਨੇਹੁ,	|mooN piree-aa sa-o nayhu
ਕਿਉ ਸਜਣ ਮਿਲਹਿ ਪਿਆਰਿਆ॥	ki-o sajan mileh pi-aari-aa.
ਹਉ ਢੂਢੇਦੀ ਤਿਨ,	ha-o dhoodhaydee tin
ਸਜਣ ਸਚਿ ਸਵਾਰਿਆ॥	sajan sach savaari-aa.
ਸਤਿਗੁਰੁ ਮੈਡਾ ਮਿਤੁ ਹੈ,	satgur maidaa mit hai
ਜੇ ਮਿਲੈ ਤ ਇਹੁ ਮਨੁ ਵਾਰਿਆ॥	jay milai ta ih man vaari-aa.
ਦੇਂਦਾ ਮੂੰ ਪਿਰੁ ਦਸਿ, ਹਰਿ	dayNdaa mooN pir das har
ਸਜਣੁ ਸਿਰਜਣ ਹਾਰਿਆ॥	sajan sirjanhaari-aa.
ਨਾਨਕ ਹਉ ਪਿਰੁ ਭਾਲੀ ਆਪਣਾ,	naanak ha-o pir bhaalee aapnaa
ਸਤਿਗੁਰ ਨਾਲਿ ਦਿਖਾਲਿਆ॥੪॥	satgur naal dikhaali-aa. ||4||

ਮੇਰੀ ਸਦਾ ਹੀ ਰਹਿਣ ਵਾਲੇ ਪ੍ਰਭ ਨਾਲ ਪ੍ਰੀਤ ਲਗ ਗਈ ਹੈ । ਉਸ ਨੂੰ ਕਿਸਤਰ੍ਹਾਂ ਢੂੰਡਾ, ਉਹ ਹੀ ਮੇਰਾ ਅਸਲੀ ਸਾਥੀ, ਮਿੱਤਰ ਹੈ? ਉਸ ਤੋ ਕੁਰਬਾਨ ਜਾਵਾਂ! ਆਪਣਾ ਮਨ, ਤਨ ਉਸ ਨੂੰ ਸੌਂਪ ਦੇਵਾ । ਪ੍ਰਭ ਨੇ ਸੋਝੀ ਬਖਸ਼ੀ ਹੈ, ਮੇਰਾ ਸਾਥੀ, ਸ੍ਰਿਜਨਹਾਰਾ, ਮੇਰੇ ਅੰਦਰ ਹੀ ਵਸਦਾ, ਸਾਥ ਰਹਿੰਦਾ ਹੈ ।

I have a deep devotion to obey the teachings His Word, forever-living, True Master. How may I search my forever true companion and supporter? I remain fascinated, astonished from His greatness. My True Master, Creator, has blessed me the enlightenment; He remains my companion, supporter. He remains embedded within my soul and my true friend forever.

811.ਸਲੋਕ ਗੁਰੂ ਰਾਮ ਦਾਸ ਜੀ – ਮਹਲਾ ੪॥ 1421-19

ਹਉ ਖੜੀ ਨਿਹਾਲੀ ਪੰਧੁ ਮਤੁ,	ha-o kharhee nihaalee panDh mat
ਮੂੰ ਸਜਣੁ ਆਵਏ॥	mooN sajan aav-ay.
ਕੋ ਆਣਿ ਮਿਲਾਵੈ ਅਜੁ ਮੈ,	ko aan milaavai aj mai
ਪਿਰੁ ਮੇਲਿ ਮਿਲਾਵਏ॥	pir mayl milaava-ay.
ਹਉ ਜੀਉ ਕਰੀ ਤਿਸ ਵਿਟਉ,	ha-o jee-o karee tis vita-o
ਚਉ ਖੰਨੀਐ ਜੋ ਮੈ ਪਿਰੀ ਦਿਖਾਵਏ॥	cha-o khannee-ai jo mai piree dikhaava-ay.
ਨਾਨਕ ਹਰਿ ਹੋਇ ਦਇਆਲੁ,	naanak har ho-ay da-i-aal
ਤਾਂ ਗੁਰੁ ਪੂਰਾ ਮੇਲਾਵਏ॥੫॥	taaN gur pooraa maylaava-ay. ||5||

ਮੇਰਾ ਮਨ, ਪ੍ਰਭ ਨੂੰ ਮਿਲਣ ਦੀ ਉਡੀਕ ਵਿੱਚ ਬੇਚਾਰ ਹੈ । ਜਿਹੜਾ ਮੈਨੂੰ ਉਸ ਦੇ ਦਰਸ਼ਨ, ਪ੍ਰਵਾਨਗੀ ਦੇ ਰਸਤੇ ਤੇ ਪਾ ਦੇਵੇ । ਮੈਂ ਆਪਣਾ ਤਨ, ਮਨ ਉਸ ਦੀ ਸੇਵਾ ਵਿੱਚ ਭੇਟਾ ਕਰ ਦੇਵਾ । ਮਾਨਸ ਜਨਮ ਉਸ ਦੇ ਲੇਖੇ ਲਾ ਦੇਵਾ । ਜਿਸ ਤੇ ਆਪ ਹੀ ਰਹਿਮਤ ਬਖਸ਼ਦਾ ਹੈ! ਉਸ ਨੂੰ ਹੀ ਪ੍ਰਵਾਨਗੀ ਦਾ ਰਸਤਾ ਬਖਸ਼ਿਸ਼ ਹੋ ਸਕਦਾ ਹੈ ।

I remain anxiously waiting to be blessed with His Blessed Vision. Whosoever may help to find the right path of acceptance in His Court; I may surrender my mind, body worldly status and self-identity to serve him. Whosoever may be bestowed with His Blessed Vision; he may be blessed with the right path of acceptance in His Court.

812.ਸਲੋਕ ਗੁਰੂ ਰਾਮ ਦਾਸ ਜੀ – ਮਹਲਾ ੪॥ 1422-2

ਅੰਤਰਿ ਜੋਰੁ ਹਉਮੈ ਤਨਿ,	antar jor ha-umai tan
ਮਾਇਆ ਕੂੜੀ ਆਵੈ ਜਾਇ॥	maa-i-aa koorhee aavai jaa-ay.
ਸਤਿਗੁਰ ਕਾ ਫੁਰਮਾਇਆ ਮੰਨਿ ਨ ਸਕੀ,	satgur kaa furmaa-i-aa man na sakee
ਦੁਤਰੁ ਤਰਿਆ ਨ ਜਾਇ॥	dutar tari-aa na jaa-ay.
ਨਦਰਿ ਕਰੇ ਜਿਸੁ ਆਪਣੀ,	nadar karay jis aapnee
ਸੋ ਚਲੈ ਸਤਿਗੁਰ ਭਾਇ॥	so chalai satgur bhaa-ay.
ਸਤਿਗੁਰ ਕਾ ਦਰਸਨੁ ਸਫਲੁ ਹੈ,	satgur kaa darsan safal hai
ਜੋ ਇਛੈ ਸੋ ਫਲੁ ਪਾਇ॥	jo ichhai so fal paa-ay.

ਜਿਨੀ ਸਤਿਗੁਰੁ ਮੰਨਿਆਂ,	jinee satgur manni-aaN
ਹਉ ਤਿਨ ਕੇ ਲਾਗਉ ਪਾਇ॥	ha-o tin kay laaga-o paa-ay.
ਨਾਨਕੁ ਤਾ ਕਾ ਦਾਸੁ ਹੈ,	naanak taa kaa daas hai
ਜਿ ਅਨਦਿਨੁ ਰਹੈ ਲਿਵ ਲਾਇ॥੬॥	je an-din rahai liv laa-ay. ‖6‖

ਜੀਵ ਦੇ ਅੰਦਰ, ਸੰਸਾਰਕ ਮਾਇਆ, ਮੋਹ, ਅਹੰਕਾਰ ਦੀ ਅੱਗ ਜਲਦੀ ਰਹਿੰਦੀ ਹੈ । ਉਸ ਦੀ ਆਤਮਾ ਜੂੰਨਾਂ ਦੇ ਚੱਕਰ ਵਿੱਚ ਹੀ ਰਹਿੰਦੀ ਹੈ । ਉਹ ਪ੍ਰਭ ਦੇ ਸ਼ਬਦ ਦੀ ਪਾਲਣਾ ਨਹੀਂ ਕਰਦਾ, ਉਸ ਨੂੰ ਪ੍ਰਵਾਨਗੀ ਦਾ ਰਸਤਾ ਬਖਸ਼ਿਸ਼ ਨਹੀਂ ਹੋ ਸਕਦਾ । ਜਿਸ ਨੂੰ ਆਪ ਹੀ ਸ਼ਬਦ ਨਾਲ ਲਗਨ ਬਖਸ਼ਦਾ ਹੈ । ਕੇਵਲ ਉਹ ਹੀ ਸ਼ਬਦ ਦੀ ਸਿਖਿਆਂ ਨਾਲ ਜੀਵਨ ਢਾਲਦਾ ਹੈ । ਉਸ ਦੀ ਮਾਨਸ ਜੀਵਨ ਦੀ ਯਾਤਰਾ ਸਫਲ ਹੋ ਜਾਂਦੀ ਹੈ । ਜਿਹੜਾ ਪ੍ਰਭ ਦੇ ਸ਼ਬਦ ਨੂੰ ਅਡੋਲ ਭਰੋਸੇ ਨਾਲ ਸਿਮਰਨ ਕਰਦਾ, ਲੀਨ ਰਹਿੰਦਾ ਹੈ । ਉਹ ਪੂਜਣ ਯੋਗ ਹੋ ਜਾਂਦਾ ਹੈ ।

Whosoever may remain intoxicated with sweet poison of worldly wealth, worldly bonds; he may remain burning in the lava of his ego of worldly status. He may not obey the teachings of His Word nor he may ever be blessed with the right path of acceptance in His Court. Whosoever may be blessed with devotion to obey the teachings of His Word, only he may adopt the teachings of His Word with steady and stable belief in his day-to-day life. His human life journey may be rewarded. Whosoever may remain intoxicated in meditation in the void of His Word; with His mercy and grace, he may become worthy of worship.

813.ਸਲੋਕ ਗੁਰੂ ਰਾਮ ਦਾਸ ਜੀ - ਮਹਲਾ ੪॥ 1422-5

ਜਿਨਾ ਪਿਰੀ ਪਿਆਰੁ,	jinaa piree pi-aar
ਬਿਨੁ ਦਰਸਨ ਕਿਉ ਤ੍ਰਿਪਤੀਐ॥	bin darsan ki-o taripat-ee-ai.
ਨਾਨਕ ਮਿਲੇ ਸੁਭਾਇ,	naanak milay subhaa-ay
ਗੁਰਮੁਖਿ ਇਹੁ ਮਨੁ ਰਹਸੀਐ॥੭॥	gurmukh ih man rehsee-ai. ‖7‖

ਜਿਸ ਨੂੰ ਪ੍ਰਭ ਦੇ ਸ਼ਬਦ ਦੀ ਪਾਲਣਾ ਦੀ ਲਗਨ ਬਖਸ਼ਿਸ਼ ਹੁੰਦੀ ਹੈ । ਉਹ ਵਿਛੋੜੇ ਦੇ ਵਿਰਾਗ ਵਿੱਚ ਹੀ ਰਹਿੰਦਾ ਹੈ । ਉਸ ਨੂੰ ਸ਼ਾਂਤੀ ਮਹਿਸੂਸ ਨਹੀਂ ਹੁੰਦੀ । ਜਿਸ ਦੀ ਆਤਮਾ ਪਵਿੱਤਰ ਹੋ ਜਾਂਦੀ ਹੈ, ਉਸ ਨੂੰ ਗੁਰਮਖ ਅਵਸਥਾ ਬਖਸ਼ਿਸ਼ ਹੋ ਜਾਂਦੀ ਹੈ । ਪ੍ਰਭ ਦੇ ਦਰਬਾਰ ਵਿੱਚ ਪ੍ਰਵਾਨਗੀ ਦਾ ਰਸਤਾ ਬਖਸ਼ਿਸ਼ ਹੋ ਜਾਂਦਾ, ਮਨ ਵਿੱਚ ਖੇੜਾ ਬਖਸ਼ਿਸ਼ ਹੋ ਜਾਂਦਾ ਹੈ ।

Whosoever may have anxiety, devotion to obey the teachings of His Word; he may remain in renunciation in the memory of his separation from His Holy Spirit. He may never realize peace of mind. Whose soul may be sanctified; with His mercy and grace, he may be blessed with a state of mind as His true devotee. He may be blessed with the right path of acceptance in His Court. He may remain overwhelmed with blossom in his human life journey.

814.ਸਲੋਕ ਗੁਰੂ ਰਾਮ ਦਾਸ ਜੀ - ਮਹਲਾ ੪॥ 1422-6

ਜਿਨਾ ਪਿਰੀ ਪਿਆਰੁ,	jinaa piree pi-aar
ਕਿਉ ਜੀਵਨਿ ਪਿਰ ਬਾਹਰੇ॥	ki-o jeevan pir baahray.
ਜਾ ਸਹੁ ਦੇਖਨਿ ਆਪਣਾ,	jaaN saho daykhan aapnaa
ਨਾਨਕ ਥੀਵਨਿ ਭੀ ਹਰੇ॥੮॥	naanak theevan bhee haray. ‖8‖

ਜਿਸ ਨੂੰ ਪ੍ਰਭ ਦੇ ਸ਼ਬਦ ਨਾਲ ਲਗਨ ਬਖਸ਼ਿਸ਼ ਹੁੰਦੀ ਹੈ । ਉਹ ਸ਼ਬਦ ਦੇ ਸਿਮਰਨ, ਪਾਲਣਾ ਤੋ ਬਿਨਾਂ ਸ਼ਾਂਤੀ ਨਹੀਂ ਮਹਿਸੂਸ ਕਰਦਾ । ਉਸ ਨੂੰ ਸਿਮਰਨ ਵਿੱਚ ਹੀ ਸ਼ਾਂਤੀ, ਸੰਤੋਖ ਮਹਿਸੂਸ ਹੁੰਦਾ ਹੈ ।

Whosoever may have anxiety, devotion to obey the teachings of His Word; he may not realize any peace of mind without obeying the teachings of His Word. He may remain contented with meditation in the void of His Word.

815.ਸਲੋਕ ਗੁਰੂ ਰਾਮ ਦਾਸ ਜੀ – ਮਹਲਾ ੪॥ 1422-7

ਜਿਨਾ ਗੁਰਮੁਖਿ ਅੰਦਰਿ ਨੇਹੁ, | jinaa gurmukh andar nayhu
ਤੈ ਪ੍ਰੀਤਮ ਸਚੈ ਲਾਇਆ॥ | tai pareetam sachai laa-i-aa.
ਰਾਤੀ ਅਤੈ ਡੇਹੁ, | raatee atai dayhu
ਨਾਨਕ ਪ੍ਰੇਮਿ ਸਮਾਇਆ॥੯॥ | naanak paraym samaa-i-aa. ||9||

ਪ੍ਰਭ ਜਿਸ ਨੂੰ ਸ਼ਬਦ ਦੀ ਪਾਲਣਾ ਦੀ ਲਗਨ ਬਖਸ਼ਦਾ ਹੈ, ਉਹ ਹੀ ਪ੍ਰਭ ਦੇ ਸ਼ਬਦ ਦੇ ਸਿਮਰਨ, ਪਾਲਣਾ ਵਿੱਚ ਅਡੋਲ, ਮਸਤ ਰਹਿੰਦਾ ਹੈ ।

Whosoever may be blessed with devotion to obey the teachings of His Word, only he may remain intoxicated in meditation, obeying the teachings of His Word with steady and stable belief in his day-to-day life.

816.ਸਲੋਕ ਗੁਰੂ ਰਾਮ ਦਾਸ ਜੀ – ਮਹਲਾ ੪॥ 1422-8

ਗੁਰਮੁਖਿ ਸਚੀ ਆਸਕੀ, | gurmukh sachee aaskee jit
ਜਿਤੁ ਪ੍ਰੀਤਮੁ ਸਚਾ ਪਾਈਐ॥ | pareetam sachaa paa-ee-ai.
ਅਨਦਿਨੁ ਰਹਹਿ ਅਨੰਦਿ, | an-din raheh anand
ਨਾਨਕ ਸਹਜਿ ਸਮਾਈਐ॥੧੦॥ | naanak sahj samaa-ee-ai. ||10||

ਗੁਰਮਖ, ਪ੍ਰਭ ਦੇ ਸ਼ਬਦ ਦੀ ਪਾਲਣਾ ਵਿੱਚ ਅਡੋਲ ਰਹਿੰਦਾ ਹੈ । ਉਸ ਨੂੰ ਪ੍ਰਵਾਨਗੀ ਦਾ ਅਸਲੀ ਰਸਤਾ ਬਖਸ਼ਿਸ਼ ਹੋ ਜਾਂਦਾ ਹੈ । ਉਸ ਦਿਨ ਰਾਤ ਪ੍ਰਭ ਦੇ ਸ਼ਬਦ ਦੀ ਪਾਲਣਾ ਵਿੱਚ ਲੀਨ ਰਹਿੰਦਾ ਹੈ ।

His true devotee may obey the teachings of His Word with steady and stable belief in his day-to-day life. He may be blessed with the right path of acceptance in His Court. He may remain intoxicated in meditation in the void of His Word.

817.ਸਲੋਕ ਗੁਰੂ ਰਾਮ ਦਾਸ ਜੀ – ਮਹਲਾ ੪॥ 1422-9

ਸਚਾ ਪ੍ਰੇਮ ਪਿਆਰੁ, | sachaa paraym pi-aar
ਗੁਰ ਪੂਰੇ ਤੇ ਪਾਈਐ॥ | gur pooray tay paa-ee-ai.
ਕਬਹੂ ਨ ਹੋਵੈ ਭੰਗੁ, | kabhoo na hovai bhang
ਨਾਨਕ ਹਰਿ ਗੁਣ ਗਾਈਐ॥੧੧॥ | naanak har gun gaa-ee-ai. ||11||

ਪ੍ਰਭ ਦੀ ਰਹਿਮਤ ਨਾਲ ਹੀ ਸ਼ਬਦ ਦੀ ਪਾਲਣਾ ਨਾਲ ਹੀ ਅਟੁੱਟ ਲਗਨ ਬਖਸ਼ਿਸ਼ ਹੁੰਦੀ ਹੈ । ਜਿਹੜਾ ਸਦਾ ਹੀ ਪ੍ਰਭ ਦੇ ਸ਼ਬਦ ਦੇ ਗੁਣ ਗਾਉਂਦਾ ਹੈ । ਉਸ ਦੀ ਲਗਨ ਕਦੇ ਭੰਗ, ਟੁੱਟਦੀ ਨਹੀਂ ।

Whosoever may obey the teachings of His Word; with His mercy and grace, he may be blessed with devotion to remain intoxicated in the void of His Word. Whosoever may sing the glory of His Word with each breath day and night; with His mercy and grace, his devotion may never be disturbed.

818.ਸਲੋਕ ਗੁਰੂ ਰਾਮ ਦਾਸ ਜੀ – ਮਹਲਾ ੪॥ 1422-10

ਜਿਨ੍ਹਾ ਅੰਦਰਿ ਸਚਾ ਨੇਹੁ, | jinHaa andar sachaa nayhu ki-o
ਕਿਉ ਜੀਵਨ੍ਹਿ ਪਿਰੀ ਵਿਹੂਣਿਆ॥ | jeevniH piree vihooni-aa.
ਗੁਰਮੁਖਿ ਮੇਲੇ ਆਪਿ, | gurmukh maylay aap naanak
ਨਾਨਕ ਚਿਰੀ ਵਿਛੁੰਨਿਆ॥੧੨॥ | chiree vichhunni-aa. ||12|

ਜਿਸ ਅੰਦਰ ਪ੍ਰਭ ਨੂੰ ਮਿਲਣ ਦੀ ਸ਼ਰਧਾ ਹੁੰਦੀ ਹੈ, ਉਹ ਮਿਲਣ ਦਾ ਢੰਗ ਢੂਡ ਹੀ ਲੈਂਦਾ ਹੈ । ਉਸ ਨੂੰ ਬੰਦਗੀ ਤੋ ਬਿਨਾਂ ਚੈਨ ਨਾਲ ਆਉਂਦਾ । ਜਿਸ ਦੀ ਆਤਮਾ ਪਵਿੱਤਰ ਹੋ ਜਾਂਦੀ ਹੈ, ਉਸ ਨੂੰ ਗੁਰਮਖ ਅਵਸਥਾ ਬਖਸ਼ਿਸ਼ ਹੋ ਜਾਂਦੀ ਹੈ । ਗੁਰਮਖ ਦੀ ਚਿਰਾ ਤੋ ਵਿੱਛੜੀ ਆਤਮਾ ਨੂੰ ਪ੍ਰਭ ਆਪ ਹੀ ਪ੍ਰਵਾਨਗੀ ਦਾ ਰਸਤਾ ਬਖਸ਼ਦਾ ਹੈ ।

Whosoever may remain in renunciation, anxiety to be enlightened with the essence of His Word; with His mercy and grace, he may search, finds the way to be enlightened. He may never realize any peace, without obeying the teachings of His Word. Whosoever may sanctify his soul; with His mercy and grace, he may be blessed with a state of mind as His true devotee. The True Master may bless the right path of acceptance to his separated soul from many life cycles.

819.ਸਲੋਕ ਗੁਰੂ ਰਾਮ ਦਾਸ ਜੀ – ਮਹਲਾ ੪॥ 1422-11

ਜਿਨ ਕਉ ਪ੍ਰੇਮ ਪਿਆਰੁ,	jin ka-o paraym pi-aar
ਤਉ ਆਪੇ ਲਾਇਆ ਕਰਮੁ ਕਰਿ॥	ta-o aapay laa-i-aa karam kar.
ਨਾਨਕ ਲੇਹੁ ਮਿਲਾਇ,	naanak layho milaa-ay
ਮੈ ਜਾਚਿਕ ਦੀਜੈ ਨਾਮੁ ਹਰਿ॥੧੩॥	mai jaachik deejai naam har. ‖13‖

ਆਪਣੇ ਸੇਵਕ ਨੂੰ ਆਪ ਹੀ ਰਹਿਮਤ ਬਖਸ਼ਕੇ ਸ਼ਬਦ ਦੀ ਪਾਲਣਾ ਦੀ ਲਗਨ ਬਖਸ਼ਦਾ ਹੈ । ਉਸ ਦੇ ਮਨ ਵਿੱਚ ਪ੍ਰਭ ਦੇ ਸ਼ਬਦ ਦੀ ਸੋਝੀ ਦੀ ਇੱਛਾ, ਸਰਧਾ ਰਹਿੰਦੀ ਹੈ । ਉਹ ਸਦਾ ਹੀ ਰਹਿਮਤ, ਸ਼ਬਦ ਨਾਲ ਲਗਨ ਦੀ ਅਰਦਾਸ ਕਰਦਾ ਹੈ ।

The True Master may always bless a devotion to obey the teachings of His Word to His true devotee. He may remain overwhelmed with desire, to be blessed with the enlightenment of the essence of His Word. He always prays for His Forgiveness and Refuge; devotion to obey the teachings of His Word.

820.ਸਲੋਕ ਗੁਰੂ ਰਾਮ ਦਾਸ ਜੀ – ਮਹਲਾ ੪॥ 1422-12

ਗੁਰਮੁਖਿ ਹਸੈ ਗੁਰਮੁਖਿ ਰੋਵੈ॥	gurmukh hasai gurmukh rovai.
ਜਿ ਗੁਰਮੁਖਿ ਕਰੇ, ਸਾਈ ਭਗਤਿ ਹੋਵੈ॥	je gurmukh karay saa-ee bhagat hovai.
ਗੁਰਮੁਖਿ ਹੋਵੈ ਸੁ ਕਰੇ ਵੀਚਾਰੁ॥	gurmukh hovai so karay veechaar.
ਗੁਰਮੁਖਿ ਨਾਨਕ ਪਾਵੈ ਪਾਰੁ॥੧੪॥	gurmukh naanak paavai paar. ‖14‖

ਗੁਰਮਖ ਹੱਸੇ, ਜਾ ਰੋਂਵੇ, ਉਹ ਸਭ ਕੁਝ ਪ੍ਰਭ ਦੀ ਬੰਦਗੀ ਸਮਝਕੇ ਹੀ ਕਰਦਾ ਹੈ । ਜਿਸ ਦੇ ਮਨ ਵਿੱਚ ਪ੍ਰਭ ਦੀ ਸਦਾ ਰਹਿਣ ਵਾਲੀ ਗੂੰਜ ਸੁਣਾਈ ਦੇਂਦੀ ਹੈ । ਉਸ ਨੂੰ ਪ੍ਰਭ ਦੀ ਦਰਗਾਹ ਵਿੱਚ ਪ੍ਰਵਾਨਗੀ ਦਾ ਰਸਤਾ ਬਖਸ਼ਿਸ਼ ਹੋ ਜਾਂਦਾ ਹੈ ।

His true devotee may cry in renunciation or cherish in worldly life; he may always consider as meditation, worship of The True Master. Whosoever may hear the everlasting echo of His Word resonating within his heart; with His mercy and grace, he may be blessed with the right path of acceptance in His Court,

821.ਸਲੋਕ ਗੁਰੂ ਰਾਮ ਦਾਸ ਜੀ – ਮਹਲਾ ੪॥ 1422-14

ਜਿਨਾ ਅੰਦਰਿ ਨਾਮੁ ਨਿਧਾਨੁ ਹੈ,	jinaa andar naam niDhaan hai
ਗੁਰਬਾਣੀ ਵੀਚਾਰਿ॥	gurbaanee veechaar.
ਤਿਨ ਕੇ ਮੁਖ ਸਦ ਉਜਲੇ,	tin kay mukh sad ujlay
ਤਿਤੁ ਸਚੈ ਦਰਬਾਰਿ॥	tit sachai darbaar.
ਤਿਨ ਬਹਦਿਆ ਉਠਦਿਆ ਕਦੇ ਨ ਵਿਸਰੈ,	tin bahdi-aa uth-di-aa kaday na visrai
ਜਿ ਆਪਿ ਬਖਸੇ ਕਰਤਾਰਿ॥	je aap bakhsay kartaar.
ਨਾਨਕ ਗੁਰਮੁਖਿ ਮਿਲੇ ਨ ਵਿਛੁੜਹਿ,	naanak gurmukh milay na vichhurheh
ਜਿ ਮੇਲੇ ਸਿਰਜਣਹਾਰਿ॥੧੫॥	je maylay sirjanhaar. ‖15‖

ਜਿਸ ਦੇ ਮਨ ਵਿੱਚ ਪ੍ਰਭ ਦੇ ਸ਼ਬਦ ਦੀ ਸਿਖਿਆਂ ਘਰ ਕਰ ਜਾਂਦੀ, ਰਚ ਜਾਂਦੀ ਹੈ । ਪ੍ਰਭ ਦੇ ਦਰਬਾਰ ਵਿੱਚ ਉਸ ਦੇ ਚੇਹਰੇ ਤੇ ਸ਼ਬਦ ਦੀ ਸੋਝੀ ਰੂਪੀ ਨੂਰ ਰਹਿੰਦਾ ਹੈ । ਜਿਸ ਨੂੰ ਪ੍ਰਭ ਰਹਿਮਤ ਦੀ ਨਜ਼ਰ ਬਖਸ਼ਦਾ ਹੈ! ਉਸ ਨੂੰ ਸਵਾਸ, ਸਵਾਸ ਪ੍ਰਭ ਦੇ ਸ਼ਬਦ ਦੀ ਸਦਾ ਚੱਲਣ ਵਾਲੀ ਗੂੰਜ ਸੁਣਾਈ ਦੇਂਦੀ ਹੈ । ਜਿਸ ਨੂੰ ਆਪ ਹੀ ਜੋਤ ਵਿੱਚ ਅਭੇਦ ਕਰ ਲੈਂਦਾ ਹੈ, ਉਸ ਨੂੰ ਫਿਰ ਕਦੇ ਵਿਛੜਾ ਨਹੀਂ ਹੁੰਦਾ ।

Whosoever may remain drenched with the essence of His Word within, in his day-to-day life. He may be honored in His Court with eternal spiritual glow on his forehead. Whosoever may be bestowed with His Blessed Vision; with His mercy and grace, he may hear the everlasting echo of His Word resonating within his heart with each breath. Whosoever may immerse within His Holy Spirit; with His mercy and grace, he may never be separated from His Holy Spirt.

822.ਸਲੋਕ ਗੁਰੂ ਰਾਮ ਦਾਸ ਜੀ – ਮਹਲਾ ੪॥ 1422-16

ਗੁਰ ਪੀਰਾਂ ਕੀ ਚਾਕਰੀ,	gur peeraaN kee chaakree
ਮਹਾ ਕਰੜੀ ਸੁਖ ਸਾਰੁ॥	mahaaN karrhee sukh saar.
ਨਦਰਿ ਕਰੇ ਜਿਸੁ ਆਪਣੀ,	nadar karay jis aapnee
ਤਿਸੁ ਲਾਏ ਹੇਤ ਪਿਆਰੁ॥	tis laa-ay hayt pi-aar.
ਸਤਿਗੁਰ ਕੀ ਸੇਵੈ ਲਗਿਆ,	satgur kee sayvai lagi-aa
ਭਉਜਲੁ ਤਰੈ ਸੰਸਾਰੁ॥	bha-ojal tarai sansaar.
ਮਨ ਚਿੰਦਿਆ ਫਲੁ ਪਾਇਸੀ,	man chindi-aa fal paa-isee
ਅੰਤਰਿ ਬਿਬੇਕ ਬੀਚਾਰੁ॥	antar bibayk beechaar.
ਨਾਨਕ ਸਤਿਗੁਰਿ ਮਿਲਿਐ,	naanak satgur mili-ai
ਪ੍ਰਭੁ ਪਾਈਐ	parabh paa-ee-ai
ਸਭੁ ਦੂਖ ਨਿਵਾਰਣਹਾਰੁ॥੧੬॥	sabh dookh nivaaranhaar. ||16||

ਸੰਤ ਸਰੂਪ ਜੀਵ ਦੀ ਦਰ ਹਜ਼ੂਰੀ ਕਰਨੀ ਬਹੁਤ ਕਠਨ ਹੁੰਦੀ ਹੈ । ਜਿਸ ਤੇ ਪ੍ਰਭ ਰਹਿਮਤ ਬਖਸ਼ਦਾ ਹੈ, ਉਸ ਦੇ ਮਨ ਵਿੱਚ ਆਤਮਕ ਸ਼ਾਂਤੀ ਬਖਸ਼ਿਸ਼ ਹੁੰਦੀ ਹੈ । ਉਸ ਨੂੰ ਹੀ ਸ਼ਬਦ ਦੀ ਪਾਲਣਾ ਦੀ ਲਗਨ ਬਖਸ਼ਦਾ ਹੈ । ਜਿਹੜਾ ਪ੍ਰਭ ਦੇ ਸ਼ਬਦ ਦੀ ਪਾਲਣਾ ਵਿੱਚ ਅਡੋਲ ਰਹਿੰਦਾ, ਜਨਮ, ਮਰਨ ਦੇ ਚੱਕਰ ਤੋਂ ਮੁਕਤ ਹੋ ਸਕਦਾ ਹੈ । ਜਿਸ ਦੇ ਮਨ ਵਿੱਚ ਪ੍ਰਭ ਦੇ ਵਿਛੋੜੇ ਦਾ ਵਿਰਾਗ ਰਹਿੰਦਾ ਹੈ । ਉਸ ਦੇ ਮਨ ਦੀਆਂ ਮੁਰਾਦਾਂ ਪੂਰੀਆਂ ਹੋ ਜਾਂਦੀਆਂ ਹਨ । ਉਸ ਨੂੰ ਸੰਤ ਸਰੂਪ ਦੀ ਸੰਗਤ ਬਖਸ਼ਿਸ਼ ਹੋ ਜਾਂਦੀ, ਦੁਖਾਂ ਦਾ ਨਾਸ ਕਰਨ ਵਾਲੇ ਪ੍ਰਭ ਨਾਲ ਮਿਲਾਪ ਹੋ ਜਾਂਦਾ ਹੈ ।

To serve worldly religious saint may be very difficult; he may suggest very hard meditation discipline and sacrifices. Whosoever may be bestowed with His Blessed Vision, he may realize peace of mind in his day-to-day life. He may remain intoxicated in obeying the teachings of His Word; with His mercy and grace, his cycle of birth and death may be eliminated.
Whosoever may remain in renunciation in the memory of his separation from His Holy Spirit; with His mercy and grace, his spoken and unspoken desires may be satisfied. He may be blessed with the conjugation and union with His Holy saint, The True Destroyer of all miseries of worldly desires.

823.ਸਲੋਕ ਗੁਰੂ ਰਾਮ ਦਾਸ ਜੀ – ਮਹਲਾ ੪॥ 1422-18

ਮਨਮੁਖ ਸੇਵਾ ਜੋ ਕਰੇ,	manmukh sayvaa jo karay
ਦੂਜੈ ਭਾਇ ਚਿਤੁ ਲਾਇ॥	doojai bhaa-ay chit laa-ay.
ਪੁਤੁ ਕਲਤੁ ਕੁਟੰਬੁ ਹੈ,	put kalat kutamb hai
ਮਾਇਆ ਮੋਹੁ ਵਧਾਇ॥	maa-i-aa moh vaDhaa-ay.
ਦਰਗਹਿ ਲੇਖਾ ਮੰਗੀਐ,	dargahi laykhaa mangee-ai
ਕੋਈ ਅੰਤਿ ਨ ਸਕੀ ਛਡਾਇ॥	ko-ee ant na sakee chhadaa-ay.
ਬਿਨੁ ਨਾਵੈ ਸਭੁ ਦੁਖੁ ਹੈ,	bin naavai sabh dukh hai
ਦੁਖਦਾਈ ਮੋਹ ਮਾਇ॥	dukh-daa-ee moh maa-ay.
ਨਾਨਕ ਗੁਰਮੁਖਿ ਨਦਰੀ ਆਇਆ,	naanak gurmukh nadree aa-i-aa
ਮੋਹ ਮਾਇਆ ਵਿਛੁੜਿ ਸਭ ਜਾਇ॥੧੭॥	moh maa-i-aa vichhurh sabh jaa-ay. ||17||

ਮਨਮੁਖ ਦੀ ਸੇਵਾ ਵਿੱਚ ਵੀ, ਸੰਸਾਰਕ ਧਨ ਦਾ ਲਾਲਚ, ਅਹੰਕਾਰ ਹੀ ਹੁੰਦਾ ਹੈ । ਸੰਸਾਰਕ ਧਨ ਨਾਲ ਉਸ ਦਾ ਪਰਿਵਾਰ, ਸਬੰਧੀਆਂ ਨਾਲ ਮੋਹ ਵਧਦਾ ਹੈ । ਪ੍ਰਭ ਦੇ ਦਰਬਾਰ ਵਿੱਚ ਕੇਵਲ ਸ਼ਬਦ ਦੀ ਕਮਾਈ ਹੀ ਪ੍ਰਵਾਨ ਹੁੰਦੀ ਹੈ । ਪ੍ਰਭ ਦੇ ਸ਼ਬਦ ਦੀ ਕਮਾਈ, ਬੰਦਗੀ ਤੋ ਬਿਨਾਂ ਜਨਮ ਮਰਨ ਦਾ ਚੱਕਰ ਖਤਮ ਨਹੀਂ ਹੁੰਦਾ, ਜੀਵ ਦੁਖ ਹੀ ਭੋਗਦਾ ਹੈ । ਸੰਸਾਰਕ ਧਨ ਨਾਲ ਉਸ ਦੇ ਮਨ ਵਿੱਚ ਅਹੰਕਾਰ ਵਧਦਾ ਹੈ । ਜਿਸ ਗੁਰਮਖ ਤੇ ਰਹਿਮਤ ਦੀ ਨਜ਼ਰ ਬਖਸ਼ਦਾ ਹੈ, ਉਸ ਦਾ ਸੰਸਾਰਕ ਧਨ ਦਾ ਮੋਹ ਦੂਰ ਹੋ ਜਾਂਦਾ ਹੈ ।

Self-minded may remain dominated with greed even in his charities for worldly wealth and ego of his worldly status. His attachment to worldly possessions, family relationships may be enhanced. After death in His Court only the earnings of His Word may be rewarded. Only earnings of His Word, remains with his soul to support in His Court; nothing else may save his soul from cycle of birth and death. He may only endure the miseries of his worldly deeds, burden of sins. Worldly wealth may only enhance his miseries of ego. Whosoever may be blessed with the conjugation of His true devotee; all his attachment with worldly wealth may be eliminated.

824.ਸਲੋਕ ਗੁਰੂ ਰਾਮ ਦਾਸ ਜੀ – ਮਹਲਾ ੪॥ 1423-2

ਗੁਰਮੁਖਿ ਹੁਕਮੁ ਮੰਨੇ ਸਹ ਕੇਰਾ,	gurmukh hukam mannay sah kayraa
ਹੁਕ ਮੈਂ ਹੀ ਸੁਖੁ ਪਾਏ॥	hukmay hee sukh paa-ay.
ਹੁਕਮੋ ਸੇਵੇ ਹੁਕਮੁ ਅਰਾਧੇ,	hukmo sayvay hukam araaDhay
ਹੁਕਮੇ ਸਮੈ ਸਮਾਏ॥	hukmay samai samaa-ay.
ਹੁਕਮੁ ਵਰਤੁ, ਨੇਮੁ, ਸੁਚ, ਸੰਜਮੁ,	hukam varat naym such sanjam
ਮਨ ਚਿੰਦਿਆ ਫਲੁ ਪਾਏ॥	man chindi-aa fal paa-ay.
ਸਦਾ ਸੁਹਾਗਣਿ ਜਿ ਹੁਕਮੈ ਬੁਝੈ,	sadaa suhaagan je hukmai bujhai
ਸਤਿਗੁਰੁ ਸੇਵੈ ਲਿਵ ਲਾਏ॥	satgur sayvai liv laa-ay.
ਨਾਨਕ ਕ੍ਰਿਪਾ ਕਰੇ ਜਿਨ ਉਪਰਿ,	naanak kirpaa karay jin oopar
ਤਿਨਾ ਹੁਕਮੇ ਲਏ ਮਿਲਾਏ॥੧੮॥	tinaa hukmay la-ay milaa-ay. ‖18‖

ਗੁਰਮਖ ਜੀਵ ਪ੍ਰਭ ਦੇ ਸ਼ਬਦ ਦੀ ਸਿਖਿਆਂ ਦੀ ਪਾਲਣਾ ਵਿੱਚ ਅਡੋਲ ਰਹਿੰਦਾ ਹੈ । ਪ੍ਰਭ ਦੀ ਰਹਿਮਤ ਨਾਲ ਉਸ ਦੇ ਮਨ ਵਿੱਚ ਸ਼ਾਂਤੀ ਬਖਸ਼ਿਸ਼ ਹੋ ਜਾਂਦੀ ਹੈ । ਉਹ ਪ੍ਰਭ ਦੇ ਸ਼ਬਦ ਪਾਲਣਾ, ਸਿਮਰਨ, ਸੇਵਾ ਕਰਨ ਵਿੱਚ ਅਡੋਲ, ਮਸਤ ਲੀਨ ਰਹਿੰਦਾ ਹੈ । ਉਸ ਨੂੰ ਸੰਸਾਰਕ ਲਾਲਚ ਤੋ ਵਰਤ, ਤਿਆਗ, ਨਿੱਤਨੇਮ, ਇਸ਼ਨਾਨ, ਮਨ ਦੀ ਦ੍ਰਿੜਤਾ ਦਾ ਫਲ ਬਖਸ਼ਿਸ਼ ਹੋ ਜਾਂਦਾ ਹੈ । ਉਸ ਦੇ ਮਨ ਦੀਆਂ ਸਭ ਮੁਰਾਦਾਂ ਪੂਰੀਆਂ ਹੋ ਜਾਂਦੀਆਂ ਹਨ । ਜਿਸ ਦਾ ਸ਼ਬਦ ਦੀ ਪਾਲਣਾ ਤੇ ਭਰੋਸਾ ਅਡੋਲ ਰਹਿੰਦਾ ਹੈ, ਉਸ ਨੂੰ ਸ਼ਬਦ ਦੀ ਸੋਝੀ ਬਖਸ਼ਿਸ਼ ਹੋ ਜਾਂਦੀ ਹੈ । ਉਸ ਦੇ ਮਨ ਵਿੱਚ ਸਦਾ ਰਹਿਣ ਵਾਲਾ ਖੇੜੇ ਬਖਸ਼ਿਸ਼ ਹੋ ਜਾਂਦਾ ਹੈ । ਪ੍ਰਭ ਆਪਣੀ ਰਹਿਮਤ ਨਾਲ ਹੀ ਆਪਣੀ ਜੋਤ ਵਿੱਚ ਅਭੇਦ ਕਰ ਲੈਂਦਾ ਹੈ ।

His true devotee may remain intoxicated in obeying the teachings of His Word with steady and stable belief in his day-to-day life; with His mercy and grace, he may be blessed with peace of mind. He may remain intoxicated in meditation, obeying the teachings of His Word and to serve His Creation. He may be rewarded the fruit of controlling, eliminating greed, self-sacrifice, sanctifying bath at 68 Holy Shrines and meditation with rigid discipline. All his spoken and unspoken desires may be fully satisfied. Whosoever may remain meditating and obeying the teachings of His Word with steady and stable belief on the path of meditation; with His mercy and grace, he may be blessed with the enlightenment of the essence of His Word. He may be blessed with everlasting blossom within his mind; with His mercy and grace, he may be immersed within His Holy Spirit.

825.ਸਲੋਕ ਗੁਰੂ ਰਾਮ ਦਾਸ ਜੀ – ਮਹਲਾ ੪॥ 1423-5

ਮਨਮੁਖਿ ਹੁਕਮੁ ਨ ਬੁਝੇ ਬਪੁੜੀ,	manmukh hukam na bujhay bapurhee
ਨਿਤ ਹਉਮੈ ਕਰਮ ਕਮਾਇ॥	nit ha-umai karam kamaa-ay.
ਵਰਤ, ਨੇਮੁ, ਸੁਚ, ਸੰਜਮੁ, ਪੂਜਾ,	varat naym such sanjam poojaa
ਪਾਖੰਡਿ ਭਰਮੁ ਨ ਜਾਇ॥	pakhand bharam na jaa-ay.
ਅੰਤਰਹੁ ਕੁਸੁਧੁ ਮਾਇਆ ਮੋਹਿ ਬੇਧੇ,	antrahu kusuDh maa-i-aa mohi bayDhay
ਜਿਉ ਹਸਤੀ ਛਾਰੁ ਉਡਾਏ॥	ji-o hastee chhaar udaa-ay.
ਜਿਨਿ ਉਪਾਏ ਤਿਸੈ ਨ ਚੇਤਹਿ,	jin upaa-ay tisai na cheeteh
ਬਿਨੁ ਚੇਤੇ ਕਿਉ ਸੁਖੁ ਪਾਏ॥	bin chaytay ki-o sukh paa-ay.
ਨਾਨਕ ਪਰਪੰਚੁ ਕੀਆ ਧੁਰਿ ਕਰਤੈ,	naanak parpanch kee-aa Dhur kartai
ਪੂਰਬਿ ਲਿਖਿਆ ਕਮਾਏ॥੧੯॥	poorab likhi-aa kamaa-ay. ‖19‖

ਮਨਮੁਖ ਜੀਵ ਪ੍ਰਭ ਦੇ ਸ਼ਬਦ ਦੀ ਪ੍ਰਵਾਹ ਨਹੀਂ ਕਰਦਾ । ਉਹ ਆਪਣੇ ਅਹੰਕਾਰ ਵਿੱਚ ਹੀ ਸਾਰੇ ਕੰਮ ਕਰਦਾ ਹੈ । ਦਿਖਾਵੇ ਦੇ ਧਾਰਮਕ ਰੀਤੋ ਰੀਵਾਜ ਨਾਲ ਮਨ ਦੇ ਅਹੰਕਾਰ ਤੇ ਕਾਬੂ ਨਹੀਂ ਪੈਂਦਾ । ਵਰਤ, ਨਿੱਤਨੇਮ, ਦ੍ਰਿੜਤਾ, ਇਸ਼ਨਾਨ ਨਾਲ ਅਹੰਕਾਰ ਤੇ ਕਾਬੂ ਨਹੀਂ ਪੈਂਦਾ । ਆਪਣੇ ਆਪ ਤੇ ਕਾਬੂ ਪਾਉਣ, ਪੂਜਾ ਨਾਲ ਮਨ ਦਾ ਅਹੰਕਾਰ ਨਹੀਂ ਜਾਂਦਾ । ਉਸ ਦਾ ਮਨ ਸੰਸਾਰਕ ਧਨ ਨਾਲ ਮੈਲਾ ਰਹਿੰਦਾ ਹੈ । ਉਸ ਦੇ ਮਨ ਦੀ ਅਵਸਥਾ ਹਾਥੀ ਵਰਗੀ ਹੀ ਹੈ! ਜਿਹੜਾ ਇਸ਼ਨਾਨ ਤੋ ਪਿਛੋਂ ਆਪਣੇ ਉਪਰ ਮਿੱਟੀ, ਰੇਤਾ ਪਾ ਲੈਂਦਾ ਹੈ । ਉਹ ਜੀਵ ਪੈਦਾ ਕਰਨ ਵਾਲੇ ਪ੍ਰਭ ਨੂੰ ਯਾਦ ਵੀ ਨਹੀਂ ਰਖਦਾ, ਪ੍ਰਵਾਹ ਨਹੀਂ ਕਰਦਾ । ਪ੍ਰਭ ਦੀ ਬੰਦਗੀ ਤੋ ਬਿਨਾਂ ਮਨ ਨੂੰ ਸ਼ਾਂਤੀ ਬਖਸ਼ਿਸ਼ ਨਹੀਂ ਹੁੰਦੀ । ਉਸ ਅਟਲ ਪ੍ਰਭ ਨੇ ਹੀ ਇਹ ਸਾਰਾ ਖੇਲ੍ਹ ਚਲਿਆ ਹੈ । ਹਰਇੱਕ ਜੀਵ ਆਪਣੇ ਲਿਖੇ ਅਨੁਸਾਰ ਹੀ ਸੰਸਾਰ ਵਿੱਚ ਕੰਮ ਕਰਦਾ ਹੈ ।

Self-minded may not obey the teachings of His Word nor considered significant for the real purpose of human life opportunity. All his worldly deeds remain biased with greed and ego of his worldly status. He may perform all religious ritual as a gesture of his devotion; however, he may not have any control on his ego. With religious rituals like, abstaining food at certain days, routine, meditation, determination in meditation, self-control, sanctifying bath at Holy Shrine, no one may ever be able to conquer his ego of his worldly status. He may remain blemished with the intoxication of worldly wealth. His state of mind may remain like an elephant; who may be given bath to clean filth from his body; however, he may again roll in dirt. Self-minded may never remember his separation from His Holy Spirit nor pay any attention to the teachings of His Word, The True Creator. Without meditating on the teachings of His Word, no one may ever be blessed with a peace of mind. The True Master has created the whole play of the universe with His imagination. Everyone may play a part as prewritten in his destiny.

826.ਸਲੋਕ ਗੁਰੂ ਰਾਮ ਦਾਸ ਜੀ – ਮਹਲਾ ੪॥ 1423-8

ਗੁਰਮੁਖਿ ਪਰਤੀਤਿ ਭਈ ਮਨੁ ਮਾਨਿਆ,	gurmukh parteet bha-ee man maani-aa
ਅਨਦਿਨੁ ਸੇਵਾ ਕਰਤ ਸਮਾਇ॥	an-din sayvaa karat samaa-ay.
ਅੰਤਰਿ ਸਤਿਗੁਰੁ ਗੁਰੂ ਸਭ ਪੂਜੇ,	antar satgur guroo sabh poojay
ਸਤਿਗੁਰ ਕਾ ਦਰਸੁ ਦੇਖੈ ਸਭ ਆਇ॥	satgur kaa daras daykhai sabh aa-ay.
ਮੰਨੀਐ ਸਤਿਗੁਰ ਪਰਮ ਬੀਚਾਰੀ,	mannee-ai satgur param beechaaree
ਜਿਤੁ ਮਿਲਿਐ ਤਿਸਨਾ ਭੁਖ ਸਭ ਜਾਇ॥	jit mili-ai tisnaa bhukh sabh jaa-ay.
ਹਉ ਸਦਾ ਸਦਾ ਬਲਿਹਾਰੀ ਗੁਰ ਅਪੁਨੇ,	ha-o sadaa sadaa balihaaree gur apunay
ਜੋ ਪ੍ਰਭੁ ਸਚਾ ਦੇਇ ਮਿਲਾਇ॥	jo parabh sachaa day-ay milaa-ay.
ਨਾਨਕ ਕਰਮੁ ਪਾਇਆ ਤਿਨ ਸਚਾ,	naanak karam paa-i-aa tin sachaa
	jo gur charnee lagay aa-ay. ‖20‖

ਜੋ ਗੁਰ ਚਰਣੀ ਲਗੇ ਆਇ॥੨੦॥

ਗੁਰਮਖ ਦੇ ਮਨ ਵਿੱਚ ਪ੍ਰਭ ਦੇ ਸ਼ਬਦ ਦੀ ਸਿਖਿਆਂ, ਬਖਸ਼ੇ ਤੇ ਅਡੋਲ ਭਰੋਸਾ ਅਡੋਲ ਰਹਿੰਦਾ ਹੈ । ਉਹ ਦਿਨ ਰਾਤ ਸ਼ਬਦ ਦੀ ਕਮਾਈ ਕਰਨ ਵਿੱਚ ਹੀ ਮਸਤ ਰਹਿੰਦਾ ਹੈ । ਉਸ ਨੂੰ ਆਪਣੇ ਅੰਦਰ ਹੀ ਸ਼ਬਦ ਦੀ ਸੋਝੀ, ਪ੍ਰਵਾਨਗੀ ਦੇ ਰਸਤੇ ਦੀ ਸੋਝੀ ਬਖਸ਼ਿਸ਼ ਹੋ ਜਾਂਦੀ, ਰਸਤੇ ਤੇ ਚਲਦਾ ਹੈ । ਜਿਹੜਾ ਸ਼ਬਦ ਦਾ ਵਿਚਾਰ, ਸਿਮਰਨ ਕਰਦਾ ਹੈ । ਉਸ ਦੇ ਮਨ ਦੀ ਪਿਆਸ ਬੁਝ ਜਾਂਦੀ ਹੈ । ਉਹ ਪ੍ਰਭ ਦੀ ਬਖਸ਼ਿਸ਼, ਸ਼ਬਦ ਦੀ ਸਿਖਿਆਂ ਦਾ ਸਦਾ ਹੀ ਧੰਨਵਾਦੀ ਰਹਿੰਦਾ ਹੈ । ਪ੍ਰਭ ਦੀ ਰਹਿਮਤ ਨਾਲ ਉਸ ਨੂੰ ਆਪਣੇ ਅੰਦਰੋਂ ਹੀ ਜਾਗਰਤੀ ਬਖਸ਼ਿਸ਼ ਹੋ ਜਾਂਦੀ ਹੈ । ਜਿਹੜਾ ਅਟਲ ਪ੍ਰਭ ਦੀ ਸ਼ਰਣ ਵਿੱਚ ਆਪਾ ਭੇਟਾ ਕਰ ਦੇਂਦਾ ਹੈ, ਪ੍ਰਭ ਆਪ ਹੀ ਅਸਲੀ ਮਾਰਗ ਬਖਸ਼ਦਾ, ਰਸਤੇ ਤੇ ਅਡੋਲ ਰਖਦਾ ਹੈ ।

His true devotee may obey the teachings of His Word with steady and stable belief in his day-to-day life. He may remain intoxicated in the void of His Word, earning the wealth of His Word; with His mercy and grace, he may be blessed with the enlightenment of the essence of His Word from within and the right path of acceptance in His Court. Whosoever may think about the essence of His Word and adopts the teachings of His Word with steady and stable in his own day to day life; with His mercy and grace, his thirst of worldly desires may be quenched. His soul may always remain gratitude for His Blessings and the essence of His Word. He may be enlightened with the essence of His Word; with His mercy and grace, he may remain awake and alert in his day-to-day life. Whosoever may surrender his self-identity at His Sanctuary and adopts the teachings of His Word in his day-to-day life; with His mercy and grace, he may be blessed with the right path of acceptance in His Court.

827.ਸਲੋਕ ਗੁਰੂ ਰਾਮ ਦਾਸ ਜੀ – ਮਹਲਾ ੪॥ 1423-11

ਜਿਨ ਪਿਰੀਆ ਸਉ ਨੇਹੁ,	jin piree-aa sa-o nayhu
ਸੇ ਸਜਣ ਮੈ ਨਾਲਿ॥	say sajan mai naal.
ਅੰਤਰਿ ਬਾਹਰਿ ਹਉ ਫਿਰਾਂ,	antar baahar ha-o firaaN
ਭੀ ਹਿਰਦੈ ਰਖਾ ਸਮਾਲਿ॥੨੧॥	bhee hirdai rakhaa samaal. ‖21‖

ਪ੍ਰਭ ਦਾ ਸ਼ਬਦ ਮੇਰੀ ਆਤਮਾ ਵਿੱਚ ਹੀ ਸਮਾਇਆ, ਤਨ ਵਿੱਚ ਹੀ ਵਸਦਾ ਹੈ, ਮੇਰੇ ਮਨ ਵਿੱਚ ਪ੍ਰਭ ਦੇ ਸ਼ਬਦ ਦੀ ਸੋਝੀ ਪਾਉਣ ਦੀ ਬਹੁਤ ਸ਼ਰਧਾ ਹੈ । ਗੁਰਮਖ ਸੰਸਾਰਕ ਧੰਦੇ ਕਰਦਾ ਹੋਇਆ ਹੀ, ਪ੍ਰਭ ਦੇ ਸ਼ਬਦ ਦੀ ਸਿਖਿਆਂ, ਵਿਛੋੜੇ ਦੀ ਯਾਦ ਨੂੰ ਹਰ ਵੇਲੇ ਮਨ ਵਿੱਚ ਤਾਜ਼ਾ ਰਖਦਾ ਹੈ, ਉਸ ਦੀ ਸਦਾ ਚੱਲਣ ਵਾਲੀ ਗੂੰਜ ਦੀ ਸਿਖਿਆਂ ਤੇ ਚਲਦਾ ਹੈ ।

My True Master as His Word remains embedded within each soul and dwells within my body. I remain anxious, devoted to be enlightened with the essence of His Word. His true devotee may concentrate on the teachings of his Word while performing his day-to-day life necessities and he may never need to assigned any specific time for meditation. He always heeds the message of everlasting echo resonating within his heart. He may keep the miseries of his separation from His Holy Spirit fresh within his mind.

828.ਸਲੋਕ ਗੁਰੂ ਰਾਮ ਦਾਸ ਜੀ – ਮਹਲਾ ੪॥ 1423-12

ਜਿਨਾ ਇਕ ਮਨਿ ਇਕ ਚਿਤਿ ਧਿਆਇਆ,	jinaa ik man ik chit Dhi-aa-i-aa
ਸਤਿਗੁਰ ਸਉ ਚਿਤੁ ਲਾਇ॥	satgur sa-o chit laa-ay.
ਤਿਨ ਕੀ ਦੁਖ ਭੁਖ,	tin kee dukh bhukh
ਹਉਮੈ ਵਡਾ ਰੋਗੁ ਗਇਆ,	ha-umai vadaa rog ga-i-aa
ਨਿਰਦੋਖ ਭਏ ਲਿਵ ਲਾਇ॥	nirdokh bha-ay liv laa-ay.
ਗੁਣ ਗਾਵਹਿ, ਗੁਣ ਉਚਰਹਿ,	gun gaavahi gun uchrahi
ਗੁਣ ਮਹਿ, ਸਵੈ ਸਮਾਇ॥	gun meh savai samaa-ay.
ਨਾਨਕ ਗੁਰ ਪੂਰੇ ਤੇ ਪਾਇਆ,	naanak gur pooray tay paa-i-aa
ਸਹਜਿ ਮਿਲਿਆ ਪ੍ਰਭੁ ਆਇ॥੨੨॥	sahj mili-aa parabh aa-ay. ||22||

ਜਿਹੜਾ ਪ੍ਰਭ ਦੇ ਸ਼ਬਦ ਦਾ ਸਿਮਰਨ ਅਡੋਲ ਭਰੋਸੇ ਨਾਲ ਕਰਦਾ, ਪ੍ਰਭ ਦੇ ਬਖਸ਼ੇ ਤੇ ਭਰੋਸਾ ਰਖਦਾ, ਸ਼ਬਦ ਦੀ ਸਮਾਧੀ ਵਿੱਚ ਲੀਨ ਰਹਿੰਦਾ ਹੈ । ਉਸ ਦਾ ਸਭ ਤੋ ਵੱਡਾ, ਅਹੰਕਾਰ ਦਾ ਰੋਗ ਦੂਰ ਹੋ ਜਾਂਦਾ ਹੈ । ਉਹ ਸੰਸਾਰਕ ਇੱਛਾ ਦੇ ਦੁਖਾਂ, ਚਿੰਤਾਂ ਤੋ ਰਹਿਤ ਹੋ ਕੇ ਪ੍ਰਭ ਦੇ ਸ਼ਬਦ ਦੇ ਸਿਮਰਨ, ਸਮਾਧੀ ਵਿੱਚ ਲੀਨ ਰਹਿੰਦਾ, ਉਸਤਤ ਦੇ ਗੀਤ ਗਾਉਂਦਾ ਹੈ । ਉਸ ਦੇ ਬੋਲੇ ਸ਼ਬਦ ਹੀ ਪ੍ਰਭ ਦੇ ਸ਼ਬਦ ਬਣ ਜਾਂਦੇ ਹਨ । ਪ੍ਰਭ ਦੀ ਰਹਿਮਤ ਨਾਲ ਉਸ ਨੂੰ ਪੂਰਨ ਪੁਰਖਾ ਵਾਲੇ ਗੁਣ ਬਖਸ਼ਿਸ਼ ਹੋ ਜਾਂਦੇ ਹਨ । ਉਹ ਸ਼ਬਦ ਦੀ ਸਮਾਧੀ ਵਿੱਚ ਲੀਨ ਹੋਇਆ ਹੀ ਅਟਲ ਪ੍ਰਭ ਦੀ ਹੋਂਦ ਵਿੱਚ ਅਭੇਦ ਹੋ ਜਾਂਦਾ ਹੈ ।

Whosoever may remain meditating on the teachings of His Word with steady and stable belief and only hopes for support on His Blessings; with His mercy and grace, he remains intoxicated in the void of His Word. The most chronic disease, his ego of worldly status, his unique identity may be eliminated. He may remain beyond the reach of sweet poison of worldly desires, worries of worldly disappointments. He may remain intoxicated in singing the glory and meditating on the teachings of His Word in the void of His Word. His spoken words may be transformed as His Word and remains true forever; with His mercy and grace, he may be blessed with a state of mind and virtues as a perfect devotee of His True Master. He may remain intoxicated within the void of His Word; with His mercy and grace, his soul may be immersed within His Holy Spirit.

829.ਸਲੋਕ ਗੁਰੂ ਰਾਮ ਦਾਸ ਜੀ – ਮਹਲਾ ੪॥ 1423-15

ਮਨਮੁਖਿ ਮਾਇਆ ਮੋਹੁ ਹੈ,	manmukh maa-i-aa moh hai
ਨਾਮਿ ਨ ਲਗੈ ਪਿਆਰੁ॥	naam na lagai pi-aar.
ਕੂੜੁ ਕਮਾਵੈ, ਕੂੜੁ ਸੰਘਰੈ,	koorh kamaavai koorh sanghrai
ਕੂੜਿ ਕਰੈ ਆਹਾਰੁ॥	koorh karai aahaar.
ਬਿਖੁ ਮਾਇਆ, ਧਨੁ ਸੰਚਿ ਮਰਹਿ,	bikh maa-i-aa Dhan sanch mareh
ਅੰਤਿ ਹੋਇ ਸਭੁ ਛਾਰੁ॥	ant ho-ay sabh chhaar.
ਕਰਮ ਧਰਮ ਸੁਚਿ ਸੰਜਮੁ ਕਰਹਿ,	karam Dharam such sanjam karahi
ਅੰਤਰਿ ਲੋਭੁ ਵਿਕਾਰ॥	antar lobh vikaar.
ਨਾਨਕ ਮਨਮੁਖਿ ਜਿ ਕਮਾਵੈ,	naanak manmukh je kamaavai
ਸੁ ਥਾਇ ਨ ਪਵੈ,	so thaa-ay na pavai
ਦਰਗਹ ਹੋਇ ਖੁਆਰੁ॥੨੩॥	dargeh ho-ay khu-aar. ||23||

ਮਨਮੁਖ ਦਾ ਕੇਵਲ ਸੰਸਾਰਕ ਧਨ ਨਾਲ ਹੀ ਪਿਆਰ ਹੁੰਦਾ ਹੈ । ਉਸ ਦੀ ਪ੍ਰਭ ਦੇ ਸ਼ਬਦ ਦੀ ਪਾਲਣਾ ਕਰਨ ਦੀ ਕੋਈ ਸ਼ਰਧਾ, ਲਗਨ ਨਹੀਂ ਹੁੰਦੀ । ਉਹ ਝੂਠ, ਧੋਖੇ ਦਾ ਹੀ ਕੰਮ ਕਰਦਾ, ਬੁਰੇ ਕੰਮਾਂ ਕਰਕੇ ਹੀ ਆਪਣੀ ਰੋਜ਼ੀ ਕਮਾਉਂਦਾ ਹੈ । ਉਹ ਸੰਸਾਰਕ ਪੁੰਨ ਦਾਨ, ਰੀਤ ਰੀਵਾਜ, ਪੂਜਾ, ਵਰਤ ਆਦਿ ਰਖਦਾ ਹੈ । ਉਸ ਦੇ ਹਰਇੱਕ ਕੰਮ ਪਿਛੇ ਲਾਲਚ, ਸ਼ਬਦ ਦੀ ਅਗਿਆਨਤਾ ਹੀ ਹੁੰਦੀ ਹੈ । ਮਨਮੁਖ ਜੀਵ ਦਾ ਕੀਤੀ ਦਾਨ ਪੂਜਾ, ਪ੍ਰਭ ਦੇ ਦਰਬਾਰ ਵਿੱਚ ਪ੍ਰਵਾਨ ਨਹੀਂ ਹੁੰਦਾ । ਉਸ ਨੂੰ ਦਰਬਾਰ ਵਿੱਚ ਲਾਨ੍ਹਤਾਂ ਹੀ ਪੈਂਦੀਆਂ ਹਨ ।

Self-minded may only have a greed, craving for sweet poison of worldly wealth. He may have no desire, devotion to obey, adopt the teachings of His Word. He may remain intoxicated with hypocrisy, falsehood, deception and devious plans and slave of sweet poison of worldly wealth. He may adopt all the religious rituals, like charity, worship, abstaining food on certain time. In his every deed, charity may have greed as hidden moto and ignorance from the teachings of His Word. His meditations, worship charity may not be rewarded in His Court. He may be rebuked in His Court.

830.ਸਲੋਕ ਗੁਰੂ ਰਾਮ ਦਾਸ ਜੀ – ਮਹਲਾ ੪॥ 1423-17

ਸਭਨਾ ਰਾਗਾਂ ਵਿਚਿ ਸੋ ਭਲਾ ਭਾਈ,	sabhnaa raagaaN vich so bhalaa bhaa-ee
ਜਿਤੁ ਵਸਿਆ ਮਨਿ ਆਇ॥	jit vasi-aa man aa-ay.
ਰਾਗੁ ਨਾਦੁ ਸਭੁ ਸਚੁ ਹੈ,	raag naad sabh sach hai
ਕੀਮਤਿ ਕਹੀ ਨ ਜਾਇ॥	keemat kahee na jaa-ay.
ਰਾਗੈ ਨਾਦੈ ਬਾਹਰਾ, ਇਨੀ ਹੁਕਮੁ ਨ	raagai naadai baahraa
ਬੂਝਿਆ ਜਾਇ॥	inee hukam na boojhi-aa jaa-ay.
ਨਾਨਕ ਹੁਕਮੈ ਬੂਝੈ	naanak hukmai boojhai
ਤਿਨਾ ਰਾਸਿ ਹੋਇ,	tinaa raas ho-ay
ਸਤਿਗੁਰ ਤੇ ਸੋਝੀ ਪਾਇ॥	satgur tay sojhee paa-ay.
ਸਭੁ ਕਿਛੁ ਤਿਸ ਤੇ ਹੋਇਆ,	sabh kichh tis tay ho-i-aa
ਜਿਉ ਤਿਸੈ ਦੀ ਰਜਾਇ॥੨੪॥	ji-o tisai dee rajaa-ay. ||24||

ਜਿਸ ਰਾਗ, ਸ਼ਬਦ, ਸਿਮਰਨ ਨਾਲ ਮਨ ਵਿੱਚ ਪ੍ਰਭ ਦੇ ਸ਼ਬਦ ਦੀ ਸਿਖਿਆਂ ਦੀ ਲਗਨ, ਸ਼ਰਧਾ ਅਡੋਲ ਹੋ ਜਾਂਦੀ ਹੈ । ਉਹ ਹੀ ਰਾਗ, ਸ਼ਬਦ, ਸਿਮਰਨ ਦੀ ਵਿਧੀ, ਬਾਣੀ ਅਮੋਲਕ, ਉਤਮ ਹੁੰਦੀ ਹੈ । ਸਾਰੇ ਰਾਗਾਂ ਦੀ ਧੁਨ, ਗੂੰਜ ਹੀ ਠੀਕ, ਅਮੋਲਕ ਹੈ । ਇਸ ਦੀ ਕੀਮਤ ਦਾ ਅੰਦਾਜ਼ਾ ਨਹੀਂ ਲਾਇਆ ਜਾ ਸਕਦਾ । ਕੇਵਲ ਰਾਗਾਂ ਦੀ ਧੁਨ, ਗੂੰਜ ਨਾਲ ਪ੍ਰਭ ਦੇ ਭਾਣੇ ਨੂੰ ਸਮਝਿਆ ਨਹੀਂ ਜਾ ਸਕਦਾ, ਪ੍ਰਵਾਨਗੀ ਦਾ ਅਸਲੀ ਰਸਤਾ ਬਖਸ਼ਿਸ਼ ਨਹੀਂ ਹੋ ਸਕਦਾ । ਜਿਸ ਨੂੰ ਪ੍ਰਭ, ਸ਼ਬਦ ਦੀ ਸੋਝੀ ਬਖਸ਼ਦਾ ਹੈ, ਉਹ ਜੀਵਨ ਵਿੱਚ, ਬੰਦਗੀ ਵਿੱਚ ਜਾਗਰਤ ਅਤੇ ਸੁਚੇਤ ਰਹਿੰਦਾ ਹੈ । ਜਿਹੜਾ ਵੀ ਰਾਗ, ਸ਼ਬਦ ਗਾਉਂਦਾ, ਉਹ ਹੀ ਮੁਕਤੀ ਦਾ ਰਸਤਾ ਬਣ ਜਾਂਦਾ ਹੈ । ਸਭ ਕੁਝ ਪ੍ਰਭ ਦੇ ਹੁਕਮ ਅਨੁਸਾਰ ਹੀ ਹੁੰਦਾ ਹੈ ।

All Holy scriptures, music tones, Raags, meditations are the right path in human life; however, only His Word, the teachings of Holy Scripture, meditation technique, singing the glory may be ambrosial that may pierce through his heart and mind. He may enter deep meditation in the void of His Word. The echo, sound of sings of all Raags may be ambrosial; however, the essence, significance of His Word, Raag may remain beyond imagination. No one may ever comprehend the essence of His Word, the right path of acceptance by singing the glory of His Word. Whosoever may be blessed with the essence of His Word, he may adopt the teachings of His Word in his day-to-day life and he may remain awake and alert. He may sing any raag, any word; with His mercy and grace, his singing may be transformed as the right path of acceptance in His Court. Everything in the universe may only prevails under His Command.

831.ਸਲੋਕ ਗੁਰੂ ਰਾਮ ਦਾਸ ਜੀ – ਮਹਲਾ ੪॥ 1424-1

ਸਤਿਗੁਰ ਵਿਚਿ ਅੰਮ੍ਰਿਤ ਨਾਮੁ ਹੈ,	satgur vich amrit naam hai
ਅੰਮ੍ਰਿਤੁ ਕਹੈ ਕਹਾਇ॥	amrit kahai kahaa-ay.
ਗੁਰਮਤੀ ਨਾਮੁ ਨਿਰਮਲੋੁ,	gurmatee naam nirmalo nirmal
ਨਿਰਮਲ ਨਾਮੁ ਧਿਆਇ॥	naam Dhi-aa-ay.
ਅੰਮ੍ਰਿਤ ਬਾਣੀ ਤਤੁ ਹੈ,	amrit banee tat hai
ਗੁਰਮੁਖਿ ਵਸੈ ਮਨਿ ਆਇ॥	gurmukh vasai man aa-ay.
ਹਿਰਦੈ ਕਮਲੁ ਪਰਗਾਸਿਆ,	hirdai kamal pargaasi-aa
ਜੋਤੀ ਜੋਤਿ ਮਿਲਾਇ॥	jotee jot milaa-ay.
ਨਾਨਕ ਸਤਿਗੁਰੁ ਤਿਨ ਕਉ ਮੇਲਿਓਨੁ,	naanak satgur tin ka-o mayli-on
ਜਿਨ ਧੁਰਿ ਮਸਤਕਿ ਭਾਗੁ ਲਿਖਾਇ॥੨੫॥	jin Dhur mastak bhaag likhaa-ay. ||25||

ਜਿਹੜਾ ਪ੍ਰਭ ਦੇ ਸ਼ਬਦ ਦੀ ਸਿਖਿਆਂ ਦੀ ਪਾਲਣਾ ਕਰਦਾ ਹੈ, ਉਸ ਨੂੰ ਸ਼ਬਦ ਦੀ ਸੋਝੀ ਰੂਪੀ ਅਮੋਲਕ, ਅੰਮ੍ਰਿਤ ਬਖਸ਼ਿਸ਼ ਹੋ ਸਕਦਾ ਹੈ । ਪ੍ਰਭ ਦੀ ਰਹਿਮਤ ਨਾਲ ਹੀ ਅਮੋਲਕ ਸ਼ਬਦ ਦੀ ਪਾਲਣਾ ਕਰਨ ਦੀ ਲਗਨ ਬਖਸ਼ਿਸ਼ ਹੁੰਦੀ ਹੈ । ਜਿਹੜਾ ਗੁਰਮਖ ਸ਼ਬਦ ਦਾ ਸਿਮਰਨ, ਪਾਲਣਾ ਕਰਦਾ ਹੈ ਉਸ ਦੇ ਮਨ ਵਿੱਚ ਸ਼ਬਦ ਦੀ ਸਿਖਿਆਂ ਘਰ ਕਰ ਜਾਂਦੀ ਹੈ । ਉਸ ਨੂੰ ਖੇੜਾ ਬਖਸ਼ਿਸ਼ ਹੋ ਜਾਂਦਾ ਹੈ, ਉਹ ਪ੍ਰਭ ਦੇ ਸ਼ਬਦ ਦੀ ਸਮਾਧੀ ਵਿੱਚ ਲੀਨ ਹੋਇਆ ਹੀ ਪ੍ਰਭ ਦੀ ਜੋਤ ਵਿੱਚ ਅਭੇਦ ਹੋ ਜਾਂਦਾ ਹੈ । ਜਿਸ ਦੇ ਭਾਗਾ ਵਿੱਚ ਪ੍ਰਭ ਨੇ ਆਪ ਹੀ ਲਿਖਿਆ ਹੁੰਦਾ ਹੈ, ਉਸ ਨੂੰ ਹੀ ਗੁਰਮਖ ਅਵਸਥਾ ਬਖਸ਼ਿਸ਼ ਹੋ ਸਕਦੀ ਹੈ ।

Whosoever may obey the teachings of His Word with steady and stable belief; with His mercy and grace, he may be blessed with the nectar of enlightenment of the essence of His Word. He may be blessed with devotion to obey the teachings of His Word. Whosoever may meditate, obeys the teachings of His Word with steady and stable belief; with His mercy and grace, he may be drenched with the essence of His Word. He may be blessed with blossom in his worldly life; with His mercy and grave, he may remain intoxicated in meditation in the void of His Word. Whosoever may have a great prewritten destiny, only he may be blessed with such a state of mind. He may be immersed within His Holy Spirit.

832.ਸਲੋਕ ਗੁਰੂ ਰਾਮ ਦਾਸ ਜੀ – ਮਹਲਾ ੪॥ 1424-4

ਅੰਦਰਿ ਤਿਸਨਾ ਅਗਿ ਹੈ,	andar tisnaa ag hai
ਮਨਮੁਖ ਭੁਖ ਨ ਜਾਇ॥	manmukh bhukh na jaa-ay.
ਮੋਹੁ ਕੁਟੰਬੁ ਸਭੁ ਕੂੜੁ ਹੈ,	moh kutamb sabh koorh hai
ਕੂੜਿ ਰਹਿਆ ਲਪਟਾਇ॥	koorh rahi-aa laptaa-ay.
ਅਨਦਿਨੁ ਚਿੰਤਾ ਚਿੰਤਵੈ,	an-din chintaa chintvai
ਚਿੰਤਾ ਬਧਾ ਜਾਇ॥	chintaa baDhaa jaa-ay.
ਜੰਮਣੁ ਮਰਣੁ ਨ ਚੁਕਈ,	jaman maran na chuk-ee
ਹਉਮੈ ਕਰਮ ਕਮਾਇ॥	ha-umai karam kamaa-ay.
ਗੁਰ ਸਰਣਾਈ ਉਬਰੈ,	gur sarnaa-ee ubrai
ਨਾਨਕ ਲਏ ਛਡਾਇ॥੨੬॥	naanak la-ay chhadaa-ay. ||26||

ਮਨਮੁਖ ਦੇ ਬੰਦਗੀ ਕਰਨ, ਚੰਗੇ ਕੰਮ ਕਰਨ ਵਿੱਚ ਵੀ ਲਾਲਚ ਹੁੰਦਾ ਹੈ। ਉਸ ਦਾ ਲਾਲਚ ਖਤਮ ਨਹੀਂ ਹੁੰਦਾ । ਸੰਸਾਰਕ ਸਬੰਧੀਆਂ ਨਾਲ ਮੋਹ ਲਗਾਉਣਾ, ਮਾਇਆ ਦਾ ਜਾਲ ਹੈ, ਮਨਮੁਖ ਇਸ ਵਿੱਚ ਹੀ ਫਸਿਆ ਰਹਿੰਦਾ ਹੈ । ਇਹ ਮਰਨ ਤੋ ਪਿਛੋਂ ਪ੍ਰਭ ਦੇ ਦਰਬਾਰ ਵਿੱਚ ਕੋਈ ਕੰਮ ਨਹੀਂ ਆਉਂਦੇ । ਉਹ ਸਾਰਾ ਦਿਨ ਰਾਤ ਚਿੰਤਾਂ ਵਿੱਚ ਹੀ ਰਹਿੰਦਾ, ਚਿੰਤਾਂ ਵਿੱਚ ਹੀ ਮਰ ਜਾਂਦਾ ਹੈ । ਅਹੰਕਾਰ ਵਿੱਚ ਹੀ ਸਭ ਕੰਮ ਕਰਦਾ, ਜੂੰਨਾਂ ਦਾ ਚੱਕਰ ਖਤਮ ਨਹੀਂ ਹੁੰਦਾ । ਜਿਹੜਾ ਆਪਾ ਪ੍ਰਭ ਦੀ ਸ਼ਰਣ ਵਿੱਚ ਭੇਟਾ ਕਰਦਾ, ਸ਼ਬਦ ਦੀ ਪਾਲਣਾ ਕਰਦਾ, ਬਖਸ਼ੇ ਤੇ ਭਰੋਸਾ ਰਖਦਾ ਹੈ । ਪ੍ਰਭ ਦੀ ਰਹਿਮਤ ਨਾਲ ਉਸ ਨੂੰ ਪ੍ਰਵਾਨਗੀ ਦਾ ਅਸਲੀ ਰਸਤਾ ਬਖਸ਼ਿਸ਼ ਹੋ ਜਾਂਦਾ ਹੈ ।

Self-minded may have a hidden moto of greed in his meditation, charity, good deeds. His greed may never be eliminated from his mind. He may remain intoxicated with worldly bonds and sweet poison of worldly wealth. His worldly bonds, earnings may have no significance for the real purpose of human life journey. He may remain in frustrations of his worldly desires and wastes his ambrosial human life opportunity. All his worldly deeds may enhance his ego and he may remain in the cycle of birth and death. Whosoever may surrender his self-identity at His Sanctuary to obey the teachings His Word with steady and stable belief in his day to day; with His mercy and grace, he may be blessed with the right path of acceptance in His Court.

833.ਸਲੋਕ ਗੁਰੂ ਰਾਮ ਦਾਸ ਜੀ – ਮਹਲਾ ੪॥ 1424-6

ਸਤਿਗੁਰ ਪੁਰਖੁ ਹਰਿ ਧਿਆਇਦਾ,	satgur purakh har Dhi-aa-idaa
ਸਤਸੰਗਤਿ ਸਤਿਗੁਰ ਭਾਇ॥	satsangat satgur bhaa-ay.
ਸਤਸੰਗਤਿ ਸਤਿਗੁਰ ਸੇਵਦੇ	satsangat satgur sayvday
ਹਰਿ ਮੇਲੇ ਗੁਰੁ ਮੇਲਾਇ॥	har maylay gur maylaa-ay.
ਏਹੁ ਭਉਜਲੁ ਜਗਤੁ ਸੰਸਾਰੁ ਹੈ,	ayhu bha-ojal jagat sansaar hai
ਗੁਰੁ ਬੋਹਿਥੁ ਨਾਮਿ ਤਰਾਇ॥	gur bohith naam taraa-ay.
ਗੁਰਸਿਖੀ ਭਾਣਾ ਮੰਨਿਆ,	gursikhee bhaanaa mani-aa
ਗੁਰੁ ਪੂਰਾ ਪਾਰਿ ਲਘਾਇ॥	gur pooraa paar langhaa-ay.
ਗੁਰਸਿਖਾਂ ਕੀ ਹਰਿ ਧੂੜਿ ਦੇਹਿ,	gursikhaaN kee har Dhoorh deh
ਹਮ ਪਾਪੀ ਭੀ ਗਤਿ ਪਾਂਹਿ॥	ham paapee bhee gat paaNhi.
ਧੁਰਿ ਮਸਤਕਿ ਹਰਿ ਪ੍ਰਭ ਲਿਖਿਆ,	Dhur mastak har parabh likhi-aa
ਗੁਰ ਨਾਨਕ ਮਿਲਿਆ ਆਇ॥	gur naanak mili-aa aa-ay.
ਜਮਕੰਕਰ ਮਾਰਿ ਬਿਦਾਰਿਅਨੁ,	jamkankar maar bidaari-an
ਹਰਿ ਦਰਗਹ ਲਏ ਛਡਾਇ॥	har dargeh la-ay chhadaa-ay.
ਗੁਰਸਿਖਾ ਨੋ ਸਾਬਾਸਿ ਹੈ,	gursikhaa no saabaas hai
ਹਰਿ ਤੁਠਾ ਮੇਲਿ ਮਿਲਾਇ॥੨੭॥	har tuthaa mayl milaa-ay. ||27||

ਜਿਸ ਨੂੰ ਪੂਰਨ ਪੁਰਖ, ਗੁਰਮਖ ਅਵਸਥਾ ਬਖਸ਼ਿਸ਼ ਹੋ ਜਾਂਦੀ ਹੈ । ਉਹ ਸੰਤਾਂ ਦੀ ਸੰਗਤ ਵਿੱਚ ਪ੍ਰਭ ਦੇ ਸ਼ਬਦ ਦੀ ਉਸਤਤ ਗਾਉਣ ਵਿੱਚ ਅਡੋਲ, ਮਸਤ ਰਹਿੰਦਾ ਹੈ । ਪ੍ਰਭ ਆਪ ਹੀ ਰਹਿਮਤ ਬਖਸ਼ਕੇ, ਗੁਰਮਖ ਨੂੰ ਪ੍ਰਵਾਨਗੀ ਦਾ ਰਸਤਾ ਬਖਸਦਾ ਹੈ । ਇਹ ਸੰਸਾਰ ਬਹੁਤ ਉਲਝਣਾਂ ਨਾਲ ਭਰਿਆਂ ਹੈ । ਜਿਹੜਾ ਸ਼ਬਦ ਦਾ ਸਿਮਰਨ, ਪਾਲਣਾ ਕਰਦਾ, ਗੁਣ ਗਾਉਂਦਾ, ਬਖਸ਼ੇ ਤੇ ਅਡੋਲ ਭਰੋਸਾ ਰਖਦਾ ਹੈ । ਉਸ ਨੂੰ ਬੰਦਗੀ ਕਰਨ ਵਾਲੇ ਦੀ ਸੰਗਤ ਬਖਸ਼ਦਾ ਹੈ । ਉਸ ਨੂੰ ਪ੍ਰਵਾਨਗੀ ਦਾ ਰਸਤਾ ਬਖਸ਼ਦਾ ਹੈ । ਗੁਰਮਖ ਦੀ ਸੰਗਤ ਵਿੱਚ ਪਾਪ ਕਰਨ ਵਾਲੇ ਨੂੰ ਵੀ ਸਿਮਰਨ ਕਰਦੇ, ਪ੍ਰਭ ਦੀ ਰਹਿਮਤ ਨਾਲ ਪ੍ਰਵਾਨਗੀ ਦਾ ਰਸਤਾ ਬਖਸ਼ਿਸ਼ ਹੋ ਜਾਂਦਾ ਹੈ । ਜਿਸ ਦੇ ਭਾਗਾ ਵਿੱਚ ਪ੍ਰਭ ਨੇ ਆਪ ਹੀ ਲਿਖਿਆ ਹੁੰਦਾ ਹੈ! ਉਸ ਦੇ ਜਮਦੂਤ ਦੇ ਸਾਰੇ ਜ਼ੰਜੀਰ ਟੁੱਟ ਜਾਂਦੇ, ਉਹ ਪ੍ਰਵਾਨ ਹੋ ਜਾਂਦਾ ਹੈ । ਪ੍ਰਭ ਆਪ ਹੀ ਦਰਗਾਹ ਵਿੱਚ ਗਵਾਹੀ ਭਰਦਾ ਹੈ । ਉਹ ਪ੍ਰਭ ਦੇ ਦਰਬਾਰ ਵਿੱਚ ਸੋਭਦਾ, ਅਨੰਦ ਮਾਨਦਾ ਹੈ ।

Whosoever may be blessed with a state of mind as His true devotee, a perfect human. He may remain intoxicated singing the glory of His Word in the conjugation of His Holy saint; with His mercy and grace, he may be blessed with the right path of acceptance in His Court. World remains a terrible trap of sweet poison of worldly wealth. Whosoever may remain meditating, singing the glory and obeying the teachings of His Word with steady and stable belief on His Blessings; with His mercy and grace, he may be bestowed with an ultimate worthy blessing. He may be blessed with the conjugation of His Holy saint. In the conjugation of His true devotee, even a sinner may renounce his evil thoughts and obeys the teachings of His Word;

with His mercy and grace, his soul may be sanctified to become worthy of His Consideration. Whosoever may have a great prewritten destiny, all his worldly bonds may be eliminated. The True Master may become his witness in the court of The Righteous Judge. He may be honored and cherishes the pleasures in His Sanctuary.

834.ਸਲੋਕ ਗੁਰੂ ਰਾਮ ਦਾਸ ਜੀ – ਮਹਲਾ ੪॥ 1424-11

ਗੁਰਿ ਪੂਰੈ ਹਰਿ ਨਾਮੁ ਦਿੜਾਇਆ,	gur poorai har naam dirhaa-i-aa j
ਜਿਨਿ ਵਿਚਹੁ ਭਰਮੁ ਚੁਕਾਇਆ॥	in vichahu bharam chukaa-i-aa.
ਰਾਮ ਨਾਮੁ ਹਰਿ ਕੀਰਤਿ ਗਾਇ,	raam naam har keerat gaa-ay
ਕਰਿ ਚਾਨਣੁ ਮਗੁ ਦੇਖਾਇਆ॥	kar chaanan mag daykhaa-i-aa.
ਹਉਮੈ ਮਾਰਿ ਏਕ ਲਿਵ ਲਾਗੀ,	ha-umai maar ayk liv laagee
ਅੰਤਰਿ ਨਾਮੁ ਵਸਾਇਆ॥	antar naam vasaa-i-aa.
ਗੁਰਮਤੀ ਜਮੁ ਜੋਹਿ ਨ ਸਕੈ,	gurmatee jam johi na sakai sachai
ਸਚੈ ਨਾਇ ਸਮਾਇਆ॥	naa-ay samaa-i-aa.
ਸਭੁ ਆਪੇ ਆਪਿ ਵਰਤੈ ਕਰਤਾ,	sabh aapay aap vartai kartaa
ਜੋ ਭਾਵੈ ਸੋ ਨਾਇ ਲਾਇਆ॥	jo bhaavai so naa-ay laa-i-aa.
ਜਨ ਨਾਨਕੁ ਨਾਉ ਲਏ ਤਾਂ ਜੀਵੈ,	jan naanak naa-o la-ay taaN
ਬਿਨੁ ਨਾਵੈ ਖਿਨੁ ਮਰਿ ਜਾਇਆ॥੨੮॥	jeevai bin naavai khin mar jaa-i-aa. ||28||

ਜਿਹੜੇ ਜੀਵ ਦੇ ਮਨ ਵਿੱਚ ਪ੍ਰਭ ਦੇ ਸ਼ਬਦ ਦੀ ਸਿਖਿਆਂ ਘਰ ਕਰ ਜਾਂਦੀ ਹੈ । ਉਸ ਦੇ ਸਾਰੇ ਭਰਮ ਦੂਰ ਹੋ ਜਾਂਦੇ ਹਨ । ਉਸ ਦੇ ਮਨ ਵਿਚੋਂ ਅਹੰਕਾਰ ਦੀ ਜੜ੍ਹ ਨਾਸ ਹੋ ਜਾਂਦੀ ਹੈ । ਪ੍ਰਭ ਦੀ ਰਹਿਮਤ ਨਾਲ, ਉਸ ਨੂੰ ਪ੍ਰਵਾਨਗੀ ਦਾ ਅਸਲੀ ਰਸਤਾ ਬਖਸ਼ਿਸ਼ ਹੋ ਜਾਂਦਾ ਹੈ । ਉਸ ਨੂੰ ਪ੍ਰਭ ਦੀ ਸਦਾ ਚੱਲਣ ਵਾਲੀ ਧੁਨ ਸੁਣਾਈ ਦੇਂਦੀ ਹੈ, ਸਦਾ ਰਹਿਣ ਵਾਲਾ ਸ਼ਬਦ ਮਨ ਵਿੱਚ ਰਚ ਜਾਂਦਾ ਹੈ । ਉਸ ਨੂੰ ਪ੍ਰਭ ਦੇ ਸ਼ਬਦ ਦੀ ਪਾਲਣਾ ਕਰਦੇ ਨੂੰ ਜਮਦੂਤਾਂ ਦੀ ਕੋਈ ਚਾਲ ਰੋਕ ਨਹੀਂ ਸਕਦੀ । ਉਹ ਪ੍ਰਭ ਦੀ ਸ਼ਬਦ ਦੀ ਸਮਾਧੀ ਵਿੱਚ ਲੀਨ ਰਹਿੰਦਾ ਹੈ । ਪ੍ਰਭ ਆਪ ਹੀ ਸਭ ਕੁਝ ਕਰਦਾ ਹੈ । ਅਸਲੀ ਬੰਦਗੀ ਕਰਨ ਵਾਲੇ ਦੀ ਅਵਸਥਾ ਇਸਤਰ੍ਹਾਂ ਹੋ ਜਾਂਦੀ ਹੈ । ਜਿਸ ਸਵਾਸ ਨਾਲ ਪ੍ਰਭ ਦਾ ਸਿਮਰਨ ਨਾ ਨਿਕਲੇ, ਉਸ ਨੂੰ ਬੇਚੈਨ ਕਰਦਾ ਹੈ । ਜਿਹੜਾ ਸਵਾਸ ਬੰਦਗੀ ਵਿੱਚ ਨਿਕਲਦਾ ਹੈ, ਠੰਢ ਮਹਿਸੂਸ ਹੂੰਦੀ ਹੈ ।

Whosoever may remain drenched with the essence of His Word within his day-to-day life; with His mercy and grace, all his religious suspicions may be eliminated. The root of ego of his mind may be eliminated; with His mercy and grace, he may be blessed with the right path of acceptance in His Court. He may hear the everlasting echo of His Word resonating within his heart. He may remain drenched with the essence of His Word. The demons of worldly desires may not divert him from his path of meditation. He may remain intoxicated in meditation in the void of His Word. Everything in the universe prevails under His Command. His state of mind may be transformed such a way; any breath he may take without remembering his separation from His Holy Spirit; he may feel very uncomfortable. Any breath with singing the glory of His Word; may comfort him.

835.ਸਲੋਕ ਗੁਰੂ ਰਾਮ ਦਾਸ ਜੀ – ਮਹਲਾ ੪॥ 1424-14

ਮਨ ਅੰਤਰਿ ਹਉਮੈ ਰੋਗੁ,	man, antar ha-umai rog
ਭ੍ਰਮਿ ਭੂਲੇ ਹਉਮੈ ਸਾਕਤ ਦੁਰਜਨਾ॥	bharam bhoolay ha-umai saakat durjanaa.
ਨਾਨਕ ਰੋਗੁ ਗਵਾਇ,	naanak rog gavaa-ay
ਮਿਲਿ ਸਤਿਗੁਰ ਸਾਧੂ ਸਜਣਾ॥੨੯॥	mil satgur saaDhoo sajnaa. ||29||

ਸਾਕਤ ਜੀਵ ਦੇ ਅੰਦਰ ਅਹੰਕਾਰ ਦਾ ਪੱਕਾ ਰੋਗ ਹੁੰਦਾ ਹੈ । ਉਹ ਭਰਮ, ਭੁਲੇਖੇ ਅਹੰਕਾਰ ਵਿੱਚ ਹੀ ਬੁਰੇ ਕੰਮ ਕਰਦਾ ਰਹਿੰਦਾ ਹੈ । ਕੇਵਲ ਸੰਤ ਸਰੂਪ ਦੀ ਸੰਗਤ ਨਾਲ ਹੀ ਅਹੰਕਾਰ ਦੀ ਜੜ੍ਹ ਖਤਮ ਹੋ ਜਾਂਦੀ ਹੈ ।

Self-minded, non-believer may remain intoxicated with ego of his worldly status. He may remain intoxicated in religious suspicions and evil thoughts. Whosoever may be blessed with the association of His true devotee, only he may conquer his ego of worldly status.

836.ਸਲੋਕ ਗੁਰੂ ਰਾਮ ਦਾਸ ਜੀ - ਮਹਲਾ ੪॥ 1424-16

ਗੁਰਮਤੀ ਹਰਿ ਹਰਿ ਬੋਲੇ॥	gurmatee har har bolay.
ਹਰਿ ਪ੍ਰੇਮਿ ਕਸਾਈ ਦਿਨਸੁ ਰਾਤਿ,	har paraym kasaa-ee dinas raat
ਹਰਿ ਰਤੀ ਹਰਿ ਰੰਗਿ ਚੋਲੇ॥	har ratee har rang cholay.
ਹਰਿ ਜੈਸਾ ਪੁਰਖੁ ਨ ਲਭਈ,	har jaisaa purakh na labh-ee
ਸਭੁ ਦੇਖਿਆ ਜਗਤੁ ਮੈਂ ਟੋਲੇ॥	sabh daykhi-aa jagat mai tolay.
ਗੁਰ ਸਤਿਗੁਰਿ ਨਾਮੁ ਦਿੜਾਇਆ,	gur satgur naam dirhaa-i-aa
ਮਨੁ ਅਨਤ ਨ ਕਾਹੂ ਡੋਲੇ॥	man, anat na kaahoo dolay.
ਜਨ ਨਾਨਕੁ ਹਰਿ ਕਾ ਦਾਸੁ ਹੈ,	jan naanak har kaa daas hai
ਗੁਰ ਸਤਿਗੁਰ ਕੇ ਗੁਲ ਗੋਲੇ॥੩੦॥	gur satgur kay gul golay. ||30||

ਗੁਰਮਖ ਪ੍ਰਭ ਦੇ ਸ਼ਬਦ ਦੀ ਸਿਖਿਆਂ ਦਾ ਸਿਮਰਨ, ਪਾਲਣਾ ਕਰਦਾ ਹੈ। ਸ਼ਬਦ ਦੀ ਸਿਖਿਆਂ ਨੂੰ ਆਪਣੇ ਮਨ ਵਿੱਚ ਵਸਾਉਂਦਾ ਹੈ । ਪ੍ਰਭ ਦੀ ਰਹਿਮਤ ਨਾਲ ਉਸ ਨੂੰ ਸ਼ਬਦ ਦੀ ਸੋਝੀ ਰੂਪੀ ਧਨ ਬਖਸ਼ਿਸ਼ ਹੋ ਜਾਂਦਾ ਹੈ । ਉਸ ਦਾ ਮਨ, ਤਨ ਸ਼ਬਦ ਦੀ ਸੋਝੀ ਨਾਲ ਹੀ ਰੰਗਿਆ ਜਾਂਦਾ ਹੈ । ਸਾਰੀ ਸ੍ਰਿਸ਼ਟੀ ਨੂੰ ਢੂੰਡਕੇ, ਪਰਖਕੇ ਦੇਖ ਲਿਆ ਹੈ । ਪ੍ਰਭ ਦੇ ਬਰਾਬਰ ਹੋਰ ਕੋਈ ਦੂਜਾ ਨਹੀਂ ਹੈ । ਅਸਲੀ ਬੰਦਗੀ ਕਰਨ ਵਾਲਾ ਅਡੋਲ ਭਰੋਸੇ ਨਾਲ ਸ਼ਬਦ ਦਾ ਸਿਮਰਨ, ਪਾਲਣਾ ਕਰਦਾ ਹੈ । ਉਹ ਦੇ ਜੀਵਨ ਤੇ ਸੰਸਾਰਕ ਮਾਇਆ ਦਾ ਕੋਈ ਪ੍ਰਭਾਵ ਨਹੀ ਹੁੰਦਾ, ਆਪਣੇ ਰਸਤਾ ਤੇ ਅਡੋਲ ਰਹਿੰਦਾ ਹੈ । ਉਸ ਦੇ ਮਨ ਵਿੱਚ, ਜੀਵਨ ਵਿੱਚ ਅਨੋਖੀ ਨਿਮ੍ਰਤਾ ਭਰ ਜਾਂਦੀ ਹੈ । ਆਪਣੇ ਆਪ ਨੂੰ ਗੁਲਾਮਾਂ ਦਾ ਗੁਲਾਮ ਹੀ ਸਮਝਦਾ ਹੈ । ਪ੍ਰਭ ਦਾ ਅਸਲੀ ਸੇਵਕ ਬਣ ਜਾਂਦਾ ਹੈ ।

His true devotee may meditate, obeys the teachings of His Word with steady and stable belief in his day-to-day life; with His mercy and grace, he may be blessed with the enlightenment of the essence of His Word. He may remain drenched with crimson color of the essence of His Word. I have searched all universes; no one comparable to the greatness of The True Master may ever walk on earth. His true devotee remains intoxicated meditating, obeying the teachings of His Word. He may remain beyond the reach of worldly wealth. He may remain steady and stable on the right path of acceptance in His Court. His state of mind may be transformed with such a humility that he may considered his state of mind like the slave of his slaves; with His mercy and grace, he may be blessed with a state of mind as His true devotee.

☬ ਸਲੋਕ ਗੁਰੂ ਅਰਜਨ ਦੇਵ ਜੀ #22 ☬

837.ਸਲੋਕ ਮਹਲਾ ੫॥ 1425-1

ੴ ਸਤਿਗੁਰ ਪ੍ਰਸਾਦਿ॥ ik-oNkaar satgur parsaad.

ਇੱਕੋ ਇੱਕ ਪ੍ਰਭ ਸ੍ਰਿਸ਼ਟੀ ਨੂੰ ਪੈਦਾ ਕਰਨ ਵਾਲਾ, ਤਿੰਨਾਂ ਗੁਣਾਂ (ਰੂਪ, ਰੰਗ, ਅਕਾਰ) ਤੋ ਰਹਿਤ ਹੈ । ਉਸ ਦੀ ਹੋਂਦ, ਸ਼ਬਦ, ਹੁਕਮ, ਭਾਣਾ ਅਟਲ ਹੈ । ਸ੍ਰਿਸ਼ਟੀ ਨੂੰ ਗਿਆਨ, ਚਾਨਣ ਬਖਸ਼ਣ ਵਾਲਾ ਅਟਲ ਮਾਲਕ ਹੈ । ਕੇਵਲ ਪ੍ਰਭ ਦੀ ਰਹਿਮਤ ਨਾਲ ਹੀ ਪ੍ਰਭ ਦੇ ਦਰਬਾਰ ਵਿੱਚ ਪ੍ਰਵਾਨਗੀ ਬਖਸ਼ਿਸ਼ ਹੋ ਸਕਦੀ ਹੈ । ਕਿਸੇ ਸੰਸਾਰਕ ਗੁਰੂ ਦੀ ਅਸੀਸ ਨਾਲ ਜਾ ਕੋਈ ਇਸਤਰ੍ਹਾਂ ਦੀ ਬੰਦਗੀ ਨਹੀਂ, ਕੋਈ ਵੀ ਪ੍ਰਭਾਵ, ਦੁਬਿਆ ਨਹੀਂ ਪਾਇਆ ਜਾ ਸਕਦਾ ।

The One and only One True Master, Creator of the universe remains beyond three limitations of recognitions known to mankind; color, body structure-size, and beauty. His Word, His Existence, Command remains true forever and only His Command prevails in the universe; nothing else may exist without His Command. His Word remains the fountain of enlightenment and illumination in the universe. Whosoever may be bestowed with His Blessed Vision; only he may be blessed with the right path of acceptance in His Court; his earnings, wealth of His Word may be accepted in His Court. No external power, recommendation of any saint, prophet, worldly guru may influence His Blessings.

ਰਤੇ ਸੇਈ ਜਿ ਮੁਖੁ ਨ ਮੋੜੰਨ੍ਹਿ, ratay say-ee je mukh na morhaNniH
ਜਿਨ੍ਹੀ ਸਿਞਾਤਾ ਸਾਈ॥ jinHee sinjaataa saa-ee.
ਝੜਿ ਝੜਿ ਪਵਦੇ ਕਚੇ ਬਿਰਹੀ, jharh jharh pavday kachay birhee
ਜਿਨ੍ਹਾ ਕਾਰਿ ਨ ਆਈ॥੧॥ jinHaa kaar na aa-ee. ||1||

ਜਿਸ ਦੀ ਪ੍ਰਭ ਨਾਲ ਪ੍ਰੀਤ ਦਿਖਾਵੇ ਦੀ ਹੁੰਦੀ ਹੈ! ਉਹ ਥੋੜ੍ਹੀ ਮੁਸ਼ਕਲ ਆਉਣ ਤੇ ਡੋਲ ਜਾਂਦਾ ਹੈ, ਆਪਣਾ ਮਾਰਗ, ਰਸਤਾ ਬਦਲ ਲੈਂਦਾ ਹੈ । ਪੰਜਾਂ ਇੰਦ੍ਰੀਆਂ ਦੇ ਜਾਲ ਵਿੱਚ ਫਸ ਜਾਂਦਾ ਹੈ । ਜਿਸ ਨੂੰ ਪ੍ਰਭ ਦੀ ਰਹਿਮਤ ਨਾਲ, ਪ੍ਰਭ ਦੀ ਹੋਂਦ ਅਨੁਭਵ ਹੋ ਜਾਂਦੀ ਹੈ । ਉਹ ਭਾਰੀ ਤੋ ਭਾਰੀ ਮੁਸੀਬਤ ਤੇ ਵੀ ਡੋਲਦਾ ਨਹੀਂ, ਮਾਰਗ ਬਦਲਦਾ ਨਹੀਂ ।

Whosoever may be pretending to be devotee, meditating, obeying the teachings of His Word; he may drift from the right path with a slight hardship. He may become a victim of sweet poison of worldly wealth. Whosoever may realize His Holy Spirit prevailing everywhere; with His mercy and grace, he may remain steady and stable on the right path with any worldly miseries or temptation of worldly wealth.

838.ਸਲੋਕ ਗੁਰੂ ਅਰਜਨ ਦੇਵ ਜੀ – ਮਹਲਾ ੫॥ 1425-3

ਧਣੀ ਵਿਹੂਣਾ ਪਾਟ ਪਟੰਬਰ, Dhanee vihoonaa paat patambar
ਭਾਹੀ ਸੇਤੀ ਜਾਲੇ॥ bhaahee saytee jaalay.
ਧੂੜੀ ਵਿਚਿ ਲੁਡੰਦੜੀ, Dhoorhee vich ludand-rhee
ਸੋਹਾ ਨਾਨਕ ਤੈ ਸਹ ਨਾਲੇ॥੨॥ sohaaN naanak tai sah naalay. ||2||

ਜਿਸ ਤੇ ਪ੍ਰਭ ਦੀ ਰਹਿਮਤ ਦੀ ਨਜ਼ਰ ਬਖਸ਼ਿਸ਼ ਹੋ ਜਾਂਦੀ ਹੈ । ਉਸ ਦੀ ਲਗਨ ਪ੍ਰਭ ਦੇ ਸ਼ਬਦ ਦੀ ਪਾਲਣਾ ਵਿੱਚ ਲਗ ਜਾਂਦੀ ਹੈ । ਉਹ ਗ਼ਰੀਬ ਪਹਿਰਾਵੇ ਵਿੱਚ ਵੀ ਬਹੁਤ ਸੋਹਣਾ ਲਗਦਾ, ਅਨੰਦ, ਖੇੜੇ ਵਿੱਚ ਰਹਿੰਦਾ ਹੈ । ਜਿਸ ਤੋ ਰਹਿਮਤ ਦੀ ਨਜ਼ਰ ਦੂਰ ਹੋ ਜਾਂਦੀ ਹੈ । ਉਹ ਸ਼ਾਨਦਾਰ ਲਿਬਾਸ ਵਿੱਚ ਵੀ ਦੁਖੀ ਰਹਿੰਦਾ ਹੈ ।

Whosoever may be bestowed with His Blessed Vision, he may remain intoxicated in obeying the teachings of His Word. He may remain in blossom and honorable in even shabby, poor robe. Whosoever may be deprived from His Blessed Vision, he may look horrible, miserable even in expensive, glamorous robe.

839.ਸਲੋਕ ਗੁਰੂ ਅਰਜਨ ਦੇਵ ਜੀ – ਮਹਲਾ ੫॥ 1425-4

ਗੁਰ ਕੈ ਸਬਦਿ ਅਰਾਧੀਐ,	gur kai sabad araaDhee-ai
ਨਾਮਿ ਰੰਗਿ ਬੈਰਾਗੁ॥	naam rang bairaag.
ਜੀਤੇ ਪੰਚ ਬੈਰਾਈਆ,	jeetay panch bairaa-ee-aa
ਨਾਨਕ ਸਫਲ ਮਾਰੂ ਇਹੁ ਰਾਗੁ॥੩॥	naanak safal maaroo ih raag. ||3||

ਜਿਹੜਾ ਪ੍ਰਭ ਦੇ ਸ਼ਬਦ ਦਾ ਸਿਮਰਨ, ਪਾਲਣਾ ਕਰਦਾ ਹੈ, ਉਸ ਦਾ ਭਰੋਸਾ ਪ੍ਰਭ ਦੇ ਬਖਸ਼ੇ ਤੇ ਅਡੋਲ ਹੋ ਜਾਂਦਾ, ਸ਼ਬਦ ਦੀ ਪਾਲਣਾ ਵਿੱਚ ਲੀਨ ਰਹਿੰਦਾ ਹੈ । ਉਸ ਨੂੰ ਮਾਨਸ ਜੀਵਨ ਵਿੱਚ ਸੰਤੋਖ ਬਖਸ਼ਿਸ਼ ਹੋ ਜਾਂਦਾ ਹੈ । ਉਸ ਨੂੰ ਪੰਜਾਂ ਇੰਦ੍ਰੀਆਂ ਤੇ ਜਿੱਤ ਬਖਸ਼ਿਸ਼ ਹੋ ਜਾਂਦੀ, ਕਾਬੂ ਮਜ਼ਬੂਤ ਹੋਣ ਲਗ ਪੈਂਦਾ ਹੈ । ਉਸ ਨੂੰ ਸ਼ਬਦ ਦੇ ਸਿਮਰਨ, ਪਾਲਣਾ ਵਿੱਚ ਅਨੋਖਾ ਸੁਵਾਦ, ਰਸ ਮਹਿਸੂਸ ਹੋਣ ਲਗ ਪੈਂਦਾ ਹੈ ।

Whosoever may meditate, obeys the teachings of His Word with steady and stable belief; with His mercy and grace, he remains intoxicated in meditation in the void of His Word with steady and stable belief on His ultimate command. He may be blessed to conquer the demons of worldly desires and he may be blessed with contentment in his day-to-day life. He may experience astonishing pleasure in meditation and obeying the teachings of His Word.

840.ਸਲੋਕ ਗੁਰੂ ਅਰਜਨ ਦੇਵ ਜੀ – ਮਹਲਾ ੫॥ 1425-5

ਜਾਂ ਮੂੰ ਇਕੁ ਤ ਲਖ ਤਉ,	jaaN mooN ik ta lakh ta-o
ਜਿਤੀ ਪਿਨਣੇ ਦਰਿ ਕਿਤੜੇ॥	jitee pinnay dar kit-rhay.
ਬਾਮਣੁ ਬਿਰਥਾ ਗਇਓ,	baaman birthaa ga-i-o
ਜੰਨਮੁ ਜਿਨਿ ਕੀਤੋ ਸੋ ਵਿਸਰੇ॥੪॥	jannam jin keeto so visray. ||4||

ਇੱਕੋ ਇੱਕ ਪ੍ਰਭ ਹੀ ਸ੍ਰਿਸ਼ਟੀ ਦਾ ਮਾਲਕ ਹੈ, ਅਨੇਕਾਂ ਗੁਰਾਂ ਨੂੰ ਪੂਜਣ ਦੀ ਕੀ ਲੋੜ ਹੈ? ਦਰ, ਦਰ ਭੀਖ ਮੰਗਣ ਦੀ ਕੋਈ ਲੋੜ ਨਹੀਂ ਹੈ । ਜਿਹੜਾ ਸ੍ਰਿਸ਼ਟੀ ਨੂੰ ਪੈਦਾ ਕਰਨ ਵਾਲੇ ਮਾਲਕ ਦੇ ਸ਼ਬਦ ਦੀ ਪਾਲਣਾ ਨਹੀਂ ਕਰਦਾ, ਉਸ ਦਾ ਮਾਨਸ ਜੀਵਨ ਬਿਰਥਾ ਹੀ ਬੀਤ ਜਾਂਦਾ ਹੈ ।

The One and Only One True Master Creator of the universe! What may be the need to worship various worldly gurus? There may not be any need to beg from various gurus or shrines. Whosoever may not obey the teachings of His Word, The True Master Creator of the universe; his human life opportunity may be wasted uselessly.

841.ਸਲੋਕ ਗੁਰੂ ਅਰਜਨ ਦੇਵ ਜੀ – ਮਹਲਾ ੫॥ 1425-6

ਸੋਰਠਿ ਸੋ ਰਸੁ ਪੀਜੀਐ,	sorath so ras peejee-ai
ਕਬਹੂ ਨ ਫੀਕਾ ਹੋਇ॥	kabhoo na feekaa ho-ay.
ਨਾਨਕ ਰਾਮ ਨਾਮ ਗੁਨ ਗਾਈਅਹਿ,	naanak raam naam gun gaa-ee-ah
ਦਰਗਹ ਨਿਰਮਲ ਸੋਇ॥੫॥	dargeh nirmal so-ay. ||5||

ਪ੍ਰਭ ਦੇ ਸ਼ਬਦ ਦੀ ਸੋਝੀ ਰੂਪੀ ਅੰਮ੍ਰਿਤ ਰਸ ਦਾ ਅਨੰਦ ਮਾਣੋ! ਜਿਸ ਦਾ ਸੁਆਦ ਬਦਲਦਾ ਨਹੀਂ, ਮਿਠਾਸ ਖਤਮ ਨਹੀਂ ਹੁੰਦੀ । ਜਿਹੜਾ ਪ੍ਰਭ ਦੇ ਸ਼ਬਦ ਗਾਉਂਦਾ ਹੈ, ਉਸ ਦੀ ਆਤਮਾ ਪਵਿੱਤਰ ਹੋ ਜਾਂਦੀ ਹੈ । ਦਰਗਾਹ ਵਿੱਚ ਪ੍ਰਵਾਨ ਹੋਣ ਦੇ ਯੋਗ ਬਣਦੀ ਹੈ ।

You should cherish the nectar of the enlightenment of the essence of His Word. The flavor of the nectar of the essence may not change nor diminish. Whosoever may sing the glory of His Word with steady and stable belief; with His mercy and grace, his soul may be sanctified to become worthy of His Consideration.

842.ਸਲੋਕ ਗੁਰੂ ਅਰਜਨ ਦੇਵ ਜੀ – ਮਹਲਾ ੫॥ 1425-7

ਜੋ ਪ੍ਰਭਿ ਰਖੇ ਆਪਿ,	jo parabh rakhay aap
ਤਿਨ ਕੋਇ ਨ ਮਾਰਈ॥	tin ko-ay na maar-ee.
ਅੰਦਰਿ ਨਾਮੁ ਨਿਧਾਨੁ,	andar naam niDhaan
ਸਦਾ ਗੁਣ ਸਾਰਈ॥	sadaa gun saar-ee.
ਏਕਾ ਟੇਕ ਅਗੰਮ,	aykaa tayk agamm
ਮਨਿ ਤਨਿ ਪ੍ਰਭੁ ਧਾਰਈ॥	man, tan parabh Dhaar-ee.
ਲਗਾ ਰੰਗੁ ਅਪਾਰੁ ਕੋ ਨ ਉਤਾਰਈ॥	lagaa rang apaar ko na utaara-ee.
ਗੁਰਮੁਖਿ ਹਰਿ ਗੁਣ ਗਾਇ	gurmukh har gun gaa-ay
ਸਹਜਿ ਸੁਖ ਸਾਰਈ॥	sahj sukh saar-ee.
ਨਾਨਕ ਨਾਮੁ ਨਿਧਾਨੁ	naanak naam niDhaan
ਰਿਦੈ ਉਰਿ ਹਾਰਈ॥੬॥	ridai ur haar-ee. ‖6‖

ਜਿਸ ਤੇ ਪ੍ਰਭ ਰਹਿਮਤ ਦੀ ਨਜ਼ਰ ਬਖਸ਼ਦਾ ਹੈ । ਉਸ ਦੇ ਮਨ ਅੰਦਰ ਸਦਾ ਅਟਲ ਚੱਲਣ ਵਾਲੀ ਸ਼ਬਦ ਦੀ ਧੁਨ ਸੁਣਾਈ ਦੇਣ ਲਗ ਪੈਂਦੀ ਹੈ । ਉਸ ਨੂੰ ਕੋਈ ਸੰਸਾਰਕ ਇੱਛਾ, ਦੁਖ ਪਹੁੰਚਾ ਨਹੀਂ ਸਕਦਾ । ਉਹ ਆਪਣੇ ਮਨ, ਤਨ ਵਿੱਚ ਹੀ, ਨਾ ਪਹੁੰਚੇ ਜਾਣਵਾਲੇ ਮਾਲਕ ਦੇ ਸ਼ਬਦ ਦੇ ਸਿਮਰਨ ਵਿੱਚ ਲੀਨ ਰਹਿੰਦਾ ਹੈ । ਉਹ ਹਰ ਸਮੇਂ ਹੀ ਪ੍ਰਭ ਦੀ ਬਖਸ਼ਿਸ਼ ਤੇ ਭਰੋਸਾ ਅਡੋਲ ਰਖਦਾ ਹੈ । ਉਸ ਦੇ ਪ੍ਰਭ ਦੀ ਸੋਝੀ ਦਾ ਰੰਗ ਕਦੇ ਮਧਮ ਨਹੀਂ ਹੁੰਦਾ, ਪ੍ਰਭਾਵ ਕੋਈ ਖਤਮ ਨਹੀਂ ਕਰ ਸਕਦਾ । ਉਹ ਕਿਸੇ ਸੰਸਾਰਕ ਇੱਛਾਂ ਰੂਪੀ ਮੁਸ਼ਕਲ, ਸੰਸਾਰਕ ਮਾਇਆ ਦੇ ਪ੍ਰਭਾਵ ਨਾਲ ਡੋਲਦਾ ਨਹੀਂ । ਉਸ ਨੂੰ ਗੁਰਮਖ ਅਵਸਥਾ ਬਖਸ਼ਿਸ਼ ਹੋ ਜਾਂਦੀ ਹੈ । ਉਹ ਸ਼ਬਦ ਦੇ ਸਿਮਰਨ ਨਾਲ ਮਨ ਵਿੱਚ ਸੰਤੋਖ ਕਾਇਮ ਰਖਦਾ ਹੈ । ਪ੍ਰਭ ਦੇ ਸ਼ਬਦ ਦੀ ਸੋਝੀ ਰੋਮ ਰੋਮ ਵਿੱਚ ਵਸਦੀ ਹੈ ।

Whosoever may be bestowed with His blessed Vision, he may hear the everlasting echo of His Word resonating within his heart. His state of mind may become beyond the reach of any misery of worldly desires nor the sweet poison of worldly wealth, temptation. He may search within his mind and body; he may remain meditating in the void of His Word, The True Master beyond comprehension. His belief on His Blessings remains steady and stable, unchanged forever. The crimson color of the essence of His Word may never diminish or eliminated from his heart or way of life. His state of mind may remain steady and stable on the right path of acceptance in His Court and beyond the reach of any misery of worldly desires nor temptation of sweet poison of worldly wealth. He may be blessed with a state of mind as His true devotee. He remains meditating on the teachings of His Word and contented with His Blessings. He remains drenched with the enlightenment within each fiber of His body.

843.ਸਲੋਕ ਗੁਰੂ ਅਰਜਨ ਦੇਵ ਜੀ – ਮਹਲਾ ੫॥ 1425-9

ਕਰੇ ਸੁ ਚੰਗਾ ਮਾਨਿ,	karay so changa maan
ਦੁਯੀ ਗਣਤ ਲਾਹਿ॥	duyee ganat laahi.
ਅਪਣੀ ਨਦਰਿ ਨਿਹਾਲਿ,	apnee nadar nihaal
ਆਪੇ ਲੈਹੁ ਲਾਇ॥	aapay laihu laa-ay.
ਜਨ ਦੇਹੁ ਮਤੀ ਉਪਦੇਸੁ,	jan dayh matee updays
ਵਿਚਹੁ ਭਰਮੁ ਜਾਇ॥	vichahu bharam jaa-ay.

ਜੋ ਧੁਰਿ ਲਿਖਿਆ ਲੇਖੁ,	jo Dhur likhi-aa laykh
ਸੋਈ ਸਭ ਕਮਾਇ॥	so-ee sabh kamaa-ay.
ਸਭੁ ਕਛੁ ਤਿਸ ਦੈ ਵਸਿ,	sabh kachh tis dai vas
ਦੂਜੀ ਨਾਹਿ ਜਾਇ॥	doojee naahi jaa-ay.
ਨਾਨਕ ਸੁਖ ਅਨਦ ਭਏ,	naanak sukh anad bha-ay
ਪ੍ਰਭ ਕੀ ਮੰਨਿ ਰਜਾਇ॥੭॥	parabh kee man rajaa-ay. ‖7‖

ਪ੍ਰਭ ਦੇ ਸ਼ਬਦ ਦੀ ਸਿਖਿਆਂ ਸਦਾ ਹੀ ਸ੍ਰਿਸ਼ਟੀ ਦੀ ਭਲਾਈ ਦੀ, ਕਿਸੇ ਸ਼ੱਕ ਤੋ ਉਪਰ ਹੁੰਦੀ ਹੈ! ਜਿਹੜਾ ਪ੍ਰਭ ਦੇ ਸ਼ਬਦ ਦੀ ਪਾਲਣ ਅਡੋਲ ਭਰੋਸੇ ਨਾਲ ਕਰਦਾ ਹੈ, ਕੇਵਲ ਉਸ ਨੂੰ ਹੀ ਸ਼ਬਦ ਦੇ ਸਿਮਰਨ ਵਿੱਚ ਲਗਨ ਬਖਸ਼ਿਸ਼ ਹੋ ਸਕਦੀ ਹੈ । ਜਿਸ ਨੂੰ ਸੋਝੀ ਬਖਸ਼ਦਾ ਹੈ! ਉਸ ਦੇ ਸਾਰੇ ਭਰਮ, ਭਲੇਖੇ ਦੂਰ ਹੋ ਜਾਂਦੇ ਹਨ । ਪਹਿਲੇ ਲਿਖੇ ਭਾਗਾ ਨਾਲ ਹੀ ਹਰਇੱਕ ਜੀਵ ਸੰਸਾਰ ਵਿੱਚ ਸਭ ਕੁਝ ਕਰ ਸਕਦਾ ਹੈ । ਸੰਸਾਰ ਵਿੱਚ ਸਭ ਕੁਝ ਪ੍ਰਭ ਦੇ ਹੁਕਮ ਨਾਲ ਹੀ ਹੋ ਸਕਦਾ ਹੈ । ਜਿਹੜਾ ਪ੍ਰਭ ਦੇ ਬਖਸ਼ੇ ਨੂੰ ਅਟਲ ਸਮਝਕੇ ਪਾਲਣਾ ਕਰਦਾ ਹੈ । ਪ੍ਰਭ ਦੀ ਰਹਿਮਤ ਨਾਲ ਉਸ ਨੂੰ ਸਦਾ ਰਹਿਣ ਵਾਲਾ ਖੇੜਾ ਬਖਸ਼ਿਸ਼ ਹੁੰਦਾ ਹੈ ।

The teachings of His Word are always for the welfare of His Creation and beyond any doubt or debate. You should obey the teachings of His Word with steady and stable belief; only with His mercy and grace, he may be blessed with devotion to meditation on the teachings of His Word. Whosoever may be blessed with the enlightenments of the essence of his Word, all his suspicions of worldly religion may be eliminated. Every event in the life of His Creation may happened with prewritten destiny. Whosoever may obey the teachings of His Word as an ultimate worthy blessing; with His mercy and grace, he may be blessed with everlasting blossom in his day-to-day life.

844.ਸਲੋਕ ਗੁਰੂ ਅਰਜਨ ਦੇਵ ਜੀ - ਮਹਲਾ ੫॥ 1425-12

ਗੁਰੁ ਪੂਰਾ ਜਿਨ ਸਿਮਰਿਆ,	gur pooraa jin simri-aa
ਸੇਈ ਭਏ ਨਿਹਾਲ॥	say-ee bha-ay nihaal.
ਨਾਨਕ ਨਾਮੁ ਅਰਾਧਣਾ,	naanak naam araaDhanaa
ਕਾਰਜੁ ਆਵੈ ਰਾਸਿ॥੮॥	kaaraj aavai raas. ‖8‖

ਜਿਹੜਾ ਅਟਲ ਪੂਰਨ ਗੁਰੂ, ਦੇ ਸ਼ਬਦ ਦੀ ਪਾਲਣਾ, ਸਿਮਰਨ ਅਡੋਲ ਭਰੋਸੇ ਨਾਲ ਕਰਦਾ ਹੈ । ਉਸ ਨੂੰ ਖੇੜਾ, ਅਨੰਦ ਬਖਸ਼ਿਸ਼ ਹੋ ਜਾਂਦਾ ਹੈ । ਜਿਹੜਾ ਉਸ ਦੀ ਬੰਦਗੀ ਕਰਨ ਵਾਲੇ ਦੇ ਜੀਵਨ ਦੀ ਸਿਖਿਆਂ ਆਪਣੇ ਜੀਵਨ ਵਿੱਚ ਢਾਲਦਾ ਹੈ, ਪ੍ਰਭ ਦੀ ਰਹਿਮਤ ਨਾਲ ਉਸ ਦੇ ਮਾਨਸ ਜਨਮ ਦੇ ਅਤੇ ਮੌਤ ਪਿਛੋਂ ਦੇ ਸਾਰੇ ਕਾਰਜ ਪੂਰਨ, ਸਫਲ ਹੋ ਜਾਂਦੇ ਹਨ ।

Whosoever may meditate and obeys the teachings of His Word with steady and stable belief; with His mercy and grace, he may be blessed with pleasure and blossom in his day-to-day life. Whosoever may adopt his life experience teachings in his own day to day life; with His mercy and grace, all the purpose of his human life opportunity and after death in His Court may be satisfied.

845.ਸਲੋਕ ਗੁਰੂ ਅਰਜਨ ਦੇਵ ਜੀ - ਮਹਲਾ ੫॥ 1425-13

ਪਾਪੀ ਕਰਮ ਕਮਾਵਦੇ,	paapee karam kamaavday
ਕਰਦੇ ਹਾਏ ਹਾਇ॥	karday haa-ay haa-ay.
ਨਾਨਕ ਜਿਉ ਮਥਨਿ ਮਾਧਾਣੀਆ,	naanak ji-o mathan maaDhaanee-aa
ਤਿਉ ਮਥੇ ਧ੍ਰਮ ਰਾਇ॥੯॥	ti-o mathay Dharam raa-ay. ‖9‖

ਜਿਹੜਾ ਜੀਵ ਮੰਦੇ ਕੰਮ ਕਰਦਾ ਹੈ, ਉਹ ਪਾਪੀ ਬਣ ਜਾਂਦਾ ਹੈ । ਉਸ ਨੂੰ ਮੌਤ ਪਿਛੋ ਦੁਖ ਸਹਿਣੇ ਪੈਂਦੇ ਹਨ । ਜਿਵੇਂ ਮਧਾਣੀ ਨਾਲ ਦੁੱਧ ਰਿੜਕਣ ਤੇ ਮੱਖਣ ਮਧਾਣੀ ਨਾਲ ਲਗ ਜਾਂਦਾ ਹੈ । ਇਸਤਰ੍ਹਾਂ ਪ੍ਰਭ ਆਪ ਹੀ ਚੰਗੇ ਕੰਮਾਂ ਵਾਲੇ ਨੂੰ ਬਚਾ ਲੈਂਦਾ ਹੈ । ਉਸ ਨੂੰ ਕੋਈ ਦੁਖ ਮਹਿਸੂਸ ਨਹੀਂ ਹੁੰਦਾ ।

Whosoever may perform evil, sinful deeds, he may be treated as a sinner in His Court. He may endure miseries in the court of The Righteous Judge. As by churning milk, butter may stick to the churner; same way, whosoever may obey the teachings of His Word, performs good deeds for the welfare of His Creation; with His mercy and grace, he may remain attached to the origin, pillar and saved. He may not endure any misery.

846.ਸਲੋਕ ਗੁਰੂ ਅਰਜਨ ਦੇਵ ਜੀ - ਮਹਲਾ ੫॥ 1425-14

ਨਾਮੁ ਧਿਆਇਨਿ ਸਾਜਨਾ, — naam Dhi-aa-in saajnaa
ਜਨਮ ਪਦਾਰਥੁ ਜੀਤਿ॥ — janam padaarath jeet.
ਨਾਨਕ ਧਰਮ ਐਸੇ ਚਵਹਿ, — naanak Dharam aisay chaveh
ਕੀਤੋ ਭਵਨੁ ਪੁਨੀਤ॥੧੦॥ — keeto bhavan puneet. ||10||

ਜਿਹੜਾ ਪ੍ਰਭ ਦੇ ਸ਼ਬਦ ਦਾ ਸਿਮਰਨ, ਪਾਲਣਾ ਅਡੋਲ ਭਰੋਸੇ ਨਾਲ ਕਰਦਾ ਹੈ । ਪ੍ਰਭ ਦੀ ਰਹਿਮਤ ਨਾਲ ਉਸ ਦੀ ਮਾਨਸ ਯਾਤਰਾ ਸਫਲ ਹੋ ਜਾਂਦੀ ਹੈ । ਚੰਗੇ ਕੰਮ ਕਰਨ ਨਾਲ ਆਤਮਾ ਪਵਿੱਤਰ ਹੋ ਜਾਂਦੀ ਹੈ । ਪ੍ਰਭ ਦੀ ਜੋਤ ਵਿੱਚ ਅਭੇਦ ਹੋਣ ਦੇ ਯੋਗ ਬਣਦੀ ਹੈ ।

Whosoever may meditate, obeys the teachings of His Word with steady and stable belief; with His mercy and grace, his human life journey may be rewarded. Whosoever may perform good deeds for His Creation; with His mercy and grace, his soul may be sanctified to become worth of His Consideration.

847.ਸਲੋਕ ਗੁਰੂ ਅਰਜਨ ਦੇਵ ਜੀ - ਮਹਲਾ ੫॥ 1425-15

ਖੁਭੜੀ ਕੁਥਾਇ ਮਿਠੀ, — khubh-rhee kuthaa-ay mithee
ਗਲਣਿ ਕੁਮੰਤ੍ਰੀਆ॥ — galan kumantaree-aa.
ਨਾਨਕ ਸੇਈ ਉਬਰੇ, — naanak say-ee ubray
ਜਿਨਾ ਭਾਗੁ ਮਥਾਹਿ॥੧੧॥ — jinaa bhaag mathaahi. ||11||

ਮੈਂ ਸੰਸਾਰ ਵਿੱਚ ਪੰਜਾਂ ਇੰਦ੍ਰੀਆਂ ਦੇ ਜਾਲ ਵਿੱਚ ਫਸਿਆ ਹਾ! ਉਹਨਾਂ ਦੀ ਬੁਰੀ ਸਲਾਹ ਤੇ ਹੀ ਚਲਦਾ ਹਾ । ਜਿਸ ਦੇ ਭਾਗਾ ਵਿੱਚ ਪਹਿਲੇ ਹੀ ਲਿਖਿਆ ਹੁੰਦਾ ਹੈ, ਕੇਵਲ ਉਹ ਹੀ ਸੰਸਾਰਕ ਮਾਇਆ ਦੇ ਜਾਲ ਵਿਚੋਂ ਬਚਦਾ ਹੈ ।

I remain intoxicated with sweet poison of worldly wealth and dance at the signal of demons of worldly desires. Whosoever may have a great prewritten destiny, only he may be saved from temptation of sweet poison of worldly wealth.

848.ਸਲੋਕ ਗੁਰੂ ਅਰਜਨ ਦੇਵ ਜੀ - ਮਹਲਾ ੫॥ 1425-16

ਸੁਤੜੇ ਸੁਖੀ ਸਵੰਨਿ, — sut-rhay sukhee savaNniH
ਜੋ ਰਤੇ ਸਹ ਆਪਣੈ॥ — jo ratay sah aapnai.
ਪ੍ਰੇਮ ਵਿਛੋਹਾ ਧਣੀ ਸਉ, — paraym vichhohaa Dhanee sa-o
ਅਠੇ ਪਹਰ ਲਵੰਨਿ॥੧੨॥ — athay pahar lavaNniH. ||12||

ਜਿਹੜਾ ਪ੍ਰਭ ਦੇ ਸ਼ਬਦ ਦੀ ਪਾਲਣਾ, ਸਿਮਰਨ ਨਹੀਂ ਕਰਦਾ, ਪ੍ਰਭ ਦੇ ਸ਼ਬਦ ਦੀ ਸਿਖਿਆਂ ਨੂੰ ਅਟਲ ਨਹੀਂ ਸਮਝਦਾ । ਉਹ ਦਿਨ ਰਾਤ ਚਿੰਤਾਂ ਵਿੱਚ ਭਟਕਦਾ ਰਹਿੰਦਾ ਹੈ । ਜਿਹੜਾ ਪ੍ਰਭ ਦੇ ਸ਼ਬਦ ਦਾ ਸਿਮਰਨ ਅਡੋਲ ਭਰੋਸੇ ਨਾਲ ਕਰਦਾ ਹੈ । ਉਸ ਨੂੰ ਸਦਾ ਰਹਿਣ ਵਾਲਾ ਸ਼ਾਂਤੀ, ਸੰਤੋਖ, ਖੇੜਾ ਬਖਸ਼ਿਸ਼ ਹੋ ਸਕਦਾ ਹੈ ।

Whosoever may not meditate, obeys the teachings of His Word with steady and stable belief. He may remain overwhelmed with frustrations of worldly disappointments. Whosoever may meditate and obeys the teachings of His Word with steady and stable belief; with His mercy and grace, he may be blessed with everlasting peace of mind, contentment, and blossom forever in his day-to-day life.

849.ਸਲੋਕ ਗੁਰੂ ਅਰਜਨ ਦੇਵ ਜੀ – ਮਹਲਾ ੫॥ 1425-17

ਸੁਤੜੇ ਅਸੰਖ ਮਾਇਆ, sut-rhay asaNkh maa-i-aa
ਝੂਠੀ ਕਾਰਣੇ॥ jhoothee kaarnay.
ਨਾਨਕ ਸੇ ਜਾਗੰਨਿ੍, naanak say jaagaNniH
ਜਿ ਰਸਨਾ ਨਾਮੁ ਉਚਾਰਣੇ॥੧੩॥ je rasnaa naam uchaarnay. ||13||

ਅਨੇਕਾਂ ਹੀ ਜੀਵ ਸੰਸਾਰਕ ਧਨ ਦਾ ਅਨੰਦ ਮਾਨਦੇ, ਮਸਤ ਰਹਿੰਦੇ, ਮਾਨਸ ਜਨਮ ਦੇ ਮੰਤਵ ਤੋ ਅਗਿਆਨੀ, ਅਣਜਾਣ ਹੀ ਰਹਿੰਦੇ ਹਨ । ਆਪਣਾ ਮਾਨਸ ਜੀਵਨ ਬਿਰਥਾ ਹੀ ਬੀਤ ਜਾਂਦੇ ਹਨ । ਜਿਹੜਾ ਪ੍ਰਭ ਦੇ ਸ਼ਬਦ ਦਾ ਸਿਮਰਨ, ਆਪਣੀ ਜੀਭ ਨਾਲ ਗੁਣ ਗਾਉਂਦਾ ਹੈ । ਉਸ ਨੂੰ ਜੀਵਨ ਦਾ ਅਸਲੀ ਮਾਰਗ ਬਖਸ਼ਿਸ਼ ਹੋ ਜਾਂਦਾ ਹੈ । ਉਹ ਮਾਨਸ, ਜੀਵਨ ਸਫਲ ਕਰ ਜਾਂਦਾ ਹੈ ।

Many, self-minded may remain intoxicated with short lived pleasures of worldly wealth and remain ignorant from the real purpose of human life opportunity. They may waste their human life opportunity, uselessly. Whosoever may sing the glory with his tongue and meditates on the teachings of His Word. He may be blessed with the right path of human life journey; with His mercy and grace, his human life opportunity may be rewarded.

850.ਸਲੋਕ ਗੁਰੂ ਅਰਜਨ ਦੇਵ ਜੀ – ਮਹਲਾ ੫॥ 1425-17

ਮ੍ਰਿਗ ਤਿਸਨਾ ਪੇਖਿ ਭੁਲਣੇ, marig tisnaa paykh bhulnay
ਵੁਠੇ ਨਗਰ ਗੰਧ੍ਰਬ॥ vuthay nagar ganDharab.
ਜਿਨੀ ਸਚੁ ਅਰਾਧਿਆ, jinee sach araaDhi-aa
ਨਾਨਕ ਮਨਿ ਤਨਿ ਫਬ॥੧੪॥ naanak man tan fab. ||14||

ਸੰਸਾਰਕ ਪਾਖੰਡੀ ਗੁਰੂਆਂ ਦੀ ਸੰਸਾਰਕ ਸ਼ਾਨ ਦੇਖਕੇ, ਅਨੇਕਾਂ ਹੀ ਜੀਵ ਭਰਮਾਂ ਵਿੱਚ ਹੀ ਰਹਿੰਦੇ ਹਨ । ਜਿਹੜਾ ਪ੍ਰਭ ਦੇ ਸ਼ਬਦ ਦਾ ਸਿਮਰਨ ਅਡੋਲ ਭਰੋਸੇ ਨਾਲ ਕਰਦਾ ਹੈ । ਉਸ ਦਾ ਮਨ, ਤਨ ਓਹੁਤ ਸੋਭਾ ਵਾਲਾ, ਸੁਹਾਵਨਾ ਬਣ ਜਾਂਦਾ ਹੈ ।

Whosoever may witness the worldly glamor, way of life of worldly gurus, intoxicated with sweet poison of worldly wealth; he may remain in religious suspicions from his false proclamations. Whosoever may meditate, obeys the teachings of His Word with steady and stable belief; with His mercy and grace, his mind, body, and soul may be sanctified and glorified.

851.ਸਲੋਕ ਗੁਰੂ ਅਰਜਨ ਦੇਵ ਜੀ – ਮਹਲਾ ੫॥ 1425-18

ਪਤਿਤ ਉਧਾਰਣ ਪਾਰਬ੍ਰਹਮੁ patit uDhaaran paarbarahm
ਸੰਮ੍ਰਥ ਪੁਰਖੁ ਅਪਾਰੁ॥ samrath purakh apaar.
ਜਿਸਹਿ ਉਧਾਰੇ ਨਾਨਕਾ, jisahi uDhaaray naankaa
ਸੋ ਸਿਮਰੇ ਸਿਰਜਣਹਾਰੁ॥੧੫॥ so simray sirjanhaar. ||15||

ਪ੍ਰਭ ਸਭ ਤੋਂ ਉਚਾ, ਵੱਡਾ, ਬਲਵਾਨ ਹੈ, ਉਹ ਪਾਪੀਆਂ ਨੂੰ ਵੀ ਬਖਸ਼ ਸਕਦਾ ਹੈ । ਜਿਸ ਤੇ ਰਹਿਮਤ ਦੀ ਨਜ਼ਰ ਬਖਸ਼ਦਾ ਹੈ! ਉਹ ਪ੍ਰਭ ਦੇ ਸ਼ਬਦ ਦੀ ਪਾਲਣਾ, ਸਿਮਰਨ ਵਿੱਚ ਹੀ ਲੀਨ ਰਹਿੰਦਾ ਹੈ । ਪ੍ਰਭ ਦੇ ਵਿਛੋੜੇ ਦੇ ਵਿਰਾਗ ਵਿੱਚ ਹੀ ਮਸਤ ਰਹਿੰਦਾ ਹੈ ।

The True Master, greatest, mightiest, most merciful and forgiving may even forgive sinners. Whosoever may be bestowed with His Blessed Vision; he may remain intoxicated in meditation and obeying the teachings of His Word. He may remain in renunciation in the memory of his separation from His Holy Spirit.

852.ਸਲੋਕ ਗੁਰੂ ਅਰਜਨ ਦੇਵ ਜੀ – ਮਹਲਾ ੫॥ 1426-1

ਦੂਜੀ ਛੋਡਿ ਕੁਵਾਟੜੀ,	doojee chhod kuvaatarhee
ਇਕਸ ਸਉ ਚਿਤੁ ਲਾਇ॥	ikas sa-o chit laa-ay.
ਦੂਜੈ ਭਾਵੀਂ ਨਾਨਕਾ,	doojai bhaaveeN naankaa
ਵਹਣਿ ਲੁੜੰਦੜੀ ਜਾਇ॥੧੬॥	vahan lurhHaNdarhee jaa-ay. ||16||

ਜੀਵ ਪੰਜਾਂ ਇੰਦ੍ਰੀਆਂ ਦੇ ਪ੍ਰਭਾਵ ਵਿੱਚ ਬੁਰੇ ਕੰਮ ਕਰਦਾ ਹੈ । ਮਨ ਦੀਆ ਇੱਛਾ ਨੂੰ ਤਿਆਗਕੇ, ਪ੍ਰਭ ਦੇ ਸ਼ਬਦ ਦਾ, ਬਖਸ਼ੇ ਤੇ ਅਡੋਲ ਭਰੋਸਾ ਰਖੋ । ਪ੍ਰਭ ਅੱਗੇ ਰਹਿਮਤ ਦੀ ਅਰਦਾਸ ਕਰੋ! ਜਿਹੜਾ ਦੋਂ ਬੇੜੀਆ ਵਿੱਚ ਪੈਰ ਰਖਦਾ ਹੈ, ਡੁਬ ਜਾਂਦਾ, ਸਫਲ ਨਹੀਂ ਹੁੰਦਾ ।

Self-minded may remain intoxicated with the sweet poison of worldly wealth, and indulged in evil, sinful deeds. You should renounce your worldly desires and remain contented with His Blessings. You should always pray for His Forgiveness and Refuge. Whosoever may follow two paths in his worldly life, the teachings of religious guru and the teachings of His Word; he may become a victim of short-lived pleasures of worldly wealth. He may waste his human life opportunity.

853.ਸਲੋਕ ਗੁਰੂ ਅਰਜਨ ਦੇਵ ਜੀ – ਮਹਲਾ ੫॥ 1426-2

ਤਿਹਟੜੇ ਬਾਜਾਰ	tihtarhay baajaar
ਸਉਦਾ ਕਰਨਿ ਵਣਜਾਰਿਆ॥	sa-udaa karan vanjaari-aa.
ਸਚੁ ਵਖਰੁ ਜਿਨੀ ਲਦਿਆ	sach vakhar jinee ladi-aa
ਸੇ ਸਚੜੇ ਪਾਸਾਰ॥੧੭॥	say sachrhay paasaar. ||17||

ਸੰਸਾਰ ਵਿੱਚ ਵਪਾਰ ਕਰਨ ਦੀਆਂ ਤਿੰਨ ਪੂੰਜੀਆ ਹੁੰਦੀਆਂ ਹਨ । ਵੇਚਣ ਵਾਲੀ ਚੀਜ, ਉਸ ਚੀਜ ਦੀ ਕਾਬਲੀਅਤ, ਬਣਤਰ ਅਤੇ ਵੇਚਣ ਵਾਲਾ ਹੈ । ਜਿਹੜਾ ਵੇਚਣ ਵਾਲਾ, ਚੰਗਾ ਮਾਲ ਦੁਕਾਨ ਵਿੱਚ ਰਖਦਾ ਹੈ । ਉਹ ਹੀ ਅਸਲੀ ਦੁਕਾਨਦਾਰ ਹੁੰਦਾ ਹੈ ।

To run a successful business may need three unique ingredients; a good sales man; merchandize to sell; quality of merchandize. Whosoever may stock good, quality merchandize in his business; he may be true reputable business man.

854.ਸਲੋਕ ਗੁਰੂ ਅਰਜਨ ਦੇਵ ਜੀ – ਮਹਲਾ ੫॥ 1426-3

ਪੰਥਾ ਪ੍ਰੇਮ ਨ ਜਾਣਈ,	panthaa paraym na jaan-ee
ਭੂਲੀ ਫਿਰੈ ਗਵਾਰਿ॥	bhoolee firai gavaar.
ਨਾਨਕ ਹਰਿ ਬਿਸਰਾਇ ਕੈ,	naanak har bisraa-ay
ਪਉਦੇ ਨਰਕਿ ਅੰਧ੍ਯਾਰ॥੧੮॥	kai pa-uday narak anDh-yaar. ||18||

ਜਿਹੜਾ ਪ੍ਰਭ ਦੇ ਸ਼ਬਦ ਦੀ ਪਾਲਣਾ, ਸਿਮਰਨ ਕਰਨਾ ਨਹੀਂ ਜਾਣਦਾ । ਉਹ ਜੀਵ, ਮੂਰਖ, ਆਪਣੇ ਰਸਤੇ ਤੋ ਉਲਝਿਆ ਹੋਇਆ ਹੀ ਹੁੰਦਾ ਹੈ । ਜਿਹੜਾ ਪ੍ਰਭ ਦੇ ਸ਼ਬਦ ਨੂੰ ਆਪਣੇ ਜੀਵਨ ਵਿਚੋਂ ਵਿਸਾਰ ਦੇਂਦਾ ਹੈ । ਉਹ ਨਰਕ, ਜਨਮ ਮਰਨ ਦੇ ਚੱਕਰ ਵਿੱਚ ਹੀ ਰਹਿੰਦਾ ਹੈ । ਮਨੋ ਵਿਸਾਰਣ ਨਾਲ ਜੀਵ ਨਰਕ ਦਾ ਭਾਗੀ ਹੀ ਹੁੰਦਾ ਹੈ ।

Whosoever may not have desire to meditate, obey the teachings of His Word nor know the way of meditation; ignorant may drifted from the real path in his human life journey. Whosoever may abandon the teachings of His Word from his day-to-day life; he may remain in the cycle of birth and death; He may endure the miseries in hell in the womb of a mother.

855.ਸਲੋਕ ਗੁਰੂ ਅਰਜਨ ਦੇਵ ਜੀ – ਮਹਲਾ ੫॥ 1426-4

ਮਾਇਆ ਮਨਹੁ ਨ ਵੀਸਰੈ,	|maa-i-aa manhu na veesrai
ਮਾਂਗੈ ਦੰਮਾਂ ਦੰਮ॥	maaNgai dammaaN damm.
ਸੋ ਪ੍ਰਭੁ ਚਿਤਿ ਨ ਆਵਈ,	so parabh chit na aavee
ਨਾਨਕ ਨਹੀ ਕਰੰਮਿ॥੧੯॥	naanak nahee karamm. ||19||

ਮਨਮੁਖ ਸੰਸਾਰਕ ਧਨ ਦੇ ਲਾਲਚ ਵਿੱਚ ਹੀ ਲਗਾ ਰਹਿੰਦਾ ਹੈ । ਲਾਲਚ ਵਿੱਚ ਹੋਰ ਹੀ ਡੂੰਘਾਂ ਫਸਦਾ ਜਾਂਦਾ ਹੈ । ਉਸ ਦਾ ਧਿਆਨ ਪ੍ਰਭ ਦੇ ਸ਼ਬਦ ਦੀ ਪਾਲਨਾ ਸਿਮਰਨ ਵਿੱਚ ਨਹੀਂ ਲਗਦਾ । ਉਸ ਦੇ ਪਹਿਲੇ ਲਿਖੇ ਭਾਗਾਂ ਵਿੱਚ ਹੀ ਲਿਖਿਆ ਹੁੰਦਾ ।

Self-minded may remain intoxicated in worldly greed, short-lived pleasure of worldly wealth. Whosoever may remain intoxicated with sweet poison of worldly wealth; he may go deeper and deeper every day. He may never even think about obeying the teachings of His Word, purpose of his human life opportunity. This may be prewritten in his destiny.

856.ਸਲੋਕ ਗੁਰੂ ਅਰਜਨ ਦੇਵ ਜੀ – ਮਹਲਾ ੫॥ 1426-5

ਤਿਚਰੁ ਮੂਲਿ ਨ ਥੁੜ੍ਹੀਦੋ, tichar mool na thurheeNdo
ਜਿਚਰੁ ਆਪਿ ਕ੍ਰਿਪਾਲੁ॥ jichar aap kirpaal.
ਸਬਦੁ ਅਖੁਟੁ ਬਾਬਾ ਨਾਨਕਾ, sabad akhut baabaa naankaa
ਖਾਹਿ ਖਰਚਿ ਧਨੁ ਮਾਲੁ॥੨੦॥ khaahi kharach Dhan maal. ||20||

ਜਿਸ ਤੇ ਪ੍ਰਭ ਦੀ ਰਹਿਮਤ ਦੀ ਨਜ਼ਰ ਬਖਸ਼ਿਸ਼ ਨਹੀਂ ਹੁੰਦੀ । ਉਸ ਨੂੰ ਬੰਦਗੀ ਅਰੰਭ ਕਰਨ ਦਾ ਸਮਾਂ ਕਦੇ ਵੀ ਨਹੀਂ ਲਭਦਾ । ਪ੍ਰਭ ਦੇ ਸ਼ਬਦ ਦੇ ਧਨ ਦਾ ਖਜ਼ਾਨਾਂ ਕਦੇ ਖਤਮ ਹੋਣ ਵਾਲਾ ਨਹੀਂ ਹੈ । ਜਿਹੜਾ ਜੀਵ ਸ਼ਬਦ ਦੀ ਸੋਝੀ ਸਾਥੀਆਂ ਨਾਲ ਵੰਡਦਾ ਹੈ, ਉਸ ਦੀ ਸੋਝੀ ਦੇ ਖਜ਼ਾਨਾ ਦਿਨ ਰਾਤ ਵਧਦਾ ਰਹਿੰਦਾ ਹੈ । ਜਿਤਨਾ ਵੀ ਖਰਚਦਾ, ਸਾਂਝਾ ਕਰਦਾ ਹੈ, ਉਤਨਾ ਹੀ ਵਧ ਜਾਂਦਾ ਹੈ ।

Whosoever may not be bestowed with His Blessed Vision; he may never find suitable time to start his meditation. The Treasure of enlightenment of the essence, teachings of His Word may be inexhaustible. Whosoever may share the enlightenment of His Word with others, his blessings may blossom day and night; he may never realize any deficiency in his life.

857.ਸਲੋਕ ਗੁਰੂ ਅਰਜਨ ਦੇਵ ਜੀ – ਮਹਲਾ ੫॥ 1426-6

ਖੰਭ ਵਿਕਾਂਦੜੇ, khanbh vikaaNd-rhay
ਜੇ ਲਹਾ ਘਿੰਨਾ ਸਾਵੀ ਤੋਲਿ॥ jay lahaaN ghinnaa saavee tol.
ਤੰਨਿ ਜੜਾਂਈ ਆਪਣੈ, tann jarhaaN-ee aapnai
ਲਹਾ ਸੁ ਸਜਣੁ ਟੋਲਿ॥੨੧॥ lahaaN so sajan tol. ||21||

ਅਗਰ ਪ੍ਰਭ ਨੂੰ ਮਿਲਣ ਵਾਲੇ ਖੰਭ ਵਿਕਦੇ ਹੋਣ! ਤਾ ਆਪਣੇ ਤਨ ਦੇ ਮਾਸ ਨਾਲ ਤੋਲ ਕੇ ਖੰਭ ਖਰੀਦ ਲਵਾ । ਖੰਭਾ ਨੂੰ ਆਪਣੇ ਤਨ ਨੂੰ ਜੋੜਕੇ ਆਪਣੇ ਮਿੱਤਰ (ਪ੍ਰਭ) ਨੂੰ ਖੋਜਣ ਜਾਵਾ ।

Imagine, feathers to fly to His Court may be available in worldly life; I may sacrifice my human life, and purchase these feathers by sacrificing selling my flesh. I may attach these feathers to my body and fly to His Court.

858.ਸਲੋਕ ਗੁਰੂ ਅਰਜਨ ਦੇਵ ਜੀ – ਮਹਲਾ ੫॥ 1426-7

ਸਜਣੁ ਸਚਾ ਪਾਤਿਸਾਹੁ, sajan sachaa paatisaahu
ਸਿਰਿ ਸਾਹਾ ਦੈ ਸਾਹੁ॥ sir saahaaN dai saahu.
ਜਿਸੁ ਪਾਸਿ ਬਹਿਠਿਆ ਸੋਹੀਐ, jis paas bahithi-aa sohee-ai
ਸਭਨਾ ਦਾ ਵੇਸਾਹੁ॥੨੨॥ sabhnaaN daa vaysaahu. ||22||

ਮੇਰਾ ਮਿੱਤਰ ਪ੍ਰਭ, ਰਾਜਿਆਂ ਦਾ ਰਾਜਾ ਹੈ । ਉਸ ਪਾਸ ਬੈਠਣਾ ਬਹੁਤ ਸੁਹਾਵਨਾ ਲਗਦਾ ਹੈ । ਉਹ ਹੀ ਸਾਰੀ ਸ੍ਰਿਸ਼ਟੀ ਦਾ ਰਖਵਾਲਾ ਹੈ ।

The One and Only One, my True Master, King of all worldly kings. Whosoever may be accepted in His Sanctuary, he may be honored and protected in His Court.

☬ ਸਲੋਕ ਗੁਰੂ ਤੇਗ਼ ਬਹਾਦਰ ਜੀ #57 ☬

859.ਸਲੋਕ ਮਹਲਾ ੯॥ 1426-9

ੴ ਸਤਿਗੁਰ ਪ੍ਰਸਾਦਿ॥ ik-oNkaar satgur parsaad.

ਇੱਕੋ ਇੱਕ ਪ੍ਰਭ ਸ੍ਰਿਸ਼ਟੀ ਨੂੰ ਪੈਦਾ ਕਰਨ ਵਾਲਾ, ਤਿੰਨਾਂ ਗੁਣਾਂ (ਰੂਪ, ਰੰਗ, ਅਕਾਰ) ਤੋ ਰਹਿਤ ਹੈ । ਉਸ ਦੀ ਹੋਂਦ, ਸ਼ਬਦ, ਹੁਕਮ, ਭਾਣਾ ਅਟਲ ਹੈ । ਸ੍ਰਿਸ਼ਟੀ ਨੂੰ ਗਿਆਨ, ਚਾਨਣ ਬਖਸ਼ਣ ਵਾਲਾ ਅਟਲ ਮਾਲਕ ਹੈ । ਕੇਵਲ ਪ੍ਰਭ ਦੀ ਰਹਿਮਤ ਨਾਲ ਹੀ ਪ੍ਰਭ ਦੇ ਦਰਬਾਰ ਵਿੱਚ ਪ੍ਰਵਾਨਗੀ ਬਖਸ਼ਿਸ਼ ਹੋ ਸਕਦੀ ਹੈ । ਕਿਸੇ ਸੰਸਾਰਕ ਗੁਰੂ ਦੀ ਅਸੀਸ ਨਾਲ ਜਾ ਕੋਈ ਇਸਤਰ੍ਹਾਂ ਦੀ ਬੰਦਗੀ ਨਹੀਂ, ਕੋਈ ਵੀ ਪ੍ਰਭਾਵ, ਦੁਬਿਆ ਨਹੀਂ ਪਾਇਆ ਜਾ ਸਕਦਾ ।

The One and only One True Master, Creator of the universe remains beyond three limitations of recognitions known to mankind; color, body structure-size, and beauty. His Word, His Existence, Command remains true forever and only His Command prevails in the universe; nothing else may exist without His Command. His Word remains the fountain of enlightenment and illumination in the universe. Whosoever may be bestowed with His Blessed Vision; only he may be blessed with the right path of acceptance in His Court; his earnings, wealth of His Word may be accepted in His Court. No external power, recommendation of any saint, prophet, worldly guru may influence His Blessings.

ਗੁਨ ਗੋਬਿੰਦ ਗਾਇਓ, gun gobind gaa-i-o
ਨਹੀ ਜਨਮੁ ਅਕਾਰਥ ਕੀਨੁ॥ nahee janam akaarath keen.
ਕਹੁ ਨਾਨਕ ਹਰਿ ਭਜੁ ਮਨਾ, kaho naanak har bhaj manaa
ਜਿਹ ਬਿਧਿ ਜਲ ਕਉ ਮੀਨੁ॥੧॥ jih biDh jal ka-o meen. ||1||

ਪ੍ਰਭ ਦੇ ਸ਼ਬਦ ਦੇ ਸਿਮਰਨ, ਪਾਲਣਾ ਤੋ ਬਿਨਾਂ ਆਤਮਾ ਭਟਕਦੀ ਰਹਿੰਦੀ ਹੈ । ਜਿਵੇਂ ਮੱਛੀ ਪਾਣੀ ਤੋ ਬਿਨਾਂ ਭਟਕਦੀ ਹੈ । ਮਾਨਸ ਜਨਮ ਆਪਣੀ ਆਤਮਾ ਨੂੰ ਪਵਿੱਤਰ ਕਰਕੇ, ਪਹਿਲੇ ਜਨਮ ਦੀਆਂ ਗਲਤੀਆਂ ਨੂੰ ਮਾਫ ਕਰਨ ਵਾਸਤੇ ਬਖਸ਼ਿਸ਼ ਹੁੰਦਾ ਹੈ । ਜਿਹੜਾ ਆਪਣਾ ਮਾਨਸ ਜਨਮ ਪ੍ਰਭ ਦੀ ਬੰਦਗੀ ਤੋ ਬਿਨਾਂ ਹੀ ਬਤੀਤ ਕਰ ਲੈਂਦਾ ਹੈ । ਉਹ ਆਪਣਾ ਅਮੋਲਕ ਮਾਨਸ ਜਨਮ ਬਿਰਥਾ ਹੀ ਗਵਾ ਲੈਂਦਾ ਹੈ ।

Whosoever may not meditate, obeys the teachings of His Word; his soul may remain frustrated, miserable as a fish suffer without water. The priceless ambrosial human opportunity may be blessed to sanctify his soul to become worthy for His Consideration; for forgiveness of sins of previous lives. Whosoever may waste his human life without earnings the wealth of His Word. He may waste his ambrosial human life opportunity uselessly.

860.ਸਲੋਕ –ਗੁਰੂ ਤੇਗ਼ ਬਹਾਦਰ ਜੀ – ਮਹਲਾ ੯॥ 1426-11

ਬਿਖਿਅਨ ਸਿਉ ਕਾਹੇ ਰਚਿਓ, bikhi-an si-o kaahay rachi-o
ਨਿਮਖ ਨ ਹੋਹਿ ਉਦਾਸੁ॥ nimakh na hohi udaas.
ਕਹੁ ਨਾਨਕ ਭਜੁ ਹਰਿ ਮਨਾ, kaho naanak bhaj har manaa
ਪਰੈ ਨ ਜਮ ਕੀ ਫਾਸ॥੨॥ parai na jam kee faas. ||2||

ਜੀਵ, ਸੰਸਾਰਕ ਪੰਜਾਂ ਇੰਦ੍ਰੀਆਂ ਦੇ ਕਾਬੂ ਵਿੱਚ ਇਤਨਾ ਫਸਿਆ ਰਹਿੰਦਾ ਹੈ । ਉਸ ਦੇ ਰੋਮ ਰੋਮ ਵਿੱਚ ਰਚ ਜਾਂਦਾ, ਜੀਵਨ ਦਾ ਅਧਾਰ ਬਣ ਜਾਂਦਾ ਹੈ । ਜਿਸ ਦੇ ਸਵਾਸ ਚਲਦੇ ਹਨ, ਉਸ ਪਾਸ ਰਸਤਾ ਬਦਲਣ ਦਾ ਸਮਾਂ ਹੁੰਦਾ ਹੈ । ਜਿਹੜਾ ਪ੍ਰਭ ਦੇ ਸ਼ਬਦ ਦੀ ਸਿਖਿਆਂ ਨਾਲ ਆਪਣਾ ਜੀਵਨ ਢਾਲਦਾ, ਅਡੋਲ ਰਹਿੰਦਾ ਹੈ । ਉਸ ਦੀ ਆਤਮਾ ਜਮਦੂਤ ਦੀ ਪਾਹੰਚ ਵਿੱਚ ਨਹੀਂ ਰਹਿੰਦੀ ।

Self-minded may remain intoxicated with sweet poison of worldly wealth. He may remain drenched with the intoxication of short-lived pleasure. His greed for worldly wealth, short-lived pleasures may remain dominating in his human life journey. Whosoever may be still breathing; he may still have a time to change his human life path to be saved. Whosoever may adopt the teachings of His Word with steady and stable belief in his day-to-day life; with His mercy and grace, his soul may become beyond the reach of devil of death.

861.ਸਲੋਕ –ਗੁਰੂ ਤੇਗ਼ ਬਹਾਦਰ ਜੀ – ਮਹਲਾ ੯॥ 1426-12

ਤਰਨਾਪੋ ਇਉ ਹੀ ਗਇਓ,	tarnaapo i-o hee ga-i-o
ਲੀਓ ਜਰਾ ਤਨੁ ਜੀਤਿ॥	lee-o jaraa tan jeet.
ਕਹੁ ਨਾਨਕ ਭਜੁ ਹਰਿ ਮਨਾ,	kaho naanak bhaj har manaa
ਅਉਧ ਜਾਤੁ ਹੈ ਬੀਤਿ॥੩॥	a-oDh jaat hai beet. ‖3‖

ਮੈਂ ਜਵਾਨੀ ਪ੍ਰਭ ਦੇ ਸ਼ਬਦ ਦੀ ਪਾਲਣਾ, ਬੰਦਗੀ ਤੋ ਬਿਨਾਂ ਬਰਬਾਦ ਕਰ ਲਈ ਹੈ, ਮੇਰਾ ਬੁਢੇਪਾ ਬਹੁਤ ਤੇਜੀ ਨਾਲ ਲੰਘਦਾ ਜਾਂਦਾ ਹੈ । ਜਿਸ ਦੇ ਸਵਾਸ ਚਲਦੇ ਹਨ, ਉਸ ਪਾਸ ਮੌਕਾ ਸੰਭਾਲਣ ਦਾ ਸਮਾਂ ਹੁੰਦਾ ਹੈ । ਜਿਹੜਾ ਪ੍ਰਭ ਦੇ ਸ਼ਬਦ ਦੀ ਪਾਲਣਾ ਅਡੋਲ ਭਰੋਸੇ ਨਾਲ ਕਰਦਾ ਹੈ । ਰਹਿਮਤਾ ਦਾ ਮਾਲਕ, ਉਸ ਨੂੰ ਅਸਲੀ ਰਸਤਾ ਬਖਸ਼ਕੇ ਬਚਾ ਲੈਂਦਾ ਹੈ ।

I have wasted may youth without meditating, obeying the teachings of His Word; my middle, old age may be moving, being wasted very fast. However, I am still breathing, I have still an opportunity to save myself. Whosoever may regret and repents; he may adopt the teachings of His Word with steady and stable belief; with His mercy and grace, he may be blessed with the right path of acceptance and save from devil of death.

862.ਸਲੋਕ –ਗੁਰੂ ਤੇਗ਼ ਬਹਾਦਰ ਜੀ – ਮਹਲਾ ੯॥ 1426-13

ਬਿਰਧਿ ਭਇਓ ਸੂਝੈ ਨਹੀ,	biraDh bha-i-o soojhai nahee
ਕਾਲੁ ਪਹੂਚਿਓ ਆਨਿ॥	kaal pahoochi-o aan.
ਕਹੁ ਨਾਨਕ ਨਰ ਬਾਵਰੇ,	kaho naanak nar baavray
ਕਿਉ ਨ ਭਜੈ ਭਗਵਾਨੁ॥੪॥	ki-o na bhajai bhagvaan. ‖4‖

ਮੇਰੇ ਤੇ ਬੁਢੇਪਾ ਆ ਗਿਆ ਹੈ, ਮੌਤ ਦਾ ਸਮਾਂ ਨੇੜੇ ਆਉਂਦਾ ਜਾਂਦਾ ਹੈ । ਕਿਉਂ ਮੇਰੀ ਮੱਤ ਮਾਰੀ ਗਈ ਹੈ? ਪ੍ਰਭ ਦੇ ਸ਼ਬਦ ਦਾ ਸਿਮਰਨ, ਪ੍ਰਭ ਦੇ ਵਿਛੋੜੇ ਨੂੰ ਯਾਦ ਨਹੀਂ ਕਰਦਾ ।

My old age is approaching fast and my predetermined time coming to end. Why have I lost my senses? I have forgot the real purpose of my human life blessings. I may never meditate on the teachings of His Word nor remember the memory of my separation from The True Master.

863.ਸਲੋਕ –ਗੁਰੂ ਤੇਗ਼ ਬਹਾਦਰ ਜੀ – ਮਹਲਾ ੯॥ 1426-14

ਧਨੁ ਦਾਰਾ ਸੰਪਤਿ ਸਗਲ,	Dhan daaraa sampat sagal
ਜਿਨਿ ਅਪੁਨੀ ਕਰਿ ਮਾਨਿ॥	jin apunee kar maan.
ਇਨ ਮੈਂ ਕਛੁ ਸੰਗੀ ਨਹੀ,	in mai kachh sangee nahee
ਨਾਨਕ ਸਾਚੀ ਜਾਨਿ॥੫॥	naanak saachee jaan. ‖5‖

ਜੀਵ, ਸੰਸਾਰਕ ਧਨ, ਪਤਨੀ, ਸੰਸਾਰਕ ਪਦਾਰਥ ਇਕੱਠੇ ਕਰਦਾ, ਆਪਣੇ ਸਮਝਦਾ ਹੈ । ਇਹ ਮੌਤ ਪਿਛੋਂ ਸਾਥ ਨਹੀਂ ਜਾਂਦੇ, ਮਾਨਸ ਜੀਵਨ ਦੇ ਮੰਤਵ ਲਈ ਕੋਈ ਲਾਭ ਨਹੀਂ ਹੁੰਦਾ । ਇਹ ਹੀ ਸੰਸਾਰਕ ਜੀਵਨ ਦੀ ਅਸਲੀਅਤ ਹੈ ।

Self-minded may remain intoxicated worldly wealth, establish family relationships like, children, spouse and consider only his trust. However, all worldly possessions, emotional attachments, relationships may not have any significance for the real purpose of human life opportunity. This may be the absolute reality of the human life journey.

864.ਸਲੋਕ –ਗੁਰੂ ਤੇਗ਼ ਬਹਾਦਰ ਜੀ – ਮਹਲਾ ੯॥ 1426-15

ਪਤਿਤ ਉਧਾਰਨ ਭੈ ਹਰਨ,	patit uDhaaran bhai haran
ਹਰਿ ਅਨਾਥ ਕੇ ਨਾਥ॥	har anaath kay naath.
ਕਹੁ ਨਾਨਕ ਤਿਹ ਜਾਨੀਐ,	kaho naanak tih jaanee-ai
ਸਦਾ ਬਸਤੁ ਤੁਮ ਸਾਥਿ॥੬॥	sadaa basat tum saath. ‖6‖

ਪ੍ਰਭ, ਪੀਰਾਂ ਦਾ ਪੀਰ, ਗੁਰੂਾਂ ਦਾ ਗੁਰੂ, ਪਾਪ ਨਾਸ ਕਰਨ ਵਾਲਾ, ਮੌਤ ਦਾ ਡਰ ਖਤਮ ਕਰਨ ਵਾਲਾ ਮਾਲਕ ਹੈ । ਉਸ ਦੀ ਹੋਂਦ, ਉਸ ਦੇ ਭਾਣੇ ਨੂੰ ਅਟਲ ਮੰਨਕੇ, ਉਸ ਦੇ ਸ਼ਬਦ ਦੀ ਸਿਖਿਆਂ ਨਾਲ ਜੀਵਨ ਢਾਲੋ! ਉਹ ਹਰਇੱਕ ਆਤਮਾ ਦੇ ਵਿੱਚ ਸਮਾਇਆ ਹੈ, ਉਸ ਦੇ ਤਨ ਵਿੱਚ ਹੀ ਰਹਿੰਦਾ ਹੈ । ਆਤਮਾ ਦਾ ਸਦਾ ਰਹਿਣ ਵਾਲਾ ਸਾਥੀ ਹੈ ।

The True Master, Guru of all worldly gurus, King of all worldly kings! He may forgive all the sins of previous lives and eliminates the fear of death of His true devotee. You should believe His Existence, His Command as an ultimate and true forever. You should adopt the teachings of His Word in your day-to-day life. He remains embedded within each soul, dwells within his body. Soul is an expansion of His Holy Spirit and He remains her true companion.

865.ਸਲੋਕ –ਗੁਰੂ ਤੇਗ਼ ਬਹਾਦਰ ਜੀ – ਮਹਲਾ ੯॥ 1426-16

ਤਨੁ ਧਨੁ ਜਿਹ ਤੋ ਕਉ ਦੀਓ,	tan Dhan jih to ka-o dee-o
ਤਾਂ ਸਿਉ ਨੇਹੁ ਨ ਕੀਨ॥	taaN si-o nayhu na keen.
ਕਹੁ ਨਾਨਕ ਨਰ ਬਾਵਰੇ,	kaho naanak nar baavray
ਅਬ ਕਿਉ ਡੋਲਤ ਦੀਨ॥੭॥	ab ki-o dolat deen. ‖7‖

ਜਿਸ ਪ੍ਰਭ ਨੇ ਸਰੀਰ ਅਤੇ ਸੰਸਾਰਕ ਧਨ ਬਖਸ਼ਿਆ ਹੈ, ਉਸ ਦੇ ਸ਼ਬਦ ਦੀ ਪਾਲਣਾ ਕਰਨ ਦੀ ਕੋਈ ਸ਼ਰਧਾ ਨਹੀਂ ਹੈ । ਮੂਰਖ ਤੂੰ ਬੇਵਸ ਹੋ ਕੇ ਕਿਵੇਂ ਡਾਵਾ ਡੋਲ ਭਟਕਦਾ ਹੈ?

The True Master has blessed human body and prosperity in human life journey. However, you have not any devotion to meditate nor remain gratitude for his blessings. Ignorant! Why are you wandering in frustration without any real purpose in your life?

866.ਸਲੋਕ –ਗੁਰੂ ਤੇਗ਼ ਬਹਾਦਰ ਜੀ – ਮਹਲਾ ੯॥ 1426-17

ਤਨੁ ਧਨੁ ਸੰਪੈ ਸੁਖ ਦੀਓ,	tan Dhan sampai sukh dee-o
ਅਰੁ ਜਿਹ ਨੀਕੇ ਧਾਮ॥	ar jih neekay Dhaam.
ਕਹੁ ਨਾਨਕ ਸੁਨੁ ਰੇ ਮਨਾ,	kaho naanak sun ray manaa
ਸਿਮਰਤ ਕਾਹਿ ਨ ਰਾਮੁ॥੮॥	simrat kaahi na raam. ‖8‖

ਪ੍ਰਭ ਨੇ ਮਾਨਸ ਤਨ, ਧਨ, ਸੰਸਾਰਕ ਪਦਾਰਥ, ਸੁਖ ਰਹਿਣ ਲਈ ਸੋਹਣਾ ਘਰ ਬਖਸ਼ਿਆ ਹੈ । ਉਸ ਦਾ ਧੰਨਵਾਦ, ਸਿਮਰਨ ਕਿਉਂ ਨਹੀਂ ਕਰਦਾ?

The True Master has blessed human body, worldly wealth and worldly prosperity, possessions for comforts of worldly life. Why are you not meditating and singing the gratitude for His Blessings?

867.ਸਲੋਕ –ਗੁਰੂ ਤੇਗ਼ ਬਹਾਦਰ ਜੀ – ਮਹਲਾ ੯॥ 1426-18

ਸਭ ਸੁਖ ਦਾਤਾ ਰਾਮੁ ਹੈ, sabh sukh daataa raam hai
ਦੂਸਰ ਨਾਹਿਨ ਕੋਇ॥ doosar naahin ko-ay.
ਕਹੁ ਨਾਨਕ ਸੁਨਿ ਰੇ ਮਨਾ, kaho naanak sun ray manaa
ਤਿਹ ਸਿਮਰਤ ਗਤਿ ਹੋਇ॥੯॥ tih simrat gat ho-ay. ||9||

ਇੱਕੋ ਇੱਕ ਪ੍ਰਭ ਹੀ ਸਾਰੇ ਜੀਵਾਂ ਨੂੰ ਸੁਖ ਅਤੇ ਸੰਤੋਖ ਬਖਸ਼ਦਾ ਹੈ! ਆਤਮਾ ਦੇ ਪ੍ਰਭ ਦੀ ਜੋਤ ਵਿਚੋਂ ਵਿਛੜੇ ਨੂੰ ਆਪਣੇ ਮਨ ਵਿੱਚ ਤਾਜ਼ਾ ਰਖਕੇ, ਧੰਨਵਾਦ ਦੇ ਗੁਣ ਗਾਉਣ ਨਾਲ ਮੁਕਤੀ ਦਾ ਰਸਤਾ ਬਖਸ਼ਿਸ਼ ਹੋ ਸਕਦਾ ਹੈ ।

The One and Only One, True Master blesses worldly comforts and contentment to His Creation. Whosoever may remain in renunciation in the memory of his separation from His Holy Spirit. He may remain gratitude singing the glory of His Word; with His mercy and grace, he may be blessed with the right path of salvation.

868.ਸਲੋਕ –ਗੁਰੂ ਤੇਗ਼ ਬਹਾਦਰ ਜੀ – ਮਹਲਾ ੯॥ 1427-1

ਜਿਹ ਸਿਮਰਤ ਗਤਿ ਪਾਈਐ, jih simrat gat paa-ee-ai
ਤਿਹ ਭਜੁ ਰੇ ਤੈ ਮੀਤ॥ tih bhaj ray tai meet.
ਕਹੁ ਨਾਨਕ ਸੁਨੁ ਰੇ ਮਨਾ, kaho naanak sun ray manaa
ਅਉਧ ਘਟਤ ਹੈ ਨੀਤ॥੧੦॥ a-oDh ghatat hai neet. ||10||

ਜੀਵ ਤੇਰੇ ਮਾਨਸ ਜੀਵਨ ਦਾ ਸਮਾਂ ਬੀਤ ਦਾ ਜਾਂਦਾ ਹੈ । ਜਿਸ ਨੂੰ ਪ੍ਰਭ ਦੇ ਸ਼ਬਦ ਦਾ ਸਿਮਰਨ ਕਰਨ ਨਾਲ ਮੁਕਤੀ ਬਖਸ਼ਿਸ਼ ਹੋ ਗਈ ਹੈ । ਜਿਹੜਾ ਉਸ ਦੇ ਜੀਵਨ ਦੀ ਸਿਖਿਆਂ ਨਾਲ ਆਪਣਾ ਜੀਵਨ ਢਾਲਦਾ, ਉਸ ਧੰਨਵਾਦ ਗਾਉਂਦਾ ਹੈ । ਕੇਵਲ ਉਸ ਨੂੰ ਹੀ ਪ੍ਰਵਾਨਗੀ ਦਾ ਅਸਲੀ ਰਸਤਾ ਬਖਸ਼ਿਸ਼ ਹੋ ਸਕਦਾ ਹੈ । ਹੋਰ ਕਿਸੇ ਬੰਦਗੀ, ਵਿਧੀ ਨਾਲ ਪ੍ਰਭ ਦੀ ਪ੍ਰਵਾਨਗੀ ਦਾ ਰਸਤਾ ਬਖਸ਼ਿਸ਼ ਨਹੀਂ ਹੁੰਦਾ ।

Your predetermined time of human life journey is being wasted very fast. Whosoever may meditate on the teachings of His Word with steady and stable belief; with His mercy and grace, he may be blessed with the right path of acceptance in His Court. Whosoever may adopt the right path of acceptance in His Court and sings the gratitude for His Blessings; with His mercy and grace, he may be blessed with the right path of acceptance in His Court. No other meditation may help for the real purpose of human life.

869.ਸਲੋਕ –ਗੁਰੂ ਤੇਗ਼ ਬਹਾਦਰ ਜੀ – ਮਹਲਾ ੯॥ 1427-2

ਪਾਂਚ ਤਤ ਕੋ ਤਨੁ ਰਚਿਓ, paaNch tat ko tan rachi-o
ਜਾਨਹੁ ਚਤੁਰ ਸੁਜਾਨ॥ jaanhu chatur sujaan.
ਜਿਹ ਤੇ ਉਪਜਿਓ ਨਾਨਕਾ, jih tay upji-o naankaa
ਲੀਨ ਤਾਹਿ ਮੈ ਮਾਨੁ॥੧੧॥ leen taahi mai maan. ||11||

ਜੀਵ ਨੂੰ ਸੋਝੀ ਹੈ, ਪੰਜਾਂ ਤੱਤਾਂ ਤੋ ਮਾਨਸ ਤਨ ਬਣਿਆ ਹੈ । ਜੀਵ ਦੀ ਆਤਮਾ, ਪ੍ਰਭ ਦੀ ਜੋਤ ਵਿਚੋਂ ਹੀ ਪੈਦਾ ਹੋਈ ਹੈ! ਇੱਕ ਦਿਨ, ਆਤਮਾ ਨੇ ਪ੍ਰਭ ਦੀ ਜੋਤ ਵਿੱਚ ਹੀ ਅਭੇਦ ਹੋ ਜਾਣਾ ਹੈ ।

You are aware that your body has been created with the union of 5 element. Always remember! You soul is an expansion of His Holy Spirit. You have been blessed with human life opportunity to sanctify; your soul to become worthy of His Consideration. Only sanctified soul may be immersed within His Holy Spirit.

870.ਸਲੋਕ –ਗੁਰੂ ਤੇਗ਼ ਬਹਾਦਰ ਜੀ – ਮਹਲਾ ੯॥ 1427-3

ਘਟ ਘਟ ਮੈ ਹਰਿ ਜੂ ਬਸੈ, ghat ghat mai har joo basai
ਸੰਤਨ ਕਹਿਓ ਪੁਕਾਰਿ॥ santan kahi-o pukaar.
ਕਹੁ ਨਾਨਕ ਤਿਹ ਭਜੁ ਮਨਾ, kaho naanak tih bhaj manaa
ਭਉ ਨਿਧਿ ਉਤਰਹਿ ਪਾਰਿ॥੧੨॥ bha-o niDh utreh paar. ||12||

ਸੰਤ ਸਰੂਪ ਪੁਕਾਰ ਪੁਕਾਰ ਕੇ ਸਿਖਿਆਂ ਦੇਂਦੇ ਹਨ, ਹਰਇੱਕ ਜੀਵ ਦੇ ਤਨ ਵਿੱਚ ਪ੍ਰਭ ਵਸਦਾ ਹੈ । ਜਿਹੜਾ ਪ੍ਰਭ ਦੇ ਸ਼ਬਦ ਦਾ ਸਿਮਰਨ, ਪਾਲਣਾ ਕਰਦਾ ਹੈ । ਉਸ ਨੂੰ ਹੀ ਪ੍ਰਵਾਨਗੀ ਦਾ ਰਸਤਾ ਬਖਸ਼ਿਸ਼ ਹੋ ਸਕਦਾ ਹੈ । ਕੇਵਲ ਉਹ ਹੀ ਪ੍ਰਭ ਦੀ ਜੋਤ ਵਿੱਚ ਅਭੇਦ ਹੋ ਸਕਦਾ ਹੈ ।

His true devotee proclaims and inspires His Creation! His Holy Spirit remains embedded within each soul and dwells within his body. Whosoever may meditate, obeys the teachings of His Word with steady and stable belief; with His mercy and grace, he may be blessed with the right path of acceptance in His Court. Only he may be immersed within His Holy Spirit.

871.ਸਲੋਕ –ਗੁਰੂ ਤੇਗ਼ ਬਹਾਦਰ ਜੀ – ਮਹਲਾ ੯॥ 1427-4

ਸੁਖ ਦੁਖ ਜਿਹ ਪਰਸੈ ਨਹੀ,	sukh dukh jih parsai nahee
ਲੋਭੁ ਮੋਹੁ ਅਭਿਮਾਨੁ॥	lobh moh abhimaan.
ਕਹੁ ਨਾਨਕ ਸੁਨੁ ਰੇ ਮਨਾ,	kaho naanak sun ray manaa
ਸੋ ਮੂਰਤਿ ਭਗਵਾਨ॥੧੩॥	so moorat bhagvaan. ||13||

ਜਿਹੜਾ ਜੀਵ ਸੰਸਾਰਕ ਜੀਵਨ ਦੇ ਸੁਖ, ਦੁਖ ਨੂੰ, ਪ੍ਰਭ ਦੀ ਬਖਸ਼ਿਸ ਸਮਝਕੇ ਖੇੜੇ ਵਿੱਚ ਰਹਿੰਦਾ ਹੈ । ਉਸ ਨੂੰ ਅਹੰਕਾਰ ਨਹੀਂ ਹੁੰਦਾ, ਪੰਜਾਂ ਇੰਦ੍ਰੀਆਂ ਦਾ ਕੋਈ ਪ੍ਰਭਾਵ ਨਹੀਂ ਹੁੰਦਾ । ਉਸ ਨੂੰ ਗੁਰਮਖ ਅਵਸਥਾ ਬਖਸ਼ਿਸ਼ ਹੋ ਜਾਂਦੀ ਹੈ, ਉਹ, ਪ੍ਰਭ ਦਾ ਹੀ ਰੂਪ ਬਣ ਜਾਂਦਾ ਹੈ ।

Whosoever may consider, worldly miseries and pleasures as His Worthy Blessings and remains in blossom. His state of mind may remain beyond the reach of ego of worldly status, influence of worldly desires. He may be blessed with a state of mind as His true devotee. He may become a symbol of The True Master.

872.ਸਲੋਕ –ਗੁਰੂ ਤੇਗ਼ ਬਹਾਦਰ ਜੀ – ਮਹਲਾ ੯॥ 1427-5

ਉਸਤਤਿ ਨਿੰਦਿਆ ਨਾਹਿ	ustat nindi-aa naahi
ਜਿਹਿ, ਕੰਚਨ ਲੋਹ ਸਮਾਨਿ॥	jihi kanchan loh samaan.
ਕਹੁ ਨਾਨਕ ਸੁਨਿ ਰੇ ਮਨਾ,	kaho naanak sun ray manaa
ਮੁਕਤਿ ਤਾਹਿ ਤੈ ਜਾਨਿ॥੧੪॥	mukat taahi tai jaan. ||14||

ਜਿਹੜਾ ਸੰਸਾਰਕ ਨਿੰਦਿਆਂ ਜਾ ਉਸਤਤ ਨਾਲ ਕੋਈ ਮਾਣ ਜਾ ਅਪਮਾਨ ਨਹੀਂ ਸਮਝਦਾ । ਆਪਣੇ ਜੀਵਨ ਵਿੱਚ ਗ਼ਰੀਬ, ਅਮੀਰ ਨੂੰ ਇਕਤਰ੍ਹਾਂ ਹੀ ਸਤਿਕਾਰ ਦੇਂਦਾ ਹੈ । ਉਹ ਨੂੰ ਪੰਜਾਂ ਇੰਦ੍ਰੀਆਂ ਦੇ ਜਿੱਤ ਬਖਸ਼ਿਸ਼ ਹੋ ਜਾਂਦੀ, ਮੁਕਤ, ਅਮਰ ਅਵਸਥਾ ਬਖਸ਼ਿਸ਼ ਹੋ ਜਾਂਦੀ ਹੈ ।

Whosoever may remain beyond the reach, influence of worldly slandering and praises; he may treat poor or rich with same humility and respect. He may remain beyond the reach of influence of worldly desires; with His mercy and grace, he may be blessed with immortal, salvation state of mind.

873.ਸਲੋਕ –ਗੁਰੂ ਤੇਗ਼ ਬਹਾਦਰ ਜੀ – ਮਹਲਾ ੯॥ 1427-6

ਹਰਖੁ ਸੋਗੁ ਜਾ ਕੈ ਨਹੀ,	harakh sog jaa kai nahee
ਬੈਰੀ ਮੀਤ ਸਮਾਨਿ॥	bairee meet samaan.
ਕਹੁ ਨਾਨਕ ਸੁਨਿ ਰੇ ਮਨਾ,	kaho naanak sun ray manaa
ਮੁਕਤਿ ਤਾਹਿ ਤੈ ਜਾਨਿ॥੧੫॥	mukat taahi tai jaan. ||15||

ਜਿਹੜਾ ਕਿਸੇ ਜੀਵ ਨੂੰ ਵੈਰੀ ਜਾ ਕਿਸੇ ਨੂੰ ਮਿੱਤਰ ਨਾ ਸਮਝੇ । ਜਿਹੜਾ ਦੁਖ, ਸੁਖ ਨੂੰ ਪ੍ਰਭ ਦੀ ਬਖਸ਼ਿਸ਼ ਸਮਝਕੇ ਪ੍ਰਵਾਨ ਕਰਦਾ ਹੈ । ਉਹ ਜੀਵ ਜਮਨ ਮਰਨ ਦੇ ਚੱਕਰ ਤੋਂ ਰਹਿਤ ਹੋ ਜਾਂਦਾ ਹੈ ।

Whosoever may not distinguish the difference between friend or foe, no jealousy, respects everyone with humility. Who may accept miseries and pleasures of worldly life as His Worthy Blessings? His cycle of birth and death may be eliminated.

874.ਸਲੋਕ –ਗੁਰੂ ਤੇਗ਼ ਬਹਾਦਰ ਜੀ – ਮਹਲਾ ੯॥ 1427-7

ਭੈ ਕਾਹੂ ਕਉ ਦੇਤ ਨਹਿ, bhai kaahoo ka-o dayt neh
ਨਹਿ ਭੈ ਮਾਨਤ ਆਨ॥ neh bhai maanat aan.
ਕਹੁ ਨਾਨਕ ਸੁਨਿ ਰੇ ਮਨਾ, kaho naanak sun ray manaa
ਗਿਆਨੀ ਤਾਹਿ ਬਖਾਨਿ॥੧੬॥ gi-aanee taahi bakhaan. ||16||

ਜਿਹੜਾ ਮਾਨਸ ਜੀਵਨ ਵਿੱਚ ਨਿਰਵੈਰ, ਨਿਰਭਉ ਹੋ ਜਾਂਦਾ, ਕਿਸੇ ਤੇ ਜ਼ੁਲਮ ਨਹੀਂ ਕਰਦਾ । ਸੰਸਾਰਕ ਦੁਖ, ਮੁਸ਼ਕਲ ਆਉਣ ਤੇ ਆਪਣੇ ਜੀਵਨ ਦਾ ਅਧਾਰ, ਰਸਤਾ ਨਹੀਂ ਬਦਲਦਾ । ਉਹ ਪ੍ਰਵਾਨਗੀ ਦੇ ਰਸਤੇ ਤੇ ਅਡੋਲ ਰਹਿੰਦਾ ਹੈ ।

Whosoever may remain beyond the reach of fear, jealousy, and desire to take revenge; he may never create misery, tyranny in life of anyone else. He may never change, alter, divert his path in life, nor abandon to obey the teachings of His Word. He may remain steady and stable on the path of acceptance in His Court.

875.ਸਲੋਕ –ਗੁਰੂ ਤੇਗ਼ ਬਹਾਦਰ ਜੀ – ਮਹਲਾ ੯॥ 1427-8

ਜਿਹਿ ਬਿਖਿਆ ਸਗਲੀ ਤਜੀ, jihi bikhi-aa saglee tajee
ਲੀਓ ਭੇਖ ਬੈਰਾਗ॥ lee-o bhaykh bairaag.
ਕਹੁ ਨਾਨਕ ਸੁਨੁ ਰੇ ਮਨਾ, kaho naanak sun ray manaa
ਤਿਹ ਨਰ ਮਾਥੈ ਭਾਗੁ॥੧੭॥ tih nar maathai bhaag. ||17||

ਜਿਹੜਾ ਜੀਵ ਪਾਪ, ਮੰਦੇ ਕੰਮਾਂ, ਲਾਲਚ, ਪਰਾਇਆ ਧਨ ਪਾਉਣ ਦੀ ਇੱਛਾ ਤਿਆਗ ਦੇਂਦਾ ਹੈ । ਉਹ ਸੰਸਾਰਕ ਜੀਵਨ ਵਿੱਚ ਸੰਸਾਰਕ ਚੀਜਾਂ, ਜੀਵਾ ਨਾਲ ਮੋਹ ਨਹੀਂ ਲਗਾਉਂਦਾ । ਉਸ ਜੀਵ ਦੇ ਮਸਤਕ ਤੇ ਵੱਡੇ ਭਾਗ ਲਿਖੇ ਹੁੰਦੇ ਹਨ ।

Whosoever may renounce sinful thoughts, deeds, greed for honest earnings of others. He may not remain attached to worldly possessions and worldly bonds. He may have a great fortune prewritten on His forehead.

876.ਸਲੋਕ –ਗੁਰੂ ਤੇਗ਼ ਬਹਾਦਰ ਜੀ – ਮਹਲਾ ੯॥ 1427-9

ਜਿਹਿ ਮਾਇਆ ਮਮਤਾ ਤਜੀ, jihi maa-i-aa mamtaa tajee
ਸਭ ਤੇ ਭਇਓ ਉਦਾਸੁ॥ sabh tay bha-i-o udaas.
ਕਹੁ ਨਾਨਕ ਸੁਨੁ ਰੇ ਮਨਾ, kaho naanak sun ray manaa
ਤਿਹ ਘਟਿ ਬ੍ਰਹਮ ਨਿਵਾਸੁ॥੧੮॥ tih ghat barahm nivaas. ||18||

ਜਿਹੜਾ ਜੀਵ ਸੰਸਾਰਕ ਧਨ, ਸੰਸਰਕ ਜੀਵਾਂ ਨਾਲ ਮੋਹ ਨੂੰ ਤਿਆਗ ਦੇਂਦਾ ਹੈ । ਕੇਵਲ ਪ੍ਰਭ ਦੇ ਵਿਛੋੜੇ ਦੇ ਵਿਰਾਗ ਵਿੱਚ ਹੀ ਰਹਿੰਦਾ ਹੈ । ਉਸ ਜੀਵ ਦੇ ਪਹਿਲੇ ਲਿਖੇ ਭਾਗ ਜਾਗ ਪੈਂਦੇ ਹਨ ।

Whosoever may renounce the greed for worldly wealth and worldly bonds. He may remain in renunciation in the memory of his separation from His Holy Spirit. His prewritten destiny may be rewarded.

877.ਸਲੋਕ –ਗੁਰੂ ਤੇਗ਼ ਬਹਾਦਰ ਜੀ – ਮਹਲਾ ੯॥ 1427-10

ਜਿਹਿ ਪ੍ਰਾਨੀ ਹਉਮੈ ਤਜੀ, jihi paraanee ha-umai tajee
ਕਰਤਾ ਰਾਮੁ ਪਛਾਨਿ॥ kartaa raam pachhaan.
ਕਹੁ ਨਾਨਕ ਵਹੁ ਮੁਕਤਿ ਨਰੁ, kaho naanak vahu mukat nar
ਇਹ ਮਨ ਸਾਚੀ ਮਾਨੁ॥੧੯॥ ih man saachee maan. ||19||

ਜਿਹੜੇ ਜੀਵ ਨੇ ਆਪਣਾ ਅਹੰਕਾਰ ਨੂੰ ਤਿਆਗ ਦਿੱਤਾ ਹੈ । ਪ੍ਰਭ ਨੂੰ ਅਸਲੀ ਮਾਲਕ, ਪ੍ਰਭ ਦੇ ਸ਼ਬਦ ਦੀ ਸਿਖਿਆਂ ਨੂੰ ਅਟਲ, ਸਦਾ ਰਹਿਣ ਵਾਲਾ ਹਾਕਮ ਕਬੂਲ ਕਰ ਲਿਆ ਹੈ । ਪ੍ਰਭ ਦੀ ਰਹਿਮਤ ਨਾਲ ਉਸ ਨੂੰ ਮੁਕਤੀ ਦਾ ਰਸਤਾ ਬਖਸ਼ਿਸ਼ ਹੋ ਜਾਂਦਾ ਹੈ ।

Whosoever may conquer his ego of worldly status; he may accept the teachings of His Word, The True Master, as an ultimate Command; with His mercy and grace, he may be blessed with the right path of acceptance in His Court.

878.ਸਲੋਕ –ਗੁਰੂ ਤੇਗ਼ ਬਹਾਦਰ ਜੀ – ਮਹਲਾ ੯॥ 1427-11

ਭੈ ਨਾਸਨ ਦੁਰਮਤਿ ਹਰਨ,	bhai naasan durmat haran
ਕਲਿ ਮੈ ਹਰਿ ਕੋ ਨਾਮੁ॥	kal mai har ko naam.
ਨਿਸਿ ਦਿਨੁ ਜੋ ਨਾਨਕ ਭਜੈ,	nis din jo naanak bhajai
ਸਫਲ ਹੋਹਿ ਤਿਹ ਕਾਮ॥੨੦॥	safal hohi tih kaam. ||20||

ਚਰੇ ਜੁਗਾਂ ਵਿੱਚ ਕੱਲਯੁਗ ਉਤਮ ਜੁਗ (P-406) ਹੈ! ਜਿਹੜਾ ਪ੍ਰਭ ਦੇ ਸਿਮਰਨ ਕਰਦਾ, ਉਸ ਦੀਆਂ ਸੰਸਰਕ ਇੱਛਾਂ ਦੇ ਦੁਖ ਦੂਰ ਹੋ ਸਕਦੇ ਹਨ । ਸੰਸਾਰਕ ਇੱਛਾਂ ਦੀਆਂ ਮੁਸ਼ਕਲਾਂ ਦੂਰ, ਅਸਾਨ ਹੋ ਜਾਂਦੀਆਂ ਹਨ । ਜਿਹੜਾ ਸ਼ਬਦ ਦੇ ਸਿਮਰਨ, ਸ਼ਬਦ ਦੀ ਸਮਾਧੀ ਵਿੱਚ ਲੀਨ ਹੋ ਜਾਂਦਾ ਹੈ । ਪ੍ਰਭ ਦੀ ਰਹਿਮਤ ਨਾਲ ਉਸ ਨੂੰ ਪ੍ਰਵਾਨਗੀ ਦਾ ਰਸਤਾ, ਫਲ ਬਖਸ਼ਿਸ਼ ਹੋ ਜਾਂਦਾ ਹੈ ।

Age of Kul-jug may be the most ambrosial in all four Ages. Whosoever may meditate on the teachings of His Word; with His mercy and grace, all his miseries of worldly desires may be eliminated. Whosoever may remain intoxicated meditating on the teachings of His Word in the void of His Word; with His mercy and grace, he may be blessed the right path of acceptance in His Court, rewards of his earnings of His Word.

879.ਸਲੋਕ –ਗੁਰੂ ਤੇਗ਼ ਬਹਾਦਰ ਜੀ – ਮਹਲਾ ੯॥ 1427-12

ਜਿਹਬਾ ਗੁਨ ਗੋਬਿੰਦ ਭਜਹੁ,	jihbaa gun gobind bhajahu
ਕਰਨ ਸੁਨਹੁ ਹਰਿ ਨਾਮੁ॥	karan sunhu har naam.
ਕਹੁ ਨਾਨਕ ਸੁਨਿ ਰੇ ਮਨਾ,	kaho naanak sun ray manaa
ਪਰਹਿ ਨ ਜਮ ਕੈ ਧਾਮ॥੨੧॥	pareh na jam kai Dhaam. ||21||

ਜਿਹੜਾ ਆਪਣੀ ਜੀਭ ਨਾਲ ਪ੍ਰਭ ਦੀ ਬਖਸ਼ਿਸ਼ ਦਾ ਧੰਨਵਾਦ ਗਾਉਂਦਾ ਹੈ । ਆਪਣੇ ਕੰਨਾਂ ਨਾਲ ਪ੍ਰਭ ਦਾ ਸ਼ਬਦ ਨੂੰ ਸੁਣਕੇ ਮਨ ਵਿੱਚ ਵਸਾਉਂਦਾ, ਜੀਵਨ ਵਿੱਚ ਢਾਲਦਾ ਹੈ । ਉਸ ਨੂੰ ਜਮਦੂਤ ਦੇ ਵੱਸ, ਨਰਕ ਵਿੱਚ ਨਹੀਂ ਜਾਣਾ ਪੈਂਦਾ ।

Whosoever may sing the glory, gratitude of His Word with his tongue; listens to the sermons of His Words with his ears. He may remain drenched with the essence of His Word in his day-to-day life; with His mercy and grace, he may not remain under the control of devil of death. His cycle of birth and death may be eliminated; he may never enter the womb of any mother, again.

880.ਸਲੋਕ –ਗੁਰੂ ਤੇਗ਼ ਬਹਾਦਰ ਜੀ – ਮਹਲਾ ੯॥ 1427-13

ਜੋ ਪ੍ਰਾਨੀ ਮਮਤਾ ਤਜੈ,	jo paraanee mamtaa tajai
ਲੋਭ ਮੋਹ ਅਹੰਕਾਰ॥	lobh moh ahaNkaar.
ਕਹੁ ਨਾਨਕ ਆਪਨ ਤਰੈ,	kaho naanak aapan tarai
ਅਉਰਨ ਲੇਤ ਉਧਾਰ॥੨੨॥	a-uran layt uDhaar. ||22||

ਜਿਹੜਾ ਜੀਵ ਆਪਣਾ ਅਹੰਕਾਰ, ਲਾਲਚ, ਸੰਸਾਰਕ ਮਾਲਕੀਅਤ ਦੇ ਮੋਹ ਨੂੰ ਤਿਆਗ ਦੇਂਦਾ ਹੈ । ਸੰਸਾਰ ਵਿੱਚ ਰਹਿੰਦਾ ਮਾਇਆ ਦੇ ਪ੍ਰਭਾਵ ਤੋ ਦੂਰ ਰਹਿੰਦਾ ਹੈ । ਉਹ ਨੂੰ ਪ੍ਰਵਾਨਗੀ ਦਾ ਰਸਤਾ ਬਖਸ਼ਿਸ਼ ਹੋ ਜਾਂਦਾ, ਆਪਣੇ ਸਾਥੀਆ ਨੂੰ ਬੰਦਗੀ ਦੇ ਰਸਤੇ ਦੇ ਅਡੋਲ ਕਰ ਜਾਂਦਾ ਹੈ ।

Whosoever may renounce his own ego, greed and worldly possessions and bonds; with His mercy and grace, he may remain beyond the reach of sweet poison of worldly wealth. He may be blessed with the right path of acceptance in His Court; he may inspire his associates and family on the right path of acceptance in His Court.

881.ਸਲੋਕ –ਗੁਰੂ ਤੇਗ਼ ਬਹਾਦਰ ਜੀ – ਮਹਲਾ ੯॥ 1427-14

ਜਿਉ ਸੁਪਨਾ ਅਰੁ ਪੇਖਨਾ, ji-o supnaa ar paykhnaa
ਐਸੇ ਜਗ ਕਉ ਜਾਨਿ॥ aisay jag ka-o jaan.
ਇਨ ਮੈ ਕਛੁ ਸਾਚੋ ਨਹੀ, in mai kachh saacho nahee
ਨਾਨਕ ਬਿਨੁ ਭਗਵਾਨ॥੨੩॥ naanak bin bhagvaan. ||23||

ਪ੍ਰਭ ਦੀ ਰਜ਼ਾ ਤੋ ਬਿਨਾਂ ਇਹ ਸੰਸਾਰ ਇੱਕ ਸੁਪਨਾ ਹੀ ਹੈ । ਕਦੇ ਸ੍ਰਿਸ਼ਟੀ ਦੀ ਹੋਂਦ ਹੀ ਨਹੀਂ ਹੋ ਸਕਦੀ । ਪ੍ਰਭ ਤੋ ਬਿਨਾਂ ਹੋਰ ਕੋਈ ਸਦਾ ਰਹਿਣ ਵਾਲਾ ਨਹੀਂ ਹੈ ।

Whosoever may not be blessed with His Blessed Vision; his human life journey may remain as a fairy tale, fantasy a dream. Life may not exist in the universe. No one else may live forever without His Holy Spirit.

882.ਸਲੋਕ –ਗੁਰੂ ਤੇਗ਼ ਬਹਾਦਰ ਜੀ – ਮਹਲਾ ੯॥ 1427-15

ਨਿਸਿ ਦਿਨੁ ਮਾਇਆ ਕਾਰਨੇ, nis din maa-i-aa kaarnay
ਪ੍ਰਾਨੀ ਡੋਲਤ ਨੀਤ॥ paraanee dolat neet.
ਕੋਟਨ ਮੈ ਨਾਨਕ ਕੋਊ, kotan mai naanak ko-oo
ਨਾਰਾਇਨੁ ਜਿਹ ਚੀਤਿ॥੨੪॥ naaraa-in jih cheet. ||24||

ਦਿਨ ਰਾਤ ਜੀਵ ਸੰਸਾਰਕ ਧਨ ਦੇ ਲਾਲਚ ਨਾਲ ਮਨ ਬਦਲ ਲੈਂਦਾ, ਡੋਲ ਜਾਂਦਾ ਹੈ । ਕੋਈ ਵਿਰਲੇ ਹੀ ਸੰਸਾਰਕ ਧਨ ਦੇ ਲਾਲਚ ਸਮੇਂ ਪ੍ਰਭ ਦੀ ਹੋਂਦ ਦੀ ਪ੍ਰਵਾਹ ਕਰਦਾ ਹੈ ।

Whosoever may remain intoxicated in the sweet poison of worldly wealth; he may drift from the real purpose of human life journey. Living in the universe dominated with sweet poison of worldly wealth. With greed or opportunity to make worldly wealth irrespective of mean, very rare may care, even think about His Existence, the purpose of his human life journey.

883.ਸਲੋਕ –ਗੁਰੂ ਤੇਗ਼ ਬਹਾਦਰ ਜੀ – ਮਹਲਾ ੯॥ 1427-16

ਜੈਸੇ ਜਲ ਤੇ ਬੁਦਬੁਦਾ, jaisay jal tay budbudaa
ਉਪਜੈ ਬਿਨਸੈ ਨੀਤ॥ upjai binsai neet.
ਜਗ ਰਚਨਾ ਤੈਸੇ ਰਚੀ, jag rachnaa taisay rachee
ਕਹੁ ਨਾਨਕ ਸੁਨਿ ਮੀਤ॥੨੫॥ kaho naanak sun meet. ||25||

ਜਿਵੇਂ ਪਾਣੀ ਦੀ ਛਲ ਪਾਣੀ ਵਿਚੋਂ ਉਠਦੀ, ਪਾਣੀ ਵਿੱਚ ਹੀ ਖਤਮ ਹੋ ਜਾਂਦੀ ਹੈ । ਇਸਤਰ੍ਹਾਂ ਜੀਵ ਦੀ ਆਤਮਾ, ਪ੍ਰਭ ਦੀ ਜੋਤ ਵਿਚੋਂ ਹੀ ਪੈਦਾ ਹੁੰਦੀ, ਮੌਤ ਤੋ ਪਿਛੋਂ ਪਵਿੱਤਰ ਆਤਮਾ ਪ੍ਰਭ ਵਿੱਚ ਹੀ ਸਮਾ ਜਾਂਦੀ ਹੈ ।

As a wave of ocean may start from the water in the ocean and immerses within ocean water; same way, soul of worldly creature is an expansion of His Holy Spirit. His blemished soul may be separated from His Holy Spirit and after sanctification; his soul may be absorbed within His Holy Spirit.

884.ਸਲੋਕ –ਗੁਰੂ ਤੇਗ਼ ਬਹਾਦਰ ਜੀ – ਮਹਲਾ ੯॥ 1427-16

ਪ੍ਰਾਨੀ ਕਛੂ ਨ ਚੇਤਈ, paraanee kachhoo na chayt-ee
ਮਦਿ ਮਾਇਆ ਕੈ ਅੰਧੁ॥ mad maa-i-aa kai anDh.
ਕਹੁ ਨਾਨਕ ਬਿਨੁ ਹਰਿ ਭਜਨ, kaho naanak bin har bhajan
ਪਰਤ ਤਾਹਿ ਜਮ ਫੰਧ॥੨੬॥ parat taahi jam fanDh. ||26||

ਸੰਸਾਰ ਵਿੱਚ ਧਨ ਦੇ ਜ਼ੋਰ ਨਾਲ ਜੀਵ ਅੰਧਾ ਹੋ ਜਾਂਦਾ ਹੈ । ਇੱਕ ਪਲ ਵੀ ਪ੍ਰਭ ਦੀ ਹੋਂਦ, ਭਾਣੇ ਨੂੰ ਯਾਦ ਨਹੀਂ ਰਖਦਾ । ਪ੍ਰਭ ਦੀ ਬੰਦਗੀ ਤੋ ਬਿਨਾਂ ਜੀਵ ਜਮਦੂਤਾਂ ਦੇ ਵੱਸ ਹੀ ਪੈ ਜਾਂਦਾ ਹੈ ।

In the worldly ocean overwhelmed with Shakti, sweet poison of worldly wealth, self-minded may remain ignorant from the real path of his human life journey. He may not remember his separation nor cares about the teachings of His Word. Whosoever may not meditate, obeys the teachings of His Word with steady and stable belief; he may remain under the control of devil of death, in the cycle of birth and death.

885.ਸਲੋਕ –ਗੁਰੂ ਤੇਗ਼ ਬਹਾਦਰ ਜੀ – ਮਹਲਾ ੯॥ 1427-17

ਜਉ ਸੁਖ ਕਉ ਚਾਹੈ ਸਦਾ, ja-o sukh ka-o chaahai sadaa
ਸਰਨਿ ਰਾਮ ਕੀ ਲੇਹ॥ saran raam kee layh.
ਕਹੁ ਨਾਨਕ ਸੁਨਿ ਰੇ ਮਨਾ, kaho naanak sun ray manaa
ਦੁਰਲਭ ਮਾਨੁਖ ਦੇਹ॥੨੭॥ durlabh maanukh dayh. ||27||

ਜਿਹੜਾ ਮਨ ਵਿੱਚ ਸ਼ਾਂਤੀ, ਸੰਤੋਖ ਦੀ ਇੱਛਾ ਰਖਦਾ ਹੈ । ਜਿਹੜਾ ਪ੍ਰਭ ਦੀ ਸ਼ਰਣ ਵਿੱਚ ਆਪਾ ਭੇਟਾ ਕਰ ਦੇਂਦਾ ਹੈ । ਪ੍ਰਭ ਦੀ ਰਹਿਮਤ ਨਾਲ ਉਸ ਦਾ ਅਮੋਲਕ ਮਾਨਸ ਜਨਮ ਸਫਲ ਹੋ ਜਾਂਦਾ ਹੈ । ਮਾਨਸ ਜਨਮ ਬਹੁਤ ਮੁਸ਼ਕਲ ਨਾਲ ਬਖਸ਼ਿਸ਼ ਹੁੰਦਾ ਹੈ ।

Whose may remain anxious to be blessed with peace and contentment in his worldly life. Whosoever may surrender his self-identity at His Sanctuary to serve His Creation; with His mercy and grace, his ambrosial human life opportunity may be rewarded. Human life ambrosial opportunity may not be blessed very often. Human life may only be blessed with a lot of hard meditation, wealth of His Word.

886.ਸਲੋਕ –ਗੁਰੂ ਤੇਗ਼ ਬਹਾਦਰ ਜੀ – ਮਹਲਾ ੯॥ 1427-18

ਮਾਇਆ ਕਾਰਨਿ ਧਾਵਹੀ, maa-i-aa kaaran Dhaavhee
ਮੂਰਖ ਲੋਗ ਅਜਾਨ॥ moorakh log ajaan.
ਕਹੁ ਨਾਨਕ ਬਿਨੁ ਹਰਿ ਭਜਨ, kaho naanak bin har bhajan
ਬਿਰਥਾ ਜਨਮੁ ਸਿਰਾਨ॥੨੮॥ birthaa janam siraan. ||28||

ਮੂਰਖ, ਮਨਮੁਖ ਸੰਸਾਰਕ ਧਨ, ਖੁਸ਼ੀ ਲਈ ਚਾਰੇ ਪਾਸੇ ਘੁੰਮਦਾ, ਅਸਲੀ ਰਸਤੇ ਤੋ ਡੋਲ ਜਾਂਦਾ ਹੈ । ਪ੍ਰਭ ਦੀ ਬੰਦਗੀ ਤੋਂ ਬਿਨਾਂ, ਮਾਨਸ ਜਨਮ ਬਿਰਥਾ ਹੀ ਬਤੀਤ ਕਰ ਲੈਂਦਾ ਹੈ ।

Self-minded, ignorant with greed for worldly wealth and short-lived pleasures may drift from the real path of human life journey and wanders everywhere. Whosoever may not meditate, obeys the teachings of His Word; he may waste his ambrosial opportunity uselessly.

887.ਸਲੋਕ –ਗੁਰੂ ਤੇਗ਼ ਬਹਾਦਰ ਜੀ – ਮਹਲਾ ੯॥ 1427-19

ਜੋ ਪ੍ਰਾਨੀ ਨਿਸਿ ਦਿਨੁ ਭਜੈ, jo paraanee nis din bhajai
ਰੂਪ ਰਾਮ ਤਿਹ ਜਾਨੁ॥ roop raam tih jaan.
ਹਰਿਜਨ ਹਰਿ ਅੰਤਰੁ ਨਹੀ, har jan har antar nahee
ਨਾਨਕ ਸਾਚੀ ਮਾਨੁ॥੨੯॥ naanak saachee maan. ||29||

ਜਿਹੜਾ ਪ੍ਰਭ ਦੇ ਸ਼ਬਦ ਦਾ ਸਿਮਰਨ ਦਿਨ ਰਾਤ, ਸਵਾਸ ਸਵਾਸ ਕਰਦਾ ਹੈ । ਉਸ ਨੂੰ ਪ੍ਰਭ ਦਾ ਰੂਪ ਹੀ ਸਮਝੋ! ਉਸ ਜੀਵ ਤੇ ਪ੍ਰਭ ਵਿੱਚ ਕੋਈ ਭੇਦ ਨਹੀਂ ਰਹਿੰਦਾ ।

Whosoever may meditate and obeys the teachings of His Word with each breath day and night. He may be blessed with a state of mind as His true devotee, as a symbol of The True Master. The difference between His true devotee and The True Master remains beyond comprehension, distinction His Creation.

888.ਸਲੋਕ –ਗੁਰੂ ਤੇਗ਼ ਬਹਾਦਰ ਜੀ – ਮਹਲਾ ੯॥ 1428-1

ਮਨੁ ਮਾਇਆ ਮੈ ਫਧਿ ਰਹਿਓ, man maa-i-aa mai faDh rahi-o
ਬਿਸਰਿਓ ਗੋਬਿੰਦ ਨਾਮੁ॥ bisri-o gobind naam.
ਕਹੁ ਨਾਨਕ ਬਿਨੁ ਹਰਿ ਭਜਨ, kaho naanak bin har bhajan
ਜੀਵਨ ਕਉਨੇ ਕਾਮ॥੩੦॥ jeevan ka-unay kaam. ||30||

ਮਨਮੁਖ ਸੰਸਾਰਕ ਧਨ ਦੇ ਜਾਲ ਵਿੱਚ ਬਹੁਤ ਡੂੰਘਾ ਫਸ ਜਾਂਦਾ ਹੈ । ਉਹ ਸ੍ਰਿਸ਼ਟੀ ਪੈਦਾ ਕਰਨਵਾਲੇ ਮਾਲਕ ਨੂੰ, ਉਸ ਦੇ ਸ਼ਬਦ ਦੀ ਸਿਖਿਆਂ ਨੂੰ ਮਨ ਵਿਚੋਂ ਵਿਸਾਰ ਦੇਂਦਾ ਹੈ । ਪ੍ਰਭ ਦੇ ਸ਼ਬਦ ਦੇ ਸਿਮਰਨ, ਪਾਲਣਾ ਤੋ ਬਿਨਾਂ, ਮਾਨਸ ਜੀਵਨ ਬਿਰਥਾ ਹੀ ਬੀਤ ਜਾਂਦਾ ਹੈ ।

Self-minded may remain deeply intoxicated with sweet poison of worldly wealth. He may forget the existence, and the teachings of His Word from his day-to-day life. Whosoever may not meditate, obeys the teachings of His Word; he may waste his human life opportunity uselessly.

889.ਸਲੋਕ –ਗੁਰੂ ਤੇਗ਼ ਬਹਾਦਰ ਜੀ – ਮਹਲਾ ੯॥ 1428-2

ਪ੍ਰਾਨੀ ਰਾਮੁ ਨ ਚੇਤਈ, paraanee raam na chayt-ee
ਮਦਿ ਮਾਇਆ ਕੈ ਅੰਧੁ॥ mad maa-i-aa kai anDh.
ਕਹੁ ਨਾਨਕ ਹਰਿ ਭਜਨ ਬਿਨੁ, kaho naanak har bhajan bin
ਪਰਤ ਤਾਹਿ ਜਮ ਫੰਧ॥੩੧॥ parat taahi jam fanDh. ||31||

ਮਨਮੁਖ ਸੰਸਾਰਕ ਧਨ ਦੇ ਜ਼ੋਰ, ਮਾਣ ਨਾਲ ਅੰਧਾ ਹੋਇਆ ਰਹਿੰਦਾ ਹੈ । ਉਹ ਪ੍ਰਭ ਦੀ ਹੋਂਦ ਦੀ ਕੋਈ ਪ੍ਰਵਾਹ ਨਹੀਂ ਕਰਦਾ । ਜਿਹੜਾ ਪ੍ਰਭ ਦੇ ਸ਼ਬਦ ਦੀ ਪਾਲਣਾ ਕਰਦਾ ਹੈ, ਪ੍ਰਭ ਦੀ ਰਹਿਮਤ ਨਾਲ, ਉਹ ਹੀ ਮੌਤ ਦੇ ਫੰਧੇ ਤੋ ਬਚਾ ਸਕਦਾ ਹੈ ।

Self-minded may remain intoxicated with sweet poison of worldly wealth and ignorant from the teachings of His Word. Ignorant may not even care about the existence of The True Master prevailing everywhere. Whosoever may obey the teachings of His Word; with His mercy and grace, he may be saved from the devil of death.

890.ਸਲੋਕ –ਗੁਰੂ ਤੇਗ਼ ਬਹਾਦਰ ਜੀ – ਮਹਲਾ ੯॥ 1428-3

ਸੁਖ ਮੈ ਬਹੁ ਸੰਗੀ ਭਏ, sukh mai baho sangee bha-ay
ਦੁਖ ਮੈ ਸੰਗਿ ਨ ਕੋਇ॥ dukh mai sang na ko-ay.
ਕਹੁ ਨਾਨਕ ਹਰਿ ਭਜੁ ਮਨਾ, kaho naanak har bhaj manaa
ਅੰਤਿ ਸਹਾਈ ਹੋਇ॥੩੨॥ ant sahaa-ee ho-ay. ||32||

ਖੁਸ਼ੀ ਦਾ ਸਮੇਂ, ਜੀਵ ਦੇ ਬਹੁਤ ਹੀ ਸਾਥੀ, ਮਦਦ ਕਰਨ ਵਾਲੇ ਹੁੰਦੇ ਹਨ । ਜਿਸ ਸਮੇਂ ਦੁਖ, ਗ਼ਰੀਬੀ ਆਉਂਦੀ ਹੈ । ਉਸ ਸਮੇਂ ਕੋਈ ਸਾਥ ਨਹੀਂ ਦੇਂਦਾ, ਮਦਦ ਨਹੀਂ ਕਰਦਾ । ਕੇਵਲ ਪ੍ਰਭ ਦੇ ਸ਼ਬਦ ਦੇ ਸਿਮਰਨ ਨਾਲ ਹੀ ਧੀਰਜ ਬਖਸ਼ਿਸ਼ ਹੁੰਦਾ, ਦਰਬਾਰ ਵਿੱਚ ਆਸਰਾ ਬਖਸ਼ਿਸ਼ ਹੁੰਦਾ ਹੈ ।

Whosoever may have a pleasures and prosperity in his worldly life; he may have many helpers, supporter, well-wishers. However, in the time of hardship and miseries in his life; no one may stand by nor support to pull out of rough time. In the time of miseries, only meditation on the teachings of His Word may provide patience and support in His Court.

891.ਸਲੋਕ –ਗੁਰੂ ਤੇਗ਼ ਬਹਾਦਰ ਜੀ – ਮਹਲਾ ੯॥ 1428-4

ਜਨਮ ਜਨਮ ਭਰਮਤ ਫਿਰਿਓ, janam janam bharmat firi-o
ਮਿਟਿਓ ਨ ਜਮ ਕੋ ਤ੍ਰਾਸੁ॥ miti-o na jam ko taraas.
ਕਹੁ ਨਾਨਕ ਹਰਿ ਭਜੁ ਮਨਾ, kaho naanak har bhaj manaa
ਨਿਰਭੈ ਪਾਵਹਿ ਬਾਸੁ॥੩੩॥ nirbhai paavahi baas. ||33||

ਜੀਵ ਅਨੇਕਾਂ ਹੀ ਵੱਖਰੀਆਂ ਜੂੰਨਾਂ ਵਿੱਚ ਸੰਸਾਰ ਵਿੱਚ ਜਨਮ ਲੈਂਦਾ ਹੈ । ਫਿਰ ਵੀ ਉਸ ਦਾ ਮੌਤ ਦਾ ਡਰ ਖਤਮ ਨਹੀਂ ਹੋਇਆ । ਜਿਹੜਾ ਪ੍ਰਭ ਦੇ ਸ਼ਬਦ ਦੀ ਪਾਲਣਾ ਕਰਦਾ, ਸ਼ਬਦ ਦੀ ਸਮਾਧੀ ਵਿੱਚ ਅਡੋਲ ਰਹਿੰਦਾ ਹੈ, ਉਸ ਦਾ ਡਰ ਦੂਰ ਹੋ ਜਾਂਦਾ ਹੈ । ਉਸ ਨੂੰ ਪ੍ਰਭ ਦੀ ਹੋਂਦ ਮਨ ਅੰਦਰੋਂ ਹੀ ਮਹਿਸੂਸ ਹੋ ਜਾਂਦੀ ਹੈ ।

Worldly creature, his soul may be born in many life cycles; however, her fear of death may never be eliminated. Whosoever may obey the teachings of His Word and remains intoxicated in the void of His Word; with His mercy and grace, his fear of death may be eliminated. He may realize from within, His Holy Spirit prevailing everywhere in the universe.

892.ਸਲੋਕ –ਗੁਰੂ ਤੇਗ਼ ਬਹਾਦਰ ਜੀ – ਮਹਲਾ ੯॥ 1428-5

ਜਤਨ ਬਹੁਤੁ ਮੈਂ ਕਰਿ ਰਹਿਓ,	jatan bahut mai kar rahi-o miti-o
ਮਿਟਿਓ ਨ ਮਨ ਕੋ ਮਾਨੁ॥	na man ko maan.
ਦੁਰਮਤਿ ਸਿਉ ਨਾਨਕ ਫਧਿਓ,	durmat si-o naanak faDhi-o
ਰਾਖਿ ਲੇਹੁ ਭਗਵਾਨ॥੩੪॥	raakh layho bhagvaan. ‖34‖

ਮੈਂ ਬਹੁਤ ਜਤਨ ਕੀਤੇ ਹਨ, ਮੇਰੇ ਮਨ ਦਾ ਝੂਠਾ ਅਹੰਕਾਰ ਖਤਮ ਨਹੀਂ ਹੁੰਦਾ । ਮੇਰੇ ਮਨ ਵਿੱਚ ਬੁਰੇ ਖਿਆਲ ਹੀ ਆਉਂਦੇ ਹਨ । ਪ੍ਰਭ ਆਪਣੀ ਰਹਿਮਤ ਨਾਲ ਸ਼ਬਦ ਦੀ ਸ਼ਰਧਾ ਬਖਸ਼ਕੇ, ਰਖਿਆ ਕਰੋ !

I have been doing many efforts to control my mind; however, my mind may never renounce falsehood and deception from within. The True Master bestows Your Blessed Vision with devotion to obey the teachings of His Word and protect my honor.

893.ਸਲੋਕ –ਗੁਰੂ ਤੇਗ਼ ਬਹਾਦਰ ਜੀ – ਮਹਲਾ ੯॥ 1428-7

ਬਾਲ, ਜੁਆਨੀ, ਅਰੁ ਬਿਰਧਿ ਫੁਨਿ,	|baal ju-aanee ar biraDh fun
ਤੀਨਿ ਅਵਸਥਾਂ ਜਾਨਿ॥	teen avasthaa jaan.
ਕਹੁ ਨਾਨਕ ਹਰਿ ਭਜਨ ਬਿਨੁ,	kaho naanak har bhajan bin
ਬਿਰਥਾ ਸਭ ਹੀ ਮਾਨੁ॥੩੫॥	birthaa sabh hee maan. ‖35‖

ਬਚਪਣ, ਜਵਾਨੀ ਅਤੇ ਬੁਢੇਪਾ, ਤਿੰਨੇਂ ਹੀ ਜੀਵਨ ਦੀਆਂ ਮੰਜ਼ਲਾਂ ਹਨ । ਮਨਮੁਖ ਤਿੰਨੇਂ ਹੀ ਪ੍ਰਭ ਦੀ ਬੰਦਗੀ ਤੋ ਬਿਨਾਂ ਬਿਰਥੀਆ ਬਰਬਾਦ ਕਰ ਜਾਂਦਾ ਹੈ ।

Childhood, youth, and old age are three mile-stones in human life journey. Self-minded may waste all three without meditating on the teachings of His Word.

894.ਸਲੋਕ –ਗੁਰੂ ਤੇਗ਼ ਬਹਾਦਰ ਜੀ – ਮਹਲਾ ੯॥ 1428-8

ਕਰਣੋ ਹੁਤੋ ਸੁ ਨਾ ਕੀਓ,	karno huto so naa kee-o
ਪਰਿਓ ਲੋਭ ਕੈ ਫੰਧ॥	pari-o lobh kai fanDh.
ਨਾਨਕ ਸਮਿਓ ਰਮਿ ਗਇਓ,	naanak sami-o ram ga-i-o
ਅਬ ਕਿਉ ਰੋਵਤ ਅੰਧ॥੩੬॥	ab ki-o rovat anDh. ‖36‖

ਮਾਨਸ ਜੀਵ ਨੂੰ ਮਾਨਸ ਜਨਮ ਪ੍ਰਭ ਦੇ ਸ਼ਬਦ ਦਾ ਸਿਮਰਨ, ਪਾਲਣਾ ਕਰਨ ਲਈ ਬਖਸ਼ਿਸ਼ ਹੁੰਦਾ ਹੈ । ਜਿਹੜਾ ਸੰਸਾਰਕ ਮਾਇਆ ਦੇ ਲਾਲਚ, ਜਾਲ ਵਿੱਚ ਹੀ ਫਸ ਜਾਂਦਾ ਹੈ । ਉਹ ਮਾਨਸ ਜੀਵਨ ਦਾ ਅਮੋਲਕ ਮੌਕਾ ਬਿਰਥਾ ਹੀ ਗਵਾ ਜਾਂਦਾ ਹੈ । ਉਸ ਨੂੰ ਪਛਤਾਵਾ ਕਰਨ ਦਾ ਕੋਈ ਲਾਭ ਨਹੀਂ ਹੁੰਦਾ, ਸਮਾਂ ਵਾਪਸ ਨਹੀਂ ਆਉਂਦਾ ।

Human life opportunity may be blessed to meditate, obey the teachings of His Word to sanctify his soul. Whosoever may remain intoxicated in the sweet poison of worldly wealth, greed. He may waste his ambrosial human life opportunity uselessly. After losing his opportunity; regretting and repenting may be useless. His wasted time may never be recovered.

895.ਸਲੋਕ –ਗੁਰੂ ਤੇਗ਼ ਬਹਾਦਰ ਜੀ – ਮਹਲਾ ੯॥ 1428-9

ਮਨੁ ਮਾਇਆ ਮੈ ਰਮਿ ਰਹਿਓ, man maa-i-aa mai ram rahi-o
ਨਿਕਸਤ ਨਾਹਿਨ ਮੀਤ॥ niksat naahin meet.
ਨਾਨਕ ਮੂਰਤਿ ਚਿਤ੍ਰ ਜਿਉ, naanak moorat chitar ji-o
ਛਾਡਿਤ ਨਾਹਿਨ ਭੀਤਿ॥੩੭॥ chhaadit naahin bheet. ||37||

ਜਿਹੜਾ ਸੰਸਾਰਕ ਧਨ ਦੇ ਜਾਲ ਵਿੱਚ ਡੂੰਘਾਂ ਫਸ ਜਾਂਦਾ ਹੈ । ਉਸ ਵਿਚੋਂ ਨਿਕਲ ਨਹੀਂ ਸਕਦਾ । ਮਾਇਆ ਦਾ ਜਾਲ ਅਨੋਖਾ ਹੁੰਦਾ ਹੈ, ਜਿਵੇਂ ਕੰਧ ਤੇ ਉਕਾਰੀ ਤਸਵੀਰ, ਕੰਧ ਤੋ ਉਤਾਰੀ ਨਹੀਂ ਜਾ ਸਕਦੀ ।

Whosoever may be intoxicated with the sweet poison of worldly wealth; he may not get out of the trap of worldly wealth. The trap of worldly wealth may be strange. As a picture engraved on wall may not be erased, removed from the wall without destroying the picture.

896.ਸਲੋਕ –ਗੁਰੂ ਤੇਗ਼ ਬਹਾਦਰ ਜੀ – ਮਹਲਾ ੯॥ 1428-10

ਨਰ ਚਾਹਤ ਕਛੁ ਅਉਰ, nar chaahat kachh a-or
ਅਉਰੈ ਕੀ ਅਉਰੈ ਭਈ॥ a-urai kee a-urai bha-ee.
ਚਿਤਵਤ ਰਹਿਓ ਠਗਉਰ, chitvat rahi-o thaga-ur
ਨਾਨਕ ਫਾਸੀ ਗਲਿ ਪਰੀ॥੩੮॥ naanak faasee gal paree. ||38||

ਕਈ ਵਾਰ ਜੀਵ ਕਰਨਾ ਕੁਝ ਹੋਰ ਹੀ ਚਾਹੁੰਦਾ ਹੈ ਪਰ ਕੁਝ ਹੋਰ ਹੀ ਹੋ ਜਾਂਦਾ ਹੈ । ਜੀਵ ਆਪਣੀ ਚਲਾਕੀ ਨਾਲ ਹੋਰ ਕਿਸੇ ਜੀਵ ਨੂੰ ਧੋਖਾ ਦੇਣਾ ਚਾਹੁੰਦਾ ਹੈ । ਪਰ ਮੌਤ ਦਾ ਫੰਧਾ ਉਸ ਦੇ ਆਪਣੇ ਗਲ ਵਿੱਚ ਹੀ ਪੈ ਜਾਂਦਾ ਹੈ ।

Some time, self-minded may try to do something different; however, totally different outcome may come out. He may try to deceive or hurt someone else with his clever devious plans; however, he may fall into his own trap.

897.ਸਲੋਕ –ਗੁਰੂ ਤੇਗ਼ ਬਹਾਦਰ ਜੀ – ਮਹਲਾ ੯॥ 1428-11

ਜਤਨ ਬਹੁਤ ਸੁਖ ਕੇ ਕੀਏ, jatan bahut sukh kay kee-ay
ਦੁਖ ਕੋ ਕੀਓ ਨ ਕੋਇ॥ dukh ko kee-o na ko-ay.
ਕਹੁ ਨਾਨਕ ਸੁਨਿ ਰੇ ਮਨਾ, kaho naanak sun ray manaa
ਹਰਿ ਭਾਵੈ ਸੋ ਹੋਇ॥੩੯॥ har bhaavai so ho-ay. ||39||

ਜੀਵ, ਸੰਸਾਰ ਵਿੱਚ ਸੁਖ ਅਤੇ ਸ਼ਾਂਤੀ ਦੇ ਸਾਰੇ ਢੰਗ ਹੀ ਅਪਨਾਉਂਦਾ ਹੈ । ਪਰ ਦੁਖ ਤੋ ਬਚਣ ਦਾ ਕੋਈ ਯਤਨ ਨਹੀਂ ਕਰਦਾ । ਪਰ ਸਭ ਕੁਝ ਪ੍ਰਭ ਦੇ ਹੁਕਮ ਅਨੁਸਾਰ, ਪਹਿਲੇ ਲਿਖੇ ਭਾਗਾਂ ਨਾਲ ਹੀ ਹੁੰਦਾ ਹੈ ।

The moral, human may adopt all plans for worldly comforts and peace of mind; however, he may not plan to avert, be saved from worldly miseries. Only His Command may prevail and everything may only happen as per his prewritten destiny.

898.ਸਲੋਕ –ਗੁਰੂ ਤੇਗ਼ ਬਹਾਦਰ ਜੀ – ਮਹਲਾ ੯॥ 1428-12

ਜਗਤੁ ਭਿਖਾਰੀ ਫਿਰਤੁ ਹੈ, jagat bhikhaaree firat hai
ਸਭ ਕੋ ਦਾਤਾ ਰਾਮੁ॥ sabh ko daataa raam.
ਕਹੁ ਨਾਨਕ ਮਨ ਸਿਮਰੁ, kaho naanak man simar
ਤਿਹ ਪੂਰਨ ਹੋਵਹਿ ਕਾਮ॥੪੦॥ tih pooran hoveh kaam. ||40||

ਸਾਰੇ ਜੀਵ ਹੀ ਪ੍ਰਭ ਦੇ ਦਰ ਤੇ ਮੰਗਤੇ ਹਨ! ਕੇਵਲ ਪ੍ਰਭ ਹੀ ਦਾਤਾਂ ਬਖਸ਼ਣ ਵਾਲਾ ਮਾਲਕ ਹੈ । ਜਿਹੜਾ ਜੀਵ ਪ੍ਰਭ ਦੇ ਸ਼ਬਦ ਦਾ ਸਿਮਰਨ ਅਡੋਲ ਭਰੋਸੇ ਨਾਲ ਕਰਦਾ ਹੈ । ਪ੍ਰਭ ਦੀ ਰਹਿਮਤ ਨਾਲ ਉਸ ਦੀਆਂ ਬੋਲੀਆਂ, ਅਣਬੋਲੀਆ ਸਾਰਿਆਂ ਹੀ ਮੁਰਾਦਾਂ ਪੂਰੀਆਂ ਹੋ ਜਾਂਦੀਆ ਜਨ ।

All worldly creatures are beggars at His door. The One and Only One True Master, treasure of all blessings, only he may bless His true devotee. Whosoever may meditate on the teachings of His Word with steady and stable belief in his day-to-day life; with His mercy and grace, all his spoken and unspoken desires may be fully satisfied.

899.ਸਲੋਕ –ਗੁਰੂ ਤੇਗ਼ ਬਹਾਦਰ ਜੀ – ਮਹਲਾ ੯॥ 1428-13

ਝੂਠੈ ਮਾਨੁ ਕਹਾ ਕਰੈ,	jhoothai maan kahaa karai
ਜਗੁ ਸੁਪਨੇ ਜਿਉ ਜਾਨੁ॥	jag supnay ji-o jaan.
ਇਨ ਮੈ ਕਛੁ ਤੇਰੋ ਨਹੀ,	in mai kachh tayro nahee
ਨਾਨਕ ਕਹਿਓ ਬਖਾਨਿ॥੪੧॥	naanak kahi-o bakhaan. ||41||

ਜੀਵ ਸਮਝੋ! ਇਹ ਸੰਸਾਰ ਪ੍ਰਭ ਦਾ ਰਚਿਆ ਹੋਇਆ ਸੁਪਨਾ ਹੈ, ਇਹ ਹੀ ਸ੍ਰਿਸ਼ਟੀ ਦੀ ਅਸਲੀਅਤ ਹੈ । ਮਨਮੁਖ ਸੰਸਾਰ ਵਿੱਚ ਆਪਣੀ ਹੈਸੀਅਤ ਦਾ ਝੂਠਾ ਹੀ ਮਾਣ ਨਾ ਕਰੋ! ਇਸ ਵਿੱਚ ਤੇਰੀ ਕੋਈ ਮਾਲਕੀਅਤ ਨਹੀਂ ਹੈ ।

The universe, His creation is an illusion, dream created by The True Master. Self-minded! You should not boast falsely about your worldly status. In the universe, nothing may be your trust.

900.ਸਲੋਕ –ਗੁਰੂ ਤੇਗ਼ ਬਹਾਦਰ ਜੀ – ਮਹਲਾ ੯॥ 1428-13

ਗਰਬੁ ਕਰਤੁ ਹੈ ਦੇਹ ਕੋ,	garab karat hai dayh ko
ਬਿਨਸੈ ਛਿਨ ਮੈ ਮੀਤ॥	binsai chhin mai meet.
ਜਿਹਿ ਪ੍ਰਾਨੀ ਹਰਿ ਜਸੁ ਕਹਿਓ,	jihi paraanee har jas kahi-o
ਨਾਨਕ ਤਿਹਿ ਜਗੁ ਜੀਤਿ॥੪੨॥	naanak tihi jag jeet. ||42||

ਮਨਮੁਖ ਆਪਣੇ ਤਨ ਦਾ, ਰੂਪ ਦਾ ਝੂਠਾ ਹੀ ਮਾਣ, ਅਹੰਕਾਰ ਕਰਦਾ ਹੈ । ਜਿਹੜਾ ਪ੍ਰਭ ਦੇ ਸ਼ਬਦ ਦੀ ਪਾਲਣਾ, ਸਿਮਰਨ ਅਡੋਲ ਭਰੋਸੇ ਨਾਲ ਕਰਦਾ ਹੈ । ਪ੍ਰਭ ਦੀ ਰਹਿਮਤ ਨਾਲ ਉਸ ਦੀ ਮਾਨਸ ਯਾਤਰਾ ਸਫਲ ਹੋ ਜਾਂਦੀ ਹੈ ।

Self-minded may falsely boast about his youth, beauty. Whosoever may meditate, obeys the teachings of His Word with steady and stable belief; with His mercy and grace, his human life opportunity may be rewarded.

901.ਸਲੋਕ –ਗੁਰੂ ਤੇਗ਼ ਬਹਾਦਰ ਜੀ – ਮਹਲਾ ੯॥ 1428-14

ਜਿਹ ਘਟਿ ਸਿਮਰਨੁ ਰਾਮ ਕੋ,	jih ghat simran raam ko
ਸੋ ਨਰੁ ਮੁਕਤਾ ਜਾਨੁ॥	so nar muktaa jaan.
ਤਿਹਿ ਨਰ ਹਰਿ ਅੰਤਰੁ ਨਹੀ,	tihi nar har antar nahee
ਨਾਨਕ ਸਾਚੀ ਮਾਨੁ॥੪੩॥	naanak saachee maan. ||43||

ਜਿਹੜਾ ਜੀਵ ਪ੍ਰਭ ਦੇ ਸ਼ਬਦ ਦਾ ਸਿਮਰਨ, ਪਾਲਣਾ ਅਡੋਲ ਭਰੋਸੇ ਨਾਲ ਕਰਦਾ ਹੈ । ਪ੍ਰਭ ਦੀ ਰਹਿਮਤ ਨਾਲ ਉਸ ਨੂੰ ਪ੍ਰਵਾਨਗੀ ਦਾ ਰਸਤਾ ਬਖਸ਼ਿਸ਼ ਹੋ ਜਾਂਦਾ ਹੈ । ਉਹ ਪ੍ਰਭ ਦੀ ਜੋਤ ਵਿੱਚ ਹੀ ਅਭੇਦ ਹੋ ਜਾਂਦਾ ਹੈ । ਉਸ ਜੀਵ ਵਿੱਚ ਅਤੇ ਪ੍ਰਭ ਵਿੱਚ ਭੇਦ, ਮਾਨਸ ਦੀ ਪਛਾਣ ਵਿੱਚ ਨਹੀਂ ਹੁੰਦਾ ।

Whosoever may meditate and obeys the teachings of His Word with steady and stable belief; with His mercy and grace, he may be blessed with the right path of acceptance in His Court. He may be immersed within His Holy Spirit. The distinction between his soul and His Holy Spirit remains beyond the comprehension of His Creation.

902.ਸਲੋਕ –ਗੁਰੂ ਤੇਗ਼ ਬਹਾਦਰ ਜੀ – ਮਹਲਾ ੯॥ 1428-15

ਏਕ ਭਗਤਿ ਭਗਵਾਨ,	ayk bhagat bhagvaan
ਜਿਹ ਪ੍ਰਾਨੀ ਕੈ ਨਾਹਿ ਮਨਿ॥	jih paraanee kai naahi man.
ਜੈਸੇ ਸੂਕਰ ਸੁਆਨ,	jaisay sookar su-aan
ਨਾਨਕ ਮਾਨੋ ਤਾਹਿ ਤਨੁ॥੪੪॥	naanak maano taahi tan. ||44||

ਜਿਸ ਦੇ ਮਨ ਵਿੱਚ ਪ੍ਰਭ ਦੇ ਸ਼ਬਦ ਦੇ ਸਿਮਰਨ ਦੀ ਸ਼ਰਧਾ ਨਹੀਂ ਹੁੰਦੀ ਹੈ । ਉਸ ਦਾ ਮਾਨਸ ਤਨ ਕੁੱਤੇ, ਸੂਰ ਵਰਗਾ ਹੀ ਹੁੰਦਾ ਹੈ । ਉਹ ਮਾਨਸ ਜਨਮ ਵਿੱਚ ਆਇਆ ਹੀ ਨਹੀਂ ।

Whosoever may not have devotion, anxiety to meditate on the teachings of His Word; his human life, body may be cursed and remains like a dog, pig. You may not consider his as a human.

903.ਸਲੋਕ –ਗੁਰੂ ਤੇਗ਼ ਬਹਾਦਰ ਜੀ – ਮਹਲਾ ੯॥ 1428-16

ਸੁਆਮੀ ਕੋ ਗ੍ਰਿਹੁ ਜਿਉ ਸਦਾ,	su-aamee ko garihu ji-o sadaa
ਸੁਆਨ ਤਜਤ ਨਹੀ ਨਿਤ॥	su-aan tajat nahee nit.
ਨਾਨਕ ਇਹ ਬਿਧਿ ਹਰਿ ਭਜਉ,	naanak ih biDh har bhaja-o
ਇਕ ਮਨਿ ਹੁਇ ਇਕ ਚਿਤਿ॥੪੫॥	ik man hu-ay ik chit. ‖45‖

ਜੀਵ ਦੇਖ ਕੁੱਤਾ ਕਿਤਨਾ ਵਫ਼ਾਦਾਰ ਹੁੰਦਾ ਹੈ । ਆਪਣੇ ਮਾਲਕ ਦਾ ਘਰ ਕਦੇ ਨਹੀਂ ਛੱਡਦਾ । ਇਸਤਰ੍ਹਾਂ ਤੂੰ ਵੀ ਇੱਕ ਮਨ ਇੱਕ ਚਿਤ ਹੋ ਕੇ ਪ੍ਰਭ ਦੇ ਸ਼ਬਦ ਦੀ ਪਾਲਣਾ ਕਰੋ ।

Imagine! How may faithful, loyal dog be to his master? He may never abandon the house of his master. You should meditate, obey the teachings of His With steady and stable belief and with such a loyalty.

904.ਸਲੋਕ –ਗੁਰੂ ਤੇਗ਼ ਬਹਾਦਰ ਜੀ – ਮਹਲਾ ੯॥ 1428-18

ਤੀਰਥ ਬਰਤ ਅਰੁ ਦਾਨ ਕਰਿ,	tirath barat ar daan kar
ਮਨ ਮੈਂ ਧਰੈ ਗੁਮਾਨੁ॥	man mai Dharai gumaan.
ਨਾਨਕ ਨਿਹਫਲ ਜਾਤ ਤਿਹ,	naanak nihfal jaat tih
ਜਿਉ ਕੁੰਚਰ ਇਸਨਾਨੁ॥੪੬॥	ji-o kunchar isnaan. ‖46‖

ਜਿਹੜਾ ਆਪਣੀ ਤੀਰਥ ਯਾਤਰਾ, ਦਾਨ, ਪੂਜਾ ਦਾ ਅਹੰਕਾਰ ਕਰਦਾ ਹੈ । ਉਸ ਜੀਵ ਦੀ ਅਵਸਥਾ ਹਾਥੀ ਵਰਗੀ ਹੁੰਦੀ ਹੈ । ਉਹ ਪਾਣੀ ਵਿੱਚ ਇਸ਼ਨਾਨ ਕਰਦਾ ਹੈ । ਫਿਰ ਮਿੱਟੀ ਤੇ ਹੀ ਲੇਟਦਾ ਹੈ ।

Whosoever may boast about his pilgrimage and charity. His state of mind may be like an elephant. As elephant may bath in water and then roll over in dust, sand.

905.ਸਲੋਕ –ਗੁਰੂ ਤੇਗ਼ ਬਹਾਦਰ ਜੀ – ਮਹਲਾ ੯॥ 1428-18

ਸਿਰੁ ਕੰਪਿਓ ਪਗ ਡਗਮਗੇ,	sir kampi-o pag dagmagay
ਨੈਨ ਜੋਤਿ ਤੇ ਹੀਨ॥	nain jot tay heen.
ਕਹੁ ਨਾਨਕ ਇਹ ਬਿਧਿ ਭਈ,	kaho naanak ih biDh bha-ee
ਤਊ ਨ ਹਰਿ ਰਸਿ ਲੀਨ॥੪੭॥	ta-oo na har ras leen. ‖47‖

ਜੀਵ ਤੇਰੇ ਤੇ ਬੁਢੇਪਾ ਆ ਗਿਆ ਹੈ, ਤੇਰਾ ਸਿਰ ਘੁੰਮਦਾ ਹੈ । ਪੈਰਾਂ ਨਾਲ ਤੁਰ ਨਹੀਂ ਸਕਦਾ, ਅੱਖਾਂ ਪੂਰਾ ਦੇਖ ਨਹੀਂ ਸਕਦੀਆਂ । ਇਹ ਹਾਲਤ ਹੋਣ ਨਾਲ ਵੀ ਸਮਝ ਨਹੀਂ ਆਉਂਦੀ, ਸਭ ਕੁਝ ਪ੍ਰਭ ਦਾ ਕੀਤਾ ਹੀ ਹੁੰਦਾ ਹੈ ।

Self-minded, your body has aged, old age; you may not think straight; you may not walk on feet comfortable nor see properly with your eyes. Even then, you may not realize the reality of human life journey. Only His Command may prevail and everything happens under His Command.

906.ਸਲੋਕ –ਗੁਰੂ ਤੇਗ਼ ਬਹਾਦਰ ਜੀ – ਮਹਲਾ ੯॥ 1429-1

ਨਿਜ ਕਰਿ ਦੇਖਿਓ ਜਗਤੁ ਮੈ,	nij kar daykhi-o jagat mai
ਕੋ ਕਾਹੂ ਕੋ ਨਾਹਿ॥	ko kaahoo ko naahi.
ਨਾਨਕ ਥਿਰੁ ਹਰਿ ਭਗਤਿ ਹੈ,	naanak thir har bhagat hai
ਤਿਹ ਰਾਖੋ ਮਨ ਮਾਹਿ॥੪੮॥	tih raakho man maahi. ‖48‖

ਮੈਂ ਸੰਸਾਰ ਵਿੱਚ ਬਹੁਤ ਧਿਆਨ ਨਾਲ ਵਿਚਾਰ ਕੇ ਦੇਖਿਆ ਹੈ । ਸਭ ਕੁਝ ਪ੍ਰਭ ਦੀ ਹੀ ਮਾਲਕੀਅਤ ਹੈ, ਕੇਵਲ ਪ੍ਰਭ ਦਾ ਹੀ ਹੁਕਮ ਚਲਦਾ ਹੈ । ਪ੍ਰਭ ਦੇ ਸ਼ਬਦ ਦੀ ਪਾਲਣਾ ਕਰਨ ਨਾਲ ਹੀ ਸਦਾ ਸਾਥ ਰਹਿਣ ਵਾਲਾ ਧਨ ਬਖਸ਼ਿਸ਼ ਹੋ ਸਕਦਾ ਹੈ । ਦਿਲ ਲਾ ਕੇ ਬੰਦਗੀ ਕਰਨਾ ਹੀ ਇੱਕ ਅਟਲ ਰਹਿਣ ਵਾਲਾ ਕੰਮ ਹੈ ।

I have evaluated everything in the universe very carefully. Everything in the universe is only His Trust and only His Command prevails. Whosoever may meditate, obeys the teachings of His Word; with His mercy and grace, he may be blessed with forever true companion, earnings of His Word.

907.ਸਲੋਕ –ਗੁਰੂ ਤੇਗ਼ ਬਹਾਦਰ ਜੀ – ਮਹਲਾ ੯॥ 1429-2

ਜਗ ਰਚਨਾ ਸਭ ਝੂਠ ਹੈ,	jag rachnaa sabh jhooth hai
ਜਾਨਿ ਲੇਹੁ ਰੇ ਮੀਤ॥	jaan layho ray meet.
ਕਹਿ ਨਾਨਕ ਥਿਰੁ ਨਾ ਰਹੈ,	kahi naanak thir naa rahai
ਜਿਉ ਬਾਲੂ ਕੀ ਭੀਤਿ॥੪੯॥	ji-o baaloo kee bheet. ||49||

ਸੰਸਾਰ ਵਿੱਚ ਸਭ ਕੁਝ ਹੀ ਮਿੱਟ ਜਾਣ ਵਾਲਾ ਹੈ । ਕੁਝ ਵੀ ਸਦਾ ਰਹਿਣ ਵਾਲਾ ਨਹੀਂ ਹੈ । ਸਭ ਕੁਝ ਰੇਤ ਦੀ ਕੰਧ ਵਰਗਾ ਹੈ । ਜਿਹੜੀ ਸਥਿਤ ਨਹੀਂ, ਜੋ ਕੋਈ ਭਾਰ ਨਹੀਂ ਚੁੱਕ ਸਕਦੀ ।

The universe and everything in the universe are perishable. Nothing may remain forever. Everything may be like a sand wall and may not support or hold any load.

908.ਸਲੋਕ –ਗੁਰੂ ਤੇਗ਼ ਬਹਾਦਰ ਜੀ – ਮਹਲਾ ੯॥ 1429-3

ਰਾਮੁ ਗਇਓ ਰਾਵਨੁ ਗਇਓ,	raam ga-i-o raavan ga-i-o
ਜਾ ਕਉ ਬਹੁ ਪਰਵਾਰੁ॥	jaa ka-o baho parvaar.
ਕਹੁ ਨਾਨਕ ਥਿਰੁ ਕਛੁ ਨਹੀ,	kaho naanak thir kachh nahee
ਸੁਪਨੇ ਜਿਉ ਸੰਸਾਰੁ॥੫੦॥	supnay ji-o sansaar. ||50||

ਰਾਮ ਅਤੇ ਰਾਵਣ ਬਹੁਤ ਤਾਕਤਵਾਰ ਰਾਜੇ ਸਨ । ਉਹਨਾਂ ਦੇ ਬਹੁਤ ਸਬੰਧੀ, ਸਾਥੀ ਸਨ, ਅੰਤ ਵਿੱਚ ਸਾਰੇ ਹੀ ਮਰ ਗਏ ਹਨ । ਜਿਹੜਾ ਵੀ ਸੰਸਾਰ ਵਿੱਚ ਜਨਮ ਲੈਂਦਾ ਹੈ, ਉਸ ਦੇ ਮਰਨ ਦਾ ਸਮਾਂ ਜਨਮ ਤੋਂ ਪਹਿਲੇ ਹੀ ਲਿਖਿਆ ਜਾਂਦਾ ਹੈ । ਕੋਈ ਵੀ ਸੰਸਾਰ ਵਿੱਚ ਸਦਾ, ਹਮੇਸ਼ਾਂ ਨਹੀਂ ਜੀਓਂਦਾ ਰਹਿੰਦਾ ।

King **Ram and Raavan** were very powerful in their time. They have long extended families. All their family and friends died, perished at their predetermined time of death. Before birth of a creature his time of death is always predetermined by The True Master, Creator. No one may live in the universe forever not determine his time of death.

909.ਸਲੋਕ –ਗੁਰੂ ਤੇਗ਼ ਬਹਾਦਰ ਜੀ – ਮਹਲਾ ੯॥ 1429-4

ਚਿੰਤਾ ਤਾ ਕੀ ਕੀਜੀਐ,	chintaa taa kee keejee-ai
ਜੋ ਅਨਹੋਨੀ ਹੋਇ॥	jo anhonee ho-ay.
ਇਹੁ ਮਾਰਗੁ ਸੰਸਾਰ ਕੋ,	ih maarag sansaar ko
ਨਾਨਕ ਥਿਰੁ ਨਹੀ ਕੋਇ॥੫੧॥	naanak thir nahee ko-ay. ||51||

ਉਸ ਅਨੋਖੀ ਘਟਨਾ ਦੀ ਚਿੰਤ ਕਰਨੀ ਚਾਹੁੰਦੀ ਹੈ । ਜਿਹੜੀ ਕੇਵਲ ਉਸ ਤੇ ਹੀ ਵਾਪਰੀ ਹੋਵੇ । ਜਨਮ, ਮਰਨਾ ਤਾ ਪ੍ਰਭ ਦਾ ਰਚਿਆ ਖੇਲ ਹੈ । ਕੋਈ ਵੀ ਸੰਸਾਰ ਵਿੱਚ ਹਮੇਸ਼ਾਂ ਨਹੀਂ ਰਹਿੰਦਾ ।

You should only worry about any strange event, misery that only you may face in human life. The cycle of birth and death has been created by The True Master as a reality of worldly life. No one may live forever.

910.ਸਲੋਕ –ਗੁਰੂ ਤੇਗ਼ ਬਹਾਦਰ ਜੀ – ਮਹਲਾ ੯॥ 1429-4

ਜੋ ਉਪਜਿਓ ਸੋ ਬਿਨਸਿ ਹੈ,	jo upji-o so binas hai
ਪਰੋ ਆਜੁ ਕੈ ਕਾਲਿ॥	paro aaj kai kaal.
ਨਾਨਕ ਹਰਿ ਗੁਨ ਗਾਇ ਲੇ,	naanak har gun gaa-ay lay
ਛਾਡਿ ਸਗਲ ਜੰਜਾਲ॥੫੨॥	chhaad sagal janjaal. ||52||

ਜਿਹੜਾ ਵੀ ਸੰਸਾਰ ਵਿੱਚ ਜਨਮ ਲੈਂਦਾ ਹੈ । ਉਸ ਨੂੰ ਮਿਥੇ ਸਮੇਂ ਮੌਤ ਆਉਂਦੀ ਹੈ । ਜਨਮ ਮਰਨ ਦਾ ਖੇਲ ਅਨੋਖਾ ਹੈ । ਆਪਣੇ ਸੰਸਾਰਕ ਜੰਜਾਲ ਨੂੰ ਤਿਆਗ ਕੇ ਪ੍ਰਭ ਦਾ ਚਿਤ ਲਾ ਕੇ ਸਿਮਰਨ ਕਰੋ ।

Whosoever may take birth in the universe, he must face death at his predetermined time. This is an astonishing and strange play. You should renounce the greed, worldly desires and meditate on the teachings of His Word with steady and stable belief in your day-to-day life.

911.ਸਲੋਕ –ਗੁਰੂ ਤੇਗ਼ ਬਹਾਦਰ ਜੀ – ਮਹਲਾ ੯॥ 1429-5

ਦੋਹਰਾ॥	dohraa.
ਬਲੁ ਛੁਟਕਿਓ ਬੰਧਨ ਪਰੇ,	bal chhutki-o banDhan paray
ਕਛੂ ਨ ਹੋਤ ਉਪਾਇ॥	kachhoo na hot upaa-ay.
ਕਹੁ ਨਾਨਕ ਅਬ ਓਟ ਹਰਿ,	kaho naanak ab ot har
ਗਜ ਜਿਉ ਹੋਹੁ ਸਹਾਇ॥੫੩॥	gaj ji-o hohu sahaa-ay. ||53||

ਪ੍ਰਭ ਮੇਰਾ ਬਲ ਖਤਮ ਹੋ ਗਿਆ ਹੈ, ਮੈਂ ਸੰਸਾਰਕ ਸੰਬਧਾਂ, ਜ਼ੰਜੀਰਾਂ ਨਾਲ ਬੰਧਾ ਹਾ । ਮੇਰੇ ਵਿੱਚ ਕੁਝ ਕਰਨ ਦੀ ਸਮਰਥਾ ਨਹੀਂ ਹੈ । ਬੇਵਸ ਹੋ ਕੇ ਤੇਰੀ ਸ਼ਰਣ ਵਿੱਚ ਆਪਾ ਭੇਟਾ ਕਰਦਾ ਹਾ! ਰਹਿਮਤ ਬਖਸ਼ਕੇ ਅਸਲੀ ਰਸਤਾ ਬਖਸ਼ੋ ।

My True Master, I have no wisdom, strength to accomplish anything at my own. I remain intoxicated with worldly bonds. I am frustrated and miserable. I have surrendered my self-identity at Your Sanctuary; with Your mercy and grace, blesses me the right path of acceptance in Your Court.

912.ਸਲੋਕ –ਗੁਰੂ ਤੇਗ਼ ਬਹਾਦਰ ਜੀ – ਮਹਲਾ ੯॥ 1429-7

ਬਲੁ ਹੋਆ ਬੰਧਨ ਛੁਟੇ,	bal ho-aa banDhan chhutay
ਸਭੁ ਕਿਛੁ ਹੋਤ ਉਪਾਇ॥	sabh kichh hot upaa-ay.
ਨਾਨਕ ਸਭੁ ਕਿਛੁ ਤੁਮਰੈ ਹਾਥ ਮੈ,	naanak sabh kichh tumrai haath mai
ਤੁਮ ਹੀ ਹੋਤ ਸਹਾਇ॥੫੪॥	tum hee hot sahaa-ay. ||54||

ਜਿਸ ਤੇ ਪ੍ਰਭ ਰਹਿਮਤ ਦੀ ਨਜ਼ਰ ਬਖਸ਼ਦਾ ਹੈ । ਪ੍ਰਭ ਆਪ ਹੀ ਬਲ, ਸਮਰਥਾ ਬਖਸ਼ਦਾ ਹੈ । ਉਸ ਦਾ ਸੰਸਾਰਕ ਇੰਦ੍ਰੀਆਂ ਦਾ ਜਾਲ ਖਤਮ ਹੋ ਸਕਦਾ, ਜਿੱਤ ਬਖਸ਼ਿਸ਼ ਹੋ ਸਕਦੀ ਹੈ । ਸਭ ਕੁਝ ਪ੍ਰਭ ਦੇ ਹੁਕਮ ਨਾਲ ਹੀ ਹੁੰਦਾ ਹੈ । ਸਭ ਕੁਝ ਹੀ ਤੇਰੇ ਵੱਸ ਵਿੱਚ, ਹੁਕਮ ਅੰਦਰ ਹੀ ਹੁੰਦਾ ਹੈ । ਆਪਣੀ ਰਹਿਮਤ ਨਾਲ ਪ੍ਰਵਾਨਗੀ ਦਾ ਅਸਲੀ ਮਾਰਗ ਬਖਸ਼ੋ ।

Whosoever may be bestowed with His Blessed Vision; he may be blessed with strength and wisdom to function in the universe under His Command. All his worldly bonds and worldly desires, influence of sweet poison of worldly wealth may be eliminated. He may conquer his worldly desires. The True Master, His Holy Spirit prevails and everything remains His Command, Trust. My True Master bestows Your Blessed Vision and the right path of acceptance in His Court.

913.ਸਲੋਕ –ਗੁਰੂ ਤੇਗ਼ ਬਹਾਦਰ ਜੀ – ਮਹਲਾ ੯॥ 1429-8

ਸੰਗ ਸਖਾ ਸਭਿ ਤਜਿ ਗਏ,	sang sakhaa sabh taj ga-ay
ਕੋਊ ਨ ਨਿਬਹਿਓ ਸਾਥਿ॥	ko-oo na nib-hi-o saath.
ਕਹੁ ਨਾਨਕ ਇਹ ਬਿਪਤਿ ਮੈ,	kaho naanak ih bipat mai
ਟੇਕ ਏਕ ਰਘੁਨਾਥ॥੫੫॥	tayk ayk raghunaath. ||55||

ਮੇਰੇ ਸਾਥੀ, ਸੰਗੀ ਸਾਰੇ ਹੀ ਇਸ ਮੁਸ਼ਕਲ ਦੇ ਸਮੇਂ ਤੇ ਮੇਰਾ ਸਾਥ ਛੱਡ ਗਏ ਹਨ, ਕਿਸ ਨੇ ਵੀ ਸਾਥ ਨਹੀਂ ਦਿੱਤਾ । ਕੇਵਲ ਤੂੰ ਹੀ ਮੇਰਾ ਆਸਰ ਹੈ । ਆਪਣੀ ਰਹਿਮਤ ਨਾਲ ਅਸਲੀ ਮਾਰਗ ਤੇ ਪਾ ਕੇ ਬਚਾ ਸਕਦਾ ਹੈ ।

All my worldly companions, associates, followers have abandoned me in the time of hardship, misery in my human life journey. I have no other support in the universe. My only hope remains on Your Blessed Vision. My True Master blesses me the right path of acceptance in Your Court to save from the devil of death.

914.ਸਲੋਕ –ਗੁਰੂ ਤੇਗ਼ ਬਹਾਦਰ ਜੀ – ਮਹਲਾ ੯॥ 1429-9

ਨਾਮੁ ਰਹਿਓ ਸਾਧੂ ਰਹਿਓ, naam rahi-o saaDhoo rahi-o
ਰਹਿਓ ਗੁਰੁ ਗੋਬਿੰਦੁ॥ rahi-o gur gobind.
ਕਹੁ ਨਾਨਕ ਇਹ ਜਗਤ ਮੈ, kaho naanak ih jagat mai
ਕਿਨ ਜਪਿਓ ਗੁਰ ਮੰਤੁ॥੫੬॥ kin japi-o gur mant. ||56||

ਸੰਸਾਰ ਵਿੱਚ ਕੇਵਲ ਪ੍ਰਭ ਦੇ ਸ਼ਬਦ ਦੀ ਸਿਖਿਆਂ, ਪ੍ਰਭ ਦੀ ਹੋਂਦ ਅਤੇ ਸੰਤ ਸਰੂਪ ਦੀ ਸਿਖਿਆਂ ਹੀ ਸਦਾ ਅਟਲ ਰਹਿੰਦੀ ਹੈ । ਫਿਰ ਵੀ ਕੋਈ ਵਿਰਲਾ ਹੀ ਜੀਵ ਅਡੋਲ ਭਰੋਸੇ ਨਾਲ ਪ੍ਰਭ ਦੇ ਸ਼ਬਦ ਦੀ ਸਿਖਿਆਂ ਨਾਲ ਜੀਵਨ ਢਾਲਦਾ ਹੈ ।

In the universe, the existence of The True Master, essences of His Word and spoken words of His true devotee may remain true forever. However, very rare may adopt the teachings of His Word with steady and stable belief in his own day to day life.

915.ਸਲੋਕ –ਗੁਰੂ ਤੇਗ਼ ਬਹਾਦਰ ਜੀ – ਮਹਲਾ ੯॥ 1429-10

ਰਾਮ ਨਾਮੁ ਉਰ ਮੈਂ ਗਹਿਓ, raam naam ur mai gahi-o
ਜਾ ਕੈ ਸਮ ਨਹੀ ਕੋਇ॥ jaa kai sam nahee ko-ay.
ਜਿਹ ਸਿਮਰਤ ਸੰਕਟ ਮਿਟੈ, jih simrat sankat mitai
ਦਰਸੁ ਤੁਹਾਰੋ ਹੋਇ॥੫੭॥੧॥ daras tuhaaro ho-ay. ||57||1||

ਜੀਵ ਸ਼ਬਦ ਨਾਲ ਜੀਵਨ ਢਾਲਣ ਦੇ ਬਰਾਬਰ ਹੋਰ ਕੋਈ ਮੰਤਰ ਨਹੀਂ ਹੁੰਦਾ । ਜਿਹੜਾ ਪ੍ਰਭ ਦੇ ਸ਼ਬਦ ਦੀ ਪਾਲਣਾ, ਸਿਮਰਨ ਅਡੋਲ ਭਰੋਸੇ ਨਾਲ ਕਰਦਾ ਹੈ । ਪ੍ਰਭ ਦੀ ਰਹਿਮਤ ਨਾਲ ਉਸ ਦੀਆਂ, ਸੰਸਾਰਕ ਇੱਛਾਂ ਦੀਆਂ ਸਾਰੀਆਂ ਹੀ ਮੁਸ਼ਕਲਾਂ ਦੂਰ ਹੋ ਜਾਂਦੀਆਂ ਹਨ । ਅਟਲ ਪ੍ਰਭ ਦੀ ਹੋਂਦ ਅਨੁਭਵ ਹੋ ਜਾਂਦੀ ਹੈ ।

There may not be any other meditation, mentor, equal or greater than adopting the teachings of His Word with steady and stable belief in day-to-day life. Whosoever may meditate and obeys the teachings of His Word with steady and stable belief in his day-to-day life; with His mercy and grace, all his miseries of worldly desires may be eliminated. He may realize His Holy Spirit prevailing everywhere in the universe.

☬ ਮੁੰਦਾਵਣੀ

(1429- 1429) ☬

916.ਮੁੰਦਾਵਣੀ ਮਹਲਾ ੫॥ 1429-11 -W

ਥਾਲ ਵਿਚਿ ਤਿੰਨਿ ਵਸਤੂ ਪਈਓ,	thaal vich tinn vastoo pa-ee-o
ਸਤੁ ਸੰਤੋਖੁ ਵੀਚਾਰੋ॥	sat santokh veechaaro.
ਅੰਮ੍ਰਿਤ ਨਾਮੁ ਠਾਕੁਰ ਕਾ ਪਇਓ,	amrit naam thaakur kaa pa-i-o
ਜਿਸ ਕਾ ਸਭਸੁ ਅਧਾਰੋ॥	jis kaa sabhas aDhaaro.
ਜੇ ਕੋ ਖਾਵੈ, ਜੇ ਕੋ ਭੁੰਚੈ,	jay ko khaavai jay ko bhunchai
ਤਿਸ ਕਾ ਹੋਇ ਉਧਾਰੋ॥	tis kaa ho-ay uDhaaro.
ਏਹ ਵਸਤੁ ਤਜੀ ਨਹ ਜਾਈ,	ayh vasat tajee nah jaa-ee
ਨਿਤ ਨਿਤ ਰਖੁ ਉਰਿ ਧਾਰੋ॥	nit nit rakh ur Dhaaro.
ਤਮ ਸੰਸਾਰੁ ਚਰਨ ਲਗਿ ਤਰੀਐ,	tam sansaar charan lag taree-ai
ਸਭੁ ਨਾਨਕ ਬ੍ਰਹਮ ਪਸਾਰੋ॥੧॥	sabh naanak barahm pasaaro. ||1||

ਪ੍ਰਭ ਨੇ ਸ੍ਰਿਸ਼ਟੀ ਵਿੱਚ ਤਿੰਨ ਪਦਾਰਥ ਜੀਵਾਂ ਦੇ ਵਿਚਾਰ ਕਰਨ ਲਈ ਰਖੇ ਹਨ । ਸਤੁ, ਸੰਤੋਖ ਅਤੇ ਪ੍ਰਭ ਦੇ ਸ਼ਬਦ ਵੱਲ ਧਿਆਨ ਰਖਿਆ ਹੈ । ਇਸ ਸਭ ਕੁਝ ਦਾ ਅਧਾਰ, ਪ੍ਰਭ ਦੇ ਸ਼ਬਦ ਦੀ ਸਿਖਿਆਂ ਹੈ । ਜਿਹੜਾ ਪ੍ਰਭ ਦੇ ਸ਼ਬਦ ਦੀ ਸਿਖਿਆਂ ਆਪਣੇ ਜੀਵਨ ਵਿੱਚ ਢਾਲਦਾ ਹੈ । ਉਸ ਦੇ ਮਾਨਸ ਜੀਵਨ ਦਾ ਅਸਲੀ ਮਨੋਰਥ ਪੂਰਾ ਹੋ ਜਾਂਦਾ ਹੈ, ਉਸ ਨੂੰ ਮੁਕਤੀ ਦਾ ਰਸਤਾ ਬਖਸ਼ਿਸ਼ ਹੋ ਜਾਂਦਾ ਸਕਦਾ ਹੈ । ਪ੍ਰਭ ਦੀ ਬਖਸ਼ਿਸ਼, ਸ਼ਬਦ ਦੀ ਸੋਝੀ ਕੋਈ ਚੋਰੀ ਨਹੀਂ ਕਰ ਸਕਦਾ । ਜਿਹੜਾ ਪ੍ਰਭ ਦੇ ਸ਼ਬਦ ਦਾ ਸਿਮਰਨ, ਪਾਲਣਾ ਅਡੋਲ ਭਰੋਸੇ ਨਾਲ ਕਰਦਾ ਹੈ । ਪ੍ਰਭ ਆਪ ਹੀ ਉਸ ਨੂੰ ਪ੍ਰਵਾਨਗੀ ਦੇ ਰਸਤੇ ਤੇ ਅਡੋਲ ਰਖਦਾ ਹੈ ।

The True Master has embedded three unique ambrosial virtues in the universe at the disposal of His Creation. Whosoever may comprehend these three virtues, accepts His Word as an Ultimate Command.

Patiently wait for His Blessings;
Remain contented with His Blessings;
concentrate on the real purpose of human life;

The teachings of His Word may be the foundation, root, pillar of all three unique virtues. Whosoever may adopt the teachings of His Word with steady and stable belief in his day-to-day life; with His mercy and grace, he may be blessed with the right path of acceptance in His Court. The purpose of his human life opportunity may be rewarded, successful. No one may ever deprive, robs His Blessed Vision, enlightenment of His Word, the right path of acceptance in His Court from His true devotee. Whosoever may surrender his self-identity at His Sanctuary and meditates, obeys the teachings of His Word with steady and sable belief; with His mercy and grace, The True Master may keep His true devotee steady and stable on the right path of acceptance in His Court.

917.ਸਲੋਕ ਮਹਲਾ ੫॥ (1429-14)

ਤੇਰਾ ਕੀਤਾ ਜਾਤੋ ਨਾਹੀ,	tayraa keetaa jaato naahee
ਮੈਨੋ ਜੋਗੁ ਕੀਤੋਈ॥	maino jog keeto-ee.
ਮੈ ਨਿਰਗੁਣਿਆਰੇ ਕੋ ਗੁਣੁ ਨਾਹੀ,	mai nirguni-aaray ko gun naahee
ਆਪੇ ਤਰਸੁ ਪਇਓਈ॥	aapay taras pa-i-o-ee.
ਤਰਸੁ ਪਇਆ ਮਿਹਰਾਮਤਿ ਹੋਈ,	taras pa-i-aa mihraamat ho-ee
ਸਤਿਗੁਰੁ ਸਜਣੁ ਮਿਲਿਆ॥	satgur sajan mili-aa.
ਨਾਨਕ ਨਾਮੁ ਮਿਲੈ ਤਾਂ ਜੀਵਾਂ,	naanak naam milai taaN jeevaaN
ਤਨੁ ਮਨੁ ਥੀਵੈ ਹਰਿਆ॥੧॥	tan man theevai hari-aa. ||1||

ਪ੍ਰਭ, ਤੇਰੇ ਬਖਸ਼ੇ, ਕਿਸੇ ਕਰਤਬ ਦੇ ਕਾਰਨ ਦੀ ਸੋਝੀ, ਮਾਨਸ ਦੀ ਸਮਝ ਵਿੱਚ ਨਹੀਂ ਹੁੰਦੀ । ਅਣਜਾਣ ਮਾਨਸ ਵਿੱਚ ਕੋਈ ਸਿਆਣਪ, ਕੋਈ ਗੁਣ ਨਹੀਂ ਹੈ! ਪ੍ਰਭ ਨੇ ਆਪਣੀ ਰਹਿਮਤ ਨਾਲ ਹੀ ਮੈਨੂੰ ਸਿਮਰਨ ਦੇ ਯੋਗ ਸਮਝਿਆ, ਬਣਾਇਆ ਹੈ । ਆਪ ਹੀ ਅਸਲੀ ਰਸਤੇ ਤੇ ਪਾਉਣ ਵਾਲੇ ਸੰਤ ਦੀ ਸੰਗਤ ਬਖਸ਼ੀ ਹੈ । ਮੇਰੇ ਸਵਾਸਾਂ ਦਾ, ਮਾਨਸ ਜੀਵਨ ਦਾ ਮੰਤਵ, ਧੰਦਾ ਹੀ, ਪ੍ਰਭ ਦੇ ਸ਼ਬਦ ਦਾ ਸਿਮਰਨ, ਸ਼ਬਦ ਦੀ ਪਾਲਣਾ ਬਣ ਗਿਆ ਹੈ । ਜਿਹੜਾ ਪ੍ਰਭ ਦੇ ਸ਼ਬਦ ਦੇ ਸਿਮਰਨ ਵਿੱਚ, ਸ਼ਬਦ ਦੀ ਸਮਾਧੀ ਵਿੱਚ ਲੀਨ ਹੋ ਜਾਂਦਾ, ਰਹਿੰਦਾ ਹੈ । ਪ੍ਰਭ ਦੀ ਰਹਿਮਤ ਨਾਲ ਉਸ ਦਾ ਮਨ ਸ਼ੀਤਲ, ਠੰਡਾ, ਸੰਤੋਖ ਨਾਲ ਭਰਪੂਰ ਹੋ ਜਾਂਦਾ ਹੈ ।

My True Master, Your Blessings, purpose of events in the universe, remain beyond the imagination, comprehension of Your Creation. I am ignorant, have no wisdom, own virtues to accomplish or comprehend any happening in the universe. The Merciful True Master has bestowed His Blessed Vision to transform my state of mind to become worthy to meditate, adopt the teachings of His Word. The True Master has blessed the conjugation of His Holy saint to guide on the right path of acceptance in His Court. The purpose of my breathes, human life opportunity has become to meditate, obey the teachings of His Word with steady and stable belief in my day-to-day life. Whosoever may remain intoxicated meditating in the void of His Word; with His mercy and grace, he may remain calm, peaceful, and overwhelmed with contentment in his human life journey.

ੴ ਸਲੋਕ ਰਾਗ ਮਾਲਾ ੴ

Gurbani Page: 1429–1430

918.ਰਾਗ ਮਾਲਾ॥ 1429-18

ੴ ਸਤਿਗੁਰ ਪ੍ਰਸਾਦਿ॥ ik-oNkaar satgur parsaad.

ਇੱਕੋ ਇੱਕ ਪ੍ਰਭ ਸ੍ਰਿਸ਼ਟੀ ਨੂੰ ਪੈਦਾ ਕਰਨ ਵਾਲਾ, ਤਿੰਨਾਂ ਗੁਣਾਂ (ਰੂਪ, ਰੰਗ, ਅਕਾਰ) ਤੋ ਰਹਿਤ ਹੈ। ਉਸ ਦੀ ਹੋਂਦ, ਸ਼ਬਦ, ਹੁਕਮ, ਭਾਣਾ ਅਟਲ ਹੈ। ਸ੍ਰਿਸ਼ਟੀ ਨੂੰ ਗਿਆਨ, ਚਾਨਣ ਬਖਸ਼ਣ ਵਾਲਾ ਅਟਲ ਮਾਲਕ ਹੈ। ਕੇਵਲ ਪ੍ਰਭ ਦੀ ਰਹਿਮਤ ਨਾਲ ਹੀ ਪ੍ਰਭ ਦੇ ਦਰਬਾਰ ਵਿੱਚ ਪ੍ਰਵਾਨਗੀ ਬਖਸ਼ਿਸ਼ ਹੋ ਸਕਦੀ ਹੈ। ਕਿਸੇ ਸੰਸਾਰਕ ਗੁਰੂ ਦੀ ਅਸੀਸ ਨਾਲ ਜਾ ਕੋਈ ਇਸਤਰ੍ਹਾਂ ਦੀ ਬੰਦਗੀ ਨਹੀਂ, ਕੋਈ ਵੀ ਪ੍ਰਭਾਵ, ਦੁਬਿਆ ਨਹੀਂ ਪਾਇਆ ਜਾ ਸਕਦਾ।

The One and only One True Master, Creator of the universe remains beyond three limitations of recognitions known to mankind; color, body structure-size, and beauty. His Word, His Existence, Command remains true forever and only His Command prevails in the universe; nothing else may exist without His Command. His Word remains the fountain of enlightenment and illumination in the universe. Whosoever may be bestowed with His Blessed Vision; only he may be blessed with the right path of acceptance in His Court; his earnings, wealth of His Word may be accepted in His Court. No external power, recommendation of any saint, prophet, worldly guru may influence His Blessings.

ਰਾਗ ਏਕ ਸੰਗਿ ਪੰਚ ਬਰੰਗਨ॥ raag ayk sang panch barangan.
ਸੰਗਿ ਅਲਾਪਹਿ ਆਠਉ ਨੰਦਨ॥ sang alaapeh aath-o nandan.
ਪ੍ਰਥਮ ਰਾਗ ਭੈਰਉ ਵੈ ਕਰਹੀ॥ paratham raag bhairo vai karhee.
ਪੰਚ ਰਾਗਨੀ ਸੰਗਿ ਉਚਰਹੀ॥ panch raagnee sang uchrahee.
ਪ੍ਰਥਮ ਭੈਰਵੀ ਬਿਲਾਵਲੀ॥ paratham bhairvee bilaavalee.
ਪੁੰਨਿਆਕੀ ਗਾਵਹਿ ਬੰਗਲੀ॥ punni-aakee gaavahi banglee.
ਪੁਨਿ ਅਸਲੇਖੀ ਕੀ ਭਈ ਬਾਰੀ॥ pun aslaykhee kee bha-ee baaree.ay
ਏ ਭੈਰਉ ਕੀ ਪਾਚਉ ਨਾਰੀ॥ bhairo kee paacha-o naaree.
ਪੰਚਮ ਹਰਖ ਦਿਸਾਖ ਸੁਨਾਵਹਿ॥ pancham harakh disaakh sunaaveh.
ਬੰਗਾਲਮ ਮਧੁ ਮਾਧਵ ਗਾਵਹਿ॥੧॥ bangaalam maDh maaDhav gaavahi. ||1||
ਲਲਤ ਬਿਲਾਵਲ ਗਾਵਹੀ, lalat bilaaval gaavhee
ਅਪੁਨੀ ਅਪੁਨੀ ਭਾਂਤਿ॥ apunee apunee bhaaNt.
ਅਸਟ ਪੁਤ੍ਰ ਭੈਰਵ ਕੇ asat putar bhairav kay
ਗਾਵਹਿ ਗਾਇਨ ਪਾਤ੍ਰ॥੧॥ gaavahi gaa-in paatar. ||1||

ਗੁਰੂ ਗ੍ਰੰਥ ਸਾਹਿਬ ਵਿੱਚ ਹਰਇੱਕ ਰਾਗ ਦੇ 5 ਪੰਜ ਮੁਖ ਭਾਗ ਅਤੇ 8 ਭਾਗ ਹਨ। ਬਾਣੀ ਨੂੰ ਪੂਰਨ ਤਰ੍ਹਾਂ ਪੰਜ ਸੁਰਾਂ, ਅਵਾਜ਼ਾਂ ਨਾਲ ਗਾਇਆ ਜਾਂਦਾ ਹੈ।

Each raag of Guru Granth Sahib has 5 main parts of Raag and 8 sub parts. The right melody of Gurbani may be sung with 5 music instruments and with 5 voices of these prime raag.

1 Raag –bhairo- ਭੈਰਉ

ਮੁਖ ਭਾਗ – Prime Raag	ਭਾਗ – Sub- Raag – ਰਾਗਣੀਆਂ
ਭੈਰਵੀ, ਬਿਲਾਵਲੀ, ਪੁੰਨਆਕੀ, ਬੰਗਲੀ, ਅਸਲੇਖੀ!	ਪੰਚਮ, ਹਰਖ, ਦਿਸਾਖ, ਬੰਗਾਲਮ, ਮਧੁ, ਮਾਧਵ, ਲਲਤ, ਬਿਲਾਵਲ!
bhairvee, bilaavalee, punni-aakee, banglee, aslaykhee	pancham, harakh, disaakh, sunaaveh, maDh, maaDhav, lalat bilaaval

ਰਾਗ ਦੇ 8 ਭਾਗਾਂ ਨੂੰ ਗਾਉਣ ਨਾਲ ਵੱਖਰੀ ਵੱਖਰੀ ਸੁਰ, ਅਵਾਜ਼ ਨਿਕਲਦੀ ਹੈ । ਇਹਨਾਂ 8 ਭਾਗਾਂ ਦੀ ਅਵਾਜ਼ ਨੂੰ ਇਕੱਠਾ ਕਰਨ ਨਾਲ ਅਮੋਲਕ ਸੰਗੀਤ ਬਣ ਜਾਂਦਾ ਹੈ ।

Singin these eight sub-parts of Bhairao make a unique Ambrosial, intoxicating music.

919.ਰਾਗ ਮਾਲਾ॥ 1430-4

ਦੁਤੀਆ ਮਾਲਕਉਸਕ ਆਲਾਪਹਿ॥	dutee-aa maalka-usak aalaapeh.
ਸੰਗਿ ਰਾਗਨੀ ਪਾਚਉ ਥਾਪਹਿ॥	sang raagnee paacha-o thaapeh.
ਗੋਂਡਕਰੀ ਅਰੁ ਦੇਵਗੰਧਾਰੀ॥	goNdkaree ar dayvganDhaaree.
ਗੰਧਾਰੀ ਸੀਹੁਤੀ ਉਚਾਰੀ॥	ganDhaaree seehutee uchaaree.
ਧਨਾਸਰੀ ਏ ਪਾਚਉ ਗਾਈ॥	Dhanaasree ay paacha-o gaa-ee.
ਮਾਲ ਰਾਗ ਕਉਸਕ ਸੰਗਿ ਲਾਈ॥	maal raag ka-usak sang laa-ee.
ਮਾਰੂ ਮਸਤਅੰਗ ਮੇਵਾਰਾ॥	maaroo masatang mayvaaraa.
ਪ੍ਰਬਲਚੰਡ ਕਉਸਕ ਉਭਾਰਾ॥	parabalchand ka-usak ubhaaraa.
ਖਉਖਟ ਅਉ ਭਉਰਾਨਦ ਗਾਏ॥	kha-ukhat a-o bha-uraanad gaa-ay.
ਅਸਟ ਮਾਲਕਉਸਕ ਸੰਗਿ ਲਾਏ॥੧	asat maalka-usak sang laa-ay. ||1||
ਪੁਨਿ ਆਇਅਉ ਹਿੰਡੋਲੁ ਪੰਚ	pun aa-i-a-o hindol panch
ਨਾਰਿ ਸੰਗਿ ਅਸਟ ਸੁਤ॥	naar sang asat sut.
ਉਠਹਿ ਤਾਨ ਕਲੋਲ ਗਾਇਨ	utheh taan kalol gaa-in
ਤਾਰ ਮਿਲਾਵਹੀ॥੧॥	taar milaavahee. ||1||

2 Raag – maalka-usak - ਮਾਲਕਉਸਕ

ਮੁਖ ਭਾਗ – Prime Raag	ਭਾਗ – Sub- Raag – ਰਾਗਣੀਆਂ
ਗੋਂਡਕਰੀ, ਦੇਵਗੰਧਾਰੀ, ਗੰਧਾਰੀ, ਸੀਹੁਤੀ ਅਤੇ ਧਨਾਸਰੀ!	ਮਾਰੂ, ਮਸਤਅੰਗ, ਮੇਵਾਰਾ, ਪ੍ਰਬਲ, ਚੰਡ, ਕਉ, ਸਕ, ਅਤੇ ਉਭਾਰਾ!
goNdkaree, dayvganDhaaree, ganDhaaree, seehutee, uchaaree.	pancham, harakh, disaakh, sunaaveh, maDh, maaDhav, lalat bilaaval

920.ਰਾਗ ਮਾਲਾ॥ 1430-8

ਤੇਲੰਗੀ ਦੇਵਕਰੀ ਆਈ॥	taylangee dayvkaree aa-ee.
ਬਸੰਤੀ ਸੰਦੂਰ ਸੁਹਾਈ॥	basantee sandoor suhaa-ee.
ਸਰਸ ਅਹੀਰੀ ਲੈ ਭਾਰਜਾ॥	saras aheeree lai bhaarjaa.
ਸੰਗਿ ਲਾਈ ਪਾਂਚਉ ਆਰਜਾ॥	sang laa-ee paaNcha-o aarjaa.
ਸੁਰਮਾਨੰਦ ਭਾਸਕਰ ਆਏ॥	surmaanand bhaaskar aa-ay.
ਚੰਦ੍ਰਬਿੰਬ ਮੰਗਲਨ ਸੁਹਾਏ॥	chandarbimb manglan suhaa-ay.
ਸਰਸਬਾਨ ਅਉ ਆਹਿ ਬਿਨੋਦਾ॥	sarasbaan a-o aahi binodaa.
ਗਾਵਹਿ ਸਰਸ ਬਸੰਤ ਕਮੋਦਾ॥	gaavahi saras basant kamodaa.
ਅਸਟ ਪੁਤ੍ਰ ਮੈ ਕਹੇ ਸਵਾਰੀ॥	asat putar mai kahay savaaree.
ਪੁਨਿ ਆਈ ਦੀਪਕ ਕੀ ਬਾਰੀ॥੧॥	pun aa-ee deepak kee baaree. ||1||

\# 3 Raag - hoadol - ਹਿੰਡੋਲ

ਮੁਖ ਭਾਗ – Prime Raag	ਭਾਗ – Sub- Raag – ਰਾਗਣੀਆਂ
ਤੇਲਗੀ, ਦੇਵਕਰੀ ਬਸੰਤੀ, ਸੰਦੂਰ ਅਤੇ ਅਹੀਰੀ	ਸੁਰਮਾਨੰਦ, ਭਾਸਕਰ, ਚੰਦ੍ਰਬਿੰਬ, ਮੰਗਲਨ, ਸਰਸਬਾਨ, ਬਿਨੋਦਾ, ਬਸੰਤ ਅਤੇ ਕਮੋਦ
taylangee, dayvkaree aa-ee, basantee, sandoor, aheeree	surmaanand, bhaaskar, chandarbimb, manglan, sarasbaan, binodaa, basant, kamodaa.

ਇਸ ਦੇ 5 ਮੁਖ ਭਾਗ ਅਤੇ 8 ਭਾਗ ਹਨ । ਇਹਨਾਂ ਨਾਲ ਅਵਾਜ਼ ਉਚੀ ਹੁੰਦੀ ਹੈ । ਨਿਮ੍ਰਤਾ ਅਤੇ ਮਿੱਠਾਸ ਵਾਲੀ ਧੁਨ ਬਣਦੀ ਹੈ ।

921.ਰਾਗ ਮਾਲਾ॥ 1430-11

ਕਛੇਲੀ ਪਟਮੰਜਰੀ ਟੋਡੀ ਕਹੀ ਅਲਾਪਿ॥	kachhaylee patmanjree todee kahee alaap.
ਕਾਮੋਦੀ ਅਉ ਗੂਜਰੀ	kaamodee a-o goojree
ਸੰਗਿ ਦੀਪਕ ਕੇ ਥਾਪਿ॥੧॥	sang deepak kay thaap. ||1||
ਕਾਲੰਕਾ ਕੁੰਤਲ ਅਉ ਰਾਮਾ॥	kaalankaa kuntal a-o raamaa.
ਕਮਲ ਕੁਸਮ ਚੰਪਕ ਕੇ ਨਾਮਾ॥	kamalkusam champak kay naamaa.
ਗਉਰਾ ਅਉ ਕਾਨਰਾ ਕਲ੍ਯਾਨਾ॥	ga-uraa a-o kaanraa kal-yaanaa.
ਅਸਟ ਪੁਤ੍ਰ ਦੀਪਕ ਕੇ ਜਾਨਾ॥੧॥	asat putar deepak kay jaanaa. ||1||

\# 4 Raag - Deepak - ਦੀਪਕ

ਮੁਖ ਭਾਗ – Prime Raag	ਭਾਗ – Sub- Raag – ਰਾਗਣੀਆਂ
ਕਛੇਲੀ, ਪਟਮੰਜ਼ਿਲੀ, ਟੋਡੀ, ਕਾਮੋਦੀ, ਗੂਜਰੀ	ਕਾਲਕਾ, ਕੁੰਤਲ, ਰਾਮਾ, ਕਮਲਕੁਸਮ, ਚੰਪਕ, ਗਉਰਾ, ਕਾਨਾਰ ਅਤੇ ਕਲਾਨਾ
taylangee, dayvkaree aa-ee, basantee, sandoor, aheeree	kaalankaa, kuntal, raamaa, kamalkusam, champak, ga-uraa, kaanraa, kal-yaanaa.

922.ਰਾਗ ਮਾਲਾ॥ 1430-13

ਸਭ ਮਿਲਿ ਸਿਰੀਰਾਗ ਵੈ ਗਾਵਹਿ॥	sabh mil sireeraag vai gaavahi.
ਪਾਂਚਉ ਸੰਗਿ ਬਰੰਗਨ ਲਾਵਹਿ॥	paaNcha-o sang barangan laaveh.
ਬੈਰਾਰੀ ਕਰਨਾਟੀ ਧਰੀ॥	bairaaree karnaatee Dharee.
ਗਵਰੀ ਗਾਵਹਿ ਆਸਾਵਰੀ॥	gavree gaaveh aasaavaree.
ਤਿਹ ਪਾਛੈ ਸਿੰਧਵੀ ਅਲਾਪੀ॥	tih paachhai sinDhvee alaapee.
ਸਿਰੀਰਾਗ ਸਿਉ ਪਾਂਚਉ ਥਾਪੀ॥੧॥	sireeraag si-o paaNcha-o thaapee. ||1||
ਸਾਲੂ ਸਾਰਗ ਸਾਗਰਾ	saaloo saarag saagraa
ਅਉਰ ਗੋਂਡ ਗੰਭੀਰ॥	a-or gond gambheer.
ਅਸਟ ਪੁਤ੍ਰ ਸ੍ਰੀਰਾਗ ਕੇ	asat putar sareeraag kay
ਗੁੰਡ ਕੁੰਭ ਹਮੀਰ॥੧॥	gund kumbh hameer. ||1||

\# 5 Raag - siree - raag - ਸਿਰੀਰਾਗ

ਮੁਖ ਭਾਗ – Prime Raag	ਭਾਗ – Sub- Raag – ਰਾਗਣੀਆਂ
ਬੈਰਾਰੀ, ਕਰਨਾਟੀ, ਗਵਰੀ, ਆਸਾਵਰੀ ਅਤੇ ਸਿੰਧਵੀ	ਸਾਲੂ, ਸਾਰਗ, ਸਾਗਰਾ, ਗੋਂਡ, ਗੰਭੀਰ, ਗੁੰਡ, ਕੁੰਭ ਅਤੇ ਹਮੀਰ
taylangee, dayvkaree aa-ee, basantee, sandoor, aheeree	saaloo, saarag, gond, gambheer, sareeraag, gund, kumbh, hameer

923.ਰਾਗ ਮਾਲਾ॥ 1430-15

ਖਸਟਮ ਮੇਘ ਰਾਗ ਵੈ ਗਾਵਹਿ॥	khastam maygh raag vai gaavahi.
ਪਾਂਚਉ ਸੰਗਿ ਬਰੰਗਨ ਲਾਵਹਿ॥	paaNcha-o sang barangan laaveh.
ਸੋਰਠਿ ਗੋਂਡ ਮਲਾਰੀ ਧੁਨੀ॥	sorath gond malaaree Dhunee.
ਪੁਨਿ ਗਾਵਹਿ ਆਸਾ ਗੁਨ ਗੁਨੀ॥	pun gaavahi aasaa gun gunee.
ਊਚੈ ਸੁਰਿ ਸੂਹਉ ਪੁਨਿ ਕੀਨੀ॥	oochai sur sooha-o pun keenee.
ਮੇਘ ਰਾਗ ਸਿਉ ਪਾਂਚਉ ਚੀਨੀ॥੧॥	maygh raag si-o paaNcha-o cheenee. ‖1‖
ਬੈਰਾਧਰ ਗਜਧਰ ਕੇਦਾਰਾ॥	bairaaDhar gajDhar kaydaaraa.
ਜਬਲੀਧਰ ਨਟ ਅਉ ਜਲਧਾਰਾ॥	jableeDhar nat a-o jalDhaaraa.
ਪੁਨਿ ਗਾਵਹਿ ਸੰਕਰ ਅਉ ਸਿਆਮਾ॥	pun gaavahi sankar a-o si-aamaa.
ਮੇਘ ਰਾਗ ਪੁਤ੍ਰਨ ਕੇ ਨਾਮਾ॥੧॥	maygh raag putran kay naamaa. ‖1‖

6 Raag - Maygh- ਮੇਘ

ਮੁਖ ਭਾਗ – Prime Raag	ਭਾਗ – Sub- Raag – ਰਾਗਣੀਆਂ
ਸੋਰਠਿ, ਗੋਂਡ, ਮਲਾਰੀ, ਆਸਾ ਅਤੇ ਸੂਹਉ	**ਬੈਰਾਧਰ, ਗਜਧਰ, ਕੇਦਾਰਾ, ਜਬਲੀਧਰ, ਨਟ, ਜਲਧਾਰਾ, ਸੰਕਰ ਅਤੇ ਸਿਆਮਾ**
taylangee, dayvkaree aa-ee, basantee, sandoor, aheeree	kaalankaa, kuntal, raamaa, kamalkusam, champak, ga-uraa, kaanraa, kal-yaanaa.

924.ਰਾਗ ਮਾਲਾ॥ 1430-19

ਖਸਟ ਰਾਗ ਉਨਿ ਗਾਏ	khasat raag un gaa-ay
ਸੰਗਿ ਰਾਗਨੀ ਤੀਸ॥	sang raagnee tees.
ਸਭੈ ਪੁਤ੍ਰ ਰਾਗੰਨ ਕੇ	sabhai putar raagann kay
ਅਟਾਰਹ, ਦਸ, ਬੀਸ॥੧॥੧॥	athaarah das bees. ‖1‖1‖

ਬਾਣੀ ਵਿੱਚ ਸਾਰੇ 6 ਰਾਗ ਹਨ । ਇਹਨਾਂ ਦੇ 30 ਮੁਖ ਭਾਗ ਹਨ ਅਤੇ 48 ਭਾਗ ਹਨ ।

The Guru Granth sahib has been compiled with Total 6 Raags and 30 prime parts of Raag and 48 sub-raags.

End

The Guru Granth Sahib

Steek – English and Punjabi Volume 8

ਪੋਥੀ Volume – 8

Gurbani Page: 1294 –1430

ਭੋਗ ਦੀ ਬਾਣੀ

☬ ਗੁਰਬਾਣੀ ਦਾ ਤੱਤ – Conclusion ☬

The Theme of Guru Granth Sahib Ji!
ਗੁਰੂ ਗ੍ਰੰਥ ਸਾਹਿਬ ਜੀ ਦਾ ਮੰਤਵ!

ਗੁਰੂ ਅਰਜਨ ਦੇਵ ਜੀ ਨੇ ਪਰਾਤਨ ਸਮੇਂ ਦੇ 25 ਭਗਤਾਂ ਦੇ ਜੀਵਨ ਦੀ ਸਿਖਿਆਂ ਨੂੰ ਘੋਖਕੇ ਮਾਨਸ ਨੂੰ ਗ੍ਰੰਥ ਦੇ ਰੂਪ ਵਿੱਚ ਭੇਟਾ ਕੀਤਾ । ਗੁਰੂ ਗ੍ਰੰਥ ਸਾਹਿਬ ਵਿੱਚ, ਜਿਹੜੇ ਬੰਦਗੀ ਦੇ ਰਸਤੇ ਭਗਤਾ ਨੇ ਆਪਣੀ ਆਤਮਾ ਨੂੰ ਪਵਿੱਤਰ ਕਰਕੇ, ਪ੍ਰਭ ਦੇ ਰਹਿਮਤ ਯੋਗ ਤਿਆਰ ਕੀਤਾ । ਗੁਰਬਾਣੀ ਵਿੱਚ ਕੇਵਲ ਜੀਵਾਂ ਦੀ ਆਤਮਾ ਨੂੰ ਪਵਿੱਤਰ ਕਰਕੇ, ਪ੍ਰਭ ਦੇ ਪਰਖਣ ਯੋਗ ਬਣਾਉਣ ਦੀ ਵਿਧੀ ਦੱਸੀ ਹੈ । ਗੁਰਬਾਣੀ ਵਿੱਚ ਸ੍ਰਿਸ਼ਟੀ ਦੀ ਬਣਤਰ; ਪ੍ਰਭ ਨੇ ਬਨਾਸਪਤੀ, ਪੌਂਦੇ, ਜੀਵਾ ਦੇ ਭੋਜਨ ਲਈ, ਹਵ, ਅੱਗ ਅਤੇ ਪਾਣੀ, ਬਨਾਸਪਤੀ ਨੂੰ ਵਧਾਉਣ ਅਤੇ ਜੀਵਾਂ ਦੇ ਭੋਜਨ ਲਈ ਪੈਂਦਾ ਕੀਤੀ । ਸਭ ਕੁਝ ਪ੍ਰਭ ਦੀ ਦ੍ਰਿਸ਼ਟ ਅਨੁਸਾਰ ਹੀ ਹੋਇਆ ਹੈ । ਗੁਰਬਾਣੀ ਵਿੱਚ ਕਿਸੇ ਧਰਮ, ਰੀਤ ਰੀਵਾਜ, ਬੰਦਗੀ ਦੇ ਤਰੀਕੇ, ਸੰਤ ਦੀ ਨਿੰਦਿਆਂ ਨਹੀਂ ਕੀਤੀ ਗਈ ਹੈ । ਮਨ ਦੀ ਸ਼ਰਧਾ ਨੂੰ ਹੀ ਪ੍ਰਭ ਦੇ ਦਰ ਦਾ ਅਸਲੀ ਰਸਤਾ ਦੱਸਿਆ ਹੈ । ਸਾਰੇ ਗ੍ਰੰਥਾਂ ਨੂੰ ਹੀ ਬੰਦਗੀ ਦਾ ਠੀਕ ਰਸਤਾ ਹੀ ਦੱਸਿਆ ਗਿਆ ਹੈ ।

Sikh 5th Guru Arjan Dev Ji was motivated by some higher power to imagine the life experience teachings of 25 Ancient saints. He imagined the existence of Holy Spirit, the process of soul sanctification from the life experience teachings of ancient saints. The Holy Scripture of Guru Granth Sahib, later became the living Guru for the Sikh Nation. The teachings of Guru Granth Sahib enlighten the path of soul sanctification adopted by ancient saints to become worthy of His Consideration. How has The True Master provided the source of nourishment before creation of life? He has created Nature (Air, Water and Fire) before creating life in the universe, vegetation, plants as food, nourishment for next phase of life with soul (His Creation with soul). Every event in the universe remains under His Command, The Omnipresent, Omniscient, Omnipotent, Axiom One and only, The True Master. Gurbani does not glorify any human, ancient or current, Holy saint, worldly guru nor criticize any religious practices, ritual and claims as their belief. However, religious ritual or practice may not have any significance for the real purpose of human life opportunity. The process of soul sanctification, remains adopting the message of subconscious mind, as the guiding principle of human life journey. All ancient saints considered Vedas as the foundation of spiritual guidance.

ਲੋਗੁ ਜਾਨੈ ਇਹੁ ਗੀਤੁ ਹੈ,	log jaanai ih geet hai
ਇਹੁ ਤਉ ਬ੍ਰਹਮ ਬੀਚਾਰ॥	ih ta-o barahm beechaar.
ਜਿਉ ਕਾਸੀ ਉਪਦੇਸੁ ਹੋਇ,	Ji-o kaasee updays ho-ay
ਮਾਨਸ ਮਰਤੀ ਬਾਰ॥੩॥ P335	maanas martee baar. ‖3‖

ਅਣਜਾਣ ਸ਼ਬਦ ਦੇ ਸਿਮਰਨ, ਕੀਰਤਨ ਨੂੰ ਇੱਕ ਗੀਤ ਸਮਝਕੇ ਗਾਉਂਦੇ ਹਨ । ਪਰ ਇਹ ਤਾ ਜੀਵ ਦੀ ਆਤਮਾ ਦੀ ਪ੍ਰਭ ਦੇ ਦਸਵੇਂ ਘਰ ਅਰਦਾਸ ਹੈ । ਇਹ ਇਸਤਰ੍ਹਾਂ ਹੀ ਹੈ, ਜਿਵੇਂ ਕਿਸੇ ਮਰਦੇ ਹੋਏ ਨੂੰ ਪਵਿੱਤਰ ਤੀਰਥ ਤੇ ਅੰਤਮ ਸਿਖਿਆ ਦਿੱਤੀ ਜਾਂਦੀ ਹੈ ।

The ignorant humans, religious priest considers meditation on the teachings of His Word is a song. However, this is the prayer of the soul in front of the 10th house of the body and mind. This is like the corpse of an any creature may be blessed with holy water and a final advised and the final prayer of his soul in front of The True Master.

☬ Fundamentals of Essences of Guru Granth: ☬

ਭਗਤਾ ਦੇ ਮਹੱਤਵ ਪੂਰਕ ਕਥਨ!

1. ਗੁਰੂ ਨਾਨਕ ਦੇਵ ਜੀ: ਕੇਵਲ ਪ੍ਰਭ ਹੀ ਆਪਣਾ ਸ਼ਬਦ, ਪ੍ਰਵਾਨਗੀ ਦਾ ਰਸਤਾ ਬਖਸ਼ਿਸ਼ ਸਕਦਾ ਹੈ! ਪ੍ਰਭ ਬੁਹਤ ਤਰਸਵਾਨ, ਦਿਆਲੂ ਹੈ । ਜਿਹੜਾ ਵੀ ਪ੍ਰਭ ਦੇ ਸ਼ਬਦ ਨੂੰ ਅਟਲ ਮਨਦਾ, ਪ੍ਰਭ ਦੇ ਵਿਛੋੜੇ ਦੇ ਵਿਰਾਗ ਵਿੱਚ, ਲੀਨ ਰਹਿੰਦਾ, ਸ਼ਬਦ ਦੀ ਸਿਖਿਆ ਨਾਲ ਜੀਵਨ ਢਾਲਦਾ ਹੈ । ਉਸ ਦੇ ਮਨ ਵਿੱਚ ਸਦਾ ਚੱਲਣ ਵਾਲੀ ਧੁਨ ਸੁਣਾਈ ਦੇਣ ਲੱਗ ਪੈਂਦੀ ਹੈ । ਰਹਿਮਤਾ ਦਾ ਮਾਲਕ, ਪ੍ਰਭ ਆਪਣੇ ਦਾਸ ਤੇ ਰਹਿਮਤ ਬਖਸ਼ਦਾ ਹੈ ।

Guru Nanak Dev Ji Claims: The process of enlightenment and immortal state of mind may only be blessed with His Own mercy and grace; however, Merciful True Master remains very gracious on His true devotee;

- Who may remain in renunciation in the memory of his separation from His Holy Spirit and hear the everlasting echo of His Word resonating within his heart?

2. ਗੁਰੂ ਅੰਗਦ ਦੇਵ ਜੀ: ਸੰਸਾਰਕ ਜੀਵ ਸਤਿਕਾਰ ਨਾਲ ਬੰਦਗੀ ਕਰਨ ਵਾਲੇ ਗੁਰੂ, ਸੰਤ, ਭਗਤ ਕਹਿਣ ਨਾਲ, ਉਸ ਨੂੰ ਦਾਸ ਅਵਸਥਾ ਬਖਸ਼ਿਸ਼ ਨਹੀਂ ਹੋ ਜਾਂਦੀ । ਉਸ ਦੇ ਜੀਵਨ ਦਾ ਰਸਤਾ, ਪ੍ਰਭ ਦੇ ਦਰਬਾਰ ਵਿੱਚ ਪ੍ਰਵਾਨਗੀ ਵਾਲਾ ਰਸਤਾ ਨਹੀਂ ਬਣ ਜਾਂਦਾ । ਉਸ ਨੂੰ ਆਪਣੇ ਸੰਸਾਰਕ ਕੰਮਾਂ ਦਾ ਲੇਖਾ ਦੇਣਾ ਪੈਂਦਾ ਹੈ । ਜੀਸਸ ਨੂੰ ਵੀ ਆਪਣੀ ਹੌਂਦ ਭੇਟਾ ਕਰਨ ਨਾਲ ਹੀ ਦਾਸ ਅਵਸਥਾ ਬਖਸ਼ਿਸ਼ ਹੋਈ ਸੀ ।

Guru Angad Ji claims! Worldly recognition as Guru, prophet, saint may never be a sign of acceptance in His Court; everyone must face, The Righteous Judge; Even Jesus was accepted in His Court at cross after surrendering his identity; became Crist!

3. ਗੁਰੂ ਅਮਰ ਦਾਸ, ਕਬੀਰ ਜੀ: ਸੰਸਾਰਕ ਧਰਮ ਦੇ ਗ੍ਰੰਥ ਅੱਖਰਾ ਦੇ ਜੋੜ ਨਾਲ ਹੀ ਲਿਖੇ ਗਏ ਹਨ, ਲੇਖਕ ਦੇ ਮਨ ਦੀ ਅਵਸਥਾ ਨਾਲ ਹੀ ਮਾਨਸ ਨੂੰ ਸਿਖਿਆ ਦੇਣ ਲਈ ਲਿਖੇ ਗਏ ਹਨ । ਜਿਹੜਾ ਮਨ ਲਾ ਕੇ ਪੜ੍ਹਦਾ ਹੈ, ਉਸ ਨੂੰ ਗੁਰਬਾਣੀ ਦੀ ਸਮਝ ਆ ਜਾਂਦੀ ਹੈ । ਧਰਮ ਦੇ ਅਗਿਆਨੀ ਕਹਿੰਦੇ ਹਨ ਬਾਣੀ ਦੀ ਪੂਰਨ ਸਮਝ ਨਹੀਂ ਆ ਸਕਦੀ । ਉਸ ਨੂੰ ਗੁਰਬਾਣੀ ਦੇ ਸ਼ਬਦ ਵਿੱਚ ਅਤੇ ਪ੍ਰਭ ਦੇ ਸ਼ਬਦ, ਨਾਮ ਵਿੱਚ ਅੰਤਰ ਦੀ ਸੋਝੀ ਨਹੀਂ ਹੁੰਦੀ ।

Guru Amar Das claims! Anyone whosoever may wholeheartedly read any Holy Scripture may understand the teachings in Holy Scripture;

- Kabeer, all Holy Scriptures have been created by human by combing few words.

4. ਰਵੀਦਾਸ ਜੀ, ਬਿਆਸ ਜੀ: page 1106: ਕਿਸੇ ਵੀ ਗ੍ਰੰਥ ਵਿੱਚ ਪ੍ਰਭ ਦਾ ਸ਼ਬਦ ਲਿਖਿਆ ਨਹੀਂ ਜਾ ਸਕਦਾ । ਗੁਰਬਾਣੀ ਦਾ ਸ਼ਬਦ, ਪ੍ਰਭ ਦਾ ਸ਼ਬਦ ਨਹੀਂ ਹੈ, ਪ੍ਰਭ ਦੀ ਰਹਿਮਤ ਨਾਲ ਗੁਰਬਾਣੀ ਦਾ ਸ਼ਬਦ ਵੀ ਸਦਾ ਅਟਲ, ਰਹਿਣ ਵਾਲਾ ਸ਼ਬਦ ਬਣ ਸਕਦਾ ਹੈ । ਪ੍ਰਭ ਦਾ ਸ਼ਬਦ ਕੇਵਲ, ਪ੍ਰਭ ਆਪ ਹੀ ਜੀਵ ਦੀ ਆਤਮਾ ਤੇ ਜਨਮ ਲੈਣ ਤੋਂ ਪਹਿਲੇ ਹੀ ਉਕਾਰਦਾ ਹੈ । ਆਤਮਾ ਤੇ ਉਕਰੇ ਸ਼ਬਦ ਦੀ ਪਾਲਣਾ ਕਰਨਾ ਹੀ ਆਤਮਾ ਦੀ ਪਵਿੱਤਰ ਕਰਨ ਦੀ ਵਿਧੀ ਹੁੰਦੀ ਹੈ । ਹਰਇੱਕ ਜੀਵ ਲਈ ਵੱਖਰਾ ਸ਼ਬਦ ਹੁੰਦਾ ਹੈ, ਉਸ ਦੇ ਪਿਛਲੇ ਜਨਮ ਦੇ ਕੰਮਾ ਦਾ ਫਲ ਬਖਸ਼ਿਸ਼ ਹੁੰਦਾ ਹੈ । ਪ੍ਰਭ ਦਾ ਸ਼ਬਦ ਤਨ ਦੇ ਨਾਸ ਹੋਣ ਨਾਲ ਖਤਮ ਨਹੀਂ ਹੁੰਦਾ । ਜਿਸ ਦੀ ਆਤਮਾ ਦੀ ਹੋਂਦ ਖਤਮ ਹੋ ਜਾਂਦੀ ਹੈ, ਉਸ ਦਾ ਸਫਰ ਪੂਰਾ ਹੋ ਜਾਂਦਾ, ਸ਼ਬਦ, ਲੇਖਾ ਖਤਮ ਹੋ ਜਾਂਦਾ ਹੈ ।

Ravidas ji quote - Bhagat- Vyass (Bieas Ji) claims page 1106!

- His Word may never be written with ink or pen a paper and in any worldly Holy Scripture.
- Anything written with ink may faint away over a period.

5. ਗੁਰੂ ਤੇਗ ਬਹਾਦਰ ਜੀ: ਪ੍ਰਭ ਦੇ ਦਾਸ ਦੀ ਕੇਵਲ ਆਤਮਾ ਨੂੰ ਪ੍ਰਭ ਦੇ ਪਰਖਣ ਯੋਗ ਬਣਨ ਦੀ ਹੀ ਇੱਛਾਂ ਹੁੰਦੀ ਹੈ । ਤਨ ਦੇ ਸੰਸਾਰਕ ਦੁਖ ਸੁਖ ਨੂੰ ਪ੍ਰਭ ਦੀ ਬਖਸ਼ਿਸ਼ ਸਮਝਕੇ ਨਿਰਾਰਾ ਰਹਿੰਦਾ, ਪ੍ਰਭ ਦੀ ਬਖਸ਼ਿਸ਼ ਨੂੰ ਸਹਿਣ ਦੀ ਅਰਦਾਸ ਕਰਦਾ ਹੈ ।

His true devotee, may have only one desire to become worthy of His Consideration. He remains in state of bliss in all worldly environments. He considers all worldly miseries and pleasures as His Worthy blessings! He may only pray for His Forgiveness to endure His Blessings and sings His gratitude for human life opportunity.

☬ Essence of Guru Granth Sahib Ji: ☬

1. ਪ੍ਰਭ ਸ੍ਰਿਸ਼ਟੀ ਵਿੱਚ ਸੰਤ ਅਵਸਥਾ ਵਾਲੀ ਆਤਮਾ, ਸਮੇਂ, ਸਮੇਂ ਮਾਨਸ ਨੂੰ ਜੀਵਨ ਵਿੱਚ ਸੇਧ ਦੇਣ, ਮਾਨਸ ਜੀਵਨ ਦਾ ਮੰਤਵ ਯਾਦ ਕਰਵਾਉਣ ਲਈ ਭੇਜਦਾ ਰਹਿੰਦਾ ਹੈ ।

- ਕੋਈ ਸੰਤ ਸ੍ਰਿਸ਼ਟੀ ਵਿੱਚ ਨਵਾਂ ਧਰਮ ਚਲਾਉਣ ਲਈ ਨਹੀਂ ਭੇਜਿਆ ਜਾਂਦਾ । ਮੁਨੱਖਤਾ ਹੀ ਮਾਨਸ ਦਾ ਇੱਕੋ ਇੱਕ ਧਰਮ ਹੈ ।
- ਜਿਹੜਾ ਸੰਤ, ਸੰਸਾਰਕ ਮਾਇਆ ਦਾ ਗੁਲਾਮ ਬਣ ਜਾਂਦਾ ਹੈ, ਉਹ ਨਵਾਂ ਧਰਮ ਚਲਾਉਂਦਾ ਹੈ ।
- ਉਹ ਆਪਣਾ ਪ੍ਰਵਾਨਗੀ ਦਾ ਰਸਤਾ ਗਵਾ ਲੈਂਦਾ, ਲਾਹਨ੍ਹਤਾਂ ਹੀ ਪੈਂਦੀਆ ਹਨ । ਆਪਣੇ ਕੀਤੇ ਦਾ ਲੇਖਾ ਦੇਣਾ ਪੈਂਦਾ ਹੈ ।

God sends blessed, enlightened souls to enlighten His Creation from time to time; to remained the real purpose of human life opportunity.

- No blessed soul, prophet may ever be sent to initiate any new religion; Mankind may be the only religion established by The True Master.
- Shakti may intoxicate, overpower some blessed soul with sweet poison, fantasy, and gimmicks of worldly wealth; he may initiate a unique new different religion.
- He may be rebuked and banned from entering His Royal Palace; he has lost the right path of acceptance in His Court. He must endure the judgement of The Righteous Judge; he may remain in the cycle of birth and death.

2. ਜਿਹੜਾ ਸੰਤ ਅਵਸਥਾ ਵਾਲਾ, ਆਪਣੀ ਆਤਮਾ ਤੇ ਉੱਕਰੇ ਸ਼ਬਦ, ਹੁਕਮ ਤੇ ਚਲਦਾ ਹੈ, ਉਹ ਪ੍ਰਭ ਦਾ ਰੂਪ ਹੀ ਬਣ ਜਾਂਦਾ ਹੈ ।

- ਸੰਤ ਅਵਸਥਾ ਵਾਲੇ ਮਾਨਸ, ਨੂੰ ਵੀ ਪ੍ਰਭ ਦੀ ਅਵਸਥਾ ਦੀ ਪੂਰਨ ਸੋਝੀ ਬਖਸ਼ਿਸ਼ ਨਹੀਂ ਹੁੰਦੀ । ਪ੍ਰਭ ਦਾ ਲਿਖਿਆ ਬਦਲ ਨਹੀਂ ਸਕਦਾ, ਕਿਸੇ ਨੂੰ ਪ੍ਰਭ ਦਾ ਸ਼ਬਦ ਬਖਸ਼ ਨਹੀਂ ਸਕਦਾ, ਮੌਤ ਦਾ ਸਮਾਂ ਬਦਲ ਨਹੀਂ ਸਕਦਾ ।

Any Blessed soul may remain on the charted path; engraved on his soul, His Word; he may become a symbol of The True Master.

- However, any human, blessed soul may never fully comprehend His Nature; alter, avoid, rewrite destiny, nor may bless His Word to anyone, nor extend his stay, avoid his death.

3. ਗੁਰਬਾਣੀ ਦਾ ਗਿਆਨ ਅਤੇ ਗੁਰਬਾਣੀ ਦੀ ਸੋਝੀ ਮਨ ਦੀਆਂ ਦੋ ਵਖਰੀਆਂ ਅਵਸਥਾ ਹਨ ।

- ਗਿਆਨ ਦੇਖਣਾ ਕਿ ਚੌਕ ਤੇ ਰੁਕਨ ਦਾ ਬੋਰਡ ਹੈ । ਇਹ ਗੁਰਬਾਣੀ ਦੇ ਵਿਦਵਾਨ ਦੇ ਮਨ ਦੀ ਅਵਸਥਾ ਹੁੰਦੀ ਹੈ, ਉਹ ਪ੍ਰਵਾਨਗੀ ਦੇ ਰਸਤੇ ਦੀ ਪ੍ਰੇਰਨਾ ਕਰਦਾ ਹੈ, ਦਿਖਾਵੇ ਦੀ ਬੰਦਗੀ ਕਰਦਾ, ਧਾਰਮਕ ਬਾਣ ਵੀ ਪਾਉਂਦਾ ਹੈ, ਪਰ ਆਪਣੀ ਸਿਖਿਆ ਆਪਣੇ ਜੀਵਨ ਵਿੱਚ ਨਹੀਂ ਢਾਲਦਾ ।
- ਸੋਝੀ, ਚੌਕ ਤੇ ਰੁਕ ਕੇ ਚਾਰੇ ਪਾਸੇ ਦੇਖ ਕੇ, ਫਿਰ ਚਲਣਾ । ਇਹ ਅਵਸਥਾ ਪ੍ਰਭ ਦੀ ਰਹਿਮਤ ਨਾਲ ਉਸ ਨੂੰ ਬਖਸ਼ਿਸ਼ ਹੋ ਸਕਦੀ ਹੈ, ਜਿਹੜਾ ਪ੍ਰਭ ਦੇ ਸ਼ਬਦ ਦੀ ਸਿਖਿਆਂ ਨੂੰ ਆਪਣੇ ਜੀਵਨ ਵਿੱਚ ਢਾਲਦਾ ਹੈ । ਉਹ ਪ੍ਰਭ ਦੇ ਵਿਛੋੜੇ ਦੇ ਵਿਰਾਗ ਵਿੱਚ, ਸਿਮਰਨ ਕਰਦਾ ਲੀਨ ਰਹਿੰਦਾ ਹੈ, ਉਸ ਦੇ ਮਨ ਤੇ ਸੰਸਾਰਕ ਦੁਖ, ਸੁਖ ਦਾ ਕੋਈ ਪ੍ਰਭਾਵ ਨਹੀਂ ਹੁੰਦਾ ।

- ਸੰਸਾਰਕ ਮਾਇਆ ਅਨੇਕਾਂ ਹੀ ਲਾਲਚਾਂ ਨਾਲ ਮਨ ਵਿੱਚ ਇੱਛਾਂ ਪੈਦਾ ਕਰਦੀਆਂ ਹਨ, ਜਿਹੜਾ ਇੱਛਾ ਦੇ ਪਿਛੇ ਚਲਦਾ ਹੈ, ਉਹ ਮਾਨਸ ਜਨਮ ਦਾ ਅਸਲੀ ਰਸਤਾ ਭੁਲ ਜਾਂਦਾ ਹੈ ।

Knowledge of Gurbani and the enlightenment of His Word are two unique paths.

- Knowledge is just like to see a stop sign at the crossing of road; whereas the enlightenment may be to look the stop sign and fully stop, watch for the safety of others, and then pass the crossing.
- Knowledge of Gurbani may create anxiety to search for His Word, enlightenment.
- However, worldly wealth in many forms may drift even many saints, blessed souls; in real worldly life, many saints may start wearing royal robes, living lofty life. Preaching many self-created, sermons, highlights the significance charity, free food, worship; many may proclaim themselves Guru, His Blessed soul, even son of God. He may incarnate his son or daughter on self-proclaimed throne to bless others His Word. All those saints have become slave of worldly wealth; ignorant from the real purpose of human life opportunity.
- Whosoever may adopt the teachings of His Word with steady and stable belief in his day-to-day life; he may remain in renunciation in the memory of his separation from His Holy Spirit. He may be enlightened with the essence of His Word. He may remain unaffected with any worldly miseries or pleasures.

4. ਪ੍ਰਭ ਨੇ ਬ੍ਰਹਮਾਂ ਜੀ ਨੂੰ ਵੇਦਾ ਦੀ ਬਾਣੀ ਬਖਸ਼ੀ, ਪ੍ਰਭ ਦੀ ਕੁਦਰਤ ਦੀਆ 4 ਸਿਖਿਆ ਦੀ ਸੋਝੀ ਬਖਸ਼ੀ, ਉਸ ਨੇ ਚਾਰ ਵੇਦ ਸ੍ਰਿਸ਼ਟੀ ਦੀ ਅਗਿਆਨਤਾ ਦੂਰ ਕਰਨ ਲਈ ਲਿਖੇ ।

- ਬ੍ਰਹਮਾਂ ਜੀ ਨੂੰ ਵੇਦਾ ਦੇ ਅੱਖਰਾਂ ਦਾ, ਸ਼ਬਦ ਦਾ ਗਿਆਨ ਬਖਸ਼ਿਸ਼ ਹੋ ਗਿਆ, ਪਰ ਉਸ ਨੂੰ ਵੇਦਾ ਦੀ ਸਿਖਿਆ ਦੀ ਸੋਝੀ ਬਖਸ਼ਿਸ਼ ਨਾ ਹੋਈ । ਉਹ ਸ਼ਕਤੀ, ਸੰਸਾਰਕ ਮਾਇਆ, ਅਹੰਕਾਰ ਦਾ ਗੁਲਾਮ ਬਣ ਗਿਆ ।

Brahma was blessed with Holy Scripture of Vedas; 4 aspects of His Nature;

Even though, he was blessed with the knowledgeable about the Holy Scriptures; however, he was not enlightened with the essence of His Word. He became a victim of sweet poison of worldly wealth, Shakti.

ਸ਼ਿਵ ਜੀ ਨੇ ਬੰਦਗੀ ਕੀਤੀ, ਉਹ ਵੀ ਸ਼ਕਤੀ, ਸੰਸਾਰਕ ਮਾਇਆ ਦੇ ਜਾਲ, ਅਹੰਕਾਰ ਵਿੱਚ ਫਸ ਗਿਆ । ਆਪ ਹੀ ਧਰਮਰਾਜ ਬਣ ਕੇ, ਮੌਤ ਦੀ ਸ਼ਜਾ ਦੇਣ ਲਗ ਪਿਆ, ਕਰੋਧ ਦਾ ਗੁਲਾਮ ਬਣ ਗਿਆ ।

- ਉਸ ਨੇ ਨਵਾਂ ਧਰਮ ਅਰੰਭ ਕੀਤਾ, ਆਪਣਾ ਪ੍ਰਭ ਦੇ ਪ੍ਰਵਾਨਗੀ ਦਾ ਰਸਤਾ ਗਵਾ ਲਿਆ ।

Shivji became a victim of Shakti; he was drifted from is right path of acceptance in His Court. He became a self-proclaimed The Righteous Judge.

- He became a jury and judge to punish His Creation. He initiated worldly religion. He was denied from the right path of acceptance in His Court; He remained in many cycles of birth and death.

ਵਿਸ਼ਨੂੰ ਨੂੰ ਸਿਮਰਨ ਕਰਨ ਨਾਲ ਕਰਮਾਤਾਂ ਬਖਸ਼ਿਸ਼ ਹੋ ਗਈਆਂ । ਉਸ ਨੇ ਕਰਮਤਾਂ ਦੀ ਬਖਸ਼ਿਸ਼ ਨੂੰ ਹੀ ਮੁਕਤੀ ਮੰਨ ਲਿਆ । ਆਪਣੇ ਮਾਨਸ ਜਨਮ ਦਾ ਅਸਲੀ ਮੰਤਵ ਭਲਾ ਕੇ ਅਸਲੀ ਰਸਤਾ ਗਵਾ ਲਿਆ ।

Vishnu became possessed with miracle power, other gimmicks of worldly wealth. He considered miracle power as the salvation. He forgot the real purpose of human life opportunity; he was denied the right path of acceptance in His Court.

ਰਾਮ ਚੰਦਰ ਮਨ ਦੇ ਅਹੰਕਾਰ, ਕਰੋਧ ਨਾਲ ਰਾਵਨ ਨੂੰ ਮਾਰ ਕੇ, ਪ੍ਰਵਾਨਗੀ ਦਾ ਰਸਤਾ ਗਵਾ ਲਿਆ ।

Rama forgot The Ultimate Power of The True Master; birth and death may only happen under His Command; he forgot, separation of Sita was His Miracle to test his sincerity on his charted path; to remain unaffected with miseries and pleasure of worldly environments. He lost the right path of acceptance in His Court by killing Raavan, violated the ultimate power The True Master. Whosoever may kill any of His Creation; he must own the sins of his soul; he endures the judgement and denied the right path of acceptance in His Court. Even any sacrifice his own life for any religious cause or loyalty to worldly guru may not be rewarded rather punished in His Court. Worldly religions, victim of Shakti is spreading ignorance from the essence of His Word

ਕ੍ਰਿਸ਼ਨ ਨੇ ਕੰਸ ਨੂੰ ਮਾਰ ਕੇ ਪ੍ਰਵਾਨਗੀ ਦਾ ਰਸਤਾ ਗਵਾ ਲਿਆ ।

Krasihna – by Killing Kanse, slaving black Cobra.

5. **ਪ੍ਰਭ ਨੇ ਤਿੰਨਾਂ ਸ੍ਰਿਸ਼ਟੀਆ ਵਿੱਚ ਹੀ ਦੋ ਤਾਕਤਵਾਰ, ਫੌਜਾਂ, (ਸ਼ਿਵ, ਸ਼ਕਤੀ) ਭੇਜੀਆ ਹਨ, ਜੀਵਨ ਦੇ ਦੋ ਰਸਤੇ ਹਨ । ਸ਼ਿਵ ਅਤੇ ਸ਼ਕਤੀ ਦੋ ਬੇੜੀਆਂ ਸੰਸਾਰਕ ਸਾਗਰ ਵਿੱਚ ਜੀਵਨ ਲਈ ਹਨ । ਦੋਨੋਂ ਹੀ ਵਖਰੇ ਰਸਤੇ ਹਨ, ਕਦੇ ਮਿਲਦੇ ਨਹੀਂ, ਆਤਮਾ ਨੂੰ ਇੱਕ ਥਾਂ ਤੇ ਨਹੀਂ ਲੈ ਜਾ ਸਕਦੇ । ਜੀਵ ਕਿਸੇ ਸਮੇਂ ਹੀ ਰਸਤਾ ਬਦਲ ਸਕਦਾ ਹੈ, ਉਸ ਦੇ ਜੀਵਨ ਦਾ ਸਮਾਂ ਜਨਮ ਤੋ ਪਹਿਲੇ ਹੀ ਮਿਥਿਆ ਹੈ, ਕੋਈ ਬਦਲ ਨਹੀਂ ਸਕਦਾ ।**

- **ਸ਼ਿਵ – ਪ੍ਰਭ ਦੇ ਸ਼ਬਦ ਦਾ ਰਸਤਾ, ਦਰਬਾਰ ਵਿੱਚ ਪ੍ਰਵਾਨਗੀ ਦਾ ਰਸਤਾ, ਮੁਕਤੀ ਦਾ ਬਹੁਤ ਕਠਨ ਰਸਤਾ ਹੈ ।**
- **ਸ਼ਕਤੀ – ਸੰਸਾਰਕ ਮਾਇਆ, (ਰਾਜਸ, ਤਾਮਸ, ਸਾਤਕ), 5 ਇੱਛਾ ਦੇ ਜਮਦੂਤ ਸੰਸਾਰਕ ਥੋੜ੍ਹਾ ਸਮਾਂ ਅਨੰਦ ਵਾਲੀਆਂ ਸੰਸਾਰਕ ਇੱਛਾਂ ਹਨ ।**

The True Master has infused two dominating forces, **Shiv and Shakti** in the universe for soul to live and perform her assigned task in predetermined time. Both Shiv and Shakti are like two boats, ships in the worldly ocean. Both may arrive at different destination. He must pick one, aboard one ship. He may change his ship any time in his predetermined life time.

- **Shiv** controls the path of His Word; acceptance in His Court. Salvation; sub-conscious; need the whole time on assigned task in his human life journey. He may earn the everlasting wealth of His Word. This ship always starts at the beginning, and drop the soul as soon as her predetermined time may be exhausted. Whosoever may aboard the ship late in life, her soul would be dropped as her time exhausted; Soul jumped out to other ship, her destination world be changed.

- **Shakti** the path of three virtues of worldly wealth; Raajas, Taamas, Satvas; 5 demons of worldly wealth, Sexual urge, Anger, greed, attachments, ego. This ship may be loaded with various short-lived pleasures of worldly life; along with the burden of sins.

6. ਜਿਹੜਾ ਮੂੰਲ ਮੰਤ੍ਰ ਦਾ ਤੱਤ – ਸਾਰੇ ਜੀਵਾ ਦੀ ਆਤਮਾ ਵਿੱਚ ਇੱਕੋ ਇੱਕ ਪ੍ਰਭ ਦੀ ਜੋਤ ਸਮਾਈ ਹੈ, ਆਪਣੇ ਜੀਵਨ ਵਿੱਚ ਇਹ ਤੱਤ ਧਾਰਨ ਕਰ ਲੈਂਦਾ ਹੈ । ਉਸ ਨੂੰ ਪ੍ਰਭ ਦੀ ਰਹਿਮਤ ਨਾਲ ਅਨੇਕਾਂ ਹੀ ਬਖਸ਼ਿਸ਼ਾਂ ਹੁੰਦੀਆਂ ਹਨ ।

- ਮਾਨਸ ਜੀਵਨ ਦੇ ਅਸਲੀ ਮੰਤਵ ਦੀ ਸੋਝੀ ਬਖਸ਼ਿਸ਼ ਹੋ ਜਾਂਦੀ ਹੈ । ਪ੍ਰਭ ਦੇ ਦਰਬਾਰ ਵਿੱਚ ਪ੍ਰਵਾਨਗੀ ਦਾ ਰਸਤਾ ਬਖਸ਼ਿਸ਼ ਹੋ ਜਾਂਦਾ ਹੈ । ਉਸ ਨੂੰ ਆਪਣੇ ਮਨ ਤੇ, ਮਨ ਦੀਆਂ ਸੰਸਾਰਕ ਇੱਛਾਂ ਤੇ ਜਿੱਤ ਬਖਸ਼ਿਸ਼ ਹੋ ਜਾਂਦੀ ਹੈ । ਉਸ ਦਾ ਸੁਚੇਤ ਮਨ, ਸੰਸਾਰਕ ਇੱਛਾਂ ਦਾ ਗੁਲਾਮ, ਆਪਣੇ ਅਚੇਤ ਮਨ, ਮਨ ਦੀ ਅਵਾਜ਼ ਦਾ ਗੁਲਾਮ ਬਣ ਜਾਂਦਾ ਹੈ ।

Whosoever may adopt the essence of Mool Mentor; same Holy Spirit remains embedded within each soul and dwell within his body: His Creation is brotherhood. He may be bestowed with many Blessings.

- The right path of acceptance in His Court. The real purpose of human life opportunity. He may conquer demons of sweet poison of worldly wealth, desires- Shakti. He may conquer the virtues of worldly wealth; **Raajss, Taamess; Satvas;** His concentrated mind (**Shakti**) may become a slave of his subconscious mind, **Shiv**, His Word. His concentrated mind may become a slave of His Subconscious mind; he may hear the everlasting echo of His Word resonating within his heart.

7. ਗੁਰਬਾਣੀ ਦਾ ਸਿਮਰਨ, ਗੁਰਬਾਣੀ ਦੇ ਸ਼ਬਦ ਦੀ ਪਾਲਣਾ, ਜੀਵਨ ਵਿੱਚ ਧਾਰਨਾ ਕਰਨਾ, ਪੂੰਨ ਦਾਨ, ਅਖੰਡ ਪਾਠ, ਲਗਰ, ਧਰਮ ਧਾਰਨ ਕਰਨਾ, ਸੰਸਾਰਕ ਗੁਰੂ ਦੀ ਸੇਵਾ ਕਰਨਾ, ਸਾਰੇ ਹੀ ਬੰਦਗੀ ਦੇ ਠੀਕ ਰਸਤੇ ਹਨ ।

- ਇਹਨਾਂ ਨਾਲ ਪ੍ਰਭ ਦੇ ਸ਼ਬਦ ਦਾ ਧਨ ਬਖਸ਼ਿਸ਼ ਹੋ ਸਕਦਾ ਹੈ । ਸ਼ਬਦ ਦੀ ਸੋਝੀ ਬਖਸ਼ਿਸ਼ ਹੋ ਸਕਦੀ ਹੈ । ਮਾਨਸ ਜਨਮ ਦੇ ਅਸਲੀ ਮੰਤਵ ਦੀ ਸੋਝੀ, ਪ੍ਰਭ ਦੇ ਦਰਬਾਰ ਵਿੱਚ ਪ੍ਰਵਾਨਗੀ ਦਾ ਰਸਤਾ ਬਖਸ਼ਿਸ਼ ਨਹੀਂ ਹੁੰਦਾ ।
- ਜਿਹੜਾ ਪ੍ਰਭ ਦੇ ਵਿਛੋੜੇ ਦੇ ਵਿਰਾਗ ਵਿੱਚ, ਪ੍ਰਭ ਦੇ ਬਖਸ਼ੇ ਤੇ ਸੰਤੋਖ, ਧੀਰਜ ਨਾਲ ਲੀਨ ਰਹਿੰਦਾ ਹੈ, ਉਸ ਦੇ ਮਨ ਵਿੱਚ ਪ੍ਰਭ ਦੀ ਸਦਾ ਚੱਲਣ ਵਾਲੀ ਸ਼ਬਦ ਦੀ ਧੁਨ, ਗੂੰਜ ਸੁਣਾਈ ਦੇਂਦੀ ਹੈ । ਉਸ ਨੂੰ ਪ੍ਰਭ ਦੇ ਦਰਬਾਰ ਵਿੱਚ ਪ੍ਰਵਾਨਗੀ ਦਾ ਰਸਤਾ ਬਖਸ਼ਿਸ਼ ਹੋ ਜਾਂਦਾ ਹੈ ।

Meditating, obeying, and adopting the teachings of word of Gurbani, charity, reading reciting and serve free kitchen for needy are good paths of worship.

- He may be blessed with the everlasting wealth of His Word; however, the right path of acceptance in His Court may never be blessed.

- Whosoever remain in renunciation in the memory of his separation from His Holy Spirit; he may hear the everlasting echo of His Word resonating within his heart; he may remain contented and in patience in the void of His Word, He may be blessed with the right path of acceptance in His Court.

8. ਪ੍ਰਭ ਦੇ ਸ਼ਬਦ ਦੀ ਪੂਜਾ ਅਤੇ ਸੰਤ ਦੀ ਪੂਜਾ ਕਰਨਾ ਦੋਨੇਂ ਹੀ ਠੀਕ ਰਸਤੇ ਹਨ ।

- ਸੰਤ ਸਦਾ ਹੀ ਪ੍ਰਭ ਦੇ ਸ਼ਬਦ ਨੂੰ ਜੀਵਨ ਵਿੱਚ ਢਾਲਣ ਦੀ ਸਿਖਿਆ ਦੇਂਦਾ ਹੈ । ਕੇਵਲ ਪ੍ਰਭ ਹੀ ਸ਼ਬਦ ਦੇ ਲੜ ਲਾਉਂਦਾ, ਦਰਬਾਰ ਵਿੱਚ ਪ੍ਰਵਾਨਗੀ ਦਾ ਰਸਤਾ ਬਖਸ਼ਦਾ ਹੈ ।

Both The True Master and His Holy saint are worthy to be worshipped. Adopting their teachings are the right path of meditation, acceptance in His Court.

- His Holy saint may always inspire to adopt the teachings of His Word with steady and stable belief in day-to-day life. Only, The True Master may bless His Word, the right path of acceptance in His Court.

9. ਜਿਹੜਾ ਕਿਸੇ ਆਸ, ਲਾਲਚ ਤੋ ਬਿਨਾਂ, ਆਪਣੀ ਹੋਂਦ ਨੂੰ ਪ੍ਰਭ ਦੇ ਸ਼ਬਦ ਦੀ ਭੇਟਾ ਕਰ ਦੇਂਦਾ ਹੈ, ਉਸ ਨੂੰ ਪ੍ਰਭ ਦੇ ਦਰਬਾਰ ਵਿੱਚ ਪ੍ਰਵਾਨਗੀ ਦਾ ਰਸਤਾ ਬਖਸ਼ਿਸ਼ ਸਕਦਾ ਹੈ ।

- ਜਿਹੜਾ ਸ਼ਰਧਾ ਨਾਲ ਬੰਦਗੀ ਕਰਦਾ ਹੈ, ਮਨ ਵਿੱਚ ਫਲ ਦੀ ਵੀ ਆਸ ਰਖਦਾ ਹੈ, ਉਸ ਨੂੰ ਸ਼ਰਧਾ ਦਾ ਫਲ ਵੀ ਬਖਸ਼ਿਸ਼ ਨਹੀਂ ਹੁੰਦਾ, ਉਸ ਦਾ ਪ੍ਰਭ ਦੇ ਬਖਸ਼ੇ ਤੇ ਭਰੋਸਾ ਅਡੋਲ ਨਹੀਂ ਹੁੰਦਾ । ਇਸਤਰ੍ਹਾਂ ਹੀ ਪੁੰਨ ਦਾਨ, ਪੂਜਾ, ਅਖੰਡ ਪਾਠ, ਲਗਰ ਲਾਉਣਾ, ਸਾਰੇ ਧਰਮ ਦੇ ਰੀਤ ਰੀਵਾਜ, ਮਨ ਦਾ ਭਰੋਸਾ ਹੈ, ਜੀਵਨ ਦੇ ਅਸਲੀ ਮੰਤਵ ਲਈ ਕੋਈ ਮਹੱਤਤਾ ਨਹੀਂ ਹੁੰਦੀ ।

Whosoever may surrender his self-identity unconditionally, without any hope or any expectation of reward; he may be blessed with the right path of acceptance in His Court.

- Imagine! Whosoever may have a deep devotion to meditate; at the same time, he may have hope, desire for the reward, his devotion may not be rewarded. He may not have any belief on His Worthy Blessings. The True Master blessed everything to His Creation, once for all at the time of birth in the universe. Same way worldly charities, worship, donation for so called worthy cause, Akande- paath, Langar are all religious rituals. These beliefs have been infused in the mind of innocent by devious religious toughs; however, these have no benefit for the real purpose of human life opportunity.

10. ਪ੍ਰਭ ਕਦੇ ਜਨਮ ਨਹੀਂ ਲੈਂਦਾ, ਕਦੇ ਆਪ ਦੇ ਬਰਾਬਰ ਦਾ, ਸ਼ਰੀਕ ਪੈਦਾ ਨਹੀਂ ਕਰਦਾ ।

- ਹਰਇੱਕ ਜੀਵ ਪ੍ਰਭ ਦੇ ਹੁਕਮ ਅੰਦਰ ਹੈ, ਹਰਇੱਕ ਵਿੱਚ ਹੀ ਕਮੀ ਹੁੰਦੀ ਹੈ, ਕੋਈ ਪੂਰਾ, ਪ੍ਰਭ ਤੇ ਭਾਰੀ ਨਹੀਂ ਹੋ ਸਕਦਾ । ਪ੍ਰਭ ਕਿਸੇ ਵੀ ਜੀਵ ਤੋ ਕਰਮਾਤ ਕਰਵਾ ਸਕਦਾ ਹੈ ।
- ਕਿਸੇ ਵੀ ਮਾਨਸ ਨੂੰ ਸਤਿਗੁਰੂ ਨਹੀਂ ਕਹਿਆ ਜਾ ਸਕਦਾ, ਕੋਈ ਮਾਨਸ ਪੂਰਾ ਨਹੀਂ ਹੁੰਦਾ । ਕੋਈ ਮਾਨਸ ਪ੍ਰਭ ਦਾ ਰੂਪ ਨਹੀਂ ਬਣ ਸਕਦਾ, ਪ੍ਰਭ ਦੀ ਗੱਦੀ, ਖਾਨਦਾਨੀ ਨਹੀ ਚਲਦੀ ।

The True Master may never take birth in the universe in any body structure, nor He may ever create anyone equal or better than Himself; His comparative in the universe; everyone remains under His Command.

- His Creation always remains under His Control; He remains Omnipresent, Omniscient, Omnipotent, Axiom and perfect in all respects. His Creation always has some weakness, deficiency; no one may ever be created perfect; as blemished soul. Soul may never be fully sanctified, pure, complete until soul may be immersed within His Holy Spirit. The True Master may perform any miracle through anyone of His Creation.
- No human may ever be called The True Guru, Sat-Guru; no one may ever be perfect in all respects. No one may ever become worthy to be call symbol of The True Master. He does not have any genealogy, nor anyone may ever be incarnated on His Throne. His throne remains forever true and within the 10th cave of soul.

11. ਸੰਸਾਰਕ ਜੀਵ, ਸਤਿਕਾਰ ਨਾਲ ਮਾਨਸ ਨੂੰ ਗੁਰੂ ਦੇ ਨਾਮ ਨਾਲ ਸਤਿਕਾਰਦੇ ਹਨ, ਇਸ ਨਾਲ ਉਸ ਨੂੰ ਦਾਸ ਅਵਸਥਾ ਬਖਸ਼ਿਸ਼ ਨਹੀਂ ਹੋ ਜਾਂਦੀ । ਉਸ ਦੇ ਜੀਵਨ ਦਾ ਰਸਤਾ ਪ੍ਰਭ ਦੇ ਦਰਬਾਰ ਵਿੱਚ ਪ੍ਰਵਾਨਗੀ ਦਾ ਰਸਤਾ ਨਹੀਂ ਬਣ ਜਾਂਦਾ ।

His Creation may honor any devotee with the name as True Guru; or incarnate anyone as worldly guru; or incarnated any written doctrine, Holy Scripture as living worldly guru.

- However, his way of life may not become the right path of acceptance in His Court. He must endure the judgement of The Righteous Judge. He may perform miracles through His Creation any time.

12. ਮੈਲੀ ਆਤਮਾ ਨੂੰ ਨਵੀਂ ਪਛਾਣ ਦੇ ਕੇ ਪ੍ਰਭ ਦੀ ਜੋਤ ਵਿਚੋਂ ਵਿਛੋੜ ਕੇ ਸ੍ਰਿਸ਼ਟੀ ਵਿੱਚ ਪਵਿੱਤਰ ਹੋਣ ਲਈ ਭੇਜੀ ਜਾਂਦੀ ਹੈ ।

- ਆਤਮਾ ਨੂੰ ਵਖਰੀਆਂ ਜੂੰਨਾਂ, ਜੀਵਾਂ ਦਾ ਤਨ ਬਖਸ਼ਿਆ ਜਾਂਦਾ ਹੈ । ਆਤਮਾ ਤਨ ਦੀ ਮੌਤ, ਨਾਸ ਹੋਣ ਤੇ ਮਰਦੀ ਨਹੀਂ, ਇਸ ਦੀ ਆਪਣੀ ਹੋਂਦ ਖਤਮ ਨਹੀਂ ਹੁੰਦੀ । ਮੈਲੀ ਆਤਮਾ ਸੰਸਾਰ ਵਿਚੋਂ ਵਾਪਸ ਨਹੀ ਜਾਂਦੀ, ਆਤਮਾ ਲੇਖਾ, ਆਤਮਾ ਦੀ 10th ਗੁਫਾ ਵਿਚੋਂ ਹੀ ਆਪਣੇ ਆਪ ਹੀ ਕਰਦਾ ਹੈ, ਆਪਣੇ ਕੰਮਾਂ ਨਾਲ ਹੀ ਨਵੇਂ ਜੀਵ ਦਾ ਤਨ ਬਖਸ਼ਿਸ਼ ਹੋ ਜਾਂਦਾ ਹੈ ।
- ਜਿਹੜੀ ਆਤਮਾ, ਪ੍ਰਭ ਦੇ ਪਰਖਣ ਯੋਗ ਹੋ ਜਾਂਦੀ ਹੈ, ਉਸ ਨੂੰ ਸਵਰਗ ਵਿੱਚ, ਫਿਰ ਪ੍ਰਭ ਦੀ ਜੋਤ ਦੇ ਮਿਲਣ ਯੋਗ ਲਈ ਪਰਖਿਆ ਜਾਂਦਾ ਹੈ । ਜਿਹੜੀ ਆਤਮਾ ਪਾਸ ਹੋ ਜਾਂਦੀ ਹੈ, ਉਸ ਦੀ ਹੋਂਦ ਮਿਟ ਜਾਂਦੀ ਹੈ, ਪ੍ਰਭ ਦੀ ਜੋਤ ਦਾ ਭਾਗ ਹੀ ਬਣ ਜਾਂਦੀ ਹੈ ।

ਸਵਰਗ ਵਿੱਚ ਸਭ ਆਤਮਾ ਨੂੰ, ਪਵਿੱਤਰਤਾ ਦਾ ਨੰਬਰ ਬਖਸ਼ਿਆ ਜਾਂਦਾ ਹੈ, ਇਸ ਵਿਚੋਂ ਹੀ ਅਵਤਾਰ, ਸੰਤ, ਦੇਵਤੇ, ਗੁਰੂ, ਜੀਵਾਂ ਨੂੰ ਸਿਖਿਆ ਦੇਣ ਕਈ ਭੇਜੇ ਜਾਂਦੇ ਹਨ ।

- ਜਿਹੜਾ ਅਵਤਾਰ, ਸੰਤ ਫਿਰ ਸੰਸਾਰ ਵਿੱਚ ਆ ਕੇ, ਪ੍ਰਭ ਦੇ ਸ਼ਬਦ ਅਨੁਸਾਰ ਜੀਵਨ ਬਤੀਤ ਕਰਦਾ ਹੈ, ਹਰਇੱਕ ਜੀਵਨ ਵਿੱਚ ਨਵਾਂ ਹੀ ਖੇਲ ਚਲਦਾ ਹੈ । ਉਸ ਨੂੰ ਦੁਬਾਰਾ ਪਵਿੱਤਰ ਜੋਤ ਵਿੱਚ ਮਿਲਣ ਯੋਗ ਬਣਨ ਲਈ ਪਰਖਿਆ ਜਾਂਦਾ ਹੈ ।
- ਜਿਹੜਾ ਅਵਤਾਰ ਰਸਤੇ ਤੇ ਨਹੀਂ ਚਲਦਾ, ਆਪਣੀ ਸੋਭਾ ਦੀ ਚਰਚਾ ਕਰਵਾਉਣ ਲਗ ਪੈਂਦਾ ਹੈ, ਨਵਾਂ ਧਰਮ ਚਲਾਉਂਦਾ ਹੈ । ਉਹ ਫਿਰ ਜਨਮ ਮਰਨ ਦੇ ਚੱਕਰ ਵਿੱਚ ਭੇਜ ਦਿੱਤਾ ਜਾਂਦਾ ਹੈ ।

Blemished souls may be separated from His Holy Spirit with assigned identity.

- Soul may be blessed with various perishable creature bodies, depending on her degree of blemish. Soul may never die with the death, destruction of perishable body; blemished soul may never leave the universe after death of perishable body rather keep moving to another body till sanctified to become worthy of His Consideration.
- Only sanctified soul may leave the universe for further purification, sanctification; as a gold- smith may repeatedly melt gold to purify. Any soul passed through final purification stage may become worthy to immerse within His Spirit,

Any soul may not pass-through final stage remain in buffer zone called Heaven by religious rituals. Angels, prophets, devils may be created from those souls- called blessed soul. All blessed soul may be assigned specific purpose, it may be devilish like Harnaakash or Holy path like Nanak Ji! engraved on his soul as His Word.

- Any soul may remain on her assigned path; she may be sanctified to become worthy of His Consideration. Every life cycle, a new play starts for soul purification.
- Any soul may drift from her assigned path, engraved on her sou; she may be subjected to the judgement of Righteous Judge and enters re-incarnation cycle.

13. **ਆਤਮਾ ਦੇ ਵਿੱਚ ਇੱਕ ਇੱਛਾ ਪ੍ਰਭ ਦੇ ਸ਼ਬਦ ਵਿੱਚ ਹੀ ਸਮਾਈ ਰਹਿੰਦੀ ਹੈ ।**

- **ਉਸ ਦੇ ਮਾਨਸ ਜੀਵਨ ਦਾ ਮੰਤਵ, ਤਨ ਦੇ ਨਾਸ ਹੋਣ ਨਾਲ ਉਸ ਦੀ ਇਹ ਇੱਛਾ ਖਤਮ ਨਹੀਂ ਹੁੰਦੀ । ਜਿਹੜੀ ਆਤਮਾ ਪ੍ਰਭ ਦੀ ਜੋਤ ਵਿੱਚ ਰਲ ਜਾਂਦੀ ਹੈ, ਉਸ ਦੀ ਹੌਂਦ ਮਿਟ ਜਾਂਦੀ, ਉਸ ਦੀ ਇੱਛ ਵੀ ਖਤਮ ਹੋ ਜਾਂਦੀ ਹੈ ।**
- **ਜੀਵ ਦੇ ਮਨ ਵਿੱਚ ਸੰਸਾਰਕ ਇੱਛਾਂ, ਸੁਚੇਤ ਮਨ, ਸੰਸਾਰਕ ਮਾਇਆ ਦੇ ਨਸ਼ੇ ਵਿੱਚ ਪੈਦਾ ਹੁੰਦੀਆ ਹਨ, ਇਹ ਸਾਰੀਆਂ ਇੱਛਾਂ ਤਨ ਦੇ ਨਾਸ ਹੋਣ ਨਾਲ ਹੀ ਨਾਸ ਹੋ ਜਾਂਦੀਆਂ ਹਨ ।**

One desire has been embedded within his soul, infused within His Word; The purpose of her human life opportunity; to become worthy of His Consideration remains embedded within his sub-conscious mind as an ever-resonating echo within mind.

- Once her soul may be immersed within His Holy Spirit, her identity may be eliminated along with her soul, His Word engraved on her soul.
- Worldly desires are created by concentrated mind and controlled by worldly wealth; demons of worldly desires all die with the death of perishable body. Shakti: 3 unique virtues, Raajas, Taamas, Satvas; 5 demons of worldly desires.

14. **ਆਤਮਾ ਮਾਂ ਦੀ ਕੁਖ ਵਿਚੋਂ ਬਹੁਤ ਗਭੀਰ ਸੰਸਾਰ ਵਿੱਚ ਜਨਮ ਲੈਂਦੀ ਹੈ । ਸੰਸਾਰ ਵਿੱਚ ਤਾਕਤਵਾਰ ਹਾਕਮ, ਸ਼ਿਵ ਅਤੇ ਸ਼ਕਤੀ, ਦੋਨਾਂ ਦਾ ਬਹੁਤ ਡੂੰਘਾ ਪ੍ਰਭਾਵ ਰਹਿੰਦਾ ਹੈ ।**

ਸ਼ਿਵ – ਸ਼ਬਦ ਦਾ ਰਸਤਾ, ਬਹੁਤ ਕਠਨ ਜੀਵਨ ਦਾ ਰਸਤਾ– ਅਚੇਤ ਮਨ, ਸਦਾ ਚੱਲਣ ਵਾਲੀ ਗੂੰਜ ਦਾ ਰਸਤਾ ਹੈ । ਜਿਹੜੀ ਆਤਮਾ, ਸ਼ਿਵ ਦਾ ਰਸਤਾ ਧਾਰਨ ਕਰਦੀ ਹੈ, ਉਸ ਨੂੰ ਪ੍ਰਭ ਦੀ ਰਹਿਮਤ ਨਾਲ ਬਖਸ਼ਿਸ਼ਾਂ ਹੁੰਦੀਆਂ ਹਨ

- ਪ੍ਰਭ ਦੇ ਦਰਬਾਰ ਵਿੱਚ ਪ੍ਰਵਾਨਗੀ ਦਾ ਰਸਤਾ ਬਖਸ਼ਿਸ਼ ਹੋ ਜਾਂਦਾ ਹੈ । ਉਹ ਪ੍ਰਭ ਦੇ ਵਿਛੋੜੇ ਦੇ ਵਿਰਾਗ ਵਿੱਚ ਹੀ ਸਿਮਰਨ ਕਰਦਾ, ਸ਼ਬਦ ਦੀ ਸਮਾਧੀ ਵਿੱਚ ਲੀਨ ਰਹਿੰਦਾ ਹੈ । ਉਸ ਨੂੰ ਸੰਸਾਰਕ ਮਾਇਆ ਦੀਆਂ ਕਮੀਆ ਦੀ ਸੋਝੀ ਬਖਸ਼ਿਸ਼ ਹੋ ਜਾਂਦੀ ਹੈ। ਉਸ ਨੂੰ ਮਨ ਵਿੱਚ ਸਦਾ ਚੱਲਣ ਵਾਲੀ ਧੁਨ ਸੁਣਾਈ ਦੇਦੀ ਹੈ। ਉਸ ਨੂੰ ਆਪਣੇ ਮਨ ਤੇ ਜਿੱਤ ਬਖਸ਼ਿਸ਼ ਹੋ ਜਾਂਦੀ, ਉਸ ਦਾ ਸੁਚੇਤ ਮਨ, ਅਚੇਤ ਮਨ ਦਾ ਗੁਲਾਮ ਬਣ ਜਾਂਦਾ ਹੈ । ਉਸ ਦੀ ਆਤਮਾ ਪਵਿੱਤਰ ਹੋ ਜਾਂਦੀ, ਪ੍ਰਭ ਦੇ ਪਰਖਣ ਯੋਗ ਹੋ ਜਾਂਦੀ ਹੈ ।

ਸ਼ਕਤੀ – ਸੰਸਾਰਕ ਮਾਇਆ, ਥੋੜ੍ਹਾ ਸਮਾਂ ਅਨੰਦ ਦਾ ਰਸਤਾ, ਸੁਚੇਤ ਮਨ ਦਾ ਸੰਸਾਰਕ ਇੱਛਾ ਦਾ, ਅਨੰਦ ਅਰਾਮ ਦਾ ਰਸਤਾ ਹੈ ।

- ਉਹ ਸੰਸਾਰਕ ਅਨੰਦ ਮਾਨਦਾ, ਸੰਸਾਰਕ ਇੱਛਾ ਦੇ ਪੰਜਾਂ ਜਮਦੂਤਾ ਦਾ ਗੁਲਾਮ ਬਣ ਜਾਂਦਾ ਹੈ । ਪਾਪਾ ਦਾ ਭਾਰ ਵਧਾ ਕੇ ਨਵੀਂ ਜੂੰਨ ਵਿੱਚ ਦੁਖ ਭੋਗਦਾ ਹੈ ।

Ignorant, blemish soul comes out of mother's womb into a very mysterious universe dominated with two unique rival forces; Shiv and Shakti.
Path of Shiv, His Word, sub-conscious mind, the ever-resonating echo of His Word. Whosoever may adopt the path of Shiv; She may be bestowed with many Virtues.

- She may be blessed with the right path of acceptance in His Court. He may remain in renunciation in memory of her separation from His Holy Spirit in meditation in the void of His Word. He may be enlightened with the weakness, deficiencies of worldly wealth. He may hear the everlasting echo of His Word resonating within her heart. He may conquer his own mind, worldly wealth; his concentrated mind may become a slave of his subconscious mind. His soul may be sanctified to become worthy of His Consideration.

Shakti: 3 unique virtues, Raajas, Taamas, Satvas; 5 demons of worldly desires. Whosoever may remain intoxicated with sweet poison of worldly wealth.

- She may enjoy the fantasy of short-lived pleasures of worldly wealth and enhances her burden of sins. She may remain changing body of worldly creatures as per her burden of sins.

15. ਜੀਵ ਨੂੰ ਪ੍ਰਭ ਦੀ ਰਹਿਮਤ ਦੇ ਯੋਗ ਬਣਨ ਲਈ ਕਿਹੜੀ ਅਵਸਥਾ ਧਾਰਨ ਕਰਨੀ ਪੈਂਦੀ ਹੈ । ਕਿਹੜਾ ਸ਼ਬਦ, ਕੰਮ, ਮੰਤਰ, ਬਾਣਾ ਧਾਰਨ ਕਰਨ ਨਾਲ ਪ੍ਰਵਾਨਗੀ ਦਾ ਰਸਤਾ ਬਖਸ਼ਿਸ਼ ਹੋ ਸਕਦਾ ਹੈ ।

- ਜਿਹੜਾ ਪ੍ਰਭ ਦੇ ਹੁਕਮ ਅਨੁਸਾਰ ਜੀਵਨ ਢਾਲਦਾ, ਉਸ ਦੀ ਆਤਮਾ ਦਾ ਪ੍ਰਭ ਦੀ ਜੋਤ ਨਾਲੋ ਪਰਦਾ ਦੂਰ ਹੋ ਜਾਂਦਾ ਹੈ ।
- ਆਪਣੀ ਹੋਂਦ ਪ੍ਰਭ ਦੀ ਸ਼ਰਣ ਵਿੱਚ ਭੇਟਾ ਕਰਨ ਨਾਲ ਹੀ ਪ੍ਰਵਾਨਗੀ ਦਾ ਅਸਲੀ ਰਸਤਾ ਬਖਸ਼ਿਸ਼ ਹੋ ਸਕਦਾ । ਨਿਮ੍ਰਤਾ ਹੀ ਸ਼ਬਦ, ਦੂਸਰੇ ਦੀ ਗਲਤੀ ਭੁਲਣਾ ਹੀ ਕਰਮ, ਮਿੱਠਾ ਬੋਲਣਾ ਮੰਤਰ, ਇਹ ਹੀ ਅਸਲੀ ਬਾਣਾ ਹੈ ।

- ਜਿਹੜਾ ਗਿਆਨ ਦਾ ਅਹੰਕਾਰ ਨਹੀਂ ਕਰਦਾ, ਬਲ ਹੁੰਦੇ ਜ਼ੁਲਮ ਨਹੀਂ ਕਰਦਾ । ਆਪਣੀ ਲੋੜ ਵਿਚੋਂ ਹੀ ਦੂਸਰੇ ਨਾਲ ਵੰਡਦਾ ਹੈ । ਉਹ ਹੀ ਪ੍ਰਭ ਦਾ ਅਸਲੀ ਸੇਵਕ ਕਹਾਉਣ ਦੇ ਯੋਗ ਹੁੰਦਾ ਹੈ । ਉਸ ਦੀ ਆਤਮਾ ਨੂੰ ਪ੍ਰਵਾਨਗੀ ਦਾ ਅਸਲੀ ਰਸਤਾ ਬਖਸ਼ਿਸ਼ ਹੋ ਸਕਦਾ ਹੈ ।
- ਜਿਹੜੀ ਆਤਮਾ ਪ੍ਰਭ ਦੇ ਵਿਛੋੜੇ ਵਿੱਚ, ਵਿਰਾਗ ਅਵਸਥਾ ਵਿੱਚ ਚਲੇ ਜਾਂਦੀ ਹੈ, ਉਸ ਨੂੰ ਆਪਣੇ ਅੰਦਰੋਂ ਰੂਹਾਨੀ ਜੋਤ ਬਖਸ਼ਿਸ਼ ਹੋ ਜਾਂਦੀ ਹੈ । ਉਸ ਦੇ ਮਨ ਵਿੱਚ ਸਦਾ ਚੱਲਣ ਵਾਲੀ ਰੂਹਾਨੀ ਧੁਨ ਸੁਣਾਈ ਦੇਂਦੀ ਹੈ । ਉਸ ਨੂੰ ਪ੍ਰਭ ਦੇ ਦਰਬਾਰ ਵਿੱਚ ਪ੍ਰਵਾਨਗੀ ਦਾ ਰਸਤਾ ਬਖਸ਼ਿਸ਼ ਹੋ ਸਕਦਾ ਹੈ ।

How the curtain of secrecy between soul and His Holy Spirt may be eliminated. What word, work, mentor, or robe may he adopt to become worthy of His Consideration?

- Whosoever may adopt the teachings of His Word, embedded within his soul in his day-to-day life; the curtain of secrecy between his soul and His Holy Spirit may be eliminated.
- Whosoever may surrender his own self-identity at His Sanctuary; his concentrated mind may become a slave of my subconscious mind.
- Humility, politeness may be the word; to forgive others mistakes may be the task, deed; politely speaking may be the mentor. Whosoever may not boast about his enlightenment, knowledge; even with physical strength, he may not enforce his opinion on others; saves from his own necessity and shares with helpless, less fortunate; any one with such a state of mind may be worthy to be called His true devotee.
- Whosoever may remain in renunciation in the memory of His Separation from His Holy Spirit. He may be blessed with eternal enlightenment from within. He may be blessed with the right path of acceptance in His Court.

16. ਪ੍ਰਭ ਨੇ ਗੁਰੂ ਅਰਜਨ ਤੇ ਰਹਿਮਤ ਦੀ ਨਜ਼ਰ ਬਖਸ਼ੀ । ਉਸ ਨੇ 25 ਪਰਾਤਨ ਸਮੇਂ ਦੇ ਸੰਤਾਂ ਦੇ ਜੀਵਨ ਦੀ ਸਿਖਿਆਂ ਨੂੰ ਵਿਚਾਰਕੇ, ਵੇਦਾ ਵਿੱਚ ਦੱਸੇ, ਆਤਮਾ ਨੂੰ ਪਵਿੱਤਰ ਕਰਨਾ ਦਾ ਸੋਮਾ ਮਾਨਸ ਦੇ ਭੇਟਾ ਕੀਤਾ ਹੈ ।

- ਸੰਤਾ ਦੇ ਜੀਵਨ ਦੀ ਸਿਖਿਆ ਨੂੰ ਆਪਣੇ ਜੀਵਨ ਵਿੱਚ ਧਾਰਨ ਕਰਨ ਨਾਲ, ਜੀਵ ਦੀ ਆਤਮਾ ਪਵਿੱਤਰ, ਪ੍ਰਭ ਦੇ ਪਰਖਣ ਯੋਗ ਹੋ ਜਾਂਦੀ ਹੈ । ਪ੍ਰਭ ਦੀ ਰਹਿਮਤ ਨਾਲ ਪ੍ਰਵਾਨਗੀ ਦਾ ਰਸਤਾ ਬਖਸ਼ਿਸ਼ ਹੋ ਸਕਦਾ ਹੈ ।

Guru Arjan Dev ji! has compiled the life experience teachings of 25 ancient saints from various aspects of life to enlighten the one aspects of Vedas; how to sanctify soul to become worthy of His Consideration.

- Whosoever may adopt the life experience teachings of His Holy saint in his day-to-day life; his soul may be sanctified to become worthy of His Consideration.
- He may be blessed with the right path of acceptance in His Court.

17. ਸਿੱਧ ਗੋਸਿਟ – ਨਾਨਕ ਜੀ – ਤੱਤ:

Conclusion of Sidh Gosht- Nanak Ji!

1. ਨਾਨਕ ਜੀ! ਨਾਨਕ ਦਾਸ ਤੇਰੇ ਸ਼ਬਦ ਦਾ ਭਿਖਾਰੀ ਵੀ ਅਰਦਾਸ ਕਰਦਾ ਹੈ ।
2. ਸ਼ਬਦ ਨੂੰ ਜੀਵਨ ਵਿੱਚ ਢਾਲਣ ਤੋ ਬਿਨਾਂ, ਜੋਗੀ ਅਵਸਥਾ ਬਖਸ਼ਿਸ਼ ਨਹੀਂ ਹੁੰਦੀ ।
3. ਜਿਸ ਦੇ ਮਨ ਅੰਦਰ ਸਦਾ ਚੱਲਣ ਵਾਲੀ ਸ਼ਬਦ ਦੀ ਧੁਨ ਸੁਣਾਈ ਦੇਂਦੀ ਹੈ, ਮਨ ਨੂੰ ਪੂਰਨ ਸ਼ਾਂਤੀ ਬਖਸ਼ਿਸ਼ ਹੋ ਸਕਦੀ ਹੈ ।
4. ਸ਼ਬਦ ਦੀ ਸੋਝੀ ਨਾਲ ਹੀ ਤਿੰਨਾਂ ਸ੍ਰਿਸ਼ਟੀਆਂ ਦਾ ਭੇਦ ਖੁੱਲ੍ਹਦਾ ਹੈ । ਦਰਬਾਰ ਵਿੱਚ ਪ੍ਰਵਾਨਗੀ ਬਖਸ਼ਿਸ਼ ਹੋ ਸਕਦੀ ਹੈ ।
5. ਸ਼ਬਦ ਕੇਵਲ ਪ੍ਰਭ ਤੋ ਹੀ ਬਖਸ਼ਿਸ਼ ਹੋ ਸਕਦਾ ਜਾਂਦਾ ਹੈ ।
6. ਸ਼ਬਦ ਨਾਲ ਜੀਵਨ ਢਾਲਣ, ਅਸਲੀ ਜੋਗੀ ਅਵਸਥਾ, ਸ਼ਬਦ ਦੀ ਧੁਨ ਸੁਣਨ ਤੋ ਬਿਨਾਂ ਹੋਰ ਕੋਈ ਮੁਕਤੀ ਦਾ ਰਸਤਾ ਨਹੀਂ ਹੈ ।
7. ਪ੍ਰਭ ਦੀ ਰਹਿਮਤ ਤੋ ਬਿਨਾਂ ਹੋਰ ਕੋਈ ਵੀ ਪ੍ਰਭ ਦੀਆਂ ਵਡਿਆਈਆਂ, ਕਰਤਬ ਨਹੀਂ ਜਾਣਦਾ, ਵਰਨਣ ਕਰ ਸਕਦਾ ।
8. ਅੰਤਰਜਾਮੀ ਪ੍ਰਭ, ਜੀਵ ਦੇ ਮਨ ਦੀਆਂ ਸਾਰੀਆਂ ਇੱਛਾਂ, ਭਾਵਨਾਂ ਜਾਣਦਾ, ਆਪ ਇੱਛਾਂ ਤੋ ਦੂਰ ਰਹਿੰਦਾ ਹੈ ।
9. ਪ੍ਰਭ ਸੰਸਾਰ ਵਿੱਚ ਬਹੁਤ ਸਿਆਣਪ ਵਾਲੇ, ਸਿਧ, ਜੋਗੀ, ਗੁਰੂ, ਪੀਰ ਭੇਜਾ ਹੈ ।
10. ਕੇਵਲ ਗੁਰਮਖ ਅਵਸਥਾ ਹੋਣ ਨਾਲ ਸ਼ਬਦ ਦੀ ਸੋਝੀ ਬਖਸ਼ਦਾ ਹੈ! ਕਿ ਸ੍ਰਿਸ਼ਟੀ ਪ੍ਰਭ ਦੀ ਜੋਤ ਦਾ ਹੀ ਪਸਾਰਾ ਹੈ ।

<u>Nanak Ji! The conclusion of Sidh Gosht!</u>

1. **<u>Nanak Ji! I am only a beggar at His door!</u>**
2. Without adopting the teachings of His Word; state of mind as Yogi, His Holy saint, His true devotee, "Das" may never be blessed.
3. Whosoever may hear the everlasting echo of His Word resonating within his heart; he may be blessed peace of mind and contentment.
4. Whosoever may be enlightened with essence of His Word; he may be revealed with the secret of three universes.
5. Only, The True Master may bless His Word to His true devotee; no worldly guru, prophet can bless His Word, unique for each soul.
6. Whosoever may adopt the essence of His Word, blessed with state of mind as His true devotee; with any other meditation, the right path of acceptance in His Court, salvation may never be blessed.
7. Whosoever may be bestowed with His Blessed Vison; only he may comprehend and explain His greatness, His miracles, His Nature.
8. The Omniscient True Master aware about the hopes, desires; beyond the reach of worldly emotions.
9. From Ancient Ages! He always sends blessed souls to enlighten His Creation!
10. Only His true devotee may comprehend; The whole universe is an expansion of His Holy Spirit.

ਭਗਤਾਂ ਨੂੰ ਸ਼ਰਧਾਜਲੀ – Index

☬ ਮੂਲ ਮੰਤਰ – Mool Mantra ☬

ਗੁਰੂ ਗ੍ਰੰਥ ਸਾਹਿਬ – ਮੂਲ ਮੰਤਰ ਵਿੱਚ ਪ੍ਰਭ ਦੀ ਅਵਸਥਾ ਦੀ ਸੋਝੀ ਜਾਣਕਰੀ ਦੱਸੀ ਗਈ ਹੈ!

ਮੂਲ ਮੰਤਰ ਦੇ ਪੰਜ ਭਾਗ:
ਪ੍ਰਭ ਦਾ ਅਕਾਰ, ਸ਼੍ਰਿਸਟੀ ਦਾ ਪ੍ਰਬੰਧ,
ਬਣਤਰ, ਮੁਕਤੀ, ਪ੍ਰਭ ਦੀ ਪਛਾਣ!

Five enlightenments of Mool Mantra:
Structure; Function; Creation;
Acceptance; Recognition.

ੴ ਸਤਿ ਨਾਮੁ ਕਰਤਾ ਪੁਰਖੁ, ਨਿਰਭਉ ਨਿਰਵੈਰ ਅਕਾਲ ਮੂਰਤਿ ਅਜੂਨੀ ਸੈਭੰ ਗੁਰ ਪ੍ਰਸਾਦਿ॥
ik-oNkaar, sat naam, kartaa, purakh, nirbha-o, nirvair, akaal, moorat, ajoonee, saibhaN, gur parsaad.

1) **ਪ੍ਰਭ ਦਾ ਅਕਾਰ** – Structure

ੴ ik-oNkaar: The One and Only One, God, True Master. No form, shape, color, size, in Spirit only.

God, The Holy Spirit may appear in anything, anyone, anytime at His free Will; beyond any form, shape, size, or color, only Holy Spirit.

2) **ਸ਼੍ਰਿਸਟੀ ਦਾ ਪ੍ਰਬੰਧ:** Function and His Operation!

ਸਤਿ ਨਾਮੁ sat naam: naam – His Word, His command, His existence, sat- Omnipresent, Omniscient, Omnipotent, Axiom Unchangeable, Uncompromised, forever.

The One and Only One, God remains embedded in His Nature, in His Word; only His command pervades in the universe and nothing else exist.

3) **ਸ਼੍ਰਿਸਟੀ ਦੀ ਬਣਤਰ:** – Creation of the universe.

ਸੈਭੰ saibhaN: Universe, creation, soul is an expansion of His Holy spirit. Soul separated from His Holy Spirit to repent, sanctify, and may be reunited with origin.

The True Master, Creator remains embedded within His Creation, Nature. Same Holy Spirit embedded in each soul; His Creation is brother-hood.

4) **ਮੁਕਤੀ** Salvation – His acceptance.

ਗੁਰ ਪ੍ਰਸਾਦਿ gur parsaad: Only with His own mercy and grace. No one may counsel nor curse His blessing.

No one may comprehend how, why, and when; He may bestow His blessed Vision or the limits and duration of His blessings.

੫) **ਪ੍ਰਭ ਦੀ ਪਛਾਣ** – Recognition

ਗੁਣ: – ਕਰਤਾ, ਪੁਰਖੁ, ਨਿਰਭਉ, ਨਿਰਵੈਰੁ, ਅਕਾਲ, ਮੂਰਤਿ, ਅਜੂਨੀ! Virtues: - kartaa, purakh, nirbha-o nirvair, akaal, moorat, ajoonee

His virtues remain beyond any limit, imagination, and comprehension of His Creation. However, no one ever born nor will ever be born with all these unique virtues. Whosoever may have all above virtues may be worthy to be called The One and Only One, God, True Master and worthy to be worshiped.

The Master Key to open the door of the right path of acceptance in His Court, salvation may be "saibhaN"! Whosoever may be drenched with the essence that all souls are an expansion of His Holy Spirit; he may realize that mankind as a brotherhood. No one may want to harm and deceive himself; he may be blessed to conquer his mind. With His mercy and grace, his cycle of birth and death may be eliminated!

ਪ੍ਰਭ, ਕੇਵਲ ਇੱਕੋ ਇੱਕ, ਅਕਾਰ ਰਹਿਤ, ਪਛਾਣ ਰਹਿਤ, ਸਾਰੀ ਸ੍ਰਿਸ਼ਟੀ ਨੂੰ ਪੈਦਾ ਕਰਨ, ਮੌਤ ਦੇਣ ਵਾਲੀ ਰੁਹਾਨੀ ਜੋਤ, ਅਸਲੀ ਮਾਲਕ ਹੈ । ਪ੍ਰਭ ਸਰਬ ਕਲਾ ਸਮਰਥ, ਅੰਤਰਜਾਮੀ, ਸਰਬ ਵਿਆਪਕ, ਸਦਾ ਖੇੜੇ ਵਿੱਚ ਰਹਿਣ ਵਾਲੀ ਅਟਲ ਜੋਤ ਹੈ । ਸਾਰੀ ਸ੍ਰਿਸ਼ਟੀ ਦਾ ਪ੍ਰਬੰਧ, ਸੰਭਾਲ ਪ੍ਰਭ ਦੇ ਸਦਾ ਅਟਲ ਰਹਿਣਵਾਲੇ ਸ਼ਬਦ ਅਨੁਸਾਰ, ਹੁਕਮ ਅੰਦਰ ਹੀ ਹੁੰਦਾ ਹੈ । ਕੇਵਲ ਪ੍ਰਭ ਦਾ ਸ਼ਬਦ ਸਦਾ ਹੀ ਅਟਲ, ਵਾਪਰ ਕੇ ਹੀ ਰਹਿੰਦਾ ਹੈ, ਕਦੇ ਰੋਕਿਆ ਨਹੀਂ ਜਾ ਸਕਦਾ । ਹਰਇੱਕ ਜੀਵ ਦੀ ਆਤਮ, ਉਸ ਦੀ ਰੁਹਾਨੀ ਜੋਤ ਵਿਚੋਂ ਹੀ ਪੈਦਾ ਹੁੰਦੀ, ਮਰਨ ਪਿਛੋਂ ਉਸ ਜੋਤ ਵਿੱਚ ਹੀ ਸਮਾ ਜਾਂਦੀ, ਜੋਤ ਦਾ ਹੀ ਅੰਗ ਹੈ । ਸਾਰੀ ਸ੍ਰਿਸ਼ਟੀ ਹੀ ਉਸ ਦੀ ਜੋਤ ਦਾ ਹੀ ਪਸਾਰਾ ਹੈ । ਉਸ ਦੀ ਰਹਿਮਤ ਕੇਵਲ ਉਸ ਦੀ ਆਪਣੀ ਰਜ਼ਾ ਨਾਲ ਹੀ ਬਖਸ਼ਿਸ਼ ਹੋ ਸਕਦੀ ਹੈ, ਹੋਰ ਕੋਈ ਵਿਧੀ, ਬੰਦਗੀ, ਸੰਸਾਰਕ ਗੁਰੂ, ਪੀਰ ਦੀ ਅਰਦਾਸ ਨਾਲ ਬਖਸ਼ਿਸ਼ ਨਹੀਂ ਹੋ ਸਕਦੀ । ਪ੍ਰਭ ਦੇ ਅਨੇਕਾਂ ਹੀ ਗੁਣ ਹਨ, ਮਾਨਸ ਨੂੰ ਪੂਰਨ ਸੋਝੀ ਨਹੀਂ ਹੋ ਸਕਦੀ । ਉਹ ਤਿੰਨਾਂ ਪਛਾਣਾਂ (ਰੂਪ, ਰੰਗ, ਅਕਾਰ) ਤੋਂ ਰਹਿਤ ਹੈ, ਜੀਵ ਨੂੰ ਪੈਦਾ ਕਰਨਵਾਲਾ, ਸਰਬ ਕਲਾ ਸਮਰਥ, ਸਰਬ ਵਿਆਪਕ, ਅੰਤਰਜਾਮੀ ਹੈ, ਜਨਮ, ਮਰਨ, ਡਰ, ਵੈਰ, ਵਿਰੋਧ, ਸਮੇਂ ਦੇ ਪ੍ਰਭਾਵ ਤੋਂ ਰਹਿਤ ਹੈ ।

God is One and Only One Holy spirit, The True Master of all universes. His Word, commands are uncompromising, unavoidable and prevail forever. All universes had come out of and immerse into His Holy Spirit. All universes are only expansion of His Holy Spirit and in the end immersed into His Holy Spirit. His blessings are only by His mercy and grace. His nature and limits of His power cannot be fully comprehended by His Creation. God, The Creator of the universe is Omnipotent, Omniscient and Omnipresent. He is beyond fear, hatred, unchanged with time change, beyond birth and death and beyond three recognitions like color, shape, and size.

Whosoever has a stead and stable belief on His Word, all creatures are expansion of His Holy Spirit and adopts the essence of His Word in day-to-day life, he may become worthy of His consideration and may be blessed with salvation and his cycle of birth and death may be eliminated.

ਜਪੁ॥ ਆਦਿ ਸਚੁ ਜੁਗਾਦਿ ਸਚੁ॥	Jap.! Aad sach, Jugaad sach.
ਹੈ ਭੀ ਸਚੁ ਨਾਨਕ ਹੋਸੀ ਭੀ ਸਚੁ॥੧॥	Hai bhee sach, Naanak hosee bhee sach. ||1||

ਕੇਵਲ ਇੱਕੋ ਇੱਕ ਪ੍ਰਭ ਦੇ ਸ਼ਬਦ ਦੀ ਬੰਦਗੀ, ਸਿਮਰਨ ਕਰੋ ! ਜਿਹੜਾ ਸ੍ਰਿਸ਼ਟੀ ਸ੍ਰਿਜਨ ਤੋਂ ਪਹਿਲੇ ਵੀ, ਹੁਣ ਵੀ, ਭਵਿੱਖ ਕਾਲ ਵਿੱਚ ਵੀ ਅਟਲ ਰਹਿਣ ਵਾਲਾ ਹੈ ।

You should only worship The Word of One and Only One, The Holy Spirit. God was, is and will be true forever. Only His Word prevails. Even the mighty must surrender to His command

1. **ਪ੍ਰਭ ਦੀ ਰਹਿਮਤ ਕਿਵੇਂ ਬਖਸ਼ਿਸ਼ ਹੋ ਸਕਦੀ ਹੈ?**

How one can be blessed by The Holy Spirit?

ਸੋਚੈ ਸੋਚਿ ਨ ਹੋਵਈ	sochai soch na hova-ee,
ਜੇ ਸੋਚੀ ਲਖ ਵਾਰ॥	jay sochee lakh vaar.
ਚੁਪੈ ਚੁਪ ਨ ਹੋਵਈ	chupai chup na hova-ee,
ਜੇ ਲਾਇ ਰਹਾ ਲਿਵ ਤਾਰ॥	jay laa-ay rahaa liv taar.
ਭੁਖਿਆ ਭੁਖ ਨ ਉਤਰੀ	bhukhi-aa bhukh na utree,
ਜੇ ਬੰਨਾ ਪੁਰੀਆ ਭਾਰ॥	jay bannaa puree-aa bhaar.
ਸਹਸ ਸਿਆਣਪਾ ਲਖ ਹੋਹਿ	sahas si-aanpaa lakh hohi,
ਤ ਇਕ ਨ ਚਲੈ ਨਾਲਿ॥	ta ik na chalai naal.
ਕਿਵ ਸਚਿਆਰਾ ਹੋਈਐ	kiv sachi-aaraa ho-ee-ai,
ਕਿਵ ਕੂੜੈ ਤੁਟੈ ਪਾਲਿ॥	kiv koorhai tutai paal?
ਹੁਕਮਿ ਰਜਾਈ ਚਲਣਾ	hukam rajaa-ee chalnaa,
ਨਾਨਕ ਲਿਖਿਆ ਨਾਲਿ॥੧॥	Naanak likhi-aa naal. ||1||

ਬਾਰ ਬਾਰ, ਅਨੇਕ ਬਾਰ ਸੋਚਣ ਨਾਲ ਵੀ ਮਨ ਵਿਚੋਂ ਬੁਰੇ ਖਿਆਲਾਂ ਰੂਪੀ ਮੈਲ ਧੋਤੀ ਨਹੀਂ ਜਾਂਦੀ । ਆਤਮਾ ਦੀ ਪਵਿੱਤਰਤਾ, ਮਨ ਦੀ ਭਟਕਣ ਦੂਰ ਨਹੀਂ ਹੁੰਦੀ । ਤਨ ਦੇ ਇਸ਼ਨਾਨ ਕਰਨ ਨਾਲ ਮਨ ਦੀ ਮੈਲ ਧੋਤੀ ਨਹੀਂ ਜਾ ਸਕਦੀ । ਲੰਮਾ ਸਮਾਂ ਮੋਨ ਧਾਰਨ ਨਾਲ (ਚੁੱਪੇ– ਚੁੱਪ ਰਹਿਣ ਨਾਲ), ਆਤਮਾ ਦੀ ਮੌਨਤਾ, ਸ਼ਾਂਤੀ ਨਹੀਂ ਹੁੰਦੀ, ਅਸਲੀ ਮੋਨ ਨਾਲ ਪ੍ਰਭ ਨਾਲ ਬਿਰਤੀ ਲੱਗ ਜਾਂਦੀ ਹੈ, ਅਸਲੀ ਮੋਨ ਤਾਂ ਨਿੰਦਿਆਂ, ਤੋਂ ਰਹਿਤ ਹੋਣ ਨਾਲ ਹੀ ਹੁੰਦਾ ਹੈ । ਭੁੱਖੇ ਰਹਿਣ, ਵਰਤ ਰੱਖਣ ਨਾਲ, ਮਨ ਵਿਚੋਂ ਇੱਛਾਂ, ਲਾਲਚ ਉਪਰ ਕਾਬੂ ਨਹੀਂ ਪੈਂਦਾ । ਅਸਲੀ ਵਰਤ ਤਾਂ ਮਨ ਦਾ ਸੰਤੋਖ ਹਾਸਿਲ ਕਰਨਾ, ਪ੍ਰਭ ਦੇ ਬਖਸ਼ੇ ਤੇ ਅਡੋਲ ਭਰੋਸਾ ਹੀ ਹੁੰਦਾ ਹੈ । ਭਾਵੇਂ ਜੀਵ ਪੜ੍ਹ ਕੇ ਕਿਤਨਾ ਵੀ ਗਿਆਨਵਾਨ, ਸੂਝਵਾਨ, ਸਿਆਣਾ ਹੋ ਜਾਵੇ । ਅਨੇਕ ਵਾਰ ਸੋਚ ਕੇ ਕੰਮ ਕਰੇ, ਫਿਰ ਵੀ ਉਹਨਾਂ ਸਿਆਣਪਾਂ ਦਾ ਪ੍ਰਭ ਦੀ ਮਰਜ਼ੀ ਅੱਗੇ ਕੋਈ ਚਾਰਾ ਨਹੀਂ ਹੈ । ਅਗਰ ਅਨੇਕ ਵਾਰ ਸੋਚਣ, ਇਸ਼ਨਾਨ ਕਰਨ, ਲੰਮਾ ਮੋਨ ਰੱਖਣ, ਲੰਮਾ ਸਮਾਂ ਭੁੱਖੇ ਰਹਿਣ, ਕਿਸੇ ਗਿਆਨ, ਜਾਂ ਸਿਆਣਪ ਨੂੰ ਘੋਖਨ ਨਾਲ ਵੀ ਆਤਮਾ ਦੀ ਮੈਲ ਧੋਤੀ ਨਹੀਂ ਜਾ ਸਕਦੀ। ਕਿਸਤਰ੍ਹਾਂ ਆਤਮਾ ਨੂੰ ਪਵਿੱਤਰ ਕੀਤਾ ਜਾਵੇ? ਕਿਸਤਰ੍ਹਾਂ ਇਹ ਅਗਿਆਨਤਾ ਦਾ ਪਰਦਾ, ਭੇਦ ਦੂਰ ਹੋ ਜਾਵੇ?

ਪ੍ਰਭ ਦੀ ਰਹਿਮਤ ਕਿਸੇ ਵਿਧੀ, ਚਲਾਕੀ, ਰੀਤੀ ਰੀਵਾਜ ਕਰਨ ਨਾਲ ਬਖਸ਼ਿਸ਼ ਨਹੀਂ ਹੁੰਦੀ । ਕੇਵਲ ਪ੍ਰਭ ਦੀ ਆਪਣੀ ਰਜ਼ਾ ਨਾਲ ਹੀ ਬਖਸ਼ਿਸ਼ ਹੋ ਸਕਦੀ ਹੈ । ਆਪਣੇ ਮਨ ਦੇ ਅਹੰਕਾਰ ਨੂੰ ਤਿਆਗਣ, ਸ਼ਬਦ ਅਨੁਸਾਰ ਨਾਲ ਜੀਵਨ ਢਾਲਣ ਨਾਲ, ਸੁਖ, ਦੁਖ ਨੂੰ ਬਖਸ਼ਿਸ਼ ਸਮਝ ਕੇ ਕਬੂਲ ਕਰਨ ਨਾਲ ਪ੍ਰਭ ਦੀ ਰਹਿਮਤ ਬਖਸ਼ ਹੋ ਸਕਦੀ ਹੈ ।

Even thinking repeatedly our mind cannot control evil thoughts from within. Soul cannot become purified, sanctified. Same way by keeping quiet, staying away from conversations, or living in forest, mind cannot concentrate on His Word, because worldly ways and conversations remain astray. Same analogy by starving stomach, keeping the worldly comforts out of reach, the mind cannot control worldly greed. By reading Holy scriptures our mind can become very knowledgeable about The Holy Scripture. However, his wisdom does not prepare him for the true purpose of human life.

How can mind conquer worldly desires? How can souls become sanctified? How can the separation of soul from The Holy Spirit be eliminated?

Only by accepting His Word as His ultimate, unchangeable, unavoidable commands. By adopting the teachings of His Word in own life. Mind may conquer his own worldly desires and become worthy of His consideration. Only with His mercy and grace the curtain of secrecy and sins may be eliminated.

2. **ਪ੍ਰਭ ਦੇ ਸੇਵਕ, ਸਿਖ, ਹਿੰਦੂ, ਮੁਸਲਮਾਨ ਦਾ, ਰਹਿਤਨਾਮਾ**

What is the true religious robe?

ਮੁੰਦਾ ਸੰਤੋਖੁ ਸਰਮੁ ਪਤੁ ਝੋਲੀ	munda santokh saram pat jholee
ਧਿਆਨ ਕੀ ਕਰਹਿ ਬਿਭੂਤਿ॥	Dhi-aan kee karahi bibhoot.
ਖਿੰਥਾ ਕਾਲੁ ਕੁਆਰੀ ਕਾਇਆ	khinthaa kaal ku-aaree kaa-i-aa
ਜੁਗਤਿ ਡੰਡਾ ਪਰਤੀਤਿ॥	jugat dandaa parteet.
ਆਈ ਪੰਥੀ ਸਗਲ ਜਮਾਤੀ	aa-ee panthee sagal jamaatee
ਮਨਿ ਜੀਤੈ ਜਗੁ ਜੀਤੁ॥	man, jeetai jag jeet.
ਆਦੇਸੁ ਤਿਸੈ ਆਦੇਸੁ॥	aadays tisai aadays.
ਆਦਿ ਅਨੀਲੁ ਅਨਾਦਿ ਅਨਾਹਤਿ,	aad aneel anaad anaahat
ਜੁਗੁ ਜੁਗੁ ਏਕੋ ਵੇਸੁ॥੨੮॥	jug jug ayko vays. ‖28‖

ਪ੍ਰਭ ਦੀ ਰਹਿਮਤ ਪ੍ਰਾਪਤ ਕਰਨ ਲਈ ਕਿਸਤਰ੍ਹਾਂ ਦਾ ਭੇਸ ਬਣਾਉਣਾ ਚਾਹੀਦਾ ਹੈ?- ਰਹਿਤਨਾਮਾ! ਜੀਵ ਨੂੰ ਸੰਤੋਖ, ਧੀਰਜ ਰੂਪੀ ਮੁੰਦ੍ਰਾਂ ਪਾਉਣੀਆ ਚਾਹੀਦੀਆਂ ਹਨ । ਆਤਮਾ ਨੂੰ ਬੁਰੇ ਕੰਮਾਂ ਤੋਂ ਰਹਿਤ ਰੱਖਣਾ (ਸ਼ਰਮ ਕਰਨੀ) ਚਾਹੀਦਾ ਹੈ । ਪ੍ਰਭ ਦੀ ਰਜ਼ਾ ਸ਼ਰਧਾ ਨਾਲ ਪ੍ਰਵਾਨ ਕਰਨੀ ਚਾਹੀਦੀ ਹੈ । ਪ੍ਰਭ ਦੇ ਸ਼ਬਦ ਨੂੰ ਆਪਣੇ ਰੋਮ ਰੋਮ ਵਿੱਚ ਜਾਗਰਤ ਰੱਖਣਾ ਚਾਹੀਦਾ ਹੈ । ਸਵਾਸ ਸਵਾਸ ਨਾਲ ਸ਼ਬਦ ਦਾ ਸਿਮਰਨ ਕਰਨਾ, ਸਰਬ ਦਾ ਭਲਾ ਮੰਗਣਾ ਚਾਹੀਦਾ ਹੈ । ਇਸਤਰ੍ਹਾਂ ਦੀ (ਬਿਭੂਤਿ) ਸਮਾਧੀ, ਆਸਣ ਲਾਉਣਾ ਚਾਹੀਦਾ ਹੈ । ਸਵਾਸ ਸਵਾਸ ਵਿਚੋਂ ਸ਼ਬਦ ਦੀ, ਧੰਨਵਾਦ ਦੀ ਗੂੰਜ ਆਉਣੀ ਚਾਹੀਦੀ ਹੈ । ਆਤਮਾ (ਕਾਇਆ) ਨੂੰ ਬੁਰੇ ਕੰਮਾਂ ਤੋਂ ਰਹਿਤ ਰੱਖਣਾ ਚਾਹੀਦਾ ਹੈ, ਇਹ ਜੀਵਨ ਦਾ ਢੰਗ (ਖਿੰਥਾ) ਹੋਣਾ ਚਾਹੀਦਾ ਹੈ । ਅਡੋਲ ਭਰੋਸੇ ਨਾਲ ਹੀ ਉਸ ਦੀ ਸ੍ਰਿਜਨ ਕੀਤੀ ਹੋਈ ਸ੍ਰਿਸ਼ਟੀ ਵਿੱਚ ਰਹਿਣਾ ਚਾਹੀਦਾ । ਇਹ ਹੀ ਨਿਯਮ, ਧੁਰਾ (ਡੰਡਾ) ਹੋਣਾ ਚਾਹੀਦਾ ਹੈ । ਪ੍ਰਭ ਦੀ ਜੋਤ ਹੀ ਸਾਰਿਆਂ ਵਿੱਚ ਪ੍ਰਵੇਸ਼ ਹੈ । ਉਸ ਦੀ ਮਰਜ਼ੀ, ਸ਼ਬਦ ਨੂੰ (ਪੰਥੀ-ਪੰਥ, ਰਸਤਾ) ਜੀਵਨ ਦਾ ਰਸਤਾ ਬਣਾਉਣਾ ਚਾਹੀਦਾ ਹੈ । ਜਿਹੜਾ ਆਪਣੇ ਮਨ ਤੇ ਕਾਬੂ ਪਾ ਲੈਂਦਾ ਹੈ, ਫਿਰ ਉਸ ਨੂੰ ਕਦੇ ਅਹੰਕਾਰ ਨਹੀਂ ਆਉਂਦਾ, ਸੰਤੋਖ ਬਖਸ਼ਿਸ਼ ਹੋ ਜਾਂਦਾ ਹੈ, ੧ਓ ਦੀ ਗੂੰਜ ਸੁਣਦੀ ਹੈ । ਉਸ ਨੂੰ ਮੁਕਤੀ ਬਖਸ਼ਿਸ਼ ਹੋ ਸਕਦੀ ਹੈ, ਹੋਂਦ ਅਨੁਭਵ ਹੋ ਜਾਂਦੀ ਹੈ । ਜੀਵ ਨੂੰ ਹਮੇਸ਼ਾਂ ਹੀ ਪ੍ਰਭ (ਆਦੇਸ, ਨਮਸਕਾਰ) ਅੱਗੇ ਹੀ ਸਿਰ ਝੁਕਾਉਣਾ ਚਾਹੀਦਾ ਹੈ । ਪ੍ਰਭ ਹੀ ਸਾਰੇ ਸੰਸਾਰ ਦਾ (ਆਦਿ) ਮੂਲ, ਜੜ੍ਹ ਰੂਪ ਹੈ । ਉਹ ਅਨੀਲੁ (ਅ+ਨੀਲੁ), ਨੀਲੇ ਅਕਾਸ਼ ਆਦਿਕ ਤੱਤਾਂ ਦੇ ਕਾਰਜ ਤੋਂ (ਅ) ਰਹਿਤ ਹੈ । ਉਹ ਕਾਲੀਆਂ, ਖੋਟੀਆਂ ਇੱਛਾਂ ਤੋਂ ਰਹਿਤ ਹੈ । (ਅਨਾਦਿ)- (ਅਨ+ਆਦਿ) ਉਹ ਆਦਿ ਤੋਂ ਰਹਿਤ ਹੈ । ਕੋਈ ਆਦਿ ਨਹੀਂ ਹੈ, ਆਪ ਅਨਾਦੀ ਹੈ, ਜੁਗ ਜੁਗ ਵਿੱਚ ਉਹ ਅਟਲ, ਮਾਲਕ ਹੈ । ਉਸ ਦਾ ਦਿੱਤਾ ਹੋਇਆ ਭੇਖ, ਰੂਪ, ਬਸਤਰ ਪਹਿਨਣੇ ਚਾਹੀਦੇ ਹਨ । ਹੋਰ ਨਵੇ, ਵਖਰੇ ਭੇਖ, ਬਾਣਾ ਜਾ ਚਿੰਨ੍ਹ ਨਹੀਂ ਧਾਰਨੇ ਚਾਹੀਦੇ । (ਅਨਾਹਤਿ) ਇੱਕ ਤਾਂ ਆਹਤ ਸ਼ਬਦ ਹੁੰਦਾ ਹੈ ।- (ਜੇ ਕਿਸੇ ਚੀਜ ਪਰ ਕੁਝ ਮਾਰਨੇ ਤੇ ਆਵਾਜ ਪ੍ਰਗਟ ਹੋਵੇ) ।

What should be the true robe of Your true devotee? He should adopt patience and contentment with His blessings. He should control his mind from evil thoughts and deeds. He should unconditionally accept sorrows and pleasures in life as His worthy blessings. He should thank and sing His glory with each breath. The teachings of His Word should be drenched within every fiber of his body. He should always beg for His mercy and grace for mankind. The glory of His Word should vibrate from each breath. His soul should be free from evil thoughts. His Word should be the corner stone of his life. Whosoever adopts His Word in his own life may conquer his own ego and adopts the right path of acceptance. God was, is and will remain unchanged. To obtain His mercy and grace one should be contented and should live within His Creation and does not need any special religious baptism, robe, and sign.

3. **ਦਰਬਾਰ ਵਿੱਚ ਪ੍ਰਵਾਨ ਹੋਈ ਆਤਮਾ ਦੀ ਕੀ ਅਵਸਥਾ ਹੈ?**

Final stage- of state of mind of a Blessed soul?

ਜਤੁ ਪਾਹਾਰਾ ਧੀਰਜੁ ਸੁਨਿਆਰੁ॥	jat paahaaraa Dheeraj suni-aar.
ਅਹਰਣਿ ਮਤਿ ਵੇਦੁ ਹਥੀਆਰੁ॥	ahran mat vayd hathee-aar.
ਭਉ ਖਲਾ ਅਗਨਿ ਤਪ ਤਾਉ॥	bha-o khalaa agan tap taa-o.
ਭਾਂਡਾ ਭਾਉ ਅੰਮ੍ਰਿਤੁ ਤਿਤੁ ਢਾਲਿ॥	bhaaNdaa bhaa-o amrit tit dhaal.
ਘੜੀਐ ਸਬਦੁ ਸਚੀ ਟਕਸਾਲ॥	gharhee-ai sabad sachee taksaal. jin
ਜਿਨ ਕਉ ਨਦਰਿ ਕਰਮੁ ਤਿਨ ਕਾਰ॥	ka-o nadar karam tin kaar.
ਨਾਨਕ ਨਦਰੀ ਨਦਰਿ ਨਿਹਾਲ॥੩੮॥	naanak nadree nadar nihaal. ‖38‖

ਜਤੁ -ਇੰਦ੍ਰੀਆਂ/ਵਾਸਨਾਵਾ ਨੂੰ ਔਗਣਾ ਤੋਂ ਰਹਿਤ ਕਰਨਾ	ਧੀਰਜ - ਸੰਤੋਖ- ਸਬਰ
ਪਾਹਾਰਾ - ਪਾਰਾ ਦੇਣਾ, ਰਾਖੀ ਕਰਨੀ, ਕਾਬੂ ਪਾਉਣਾ	ਸੁਨਿਆਰੁ - ਸਿਰਜਨਹਾਰ

ਜੀਵ ਨੂੰ ਆਪਣੀਆਂ ਮਨ ਦੀਆਂ ਵਾਸਨਾਵਾਂ ਤੇ ਕਾਬੂ ਰੱਖਣਾ ਚਾਹੀਦਾ ਹੈ! ਸੰਤੋਖ ਨੂੰ ਆਪਣੀਆਂ ਇੰਦ੍ਰੀਆਂ ਦਾ ਮਾਲਕ ਘੜਨਵਾਲਾ, ਸ੍ਰਿਜਨਹਾਰ ਬਣਾਉਣਾ ਚਾਹੀਦਾ ਹੈ । ਦੁਖ ਸੁਖ ਨੂੰ ਬਖਸ਼ਿਸ਼ ਸਮਝ ਕੇ ਸਵੀਕਾਰ ਕਰਨਾ, ਰੋਸ ਨਹੀਂ ਕਰਨਾ ਚਾਹੀਦਾ । ਪ੍ਰਭ ਦੇ ਹਰਇੱਕ ਕਰਤਬ ਦਾ ਕੋਈ ਚੰਗਾ ਕਾਰਨ ਹੀ ਹੁੰਦਾ ਹੈ, ਕਿਸੇ ਦਾ ਬੁਰਾ ਨਹੀਂ ਕਰਦਾ । ਜਿਵੇਂ ਅਹਰਿਣ ਹਮੇਸ਼ਾਂ ਹੀ ਸੁਨਿਆਰ, ਕਾਰੀਗਰ ਦੀਆਂ ਚੋਟਾਂ ਸਹਿੰਦੀ ਹੈ, ਪ੍ਰਭ ਤੇ ਇਤਨਾ ਭਰੋਸਾ ਹੋਣਾ ਚਾਹੀਦਾ ਹੈ । ਇਸਤਰ੍ਹਾਂ ਵੇਦ ਦੇ ਨਾਨਾ ਤਰ੍ਹਾਂ ਦੇ ਵਾਕਾਂ ਰੂਪੀ ਹਥੌੜੇ (ਹਥਿਆਰੁ) ਹਨ, ਜੀਵ ਇਹਨਾਂ ਦੀਆਂ ਸੱਟਾਂ ਨੂੰ ਸਹਾਰ ਕੇ ਗੁਰਮਤਿ ਵਿੱਚ ਅਡੋਲ ਰਹਿ । ਹਮੇਸ਼ਾਂ ਹੀ ਪ੍ਰਭ ਨੂੰ ਹਾਜ਼ਰ ਨਾਜ਼ਰ ਸਮਝਣਾ, ਅੰਦਰ ਬਾਹਰ ਜਾਣ ਕੇ, ਭੈ ਧਾਰ ਕੇ ਸੰਕਲਪ ਦਾ ਫੁਰਨ ਦੇਣਾ ਚਾਹੀਦਾ ਹੈ! ਜਿਵੇਂ ਸੁਨਿਆਰ (ਖਲਾ) ਫੂਕਨੀ ਨਾਲ ਅੱਗ ਨੂੰ ਤਪਾਉਂਦਾ, ਤੇਜ਼ ਕਰਦਾ ਹੈ । ਇਸਤਰ੍ਹਾਂ ਜੀਵ ਨੂੰ ਆਪਣੇ ਮਨ ਨੂੰ ਇਕਾਗਰ ਕਰਨ ਰੂਪੀ ਜੋ ਅੱਗਨੀ ਹੈ, ਇਸ ਅੱਗਨੀ ਨੂੰ ਭੈ ਦੀ ਖਲਨਾ ਨਾਲ ਸੱਤ ਅਸੱਤ ਦਾ ਨਿਰਨਾ ਕਰਨਾ ਚਾਹੀਦਾ ਹੈ । ਅਭਿਆਸ ਰੂਪੀ ਹਵਾ ਦੇ ਕੇ ਤਾਉਣਾ, ਤਿਆਰ ਕਰਨਾ ਚਾਹੀਦਾ ਹੈ । ਪ੍ਰਭ ਦਾ ਜੋ (ਭਾਉ) ਪ੍ਰੇਮ ਰੂਪੀ ਡਰ ਹੈ ਇਸ ਨੂੰ (ਭਾਂਡਾ) ਕੁਠਾਲੀ ਬਣਾਉਵੋ । ਭਾਵ ਇਸ ਪਉੜੀ ਵਿੱਚ ਜਿਤਨੇ ਸ਼ੁਭ ਕਰਮ ਹਨ । ਉਹਨਾਂ ਨੂੰ ਕਮਾਉਂਦੇ ਹੋਏ ਅਹੰਕਾਰ ਨਾ ਕਰੇ, ਨਿਮ੍ਰਤਾ ਸ਼ਰਧਾ ਸਹਿਤ ਰਹੋ । ਇਸ ਪ੍ਰੇਮ ਰੂਪੀ ਭਾਡੇ ਵਿੱਚ ਅੰਮ੍ਰਿਤ ਪਾ ਕੇ ਆਪਣੇ ਜੀਵਨ ਨੂੰ ਉਪਦੇਸ਼ ਵਿੱਚ ਢਾਲੋ । ਜਿਹਨਾਂ ਤੇ ਪ੍ਰਭ ਦੀ ਕ੍ਰਿਪਾ ਦ੍ਰਿਸ਼ਟੀ ਹੋਈ ਹੈ! ਉਹਨਾਂ ਨੇ ਸਿਮਰਨ ਕਰਨ ਦੀ ਕਮਾਈ ਕੀਤੀ ਹੈ, ਉਹਨਾਂ ਦਾ ਕੰਮ ਸਫਲ ਹੋਇਆ ਹੈ । ਉਹਨਾਂ ਨੂੰ ਉਸ ਦਾ ਸਰੂਪ ਅਨੁਭਵ ਹੋਇਆ, ਮੁਕਤੀ ਬਖਸ਼ਿਸ਼ ਹੋਈ ਹੈ । ਦਾਸ, ਪ੍ਰਭ ਦੀ ਕ੍ਰਿਪਾ ਦ੍ਰਿਸ਼ਟੀ ਕਰਕੇ ਨਿਹਾਲ ਹੋ ਜਾਂਦਾ ਹੈ । ਅਗਰ ਉਹ ਹੋਰ ਕਿਸੇ ਤੇ ਨਜ਼ਰ ਪਾ ਦੇਵੇ, ਉਸ ਨੂੰ ਵੀ ਮੁਕਤੀ ਬਖਸ਼ਿਸ਼ ਹੋ ਸਕਦੀ ਹੈ ।

His true devotee develops firm belief on His Word and control on his worldly desires. As goldsmith handles melted gold with patience and mold into astonishing jewelry. Same way devotee molds his mind with various restrictions of His Word. As gold is melted time and again to remove impurities; same way repeated practice and patience, mind can be molded into purity. The soul may be sanctified. The mind performs the task of His Word and collects the wealth of His Word. With His mercy may accept her meditation and blesses with His protection and her cycle of birth and death may be eliminated.

4. **ਸਿਰੀਰਾਗੁ ਮਹਲਾ ੧॥ (60-15)**

ਮਨਮੁਖਿ ਭੁਲੈ ਭੁਲਾਈਐ, ਭੂਲੀ ਠਉਰ ਨ ਕਾਇ॥	manmukh bhulai bhulaa-ee-ai bhoolee tha-ur na kaa-ay.
ਗੁਰ ਬਿਨੁ ਕੋ ਨ ਦਿਖਾਵਈ, ਅੰਧੀ ਆਵੈ ਜਾਇ॥	gur bin ko na dikhaava-ee anDhee aavai jaa-ay.
ਗਿਆਨ ਪਦਾਰਥੁ ਖੋਇਆ, ਠਗਿਆ ਮੁਠਾ ਜਾਇ॥੧॥	gi-aan padaarath kho-i-aa thagi-aa muthaa jaa-ay. ‖1‖

ਮਨਮੁਖ ਜੀਵ ਆਪਣੇ ਮਾਨਸ ਜਨਮ ਲੈਣ ਦਾ ਅਸਲੀ ਕਾਰਨ ਭੁਲ ਜਾਂਦੇ ਹਨ । ਉਹ ਸੰਸਾਰਕ ਇੱਛਾਂ ਦੀਆਂ ਭਟਕਣਾਂ ਵਿੱਚ ਹੀ ਰਹਿੰਦੇ ਹਨ, ਉਹਨਾਂ ਨੂੰ ਕੋਈ ਸੰਤੋਖ ਨਹੀਂ ਮਿਲਦਾ । ਪ੍ਰਭ ਦੀ ਰਹਿਮਤ ਤੋਂ ਬਿਨਾਂ, ਸ਼ਬਦ ਦੀ ਪਾਲਣਾ ਤੋਂ ਬਿਨਾਂ ਅਸਲੀ ਰਸਤੇ ਦੀ ਸੋਝੀ ਨਹੀਂ ਹੁੰਦੀ । ਅਗਿਆਨਤਾ ਵਿੱਚ ਹੀ ਜੀਵ ਗਲਤ ਰਸਤੇ ਤੇ ਚਲਦਾ ਜੀਵਨ ਬਿਰਥਾ ਹੀ ਗਵਾ ਜਾਂਦਾ ਹੈ । ਉਹਨਾਂ ਨੇ ਗਿਆਨ ਹਾਸਿਲ ਕਰਨਵਾਲਾ ਰਸਤਾ ਖੋਹ ਲਿਆ ਹੈ, ਉਹ ਫਰੇਬ ਵਾਲੇ ਰਸਤੇ ਤੇ ਹੀ ਚਲਦੇ ਹਨ ।

The self-minded does not remember the true purpose of human life. He entangles in worldly desires and he does not find any peace of mind. Without His blessings, the right path of salvation cannot be blessed. In ignorance, he follows wrong path and wastes his human life uselessly. He has lost the right path of His Word and his life remains based on deceptive plans.

ਬਾਬਾ ਮਾਇਆ ਭਰਮਿ ਭੁਲਾਇ॥ baabaa maa-i-aa bharam bhulaa-ay.
ਭਰਮਿ ਭੁਲੀ ਡੋਹਾਗਣੀ, bharam bhulee dohaaganee
ਨਾ ਪਿਰ ਅੰਕਿ ਸਮਾਇ॥੧॥ ਰਹਾਉ॥ naa pir ank samaa-ay. ||1|| rahaa-o.

ਸੰਸਾਰ ਵਿੱਚ ਮਾਇਆ ਦਾ ਜਾਲ ਬਹੁਤ ਭਾਰੀ ਹੈ । ਇਹ ਸੰਸਾਰਕ ਜੀਵਾਂ ਨੂੰ ਲਾਲਚ ਦੇ ਜਾਲ ਵਿੱਚ ਫਸਾ ਲੈਂਦਾ ਹੈ । ਜਦੋਂ ਜੀਵ ਇਸ ਦੇ ਚੱਕਰ ਵਿੱਚ ਹੁੰਦਾ ਹੈ, ਬੰਦਗੀ ਦੇ ਰਸਤੇ ਵੱਲ ਚੱਲ ਹੀ ਨਹੀਂ ਸਕਦਾ ।

The trap of worldly wealth is very terrible. It captures human with sweet poison of greed. Whosoever is overpowered by greed, he cannot meditate or adopt His Word in life.

ਭੂਲੀ ਫਿਰੈ ਦਿਸੰਤਰੀ, bhoolee firai disantree
ਭੂਲੀ ਗ੍ਰਿਹੁ ਤਜਿ ਜਾਇ॥ bhoolee garihu taj jaa-ay.
ਭੂਲੀ ਡੂੰਗਰਿ ਥਲਿ ਚੜੈ, bhoolee doongar thal charhai
ਭਰਮੈ ਮਨੁ ਡੋਲਾਇ॥ bharmai man dolaa-ay.
ਧੁਰਹੁ ਵਿਛੁੰਨੀ ਕਿਉ ਮਿਲੈ, dharahu vichhunnee ki-o milai
ਗਰਬਿ ਮੁਠੀ ਬਿਲਲਾਇ॥੨॥ garab muthee billaa-ay. ||2||

ਧੋਖੇ ਬਾਜ ਜੀਵ ਅਣਜਾਣ ਰਸਤਿਆਂ ਤੇ ਭਉਦਾ ਫਿਰਦਾ ਹੈ । ਉਸ ਤੇ ਪ੍ਰਭ ਦੇ ਦਰਬਾਰ ਦੇ ਰਸਤੇ ਤੇ ਚੱਲਣ ਤੇ ਪਾਬੰਦੀ ਲੱਗ ਜਾਂਦੀ ਹੈ । ਉਹ ਵੱਖਰੀਆਂ ਵੱਖਰੀਆਂ, ਮੰਨੀਆਂ ਜਗ੍ਹਾ ਤੇ ਹੋਰ ਬੰਦਗੀ ਦੇ ਰਸਤਿਆਂ ਤੇ ਚਲਦਾ ਹੈ । ਮਨ ਇੱਕ ਰਸਤੇ ਤੇ ਟਿਕਦਾ ਨਹੀਂ, ਭਰਮ ਭੁਲੇਖਿਆਂ ਵਿੱਚ ਭਟਕਦਾ ਰਹਿੰਦਾ ਹੈ । ਇਹ ਪ੍ਰਭ ਤੋਂ ਵਿਛੜੀ ਹੋਈ ਆਤਮਾ ਪ੍ਰਭ ਦੇ ਮਿਲਣ ਦੇ ਰਸਤੇ ਤੇ ਕਿਵੇਂ ਆ ਸਕਦੀ ਹੈ? ਇਹ ਆਪਣੇ ਸੰਸਾਰਕ ਹੈਸੀਅਤ ਦੇ ਅਹੰਕਾਰ ਵਿੱਚ ਹੀ ਕਰਲਾਉਂਦੀ ਰਹਿੰਦੀ ਹੈ ।

Deceptive humans wander in ignorance has been restrained/banned from following His Word. He worships at various shrines and meditates at religious rituals. He wanders in suspicions and cannot stay focus on one path. How can separated soul find the right path? She remains frustrated in ego, pride of her worldly status.

ਵਿਛੁੜਿਆ ਗੁਰੁ ਮੇਲਸੀ, vichhurhi-aa gur maylsee
ਹਰਿ ਰਸਿ ਨਾਮ ਪਿਆਰਿ॥ har ras Naam pi-aar.
ਸਾਚਿ ਸਹਜਿ ਸੋਭਾ ਘਣੀ, saach sahj sobhaa ghanee
ਹਰਿ ਗੁਣ ਨਾਮ ਅਧਾਰਿ॥ har gun Naam aDhaar.
ਜਿਉ ਭਾਵੈ ਤਿਉ ਰਖੁ ਤੂੰ, ji-o bhaavai ti-o rakh tooN
ਮੈ ਤੁਝ ਬਿਨੁ ਕਵਨੁ ਭਤਾਰੁ॥੩॥ mai tujh bin kavan bhataar. ||3|

ਅਗਰ ਵਿਛੜੀ ਹੋਈ ਆਤਮਾ ਬੰਦਗੀ ਦੇ ਅਸਲੀ ਰਸਤੇ ਤੇ ਆ ਜਾਵੇ, ਤਾਂ ਫਿਰ ਪ੍ਰਭ ਨਾਲ ਸੰਜੋਗ ਹੋ ਸਕਦਾ ਹੈ । ਜਦੋਂ ਜੀਵ ਬਾਕੀ ਸਾਰੇ ਤਰੀਕੇ ਛੱਡਕੇ ਸ਼ਬਦ ਨੂੰ ਆਪਣਾ ਅਧਾਰ ਬਣਾ ਲੈਂਦਾ ਹੈ । ਪ੍ਰਭ ਦੇ ਸ਼ਬਦ ਨੂੰ ਅਪਣਾਉਣ ਨਾਲ ਪ੍ਰਭ ਦੀ ਰਹਿਮਤ ਬਖਸ਼ਿਸ਼ ਹੋ ਸਕਦੀ ਹੈ । ਪ੍ਰਭ ਜਿਵੇਂ ਹੀ ਤੈਨੂੰ ਚੰਗਾ ਲੱਗਦਾ ਹੈ ਤੂੰ ਉਹ ਹੀ ਕਰਨਾ ਹੈ । ਮੇਰੀ ਇੱਕੋ ਇੱਕ ਅਰਦਾਸ ਹੈ! ਰਹਿਮਤ ਦੀ ਨਜ਼ਰ ਬਖਸ਼ੋ ।

If separated soul wholeheartedly adopts His Word in life, then she may be blessed with the right path. When you abandon all other paths and make His Word the only purpose of your life. By adopting His Word in life, He becomes merciful. He only does what is good for mankind. I have a one and only one prayer, mercy on my soul.

ਅਖਰ ਪੜਿ ਪੜਿ ਭੁਲੀਐ, akhar parh parh bhulee-ai
ਭੇਖੀ ਬਹੁਤੁ ਅਭਿਮਾਨੁ॥ bhaykhee bahut abhimaan.
ਤੀਰਥ ਨਾਤਾ ਕਿਆ ਕਰੇ, tirath naataa ki-aa karay
ਮਨ ਮਹਿ ਮੈਲੁ ਗੁਮਾਨੁ॥ man, meh mail gumaan.
ਗੁਰ ਬਿਨੁ ਕਿਨਿ ਸਮਝਾਈਐ, gur bin kin samjaa-ee-ai
ਮਨੁ ਰਾਜਾ ਸੁਲਤਾਨੁ॥੪॥ man, raajaa sultaan. ||4||

ਜੀਵ, ਬਾਣੀ ਬਾਰ ਬਾਰ ਪੜ੍ਹ ਕੇ ਸਮਝ ਕੇ ਫਿਰ ਵੀ ਗਲਤੀਆਂ ਕਰਦੇ ਹਨ । ਉਹ ਸਗੋਂ ਆਪਣੇ ਧਾਰਮਕ ਬਾਣੇ ਦਾ ਹੀ ਅਹੰਕਾਰ ਕਰਦੇ ਹਨ । ਉਹ ਮੰਨੇ ਹੋਏ ਪਵਿੱਤਰ ਤੀਰਥਾਂ ਤੇ ਇਸ਼ਨਾਨ ਕਰਦੇ ਹਨ । ਪਰ ਉਹਨਾਂ ਦੇ ਮਨ ਦੀ ਅਹੰਕਾਰ ਦੀ ਮੈਲ ਨਹੀਂ ਜਾਂਦੀ । ਤੀਰਤਾਂ ਤੇ ਇਸ਼ਨਾਨ ਕਰਨ ਦਾ ਕੋਈ ਲਾਭ ਨਹੀਂ ਹੁੰਦਾ । ਮੈਲ ਮਨ ਵਿੱਚ ਹੈ, ਤਨ ਨੂੰ ਧੋਣ ਦਾ ਕੋਈ ਫਲ ਨਹੀਂ ਮਿਲਦਾ । ਸ਼ਬਦ ਦੀ ਸੋਝੀ ਤੋਂ ਬਿਨਾਂ ਗਿਆਨ ਨਹੀਂ ਹੁੰਦਾ ਕਿ ਪ੍ਰਭ ਤਾਂ ਅੰਦਰ ਤਨ ਵਿੱਚ ਹੀ ਵਸਦਾ ਹੈ ।

Humans recite the Holy Scriptures time and again and still makes mistakes in his life. He rather boasts of his devotion and his religious robe. He worships and takes holy sanctifying bath at various holy shrines, still his mind is not sanctified. There is no benefit by washing your body, the blemish of evil thoughts remains drenched within mind. Without adopting His Word, mind cannot be enlightened. Even though His Word embedded, resides with soul within body.

ਪ੍ਰੇਮ ਪਦਾਰਥੁ ਪਾਈਐ,	paraym padaarath paa-ee-ai
ਗੁਰਮੁਖਿ ਤਤੁ ਵੀਚਾਰੁ॥	gurmukh tat veechaar.
ਸਾ ਧਨ ਆਪੁ ਗਵਾਇਆ,	saa Dhan aap gavaa-i-aa
ਗੁਰ ਕੈ ਸਬਦਿ ਸੀਗਾਰੁ॥	gur kai sabad seegaar.
ਘਰ ਹੀ ਸੋ ਪਿਰੁ ਪਾਇਆ,	ghar hee so pir paa-i-aa
ਗੁਰ ਕੈ ਹੇਤਿ ਅਪਾਰੁ॥੫॥	gur kai hayt apaar. ||5||

ਜਿਹੜਾ ਜੀਵ ਆਪਣਾ ਅਸਲੀ ਮੂਲ, ਮੁਢ ਨਹੀਂ ਭੁਲਦਾ, ਕਿ ਮਾਨਸ ਜਨਮ ਕਿਉਂ ਬਖਸ਼ਿਸ਼ ਹੋਇਆ ਹੈ? ਉਹ ਪ੍ਰਭ ਦੀ ਬੰਦਗੀ ਦਾ ਅਸਲੀ ਢੰਗ ਜਾਣ ਜਾਂਦਾ ਹੈ । ਜਿਹੜੀ ਆਤਮਾ ਆਪਾ ਮਿਟਾ ਦੇਂਦੀ ਹੈ, ਉਹ ਪ੍ਰਭ ਦੀ ਰਹਿਮਤ ਦੇ ਪਾਤਰ ਹੋ ਜਾਂਦੀ ਹੈ । ਉਹ ਆਪਣੇ ਅੰਦਰੋਂ ਹੀ ਉਸ ਦੀ ਜੋਤ ਜਾਗਰਤ ਕਰ ਲੈਂਦੀ ਹੈ, ਲਗਨ ਅਡੋਲ ਹੋ ਜਾਂਦੀ ਹੈ ।

Whosoever does not forget the true purpose of his human life, question remains, why was he blessed with human life? He finds the right path of salvation, by adopts His Word in life. Whosoever offers his identity, mind, body, and status at His service may become worthy of His consideration. His soul enlightens His Word from within and remains steady and stable on His Word.

ਗੁਰ ਕੀ ਸੇਵਾ ਚਾਕਰੀ,	gur kee sayvaa chaakree
ਮਨੁ ਨਿਰਮਲੁ ਸੁਖੁ ਹੋਇ॥	man, nirmal sukh ho-ay.
ਗੁਰ ਕਾ ਸਬਦੁ ਮਨਿ ਵਸਿਆ,	gur kaa sabad man vasi-aa
ਹਉਮੈ ਵਿਚਹੁ ਖੋਇ॥	ha-umai vichahu kho-ay.
ਨਾਮੁ ਪਦਾਰਥੁ ਪਾਇਆ,	naam padaarath paa-i-aa
ਲਾਭੁ ਸਦਾ ਮਨਿ ਹੋਇ॥੬॥	laabh sadaa man ho-ay. ||6||

ਜਿਹੜਾ ਜੀਵ ਪ੍ਰਭ ਦੀ ਸ੍ਰਿਜੀ ਹੋਈ ਸ੍ਰਿਸ਼ਟੀ ਦੀ ਭਲਾਈ ਦਾ ਕੰਮ ਕਰਦਾ ਹੈ । ਉਸ ਦੇ ਮਨ ਦੀ ਮੈਲ ਧੋਤੀ ਜਾਂਦੀ ਹੈ, ਉਸ ਨੂੰ ਸੰਤੋਖ ਬਖਸ਼ਿਸ਼ ਹੋ ਜਾਂਦਾ ਹੈ । ਉਸ ਦੇ ਹਿਰਦੇ ਵਿੱਚ ਸ਼ਬਦ ਘਰ ਕਰ ਜਾਂਦਾ ਹੈ, ਉਸ ਦੀ ਅਹੰਕਾਰ ਦੀ ਜੜ੍ਹ ਖਤਮ ਹੋ ਜਾਂਦੀ ਹੈ । ਉਸ ਨੂੰ ਸ਼ਬਦ ਦੀ ਸੋਝੀ ਹੋ ਜਾਂਦੀ ਹੈ, ਸਦਾ ਰਹਿਣ ਵਾਲਾ ਫਲ ਪ੍ਰਾਪਤ ਕਰ ਲੈਂਦਾ ਹੈ ।

Whosoever serves His Creation with good deeds, His soul may be sanctified, peace and contentment blossoms in his heart. His heart remains drenched with the teachings of His Word and he conquers his ego. His Word may be enlightened within heart and he may be blessed with comfort forever.

ਕਰਮਿ ਮਿਲੈ ਤਾ ਪਾਈਐ,	karam milai taa paa-ee-ai
ਆਪਿ ਨ ਲਇਆ ਜਾਇ॥	aap na la-i-aa jaa-ay.
ਗੁਰ ਕੀ ਚਰਣੀ ਲਗਿ ਰਹੁ,	gur kee charnee lag rahu
ਵਿਚਹੁ ਆਪੁ ਗਵਾਇ॥	vichahu aap gavaa-ay.
ਸਚੇ ਸੇਤੀ ਰਤਿਆ,	sachay saytee rati-aa
ਸਚੋ ਪਲੈ ਪਾਇ॥੭॥	sacho palai paa-ay. ‖7‖

ਅਗਰ ਕਰਮਾਂ ਵਿੱਚ ਪ੍ਰਭ ਦੀ ਰਹਿਮਤ ਲਿਖੀ ਹੋਵੇ, ਤਾਂ ਹੀ ਮਿਲਦੀ ਹੈ ਹੋਰ ਕੋਈ ਚਾਰਾ ਨਹੀਂ ਹੈ । ਜੀਵ ਆਪਣੇ ਆਪ ਨੂੰ ਮਿਟਾ ਕੇ, ਮਨ ਨੂੰ ਅਡੋਲ ਕਰਕੇ, ਪ੍ਰਭ ਦੀ ਬੰਦਗੀ ਵਿੱਚ ਲੀਨ ਰਹਿਣ ਨਾਲ ਮਨ ਪ੍ਰਭ ਦੇ ਸ਼ਬਦ ਦੇ ਰੰਗ ਵਿੱਚ ਰੰਗਿਆ ਜਾਂਦਾ ਹੈ । ਪ੍ਰਭ ਦਾ ਸ਼ਬਦ ਹੀ ਉਸ ਦੇ ਜੀਵਨ ਦਾ ਅਧਾਰ ਬਣ ਜਾਂਦਾ ਹੈ ।

Without prewritten destiny, His mercy and grace cannot be blessed. No one can be blessed with His mercy and grace by his own efforts. You should adopt His Word wholeheartedly in day-to-day life and conquer your ego. By deep devotional meditation, mind may be drenched with the teachings of His Word. Obeying His Word becomes a purpose of life.

ਭੁਲਣ ਅੰਦਰਿ ਸਭੁ ਕੋ,	bhulan andar sabh ko
ਅਭੁਲੁ ਗੁਰੂ ਕਰਤਾਰੁ॥	abhul guroo kartaar.
ਗੁਰਮਤਿ ਮਨੁ ਸਮਝਾਇਆ,	gurmat man samjhaa-i-aa
ਲਾਗਾ ਤਿਸੈ ਪਿਆਰੁ॥	laagaa tisai pi-aar.
ਨਾਨਕ ਸਾਚੁ ਨ ਵੀਸਰੈ,	naanak saach na veesrai
ਮੇਲੇ ਸਬਦੁ ਅਪਾਰੁ॥੮॥12॥	maylay sabad apaar. ‖8‖12‖

ਹਰਇੱਕ ਜੀਵ ਦਿਨ ਰਾਤ ਗਲਤੀਆਂ ਕਰਦਾ ਹੈ । ਕਈ ਜਾਣ ਕੇ ਅਤੇ ਕਈ ਅਣਜਾਣੇ ਵਿੱਚ, ਪ੍ਰਭ ਕਦੇ ਗਲਤੀ ਨਹੀਂ ਕਰਦਾ । ਉਹ ਕਿਸੇ ਦਾ ਕੀਤਾ ਕਰਮ ਨਹੀਂ ਭੁਲਦਾ, ਫਲ ਜਰੂਰ ਬਖਸ਼ਦਾ ਹੈ । ਜਿਹੜੇ ਆਪਣਾ ਧਿਆਨ ਸ਼ਬਦ ਵਿੱਚ ਲਾਉਂਦੇ ਹਨ, ਰਹਿਮਤ ਦੇ ਪਾਤਰ ਹੋ ਜਾਂਦੇ ਹਨ । ਪ੍ਰਭ ਦੇ ਸ਼ਬਦ ਨੂੰ ਕਦੇ ਮਨੋ ਨਾ ਵਸਾਰੋ! ਇਸ ਵਿੱਚ ਭਰੋਸਾ ਪੱਕਾ ਕਰਨ ਨਾਲ ਦਰਬਾਰ ਵਿੱਚ ਥਾਂ ਬਖਸ਼ਿਸ਼ ਹੋ ਸਕਦਾ ਹੈ ।

All the humans are sinful creatures. Some knowingly and others in ignorance. Only God does not make any mistakes. His Word is always the right path. He never forgets any good deed performed by His devotee; all are rewarded. Whosoever adopts His Word wholeheartedly becomes worthy of His consideration. You should never abandon His Word, by firm belief, soul may be honored in His court.

5. **ਸਿਰੀਰਾਗੁ ਮਹਲਾ ੩॥** (35-4)

ਜੇ ਵੇਲਾ ਵਖਤੁ ਵੀਚਾਰੀਐ,	jay vaylaa vakhat veechaaree-ai
ਤਾ ਕਿਤੁ ਵੇਲਾ ਭਗਤਿ ਹੋਇ॥	taa kit vaylaa bhagat ho-ay.
ਅਨਦਿਨੁ ਨਾਮੇ ਰਤਿਆ,	An-din Naamay rati-aa
ਸਚੇ ਸਚੀ ਸੋਇ॥	sachay sachee so-ay.
ਇਕੁ ਤਿਲੁ ਪਿਆਰਾ ਵਿਸਰੈ,	Ik til pi-aaraa visrai
ਭਗਤਿ ਕਿਨੇਹੀ ਹੋਇ॥	bhagat kinayhee ho-ay.
ਮਨੁ ਤਨੁ ਸੀਤਲੁ ਸਾਚ ਸਿਉ,	Man, tan seetal saach si-o
ਸਾਸੁ ਨ ਬਿਰਥਾ ਕੋਇ॥੧॥	saas na birthaa ko-ay. ‖1‖

ਜੀਵ ਅਗਰ ਤੂੰ ਬੰਦਗੀ ਕਰਨ ਦਾ ਸਮਾਂ ਮਿਥਦਾ ਹੈ, ਸਵੇਰਾ, ਸ਼ਾਮ, ਪੰਜ ਨਮਾਜ਼ਾਂ ਦਾ ਸਮਾਂ, ਤਾਂ ਤੇਰੀ ਬੰਦਗੀ ਕਿਸ ਕਿਸਮ ਦੀ ਹੈ? ਬੰਦਗੀ ਕਰਨਵਾਲੇ ਭਗਤ ਦਿਨ ਰਾਤ ਪ੍ਰਭ ਦੇ ਸ਼ਬਦ ਵਿੱਚ ਲੀਨ ਰਹਿੰਦੇ ਹਨ । ਅਗਰ ਪ੍ਰਭ ਦਾ ਸ਼ਬਦ ਇੱਕ ਪਲ ਵੀ ਵਿਸਾਰ ਜਾਵੇ ਤਾਂ ਉਸ ਦੀ ਭਗਤੀ ਕੀ ਮਹੱਤਤਾ ਰੱਖਦੀ ਹੈ? ਜਿਸ ਜੀਵ ਦਾ ਮਨ ਅਤੇ ਤਨ ਸ਼ਬਦ ਨਾਲ ਸੰਤੋਖ ਅਤੇ ਸ਼ਾਤੀ ਵਿੱਚ ਰਹਿੰਦਾ ਹੈ! ਉਹ ਇੱਕ ਸਵਾਸ ਵੀ ਬਿਰਥਾ ਬਤੀਤ ਨਹੀਂ ਕਰਦਾ ।

Whosoever performs religious rituals like 5 prayers, 5-time prayers, and specific time of prayer, what kind of devotion is in his meditation? His true devotee remains deep in meditation in the void of His Word Day and night. Even if he loses his concentration for one moment; what would be the significance of his meditation? Those whose mind remains in peace and harmony by adopting His Word in life, he does not waste even one breath without singing His glory.

ਮੇਰੇ ਮਨ ਹਰਿ ਕਾ ਨਾਮੁ ਧਿਆਇ॥ mayray man har kaa NaamDhi-aa-ay.
ਸਾਚੀ ਭਗਤਿ ਤਾ ਥੀਐ, saachee bhagattaa thee-ai
ਜਾ ਹਰਿ ਵਸੈ ਮਨਿ ਆਇ॥੧॥ ਰਹਾਉ॥ jaa har vasai man aa-ay. ||1|| rahaa-o.

ਮਨ ਹਰ ਵੇਲੇ ਪ੍ਰਭ ਦੇ ਸ਼ਬਦ ਦਾ ਸਿਮਰਨ ਕਰੋ । ਅਸਲੀ ਬੰਦਗੀ ਤਾਂ ਹੁੰਦੀ ਹੈ, ਜਦੋਂ ਪ੍ਰਭ ਦਾ ਸ਼ਬਦ ਮਨ ਵਿੱਚ ਘਰ ਕਰ ਜਾਂਦਾ ਹੈ ।

You should meditate on His Word with each breath. By true meditation, the mind remains drenched with the teachings of His Word and remains enlightened, awake and alert.

ਸਹਜੇ ਖੇਤੀ ਰਾਹੀਐ, sehjay khaytee raahee-ai
ਸਚੁ ਨਾਮੁ ਬੀਜੁ ਪਾਇ॥ sach Naam beej paa-ay.
ਖੇਤੀ ਜੰਮੀ ਅਗਲੀ, khaytee jammee aglee
ਮਨੂਆ ਰਜਾ ਸਹਜਿ ਸੁਭਾਇ॥ manoo-aa rajaa sahj subhaa-ay.
ਗੁਰ ਕਾ ਸਬਦੁ ਅੰਮ੍ਰਿਤੁ ਹੈ, gur kaa sabad amrit hai
ਜਿਤੁ ਪੀਤੈ ਤਿਖ ਜਾਇ॥ jit peetai tikh jaa-ay.
ਇਹੁ ਮਨੁ ਸਾਚਾ ਸਚਿ ਰਤਾ, ih man saachaa sach rataa
ਸਚੇ ਰਹਿਆ ਸਮਾਇ॥੨॥ sachay rahi-aa samaa-ay. ||2||

ਮਨ ਦਾ ਭਰੋਸਾ ਅਡੋਲ ਕਰਕੇ ਆਪਣੇ ਮਨ ਦੇ ਖੇਤ ਵਿੱਚ ਪ੍ਰਭ ਦਾ ਸ਼ਬਦ ਬੀਜੋ, ਸਿਮਰਨ ਕਰੋ! ਧੀਰਜ ਰੱਖਣ ਨਾਲ ਸ਼ਬਦ ਮਨ ਵਿੱਚ ਵਧਦਾ ਹੈ, ਸ਼ਬਦ ਤੇ ਭਰੋਸਾ ਅਡੋਲ ਹੋ ਜਾਂਦਾ ਹੈ, ਮਨ ਵਿੱਚ ਸੰਤੋਖ, ਖੇੜਾ ਘਰ ਕਰ ਜਾਂਦਾ ਹੈ । ਪ੍ਰਭ ਦੇ ਸ਼ਬਦ ਦੇ ਅਨਮੋਲ ਅੰਮ੍ਰਿਤ ਨਾਲ ਇੱਛਾਂ ਦੀ ਪਿਆਸ ਖਤਮ ਹੋ ਜਾਂਦੀ ਹੈ । ਪਵਿੱਤਰ ਹੋਇਆ ਮਨ ਸ਼ਬਦ ਵਿੱਚ ਲੀਨ ਰਹਿੰਦਾ ਹੈ, ਹੋਰ ਪਾਸੇ ਨਹੀਂ ਘੁੰਮਦਾ ।

With steady and stable belief on His Word, you should sow the seed of His Word within and sing His glory. With patience on His blessings, devotion with His Word can blossom in heart. The mind enjoys His bliss peace and contentment swells in his heart. With the priceless jewel, His Word, the mind may conquer worldly desires and becomes desireless. Sanctified soul remains in deep meditation and does not wander around.

ਆਖਣੁ ਵੇਖਣੁ ਬੋਲਣਾ, aakhan vaykhan bolnaa
ਸਬਦੇ ਰਹਿਆ ਸਮਾਇ॥ sabday rahi-aa samaa-ay.
ਬਾਣੀ ਵਜੀ ਚਹੁ ਜੁਗੀ, banee vajee chahu jugee
ਸਚੋ ਸਚੁ ਸੁਣਾਇ॥ sacho sach sunaa-ay.
ਹਉਮੈ ਮੇਰਾ ਰਹਿ ਗਇਆ, ha-umai mayraa reh ga-i-aa
ਸਚੈ ਲਇਆ ਮਿਲਾਇ॥ sachai la-i-aa milaa-ay.
ਤਿਨ ਕਉ ਮਹਲੁ ਹਦੂਰਿ ਹੈ, tin ka-o mahal hadoor hai
ਜੋ ਸਚਿ ਰਹੇ ਲਿਵ ਲਾਇ॥੩॥ jo sach rahay liv laa-ay. ||3||

ਪ੍ਰਭ ਦਾ ਸ਼ਬਦ ਜੀਵ ਦੇ ਬੋਲ ਵਿੱਚ, ਦੇਖਣ ਵਿੱਚ, ਲਿਖਣ ਵਿੱਚ ਅਲੋਪ ਰਹਿੰਦਾ ਹੈ । ਪ੍ਰਭ ਦਾ ਸ਼ਬਦ ਚਾਰੇ ਜੁਗਾਂ ਵਿੱਚ ਗੂੰਜਦਾ ਹੈ, ਇਸ ਦੀ ਸਿੱਖਿਆ ਸਦਾ ਅਟਲ ਰਹਿਣ ਵਾਲੀ ਹੈ । ਇਸ ਨਾਲ ਮਨ ਵਿਚੋਂ ਅਹੰਕਾਰ ਅਤੇ ਸੰਸਾਰਕ ਮਾਇਆ ਨਾਲ ਮੋਹ ਖਤਮ ਹੋ ਜਾਂਦਾ ਹੈ । ਇਹ ਪਵਿੱਤਰ ਆਤਮਾ ਉਸ ਪਵਿੱਤਰ ਜੋਤ ਵਿੱਚ ਅਭੇਦ ਹੋ ਜਾਂਦੀ ਹੈ । ਜਿਹੜੇ ਇਸ ਪਵਿੱਤਰ ਜੋਤ ਵਿੱਚ ਲੀਨ ਰਹਿੰਦੇ ਹਨ! ਉਹਨਾਂ ਨੂੰ ਪ੍ਰਭ ਦੇ ਦਰਬਾਰ ਵਿੱਚ ਥਾਂ ਬਖਸ਼ਿਸ਼ ਹੋ ਜਾਂਦੀ ਹੈ ।

His Word remains embedded in speech, writing and his deeds. In all Ages, the teachings of His Word remain axiom, true and unchangeable. By adopting His Word in life, the mind conquers worldly desires and ego. His sanctified soul becomes worthy of His consideration, worthy of immersing in Holy Spirit. Whosoever remains steady and stable in The Holy Spirit may be blessed with honor in His court.

ਨਦਰੀ ਨਾਮੁ ਧਿਆਈਐ,	nadree NaamDhi-aa-ee-ai
ਵਿਣੁ ਕਰਮਾ ਪਾਇਆ ਨ ਜਾਇ॥	vin karmaa paa-i-aa na jaa-ay.
ਪੂਰੈ ਭਾਗਿ ਸਤਸੰਗਤਿ ਲਹੈ,	poorai bhaag satsangat lahai
ਸਤਗੁਰੁ ਭੇਟੈ ਜਿਸੁ ਆਇ॥	saT`gur bhaytai jis aa-ay.
ਅਨਦਿਨੁ ਨਾਮੇ ਰਤਿਆ,	an-din Naamay rati-aa
ਦੁਖੁ ਬਿਖਿਆ ਵਿਚਹੁ ਜਾਇ॥	dukh bikhi-aa vichahu jaa-ay.
ਨਾਨਕ ਸਬਦਿ ਮਿਲਾਵੜਾ,	naanak sabad milaavrhaa
ਨਾਮੇ ਨਾਮਿ ਸਮਾਇ॥੪॥੨੨॥55॥	Naamay Naam samaa-ay. ||4||22||55||

ਉਸ ਦੀ ਰਹਿਮਤ ਤੋਂ ਬਿਨਾਂ ਮਨ ਸ਼ਬਦ ਦੀ ਪਾਲਣਾ ਤੇ ਟਿਕਦਾ ਨਹੀਂ, ਕੇਵਲ ਪ੍ਰਭ ਦੀ ਰਹਿਮਤ ਨਾਲ ਹੀ ਮਨ ਦੀ ਲਗਨ ਸ਼ਬਦ ਵਿੱਚ ਲਗਦੀ ਹੈ । ਵੱਡੇ ਭਾਗਾਂ ਨਾਲ ਹੀ ਜੀਵ ਨੂੰ ਸੰਤ ਸਰੂਪ ਦੀ ਸੰਗਤ ਬਖਸ਼ਿਸ਼ ਹੁੰਦੀ ਹੈ, ਉਸ ਦੇ ਜੀਵਨ ਦੀ ਸਿਖਿਆ ਤੋਂ ਹੀ ਜੀਵ ਨੂੰ ਸ਼ਬਦ ਅਤੇ ਸ਼ਬਦ ਦੀ ਸੋਝੀ ਹੁੰਦੀ ਹੈ । ਦਿਨ ਰਾਤ ਸ਼ਬਦ ਵਿੱਚ ਲੀਨ ਹੋਣ ਨਾਲ ਮਨ ਵਿਚੋਂ ਇੱਛਾਂ, ਧੋਖੇ ਦੀ ਭਟਕਣ ਖਤਮ ਹੁੰਦੀ ਹੈ । ਸ਼ਬਦ ਨਾਲ ਜੀਵਨ ਢਾਲਣ ਨਾਲ ਹੀ ਮਨ ਸ਼ਬਦ ਵਿੱਚ ਲੀਨ, ਸ਼ਬਦ ਦੀ ਸੋਝੀ ਹੁੰਦੀ ਹੈ ।

Without His blessings, mind does not remain steady on His meditation. Only by His blessings, mercy and grace, the mind can stay steady in devotional meditation of His Word. Only with great fortune, association of true devotee may be blessed. By adopting the teachings of his life, he may be blessed with His Word and enlightenment of His Word. By meditating day and night, his mind conquers worldly desires and deceptive, evil thought. By adopting His Word in life, his mind may be enlightened from within and he remains steady and stable.

6. **ਸਿਰੀਰਾਗੁ ਮਹਲਾ ੫॥ (52-18)**

ਸੰਤ ਜਨਹੁ ਸੁਣਿ ਭਾਈਹੋ,	sant janhu sunbhaa-eeho
ਛੂਟਨੁ ਸਾਚੈ ਨਾਇ॥	chhootan saachai naa-ay.
ਗੁਰ ਕੇ ਚਰਣ ਸਰੇਵਣੇ,	gur kay charan sarayvnay
ਤੀਰਥ ਹਰਿ ਕਾ ਨਾਉ॥	tirath har kaa naa-o.
ਆਗੈ ਦਰਗਹਿ ਮੰਨੀਅਹਿ,	aagai dargahi manee-ah
ਮਿਲੈ ਨਿਥਾਵੇ ਥਾਉ॥੧॥	milai nithaavay thaa-o. ||1||

ਸੰਸਰ ਵਿੱਚ ਬੰਦਗੀ ਕਰਨਵਾਲੇ ਭਗਤੋ! ਜਨਮ ਮਰਨ ਦਾ ਚੱਕਰ ਕੇਵਲ ਸ਼ਬਦ ਦੀ ਪਾਲਣਾ ਕਰਨ ਨਾਲ ਹੀ ਖਤਮ ਹੋ ਸਕਦਾ ਹੈ । ਗੁਰੂ ਦੇ ਚਰਨਾਂ ਵਿੱਚ ਸੇਵਾ, ਸ਼ਬਦ ਨਾਲ ਜੀਵਨ ਬਤੀਤ ਕਰਨ ਨੂੰ ਹੀ ਤੀਰਥ ਯਾਤਰ ਸਮਝੋ! ਸ਼ਬਦ ਦੀ ਪਾਲਣਾ ਦੀ ਕਮਾਈ, ਪ੍ਰਭ ਦੇ ਦਰਬਾਰ ਵਿੱਚ ਸਾਥ ਜਾਂਦੀ ਹੈ, ਇਸ ਨਾਲ ਹੀ ਦਰਬਾਰ ਵਿੱਚ ਪ੍ਰਵਾਨਗੀ ਬਖਸ਼ਿਸ਼ ਹੋ ਸਕਦੀ ਹੈ । ਨਿਮਾਣੇ ਜੀਵ ਜਿਹਨਾਂ ਦਾ ਕੋਈ ਘਰ ਘਾਟ ਨਹੀਂ ਹੁੰਦਾ, ਉਹਨਾਂ ਨੂੰ ਵੀ ਪ੍ਰਭ ਦਰਬਾਰ ਵਿੱਚ ਅਰਾਮ ਕਰਨਵਾਲਾ ਆਸਣ ਬਖਸ਼ਿਸ਼ ਹੋ ਸਕਦਾ ਹੈ ।

You should always remember! The cycle of birth and death can only be eliminated by adopting His Word in day-to-day life. You should consider adopting His Word as the true journey of holy shrine. Only earnings of His Word can support in His court after death. The poor, humble who does not have an earthly home, may be blessed with permanent resting place in His Palace.

ਭਾਈ ਰੇ ਸਾਚੀ ਸਤਿਗੁਰ ਸੇਵ॥ bhaa-ee ray saachee saT`gur sayv.
ਸਤਿਗੁਰ ਤੁਠੈ ਪਾਈਐ, saT`gur tuthai paa-ee-ai
ਪੂਰਨ ਅਲਖ ਅਭੇਵ ॥੧॥ ਰਹਾਉ॥ pooran alakh abhayv. ||1|| rahaa-o.

ਭਗਤ ਜਨੋ! ਪ੍ਰਭ ਦੇ ਸ਼ਬਦ ਦੀ ਪਾਲਣਾ ਹੀ ਅਸਲੀ, ਸਦਾ ਸਾਥ ਜਾਣ ਵਾਲੀ ਕਮਾਈ, ਧਨ ਹੈ । ਜਦੋਂ ਪ੍ਰਭ ਸ਼ਬਦ ਦੀ ਕਮਾਈ ਤੇ ਪ੍ਰਸੰਨ ਹੋ ਜਾਂਦਾ ਹੈ, ਪ੍ਰਵਾਨ ਕਰ ਲੈਂਦਾ ਹੈ, ਤਾਂ ਹੀ ਉਸ ਨਾ–ਦੇਖੇ ਜਾਣ ਵਾਲੇ ਪ੍ਰਭ ਦੀ ਜੋਤ ਵਿੱਚ ਆਤਮਾ ਅਲੋਪ ਹੋ ਜਾਂਦੀ ਹੈ ।

Only earnings of His Word can support after death. Whose meditation may be accepted; his soul may be able to immerse in The Holy Spirit.

ਸਤਿਗੁਰ ਵਿਟਹੁ ਵਾਰਿਆ, saT`gur vitahu vaari-aa
ਜਿਨਿ ਦਿਤਾ ਸਚੁ ਨਾਉ॥ jin ditaa sach naa-o.
ਅਨਦਿਨੁ ਸਚੁ ਸਲਾਹਣਾ, an-din sach salaahnaa
ਸਚੇ ਕੇ ਗੁਣ ਗਾਉ॥ sachay kay gun gaa-o.
ਸਚੁ ਖਾਣਾ ਸਚੁ ਪੈਨਣਾ, sach khaanaa sach painnaa
ਸਚੇ ਸਚਾ ਨਾਉ॥੨॥ sachay sachaa naa-o. ||2||

ਉਸ ਅਟਲ ਪ੍ਰਭ ਤੋਂ ਕੁਰਬਾਨ ਜਾਵਾਂ! ਜਿਸ ਨੇ ਆਪ ਹੀ ਸ਼ਬਦ ਬਖਸ਼ਿਆ ਹੈ । ਦਿਨ ਰਾਤ, ਸਵਾਸ ਗਰਾਸ ਪ੍ਰਭ ਦੇ ਸ਼ਬਦ ਦੀ ਪਾਲਣਾ ਕਰਦਾ, ਉਸਤਤ ਗਾਉਂਦਾ ਹਾਂ । ਜਿਹੜਾ ਪ੍ਰਭ ਦੇ ਸ਼ਬਦ ਨਾਲ ਜੀਵਨ ਢਾਲਦਾ ਹੈ, ਉਸ ਦਾ ਖਾਣਾ, ਪਹਿਨਣਾ, ਬੋਲਨਾ ਪ੍ਰਭ ਨੂੰ ਭਾਉਂਦਾ, ਪ੍ਰਭ ਦੀ ਰਜ਼ਾ ਹੀ ਬਣ ਜਾਂਦਾ ਹੈ ।

I sacrifice from The True Master, who had blessed me with devotion to meditate on His Word. Day and night, I obey His Word and sing His glory. Whosoever adopts His Word in day-to-day life, all his food and robes are approved by Him.

ਸਾਸਿ ਗਿਰਾਸਿ ਨ ਵਿਸਰੈ, saas giraas na visrai
ਸਫਲੁ ਮੂਰਤਿ ਗੁਰੁ ਆਪਿ॥ safal moorat gur aap.
ਗੁਰ ਜੇਵਡੁ ਅਵਰੁ ਨ ਦਿਸਈ, gur jayvad avar na dis-ee
ਆਠ ਪਹਰ ਤਿਸੁ ਜਾਪਿ॥ aath pahar tis jaap.
ਨਦਰਿ ਕਰੇ ਤਾ ਪਾਈਐ, nadar karay taa paa-ee-ai
ਸਚੁ ਨਾਮੁ ਗੁਣਤਾਸਿ॥੩॥ sach Naam guntaas. ||3||

ਜੀਵ ਆਪਣੇ ਸਵਾਸ ਗਰਾਸ ਪ੍ਰਭ ਦੇ ਸ਼ਬਦ ਦਾ ਸਿਮਰਨ ਕਰੋ! ਪ੍ਰਭ ਦਾ ਸ਼ਬਦ ਹੀ ਪ੍ਰਭ ਦਾ ਅਕਾਰ, ਮੂਰਤ, ਰੂਪ ਹੈ । ਦਿਨ ਰਾਤ ਸ਼ਬਦ ਦਾ ਸਿਮਰਨ, ਪਾਲਣਾ ਕਰੋ! ਪ੍ਰਭ ਦੇ ਸ਼ਬਦ ਦੇ ਬਰਾਬਰ ਹੋਰ ਕੋਈ ਨਹੀਂ ਹੈ । ਪ੍ਰਭ ਇੱਕ ਪਲ ਹੀ ਰਹਿਮਤ ਦੀ ਨਜ਼ਰ ਬਖਸ਼ਦਾ ਹੈ, ਤਾਂ ਮਨ ਵਿੱਚ ਸ਼ਬਦ ਜਾਗਰਤ ਹੋ ਜਾਂਦਾ ਹੈ, ਸ਼ਬਦ ਦੀ ਸੋਝੀ ਦਾ ਖਜ਼ਾਨ ਖੁੱਲ੍ਹ ਜਾਂਦਾ ਹੈ ।

You should meditate on His Word with every breath. The teachings of His Word are embedded in adopting His Word in day-to-day life and symbol, existence of The True Master. No one is equal to or greater than Him. His Word is the form, shape, and symbol of God. Even His mercy and grace for a moment, His treasure may be blessed to His devotee.

ਗੁਰੁ ਪਰਮੇਸਰੁ ਏਕੁ ਹੈ, gur parmaysar ayk hai
ਸਭ ਮਹਿ ਰਹਿਆ ਸਮਾਇ॥ sabh meh rahi-aa samaa-ay.
ਜਿਨ ਕਉ ਪੂਰਬਿ ਲਿਖਿਆ, jin ka-o poorab likhi-aa
ਸੇਈ ਨਾਮੁ ਧਿਆਇ॥ say-ee NaamDhi-aa-ay.
ਨਾਨਕ ਗੁਰ ਸਰਣਾਗਤੀ, naanak gur sarnaagatee
ਮਰੈ ਨ ਆਵੈ ਜਾਇ॥੪॥੩੦॥100॥ marai na aavai jaa-ay. ||4||30||100||

ਪ੍ਰਭ ਦਾ ਸ਼ਬਦ (ਗੁਰੂ) ਪ੍ਰਭ ਦਾ ਹੀ ਰੂਪ ਹੈ । ਇਹ ਸ਼ਬਦ ਹਰਇੱਕ ਮਨ ਵਿੱਚ ਹੀ ਸਮਾਇਆ ਰਹਿੰਦਾ ਹੈ । ਜਿਹਨਾਂ ਜੀਵਾਂ ਦੇ ਭਾਗਾਂ ਵਿੱਚ ਪਹਿਲੇ ਹੀ ਲਿਖਿਆ ਹੁੰਦਾ ਹੈ, ਕੇਵਲ ਉਹ ਹੀ ਪ੍ਰਭ ਦੇ ਸ਼ਬਦ ਦਾ ਸਿਮਰਨ ਕਰਦੇ, ਪਾਲਣਾ ਕਰਦੇ ਹਨ । ਉਹਨਾਂ ਜੀਵਾਂ ਤੋਂ ਸਦਾ ਹੀ ਕੁਰਬਾਨ ਜਾਂਦਾ, ਧੰਨ ਧੰਨ ਕਹਿੰਦਾ

ਹਾਂ । ਜਿਹੜੇ ਸ਼ਬਦ ਦੀ ਪਾਲਣਾ ਕਰਕੇ ਪ੍ਰਭ ਦੇ ਦਰਬਾਰ ਵਿੱਚ ਪ੍ਰਵਾਨ ਹੋ ਜਾਂਦੇ ਹਨ, ਉਹ ਫਿਰ ਕਦੇ ਜੂੰਨਾਂ ਦੇ ਚੱਕਰ ਵਿੱਚ ਨਹੀਂ ਜਾਂਦੇ ।

The True Master remains absorbed in the teachings of His Word. He resides in each creature and embedded, absorbed in nature everywhere. Only with a prewritten destiny, devotee may meditate, obey, and adopt His Word in life. I am fascinated from His true devotee who has adopted His Word and has been accepted in His court. He may never be subjected to the cycle of birth and death.

7. **ਮਾਂਝ ਮਹਲਾ ੫ ਘਰੁ ੪॥ (133-5)**

੧ੳੱ ਸਤਿਗੁਰ ਪ੍ਰਸਾਦਿ॥	ik-oNkaar saT`gur parsaad.
ਕਿਰਤਿ ਕਰਮ ਕੇ ਵੀਛੁੜੇ,	kirat karam kay veechhurhay
ਕਰਿ ਕਿਰਪਾ ਮੇਲਹੁ ਰਾਮ॥	kar kirpaa maylhu raam.
ਚਾਰਿ ਕੁੰਟ ਦਹ ਦਿਸ ਭ੍ਰਮੇ,	chaar kunt dah dis bharamay
ਥਕਿ ਆਏ ਪ੍ਰਭ ਕੀ ਸਾਮ॥	thak aa-ay parabh kee saam.
ਧੇਨੁ ਦੁਧੈ ਤੇ ਬਾਹਰੀ,	dhayn duDhai tay baahree
ਕਿਤੈ ਨ ਆਵੈ ਕਾਮ॥	kitai na aavai kaam.
ਜਲ ਬਿਨੁ ਸਾਖ ਕੁਮਲਾਵਤੀ,	jal bin saakh kumlaavatee
ਉਪਜਹਿ ਨਾਹੀ ਦਾਮ॥	upjahi naahee daam.
ਹਰਿ ਨਾਹ ਨ ਮਿਲੀਐ ਸਾਜਨੈ,	har naah na milee-ai saajnai
ਕਤ ਪਾਈਐ ਬਿਸਰਾਮ॥	kat paa-ee-ai bisraam.
ਜਿਤੁ ਘਰਿ ਹਰਿ ਕੰਤੁ ਨ ਪ੍ਰਗਟਈ,	jit ghar har kant na pargata-ee
ਭਠਿ ਨਗਰ ਸੇ ਗ੍ਰਾਮ॥	bhath nagar say garaam.
ਸ੍ਰਬ ਸੀਗਾਰ ਤੰਬੋਲ ਰਸ,	sarab seegaar tambol ras
ਸਣੁ ਦੇਹੀ ਸਭ ਖਾਮ॥	sandayhee sabh khaam.
ਪ੍ਰਭ ਸੁਆਮੀ ਕੰਤ ਵਿਹੂਣੀਆ,	parabh su-aamee kant vihoonee-aa
ਮੀਤ ਸਜਣ ਸਭਿ ਜਾਮ॥	meet sajan sabh jaam.
ਨਾਨਕ ਕੀ ਬੇਨਤੀਆ	naanak kee banantee-aa
ਕਰਿ ਕਿਰਪਾ ਦੀਜੈ ਨਾਮੁ॥	kar kirpaa deejai Naam.
ਹਰਿ ਮੇਲਹੁ ਸੁਆਮੀ ਸੰਗਿ	har maylhu su-aamee sang
ਪ੍ਰਭ, ਜਿਸ ਕਾ ਨਿਹਚਲ ਧਾਮ॥੧॥	parabh jis kaa nihchal Dhaam. ||1||

ਜੀਵ ਆਪਣੇ ਪਿਛਲੇ ਜਨਮ ਦੇ ਕੀਤੇ ਕਰਮਾਂ ਕਰਕੇ ਹੀ ਦਰਬਾਰ ਵਿਚੋਂ ਕੱਢ ਦਿੱਤਾ ਜਾਂਦਾ ਹੈ, ਤੇਰੇ ਨਾਲੋ ਵਿਛੋੜਾ ਹੋ ਜਾਂਦਾ ਹੈ । ਆਪ ਹੀ ਰਹਿਮਤ ਬਖਸ਼ੋ! ਆਪਣੀ ਪ੍ਰਵਾਨਗੀ ਦੇ ਰਸਤੇ ਤੇ ਪਾਵੋ! ਸੰਸਾਰ ਵਿੱਚ ਚਾਰੇ ਪਾਸੇ ਘੁੰਮਕੇ ਵੇਖ ਲਿਆ ਹੈ, ਅੰਤ ਵਿੱਚ ਬੇਚਾਰ ਹੋ ਕੇ, ਨਿਮਾਣਾ ਬਣਕੇ ਤੇਰੀ ਸ਼ਰਣ ਵਿੱਚ ਆਇਆ ਹਾਂ । ਜਿਵੇਂ ਦੁੱਧ ਨਾ ਦੇਣ ਵਾਲੀ ਗਊ ਦੀ ਕੋਈ ਕੀਮਤ ਨਹੀਂ ਪੈਂਦੀ, ਕੋਈ ਭੋਜਨ ਨਹੀਂ ਦੇਂਦਾ । ਜਿਵੇਂ ਪਾਣੀ ਤੋਂ ਬਿਨਾਂ ਜ਼ਮੀਨ ਵਿੱਚ ਕੋਈ ਫਸਲ ਪੈਦਾ ਨਹੀਂ ਹੁੰਦੀ, ਉਸ ਜ਼ਮੀਨ ਦੀ ਕੋਈ ਕੀਮਤ ਨਹੀਂ ਪੈਂਦੀ । ਇਸਤਰ੍ਹਾਂ ਅਗਰ ਪ੍ਰਭ ਨਾਲ ਮਿਲਾਪ ਨਹੀਂ ਹੁੰਦਾ ਤਾਂ ਅਰਾਮ ਕਰਨਵਾਲਾ ਘਰ ਕਿਵੇਂ ਪ੍ਰਾਪਤ ਹੋ ਸਕਦਾ ਹੈ?

ਜਿਹੜਾ ਮਨ ਵਿੱਚ ਸ਼ਬਦ ਦਾ ਸਿਮਰਨ ਨਹੀਂ ਕਰਦਾ, ਉਸ ਦਾ ਤਨ ਅੱਗ ਦੀ ਭੱਠੀ ਦੀ ਤਰ੍ਹਾਂ ਹੀ ਜਲਦਾ ਹੈ । ਸਾਰੀ ਸੰਸਾਰਕ ਸਜਾਵਟ, ਸ਼ਾਨ ਬਾਣ, ਤਨ, ਸਵਾਸ ਵੀ ਬਿਰਥਾ ਹੀ ਜਾਂਦੇ ਹਨ, ਪ੍ਰਭ ਦੇ ਦਰਬਾਰ ਵਿੱਚ ਪ੍ਰਵਾਨਗੀ ਬਖਸ਼ਿਸ਼ ਨਹੀਂ ਹੁੰਦੀ । ਪ੍ਰਭ ਦੇ ਸੰਜੋਗ ਤੋਂ ਬਿਨਾਂ ਹੋਰ ਸਾਰੇ ਸਾਥੀ ਮੌਤ ਦੇ ਜਮਦੂਤ ਹੀ ਨਜ਼ਰ ਆਉਂਦੇ ਹਨ । ਬੰਦਗੀ ਕਰਨਵਾਲਾ ਸਦਾ ਹੀ ਪ੍ਰਭ ਅੱਗੇ ਰਹਿਮਤ ਦੀ ਅਰਦਾਸ ਕਰਦਾ ਹੈ! ਆਪਣੇ ਸ਼ਬਦ ਦੇ ਲੜ ਲਾਵੋ! ਜਿਸ ਦੀ ਸ਼ਬਦ ਦੀ ਕਮਾਈ ਪ੍ਰਵਾਨ ਹੋ ਜਾਂਦੀ ਹੈ, ਉਸ ਨੂੰ ਪ੍ਰਭ ਦੀ ਸ਼ਰਣ ਵਿੱਚ ਪਨਾਹ ਬਖਸ਼ਿਸ਼ ਹੋ ਸਕਦੀ ਹੈ ।

Due to the past evil deeds the soul may be separated from The Holy Spirit. God have a mercy and guides me on the right path of salvation. I have seen all other paths in the world and I am desperate, I swallowed my pride and humbly came to Your sanctuary. As if the cow does not produce milk, no one gives any importance nor feed her properly. Same way barren farm land does not grow any grain without water, the land is not considered an asset. Same way if the soul without the union of The Holy Spirit, how can she find a permanent resting place?

Whose mind is not meditating on His Word his body is burning like an oven. All decoration, royal robe, jewelry, worldly glory of body and all his breaths are wasted. His soul may not be accepted in His court. Without the blessings of The True Master no worldly companions can save you from the devil of death. His true devotee always prays and begs for His mercy and grace One and Only One desire to be blessed with a devotional meditation on His Word. Whose meditation may be accepted in His court, he may be blessed with acceptance in His sanctuary.

8. **ਸਲੋਕੁ ਮਹਲਾ ੨॥** (148-5)

ਮੰਤ੍ਰੀ ਹੋਇ ਅਠੂਹਿਆ,	mantree ho-ay athoohi-aa
ਨਾਗੀ ਲਗੈ ਜਾਇ॥	naagee lagai jaa-ay.
ਆਪਣ ਹਥੀ ਆਪਣੈ	aapan hathee aapnai
ਦੇ ਕੂਚਾ ਆਪੇ ਲਾਇ॥	day koochaa aapay laa-ay.
ਹੁਕਮੁ ਪਇਆ ਧੁਰਿ ਖਸਮ ਕਾ,	hukam pa-i-aa Dhur khasam
ਅਤੀ ਹੂ ਧਕਾ ਖਾਇ॥	kaa atee hoo Dhakaa khaa-ay.
ਗੁਰਮੁਖ ਸਿਉ ਮਨਮੁਖੁ ਅੜੈ,	gurmukh si-o manmukh arhai
ਡੁਬੈ ਹਕਿ ਨਿਆਇ॥	dubai hak ni-aa-ay.
ਦੁਹਾ ਸਿਰਿਆ ਆਪੇ ਖਸਮੁ,	duhaa siri-aa aapay khasam
ਵੇਖੈ ਕਰਿ ਵਿਉਪਾਇ॥	vaykhai kar vi-upaa-ay.
ਨਾਨਕ ਏਵੈ ਜਾਣੀਐ,	naanak ayvai jaanee-ai
ਸਭ ਕਿਛੁ ਤਿਸਹਿ ਰਜਾਇ॥੧॥	sabh kichh tiseh rajaa-ay. ‖1‖

ਜਿਹੜੇ ਜੋਗੀ ਸੱਪਾਂ ਦਾ ਖੇਲ ਕਰਵਾਉਂਦੇ ਹਨ, ਉਹ ਆਪਣੇ ਹੱਥ ਨਾਲ ਹੀ ਸੱਪ ਦਾ ਜ਼ਹਿਰ ਵਾਲਾ ਡੰਗ ਕੱਢ ਲੈਂਦੇ ਹਨ । ਇਹ ਸਭ ਕੁਝ ਪ੍ਰਭ ਦੀ ਰਜ਼ਾ ਨਾਲ ਹੀ ਹੰਦਾ, ਸੱਪ ਨੂੰ ਗੁਲਾਮ ਬਣਾਇਆ ਜਾਂਦਾ ਹੈ । ਅਗਰ ਕੋਈ ਮਨਮੁਖ, ਗੁਰਮਖ ਨਾਲ ਝਗੜਾ ਕਰੇ, ਪ੍ਰਭ ਹੀ ਉਸ ਨੂੰ ਸਜ਼ਾ ਦੇਂਦਾ ਹੈ । ਸੰਸਾਰ ਵਿੱਚ ਅਤੇ ਮੌਤ ਤੋਂ ਪਿਛੋਂ ਦੋਨਾਂ ਥਾਂ ਤੇ ਅੰਤਰਜਾਮੀ ਆਪ ਹੀ ਵਾਪਰਦਾ ਹੈ । ਜੀਵ ਇਹ ਧਿਆਨ ਵਿੱਚ ਰੱਖੋ! ਸਭ ਕੁਝ ਆਪ ਹੀ ਕਰਦਾ ਉਸ ਦਾ ਹੁਕਮ ਹੀ ਚਲਦਾ ਹੈ ।

As the Yogi shows the play of snake. The snake dances and follows his command. He takes a poisonous sting of the snake with his own hand. All this happens with His command. Yogi makes the snake his slave. If any self-minded fool starts fight or creates jealousy with His true devotee; God settles his account and punishes him. In the universe and after death, God prevails at both places. Axiom, Omniscient knows everything. You should always remember that everything happens with His blessings under His command.

ਮਹਲਾ ੨॥

ਨਾਨਕ ਪਰਖੇ ਆਪ ਕਉ,	naanak parkhay aap ka-o
ਤਾ ਪਾਰਖੁ ਜਾਣੁ॥	taa paarakh jaan.
ਰੋਗੁ ਦਾਰੂ ਦੋਵੈ ਬੁਝੈ,	rog daaroo dovai bujhai
ਤਾ ਵੈਦੁ ਸੁਜਾਣੁ॥	taa vaid sujaan.
ਵਾਟ ਨ ਕਰਈ ਮਾਮਲਾ,	vaat na kar-ee maamlaa
ਜਾਣੈ ਮਿਹਮਾਣੁ॥	jaanai mihmaan.
ਮੂਲੁ ਜਾਣਿ ਗਲਾ ਕਰੇ,	mool jaan galaa karay

ਹਾਨਿ ਲਾਏ ਹਾਣੁ॥	haan laa-ay haan.
ਲਬਿ ਨ ਚਲਈ ਸਚਿ ਰਹੈ,	lab na chal-ee sach rahai
ਸੋ ਵਿਸਟੁ ਪਰਵਾਣੁ॥	so visat parvaan.
ਸਰੁ ਸੰਧੇ ਆਗਾਸ ਕਉ,	sar sanDhay aagaas ka-o
ਕਿਉ ਪਹੁਚੈ ਬਾਣੁ॥	ki-o pahuchai baan.
ਅਗੈ ਓਹੁ ਅਗੰਮੁ ਹੈ	agai oh agamm hai
ਵਾਹੇਦੜ ਜਾਣੁ॥੨॥	vaahaydarh jaan. ||2||

ਜਿਹੜਾ ਆਪਣੇ ਆਪ ਨੂੰ ਉਸ ਕਸਵਟੀ ਨਾਲ ਤੋਲੇ, ਜਿਸ ਨਾਲ ਬਾਕੀਆਂ ਨੂੰ ਪਰਖਦਾ ਹੈ ਤਾਂ ਉਹ ਹੀ ਬੰਦਗੀ ਕਰਨਵਾਲਾ ਹੁੰਦਾ ਹੈ । ਜਿਹੜਾ ਜੀਵ ਮਨ ਦੇ ਰੋਗ, ਖਾਮੀ ਨੂੰ ਜਾਣ ਕੇ ਉਸ ਦਾ ਹੱਲ ਅਪਨਾਉਂਦਾ ਹੈ, ਉਹ ਹੀ ਅਸਲੀ ਦਾਸ ਬਣ ਸਕਦਾ ਹੈ । ਜੀਵ ਸੰਸਾਰ ਵਿੱਚ ਆ ਕੇ ਸੰਸਾਰਕ ਇੱਛਾਂ ਵਾਲੇ, ਚਲਾਕੀ ਵਾਲੇ ਕੰਮ ਨਾ ਕਰੋ! ਇਹ ਧਿਆਨ ਰੱਖੋ! ਤੂੰ ਇਸ ਸੰਸਾਰ ਵਿੱਚ ਥੌੜੇ ਸਮੇਂ ਦਾ ਹੀ ਮਹਿਮਾਨ ਹੈ । ਉਸ ਸੰਤ ਸਰੂਪ ਦੀ ਸੰਗਤ ਕਰੋ! ਜਿਹੜਾ ਰਸਤਾ ਜਾਣਦਾ ਹੈ, ਰਸਤੇ ਤੇ ਚਲਦਾ ਹੈ । ਜਿਹੜੇ ਜੀਵ ਸੰਸਾਰਕ ਲਾਲਚ ਤੇ ਨਹੀਂ ਚਲਦੇ, ਉਹਨਾਂ ਦੀ ਬੰਦਗੀ ਪ੍ਰਵਾਨ ਹੋ ਜਾਂਦੀ ਹੈ । ਜਿਵੇਂ ਕੋਈ ਅਕਾਸ਼ ਵੱਲ ਤੀਰ ਚੱਲਾਏ! ਉਸ ਨੂੰ ਕਿਸਤਰ੍ਹਾਂ ਪਤਾ ਲੱਗਦਾ ਹੈ ਕਿ ਇਹ ਨਿਸ਼ਾਨੇ ਤੇ ਲੱਗਾ ਹੈ । ਇਸਤਰ੍ਹਾਂ ਪ੍ਰਭ ਅਥਾਹ ਹੈ, ਇਹ ਨਹੀਂ ਜਾਣਿਆ ਜਾ ਸਕਦਾ । ਅਗਰ ਕੋਈ ਉਸ ਨੂੰ ਪ੍ਰਵਾਨ ਹੋ ਗਿਆ ਹੈ ।

Whosoever may test his own deeds with the same scale he assesses others actions and deeds only then may become as His true devotee. Whosoever realizes his weakness and adopts the way to overcome those weakness may become worthy of calling His true devotee. You should not perform deceptive actions following your worldly desires and greed. You should keep in mind that this worldly life is blessed for a limited time. You should join and follow the teachings of His true devotee, who knows and follows the right path, the teachings of His Word in day-to-day life. Whosoever does not become slave of worldly desires, his meditation may be accepted in His court. Think about someone shoots his arrow in the sky; how can he determine his arrow has hit the target? Same way the God is without any boundary, limitless, no one knows whose meditation may be accepted in His court.

ਪਉੜੀ॥

ਨਾਰੀ ਪੁਰਖ ਪਿਆਰੁ	naaree purakh pi-aar
ਪ੍ਰੇਮਿ ਸੀਗਾਰੀਆ॥	paraym seegaaree-aa.
ਕਰਨਿ ਭਗਤਿ ਦਿਨੁ ਰਾਤਿ	karan bhagat din raat
ਨ ਰਹਨੀ ਵਾਰੀਆ॥	na rahnee vaaree-aa.
ਮਹਲਾ ਮੰਝਿ ਨਿਵਾਸੁ	mehlaa manjh nivaas
ਸਬਦਿ ਸਵਾਰੀਆ॥	sabad savaaree-aa.
ਸਚੁ ਕਹਨਿ ਅਰਦਾਸਿ	sach kahan ardaas
ਸੇ ਵੇਚਾਰੀਆ॥	say vaychaaree-aa.
ਸੋਹਨਿ ਖਸਮੈ ਪਾਸਿ	sohan khasmai paas
ਹੁਕਮਿ ਸਿਧਾਰੀਆ॥	Hukam siDhaaree-aa.
ਸਖੀ ਕਹਨਿ ਅਰਦਾਸਿ	sakhee kahan ardaas
ਮਨਹੁ ਪਿਆਰੀਆ॥	manhu pi-aaree-aa.
ਬਿਨੁ ਨਾਵੈ ਧ੍ਰਿਗੁ ਵਾਸੁ	bin naavai Dharig vaas
ਫਿਟੁ ਸੁ ਜੀਵਿਆ॥	fit so jeevi-aa.
ਸਬਦਿ ਸਵਾਰੀਆਸੁ	sabad savaaree-aas
ਅੰਮ੍ਰਿਤੁ ਪੀਵਿਆ॥੨੨॥	amrit peevi-aa. ||22||

ਜਿਵੇਂ ਪਤਨੀ ਦਾ ਪਿਆਰ ਪਤੀ ਨਾਲ ਹੰਦਾ, ਇਸਤਰ੍ਹਾਂ ਭਗਤ ਦਾ ਪ੍ਰਭ ਨਾਲ ਪਿਆਰ ਹੁੰਦਾ ਹੈ । ਸ਼ਬਦ ਵਿੱਚ ਹੀ ਦਿਨ ਰਾਤ ਮਸਤ ਰਹਿੰਦਾ ਹੈ, ਕੋਈ ਉਸ ਨੂੰ ਰੋਕ ਨਹੀਂ ਸਕਦਾ । ਉਹ ਆਪਣੇ ਅੰਦਰ ਹੀ ਉਸ ਦਾ ਮੰਦਰ ਬਣਾ ਲੈਂਦਾ ਹੈ । ਉਸ ਦੀ ਅਰਦਾਸ ਨਿਮ੍ਰਤਾ ਭਰੀ ਕੇਵਲ ਉਸ ਦੀ ਰਹਿਮਤ ਦੀ ਭੁੱਖੀ ਹੁੰਦੀ ਹੈ । ਉਸ ਨੂੰ ਪ੍ਰਭ ਦੀ ਹੋਂਦ ਅਨੁਭਵ ਹੋ ਜਾਂਦੀ ਹੈ, ਇਸ ਦਾ ਅਨੰਦ ਮਾਨਦਾ ਹੈ । ਆਪਣੇ ਸਾਥੀਆਂ ਨਾਲ ਮਿਲ ਕੇ, ਨਿਮਰਤਾ ਭਰੀ ਅਰਦਾਸ ਕਰਦਾ ਹੈ । ਜਿਹੜਾ ਜੀਵ ਸ਼ਬਦ ਦੀ ਬੰਦਗੀ ਤੋਂ ਬਿਨਾਂ ਹੀ ਜੀਵਨ ਬਤੀਤ ਕਰਦਾ ਹੈ, ਉਸ ਦਾ ਮਾਨਸ ਜਨਮ ਬਿਰਥਾ ਹੀ ਹੈ । ਜਿਹੜਾ ਸ਼ਬਦ ਨਾਲ ਜੀਵਨ ਢਾਲਦਾ ਹੈ, ਉਸ ਨੂੰ ਅਨਮੋਲ ਫਲ ਬਖਸ਼ਿਸ਼ ਹੋ ਸਕਦਾ ਹੈ ।

As the wife and husband have a love and association with each other, care for each other, same kind of attraction God has for His devotee. His devotee remains intoxicated in the teachings of His Word Day and night. No one can stop him from that right path. He establishes His throne in his own mind and makes his own mind and body as His temple. His prayer is little, humble, and only begs to be blessed with His mercy and grace. He may be blessed with the realization of His existence. He enjoys the essence of His teachings; associates with other devotees and humbly begs for His mercy and grace. Whosoever wastes his life without meditating and without adopting His Word in day-to-day life wastes his human life uselessly. Whosoever adopts His Word wholeheartedly with steady and stable belief, he may be blessed with the priceless jewel of salvation worthy of His consideration and may be accepted in His court.

9. ਮਾਝ ਮਹਲਾ ੩॥ (126-2)

ਮੇਰਾ ਪ੍ਰਭੁ ਭਰਪੂਰਿ ਰਹਿਆ ਸਭ ਥਾਈ॥	mayraa parabh bharpoor rahi-aa sabh thaa-ee.
ਗੁਰ ਪਰਸਾਦੀ ਘਰ ਹੀ ਮਹਿ ਪਾਈ॥	gur parsaadee ghar hee meh paa-ee.
ਸਦਾ ਸਰੇਵੀ ਇਕ ਮਨਿ ਧਿਆਈ,	sadaa sarayvee ik man Dhi-aa-ee
ਗੁਰਮੁਖਿ ਸਚਿ ਸਮਾਵਣਿਆ॥੧॥	gurmukh sach samaavani-aa. ||1||

ਪ੍ਰਭ ਹਰ ਥਾਂ ਤੇ ਹਰਇੱਕ ਜੀਵ ਵਿੱਚ ਸਦਾ ਹੀ ਵਸਦਾ, ਵਾਪਰਦਾ ਹੈ । ਪ੍ਰਭ ਦੀ ਰਹਿਮਤ ਨਾਲ ਹੀ ਕਿਸੇ ਜੀਵ ਨੂੰ ਉਸ ਦੀ, ਸ਼ਬਦ ਦੀ ਸੋਝੀ ਹੁੰਦੀ ਹੈ, ਸ਼ਬਦ ਮਨ ਵਿੱਚ ਘਰ ਕਰ ਜਾਂਦਾ ਹੈ । ਗੁਰਮਖ ਇਕਾਗਰ ਮਨ ਹੋ ਕੇ ਲਗਾਤਾਰ ਸ਼ਬਦ ਦੀ ਪਾਲਣਾ, ਸਿਮਰਨ ਕਰਦਾ ਹੈ । ਉਹ ਸ਼ਬਦ ਦੀ ਸਮਾਧੀ ਵਿੱਚ ਹੀ ਲੀਨ ਹੋ ਜਾਂਦਾ ਹੈ ।

The Omnipresent God prevails in all things. Only with His blessings any creature may be enlightened with the essence of His Word. With His blessings his mind may be drenched with His Word. His true devotee wholeheartedly meditates and obeys His Word and may remain in the deep devotional meditation in the void of His Word.

ਹਉ ਵਾਰੀ ਜੀਉ ਵਾਰੀ	ha-o vaaree jee-o vaaree
ਜਗਜੀਵਨੁ ਮੰਨਿ ਵਸਾਵਣਿਆ॥	jagjeevan man vasaavani-aa.
ਹਰਿ ਜਗਜੀਵਨੁ ਨਿਰਭਉ ਦਾਤਾ,	har jagjeevan nirbha-o daataa
ਗੁਰਮਤਿ ਸਹਜਿ ਸਮਾਵਣਿਆ॥੧॥	gurmat sahj samaavani-aa. ||1||
ਰਹਾਉ॥	rahaa-o.

ਉਹਨਾਂ ਜੀਵਾਂ ਤੋਂ ਕੁਰਬਾਨ ਜਾਵਾਂ! ਜਿਹਨਾਂ ਦੇ ਮਨ ਵਿੱਚ ਪ੍ਰਭ ਦਾ ਸ਼ਬਦ ਘਰ ਕਰ ਜਾਂਦਾ ਹੈ । ਸ਼ਬਦ ਨਾਲ ਜੀਵਨ ਢਾਲਣ ਨਾਲ ਹੀ ਸ਼ਬਦ ਮਨ ਵਿੱਚ ਘਰ ਕਰਦਾ ਹੈ, ਮਨ ਪਵਿੱਤਰ ਹੁੰਦਾ ਹੈ । ਜੀਵ ਪ੍ਰਵਾਨਗੀ ਦੇ ਰਸਤੇ ਤੇ ਅਡੋਲ ਹੋ ਜਾਂਦਾ ਹੈ ।

I am fascinated from the life of the devotee whose mind remains drenched with the essence of His Word. By adopting His Word in day-to-day life, His Word may be drenched within. His soul becomes sanctified and he remains steady and stable on the right path of salvation.

ਘਰ ਮਹਿ ਧਰਤੀ ਧਉਲੁ ਪਾਤਾਲਾ॥ ghar meh Dhartee Dha-ul paataalaa.
ਘਰ ਹੀ ਮਹਿ ਪ੍ਰੀਤਮੁ ਸਦਾ ਹੈ ਬਾਲਾ॥ ghar hee meh pareetam sadaa hai baalaa.
ਸਦਾ ਅਨਦਿ ਰਹੈ ਸੁਖਦਾਤਾ, sadaa anand rahai sukh-daata
ਗੁਰਮਤਿ ਸਹਜਿ ਸਮਾਵਣਿਆ॥੨॥ gurmat sahj samaavani-aa. ||2||

ਮਨ ਅੰਦਰ ਹੀ, ਧਰਤੀ, ਇਸ ਦੇ ਧੁਰੇ ਦੀ ਸੋਝੀ, ਸਾਰੇ ਖੰਡਾਂ, ਮੰਡਲਾਂ ਦੀ ਸੋਝੀ ਦਾ ਭੰਡਾਰ ਹੈ । ਉਸ ਮਨ ਅੰਦਰ ਹੀ ਉਹ ਸਦਾ ਅਟਲ, ਖੇੜੇ ਵਿੱਚ ਰਹਿਣ ਵਾਲਾ ਵਸਦਾ ਹੈ, ਪ੍ਰਭ ਸਦਾ ਹੀ ਖੇੜੇ ਵਿੱਚ ਰਹਿੰਦਾ ਹੈ । ਉਸ ਦੇ ਸ਼ਬਦ ਦੀ ਪਾਲਣਾ ਕਰਨ, ਜੀਵਨ ਢਾਲਣ ਨਾਲ ਹੀ ਜੀਵ ਦੀ ਲਗਨ, ਭਰੋਸਾ ਸ਼ਬਦ ਤੇ ਅਡੋਲ ਹੁੰਦਾ ਹੈ ।

The mind of His creature has a hidden treasure of enlightenment of earth, center pillar of earth, knowledge of His Holy spirit and only God may forgive and save His devotee from sins. The enlightenment of nature that God dwells within his mind and soul. God always remains in blossom; by obeying and adopting His Word in day-to-day life wholeheartedly, the mind may develop a steady and stable belief on His Word.

ਕਾਇਆ ਅੰਦਰਿ ਹਉਮੈ ਮੇਰਾ॥ kaa-i-aa andar ha-umai mayraa.
ਜੰਮਣ ਮਰਣੁ ਨ ਚੂਕੈ ਫੇਰਾ॥ jaman maran na chookai fayraa.
ਗੁਰਮੁਖਿ ਹੋਵੈ ਸੁ ਹਉਮੈ ਮਾਰੇ, gurmukh hovai so ha-umai maaray
ਸਚੋ ਸਚੁ ਧਿਆਵਣਿਆ॥੩॥ sacho sach Dhi-aavani-aa. ||3||

ਸੰਸਾਰਕ ਜੀਵਾਂ ਦਾ ਤਨ, ਮਨ ਅਹੰਕਾਰ ਅਤੇ ਲਾਲਚ ਨਾਲ ਭਰਿਆ ਰਹਿੰਦਾ ਹੈ । ਇਸ ਕਰਕੇ ਹੀ ਜੀਵ ਦਾ ਜਨਮ ਮਰਨ ਦਾ ਚੱਕਰ ਖਤਮ ਨਹੀਂ ਹੁੰਦਾ । ਜਿਹੜਾ ਆਪਣੀ ਹੈਸੀਅਤ ਦੇ ਮਾਣ ਨੂੰ ਖਤਮ ਕਰ ਲੈਂਦਾ ਹੈ, ਉਸ ਨੂੰ ਗੁਰਮਖ ਅਵਸਥਾ ਬਖਸ਼ਿਸ਼ ਹੋ ਜਾਂਦੀ ਹੈ । ਉਹ ਆਪਣਾ ਜੀਵਨ ਸ਼ਬਦ ਨਾਲ ਢਾਲਦਾ ਹੈ, ਸ਼ਬਦ ਦੀ ਸਮਾਧੀ ਵਿੱਚ ਅਭੇਦ ਹੋ ਸਕਦਾ ਹੈ ।

The mind and soul of a creature is overwhelmed with greed and ego. That is the root cause, why the cycle of birth and death may not be eliminated. Whosoever eliminates, conquers the ego of his worldly status may be blessed with the state of mind of His true devotee. By adopting His Word wholeheartedly in day-to-day life, he may meditate and enters in the void of His Word and be immersed in The Holy Spirit.

ਕਾਇਆ ਅੰਦਰਿ ਪਾਪੁ ਪੁੰਨੁ ਦੁਇ ਭਾਈ॥ kaa-i-aa andar paap punn du-ay bhaa-ee.
ਦੁਹੀ ਮਿਲਿ ਕੈ ਸ੍ਰਿਸਟਿ ਉਪਾਈ॥ duhee mil kai sarisat upaa-ee.
ਦੋਵੈ ਮਾਰਿ ਜਾਇ ਇਕਤੁ ਘਰਿ ਆਵੈ, dovai maar jaa-ay ikaT`ghar aavai
ਗੁਰਮਤਿ ਸਹਜਿ ਸਮਾਵਣਿਆ॥੪॥ gurmat sahj samaavani-aa. ||4||

ਜੀਵ ਦੇ ਤਨ, ਮਨ ਵਿੱਚ ਦੋਨੋਂ ਪਾਪ ਅਤੇ ਪੁੰਨ, ਜਮਦੂਤ ਅਤੇ ਦੇਵਤੇ, ਦੋਨੋਂ ਹੀ ਭਾਈ ਹਨ । ਇਹ ਦੋਨੋਂ ਹੀ ਇੱਕ ਸਿੱਕੇ ਦੇ ਦੋ ਪਾਸੇ ਹਨ । ਜਦੋਂ ਇਹ ਮਿਲਦੇ ਹਨ ਤਾਂ ਹੀ ਸ੍ਰਿਸ਼ਟੀ ਦੀ ਉਤਪਤੀ ਹੁੰਦੀ ਹੈ, ਇੱਕ ਸਿੱਕਾ ਬਣਦਾ ਹੈ । ਜਦੋਂ ਜੀਵ ਇਹਨਾਂ ਦੋਨਾਂ ਨੂੰ ਹੀ ਖਤਮ ਕਰਦਾ ਹੈ ਤਾਂ ਆਪਣੇ ਅੰਦਰ ਝਾਤੀ ਮਾਰਦਾ ਹੈ, ਤਾਂ ਹੀ ਉਹ ਜੀਵ ਪ੍ਰਭ ਦੇ ਸ਼ਬਦ ਨਾਲ ਜੀਵਨ ਢਾਲ ਸਕਦਾ ਹੈ । ਉਸ ਪ੍ਰਭ ਦੇ ਸ਼ਬਦ ਦੀ ਸਮਾਧੀ ਵਿੱਚ ਜਾਂਦਾ ਹੈ, ਉਸ ਦੀ ਜੋਤ ਵਿੱਚ ਅਭੇਦ ਹੋ ਸਕਦਾ ਹੈ ।

In the soul and mind of a creature good virtues (prophets), evil thoughts (devil) both are the two side of a same coin. When both join the universe becomes alive and this is the creation of the universe. When our mind conquers and eliminate both from within only then he may adopt His Word in day-to-day life, he may enter and remain in the void of His Word and may immerse in God's Holy Spirit.

ਘਰ ਹੀ ਮਾਹਿ ਦੂਜੈ ਭਾਇ ਅਨੇਰਾ॥ ghar hee maahi doojai bhaa-ay anayraa.
ਚਾਨਣੁ ਹੋਵੈ ਛੋਡੈ ਹਉਮੈ ਮੇਰਾ॥ chaanan hovai chhodai ha-umai mayraa.
ਪਰਗਟੁ ਸਬਦੁ ਹੈ ਸੁਖਦਾਤਾ, pargat sabad hai sukh-daata
ਅਨਦਿਨੁ ਨਾਮੁ ਧਿਆਵਣਿਆ॥੫॥ an-din Naam Dhi-aavani-aa. ||5||

ਜੀਵ ਦੇ ਮਨ ਵਿੱਚ ਭਰਮਾਂ ਦਾ ਹਨੇਰਾ ਹੈ । ਜਦੋਂ ਪ੍ਰਭ ਦੀ ਰਹਿਮਤ ਹੁੰਦੀ ਹੈ, ਮਨ ਵਿੱਚ ਪ੍ਰਭ ਦੇ ਸ਼ਬਦ ਦੀ ਸੋਝੀ ਹੋ ਜਾਂਦੀ ਹੈ । ਇਹ ਅਹੰਕਾਰ, ਹੈਸੀਅਤ, ਆਪਾ ਖਤਮ ਹੋ ਜਾਂਦਾ ਹੈ । ਸ਼ਬਦ ਦਾ ਸਿਮਰਨ ਕਰਨ ਨਾਲ ਹੀ, ਸੁਖਾਂ ਦਾ ਦਾਤਾ ਪ੍ਰਗਟ ਹੁੰਦਾ, ਮਹਿਸੂਸ ਹੁੰਦਾ ਹੈ ।

The mind of His creature is overwhelmed with darkness and ignorance of suspicions. Only with His mercy and grace his mind may be enlightened with the essence of His Word and may conquer his ego and pride of his worldly status and selfishness. Only by meditating on His Word Day and night, The True Master of comforts may be realized within his mind and soul.

ਅੰਤਰਿ ਜੋਤਿ ਪਰਗਟੁ ਪਾਸਾਰਾ॥ antar jot pargat paasaaraa.
ਗੁਰ ਸਾਖੀ ਮਿਟਿਆ ਅੰਧਿਆਰਾ॥ gur saakhee miti-aa anDhi-aaraa.
ਕਮਲੁ ਬਿਗਾਸਿ ਸਦਾ ਸੁਖੁ ਪਾਇਆ, kamal bigaas sadaa sukh paa-i-aa
ਜੋਤੀ ਜੋਤਿ ਮਿਲਾਵਣਿਆ॥੬॥ jotee jot milaavani-aa. ||6||

ਜੀਵ ਦੇ ਮਨ ਅੰਦਰੋਂ ਹੀ ਪ੍ਰਭ ਦੀ ਜੋਤ ਦੀ ਰੋਸ਼ਨੀ ਹੁੰਦੀ, ਜੋਤ ਜਾਗਰਤ ਹੁੰਦੀ ਹੈ । ਪ੍ਰਭ ਦੇ ਸ਼ਬਦ ਦੀ ਸੋਝੀ ਹੋਣ ਨਾਲ, ਜੀਵਨ ਢਾਲਣ ਨਾਲ ਹੀ ਅਗਿਆਨਤਾ ਦਾ ਹਨੇਰਾ ਦੂਰ ਹੁੰਦਾ ਹੈ, ਮਨ ਦਾ ਕਮਲ ਦਾ ਫੁੱਲ ਖੇੜੇ ਵਿੱਚ ਆਉਂਦਾ ਹੈ । ਮਨ ਵਿੱਚ ਪੂਰਨ ਸ਼ਾਂਤੀ ਬਖਸ਼ਿਸ਼ ਹੋ ਜਾਂਦੀ ਹੈ । ਆਤਮਾ ਦੀ ਜੋਤ ਪ੍ਰਭ ਦੀ ਜੋਤ ਵਿੱਚ ਅਲੋਪ ਹੋ ਜਾਂਦੀ ਹੈ ।

The enlightenment, the ray of light of his Holy Spirit may be enlightened from within the mind, heart, and body. By adopting His Word and enlightening His Word within, then ignorance from His Word may be eliminated and the lotus flower may blossom within. His mind may be blessed with peace and harmony and his soul may immerse in His Holy Spirit.

ਅੰਦਰਿ ਮਹਲ ਰਤਨੀ ਭਰੇ ਭੰਡਾਰਾ॥ andar mahal ratnee bharay bhandaaraa.
ਗੁਰਮੁਖਿ ਪਾਏ ਨਾਮੁ ਅਪਾਰਾ॥ gurmukh paa-ay Naam apaaraa.
ਗੁਰਮੁਖਿ ਵਣਜੇ ਸਦਾ ਵਾਪਾਰੀ, gurmukh vanjay sadaa vaapaaree
ਲਾਹਾ ਨਾਮੁ ਸਦ ਪਾਵਣਿਆ॥੭॥ laahaa Naam sad paavni-aa. ||7||

ਜੀਵ ਦੇ ਮਨ ਦੇ ਦਸਵੇਂ ਘਰ ਵਿੱਚ ਅਨਮੋਲ ਰਤਨਾਂ ਦਾ ਬੇਅੰਤ ਭੰਡਾਰ ਹੈ । ਪ੍ਰਭ ਦੇ ਸ਼ਬਦ ਨਾਲ ਜੀਵਨ ਢਾਲ ਕੇ ਗੁਰਮਖ ਪ੍ਰਭ ਦੇ ਸ਼ਬਦ ਦੀ ਸੋਝੀ ਪਾ ਲੈਂਦਾ ਹੈ । ਗੁਰਮਖ ਸਦਾ ਹੀ ਸ਼ਬਦ ਦੀ ਕਮਾਈ ਕਰਦਾ ਹੈ, ਉਸ ਕਮਾਈ ਦਾ ਲਾਭ ਪਾਉਂਦਾ ਹੈ ।

In the 10th house the treasure of priceless jewel, His Word is overwhelming. By adopting His Word in day-to-day life His true devotee may be blessed with the enlightenment of His Word and collects the wealth, the earning of His Word then he may profit from the earning of His Word.

ਆਪੇ ਵਥੁ ਰਾਖੈ ਆਪੇ ਦੇਇ॥ aapay vath raakhai aapay day-ay.
ਗੁਰਮੁਖਿ ਵਣਜਹਿ ਕੇਈ ਕੇਇ॥ gurmukh vanjahi kay-ee kay-ay.
ਨਾਨਕ ਜਿਸੁ ਨਦਰਿ ਕਰੇ ਸੋ ਪਾਏ, naanak jis nadar karay so paa-ay
ਕਰਿ ਕਿਰਪਾ ਮੰਨਿ ਵਸਾਵਣਿਆ॥ kar kirpaa man vasaavani-aa.
੮॥੨੭॥੨੮॥ ||8||27||28||

ਪ੍ਰਭ ਆਪ ਹੀ ਸ਼ਬਦ ਦੀ ਕਮਾਈ ਦਾ ਭੰਡਾਰ ਰੱਖਦਾ ਹੈ, ਆਪ ਹੀ ਜੀਵ ਨੂੰ ਬਖਸ਼ਦਾ ਹੈ । ਕੋਈ ਵਿਰਲਾ ਹੀ ਜੀਵ, ਇਸ ਦਾ ਵਪਾਰ ਕਰਦਾ ਹੈ । ਇਹ ਪ੍ਰਭ ਦੀ ਰਹਿਮਤ ਨਾਲ ਹੀ ਬਖਸ਼ ਹੁੰਦਾ ਹੈ । ਸ਼ਬਦ ਨਾਲ ਜੀਵਨ ਢਾਲਦਾ ਨਾਲ ਹੀ ਸ਼ਬਦ ਮਨ ਵਿੱਚ ਘਰ ਕਰ ਜਾਂਦਾ ਹੈ ।

God keeps the treasure of the enlightenment of His Word under His control and may bless the treasure to His true devotee. However, very rare devotee does the business, the trading of His Word. Whosoever may be blessed with His mercy and grace may adopt the right path of salvation. Only by adopting His Word in day-to-day life may his mind be drenched with the essence of His Word.

10. ਗਉੜੀ ਮਹਲਾ ੫॥ 237-17

ਜੋ ਇਸੁ ਮਾਰੇ ਸੋਈ ਸੂਰਾ॥	jo is maaray so-ee sooraa.
ਜੋ ਇਸੁ ਮਾਰੇ ਸੋਈ ਪੂਰਾ॥	jo is maaray so-ee pooraa.
ਜੋ ਇਸੁ ਮਾਰੇ ਤਿਸਹਿ ਵਡਿਆਈ॥	jo is maaray tiseh vadi-aa-ee.
ਜੋ ਇਸੁ ਮਾਰੇ ਤਿਸ ਕਾ ਦੁਖੁ ਜਾਈ॥੧॥	jo is maaray tis kaa dukh jaa-ee. ||1||

ਜਿਹੜਾ ਆਪਣੇ ਮਨ ਤੇ ਜਿੱਤ ਪਾ ਲੈਂਦਾ, ਅਹੰਕਾਰ ਨੂੰ ਮਾਰ ਦੇਂਦਾ ਹੈ । ਉਹ ਹੀ ਸੂਰਮਾ, ਬਹਾਦਰ ਹੈ । ਉਹ ਹੀ ਪੂਰਨ, ਪਵਿੱਤਰ ਆਤਮਾਂ ਵਾਲਾ ਮਾਨਸ ਹੈ, ਉਹ ਸੰਸਾਰ ਵਿੱਚ ਸੋਭਾ ਪਾਉਂਦਾ ਹੈ । ਉਸ ਦੇ ਸਾਰੇ ਸੰਸਾਰਕ ਦੁਖੁ ਦੂਰ ਹੋ ਜਾਂਦੇ ਹਨ, ਸਾਰੇ ਬੰਧਨ ਨਾਸ਼ ਹੋ ਜਾਂਦੇ ਹਨ ।

Whosoever may conquer his ego and control his wandering mind; he may be worth of calling the true warrior and brave soul. His soul may be sanctified and honored in the universe. All worldly worries and frustrations of his desires may be eliminated and his bonds with worldly possessions may be conquered.1

ਐਸਾ ਕੋਇ ਜਿ ਦੁਬਿਧਾ ਮਾਰਿ ਗਵਾਵੈ॥	aisaa ko-ay je dubiDhaa maar gavaavai.
ਇਸਹਿ ਮਾਰਿ ਰਾਜ ਜੋਗੁ ਕਮਾਵੈ॥੧॥	iseh maar raaj jog kamaavai. ||1||
ਰਹਾਉ॥	rahaa-o.

ਜਿਹੜਾ ਆਪਣੇ ਮਨ ਨੂੰ ਚਾਰੇ ਪਾਸੇ ਘੁੰਮਣ ਤੋ ਰੋਕ ਲੈਂਦਾ ਹੈ, ਉਹ ਹੀ ਪੂਰਨ ਜੋਗੀ ਬਣ ਜਾਂਦਾ ਹੈ । ਕੇਵਲ ਕੋਈ ਵਿਰਲਾ ਹੀ ਜੀਵ ਆਪਣੇ ਮਨ ਤੇ ਜਿੱਤ ਪਾਉਂਦਾ ਹੈ ।

Whosoever may control his wandering mind and adopts the right path of meditation, he may be worthy of calling as a true Yogi, His true devotee. However, very rare devotee may control and stop his wanderings mind.

ਜੋ ਇਸੁ ਮਾਰੇ ਤਿਸ ਕਉ ਭਉ ਨਾਹਿ॥	jo is maaray tis ka-o bha-o naahi.
ਜੇ ਇਸੁ ਮਾਰੇ ਸੁ ਨਾਮਿ ਸਮਾਹਿ॥	jo is maaray so naam samaahi.
ਜੋ ਇਸੁ ਮਾਰੇ ਤਿਸ ਕੀ ਤ੍ਰਿਸ਼ਨਾਂ ਬੁਝੈ॥	jo is maaray tis kee tarisnaa bujhai.
ਜੋ ਇਸੁ ਮਾਰੇ ਸੁ ਦਰਗਹ ਸਿਝੈ॥੨॥	jo is maaray so dargeh sijhai. ||2||

ਜਿਹੜਾ ਆਪਣੇ ਮਨ ਦੇ ਅਹੰਕਾਰ ਨੂੰ ਮਾਰ ਲੈਂਦਾ ਹੈ । ਉਹ ਸ਼ਬਦ ਦੀ ਸਮਾਧੀ ਵਿੱਚ ਵਸਣ ਲੱਗ ਪੈਂਦਾ, ਮਨ ਇੱਛਾਂ ਰਹਿਤ ਹੋ ਜਾਂਦਾ ਹੈ । ਉਸ ਨੂੰ ਪ੍ਰਭ ਦੀ ਸ਼ਰਣ ਵਿੱਚ ਪਨਾਹ ਪ੍ਰਵਾਨ ਹੋ ਜਾਂਦੀ ਹੈ ।

Whosoever may conquer the ego of his mind and stop his wandering mind; he may remain steady and stable on the teachings of His Word and may dwell in His sanctuary and may become beyond the reach of worldly desires. He may be accepted in His sanctuary.2

ਜੋ ਇਸੁ ਮਾਰੇ ਸੋ ਧਨਵੰਤਾ॥	jo is maaray so Dhanvantaa.
ਜੋ ਇਸੁ ਮਾਰੇ ਸੋ ਪਤਿਵੰਤਾ॥	jo is maaray so pativantaa.
ਜੋ ਇਸੁ ਮਾਰੇ ਸੋਈ ਜਤੀ॥	jo is maaray so-ee jatee.
ਜੋ ਇਸੁ ਮਾਰੇ ਤਿਸੁ ਹੋਵੈ ਗਤੀ॥੩॥	jo is maaray tis hovai gatee. ||3||

ਜਿਹੜਾ ਆਪਣੇ ਮਨ ਦੇ ਅਹੰਕਾਰ ਨੂੰ ਮਾਰ ਲੈਂਦਾ ਹੈ, ਮਨ ਤੇ ਜਿੱਤ ਪਾ ਲੈਂਦਾ ਹੈ । ਉਹ ਸ਼ਬਦ ਦੀ ਕਮਾਈ ਦਾ ਧਨਾਢ ਬਣ ਜਾਂਦਾ ਹੈ, ਹੋ ਜਾਂਦਾ ਹੈ । ਉਹ ਸੰਸਾਰ ਵਿੱਚ ਮੁਖੀ ਸਤਿਕਾਰ ਯੋਗ ਬਣ ਜਾਂਦਾ ਹੈ । ਉਹ ਹੀ ਪੂਰਨ ਬੰਦਗੀ ਕਰਨ ਵਾਲਾ ਜਤੀ ਹੁੰਦਾ ਹੈ । ਉਸ ਨੂੰ ਅਮਰ ਅਵਸਥਾ ਬਖਸ਼ਿਸ਼ ਹੋ ਜਾਂਦੀ ਹੈ । ਉਸ ਦਾ ਜੂੰਨਾਂ ਦਾ ਚੱਕਰ ਖਤਮ ਹੋ ਜਾਂਦਾ, ਮੁਕਤੀ ਬਖਸ਼ਿਸ਼ ਹੋ ਜਾਂਦੀ ਹੈ ।

Whosoever may conquer the ego of his mind, he may become very rich with the wealth of His Word. He may become very respectable and honorable in his worldly life and may be blessed with a state of mind as His true devotee. He may be blessed with immortal state of mind and his cycle of birth and death may be eliminated and blessed with salvation.3

ਜੋ ਇਸੁ ਮਾਰੇ ਤਿਸ ਕਾ ਆਇਆ ਗਨੀ॥	jo is maaray tis kaa aa-i-aa ganee.
ਜੋ ਇਸੁ ਮਾਰੇ ਸੁ ਨਿਹਚਲੁ ਧਨੀ॥	jo is maaray so nihchal Dhanee.
ਜੋ ਇਸੁ ਮਾਰੇ ਸੋ ਵਡਭਾਗਾ॥	jo is maaray so vadbhaagaa.
ਜੋ ਇਸੁ ਮਾਰੇ ਸੁ ਅਨਦਿਨੁ ਜਾਗਾ॥੪॥	jo is maaray so an-din jaagaa. ||4||

ਜਿਹੜਾ ਆਪਣੇ ਮਨ ਦੇ ਅਹੰਕਾਰ ਨੂੰ ਮਾਰ ਲੈਂਦਾ ਹੈ, ਉਸ ਦਾ ਮਾਨਸ ਜਨਮ ਲੈਣਾ, ਸ੍ਰਿਸ਼ਟੀ ਦੇ ਚੰਗੇ ਭਾਗ ਹੁੰਦੇ ਹਨ । ਉਸ ਦਾ ਮਨ ਸੰਤੋਖ ਅਤੇ ਖੇੜੇ ਵਿੱਚ ਵਸਦਾ ਹੈ, ਉਸ ਪਾਸ ਅਨੋਖਾ ਹੀ ਧਨ ਹੁੰਦਾ ਹੈ । ਉਸ ਦੇ ਵੱਡੇ ਭਾਗ ਹੋ ਜਾਂਦੇ ਹਨ । ਉਹ ਦਿਨ ਰਾਤ ਪ੍ਰਭ ਦੇ ਸ਼ਬਦ ਦੀ ਪਾਲਣਾ ਵਿੱਚ ਜਾਗਰਤ ਅਤੇ ਸਚੇਤ ਰਹਿੰਦੇ ਹਨ ।

Whosoever may conquer the ego of his mind, his birth in the universe becomes good fortune for mankind. His mind always remains in contentment and blossom, he may be blessed with a unique wealth of His Word. Whosoever may conquer the ego of his mind, he may become very fortunate. He obeys His Word Day and night and remains awake and alert.4

ਜੋ ਇਸੁ ਮਾਰੇ ਸੁ ਜੀਵਨ ਮੁਕਤਾ॥	jo is maaray so jeevan muktaa. jo is
ਜੋ ਇਸੁ ਮਾਰੇ ਤਿਸ ਕੀ ਨਿਰਮਲ ਜੁਗਤਾ॥	maaray tis kee nirmal jugtaa.
ਜੋ ਇਸੁ ਮਾਰੇ ਸੋਈ ਸੁਗਿਆਨੀ॥	jo is maaray so-ee sugi-aanee. jo is
ਜੋ ਇਸੁ ਮਾਰੇ ਸੁ ਸਹਜ ਧਿਆਨੀ॥੫॥	maaray so sahj Dhi-aanee. ||5||

ਜਿਹੜਾ ਆਪਣੇ ਮਨ ਦੇ ਅਹੰਕਾਰ ਨੂੰ ਮਾਰ ਲੈਂਦਾ ਹੈ, ਉਹ ਮਾਨਸ ਜੀਵਨ ਵਿੱਚ ਹੀ ਅਮਰ ਅਵਸਥਾ ਪਾ ਲੈਂਦਾ ਹੈ । ਉਸ ਦੇ ਜੀਵਨ ਦਾ ਢੰਗ ਪਵਿੱਤਰ ਹੋ ਜਾਂਦਾ ਹੈ, ਹੁੰਦਾ ਹੈ, ਸ਼ਬਦ ਦਾ ਸੋਝੀਵਾਨ ਹੁੰਦਾ ਹੈ । ਉਸ ਦੀ ਪ੍ਰਭ ਦੇ ਸ਼ਬਦ ਵਿੱਚ ਲਿਵ ਲੱਗੀ ਰਹਿੰਦੀ ਹੈ ।

Whosoever may control his wandering mind and conquer the ego of his mind; he may be blessed with immortal state of mind. His way of life becomes pure as per the teachings of His Word and he may be enlightened. He remains deeply devoted to meditate in the void of His Word.5

ਇਸੁ ਮਾਰੀ ਬਿਨੁ ਥਾਇ ਨ ਪਰੈ॥	is maaree bin thaa-ay na parai.
ਕੋਟਿ ਕਰਮ ਜਾਪ ਤਪ ਕਰੈ॥	kot karam jaap tap karai.
ਇਸੁ ਮਾਰੀ ਬਿਨੁ ਜਨਮ ਨ ਮਿਟੈ॥	is maaree bin janam na mitai.
ਇਸੁ ਮਾਰੀ ਬਿਨੁ ਜਮ ਤੇ ਨਹੀ ਛੁਟੈ॥੬॥	is maaree bin jam tay nahee chhutai. ||6||

ਆਪਣੇ ਮਨ ਦੇ ਅਹੰਕਾਰ ਨੂੰ ਮਾਰਨ ਤੋ ਬਿਨਾਂ ਜੀਵ ਪ੍ਰਭ ਦੇ ਦਰਬਾਰ ਵਿੱਚ ਪ੍ਰਵਾਨ ਨਹੀਂ ਹੋ ਸਕਦਾ । ਭਾਵੇਂ ਉਹ ਕਿਤਨੇ ਵੀ ਜਪ, ਤਪ, ਬੰਦਗੀ, ਚੰਗੇ ਕੰਮ ਕਰ ਲਵੇ । ਇਸ ਮਾਰੀ ਤੋਂ ਬਿਨਾਂ ਜੂੰਨਾਂ ਦਾ ਚੱਕਰ ਖਤਮ ਨਹੀਂ ਹੁੰਦਾ । ਮੌਤ ਦਾ ਜਮਦੂਤ ਪਿਛਾ ਨਹੀਂ ਛੱਡਦਾ ।

Without controlling your own mind and conquering the ego, his soul may not be accepted in His court. No matter; how hard efforts, meditation, and good deeds he may perform; he may not remain steady and stable on the teachings of His Word, His cycle of birth and death may not be eliminated. The devil of death may not spare his soul.6

ਇਸੁ ਮਾਰੀ ਬਿਨੁ ਗਿਆਨੁ ਨ ਹੋਈ॥	is maaree bin gi-aan na ho-ee.
ਇਸੁ ਮਾਰੀ ਬਿਨੁ ਜੂਠਿ ਨ ਧੋਈ॥	is maaree bin jooth na Dho-ee.
ਇਸੁ ਮਾਰੀ ਬਿਨੁ ਸਭੁ ਕਿਛੁ ਮੈਲਾ॥	is maaree bin sabh kichh mailaa.
ਇਸ ਮਾਰੀ ਬਿਨੁ ਸਭੁ ਕਿਛੁ ਜਉਲਾ॥੭॥	is maaree bin sabh kichh ja-ulaa. ||7||

ਇਸ ਮਾਰੀ ਤੋਂ ਬਿਨਾਂ ਸ਼ਬਦ ਦੀ ਸੋਝੀ ਨਹੀਂ ਹੁੰਦੀ । ਮਨ ਵਿਚੋਂ ਬੁਰੇ ਖਿਆਲ ਖਤਮ, ਮਨ ਦੀ ਮੈਲ ਨਹੀਂ ਧੋਤੀ ਜਾ ਸਕਦੀ । ਇਸ ਮਾਰੀ ਤੋਂ ਬਿਨਾਂ ਸਭ ਕੁਝ ਮੈਲਾ ਹੈ, ਮੰਦਾ ਹੀ ਧੰਦਾ ਹੈ । ਥੋੜ੍ਹਾ ਸਮਾਂ ਅਨੰਦ ਦੇਣ ਵਾਲਾ ਅਨੰਦ, ਸੁਖ ਮਿਲਦਾ ਹੈ । ਮਾਨਸ ਜਨਮ ਦਾ ਖੇਲ ਹਾਰ ਵਾਲਾ ਹੀ ਖੇਲ ਬਣ ਜਾਂਦਾ ਹੈ ।

Without controlling the wandering mind and conquering his ego; the bad, the evil thoughts and the filth of mind may not be eliminated. Without conquering the ego of his mind all his deeds may be sinful. And his deeds may only provide him comforts for a short period of time; he may be losing the play of human.7

ਜਾ ਕਉ ਭਏ ਕ੍ਰਿਪਾਲ ਕ੍ਰਿਪਾ ਨਿਧਿ॥ jaa ka-o bha-ay kirpaal kirpaa niDh.
ਤਿਸੁ ਭਈ ਖਲਾਸੀ ਹੋਈ ਸਗਲ ਸਿਧਿ॥ tis bha-ee khalaasee ho-ee sagal siDh.
ਗੁਰਿ ਦੁਬਿਧਾ ਜਾ ਕੀ ਹੈ ਮਾਰੀ॥ gur dubiDhaa jaa kee hai maaree.
ਕਹੁ ਨਾਨਕ ਸੋ ਬ੍ਰਹਮ ਬੀਚਾਰੀ॥੮॥ ੫॥ kaho naanak so barahm beechaaree. ||8||5||

ਜਦੋਂ ਪ੍ਰਭ ਆਪ ਹੀ ਜੀਵ ਤੇ ਦਿਆਲ ਹੁੰਦਾ ਹੈ, ਰਹਿਮਤ ਬਖਸ਼ਦਾ ਹੈ । ਉਸ ਦੇ ਸਾਰੇ ਮਾਇਆ ਦੇ ਬੰਧਨ ਨਾਸ਼ ਹੋ ਜਾਂਦੇ ਹਨ, ਮਨ ਪਵਿੱਤਰ ਹੋ ਜਾਂਦਾ ਹੈ । ਜਿਹੜਾ ਆਪਣੇ ਮਨ ਵਿਚੋਂ ਦੁਬਿਦਾ ਦਾ ਨਾਸ਼ ਕਰ ਲੈਂਦਾ ਹੈ, ਭਰੋਸਾ ਅਡੋਲ ਕਰ ਲੈਂਦਾ ਹੈ । ਉਹ ਹੀ ਪ੍ਰਭ ਦਾ ਅਸਲੀ ਦਾਸ ਬਣ ਜਾਂਦਾ ਹੈ । ਸ਼ਬਦ ਦਾ ਪੁਜਾਰੀ ਬਣ ਜਾਂਦਾ ਹੈ । Only with His mercy and grace, all bonds of worldly wealth may be broken and his soul may become sanctified. Whosoever may eliminate the desire of his wandering mind and remains steady and stable on the teachings of His Word. He may be blessed with the state of mind as His true devotee. He may become the true worshiper of His Word. 8

11. ਰਾਗੁ ਗਉੜੀ ਰਵਿਦਾਸ ਜੀ॥ 345-12

ਬੇਗਮ ਪੁਰਾ ਸਹਰ ਕੋ ਨਾਉ॥ baygam puraa sahar ko naa-o.
ਦੂਖੁ ਅੰਦੋਹੁ ਨਹੀ ਤਿਹਿ ਠਾਉ॥ dookh andohu nahee tihi thaa-o.
ਨਾਂ ਤਸਵੀਸ ਖਿਰਾਜੁ ਨ ਮਾਲੁ॥ naaN tasvees khiraaj na maal.
ਖਉਫੁ ਨ ਖਤਾ ਨ ਤਰਸੁ ਜਵਾਲੁ॥੧॥ kha-uf na khataa na taras javaal. ||1||

ਪ੍ਰਭ ਤੇਰੇ ਘਰ ਦਾ ਨਾਮ ਹੀ ਬੇਗਮਪੁਰਾ ਹੈ, ਜਿੱਥੇ ਕੋਈ ਦੁਖ, ਚਿੰਤਾਂ ਨਹੀਂ ਹੁੰਦੀ । ਨਾ ਹੀ ਕੋਈ ਸੰਸਾਰਕ ਇੱਛਾਂ, ਜਾ ਕੁਝ ਪਾਉਣ ਜਾ ਖੋਹਣ ਦਾ ਕੋਈ ਲਾਲਚ ਵੀ ਨਹੀਂ ਹੁੰਦਾ । ਉਥੇ ਕਿਸੇ ਕਿਸਮ ਦਾ ਡਰ ਜਾ ਦਾਗ਼ ਲਗਣ ਦਾ ਵੀ ਡਰ ਨਹੀਂ ਹੁੰਦਾ ।

My True Master the name of your castle, the town is called Baygumpura 'the city without sorrow' Your castle is beyond the reach of worldly desires, worldly greed and beyond the reach of any desire to obtain anything any possession or any worry of losing any possession. There is absolutely no fear or blemish of any kind in Your house.1

ਅਬ ਮੋਹਿ ਖੂਬ ਵਤਨ ਗਹ ਪਾਈ॥ ab mohi khoob vatan gah paa-ee.
ਊਹਾਂ ਖੈਰਿ ਸਦਾ ਮੇਰੇ ਭਾਈ॥੧॥ ਰਹਾਉ॥ oohaaN khair sadaa mayray bhaa-ee. ||1|| rahaa-o.

ਪ੍ਰਭ ਤੇਰੀ ਰਹਿਮਤ ਨਾਲ ਮੈਂ ਤੇਰਾ ਉਹ ਘਰ ਬੇਗਮਪੁਰ ਖੋਜ ਲਿਆ ਹੈ । ਮੈਨੂੰ ਸਦਾ ਰਹਿਣ ਵਾਲਾ ਖੇੜਾ ਬਖਸ਼ਿਸ਼ ਹੋ ਗਿਆ ਹੈ ।

With Your mercy and grace, I have discovered your Baygumpura within my mind and body. Now my mind is blossom with pleasure forever.

ਕਾਇਮੁ ਦਾਇਮੁ ਸਦਾ ਪਾਤਿਸਾਹੀ॥ kaa-im daa-im sadaa paatisaahee.
ਦੋਮ ਨ ਸੇਮ ਏਕ ਸੋ ਆਹੀ॥ dom na saym ayk so aahee.
ਆਬਾਦਾਨੁ ਸਦਾ ਮਸਹੂਰ॥ aabaadaan sadaa mashoor.
ਊਹਾਂ ਗਨੀ ਬਸਹਿ ਮਾਮੂਰ॥੨॥ oohaaN ganee baseh maamoor. ||2||

ਪ੍ਰਭ ਦਾ ਰਾਜ, ਤਖਤ ਅਟਲ, ਅਡੋਲ ਅਤੇ ਰੂਹਾਨੀ ਹੈ । ਉਥੇ ਕੋਈ ਜਾਤ ਪਾਤ ਨਹੀਂ, ਕੋਈ ਉਚਾ ਜਾ ਨੀਵਾਂ ਨਹੀਂ ਹੈ । ਇਹ ਰੂਹਾਨੀ ਗਿਆਨ ਨਾਲ ਹੀ ਮਸ਼ਹੂਰ ਹੈ । ਇਥੇ ਜਿਹੜਾ ਵੀ ਵਸਦਾ ਹੈ, ਧੰਨਵਾਨ ਅਤੇ ਆਪਣੇ ਆਪ ਵਿੱਚ ਸੰਤੋਖ ਵਿੱਚ ਹੀ ਹੈ ।

The kingdom, the throne and the spiritual glory of The True Master remains steady and stable, axiom forever. There is no social class of soul in His court, high status, or low status. This place is distinguished and recognized with a spiritual enlightenment. Whosoever dwells in your Baygumpura; he remains thanking You and in full contentment with Your Word.2

ਤਿਉ ਤਿਉ ਸੈਲ ਕਰਹਿ ਜਿਉ ਭਾਵੈ॥ ti-o ti-o sail karahi Ji-o bhaavai.
ਮਹਰਮ ਮਹਲ ਨ ਕੋ ਅਟਕਾਵੈ॥ mahram mahal na ko atkaavai.
ਕਹਿ ਰਵਿਦਾਸ ਖਲਾਸ ਚਮਾਰਾ॥ kahi ravidaas khalaas chamaaraa.
ਜੋ ਹਮ ਸਹਰੀ ਸੁ ਮੀਤੁ ਹਮਾਰਾ॥੩॥੨॥ jo ham sahree so meet hamaaraa. ||3||2||

ਉਥੇ ਆਤਮਾ ਬੇਫਿਕਰੀ ਨਾਲ ਘੁੰਮਦੀ ਫਿਰਦੀ ਹੈ । ਉਸ ਨੂੰ ਪ੍ਰਭ ਦੇ ਮਹਿਲ ਦੀ ਜਾਣਕਾਰੀ ਹੈ, ਕੋਈ ਰੁਕਾਵਟ ਨਹੀਂ । ਨਿਮਾਣਾ ਰਵੀਦਾਸ ਜੁਤੀਆਂ ਗੰਢਣਵਾਲ ਹੈ । ਪਰ ਜਿਹੜਾ ਵੀ ਉਸ ਮਹਿਲ ਵਿੱਚ ਰਹਿੰਦਾ ਹੈ, ਉਹ ਮੇਰਾ ਮਿੱਤਰ ਹੈ, ਸਾਥੀ ਹੈ ।

In Your castle, all souls roam around without any fear, all souls are having understanding and comprehension of His castle and there is no restriction on the souls to roam around. I am Your humble, helpless, with lower caste in the world, called Ravi das; who amends the shoes of other to satisfy the hunger of his stomach. However, whosoever dwells s in this castle, He is my friend and companion.3

12. ਆਸਾ ਮਹਲਾ ੫ ਅਸਟਪਦੀਆ ਘਰੁ ੨॥ 430-13

ੴ ਸਤਿਗੁਰ ਪ੍ਰਸਾਦਿ॥ ik-oNkaar satgur parsaad.
ਪੰਚ ਮਨਾਏ ਪੰਚ ਰੁਸਾਏ॥ panch manaa-ay panch rusaa-ay.
ਪੰਚ ਵਸਾਏ ਪੰਚ ਗਵਾਏ॥੧॥ panch vasaa-ay panch gavaa-ay. ||1||

ਜਦੋਂ ਮੇਰੀ ਆਤਮਾ ਨੇ ਪੰਜ ਗੁਣ ਹਾਸਿਲ ਕਰ ਲਏ! ਉਸ ਵਿਚੋਂ ਪੰਜੇ ਬੁਰੇ ਖਿਆਲ ਦੂਰ ਹੋ ਗਏ, ਨਾਸ਼ ਹੋ ਗਏ । ਜਦੋਂ ਮਨ ਦਾ ਪੰਜਾਂ ਜਮਦੂਤਾਂ ਤੇ ਕਾਬੂ, ਜਿੱਤ ਬਖਸ਼ਿਸ਼ ਹੋ ਗਈ, ਤਾਂ ਇਹ ਪੰਜੇ ਹੀ ਬੁਰੇ ਖਿਆਲ ਛੱਡਕੇ, ਮੇਰੇ ਸਹਾਈ ਬਣ ਗਏ ।

When my soul acquired five virtues of His Word; patience, contentment, forgiveness, mercy on helpless and tolerance, then the five demons of worldly desires disappeared, eliminated from my mind. When my mind conquered the five demons of worldly desire, then all five demons of worldly desires become my helper, slaves.

ਇਨ੍ ਬਿਧਿ ਨਗਰੁ ਵੁਠਾ ਮੇਰੇ ਭਾਈ॥ inH biDh nagar vuthaa mayray bhaa-ee.
ਦੁਰਤੁ ਗਇਆ ਗੁਰਿ ਗਿਆਨੁ ਦ੍ਰਿੜਾਈ॥੧॥ ਰਹਾਉ॥ durat ga-i-aa gur gi-aan darirhaa-ee. ||1|| rahaa-o

ਮੇਰੇ ਤਨ ਦੀ ਅਵਸਥਾ ਇਸ ਤਰ੍ਹਾਂ ਬਣ ਗਈ ਹੈ, ਮਨ ਵਿਚੋਂ ਬੁਰੇ ਖਿਆਲ ਦੂਰ ਹੋ ਗਏ ਹਨ । ਮਨ ਵਿੱਚ ਪ੍ਰਭ ਦੇ ਸ਼ਬਦ ਦੇ ਗੁਣ ਜਾਗਰਤ ਹੋ ਗਏ ਹਨ । ਪ੍ਰਭ ਨੇ ਸ਼ਬਦ ਰੂਪੀ ਬੂਟਾ ਲਾ ਦਿੱਤਾ ਹੈ ।

My mind and body are blessed with such a state of mind, all evil thoughts disappeared, eliminated from my mind. The teachings of His Word enlightened within and my mind remains awake and alert. The True Master has planted a flower, tree of His Word within my mind.

ਸਾਚ ਧਰਮ ਕੀ ਕਰਿ ਦੀਨੀ ਵਾਰਿ॥ saach Dharam kee kar deenee vaar.

ਫਰਹੇ ਮੁਹਕਮ ਗੁਰ ਗਿਆਨੁ ਬੀਚਾਰਿ॥੨ farhay muhkam gur gi-aan beechaar. 2

ਸ਼ਬਦ ਦੇ ਨਿਜਮਾਂ ਦੇ ਅਧਾਰ ਤੇ ਮੇਰੇ ਜੀਵਨ ਦਾ ਢੰਗ ਬਣ ਗਿਆ । ਮਨ ਤੇ ਇਹਨਾਂ ਨਿਯਮਾਂ ਦੀ ਦੀਵਾਰ ਬਣ ਗਈ ਹੈ । ਇਸ ਘਰ ਦਾ ਸ਼ਬਦ ਦੀ ਪਾਲਣਾ, ਸੋਝੀ ਰੂਪੀ ਮਜ਼ਬੂਤ ਦਰਵਾਜਾ ਲੱਗ ਗਿਆ ।

My mind has developed a unique discipline with steady and stable belief of His blessings in day-to-day life. My mind has made a strong protective wall of these disciplines. My mind has installed a strong gate of my belief and my obedience of the teachings of His Word.

ਨਾਮੁ ਖੇਤੀ ਬੀਜਹੁ ਭਾਈ ਮੀਤ॥ naam khaytee beejahu bhaa-ee meet.

ਸਉਦਾ ਕਰਹੁ ਗੁਰੁ ਸੇਵਹੁ ਨੀਤ॥੩॥ sa-udaa karahu gur sayvhu neet. ||3||

ਪ੍ਰਭ ਦੇ ਸ਼ਬਦ ਰੂਪੀ ਖੇਤੀ ਮਨ ਵਿੱਚ ਬੀਜੋ! ਕੇਵਲ ਪ੍ਰਭ ਦੇ ਸ਼ਬਦ ਰੂਪੀ ਪਦਾਰਥ ਦਾ ਵਪਾਰ ਕਰੋ!

You should only grow a crop of His Word in the earth of your mind. You should only trade the merchandise of His Word.

ਸਾਂਤਿ ਸਹਜ ਸੁਖ ਕੇ ਸਭਿ ਹਾਟ॥ saaNt sahj sukh kay sabh haat.

ਸਾਹ ਵਾਪਾਰੀ ਏਕੈ ਥਾਟ॥੪॥ saah vaapaaree aykai thaat. ||4||

ਸ਼ਬਦ ਰੂਪੀ ਦੁਕਾਨ, ਸੰਤੋਖ ਅਤੇ ਖੁਸ਼ੀ ਦੇ ਸਮਾਨ ਨਾਲ ਭਰੀ ਹੋਈ ਹੈ । ਪ੍ਰਭ ਆਪ ਹੀ ਬਜ਼ਾਰ ਦਾ ਮਾਲਕ, ਇਸ ਬਜ਼ਾਰ ਵਿੱਚ ਵਸਦਾ ਹੈ ।

The store of the merchandise of His Word is overflowing with the merchandise of happiness and contentment. The True Owner of this store, God dwells and trades in this outlet.

ਜੇਜੀਆ ਡੰਨੁ ਕੋ ਲਏ ਨ ਜਗਾਤਿ॥ jayjee-aa dann ko la-ay na jagaat.

ਸਤਿਗੁਰਿ ਕਰਿ ਦੀਨੀ ਧੁਰ ਕੀ ਛਾਪ॥੫॥ satgur kar deenee Dhur kee chhaap. 5

ਇਸ ਬਜ਼ਾਰ ਵਿੱਚ ਜਾਣ ਵਾਲੇ ਨੂੰ ਕੋਈ ਚੰਦਾ ਨਹੀਂ ਦੇਣਾ ਪੈਂਦਾ, ਨਾ ਹੀ ਮੌਤ ਦੀ ਸਜ਼ਾ ਹੀ ਹੁੰਦੀ ਹੈ । ਪ੍ਰਭ ਨੇ ਇਸ ਬਜ਼ਾਰ ਵਿੱਚ ਸਾਰੇ ਪਦਾਰਥਾਂ ਤੇ ਆਪਣੀ ਪ੍ਰਵਾਨਗੀ ਦੀ ਮੁਹਰ ਲਾਈ ਹੈ ।

There is no membership fee to shop in this store, outlet; the merchant of this store may not endure the punishment of death. All merchandises in this store are with stamp of His approval and acceptance in His court.

ਵਖਰੁ ਨਾਮੁ ਲਦਿ ਖੇਪ ਚਲਾਵਹੁ॥ vakhar naam lad khayp chalaavahu.

ਲੈ ਲਾਹਾ ਗੁਰਮੁਖਿ ਘਰਿ ਆਵਹੁ॥੬॥ lai laahaa gurmukh ghar aavhu. ||6||

ਜੀਵ ਇਸ ਬਜ਼ਾਰ ਵਿਚੋਂ ਪ੍ਰਭ ਦੇ ਸ਼ਬਦ ਦੀ ਸੋਝੀ ਨਾਲ ਆਪਣਾ ਮਨ ਰੂਪੀ ਗੱਡਾ ਲੱਦ ਲਵੇ । ਇਸ ਨਾਲ ਆਪਣੇ ਮਾਨਸ ਜਨਮ ਦੀ ਯਾਤਰਾ ਅਰੰਭ ਕਰੋ! ਇਸ ਨਾਲ ਸ਼ਬਦ ਦੀ ਕਮਾਈ ਦਾ ਧਨ ਇਕੱਠਾ ਕਰਕੇ, ਲਾਭ ਲੈ ਕੇ, ਗੁਰਮਖ ਅਵਸਥਾ ਪਾਵੇ! ਗੁਰਮਖ ਅਵਸਥਾ ਪਾ ਕੇ ਆਪਣੇ ਅਸਲੀ ਘਰ, ਪ੍ਰਭ ਦੇ ਦਰਬਾਰ ਵਿੱਚ ਵਾਪਸ ਜਾਵੇ!

You should load the cart of your mind with the merchandise of His Word from this store. You may start your human life with the merchandise from the store of virtues of His Word and may profit from his human life blessings. You should earn the wealth of His Word, with the earning of His Word; you may be blessed to benefit in human life journey. With the earnings of His Word, His true devotee may return to the house of The True Master.

ਸਤਿਗੁਰੁ ਸਾਹੁ ਸਿਖ ਵਣਜਾਰੇ॥ satgur saahu sikh vanjaaray.

ਪੂੰਜੀ ਨਾਮੁ ਲੇਖਾ ਸਾਚੁ ਸਮ੍ਹਾਰੇ॥੭॥ poonjee naam laykhaa saach samHaaray.7

ਇਸ ਬਜ਼ਾਰ ਵਿੱਚ ਪ੍ਰਭ ਆਪ ਹੀ ਮਾਲਕ ਹੈ, ਆਪ ਹੀ ਸੌਦਾ ਵੇਚਦਾ ਹੈ । ਇਸ ਬਜ਼ਾਰ ਵਿੱਚ ਕੇਵਲ ਪ੍ਰਭ ਦੇ ਦਾਸ ਹੀ ਵਪਾਰੀ ਹਨ, ਸੌਦਾ ਖਰੀਦ ਵਾਲੇ ਹਨ । ਪ੍ਰਭ ਦੇ ਸ਼ਬਦ ਦੀ ਸੋਝੀ ਹੀ ਸੌਦਾ, ਪਦਾਰਥ ਹੈ, ਸ਼ਬਦ ਦੀ ਬੰਦਗੀ, ਪੂਜਾ ਹੀ ਉਹਨਾਂ ਦਾ ਖਾਤਾ, ਲੇਖਾ ਹੈ ।

In this store, outlet The One and Only One, God is the Owner and salesman. Only His true devotee maybe able to purchase the merchandise of enlightenment of His Word. This store carries unique merchandise of the enlightenment of His Word, the right path of salvation. The earnings of His Word are the capital of His true devotee, may be the line of credit to purchase the merchandise of His Word.

ਸੋ ਵਸੈ ਇਤੁ ਘਰਿ ਜਿਸੁ ਗੁਰੁ ਪੂਰਾ ਸੇਵ॥ so vasai it ghar Jis gur pooraa sayv.
ਅਬਿਚਲ ਨਗਰੀ ਨਾਨਕ ਦੇਵ॥੮॥੧॥ abichal nagree naanak dayv. ||8||1||

ਜਿਹੜਾ ਪ੍ਰਭ ਦੇ ਸ਼ਬਦ ਦੀ ਪਾਲਣਾ ਕਰਦਾ ਹੈ । ਉਹ ਹੀ ਇਸ ਘਰ ਵਿੱਚ ਵਸਦਾ ਹੈ । ਇਸ ਨਗਰ ਦਾ ਨਾਮ ਅਬਿਚਲ ਨਗਰ, ਪ੍ਰਭ ਦਾ ਦਰਬਾਰ ਹੈ ।

Whosoever may wholeheartedly with steady and stable belief obey the teachings of His Word, only he may be allowed to reside in this house. The name of this house is Abichal Nagree, the Divine city, the throne, court of The True Master.

13. ਆਸਾ ਮਹਲਾ ੪॥ 445-7

ਸਤਜੁਗਿ ਸਭੁ ਸੰਤੋਖ ਸਰੀਰਾ, satjug sabh santokh sareeraa
ਪਗ ਚਾਰੇ ਧਰਮੁ ਧਿਆਨੁ ਜੀਉ॥ pag chaaray Dharam Dhi-aan jee-o.
ਮਨਿ ਤਨਿ ਹਰਿ ਗਾਵਹਿ man, tan har gaavahi
ਪਰਮ ਸੁਖੁ ਪਾਵਹਿ, param sukh paavahi
ਹਰਿ ਹਿਰਦੈ ਹਰਿ ਗੁਣ ਗਿਆਨੁ ਜੀਉ॥ har hirdai har gun gi-aan jee-o.
ਗੁਣ ਗਿਆਨੁ ਪਦਾਰਥੁ gun gi-aan padaarath
ਹਰਿ ਹਰਿ ਕਿਰਤਾਰਥੁ, har har kirtaarath
ਸੋਭਾ ਗੁਰਮੁਖਿ ਹੋਈ॥ sobhaa gurmukh ho-ee.
ਅੰਤਰਿ ਬਾਹਰਿ ਹਰਿ ਪ੍ਰਭੁ ਏਕੋ ਦੂਜਾ antar baahar har parabh ayko doojaa
ਅਵਰੁ ਨ ਕੋਈ॥ avar na ko-ee.
ਹਰਿ ਹਰਿ ਲਿਵ ਲਾਈ har har liv laa-ee
ਹਰਿ ਨਾਮੁ ਸਖਾਈ, har naam sakhaa-ee
ਹਰਿ ਦਰਗਹ ਪਾਵੈ ਮਾਨੁ ਜੀਉ॥ har dargeh paavai maan jee-o.
ਸਤਜੁਗਿ ਸਭੁ ਸੰਤੋਖ ਸਰੀਰਾ, satjug sabh santokh sareeraa
ਪਗ ਚਾਰੇ ਧਰਮੁ ਧਿਆਨੁ ਜੀਉ॥੧॥ pag chaaray Dharam Dhi-aan jee-o.1

ਸਤਜੁਗ ਵਿੱਚ ਜੀਵ, ਮਨ ਵਿੱਚ ਸੰਤੋਖ, ਧੀਰਜ ਅਤੇ ਭਰੋਸਾ ਰਖਕੇ, ਸਿਮਰਨ ਕਰਦੇ ਸਨ । ਉਹਨਾਂ ਦੇ ਜੀਵਨ ਦੇ ਚਾਰ ਨਿਯਮ ਹੁੰਦੇ ਹਨ । ਜਿਹਨਾਂ ਤੇ ਚਲਕੇ ਆਪਨਾ ਜੀਵਨ ਬਤੀਤ ਕਰਦੇ ਸਨ । ਤਨ, ਮਨ ਨਾਲ ਪ੍ਰਭ ਦੇ ਸ਼ਬਦ ਦੀ ਉਸਤਤ ਗਾਉਂਦੇ, ਸ਼ਬਦ ਦੀ ਪਾਲਣਾ ਕਰਦੇ ਸਨ । ਮਨ ਵਿੱਚ ਸੰਤੋਖ ਵਾਲੀ ਅਵਸਥਾ ਬਖਸ਼ਿਸ਼ ਹੋ ਜਾਂਦੀ, ਮਨ ਵਿੱਚ ਪ੍ਰਭ ਦੇ ਸ਼ਬਦ ਦੀ ਸੋਝੀ, ਗਿਆਨ ਵਸਦਾ ਸੀ । ਉਹਨਾਂ ਦੀ ਕਮਾਈ, ਪ੍ਰਭ ਦੇ ਸ਼ਬਦ ਦੀ ਸੋਝੀ ਪਾਉਣਾ, ਪ੍ਰਭ ਦੇ ਸ਼ਬਦ ਦੇ ਗੁਣਾਂ ਨਾਲ ਜੀਵਨ ਢਾਲਣਾ ਹੀ ਹੁੰਦਾ ਸੀ । ਪ੍ਰਭ ਦੀ ਰਹਿਮਤ ਪਾਉਣਾ ਉਹਨਾਂ ਦੇ ਮਾਨਸ ਜਨਮ ਦੀ ਸਫਲਤਾ ਹੁੰਦੀ ਸੀ । ਗੁਰਮਖ ਅਵਸਥਾ ਪਾਉਣਾ ਉਹਨਾਂ ਦੀ ਸੋਭਾ, ਹੈਸੀਅਤ ਹੁੰਦੀ ਸੀ । ਉਹ ਆਪਣੇ ਮਨ ਦੇ ਅੰਦਰ ਅਤੇ ਸੰਸਾਰ ਵਿੱਚ ਇੱਕੋ ਇੱਕ ਪ੍ਰਭ ਹੀ ਵਾਪਰਦਾ ਦੇਖਦੇ ਸਨ । ਉਹਨਾਂ ਦੇ ਮਨ ਵਿੱਚ ਹੋਰ ਕੋਈ ਭਰਮ ਨਹੀਂ ਹੁੰਦਾ । ਉਹ ਇਕਾਗਰ ਮਨ ਹੋ ਕੇ ਪ੍ਰਭ ਦੇ ਸ਼ਬਦ ਦਾ ਸਿਮਰਨ ਕਰਦੇ, ਪ੍ਰਭ ਦਾ ਸ਼ਬਦ ਹੀ ਉਹਨਾਂ ਦਾ ਸਦਾ ਰਹਿਣ ਵਾਲਾ ਸਾਥੀ ਹੁੰਦਾ ਸੀ । ਉਹ ਪ੍ਰਭ ਦੇ ਦਰਬਾਰ ਵਿੱਚ ਪ੍ਰਵਾਨਗੀ ਪਾ ਕੇ ਸੋਭਾ ਪਾਉਂਦੇ ਸਨ ।

Four unique Principles of Meditation	
ਭਰੋਸਾ, ਸ਼ਬਦ ਦੀ ਪਾਲਣਾ ! Concentration-	ਵਿਛੋੜੇ ਦਾ ਡਰ: ਸ਼ਬਦ ਦੀ ਸੋਝੀ ! fear, memory of separation,
ਸੁਰਤੀ–ਸ਼ਬਦ ਵਿੱਚ ਧਿਆਨ ! Enlightenment of the essence of His Word,	ਮੁਕਤੀ ਦੀ ਆਸ ! Hope for salvation- acceptance in His sanctuary.

In the Age of Sat Yuga, His true devotee establishes four unique principles in his day-to-day life, Obey and adopt His Word with steady and stable belief; His true devotee follows these disciplines in his day-to-day life. His true devotee sings and adopts the teachings of His Word with steady and stable belief. He may be blessed with contentment in his day-to-day life. He remains drenched with the teachings of His Word, with the enlightenment of His Word and remains awake and alert within. His worldly wealth was the enlightenment and to adopt the virtues of His Word with steady and stable belief on His blessings. To realize His existence was a sign of success in His human life journey. To be blessed with a state of mind as His true devotee was his honor and worldly status. He may realize the same Holy Spirit prevails within and in the outside in the universe. No religious suspicions stay within His mind, the earnings of His Word become his true companion forever. He may be honored with salvation in His court.

ਤੇਤਾ ਜੁਗੁ ਆਇਆ ਅੰਤਰਿ ਜੋਰੁ ਪਾਇਆ, taytaa jug aa-i-aa antar jor paa-i-aa
ਜਤੁ ਸੰਜਮ ਕਰਮ ਕਮਾਇ ਜੀਉ॥ jat sanjam karam kamaa-ay jee-o.
ਪਗੁ ਚਉਥਾ ਖਿਸਿਆ ਤ੍ਰੈ ਪਗ ਟਿਕਿਆ, pag cha-uthaa khisi-aa tarai pag tiki-aa
ਮਨਿ ਹਿਰਦੈ ਕ੍ਰੋਧੁ ਜਲਾਇ ਜੀਉ॥ man, hirdai kroDh jalaa-ay jee-o.
ਮਨਿ ਹਿਰਦੈ ਕ੍ਰੋਧੁ ਮਹਾ ਬਿਸਲੋਧੁ, man, hirdai kroDh mahaa bisloDh
ਨਿਰਪ ਧਾਵਹਿ ਲੜਿ ਦੁਖੁ ਪਾਇਆ॥ nirap Dhaaveh larh dukh paa-i-aa.
ਅੰਤਰਿ ਮਮਤਾ ਰੋਗੁ ਲਗਾਨਾ, antar mamtaa rog lagaanaa
ਹਉਮੈ ਅਹੰਕਾਰੁ ਵਧਾਇਆ॥ ha-umai ahaNkaar vaDhaa-i-aa.
ਹਰਿ ਹਰਿ ਕ੍ਰਿਪਾ ਧਾਰੀ ਮੇਰੈ ਠਾਕੁਰਿ, har har kirpaa Dhaaree mayrai thaakur
ਬਿਖੁ ਗੁਰਮਤਿ ਹਰਿ ਨਾਮਿ ਲਹਿ ਜਾਇ ਜੀਉ॥ bikh gurmathar naam leh jaa-ay jee-o.
ਤੇਤਾ ਜੁਗੁ ਆਇਆ ਅੰਤਰਿ ਜੋਰੁ ਪਾਇਆ, taytaa jug aa-i-aa antar jor paa-i-aa
ਜਤੁ ਸੰਜਮ ਕਰਮ ਕਮਾਇ ਜੀਉ॥੨॥ jat sanjam karam kamaa-ay jee-o. ||2||

ਤ੍ਰੇਤਾ ਜੁਗ ਵਿੱਚ ਮਨ ਤੇ ਸ਼ਕਤੀ ਦਾ ਜ਼ੋਰ ਹੋ ਗਿਆ । ਮਨ ਦੇ ਜ਼ੋਰ ਨਾਲ ਇੱਛਾਂ ਕਾਬੂ ਰਖਕੇ ਕਠਨ ਤਪਸਿਆ ਕਰਦੇ, ਚੰਗੇ ਕੰਮ ਕਰਦੇ ਸਨ । ਜੀਵਨ ਦੇ ਨਿਯਮਾਂ ਵਿਚੋਂ ਇੱਕ ਨਿਯਮ ਦੂਰ ਹੋ ਗਿਆ, ਧਰਮ ਦੇ ਤਿੰਨ ਪੈਰ ਬਚ ਗਏ । ਮਨ ਵਿਚੋਂ ਸੁਰਤੀ, ਪ੍ਰਭ ਦੇ ਵਿਛੋੜੇ ਦਾ ਡਰ ਵਿਸਰ ਗਿਆ, ਮਨ ਵਿੱਚ ਕਰੋਧ ਹੀ ਚੋਥਾ ਪੈਰ ਬਣ ਗਿਆ । ਮਨ ਵਿੱਚ ਕਰੋਧ ਦਾ ਜ਼ਹਿਰ ਵਧ ਗਿਆ । ਸੰਸਾਰਕ ਰਾਜੇ ਲੜਾਈ, ਜੰਗ ਵਿੱਚ ਲੱਗ ਪਏ, ਸ੍ਰਿਸ਼ਟੀ ਵਿੱਚ ਦੁਖ ਵਧਣ ਲੱਗ ਪਿਆ । ਜੀਵ ਦੇ ਮਨ ਵਿੱਚ ਅਹੰਕਾਰ ਦੀ ਮੈਲ, ਦਾਗ਼ ਲੱਗ ਗਿਆ । ਮਨ ਤੇ ਕਾਬੂ ਕਰਨਾ ਅਤੇ ਆਪਣੇ ਆਪ ਨੂੰ ਬਾਕੀਆ ਨਾਲੋ ਚੰਗਾ ਸਮਝਣਾ ਹੀ ਵਧ ਗਿਆ । ਪ੍ਰਭ ਦੀ ਰਹਿਮਤ ਨਾਲ ਜੀਵ ਦੀ ਸਹਿਣ ਸ਼ਕਤੀ ਵਧ ਗਈ । ਪ੍ਰਭ ਨੇ ਸ਼ਬਦ ਦੀ ਪਾਲਣਾ ਵਿੱਚ ਇਸ ਜ਼ਹਿਰ ਨੂੰ ਖਤਮ ਕਰਦੀ ਦਵਾਈ, ਸੋਝੀ ਬਖਸ਼ੀ ਹੈ । ਤ੍ਰੇਤਾ ਜੁੱਗ ਵਿੱਚ ਦ੍ਰਿੜ੍ਹਤਾ ਨਾਲ ਮਨ ਤੇ ਕਾਬੂ ਰਖਦੇ, ਕਠਨ ਤਪਸਿਆ ਕਰਦੇ, ਚੰਗੇ ਕਰਮ ਕਰਦੇ ਸਨ ।

In the Age of Traytaa Yuga, determination, power of mind becomes dominating principle. With rigid determination keeps mind beyond the reach of worldly desires, to meditate with hard discipline and good deeds for mankind. One principle, pillar of Holy religion, concentration, fear of separation was replaced with anger of disappointments and ego. The poison of anger becomes dominated in day-to-day worldly environment. The worldly kings, intoxicated with their ego, will fight to dominate others, the misery in the world becomes more severe. The Merciful True Master blessed His true devotee with endurance and tolerance. To obey and adopt the teachings of His Word, the cure of poison of anger, ego may only be blessed in adopting and enlightening of His Word within. In Traytaa Yuga, to meditate with self-determination and good deeds for mankind were considered as the right path of salvation.

ਜੁਗੁ ਦੁਆਪੁਰੁ ਆਇਆ ਭਰਮਿ ਭਰਮਾਇਆ,	jug du-aapur aa-i-aa bharam bharmaa- i-aa
ਹਰਿ ਗੋਪੀ ਕਾਨ੍ਹੁ ਉਪਾਇ ਜੀਉ॥	har gopee kaanH upaa-ay jee-o.
ਤਪੁ ਤਾਪਨ ਤਾਪਹਿ ਜਗ ਪੁੰਨ ਆਰੰਭਹਿ,	tap taapan taapeh jag punn aarambheh
ਅਤਿ ਕਿਰਿਆ ਕਰਮ ਕਮਾਇ ਜੀਉ॥	at kiri-aa karam kamaa-ay jee-o.
ਕਿਰਿਆ ਕਰਮ ਕਮਾਇਆ,	kiri-aa karam kamaa-i-aa
ਪਗ ਦੁਇ ਖਿਸਕਾਇਆ,	pag du-ay khiskaa-i-aa
ਦੁਇ ਪਗ ਟਿਕੈ ਟਿਕਾਇ ਜੀਉ॥	du-ay pag tikai tikaa-ay jee-o.
ਮਹਾ ਜੁਧ ਜੋਧ ਬਹੁ ਕੀਨ੍ਹੇ,	mahaa juDh joDh baho keenHay
ਵਿਚਿ ਹਉਮੈ ਪਚੈ ਪਚਾਇ ਜੀਉ॥	vich ha-umai pachai pachaa-ay jee-o.
ਦੀਨ ਦਇਆਲਿ ਗੁਰੁ ਸਾਧੁ ਮਿਲਾਇਆ,	deen da-i-aal gur saaDh milaa-i-aa
ਮਿਲਿ ਸਤਿਗੁਰ ਮਲੁ ਲਹਿ ਜਾਇ ਜੀਉ॥	mil satgur mal leh jaa-ay jee-o.
ਜੁਗੁ ਦੁਆਪੁਰੁ ਆਇਆ ਭਰਮਿ ਭਰਮਾਇਆ,	jug du-aapur aa-i-aa bharam bharmaa-i-aa
ਹਰਿ ਗੋਪੀ ਕਾਨ੍ਹੁ ਉਪਾਇ ਜੀਉ॥੩॥	har gopee kaanH upaa-ay jee-o. ||3||

ਦੁਆਪਰ ਜੁਗ ਵਿੱਚ ਭਰਮਾਂ ਦਾ ਜ਼ੋਰ ਹੋ ਗਿਆ । ਪ੍ਰਭ ਨੇ ਸੰਸਾਰਕ ਦੇਵਤੇ, ਕ੍ਰਿਸ਼ਨ (ਵਾਸੂ ਦੇਵ), ਸੇਵਾ ਕਰਨ ਵਾਲੀਆਂ ਗੋਪੀਆਂ ਪੈਦਾ ਕੀਤੀਆ । ਤਪ ਕਰਨ ਦਾ ਜ਼ੋਰ ਚਲ ਪਇਆ, ਪ੍ਰਭ ਨੂੰ ਖੁਸ਼ ਕਰਨ ਲਈ ਬਲੀ ਦੇਣਾ, ਲੰਗਰ ਲਾਉਣਾ, ਹੋਰ ਕਈ ਧਰਮ ਦੇ ਰੀਤੀ ਰੀਵਾਜ ਚਲ ਪਏ । ਅਡੋਲ ਭਰੋਸੇ ਨਾਲ ਸ਼ਬਦ ਦੀ ਪਾਲਣਾ ਕਰਨਾ ਵਿਸਰ ਗਿਆ । ਸੰਸਾਰਕ ਜੀਵ ਧਰਮ ਦੇ ਅਨੇਕਾਂ ਹੀ ਰੀਤੀ ਰੀਵਾਜ ਕਰਨ ਲੱਗ ਪਏ । ਇਸ ਤਰ੍ਹਾਂ ਜੀਵ ਦੇ ਜੀਵਨ ਦੇ ਨਿਯਮਾਂ ਦੇ ਕੇਵਲ ਦੋ ਪੈਰ ਹੀ ਬਚੇ, ਦੋ ਨਿਯਮ ਖਤਮ, ਵਿਸਰ ਗਏ । ਅਨੇਕਾਂ ਜੋਧੇ ਬਣ ਗਏ, ਉਹਨਾਂ ਨੇ ਅਨੇਕਾਂ ਜੰਗਾ ਕੀਤੀਆ । ਆਪਣੇ ਆਪ ਨੂੰ ਤਬਾਹ ਕਰ ਲਿਆ, ਨਾਲ ਕਈ ਹੋਰ ਤਬਾਹ ਕਰ ਦਿੱਤੇ । ਕੇਵਲ ਨਿਮਾਣੇ ਜੀਵ ਗਰੀਬ ਹੀ ਪ੍ਰਭ ਦੇ ਭਾਣੇ ਤੇ ਵਿਸ਼ਵਾਸ ਕਰਦੇ ਸਨ । ਉਹ ਹੀ ਬੰਦਗੀ ਕਰਦੇ ਸਨ, ਪ੍ਰਭ ਉਹਨਾਂ ਦੇ ਹੀ ਪਾਪ ਬਖਸ਼ਦਾ ਸੀ । ਦੁਆਪਰ ਜੁਗ ਵਿੱਚ ਭਰਮਾਂ ਦਾ ਜ਼ੋਰ ਹੋ ਗਿਆ, ਪੂਜਾ, ਦਾਨ, ਸੰਸਾਰਕ ਗੁਰੂ, ਸੰਸਾਰਕ ਦੇਵਤੇ, ਕ੍ਰਿਸ਼ਨ, ਸੇਵਾਦਾਰ ਪੈਦਾ ਹੋ ਗਏ ।

In the Age of Du-aapur, the suspicion of worldly rituals become dominating in the world. The worldly prophet like Krishna and His true devotees were established, worshiping human guru was considered the right path of salvation. Rigid meditation and self-sacrifice become the norm of meditation, charities like free food to needy, sacrificing providing a free kitchen and slaughtering innocent human becomes a religious ritual to please The Holy Master. The two pillars of Holy religion were replaced, memory of separation was replaced with anger, ego, obey His Word with steady and stable belief was replaced with charity, sacrifice service to others. Several warriors sacrifice their life in wars in the name of justice to please The True Master. Only very humble and poor devotee remains the in meditation with steady and stable belief on the power of The True Master. Whosoever meditates with steady and stable belief may be forgiven by the grace of The True Master. In Du-aapur, the suspicions become dominated in the life of humans

ਕਲਿਜੁਗੁ ਹਰਿ ਕੀਆ, ਪਗ ਤ੍ਰੈ ਖਿਸਕੀਆ,	kalijug har kee-aa pag tarai khiskee-aa
ਪਗੁ ਚਉਥਾ ਟਿਕੈ ਟਿਕਾਇ ਜੀਉ॥	pag cha-uthaa tikai tikaa-ay jee-o.
ਗੁਰ ਸਬਦੁ ਕਮਾਇਆ,	gur sabad kamaa-i-aa
ਅਉਖਧੁ ਹਰਿ ਪਾਇਆ,	a-ukhaDh har paa-i-aa
ਹਰਿ ਕੀਰਤਿ ਹਰਿ ਸਾਂਤਿ ਪਾਇ ਜੀਉ॥	har keerat har saaNt paa-ay jee-o.
ਹਰਿ ਕੀਰਤਿ ਰੁਤਿ ਆਈ,	har keerat rut aa-ee
ਹਰਿ ਨਾਮੁ ਵਡਾਈ,	har naam vadaa-ee
ਹਰਿ ਹਰਿ ਨਾਮੁ ਖੇਤੁ ਜਮਾਇਆ॥	har har naam khayt jamaa-i-aa.
ਕਲਿਜੁਗਿ ਬੀਜੁ ਬੀਜੇ ਬਿਨੁ ਨਾਵੈ,	kalijug beej beejay bin naavai
ਸਭੁ ਲਾਹਾ ਮੂਲੁ ਗਵਾਇਆ॥	sabh laahaa mool gavaa-i-aa.
ਜਨ ਨਾਨਕਿ ਗੁਰੁ ਪੂਰਾ ਪਾਇਆ,	jan naanak gur pooraa paa-i-aa
ਮਨਿ ਹਿਰਦੈ ਨਾਮੁ ਲਖਾਇ ਜੀਉ॥	man, hirdai naam lakhaa-ay jee-o.
ਕਲਜੁਗੁ ਹਰਿ ਕੀਆ ਪਗ ਤ੍ਰੈ ਖਿਸਕੀਆ,	kaljug har kee-aa pag tarai khiskee-aa
ਪਗੁ ਚਉਥਾ ਟਿਕੈ ਟਿਕਾਇ ਜੀਉ॥ ੪॥੪॥੧੧	pag cha-uthaa tikai tikaa-ay jee-o.4||4||11

ਕੱਲਯੁਗ ਦੇ ਸਮੇਂ ਵਿੱਚ ਜੀਵ ਦੇ ਜੀਵਨ ਦੇ ਨਿਯਮਾਂ ਵਿੱਚ ਤਿੰਨ ਨਿਯਮ ਦੂਰ ਹੋ, ਭੁਲ ਗਏ । ਇਸ ਧਰਮ ਦੀ ਕੇਵਲ ਇੱਕ ਲੱਤ ਹੀ ਬਚੀ । ਇਸ ਨਿਯਮ ਤੇ ਚਲਕੇ ਮਾਇਆ ਨਾਲ ਮੋਹ ਵਧ ਗਿਆ, ਸੰਸਾਰਕ ਮਾਇਆ ਦੇ ਤਿੰਨ ਰੂਪ ਪ੍ਰਗਟ ਹੋ ਗਏ । ਸੰਸਰਕ ਜੀਵ ਮਾਇਆ ਪਿਛੇ ਲੱਗ ਕੇ ਅੰਧੇਰੇ ਵਿੱਚ ਡਿੱਗ ਪਇਆ । ਸ਼ਬਦ ਦੀ ਸੋਝੀ ਖਤਮ ਹੋ ਗਈ, ਜੀਵ ਵਿਦਵਾਨ ਬਣ ਗਏ, ਪ੍ਰਚਾਰਕ ਬਣ ਗਏ । ਕੱਲਯੁਗ ਵਿੱਚ ਆਪਣਾ ਜੀਵਨ ਸ਼ਬਦ ਨਾਲ ਢਾਲਣ ਨਾਲ, ਪ੍ਰਭ ਦੀ ਰਹਿਮਤ ਪਾਈ ਜਾ ਸਕਦੀ ਹੈ, ਰੋਗ ਦਾ ਇਲਾਜ ਹੁੰਦਾ ਹੈ । ਪ੍ਰਭ ਦੇ ਸ਼ਬਦ ਦੀ ਉਸਤਤ ਗਾਉਣ ਨਾਲ ਮਨ ਵਿੱਚ ਸੰਤੋਖ ਬਖਸ਼ਿਸ਼ ਹੁੰਦਾ ਹੈ, ਮਨ ਵਿੱਚ ਸ਼ਬਦ ਨਾਲ ਸ਼ਰਧਾ ਵਧਣ ਲੱਗ ਪੈਂਦੀ ਹੈ, ਹੁਣ ਪ੍ਰਭ ਦੇ ਸ਼ਬਦ ਦੇ ਗੁਣ ਗਾਉਣ ਦਾ ਸਮਾਂ ਆ ਗਿਆ । ਕੱਲਯੁਗ ਵਿੱਚ ਜਿਹੜਾ ਕੋਈ ਸ਼ਬਦ ਤੋ ਬਿਨਾਂ ਹੋਰ ਕੁਝ ਬੀਜਦਾ ਹੈ , ਉਸ ਦੀ ਸਾਰੀ ਕੀਤੀ ਕਮਾਈ ਬਿਰਥੀ ਹੀ ਜਾਂਦੀ ਹੈ । ਬੰਦਗੀ ਕਰਨ ਵਾਲੇ ਜੀਵ ਨੂੰ ਸ਼ਬਦ ਦੀ ਪਾਲਣਾ ਕਰਦੇ ਪੂਰਨ ਗੁਰੂ, ਸ਼ਬਦ ਦੀ ਸੋਝੀ ਹੋ ਜਾਂਦੀ ਹੈ, ਪ੍ਰਭ ਦੀ ਜੋਤ ਮਨ ਵਿੱਚ ਜਾਗਰਤ ਹੋ ਜਾਂਦੀ ਹੈ । ਕੱਲਯੁਗ ਦੇ ਸਮੇਂ ਵਿੱਚ ਸੰਸਾਰਕ ਮਾਇਆ ਦਾ ਤੀਜਾਂ ਰੂਪ ਪ੍ਰਗਟ ਹੋ ਗਿਆ, ਧਰਮ ਦੀ ਕੇਵਲ ਇੱਕ ਲੱਤ ਹੀ ਬਚੀ ।

In the Age of Kul jug, three principles, the pillars of human were eliminated, destroyed by the worldly creatures. The religion of mankind remains left with one pillar to stand on, with that principle, attachment to worldly wealth, greed blossom within, the three colors of worldly wealth become dominating in world. Whosoever may follow the worldly wealth, he falls into the trap of ignorance from the true purpose of human life journey. The enlightenment of the virtues was replaced with the knowledge of The Holy scripture, preachers and scholars of the Holy Scripture and religious Temples was considered as the house of God. In Kul jug, whosoever may adopt the teachings in his day-to-day life; he may be blessed with His acceptance to cure the misery of human life. By singing the glory of His Word, the devotion to meditate blossom within. This is the time to meditate and sing the glory of His Word. Whosoever may not adopt the teachings of His Word, his life journey becomes useless. Whosoever may wholeheartedly meditate on the teachings of His Word, he may be blessed with the enlightenment of His Word; His Holy Spirit glows within his heart and he becomes awake and alert. Worldly wealth shows the three colors to trap, religion left with one leg.

14. ਰਾਗੁ ਗੂਜਰੀ ਵਾਰ – ਸਲੋਕ ਮਹਲਾ ੫॥ 517-14

੧ਓ ਸਤਿਗੁਰ ਪ੍ਰਸਾਦਿ॥	oNkaar satgur parsaad.
ਅੰਤਰਿ ਗੁਰੁ ਆਰਾਧਣਾ	antar gur aaraaDh-naa
ਜਿਹਵਾ ਜਪਿ ਗੁਰ ਨਾਉ॥	jihvaa jap gur naa-o.
ਨੇਤ੍ਰੀ ਸਤਿਗੁਰੁ ਪੇਖਣਾ	naytree satgur paykh-naa
ਸ੍ਰਵਣੀ ਸੁਨਣਾ ਗੁਰ ਨਾਉ॥	sarvanee sunnaa gur naa-o.
ਸਤਿਗੁਰ ਸੇਤੀ ਰਤਿਆ	satgur saytee rati-aa
ਦਰਗਹ ਪਾਈਐ ਠਾਉ॥	dargeh paa-ee-ai thaa-o.
ਕਹੁ ਨਾਨਕ ਕਿਰਪਾ ਕਰੇ	kaho naanak kirpaa karay
ਜਿਸ ਨੋ ਏਹ ਵਥੁ ਦੇਇ॥	jis no ayh vath day-ay.
ਜਗ ਮਹਿ ਉਤਮ ਕਾਢੀਅਹਿ	jag meh utam kaadhee-ah
ਵਿਰਲੇ ਕੇਈ ਕੇਇ॥੧॥	virlay kay-ee kay-ay. ||1||

ਮਨ ਵਿੱਚ ਪ੍ਰਭ ਦੇ ਸ਼ਬਦ ਤੇ ਭਰੋਸਾ ਅਡੋਲ ਰਖੋ! ਸ਼ਬਦ ਦੀ ਪਾਲਣਾ ਕਰੋ! ਆਪਣੀ ਜੀਭ ਨਾਲ ਸ਼ਬਦ ਦੇ ਗੁਣ ਗਾਵੋ, ਕੀਰਤਨ ਕਰੋ! ਅੱਖਾ ਨਾਲ ਪ੍ਰਭ ਦੀ ਕੁਦਰਤ ਦਾ ਨਜ਼ਾਰਾ ਦੇਖੋ, ਮਾਣੋ! ਆਪਣੇ ਕੰਨਾ ਨਾਲ ਸ਼ਬਦ ਦਾ ਸਰਵਨ ਕਰੋ! ਇਸ ਤਰ੍ਹਾਂ ਪ੍ਰਭ ਦੇ ਸ਼ਬਦ ਵਿੱਚ ਮਸਤ ਮਨ, ਦਰਬਾਰ ਵਿੱਚ ਪ੍ਰਵਾਨ ਹੋ ਸਕਦਾ ਹੈ । ਜਿਸ ਤੇ ਪ੍ਰਭ ਆਪ ਹੀ ਰਹਿਮਤ ਲਗਨ ਬਖਸ਼ਦਾ ਹੈ, ਸੰਸਾਰ ਵਿੱਚ ਇਸ ਤਰ੍ਹਾਂ ਦੀ ਉਤਮ ਅਵਸਥਾ ਕੋਈ ਵਿਰਲਾ ਹੀ ਪਾਉਂਦਾ ਹੈ ।

You should obey the teachings of His Word with steady and stable belief; sing the glory of His Word with your tongue; enjoy His nature with Your eyes and hear the everlasting echo of His Word with your ears. Whosoever may remain intoxicated such a way may be accepted in His court. Only whosoever may be blessed with His mercy and grace, he may be blessed with such a devotion with His Word. However, very rare may be blessed with such a state of mind.

ਮਃ ੫॥	mehlaa 5.
ਰਖੇ ਰਖਣਹਾਰਿ ਆਪਿ ਉਬਾਰਿਅਨੁ॥	rakhay rakhanhaar aap ubaari-an.
ਗੁਰ ਕੀ ਪੈਰੀ ਪਾਇ	gur kee pairee paa-ay
ਕਾਜ ਸਵਾਰਿਅਨੁ॥	kaaj savaari-an.
ਹੋਆ ਆਪਿ ਦਇਆਲੁ	ho-aa aap da-i-aal
ਮਨਹੁ ਨ ਵਿਸਾਰਿਅਨੁ॥	manhu na visaari-an.
ਸਾਧ ਜਨਾ ਕੈ ਸੰਗਿ	saaDh janaa kai sang
ਭਵਜਲੁ ਤਾਰਿਅਨੁ॥	bhavjal taari-an.
ਸਾਕਤ ਨਿੰਦਕ ਦੁਸਟ	saakat nindak dusat
ਖਿਨ ਮਾਹਿ ਬਿਦਾਰਿਅਨੁ॥	khin maahi bidaari-an.
ਤਿਸੁ ਸਾਹਿਬ ਕੀ ਟੇਕ	tis saahib kee tayk
ਨਾਨਕ ਮਨੈ ਮਾਹਿ॥	naanak manai maahi.
ਜਿਸੁ ਸਿਮਰਤ ਸੁਖੁ ਹੋਇ	jis simrat sukh ho-ay
ਸਗਲੇ ਦੂਖ ਜਾਹਿ॥੨॥	saglay dookh jaahi. ||2||

ਪ੍ਰਭ ਆਪ ਹੀ ਆਪਣੇ ਦਾਸਾਂ ਨੂੰ ਸ਼ਬਦ ਦੀ ਬੰਦਗੀ ਤੇ ਅਡੋਲ ਰਖਦਾ ਹੈ । ਸ਼ਰਣ ਵਿੱਚ ਨਿਮਾਣੇ ਬਣਕੇ ਬੰਦਗੀ, ਸ਼ਬਦ ਦੀ ਪਾਲਣਾ ਕਰਨ ਨਾਲ ਮਨ ਵਿੱਚ ਭਰੋਸਾ ਵਧਦਾ, ਪੱਕਾ ਹੁੰਦਾ ਜਾਂਦਾ ਹੈ । ਜਦੋਂ ਆਪ ਹੀ ਰਹਿਮਤਾਂ ਬਖਸ਼ਦਾ ਹੈ! ਮਨ ਵਿਚੋਂ ਸ਼ਬਦ ਕਦੇ ਵੀ ਵਿਸਰਦਾ ਭੁਲਾਉਂਦਾ ਨਹੀਂ । ਸੰਤਾਂ ਦੀ ਸੰਗਤ ਕਰਨ ਨਾਲ, ਸਿਖਿਆ ਨਾਲ, ਜੀਵਨ ਢਾਲਣ ਨਾਲ, ਜੀਵ ਭਿਆਨਕ ਸੰਸਾਰਕ ਸਾਗਰ ਪਾਰ ਕਰ ਸਕਦਾ ਹੈ । ਪ੍ਰਭ ਇੱਕ ਪਲ ਵਿੱਚ ਹੀ ਜ਼ਾਲਮਾਂ ਦਾ, ਨਿੰਦਿਆਂ ਕਰਨ ਵਾਲੇ, ਨਾ ਭਰੋਸਾ ਕਰਨ ਵਾਲੇ ਦਾ ਨਾਸ਼ ਕਰ ਸਕਦਾ ਹੈ । ਜੀਵ ਉਸ ਮਾਲਕ ਦੀ ਓਟ, ਆਸਰਾ ਹੀ ਸਦਾ ਮਨ ਵਿੱਚ ਰਖੋ! ਆਪਣਾ ਭਰੋਸ ਸਦਾ ਹੀ ਉਸ ਦੇ ਕੀਤੇ ਤੇ ਅਡੋਲ ਰਖੋ! ਉਸ ਨੂੰ ਬੰਦਗੀ ਵਿੱਚ ਸਦਾ ਯਾਦ ਰਖਣ ਨਾਲ ਮਨ ਵਿੱਚ ਖੇੜਾ ਵਸ ਜਾਂਦਾ ਹੈ । ਮਨ ਦੇ ਦੁਖ ਨਾਸ਼ ਹੋ ਜਾਂਦੇ, ਪਾਪ ਧੋਤੇ ਜਾਂਦੇ ਹਨ ।

The True Master, with His mercy and grace may keep His true devotee steady and stable on the right path of meditation. By surrendering as a humble and helpless at His sanctuary and meditating, his belief may become steady and stable. Whosoever may be blessed with His mercy and grace, he may never abandon His Word from his day-to-day life. Whosoever may adopt the teachings of way of life of His true devotee, he may be saved from the terrible ocean of worldly desires. The True Master may eliminate and destroy the non-believer, tyrant, who may back-bite in a twinkle of eyes. You should always keep your hopes on the teachings of His Word in day-to-day life. You should have a steady and stable belief on His Word and blessings. By drenching the teachings of His Word, you may be blessed with blossom in day-to-day life. All suspicions of mind and sins may be forgiven by His mercy and grace.

ਪਉੜੀ॥ 518	pa-orhee.
ਅਕੁਲ ਨਿਰੰਜਨ ਪੁਰਖੁ	akul niranjan purakh
ਅਗਮੁ ਅਪਾਰੀਐ॥	agam apaaree-ai.
ਸਚੋ ਸਚਾ ਸਚੁ ਸਚੁ ਨਿਹਾਰੀਐ॥	sacho sachaa sach sach nihaaree-ai.
ਕੂੜੁ ਨ ਜਾਪੈ ਕਿਛੁ	koorh na jaapai kichh
ਤੇਰੀ ਧਾਰੀਐ॥	tayree Dhaaree-ai.
ਸਭਸੈ ਦੇ ਦਾਤਾਰੁ ਜੇਤ ਉਪਾਰੀਐ॥	sabhsai day daataar jayt upaaree-ai.
ਇਕਤੁ ਸੂਤਿ ਪਰੋਇ ਜੋਤਿ ਸੰਜਾਰੀਐ॥	ikat soot paro-ay jot sanjaaree-ai.
ਹੁਕਮੇ ਭਵਜਲ ਮੰਝਿ	hukmay bhavjal manjh
ਹੁਕਮੇ ਤਾਰੀਐ॥	hukmay taaree-ai.
ਪ੍ਰਭ ਜੀਉ ਤੁਧੁ ਧਿਆਏ	parabh jee-o tuDh Dhi-aa-ay
ਸੋਇ ਜਿਸੁ ਭਾਗੁ ਮਥਾਰੀਐ॥	so-ay jis bhaag mathaaree-ai.
ਤੇਰੀ ਗਤਿ ਮਿਤਿ ਲਖੀ ਨ ਜਾਇ	tayree gat mit lakhee na jaa-ay
ਹਉ ਤੁਧੁ ਬਲਿਹਾਰੀਐ॥੧	ha-o tuDh balihaaree-ai. ||1||

ਪ੍ਰਭ ਨਿਰਮਲ, ਸਰਬ ਕਲਾ ਸਮਰਥ, ਪਹੁੰਚ ਤੋ, ਮੋਹ ਰਹਿਤ, ਅਥਾਹ ਮਾਲਕ ਹੈ । ਪ੍ਰਭ ਨੂੰ ਉਸ ਦੇ ਭਾਣੇ ਨੂੰ ਅਟਲ, ਅਟਲ, ਧੰਨ ਧੰਨ ਹੀ ਕਹੋ! ਪ੍ਰਭ ਤੇਰੀ ਬਣਾਈ ਸ੍ਰਿਸ਼ਟੀ, ਸਭ ਕੁਝ ਅਟਲ, ਭੁਲੇਖਾ ਨਹੀ, ਝੂਠ ਨਹੀਂ ਹੈ । ਸ੍ਰਿਸ਼ਟੀ ਦਾ ਮਾਲਕ ਸਭ ਨੂੰ ਪਾਲਣਾ ਪੋਸਨਾ ਕਰਨ ਲਈ ਪਦਾਰਥ, ਦਾਤਾਂ ਦੇਂਦਾ ਹੈ । ਉਸ ਨੇ ਸਾਰੀ ਸ੍ਰਿਸ਼ਟੀ ਨੂੰ ਹੀ ਇਕ ਹੀ ਡੋਰੀ ਵਿੱਚ ਪਰੋਇਆ ਹੈ । ਹਰਇੱਕ ਵਿੱਚ ਹੀ ਆਪਣੀ ਜੋਤ ਦੀ ਰੋਸ਼ਨੀ ਪਾਈ ਹੈ । ਉਸ ਦੇ ਹੁਕਮ ਨਾਲ ਹੀ ਕਈ ਜੀਵ ਸੰਸਾਰਕ ਮਾਇਆ ਦੇ ਜਾਲ ਵਿੱਚ ਫਸ ਜਾਂਦੇ ਹਨ । ਸਾਗਰ ਵਿੱਚ ਡੁਬ ਜਾਂਦੇ, ਜੂੰਨਾਂ ਦੇ ਚੱਕਰ ਵਿੱਚ ਬਾਰ ਬਾਰ ਜਨਮ ਲੈਂਦੇ, ਮਰਦੇ ਹਨ । ਕਈ ਜੂੰਨਾਂ ਦਾ ਚੱਕਰ ਖਤਮ ਕਰ ਜਾਂਦੇ ਹਨ । ਜਿਸ ਦੇ ਮੱਥੇ ਤੇ ਤੂੰ ਆਪ ਹੀ ਵਿੱਚ ਭਾਗ ਉਕਾਰਦਾ ਹੈ, ਲਿਖਦਾ ਹੈ । ਕੇਵਲ ਉਹ ਮਾਨਸ ਹੀ ਸ਼ਬਦ ਦੀ ਬੰਦਗੀ ਵਿੱਚ ਅਡੋਲ ਹੋ ਕੇ ਬੰਦਗੀ ਕਰ ਸਕਦਾ ਹੈ । ਤੇਰੇ ਕਿਸੇ ਕਰਤਬ ਦਾ ਕਾਰਨ, ਵਿਧੀ, ਕਿਉਂ, ਕਿਵੇਂ ਕਰਦਾ ਹੈ । ਇਸ ਦੀ ਵਿਆਖਿਆ ਨਹੀ ਕੀਤੀ ਜਾ ਸਕਦੀ ।

The Omnipotent True Master is beyond reach, beyond any attachments, beyond any limits and boundaries. You should always sing His glory and claim Him to be the greatest of All. His creation is Axiom, a reality, not an illusion. The True Master nourishes and may blesses various virtues. He has threaded the whole universe in the rope of His Word. He has infused His ray of light, Spirit in each soul and everything in nature. With His command, one may be trapped in worldly wealth and remain the cycle of birth and death repeatedly and may eliminate the cycle of birth and death. Whosoever may have great prewritten destiny, only he may meditate with steady and stable belief in his day-to-day life. No one may be enlightened with Your nature, why, how, due to what reason, purpose, techniques. No one may fully comprehend or explain Your nature.

15. ਰਾਗੁ ਗੂਜਰੀ ਸ੍ਰੀ ਤ੍ਰਿਲੋਚਨ ਜੀ॥ 526-5

ਅੰਤਿ ਕਾਲਿ ਜੋ ਲਛਮੀ ਸਿਮਰੈ	ant kaal jo lachhmee simrai
ਐਸੀ ਚਿੰਤਾ ਮਹਿ ਜੇ ਮਰੈ॥	aisee chintaa meh jay marai.
ਸਰਪ ਜੋਨਿ ਵਲਿ ਵਲਿ ਅਉਤਰੈ॥੧॥	sarap jon val val a-utarai. ‖1‖

ਜਿਹੜੇ ਜੀਵ ਦਾ ਧਿਆਨ ਮਰਨ ਸਮੇਂ, ਧਨ ਦੇ ਖਿਆਲਾਂ ਵਿੱਚ ਰਹਿੰਦਾ ਹੈ । ਉਹ ਬਾਰ ਬਾਰ ਸੱਪ ਦੀ ਜੂੰਨ ਵਿੱਚ ਪੈਂਦੇ ਹਨ ।

Whosoever may be thinking about money or worried about worldly desires of mind. With His mercy and grace, with His command assigned to a mean life of a creature like a snake.

ਅਰੀ ਬਾਈ ਗੋਬਿਦ ਨਾਮੁ ਮਤਿ ਬੀਸਰੈ॥	aree baa-ee gobid naam mat beesrai.
ਰਹਾਉ॥	rahaa-o.

ਜੀਵ ਅੰਤ ਸਮੇਂ ਵੀ ਪ੍ਰਭ ਦੀ ਯਾਦ ਮਨੋ ਨਾ ਵਿਸਾਰੋ ।

We should think about the memory of our separation from The Holy Spirit at the final moments of our human life.

ਅੰਤਿ ਕਾਲਿ ਜੋ ਇਸਤ੍ਰੀ ਸਿਮਰੈ	ant kaal jo istaree simrai
ਐਸੀ ਚਿੰਤਾ ਮਹਿ ਜੇ ਮਰੈ॥	aisee chintaa meh jay marai.
ਬੇਸਵਾ ਜੋਨਿ ਵਲਿ ਵਲਿ ਅਉਤਰੈ॥੨॥	baysvaa jon val val a-utarai. ‖2‖

ਜਿਹੜੇ ਅੰਤ (ਮੌਤ) ਸਮੇਂ ਵੀ ਔਰਤ ਦੇ ਕਾਮ ਵਾਸ਼ਨਾ ਦੇ ਖਿਆਲਾਂ ਵਿੱਚ ਹੀ ਮਰ ਜਾਂਦੇ ਹਨ । ਉਹ ਬਾਰ ਬਾਰ ਵੇਸ਼ਵਾ ਦੇ ਰੂਪ ਵਿੱਚ ਹੀ ਜਨਮ ਲੈਂਦੇ ਹਨ ।

Whosoever may have sexual desire in his mind at the time of death, he may be assigned to a life of a hoe in her next life cycle.

ਅੰਤਿ ਕਾਲਿ ਜੋ ਲੜਿਕੇ ਸਿਮਰੈ	ant kaal jo larhikay simrai
ਐਸੀ ਚਿੰਤਾ ਮਹਿ ਜੇ ਮਰੈ॥	aisee chintaa meh jay marai.
ਸੂਕਰ ਜੋਨਿ ਵਲਿ ਵਲਿ ਅਉਤਰੈ॥੩॥	sookar jon val val a-utarai. ‖3‖

ਜਿਹੜੇ ਅੰਤ ਸਮੇਂ ਬੱਚਿਆਂ ਦੀ ਚਿੰਤਾਂ ਵਿੱਚ ਹੀ ਮਰ ਜਾਂਦੇ ਹਨ । ਉਸ ਬਾਰ ਬਾਰ ਸੂਰ ਦੀ ਜੂੰਨ ਵਿੱਚ ਹੀ ਜਾਂਦੇ ਹਨ ।

Whosoever may be having worried about his children at the time of death; he may be assigned to a life as a pig.

ਅੰਤਿ ਕਾਲਿ ਜੋ ਮੰਦਰ ਸਿਮਰੈ	ant kaal jo mandar simrai
ਐਸੀ ਚਿੰਤਾ ਮਹਿ ਜੇ ਮਰੈ॥	aisee chintaa meh jay marai.
ਪ੍ਰੇਤ ਜੋਨਿ ਵਲਿ ਵਲਿ ਅਉਤਰੈ॥੪॥	parayt jon val val a-utarai. ‖4‖

ਜਿਹੜੇ ਜੀਵ ਅੰਤ ਸਮੇਂ, ਵੱਡੇ ਮਹਿਲ, ਮੰਦਰ ਦੀ ਚਿੰਤਾਂ ਵਿੱਚ ਹੀ ਮਰ ਜਾਂਦੇ ਹਨ । ਉਹ ਭੂਤਾਂ ਦਾ ਜਾਮਾ ਪਾਉਂਦੇ ਹਨ ।

Whosoever may be thinking and worried about house, or big castle for living at the time of His death; he may become ghost after death and wander in castle, house to house.

ਅੰਤਿ ਕਾਲਿ ਨਾਰਾਇਣੁ ਸਿਮਰੈ	ant kaal naaraa-in simrai
ਐਸੀ ਚਿੰਤਾ ਮਹਿ ਜੇ ਮਰੈ॥	aisee chintaa meh jay marai.
ਬਦਤਿ ਤਿਲੋਚਨੁ ਤੇ ਨਰ ਮੁਕਤਾ,	badat tilochan tay nar muktaa
ਪੀਤੰਬਰੁ ਵਾ ਕੇ ਰਿਦੈ ਬਸੈ॥੫॥੨॥	peetambar vaa kay ridai basai. ‖5‖2‖

ਜਿਹੜੇ ਜੀਵ ਅੰਤ ਸਮੇਂ ਵਿੱਚ ਵੀ ਪ੍ਰਭ ਦੇ ਸ਼ਬਦ ਵਿੱਚ ਲੀਨ ਹੋਏ ਮਰ ਜਾਂਦੇ ਹਨ । ਉਸ ਦੇ ਮਨ ਵਿੱਚ ਪ੍ਰਭ ਦਾ ਸ਼ਬਦ ਘਰ ਕਰ ਜਾਂਦਾ ਹੈ, ਮੁਕਤ ਹੋ ਜਾਂਦੇ ਹਨ ।

Whosoever may remain meditating in the void of His Word, in the end of his life, at the time of death, he may be drenched with the essence of His Word and he may be accepted in His court and blessed with salvation.

16. ਗੂਜਰੀ ਸ੍ਰੀ ਜੈਦੇਵ ਜੀਉ ਕਾ ਪਦਾ ਘਰੁ ੪॥ 526-12

ੴ ਸਤਿਗੁਰ ਪ੍ਰਸਾਦਿ॥ oNkaar satgur parsaad.
ਪਰਮਾਦਿ ਪੁਰਖ ਮਨੋਪਿਮੰ parmaad purakhmanopimaN
ਸਤਿ ਆਦਿ ਭਾਵ ਰਤੰ॥ sat aad bhaav rataN.
ਪਰਮ ਦਭੁਤੰ ਪਰਕ੍ਰਿਤਿ ਪਰੰ parmad-bhutaN parkarit paraN
ਜਦਿਚਿੰਤਿ ਸਰਬ ਗਤੰ॥੧॥ jadchint sarab gataN. ||1||

ਸ੍ਰਿਸ਼ਟੀ ਤੋ ਪਹਿਲੇ, ਕੇਵਲ ਪ੍ਰਭ ਹੀ ਸੀ ਅਤੇ ਉਸ ਦਾ ਕਥਨ ਅਟਲ, ਸਦਾ ਰਹਿਣ ਵਾਲਾ ਸੀ । ਉਹ ਬਹੁਤ ਅਨੋਖਾ, ਉਸ ਦੀ ਸਾਜਨਾ ਪਵਿਤ੍ਰ ਸੀ, ਅਨੋਖੀ ਸੀ । ਉਸ ਨੂੰ ਯਾਦ ਕੀਤਿਆ ਉਸ ਦੇ ਦਰਸ਼ਨ ਹੋ ਜਾਂਦੇ ਸਨ ।

Before the creation of the universe, only His void and only Holy Spirit existed. The everlasting echo of His Word resonates and His Word was axiom, unavoidable and exist forever. He was, is very astonishing and His creation is also astonishing and sanctifying. By remembering and keeping the memory of from His Holy Spirit; his mind may be blessed to realize His existence.

ਕੇਵਲ ਰਾਮ ਨਾਮ ਮਨੋਰਮੰ॥ kayval raam naam manormaN.
ਬਦਿ ਅੰਮ੍ਰਿਤ ਤਤ ਮਇਅੰ॥ bad amrit tat ma-i-aN.
ਨ ਦਨੋਤਿ ਜਸਮਰਣੇਨ ਜਨਮ, na danot jasmarnayn janam
ਜਰਾਧਿ ਮਰਣ ਭਇਅੰ॥੧॥ ਰਹਾਉ॥ jaraaDh maran bha-i-aN. ||1|| rahaa-o.

ਜੀਵ ਉਸ ਪ੍ਰਭ ਦੇ ਸ਼ਬਦ ਦਾ ਹੀ ਆਸਰਾ ਲੈ, ਜੀਵਨ ਦਾ ਅਧਾਰ ਬਣਾ । ਉਸ ਵਿੱਚ ਹੀ ਸ਼ਬਦ ਦੀ ਸੋਝੀ, ਅੰਮ੍ਰਿਤ ਹੈ । ਉਸ ਦੇ ਸ਼ਬਦ ਦੀ ਪਾਲਣਾ, ਸਿਮਰਨ ਕਰਨ ਨਾਲ ਜਨਮ ਮਰਨ ਦਾ ਡਰ ਖਤਮ ਹੋ ਜਾਂਦਾ ਹੈ । ਪਿਛਲੀ ਉਮਰ ਅਤੇ ਮੌਤ ਤੰਗ ਨਹੀਂ ਕਰਦੀ ।

You should seek for His refuge, support, and makes the teachings of His Word as the guiding principle of your human life journey. He is a treasure of nectar of the teachings, enlightenment of His Word.

ਇਛਸਿ ਜਮਾਦਿ ਪਰਾਭਯੰ ਜਸੁ ichhas jamaad paraabh-yaN jas
ਸ੍ਵਸਤਿ ਸੁਕ੍ਰਿਤ ਕ੍ਰਿਤੰ॥ savast sukarit kirt-aN.
ਭਵ ਭੂਤ ਭਾਵ ਸਮਬ੍ਹਿਅੰ bhav bhoot bhaav sam-bi-yam
ਪਰਮੰ ਪ੍ਰਸੰਨਮਿਦੰ॥੨॥ parmaN parsanmidaN. ||2||

ਜੀਵ ਅਗਰ ਤੂੰ ਮੌਤ ਦੇ ਡਰ ਤੋ ਛੁਟਕਾਰ ਪਾਉਣਾ ਚਾਹੁੰਦਾ ਹੈ? ਤਾ ਉਸ ਦੇ ਸ਼ਬਦ ਦੀ ਉਸਤਤ ਕਰੋ! ਸ੍ਰਿਸ਼ਟੀ ਦੀ ਭਲਾਈ ਦੇ ਕੰਮ ਕਰੋ । ਉਹ ਪਹਿਲੇ, ਹੁਣ ਅਤੇ ਅੱਗੇ ਵੀ ਇਸ ਤਰ੍ਹਾਂ ਦਾ ਅਟਲ ਹੀ ਹੈ, ਨਾ ਬਦਲਨ ਵਾਲਾ, ਰਹਿਮਤਾਂ ਦਾ ਭੰਡਾਰੀ, ਦਾਤਾ ਹੈ ।

Whosoever may wish to conquer his death, eliminated the fear of devil of death? He should sing the praises, glory of His Word and performs deeds for the welfare of mankind. He was, is and will remain unchanged, permanent, true forever. He is The True Master and the treasurer of all virtues.

ਲੋਭਾਦਿ ਦ੍ਰਿਸਟਿ ਪਰ ਗ੍ਰਿਹੰ lobhaad darisat par garihaN
ਜਦਿਬਿਧਿ ਆਚਰਣੰ॥ jadibiDh aacharnaN.
ਤਜਿ ਸਕਲ ਦੁਹਕ੍ਰਿਤ ਦੁਰਮਤੀ taj sakal duhkarit durmatee bhaj
ਭਜੁ ਚਕ੍ਰਧਰ ਸਰਣੰ॥੩॥ chakarDhar sarnaN. ||3||

ਅਗਰ ਤੂੰ ਪ੍ਰਭ ਦੀ ਪ੍ਰਵਾਨਗੀ ਦੇ ਰਸਤੇ ਦੀ ਭਾਲ ਕਰਦਾ ਹੈ ਤਾਂ ਲਾਲਚ ਤਿਆਗੋ । ਦੂਸਰੇ ਦੀ ਦੌਲਤ ਪਾਉਣ, ਪਰਾਈ ਔਰਤ ਦੀ ਕਾਮ ਵਾਸ਼ਨਾ ਦਾ ਤਿਆਗ ਕਰੋ । ਮਨ ਵਿਚੋਂ ਬੁਰੇ ਖਿਆਲ ਛੱਡਕੇ, ਪ੍ਰਭ ਦੇ ਸ਼ਬਦ ਤੇ ਭਰੋਸਾ ਪੱਕਾ ਕਰੋ । ਇਹ ਹੀ ਪ੍ਰਭ ਦੀ ਸ਼ਰਣ ਹੈ ।

Whosoever may wish to be blessed with the right path of meditation, he must abandon, conquer his own greed. He should abandon his desire to capture others earnings, sexual desire for strange women. He should abandon evil thoughts from his mind and meditate, adopt the teachings of His Word with steady and stable belief in day-to-day life. You Should surrender at the sanctuary of The True Master.

ਹਰਿ ਭਗਤ ਨਿਜ ਨਿਹਕੇਵਲਾ	har bhagat nij nihkayvlaa
ਰਿਦ ਕਰਮਣਾ ਬਚਸਾ॥	rid karmanaa bachsaa.
ਜੋਗੇਨ ਕਿੰ ਜਗੇਨ ਕਿੰ	jogayn kiN jagayn kiN
ਦਾਨੇਨ ਕਿੰ ਤਪਸਾ॥੪॥	daadayn kiN tapsaa. ‖4‖

ਪ੍ਰਭ ਦੀ ਬੰਦਗੀ ਕੀ ਹੈ? ਪ੍ਰਭ ਦੇ ਸ਼ਬਦ ਵਿੱਚ ਭਰੋਸਾ ਅਡੋਲ, ਬੋਲ ਅਤੇ ਕੰਮ ਸ਼ਬਦ ਅਨੁਸਾਰ ਕਰੋ । ਜੋਗੀ ਦਾ ਮਾਰਗ ਕੀ ਹੈ? ਪ੍ਰਭ ਦੇ ਦਾਸ ਨੂੰ ਭੋਜਨ ਖਵਾਉਣਾ, ਦਾਣ ਦੇਣਾ ਹੀ ਉਸ ਦੀ ਤਪਸਿਆ ਬਣ ਜਾਂਦੀ ਹੈ ।

What may be the true meditation, worship of The True Master? You should perform your day-to-day deeds, dealing with others humbly with steady and stable belief on His blessings, His Word. What may be the way of life, path of meditation of a true Yogi, His true devotee?

ਗੋਬਿੰਦ ਗੋਬਿੰਦੇਤਿ ਜਪਿ ਨਰ	gobind gobindayt jap nar
ਸਕਲ ਸਿਧਿ ਪਦੰ॥	sakal siDh padaN.
ਜੈਦੇਵ ਆਇਉ ਤਸ ਸਫੁਟੰ	jaidayv aa-i-o tas safutaN
ਭਵ ਭੂਤ ਸਰਬ ਗਤੰ॥੫॥੧॥	bhav bhoot sarab gataN. ‖5‖1‖

ਪ੍ਰਭ ਦੇ ਸ਼ਬਦ ਦੀ ਪਾਲਣਾ, ਸਿਮਰਨ ਕਰੋ, ਉਹ ਹੀ ਸਾਰੇ ਗਿਆਨ ਦਾ ਮਾਲਕ, ਭੰਡਾਰੀ ਹੈ । ਮਨ ਦੇ ਸਾਰੇ ਭਰਮ ਤਿਆਗ ਕੇ ਆਪਣੀ ਡੋਰੀ ਉਸ ਤੇ ਛੱਡਕੇ ਸਿਮਰਨ ਕਰੋ । ਉਹ ਜੁਗਾਂ ਜੁਗਾਂ ਤੋ ਰਹਿਮਤਾਂ ਬਖਸ਼ਦਾ ਆਇਆ ਹੈ ।

You should meditate and adopt the teachings of His Word with steady and stable belief in day-to-day life. He is the true treasure of enlightenment of His Word. You should abandon all religious suspicions and surrender at His sanctuary to meditate on the teachings of his Word. He has been blessings His creation from Ancient Ages.

17. ਦੇਵਗੰਧਾਰੀ – ਸਲੋਕ ਮਃ ੩॥ 555-10

ਰਾਮੁ ਰਾਮੁ ਕਰਤਾ ਸਭੁ ਜਗੁ ਫਿਰੈ,	raam raam kartaa sabh jag firai
ਰਾਮੁ ਨ ਪਾਇਆ ਜਾਇ॥	raam na paa-i-aa jaa-ay.
ਅਗਮੁ ਅਗੋਚਰੁ ਅਤਿ ਵਡਾ,	agam agochar at vadaa
ਅਤੁਲੁ ਨ ਤੁਲਿਆ ਜਾਇ॥	atul na tuli-aa jaa-ay.
ਕੀਮਤਿ ਕਿਨੈ ਨ ਪਾਈਆ,	keemat kinai na paa-ee-aa
ਕਿਤੈ ਨ ਲਇਆ ਜਾਇ॥	kitai na la-i-aa jaa-ay.
ਗੁਰ ਕੈ ਸਬਦਿ ਭੇਦਿਆ,	gur kai sabad bhaydi-aa
ਇਨ ਬਿਧਿ ਵਸਿਆ ਮਨਿ ਆਇ॥	in biDh vasi-aa man aa-ay.
ਨਾਨਕ ਆਪਿ ਅਮੇਉ ਹੈ,	naanak aap amay-o hai
ਗੁਰ ਕਿਰਪਾ ਤੇ ਰਹਿਆ ਸਮਾਇ॥	gur kirpaa tay rahi-aa samaa-ay.
ਆਪੇ ਮਿਲਿਆ ਮਿਲਿ ਰਹਿਆ,	aapay mili-aa mil rahi-aa
ਆਪੇ ਮਿਲਿਆ ਆਇ॥੧॥	aapay mili-aa aa-ay. ‖1‖

ਸਾਰੀ ਸ੍ਰਿਸ਼ਟੀ ਹੀ ਪ੍ਰਭ ਦੀ ਉਸਤਤ ਕਰਦੀ ਰਹਿੰਦੀ ਹੈ । ਰਹਿਮਤ ਪਾਉਣ ਦੀ ਖਾਹਿਸ਼ ਰਖਦੀ ਹੈ! ਪ੍ਰਭ ਦੀ ਰਹਿਮਤ ਕਿਸੇ ਵਿਧੀ ਨਾਲ ਨਹੀਂ ਪਾਈ ਜਾ ਸਕਦੀ, ਜੀਵ ਦੀ ਪਹੁੰਚ, ਜਾਣਕਾਰੀ ਵਿੱਚ ਨਹੀਂ ਹੈ । ਉਸ ਦੇ ਕਿਸੇ ਕਰਤਬ ਦਾ ਪੂਰਨ ਅੰਦਾਜ਼ਾ ਨਹੀਂ ਲਾਇਆ ਜਾ ਸਕਦਾ । ਰਹਿਮਤ ਦੀ ਕੀਮਤ ਜਾਣੀ ਨਹੀਂ ਜਾ ਸਕਦੀ, ਕੋਈ ਦਾਨ ਪੁੰਨ ਕਰਕੇ ਖਰੀਦੀ ਨਹੀਂ ਜਾ ਸਕਦੀ । ਪ੍ਰਭ ਦੇ ਸ਼ਬਦ ਦੀ ਪਾਲਣਾ ਕਰਨ ਵਿੱਚ ਹੀ ਇਸ ਭੇਦ ਦੀ ਜਾਣਕਾਰੀ ਹੁੰਦੀ ਹੈ । ਉਸ ਨਾਲ ਹੀ ਪ੍ਰਭ ਦਾ ਸ਼ਬਦ ਮਨ ਵਿੱਚ ਘਰ ਕਰਦਾ ਹੈ । ਪ੍ਰਭ ਆਪ ਅਥਾਹ ਹੈ, ਆਪਣੀ ਰਜ਼ਾ ਨਾਲ ਹੀ ਹਰੇਕ ਜੀਵ, ਥਾਂ ਤੇ ਵਸਦਾ, ਵਾਪਰਦਾ ਹੈ । ਆਪ ਹੀ ਜੀਵ ਦੀ ਆਤਮਾ ਨੂੰ ਆਪਣੇ ਵਿੱਚ ਅਲੋਪ ਕਰਦਾ, ਅਭੇਦ ਰਖਦਾ ਹੈ ।

The whole universe remains singing, worshipping the teachings of His Word with a hope to be blessed with His mercy and grace. His blessings may not be achieved by any unique meditation, He remains beyond reach and comprehension of His creation. No one may imagine the purpose, limit of any of His miracles or events of His nature. No one may comprehend the real worth of His blessings and no one can buy by charity or any religious rituals, worship etc. The secret of His nature may be embedded in adopting the teachings of His Word with steady and stable belief in day to day. The True Master remains beyond any known limit or boundary. He remains Omnipresent and prevails in each event in the universe. With His mercy and grace, he may immerse the sanctified soul within The Holy Spirit.

ਮਃ ੩॥	**mehlaa 3.**
ਏ ਮਨ ਇਹੁ ਧਨੁ ਨਾਮੁ ਹੈ,	ay man ih Dhan naam hai
ਜਿਤੁ ਸਦਾ ਸਦਾ ਸੁਖੁ ਹੋਇ॥	Jit sadaa sadaa sukh ho-ay.
ਤੋਟਾ ਮੂਲਿ ਨ ਆਵਈ,	totaa mool na aavee
ਲਾਹਾ ਸਦ ਹੀ ਹੋਇ॥	laahaa sad hee ho-ay.
ਖਾਧੈ ਖਰਚਿਐ ਤੋਟਿ ਨ ਆਵਈ,	khaaDhai kharchi-ai tot na aavee
ਸਦਾ ਸਦਾ ਓਹੁ ਦੇਇ॥	sadaa sadaa O' day-ay.
ਸਹਸਾ ਮੂਲਿ ਨ ਹੋਵਈ,	sahsaa mool na hova-ee
ਹਾਣਤ ਕਦੇ ਨ ਹੋਇ॥	haanat kaday na ho-ay.
ਨਾਨਕ ਗੁਰਮੁਖਿ ਪਾਈਐ,	naanak gurmukh paa-ee-ai
ਜਾ ਕਉ ਨਦਰਿ ਕਰੇਇ॥੨॥	jaa ka-o nadar karay-i. ‖2‖

ਸ਼ਬਦ ਦੀ ਪਾਲਣਾ, ਸ਼ਬਦ ਦੀ ਕਮਾਈ ਨਾਲ ਹੀ ਮਨ ਵਿੱਚ ਸਦਾ ਹੀ ਸ਼ਾਂਤੀ, ਸੰਤੋਖ ਵਸਦਾ ਹੈ । ਇਸ ਧਨ ਦੇ ਭੰਡਾਰ ਵਿੱਚ ਕਦੇ ਤੋਟ, ਘਾਟਾ ਨਹੀਂ ਹੁੰਦਾ । ਸਦਾ ਹੀ ਲਾਹਾ ਹੀ ਹੁੰਦਾ ਹੈ, ਰਹਿਮਤ ਹੀ ਹੁੰਦੀ ਹੈ । ਪ੍ਰਭ ਦੀ ਰਹਿਮਤ ਨੂੰ ਵਰਤਣ ਨਾਲ, ਕਦੇ ਉਸ ਦੀ ਰਹਿਮਤ ਘਟਦੀ ਨਹੀਂ । ਉਹ ਸਦਾ ਹੀ ਦਾਤਾਂ ਬਖਸ਼ਦਾ ਰਹਿੰਦਾ ਹੈ, ਇਹ ਵਧਦੀਆਂ ਹੀ ਜਾਂਦੀਆਂ ਹਨ । ਜਿਸ ਦੇ ਮਨ ਵਿੱਚ ਕੋਈ ਭਰਮ ਨਹੀਂ ਰਹਿੰਦਾ ਉਸ ਨੂੰ ਕਦੇ ਸ਼ਰਮਿੰਦਗੀ ਨਹੀਂ ਹੁੰਦੀ । ਦਰਬਾਰ ਵਿੱਚ ਲਾਨ੍ਹਤ ਨਹੀਂ ਪੈਂਦੀ । ਜਦੋਂ ਪ੍ਰਭ ਆਪ ਰਹਿਮਤ ਬਖਸ਼ਦਾ ਹੈ, ਤਾਂ ਹੀ ਗੁਰਮਖ ਨੂੰ ਪ੍ਰਭ ਦੇ ਸ਼ਬਦ ਦੀ ਸੋਝੀ ਹੋ ਜਾਂਦੀ ਹੈ ।

Only with the earnings of His Word, adopting the teachings of His Word Day and night, he may be blessed with peace and contentment within his mind. The earnings of His Word are such a unique treasure that it never diminishes or decrease, always enhance; more one may utilize, more it grows. The True Master always blesses His virtues and it enhance with steady and stable belief. Whosoever may not have any suspicions or doubt on His blessings, he may not face any embarrassment in worldly life nor after death in His court. Only with His mercy and grace, His true devotee may be blessed with the enlightenment of the teachings of His Word.

ਪਉੜੀ॥ **pa-orhee.**

ਆਪੇ ਸਭ ਘਟ ਅੰਦਰੇ, aapay sabh ghat andray
ਆਪੇ ਹੀ ਬਾਹਰਿ॥ aapay hee baahar.
ਆਪੇ ਗੁਪਤੁ ਵਰਤਦਾ, aapay gupat varatdaa
ਆਪੇ ਹੀ ਜਾਹਰਿ॥ aapay hee jaahar.
ਜੁਗ ਛਤੀਹ ਗੁਬਾਰੁ ਕਰਿ, jug chhateeh gubaar kar
ਵਰਤਿਆ ਸੁੰਨਾਹਰਿ॥ varti-aa sunnaahar.
ਓਥੈ ਵੇਦ ਪੁਰਾਨ ਨ ਸਾਸਤਾ, othai vayd puraan na saastaa
ਆਪੇ ਹਰਿ ਨਰਹਰਿ॥ aapay har narhar.
ਬੈਠਾ ਤਾੜੀ ਲਾਇ, baithaa taarhee laa-ay
ਆਪਿ ਸਭ ਦੂ ਹੀ ਬਾਹਰਿ॥ aap sabh doo hee baahar.
ਆਪਣੀ ਮਿਤਿ ਆਪਿ ਜਾਣਦਾ, aapnee mit aap jaandaa
ਆਪੇ ਹੀ ਗਉਹਰੁ॥੧੮॥ aapay hee ga-uhar. ||18||

ਪ੍ਰਭ ਆਪ ਹੀ ਜੀਵ ਦੇ ਅੰਦਰ ਦਸਵੇਂ ਘਰ ਵਿੱਚ ਵਸਦਾ ਹੈ । ਆਪ ਹੀ ਸਾਰੀ ਸ੍ਰਿਸ਼ਟੀ ਵਿੱਚ, ਬਾਹਰ ਵਾਪਰਦਾ ਹੈ । ਆਪ ਹੀ ਗੁਪਤ ਵਾਪਰਦਾ, ਹਾਜਰ ਹਜ਼ੂਰ ਪ੍ਰਤੀਤ ਹੁੰਦਾ, ਨਜ਼ਰ ਆਉਂਦਾ, ਮਹਿਸੂਸ ਹੁੰਦਾ ਹੈ । ਉਸ ਨੇ 36 (ਅਨੇਕਾਂ) ਜੁਗਾਂ ਬ੍ਰਹਮੰਡਾਂ ਵਿੱਚ ਅਧੇਰਾ, ਰਖਿਆ, ਸਮਾਧੀ ਵਿੱਚ ਸੀ । ਉਸ ਸਮੇਂ ਧਰਮ ਦੇ ਗ੍ਰੰਥ (ਵੇਦਾ, ਸਾਸਤਰ, ਪਰਾਨ, ਕੁਰਾਨ) ਨਹੀਂ ਸਨ । ਕੇਵਲ ਪ੍ਰਭ ਹੀ ਮੌਜੂਦ ਸੀ । ਉਹ ਆਪਣੀ ਸਮਾਧੀ ਵਿੱਚ ਇਕਾਂਤਮਾਈ ਵਿੱਚ ਬੈਠਾ ਸੀ । ਉਹ ਆਪ ਹੀ ਆਪਣੇ ਕਰਤਬ ਜਾਣਦਾ ਹੈ, ਉਹ ਹੀ ਅਥਾਹ ਸਮੁੰਦਰ ਹੈ ।

The One and Only One True Master dwells and prevails within the body of all creatures and same dwells and prevails in the outside in the world. The same True Master remains invisible to His creation and same prevails and appears to His creation, He remains 36 Yugs, Ages in the void of His Word and darkness; ignorance was prevailing everywhere. There was no Holy scripture at that time and no one to follow, only The Holy spirit prevails and remains peaceful. Only He knows His miracles and His nature and He is beyond any known limits or boundaries.

18. ਸਲੋਕੁ ਬਿਹਾਗੜਾ ਮਰਦਾਨਾ॥ 553-2

ਕਲਿ ਕਲਵਾਲੀ ਕਾਮੁ ਮਦੁ, kal kalvaalee kaam mad
ਮਨੂਆ ਪੀਵਣਹਾਰੁ॥ manoo-aa peevanhaar.
ਕ੍ਰੋਧ ਕਟੋਰੀ ਮੋਹਿ ਭਰੀ, kroDh katoree mO'i bharee
ਪੀਲਾਵਾ ਅਹੰਕਾਰੁ॥ peelaavaa ahaNkaar.
ਮਜਲਸ ਕੂੜੇ ਲਬ ਕੀ, majlas koorhay lab kee
ਪੀ ਪੀ ਹੋਇ ਖੁਆਰੁ॥ pee pee ho-ay khu-aar.
ਕਰਣੀ ਲਾਹਣਿ ਸਤੁ ਗੁੜੁ, karnee laahan sat gurh
ਸਚੁ ਸਰਾ ਕਰਿ ਸਾਰੁ॥ sach saraa kar saar.
ਗੁਣ ਮੰਡੇ ਕਰਿ ਸੀਲੁ ਘਿਉ, gun manday kar seel ghi-o
ਸਰਮੁ ਮਾਸੁ ਆਹਾਰੁ॥ saram maas aahaar.
ਗੁਰਮੁਖਿ ਪਾਈਐ ਨਾਨਕਾ, gurmukh paa-ee-ai naankaa
ਖਾਧੈ ਜਾਹਿ ਬਿਕਾਰ॥੧॥ khaaDhai jaahi bikaar. ||1||

ਕਲਜੁਗ ਦਾ ਜੁਗ, ਇੱਕ ਕਾਮ ਵਾਸ਼ਨਾ ਦੇ ਨਸ਼ੇ ਨਾਲ ਭਰਿਆਂ ਹੋਇਆ ਭਾਂਡਾ ਹੈ । ਮਾਨਸ ਜੀਵ ਦਾ ਮਨ ਇਸ ਨਸ਼ੇ ਵਿੱਚ ਦਿਵਾਨਾ ਹੋਇਆ ਹੈ । ਜੀਵ ਦੇ ਮਨ ਦਾ ਕਰੋਧ, ਇੱਕ ਮੋਹ ਨਾਲ ਭਰਿਆਂ ਭਾਂਡਾ, ਝੱਜਰੀ ਹੈ । ਮਨ ਦਾ ਅਹੰਕਾਰ ਇਸ ਨੂੰ ਵਰਤਾਉਣ ਵਾਲਾ ਨੋਕਰ (ਸੇਵਾਦਾਰ) ਹੈ । ਜੀਵ ਧੋਖੇ ਅਤੇ ਫਰੇਬ ਵਿੱਚ ਮਸਤ ਹੋ ਕਿ ਇਸ ਨੂੰ ਪੀਤੀ ਜਾਂਦਾ, ਨਸ਼ਾਈ ਹੋ ਜਾਂਦਾ ਹੈ । ਜੀਵ ਆਪਣੇ ਚੰਗੇ, ਸ੍ਰਿਸ਼ਟੀ ਦੀ ਭਲਾਈ ਦੇ ਕੰਮਾਂ ਨੂੰ, ਸ਼ਬਦ ਦਾ ਅੰਮ੍ਰਿਤ ਕੱਢਣ ਵਾਲੀ ਵਿਧੀ ਬਣਾਵੋ । ਇਸ ਨੂੰ ਸੱਚ, ਆਪਣੇ ਭਰੋਸੇ ਦੀ ਜਾਗ ਲਾਵੇ, ਤਾਂ ਇਸ ਵਿਚੋਂ ਸ਼ਬਦ ਦਾ ਅੰਮ੍ਰਿਤ ਨਿਕਲਦਾ ਹੈ । ਆਪਣੇ

ਗੁਣਾਂ ਨੂੰ ਉਹ ਰੋਟੀ ਦਾ ਰੂਪ, ਚੰਗੇ ਕੰਮਾਂ ਦਾ ਇਸ ਤੇ ਘਿਉ ਪਾਵੇ ਅਤੇ ਆਪਣੇ ਜੀਵਨ ਦੀ ਸਾਦਗੀ ਨੂੰ ਖਾਣ ਵਾਲੀ ਭਾਜੀ ਬਣਾਵੇ । ਇਸਤਰ੍ਹਾਂ ਹੀ ਗੁਰਮਖ ਅਵਸਥਾ ਬਖਸ਼ਿਸ਼ ਹੋ ਸਕਦੀ ਹੈ । ਇਸਤਰ੍ਹਾਂ ਜੀਵਨ ਢਾਲਣ ਨਾਲ ਪਿਛਲੇ ਕੀਤੇ ਪਾਪ ਧੋਤੇ ਜਾਂਦਾ, ਮਾਫ ਹੋ ਸਕਦੇ ਹਨ ।

The Age of Kul jug is an ocean of sexual obsession, vessel filled with the intoxication of worldly sexual desire. The mind of a creature is like a vessel overfilled with anger and emotional attachments. His mind is a bar attendant to serve. Worldly creature in his ignorance and deceptive plans; he remains intoxicated with sweet poisons of worldly emotions. You should make your good deeds for mankind as a distillery to distill the nectar of the teachings of His Word. By adding the yeast of reality of human life and your steady and stable belief that may produce the nectar of the teachings of His Word. You should make your good virtues as the roti, bread and your good deeds as the ghee and make your simple living as your vegetables. With His mercy and grace, sinful deeds of past lives may be forgiven and he may be blessed with a state of mind as His true devotee.

ਕਾਇਆ ਲਾਹਣਿ ਆਪੁ ਮਦੁ,	kaa-i-aa laahan aap mad
ਮਜਲਸ ਤ੍ਰਿਸਨਾ ਧਾਤੁ॥	majlas tarisnaa Dhaat.
ਮਨਸਾ ਕਟੋਰੀ ਕੂੜਿ ਭਰੀ,	mansaa katoree koorh bharee
ਪੀਲਾਏ ਜਮਕਾਲੁ॥	peelaa-ay jamkaal.
ਇਤੁ ਮਦਿ ਪੀਤੈ ਨਾਨਕਾ,	it mad peetai naankaa
ਬਹੁਤੇ ਖਟੀਅਹਿ ਬਿਕਾਰ॥	bahutay khatee-ah bikaar
ਗਿਆਨੁ ਗੁੜੁ ਸਾਲਾਹ ਮੰਡੇ,	gi-aan gurh saalaah manday
ਭਉ ਮਾਸੁ ਆਹਾਰੁ॥	bha-o maas aahaar.
ਨਾਨਕ ਇਹੁ ਭੋਜਨੁ ਸਚੁ ਹੈ,	naanak ih bhojan sach hai
ਸਚੁ ਨਾਮੁ ਆਧਾਰੁ॥੨॥	sach naam aaDhaar. ||2||

ਮਾਨਸ ਦਾ ਤਨ ਇੱਕ ਭਾਂਡਾ ਹੈ । ਆਪਣੇ ਮਨ ਦਾ ਕਾਬੂ ਉਸ ਵਿੱਚ ਨਸ਼ਾ ਹੈ ਅਤੇ ਮਨ ਦੀਆਂ ਇੱਛਾਂ, ਉਹ ਨਸ਼ੇ ਵਾਲੇ ਸਾਥੀ ਹਨ । ਜੀਵ ਦਾ ਮਨ ਇੱਛਾਂ, ਫਰੇਬ, ਧੋਖੇ ਨਾਲ ਭਰਿਆਂ ਹੈ । ਮੌਤ ਦਾ ਫਰਿਸ਼ਤਾ ਇਹ ਨਸ਼ਾ ਵੱਡਣ ਵਾਲਾ ਸਾਕੀ, ਵਰਤਾਵਾ ਹੈ । ਇਸਤਰ੍ਹਾਂ ਦਾ ਜੀਵਨ ਢਾਲਕੇ ਮਾਨਸ ਪਾਪਾਂ ਦਾ ਭਾਰ ਇਕੱਠਾ ਕਰਦਾ ਰਹਿੰਦਾ ਹੈ । ਜੀਵ ਸ਼ਬਦ ਦੀ ਸੋਝੀ ਨੂੰ ਜਾਗ, ਪ੍ਰਭ ਦੇ ਸ਼ਬਦ ਦੀ ਪਾਲਣਾ, ਉਸਤਤ, ਸਿਮਰਨ ਨੂੰ ਰੋਟੀ ਅਤੇ ਪ੍ਰਭ ਦੇ ਵਿਛੋੜੇ ਦੇ ਵਿਰਾਗ ਨੂੰ ਉਸ ਦੀ ਭਾਜੀ ਬਣਾਵੇ । ਇਹ ਹੀ ਅਸਲੀ ਖਾਣ ਵਾਲਾ ਭੋਜਨ ਹੈ । ਕੇਵਲ ਪ੍ਰਭ ਦੇ ਸ਼ਬਦ ਨੂੰ ਆਪਣੇ ਜੀਵਨ ਦਾ ਅਧਾਰ ਬਣਾਵੇ ।

The body of a human is like a vessel and the control of mind is like intoxication, drink, poison, and worldly desires are like companions of drinking party. Human mind remains overwhelmed with falsehood, deceptive thoughts. The devil of death is the bartender to serve the intoxication. With this way of life, human collects the burden of sins in his human life. You should make the enlightenment of His Word as yeast, singing the glory of His Word as roti, bread, and the memory of your separation from The Holy Spirit as the vegetable. The is the only worthy food for the real human life. Only make the teachings of His Word as the bases and guiding principle of life.

ਕਾਂਜਾਂ ਲਾਹਣਿ ਆਪੁ ਮਦੁ,	kaaNyaaN laahan aap mad
ਅੰਮ੍ਰਿਤ ਤਿਸ ਕੀ ਧਾਰ॥	amrit tis kee Dhaar.
ਸਤਸੰਗਤਿ ਸਿਉ ਮੇਲਾਪੁ ਹੋਇ,	satsangat si-o maylaap ho-ay
ਲਿਵ ਕਟੋਰੀ ਅੰਮ੍ਰਿਤ ਭਰੀ,	liv katoree amrit bharee
ਪੀ ਪੀ ਕਟਹਿ ਬਿਕਾਰ॥੩॥	pee pee kateh bikaar. ||3||

ਅਗਰ ਮਾਨਸ ਦਾ ਤਨ ਇੱਕ ਭਾਂਡਾ ਬਣ ਜਾਵੇ । ਆਪਣੇ ਆਪ ਦੀ ਪਛਾਣ, ਉਹ ਨਸ਼ਾ ਬਣ ਜਾਵੇ, ਤਾਂ ਮਨ ਅੰਦਰੋ ਸ਼ਬਦ ਦੀ ਸੋਝੀ ਦਾ ਅੰਮ੍ਰਿਤ ਵਗਦਾ ਹੈ । ਬੰਦਗੀ ਕਰਨ ਵਾਲੇ ਦੀ ਸੰਗਤ ਕਰਨ ਨਾਲ ਮਨ ਪ੍ਰਭ ਦੇ ਸ਼ਬਦ ਦੀ ਸੋਝੀ ਨਾਲ ਭਰ ਜਾਂਦਾ ਹੈ । ਉਸ ਨਾਲ ਜੀਵਨ ਢਾਲਣ ਨਾਲ ਜੀਵ ਦੇ ਪਿਛਲੇ ਜਨਮਾਂ ਦੇ ਪਾਪ ਧੋਤੇ ਜਾਂਦੇ ਹਨ ।

Whosoever may consider his body as a vessel and the enlightenment of the purpose of life as the intoxication in that vessel. With this state of mind, the nectar of the essence of His Word may be oozing, flowing out from within. By associating with His true devotee, the teachings of His Word may be drenched within. By adopting the teachings in day-to-day life, with His mercy and grace all his sins may be forgiven.

ਪਉੜੀ॥ **pa-orhee.**

ਆਪੇ ਸੁਰਿ ਨਰ ਗਣ ਗੰਧਰਬਾ, aapay sur nar gan ganDharbaa
ਆਪੇ ਖਟ ਦਰਸਨ ਕੀ ਬਾਣੀ॥ aapay khat darsan kee banee.
ਆਪੇ ਸਿਵ ਸੰਕਰ ਮਹੇਸਾ, aapay siv sankar mahaysaa
ਆਪੇ ਗੁਰਮੁਖਿ ਅਕਥ ਕਹਾਣੀ॥ aapay gurmukh akath kahaanee.
ਆਪੇ ਜੋਗੀ ਆਪੇ ਭੋਗੀ, aapay jogee aapay bhogee
ਆਪੇ ਸੰਨਿਆਸੀ ਫਿਰੈ ਬਿਬਾਣੀ॥ aapay sani-aasee firai bibaanee.
ਆਪੈ ਨਾਲਿ ਗੋਸਟਿ ਆਪਿ ਉਪਦੇਸੈ, aapai naal gosat aap updaysai aapay
ਆਪੇ ਸੁਘੜੁ ਸਰੂਪੁ ਸਿਆਣੀ॥ sugharh saroop si-aanee.
ਆਪਣਾ ਚੋਜੁ ਕਰਿ ਵੇਖੈ ਆਪੇ, aapnaa choj kar vaykhai aapay
ਆਪੇ ਸਭਨਾ ਜੀਆ ਕਾ ਹੈ ਜਾਣੀ॥੧੨॥ aapay sabhnaa jee-aa kaa hai jaanee. ||12

ਪ੍ਰਭ ਆਪ ਹੀ ਉਹ ਫਰਿਸ਼ਤਾ ਹੈ, ਆਪ ਹੀ ਰੂਹਾਨੀ ਸੰਗਤ ਹੈ, ਆਪ ਹੀ ਸਦਾ ਚੱਲਣ ਵਾਲੀ ਧੁਨ ਹੈ । ਪ੍ਰਭ ਆਪ ਹੀ ਉਹ ਜੋਗੀ ਹੈ! ਜਿਹੜਾ ਜੋਗ ਦੀਆਂ ਛੇਂ ਵਿਧੀਆਂ ਦੀ ਵਿਆਖਿਆ ਕਰਦਾ ਹੈ । ਉਹ ਆਪ ਹੀ ਸਿਵ, ਸੰਕਰ, ਮਹੇਸ਼ ਅਤੇ ਆਪ ਹੀ ਉਹ ਗੁਰਮਖ ਅਵਸਥਾ ਹੈ, ਜਿਹੜੀ ਅਕਥ ਕਥਾ ਕਰਦਾ ਹੈ, ਸ਼ਬਦ ਦੇ ਨਾ ਜਾਣੇ ਜਾਣ ਵਾਲੇ ਗੁਣ ਦੱਸਦਾ ਹੈ । ਪ੍ਰਭ ਆਪ ਹੀ ਉਹ ਗਿਰਸਤੀ ਹੈ, ਜਿਹੜਾ ਸੰਸਾਰ ਵਿੱਚ ਪ੍ਰਵਾਰ ਦਾ ਅਨੰਦ ਮਾਣਦਾ ਹੈ । ਆਪ ਹੀ ਉਹ ਤਿਆਗੀ, ਸੰਨਿਆਸੀ ਹੈ! ਜਿਹੜਾ ਜੰਗਲਾਂ ਵਿੱਚ ਤਪ ਕਰਦਾ ਹੈ । ਉਹ ਆਪ ਹੀ ਆਪਣੇ ਆਪ ਨਾਲ ਸਲਾਹ ਕਰਦਾ ਹੈ! ਆਪ ਹੀ ਸਿਖਿਆ ਦੇਂਦਾ, ਕੀਤੇ ਦੀ ਸਜ਼ਾ ਦੇਂਦਾ ਹੈ! ਆਪ ਹੀ ਰਹਿਮਤ ਬਖਸ਼ਦਾ, ਆਪ ਹੀ ਸ਼ਬਦ ਦੀ ਸੋਝੀ ਦਾ ਮਾਲਕ ਹੈ । ਪ੍ਰਭ ਆਪ ਹੀ ਸ੍ਰਿਸ਼ਟੀ ਦਾ ਸਾਰਾ ਖੇਲ ਰਚਾਉਂਦਾ ਹੈ, ਆਪ ਹੀ ਇਸ ਦਾ ਅਨੰਦ ਮਾਣਦਾ ਹੈ । ਆਪ ਹੀ ਹਰੇਕ ਘਟਨਾ ਦੀ ਜਾਣਕਾਰੀ ਰਖਦਾ ਹੈ ।

The True Master Himself is eternal angle, prophet; Himself is the congregation of Holy saints and the everlasting echo of His Word. Himself is the Yogi to explain six principles of meditation. Himself is Shiva (the Omnipotent), Sanker, Mahesh and His true devotee; that means Himself is the three worldly wealth and the state of salvation; who speaks unexplainable sermons, and His nature and Himself enlightens the spiritual message. Himself is hermit, who meditates in wild jungles. He counsels with Himself and advise Himself and others. He evaluates the worldly deeds of His creation and blesses or punish, deliver the judgement. He is the treasure of enlightenment; the whole play of the universe has been created by Him and He enjoys the show and Omniscient of each activity.

19. ਵਡਹੰਸ ਮ ੫॥ 563-3

ਅੰਤਰਜਾਮੀ ਸੋ ਪ੍ਰਭੁ ਪੂਰਾ॥ antarjaamee so parabh pooraa.
ਦਾਨੁ ਦੇਇ ਸਾਧੂ ਕੀ ਧੂਰਾ॥੧ daan day-ay saaDhoo kee Dhooraa. ||1||

ਪ੍ਰਭ ਅੰਤਰਜਾਮੀ, ਦਿਲ ਦੀਆਂ ਇੱਛਾਂ ਜਾਣਦਾ ਹੈ । ਆਪਣੇ ਬੰਦਗੀ ਕਰਨ ਵਾਲੇ ਦਾਸਾਂ ਨੂੰ ਸੰਤਾਂ ਦੇ ਚਰਨਾਂ ਦੀ ਧੂੜ ਬਖਸ਼ਦਾ ਹੈ ।

The Omniscient True Master knows the spoken and unspoken desires, hopes, and wishes of each creature. He may bless His true devotee with the association of His Holy saints.

ਕਰਿ ਕਿਰਪਾ ਪ੍ਰਭ ਦੀਨ ਦਇਆਲਾ॥ kar kirpaa parabh deen da-i-aalaa.
ਤੇਰੀ ਓਟ ਪੂਰਨ ਗੋਪਾਲਾ॥੧॥ ਰਹਾਉ॥ tayree ot pooran gopaalaa. ||1|| rahaa-o.

ਆਪਣੇ ਨਿਮਾਣੇ ਦਾਸ ਤੇ ਰਹਿਮਤ ਬਖਸ਼ੋ! ਮੈਂ ਤੇਰੇ ਸ਼ਬਦ ਦੀ ਓਟ ਤੇ ਹੀ ਆਪਣਾ ਜੀਵਨ ਬਤੀਤ ਕਰਦਾ ਹਾ ।

Have a mercy on Your humble slave! I may spend my day and night on the support of the teachings of Your Word.

ਜਲਿ ਥਲਿ ਮਹੀਅਲਿ ਰਹਿਆ ਭਰਪੂਰੇ॥ jal thal mahee-al rahi-aa bharpooray.
ਨਿਕਟਿ ਵਸੈ ਨਾਹੀ ਪ੍ਰਭੁ ਦੂਰੇ॥੨॥ nikat vasai naahee parabh dooray. ||2||

ਪ੍ਰਭ ਜਲ, ਥਲ ਵਿੱਚ ਭਰਪੂਰ ਵਾਪਰਦਾ ਹੈ । ਜੀਵ ਦੇ ਨੇੜੇ ਹੀ ਉਸ ਦੇ ਤਨ ਵਿੱਚ ਹੀ ਵਸਦਾ ਹੈ । ਕਦੇ ਦੂਰ ਨਹੀਂ ਜਾਂਦਾ ।

His presence and His command remain overwhelmed in water, in, on and under earth. He dwells within the body of each creature and remain embedded within his soul and never abandon his soul.

ਜਿਸ ਨੋ ਨਦਰਿ ਕਰੇ ਸੋ ਧਿਆਏ॥ jis no nadar karay so Dhi-aa-ay.
ਆਠ ਪਹਰ ਹਰਿ ਕੇ ਗੁਣ ਗਾਏ॥੩॥ aath pahar har kay gun gaa-ay. ||3||

ਜਿਸ ਤੇ ਰਹਿਮਤ ਬਖਸ਼ਕੇ ਸ਼ਬਦ ਦੇ ਲੜ ਲਾਉਂਦਾ ਹੈ । ਕੇਵਲ ਉਹ ਹੀ ਸ਼ਬਦ ਦਾ ਸਿਮਰਨ, ਪਾਲਣਾ ਕਰਦਾ, ਦਿਨ ਰਾਤ ਸ਼ਬਦ ਦੇ ਗੁਣ ਗਾਉਂਦਾ ਹੈ ।

With His mercy and grace, whosoever may be attached to meditate on the teachings of His Word; only he may meditate, obey, and sing the glory of His Word Day and night.

ਜੀਅ ਜੰਤ ਸਗਲੇ ਪ੍ਰਤਿਪਾਰੇ॥ jee-a jant saglay partipaaray.
ਸਰਨਿ ਪਰਿਓ ਨਾਨਕ ਹਰਿ ਦੁਆਰੇ॥੪॥੪ saran pari-o naanak har du-aaray. 4||4

ਪ੍ਰਭ ਸਾਰੇ ਜੀਵਾਂ ਜੰਤਾਂ ਦੀ ਪਾਲਣਾ ਪੋਸਨਾ, ਰਖਿਆ ਕਰਦਾ ਹੈ । ਬੰਦਗੀ ਕਰਨ ਵਾਲੇ ਉਸ ਦੀ ਸ਼ਰਣ ਵਿੱਚ ਹੀ ਪਨਾਹ ਢੂੰਡਦੇ ਹਨ ।

The True Master nourishes and protects all creatures of the universe. His true devotee always begs for refuge in His sanctuary.

20. ਸੋਰਠਿ ਮਹਲਾ ੩॥ 604-3

ਸਤਿਗੁਰ ਸੇਵੇ ਤਾ ਸਹਜ ਧੁਨਿ ਉਪਜੈ, satgur sayvay taa sahj Dhun upjai
ਗਤਿ ਮਤਿ ਤਦ ਹੀ ਪਾਏ॥ gat mat tad hee paa-ay.
ਹਰਿ ਕਾ ਨਾਮੁ ਸਚਾ ਮਨਿ ਵਸਿਆ, har kaa naam sachaa man vasi-aa
ਨਾਮੇ ਨਾਮਿ ਸਮਾਏ॥੧॥ naamay naam samaa-ay. ||1||

ਪ੍ਰਭ ਦੇ ਸ਼ਬਦ ਦੀ ਪਾਲਣਾ ਨਾਲ ਹੀ ਮਨ ਵਿੱਚ ਪ੍ਰਭ ਦੇ ਸ਼ਬਦ ਦੀ ਧੁਨ ਚਲ ਪੈਂਦੀ ਹੈ । ਪ੍ਰਭ ਦੀ ਰਹਿਮਤ ਨਾਲ ਹੀ ਪ੍ਰਭ ਦਾ ਸ਼ਬਦ ਮਨ ਵਿੱਚ ਘਰ ਕਰਦਾ, ਸ਼ਬਦ ਦੀ ਸੋਝੀ ਬਖਸ਼ਿਸ਼ ਹੁੰਦੀ ਹੈ । ਮਨ ਆਪਣੇ ਅੰਦਰ ਹੀ ਪ੍ਰਭ ਦੇ ਸ਼ਬਦ ਦੀ ਜੋਤ ਵਿੱਚ ਅਭੇਦ ਹੋ ਜਾਂਦਾ ਹੈ ।

Whosoever may adopt the teachings of His Word with steady and stable belief; the everlasting echo of His Word may resonate within his heart. With His mercy and grace, he may remain drenched with the nectar of His Word and he may be enlightened from within. He may immerse into The Holy Spirit within his mind and body.

ਬਿਨੁ ਸਤਿਗੁਰ ਸਭੁ ਜਗੁ ਬਉਰਾਨਾ॥ bin satgur sabh jag ba-uraanaa.
ਮਨਮੁਖਿ ਅੰਧਾ ਸਬਦੁ ਨ ਜਾਣੈ, manmukh anDhaa sabad na jaanai
ਝੂਠੈ ਭਰਮਿ ਭੁਲਾਨਾ॥ ਰਹਾਉ॥ jhoothai bharam bhulaanaa. rahaa-o.

ਪ੍ਰਭ ਦੇ ਸ਼ਬਦ ਦੀ ਸੋਝੀ ਤੋਂ ਬਿਨਾਂ ਸਾਰਾ ਸੰਸਾਰ ਹੀ ਦਿਵਾਨਾ ਹੋਇਆ ਫਿਰਦਾ ਹੈ । ਮਨਮੁਖ ਜੀਵ ਨੂੰ ਸ਼ਬਦ ਦੀ ਸੋਝੀ ਬਖਸ਼ਿਸ਼ ਨਹੀਂ ਹੁੰਦੀ । ਉਹ ਭਰਮਾਂ ਵਿੱਚ ਭਉਦਾ, ਭਟਕਦਾ ਰਹਿੰਦਾ ਹੈ ।

Without the enlightenment of His Word, His whole creation wanders in frustration insanely. Self-minded may not have enlightenment of His Word and remains frustrated and wander in suspicions of worldly desires.

ਤ੍ਰੈ ਗੁਣ ਮਾਇਆ ਭਰਮਿ ਭੁਲਾਇਆ, tarai gun maa-i-aa bharam bhulaa-i-aa
ਹਉਮੈ ਬੰਧਨ ਕਮਾਏ॥ ha-umai banDhan kamaa-ay.
ਜੰਮਣੁ ਮਰਣੁ ਸਿਰ ਊਪਰਿ ਊਭਉ, jaman maran sir oopar oobha-o
ਗਰਭ ਜੋਨਿ ਦੁਖੁ ਪਾਏ॥੨॥ garabh jon dukh paa-ay. ||2||

ਮਾਇਆ ਦੇ ਤਿੰਨੇਂ ਰੂਪ ਹੀ ਸੰਸਾਰ ਨੂੰ ਆਪਣੇ ਜਾਲ ਵਿੱਚ ਪਾਈ ਰਖਦੇ ਹਨ । ਉਹ ਭਰਮਾਂ ਵਿੱਚ ਫਸੇ ਹੋਏ, ਅਹੰਕਾਰ ਦੇ ਬੰਧਨ ਵਿੱਚ ਫਸ ਜਾਂਦੇ ਹਨ । ਉਸ ਦੇ ਮਨ ਤੇ ਮੌਤ ਦਾ ਡਰ ਭਾਰੀ ਰਹਿੰਦਾ ਹੈ । ਜੂੰਨਾਂ ਦੇ ਚੱਕਰ ਵਿੱਚ ਭਉਦਾ, ਦੁਖ ਪਾਉਂਦਾ, ਭੋਗਦਾ ਹੈ ।

Three types of worldly wealth keep the whole universe into the trap of greed. Everyone remains in worldly suspicions and remains bonded with ego of his worldly status. He remains under the fear of devil of death and he endures miseries in the cycle of birth and death.

ਤ੍ਰੈ ਗੁਣ ਵਰਤਹਿ ਸਗਲ ਸੰਸਾਰਾ, tarai gun varteh sagal sansaaraa
ਹਉਮੈ ਵਿਚਿ ਪਤਿ ਖੋਈ॥ ha- umai vich pat kho-ee.
ਗੁਰਮੁਖਿ ਹੋਵੈ ਚਉਥਾ ਪਦੁ ਚੀਨੈ, gurmukh hovai cha-uthaa pad cheenai
ਰਾਮ ਨਾਮਿ ਸੁਖੁ ਹੋਈ॥੩॥ raam naam sukh ho-ee. ||3||

ਸੰਸਾਰ ਵਿੱਚ ਮਾਇਆ ਦੇ ਤਿੰਨੇਂ ਰੂਪ ਹੀ ਵਾਪਰਦੇ ਹਨ । ਜੀਵ ਆਪਣੇ ਹੈਸੀਅਤ, ਅਹੰਕਾਰ ਦੇ ਨਸ਼ੇ ਵਿੱਚ ਆਪਣਾ ਮਾਣ ਗਵਾ ਲੈਂਦਾ, ਮਾਨਸ ਜਨਮ ਤਬਾਹ ਕਰ ਜਾਂਦਾ ਹੈ । ਜਿਸ ਗੁਰਮਖ ਨੂੰ ਚੌਥੀ ਅਵਸਥਾ ਦੀ ਸੋਝੀ ਬਖਸ਼ਿਸ਼ ਹੋ ਜਾਂਦੀ ਹੈ, ਉਹ ਅੰਨਦ ਮਾਨਦਾ ਹੈ । ਸ਼ਬਦ ਨਾਲ ਜੀਵਨ ਬਤੀਤ ਕਰਦਾ ਸੰਤੋਖ, ਸ਼ਾਂਤੀ ਵਿੱਚ ਸ਼ਬਦ ਦੇ ਗੁਣ ਗਾਉਂਦਾ ਹੈ ।

Three types of worldly wealth remain dominating and prevails in the universe. Human remains intoxicated in his ego of worldly status and loses his honor; he may waste his opportunity of human life. Whosoever may remain focused on the fourth virtue, state of salvation; he may remain contented and blossom in all environments. He may adopt the teachings of His Word and sings the glory of His virtues.

ਤ੍ਰੈ ਗੁਣ ਸਭਿ ਤੇਰੇ ਤੂ ਆਪੇ ਕਰਤਾ, tarai gun sabh tayray too aapay kartaa
ਜੋ ਤੂ ਕਰਹਿ ਸੁ ਹੋਈ॥ jo too karahi so ho-ee.
ਨਾਨਕ ਰਾਮ ਨਾਮਿ ਨਿਸਤਾਰਾ, naanak raam naam nistaaraa
ਸਬਦੇ ਹਉਮੈ ਖੋਈ॥੪॥੧੨॥ sabday ha-umai kho-ee. ||4||12||

ਪ੍ਰਭ ਨੇ ਹੀ ਮਾਇਆ ਦੇ ਤਿੰਨੇਂ ਰੂਪ ਬਣਾਏ, ਪੈਦਾ ਕੀਤੇ ਹਨ । ਜੋ ਕੁਝ ਵੀ ਪ੍ਰਭ ਨੂੰ ਭਾਉਂਦਾ ਹੈ, ਉਹ ਹੀ ਵਾਪਰਦਾ, ਰੋਕਿਆ ਨਹੀਂ ਜਾ ਸਕਦਾ । ਜਿਹੜਾ ਪ੍ਰਭ ਦੇ ਸ਼ਬਦ ਦੇ ਰੰਗ ਵਿੱਚ ਰੰਗਿਆ ਰਹਿੰਦਾ ਹੈ । ਉਹ ਸ਼ਬਦ ਤੇ ਅਡੋਲ ਭਰੋਸੇ ਨਾਲ ਚਲਦਾ ਹੈ । ਸ਼ਬਦ ਦੀ ਪਾਲਣਾ ਕਰਨ ਨਾਲ ਮਨ ਵਿਚੋਂ ਅਹੰਕਾਰ ਦੀ ਜੜ੍ਹ ਨਾਸ ਹੋ ਜਾਂਦੀ ਹੈ ।

The True Master has created three symbols of worldly wealth to check the sincerity of belief of His creation on His command. Only His command prevails and may not be avoided or changed or delayed. Whosoever may remain drenched with the nectar of essence of His Word; he remains steady and stable on the right path of His acceptance. By adopting His Word in day-to-day life; he may conquer his own ego. He may eliminate the root of ego from within.

21. ਸੋਰਠਿ ਮਹਲਾ ੫॥ 627-19

ਪਰਮੇਸਰਿ ਦਿਤਾ ਬੰਨਾ॥ parmaysar ditaa bannaa.
ਦੁਖ ਰੋਗ ਕਾ ਡੇਰਾ ਭੰਨਾ॥ dukh rog kaa dayraa bhannaa.
ਅਨਦ ਕਰਹਿ ਨਰ ਨਾਰੀ॥ anad karahi nar naaree.
ਹਰਿ ਹਰਿ ਪ੍ਰਭਿ ਕਿਰਪਾ ਧਾਰੀ॥੧॥ har har parabh kirpaa Dhaaree. ||1||

ਜਿਸ ਨੂੰ ਪ੍ਰਭ ਆਸਰਾ ਬਖਸ਼ਦਾ, ਸ਼ਬਦ ਦੇ ਲੜ ਲਾਉਂਦਾ ਹੈ । ਉਸ ਦਾ ਸੰਸਾਰਕ ਇੱਛਾਂ ਦਾ ਦੁਖ ਦੂਰ ਹੋ ਜਾਂਦਾ ਹੈ । ਉਹ ਨਰ, ਨਾਰੀ ਅਨੰਦ, ਖੇੜੇ ਵਿੱਚ ਵਸਦਾ ਹੈ । ਪ੍ਰਭ ਦੀ ਰਹਿਮਤ ਦੀ ਨਜ਼ਰ ਬਖਸ਼ਿਸ਼ ਹੋ ਜਾਂਦੀ ਹੈ ।

Whosoever may be attached to meditate on the teachings of His Word; he may adopt the teachings of His Word with steady and stable belief in day-to-day life; with His mercy and grace; all his miseries of worldly desires may be eliminated. All male and female may enjoy pleasure and blossom; he may realize the bliss of The True Master.

ਸੰਤਹੁ ਸੁਖੁ ਹੋਆ ਸਭ ਥਾਈ॥ santahu sukh ho-aa sabh thaa-ee.
ਪਾਰਬ੍ਰਹਮੁ ਪੂਰਨ ਪਰਮੇਸਰੁ, paarbarahm pooran parmaysar
ਰਵਿ ਰਹਿਆ ਸਭਨੀ ਜਾਈ॥ ਰਹਾਉ॥ rav rahi-aa sabhnee jaa-ee. rahaa-o.

ਪੂਰਨ ਪ੍ਰਭ ਸਭ ਥਾਂ ਤੇ ਆਪ ਹੀ ਵਾਪਰਦਾ ਹੈ । ਹਰੇਕ ਥਾਂ ਤੇ ਸੰਤੋਖ ਖੇੜਾ ਵਸਦਾ ਹੈ ।

The Omnipresent True Master dwells and prevails everywhere in all universes. He blesses contentment and blossom everywhere and in every heart.

ਧੁਰ ਕੀ ਬਾਣੀ ਆਈ॥ Dhur kee banee aa-ee.
ਤਿਨਿ ਸਗਲੀ ਚਿੰਤ ਮਿਟਾਈ॥ tin saglee chint mitaa-ee.
ਦਇਆਲ ਪੁਰਖ ਮਿਹਰਵਾਨਾ॥ da-i-aal purakh miharvaanaa.
ਹਰਿ ਨਾਨਕ ਸਾਚੁ ਵਖਾਨਾ॥੨॥੧੩॥੭੭ har naanak saach vakhaanaa. 2||13||77

ਜਿਸ ਨੂੰ ਵੀ ਪ੍ਰਭ ਦੇ ਰੂਹਾਨੀ ਸ਼ਬਦ ਗੂੰਜ ਮਨ ਵਿੱਚ ਸੁਣਦੀ ਹੈ । ਉਸ ਦੇ ਮਨ ਦੀਆਂ ਚਿੰਤਾਂ ਖਤਮ ਹੋ ਜਾਂਦੀਆਂ ਹਨ । ਪ੍ਰਭ ਬਹੁਤ ਤਰਸਵਾਨ, ਦਿਆਲ ਹੈ । ਬੰਦਗੀ ਕਰਨ ਵਾਲਾ ਉਸ ਦੇ ਸ਼ਬਦ ਦਾ ਸਿਮਰਨ ਕਰਦਾ, ਸਦਾ ਹੀ ਰਹਿਮਤ ਦੀ ਅਰਦਾਸ ਕਰਦਾ ਹੈ ।

Whosoever may hear the everlasting echo of His Word resonating within his heart; all his worldly worries may be eliminated. The True Master remains very merciful and generous. His true devotee always meditates on the teachings of His Word and prays for His forgiveness, mercy, and grace.

22. ਸੋਰਠਿ ਮਹਲਾ ੯॥ 633-15

ਜੋ ਨਰੁ ਦੁਖ ਮੈ ਦੁਖੁ ਨਹੀ ਮਾਨੈ॥ jo nar dukh mai dukh nahee maanai.
ਸੁਖ ਸਨੇਹੁ ਅਰੁ ਭੈ ਨਹੀ, sukh sanayhu ar bhai nahee jaa kai
ਜਾ ਕੈ ਕੰਚਨ ਮਾਟੀ ਮਾਨੈ॥੧॥ ਰਹਾਉ॥ kanchan maatee maanai. ||1|| rahaa-o.

ਜਿਹੜਾ ਦੁਖ ਵਿੱਚ ਦੁਖ ਨਹੀਂ ਮਹਿਸੂਸ ਕਰਦਾ, ਉਸ ਨੂੰ ਸੁਖ ਮਿਲੱਣ ਨਾਲ ਵੀ ਕੋਈ ਪ੍ਰਭਾਵ, ਅਹੰਕਾਰ ਨਹੀਂ ਹੁੰਦਾ । ਉਸ ਨੂੰ ਪਿਆਰ ਜਾ ਨਰਾਜ਼ਗੀ ਦਾ ਕੋਈ ਪ੍ਰਭਾਵ ਨਹੀਂ ਹੁੰਦਾ । ਉਸ ਵਾਸਤੇ ਸੋਨਾ ਜਾ ਮਿੱਟੀ ਇੱਕ ਸਮਾਨ ਹੀ ਹੈ ।

Whosoever may not feel depressed, frustrated with worldly miseries; he may not boast or pride with comforts of life either. For his state of mind love and disappointments; gold or dust may not have any distinction.

ਨਹ ਨਿੰਦਿਆ ਨਹ ਉਸਤਤਿ ਜਾ ਕੈ, nah nindi-aa nah ustat jaa kai
ਲੋਭੁ ਮੋਹੁ ਅਭਿਮਾਨਾ॥ lobh moh abhimaanaa.
ਹਰਖ ਸੋਗ ਤੇ ਰਹੈ ਨਿਆਰਉ, harakh sog tay rahai ni-aara-o
ਨਾਹਿ ਮਾਨ ਅਪਮਾਨਾ॥੧॥ naahi maan apmaanaa. ||1||

ਜਿਹੜੇ ਜੀਵ ਤੇ ਉਸਤਤ ਜਾ ਨਿੰਦਿਆਂ ਦਾ ਕੋਈ ਪ੍ਰਭਾਵ ਨਾ ਹੋਵੇ । ਉਸ ਤੇ ਲਾਲਚ, ਮੋਹ, ਅਹੰਕਾਰ ਦਾ ਪ੍ਰਭਾਵ ਨਾ ਹੋਵੇ । ਉਹ ਦੁਖ, ਸੁਖ, ਮਾਣ, ਅਪਮਾਨ ਵਿੱਚ ਇੱਕ ਸਮਾਨ ਹੀ ਅਨੰਦ ਮਾਨਦਾ ਹੈ ।

Whosoever may not have any influence of praises or rebuke; greed, attachments, and ego on his mind. He may remain in blossom same way with worldly misery and pleasure; honor or rebuke.

ਆਸਾ ਮਨਸਾ ਸਗਲ ਤਿਆਗੈ, aasaa mansaa sagal ti-aagai
ਜਗ ਤੇ ਰਹੈ ਨਿਰਾਸਾ॥ jag tay rahai niraasaa.
ਕਾਮੁ ਕ੍ਰੋਧੁ ਜਿਹ ਪਰਸੈ ਨਾਹਨਿ, kaam kroDh Jih parsai naahan
ਤਿਹ ਘਟਿ ਬ੍ਰਹਮੁ ਨਿਵਾਸਾ॥੨॥ tih ghat barahm nivaasaa. ||2||

ਜਿਹੜਾ ਮਨ ਵਿਚੋਂ ਆਸਾਂ, ਇੱਛਾਂ ਤਿਆਗ ਦੇਵੇ । ਸੰਸਾਰ ਵਿੱਚ ਕੁਝ ਪਾਉਣ ਦੀ ਤੁਮੰਨਾ, ਲਾਲਚ ਨਾ ਹੋਵੇ । ਜਿਸ ਦੇ ਮਨ ਵਿੱਚ ਕਾਮ ਵਾਸ਼ਨਾ, ਕਰੋਧ ਨਾ ਵਸਦਾ ਹੋਵੇ । ਉਸ ਦੇ ਮਨ ਵਿੱਚ ਪ੍ਰਭ ਦਾ ਪ੍ਰਵੇਸ਼ ਹੋਇਆ ਹੁੰਦਾ ਹੈ ।

Whosoever may conquer his hopes and worldly desires. He may not have anxiety, greed for worldly possessions; he may not remain a slave of sexuality and anger. The Holy Spirit is already awake and alert within his way of life.

ਗੁਰ ਕਿਰਪਾ ਜਿਹ ਨਰ ਕਉ ਕੀਨੀ, gur kirpaa Jih nar ka-o keenee
ਤਿਹ ਇਹ ਜੁਗਤਿ ਪਛਾਨੀ॥ tih ih jugat pachhaanee.
ਨਾਨਕ ਲੀਨ ਭਇਓ ਗੋਬਿੰਦ ਸਿਉ, naanak leen bha-i-o gobind si-o
ਜਿਉ ਪਾਨੀ ਸੰਗਿ ਪਾਨੀ॥੩॥੧੧॥ Ji-o paanee sang paanee. ||3||11||

ਉਸ ਤੇ ਪ੍ਰਭ ਦੀ ਰਹਿਮਤ ਭਰਪੂਰ ਹੁੰਦੀ ਹੈ । ਜਿਸ ਨਾਲ ਉਸ ਨੂੰ ਸੰਸਾਰ ਦੀ ਜਾਣਕਾਰੀ ਹੋਈ ਹੈ । ਜਿਵੇਂ ਪਾਣੀ ਵਿੱਚ ਪਾਣੀ ਮਿਲਦਾ ਹੈ, ਉਸ ਆਤਮਾ ਦੀ ਜੋਤ ਪ੍ਰਭ ਦੀ ਜੋਤ ਵਿੱਚ ਮਿਲ ਜਾਂਦੀ ਹੈ

Whosoever may remain overwhelmed with His mercy and grace; he may be enlightened with functioning of the world. As water mixed with water may not be distinguished and separated out; same way his soul may be immersed in The Holy Spirit.

23. ਰਾਗੁ ਸੋਰਠਿ ਬਾਣੀ ਭਗਤ ਭੀਖਨ ਕੀ॥ 659

ਐਸਾ ਨਾਮੁ ਰਤਨੁ ਨਿਰਮੋਲਕੁ, aisaa naam ratan nirmolak
ਪੁੰਨਿ ਪਦਾਰਥੁ ਪਾਇਆ॥ punn padaarath paa-i-aa.
ਅਨਿਕ ਜਤਨ ਕਰਿ ਹਿਰਦੈ ਰਾਖਿਆ, anik jatan kar hirdai raakhi-aa
ਰਤਨੁ ਨ ਛਪੈ ਛਪਾਇਆ॥੧॥ ratan na chhapai chhapaa-i-aa. ||1||

ਚੰਗੇ ਕੰਮ ਕਰਕੇ ਮੇਰੇ ਮਨ ਨੂੰ ਅਮੋਲਕ ਸ਼ਬਦ ਦੀ ਸੋਝੀ ਬਖਸ਼ਿਸ਼ ਹੋਈ ਹੈ । ਇਸ ਸ਼ਬਦ ਦੀ ਕੀਮਤ ਜਾਣੀ ਨਹੀਂ ਜਾ ਸਕਦੀ । ਇਸ ਨਾਲ ਮੇਰਾ ਮਨ ਭਰਪੂਰ ਹੈ, ਇਹ ਲੁਕਿਆ ਵੀ ਲੁਕਦਾ ਨਹੀਂ ।

As a reward of my good deeds of previous lives; with His mercy and grace I have been enlightened with the essence of His Word. The significance of the enlightenment of His Word remains beyond the comprehension of His creation. My mind remains overwhelmed with the enlightenment; no one may be able to hide His blessings, the glow of The Holy Spirt within.

ਹਰਿ ਗੁਨ ਕਹਤੇ ਕਹਨੁ ਨ ਜਾਈ॥ har gun kahtay kahan na jaa-ee.
ਜੈਸੇ ਗੂੰਗੇ ਕੀ ਮਿਠਿਆਈ॥੧॥ jaisay goongay kee mithi-aa-ee. ||1||
ਰਹਾਉ॥ rahaa-o.

ਪ੍ਰਭ ਦੇ ਸਾਰੇ ਗੁਣ ਬੋਲਿਆਂ ਦੱਸੇ ਨਹੀਂ ਜਾ ਸਕਦੇ! ਜਿਵੇਂ ਗੰਗਾ ਮਿੱਠਾ ਖਾਂ ਕੇ ਉਸ ਦਾ ਸਵਾਦ ਨਹੀਂ ਦੱਸ ਸਕਦਾ ।

No one may be able to imagine and comprehend all virtues of The True Master completely. The state of mind of His true devotee remains like a mute; who may eat sweet delicacy, he may not express his pleasure with his tongue. He may only express his pleasure with smile.

ਰਸਨਾ ਰਮਤ ਸੁਨਤ ਸੁਖੁ ਸ੍ਰਵਨਾ,	rasnaa ramat sunat sukh sarvanaa
ਚਿਤ ਚੇਤੇ ਸੁਖੁ ਹੋਈ॥	chit chaytay sukh ho-ee.
ਕਹੁ ਭੀਖਨ ਦੁਇ ਨੈਨ ਸੰਤੋਖੇ,	kaho bheekhan du-ay nain santokhay
ਜਹ ਦੇਖਾਂ ਤਹ ਸੋਈ॥੨॥੨॥	jah daykhaaN tah so-ee. ||2||2||

ਜੀਭ ਪ੍ਰਭ ਦੇ ਸ਼ਬਦ ਦੀ ਉਸਤਤ ਕਰਦੀ ਹੈ । ਕੰਨ ਉਸਤਤ ਸੁਣਦੇ, ਮਨ ਵਿੱਚ ਭਰੋਸਾ ਪੱਕਾ ਹੁੰਦਾ ਹੈ ਅਤੇ ਸੰਤੋਖ, ਸ਼ਾਂਤੀ ਬਖਸ਼ਿਸ਼ ਹੁੰਦੀ ਹੈ । ਜਿੱਥੇ ਵੀ ਮੇਰੀਆਂ ਅੱਖਾਂ ਦੇਖ ਦੀਆਂ ਹਨ, ਹਰ ਪਾਸੇ ਪ੍ਰਭ ਦਾ ਰੂਪ ਹੀ ਨਜ਼ਰ ਆਉਂਦਾ ਹੈ । ਮਨ ਉਸ ਅਨੰਦ ਵਿੱਚ ਹੀ ਲੀਨ ਹੋਇਆ ਹੈ ।

Whosoever may sing the glory of His Word with his tongue and may listen the sermons, glory of His Word with his ears; his belief on the teachings of His Word, His blessings grow stronger every day. With His mercy and grace, he may be blessed with peace of mind and contentment in his human life journey. Wherever my eyes may glance, I only witness, realize The Holy Spirt dwelling and prevailing. My mind remains overwhelmed with pleasures and remain intoxicated in the void of His Word.

24. ਧਨਾਸਰੀ ਮਹਲਾ ੫॥ 682-1

ਅਉਖੀ ਘੜੀ ਨ ਦੇਖਣ ਦੇਈ,	a-ukhee gharhee na daykhan day-ee
ਅਪਨਾ ਬਿਰਦੁ ਸਮਾਲੇ॥	apnaa birad samaalay.
ਹਾਥ ਦੇਇ ਰਾਖੈ ਅਪਨੇ ਕਉ,	haath day-ay raakhai apnay ka-o
ਸਾਸਿ ਸਾਸਿ ਪ੍ਰਤਿਪਾਲੇ॥੧॥	saas saas partipaalay. ||1||

ਪ੍ਰਭ ਆਪਣੇ ਦਾਸ ਨੂੰ ਕੋਈ ਸੰਸਾਰਕ ਇੱਛਾਂ ਦੀ ਭਟਕਣ ਨਹੀਂ ਆਉਣ ਦੇਂਦਾ । ਉਸ ਦੇ ਮਨ ਵਿੱਚ ਕਿਸੇ ਵੀ ਸੰਸਾਰਕ ਹਾਲਤ ਵਿੱਚ ਪਰੇਸ਼ਾਨੀ ਮਹਿਸੂਸ ਨਹੀਂ ਹੁੰਦੀ । ਪ੍ਰਭ ਆਪਣੀ ਰਹਿਮਤ ਨਾਲ ਉਸ ਦੇ ਮਨ ਵਿੱਚ ਸੰਤੋਖ ਧੀਰਜ ਬਖਸ਼ਦਾ ਹੈ । ਸਵਾਸ ਸਵਾਸ ਉਸ ਦੀ ਪਾਲਣਾ, ਰਖਿਆ ਕਰਦਾ ਹੈ ।

With His mercy and grace, His true devote may never endure any worldly frustration in his life. His true devotee accepts all worldly pleasures and miseries as His worthy blessings; his state of mind may never be affected with any worldly environments. With His mercy and grace, He blesses him contentment in all worldly environments. He protects His true devotee with each breath in his worldly life.

ਪ੍ਰਭ ਸਿਉ ਲਾਗਿ ਰਹਿਓ ਮੇਰਾ ਚੀਤੁ॥	parabh si-o laag rahi-o mayraa cheet.
ਆਦਿ ਅੰਤਿ ਪ੍ਰਭੁ ਸਦਾ ਸਹਾਈ,	aad ant parabh sadaa sahaa-ee
ਧੰਨੁ ਹਮਾਰਾ ਮੀਤੁ॥ ਰਹਾਉ॥	Dhan hamaaraa meet. rahaa-o.

ਬੰਦਗੀ ਕਰਨ ਵਾਲਾ ਪ੍ਰਭ ਦੇ ਸ਼ਬਦ ਦੀ ਪਾਲਣਾ ਵਿੱਚ ਮਸਤ ਲੀਨ ਰਹਿੰਦਾ ਹੈ । ਪ੍ਰਭ ਦਾ ਸ਼ਬਦ ਹੀ ਜਨਮ ਤੋਂ ਲੇ ਕੇ ਮੌਤ ਪਿਛੋਂ ਵੀ ਆਤਮਾ ਦੇ ਸਾਥ ਰਹਿੰਦਾ ਹੈ । ਸ਼ਬਦ ਦੀ ਕਮਾਈ ਸਦਾ ਹੀ ਉਸ ਦੇ ਸਹਾਈ ਰਹਿੰਦੀ, ਮਦਦ ਕਰਦੀ ਹੈ ।

His true devotee always remains intoxicated in obeying the teachings of His Word. His Word remains his companion in worldly life and after death in His court to support His soul. The earnings of His Word remain as companion of his soul forever.

ਮਨਿ ਬਿਲਾਸ ਭਏ ਸਾਹਿਬ ਕੇ,	man bilaas bha-ay saahib kay
ਅਚਰਜ ਦੇਖਿ ਬਡਾਈ॥	achraj daykh badaa-ee.
ਹਰਿ ਸਿਮਰਿ ਸਿਮਰਿ ਆਨਦ ਕਰਿ,	har simar simar aanad kar
ਨਾਨਕ ਪ੍ਰਭਿ ਪੂਰਨ ਪੈਜ ਰਖਾਈ॥	naanak parabh pooran paij rakhaa-ee.
੨॥੧੫॥੪੬॥	||2||15||46||

ਬੰਦਗੀ ਕਰਨ ਵਾਲਾ, ਪ੍ਰਭ ਦੇ ਗੁਣਾਂ ਨੂੰ ਮਹਿਸੂਸ ਕਰਕੇ, ਅਨੰਦ ਖੇੜੇ ਵਿੱਚ ਰਹਿੰਦਾ ਹੈ । ਉਸ ਦੇ ਕਰਤਬਾਂ ਤੋਂ ਹੈਰਾਨ ਰਹਿੰਦਾ ਹੈ, ਸ਼ਬਦ ਦੇ ਗੁਣ ਗਾਉਂਦਾ ਹੈ । ਬੰਦਗੀ ਕਰਨ ਵਾਲਾ ਸ਼ਬਦ ਦੀ ਪਾਲਣਾ ਕਰਦਾ, ਸ਼ਬਦ ਦੀ ਸਮਾਧੀ ਵਿੱਚ ਵਸਦਾ ਹੈ । ਪ੍ਰਭ ਆਪ ਹੀ ਉਸ ਦਾ ਭਰੋਸਾ ਅਡੋਲ ਰਖਦਾ, ਰਖਿਆ ਕਰਦਾ ਹੈ ।

His true devotee may realize the virtues of His Word, His blessings and remains in pleasure and blossom. He remains astonished from His nature and sings the glory of His Word. His true devotee always obeys the teachings of His Word and dwells in the void of His Word. The True Master with His mercy and grace keeps him steady and stable on the right path of acceptance in His court.

25. ਧਨਾਸਰੀ ਮਹਲਾ ੯॥ 685-3

ਤਿਹ ਜੋਗੀ ਕਉ ਜੁਗਤਿ ਨ ਜਾਨਉ॥ tih jogee ka-o jugat na jaan-o.
ਲੋਭ ਮੋਹ ਮਾਇਆ ਮਮਤਾ ਫੁਨਿ, lobh moh maa-i-aa mamtaa fun
ਜਿਹ ਘਟਿ ਮਾਹਿ ਪਛਾਨਉ॥੧॥ ਰਹਾਉ jih ghat maahi pachhaana-o. ||1|| rahaa-o.

ਜਿਸ ਦਾ ਮਨ, ਲਾਲਚ, ਸੰਸਾਰਕ ਮੋਹ, ਅਹੰਕਾਰ ਨਾਲ ਭਰਿਆਂ ਹੈ । ਉਹ ਪ੍ਰਭ ਦੇ ਸ਼ਬਦ ਦੀ ਬੰਦਗੀ ਕਰਨੀ ਨਹੀਂ ਜਾਣਦਾ । ਉਸ ਨੂੰ ਸ਼ਬਦ ਦੀ ਸੋਝੀ ਨਹੀਂ ਹੋ ਸਕਦੀ ।

Whosoever may remain overwhelmed with greed, emotional attachments, and ego; he may never remain steady and stable on the path of meditation. He may never be blessed with the enlightenment of His Word.

ਪਰ ਨਿੰਦਾ ਉਸਤਤਿ ਨਹ ਜਾ ਕੈ, par nindaa ustat nah jaa kai
ਕੰਚਨ ਲੋਹ ਸਮਾਨੋ॥ kanchan loh samaano.
ਹਰਖ ਸੋਗ ਤੇ ਰਹੈ ਅਤੀਤਾ, harakh sog tay rahai ateetaa
ਜੋਗੀ ਤਾਹਿ ਬਖਾਨੋ॥੧॥ jogee taahi bakhaano. ||1||

ਜਿਹੜਾ ਕਿਸੇ ਉਸਤਤ, ਨਿੰਦਿਆਂ, ਸੋਨੇ, ਲੋਹੇ ਵਿੱਚ ਕੋਈ ਅੰਤਰ ਨਹੀਂ ਸਮਝਦਾ । ਉਸ ਦੇ ਮਨ ਤੇ ਦੁਖ, ਸੁਖ ਦਾ ਵੀ ਕੋਈ ਪ੍ਰਭਾਵ ਨਹੀਂ ਹੁੰਦਾ । ਕੇਵਲ ਉਸ ਨੂੰ ਅਸਲੀ ਜੋਗੀ ਕਹਿਣ ਦੇ ਯੋਗ ਹੈ ।

Whosoever may not distinguish the difference between worldly praises or rebuke, achievement of Iron or Gold in his worldly life. He may not be affected with the worldly miseries or pleasures; only he may be worthy to be called as real Yogi, His true devotee.

ਚੰਚਲ ਮਨੁ ਦਹ ਦਿਸਿ ਕਉ ਧਾਵਤ, chanchal man dah dis ka-o Dhaavat
ਅਚਲ ਜਾਹਿ ਠਹਰਾਨੋ॥ achal jaahi thehraano.
ਕਹੁ ਨਾਨਕ ਇਹ ਬਿਧਿ ਕੋ ਜੋ ਨਰੁ, kaho naanak ih biDh ko jo nar
ਮੁਕਤਿ ਤਾਹਿ ਤੁਮ ਮਾਨੋ॥੨॥੩॥ mukat taahi tum maano. ||2||3||

ਜਿਸ ਦਾ ਮਨ ਇੱਕ ਤੇ ਨਹੀਂ ਟਿਕਦਾ, ਦਸ ਪਾਸੇ ਘੁੰਮਦਾ ਹੈ । ਉਸ ਨੂੰ ਇੱਕ ਤੇ ਲਿਵ ਲਾਉਣਾ, ਭਟਕਣਾਂ ਤੇ ਕਾਬੂ ਪਾਉਣਾ ਪੈਂਦਾ ਹੈ । ਜਿਹੜਾ ਜੀਵ ਇਸ ਮਨ ਤੇ ਕਾਬੂ ਪਾਉਣ ਦੀ ਵਿਧੀ ਜਾਣ ਜਾਂਦਾ ਹੈ । ਉਹ ਪ੍ਰਭ ਦੇ ਦਰਬਾਰ ਵਿੱਚ ਪਰਖਣ ਦੇ ਯੋਗ ਹੋ ਜਾਂਦਾ ਹੈ ।

Human mind remains wandering all around and may not focus on one path. You may have to restrict and bring your mind on the right track to be attached to meditate on the teachings of His Word. Whosoever may practice the technique to conquer his own mind; he may become worthy of His considerations.

26. ਧਨਾਸਰੀ ਸ੍ਰੀ ਸੈਣੁ॥ 695

ਧੂਪ ਦੀਪ ਘ੍ਰਿਤ ਸਾਜਿ ਆਰਤੀ॥ Dhoop deep gharit saaj aartee.
ਵਾਰਨੇ ਜਾਉ ਕਮਲਾ ਪਤੀ॥੧॥ vaarnay jaa-o kamlaa patee. ||1||

ਮੈਂ, ਧੂਪ ਜਗਾਉਂਦਾ ਹਾ, ਘਿਉ ਦੀ ਜੋਤ ਜਗਾ ਕੇ ਤੇਰੀ ਪੂਜਾ, ਆਰਤੀ ਕਰਦਾ ਹਾ । ਸੰਸਾਰਕ ਮਾਇਆ ਦੇ ਮਾਲਕ ਤੋਂ ਕੁਰਬਾਨ ਜਾਵਾ! ਇਹ ਸਾਰੀ ਉਸ ਦੀ ਹੀ ਮਹਿਮਾਂ ਹੈ ।

My True Master, I am lighting a stick of aroma, a lamp with oil to worship and sing Your praises. I remain fascinated from The True Master. The creation of universe is all His greatness and with His mercy and grace.

ਮੰਗਲਾ ਹਰਿ ਮੰਗਲਾ॥ manglaa har manglaa.
ਨਿਤ ਮੰਗਲੁ ਰਾਜਾ ਰਾਮ ਰਾਇ ਕੋ॥੧॥ nit mangal raajaa raam raa-ay ko. ||1||
ਰਹਾਉ॥ rahaa-o.

ਪ੍ਰਭ ਸੰਸਾਰ ਵਿੱਚ ਸਾਰਾ ਖੇੜਾ, ਤੇਰਾ ਬਖਸ਼ਿਆ ਹੋਇਆ ਹੀ ਹੁੰਦਾ ਹੈ । ਤੂੰ ਹੀ ਸਾਰੀ ਸ੍ਰਿਸ਼ਟੀ ਦਾ ਅਸਲੀ ਮਾਲਕ ਹੈ ।

My True Master, all blossom in the universe has been blessed with Your mercy and grace. Only You are The True Master of the universe.

ਊਤਮੁ ਦੀਅਰਾ ਨਿਰਮਲ ਬਾਤੀ॥ ootam dee-araa nirmal baatee.
ਤੁਹੀਂ ਨਿਰੰਜਨੁ ਕਮਲਾ ਪਾਤੀ॥੨॥ tuheeN niranjan kamlaa paatee. ||2||

ਪ੍ਰਭ ਤੇਰੀ ਜੋਤ ਸਦਾ ਜਗਣ ਵਾਲੀ, ਸਦਾ ਅਟਲ ਰਹਿਣ ਵਾਲੀ ਹੈ । ਅਡੋਲ ਭਰੋਸੇ ਨਾਲ ਸ਼ਬਦ ਦੀ ਪਾਲਣਾ ਕਰਨਾ ਹੀ ਉਹ ਪਵਿਤਰ ਵੱਟੀ ਹੈ । ਪ੍ਰਭ ਤੂੰ ਅਕਾਰ ਤੋਂ ਰਹਿਤ, ਕਿਸੇ ਦਾਗ਼ ਤੋਂ ਰਹਿਤ, ਪਵਿਤਰ ਹੈ । ਤੂੰ ਹੀ ਸੰਸਾਰਕ ਮਾਇਆ ਦਾ ਅਸਲੀ ਮਾਲਕ ਹੈ, ਭੰਡਾਰੀ ਹੈ ।

The glow of Your Holy Spirit remains enlightened in the universe forever. To obey the teachings of Your Word with steady and stable belief in day-to-day life, may be the sanctifying element of the lamp that may provide enlightenment. You are bodyless, structureless and beyond any blemish. Only You are The True Master, treasure of all virtues and blessings.

ਰਾਮਾ ਭਗਤਿ ਰਾਮਾਨੰਦੁ ਜਾਨੈ॥ raamaa bhagat raamaanand jaanai.
ਪੂਰਨ ਪਰਮਾਨੰਦੁ ਬਖਾਨੈ॥੩॥ pooran parmaanand bakhaanai. ||3||

ਬੰਦਗੀ ਕਰਨ ਵਾਲਾ ਪ੍ਰਭ ਦੇ ਸ਼ਬਦ ਦੀ ਪਾਲਣਾ ਕਰਨਾ ਦੀ ਵਿਧੀ ਜਾਣਦਾ ਹੈ । ਉਹ ਜਾਣਦਾ ਹੈ, ਪ੍ਰਭ ਹਰ ਥਾਂ, ਹਰੇਕ ਜੀਵ ਵਿੱਚ ਹਰ ਵੇਲੇ ਵਾਪਰਦਾ ਹੈ । ਪ੍ਰਭ ਜੀਵ ਦੀ ਪਾਲਣਾ ਕਰਦਾ ਹੈ, ਸਭ ਕੁਝ ਦੇਖਦਾ ਹੈ ।

His true devotee knows the technique to obey the teachings of His Word with steady and stable belief in his day-to-day life. His belief remains steady and stable that The Holy Spirit, True Master dwells and prevails at each place in the body of a creature and in the outside world. The True Master nourishes all creatures and witness everything.

ਮਦਨ ਮੂਰਤਿ ਭੈ ਤਾਰਿ ਗੋਬਿੰਦੇ॥ madan moorat bhai taar gobinday.
ਸੈਨੁ ਭਣੈ ਭਜੁ ਪਰਮਾਨੰਦੇ॥੪॥੨॥ sain bhanai bhaj parmaananday. ||4||2||

ਅਨੋਖੇ ਅਕਾਰ ਵਾਲਾ, ਪ੍ਰਭ ਹੀ ਮੈਨੂੰ ਸੰਸਾਰਕ ਸਾਗਰ ਵਿਚੋਂ ਪਾਰ ਲੰਘਾ ਸਕਦਾ ਹੈ । ਪ੍ਰਭ ਦੇ ਸ਼ਬਦ ਦੀ ਪਾਲਣਾ, ਸਿਮਰਨ ਕਰਨ ਨਾਲ ਇੱਕ ਅਮੋਲਕ ਹੀ ਅਨੰਦ, ਖੇੜਾ ਬਖਸ਼ਿਸ਼ ਹੁੰਦਾ ਹੈ ।

Only the astonishing, bodyless Omnipotent True Master may save and carry His true devotee across the worldly ocean of desires. By meditating and obeying the teachings of His Word with steady and stable an ambrosial pleasure and blossom may be blessed.

27. **ਧਨਾਸਰੀ ਪੀਪਾ॥ 695**

ਕਾਯਉ ਦੇਵਾ ਕਾਇਅਉ, kaa-ya-o dayvaa kaa-i-a-o dayval
ਦੇਵਲ ਕਾਇਅਉ ਜੰਗਮ ਜਾਤੀ॥ kaa-i-a-o jangam jaatee.
ਕਾਇਅਉ ਧੂਪ ਦੀਪ ਨਈਬੇਦਾ, kaa-i-a-o Dhoop deep na-eebaydaa
ਕਾਇਅਉ ਪੂਜਉ ਪਾਤੀ॥੧॥ kaa-i-a-o pooja-o paatee. ||1||

ਜੀਵ ਦੇ ਤਨ ਅੰਦਰ ਹੀ ਉਹ ਪ੍ਰਭ ਦੀ ਜੋਤ ਜਾਗਰਤ ਰਹਿੰਦੀ ਹੈ । ਮਨ ਹੀ ਉਹ ਪਵਿਤਰ ਮੰਦਰ ਹੈ, ਉਹ ਤੀਰਥ ਯਾਤਰਾ, ਤੀਰਥ ਇਸ਼ਨਾਨ ਹੈ । ਜੀਵ ਦੇ ਮਨ ਅੰਦਰ ਹੀ ਉਹ ਜੋਤ, ਰੋਸ਼ਨੀ ਦਾ ਦੀਵਾ ਹੈ । ਪੂਜਾ ਕਰਨ ਵਾਲੀ ਭੇਟਾ ਹੈ, ਉਹ ਭੇਟਾ ਕਰਨ ਵਾਲੇ ਫੁੱਲ ਹਨ ।

The Holy Spirit remains awake and alert within the body and mind of all creatures. His mind, soul is the Holy shrine, the journey of Holy shrine and sanctifying bath. Within his body is lamp of light, offering for worship and the flowers of worship.

ਕਾਇਆ ਬਹੁ ਖੰਡ ਖੋਜਤੇ,	kaa-i-aa baho khand khojtay
ਨਵ ਨਿਧਿ ਪਾਈ॥	nav niDh paa-ee.
ਨਾ ਕਛੁ ਆਇਬੋ, ਨਾ ਕਛੁ ਜਾਇਬੋ,	naa kachh aa-ibo naa kachh jaa-ibo
ਰਾਮ ਕੀ ਦੁਹਾਈ॥੧॥ ਰਹਾਉ॥	raam kee duhaa-ee. ‖1‖ rahaa-o.

ਮੈਂ ਆਪਣੇ ਮਨ ਨੂੰ ਖੋਜ ਕੇ ਦੇਖਿਆ ਹੈ! ਮਨ ਵਿਚੋਂ ਹੀ ਨੌ ਖਜ਼ਾਨੇਂ, ਨੌਂ ਭੰਡਾਰ ਬਖਸ਼ਿਸ਼ ਹੋਏ ਹਨ । ਇਸ ਵਿਚੋਂ ਨਾ ਹੀ ਕੁਝ ਨਿਕਲਦਾ (ਘਟਦਾ) ਹੈ । ਨਾ ਹੀ ਕੁਝ ਪਾਇਆ (ਵਧਦਾ) ਜਾਂਦਾ ਹੈ । ਮੈਂ ਰਹਿਮਤ ਦੀ ਅਰਦਾਸ ਕਰਦਾ ਹਾ, ਕੇਵਲ ਪ੍ਰਭ ਹੀ ਪ੍ਰਵਾਨਗੀ ਦੇ ਰਸਤੇ ਦੀ ਸੋਝੀ ਬਖਸ਼ਦਾ ਹੈ ।

I have searched within my mind, always evaluating my deeds; I have been blessed with nine treasures of enlightenment from within my mind. Within the mind, nothing may be pulled out nor anything may be added within. I always pray for His forgiveness; only The True Master may bless and guide on the right path of acceptance in His court.

ਜੋ ਬ੍ਰਹਮੰਡੇ ਸੋਈ ਪਿੰਡੇ,	jo barahmanday so-ee pinday
ਜੋ ਖੋਜੈ ਸੋ ਪਾਵੈ॥	jo khojai so paavai.
ਪੀਪਾ ਪ੍ਰਣਵੈ ਪਰਮ ਤਤੁ ਹੈ,	peepaa paranvai param tat hai
ਸਤਿਗੁਰੁ ਹੋਇ ਲਖਾਵੈ॥੨॥੩॥	satgur ho-ay lakhaavai. ‖2‖3‖

ਜਿਹੜਾ ਪ੍ਰਭ ਸ੍ਰਿਸ਼ਟੀ ਨੂੰ ਸਾਜਦਾ ਹੈ ਉਹ ਹੀ ਹਰੇਕ ਜੀਵ ਦੇ ਮਨ ਵਿੱਚ ਵਸਦਾ ਹੈ । ਜਿਹੜਾ ਵੀ ਅਡੋਲ ਭਰੋਸੇ ਨਾਲ ਮਨ ਵਿਚੋਂ ਖੋਜਦਾ ਹੈ । ਪ੍ਰਭ ਦੀ ਹੋਂਦ ਉਸ ਨੂੰ ਮਨ ਅੰਦਰੋਂ ਹੀ ਪ੍ਰਗਟ ਹੋ ਜਾਂਦੀ ਹੈ । ਜੀਵ ਸ੍ਰਿਸ਼ਟੀ ਦੇ ਅਸਲੀ ਮਾਲਕ ਅੱਗੇ ਅਰਦਾਸ ਕਰੋ । ਹੋਰ ਕੋਈ ਅਰਦਾਸ ਕਰਨ, ਪੂਜਣ ਯੋਗ ਨਹੀਂ ਹੈ । ਇਹ ਹੀ ਸ਼ਬਦ ਦੀ ਪਾਲਣਾ ਤੋਂ ਸੋਝੀ ਬਖਸ਼ਿਸ਼ ਹੁੰਦੀ ਹੈ ।

The One and Only One True Creator of the universe, dwells and prevails within each creature. Whosoever may search with steady and stable belief within his own heart; he may be enlightened from within. You should always pray to The True Master; Only, The One and One is worthy of worship. By obeying the teachings of His Word; His true devotee may be enlightened with His nature.

28. ਧਨਾਸਰੀ ਧੰਨਾ॥ 695

ਗੋਪਾਲ ਤੇਰਾ ਆਰਤਾ॥	gopaal tayraa aartaa.jo jan tumree
ਜੋ ਜਨ ਤੁਮਰੀ ਭਗਤਿ ਕਰੰਤੇ,	bhagat karantay tin kay kaaj
ਤਿਨ ਕੇ ਕਾਜ ਸਵਾਰਤਾ॥੧॥ ਰਹਾਉ॥	savaarataa. ‖1‖ rahaa-o.

ਪ੍ਰਭ ਮੈਂ ਤੇਰੀ ਆਰਤੀ, ਤੇਰੇ ਅੱਗੇ ਅਰਦਾਸ ਕਰਦਾ ਹਾ । ਜਿਹੜਾ ਜੀਵ ਵੀ ਮਨ ਲਾ ਕੇ ਅਡੋਲ ਭਰੋਸੇ ਨਾਲ ਬੰਦਗੀ ਕਰਦਾ ਹੈ । ਤੂੰ ਉਸ ਦੇ ਸਾਰੇ ਕਾਰਜ ਹੀ ਆਪ ਸਹਾਈ ਹੋ ਕੇ ਸੰਵਾਰਦਾ ਹੈ ।

My True Master, I worship the teachings of Your Word and pray for Your mercy and grace. Whosoever may meditate with steady and stable belief on the teachings of His Word; The True Master becomes the protector of his honor in his worldly life.

ਦਾਲਿ ਸੀਧਾ ਮਾਗਉ ਘੀਉ॥	daal seeDhaa maaga-o ghee-o.
ਹਮਰਾ ਖੁਸੀ ਕਰੈ ਨਿਤ ਜੀਉ॥	hamraa khusee karai nit jee-o.
ਪਨ੍ਹੀਆ ਛਾਦਨੁ ਨੀਕਾ॥	panHee-aa chhaadan neekaa.
ਅਨਾਜੁ ਮਗਉ ਸਤ ਸੀ ਕਾ॥੧॥	anaaj maga-o sat see kaa. ‖1‖

ਪ੍ਰਭ ਤੂੰ ਆਪ ਬਿਨਾਂ ਮੰਗੇ ਹੀ ਜੀਵ ਨੂੰ ਖਾਣ ਵਾਸਤੇ, ਤਨ ਨੂੰ ਪਾਲਣ ਵਾਸਤੇ ਭੋਜਨ (ਦਾਲ, ਆਟਾ, ਘਿਉ) ਬਖਸ਼ਦਾ ਹੈ । ਸੰਸਾਰ ਵਿੱਚ ਜੀਵ ਵਾਸਤੇ ਬਿਨਾਂ ਮੰਗੇ ਤਨ ਨੂੰ ਢੱਕਣ ਵਾਸਤੇ ਕਪੜਾ ਬਖਸ਼ਦਾ ਹੈ । ਅਰਦਾਸ ਕਰਦਾ ਹੈ! ਮੈਨੂੰ ਸੰਤੋਖ, ਆਪਣੇ ਸ਼ਬਦ ਦੀ ਲਗਨ ਅਤੇ ਸੋਝੀ ਬਖਸ਼ੋ ।

The True Master; with Your mercy and grace; You bless the source of nourishment for his body and clothes to cover and protect his body. All are blessed to keep Your creature happy in the universe. With Your mercy and grace, blesses me devotion to meditate on the teachings of Your Word. I may be enlightened and remain contented in my worldly environment.

ਗਊ ਭੈਸ ਮਗਉ ਲਾਵੇਰੀ॥	ga-oo bhais maga-o laavayree.
ਇਕ ਤਾਜਨਿ ਤੁਰੀ ਚੰਗੇਰੀ॥	ik taajan turee changayree.
ਘਰ ਕੀ ਗੀਹਨਿ ਚੰਗੀ॥	ghar kee geehan changee.
ਜਨੁ ਧੰਨਾ ਲੇਵੈ ਮੰਗੀ॥੨॥੪॥	jan Dhannaa layvai mangee. ||2||4||

ਪ੍ਰਭ ਤੂੰ ਤਨ ਦੀ ਪਾਲਨਾ ਕਰਨ ਲਈ ਸਭ ਕੁਝ ਬਿਨਾਂ ਮੰਗਣ ਤੋਂ ਆਪ ਹੀ ਬਖਸ਼ਦਾ ਹੈ । ਪਰ ਮਾਨਸ ਜੀਵ ਲਾਲਚ ਕਰਦੇ ਹਾ । ਦੁੱਧ ਦੇਣ ਵਾਲੀ, ਗਊ, ਜਾ ਮੱਝ ਮੰਗਦੇ ਹਾ, ਸਵਾਰੀ ਲਈ ਘੋੜਾ ਮੰਗਦੇ ਹਾ । ਘਰ ਸੰਭਾਲਨ ਲਈ ਸੁੱਚਜੀ ਔਰਤ, ਪਤਨੀ ਮੰਗਦਾ ਹੈ । ਇਹਨਾਂ ਚੀਜਾ ਨੂੰ ਸੰਸਾਰਕ ਜੀਵ ਬਹੁਤ ਮਹੱਤਾ ਦੇਂਦਾ ਹੈ । ਪ੍ਰਭ ਮੈ ਤਾਂ ਕੇਵਲ ਤੇਰੀ ਰਹਿਮਤ ਹੀ ਮੰਗਦਾ ਹੈ । ਉਸ ਵਿੱਚ ਹੀ ਸਭ ਕੁਝ ਆ ਜਾਂਦਾ ਹੈ ।

29. ਜੈਤਸਰੀ ਮਹਲਾ ੫ ਘਰੁ ੩॥ 700-1

੧ੳ ਸਤਿਗੁਰ ਪ੍ਰਸਾਦਿ॥	ik-oNkaar satgur parsaad.
ਕੋਈ ਜਾਨੈ ਕਵਨੁ ਈਹਾ ਜਗਿ ਮੀਤੁ॥	ko-ee jaanai kavan eehaa jag meet.
ਜਿਸੁ ਹੋਇ ਕ੍ਰਿਪਾਲੁ ਸੋਈ ਬਿਧਿ ਬੂਝੈ,	jis ho-ay kirpaal so-ee biDh boojhai
ਤਾ ਕੀ ਨਿਰਮਲ ਰੀਤਿ॥੧॥ ਰਹਾਉ॥	taa kee nirmal reet. ||1|| rahaa-o.

ਕੀ ਕੋਈ ਮਾਨਸ ਜਾਣਦਾ ਹੈ, ਕੌਣ ਉਸ ਦਾ ਅਸਲੀ ਸਾਥੀ, ਮਿੱਤਰ ਹੈ? ਜਿਸ ਤੇ ਪ੍ਰਭ ਆਪ ਹੀ ਰਹਿਮਤ ਦੀ ਨਜ਼ਰ ਬਖਸ਼ਕੇ ਸੋਝੀ ਪਾਉਂਦਾ ਹੈ । ਕੇਵਲ ਉਸ ਦੇ ਮਨ ਵਿੱਚ ਹੀ ਸ਼ਬਦ ਦੀ ਜਾਗਰਤੀ ਹੋ ਜਾਂਦੀ ਹੈ । ਉਸ ਨੂੰ ਇਸ ਦੀ ਸੋਝੀ ਬਖਸ਼ਿਸ਼ ਹੋ ਜਾਂਦੀ ਹੈ ।

Is there anyone know, who may be the real companion or friend of his soul? With His mercy and grace, whosoever may be enlightened with the essence of His Word; only he may realize the reality of human life.

ਮਾਤ ਪਿਤਾ ਬਨਿਤਾ ਸੁਤ ਬੰਧਪ,	maat pitaa banitaa sut banDhap
ਇਸਟ ਮੀਤ ਅਰੁ ਭਾਈ॥	isat meet ar bhaa-ee.
ਪੂਰਬ ਜਨਮ ਕੇ ਮਿਲੇ ਸੰਜੋਗੀ,	poorab janam kay milay sanjogee
ਅੰਤਹਿ ਕੋ ਨ ਸਹਾਈ॥੧॥	anteh ko na sahaa-ee. ||1||

ਸੰਸਾਰਕ ਮਾਤਾ, ਪਿਤਾ, ਭੈਣ, ਭਾਈ, ਬੱਚੇ, ਰਿਸ਼ਤੇਦਾਰ ਪਿਛਲੇ ਜਨਮ ਦੇ ਲੇਖੇ ਨਾਲ ਹੀ ਸੰਜੋਗ ਹੁੰਦਾ ਹੈ । ਪਰ ਉਹਨਾਂ ਵਿਚੋਂ ਕੋਈ ਵੀ ਅੰਤ ਸਮੇਂ ਸਾਥ, ਮਦਦ ਨਹੀਂ ਕਰ ਸਕਦਾ ।

The Worldly relationships like mother, father, brother, sisters, and relatives are prewritten as the reward of his previous life deeds. However, no one may be able to help in the end after death in His court.

ਮੁਕਤਿ ਮਾਲ ਕਨਿਕ ਲਾਲ ਹੀਰਾ,	mukat maal kanik laal heeraa
ਮਨ ਰੰਜਨ ਕੀ ਮਾਇਆ॥	man, ranjan kee maa-i-aa.
ਹਾ ਹਾ ਕਰਮ ਬਿਹਾਨੀ ਅਵਧਹਿ,	haa haa karat bihaanee avDhahi
ਤਾ ਮਹਿ ਸੰਤੋਖੁ ਨ ਪਾਇਆ॥੨॥	taa meh santokh na paa-i-aa. ||2||

ਅਮੋਲਕ ਪਦਾਰਥ, ਸੋਨਾ, ਮੋਤੀ, ਹੀਰੇ, ਕੀਮਤੀ ਪਥਰ ਮਨ ਨੂੰ ਮੋਹ ਲੈਂਦੇ ਹਨ । ਇਹ ਸਭ ਸੰਸਾਰਕ ਮਾਇਆ ਦੇ ਹੀ ਰੂਪ ਹਨ । ਇਹਨਾਂ ਨੂੰ ਇਕੱਠੇ ਕਰਨ ਵਾਲਾ ਜੀਵ, ਚਿੰਤਾਂ ਵਿੱਚ ਹੀ ਜੀਵਨ ਬਤੀਤ ਕਰ ਜਾਂਦਾ ਹੈ । ਉਸ ਦੇ ਮਨ ਵਿੱਚ ਸੰਤੋਖ ਨਹੀਂ ਆਉਂਦਾ, ਭੁੱਖ ਖਤਮ ਨਹੀਂ ਹੁੰਦੀ ।

The glamour of worldly possessions, gold, pearls, diamonds may be intoxicating to human mind. All are the different types of worldly wealth. Whosoever may collect these, he may remain in constant worries. He may never be blessed with any contentment; his hunger may never be satisfied.

ਹਸਤਿ ਰਥ ਅਸ੍ਵ ਪਵਨ ਤੇਜ ਧਣੀ,	hasat rath asav pavan tayj Dhanee
ਭੂਮਨ ਚਤੁਰਾਂਗਾ॥	bhooman chaturaaNgaa.
ਸੰਗਿ ਨ ਚਾਲਿਓ ਇਨ ਮਹਿ ਕਛੂਐ,	sang na chaali-o in meh kachhoo-ai
ਊਠਿ ਸਿਧਾਇਓ ਨਾਂਗਾ॥੩॥	ooth siDhaa-i-o naaNgaa. ||3||

ਜੀਵ ਦੇ ਇਕੱਠੇ ਕੀਤੇ ਹਾਥੀ, ਘੋੜੇ, ਰੱਥ, ਧਨ, ਦੌਲਤ, ਜ਼ਮੀਨ, ਰਖਵਾਲੇ, ਅੰਤ ਸਮੇਂ, ਮੌਤ ਤੇ ਕੋਈ ਸਾਥ ਨਹੀਂ ਜਾਂਦੇ । ਅੰਤ ਵਿੱਚ ਇਹਨਾਂ ਨੂੰ ਛਡ ਕੇ ਨੰਗਾ ਹੀ ਵਾਪਸ ਚਲੇ ਜਾਂਦਾ, ਮਰ ਜਾਂਦਾ ਹੈ ।

All his possessions of worldly wealth to provide comforts and protection may not be able to support and save him in His court. In end, he must leave everything on earth and return naked to face His judgement.

ਹਰਿ ਕੇ ਸੰਤ ਪ੍ਰਿਅ ਪ੍ਰੀਤਮ ਪ੍ਰਭ ਕੇ,	har kay sant pari-a pareetam parabh kay
ਤਾ ਕੈ ਹਰਿ ਹਰਿ ਗਾਈਐ॥	taa kai har har gaa-ee-ai.
ਨਾਨਕ ਈਹਾ ਸੁਖੁ ਆਗੈ ਮੁਖ ਊਜਲ,	naanak eehaa sukh aagai mukh oojal
ਸੰਗਿ ਸੰਤਨ ਕੈ ਪਾਈਐ॥੪॥੧॥	sang santan kai paa-ee-ai. ||4||1||

ਬੰਦਗੀ ਕਰਨ ਵਾਲੇ ਪ੍ਰਭ ਦੇ ਪਿਆਰੇ, ਸ਼ਬਦ ਦੇ ਹੀ ਗੁਣ ਗਾਉਂਦੇ ਮਸਤ ਰਹਿੰਦੇ ਹਨ । ਜਿਹੜਾ ਜੀਵ ਸੰਤਾਂ ਦੀ ਸਿਖਿਆ ਨਾਲ ਜੀਵਨ ਢਾਲਦਾ ਹੈ! ਉਸ ਦੇ ਮਨ ਵਿੱਚ ਸੰਸਾਰ ਵਿੱਚ ਵੀ ਸੰਤੋਖ, ਅਨੰਦ ਵਸਦਾ ਹੈ । ਪ੍ਰਭ ਦੇ ਦਰਬਾਰ ਵਿੱਚ ਸ਼ਬਦ ਦਾ ਨੂਰ ਚਮਕਦਾ ਹੈ, ਸੋਭਾ ਪਾਉਂਦੇ ਹਨ ।

His true devotee remains intoxicated and singing the glory of His Word. Whosoever may adopt the life teachings of His Holy Saints; he may remain overwhelmed with contentment in worldly life. He may be blessed with a spiritual glow and honor in His court.

30. ਟੋਡੀ ਮਹਲਾ ੫॥ 713-19

ਰਸਨਾ ਗੁਣ ਗੋਪਾਲ ਨਿਧਿ ਗਾਇਣ॥	rasnaa gun gopaal niDh gaa-in.
ਸਾਂਤਿ ਸਹਜੁ ਰਹਸੁ ਮਨਿ ਉਪਜਿਓ,	saaNt sahj rahas man upji-o
ਸਗਲੇ ਦੂਖ ਪਲਾਇਣ॥੧॥ ਰਹਾਉ॥	saglay dookh palaa-in. ||1|| rahaa-o.

ਬੰਦਗੀ ਕਰਨ ਵਾਲਾ ਆਪਣੀ ਜੀਭ ਨਾਲ ਪ੍ਰਭ ਦੇ ਸ਼ਬਦ ਦੇ ਗੁਣ ਗਾਉਂਦਾ ਹੈ । ਉਸ ਦੇ ਮਨ ਵਿੱਚ ਸੰਤੋਖ, ਖੇੜਾ, ਅਨੰਦ ਵਸ ਜਾਂਦਾ ਹੈ । ਮਨ ਵਿਚੋਂ ਸੰਸਾਰਕ ਇੱਛਾਂ ਦੇ ਦੁਖ ਨਾਸ ਹੋ ਜਾਂਦੇ ਹਨ ।

His true devotee sings the glory of His Word with his own tongue. He may be overwhelmed with pleasures, contentment, and blossom. All his miseries of worldly desires may be eliminated from his mind.

ਜੋ ਮਾਗਹਿ ਸੋਈ ਸੋਈ ਪਾਵਹਿ,	jo maageh so-ee so-ee paavahi
ਸੇਵਿ ਹਰਿ ਕੇ ਚਰਣ ਰਸਾਇਣ॥	sayv har kay charan rasaa-in.
ਜਨਮ ਮਰਣ ਦੁਹਹੂ ਤੇ ਛੂਟਹਿ,	janam maran duhhoo tay chhooteh
ਭਵਜਲੁ ਜਗਤੁ ਤਰਾਇਣ॥੧॥	bhavjal jagat taraa-in. ||1||

ਬੰਦਗੀ ਕਰਨ ਵਾਲਾ ਅੰਮ੍ਰਿਤ ਦੇ ਸੋਮੇ, ਪ੍ਰਭ ਦੇ ਸ਼ਬਦ ਦੀ ਪਾਲਣਾ ਕਰਦਾ ਹੈ । ਉਸ ਦੇ ਮਨ ਦੀਆਂ ਬੋਲੀਆਂ ਅਣਬੋਲੀਆਂ ਮੁਰਾਦਾਂ, ਪੂਰੀਆਂ ਹੋ ਜਾਂਦੀਆਂ ਹਨ । ਉਸ ਦੇ ਬੋਲ ਅਟਲ, ਪੂਰੇ ਹੋ ਜਾਦੇ, ਪ੍ਰਭ ਦਾ ਭਾਣਾ, ਸ਼ਬਦ ਬਣ ਜਾਂਦੇ ਹਨ । ਉਸ ਦਾ ਸੰਸਾਰਕ ਮੋਹ ਦਾ ਬੰਧਨ ਖਤਮ ਹੋ ਜਾਂਦਾ ਹੈ । ਉਹ ਭਿਆਨਕ ਇੱਛਾਂ ਭਰਿਆਂ ਸਾਗਰ ਪਾਰ ਕਰ ਜਾਂਦਾ ਹੈ ।

His true devotee may obey the teachings of His Word, the fountain of ambrosial nectar of the essence of His Word. With His mercy and grace, all his spoken and unspoken desires may be satisfied. His spoken words may become true forever and may be transformed as His command. All his worldly bonds may be eliminated; with His mercy and grace, he may cross the terrible ocean of worldly desires. He may be accepted in His Court.

ਖੋਜਤ ਖੋਜਤ ਤਤੁ ਬੀਚਾਰਿਓ, khojat khojat tat beechaari-o
ਦਾਸ ਗੋਵਿੰਦ ਪਰਾਇਣ॥ daas govind paraa-in.
ਅਬਿਨਾਸੀ ਖੇਮ ਚਾਹਹਿ ਜੇ ਨਾਨਕ, abhinaasee khaym chaaheh jay naanak
ਸਦਾ ਸਿਮਰਿ ਨਾਰਾਇਣ॥੨॥੫॥੧੦॥ sadaa simar naaraa-in. ||2||5||10||

ਬੰਦਗੀ ਕਰਨ ਵਾਲੇ ਦੀ ਸ਼ਰਧਾ ਪ੍ਰਭ ਦੇ ਸ਼ਬਦ ਨਾਲ ਡੂੰਘੀ ਰਹਿੰਦੀ ਹੈ । ਸ਼ਬਦ ਦੀ ਪਾਲਣਾ ਕਰਦੇ, ਵਿਚਾਰ ਕਰਦੇ, ਖੋਜਦੇ ਖੋਜਦੇ ਨੂੰ ਸੋਝੀ ਬਖਸ਼ਿਸ਼ ਹੋ ਜਾਂਦੀ ਹੈ । ਜੀਵ ਅਗਰ ਮਨ ਵਿੱਚ ਪ੍ਰਭ ਦੀ ਰਹਿਮਤ ਪਾਉਣ ਦੀ ਇੱਛਾਂ, ਸ਼ਰਧਾ ਹੈ । ਤਾਂ ਪ੍ਰਭ ਨੂੰ ਸ਼ਬਦ ਦੀ ਪਾਲਣਾ, ਸਿਮਰਨ ਵਿੱਚ ਯਾਦ ਰਖੋ!

His true devotee remains overwhelmed with devotion to meditate on the teachings of His Word with steady and stable belief in his day-to-day life. He may be obeying the teachings of His Word with steady and stable belief in his day-to-day life; he may remain searching the essence of His Word from within his mind and body; with His mercy and grace, he may be blessed with the enlightenment of the essence of His Word. Whosoever may have deep desire to be blessed with the enlightenment of the real purpose of his human life journey; he should adopt the teachings of His Word with steady and stable belief in his day-to-day life. He must remain in

31. ਟੋਡੀ ਬਾਣੀ ਭਗਤ ਨਾਮਦੇਵ ਜੀ॥ 718

ਤੀਨਿ ਛੰਦੇ ਖੇਲੁ ਆਛੈ॥੧॥ ਰਹਾਉ॥ teen chhanday khayl aachhai. ||1|| rahaa-o.

ਸੰਸਾਰ ਇੱਕ ਤਿੰਨਾਂ ਰੂਪਾਂ ਵਾਲਾ ਮਾਇਆ ਦਾ ਖੇਲ ਹੈ ।

The universe is a play of three virtues of worldly wealth.

ਕੁੰਭਾਰ ਕੇ ਘਰ ਹਾਂਡੀ ਆਛੈ, kumbhaar kay ghar haa^{N}dee aachhai
ਰਾਜਾ ਕੇ ਘਰ ਸਾਂਡੀ ਗੋ॥ raajaa kay ghar saa^{N}dee go.
ਬਾਮਨ ਕੇ ਘਰ ਰਾਂਡੀ ਆਛੈ, baaman kay ghar raa^{N}dee aachhai
ਰਾਂਡੀ ਸਾਂਡੀ ਹਾਂਡੀ ਗੋ॥੧॥ raa^{N}dee saa^{N}dee haa^{N}dee go. ||1||

ਜਿਵੇਂ ਘੁੰਮਿਆਰ ਦੇ ਘਰ ਮਿੱਟੀ ਦੇ ਭਾਂਡੇ ਹੁੰਦੇ ਹਨ । ਇਸਤਰ੍ਹਾਂ ਰਾਜੇ ਦੇ ਘਰ ਸਵਾਰੀ ਵਾਲੇ ਘੋੜੇ, ਊਠ, ਹਾਥੀ ਹੁੰਦੇ ਹਨ । ਇਸਤਰ੍ਹਾਂ ਧਰਮ ਦੇ ਪੰਖਡੀ ਦੇ ਘਰ ਮਾਇਆ ਦੇ ਤਿੰਨਾ ਰੂਪਾਂ ਦਾ ਕਾਬੂ ਹੁੰਦਾ ਹੈ । (ਰਾਂਡੀ, ਸਾਂਢੀ, ਹਾਂਡੀ)

As in the house of clay vessel maker, may have clay vessels in his house. Same way in the house of King, may have horses, camels, and elephants to ride. Same way, in the house of self-minded, must have a control of three virtues of worldly wealth.

ਬਾਣੀਏ ਕੇ ਘਰ ਹੀਂਗੁ ਆਛੈ, baanee-ay kay ghar hee^{N}g aachhai
ਭੈਸਰ ਮਾਥੈ ਸੀਂਗੁ ਗੋ॥ bhaisar maathai see^{N}g go.
ਦੇਵਲ ਮਧੇ ਲੀਗੁ ਆਛੈ, dayval maDhay leeg aachhai
ਲੀਗੁ ਸੀਗੁ ਹੀਗੁ ਗੋ॥੨॥ leeg seeg heeg go. ||2||

ਬਾਣੀਏ ਦੇ ਘਰ ਵਿੱਚ, ਮਨ ਵਿੱਚ, ਮਾਇਆ ਦੇ ਲਾਲਚ ਦਾ ਕਾਬੂ ਹੁੰਦਾ ਹੈ । ਸਾਰੇ ਕੰਮ, ਸੋਚ, ਵਿਚਾਰ ਸੰਸਾਰਕ ਧਨ ਨਾਲ ਹੀ ਸੰਬਧਤ ਹੁੰਦੇ ਹਨ । ਜਿਵੇਂ ਮੱਝ ਦੇ ਮੱਥੇ ਤੇ ਸਿੰਗ ਹੁੰਦੇ ਹਨ । ਇਸਤਰ੍ਹਾਂ ਸ਼ਿਵਾਂ ਦੇ ਮੰਦਰ ਵਿੱਚ ਮੂਰਤੀ ਪੂਜਾ ਦਾ ਸਮਾਨ, ਢੋਲ ਢਮੰਕਾ, ਨਾਚ, ਆਰਤੀ ਹੁੰਦੀ ਹੈ ।

As in the house, in the mind of a merchant, shopkeeper always awareness and control of greed. He always makes decision on the bases of worldly wealth. As a buffalo may have horns on her forehead; same way in the temple of Shiva may have a material to worship and sing the glory of The True Master.

ਤੇਲੀ ਕੈ ਘਰ ਤੇਲੁ ਆਛੈ — taylee kai ghar tayl aachhai
ਜੰਗਲ ਮਧੇ ਬੇਲ ਗੋ॥ — jangal maDhay bayl go.
ਮਾਲੀ ਕੇ ਘਰ ਕੇਲ ਆਛੈ — maalee kay ghar kayl aachhai
ਕੇਲ ਬੇਲ ਤੇਲ ਗੋ ॥੩॥ — kayl bayl tayl go. ||3||

ਤੇਲ ਕੱਢਣ ਵਾਲੇ ਦੇ ਘਰ ਤੇਲ ਹੁੰਦਾ ਹੈ । ਜੰਗਲ ਵਿੱਚ ਬ੍ਰਿਛ, ਝਾੜੀਆਂ ਹੁੰਦੀਆਂ ਹਨ । ਇਸਤਰ੍ਹਾਂ ਬਾਗ਼ ਦੇ ਮਾਲ਼ੀ ਦੇ ਘਰ, ਫਲ, ਸਬਜ਼ੀਆਂ ਹੁੰਦੀਆਂ ਹਨ ।

Whosoever may grind oil from seeds, he may have oil in his house. In the forest, jungle, there are trees and bushes. Same way in the house of a gardener, always has vegetables and fruits.

ਸੰਤਾ ਮਧੇ ਗੋਬਿੰਦੁ ਆਛੈ, — san<u>t</u>aa[N] ma<u>Dh</u>ay gobin<u>d</u> aa<u>chh</u>ai
ਮਧੇ ਸਿਆਮ ਗੋ॥ — gokal ma<u>Dh</u>ay si-aam go.
ਨਾਮੇ ਮਧੇ ਰਾਮੁ ਆਛੈ, — naamay ma<u>Dh</u>ay raam aa<u>chh</u>ai
ਰਾਮ ਸਿਆਮ ਗੋਬਿੰਦ ਗੋ॥੪॥੩॥ — raam si-aam gobin<u>d</u> go. ||4||3||

ਬੰਦਗੀ ਕਰਨ ਵਾਲੇ ਦੇ ਮਨ ਵਿੱਚ ਸ਼ਬਦ ਦਾ ਸਿਮਰਨ, ਬਾਣੀ ਦੇ ਵਿਚਾਰ ਹੁੰਦੇ ਹਨ । ਇਸਤਰ੍ਹਾਂ ਨਿਮਾਣੇ ਬੰਦਗੀ ਕਰਨ ਵਾਲੇ ਦੇ ਘਰ ਹਰ ਵੇਲੇ ਸ਼ਬਦ ਦਾ ਸਿਮਰਨ ਹੀ ਹੈ ।

The mind of a devotee may always have thoughts about the teachings of His Word, Gurbani. Same way in the mind of His humble true devotee has meditation on the teachings of His Word with each breath.

32. ਬੈਰਾੜੀ ਮਹਲਾ ੪॥ 719-10

ਹਰਿ ਜਨੁ ਰਾਮ ਨਾਮ ਗੁਨ ਗਾਵੈ॥ — har jan raam naam gun gaavai.
ਜੇ ਕੋਈ ਨਿੰਦ ਕਰੇ ਹਰਿ ਜਨ ਕੀ, — jay ko-ee nin<u>d</u> karay har jan kee
ਅਪੁਨਾ ਗੁਨੁ ਨ ਗਵਾਵੈ॥੧॥ ਰਹਾਉ॥ — apunaa gun na gavaavai. ||1|| rahaa-o.

ਪ੍ਰਭ ਦਾ ਨਿਮਾਨਾ ਦਾਸ ਪ੍ਰਭ ਦੇ ਸ਼ਬਦ ਦੇ ਗੁਣ ਗਾਉਂਦਾ ਹੈ । ਅਗਰ ਕੋਈ ਉਸ ਦਾਸ ਦੀ ਨਿੰਦਿਆਂ ਕਰਦਾ, ਅਪਮਾਨ ਕਰਦਾ ਹੈ । ਫਿਰ ਵੀ ਉਹ ਦਾਸ ਸ਼ਬਦ ਦਾ ਸਿਮਰਨ ਕਰਨਾ, ਸ਼ਬਦ ਦੀ ਪਾਲਣਾ ਨਹੀਂ ਛੱਡਦਾ । ਉਹ ਆਪਣਾ ਬੰਦਗੀ ਦਾ ਰਸਤਾ ਨਹੀਂ ਬਦਲਦਾ ।

His true devotee may sing the glory and obeys of the teachings of His Word with steady and stable belief in his day-to-day life. Even others may slander and criticize his way of life; he still may never abandon his meditation.

ਜੋ ਕਿਛੁ ਕਰੇ ਸੁ ਆਪੇ ਸੁਆਮੀ, — jo ki<u>chh</u> karay so aapay su-aamee
ਹਰਿ ਆਪੇ ਕਾਰ ਕਮਾਵੈ॥ — har aapay kaar kamaavai. har
ਹਰਿ ਆਪੇ ਹੀ ਮਤਿ ਦੇਵੈ ਸੁਆਮੀ, — aapay hee ma<u>t</u> <u>d</u>ayvai su-aamee
ਹਰਿ ਆਪੇ ਬੋਲਿ ਬੁਲਾਵੈ॥੧॥ — har aapay bol bulaavai. ||1||

ਸੰਸਾਰ ਵਿੱਚ ਸਭ ਕੁਝ ਪ੍ਰਭ ਆਪ ਹੀ ਕਰਦਾ ਹੈ, ਉਸ ਦੇ ਹੁਕਮ ਅੰਦਰ ਹੀ ਸਭ ਕੁਝ ਵਾਪਰਦਾ ਹੈ । ਉਹ ਹੀ ਸਾਰੇ ਧੰਦੇ ਕਰਦਾ, ਕਰਵਾਉਂਦਾ ਹੈ । ਪ੍ਰਭ ਆਪ ਹੀ ਸ਼ਬਦ ਦੀ ਸੋਝੀ ਬਖਸ਼ਦਾ ਹੈ । ਆਪ ਹੀ ਜੀਵ ਦੀ ਜੀਭ ਤੋ ਬੋਲ ਬਲਾਉਂਦਾ ਹੈ ।

Only His command may prevail in the universe. Whatsoever may be His command, only that may happen. All worldly chores have been created and assigned by The True Master. Whatsoever may be inspired to anyone, with His mercy and grace; he may only speak that word from his tongue.

ਹਰਿ ਆਪੇ ਪੰਚ ਤਤੁ ਬਿਸਥਾਰਾ, — har aapay panch <u>t</u>a<u>t</u> bisthaaraa
ਵਿਚਿ ਧਾਤੂ ਪੰਚ ਆਪਿ ਪਾਵੈ॥ — vich <u>Dh</u>aa<u>t</u>oo panch aap paavai.
ਜਨ ਨਾਨਕ ਸਤਿਗੁਰੁ ਮੇਲੇ ਆਪੇ, — jan naanak sa<u>t</u>gur maylay aapay
ਹਰਿ ਆਪੇ ਝਗਰੁ ਚੁਕਾਵੈ॥੨॥੩॥ — har aapay <u>jh</u>agar chu<u>kh</u>aavai. ||2||3||

ਪ੍ਰਭ ਆਪ ਹੀ ਇੱਛਾਂ ਦੇ ਪੰਜੇਂ ਜਮਦੂਤ ਪੈਦਾ ਕਰਦਾ ਹੈ । ਆਪ ਹੀ ਇਹਨਾਂ ਨੂੰ ਜੀਵ ਦੀਆਂ ਪੰਜਾਂ ਇਦ੍ਰੀਆਂ ਵਿੱਚ ਰਚਾਉਂਦਾ, ਪੰਜਾਂ ਤੇ ਇਹ ਕਾਬੂ ਪਾਉਂਦਾ ਹੈ । ਆਪ ਹੀ ਜੀਵ ਨੂੰ ਸ਼ਬਦ ਦੇ ਲੜ ਲਾਉਂਦਾ, ਸ਼ਬਦ ਦੀ ਪਾਲਣਾ ਤੇ ਅਡੋਲ ਕਰਦਾ ਹੈ । ਆਪ ਹੀ ਮਨ ਦੀਆਂ ਭਟਕਣਾਂ, ਭਰਮ ਦੂਰ ਕਰਦਾ ਹੈ ।

All five demons of worldly desires have been created by The True Master. He inspires worldly creatures to drench these in their day-to-day life. With His mercy and grace, His true devotee may conquer these demons. His true devotee may be attached to meditate and obey the teachings of His Word in day-to-day life. Only with His mercy and grace, all his suspicions and frustrations may be eliminated.

33. ਤਿਲੰਗ ਮਹਲਾ ੧ ਘਰੁ ੧॥ 721-1

ੴ ਸਤਿ ਨਾਮੁ ਕਰਤਾ ਪੁਰਖੁ, ਨਿਰਭਉ ਨਿਰਵੈਰੁ ਅਕਾਲ ਮੂਰਤਿ ਅਜੂਨੀ ਸੈਭੰ ਗੁਰ ਪ੍ਰਸਾਦਿ॥

ਯਕ ਅਰਜ, ਗੁਫਤਮ ਪੇਸਿ ਤੋ, — yak araj guftam pays to
ਦਰ ਗੋਸ, ਕੁਨ ਕਰਤਾਰ॥ — dar gos kun kartaar.
ਹਕਾ ਕਬੀਰ ਕਰੀਮ ਤੂ, — hakaa kabeer kareem too
ਬੇਐਬ ਪਰਵਦਗਾਰ॥੧॥ — bay-aib parvardagaar. ||1||

ਤਰਸਵਾਨ, ਪਵਿੱਤਰ ਪ੍ਰਭ, ਹੀ ਸ੍ਰਿਸ਼ਟੀ ਨੂੰ ਪੈਦਾ ਕਰਨ ਵਾਲਾ, ਸਦਾ ਅਟਲ ਰਹਿਣ ਵਾਲਾ ਮਾਲਕ ਹੈ । ਮੈਂ ਤੇਰੇ ਅੱਗੇ ਅਰਦਾਸ ਕਰਦਾ ਹੈ, ਮੇਰੀ ਬੇਨਤੀ ਸੁਣੋ!

The Merciful True Master, Creator remains sanctified and true forever. I whole heartedly surrendered my mind, body, and worldly status at Your sanctuary; I pray and beg for His forgiveness and refuge.

ਦੁਨੀਆ ਮੁਕਾਮੇ ਫਾਨੀ, — dunee-aa mukaamay faanee
ਤਹਕੀਕ ਦਿਲ ਦਾਨੀ॥ — tehkeek dil daanee.
ਮਮ ਸਰ ਮੂਇ ਅਜਰਾਈਲ, — mam sar moo-ay ajraa-eel
ਗਿਰਫਤਹ ਦਿਲ ਹੇਚਿ ਨ ਦਾਨੀ॥੧॥ — girafteh dil haych na daanee. ||1||
ਰਹਾਉ॥ — rahaa-o.

ਪ੍ਰਭ ਨੇ ਸੰਸਾਰ ਨੂੰ ਜੂੰਨਾਂ ਬਦਲਨ ਵਾਲੀ ਥਾਂ ਹੀ ਬਣਾਇਆ ਹੈ । ਮੌਤ ਮੇਰੇ ਸਿਰ ਤੇ ਖੜੀ ਹੈ, ਮੈਨੂੰ ਇਸ ਦੀ ਕੋਈ ਸੋਝੀ ਨਹੀਂ ।

The True Master has established universe as a platform to change one body to another body for soul. My death may be knocking at my door and I have no understanding or awareness.

ਜਨ ਪਿਸਰ ਪਦਰ ਬਿਰਾਦਰਾਂ, — jan pisar padar biraadaraa^{N}
ਕਸ ਨੇਸ ਦਸਤੰਗੀਰ॥ — kas nays dasta^{N}geer.
ਆਖਿਰ ਬਿਅਫਤਮ, ਕਸ ਨ ਦਾਰਦ, — aakhir bi-aftam kas na daarad
ਚੂੰ ਸਵਦ ਤਕਬੀਰ॥੨॥ — choo^{N} savad takbeer. ||2||

ਮੇਰਾ ਪ੍ਰਵਾਰ, ਬੱਚੇ ਸਾਰੇ ਮੇਰੇ ਕੋਲ ਹਨ! ਉਹ ਕੋਈ ਵੀ ਯਤਨ ਕਰਨ, ਸਮੇਂ ਨੂੰ ਟਾਲ, ਬਦਲ ਨਹੀਂ ਸਕਦੇ । ਜਦੋਂ ਮੇਰੇ ਸਵਾਸ ਖਤਮ ਹੋ ਗਏ! ਮੇਰੀ ਆਖਰੀ ਅਰਦਾਸ ਸਮੇਂ ਮੇਰਾ ਸਾਥ ਦੇਣ ਵਾਲਾ ਕੋਈ ਨਹੀਂ ਹੁੰਦਾ ਹੈ ।

My family and my children are all around and with me. However, no one may help or alter the time of my death. When the capital of my breath may be exhausted, no one would be my companion to stand with me in my last prayer.

ਸਬ ਰੋਜ ਗਸਤਮ ਦਰ ਹਵਾ, — sab roj gastam dar havaa
ਕਰਦੇਮ ਬਦੀ ਖਿਆਲ॥ — kardaym badee khi-aal.
ਗਾਹੇ ਨ ਨੇਕੀ ਕਾਰ ਕਰਦਮ, — gaahay na naykee kaar kardam
ਮਮ ਈਂ ਚਿਨੀ ਅਹਵਾਲ॥੩॥ — mam ee^{N} chinee ahvaal. ||3||

ਮੈਂ ਆਪਣੇ ਜੀਵਨ ਵਿੱਚ ਦਿਨ ਰਾਤ ਲਾਲਚ, ਚਲਾਕੀ ਵਿੱਚ ਹੀ ਮਸਤ ਰਹਿੰਦਾ ਹਾ । ਕੋਈ ਚੰਗਾ ਕੰਮ ਨਹੀਂ ਕੀਤਾ, ਇਹ ਹੀ ਮੇਰੀ ਜੀਵਨ ਦੀ ਕਮਾਈ ਹੈ ।

I remain intoxicated with greed and evil, devious plans. I have not done any good deeds for mankind and that is my earnings of human life journey.

ਬਦਬਖਤ ਹਮ ਚੁ ਬਖੀਲ,	badbakhat ham cho bakheel
ਗਾਫਿਲ ਬੇਨਜਰ ਬੇਬਾਕ॥	gaafil baynajar baybaak.
ਨਾਨਕ ਬੁਗੋਯਦ ਜਨੁ ਤੁਰਾ,	naanak bugoyad jan turaa
ਤੇਰੇ ਚਾਕਰਾਂ ਪਾ ਖਾਕ॥੪॥੧॥	tayray chaakraa^N paa khaak. ||4||1||

ਮੈਂ ਮੰਦੇ ਭਾਗਾਂ ਵਾਲਾ, ਬੇਸ਼ਰਮ, ਪ੍ਰਭ ਦੇ ਡਰ ਤੋ ਬਿਨਾਂ ਜੀਵਨ ਬਤੀਤ ਕਰਦਾ ਹਾ । ਮੇਰੀ ਕੀਮਤ ਤੇਰੇ ਦਾਸਾਂ ਦੇ ਪੈਰਾਂ ਦੀ ਮਿੱਟੀ ਤੋਂ ਵੀ ਥੋੜ੍ਹੀ ਹੈ ।

I am unfortunate, shameless; I spends my day-to-day life without recognizing and remembering the power of The True Master. His true devotee always remains humble and considers his worldly status less significant than the dust of the feet of His Creation.

34. ਤਿਲੰਗ ਮਹਲਾ ੫ ਘਰੁ ੩॥ 724-5

ਮਿਹਰਵਾਨੁ ਸਾਹਿਬੁ ਮਿਹਰਵਾਨੁ॥	miharvaan saahib miharvaan.
ਸਾਹਿਬੁ ਮੇਰਾ ਮਿਹਰਵਾਨੁ॥	saahib mayraa miharvaan.
ਜੀਅ ਸਗਲ ਕਉ ਦੇਇ ਦਾਨੁ॥ ਰਹਾਉ॥	jee-a sagal ka-o day-ay daan. rahaa-o.

ਪ੍ਰਭ ਬਹੁਤ ਤਰਸਵਾਨ ਹੈ । ਸਾਰੀ ਸ੍ਰਿਸ਼ਟੀ ਦੇ ਜੀਵਾਂ ਨੂੰ ਦਾਤਾਂ ਬਖਸ਼ਦਾ ਰਹਿੰਦਾ ਹੈ ।

The Merciful True Master may overwhelm His whole creation with virtues to make worldly life worthy of living and to make his soul worthy of His considerations.

ਤੂ ਕਾਹੇ ਡੋਲਹਿ ਪ੍ਰਾਣੀਆ,	too kaahay doleh paraanee-aa
ਤੁਧੁ ਰਾਖੈਗਾ ਸਿਰਜਣਹਾਰੁ॥	tuDh raakhaigaa sirjanhaar.
ਜਿਨਿ ਪੈਦਾਇਸਿ ਤੂ ਕੀਆ,	jin paidaa-is too kee-aa
ਸੋਈ ਦੇਇ ਆਧਾਰੁ॥੧॥	so-ee day-ay aaDhaar. ||1||

ਮਾਨਸ ਜੀਵ ਤੂੰ ਕਿਉਂ ਡੋਲਦਾ ਹੈ? ਸੰਸਾਰਕ ਮੁਸ਼ਕਲ ਪੈਣ ਤੇ ਬੰਦਗੀ ਦਾ ਰਸਤਾ ਛੱਡ ਦੇਂਦਾ ਹੈ । ਪ੍ਰਭ ਹੀ ਸ੍ਰਿਸ਼ਟੀ ਨੂੰ ਪੈਂਦਾ ਕਰਦਾ ਹੈ, ਸਭ ਕੁਝ ਉਸ ਦੇ ਵੱਸ ਵਿੱਚ ਹੀ ਹੁੰਦਾ ਹੈ । ਮਨ ਦਾ ਭਰੋਸਾ ਅਡੋਲ ਰਖਕੇ, ਸ਼ਬਦ ਦੀ ਪਾਲਣਾ ਕਰਦੇ ਰਹੋ! ਜਿਸ ਪ੍ਰਭ ਨੇ ਸ੍ਰਿਸ਼ਟੀ ਪੈਦਾ ਕੀਤੀ ਹੈ । ਉਹ ਹੀ ਇਸ ਦੀ ਰਖਿਆ ਕਰਦਾ, ਪਾਲਣਾ ਪੋਸਨਾ ਕਰਦਾ ਹੈ ।

Human may abandon the right, tedious path of meditation with worldly hardships created by the demons of worldly desires. Why are you renouncing your belief on His blessings, His command? Everything in the universe may only happen under the command of The Omnipotent True Master, Creator of the universe. You should obey the teachings of His Word with steady and stable belief in your day-to-day life. The True Creator nourishes and protects His Creation, nothing may happen without His command nor beyond His reach, command.

ਜਿਨਿ ਉਪਾਈ ਮੇਦਨੀ,	jin upaa-ee maydnee
ਸੋਈ ਕਰਦਾ ਸਾਰ॥	so-ee kardaa saar.
ਘਟਿ ਘਟਿ ਮਾਲਕੁ ਦਿਲਾ ਕਾ,	ghat ghat maalak dilaa kaa
ਸਚਾ ਪਰਵਦਗਾਰੁ॥੨॥	sachaa parvardagaar. ||2||

ਜਿਹੜਾ ਪ੍ਰਭ ਸ੍ਰਿਸ਼ਟੀ ਨੂੰ ਪੈਦਾ ਕਰਦਾ ਹੈ । ਜਿਹੜੀ ਵੀ ਕੋਈ ਮੁਸ਼ਕਲ ਸੰਸਾਰਕ ਜੀਵਨ ਵਿੱਚ ਆਉਂਦੀ ਹੈ । ਉਸ ਦੇ ਹੁਕਮ ਨਾਲ ਹੀ ਆਉਂਦੀ ਹੈ । ਉਸ ਵਿਚੋਂ ਕੱਢਣ ਦੀ ਵਿਧੀ ਵੀ ਆਪ ਹੀ ਬਖਸ਼ਦਾ ਹੈ, ਜੀਵ ਨੂੰ ਰਸਤਾ ਦੇਂਦਾ ਹੈ । ਪ੍ਰਭ ਹਰਇੱਕ ਮਨ ਵਿੱਚ, ਦਿਲ ਵਿੱਚ ਆਪ ਹੀ ਵਸਦਾ ਹੈ, ਅਨੰਦ ਬਖਸ਼ਦਾ ਹੈ ।

The True Master has created the whole universe with His own imagination. Even all the hardships created by the worldly wealth are also under His command to check the sincerity of his belief. Whosoever may remain obeying the teachings of His Word with steady and stable belief; with His mercy and grace, he may be provided with the right path to endure the miseries and comes out stronger and better. The True Master remains embedded within his soul, monitors, and prevails within each body.

ਕੁਦਰਤਿ ਕੀਮ ਨ ਜਾਣੀਐ,	kudrat keem na jaanee-ai
ਵਡਾ ਵੇਪਰਵਾਹੁ॥	vadaa vayparvaahu.
ਕਰਿ ਬੰਦੇ ਤੂ ਬੰਦਗੀ,	kar banday too bandagee
ਜਿਚਰੁ ਘਟ ਮਹਿ ਸਾਹੁ॥੩॥	jichar ghat meh saahu. ||3||

ਬੇਪ੍ਰਵਾਹ, ਮਹਾਨ, ਦਿਆਲ ਪ੍ਰਭ ਦੀ ਕੁਦਰਤ, ਕਰਾਮਾਤਾਂ ਦੀ ਕੀਮਤ ਦਾ ਅੰਦਜ਼ਾ ਨਹੀਂ ਲਾਇਆ ਜਾ ਸਕਦਾ । ਜਿਤਨਾ ਚਿਰ ਇਸ ਤਨ ਵਿੱਚ ਸਵਾਸ ਚਲਦੇ ਹਨ । ਉਸ ਪ੍ਰਭ ਦੇ ਸ਼ਬਦ ਦੀ ਪਾਲਣਾ, ਸਿਮਰਨ ਕਰੋ! ਉਸ ਪ੍ਰਭ ਉਪਰ ਸਭ ਚਿੰਤਾਂ ਛੱਡ ਦੇਵੋ!

The significance of the events of His Nature, miracles remain beyond the imagination and comprehension of His Creation. He remains carefree, very merciful, generous and the greatest of All. You should meditate and obey the teachings of His Word with steady and stable with each breath in your day-to-day life. You should surrender all hopes on His mercy and grace.

ਤੂ ਸਮਰਥੁ ਅਕਥੁ ਅਗੋਚਰੁ,	too samrath akath agochar
ਜੀਉ ਪਿੰਡੁ ਤੇਰੀ ਰਾਸਿ॥	jee-o pind tayree raas.
ਰਹਮ ਤੇਰੀ ਸੁਖੁ ਪਾਇਆ,	raham tayree sukh paa-i-aa
ਸਦਾ ਨਾਨਕ ਕੀ ਅਰਦਾਸਿ॥੪॥੩॥	sadaa naanak kee ardaas. ||4||3||

ਪ੍ਰਭ ਕੇਵਲ ਤੂੰ ਹੀ ਸਭ ਕੁਝ ਕਰਨ ਕਰਵਾਉਣ ਵਾਲਾ ਮਾਲਕ ਹੈ । ਜੀਵ ਦਾ ਤਨ, ਮਨ ਸਭ ਤੇਰੀ ਅਮਾਨਤ ਹੀ ਹੈ । ਸਭ ਕੁਝ ਤੇਰੇ ਵੱਸ ਅੰਦਰ ਹੀ ਚਲਦਾ, ਹੁੰਦਾ ਹੈ । ਬੰਦਗੀ ਕਰਨ ਵਾਲਾ ਸਦਾ ਹੀ ਅਰਦਾਸ ਕਰਦਾ ਹੈ! ਮਾਲਕ ਰਹਿਮਤ ਬਖਸ਼ੋ! ਮਨ ਵਿੱਚ ਬਖਸ਼ੇ ਤੇ ਸੰਤੋਖ, ਧੀਰਜ ਘਰ ਕਰ ਜਾਵੇ ।

The Omnipotent True Master, everything happens under Your command. The body, mind and worldly status is only Your trust. Everything may remain under Your control, command. Your true devotee always prays for Your forgiveness and begs patience and contentment on Your blessings.

35. **ਤਿਲੰਗ ਬਾਣੀ ਭਗਤਾ ਕੀ ਕਬੀਰ ਜੀ॥** 727-7

੧ਓ ਸਤਿਗੁਰ ਪ੍ਰਸਾਦਿ॥	ik-oNkaar satgur parsaad.
ਬੇਦ ਕਤੇਬ ਇਫਤਰਾ ਭਾਈ,	bayd katayb iftaraa bhaa-ee
ਦਿਲ ਕਾ ਫਿਕਰੁ ਨ ਜਾਇ॥	dil kaa fikar na jaa-ay.
ਟੁਕੁ ਦਮੁ ਕਰਾਰੀ ਜਉ ਕਰਹੁ,	tuk dam karaaree ja-o karahu
ਹਾਜਿਰ ਹਜੂਰਿ ਖੁਦਾਇ॥੧॥	haajir hajoor khudaa-ay. ||1||

ਧਾਰਮਕ ਗ੍ਰੰਥ ਪੜ੍ਹਨ, ਨਿਯਮਾਂ ਤੇ ਚੱਲਣ ਨਾਲ ਮਨ ਦੇ ਭਰਮ ਦੂਰ ਨਹੀਂ ਹੁੰਦੇ । ਮਨ ਦੀਆਂ ਚਿੰਤਾਂ ਦੂਰ ਨਹੀਂ ਹੁੰਦੀਆਂ । ਅਗਰ ਜੀਵ ਇੱਕ ਪਲ ਵੀ ਆਪਣਾ ਧਿਆਨ ਪ੍ਰਭ ਦੇ ਸ਼ਬਦ ਵਿੱਚ ਲਾਵੇ! ਤਾਂ ਰਹਿਮਤ ਮਹਿਸੂਸ ਹੋ ਜਾਂਦੀ ਹੈ, ਜਿਵੇਂ ਪ੍ਰਭ ਜੀਵ ਦੇ ਸਾਮ੍ਹਣੇ ਹੀ ਹੈ ।

Whosoever may read religious scriptures and adopts the religious principles rigidly in his day-to-day life; his suspicions and frustrations of worldly desires may not be eliminated. Whosoever may concentrate on His Word, the real purpose of his human life opportunity; he may realize the existence of The Holy Spirit. With His mercy and grace, he may be blessed with the right path of acceptance in His Court.

ਬੰਦੇ ਖੋਜੁ ਦਿਲ ਹਰ ਰੋਜ਼,	banday khoj dil har roj
ਨਾ ਫਿਰੁ ਪਰੇਸਾਨੀ ਮਾਹਿ॥	naa fir paraysaanee maahi.
ਇਹ ਜੁ ਦੁਨੀਆ ਸਿਹਰੁ ਮੇਲਾ,	ih jo dunee-aa sihar maylaa
ਦਸਤਗੀਰੀ ਨਾਹਿ॥੧॥ ਰਹਾਉ॥	dasatgeeree naahi. ||1|| rahaa-o.

ਜੀਵ ਹਰ ਰੋਜ਼ ਆਪਣੇ ਦਿਲ, ਮਨ ਅੰਦਰੋਂ ਹੀ ਉਸ ਦੀ ਖੋਜ ਕਰੋ । ਹੋਰ ਕਿਸੇ ਥਾਂ ਤੇ ਭਟਕਣ ਦੀ ਕੋਈ ਜਰੂਰਤ ਨਹੀਂ । ਇਹ ਸੰਸਾਰ ਇੱਕ ਜਾਦੂਗਰ ਦੇ ਖੇਲ ਵਰਗਾ ਹੈ । ਇਸ ਵਿੱਚ ਕੋਈ ਤੈਨੂੰ ਹੱਥ ਪਕੜ ਕੇ ਪਾਰ ਨਹੀਂ ਲੰਘਾਵੇਗਾ ।

You should concentrate and search within your heart, the real purpose of your human life opportunity every moment in day-to-day life. You should not wander shrine to shrine in frustration to find the right path of acceptance in His Court. The worldly life may be like a play of juggler; no one may hold your hand and carries to His Court. No worldly saint or Guru may be blessed to guide you on the right path of acceptance in His Court.

ਦਰੋਗੁ ਪੜਿ ਪੜਿ ਖੁਸੀ ਹੋਇ,	darog parh parh khusee ho-ay
ਬੇਖਬਰ ਬਾਦੁ ਬਕਾਹਿ॥	baykhabar baad bakaahi.
ਹਕੁ ਸਚੁ ਖਾਲਕੁ ਖਲਕ ਮਿਆਨੇ,	hak sach khaalak khalak mi-aanay
ਸਿਆਮ ਮੂਰਤਿ ਨਾਹਿ॥੨॥	si-aam moorat naahi. ||2||

ਜੀਵ ਅਣਜਾਣਤਾ ਵਿੱਚ ਝੂਠੀਆਂ ਲਿਖਤਾਂ, ਗ੍ਰੰਥ ਪੜ੍ਹ ਕੇ ਹੀ ਖੁਸ਼ੀ ਮਨਾਉਂਦਾ ਹੈ । ਮਨ ਘੜਤ ਹੀ ਵਿਆਖਿਆ ਕਰਦਾ ਹੈ । ਪ੍ਰਭ ਆਪਣੀ ਪੈਦਾ ਕੀਤੀ ਹੋਈ ਸ੍ਰਿਸ਼ਟੀ ਵਿੱਚ ਆਪ ਹੀ ਸਮਾਇਆ ਹੈ । ਉਹ ਕਿਸੇ ਮੂਰਤੀ ਵਿੱਚ ਨਹੀਂ ਹੈ ।

Ignorant human, may read worldly religious scriptures; he may baptize with a belief that religious path may enlighten him with the right path of his human life journey and celebrates. The religious saint, preacher may explain his own belief of the spiritual teachings of the scripture. The Omnipotent True Creator remains embedded within your soul; with His mercy and grace, His true devotee may bless with the right path of acceptance in His Court.

ਅਸਮਾਨ ਮ੍ਹਿਾਨੇ ਲਹੰਗ ਦਰੀਆ,	asmaan mi-yaanay lahang daree-aa
ਗੁਸਲ ਕਰਦਨ ਬੂਦ॥	gusal kardan bood.
ਕਰਿ ਫਕਰੁ ਦਾਇਮ ਲਾਇ ਚਸਮੇ,	kar fakar daa-im laa-ay chasmay
ਜਹ ਤਹਾ ਮਉਜੂਦੁ॥੩॥	jah tahaa ma-ujood. ||3||

ਜੀਵ ਤੇਰੇ ਮਨ ਦੇ ਦਸਵੇਂ ਘਰ ਵਿਚੋਂ ਅੰਮ੍ਰਿਤ ਦਾ ਸੋਮਾ ਵਗਦਾ ਹੈ । ਉਸ ਵਿੱਚ ਇਸ਼ਨਾਨ ਕਰਕੇ ਆਤਮਾ ਨੂੰ ਪਵਿੱਤਰ ਕਰੋ । ਸਦਾ ਰਹਿਣ ਵਾਲੇ ਪ੍ਰਭ ਦੇ ਸ਼ਬਦ ਦੀ ਬੰਦਗੀ ਕਰੋ । ਆਪਣੀ ਅੱਖਾਂ ਨਾਲ ਦੇਖੋ! ਉਹ ਹਰ ਥਾਂ, ਹਰ ਜੀਵ ਵਿੱਚ, ਹਰ ਵੇਲੇ ਹੀ ਵਾਪਰਦਾ ਹੈ ।

The fountain of the nectar of the essence of His Word may be oozing out of the 10th castle of your mind. You should take a sanctifying bath of your soul in the nectar of the essence of His Word. You should always meditate on the teachings of His forever true Word; with His mercy and grace, you may realize the existence of The Holy Spirit prevailing everywhere.

ਅਲਾਹ ਪਾਕੰ ਪਾਕ ਹੈ,	alaah paakaN paak hai
ਸਕ ਕਰਉ, ਜੇ ਦੂਸਰ ਹੋਇ॥	sak kara-o jay doosar ho-ay.
ਕਬੀਰ ਕਰਮੁ ਕਰੀਮ ਕਾ,	kabeer karam kareem kaa
ਉਹੁ ਕਰੈ ਜਾਨੈ ਸੋਇ॥੪॥੧॥	uho karai jaanai so-ay. ||4||1||

ਪ੍ਰਭ ਅਮੋਲਕ, ਪਵਿੱਤਰ ਹੈ! ਜੀਵ ਭਰਮਾਂ ਵਿੱਚ ਪੈ ਕੇ ਹੀ ਹੋਰ ਪਾਸੇ ਢੂੰਡਦਾ ਹੈ, ਹੋਰ ਸਮਝਦਾ ਹੈ । ਉਸ ਤਰਸਵਾਨ ਅੰਤਰਜਾਮੀ ਪ੍ਰਭ ਵਿਚੋਂ ਸਦਾ ਹੀ ਰਹਿਮਤਾਂ ਦੀ ਵਰਖਾ ਹੁੰਦੀ ਹੈ । ਉਹ ਆਪ ਹੀ ਸਭ ਕੁਝ ਜਾਣਦਾ ਹੈ, ਕੋਈ ਜੀਵ ਕੀ ਕੰਮ ਕਰਦਾ ਹੈ ।

The teachings of His Word are the sanctifying nectar. Ignorant human becomes salve of worldly religious suspicions; he remains wandering shrine to shrine searching for peace of mind and contentment. His Virtues are raining continuously on His Creation. The Omniscient True Master remains awake and alert; He monitors all the activities of His Creation.

36. ਸੂਹੀ ਮਹਲਾ ੪॥ 735-14

ਜਿਨ ਕੈ ਅੰਤਰਿ ਵਸਿਆ ਮੇਰਾ ਹਰਿ ਹਰਿ, jin kai antar vasi-aa mayraa har har
ਤਿਨ ਕੇ ਸਭਿ ਰੋਗ ਗਵਾਏ॥ tin kay sabh rog gavaa-ay.
ਤੇ ਮੁਕਤ ਭਏ tay mukat bha-ay
ਜਿਨ ਹਰਿ ਨਾਮੁ ਧਿਆਇਆ, jin har naam Dhi-aa-i-aa
ਤਿਨ ਪਵਿਤੁ ਪਰਮ ਪਦੁ ਪਾਏ॥੧॥ tin pavit param pad paa-ay. ||1||

ਜਿਸ ਦੇ ਮਨ ਵਿੱਚ ਪ੍ਰਭ ਦੇ ਸ਼ਬਦ ਦਾ ਤੱਤ ਵਸ ਜਾਂਦਾ ਹੈ । ਉਸ ਦੇ ਮਨ ਦੇ ਸਾਰੇ ਸੰਸਾਰਕ ਇੱਛਾਂ ਦੇ ਰੋਗ ਖਤਮ ਹੋ ਜਾਂਦੇ ਹਨ । ਜਿਹੜਾ ਪ੍ਰਭ ਦੇ ਸ਼ਬਦ ਦੀ ਪਾਲਣਾ ਕਰਦਾ ਹੈ, ਕੇਵਲ ਉਸ ਨੂੰ ਹੀ ਮੁਕਤੀ ਦਾ ਰਸਤਾ, ਗੁਰਮਖ ਅਵਸਥਾ, ਅਮਰ ਅਵਸਥਾ ਬਖਸ਼ਿਸ਼ ਹੁੰਦੀ ਹੈ ।

Whosoever may remain drenched with the essence of the teachings of His Word; all his miseries of worldly desires and frustration of his mind may be eliminated. Whosoever may adopt the teachings of His Word with steady and stable belief in his day-to-day life; with His mercy and grace, he may be blessed with the right path of acceptance, state of mind as His true devotee and immortal, salvation state of mind.

ਮੇਰੇ ਰਾਮ ਹਰਿ ਜਨ ਆਰੋਗ ਭਏ॥ mayray raam har jan aarog bha-ay.
ਗੁਰ ਬਚਨੀ ਜਿਨਾ ਜਪਿਆ gur bachnee jinaa japi-aa
ਮੇਰਾ ਹਰਿ ਹਰਿ, mayraa har har
ਤਿਨ ਕੇ ਹਉਮੈ ਰੋਗ ਗਏ॥੧॥ ਰਹਾਉ॥ tin kay ha-umai rog ga-ay. ||1|| rahaa-o.

ਜਿਹੜਾ ਪ੍ਰਭ ਦੇ ਸ਼ਬਦ ਨਾਲ ਆਪਣਾ ਜੀਵਨ ਢਾਲ ਲੈਂਦਾ ਹੈ, ਉਸ ਦੇ ਮਨ ਦੇ ਰੋਗ ਖਤਮ ਹੋ ਜਾਂਦੇ ਹਨ । ਉਹ ਬੰਦਗੀ ਕਰਨ ਵਾਲਾ, ਨਿਮਾਣਾ ਦਾਸ ਸੰਸਾਰਕ ਇੱਛਾਂ ਦੇ ਰੋਗ ਤੋ ਰਹਿਤ ਹੋ ਜਾਂਦਾ ਹੈ ।

Whosoever may adopt the teachings of His Word with steady and stable belief in his day-to-day life; with His mercy and grace, all his miseries, frustrations of worldly desires may be eliminated. His humble true devotee becomes beyond the reach of temptation of worldly desires, worldly wealth.

ਬ੍ਰਹਮਾ ਬਿਸਨੁ ਮਹਾਦੇਉ barahmaa bisan mahaaday-o
ਤ੍ਰੈ ਗੁਣ ਰੋਗੀ, tarai gun rogee
ਵਿਚਿ ਹਉਮੈ ਕਾਰ ਕਮਾਈ॥ vich ha-umai kaar kamaa-ee.
ਜਿਨਿ ਕੀਏ ਤਿਸਹਿ ਨ ਚੇਤਹਿ ਬਪੁੜੇ, jin kee-ay tiseh na cheeteh bapurhay
ਹਰਿ ਗੁਰਮੁਖਿ ਸੋਝੀ ਪਾਈ॥੨॥ har gurmukh sojhee paa-ee. ||2||

ਬ੍ਰਹਮਾ, ਵਿਸ਼ਨੂੰ ਸ਼ਿਵਾਂ ਤਿੰਨੇਂ ਹੀ ਮਾਇਆ ਦੇ ਤਿੰਨਾਂ ਗੁਣਾਂ ਦੇ ਜਾਲ ਵਿੱਚ ਫਸੇ ਹਨ । ਆਪਣੇ ਮਨ ਦੇ ਅਹੰਕਾਰ ਵਿੱਚ ਹੀ ਕੰਮ ਕਰਦੇ ਰਹਿੰਦੇ ਹਨ । ਜਿਹੜਾ ਪ੍ਰਭ ਇਹ ਸਾਰਾ ਖੇਲ, ਕਰਾਮਾਤਾਂ ਕਰਦਾ, ਮਾਨਸ ਅਣਜਾਣ, ਮੂਰਖ ਉਸ ਨੂੰ ਯਾਦ ਨਹੀਂ ਰਖਦਾ । ਸ਼ਬਦ ਦੀਆਂ ਕਰਾਮਾਤਾਂ ਦੀ ਸੋਝੀ ਕੇਵਲ ਗੁਰਮਖ ਅਵਸਥਾ ਨਾਲ ਹੀ ਬਖਸ਼ਿਸ਼ ਹੁੰਦੀ ਹੈ ।

Worldly wealth remains dominating in the universe from the beginning; even the renowned worldly prophets like Brahma, Vishnu and, Mahaaday-o fall into the temptation of three virtues of worldly wealth and performed their deeds in ego. Even they become the symbol of Worldly wealth, **Raajas, Taamas, Satvas**. The ignorant prophets forget the True Master, who controls even the worldly wealth. With His mercy and grace, only His true devotee may be enlightened with the weakness of worldly wealth.

Three Virtues of worldly wealth: – Raajas, Taamas, Satvas!
ਰਜ ਗੁਣ; Raajas: Mind concentration! The quality of energy and activity!
ਤਮ ਗੁਣ; Taamas: Mind Awareness! The quality of Darkness and inertia!
ਸਤ ਗੁਣ; Satvas: Purity, of mind! The quality of purity and light!
** **Three Virtues of worldly wealth: Arath, Dharam, Kaam!**
ਅਰਥ; Arath: Adopt His Word in life.
ਧਰਮ; Dharam: Self-discipline, own character! Conquer selfishness!
ਕਾਮ; Kaam: Conquer sexual desire for strange woman:

ਹਉਮੈ ਰੋਗਿ ਸਭੁ ਜਗਤੁ ਬਿਆਪਿਆ, ha-umai rog sabh jagat bi-aapi-aa
ਤਿਨ ਕਉ ਜਨਮ ਮਰਣ ਦੁਖੁ ਭਾਰੀ॥ tin ka-o janam maran dukh bhaaree.
ਗੁਰ ਪਰਸਾਦੀ ਕੋ ਵਿਰਲਾ ਛੂਟੈ, gur parsaadee ko virlaa chhootai
ਤਿਸੁ ਜਨ ਕਉ ਹਉ ਬਲਿਹਾਰੀ॥੩॥ tis jan ka-o ha-o balihaaree. ||3||

ਸਾਰੀ ਸ੍ਰਿਸ਼ਟੀ ਹੀ ਅਹੰਕਾਰ ਦੇ ਰੋਗ ਦੀ ਸ਼ਿਕਾਰ ਹੋਈ ਹੈ । ਉਹ ਬਹੁਤ ਦਰਦਨਾਕ, ਜਨਮ ਮਰਨ ਦਾ ਦੁਖ ਪਾਉਂਦੀ ਹੈ । ਕੋਈ ਵਿਰਲਾ ਹੀ ਜੀਵ ਇਸ ਜੂੰਨਾਂ ਦੇ ਚੱਕਰ ਤੋ ਬਚਦਾ ਹੈ । ਉਸ ਜੀਵ ਤੋ ਕੁਰਬਾਨ ਜਾਵਾ! ਜਿਸ ਤੇ ਪ੍ਰਭ ਦੀ ਰਹਿਮਤ ਬਖਸ਼ਿਸ਼ ਹੁੰਦੀ ਹੈ । ਪ੍ਰਭ ਆਪ ਹੀ ਰਹਿਮਤ ਬਖਸ਼ਕੇ ਸ਼ਬਦ ਦੀ ਪਾਲਣਾ ਤੇ ਲਾਉਂਦਾ ਹੈ ।

The whole universe remains intoxicated with the sweet poison of worldly wealth, ego of his own worldly status. Everyone may endure the misery of birth and death. However, very rare may be saved from the cycle of birth and death. I remain fascinated and astonished from the state of mind of His true devotee, who may remain overwhelmed with contentment in his worldly environments. With His mercy and grace, The True Master keeps him steady and stable in obeying the teachings of His Word.

ਜਿਨਿ ਸਿਸਟਿ ਸਾਜੀ ਸੋਈ ਹਰਿ ਜਾਣੈ, jin sisat saajee so-ee har jaanai
ਤਾ ਕਾ ਰੂਪੁ ਅਪਾਰੋ॥ taa kaa roop apaaro.
ਨਾਨਕ ਆਪੇ ਵੇਖਿ ਹਰਿ ਬਿਗਸੈ, naanak aapay vaykh har bigsai
ਗੁਰਮੁਖਿ ਬ੍ਰਹਮ ਬੀਚਾਰੋ॥੪॥੩॥੧੪॥ gurmukh barahm beechaaro. ||4||3||14||

ਜਿਸ ਨੇ ਸਾਰੀ ਸ੍ਰਿਸ਼ਟੀ ਸਾਜੀ ਹੈ, ਕੇਵਲ ਉਹ ਹੀ ਸਭ ਕੁਝ ਜਾਣਦਾ ਹੈ । ਉਸ ਦਾ ਰੂਪ, ਅਕਾਰ, ਅਨੋਖਾ ਹੈ, ਕਿਸੇ ਨਾਲ ਤੁਲਨਾ ਨਹੀਂ ਕੀਤੀ ਜਾ ਸਕਦੀ । ਬੰਦਗੀ ਕਰਨ ਵਾਲੇ ਤੇ ਪ੍ਰਭ ਆਪ ਹੀ ਰਹਿਮਤ ਦੀ ਨਜ਼ਰ ਬਖਸ਼ਦਾ ਹੈ । ਉਹ ਹੀ ਗੁਰਮਖ ਅਵਸਥਾ ਪਾਉਂਦਾ, ਸਵਾਸ ਸਵਾਸ ਪ੍ਰਭ ਦਾ ਸ਼ਬਦ ਵਿਚਾਰ ਕਰਦਾ, ਯਾਦ ਰਖਦਾ ਹੈ ।

The Omniscient True Master, Creator knows the functioning and purpose of creation of the universe. His glory, beauty, structure, figure remains astonishing and He may not be compared with anyone else. His true devotee may be blessed with His mercy and grace. He may be blessed with a state of mind as His true devotee. He remains in renunciation in the memory of his separation from The True Master.

37. ਸੂਹੀ ਮਹਲਾ ੫॥ 783-15

ਸੰਤਾ ਕੇ ਕਾਰਜਿ ਆਪਿ ਖਲੋਇਆ, santaa kay kaaraj aap khalo-i-aa
ਹਰਿ ਕੰਮੁ ਕਰਾਵਣਿ ਆਇਆ ਰਾਮ॥ har kamm karaavan aa-i-aa raam.
ਧਰਤਿ ਸੁਹਾਵੀ ਤਾਲੁ ਸੁਹਾਵਾ, Dharat suhaavee taal suhaavaa
ਵਿਚਿ ਅੰਮ੍ਰਿਤ ਜਲੁ ਛਾਇਆ ਰਾਮ॥ vich amrit jal chhaa-i-aa raam.
ਅੰਮ੍ਰਿਤ ਜਲੁ ਛਾਇਆ amrit jal chhaa-i-aa
ਪੂਰਨ ਸਾਜੁ ਕਰਾਇਆ, pooran saaj karaa- i-aa
ਸਗਲ ਮਨੋਰਥ ਪੂਰੇ॥ sagal manorath pooray.
ਜੈ ਜੈ ਕਾਰੁ ਭਇਆ ਜਗ ਅੰਤਰਿ, jai jai kaar bha-i-aa jag antar

ਲਾਥੇ ਸਗਲ ਵਿਸੂਰੇ॥	laathay sagal visooray.
ਪੂਰਨ ਪੁਰਖ ਅਚੁਤ ਅਬਿਨਾਸੀ,	pooran purakh achut abhinaasee
ਜਸੁ ਵੇਦ ਪੁਰਾਣੀ ਗਾਇਆ॥	jas vayd puraanee gaa-i-aa.
ਅਪਨਾ ਬਿਰਦੁ ਰਖਿਆ ਪਰਮੇਸਰਿ,	apnaa birad rakhi-aa parmaysar
ਨਾਨਕ ਨਾਮੁ ਧਿਆਇਆ॥੧॥	naanak naam Dhi-aa-i-aa. ||1||

ਬੰਦਗੀ ਕਰਨ ਵਾਲੇ ਦੇ ਸੰਸਾਰਕ ਧੰਦੇ ਵਿੱਚ ਪ੍ਰਭ ਆਪ ਸਹਾਈ ਹੁੰਦਾ ਹੈ । ਉਸ ਦੇ ਜੀਵਨ ਵਿੱਚ ਧੰਦੇ ਕਰਨ ਦੇ ਆਪ ਹੀ ਕਾਰਨ ਬਣਾਉਂਦਾ, ਸਫਲ ਕਰਦਾ ਹੈ । ਜਿਥੇ ਬੰਦਗੀ ਕਰਨ ਵਾਲੇ ਸ਼ਬਦ ਦੀ ਸੋਝੀ ਰੂਪੀ ਅੰਮ੍ਰਿਤ ਪਾਨ ਕਰਦਾ ਹੈ । ਉਹ ਥਾਂ, ਘਰ ਮੰਦਰ, ਸਰੋਵਰ ਸੁਭਾਗਾ ਬਣ ਜਾਂਦਾ ਹੈ । ਉਸ ਦੇ ਮਨ ਦੇ ਸਰੋਵਰ ਵਿੱਚ ਅੰਮ੍ਰਿਤ ਭਰਪੂਰ, ਭਰਿਆਂ ਰਹਿੰਦਾ ਹੈ । ਉਸ ਦੇ ਮਨ ਦੀਆਂ ਇੱਛਾਂ ਪੂਰੀਆਂ ਹੋ ਜਾਂਦੀਆਂ ਹਨ । ਉਸ ਦੇ ਮਨ ਦੇ ਸੰਸਾਰਕ ਇੱਛਾਂ ਦੇ ਦੁਖ, ਚਿੰਤਾਂ ਦੂਰ ਹੋ ਜਾਂਦੀਆਂ, ਚਾਰੇ ਪਾਸੇ ਹੀ ਸੋਭਾ ਹੁੰਦੀ ਹੈ । ਬੰਦਗੀ ਕਰਨ ਵਾਲਾ ਅਡੋਲ ਭਰੋਸੇ ਨਾਲ ਧਰਮ ਦੇ ਗ੍ਰੰਥਾਂ ਵਿੱਚ ਦੱਸੇ ਹੋਏ ਪ੍ਰਭ ਦੇ ਗੁਣਾਂ ਦੀ ਉਸਤਤ ਗਾਉਂਦਾ ਹੈ । ਉਹ ਪ੍ਰਭ ਸਦਾ ਅਟਲ ਰਹਿਣ ਵਾਲਾ ਰਹਿਮਤਾਂ ਦਾ ਮਾਲਕ ਹੈ । ਪ੍ਰਭ ਦਾ ਅਟਲ ਭਾਣਾ, ਰਹਿਮਤਾਂ ਦੀ ਵਰਖਾ ਸਦਾ ਹੀ ਹੁੰਦੀ ਰਹਿੰਦੀ ਹੈ । ਬੰਦਗੀ ਕਰਨ ਵਾਲਾ ਸ਼ਬਦ ਦੇ ਸਿਮਰਨ ਵਿੱਚ ਅਡੋਲ ਰਹਿੰਦਾ ਹੈ ।

The True Master becomes helper, supporter in worldly deeds of His true devotee. He creates the purpose of his worldly chores and He prevails to make all successful. Wherever His true devotee may meditate, preaches, and obeys the teachings of His Word; with His mercy and grace that place may become a Holy Shrine and very fortunate. All his spoken and unspoken desires may be fully satisfied; with His mercy and grace, all his worldly desires may be eliminated and he may be honored in the universe. He may sing the glory of the virtues of The True Master as described in worldly Holy scriptures. The Merciful ever-living True Master is the treasure of all virtues. His Word is an ultimate, unavoidable command and He always bestows His virtues like rain. His true devotee remains steady and stable in his meditation in the void of His Word.

ਨਵ ਨਿਧਿ ਸਿਧਿ ਰਿਧਿ ਦੀਨੇ ਕਰਤੇ,	nav niDh siDh riDh deenay kartay
ਤੋਟਿ ਨ ਆਵੈ ਕਾਈ ਰਾਮ॥	tot na aavai kaa-ee raam.
ਖਾਤ ਖਰਚਤ ਬਿਲਛਤ ਸੁਖੁ ਪਾਇਆ,	khaat kharchat bilchhat sukh paa-i-aa
ਕਰਤੇ ਕੀ ਦਾਤਿ ਸਵਾਈ ਰਾਮ॥	kartay kee daat savaa-ee raam.
ਦਾਤਿ ਸਵਾਈ ਨਿਖੁਟਿ ਨ ਜਾਈ,	daat savaa-ee nikhut na jaa-ee
ਅੰਤਰਜਾਮੀ ਪਾਇਆ॥	ntarjaamee paa-i-aa.
ਕੋਟਿ ਬਿਘਨ ਸਗਲੇ ਉਠਿ ਨਾਠੇ,	kot bighan saglay uth naathay
ਦੂਖੁ ਨ ਨੇੜੈ ਆਇਆ॥	dookh na nayrhai aa-i-aa.
ਸਾਂਤਿ ਸਹਜ ਆਨੰਦ ਘਨੇਰੇ,	saaNt sahj aanand ghanayray
ਬਿਨਸੀ ਭੂਖ ਸਬਾਈ॥	binsee bhookh sabaa-ee.
ਨਾਨਕ ਗੁਣ ਗਾਵਹਿ ਸੁਆਮੀ ਕੇ,	naanak gun gaavahi su-aamee kay
ਅਚਰਜੁ ਜਿਸੁ ਵਡਿਆਈ ਰਾਮ॥੨॥	achraj jis vadi-aa-ee raam. ||2||

ਬੰਦਗੀ ਕਰਨ ਵਾਲੇ ਤੇ ਰਹਿਮਤ ਬਖਸ਼ਦਾ ਹੈ । ਸ਼ਬਦ ਦੀ ਸੋਝੀ, ਪ੍ਰਭ ਦੀਆਂ ਕਰਾਮਾਤਾਂ ਦਾ ਗਿਆਨ ਬਖਸ਼ਦਾ ਹੈ । ਉਸ ਦੇ ਘਰ ਵਿੱਚ ਕਦੇ ਕਿਸੇ ਕਿਸਮ ਦੀ ਕਮੀ ਨਹੀਂ ਹੁੰਦੀ । ਸ਼ਬਦ ਦੇ ਗੁਣਾਂ ਨੂੰ ਸਾਥੀਆਂ ਨਾਲ ਸਾਂਝੀ ਕਰਨ ਨਾਲ ਗਿਆਨ ਵਿੱਚ ਕੋਈ ਘਟਾ, ਕਮੀ ਨਹੀਂ ਆਉਂਦੀ । ਸ਼ਬਦ ਦੀ ਸੋਝੀ ਸਾਥੀਆਂ ਨਾਲ ਸਾਝੀ ਕਰਨ ਨਾਲ ਵਾਧਾ ਹੀ ਹੁੰਦਾ ਹੈ । ਬੰਦਗੀ ਕਰਨ ਵਾਲਾ ਅੰਤਰਜਾਮੀ ਪ੍ਰਭ ਦੀ ਹੋਂਦ ਮਹਿਸੂਸ ਕਰਦਾ ਹੈ । ਉਹ ਆਪਣੇ ਘਰ ਵਿੱਚ ਰਹਿਮਤ ਦੀ ਕਮੀ ਨਹੀਂ ਮਹਿਸੂਸ ਕਰਦਾ । ਦਾਸ ਦੇ ਜੀਵਨ ਵਿੱਚ ਆਉਣ ਵਾਲੀਆਂ ਅਨੇਕਾਂ ਹੀ ਮੁਸ਼ਕਲਾਂ ਦੂਰ ਹੋ ਜਾਂਦੀਆਂ ਹਨ । ਉਸ ਨੂੰ ਕੋਈ ਸੰਸਾਰਕ ਚਿੰਤਾਂ ਪਰੇਸ਼ਾਨ ਨਹੀਂ ਕਰ ਸਕਦੀ । ਉਸ ਦੇ ਮਨ ਵਿੱਚ ਸੰਤੋਖ, ਖੇੜਾ ਵਸ ਜਾਂਦਾ, ਮਨ

ਵਿੱਚ ਕੋਈ ਸੰਸਾਰਕ ਇੱਛਾਂ ਦੀ ਭੁੱਖ ਨਹੀਂ ਰਹਿੰਦੀ । ਬੰਦਗੀ ਕਰਨ ਵਾਲਾ ਪ੍ਰਭ ਦੇ ਸ਼ਬਦ ਦੇ ਗੁਣ ਗਾਉਂਦਾ ਰਹਿੰਦਾ ਹੈ । ਪ੍ਰਭ ਦੀਆਂ ਅਨੋਖੀਆਂ ਹੀ ਵਡਿਆਈਆਂ ਹਨ ।

The True Master may bestow unique enlightenment of His virtues and comprehension of His Nature. His Treasure may never have any shortage or deficiency of virtues. Whosoever may share the essence of enlightenment of His Word with others; with His mercy and grace, his enlightenment may be enhanced to next, deeper level. He may always realize The True Master remains with him in day-to-day activities. He may never realize any deficiency; all his frustrations and miseries may be avoided. He may remain overwhelmed with contentment; he may never have any hunger for worldly desires. His true devotee remains intoxicated in singing the glory of His Word. The True Master has astonishing virtues, greatness beyond the comprehension of His Creation.

ਜਿਸ ਕਾ ਕਾਰਜੁ ਤਿਨ ਹੀ ਕੀਆ,	jis kaa kaaraj tin hee kee-aa
ਮਾਣਸੁ ਕਿਆ ਵੇਚਾਰਾ ਰਾਮ॥	maanas ki-aa vaychaaraa raam.
ਭਗਤ ਸੋਹਨਿ ਹਰਿ ਕੇ ਗੁਣ ਗਾਵਹਿ,	bhagat sohan har kay gun gaavahi
ਸਦਾ ਕਰਹਿ ਜੈਕਾਰਾ ਰਾਮ॥	sadaa karahi jaikaaraa raam.
ਗੁਣ ਗਾਇ ਗੋਬਿੰਦ ਅਨਦ ਉਪਜੇ,	gun gaa-ay gobind anad upjay
ਸਾਧਸੰਗਤਿ ਸੰਗਿ ਬਨੀ॥	saaDhsangat sang banee.
ਜਿਨਿ ਉਦਮੁ ਕੀਆ ਤਾਲ ਕੇਰਾ,	jin udam kee-aa taal kayraa
ਤਿਸ ਕੀ ਉਪਮਾ ਕਿਆ ਗਨੀ॥	tis kee upmaa ki-aa ganee.
ਅਠਸਠਿ ਤੀਰਥ ਪੁੰਨ ਕਿਰਿਆ,	athsath tirath punn kiri-aa
ਮਹਾ ਨਿਰਮਲ ਚਾਰਾ॥	mahaa nirmal chaaraa.
ਪਤਿਤ ਪਾਵਨੁ ਬਿਰਦੁ ਸੁਆਮੀ,	patit paavan birad su-aamee
ਨਾਨਕ ਸਬਦ ਅਧਾਰਾ॥੩॥	naanak sabad aDhaaraa. ||3||

ਮਾਨਸ ਜੀਵਨ ਦੇ ਧੰਦੇ ਪ੍ਰਭ ਆਪ ਹੀ ਜੀਵ ਨੂੰ ਬਖਸ਼ਦਾ ਹੈ । ਆਪ ਹੀ ਕੰਮ ਕਰਨ ਤੇ ਲਾਉਂਦਾ ਹੈ, ਮਾਨਸ ਦੇ ਵੱਸ ਵਿੱਚ ਕੁਝ ਨਹੀਂ ਹੈ । ਬੰਦਗੀ ਕਰਨ ਵਾਲਾ ਸ਼ਰਧਾ ਨਾਲ, ਭਰੋਸਾ ਅਡੋਲ ਰਖਕੇ ਸ਼ਬਦ ਦੇ ਗੁਣ ਗਾਉਂਦਾ ਹੈ । ਹਰ ਕੰਮ ਵਿੱਚ ਪ੍ਰਭ ਦੀ ਹੀ ਜੈਕਾਰ ਕਰਦਾ ਹੈ । ਉਸ ਦਾ ਹੀ ਧੰਨਵਾਦ ਕਰਦਾ ਹੈ । ਸੰਗਤ ਵਿੱਚ ਪ੍ਰਭ ਦੇ ਸ਼ਬਦ ਦੇ ਗੁਣ ਗਾਉਂਦੇ ਜੀਵ ਦੇ ਮਨ ਵਿੱਚ ਸ਼ਬਦ ਨਾਲ ਸ਼ਰਧਾ ਵਧਦੀ ਹੈ । ਜਿਹੜਾ ਸ਼ਬਦ ਦੀ ਪਾਲਣਾ ਅਡੋਲ ਭਰੋਸੇ ਨਾਲ ਕਰਦਾ ਹੈ । ਉਸ ਦੀ ਉਪਮਾ, ਮਨ ਦੀ ਅਵਸਥਾ ਕਿਵੇਂ ਵਖਿਆਣ ਕੀਤੀ ਜਾ ਸਕਦੀ ਹੈ? ਸ਼ਬਦ ਦੀ ਬੰਦਗੀ ਕਰਨ ਵਾਲੇ ਦੇ ਜੀਵਨ ਵਿਚੋਂ ਹੀ ਪਵਿੱਤਰ ਤੀਰਥਾਂ ਦੇ ਇਸ਼ਨਾਨਾਂ ਦਾ ਫਲ ਬਖਸ਼ਿਸ਼ ਹੁੰਦਾ ਹੈ । ਇਸਤਰ੍ਹਾਂ ਦੀ ਪਵਿੱਤਰ ਅਵਸਥਾ ਰਹਿਮਤਾਂ ਦੇ ਮਾਲਕ, ਬਖਸ਼ਣ ਹਾਰੇ ਪ੍ਰਭ ਦੀ ਹੁੰਦੀ ਹੈ । ਬੰਦਗੀ ਕਰਨ ਵਾਲਾ ਸਦਾ ਹੀ ਸ਼ਬਦ ਦੀ ਪਾਲਣਾ ਨੂੰ ਹੀ ਜੀਵਨ ਦਾ ਅਧਾਰ ਬਣਾਉਂਦਾ ਹੈ ।

All worldly chores have been created and inspired by The True Master; worldly creature may not comprehend the reason nor have anything under his control. His true devotee may surrender his mind, body at His sanctuary and sings the glory of The True Master. He may only claim His victory in all tasks of the universe. Whosoever may sing the glory of His Word in conjugation with His true devotee; with His mercy and grace, his devotion may become more intense. Whosoever may obey the teachings of His Word with steady and stable belief; how may his state of mind, devotion be comprehended? Whosoever may adopt the teachings of His Word with steady and stable belief in his day-to-day life; with His mercy and grace, he may be blessed with the reward of sanctifying bath at Holy shrines. The True Master has such a unique greatness. His true devotee may adopt the teachings of His Word as the guiding principle of his way of worldly life.

ਗੁਣ ਨਿਧਾਨ ਮੇਰਾ ਪ੍ਰਭੁ ਕਰਤਾ,	gun niDhaan mayraa parabh kartaa
ਉਸਤਤਿ ਕਉਨੁ ਕਰੀਜੈ ਰਾਮ॥	ustat ka-un kareejai raam.
ਸੰਤਾ ਕੀ ਬੇਨੰਤੀ ਸੁਆਮੀ,	santaa kee baynantee su-aamee
ਨਾਮੁ ਮਹਾ ਰਸੁ ਦੀਜੈ ਰਾਮ॥	naam mahaa ras deejai raam.
ਨਾਮੁ ਦੀਜੈ ਦਾਨੁ ਕੀਜੈ,	naam deejai daan keejai
ਬਿਸਰੁ ਨਾਹੀ ਇਕ ਖਿਨੋ॥	bisar naahee ik khino.
ਗੁਣ ਗੋਪਾਲ ਉਚਰੁ ਰਸਨਾ,	gun gopaal uchar rasnaa
ਸਦਾ ਗਾਈਐ ਅਨਦਿਨੋ॥	sadaa gaa-ee-ai andino.
ਜਿਸੁ ਪ੍ਰੀਤਿ ਲਾਗੀ ਨਾਮ ਸੇਤੀ,	jis pareet laagee naam saytee
ਮਨੁ ਤਨੁ ਅੰਮ੍ਰਿਤ ਭੀਜੈ॥	man tan amrit bheejai.
ਬਿਨਵੰਤਿ ਨਾਨਕ ਇਛ ਪੁੰਨੀ,	binvant naanak ichh punnee
ਪੇਖਿ ਦਰਸਨੁ ਜੀਜੈ॥੪॥੭॥੧੦॥	paykh darsan jeejai. ‖4‖7‖10‖

ਪ੍ਰਭ ਤੂੰ ਹੀ ਗੁਣਾਂ ਦਾ, ਰਹਿਮਤਾਂ ਦਾ ਸਾਗਰ, ਖਜ਼ਾਨਾ ਹੈ । ਕਿਹੜੇ ਕਿਹੜੇ ਗੁਣ ਦੀ ਉਸਤਤ ਕਰਾ? ਬੰਦਗੀ ਕਰਨ ਵਾਲਾ ਸਦਾ ਇੱਕੋ ਇੱਕ ਹੀ ਅਰਦਾਸ ਕਰਦਾ ਹੈ । ਰਹਿਮਤਾਂ ਦੇ ਮਾਲਕ ਸ਼ਬਦ ਦੇ ਲੜ ਲਾਵੋ! ਸ਼ਬਦ ਦੀ ਸੋਜ਼ੀ ਬਖਸ਼ੋ! ਸ਼ਬਦ ਦੀ ਪਾਲਣਾ, ਸਿਮਰਨ ਕਰਦੇ, ਇੱਕ ਪਲ ਵੀ ਸ਼ਬਦ ਨੂੰ ਮਨ ਵਿਚੋਂ ਨਾ ਵਿਸਾਰਾ । ਮੇਰੀ ਜੀਭ ਸਦਾ ਹੀ ਦਿਨ ਰਾਤ ਤੇਰੇ ਸ਼ਬਦ ਦੀ ਉਸਤਤ ਗਾਵੇ, ਕਦੇ ਮਨੋਂ ਨਾ ਵਿਸਾਰੇ । ਜਿਸ ਦੇ ਮਨ ਵਿੱਚ ਪ੍ਰਭ ਦਾ ਸ਼ਬਦ ਜਾਗਰਤ ਹੋ ਜਾਂਦਾ ਹੈ । ਉਸ ਦੇ ਤਨ, ਮਨ ਤੇ ਰਹਿਮਤਾਂ ਦਾ ਨੂਰ ਚਮਕਦਾ, ਰਹਿਮਤ ਭਰਪੂਰ ਰਹਿੰਦੀ ਹੈ । ਜਿਸ ਮਨ ਵਿੱਚ ਪ੍ਰਭ ਦਾ ਸ਼ਬਦ ਜਾਗਰਤ ਹੋ ਜਾਂਦਾ ਹੈ । ਉਸ ਦੇ ਮਨ ਦੀਆਂ ਮੁਰਾਦਾਂ ਪੂਰੀਆਂ ਹੋ ਜਾਂਦੀਆਂ ਹਨ ।

My True Master remains treasure and ocean of virtues. Which of Your virtue may I sing? His true devotee may always pray for His forgiveness to be attached to His Word and he may never abandon His Word. My tongue may sing the glory of Your Word and I may never abandon His Word. Whosoever may be enlightened with the essence of His Word; with His mercy and grace, his mind, body may remain overwhelmed with a spiritual glow of His Word. All his spoken and unspoken desires may be satisfied.

38. ਬਿਲਾਵਲ- - ਸਲੋਕ ਮਹਲਾ ੨॥ 788-2

ਜਿਨਾ ਭਉ ਤਿਨ੍ ਨਾਹਿ ਭਉ,	jinaa bha-o tinH naahi bha-o
ਮੁਚੁ ਭਉ ਨਿਭਵਿਆਹ॥	much bha-o nibhvi-aah.
ਨਾਨਕ ਏਹੁ ਪਟੰਤਰਾ,	naanak ayhu patantaraa
ਤਿਤੁ ਦੀਬਾਣਿ ਗਇਆਹ॥੧॥	tit deebaan ga-i-aah. ‖1‖

ਜਿਸ ਜੀਵ ਨੂੰ ਪ੍ਰਭ ਦੇ ਵਿਛੋੜਾ ਦਾ ਡਰ ਮਨ ਵਿੱਚ ਰਹਿੰਦਾ ਹੈ । ਉਸ ਨੂੰ ਹੋਰ ਕੋਈ ਡਰ ਤੰਗ ਨਹੀਂ ਕਰਦਾ । ਜਿਸ ਮਨ ਵਿੱਚ ਪ੍ਰਭ ਦੇ ਵਿਛੋੜੇ ਦਾ ਡਰ ਨਹੀਂ ਹੁੰਦਾ, ਉਸ ਦੀ ਪ੍ਰਵਾਹ ਨਹੀਂ ਕਰਦਾ । ਉਸ ਨੂੰ ਸੰਸਾਰਕ ਇੱਛਾਂ ਦੇ ਡਰ, ਮੌਤ, ਜੂੰਨਾਂ ਦੇ ਡਰ ਤੰਗ ਕਰਦੇ ਰਹਿੰਦਾ ਹੈ । ਇਸ ਦੀ ਸੋਝੀ, ਆਪ ਹੀ ਸ਼ਬਦ ਦੀ ਸੋਝੀ ਵਿੱਚ ਅਨੁਭਵ ਕਰਾਉਂਦਾ ਹੈ ।

Whosoever may remain in renunciation in the memory of his separation from The Holy Spirit; he may not have any fear of worldly frustration, miseries. Whosoever may not have the memory of his separation from The Holy Spirit fresh or abandons his hopes. He may endure fear of worldly miseries and death. The True Master has embedded the enlightenment of His Nature within the teachings of His Word.

ਮਃ ੨॥	mehlaa 2.
ਤੁਰਦੇ ਕਉ ਤੁਰਦਾ ਮਿਲੈ,	turday ka-o turdaa milai
ਉਡਤੇ ਕਉ ਉਡਤਾ॥	udtay ka-o udtaa.
ਜੀਵਤੇ ਕਉ ਜੀਵਤਾ ਮਿਲੈ,	jeevtay ka-o jeevtaa milai
ਮੂਏ ਕਉ ਮੂਆ॥	moo-ay ka-o moo-aa.
ਨਾਨਕ ਸੋ ਸਾਲਾਹੀਐ,	naanak so salaahee-ai
ਜਿਨਿ ਕਾਰਣੁ ਕੀਆ॥੨॥	jin kaaran kee-aa. ||2||

ਜਿਸਤਰ੍ਹਾਂ ਦਾ ਮਨ ਸੋਚਦਾ, ਕੰਮ ਕਰਦਾ, ਉਸਤਰ੍ਹਾਂ ਦੀ ਹੀ ਸੰਗਤ ਲੱਭ ਲੈਂਦਾ ਹੈ । ਜਿਹੜਾ ਜੀਵ ਉੱਡਦਾ ਹੈ! ਉਹ ਆਪਣੇ ਸਫਰ ਵਿੱਚ ਉਡਨ ਵਾਲੇ ਜੀਵ ਨੂੰ ਮਿਲਦਾ, ਸਾਥ ਦੇਂਦਾ ਹੈ । ਜਿਹੜਾ ਮਾਯੂਸੀ ਵਿੱਚ ਹੁੰਦਾ ਹੈ, ਉਸ ਦੀ ਸੰਗਤ ਮਾਯੂਸੀ ਵਾਲਾ ਕਰਦਾ ਹੈ । ਜਿਹੜਾ ਜੀਵਨ ਵਿੱਚ ਅਨੰਦ ਮਾਨਦਾ ਹੈ, ਉਹ ਖੇੜੇ ਵਾਲੀ ਸੰਗਤ ਲੱਭ ਲੈਂਦਾ ਹੈ । ਜੀਵ ਸਾਰੀ ਸ੍ਰਿਸ਼ਟੀ ਪੈਦਾ ਕਰਨ, ਪਾਲਣਾ ਕਰਨ ਵਾਲੇ ਪ੍ਰਭ ਨੂੰ ਢੂੰਡ ਲਵੇ ।

Whatsoever thoughts, imagination may be within mind of anyone. He may be attracted to the association of a person with similar thoughts and interest. Whosoever may fly or travel, he may associate with person of similar interest. Whosoever may be depressed and miserable in his human life; he may find a comfort in the company of desperate or loser in life. You should only think about and search; The Omnipotent True Master, Creator of the universe, who nourishes and protects the whole universe.

ਪਉੜੀ॥	pa-orhee.
ਸਚੁ ਧਿਆਇਨਿ ਸੇ ਸਚੇ,	sach Dhi-aa-in say sachay
ਗੁਰ ਸਬਦਿ ਵੀਚਾਰੀ॥	gur sabad veechaaree.
ਹਉਮੈ ਮਾਰਿ ਮਨੁ ਨਿਰਮਲਾ,	ha-umai maar man nirmalaa
ਹਰਿ ਨਾਮੁ ਉਰਿ ਧਾਰੀ॥	har naam ur Dhaaree.
ਕੋਠੇ ਮੰਡਪ ਮਾੜੀਆ,	kothay mandap maarhee-aa
ਲਗਿ ਪਏ ਗਾਵਾਰੀ॥	lag pa-ay gaavaaree.
ਜਿਨ੍ਹਿ ਕੀਏ ਤਿਸਹਿ ਨ ਜਾਣਨੀ,	jiniH kee-ay tiseh na jaannee
ਮਨਮੁਖਿ ਗੁਬਾਰੀ॥	manmukh gubaaree.
ਜਿਸੁ ਬੁਝਾਇਹਿ ਸੋ ਬੁਝਸੀ,	jis bujhaa-ihi so bujhsee
ਸਚਿਆ ਕਿਆ ਜੰਤ ਵਿਚਾਰੀ॥੮॥	sachi-aa ki-aa jant vichaaree. ||8||

ਜਿਹੜਾ ਜੀਵ ਪ੍ਰਭ ਦੀ ਸੇਵਾ, ਬੰਦਗੀ ਕਰਦਾ ਹੈ । ਉਸ ਨੂੰ ਸ਼ਬਦ ਦੀ ਪਾਲਣਾ ਕਰਦੇ ਨੂੰ ਸ਼ਬਦ ਦੀ ਸੋਝੀ ਬਖਸ਼ਿਸ਼ ਹੋ ਜਾਂਦੀ ਹੈ । ਉਹ ਆਪਣੇ ਮਨ ਦੇ ਅਹੰਕਾਰ ਤੇ ਜਿੱਤ ਪਾ ਕੇ ਮਨ ਨੂੰ ਪਵਿੱਤਰ ਕਰ ਲੈਂਦਾ ਹੈ । ਮੂਰਖ, ਅਣਜਾਣ ਸੰਸਾਰਕ ਹੈਸੀਅਤ ਨਾਲ ਹੀ ਮੋਹ ਰਖਦਾ ਹੈ । ਜਿਹੜਾ ਮਨਮਰਜ਼ੀ ਕਰਦਾ, ਉਹ ਸ੍ਰਿਸ਼ਟੀ ਨੂੰ ਪੈਦਾ ਕਰਨ ਵਾਲੇ ਦੇ ਸ਼ਬਦ ਨੂੰ ਜਾਣਦਾ ਨਹੀਂ, ਪ੍ਰਵਾਹ ਨਹੀਂ ਕਰਦਾ । ਜਿਸ ਨੂੰ ਆਪਣੀ ਰਹਿਮਤ ਨਾਲ ਸੋਝੀ ਬਖਸ਼ਦਾ ਹੈ । ਕੇਵਲ ਉਸ ਨੂੰ ਹੀ ਸ਼ਬਦ ਦੀ ਸੋਝੀ ਹੁੰਦੀ ਹੈ । ਹੋਰ ਕੋਈ ਸੰਸਾਰੀ ਜੀਵ ਕੁਝ ਨਹੀਂ ਕਰ ਸਕਦਾ ਹੈ ।

Whosoever may meditate and serves His Creation; he may obey the teachings of His Word with steady and stable belief in his day-to-day life. With His mercy and grace, he may be blessed with enlightenment of the essence of His Word. Self-minded remains ignorance from the teachings of His Word. He remains intoxicated in the ego of His Worldly status. He may not comprehend His Nature, the teachings of His Word; he has already given up on his human life opportunity. Only with His mercy and grace, His true devotee may be blessed with the enlightenment of the essence of His Word. No worldly guru, saint have any power or wisdom to do anything.

39. ਬਾਣੀ ਸਧਨੇ ਕੀ ਰਾਗੁ ਬਿਲਾਵਲੁ॥ 858॥ Sadhana

ੴ ਸਤਿਗੁਰ ਪ੍ਰਸਾਦਿ॥ ik-oNkaar satgur parsaad.
ਨ੍ਰਿਪ ਕੰਨਿਆ ਕੇ ਕਾਰਨੈ, nrip kanniaa kay kaarnai
ਇਕੁ ਭਇਆ ਭੇਖਧਾਰੀ॥ ik bha-i-aa bhaykh-Dhaaree.
ਕਾਮਾਰਥੀ ਸੁਆਰਥੀ, kaamaarathee su-aarthee
ਵਾ ਕੀ ਪੈਜ ਸਵਾਰੀ॥੧॥ vaa kee paij savaaree. ||1||

ਇੱਕ ਰਾਜ ਕੁਮਾਰੀ ਦੇ ਪਿਆਰ ਵਿੱਚ ਇੱਕ ਜੀਵ ਨੇ ਵਿਸਣੂੰ ਦਾ ਭੇਖ ਧਾਰਨ ਕੀਤਾ । ਭਾਵੇਂ ਉਸ ਦੇ ਮਨ ਦੀ ਇੱਛਾਂ ਉਸ ਨਾਲ ਸੰਜੋਗ ਬਣਾਉਣ ਵਾਲੀ, ਆਪਣੇ ਸਵਾਰਥ ਦੀ ਇੱਛਾਂ ਹੀ ਸੀ । ਫਿਰ ਵੀ ਪ੍ਰਭ ਨੇ ਉਸ ਦੀ ਲਾਜ ਰਖੀ! ਭਗਤ ਵਿਸਣੂੰ ਦਾ ਮਾਣ ਰਖਿਆ, ਰਖਿਆ ਕੀਤੀ ।

Once a prince adopted a robe like prophet **Vishnu** in a love for beautiful gorgeous princess to win her love. Even though his intention was for his obsession for her; however, The True Master, has protected and honored his belief and devotion on ultimate blessings of prophet Vishnu as symbol The True Master

ਤਵ ਗੁਨ ਕਹਾ ਜਗਤ ਗੁਰਾ, tav gun kahaa jagat guraa
ਜਉ ਕਰਮੁ ਨ ਨਾਸੈ॥ ja-o karam na naasai.
ਸਿੰਘ ਸਰਨ ਕਤ ਜਾਈਐ, singh saran kat jaa-ee-ai
ਜਉ ਜੰਬੁਕੁ ਗ੍ਰਾਸੈ॥੧॥ ਰਹਾਉ॥ ja-o jaNbuk garaasai. ||1|| rahaa-o.

ਸੰਸਾਰ ਦੇ ਗੁਰੂ, ਤੇਰੀ ਕੀ ਕੀਮਤ ਹੈ, ਹੈਸੀਅਤ ਹੈ? ਅਗਰ ਤੂੰ ਕਿਸੇ ਦੇ ਕੀਤੇ ਮੰਦੇ ਕੰਮ ਮਾਫ ਨਹੀਂ ਕਰਵਾ ਸਕਦਾ? ਕਿਸੇ ਜੀਵ ਨੂੰ ਸ਼ੇਰ ਦੀ ਪਨਾਹ ਲੈਣ ਦਾ ਕੀ ਲਾਭ ਹੈ? ਅਗਰ ਉਸ ਦੀ ਇੱਜ਼ਤ ਕਿਸੇ ਗਿੱਦੜ ਨੇ ਹੀ ਲੁੱਟ ਲੈਣੀ ਹੈ । ਅਗਰ ਉਸ ਜੀਵ ਨੂੰ ਗਿੱਦੜ ਤੋ ਨਹੀਂ ਬੱਚਾ ਸਕਦਾ?

Any worldly guru, who may not have sins of his follower forgiven in His Court; What may be his value, status in His Court? What may be the benefit of taking refuge in the sanctuary of a mighty tiger; if his honor may be robbed by a Jackal? Who may not save him from Jackal?

ਏਕ ਬੂੰਦ ਜਲ ਕਾਰਨੇ, ayk boond jal kaarnay
ਚਾਤ੍ਰਿਕੁ ਦੁਖੁ ਪਾਵੈ॥ chaatrik dukh paavai.
ਪ੍ਰਾਨ ਗਏ ਸਾਗਰੁ ਮਿਲੈ, paraan ga-ay saagar milai
ਫੁਨਿ ਕਾਮਿ ਨ ਆਵੈ॥੨॥ fun kaam na aavai. ||2||

ਜਿਵੇਂ ਚਾਤ੍ਰਿਕ ਵਰਖਾ ਦੇ ਪਾਣੀ ਦੀ ਇੱਕ ਬੂੰਦ ਲਈ ਕਿਤਨੇ ਦੁਖ ਪਾਉਂਦਾ ਹੈ । ਅਗਰ ਉਸ ਦੇ ਸਵਾਸ ਖਤਮ ਹੋ ਜਾਣ ਤਾਂ ਫਿਰ ਉਸ ਨੂੰ ਸਾਗਰ ਵੀ ਬਖਸ਼ਿਸ਼ ਹੋ ਜਾਵੇ । ਉਸ ਨੂੰ ਕੋਈ ਅਰਾਮ, ਅਨੰਦ ਨਹੀਂ ਮਿਲਦਾ ।

How many miseries may a rain-bird endure to be blessed with one drop of rain water in his mouth. He may be blessed with ocean after his breaths are exhausted; what may be benefit for his sufferings? His soul may never be blessed with comforts and contentment.

ਪ੍ਰਾਨ ਜੁ ਥਾਕੇ ਥਿਰੁ ਨਹੀ, paraan jo thaakay thir nahee
ਕੈਸੇ ਬਿਰਮਾਵਉ॥ kaisay birmaava-o.
ਬੂਡਿ ਮੂਏ ਨਉਕਾ ਮਿਲੈ, ood moo-ay na-ukaa milai kaho
ਕਹੁ ਕਾਹਿ ਚਢਾਵਉ॥੩॥ kaahi chadhaava-o. ||3||

ਪ੍ਰਭ ਹੁਣ ਮੇਰਾ ਸਰੀਰ ਕਮਜ਼ੋਰ ਹੋ ਗਿਆ ਹੈ, ਜ਼ਿਆਦਾ ਚਿਰ ਜਿਉਂਦਾ ਨਹੀਂ ਰਹਿਣਾ । ਮੈਂ ਕਿਤਨਾ ਚਿਰ ਹੋਰ ਧੀਰਜ ਕਰਾ? ਅਗਰ ਮੈਂ ਡੁੱਬ ਗਿਆ, ਜਾ ਮਰ ਗਿਆ ਤਾਂ ਤੂੰ ਮੈਨੂੰ ਬੈੜੀ ਭੇਜ ਦੇਵੇਗਾ । ਮੈਂ ਉਸ ਬੈੜੀ ਤੇ ਕਿਵੇਂ ਸਵਾਰ ਹੋਵਾਂਗਾ?

My True Master, how much more may I keep patience and hope for Your blessings? My perishable body, old, feeble may not survive for long. Once I may drown in the worldly ocean of desires, died. You may send a boat to carry my body; how may my soul ride the ship for Your castle.

ਮੈ ਨਾਹੀ ਕਛੁ ਹਉ ਨਹੀ,	mai naahee kachh ha-o nahee
ਕਿਛੁ ਆਹਿ ਨ ਮੋਰਾ॥	kichh aahi na moraa.
ਅਉਸਰ ਲਜਾ ਰਾਖਿ ਲੇਹੁ,	a-osar lajaa raakh layho
ਸਧਨਾ ਜਨੁ ਤੋਰਾ॥੪॥੧॥	saDhnaa jan toraa. ||4||1||

ਪ੍ਰਭ ਮੇਰੀ ਕੋਈ ਹੈਸੀਅਤ ਨਹੀਂ, ਮੇਰੇ ਕੋਲ ਕੁਝ ਵੀ ਨਹੀਂ ਹੈ । ਮੇਰਾ ਕਿਸੇ ਨਾਲ ਸਬੰਧ, ਮੋਹ ਨਹੀਂ ਹੈ । ਮੇਰੀ ਰਖਿਆ ਕਰੋ! ਆਪਣੇ ਦਰ ਤੇ ਪ੍ਰਵਾਨਗੀ ਬਖਸ਼ੋ! ਤੇਰਾ ਹੀ ਨਿਮਾਣਾ ਦਾਸ ਹਾ ।

My True Master, I have no worldly status nor any possession. I do not have any worldly bonds or attachment to any worldly family. With Your mercy and grace, accepts me in Your sanctuary; I am only Your slave.

40. ਗੋਂਡ ਮਹਲਾ ੫॥ 864-8

ਗੁਰੂ ਗੁਰੂ ਗੁਰੁ ਕਰਿ ਮਨ ਮੋਰ॥	guroo guroo gur kar man mor.
ਗੁਰੂ ਬਿਨਾ ਮੈ ਨਾਹੀ ਹੋਰ॥	guroo binaa mai naahee hor.
ਗੁਰ ਕੀ ਟੇਕ ਰਹਹੁ ਦਿਨੁ ਰਾਤਿ॥	gur kee tayk rahhu din raat.
ਜਾ ਕੀ ਕੋਇ ਨ ਮੇਟੈ ਦਾਤਿ॥੧॥	jaa kee ko-ay na maytai daat. ||1||

ਪ੍ਰਭ ਤੋ ਬਿਨਾਂ ਹੋਰ ਕੋਈ ਆਸਰਾ, ਕੋਈ ਸਦਾ ਸਾਥ ਰਹਿਣ ਵਾਲਾ ਸਾਥੀ ਨਹੀਂ ਹੈ । ਪ੍ਰਭ ਦੇ ਸ਼ਬਦ ਦਾ ਸਵਾਸ ਸਵਾਸ ਸਿਮਰਨ ਕਰੋ! ਜੀਵ ਆਪਣਾ ਭਰੋਸਾ ਪ੍ਰਭ ਦੀ ਰਹਿਮਤ ਤੇ, ਸ਼ਬਦ ਤੇ ਅਡੋਲ ਰਖੋ! ਪ੍ਰਭ ਦੀ ਬਖਸ਼ਿਸ਼ ਕੋਈ ਖਤਮ ਨਹੀਂ ਕਰ ਸਕਦਾ, ਰੋਕ ਨਹੀਂ ਸਕਦਾ ।

The True Master may only be the true companion of his soul forever. You should meditate and obey the teachings of His Word with steady and stable belief with each breath in your day-to-day life. No worldly guru may curse to remove, stop, or restrict His blessing.

ਗੁਰੁ ਪਰਮੇਸਰੁ ਏਕੋ ਜਾਣੁ॥	gur parmaysar ayko jaan.
ਜੋ ਤਿਸੁ ਭਾਵੈ ਸੋ ਪਰਵਾਣੁ॥੧॥ ਰਹਾਉ॥	jo tis bhaavai so parvaan. ||1|| rahaa-o.

ਜੀਵ ਪ੍ਰਭ ਦੇ ਸ਼ਬਦ (ਗੁਰੂ) ਨੂੰ ਪ੍ਰਭ ਦਾ ਰੂਪ ਹੀ ਸਮਝੋ! ਜਿਹੜਾ ਗੁਰੂ ਦੀ ਸਿਖਿਆਂ, ਸ਼ਬਦ ਨਾਲ ਜੀਵਨ ਢਾਲ ਲੈਂਦਾ ਹੈ । ਉਸ ਤੇ ਪ੍ਰਭ ਰਹਿਮਤ ਦੀ ਨਜ਼ਰ ਬਖਸ਼ਦਾ ਹੈ ।

You should realize that the teachings of His Word are the symbol of The True Master Himself. The enlightenment of the essence of His Word as His blessed vision, opening of the 10th gate. Whosoever may adopt the teachings of His Word with steady and stable belief in his day-to-day life; with His mercy and grace, he may be accepted in His sanctuary.

ਗੁਰ ਚਰਣੀ ਜਾ ਕਾ ਮਨੁ ਲਾਗੈ॥	gur charnee jaa kaa man laagai.
ਦੂਖੁ ਦਰਦੁ ਭ੍ਰਮੁ ਤਾ ਕਾ ਭਾਗੈ॥	dookh darad bharam taa kaa bhaagai.
ਗੁਰ ਕੀ ਸੇਵਾ ਪਾਏ ਮਾਨੁ॥	gur kee sayvaa paa-ay maan.
ਗੁਰ ਊਪਰਿ ਸਦਾ ਕੁਰਬਾਨੁ॥੨॥	gur oopar sadaa kurbaan. ||2||

ਜਿਸ ਜੀਵ ਦਾ ਮਨ ਪ੍ਰਭ ਦੇ ਸ਼ਬਦ ਦੀ ਪਾਲਣਾ ਵਿੱਚ ਅਡੋਲ ਹੋ ਜਾਂਦਾ । ਉਸ ਦੀ ਸੰਸਾਰਕ ਇੱਛਾਂ ਦੀਆਂ ਭਟਕਣਾਂ ਖਤਮ ਹੋ ਜਾਂਦੀਆਂ ਹਨ । ਉਸ ਦੇ ਭਰਮ ਨਾਸ ਹੋ ਜਾਂਦੇ ਹਨ । ਬੰਦਗੀ ਕਰਨ ਵਾਲਾ, ਸਵਾਸ ਸਵਾਸ ਪ੍ਰਭ ਦੀਆਂ ਰਹਿਮਤਾਂ ਦਾ ਧੰਨਵਾਦ ਗਾਉਂਦਾ ਹੈ ।

Whosoever may obey the teachings of His Word with steady and stable belief in his day-to-day life; with His mercy and grace, all his suspicions and frustrations of worldly desires, worldly wealth may be eliminated. His true devotee may always prays for His forgiveness with each breath. He remains grateful of His blessings and sings the glory of His virtues.

ਗੁਰ ਕਾ ਦਰਸਨੁ ਦੇਖਿ ਨਿਹਾਲ॥ gur kaa darsan daykh nihaal.
ਗੁਰ ਕੇ ਸੇਵਕ ਕੀ ਪੂਰਨ ਘਾਲ॥ gur kay sayvak kee pooran ghaal.
ਗੁਰ ਕੇ ਸੇਵਕ ਕਉ ਦੁਖੁ ਨ ਬਿਆਪੈ॥ gur kay sayvak ka-o dukh na bi-aapai.
ਗੁਰ ਕਾ ਸੇਵਕੁ ਦਹ ਦਿਸਿ ਜਾਪੈ॥੩॥ gur kaa sayvak dah dis jaapai. ||3||

ਪ੍ਰਭ ਦੇ ਸ਼ਬਦ ਦੀ ਸੋਝੀ ਰੂਪੀ ਦਰਸ਼ਨ ਕਰਨ ਨਾਲ ਮਨ ਵਿੱਚ ਖੇੜਾ ਵਸ ਗਿਆ ਹੈ । ਮਨ ਨਿਹਾਲ ਹੋ ਗਿਆ ਹੈ । ਪ੍ਰਭ ਦੇ ਸ਼ਬਦ ਦੀ ਪਾਲਣਾ ਕਰਨਾ ਹੀ ਸਭ ਤੋ ਉਤਮ ਧੰਦਾ ਹੈ । ਸ਼ਬਦ ਦੀ ਬੰਦਗੀ ਕਰਨ ਵਾਲੇ ਨੂੰ ਕਦੇ ਸੰਸਾਰਕ ਇੱਛਾਂ ਰੂਪੀ ਦੁਖ ਨਹੀਂ ਲੱਗਦਾ । ਬੰਦਗੀ ਕਰਨ ਵਾਲੇ ਦਾਸ ਦੀ ਚਾਰੇ ਪਾਸੇ ਸੋਭਾ ਹੁੰਦੀ ਹੈ ।

Whosoever may be enlightened with the essence of His Word, witness His spiritual blessed vision, he may remain overwhelmed with blossom in his worldly life. He may remain astonished with unimaginable eternal glow of His Holy Spirit. To obey the teachings of His Word may be the most supreme and rewarding task of human life opportunity. Whosoever may remain intoxicated in the void of His Word; he may never be frustrated with any worldly miseries. With His mercy and grace, His true devotee may be honored all over the universe.

ਗੁਰ ਕੀ ਮਹਿਮਾ ਕਥਨੁ ਨ ਜਾਇ॥ gur kee mahimaa kathan na jaa-ay.
ਪਾਰਬ੍ਰਹਮੁ ਗੁਰੁ ਰਹਿਆ ਸਮਾਇ॥ paarbarahm, gur rahi-aa samaa-ay.
ਕਹੁ ਨਾਨਕ ਜਾ ਕੇ ਪੂਰੇ ਭਾਗ॥ kaho naanak jaa kay pooray bhaag.
ਗੁਰ ਚਰਣੀ ਤਾ ਕਾ ਮਨੁ ਲਾਗ॥੪॥੬॥੮॥ gur charnee taa kaa man laag. 4||6||8||

ਗੁਰੂ, ਸ਼ਬਦ ਦੀ ਮਹਿਮਾ, ਵਡਿਆਈ ਦੀ ਵਿਆਖਿਆ ਨਹੀਂ ਕੀਤੀ ਜਾ ਸਕਦੀ । ਪ੍ਰਭ ਆਪਣੇ ਸ਼ਬਦ ਵਿੱਚ ਹੀ ਸਮਾਇਆ ਰਹਿੰਦਾ ਹੈ । ਜਿਸ ਜੀਵ ਦੇ ਵੱਡੇ ਭਾਗ ਹੁੰਦੇ ਹਨ । ਕੇਵਲ ਉਹ ਹੀ ਪ੍ਰਭ ਦੇ ਸ਼ਬਦ ਦੀ ਪਾਲਣਾ ਵਿੱਚ ਅਡੋਲ ਰਹਿੰਦਾ ਹੈ ।

The greatness, the glory of True Guru, the teachings of His Word remain beyond the comprehension of His Creation. The True Master remains embedded within the teachings of His Word. Whosoever may have great prewritten destiny, only he may obey the teachings of His Word with steady and stable belief in his day-to-day life.

41. ਰਾਗੁ ਗੋਂਡ ਬਾਣੀ ਕਬੀਰ ਜੀ॥ 871

ਖਸਮੁ ਮਰੈ ਤਉ ਨਾਰਿ ਨ ਰੋਵੈ॥ khasam marai ta-o naar na rovai.
ਉਸੁ ਰਖਵਾਰਾ ਅਉਰੋ ਹੋਵੈ॥ us rakhvaaraa a-uro hovai.
ਰਖਵਾਰੇ ਕਾ ਹੋਇ ਬਿਨਾਸ॥ rakhvaaray kaa ho-ay binaas.
ਆਗੈ ਨਰਕੁ ਈਹਾ ਭੋਗ ਬਿਲਾਸ॥੧॥ aagai narak eehaa bhog bilaas. ||1||

ਜਿਵੇਂ ਕਿਸੇ ਔਰਤ ਦਾ ਪਤੀ ਮਰ ਜਾਵੇ ਤਾ ਉਹ ਔਰਤ ਸੋਗ ਵਿੱਚ ਰੋਂਦੀ ਨਹੀਂ । ਉਸ ਦਾ ਹੋਰ ਕੋਈ ਮਰਦ ਰਖਵਾਲਾ ਬਣ ਜਾਂਦਾ ਹੈ । ਕਿਸੇ ਹੋਰ ਦਾ ਆਸਰਾ ਲੱਭ ਲੈਂਦੀ ਹੈ । ਅਗਰ ਉਹ ਵੀ ਮਰ ਜਾਵੇ ਤਾਂ ਉਹ ਸੰਸਾਰ ਦੀਆਂ ਨਜ਼ਰਾਂ ਵਿੱਚ ਨਰਕੀ ਜਾਂਦੀ ਹੈ । ਉਹ ਸੰਸਾਰਕ ਕਾਮ ਵਾਸ਼ਨਾ ਵਿੱਚ ਹੀ ਰਹਿੰਦੀ ਹੈ ।

Whose husband may die due to any unfortunate reason, his spouse may not cry in grievances for long and moves on. She may restart her life with another partner. Someone else may become her support or provider. However, if second husband may also die without unexplainable circumstances; she may be considered cursed women. She may remain miserable in her sexual desires. Kabeer Ji! As one dies, the worldly wealth may not grieve, it may provide worldly pleasure to someone else.

ਏਕ ਸੁਹਾਗਨਿ ਜਗਤ ਪਿਆਰੀ॥ ayk suhaagan jagat pi-aaree.
ਸਗਲੇ ਜੀਅ ਜੰਤ ਕੀ ਨਾਰੀ॥੧॥ saglay jee-a jant kee naaree. ||1||
ਰਹਾਉ॥ rahaa-o.

ਸੰਸਾਰ ਵਿੱਚ ਸਾਰੇ ਜੀਵ ਹੀ ਮਾਇਆ ਨਾਲ ਮੋਹ ਕਰਦੇ ਹਨ । ਇਹ ਸਾਰੇ ਜੀਵਾਂ ਦੀ ਇੱਕ ਪਤਨੀ ਵਰਗੀ ਹੀ ਹੁੰਦੀ ਹੈ ।

The whole worldly creature remains attached to worldly wealth; everyone wants to slave her. She is like a spouse, wife to every creature.

ਸੋਹਾਗਨਿ ਗਲਿ ਸੋਹੈ ਹਾਰੁ॥ sohaagan gal sohai haar.
ਸੰਤ ਕਉ ਬਿਖੁ ਬਿਗਸੈ ਸੰਸਾਰੁ॥ sant ka-o bikh bigsai sansaar.
ਕਰਿ ਸੀਗਾਰੁ ਬਹੈ ਪਖਿਆਰੀ॥ kar seegaar bahai pakhi-aaree.
ਸੰਤ ਕੀ ਠਿਠਕੀ ਫਿਰੈ ਬਿਚਾਰੀ॥੨॥ sant kee thithkee firai bichaaree. ||2||

ਜਿਸ ਦੇ ਕੋਲ ਇਹ ਹੁੰਦੀ ਹੈ, ਉਹ ਆਪਣੇ ਆਪ ਤੇ ਬਹੁਤ ਘਮੰਡ ਕਰਦਾ ਹੈ । ਬੰਦਗੀ ਕਰਨ ਵਾਲੇ ਇਸ ਨੂੰ ਜ਼ਹਿਰ ਹੀ ਸਮਝਦੇ ਹਨ । ਪਰ ਸਾਰਾ ਸੰਸਾਰ ਹੀ ਇਸ ਨਾਲ ਅਨੰਦ ਮਾਣਦਾ ਹੈ । ਇਹ ਮਾਇਆ ਵੇਸਵਾ ਦੀ ਤਰ੍ਹਾਂ ਹੁੰਦੀ ਹੈ । ਇੱਕ ਮਾਲਕ ਨਾਲ ਸੰਜੋਗ ਨਹੀਂ ਰਖਦੀ । ਸੰਤ ਸਰੂਪ ਇਸ ਨੂੰ ਠੋਕ੍ਰ ਮਾਰਦੇ ਹਨ । ਇਹ ਉਹਨਾਂ ਤੇ ਆਪਣਾ ਪ੍ਰਭਾਵ ਪਾਉਣ ਦੇ ਯਤਨ ਕਰਦੀ ਹੈ ।

Whosoever may company gorgeous, beauty, as wife (worldly wealth); he may boast about her beauty and charms. His true devotee considers worldly wealth as a sweet poison. However, the whole universe may enjoy short-lived pleasure with worldly wealth. This worldly wealth may be classified as a worldly hoe, prostitute; she may never remain loyal to one master; she may never be satisfied with one husband. His true devotee kicks her out of his life. However, she may keep playing new, different tricks and traps repeatedly.

ਸੰਤ ਭਾਗਿ ਓਹ ਪਾਛੈ ਪਰੈ॥ sant bhaag oh paachhai parai.
ਗੁਰ ਪਰਸਾਦੀ ਮਾਰਹੁ ਡਰੈ॥ gur parsaadee maarahu darai.
ਸਾਕਤ ਕੀ ਓਹ ਪਿੰਡ ਪਰਾਇਣਿ॥ saakat kee oh pind paraa-in.
ਹਮ ਕਉ ਦ੍ਰਿਸਟਿ ਪਰੈ ਤ੍ਰਖਿ ਡਾਇਣਿ॥੩॥ ham ka-o darisat parai tarakh daa-in. ||3||

ਉਹ ਸੰਤਾਂ ਦੇ ਪਿਛੇ ਪਿਛੇ ਫਿਰਦੀ ਹੈ । ਪ੍ਰਭ ਦੀ ਰਹਿਮਤ ਵਾਲੇ ਜੀਵਾਂ ਤੋਂ ਡਰਦੀ ਹੈ, ਉਹਨਾਂ ਦੀ ਗੁਲਾਮ ਰਹਿੰਦੀ ਹੈ । ਇਹ ਮਾਇਆ ਸਾਕਤ ਜੀਵ ਦਾ ਤਨ ਹੈ, ਉਸ ਦੇ ਸਵਾਸਾਂ ਦੀ ਪੂੰਜੀ ਹੈ । ਪਰ ਉਹ ਬੰਦਗੀ ਕਰਨ ਵਾਲੇ ਲਈ ਤਾ ਇਹ ਇੱਕ ਭੁੱਖੀ ਡੈਣ ਦੀ ਤਰ੍ਹਾਂ ਹੀ ਹੁੰਦੀ ਹੈ ।

Worldly wealth may be keep begging from His true devotee, saint. She remains afraid from His true devotee and she may remain his slave. However, she may be the capital of breaths for the self-minded and non-believer. However, His true devotee considers worldly wealth as hungry deplorable devil.

ਹਮ ਤਿਸ ਕਾ ਬਹੁ ਜਾਨਿਆ ਭੇਉ॥ ham tis kaa baho jaani-aa bhay-o.
ਜਬ ਹੂਏ ਕ੍ਰਿਪਾਲ ਮਿਲੇ ਗੁਰਦੇਉ॥ jab hoo-ay kirpaal milay gurday-o.
ਕਹੁ ਕਬੀਰ ਅਬ ਬਾਹਰਿ ਪਰੀ॥ kaho kabeer ab baahar paree.
ਸੰਸਾਰੈ ਕੈ ਅੰਚਲਿ ਲਰੀ॥੪॥੪॥੭॥ sansaarai kai anchal laree. ||4||4||7||

ਜਦੋਂ ਪ੍ਰਭ ਦੀ ਰਹਿਮਤ ਦੀ ਨਜ਼ਰ ਨਾਲ ਮੈਨੂੰ ਸ਼ਬਦ ਦੀ ਸੋਝੀ ਹੋ ਗਈ । ਮੈਨੂੰ ਮਾਇਆ ਦੇ ਭੇਦ ਦੀ ਜਾਣਕਾਰੀ ਹੋ ਗਈ ਹੈ । ਉਸ ਮਾਇਆ ਨੂੰ ਆਪਣੇ ਮਨ ਤੋਂ ਤਿਆਗ ਦਿੱਤਾ ਹੈ । ਪਰ ਇਹ ਸੰਸਾਰ ਦੇ ਸਾਰੇ ਜੀਵਾਂ ਨੂੰ ਆਪਣੇ ਪਿਛੇ ਲਾਈ ਰਖਦੀ ਹੈ ।

With His mercy and grace, I have been enlightened with reality, weakness of the worldly wealth. I have abandoned worldly wealth from my mind. However, she keeps a tight control, grip on the whole universe.

42. ਰਾਮਕਲੀ ਮਹਲਾ ੫॥ 901-4

ਗੁਰੁ ਪੂਰਾ ਮੇਰਾ ਗੁਰੁ ਪੂਰਾ॥ gur pooraa mayraa gur pooraa.
ਰਾਮ ਨਾਮੁ ਜਪਿ ਸਦਾ ਸੁਹੇਲੇ, raam naam jap sadaa suhaylay
ਸਗਲ ਬਿਨਾਸੇ ਰੋਗ ਕੂਰਾ॥੧॥ ਰਹਾਉ॥ sagal binaasay rog kooraa. ||1|| rahaa-o

ਪ੍ਰਭ ਦਾ ਸ਼ਬਦ ਮਨ ਨੂੰ ਪਵਿੱਤਰ ਕਰਨ ਵਾਲਾ, ਆਪਣੇ ਆਪ ਵਿੱਚ ਪੂਰਾ ਹੈ । ਜਿਹੜਾ ਸ਼ਬਦ ਨਾਲ ਜੀਵਨ ਢਾਲ ਲੈਂਦਾ ਹੈ । ਸ਼ਬਦ ਦੀ ਪਾਲਣਾ ਕਰਦਾ, ਗੁਣ ਗਾਉਂਦਾ ਹੈ । ਉਸ ਦੇ ਮਨ ਦੇ ਸੰਸਾਰਕ ਇੱਛਾਂ ਦੇ ਰੋਗ ਦੂਰ ਹੋ ਜਾਂਦੇ ਹਨ । ਮਨ ਦੇ ਭਰਮ ਦੂਰ ਹੋ ਜਾਂਦੇ ਹਨ ।

The teachings of His Word may be a soul sanctifying nectar and remains complete and perfect in all aspects. Whosoever may sing the glory, obeys adopts the teachings of His Word with steady and stable belief in his day-to-day life; with His mercy and grace, all demons of his worldly desires and worldly religious suspicions may be eliminated.

ਏਕੁ ਅਰਾਧਹੁ ਸਾਚਾ ਸੋਇ॥ ayk aaraaDhahu saachaa so-ay.
ਜਾ ਕੀ ਸਰਨਿ ਸਦਾ ਸੁਖੁ ਹੋਇ॥੧॥ jaa kee saran sadaa sukh ho-ay. ||1||

ਇੱਕੋ ਇੱਕ ਪ੍ਰਭ ਦੇ ਸ਼ਬਦ ਦਾ ਸਿਮਰਨ ਕਰੋ! ਉਸ ਦੇ ਬਖਸ਼ੇ ਤੇ ਭਰੋਸਾ ਅਡੋਲ ਰਖੋ! ਸ਼ਰਣ ਵਿੱਚ ਪਨਾਹ ਬਖਸ਼ਿਸ਼ ਹੋਣ ਨਾਲ ਮਨ ਵਿੱਚ ਸੰਤੋਖ, ਖੇੜਾ ਵਸ ਜਾਂਦਾ ਹੈ ।

You should meditate on the teachings of His Word, The True Master. You should always keep your belief steady and stable on His Blessings as worthy and an ultimate reward. Whosoever may be accepted in His Sanctuary as His true devotee; with His mercy and grace, he may be blessed with contentment and blossom.

ਨੀਦ ਸੁਹੇਲੀ ਨਾਮ ਕੀ ਲਾਗੀ ਭੂਖ॥ need suhaylee naam kee laagee bhookh.
ਹਰਿ ਸਿਮਰਤ ਬਿਨਸੇ ਸਭ ਦੂਖ॥੨॥ har simrat binsay sabh dookh. ||2||

ਜਿਸ ਦੇ ਮਨ ਵਿੱਚ ਸਦਾ ਹੀ ਸ਼ਬਦ ਦੇ ਸਿਮਰਨ ਦੀ ਸ਼ਰਧਾ ਅਡੋਲ ਰਹਿੰਦੀ ਹੈ । ਉਸ ਨੂੰ ਸੰਤੋਖ ਬਖਸ਼ਿਸ਼ ਹੁੰਦਾ, ਅਰਾਮ ਨਾਲ ਨੀਂਦ ਆਉਂਦੀ ਹੈ । ਸ਼ਬਦ ਦੀ ਪਾਲਣਾ ਕਰਦੇ ਮਨ ਵਿਚੋਂ ਸੰਸਾਰਕ ਇੱਛਾਂ ਦੇ ਸਾਰੇ ਦੁਖ ਦੂਰ ਹੋ ਜਾਂਦੇ, ਮਨ ਅਡੋਲ ਹੋ ਜਾਂਦਾ ਹੈ ।

Whosoever may remain overwhelmed with devotion and dedication to meditate on the teachings of His Word. He may be blessed with contentment with his worldly environments and enjoys comfortable, carefree sleep in his worldly life. Whosoever may obey the teachings of His Word with steady and stable belief in his day-to-day life; with His mercy and grace, all his demons of worldly desires may be eliminated and he remains contented.

ਸਹਜਿ ਅਨੰਦ ਕਰਹੁ ਮੇਰੇ ਭਾਈ॥ sahj anand karahu mayray bhaa-ee.
ਗੁਰਿ ਪੂਰੈ ਸਭ ਚਿੰਤ ਮਿਟਾਈ॥੩॥ gur poorai sabh chint mitaa-ee. ||3||

ਜਿਹੜਾ ਜੀਵ ਸ਼ਬਦ ਦੀ ਪਾਲਣਾ ਕਰਦਾ, ਗੁਣ ਗਾਉਂਦਾ, ਸੰਤੋਖ, ਖੇੜੇ ਵਿੱਚ ਵਸਦਾ ਹੈ । ਪ੍ਰਭ ਆਪ ਹੀ ਉਸ ਦੇ ਮਨ ਵਿਚੋਂ ਸਾਰੀਆਂ ਸੰਸਾਰਕ ਚਿੰਤਾਂ ਦੂਰ ਕਰ ਦੇਂਦਾ ਹੈ । ਉਸ ਦਾ ਮਨ ਸੰਸਾਰਕ ਇੱਛਾਂ ਰਹਿਤ ਹੋ ਜਾਂਦਾ ਹੈ ।

Whosoever may obey the teachings of His Word; he may remain contented and blossom with his worldly environments; with His mercy and grace, all his demon of worldly desires, worries may be eliminated. He may become beyond the reach of worldly desires.

ਆਠ ਪਹਰ ਪ੍ਰਭ ਕਾ ਜਪੁ ਜਾਪਿ॥ aath pahar parabh kaa jap jaap.
ਨਾਨਕ ਰਾਖਾ ਹੋਆ ਆਪਿ॥੪॥੨॥੫੮॥ naanak raakhaa ho-aa aap. ||4||2||58||

ਜੀਵ ਦਿਨ ਰਾਤ, ਸਵਾਸ ਸਵਾਸ ਪ੍ਰਭ ਦੇ ਸ਼ਬਦ ਦੇ ਗੁਣ ਗਾਵੇ! ਪ੍ਰਭ ਆਪ ਹੀ ਰਹਿਮਤ ਬਖਸ਼ਕੇ ਸ਼ਬਦ ਦੀ ਪਾਲਣਾ ਤੇ ਅਡੋਲ ਰਖਦਾ ਹੈ, ਦਰਬਾਰ ਵਿੱਚ ਪ੍ਰਵਾਨਗੀ ਬਖਸ਼ਦਾ ਹੈ ।

You should sing the glory of His Word with steady and stable belief in your day-to-day life. With His mercy and grace, he may keep His true devotee steady and stable on the right path of acceptance in His Court and honor him with salvation.

43. ਰਾਮਕਲੀ ਬਾਣੀ ਕਬੀਰ ਜੀਉ॥ 970

ਜਿਹ ਮੁਖਿ ਬੇਦੁ ਗਾਇਤ੍ਰੀ ਨਿਕਸੈ, jih mukh bayd gaa-itaree niksai
ਸੋ ਕਿਉ ਬ੍ਰਹਮਨੁ ਬਿਸਰੁ ਕਰੈ॥ so ki-o barahman bisar karai.
ਜਾ ਕੈ ਪਾਇ ਜਗਤੁ ਸਭੁ ਲਾਗੈ, jaa kai paa-ay jagat sabh laagai
ਸੋ ਕਿਉ ਪੰਡਿਤੁ ਹਰਿ ਨ ਕਹੈ॥੧॥ so ki-o pandit har na kahai. ||1||

ਸੰਸਾਰਕ ਧਰਮ ਦੇ ਪੁਜਾਰੀ ਤੂੰ ਪ੍ਰਭ ਨੂੰ ਕਿਵੇਂ ਭੁੱਲ ਗਿਆ ਹੈ? ਪ੍ਰਭ ਨੇ ਹੀ ਧਰਮ ਦੇ ਗ੍ਰੰਥ, ਵੇਦਾਂ, ਗਾਇਤਰੀ ਸੰਸਾਰ ਨੂੰ ਬਖਸ਼ੇ ਹਨ । ਸਾਰੀ ਸ੍ਰਿਸ਼ਟੀ ਹੀ ਪ੍ਰਭ ਦੇ ਚਰਨਾਂ ਤੇ ਸਿਰ ਝੁਕਾਉਂਦੀ ਹੈ । ਤੂੰ ਕਿਉਂ ਨਹੀਂ ਪ੍ਰਭ ਦੇ ਸ਼ਬਦ ਦੀ ਪਾਲਣਾ ਕਰਦਾ, ਸਿਮਰਨ ਕਰਦਾ?

Worldly saint, religious preacher, priest! Why have you forgot, abandoned the teachings of His Word from your day-to-day life? He has blessed all the religious Holy Scriptures and the whole universe bows head in gratitude of His Blessings. Why are you not meditating and obeying the teachings of His Word?

ਕਾਹੇ ਮੇਰੇ ਬਾਮ੍ਹਨ ਹਰਿ ਨ ਕਹਹਿ॥ kaahay mayray baamHan har na kaheh.
ਰਾਮੁ ਨ ਬੋਲਹਿ ਪਾਡੇ ਦੋਜਕੁ ਭਰਹਿ॥੧॥ ਰਹਾਉ॥ raam na boleh paaday dojak bhareh. ||1|| rahaa-o.

ਬ੍ਰਹਮਣ, ਤੂੰ ਕਿਉਂ ਪ੍ਰਭ ਦੇ ਸ਼ਬਦ ਦਾ ਸਿਮਰਨ, ਪਾਲਣਾ ਨਹੀਂ ਕਰਦਾ? ਅਗਰ ਤੂੰ ਸ਼ਬਦ ਨਾਲ ਜੀਵਨ ਨਹੀਂ ਢਾਲਦਾ! ਤਾ ਨਰਕਾਂ, ਜੂੰਨਾਂ ਵਿੱਚ ਹੀ ਜਾਣਾ ਪਵੇਗਾ ।

Worldly saint, why are you not meditating and obeying the teachings of His Word? Whosoever may not adopt the teachings of His Word in his day-to-day; he may remain in hell, in the cycle of birth and death.

ਆਪਨ ਊਚ ਨੀਚ ਘਰਿ ਭੋਜਨੁ, aapan ooch neech ghar bhojan
ਹਠੇ ਕਰਮ ਕਰਿ ਉਦਰੁ ਭਰਹਿ॥ hathay karam kar udar bhareh.cha-
ਚਉਦਸ ਅਮਾਵਸ ਰਚਿ ਰਚਿ ਮਾਂਗਹਿ, udas amaavas rach rach maaNgeh
ਕਰ ਦੀਪਕੁ ਲੈ ਕੂਪਿ ਪਰਹਿ॥੨॥ kar deepak lai koop pareh. ||2||

ਤੂੰ ਆਪਣੇ ਆਪ ਨੂੰ ਉੱਚਾ ਸਮਝਦਾ ਹੈ! ਪਰ ਆਪਣਾ ਭੋਜਨ ਨੀਵੀਂ ਜਾਤ ਦੇ ਘਰ ਵਿਚੋਂ ਹੀ ਮੰਗਦਾ ਹੈ । ਆਪਣੇ ਧਰਮ ਦੇ ਰੀਤ ਰੀਵਾਜ ਬਹੁਤ ਅਹੰਕਾਰ ਨਾਲ ਕਰਦਾ ਹੈ । ਤੂੰ ਨਵੇਂ ਚੰਦ ਤੇ 14 ਦਿਨ, ਰਾਤ ਬਾਕੀ ਜੀਵਾਂ ਤੋ ਮੰਗਦਾ ਹੈ । ਤੇਰੇ ਕੋਲ ਸ਼ਬਦ ਦੇ ਗਿਆਨ ਦਾ ਦੀਵਾ ਵੀ ਹੈ । ਪਰ ਫਿਰ ਵੀ ਤੂੰ ਟੋਏ ਵਿੱਚ ਹੀ ਡਿੱਗ ਪੈਂਦਾ ਹੈ ।

You may boast to be enlightened, Holy, sanctified, and better than others. However, you are begging door and door from the lower caste to feed your stomach. You may perform your religious ritual with deep devotion and pride. You are begging fourteen days of new moon from others. You may have the Holy Scripture, the pillar of enlightenment to guide you on the right path. However, without adopting the teachings of His Word in your day-to-day life, you may fall in the deep ditch of worldly desires, hell.

ਤੂੰ ਬ੍ਰਹਮਨੁ ਮੈ ਕਾਸੀਕ ਜੁਲਹਾ, ooN barahman mai kaaseek julhaa
ਮੁਹਿ ਤੋਹਿ ਬਰਾਬਰੀ ਕੈਸੇ ਕੈ ਬਨਹਿ॥ muhi tohi baraabaree kaisay kai baneh.
ਹਮਰੇ ਰਾਮ ਨਾਮ ਕਹਿ ਉਬਰੇ, hamray raam naam kahi ubray
ਬੇਦ ਭਰੋਸੇ ਪਾਂਡੇ ਡੂਬਿ ਮਰਹਿ॥੩॥੫॥ bayd bharosay paaNday doob mareh. ||3||5||

ਧਰਮ ਦੇ ਪੁਜਾਰੀ, ਤੂੰ ਉੱਚੀ ਜਾਤ ਦਾ ਬ੍ਰਹਮਣ ਹੈ । ਮੈਂ ਤਾ ਨਿਮਾਣਾ, ਨੀਵੀਂ ਜਾਤ ਦਾ ਜਲਾਹਾ ਹੀ ਹਾ । ਮੈਂ ਕਿਵੇਂ ਆਪਣੀ ਤੁਲਨਾ ਤੇਰੇ ਨਾਲ ਕਰ ਸਕਦਾ ਹਾ? ਮੈਨੂੰ ਅਡੋਲ ਭਰੋਸੇ ਨਾਲ ਸ਼ਬਦ ਦੀ

ਪਾਲਣਾ ਕਰਨ ਨਾਲ ਹੀ ਰਹਿਮਤ ਬਖਸ਼ਿਸ਼ ਹੋਈ ਹੈ । ਤੂੰ ਵੇਦਾਂ ਪਿਛੇ ਚਲਕੇ ਹੀ ਇਸ ਸੰਸਾਰ ਸਾਗਰ ਵਿੱਚ ਡੁੱਬ ਮਰਦਾ ਹੈ ।

Worldly saint, you consider yourself enlightened, **Brahman** of high worldly caste. I am a humble weaver from the lower worldly caste. How may I compare myself with your worldly status? By obeying the teachings of His Word with steady and stable belief in my day-to-day life; with His mercy and grace, I have been blessed with enlightenment of the essence of His Word. You have been overwhelmed with ego of your knowledge of Holy Scripture of **Vedas;** however, without adopting the teachings in your day-to-day life; you may drown in the ocean of worldly desires.

ਪਉੜੀ॥	pa-orhee.
ਕਾਇਆ ਹੰਸੁ ਧੁਰਿ ਮੇਲੁ,	kaa-i-aa hans Dhur mayl
ਕਰਤੈ ਲਿਖਿ ਪਾਇਆ॥	kartai likh paa-i-aa.
ਸਭ ਮਹਿ ਗੁਪਤੁ ਵਰਤਦਾ,	sabh meh gupat varatdaa
ਗੁਰਮੁਖਿ ਪ੍ਰਗਟਾਇਆ॥	gurmukh paragtaa-i-aa.
ਗੁਣ ਗਾਵੈ ਗੁਣ ਉਚਰੈ,	gun gaavai gun uchrai
ਗੁਣ ਮਾਹਿ ਸਮਾਇਆ॥	gun maahi samaa-i-aa.
ਸਚੀ ਬਾਣੀ ਸਚੁ ਹੈ,	sachee banee sach hai
ਸਚੁ ਮੇਲਿ ਮਿਲਾਇਆ॥	sach mayl milaa-i-aa.
ਸਭੁ ਕਿਛੁ ਆਪੇ ਆਪਿ ਹੈ,	sabh kichh aapay aap hai
ਆਪੇ ਦੇਇ ਵਡਿਆਈ॥੧੪॥	aapay day-ay vadi-aa-ee. ‖14‖

ਆਤਮਾ ਦੇ ਪਹਿਲੇ ਲਿਖੇ ਭਾਗਾਂ ਨਾਲ ਹੀ ਆਤਮਾ ਨੂੰ ਤਨ ਬਖਸ਼ਿਸ਼ ਹੁੰਦਾ ਹੈ । ਪ੍ਰਭ ਸਭ ਵਿੱਚ ਗੁਪਤ ਹੀ ਵਾਪਰਦਾ ਹੈ । ਗੁਰਮਖ ਜੀਵ ਸ਼ਬਦ ਦੀ ਪਾਲਣਾ, ਉਸਤਤ ਵਿੱਚ ਹੀ ਲੀਨ ਰਹਿੰਦਾ ਹੈ । ਪ੍ਰਭ ਉਸ ਨੂੰ ਇਸ ਤੱਤ ਦੀ ਸੋਝੀ ਬਖਸ਼ਦਾ ਹੈ । ਪ੍ਰਭ ਦਾ ਸ਼ਬਦ ਸਦਾ ਅਟਲ ਰਹਿਣ ਵਾਲਾ ਹੈ । ਜਿਹੜਾ ਸ਼ਬਦ ਦਾ ਸਿਮਰਨ ਕਰਦਾ ਹੈ, ਉਸ ਨੂੰ ਪ੍ਰਵਾਨਗੀ ਦਾ ਅਸਲੀ ਰਸਤਾ ਬਖਸ਼ਿਸ਼ ਹੁੰਦਾ ਹੈ । ਪ੍ਰਭ ਆਪ ਹੀ ਸਭ ਕੁਝ ਕਰਦਾ, ਆਪਣੀ ਰਹਿਮਤ ਨਾਲ ਹੀ ਜੀਵ ਨੂੰ ਸੋਭਾ, ਵਡਿਆਈ ਬਖਸ਼ਦਾ ਹੈ ।

Whosoever may have a great prewritten destiny, his soul may be blessed with unique specific worldly body. His Holy Spirit prevails within his mind and body secretly, invisibly; with His mercy and grace, His true devotee may be revealed with some secrets of His Nature. The True Master remains unchanged forever. Whosoever may remain intoxicated in meditation in the void of His Word, he may be blessed with the right path of acceptance in His Court. The True Master prevails in all events in His Nature; with His mercy and grace, His true devotee may be blessed with honor and glory in His Court.

44. ਰਾਮਕਲੀ ਸਦੁ॥ 923- 1 – ਬਾਬਾ ਸੁੰਦਰੁ ਜੀ॥

ਅੰਤੇ ਸਤਿਗੁਰੁ ਬੋਲਿਆ, ਮੈ ਪਿਛੈ	antay satgur boli-aa mai pichhai
ਕੀਰਤਨੁ ਕਰਿਅਹੁ ਨਿਰਬਾਣੁ ਜੀਉ॥	keertan kari-ahu nirbaan jee-o.
ਕੇਸੋ ਗੋਪਾਲ ਪੰਡਿਤ ਸਦਿਅਹੁ,	kayso gopaal pandit sadi-ahu
ਹਰਿ ਹਰਿ ਕਥਾ ਪੜਹਿ ਪੁਰਾਣੁ ਜੀਉ॥	har har kathaa parheh puraan jee-o.
ਹਰਿ ਕਥਾ ਪੜੀਐ ਹਰਿ ਨਾਮੁ ਸੁਣੀਐ,	har kathaa parhee-ai har naam sunee-ai
ਬੇਬਾਣੁ ਹਰਿ ਰੰਗੁ ਗੁਰ ਭਾਵਏ॥	baybaan har rang gur bhaav-ay.
ਪਿੰਡੁ ਪਤਲਿ ਕਿਰਿਆ ਦੀਵਾ,	pind patal kiri-aa deevaa
ਫੁਲ ਹਰਿ ਸਰਿ ਪਾਵਏ॥	ful har sar paav-ay.
ਹਰਿ ਭਾਇਆ ਸਤਿਗੁਰੁ ਬੋਲਿਆ,	har bhaa-i-aa satgur boli-aa
ਹਰਿ ਮਿਲਿਆ ਪੁਰਖੁ ਸੁਜਾਣੁ ਜੀਉ॥	har mili-aa purakh sujaan jee-o.

ਰਾਮਦਾਸ ਸੋਢੀ ਤਿਲਕੁ ਦੀਆਂ, raamdaas sodhee tilak dee-aa
ਗੁਰ ਸਬਦੁ ਸਚੁ ਨੀਸਾਣੁ ਜੀਉ॥੫॥ gur sabad sach neesaan jee-o. ||5||

ਪ੍ਰਭ ਦਾ ਸੇਵਕ ਪ੍ਰੇਰਨਾ ਕਰਦਾ ਹੈ, ਮੇਰੇ ਸਵਾਸ ਪੂਰੇ ਹੋਣ ਤੋਂ ਬਾਅਦ ਵੀ ਪ੍ਰਭ ਦੇ ਧੰਨਵਾਦ ਦੇ ਸ਼ਬਦ ਗਾਉਣਾ । ਬੰਦਗੀ ਕਰਨ ਵਾਲੇ ਦੇ ਨਾਲ ਰਲਕੇ ਪ੍ਰਭ ਸੇ ਸ਼ਬਦ ਦੇ, ਸੱਦਾ ਬਖਸ਼ਣ ਦਾ ਧੰਨਵਾਦ, ਸੰਸਾਰਕ ਪਵਿੱਤ੍ਰ ਬਾਣੀ ਨੂੰ ਪੜਣਾ, ਸੁਣਨਾ । ਪ੍ਰਭ ਦੀ ਰਹਿਮਤ ਨਾਲ ਪ੍ਰਭ ਦੀ ਰਜ਼ਾ ਹਿਰਦੇ ਵਿੱਚ ਪ੍ਰਵਾਨ ਹੋ ਜਾਵੇ । ਕਿਸੇ ਧਰਮ ਦੇ ਰੀਤ ਰੀਵਾਜ, ਭਰਮ ਕਰਨ ਦਾ ਕੋਈ ਲਾਭ ਨਹੀਂ ਹੁੰਦਾ । ਵਿਛੜੀ ਆਤਮਾ ਨੂੰ ਰਸਤਾ ਦਿਖਾਉਣ ਲਈ ਮੜੀ ਤੇ ਦੀਵਾ ਜਗਾਉਣਾ ਕੇਵਲ ਸੰਸਾਰਕ ਭਰਮ ਹੈ । ਸਗੋਂ ਮੇਰੇ ਸਰੀਰ ਦੀ ਸਵਾਹ, ਹੱਡੀਆਂ ਨੂੰ ਚਲਦੇ ਪਾਣੀ, ਜਲ ਪ੍ਰਵਾਨ ਕਰ ਦੇਣਾ । ਸੇਵਕਾਂ ਨੇ ਦਾਸ ਦੇ ਅਖੀਰਲੇ ਬੋਲ ਪ੍ਰਵਾਨ ਕਰਦੇ, ਰਾਮਦਾਸ ਨੂੰ ਆਪਣਾ ਮੁਖੀ ਸੇਵਕ ਬਣਾ ਲਿਆ ।

His true devotee may inspire his followers to sing the glory of His Word after his last breath. Join with His true devotee and sing the glory of The True Master for human life opportunity. You should not follow the religious rituals; suspicions rather accept His command and pray for His forgiveness and refuge. Religious rituals like lighting candle at cremation ground may not have any significance in His Court. You should collect my ashes and spread in the running water. With his recommendation, his followers accepted Ram Das as their guide in worldly life.

45. ਰਾਮਕਲੀ ਕੀ ਵਾਰ॥ ਰਾਇ ਬਲਵੰਡਿ ਤਥਾ ਸਤੈ ਡੂਮਿ ਆਖੀ॥ ਅੰਗਤ ਦੇਵ ਜੀ । 967

ਹੋਰਿੰਓ ਗੰਗ ਵਹਾਈਐ, horiN-o gang vahaa-ee-ai
ਦੁਨਿਆਈ ਆਖੈ ਕਿ ਕਿਓਨੁ॥ duni-aa-ee aakhai ke ki-on.
ਨਾਨਕ ਈਸਰਿ ਜਗਨਾਥਿ, naanak eesar jagnaath
ਉਚਹਦੀ ਵੈਣੁ ਵਿਰਿਕਿਓਨੁ॥ uchhadee vain viriki-on.
ਮਾਧਾਣਾ ਪਰਬਤੁ ਕਰਿ, maaDhaanaa parbat kar
ਨੇਤ੍ਰਿ ਬਾਸਕੁ ਸਬਦਿ ਰਿੜਕਿਓਨੁ॥ naitar baasak sabad rirhki-on.
ਚਉਦਹ ਰਤਨ ਨਿਕਾਲਿਅਨੁ, cha-odah ratan nikaali-an
ਕਰਿ ਆਵਾ ਗਉਣੁ ਚਿਲਕਿਓਨੁ॥ kar aavaa ga-on chilki-on.
ਕੁਦਰਤਿ ਅਹਿ ਵੇਖਾਲੀਅਨੁ, kudrat ah vaykhaali-an
ਜਿਣਿ ਐਵਡ ਪਿਡ ਠਿਣਕਿਓਨੁ॥ jin aivad pid thinki-on.
ਲਹਣੇ ਧਰਿਓਨੁ ਛਤ੍ਰੁ ਸਿਰਿ, lahnay Dhari-on chhatar sir
ਅਸਮਾਨਿ ਕਿਆੜਾ ਛਿਕਿਓਨੁ॥ asmaan ki-aarhaa chhiki-on.
ਜੋਤਿ ਸਮਾਣੀ ਜੋਤਿ ਮਾਹਿ, jot samaanee jot maahi
ਆਪੁ ਆਪੈ ਸੇਤੀ ਮਿਕਿਓਨੁ॥ aap aapai saytee miki-on.
ਸਿਖਾਂ ਪੁਤ੍ਰਾਂ ਘੋਖਿ ਕੈ, sikhaaN putraaN ghokh kai
ਸਭ ਉਮਤਿ ਵੇਖਹੁ ਜਿ ਕਿਓਨੁ॥ sabh umat vaykhhu je ki-on.
ਜਾਂ ਸੁਧੋਸੁ ਤਾਂ ਲਹਣਾ ਟਿਕਿਓਨੁ॥੪॥ jaaN suDhos taaN lahnaa tiki-on. ||4||

14 ਰਤਨ– Jewel – from ocean of The Universe.		
1.	ਹਲਾਹਲ (ਵਿਸ਼, ਜ਼ਹਿਰ)	ਸਿਵ ਜੀ (ਨੀਲਕੰਠ)
2.	ਚੰਦਰਮਾ	ਸਿਵ ਜੀ
3.	ਸਫੇਦ ਘੋੜਾ	ਬਲ ਰਾਖਜਾ ਦਾ ਰਾਜਾ
4.	ਕੌਤਸ਼ੁਭ ਮਣੀ	ਵਿਸਨੂ ਜੀ
5.	ਲਖਸ਼ਮੀ ਦੇਵੀ	ਵਿਸ਼ਨੂੰ ਜੀ
6.	ਸੰਖ	ਵਿਸਨੂ ਜੀ
7.	ਕਾਮਧੇਨ ਗਊ	ਰਿਸ਼ੀਆਂ ਨੂੰ ਦੇ ਦਿਤੀਅਏ
8.	ਧੰਨਤਰੀ ਵੈਦ	ਰਿਸ਼ੀਆਂ ਨੂੰ ਆਸਰਵੇਦ ਦਾ ਗਿਆਨ

9	ਐਰਵਤ ਹਾਥੀ	ਇੰਦਰ
10.	ਕਲਪ ਬ੍ਰਿਛ	ਇੰਦਰ
11.	ਰੰਭਾ ਅਪੱਸਰਾ	ਇੰਦਰ
12.	ਪਰਿਜਾਤ ਬ੍ਰਿਛ	
13.	ਵਾਰੁਣੀ (ਮਦਿਰਾ, ਸਰਾਬ)	ਕਾਦੰਬ ਦੇ ਫੁੱਲਾਂ ਤੋ ਤਿਆਰ – ਅਸੁਰਾਂ ਨੂੰ ਦੇ ਦਿੱਤੀ
14	ਅੰਮ੍ਰਿਤ	ਪ੍ਰਭ ਦੇ ਦਾਸਾਂ

ਬਾਬੇ ਨਾਨਕ ਨੇ ਪ੍ਰਭ ਦੇ ਸ਼ਬਦ ਦੀ ਗੰਗਾ, ਧਰਮ ਦੇ ਰੀਤ ਰੀਵਾਜ ਤੋ ਵੱਖਰੀ ਕਿਸਮ ਦੀ ਹੀ ਚਲਾ ਦਿੱਤੀ । ਸੰਸਾਰਕ ਜੀਵ ਹੈਰਾਨ ਹੋ ਗਏ! ਇਹ ਕੌਣ, ਪ੍ਰਭ ਦੇ ਸ਼ਬਦ ਦੀ ਗੂੰਜ ਗਾਉਂਦਾ ਹੈ? ਬਾਬੇ ਨਾਨਕ ਨੇ ਪ੍ਰਭ ਦੇ ਸ਼ਬਦ ਦਾ, ੧ਓ ਦੀ ਗੂੰਜ ਸੰਸਾਰ ਵਿੱਚ ਚਲਾ ਦਿੱਤੀ । ਉਸ ਨੇ ਧਰਮ (ਪਰਬਤ) ਨੂੰ ਮਧਾਨੀ ਦਾ ਰੂਪ ਦਿੱਤਾ ਅਤੇ ਰੀਤ ਰੀਵਾਜ (ਸੱਪ) ਨੂੰ ਇਸ ਨੂੰ ਖਿੱਚਣ, ਰਿੜਕਣ ਵਾਲੀ ਡੋਰੀ ਬਣਾਕੇ ਸ਼ਬਦ ਦਾ ਸਮੁੰਦਰ ਰਿੜਕਿਆ । ਸ਼ਬਦ ਨੂੰ ਰਿੜਕਿ ਕੇ ਇਸ ਵਿਚੋਂ 14 ਰਤਨ ਬਖਸ਼ਿਸ਼ ਹੋਏ । ਜੀਵਨ ਵਿੱਚ ਧਾਰਨ ਕਰਨ ਵਾਲੇ 14 ਗੁਣ ਪ੍ਰਗਟ ਕੀਤੇ । ਜਿਸ ਨਾਲ ਸੰਸਾਰ ਵਿੱਚ ਸ਼ਬਦ ਦੀ ਜਾਗਰਤੀ, ਰੋਸ਼ਨੀ ਹੋ ਗਈ । ਬਾਬੇ ਨਾਨਕ ਨੇ ਸ਼ਬਦ ਵਿਚੋਂ ਹੀ ਪ੍ਰਭ ਦੀ ਜੋਤ ਪ੍ਰਗਟ ਕਰਕੇ, ਪ੍ਰਭ ਦੇ ਸ਼ਬਦ ਦੀ ਜੈ ਜੈ ਕਾਰ ਸ੍ਰਿਸ਼ਟੀ ਵਿੱਚ ਚਲਾ ਦਿੱਤੀ । ਇਸ ਸਿਖਿਆਂ ਤੇ ਚੱਲਣ ਵਾਲੇ ਸੇਵਕ ਤੇ ਪ੍ਰਭ ਦੀ ਰਹਿਮਤ ਦਾ ਨੂਰ ਬਖਸ਼ਿਸ਼ ਹੋ ਗਿਆ । ਉਸ ਦੇ ਮਨ ਦੇ ਖਿਆਲ ਨਾਨਕ ਦੇ ਮਨ ਦੇ ਖਿਆਲਾਂ ਵਿੱਚ ਅਭੇਦ ਹੋ ਗਏ । ਬਾਬੇ ਨਾਨਕ ਨੇ ਸ਼ਬਦ ਤੇ ਚੱਲਣ ਵਾਲੇ ਸੇਵਕਾ ਅਤੇ ਆਪਣੇ ਪੁਤਰਾਂ ਦੇ ਭਰੋਸੇ ਦੀ ਪਰਖ ਕੀਤੀ । ਲਹਿਨਾ ਜੀ ਦਾ ਮਨ ਪਵਿੱਤਰ, ਅਡੋਲ ਵੇਖਕੇ ਸ਼ਬਦ ਦੀ ਡੋਰੀ ਸੌਪੀ ।

Nanak Dev Ji! started the Holy Ganga of the teachings of His Word to eliminate the ignorance of religious rituals. The whole universe was astonished! Who may be Nanak? who has initiated the everlasting echo of His Word? He used the Maadhani of self-high moral to churn the worldly ocean of worldly desires. He used the snake of religious ritual as the rope to churn the ocean of worldly desires. With His mercy and grace, he was blessed 14 ambrosial jewels of essence of His Word. With His mercy and grace, the enlightenment of the nature of The True Master was enlightened by adopting the teachings of His Word. A new wave of the glory of His Word spread in the universe. Whosoever may adopt the teachings of His Word in his day-to-day life; with His mercy and grace, he may be blessed with the eternal spiritual glow of His Holy Spirit on his forehead. His thoughts were absorbed in the teachings of Nanak Ji! He tested the sincerity of his sons and followers and assigned the responsibility to spread His Word to Lahnay Ji!

46. ਰਾਮਕਲੀ ਬਾਣੀ ਬੇਣੀ ਜੀਉ ਕੀ॥ 974 - Baynee Jee

੧ਓ ਸਤਿਗੁਰ ਪ੍ਰਸਾਦਿ॥	ik-oNkaar satgur parsaad.
ਇੜਾ ਪਿੰਗੁਲਾ ਅਉਰ ਸੁਖਮਨਾ,	irhaa pingulaa a-or sukhmanaa
ਤੀਨਿ ਬਸਹਿ ਇਕ ਠਾਈ॥	teen baseh ik thaa-ee.
ਬੇਣੀ ਸੰਗਮੁ ਤਹ ਪਿਰਾਗੁ,	baynee sangam tah piraag
ਮਨੁ ਮਜਨੁ ਕਰੇ ਤਿਥਾਈ॥੧॥	man majan karay tithaa-ee. ‖1‖

ਮਨ ਦੀ ਤਾਕਤ ਦੇ ਤਿੰਨੇਂ ਸੋਮੇ ਇੜਾ, ਪਿੰਗਲਾ, ਸੁਖਮਨਾ ਇਕੱਠੇ ਹੀ ਰਹਿੰਦੇ ਹਨ । ਮਨ ਵਿੱਚ ਇਹ ਉਹ ਹੀ ਘਰ ਹੈ ਜਿਥੇ ਤਿੰਨਾਂ ਪਵਿੱਤਰ ਸਾਗਰਾ ਦਾ ਸੰਗਮ ਹੁੰਦਾ ਹੈ । ਇਹ ਹੀ ਦਸਵਾਂ ਘਰ ਹੈ! ਜਿਥੇ ਜੀਵ ਨੂੰ ਮਨ ਦਾ ਪਵਿੱਤਰਤਾ ਦਾ ਇਸ਼ਨਾਨ ਕਰਨਾ ਚਾਹੀਦਾ ਹੈ ।

Three pillars of strength of mind, fountain of life **irhaa, pingulaa, and sukhmanaa** live together; two breathing nasals left, right and filter to capture breath of life. This junction may be called the union of three Holy rivers that becomes ocean of life. This may be called His 10th door, Royal

Castle. You should take a sanctifying bath in the Holy nectar within your mind, body.

ਸੰਤਹੁ ਤਹਾ ਨਿਰੰਜਨ ਰਾਮੁ ਹੈ॥ santahu tahaa niranjan raam hai.
ਗੁਰ ਗਮਿ ਚੀਨੈ ਬਿਰਲਾ ਕੋਇ॥ gur gam cheenai birlaa ko-ay.
ਤਹਾਂ ਨਿਰੰਜਨੁ ਰਮਈਆ ਹੋਇ॥੧॥ ਰਹਾਉ॥ tahaaN niranjan rama-ee-aa ho-ay. ||1|| rahaa-o.

ਉਥੇ ਹੀ ਪ੍ਰਭ ਦੀ ਜੋਤ ਜਾਗਰਤ ਰਹਿੰਦੀ ਹੈ । ਸੰਸਾਰ ਵਿੱਚ ਕੋਈ ਵਿਰਲਾ ਹੀ ਜੀਵ, ਸ਼ਬਦ ਦੀ ਪਾਲਣਾ ਕਰਕੇ, ਸੋਝੀ ਪਾ ਕੇ ਮਨ ਵਿੱਚ ਵਸਾਉਂਦਾ ਹੈ । ਹਰਇੱਕ ਥਾਂ ਵਾਪਰਨ ਵਾਲਾ ਪ੍ਰਭ ਉਥੇ ਹੀ ਵਸਦਾ ਹੈ ।

His Holy Spirit, His Word remains embedded within his soul and dwells at the junction, 10th door, Royal Castle. However, very rare devotee may obey the teachings of His Word with steady and stable belief; he remains drenched with the essence of His Word. The Omnipresent True Master has established His Royal Castle there at Sukhamanaa.

ਦੇਵ ਸਥਾਨੈ ਕਿਆ ਨੀਸਾਣੀ॥ dayv sathaanai ki-aa neesaanee.
ਤਹ ਬਾਜੇ ਸਬਦ ਅਨਾਹਦ ਬਾਣੀ॥ tah baajay sabad anaahad banee.
ਤਹ ਚੰਦੁ ਨ ਸੂਰਜੁ ਪਉਣੁ ਨ ਪਾਣੀ॥ tah chand na sooraj pa-un na paanee.
ਸਾਖੀ ਜਾਗੀ ਗੁਰਮੁਖਿ ਜਾਣੀ॥੨॥ saakhee jaagee gurmukh jaanee. ||2||

ਪ੍ਰਭ ਦੇ ਵਸਣ ਦੀ ਕੀ ਨਿਸ਼ਾਨੀ ਹੈ? ਉਸ ਮਨ ਵਿੱਚ ਸਦਾ ਅਟਲ ਰਹਿਣ ਵਾਲੀ ਸ਼ਬਦ ਦੀ ਧੁਨ ਸੁਣਾਈ ਦੇਂਦੀ ਹੈ । ਉਥੇ ਕੋਈ ਚੰਦ, ਸੂਰਜ, ਹਵਾ ਜਾ ਪਾਣੀ ਨਹੀਂ ਹੁੰਦਾ ਹੈ । ਜਿਸ ਜੀਵ ਨੂੰ ਗੁਰਮਖ ਅਵਸਥਾ ਬਖਸ਼ਿਸ਼ ਹੋ ਜਾਂਦੀ ਹੈ । ਉਹ ਸੁਚੇਤ ਹੋ ਜਾਂਦਾ ਹੈ, ਉਸ ਨੂੰ ਸ਼ਬਦ ਦੀ ਸੋਝੀ ਬਖਸ਼ਿਸ਼ ਹੋ ਜਾਂਦੀ ਹੈ ।

What may be the sign of The Holy Spirit enlightened within His true devotee? He may hear the everlasting echo of His Word resonating within his heart forever. There may be no Sun light, Moon light, air, or water either. Whosoever may be blessed with such a state of mind as His true devotee. He may remain awake and alert with the essence of His Word.

ਉਪਜੈ ਗਿਆਨੁ ਦੁਰਮਤਿ ਛੀਜੈ॥ upjai gi-aan durmat chheejai.
ਅੰਮ੍ਰਿਤ ਰਸਿ ਗਗਨੰਤਰਿ ਭੀਜੈ॥ amrit ras gagnantar bheejai.
ਏਸੁ ਕਲਾ ਜੋ ਜਾਣੈ ਭੇਉ॥ ays kalaa jo jaanai bhay-o.
ਭੇਟੈ ਤਾਸੁ ਪਰਮ ਗੁਰਦੇਉ॥੩॥ bhaytai taas param gurday-o. ||3||

ਜਿਸ ਜੀਵ ਨੂੰ ਸ਼ਬਦ ਦੀ ਸੋਝੀ ਬਖਸ਼ਿਸ਼ ਹੋ ਜਾਂਦੀ ਹੈ, ਉਸ ਦੇ ਮਨ ਵਿਚੋਂ ਬੁਰੇ ਖਿਆਲ ਖਤਮ ਹੋ ਜਾਂਦੇ ਹਨ । ਉਸ ਦੇ ਮਨ ਦੇ ਦਸਵੇਂ ਘਰ ਵਿੱਚ ਅੰਮ੍ਰਿਤ ਸ਼ਬਦ ਦੀ ਵਰਖਾ ਭਰਪੂਰ ਹੁੰਦੀ ਹੈ । ਜਿਹੜਾ ਜੀਵ ਮਨ ਦਾ ਇਹ ਭੇਦ ਜਾਣ ਜਾਂਦਾ ਹੈ । ਉਸ ਦੀ ਆਤਮਾ ਦਾ ਸੰਜੋਗ ਪ੍ਰਭ ਦੀ ਜੋਤ ਨਾਲ ਹੋ ਜਾਂਦਾ ਹੈ, ਉਸ ਤੇ ਰਹਿਮਤ ਭਰਪੂਰ ਹੋ ਜਾਂਦੀ ਹੈ ।

Whosoever may be enlightened with the essence of His Word; with His mercy and grace, all his evil thoughts may be eliminated. The overwhelming rain of the nectar of the essence of His Word may be pouring from the 10th house, His Royal Castle of his mind. Whosoever may be enlightened with this unique secret of his own mind; with His mercy and grace, his soul may become worthy of His Consideration. He may remain overwhelmed with His Blessings and contentment.

ਦਸਮ ਦੁਆਰਾ ਅਗਮ ਅਪਾਰਾ, ਪਰਮ ਪੁਰਖਕੀ ਘਾਟੀ॥ dasam du-aaraa agam apaaraa param purakh kee ghaatee.
ਊਪਰਿ ਹਾਟੁ ਹਾਟ ਪਰਿ ਆਲਾ, ਆਲੇ ਭੀਤਰਿ ਥਾਤੀ॥੪॥ oopar haat haat par aalaa aalay bheetar thaatee. ||4||

ਮਨ ਦੇ ਦਸਵੇਂ ਘਰ ਵਿੱਚ ਪ੍ਰਭ ਦੀ ਜੋਤ ਦਾ ਨਿਵਾਸਾ ਹੁੰਦਾ ਹੈ । ਸ਼ਬਦ ਦਾ ਖਜ਼ਾਨਾ ਦਸਵੇਂ ਘਰ ਦੇ ਤਲ ਤੇ ਹੁੰਦਾ ਹੈ, ਜੀਵ ਨੂੰ ਮਨ ਅੰਦਰੋਂ ਹੀ ਸੋਧ ਦੇਂਦਾ ਹੈ ।

His Holy Spirit, His Word dwells at the 10th door, in His Royal Castle in his own body. The treasure of enlightenment remains on the bottom of the 10th cave, house; with His mercy and grace, He provides the enlightenment of the essence of His Word from within.

ਜਾਗਤੁ ਰਹੈ ਸੁ ਕਬਹੁ ਨ ਸੋਵੈ॥	jaagat rahai so kabahu na sovai.
ਤੀਨਿ ਤਿਲੋਕ ਸਮਾਧਿ ਪਲੋਵੈ॥	teen tilok samaaDh palovai.
ਬੀਜ ਮੰਤ੍ਰੁ ਲੈ ਹਿਰਦੈ ਰਹੈ॥	beej mantar lai hirdai rahai.
ਮਨੂਆ ਉਲਟਿ ਸੁੰਨ ਮਹਿ ਗਹੈ॥੫॥	manoo-aa ulat sunn meh gahai. ||5||

ਜਿਸ ਜੀਵ ਦਾ ਮਨ ਸਦਾ ਜਾਗਰਤ ਰਹਿੰਦਾ ਹੈ । ਪ੍ਰਭ ਦੇ ਸ਼ਬਦ ਨੂੰ ਮਨ ਵਿਚੋਂ ਵਿਸਾਰਦਾ ਨਹੀਂ । ਸੰਸਾਰ ਵਿੱਚ ਮਾਇਆ ਦੇ ਤਿੰਨੇਂ ਗੁਣ, ਤਿੰਨੇਂ ਸ੍ਰਿਸ਼ਟੀਆਂ ਨਾਸ ਹੋ, ਖਤਮ ਹੋ ਜਾਂਦੀਆਂ ਹਨ, ਪਰ ਉਸ ਦੇ ਮਨ ਦੀ ਸਮਾਧੀ ਭੰਗ ਨਹੀਂ ਹੁੰਦੀ । ਉਹ ਇਸ ਮੂਲ ਮੰਤਰ ਨੂੰ ਆਪਣੇ ਮਨ ਵਿੱਚ ਅਡੋਲ ਰਖਦਾ ਹੈ । ਉਹ ਜੀਵ ਆਪਣੇ ਮਨ ਨੂੰ ਸੰਸਾਰਕ ਇੱਛਾਂ ਦੇ ਮੋਹ ਤੋ ਰਹਿਤ ਰਖਦਾ, ਪ੍ਰਭ ਦੀ ਜੋਤ ਦੀ ਸਮਾਧੀ ਵਿੱਚ ਲੀਨ ਰਹਿੰਦਾ ਹੈ ।

Whosoever may remain awake, alert and enlightened with the essence of His Word; with His mercy and grace, he may never forget or abandon the teachings of His Word from his day-to-day life. All three virtues of worldly wealth, three universes may vanish over a period; however, the intoxication of His true devotee may never be disturbed. He may remain steady and stable in the void of His Word. The essence of The Mool Mantra, the essence of the real purpose of his human life opportunity may remain resonating within his heart. He may keep his mind beyond the reach of worldly temptations and he remain intoxicated in the void of His Word.

ਜਾਗਤੁ ਰਹੈ ਨ ਅਲੀਆ ਭਾਖੈ॥	jaagat rahai na alee-aa bhaakhai.
ਪਾਚਉ ਇੰਦ੍ਰੀ ਬਸਿ ਕਰਿ ਰਾਖੈ॥	paacha-o indree bas kar raakhai.
ਗੁਰ ਕੀ ਸਾਖੀ ਰਾਖੈ ਚੀਤਿ॥	gur kee saakhee raakhai cheet.
ਮਨੁ ਤਨੁ ਅਰਪੈ ਕ੍ਰਿਸਨ ਪਰੀਤਿ॥੬॥	man tan arpai krisan pareet. ||6||

ਉਹ ਜੀਵ ਸੁਚੇਤ ਰਹਿੰਦਾ ਹੈ । ਕਦੇ ਗਲਤ ਨਹੀਂ ਬੋਲਦਾ, ਧੋਖੇ, ਜਾ ਫਰੇਬ ਵਿੱਚ ਨਹੀਂ ਪੈਂਦਾ । ਆਪਣੇ ਮਨ ਦੀਆਂ ਪੰਜਾਂ ਇੱਛਾਂ ਤੇ ਕਾਬੂ ਰਖਦਾ ਹੈ । ਉਹ ਸ਼ਬਦ ਨੂੰ ਆਪਣੇ ਮਨ ਵਿੱਚ ਵਸਾਉਂਦਾ, ਸ਼ਬਦ ਨਾਲ ਜੀਵਨ ਢਾਲਦਾ ਹੈ । ਉਹ ਆਪਣਾ ਤਨ, ਮਨ ਪ੍ਰਭ ਦੇ ਵਿਛੋੜੇ ਦੇ ਵਿਰਾਗ ਵਿੱਚ ਹੀ ਭੇਟਾ ਕਰ ਦੇਂਦਾ ਹੈ ।

He may remain awake and alert with the essence of His Word. He may never speak rude, disrespectful or any evil, fraudulent thoughts within his mind. He may keep a control on his five demons of worldly desires. He may adopt the teachings of His Word with steady and stable belief in his day-to-day life. He may remain drenched with the essence of His Word within his day-to-day life. He may remain in renunciation in the memory of his separation from His Holy Spirit. He may surrender his mind, body, and worldly status at His sanctuary.

ਕਰ ਪਲਵ ਸਾਖਾ ਬੀਚਾਰੇ॥	kar palav saakhaa beechaaray.
ਅਪਨਾ ਜਨਮੁ ਨ ਜੂਐ ਹਾਰੇ॥	apnaa janam na joo-ai haaray.
ਅਸੁਰ ਨਦੀ ਕਾ ਬੰਧੈ ਮੂਲੁ॥	asur nadee kaa banDhai mool.
ਪਛਿਮ ਫੇਰਿ ਚੜਾਵੈ ਸੂਰੁ॥	pachhim fayr charhaavai soor.
ਅਜਰੁ ਜਰੈ ਸੁ ਨਿਝਰੁ ਝਰੈ॥	ajar jarai so nijhar jharai.
ਜਗੰਨਾਥ ਸਿਉ ਗੋਸਟਿ ਕਰੈ॥੭॥	jagannaath si-o gosat karai. ||7||

ਉਹ ਆਪਣੇ ਹੱਥਾਂ ਨੂੰ ਬ੍ਰਿਛ ਦੇ ਪੱਤੇ ਅਤੇ ਟਾਹਣੀਆਂ ਹੀ ਸਮਝਦਾ ਹੈ । ਆਪਣਾ ਜੀਵਨ ਜੂਏ ਦੀ ਬਾਜੀ ਵਿੱਚ ਨਹੀਂ ਲਾਉਂਦਾ । ਉਹ ਮਨ ਵਿਚੋਂ ਬੁਰੇ ਖਿਆਲਾਂ ਦੀ ਜੜ੍ਹ ਖਤਮ ਕਰ ਦੇਂਦਾ ਹੈ । ਉਹ ਮਨ ਦੇ ਡੋਲਣ ਵਾਲੇ ਵਿਚਾਰਾਂ (ਪੱਛਮ) ਨੂੰ ਛੱਡਕੇ ਮਨ ਨੂੰ ਚੜ੍ਹਦੀ ਕਲਾ ਵਾਲੇ ਪਾਸ (ਪੂਰਬ), ਸ੍ਰਿਸ਼ਟੀ ਦੀ ਭਲਾਈ ਵਾਲੇ ਪਾਸੇ ਰਖਦਾ ਹੈ । ਸੰਸਾਰਕ ਦੁਖ ਸੁਖ ਨੂੰ ਪ੍ਰਭ ਦੀ ਰਹਿਮਤ ਮੰਨਕੇ, ਪ੍ਰਭ ਦਾ ਧੰਨਵਾਦ ਗਾਉਂਦਾ ਹੈ । ਸੰਸਾਰ ਦੇ ਮਾਲਕ ਦੀ ਰਜ਼ਾ ਵਿੱਚ ਹੀ ਰਹਿੰਦਾ ਹੈ । ਪ੍ਰਭ ਦੀ ਰਹਿਮਤ ਦੀ ਹੀ ਅਰਦਾਸ ਕਰਦਾ ਹੈ ।

His true devotee may consider his hand as the branches and leaves of the tree of life. He may never gamble with the real purpose of his human life opportunity. He may eliminate the root of evil thoughts from his mind; he conquers his own mind. He may never have his thoughts drift into negative aspects of life or with domination of worldly wealth. He always thinks about the welfare of His Creation. He may consider both worldly miseries and pleasures as His Worthy Blessings. He may remain singing the glory of His Word and remains gratitude for His Blessings. He remains contented with his worldly environment. He may always pray for His forgiveness and His refuge.

ਚਉਮੁਖ ਦੀਵਾ ਜੋਤਿ ਦੁਆਰ॥ cha-umukh deevaa jot du-aar.
ਪਲੂ ਅਨਤ ਮੂਲੁ ਬਿਚਕਾਰਿ॥ paloo anat mool bichkaar.
ਸਰਬ ਕਲਾ ਲੇ ਆਪੇ ਰਹੈ॥ sarab kalaa lay aapay rahai.
ਮਨੁ ਮਾਣਕੁ ਰਤਨਾ ਮਹਿ ਗੁਹੈ॥੮॥ man maanak ratnaa meh guhai. ||8||

ਚਾਰ ਪਾਸੇ, ਦਿਸ਼ਾਂ ਵਾਲਾ ਜੋਤਾ ਦਾ ਦੀਵਾ ਦਸਵੇਂ ਘਰ ਵਿੱਚ ਰੋਸ਼ਨੀ ਕਰਦਾ ਹੈ । ਉਹ ਅਨੇਕਾਂ ਹੀ ਪੱਤਿਆਂ ਦੇ ਕੇਂਦਰ ਵਿੱਚ ਰਹਿੰਦਾ ਹੈ । ਉਹ ਆਪਣੀ ਰਜ਼ਾ ਨਾਲ ਹੀ ਉਥੇ ਵਸਦਾ ਹੈ । ਉਹ ਲਾਲਚ ਵਾਲੇ, ਹੀਰੇ ਜਵਾਹਰ ਵਰਗੇ ਵਿਚਾਰ ਮਨ ਵਿੱਚ ਭੇਜਦਾ ਹੈ ।

The four-sided lamp, pillar of His Holy Spirit keeps His 10th door illuminated. His Holy Spirit remains within the center of all branches and leaves of His Creation. With His mercy and grace, he may send ambrosial thoughts from within to provide right path and direction in worldly life.

ਮਸਤਕਿ ਪਦਮੁ ਦੁਆਲੈ ਮਣੀ॥ mastak padam du-aalai manee.
ਮਾਹਿ ਨਿਰੰਜਨੁ ਤ੍ਰਿਭਵਣ ਧਣੀ॥ maahi niranjan taribhavan Dhanee.
ਪੰਚ ਸਬਦ ਨਿਰਮਾਇਲ ਬਾਜੇ॥ panch sabad nirmaa-il baajay.
ਢੁਲਕੇ ਚਵਰ ਸੰਖ ਘਨ ਗਾਜੇ॥ dhulkay chavar sankh ghan gaajay.
ਦਲਿ ਮਲਿ ਦੈਤਹੁ ਗੁਰਮੁਖਿ ਗਿਆਨੁ॥ dal mal daatahu gurmukh gi-aan.
ਬੇਣੀ ਜਾਚੈ ਤੇਰਾ ਨਾਮੁ॥੯॥੧॥ baynee jaachai tayraa naam. ||9||1||

ਬੰਦਗੀ ਕਰਨ ਨਾਲੇ ਦਾਸ ਦੇ ਮੱਥੇ ਤੇ ਕਮਲ ਦੇ ਫੁੱਲ ਦੇ ਘੇਰੇ ਵਿੱਚ ਜਵਾਰਤ ਦਾ ਚੱਕਰ ਬਣਿਆ ਹੁੰਦਾ ਹੈ । ਇਸ ਵਿੱਚ ਹੀ ਤਿੰਨਾਂ ਸ੍ਰਿਸ਼ਟੀਆਂ ਦਾ ਮਾਲਕ ਮਸਤ ਰਹਿੰਦਾ ਹੈ । ਇਸ ਵਿੱਚ ਉਹ ਪੰਜੇਂ ਅਮੋਲਕ ਸ਼ਬਦ, ਪੰਜੇਂ ਧੁਨਾਂ, ਪਵਿੱਤਰਤਾ ਨਾਲ ਚਲਦੀਆਂ ਹਨ । ਉਥੇ ਅਨੋਖੀਆਂ, ਟੱਲੀਆਂ, ਤਾਰਾਂ ਦੀ ਅਵਾਜ, ਸੰਖ ਦੀ ਗੂੰਜ, ਬੱਦਲ ਦੀ ਗੰਰਜ ਵਰਗੀ ਚਲਦੀ ਹੈ । ਗੁਰਮਖ ਜੀਵ ਜਮਦੂਤਾਂ ਨੂੰ ਆਪਣੇ ਪੈਰਾਂ ਥੱਲੇ ਕੁਚਲ ਦੇਂਦਾ ਹੈ । ਮਨ ਦੀਆਂ ਪੰਜਾਂ ਇੱਛਾਂ ਨੂੰ ਸ਼ਬਦ ਦੀ ਪਾਲਣਾ ਨਾਲ ਖਤਮ ਕਰ ਦੇਂਦੇ ਹਨ । ਬੰਦਗੀ ਕਰਨ ਵਾਲਾ (ਬੈਣੀ) ਪ੍ਰਭ ਦੇ ਸ਼ਬਦ ਦਾ ਹੀ ਸਿਮਰਨ ਕਰਦਾ ਰਹਿੰਦਾ ਹੈ ।

On the forehead of His true devotee, an ambrosial circle of lotus flower, Jewel of the essence of His Word. The True Master of all three universes remains intoxicated in the void of His Word in that circle. Within that ambrosial eternal spiritual glow, five ambrosial Word, Naad, Dhaano; everlasting echo, melodious sound of sanctification resonates forever. There are astonishing sounds of bell ringing, music, sound horns are like thundering clouds. His true devotee in his intoxication may crush the devil of death under his feet. He may conquer all five demons of worldly desires. His true devotee **Baynee** remains intoxicated in meditation on the teachings of His Word.

Guru Granth Sahib Darpan by Prof. Sahib Singh		Page
ਪੰਜ ਸ਼ਬਦ, ਧੁਨਾਂ	ਸੁੰਨ ਸਮਾਧਿ, ਦਰਿਮਤਿ, ਨਾਮੁ ਰਾਤਨ, ਅਨਾਹਤ, ਜਾਗਿ ਰਹੇ—ਪੰਚ ਤਸਕਰ	282
ਪੰਜ ਸਾਜ	ਤਾਰ, ਚੰਮ, ਧਾਤ, ਘੜੇ, ਫੂਕ ਵਾਲੇ ਵਾਜੇ	332

ਪੰਜ ਸ਼ਬਦ -- ਸੁੰਨ ਸਮਾਧਿ, ਦਰਿਮਤਿ, ਨਾਮੁ ਰਾਤਨ, ਅਨਾਹਤ, ਜਾਗਿ ਰਹੇ—ਪੰਚ ਤਸਕਰ

47. ਨਟ ਮਹਲਾ ੪॥ 977-13

ਮਨ ਮਿਲੁ ਸੰਤਸੰਗਤਿ ਸੁਭਵੰਤੀ॥ man, mil santsangat subhvantee.
ਸੁਨਿ ਅਕਥ ਕਥਾ ਸੁਖਵੰਤੀ॥ sun akath kathaa sukhvantee.
ਸਭ ਕਿਲਵਿਖ ਪਾਪ ਲਹੰਤੀ॥ sabh kilvikh paap lahantee.
ਹਰਿ ਹੋ ਹੋ ਹੋ ਲਿਖਤੁ ਲਿਖੰਤੀ॥੧॥ ਰਹਾਉ॥ har ho ho ho likhat likhantee. ||1|| rahaa-o.

ਜਿਹੜਾ ਬੰਦਗੀ ਕਰਨ ਵਾਲੇ ਦੀ ਸੰਗਤ ਵਿੱਚ ਸਿਮਰਨ ਕਰਦਾ, ਉਸ ਦੇ ਜੀਵਨ ਦੀ ਸਿਖਿਆਂ ਨਾਲ ਜੀਵਨ ਢਾਲਦਾ ਹੈ, ਉਸ ਨੂੰ ਉਤਮ ਅਵਸਥਾ ਬਖਸ਼ਿਸ਼ ਹੋ ਜਾਂਦੀ ਹੈ । ਪ੍ਰਭ ਦੀ ਅਕਥ ਕਥਾ ਸੁਣਕੇ ਮਨ ਵਿੱਚ ਸੰਤੋਖ ਭਰ ਜਾਂਦਾ ਹੈ । ਉਸ ਦੇ ਮਨ ਦੇ ਪਾਪ ਧੋਤੇ, ਬਖਸ਼ੇ ਜਾਂਦੇ ਹਨ, ਮਨ ਵਿਚੋਂ ਬੁਰੇ ਖਿਆਲ ਦੂਰ ਹੋ ਜਾਂਦੇ ਹਨ । ਪਹਿਲੇ ਲਿਖੇ ਭਾਗਾਂ ਨਾਲ ਹੀ ਜੀਵ, ਸ਼ਬਦ ਦੇ ਲੜ ਲਗਦਾ ਹੈ ।

Whosoever may meditate in the conjugation of His true devotee and adopts his life experience teachings in his own day to day life; with His mercy and grace, he may be blessed with supreme state of mind. Whosoever may listen to the essence of His incomprehensible Word, he may be blessed with the contentment in his day-to-day life. All evil thoughts of his mind may be eliminated and his sins may be forgiven. Whosoever may have a great prewritten destiny, only he may obey the teachings of His Word.

ਹਰਿ ਕੀਰਤਿ ਕਲਜੁਗ ਵਿਚਿ ਊਤਮ, har keerat kaljug vich ootam
ਮਤਿ ਗੁਰਮਤਿ ਕਥਾ ਭਜੰਤੀ॥ mat gurmat kathaa bhajantee.
ਜਿਨਿ ਜਨਿ ਸੁਣੀ ਮਨੀ ਹੈ, jin jan sunee manee hai
ਜਿਨਿ ਜਨਿ ਤਿਸੁ ਜਨ ਕੈ ਹਉ ਕੁਰਬਾਨੰਤੀ॥੧॥ jin jan tis jan kai ha-o kurbaanantee.1

ਕਲਯੁੱਗ ਵਿੱਚ ਸ਼ਬਦ ਦੀ ਉਸਤਤ ਗਾਉਣਾ, ਕੀਰਤਨ ਕਰਨਾ ਸਭ ਤੋ ਉਤਮ ਕੰਮ ਹੈ । ਸ਼ਬਦ ਨਾਲ ਜੀਵਨ ਢਾਲਣ ਨਾਲ ਮਨ ਵਿੱਚ ਸ਼ਬਦ ਦੀ ਸੋਝੀ ਬਖਸ਼ਿਸ਼ ਹੋ ਜਾਂਦੀ ਹੈ । ਜਿਹੜਾ ਵੀ ਪ੍ਰਭ ਦੇ ਸ਼ਬਦ ਦੀ ਕਥਾ ਸੁਣਦਾ, ਮੰਨਕੇ ਜੀਵਨ ਵਿੱਚ ਢਾਲਦਾ ਹੈ, ਉਹ ਪੂਜਣ ਯੋਗ ਹੋ ਜਾਂਦਾ ਹੈ । ਉਸ ਤੋ ਕੁਰਬਾਨਾ ਜਾਵਾ!

In the Age of Kul Jug, singing the glory of His Word may be the supreme worldly chore, deed in worldly life. Whosoever may adopt the teachings of His Word with steady and stable belief in his day-to-day life; with His mercy and grace, he may be blessed with an enlightened state of mind. Whosoever may listen and adopts the teachings of His Word in his day-to-day life; with His mercy and grace, he may become worthy of worship. His true devotee remains fascinated from his way of life.

ਹਰਿ ਅਕਥ ਕਥਾ ਕਾ ਜਿਨਿ ਰਸੁ ਚਾਖਿਆ, har akath kathaa kaa jin ras chaakhi-aa
ਤਿਸੁ ਜਨ ਸਭ ਭੂਖ ਲਹੰਤੀ॥ tis jan sabh bhookh lahantee.
ਨਾਨਕ ਜਨ ਹਰਿ ਕਥਾ ਸੁਣਿ ਤ੍ਰਿਪਤੇ, naanak jan har kathaa sun tariptai
ਜਪਿ ਹਰਿ ਹਰਿ ਹਰਿ ਹੋਵੰਤੀ॥੨॥੨॥੮॥ jap har har har hovantee. ||2||2||8||

ਜਿਹੜਾ ਪ੍ਰਭ ਦੀ ਅਕਥ ਕਥਾ ਦਾ ਰਸ ਮਾਨਦਾ ਹੈ । ਉਸ ਦੇ ਮਨ ਦੀ ਸੰਸਾਰਕ ਇੱਛਾਂ ਦੀ ਭੁੱਖ ਖਤਮ ਹੋ ਜਾਂਦੀ ਹੈ । ਜਿਹੜਾ ਬੰਦਗੀ ਕਰਨ ਵਾਲਾ, ਪ੍ਰਭ ਦੇ ਸ਼ਬਦ ਦੀ ਅਕਥਾ ਕਥਾ ਸੁਣਦਾ ਹੈ । ਉਸ ਦੇ ਮਨ ਵਿੱਚ ਸੰਤੋਖ ਵਸ ਜਾਂਦਾ ਹੈ । ਉਹ ਸ਼ਬਦ ਦੇ ਗੁਣ ਗਾਉਂਦਾ, ਮਨ ਵਿੱਚ ਵਸਾਉਂਦਾ ਹੈ । ਪ੍ਰਭ ਦੀ ਰਹਿਮਤ ਨਾਲ, ਪ੍ਰਭ ਵਿੱਚ ਹੀ ਅਭੇਦ ਹੋ ਜਾਂਦਾ ਹੈ, ਉਸ ਵਿੱਚ ਪ੍ਰਭ ਦਾ ਰੂਪ ਜਾਗਰਤ ਹੋ ਜਾਂਦਾ ਹੈ ।

Whosoever may enjoy the nectar of the incomprehensible essence of His Word. His hunger of worldly desires may be eliminated. His true devotee may hear the incomprehensible essence of His Word; with His mercy and grace, he may be overwhelmed with contentment in his own worldly environments. He may be singing the glory and remains drenched with the essence of His Word; with His mercy and grace, he may immerse within His Holy Spirit. He may remain enlightened within his heart.

48. ਮਾਲੀ ਗਉੜਾ ਮਹਲਾ ੪॥ 985-1

ਸਭਿ ਸਿਧ ਸਾਧਿਕ ਮੁਨਿ ਜਨਾ,	sabh siDh saaDhik mun janaa
ਮਨਿ ਭਾਵਨੀ ਹਰਿ ਧਿਆਇਓ॥	man, bhaavnee har Dhi-aa-i-o.
ਅਪਰੰਪਰੋ ਪਾਰਬ੍ਰਹਮੁ ਸੁਆਮੀ,	aprampro paarbarahm su-aamee har
ਹਰਿ ਅਲਖੁ ਗੁਰੂ ਲਖਾਇਓ॥੧॥ ਰਹਾਉ॥	alakh guroo lakhaa-i-o. ||1|| rahaa-o.

ਜਿਹੜੇ ਵੀ ਸਿਧ, ਮੌਨੀ ਸੰਤ, ਬੰਦਗੀ ਕਰਨ ਵਾਲੇ ਦੇ ਮਨ ਵਿੱਚ ਪ੍ਰਭ ਦੇ ਵਿਛੋੜੇ ਦਾ ਵਿਰਾਗ ਭਰਿਆਂ ਹੁੰਦਾ ਹੈ । ਉਹ ਹੀ ਪ੍ਰਭ ਦੇ ਸ਼ਬਦ ਦਾ ਸਿਮਰਨ ਕਰਦਾ ਹੈ । ਅਸਲੀ ਮਾਲਕ, ਪ੍ਰਭ ਦੀ ਕੋਈ ਕਿਸੇ ਕਿਸਮ ਦੀ ਹੱਦ ਜਾਣੀ ਨਹੀਂ ਜਾ ਸਕਦੀ । ਪ੍ਰਭ ਆਪਣੀ ਰਹਿਮਤ ਨਾਲ, ਆਪਣੇ ਦਾਸ ਨੂੰ ਅਨੇਕਾਂ ਹੀ ਕੁਦਰਤ ਦੇ ਕਰਤਬਾਂ ਦੀ ਸੋਝੀ ਬਖਸ਼ਦਾ ਹੈ ।

Whosoever, worldly saint, devotee may remain overwhelmed with renunciation of the memory of his separation from His Holy Spirit. He may be meditating on the teachings of His Word. Miracles of His Nature remain beyond any known limits, comprehension of His Creation. The Merciful True Master may reveal some secrets of His Nature to His true devotee,

ਹਮ ਨੀਚ ਮਧਿਮ ਕਰਮ ਕੀਏ,	ham neech maDhim karam kee-ay
ਨਹੀ ਚੇਤਿਓ ਹਰਿ ਰਾਇਓ॥	nahee chayti-o har raa-i-o.
ਹਰਿ ਆਨਿ ਮੇਲਿਓ ਸਤਿਗੁਰੂ,	har aan mayli-o satguroo
ਖਿਨੁ ਬੰਧ ਮੁਕਤਿ ਕਰਾਇਓ॥੧॥	khin banDh mukat karaa-i-o. ||1||

ਮੈਂ ਨੀਚ ਕੰਮ ਕਰਨ ਵਾਲਾ, ਸ਼ਬਦ ਵਿੱਚ ਧਿਆਨ ਨਹੀਂ ਲਾਉਂਦਾ, ਯਾਦ ਨਹੀਂ ਕਰਦਾ । ਪ੍ਰਭ ਨੇ ਰਹਿਮਤ ਬਖਸ਼ਕੇ ਮੈਨੂੰ ਸ਼ਬਦ ਦੀ ਪਾਲਣਾ ਦੇ ਲੜ ਲਾਇਆ ਹੈ । ਮੇਰਾ ਸੰਸਾਰਕ ਇੱਛਾਂ ਦਾ ਮੋਹ ਖਤਮ ਹੋ ਗਿਆ ਹੈ । ਮੇਰੇ ਮਨ ਤੇ ਜਿੱਤ ਬਖਸ਼ਿਸ਼ ਹੋ ਗਈ, ਸੰਸਾਰਕ ਬੰਧਨ, ਮੋਹ ਟੁੱਟ ਗਿਆ ਹੈ ।

I was a sinner, not pay attention to the teachings of His Word nor I was in renunciation in the memory of my separation from His Holy Spirit. I have been blessed with devotion to meditate on the teachings of His Word; with His mercy and grace, all my bonds of worldly attachments have been eliminated in a twinkle of eyes. I have been blessed to conquer my mind, worldly temptations of sweet poison of worldly wealth.

ਪ੍ਰਭਿ ਮਸਤਕੇ ਧੁਰਿ ਲੀਖਿਆ,	parabh mastakay Dhur leekhi-aa
ਗੁਰਮਤੀ ਹਰਿ ਲਿਵ ਲਾਇਓ॥	gurmatee har liv laa-i-o.
ਪੰਚ ਸਬਦ ਦਰਗਹ ਬਾਜਿਆ,	panch sabad dargeh baaji-aa
ਹਰਿ ਮਿਲਿਓ ਮੰਗਲੁ ਗਾਇਓ॥੨॥	har mili-o mangal gaa-i-o. ||2||

ਪ੍ਰਭ ਨੇ ਇਸਤਰ੍ਹਾਂ ਦੇ ਭਾਗ ਮੇਰੇ ਮੱਥੇ ਤੇ ਲਿਖੇ ਹਨ । ਪ੍ਰਭ ਦੇ ਸ਼ਬਦ ਦੀ ਪਾਲਣਾ ਕਰਨ ਨਾਲ ਸ਼ਬਦ ਮਨ ਵਿੱਚ ਵਸ ਗਿਆ ਹੈ । ਪ੍ਰਭ ਦੀ ਬਾਣੀ ਦੇ ਉਤਮ ਸ਼ਬਦ, ਪੰਜ ਧੁਨਾਂ ਪ੍ਰਭ ਦੇ ਦਰਬਾਰ ਵਿੱਚ ਚਲ ਦੀਆਂ ਹਨ । ਪ੍ਰਭ ਦੀ ਰਹਿਮਤ ਨਾਲ, ਮੈਂ ਸ਼ਰਧਾ ਨਾਲ ਸ਼ਬਦ ਗਾਉਂਦਾ ਹਾ ।

The True Master has prewritten, engraved such a destiny on my forehead, I am obeying the teachings of His Word. I remain drenched with the essence of His Word; with His mercy and grace, His five ambrosial Words are resonating with five music sounds, echo in His Court forever. I am singing the glory of His Word with devotion.

Guru Granth Sahib Darpan by Prof. Sahib Singh.		Page
ਪੰਜ ਸਬਦ	ਸੁੰਨ ਸਮਾਧਿ, ਦਰਿਮਤਿ, ਨਾਮੁ ਰਾਤਨ, ਅਨਾਹਤ, ਜਾਗਿ ਰਹੇ ਪੰਚ ਤਸਕਰ	282
ਪੰਜ ਸਾਜ	ਤਾਰ, ਚੰਮ, ਧਾਤ, ਘੜੇ, ਫੂਕ ਵਾਲੇ ਵਾਜੇ	332

ਪਤਿਤ ਪਾਵਨੁ ਨਾਮੁ ਨਰਹਰਿ, patit paavan naam narhar
ਮੰਦਭਾਗੀਆਂ ਨਹੀ ਭਾਇਓ॥ mand-bhaagee-aaN nahee bhaa-i-o.
ਤੇ ਗਰਭ ਜੋਨੀ ਗਾਲੀਅਹਿ, tay garabh jonee gaalee-ah
ਜਿਉ ਲੋਨੁ ਜਲਹਿ ਗਲਾਇਓ॥੩॥ ji-o lon jaleh galaa-i-o. ||3||

ਮੰਦੇ ਭਾਗਾਂ ਵਾਲਾ, ਮਨ ਨੂੰ ਪਵਿੱਤਰ ਕਰਨ ਵਾਲੇ ਸ਼ਬਦ ਨੂੰ ਪਸੰਦ ਨਹੀਂ ਕਰਦਾ । ਉਸ ਦੇ ਮਨ ਨੂੰ ਚੰਗਾ ਨਹੀਂ ਲਗਦਾ । ਉਹ ਜੂੰਨਾਂ ਦੇ ਚੱਕਰ ਵਿੱਚ, ਮਾਂ ਦੀ ਕੁੱਖ ਵਿੱਚ ਰੁਲਦਾ, ਨਾਸ ਹੋ ਜਾਂਦਾ ਹੈ । ਜਿਵੇਂ ਪਾਣੀ ਵਿੱਚ ਲੂਣ ਮਿਲਦਾ ਹੈ ।

Unfortunate may not like or care for the soul sanctifying teachings of His Word. He may suffer and remains in the cycle of birth and death in the womb of mother; as salt may be dissolved in water.

ਮਤਿ ਦੇਹਿ ਹਰਿ ਪ੍ਰਭ ਅਗਮ ਠਾਕੁਰ, mat deh har parabh agam thaakur
ਗੁਰ ਚਰਨ ਮਨੁ ਮੈ ਲਾਇਓ॥ gur charan man mai laa-i-o.
ਹਰਿ ਰਾਮ ਨਾਮੈ ਰਹਉ ਲਾਗੋ, har raam naamai raha-o laago
ਜਨ ਨਾਨਕ ਨਾਮਿ ਸਮਾਇਓ॥੪॥੩॥ jan naanak naam samaa-i-o. ||4||3||

ਪ੍ਰਭ ਇਸਤਰ੍ਹਾਂ ਦੀ ਸੋਝੀ ਬਖਸ਼ੋ । ਮੇਰਾ ਮਨ ਪ੍ਰਭ ਦੇ ਸ਼ਬਦ ਦੀ ਪਾਲਣਾ ਵਿੱਚ ਲੀਨ ਹੋ ਜਾਵੇ । ਸ਼ਬਦ ਦੀ ਸਮਾਧੀ ਵਿੱਚ ਵਸ ਜਾਵੇ । ਬੰਦਗੀ ਕਰਨ ਵਾਲਾ ਪ੍ਰਭ ਦੇ ਸ਼ਬਦ ਦੇ ਲੜ ਲਗ ਜਾਂਦਾ ਹੈ । ਉਸ ਸ਼ਬਦ ਦੀ ਪਾਲਣਾ ਕਰਦਾ, ਸ਼ਬਦ ਵਿੱਚ ਹੀ ਅਭੇਦ ਹੋ ਜਾਂਦਾ ਹੈ ।

My Merciful True Master, blesses me with such a devotion to obey the teachings of Your Word; I may remain intoxicated meditating in the void of Your Word. His true devotee remains intoxicated in meditation on the teachings of His Word; with His mercy and grace, he may be absorbed within His Holy Spirit.

49. ਮਾਲੀ ਗਉੜਾ ਬਾਣੀ ਭਗਤ ਨਾਮਦੇਵ ਜੀ ਕੀ॥ 988

ਸਭੈ ਘਟ ਰਾਮੁ ਬੋਲੈ ਰਾਮਾ ਬੋਲੈ॥ sabhai ghat raam bolai raamaa bolai.
ਰਾਮ ਬਿਨਾ ਕੋ ਬੋਲੈ ਰੇ॥੧॥ ਰਹਾਉ॥ raam binaa ko bolai ray. ||1|| rahaa-o.

ਹਰਇੱਕ ਜੀਵ ਦੇ ਮਨ, ਆਤਮਾ ਵਿੱਚ ਪ੍ਰਭ ਆਪ ਵਸਦਾ, ਬੋਲਦਾ, ਵਾਪਰਦਾ ਹੈ । ਪ੍ਰਭ ਤੋ ਬਿਨਾਂ ਹੋਰ ਕੌਣ ਹੈ, ਜੀਵ ਦੇ ਮਨ ਵਿੱਚ ਵਸਦਾ ਹੈ?

His Holy Spirit remains embedded, prevails within everyone, and speaks on his tongue. Who else may be dwelling in the mind and body of worldly creature?

ਏਕਲ ਮਾਟੀ ਕੁੰਜਰ ਚੀਟੀ, aykal maatee kunjar cheetee
ਭਾਜਨ ਹੈਂ ਬਹੁ ਨਾਨਾ ਰੇ॥ bhaajan haiN baho naanaa ray.
ਅਸਥਾਵਰ ਜੰਗਮ ਕੀਟ ਪਤੰਗਮ, asthaavar jangam keet patangam
ਘਟਿ ਘਟਿ ਰਾਮੁ ਸਮਾਨਾ ਰੇ॥੧॥ ghat ghat raam samaanaa ray. ||1||

ਇੱਕੋ ਇੱਕ ਹੀ ਮੱਟੀ ਵਿਚੋਂ ਤੂੰ ਛੋਟੇ ਤੋ ਛੋਟੇ ਕੀੜੇ, ਅਤੇ ਵੱਡੋ ਤੋ ਵੱਡੇ ਹਾਥੀ ਪੈਦਾ ਕੀਤੇ ਹਨ । ਕਈ ਨਾ ਚੱਲਣ ਵਾਲੇ, ਸਵਾਸ ਤੋ ਬਿਨਾਂ ਅਤੇ ਕਈ ਚੱਲਣ ਵਾਲੇ ਜੀਵ ਪੈਦਾ ਕੀਤੇ ਹਨ । ਹਰਇੱਕ ਦੇ ਹਿਰਦੇ ਵਿੱਚ ਤੂੰ ਹਰ ਸਮੇਂ ਹੀ ਵਸਦਾ, ਵਾਪਰਦਾ ਹੈ ।

The True Master has created smallest insect to biggest elephant from the same dirt, glued with the nectar of His Word, Holy Spirit. Many creatures may walk and crawling; and others may not crawl. The Omnipresent True Master remains embedded and prevails within each creature.

ਏਕਲ ਚਿੰਤਾ ਰਾਖੁ ਅਨੰਤਾ,	aykal chintaa raakh anantaa a-or
ਅਉਰ ਤਜਹੁ ਸਭ ਆਸਾ ਰੇ॥	tajahu sabh aasaa ray. paranvai
ਪ੍ਰਣਵੈ ਨਾਮਾ ਭਏ ਨਿਹਕਾਮਾ,	naamaa bha-ay nihkaamaa ko
ਕੋ ਠਾਕੁਰੁ ਕੋ ਦਾਸਾ ਰੇ॥੨॥੩॥	thaakur ko daasaa ray. ||2||3||

ਜੀਵ ਮਨ ਵਿੱਚ ਇੱਕੋ ਇੱਕ ਪ੍ਰਭ ਦੇ ਸ਼ਬਦ ਦਾ ਹੀ ਖਿਆਲ ਰਖੋਂ । ਬਾਕੀ ਸਾਰੇ ਖਿਆਲ ਤਿਆਗਕੇ, ਉਸ ਦੀ ਓਟ ਰਖੋ । ਬੰਦਗੀ ਕਰਨ ਵਾਲਾ ਨਾਮਾ ਹੁਣ ਸੰਸਾਰਕ ਇੱਛਾਂ, ਮੌਤ ਤੇ ਰਹਿਤ ਹੋ ਗਿਆ ਹੈ । ਹੁਣ ਕੌਣ ਦਾਸ ਹੈ ਅਤੇ ਕੌਣ ਮਾਲਕ ਹੈ? ਇੱਕੋ ਇੱਕ ਪ੍ਰਭ ਹੀ ਹਰਇੱਕ ਥਾਂ ਤੇ ਭਰਪੂਰ ਹੈ ।

You should renounce all other evil thoughts from your mind and only beg for His Forgiveness and Refuge. With His mercy and grace, Nama has been blessed with a state of mind as His true devotee. He has become beyond the reach of devil of death and worldly desires. Now who may be a slave and who may be master. The One and Only One, His Holy Spirit remain overwhelmed and the identity of His true devotee has been eliminated.

50. ਮਾਰੂ ਮਹਲਾ ੯॥ 1008-5

੧ੳ ਸਤਿਗੁਰ ਪ੍ਰਸਾਦਿ॥	ik-oNkaar satgur parsaad.
ਹਰਿ ਕੋ ਨਾਮੁ ਸਦਾ ਸੁਖਦਾਈ॥	har ko naam sadaa sukh-daa-ee.
ਜਾ ਕਉ ਸਿਮਰਿ ਅਜਾਮਲੁ ਉਧਰਿਓ,	jaa ka-o simar ajaamal uDhaari-o
ਗਨਿਕਾ ਹੂ ਗਤਿ ਪਾਈ॥੧॥ ਰਹਾਉ॥	ganikaa hoo gat paa-ee. ||1|| rahaa-o.

ਪ੍ਰਭ ਦਾ ਸ਼ਬਦ ਸਦਾ ਹੀ ਸ਼ਾਂਤੀ, ਸੰਤੋਖ ਬਖਸ਼ਣ ਵਾਲਾ ਹੈ । ਪ੍ਰਭ ਦੇ ਵਿਛੋੜੇ ਨੂੰ ਯਾਦ ਕਰਨ ਨਾਲ ਅਜਾਮਲ ਡਾਕੂ, ਗਨਿਕਾ ਵੇਸਵਾ ਨੂੰ ਪ੍ਰਭ ਦੇ ਦਰਬਾਰ ਵਿੱਚ ਪ੍ਰਵਾਨਗੀ ਬਖਸ਼ਿਸ਼ ਹੋ ਗਈ ।

The teachings of His Word may be very soothing, comforting to the mind of His true devotee. He may remain overwhelmed with His virtues. The **robber Ajaamal, by** remembering his own son Narnian on his death bed; in his sub-conscious, entered the void of the everlasting echo of Narnian, The Holy Spirit. Ganika, a prostitute teachings parrot to the name of God, Ram; her mind enters the void of Ram, The True Master. With His mercy and grace, both were accepted in His Court.

ਪੰਚਾਲੀ ਕਉ ਰਾਜ ਸਭਾ ਮਹਿ,	panchaalee ka-o raaj sabhaa meh
ਰਾਮ ਨਾਮ ਸੁਧਿ ਆਈ॥	raam naam suDh aa-ee.
ਤਾ ਕੋ ਦੂਖੁ ਹਰਿਓ ਕਰੁਣਾ ਮੈ,	taa ko dookh hari-o karunaa mai
ਅਪਨੀ ਪੈਜ ਬਢਾਈ॥੧॥	apnee paij badhaa-ee. ||1||

ਜਦੋਂ ਦਰੋਪਤੀ, ਪੰਚਾਲੀ ਦੀ ਸ਼ਹਿਜ਼ਾਦੀ ਨੂੰ ਰਾਜੇ ਦੇ ਦਰਬਾਰ ਵਿੱਚ ਸਜ਼ਾ ਦੇਣ ਲਈ ਨੰਗਾ ਕਰਨ ਲਈ ਪੇਸ ਕੀਤਾ! ਪ੍ਰਭ ਨੇ ਮਨ ਦੀ ਪੁਕਾਰ ਸੁਣਕੇ, ਦੁਖ ਦੂਰ ਕਰ ਦਿੱਤਾ, ਉਸ ਦੀ ਲਾਜ ਰਖੀ । ਇਸ ਨਾਲ ਪ੍ਰਭ ਦੀ ਸ਼ਾਨ ਹੀ ਵਧੀ ।

Villain king want to bring his mighty step-brothers to his knee by publicly humiliating **Dareopati,** wife of Arjan Panda in his open court. The Omniscient True Master, heeds her unspoken plea for forgiveness and refuge. The True Master protected her honor and enhanced His Own greatness.

ਜਿਹ ਨਰ ਜਸੁ ਕਿਰਪਾ ਨਿਧਿ ਗਾਇਓ, jih nar jas kirpaa niDh gaa-i-o
ਤਾ ਕਉ ਭਇਓ ਸਹਾਈ॥ taa ka-o bha-i-o sahaa-ee.
ਕਹੁ ਨਾਨਕ ਮੈ ਇਹੀ ਭਰੋਸੈ, kaho naanak mai ihee bharosai
ਗਹੀ ਆਨਿ ਸਰਨਾਈ॥੨॥੧॥ gahee aan sarnaa-ee. ||2||1||

ਜਿਸ ਵੀ ਜੀਵ ਨੇ ਭਰੋਸਾ ਅਡੋਲ ਕਰਕੇ ਪ੍ਰਭ ਦੇ ਸ਼ਬਦ ਦਾ ਸਿਮਰਨ ਕੀਤਾ ਹੈ । ਪ੍ਰਭ ਉਸ ਤੇ ਹੀ ਰਹਿਮਤ ਦੀ ਨਜ਼ਰ ਬਖਸ਼ਕੇ, ਰਖਿਆ ਕਰਦਾ ਹੈ । ਜੀਵ ਆਪਣਾ ਭਰੋਸਾ ਅਡੋਲ ਰਖਕੇ, ਉਸ ਦੀ ਸ਼ਰਣ ਵਿੱਚ ਆਉਣ ਨਾਲ ਪ੍ਰਭ ਆਪ ਹੀ ਰਖਵਾਲਾ ਬਣ ਜਾਂਦਾ ਹੈ ।

Whosoever may meditate and obeys the teachings of His Word with steady and stable belief; with His mercy and grace, he may be protected. Whosoever may surrender his mind, body, and worldly status at His Sanctuary; The True Master may become his protector in the universe and after death in His Court.

51. ਮਾਰੂ ਮਹਲਾ ੧॥ 1037-10

ਸੁੰਨ ਕਲਾ ਅਪਰੰਪਰਿ ਧਾਰੀ॥ sunn kalaa aprampar Dhaaree.
ਆਪਿ ਨਿਰਾਲਮੁ ਅਪਰ ਅਪਾਰੀ॥ aap niraalam apar apaaree.
ਆਪੇ ਕੁਦਰਤਿ ਕਰਿ ਕਰਿ ਦੇਖੈ, aapay kudrat kar kar daykhai
ਸੁੰਨਹੁ ਸੁੰਨੁ ਉਪਾਇਦਾ॥੧॥ sunnahu sunn upaa-idaa. ||1||

ਪ੍ਰਭ ਨੇ ਆਪਣੀ ਸਮਾਧੀ ਵਿੱਚ ਹੀ ਸਾਰੀ ਸ੍ਰਿਸ਼ਟੀ ਦੀ ਤਾਕਤ ਕਾਬੂ ਵਿੱਚ ਕਰ ਲਈ । ਉਹ ਆਪ ਸਾਰੀ ਸ੍ਰਿਸ਼ਟੀ ਦੇ ਮੋਹ ਤੋ ਰਹਿਤ, ਤੁਲਨਾ, ਕਿਸੇ ਅੰਤ ਤੋ ਰਹਿਤ ਹੈ । ਉਹ ਆਪ ਹੀ ਜੀਵ ਨੂੰ ਪੈਦਾ ਕਰਨ ਦੀ ਸਮਰਥਾ ਰਖਦਾ ਹੈ । ਉਸ ਨੂੰ ਪੈਦਾ ਕਰਦਾ, ਦੇਖਦਾ, ਆਪ ਪੂਰਨ ਸਮਾਧੀ ਵਿੱਚ ਹੀ ਰਹਿੰਦਾ ਹੈ ।

From His perfect void, He controls all the power of 3 universes. He remains beyond the emotional attachment, any limits, boundary of His miracles or comprehension of His Creation. Only He has the capability of creation and destruction of any creature, everything in the universe. The True Creator, creates, nourishes, monitors, protects His Creation and He remains in perfect void in blossom.

ਪਉਣੁ ਪਾਣੀ ਸੁੰਨੈ ਤੇ ਸਾਜੇ॥ pa-un paanee sunnai tay saajay.
ਸ੍ਰਿਸਟਿ ਉਪਾਇ ਕਾਇਆ ਗੜ ਰਾਜੇ॥ sarisat upaa-ay kaa-i-aa garh raajay.
ਅਗਨਿ ਪਾਣੀ ਜੀਉ ਜੋਤਿ ਤੁਮਾਰੀ, agan paanee jee-o jot tumaaree
ਸੁੰਨੇ ਕਲਾ ਰਹਾਇਦਾ॥੨॥ sunnay kalaa rahaa-idaa. ||2||

ਪ੍ਰਭ ਨੇ ਆਪਣੀ ਸਮਾਧੀ ਵਿਚੋਂ ਹੀ ਹਵਾ, ਪਾਣੀ ਅਤੇ ਸ੍ਰਿਸ਼ਟੀ ਪੈਦਾ ਕੀਤੀ ਹੈ । ਇਸ ਸਰੀਰ ਵਿੱਚ ਮਨ ਨੂੰ ਰਾਜਾ ਥਾਪਿਆ । ਪ੍ਰਭ ਦੀ ਰੋਸ਼ਨੀ ਹੀ ਅੱਗ, ਪਾਣੀ ਅਤੇ ਆਤਮਾ ਵਿੱਚ ਵਾਪਰ ਦੀ ਹੈ । ਪ੍ਰਭ ਦੀ ਸਮਾਧੀ ਵਿੱਚ ਹੀ ਪ੍ਰਭ ਦੀ ਜੋਤ, ਕਰਮਾਤਾਂ, ਸ਼ਕਤੀ ਸਮਾਈ ਰਹਿੰਦੀ ਹੈ ।

The True Master has created Air, Water and His Creation from His Void. He has deputized his mind as the king of his body. The glow of His Holy Spirit, His Word always prevails within water, fire, and the soul of His creation. His Holy Spirit, miracles and His Power remains embedded within His Void.

ਸੁੰਨਹੁ ਬ੍ਰਹਮਾ ਬਿਸਨੁ ਮਹੇਸੁ ਉਪਾਏ॥ sunnahu barahmaa bisan mahays upaa-ay.
ਸੁੰਨੇ ਵਰਤੇ ਜੁਗ ਸਬਾਏ॥ sunnay vartay jug sabaa-ay.
ਇਸੁ ਪਦ ਵੀਚਾਰੇ ਸੋ ਜਨੁ ਪੂਰਾ, is pad veechaaray so jan pooraa
ਤਿਸੁ ਮਿਲੀਐ ਭਰਮੁ ਚੁਕਾਇਦਾ॥੩॥ tis milee-ai bharam chukaa-idaa. ||3||

ਤੂੰ ਆਪਣੀ ਸਮਾਧੀ ਵਿਚੋਂ ਹੀ ਬ੍ਰਹਮਾ, ਬਿਸਨ ਅਤੇ ਮਹੇਸ਼ ਸੰਸਾਰ ਵਿੱਚ ਪੈਦਾ ਕੀਤੇ । ਪ੍ਰਭ ਦੀ ਸਮਾਧੀ ਸਾਰੇ ਯੁੱਗਾਂ ਵਿੱਚ ਅਡੋਲ ਰਹਿੰਦੀ ਹੈ । ਜਿਹੜਾ ਪ੍ਰਭ ਦੇ ਸ਼ਬਦ ਨੂੰ ਅਟਲ ਮੰਨ ਕੇ ਜੀਵਨ ਢਾਲਦਾ ਹੈ, ਉਸ ਨੂੰ ਪੂਰਨ ਭਗਤ ਅਵਸਥਾ ਬਖਸ਼ਿਸ਼ ਹੋ ਜਾਂਦੀ ਹੈ । ਉਸ ਜੀਵ ਦੇ ਮਿਲਣ ਨਾਲ ਸਾਰੇ ਭਰਮ ਦੂਰ ਹੋ ਜਾਂਦੇ ਹਨ ।

From His perfect Void; He has created three renowned ancient prophets; like **Brahma, Vishnu, Mahesh**. Whosoever may adopt the teachings of His Word with steady and stable belief in his day-to-day life; with His mercy and grace, he may be blessed with a state of mind as His true devotee. Whosoever may be blessed with his conjugation; with His mercy and grace, all his suspicions may be eliminated.

ਸੁੰਨਹੁ ਸਪਤ ਸਰੋਵਰ ਥਾਪੇ॥	sunnahu sapat sarovar thaapay.
ਜਿਨਿ ਸਾਜੇ ਵੀਚਾਰੇ ਆਪੇ॥	jin saajay veechaaray aapay.
ਤਿਤੁ ਸਤ ਸਰਿ ਮਨੂਆ ਗੁਰਮੁਖਿ ਨਾਵੈ,	tit sat sar manoo-aa gurmukh naavai
ਫਿਰਿ ਬਾਹੁੜਿ ਜੋਨਿ ਨ ਪਾਇਦਾ॥੪॥	fir baahurh jon na paa-idaa. ||4||

ਪ੍ਰਭ ਨੇ ਆਪਣੀ ਸਮਾਧੀ ਵਿਚੋਂ ਹੀ 7 ਸਮੁੰਦਰ ਥਾਪੇ ਹਨ । ਜਿਸ ਨੇ ਇਹ ਸਭ ਕੁਝ ਕੀਤਾ ਹੈ, ਕੇਵਲ ਉਹ ਹੀ ਜਾਣਦਾ ਹੈ । ਜਿਹੜਾ ਸੇਵਕ ਨਿਮਾਣਾ ਬਣਕੇ ਪ੍ਰਭ ਦੇ ਸ਼ਬਦ ਦੇ ਸਰੋਵਰ ਵਿੱਚ ਇਸ਼ਨਾਨ ਕਰਦਾ ਹੈ । ਉਸ ਦਾ ਜਨਮ ਮਰਨ ਦਾ ਚੱਕਰ ਖਤਮ ਹੋ ਜਾਂਦਾ, ਮਾਤਾ ਦੇ ਗਰਭ ਵਿੱਚ ਨਹੀਂ ਜਾਂਦਾ ।

The True Master has created, established 7 oceans within each soul. Only, The True Creator may comprehend the true purpose of His creations, plays of His Nature. Whosoever may humbly surrender his mind, body, and worldly status at His Sanctuary; he may take a sanctifying bath in the nectar of the essence of His Word. With His mercy and grace, his cycle of birth and death may be eliminated and he may never endure the misery of birth in the womb of mother.

ਸੁੰਨਹੁ ਚੰਦੁ ਸੂਰਜੁ ਗੈਣਾਰੇ॥	sunnahu chand sooraj gainaaray.
ਤਿਸ ਕੀ ਜੋਤਿ ਤ੍ਰਿਭਵਣ ਸਾਰੇ॥	tis kee jot taribhavan saaray.
ਸੁੰਨੇ ਅਲਖ ਅਪਾਰ ਨਿਰਾਲਮੁ,	sunnay alakh apaar niraalam
ਸੁੰਨੇ ਤਾੜੀ ਲਾਇਦਾ॥੫॥	sunnay taarhee laa-idaa. ||5||

ਪ੍ਰਭ ਦੀ ਸਮਾਧੀ ਵਿਚੋਂ ਹੀ ਚੰਦ, ਸੂਰਜ, ਧਰਤੀ ਪੈਦਾ ਹੋਏ ਹਨ । ਪ੍ਰਭ ਦੀ ਰੋਸ਼ਨੀ ਹੀ ਤਿੰਨਾਂ ਸ੍ਰਿਸ਼ਟੀਆਂ ਵਿੱਚ ਵਾਪਰਦੀ ਹੈ । ਪ੍ਰਭ ਦੀ ਪੂਰਨ ਸਮਾਧੀ, ਅੰਤ ਤੋ ਰਹਿਤ, ਅਨੋਖੀ ਹੈ । ਪ੍ਰਭ ਇਸ ਸਮਾਧੀ ਵਿੱਚ ਡੂੰਘੀ ਬੰਦਗੀ ਵਿੱਚ ਹੀ ਰਹਿੰਦਾ ਹੈ ।

The True Master has created Moon, Sun, and Earth from His prefect Void. The glow of His Holy Spirit, light shines through three universes. His perfect, astonishing void remains beyond any limit, boundary, and comprehension of His Creation. The True Master remains intoxicated deep in meditation in His Void and in everlasting blossom.

ਸੁੰਨਹੁ ਧਰਤਿ ਅਕਾਸੁ ਉਪਾਏ॥	sunnahu Dharat akaas upaa-ay.
ਬਿਨੁ ਥੰਮਾ ਰਾਖੇ ਸਚੁ ਕਲ ਪਾਏ॥	bin thammaa raakhay sach kal paa-ay.
ਤ੍ਰਿਭਵਣ ਸਾਜਿ ਮੇਖੁਲੀ ਮਾਇਆ,	taribhavan saaj maykhulee maa-i-aa
ਆਪਿ ਉਪਾਇ ਖਪਾਇਦਾ॥੬॥	aap upaa-ay khapaa-idaa. ||6||

ਪ੍ਰਭ ਦੀ ਸਮਾਧੀ ਵਿਚੋਂ ਹੀ ਧਰਤੀ ਅਤੇ ਅਕਾਸ਼ ਪੈਦਾ ਹੋਏ ਹਨ । ਪ੍ਰਭ ਦੀ ਕਰਾਮਾਤ ਨਾਲ ਹੀ ਇਹ ਬਿਨਾਂ ਦੇਖੇ ਜਾਣ ਵਾਲੇ ਆਸਰੇ ਨਾਲ ਸਥਿਤ ਰਹਿੰਦੇ ਹਨ । ਪ੍ਰਭ ਨੇ ਆਪ ਹੀ ਤਿੰਨੇ ਸ੍ਰਿਸ਼ਟੀਆਂ ਸਾਜੀਆਂ ਹਨ । ਇਹਨਾ ਵਿੱਚ ਵੱਖਰੀ ਕਿਸਮਾਂ ਦੀ ਮਾਇਆ ਦਾ ਜਾਲ ਵਿਛਾਇਆ ਹੈ । ਆਪ ਹੀ ਜੀਵ ਨੂੰ ਜਨਮ ਦੇਂਦਾ, ਆਪ ਹੀ ਮੌਤ ਦੇਂਦਾ ਹੈ ।

The True Master has created, earth and sky from His perfect void. With His mercy and grace, both earth and sky remain stable without any visible supporting pillar. He has created different creatures in three universes. He has created unique different virtues of worldly wealth in the life structure of each kind of species, creature.

ਸੁੰਨਹੁ ਖਾਣੀ ਸੁੰਨਹੁ ਬਾਣੀ॥	sunnahu khaanee sunnahu banee.
ਸੁੰਨਹੁ ਉਪਜੀ ਸੁੰਨਿ ਸਮਾਣੀ॥	sunnahu upjee sunn samaanee.
ਉਤਭੁਜੁ ਚਲਤੁ ਕੀਆ ਸਿਰਿ ਕਰਤੈ,	ut-bhuj chalat kee-aa sir kartai
ਬਿਸਮਾਦੁ ਸਬਦਿ ਦੇਖਾਇਦਾ॥੭॥	bismaad sabad daykhaa-idaa. ||7||

ਸਮਾਧੀ ਵਿਚੋਂ ਹੀ ਜੀਵ ਨੂੰ ਪੈਦਾ ਕਰਨ ਦੇ ਚਾਰ ਢੰਗ, ਬੋਲ, ਅਵਾਜ ਪੈਦਾ ਹੋਈ ਹੈ । ਪ੍ਰਭ ਦੀ ਸਮਾਧੀ ਵਿਚੋਂ ਹੀ ਆਤਮਾ ਜੀਵ ਦੇ ਤਨ ਵਿੱਚ ਆਉਂਦੀ, ਸਮਾਧੀ ਵਿੱਚ ਹੀ ਸਮਾ ਜਾਂਦੀ ਹੈ । ਸਦਾ ਰਹਿਣ ਵਾਲੇ ਪ੍ਰਭ ਦੀ ਕੁਦਰਤ ਹੀ ਸਾਰੇ ਕੰਮ ਕਰਦੀ ਹੈ । ਪ੍ਰਭ ਦੇ ਸ਼ਬਦ ਦੀ ਸੋਝੀ ਵਿੱਚ ਹੀ ਸਾਰੀਆਂ ਅਵਸਥਾਂ ਦਿਖਾਉਂਦਾ ਹੈ ।

The True Master has created four sources of creation, reproduction of His Creation from His perfect Void. The soul has come and dwells within any perishable living body and after predetermined time, his soul may be absorbed within His Void. His Word remains true forever and prevails in all events of His Nature. The enlightenment of the essence of His Word, His Nature remains embedded within the wealth of His Word.

ਸੁੰਨਹੁ ਰਾਤਿ ਦਿਨਸੁ ਦੁਇ ਕੀਏ॥	sunnahu raat dinas du-ay kee-ay.
ਓਪਤਿ ਖਪਤਿ ਸੁਖਾ ਦੁਖ ਦੀਏ॥	opat khapat sukhaa dukh dee-ay.
ਸੁਖ ਦੁਖ ਹੀ ਤੇ ਅਮਰੁ ਅਤੀਤਾ,	sukh dukh hee tay amar ateetaa
ਗੁਰਮੁਖਿ ਨਿਜ ਘਰੁ ਪਾਇਦਾ॥੮॥	gurmukh nij ghar paa-idaa. ||8||

ਆਪਣੀ ਸਮਾਧੀ ਵਿਚੋਂ ਹੀ ਦਿਨ ਰਾਤ, ਜੀਵ ਦਾ ਜਨਮ, ਮਰਨ, ਦੁਖ, ਸੁਖ ਪੈਦਾ ਕੀਤਾ । ਜਿਹੜਾ ਦੁਖ, ਸੁਖ ਨੂੰ ਪ੍ਰਭ ਦੀ ਬਖਸ਼ਿਸ਼ ਸਮਝਕੇ ਧੰਨਵਾਦ ਕਰਦਾ ਹੈ । ਉਸ ਗੁਰਮਖ ਨੂੰ ਅਮਰ ਅਵਸਥਾ ਬਖਸ਼ਿਸ਼ ਹੋ ਜਾਂਦੀ ਹੈ । ਆਪਣੇ ਅੰਦਰੋਂ ਹੀ ਸੋਝੀ ਪਾ ਲੈਂਦਾ, ਹੋਂਦ ਮਹਿਸੂਸ ਕਰ ਲੈਂਦਾ ਹੈ ।

The True Master has created day and night; birth and death; miseries and comforts of His Nature. Whosoever may accept miseries and pleasures of world life and sings His glory; with His mercy and grace, he may be blessed with enlightenment and realize His existence from within.

ਸਾਮ ਵੇਦੁ ਰਿਗੁ ਜੁਜਰੁ ਅਥਰਬਣੁ॥	saam vayd rig jujar atharban.
ਬ੍ਰਹਮੇ ਮੁਖਿ ਮਾਇਆ ਹੈ ਤ੍ਰੈ ਗੁਣ॥	barahmay mukh maa-i-aa hai tarai gun.
ਤਾ ਕੀ ਕੀਮਤਿ ਕਹਿ ਨ ਸਕੈ ਕੋ,	taa kee keemat kahi na sakai ko
ਤਿਉ ਬੋਲੇ ਜਿਉ ਬੋਲਾਇਦਾ॥੯॥	ti-o bolay ji-o bolaa-idaa. ||9||

ਪ੍ਰਭ ਨੇ ਆਪ ਹੀ ਬ੍ਰਹਮਾ ਦੀ ਜੀਭ ਤੋਂ ਚਾਰ ਵੇਦ ਉਚਾਰੇ ਹਨ । ਬ੍ਰਹਮਾ ਦੀ ਜੀਭ ਵਿਚੋਂ ਹੀ ਆਤਮਾਂ ਨੂੰ ਮਾਇਆ ਦੇ ਤਿੰਨਾਂ ਗੁਣ, ਤਿੰਨ ਰੂਪ ਦੀ ਸੋਝੀ ਬਖਸ਼ੀ ਹੈ । ਪ੍ਰਭ ਦੇ ਕਿਸੇ ਕਰਤਬ, ਜਾ ਸ਼ਬਦ ਦੀ ਕੀਮਤ, ਮਹੱਤਤਾ ਜਾਣੀ ਨਹੀਂ ਜਾ ਸਕਦੀ । ਕੇਵਲ ਉਹ ਹੀ ਬੋਲ ਸਕਦਾ ਹੈ, ਜਿਸ ਨੂੰ ਉਹ ਆਪ ਬਲਾਉਂਦਾ ਹੈ । **(ਸਾਮ ਵੇਦ, ਰਿਗ ਵੇਦ, ਜੁਜਰ ਵੇਦ ਅਤੇ ਅਥਰਬਣ ਵੇਦ)

The True Master has blessed four Vedas at the tongue of prophet Braham ji! He has blessed the enlightenment of the three virtues of worldly wealth at the tongue of prophet Braham. The significance of His Nature, the essence of His Word remains beyond the comprehension of His Creation. Whosoever may be blessed and inspired to spread the enlightenment of His Word; only he may be able to comprehend His Nature.

** Sham Vedas, Rigg Vedas; Jujur Vedas and Arthban Vedas.

Virtue of Worldly Wealth.

ਕਲ–ਸੱਤਿਆ; ਛਾਇਆ, ਆਸਰਾ; ਸਇਆ

ਨਾਦੁ– ਰਾਗ; ਧੁਨ – ਰੌ; ਪ੍ਰਭ ਦਾ ਵਿਰਾਗ. **Page 614 sahib**

ਸੁੰਨਹੁ ਸਪਤ ਪਾਤਾਲ ਉਪਾਏ॥ sunnahu sapat paataal upaa-ay.
ਸੁੰਨਹੁ ਭਵਣ ਰਖੇ ਲਿਵ ਲਾਏ॥ sunnahu bhavan rakhay liv laa-ay.
ਆਪੇ ਕਾਰਣੁ ਕੀਆ ਅਪਰੰਪਰਿ, aapay kaaran kee-aa aprampar
ਸਭੁ ਤੇਰੋ ਕੀਆ ਕਮਾਇਦਾ॥੧੦॥ sabh tayro kee-aa kamaa-idaa. ||10||

ਪ੍ਰਭ ਨੇ ਆਪਣੀ ਸਮਾਧੀ ਵਿੱਚ ਹੀ ਸੱਤ ਪਤਾਲ ਬਣਾਏ । ਆਪਣੇ ਨਾਲ ਜੋੜ ਕਰਨ ਲਈ, ਲਗਨ ਲਾਉਣ ਲਈ ਸ਼ਬਦ ਪੈਦਾ ਕੀਤਾ । ਪ੍ਰਭ ਤੂੰ ਆਪ ਹੀ ਸ੍ਰਿਸ਼ਟੀ ਦੀ ਉਤਪਤੀ ਕਰਦਾ ਹੈ । ਹਰਇੱਕ ਜੀਵ ਉਹ ਕੁਝ ਹੀ ਕਰ ਸਕਦਾ ਹੈ ਜੋ ਤੂੰ ਉਸ ਤੋ ਕਰਵਾਉਂਦਾ ਹੈ ।

From the Primal Void, He created the seven nether regions. He has created the seven nether regions. He has created the teachings of His Word to remain attached to memory of separation from His Holy Spirit. He has created His creation as an expansion of His Holy spirit. Every creature may only perform any deed inspired and assigned with His mercy and grace.

ਰਜ ਤਮ ਸਤ ਕਲ ਤੇਰੀ ਛਾਇਆ॥ raj tam sat kal tayree chhaa-i-aa.
ਜਨਮ ਮਰਣ ਹਉਮੈ ਦੁਖੁ ਪਾਇਆ॥ janam maran ha-umai dukh paa-i-aa.
ਜਿਸ ਨੋ ਕ੍ਰਿਪਾ ਕਰੇ ਹਰਿ, ਗੁਰਮੁਖਿ jis no kirpaa karay har, gurmukh
ਗੁਣਿ ਚਉਥੈ ਮੁਕਤਿ ਕਰਾਇਦਾ॥੧੧॥ gun cha-uthai mukat karaa-idaa. ||11||

ਤੇਰੀ ਸ਼ਕਤੀ, ਰਹਿਮਤ ਤਿੰਨਾਂ ਗੁਣਾਂ (ਰਜ, ਤਮ, ਸਤ) ਵਿੱਚ ਹੀ ਰਖੀ ਹੈ । ਇਸ ਵਿੱਚ ਹੀ ਮੁਕਤੀ ਦਾ ਰਸਤਾ ਹੈ । ਜੀਵ ਆਪਣੀ ਹੈਸੀਅਤ ਦੇ ਅਭਿਮਾਨ ਨਾਲ ਹੀ ਜਨਮ ਮਰਨ ਦੇ ਦੁਖ ਪਾਉਂਦਾ ਹੈ । ਜਿਸ ਜੀਵ ਨੂੰ ਆਪਣੀ ਰਹਿਮਤ ਨਾਲ ਗੁਰਮਖ ਅਵਸਥਾ ਬਖਸ਼ਦਾ ਹੈ । ਉਹ ਨੂੰ ਚੌਥਾਂ ਪਦਾਰਥ, ਮੁਕਤੀ ਬਖਸ਼ਿਸ਼ ਹੋ ਜਾਂਦੀ ਹੈ ।

All His power and blessings, the right path of acceptance in His Court remain embedded with three virtues of worldly wealth, Rajas, Tamas and Satyas. Whosoever may remain intoxicated in the ego of his worldly status, he remains in the miseries of the cycle of birth and death. Whosoever may be blessed to conquer three virtues of worldly wealth; with His mercy and grace; only he may be blessed with the 4th virtue, salvation from the cycle of birth and death.

ਸੁੰਨਹੁ ਉਪਜੇ ਦਸ ਅਵਤਾਰਾ॥ sunnahu upjay das avtaaraa.
ਸ੍ਰਿਸਟਿ ਉਪਾਇ ਕੀਆ ਪਾਸਾਰਾ॥ sarisat upaa-ay kee-aa paasaaraa.
ਦੇਵ ਦਾਨਵ ਗਣ ਗੰਧਰਬ ਸਾਜੇ, dayv daanav gan ganDharab saajay
ਸਭਿ ਲਿਖਿਆ ਕਰਮ ਕਮਾਇਦਾ॥੧੨॥ sabh likhi-aa karam kamaa-idaa. ||12||

ਪ੍ਰਭ ਦੀ ਸਮਾਧੀ ਵਿਚੋਂ ਹੀ ਦਸ ਅਵਤਾਰ ਪੈਦਾ ਹੋਏ । ਸ੍ਰਿਸ਼ਟੀ ਦੀ ਪੈਦਾ ਕਰਕੇ ਉਸ ਨੇ ਆਪਣੀ ਸਮਾਧੀ ਨੂੰ ਹੀ ਵਧਾ ਲਿਆ । ਆਪ ਹੀ ਦੇਵੀ ਦੇਵਤੇ, ਜਮਦੂਤ, ਸਵਰਨ ਅਤੇ ਸੰਗੀਤ ਵਜਉਣ ਵਾਲੇ ਪੈਦਾ ਕੀਤੇ । ਸਾਰੇ ਆਪਣੇ ਪਿਛਲੇ ਜਨਮ ਦੇ ਕਰਮਾ ਨਾਲ ਹੀ ਕੰਮ ਕਰਦੇ ਹਨ ।

From His **Primal Void,** He has created 10 prophets to enlighten His Creation. With the creation of the universe, He has expanded His Void. He has created worldly gods, devils, sermons of His Word and melodious sound of musical instruments. Everyone may perform deeds in the universe with his own prewritten destiny as a reward of his deeds of his previous life.

ਗੁਰਮੁਖਿ ਸਮਝੈ ਰੋਗੁ ਨ ਹੋਈ॥ gurmukh samjhai rog na ho-ee.
ਇਹ ਗੁਰ ਕੀ ਪਉੜੀ, ਜਾਣੈ ਜਨੁ ਕੋਈ॥ ih gur kee pa-orhee jaanai jan ko-ee.
ਜੁਗਹ ਜੁਗੰਤਰਿ ਮੁਕਤਿ ਪਰਾਇਣ, jugah jugantar mukat paraa-in
ਸੋ ਮੁਕਤਿ ਭਇਆ ਪਤਿ ਪਾਇਦਾ॥੧੩॥ so mukat bha-i-aa pat paa-idaa. ||13||

ਜਿਸ ਜੀਵ ਨੂੰ ਗੁਰਮਖ ਅਵਸਥਾ ਬਖਸ਼ਿਸ਼ ਹੋ ਜਾਂਦੀ ਹੈ । ਉਸ ਨੂੰ ਕੋਈ ਸੰਸਾਰਕ ਇੱਛਾਂ ਰੂਪੀ ਰੋਗ ਨਹੀਂ ਲਗਦਾ । ਵਿਰਲੇ ਹੀ ਜੀਵ ਨੂੰ ਦਰਬਾਰ ਵਿੱਚ ਇਸ ਪੌੜੀ ਦੀ ਸੋਝੀ ਬਖਸ਼ਿਸ਼ ਹੁੰਦੀ ਹੈ । ਯੁੱਗਾਂ ਯੁੱਗਾਂ ਤੋ ਜੀਵ ਇਸ ਮੁਕਤੀ ਦੀ ਪ੍ਰਾਪਤੀ ਲਈ ਬੰਦਗੀ ਕਰਦਾ ਹੈ । ਜਿਸ ਦੀ ਲਗਨ ਅਡੋਲ ਹੋ ਜਾਂਦੀ ਹੈ, ਉਸ ਨੂੰ ਮੁਕਤੀ ਦਾ ਰਸਤਾ ਬਖਸ਼ਿਸ਼ ਹੋ ਜਾਂਦਾ ਹੈ । ਉਸ ਨੂੰ ਮੁਕਤੀ, ਦਰਬਾਰ ਵਿੱਚ ਥਾਂ ਬਖਸ਼ਿਸ਼ ਹੋ ਜਾਂਦਾ ਹੈ ।

Whosoever may be blessed with the state of mind as His true devotee; he may never endure any miseries of worldly desires, frustrations. However, very rare may be blessed with such a state of mind. From Ancient Ages, worldly saints, devotees have been meditating to become worthy of His Consideration. Whosoever may remain steady and stable on the right path of meditation; with His mercy and grace, he may be blessed with the right path of acceptance in His Court. He may be blessed with a permanent resting place in His Royal Court, salvation.

ਪੰਚ ਤਤੁ ਸੁੰਨਹੁ ਪਰਗਾਸਾ॥ panch tat sunnahu pargaasaa.
ਦੇਹ ਸੰਜੋਗੀ ਕਰਮ ਅਭਿਆਸਾ॥ dayh sanjogee karam abhi-aasaa.
ਬੁਰਾ ਭਲਾ ਦੁਇ ਮਸਤਕਿ ਲੀਖੇ, buraa bhalaa du-ay mastak leekhay
ਪਾਪੁ ਪੁੰਨੁ ਬੀਜਾਇਦਾ॥੧੪॥ paap punn beejaa-idaa. ||14||

ਆਪਣੀ ਸਮਾਧੀ ਵਿੱਚ ਹੀ ਪੰਜਾਂ ਤੱਤਾਂ ਦੇ ਸੰਜੋਗ ਨਾਲ ਤਨ ਦਾ ਅਕਾਰ ਬਣਾਇਆ ਹੈ । ਇਸ ਨੂੰ ਧੰਦੇ ਤੇ ਲਾਇਆ ਹੈ । ਜੀਵ ਦੇ ਮੱਥੇ ਤੇ ਚੰਗੇ ਅਤੇ ਮੰਦੇ ਕਰਮ ਲਿਖੇ ਹਨ । ਇਹਨਾ ਦੋਨਾਂ ਦਾ ਬੀਜ ਉਸ ਦੇ ਮਨ ਵਿੱਚ ਹੀ ਰਖਿਆ ਹੈ ।

From His Primal Void, He has created his body with the union of five elements. He assigns ever creature worldly chores to nourish his stomach. He engraves his prewritten destiny of his good and evil deeds with His inkless pen. He sows the seed of both good and evil deeds within his heart.
5 Elements: Male sperm, female eggs, Air, Water, and fire in womb (earth)

ਊਤਮ ਸਤਿਗੁਰ ਪੁਰਖ ਨਿਰਾਲੇ॥ ootam satgur purakh niraalay.
ਸਬਦਿ ਰਤੇ ਹਰਿ ਰਸਿ ਮਤਵਾਲੇ॥ sabad ratay har ras matvaalay.
ਰਿਧਿ ਬੁਧਿ ਸਿਧਿ ਗਿਆਨੁ ਗੁਰੂ ਤੇ ਪਾਈਐ, riDh buDh siDh gi-aan guroo tay paa-ee-ai
ਪੂਰੈ ਭਾਗਿ ਮਿਲਾਇਦਾ॥੧੫॥ poorai bhaag milaa-idaa. ||15||

ਪੂਰਨ ਗੁਰੂ, ਉਤਮ, ਪਵਿੱਤਰ ਅਤੇ ਮੋਹ ਤੋ ਰਹਿਤ ਹੈ । ਸ਼ਬਦ ਦੀ ਪਾਲਣਾ, ਲਗਨ ਲਾਉਣ ਨਾਲ, ਮਨ ਤੇ ਸ਼ਬਦ ਦਾ ਨਸਾ ਹੋ ਜਾਂਦਾ, ਮਸਤੀ ਆ ਜਾਂਦੀ ਹੈ । ਸੰਸਾਰਕ ਰਿਧੀਆਂ, ਸਿਧੀਆਂ, ਗਿਆਨ, ਕਰਾਮਾਤਾਂ, ਸਾਰੀਆਂ ਹੀ ਸ਼ਬਦ ਨਾਲ ਜੀਵਨ ਬਤੀਤ ਕਰਨ ਨਾਲ ਬਖਸ਼ਿਸ਼ ਹੋ ਜਾਂਦੀਆਂ ਹਨ । ਜੀਵ ਚੰਗੇ ਭਾਗਾਂ ਨਾਲ ਹੀ ਇਸ ਰਸਤੇ ਤੇ ਚਲਦਾ ਹੈ ।

The Primal True Guru remains sanctified and beyond any bonds or emotional attachments. Whosoever may whole heartedly remain devoted and obeys the teachings of His Word; with His mercy and grace, he may remain intoxicated and drenched with the essence of His Word. All the miracle power, eternal vision may remain embedded within the essence of His Word. Whosoever may adopt the teachings of His Word with steady and stable belief; only he may be blessed with such a state of mind. Whosoever may have great prewritten destiny, only he may remain steady and stable on the right path of acceptance in His Court.

ਇਸੁ ਮਨ ਮਾਇਆ ਕਉ ਨੇਹੁ ਘਨੇਰਾ॥ is man maa-i-aa ka-o nayhu ghanayraa.
ਕੋਈ ਬੂਝਹੁ ਗਿਆਨੀ ਕਰਹੁ ਨਿਬੇਰਾ॥ ko-ee boojhhu gi-aanee karahu nibayraa.
ਆਸਾ ਮਨਸਾ ਹਉਮੈ ਸਹਸਾ, aasaa mansaa ha-umai sahsaa
ਨਰੁ ਲੋਭੀ ਕੂੜੁ ਕਮਾਇਦਾ॥੧੬॥ nar lobhee koorh kamaa-idaa. ||16||

ਜੀਵ ਦਾ ਮਾਇਆ ਨਾਲ ਮੋਹ ਬਹੁਤ ਡੂੰਘਾ ਹੈ । ਕੋਈ ਵਿਰਲਾ ਹੀ ਗਿਆਨ ਵਾਲਾ ਹੁੰਦਾ ਹੈ! ਜਿਸ ਨੂੰ ਮਾਇਆ ਦੇ ਅਸਲੀ ਰੂਪ ਦੀ ਸੋਝੀ ਹੁੰਦੀ ਹੈ । ਮਨ ਦੀਆਂ ਆਸਾਂ ਅਤੇ ਖਾਹਿਸ਼ ਨਾਲ ਚੁਲਾਕੀ, ਹੈਸੀਅਤ ਦਾ ਅਭਿਮਾਨ ਵਧਦਾ ਹੈ । ਜੀਵ ਮਨ ਦੇ ਲਾਲਚ, ਧੋਖੇ ਵਿੱਚ ਫਸ ਕੇ ਸੰਸਾਰਕ ਮਾਇਆ ਦੇ ਪਿਛੇ ਲਗ ਪੈਂਦਾ ਹੈ ।

His Creation has deep intoxication of the sweet poison, short-lived worldly comforts. However, very rare, His true devotee may be enlightened with the real weakness, reality of Worldly wealth. All the hopes and desires may accelerate his ego of worldly status and devious nature of his mind. Greedy mind may be trapped in the sweet poison of worldly wealth.

ਸਤਿਗੁਰ ਤੇ ਪਾਏ ਵੀਚਾਰਾ॥	satgur tay paa-ay veechaaraa.
ਸੁੰਨ ਸਮਾਧਿ ਸਚੇ ਘਰ ਬਾਰਾ॥	sunn samaaDh sachay ghar baaraa.
ਨਾਨਕ ਨਿਰਮਲ ਨਾਦੁ ਸਬਦ ਧੁਨਿ,	naanak nirmal naad sabad Dhun sach
ਸਚੁ ਰਾਮੈ ਨਾਮਿ ਸਮਾਇਦਾ॥੧੭॥੫॥੧੭॥	raamai naam samaa-idaa. ||17||5||17||

ਸ਼ਬਦ ਦੀ ਸੋਝੀ ਤੋ ਮਾਇਆ ਦੀ ਕਮਜ਼ੋਰੀ ਦੀ ਸੋਝੀ ਬਖਸ਼ਿਸ਼ ਹੁੰਦੀ ਹੈ । ਉਸ ਨਾਲ ਜੀਵਨ ਢਾਲਣ ਨਾਲ ਜੀਵ ਪ੍ਰਭ ਦੀ ਸਮਾਧੀ ਵਿੱਚ ਸਮਾ ਜਾਂਦਾ ਹੈ । ਉਸ ਜੀਵ ਦਾ ਮਨ ਸਦਾ ਚੱਲਣ ਵਾਲੀ ਸ਼ਬਦ ਦੀ ਧੁਨ ਵਿੱਚ ਲੀਨ ਹੋ ਜਾਂਦਾ ਹੈ । ਉਸ ਵਿੱਚ ਲੀਨ ਹੋਇਆ ਹੀ ਜੀਵ ਪ੍ਰਭ ਦੀ ਜੋਤ ਵਿੱਚ ਅਲੋਪ ਹੋ ਜਾਂਦਾ ਹੈ ।

From the enlightenment of the essence of His Word; he may be enlightened with the weakness of worldly wealth. Whosoever may adopt the teachings of His Word with steady and stable belief; with His mercy and grace, he may be immersed within His Holy Spirit. His mind may remain intoxicated within the everlasting echo of His Word. He may be immersed within the void of His Word.

52. ਸਲੋਕੁ ਮਃ ੩॥ 1092-2

ਇਸੁ ਜਗ ਮਹਿ ਸੰਤੀ ਧਨੁ ਖਟਿਆ,	is jag meh santee Dhan khati-aa
ਜਿਨਾ ਸਤਿਗੁਰੁ ਮਿਲਿਆ ਪ੍ਰਭੁ ਆਇ॥	jinaa satgur mili-aa parabh aa-ay.
ਸਤਿਗੁਰਿ ਸਚੁ ਦ੍ਰਿੜਾਇਆ,	satgur sach drirh-aa-i-aa
ਇਸੁ ਧਨ ਕੀ ਕੀਮਤਿ ਕਹੀ ਨ ਜਾਇ॥	is Dhan kee keemat kahee na jaa-ay.
ਇਤੁ ਧਨਿ ਪਾਇਐ ਭੁਖ ਲਥੀ,	it Dhan paa-i-ai bhukh lathee
ਸੁਖੁ ਵਸਿਆ ਮਨਿ ਆਇ॥	sukh vasi-aa man aa-ay.
ਜਿੰਨ੍ਹਾ ਕਉ ਧੁਰਿ ਲਿਖਿਆ,	jinHaa ka-o Dhur likhi-aa
ਤਿਨੀ ਪਾਇਆ ਆਇ॥	tinee paa-i-aa aa-ay.
ਮਨਮੁਖੁ ਜਗਤੁ ਨਿਰਧਨੁ ਹੈ,	manmukh jagat nirDhan hai
ਮਾਇਆ ਨੋ ਬਿਲਲਾਇ॥	maa-i-aa no billaa-ay.
ਅਨਦਿਨੁ ਫਿਰਦਾ ਸਦਾ ਰਹੈ,	an-din firdaa sadaa rahai
ਭੁਖ ਨ ਕਦੇ ਜਾਇ॥	bhukh na kaday jaa-ay.
ਸਾਂਤਿ ਨ ਕਦੇ ਆਵਈ,	saaNt na kaday aavee
ਨਹ ਸੁਖੁ ਵਸੈ ਮਨਿ ਆਇ॥	nah sukh vasai man aa-ay.
ਸਦਾ ਚਿੰਤ ਚਿਤਵਦਾ,	sadaa chint chitvadaa
ਰਹੈ ਸਹਸਾ ਕਦੇ ਨ ਜਾਇ॥	rahai sahsaa kaday na jaa-ay.
ਨਾਨਕ ਵਿਣੁ ਸਤਿਗੁਰ ਮਤਿ ਭਵੀ,	naanak vin satgur mat bhavee
ਸਤਿਗੁਰ ਨੋ ਮਿਲੈ ਤਾ ਸਬਦੁ ਕਮਾਇ॥	satgur no milai taa sabad kamaa-ay.
ਸਦਾ ਸਦਾ ਸੁਖ ਮਹਿ ਰਹੈ,	sadaa sadaa sukh meh rahai
ਸਚੇ ਮਾਹਿ ਸਮਾਇ॥੧॥	sachay maahi samaa-ay. ||1||

ਜਿਹੜਾ ਜੀਵ ਸ੍ਰਿਸ਼ਟੀ ਵਿੱਚ ਸ਼ਬਦ ਦੀ ਕਮਾਈ ਦਾ ਧਨ ਇਕੱਠਾ ਕਰਦਾ ਹੈ । ਉਹ ਸ਼ਬਦ ਦੀ ਪਾਲਣਾ ਕਰਦਾ, ਪ੍ਰਭ ਦੇ ਦਰਬਾਰ ਵਿੱਚ ਪ੍ਰਵਾਨ ਹੋ ਜਾਂਦਾ ਹੈ । ਪ੍ਰਭ ਆਪ ਹੀ ਰਹਿਮਤ ਬਖਸ਼ਦਾ, ਮਨ ਵਿੱਚ ਸ਼ਬਦ ਦੀ ਲਗਨ ਲਾਉਂਦਾ ਹੈ । ਪ੍ਰਭ ਦੀ ਰਹਿਮਤ ਦਾ, ਸ਼ਬਦ ਦੀ ਕੀਮਤ ਦਾ ਵਖਿਆਣ ਨਹੀਂ ਕੀਤੀ ਜਾ ਸਕਦੀ । ਸ਼ਬਦ ਦੀ ਕਮਾਈ ਨਾਲ ਮਨ ਵਿਚੋਂ ਤ੍ਰਿਸ਼ਨਾ ਦੀ ਪਿਆਸ ਖਤਮ ਹੋ ਜਾਂਦੀ, ਮਨ ਵਿੱਚ ਸ਼ਾਤੀ, ਸੰਤੋਖ ਘਰ ਕਰ ਜਾਂਦਾ ਹੈ । ਜਿਸ ਦੇ ਭਾਗਾਂ ਵਿੱਚ ਪ੍ਰਭ ਨੇ ਜਨਮ ਤੋ ਪਹਿਲੇ ਹੀ ਲਿਖਿਆ ਹੁੰਦਾ ਹੈ । ਕੇਵਲ ਉਹ ਹੀ ਇਸ ਧਨ ਦੀ ਕਮਾਈ ਕਰਦਾ ਹੈ । ਮਨਮੁਖ, ਮਨਮਰਜ਼ੀ ਕਰਨ ਵਾਲਾ ਜੀਵ ਸ਼ਬਦ ਦੇ ਧਨ ਤੋ ਨਿਰਧਨ ਹੀ ਰਹਿੰਦਾ ਹੈ । ਉਸ ਦੇ ਮਨ ਵਿੱਚ ਸੰਸਾਰਕ ਇੱਛਾਂ ਦੀ ਭੁੱਖ ਚਮਕਦੀ ਰਹਿੰਦੀ ਹੈ । ਉਹ ਦਿਨ ਰਾਤ ਸੰਸਾਰਕ ਮਾਇਆ ਇਕੱਠੀ ਕਰਨ ਦੇ ਯਤਨ ਕਰਦਾ ਰਹਿੰਦਾ ਹੈ । ਉਹ ਸੰਸਾਰਕ ਇੱਛਾਂ ਨਾਲ ਭਟਕਦਾ ਰਹਿੰਦਾ, ਮਨ ਵਿੱਚ ਕਦੇ ਸੰਤੋਖ ਬਖਸ਼ਿਸ਼ ਨਹੀਂ ਹੁੰਦਾ । ਉਸ ਦੇ ਮਨ ਵਿਚੋਂ ਭਟਕਣਾਂ ਕਦੇ ਦੂਰ ਨਹੀਂ ਹੁੰਦੀਆਂ । ਉਹ ਸ਼ਬਦ ਦੀ ਪਾਲਣਾ ਤੋ ਬਿਨਾਂ, ਸ਼ਬਦ ਦੀ ਸੋਝੀ ਤੋ ਵਾਂਝਾ ਹੀ ਰਹਿੰਦਾ ਹੈ । ਜਿਹੜਾ ਸ਼ਬਦ ਨਾਲ ਜੀਵਨ ਢਾਲਦਾ, ਉਸ ਨੂੰ ਸ਼ਬਦ ਦੀ ਸੋਝੀ, ਮਨ ਵਿੱਚ ਸਦਾ ਰਹਿਣ ਵਾਲਾ ਅਨੰਦ, ਸੁਖ, ਸੰਤੋਖ ਬਖਸ਼ਿਸ਼ ਹੋ ਜਾਂਦਾ ਹੈ । ਉਹ ਸ਼ਬਦ ਦੀ ਪਾਲਣਾ ਕਰਦਾ, ਸ਼ਬਦ ਦੀ ਸਮਾਧੀ ਵਿੱਚ ਹੀ ਸਮਾ ਜਾਂਦਾ, ਅਲੋਪ ਹੋ ਜਾਂਦਾ ਹੈ ।

Whosoever may earn and collects the wealth of His Word. He may remain intoxicated in obeying the teachings of His Word; with His mercy and grace, he may be accepted in His Court. The True Master sows the seed of devotion to obey the teachings of His Word within his heart. The significance of His Blessings remains beyond the comprehension of His Creation. Whosoever may earn the wealth of His Word; with His mercy and grace, his thirst of worldly desires may be eliminated, he may be blessed with peace and contentment in his life. Whosoever have a great prewritten destiny, only he may be blessed with the earnings of His Word. Self-minded, non-believer may remain deprived from the earnings of His Word, the real purpose of his human life opportunity. He remains intoxicated with worldly desires. He may collect worldly wealth day and night; he remains frustrated in worldly desires. He may never realize any peace and contentment in his worldly life. Whosoever may adopt the teachings of His Word; with His mercy and grace, he may be blessed with everlasting pleasure, comforts, and contentment. He may remain intoxicated in the void of His Word; he may be immersed within His Holy Spirit.

ਮਃ ੩॥	mehlaa 3.
ਜਿਨਿ ਉਪਾਈ ਮੇਦਨੀ,	jin upaa-ee maydnee
ਸੋਈ ਕਾਰ ਕਰੇਇ॥	so-ee saar karay-i.
ਏਕੋ ਸਿਮਰਹੁ ਭਾਇਰਹੁ,	ayko simrahu bhaa-irahu
ਤਿਸੁ ਬਿਨੁ ਅਵਰੁ ਨ ਕੋਇ॥	tis bin avar na ko-ay.
ਖਾਣਾ ਸਬਦੁ ਚੰਗਿਆਈਆ,	khaanaa sabad chang-aa-ee-aa
ਜਿਤੁ ਖਾਧੈ ਸਦਾ ਤ੍ਰਿਪਤਿ ਹੋਇ॥	jit khaaDhai sadaa taripat ho-ay.
ਪੈਨੁ ਸਿਫਤਿ ਸਨਾਇ ਹੈ,	painan sifat sanaa-ay hai
ਸਦਾ ਸਦਾ ਓਹੁ ਊਜਲਾ	sadaa sadaa oh oojlaa
ਮੈਲਾ ਕਦੇ ਨ ਹੋਇ॥	mailaa kaday na ho-ay.
ਸਹਜੇ ਸਚੁ ਧਨੁ ਖਟਿਆ,	sehjay sach Dhan khati-aa
ਥੋੜਾ ਕਦੇ ਨ ਹੋਇ॥	thorhaa kaday na ho-ay.
ਦੇਹੀ ਨੋ ਸਬਦੁ ਸੀਗਾਰੁ ਹੈ,	dayhee no sabad seegaar
ਜਿਤੁ ਸਦਾ ਸਦਾ ਸੁਖੁ ਹੋਇ॥	hai jit sadaa sadaa sukh ho-ay.
ਨਾਨਕ ਗੁਰਮੁਖਿ ਬੁਝੀਐ,	naanak gurmukh bujhee-ai
ਜਿਸ ਨੋ ਆਪਿ ਵਿਖਾਲੇ ਸੋਇ॥੨॥	jis no aap vikhaalay so-ay. ||2||

ਜਿਸ ਪ੍ਰਭ ਨੇ ਸ੍ਰਿਸ਼ਟੀ ਸਾਜੀ ਹੈ, ਉਸ ਨੂੰ ਇਸ ਦੇ ਪਾਲਣ ਪੋਸਨ ਦਾ ਵੀ ਫਿਰਕ ਹੁੰਦਾ ਹੈ । ਉਹ ਆਪ ਹੀ ਸਭ ਕੁਝ ਦਾ ਪ੍ਰਬੰਧ ਕਰਦਾ ਹੈ । ਜੀਵ ਉਸ ਪ੍ਰਭ ਦੇ ਸ਼ਬਦ ਦੀ ਪਾਲਣਾ, ਸਿਮਰਨ ਕਰੋ! ਪ੍ਰਭ ਤੋ ਬਿਨਾਂ ਜੀਵ ਦੀ ਰਖਿਆ ਕਰਨ ਵਾਲਾ ਹੋਰ ਕੋਈ ਨਹੀਂ ਹੈ । ਜੀਵ ਪ੍ਰਭ ਦੇ ਸ਼ਬਦ ਦੀ ਸਿਖਿਆਂ ਨਾਲ ਜੀਵਨ ਢਾਲਣ ਨਾਲ ਮਨ ਵਿੱਚ ਸਦਾ ਰਹਿਣ ਵਾਲਾ ਸੰਤੋਖ, ਅਨੰਦ, ਖੇੜਾ ਬਖਸ਼ਿਸ਼ ਹੋ ਜਾਂਦਾ ਹੈ । ਸ਼ਬਦ ਦੀ ਉਸਤਤ ਦੇ ਬਾਣੇ ਨਾਲ, ਮਨ ਸਦਾ ਹੀ ਨਿਰਮਲ, ਪਵਿੱਤਰ ਰਹਿੰਦਾ ਹੈ । ਸ਼ਬਦ ਨੂੰ ਕਦੇ ਸੰਸਾਰਕ ਇੱਛਾਂ ਦੀ ਜਾ ਹੋਰ ਕੋਈ ਮੈਲ ਨਹੀਂ ਲਗਦੀ । ਜੀਵ ਮਨ ਵਿੱਚ ਧੀਰਜ ਰਖਕੇ, ਪ੍ਰਭ ਦੇ ਸ਼ਬਦ ਦੀ ਕਮਾਈ, ਧਨ ਇਕੱਠਾ ਕਰੋ! ਇਸ ਵਿੱਚ ਕਦੇ ਘਾਟ ਨਹੀਂ ਆਉਂਦੀ, ਇਹ ਕਦੇ ਖਤਮ ਨਹੀਂ ਹੁੰਦਾ । ਪ੍ਰਭ ਦਾ ਸ਼ਬਦ ਹੀ ਗੁਰਮਖ ਦੇ ਤਨ, ਮਨ ਦਾ ਸ਼ਿੰਗਾਰ ਬਣ ਜਾਂਦਾ ਹੈ । ਉਸ ਨੂੰ ਸਦਾ ਰਹਿਣ ਵਾਲਾ ਖੇੜਾ ਬਖਸ਼ਿਸ਼ ਹੋ ਜਾਂਦਾ ਹੈ । ਜਿਹੜਾ ਆਪਣੇ ਆਪ ਨੂੰ ਪਛਾਣ ਲੈਂਦਾ ਹੈ, ਕੇਵਲ ਉਸ ਨੂੰ ਹੀ ਪ੍ਰਭ ਦੀ ਹੋਂਦ ਮਹਿਸੂਸ ਹੁੰਦੀ ਹੈ ।

Whosoever has created the universe, he remains concerned to nourish, protect, and about the welfare of His Creation. You should meditate and obey the teachings of His Word. Without His protection; no one else may be able to protect or be a savior of His Creation. You should adopt the teachings of His Word in your day-to-day life; with His mercy and grace, you may be blessed with pleasure, contentment, and blossom. Whosoever may adopt the robe of singing His glory; his soul may be sanctified and remains beyond any blemish of worldly desires. He may collect the earnings of His Word and remains in patience and contented. His earnings may never be diminished nor ever be exhausted. The essence of His Word may become embellishment of his body and mind. He may be blessed with everlasting blossom in his life. Whosoever may recognize the real purpose of his human life opportunity; only he may witness the existence of His Holy Spirit prevailing everywhere.

ਪਉੜੀ॥	pa-orhee.
ਅੰਤਰਿ ਜਪੁ ਤਪੁ ਸੰਜਮੋ,	antar jap tap sanjamo
ਗੁਰ ਸਬਦੀ ਜਾਪੈ॥	gur sabdee jaapai.
ਹਰਿ ਹਰਿ ਨਾਮੁ ਧਿਆਈਐ,	har har naam Dhi-aa-ee-ai
ਹਉਮੈ ਅਗਿਆਨੁ ਗਵਾਪੈ॥	ha-umai agi-aan gavaapai.
ਅੰਦਰੁ ਅੰਮ੍ਰਿਤਿ ਭਰਪੂਰੁ ਹੈ,	andar amrit bharpoor hai
ਚਾਖਿਆ ਸਾਦੁ ਜਾਪੈ॥	chaakhi-aa saad jaapai.
ਜਿਨ ਚਾਖਿਆ ਸੇ ਨਿਰਭਉ ਭਏ,	jin chaakhi-aa say nirbha-o bha-ay
ਸੇ ਹਰਿ ਰਸਿ ਧ੍ਰਾਪੈ॥	say har ras Dharaapai.
ਹਰਿ ਕਿਰਪਾ ਧਾਰਿ ਪੀਆਇਆ,	har kirpaa Dhaar pee-aa-i-aa
ਫਿਰਿ ਕਾਲੁ ਨ ਵਿਆਪੈ॥੧੭॥	fir kaal na vi-aapai. ||17||

ਜਿਸ ਜੀਵ ਨੂੰ ਪ੍ਰਭ ਦੇ ਸ਼ਬਦ ਦੀ ਸੋਝੀ ਬਖਸ਼ਿਸ਼ ਹੋ ਜਾਂਦੀ ਹੈ । ਉਸ ਨੂੰ ਆਪਣੇ ਮਨ ਅੰਦਰੋਂ ਹੀ ਜਪ (ਸਿਮਰਨ, ਬੰਦਗੀ) ਤਪ ਅਤੇ ਸੰਜਮ ਬਖਸ਼ਿਸ਼ ਹੋ ਜਾਂਦਾ ਹੈ । ਮਨ ਵਿੱਚ ਪੂਰਨ ਕਾਬੂ ਬਖਸ਼ਿਸ਼ ਹੋ ਜਾਂਦਾ ਹੈ । ਪ੍ਰਭ ਦੇ ਸ਼ਬਦ ਦੀ ਪਾਲਣਾ, ਸਿਮਰਨ ਕਰਨ ਨਾਲ ਮਨ ਵਿਚੋਂ ਅਹੰਕਾਰ ਅਤੇ ਅਗਿਆਨਤਾ ਦਾ ਨਾਸ ਹੋ ਜਾਂਦਾ ਹੈ । ਜੀਵ ਦੇ ਮਨ ਅੰਦਰ ਹੀ ਸ਼ਬਦ ਰੂਪੀ ਅੰਮ੍ਰਿਤ ਦਾ ਭਰਿਆਂ ਸਾਗਰ ਹੈ । ਸ਼ਬਦ ਨਾਲ ਜੀਵਨ ਢਾਲਣ ਨਾਲ ਹੀ ਅੰਮ੍ਰਿਤ ਰਸ, ਸਵਾਦ ਮਹਿਸੂਸ ਹੁੰਦਾ ਹੈ । ਉਹ ਜੀਵ ਨਿਡਰ ਹੋ ਜਾਂਦਾ ਹੈ । ਸੰਸਾਰਕ ਇੱਛਾਂ ਨਾਲ ਜੰਗ ਕਰਨ ਲਈ ਤਿਆਰ ਹੋ ਜਾਂਦਾ ਹੈ । ਉਹ ਪ੍ਰਭ ਦੀ ਰਹਿਮਤ, ਸ਼ਬਦ ਦੀ ਕਮਾਈ ਨਾਲ ਸੰਤੁਸ਼ਟ ਹੋ ਜਾਂਦਾ, ਮਨ ਵਿੱਚ ਸੰਤੋਖ ਬਖਸ਼ਿਸ਼ ਹੋ ਜਾਂਦਾ ਹੈ । ਜਿਹੜਾ ਆਪਣਾ ਜੀਵਨ ਸ਼ਬਦ ਨਾਲ ਬਤੀਤ ਕਰਦਾ ਹੈ । ਪ੍ਰਭ ਦੀ ਰਹਿਮਤ ਨਾਲ ਉਸ ਨੂੰ ਬਾਰ ਬਾਰ ਮਰਨਾ ਨਹੀਂ ਪੈਂਦਾ, ਅਮਰ ਹੋ ਜਾਂਦਾ, ਜੂੰਨਾਂ ਵਿੱਚ ਨਹੀਂ ਜਾਂਦਾ ।

Whosoever may be blessed with the enlightenment of the essence of His Word. He may be blessed with devotion to meditate, and austere self-discipline from within. He may conquer his mind. Whosoever may meditate and obeys the teachings of His Word; with His mercy and grace, his ignorance from the real purpose of human life opportunity and ego of his worldly status may be eliminated. His mind remains overwhelmed with the nectar of the essence of His Word. Whosoever may adopt the teachings of His Word; with His mercy and grace, he may realize the real taste of the nectar and becomes fearless. He may remain ready to combat with his demons of worldly desires. He may remain contented with the earnings of His Word. Whosoever may adopt the teachings of His Word; he may never enter the womb of mother again; his cycle of birth and death may be eliminated.

53. ਰਾਗੁ ਮਾਰੂ ਬਾਣੀ ਰਵਿਦਾਸ ਜੀਉ ਕੀ॥ 1106-15

ਸੁਖ ਸਾਗਰ ਸੁਰਿਤਰੁ ਚਿੰਤਾਮਨਿ,	sukh saagar suritar chintaaman
ਕਾਮਧੇਨ ਬਸਿ ਜਾ ਕੇ ਰੇ॥	kaamDhayn bas jaa kay ray.
ਚਾਰਿ ਪਦਾਰਥ ਅਸਟ ਮਹਾ ਸਿਧਿ,	chaar padaarath asat mahaa siDh
ਨਵ ਨਿਧਿ ਕਰ, ਤਲ ਤਾ ਕੈ॥੧॥	nav niDh kar tal taa kai. ||1||

ਪ੍ਰਭ ਹੀ ਸੰਤੋਖ ਦਾ ਸਮੁੰਦਰ, ਚਮਤਕਾਰਾ ਦਾ ਬ੍ਰਿਛ, ਜਵਾਹਰ, ਇੱਛਾਂ ਪੂਰੀ ਕਰਨ ਵਾਲੀ ਗਊ ਹੈ । ਸਭ ਕਰਾਮਾਤਾਂ ਪ੍ਰਭ ਦੇ ਵੱਸ ਵਿੱਚ ਹੀ ਹਨ । ਚਾਰ ਪਦਾਰਥ, 8 ਅੱਠ ਰੂਹਾਨੀ ਚਮਤਕਾਰ, ਸੰਸਾਰਕ ਨੌਂ ਖਜ਼ਾਨੇਂ ਸਾਰੇ ਹੀ ਉਸ ਦੇ ਹੱਥ ਵਿੱਚ ਹਨ । ਉਸ ਦੇ ਇਸ਼ਾਰੇ ਤੇ ਨੱਚਦੇ ਹਨ ।

ਚਾਰ ਪਦਾਰਥ	ਸ਼ਬਦ, ਸ਼ਬਦ ਦੀ ਲਗਨ, ਸ਼ਬਦ ਦੀ ਸੋਝੀ, ਸੁਚੇਤਨਾ ਅਤੇ ਮੁਕਤੀ)
Four Virtues	His Word; devotion to obey; enlightenment; Salvation.

The True Master is an ocean of contentment, an Elysian tree of life, wish-fulfilling cow. All miracles remain embedded within the teachings of His Word. Four virtues of acceptance in His Court, eight eternal miracle powers, nine treasures of human life journey may be blessed by adopting the teachings of His Word with steady and stable belief in day-to-day life. All may only dance at His signal.

ਹਰਿ ਹਰਿ, ਹਰਿ ਨ ਜਪਸਿ ਰਸਨਾ॥	har har har na japas rasnaa.
ਅਵਰ ਸਭ ਛਾਡਿ ਬਚਨ ਰਚਨਾ॥੧॥	avar sabh chhaad bachan rachnaa.
ਰਹਾਉ॥	||1|| rahaa-o.

ਜੀਵ ਤੂੰ ਕਿਉਂ ਨਹੀਂ ਸੰਸਾਰਕ ਇੱਛਾਂ ਨੂੰ ਤਿਆਗਕੇ ਸ਼ਬਦ ਦੀ ਪਾਲਣਾ, ਸਿਮਰਨ ਕਰਦਾ?

Why are you not renouncing your worldly desires? Why are you not surrendering your mind, soul, and worldly desires at His sanctuary to obey His Word?

ਨਾਨਾ ਖਿਆਨ ਪੁਰਾਨ ਬੇਦ ਬਿਧਿ,	naanaa khi-aan puraan bayd biDh
ਚਉਤੀਸ ਅਛਰ ਮਾਹੀ॥	cha-utees achhar maahee.
ਬਿਆਸ ਬੀਚਾਰਿ ਕਹਿਓ ਪਰਮਾਰਥੁ,	bi-aas beechaar kahi-o parmaarath
ਰਾਮ ਨਾਮ ਸਰਿ ਨਾਹੀ॥੨॥	raam naam sar naahee. ||2||

ਪਵਿੱਤਰ ਗ੍ਰੰਥ, ਪਰਾਨ, ਵੇਦ ਸਾਰੇ ਹੀ 36 ਅੱਖਰਾਂ, ਵੱਖਰੀਆਂ ਭਾਸ਼ਾਂ ਦੇ ਅੱਖਰਾਂ ਨੂੰ ਜੋੜ ਕੇ ਹੀ ਲਿਖਏ ਹਨ । ਸਾਰਿਆਂ ਨੂੰ ਘੋਖਨ ਤੋ ਇਹ ਹੀ ਸੋਝੀ ਹੁੰਦੀ ਹੈ । ਕੋਈ ਬੰਦਗੀ, ਦਾਨ, ਪੁਨ ਵੀ ਪ੍ਰਭ ਦੇ ਸ਼ਬਦ ਨਾਲ ਜੀਵਨ ਢਾਲਣ ਦੇ ਬਰਾਬਰ ਨਹੀਂ ਹੈ ।

All worldly Holy Scriptures have been written by combining various letters of various language. By evaluating all! only one unique enlightenment may be blessed about His Nature. No other meditation, good deeds, charity, life disciplines may be equal, comparable to obey the teachings of His Word.

ਸਹਜ ਸਮਾਧਿ ਉਪਾਧਿ ਰਹਤ ਹੋਏ,	sahj samaaDh upaaDh rahat ho-ay
ਬਡੇ ਭਾਗਿ ਲਿਵ ਲਾਗੀ॥	baday bhaag liv laagee.
ਕਹਿ ਰਵਿਦਾਸ ਉਦਾਸ ਦਾਸ ਮਤਿ,	kahi ravidaas udaas daas mat janam
ਜਨਮ ਮਰਨ ਭੈ ਭਾਗੀ॥੩॥੨॥੧੫॥	maran bhai bhaagee. ‖3‖2‖15‖

ਪ੍ਰਭ ਦੇ ਸ਼ਬਦ ਦੀ ਸਮਾਧੀ ਵਿੱਚ ਜੀਵ ਦੀਆਂ ਸਾਰੀਆਂ ਸੰਸਾਰਕ ਭਟਕਣਾਂ ਦੂਰ ਹੋ ਜਾਂਦੀਆਂ ਹਨ । ਕੇਵਲ ਵੱਡੇ ਭਾਗਾਂ ਵਾਲਾ ਹੀ ਇਸ ਸਮਾਧੀ ਵਿੱਚ ਟਿਕਦਾ ਹੈ । ਮੈਂ ਤੇਰਾ ਨਿਮਾਣਾ ਸੇਵਕ ਸੰਸਾਰ ਨਾਲੋ ਮੋਹ ਤਿਆਗਕੇ ਤੇਰੀ ਸ਼ਰਣ ਵਿੱਚ ਆਇਆ ਹੈ । ਮੇਰੇ ਮਨ ਵਿਚੋਂ ਜਨਮ, ਮਰਨ ਦਾ ਡਰ ਖਤਮ ਹੋ ਗਿਆ ਹੈ ।

Whosoever may remain intoxicated in meditation in the void of His Word; with His mercy and grace, all his worldly frustrations may be eliminated. Whosoever may have a great prewritten destiny, only he may remain steady and stable meditating in the void of His Word. Whosoever may renounce his worldly bonds, and surrender at His Sanctuary; with His mercy and grace, he may remain meditating steady and stable in the void of His Word. His fear of death, along with his cycle of birth and death may be eliminated.

54. ਤੁਖਾਰੀ ਮਹਲਾ ੪॥ 1116-3

ਨਾਵਣੁ ਪੁਰਬੁ ਅਭੀਚੁ ਗੁਰ,	naavan purab abheech gur
ਸਤਿਗੁਰ ਦਰਸੁ ਭਇਆ॥	satgur daras bha-i-aa.
ਦੁਰਮਤਿ ਮੈਲੁ ਹਰੀ	durmat mail haree
ਅਗਿਆਨੁ ਅੰਧੇਰੁ ਗਇਆ॥	agi-aan anDhayr ga-i-aa.
ਗੁਰ ਦਰਸੁ ਪਾਇਆ	gur daras paa-i-aa
ਅਗਿਆਨੁ ਗਵਾਇਆ,	agi-aan gavaa-i-aa
ਅੰਤਰਿ ਜੋਤਿ ਪ੍ਰਗਾਸੀ॥	antar jot pargaasee.
ਜਨਮ ਮਰਨ ਦੁਖ ਖਿਨ ਮਹਿ ਬਿਨਸੇ,	janam maran dukh khin meh binsay
ਹਰਿ ਪਾਇਆ ਪ੍ਰਭੁ॥	har paa-i-aa parabh abhinaasee.
ਹਰਿ ਆਪਿ ਕਰਤੈ ਪੁਰਬੁ ਕੀਆ,	har aap kartai purab kee-aa
ਸਤਿਗੁਰੂ ਕੁਲਖੇਤਿ ਨਾਵਣਿ ਗਇਆ॥	satguroo kulkhayt naavan ga-i-aa.
ਨਾਵਣੁ ਪੁਰਬੁ ਅਭੀਚੁ ਗੁਰ,	naavan purab abheech gur
ਸਤਿਗੁਰ ਦਰਸੁ ਭਇਆ॥੧॥	satgur daras bha-i-aa. ‖1‖

ਪ੍ਰਭ ਦੇ ਦਰਸ਼ਨ, ਰਹਿਮਤ ਪਾਉਣ ਲਈ ਸ਼ਬਦ ਤੇ ਅਡੋਲ ਭਰੋਸੇ ਨਾਲ ਜੀਵਨਾ ਢਾਲਣਾ ਪੈਂਦਾ ਹੈ । ਮਨ ਦੀ ਮੈਲ ਧੋਤੀ ਜਾਂਦੀ, ਬੁਰੇ ਖਿਆਲ ਅੰਗਿਆਨਤਾ ਦਾ ਅੰਧੇਰਾ ਨਾਸ ਹੋ ਜਾਂਦਾ ਹੈ । ਜਿਸ ਦੇ ਵੱਡੇ ਭਾਗ ਹੁੰਦੇ ਹਨ, ਉਸ ਨੂੰ ਹੀ ਪ੍ਰਭ ਦੇ ਦਰਸ਼ਨ, ਸ਼ਬਦ ਦੀ ਸੋਝੀ ਬਖਸ਼ਿਸ਼ ਹੋ ਸਕਦੀ ਹੈ । ਉਸ ਨਾਲ ਮਨ ਵਿਚੋਂ ਭਰਮ, ਅਗਿਆਨਤਾ ਦੂਰ, ਜਾਗਰਤੀ ਬਖਸ਼ਿਸ਼ ਹੋ ਜਾਂਦੀ ਹੈ । ਉਸ ਦਾ ਜਨਮ ਮਰਨ ਦਾ ਚੱਕਰ ਇੱਕ ਪਲ ਵਿੱਚ ਖਤਮ ਹੋ ਜਾਂਦਾ ਹੈ । ਪ੍ਰਭ ਨੇ ਆਤਮਾ ਨੂੰ ਪਵਿੱਤਰ ਕਰਨ ਲਈ ਸ਼ਬਦ ਦਾ ਸਰੋਵਰ ਮਨ ਵਿੱਚ ਹੀ ਬਖਸ਼ਿਆ ਹੈ । ਜਿਹੜਾ ਸ਼ਬਦ ਨਾਲ ਜੀਵਨਾ ਢਾਲਦਾ, ਅਡੋਲ ਭਰੋਸਾ ਰਖਦਾ ਹੈ, ਕੇਵਲ ਉਸ ਨੂੰ ਪ੍ਰਭ ਦੇ ਦਰਸ਼ਨ, ਪ੍ਰਵਾਨਗੀ ਦਾ ਰਸਤਾ ਬਖਸ਼ਿਸ਼ ਹੋ ਸਕਦਾ ਹੈ ।

Whosoever may wish to be blessed with the right path of acceptance in His Court; he must adopt the teachings of His Word with steady and stable belief in day-to-day life. With His mercy and grace, his blemish of evil thoughts and sinful deeds, ignorance from the real purpose of human life opportunity may be eliminated. Whosoever may have a great prewritten destiny, only he may be blessed with the enlightenment of the essence of His Word, His Blessed Vision. All suspicions along with his cycle of birth and death may eliminated. The True Master has blessed soul sanctifying pond of nectar of the essence of His Word within his body. Whosoever may adopt the teachings of His Word with steady and stable belief in day-to-day life; with His mercy and grace, he may be blessed with the right path of acceptance in His Court.

ਮਾਰਗਿ ਪੰਥਿ ਚਲੇ ਗੁਰ, maarag panth chalay gur
ਸਤਿਗੁਰ ਸੰਗਿ ਸਿਖਾ॥ satgur sang sikhaa.
ਅਨਦਿਨੁ ਭਗਤਿ ਬਣੀ, an-din bhagat banee
ਖਿਨੁ ਖਿਨੁ ਨਿਮਖ ਵਿਖਾ॥ khin khin nimakh vikhaa.
ਹਰਿ ਹਰਿ ਭਗਤਿ ਬਣੀ ਪ੍ਰਭ ਕੇਰੀ, har har bhagat banee parabh kayree
ਸਭੁ ਲੋਕੁ ਵੇਖਣਿ ਆਇਆ॥ sabh lok vaykhan aa-i-aa.
ਜਿਨ ਦਰਸੁ ਸਤਿਗੁਰ ਗੁਰੂ ਕੀਆ, jin daras satgur guroo kee-aa
ਤਿਨ ਆਪਿ ਹਰਿ ਮੇਲਾਇਆ॥ tin aap har maylaa-i-aa.tirath udam
ਤੀਰਥ ਉਦਮੁ ਸਤਿਗੁਰੂ ਕੀਆ, satguroo kee-aa
ਸਭ ਲੋਕ ਉਧਰਣ ਅਰਥਾ॥ sabh lok uDhran arthaa.
ਮਾਰਗਿ ਪੰਥਿ ਚਲੇ ਗੁਰ, maarag panth chalay gur s
ਸਤਿਗੁਰ ਸੰਗਿ ਸਿਖਾ॥੨॥ atgur sang sikhaa. ||2||

ਜਿਹੜਾ ਸ਼ਬਦ ਦੀ ਪਾਲਣਾ, ਜੀਵਨ ਢਾਲਦਾ, ਪ੍ਰਭ ਉਸ ਦਾ ਸਾਥੀ ਬਣਕੇ ਸੰਸਾਰਕ ਜੀਵਨ ਵਿੱਚ ਅਸਲੀ ਰਸਤੇ ਦੀ ਸੋਝੀ ਬਖਸ਼ਦਾ ਹੈ । ਉਹ ਪਲ, ਪਲ ਪ੍ਰਭ ਦੇ ਸ਼ਬਦ ਦਾ ਵਿਚਾਰ ਕਰਦਾ, ਆਪਣੇ ਕੰਮ ਪਰਖਦਾ ਹੈ । ਉਸ ਦਾ ਭਰੋਸਾ ਸ਼ਬਦ ਦੀ ਪਾਲਣਾ ਤੇ ਅਡੋਲ ਰਹਿੰਦਾ ਹੈ । ਸਾਰੇ ਜੀਵ ਹੀ ਰਹਿਮਤ ਦੀ ਆਸ ਰਖਦੇ, ਪ੍ਰਭ ਦੇ ਸ਼ਬਦ ਦੀ ਬੰਦਗੀ ਦੇ ਆਸਣ ਲਾਉਂਦੇ, ਸਿਰ ਝੁਕਾਉਂਦੇ ਹਨ । ਵੱਡੇ ਭਾਗਾ ਵਾਲੇ ਦੀ ਸ਼ਬਦ ਦੀ ਕਮਾਈ ਪ੍ਰਵਾਨ ਹੋ ਜਾਂਦੀ, ਪ੍ਰਵਾਨਗੀ ਦਾ ਅਸਲੀ ਰਸਤਾ ਬਖਸ਼ਿਸ਼ ਹੋ ਜਾਂਦਾ ਹੈ । ਜੀਵਾਂ ਦਾ ਉਧਾਰ ਕਰਨ ਲਈ ਹੀ ਪ੍ਰਭ ਨੇ ਪਵਿੱਤਰ ਤੀਰਥ ਬਣਾਏ ਹਨ । ਜਿਹੜਾ ਸ਼ਬਦ ਦੀ ਪਾਲਣਾ ਕਰਦਾ, ਜੀਵਨ ਢਾਲਦਾ ਹੈ, ਪ੍ਰਭ ਉਸ ਦਾ ਸਾਥੀ ਬਣ ਜਾਂਦਾ ਹੈ ।

Whosoever may obey, adopts the teachings of His Word with steady and stable belief in his day-to-day life; with His mercy and grace, The True Master may become his companion and guide on the right path in his worldly life. His true devotee may remain drenched with essence of His Word and evaluate all his worldly deeds. He may remain intoxicated in meditation in the void of His Word. Everyone may bow in gratitude to the meditation throne with a hope to be blessed with the right path of acceptance in His Court. Whosoever may have a great prewritten destiny, only his earnings of His Word may be accepted in His Court. He may be blessed with the right path of acceptance in His Court. The True Master has established worldly Holy Shrines, Scriptures to comprehend and adopt the essence of His Word in day-to-day life to sanctify his soul. Whosoever may obey, adopts the teachings of His Word with steady and stable belief in his day-to-day life; with His mercy and grace, The True Master may become his companion and guide on the right path in his worldly life.

ਪ੍ਰਥਮ ਆਏ ਕੁਲਖੇਤਿ ਗੁਰ, paratham aa-ay kulkhayt gur
ਸਤਿਗੁਰ ਪੁਰਬੁ ਹੋਆ॥ satgur purab ho-aa.
ਖਬਰਿ ਭਈ ਸੰਸਾਰਿ ਆਏ ਤ੍ਰੈ ਲੋਆ॥ khabar bha-ee sansaar aa-ay tarai lo-aa.
ਦੇਖਣਿ ਆਏ ਤੀਨਿ ਲੋਕ ਸੁਰਿ ਨਰ, daykhan aa-ay teen lok sur nar
ਮੁਨਿ ਜਨ ਸਭਿ ਆਇਆ॥ mun jan sabh aa-i-aa.
ਜਿਨ ਪਰਸਿਆ ਗੁਰੁ ਸਤਿਗੁਰੂ ਪੂਰਾ, jin parsi-aa gur satguroo pooraa
ਤਿਨ ਕੇ ਕਿਲਵਿਖ ਨਾਸ ਗਵਾਇਆ॥ tin kay kilvikh naas gavaa-i-aa.
ਜੋਗੀ ਦਿਗੰਬਰ ਸੰਨਿਆਸੀ, jogee digambar sani-aasee
ਖਟੁ ਦਰਸਨ ਕਰਿ ਗਏ ਗੋਸਟਿ ਢੋਆ॥ khat darsan kar ga-ay gosat dho-aa.
ਪ੍ਰਥਮ ਆਏ ਕੁਲਖੇਤਿ, paratham aa-ay kulkhayt
ਗੁਰ ਸਤਿਗੁਰ ਪੁਰਬੁ ਹੋਆ॥੩॥ gur satgur purab ho-aa. ||3||

ਜਿਹੜਾ ਬੰਦਗੀ ਕਰਨ ਵਾਲਾ ਸ਼ਰਧਾਂ ਨਾਲ ਕੁਲਖੇਤ (ਕੁਰਕਸ਼ੇਤਰ) ਵਿੱਚ ਜਾਂਦਾ ਹੈ । ਉਹ ਸਮਾਂ ਬਹੁਤ ਅਮੋਲਕ ਮੌਕਾ ਬਣ ਜਾਂਦਾ ਹੈ । ਸਾਰੀ ਸ੍ਰਿਸ਼ਟੀ ਵਿੱਚ ਹੀ ਇਸ ਦੀ ਖਬਰ ਹੋ ਗਈ ਹੈ । ਤਿੰਨੋਂ ਸ੍ਰਿਸ਼ਟੀਆਂ ਹੀ ਇਸ ਮੇਲੇ ਵਿੱਚ ਆ ਜਾਂਦੀਆਂ ਹਨ । ਤਿੰਨਾਂ ਸ੍ਰਿਸ਼ਟੀਆਂ ਦੇ ਦੇਵਤੇ, ਮੋਨੀ ਸੰਤ ਹੀ ਇਸ ਵਿੱਚ ਸ਼ਾਮਲ ਹੋ ਜਾਂਦੇ ਹਨ । ਪ੍ਰਭ ਦੀ ਰਹਿਮਤ ਨਾਲ ਜਿਸ ਦੀ ਸ਼ਬਦ ਦੀ ਕਮਾਈ ਪ੍ਰਵਾਨ ਹੋ ਜਾਂਦੀ ਹੈ । ਉਸ ਦੀਆਂ ਭੁੱਲਾਂ ਬਖਸ਼ੀਆਂ ਜਾਂਦੀਆਂ ਹਨ । ਜੋਗੀ, ਸੰਨਿਆਸੀ, ਨਾਗੇ, ਸਾਰੇ ਹੀ ਪ੍ਰਭ ਅੱਗੇ ਅਰਦਾਸ ਕਰਕੇ ਫਿਰ ਵਾਪਸ ਚਲੇ ਜਾਂਦੇ ਹਨ । ਜਿਹੜਾ ਬੰਦਗੀ ਕਰਨ ਵਾਲਾ ਸ਼ਰਧਾਂ ਨਾਲ ਕੁਲਖੇਤ (ਕੁਰਕਸ਼ੇਤਰ) ਵਿੱਚ ਜਾਂਦਾ ਹੈ । ਉਹ ਸਮਾਂ ਬਹੁਤ ਅਮੋਲਕ ਮੌਕਾ ਬਣ ਜਾਂਦਾ ਹੈ ।

Whosoever may go on a Holy journey to any shrine (**Kurksater)** with deep devotion; with His mercy and grace, his journey of Holy Shrine may become an ambrosial opportunity. All Hindus believe that Qumbu gathering becomes a blessed moment. From all over the world, worshippers gathers and worship on the event of **Qumbu.** All holy saints, worshippers from various worldly religions may join the conjugation and pray for the right path of acceptance in His Court. Whose earnings of His Word, meditation may be accepted in His Court, all his sins may be forgiven. All Holy saints, devotees may return home after praying and participating in the auspicious event. Whosoever may go on a Holy journey to **Kurksater** with deep devotion; with His mercy and grace, his journey of Holy Shrine may become an ambrosial opportunity.

ਦੁਤੀਆ ਜਮੁਨ ਗਏ ਗੁਰਿ,	dutee-aa jamun ga-ay gur
ਹਰਿ ਹਰਿ ਜਪਨੁ ਕੀਆ॥	har har japan kee-aa.
ਜਾਗਾਤੀ ਮਿਲੇ ਦੇ ਭੇਟ,	jaagaatee milay day bhayt
ਗੁਰ ਪਿਛੈ ਲੰਘਾਇ ਦੀਆਂ॥	gur pichhai langhaa-ay dee-aa.
ਸਭ ਛੁਟੀ ਸਤਿਗੁਰੂ ਪਿਛੈ,	sabh chhutee satguroo pichhai
ਜਿਨਿ ਹਰਿ ਹਰਿ ਨਾਮੁ ਧਿਆਇਆ॥	jin har har naam Dhi-aa-i-aa.
ਗੁਰ ਬਚਨਿ ਮਾਰਗਿ ਜੋ ਪੰਥਿ ਚਾਲੇ,	gur bachan maarag jo panth chaalay
ਤਿਨ ਜਮੁ ਜਾਗਾਤੀ ਨੇੜਿ ਨ ਆਇਆ॥	tin jam jaagaatee nayrh na aa-i-aa.
ਸਭ ਗੁਰੂ ਗੁਰੂ ਜਗਤੁ ਬੋਲੈ,	sabh guroo guroo jagat bolai
ਗੁਰ ਕੈ ਨਾਇ ਲਇਐ	gur kai naa-ay la-i-ai
ਸਭਿ ਛੁਟਕਿ ਗਇਆ॥	sabh chhutak ga-i-aa.
ਦੁਤੀਆ ਜਮੁਨ ਗਏ ਗੁਰਿ,	dutee-aa jamun ga-ay gur
ਹਰਿ ਹਰਿ ਜਪਨੁ ਕੀਆ॥੪॥	har har japan kee-aa. ‖4‖

ਉਸ ਪਿਛੋਂ ਬੰਦਗੀ ਕਰਨ ਵਾਲਾ ਸੰਤ ਨਾਨਕ ਜਮਨਾ ਤੇ ਗਿਆ । ਸਭ ਥਾਂ ਪ੍ਰਭ ਦੇ ਸ਼ਬਦ ਦੇ ਸਿਮਰਨ ਕਰਨ ਦੀ ਹੀ ਸਿਖਿਆਂ, ਮਹੱਤਤਾ ਦੱਸੀ ਹੈ । ਜਿਹੜਾ ਅਡੋਲ ਭਰੋਸੇ ਨਾਲ ਸ਼ਬਦ ਦੀ ਪਾਲਣਾ, ਸ਼ਬਦ ਨਾਲ ਜੀਵਨ ਢਾਲਦਾ, ਉਸ ਨੂੰ ਸ਼ਬਦ ਦੀ ਸੋਝੀ ਬਖਸ਼ਿਸ਼ ਹੋ ਜਾਂਦੀ ਹੈ । ਉਹ ਪ੍ਰਵਾਨਗੀ ਦੇ ਰਸਤੇ ਤੇ ਅਡੋਲ ਰਹਿੰਦਾ, ਪ੍ਰਭ ਦੀ ਰਹਿਮਤ ਨਾਲ ਪ੍ਰਵਾਨ ਹੋ ਜਾਂਦਾ ਹੈ । ਜਿਹੜਾ ਪ੍ਰਭ ਦੇ ਸ਼ਬਦ ਦੀ ਪਾਲਣਾ ਕਰਦਾ ਹੈ । ਮੌਤ ਦਾ ਜਮਦੂਤ ਉਸ ਦੇ ਨੇੜੇ ਨਹੀਂ ਆਉਂਦਾ । ਸਾਰੀ ਸ੍ਰਿਸ਼ਟੀ ਹੀ ਪ੍ਰਭ ਦੇ ਸ਼ਬਦ ਦਾ ਸਿਮਰਨ ਕਰਦੀ ਹੈ । ਜਿਸ ਦੇ ਮਨ ਵਿੱਚ ਸ਼ਬਦ ਵਸਾ ਜਾਂਦਾ ਹੈ, ਉਹ ਪ੍ਰਵਾਨ ਹੋ ਜਾਂਦਾ ਹੈ । ਉਸ ਪਿਛੋਂ ਬੰਦਗੀ ਕਰਨ ਵਾਲੇ ਜਮਨਾ ਤੇ ਜਾਂਦਾ । ਪ੍ਰਭ ਦੇ ਸ਼ਬਦ ਦਾ ਸਿਮਰਨ ਕਰਦਾ ਹੈ ।

After worshipping at **Kurkshater,** Holy saint visited Holy Shrine in the bank of **Jammna**. He worshipped there and preached the significance of meditation on the teachings of His Word. Whosoever may adopt the teachings of His Word with steady and stable belief in his day-to-day life; with His mercy and grace, he may be enlightened with the essence of His Word. He may remain drenched with the essence of His Word; with His mercy and grace, he may remain steady and stable on the right path of acceptance in His Court. He may become beyond the reach of the devil of death. The whole universe may be meditating on the teachings of His Word. Whosoever may be drenched with the essence of His Word; he may be accepted in His Court. After worshipping at **Kurkshater**, Holy saint visited Holy Shrine in the bank of **Jammna**.

ਤ੍ਰਿਤੀਆ ਆਏ ਸੁਰਸਰੀ,	taritee-aa aa-ay sursaree
ਤਹ ਕਉਤਕੁ ਚਲਤੁ ਭਇਆ॥	tah ka-utak chalat bha-i-aa.
ਸਭ ਮੋਹੀ ਦੇਖਿ ਦਰਸਨੁ ਗੁਰ ਸੰਤ,	sabh mohee daykh darsan gur sant
ਕਿਨੈ ਆਢੁ ਨ ਦਾਮੁ ਲਇਆ॥	kinai aadh na daam la-i-aa.
ਆਢੁ ਦਾਮੁ ਕਿਛੁ ਪਇਆ ਨ ਬੋਲਕ	aadh daam kichh pa-i-aa na bolak
ਜਾਗਾਤੀਆ ਮੋਹਣ ਮੁੰਦਣਿ ਪਈ॥	jaagaatee-aa mohan mundan pa-ee.
ਭਾਈ ਹਮ ਕਰਹ ਕਿਆ	bhaa-ee ham karah ki-aa
ਕਿਸੁ ਪਾਸਿ ਮਾਂਗਹ,	kis paas maaNgah
ਸਭ ਭਾਗਿ ਸਤਿਗੁਰ ਪਿਛੈ ਪਈ॥	sabh bhaag satgur pichhai pa-ee.
ਜਾਗਾਤੀਆ ਉਪਾਵ ਸਿਆਣਪ	jaagaatee-aa upaav si-aanap
ਕਰਿ ਵੀਚਾਰੁ ਡਿਠਾ	kar veechaar dithaa
ਭੰਨਿ ਬੋਲਕਾ ਸਭਿ ਉਠਿ ਗਇਆ॥	bhann bolkaa sabh uth ga-i-aa.
ਤ੍ਰਿਤੀਆ ਆਏ ਸੁਰਸਰੀ,	taritee-aa aa-ay sursaree
ਤਹ ਕਉਤਕੁ ਚਲਤੁ ਭਇਆ॥੫॥	tah ka-utak chalat bha-i-aa. ||5||

ਉਹ ਤੋ ਪਿਛੋਂ ਬੰਦਗੀ ਕਰਨ ਵਾਲਾ ਸੰਤ ਗੰਗਾ ਤੇ ਗਿਆ, ਉਥੇ ਅਨੋਖਾ ਹੀ ਕੌਤਕ ਹੋਇਆ । ਸਾਰੇ ਹੀ ਉਸ ਦੇ ਦਰਸ਼ਨ ਦੇਖਕੇ ਬਹੁਤ ਪ੍ਰਭਾਵਤ ਹੋ ਗਏ । ਉਹਨਾਂ ਬੰਦਗੀ ਕਰਨ ਵਾਲੇ ਸੰਤ ਨੂੰ ਪ੍ਰਨਾਮ ਕੀਤਾ, ਜੈਕਾਰ ਕੀਤਾ । ਉਸ ਦੀ ਸ਼ਬਦ ਦੀ ਕਥਾ ਸੁਣਕੇ ਕਿਸੇ ਦੇ ਬੋਲ ਵਿੱਚ ਕੋਈ ਸਵਾਲ ਨਾ ਆਇਆ, ਕੋਈ ਸ਼ੰਕਾ, ਭਰਮ ਨਾ ਰਿਹਾ । ਉਸ ਨੂੰ ਪੁੱਛਿਆ ਗਿਆ! ਅਸੀ ਸੰਸਾਰ ਵਿੱਚ ਆ ਕੇ ਕੀ ਕਰੀਏ? ਕਿਸ ਤੋ ਸਿਖਿਆਂ ਲਈਏ? ਸਾਰੀ ਸ੍ਰਿਸ਼ਟੀ ਹੀ ਉਸ ਬੰਦਗੀ ਕਰਨ ਵਾਲੇ ਦੇ ਪਿਛੇ ਲਗ ਪਈ । ਸੰਸਾਰ ਦੇ ਜੀਵਾਂ ਵਿੱਚ ਜਾਗਰਤੀ ਆ ਗਈ । ਉਹਨਾਂ ਆਪਣਾ ਮਨ ਸੰਸਾਰਕ ਮਾਇਆ ਤੋ ਰੋਕ ਲਿਆ । ਉਹ ਤੋ ਪਿਛੋਂ ਬੰਦਗੀ ਕਰਨ ਵਾਲ ਸੰਤ ਗੰਗਾ ਤੇ ਗਿਆ । ਉਥੇ ਅਨੋਖਾ ਹੀ ਕੌਤਕ ਹੋਇਆ ।

After worshipping at **Kurkshater, Jammna**, Holy saint visited Holy Shrine in the bank of **Ganges**. A unique event of His Nature prevailed. Everyone was astonished from the miracles happen through His Holy saint. Everyone bowed in front of him as the symbol of God. By listening the sermons of His Word; no one raised any doubt on the teachings of His Word. Few inquiries! What for has the human life opportunity been blessed? Whom should we pray for guidance for the right path of life? The whole universe was enlightened following the teachings of His Holy saint, His Word. They renounced the control of worldly wealth from their life. After worshipping at **Kurkshater, Jammna**, Holy saint visited Holy Shrine in the bank of **Ganges**.

ਮਿਲਿ ਆਏ ਨਗਰ ਮਹਾ ਜਨਾ,	mil aa-ay nagar mahaa janaa
ਗੁਰ ਸਤਿਗੁਰ ਓਟ ਗਹੀ॥	gur satgur ot gahee.
ਗੁਰੁ ਸਤਿਗੁਰੁ ਗੁਰ ਗੋਵਿਦੁ,	gur satgur gur govid
ਪੁਛਿ ਸਿਮ੍ਰਿਤਿ ਕੀਤਾ ਸਹੀ॥	puchh simrit keetaa sahee.
ਸਿਮ੍ਰਿਤਿ ਸ਼ਾਸਤਰ ਸਭਨੀ ਸਹੀ ਕੀਤਾ,	simrit saastar sabhnee sahee keetaa
ਸੁਕਿ ਪ੍ਰਹਿਲਾਦਿ ਸ੍ਰੀਰਾਮ	suk par-hilaad sareeraam
ਕਰਿ ਗੁਰ ਗੋਵਿਦੁ ਧਿਆਇਆ॥	kar gur govid Dhi-aa-i-aa.
ਦੇਹੀ ਨਗਰਿ ਕੋਟਿ ਪੰਚ ਚੋਰ ਵਟਵਾਰੇ,	dayhee nagar kot panch chor vatvaaray
ਤਿਨ ਕਾ ਥਾਉ ਥੇਹੁ ਗਵਾਇਆ॥	tin kaa thaa-o thayhu gavaa-i-aa.

ਕੀਰਤਨੁ ਪੁਰਾਣ ਨਿਤ ਪੁੰਨ ਹੋਵਹਿ, keertan puraan nit punn hoveh
ਗੁਰ ਬਚਨਿ ਨਾਨਕਿ ਹਰਿ ਭਗਤਿ ਲਹੀ॥ gur bachan naanak har bhagat lahee.
ਮਿਲਿ ਆਏ ਨਗਰ ਮਹਾ ਜਨਾ, mil aa-ay nagar mahaa janaa
ਗੁਰ ਸਤਿਗੁਰ ਓਟ ਗਹੀ॥੬॥੪॥੧੦॥ gur satgur ot gahee. ||6||4||10||

ਉਸ ਨਗਰ ਦੇ ਮੁਖੀ ਸੰਤ, ਰੂਹਾਨੀ ਸੰਤ ਪਾਸ ਸਿਖਿਆਂ ਲੈਣ ਲਈ ਆਇਆ । ਸ਼ਬਦ ਦੀ ਪਾਲਣਾ ਕਰਨਾ ਹੀ ਪ੍ਰਵਾਨਗੀ ਦਾ ਅਸਲੀ ਰਸਤਾ ਹੈ । ਸਾਰੇ ਧਰਮ ਦੇ ਗ੍ਰੰਥ, ਵੇਦਾਂ, ਸ਼ਾਸਤਰਾਂ, ਸਿਮ੍ਰਿਤਿਾਂ ਤੋ ਇਹ ਹੀ ਜਾਣਕਾਰੀ ਹੁੰਦੀ ਹੈ! ਸੁਖਦੇਵ, ਪ੍ਰਹਿਲਾਦ ਨੂੰ ਸ਼ਬਦ ਨਾਲ ਜੀਵਨ ਢਾਲਣ ਨਾਲ ਹੀ ਪ੍ਰਭ ਦੀ ਸ਼ਰਣ ਬਖਸ਼ਿਸ਼ ਹੋਈ ਹੈ । ਸ੍ਰਿਸ਼ਟੀ ਦੇ ਸਾਰੇ ਦੇਵਤੇ ਪ੍ਰਭ ਨੂੰ ਹੀ ਸਭ ਤੋ ਵੱਡਾ, ਅਸਲੀ ਮਾਲਕ ਮੰਨਦੇ ਹਨ । ਪ੍ਰਭ ਦੇ ਸ਼ਬਦ ਦੀ ਪਾਲਣਾ ਕਰਨ ਨਾਲ ਹੀ ਤਨ ਵਿੱਚ ਵਸਦੇ ਇਛਾਂ ਦੇ ਚੋਰਾਂ ਤੇ ਜਿੱਤ ਹੋ ਸਕਦੀ ਹੈ । ਪਰਾਨ, ਪੁੰਨ ਦਾਨ ਨੂੰ ਸਭ ਤੋ ਵੱਡੀ ਮਹੱਤਤਾ ਦੇਂਦਾ ਹੈ । ਪਰ, ਦਰਬਾਰ ਵਿੱਚ ਪ੍ਰਵਾਨਗੀ ਕੇਵਲ ਸ਼ਬਦ ਦੀ ਕਮਾਈ, ਜੀਵਨ ਢਾਲਣ ਨਾਲ ਹੀ ਬਖਸ਼ਿਸ਼ ਹੋ ਸਕਦੀ ਹੈ । ਉਸ ਨਗਰ ਦੇ ਮੁਖੀ ਸੰਤ ਵੀ ਰੂਹਾਨੀ ਸੰਤ ਪਾਸ ਸਿਖਿਆਂ ਲੈਣ ਲਈ ਆਇਆ ।

The main priest of that shrine, bowed to The Holy Saint and begged for His guidance, teachings of the right path. Obeying the teachings of His Word may be the only right path of acceptance in His Court. You may read, comprehend all worldly Holy Scriptures; you may only get the same enlightenment of the essence of His Nature. Ancient saints, Sukhdev, Parhilaad were accepted in His Court by adopting the teachings of His Word. All saints, prophets believes that The True Master is the greatest of All. Five demons of worldly desires remain dominating in the worldly life of everyone. Whosoever may obey the teachings of His Word, he may conquer these demons. Even though, **Puraan** highlight the significance of worldly charity and to serve mankind. However, the right path of acceptance may be blessed by adopting the teachings of His Word. The main priest of that shrine, bowed to His Holy Saint and begged for his guidance, of the right path

55. ਰਾਗ ਕੇਦਾਰਾ ਬਾਣੀ ਕਬੀਰ ਜੀਉ ਕੀ॥ 1123-18

ਕਾਮ ਕ੍ਰੋਧ ਤ੍ਰਿਸਨਾ ਕੇ ਲੀਨੇ, kaam kroDh tarisnaa kay leenay
ਗਤਿ ਨਹੀ ਏਕੈ ਜਾਨੀ॥ gat nahee aykai jaanee.
ਫੂਟੀ ਆਖੈ ਕਛੂ ਨ ਸੂਝੈ, footee aakhai kachhoo na soojhai
ਬੂਡਿ ਮੁਏ ਬਿਨੁ ਪਾਨੀ॥੧॥ bood moo-ay bin paanee. ||1||

ਮਨਮੁਖ ਮਨ ਦੀ ਕਾਮ ਵਾਸ਼ਨਾ, ਮਨ ਅੰਦਰ ਦੇ ਦੱਬੇ, ਕਰੋਧ ਵਿੱਚ ਹੀ ਫਸਿਆ ਰਹਿੰਦਾ ਹੈ । ਉਸ ਨੂੰ ਮਨ ਦੀ ਸੰਤੋਖ ਵਾਲੀ ਅਵਸਥਾ ਦਾ ਕੋਈ ਗਿਆਨ ਨਹੀਂ ਹੈ । ਉਸ ਨੂੰ ਸੰਸਾਰਕ ਇੱਛਾਂ ਵਿੱਚ ਅੰਧੇ ਨੂੰ ਬੁਰੇ ਭਲੇ ਦੀ ਕੋਈ ਪਛਾਣ ਨਹੀਂ ਰਹਿੰਦੀ । ਉਹ ਮਾਨਸ ਜਨਮ ਨੂੰ ਬਿਰਥਾ ਹੀ ਗਵਾ ਜਾਂਦਾ ਹੈ ।

Self-minded may remain intoxicated with sexual urge and with his embedded anger of disappointments. He may never comprehend the state of contentment of his mind. He may remain blind with the intoxication of worldly desires. He may never distinguish between good or evil deed. He may waste his priceless human life opportunity.

ਚਲਤ ਕਤ ਟੇਢੇ ਟੇਢੇ ਟੇਢੇ॥ chalat kat taydhay taydhay taydhay.
ਅਸਤਿ ਚਰਮ ਬਿਸਟਾ ਕੇ ਮੂੰਦੇ, asat charam bistaa kay moonday
ਦੁਰਗੰਧ ਹੀ ਕੇ ਬੇਢੇ॥੧॥ ਰਹਾਉ॥ durganDh hee kay baydhay. ||1|| rahaa-o.

ਜੀਵ ਤੂੰ ਕਿਉਂ ਜੀਵਨ ਵਿੱਚ ਧੋਖੇ ਦੀਆਂ ਚਾਲਾਂ ਚਲਦਾ ਹੈ? ਜੀਵਨ ਹੱਡੀਆਂ ਦੀ ਗੰਢੜੀ ਚੱਮੜੀ ਦੀ ਲਪੇਟ ਵਿੱਚ ਗੰਦਗੀ ਨਾਲ ਹੀ ਭਰੀ ਹੋਈ ਹੈ । ਤੇਰੇ ਬੋਲ ਵਿਚੋਂ ਵੀ ਗੰਦੀ ਬੂ ਹੀ ਆਉਂਦੀ ਹੈ ।

Why are you playing risky and devious plans in your human life journey? Human is a bundle of bones wrapped with his flesh, skin and overwhelmed with blemish of worldly desires. Even you tone remains with filthy odor.

ਰਾਮ ਨ ਜਪਹੁ ਕਵਨ ਭ੍ਰਮ ਭੂਲੇ,	raam na japahu kavan bharam
ਤੁਮ ਤੇ ਕਾਲੁ ਨ ਦੂਰੇ॥	bhoolay tum tay kaal na dooray.
ਅਨਿਕ ਜਤਨ ਕਰਿ ਇਹੁ ਤਨੁ ਰਾਖਹੁ,	anik jatan kar ih tan raakho
ਰਹੈ ਅਵਸਥਾ ਪੂਰੇ॥੨॥	rahai avasthaa pooray. ||2||

ਮਨਮੁਖ ਕਿਹੜੇ ਭਰਮਾਂ ਵਿੱਚ ਫਸਿਆ ਹੈ? ਕਿਉ ਪ੍ਰਭ ਦੇ ਸ਼ਬਦ ਦੀ ਪਾਲਣਾ, ਸਿਮਰਨ ਨਹੀਂ ਕਰਦਾ? ਮੌਤ ਤੇਰੇ ਤੋ ਦੂਰ ਨਹੀਂ, ਸਮਾਂ ਨੇੜੇ ਹੀ ਹੈ । ਤੂੰ ਬਹੁਤ ਯਤਨ ਕਰਕੇ ਆਪਣੇ ਤਨ ਦੀ ਸੰਭਾਲ ਕਰਦਾ ਹੈ । ਤੇਰੀ ਸਵਾਸਾਂ ਦੀ ਪੂੰਜੀ ਨਾਲ ਹੀ ਸੰਸਾਰ ਵਿੱਚ ਰਹਿਣਾ ਦਾ ਸਮਾਂ ਬਖਸ਼ਿਸ਼ ਹੋਇਆ ਹੈ ।

Self-minded! What suspicions have you been intoxicated in your worldly life? Why are you not meditating, obeying the teachings of His Word? Your unpredictable, time of death is approaching very fast. You may try many efforts to nourish, embellish and protect your body. With the capital of breathes; your time in universe has been predetermined.

ਆਪਨ ਕੀਆ ਕਛੂ ਨ ਹੋਵੈ,	aapan kee-aa kachhoo na hovai
ਕਿਆ ਕੋ ਕਰੈ ਪਰਾਨੀ॥	ki-aa ko karai paraanee.
ਜਾ ਤਿਸੁ ਭਾਵੈ ਸਤਿਗੁਰੁ ਭੇਟੈ,	jaa tis bhaavai satgur bhaytai
ਏਕੋ ਨਾਮੁ ਬਖਾਨੀ॥੩॥	ayko naam bakhaanee. ||3||

ਜੀਵ ਦੇ ਆਪਣੇ ਕੀਤੇ, ਆਪਣੀ ਸੋਚ ਨਾਲ ਕੁਝ ਨਹੀਂ ਹੁੰਦਾ । ਮਾਨਸ ਸੰਸਾਰ ਵਿੱਚ ਆਪ ਕੀ ਪ੍ਰਾਪਤ ਕਰ ਸਕਦਾ ਹੈ? ਜਿਸ ਨੂੰ ਪ੍ਰਭ ਆਪਣੀ ਰਹਿਮਤ ਨਾਲ ਸ਼ਬਦ ਦੀ ਪਾਲਣਾ ਵਿੱਚ ਲਗਨ ਲਾਉਂਦਾ ਹੈ । ਉਹ ਸ਼ਬਦ ਦੀ ਪਾਲਣਾ, ਸਿਮਰਨ ਕਰਦਾ, ਉਸ ਨੂੰ ਸੋਝੀ ਬਖਸ਼ਿਸ਼ ਹੋ ਸਕਦੀ ਹੈ ।

Self-minded may not accomplish anything with his own wisdom. What may any human accomplish with his own wisdom? Whosoever may be blessed with devotion to obey the teachings of His Word; only he may remain steady and stable on the path of meditation. He may meditate and obeys the teachings of His Word; with His mercy and grace, he may be blessed with enlightenment of the essence of His Word.

ਬਲੂਆ ਕੇ ਘਰੂਆ ਮਹਿ ਬਸਤੇ,	baloo-aa kay gharoo-aa meh bastay
ਫੁਲਵਤ ਦੇਹ ਅਇਆਨੇ॥	fulvat dayh a-i-aanay.
ਕਹੁ ਕਬੀਰ ਜਿਹ ਰਾਮੁ ਨ ਚੇਤਿਓ,	kaho kabeer jih raam na chayti-o
ਬੂਡੇ ਬਹੁਤੁ ਸਿਆਨੇ॥੪॥੪॥	booday bahut si-aanay. ||4||4||

ਜੀਵ ਤੂੰ ਰੇਤ ਦੇ ਮਕਾਨ (ਤਨ) ਵਿੱਚ ਰਹਿੰਦਾ ਹੈ । ਜੀਵ ਦਾ ਮਿੱਟੀ ਦਾ ਬਣਿਆ ਤਨ ਨਾਸ ਹੋ ਜਾਣ ਵਾਲਾ ਹੈ । ਅਣਜਾਣ, ਇਸ ਦਾ ਬਿਰਥਾ ਹੀ ਘਮੰਡ ਕਰਦਾ ਹੈ । ਜਿਹੜਾ ਪ੍ਰਭ ਦੇ ਸ਼ਬਦ ਦੀ ਪਾਲਣਾ, ਸਿਮਰਨ ਨਹੀਂ ਕਰਦਾ । ਭਾਵੇ ਬਹੁਤ ਗਿਆਨਵਾਨ, ਸੋਝੀਵਾਨ ਹੋਵੇ! ਫਿਰ ਵੀ ਜੂੰਨਾਂ ਦੇ ਚੱਕਰ ਵਿਚੋਂ ਨਹੀਂ ਨਿਕਲ ਸਕਦਾ ।

Self-minded remains in the castle (body) of sand. Your body made of clay is perishable. Ignorant may uselessly boast about his body. Whosoever may not meditate, obeys the teachings of His Word in his day-to-day life. He may be a scholar or even overwhelmed with the knowledge of worldly Holy Scriptures; however, he may never be able to eliminate his own cycle of birth and death.

56. ਕੇਦਾਰਾ ਛੰਤ ਮਹਲਾ ੫॥ 1122-4

ੴ ਸਤਿਗੁਰ ਪ੍ਰਸਾਦਿ॥ ik-oNkaar satgur parsaad.

ਮਿਲੁ ਮੇਰੇ ਪ੍ਰੀਤਮ ਪਿਆਰਿਆ॥ ਰਹਾਉ॥ mil mayray pareetam pi-aari-aa. rahaa-o.

ਰਹਿਮਤਾਂ ਦੇ ਮਾਲਕ ਆਪਣੇ ਦਰਸ਼ਨ ਬਖਸ਼ੋ, ਮੇਰੇ ਮਨ ਵਿੱਚ ਸ਼ਬਦ ਦੀ ਸੋਝੀ ਬਖਸ਼ੋ!

The Merciful True Master blesses the enlightenment of the essence of Your Word within my mind.

ਪੂਰਿ ਰਹਿਆ ਸਰਬਤ੍ਰ ਮੈ,	poor rahi-aa sarbatar mai
ਸੋ ਪੁਰਖੁ ਬਿਧਾਤਾ॥	so purakh biDhaataa.
ਮਾਰਗੁ ਪ੍ਰਭ ਕਾ ਹਰਿ ਕੀਆ,	maarag parabh kaa har kee-aa
ਸੰਤਨ ਸੰਗਿ ਜਾਤਾ॥	santan sang jaataa.
ਸੰਤਨ ਸੰਗਿ ਜਾਤਾ ਪੁਰਖੁ ਬਿਧਾਤਾ,	santan sang jaataa purakh biDhaataa
ਘਟਿ ਘਟਿ ਨਦਰਿ ਨਿਹਾਲਿਆ॥	ghat ghat nadar nihaali-aa.
ਜੋ ਸਰਨੀ ਆਵੈ ਸਰਬ ਸੁਖ ਪਾਵੈ,	jo sarnee aavai sarab sukh paavai
ਤਿਲੁ ਨਹੀ ਭੰਨੈ ਘਾਲਿਆ॥	til nahee bhannai ghaali-aa.
ਹਰਿ ਗੁਣ ਨਿਧਿ ਗਾਏ ਸਹਜ ਸੁਭਾਏ,	har gun niDh gaa-ay sahj subhaa-ay
ਪ੍ਰੇਮ ਮਹਾ ਰਸ ਮਾਤਾ॥	paraym mahaa ras maataa.
ਨਾਨਕ ਦਾਸ ਤੇਰੀ ਸਰਣਾਈ,	naanak daas tayree sarnaa-ee
ਤੂ ਪੂਰਨ ਪੁਰਖੁ ਬਿਧਾਤਾ॥੧॥	too pooran purakh biDhaataa. ‖1‖

ਜੀਵ ਦੇ ਭਾਗ ਲਿਖਣ ਵਾਲਾ ਮਾਲਕ, ਹਰਇੱਕ ਜੀਵ ਦੇ ਤਨ ਵਿੱਚ ਹੀ ਵਸਦਾ ਹੈ । ਜਿਹੜੇ ਬੰਦਗੀ ਕਰਨ ਵਾਲੇ ਨੂੰ ਸੰਤਾਂ ਦੀ ਸੰਗਤ ਬਖਸ਼ਦਾ ਹੈ । ਜਿਹੜਾ ਆਪ ਸੰਤ ਦੀ ਭੇਟਾ ਕਰਦਾ, ਉਹ ਸੰਤ ਦੇ ਜੀਵਨ ਦੀ ਸਿਖਿਆਂ ਆਪਣੇ ਜੀਵਨ ਵਿੱਚ ਢਾਲਦਾ ਹੈ, ਉਸ ਨੂੰ ਪ੍ਰਵਾਨਗੀ ਦਾ ਰਸਤਾ ਬਖਸ਼ਦਾ ਹੈ, ਉਸ ਦੇ ਮਨ ਵਿੱਚ ਪੂਰਨ ਖੇੜਾ ਵਸ ਜਾਂਦਾ ਹੈ । ਉਸ ਦੀ ਸ਼ਬਦ ਦੀ ਕਮਾਈ ਤਿਲ ਭਰ ਵੀ ਬਿਰਥੀ ਨਹੀਂ ਜਾਂਦੀ । ਜਿਹੜਾ ਪਭ ਦੇ ਸ਼ਬਦ ਦੇ ਭਰੋਸੇ ਨਾਲ ਗੁਣ ਗਾਉਂਦਾ ਹੈ, ਉਸ ਦੇ ਮਨ ਤੇ ਅਸਾਨੀ ਨਾਲ ਹੀ ਸ਼ਬਦ ਦਾ ਰੰਗ ਚੜ੍ਹ ਜਾਂਦਾ ਹੈ । ਉਹ ਪ੍ਰਭ ਦੇ ਵਿਛੋੜੇ ਦੇ ਵਿਰਾਗ ਵਿੱਚ ਹੀ ਵਸਦਾ ਹੈ । ਬੰਦਗੀ ਕਰਨ ਵਾਲੇ ਦਾ ਭਰੋਸਾ ਪ੍ਰਭ ਦੇ ਬਖਸ਼ੇ ਤੇ ਅਡੋਲ ਰਹਿੰਦਾ ਹੈ । ਉਸ ਦੀ ਸ਼ਰਣ ਵਿੱਚ ਪਨਾਹ ਦੀ ਹੀ ਅਰਦਾਸ ਕਰਦਾ ਹੈ ।

The True Master remains embedded within each soul with prewritten destiny and dwells within his body. His true devotee may be blessed with the conjugation of His Holy saint. Whosoever may adopt the life experience of His Holy saint in his day-to-day life; with His mercy and grace, he may be enlightened with the essence of His Word from within. He may be blessed with the right path of acceptance in His Court. Whosoever may surrender his mind, body, worldly status at the sanctuary of His Holy saint; with His mercy and grace, he may be blessed with complete pleasure and Bliss of His Holy Spirit. His earnings of His Word may never be wasted; always rewarded. Whosoever may sing the glory of His Word with steady and stable belief on His ultimate power; with His mercy and grace, he may easily be drenched with the enlightenment of the essence of His Word. He may remain in renunciation in the memory of his separation from His Holy Spirit. He may remain steady and stable on the right path of acceptance. He may only pray and begs for His Forgiveness and Refuge.

ਹਰਿ ਪ੍ਰੇਮ ਭਗਤਿ ਜਨ ਬੇਧਿਆ,	har paraym bhagat jan bayDhi-aa
ਸੇ ਆਨ ਕਤ ਜਾਹੀ॥	say aan kat jaahee.
ਮੀਨੁ ਬਿਛੋਹਾ ਨਾ ਸਹੈ,	meen bichhohaa naa sahai
ਜਲ ਬਿਨੁ ਮਰਿ ਪਾਹੀ॥	jal bin mar paahee.
ਹਰਿ ਬਿਨੁ ਕਿਉ ਰਹੀਐ,	har bin ki-o rahee-ai
ਦੂਖ ਕਿਨਿ ਸਹੀਐ,	dookh kin sahee-ai
ਚਾਤ੍ਰਿਕ ਬੂੰਦ ਪਿਆਸਿਆ॥	chaatrik boond pi-aasi-aa.
ਕਬ ਰੈਨਿ ਬਿਹਾਵੈ ਚਕਵੀ ਸੁਖੁ ਪਾਵੈ,	kab rain bihaavai chakvee sukh paavai
ਸੂਰਜ ਕਿਰਣਿ ਪ੍ਰਗਾਸਿਆ॥	sooraj kiran pargaasi-aa.
ਹਰਿ ਦਰਸਿ ਮਨੁ ਲਾਗਾ ਦਿਨਸੁ ਸਭਾਗਾਂ,	har daras man laagaa dinas sabhaagaa
ਅਨਦਿਨੁ ਹਰਿ ਗੁਣ ਗਾਹੀ॥	an-din har gun gaahee.
ਨਾਨਕ ਦਾਸੁ ਕਹੈ ਬੇਨੰਤੀ,	naanak daas kahai baynantee
ਕਤ ਹਰਿ ਬਿਨੁ ਪ੍ਰਾਣ ਟਿਕਾਹੀ॥੨॥	kat har bin paraan tikaahee. ‖2‖

ਸ਼ਬਦ ਦੀ ਬੰਦਗੀ ਕਰਨ ਵਾਲਾ, ਪ੍ਰਭ ਦੇ ਵਿਛੋੜੇ ਦੇ ਵਿਰਾਗ ਵਿੱਚ ਮਸਤ ਰਹਿੰਦਾ ਹੈ । ਉਸ ਦੀ ਹਾਲਤ, ਪਾਣੀ ਤੋ ਬਿਨਾਂ ਮੱਛੀ ਵਰਗੀ ਹੁੰਦੀ ਹੈ । ਉਹ ਹੋਰ ਕਿਸ ਪਾਸੇ ਜਾ ਸਕਦਾ ਹੈ? ਉਹ ਪ੍ਰਭ ਦੇ ਵਿਛੋੜੇ ਦੇ ਵਿਰਾਗ ਵਿੱਚ ਹੀ ਜੀਵਨ ਬਤੀਤ ਕਰਦਾ ਹੈ । ਉਸ ਦੀ ਅਰਦਾਸ ਕੇਵਲ ਪ੍ਰਭ ਦੀ ਰਹਿਮਤ ਦੀ ਹੁੰਦੀ ਹੈ । ਮੈਂ ਸ਼ਬਦ ਦੀ ਪਾਲਣਾ ਤੋ ਬਿਨਾਂ ਕਿਵੇਂ ਜੀਵਨ ਬਤੀਤ ਕਰ ਸਕਦਾ ਹਾ? ਤੇਰੇ ਵਿਛੋੜੇ ਦਾ ਦਰਦ ਕਿਵੇਂ ਸਹਿਣ ਕਰ ਸਕਦਾ ਹਾ? ਮੇਰੀ ਹਾਲਤ ਉਸ ਬਬੀਹੇ ਵਰਗੀ ਹੈ, ਜਿਹੜਾ ਮੀਂਹ ਦੀ ਬੂੰਦ ਲਈ ਤਰਸਦਾ ਹੈ । ਉਸ ਚਕਵੀ ਦੀ ਤਰ੍ਹਾ ਹੀ ਹੁੰਦੀ ਹੈ, ਜਿਸ ਦੇ ਮਨ ਵਿੱਚ ਸੂਰਜ ਦੀਆਂ ਕਿਰਨਾਂ ਦੇਖਣ ਨਾਲ ਹੀ ਸੰਤੋਖ ਆਉਂਦਾ, ਨੀਂਦ ਆਉਂਦੀ ਹੈ । ਉਹ ਪ੍ਰਭ ਦੇ ਦਰਸ਼ਨ ਦੀ ਪਿਆਸ, ਸ਼ਬਦ ਦੀ ਪਾਲਣ ਵਿੱਚ ਲੀਨ ਰਹਿੰਦਾ ਹੈ । ਉਹ ਸੋਚਦਾ, ਰਾਤ ਕਦੋਂ ਖਤਮ ਹੋਵੇਗੀ? ਜਿਹੜਾ ਆਪਣਾ ਸਮਾਂ ਸ਼ਬਦ ਦੇ ਗੁਣ ਗਾਉਣ ਵਿੱਚ ਬਤੀਤ ਕਰਦਾ ਹੈ, ਉਸ ਦਾ ਰਾਤ, ਦਿਨ ਭਾਗਾਂ ਵਾਲਾ ਬਣ ਜਾਂਦਾ ਹੈ । ਬੰਦਗੀ ਕਰਨ ਵਾਲੇ ਦੀ ਇੱਕੋ ਇੱਕ ਹੀ ਅਰਦਾਸ ਹੁੰਦਾ ਹੈ । ਕਿਵੇਂ ਮੇਰੇ ਸਵਾਸ ਪ੍ਰਭ ਦੀ ਰਹਿਮਤ ਤੋ ਬਿਨਾਂ ਚਲ ਸਕਦੇ ਹਨ?

His true devotee may remain in renunciation in the memory of his separation from His Holy Spirit. His state of mind may remain like a fish without water. Where else may he wander in search for peace of mind? He may only pray and begs for His Forgiveness and Refuge. How may I spend my human life journey without obeying the teachings of Your Word? How may I endure the misery of Your separation? He may remain miserable and crying like a **rain bird, Chaatrik** for a drop of rain falling in his mouth? His state of mind may be like a **Chakvee**; who may only feel comfortable, seeing the first ray of the Sun. Same way, His true devotee remains anxious! When may his night be over? His thirst, anxiety may only be satisfied with the enlightenment of the essence of His Word. He remains intoxicated in obeying the teachings of His Word with steady and stable belief in his day-to-day life. He may remain meditating and singing His Word Day and night; he feels every moment has become very fortunate. His true devotee may only pray for His Forgiveness and Refuge. How may I breathe without Your Blessed Vision?

ਸਾਸ ਬਿਨਾ ਜਿਉ ਦੇਹੁਰੀ,	saas binaa ji-o dayhuree
ਕਤ ਸੋਭਾ ਪਾਵੈ॥	kat sobhaa paavai.
ਦਰਸ ਬਿਹੂਨਾ ਸਾਧ ਜਨੁ,	daras bihoonaa saaDh jan
ਖਿਨੁ ਟਿਕਨੁ ਨ ਆਵੈ॥	khin tikan na aavai.
ਹਰਿ ਬਿਨੁ ਜੋ ਰਹਣਾ ਨਰਕੁ ਸੋ ਸਹਣਾ,	har bin jo rahnaa narak so sahnaa
ਚਰਨ ਕਮਲ ਮਨੁ ਬੇਧਿਆ॥	charan kamal man bayDhi-aa.

ਹਰਿ ਰਸਿਕ ਬੈਰਾਗੀ ਨਾਮਿ ਲਿਵ ਲਾਗੀ, har rasik bairaagee naam liv laagee
ਕਤਹੁ ਨ ਜਾਇ ਨਿਖੇਧਿਆ॥ katahu na jaa-ay nikhayDhi-aa.
ਹਰਿ ਸਿਉ ਜਾਇ ਮਿਲਣਾ har si-o jaa-ay milnaa
ਸਾਧਸੰਗਿ ਰਹਣਾ saaDhsang rahnaa
ਸੋ ਸੁਖੁ ਅੰਕਿ ਨ ਮਾਵੈ॥ so sukh ank na maavai.
ਹੋਹੁ ਕ੍ਰਿਪਾਲ ਨਾਨਕ ਕੇ ਸੁਆਮੀ, hohu kirpaal naanak kay su-aamee
ਹਰਿ ਚਰਨਹ ਸੰਗਿ ਸਮਾਵੈ॥੩॥ har charnah sang samaavai. ||3||

ਜਿਵੇਂ ਸਵਾਸ ਤੋ ਬਿਨਾਂ ਮਾਨਸ, ਤਨ ਦੀ ਕੋਈ ਮਹੱਤਤਾ ਨਹੀਂ, ਸੋਭਾ, ਸ਼ਾਨ ਨਹੀਂ ਹੁੰਦੀ । ਇਸਤਰ੍ਹਾਂ ਹੀ ਬੰਦਗੀ ਕਰਨ ਵਾਲੇ ਨੂੰ ਪ੍ਰਭ ਦੀ ਰਹਿਮਤ ਤੋ ਬਿਨਾਂ ਕਿਵੇਂ ਸੰਤੋਖ ਬਖਸ਼ਿਸ਼ ਹੋ ਸਕਦਾ ਹੈ? ਜਿਹੜਾ ਪ੍ਰਭ ਦੇ ਸ਼ਬਦ ਦੀ ਪਾਲਣਾ ਤੋ ਬਿਨਾਂ ਜੀਵਨ ਬਤੀਤ ਕਰਦਾ ਹੈ । ਉਸ ਦਾ ਜੀਵਨ ਨਰਕ ਬਰਾਬਰ ਹੁੰਦਾ ਹੈ । ਦਾਸ ਦਾ ਮਨ ਸੰਤਾਂ ਦੀ ਸ਼ਰਣ, ਸ਼ਬਦ ਦੀ ਪਾਲਣਾ ਵਿੱਚ ਅਡੋਲ ਰਹਿੰਦਾ ਹੈ । ਪ੍ਰਭ ਦੀ ਜੋਤ, ਆਤਮਾ ਦੀ ਅਵਸਥਾ ਅਨੁਭਵ ਕਰਦੀ ਹੈ । ਫਿਰ ਵੀ ਉਸ ਦੇ ਮੋਹ ਤੋ ਅਲਗ, ਰਹਿਤ ਰਹਿੰਦੀ ਹੈ । ਜਿਹੜਾ ਪ੍ਰਭ ਦੇ ਸ਼ਬਦ ਦੀ ਪਾਲਣਾ ਵਿੱਚ ਅਡੋਲ ਰਹਿੰਦਾ ਹੈ । ਉਸ ਨੂੰ ਕੋਈ ਪ੍ਰਭ ਦੀ ਰਹਿਮਤ ਤੋ ਵਾਂਝੇ ਨਹੀਂ ਕਰ ਸਕਦਾ । ਬੰਦਗੀ ਕਰਨ ਵਾਲੇ ਪ੍ਰਭ ਅੱਗੇ ਰਹਿਮਤ ਦੀ ਹੀ ਅਰਦਾਸ ਕਰਦਾ ਹੈ! ਮੈਨੂੰ ਸ਼ਬਦ ਦੀ ਪਾਲਣਾ ਵਿੱਚ ਅਡੋਲ ਰਖੋ ।

Human body may not have any significance, honor, or glory without breaths, just a corpse. Same way, how may His true devotee remain in patience and contented without His Blessed Vision? Whosoever may waste his human life journey abandoning the teachings of His Word; his human life journey may be like a hell on earth. His true devotee my surrender his self-identity at His sanctuary; he remains intoxicated in obeying the teachings of His Word. He may realize, His Holy Spirit remains embedded within each soul and prevails everywhere; however, His Holy Spirit remains beyond the emotional reach of his soul. Whosoever may remain intoxicated obeying the teachings of His Word with steady and stable belief in his day-to-day life; he may never be deprived from His Blessed Vision. He may always pray and begs for His Forgiveness and Refuge; with His mercy and grace, he may remain steady and stable on the right path of meditation, acceptance in His Court.

ਖੋਜਤ ਖੋਜਤ ਪ੍ਰਭ ਮਿਲੇ, khojat khojat parabh milay
ਹਰਿ ਕਰੁਣਾ ਧਾਰੇ॥ har karunaa Dhaaray.
ਨਿਰਗੁਣੁ ਨੀਚੁ ਅਨਾਥੁ ਮੈ, nirgun neech anaath mai
ਨਹੀ ਦੋਖ ਬੀਚਾਰੇ॥ nahee dokh beechaaray.
ਨਹੀ ਦੋਖ ਬੀਚਾਰੇ nahee dokh beechaaray
ਪੂਰਨ ਸੁਖ ਸਾਰੇ, pooran sukh saaray
ਪਾਵਨ ਬਿਰਦੁ ਬਖਾਨਿਆ॥ paavan birad bakhaani-aa.
ਭਗਤਿ ਵਛਲੁ ਸੁਨਿ ਅੰਚਲੋੁ ਗਹਿਆ, bhagat vachhal sun anchlo gahi-aa
ਘਟਿ ਘਟਿ ਪੂਰ ਸਮਾਨਿਆ॥ ghat ghat poor samaani-aa.
ਸੁਖ ਸਾਗਰੋੁ ਪਾਇਆ ਸਹਜ ਸੁਭਾਇਆ, sukh saagro paa-i-aa sahj subhaa-i-aa
ਜਨਮ ਮਰਨ ਦੁਖ ਹਾਰੇ॥ janam maran dukh haaray.
ਕਰੁ ਗਹਿ ਲੀਨੇ ਨਾਨਕ ਦਾਸ ਅਪਨੇ, kar geh leenay naanak daas apnay
ਰਾਮ ਨਾਮ ਉਰਿ ਹਾਰੇ॥੪॥੧॥ raam naam ur haaray. ||4||1||

ਬੰਦਗੀ ਕਰਨ ਵਾਲਾ, ਧੀਰਜ ਨਾਲ ਸ਼ਬਦ ਨੂੰ ਮਨ ਵਿੱਚ ਜਾਗਰਤ ਕਰ ਲੈਂਦਾ ਹੈ । ਪ੍ਰਭ ਆਪਣੇ, ਅਪਾਜ, ਅਉਗੁਣਾਂ ਭਰੇ ਨਿਮਾਣੇ ਦਾਸ ਦੇ ਅਉਗੁਣ ਨਹੀਂ ਚਿਤਾਰਦਾ, ਆਪਣੀ ਰਹਿਮਤ ਨਾਲ ਪਾਪ ਬਖਸ਼ ਦੇਂਦਾ, ਮਨ ਵਿਚੋਂ ਬੁਰੇ ਖਿਆਲ ਨਾਸ ਕਰ ਦੇਂਦਾ ਹੈ । ਕੇਵਲ ਇਹ ਹੀ ਮਨ ਨੂੰ ਪਵਿੱਤਰ ਕਰਨ ਦੀ ਵਿਧੀ ਹੈ । ਸੰਤਾਂ ਦਾ ਕਥਾ ਸੁਣੋ! ਤਰਸਵਾਨ ਪ੍ਰਭ ਬੰਦਗੀ ਕਰਨ ਵਾਲੇ ਦਾ ਪ੍ਰੇਮੀ ਬਣ ਜਾਂਦਾ ਹੈ ।

ਮੈਂ ਅਡੋਲ ਭਰੋਸੇ ਨਾਲ ਪ੍ਰਭ ਦੇ ਸ਼ਬਦ ਦੀ ਪਾਲਣਾ ਕਰਦਾ ਹਾ । ਮੇਰੇ ਮਨ ਵਿੱਚ ਸੰਤੋਖ, ਖੇੜਾ ਵਸ ਗਿਆ ਹੈ । ਬੰਦਗੀ ਕਰਨ ਵਾਲਾ ਪ੍ਰਭ ਨੂੰ ਹਰਇੱਕ ਤਨ ਵਿੱਚ ਵਸਦਾ ਮਹਿਸੂਸ ਕਰਦਾ ਹੈ । ਪ੍ਰਭ ਦੀ ਰਹਿਮਤ ਨਾਲ ਬੰਦਗੀ ਕਰਨ ਵਾਲੇ ਦੇ ਮਨ ਵਿੱਚ ਸੰਤੋਖ ਦੇ ਸਾਗਰ, ਪ੍ਰਭ ਦਾ ਸ਼ਬਦ ਜਾਗਰਤ ਹੋ ਜਾਂਦਾ ਹੈ । ਉਸ ਦਾ ਜਨਮ ਮਰਨ ਦਾ ਚੱਕਰ ਖਤਮ ਹੋ ਜਾਂਦਾ ਹੈ । ਪ੍ਰਭ ਆਪ ਹੀ ਬੰਦਗੀ ਕਰਨ ਵਾਲੇ ਦੀ ਬਾਂਹ ਪਕੜਦਾ ਹੈ । ਉਸ ਨੂੰ ਪ੍ਰਵਾਨਗੀ ਦੇ ਰਸਤੇ ਤੇ ਅਡੋਲ ਰਖਦਾ, ਦਰਬਾਰ ਵਿੱਚ ਸੋਭਾ ਬਖਸ਼ਦਾ ਹੈ

His true devotee may remain obeying the teachings of His Word with steady and stable belief and with patience; with His mercy and grace, he may be enlightened from within. The Merciful True Master may ignore deficiencies, short-comings of His true devotee, overwhelmed with evil thoughts within my mind; with His mercy and grace, his sins of previous lives may be forgiven and his evil thoughts may be eliminated. This may be the technique to sanctify soul to become worthy of His Consideration. His Holy saint proclaims! The Merciful True Master remains fond of His true devotee. I remain intoxicated in obeying the teachings of His Word with steady and stable belief; with His mercy and grace, I have been drenched with contentment and blossom in my worldly life. His true devotee believes, His Holy Spirit remains embedded within each soul and dwells within his body. His true devotee may remain overwhelmed with the ocean of contentment and enlightenment within his mind; with His mercy and grace, his cycle of birth and death may be eliminated. The True Master always keeps His true devotee under His wings, protection; with His mercy and grace, he remains steady and stable on the right path of acceptance in His Court and honored with salvation.

57. ਰਾਗੁ ਭੈਰਉ ਮਹਲਾ ੫ ਚਉਪਦੇ ਘਰੁ ੨॥ 1138-15

ੴ ਸਤਿਗੁਰ ਪ੍ਰਸਾਦਿ॥	ik-oNkaar satgur parsaad.
ਸ੍ਰੀਧਰ ਮੋਹਨ ਸਗਲ ਉਪਾਵਨ,	sareeDhar mohan sagal upaavan
ਨਿਰੰਕਾਰ ਸੁਖਦਾਤਾ॥	nirankaar sukh-daata.
ਐਸਾ ਪ੍ਰਭੁ ਛੋਡਿ ਕਰਹਿ ਅਨ ਸੇਵਾ,	aisaa parabh chhod karahi an sayvaa
ਕਵਨ ਬਿਖਿਆ ਰਸ ਮਾਤਾ॥੧॥	kavan bikhi-aa ras maataa. ||1||

ਸ੍ਰਿਸ਼ਟੀ ਨੂੰ ਪੈਦਾ ਕਰਨ ਵਾਲਾ ਅਕਾਰ ਰਹਿਤ ਪ੍ਰਭ ਹੀ ਸੁਖ ਬਖਸ਼ਣ ਵਾਲਾ ਮਾਲਕ ਹੈ । ਮਨ ਨੂੰ ਹੈਰਾਨ ਕਰਨ ਵਾਲੀਆਂ ਰਹਿਮਤਾਂ ਦਾ ਮਾਲਕ ਹੈ । ਜਿਹੜਾ ਸ਼ਬਦ ਦੀ ਪਾਲਣਾ, ਪ੍ਰਭ ਦੇ ਬਖਸ਼ੇ ਤੇ ਭਰੋਸਾ ਅਡੋਲ ਨਹੀਂ ਰਖਦਾ । ਉਹ ਹੋਰ ਕਿਸੇ ਮਾਨਸ ਨੂੰ ਗੁਰੂ, ਮੁਕਤੀ ਦਾ ਮਾਲਕ ਮੰਨਕੇ ਮਗਰ ਲਗਾ ਰਹਿੰਦਾ ਹੈ । ਕਿਉਂ ਸੰਸਾਰਕ ਮਾਇਆ, ਸੰਸਾਰਕ ਪਦਾਰਥਾ ਦੇ ਅਨੰਦ ਵਿੱਚ ਮਸਤ ਹੈ?

The One and One, True Master, Creator, beyond any limitation of body structure, bodyless Holy Spirit remains a treasure of comforts. He may be the treasure of astonishing virtues, blessings. Whosoever may never obey the teachings of His Word with steady and stable belief; he may worship worldly guru, an ancient prophet as the savior of his soul. Why are you intoxicated in short-lived comforts of worldly wealth?

ਰੇ ਮਨ ਮੇਰੇ ਤੂ ਗੋਵਿਦ ਭਾਜੁ॥	ray man mayray too govid bhaaj.
ਅਵਰ ਉਪਾਵ ਸਗਲ ਮੈ ਦੇਖੇ,	avar upaav sagal mai daykhay
ਜੋ ਚਿਤਵੀਐ ਤਿਤੁ ਬਿਗਰਸਿ ਕਾਜੁ॥੧॥	jo chitvee-ai tit bigras kaaj. ||1||
ਰਹਾਉ॥	rahaa-o.

ਜੀਵ, ਕੇਵਲ ਪ੍ਰਭ ਦੇ ਬਖਸ਼ੇ ਤੇ ਭਰੋਸਾ ਰਖਕੇ ਸ਼ਬਦ ਦਾ ਸਿਮਰਨ ਕਰੋ! ਬਾਕੀ ਸਾਰੇ ਬੰਦਗੀ ਦੇ ਰਸਤੇ ਮਾਨਸ ਜਨਮ ਦੇ ਸਫਰ ਲਈ ਘਾਟੇ ਵਾਲੇ ਹੀ ਹਨ! ਪ੍ਰਭ ਦੇ ਦਰਬਾਰ ਵਿੱਚ ਪ੍ਰਵਾਨਗੀ ਬਖਸ਼ਿਸ਼ ਨਹੀਂ ਹੁੰਦੀ ।

You should only meditate on the teachings of His Word with steady and stable belief! All other paths of meditation may provide short-lived pleasures of sweet poison of worldly wealth, the path of disaster for the real purpose of human life journey. He may never be blessed with the right path of acceptance in His Court.

ਠਾਕੁਰੁ ਛੋਡਿ ਦਾਸੀ ਕਉ ਸਿਮਰਹਿ,	thaakur chhod daasee ka-o simrahi
ਮਨਮੁਖ ਅੰਧ ਅਗਿਆਨਾ॥	manmukh anDh agi-aanaa.
ਹਰਿ ਕੀ ਭਗਤਿ ਕਰਹਿ ਤਿਨ,	har kee bhagat karahi tin
ਨਿੰਦਹਿ ਨਿਗੁਰੇ ਪਸੂ ਸਮਾਨਾ॥੨॥	nindeh niguray pasoo samaanaa. ||2||

ਅਣਜਾਣ ਮਾਨਸ ਅਸਲੀ ਮਾਲਕ ਦੇ ਸ਼ਬਦ ਦੀ ਪਾਲਣਾ ਵਿੱਚ ਅਡੋਲ ਨਹੀਂ ਹੁੰਦਾ। ਪ੍ਰਭ ਦੀ ਪ੍ਰਵਾਨਗੀ ਦੇ ਰਸਤੇ ਨੂੰ ਮਨ ਵਿਚੋਂ, ਜੀਵਨ ਦੇ ਢੰਗ ਵਿਚੋਂ ਵਿਸਾਰ ਲੈਂਦਾ ਹੈ। ਪ੍ਰਭ ਦੇ ਦਾਸਾਂ, ਗੁਲਾਮਾਂ ਨੂੰ ਪੂਜਦਾ, ਮੁਕਤੀ ਦਾ ਮਾਲਕ ਸਮਝਦਾ, ਮੰਨਦਾ ਹੈ। ਮਨਮਰਜ਼ੀ ਕਰਨ ਵਾਲਾ ਮਨਮੁਖ ਸ਼ਬਦ ਦੀ ਸੋਝੀ ਤੋ ਅਗਿਆਨੀ ਹੀ ਹੁੰਦਾ ਹੈ। ਜਿਹੜਾ ਪ੍ਰਭ ਦੇ ਸ਼ਬਦ ਦੀ ਪਾਲਣਾ ਕਰਨ ਵਾਲੇ ਦੀ ਨਿੰਦਿਆਂ ਕਰਦਾ, ਆਪ ਸ਼ਬਦ ਦੀ ਪਾਲਣਾ ਨਹੀਂ ਕਰਦਾ। ਉਹ ਮਾਨਸ ਜਨਮ ਵਿੱਚ ਵੀ ਜਾਨਵਰਾਂ ਵਾਲਾ ਹੀ ਜੀਵਨ ਬਤੀਤ ਕਰਦਾ ਹੈ। ਉਸ ਨੂੰ ਮਾਨਸ ਜਨਮ ਦਾ ਕੋਈ ਲਾਭ ਨਹੀਂ ਹੁੰਦਾ। ਉਹ ਮਾਨਸ ਜਨਮ ਦਾ ਅਮੋਲਕ ਮੌਕਾ ਬਿਰਥਾ ਹੀ ਗਵਾ ਲੈਂਦਾ ਹੈ।

Ignorant, human may not obey the teachings of His Word with steady and stable belief in his day-to-day life. He may abandon the right path of acceptance from his day-to-day life. He may worship His slave as the real savior to guide on the right path of acceptance; as only interface between his soul and God. Self-minded remains ignorant from the enlightenment of the essence of His Word, from the real path of acceptance in His Court. Slanderer of His true devotee may never obey the teachings of His Word in his day-to-day life; he may waste his human life opportunity like wild beast, animals. He may not benefit from human life opportunity.

ਜੀਉ ਪਿੰਡੁ ਤਨੁ ਧਨੁ ਸਭੁ ਪ੍ਰਭ ਕਾ,	jee-o pind tan Dhan sabh parabh kaa
ਸਾਕਤ ਕਹਤੇ ਮੇਰਾ॥	saakat kahtay mayraa.
ਅਹੰਬੁਧਿ ਦੁਰਮਤਿ ਹੈ ਮੈਲੀ,	ahaN-buDh durmat hai mailee
ਬਿਨੁ ਗੁਰ ਭਵਜਲਿ ਫੇਰਾ॥੩॥	bin gur bhavjal fayraa. ||3||

ਜੀਵ ਦਾ ਤਨ, ਹੈਸੀਅਤ, ਸਵਾਸ, ਆਤਮਾ, ਜੀਵਨ ਪ੍ਰਭ ਦੀ ਹੀ ਅਮਾਨਤ ਹੁੰਦਾ ਹੈ। ਸਾਕਤ, ਪ੍ਰਭ ਦੇ ਸ਼ਬਦ ਤੇ ਭਰੋਸਾ ਨਾ ਕਰਨ ਵਾਲਾ, ਸਭ ਕੁਝ ਆਪਣਾ ਹੀ ਸਮਝਦਾ, ਅਹੰਕਾਰ ਕਰਦਾ ਹੈ। ਉਹ ਅਹੰਕਾਰੀ, ਬੁਰੇ ਖਿਆਲਾਂ ਵਾਲੇ ਜੀਵ ਦਾ ਮਨ ਦਾਗ਼ੀ, ਮੈਲਾ ਹੀ ਰਹਿੰਦਾ ਹੈ। ਸ਼ਬਦ ਨਾਲ ਜੀਵਨ ਢਾਲਣ, ਭਰੋਸਾ ਅਡੋਲ ਰੱਖਣ ਤੋ ਬਿਨਾਂ ਜੂੰਨਾਂ ਦੇ ਚੱਕਰ ਵਿੱਚ ਹੀ ਭਉਦਾ ਫਿਰਦਾ ਹੈ।

Human body, mind, worldly status, breathes, soul and human life remains only His trust. Self-minded may consider his own possession, assets. He remains on the high horse of his ego; his mind, soul may remain blemished with evil thoughts. Whosoever may not adopt the teachings of His Word with steady and stable belief; he may wander in the cycle of birth and death.

ਹੋਮ ਜਗ ਜਪ ਤਪ ਸਭਿ ਸੰਜਮ,	hom jag jap tap sabh sanjam
ਤਟਿ ਤੀਰਥਿ ਨਹੀ ਪਾਇਆ॥	tat tirath nahee paa-i-aa.
ਮਿਟਿਆ ਆਪੁ ਪਏ ਸਰਣਾਈ,	miti-aa aap pa-ay sarnaa-ee
ਗੁਰਮੁਖਿ ਨਾਨਕ ਜਗਤੁ ਤਰਾਇਆ॥	gurmukh naanak jagat taraa-i-aa.
੪॥੧॥੧੪॥	||4||1||14||

ਜਪ, ਤਪ, ਮੋਹ, ਕਰਬਾਂਨੀ ਦੇਣ, ਵਰਤ, ਰੀਤ ਰੀਵਾਜ, ਮਨ ਤੇ ਕਾਬੂ ਪਾਉਣ, ਪਵਿੱਤਰ ਤੀਰਥ ਯਾਤਰ, ਇਸ਼ਨਾਨ ਕਰਨ ਨਾਲ ਪ੍ਰਭ ਦੀ ਰਹਿਮਤ ਦੀ ਨਜ਼ਰ ਬਖਸ਼ਿਸ਼ ਨਹੀਂ ਹੁੰਦੀ। ਆਪਣੀ ਖੁਦਗਰਜ਼ੀ, ਆਪਾ ਪ੍ਰਭ ਦੇ ਭੇਟਾ ਕਰਕੇ, ਪ੍ਰਭ ਦੇ ਸ਼ਬਦ ਨਾਲ ਜੀਵਨ ਢਾਲੋ! ਪ੍ਰਭ ਦੀ ਰਹਿਮਤ ਨਾਲ

ਗੁਰਮਖ ਅਵਸਥਾਂ ਬਖਸ਼ਿਸ਼ ਹੋ ਸਕਦੀ ਹੈ । ਇਸ ਅਵਸਥਾ ਵਿੱਚ ਪ੍ਰਭ ਆਪ ਹੀ ਦਰਬਾਰ ਵਿੱਚ ਪ੍ਰਵਾਨਗੀ, ਸੋਭਾ ਬਖਸ਼ਦਾ ਹੈ ।

Whosoever may adopt worldly religious path of meditation, self-disciplines, hard meditation, charity, self-sacrifice for family or loyalty to worldly guru, controlling desires of mind, worship at Holy Shrine and sanctifying bath at Holy Pond; he may never be blessed with the right path of acceptance in His Court. Whosoever may renounce his selfishness and surrenders his self-identity at His Sanctuary. He may adopt the teachings of His Word with steady and stable belief in his day-to-day life; with His mercy and grace, he may be blessed with a state of mind as His true devotee. The Merciful True Master may bless the right path of acceptance and honor in His Court.

58. ਭੈਰਉ ਅਸਟਪਦੀਆ ਮਹਲਾ ੧ ਘਰੁ ੨॥ 1153-7

੧ੳ ਸਤਿਗੁਰ ਪ੍ਰਸਾਦਿ॥	ik-oNkaar satgur parsaad.
ਆਤਮ ਮਹਿ ਰਾਮੁ ਰਾਮ ਮਹਿ ਆਤਮੁ,	aatam meh raam raam meh aatam
ਚੀਨਸਿ ਗੁਰ ਬੀਚਾਰਾ॥	cheenas gur beechaaraa.
ਅੰਮ੍ਰਿਤ ਬਾਣੀ ਸਬਦਿ ਪਛਾਣੀ,	amrit banee sabad pachhaanee
ਦੁਖ ਕਾਟੈ ਹਉ ਮਾਰਾ॥੧॥	dukh kaatai ha-o maaraa. ||1||

ਜੀਵ ਦੀ ਆਤਮਾ ਵਿੱਚ ਪ੍ਰਭ ਦੀ ਜੋਤ ਹੈ, ਅਤੇ ਪ੍ਰਭ ਦੀ ਜੋਤ ਵਿੱਚ ਜੀਵ ਦੀ ਆਤਮਾ ਹੈ । ਸ਼ਬਦ ਦੀ ਸੋਝੀ ਬਖਸ਼ਿਸ਼ ਹੋਣ ਨਾਲ ਹੀ, ਇਸ ਤੱਤ ਦੀ ਸਮਝ ਬਖਸ਼ਿਸ਼ ਹੁੰਦੀ ਹੈ । ਭਾਣੇ, ਬਾਣੀ, ਸ਼ਬਦ ਦੀ ਪਾਲਣਾ ਕਰਨ ਨਾਲ ਹੀ ਸ਼ਬਦ ਦੀ ਸੋਝੀ ਬਖਸ਼ਿਸ਼ ਹੁੰਦੀ ਹੈ । ਇਸ ਸੋਝੀ ਨਾਲ, ਸਾਰੇ ਦੁਖ, ਭਰਮ ਦੂਰ ਹੋ ਜਾਂਦੇ, ਅਹੰਕਾਰ ਖਤਮ ਹੋ ਜਾਂਦਾ ਹੈ ।

His Holy Spirit remains embedded within each soul and each soul remains immersed within the ocean of His Holy Spirit; still aloof from His Virtues. Whosoever may be blessed with enlightenment of the essence of His Word; with His mercy and grace, only he may comprehend the essence of His Mystery. Whosoever may obey the teachings of His Word with steady and stable belief; with His mercy and grace, only he may be enlightened with the essence of His Word. All his religious suspicions, worldly miseries and ego may be eliminated.

ਨਾਨਕ ਹਉਮੈ ਰੋਗ ਬੁਰੇ॥	naanak ha-umai rog buray.
ਜਹ ਦੇਖਾਂ ਤਹ ਏਕਾ ਬੇਦਨ,	jah daykhaaN tah aykaa baydan
ਆਪੇ ਬਖਸੈ ਸਬਦਿ ਧੁਰੇ॥੧॥ ਰਹਾਉ॥	aapay bakhsai sabad Dhuray. ||1|| rahaa-o.

ਮਾਨਸ ਜੀਵਨ ਵਿੱਚ ਅਹੰਕਾਰ ਦਾ ਰੋਗ ਬਹੁਤ ਬੁਰਾ ਹੈ । ਜਿੱਥੇ ਵੀ ਵੇਖੋ, ਇਹ ਰੋਗ ਹੀ ਹੈ । ਇਹ ਰੋਗ ਪ੍ਰਭ ਦੀ ਰਹਿਮਤ ਨਾਲ, ਸ਼ਬਦ ਦੀ ਪਾਲਣਾ ਕਰਨ ਨਾਲ ਹੀ ਖਤਮ ਹੁੰਦਾ ਹੈ ।

You must remember, realize! Ego may be the most terrible, chronic disease of mind. The influence, intoxication of ego may be overwhelmed in every part of human life journey and within every creature. Whosoever may adopt the teachings of His Word with steady and stable belief in his day-to-day life; with His mercy and grace, his disease may be cured, eliminated.

ਆਪੇ ਪਰਖੇ ਪਰਖਣਹਾਰੈ	aapay parkhay parkhanhaarai
ਬਹੁਰਿ ਸੂਲਾਕੁ ਨ ਹੋਈ॥	bahur soolaak na ho-ee.
ਜਿਨ ਕਉ ਨਦਰਿ ਭਈ ਗੁਰਿ ਮੇਲੇ,	jin ka-o nadar bha-ee gur maylay
ਪ੍ਰਭ ਭਾਣਾ ਸਚੁ ਸੋਈ॥੨॥	parabh bhaanaa sach so-ee. ||2||

ਜਿਸ ਨੂੰ ਪ੍ਰਭ ਆਪ ਪਰਖਦਾ, ਪ੍ਰਵਾਨ ਕਰ ਲੈਂਦਾ, ਉਸ ਨੂੰ ਫਿਰ ਲੇਖਾ ਨਹੀਂ ਦੇਣਾ ਪੈਂਦਾ । ਜਿਹੜਾ ਪ੍ਰਭ ਦੀ ਰਹਿਮਤ ਨਾਲ ਸ਼ਬਦ ਦੀ ਪਾਲਣਾ ਕਰਦਾ ਹੈ, ਉਹ ਪ੍ਰਵਾਨ ਹੋ ਜਾਂਦਾ ਹੈ । ਉਸ ਦੀ ਆਤਮਾ ਪਵਿੱਤਰ ਹੋ ਜਾਂਦੀ ਹੈ, ਪ੍ਰਭ ਨੂੰ ਭਾਉਂਦੀ ਹੈ ।

Whosoever may become worthy of His Consideration and his earnings may be accepted in His Court; with His mercy and grace, all his account of previous deeds may be satisfied. He may never face righteous judge. Whosoever may obey the teachings of His Word; his earnings of His Word may be accepted in His Court. His soul may be sanctified to become worthy of His Consideration.

ਪਉਣੁ ਪਾਣੀ ਬੈਸੰਤਰੁ ਰੋਗੀ,	pa-un paanee baisantar rogee
ਰੋਗੀ ਧਰਤਿ ਸਭੋਗੀ॥	rogee Dharat sabhogee.
ਮਾਤ ਪਿਤਾ ਮਾਇਆ ਦੇਹ ਸਿ ਰੋਗੀ,	maat pitaa maa-i-aa dayh se rogee
ਰੋਗੀ ਕੁਟੰਬ ਸੰਜੋਗੀ॥੩॥	rogee kutamb sanjogee. ||3||

ਹਵਾ, ਪਾਣੀ, ਅੱਗੇ ਇਹ ਤਿੰਨੇਂ ਹੀ ਰੋਗ ਹਨ । ਜਿਹੜਾ ਇਹਨਾਂ ਨਾਲ ਅਨੰਦ ਮਾਨਦਾ, ਉਹ ਵੀ ਰੋਗੀ ਬਣ ਜਾਂਦਾ ਹੈ । ਮਾਤਾ, ਪਿਤਾ, ਮਾਇਆ, ਤਨ ਇਹ ਸਾਰੇ ਹੀ ਰੋਗ ਹਨ । ਜਿਹੜਾ ਇਹਨਾਂ ਦੇ ਸਬੰਧੀਆਂ ਨੂੰ ਮਿਲਦਾ ਹੈ, ਉਹ ਵੀ ਰੋਗੀ ਹੋ ਜਾਂਦਾ ਹੈ ।

Air, water, and fire are three disease, sweet poison of worldly wealth. Whosoever may remain intoxicated with the pleasure of these three; he may be infected with chronic disease. Same way, mother, father, worldly wealth, body are also sweet poison of worldly wealth. Whosoever may remain bonded, attached to their comfort and support; he may remain far away from the real path of human life journey and miserable.

ਰੋਗੀ ਬ੍ਰਹਮਾ ਬਿਸਨੁ ਸਰੁਦ੍ਰਾ,	rogee barahmaa bisan sarudraa
ਰੋਗੀ ਸਗਲ ਸੰਸਾਰਾ॥	rogee sagal sansaaraa.
ਹਰਿ ਪਦੁ ਚੀਨਿ ਭਏ ਸੇ ਮੁਕਤੇ,	har pad cheen bha-ay say muktay
ਗੁਰ ਕਾ ਸਬਦੁ ਵੀਚਾਰਾ॥੪॥	gur kaa sabad veechaaraa. ||4||

ਬ੍ਰਹਮਾ, ਵਿਸਨੂੰ, ਸ਼ਿਵਾ ਸਾਰੇ ਹੀ ਰੋਗੀ ਬਣ ਗਏ । ਜਿਹੜਾ ਸ਼ਬਦ ਦੀ ਸ਼ਰਣ ਵਿੱਚ ਰਹਿੰਦਾ, ਸ਼ਬਦ ਦੀ ਪਾਲਣਾ ਕਰਦਾ ਹੈ । ਉਹ ਰੋਗ ਤੋ ਰਹਿਤ ਹੋ ਜਾਂਦੇ ਹਨ, ਮੁਕਤ ਹੋ ਜਾਂਦੇ ਹਨ ।

All worldly saints, blessed soul had become victim of sweet poison of worldly wealth. Three ancient prophets, Brahma, Vishnu, Shivji became as the symbolic of three unique colors of worldly wealth. Whosoever may surrender his mind, body and worldly status at His Sanctuary and obeys the teachings of His Word. He may conquer all chronic disease of his mind; with His mercy and grace, he may be blessed with salvation.

3 Symbol of Worldly Wealth	
Bahama	the ego of his knowledge of four Vedas; four aspects of human life journey.
Shivji	victim to fight against human injustice and started destroying His Creation.
Vishnu	a victim of miracle power and cursing others, who may cross his way?

Shakti	**3 Virtues of Worldly Wealth**
ਰਜ ਗੁਣ	**ਜੀਵ ਦੇ ਮਨ ਦੀ ਲਗਨ, ਉਸ ਦੇ ਕੰਮ!**
Raajas	The quality of energy and activity; - Mind Concentration
ਤਮ ਗੁਣ	**ਜੀਵ ਦੀ ਤਪਸਿਆ, ਮੰਦੇ ਕੰਮਾਂ ਦਾ ਖਿਆਲ!**
Taamas,	The quality of darkness and inertia; -Mind Awareness
ਸਤ ਗੁਣ	**ਮਨ ਦੀ ਪਵਿੱਤਰਤਾ, ਅਤੇ ਜਾਗਰਤੀ!**
Satvas,	The quality of purity and light. -Purity of mind.

ਰੋਗੀ ਸਾਤ ਸਮੁੰਦ ਸਨਦੀਆ, rogee saat samund sandee-aa khand
ਖੰਡ ਪਤਾਲਿ ਸਿ ਰੋਗਿ ਭਰੇ॥ pataal se rog bharay.
ਹਰਿ ਕੇ ਲੋਕ ਸਿ ਸਾਚਿ ਸੁਹੇਲੇ, har kay lok se saach suhaylay sarbee
ਸਰਬੀ ਥਾਈ ਨਦਰਿ ਕਰੇ॥੫॥ thaa-ee nadar karay. ||5||

ਸੱਤ ਸਮੁੰਦਰ, ਨਦੀਆਂ, ਖੰਡ, ਮੰਡਲ, ਪਤਾਲ ਵਿੱਚ ਸਾਰੇ ਰੋਗੀ ਹੀ ਹਨ । ਜਿਹੜਾ ਪ੍ਰਭ ਦਾ ਸੇਵਕ ਸ਼ਬਦ ਨਾਲ ਜੀਵਨ ਢਾਲਦਾ ਹੈ । ਪ੍ਰਭ ਰਹਿਮਤ ਬਖਸ਼ਕੇ, ਉਸ ਨੂੰ ਪ੍ਰਵਾਨ ਕਰ ਲੈਂਦਾ ਹੈ ।

All creatures lived in all universes, seven seas, rivers, island, continents, under the layers of earth, all remain intoxicated with the sweet poison of worldly wealth. Whosoever may adopt the teachings of His Word with steady and stable belief in his day-to-day life; with His mercy and grace, he may be accepted in His Court.

7 Seas
Arctic, North Atlantic, South Atlantic, North Pacific, South Pacific, Indian and Southern Oceans

ਰੋਗੀ ਖਟ ਦਰਸਨ ਭੇਖਧਾਰੀ, rogee khat darsan bhaykh-Dhaaree
ਨਾਨਾ ਹਠੀ ਅਨੇਕਾ॥ naanaa hathee anaykaa.
ਬੇਦ ਕਤੇਬ ਕਰਹਿ ਕਹ ਬਪੁਰੇ, bayd katayb karahi kah bapuray
ਨਹ ਬੂਝਹਿ ਇਕ ਏਕਾ॥੬॥ nah boojheh ik aykaa. ||6||

ਜਿਹੜਾ ਵੱਖਰੇ ਵੱਖਰੇ ਧਰਮਾਂ ਦੇ, ਛੇ ਸਾਸਤ੍ਰਾਂ ਦੇ ਨਿਯਮਾਂ ਦੀ ਪਾਲਣਾ ਕਰਦਾ ਹੈ, ਉਹ ਸਾਰੇ ਹੀ ਰੋਗੀ, ਇਹਨਾਂ ਨਿਯਮਾਂ ਦੇ ਗੁਲਾਮ ਹੀ ਬਣ ਜਾਂਦੇ ਹਨ । ਧਰਮ ਦੇ ਗ੍ਰੰਥ, ਵੇਦਾਂ, ਜਾ ਕਿਤਾਬਾਂ ਕੀ ਕਰ ਸਕਦੀਆਂ ਹਨ? ਕੋਈ ਵੀ ਇੱਕੋ ਇੱਕ ਪ੍ਰਭ ਨੂੰ, ਉਸ ਦੀ ਕੁਦਰਤ ਨੂੰ ਜਾਣ ਨਹੀਂ ਸਕਦਾ ।

Whosoever may be baptized, adopts the religious principles in his day-to-day life; he may become a prisoner of the fundaments of religious concept. The One and Only One, True Master, His Nature, mystery remains beyond the comprehension of His Creation. What may worldly Holy Scriptures, written doctrine created by human explore and enlighten His Creation? No one may fully comprehend His Nature; The One and only One True Master.

ਮਿਠ ਰਸੁ ਖਾਇ ਸੁ ਰੋਗਿ ਭਰੀਜੈ, mith ras khaa-ay so rog bhareejai
ਕੰਦ ਮੂਲਿ ਸੁਖੁ ਨਾਹੀ॥ kand mool sukh naahee.
ਨਾਮੁ ਵਿਸਾਰਿ ਚਲਹਿ ਅਨ ਮਾਰਗਿ, naam visaar chaleh an maarag
ਅੰਤ ਕਾਲਿ ਪਛੁਤਾਹੀ॥੭॥ ant kaal pachhutaahee. ||7||

ਜਿਹੜਾ ਸੰਸਾਰਕ ਪਦਾਰਥਾਂ ਦਾ ਅਨੰਦ ਮਾਨਦਾ ਹੈ, ਉਹ ਰੋਗਾ ਨਾਲ ਭਰ ਜਾਂਦਾ ਹੈ । ਉਸ ਨੂੰ ਸੰਤੋਖ ਬਖਸ਼ਿਸ਼ ਨਹੀਂ ਹੁੰਦਾ । ਉਹ ਸ਼ਬਦ ਦੀ ਸਿਖਿਆਂ ਨੂੰ ਵਿਸਾਰ ਕੇ ਹੋਰ, ਧਰਮ ਦੇ ਮਾਰਗਾ ਤੇ ਚਲਦਾ, ਅੰਤ ਵਿੱਚ ਸੋਗ, ਪਛਤਾਵਾ ਕਰਦਾ ਮਰ ਜਾਂਦਾ ਹੈ ।

Whosoever may enjoy the short-lived pleasures of worldly wealth; he may remain overwhelmed, intoxicated, victims of worldly pleasures. He may never be blessed with contentment in his worldly life. He may abandon the teachings of His Word and drifted on other paths religious paths in his human life journey. In the end, he may waste his human life opportunity grieving, repenting, and regretting.

ਤੀਰਥਿ ਭਰਮੈ ਰੋਗੁ ਨ ਛੂਟਸਿ, tirath bharmai rog na chhootas
ਪੜਿਆ ਬਾਦੁ ਬਿਬਾਦੁ ਭਇਆ॥ parhi-aa baad bibaad bha-i-aa.
ਦੁਬਿਧਾ ਰੋਗੁ ਸੁ ਅਧਿਕ ਵਡੇਰਾ, dubiDhaa rog so aDhik vadayraa
ਮਾਇਆ ਕਾ ਮੁਹਤਾਜੁ ਭਇਆ॥੮॥ maa-i-aa kaa muhtaaj bha-i-aa. ||8||

ਤੀਰਥਾਂ ਇਸ਼ਨਾਨ, ਯਾਤਰਾ ਕਰਨ ਨਾਲ, ਗ੍ਰੰਥ ਪੜ੍ਹਨ ਨਾਲ ਜਾ ਵਖਿਆਣ ਕਰਨ ਨਾਲ ਰੋਗ ਖਤਮ ਨਹੀਂ ਹੁੰਦਾ । ਸਗੋ ਫਾਲਤੂ ਦਾ ਝਗੜਾ ਵਧਦਾ ਹੈ । ਭਰਮਾਂ ਦਾ ਰੋਗ ਬਹੁਤ ਖਤਰਨਾਕ ਹੈ । ਇਸ ਨਾਲ ਜੀਵ ਸੰਸਾਰਕ ਮਾਇਆ ਦਾ ਗੁਲਾਮ ਬਣ ਜਾਂਦਾ ਹੈ ।

By worshipping at Holy Shrine, sanctifying bath at Holy Pond, reading, preaching, and explaining, writing spiritual meanings, message; the disease of suspicions and intoxication of worldly wealth may never be eliminated. Rather unwanted quarrel, dispute may be created with difference of opinion. The worldly religious suspicions create terrible miseries in human life journey. He may become slave, victim of worldly wealth.

ਗੁਰਮੁਖਿ ਸਾਚਾ ਸਬਦਿ ਸਲਾਹੈ, gurmukh saachaa sabad salaahai
ਮਨਿ ਸਾਚਾ ਤਿਸੁ ਰੋਗੁ ਗਇਆ॥ man saachaa tis rog ga-i-aa.
ਨਾਨਕ ਹਰਿ ਜਨ ਅਨਦਿਨੁ ਨਿਰਮਲ, naanak har jan an-din nirmal jin
ਜਿਨ ਕਉ ਕਰਮਿ ਨੀਸਾਣੁ ਪਇਆ॥੯॥੧॥ ka-o karam neesaan pa-i-aa. ||9||1||

ਜਿਸ ਜੀਵ ਨੂੰ ਗੁਰਮਖ ਅਵਸਥਾ ਬਖਸ਼ਿਸ਼ ਹੋ ਜਾਂਦੀ ਹੈ । ਉਹ ਇੱਕੋ ਇੱਕ ਪ੍ਰਭ ਦੇ ਵਿਛੋੜੇ ਦੀ ਯਾਦ ਮਨ ਵਿੱਚ ਰਖਕੇ ਸ਼ਬਦ ਦੀ ਉਸਤਤ ਗਾਉਂਦਾ ਹੈ । ਪ੍ਰਭ ਦੀ ਰਹਿਮਤ ਨਾਲ, ਉਸ ਦਾ ਇਹ ਰੋਗ ਖਤਮ ਹੋ ਜਾਂਦਾ ਹੈ । ਜਿਹੜਾ ਨਿਮਾਣਾ ਬਣਕੇ ਦਿਨ, ਰਾਤ ਸ਼ਬਦ ਦੀ ਪਾਲਣਾ ਵਿੱਚ ਲੀਨ ਰਹਿੰਦਾ ਹੈ । ਉਸ ਨੂੰ ਪ੍ਰਭ ਦੀ ਰਹਿਮਤ, ਰੂਹਾਨੀ ਨੂਰ ਬਖਸ਼ਿਸ਼ ਹੋ ਜਾਂਦਾ ਹੈ ।

Whosoever may be blessed with a state of mind as His true devotee. Whosoever may remain in renunciation in the memory of his separation from His Holy Spirit and sings the teachings and glory of His Word; with His mercy and grace, his intoxication, disease of sweet poison of worldly wealth may be eliminated. Whosoever may humbly remain intoxicated in obeying the teachings of His Word; with His mercy and grace, he may be blessed with eternal spiritual glow of His Holy Spirit within his heart and on his forehead.

59. ਭੈਰਉ ਨਾਮਦੇਵ॥ 1167-13

ਆਉ ਕਲੰਦਰ ਕੇਸਵਾ॥ aa-o kalandar kaysvaa.
ਕਰਿ ਅਬਦਾਲੀ ਭੇਸਵਾ॥ ਰਹਾਉ॥ kar abdaalee bhaysvaa. rahaa-o.

ਸੋਹਣੇ ਵਾਲਾ ਵਾਲੇ ਪ੍ਰਭ ਆਉ ! ਬੰਦਗੀ ਕਰਨ ਵਾਲੇ ਸਾਧੂ ਵਾਲਾ ਭਗਵਾ ਚੋਲਾ ਪਾਵੇ ।

The True Master with glamorous shiny hair; You should wear the **Bagwa**, crimson color robe as a holy saint.

ਜਿਨਿ ਆਕਾਸ ਕੁਲਹ ਸਿਰਿ ਕੀਨੀ, jin aakaas kulah sir keenee
ਕਉਸੈ ਸਪਤ ਪਯਾਲਾ॥ ka-usai sapat pa-yaalaa.
ਚਮਰ ਪੋਸ ਕਾ ਮੰਦਰੁ ਤੇਰਾ, chamar pos kaa mandar tayraa
ਇਹ ਬਿਧਿ ਬਨੇ ਗੁਪਾਲਾ॥੧॥ ih biDh banay gupaalaa. ||1||

ਅਕਾਸ਼ ਹੀ ਪ੍ਰਭ ਦਾ ਛੱਤਰ, ਤਾਜ ਹੈ । ਸੱਤ ਪਤਾਲ ਪ੍ਰਭ ਦੇ ਪੈਰਾਂ ਦੇ ਖੜਾਵ, ਜੁੱਤੇ ਹਨ । ਮਾਸ ਨਾਲ ਢੱਕਿਆ ਹੋਇਆ ਤਨ ਪ੍ਰਭ ਦਾ ਅਨੋਖੀ ਸ਼ਾਨ ਵਾਲਾ ਮੰਦਰ ਹੈ ।

7 Paatalas – Underworld.						
Rasatala	Sutala	Vitala	Gabhastala	Mahatala	Sritala	Patala

Sky may be the true crown of The True Master. All layers of earth may be Your shoes. Your body covered with flesh may be His astonishing Temple.

ਛਪਨ ਕੋਟਿ ਕਾ ਪੇਹਨੁ ਤੇਰਾ, chhapan kot kaa payhan tayraa
ਸੋਲਹ ਸਹਸ ਇਜਾਰਾ॥ solah sahas ijaaraa.
ਭਾਰ ਅਠਾਰਹ ਮੁਦਗਰੁ ਤੇਰਾ, bhaar athaarah mudgar tayraa
ਸਹਨਕ ਸਭ ਸੰਸਾਰਾ॥੨॥ sahnak sabh sansaaraa. ||2||

56 ਕਰੋੜ ਬੱਦਲ ਤੇਰਾ ਚੋਲਾ ਹੈ, 16,000 ਹਜ਼ਾਰ ਤਾਰੇ, ਤੇਰੇ ਗਲ ਦੀ ਮਾਲ਼ਾ ਹੈ । ਸੰਸਾਰਕ 18 ਕਿਸਮ ਦੀਆਂ ਸਬਜੀਆ ਹੀ ਤੇਰਾ ਭੋਜਨ ਹਨ । ਸੰਸਾਰ ਹੀ ਭੋਜਨ ਪਾਉਣ ਵਾਲੀ ਥਲੀ ਹੈ ।

56 crores clouds may be Your robe. Sixteen thousand stars may be your rosary. Eighteen kinds of vegetables may be Your nourishment, food. The universe may be Your serving plate.

ਦੇਹੀ ਮਹਜਿਦਿ ਮਨੁ ਮਉਲਾਨਾ, dayhee mehjid man ma-ulaanaa
ਸਹਜ ਨਿਵਾਜ ਗੁਜਾਰੈ॥ sahj nivaaj gujaarai.
ਬੀਬੀ ਕਉਲਾ ਸਉ ਕਾਇਨੁ ਤੇਰਾ, beebee ka-ulaa sa-o kaa-in tayraa
ਨਿਰੰਕਾਰ ਆਕਾਰੈ॥੩॥ nirankaar aakaarai. ||3||

ਜੀਵ ਦਾ ਤਨ ਹੀ ਉਹ ਮੰਦਰ ਅਤੇ ਮਨ ਇਸ ਵਿੱਚ ਪੁਜਾਰੀ ਹੈ । ਜਿਹੜਾ ਸੰਤੋਖ ਵਾਲੇ ਮਨ ਵਿੱਚ ਅਰਦਾਸ, ਬੰਦਗੀ ਕਰਦਾ ਹੈ । ਉਸ ਨੂੰ ਪ੍ਰਵਾਨਗੀ ਦਾ ਅਸਲੀ ਰਸਤਾ ਬਖ਼ਸ਼ਿਸ਼ ਹੋ ਜਾਂਦਾ ਹੈ ।

The body of a creature may be Your Holy Shrine and his mind may be the priest of the temple. Whosoever may remain contented and prays for His Forgiveness and Refuge; with His mercy and grace, he may be blessed with the right path of acceptance in His Court.

ਭਗਤਿ ਕਰਤ ਮੇਰੇ ਤਾਲ ਛਿਨਾਏ, bhagat karat mayray taal chhinaa-ay
ਕਿਹ ਪਹਿ ਕਰਉ ਪੁਕਾਰਾ॥ kih peh kara-o pukaaraa.
ਨਾਮੇ ਕਾ ਸੁਆਮੀ ਅੰਤਰਜਾਮੀ, naamay kaa su-aamee antarjaamee
ਫਿਰੇ ਸਗਲ ਬੇਦੇਸਵਾ॥੪॥੧॥ firay sagal baydaysvaa. ||4||1||

ਪ੍ਰਭ ਦੇ ਸ਼ਬਦ ਦੀ ਅਡੋਲ ਭਰੋਸੇ ਨਾਲ ਪਾਲਣਾ ਕਰਨਾ ਹੀ ਅਸਲੀ ਸਿਮਰਨ ਹੈ । ਜਿਸ ਦੀ ਸਵਾਸ ਦੀ ਪੂੰਜੀ ਖਤਮ ਹੋ ਜਾਂਦੀ ਹੈ । ਉਹ ਕਿਸ ਅੱਗੇ ਅਰਦਾਸ, ਪੁਕਾਰ, ਸ਼ਾਕਿਇਤ ਕਰ ਸਕਦਾ ਹੈ? ਬੰਦਗੀ ਕਰਨ ਵਾਲੇ ਨਾਮ ਦੇਵ ਦਾ ਪ੍ਰਭ, ਮਨ ਦੇ ਅੰਦਰ ਹੀ ਵਸਦਾ, ਘੁੰਮਦਾ ਰਹਿੰਦਾ ਹੈ । ਇਹ ਇੱਕ ਥਾਂ ਤੇ ਨਹੀਂ ਟਿਕਦਾ ।

To meditate and to obey the teachings of His Word with steady and stable belief may be true meditation, the right path of acceptance in His Court. Whose capital of breathes may be exhausted; whom may he pray, for forgiveness, or complains for disappointment in his life? The True Master of His true devotee, Naam Dev dwells within his own mind and wanders within his body. He may never stay at one place.

Hindu Mythology – 14 universes:	
7 higher worlds, heavens; Vyahrts, viz.	Bhu, Bhuvas, Svar, Mahas, Janas, Tapas, Satya
Ruled by Brahama; Earth is lowest of Heavens.	
7 Underworlds, Paatalas	Atala, Vitala, Sutala, Rasaataala, talatala, Mahaatala, paatala.

60. ਬਸੰਤੁ ਹਿੰਡੋਲੁ ਮਹਲਾ ੧ ਘਰੁ ੨॥ 1190-16

ੴ ਸਤਿਗੁਰ ਪ੍ਰਸਾਦਿ ik-oNkaar satgur parsaad.
ਨਉ ਸਤ ਚਉਦਹ ਤੀਨਿ ਚਾਰਿ ਕਰਿ, na-o sat cha-odah teen chaar kar
ਮਹਲਤਿ ਚਾਰਿ ਬਹਾਲੀ॥ mahlat chaar bahaalee.
ਚਾਰੇ ਦੀਵੇ ਚਹੁ ਹਥਿ ਦੀਏ, chaaray deevay chahu hath
ਏਕਾ ਏਕਾ ਵਾਰੀ॥੧॥ dee-ay aykaa aykaa vaaree. ||1||

ਪ੍ਰਭ ਨੇ 9 ਖੰਡ, 7 ਦੀਪ, 14 ਸ੍ਰਿਸ਼ਟੀਆਂ, ਤਿੰਨੇਂ ਗੁਣ, ਚਾਰੇ ਜੁਗ, ਚਾਰਾਂ ਤਰੀਕਿਆਂ ਨਾਲ ਜੀਵ ਪੈਦਾ ਕੀਤੇ ਹਨ । ਸਾਰਿਆਂ ਜੀਵ ਵਿੱਚ ਹੀ ਆਪਣਾ ਤਖਤ, ਸਥਾਪਤ ਕੀਤਾ ਹੈ । ਚਾਰੇ ਜੁੱਗਾਂ ਵਿੱਚ ਇੱਕ ਇੱਕ ਕਰਕੇ ਚਾਰ ਦੀਵੇ, ਜੀਵ ਨੂੰ ਸੋਧ ਦੇਣ ਵਾਲੇ ਬਣਾਏ, ਭੇਜੇ ਹਨ ।

The True Master has created 9 Region, planet, 7 continents, 14 worlds, three virtues of worldly wealth; four Ages, 4 sources of reproduction of the universe. He remains embedded within all creature. He has established His throne in the center of each body structure. He has sent 4 pillar of enlightenment, one by one in all four Ages to enlighten His Creation.

9 Region smaller than four abdominopelvic quadrants;	Right hypochondriac, right lumbar, right illiac, epigastric, umbilical, hypogastric (public), left hypochondriac, left lumbar, left illiac.
14 universes; as per Puranas and Atharvaveda:	7 higher one (Vyahrtis): Bhu, Bhuvas, svar, mahas, janas, tapas and satya. 7 lower (Patalas): Atala, Vitala, sutala, rasatala, talatala, mahatala, patala -naraka.
7 Continents:	Asia, Affica, Europe, Australia, North America, South America and antarctica
4 sources of enlightenment:	pursuit of happiness, sovereignty of reason, evidence of sense as the primary source, advance idea; liberty, progress, tolerance, fraternity.

ਮਿਹਰਵਾਨ ਮਧੁਸੂਦਨ ਮਾਧੌ, miharvaan maDhusoodan maaDhou
ਐਸੀ ਸਕਤਿ ਤੁਮ੍ਾਰੀ॥੧॥ ਰਹਾਉ॥ aisee sakat tumHaaree. ||1|| rahaa-o.

ਮੇਰੇ ਤਰਸਵਾਨ ਦਿਆਲੂ, ਜਮਦੂਤਾਂ ਦੇ ਨਾਸ ਕਰਨ ਵਾਲੇ ਅਸਲੀ ਮਾਲਕ ਦੀ ਇਸਤਰ੍ਹਾਂ ਦੀ ਕੁਦਰਤ, ਹੁੰਦੀ ਹੈ ।

Such a marvelous may be the nature of my merciful, generous, destroyer of evils, devils The True Master of the universe.

ਘਰਿ ਘਰਿ ਲਸਕਰੁ ਪਾਵਕੁ ਤੇਰਾ, ghar ghar laskar paavak tayraa
ਧਰਮੁ ਕਰੇ ਸਿਕਦਾਰੀ॥ Dharam karay sikdaaree.
ਧਰਤੀ ਦੇਗ ਮਿਲੈ ਇੱਕ ਵੇਰਾ, Dhartee dayg milai ik vayraa
ਭਾਗੁ ਤੇਰਾ ਭੰਡਾਰੀ॥੨॥ bhaag tayraa bhandaaree. ||2||

ਹਰਇੱਕ ਜੀਵ ਦੇ ਅੰਦਰ ਪ੍ਰਭ ਦੇ ਸ਼ਬਦ ਦੀ ਗਰਮਾਈ, ਪ੍ਰਭ ਦੀ ਜੋਤ ਵਸਦੀ ਹੈ । ਹਰਇੱਕ ਜੀਵ ਦੇ ਮਨ ਅੰਦਰ, ਘਰ ਵਿੱਚ, ਪ੍ਰਭ ਦਾ ਸ਼ਬਦ, ਹੀ ਇਨਸਾਫ ਕਰਨ ਵਾਲਾ ਰਾਜਾ ਹੈ । ਧਰਤੀ ਪ੍ਰਭ ਦੇ ਭੋਜਨ ਦੇ ਭੰਡਾਰ ਦਾ ਖਜ਼ਾਨਾ ਹੈ । ਪ੍ਰਭ ਜੀਵ ਨੂੰ ਸਾਰੀ ਉਮਰ ਦੀ ਰੋਜ਼ੀ ਇੱਕ ਵਾਰ ਹੀ ਬਖਸ਼ ਦੇਂਦਾ ਹੈ । ਜੀਵ ਦੇ ਪਹਿਲੇ ਲਿਖੇ ਭਾਗ ਹੀ ਇਸ ਭੰਡਾਰ ਦੀ ਵੰਡ ਕਰਦੇ ਹਨ ।

His Holy Spirit, His energy remains embedded within each soul. His Word remains as the righteous judge, king within each heart and body. He has established earth as a nourishing treasurer for His Creation. The True Master blesses all the nourishment for worldly life once, at the time of his birth in the universe. His prewritten destiny may be the controller, to distribute virtues at predetermined time.

ਨਾ ਸਾਬੂਰੁ ਹੋਵੈ ਫਿਰਿ ਮੰਗੈ, naa saaboor hovai fir mangai
ਨਾਰਦੁ ਕਰੇ ਖੁਆਰੀ॥ naarad karay khu-aaree.
ਲਬੁ ਅਧੇਰਾ ਬੰਦੀਖਾਨਾ, lab aDhayraa bandeekhaanaa
ਅਉਗਣ ਪੈਰਿ ਲੁਹਾਰੀ॥੩॥ a-ugan pair luhaaree. ||3||

ਜਿਹੜਾ ਸੰਸਾਰਕ ਜੀਵ ਸੰਤੋਖ ਨਹੀਂ ਰਖਦਾ, ਉਹ ਹੋਰ ਮੰਗਦਾ ਰਹਿੰਦਾ ਹੈ । ਉਹ ਪ੍ਰਵਾਨਗੀ ਦੇ ਰਸਤੇ ਤੋ ਉਲਝ ਜਾਂਦਾ ਹੈ, ਮੌਤ ਪਿਛੋਂ ਦਰਬਾਰ ਵਿੱਚ ਸ਼ਰਮਿੰਦਗੀ ਹੀ ਮਿਲਦੀ ਹੈ । ਮਨ ਦਾ ਲਾਲਚ ਹੀ ਉਹ ਜਮਦੂਤ ਹੁੰਦਾ ਹੈ ਅਤੇ ਸੰਸਾਰ ਬੰਧਨ ਉਸ ਦੇ ਸੰਗਲ ਬਣ ਜਾਂਦੇ ਹਨ ।

Whosoever may never remain contented with His Blessings; he may pray, and begs for more repeatedly. He may drift from the real path of human life opportunity; he may be rebuked and in His Court after death. His worldly greed may become the devil and his worldly bonds, attachment may become the chain in his nick.

ਪੂੰਜੀ ਮਾਰ ਪਵੈ ਨਿਤ ਮੁਦਗਰ,	poonjee maar pavai nit mudgar
ਪਾਪੁ ਕਰੇ ਕੁਟਵਾਰੀ॥	paap karay kotvaaree.
ਭਾਵੈ ਚੰਗਾ ਭਾਵੈ ਮੰਦਾ,	bhaavai changa bhaavai mandaa
ਜੈਸੀ ਨਦਰਿ ਤੁਮਾਰੀ॥੪॥	jaisee nadar tumHaaree. ||4||

ਉਸ ਦੇ ਮਨ ਵਿੱਚ ਸੰਸਾਰਕ ਧਨ ਦੀ ਹੀ ਭਟਕਣ ਸਤਾਉਂਦੀ ਰਹਿੰਦੀ ਹੈ । ਉਹ ਪਾਪਾਂ ਦਾ ਗੁਲਾਮ ਬਣ ਜਾਂਦਾ, ਪਾਪਾਂ ਨੂੰ ਹੀ ਆਪਣਾ ਰਖਵਾਲਾ ਸਮਝਦਾ ਹੈ । ਪ੍ਰਭ ਦੀ ਰਹਿਮਤ ਨਾਲ ਹੀ ਚੰਗੇ, ਮੰਦੇ ਕੰਮ ਕਰਦਾ ਹੈ । ਆਪ ਕੀ ਕਰ ਸਕਦਾ ਹੈ?

Self-minded may remain frustrated with greed of worldly wealth. He may commit sin in his worldly life; he may consider the earnings of sinful deeds as his savior and protector in his worldly life. Only His Command prevails, he may perform good or evil deeds in the universe. What may he have under his own control?

ਆਦਿ ਪੁਰਖ ਕਉ ਅਲਹੁ ਕਹੀਐ,	aad purakh ka-o alhu kahee-ai
ਸੇਖਾਂ ਆਈ ਵਾਰੀ॥	saykhaaN aa-ee vaaree.
ਦੇਵਲ ਦੇਵਤਿਆ ਕਰੁ ਲਾਗਾ,	dayval dayviti-aa kar laagaa
ਐਸੀ ਕੀਰਤਿ ਚਾਲੀ॥੫॥	aisee keerat chaalee. ||5||

ਪ੍ਰਭ ਦਾ ਨਾਮ ਅੱਲਾ ਹੋ ਗਿਆ ਹੈ, ਸੰਸਾਰ ਵਿੱਚ ਕਾਜੀ, ਸ਼ੇਖ, ਪਹਿਰੇਦਾਰ ਰਖਵਾਲੇ ਬਣ ਗਏ ਹਨ । ਪ੍ਰਭ ਦੇ ਨਾਮ ਤੇ ਚੰਦਾ ਇਕੱਠਾ ਕਰਦੇ ਹਨ । ਇਹ ਕੁਝ ਸੰਸਾਰ ਵਿੱਚ ਹੋਣ ਲਗ ਪਿਆ ਹੈ ।

Worldly creation has been controlled by devils and worldly religious priests are enforcing Your Name as "Allah". They have nominated worldly priest as the guardian and protector of Your Name and Creation. Worldly priests, gurus may be considered as middle man between Your Creation and Your acceptance. They may collect bounty as donation, charity. Such a greed has been dominating in the universe.

ਕੂਜਾ ਬਾਂਗ ਨਿਵਾਜ ਮੁਸਲਾ,	koojaa baaNg nivaaj muslaa
ਨੀਲ ਰੂਪ ਬਨਵਾਰੀ॥	neel roop banvaaree.
ਘਰਿ ਘਰਿ ਮੀਆ ਸਭਨਾਂ ਜੀਆਂ,	ghar ghar mee-aa sabhnaaN jee-aaN
ਬੋਲੀ ਅਵਰ ਤੁਮਾਰੀ॥੬॥	bolee avar tumaaree. ||6||

ਮੁਸਲਮਾਨ ਧਰਮ ਜ਼ੋਰ ਵਿੱਚ ਹੈ, ਬੰਦਗੀ ਦੀ ਅਰਦਾਸ ਦੇ ਸਮੇਂ ਮਿੱਥ ਦਿੱਤੇ ਹਨ । ਉਸ ਸਮੇਂ ਤੇ ਜੀਵ ਤੇਰੇ ਅੱਗੇ ਅਰਦਾਸ ਕਰਦੇ ਹਨ । ਸਾਰੇ ਨੀਲੇ ਬਸਤਰ ਦਾ ਬਾਣਾ ਪਾਉਂਦੇ ਹਨ । ਹਰਇੱਕ ਦੀ ਜੀਭ ਤੇ ਸਲਾਮ ਹੀ ਤੇਰੀ ਰਹਿਮਤ ਦਾ ਉਪਦੇਸ਼ ਬਣ ਗਿਆ ਹੈ ।

Muslim religion has become a dominating in this part of the universe. They have fixed specific times to meditate and pray for Your Forgiveness and Refuge. The blue color robe has become the saintly robe for Your Creation. The word "Salam" has become a symbol of Your Blessing.

ਜੇ ਤੂ ਮੀਰ ਮਹੀਪਤਿ ਸਾਹਿਬੁ,	jay too meer maheepat saahib
ਕੁਦਰਤਿ ਕਉਣ ਹਮਾਰੀ॥	kudrat ka-un hamaaree.
ਚਾਰੇ ਕੁੰਟ ਸਲਾਮੁ ਕਰਹਿਗੇ,	chaaray kunt salaam karhigay
ਘਰਿ ਘਰਿ ਸਿਫਤਿ ਤੁਮ੍ਹਾਰੀ॥੭॥	ghar ghar sifat tumHaaree. ||7||

ਪ੍ਰਭ ਹੀ ਸ੍ਰਿਸ਼ਟੀ ਦਾ ਸ਼ਹਿਨਸ਼ਾਹ ਹੈ! ਤੇਰੇ ਭਾਣੇ, ਹੁਕਮ ਨੂੰ ਬਦਲਣ ਦੀ ਜੀਵ ਦੀ ਕੀ ਹੈਸੀਅਤ ਹੋ ਸਕਦੀ ਹੈ? ਚਾਰੇ ਪਾਸੇ ਹੀ ਤੇਰੇ ਦਾਸ ਨਿਮ੍ਰਤਾ ਨਾਲ ਤੇਰੇ ਸ਼ਬਦ ਦੀ ਉਸਤਤ ਗਾਉਂਦੇ ਹਨ। ਹਰਇੱਕ ਦੇ ਮਨ ਵਿੱਚ ਤੇਰਾ ਸ਼ਬਦ ਵਸਦਾ ਹੈ।

My True Master, King of worldly kings! What may have capacity, power any worldly creature to alter any of Your Command? All are ignorant and intoxicated with the sweet poison of worldly wealth. Your humble true devotee may remain singing the glory of Your Word; he may remain intoxicated, drenched with the teachings of Your Word.

ਤੀਰਥ ਸਿੰਮ੍ਰਿਤਿ ਪੁੰਨ ਦਾਨ,	tirath simrit punn daan
ਕਿਛੁ ਲਾਹਾ ਮਿਲੈ ਦਿਹਾੜੀ॥	kichh laahaa milai dihaarhee.
ਨਾਨਕ ਨਾਮੁ ਮਿਲੈ ਵਡਿਆਈ,	naanak naam milai vadi-aa-ee
ਮੇਕਾ ਘੜੀ ਸਮ੍ਹਾਲੀ॥੮॥੧॥੮॥	maykaa gharhee samHaalee. ‖8‖1‖8‖

ਤੀਰਥਾਂ ਦੇ ਇਸ਼ਨਾਨ, ਧਰਮ ਦੇ ਨਿਯਮ ਯਾਦ ਰੱਖਣ ਨਾਲ, ਲੋੜਵੰਦ ਨੂੰ ਦਾਨ ਦੇਣ ਨਾਲ ਕੁਝ ਲਾਭ ਜਰੂਰ ਹੁੰਦਾ ਹੈ। ਪਰ ਸ਼ਬਦ ਨਾਲ ਜੀਵਨ ਢਾਲਣ ਨਾਲ ਇੱਕ ਪਲ ਵਿੱਚ ਤੇਰੀ ਰਹਿਮਤ ਦੀ ਨਜ਼ਰ ਬਖਸ਼ਿਸ਼ ਹੋ ਜਾਂਦੀ ਹੈ।

With worldly religious rituals, like soul sanctifying bath at Holy Shrine, adopting religious principles, charity to helpless and needy may provide short-lived comforts; however, may enhance his ego, pride, a sweet poison of worldly wealth. Whosoever may adopt the teachings of Your Word; with Your mercy and grace, he may be blessed with the right path of acceptance in Your Court within a twinkle of eyes.

61. ਬਸੰਤੁ ਬਾਣੀ ਰਾਮਾਨੰਦ ਜੀ ਘਰੁ ੧॥ 1195

੧ੴ ਸਤਿਗੁਰ ਪ੍ਰਸਾਦਿ॥	ik-oNkaar satgur parsaad.
ਕਤ ਜਾਈਐ ਰੇ ਘਰ ਲਾਗੋ ਰੰਗੁ॥	kat jaa-ee-ai ray ghar laago rang.
ਮੇਰਾ ਚਿਤੁ ਨ ਚਲੈ ਮਨੁ ਭਇਓ ਪੰਗੁ॥੧॥	mayraa chit na chalai man bha-i-o pang.
ਰਹਾਉ॥	‖1‖ rahaa-o.

ਮੈਂ ਹਾਰ ਗਿਆ ਹਾ ਮੇਰਾ ਮਨ ਪਿਗਲਾ ਹੋ ਗਿਆ ਹੈ। ਮਨ ਵਿੱਚ ਕਿਸੇ ਪਾਸੇ ਜਾਣ ਦੀ ਕੋਈ ਖਾਹਿਸ਼ ਨਹੀਂ, ਮਨ ਬੁਰੀਆਈਆਂ ਨਾਲ ਭਰਿਆਂ ਹੈ।

I have given up my hopes; my mind has become orphan, handicap. My mind has been overwhelmed with evil thoughts. I may not have any motivation, anxiety to find or adopt any unique way of life.

ਏਕ ਦਿਵਸ ਮਨ ਭਈ ਉਮੰਗ॥	ayk divas man bha-ee umang.
ਘਸਿ ਚੰਦਨ ਚੋਆ ਬਹੁ ਸੁਗੰਧ॥	ghas chandan cho-aa baho suganDh.
ਪੂਜਨ ਚਾਲੀ ਬ੍ਰਹਮ ਠਾਇ॥	poojan chaalee barahm thaa-ay.
ਸੋ ਬ੍ਰਹਮੁ ਬਤਾਇਓ	so barahm bataa-i-o
ਗੁਰ ਮਨ ਹੀ ਮਾਹਿ॥੧॥	gur man hee maahi. ‖1‖

ਇੱਕ ਦਿਨ ਮੇਰੇ ਮਨ ਵਿੱਚ ਖਾਹਿਸ਼ ਆਈ! ਚੰਦਨ ਦੀ ਲੱਕੜ ਅਤੇ ਹੋਰ ਪੂਜਣ ਵਾਲੀ ਸਮਗਰੀ ਲੈ ਕੇ, ਪੂਜਣ ਲਈ ਮੰਦਰ ਗਿਆ। ਪ੍ਰਭ ਨੇ ਮੇਰੀ ਸ਼ਰਧਾ ਤੇ ਖੁਸ਼ ਹੋ ਕੇ ਕਿਰਪਾ ਕੀਤੀ, ਸੋਝੀ ਬਖਸ਼ੀ। ਰਾਮਾ ਨੰਦ ਇਥੇ ਕੀ ਕਰਦਾ ਹੈ? ਮੈਂ ਤੇਰੇ ਅੰਦਰ ਹੀ ਵਸਦਾ ਹਾ, ਤੈਨੂੰ ਹੋਰ ਕਿਤੇ ਜਾਣ ਦੀ ਲੋੜ ਨਹੀਂ ਹੈ।

One day I got motivated to worship! I got sandalwood, others offering and walked to Holy Shrine, one mender, temple. The True Master became very gracious on my devotion and enlightened the right path. An astonishing echo resonates within my heart! Rama Nand! What are you doing in the temple? I remain embedded within your soul and dwells within your body. You do not need to search outside of your body in any other plaće, temple.

ਜਹਾ ਜਾਈਐ ਤਹ ਜਲ ਪਖਾਨ॥ jahaa jaa-ee-ai tah jal pakhaan.
ਤੂ ਪੂਰਿ ਰਹਿਓ ਹੈ ਸਭ ਸਮਾਨ॥ too poor rahi-o hai sabh samaan.
ਬੇਦ ਪੁਰਾਨ ਸਭ ਦੇਖੇ ਜੋਇ॥ bayd puraan sabh daykhay jo-ay.
ਊਹਾਂ ਤਉ ਜਾਈਐ oohaaN ta-o jaa-ee-ai
ਜਉ ਈਹਾਂ ਨ ਹੋਇ॥੨॥ ja-o eehaaN na ho-ay. ||2||

ਮੈਂ, ਜਿੱਥੇ ਵੀ ਜਾਂਦਾ ਹਾ, ਪਾਣੀ, ਪੱਥਰ ਵਿੱਚ ਪ੍ਰਭ ਹਰਇੱਕ ਥਾਂ ਤੇ ਹਾਜਰਾ ਹਜ਼ੂਰ ਮੌਜੂਦ ਹੈ । ਮੈਂ ਵੇਦਾਂ, ਪਰਾਨ, ਧਾਰਮਕ ਲਿਖਤਾਂ ਵਿਚਾਰ ਕੇ ਦੇਖ ਲਇਆ ਹੈ । ਹੁਣ ਮੈਂ ਅੰਦਰੋਂ ਹੀ ਪ੍ਰਭ ਨੂੰ ਢੂੰਡਦਾ ਹੈ । ਅਗਰ ਉਹ ਉਥੇ ਨਾ ਹੋਵੇ ਤਾ ਹੀ ਮੈਂ ਮੰਦਰ, ਜਾ ਜੰਗਲ ਵਿੱਚ ਉਸ ਨੂੰ ਢੂੰਡਨ ਜਾਵਾ ।

Wherever, I may go, I may realize His existence everywhere in water, stone and within each creature. He remains omnipresent everywhere. I have reviewed worldly religious Holy Scriptures. Now I may only search His existence within my own mind and body. Whosoever may believe! The True Master may not be embedded within his soul and may not dwell within his body; only he may search within any temple, Holy Shrine or in void, wild jungle.

ਸਤਿਗੁਰ ਮੈ ਬਲਿਹਾਰੀ ਤੋਰ॥ satgur mai balihaaree tor.
ਜਿਨਿ ਸਕਲ ਬਿਕਲ ਭ੍ਰਮ ਕਾਟੇ ਮੋਰ॥ jin sakal bikal bharam kaatay mor.
ਰਾਮਾਨੰਦ ਸੁਆਮੀ ਰਮਤ ਬ੍ਰਹਮ॥ raamaanand su-aamee ramat barahm.
ਗੁਰ ਕਾ ਸਬਦੁ ਕਾਟੈ ਕੋਟਿ ਕਰਮ॥੩॥੧॥ gur kaa sabad kaatai kot karam. ||3||1||

ਪ੍ਰਭ ਤੋ ਕਰਬਾਨ ਜਾਵਾ ! ਪ੍ਰਭ ਨੇ ਸ਼ਬਦ ਦਾ ਸਿਮਰਨ ਕਰਨ ਨਾਲ ਮੇਰੇ ਸਾਰੇ ਹੀ ਭਰਮ ਭੁਲੇਖੇ ਦੂਰ ਕਰ ਦਿੱਤੇ ਹਨ । ਜਿਸ ਨਾਲ ਪਿਛਲੇ ਕੀਤੇ ਹੋਏ ਸਾਰੇ ਪਾਪ ਮਾਫ ਹੋ ਗਏ ਹਨ । ਮੈਂ ਸਵਾਸ, ਸਵਾਸ ਪ੍ਰਭ ਦੇ ਸ਼ਬਦ ਦੇ ਸਿਮਰਨ ਵਿੱਚ ਹੀ ਲੀਨ ਰਹਿੰਦਾ ਹੈ ।

I may remain fascinated and astonished from His Nature! He has eliminated all my worldly suspicions. Whosoever may meditate whole heartedly, all his sins of previous lives may be forgiven. I may remain intoxicated with each breath.

62. ਸਾਰਗ ਮਹਲਾ ੫॥ 1218-16

ਠਾਕੁਰ ਤੁਮ੍ ਸਰਣਾਈ ਆਇਆ॥ thaakur tumH sarnaa-ee aa-i-aa.
ਉਤਰਿ ਗਇਓ ਮੇਰੇ ਮਨ ਕਾ ਸੰਸਾ, utar ga-i-o mayray man kaa sansaa
ਜਬ ਤੇ ਦਰਸਨੁ ਪਾਇਆ॥੧॥ ਰਹਾਉ॥ jab tay darsan paa-i-aa. ||1|| rahaa-o.

ਪ੍ਰਭ ਮੈਂ ਤੇਰੀ ਸ਼ਰਣ ਵਿੱਚ ਆਪਾ ਭੇਟਾ ਕਰਦਾ ਹਾ । ਜਿਸ ਦੇ ਮਨ ਵਿੱਚ ਸ਼ਬਦ ਜਾਗਰਤ ਹੋ ਜਾਂਦਾ ਹੈ, ਉਹ ਮਨ ਦੀਆਂ ਅੱਖਾਂ ਨਾਲ ਤੇਰੇ ਦਰਸ਼ਨ ਕਰਦਾ, ਤੇਰੀ ਹੋਂਦ ਸਭ ਥਾਂ ਵਸਦੀ ਮਹਿਸੂਸ ਕਰਦਾ ਹੈ । ਉਸ ਦੇ ਮਨ ਵਿਚੋਂ ਸਾਰੇ ਭਰਮ ਨਾਸ ਹੋ ਜਾਂਦੇ ਹਨ ।

My True Master, I have surrendered my self-identity at Your Sanctuary. Whosoever may be enlightened with the essence of Your Word within; with Your mercy and grace, he may realize His Holy Spirit prevailing everywhere. All his religious suspicions may be eliminated for good.

ਅਨਬੋਲਤ ਮੇਰੀ ਬਿਰਥਾ ਜਾਨੀ, anbolat mayree birthaa jaanee
ਅਪਨਾ ਨਾਮੁ ਜਪਾਇਆ॥ apnaa naam japaa-i-aa.
ਦੁਖ ਨਾਠੇ ਸੁਖ ਸਹਜਿ ਸਮਾਏ, dukh naathay sukh sahj samaa-ay
ਅਨਦ ਅਨਦ ਗੁਣ ਗਾਇਆ॥੧॥ anad anad gun gaa-i-aa. ||1||

ਪ੍ਰਭ ਤੂੰ ਮੇਰੇ ਮਨ ਦੀਆਂ ਅਣਬੋਲੀਆ ਇੱਛਾਂ, ਹਾਲਤ ਦਾ ਅੰਤਰਜਾਮੀ ਹੈ । ਤੂੰ ਹੀ ਮੈਨੂੰ ਸ਼ਬਦ ਦੀ ਪਾਲਣਾ ਕਰਨ ਦੀ ਪ੍ਰੇਰਨਾ ਕਰਦਾ, ਇਸ ਵਿੱਚ ਅਡੋਲ ਰਖਦਾ ਹੈ । ਤੇਰੇ ਸ਼ਬਦ ਦੇ ਗੁਣ ਗਾਉਂਦੇ ਮਨ ਵਿੱਚ ਪੂਰਨ ਸੰਤੋਖ, ਖੇੜਾ ਵਸ ਗਿਆ ਹੈ । ਤੇਰੇ ਸ਼ਬਦ ਦੀ ਸਮਾਧੀ ਵਿੱਚ ਹੀ ਲੀਨ ਹੋ ਗਿਆ ਹਾ ।

The True Master remains omniscient about the unspoken hopes and desires of everyone. The True Master inspires and keeps His true devotee steady and stable on the right path of obeying the teachings of His Word. Whosoever may sing the glory of Your Word; with His mercy and grace, he may be blessed with complete contentment and blossom in his life. He may remain intoxicated in the void of His Word.

ਬਾਹ ਪਕਰਿ ਕਢਿ ਲੀਨੇ ਅਪੁਨੇ,	baah pakar kadh leenay apunay
ਗ੍ਰਿਹ ਅੰਧ ਕੂਪ ਤੇ ਮਾਇਆ॥	garih anDh koop tay maa-i-aa.
ਕਹੁ ਨਾਨਕ ਗੁਰਿ ਬੰਧਨ ਕਾਟੇ,	kaho naanak gur banDhan kaatay
ਬਿਛੁਰਤ ਆਨਿ ਮਿਲਾਇਆ॥੨॥੫੧॥੭੪॥	bichhurat aan milaa-i-aa. ‖2‖51‖74‖

ਪ੍ਰਭ ਤੂੰ ਆਪ ਹੀ ਮੇਰੀ ਬਾਂਹ ਪਕੜੀ ਹੈ । ਆਪਣਾ ਦਾਸ ਬਣਾਕੇ, ਸੰਸਾਰਕ ਮਾਇਆ ਰੂਪੀ ਨਰਕ ਵਿਚੋਂ ਬਾਹਰ ਕੱਢ ਲਿਆ ਹੈ । ਪ੍ਰਭ ਨੇ ਆਪ ਹੀ ਮੇਰੇ ਸੰਸਾਰਕ ਬੰਧਨ ਖਤਮ ਕਰ ਦਿੱਤੇ ਹਨ । ਮੇਰਾ ਵਿਛੋੜਾ ਦੂਰ ਕਰ ਦਿੱਤਾ ਹੈ । ਆਪਣੀ ਜੋਤ ਵਿੱਚ ਅਲੋਪ ਕਰ ਲਿਆ ਹੈ ।

The True Master has extended His merciful hand, accepted me as His true devotee. He has saved me from the hell of worldly ocean of worldly wealth. He has eliminated my worldly bonds and my misery of separation from His Holy Spirit. He has immersed my soul in His Holy Spirit.

63. ਸਲੋਕ ਮਃ ੧॥ 1245-10

ਸਚੁ ਵਰਤੁ ਸੰਤੋਖੁ ਤੀਰਥੁ,	sach varat santokh tirath
ਗਿਆਨੁ ਧਿਆਨੁ ਇਸਨਾਨੁ॥	gi-aan Dhi-aan isnaan.
ਦਇਆ ਦੇਵਤਾ ਖਿਮਾ ਜਪਮਾਲੀ,	da-i-aa dayvtaa khimaa japmaalee
ਤੇ ਮਾਣਸ ਪਰਧਾਨ॥	tay maanas parDhaan.
ਜੁਗਤਿ ਧੋਤੀ ਸੁਰਤਿ ਚਉਕਾ,	jugat Dhotee surat cha-ukaa
ਤਿਲਕੁ ਕਰਣੀ ਹੋਇ॥	tilak karnee ho-ay.
ਭਾਉ ਭੋਜਨੁ ਨਾਨਕਾ,	bhaa-o bhojan naankaa
ਵਿਰਲਾ ਤ ਕੋਈ ਕੋਇ॥੧॥	virlaa ta ko-ee ko-ay. ‖1‖

ਜਿਸ ਦੇ ਮਨ ਵਿੱਚ ਪ੍ਰਭ ਦੇ ਸ਼ਬਦ ਦੀ ਸਿਖਿਆਂ ਰਚ ਜਾਂਦੀ ਹੈ । ਉਹ ਝੂਠ, ਮੰਦੇ ਕੰਮ ਕਰਨ ਦਾ ਵਰਤ ਰਖਦਾ ਹੈ । ਪ੍ਰਭ ਦੇ ਬਖਸ਼ੇ ਤੇ ਸੰਤੋਖ ਹੀ ਉਸ ਦਾ ਤੀਰਥ, ਸ਼ਬਦ ਦੀ ਸੋਝੀ, ਧਿਆਨ, ਸੁਰਤ ਮਨ ਨੂੰ ਪਵਿੱਤਰ ਕਰਨ ਵਾਲਾ ਇਸ਼ਨਾਨ ਬਣ ਜਾਂਦਾ ਹੈ । ਤਰਸ, ਦਇਆ ਕਰਨਾ, ਉਸ ਦੇ ਦੇਵੀ ਦੇਵਤੇ ਬਣ ਜਾਂਦੇ ਹਨ । ਦੂਸਰੇ ਦੀ ਗਲਤੀ ਭੁਲਾਉਣਾ, ਉਸ ਦੀ ਬੰਦਗੀ ਕਰਨ ਵਾਲੀ ਮਾਲ਼ਾ ਬਣ ਜਾਂਦੀ ਹੈ । ਉਹ ਜੀਵ ਪ੍ਰਭ ਦਾ ਅਸਲੀ ਸੇਵਕ, ਮਹਾਨ ਬਣ ਜਾਂਦਾ ਹੈ । ਜਿਹੜਾ ਇਸਤਰ੍ਹਾਂ ਦੇ ਜੀਵਨ ਨੂੰ ਆਪਣੀ ਧੋਤੀ, ਧਰਮ ਦਾ ਬਾਣਾ ਬਣਾਉਂਦਾ ਹੈ । ਉਹ ਮਨ ਦੀ ਸੁਰਤੀ, ਚੰਗੇ ਕੰਮਾਂ ਨੂੰ ਆਪਣੇ ਮੱਥੇ ਦਾ ਤਿਲਕ ਬਣਾਉਂਦਾ ਹੈ । ਪ੍ਰਭ ਦੇ ਸ਼ਬਦ ਦੀ ਪ੍ਰੀਤ, ਸ਼ਰਧਾ ਦੇ ਭੋਜਨ ਦਾ ਅਨੰਦ ਮਾਨਦਾ ਹੈ । ਸੰਸਾਰ ਵਿੱਚ ਇਸਤਰ੍ਹਾਂ ਜੀਵਨ ਬਤੀਤ ਕਰਨ ਵਾਲਾ ਕੋਈ ਵਿਰਲਾ ਹੀ ਹੁੰਦਾ ਹੈ ।

ਅਸਲੀ ਸੇਵਕ – His true devotee	
ਵਰਤ – Abstain food	ਝੂਠ, ਮੰਦੇ ਕੰਮ ਦਾ ਤਿਆਗ! Conqure lies, evil deed,
ਤੀਰਥ – Shrine	ਪ੍ਰਭ ਦੇ ਬਖਸ਼ੇ ਤੇ ਸੰਤੋਖ! Contentement on His Blessings
ਆਤਮਾ ਦਾ ਇਸ਼ਨਾਨ Santifying bath	ਸ਼ਬਦ ਦੀ ਸੋਝੀ, ਧਿਆਨ, ਸੁਰਤੀ! Enlightenment, focus, devotion
ਦੇਵੀ ਦੇਵਤੇ! Prophet	ਦੂਸਰੇ ਤੇ ਤਰਸ, ਦਇਆ ਕਰਨਾ! Mercy and pity on less fortunate!
ਬੰਦਗੀ ਵਾਲੀ ਮਾਲ਼ਾ Meditation Rosary!	ਦੂਸਰੇ ਦੀ ਗਲਤੀ ਭੁਲਾਉਣਾ! Ignore, forgive, mistake; tolerance other opinion

Whosoever may remain drenched with the essence of His Word. He may abstain from hypocrisy, evil deeds. His contentment on His Blessings may become His Holy Shrine; his enlightenment of the essence of His Word, devotion, dedication may become his soul sanctifying bath. To forgive and ignore mistakes, short-comings of others may become as his rosary of meditation. He may become as His true devote, noble person in the universe. His way of life may become his religious robe. His devotion may become a vermillion on his forehead as a symbol of purity; nourishment for his soul. However, very rare may have such a way of life.

ਮਹਲਾ ੩॥	mehlaa 3.
ਨਉਮੀ ਨੇਮੁ ਸਚੁ ਜੇ ਕਰੈ॥	na-umee naym sach jay karai.
ਕਾਮ ਕ੍ਰੋਧੁ ਤ੍ਰਿਸਨਾ ਉਚਰੈ॥	kaam kroDh tarisnaa uchrai.
ਦਸਮੀ ਦਸੇ ਦੁਆਰ,	dasmee dasay du-aar
ਜੇ ਠਾਕੈ ਏਕਾਦਸੀ ਏਕੁ ਕਰਿ ਜਾਣੈ॥	jay thaakai aykaadasee ayk kar jaanai.
ਦੁਆਦਸੀ ਪੰਚ ਵਸਗਤਿ ਕਰਿ ਰਾਖੈ,	du-aadasee panch vasgat kar raakhai
ਤਉ ਨਾਨਕ ਮਨੁ ਮਾਨੈ॥	ta-o naanak man maanai.
ਐਸਾ ਵਰਤੁ ਰਹੀਜੈ ਪਾਡੇ,	aisaa varat raheejai paaday
ਹੋਰ ਬਹੁਤੁ ਸਿਖ ਕਿਆ ਦੀਜੈ॥੨॥	hor bahut sikh ki-aa deejai. ||2||

ਜਿਹੜਾ ਮਹੀਨੇ ਦੇ ਨੌ ਦਿਨ ਸੱਚ ਬੋਲਣ, ਸ਼ਬਦ ਦੀ ਪਾਲਣਾ ਦਾ ਪ੍ਰਨ ਕਰਦਾ, ਕਾਮ ਵਾਸ਼ਨਾ, ਕਰੋਧ, ਸੰਸਾਰਕ ਇੱਛਾਂ ਨੂੰ ਖਤਮ ਕਰ ਦੇਂਦਾ ਹੈ । ਦਸਵੇਂ ਦਿਨ ਮਨ ਦੇ ਦਸਵੇਂ ਘਰ ਦੀ ਯਾਦ ਰਖਦਾ, ਅੰਦਰੋਂ ਖੋਜ ਕਰਦਾ ਹੈ । ਗਿਆਰਵੇਂ ਦਿਨ ਉਸ ਦਾ ਮਨ ਪ੍ਰਭ ਨੂੰ ਇੱਕੋ ਇੱਕ ਮਾਲਕ ਮੰਨ ਲੈਂਦਾ ਹੈ । ਬਾਰਵੇਂ ਦਿਨ ਉਸ ਨੂੰ ਮਨ ਦੇ ਪੰਜਾਂ ਚੋਰਾਂ ਤੇ ਜਿੱਤ ਬਖਸ਼ਿਸ਼ ਹੋ ਜਾਂਦੀ ਹੈ, ਮਨ ਵਿੱਚ ਖੇੜਾ ਬਖਸ਼ਿਸ਼ ਹੋ ਜਾਂਦਾ ਹੈ । ਸੰਸਾਰਕ ਗਿਆਨੀ ਇਸਤਰ੍ਹਾਂ ਦਾ ਵਰਤ ਰਖੋ! ਬਾਕੀ ਸਾਰੀਆਂ ਸਿਖਿਆਂ ਬਿਰਥੀਆ ਹੀ ਹਨ ।

Whosoever may become steady and stable on obeying the teachings of His Word and abides by the reality of human life journey, nine days in month; with His mercy and grace, he may conquer his worldly desires. On 10th day, he may concentrate within to be enlightened with 10th door. On 11th day he may believe The One and only One, True Master of the universe. On 12th day, he may conquer 5 demons of worldly desires; he may be blessed with blossom within. Worldly saint, you should adopt such a discipline in your worldly life. All other meditations may be useless.

Path of meditation	
Nine Days	Obey His Word; Conquer his own worldly desires
10th day	concentrate within; Enlightened with 10th door!
11th day	Accept One and Only One True Master
12th day	conquer 5 demons

ਪਉੜੀ॥	pa-orhee.
ਭੂਪਤਿ ਰਾਜੇ ਰੰਗ ਰਾਇ,	bhoopat raajay rang raa-ay
ਸੰਚਹਿ ਬਿਖੁ ਮਾਇਆ॥	saNcheh bikh maa-i-aa.
ਕਰਿ ਕਰਿ ਹੇਤੁ ਵਧਾਇਦੇ,	kar kar hayt vaDhaa-iday
ਪਰ ਦਰਬੁ ਚੁਰਾਇਆ॥	par darab churaa-i-aa.
ਪੁਤ੍ਰ ਕਲਤ੍ਰ ਨ ਵਿਸਹਹਿ,	putar kaltar na vishahi
ਬਹੁ ਪ੍ਰੀਤਿ ਲਗਾਇਆ॥	baho pareet lagaa-i-aa.
ਵੇਖਦਿਆ ਹੀ ਮਾਇਆ,	vaykh-di-aa hee maa-i-aa
ਧੁਹਿ ਗਈ ਪਛੁਤਹਿ ਪਛੁਤਾਇਆ॥	Dhuhi ga-ee pachhuteh pachhutaa-i-aa.
ਜਮ ਦਰਿ ਬਧੇ ਮਾਰੀਅਹਿ,	jam dar baDhay maaree-ah
ਨਾਨਕ ਹਰਿ ਭਾਇਆ॥੨੧॥	naanak har bhaa-i-aa. ||21||

ਸੰਸਾਰ ਦੇ ਰਾਜਾ, ਸੰਸਾਰਕ ਮਾਇਆ ਦੇ ਪਿਆਰ, ਜਾਲ ਵਿੱਚ ਹੀ ਫਸੇ ਰਹਿੰਦਾ ਹੈ । ਉਸ ਦਾ ਮਾਇਆ ਨਾਲ ਇਸਤਰ੍ਹਾਂ ਦਾ ਪਿਆਰ ਹੋ ਜਾਂਦਾ ਹੈ । ਉਹ ਦੂਸਰਿਆਂ ਤੋ ਖੋਂਅ (ਖੋਹ) ਕੇ ਆਪਣੀ ਬਣਾਉਂਦਾ ਹੈ । ਉਹ ਆਪਣੇ ਪਰਿਵਾਰ, ਬਚਿਆ ਤੇ ਵੀ ਵਿਸ਼ਵਾਸ ਨਹੀਂ ਕਰਦਾ । ਉਸ ਦੀ ਪ੍ਰੀਤ ਕੇਵਲ ਸੰਸਾਰਕ ਧਨ ਨਾਲ ਹੀ ਹੁੰਦਾ ਹੈ । ਉਸ ਨੂੰ ਇਕੱਠੀ ਕੀਤਾ ਸੰਸਾਰਕ ਮਾਇਆ ਵੀ ਧੋਖਾ ਦੇ ਜਾਂਦੀ ਹੈ, ਫਿਰ ਅਪਸੋਸ, ਪਛਤਾਵਾ ਹੀ ਕਰਦਾ ਹੈ । ਆਪਣੇ ਕੀਤੇ ਕੰਮਾਂ ਨਾਲ ਹੀ ਮੌਤ ਦੇ ਜਮਦੂਤ ਦੇ ਹਵਾਲੇ ਹੋ ਜਾਂਦਾ, ਸਜ਼ਾ ਭੁਗਤਦਾ ਹੈ । ਇਹ ਹੀ ਪ੍ਰਭ ਦਾ ਭਾਣਾ ਹੁੰਦਾ ਹੈ ।

Worldly king may be so much obsessed with worldly wealth and remains intoxicated with his worldly possession. He may try to rob, invade others to capture his wealth. He may not trust anyone, even his family or children. His dedication and focus remain on worldly wealth alone. His collected wealth may deceive him; he may regret and repent after the loss. He may be captured by the devil of death; this may become His Command.

64. ਰਾਗੁ ਸਾਰੰਗ ਬਾਣੀ ਪਰਮਾਨੰਦ ਜੀ॥ 1253

੧ੴ ਸਤਿਗੁਰ ਪ੍ਰਸਾਦਿ॥	ik-oNkaar satgur parsaad.
ਤੈ ਨਰ ਕਿਆ ਪੁਰਾਨੁ ਸੁਨਿ ਕੀਨਾ॥	tai nar ki-aa puraan sun keenaa.
ਅਨਪਾਵਨੀ ਭਗਤਿ ਨਹੀ ਉਪਜੀ,	anpaavnee bhagat nahee upjee
ਭੂਖੈ ਦਾਨੁ ਨ ਦੀਨਾ॥੧॥ ਰਹਾਉ॥	bhookhai daan na deenaa. ||1|| rahaa-o.

ਜੀਵ ਤੂੰ ਪ੍ਰਭ ਦੀ ਬੰਦਗੀ ਦਾ ਸ਼ਬਦ, ਸੰਤ ਸਰੂਪ ਜੀਵਾਂ ਦਾ ਕਥਾ ਸੁਣਕੇ, ਆਪਣੇ ਜੀਵਨ ਵਿੱਚ ਕੀ ਕਮਾਈ ਕੀਤੀ, ਕੀ ਸਬਕ ਸਿਖਿਆਂ ਹੈ? ਤੇਰੇ ਮਨ ਵਿੱਚ ਪ੍ਰਭ ਦੇ ਸ਼ਬਦ ਦੀ ਸਿਖਿਆਂ ਦਾ ਕੋਈ ਅਸਰ ਨਹੀਂ ਹੋਇਆ । ਆਪਣੇ ਮਨ ਤੇ ਸ਼ਬਦ ਤੇ ਭਰੋਸਾ ਪੱਕਾ ਨਹੀਂ ਹੋਇਆ, ਸ਼ਬਦ ਵਿੱਚ ਨਹੀਂ ਵਸਿਆ । ਤੂੰ ਕਿਸੇ ਨਿਮਾਣੇ, ਬੇਵਸ, ਭੁੱਖੇ ਨੂੰ ਭੋਜਨ, ਨਿਮਾਣੇ, ਗਰੀਬ ਦੀ ਮਦਦ ਨਹੀਂ ਕੀਤੀ ।

What have you learned, from listening to the sermons of His true devotee? Have you earned any wealth of His Word? You have no influence of the teachings of His Word in your own day to day life. You may not have a steady and stable belief of the teachings of His Word nor drenched with the essence of His Word within your day-to-day life. You have not offered food to any helpless hungry, nor helped any helpless poor.

ਕਾਮੁ ਨ ਬਿਸਰਿਓ ਕ੍ਰੋਧੁ ਨ ਬਿਸਰਿਓ,	kaam na bisri-o kroDh na bisri-o
ਲੋਭੁ ਨ ਛੂਟਿਓ ਦੇਵਾ॥	lobh na chhooti-o dayvaa.
ਪਰ ਨਿੰਦਾ ਮੁਖ ਤੇ ਨਹੀ ਛੂਟੀ,	par nindaa mukh tay nahee chhootee
ਨਿਫਲ ਭਈ ਸਭ ਸੇਵਾ॥੧॥	nifal bha-ee sabh sayvaa. ||1||

ਤੇਰਾ ਕਾਮ ਵਾਸ਼ਨਾ, ਕਰੋਧ, ਦੂਸਰਿਆ ਦਾ ਹੱਕ ਪਾਉਣ ਦਾ ਲਾਲਚ ਖਤਮ ਨਹੀਂ ਹੋਈ । ਦੂਸਰਿਆਂ ਦੀ ਨਿੰਦਿਆਂ, ਚੁੰਗਲੀ ਕਰਨ ਦੀ ਆਦਤ ਖਤਮ ਨਹੀਂ ਹੋਈ । ਜਿਤਨਾ ਚਿਰ ਇਹ ਅਵਸਥਾ ਬਖਸ਼ਿਸ਼ ਨਹੀਂ ਹੁੰਦੀ । ਤੇਰੀ ਕੀਤੀ, ਸ਼ਬਦ ਦੀ ਬੰਦਗੀ, ਕਿਸੇ ਸੰਤ ਸਰੂਪ ਦੀ ਕੀਤੀ ਹੋਈ ਸੇਵਾ, ਪ੍ਰਭ ਦੇ ਦਰਬਾਰ ਵਿੱਚ ਪ੍ਰਵਾਨ ਨਹੀਂ ਹੁੰਦੀ । ਕਿਸੇ ਕੰਮ ਨਹੀਂ ਆਉਂਦੀ, ਬਿਰਥਾ ਹੀ ਜਾਂਦੀ ਹੈ ।

You have not conquered, controlled your sexual urge, anger, greed to rob the earnest living of others nor you have eliminated your habit of slandering and back-biting others. Whosoever may not be blessed with such a state of mind; his meditation, obeying the teachings of His Word or serving His Holy saint may not be accepted in His Court. His human life opportunity may be wasted uselessly.

ਬਾਟ ਪਾਰਿ ਘਰੁ ਮੂਸਿ ਬਿਰਾਨੋ,	baat paar ghar moos biraano
ਪੇਟੁ ਭਰੈ ਅਪ੍ਰਾਧੀ॥	payt bharai apraaDhee.
ਜਿਹਿ ਪਰਲੋਕ ਜਾਇ ਅਪਕੀਰਤਿ,	jihi parlok jaa-ay apkeerat
ਸੋਈ ਅਬਿਦਿਆ ਸਾਧੀ॥੨॥	so-ee abidi-aa saaDhee. ||2||

ਜੀਵ ਤੂੰ ਪਰਾਇਆ ਹੱਕ ਮਾਰਦਾ, ਧਨ ਇੱਕਠਾ ਕੀਤਾ, ਅਰਾਮ ਦਾ ਜੀਵਨ ਬਤੀਤ ਕਰਦਾ ਹੈ । ਸੰਸਾਰ ਵਿੱਚ ਸੋਭਾ ਵੀ ਪਾਉਂਦਾ, ਇਹ ਸਾਰੇ ਦੋਸ਼ੀਆ ਵਾਲੇ ਹੀ ਕੰਮ ਕਰਦਾ ਹੈ । ਪਰ ਉਸ ਦੀ ਦਰਗਾਹ ਵਿੱਚ ਲੇਖਾ ਦੇਣਾ ਪੈਂਦਾ ਹੈ । ਮੂਰਖਤਾ ਸਾਮ੍ਹਣੇ ਆਉਂਦੀ, ਸਜ਼ਾ ਭੁਗਤਨੀ ਹੀ ਪੈਣੀ ਹੈ ।

You remain intoxicated in robbing earnest living of others, worldly wealth to enjoy the short-lived pleasures of worldly wealth. You may be honored in worldly life. All your worldly deeds may be like a criminal. You may have to face righteous judge to endure the punishment of your foolishness and evil deeds.

ਹਿੰਸਾ ਤਉ ਮਨ ਤੇ ਨਹੀ ਛੂਟੀ,	hinsaa ta-o man tay nahee chhootee
ਜੀਅ ਦਇਆ ਨਹੀ ਪਾਲੀ॥	jee-a da-i-aa nahee paalee.
ਪਰਮਾਨੰਦ ਸਾਧਸੰਗਤਿ ਮਿਲਿ,	parmaanand saaDhsangat mil
ਕਥਾ ਪੁਨੀਤ ਨ ਚਾਲੀ॥੩॥੧॥੬॥	kathaa puneet na chaalee. ||3||1||6||
ਛਾਡਿ ਮਨ ਹਰਿ ਬਿਮੁਖਨ ਕੋ ਸੰਗੁ॥	chhaad man har bimukhan ko sang.

ਤੇਰੇ ਮਨ ਵਿੱਚ ਦੂਸਰੇ ਜੀਵਾਂ ਨੂੰ ਮਾਰਨ ਦੀ ਇੱਛਾ ਖਤਮ ਨਹੀਂ ਹੋਈ । ਉਸ ਦੀ ਬਣਾਈ ਸ੍ਰਿਸ਼ਟੀ ਦੀ ਭਲਾਈ ਦਾ ਕੋਈ ਕੰਮ ਨਹੀਂ ਕੀਤਾ । ਜਿਹੜਾ ਪ੍ਰਭ ਦੇ ਸ਼ਬਦ ਦੀ ਸਿਖਿਆਂ ਨੂੰ ਮਨ ਵਿਚੋਂ ਵਿਸਾਰ ਦੇਂਦਾ ਹੈ । ਆਪਣੇ ਜੀਵਨ ਦਾ ਢੰਗ ਤਿਆਗਣ, ਬਦਲਣ ਤੋ ਬਿਨਾਂ ਦਰਬਾਰ ਵਿੱਚ ਸ਼ਰਮਿੰਦਗੀ ਹੀ ਮਿਲਦੀ ਹੈ । ਸੰਤ ਸਰੂਪ ਦੇ ਜੀਵਨ, ਪ੍ਰਭ ਦੇ ਸ਼ਬਦ ਤੋ ਸਿਖਿਆਂ ਨੂੰ ਆਪਣੇ ਜੀਵਨ ਦਾ ਅਧਾਰ ਬਣਾਉਣ ਨਾਲ ਮਾਨਸ ਜਨਮ ਦੇ ਮੰਤਵ ਦੀ ਸੋਝੀ ਬਖਸ਼ਿਸ਼ ਹੋ ਸਕਦੀ ਹੈ ।

You have not renounced your desire to kill, destroy others, nor you have served His Creation. Whosoever may abandon the teachings of His Word from his day-to-day life, only he may have such a way of life. Without renouncing such a way of life; you may only be embarrassed in His Court. Whosoever may adopt the life experience teachings of His Holy saint, the teachings of His Word in his day-to-day life; with His mercy and grace, he may be blessed with the real path of human life opportunity.

65. ਸਾਰੰਗ ਮਹਲਾ ੫ ਸੂਰਦਾਸ॥ 1253

੧ਓ ਸਤਿਗੁਰ ਪ੍ਰਸਾਦਿ॥	ik-oNkaar satgur parsaad.
ਹਰਿ ਕੇ ਸੰਗ ਬਸੇ ਹਰਿ ਲੋਕ॥	har kay sang basay har lok.
ਤਨੁ ਮਨੁ ਅਰਪਿ ਸਰਬਸੁ ਸਭੁ ਅਰਪਿਓ,	tan man arap sarbas sabh arpi-o
ਅਨਦ ਸਹਜ ਧੁਨਿ ਝੋਕ॥੧॥ ਰਹਾਉ॥	anad sahj Dhun jhok. ||1|| rahaa-o.

ਬੰਦਗੀ ਕਰਨ ਵਾਲਾ ਹਰ ਸਮੇਂ ਹੀ ਪ੍ਰਭ ਦੇ ਭਾਣਾ ਵਿੱਚ ਹੀ ਰਹਿੰਦਾ ਹੈ । ਆਪਣਾ ਮਨ, ਤਨ ਪ੍ਰਭ ਦੇ ਭੇਟਾ ਕਰਕੇ, ਆਪਾ ਮਿੱਟਾ ਦੇਂਦਾ ਹੈ । ਉਸ ਦੇ ਸ਼ਬਦ ਦੇ ਨਸ਼ੇ ਵਿੱਚ ਮਸਤ ਰਹਿੰਦਾ ਹੈ ।

His true devotee may always adopt the teachings of His Word in his day-to-day life. He may surrender his mind, body, worldly status, and self-identity at His Sanctuary. He may remain intoxicated in the void of His Word.

ਦਰਸਨੁ ਪੇਖਿ ਭਏ ਨਿਰਬਿਖਈ,	darsan paykh bha-ay nirbikha-ee
ਪਾਏ ਹੈ ਸਗਲੇ ਥੋਕ॥	paa-ay hai saglay thok.
ਆਨ ਬਸਤੁ ਸਿਉ ਕਾਜੁ ਨ ਕਛੂਐ,	aan basat si-o kaaj na kachhoo-ai
ਸੁੰਦਰ ਬਦਨ ਅਲੋਕ॥੧॥	sundar badan alok. ||1||

ਜਿਹੜਾ ਆਪਣੀ ਆਤਮਾ ਨੂੰ ਬੁਰੀਆਈਆਂ ਤੋ ਰਹਿਤ ਕਰ ਲੈਂਦਾ ਹੈ । ਉਸ ਨੂੰ ਸ਼ਬਦ ਦੇ ਸਿਮਰਨ, ਪਾਲਣਾ ਨਾਲ ਪੂਰਨ ਸੰਤੋਖ ਬਖਸ਼ਿਸ਼ ਹੋ ਜਾਂਦਾ ਹੈ । ਉਹ ਨੂੰ ਪ੍ਰਭ ਦੀ ਹੋਂਦ ਅਨੁਭਵ ਹੋ ਜਾਂਦੀ ਹੈ । ਉਸ ਦਾ ਸੰਸਾਰਕ ਮੋਹ ਖਤਮ ਹੋ ਜਾਂਦਾ ਹੈ । ਉਹ ਪ੍ਰਭ ਦੇ ਨੂਰ ਵਿੱਚ ਹੀ ਅਨੰਦ ਮਾਣਦਾ ਹੈ ।

Whosoever may conquer his evil thoughts, urges to commit sins; with His mercy and grace, he may be blessed with complete contentment with meditation and obeying the teachings of His Word. He may realize His Holy Spirit prevailing everywhere. He may conquer his worldly bonds, attachments; with His mercy and grace, he may be blessed with His Eternal Spiritual pleasures in his day-to-day life.

ਸਿਆਮ ਸੁੰਦਰ ਤਜਿ ਆਨ ਜੁ ਚਾਹਤ,	si-aam sundar taj aan jo chaahat
ਜਿਉ ਕੁਸਟੀ ਤਨਿ ਜੋਕ॥	ji-o kustee tan jok.
ਸੂਰਦਾਸ ਮਨੁ ਪ੍ਰਭਿ ਹਥਿ ਲੀਨੋ,	soordaas man parabh hath leeno
ਦੀਨੋ ਇਹੁ ਪਰਲੋਕ॥੨॥੧॥੮॥	deeno ih parlok. ‖2‖1‖8‖

ਪ੍ਰਭ ਦੀ ਰਹਿਮਤ ਨਾਲ ਮੇਰੇ ਮਨ ਵਿੱਚ ਬੰਦਗੀ ਤੋ ਬਿਨਾਂ ਹੋਰ ਕੋਈ ਇੱਛਾ ਨਹੀਂ ਹੈ । ਮੈਂ ਸ਼ਬਦ ਦੀ ਪਾਲਣਾ ਵਿੱਚ ਅਡੋਲ ਰਹਿੰਦਾ ਹੈ । ਪ੍ਰਭ ਨੇ ਰਹਿਮਤ ਬਖਸ਼ਕੇ, ਮੇਰਾ ਹੱਥ ਪਕੜ ਲਿਆ ਹੈ ! ਮੈਂ ਸਿਮਰਨ ਵਿੱਚ ਹੀ ਲੀਨ ਰਹਿੰਦਾ ਹਾ, ਮੇਰੀ ਯਾਤਰਾ ਸਫਲ ਹੋ ਗਈ ਹੈ ।

With His mercy and grace, I do not have any other worldly desires, except to meditate within my mind. I always remain intoxicated in obeying the teachings of His Word with steady and stable belief in my day-to-day life. The True Master has held my hand and kept me steady and stable on the right path of acceptance in His Court. I remain intoxicated in the void of His Word; my human life opportunity has been rewarded.

66. ਮਲਾਰ ਮਹਲਾ ੩॥ 1276-11

ਬੇਦ ਬਾਣੀ ਜਗੁ ਵਰਤਦਾ,	bayd banee jag varatdaa
ਤ੍ਰੈ ਗੁਣ ਕਰੇ ਬੀਚਾਰੁ॥	tarai gun karay beechaar.
ਬਿਨੁ ਨਾਵੈ ਜਮ ਡੰਡੁ ਸਹੈ,	bin naavai jam dand sahai
ਮਰਿ ਜਨਮੈ ਵਾਰੋ ਵਾਰ॥	mar janmai vaaro vaar.
ਸਤਿਗੁਰ ਭੇਟੇ ਮੁਕਤਿ ਹੋਇ,	satgur bhaytay mukat ho-ay
ਪਾਏ ਮੋਖ ਦੁਆਰੁ॥੧॥	paa-ay mokh du-aar. ‖1‖

ਸਾਰਾ ਸੰਸਾਰ ਹੀ ਸੰਸਾਰਕ ਧਰਮਾਂ ਦੇ ਗ੍ਰਥਾਂ (ਵੇਦਾਂ) ਵਿੱਚ ਲਿਖੇ ਹੋਵੇ ਨਿਯਮਾਂ ਨਾਲ ਜੀਵਨ ਬਤੀਤ ਕਰਦਾ ਹੈ । ਉਹ ਸੰਸਾਰਕ ਮਾਇਆ ਦੇ ਤਿੰਨੇਂ ਗੁਣਾਂ ਦਾ ਹੀ ਵਿਚਾਰ ਕਰਦਾ ਹੈ । ਉਸ ਨੂੰ ਹੀ ਆਪਣੇ ਜੀਵਨ ਦਾ ਨਿਯਮ ਬਣਾਉਂਦਾ ਹੈ । ਪ੍ਰਭ ਦੇ ਸ਼ਬਦ ਦੀ ਪਾਲਣ ਕਰਨ ਤੋ ਬਿਨਾਂ ਮੌਤ ਦਾ ਜਮਦੂਤ ਹੀ ਸਜ਼ਾ ਦੇਂਦਾ ਹੈ । ਜੀਵ ਜੂੰਨਾਂ ਦੇ ਚੱਕਰ ਵਿੱਚ ਹੀ ਰਹਿੰਦਾ ਹੈ । ਜਿਹੜਾ ਜੀਵ ਸ਼ਬਦ ਦੀ ਪਾਲਣਾ, ਸ਼ਬਦ ਦੀ ਸਿਖਿਆਂ ਨਾਲ ਜੀਵਨ ਢਾਲਦਾ ਹੈ । ਉਸ ਨੂੰ ਮੁਕਤੀ ਦਾ ਰਸਤਾ ਬਖਸ਼ਿਸ਼ ਹੋ ਜਾਂਦਾ ਹੈ, ਪ੍ਰਭ ਦੀ ਸ਼ਰਣ ਵਿੱਚ ਪਨਾਹ ਬਖਸ਼ਿਸ਼ ਹੋ ਜਾਂਦੀ ਹੈ ।

All human may adopt principles described in worldly Holy Scriptures. All religious Holy Scriptures may signify the power of three unique virtues of worldly wealth (Shakti) and how to conquer these demons. In his ignorance, he may remain intoxicated in short-lived pleasures of worldly wealth as the real purpose of his human life journey. Without adopting the teachings of His Word, he may be captured by the devil of death. He may remain in the cycle of birth and death. Whosoever may obey and adopts the teachings of His Word with steady and stable belief; with His mercy and grace, he may be blessed with the right path of acceptance in His Court. He may be accepted in His Sanctuary.

ਮਨ ਰੇ ਸਤਿਗੁਰ ਸੇਵਿ ਸਮਾਇ॥	man ray satgur sayv samaa-ay.
ਵਡੈ ਭਾਗਿ ਗੁਰ ਪੂਰਾ ਪਾਇਆ,	vadai bhaag gur pooraa paa-i-aa
ਹਰਿ ਹਰਿ ਨਾਮੁ ਧਿਆਇ॥੧॥ ਰਹਾਉ॥	har har naam Dhi-aa-ay. ‖1‖ rahaa-o.

ਜੀਵ ਪ੍ਰਭ ਦੇ ਸ਼ਬਦ ਦੀ ਪਾਲਣਾ ਵਿੱਚ ਲੀਨ ਹੋ ਜਾਵੇ! ਜੀਵ ਦੇ ਵੱਡੇ ਭਾਗਾਂ ਨਾਲ ਹੀ ਸ਼ਬਦ ਦੀ ਪਾਲਣਾ ਵਿੱਚ ਲਗਨ ਬਖਸ਼ਿਸ਼ ਹੋ ਸਕਦੀ ਹੈ । ਉਹ ਸ਼ਬਦ ਦੀ ਪਾਲਣਾ ਤੇ ਅਡੋਲ ਰਹਿੰਦਾ ਹੈ ।

You should remain intoxicated in obeying the teachings of His Word. Whosoever may have a great prewritten destiny, only he may be blessed with devotion to obey the teachings of His Word; only he may remain steady and stable on obeying the teachings of His Word.

ਹਰਿ ਆਪਣੈ ਭਾਣੈ ਸ੍ਰਿਸਟਿ ਉਪਾਈ,	har aapnai bhaanai sarisat upaa-ee
ਹਰਿ ਆਪੇ ਦੇਇ ਅਧਾਰੁ॥	har aapay day-ay aDhaar.
ਹਰਿ ਆਪਣੈ ਭਾਣੈ ਮਨੁ ਨਿਰਮਲੁ ਕੀਆ,	har aapnai bhaanai man nirmal kee-aa
ਹਰਿ ਸਿਉ ਲਾਗਾ ਪਿਆਰੁ॥	har si-o laagaa pi-aar.
ਹਰਿ ਕੈ ਭਾਣੈ ਸਤਿਗੁਰੁ ਭੇਟਿਆ,	har kai bhaanai satgur bhayti-aa
ਸਭੁ ਜਨਮੁ ਸਵਾਰਣਹਾਰੁ॥੨॥	sabh janam savaaranhaar. ||2||

ਪ੍ਰਭ ਆਪਣੇ ਹੁਕਮ ਨਾਲ ਹੀ ਸ੍ਰਿਸ਼ਟੀ ਸਾਜਦਾ, ਜੀਵਨ ਬੀਤਤ ਕਰਨ ਦਾ ਢੰਗ ਬਖਸ਼ਦਾ ਹੈ । ਜੀਵ ਦੀ ਲਗਨ ਸ਼ਬਦ ਦੀ ਪਾਲਣਾ ਤੇ ਲਾਉਂਦਾ ਹੈ । ਜਿਸ ਦੇ ਮਨ ਵਿੱਚ ਸ਼ਬਦ ਦਾ ਤੱਤ ਘਰ ਕਰ ਜਾਂਦਾ ਹੈ । ਪ੍ਰਭ ਆਪਣੇ ਹੁਕਮ ਨਾਲ ਹੀ ਉਸ ਜੀਵ ਦੀ ਆਤਮਾ ਪਵਿੱਤਰ ਕਰਦਾ, ਪ੍ਰਵਾਨ ਕਰਦਾ ਹੈ ।

The True Master has created the universe with His own imagination, Command. He has assigned unique chore to every creature in his human life journey. Whosoever may remain drenched with the essence of His Word; with His mercy and grace, he may be blessed with the right path to sanctify his soul to become worthy of His Considerations.

ਵਾਹੁ ਵਾਹੁ ਬਾਣੀ ਸਤਿ ਹੈ,	vaahu vaahu banee sat hai
ਗੁਰਮੁਖਿ ਬੂਝੈ ਕੋਇ॥	gurmukh boojhai ko-ay.
ਵਾਹੁ ਵਾਹੁ ਕਰਿ ਪ੍ਰਭੁ ਸਾਲਾਹੀਐ,	vaahu vaahu kar parabh salaahee-ai
ਤਿਸੁ ਜੇਵਡੁ ਅਵਰੁ ਨ ਕੋਇ॥	tis jayvad avar na ko-ay.
ਆਪੇ ਬਖਸੇ ਮੇਲਿ ਲਏ,	aapay bakhsay mayl la-ay
ਕਰਮਿ ਪਰਾਪਤਿ ਹੋਇ॥੩॥	karam paraapat ho-ay. ||3||

ਪ੍ਰਭ ਦਾ ਸ਼ਬਦ ਅਨੋਖਾ ਹੀ ਹੈ । ਵਿਰਲਾ ਹੀ ਗੁਰਮਖ ਪ੍ਰਭ ਦੇ ਸ਼ਬਦ ਨਾਲ ਆਪਣਾ ਜੀਵਨ ਢਾਲਦਾ, ਸੋਝੀ ਬਖਸ਼ਿਸ਼ ਹੁੰਦੀ ਹੈ । ਪ੍ਰਭ ਦੇ ਸ਼ਬਦ ਦੀ ਉਸਤਤ ਵੀ ਅਨੋਖੀ ਹੀ ਹੈ, ਪ੍ਰਭ ਦੇ ਬਰਾਬਰ ਦਾ ਹੋਰ ਕੋਈ ਨਹੀਂ ਹੈ । ਜਿਸ ਦੇ ਪਾਪ ਆਪ ਹੀ ਬਖਸ਼ ਦੇਂਦਾ ਹੈ । ਉਸ ਨੂੰ ਪ੍ਰਵਾਨਗੀ ਦੇ ਰਸਤੇ ਤੇ ਅਡੋਲ ਰਖਦਾ ਹੈ ।

His Word may be astonishing and enlightening pillar to sanctify his soul. Whosoever may adopt the teachings of His Word with steady and stable belief; he may be enlightened with the essence of His Word. He may be blessed with a state of mind as His true devotee. The greatness of the virtues of His Word may be astonishing. No one may be equal or comparable with the greatness of The True Master. Whose sins may be forgiven; with His mercy and grace, he may be blessed with the right path of acceptance in His Court.

ਸਾਚਾ ਸਾਹਿਬੁ ਮਾਹਰੋ,	saachaa saahib maahro
ਸਤਿਗੁਰਿ ਦੀਆ ਦਿਖਾਇ॥	satgur dee-aa dikhaa-ay.
ਅੰਮ੍ਰਿਤੁ ਵਰਸੈ ਮਨੁ ਸੰਤੋਖੀਐ,	amrit varsai man santokhee-ai
ਸਚਿ ਰਹੈ ਲਿਵ ਲਾਇ॥	sach rahai liv laa-ay.
ਹਰਿ ਕੈ ਨਾਇ ਸਦਾ ਹਰੀਆਵਲੀ,	har kai naa-ay sadaa haree-aavalee
ਫਿਰਿ ਸੁਕੈ ਨਾ ਕੁਮਲਾਇ॥੪॥	fir sukai naa kumlaa-ay. ||4||

ਅਟੱਲ ਸ਼ਬਦ ਦੀ ਪਾਲਣਾ ਕਰਨ ਨਾਲ ਹੀ ਪ੍ਰਭ ਦੀ ਰਹਿਮਤ ਪ੍ਰਤੱਖ ਹੁੰਦੀ ਹੈ । ਪ੍ਰਭ ਦੀ ਹੋਂਦ ਮਹਿਸੂਸ ਹੁੰਦੀ ਹੈ । ਮਨ ਦੇ ਅੰਦਰੋਂ ਹੀ ਪ੍ਰਭ ਦੇ ਸ਼ਬਦ ਦੀ ਸੋਝੀ ਰੂਪੀ ਅੰਮ੍ਰਿਤ ਵਰਸਦਾ ਹੈ । ਉਹ ਸ਼ਬਦ ਦੇ ਸਿਮਰਨ ਵਿੱਚ ਲੀਨ, ਸ਼ਬਦ ਦੀ ਸਮਾਧੀ ਵਿੱਚ ਵਸਦਾ, ਅਨੰਦ ਸੰਤੋਖ ਨਾਲ ਭਰਪੂਰ ਰਹਿੰਦਾ ਹੈ । ਉਹ ਪ੍ਰਭ ਦੇ ਸ਼ਬਦ ਦੀ ਪਾਲਣਾ ਕਰਦਾ ਸਦਾ ਹੀ ਖੇੜੇ ਵਿੱਚ ਵਸਦਾ ਹੈ । ਕਦੇ ਸੋਗ, ਸੰਸਾਰਕ ਚਿੰਤਾ ਦੀ ਭਟਕਣ ਮਹਿਸੂਸ ਨਹੀਂ ਹੁੰਦੀ ।

Whosoever may obey the teachings of His Word with steady and stable belief; with His mercy and grace, His true devotee may be enlightened from within. He may realize His Holy Spirit prevailing within his own heart; with His mercy and grace, he may remain drenched with the nectar of the essence of His Word. He may remain intoxicated in meditation and obeying the teachings of His Word, in the void of His Word; with His mercy and grace, he may remain overwhelmed with contentment. He may never grievance nor frustrated from any worldly desires, miseries of his life.

ਬਿਨੁ ਸਤਿਗੁਰ ਕਿਨੈ ਨ ਪਾਇਓ, bin satgur kinai na paa-i-o
ਮਨਿ ਵੇਖਹੁ ਕੋ ਪਤੀਆਇ॥ man vaykhhu ko patee-aa-ay.
ਹਰਿ ਕਿਰਪਾ ਤੇ ਸਤਿਗੁਰੁ ਪਾਈਐ, har kirpaa tay satgur paa-ee-ai
ਭੇਟੈ ਸਹਜਿ ਸੁਭਾਇ॥ bhaytai sahj subhaa-ay.
ਮਨਮੁਖ ਭਰਮਿ ਭੁਲਾਇਆ, manmukh bharam bhulaa-i-aa
ਬਿਨੁ ਭਾਗਾ ਹਰਿ ਧਨੁ ਨ ਪਾਇ॥੫॥ bin bhaagaa har Dhan na paa-ay. ||5||

ਪ੍ਰਭ ਦੇ ਸ਼ਬਦ ਦੀ ਪਾਲਣਾ ਤੋਂ ਬਿਨਾਂ ਕਦੇ ਪ੍ਰਭ ਦੀ ਰਹਿਮਤ, ਸ਼ਬਦ ਦੀ ਸੋਝੀ ਬਖਸ਼ਿਸ਼ ਨਹੀਂ ਹੁੰਦੀ । ਭਾਵੇਂ ਕੋਈ ਸੰਸਾਰਕ ਜੀਵ ਪਰਖ ਲਵੇ । ਪ੍ਰਭ ਦੀ ਰਹਿਮਤ ਨਾਲ ਹੀ ਜੀਵ ਨੂੰ ਸ਼ਬਦ ਦੀ ਪਾਲਣਾ ਵਿੱਚ ਲਗਨ ਬਖਸ਼ਿਸ਼ ਹੁੰਦੀ, ਮਨ ਸ਼ਬਦ ਦੀ ਪਾਲਣਾ ਵਿੱਚ ਅਡੋਲ ਰਹਿੰਦਾ ਹੈ । ਮਨਮੁਖ ਭਰਮਾਂ ਵਿੱਚ ਫਸਿਆ ਰਹਿੰਦਾ ਹੈ । ਪਹਿਲੇ ਲਿਖੇ ਭਾਗਾਂ ਤੋਂ ਬਿਨਾਂ ਪ੍ਰਭ ਦੇ ਸ਼ਬਦ ਦੀ ਕਮਾਈ ਬਖਸ਼ਿਸ਼ ਨਹੀਂ ਹੋ ਸਕਦੀ ।

Without obeying the teachings of His Word; no one may ever be blessed with the enlightenment of the essence of His Word. Anyone may test his own meditation techniques. His true devotee may be blessed with devotion to obey the teachings of His Word; with His mercy and grace, he may remain steady and stable on the right path of acceptance in His Court. Self-minded may remain intoxicated in religious suspicions. Without a great prewritten destiny, the earnings, wealth of His Word may never be blessed.

ਤ੍ਰੈ ਗੁਣ ਸਭਾ ਧਾਤੁ ਹੈ, tarai gun sabhaa Dhaat hai parh
ਪੜਿ ਪੜਿ ਕਰਹਿ ਵੀਚਾਰੁ॥ parh karahi veechaar.
ਮੁਕਤਿ ਕਦੇ ਨ ਹੋਵਈ, mukat kaday na hova-ee
ਨਹੁ ਪਾਇਨਿ੍ ਮੋਖ ਦੁਆਰੁ॥ nahu paa-iniH mokh du-aar.
ਬਿਨੁ ਸਤਿਗੁਰ ਬੰਧਨ ਨ ਤੁਟਹੀ, bin satgur banDhan na tuthee
ਨਾਮਿ ਨ ਲਗੈ ਪਿਆਰੁ॥੬॥ naam na lagai pi-aar. ||6||

ਸੰਸਾਰਕ ਮਾਇਆ ਦੇ ਤਿੰਨੇਂ ਰੂਪ ਹੀ ਮਾਨਸ ਨੂੰ ਅਸਲੀ ਰਸਤੇ ਤੋਂ ਅਲੱਗ ਕਰਦੇ ਹਨ । ਮਾਨਸ ਜੀਵ ਧਰਮ ਦੇ ਗ੍ਰੰਥਾਂ ਵਿੱਚ ਤਿੰਨੇਂ ਗੁਣ ਪੜ੍ਹਦਾ, ਵਿਚਾਰ ਕਰਦਾ, ਅਗਿਆਨਤਾ ਵਿੱਚ ਹੀ ਇਹਨਾਂ ਦੀ ਪ੍ਰਾਪਤੀ ਵਿੱਚ ਲਗਾ ਰਹਿੰਦਾ ਹੈ । ਉਹ ਸ਼ਬਦ ਦੀ ਪਾਲਣਾ, ਪ੍ਰਵਾਨਗੀ, ਮੁਕਤੀ ਦੇ ਰਸਤੇ ਤੇ ਅਡੋਲ ਨਹੀਂ ਰਹਿੰਦਾ । ਪ੍ਰਭ ਦੀ ਰਹਿਮਤ ਤੋਂ ਬਿਨਾਂ ਉਸ ਦੀ ਲਗਨ ਸ਼ਬਦ ਦੀ ਪਾਲਣਾ ਵਿੱਚ ਅਡੋਲ ਨਹੀਂ ਹੁੰਦੀ, ਸੰਸਾਰਕ ਇੱਛਾਂ, ਮੋਹ ਦਾ ਬੰਧਨ ਖਤਮ ਨਹੀਂ ਹੁੰਦਾ ।

Self-minded may remain intoxicated with sweet poison of three virtues of worldly wealth, (shakti). He may be diverted from the right path of meditation, acceptance in His Court. Self-minded may read the significance of three virtues of worldly wealth; in his ignorance and greed, he may remain intoxicated with short-lived pleasures of worldly wealth. He may never remain steady and stable on path of obeying the teachings of His Word, acceptance in His Court nor salvation from the cycle of birth and death. He may never be blessed to stay steady and stable on the right path of acceptance, nor his worldly bonds and attachment to worldly wealth may be eliminated.

ਪੜਿ ਪੜਿ ਪੰਡਿਤ ਮੋਨੀ ਥਕੇ,	parh parh pandit monee thakay
ਬੇਦਾਂ ਕਾ ਅਭਿਆਸੁ॥	baydaaN kaa abhi-aas.
ਹਰਿ ਨਾਮੁ ਚਿਤਿ ਨ ਆਵਈ,	har naam chit na aavee
ਨਹ ਨਿਜ ਘਰਿ ਹੋਵੈ ਵਾਸੁ॥	nah nij ghar hovai vaas.
ਜਮਕਾਲੁ ਸਿਰਹੁ ਨ ਉਤਰੈ,	jamkaal sirahu na utrai
ਅੰਤਰਿ ਕਪਟ ਵਿਣਾਸੁ॥੭॥	antar kapat vinaas. ||7||

ਵਿਦਵਾਨ, ਪੰਡਿਤ, ਗਿਆਨੀ, ਮੌਨੀ ਸੰਤ, ਧਰਮਾਂ ਦੇ ਗ੍ਰੰਥ, ਵੇਦਾਂ, ਪਰਾਨ, ਪੜ੍ਹ ਕੇ ਬੇਵਸ ਹੋ ਜਾਂਦੇ ਹਨ । ਜਿਹੜਾ ਪ੍ਰਭ ਦੇ ਸ਼ਬਦ ਵਿੱਚ ਧਿਆਨ, ਸ਼ਬਦ ਦੀ ਪਾਲਣਾ, ਸ਼ਬਦ ਨਾਲ ਜੀਵਨ ਨਹੀਂ ਢਾਲਦਾ, ਉਸ ਨੂੰ ਸ਼ਬਦ ਦੀ ਸੋਝੀ ਬਖਸ਼ਿਸ਼ ਨਹੀਂ ਹੁੰਦੀ, ਸ਼ਬਦ ਦੀ ਸਿਖਿਆਂ, ਉਸ ਦੇ ਮਨ ਵਿੱਚ ਘਰ ਨਹੀਂ ਕਰਦੀ । ਉਸ ਦੇ ਅੰਦਰ ਕਰੋਧ ਅਤੇ ਲਾਲਚ ਭਰਿਆਂ ਰਹਿੰਦਾ ਹੈ । ਮੌਤ ਦਾ ਜਮਦੂਤ ਉਸ ਦੇ ਸਿਰ ਉਪਰ ਹੀ ਰਹਿੰਦਾ ਹੈ ।

Worldly scholars, pandit, religious priest, quiet saints may become miserable frustrates by repeatedly reading worldly Holy Scriptures. Whosoever may not focus, obeys, nor adopts the teachings of His Word in his day-to-day life; he may never be blessed or drenched with the enlightenment of the essence of His Word within his day-to-day life. He may remain overwhelmed with anger and greed; the devil of death may be knocking at his head.

ਹਰਿ ਨਾਵੈ ਨੋ ਸਭੁ ਕੋ ਪਰਤਾਪਦਾ,	har naavai no sabh ko partaapdaa
ਵਿਣੁ ਭਾਗਾਂ ਪਾਇਆ ਨ ਜਾਇ॥	vin bhaagaaN paa-i-aa na jaa-ay.
ਨਦਰਿ ਕਰੇ ਗੁਰੁ ਭੇਟੀਐ,	nadar karay gur bhaytee-ai har
ਹਰਿ ਨਾਮੁ ਵਸੈ ਮਨਿ ਆਇ॥	naam vasai man aa-ay.
ਨਾਨਕ ਨਾਮੇ ਹੀ ਪਤਿ ਊਪਜੈ,	naanak naamay hee pat oopjai
ਹਰਿ ਸਿਉ ਰਹਾਂ ਸਮਾਇ॥੮॥੨॥	har si-o rahaaN samaa-ay. ||8||2||

ਸਾਰੇ ਮਾਨਸ ਜੀਵ ਪ੍ਰਭ ਦੀ ਰਹਿਮਤ, ਸ਼ਬਦ ਦੀ ਸੋਝੀ ਪਾਉਣ ਦੀ ਆਸ ਰਖਦੇ ਹਨ । ਵੱਡੇ ਭਾਗਾਂ ਤੋ ਬਿਨਾਂ ਪ੍ਰਭ ਦੇ ਸ਼ਬਦ ਦੀ ਪਾਲਣਾ ਕਰਨ ਦੀ ਲਗਨ ਬਖਸ਼ਿਸ਼ ਨਹੀਂ ਹੋ ਸਕਦੀ । ਜਿਹੜਾ ਪ੍ਰਭ ਦੇ ਸ਼ਬਦ ਦੀ ਪਾਲਣਾ, ਸ਼ਬਦ ਦੀ ਸਿਖਿਆਂ ਨਾਲ ਜੀਵਨ ਢਾਲਦਾ ਹੈ, ਉਸ ਨੂੰ ਸ਼ਬਦ ਦੀ ਸੋਝੀ ਬਖਸ਼ਿਸ਼ ਹੋ ਜਾਂਦੀ, ਸ਼ਬਦ ਦਾ ਤੱਤ ਮਨ ਵਿੱਚ ਘਰ ਕਰ ਜਾਂਦਾ ਹੈ । ਉਸ ਦੀ ਸ਼ਰਧਾ ਵਧਦੀ ਹੈ, ਸ਼ਬਦ ਦੀ ਪਾਲਣਾ ਵਿੱਚ ਲੀਨ ਰਹਿੰਦਾ ਹੈ ।

Everyone may hope to be blessed with a devotion and the enlightenment of the essence of His Word. Without a great prewritten destiny, no one may be blessed with devotion to meditate, obeys the teachings of His Word. Whosoever may obey, adopts the teachings of His Word with steady and stable belief; with His mercy and grace, he may remain drenched with the essence of His Word. His devotion may be enhanced and he remains intoxicated in meditation in the void of His Word.

67. ਸਲੋਕ ਮਃ ੧॥ 1289-11

ਪਹਿਲਾਂ ਮਾਸਹੁ ਨਿੰਮਿਆ — pahilaaN maasahu nimmi-aa
ਮਾਸੈ ਅੰਦਰਿ ਵਾਸੁ॥ — maasai andar vaas.
ਜੀਉ ਪਾਇ ਮਾਸੁ ਮੁਹਿ ਮਿਲਿਆ — jee-o paa-ay maas muhi mili-aa
ਹਡੁ ਚੰਮੁ ਤਨੁ ਮਾਸੁ॥ — had chamm tan maas.
ਮਾਸਹੁ ਬਾਹਰਿ ਕਢਿਆ — maasahu baahar kadhi-aa
ਮੰਮਾ ਮਾਸੁ ਗਿਰਾਸੁ॥ — mammaa maas giraas.
ਮੁਹੁ ਮਾਸੈ ਕਾ ਜੀਭ — muhu maasai kaa jeebh
ਮਾਸੈ ਕੀ ਮਾਸੈ ਅੰਦਰਿ ਸਾਸੁ॥ — maasai kee maasai andar saas.
ਵਡਾ ਹੋਆ ਵੀਆਹਿਆ, — vadaa ho-aa vee-aahi-aa
ਘਰਿ ਲੈ ਆਇਆ ਮਾਸੁ॥ — ghar lai aa-i-aa maas.
ਮਾਸਹੁ ਹੀ ਮਾਸੁ ਊਪਜੈ, — maasahu hee maas oopjai
ਮਾਸਹੁ ਸਭੋ ਸਾਕੁ॥ — maasahu sabho saak.
ਸਤਿਗੁਰਿ ਮਿਲਿਐ ਹੁਕਮੁ ਬੁਝੀਐ, — satgur mili-ai hukam bujhee-ai
ਤਾਂ ਕੋ ਆਵੈ ਰਾਸਿ॥ — taaN ko aavai raas.
ਆਪਿ ਛੁਟੇ ਨਹ ਛੂਟੀਐ, — aap chhutay nah chhootee-ai
ਨਾਨਕ ਬਚਨਿ ਬਿਨਾਸੁ॥੧॥ — naanak bachan binaas. ||1||

ਜੀਵ ਮਾਤ ਦੇ ਗਰਭ ਵਿੱਚ ਮਾਸ ਵਿੱਚ ਹੀ ਪੈਦਾ ਹੰਦਾ, ਵਧਦਾ ਹੈ । ਸੰਸਰ ਵਿੱਚ ਆਉਂਦਾ ਵੀ ਮੂੰਹ ਵਿੱਚ ਹੀ ਮਾਸ ਹੁੰਦਾ ਹੈ । ਉਸ ਦੀ ਹੱਢ, ਚਮਵੀ ਅਤੇ ਤਨ ਮਾਸ ਦਾ ਬਾਿਨਆ ਹੈ । ਉਹ ਮਾਤਾ ਦੀ ਮਾਸ ਦੀ ਕੁੱਖ ਵਿਚੋਂ ਹੀ ਪੈਦਾ ਹੁੰਦਾ ਹੈ । ਮਾਤਾ ਦੇ ਮਾਸ ਦਾ ਬਣਿਆ ਮੰਮਾ ਹੀ ਮੂੰਹ ਵਿੱਚ ਪਾਉਂਦਾ ਹੈ । ਵੱਡਾ ਹੋ ਕੇ ਵੀ ਮਾਸ ਦੀ ਬਣੀ ਔਰਤ ਨਾਲ ਵਿਆਹ, ਸੰਜੋਗ ਬਣਾਉਂਦਾ, ਪ੍ਰਵਾਰ ਵਧਾਉਂਦਾ ਹੈ । ਇਸਤਰ੍ਹਾਂ ਮਾਸ ਵਿਚੋਂ ਹੀ ਹੋਰ ਮਾਸ ਪੈਦਾ ਹੁੰਦਾ ਹੈ । ਸੰਸਾਰ ਵਿੱਚ ਸਾਰੇ ਰਿਸ਼ਤੇ ਵੀ ਮਾਸ ਤੋ ਹੀ ਬਣਦੇ ਹਨ । ਜਿਹੜਾ ਪ੍ਰਭ ਦਾ ਸ਼ਬਦ ਸੁਣਦਾ, ਉਸ ਨੂੰ ਪ੍ਰਭ ਦੇ ਭਾਣੇ ਦੀ ਸੋਝੀ ਬਖਸ਼ਿਸ਼ ਹੋ ਜਾਂਦੀ ਹੈ । ਉਹ ਆਪਣੇ ਜੀਵਨ ਦਾ ਢੰਗ ਬਦਲਦਾ ਹੈ । ਕੇਵਲ ਸ਼ਬਦ ਸਮਝਣ ਨਾਲ ਕੋਈ ਲਾਭ ਨਹੀਂ ਹੁੰਦਾ । ਉਹ ਗੱਲਾਂ ਵਿੱਚ ਹੀ ਜੀਵਨ ਬਰਬਾਦ ਕਰ ਜਾਂਦਾ ਹੈ ।

Human has been created and nourished in the womb of mother, flesh. His first worldly nourishment may also be with milk, by sucking nipples of her flesh. His bones, skin and body created out of the flesh of mother. He comes out of the womb of mother and nourished with the milk from the nipples of mother. He may marry a girl with flesh and reproduce to grow his family legacy. All worldly relationships may be devolved from flesh. Whosoever may hear His Word, the everlasting echo of His Word resonating within his heart; he may be enlightened with the creation, flesh. He may transform his way of life. Only by understanding the teachings of His Word may not benefit for the real purpose of human life opportunity. Many have wasted their human life opportunity in preaching, talking, and singing His glory, these words.

ਮਃ ੧॥ — mehlaa 1.
ਮਾਸੁ ਮਾਸੁ ਕਰਿ ਮੂਰਖੁ ਝਗੜੇ, — maas maas kar moorakh jhagrhay
ਗਿਆਨੁ ਧਿਆਨੁ ਨਹੀਂ ਜਾਣੈ॥ — gi-aan Dhi-aan nahee jaanai.
ਕਉਣੁ ਮਾਸੁ ਕਉਣੁ ਸਾਗੁ ਕਹਾਵੈ, — ka-un maas ka-un saag kahaavai
ਕਿਸੁ ਮਹਿ ਪਾਪ ਸਮਾਣੇ॥ — kis meh paap samaanay.

ਮਨਮੁਖ ਤਨ ਦੇ ਮਾਸ ਅਤੇ ਖਾਣ ਵਾਲੇ ਮਾਸ ਦੇ ਝਗੜੇ ਵਿੱਚ ਹੀ ਪਇਆ ਰਹਿੰਦਾ ਹੈ । ਜਿਹੜਾ ਪ੍ਰਭ ਦੇ ਸ਼ਬਦ ਦੀ ਪਾਲਣਾ, ਸਿਮਰਨ ਨਹੀਂ ਕਰਦਾ, ਉਸ ਨੂੰ ਸੋਝੀ ਬਖਸ਼ਿਸ਼ ਨਹੀਂ ਹੁੰਦੀ । ਮਾਸ ਕੀ ਹੈ ਅਤੇ ਸਬਜੀ ਕੀ ਹੈ?

1. Self-minded, religious critics may remain in debate about the flesh of human body and flesh to eat. He may never stress to meditate, obeys the teachings of His Word. He may never be blessed with the enlightenment of the distinction between two fleshes. What may be the flesh to eat and any vegetable?

ਗੈਂਡਾ ਮਾਰਿ ਹੋਮ ਜਗ ਕੀਏ,	gaiNdaa maar hom jag kee-ay
ਦੇਵਤਿਆ ਕੀ ਬਾਣੇ॥	dayviti-aa kee baanay.
ਮਾਸੁ ਛੋਡਿ ਬੈਸਿ ਨਕੁ ਪਕੜਹਿ,	maas chhod bais nak pakrheh
ਰਾਤੀ ਮਾਣਸ ਖਾਣੇ॥	raatee maanas khaanay.
ਫੜੁ ਕਰਿ ਲੋਕਾਂ ਨੋ ਦਿਖਲਾਵਹਿ,	farh kar lokaaN no dikhlaavahi
ਗਿਆਨੁ ਧਿਆਨੁ ਨਹੀਂ ਸੂਝੈ॥	gi-aan Dhi-aan nahee soojhai.

ਅਗਿਆਣਤਾ ਵਿੱਚ ਹੀ ਜੀਵ ਪਾਪਾਂ ਦਾ ਜੀਵਨ ਬਤੀਤ ਕਰਦਾ ਹੈ । ਸੰਸਾਰਕ ਦੇਵਤਿਆ ਨੇ ਸ਼ਬਦ ਦੀ ਅਗਿਆਣਤਾ ਕਾਰਨ ਹੀ ਇਹ ਰੀਤ ਬਣਾਈ ਸੀ । ਜਾਨਵਰ ਦੀ ਬਲੀ ਦੇ ਕੇ, ਅੱਗ ਵਿੱਚ ਭੁੰਨ ਕੇ ਪ੍ਰਭ ਨੂੰ ਭੇਟਾ ਕੀਤਾ ਜਾਂਦਾ ਸੀ । ਜਿਹੜਾ ਲੋਕਾ ਦੇ ਸਾਮ੍ਹਣੇ ਮਾਸ ਨਹੀਂ ਖਾਂਦਾ, ਦੇਖਦਾ ਰਹਿੰਦਾ ਹੈ । ਉਹ ਛਿਪਾ ਕੇ, ਰਾਤ ਨੂੰ ਮਾਸ ਖਾਂਦਾ, ਉਸ ਦੇ ਮਨ ਵਿੱਚ ਇੱਛਾਂ ਰਹਿੰਦੀ ਹੈ । ਉਹ ਲੋਕ ਦਿਖਾਵਾ ਕਰਦਾ, ਉਸ ਨੂੰ ਸ਼ਬਦ ਦੀ ਕੋਈ ਸੋਝੀ ਨਹੀਂ ਹੁੰਦੀ । ਉਹ ਬੰਦਗੀ ਦੇ ਰਸਤੇ ਤੇ ਨਹੀਂ ਚਲ ਸਕਦਾ ।

2. Self-minded in his ignorance, may commit sins and lives a sinful life. Worldly prophets, intoxicated with sweet poison of worldly wealth, ignorant from, the essence of His Word, the right path of acceptance in His Court; they have initiated these religious rituals. With their greed, slave of the urge, taste of their tongue, they have initiated a ritual to kill Creation, innocent animal and consider as worship, offering to please The True Master. All those are sons and daughters of Satan. Whosoever may avoid eating meet in-front of others, he may eat secretly. All of them may not have any enlightenment of the essence of His Word, His Nature; they have lost the right path of acceptance on His Court.

ਨਾਨਕ ਅੰਧੇ ਸਿਉ ਕਿਆ ਕਹੀਐ,	naanak anDhay si-o ki-aa kahee-ai
ਕਹੈ ਨ ਕਹਿਆ ਬੂਝੈ॥	kahai na kahi-aa boojhai.
ਅੰਧਾ ਸੋਇ ਜਿ ਅੰਧੁ ਕਮਾਵੈ,	anDhaa so-ay je anDh kamaavai
ਤਿਸੁ ਰਿਦੈ ਸਿ ਲੋਚਨ ਨਾਹੀ॥	tis ridai se lochan naahee.
ਮਾਤ ਪਿਤਾ ਕੀ ਰਕਤੁ ਨਿਪੰਨੇ,	maat pitaa kee rakat nipannay
ਮਛੀ ਮਾਸੁ ਨ ਖਾਂਹੀ॥	machhee maas na khaaNhee.
ਇਸਤ੍ਰੀ ਪੁਰਖੈ ਜਾਂ ਨਿਸਿ ਮੇਲਾ,	istaree purkhai jaaN nis maylaa
ਓਥੈ ਮੰਧੁ ਕਮਾਹੀ॥	othai manDh kamaahee.
ਮਾਸਹੁ ਨਿੰਮੇ ਮਾਸਹੁ ਜੰਮੇ	maasahu nimmay maasahu jammay
ਹਮ ਮਾਸੈ ਕੇ ਭਾਂਡੇ॥ ੧	ham maasai kay bhaaNday.

ਅਗਿਅਨੀ ਨੂੰ ਕੀ ਕਿਹਾ ਜਾ ਸਕਦਾ ਹੈ? ਉਹ ਤਾ ਸਿਖਿਆਂ ਦੇਣ ਨਾਲ ਵੀ ਨਹੀਂ ਸਮਝਦਾ ਸਕਦਾ । ਜਿਹੜਾ ਅੰਧੇ ਕੰਮ ਕਰਦਾ ਹੈ, ਕੇਵਲ ਉਹ ਹੀ ਅੰਧਾ ਹੁੰਦਾ ਹੈ, । ਉਸ ਦੇ ਮਨ ਵਿੱਚ ਕੋਈ ਦੇਖਣ, ਸਮਝਣ ਵਾਲੀਆਂ ਅੱਖਾਂ ਨਹੀਂ ਹੁੰਦੀਆਂ । ਉਹ ਵੀ ਮਾਤਾ, ਪਿਤ ਦੇ ਖ਼ੂਨ ਵਿਚੋਂ ਹੀ ਪੈਦਾ ਹੁੰਦਾ ਹੈ । ਉਸ ਤੇ ਮਾਸ ਜਾ ਮੱਛੀ ਖਾਣ ਦਾ ਕੋਈ ਪ੍ਰਭਾਵ ਨਹੀਂ ਹੁੰਦਾ ।

3.What may be said about the state of mind of an ignorant from the real purpose of human life opportunity? He may never comprehend the teachings of His Word, even by explaining, the right path of human life journey. Whosoever may act like a blind, commits sinful acts, only he may deserve to be called blind. He may not have any sense or eyes of mind to distinguish between good or evil. He has also taken birth with a physical union of mother and father. He may not have any influence of eating flesh or fish.

ਗਿਆਨੁ ਧਿਆਨੁ ਕਛੁ ਸੂਝੈ ਨਾਹੀ,
ਚਤੁਰੁ ਕਹਾਵੈ ਪਾਂਡੇ॥
ਬਾਹਰ ਕਾ ਮਾਸੁ ਮੰਦਾ ਸੁਆਮੀ,
ਘਰ ਕਾ ਮਾਸੁ ਚੰਗੇਰਾ॥
ਜੀਅ ਜੰਤ ਸਭਿ ਮਾਸਹੁ ਹੋਏ,
ਜੀਇ ਲਇਆ ਵਾਸੇਰਾ॥੨॥

ਗਿਆਨੁ ਧਿਆਨੁ ਕਛੁ ਸੂਝੈ ਨਾਹੀ,
ਚਤੁਰੁ ਕਹਾਵੈ ਪਾਂਡੇ॥
ਬਾਹਰ ਕਾ ਮਾਸੁ ਮੰਦਾ ਸੁਆਮੀ,
ਘਰ ਕਾ ਮਾਸੁ ਚੰਗੇਰਾ॥
ਜੀਅ ਜੰਤ ਸਭਿ ਮਾਸਹੁ ਹੋਏ,
ਜੀਇ ਲਇਆ ਵਾਸੇਰਾ॥੨॥

ਜਦੋਂ ਔਰਤ ਅਤੇ ਮਰਦ ਦਾ ਸੰਜੋਗ ਹੁੰਦਾ ਹੈ! ਦੋਨਾਂ ਦੇ ਮਾਸ ਦਾ ਮੇਲ ਹੁੰਦਾ ਹੈ । ਮਾਸ ਵਿੱਚ ਹੀ ਜੀਵ ਪੈਦਾ ਹੁੰਦਾ, ਮਾਸ ਵਿੱਚ ਹੀ ਜੀਵ ਜਨਮ ਲੈਂਦਾ ਹੈ । ਜੀਵ ਦਾ ਤਨ, ਮਾਸ ਦਾ ਹੀ ਭਾਂਡਾ ਹੈ ।

4.With the physical intimacy of male and female; with flesh of both male and female, a new flesh, growth may be developed. His body is a vessel of flesh.

ਅਭਖੁ ਭਖਹਿ ਭਖੁ ਤਜਿ ਛੋਡਹਿ,
ਅੰਧੁ ਗੁਰੂ ਜਿਨ ਕੇਰਾ॥
ਮਾਸਹੁ ਨਿੰਮੇ ਮਾਸਹੁ ਜੰਮੇ,
ਹਮ ਮਾਸੈ ਕੇ ਭਾਂਡੇ॥
ਗਿਆਨੁ ਧਿਆਨੁ ਕਛੁ ਸੂਝੈ ਨਾਹੀ,
ਚਤੁਰੁ ਕਹਾਵੈ ਪਾਂਡੇ॥

abhakh bhakheh bhakh taj chhodeh
anDh guroo jin kayraa.
maasahu nimmay maasahu jammay
ham maasai kay bhaaNday.
gi-aan Dhi-aan kachh soojhai naahee
chatur kahaavai paaNday.

ਸੰਸਾਰਕ ਗਿਆਨੀ ਆਪਣੇ ਆਪ ਨੂੰ ਭਾਵੇਂ ਕਿਤਨਾ ਵੀ ਸਿਆਣਾ, ਚਲਾਕ ਸਮਝੇ । ਉਸ ਨੂੰ ਸ਼ਬਦ ਦੀ ਕੋਈ ਸੋਝੀ ਨਹੀਂ ਹੁੰਦੀ, ਬੰਦਗੀ ਦੇ ਰਸਤੇ ਦੀ ਕੋਈ ਜਾਣਕਾਰੀ ਨਹੀਂ ਹੁੰਦੀ । ਜੀਵ ਆਪਣੇ ਸਰੀਰ ਦੇ ਮਾਸ ਨੂੰ ਚੰਗਾ, ਸੰਭਾਲ ਕਰਨ ਵਾਲਾ ਸਮਝਦਾ ਹੈ । ਬਾਕੀ ਜੀਵਾਂ ਦੇ ਮਾਸ ਨੂੰ ਖਾਣ ਵਾਲਾ ਹੀ ਸਮਝਦਾ, ਸੰਭਾਲ ਕਰਨ ਵਾਲਾ ਨਹੀਂ ਸਮਝਦਾ । ਸਾਰੇ ਜੀਵ ਹੀ ਮਾਸ ਵਿਚੋਂ ਪੈਦਾ ਹੁੰਦੇ ਹਨ । ਆਤਮਾ ਮਾਸ ਵਿੱਚ ਹੀ ਆਪਣਾ ਘਰ ਵਸਾਉਂਦੀ ਹੈ । ਸੰਸਾਰਕ ਜੀਵ ਜੋ ਆਪ ਮਾਸ ਖਾਂਦਾ ਹੈ । ਦੂਸਰੇ ਨੂੰ ਮਾਸ ਖਾਣਾ ਨੂੰ ਮਨ੍ਹਾ ਕਰਦਾ ਹੈ । ਉਹ ਸਿਖਿਆਂ ਦੇਣ ਵਾਲਾ ਅਸਲੀ ਅੰਧਾ ਹੁੰਦਾ ਹੈ ।

5.Worldly scholar, priest may claim to be very wise and clever; however, he may not have any enlightenment of the essence of His Word, nor the right path of meditation. He may consider his flesh (same-kind flesh) better, sanctified and protects; however, the flesh of others as eatable, source of protein and he may not care about His Creation. All creatures have been created with His Command from flesh and are same flesh. Soul, part of His Holy Spirit dwells and establish her throne in flesh. Whosoever may eat meat; even he may suggest others to avoid meat. Such a teacher, guru may be a real blind, devil.

ਮਾਸੁ ਪੁਰਾਣੀ ਮਾਸੁ ਕਤੇਬੀ,
ਚਹੁ ਜੁਗਿ ਮਾਸੁ ਕਮਾਣਾ॥
ਜਜਿ ਕਾਜਿ ਵੀਆਹਿ ਸੁਹਾਵੈ,
ਓਥੈ ਮਾਸੁ ਸਮਾਣਾ॥
ਇਸਤ੍ਰੀ ਪੁਰਖ ਨਿਪਜਹਿ,
ਮਾਸਹੁ ਪਾਤਿਸਾਹ ਸੁਲਤਾਨਾਂ॥

maas puraanee maas kaytaabeeN
chahu jug maas kamaanaa.
jaj kaaj vee-aahi suhaavai
othai maas samaanaa.
istaree purakh nipjahi
maasahu paatisaah sultaanaaN.

ਮਾਸ ਖਾਣਾ ਪੁਰਾਨ, ਜੋਗੀਆ ਦੀ ਕਤੇਬ, ਕੁਰਾਨ ਵਿੱਚ ਠੀਕ ਦੱਸਿਆ ਗਿਆ ਹੈ । ਇਹ ਚਾਰੇ ਜੁੱਗਾਂ ਵਿੱਚ ਹੀ ਹੁੰਦਾ ਆਇਆ ਹੈ । ਇਹ ਪਵਿੱਤਰ ਮੌਕੇ ਤੇ ਧਰਮ ਦੇ ਲੰਗਰ, ਅਤੇ ਵਿਆਹ ਦੇ ਮੌਕੇ ਤੇ ਵਰਤਿਆ ਗਿਆ ਹੈ । ਔਰਤ, ਮਰਦ, ਰਾਜੇ ਮਹਾਂਰਾਜੇ ਮਾਸ ਵਿਚੋਂ ਹੀ ਪੈਦਾ ਹੋਏ ਹਨ ।

To eat flesh, meat has been considered acceptable in various religion; **Puraan, Quran, Bible and Yogi- Katabs**. In all Ancient, 4 Ages this has been the practice. All Holy serving of food, in the marriage ceremonies, meat has been serves as a delicacy. All male, female, kings, queens have been born out of flesh of mother.

ਜੇ ਓਇ ਦਿਸਹਿ ਨਰਕਿ ਜਾਦੇ,	jay o-ay diseh narak jaaNday
ਤਾਂ ਉਨ੍ ਕਾ ਦਾਨੁ ਨ ਲੈਣਾ॥	taaN unH kaa daan na lainaa.
ਦੇਂਦਾ ਨਰਕਿ ਸੁਰਗਿ ਲੈਦੇ	dayNdaa narak surag laiday
ਦੇਖਹੁ ਏਹੁ ਧਿਙਾਣਾ॥	daykhhu ayhu Dhinyaanaa.

ਜਿਸ ਨੂੰ ਸ਼ਬਦ ਦੀ ਸੋਝੀ ਹੋਵੇ, ਪਾਪਾਂ ਦੀ ਕਮਾਈ ਦਾ ਧਨ ਇਕੱਠਾ ਕਰਨ ਵਾਲੇ ਤੋ ਦਾਨ ਨਹੀਂ ਲੈਣਾ ਚਾਹੀਦਾ ।

7.Whosoever may be blessed with the enlightenment of the essence of His Word; he should never accept any charity, donation from anyone, who may collect his living with evil sinful deeds.

ਆਪਿ ਨ ਬੂਝੈ ਲੋਕ ਬੁਝਾਏ,	aap na boojhai lok bujhaa-ay
ਪਾਂਡੇ ਖਰਾ ਸਿਆਣਾ॥	paaNday kharaa si-aanaa.
ਪਾਂਡੇ ਤੂ ਜਾਣੈ ਹੀ ਨਾਹੀ,	paaNday too jaanai hee naahee
ਕਿਥਹੁ ਮਾਸੁ ਉਪੰਨਾ॥	kithhu maas upannaa.

ਪ੍ਰਭ ਦਾ ਇਨਸਾਫ ਇਸਤਰ੍ਹਾਂ ਦਾ ਨਹੀਂ ਹੁੰਦਾ । ਜਦੋਂ ਦਾਨ ਦੇਣ ਵਾਲਾ ਆਪਣੇ ਪਾਪਾਂ ਕਰਕੇ ਨਰਕ ਵਿੱਚ ਜਾਂਦਾ ਹੈ, ਪਾਪ ਦੀ ਕਮਾਈ ਦਾ ਦਾਨ ਪਾ ਕੇ ਦਾਨ ਲੈਣ ਵਾਲਾ ਸਵਰਗ ਵਿੱਚ ਜਾਵੇਂਗਾ । ਜਿਹੜਾ ਆਪਣੀ ਸਿਖਿਆਂ ਤੇ ਆਪ ਤਾ ਅਮਲ ਨਹੀਂ ਕਰਦਾ । ਪਰ ਉਸ ਦੀ ਪ੍ਰੇਰਨਾ ਦੂਸਰਿਆ ਨੂੰ ਕਰਦਾ ਰਹਿੰਦਾ ਹੈ । ਉਸ ਨੂੰ ਕੌਣ ਸੋਝੀਵਾਲਾ ਸਿਆਣਾ, ਬੰਦਗੀ ਕਰਨ ਵਾਲ ਸਮਝ ਸਕਦਾ ਹੈ ।

8.The justice of the True Master may not be delivered such a way! As a sinner, who collects worldly wealth with sinful deeds; he may be cycled in hell. Whosoever may accept any donation from a sinner should also go to hell. Whosoever may not adopt his own teachings in his own life and preach others. Who may consider him wise, enlightened, or obeying the teachings of His Word?

ਤੋਇਅਹੁ ਅੰਨੁ ਕਮਾਦੁ ਕਪਾਹਾਂ,	to-i-ahu ann kamaad kapaahaaN
ਤੋਇਅਹੁ ਤ੍ਰਿਭਵਣੁ ਗੰਨਾ॥	to-i-ahu taribhavan gannaa.
ਤੋਆ ਆਖੈ ਹਉ ਬਹੁ ਬਿਧਿ ਹਛਾ,	to-aa aakhai ha-o baho biDh
ਤੋਐ ਬਹੁਤੁ ਬਿਕਾਰਾ॥	hachhaa toai bahut bikaaraa.
ਏਤੇ ਰਸ ਛੋਡਿ ਹੋਵੈ ਸੰਨਿਆਸੀ,	aytay ras chhod hovai sani-aasee
ਨਾਨਕੁ ਕਹੈ ਵਿਚਾਰਾ॥੨॥	naanak kahai vichaaraa. ||2||

ਸੰਸਾਰ ਦੇ ਗਿਆਨੀ ਨੂੰ ਸੋਝੀ ਨਹੀਂ ਮਾਸ ਕਿਥੋ ਆਉਂਦਾ, ਪੈਦਾ ਹੁੰਦਾ ਹੈ? ਤਿੰਨੇ ਸ੍ਰਿਸ਼ਟੀਆਂ ਵੀ ਪਾਣੀ ਤੋ ਹੀ ਪੈਦਾ ਹੁੰਦੀਆਂ ਹਨ । ਮੱਕੀ, ਕਪਾਹ, ਗੰਨੇ ਸਾਰੇ ਪਾਣੀ ਤੋ ਪੈਦਾ ਹੁੰਦੇ ਹਨ । ਪਾਣੀ ਨੂੰ ਸਭ ਕੋਈ ਚੰਗਾ ਹੀ ਕਹਿੰਦਾ ਹੈ, ਪਰ ਪਾਣੀ ਦੇ ਕਈ ਰੂਪ ਹਨ । ਜਿਹੜਾ ਇਹ ਸਾਰੇ ਮਾਸ ਦੇ ਸਵਾਦਾ ਦਾ ਰਸ (ਝਗੜੇ) ਛਡ ਦੇਂਦਾ ਹੈ । ਪ੍ਰਭ ਦੇ ਵਿਛੋੜੇ ਦਾ ਵਿਰਾਗੀ ਬਣ ਜਾਵੇ । ਉਹ ਸੰਸਾਰਕ ਬੰਧਨੋ ਤੋ ਰਹਿਤ ਹੋ ਜਾਂਦਾ ਹੈ । ਇਹ ਹੀ ਪ੍ਰਭ ਦੇ ਸ਼ਬਦ ਦੀ ਸੋਝੀ ਹੈ ।

9.Worldly scholar, saint, you may not have any enlightenment of His Nature! How the flesh has been created? All the universes have been created from water. Even corn, cotton, sugar-cane all have been produced, created out of water; every one may enjoy, comforts with water and claims water may be good. However, water may have many kinds. Whosoever may renounce all the debate of the taste, urge of goodness and sin of eating flesh; with His mercy and grace, he may become a true renunciatory of the memory of his separation from His Holy Spirit. With His mercy and grace, he may become beyond any worldly bonds. This may be the unique enlightenment of the essence of His Word.

ਪਉੜੀ॥	pa-orhee.
ਹਉ ਕਿਆ ਆਖਾ ਇਕ ਜੀਭ,	ha-o ki-aa aakhaa ik jeebh
ਤੇਰਾ ਅੰਤੁ ਨ ਕਿਨ ਹੀ ਪਾਇਆ॥	tayraa ant na kin hee paa-i-aa.
ਸਚਾ ਸਬਦੁ ਵੀਚਾਰਿ ਸੇ,	sachaa sabad veechaar say
ਤੁਝ ਹੀ ਮਾਹਿ ਸਮਾਇਆ॥	tujh hee maahi samaa-i-aa.
ਇਕਿ ਭਗਵਾ ਵੇਸੁ ਕਰਿ ਭਰਮਦੇ,	ik bhagvaa vays kar bharamday
ਵਿਣੁ ਸਤਿਗੁਰ ਕਿਨੈ ਨ ਪਾਇਆ॥	vin satgur kinai na paa-i-aa.
ਦੇਸ ਦਿਸੰਤਰ ਭਵਿ ਥਕੇ,	days disantar bhav thakay
ਤੁਧੁ ਅੰਦਰਿ ਆਪੁ ਲੁਕਾਇਆ॥	tuDh andar aap lukaa-i-aa.
ਗੁਰ ਕਾ ਸਬਦੁ ਰਤੰਨੁ ਹੈ,	gur kaa sabad ratann hai
ਕਰਿ ਚਾਨਣੁ ਆਪਿ ਦਿਖਾਇਆ॥	kar chaanan aap dikhaa-i-aa.
ਆਪਣਾ ਆਪੁ ਪਛਾਣਿਆ,	aapnaa aap pachhaani-aa
ਗੁਰਮਤੀ ਸਚਿ ਸਮਾਇਆ॥	gurmatee sach samaa-i-aa.
ਆਵਾ ਗਉਣੁ ਬਜਾਰੀਆ,	aavaa ga-on bajaaree-aa
ਬਾਜਾਰੁ, ਜਿਨੀ ਰਚਾਇਆ॥	baajaar jinee rachaa-i-aa.
ਇਕੁ ਥਿਰੁ ਸਚਾ ਸਾਲਾਹਣਾ,	ik thir sachaa salaahnaa
ਜਿਨ ਮਨਿ ਸਚਾ ਭਾਇਆ॥੨੫॥	jin man sachaa bhaa-i-aa. ‖25‖

ਮੈਂ ਇੱਕ ਜੀਭ ਨਾਲ ਪ੍ਰਭ ਦੀ ਕਿਹੜੀ ਕਿਹੜੀ ਵਡਿਆਈ ਗਾ ਸਕਦਾ ਹਾ? ਪ੍ਰਭ ਦੇ ਕਿਸੇ ਕਰਤਬ ਦਾ ਅੰਤ ਨਹੀਂ ਜਾਣ ਸਕਦਾ । ਜਿਹੜਾ ਤੇਰੇ ਸ਼ਬਦ ਨਾਲ ਜੀਵਨ ਢਾਲਦਾ ਹੈ, ਉਹ ਸ਼ਬਦ ਦੀ ਸਮਾਧੀ ਵਿੱਚ ਹੀ ਲੀਨ ਰਹਿੰਦਾ ਹੈ । ਕਈ ਫਕੀਰਾਂ ਵਾਲਾ ਭਗਵਾ ਬਾਣਾ ਪਾਉਂਦੇ ਹਨ । ਪਰ ਸ਼ਬਦ ਨਾਲ ਜੀਵਨ ਢਾਲਣ ਤੋ ਬਿਨਾਂ ਰਹਿਮਤ ਬਖਸ਼ਿਸ਼ ਨਹੀਂ ਹੋ ਸਕਦੀ । ਕਈ ਵੱਖਰੇ ਵੱਖਰੇ ਦੇਸਾਂ, ਜੰਗਲਾਂ ਵਿੱਚ ਪ੍ਰਭ ਦੀ ਖੋਜ ਕਰਦੇ ਰਹਿੰਦੇ ਹਨ । ਉਹ ਪ੍ਰਭ ਨੂੰ ਢੂੰਡ ਨਹੀਂ ਸਕਦੇ, ਪ੍ਰਭ ਛਿਪਆ ਹੀ ਰਹਿੰਦਾ ਹੈ । ਅਮੋਲਕ ਸ਼ਬਦ ਦੀ ਸਿਖਿਆਂ ਨਾਲ ਜੀਵਨ ਢਾਲਣ ਨਾਲ ਪ੍ਰਭ ਆਪ ਹੀ ਮਨ ਵਿੱਚ ਪ੍ਰਗਟ ਹੋ ਜਾਂਦਾ ਹੈ । ਜਿਹੜਾ ਸ਼ਬਦ ਦੀ ਪਾਲਣਾ ਕਰਦਾ ਹੈ, ਆਪਣੇ ਆਪ ਨੂੰ ਪਛਾਣ ਜਾਂਦਾ ਹੈ । ਉਹ ਆਪਣੇ ਅੰਦਰ ਹੀ ਸ਼ਬਦ ਦੀ ਸਮਾਧੀ ਵਿੱਚ ਲੀਨ ਹੋ ਜਾਂਦਾ ਹੈ । ਬਾਜੀਗਰ ਦੇ ਚਮਤਕਾਰਾਂ ਦੇ ਖੇਲ ਦੀ ਤਰ੍ਹਾਂ ਹੀ ਜੂੰਨਾਂ ਦਾ ਖੇਲ ਹੁੰਦਾ ਹੈ । ਜਿਸ ਦਾ ਮਨ ਸ਼ਬਦ ਦੀ ਸਿਖਿਆ ਨਾਲ ਪ੍ਰਭਾਵਤ ਹੋ ਜਾਂਦਾ ਹੈ । ਉਹ ਸ਼ਬਦ ਦੀ ਉਸਤਤ ਗਾਉਂਦਾ, ਭਰੋਸਾ ਅਡੋਲ ਰਖਦਾ, ਸਦਾ ਰਹਿਣ ਵਾਲਾ ਸੰਤੋਖ ਬਖਸ਼ਿਸ਼ ਹੋ ਜਾਂਦਾ ਹੈ ।

The greatness and limits of His miracles remain infinite and beyond the comprehension of His Creation. Which of His greatness may I sing the glory? Whosoever may adopt the teachings of His Word with steady and stable belief in his day-to-day life; he may remain intoxicated in the void of His Word. Many may adopt religious saintly robe; however, without adopting the teachings of His Word in his day-to-day life, he may not be blessed with the right path of acceptance in His Court. He may remain wandering, in various places, in inhabitant jungles, in quiet wilderness; however, he may never realize peace of mind, the right path of acceptance in His Court. Whosoever may obey the teachings of His Word; with His mercy and grace, he may recognize the real purpose of His human life opportunity; recognizes himself. He may remain intoxicated in the void of His Word. The cycle of re-incarnation, cycle of birth and death may be a like the play of juggler. Whosoever may be drenched with the essence of His Word, he may sing the glory of His Word with steady and stable belief; with His mercy and grace, he may be blessed with an everlasting peace and contentment in his life.

68. ਰਾਗੁ ਕਾਨੜਾ ਬਾਣੀ ਨਾਮਦੇਵ ਜੀਉ ਕੀ॥ 1318-16

ੴ ਸਤਿਗੁਰ ਪ੍ਰਸਾਦਿ॥ ik-oNkaar satgur parsaad.
ਐਸੋ ਰਾਮ ਰਾਇ ਅੰਤਰਜਾਮੀ॥ aiso raam raa-ay antarjaamee.
ਜੈਸੇ ਦਰਪਨ ਮਾਹਿ ਬਦਨ ਪਰਵਾਨੀ॥੧॥ jaisay darpan maahi badan parvaanee.
ਰਹਾਉ॥ ||1|| rahaa-o.

ਪ੍ਰਭ ਜੀਵ ਦੇ ਮਨ ਦੀਆਂ ਇੱਛਾਂ, ਖਿਆਲਾਂ ਨੂੰ ਜਾਣਦਾ ਹੈ । ਉਸ ਨੂੰ ਜੀਵ ਦੇ ਮਨ ਦੀਆਂ ਇੱਛਾਂ ਇਸਤਰ੍ਹਾਂ ਪਰਤੱਖ ਹੁੰਦੀਆਂ ਹਨ । ਜਿਵੇਂ ਕਿਸੇ ਦਰਪਨ ਵਿੱਚ ਜੀਵ ਆਪਣਾ ਮੂੰਹ ਦੇਖਦਾ ਹੈ ।

The Omniscient True Master may comprehend all desires, hopes, and thoughts of His Creation. He may know all their hopes and desires as someone may see his own face in mirror.

ਬਸੈ ਘਟਾ ਘਟ ਲੀਪ ਨ ਛੀਪੈ॥ basai ghataa ghat leep na chheepai.
ਬੰਧਨ ਮੁਕਤਾ ਜਾਤੁ ਨ ਦੀਸੈ॥੧॥ banDhan muktaa jaat na deesai. ||1||

ਉਹ ਪ੍ਰਭ ਹਰਇੱਕ ਜੀਵ ਦੇ ਮਨ ਵਿੱਚ ਵਸਦਾ ਹੈ । ਉਸ ਨੂੰ ਕੋਈ ਦਾਗ਼ ਨਹੀਂ ਲਗ ਸਕਦਾ । ਉਹ ਜੀਵ ਦੇ ਅੰਦਰ ਰਹਿੰਦਾ ਹੋਇਆ, ਵੀ ਕਿਸੇ ਕਿਸਮ ਦੇ ਮੋਹ ਤੋ ਰਹਿਤ ਰਹਿੰਦਾ ਹੈ । ਪ੍ਰਭ ਸੰਸਾਰਕ, ਜਾਤ ਦਾ ਕੋਈ ਵਿਕਤਰਾ ਨਹੀਂ ਕਰਦਾ ।

The True Master, His Holy Spirit remains embedded within each soul and dwells within his body. The True Master dwells within his body; however, He remains beyond the reach of any of his emotional attachments. The True Master has no distinction of any worldly social class.

ਪਾਨੀ ਮਾਹਿ ਦੇਖੁ ਮੁਖੁ ਜੈਸਾ॥ paanee maahi daykh mukh jaisaa.
ਨਾਮੇ ਕੋ ਸੁਆਮੀ ਬੀਠਲੁ ਐਸਾ॥੨॥੧॥ naamay ko su-aamee beethal aisaa. ||2||1||

ਜਿਵੇਂ ਕੋਈ ਜੀਵ ਪਾਨੀ ਵਿੱਚ ਆਪਣੀ ਸ਼ਕਲ ਦੇਖਦਾ ਹੈ । ਸ੍ਰਿਸ਼ਟੀ ਦੇ ਮਾਲਕ ਦੀ ਸ਼ਕਲ, ਅਕਾਰ ਉਸਤਰ੍ਹਾਂ ਦੀ ਹੀ ਹੁੰਦੀ ਹੈ ।

As someone may see his own face, picture in water that may be the true picture, face, and structure of The True Master of the universe.

69. ਸਲੋਕ ਮਃ ੪॥ 1314-4

ਹਰਿ ਹਰਿ ਅੰਮ੍ਰਿਤੁ ਨਾਮ ਰਸੁ, har har amrit naam ras
ਹਰਿ ਅੰਮ੍ਰਿਤੁ ਹਰਿ ਉਰ ਧਾਰਿ॥ har amrit har ur Dhaar.
ਵਿਚਿ ਸੰਗਤਿ ਹਰਿ ਪ੍ਰਭੁ ਵਰਤਦਾ, vich sangat har parabh varatdaa
ਬੁਝਹੁ ਸਬਦ ਵੀਚਾਰਿ॥ bujhahu sabad veechaar.
ਮਨਿ ਹਰਿ ਹਰਿ ਨਾਮੁ ਧਿਆਇਆ, man har har naam Dhi-aa-i-aa
ਬਿਖੁ ਹਉਮੈ ਕਢੀ ਮਾਰਿ॥ bikh ha-umai kadhee maar.
ਜਿਨ ਹਰਿ ਹਰਿ ਨਾਮੁ ਨ ਚੇਤਿਓ, jin har har naam na chayti-o
ਤਿਨ ਜੂਐ ਜਨਮੁ ਸਭੁ ਹਾਰਿ॥ tin joo-ai janam sabh haar.
ਗੁਰਿ ਤੁਠੈ ਹਰਿ ਚੇਤਾਇਆ, gur tuthai har chaytaa-i-aa
ਹਰਿ ਨਾਮਾ ਹਰਿ ਉਰ ਧਾਰਿ॥ har naamaa har ur Dhaar.
ਜਨ ਨਾਨਕ ਤੇ ਮੁਖ ਉਜਲੇ, jan naanak tay mukh ujlay
ਤਿਤੁ ਸਚੈ ਦਰਬਾਰਿ॥੧॥ tit sachai darbaar. ||1||

ਪ੍ਰਭ ਦੇ ਸ਼ਬਦ ਦੀ ਸੋਝੀ ਰੂਪੀ ਅੰਮ੍ਰਿਤ ਬਹੁਤ ਮਿੱਠਾ ਹੈ । ਜੀਵ, ਪ੍ਰਭ ਦਾ ਅਮੋਲਕ ਅੰਮ੍ਰਿਤ, ਸ਼ਬਦ ਮਨ ਵਿੱਚ ਵਸਾਵੋ! ਬੰਦਗੀ ਕਰਨ ਵਾਲੇ ਦੀ ਸੰਗਤ ਵਿੱਚ ਹੀ ਪ੍ਰਭ ਵਸਦਾ ਹੈ । ਸ਼ਬਦ ਦੀ ਸੋਝੀ ਪਾਉਣ, ਮਨ ਵਿੱਚ ਵਸਾਉਣ ਨਾਲ ਹੀ ਰਹਿਮਤ ਹੁੰਦੀ ਹੈ । ਸ਼ਬਦ ਦੀ ਪਾਲਣਾ, ਸਿਮਰਨ ਨਾਲ ਮਨ ਵਿਚੋਂ ਅਹੰਕਾਰ ਦਾ ਰੋਗ ਖਤਮ ਹੋ ਜਾਂਦਾ ਹੈ । ਜਿਹੜਾ ਸ਼ਬਦ ਦੀ ਪਾਲਣਾ ਨਹੀਂ ਕਰਦਾ, ਉਹ ਮਾਨਸ ਜਨਮ ਦੀ ਬਾਜੀ ਹਾਰ ਜਾਂਦਾ ਹੈ । ਜਿਸ ਦੇ ਮਨ ਵਿੱਚ ਪ੍ਰਭ ਦੇ ਸ਼ਬਦ ਦੀ ਸੋਝੀ ਰਚ ਜਾਂਦੀ ਹੈ । ਪ੍ਰਭ ਦੀ ਰਹਿਮਤ ਨਾਲ ਉਸ ਤੇ ਸ਼ਬਦ ਦਾ ਨੂਰ ਬਖਸ਼ਿਸ਼ ਹੋ ਜਾਂਦਾ ਹੈ । ਉਸ ਨੂੰ ਪ੍ਰਭ ਦੇ ਦਰਬਾਰ ਵਿੱਚ ਸੋਭਾ ਬਖਸ਼ਿਸ਼ ਹੋ ਜਾਂਦੀ ਹੈ ।

The enlightenment of the essence of His Word may be very soothing to the mind of His true devotee. You should adopt the teachings of His Word and drench the essence of His Word within. The existence of His Holy Spirit may be realized within the conjugation of His true devotee. Whosoever may remain enlightened and drenched with the essence of His Word; with His mercy and grace, he may be blessed with the right path of acceptance in His Court. He may conquer his ego of his mind. Whosoever may not obey the teachings of His Word; he may waste his priceless human life opportunity. Whosoever may remain drenched with the essence of His Word; with His mercy and grace, His Holy Spirit may be glowing within his heart and on his forehead. He may be honored in His Court.

ਮਃ ੪॥	mehlaa 4.
ਹਰਿ ਕੀਰਤਿ ਉਤਮੁ ਨਾਮੁ ਹੈ,	har keerat utam naam hai
ਵਿਚਿ ਕਲਿਜੁਗ ਕਰਣੀ ਸਾਰੁ॥	vich kalijug karnee saar.
ਮਤਿ ਗੁਰਮਤਿ ਕੀਰਤਿ ਪਾਈਐ,	mat gurmat keerat paa-ee-ai
ਹਰਿ ਨਾਮਾ ਹਰਿ ਉਰਿ ਹਾਰੁ॥	har naamaa har ur haar.
ਵਡਭਾਗੀ ਜਿਨ ਹਰਿ ਧਿਆਇਆ,	vadbhaagee jin har Dhi-aa-i-aa
ਤਿਨ ਸਉਪਿਆ ਹਰਿ ਭੰਡਾਰੁ॥	tin sa-upi-aa har bhandaar.
ਬਿਨੁ ਨਾਵੈ ਜਿ ਕਰਮ ਕਮਾਵਣੇ,	bin naavai je karam kamaavnay
ਨਿਤ ਹਉਮੈ ਹੋਇ ਖੁਆਰੁ॥	nit ha-umai ho-ay khu-aar.
ਜਲਿ ਹਸਤੀ ਮਲਿ ਨਾਵਾਲੀਐ,	jal hastee mal naavaalee-ai
ਸਿਰਿ ਭੀ ਫਿਰਿ ਪਾਵੈ ਛਾਰੁ॥	sir bhee fir paavai chhaar.
ਹਰਿ ਮੇਲਹੁ ਸਤਿਗੁਰੁ ਦਇਆ ਕਰਿ,	har maylhu satgur da-i-aa kar
ਮਨਿ ਵਸੈ ਏਕੰਕਾਰੁ॥	man vasai aykankaar.
ਜਿਨ ਗੁਰਮੁਖਿ ਸੁਣਿ ਹਰਿ ਮੰਨਿਆ,	jin gurmukh sun har mani-aa
ਜਨ ਨਾਨਕ ਤਿਨ ਜੈਕਾਰੁ॥੨॥	jan naanak tin jaikaar. ||2||

ਕੱਲਯੁਗ ਵਿੱਚ ਪ੍ਰਭ ਦਾ ਸ਼ਬਦ, ਸ਼ਬਦ ਦੀ ਪਾਲਣਾ ਹੀ ਸਭ ਤੋ ਉਤਮ ਧੰਦਾ ਹੈ । ਇਸ ਨਾਲ ਹੀ ਪ੍ਰਭ ਦੀ ਰਹਿਮਤ ਬਖਸ਼ਿਸ਼ ਹੋ ਸਕਦੀ ਹੈ । ਪ੍ਰਭ ਦੇ ਸ਼ਬਦ ਦੀ ਪਾਲਣਾ ਕਰਨ ਨਾਲ ਹੀ ਪ੍ਰਭ ਦੇ ਗੁਣਾਂ ਦੀ ਸੋਝੀ ਬਖਸ਼ਿਸ਼ ਹੁੰਦੀ ਹੈ । ਜੀਵ ਮਨ ਵਿੱਚ ਪ੍ਰਭ ਦੇ ਸ਼ਬਦ ਦਾ ਸ਼ਿੰਗਾਰ ਕਰੋ! ਜਿਹੜਾ ਪ੍ਰਭ ਦੇ ਸ਼ਬਦ ਦਾ ਸਿਮਰਨ ਕਰਦਾ ਹੈ, ਉਹ ਵੱਡੇ ਭਾਗਾਂ ਵਾਲਾ ਹੁੰਦਾ ਹੈ । ਉਸ ਨੂੰ ਅਮੋਲਕ ਖਜ਼ਾਨਾਂ, ਸ਼ਬਦ ਦੀ ਸੋਝੀ ਬਖਸ਼ਿਸ਼ ਹੋ ਜਾਂਦੀ ਹੈ । ਜਿਹੜਾ ਪ੍ਰਭ ਦੇ ਸ਼ਬਦ ਦੀ ਸਿਖਿਆਂ ਤੋ ਬਿਨਾਂ ਹੋਰ ਧੰਦੇ, ਧਨ ਇਕੱਠਾ ਕਰਦਾ ਹੈ । ਉਸ ਨਾਲ ਮਨ ਵਿੱਚ ਅਹੰਕਾਰ ਭਰ ਜਾਂਦਾ ਹੈ । ਜਿਵੇਂ ਹਾਥੀ ਨੂੰ ਭਾਵੇਂ ਪਾਣੀ ਨਾਲ ਇਸ਼ਨਾਨ ਕਰਾਵੋ । ਉਹ ਫਿਰ ਵੀ ਆਪਣੇ ਉਪਰ ਧੂੜ ਹੀ ਪਾਉਂਦਾ ਹੈ । ਜਿਹੜਾ ਪ੍ਰਭ ਦੀ ਰਹਿਮਤ ਨਾਲ ਸ਼ਬਦ ਦੀ ਪਾਲਣਾ ਕਰਦਾ ਹੈ, ਉਸ ਨੂੰ ਸ਼ਬਦ ਦੀ ਸੋਝੀ ਬਖਸ਼ਿਸ਼ ਹੋ ਜਾਂਦੀ, ਸ਼ਬਦ ਮਨ ਵਿੱਚ ਵਸਦਾ ਹੈ । ਜਿਹੜਾ ਪ੍ਰਭ ਦਾ ਸ਼ਬਦ ਸੁਣਕੇ ਮਨ ਵਿੱਚ ਵਸਾਉਂਦਾ, ਜੀਵਨ ਢਾਲਦਾ ਹੈ । ਉਸ ਨੂੰ ਪ੍ਰਭ ਦੀ ਰਹਿਮਤ ਨਾਲ ਪ੍ਰਵਾਨਗੀ ਦਾ ਰਸਤਾ ਬਖਸ਼ਿਸ਼ ਹੋ ਜਾਂਦਾ ਹੈ । ਜੀਵ ਪ੍ਰਭ ਦੇ ਸ਼ਬਦ ਦਾ ਸਿਮਰਨ, ਪਾਲਣਾ ਕਰੋ! ਇਸ ਨਾਲ ਜੀਵ ਸੰਸਾਰਕ ਸਾਗਰ ਪਾਰ ਕਰਕੇ, ਦਰਬਾਰ ਵਿੱਚ ਪ੍ਰਵਾਨ ਹੋ ਸਕਦਾ ਹੈ । ਉਹ ਪੂਜਣ ਯੋਗ ਹੋ ਜਾਂਦਾ ਹੈ ।

In the Age of Kul-Jug! Obeying the teachings of His Word may be the most supreme profession, chore of human life journey. His true devotee may be blessed with the enlightenment of the essence of His Word. You should embellish your mind and soul with the enlightenment of the essence of His Word. Whosoever may meditate on the teachings of His Word; he may become very fortunate, he may be blessed with ambrosial treasure, the enlightenment of the essence of His Word. Whosoever may abandon the teachings of His Word and remains intoxicated in collecting the worldly wealth, he may remain intoxicated with ego of his mind. As elephant may be showered with Holy water; he may still roll in dirt. Whosoever may remain intoxicated in obeying the teachings of His Word; with His mercy and grace, he may be blessed with enlightenment of the essence of His Word. Whosoever may listen to the sermons of His Word and adopts the teachings of His Word in his own day to day life; with His mercy and grace, he may be blessed with the right path of acceptance in His Court. You should meditate and obey the teachings of His Word; with His mercy and grace, you may be blessed with the right path of acceptance in His Court; you may become worthy of worship.

ਪਉੜੀ॥	pa-orhee.
ਰਾਮ ਨਾਮੁ ਵਖਰੁ ਹੈ ਊਤਮੁ,	raam naam vakhar hai ootam
ਹਰਿ ਨਾਇਕੁ ਪੁਰਖੁ ਹਮਾਰਾ॥	har naa-ik purakh hamaaraa.
ਹਰਿ ਖੇਲੁ ਕੀਆ ਹਰਿ ਆਪੇ ਵਰਤੈ,	har khayl kee-aa har aapay vartai
ਸਭੁ ਜਗਤੁ ਕੀਆ ਵਣਜਾਰਾ॥	sabh jagat kee-aa vanjaaraa.
ਸਭ ਜੋਤਿ ਤੇਰੀ ਜੋਤੀ ਵਿਚਿ ਕਰਤੇ,	sabh jot tayree jotee vich kartay
ਸਭੁ ਸਚੁ ਤੇਰਾ ਪਾਸਾਰਾ॥	sabh sach tayraa paasaaraa.
ਸਭਿ ਧਿਆਵਹਿ ਤੁਧੁ ਸਫਲ ਸੇ ਗਾਵਹਿ,	sabh Dhi-aavahi tuDh safal say gaavahi
ਗੁਰਮਤੀ ਹਰਿ ਨਿਰੰਕਾਰਾ॥	gurmatee har nirankaaraa.
ਸਭਿ ਚਵਹੁ ਮੁਖਹੁ ਜਗੰਨਾਥੁ	sabh chavahu mukhahu jagannaath
ਜਗੰਨਾਥੁ ਜਗਜੀਵਨੋ,	jagannaath jagjeevano
ਜਿਤੁ ਭਵਜਲ ਪਾਰਿ ਉਤਾਰਾ॥੪॥	jit bhavjal paar utaaraa. ‖4‖

ਸ੍ਰਿਸ਼ਟੀ ਦੇ ਮਾਲਕ ਦਾ ਸ਼ਬਦ ਹੀ ਉਤਮ ਅਵਸਥਾ ਬਖਸ਼ਣ ਵਾਲਾ, ਅਮੋਲਕ ਪਦਾਰਥ ਹੈ । ਪ੍ਰਭ ਆਪ ਹੀ ਸੰਸਾਰ ਦਾ ਖੇਲੁ ਰਚਾਉਂਦਾ ਹੈ । ਸਾਰੀ ਸ੍ਰਿਸ਼ਟੀ ਹੀ ਖੇਲ ਕਰਦੀ, ਆਪਣਾ ਹੀਸਾ ਪਾਉਂਦੀ ਹੈ । ਸਾਰੀ ਸ੍ਰਿਸ਼ਟੀ ਹੀ ਪ੍ਰਭ ਦੀ ਜੋਤ ਦੀ ਰੋਸ਼ਨੀ ਫੈਲਾਉਂਦੀ ਹੈ । ਜਿਹੜਾ ਵੀ ਸ਼ਬਦ ਦੀ ਪਾਲਣਾ ਕਰਦਾ, ਪ੍ਰਭ ਦੀ ਰਹਿਮਤ ਨਾਲ ਉਸ ਦਾ ਮਾਨਸ ਜਨਮ ਸਫਲ ਹੋ ਜਾਂਦਾ ਹੈ । ਉਸ ਦੇ ਮਨ ਵਿੱਚ ਸ਼ਬਦ ਦੀ ਸੋਝੀ ਰਚ ਜਾਂਦੀ ਹੈ, ਉਹ ਅਕਾਰ ਰਹਿਤ ਪ੍ਰਭ ਦੇ ਸ਼ਬਦ ਦੇ ਗੁਣ ਗਾਉਂਦਾ ਹੈ । ਸਾਰੇ ਹੀ ਪ੍ਰਭ ਦੇ ਸ਼ਬਦ ਦੇ ਗੁਣ ਗਾਉਂਦੇ, ਪ੍ਰਭ ਦੀਆਂ ਰਹਿਮਤਾਂ ਨਾਲ ਪ੍ਰਵਾਨ ਹੋ ਸਕਦੇ ਹਨ ।

The teachings of His Word may be the ambrosial virtues, soul sanctifying nectar. The True Master creates and designs the play of the universe. All worldly creatures must participle assigned role. The universe is an expansion of His Holy Spirit and spreads His enlightenment. Whosoever may obey the teachings of His Word; with His mercy and grace, his human life journey may be rewarded. He may be enlightened and remains intoxicated singing the glory of the beyond limitation The True Master. Whosoever may sing the glory of His Word; with His mercy and grace, he may be blessed with acceptance in His Court.

70. ਕਲਿਆਨ ਮਹਲਾ ੪॥ 1321-1

ਪ੍ਰਭ ਕੀਜੈ ਕ੍ਰਿਪਾ ਨਿਧਾਨ,	parabh keejai kirpaa niDhaan
ਹਮ ਹਰਿ ਗੁਨ ਗਾਵਹਗੇ॥	ham har gun gaavhagay.
ਹਉ ਤੁਮਰੀ ਕਰਉ ਨਿਤ ਆਸ,	ha-o tumree kara-o nit aas
ਪ੍ਰਭ ਮੋਹਿ ਕਬ ਗਲਿ ਲਾਵਹਿਗੇ॥੧॥	parabh mohi kab gal laavhigay. ‖1‖
ਰਹਾਉ॥	rahaa-o.

ਪ੍ਰਭ, ਮੈਂ ਸਦਾ ਹੀ ਤੇਰੇ ਸ਼ਬਦ ਦਾ ਸਿਮਰਨ ਕਰਦਾ ਰਹਾ । ਮੈਂ ਆਪਣੀ ਆਸ, ਓਟ ਤੇਰੀ ਰਹਿਮਤ ਤੇ ਹੀ ਰਖੀ ਹੈ । ਉਡੀਕ ਕਰਦਾ ਹਾ, ਕਦੋ ਆਪਣੀ ਰਹਿਮਤ ਨਾਲ ਆਪਣੇ ਗੱਲ ਲਾਵੋਗੇ?

I may remain intoxicated in meditating on the teachings of Your Word. I always keep my belief and hope steady and stable on Your Blessings. I am waiting in patience! When may I be embraced by The True Master?

ਹਮ ਬਾਰਿਕ ਮੁਗਧ ਇਆਨ, ham baarik mugaDh i-aan
ਪਿਤਾ ਸਮਝਾਵਹਿਗੇ॥ pitaa samjaavhigay.
ਸੁਤੁ ਖਿਨੁ ਖਿਨੁ ਭੂਲਿ ਬਿਗਾਰਿ, sut khin khin bhool bigaar
ਜਗਤ ਪਿਤ ਭਾਵਹਿਗੇ॥੧॥ jagat pit bhaavhigay. ||1||

ਮੈਂ ਅਣਜਾਣ, ਬੱਚਾ, ਪਲ, ਪਲ ਭੁੱਲਾਂ ਕਰਦਾ ਹਾ । ਪ੍ਰਭ ਪਿਤਾ ਸਮਾਨ ਸੋਝੀ ਵਾਲਾ, ਸਿੱਧੇ ਰਸਤੇ ਤੇ ਪਾਉਣ ਵਾਲ ਮਾਲਕ ਹੈ । ਆਪਣੀ ਰਹਿਮਤ ਨਾਲ ਸ਼ਬਦ ਦੀ ਪਾਲਣਾ ਦੀ ਲਗਨ ਬਖਸ਼ੋ! ਪ੍ਰਭ ਆਪ ਹੀ ਅਣਜਾਣ ਦੀਆਂ ਭੁੱਲਾਂ ਬਖਸ਼ਕੇ ਰਖਿਆ ਕਰਦਾ ਹੈ ।

My True Master, I am ignorant like a child and make mistakes every moment in my worldly life. You are wise like my parents to guide on the right path in worldly life. With Your mercy and grace, blesses me devotion to obey the teachings of Your Word. You may ignore may mistakes and protect me in worldly journey.

ਜੋ ਹਰਿ ਸੁਆਮੀ ਤੁਮ ਦੇਹੁ, jo har su-aamee tum dayh
ਸੋਈ ਹਮ ਪਾਵਹਗੇ॥ so-ee ham paavhagay.
ਮੋਹਿ ਦੂਜੀ ਨਾਹੀ ਠਉਰ, mohi doojee naahee tha-ur
ਜਿਸੁ ਪਹਿ ਹਮ ਜਾਵਹਗੇ॥੨॥ jis peh ham jaavhagay. ||2||

ਜਿਸ ਨੂੰ ਕੇਵਲ ਪ੍ਰਭ ਆਪ ਹੀ ਗੁਣ ਬਖਸ਼ਦਾ ਹੈ, ਕੇਵਲ ਉਸ ਨੂੰ ਹੀ ਕੁਝ ਬਖਸ਼ਿਸ਼ ਹੋ ਸਕਦਾ ਹੈ । ਹੋਰ ਕੋਈ ਆਸਰਾ ਨਹੀਂ! ਜਿਸ ਅੱਗੇ ਅਰਦਾਸ ਕਰ ਸਕਦਾ ਹੈ ।

Whatsoever may be bestowed with His Blessed Vision, worldly creature may on receive that virtue. He may not have any other option or to complain to any other higher power.

ਜੋ ਹਰਿ ਭਾਵਹਿ ਭਗਤ, jo har bhaaveh bhagat
ਤਿਨਾ ਹਰਿ ਭਾਵਹਿਗੇ॥ tinaa har bhaavhigay.
ਜੋਤੀ ਜੋਤਿ ਮਿਲਾਇ, jotee jot milaa-ay
ਜੋਤਿ ਰਲਿ ਜਾਵਹਗੇ॥੩॥ jot ral jaavhagay. ||3||

ਜਿਹੜੇ ਬੰਦਗੀ ਕਰਨ ਵਾਲੇ ਦੀ ਕਮਾਈ ਪ੍ਰਭ ਨੂੰ ਪ੍ਰਵਾਨ ਹੋ ਜਾਂਦੀ ਹੈ । ਪ੍ਰਭ ਉਸ ਤੇ ਰਹਿਮਤ ਦੀ ਨਜ਼ਰ ਬਖਸ਼ਦਾ ਹੈ । ਉਸ ਦੀ ਆਤਮਾਂ ਦੀ ਜੋਤ ਪ੍ਰਭ ਦੀ ਜੋਤ ਵਿੱਚ ਅਲੋਪ ਹੋ ਜਾਂਦੀ ਹੈ ।

Whose earnings of His Word may be accepted in His Court. The True Master may bestow His Blessed Vision, his soul may be immersed within His Holy Spirit.

ਹਰਿ ਆਪੇ ਹੋਇ ਕ੍ਰਿਪਾਲੁ, har aapay ho-ay kirpaal
ਆਪਿ ਲਿਵ ਲਾਵਹਿਗੇ॥ aap liv laavhigay.
ਜਨੁ ਨਾਨਕੁ ਸਰਨਿ ਦੁਆਰਿ, jan naanak saran du-aar
ਹਰਿ ਲਾਜ ਰਖਾਵਹਿਗੇ॥੪॥੬॥ ਛਕਾ ੧॥ har laaj rakhaavhigay. ||4||6|| chhakaa 1.

ਪ੍ਰਭ ਨੇ ਆਪਣੀ ਰਹਿਮਤ ਨਾਲ ਮੇਰੀ ਲਗਨ ਸ਼ਬਦ ਦੀ ਪਾਲਣਾ ਵਿੱਚ ਲਾਈ ਹੈ । ਮੈਂ ਆਪਾ ਪ੍ਰਭ ਦੀ ਸ਼ਰਣ ਵਿੱਚ ਭੇਟਾ ਕਰਦਾ ਹੈ । ਪ੍ਰਭ ਆਪ ਹੀ ਆਪਣੇ ਦਾਸ ਦੀ ਲਾਜ ਰਖਦਾ ਹੈ ।

The True Master has bestowed His Blessed Vision and blessed devotion to obey the teachings of His Word. He true devotee may surrender his self-identity at His Sanctuary; with His mercy and grace, The True Master always protects the honor of His true devotee.

71. (1-16) ਪ੍ਰਭਾਤੀ ਮਹਲਾ ੧॥ 1332-4

ਬਾਰਹ ਮਹਿ ਰਾਵਲ ਖਪਿ ਜਾਵਹਿ, baarah meh raaval khap jaaveh
ਚਹੁ ਛਿਅ ਮਹਿ ਸੰਨਿਆਸੀ॥ chahu chhi-a meh sani-aasee.
ਜੋਗੀ ਕਾਪੜੀਆ ਸਿਰਖੂਥੇ, jogee kaaprhee-aa sirkhoothay
ਬਿਨੁ ਸਬਦੈ ਗਲਿ ਫਾਸੀ॥੧॥ bin sabdai gal faasee. ||1||

ਜੋਗੀ ਮਤ ਦੇ ਜੀਵ 12 ਮੰਤਾਂ ਵਿੱਚ ਵੰਡੇ ਅਤੇ ਸੰਨਿਆਸੀ ਮਤ ਦੇ ਜੀਵ 10 ਮੰਤਾਂ ਵਿੱਚ ਵੰਡੇ ਹਨ। ਜੋਗੀ ਧਰਮਾਂ ਦਾ ਬਾਣਾ, ਚੋਲਾ ਪਾਉਂਦੇ ਹਨ। ਜੈਨ ਆਪਣੇ ਸਿਰ ਦੇ ਵਾਲ ਪੁੱਟਦੇ, ਮੁਨਦੇ ਹਨ। ਪਰ ਪ੍ਰਭ ਦੇ ਸ਼ਬਦ ਦੀ ਕਮਾਈ ਤੋਂ ਬਿਨਾਂ ਮੁਕਤੀ ਦਾ ਰਸਤਾ ਬਖਸ਼ਿਸ਼ ਨਹੀਂ ਹੋ ਸਕਦਾ। ਮੌਤ ਦੇ ਜਮਦੂਤ ਦੇ ਹਵਾਲੇ ਹੀ ਰਹਿੰਦਾ ਹੈ।

Worldly religious concept of various religions may differ, everyone claims their method may the only right path of acceptance in His Court. Yogis may have 12 different factions, groups slightly different from each other. Sanyasis remains divided into 10 different groups; Yogis adopt religious robe of unique color; Jains pull, shave their hairs, Sikhs adopt 5 K's and so on. However, without the earnings of His Word, no one may ever be blessed with the right path of acceptance in His Court. All remains under the control of the devil of death.

ਸਬਦਿ ਰਤੇ ਪੂਰੇ ਬੈਰਾਗੀ॥ sabad ratay pooray bairaagee.
ਅਉਹਠਿ ਹਸਤ ਮਹਿ ਭੀਖਿਆ ਜਾਚੀ, a-uhath hasat meh bheekhi-aa jaachee
ਏਕ ਭਾਇ ਲਿਵ ਲਾਗੀ॥੧॥ ਰਹਾਉ॥ ayk bhaa-ay liv laagee. ||1|| rahaa-o.

ਜਿਹੜੇ ਜੀਵ ਦੇ ਮਨ ਵਿੱਚ ਸ਼ਬਦ ਦੀ ਸਿਖਿਆਂ ਘਰ ਕਰ ਜਾਂਦੀ ਹੈ, ਉਹ ਕੇਵਲ ਉਸ ਇੱਕੋ ਇੱਕ ਪ੍ਰਭ ਤੋਂ ਹੀ ਰਹਿਮਤ ਦੀ ਭਿੱਖਿਆ ਮੰਗਦਾ ਹੈ। ਉਸ ਨੂੰ ਹੀ ਗੁਰਮਖ, ਵਿਰਾਗੀ ਅਵਸਥਾ ਬਖਸ਼ਿਸ਼ ਹੋ ਸਕਦੀ ਹੈ।

Whosoever may remain drenched with the essence of His Word; he may only pray for His Forgiveness and Refuge. Only he may be blessed with a state of mind as His true devotee.

ਬ੍ਰਹਮਣ ਵਾਦੁ ਪੜਹਿ ਕਰਿ ਕਿਰਿਆ, barahman vaad parheh kar kiri-aa
ਕਰਣੀ ਕਰਮ ਕਰਾਏ॥ karnee karam karaa-ay.
ਬਿਨੁ ਬੂਝੇ ਕਿਛੁ ਸੂਝੈ ਨਾਹੀ, bin boojhay kichh soojhai naahee
ਮਨਮੁਖੁ ਵਿਛੁੜਿ ਦੁਖੁ ਪਾਏ॥੨॥ manmukh vichhurh dukh paa-ay. ||2||

ਬ੍ਰਹਮਣ ਵੇਦਾਂ ਪੜ੍ਹਦੇ, ਵਿਚਾਰਦੇ ਹਨ, ਕਈ ਰੀਤੋ ਰੀਵਾਜ ਕਰਦੇ ਹਨ। ਬਾਕੀ ਅਣਜਾਣ ਜੀਵਾਂ ਨੂੰ ਆਪਣੇ ਨਾਲ ਰਲਾਕੇ, ਬੁਤ ਪੂਜਾ ਕਰਦੇ ਹਨ। ਅੰਤ ਵਿੱਚ ਅਸਲੀ ਰਸਤੇ ਦੀ ਬਖਸ਼ਿਸ਼ ਤੋਂ ਬਿਨਾਂ ਹੀ ਮਰ ਜਾਂਦੇ ਹਨ। ਦਰਗਾਹ ਵਿੱਚ ਸ਼ਰਮਿੰਦਗੀ ਹੀ ਮਿਲਦੀ ਹੈ।

Brahmin may read the Holy Scripture of Vedas, preaches the teachings, and perform religious rituals as worship. They may influence, ignorant followers to indulged in idol worship. Whosoever may not adopt the right path of acceptance in His Court; he may be captured by the devil of death. he may only endure embarrassment in His Court.

ਸਬਦਿ ਮਿਲੇ ਸੇ ਸੂਚਾਚਾਰੀ, sabad milay say soochaachaaree
ਸਾਚੀ ਦਰਗਹ ਮਾਨੇ॥ saachee dargeh maanay.
ਅਨਦਿਨੁ ਨਾਮਿ ਰਤਨਿ ਲਿਵ ਲਾਗੇ, an-din naam ratan liv laagay
ਜੁਗਿ ਜੁਗਿ ਸਾਚਿ ਸਮਾਨੇ॥੩॥ jug jug saach samaanay. ||3||

ਜਿਸ ਨੂੰ ਪ੍ਰਭ ਸ਼ਬਦ ਦੀ ਪਾਲਣਾ ਦੀ ਲਗਨ ਬਖਸ਼ਦਾ ਹੈ। ਉਹ ਪ੍ਰਭ ਦੇ ਸ਼ਬਦ ਦੀ ਸਮਾਧੀ ਵਿੱਚ ਲੀਨ ਹੋ ਜਾਂਦਾ ਹੈ। ਉਹ ਸਵਾਸ ਗਰਾਸ ਪ੍ਰਭ ਦੇ ਸ਼ਬਦ ਦੀ ਪਾਲਣਾ ਵਿੱਚ ਅਡੋਲ ਰਹਿੰਦਾ ਹੈ। ਉਸ ਨੂੰ ਦਰਗਾਹ ਵਿੱਚ ਪ੍ਰਵਾਨਗੀ ਦਾ ਅਸਲੀ ਰਸਤਾ ਬਖਸ਼ਿਸ਼ ਹੋ ਜਾਂਦਾ ਹੈ।

Whosoever may be blessed with devotion to obey the teachings of His Word; with His mercy and grace, he may remain intoxicated in the void of His Word. He may remain obeying the teachings of His Word with steady and stable belief; with His mercy and grace, he may be blessed with the right path of acceptance in His Court.

ਸਗਲੇ ਕਰਮ ਧਰਮ ਸੁਚਿ ਸੰਜਮ,	saglay karam Dharam such sanjam
ਜਪ ਤਪ ਤੀਰਥ ਸਬਦਿ ਵਸੇ॥	jap tap tirath sabad vasay.
ਨਾਨਕ ਸਤਿਗੁਰ ਮਿਲੈ ਮਿਲਾਇਆ,	naanak satgur milai milaa-i-aa
ਦੂਖ ਪਰਾਛਤ ਕਾਲ ਨਸੇ॥੪॥੧੬॥	dookh paraachhat kaal nasay. ||4||16||

ਚੰਗੇ ਕਰਮਾਂ, ਧਾਰਮਕ ਰੀਤੋ ਰੀਵਾਜ, ਜਪ, ਤਪ, ਤੀਰਥਾਂ ਦਾ ਇਸ਼ਨਾਨ ਸਭ ਹੀ ਸ਼ਬਦ ਦੀ ਪਾਲਣਾ ਕਰਨ ਵਿੱਚ ਹੀ ਆ ਜਾਂਦੇ ਹੈ । ਜਿਸ ਦੇ ਮਨ ਵਿੱਚ ਪ੍ਰਭ ਦਾ ਸ਼ਬਦ ਜਾਗਰਤ ਹੋ ਜਾਂਦਾ ਹੈ । ਉਸ ਦਾ ਮੌਤ ਦਾ ਡਰ ਖਤਮ ਹੋ ਜਾਂਦਾ ਹੈ । ਮੌਤ ਦਾ ਸਮਾਂ ਪ੍ਰਭ ਨੂੰ ਮਿਲਣ ਦਾ ਮੌਕਾ ਬਣ ਜਾਂਦਾ ਹੈ ।

Performing good deeds, charities, religious rituals, meditation, hard discipline, sanctifying bath at Holy Shrines, all remain embedded within obeying the teachings of His Word with steady and stable belief. Whosoever may be enlightened with the essence of His Word; his fear of death may be eliminated. His time of death may become an auspicious time of union with The True Creator. His human life opportunity may be Performing good deeds, charities, religious rituals, meditation, hard discipline, sanctifying bath at Holy Shrines, all remain embedded within obeying the teachings of His Word with steady and stable belief. Whosoever may be enlightened with the essence of His Word; his fear of death may be eliminated. His time of death may become an auspicious time of union with The True Creator. His human life opportunity may be rewarded.

72. ਰਾਗੁ ਪ੍ਰਭਾਤੀ ਮਹਲਾ ੩ ਚਉਪਦੇ॥ 1332-17

ੴ ਸਤਿਗੁਰ ਪ੍ਰਸਾਦਿ॥	ik-oNkaar satgur parsaad.
ਗੁਰਮੁਖਿ ਵਿਰਲਾ ਕੋਈ ਬੂਝੈ,	gurmukh virlaa ko-ee boojhai
ਸਬਦੇ ਰਹਿਆ ਸਮਾਈ॥	sabday rahi-aa samaa-ee.
ਨਾਮਿ ਰਤੇ ਸਦਾ ਸੁਖੁ ਪਾਵੈ,	naam ratay sadaa sukh paavai
ਸਾਚਿ ਰਹੈ ਲਿਵ ਲਾਈ॥੧॥	saach rahai liv laa-ee. ||1||

ਕਿਸੇ ਵਿਰਲੇ ਹੀ ਜੀਵ ਨੂੰ ਸ਼ਬਦ ਦੀ ਸੋਝੀ, ਗੁਰਮਖ ਅਵਸਥਾ ਬਖਸ਼ਿਸ਼ ਹੁੰਦੀ ਹੈ । ਉਹ ਸ਼ਬਦ ਦੀ ਪਾਲਣਾ, ਸਿਮਰਨ ਵਿੱਚ ਹੀ ਲੀਨ ਰਹਿੰਦਾ ਹੈ । ਗਰਮੁਖ ਨੂੰ ਸ਼ਬਦ ਦੇ ਸਿਮਰਨ ਵਿੱਚ ਹੀ ਸਦਾ ਸਥਿਤ ਰਹਿਣ ਵਾਲਾ ਖੇੜਾ ਮਹਿਸੂਸ ਹੁੰਦਾ ਹੈ ।

Very rare devotee may be blessed with the enlightenment of the essence of His Word and a state of mind as His true devotee. He may remain intoxicated in meditating, obeying the teachings of His Word with steady and stable belief in his day-to-day life. His true devotee may remain intoxication in the void of His Word; he may realize everlasting blossom in his day-to-day life.

ਹਰਿ ਹਰਿ ਨਾਮੁ ਜਪਹੁ ਜਨ ਭਾਈ॥	har har naam japahu jan bhaa-ee.
ਗੁਰ ਪ੍ਰਸਾਦਿ ਮਨੁ ਅਸਥਿਰੁ ਹੋਵੈ,	gur parsaad man asthir hovai
ਅਨਦਿਨੁ ਹਰਿ ਰਸਿ ਰਹਿਆ ਅਘਾਈ॥੧॥	an-din har ras rahi-aa aghaa-ee. ||1||
ਰਹਾਉ॥	rahaa-o.

ਜੀਵ, ਪ੍ਰਭ ਦੇ ਸ਼ਬਦ ਦਾ ਸਵਾਸ, ਗਰਾਸ ਸਿਮਰਨ ਕਰੋ! ਪ੍ਰਭ ਆਪ ਹੀ ਰਹਿਮਤ ਨਾਲ ਮਨ ਨੂੰ ਸ਼ਾਂਤੀ, ਸੰਤੋਖ ਬਖਸ਼ਦਾ ਹੈ । ਉਸ ਦੇ ਮਨ, ਤਨ ਵਿੱਚ ਪ੍ਰਭ ਦੇ ਸ਼ਬਦ ਦੀ ਸੋਝੀ ਘਰ ਕਰ ਜਾਂਦੀ ਹੈ ।

You should meditate on the teachings of His Word with steady and stable belief with each breath; with His mercy and grace, His true devotee may be blessed with peace of mind and contentment in his worldly environments. He may remain drenched with the essence of His Word.

ਅਨਦਿਨੁ ਭਗਤਿ ਕਰਹੁ ਦਿਨੁ ਰਾਤੀ,	an-din bhagat karahu din raatee
ਇਸੁ ਜੁਗ ਕਾ ਲਾਹਾ ਭਾਈ॥	is jug kaa laahaa bhaa-ee.
ਸਦਾ ਜਨ ਨਿਰਮਲ ਮੈਲੁ ਨ ਲਾਗੈ,	sadaa jan nirmal mail na laagai
ਸਚਿ ਨਾਮਿ ਚਿਤੁ ਲਾਈ॥੨॥	sach naam chit laa-ee. ||2||

ਜਿਹੜਾ ਦਿਨ ਰਾਤ, ਸਵਾਸ ਗਰਾਸ ਪ੍ਰਭ ਦੇ ਸ਼ਬਦ ਦਾ ਸਿਮਰਨ ਕਰਦਾ ਹੈ! ਉਹ ਮਾਨਸ ਜਨਮ ਸਫਲ ਕਰ ਜਾਂਦਾ ਹੈ, ਇਹ ਹੀ ਇੱਕੋ ਇੱਕ ਮਾਨਸ ਜਨਮ ਦਾ ਮੰਤਵ ਹੈ । ਅਡੋਲ ਭਰੋਸੇ ਨਾਲ ਸ਼ਬਦ ਦੀ ਪਾਲਣਾ, ਸਿਮਰਨ ਕਰੋ! ਇਸਤਰ੍ਹਾਂ ਦੇ ਜੀਵਨ ਦੇ ਢੰਗ ਨਾਲ ਮਨ ਨਿਰਮਲ ਹੋ ਸਕਦਾ ਹੈ । ਫਿਰ ਮਨ ਨੂੰ ਦਾਗ਼, ਮੈਲ ਕਦੇ ਨਹੀਂ ਲਗਦੀ । ਮਨ ਕਿਸੇ ਭਟਕਣ ਵਿੱਚ ਨਹੀਂ ਜਾਂਦਾ ।

Whosoever may meditate on the teachings of His Word with steady and stable belief day and night; with His mercy and grace, his human life opportunity may be rewarded. This may be the unique, one and only real purpose of human life opportunity. His mind may become immaculate forever with his way of life. His soul may never be blemished; filth of worldly wealth may never stick to his soul. His mind may never wander in different directions.

ਸੁਖੁ ਸੀਗਾਰੁ ਸਤਿਗੁਰੂ ਦਿਖਾਇਆ,	sukh seegaar satguroo dikhaa-i-aa
ਨਾਮਿ ਵਡੀ ਵਡਿਆਈ॥	naam vadee vadi-aa-ee.
ਅਖੁਟ ਭੰਡਾਰ ਭਰੇ ਕਦੇ ਤੋਟਿ ਨ ਆਵੈ,	akhut bhandaar bharay kaday tot na aavai
ਸਦਾ ਹਰਿ ਸੇਵਹੁ ਭਾਈ॥੩॥	sadaa har sayvhu bhaa-ee. ||3||

ਪ੍ਰਭ ਦੇ ਸ਼ਬਦ ਦੀ ਪਾਲਣਾ ਵਿੱਚ ਇਤਨੀ ਵਡਿਆਈ ਹੈ । ਪ੍ਰਭ ਆਪਣੀ ਰਹਿਮਤ ਨਾਲ ਮਨ ਨੂੰ ਸੁਖ, ਸ਼ਾਂਤੀ ਬਖਸ਼ਦਾ ਹੈ । ਪ੍ਰਭ ਬੇਅੰਤ ਦਾਤਾਂ ਦਾ ਭੰਡਾਰੀ ਹੈ । ਭੰਡਾਰ ਵਿਚੋਂ ਜਿਤਨੀਆਂ ਵੀ ਦਾਤਾਂ ਦਿੱਤੀਆ ਜਾਣ, ਕਦੇ ਤੋਟ ਨਹੀਂ ਆਉਂਦੀ । ਪ੍ਰਭ ਦੇ ਸ਼ਬਦ ਤੇ ਅਡੋਲ ਭਰੋਸੇ ਨਾਲ ਸਿਮਰਨ ਕਰੋ ।

To obey the teachings of His Word with steady and stable belief; may have a unique greatness; with His mercy and grace, His true devotee may be blessed with pleasure and peace of mind. The True Master remains the treasure of un-imaginable, unlimited virtues, blessings. His Treasure may never be exhausted with distributing any number of virtues; His treasure may grow many times more. You should meditate on the teachings of His Word with steady and stable belief in his day-to-day life.

ਆਪੇ ਕਰਤਾ ਜਿਸ ਨੋ ਦੇਵੈ,	aapay kartaa jis no dayvai
ਤਿਸੁ ਵਸੈ ਮਨਿ ਆਈ॥	tis vasai man aa-ee.
ਨਾਨਕ ਨਾਮੁ ਧਿਆਇ ਸਦਾ ਤੂ,	naanak naam Dhi-aa-ay sadaa too
ਸਤਿਗੁਰਿ ਦੀਆ ਦਿਖਾਈ॥ ੪॥੧॥	satgur dee-aa dikhaa-ee. ||4||1||

ਜਿਸ ਨੂੰ ਪ੍ਰਭ ਆਪ ਹੀ ਰਹਿਮਤ ਬਖਸ਼ਕੇ ਸ਼ਬਦ ਦੇ ਲੜ ਲਾਉਂਦਾ ਹੈ! ਉਹ ਹੀ ਸ਼ਬਦ ਦੀ ਪਾਲਣਾ ਵਿੱਚ ਅਡੋਲ ਰਹਿੰਦਾ ਹੈ । ਉਸ ਦੇ ਮਨ ਵਿੱਚ ਸ਼ਬਦ ਦੀ ਸਿਖਿਆਂ ਘਰ ਕਰ ਜਾਂਦੀ ਹੈ, ਪ੍ਰਭ ਦੀ ਹੋਂਦ ਮਹਿਸੂਸ ਹੁੰਦੀ ਹੈ । ਮਨ ਵਿੱਚ ਖੇੜਾ ਵੱਸ ਜਾਂਦਾ, ਰਹਿੰਦਾ ਹੈ ।

Whosoever may be blessed with devotion to meditate; with His mercy and grace, he may remain intoxicated in obeying the teachings of His Word in his day-to-day life. He may remain drenched with the essence of His Word; with His mercy and grace, he may realize, His Holy Spirit prevailing everywhere. He may be blessed with overwhelming blossom within his mind, in his day-to-day life.

73. ਜੈਜਾਵੰਤੀ ਮਹਲਾ ੯॥ 1352-14

ਬੀਤ ਜੈਹੈ, ਬੀਤ ਜੈਹੈ ਜਨਮੁ ਅਕਾਜੁ ਰੇ॥ beet jaihai beet jaihai janam akaaj ray.
ਨਿਸਿ ਦਿਨੁ ਸੁਨਿ ਕੈ ਪੁਰਾਨ, nis din sun kai puraan
ਸਮਝਤ ਨਹ ਰੇ ਅਜਾਨ॥ samjhat nah ray ajaan.
ਕਾਲੁ ਤਉ ਪਹੂਚਿਓ ਆਨਿ, kaal ta-o pahoochi-o aan
ਕਹਾ ਜੈਹੈ ਭਾਜਿ ਰੇ॥੧॥ ਰਹਾਉ॥ kahaa jaihai bhaaj ray. ||1|| rahaa-o.

ਜੀਵ ਤੂੰ ਆਪਣਾ ਜੀਵਨ ਬਿਰਥਾ ਹੀ ਬਤੀਤ ਕੀਤੀ ਜਾਂਦਾ ਹੈ । ਦਿਨ ਰਾਤ ਧਾਰਮਕ ਕਥਾ, (ਪਰਾਨ) ਸੁਣਦਾ ਹੈ, ਪਰ ਸਿਖਿਆਂ ਨੂੰ ਸਮਝਦਾ ਨਹੀਂ, ਕੋਈ ਪ੍ਰਵਾਹ ਨਹੀਂ ਕਰਦਾ । ਹੁਣ ਮੌਤ ਦੇ ਜਮਦੂਤ ਨੇ ਘੇਰਾ ਪਾਇਆ ਹੈ । ਹੁਣ ਕਿਹੜੇ ਪਾਸੇ ਜਾਵੇਂਗਾ?

Self-minded, you are wasting your priceless human life opportunity uselessly. You may listen to the sermons and teachings of religious Holy Scriptures; however, you may not try to comprehend nor adopt in your day-to-day life. The devil of death is knocking at your door to reap your soul. Where may you escape from the devil of death?

ਅਸਥਿਰੁ ਜੋ ਮਾਨਿਓ ਦੇਹ, asthir jo maani-o dayh
ਸੋ ਤਉ ਤੇਰਉ ਹੋਇ ਹੈ ਖੇਹ॥ so ta-o tayra-o ho-ay hai khayh.
ਕਿਉ ਨ ਹਰਿ ਕੋ ਨਾਮੁ ਲੇਹਿ, ki-o na har ko naam layhi
ਮੂਰਖ ਨਿਲਾਜ ਰੇ॥੧॥ moorakh nilaaj ray. ||1||

ਮਨਮੁਖ ਆਪਣੇ ਤਨ ਨੂੰ ਸਦਾ ਰਹਿਣ ਵਾਲਾ ਹੀ ਸਮਝਦਾ ਸੀ । ਪਰ ਇਹ ਤਾ ਭਸਮ ਹੋ ਗਿਆ ਹੈ । ਜੀਵ ਪ੍ਰਭ ਦੇ ਸ਼ਬਦ ਦਾ ਸਿਮਰਨ ਕਿਉਂ ਨਹੀਂ ਕਰਦਾ?

Self-minded was imagining his body remain his companion forever; however, his body has been vanished to become dust. Why don't you meditate on the teachings of His Word?

ਰਾਮ ਭਗਤਿ ਹੀਏ ਆਨਿ, raam bhagat hee-ay aan
ਛਾਡਿ ਦੇ ਤੈ ਮਨ ਕੋ ਮਾਨੁ॥ chhaad day tai man ko maan.
ਨਾਨਕ ਜਨ ਇਹ ਬਖਾਨਿ, naanak jan ih bakhaan
ਜਗ ਮਹਿ ਬਿਰਾਜੁ ਰੇ॥੨॥੪॥ jag meh biraaj ray. ||2||4||

ਆਪਣੇ ਮਨ ਦੀ ਸਿਆਣਪ ਤਿਆਗ ਕੇ ਅਡੋਲ ਭਰੋਸੇ ਨਾਲ ਸ਼ਬਦ ਦਾ ਸਿਮਰਨ ਕਰੋ । ਇਹੋ ਹੀ ਇੱਕੋ ਇੱਕ ਤਰੀਕਾ ਹੈ । ਜਿਸ ਨਾਲ ਮਾਨਸ ਜੀਵਨ ਬਤੀਤ ਕਰਨਾ ਚਾਹੀਦਾ ਹੈ ।

You should renounce the clever tricks, your own wisdom and meditate on the teachings of His Word with steady and stable belief in your day-to-day life. This may be the only right path of acceptance in His Court; the right path of human life journey.

74. ਸਲੋਕ ਸਹਸਕ੍ਰਿਤੀ ਮਹਲਾ ੫॥ 1357-9

ਮੰਤ੍ਰੰ ਰਾਮ ਰਾਮ ਨਾਮੰ, mantraN raam raam naamaN Dha-
ਧ੍ਯਾਨੰ ਸਰਬਤ੍ਰ ਪੂਰਨਹ॥ yaana sarbatar poornah.
ਗ੍ਯਾਨੰ ਸਮ ਦੁਖ ਸੁਖੰ ਜੁਗਤਿ, ga-yaana sam dukh sukhaN jugat
ਨਿਰਮਲ ਨਿਰਵੈਰਣਹ॥ nirmal nirvairneh.
ਦਯਾਲੰ ਸਰਬਤ੍ਰ ਜੀਆ, da-yaalaN sarbatar jee-aa
ਪੰਚ ਦੋਖ ਬਿਵਰਜਿਤਹ॥ panch dokh bivarjiteh.
ਭੋਜਨੰ ਗੋਪਾਲ ਕੀਰਤਨੰ, bhojanaN gopaal keeratanaN
ਅਲਪ ਮਾਯਾ ਜਲ ਕਮਲ ਰਹਤਹ॥ alap maa-yaa jal kamal rahtah.
ਉਪਦੇਸੰ ਸਮ ਮਿਤ੍ਰ ਸਤ੍ਰਹ, updaysaN sam mitar satreh
ਭਗਵੰਤ ਭਗਤਿ ਭਾਵਨੀ॥ bhagvant bhagat bhaavnee.
ਪਰ ਨਿੰਦਾ ਨਹ ਸ੍ਰੋਤਿ ਸ੍ਰਵਣੰ, par nindaa nah sarot sarvanaN
ਆਪੁ ਤ੍ਯਿਾਗਿ ਸਗਲ ਰੇਣੁਕਹ॥ aap ti-yaag sagal raynukeh.

ਖਟ ਲਖ੍ਹਣ ਪੂਰਨੰ ਪੁਰਖਹ, khat lakh-yan pooranaN pukhah
ਨਾਨਕ ਨਾਮ ਸਾਧ ਸ੍ਵਜਨਹ॥੪੦॥ naanak naam saaDh savajniH. ||40||

ਜੀਵ ਪ੍ਰਭ ਦੇ ਸ਼ਬਦ ਦੀ ਪਾਲਣਾ ਕਰਦੇ, ਪ੍ਰਭ ਦੇ ਗੁਣ ਗਾਵੋ ! ਜਿਸ ਨੂੰ ਪ੍ਰਭ ਸੋਝੀ ਬਖਸ਼ਦਾ ਹੈ ! ਉਹ ਸੰਸਾਰਕ ਦੁਖ, ਸੁਖ ਵਿੱਚ ਨਿਰਾਰਾ ਰਹਿੰਦਾ ਹੈ । ਉਸ ਦੇ ਜੀਵਨ ਦਾ ਢੰਗ ਪਵਿੱਤਰ ਹੁੰਦਾ ਹੈ, ਮਨ ਵਿੱਚ ਕੋਈ ਈਰਖਾ ਨਹੀਂ ਹੁੰਦੀ । ਉਹ ਸਭ ਨੂੰ ਇੱਕ ਸਮਾਨ ਹੀ ਸਮਝਦਾ ਹੈ । ਉਸ ਨੂੰ ਆਪਣੇ ਮਨ ਦੇ ਪੰਜਾਂ ਜਮਦੂਤਾਂ ਤੇ ਜਿੱਤ ਬਖਸ਼ਿਸ਼ ਹੋ ਜਾਂਦੀ ਹੈ । ਪ੍ਰਭ ਦੇ ਸ਼ਬਦ ਦਾ ਕੀਰਤਨ ਹੀ ਉਸ ਦਾ ਭੋਜਨ ਬਣ ਜਾਂਦਾ ਹੈ । ਉਹ ਸੰਸਾਰਕ ਮਾਇਆ ਦੇ ਪ੍ਰਭਾਵ ਤੋ ਰਹਿਤ ਰਹਿੰਦਾ ਹੈ । ਜਿਵੇਂ ਕਮਲ ਦਾ ਫੁੱਲ ਪਾਣੀ ਵਿੱਚ ਪਵਿੱਤਰ ਰਹਿੰਦਾ ਹੈ । ਉਹ ਪ੍ਰਭ ਦੇ ਸ਼ਬਦ ਦੀ ਸਿਖਿਆਂ, ਮਿੱਤਰ ਨਾਲ ਅਤੇ ਵੈਰੀ ਨਾਲ ਵੀ ਸਾਂਝੀ ਕਰਦਾ ਹੈ । ਉਸ ਦੀ ਲਗਨ ਸ਼ਬਦ ਦੀ ਪਾਲਣਾ ਵਿੱਚ ਅਡੋਲ ਰਹਿੰਦੀ, ਸੰਸਾਰਕ ਨਿੰਦਿਆਂ ਦਾ ਕੋਈ ਪ੍ਰਭਾਵ ਨਹੀਂ ਹੁੰਦਾ । ਉਹ ਆਪਣੀ ਖੁਦਗਰਜ਼ੀ ਤਿਆਗਕੇ ਨਿਮ੍ਰਤਾ ਵਾਲਾ ਬਣ ਜਾਂਦਾ ਹੈ । ਆਪਣੇ ਆਪ ਨੂੰ ਬਾਕੀ ਜੀਵਾਂ ਦੇ ਚਰਨਾਂ ਦੀ ਧੂੜ ਦੇ ਸਮਾਨ ਹੀ ਸਮਝਦਾ ਹੈ । ਜਿਸ ਜੀਵ ਵਿੱਚ ਹੀ ਇਹ 6 ਗੁਣ ਹੁੰਦੇ ਹਨ । ਬੰਦਗੀ ਕਰਨ ਵਾਲਾ, ਉਸ ਨੂੰ ਆਪਣਾ ਮਿੱਤਰ, ਸਾਥੀ ਸਮਝਦਾ ਹੈ ।

	6 Virtues of a Holy Saint	
1	ਨਿਰਲੇਪ	clean, desire-free
2	ਸ਼ਰਧਾ	Devotion- dedication
3	ਚਰਨ-ਧੂੜ -ਨਿਮ੍ਰਤਾ	Humility
4	ਸ਼ਬਦ ਦੀ ਪਾਲਣਾ	Adopt Teachings in own life.
5	ਲੀਨ- ਸ਼ਬਦ ਦੀ ਸਮਾਧੀ	intoxicated in void of His Word
6	ਆਪਾ ਤਿਆਗਣਾ	Surrender self-identity

You should sing the glory of His Word, while obeying the teachings of His Word. Whosoever may be blessed with the enlightenment of the essence of His Word; he may remain contented with worldly environments; miseries and pleasures. He may treat everyone same way politely with respect. His mind remains clean, pure without any jealousy; with His mercy and grace, he may be blessed to conquer 5 demons of worldly desires. Singing the glory of His Word may become a nourishment for his soul. He remains beyond the reach of sweet poison of worldly wealth. His soul may remain sanctified as lotus flower, remains sanctified in muddy water. He may inspire both friends and foes same way to meditate on the teachings of His Word. He may remain intoxicated in obeying the teachings of His Word. His state of mind may remain beyond the reach of criticism or rebuking by self-minded. He may renounce his greed and remain very humble, polite like the dust of the feet of others. Whosoever may have these **6 Virtues** in his way of life; everyone who may follow the path of meditation, consider his friend and true companion.

75. ਸਲੋਕ ਸਹਸਕ੍ਰਿਤੀ ਮਹਲਾ ੧॥ 1353- 4

ੴ ਸਤਿ ਨਾਮੁ ਕਰਤਾ ਪੁਰਖੁ, ਨਿਰਭਉ ਨਿਰਵੈਰੁ ਅਕਾਲ ਮੂਰਤਿ ਅਜੂਨੀ ਸੈਭੰ ਗੁਰ ਪ੍ਰਸਾਦਿ॥

ਪੜਿ ਪੁਸ੍ਤਕ ਸੰਧਿਆ ਬਾਦੰ॥ parhH pustak sanDhi-aa baadaN.
ਸਿਲ ਪੂਜਸਿ ਬਗੁਲ ਸਮਾਧੰ॥ sil poojas bagul samaaDhaN.
ਮੁਖਿ ਝੂਠੁ ਬਿਭੂਖਨ ਸਾਰੰ॥ mukh jhooth bibhookhan saaraN.
ਤ੍ਰੈਪਾਲ ਤਿਹਾਲ ਬਿਚਾਰੰ॥ taraipaal tihaal bichaaraN.
ਗਲਿ ਮਾਲਾ ਤਿਲਕ ਲਿਲਾਟੰ॥ gal maalaa tilak lilaataN.
ਦੁਇ ਧੋਤੀ ਬਸਤ੍ਰ ਕਪਾਟੰ॥ du-ay Dhotee bastar kapaataN.
ਜੋ ਜਾਨਸਿ ਬ੍ਰਹਮੰ ਕਰਮੰ॥ jo jaanas barahmaN karmaN.
ਸਭ ਫੋਕਟ ਨਿਸਚੈ ਕਰਮੰ॥ sabh fokat nischai karmaN.

ਕਹੁ ਨਾਨਕ ਨਿਸਚੌ ਧਿਆਵੈ॥ kaho naanak nischou Dhi-yaavai.
ਬਿਨੁ ਸਤਿਗੁਰ ਬਾਟ ਨ ਪਾਵੈ॥੧॥ bin satgur baat na paavai. ||1||

ਮਨਮੁਖ ਜੀਵ ਪਾਠ ਕਰਦਾ, ਬਾਣੀ ਪੜ੍ਹਦਾ, ਵਿਚਾਰ ਕਰਦਾ ਅਤੇ ਅਰਦਾਸ ਕਰਦਾ ਹੈ । ਜਿਸ ਅੱਗੇ ਅਰਦਾਸ ਕਰਦਾ, ਉਹ ਚੁੱਪ ਕਰੀ ਰਖਦਾ ਹੈ, ਜਿਵੇਂ ਸੰਮਾਧੀ ਵਿੱਚ ਹੋਵੇ । ਬਹੁਤ ਮਿੱਠੇ ਬੋਲਾਂ ਨਾਲ ਝੂਠ ਬੋਲਦਾ ਹੈ! ਇਹ ਦਿਨ ਵਿੱਚ ਤਿੰਨ ਵਾਰੀ ਕਰਦਾ ਹੈ । ਉਹ ਧਰਮ ਦੇ ਬਾਣੇ, ਰਹਿਤਨਾਮੇ ਵਿੱਚ ਪੂਰਾ ਰਹਿੰਦਾ ਹੈ! ਜਿਸ ਨੂੰ ਥੋੜ੍ਹੀ ਵੀ ਸ਼ਬਦ ਦੀ ਸੋਝੀ ਹੋਵੇ ਜਾ ਕਰਮਾਂ ਦੀ ਸੋਝੀ ਹੋਵੇ! ਉਹ ਜਾਣਦਾ ਹੈ, ਧਰਮ ਦੇ ਰੀਤੋਂ ਰੀਵਾਜ ਬਿਰਥੇ ਹੀ ਹਨ । ਜੀਵ ਪ੍ਰਭ ਅੱਗੇ ਅਡੋਲ ਭਰੋਸੇ ਨਾਲ ਅਰਦਾਸ ਕਰੋ! ਪ੍ਰਭ ਦੇ ਸ਼ਬਦ ਨਾਲ ਜੀਵਨ ਢਾਲਣ ਤੋ ਬਿਨਾਂ ਕੋਈ ਪ੍ਰਵਾਨਗੀ ਦੇ ਰਸਤੇ ਨਹੀਂ ਚਲ ਸਕਦਾ ।

Self-minded may recite routine Gurbani, read ceremonial reading religious Holy Scripture, think about teachings of Holy Scripture and prays for forgiveness from a presumed symbol of The True Master. The presumed True Master may be a statue of ancient prophet or written doctrine incarnated as guru; however, presumed God may remain quiet as in void. He may tell lies with sweet words, few times a day. He may adopt religious robe and conforms to religious outlook. Whosoever may have an enlightenment of the essence of His Word and comprehends his worldly deeds; he may realize, religious robe, rituals may be useless for the real purpose of human life opportunity. You should whole heartedly with steady and stable belief on His Word as an ultimate Command. Remember! Without adopting the teachings of His Word with steady and stable belief in day-to-day life; no one may ever be blessed with the right path of acceptance in His Court nor remains on the right path of acceptance in His Court.

76. ਮਹਲਾ ੫ – ਗਾਥਾ॥ 1360-10

ਮੈਲਾਗਰ ਸੰਗੇਣ ਨਿੰਮੁ, mailaagar sangayn nimm
ਬਿਰਖ ਸਿ ਚੰਦਨਹ॥ birakh se chandnah.
ਨਿਕਟਿ ਬਸੰਤੋ ਬਾਂਸੋ, nikat basanto baaNso
ਨਾਨਕ ਅਹੰ ਬੁਧਿ ਨ ਬੋਹਤੇ॥੫॥ naanak ahaN buDh na bohtay. ||5||

ਨਿੰਮ ਦਾ ਬ੍ਰਿਛ ਚੰਦਨ ਦੇ ਬ੍ਰਿਛ ਦੇ ਨੇੜੇ ਪੈਦਾ ਹੋਇਆ, ਚੰਦਨ ਵਰਗੀ ਸੁਗੰਧ ਦੇਂਦਾ ਹੈ । ਪਰ ਬਾਸ ਦਾ ਬ੍ਰਿਛ ਵੀ ਚੰਦਨ ਦੇ ਨੇੜੇ ਹੁੰਦਾ ਹੈ । ਚੰਦਨ ਨਾਲੋ ਬਹੁਤ ਲੰਮਾ ਹੁੰਦਾ, ਬਹੁਤ ਘਮੰਡੀ ਹੁੰਦਾ ਹੈ । ਇਸ ਦੀ ਸੁੰਗਧ ਚੰਦਨ ਵਰਗੀ ਨਹੀਂ ਹੁੰਦੀ ।

The lowly Nim tree grows near sandalwood tree may spread an aroma like sandalwood. Whoever a bamboo tall tree also grows near Sandalwood and remains proud of his height; however, does not pick any fragrance from sandalwood.

ਦਸਨ ਬਿਹੂਨ ਭੁਯੰਗੰ |dasan bihoon bhu-yaaNgaN
ਮੰਤ੍ਰੰ ਗਾਰੁੜੀ ਨਿਵਾਰੰ॥ mantraN gaarurhee nivaaraN.
ਬ੍ਯਾਧਿ ਉਪਾੜਣ ਸੰਤੰ॥ bayaaDh upaarhan santaN.
ਨਾਨਕ ਲਬਧ ਕਰਮਣਹ॥੧੬॥ naanak labaDh karamneh. ||16||

ਸੱਪ ਨੂੰ ਪਕੜਣ ਵਾਲਾ ਆਪਣੇ ਮੰਤਰ ਨਾਲ ਸੱਪ ਦਾ ਜ਼ਹਿਰ ਵਾਲ ਡੰਗ ਕੱਢ ਦੇਂਦਾ ਹੈ । ਸੱਪ ਦਾ ਜ਼ਹਿਰ, ਡਰ, ਖਤਮ ਹੋ ਜਾਂਦਾ ਹੈ । ਇਸਤਰ੍ਹਾਂ ਹੀ ਬੰਦਗੀ ਵਾਲੇ ਸੰਤ ਜੀਵ ਦੇ ਮਨ ਵਿਚੋਂ ਬੁਰੇ ਖਿਆਲ ਨਾਸ ਕਰ ਦੇਂਦੇ ਹਨ । ਉਸ ਦੀ ਸੰਗਤ ਚੰਗੇ ਭਾਗਾਂ ਨਾਲ ਹੀ ਬਖਸ਼ਿਸ਼ ਹੁੰਦੀ ਹੈ ।

The snake-charmer may remove his poisonous fang of snake. The fear of poison from snake fang may be eliminated. Same way, in conjugation of His Holy saint, the evil thoughts may be eliminated in meditation on the teachings of His Word. Whosoever may have a great prewritten destiny, only he may be blessed with the conjugation of His Holy saint.

ਦਸਨ ਬਿਹੂਨ ਭੁਯੰਗੰ |dasan bihoon bhu-yaaNgaN
ਮੰਤ੍ਰੰ ਗਾਰੁੜੀ ਨਿਵਾਰੰ॥ mantraN gaarurhee nivaaraN.
ਬ੍ਯਾਧਿ ਉਪਾੜਣ ਸੰਤੰ॥ bayaaDh upaarhan santaN.
ਨਾਨਕ ਲਬਧ ਕਰਮਣਹ॥੧੬॥ naanak labaDh karamneh. ||16||

ਸੱਪ ਨੂੰ ਪਕੜਣ ਵਾਲਾ ਆਪਣੇ ਮੰਤਰ ਨਾਲ ਸੱਪ ਦਾ ਜ਼ਹਿਰ ਵਾਲ ਡੰਗ ਕੱਢ ਦੇਂਦਾ ਹੈ । ਸੱਪ ਦਾ ਜ਼ਹਿਰ, ਡਰ, ਖਤਮ ਹੋ ਜਾਂਦਾ ਹੈ । ਇਸਤਰ੍ਹਾਂ ਹੀ ਬੰਦਗੀ ਵਾਲੇ ਸੰਤ ਜੀਵ ਦੇ ਮਨ ਵਿਚੋਂ ਬੁਰੇ ਖਿਆਲ ਨਾਸ ਕਰ ਦੇਂਦੇ ਹਨ । ਉਸ ਦੀ ਸੰਗਤ ਚੰਗੇ ਭਾਗਾਂ ਨਾਲ ਹੀ ਬਖਸ਼ਿਸ਼ ਹੁੰਦੀ ਹੈ ।

The snake-charmer may remove his poisonous fang of snake. The fear of poison from snake fang may be eliminated. Same way, in conjugation of His Holy saint, the evil thoughts may be eliminated in meditation on the teachings of His Word. Whosoever may have a great prewritten destiny, only he may be blessed with the conjugation of His Holy saint.

77. ਫੁਨਹੇ ਮਹਲਾ ੫॥ 1363-5

ਜਿਥੈ ਜਾਏ ਭਗਤੁ ਸੁ ਥਾਨੁ ਸੁਹਾਵਣਾ॥ jithai jaa-ay bhagat so thaan suhaavanaa.
ਸਗਲੇ ਹੋਏ ਸੁਖ ਹਰਿ ਨਾਮੁ ਧਿਆਵਣਾ॥ saglay ho-ay sukh har naam Dhi-aavanaa.
ਜੀਅ ਕਰਨਿ ਜੈਕਾਰੁ ਨਿੰਦਕ ਮੁਏ ਪਚਿ॥ jee-a karan jaikaar nindak mu-ay pach.
ਸਾਜਨ ਮਨਿ ਆਨੰਦੁ saajan man aanand
ਨਾਨਕ ਨਾਮੁ ਜਪਿ॥੧੮॥ naanak naam jap. ||18||

ਜਿੱਥੇ ਵੀ ਪ੍ਰਭ ਦੇ ਸ਼ਬਦ ਦੀ ਬੰਦਗੀ ਕਰਨ ਵਾਲੇ ਇਕੱਠੇ ਹੁੰਦੇ, ਸ਼ਬਦ ਦੇ ਗੁਣ ਗਾਉਂਦੇ ਹਨ । ਉਹ ਥਾਂ ਹੀ ਸੁਹਾਵਾਨਾ, ਪਵਿੱਤਰ, ਬਖਸ਼ਿਸ਼ ਵਾਲਾ ਬਣ ਜਾਂਦਾ ਹੈ । ਸ਼ਬਦ ਦੀ ਪਾਲਣਾ ਕਰਦੇ ਮਨ ਨੂੰ ਸਭ ਅਨੰਦ, ਖੇੜੇ, ਸੁਖ ਬਖਸ਼ਿਸ਼ ਹੋ ਜਾਂਦੇ ਹਨ । ਸੰਸਾਰਕ ਜੀਵ ਬੰਦਗੀ ਕਰਨ ਵਾਲੇ ਦੀ ਸੋਭਾ ਗਾਉਂਦਾ ਹੈ । ਨਿੰਦਿਆਂ ਕਰਨ ਵਾਲੇ ਨੂੰ ਸ਼ਰਮਿੰਦਗੀ, ਲਨ੍ਹਤਾਂ ਹੀ ਪੈਂਦੀਆਂ ਹਨ । ਜੀਵ ਪ੍ਰਭ ਦੇ ਸ਼ਬਦ ਦੇ ਗੁਣ ਗਾਉਣ ਨਾਲ ਮਨ ਵਿੱਚ ਸੰਤੋਖ, ਖੁਸ਼ੀ, ਅਨੰਦ, ਖੇੜਾ ਭਰਪੂਰ ਹੋ ਜਾਂਦਾ ਹੈ ।

Wherever, His true devotee may conjugate and sings the glory of His Word; with His mercy and grace, that place may become a Holy Shrine worthy of worship. Whosoever may obey the teachings of His Word with steady and stable belief; with His mercy and grace, he may be blessed with overwhelming peace of mind, contentment, and blossom. He may be honored in the universe. The slanderer may be embarrassed and rebuked in His Court. Whosoever may sing the glory of His Word; with His mercy and grace, he may remain overwhelmed with peace, contentment pleasure and blossom in his day-to-day life.

78. ਚਉਬੋਲੇ ਮਹਲਾ ੫॥ 1363-17

ੴ ਸਤਿਗੁਰ ਪ੍ਰਸਾਦਿ॥ ik-oNkaar satgur parsaad.

ਇੱਕੋ ਇੱਕ ਪ੍ਰਭ ਸ੍ਰਿਸ਼ਟੀ ਨੂੰ ਪੈਦਾ ਕਰਨ ਵਾਲਾ, ਤਿੰਨਾਂ ਗੁਣਾਂ (ਰੂਪ, ਰੰਗ, ਅਕਾਰ) ਤੋ ਰਹਿਤ ਹੈ । ਉਸ ਦੀ ਹੋਂਦ, ਸ਼ਬਦ, ਹੁਕਮ, ਭਾਣਾ ਅਟਲ ਹੈ । ਸ੍ਰਿਸ਼ਟੀ ਨੂੰ ਗਿਆਨ, ਚਾਨਣ ਬਖਸ਼ਣ ਵਾਲਾ ਅਟਲ ਮਾਲਕ ਹੈ । ਪ੍ਰਭ ਦੇ ਦਰਬਾਰ ਵਿੱਚ, ਪ੍ਰਵਾਨਗੀ ਕੇਵਲ ਪ੍ਰਭ ਦੀ ਰਹਿਮਤ ਨਾਲ ਹੀ ਬਖਸ਼ਿਸ਼ ਹੋ ਸਕਦੀ ਹੈ । ਕਿਸੇ ਸੰਸਾਰਕ ਗੁਰੂ ਦੀ ਅਸੀਸ ਨਾਲ ਜਾ ਕੋਈ ਇਸਤਰ੍ਹਾਂ ਦੀ ਬੰਦਗੀ ਨਹੀਂ, ਕੋਈ ਵੀ ਪ੍ਰਭਾਵ, ਦੁਬਿਆ ਨਹੀਂ ਪਾਇਆ ਜਾ ਸਕਦਾ ।

The One and only One True Master, Creator of the universe remains beyond three limitations of recognitions known to mankind; color, body structure-size, and beauty. His Word, His Existence, Command remains true forever and only His Command prevails in the universe; nothing else may exist without His Command. His Word remains the fountain of enlightenment and illumination in the universe. Whosoever may be bestowed with His Blessed Vision; only he may be blessed with the right path of acceptance in His Court; his earnings, wealth of His Word may be accepted in His Court. No external power, recommendation of any saint, prophet, worldly guru may influence His Blessings.

ਸੰਮਨ ਜਉ ਇਸ ਪ੍ਰੇਮ ਕੀ	samman ja-o is paraym kee
ਦਮ ਕ੍ਰਿਹੂ ਹੋਤੀ ਸਾਟ॥	dam ki-yahoo hotee saat.
ਰਾਵਨ ਹੁਤੇ ਸੁ ਰੰਕ ਨਹਿ,	raavan hutay so rank neh
ਜਿਨਿ ਸਿਰ ਦੀਨੇ ਕਾਟਿ॥੧॥	jin sir deenay kaat. ||1||

ਕਿਸੇ ਦਾ ਪਿਆਰ, ਅਡੋਲ ਲਗਨ, ਸੰਸਾਰਕ ਧਨ ਨਾਲ ਖਰੀਦੀ ਨਹੀਂ ਜਾ ਸਕਦੀ! ਰਾਵਨ ਬਹੁਤ ਵੱਡਾ, ਅਮੀਰ ਸ਼ੇਨਸਾਹ ਸੀ । ਉਹ ਵੀ ਸੀਤਾ ਦਾ ਪਿਆਰ ਨਾ ਖਰੀਦ ਸਕਿਆ! ਉਹ ਆਪਣਾ ਸਿਰ ਵੀ ਸ਼ਿਵਾਂ ਨੂੰ ਭੇਟਾ ਕਰਨ ਲਈ ਤਿਆਰ ਸੀ!

Worldly wealth cannot buy love or devotion of anyone. King **Raavan** was the greatest and the richest of all; Even then, he was not able to buy Sita's love. He was willing to offer His head to Shiva.

79. ਸਲੋਕ ਭਗਤ ਕਬੀਰ ਜੀਉ ਕੇ॥ 1365-1

ਕਬੀਰ ਚੰਦਨ ਕਾ ਬਿਰਵਾ ਭਲਾ,	kabeer chandan kaa birvaa bhalaa
ਬੇੜ੍ਹਿਓ ਢਾਕ ਪਲਾਸ॥	bayrheha-o dhaak palaas.
ਓਇ ਭੀ ਚੰਦਨੁ ਹੋਇ ਰਹੇ,	o-ay bhee chandan ho-ay rahay
ਬਸੇ ਜੁ ਚੰਦਨ ਪਾਸਿ॥੧੧॥	basay jo chandan paas. ||11||

ਜਿਸ ਜੀਵ ਦੀ ਆਤਮਾ ਨਿਰਮਲ ਹੁੰਦੀ ਹੈ । ਉਹ ਤੇ ਦੂਸਰੇ ਗਲਤ ਕੰਮ ਕਰਨ ਵਾਲੇ ਜੀਵਾਂ ਦੇ ਕੰਮਾਂ ਦਾ ਕੋਈ ਪ੍ਰਭਾਵ ਨਹੀਂ ਪੈਂਦਾ । ਸਗੋ ਬੁਰੇ ਕੰਮ ਕਰਨ ਵਾਲੇ ਜੀਵਾਂ ਤੇ ਵੀ ਚੰਗੇ ਕੰਮਾਂ ਦਾ ਅਸਰ ਹੋ ਜਾਂਦਾ ਹੈ । ਉਹ ਵੀ ਸਿੱਧੇ ਰਸਤੇ ਤੇ ਚੱਲਣ ਲਗ ਪੈਂਦਾ ਹੈ ।

Whose soul may remain blemish-free from worldly desires; his way of life may remain beyond the influence of evil doers, sinner. Rather, a sinner may be influenced to adopt some good virtues in his own life. He may adopt the right path, the teachings of His Word.

ਕਬੀਰ ਬਾਂਸੁ ਬਡਾਈ ਬੂਡਿਆ,	kabeer baaNs badaa-ee boodi-aa
ਇਉ ਮਤ ਡੂਬਹੁ ਕੋਇ॥	i-o mat doobahu ko-ay.
ਚੰਦਨ ਕੈ ਨਿਕਟੇ ਬਸੈ,	chandan kai niktay basai
ਬਾਂਸੁ ਸੁਗੰਧੁ ਨ ਹੋਇ॥੧੨॥	baaNs suganDh na ho-ay. ||12||

ਜਿਹੜਾ ਆਪਣੀ ਗਲਤੀ ਨੂੰ ਪਛਾਣਦਾ ਨਹੀਂ । ਪਰ ਆਪਣੀ ਘਮੰਡ ਵਿੱਚ ਹੀ ਮਸਤ ਰਹਿੰਦਾ ਹੈ । ਉਹ ਚੰਗੇ ਕਰਮ ਕਰਨ ਵਾਲੇ ਦੇ ਜੀਵਨ ਦੀ ਕੋਈ ਸਿਖਿਆਂ ਆਪਣੇ ਜੀਵਨ ਵਿੱਚ ਨਹੀਂ ਅਪਣਾਉਂਦਾ । ਸਿਮਰਨ ਕਰਨ ਵਾਲੇ ਜੀਵ ਦੇ ਚੰਗੇ ਕੰਮਾਂ ਦਾ ਉਸ ਤੇ ਕੋਈ ਅਸਰ ਨਹੀਂ ਹੁੰਦਾ । ਉਸ ਦਾ ਮਾਨਸ ਜਨਮ ਅਧੂਰਾ ਹੀ ਰਹਿੰਦਾ ਹੈ ।

Whosoever may not recognize his own mistakes, evil deeds; however, he may remain on high horse of his ego. He may never learn nor adopt any good virtues from His true devotee in his day-to-day life. He may not be blessed with the right path of human life journey.

The life experience teachings of His true devotee may not have any influence of the way of life of evil doer. His human life journey may not be rewarded.

ਕਬੀਰ ਇਹੁ ਤਨੁ ਜਾਇਗਾ, kabeer ih tan jaa-igaa
ਸਕਹੁ ਤ ਲੇਹੁ ਬਹੋਰਿ॥ sakahu ta layho bahor.
ਨਾਂਗੇ ਪਾਵਹੁ ਤੇ ਗਏ, naaNgay paavhu tay ga-ay
ਜਿਨ ਕੇ ਲਾਖ ਕਰੋਰਿ॥੨੭॥ jin kay laakh karor. ||27||

ਸੰਸਾਰ ਵਿਚ ਬੁਹਤ ਵੱਡੇ ਵੱਡੇ ਧੰਨਾਡ, ਬੁਹਤ ਮਾਇਆ ਧਾਰੀ ਨੂੰ ਵੀ ਮੌਤ ਆਉਂਦੀ ਹੈ । ਉਹ ਸੰਸਾਰ ਵਿੱਚੋਂ ਖਾਲੀ ਹੱਥ, ਨੰਗੇ ਪੈਰੀ ਹੀ ਵਾਪਸ ਜਾਂਦਾ ਹੈ । ਜੀਵ ਦਾ ਨਾਸ ਹੋਣ ਵਾਲਾ ਤਨ, ਸਵਾਸ ਖਤਮ ਹੋਣ ਤੇ ਇੱਕ ਦਿਨ ਖਤਮ ਹੋ ਜਾਣਾ ਹੈ । ਸ਼ਬਦ ਦੀ ਕਮਾਈ ਹੀ ਸਦਾ ਸਾਥੀ ਦੇਂਦੀ ਹੈ ।

Even worldly rich and powerful also face death at predetermined time. His soul must leave empty handed, naked without any cloth. His perishable body may be destroyed by exhausting the capital of breathes. Only the earnings of His Word may remain a true companion of his soul forever.

****Note: soul enter the court of The Righteous Judge within his own 10th cave to endure the judgement; soul never need any robe; only burden of his worldly deeds;**

ਕਬੀਰ ਏਕ ਘੜੀ ਆਧੀ ਘਰੀ, kabeer ayk gharhee aaDhee gharee
ਆਧੀ ਹੂੰ ਤੇ ਆਧ॥ aaDhee hooN tay aaDh.
ਭਗਤਨ ਸੇਤੀ ਗੋਸਟੇ, bhagtan saytee gostay
ਜੋ ਕੀਨੇ ਸੋ ਲਾਭ॥੨੩੨॥ jo keenay so laabh. ||232||

ਜੀਵ ਬੰਦਗੀ ਕਰਨ ਦਾ ਕੋਈ ਮਿਥਿਆ ਸਮਾਂ ਨਹੀਂ ਹੁੰਦਾ ਹੈ । ਜਿਹੜਾ ਪਲ, ਸਵਾਸ ਵੀ ਬੰਦਗੀ ਕਰਨ ਵਿੱਚ ਲਾਇਆ ਜਾਂਦਾ ਹੈ! ਉਸ ਦਾ ਲਾਭ ਹੀ ਲਾਭ ਹੈ, ਕੋਈ ਘਾਟੇ ਵਾਲਾ ਕੰਮ ਨਹੀਂ ਹੈ ।

To remember The True Master has no limit, no specified time, no specific routine prayer. Every meditation may always be profitable and never have any down fall.

80. ਸਲੋਕ ਸੇਖ ਫਰੀਦ ਜੀ॥ 1378 -4

ਫਰੀਦਾ ਜੇ ਤੂ ਅਕਲਿ ਲਤੀਫੁ, fareedaa jay too akal lateef
ਕਾਲੇ ਲਿਖੁ ਨ ਲੇਖ॥ kaalay likh na laykh.
ਆਪਨੜੇ ਗਿਰੀਵਾਨ ਮਹਿ aapnarhay gireevaan meh
ਸਿਰੁ ਨੀਵਾਂ ਕਰਿ ਦੇਖੁ॥੬॥ sir neeNvaaN kar daykh. ||6||

ਜਿਹੜਾ ਆਪਣੇ ਆਪ ਨੂੰ ਸੋਝੀ ਵਾਲਾ ਸਮਝਦਾ ਹੈ । ਉਹ ਹੋਰ ਕਿਸੇ ਦਾ ਬੁਰਾ, ਨਿੰਦਿਆਂ ਨਹੀਂ ਕਰਦਾ । ਸਗੋ ਆਪਣੇ ਅੰਦਰ ਝਾਤੀ ਮਾਰਕੇ, ਆਪਣੇ ਅਉਗੁਣ ਵਿਚਾਰਦਾ, ਆਪਣੇ ਮਨ ਤੇ ਜਿੱਤ ਪਾਉਂਦਾ ਹੈ ।

Whosoever may consider himself wise, enlightened. He may never do any harm or criticize others way of life. Rather, he may revisit his way of life to control his own evil thoughts and conquer his own worldly desires.

ਫਰੀਦਾ ਜੋ ਤੈ ਮਾਰਨਿ ਮੁਕੀਆਂ, fareedaa jo tai maaran mukee-aaN
ਤਿਨ੍ਹਾ ਨ ਮਾਰੇ ਘੁੰਮਿ॥ tinHaa na maaray ghumm.
ਆਪਨੜੈ ਘਰਿ ਜਾਈਐ, aapnarhai ghar jaa-ee-ai
ਪੈਰ ਤਿਨ੍ਹਾ ਦੇ ਚੁੰਮਿ॥੭॥ pair tinHaa day chumm. ||7||

ਜਿਹੜਾ ਬੰਦਗੀ ਦੇ ਰਸਤੇ ਚਲਦਾ ਹੈ, ਆਪਣੀ ਬੁਰਾਈ, ਨਿੰਦਿਆਂ ਕਰਨ ਵਾਲੇ ਨਾਲ ਨਰਾਜ਼ ਨਹੀਂ ਹੁੰਦਾ, ਮਨ ਵਿੱਚ ਬਦਲੇ ਦੀ ਪਾਵਨਾ ਨਹੀਂ ਰਖਦਾ । ਸਗੋ ਨਿਮਾਣਾ ਬਣਕੇ ਆਪਣੇ ਕੀਤੇ ਕੰਮ ਨੂੰ ਪਰਖਦਾ, ਉਸ ਦਾ ਧੰਨਵਾਦ ਕਰਦਾ ਹੈ । ਅੱਗੇ ਤੋ ਆਪਣੇ ਆਪ ਨੂੰ ਸੁਧਾਰ ਲੈਂਦਾ ਹੈ ।

Whosoever may adopt the teachings of His Word with steady and stable belief in his day-to-day life. He may never become angry, disappointed with his slanderer, or evil doer nor become a slave of revenge in his mind. Rather, he may humbly thank his slanderer, evaluate his way of life, and improve his way of life; his tolerance.

ਕਵਣੁ ਸੁ ਅਖਰੁ, ਕਵਣੁ ਗੁਣੁ,	kavan so akhar kavan gun
ਕਵਣੁ ਸੁ ਮਣੀਆ ਮੰਤੁ॥	kavan so manee-aa mant.
ਕਵਣੁ ਸੁ ਵੇਸੋ ਹਉ ਕਰੀ,	kavan so vayso ha-o karee
ਜਿਤੁ ਵਸਿ ਆਵੈ ਕੰਤੁ॥੧੨੬॥	jit vas aavai kant. ||126||

ਪ੍ਰਭ ਉਹ ਕਿਹੜਾ ਸ਼ਬਦ, ਕੰਮ ਹੈ, ਕਿਹੜਾ ਮੰਤਰ ਹੈ, ਉਹ ਕਿਹੜਾ ਬਾਣਾ ਹੈ? ਜਿਹੜਾ ਬਾਣਾ ਪਾਉਣ ਨਾਲ ਪ੍ਰਵਾਨਗੀ ਦਾ ਰਸਤਾ ਬਖਸ਼ਿਸ਼ ਹੋ ਜਾਂਦਾ ਹੈ ।

My True Master! What Word, work, mentor, or robe may I adopt in my day-to-day life to become worthy of Your Consideration? I may be blessed with the right path of acceptance in Your Court.

ਨਿਵਣੁ ਸੁ ਅਖਰੁ ਖਵਣੁ ਗੁਣੁ,	nivan so akhar khavan gun
ਜਿਹਬਾ ਮਣੀਆ ਮੰਤੁ॥	jihbaa manee-aa mant.
ਏ ਤ੍ਰੈ ਭੈਣੇ ਵੇਸ ਕਰਿ,	ay tarai bhainay vays kar
ਤਾਂ ਵਸਿ ਆਵੀ ਕੰਤੁ॥੧੨੭॥	taaN vas aavee kant. ||127||

ਜੀਵ ਨਿਮਰਤਾ ਉਹ ਸ਼ਬਦ ਹੈ? ਕਿਸੇ ਦੀ ਗਲਤੀ ਨੂੰ ਭੁਲ ਜਾਣਾ ਹੀ ਉਹ ਕਰਮ ਹੈ? ਮਿੱਠਾ ਬੋਲਨਾ ਹੀ ਉਹ ਮੰਤਰ ਹੈ? ਉਹ ਹੀ ਅਸਲੀ ਬਾਣਾ ਹੈ? ਜਿਸ ਨਾਲ ਅਸਲੀ ਪ੍ਰਵਾਨਗੀ ਦਾ ਰਸਤਾ ਬਖਸ਼ਿਸ਼ ਹੋ ਸਕਦਾ ਹੈ ।

Humility, politeness may be the word; to forgive others mistakes may be the task, deed; politely speaking may be the mentor. Whosoever may adopt such a robe; with His mercy and grace, he may be blessed with the right path of acceptance in His Court.

ਮਤਿ ਹੋਦੀ ਹੋਇ ਇਆਣਾ॥	mat hodee ho-ay i-aanaa.
ਤਾਣ ਹੋਦੇ ਹੋਇ ਨਿਤਾਣਾ॥	taan hoday ho-ay nitaanaa.
ਅਣਹੋਦੇ ਆਪੁ ਵੰਡਾਏ॥	anhoday aap vandaa-ay.
ਕੋ ਐਸਾ ਭਗਤੁ ਸਦਾਏ॥੧੨੮॥	ko aisaa bhagat sadaa-ay. ||128||

ਜਿਹੜਾ ਗਿਆਨ ਹੁੰਦੇ ਵੀ, ਅਹੰਕਾਰ ਨਹੀਂ ਕਰਦਾ । ਬਲ ਹੁੰਦੇ ਵੀ ਕਿਸੇ ਤੇ ਜ਼ੁਲਮ ਨਹੀ ਕਰਦਾ । ਆਪਣੇ ਲੋੜ ਵਿਚੋਂ ਹੀ ਦੂਸਰੇ ਨਾਲ ਵੰਡਦਾ ਹੈ । ਜਿਹੜਾ ਇਸਤਰ੍ਹਾਂ ਦੀ ਅਵਸਥਾ ਵਾਲਾ ਜੀਵ ਹੁੰਦਾ ਹੈ । ਉਹ ਹੀ ਪ੍ਰਭ ਦਾ ਅਸਲੀ ਸੇਵਕ ਕਹਾਉਣ ਦੇ ਯੋਗ ਹੁੰਦਾ ਹੈ ।

Whosoever may not boast about his enlightenment, knowledge; even with physical strength, he may not enforce his opinion on others; save from his own necessity and shares with helpless, less fortunate; any one with such a state of mind may be worthy to be called His true devotee.

81. ਸਵਈਏ ਮਹਲੇ ਪਹਿਲੇ ਕੇ ੧ (1389-10) – ਕਲ੍ਯ

੧ਓ ਸਤਿਗੁਰ ਪ੍ਰਸਾਦਿ॥	ik-oNkaar satgur parsaad.
ਇਕ ਮਨਿ ਪੁਰਖੁ ਧਿਆਇ ਬਰਦਾਤਾ॥	ik man purakh Dhi-aa-ay bardaataa.
ਸੰਤ ਸਹਾਰੁ ਸਦਾ ਬਿਖਿਆਤਾ॥	sant sahaar sadaa bikhi-aataa.
ਤਾਸੁ ਚਰਨ ਲੇ ਰਿਦੈ ਬਸਾਵਉ॥	taas charan lay ridai basaava-o.
ਤਉ ਪਰਮ ਗੁਰੂ ਨਾਨਕ ਗੁਨ ਗਾਵਉ॥੧॥	ta-o param guroo naanak gun gaava-o. |1||

ਜੀਵ ਇੱਕ ਮਨ ਹੋ ਕੇ ਅਟਲ ਅਕਾਲ ਪੁਰਖ ਦੇ ਸ਼ਬਦ ਦਾ ਸਿਮਰਨ ਕਰੋ! ਉਸ ਦੀਆਂ ਰਹਿਮਤਾਂ ਪ੍ਰਾਪਤ ਕਰੋ । ਪ੍ਰਭ ਦੇ ਸ਼ਬਦ ਦੀ ਸਿਖਿਆਂ ਹੀ ਸੰਤ ਸਰੂਪ ਦੇ ਜੀਵਨ ਦਾ ਅਧਾਰ, ਆਸਰਾ ਹੁੰਦਾ ਹੈ । ਆਪਣੇ ਹਿਰਦੇ ਵਿੱਚ ਸ਼ਬਦ ਰੂਪੀ ਚਰਨਾਂ ਤੇ ਪੂਰਨ ਭਰੋਸੇ ਨਾਲ ਗੁਣ ਸਿਮਰਨ ਕਰੋ ।

You should meditate on the teachings of His Word, The Forever True Master, with steady and stable belief, whole heartedly. You may be blessed with the enlightenment of the essence of His Word. The teachings of His Word remain the guiding principle of the way of life of His true devotee, His Holy saint. You should meditate on the teachings of His Word with steady and stable belief.

ਗਾਵਉ ਗੁਨ ਪਰਮ ਗੁਰੁ,	gaava-o gun param guroo
ਸੁਖ ਸਾਗਰ ਦੁਰਤ ਨਿਵਾਰਨ ਸਬਦ ਸਰੇ॥	sukh saagar durat nivaaran sabad saray.
ਗਾਵਹਿ ਗੰਭੀਰ ਧੀਰ ਮਤਿ ਸਾਗਰ,	gaavahi gambheer Dheer mat saagar
ਜੋਗੀ ਜੰਗਮ ਧਿਆਨੁ ਧਰੇ॥	jogee jangam Dhi-aan Dharay.
ਗਾਵਹਿ ਇੰਦ੍ਰਾਦਿ ਭਗਤ ਪ੍ਰਹਿਲਾਦਿਕ,	gaavahi indraad bhagat par-hilaadik
ਆਤਮ ਰਸੁ ਜਿਨਿ ਜਾਣਿਓ॥	aatam ras jin jaani-o.
ਕਬਿ ਕਲ ਸੁਜਸੁ ਗਾਵਉ ਗੁਰ ਨਾਨਕ,	kab kal sujas gaava-o gur naanak
ਰਾਜੁ ਜੋਗੁ ਜਿਨਿ ਮਾਣਿਓ॥੨॥	raaj jog jin maani-o.||2||

ਉਸ ਅਦੁੱਤੀ ਹੋਂਦ ਦੇ ਗੁਣ ਗਾਉਣ ਨਾਲ ਸਾਗਰ ਨੂੰ ਪਾਰ ਕਰਨ ਦਾ, ਪ੍ਰਵਾਨਗੀ ਦਾ ਅਸਲੀ ਰਸਤਾ ਬਖਸ਼ਿਸ਼ ਹੋ ਜਾਂਦਾ ਹੈ । ਪ੍ਰਭ ਦੇ ਦਾਸ ਦੇ ਪਾਪ ਬਖਸ਼ੇ ਜਾਂਦੇ, ਉਹ ਪ੍ਰਭ ਦੇ ਸ਼ਬਦ ਦਾ ਸਿਮਰਨ ਕਰਦਾ, ਸ਼ਬਦ ਦੀ ਸਮਾਧੀ ਵਿੱਚ ਅਡੋਲ ਰਹਿੰਦਾ ਹੈ । ਇੰਦਰ ਅਤੇ ਪ੍ਰਹਿਲਾਦ ਵਰਗੇ ਭਗਤ, ਪ੍ਰਭ ਦੇ ਸ਼ਬਦ ਦੀ ਮਹੱਤਤਾ ਜਾਣਦੇ, ਸ਼ਬਦ ਦੇ ਗੁਣ ਗਾਉਂਦੇ ਹਨ । ਕਵੀ ਕਲ੍ਹ, ਨਾਨਕ ਦੇ ਜੀਵਨ ਤੋ ਹੈਰਾਨ ਰਹਿੰਦਾ, ਉਸ ਦੀ ਸਿਖਿਆਂ ਦੀ ਉਸਤਤ ਗਾਉਂਦਾ ਹੈ!

Whosoever may be singing the glory of the teachings of His Word, most exalted The True Master; with His mercy and grace, he may be blessed with the right path of acceptance in His Court. His sins of previous lives may be forgiven and he may remain intoxicated in meditation in the void of His Word. Prophets like **Inder, Parhilaad** may be enlightened with the significance of the teachings of His Word; with His mercy and grace, he may remain singing the glory of His Word in the void of His Word. Poet **Kal** remains fascinating from the way of life of His true devotee Nanak Ji! He remains singing the glory of The True Master.

ਗਾਵਹਿ ਜਨਕਾਦਿ ਜੁਗਤਿ ਜੋਗੇਸੁਰ,	gaavahi jankaad jugat jogaysur
ਹਰਿ ਰਸ ਪੂਰਨ ਸਰਬ ਕਲਾ॥	har ras pooran sarab kalaa.
ਗਾਵਹਿ ਸਨਕਾਦਿ ਸਾਧ ਸਿਧਾਦਿਕ,	gaavahi sankaad saaDh siDhaadik
ਮੁਨਿ ਜਨ ਗਾਵਹਿ ਅਛਲ ਛਲਾ॥	mun jan gaavahi achhal chhalaa.
ਗਾਵੈ ਗੁਣ ਧੋਮੁ ਅਟਲ ਮੰਡਲਵੈ,	gaavai gun Dhom atal mandlavai
ਭਗਤਿ ਭਾਇ ਰਸੁ ਜਾਣਿਓ॥	bhagat bhaa-ay ras jaani-o.
ਕਬਿ ਕਲ ਸੁਜਸੁ ਗਾਵਉ	kab kal sujas gaava-o
ਗੁਰ ਨਾਨਕ, ਰਾਜੁ ਜੋਗੁ ਜਿਨਿ ਮਾਣਿਓ॥੩॥	gur naanak raaj jog jin maani-o. ||3||

ਰਾਜੇ ਜਨਕ ਵਰਗੇ ਭਗਤ, ਮਾਹ ਬਲੀ ਜੋਗੀ ਵੀ ਪੂਰਨ ਅਟਲ ਦਾ ਸਿਮਰਨ ਕਰਦੇ, ਰਹਿਮਤਾਂ ਦਾ ਅਨੰਦ ਮਾਣਦੇ ਹਨ । ਸ਼ੰਕਰ ਵਰਗੇ ਭਗਤ, ਸਾਧੂ, ਸਿਧ ਜੋਗੀ ਨੂੰ ਸ਼ਬਦ ਦੇ ਸਿਮਰਨ ਕਰਨ ਨਾਲ ਰਿਧੀਆਂ ਸਿਧਿਆਂ ਬਖਸ਼ਿਸ਼ ਹੋਈਆ ਹਨ । ਜਿਹੜੇ ਪ੍ਰਭ ਨੂੰ ਧੋਖਾ ਨਹੀਂ ਦਿੱਤਾ ਜਾ ਸਕਦਾ, ਉਸ ਦੇ ਸ਼ਬਦ ਦਾ ਸਿਮਰਨ ਕਰਦੇ ਹਨ । ਦੇਰੋ ਦੇ ਰਾਜੇ ਧੋਮੁ ਵਰਗੇ, ਜਿਸ ਦਾ ਰਾਜ ਭਾਗ ਅਡੋਲ ਰਹਿਣ ਵਾਲਾ ਸੀ! ਉਸ ਨੂੰ ਪ੍ਰਭ ਦੇ ਸ਼ਬਦ ਦੇ ਸਿਮਰਨ ਦੀ ਮਹੱਤਤਾ ਹੋਈ ਹੈ । ਕਵੀ ਕਲ੍ਹ, ਭਗਤ ਨਾਨਕ ਦੇ ਜੀਵਨ ਤੋ ਹੈਰਾਨ ਰਹਿੰਦਾ ਹੈ, ਉਸ ਦੇ ਜੀਵਨ ਦੀ ਸਿਖਿਆਂ ਦੀ ਉਸਤਤ ਗਾਉਂਦਾ ਹੈ!

Saintly king **Janak, great Yogi (Maha balle**) remain meditating on the teachings of His Word; they remain contented and cherish the pleasures of His Bliss. Prophet like **Sankar**, Holy saint, **Sidh** Yogis remain intoxicated in meditating and cherish miracle powers. They remain intoxicated in the void of The True Master; who may remain beyond the reach of any deception of worldly wealth nor any of His Creation. The King of Daaroo, whose kingdom was unshakable; he believes in the ultimate power of meditating on the teachings of His Word. Poet **Kal** remains fascinating from the way of life of His true devotee Nanak Ji! He remains singing the glory of The True Master.

ਗਾਵਹਿ ਕਪਿਲਾਦਿ ਆਦਿ ਜੋਗੇਸੁਰ,	gaavahi kapilaad aad jogaysur
ਅਪਰੰਪਰ ਅਵਤਾਰ ਵਰੋ॥	aprampar avtaar varo.
ਗਾਵੈ ਜਮਦਗਨਿ ਪਰਸਰਾਮੇਸੁਰ,	gaavai jamadgan parasraamaysur
ਕਰ ਕੁਠਾਰੁ ਰਘੁ ਤੇਜੁ ਹਰਿਓ॥	kar kuthaar ragh tayj hari-o.
ਉਧੌ ਅਕ੍ਰੂਰੁ ਬਿਦਰੁ ਗੁਣ ਗਾਵੈ,	uDhou akroor bidar gun gaavai
ਸਰਬਾਤਮੁ ਜਿਨਿ ਜਾਣਿਓ॥	sarbaatam jin jaani-o.
ਕਬਿ ਕਲ ਸੁਜਸੁ ਗਾਵਉ ਗੁਰ ਨਾਨਕ,	kab kal sujas gaava-o gur naanak
ਰਾਜੁ ਜੋਗੁ ਜਿਨਿ ਮਾਣਿਓ॥੪॥	raaj jog jin maani-o. ||4||

ਜੋਗੀ ਕਪਿਲਾਦ, ਸਾਰੇ ਜੋਗ ਮਤਵਾਲੇ ਜੋਗੀ ਵੀ ਪ੍ਰਭ ਨੂੰ ਹੀ ਅਟਲ ਰਹਿਣ ਵਾਲਾ ਅਕਾਲ ਪੁਰਖ ਹੀ ਮੰਨਦੇ ਹਨ । ਜਮਦਗਨਿ, ਪੁਤਰ ਪਰਸਰਾਮੇਸੁਰ ਜਿਸ ਦਾ ਰਾਜ ਰਘੁਪਵੀਰ ਨੇ ਖਤਮ ਕੀਤਾ ਸੀ । ਪ੍ਰਭ ਦੇ ਸ਼ਬਦ ਦਾ ਹੀ ਸਿਮਰਨ ਕਰਦਾ ਹੈ । ਭਗਤ ਉਧੋ, ਅਕ੍ਰੂਰ, ਬਿਦਰੁ ਨੇ ਅਨੁਭਵ ਕੀਤਾ । ਪ੍ਰਭ ਹੀ ਸਾਰੀਆਂ ਸ੍ਰਿਸ਼ਟੀਆਂ ਦੀਆਂ ਆਤਮਾਂ ਦਾ ਭਾਗ ਹੀ ਹੈ । ਕਵੀ ਕਲ੍ਹ, ਭਗਤ ਨਾਨਕ ਦੇ ਜੀਵਨ ਤੋ ਹੈਰਾਨ ਹੁੰਦਾ, ਉਸ ਦੀ ਸਿਖਿਆਂ ਦੀ ਉਸਤਤ ਗਾਉਂਦਾ ਹੈ!

Yogi **Kalpaad**, all yogis believe the ultimate power of The Omnipotent, Forever True Master. King **Jagdamman,** son of king **Parsramaser**, whose kingdom was captured by king **Raugupveer**. He remains meditating on the teachings of His Word. Prophet **Udo, Kakuro, Bider** realized; all souls are an expansion of His Holy Spirit; His Word remains embedded within each soul and dwells in his body. Poet **Kal** remains fascinating from the way of life of His true devotee Nanak Ji! He remains singing the glory of The True Master.

ਗਾਵਹਿ ਗੁਣ ਬਰਨ ਚਾਰਿ ਖਟ ਦਰਸਨ,	gaavahi gun baran chaar khat darsan
ਬ੍ਰਹਮਾਦਿਕ ਸਿਮਰੰਥਿ ਗੁਨਾ॥	barahmaadik simranth gunaa.
ਗਾਵੈ ਗੁਣ ਸੇਸੁ ਸਹਸ ਜਿਹਬਾ ਰਸ,	gaavai gun says sahas jihbaa ras
ਆਦਿ ਅੰਤਿ ਲਿਵ ਲਾਗਿ ਧੁਨਾ॥	aad ant liv laag Dhunaa.
ਗਾਵੈ ਗੁਣ ਮਹਾਦੇਉ ਬੈਰਾਗੀ,	gaavai gun mahaaday-o bairaagee
ਜਿਨਿ ਧਿਆਨ ਨਿਰੰਤਰਿ ਜਾਣਿਓ॥	jin Dhi-aan nirantar jaani-o.
ਕਬਿ ਕਲ ਸੁਜਸੁ ਗਾਵਉ ਗੁਰ ਨਾਨਕ,	kab kal sujas gaava-o gur naanak
ਰਾਜੁ ਜੋਗੁ ਜਿਨਿ ਮਾਣਿਓ॥੫॥	raaj jog jin maani-o. ||5||

ਚਾਰੇ ਵਰਨ, ਛੇ ਸ਼ਾਸ਼ਤਰ ਵੀ ਸ਼ਬਦ ਦੇ ਸਿਮਰਨ ਦੀ ਮਹਿਮਾਂ ਹੀ ਦੱਸਦੇ ਹਨ । ਅਨੇਕਾਂ ਹੀ ਜੀਭਾਂ ਪ੍ਰਭ ਦੇ ਸ਼ਬਦ ਵਿੱਚ ਲੀਨ ਰਹਿੰਦੀਆਂ ਹਨ । ਸ਼ਿਵਾਂ ਵਰਗੇ ਵਿਰਾਗੀ ਵੀ ਸ਼ਬਦ ਦਾ ਹੀ ਸਿਮਰਨ ਕਰਦੇ, ਲੀਨ ਰਹਿੰਦੇ ਹਨ । ਕਵੀ ਕਲ੍ਹ, ਭਗਤ ਨਾਨਕ ਦੇ ਜੀਵਨ ਤੋ ਹੈਰਾਨ ਰਹਿੰਦਾ ਹੈ, ਉਸ ਦੀ ਸਿਖਿਆਂ ਦੀ ਉਸਤਤ ਗਾਉਂਦਾ ਹੈ!

All four social castes, **six Sahstar** all recognize the significance of meditating on the teachings of His Word. Countless tongues remain intoxicated singing the glory of His Word. Renunciatory **Shivji** remains intoxicated in meditating in the teachings of His Word. Poet **Kal** remains fascinating from the way of life of His true devotee Nanak Ji! He remains singing the glory of The True Master.

ਰਾਜੁ ਜੋਗੁ ਮਾਣਿਓ,	raaj jog maani-o
ਬਸਿਓ ਨਿਰਵੈਰੁ ਰਿਦੰਤਰਿ॥	basi-o nirvair ridantar.
ਸ੍ਰਿਸਟਿ ਸਗਲ ਉਧਰੀ,	sarisat sagal uDhree
ਨਾਮਿ ਲੇ ਤਰਿਓ ਨਿਰੰਤਰਿ॥	naam lay tari-o nirantar.
ਗੁਣ ਗਾਵਹਿ ਸਨਕਾਦਿ,	gun gaavahi sankaad
ਆਦਿ ਜਨਕਾਦਿ ਜੁਗਹ ਲਗਿ॥	aad jankaad jugah lag.
ਧੰਨਿ ਧੰਨਿ ਗੁਰੁ ਧੰਨਿ ਜਨਮੁ,	Dhan Dhan gur Dhan janam
ਸਕਯਥੁ ਭਲੌ ਜਗਿ॥	sakyath bhalou jag.

ਪਾਤਾਲ ਪੁਰੀ ਜੈਕਾਰ ਧੁਨਿ,	paataal puree jaikaar Dhun
ਕਬਿ ਜਨ ਕਲ ਵਖਾਣਿਓ॥	kab jan kal vakhaani-o.
ਹਰਿ ਨਾਮ ਰਸਿਕ ਨਾਨਕ ਗੁਰ,	har naam rasik naanak gur
ਰਾਜੁ ਜੋਗੁ ਤੈ ਮਾਣਿਓ॥੬॥	raaj jog tai maani-o. ‖6‖

ਪ੍ਰਭ ਹੀ ਰਾਜ ਜੋਗ (ਬੰਦਗੀ ਕਰਨ ਦੀ ਵਿਧੀ) ਮਾਲਕ ਕਿਸੇ ਵੈਰ, ਵਿਰੋਧ, ਬਦਲੇ ਦੀ ਭਾਵਨਾ ਤੋ ਉਪਰ ਹੈ । ਪ੍ਰਭ ਦੇ ਦਾਸ ਦੇ ਮਨ ਵਿੱਚ ਬਦਲੇ ਦੀ ਭਾਵਨਾ ਨਹੀਂ ਹੁੰਦੀ । ਸਾਰੀ ਸ੍ਰਿਸ਼ਟੀ ਹੀ ਸਿਮਰਨ ਕਰਕੇ ਸੰਸਾਰਕ ਸਾਗਰ ਨੂੰ ਪਾਰ ਕਰ ਸਕਦੀ, ਜੂੰਨਾਂ ਦਾ ਚੱਕਰ ਖਤਮ ਕਰ ਸਕਦੀ ਹੈ । ਸ਼ੰਕਰ ਅਤੇ ਜਨਕ ਵਰਗੇ ਵੀ ਜਨਮ ਜਨਮ ਪ੍ਰਭ ਦੇ ਸ਼ਬਦ ਦਾ ਹੀ ਸਿਮਰਦੇ ਹਨ । ਪ੍ਰਭ ਹਰ ਸਮੇਂ ਤੇ ਸ੍ਰਿਸ਼ਟੀ ਨੂੰ ਸਿੱਧੇ ਰਸਤਾ ਤੇ ਪਾਉਣ ਲਈ ਅਵਤਾਰ ਭੇਜਦਾ ਹੈ । ਉਹ ਵੀ ਸ਼ਬਦ ਦੀ ਮਹਿਮਾਂ ਹੀ ਗਾਉਂਦੇ ਹਨ, ਬਾਕੀ ਸ੍ਰਿਸ਼ਟੀ ਨੂੰ ਜਪਾਉਂਦੇ ਹਨ । ਉਹਨਾਂ ਅਵਤਾਰਾਂ ਦੇ ਮੂੰਹ ਤੋ ਰੂਹਾਨੀ ਸ਼ਬਦ, ਆਪ ਹੀ ਬਲਾਉਂਦਾ, ਬੰਦਗੀ ਕਰਨ ਦੀ ਵਿਧੀ ਬਖਸ਼ਦਾ ਹੈ ।

The True Master, the right path of meditation to become worthy of His Consideration remains, beyond any enmity, jealousy, hostility, desire for any revenge. His true devotee may never have any hostility with anyone nor desire for revenge. The whole universe may be accepted in His Court by meditating on the teachings of His Word with steady and stable belief in his day-to-day life; their cycle of birth and death may be eliminated. Prophets like **Sankar**, king **Janak** remain meditating many life cycles. From time to time! The True Master may send His enlightened souls to guide His Creation on the right path of acceptance in His Court. Al blessed souls remain singing the glory of His Word and inspires everyone that meditating on the teachings of His Word remains the right path of acceptance in His Court. He blesses enlightening words on the tongue of His enlightened, blessed soul. No blessed soul may ever be sent on the universe to create, initiate new religion.

ਸਤਜੁਗਿ ਤੈ ਮਾਣਿਓ,	satjug tai maani-o
ਛਲਿਓ ਬਲਿ ਬਾਵਨ ਭਾਇਓ॥	chhali-o bal baavan bhaa-i-o.
ਤ੍ਰੇਤੈ ਤੈ ਮਾਣਿਓ,	taraytai tai maani-o
ਰਾਮੁ ਰਘੁਵੰਸੁ ਕਹਾਇਓ॥	raam raghoovans kahaa-i-o.
ਦੁਆਪੁਰਿ ਕ੍ਰਿਸਨ ਮੁਰਾਰਿ,	du-aapur krisan muraar
ਕੰਸੁ ਕਿਰਤਾਰਥੁ ਕੀਓ॥	kans kirtaarath kee-o.
ਉਗ੍ਰਸੈਣ ਕਉ ਰਾਜੁ,	ugarsain ka-o raaj
ਅਭੈ ਭਗਤਹ ਜਨ ਦੀਓ॥	abhai bhagtah jan dee-o.
ਕਲਿਜੁਗਿ ਪ੍ਰਮਾਣੁ ਨਾਨਕ,	kalijug parmaan naanak
ਗੁਰੁ ਅੰਗਦੁ ਅਮਰੁ ਕਹਾਇਓ॥	gur angad amar kahaa-i-o.
ਸ੍ਰੀ ਗੁਰੂ ਰਾਜੁ ਅਬਿਚਲੁ ਅਟਲੁ,	saree guroo raaj abichal atal
ਆਦਿ ਪੁਰਖਿ ਫੁਰਮਾਇਓ॥੭॥	aad purakh furmaa-i-o. ‖7‖

ਸੱਤਯੁਗ ਵਿੱਚ ਬਾਵਨ ਦਾ ਰੂਪ ਧਾਰਨ ਕਰਕੇ ਬਲਿ ਰਾਜੇ ਦੇ ਜ਼ੁਲਮ ਨੂੰ ਖਤਮ ਕੀਤਾ । ਤ੍ਰੇਤੈ ਵਿੱਚ ਰਾਮ ਚੰਦਰ, ਦੁਆਪੁਰਿ ਵਿੱਚ ਕ੍ਰਿਸ਼ਨਾ ਪ੍ਰਭ ਦੇ ਸ਼ਬਦ ਦੀ ਮਹਿਮਾਂ ਗਾਉਂਦਾ ਸੀ । ਪ੍ਰਭ ਨੇ ਹੀ ਮੁਰਾਰ ਵਰਗੇ, ਕੰਸ ਵਰਗੇ ਜ਼ਾਲਮਾਂ ਨੂੰ ਖਤਮ ਕੀਤਾ । ਬੰਦਗੀ ਕਰਨ ਵਾਲੇ ਉਗ੍ਰਸੈਣ ਨੂੰ ਰਾਜ ਭਾਗ ਬਖਸ਼ਿਆ, ਉਹ ਨਿਡਰ ਅਤੇ ਨਿਮਾਣਾ ਦਾਸ ਬਣਾਇਆ । ਕੱਲਯੁਗ ਵਿੱਚ ਨਾਨਕ ਤੇਰੀ ਮਹਿਮਾਂ ਗਾਉਂਦਾ ਹੈ । ਉਸ ਦਾ ਸਾਥ ਦੇਣ ਵਾਲੇ ਅੰਗਦ ਅਤੇ ਅਮਰਦਾਸ ਤੇਰੇ ਭਗਤ ਬਣ ਗਏ ਹਨ । ਤੇਰਾ ਰਾਜ, ਤਖਤ ਅਡੋਲ, ਸਦਾ ਰਹਿਣ ਵਾਲਾ ਹੈ, ਸ੍ਰਿਸ਼ਟੀ ਤੋ ਪਹਿਲੇ ਵੀ ਅਜੇਹੇ ਹੀ ਸੀ ।

The True Master appeared as **Dwarf**-man to eliminated the tyranny of king Ball in Sat Yuga; He appeared in Ram Chander in Tarayta, and in **Dwaapur** appeared in Krishna, to eliminate the tyranny of Murrar and Kanse. He also blessed kingdom to His true devotee **Ugrasian**. He became His fearless and humble true devotee. In the Age of Kul-Yuga! Nanak is singing the glory of His Word; his associates Angad and Amar Das become his follower. The throne of The True Master remains everlasting, permanent, and true forever.

ਗੁਣ ਗਾਵੈ ਰਵਿਦਾਸੁ,	gun gaavai ravidaas
ਭਗਤੁ ਜੈਦੇਵ ਤ੍ਰਿਲੋਚਨ॥	bhagat jaidayv tarilochan.
ਨਾਮਾ ਭਗਤੁ ਕਬੀਰੁ,	naamaa bhagat kabeer
ਸਦਾ ਗਾਵਹਿ ਸਮ ਲੋਚਨ॥	sadaa gaavahi sam lochan.
ਭਗਤੁ ਬੇਣਿ ਗੁਣ ਰਵੈ,	bhagat bayn gun ravai
ਸਹਜਿ ਆਤਮ ਰੰਗੁ ਮਾਣੈ॥	sahj aatam rang maanai.
ਜੋਗ ਧਿਆਨਿ ਗੁਰ ਗਿਆਨਿ ਬਿਨਾ,	jog Dhi-aan gur gi-aan binaa
ਪ੍ਰਭ ਅਵਰੁ ਨ ਜਾਣੈ॥	parabh avar na jaanai.
ਸੁਖਦੇਉ ਪਰੀਖ੍ਯਤੁ ਗੁਣ ਰਵੈ,	sukh-day-o parteekh-yat gun ravai
ਗੋਤਮ ਰਿਖਿ ਜਸੁ ਗਾਇਓ॥	gotam rikh jas gaa-i-o.
ਕਬਿ ਕਲ ਸੁਜਸੁ ਨਾਨਕ ਗੁਰ,	kab kal sujas naanak gur
ਨਿਤ ਨਵਤਨੁ ਜਗਿ ਛਾਇਓ॥੮॥	nit navtan jag chhaa-i-o. ‖8‖

ਸ਼ਬਦ ਦੀ ਮਹਿਮਾਂ, ਅਨੇਕਾਂ ਹੀ ਭਗਤ, ਰਵੀਦਾਸ, ਜੈਦੇਵ, ਤ੍ਰਿਲੋਚਨ, ਨਾਮਦੇਵ, ਕਬੀਰ, ਸੈਣ ਜੀ ਗਾਉਂਦੇ ਹਨ । ਸਦਾ ਹੀ ਉਸ ਵਿੱਚ ਲੀਨ ਰਹਿੰਦੇ ਹਨ । ਅਨੇਕਾਂ ਹੀ ਜੋਗੀ ਆਪਣੀ ਲਿਵ ਲਾ ਕੇ ਤੇਰੀ ਹੋਂਦ ਦਾ ਅਨੰਦ ਮਾਨਦੇ ਹਨ । ਭਗਤ ਸੁਖਦੇਵ, ਪਰੀਖਤੁ, ਗੋਤਮ ਰੀਸ਼ੀ ਤੇਰੇ ਸ਼ਬਦ ਵਿੱਚ ਲੀਨ ਰਹਿੰਦੇ, ਮਹਿਮਾਂ ਗਾਉਂਦੇ ਹਨ । ਕੱਲਯੁਗ ਦਾ ਕਵੀ ਕਲੂ ਭਗਤਾਂ ਦੀ ਮਹਿਮਾਂ ਗਾਉਂਦਾ ਹੈ ।

Many devotees, **Ravi Das, Jay Dev, Tarilochan, Nam Dev, Kabeer, Sain** ji sing the glory of His Word and remain intoxicated in the void of His Word. Many Yogis remain intoxicated in the void of Your Word and cherish the pleasure blossom of His existence. Prophets **Sukdev, Parteekh, Gotam** remain intoxicated singing the glory in void of Your Word. In Kul-Jug, Poet Kal remains astonished from the life of ancient prophets.

ਗੁਣ ਗਾਵਹਿ ਪਾਯਾਲਿ ਭਗਤ,	gun gaavahi paa-yaal bhagat
ਨਾਗਾਦਿ ਭੁਯੰਗਮ॥	naagaad bhuyangam.
ਮਹਾਦੇਉ ਗੁਣ ਰਵੈ,	mahaaday-o gun ravai
ਸਦਾ ਜੋਗੀ ਜਤਿ ਜੰਗਮ॥	sadaa jogee jat jangam.
ਗੁਣ ਗਾਵੈ ਮੁਨਿ ਬ੍ਯਾਸੁ,	gun gaavai mun bayaas
ਜਿਨਿ ਬੇਦ ਬ੍ਯਾਕਰਣ ਬੀਚਾਰਿਅ॥	jin bayd ba-yaakaran beechaari-a.
ਬ੍ਰਹਮਾ ਗੁਣ ਉਚਰੈ,	barahmaa gun uchrai
ਜਿਨਿ ਹੁਕਮਿ ਸਭ ਸ੍ਰਿਸਟਿ ਸਵਾਰੀਅ॥	jin hukam sabh sarisat savaaree-a.
ਬ੍ਰਹਮੰਡ ਖੰਡ ਪੂਰਨ ਬ੍ਰਹਮੁ,	barahmand khand pooran barahm
ਗੁਣ ਨਿਰਗੁਣ ਸਮ ਜਾਣਿਓ॥	gun nirgun sam jaani-o.
ਜਪੁ ਕਲ ਸੁਜਸੁ ਨਾਨਕ ਗੁਰ,	jap kal sujas naanak gur
ਸਹਜੁ ਜੋਗੁ ਜਿਨਿ ਮਾਣਿਓ॥੯॥	sahj jog jin maani-o. ‖9‖

ਪ੍ਰਭ ਦੇ ਸ਼ਬਦ ਦੇ ਸਿਮਰਨ ਵਿੱਚ ਹੀ ਨਾਗਾਂ ਦਾ ਦੇਵਤਾ ਸਸ਼ੀਰ ਨਾਗ ਹੈ । ਸ਼ਿਵ ਜੋਗੀ ਸ਼ਬਦ ਦੀ ਮਹਿਮਾਂ ਵਿੱਚ ਹੀ ਲੀਨ ਰਹਿੰਦਾ ਹੈ । ਅਨੇਕਾਂ ਹੀ ਮੌਨੀ ਭਗਤ ਵੇਦਾਂ ਦਾ ਅਭਿਆਸ ਕਰਦੇ, ਘੋਖਦੇ ਹਨ । ਸ਼ਬਦ ਦੀ ਮਹਿਮਾਂ, ਬ੍ਰਹਮਾ ਵਰਗੇ ਭਗਤ ਕਰਦੇ ਹੀ ਪ੍ਰਭ ਦੀ ਜੋਤ ਵਿੱਚ ਅਭੇਦ ਹੋ ਗਏ ਹਨ । ਪ੍ਰਭ ਨੇ ਸ੍ਰਿਸ਼ਟੀਆਂ ਆਪਣੀ ਮਰਜ਼ੀ ਅਨੁਸਾਰ ਸਾਜੀਆ ਹਨ । ਪ੍ਰਭ ਦੇ ਹੁਕਮ ਅੰਦਰ ਹੀ ਚਲਦੀਆਂ ਹਨ, ਕੋਈ ਉਸ ਦਾ ਨਿਯਮ ਬਦਲ ਨਹੀਂ ਸਕਦਾ । ਕਵੀ ਕਲੂ ਪ੍ਰਭ ਦੀ ਕੁਦਰਤ ਦੇ ਨਜ਼ਾਰੇ ਮਾਨਦਾ, ਗੁਣ ਗਾਉਂਦਾ ਹੈ ।

SiShis Nag-snake king of snakes remain intoxicated in the void of His Word, Yogi Shiv Ji! Remains meditating, singing the glory of His Word. Many quiet saints remain practicing the teachings of His Word, trying to find the limits and extent of His Virtues. The True Master has created the universe with His own imagination. All universes may only remain under His unchangeable command. No one may avoid His Nature. Poet Kal sings the glory of His Word and enjoys the pleasure of His Nature.

ਗੁਣ ਗਾਵਹਿ ਨਵ ਨਾਥ,	gun gaavahi nav naath
ਧੰਨਿ ਗੁਰੁ ਸਾਚਿ ਸਮਾਇਓ॥	Dhan gur saach samaa-i-o.
ਮਾਂਧਾਤਾ ਗੁਣ ਰਵੈ,	maaNDhaataa gun ravai
ਜੇਨ ਚਕ੍ਰਵੈ ਕਹਾਇਓ॥	jayn chakarvai kahaa-i-o.
ਗੁਣ ਗਾਵੈ ਬਲਿ ਰਾਉ,	gun gaavai bal raa-o
ਸਪਤ ਪਾਤਾਲਿ ਬਸੰਤੌ॥	sapat paataal basantou.
ਭਰਥਰਿ ਗੁਣ ਉਚਰੈ,	bharthar gun uchrai
ਸਦਾ ਗੁਰ ਸੰਗਿ ਰਹੰਤੌ॥	sadaa gur sang rahantou.
ਦੂਰਬਾ ਪਰੂਰਉ ਅੰਗਰੈ,	doorbaa paroora-o angrai
ਗੁਰ ਨਾਨਕ ਜਸੁ ਗਾਇਓ॥	gur naanak jas gaa-i-o.
ਕਬਿ ਕਲ ਸੁਜਸੁ ਨਾਨਕ ਗੁਰ,	kab kal sujas naanak gur
ਘਟਿ ਘਟਿ ਸਹਜਿ ਸਮਾਇਓ॥੧੦॥	ghat ghat sahj samaa-i-o. ‖10‖

ਨੌਂ ਨਾਥ ਤੇਰੇ ਸ਼ਬਦ ਦੀ ਮਹਿਮਾਂ ਗਾਉਂਦੇ ਹਨ । ਸ਼ਬਦ ਵਿੱਚ ਲੀਨ ਹੋ ਕੇ ਤੇਰੇ ਵਿੱਚ ਅਭੇਦ ਹੋਣ ਦੇ ਢੰਗ ਧਾਰਨ ਕਰਦੇ ਹਨ । ਜਿਹੜਾ ਮਾਂਧਾਤਾ ਰਾਜਾ ਆਪਣੇ ਆਪ ਨੂੰ ਸ੍ਰਿਸ਼ਟੀ ਦਾ ਹਾਕਮ ਕਹਾਉਂਦਾ ਸੀ । ਉਹ ਵੀ ਤੇਰੇ ਸ਼ਬਦ ਦੀ ਮਹਿਮਾਂ ਹੀ ਗਾਉਂਦਾ ਹੈ । ਰਾਜਾ ਬਲਿ ਜਿਹੜਾ ਸੱਤਾ ਸ੍ਰਿਸ਼ਟੀਆਂ ਵਿੱਚ ਵਸਦਾ ਹੈ । ਉਹ ਵੀ ਤੇਰੇ ਸ਼ਬਦ ਦੀ ਮਹਿਮਾਂ ਹੀ ਗਾਉਂਦਾ ਹੈ । ਭਰਥਰ ਨਾਥ ਜੋਗੀ ਆਪਣੇ ਗੁਰੂ ਗੋਰਖ ਨਾਥ ਦੀ ਰਜ਼ਾ ਵਿੱਚ ਰਹਿੰਦਾ ਹੈ । ਤੇਰੇ ਸ਼ਬਦ ਵਿੱਚ ਹੀ ਲੀਨ ਹੈ । ਦੁਰਬਾ, ਇਜੱਪ ਦਾ ਰਾਜਾ ਪੂਰੋ ਅੰਗਰੇ, ਤੇਰੇ ਸ਼ਬਦ ਦੀ ਮਹਿਮਾਂ ਹੀ ਗਾਉਂਦਾ ਹੈ । ਕੱਲਯੁਗ ਦਾ ਕਵੀ ਕਲ੍ਹ ਦੱਸਦਾ ਹੈ! ਤੇਰੇ ਸ਼ਬਦ ਦੀ ਮਹਿਮਾਂ ਹਰਇੱਕ ਆਤਮਾ ਵਿੱਚ ਰਚੀ, ਘਰ ਕਰ ਗਈ ਹੈ ।

Nine Nath, Yogis remains singing the glory of Your Word and they remain intoxicated in the void of His Word trying to adopt various techniques to practice His Virtues. The **Maandhaataa** claims to be the king of universe remains singing the glory of Your Word. King **Bal Rao**, considered to be dwelling in seven universes remains singing the glory of His Word. **Bharthar** Yogi remains intoxicated in the teachings of his guru **Gorakh** and remains intoxicated in the void of Your Word. **Doorbaa, the king of Egypt, Paroor-o -Angra** remains singing the glory of Your Word. In Kul-Jug, poet **Kal** claims! The enlightenment of the essence of Your Word remains embedded within each soul.

82. ਸਲੋਕ ਮਹਲਾ ੧॥ 1412-1

ਸਭਨੀ ਘਟੀ ਸਹੁ ਵਸੈ,	sabhnee ghatee saho vasai
ਸਹ ਬਿਨੁ ਘਟੁ ਨ ਕੋਇ॥	sah bin ghat na ko-ay.
ਨਾਨਕ ਤੇ ਸੋਹਾਗਣੀ,	naanak tay sohaaganee
ਜਿਨ੍ਹਾ ਗੁਰਮੁਖਿ ਪਰਗਟੁ ਹੋਇ॥੧੯॥	jinHaa gurmukh pargat ho-ay. ‖19‖

ਹਰਇੱਕ ਜੀਵ ਦੇ ਹਿਰਦੇ ਵਿੱਚ ਪ੍ਰਭ ਦੀ ਜੋਤ ਵਸਦੀ ਹੈ । ਕੋਈ ਜੀਵ ਵੀ ਪ੍ਰਭ ਦੀ ਜੋਤ ਤੋ ਬਿਨਾਂ ਪੈਦਾ ਨਹੀਂ ਹੋ ਸਕਦਾ । ਜਿਹੜਾ ਪ੍ਰਭ ਨੂੰ ਆਪਣੇ ਅੰਦਰੋਂ ਢੂੰਡਦਾ, ਜਾਗਰਤ ਕਰ ਲੈਂਦਾ ਹੈ, ਉਸ ਨੂੰ ਪ੍ਰਭ ਦੀ ਹੋਂਦ ਹਰ ਥਾਂ ਵਾਪਰਦੀ ਮਹਿਸੂਸ ਹੁੰਦੀ ਹੈ । ਉਸ ਵੱਡਭਾਗੀ ਨੂੰ ਗੁਰਮਖ ਅਵਸਥਾ ਬਖਸ਼ਿਸ਼ ਹੋ ਜਾਂਦੀ ਹੈ ।

His Holy Spirit remains embedded within each soul and dwells within his body. Our soul is an expansion of His Holy Spirit. No one may ever be alive, born without, soul, His Holy Spirit. Whosoever may search within his own mind and body; with His mercy and grace, he may be enlightened and realizes His Holy Spirit prevailing everywhere in the universe. He may be very fortunate; he may be blessed with a state of mind as His true devotee.

ਜਉ ਤਉ ਪ੍ਰੇਮ ਖੇਲਣ ਕਾ ਚਾਉ॥	ja-o ta-o paraym khaylan kaa chaa-o.
ਸਿਰੁ ਧਰਿ ਤਲੀ ਗਲੀ ਮੇਰੀ ਆਉ॥	sir Dhar talee galee mayree aa-o.
ਇਤੁ ਮਾਰਗਿ ਪੈਰੁ ਧਰੀਜੈ॥	it maarag pair Dhareejai.
ਸਿਰੁ ਦੀਜੈ ਕਾਣਿ ਨ ਕੀਜੈ॥੨੦॥	sir deejai kaan na keejai. ‖20‖

ਜਿਸ ਦੇ ਮਨ ਵਿੱਚ ਪ੍ਰਭ ਦੀ ਹੋਂਦ ਮਹਿਸੂਸ ਕਰਨ ਦੀ, ਸ਼ਬਦ ਦੀ ਸੋਝੀ, ਮਾਨਸ ਜੀਵਨ ਦੇ ਮੰਤਵ ਦੀ ਸੋਝੀ ਪਾਉਣ ਦੀ ਖਾਹਿਸ਼ ਹੁੰਦੀ ਹੈ । ਉਹ ਪ੍ਰਭ ਦੇ ਸ਼ਬਦ ਦੀ ਸਿਖਿਆਂ ਨੂੰ ਪੂਰਨ ਭਰੋਸੇ ਨਾਲ ਆਪਣੇ ਜੀਵਨ ਵਿੱਚ ਢਾਲਦਾ, ਸਿਮਰਨ ਦੇ ਮਾਰਗ ਤੇ ਚੱਲਣਾ ਚਾਹੀਦਾ ਹੈ । ਉਸ ਨੂੰ ਹੋਰ ਪਾਸੇ, ਸੰਸਾਰਕ ਧਰਮਾਂ, ਗੁਰੂਾਂ ਦੀ ਸਿਖਿਆਂ ਪਿਛੇ ਲਗਕੇ ਮਾਨਸ ਜੀਵਨ ਦਾ ਅਮੋਲਕ ਮੌਕਾ ਬਰਬਾਦ ਨਹੀਂ ਕਰਦਾ । ਸ਼ਬਦ ਦੀ ਸਿਖਿਆਂ ਦਾ ਮਾਰਗ ਬਹੁਤ ਕਠਨ ਹੈ । ਪ੍ਰਭ ਦੇ ਭਾਣੇ, ਸ਼ਬਦ ਨੂੰ ਸਤਿ ਕਰਕੇ, ਬਿਨਾਂ ਕਿਸੇ ਦੀ ਨਿੰਦਿਆਂ ਦੀ ਪ੍ਰਵਾਹ ਕਰਦੇ ਆਪਣੇ ਜੀਵਨ ਦਾ ਅਧਾਰ ਬਣਾਵੇਂ ।

Whosoever may have a burning desire, anxiety to realize His Holy Spirit prevailing everywhere; to be enlightened with the essence of His Word; the real purpose of ambrosial human life opportunity. He must meditate, adopts the teachings of His Word with steady and stable belief in his day-to-day life. To adopt the teachings of His Word in own day to day life, may be very tedious, overwhelmed with sweet poison, temptations of worldly wealth. He must adopt the teachings of His Word with steady and stable belief as an ultimate Command. He should remain beyond the reach of influence of worldly criticism, rebuking slandering. He must renounce all his worldly desires and only one desire, anxiety should dominate within, to become worthy of His Consideration.

83. ਸਲੋਕ ਗੁਰੂ ਅਮਰਦਾਸ ਜੀ – ਮਹਲਾ ੩॥ 1418-17

ਹਰਿ ਮੰਦਰੁ ਹਰਿ ਸਾਜਿਆ,	har mandar har saaji-aa
ਹਰਿ ਵਸੈ ਜਿਸੁ ਨਾਲਿ॥	har vasai jis naal.
ਗੁਰਮਤੀ ਹਰਿ ਪਾਇਆ,	gurmatee har paa-i-aa
ਮਾਇਆ ਮੋਹ ਪਰਜਾਲਿ॥	maa-i-aa moh parjaal.
ਹਰਿ ਮੰਦਰਿ ਵਸਤੁ ਅਨੇਕ ਹੈ,	har mandar vasat anayk hai
ਨਵ ਨਿਧਿ ਨਾਮੁ ਸਮਾਲਿ॥	nav niDh naam samaal.
ਧਨੁ ਭਗਵੰਤੀ ਨਾਨਕਾ,	Dhan bhagvantee naankaa
ਜਿਨਾ ਗੁਰਮੁਖਿ ਲਧਾ ਹਰਿ ਭਾਲਿ॥	jinaa gurmukh laDhaa har bhaal.
ਵਡਭਾਗੀ ਗੜ ਮੰਦਰੁ ਖੋਜਿਆ,	vadbhaagee garh mandar khoji-aa
ਹਰਿ ਹਿਰਦੈ ਪਾਇਆ ਨਾਲਿ॥੪੮॥	har hirdai paa-i-aa naal. ‖48‖

ਜਿਹੜਾ ਜੀਵ ਪ੍ਰਭ ਦੇ ਸ਼ਬਦ ਨੂੰ ਆਪਣੇ ਜੀਵਨ ਦਾ ਅਧਾਰ ਬਣਾਉਂਦਾ ਹੈ । ਜੀਵ ਦਾ ਤਨ ਹੀ ਮੰਦਰ ਬਣ ਜਾਂਦਾ ਹੈ । ਸ਼ਬਦ ਦੀ ਸੋਝੀ ਨਾਲ ਸੰਸਾਰਕ ਧਨ ਦੀ ਇੱਛਾ ਅਤੇ ਸੰਸਾਰਕ ਮੋਹ ਤੇ ਜਿੱਤ ਬਖਸ਼ਿਸ਼ ਹੋ ਜਾਂਦੀ ਹੈ । ਪ੍ਰਭ ਸ਼ਬਦ ਦੀ ਸੋਝੀ, ਅਮੋਲਕ ਗੁਣਾਂ ਦਾ ਭੰਡਾਰ ਹੈ । ਜਿਹੜੇ ਜੀਵ ਨੂੰ ਸ਼ਬਦ ਦੀ ਸਿਖਿਆਂ ਦੀ ਸੋਝੀ ਬਖਸ਼ਿਸ਼ ਹੋ ਜਾਂਦੀ ਹੈ, ਉਹ ਜੀਵ ਵੱਡੇ ਭਾਗਾ ਵਾਲਾ ਹੀ ਹੁੰਦਾ ਹੈ । ਜਿਹੜਾ ਆਪਣੇ ਅੰਦਰੋਂ ਹੀ ਪ੍ਰਭ ਦੇ ਸ਼ਬਦ ਨੂੰ ਜਾਗਰਤ ਕਰ ਲੈਂਦਾ ਹੈ । ਉਸ ਨੂੰ ਸ਼ਬਦ ਦੀ ਸਿਖਿਆਂ ਦਾ ਅਮੋਲਕ ਭੰਡਾਰ ਬਖਸ਼ਿਸ਼ ਹੋ ਜਾਂਦਾ ਹੈ ।

Whosoever may adopt the teachings of His Word with steady and stable belief and make as the real purpose of his human life blessings. His body may be transformed as a Holy Shrine. He may be blessed with the enlightenment of the essence of His Word; with His mercy and grace, he may be blessed to conquer the sweet poison of worldly wealth and his worldly bonds. The True Master remains the treasure of inexhaustible ambrosial virtues of His Word. Whosoever may be blessed with the enlightenment of the essence of His Word; he may become very fortunate. Whosoever may remain drenched with the essence of His Word within; with His mercy and grace, he may be blessed with ambrosial treasure of the essence of His Word.

ਜੋਗੁ ਨ ਭਗਵੀ ਕਪੜੀ,	jog na bhagvee kaprhee
ਜੋਗੁ ਨ ਮੈਲੇ ਵੇਸਿ॥	jog na mailay vays.
ਨਾਨਕ ਘਰਿ ਬੈਠਿਆ ਜੋਗੁ ਪਾਈਐ,	naanak ghar baithi-aa jog paa-ee-ai
ਸਤਿਗੁਰ ਕੈ ਉਪਦੇਸਿ॥੬੪॥	satgur kai updays. ||64||

ਸੰਸਾਰਕ ਧਰਮ ਦੇ ਰਸਤਾ ਨਾਲ ਜੀਵਨ ਢਾਲਣ ਨਾਲ, ਅੰਮ੍ਰਿਤ ਪਾਨ ਕਰਨ ਨਾਲ ਆਤਮਾ ਪਵਿੱਤਰ ਨਹੀਂ ਹੁੰਦੀ, ਪ੍ਰਵਾਨਗੀ ਦਾ ਰਸਤਾ ਬਖਸ਼ਿਸ਼ ਨਹੀਂ ਹੁੰਦਾ। ਜਿਹੜਾ ਸ਼ਬਦ ਦੀ ਸਿਖਿਆਂ ਨਾਲ ਜੀਵਨ ਢਾਲਦਾ ਹੈ, ਉਸ ਨੂੰ ਹੀ ਪ੍ਰਭ ਦੇ ਦਰਬਾਰ ਵਿੱਚ ਪ੍ਰਵਾਨਗੀ ਦਾ ਰਸਤਾ ਬਖਸ਼ਿਸ਼ ਹੋ ਸਕਦਾ ਹੈ। ਆਤਮਾ, ਪ੍ਰਭ ਦੇ ਪਰਖਣ, ਪ੍ਰਵਾਨ ਹੋਣ ਦੇ ਯੋਗ ਬਣ ਜਾਂਦੀ ਹੈ।

Whosoever may adopt any religious robe, baptism; he may not conquer his ego, his soul may not be sanctified nor he may be blessed with the right path of acceptance in His Court. Whosoever may adopt the teachings of His Word with steady and stable belief; with His mercy and grace, he may be blessed with the right path of acceptance in His Court. His Soul may be sanctified to become worthy of His Consideration.

84. ਸਲੋਕ ਗੁਰੂ ਰਾਮ ਦਾਸ ਜੀ – ਮਹਲਾ ੪॥ 1422-8

ਗੁਰਮੁਖਿ ਸਚੀ ਆਸਕੀ,	gurmukh sachee aaskee jit
ਜਿਤੁ ਪ੍ਰੀਤਮੁ ਸਚਾ ਪਾਈਐ॥	pareetam sachaa paa-ee-ai.
ਅਨਦਿਨੁ ਰਹਹਿ ਅਨੰਦਿ,	an-din raheh anand
ਨਾਨਕ ਸਹਜਿ ਸਮਾਈਐ॥੧੦॥	naanak sahj samaa-ee-ai. ||10||

ਗੁਰਮਖ, ਪ੍ਰਭ ਦੇ ਸ਼ਬਦ ਦੀ ਪਾਲਣਾ ਵਿੱਚ ਅਡੋਲ ਰਹਿੰਦਾ ਹੈ। ਉਸ ਨੂੰ ਪ੍ਰਵਾਨਗੀ ਦਾ ਅਸਲੀ ਰਸਤਾ ਬਖਸ਼ਿਸ਼ ਹੋ ਜਾਂਦਾ ਹੈ। ਉਸ ਦਿਨ ਰਾਤ ਪ੍ਰਭ ਦੇ ਸ਼ਬਦ ਦੀ ਪਾਲਣਾ ਵਿੱਚ ਲੀਨ ਰਹਿੰਦਾ ਹੈ।

His true devotee may obey the teachings of His Word with steady and stable belief in his day-to-day life. He may be blessed with the right path of acceptance in His Court. He may remain intoxicated in meditation in the void of His Word.

ਸਭਨਾ ਰਾਗਾਂ ਵਿਚਿ ਸੋ ਭਲਾ ਭਾਈ,	sabhnaa raagaaN vich so bhalaa bhaa-ee
ਜਿਤੁ ਵਸਿਆ ਮਨਿ ਆਇ॥	jit vasi-aa man aa-ay.
ਰਾਗੁ ਨਾਦੁ ਸਭੁ ਸਚੁ ਹੈ,	raag naad sabh sach hai
ਕੀਮਤਿ ਕਹੀ ਨ ਜਾਇ॥	keemat kahee na jaa-ay.
ਰਾਗੈ ਨਾਦੈ ਬਾਹਰਾ, ਇਨੀ ਹੁਕਮੁ ਨ	raagai naadai baahraa
ਬੂਝਿਆ ਜਾਇ॥	inee hukam na boojhi-aa jaa-ay.
ਨਾਨਕ ਹੁਕਮੈ ਬੂਝੈ	naanak hukmai boojhai
ਤਿਨਾ ਰਾਸਿ ਹੋਇ,	tinaa raas ho-ay
ਸਤਿਗੁਰ ਤੇ ਸੋਝੀ ਪਾਇ॥	satgur tay sojhee paa-ay.
ਸਭੁ ਕਿਛੁ ਤਿਸ ਤੇ ਹੋਇਆ,	sabh kichh tis tay ho-i-aa
ਜਿਉ ਤਿਸੈ ਦੀ ਰਜਾਇ॥੨੪॥	ji-o tisai dee rajaa-ay. ||24||

ਸਾਰੇ ਰਾਗਾਂ, ਸ਼ਬਦਾਂ, ਸਿਮਰਨਾਂ ਵਿੱਚ ਉਹ ਹੀ ਵਿਧੀ, ਬਾਣੀ ਸਭ ਤੋ ਅਮੋਲਕ, ਉਤਮ ਹੈ । ਜਿਸ ਨਾਲ ਪ੍ਰਭ ਦੇ ਸ਼ਬਦ ਦੀ ਸਿਖਿਆਂ ਦੀ ਲਗਨ, ਸ਼ਰਧਾ ਮਨ ਵਿੱਚ ਅਡੋਲ ਹੋ ਜਾਂਦੀ ਹੈ । ਸਾਰੇ ਰਾਗਾਂ ਦੀ ਧੁਨ, ਗੂੰਜ ਹੀ ਠੀਕ, ਅਮੋਲਕ ਹੈ । ਇਸ ਦੀ ਕੀਮਤ ਦਾ ਅੰਦਾਜ਼ਾ ਨਹੀਂ ਲਾਇਆ ਜਾ ਸਕਦਾ । ਕੇਵਲ ਰਾਗਾਂ ਦੀ ਧੁਨ, ਗੂੰਜ ਨਾਲ ਪ੍ਰਭ ਦੇ ਭਾਣੇ ਨੂੰ ਸਮਝਿਆ ਨਹੀਂ ਜਾ ਸਕਦਾ, ਪ੍ਰਵਾਨਗੀ ਦਾ ਅਸਲੀ ਰਸਤਾ ਬਖਸ਼ਿਸ਼ ਨਹੀਂ ਹੋ ਸਕਦਾ । ਜਿਸ ਨੂੰ ਪ੍ਰਭ ਦੇ ਸ਼ਬਦ ਦੀ ਸੋਝੀ ਬਖਸ਼ਦਾ ਹੈ, ਉਹ ਜੀਵਨ ਵਿੱਚ, ਬੰਦਗੀ ਵਿੱਚ ਜਾਗਰਤ ਅਤੇ ਸੁਚੇਤ ਰਹਿੰਦਾ ਹੈ । ਉਹ ਜਿਹੜਾ ਰਾਗ, ਸ਼ਬਦ ਗਾਉਂਦਾ, ਉਹ ਹੀ ਮੁਕਤੀ ਦਾ ਰਸਤਾ ਬਣ ਜਾਂਦਾ ਹੈ । ਸਭ ਕੁਝ ਪ੍ਰਭ ਦੇ ਹੁਕਮ ਅਨੁਸਾਰ ਹੀ ਹੁੰਦਾ ਹੈ ।

All Holy scriptures, music tones, Raags, meditations are the right path in human life; however, only His Word, the teachings of Holy Scripture, meditation technique, singing the glory may be ambrosial that may pierce through his heart and mind. He may enter deep meditation in the void of His Word. The echo, sound of sings of all Raags may be ambrosial. However, the essence, significance of that Raag remains beyond imagination. No one may ever comprehend the essence of His Word, the right path of acceptance by singing the glory of His Word. Whosoever may be blessed with the essence of His Word, he may adopt the teachings of His Word and remains awake and alert. Any raag may he sing? His singing may be transformed as the right path of acceptance in His Court. Everything in the universe may only prevails under His Command.

85. ਸਲੋਕ ਗੁਰੂ ਅਰਜਨ ਦੇਵ ਜੀ - ਮਹਲਾ ੫॥ 1426-4

ਮਾਇਆ ਮਨਹੁ ਨ ਵੀਸਰੈ,	|maa-i-aa manhu na veesrai
ਮਾਂਗੈ ਦੰਮਾਂ ਦੰਮ॥	maaNgai dammaaN damm.
ਸੋ ਪ੍ਰਭੁ ਚਿਤਿ ਨ ਆਵਈ,	so parabh chit na aavee
ਨਾਨਕ ਨਹੀ ਕਰੰਮਿ॥੧੯॥	naanak nahee karamm. ||19||

ਮਨਮੁਖ ਸੰਸਾਰਕ ਧਨ ਦੇ ਲਾਲਚ ਵਿੱਚ ਹੀ ਲਗਾ ਰਹਿੰਦਾ ਹੈ । ਲਾਲਚ ਵਿੱਚ ਹੋਰ ਹੀ ਡੂੰਘਾਂ ਫਸਦਾ ਜਾਂਦਾ ਹੈ । ਉਸ ਦਾ ਧਿਆਨ ਪ੍ਰਭ ਦੇ ਸ਼ਬਦ ਦੀ ਪਾਲਣਾ ਸਿਮਰਨ ਵਿੱਚ ਨਹੀਂ ਲਗਦਾ । ਉਸ ਦੇ ਪਹਿਲੇ ਲਿਖੇ ਭਾਗਾਂ ਵਿੱਚ ਹੀ ਲਿਖਿਆ ਹੁੰਦਾ ।

Self-minded may remain intoxicated in worldly greed, short-lived pleasure of worldly wealth. Once in the cycle, he goes deeper and deeper every day. He may never even think about obeying the teachings of His Word, purpose of his human life opportunity. This may be prewritten in his destiny.

ਗੁਰ ਕੈ ਸਬਦਿ ਅਰਾਧੀਐ,	gur kai sabad araaDhee-ai
ਨਾਮਿ ਰੰਗਿ ਬੈਰਾਗੁ॥	naam rang bairaag.
ਜੀਤੇ ਪੰਚ ਬੈਰਾਈਆ,	jeetay panch bairaa-ee-aa
ਨਾਨਕ ਸਫਲ ਮਾਰੂ ਇਹੁ ਰਾਗੁ॥੩॥	naanak safal maaroo ih raag. ||3||

ਜਿਹੜਾ ਪ੍ਰਭ ਦੇ ਸ਼ਬਦ ਦਾ ਸਿਮਰਨ, ਪਾਲਣਾ ਕਰਦਾ ਹੈ, ਉਸ ਦਾ ਭਰੋਸਾ ਪ੍ਰਭ ਦੇ ਬਖਸ਼ੇ ਤੇ ਅਡੋਲ ਹੋ ਜਾਂਦਾ, ਸ਼ਬਦ ਦੀ ਪਾਲਣਾ ਵਿੱਚ ਲੀਨ ਰਹਿੰਦਾ ਹੈ । ਉਸ ਨੂੰ ਮਾਨਸ ਜੀਵਨ ਵਿੱਚ ਸੰਤੋਖ ਬਖਸ਼ਿਸ਼ ਹੋ ਜਾਂਦਾ ਹੈ । ਉਸ ਨੂੰ ਪੰਜਾਂ ਇੰਦ੍ਰੀਆਂ ਤੇ ਜਿੱਤ ਬਖਸ਼ਿਸ਼ ਹੋ ਜਾਂਦੀ, ਕਾਬੂ ਮਜ਼ਬੂਤ ਹੋਣ ਲਗ ਪੈਂਦਾ ਹੈ । ਉਸ ਨੂੰ ਸ਼ਬਦ ਦੇ ਸਿਮਰਨ, ਪਾਲਣਾ ਵਿੱਚ ਅਨੋਖਾ ਸੁਵਾਦ, ਰਸ ਮਹਿਸੂਸ ਹੋਣ ਲਗ ਪੈਂਦਾ ਹੈ ।

Whosoever may meditate, obeys the teachings of His Word with steady and stable belief; with His mercy and grace, he remains intoxicated in meditation in the void of His Word with steady and stable belief on His ultimate command. He may be blessed to conquer the demons of worldly desires and he may be blessed with contentment in his day-to-day life. He may experience astonishing pleasure in meditation and obeying the teachings of His Word.

86. ਸਲੋਕ -ਗੁਰੂ ਤੇਗ਼ ਬਹਾਦਰ ਜੀ - ਮਹਲਾ ੯॥ 1429-4

ਚਿੰਤਾ ਤਾ ਕੀ ਕੀਜੀਐ,	chintaa taa kee keejee-ai
ਜੋ ਅਨਹੋਨੀ ਹੋਇ॥	jo anhonee ho-ay.
ਇਹੁ ਮਾਰਗੁ ਸੰਸਾਰ ਕੋ,	ih maarag sansaar ko
ਨਾਨਕ ਥਿਰੁ ਨਹੀ ਕੋਇ॥੫੧॥	naanak thir nahee ko-ay. ||51||

ਚਿੰਤ ਉਸ ਘਟਨਾ ਦੀ ਕਰਨੀ ਚਾਹੁੰਦੀ ਹੈ । ਜਿਹੜੀ ਅਨੋਖੀ ਹੋਵੇ, ਕੇਵਲ ਉਸ ਤੇ ਹੀ ਵਾਪਰੀ ਹੋਵੇ । ਜਨਮ, ਮਰਨਾ ਤਾ ਪ੍ਰਭ ਦਾ ਰਚਿਆ ਖੇਲ ਹੈ । ਕੋਈ ਵੀ ਸੰਸਾਰ ਵਿੱਚ ਹਮੇਸ਼ਾਂ ਨਹੀਂ ਰਹਿੰਦਾ ।

You should only worry about any event, misery that only you may face in human life. The cycle of birth and death is a play of the universe created by The True Master. No one may live in the universe forever.

ਜੋ ਉਪਜਿਓ ਸੋ ਬਿਨਸਿ ਹੈ,	jo upji-o so binas hai
ਪਰੋ ਆਜੁ ਕੈ ਕਾਲਿ॥	paro aaj kai kaal.
ਨਾਨਕ ਹਰਿ ਗੁਨ ਗਾਇ ਲੇ,	naanak har gun gaa-ay lay
ਛਾਡਿ ਸਗਲ ਜੰਜਾਲ॥੫੨॥	chhaad sagal janjaal. ||52||

ਜਿਹੜਾ ਵੀ ਸੰਸਾਰ ਵਿੱਚ ਜਨਮ ਲੈਂਦਾ ਹੈ । ਉਸ ਨੂੰ ਮਿਥੇ ਸਮੇਂ ਮੌਤ ਆਉਂਦੀ ਹੈ । ਜਨਮ ਮਰਨ ਦਾ ਖੇਲ ਅਨੋਖਾ ਹੈ । ਆਪਣੇ ਸੰਸਾਰਕ ਜੰਜਾਲ ਨੂੰ ਤਿਆਗ ਕੇ ਪ੍ਰਭ ਦਾ ਚਿਤ ਲਾ ਕੇ ਸਿਮਰਨ ਕਰੋ ।

Whosoever may take birth in the universe, he must face death at his predetermined time. This is an astonishing and strange play. You should renounce the greed, worldly desires and meditate on the teachings of His Word with steady and stable belief in your day-to-day life.

ਨਾਮੁ ਰਹਿਓ ਸਾਧੂ ਰਹਿਓ,	naam rahi-o saaDhoo rahi-o
ਰਹਿਓ ਗੁਰੁ ਗੋਬਿੰਦੁ॥	rahi-o gur gobind.
ਕਹੁ ਨਾਨਕ ਇਹ ਜਗਤ ਮੈ,	kaho naanak ih jagat mai
ਕਿਨ ਜਪਿਓ ਗੁਰ ਮੰਤੁ॥੫੬॥	kin japi-o gur mant. ||56||

ਸੰਸਾਰ ਵਿੱਚ ਕੇਵਲ ਪ੍ਰਭ ਦੇ ਸ਼ਬਦ ਦੀ ਸਿਖਿਆਂ, ਪ੍ਰਭ ਦੀ ਹੋਂਦ ਅਤੇ ਸੰਤ ਸਰੂਪ ਦੀ ਸਿਖਿਆਂ ਹੀ ਸਦਾ ਅਟਲ ਰਹਿੰਦੀ ਹੈ । ਫਿਰ ਵੀ ਕੋਈ ਵਿਰਲੇ ਹੀ ਜੀਵ ਅਡੋਲ ਭਰੋਸੇ ਨਾਲ ਪ੍ਰਭ ਦੇ ਸ਼ਬਦ ਦੀ ਸਿਖਿਆਂ ਨਾਲ ਜੀਵਨ ਢਾਲਦਾ ਹੈ ।

In the universe, the existence of The True Master, essences of His Word and spoken words of His True devotee may remain true forever. However, very rare may adopt the teachings of His Word with steady and stable belief in his own day to day life.

87. ਮੁੰਦਾਵਣੀ ਮਹਲਾ ੫॥ 1429-11 -W

ਥਾਲ ਵਿਚਿ ਤਿੰਨਿ ਵਸਤੂ ਪਈਓ,	thaal vich tinn vastoo pa-ee-o
ਸਤੁ ਸੰਤੋਖੁ ਵੀਚਾਰੋ॥	sat santokh veechaaro.
ਅੰਮ੍ਰਿਤ ਨਾਮੁ ਠਾਕੁਰ ਕਾ ਪਇਓ,	amrit naam thaakur kaa pa-i-o
ਜਿਸ ਕਾ ਸਭਸੁ ਅਧਾਰੋ॥	jis kaa sabhas aDhaaro.
ਜੇ ਕੋ ਖਾਵੈ, ਜੇ ਕੋ ਭੁੰਚੈ,	jay ko khaavai jay ko bhunchai
ਤਿਸ ਕਾ ਹੋਇ ਉਧਾਰੋ॥	tis kaa ho-ay uDhaaro.
ਏਹ ਵਸਤੁ ਤਜੀ ਨਹ ਜਾਈ,	ayh vasat tajee nah jaa-ee
ਨਿਤ ਨਿਤ ਰਖੁ ਉਰਿ ਧਾਰੋ॥	nit nit rakh ur Dhaaro.
ਤਮ ਸੰਸਾਰੁ ਚਰਨ ਲਗਿ ਤਰੀਐ,	tam sansaar charan lag taree-ai
ਸਭੁ ਨਾਨਕ ਬ੍ਰਹਮ ਪਸਾਰੋ॥੧॥	sabh naanak barahm pasaaro. ||1||

ਪ੍ਰਭ ਨੇ ਸ੍ਰਿਸ਼ਟੀ ਵਿੱਚ ਤਿੰਨ ਪਦਾਰਥ ਜੀਵਾਂ ਦੇ ਵਿਚਾਰ ਕਰਨ ਲਈ ਰਖੇ ਹਨ । ਸਤੁ, ਸੰਤੋਖ ਅਤੇ ਪ੍ਰਭ ਦੇ ਸ਼ਬਦ ਵੱਲ ਧਿਆਨ ਰਖਿਆ ਹੈ । ਇਸ ਸਭ ਕੁਝ ਦਾ ਅਧਾਰ, ਪ੍ਰਭ ਦੇ ਸ਼ਬਦ ਦੀ ਸਿਖਿਆਂ ਹੈ । ਜਿਹੜਾ ਪ੍ਰਭ ਦੇ ਸ਼ਬਦ ਦੀ ਸਿਖਿਆਂ ਆਪਣੇ ਜੀਵਨ ਵਿੱਚ ਢਾਲਦਾ ਹੈ । ਉਸ ਦੇ ਮਾਨਸ ਜੀਵਨ ਦਾ ਅਸਲੀ ਮਨੋਰਥ ਪੂਰਾ ਹੋ ਜਾਂਦਾ ਹੈ, ਉਸ ਨੂੰ ਮੁਕਤੀ ਦਾ ਰਸਤਾ ਬਖਸ਼ਿਸ਼ ਹੋ ਜਾਂਦਾ ਸਕਦਾ ਹੈ ।

ਪ੍ਰਭ ਦੀ ਬਖਸ਼ਿਸ਼, ਸ਼ਬਦ ਦੀ ਸੋਝੀ ਕੋਈ ਚੋਰੀ ਨਹੀਂ ਕਰ ਸਕਦਾ । ਜਿਹੜਾ ਪ੍ਰਭ ਦੇ ਸ਼ਬਦ ਦਾ ਸਿਮਰਨ, ਪਾਲਣਾ ਅਡੋਲ ਭਰੋਸੇ ਨਾਲ ਕਰਦਾ ਹੈ । ਪ੍ਰਭ ਆਪ ਹੀ ਉਸ ਨੂੰ ਪ੍ਰਵਾਨਗੀ ਦੇ ਰਸਤੇ ਤੇ ਅਡੋਲ ਰਖਦਾ ਹੈ ।

The True Master has embedded three unique ambrosial virtues in the universe at the disposal of His Creation. Whosoever may comprehend these three virtues, accepts His Word as an Ultimate Command, and patiently wait for His Blessings; with His mercy and grace, he may remain contented with His Blessings; concentrate on the real purpose of human life; the teachings of His Word. To obey the teachings of His Word may be the foundation, root, pillar of all three unique virtues. Whosoever may adopt the teachings of His Word with steady and stable belief in his day-to-day life; with His mercy and grace, he may be blessed with the right path of acceptance in His Court. The purpose of his human life opportunity may be rewarded, successful. No one may ever deprive, robs His Blessed Vision, Enlightenment of His Word, the right path of acceptance in His Court from His true devotee. Whosoever may surrender his self-identity at His Sanctuary and meditates, obeys the teachings of His Word with steady and sable belief; with His mercy and grace, The True Master may keep His true devotee steady and stable on the right path of acceptance in His Court.

88. ਸਲੋਕ ਮਹਲਾ ੫॥ (1429-14)

ਤੇਰਾ ਕੀਤਾ ਜਾਤੋ ਨਾਹੀ,	tayraa keetaa jaato naahee
ਮੈਨੋ ਜੋਗੁ ਕੀਤੋਈ॥	maino jog keeto-ee.
ਮੈ ਨਿਰਗੁਣਿਆਰੇ ਕੋ ਗੁਣੁ ਨਾਹੀ,	mai nirguni-aaray ko gun naahee
ਆਪੇ ਤਰਸੁ ਪਇਓਈ॥	aapay taras pa-i-o-ee.
ਤਰਸੁ ਪਇਆ ਮਿਹਰਾਮਤਿ ਹੋਈ,	taras pa-i-aa mihraamat ho-ee
ਸਤਿਗੁਰੁ ਸਜਣੁ ਮਿਲਿਆ॥	satgur sajan mili-aa.
ਨਾਨਕ ਨਾਮੁ ਮਿਲੈ ਤਾਂ ਜੀਵਾਂ,	naanak naam milai taaN jeevaaN
ਤਨੁ ਮਨੁ ਥੀਵੈ ਹਰਿਆ॥੧॥	tan man theevai hari-aa. ‖1‖

ਪ੍ਰਭ, ਤੇਰੇ ਬਖਸ਼ੇ, ਕਿਸੇ ਕਰਤਬ ਦੇ ਕਾਰਨ ਦੀ ਸੋਝੀ, ਮਾਨਸ ਦੀ ਸਮਝ ਵਿੱਚ ਨਹੀਂ ਹੁੰਦੀ । ਅਣਜਾਣ ਮਾਨਸ ਵਿੱਚ ਕੋਈ ਸਿਆਣਪ, ਕੋਈ ਗੁਣ ਨਹੀਂ ਹੈ! ਪ੍ਰਭ ਨੇ ਆਪਣੀ ਰਹਿਮਤ ਨਾਲ ਹੀ ਮੈਨੂੰ ਸਿਮਰਨ ਦੇ ਯੋਗ ਸਮਝਿਆ, ਬਣਾਇਆ ਹੈ । ਆਪ ਹੀ ਅਸਲੀ ਰਸਤੇ ਤੇ ਪਾਉਣ ਵਾਲੇ ਸੰਤ ਦੀ ਸੰਗਤ ਬਖਸ਼ੀ ਹੈ । ਮੇਰੇ ਸਵਾਸਾਂ ਦਾ, ਮਾਨਸ ਜੀਵਨ ਦਾ ਮੰਤਵ, ਧੰਦਾ ਹੀ, ਪ੍ਰਭ ਦੇ ਸ਼ਬਦ ਦਾ ਸਿਮਰਨ, ਸ਼ਬਦ ਦੀ ਪਾਲਣਾ ਬਣ ਗਿਆ ਹੈ । ਜਿਹੜਾ ਪ੍ਰਭ ਦੇ ਸ਼ਬਦ ਦੇ ਸਿਮਰਨ ਵਿੱਚ, ਸ਼ਬਦ ਦੀ ਸਮਾਧੀ ਵਿੱਚ ਲੀਨ ਹੋ ਜਾਂਦਾ, ਰਹਿੰਦਾ ਹੈ । ਪ੍ਰਭ ਦੀ ਰਹਿਮਤ ਨਾਲ ਉਸ ਦਾ ਮਨ ਸ਼ੀਤਲ, ਠੰਡਾ, ਸੰਤੋਖ ਨਾਲ ਭਰਪੂਰ ਹੋ ਜਾਂਦਾ ਹੈ ।

My True Master, Your Blessings, purpose of events in the universe, remain beyond the imagination, comprehension of Your Creation. I am ignorant, have no wisdom, own virtues to accomplish or comprehend any happening in the universe. The Merciful True Master has bestowed His Blessed Vision to transform my state of mind to become worthy to meditate, adopt the teachings of His Word. The True Master has blessed the conjugation of His Holy saint to guide on the right path of acceptance in His Court. The purpose of my breathes, human life opportunity has become to meditate, obey the teachings of His Word with steady and stable belief in my day-to-day life. Whosoever may remain intoxicated meditating in the void of His Word; with His mercy and grace, he may remain calm, peaceful, and overwhelmed with contentment in his human life journey.

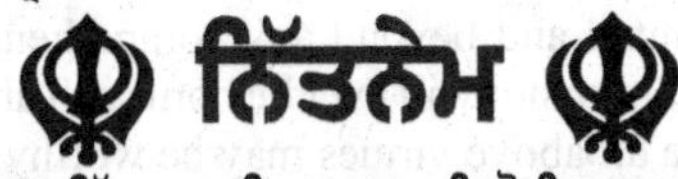

ਗੁਰੂ ਗ੍ਰੰਥ ਸਾਹਿਬ – ਮੂਲ ਮੰਤਰ ਵਿੱਚ ਪ੍ਰਭ ਦੀ ਅਵਸਥਾ ਦੀ ਸੋਝੀ ਜਾਣਕਰੀ ਦੱਸੀ ਗਈ ਹੈ!

ਮੂਲ ਮੰਤਰ ਦੇ ਪੰਜ ਭਾਗ: **Five enlightenments of Mool Mantra:**

ਪ੍ਰਭ ਦਾ ਅਕਾਰ, ਸ਼੍ਰਿਸਟੀ ਦਾ ਪ੍ਰਬੰਧ, ਬਣਤਰ, ਮੁਕਤੀ, ਪ੍ਰਭ ਦੀ ਪਛਾਣ! Structure; Function; Creation; Acceptance; Recognition.

ੴ ਸਤਿ ਨਾਮੁ ਕਰਤਾ ਪੁਰਖੁ, ਨਿਰਭਉ ਨਿਰਵੈਰੁ ਅਕਾਲ ਮੂਰਤਿ ਅਜੂਨੀ ਸੈਭੰ ਗੁਰ ਪ੍ਰਸਾਦਿ॥

ik-oNkaar, sat naam, kartaa, purakh, nirbha-o, nirvair, akaal, moorat, ajoonee, saibhaN, gur parsaad.

ਜਪੁ॥ ਆਦਿ ਸਚੁ ਜੁਗਾਦਿ ਸਚੁ॥ ਹੈ ਭੀ ਸਚੁ ਨਾਨਕ ਹੋਸੀ ਭੀ ਸਚੁ॥੧॥

jap.! Aad sach, Jugaad sach. Hai bhee sach, Naanak hosee bhee sach. ||1||

1) ਪ੍ਰਭ ਦਾ ਅਕਾਰ – Structure

ੴ ik-oNkaar: The One and Only One, God, True Master. No form, shape, color, size, in Spirit only.

God, The Holy Spirit may appear in anything, anyone, anytime at His free Will; beyond any form, shape, size, or color, only Holy Spirit.

2) ਸ਼੍ਰਿਸਟੀ ਦਾ ਪ੍ਰਬੰਧ: Function and His Operation!

ਸਤਿ ਨਾਮੁ sat naam: naam – His Word, His command, His existence, 'sat- Omnipresent, Omniscient, Omnipotent, Axiom Unchangeable, Uncompromised, forever.

The One and Only One, God remains embedded in His Nature, in His Word; only His command pervades in the universe and nothing else exist without His mercy and grace.

3) ਸ਼੍ਰਿਸਟੀ ਦੀ ਬਣਤਰ: – Creation of the universe.

ਸੈਭੰ saibhaN: Universe, creation, soul is an expansion of His Holy spirit. Comes out of His spirit to repent, sanctify, and may be absorbed in His Holy Spirit.

The True Master, Creator Himself is The Creation, nothing else exist.

4) ਮੁਕਤੀ Salvation – His acceptance.

ਗੁਰ ਪ੍ਰਸਾਦਿ gur parsaad: Only with His own mercy and grace. No one may counsel nor curse His blessing.

No one may comprehend how, why, and when; He may bestow His mercy and grace or the limits and duration of His blessings.

5) ਪ੍ਰਭ ਦੀ ਪਛਾਣ – Recognition

ਗੁਣ: – ਕਰਤਾ, ਪੁਰਖੁ, ਨਿਰਭਉ, ਨਿਰਵੈਰੁ, ਅਕਾਲ, ਮੁਰਤਿ, ਅਜੂਨੀ! Virtues: - kartaa, purakh, nirbha-o nirvair, akaal, moorat, ajoonee

6) ਕੌਣ ਪੂਜਣ ਜੋਗ – Worthy to be Worshipped

ਆਦਿ ਸਚੁ ਜੁਗਾਦਿ ਸਚੁ॥ Aad sach, Jugaad sach.

ਹੈ ਭੀ ਸਚੁ ਨਾਨਕ ਹੋਸੀ ਭੀ ਸਚੁ॥੧॥ Hai bhee sach, Naanak hosee bhee sach. ||1||

ਕੇਵਲ ਇੱਕੋ ਇੱਕ ਅਟਲ ਪ੍ਰਭ, ਪ੍ਰਭ ਦਾ ਸ਼ਬਦ, ਅਰੰਭ ਤੋ ਪਹਿਲੇ, ਹੁਣ, ਭਵਿੱਖ ਵਿੱਚ ਵੀ ਅਟਲ ਰਹਿਣ ਵਾਲਾ ਹੈ । ਕੇਵਲ ਉਸ ਦਾ ਹੁਕਮ ਹੀ ਚਲਦਾ ਹੈ । ਸਭ ਨੂੰ ਉਸ ਅਗੇ ਝੁਕਣਾ ਪੈਂਦਾ ਹੈ ।

The One and Only One, Holy Spirit; true before creation, present and future remains true forever. Only His Word, Command prevails. Even the mighty must surrender to His command.

His virtues are unlimited and beyond any comprehension of His Creation. However, no one ever born nor will ever be born with all these unique virtues. Whosoever may have all above virtues may be worthy to be called The One and Only One, God, True Master and only worthy of worship.

The Master Key to open the door of the right path of acceptance in His Court, salvation may be "saibhaN"! Whosoever may be drenched with the essence that all souls are an expansion of His Holy Spirit; he may realize that mankind as a brotherhood. No one may want to harm and deceive himself; he may be blessed to conquer his mind. With His mercy and grace, his cycle of birth and death may be eliminated!

ਸੋ ਸੋਚਿ ਨ ਹੋਵਈ	Sochai soch na hova-ee,
ਜੇ ਸੋਚੀ ਲਖ ਵਾਰ॥	jay sochee lakh vaar.
ਚੁਪੈ ਚੁਪ ਨ ਹੋਵਈ	Chupai chup na hova-ee,
ਜੇ ਲਾਇ ਰਹਾ ਲਿਵ ਤਾਰ॥	jay laa-ay rahaa liv taar.
ਭੁਖਿਆ ਭੁਖ ਨ ਉਤਰੀ	Bhukhi-aa bhukh na utree,
ਜੇ ਬੰਨਾ ਪੁਰੀਆ ਭਾਰ॥	jay bannaa puree-aa bhaar.
ਸਹਸ ਸਿਆਣਪਾਂ ਲਖ ਹੋਹਿ	Sahas si-aanpaa lakh hohi,
ਤ ਇਕ ਨ ਚਲੈ ਨਾਲਿ॥	ta ik na chalai naal.
ਕਿਵ ਸਚਿਆਰਾ ਹੋਈਐ	Kiv sachi-aaraa ho-ee-ai,
ਕਿਵ ਕੂੜੈ ਤੁਟੈ ਪਾਲਿ॥	kiv koorhai tutai paal?
ਹੁਕਮਿ ਰਜਾਈ ਚਲਣਾ	Hukam rajaa-ee chalnaa,
ਨਾਨਕ ਲਿਖਿਆ ਨਾਲਿ॥੧॥	Naanak likhi-aa naal. ||1||

ਬਾਰ ਬਾਰ, ਅਨੇਕ ਵਾਰ ਸੋਚਣ ਨਾਲ ਵੀ ਮਨ ਵਿਚੋਂ ਬੁਰੇ ਖਿਆਲਾਂ ਰੂਪੀ ਮੈਲ ਧੋਤੀ ਨਹੀਂ ਜਾਂਦੀ। ਆਤਮਾਂ ਦੀ ਪਵਿੱਤਰਤਾ, ਮਨ ਦੀ ਭਟਕਣ ਦੂਰ ਨਹੀਂ ਹੁੰਦੀ। ਤਨ ਦੇ ਇਸ਼ਨਾਨ ਕਰਨ ਨਾਲ ਮਨ ਦੀ ਮੈਲ ਧੋਤੀ ਨਹੀਂ ਜਾਂ ਸਕਦੀ। ਲੰਮਾ ਸਮਾਂ ਮੋਨ ਧਾਰਨ ਨਾਲ ਆਤਮਾਂ ਦੀ ਮੋਨਤਾ, ਸ਼ਾਂਤੀ ਨਹੀਂ ਹੁੰਦੀ। ਅਸਲੀ ਮੋਨ ਨਾਲ ਪ੍ਰਭ ਨਾਲ ਬਿਰਤੀ ਲੱਗ ਜਾਂਦੀ ਹੈ । ਅਸਲੀ ਮੋਨ ਤਾਂ ਨਿੰਦਿਆਂ, ਤੋਂ ਰਹਿਤ ਹੋਣ ਨਾਲ ਹੀ ਹੁੰਦਾ ਹੈ । ਭੁੱਖੇ ਰਹਿਣ, ਵਰਤ ਰਖਣ ਨਾਲ, ਮਨ ਵਿਚੋਂ ਇੱਛਾ, ਲਾਲਚ ਉਪਰ ਕਾਬੂ ਨਹੀਂ ਪੈਂਦਾ । ਅਸਲੀ ਵਰਤ ਤਾਂ ਮਨ, ਆਤਮਾਂ ਦਾ ਸੰਤੋਖ ਹਾਸਿਲ ਕਰਨਾ, ਪ੍ਰਭ ਦੇ ਬਖਸ਼ੇ ਤੇ ਅਡੋਲ ਭਰੋਸਾ ਹੀ ਹੁੰਦਾ ਹੈ । ਭਾਵੇਂ ਜੀਵ ਪੜ੍ਹ ਕੇ ਕਿਤਨਾ ਵੀ ਗਿਆਨਵਾਨ, ਸੂਝਵਾਨ, ਸਿਆਣਾ ਹੋ ਜਾਵੇ । ਅਨੇਕ ਵਾਰ ਸੋਚ ਕੇ ਕੰਮ ਕਰੇ, ਫਿਰ ਵੀ ਉਹਨਾਂ ਸਿਆਣਪਾਂ ਦਾ ਪ੍ਰਭ ਦੀ ਮਰਜ਼ੀ ਅੱਗੇ ਕੋਈ ਚਾਰਾ ਨਹੀਂ ਹੈ । ਕਿਸਤਰ੍ਹਾਂ ਮਨ ਸੰਸਾਰਕ ਮਾਇਆ ਦੇ ਬੰਧਨ ਨਾਸ਼ ਕਰ ਸਕਦਾ ਹੈ? ਕਿਸਤਰ੍ਹਾਂ ਆਤਮਾਂ ਦੀ ਅਗਿਆਨਤਾ ਦਾ ਪਰਦਾ, ਭੇਦ, ਵਿਛੋੜਾ ਪ੍ਰਭ ਨਾਲੋ ਦੂਰ ਹੋ ਸਕਦਾ ਹੈ? ਪ੍ਰਭ ਦੀ ਰਹਿਮਤ ਕਿਸੇ ਵਿਧੀ, ਚਲਾਕੀ, ਧਰਮ ਦੇ ਰੀਤੀ ਰੀਵਾਜ ਕਰਨ ਨਾਲ ਬਖਸ਼ਿਸ਼ ਨਹੀਂ ਹੁੰਦੀ। ਕੇਵਲ ਇੱਕੋ ਇੱਕ ਹੀ ਰਸਤਾ! ਪ੍ਰਭ ਦੀ ਆਪਣੀ ਰਜ਼ਾ, ਰਹਿਮਤ ਨਾਲ ਹੀ ਬਖਸ਼ਿਸ਼ ਹੁੰਦੀ ਹੈ । ਆਪਣੇ ਮਨ ਦੇ ਅਹੰਕਾਰ ਨੂੰ ਤਿਆਗ ਕੇ ਸ਼ਬਦ ਅਨੁਸਾਰ ਨਾਲ ਜੀਵਨ ਢਾਲਣ ਨਾਲ, ਦੁਖ, ਸੁਖ ਨੂੰ ਬਖਸ਼ਿਸ਼ ਸਮਝ ਕੇ ਕਬੂਲ ਕਰਨ ਨਾਲ, ਪ੍ਰਭ ਆਪ ਹੀ ਤਰਸ, ਰਹਿਮਤ ਬਖਸ਼ਦਾ ਹੈ ।

Even thinking repeatedly, mind cannot control the evil thoughts. Soul does not become pure, sanctified. Same way by keeping quiet, staying away from conversations, or living in forest one cannot concentrate on His Word. His mind keeps the worldly conversation going within. Same way if someone stays away from food, starve. He can make these out of his reach. Still his mind cannot control the worldly greed, desires. By reading Holy Scriptures and life experience of saintly souls, one can become very knowledgeable. However, his wisdom does not prepare him for the true journey, true purpose of life. He cannot avoid miseries of his like, His Word prevails, he had to endure sufferings. How mind can conquer worldly desires and become sanctified, worthy of Your consideration? How the separation of soul from the Holy Spirit can be eliminated?

Answer: Only by considering His Word as an ultimate, unchangeable, unavoidable command. By adopting the teachings of Word in own life. Only by His grace! Mind can conquer worldly desires and can become worthy of His consideration. Only then the curtain of secrecy between soul and The Holy Spirit may be eliminated.

ਹੁਕਮੀ ਹੋਵਨਿ ਆਕਾਰ ਹੁਕਮੁ ਨ ਕਹਿਆ ਜਾਈ॥	Hukmee hovan aakaar, hukam na kahi-aa jaa-ee.
ਹੁਕਮੀ ਹੋਵਨਿ ਜੀਅ ਹੁਕਮਿ ਮਿਲੈ ਵਡਿਆਈ॥	Hukmee hovan jee-a, hukam milai vadi-aa-ee.
ਹੁਕਮੀ ਉਤਮੁ ਨੀਚੁ, ਹੁਕਮਿ ਲਿਖਿ ਦੁਖ ਸੁਖ ਪਾਈਅਹਿ॥	Hukmee utam neech, hukam likh dukh sukh paa-ee-ah.
ਇਕਨਾ ਹੁਕਮੀ ਬਖਸੀਸ, ਇਕਿ ਹੁਕਮੀ ਸਦਾ ਭਵਾਈਅਹਿ॥	Iknaa hukmee bakhsees, ik hukmee sadaa bhavaa-ee-ah.
ਹੁਕਮੈ ਅੰਦਰਿ ਸਭੁ ਕੋ ਬਾਹਰਿ ਹੁਕਮ ਨ ਕੋਇ॥	Hukmai andar sabh ko, baahar hukam na ko-ay.
ਨਾਨਕ ਹੁਕਮੈ ਜੇ ਬੁਝੈ ਤ ਹਉਮੈ ਕਹੈ ਨ ਕੋਇ॥੨॥	Naanak hukmai jay bujhai, ta ha-umai kahai na ko-ay. ||2||

ਪ੍ਰਭ ਦੇ ਹੁਕਮ ਦਾ ਪੂਰਨ ਤਰ੍ਹਾਂ ਵਖਿਆਣ ਨਹੀਂ ਕੀਤਾ ਜਾ ਸਕਦਾ । ਉਸ ਦੇ ਹੁਕਮ ਨਾਲ ਹੀ ਜੀਵਾਂ ਦਾ ਅਕਾਰ, ਰੂਪ, ਸੂਰਤ ਬਣਦੀ ਹੈ । ਜੀਵ ਪੈਦਾ ਹੁੰਦਾ, ਸਵਾਸ ਲੈਂਦਾ, ਮੁਕਤੀ (ਸੋਭਾ, ਵਡਿਆਈ) ਮਿਲਦੀ ਹੈ । ਹੁਕਮ ਨਾਲ ਹੀ ਜੀਵ ਨੀਚ ਜਾਂ ਉਤਮ ਜੂੰਨਾ ਵਿੱਚ ਪੈਂਦਾ ਹੈ, ਦੁਖ, ਸੁਖ ਭੁਗਤਦਾ ਹੈ । ਕੋਈ ਜਨਮ ਮਰਨ ਦੇ ਚੱਕਰ ਤੋਂ ਰਹਿਤ (ਮੁਕਤ) ਹੋ ਜਾਂਦਾ ਹੈ । ਕੋਈ ਬਾਰ ਬਾਰ ਜਨਮ ਮਰਨ ਦੇ ਚੱਕਰ ਵਿੱਚ ਪੈਂਦਾ ਹੈ । ਹਰ ਜੀਵ ਪ੍ਰਭ ਦੇ ਹੁਕਮ ਵਿੱਚ ਹੀ ਹੈ, ਉਸ ਦੀ ਮਰਜ਼ੀ ਸਭ ਉਪਰ ਚਲਦੀ ਹੈ । ਕੋਈ ਵੀ ਉਸ ਦੀ ਮਰਜ਼ੀ ਤੋਂ ਬਾਹਰ ਨਹੀਂ ਜਾਂ ਸਕਦਾ । ਜਿਹੜਾ ਵੀ ਪ੍ਰਭ ਦੀ ਮਰਜ਼ੀ ਨੂੰ ਸਮਝ ਲੈਂਦਾ ਹੈ, ਉਸ ਦੇ ਮਨ ਦੇ ਅਹੰਕਾਰ ਦੀ ਜੜ੍ਹ ਖਤਮ ਹੋ ਜਾਂਦੀ ਹੈ । ਪ੍ਰਭ ਦੀ ਰਹਿਮਤ ਦੇ ਰਸਤੇ ਤੇ ਚੱਲ ਪੈਂਦਾ ਹੈ । ਸ਼ਬਦ ਦੀ ਪਾਲਣਾ ਕਰਦਾ ਸ਼ਬਦ ਵਿੱਚ ਲੀਨ ਹੋ ਜਾਂਦਾ ਹੈ ।

His Word is beyond the scope of understandings of His creation. Nobody can fully understand, the meanings of His Word and purpose of His creation. Only by His command, creatures of various form, shapes and colors are born and vanishes. Only He is the source of breath and all the happiness and sorrows come by His command. Some goes into birth and death cycle and others immerses into His Holy Spirit. Everybody is under His command, control, nobody is above His command. Whosoever is blessed with understandings of His Word, he conquers His mind, ego. He adopts His Word in His life and remains attuned to His Word and lives in void of His Word.

ਗਾਵੈ ਕੋ ਤਾਣੁ ਹੋਵੈ ਕਿਸੈ ਤਾਣੁ॥	Gaavai ko taan hovai kisai taan.
ਗਾਵੈ ਕੋ ਦਾਤਿ ਜਾਣੈ ਨੀਸਾਣੁ॥	Gaavai ko daat jaanai neesaan.
ਗਾਵੈ ਕੋ ਗੁਣ ਵਡਿਆਈਆ ਚਾਰ॥	Gaavai ko gun vadi-aa-ee-aa chaar.
ਗਾਵੈ ਕੋ ਵਿਦਿਆ ਵਿਖਮੁ ਵੀਚਾਰੁ॥	Gaavai ko vidi-aa vikham veechaar.
ਗਾਵੈ ਕੋ ਸਾਜਿ ਕਰੇ ਤਨੁ ਖੇਹ॥	Gaavai ko saaj karay tan khayh.
ਗਾਵੈ ਕੋ ਜੀਅ ਲੈ ਫਿਰਿ ਦੇਹ॥	Gaavai ko jee-a lai fir dayh.
ਗਾਵੈ ਕੋ ਜਾਪੈ ਦਿਸੈ ਦੂਰਿ॥	Gaavai ko jaapai disai door.
ਗਾਵੈ ਕੋ ਵੇਖੈ ਹਾਦਰਾ ਹਦੂਰਿ॥	Gaavai ko vaykhai haadraa hadoor.
ਕਥਨਾ ਕਥੀ ਨ ਆਵੈ ਤੋਟਿ॥	Kathnaa kathee na aavai tot.
ਕਥਿ ਕਥਿ ਕਥੀ ਕੋਟੀ ਕੋਟਿ ਕੋਟਿ॥	Kath kath kathee kotee kot kot.
ਦੇਂਦਾ ਦੇ ਲੈਂਦੇ ਥਕਿ ਪਾਹਿ॥	Daydaa day laiday thak paahi.

ਜੁਗਾ ਜੁਗੰਤਰਿ ਖਾਹੀ ਖਾਹਿ॥	Jugaa jugantar khaahee khaahi.
ਹੁਕਮੀ ਹੁਕਮੁ ਚਲਾਏ ਰਾਹੁ॥	Hukmee hukam chalaa-ay raahu.
ਨਾਨਕ ਵਿਗਸੈ ਵੇਪਰਵਾਹੁ॥ ੩॥	Naanak vigsai vayparvaahu. ||3||

ਪ੍ਰਭ ਦੇ ਸ਼ਬਦ, ਨਾਮ ਨੂੰ ਕੌਣ, ਕੌਣ ਅਤੇ ਕਿਸ ਕਾਰਨ ਕਰਕੇ ਗਾਉਂਦੇ ਹਨ? ਪ੍ਰਭ ਨੂੰ ਅਨੇਕ ਹੀ ਜੀਵ ਆਪਣੇ ਕਾਰਨ ਕਰਕੇ ਗਾਉਂਦੇ ਹਨ । ਜਿਤਨਾ ਵੀ ਤੂੰ ਕਿਸੇ ਨੂੰ ਗਿਆਨ ਬਖਸ਼ਦਾ ਹੈ, ਉਤਨਾ ਹੀ ਵਖਿਆਣ ਕਰਦਾ, ਕਰ ਸਕਦਾ ਹੈ । ਕਈ ਦਿੱਤੀਆ ਹੋਈ ਬਖਸ਼ਿਸ਼ਾਂ ਨੂੰ, ਤੇਰੀ ਹੋਂਦ ਨੂੰ ਹਰ ਥਾਂ ਪ੍ਰਗਟ ਸਮਝ ਕੇ ਗਾਉਂਦੇ ਹਨ । ਤੇਰੇ ਗੁਣਾਂ, ਵਡਿਆਈ ਨੂੰ ਧਿਆਨ ਵਿੱਚ ਰਖ ਕੇ, ਸਾਡੇ ਖੋਟੇ ਕੰਮਾਂ ਨੂੰ ਵਿਚਾਰਦਾ ਨਹੀਂ । ਕਈ ਗਿਆਨ ਦੀ ਗੰਭੀਰਤਾ, ਅਨੇਕ ਰੂਹਾਨੀ ਕਰਾਮਾਤਾਂ ਕਰਕੇ, ਪਹਿਲੇ ਸਰੀਰ ਨੂੰ ਖੂਬਸੂਰਤ ਬਣਾਉਂਦਾ ਹੈ ਫਿਰ ਇਸ ਨੂੰ ਭਸਮ ਕਰ ਦੇਂਦਾ ਹੈ । ਪਹਿਲੇ ਜੀਵ ਵਿੱਚ ਸਵਾਸ ਆਤਮਾ ਪਾਉਂਦਾ ਹੈ, ਫਿਰ ਮੌਤ ਦੇਂਦਾ ਹੈ । ਇਹ ਅਨੁਭਵ ਕਰ ਕੇ, ਧਿਆਨ ਵਿੱਚ ਰਖ ਕੇ, ਤੇਰੀ ਹੋਂਦ ਨੂੰ ਹਰ ਸਮੇਂ ਅਤੇ ਹਰ ਜਗ੍ਹ ਤੇ ਮੌਜੂਦ ਹੈ ।ਇਹ ਅਨੁਭਵ ਕਰ ਕੇ ਤੂੰ ਕਿਸੇ ਨੂੰ ਦਖਾਈ ਨਹੀਂ ਦੇਂਦਾ, ਧਿਆਨ ਵਿੱਚ ਰਖ ਕੇ, ਤੇਰਾ ਜਸ, ਸਿਮਰਨ ਕਰਦੇ ਹਨ । ਕਥਾ ਕਰਨ ਨਾਲ, ਕਰਤਬਾਂ ਦਾ ਪੂਰਨ ਵਖਿਆਣ ਨਹੀਂ ਹੋ ਸਕਦਾ । ਕਥਾ (ਦੱਸਣ ਵਾਲੀਆਂ ਵਡਿਆਈ) ਦੀ ਘਾਟ ਨਹੀਂ ਹੁੰਦੀ । ਪ੍ਰਭ ਦੀ ਕਥਾ ਬਹੁਤ ਸਮੇਂ ਤੋਂ ਹੀ ਹੁੰਦੀ ਆਈ ਹੈ । ਉਹ ਹਮੇਸ਼ਾਂ ਹੀ ਦਾਤਾਂ ਬਖਸ਼ਦਾ ਰਹਿੰਦਾ ਹੈ । ਪਰ ਜੀਵ ਲੈਂਦਾ ਲੈਂਦਾ ਥੱਕ ਜਾਂਦਾ ਹੈ, ਜੀਵਨ ਭੋਗ ਕੇ ਸੰਸਰ ਵਿਚੋਂ ਚਲੇ ਜਾਂਦਾ ਹੈ । ਪੁਰਾਨੇ ਸਮੇਂ ਤੋਂ ਹੀ ਇਹ ਚਲਦਾ, ਅਗਲੇ ਸਮੇਂ ਵਿੱਚ ਵੀ ਇਹ ਚਲਦਾ ਰਹਿਣਾ ਹੈ ।ਪ੍ਰਭ ਹੀ ਸਭ ਜੀਵਾਂ ਨੂੰ ਆਪਣੇ ਹੁਕਮ ਅੰਦਰ ਹੀ ਰਖਦਾ ਹੈ । ਸਾਰੇ ਕਰਮ (ਕੰਮ, ਰਸਤੇ) ਉਸ ਦੇ ਹੀ ਬਣਾਏ ਹੋਏ ਹਨ । ਹਰੇਕ ਹੀ ਉਸ ਦੀ ਮਰਜ਼ੀ ਅਨੁਸਾਰ ਚਲ ਸਕਦਾ ਹੈ । ਆਪ ਬਾਲਕ ਦੀ ਤਰ੍ਹਾਂ ਬੇਫਿਕਰ ਆਪਣੀ ਬਣਾਈ ਸ੍ਰਿਸ਼ਟੀ ਨੂੰ ਦੇਖ ਕੇ ਪ੍ਰਸੰਨ ਹੁੰਦਾ ਹੈ । ਜਿਸ ਦੀ ਆਤਮਾ ਉਸ ਦੀ ਮਰਜ਼ੀ ਨੂੰ ਸਵੀਕਾਰ ਕਰ ਲੈਂਦੀ ਹੈ । ਉਹ ਰਹਿਮਤ ਨੂੰ ਅਨੁਭਵ ਕਰਦੀ ਹੈ ਅਤੇ ਜਨਮ ਮਰਨ ਤੋਂ ਮੁਕਤ ਹੋ ਜਾਂਦੀ ਹੈ ।

Many sing His glory due to their own reasons, purpose. Whatsoever, knowledge, he bestows, they explain His Word in their own way. Some sing glory for His blessing, believes He is Omnipresent, the. treasure of all virtues, overlooks our deficiencies, weakness. Some has His unlimited powers in mind. How, he creates wonderful creation and blesses with breath to live and prosper. Then He destroys their body to dust. Some are astonished from His existence, omnipresence, still is not visible to anyone. By reciting His glory and explaining His virtues, these cannot be fully explained. Human are doing this from ancient Ages. His blessings are raining all the time, His creation receives and keeping begging more and more. They die after spending time. He keeps all creatures under His own control and all the tasks are designed by Him. Creatures can only perform under His command. He remains beyond any worries and enjoys His creature. Any soul accepts His Word as an ultimate command and does not try to avoid or change, becomes worthy of His consideration. She realizes His existence and may be blessed with salvation.

ਸਾਚਾ ਸਾਹਿਬੁ ਸਾਚੁ ਨਾਇ	Saachaa saahib saach naa-ay,
ਭਾਖਿਆ ਭਾਉ ਅਪਾਰੁ॥	bhaakhi-aa bhaa-o apaar.
ਆਖਹਿ ਮੰਗਹਿ ਦੇਹਿ ਦੇਹਿ	Aakhahi mangahi dayhi dayhi,
ਦਾਤਿ ਕਰੇ ਦਾਤਾਰੁ॥	daat karay daataar.
ਫੇਰਿ ਕਿ ਅਗੈ ਰਖੀਐ	Fayr ke agai rakhee-ai,
ਜਿਤੁ ਦਿਸੈ ਦਰਬਾਰੁ॥	jit disai darbaar.
ਮੁਹੌ ਕਿ ਬੋਲਣੁ ਬੋਲੀਐ	Muhou ke bolan bolee-ai,
ਜਿਤੁ ਸੁਣਿ ਧਰੇ ਪਿਆਰੁ॥	jit sun Dharay pi-aar.
ਅੰਮ੍ਰਿਤ ਵੇਲਾ ਸਚੁ ਨਾਉ	Amrit vaylaa sach naa-o,

ਵਡਿਆਈ ਵੀਚਾਰੁ॥	vadi-aa-ee veechaar.
ਕਰਮੀ ਆਵੈ ਕਪੜਾ	Karmee aavai kaprhaa,
ਨਦਰੀ ਮੋਖੁ ਦੁਆਰੁ॥	nadree mokh du-aar.
ਨਾਨਕ ਏਵੈ ਜਾਣੀਐ	Naanak ayvai jaanee-ai,
ਸਭੁ ਆਪੇ ਸਚਿਆਰੁ॥੪॥	sabh aapay sachiaar. ||4||

ਪ੍ਰਭ, ਪ੍ਰਭ ਦਾ ਸ਼ਬਦ ਅਟਲ, ਨਾ ਮਿਟਨਵਾਲਾ, ਤੇਰੀ ਹੌਂਦ ਹਰ ਥਾਂ ਤੇ ਮੌਜੂਦ ਹੈ । ਅਨੇਕ ਪ੍ਰਕਾਰ ਦੀਆਂ ਬੋਲੀਆਂ ਹਨ । ਸਾਰੇ ਹੀ ਤੇਰੇ ਪਾਸੋਂ ਬਖਸ਼ਿਸ਼ਾਂ ਮੰਗਦੇ ਰਹਿੰਦੇ ਹਨ, ਆਪ ਹੀ ਦਾਤਾਂ ਬਖਸ਼ ਕੇ ਭਰਪੂਰ ਕਰਦਾ ਹੈ । ਕਿਹੜੀ ਭੇਟਾ ਚੜ੍ਹਾਵਾ, ਜਿਸ ਨਾਲ ਤੇਰੀ ਬੰਦਗੀ ਦਾ ਰਸਤਾ ਮਿਲ ਜਾਵੇ? ਕਿਹੜੇ ਸ਼ਬਦ ਮੂੰਹ ਤੋਂ ਬੋਲਾਂ ਜਿਸ ਨੂੰ ਸੁਣ ਕੇ ਤੂੰ ਰਹਿਮਤ ਬਖਸ਼ੇ? ਅੰਮ੍ਰਿਤ ਵੇਲੇ ਆਪਣੀ ਆਤਮਾ ਨੂੰ ਅਹੰਕਾਰ ਤੋ ਰਹਿਤ ਕਰਕੇ, ਭਰੋਸਾ ਪੱਕਾ ਕਰੋ! ਅਟਲ ਦੇ ਸ਼ਬਦ ਦੇ ਸਿਮਰਨ, ਗੁਣ ਗਾਉਣ ਨਾਲ ਰਹਿਮਤ ਬਖਸ਼ਿਸ਼ ਹੋ ਸਕਦੀ ਹੈ । ਚੰਗੇ ਕੰਮ ਕਰਨ ਨਾਲ ਕੇਵਲ ਉਤਮ, ਮਾਨਸ ਜਨਮ ਬਾਰ ਬਾਰ ਬਖਸ਼ਿਸ਼ ਹੋ ਸਕਦਾ ਹੈ । ਪਰ ਕੇਵਲ ਉਸ ਦੀ ਰਹਿਮਤ ਨਾਲ ਹੀ ਜਨਮ ਮਰਨ ਤੋਂ ਮੁਕਤੀ ਬਖਸ਼ਿਸ਼ ਹੁੰਦੀ ਹੈ । ਅੰਤਰਜਾਮੀ ਪ੍ਰਭ, ਹਰ ਜਗ੍ਹਾ ਤੇ ਹਰ ਸਮੇਂ ਮੌਜੂਦ ਹੈ । ਜਦੋਂ ਆਤਮਾ ਅਹੰਕਾਰ ਤੋਂ ਰਹਿਤ ਹੋ ਜਾਂਦੀ ਹੈ । ਤਾਂ ਆਤਮਾ ਪ੍ਰਭ ਦੀ ਹੌਂਦ ਨੂੰ ਸਵੀਕਾਰ ਕਰਦੀ ਹੈ ਅਤੇ ਰਹਿਮਤ, ਬਖਸ਼ਿਸ਼ ਪ੍ਰਾਪਤ ਕਰਦੀ ਹੈ ।

God and His Word is true forever unavoidable, unchangeable, The Holy Spirit. Omnipresent, prevails everywhere forever. You had created all kinds of sounds for various creatures to communicate with each other's. Everyone begs for Your mercy and You fulfill their desires. What kind of worship or charity, by which the true path of meditation can be realized? What kind of glory I may sing that brings Your mercy, blessed vision? In the morning, conquering your ego and with steady and stable belief on His Word and singing His glory may bring His bliss. By doing good deeds, only superb race, human birth can be blessed again, but the salvation of soul, cycle of birth and death can only be eliminated by His mercy. When soul conquers her ego and accept His Word as an ultimate command. She may realize His Bliss.

ਥਾਪਿਆ ਨ ਜਾਇ ਕੀਤਾ ਨ ਹੋਇ॥	Thaapi-aa na jaa-ay, keetaa na ho-ay.
ਆਪੇ ਆਪਿ ਨਿਰੰਜਨੁ ਸੋਇ॥	Aapay aap niranjan so-ay.
ਜਿਨਿ ਸੇਵਿਆ ਤਿਨਿ ਪਾਇਆ ਮਾਨੁ॥	Jin sayvi-aa tin paa-i-aa maan,
ਨਾਨਕ ਗਾਵੀਐ ਗੁਣੀ ਨਿਧਾਨੁ॥	Naanak gaavee-ai gunee niDhaan.
ਗਾਵੀਐ ਸੁਣੀਐ ਮਨਿ ਰਖੀਐ ਭਾਉ॥	Gaavee-ai sunee-ai man rakhee-ai bhaa-o.
ਦੁਖੁ ਪਰਹਰਿ ਸੁਖੁ ਘਰਿ ਲੈ ਜਾਇ॥	Dukh parhar sukh ghar lai jaa-ay.
ਗੁਰਮੁਖਿ ਨਾਦੰ ਗੁਰਮੁਖਿ ਵੇਦੰ,	Gurmukh naadaN gurmukh vaydaN,
ਗੁਰਮੁਖਿ ਰਹਿਆ ਸਮਾਈ॥	gurmukh rahi-aa samaa-ee.
ਗੁਰੁ ਈਸਰੁ ਗੁਰੁ ਗੋਰਖੁ ਬਰਮਾ	Gur eesar gur gorakh barmaa
ਗੁਰੁ ਪਾਰਬਤੀ ਮਾਈ॥	gur paarbatee maa-ee.
ਜੇ ਹਉ ਜਾਣਾ ਆਖਾ ਨਾਹੀ	Jay ha-o jaanaa aakhaa naahee,
ਕਹਣਾ ਕਥਨੁ ਨ ਜਾਈ	kahnaa kathan na jaa-ee.
ਗੁਰਾ ਇਕ ਦੇਹਿ ਬੁਝਾਈ॥	Guraa ik dayhi bujhaa-ee!
ਸਭਨਾ ਜੀਆ ਕਾ ਇਕੁ ਦਾਤਾ,	Sabhnaa jee-aa kaa ik daataa
ਸੋ ਮੈ ਵਿਸਰਿ ਨ ਜਾਈ॥੫॥	so mai visar na jaa-ee. ||5||

ਪ੍ਰਭ ਕਿਸੇ ਮਾਂ ਜਾਂ ਬਾਪ ਤੋਂ ਪੈਦਾ ਨਹੀਂ ਹੁੰਦਾ ਹੈ, ਕੋਈ ਉਸ ਨੂੰ ਗੱਦੀ ਤੇ ਥਾਪ ਨਹੀਂ ਸਕਦਾ ਹੈ । ਪ੍ਰਭ ਪੂਰਨ ਸੁਤੰਤਰ ਹੈ, ਆਪਣੀ ਮਰਜ਼ੀ ਅਨੁਸਾਰ ਹਰ ਥਾਂ ਤੇ ਮੌਜੂਦ ਹੈ, ਪ੍ਰਭ ਦੀ ਗੱਦੀ ਨਹੀਂ ਚਲਦੀ । ਜਿਹੜਾ ਮਾਂ ਤੋਂ ਜਨਮ ਲੈਂਦਾ ਹੈ, ਪ੍ਰਭ ਨਹੀਂ ਹੈ । ਸ਼ਬਦ ਦਾ ਸਿਮਰਨ ਕਰਨ ਨਾਲ ਗੁਣਾਂ ਦਾ ਖਜ਼ਾਨਾ ਅਨੁਭਵ ਹੋ ਜਾਂਦਾ ਹੈ, ਪ੍ਰਭ ਦੀ ਹੌਂਦ ਅਨੁਭਵ ਹੋ ਸਕਦੀ ਹੈ । ਉਸ ਗੁਣਾਂ ਨਾਲ ਭਰਪੂਰ ਦੀ ਬੰਦਗੀ

ਕਰੋ! ਪ੍ਰਭ ਦਾ ਸਿਮਰਨ ਜਾ ਸਰਵਣ ਕਰਨ ਸਮੇਂ, ਪ੍ਰਭ ਨੂੰ ਪਰਤਖ ਰੂਪ ਸਮਝੋ! ਤਾਂ ਅੰਦਰੋਂ ਸਭ ਤੋਂ ਵੱਡਾ ਅਹੰਕਾਰ ਰੂਪੀ ਰੋਗ ਖਤਮ ਹੋ ਜਾਂਦਾ ਹੈ, ਆਤਮਾਂ ਸੰਤੋਖ ਨਿਮ੍ਰਤਾ ਨਾਲ ਭਰਪੂਰ ਹੋ ਜਾਂਦੀ ਹੈ ।

ਜਿਸ ਤੇ ਪ੍ਰਭ ਦੀ ਰਹਿਮਤ ਹੋ ਜਾਂਦੀ ਹੈ, ਉਹ ਹਮੇਸ਼ਾਂ ਹੀ ਜੋਤ ਵਿੱਚ ਮਸਤ ਹੋ ਜਾਂਦਾ ਹੈ । ਕਦੀ ਤਾ ਸ਼ਬਦ ਦਾ ਸਿਮਰਨ, ਕਦੀ ਗਿਆਨ ਦਾ ਵਿਚਾਰ ਕਰਦਾ ਹੈ । ਉਹ ਪ੍ਰਮਾਤਮਾ ਸਾਰਿਆਂ ਦਾ ਹੀ ਪਰਤਖ ਗੁਰੂ ਹੈ । ਈਸਰ, ਬ੍ਰਹਮਾ, ਗੋਰਖੁ, ਪਾਰਬਤੀ, ਨਾਨਕ ਸਾਰੇ ਹੀ ਉਸ ਦੀ ਪੂਜਾ ਕਰਦੇ ਹਨ । ਪ੍ਰਭ ਜਿਤਨਾ ਗਿਆਨ, ਸੋਝੀ ਬਖਸ਼ਦਾ ਹੈ, ਜੀਵ ਉਤਨੀ ਹੀ ਵਖਿਆਨ ਕਰ ਸਕਦਾ ਹੈ । ਬਾਕੀ ਸੁਣੀ ਸੁਣਾਈ ਗੱਲ ਨਾਲ ਵਖਿਆਨ ਨਹੀਂ ਕੀਤਾ ਜਾਂ ਸਕਦਾ । ਭੇਦ ਦੀ ਗੱਲ ਸਮਝ ਲਵੋ! ਸ੍ਰਿਸ਼ਟੀ ਦੇ ਪੈਦਾ ਕਰਨ ਵਾਲੇ ਨੂੰ ਮਨ ਵਿਚੋਂ ਕਦੇ ਵੀ ਭੁਲਾਉਣਾ ਨਹੀਂ ਚਾਹੀਦਾ ।

God does not bear from womb of mother nor anyone can incarnate Him on throne. Nobody can establish Him on throne. He is completely independent and omnipresent by His own good Will. He can appear in any item, creature at His own free Will. Whosoever obeys His Word and sings His glory. He is blessed with Vision to realize his existence, treasure of virtues. One should worship, sings the glory of The Master of all the virtues, while singing His glory, believes that He is watching and listening. When soul conquers her own ego, mind is contended with His blessings. Whosoever is blessed by His mercy, he remains attuned to His Word. He sings, sermon His Word or preach His Word. He is The True Master of all the worldly gurus. As much enlightenment He blesses someone, only that much one can explain. By listening and reading His Word cannot be fully explained. One should keep in mind, never forgets His Word.

ਤੀਰਥਿ ਨਾਵਾ ਜੇ ਤਿਸੁ ਭਾਵਾ	Tirath naavaa, jay tis bhaavaa,
ਵਿਣੁ ਭਾਣੇ ਕਿ ਨਾਇ ਕਰੀ॥	vin bhaanay ke naa-ay karee.
ਜੇਤੀ ਸਿਰਠਿ ਉਪਾਈ ਵੇਖਾ	Jaytee sirath upaa-ee vaykhaa
ਵਿਣੁ ਕਰਮਾ ਕਿ ਮਿਲੈ ਲਈ॥	vin karmaa ke milai la-ee.
ਮਤਿ ਵਿਚਿ ਰਤਨ ਜਵਾਹਰ ਮਾਣਿਕ,	Mat vich ratan javaahar maanik
ਜੇ ਇਕ ਗੁਰ ਕੀ ਸਿਖ ਸੁਣੀ॥	jay ik gur kee sikh sunee.
ਗੁਰਾ ਇਕ ਦੇਹਿ ਬੁਝਾਈ॥	Guraa ik dayhi bujhaa-ee!
ਸਭਨਾ ਜੀਆ ਕਾ ਇਕੁ ਦਾਤਾ	Sabhnaa jee-aa kaa ik daataa
ਸੋ ਮੈ ਵਿਸਰਿ ਨ ਜਾਈ॥੬॥	so mai visar na jaa-ee. ||6||

ਜਿਤਨਾ ਚਿਰ ਆਤਮਾਂ ਆਪਣੇ ਅਹੰਕਾਰ ਨੂੰ ਖਤਮ ਕਰਕੇ, ਸ਼ਰਣ ਵਿੱਚ ਨਹੀਂ ਆਉਂਦੀ । ਤੀਰਥਾਂ ਤੇ ਇਸ਼ਨਾਨ ਨਾਲ ਕੋਈ ਲਾਭ ਨਹੀਂ ਹੁੰਦਾ, ਪ੍ਰਭ ਦੀ ਕ੍ਰਿਪਾ ਨਹੀਂ ਹੁੰਦੀ । ਜਿਤਨੇ ਵੀ ਜੀਵ ਪ੍ਰਭ ਨੇ ਪੈਦਾ ਕੀਤੇ ਹਨ । ਹਰੇਕ ਨੂੰ ਆਪਣੇ ਭਾਗਾਂ ਅਨੁਸਾਰ ਹੀ ਬਖਸ਼ਦਾ ਹੈ, ਕਿਸੇ ਦਾ ਜ਼ੋਰ ਨਹੀਂ ਹੁੰਦਾ । ਜਿਹੜਾ ਪ੍ਰਭ ਦੀ ਮਰਜ਼ੀ ਨੂੰ ਪ੍ਰਸੰਨ ਹੋ ਕੇ ਸਵੀਕਾਰ ਕਰਦਾ ਹੈ । ਉਸ ਨੂੰ ਸਭ ਤੋਂ ਅਮੋਲਕ ਖਜ਼ਾਨਾ ਪ੍ਰਭ ਦੀ ਹੋਂਦ ਅਨੁਭਵ ਹੋ ਜਾਂਦੀ, ਸ਼ਬਦ ਮਨ ਵਿੱਚ ਜਾਗਰਤ ਹੋ ਜਾਂਦਾ ਹੈ । ਭੇਦ ਦੀ ਗੱਲ ਸਮਝ ਲਵੋ! ਸਭ ਸ੍ਰਿਸ਼ਟੀ ਦੇ ਪੈਦਾ ਕਰਨ ਵਾਲੇ ਨੂੰ ਮਨ ਵਿਚੋਂ ਕਦੀ ਵੀ ਭੁਲਣਾ ਨਹੀਂ ਚਾਹੀਦਾ ।

Without conquering your ego, bathing at holy shrines does not benefit the soul in her journey. All the creatures are rewarded as per their destiny, nobody has any control over that blessing. Whosoever accepts His Word with steady and stable belief, is blessed with priceless treasure of His Word. His existence and His Word are enlightened in his heart. This is the key secret, never forsake His Word from your heart, always sings His glory.

ਜੇ ਜੁਗ ਚਾਰੇ ਆਰਜਾ	Jay jug chaaray aarjaa
ਹੋਰ ਦਸੂਣੀ ਹੋਇ॥	hor dasoonee ho-ay.
ਨਵਾ ਖੰਡਾ ਵਿਚਿ ਜਾਣੀਐ	Navaa khanda vich jaanee-ai,
ਨਾਲਿ ਚਲੈ ਸਭੁ ਕੋਇ॥	naal chalai sabh ko-ay.
ਚੰਗਾ ਨਾਉ ਰਖਾਇ ਕੈ	Changa naa-o rakhaa-ay kai,
ਜਸੁ ਕੀਰਤਿ ਜਗਿ ਲੇਇ॥	jas keerat jag lay-ay.
ਜੇ ਤਿਸੁ ਨਦਰਿ ਨ ਆਵਈ	Jay tis nadar na aavee,
ਤ ਵਾਤ ਨ ਪੁਛੈ ਕੇ॥	ta vaat na puchhai kay.
ਕੀਟਾ ਅੰਦਰਿ ਕੀਟੁ ਕਰਿ	Keetaa andar keet kar
ਦੋਸੀ ਦੋਸੁ ਧਰੇ॥	dosee dos Dharay.
ਨਾਨਕ ਨਿਰਗੁਣਿ ਗੁਣੁ ਕਰੇ	Naanak nirgun gun karay,
ਗੁਣਵੰਤਿਆ ਗੁਣੁ ਦੇ॥	gunvanti-aa gun day.
ਤੇਹਾ ਕੋਇ ਨ ਸੁਝਈ	Tayhaa ko-ay na sujh-ee
ਜਿ ਤਿਸੁ ਗੁਣੁ ਕੋਇ ਕਰੇ॥੭॥	je tis gun ko-ay karay. ||7||

ਅਗਰ ਜੀਵ ਦੀ ਲੰਮੀ ਉਮਰ ਹੋ ਜਾਵੇ, ਜਾਂ ਬੁਹਤ ਇਲਾਕੇ ਵਿੱਚ ਪ੍ਰਸਿੱਧ ਹੋ ਜਾਵੈ । ਬਹੁਤ ਲੋਕ ਉਸ ਨਾਲ ਸਹਿਮਤ ਹੋ ਜਾਣ, ਜਾਂ ਚੰਗੇ ਨਾਮ ਨਾਲ ਪ੍ਰਸਿੱਧ ਹੋ ਜਾਵੇ, ਜਾ ਬੁਹਤ ਲੋਕਾ ਤੇ ਹੁਕਮ ਚਲੈ । ਜਾ ਬਹੁਤ ਲੋਕਾ ਤੋਂ ਆਪਣੀ ਪੂਜਾ ਕਰਾਉਣ ਲੱਗ ਪਵੈ । ਜਿਤਨਾ ਚਿਰ ਪ੍ਰਭ ਦੀ ਕ੍ਰਿਪਾ ਦ੍ਰਿਸ਼ਟੀ ਨਹੀਂ ਹੁੰਦੀ । ਸੰਸਾਰਕ ਹੈਸੀਅਤ ਦੀ ਦਰਗਾਹ ਵਿੱਚ ਕੋਈ ਕੀਮਤ ਨਹੀਂ ਪੈਂਦੀ । ਇਸ ਸੰਸਾਰਕ ਮਾਨ, ਸ਼ਾਨ ਦਾ ਵੀ ਅਸਲ ਵਿੱਚ ਕੋਈ ਲਾਭ ਨਹੀਂ ਹੁੰਦਾ ਹੈ । ਜਿਤਨਾ ਚਿਰ ਪ੍ਰਭ ਦੀ ਮਰਜ਼ੀ ਵਿੱਚ ਨਾ ਚਲਿਆ ਜਾਵੇ । ਉਤਨਾ ਚਿਰ ਕ੍ਰਿਪਾ ਦ੍ਰਿਸ਼ਟੀ ਨਹੀਂ ਹੁੰਦੀ।ਸਗੋਂ ਆਪਣੇ ਕੀਤੇ ਹੋਏ ਕੰਮਾਂ ਦਾ ਅਹੰਕਾਰ ਹੀ ਦਰਗਾਹ ਵਿੱਚ ਦੋਸ਼ੀ ਬਣਾਉਂਦਾ, ਨੀਚ ਜੂੰਨਾਂ ਵਿੱਚ ਬਾਰ ਬਾਰ ਜਾਣਾ ਪੈਂਦਾ ਹੈ । ਪ੍ਰਭ ਬਹੁਤ ਦਿਆਲੂ ਹੈ । ਉਹ ਅਗਿਅਨੀਆਂ ਨੂੰ ਵੀ ਚੰਗੇ ਗੁਣਾਂ ਨਾਲ ਭਰਪੂਰ ਕਰ ਦੇਂਦਾ, ਗੁਣਾਂ ਵਾਲੇ ਬਣਾ ਦੇਂਦਾ ਹੈ । ਅਹੰਕਾਰੇ ਗੁਣਾਂ ਵਾਲਿਆਂ ਨੂੰ ਗੁਣਾਂ ਤੋਂ ਰਹਿਤ ਕਰ ਦੇਂਦਾ ਹੈ । ਅਜੇਹਾ ਕੋਈ ਨਹੀਂ ਲੱਭਦਾ ਜਿਹੜਾ ਪ੍ਰਭ ਤੇ ਕੋਈ ਗੁਣ ਕਰ ਸਕੇ !ਇਤਨਾ ਦਿਆਲੂ ਹੋਵੇ ਕਿ ਹਰ ਜੀਵ ਤੇ ਇਤਨੇ ਗੁਣ ਕਰ ਸਕੇ ।

Even if One has a long life, becomes popular and recognized everywhere. Even if many may agree with him, follows and worship him and he rules the world. His worldly status does not help him in His court. Without adopting His Word in life, He does not shower His mercy. Without His mercy, worldly status does not benefit him in his purpose of human life, rather due to the false pride of his actions, makes him culprit in His court. He is pushed into cycle of birth and death. God is so merciful; He blesses even the ignorant with great virtues. He can render wise knowledgeable with ego, virtue less, worthless. There is nobody with that greatness, who can do any favor to God or can help any other human equal to His blessings.

ਸੁਣਿਐ ਸਿਧ ਪੀਰ ਸੁਰਿ ਨਾਥ॥	Suni-ai siDh peer sur naath.
ਸੁਣਿਐ ਧਰਤਿ ਧਵਲ ਆਕਾਸ॥	Suni-ai Dharat Dhaval aakaas.
ਸੁਣਿਐ ਦੀਪ ਲੋਅ ਪਾਤਾਲ॥	Suni-ai deep lo-a paataal.
ਸੁਣਿਐ ਪੋਹਿ ਨ ਸਕੈ ਕਾਲੁ॥	Suni-ai pohi na sakai kaal.
ਨਾਨਕ ਭਗਤਾ ਸਦਾ ਵਿਗਾਸੁ॥	Naanak bhagtaa sadaa vigaas.
ਸੁਣਿਐ ਦੂਖ ਪਾਪ ਕਾ ਨਾਸੁ॥੮॥	Suni-ai dookh paap kaa naas. ||8||

ਜਿਹੜਾ ਸ਼ਬਦ ਦੀ ਧੁਨ ਇਕਾਗਰ ਚਿੱਤ ਹੋ ਕੇ ਸ੍ਰਵਣਨ ਕਰਨਾ ਜਾਣ ਲੈਂਦਾ, ਸ੍ਰਵਣਨ ਕਰਦਾ ਹੈ । ਉਸ ਵਿੱਚ ਦੇਵਤਿਆ ਵਾਲੇ ਗੁਣ ਆ ਜਾਂਦੇ ਹਨ । ਉਸ ਨੂੰ ਅੰਤਰ-ਆਮਤਾ, ਗਿਆਨ ਪ੍ਰਾਪਤ ਹੋ ਜਾਂਦਾ ਹੈ । ਉਸ ਦੀ ਮੱਤ, ਹਿਰਦਾ ਅਕਾਸ ਦੀ ਤਰ੍ਹਾਂ ਵਿਸ਼ਾਲ ਅਤੇ ਉਜਲ, ਪਵਿੱਤਰ ਹੋ ਜਾਂਦਾ ਹੈ । ਮਨ ਨੂੰ ਸੰਤੋਖ, ਖਿਮਾ ਦੀ ਕਲਾ ਦਾ ਗਿਆਨ ਹੋ ਜਾਂਦਾ ਹੈ । ਪ੍ਰਭ ਦੀ ਹੋਂਦ ਅਨੁਭਵ ਹੋ ਜਾਂਦੀ, ਡੂੰਘਾਈ ਦਾ ਗਿਆਨ ਬਖਸ਼ਿਸ਼ ਹੋ ਜਾਂਦਾ ਹੈ । ਉਸ ਜੀਵਾਂ ਦੀ ਅਹੰਕਾਰ ਦੀ, ਦੁਖਾਂ ਦੀ ਜੜ੍ਹ ਨਾਸ਼, ਖਤਮ ਹੋ ਜਾਂਦੀ

ਹੈ । ਮਨ ਨੂੰ ਕਾਲਾ ਕਰਨ ਵਾਲਾ ਅਗਿਆਨ ਛੋਹ ਭੀ ਨਹੀਂ ਸਕਦਾ । ਜਿਹੜਾ ਸ਼ਬਦ ਦੀ ਧੁਨ ਇਕਾਗਰ ਚਿਤ ਹੋ ਕੇ ਸ੍ਰਵਣਨ ਕਰਦੇ ਹਨ । ਉਹ ਹਮੇਸ਼ਾਂ ਹੀ ਉਸ ਦੀ ਰਜ਼ਾ ਵਿੱਚ ਅਨੰਦ ਵਿੱਚ ਰਹਿੰਦਾ ਹੈ । ਉਸ ਦੀ ਅਹੰਕਾਰ, ਦੁਖਾਂ ਦੀ ਜੜ੍ਹ ਨਾਸ਼, ਖਤਮ ਹੋ ਜਾਂਦੀ ਹੈ ।

Whosoever, whole heartly listens to His Word, he is blessed with wisdom, virtues like prophets. Word is enlightened within his heart. His mind is overflowing with a spiritual wisdom and soul is sanctified. He had learned the concept of forgiving even evil deeds of others. He is enlightened with deep knowledge of His existence and His blessings. He is blessed with virtues to conquer his ego and no evil thoughts can touch his mind, soul. Whosoever listens to His Word whole heartly, his mind remains contended with His blessings. The roots of ego are vanished from his heart.

ਸੁਣਿਐ ਈਸਰੁ ਬਰਮਾ ਇੰਦੁ॥	Suni-ai eesar barmaa ind. Suni-ai
ਸੁਣਿਐ ਮੁਖਿ ਸਾਲਾਹਣ ਮੰਦੁ॥	mukh saalaahan mand.
ਸੁਣਿਐ ਜੋਗ ਜੁਗਤਿ ਤਨਿ ਭੇਦ॥	Suni-ai jog jugat tan bhayd. Suni-ai
ਸੁਣਿਐ ਸਾਸਤ ਸਿਮ੍ਰਿਤਿ ਵੇਦ॥	saasat simrit vayd.
ਨਾਨਕ ਭਗਤਾ ਸਦਾ ਵਿਗਾਸੁ॥	Naanak bhagtaa sadaa vigaas. Suni-ai
ਸੁਣਿਐ ਦੂਖ ਪਾਪ ਕਾ ਨਾਸੁ॥੯॥	dookh paap kaa naas. ||9||

ਜਿਹੜਾ ਵੀ ਸ਼ਬਦ ਦੀ ਧੁਨ ਨੂੰ ਇਕਾਗਰ ਚਿਤ ਹੋ ਕੇ ਸ੍ਰਵਣਨ ਕਰਨਾ ਜਾਣ ਲੈਂਦਾ ਹੈ । ਉਸ ਵਿੱਚ ਦੇਵਤਿਆਂ (ਈਸਰ, ਬ੍ਰਮਾ, ਇੰਦ੍ਰ) ਵਾਲੇ ਗੁਣ ਆ ਜਾਂਦੇ ਹਨ । ਜੀਭ ਤੋਂ ਪ੍ਰਭ ਦੀ ਪ੍ਰਸੰਨਤਾ ਦੇ ਹੀ ਸ਼ਬਦ ਆਉਂਦੇ, ਵਰਾਗ, ਗਿਆਨ ਪ੍ਰਾਪਤ ਹੋ ਜਾਂਦਾ ਹੈ । ਦੇਵੀ ਦੇਵਤੇ ਵੀ ਉਸ ਦੀ ਮਹਿਮਾਂ ਦਾ ਸਿਮਰਨ, ਸ੍ਰਵਣਨ ਕਰਦੇ ਹਨ । ਇਕਾਗਰ ਮਨ ਨਾਲ ਨਾਮ ਸ੍ਰਵਣਨ ਕਰਨ ਨਾਲ ਮਨ ਦਾ ਭਰੋਸਾ ਅਡੋਲ ਹੋ ਜਾਂਦਾ ਹੈ । ਭਰਮ ਦੂਰ ਹੋ ਜਾਂਦੇ ਹਨ । ਉਹਨਾਂ ਦੀ ਆਤਮਾਂ ਨੂੰ ਜਾਗਰਤੀ, ਗਿਆਨ ਬਖਸ਼ਿਸ਼ ਹੋ ਜਾਂਦਾ ਹੈ । ਸਰੀਰ ਦੇ ਜੋੜਾਂ ਦਾ, ਸਰੀਰ ਦੀਆਂ ਵਿਧੀਆਂ ਦਾ ਗਿਆਨ ਪ੍ਰਾਪਤ ਹੋ ਜਾਂਦਾ ਹੈ । ਵੇਦਾਂ, ਸਾਸਤਾਂ ਵਿੱਚ ਲਿਖੇ ਹੋਏ ਗੁਣਾਂ, ਭੇਦਾਂ ਦਾ ਵਰਣਨ ਸਮਝ ਜਾਂਦੇ ਹਨ । ਧਾਰਮਕ ਗੰਥਾਂ ਵਿੱਚ ਲਿਖੇ ਮਨ ਤੇ ਜਿੱਤ ਪਾਉਣ ਦੇ ਸਾਧਨਾਂ ਦੀ ਜਾਗਰਤੀ ਹੋ ਜਾਂਦੀ ਹੈ । ਉਹਨਾਂ ਨੂੰ ਸੰਤ ਸਰੂਪ ਦੇ ਸਿਮਰਨ ਕਰਨ ਦੀ ਵਿਧੀ ਦਾ ਗਿਆਨ ਅਨੁਭਵ ਹੋ ਜਾਂਦੇ ਹੈ । ਆਤਮਾਂ ਹਮੇਸ਼ਾਂ ਹੀ ਪ੍ਰਭ ਦੀ ਰਜ਼ਾ ਵਿੱਚ ਅਨੰਦ ਵਿੱਚ ਰਹਿੰਦੀ ਹੈ । ਉਹਨਾਂ ਜੀਵਾਂ ਦੀ ਅਹੰਕਾਰ ਦੀ, ਦੁਖਾਂ ਦੀ ਜੜ੍ਹ ਨਾਸ਼, ਖਤਮ ਹੋ ਜਾਂਦੀ ਹੈ । ਜਿਹੜੇ ਪਹਿਲਾ ਮੰਦੇ ਕੰਮ ਕਰਨ ਵਾਲੇ ਵੀ ਗਿਆਨੀ ਹੋ ਜਾਂਦੇ ਹਨ । ਉਹ ਪੂਜਣ ਯੋਗ ਹੋ ਜਾਂਦੇ ਹਨ ।

Whosoever whole heartly listens to His Word, he is blessed with virtues like prophets, angles. (Like Inder, Brahma, Nanak etc.) His tongue always sings His glory, holy souls, prophets, angles all sing His glory. By listening whole heartly His glory, reinforces his belief on His Word. All the suspicions of his mind are vanished. His soul is enlightened and blessed with the understanding of functions of human body. He also understands the techniques described in Holly Scriptures to conquer mind. He adopts the meditation to be contended with His blessings and sings His glory. Selfishness and ego are eradicated from his mind. Even the tyrants are blessed with good virtues to become worthy worshipping

ਸੁਣਿਐ ਸਤੁ ਸੰਤੋਖੁ ਗਿਆਨੁ॥	Suni-ai sat santokh gi-aan.
ਸੁਣਿਐ ਅਠਸਠਿ ਕਾ ਇਸਨਾਨੁ॥	Suni-ai athsath kaa isnaan.
ਸੁਣਿਐ ਪੜਿ ਪੜਿ ਪਾਵਹਿ ਮਾਨੁ॥	Suni-ai parh parh paavahi maan.
ਸੁਣਿਐ ਲਾਗੈ ਸਹਜਿ ਧਿਆਨੁ॥	Suni-ai laagai sahj Dhi-aan.
ਨਾਨਕ ਭਗਤਾ ਸਦਾ ਵਿਗਾਸੁ॥	Naanak bhagtaa sadaa vigaas.
ਸੁਣਿਐ ਦੂਖ ਪਾਪ ਕਾ ਨਾਸੁ॥੧੦॥	Suni-ai dookh paap kaa naas. ||10||

ਜਿਹੜਾ ਵੀ ਸ਼ਬਦ ਦੀ ਧੁਨ ਨੂੰ ਇਕਾਗਰ ਚਿਤ ਹੋ ਕੇ ਸ੍ਰਵਣਨ ਕਰਨਾ ਜਾਣ ਲੈਂਦਾ ਹੈ । ਉਸ ਨੂੰ ਪ੍ਰਭ ਦੀ ਪ੍ਰਾਪਤੀ ਦੇ ਸਾਧਨ (ਸਤ, ਸੰਤੋਖ, ਧੀਰਜ) ਦਾ ਗਿਆਨ ਹੋ ਜਾਂਦਾ ਹੈ । ਆਤਮਾਂ ਪਵਿੱਤਰ ਹੋ ਜਾਂਦੀ, ਪ੍ਰਭ ਰੂਪੀ ਤੀਰਥਾਂ ਦੇ ਗਿਆਨ ਦਾ ਖਜ਼ਾਨਾ ਅਨੁਭਵ, ਬਖਸ਼ਿਸ਼ ਹੋ ਜਾਂਦਾ ਹੈ । ਮਨ ਪ੍ਰਭ ਨਾਲੋਂ ਦੂਰ ਕਰਨ ਵਾਲੇ ਕੰਮਾਂ ਤੋਂ ਰਹਿਤ ਹੋ ਜਾਂਦਾ ਹੈ । ਮੁਕਤੀ ਬਖਸ਼ਿਸ਼ ਹੋ ਜਾਂਦੀ ਹੈ । ਉਸ ਦੀ ਹੋਂਦ ਨੂੰ ਅਨੁਭਵ, ਮਰਜ਼ੀ ਨੂੰ ਸਵੀਕਾਰ ਕਰ ਲੈਂਦਾ ਹੈ । ਜੀਵ ਦੀ ਆਤਮਾਂ ਸ਼ਾਂਤੀ, ਸੰਤੋਖ, ਧੀਰਜ ਧਾਰਨ ਕਰਦੀ ਹੈ । ਮਨ, ਧਿਆਨ ਪ੍ਰਭ ਦੀ ਜੋਤ ਵਿੱਚ ਲੀਨ, ਮਸਤ ਹੋ ਜਾਂਦਾ ਹੈ । ਉਹਨਾਂ ਨੂੰ ਸੰਤ ਸਰੂਪ ਦੇ ਸਿਮਰਨ ਕਰਨ ਦੀ ਵਿਧੀ ਦਾ ਗਿਆਨ ਅਨੁਭਵ ਹੋ ਜਾਂਦਾ ਹੈ । ਆਤਮਾਂ ਹਮੇਸ਼ਾਂ ਹੀ ਪ੍ਰਭ ਦੀ ਰਜ਼ਾ ਵਿੱਚ ਅਨੰਦ ਵਿੱਚ ਰਹਿੰਦੀ ਹੈ । ਉਹਨਾਂ ਦੀ ਅਹੰਕਾਰ ਦੀ, ਦੁਖਾਂ ਦੀ ਜੜ੍ਹ ਨਾਸ਼, ਖਤਮ ਹੋ ਜਾਂਦੀ ਹੈ ।

Whosoever understands how to listen whole heartly His Word. He is blessed with virtues to be contended with His blessings. He is blessed with patience, firms' belief on His Word and blessings. His soul is sanctified and rewarded the fruit of 68 holy shrines journey. His mind remains awake and alert from demons of worldly desires. His mind accepts His Word and blessed with vision, His existence and blessed with salvation. His soul accepts His Word with patience and remains attuned to His Word. He understands and adopts the life style of blessed soul. His ego is vanished and always feels contended with His blessings.

ਸੁਣਿਐ ਸਰਾ ਗੁਣਾ ਕੇ ਗਾਹ॥	Suni-ai saraa gunaa kay gaah.
ਸੁਣਿਐ ਸੇਖ ਪੀਰ ਪਾਤਿਸਾਹ॥	Suni-ai saykh peer paatisaah.
ਸੁਣਿਐ ਅੰਧੇ ਪਾਵਹਿ ਰਾਹੁ॥	Suni-ai anDhay paavahi raahu.
ਸੁਣਿਐ ਹਾਥ ਹੋਵੈ ਅਸਗਾਹੁ॥	Suni-ai haath hovai asgaahu.
ਨਾਨਕ ਭਗਤਾ ਸਦਾ ਵਿਗਾਸੁ॥	Naanak bhagtaa sadaa vigaas.
ਸੁਣਿਐ ਦੂਖ ਪਾਪ ਕਾ ਨਾਸੁ॥੧੧॥	Suni-ai dookh paap kaa naas. ||11||

ਜਿਹੜਾ ਵੀ ਸ਼ਬਦ ਦੀ ਧੁਨ ਨੂੰ ਇਕਾਗਰ ਚਿਤ ਹੋ ਕੇ ਸ੍ਰਵਣਨ ਕਰਨਾ ਜਾਣ ਲੈਂਦਾ ਹੈ । ਉਸ ਦੀ ਆਤਮਾਂ ਨੂੰ ਪ੍ਰਭ ਦੇ ਗੁਣਾਂ ਦੇ ਸਰੋਵਰ ਦਾ ਗਿਆਨ ਹੋ ਜਾਂਦਾ ਹੈ । ਉਸ ਦੀ ਹੋਂਦ ਨੂੰ ਅਨੁਭਵ ਕਰ ਲੈਂਦਾ ਹੈ । ਆਤਮਾਂ ਜਨਮ ਮਰਨ ਦੀ ਪੀੜ ਤੋਂ ਰਹਿਤ ਹੋ ਕੇ ਪ੍ਰਭ ਦੀ ਹੋਂਦ ਅਨੁਭਵ ਕਰ ਲੈਂਦੀ ਹੈ । ਅਗਿਆਨੀ ਵੀ ਗਿਆਨ ਦਾ ਰਸਤਾ ਗ੍ਰਹਿਣ ਕਰ ਲੈਂਦੇ ਹਨ । ਅਹੰਕਾਰ ਖਤਮ ਕਰ ਕੇ ਸਿਮਰਨ ਦੇ ਰਸਤੇ ਤੇ ਚਲਦੇ ਹਨ । ਉਸ ਨੂੰ ਬੇਅੰਤ ਗਿਆਨ ਵਾਲੇ ਪ੍ਰਭ ਦੇ ਕਈ ਗੁਣਾਂ ਦਾ, ਹੋਂਦ ਦਾ ਗਿਆਨ ਹੋ ਜਾਂਦਾ ਹੈ । ਉਹਨਾਂ ਨੂੰ ਸੰਤ ਸਰੂਪ ਦੇ ਸਿਮਰਨ ਕਰਨ ਦੀ ਵਿਧੀ ਦਾ ਗਿਆਨ ਅਨੁਭਵ ਹੋ ਜਾਂਦਾ ਹੈ । ਆਤਮਾਂ ਹਮੇਸ਼ਾਂ ਹੀ ਰਜ਼ਾ ਵਿੱਚ ਅਨੰਦ ਰਹਿੰਦੀ ਹੈ । ਉਹਨਾਂ ਦੀ ਅਹੰਕਾਰ ਦੀ, ਦੁਖਾਂ ਦੀ ਜੜ੍ਹ ਨਾਸ਼, ਖਤਮ ਹੋ ਜਾਂਦੀ ਹੈ ।

Whosoever understands how to listen whole heartly His Word. He is blessed with the treasures of His Word. His cycle of birth and death is eliminated and his soul remains attuned with His Word. Even if the Virtue less also adopts the Word in his life and conquers his ego, false pride. He is blessed with the treasure of unlimited virtues. He understands the techniques of meditation like a holy soul. His ego is vanished and he always remains contended with His blessings.

ਮੰਨੇ ਕੀ ਗਤਿ ਕਹੀ ਨ ਜਾਇ॥	Mannay kee gat kahee na jaa-ay.
ਜੇ ਕੋ ਕਹੈ ਪਿਛੈ ਪਛੁਤਾਇ॥	Jay ko kahai pichhai pachhutaa-ay.
ਕਾਗਦਿ ਕਲਮ ਨ ਲਿਖਣਹਾਰੁ॥	Kaagad kalam na likhanhaar.
ਮੰਨੇ ਕਾ ਬਹਿ ਕਰਨਿ ਵੀਚਾਰੁ॥	Mannay kaa bahi karan veechaar.
ਐਸਾ ਨਾਮੁ ਨਿਰੰਜਨੁ ਹੋਇ॥	Aisaa naam niranjan ho-ay.
ਜੇ ਕੋ ਮੰਨਿ ਜਾਣੈ ਮਨਿ ਕੋਇ॥੧੨॥	Jay ko man jaanai man ko-ay. ||12||

ਜਿਹੜੇ ਸ਼ਰਧਾ ਨਾਲ ਭਰੋਸਾ ਰਖ ਕੇ ਉਸ ਦੀ ਮਰਜ਼ੀ ਨੂੰ ਮੰਨਦੇ ਹਨ । ਉਹਨਾਂ ਜੀਵਾਂ ਨੇ ਕੀ ਪਾਇਆ ਹੈ? ਉਹਨਾਂ ਦੀਆਂ ਮੁਰਾਦਾਂ, ਜਾਂ ਹਾਲਤ ਕੀ ਹੈ? ਇਹ ਕੋਈ ਵੀ ਪੂਰਨ ਤਰ੍ਹਾਂ ਤੇ ਵਰਣਨ ਨਹੀਂ ਕਰ ਸਕਦਾ । ਇਥੇ ਤਾਂ ਯਾਤਰਾ ਦੀ ਸ਼ੁਰੂਆਤ ਹੀ ਹੁੰਦੀ ਹੈ । ਜਿਹੜਾ ਸਮਝਦਾ ਹੈ, ਪੂਰਨ ਤਰ੍ਹਾਂ ਤੇ ਵਰਣਨ ਕਰ ਸਕਦਾ ਹੈ! ਜਦੋਂ ਉਹ ਵਰਣਨ ਕਰੇ ਤਾ ਉਸ ਨੂੰ ਮਹਿਸੂਸ, ਅਨੁਭਵ ਹੋ ਜਾਂਦਾ ਹੈ । ਕਿ ਬੁਹਤ ਕੁਝ ਵਰਣਨ ਕੀਤਾ ਅਤੇ ਬੁਹਤ ਕੁਝ ਵਰਣਨ ਕਰਨ ਵਾਲਾ ਬਾਕੀ ਹੈ । ਤਾ ਉਸ ਨੂੰ ਉਦਾਸੀ, ਨਰਾਜ਼ਗੀ, ਪਛਤਾਵਾਂ ਹੁੰਦਾ ਹੈ । ਉਹਨਾਂ ਭਗਤਾਂ ਦੀ ਮਰਯਾਦਾ , ਹਾਲਤ ਨੂੰ ਪੂਰਨ ਤਰ੍ਹਾਂ ਵਰਣਨ ਨਹੀਂ ਕੀਤਾ ਜਾ ਸਕਦਾ । ਨਾ ਤਾਂ ਇਤਨਾ ਕਾਗਜ, ਕਲਮ ਹੀ ਬਣੇ ਹਨ । ਨਾ ਹੀ ਕੋਈ ਇਤਨੇ ਗਿਆਨ ਵਾਲਾ ਲਿਖਾਰੀ, ਵਿਦਵਾਨ ਹੀ ਪੈਦਾ ਹੋਇਆ ਹੈ । ਜਦੋਂ ਆਤਮਾਂ ਇਕਾਗਰ ਹੋ ਜਾਂਦੀ ਹੈ, ਉਸ ਤੇ ਪ੍ਰਭ ਦੀ ਕ੍ਰਿਪਾ ਹੋ ਜਾਂਦੀ ਹੈ । ਸੰਤ ਸੰਗਤ ਵਿੱਚ ਬੈਠ ਕੇ ਸ਼ਬਦ, ਮਰਯਾਦਾਂ ਦੀ ਚਰਚਾ, ਸਿਮਰਨ ਕਰਦੇ ਹਨ । ਜਿਤਨਾਂ ਕਿਸੇ ਨੂੰ ਗਿਆਨ ਹੁੰਦਾ ਹੈ, ਉਤਨਾਂ ਹੀ ਵਿਚਾਰ ਕਰਦਾ ਹੈ । ਅਟਲ ਅਦੁੱਤੀ ਬ੍ਰਹਮਾ ਦਾ ਸ਼ਬਦ ਪਹਿਲੇ ਵੀ, ਹੁਣ ਵੀ, ਭਵਿੱਖ ਵਿੱਚ ਵੀ ਇਸਤਰ੍ਹਾਂ ਹੀ ਰਹਿੰਦਾ ਹੈ । ਜਿਹੜੇ ਸ਼ਰਧਾ ਨਾਲ ਭਰੋਸਾ ਅਡੋਲ ਕਰਕੇ ਉਸ ਦੀ ਮਰਜ਼ੀ ਨੂੰ ਸਵੀਕਾਰ ਕਰਦੇ ਹਨ । ਉਹਨਾਂ ਨੂੰ ਪ੍ਰਭ ਦੀ ਹੋਂਦ ਅਨੁਭਵ ਹੋ ਜਾਂਦੀ ਹੈ, ਉਸ ਦੀ ਬਖਸ਼ਿਸ਼ ਹੋ ਜਾਂਦੀ ਹੈ ।

Whosoever adopts His Word with firm belief on His blessings. What has he gained in his human life? What are the desires in his mind and what is the state of his mind? No one can fully describe his state of mind, this is the beginning of spiritual journey. When he describes, explains His Word, he realizes much more need to be explained. He is disappointed that His explanation is not complete and repent for his claim. No human with that state of mind is ever born nor there is enough paper and ink to fully comprehend their state of mind. When mind is fully attuned to His Word, his soul is blessed with His mercy. Joining the association of other devotees and he sings His glory as much Word is enlightened within. The Word of The Holy Master was the same, unchanged before the creation, still unchanged and will remain in future, even after the destruction of the universe. Whosoever adopts His Word in his life with firm belief, he is blessed with blossom in his heart.

ਮੰਨੈ ਸੁਰਤਿ ਹੋਵੈ ਮਨਿ ਬੁਧਿ॥	Mannai surat hovai man buDh.
ਮੰਨੈ ਸਗਲ ਭਵਣ ਕੀ ਸੁਧਿ॥	Mannai sagal bhavan kee suDh.
ਮੰਨੈ ਮੁਹਿ ਚੋਟਾ ਨਾ ਖਾਇ॥	Mannai muhi chotaa naa khaa-ay.
ਮੰਨੈ ਜਮ ਕੈ ਸਾਥਿ ਨ ਜਾਇ॥	Mannai jam kai saath na jaa-ay.
ਐਸਾ ਨਾਮੁ ਨਿਰੰਜਨੁ ਹੋਇ॥	Aisaa naam niranjan ho-ay.
ਜੇ ਕੋ ਮੰਨਿ ਜਾਣੈ ਮਨਿ ਕੋਇ॥੧੩॥	Jay ko man jaanai man ko-ay. ‖13‖

ਜਿਹੜੇ ਸ਼ਰਧਾ ਨਾਲ ਭਰੋਸਾ ਅਡੋਲ ਕਰ ਕੇ ਉਸ ਦੀ ਮਰਜ਼ੀ ਨੂੰ ਸਵੀਕਾਰ ਕਰਦੇ ਹਨ । ਉਹਨਾਂ ਦੀ ਆਤਮਾਂ, ਮਨ, ਬੁੱਧੀ ਜਾਗਰਤ ਹੋ ਜਾਂਦੀ ਹੈ, ਸੰਤੋਖ, ਧੀਰਜ, ਆ ਜਾਂਦਾ ਹੈ । ਪ੍ਰਭ ਦੇ ਸਪੂਰਨ ਘਰ ਦੀ, ਗੁਣਾਂ ਦੇ ਭੰਡਾਰ ਦਾ ਗਿਆਨ ਹੋ ਜਾਂਦਾ ਹੈ । ਉਹ ਸੰਸਾਰ ਦੀਆਂ ਮਿਟ ਜਾਣ ਵਾਲੀਆਂ ਇੱਛਾ ਤੋਂ ਰਹਿਤ ਹੋ ਜਾਂਦੇ ਹਨ । ਕੁਝ ਮਿਲੱਣ ਜਾਂ ਖੋਂਅ ਜਾਣ ਦਾ ਕੋਈ ਦੁਖ ਨਹੀਂ ਹੁੰਦਾ । ਉਹ ਪ੍ਰਭ ਦੀ ਮਰਜ਼ੀ ਵਿੱਚ ਪ੍ਰਸੰਨ ਰਹਿੰਦੇ ਹਨ । ਉਹ ਜੁਮਾਣੇ ਦੇ ਸਾਥ, ਮੌਕੇ ਦੇ ਅਨੁਸਾਰ, ਬਦਲਦੇ ਨਹੀਂ, ਭਾਣੇ ਵਿੱਚ ਪ੍ਰਸੰਨ ਰਹਿੰਦੇ ਹਨ । ਮੌਤ ਦਾ ਡਰ ਖਤਮ, ਤੋਂ ਮੁਕਤ ਹੋ ਜਾਂਦੇ ਹਨ । ਸ੍ਰਿਜਨਹਾਰ ਦਾ ਸ਼ਬਦ ਪਹਿਲੇ ਵੀ, ਹੁਣ ਵੀ, ਭਵਿੱਖ ਵਿੱਚ ਵੀ ਐਸਾ ਹੀ ਰਹਿੰਦਾ ਹੈ । ਜਿਹਨਾਂ ਤੇ ਰਹਿਮਤ ਹੁੰਦੀ ਹੈ, ਉਹਨਾਂ ਨੂੰ ਇਹ ਹੋਂਦ ਅਨੁਭਵ, ਗਿਆਨ ਹੋ ਜਾਂਦਾ ਹੈ ।

Whosoever adopts His Word in his life with firm belief. He is blessed with treasures of His Word, devotion to His Word. He is blessed with patience and contentment with His blessings, realizes His existence. He rises above the short-lived worldly desires and he is not affected by any worldly profit or loss. He remains contended and he does not be affected or change his path with worldly desires. His fear of death vanishes from his mind. His Word remains unchanged from generations to generations. Whosoever is blessed with His mercy, His Word is enlightened within his heart.

ਮੰਨੈ ਮਾਰਗਿ ਠਾਕ ਨ ਪਾਇ॥ Mannai maarag thaak na paa-ay.
ਮੰਨੈ ਪਤਿ ਸਿਉ ਪਰਗਟੁ ਜਾਇ॥ Mannai pat si-o pargat jaa-ay.
ਮੰਨੈ ਮਗੁ ਨ ਚਲੈ ਪੰਥੁ॥ Mannai mag na chalai panth.
ਮੰਨੈ ਧਰਮ ਸੇਤੀ ਸਨਬੰਧੁ॥ Mannai Dharam saytee san-banDh.
ਐਸਾ ਨਾਮੁ ਨਿਰੰਜਨੁ ਹੋਇ॥ Aisaa naam niranjan ho-ay.
ਜੇ ਕੋ ਮੰਨਿ ਜਾਣੈ ਮਨਿ ਕੋਇ॥੧੪॥ Jay ko man jaanai man ko-ay. ||14||

ਜਿਹੜੇ ਜੀਵ ਸ਼ਰਧਾ ਨਾਲ ਭਰੋਸਾ ਅਡੋਲ ਕਰ ਕੇ ਪ੍ਰਭ ਦੀ ਮਰਜ਼ੀ ਨੂੰ ਸਵੀਕਾਰ ਕਰਦੇ ਹਨ । ਉਹਨਾਂ ਦੀ ਆਤਮਾਂ, ਮਨ, ਨੂੰ ਪ੍ਰਭ ਦੀ ਬੰਦਗੀ ਦੇ ਰਸਤੇ ਤੇ ਜਾਣ ਵਿੱਚ ਕਿਸੇ ਕਿਸਮ ਦੀ ਰੋਕ (ਠਾਕ) ਨਹੀਂ ਆਉਂਦੀ। (ਕਾਮ, ਕਰੋਧ, ਅਹੰਕਾਰ, ਮੋਹ ਵਰਗੀਆ ਰੁਕਾਵਟਾ ਨਹੀਂ ਆਉਂਦੀਆਂ) ਉਹਨਾਂ ਨੂੰ ਅਸਲੀ ਮਾਲਕ ਦੀ ਹੋਂਦ ਅਨੁਭਵ ਹੋ ਜਾਂਦੀ ਹੈ । ਮਾਨਸ ਜਨਮ ਸਫਲ ਕਰ ਜਾਂਦੇ ਹਨ, ਮੁਕਤੀ ਪ੍ਰਾਪਤੀ ਹੋ ਜਾਂਦੀ ਹੈ । ਉਹ ਜੀਵ ਜਮਦੂਤਾਂ ਵਾਲੇ ਕਰਮ ਨਹੀਂ ਕਰਦੇ, ਜਮ ਦੇ ਕਾਬੂ ਵਿੱਚ ਨਹੀਂ ਹੁੰਦੇ । ਉਹ ਜਨਮ ਮਰਨ ਦੇ ਚੱਕਰ ਤੋਂ ਰਹਿਤ ਹੋ ਜਾਂਦੇ ਹਨ । ਉਹਨਾਂ ਨੂੰ ਧਰਮਰਾਜ ਨਾਲ (ਸੇਤੀ) ਸੰਬਧ ਹੋ ਜਾਂਦਾ ਹੈ । ਉਹਨਾਂ ਨੂੰ ਧਾਰਮਕ ਗੁਣ (ਸਤਿ, ਸੰਤੋਖ, ਦਇਆ) ਪ੍ਰਾਪਤ ਹੋ ਜਾਂਦੇ ਹਨ । ਸ੍ਰਿਜਨਹਾਰ ਦਾ ਨਾਮ ਪਹਿਲੇ ਵੀ, ਹੁਣ ਵੀ, ਭਵਿੱਖ ਵਿੱਚ ਵੀ ਇਸਤਰ੍ਹਾਂ ਹੀ ਰਹਿੰਦਾ ਹੈ । ਜਿਹੜਾ ਸ਼ਰਧਾ ਨਾਲ ਭਰੋਸਾ ਅਡੋਲ ਰਖ ਕੇ ਮਰਜ਼ੀ ਨੂੰ ਸਿਰ ਮੱਥੇ ਤੇ ਮੰਨਦਾ ਹੈ । ਉਸ ਨੂੰ ਪ੍ਰਭ ਦੀ ਹੋਂਦ ਅਨੁਭਵ, ਗਿਆਨ ਹੋ ਜਾਂਦਾ ਹੈ, ਬਖਸ਼ਿਸ਼ ਹੋ ਜਾਂਦੀ ਹੈ ।

Whosoever adopts His Word in his own life with firm belief. He is blessed with the right path of meditation and conquers worldly desires, attachments. He realizes the existence of The True Master and the purpose of life and is blessed with salvation. He does not perform evil deeds and rises above the cycle of birth and death. His mind is attuned to His Word. He is blessed with three virtues, patience, contentment, and belief. His Word remains unchanged from generations to generations. Whosoever is blessed with His mercy, His Word is enlightened within his heart.

ਮੰਨੈ ਪਾਵਹਿ ਮੋਖੁ ਦੁਆਰੁ॥ Mannai paavahi mokh du-aar.
ਮੰਨੈ ਪਰਵਾਰੈ ਸਾਧਾਰੁ॥ Mannai parvaarai saaDhaar.
ਮੰਨੈ ਤਰੈ ਤਾਰੇ ਗੁਰੁ ਸਿਖ॥ Mannai tarai taaray gur sikh.
ਮੰਨੈ ਨਾਨਕ ਭਵਹਿ ਨ ਭਿਖ॥ Mannai naanak bhavahi na bhikh.
ਐਸਾ ਨਾਮੁ ਨਿਰੰਜਨੁ ਹੋਇ॥ Aisaa naam niranjan ho-ay.
ਜੇ ਕੋ ਮੰਨਿ ਜਾਣੈ ਮਨਿ ਕੋਇ॥੧੫॥ Jay ko man jaanai man ko-ay. ||15||

ਜਿਹੜੇ ਜੀਵ ਸ਼ਰਧਾ ਨਾਲ ਭਰੋਸਾ ਅਡੋਲ ਕਰ ਕੇ ਮਰਜ਼ੀ ਨੂੰ ਸਵੀਕਾਰ ਕਰਦੇ ਹਨ । ਉਹਨਾਂ ਨੂੰ ਮੁਕਤੀ ਦਾ ਰਸਤਾ, ਉਸ ਦੇ ਘਰ, ਉਸ ਦੀ ਹੋਂਦ ਅਨੁਭਵ ਹੋ ਜਾਂਦਾ ਹੈ । ਆਪ ਵੀ ਭਗਤੀ ਕਰਦੇ, ਤਰ ਜਾਂਦੇ ਹਨ । ਆਪਣੇ ਸਾਥੀਆਂ ਨੂੰ ਵੀ ਸ਼ਬਦ ਦੇ ਲੜ ਲਾ ਕੇ ਮੁਕਤ ਕਰਾ ਜਾਂਦੇ ਹਨ । ਉਹਨਾਂ ਨੂੰ ਭਵਿੱਖ ਵਿੱਚ ਵੱਖਰੀਆਂ ਜੂੰਨਾਂ ਵਿੱਚ ਭਉਣਾ ਨਹੀਂ ਪੈਂਦਾ, ਮੁਕਤ ਹੋ ਜਾਂਦੇ ਹੈ । ਸ੍ਰਿਜਨਹਾਰ ਦਾ ਸ਼ਬਦ, ਪਹਿਲੇ ਵੀ, ਹੁਣ ਵੀ, ਭਵਿੱਖ ਵਿੱਚ ਵੀ ਐਸਾ ਹੀ ਰਹਿੰਦਾ ਹੈ । ਜਿਹੜਾ ਸ਼ਰਧਾ ਨਾਲ ਭਰੋਸਾ ਅਡੋਲ ਰਖ ਕੇ ਮਰਜ਼ੀ ਨੂੰ ਸਿਰ ਮੱਥੇ ਤੇ ਮੰਨਦੇ ਹਨ । ਉਹਨਾਂ ਨੂੰ ਉਸ ਦੀ ਹੋਂਦ ਅਨੁਭਵ ਹੋ ਜਾਂਦੀ ਹੈ ।

Whosoever adopts His Word in his own life with firm belief. He is blessed with the right path of meditation and His existence. He adopts His Word in his life and inspires others to adopt His Word. He remains firm on the right path of salvation. He is not subjected to the cycle of birth and death. His existence remains unchanged before and after the creation and destruction of universe. Whosoever adopts His Word in his own life with firm belief. He is blessed with the realization of His existence.

ਪੰਚ ਪਰਵਾਣ ਪੰਚ ਪਰਧਾਨੁ॥	Panch parvaan panch parDhaan.
ਪੰਚੇ ਪਾਵਹਿ ਦਰਗਹਿ ਮਾਨੁ॥	Panchay paavahi dargahi maan.
ਪੰਚੇ ਸੋਹਹਿ ਦਰਿ ਰਾਜਾਨੁ॥	Panchay sohahi dar raajaan.
ਪੰਚਾ ਕਾ ਗੁਰੁ ਏਕੁ ਧਿਆਨੁ॥	Panchaa kaa gur ayk Dhi-aan.
ਜੇ ਕੋ ਕਹੈ ਕਰੈ ਵੀਚਾਰੁ॥	Jay ko kahai karai veechaar.
ਕਰਤੇ ਕੈ ਕਰਣੈ ਨਾਹੀ ਸੁਮਾਰੁ॥	Kartay kai karnai naahee sumaar.
ਧੌਲੁ ਧਰਮੁ ਦਇਆ ਕਾ ਪੂਤੁ॥	Dhoul Dharam da-i-aa kaa poot.
ਸੰਤੋਖੁ ਥਾਪਿ ਰਖਿਆ ਜਿਨਿ ਸੂਤਿ॥	Santokh thaap rakhi-aa jin soot.
ਜੇ ਕੋ ਬੁਝੈ ਹੋਵੈ ਸਚਿਆਰੁ॥	Jay ko bujhai hovai sachiaar.
ਧਵਲੈ ਉਪਰਿ ਕੇਤਾ ਭਾਰੁ॥	Dhavlai upar kaytaa bhaar.
ਧਰਤੀ ਹੋਰੁ ਪਰੈ ਹੋਰੁ ਹੋਰੁ॥	Dhartee hor parai hor hor.
ਤਿਸ ਤੇ ਭਾਰੁ ਤਲੈ ਕਵਣੁ ਜੋਰੁ॥	Tis tay bhaar talai kavan jor.
ਜੀਅ ਜਾਤਿ ਰੰਗਾ ਕੇ ਨਾਵ॥	Jee-a jaat rangaa kay naav.
ਸਭਨਾ ਲਿਖਿਆ ਵੁੜੀ ਕਲਾਮ॥	Sabhnaa likhi-aa vurhee kalaam.
ਏਹੁ ਲੇਖਾ ਲਿਖਿ ਜਾਣੈ ਕੋਇ॥	Ayhu laykhaa likh jaanai ko-ay.
ਲੇਖਾ ਲਿਖਿਆ ਕੇਤਾ ਹੋਇ॥	Laykhaa likhi-aa kaytaa ho-ay.
ਕੇਤਾ ਤਾਣੁ ਸੁਆਲਿਹੁ ਰੂਪੁ॥	Kaytaa taan su-aalihu roop.
ਕੇਤੀ ਦਾਤਿ ਜਾਣੈ ਕੌਣੁ ਕੂਤੁ॥	Kaytee daat jaanai koun koot.
ਕੀਤਾ ਪਸਾਉ ਏਕੋ ਕਵਾਉ॥	Keetaa pasaa-o ayko kavaa-o.
ਤਿਸ ਤੇ ਹੋਏ ਲਖ ਦਰੀਆਉ॥	Tis tay ho-ay lakh daree-aa-o.
ਕੁਦਰਤਿ ਕਵਣ ਕਹਾ ਵੀਚਾਰੁ॥	Kudrat kavan kahaa veechaar.
ਵਾਰਿਆ ਨ ਜਾਵਾ ਏਕ ਵਾਰ॥	Vaari-aa na jaavaa ayk vaar.
ਜੋ ਤੁਧੁ ਭਾਵੈ ਸਾਈ ਭਲੀ ਕਾਰ॥	Jo tuDh bhaavai saa-ee bhalee kaar.
ਤੂ ਸਦਾ ਸਲਾਮਤਿ ਨਿਰੰਕਾਰ॥੧੬॥	Too sadaa salaamat nirankaar. ||16||

ਉਹ ਅਕਾਲ ਪੁਰਖ (ਪੰਚ), ਮੂਰਤੀਕਾਰ, ਸ੍ਰਿਜਨਹਾਰ ਆਪ ਹੀ ਆਪਣੀ ਬਣਾਈ ਹੋਈ ਮੂਰਤੀ ਵਿੱਚ ਪ੍ਰਵੇਸ਼ ਕਰਦਾ ਹੈ । ਸਾਰਿਆ ਤੋਂ ਵੱਡਾ, ਸਾਰਿਆਂ ਦਾ ਮੁਖੀ (ਪਰਧਾਨ) ਹੈ, ਕਿਸੇ ਦੇ ਹੁਕਮ ਅੰਦਰ ਨਹੀਂ ਹੁੰਦਾ ।ਪ੍ਰਭ ਪੰਜਾਂ ਇੰਦ੍ਰੀਆਂ ਨਾਲ ਹਰ ਵਸਤੂ ਦਾ ਗਿਆਨ (ਮਾਣੁ), ਪਾਉਂਦਾ ਹੈ । ਉਹ ਪੰਜਾਂ ਇੰਦ੍ਰੀਆਂ ਨੂੰ ਭਟਕਨ ਤੋਂ ਰੋਕਦਾ ਹੈ । ਇਹ ਇੰਦ੍ਰੀਆਂ ਤਾਂ ਦਰਵਾਜੇ ਹਨ, ਜਦੋਂ ਵੱਖਰੇ ਵੱਖਰੇ ਕੰਮ ਕਰਨ, ਤਾਂ ਇਹ ਹੀ ਭਟਕਣ ਦੇ ਰਸਤੇ ਬਣ ਜਾਂਦੇ ਹਨ । ਪ੍ਰਭ ਪੰਜਾਂ ਗਿਆਨ ਇੰਦ੍ਰੀਆਂ ਅੰਦਰ (ਦਰਿ) ਸੋਭਦਾ ਹੈ । ਇਹ ਉਸ ਦੇ ਹੁਕਮ ਅਦੰਰ ਚੱਲ ਰਹੀਆਂ ਹਨ । ਪੰਜਾਂ ਗਿਆਨ ਇੰਦ੍ਰੀਆਂ ਦਾ ਗੁਰੂ ਧਿਆਨ, ਚੇਤਨਾ ਹੈ, ਧਿਆਨ ਹੀ ਪ੍ਰਭ ਦਾ ਸਰੂਪ ਹੈ । ਜਿਤਨਾ ਚਿਰ ਕਿਸੇ ਇੰਦ੍ਰੀ ਦੇ ਕੰਮ ਵਿੱਚ ਧਿਆਨ ਨਾ ਲਾਇਆ ਜਾਵੈ । ਉਤਨਾ ਚਿਰ ਇੰਦ੍ਰੀ ਕੇਵਲ ਦਰਵਾਜੇ ਦਾ ਕੰਮ ਹੀ ਕਰਦੀ ਹੈ ।

ਜਿਹੜਾ ਦਾਵਾ ਕਰਦਾ ਹੈ ਪੂਰਨ ਤਰ੍ਹਾਂ ਤੇ ਉਸ ਨੂੰ ਵਰਣਨ ਕਰ ਸਕਦਾ, ਉਹ ਅਹੰਕਾਰੀ ਹੈ । ਪ੍ਰਭ ਦੇ ਕਰਤਬਾਂ ਦਾ ਕੋਈ ਅੰਤ ਨਹੀਂ, ਪੂਰਨ ਤਰ੍ਹਾਂ ਤੇ ਦੱਸੇ ਨਹੀਂ ਜਾਂ ਸਕਦੇ ।

ਸ੍ਰਿਸ਼ਟੀ ਉਸ ਦੇ ਬਣਾਏ ਹੋਏ ਨਿਯਮਾਂ (ਧਰਮ) ਦੇ ਧੁਰੇ (ਧੌਲ) ਅਨੁਸਾਰ ਚਲਦੀ ਹੈ । ਉਸ ਦਾ ਧਰਮ ਹੈ ਕਿ ਜੀਵ ਦਇਆ ਦਾ ਪਾਤਰ ਹੋਵੈ । ਜਿਹੜਾ ਵੀ ਦਇਆ ਨੂੰ ਜੀਵਨ ਵਿੱਚ ਢਾਲਦਾ ਹੈ ਉਸ ਤੇ ਕ੍ਰਿਪਾ ਹੋ ਜਾਂਦੀ ਹੈ । ਉਸ ਨੇ ਸੰਤੋਖ, ਧੀਰਜ ਨੂੰ, ਉਸ ਦੀ ਮਰਜ਼ੀ ਨੂੰ ਧਾਰਨ (ਥਾਪਿ) ਕੀਤਾ ਹੈ । ਉਸ ਦੀ ਮੁਰਾਦਾਂ (ਸੂਤਿ- ਬੁੱਧੀ) ਕਦੇ ਡੋਲਦੀ ਨਹੀਂ । ਜਿਹੜਾ ਉਸ ਦੇ ਹੁਕਮ ਨੂੰ ਸਮਝ ਲੈਂਦਾ ਹੈ,

ਉਸ ਤੇ ਕ੍ਰਿਪਾ ਦ੍ਰਿਸ਼ਟੀ ਹੋ ਜਾਂਦੀ ਹੈ । ਤਾ ਉਹ ਜੀਵ ਸਚਿਆਈਆ ਵਾਲਾ, ਅਨੋਖੇ ਗੁਣਾਂ ਵਾਲਾ ਬਣ ਜਾਂਦਾ ਹੈ । ਉਸ ਨੂੰ ਸ੍ਰਿਸ਼ਟੀ ਦੀ ਬਣਤਰ, ਪ੍ਰਭ ਦੀ ਹੋਂਦ ਅਨੁਭਵ ਹੋ ਜਾਂਦੀ ਹੈ ।

ਉਸ ਨੇ ਬੁਹਤ (ਬੇਅੰਤ) ਹੀ ਸ੍ਰਿਸ਼ਟੀਆਂ ਰਚੀਆਂ ਹਨ । ਉਹਨਾਂ ਵਿੱਚ ਰਹਿਣ ਵਾਲੇ ਸਾਰੇ ਜੀਵ ਹੀ ਉਸ ਧਰਮ (ਨਿਯਮਾਂ) ਦੇ ਧਰੇ (ਧਵਲੈ) ਉੱਪਰ ਚਲਦੇ ਹਨ । ਧਰਮ ਦੇ ਧੁਰੇ ਤੇ ਕਿਤਨਾ ਭਾਰ ਹੈ? ਇਹ ਕਿਸ ਦੇ ਆਸਰੇ ਤੇ ਚਲਦਾ ਹੈ? ਅਨੁਮਾਨ ਨਹੀਂ ਲਾਇਆ ਜਾਂ ਸਕਦਾ ।ਉਸ ਨੇ ਬੇਅੰਤ ਹੀ ਜੀਵ ਪੈਦਾ ਕੀਤੇ ਹਨ, ਅਨੇਕ ਕਿਸਮ ਦੇ ਰੰਗ, ਨਾਮ ਹਨ । ਸਾਰੇ ਜੀਵਾਂ ਦੇ ਭਾਗ ਆਪਣੀ ਹੁਕਮ ਰੂਪੀ ਕਲਮ ਨਾਲ ਲਿਖੇ ਹਨ । ਜੋ ਵੀ ਲਿਖਿਆ ਹੈ, ਪ੍ਰਭ ਹੀ ਜਾਣਦਾ ਹੈ, ਹੋਰ ਕੋਈ ਜਾਣ ਨਹੀਂ ਸਕਦਾ । ਹਰ ਜੀਵ ਇਸ ਅਨੁਸਾਰ ਹੀ ਸੰਸਾਰ ਵਿੱਚ ਜੀਵਨ ਬਤੀਤ ਕਰਦਾ ਹੈ । ਉਸ ਵਿੱਚ ਕਿਤਨਾ (ਕੇਤੀ) ਕੋ ਬਲ (ਤਾਣੁ) ਹੈ, ਰੂਪ ਕਿਤਨਾ ਸੁੰਦਰ ਹੈ? ਸਲਾਹੁਣ ਯੋਗ ਹੈ, ਕਿਤਨੀਆ ਦਾਤਾਂ (ਕਰਮਾਤਾ) ਦਾ ਮਾਲਕ ਹੈ? ਕਿਤਨੀਆਂ ਬਖਸ਼ਿਸਾਂ ਵਾਲਾ ਹੈ ਪੂਰਨ ਅੰਦਾਜ਼ਾ ਨਹੀਂ ਲਾਇਆ ਜਾਂ ਸਕਦਾ ।ਇੱਕ ਫਰਨੇ (ਕਵਾਉ) ਤੇ ਹੀ ਸ੍ਰਿਸ਼ਟੀ ਦਾ ਸ੍ਰਿਜਨ (ਪਸਾਉ- ਪੈਦਾ) ਕੀਤਾ ਹੈ । ਇੱਕ ਫਰਨੇ ਤੇ ਹੁਕਮ ਅਨੁਸਾਰ ਹੀ ਸਾਰੇ ਨਦੀਆਂ, ਦਰਿਆ ਬਣੇ, ਚਲਦੇ ਹਨ ।

ਕੋਈ ਐਸਾ ਜੀਵ ਨਹੀਂ, ਜਿਹੜਾ ਉਸ ਦੇ ਭੇਦ ਨੂੰ ਪੂਰਨ ਤਰ੍ਹਾਂ ਤੇ ਜਾਣਦਾ ਹੋਵੈ । ਜਾਂ ਵਿਚਾਰ, ਵਰਨਣ ਕਰ ਸਕਦਾ ਹੋਵੈ । ਉਸ ਦੇ ਕਰਤਬ ਬਹੁਤ ਹੀ ਅਚੰਭੇ ਹਨ । ਉਸ ਨੂੰ ਸਦਾ ਧੰਨ ਧੰਨ ਹੀ ਕਰੀ ਜਾਵੇ! ਆਪਣਾ ਨਿਸ਼ਚਾ ਇਤਨਾ ਪੱਕਾ ਕਰੋ! ਕਿ ਉਹ ਜੋ ਵੀ ਕਰਦਾ ਹੈ, ਸਭ ਚੰਗਾ, ਭਲਾ ਹੀ ਕਰਦਾ ਹੈ । ਪ੍ਰਭ ਸਦਾ ਹੀ (ਤਿਨਾਂ ਕਾਲਾ ਵਿੱਚ) (ਸਲਾਮਿਤ) ਮੌਜੂਦ, ਥਿਤ ਰੂਪ ਹੈ । ਇਸਤਰ੍ਹਾਂ ਪ੍ਰਭ ਦੇ ਸਰੂਪ ਤੇ, ਮਰਜ਼ੀ ਤੇ ਨਿਸ਼ਚਾ ਰਖੋ!

All the five senses of mind are created by God for welfare of soul and play significant role. These five senses are blessed by His grace and guide the soul on her journey. He resides within body and mind and control and guides these senses. The concentration of mind is the chief, commander of these senses.

Whosoever clams, thinks about, that he can explains His nature, virtues, he is trapped in worldly ego. Nobody is born with that enlightenment, who can fully comprehend His nature.

Forgiveness is the foundation of purpose of life. This leads to patience and contentment. Whosoever adopts these in his life, he is blessed with enlightenment to understand the right path of salvation. He realizes there are several earths and what supports these to stands. He realizes there are creatures of several colors and creeds and their destiny is inscribed by same inkless pen. No one understands this written destiny and every event happens by that command, destiny. How powerful is His Word and how splendor is His form, shape, beauty? How vast is His treasure of virtues and Word and how He blesses and soul? He had created the whole universe in twinkle of eye, by His One Word. He created several rivers.

His nature cannot be fully understood and cannot be fully explained by His creation. One should be fascinated from His nature all the time and sings His glory. He is Great! Great! Whatsoever happens is always for the welfare of the universe. Sorrows and pleasures of life should be endured unconditionally as His blessings.

ਅਸੰਖ ਜਪ ਅਸੰਖ ਭਾਉ॥	AsaNkh jap asaNkh bhaa-o.
ਅਸੰਖ ਪੂਜਾ ਅਸੰਖ ਤਪ ਤਾਉ॥	AsaNkh poojaa asaNkh tap taa-o.
ਅਸੰਖ ਗਰੰਥ ਮੁਖਿ ਵੇਦ ਪਾਠ॥	AsaNkh garanth mukh vayd paath.
ਅਸੰਖ ਜੋਗ ਮਨਿ ਰਹਹਿ ਉਦਾਸ॥	AsaNkh jog man rahahi udaas.
ਅਸੰਖ ਭਗਤ ਗੁਣ ਗਿਆਨ ਵੀਚਾਰ॥	AsaNkh bhagat gun gi-aan veechaar.
ਅਸੰਖ ਸਤੀ ਅਸੰਖ ਦਾਤਾਰ॥	AsaNkh satee asaNkh daataar.
ਅਸੰਖ ਸੂਰ ਮੁਹ ਭਖ ਸਾਰ॥	AsaNkh soor muh bhakh saar.
ਅਸੰਖ ਮੋਨਿ ਲਿਵ ਲਾਇ ਤਾਰ॥	AsaNkh mon liv laa-ay taar.
ਕੁਦਰਤਿ ਕਵਣ ਕਹਾ ਵੀਚਾਰੁ॥	Kudrat kavan kahaa veechaar.
ਵਾਰਿਆ ਨ ਜਾਵਾ ਏਕ ਵਾਰ॥	Vaari-aa na jaavaa ayk vaar.
ਜੋ ਤੁਧੁ ਭਾਵੈ ਸਾਈ ਭਲੀ ਕਾਰ॥	Jo tuDh bhaavai saa-ee bhalee kaar.
ਤੂ ਸਦਾ ਸਲਾਮਤਿ ਨਿਰੰਕਾਰ॥੧੭॥	Too sadaa salaamat nirankaar. ||17||

ਅਸੰਖ=ਅ+ਸੰਖ(ਗਿਨਤੀ)-ਗਿਣਤੀ ਤੋਂ ਰਹਿਤ	ਜਪ= ਭਗਤੀ ਕਰਨ ਦੇ ਸਾਧਨ, ਢੰਗ
ਪੂਜਾ- ਪੂਜਾ ਕਰਨ ਦੇ ਸਾਧਨ, ਵਿਧੀਆਂ	ਤਾਉ-ਢੰਗ, ਤਰੀਕੇ, ਵਿਧੀਆਂ
ਤਪ- ਅਸੂਲ, ਨਿਯਮ, ਸਿਰੜ, ਸਰਬ ਕਰਨਾ	ਭਾਉ-ਪ੍ਰੇਮ, ਪ੍ਰੇਮ ਕਰਨ ਦੇ ਢੰਗ

ਸ੍ਰਿਸ਼ਟੀ ਵਿੱਚ ਬੇਅੰਤ ਹੀ ਭਗਤੀ ਕਰਨ ਦੀਆਂ ਬੰਧਨਾ, ਵਿਧੀਆਂ ਹਨ । ਜਿਹਨਾਂ ਨਾਲ ਉਸ ਦੇ ਪ੍ਰੇਮ (ਭਾਉ) ਵਿੱਚ ਲੀਨ ਹੋਇਆ ਜਾਂ ਸਕਦਾ ਹੈ । ਅਨੇਕਾ ਹੀ ਪੂਜਾ, ਤਪ ਕਰਨ ਦੇ ਢੰਗ, ਤਾਰੀਕੇ ਹਨ । ਜਿਸ ਨਾਲ ਮਨ ਨੂੰ ਸੰਸਾਰਕ ਇੱਛਾਂ ਤੋਂ ਰਹਿਤ ਕੀਤਾ ਜਾ ਸਕਦਾ ਹੈ । ਅਣਗਿਣਤ ਹੀ ਪ੍ਰਕਾਰ ਦੀਆਂ ਧਾਰਮਕ ਕਿਤਾਬਾਂ, ਗ੍ਰੰਥ, ਵੇਦ, ਲਿਖਤਾਂ ਹਨ । ਜਿਹਨਾਂ ਵਿੱਚ ਬਾਣੀ ਪੜ੍ਹਨ ਨੂੰ ਬਹੁਤ ਮਹੱਤਤਾ ਦਿੱਤੀ ਹੈ । ਅਣਗਿਣਤ ਹੀ ਕਿਸਮਾਂ ਦੇ ਜੋਗ (ਸਿਧਾਤ, ਨਿਯਮ) ਹਨ । ਜਿਹਨਾਂ ਨੂੰ ਧਾਰਨ ਕਰਕੇ ਮਨ ਨੂੰ ਇਹਨਾਂ ਸੰਸਾਰਕ ਇੱਛਾਂ ਤੋਂ ਰਹਿਤ ਕੀਤਾ ਜਾਂ ਸਕਦਾ ਹੈ । ਅਣਗਿਣਤ ਹੀ ਤਰ੍ਹਾਂ ਦੇ ਭਗਤ, ਅਤੇ ਭਗਤੀ ਕਰਨ ਦੀਆਂ ਵਿਧੀਆਂ ਹਨ । ਅਣਗਿਣਤ ਹੀ ਪ੍ਰਕਰ ਦੇ ਗੁਣ ਹਨ (ਸੁਤ, ਸੰਤੋਖ, ਦਇਆ)! ਅਨੇਕ ਹੀ ਪ੍ਰਕਾਰ ਦੇ ਗਿਆਨ, ਪ੍ਰਾਪਤ ਕਰਨ ਦੇ ਢੰਗ ਹਨ । ਅਨੇਕ ਹੀ ਢੰਗਾਂ ਨਾਲ ਗਿਆਨ ਦਾ, ਗੁਣਾਂ ਦਾ ਵਰਣਨ ਕੀਤਾ ਜਾਂਦਾ ਹੈ । ਅਨੇਕ ਹੀ ਵਰਣਨ ਕਰਨ ਵਾਲੇ ਹਨ । ਅਣਗਿਣਤ ਹੀ ਪ੍ਰਕਾਰ ਦੇ ਸਤੀ ਹਨ (ਸੰਤੋਖ, ਸਰਬ, ਰਬ ਦੀ ਮਰਜ਼ੀ ਵਿੱਚ ਚਲਦੇ)।ਅਣਗਿਣਤ ਹੀ ਬਖਸ਼ਿਸ਼ਾ ਦੇਣ ਵਾਲੇ ਦਾਤੇ ਹਨ । ਅਣਗਿਣਤ ਹੀ ਪ੍ਰਕਾਰ ਦੀਆਂ ਦਾਤਾਂ, ਫਲ ਹਨ । ਅਣਗਿਣਤ ਹੀ ਸੂਰਮੇ, ਬਹਾਦਰ, ਪ੍ਰਭ ਦੀ ਮਰਜ਼ੀ ਨੂੰ ਬਖਸ਼ਿਸ ਸਮਝ ਕੇ ਸਵੀਕਾਰ ਕਰਦੇ ਹਨ, ਮੁਸੀਬਤ ਤੋਂ ਮੂੰਹ ਨਹੀਂ ਫੇਰਦੇ । ਅਨੇਕ ਹੀ ਸੂਰਮੇ (ਬ੍ਰਹਮ ਗਿਆਨੀ), ਜਿਹਨਾਂ ਤੇ ਬ੍ਰਹਮ ਗਿਆਨ ਸੂਰਜ ਦੀ ਤਰ੍ਹਾਂ ਚਮਕਦਾ ਹੈ । ਉਹ ਸੰਸਾਰਕ ਪਦਾਰਥਾਂ ਦੇ ਮੋਹ ਤੋਂ ਮਨ ਨੂੰ (ਭੁਖਿਆ) ਰਹਿਤ ਰਖਦੇ ਹਨ । ਅਣਗਿਣਤ ਹੀ ਮੌਨਧਾਰੀ, ਹਰ ਵੇਲੇ ਸ਼ਬਦ ਦੀ ਸਮਾਧੀ ਵਿੱਚ, ਉਸ ਦੀ ਮਰਜ਼ੀ ਵਿੱਚ ਮਸਤ ਰਹਿੰਦੇ ਹਨ । (ਆਤਮਾਂ ਨੂੰ ਮੰਤਾ, ਪੰਜੇ ਕੌਸ਼ਾ ਦੇ ਅਭਿਆਤ ਤੋ, ਰਹਿਤ ਰਹਿੰਦੇ ਹਨ) ਸਾਰਿਆ ਵਿੱਚ ਪ੍ਰਭ ਜਾਣ ਕੇ ਚਲਨਾ, ਅਸਲੀ ਮੌਨ ਹੈ ।

ਪ੍ਰਭ ਦੀ ਸ਼ਕਤੀ, ਵਿਧੀ, ਕਰਤਬਾਂ ਦਾ ਕੌਣ ਪੂਰਨ ਤਰ੍ਹਾਂ ਤੇ ਵਰਣਨ ਕਰ ਸਕਦਾ ਹੈ? ਜੀਵ ਉਤਨਾਂ ਵਰਣਨ ਕਰਦਾ ਹੈ ਜਿਤਨਾਂ ਕੋ ਉਸ ਨੂੰ ਅਨੁਭਵ ਹੁੰਦਾ ਹੈ । ਰੋਮ ਮਾਤਰ ਵੀ ਵਰਣਨ ਨਹੀਂ ਕੀਤਾ ਜਾਂ ਸਕਦਾ ।ਉਸ ਦੀ ਰਜ਼ਾ (ਮਰਜ਼ੀ) ਵਿੱਚ ਚਲ ਕੇ ਹਮੇਸ਼ਾਂ ਬੇਨਤੀ ਕਰੋ! ਰਹਿਮਤ ਬਖਸ਼ੋ! ਪ੍ਰਭ ਜੋ ਵੀ (ਤੁਧ) ਤੈਨੂੰ ਭਾਉਦਾ ਹੈ, ਉਹ ਹੀ ਚੰਗਾ (ਠੀਕ) ਹੈ । ਤੂੰ ਸਦਾ ਹੀ ਮੌਜੂਦ (ਸਲਾਮਿਤ), ਸਥਿਤ ਰੂਪ ਹੈ, ਇਸਤਰ੍ਹਾਂ ਦਾ ਸਰੂਪ ਤੇ ਨਿਸ਼ਚਾ ਹੋਣਾ ਚਾਹੀਦਾ ਹੈ ।

In the universe there are countless ways, techniques to worship His Word. There are several ways, countless Holy Scriptures to concentrates on His Word. There are countless religious disciplines, by adopting those, mind can rise above worldly desires. There are several virtues that keep the mind on right path. - patience, contentment's, befeathered are countless warriors, who are ready to sacrifice their existence to obey His Word. They remain unshaken from the right path. By explaining His Word, no one can fully describe His Word, His nature. His nature is beyond the comprehension of His creation. Mind is always fascinated from His nature. Whatsoever happens is always for the welfare of the universe. Sorrows and pleasures of life should be endured unconditionally as His blessings.

ਅਸੰਖ ਮੂਰਖ ਅੰਧ ਘੋਰ॥	AsaNkh moorakh anDh ghor.
ਅਸੰਖ ਚੋਰ ਹਰਾਮਖੋਰ॥	AsaNkh chor haraamkhor.
ਅਸੰਖ ਅਮਰ ਕਰਿ ਜਾਹਿ ਜੋਰ॥	AsaNkh amar kar jaahi jor.
ਅਸੰਖ ਗਲਵਢ ਹਤਿਆ ਕਮਾਹਿ॥	AasaNkh galvadh hati-aa kamaahi.
ਅਸੰਖ ਪਾਪੀ ਪਾਪੁ ਕਰਿ ਜਾਹਿ॥	AsaNkh paapee paap kar jaahi.
ਅਸੰਖ ਕੂੜਿਆਰ ਕੂੜੇ ਫਿਰਾਹਿ॥	AsaNkh koorhi-aar koorhay firaahi.
ਅਸੰਖ ਮਲੇਛ ਮਲੁ ਭਖਿ ਖਾਹਿ॥	AsaNkh malaychh mal bhakh khaahi.
ਅਸੰਖ ਨਿੰਦਕ ਸਿਰਿ ਕਰਹਿ ਭਾਰੁ॥	AsaNkh nindak sir karahi bhaar.
ਨਾਨਕੁ ਨੀਚੁ ਕਹੈ ਵੀਚਾਰੁ॥	Naanak neech kahai veechaar.
ਵਾਰਿਆ ਨ ਜਾਵਾ ਏਕ ਵਾਰ॥	Vaari-aa na jaavaa ayk vaar.
ਜੋ ਤੁਧੁ ਭਾਵੈ ਸਾਈ ਭਲੀ ਕਾਰ॥	Jo tuDh bhaavai saa-ee bhalee kaar.
ਤੂ ਸਦਾ ਸਲਾਮਤਿ ਨਿਰੰਕਾਰ॥੧੮॥	Too sadaa salaamat nirankaar. ‖18‖

ਅਨੇਕਾਂ ਹੀ ਜੀਵਾਂ ਨੇ ਸਿਮਰਨ ਕਰਕੇ (ਮੂਰਖ) ਮੂ, ਮੂੰਹ ਨੂੰ ਇੰਦ੍ਰੀਆਂ ਦੇ ਕਾਬੂ ਤੋਂ ਰਹਿਤ (ਰਖ- ਵਖਰੇ ਕਰਨਾ) ਕੀਤਾ ਹੈ । ਉਹਨਾਂ ਨੂੰ ਅਗਿਆਨ ਕਰਨ ਵਾਲੀ ਕ੍ਰਿਤਾ, ਦਾ ਨਾਮ ਦੂਰ ਕੀਤਾ ਹੈ । ਜਿਸ ਨੇ ਸਿਮਰਨ ਕੀਤਾ ਹੈ, ਉਸ ਨੇ ਪ੍ਰਭ ਦੇ ਸ਼ਬਦ ਰੂਪੀ ਚੋਲੇ ਨੂੰ ਧਾਰਨ ਕਰ ਲਿਆ ਹੈ । ਸ਼ਬਦ ਨੂੰ ਮਨ ਵਿੱਚ ਜਾਗਰਤ ਕਰ ਲਿਆ ਹੈ, ਹਰਾਮ ਨੂੰ ਆਪਣੇ ਮਨ ਵਿਚੋਂ ਗਵਾ ਦਿੱਤਾ ਹੈ । ਅਨੇਕ ਹੀ ਜੀਵ, ਜੋ ਆਪਣੀ ਬੋਲੀ, ਬਾਣੀ ਕਰਕੇ ਮੂਰਖ, ਅਗਿਆਨੀ ਹਨ । ਉਹਨਾਂ ਨੂੰ ਗਿਆਨ ਦੀ ਸਿੱਖਿਆ ਦਿੱਤੀ ਹੀ ਨਹੀਂ ਜਾਂ ਸਕਦੀ। ਜੋ ਗਲਤ ਕੰਮ, ਚੋਰੀ ਆਦਿ ਕਰਦੇ, ਹਰਾਮ ਦਾ ਪਰਾਇਆ ਹੱਕ ਖਾਣ ਵਾਲੇ ਹਨ । ਉਹ ਦੂਸਰੇ ਦੀ ਆਤਮਾਂ ਨੂੰ ਦੁਖ ਪਹੁੰਚਾਉਂਦੇ ਹਨ । ਅਨੇਕ ਹੀ ਜੀਵ ਆਪਣੇ (ਜ਼ੋਰ) ਤਾਕਤ, ਬਲ ਦੇ, ਜਬਰਦਸਤੀ ਆਪਣਾ ਹੁਕਮ ਮਨਾਉਂਦੇ ਹਨ । ਜਿਹੜੇ ਭਰੋਸੇ ਨਾਲ ਸਿਮਰਨ ਕਰਦੇ ਹਨ । ਉਹਨਾਂ ਨੂੰ ਅਮਰ ਪ੍ਰਭ ਦੀ ਜੋਤ ਅਨੁਭਵ ਹੋ ਜਾਂਦੀ ਹੈ । ਜਨਮ ਮਰਨ ਤੋਂ ਮੁਕਤ ਹੋ ਗਏ ਹਨ, ਉਹਨਾਂ ਦਾ ਪ੍ਰਭ ਨਾਲ ਜੋੜ ਹੋ ਗਿਆ ਹੈ । ਅਣਗਿਨਤ ਹੀ ਜੀਵ, ਜੀਵ ਹੱਤਿਆ ਕਰਦੇ ਹਨ । ਹਰ ਵੇਲੇ ਬੁਰੇ ਕੰਮਾਂ, ਪਾਪ ਵਾਲੇ ਕੰਮ, ਹਮੇਸ਼ਾਂ ਬੁਰੇ ਕੰਮਾਂ ਵਿੱਚ ਲੱਗੇ ਰਹਿੰਦੇ ਹਨ । ਆਪਣੇ ਕੀਤੇ ਬੁਰੇ ਕੰਮਾਂ ਕਰਕੇ ਟੇਡੀਆ ਜੂੰਨਾਂ ਵਿੱਚ ਫਿਰਦੇ ਰਹਿੰਦੇ ਹਨ । ਅਣਗਿਨਤ ਹੀ ਜੀਵ ਪਰਾਇਆ ਹੱਕ, ਜਾਂ ਭੀਖ ਮੰਗ ਕੇ ਹੀ ਖਾਂਦੇ ਹਨ । ਆਪ ਕੋਈ ਕੰਮ ਨਹੀਂ ਕਰਦੇ , ਉਹ (ਮਲੇਛ) ਮੱਛੀ ਦੀ ਤਰ੍ਹਾਂ ਹਨ । ਕਦੇ ਸੋਚਦੇ ਵੀ ਨਹੀਂ, ਕਿ ਆਪ ਕੁਝ ਕਰਨਾ, ਚੰਗੀ ਕਮਾਈ ਕਰਨਾ ਹੀ ਠੀਕ ਹੈ । ਅਨੇਕ ਹੀ ਜੀਵ ਹਰ ਸਮੇਂ ਦੂਸਰੇ ਦੀ ਨਿੰਦਿਆ ਕਰਦੇ ਹਨ । ਜੋ ਵੀ ਕੁਝ ਬੁਰਾ ਹੁੰਦਾ ਹੈ, ਹੋਰ ਕਿਸੇ ਦਾ ਹੀ ਕਸੂਰ ਹੈ । ਉਹ ਕਿਸੇ ਬੁਰੇ ਕੰਮ ਵਿੱਚ ਆਪਣੀ ਜ਼ੁੰਮੇਵਾਰੀ ਨਹੀਂ ਲੈਂਦੇ । ਜੋ ਚੰਗਾ ਉਹਨਾਂ ਕੀਤਾ, ਜੋ ਬੁਰਾ ਉਹ ਹੋਰ ਕਿਸੇ ਕਰਕੇ ਹੋਇਆ । ਨੀਚ ਦੀ ਇਹ ਹੀ ਨਿਸ਼ਾਨੀ, ਇਸਤਰ੍ਹਾਂ ਦੇ ਵਿਚਾਰ ਹਨ । ਪ੍ਰਭ ਤੇਰੀ ਕੁਦਰਤ ਤੋਂ ਕੁਰਬਾਣ ਜਾਵਾਂ! ਉਸ ਦੀ ਰਜ਼ਾ (ਮਰਜ਼ੀ) ਵਿੱਚ ਚਲ ਕੇ ਹਮੇਸ਼ਾਂ ਬੇਨਤੀ ਕਰੋ! ਰਹਿਮਤ ਬਖਸ਼ੋ! ਪ੍ਰਭ ਜੋ ਵੀ ਤੈਨੂੰ ਭਾਉਦਾ ਹੈ, ਉਹ ਹੀ ਚੰਗਾ ਹੈ । ਪ੍ਰਭ ਤੂੰ ਸਦਾ ਹੀ (ਤਿਨਾਂ ਕਾਲਾ ਵਿੱਚ) ਮੌਜੂਦ (ਸਲਾਮਿਤ), ਸਥਿਤ ਰੂਪ ਹੈ । ਇਸਤਰ੍ਹਾਂ ਉਸ ਦੇ ਸਰੂਪ ਤੇ ਨਿਸ਼ਚਾ ਹੋਣਾ ਚਾਹੀਦਾ ਹੈ ।

Countless meditate and control the evil thoughts and deeds and adopt His Word in day-to-day life with steady and stable belief on His blessing. They are blessed with enlightenment within and remains awake and alert. Conquered the worldly desires from mind. Countless human is foolish due to their language and no one can teach them the right path. Countless human is foolish, thieves, cheaters and ignorant from the purpose of life. They hurt others and rule over them with tyranny. Countless are true devotees, who adopted His Word in life and had conquered worldly desires. Countless human is evil minded, robbers and do back biting and hurt others. These are the sign of a mean, evil human. True devotees remain fascinated, contended with His Word, worldly environments and sings His glory. Whatsoever happens is always for the welfare of the universe. Sorrows and pleasures of life should be endured unconditionally as His blessings.

ਅਸੰਖ ਨਾਵ ਅਸੰਖ ਥਾਵ॥	AsaNkh naav asaNkh thaav.
ਅਗੰਮ ਅਗੰਮ ਅਸੰਖ ਲੋਅ॥	Agamm agamm asaNkh lo-a.
ਅਸੰਖ ਕਹਹਿ ਸਿਰਿ ਭਾਰੁ ਹੋਇ॥	AsaNkh kehahi sir bhaar ho-ay.
ਅਖਰੀ ਨਾਮੁ ਅਖਰੀ ਸਾਲਾਹ॥	Akhree naam akhree saalaah.
ਅਖਰੀ ਗਿਆਨੁ ਗੀਤ ਗੁਣ ਗਾਹ॥	Akhree gi-aan geet gun gaah.
ਅਖਰੀ ਲਿਖਣੁ ਬੋਲਣੁ ਬਾਣਿ॥	Akhree likhan bolan baan.
ਅਖਰਾ ਸਿਰਿ ਸੰਜੋਗੁ ਵਖਾਣਿ॥	Akhraa sir sanjog vakhaan.
ਜਿਨਿ ਏਹਿ ਲਿਖੇ ਤਿਸੁ ਸਿਰਿ ਨਾਹਿ॥	Jin ayhi likhay tis sir naahi.
ਜਿਵ ਫੁਰਮਾਏ ਤਿਵ ਤਿਵ ਪਾਹਿ॥	Jiv furmaa-ay tiv tiv paahi.
ਜੇਤਾ ਕੀਤਾ ਤੇਤਾ ਨਾਉ॥	Jaytaa keetaa taytaa naa-o.
ਵਿਣੁ ਨਾਵੈ ਨਾਹੀ ਕੋ ਥਾਉ॥	Vin naavai naahee ko thaa-o.
ਕੁਦਰਤਿ ਕਵਣ ਕਹਾ ਵੀਚਾਰੁ॥	Kudrat kavan kahaa veechaar.
ਵਾਰਿਆ ਨ ਜਾਵਾ ਏਕ ਵਾਰ॥	Vaari-aa na jaavaa ayk vaar.
ਜੋ ਤੁਧੁ ਭਾਵੈ ਸਾਈ ਭਲੀ ਕਾਰ॥	Jo tuDh bhaavai saa-ee bhalee kaar.
ਤੂ ਸਦਾ ਸਲਾਮਤਿ ਨਿਰੰਕਾਰ॥੧੯॥	Too sadaa salaamat nirankaar. ||19||

- ਅਗੰਮ– ਪੂਰਨ ਗਿਆਨ ਨਾ ਹੋਵੇ, ਜਿਸ ਤੱਕ ਪਹੁੰਚ ਨਾ ਹੋਵੇ

ਪ੍ਰਭ ਦੇ ਅਣਗਿਣਤ ਹੀ ਨਾਮ ਹਨ, ਹਰ ਥਾਂ ਤੇ ਮੌਜੂਦ, ਵੱਸਣ ਵਾਲੇ ਅਨੇਕ ਹੀ ਅਸਥਾਨ ਹਨ । ਜਿਤਨਾਂ ਵੀ ਗਿਆਨ ਹੁੰਦਾ, ਬਹੁਤ ਦੇਵ, ਦੇਵਤੇ, ਸਾਸਤ੍ਰ, ਸਭ ਉਸ ਨੂੰ ਵਖਿਆਣ ਕਰਦੇ ਹਨ । ਕਿਸੇ ਨੂੰ ਵੀ ਪੂਰਨ ਗਿਆਨ ਨਹੀਂ ਹੁੰਦਾ , ਉਹ ਅਨੇਕ ਹੀ ਨਾਮ ਨਾਲ ਜਾਣਿਆ ਜਾਂਦਾ ਹੈ । ਉਸ ਦੇ (ਲੋਅ) ਗਿਆਨ ਦੇਣ ਦੇ, ਪ੍ਰਾਪਤ ਕਰਨ ਦੇ ਅਨੇਕ ਹੀ ਢੰਗ, ਵਿਧੀਆਂ ਹਨ । ਅਨੇਕ ਜੀਵ ਵੱਖਰੇ ਵੱਖਰੇ ਢੰਗ ਨਾਲ ਉਸ ਦਾ ਸਿਮਰਨ ਕਰਦੇ ਹਨ । ਮੱਥੇ ਤੇ ਲਿਖੇ (ਅੱਖਰ – ਮੱਕਦਰ) ਚੰਗੇ ਕਰਮਾਂ ਕਰਕੇ ਹੀ ਨਾਮ ਦਾ ਸਿਮਰਨ ਕੀਤਾ ਜਾਂਦਾ ਹੈ । (ਅੱਖਰੀ) ਉਸ ਦੇ ਹੁਕਮ, ਅਨੁਸਾਰ ਹੀ ਪ੍ਰਭ ਦੀ (ਸਾਲਾਹ) ਸਿਫਤ ਕਰਨੀ ਮਿਲਦੀ ਹੈ । (ਗੀਤ) ਜਸ, ਕੀਰਤਨ ਗਾਇਆ ਜਾਂਦਾ, ਰਸ ਪ੍ਰਾਪਤ ਹੁੰਦਾ ਹੈ । ਲਿਖੇ ਅਨੁਸਾਰ ਹੀ ਜੀਵ ਉਹਨਾਂ ਅਦੁੱਤੀ ਗੁਣਾਂ ਦਾ (ਗਾਹ) ਅਸਥਾਨ ਬਣ ਜਾਂਦਾ ਹੈ । ਉਸ ਦੀ ਰਹਿਮਤ ਦੀ ਨਜ਼ਰ ਨਾਲ ਹੀ ਜੀਵ ਨੂੰ ਮਹੱਤਵ ਪੂਰਨ ਲਿਖਣ ਦਾ ਢੰਗ ਬਖਸ਼ਿਸ਼ ਹੁੰਦਾ ਹੈ । ਉਸ ਦੇ ਮੂੰਹ ਤੋਂ ਉਸ ਦੇ ਜਸ ਉਚਰਦੇ ਹਨ । ਜਿਸ ਦੇ ਮੱਥੇ ਤੇ ਲਿਖੇ ਭਾਗਾਂ ਨਾਲ ਉਸ ਦੇ ਬੋਲੇ ਬਚਣ ਬਾਣੀ, ਸ਼ਬਦ ਦਾ ਰੂਪ ਧਾਰਨ ਕਰ ਲੈਂਦੇ ਹਨ । ਬਾਣੀ ਵਿੱਚ ਉਹਨਾਂ ਅੱਖਰਾ ਦਾ (ਵਖਿਆਣ) ਵਰਣਨ ਕਰਦੇ ਹਨ ।

ਸਾਰੀ ਸ੍ਰਿਸ਼ਟੀ ਦੇ ਮੱਥੇ ਤੇ ਭਾਗ ਲਿਖਣ ਵੇਲੇ ਦੇ ਭਾਗ ਲਿਖਣ ਵਾਲਾ ਕੋਈ ਨਹੀਂ ਹੈ । ਉਹ ਆਪ ਅਲੇਖ ਹੈ, ਆਪ ਸਪੂਰਨ ਹੈ, ਲੇਖਾ ਤੋਂ ਰਹਿਤ ਹੈ । ਜਿਵੇਂ ਜਿਵੇਂ ਪ੍ਰਮਾਤਮਾ ਜੀਵ ਦੇ ਜੀਵਨ ਬਤੀਤ ਕਰਨ ਦਾ ਢੰਗ ਲਿਖਦਾ ਹੈ । ਉਸ ਅਨੁਸਾਰ ਹੀ ਜੀਵ ਆਪਣਾ ਜੀਵਨ ਬਤੀਤ ਕਰਦਾ ਹੈ, ਜੂੰਨਾਂ ਵਿੱਚ ਆਉਂਦਾ ਹੈ । ਸਾਰੀ ਸ੍ਰਿਸ਼ਟੀ ਉਸ ਨੇ ਨਾਮ ਜਪਣ ਵਾਸਤੇ ਹੀ ਪੈਦਾ ਕੀਤੀ ਹੈ । ਨਾਮ ਸਿਮਰਨ ਤੋਂ ਬਿਨਾਂ ਕਿਸੇ ਨੂੰ ਦਰਗਾਹ ਵਿੱਚ ਕੋਈ ਥਾਂ ਨਹੀਂ, ਮੁਕਤੀ ਬਖਸ਼ਿਸ਼ ਨਹੀਂ ਹੁੰਦੀ ।

ਕੋਈ ਵੀ ਉਸ ਦੀ ਸ਼ਕਤੀ, ਵਿਧੀ ਦਾ ਪੂਰਨ ਵਰਣਨ ਨਹੀਂ ਕਰ ਸਕਦਾ । ਜਿਤਨਾ ਹੀ ਗਿਆਨ ਹੁੰਦਾ ਹੈ, ਉਤਨਾਂ ਹੀ ਵਰਣਨ ਕਰਦਾ ਹੈ । ਪ੍ਰਭ ਦੀ ਸ਼ਕਤੀ, ਵਿਧੀ, ਕਰਤਬਾਂ ਦਾ ਕੌਣ ਪੂਰਨ ਤਰ੍ਹਾਂ ਵਰਣਨ ਕਰ ਸਕਦਾ ਹੈ? ਜੀਵ ਉਤਨਾਂ ਵਰਣਨ ਕਰਦਾ ਹੈ ਜਿਤਨਾ ਉਸ ਨੂੰ ਅਨੁਭਵ ਹੁੰਦਾ ਹੈ । ਰੋਮ ਮਾਤਰ ਵੀ ਵਰਣਨ ਨਹੀਂ ਕੀਤਾ ਜਾਂ ਸਕਦਾ । ਉਸ ਦੀ ਰਜ਼ਾ (ਮਰਜ਼ੀ) ਵਿੱਚ ਚਲ ਕੇ ਹਮੇਸ਼ਾਂ ਬੇਨਤੀ ਕਰੋ! ਰਹਿਮਤ ਬਖਸ਼ੋ! ਪ੍ਰਭ ਜੋ ਵੀ (ਤੁਧ) ਤੈਨੂੰ ਭਾਉਂਦਾ ਹੈ, ਉਹ ਹੀ ਚੰਗਾ (ਠਕਿ) ਹੈ । ਪ੍ਰਮਾਤਮਾ ਤੂੰ ਸਦਾ ਹੀ (ਤਿਨਾਂ ਕਾਲਾ ਵਿੱਚ) ਮੌਜੂਦ (ਸਲਾਮਿਤ), ਸਥਿਤ ਰੂਪ ਹੈ । ਇਸਤਰ੍ਹਾਂ ਉਸ ਦੇ ਸਰੂਪ ਤੇ ਨਿਸ਼ਚਾ ਹੋਣਾ ਚਾਹੀਦਾ ਹੈ ।

God is remembered, known by countless names, Omnipresent God, resides in countless places, everywhere. All the devotees, saints explain His Word, as much knowledge is blessed. No one can fully explain His nature, His Word. Countless devotees meditate on His Word, adopt His Word in day-to-day life. By His grace and due to pre-engraved destiny, one can recites and sings His glory. By His mercy, one can sings His glory and spiritual Word is enlightened within. Whosoever is blessed by His grace develops a unique way to write His glory. His tongue speaks the glory of His Word. Whose destiny is so engraved on his forehead that His Word from his tongue becomes His Word. The words of those devotees are written, explained in worldly Holy Scriptures. Every creature spends his life as written by the creator and moves in the cycle of birth and death. No one writes the destiny of The Creator; He is beyond the written destiny. The whole creation is created to sing His glory and to obey His Word. Without adopting His Word in life, the cycle of birth and death never end. No one can fully describe, explain, His power, process, purpose of His creation. Every human can only explain as much as, he is blessed and that is very little, insignificant. One should always obey His Word and pray for His mercy. Your Word is for the welfare of your creation and is the only right path. One should have a firm belief that He is omnipresent and everything happen under His command.

ਭਰੀਐ ਹਥੁ ਪੈਰੁ ਤਨੁ ਦੇਹ॥	Bharee-ai hath pair tan dayh.
ਪਾਣੀ ਧੋਤੈ ਉਤਰਸੁ ਖੇਹ॥	Paanee Dhotai utras khayh.
ਮੂਤ ਪਲੀਤੀ ਕਪੜੁ ਹੋਇ॥	Moot paleetee kaparh ho-ay.
ਦੇ ਸਾਬੂਣੁ ਲਈਐ ਓਹੁ ਧੋਇ॥	Day saaboon la-ee-ai oh Dho-ay.
ਭਰੀਐ ਮਤਿ ਪਾਪਾ ਕੈ ਸੰਗਿ॥	Bharee-ai mat paapaa kai sang.
ਓਹੁ ਧੋਪੈ ਨਾਵੈ ਕੈ ਰੰਗਿ॥	Oh Dhopai naavai kai rang.
ਪੁੰਨੀ ਪਾਪੀ ਆਖਣੁ ਨਾਹਿ॥	Punnee paapee aakhan naahi.
ਕਰਿ ਕਰਿ ਕਰਣਾ ਲਿਖਿ ਲੈ ਜਾਹੁ॥	Kar kar karnaa likh lai jaahu.
ਆਪੇ ਬੀਜਿ ਆਪੇ ਹੀ ਖਾਹੁ॥	Aapay beej aapay hee khaahu.
ਨਾਨਕ ਹੁਕਮੀ ਆਵਹੁ ਜਾਹੁ॥੨੦॥	Naanak hukmee aavhu jaahu. ||20||

ਅਗਰ ਹੱਥ ਪੈਰ, ਸਰੀਰ ਮਿੱਟੀ ਨਾਲ ਮੈਲੇ ਹੋ ਜਾਣ! ਤਾਂ ਪਾਣੀ ਨਾਲ ਧੋਣ ਨਾਲ ਮੈਲ ਦੂਰ, ਹੱਥ ਸਾਫ ਹੋ ਜਾਂਦੇ ਹਨ ।ਅਗਰ ਕਪੜਾ ਮੂਤ੍ਰ ਨਾਲ, ਗੰਦਗੀ ਨਾਲ ਖਰਾਬ ਹੋ ਜਾਵੇ । ਤਾ ਉਸ ਨੂੰ ਸਾਬਣ ਨਾਲ ਧੋਣ ਨਾਲ ਕਪੜਾ ਸਾਫ ਹੋ ਜਾਂਦਾ ਹੈ । ਉਸ ਵਿਚੋਂ ਗੰਦਗੀ ਦੀ ਬੋਅ ਖਤਮ ਹੋ ਜਾਂਦੀ ਹੈ । ਅਗਰ ਜੀਵ ਦੀ ਮੱਤ ਬੁਰੇ ਕੰਮਾਂ (ਪਾਪਾ) ਨਾਲ ਭਰਿਸ਼ਟ ਹੋ ਜਾਵੇ । ਜੀਵ ਦੀ ਬੁੱਧੀ ਕਿਸੇ ਤੀਰਥ ਇਸ਼ਨਾਨ ਕਰਨ (68 ਤੀਰਥਾ), ਜਾ ਸਾਬਣ ਨਾਲ ਧੋਣ ਨਾਲ ਪਵਿੱਤਰ ਨਹੀਂ ਹੁੰਦੀ । ਜੀਵ ਦੀ ਮੱਤ ਕੇਵਲ ਨਾਮ ਸਿਮਰਨ ਕਰਨ ਨਾਲ ਹੀ ਉਜਲ ਹੋ ਸਕਦੀ ਹੈ ।

ਜਿਸ ਦੀ ਆਤਮਾਂ ਤੇ ਪ੍ਰਭ ਦੇ ਸ਼ਬਦ ਦਾ ਰੰਗ ਚੜ੍ਹ ਜਾਂਦਾ, ਪਵਿੱਤਰ ਹੋ ਜਾਂਦਾ ਹੈ । ਉਹ ਪਾਪੀਆਂ ਜਾਂ ਪੁੰਨੀਆਂ ਦੀ ਗਿਣਤੀ ਵਿੱਚ ਨਹੀਂ ਆਉਂਦਾ । ਉਹ ਮੁਕਤੀ ਦੇ ਰਸਤੇ ਤੇ ਹਨ, ਉਹਨਾਂ ਤੇ ਕ੍ਰਿਪਾ ਦ੍ਰਿਸ਼ਟੀ ਹੋ ਜਾਂਦੀ ਹੈ । ਉਸ ਦੀ ਹੋਂਦ ਅਨੁਭਵ ਹੋ ਜਾਂਦੀ ਹੈ ।

ਜੀਵ ਦੇ ਕੀਤੇ ਹੋਏ ਕਰਮ ਪ੍ਰਲੋਕ ਵਿੱਚ ਜਾਂਦੇ ਹਨ । ਪਿਛਲੇ ਜਨਮ ਦੇ ਕੀਤੇ, ਕਰਮਾਂ ਅਨੁਸਾਰ ਹੀ ਜੀਵਨ ਵਿੱਚ ਦੁਖ ਸੁਖ ਬਖਸ਼ਿਸ਼ ਹੁੰਦੇ ਹਨ । ਜੀਵ ਉਸ ਦੇ ਹੁਕਮ ਅਨੁਸਾਰ ਹੀ ਵੱਖਰੀਆ ਵੱਖਰੀਆ ਜੂੰਨਾਂ ਵਿੱਚ ਭਉਂਦਾ ਹੈ । ਕਰਮਾਂ ਅਨੁਸਾਰ ਹੀ ਇਸ ਚੱਕਰ ਵਿੱਚ ਰਹਿੰਦਾ ਹੈ । ਮੁਕਤੀ ਕੇਵਲ ਪ੍ਰਭ ਦੀ ਕ੍ਰਿਪਾ ਨਾਲ ਹੀ ਬਖਸ਼ਿਸ਼ ਹੁੰਦੀ ਹੈ ।

If body becomes dirty with mud, then body can be cleaned, washed with water. Same way if cloth becomes dirty by urine etc., it can be washed, cleaned with soap. But if the human mind, soul becomes dirty with evil thoughts and deeds. His mind cannot be cleaned by bathing in Holy Shrines. Mind, soul can only be sanctified, purified by adopting His Word and repenting his evil deeds.

Whose soul is colored with teachings of His Word, enlightenment. His soul becomes beyond the category of evil or good. He is on the right path of salvation. He is under His protection and His Word is enlightened within.

All the good and evil deeds stay with soul. He is rewarded with sorrows and pleasure in his next life. By His command soul is cycled through various bodies, this is all due to his deeds. Salvation is only blessed by His mercy.

ਤੀਰਥੁ ਤਪੁ ਦਇਆ ਦਤੁ ਦਾਨੁ॥	Tirath tap da-i-aa dat daan.
ਜੇ ਕੋ ਪਾਵੈ ਤਿਲ ਕਾ ਮਾਨੁ॥	Jay ko paavai til kaa maan.
ਸੁਣਿਆ ਮੰਨਿਆ ਮਨਿ ਕੀਤਾ ਭਾਉ॥	Suni-aa mani-aa man keetaa bhaa-o.
ਅੰਤਰਗਤਿ ਤੀਰਥਿ ਮਲਿ ਨਾਉ॥	Antargat tirath mal naa-o.
ਸਭਿ ਗੁਣ ਤੇਰੇ ਮੈ ਨਾਹੀ ਕੋਇ॥	Sabh gun tayray mai naahee ko-ay.
ਵਿਣੁ ਗੁਣ ਕੀਤੇ ਭਗਤਿ ਨ ਹੋਇ॥	Vin gun keetay bhagat na ho-ay.
ਸੁਅਸਤਿ ਆਥਿ ਬਾਣੀ ਬਰਮਾਉ॥	Su-asat aath banee barmaa-o.
ਸਤਿ ਸੁਹਾਣੁ ਸਦਾ ਮਨਿ ਚਾਉ॥	Sat suhaan sadaa man chaa-o.
ਕਵਣੁ ਸੁ ਵੇਲਾ ਵਖਤੁ ਕਵਣੁ ਕਵਣ ਥਿਤਿ ਕਵਣੁ ਵਾਰੁ॥	Kavan so vaylaa vakhat kavan kavan thit kavan vaar.
ਕਵਣਿ ਸਿ ਰੁਤੀ ਮਾਹੁ ਕਵਣੁ ਜਿਤੁ ਹੋਆ ਆਕਾਰੁ,	Kavan se rutee maahu kavan jit ho-aa aakaar.
ਵੇਲ ਨ ਪਾਈਆ ਪੰਡਤੀ ਜਿ ਹੋਵੈ ਲੇਖੁ ਪੁਰਾਣੁ॥	Vayl na paa-ee-aa pandtee, je hovai laykh puraan.
ਵਖਤੁ ਨ ਪਾਇਓ ਕਾਦੀਆ ਜਿ ਲਿਖਨਿ ਲੇਖੁ ਕੁਰਾਣੁ॥	Vakhat na paa-i-o kaadee-aa, je likhan laykh kuraan.
ਥਿਤਿ ਵਾਰੁ ਨਾ ਜੋਗੀ ਜਾਣੈ ਰੁਤਿ ਮਾਹੁ ਨਾ ਕੋਈ॥	Thit vaar naa jogee jaanai, rut maahu naa ko-ee.
ਜਾ ਕਰਤਾ ਸਿਰਠੀ ਕਉ ਸਾਜੇ ਆਪੇ ਜਾਣੈ ਸੋਈ॥	Jaa kartaa sirthee ka-o saajay aapay jaanai so-ee.
ਕਿਵ ਕਰਿ ਆਖਾ ਕਿਵ ਸਾਲਾਹੀ ਕਿਉ ਵਰਨੀ ਕਿਵ ਜਾਣਾ॥	Kiv kar aakhaa kiv saalaahee, ki-o varnee kiv jaanaa.
ਨਾਨਕ ਆਖਣਿ ਸਭੁ ਕੋ ਆਖੈ ਇਕ ਦੂ ਇਕੁ ਸਿਆਣਾ॥	Naanak aakhan sabh ko aakhai, ik doo ik si-aanaa.
ਵਡਾ ਸਾਹਿਬੁ ਵਡੀ ਨਾਈ ਕੀਤਾ ਜਾ ਕਾ ਹੋਵੈ॥	Vadaa saahib vadee naa-ee keetaa jaa kaa hovai.
ਨਾਨਕ ਜੇ ਕੋ ਆਪੌ ਜਾਣੈ ਅਗੈ ਗਇਆ ਨ ਸੋਹੈ॥੨੧॥	Naanak jay ko aapou jaanai, agai ga-i-aa na sohai. ‖21‖

ਅਗਰ ਮਨ ਅੰਦਰ ਪ੍ਰਭ ਦੀ ਪ੍ਰਾਪਤੀ ਦੀ ਇੱਛਾ ਹੈ! ਤਾ ਮਨ ਨੂੰ ਇਕਾਗਰ ਕਰਕੇ (ਤਪ) ਪ੍ਰਭ ਦੇ ਸ਼ਬਦ ਰੂਪੀ ਤੀਰਥ (ਬਾਣੀ) ਦੇ ਦਰਸ਼ਨ ਕਰੋ! ਉਸ ਮਾਰਗ ਤੇ ਚਲੋ, ਉਸ ਤੀਰਥ ਦੀ ਯਾਤਰਾ ਕਰੋ! ਯਾਤਰਾ ਤਾਂ ਹੀ ਸਫਲ ਹੋਵੇਗੀ ਜਦੋਂ ਮਨ ਵਿੱਚ ਦੂਸਰੇ ਵਾਸਤੇ ਦਇਆ ਘਰ ਕਰ ਜਾਂਦੀ ਹੈ । ਆਪਣੀਆਂ ਇੰਦ੍ਰੀਆਂ ਤੇ ਕਾਬੂ ਕਰੇ, ਪ੍ਰਭ ਦੀ ਮਰਜ਼ੀ ਨੂੰ ਸਿਰ ਮੱਥੇ ਤੇ ਸਵੀਕਾਰ ਕਰੋ । ਸੰਸਾਰਕ ਤੀਰਥਾਂ ਤੇ ਇਸ਼ਨਾਨ ਕਰਨ ਨਾਲ ਮਨ ਵਿਚੋਂ ਭਟਕਣਾਂ ਕੁਝ ਪਲ ਲਈ ਹੀ ਦੂਰ ਹੁੰਦੀਆਂ ਹਨ ।

ਸ਼ਬਦ ਨੂੰ ਸੁਣਕੇ, ਮੰਨ ਕੇ, ਪ੍ਰਭ ਦੇ ਵਿਛੋੜੇ ਦੀ ਯਾਦ ਰਖ ਕੇ ਆਪਣੇ ਜੀਵਨ ਵਿੱਚ ਢਾਲਣ ਨਾਲ ਮਨ ਦਾ ਆਤਮਾਂ ਦੀ ਤੀਰਥ ਇਸ਼ਨਾਨ ਹੋ ਜਾਂਦਾ ਹੈ, ਤੀਰਥਾ ਯਾਤਰਾ ਦਾ ਫਲ ਬਖਸ਼ਿਸ਼ ਹੋ ਜਾਂਦਾ

ਹੈ । ਇਹ ਸਾਰੇ ਗੁਣ ਹੀ ਜੀਵ ਵਿੱਚ ਉਸ ਦੀ ਕ੍ਰਿਪਾ ਨਾਲ ਹੀ ਆਉਂਦੇ ਹਨ । ਪ੍ਰਭ ਦੇ ਬਖਸ਼ੇ ਹੀ ਹਨ, ਕੋਈ ਸ਼ਕਤੀ, ਭਗਤੀ ਨਾਲ ਕੋਈ ਗੁਣ ਨਹੀਂ ਪਾ ਸਕਦਾ । ਪ੍ਰਭ ਦੀ ਰਹਿਮਤ ਤੋਂ ਬਿਨਾਂ ਕੋਈ ਭਗਤੀ ਵੀ ਨਹੀਂ ਕਰ ਸਕਦਾ ।ਉਸ ਦੀ ਅਵਾਜ ਨਹੀਂ ਸੁਣਦੀ, ਮਨ ਇੱਛਾਂ ਵਿੱਚ ਭਟਕਦਾ ਰਹਿੰਦਾ ਹੈ । ਪ੍ਰਭ, ਮੇਰੇ (ਸੁਅਸਤਿ) ਕਲਿਆਣ, ਮੁਕਤੀ ਵਾਸਤੇ (ਆਥਿ), ਉਹ ਅਦੁੱਤੀ ਬਾਣੀ, ਸਿਮਰਨ ਬਖਸ਼ੋ (ਬਰਮਾਉ, ਫਰਮਾਉ) । ਜਿਹੜੀ ਬਾਣੀ ਸੁਣ ਕੇ (ਸਤਿ, ਸਰੂਪ) ਸੋਭਨੀਕ (ਸੁਹਾਣ) ਚੇਤਨ ਸਰੂਪ, ਮਨ ਵਿੱਚ ਵੱਸੇ, ਮਨ ਸਦਾ ਅਨੰਦ ਸਰੂਪ ਹੋ ਜਾਵੈ ।

ਉਹ ਕਿਹੜਾ ਵਕਤ, ਰੁੱਤ, (ਥਿਤੀ) ਸਦੀ, ਦਿਨ, ਮਹੀਨਾ ਸੀ? ਜਦੋਂ ਉਸ ਨੇ ਸ੍ਰਿਸ਼ਟੀ ਦਾ ਸਿਰਜਨ ਕੀਤਾ, ਜੀਵ ਦਾ ਅਕਾਰ ਬਣਾਇਆ ।ਉਸ ਸਮੇਂ ਦਾ (ਪੰਡਿਤਾ) ਵਿਦਵਾਨਾਂ ਨੂੰ ਵੀ ਪਤਾ ਨਹੀਂ । ਜੇਕਰ ਪਤਾ ਹੁੰਦਾ ਤਾਂ ਉਸ ਦਾ ਵਰਣਨ ਪੁਰਾਣਾਂ ਵਿੱਚ ਜਰੂਰ ਲਿਖਿਆ ਹੋਣਾ ਸੀ। ਨਾ ਹੀ ਮੁਸਲਮਾਨ ਫਕੀਰਾਂ ਨੂੰ ਹੀ ਪਤਾ ਹੈ । ਜੇਕਰ ਪਤਾ ਹੁੰਦਾ ਤਾਂ ਉਸ ਦਾ ਵਰਣਨ ਕੁਰਾਣ ਵਿੱਚ ਜਰੂਰ ਲਿਖਿਆ ਹੋਣਾ ਸੀ। ਨਾ ਹੀ ਜੋਗੀਆਂ ਨੂੰ, ਨਾ ਹੀ ਜੋਤਸ਼ੀਆਂ ਨੂੰ ਹੀ ਕੋਈ ਪਤਾ ਹੈ । ਜੇਕਰ ਪਤਾ ਹੁੰਦਾ ਤਾਂ ਵਰਣਨ ਕਿਤਾਬਾਂ, ਪਤਰੀਆਂ ਵਿੱਚ ਜਰੂਰ ਲਿਖਿਆ ਹੋਣਾ ਸੀ।ਜਦੋਂ ਉਸ ਨੇ ਸ੍ਰਿਸ਼ਟੀ ਨੂੰ ਸ੍ਰਿਜਨ ਕੀਤਾ ਹੈ । ਪ੍ਰਭ ਆਪ ਹੀ ਉਸ ਸਮੇਂ ਨੂੰ ਜਾਣਦਾ ਹੈ, ਹੋਰ ਕੋਈ ਜਾਣ ਨਹੀਂ ਸਕਦਾ ।ਪ੍ਰਭ ਆਪ ਹੀ ਜਾਣਦਾ ਹੈ, ਉਹ ਕਿਉਂ ਅਤੇ ਕਿਵੇਂ ਇਹ ਕਰਦਾ ਹੈ?ਉਸ ਦੇ ਕਰਤਬਾਂ ਤੋਂ ਸਦਾ ਅਚੰਭੇ, ਉਸ ਦਾ ਧੰਨ ਧੰਨ ਹੀ ਕਹੋ, ਕਿਸੇ ਨੂੰ ਵੀ ਪੂਰਨ ਗਿਆਣ ਨਹੀਂ ਹੈ । ਉਹ ਆਪਣੇ ਹੁਕਮ ਦੀ ਪਾਲਣਾ ਕਿਸਤਰ੍ਹਾਂ ਕਰਵਾਉਂਦਾ ਹੈ? ਕਿਸਤਰ੍ਹਾਂ ਅਤੇ ਕਿਉਂ ਸ੍ਰਿਸ਼ਟੀ ਬਣਾਈ ਹੈ?

ਹਰ ਇੱਕ ਦੂਜੇ ਤੋਂ ਸਮਝਦਾਰ, ਗਿਆਨੀ ਬਣ ਕੇ, ਰਚਨਾ, ਪਾਲਣਾ, ਉਤਪਤੀ, ਅੰਤਰਯਾਮਤਾ ਨੂੰ ਵਰਣਨ ਕਰਦੇ ਹਨ । ਕੋਈ ਵੀ ਸ਼ਕਤੀ ਜਾਂ ਬ੍ਰਿਤੀ ਕਰਕੇ ਸਪੂਰਨ ਕਰਤਵ ਵਰਨਣ ਨਹੀਂ ਕਰ ਸਕਦਾ ।ਉਹ ਸਭ ਤੋਂ ਵੱਡਾ, ਸਾਰਿਆਂ ਦਾ ਹੀ ਮਾਲਕ, ਉਸ ਦੀ ਮਹੱਤਵ ਪੂਰਕ ਮਹਿਮਾਂ, ਵੱਡੀ ਕੁਦਰਤ ਹੈ । ਸ੍ਰਿਸ਼ਟੀ ਵਿੱਚ ਉਸ ਦਾ ਕੀਤਾ ਹੀ ਸਭ ਕੁਝ ਹੁੰਦਾ ਹੈ, ਆਪ ਹੀ ਸਭ ਜਾਣਦਾ ਹੈ । ਅਗਰ ਕੋਈ ਅਹੰਕਾਰੀ ਦਾਵਾ ਕਰੇ, ਉਸ ਨੂੰ ਪ੍ਰਭ ਦੇ ਸਾਰੇ ਕਰਤਵਾ ਦਾ ਗਿਆਨ ਹੈ । ਉਸ ਨੂੰ ਪ੍ਰਭ ਦੀ ਦਰਗਾਹ ਵਿੱਚ ਸੋਭਾ ਨਹੀਂ ਮਿਲਦੀ । ਉਸ ਦੀ ਜਨਮ ਮਰਨ ਦੇ ਚੱਕਰ ਤੋਂ ਮੁਕਤੀ ਨਹੀਂ ਹੁੰਦੀ ।

If one has a desire to be accepted in His court, to end the separation from The Holy Spirit. One should have a firm, unshakable belief on His Word and adopts His Word in day-to-day life. This is the true journey of Holy shrine. This would be only successful when one adopts forgiveness and mercy on others. He accepts His Word as an ultimate gift, blessings. Journey of the worldly holy shrine will render a peace of mind for a short period of time.

Listening and adopting the teachings of the Word in your life, is a true bath in The Holy shrine. All the virtues are blessed by Him, without His blessing, no one can even meditate. Whosoever adopts His Word wholewheat may be blessed with enlightenment from within.

What was the time, moment, day, month, season, when He created the universe? That time is not known to Pandits, Yogis, faqirs or any other religious prophets. Otherwise, that would have been written in their respective religious Holy Scriptures. Only he knows completely why, when, how He had created, nobody else is blessed with that enlightenment. You should always remain fascinating from His nature.

All worldly saints, consider themselves wise and describes as much they are enlightened. Nobody can fully describe His virtues, His nature. God is the greatest of all and everything happens under His command. Whosoever claims, he knows everything about His universe, he is under the trap of worldly ego. He is rebuked in His court.

ਪਾਤਾਲਾ ਪਾਤਾਲ ਲਖ ਆਗਾਸਾ ਆਗਾਸ॥	Paataalaa paataal lakh aagaasaa aagaas.
ਓੜਕ ਓੜਕ ਭਾਲਿ ਥਕੇ	Orhak orhak bhaal thakay
ਵੇਦ ਕਹਨਿ ਇਕ ਵਾਤ॥	vayd kahan ik vaat.
ਸਹਸ ਅਠਾਰਹ ਕਹਨਿ ਕਤੇਬਾ	Sahas athaarah kahan kataybaa
ਅਸੁਲੂ ਇਕੁ ਧਾਤੁ॥	asuloo ik Dhaat.
ਲੇਖਾ ਹੋਇ ਤ ਲਿਖੀਐ	Laykhaa ho-ay ta likee-ai
ਲੇਖੈ ਹੋਇ ਵਿਣਾਸੁ॥	laykhai ho-ay vinaas.
ਨਾਨਕ ਵਡਾ ਆਖੀਐ	Naanak vadaa aakhee-ai
ਆਪੇ ਜਾਣੈ ਆਪੁ॥੨੨॥	aapay jaanai aap. ||22|

ਪ੍ਰਭ ਦੇ ਕਰਤਬਾਂ ਦੇ ਅੰਤ ਦੀ ਜਾਣਕਾਰੀ ਕਰਨ ਲਈ ਵਿਦਵਾਨਾਂ, ਭਗਤਾਂ ਨੇ ਵੇਦਾਂ ਦੀਆਂ ਬੁਹਤ ਹੀ ਖੋਜਾਂ ਕੀਤੀਆਂ ਹਨ । ਉਹਨਾਂ ਨੇ ਦੇਖਿਆ ਕੇ ਅਣਗਿਣਤ ਹੀ ਅਕਾਸ਼, ਪਤਾਲ, ਧਰਤੀਆਂ ਹਨ, ਗਿਣਤੀ ਨਹੀਂ ਕੀਤੀ ਜਾ ਸਕਦੀ । ਪ੍ਰਭ ਦੀਆਂ ਚੰਗਆਈਆਂ, ਸ਼ੁਭ ਗੁਣ ਅਕਾਸ਼ ਵਾਂਗ ਵਿਸ਼ਾਲ ਅਤੇ ਨਿਮ੍ਰਤਾ ਪਤਾਲ ਦੀ ਤਰ੍ਹਾਂ ਡੂੰਘੀ ਹੈ । ਕਿਸੇ ਵੀ ਕਰਤਬ ਦਾ ਪੂਰਨ ਵਰਣਨ ਨਹੀਂ ਕੀਤਾ ਜਾ ਸਕਦਾ । ਅਠਾਰਾਂ ਹਜ਼ਾਰ ਆਲਮ ਵਿਦਵਾਨਾਂ (ਮੁਸਲਮਾਨਾਂ ਨੇ ਆਪਣੇ ਮਤ) ਅਠਾਰਾਂ ਪਰਬਾਂ ਵਾਲਾ ਮਹਾਭਾਰਤ ਵੀ, ਕਿਤਾਬਾਂ, ਸਿੰਮ੍ਰਤੀਆਂ, ਸਾਰੇ ਸਾਸਤ੍ਰ ਹੀ, ਇਸ ਇੱਕ ਗੱਲ ਤੇ ਸਹਿਮਤ ਹਨ । ਸਾਰੀ ਸ੍ਰਿਸ਼ਟੀ ਹੀ ਇੱਕ ਧਾਤ ਦੀ ਤਰ੍ਹਾਂ ਹੀ ਹੈ, ਮਿਟ ਜਾਣ ਵਾਲੀ ਹੈ, ਕੇਵਲ ਇੱਕੋ ਇੱਕ ਪ੍ਰਭ ਹੀ ਸਦਾ ਸਥਿਤ, ਅਟਲ ਰਹਿਣ ਵਾਲਾ, ਨਾ ਮਿਟਨ ਵਾਲਾ ਹੈ । ਪ੍ਰਭ ਦੇ ਕਿਸੇ ਕਰਤਬ ਦਾ ਕੋਈ ਲੇਖਾ ਵੀ ਪੂਰਨ ਤਰ੍ਹਾਂ ਲਿਖਿਆ ਨਹੀਂ ਜਾ ਸਕਦਾ । ਜਿਹੜਾ ਵੀ ਲਿਖਦਾ ਹੈ, ਇਹ ਪੂਰਾ ਹੋਣ ਵਾਲਾ ਕੰਮ ਨਹੀਂ ਹੈ, ਜਿਤਨਾ ਵੀ ਉਸ ਬਾਬਤ ਲਿਖਦਾ ਹੈ, ਉਸ ਨੂੰ ਹੋਰ ਜਾਣਕਾਰੀ ਹੋ ਜਾਂਦੀ ਹੈ, ਬੁਹਤ ਕੁਝ ਬਾਕੀ ਹੈ । ਪ੍ਰਭ ਦੀ ਕੁਦਰਤ ਦਾ ਕਿਸੇ ਨੇ ਵੀ ਅੰਤ ਨਹੀਂ ਪਾਇਆ । ਜੀਵ ਦੀ ਉਮਰ ਪੂਰੀ ਹੋ ਜਾਂਦੀ ਹੈ , ਪਰ ਵਰਣਨ ਪੂਰਨ ਨਹੀਂ ਕਰ ਸਕਦਾ । ਪ੍ਰਭ ਆਪ ਹੀ ਜਾਣਦਾ ਹੈ, ਕਿਤਨਾ ਵੱਡਾ, ਵਿਸ਼ਾਲ ਹੈ, ਸਭ ਤੋਂ ਵੱਡਾ ਹੈ । ਉਸ ਦੇ ਕਰਤਬਾਂ ਨੂੰ ਵੀ ਬੇਅੰਤ ਬੇਅੰਤ ਸਮਝਕੇ ਹੀ ਗੁਣ ਗਾਵੋ ! ਆਪਣੀ ਰਜ਼ਾ ਨੂੰ ਕੇਵਲ ਪ੍ਰਭ ਆਪ ਹੀ ਜਾਣਦਾ ਹੈ ।

Worldly scholars and prophets are searching all time to find the true depth of His nature. They may realize there are countless earths, countless under worlds, countless skies. His virtues are very deep and vast cannot be fully comprehended. They searched countless worldly Holy Scriptures and all agreed that everything in the universe is perishable and exists for short period of time. Only God, His Word is true forever, does not change or perish. There is no limit or end of any of His events; His complete nature cannot be fully described. His Word cannot be fully described in writings on paper. God is the Greatest of All and only He knows the limits of His nature and powers. You should always with a steady and stable belief sing the virtues of our limitless God.

ਸਾਲਾਹੀ ਸਾਲਾਹਿ	Saalaahee saalaahi
ਏਤੀ ਸੁਰਤਿ ਨ ਪਾਈਆ॥	aytee surat na paa-ee-aa.
ਨਦੀਆ ਅਤੈ ਵਾਹ ਪਵਹਿ	Nadee-aa atai vaah pavahi
ਸਮੁੰਦਿ ਨ ਜਾਣੀਅਹਿ॥	samund na jaanee-ahi.
ਸਮੁੰਦ ਸਾਹ ਸੁਲਤਾਨ	Samund saah sultaan
ਗਿਰਹਾ ਸੇਤੀ ਮਾਲੁ ਧਨੁ॥	girhaa saytee maal Dhan.
ਕੀੜੀ ਤੁਲਿ ਨ ਹੋਵਨੀ	Keerhee tul na hovnee
ਜੇ ਤਿਸੁ ਮਨਹੁ ਨ ਵੀਸਰਹਿ॥੨੩॥	jay tis manhu na veesrahi. ||23||

ਕੋਈ ਵੀ ਇਤਨੀ ਸਮਝ, ਗਿਆਨ ਵਾਲਾ ਪੈਦਾ ਨਹੀਂ ਹੋਇਆ, ਜਿਹੜਾ ਸਲਾਹੁਣੇ ਯੋਗ ਪ੍ਰਭ ਦੀ ਪੂਰਨ ਤਰ੍ਹਾਂ ਤੇ ਸਲਾਹਣਾ ਕਰ ਸਕਦਾ। ਜਿਵੇਂ ਨਦੀਆਂ, ਛੋਟੇ ਨਾਲਿਆਂ ਦਾ ਪਾਣੀ, ਜਦੋਂ ਸੁਮੰਦਰ ਵਿੱਚ ਮਿਲ ਜਾਂਦਾ ਹੈ, ਫਿਰ ਵੀ ਉਹ ਸਮੁੰਦਰ ਦਾ ਅਥਾਹ ਨਹੀਂ ਜਾਣ ਸਕਦਾ, ਇਸਤਰ੍ਹਾਂ ਜਦੋਂ ਭਗਤ, ਆਪਣਾ ਆਪਾ ਮਿਟਾ ਕੇ ਸਮੁੰਦਰ ਰੂਪੀ ਪ੍ਰਭ ਵਿੱਚ ਅਭੇਦ ਹੋ ਜਾਂਦਾ ਹੈ, ਪ੍ਰਭ ਨੂੰ ਅਨੁਭਵ, ਕਰ ਲੈਂਦਾ ਹੈ, ਪ੍ਰਭ ਦੀ ਸ਼ਾਖ ਬਣ ਜਾਂਦਾ ਹੈ, ਉਸ ਨੂੰ ਵੀ ਕੁਝ ਪ੍ਰਭ ਦੇ ਗੁਣ ਬਖਸ਼ਿਸ਼ ਹੋ ਜਾਂਦੇ ਹਨ । ਉਸ ਦੇ ਬੋਲੇ ਬਚਨ ਪੂਰੇ ਹੋ ਜਾਂਦੇ ਹਨ, ਫਿਰ ਵੀ ਪ੍ਰਭ ਦਾ ਪੂਰਨ ਤਰ੍ਹਾਂ ਤੇ ਗਿਆਨ ਪ੍ਰਾਪਤ ਨਹੀਂ ਕਰ ਸਕਦਾ, ਸਾਰੀਆਂ ਕਰਾਮਾਤਾਂ ਨੂੰ ਸਮਝ ਨਹੀਂ ਸਕਦਾ, ਸਮੁੰਦਰ ਸਰੂਪ ਦਾ ਅਥਾਹ ਨਹੀਂ ਜਾਣ ਸਕਦਾ । ਜਿਹੜਾ ਵੀ ਹਮੇਸ਼ਾਂ ਪ੍ਰਭ ਦੇ ਵਿਛੋੜੇ ਨੂੰ ਯਾਦ ਰੱਖਦਾ ਹੈ, ਉਸ ਦੇ ਸ਼ਬਦ ਨੂੰ ਜੀਵਨ ਦਾ ਢੰਗ ਬਣਾਉਂਦਾ ਹੈ, ਤਾਂ ਫਿਰ ਉਸ ਦੇ ਮਨ ਵਿਚੋਂ ਅਹੰਕਾਰ ਦੀ ਜੜ੍ਹ ਖਤਮ ਹੋ ਜਾਂਦੀ ਹੈ । ਉਸ ਨੂੰ ਆਪਣੇ ਕੀਤੇ ਤੇ ਕੋਈ ਅਭਿਮਾਨ, ਅਹੰਕਾਰ ਨਹੀਂ ਹੁੰਦਾ । ਉਹ ਹਮੇਸ਼ਾਂ ਹੀ ਧਿਆਨ ਵਿੱਚ ਰੱਖਦਾ ਹੈ, ਕਿ ਸਭ ਕੁਝ ਕਰਨ ਕਰਾਉਣ ਵਾਲਾ ਇਕੋ ਇਕ ਪ੍ਰਭ ਹੀ ਹੈ, ਆਪਣੇ ਦਾਸ ਨੂੰ ਆਪ ਹੀ ਵਡਿਆਈ ਬਖਸ਼ਦਾ ਹੈ ।

No one has so much enlightenment that he can fully describe the greatness of our praise worthy God. When rivers and small drains immerse into the ocean, these become a part of the ocean and still those do not understand the depth and power of ocean. Same way His true devotee sacrifices his identity and immerses in The Holy Spirit, his soul becomes part of The Holy Spirit and still does not fully comprehend His greatness. Some virtues are blessed, his prayers may be accepted in His court, still cannot fully comprehend all His virtues or limits.

Whosoever always keeps the memory of his separation from Him fresh in his mind, may be blessed to conquer his own ego. He does not boast of his own accomplishments rather gives thanks for His blessings. His true devotee realizes only God prevails in each event and all success is due to His blessings.

ਅੰਤੁ ਨ ਸਿਫਤੀ ਕਹਣਿ ਨ ਅੰਤੁ॥	Ant na siftee kahan na ant.
ਅੰਤੁ ਨ ਕਰਣੈ ਦੇਣਿ ਨ ਅੰਤੁ॥	Ant na karnai dayn na ant.
ਅੰਤੁ ਨ ਵੇਖਣਿ ਸੁਣਣਿ ਨ ਅੰਤੁ॥	Ant na vaykhan sunan na ant.
ਅੰਤੁ ਨ ਜਾਪੈ ਕਿਆ ਮਨਿ ਮੰਤੁ॥	Ant na jaapai ki-aa man mant.
ਅੰਤੁ ਨ ਜਾਪੈ ਕੀਤਾ ਆਕਾਰੁ॥	Ant na jaapai keetaa aakaar.
ਅੰਤੁ ਨ ਜਾਪੈ ਪਾਰਾਵਾਰੁ॥	Ant na jaapai paaraavaar.
ਅੰਤ ਕਾਰਣਿ ਕੇਤੇ ਬਿਲਲਾਹਿ॥	Ant kaaran kaytay billaahi.
ਤਾ ਕੇ ਅੰਤ ਨ ਪਾਏ ਜਾਹਿ॥	Taa kay ant na paa-ay jaahi.
ਏਹੁ ਅੰਤੁ ਨ ਜਾਣੈ ਕੋਇ॥	Ayhu ant na jaanai ko-ay.
ਬਹੁਤਾ ਕਹੀਐ ਬਹੁਤਾ ਹੋਇ॥	Bahutaa kahee-ai bahutaa ho-ay.
ਵਡਾ ਸਾਹਿਬੁ ਊਚਾ ਥਾਉ॥	Vadaa saahib oochaa thaa-o,
ਊਚੇ ਉਪਰਿ ਊਚਾ ਨਾਉ॥	Oochay upar oochaa naa-o.
ਏਵਡੁ ਊਚਾ ਹੋਵੈ ਕੋਇ॥	Ayvad oochaa hovai ko-ay.
ਤਿਸੁ ਊਚੇ ਕਉ ਜਾਣੈ ਸੋਇ॥	Tis oochay ka-o jaanai so-ay.
ਜੇਵਡੁ ਆਪਿ ਜਾਣੈ ਆਪਿ ਆਪਿ॥	Jayvad aap jaanai aap aap.
ਨਾਨਕ ਨਦਰੀ ਕਰਮੀ ਦਾਤਿ॥੨੪॥	Naanak nadreekarmee daat. ‖24‖

ਪ੍ਰਭ ਦੀਆਂ ਸਿਫਤਾਂ, ਸਿਫਤ ਕਰਨ ਵਾਲਿਆਂ ਦਾ ਅੰਤ ਨਹੀਂ ਪਾਇਆ ਜਾ ਸਕਦਾ, ਸਿਫਤ ਨੂੰ ਵਰਨਣ ਕਰਨਵਾਲੇ ਵੀ ਬੇਅੰਤ ਹੀ ਹਨ । ਪ੍ਰਭ ਦੇ ਕੀਤੇ ਕਰਤਬਾਂ, ਸ੍ਰਿਸ਼ਟੀਆਂ, ਦਿੱਤੀਆਂ ਅਸੀਸਾਂ ਦਾ ਵੀ ਅੰਤ ਨਹੀਂ ਪਾਇਆ ਜਾ ਸਕਦਾ, ਵੇਖਣ ਨਾਲ ਵੀ ਸਾਰੀਆਂ ਰਚੀਆਂ ਹੋਈਆਂ ਸ੍ਰਿਸ਼ਟੀਆਂ ਦਾ ਅੰਤ ਨਹੀਂ ਪਾਇਆ ਜਾ ਸਕਦਾ । ਜਿਹੜਾ ਦ੍ਰਿਸ਼ਟਾ ਰੂਪ ਸਾਰਿਆਂ ਦੀ ਆਤਮਾ ਰੂਪ ਸਾਰਿਆਂ ਦੇ ਅੰਦਰ ਦੇਖਦਾ ਹੈ, ਉਸ ਸਰੂਪ ਦਾ ਵੇਖਣੇ ਕਰਕੇ , ਸੁਣਨੇ ਕਰਕੇ ਵੀ ਅੰਤ ਨਹੀਂ ਆਉਂਦਾ । ਉਸ ਦੀਆਂ ਸਿਫਤਾ ਬੇਅੰਤ ਹਨ, ਨਾ ਹੀ ਸਿਫਤਾ ਸੁਣਨ ਵਾਲਿਆ ਦਾ ਵੀ ਅੰਤ ਹੈ । ਪ੍ਰਭ ਨੇ ਸੁਣਨ ਵਾਲੇ ਜੋ ਅਮੋਲਕ ਕੰਨ

ਬਖਸ਼ੇ ਹਨ, ਉਹਨਾਂ ਕੰਨਾਂ ਦਾ ਵੀ ਅੰਤ ਨਹੀਂ ਹੈ । ਜਿਹੜਾ ਸਭ ਅੰਦਰ ਬੈਠਾ ਵੇਖਦਾ, ਸੁਣਦਾ ਹੈ, ਉਸ ਦਾ ਵੀ ਭੇਦ ਨਹੀਂ ਸਮਝਿਆ ਜਾ ਸਕਦਾ । ਪ੍ਰਭ ਦੀ ਕੁਦਰਤ ਕੀ ਹੈ? ਸ੍ਰਿਸ਼ਟੀ ਕਿਉਂ, ਕਿਸਤਰ੍ਹਾਂ ਬਣਾਈ, ਇਸ ਦਾ ਕੀ ਮੰਤਵ ਹੈ? ਵੱਖਰੇ ਵੱਖਰੇ ਅਕਾਰ, ਰੂਪ, ਕਿਸਮਾਂ ਦੇ ਜੀਵ ਦੀ ਗਿਣਤੀ ਨਹੀਂ ਕੀਤੀ ਜਾ ਸਕਦੀ । (ਪਾਰਾ+ਵਾਰੁ), (ਪਾਰਾ-ਪ੍ਰਲੋਕ ਵਾਰੁ-ਇਹ ਲੋਕ) ਪ੍ਰਭ ਦਾ ਸੰਸਾਰ ਵਿੱਚ ਅਤੇ ਪ੍ਰਲੋਕ ਵਿੱਚ ਜੋ ਪ੍ਰਬੰਧ ਚੱਲਣ ਵਾਲੇ ਕਿਸੇ ਵੀ ਕਰਤਬ ਦਾ ਭੇਦ ਨਹੀਂ ਜਾਣਿਆਂ ਜਾ ਸਕਦਾ ।

ਪ੍ਰਭ ਦੇ ਕਰਤਬਾਂ ਦਾ ਭੇਦ ਜਾਣਨ ਲਈ, ਕਈ ਜੋਗ ਧਾਰਨ ਕਰਦੇ, ਵਿਦਵਾਨ ਵਿਦਿਆਂ, ਬੇਅੰਤ ਸਾਸਤ੍ਰ ਵਿਆਖਿਆ ਕਰਦੇ ਹਨ, ਕਈ ਬੰਦਗੀ ਕਰਦੇ ਹਨ । ਇਹ ਸਾਰੇ ਹੀ ਤਰਲੇ ਮਾਰਦੇ ਹਨ, ਪ੍ਰਭ ਦਾ ਪੂਰਨ ਗਿਆਨ, ਅੰਤ, ਭੇਦ ਉਹਨਾਂ ਤੋਂ ਵੀ ਨਹੀਂ ਪਾਇਆ ਗਿਆ । ਪ੍ਰਭ ਨੇ ਸਾਰੀ ਸ੍ਰਿਸ਼ਟੀ ਇੱਕ ਅਨੋਖੇ ਹੀ ਤਾਰੀਕੇ ਨਾਲ ਸ੍ਰਿਜਨ ਕੀਤੀ ਹੈ, ਹਰਇੱਕ ਦੇ ਹਿਰਦੇ ਵਿੱਚ ਵਸਦਾ ਹੈ, ਆਪਣੀ ਬਣਾਈਆਂ ਹੋਈਆਂ ਰਚਨਾਂ ਦੇ ਖੇਲ ਦਾ ਅਨੰਦ ਮਾਨਦਾ ਹੈ । ਜਿਤਨਾ ਵੀ ਕਰਤਬਾਂ ਦਾ ਵਰਣਨ ਕੀਤਾ ਜਾਵੇ, ਉਤਨਾ ਹੀ ਹੋਰ ਪਤਾ ਲੱਗਦਾ ਹੈ, ਗਿਆਨ ਹੁੰਦਾ ਹੈ ਕਿ ਬਾਕੀ ਕਹਿਣ ਲਈ ਬੁਹਤ ਬਚ ਗਿਆ ਹੈ । ਉਸ ਦੀ ਸਿਫਤ ਜਿਤਨੀ ਵੀ ਕੀਤੀ ਜਾਵੇ ਉਤਨੀ ਹੀ ਥੋੜ੍ਹੀ ਹੈ । ਅਸਲੀ ਮਾਲਕ, ਸਭ ਤੋਂ ਹੀ ਵੱਡਾ, ਮਹਾਨ ਹੈ, ਉਸ ਦਾ ਆਸਣ (ਥਾਉ) ਵੀ ਸਭ ਤੋਂ ਵੱਡਾ, ਪਵਿੱਤਰ ਹੈ, ਉਸ ਦੇ ਬਰਾਬਰ ਹੋਰ ਕੋਈ ਪਹੁੰਚ ਨਹੀਂ ਸਕਦਾ । ਜੀਵ ਨੂੰ ਭਗਵਾਨ, ਰੱਬ ਬਣਨ ਦੀ ਖਾਹਿਸ਼ ਨਹੀਂ ਹੋਣੀ ਚਾਹੀਦੀ । ਉਸ ਦਾ ਸ਼ਬਦ ਵੀ ਸਭ ਤੋਂ ਵੱਡਾ, ਉੱਚਾ ਹੈ, ਉਸ ਨੂੰ ਪ੍ਰਾਪਤ ਕਰਨ ਲਈ ਕੇਵਲ ਸ਼ਬਦ ਹੀ ਰਸਤਾ, ਪੌੜੀ ਹੈ, ਬਾਕੀ ਸਾਰੇ ਸਾਧਨ, ਵੇਦ, ਸ਼ਾਸਤ੍ਰ, ਗੁਰੂ, ਪੀਰ, ਜੋਗੀ ਸਾਰੇ ਥੱਲੇ ਹੀ ਰਹਿੰਦੇ ਹਨ । ਸ਼ਬਦ ਦੀ ਪਾਲਣਾ ਦੇ ਬਰਾਬਰ ਕੋਈ ਵੀ ਜੋਗ ਜਾ ਵਿਧੀ ਨਹੀਂ ਹੈ ।

ਅਗਰ ਕੋਈ ਪ੍ਰਭ ਜਿਤਨਾ ਹੀ ਮਹਾਨ, ਵੱਡਾ ਹੋਵੇ, ਤਾਂ ਹੀ ਉਸ ਦੇ ਕਰਤਬਾਂ ਦਾ, ਕੁਦਰਤ ਦਾ ਅੰਦਾਜ਼ਾ ਲਗਾ ਸਕਦਾ ਹੈ । ਜਿਤਨਾ ਵੱਡਾ ਉਹ ਆਪ ਹੈ, ਇਹ ਉਹ ਆਪ ਹੀ ਜਾਣ ਸਕਦਾ ਹੈ, ਬ੍ਰਹਮਾ ਰੂਪ ਆਪਣੀ ਕੁਦਰਤ ਆਪ ਹੀ ਜਾਣਦਾ ਹੈ । ਜਿਹਨਾਂ ਨੂੰ ਬਖਸ਼ਿਸ਼ ਹੋਈ ਹੈ, ਉਹਨਾਂ ਨੂੰ ਅਨੁਭਵ ਕਰਨ ਦੀ ਦਾਤ ਬਖਸ਼ੀ ਹੈ, ਉਸ ਵਿੱਚ ਅਭੇਦ ਹੋ ਗਏ ਹਨ ।

God has countless virtues and countless devotee worship and sing His glory. He created countless life events, countless creatures, and countless blessings. By seeing, no one can fully know all His creatures nor can anyone count the number of His devotees. He performs countless events and no one can fully comprehend His nature. One and Only One, The True Master knows the limit of all His events. As much great one may call Him, He becomes greater. God is the Greatest of All and His Word is always an ultimate unchangeable command.

To understand His nature countless devotee, adopt religious robes Yogi, Scholar's research various Holy Scriptures and countless devotees meditate. All these are various paths, efforts to understand His nature. Even those devotees may not fully comprehend His nature. He had created fascinating creations. He resides in each soul and remains aloof from his emotional attachments and enjoys His Creation. As much as devotee describes His virtues, the more and more enlightenments are blessed that much more is needed to be described. As much His praises one can sign still is very little, insignificant.

The Holy throne of The True Master is blemish free. No creature, human, prophet, guru can become as great as God. No one should have a desire or hope to become or replace God or can bless or curse any other creature. Everything can only happen by His blessings. Adopting His Word in day-to-day life, is the only right path of salvation. All worldly guru, prophets remain much below and cannot guide others on the right path. No Holy Scripture is comparable to adopting His Word in day-to-day life.

ਬਹੁਤਾ ਕਰਮੁ ਲਿਖਿਆ ਨਾ ਜਾਇ॥	Bahutaa karam likhi-aa naa jaa-ay.
ਵਡਾ ਦਾਤਾ ਤਿਲੁ ਨ ਤਮਾਇ॥	Vadaa daataa til na tamaa-ay.
ਕੇਤੇ ਮੰਗਹਿ ਜੋਧ ਅਪਾਰ॥	Kaytay mangahi joDh apaar.
ਕੇਤਿਆ ਗਣਤ ਨਹੀ ਵੀਚਾਰੁ॥	Kayti-aa ganat nahee veechaar.
ਕੇਤੇ ਖਪਿ ਤੁਟਹਿ ਵੇਕਾਰ॥	Kaytay khap tutahi vaykaar.
ਕੇਤੇ ਲੈ ਲੈ ਮੁਕਰੁ ਪਾਹਿ॥	Kaytay lai lai mukar paahi.
ਕੇਤੇ ਮੂਰਖ ਖਾਹੀ ਖਾਹਿ॥	Kaytay moorakh khaahee khaahi.
ਕੇਤਿਆ ਦੂਖ ਭੂਖ ਸਦ ਮਾਰ॥	Kayti-aa dookh bhookh sad maar.
ਏਹਿ ਭਿ ਦਾਤਿ ਤੇਰੀ ਦਾਤਾਰ॥	Ayhi bhe daat tayree daataar.
ਬੰਦਿ ਖਲਾਸੀ ਭਾਣੈ ਹੋਇ॥	Band khalaasee bhaanai ho-ay.
ਹੋਰੁ ਆਖਿ ਨ ਸਕੈ ਕੋਇ॥	Hor aakh na sakai ko-ay.
ਜੇ ਕੋ ਖਾਇਕੁ ਆਖਣਿ ਪਾਇ॥	Jay ko khaa-ik aakhan paa-ay.
ਓਹੁ ਜਾਣੈ ਜੇਤੀਆ ਮੁਹਿ ਖਾਇ॥	Oh jaanai jaytee-aa muhi khaa-ay.
ਆਪੇ ਜਾਣੈ ਆਪੇ ਦੇਇ॥	Aapay jaanai aapay day-ay.
ਆਖਹਿ ਸਿ ਭਿ ਕੇਈ ਕੇਇ॥	Aakhahi se bhe kay-ee kay-ay.
ਜਿਸ ਨੋ ਬਖਸੇ ਸਿਫਤਿ ਸਾਲਾਹ॥	Jis no bakhsay sifat saalaah.
ਨਾਨਕ ਪਾਤਿਸਾਹੀ ਪਾਤਿਸਾਹੁ॥੨੫॥	Naanak paatisaahee paatisaahu. ‖25‖

ਕੋਈ ਵੀ ਆਪਣੇ ਵੱਡੇ ਭਾਗ ਆਪ ਨਹੀਂ ਲਿਖ ਸਕਦਾ, ਪ੍ਰਭ ਤੇ ਕਿਸੇ ਦਾ ਜ਼ੋਰ ਨਹੀਂ ਹੈ । ਪ੍ਰਭ ਬੂਹਤ ਹੀ ਮਹਾਨ, ਵੱਡਾ ਹੈ, ਸਾਰਿਆਂ ਨੂੰ ਦਾਤਾਂ, ਅਸੀਸਾਂ ਬਖਸ਼ਦਾ ਹੈ, ਪਰ ਉਸ ਨੂੰ ਕੋਈ ਰਤਾ ਭਰ ਵੀ ਭੇਟਾ ਲੈਣ ਦੀ ਖਾਹਸ਼ ਨਹੀਂ ਹੁੰਦੀ । ਭੇਟਾ ਦਾ, ਦਾਨ ਦੇਣ ਦੀ ਪ੍ਰੇਰਨਾ ਕਰਨਾ ਸਾਰਾ ਮਨ ਦਾ ਲਾਲਚ ਹੀ ਹੈ, ਇਸ ਨਾਲ ਪ੍ਰਭ ਦੀ ਰਹਿਮਤ ਬਖਸ਼ਿਸ਼ ਨਹੀਂ ਹੁੰਦੀ । ਪ੍ਰਭ ਤੋਂ ਬੂਹਤ ਹੀ ਜੀਵ (ਜੋਧ) ਸੂਰਮਤਾਈ ਦੀ ਦਾਤ ਮੰਗਦੇ, ਕਈ (ਅਪਾਰੁ) ਪਾਰਾਵਾਰ ਤੋਂ ਰਹਿਤ ਜੋਧੇ, ਸਰੀਰ ਨੂੰ ਵਿਕਾਰਾ ਤੋਂ ਰੋਕਣ, ਇੰਦ੍ਰੀਆਂ ਤੇ ਕਾਬੂ ਪਾਉਣ ਲਈ ਬਲ ਮੰਗਦੇ ਹਨ । ਬੇਅੰਤ ਹੀ ਜੀਵ ਜੋਤਸ਼ ਦੀ ਦਾਤ ਮੰਗਦੇ ਹਨ, ਬੇਅੰਤ ਹੀ ਜੀਵ (ਵਿਕਾਰਾ) ਝੂਠੀਆਂ, ਅਹੰਕਾਰ ਦੀਆਂ ਕਾਮਨਾਵਾਂ ਵਿੱਚ ਸਾਰਾ ਜੀਵਨ ਗੁਜ਼ਾਰ ਦੇਂਦੇ ਹਨ । ਬੇਅੰਤ ਹੀ ਜੀਵ ਹਰ ਵੇਲੇ ਅਰਦਾਸ ਕਰਦੇ ਹਨ, ਪ੍ਰਭ ਵਾਕਾਰਾ ਤੋਂ ਰਹਿਤ ਰੱਖੇ।

ਬੇਅੰਤ ਹੀ ਜੀਵ ਪ੍ਰਭ ਦੀਆਂ ਦਾਤਾਂ ਲੈ ਲੈ ਕੇ ਭੁਲ ਜਾਂਦੇ ਹਨ, ਹਮੇਸ਼ਾਂ ਰੋਸ ਹੀ ਕਰਦੇ ਹਨ, ਸਭ ਕੁਝ ਆਪਣੀ ਹਿੰਮਤ ਨਾਲ ਹੀ ਹਾਸਿਲ ਕੀਤਾ ਹੈ । ਬੇਅੰਤ ਹੀ ਬੇਸਮਝ, ਅਗਿਆਨੀ ਆਪਣੀਆਂ ਇੰਦ੍ਰੀਆਂ ਨੂੰ ਅੱਗੇ ਰੱਖਦੇ ਹਨ, ਲਾਲਚ ਵਿੱਚ ਹੀ ਰਹਿੰਦੇ ਹਨ । ਬੇਅੰਤ ਹੀ ਹਰ ਵੇਲੇ ਦੁਖ (ਅਹੰਕਾਰ, ਭਟਕਣਾਂ), ਲਾਲਚ (ਭੂਖ) ਦੀ ਭਟਕਣ ਵਿੱਚ ਹੀ ਰਹਿੰਦੇ ਹਨ । (ਵਿਕਾਰਾ) ਸ਼ਾਂਤੀ, ਸੰਤੋਖ, ਧੀਰਜ ਨਹੀਂ ਹੁੰਦਾ ।

ਕਈਆਂ ਨੇ ਆਪਣੀ ਵਿਕਾਰਾਂ ਦੀ ਭੁੱਖ, ਜਨਮ ਮਰਨ ਦੇ ਦੁਖ, ਵਾਸਨਾ ਤੇ ਕਾਬੂ ਪਾ ਕੇ, ਮੁਕਤੀ ਪ੍ਰਾਪਤ ਕਰ ਲਈ ਹੈ । ਪ੍ਰਭ ਸਭ ਕੁਝ ਤੇਰੀ ਹੀ ਦੇਣ, ਤੇਰੀ ਹੀ ਰਜ਼ਾ, ਮਰਜ਼ੀ ਹੈ । ਵੱਖਰੇ ਵੱਖਰੇ ਜੀਵਾਂ ਨੂੰ ਵੱਖਰੀ ਵੱਖਰੀ ਭਾਵਣਾਂ, ਇੱਛਾਂ ਬਖਸ਼ਦਾ ਕਰਦਾ ਹੈ । ਜਿਹੜਾ ਵੀ ਕਰਤਬ ਜੀਵ ਕਰਦਾ ਹੈ, ਤੇਰੀ ਹੀ ਬਖਸ਼ਿਸ਼ ਦਾ ਕਾਰਨ ਹੈ । ਜਿਹੜੇ ਪ੍ਰਭ ਦੇ (ਭਾਣੈ) ਹੁਕਮ ਵਿੱਚ, ਮਰਜ਼ੀ ਵਿੱਚ ਚਲਦੇ, ਮਿੱਠਾ ਕਰਕੇ ਮੰਨਦੇ ਹਨ, ਪ੍ਰਭ ਉਹਨਾਂ ਨੂੰ ਬੰਧਨਾ ਤੋਂ ਛੁਟਕਾਰਾ, ਮੁਕਤੀ ਬਖਸ਼ਦਾ ਹੈ । ਹੋਰ ਕੋਈ ਵੀ ਮੁਕਤੀ ਦੀ ਪ੍ਰਾਪਤੀ ਦਾ ਢੰਗ ਨਹੀਂ ਹੈ । ਪ੍ਰਭ ਦੀ ਮਰਜ਼ੀ ਅੰਦਰ ਚੱਲਣ ਨਾਲ, ਕ੍ਰਿਪਾ ਦ੍ਰਿਸ਼ਟੀ ਨਾਲ ਰਸਤਾ ਬਖਸ਼ਿਸ਼ ਹੋ ਸਕਦਾ ਹੈ ।

ਅਗਰ ਕੋਈ ਅਗਿਆਨੀ, ਮੂਰਖ ਆਪਣੇ ਆਪ ਨੂੰ ਹੁਕਮ ਤੋਂ ਉਪਰ ਸਮਝਦਾ ਹੈ, ਜਾ ਕਿਸੇ ਜੀਵ ਨੂੰ ਮੁਕਤੀ ਕਰਵਾ ਸਕਦਾ ਹੈ । ਉਸ ਨੂੰ ਕਿਤਨੀਆਂ ਲਾਨ੍ਹਤਾਂ ਰੂਪੀ, ਜਮਾਂ ਦੀਆਂ ਸੱਟਾਂ ਪੈਂਦੀਆਂ ਹਨ । ਅਤੰਰਜਾਮੀ ਆਪ ਹੀ ਸਭ ਕੁਝ ਜਾਣਦਾ ਹੈ, ਸਾਰਿਆਂ ਦੇ ਹਿਰਦੇ ਵਿੱਚ ਆਪ ਹੀ ਪ੍ਰਵੇਸ਼ ਹੈ । ਆਪਣੇ ਭਾਣੇ ਅਨੁਸਾਰ ਹੀ ਦੰਡ, ਬਖਸ਼ਿਸ਼ਾਂ ਦੇਂਦਾ ਹੈ, ਨਿਸ਼ਕਾਮ ਸੇਵਾ, ਬ੍ਰਹਮ ਗਿਆਨ ਦੀ ਦਾਤ ਬਖਸ਼ਦਾ ਹੈ । ਜਿਸ ਨੂੰ ਸ਼ਬਦ ਦੇ ਲੜ ਲਾਉਂਦਾ ਹੈ, ਕੇਵਲ ਉਹ ਹੀ ਸਿਮਰਨ ਕਰ ਸਕਦਾ, ਸੰਗਤ ਵਿੱਚ ਮਿਲ ਕੇ ਉਸ ਦੇ ਜਸ, ਸਿਮਰਨ, ਕਥਾ, ਵਿਆਖਿਆ ਕਰ ਸਕਦਾ ਹੈ । ਰਹਿਮਤ ਤੋਂ ਬਿਨਾਂ ਕੋਈ ਸ਼ਬਦ ਦਾ

ਸਿਮਰਨ ਨਹੀਂ ਕਰ ਸਕਦਾ । ਜਿਸ ਦਾ ਸਿਮਰਨ ਪ੍ਰਵਾਨ ਹੋ ਜਾਂਦਾ ਹੈ, ਉਹ ਤਖਤ ਦੇ ਅਸਲੀ ਮਾਲਕ ਦੀ ਰਹਿਮਤ ਪਾ ਲੈਂਦਾ ਹੈ । ਪ੍ਰਭ ਦਾ ਹੀ ਸਰੂਪ ਬਣ ਜਾਂਦਾ, ਉਸ ਵਿੱਚ ਅਭੇਦ ਹੋ ਜਾਂਦਾ ਹੈ ।

No one can change, alter, or rewrite his own destiny. God is the Greatest of All and He engraves destiny on every heart and blesses every soul. He does not have any desire to be paid by worldly charity for blessings. Many are begging for bravery, good health, worldly prosperity, control on worldly desires. Many beg for miracle power and remains in the pride of his own worldly status and waste human life blessings uselessly. Many always beg for His mercy to keep beyond the reach of worldly desires.

Many enjoy His blessings but remain unthankful. Many ignorant keeps begging more and more. Many egoists claim that he accomplished everything by their own wisdom and hard work. Many are suffering hunger, pain and remain in misery all time, never contented with His blessings.

Many have conquered the worldly desires and have been accepted in His sanctuary. Everything happens under His command and the right path of meditation may be blessed. Everyone is inspired by different temptations. Whatsoever task he may perform, all are performed under Your command. Whosoever may accept and adopt Your Word as an ultimate command may be blessed with right path of salvation. There is no other way to be blessed with Your mercy and grace. Only be adopting the teachings of His Word with steady and stable belief in day-to-day life is the only right path of salvation.

Whosoever claims, he is above and beyond the reach of His command and can guide others on the right path of salvation; he will eventually repent for his foolishness and captured by the devil of death. The Omniscient knows all desires of His Creation and dwells in the heart of every creature; only blesses what is good for that creature. Whosoever may be attached to a devotional meditation may associates with His True devotee and sing His glory. Only with His mercy and grace can His devotee meditate and sing His glory. Whose meditation may be accepted in His court; he may be accepted in His sanctuary. He may immerse in The Holy Spirit.

ਅਮੁਲ ਗੁਣ ਅਮੁਲ ਵਾਪਾਰ॥	Amul gun, amul vaapaar.
ਅਮੁਲ ਵਾਪਾਰੀਏ ਅਮੁਲ ਭੰਡਾਰ॥	Amul vaapaaree-ay, amul bhandaar.
ਅਮੁਲ ਆਵਹਿ ਅਮੁਲ ਲੈ ਜਾਹਿ॥	Amul aavahi, amul lai jaahi.
ਅਮੁਲ ਭਾਇ ਅਮੁਲਾ ਸਮਾਹਿ॥	Amul bhaa-ay, amulaa samaahi.
ਅਮੁਲੁ ਧਰਮੁ ਅਮੁਲੁ ਦੀਬਾਣੁ॥	Amul Dharam, amul deebaan.
ਅਮੁਲੁ ਤੁਲੁ ਅਮੁਲੁ ਪਰਵਾਣੁ॥	Amul tul, amul parvaan.
ਅਮੁਲੁ ਬਖਸੀਸ ਅਮੁਲੁ ਨੀਸਾਣੁ॥	Amul bakhsees, amul neesaan.
ਅਮੁਲੁ ਕਰਮੁ ਅਮੁਲੁ ਫੁਰਮਾਣੁ॥	Amul karam, amul furmaan.
ਅਮੁਲੋ ਅਮੁਲੁ ਆਖਿਆ ਨ ਜਾਇ॥	Amulo amul aakhi-aa na jaa-ay.
ਆਖਿ ਆਖਿ ਰਹੇ ਲਿਵ ਲਾਇ॥	Aakh aakh rahay liv laa-ay.
ਆਖਹਿ ਵੇਦ ਪਾਠ ਪੁਰਾਣ॥	Aakhahi vayd paath puraan.
ਆਖਹਿ ਪੜੇ ਕਰਹਿ ਵਖਿਆਣ॥	Aakhahi parhay karahi vakhi-aan.
ਆਖਹਿ ਬਰਮੇ ਆਖਹਿ ਇੰਦ॥	Aakhahi barmay aakhahi ind.
ਆਖਹਿ ਗੋਪੀ ਤੈ ਗੋਵਿੰਦ॥	Aakhahi gopee tai govind.
ਆਖਹਿ ਈਸਰ ਆਖਹਿ ਸਿਧ॥ ਆਖਹਿ	Aakhahi eesar aakhahi siDh.
ਕੇਤੇ ਕੀਤੇ ਬੁਧ॥	Aakhahi kaytay keetay buDh.
ਆਖਹਿ ਦਾਨਵ ਆਖਹਿ ਦੇਵ॥	Aakhahi daanav aakhahi dayv.
ਆਖਹਿ ਸੁਰਿ ਨਰ ਮੁਨਿ ਜਨ ਸੇਵ॥	Aakhahi sur nar mun jan sayv.

ਕੇਤੇ ਆਖਹਿ ਆਖਣਿ ਪਾਹਿ॥	Kaytay aakhahi aakhan paahi.
ਕੇਤੇ ਕਹਿ ਕਹਿ ਉਠਿ ਉਠਿ ਜਾਹਿ॥	Kaytay kahi kahi uth uth jaahi.
ਏਤੇ ਕੀਤੇ ਹੋਰਿ ਕਰੇਹਿ॥	Aytay keetay hor karayhi.
ਤਾ ਆਖਿ ਨ ਸਕਹਿ ਕੇਈ ਕੇਇ॥	Taa aakh na sakahi kay-ee kay-ay.
ਜੇਵਡੁ ਭਾਵੈ ਤੇਵਡੁ ਹੋਇ॥	Jayvad bhaavai tayvad ho-ay.
ਨਾਨਕ ਜਾਣੈ ਸਾਚਾ ਸੋਇ॥	Nanak jaanai saachaa so-ay.
ਜੇ ਕੋ ਆਖੈ ਬੋਲੁਵਿਗਾੜੁ॥	Jay ko aakhai boluvigaarh.
ਤਾ ਲਿਖੀਐ ਸਿਰਿ ਗਾਵਾਰਾ ਗਾਵਾਰੁ॥੨੬॥	Taa likee-ai sir gaavaaraa gaavaar. 26

ਪ੍ਰਭ ਦੇ ਗੁਣ, ਸ਼ਬਦ ਦਾ ਵਪਾਰ ਕਰਨਵਾਲਾ ਦਾਸ ਅਮੋਲਕ, ਵੱਡੇ ਭਾਗਾਂ ਵਾਲਾ ਹੀ ਹੁੰਦਾ ਹੈ । ਪ੍ਰਭ ਦੀ ਰਹਿਮਤ ਨਾਲ ਮਾਨਸ ਜਨਮ ਦੀ ਬਖਸ਼ਿਸ਼, ਪ੍ਰਭ ਦੀ ਜੋਤ ਤਨ ਵਿੱਚ ਵਸਣਾ ਅਮੋਲਕ ਹੈ । ਉਸ ਦੇ ਸ਼ਬਦ ਦੀ ਪਾਲਣਾ ਕਰਨ ਦੀ ਬਖਸ਼ਿਸ਼, ਉਸ ਦੇ ਪਰਖਣ ਯੋਗ ਹੋ ਜਾਣਾ ਅਮੋਲਕ, ਸੁਭਾਗਾ ਹੈ । ਉਸ ਦੇ ਗੁਣ ਪੂਰਨ ਤਰ੍ਹਾਂ ਵਰਣਨ ਨਹੀਂ ਕੀਤਾ ਜਾ ਸਕਦੇ । ਜਿਹੜੇ ਉਸ ਦੇ ਸ਼ਬਦ ਦੇ ਗੁਣ ਗਾਉਂਦੇ ਹਨ, ਉਸ ਵਿੱਚ ਹੀ ਲੀਨ ਹੋ ਜਾਂਦੇ । ਜਿਸ ਤੇ ਰਹਿਮਤ ਬਖਸ਼ਦਾ ਹੈ, ਕੇਵਲ ਉਹ ਹੀ ਸ਼ਬਦ ਦਾ ਸਿਮਰਨ, ਗੁਣ ਗਾਉਂਦਾ, ਸ਼ਬਦ ਦੇ ਗੁਣਾਂ ਦਾ ਵਰਨਣ ਕਰ ਸਕਦਾ ਹੈ ।

ਪ੍ਰਭ ਨੇ ਸ੍ਰਿਸ਼ਟੀ ਵਿੱਚ ਅਨੇਕਾਂ ਹੀ ਦਾਸ ਭੇਜੇ ਹਨ– ਬ੍ਰਹਮਾ, ਇੰਦ੍ਰ, ਈਸਰ, ਗੋਪੀਆ, ਨਾਨਕ, ਜੀਸ਼ਸ ਆਦਿ । ਬੰਦਗੀ ਕਰਨਵਾਲੇ ਉਸ ਦੀ ਉਸਤਤ ਗਾਉਂਦੇ ਹਨ, ਸਮਾਂ ਪੂਰਾ ਕਰਕੇ, ਵਾਪਸ ਚਲੇ ਜਾਂਦੇ ਹਨ, ਇਹ ਖੇਲ ਚੱਲਦਾ ਹੀ ਰਹਿੰਦਾ, ਅੱਗੇ ਵੀ ਚੱਲਦੇ ਰਹਿਣ ਵਾਲਾ ਹੈ । ਉਸ ਦੀ ਕੁਦਰਤ ਦਾ ਪੂਰਨ ਵਰਣਨ ਨਹੀਂ ਕੀਤਾ ਜਾ ਸਕਦਾ । ਉਹ ਉਤਨਾਂ ਹੀ ਮਹਾਨ, ਵੱਡਾ ਹੋ ਜਾਂਦਾ ਹੈ, ਜਿਤਨਾ ਉਸ ਨੂੰ ਭਾਉਂਦਾ ਹੈ, ਆਪਣੀ ਕੁਦਰਤ ਆਪ ਹੀ ਪੂਰਨ ਤਰ੍ਹਾਂ ਜਾਣਦਾ ਹੈ । ਜਿਹੜਾ ਸਮਝਦਾ ਹੈ, ਉਹ ਪੂਰਨ ਤਰ੍ਹਾਂ ਵਰਣਨ ਕਰ ਸਕਦਾ ਹੈ । ਉਹ ਬਹੁਤ ਵੱਡਾ ਮੂਰਖ ਹੀ ਹੁੰਦਾ ਹੈ, ਸ਼ਬਦ ਦੀ ਸੋਝੀ ਉਸ ਦੇ ਨੇੜੇ ਨਹੀਂ ਜਾਂਦੀ ।

Whosoever adopts His teachings and virtues of His Word in day-to-day life is very fortunate. He blesses the human life to repent and sanctify the soul. This second chance is very fortunate. He resides in the body of each creature to guide the mind on the right path. Whosoever adopts His Word in day-to-day life and sanctifies his soul to become worthy of His consideration is very fortunate. His virtues cannot be fully comprehended by His Creation. Whosoever meditates and sings His glory may be absorbed into the void of His Word. Only with His mercy and grace His devotee may sing and may describe His virtues and nature.

He sends His true devotees to guide His Creation time to time, like Brahma, Indre, Nanak, many more. Every Holy soul plays the assigned role and move on. This play of universe goes on as desired by His mercy. He is the Greatest of All! He can become as big or small as He desires, He resides in the smallest worm and as big as elephant. Only He knows His greatness or size. No one else can fully describe. Only the biggest fool may claim, he can describe Him completely. He may be rebuked in His Court.

ਸੋ ਦਰੁ ਕੇਹਾ ਸੋ ਘਰੁ ਕੇਹਾ	So dar kayhaa so ghar kayhaa,
ਜਿਤੁ ਬਹਿ ਸਰਬ ਸਮਾਲੇ॥	jit bahi sarab samaalay.
ਵਾਜੇ ਨਾਦ ਅਨੇਕ ਅਸੰਖਾ	Vaajay naad anayk asankhaa,
ਕੇਤੇ ਵਾਵਣਹਾਰੇ॥	kaytay vaavanhaaray.
ਕੇਤੇ ਰਾਗ ਪਰੀ ਸਿਉ ਕਹੀਅਨਿ	Kaytay raag paree si-o kahee-an,
ਕੇਤੇ ਗਾਵਣਹਾਰੇ॥	kaytay gaavanhaaray.
ਗਾਵਹਿ ਤੁਹਨੋ ਪਉਣੁ ਪਾਣੀ ਬੈਸੰਤਰੁ,	Gaavahi tuhno pa-un paanee baisantar.
ਗਾਵੈ ਰਾਜਾ ਧਰਮੁ ਦੁਆਰੇ॥	Gaavai raajaa Dharam du-aaray.
ਗਾਵਹਿ ਚਿਤੁ ਗੁਪਤੁ ਲਿਖਿ ਜਾਣਹਿ,	Gaavahi chit gupat likh jaaneh

ਲਿਖਿ ਲਿਖਿ ਧਰਮੁ ਵੀਚਾਰੇ॥	likh likh Dharam veechaaray.
ਗਾਵਹਿ ਈਸਰੁ ਬਰਮਾ ਦੇਵੀ	Gaavahi eesar barmaa dayvee
ਸੋਹਨਿ ਸਦਾ ਸਵਾਰੇ॥	sohan sadaa savaaray.
ਗਾਵਹਿ ਇੰਦ ਇਦਾਸਣਿ ਬੈਠੇ	Gaavahi ind idaasan baithay
ਦੇਵਤਿਆ ਦਰਿ ਨਾਲੇ॥	dayviti-aa dar naalay.
ਗਾਵਹਿ ਸਿਧ ਸਮਾਧੀ ਅੰਦਰਿ	Gaavahi siDh samaaDhee andar
ਗਾਵਨਿ ਸਾਧ ਵਿਚਾਰੇ॥	gaavan saaDh vichaaray.
ਗਾਵਨਿ ਜਤੀ ਸਤੀ ਸੰਤੋਖੀ	Gaavan jatee satee santokhee
ਗਾਵਹਿ ਵੀਰ ਕਰਾਰੇ॥	gaavahi veer karaaray.
ਗਾਵਨਿ ਪੰਡਿਤ ਪੜਨਿ ਰਖੀਸਰ	Gaavan pandit parhan rakheesar
ਜੁਗੁ ਜੁਗੁ ਵੇਦਾ ਨਾਲੇ॥	jug jug vaydaa naalay.
ਗਾਵਹਿ ਮੋਹਣੀਆ ਮਨੁ ਮੋਹਨਿ	Gaavahi mohnee-aa man mohan
ਸੁਰਗਾ ਮਛ ਪਇਆਲੇ॥	surgaa machh pa-i-aalay.
ਗਾਵਨਿ ਰਤਨ ਉਪਾਏ ਤੇਰੇ	Gaavan ratan upaa-ay tayray
ਅਠਸਠਿ ਤੀਰਥ ਨਾਲੇ॥	athsath tirath naalay.
ਗਾਵਹਿ ਜੋਧ ਮਹਾਬਲ ਸੂਰਾ	Gaavahi joDh mahaabal sooraa
ਗਾਵਹਿ ਖਾਣੀ ਚਾਰੇ॥	gaavahi khaanee chaaray.
ਗਾਵਹਿ ਖੰਡ ਮੰਡਲ ਵਰਭੰਡਾ	Gaavahi khand mandal varbhandaa
ਕਰਿ ਕਰਿ ਰਖੇ ਧਾਰੇ॥	kar kar rakhay Dhaaray.
ਸੇਈ ਤੁਧੁਨੋ ਗਾਵਹਿ	Say-ee tuDhuno gaavahi
ਜੋ ਤੁਧੁ ਭਾਵਨਿ,	jo tuDh bhaavan,
ਰਤੇ ਤੇਰੇ ਭਗਤ ਰਸਾਲੇ॥	ratay tayray bhagat rasaalay.
ਹੋਰਿ ਕੇਤੇ ਗਾਵਨਿ	Hor kaytay gaavan
ਸੇ ਮੈ ਚਿਤਿ ਨ ਆਵਨਿ	say mai chit na aavan
ਨਾਨਕੁ ਕਿਆ ਵੀਚਾਰੇ॥	naanak ki-aa veechaaray.
ਸੋਈ ਸੋਈ ਸਦਾ ਸਚੁ ਸਾਹਿਬੁ	So-ee so-ee sadaa sach saahib
ਸਾਚਾ ਸਾਚੀ ਨਾਈ॥	saachaa saachee naa-ee.
ਹੈ ਭੀ ਹੋਸੀ ਜਾਇ ਨ ਜਾਸੀ	Hai bhee hosee jaa-ay na jaasee
ਰਚਨਾ ਜਿਨਿ ਰਚਾਈ॥	rachnaa jin rachaa-ee.
ਰੰਗੀ ਰੰਗੀ ਭਾਤੀ ਕਰਿ ਕਰਿ, ਜਿਨਸੀ	Rangee rangee bhaatee kar kar jinsee
ਮਾਇਆ ਜਿਨਿ ਉਪਾਈ॥	maa-i-aa jin upaa-ee.
ਕਰਿ ਕਰਿ ਵੇਖੈ ਕੀਤਾ ਆਪਣਾ,	Kar kar vaykhai keetaa aapnaa
ਜਿਵ ਤਿਸ ਦੀ ਵਡਿਆਈ॥	jiv tis dee vadi-aa-ee.
ਜੋ ਤਿਸੁ ਭਾਵੈ ਸੋਈ ਕਰਸੀ,	Jo tis bhaavai so-ee karsee
ਹੁਕਮੁ ਨ ਕਰਣਾ ਜਾਈ॥	hukam na karnaa jaa-ee.
ਸੋ ਪਾਤਿਸਾਹੁ ਸਾਹਾ ਪਾਤਿਸਾਹਿਬੁ,	So paatisaahu saahaa paatisaahib
ਨਾਨਕ ਰਹਣੁ ਰਜਾਈ॥੨੭॥	naanak rahan rajaa-ee. ‖27‖

ਪ੍ਰਭ ਤੇਰਾ ਘਰ, ਆਸਣ ਕਿਤਨੀ ਸ਼ਾਨ ਵਾਲਾ ਹੈ, ਜਿਸ ਵਿੱਚ ਬੈਠ ਕੇ ਸਾਰੀ ਸ੍ਰਿਸ਼ਟੀ ਨੂੰ ਸੰਭਾਲਦਾ, ਰੋਜ਼ੀ, ਕ੍ਰਿਪਾ ਦੀ ਨਜ਼ਰ ਬਖਸ਼ਦਾ ਹੈ । ਪ੍ਰਭ ਦੇ ਘਰ ਵਿੱਚ ਅਨੇਕਾਂ ਹੀ ਸੰਗੀਤ ਚਲਦੇ, ਅਨੇਕਾਂ ਹੀ ਸ਼ਬਦ ਦਾ ਵਿਚਾਰ, ਸਿਮਰਨ ਕਰਦੇ ਹਨ । ਅਨੇਕਾਂ ਹੀ ਰਾਗ ਚਲਦੇ ਅਤੇ ਅਨੇਕਾਂ ਹੀ ਰਾਗਾਂ ਦੀਆਂ ਪਰੀਆਂ ਹਮੇਸ਼ਾਂ ਰਾਗ ਗਾਉਂਦੀਆ ਹਨ, ਸਿਮਰਨ ਕਰਨ ਵਾਲਿਆਂ ਦੀ ਗਿਣਤੀ ਨਹੀਂ ਕੀਤਾ ਜਾ ਸਕਦੀ । ਸ਼ਬਦ ਦੀ ਧੁਨ ਹਮੇਸ਼ਾਂ ਗੂੰਜ ਦੀ ਰਹਿੰਦੀ ਹੈ । ਪ੍ਰਭ ਦਾ ਸਿਮਰਨ ਹਵਾ, ਪਾਣੀ, ਅੱਗਨੀ, ਧਰਮਰਾਜ, ਚਿਤ੍ਰ ਅਤੇ ਗੁਪਤ ਕਰਦੇ ਹਨ, ਈਸਰ, ਬ੍ਰਹਮਾ, ਹੋਰ ਸਾਰੇ ਦੇਵ ਅਤੇ ਦੇਵੀਆਂ, ਜਿਹੜੇ ਪ੍ਰਭ ਦੀ ਰਹਿਮਤ ਨਾਲ ਤੇਰੇ ਦਰਬਾਰ ਵਿੱਚ ਪ੍ਰਵਾਨ ਹਨ । ਇੰਦ੍ਰ, ਸਾਧੂ, ਵਿਦਵਾਨ ਵਿਚਾਰ ਕਰਨਵਾਲੇ, ਸਿਧ, ਜੋਗੀ, ਜਤੀ, ਸਤੀਆਂ ਅਤੇ ਹੋਰ ਸੂਰਮੇ, ਸਾਸਤ੍ਰ ਦੇ ਗਿਆਨ ਵਾਲੇ ਵਿਦਵਾਨ ਪੰਡਿਤ, ਸੰਤ ਮਹਾਤਮਾਂ ਜਿਹਨਾਂ ਦੀਆਂ ਸੁਰਾਂ ਮਨ ਨੂੰ ਮੋਹ ਲੈਂਦੀਆਂ ਹਨ, ਸਵਰਗ ਤੇ ਪਤਾਲ ਵਿੱਚ ਰਹਿਣ ਵਾਲੀਆਂ ਸਾਰੀਆਂ ਸ੍ਰਿਸ਼ਟੀਆਂ

ਹੀ ਸਿਮਰਨ ਕਰਦੀਆਂ, ਜਸ ਗਾਉਂਦੀਆਂ ਹਨ । ਗੁਰੂ ਪੀਰ ਵੀ ਉਸ ਅੱਗੇ ਹੀ ਅਰਦਾਸਾਂ ਕਰਦੇ ਹਨ, ਸਾਰੀ ਸ੍ਰਿਸ਼ਟੀ ਹੀ ਉਸ ਤੋਂ ਮੰਗਦੀ ਹੈ । ਕੋਈ ਐਸਾ ਪੀਰ, ਫਕੀਰ ਜਾ ਗੁਰੂ ਨਹੀਂ ਹੋਇਆ, ਜਿਹੜਾ ਉਸ ਦੇ ਸ਼ਬਦ ਦਾ ਸਿਮਰਨ ਨਹੀਂ ਕਰਦਾ, ਹੋਰ ਕਿਸੇ ਗੁਰੂ ਤੋਂ ਕੁਝ ਪ੍ਰਾਪਤ ਨਹੀਂ ਹੁੰਦਾ । ਪ੍ਰਭ ਦੇ ਪੈਦਾ ਕੀਤੇ ਰਤਨ, ਅਨਗਿਣਤ ਹੀ ਤੀਰਥ (ਅਠਾਹਠ–68), ਸਾਸਤ੍ਰ, ਵੇਦ, ਸੂਰਮੇ ਹਨ, ਜਿਹਨਾਂ ਨੇ ਆਪਣਾ ਆਪਾ ਉਸ ਤੇ ਅਰਪਣ ਕੀਤਾ ਹੈ । ਹੋਰ ਸਾਰੇ ਖੰਡ, ਮੰਡਲ ਵਿੱਚ ਰਹਿਣ ਵਾਲੇ ਜੀਵ ਉਸ ਦਾ ਜਸ ਗਾਉਂਦੇ ਹਨ, ਮਨ ਇਕਾਗਰ ਕਰਕੇ ਤੇਰੀ ਧੁਨ ਵਿੱਚ ਮਸਤ ਰਹਿੰਦੇ ਹਨ । ਜਿਹੜਾ ਉਸ ਨੂੰ ਭਾਉਂਦਾ ਹੈ, ਜਿਸ ਤੇ ਕ੍ਰਿਪਾ ਦ੍ਰਿਸ਼ਟੀ ਹੈ, ਕੇਵਲ ਉਹ ਹੀ ਸਿਮਰਨ ਕਰ ਸਕਦਾ ਹੈ । ਤੇਰੇ ਭਗਤ, ਪੂਜਣ ਵਾਲੇ ਬਣ ਜਾਂਦੇ ਹਨ, ਤੇਰੇ ਸ਼ਬਦ ਵਿੱਚ ਰੰਗੇ, ਮਸਤ ਰਹਿੰਦੇ ਹਨ, ਤੇਰੀ ਮਰਜ਼ੀ ਨੂੰ ਕਬੂਲ ਕਰਕੇ, ਰਜ਼ਾ ਵਿੱਚ ਅਨੰਦ ਮਾਨਦੇ ਹਨ, ਤੇਰੇ ਹਰ ਕਰਤਬ ਦਾ ਧੰਨਵਾਦ ਕਰਦੇ ਹਨ । ਅਨੇਕਾਂ ਹੀ ਹੋਰ ਜੀਵ ਹਨ, ਜਿਹਨਾਂ ਦੀ ਪੂਰਨ ਗਿਣਤੀ ਨਹੀਂ ਕੀਤੀ ਜਾ ਸਕਦੀ ।

ਪ੍ਰਭ ਸਦਾ ਹੀ ਅਟਲ ਹੈ, ਪਹਿਲੇ ਵੀ ਸਪੂਰਨ ਸੀ, ਅੱਗੇ ਵੀ ਇਹੋ ਜਿਹਾ ਹੀ ਰਹਿਣ ਵਾਲਾ ਹੈ, ਮਹਿਮਾਂ ਅਨੋਖੀ ਹੈ । ਉਸ ਦੀ ਧੁਨ ਹਮੇਸ਼ਾਂ ਹੀ ਗੂੰਜਦੀ ਹੈ, ਸਪੂਰਨ ਰੂਪ, ਅਟਲ, ਜਨਮ ਮਰਨ ਤੋਂ ਰਹਿਤ ਹੈ । ਪ੍ਰਭ ਦੀ ਪੈਦਾ ਕੀਤੀ ਸਾਰੀ ਸ੍ਰਿਸ਼ਟੀ, ਜਨਮ ਮਰਨ ਦੇ ਚੱਕਰ ਵਿੱਚ ਹੀ ਰਹਿੰਦੀ ਹੈ, ਸ੍ਰਿਸ਼ਟੀ ਦਾ ਸ੍ਰਿਜਨਹਾਰ ਅਟਲ, ਨਾ ਬਦਲਣ ਵਾਲਾ ਹੈ । ਪ੍ਰਭ ਦੇ ਕਰਤਬ ਵੀ ਅਣਗਿਣਤ, ਪੂਰਨ ਤਰ੍ਹਾਂ ਤੇ ਦੱਸੇ ਨਹੀਂ ਜਾ ਸਕਦੇ । ਅਨੇਕਾਂ ਹੀ ਕਿਸਮਾਂ ਦੇ ਜੀਵ ਬਣਾਏ ਹਨ ਅਤੇ ਇਹਨਾਂ ਦੇ ਅਨੇਕਾਂ ਹੀ ਰੰਗ ਰੂਪ, ਗੁਣ ਹਨ, ਹਰ ਵਿੱਚ ਵੱਖਰੇ, ਗੁਣ ਦਾ ਭੰਡਾਰ ਹੈ । ਆਪਣੀ ਪੈਦਾ ਕੀਤੀ, ਸ੍ਰਿਸ਼ਟੀ ਨੂੰ ਆਪ ਹੀ ਪੈਦਾ ਕਰਦਾ, ਵੇਖਦਾ ਅਨੰਦ ਮਾਨਦਾ, ਆਪਣੀ ਮਰਜ਼ੀ ਦਾ ਮਾਲਕ ਹੈ, ਆਪਣੀ ਮੌਜ ਵਿੱਚ ਰਹਿੰਦਾ ਹੈ । ਜੋ ਉਸ ਨੂੰ ਚੰਗਾ ਲੱਗਦਾ ਹੈ, ਉਹ ਹੀ ਕਰਤਬ ਕਰਦਾ ਹੈ, ਉਸ ਤੇ ਕਿਸੇ ਦਾ ਹੁਕਮ ਨਹੀਂ ਚਲਦਾ । ਉਹ ਪਹਿਲੇ ਵੀ ਅਟਲ, ਨਾ ਮਿਟਨਵਾਲਾ ਸੀ, ਹੁਣ ਵੀ, ਅੱਗੇ ਵੀ ਅਟਲ ਰਹਿਣ ਵਾਲਾ ਹੈ । ਸਾਰੇ ਸ੍ਰਿਸ਼ਟੀ ਦੇ ਦੇਵਤੇ, ਮਾਹਰਾਜੇ ਉਸ ਦੇ ਹੁਕਮ ਅੰਦਰ ਹੀ ਹਨ । ਜੀਵ ਤੂੰ ਸਦਾ ਹੀ ਉਸ ਦੀ ਮਰਜ਼ੀ ਨੂੰ ਕਬੂਲ ਕਰੋ! ਸਭ ਕੁਝ ਪ੍ਰਭ ਦੀ ਰਜ਼ਾ ਵਿੱਚ ਹੀ ਹੁੰਦਾ ਹੈ, ਮਨ ਵਿੱਚ ਸੰਤੋਖ ਬਖਸ਼ਿਸ਼, ਅਹੰਕਾਰ ਦੀ ਜੜ੍ਹ ਨਾਸ਼, ਮੁਕਤੀ ਬਖਸ਼ਿਸ਼ ਹੋ ਸਕਦੀ ਹੈ, ਜਨਮ ਮਰਨ ਤੋਂ ਛੁਟਕਾਰਾ ਪੈ ਸਕਦਾ ਹੈ ।

How elegant is Your throne and palace where You reside and perform all functions? There are countless musicians, music, gods, angels, devotees, Holy shrines, Holy priests of all Ages sing Your glory and remain contented with Your blessings. No one can save nor bless anyone without Your mercy. All worldly gurus beg from You. Air, water, fire all underwater, universes, all Holy shrines, warriors, Holy Scriptures and Your true devotees sing Your glory and surrender to Your Word. Whosoever may be blessed by Your mercy meditates and sings Your glory. He remains intoxicated with the teachings of Your Word and remains in deep meditation in the void of Your Word. He always gives thank to You for Your mercy and grace. You are Omniscient, there may be so many more but I am ignorant cannot count all.

The Omnipresent True Master Your Word prevails throughout the nature. Your universes and creations cannot be fully counted just like stars, only You know their names. You created creatures of various forms, shapes, colors and created various kinds including worldly wealth. Only Your Word prevails, no one can change or avoid Your command, blessings. Your devotees believe that You are the only King of Kings and Your Word prevails. Your Word is the only right path of salvation.

ਮੁੰਦਾ ਸੰਤੋਖੁ ਸਰਮੁ ਪਤੁ ਝੋਲੀ	Munda santokh saram pat jholee
ਧਿਆਨ ਕੀ ਕਰਹਿ ਬਿਭੂਤਿ॥	Dhi-aan kee karahi bibhoot.
ਖਿੰਥਾ ਕਾਲੁ ਕੁਆਰੀ ਕਾਇਆ	Khinthaa kaal ku-aaree kaa-i-aa
ਜੁਗਤਿ ਡੰਡਾ ਪਰਤੀਤਿ॥	jugat dandaa parteet.
ਆਈ ਪੰਥੀ ਸਗਲ ਜਮਾਤੀ	Aa-ee panthee sagal jamaatee

ਮਨਿ ਜੀਤੈ ਜਗੁ ਜੀਤੁ॥ man jeetai jag jeet.
ਆਦੇਸੁ ਤਿਸੈ ਆਦੇਸੁ॥ Aadays tisai aadays.
ਆਦਿ ਅਨੀਲੁ ਅਨਾਦਿ ਅਨਾਹਤਿ, Aad aneel anaad anaahat
ਜੁਗੁ ਜੁਗੁ ਏਕੋ ਵੇਸੁ॥੨੮॥ jug jug ayko vays. ||28||

ਪ੍ਰਭ ਦੀ ਰਹਿਮਤ ਪ੍ਰਾਪਤ ਕਰਨ ਲਈ ਕਿਸਤਰ੍ਹਾਂ ਦਾ ਭੇਸ ਬਣਾਉਣਾ ਚਾਹੀਦਾ ਹੈ? ਰਹਿਤਨਾਮਾ

ਜੀਵ ਨੂੰ ਸੰਤੋਖ, ਧੀਰਜ ਰੂਪੀ ਮੁੰਦ੍ਰਾਂ ਪਾਉਣੀਆ ਚਾਹੀਦੀਆਂ ਹਨ । ਆਤਮਾ ਨੂੰ ਬੁਰੇ ਕੰਮਾਂ ਤੋਂ ਰਹਿਤ ਰੱਖਣਾ (ਸ਼ਰਮ ਕਰਨੀ) ਚਾਹੀਦਾ ਹੈ । ਪ੍ਰਭ ਦੀ ਰਜ਼ਾ ਸ਼ਰਧਾ ਨਾਲ ਪ੍ਰਵਾਨ ਕਰਨੀ ਚਾਹੀਦੀ ਹੈ । ਪ੍ਰਭ ਦੇ ਸ਼ਬਦ ਨੂੰ ਆਪਣੇ ਰੋਮ ਰੋਮ ਵਿੱਚ ਜਾਗਰਤ ਰੱਖਣਾ ਚਾਹੀਦਾ ਹੈ । ਸਵਾਸ ਸਵਾਸ ਨਾਲ ਸ਼ਬਦ ਦਾ ਸਿਮਰਨ ਕਰਨਾ, ਸਰਬ ਦਾ ਭਲਾ ਮੰਗਣਾ ਚਾਹੀਦਾ ਹੈ । ਇਸਤਰ੍ਹਾਂ ਦੀ (ਬਿਭੂਤਿ) ਸਮਾਧੀ, ਆਸਣ ਲਾਉਣਾ ਚਾਹੀਦਾ ਹੈ । ਸਵਾਸ ਸਵਾਸ ਵਿਚੋਂ ਸ਼ਬਦ ਦੀ, ਧੰਨਵਾਦ ਦੀ ਗੂੰਜ ਆਉਣੀ ਚਾਹੀਦੀ ਹੈ । ਆਤਮਾ (ਕਾਇਆ) ਨੂੰ ਬੁਰੇ ਕੰਮਾਂ ਤੋਂ ਰਹਿਤ ਰੱਖਣਾ ਚਾਹੀਦਾ ਹੈ, ਇਹ ਜੀਵਨ ਦਾ ਢੰਗ (ਖਿੰਥਾ) ਹੋਣਾ ਚਾਹੀਦਾ ਹੈ । ਅਡੋਲ ਭਰੋਸੇ ਨਾਲ ਹੀ ਉਸ ਦੀ ਸ੍ਰਿਜਨ ਕੀਤੀ ਹੋਈ ਸ੍ਰਿਸ਼ਟੀ ਵਿੱਚ ਰਹਿਣਾ ਚਾਹੀਦਾ । ਇਹ ਹੀ ਨਿਯਮ, ਧੁਰਾ (ਡੰਡਾ) ਹੋਣਾ ਚਾਹੀਦਾ ਹੈ । ਪ੍ਰਭ ਦੀ ਜੋਤ ਹੀ ਸਾਰਿਆਂ ਵਿੱਚ ਪ੍ਰਵੇਸ਼ ਹੈ । ਉਸ ਦੀ ਮਰਜ਼ੀ, ਸ਼ਬਦ ਨੂੰ (ਪੰਥੀ-ਪੰਥ, ਰਸਤਾ) ਜੀਵਨ ਦਾ ਰਸਤਾ ਬਣਾਉਣਾ ਚਾਹੀਦਾ ਹੈ । ਜਿਹੜਾ ਆਪਣੇ ਮਨ ਤੇ ਕਾਬੂ ਪਾ ਲੈਂਦਾ ਹੈ, ਫਿਰ ਉਸ ਨੂੰ ਕਦੇ ਅਹੰਕਾਰ ਨਹੀਂ ਆਉਂਦਾ, ਸੰਤੋਖ ਬਖਸ਼ਿਸ਼ ਹੋ ਜਾਂਦਾ ਹੈ, ੧ਓ ਦੀ ਗੂੰਜ ਸੁਣਦੀ ਹੈ । ਉਸ ਨੂੰ ਮੁਕਤੀ ਬਖਸ਼ਿਸ਼ ਹੋ ਸਕਦੀ ਹੈ, ਹੋਂਦ ਅਨੁਭਵ ਹੋ ਜਾਂਦੀ ਹੈ । ਜੀਵ ਨੂੰ ਹਮੇਸ਼ਾਂ ਹੀ ਪ੍ਰਭ (ਆਦੇਸ, ਨਮਸਕਾਰ) ਅੱਗੇ ਹੀ ਸਿਰ ਝੁਕਾਉਣਾ ਚਾਹੀਦਾ ਹੈ । ਪ੍ਰਭ ਹੀ ਸਾਰੇ ਸੰਸਾਰ ਦਾ (ਆਦਿ) ਮੂਲ, ਜੜ੍ਹ ਰੂਪ ਹੈ । ਉਹ ਅਨੀਲੁ (ਅ+ਨੀਲੁ), ਨੀਲੇ ਅਕਾਸ਼ ਆਦਿਕ ਤੱਤਾਂ ਦੇ ਕਾਰਜ ਤੋਂ (ਅ) ਰਹਿਤ ਹੈ । ਉਹ ਕਾਲੀਆਂ, ਖੋਟੀਆਂ ਇੱਛਾਂ ਤੋਂ ਰਹਿਤ ਹੈ । (ਅਨਾਦਿ)- (ਅਨ+ਆਦਿ) ਉਹ ਆਦਿ ਤੋਂ ਰਹਿਤ ਹੈ । ਕੋਈ ਆਦਿ ਨਹੀਂ ਹੈ, ਆਪ ਅਨਾਦੀ ਹੈ, ਜੁਗ ਜੁਗ ਵਿੱਚ ਉਹ ਅਟਲ, ਮਾਲਕ ਹੈ । ਉਸ ਦਾ ਦਿੱਤਾ ਹੋਇਆ ਭੇਖ, ਰੂਪ, ਬਸਤਰ ਪਹਿਨਣੇ ਚਾਹੀਦੇ ਹਨ । ਹੋਰ ਨਵੇ, ਵਖਰੇ ਭੇਖ, ਬਾਣਾ ਜਾ ਚਿੰਨ੍ਹ ਨਹੀਂ ਧਾਰਨੇ ਚਾਹੀਦੇ । (ਅਨਾਹਤਿ) ਇੱਕ ਤਾਂ ਆਹਤ ਸ਼ਬਦ ਹੁੰਦਾ ਹੈ ।- (ਜੇ ਕਿਸੇ ਚੀਜ ਪਰ ਕੁਝ ਮਾਰਨੇ ਤੇ ਆਵਾਜ ਪ੍ਰਗਟ ਹੋਵੇ) ।

What should be the true robe of Your true devotee? He should adopt patience and contentment with His blessings. He should control his mind from evil thoughts and deeds. He should unconditionally accept sorrows and pleasures in life as His worthy blessings. He should thank and sing His glory with each breath. The teachings of His Word should be drenched within each fiber of his body. He should always beg for His mercy and grace for mankind. The glory of His Word should vibrate from each breath. His soul should be free from evil thoughts. His Word should be the corner stone of his life. Whosoever adopts His Word in his own life may conquer his own ego and adopts the right path of acceptance. God was, is and will remain unchanged. To obtain His mercy and grace one should be contented and should live within His Creation and does not need any special religious baptism, robe, and sign.

ਭੁਗਤਿ ਗਿਆਨੁ ਦਇਆ ਭੰਡਾਰਣਿ, Bhugat gi-aan da-i-aa bhandaaran
ਘਟਿ ਘਟਿ ਵਾਜਹਿ ਨਾਦ॥ ghat ghat vaajeh naad.
ਆਪਿ ਨਾਥੁ ਨਾਥੀ ਸਭ ਜਾ ਕੀ Aap naath naathee sabh jaa kee
ਰਿਧਿ ਸਿਧਿ ਅਵਰਾ ਸਾਦ॥ riDh siDh avraa saad.
ਸੰਜੋਗੁ ਵਿਜੋਗੁ ਦੁਇ ਕਾਰ ਚਲਾਵਹਿ, Sanjog vijog du-ay kaar chalaaveh
ਲੇਖੇ ਆਵਹਿ ਭਾਗ॥ laykhay aavahi bhaag.
ਆਦੇਸੁ ਤਿਸੈ ਆਦੇਸੁ॥ Aadays tisai aadays.
ਆਦਿ ਅਨੀਲੁ ਅਨਾਦਿ ਅਨਾਹਤਿ, Aad aneel anaad anaahat

ਜੁਗੁ ਜੁਗੁ ਏਕੋ ਵੇਸੁ॥੨੯॥ jug jug ayko vays. ||29||

ਪ੍ਰਭ ਦੇ ਸ਼ਬਦ ਦਾ ਗਿਆਨ ਰੂਪੀ (ਭੁਗੀਤ) ਭੋਜਨ ਹੀ ਖਾਣੇ ਯੋਗ ਹੈ । ਦੂਸਰਿਆਂ ਉਪਰ ਦਇਆ ਕਰਣਾ ਵਾਲੇ ਗੁਣ ਨਾਲ ਹੀ ਪ੍ਰਭ ਦੇ ਭੰਡਾਰ, ਖਜ਼ਾਨੇਂ ਦਾ ਅਨੁਭਵ, ਬਖਸ਼ਿਸ਼ ਹੁੰਦਾ ਹੈ । ਰੋਮ ਰੋਮ ਵਿਚੋਂ ੧ੳ ਦੀ ਧੁਨ, ਗਾਉਣਾ, ਹੀ (ਨਾਦ) ਵਾਜਾ, ਸੰਗੀਤ ਹੀ ਪ੍ਰਭ ਦੇ ਧੰਨਵਾਦ ਦੀ ਵਿਧੀ ਹੈ । ਪ੍ਰਭ ਆਪ ਹੀ ਸਭ ਦਾ ਮਾਲਕ (ਨਾਥ) ਹੈ । ਸਾਰੀ ਸ੍ਰਿਸ਼ਟੀ ਉਸ ਦੀ ਸਾਜੀ, ਉਸ ਦੇ ਹੁਕਮ ਵਿੱਚ ਬੰਧੀ (ਨੱਥੀ) ਹੋਈ ਹੈ । ਜੀਵ ਦੇ ਮਨ ਵਿੱਚ ਪ੍ਰਭ ਬਣਨ ਦੀ ਇੱਛਾ ਨਹੀਂ ਹੋਣੀ ਚਾਹੀਦੀ । ਪ੍ਰਭ ਆਪਣੀ ਰਹਿਮਤ ਨਾਲ, ਜਿਸ ਜੀਵ ਨੂੰ ਰਿਧੀਆਂ, ਸਿਧੀਆਂ ਬਖਸ਼ਦਾ ਹੈ । ਉਹ ਜੀਵ ਨਿਮ੍ਰਤਾ ਨਾਲ ਭਰ ਜਾਂਦੇ, ਉਹਨਾਂ ਨੂੰ ਰਿਧੀਆਂ ਦਾ ਕੋਈ ਸਵਾਦ, ਕੋਈ ਅਹੰਕਾਰ ਨਹੀਂ ਹੁੰਦਾ । ਇਹਨਾਂ ਰਿਧੀਆਂ ਸਿਧੀਆਂ ਦਾ ਜਦੋਂ ਵੀ ਕਿਸੇ ਨੂੰ ਸਵਾਦ ਆਉਣ ਲੱਗ ਪੈਂਦਾ ਹੈ । ਉਸ ਸਮੇਂ ਉਹ ਪ੍ਰਭ ਦੇ ਅਨੰਦ ਤੋਂ ਦੂਰ ਹੋ ਜਾਂਦਾ, ਇਹ ਸਵਾਦ ਹੀ ਅਹੰਕਾਰ ਦੀ ਜੜ੍ਹ ਮਜ਼ਬੂਤ ਕਰਦਾ ਹੈ । ਪ੍ਰਭ ਦੇ ਹੁਕਮ ਦੇ ਅਨੁਸਾਰ, ਲਿਖੇ ਹੋਏ ਭਾਗਾਂ ਨਾਲ ਹੀ ਚਾਰ ਪਦਾਰਥ ਪ੍ਰਾਪਤ (ਸੰਜੋਗ) ਹੁੰਦੇ ਹਨ । ਉਸ ਅਨੁਸਾਰ ਹੀ ਵਿਛੋੜਾ, ਸੰਜੋਗ ਇਹ ਦੋਵੇਂ ਹੀ ਜੀਵਨ ਦਾ ਚੱਕਰ ਚਲਾਉਂਦੇ, ਉਸ ਦਾ ਲਿਖਿਆ ਦੁਖ ਸੁਖ ਭੁਗਤਨਾ ਪੈਂਦਾ ਹੈ । ਉਸ ਪ੍ਰਭ ਨੂੰ ਸਦਾ ਹੀ ਸਲਾਮ ਕਰਨੀ, ਸਦਾ ਧੰਨਵਾਦ ਕਰਨਾ ਚਾਹੀਦਾ ਹੈ । ਉਹ ਸਾਰੀ ਸ੍ਰਿਸ਼ਟੀ ਦਾ ਮੁੱਢ ਰੂਪ ਹੈ । (ਅਨੀਲੁ) ਗਿਣਤੀ ਤੋਂ ਰਹਿਤ ਹੈ, (ਆਨਦਿ) ਆਦਿ ਤੋਂ ਰਹਿਤ ਹੈ, (ਓਨਾਹਤਿ) ਨਾਸ਼ ਤੋਂ ਰਹਿਤ ਹੈ । ਜੁਗਾਂ, ਚਾਰੇ ਖਾਣੀਆਂ ਵਿੱਚ (ਜੁਗ) ਦਿਸ਼ਾਂ, ਉਤਮ, ਮਧਮ, ਨੀਚ ਤੇ ਕਨਿਸ਼ਟ ਵਿੱਚ ਇੱਕੋ ਇੱਕ ਹੀ ਵੇਸ, ਸਰੂਪ ਹੈ । ਉਸ ਨੂੰ ਨਮਸਕਾਰ ਕਰੋ ।

To be enlightened and drenching with the teachings of His Word is the true food worthy to eat. By adopting forgiveness and mercy on others in day-to-day life, the treasure of His virtues may be blessed to succeed in the purpose of the human life journey. The echo of His praises from each and every breath is spiritual music and technique to sing His glory. The One and Only One God is the King of kings, the guru of all gurus. The whole creation has been created and controlled by His command. No one should be dreaming to become equal to God or replace God in the universe. All miracle powers may be blessed with His mercy and grace only. Whosoever may be blessed with miracle powers, becomes humble and polite in his day-to-day life. He does not boast or pay any significance to these spiritual powers or glow. Whosoever shows sign of pride with miracle powers are removed from His sanctuary and root of ego becomes stronger within his mind. Only with prewritten destiny His devotee may be blessed with four spiritual virtues to succeed in the purpose of life. With prewritten destiny the process of separation and immersing of the soul with The Holy Spirit, completes the play of the universe; the soul may blossom with contentment or endure sorrows in life. You should always bow to the ever-existing, God, Omnipotent who was, is and will prevail forever. He is the origin of the creation. He is beyond any accountability, beyond beginning or end and beyond any destruction. He remains unchanged and permanent in all directions and in all Ages. You should focus on the true purpose of life and be at peace and contented with His blessings.

ਏਕਾ ਮਾਈ ਜੁਗਤਿ ਵਿਆਈ	Aykaa maa-ee jugat vi-aa-ee
ਤਿਨਿ ਚੇਲੇ ਪਰਵਾਣੁ॥	tin chaylay parvaan.
ਇਕੁ ਸੰਸਾਰੀ ਇਕੁ ਭੰਡਾਰੀ	Ik sansaaree ik bhandaaree
ਇਕੁ ਲਾਏ ਦੀਬਾਣੁ॥	ik laa-ay deebaan.
ਜਿਵ ਤਿਸੁ ਭਾਵੈ ਤਿਵੈ ਚਲਾਵੈ	Jiv tis bhaavai tivai chalaavai
ਜਿਵ ਹੋਵੈ ਫੁਰਮਾਣੁ॥	jiv hovai furmaan.

ਓਹੁ ਵੇਖੈ ਓਨਾ ਨਦਰਿ ਨ ਆਵੈ	Oh vaykhai onaa nadar na aavai
ਬਹੁਤਾ ਏਹੁ ਵਿਡਾਣੁ॥	bahutaa ayhu vidaan.
ਆਦੇਸੁ ਤਿਸੈ ਆਦੇਸੁ॥	Aadays tisai aadays.
ਆਦਿ ਅਨੀਲੁ ਅਨਾਦਿ ਅਨਾਹਤਿ,	Aad aneel anaad anaahat
ਜੁਗੁ ਜੁਗੁ ਏਕੋ ਵੇਸੁ॥੩੦	jug jug ayko vays. ||30||

ਕੇਵਲ ਇੱਕੋ ਇੱਕ ਪ੍ਰਭ ਹੀ ਸਾਰੀ ਸ੍ਰਿਸ਼ਟੀ ਪੈਦਾ ਕਰਦਾ ਹੈ, ਸਾਰੀ ਸ੍ਰਿਸ਼ਟੀ ਉਸ ਦੀ ਜੋਤ ਵਿਚੋਂ ਹੀ ਉਤਪਤ ਹੁੰਦੀ ਹੈ, ਇਹ ਉਸ ਦਾ ਹੀ ਵਿਹਾਰ, ਕਰਤਬ ਹੈ । ਪ੍ਰਭ ਹੀ ਸ੍ਰਿਸ਼ਟੀ (ਪਰਿਵਾਰ) ਨੂੰ ਵਧਾਉਂਦਾ, ਚਲਾਉਂਦਾ ਹੈ, ਉਸ ਦੇ ਹੁਕਮ ਅੰਦਰ ਹੀ ਉਸ ਦਾ ਸਾਰਾ ਪਰਿਵਾਰ ਸ੍ਰਿਸ਼ਟੀ ਚਲਦੀ ਹੈ । ਪ੍ਰਭ ਹੀ ਜੀਵਾਂ ਨੂੰ ਸੰਸਾਰ ਵਿੱਚ ਪੈਦਾ ਕਰਦਾ ਅਤੇ ਸੰਸਾਰਕ ਗੁਣ, ਰੋਗ ਪੈਦਾ ਕਰਦਾ ਹੈ, ਉਸ ਕਰਕੇ ਹੀ ਸੰਸਾਰ ਵਿੱਚ ਖਾਂਦੇ ਪੀਂਦੇ ਤੇ ਰੋਗਾਂ ਨੂੰ ਭੋਗਦੇ ਹਨ । ਉਹ ਜੀਵਾਂ ਵਿੱਚ ਪੁੰਨ ਦਾਨ (ਭੰਡਾਰੀ ਵਾਲੇ) ਵਾਲੇ ਗੁਣ ਬਖਸ਼ਦਾ ਹੈ । ਉਹ ਹੀ ਇੱਕੋ ਇੱਕ, ਸਭ ਤੋਂ ਵੱਡੇ ਭੰਡਾਰ ਦਾ ਅਸਲੀ ਮਾਲਕ ਹੈ । ਉਹ ਹੀ ਕਿਸੇ ਨੂੰ ਮੰਗਣ ਅਤੇ ਕਿਸੇ ਨੂੰ ਦਾਨ ਦੇਣ ਤੇ ਲਾਉਂਦਾ ਹੈ । ਪ੍ਰਭ ਦੀ ਰਹਿਮਤ, ਹੁਕਮ ਅਨੁਸਾਰ ਹੀ ਜੀਵ ਨੂੰ ਸੰਸਾਰੀ, ਭੰਡਾਰੀ ਅਤੇ ਨਾਸ਼ ਕਰਨਵਾਲੇ ਕੰਮ ਕਰਨੇ ਪੈਂਦੇ ਹਨ । ਅੰਤਰਜਾਮੀ ਸਭ ਕੁਝ ਦੇਖਦਾ ਹੈ, ਪਰ ਜੀਵ ਨੂੰ ਦੇਖਾਈ ਨਹੀਂ ਦੇਂਦਾ, ਇਹ ਉਸ ਦਾ ਕਰਤਬ ਬੁਹਤ ਹੀ ਅਨੋਖਾ ਹੈ ।

The universe is an expansion of His Holy Spirt. All universes and creatures are born out of His Holy Spirit. He is the part of the universe, dwells in all His Creation. All virtues of good, evil thoughts, deeds are performed with His blessings. All pleasures and sorrows are blessed by His command as a judgment of previous life deeds. Everything happens under the command of The True Master of all treasures of universe. All sorrows and pleasures are under His command. He monitors and prevails in all events and still He remains invisible to His Creation. This is His unique virtues. One should always bow to the forever existing, Omnipotent God, who was, is and will be prevailing forever. You should be focus on the purpose of life and be contented with your body structure, His blessings.

ਆਸਣੁ ਲੋਇ ਲੋਇ ਭੰਡਾਰ॥	Aasan lo-ay lo-ay bhandaar.
ਜੋ ਕਿਛੁ ਪਾਇਆ ਸੁ ਏਕਾ ਵਾਰ॥	Jo kichh paa-i-aa so aykaa vaar.
ਕਰਿ ਕਰਿ ਵੇਖੈ ਸਿਰਜਣਹਾਰੁ॥	Kar kar vaykhai sirjanhaar.
ਨਾਨਕ ਸਚੇ ਕੀ ਸਾਚੀ ਕਾਰ॥	Naanak sachay kee saachee kaar.
ਆਦੇਸੁ ਤਿਸੈ ਆਦੇਸੁ॥	Aadays tisai aadays.
ਆਦਿ ਅਨੀਲੁ ਅਨਾਦਿ ਅਨਾਹਤਿ,	Aad aneel anaad anaahat
ਜੁਗੁ ਜੁਗੁ ਏਕੋ ਵੇਸੁ॥੩੧॥	jug jug ayko vays. ||31||

ਸ਼ਬਦ ਦਾ ਗਿਆਨ ਪ੍ਰਾਪਤ ਕਰਨ ਲਈ ਪ੍ਰਭ ਦੀ ਸਾਜੀ ਸ੍ਰਿਸ਼ਟੀ ਵਿੱਚ ਆਸਣ ਲਾਉਣਾ, ਜੀਵਨ ਬਤੀਤ ਕਰਦੇ ਸਿਮਰਨ ਕਰਨਾ ਚਾਹੀਦਾ ਹੈ । ਜੀਵ ਨੂੰ ਵੱਖਰਾ ਆਸਣ ਲਾਉਣ ਦੀ ਕੋਈ ਲੋੜ ਨਹੀਂ ਹੈ । ਸਾਰਿਆਂ ਸ੍ਰਿਸ਼ਟੀਆਂ ਨੂੰ ਰੋਜ਼ੀ ਦੇਣਾ ਹੀ ਉਸ ਦਾ ਸ੍ਰਿਸ਼ਟੀ ਵਿੱਚ ਭੰਡਾਰ ਹੈ । ਪ੍ਰਭ ਨੇ ਜਨਮ ਤੋਂ ਪਹਿਲੇ ਹੀ ਹਰ ਜੀਵ ਦੇ ਭਾਗਾਂ ਵਿੱਚ ਸਭ ਕੁਝ ਲਿਖਿਆ ਹੈ । ਪ੍ਰਭ ਸਾਰਿਆਂ ਦੀ ਉਤਪਤੀ ਕਰਦਾ, ਪਾਲਣਾ ਕਰਦਾ ਹੈ । ਸਾਰੀਆਂ ਦੇ ਕੰਮਾਂ, ਪਾਪਾਂ ਪੁੰਨਾਂ ਨੂੰ ਜੋਗੀਆਂ ਭੋਗੀਆਂ ਨੂੰ ਦੇਖਦਾ ਹੈ । ਅਟਲ, ਨਾ ਬਦਲਨ ਵਾਲੇ ਦੇ ਸ੍ਰਿਸ਼ਟੀ ਨੂੰ ਚਲਾਉਣ ਦੇ ਕਰਤਬ ਵੀ ਅਨੋਖੇ ਹਨ ।

To be enlightened with the teachings of His Word, you should live, meditate, and adopt His teachings in day-to-day life. All His blessings, treasures are absorbed in His Word. He prewrites the destiny once before the birth of the soul and blesses all treasures to make life journey a success. He prevails in all events and enjoys His Creation; His Word is always for the welfare of the creation. You should always bow to the ever existing, evergreen God, who was, is and will be prevailing. You should focus on purpose of life; be contented with your body structure, His blessings. You should accept your worldly condition as His blessings, as His command

ਇਕ ਦੂ ਜੀਭੌ ਲਖ ਹੋਹਿ,	Ik doo jeebhou lakh hohi
ਲਖ ਹੋਵਹਿ ਲਖ ਵੀਸ॥	lakh hoveh lakh vees.
ਲਖੁ ਲਖੁ ਗੇੜਾ ਆਖੀਅਹਿ,	Lakh lakh gayrhaa aakhee-ahi
ਏਕੁ ਨਾਮੁ ਜਗਦੀਸ॥	ayk naam jagdees.
ਏਤੁ ਰਾਹਿ ਪਤਿ ਪਵੜੀਆ,	Ayt raahi pat pavrhee-aa
ਚੜੀਐ ਹੋਇ ਇਕੀਸ॥	charhee-ai ho-ay ikees.
ਸੁਣਿ ਗਲਾ ਆਕਾਸ ਕੀ,	Sun galaa aakaas kee keetaa
ਕੀਟਾ ਆਈ ਰੀਸ॥	aa-ee rees.
ਨਾਨਕ ਨਦਰੀ ਪਾਈਐ,	Naanak nadree paa-ee-ai
ਕੂੜੀ ਕੂੜੈ ਠੀਸ॥੩੨॥	koorhee koorhai thees. ||32||

ਜੀਵ ਦੀ ਸਿਮਰਨ ਕਰਨ ਦੀ ਇੱਛਾਂ, ਸ਼ਰਧਾ ਇਤਨੀ ਹੋਣੀ ਚਾਹੀਦੀ ਹੈ? ਕਿ ਮਾਲਕ ਜਿਹੜੀ ਤੂੰ ਇੱਕ ਜੀਭ ਦਿੱਤੀ ਹੈ, ਇਹ ਇੱਕ ਤੋਂ ਲਖ ਬਣ ਜਾਵੇ, ਜਦੋਂ ਲਖ ਹੋ ਜਾਵੇ, ਤਾ ਫਿਰ ਹਰਇੱਕ ਜੀਭ, ਵੀਹ ਲਖ ਬਣ ਜਾਵੇ, ਫਿਰ ਹਰਇੱਕ ਜੀਭ ਵਿਚੋਂ ਲਖ ਲਖ ਵਾਰਾ ਸਿਮਰਨ ਕਰਨ ਦੀ ਸਮਰਥਾ ਬਖਸ਼ੋ। ਇਤਨੀ ਲਗਨ ਬਖਸ਼ੋ! ਤੇਰੇ ਸ਼ਬਦ ਦੀ ਗੂੰਜ, ਤੇਰੇ ਸਿਮਰਨ ਦਾ ਜਸ ਗਾਵਾ। ਬਹੁਤ ਸਾਸਤਰਾਂ ਵਿੱਚ, ਮੁੰਨੀਆਂ, ਰਿਸ਼ੀਆਂ, ਨਾਥਾਂ ਨੇ ਬਹੁਤ ਹੀ ਰਸਤੇ, ਵਿਧੀਆਂ, ਪ੍ਰਭ ਦੇ ਗਿਆਨ ਦੀ ਪ੍ਰਾਪਤੀ ਕਰਨ ਲਈ ਲਿਖੀਆਂ ਹਨ। ਇਹਨਾਂ ਸਾਰੀਆਂ ਨਾਲੋ ਉਤਮ ਰਸਤਾ, ਆਪਣੀ ਜੀਭ ਨਾਲ ਸਿਮਰਨ ਰੂਪੀ ਪੌੜੀਆਂ ਦੁਆਰਾ, ਬ੍ਰਹਮ ਵਿੱਚ ਚੜ੍ਹੀਦਾ ਹੈ। ਉਸ ਦੀ ਰਹਿਮਤ ਨਾਲ, ਉਸ ਦੇ ਵਿੱਚ ਅਭੇਦ ਹੋਣ ਦਾ ਰਸਤਾ ਬਖਸ਼ਿਸ਼ ਹੋ ਸਕਦਾ ਹੈ। ਕੇਵਲ ਉਸ ਦੀ ਰਹਿਮਤ ਨਾਲ ਹੀ ਅਭੇਦ ਹੋ ਸਕਦਾ ਹੈ। ਕਈ ਵਾਰ ਮਾਹਪੁਰਸ਼ਾਂ ਸਰੂਪੀ ਭਗਤਾਂ ਦੀਆਂ ਗੱਲਾ ਸੁਣ ਕੇ, ਅਗਿਆਨੀ ਜੀਵ, ਜਿਹਨਾਂ ਨੇ ਕੋਈ ਭਗਤੀ, ਸ਼ਬਦ ਦੀ ਕਮਾਈ ਨਹੀਂ ਕੀਤੀ, ਉਹ ਵੀ ਬ੍ਰਹਮ ਗਿਆਨੀ ਦਾ ਭੇਸ ਬਣਾ ਲੈਂਦੇ ਹਨ, ਆਪਣੇ ਆਪ ਹੀ ਰੱਬ ਬਣ ਬੈਠਦੇ ਹਨ। ਆਪਣੇ ਉਪਰ ਦਾਵਾ ਕਰਦੇ ਹਨ, ਕਿ ਉਹ ਪ੍ਰਭ ਦੇ ਬਹੁਤ ਨਜ਼ਦੀਕ ਹਨ। ਉਹਨਾਂ ਤੇ ਪ੍ਰਭ ਦੀ ਕ੍ਰਿਪਾ ਦ੍ਰਿਸ਼ਟੀ ਹੋਈ ਹੈ। ਉਹਨਾਂ ਬਣਾਉਟੀ ਬ੍ਰਹਮਾਂ, ਗੁਰੂਾਂ, ਸੰਤਾਂ ਦੀਆਂ ਝੂਠੀਆਂ ਇੱਛਾਂ, ਖਾਹਿਸ਼ਾਂ, ਗੱਪਾਂ ਹੀ ਹੁੰਦੀਆਂ ਹਨ। ਉਹ ਬਣਾਉਟੀ ਗੁਰੂ ਪ੍ਰਭ ਦੀ ਦਰਗਹਾ ਵਿੱਚ ਨਹੀਂ ਜਾਂਦੇ, ਗੱਪਾਂ ਇਥੇ ਹੀ ਰਹਿੰਦੀਆਂ ਹਨ। ਉਹ ਮਨ ਦੀਆਂ ਇੰਦ੍ਰੀਆਂ ਦੇ ਕਾਬੂ ਤੋਂ ਬਾਹਰ ਨਹੀਂ ਆ ਸਕਦੇ, ਉਹਨਾਂ ਨੂੰ ਪ੍ਰਾਪਤੀ, ਮੁਕਤੀ ਬਖਸ਼ਿਸ਼ ਨਹੀਂ ਹੁੰਦੀ।

His true devotee always begs that his one tongue become many lakhs and God blesses him with devotion to sing His glory lakhs time from each tongue. The echo of His Word resonates within His heart. When the soul adopts that path, sometime the mind dreams various blessings. Various Holy Scriptures, worldly gurus describe various paths of meditation to become worthy of His consideration. Above all the best way to find the right path is to adopt and sing the glory of His Word with steady and stable belief in day-to-day life. The Merciful True Master blesses the soul with the right path of salvation.

Sometimes hearing the sermons of His true devotee even clever non-believers adopt religious robe and claim to be blessed by His grace. He claims to be blessed by His protection forever. He claims to fully knows Him and has the power to bless others. In this state of mind, the devotee may be dropped out of His protection. Once again, he becomes the creature of manure.

ਆਖਣਿ ਜੋਰੁ ਚੁਪੈ ਨਹ ਜੋਰੁ॥	Aakhan jor chupai nah jor.
ਜੋਰੁ ਨ ਮੰਗਣਿ ਦੇਣਿ ਨ ਜੋਰੁ॥	Jor na mangan dayn na jor.
ਜੋਰੁ ਨ ਜੀਵਣਿ ਮਰਣਿ ਨਹ ਜੋਰੁ॥	Jor na jeevan maran nah jor.
ਜੋਰੁ ਨ ਰਾਜਿ ਮਾਲਿ ਮਨਿ ਸੋਰੁ॥	Jor na raaj maal man sor.
ਜੋਰੁ ਨ ਸੁਰਤੀ ਗਿਆਨਿ ਵੀਚਾਰਿ॥	Jor na surtee gi-aan veechaar.

ਜੋਰੁ ਨ ਜੁਗਤੀ ਛੁਟੈ ਸੰਸਾਰੁ॥ Jor na jugtee chhutai sansaar.
ਜਸੁ ਹਥਿ ਜੋਰੁ ਕਰਿ ਵੇਖੈ ਸੋਇ॥ Jis hath jor kar vaykhai so-ay.
ਨਾਨਕ ਉਤਮੁ ਨੀਚੁ ਨ ਕੋਇ॥੩੩॥ Nanak utam neech na ko-ay. ||33||

ਹਰਇੱਕ ਜੀਵ, ਪ੍ਰਭ ਦੇ ਅਧੀਨ ਹੈ, ਪ੍ਰਭ ਦੀ ਮਰਜ਼ੀ ਤੋਂ ਬਿਨਾਂ ਜੀਵ ਵਿੱਚ ਬੋਲਣ, ਚੁੱਪ ਰਹਿਣ ਦਾ ਵੀ ਜ਼ੋਰ ਨਹੀਂ ਹੈ, ਉਸ ਦੀ ਆਤਮਾ ਚੁੱਪ ਜਾ ਸ਼ਾਂਤ ਨਹੀਂ ਹੋ ਸਕਦੀ । ਜੀਵ ਵਿੱਚ ਇਤਨੀ ਸ਼ਕਤੀ ਨਹੀਂ ਕਿ ਆਪਣੀ ਮਰਜ਼ੀ ਨਾਲ ਮੰਗ ਸਕੇ, ਕੇਵਲ ਉਹ ਹੀ ਕੁਝ ਮੰਗ ਸਕਦਾ ਹੈ, ਜਿਹੜੀ ਮੰਗਣ ਦੀ ਭਾਵਨਾ ਪ੍ਰਭ ਉਸ ਦੇ ਮਨ ਵਿੱਚ ਪੈਦਾ ਕਰਦਾ ਹੈ । ਕਿਸੇ ਵਿੱਚ ਦਾਨ ਦੇਣ ਦੀ ਵੀ ਸਮਰਥਾ ਨਹੀਂ, ਆਪਣੀ ਮਰਜ਼ੀ ਨਾਲ ਦਾਨ ਨਹੀਂ ਦੇ ਸਕਦਾ ਹੈ । ਇਸਤਰ੍ਹਾਂ ਕਿਸੇ ਜੀਵ ਦਾ ਜੀਵਨ ਜਾ ਮਰਨ ਦੇ ਸਮੇਂ ਤੇ ਕੋਈ ਜ਼ੋਰ, ਕਾਬੂ ਨਹੀਂ ਹੈ, ਕਿ ਉਹ ਆਪਣੀ ਉਮਰ ਲੰਮੀ ਜਾ ਛੋਟੀ ਨਹੀਂ ਕਰ ਸਕਦਾ, ਮੌਤ ਦਾ ਸਮਾਂ ਨਿਯਤ ਨਹੀਂ ਕਰ ਸਕਦਾ । ਕੋਈ ਵੀ ਲਿਖੇ ਤੋਂ ਇੱਕ ਪਲ ਵੀ ਪਹਿਲੇ ਮਰ ਨਹੀਂ ਸਕਦਾ ਹੈ । ਕਿਸੇ ਵਿੱਚ ਸਿਮਰਨ ਕਰਨ ਦੀ ਸਮਰਥਾ ਨਹੀਂ, ਆਪਣੀ ਬੰਦਗੀ ਨਾਲ ਮੁਕਤੀ, ਜਨਮ ਮਰਨ ਦਾ ਚੱਕਰ ਖਤਮ ਨਹੀਂ ਕਰ ਸਕਦਾ ਹੈ । ਅਗਰ ਕੋਈ ਸਮਝਦਾ ਹੈ, ਪ੍ਰਭ ਦੀ ਰਹਿਮਤ ਬਿਨਾਂ ਜਨਮ ਮਰਨ ਤੋਂ ਮੁਕਤੀ ਪਾ ਸਕਦਾ ਹੈ । ਉਹ ਇਹ ਪਰਖ ਕੇ ਵੇਖ ਲਵੇ, ਸਾਰੀ ਸ੍ਰਿਸ਼ਟੀ ਵਿੱਚ ਸਭ ਕੁਝ ਪ੍ਰਭ ਦੇ ਹੁਕਮ ਅਨੁਸਾਰ ਹੀ ਹੁੰਦਾ ਹੈ । ਉਚੀ, ਨੀਵੀ, ਚੰਗੀ, ਮਾੜੀ ਜੂੰਨ ਵਿੱਚ ਮਰਜ਼ੀ ਨਾਲ ਨਹੀਂ ਜਾ ਸਕਦਾ ।

No one has any power of his own to do anything. He does not have any control on his tongue to speak or to be quiet. He does not have any power to beg or give charity. He cannot control the time of his death. He does not control any events of his worldly life. No one can die or born even a moment before prewritten time. All his thoughts are suspicions of his mind. He does not have any power to meditate nor blessed with salvation by his own meditation. Whosoever self-minded thinks he has any power to be accepted in His court without adopting the teachings of His Word may try to verify that truth! He created all creatures and there is no upper or lower class. You should surrender to His command and sing His glory.

ਰਾਤੀ ਰੁਤੀ ਥਿਤੀ ਵਾਰ॥ Raatee rutee thitee vaar.
ਪਵਣ ਪਾਣੀ ਅਗਨੀ ਪਾਤਾਲ॥ Pavan paanee agnee paataal.
ਤਿਸੁ ਵਿਚਿ ਧਰਤੀ ਥਾਪਿ ਰਖੀ ਧਰਮ ਸਾਲ॥ Tis vich Dhartee thaap rakhee Dharam saal.
ਤਿਸੁ ਵਿਚਿ ਜੀਅ ਜੁਗਤਿ ਕੇ ਰੰਗ॥ Tis vich jee-a jugat kay rang.
ਤਿਨ ਕੇ ਨਾਮ ਅਨੇਕ ਅਨੰਤ॥ Tin kay naam anayk anant.
ਕਰਮੀ ਕਰਮੀ ਹੋਇ ਵੀਚਾਰੁ॥ Karmee karmee ho-ay veechaar.
ਸਚਾ ਆਪਿ ਸਚਾ ਦਰਬਾਰੁ॥ Sachaa aap sachaa darbaar.
ਤਿਥੈ ਸੋਹਨਿ ਪੰਚ ਪਰਵਾਣੁ॥ Tithai sohan panch parvaan.
ਨਦਰੀ ਕਰਮਿ ਪਵੈ ਨੀਸਾਣੁ॥ Nadree karam pavai neesaan.
ਕਚ ਪਕਾਈ ਓਥੈ ਪਾਇ॥ Kach pakaa-ee othai paa-ay.
ਨਾਨਕ ਗਇਆ ਜਾਪੈ ਜਾਇ॥੩੪॥ Naanak ga-i-aa jaapai jaa-ay. ||34||

ਸੰਸਾਰਕ ਗੁਰੂਆਂ ਨੇ ਵੱਖਰੇ ਵੱਖਰੇ ਢੰਗ, ਸਮੇਂ, ਰੁੱਤ, ਸਦੀ , ਜਗ੍ਹਾ ਸਿਮਰਨ ਕਰਨ, ਉਸ ਦੀ ਕ੍ਰਿਪਾ ਪ੍ਰਾਪਤ ਕਰਨ ਦੇ ਦੱਸੇ ਹਨ । ਪ੍ਰਭ ਨੇ ਹਵਾ, ਪਾਣੀ, ਅਗਨੀ, ਪਤਾਲ ਬਣਾਏ ਹਨ, ਇਸ ਧਰਤੀ ਨੂੰ ਧਰਮ (ਨਿਯਮ, ਅਸੂਲ) ਦੀ ਜਗ੍ਹਾ ਬਣਾ ਕੇ ਸਥਾਪਨ ਕੀਤਾ ਹੈ । ਇਹ ਉਸ ਦੇ ਬਣਾਏ ਹੋਏ ਨਿਯਮ (ਧਰਮ) ਅਨੁਸਾਰ ਹੀ ਚਲਦੇ ਹਨ । ਅਸਲ ਵਿੱਚ ਸਿਮਰਨ ਕਰਨ ਲਈ, ਹਰ ਵਕਤ, ਸਮਾਂ, ਦਿਨ, ਰਾਤ, ਰੁੱਤ, ਥਿਤੀ, ਭੇਖ, ਆਸਣ, ਢੰਗ ਸਭ ਠੀਕ ਹੈ । ਜਦੋਂ ਵੀ ਸਿਮਰਨ ਕਰੋ! ਸਭ ਠੀਕ ਹੀ ਹੈ । ਆਪਣੇ ਜੀਵਨ ਵਿੱਚ ਉਹ ਨਿਯਮ, ਸ਼ਬਦ ਦੇ ਗੁਣ ਧਾਰਨ ਕਰਨਾ ਹੀ ਸਭ ਤੋਂ ਵੱਡੀ ਪੂਜਾ, ਭੇਟਾ ਹੈ । ਦੂਸਰੀਆਂ ਲਈ ਦਇਆ, ਆਪਣੇ ਲਈ ਧੀਰਜ, ਸੰਤੋਖ ਅਸਲੀ ਬੰਦਗੀ ਹੈ । ਪ੍ਰਭ ਨੇ ਆਪਣੇ ਹੁਕਮ ਦੇ ਵਿੱਚ ਹੀ, ਇਸ ਸਾਰੇ ਸੰਸਾਰ ਨੂੰ ਬਣਾਇਆ ਹੈ । ਇਸ ਧਰਤੀ ਤੇ ਕਈ ਕਿਸਮਾਂ ਦੇ ਜੀਵ ਪੈਦਾ ਕੀਤੇ ਹਨ । ਉਹਨਾਂ ਦੇ ਜੀਵਨ ਦੇ ਕਈ ਕਿਸਮਾਂ ਦੇ ਢੰਗ, ਜੁਗਤੀਆਂ, ਨਿਯਮ ਹਨ । ਇਹਨਾਂ

ਜੀਵਾਂ ਦੇ ਵੱਖਰੇ ਵੱਖਰੇ ਨਾਮ, ਰੰਗ ਹਨ, ਇਹ ਸਭ ਗਿਣਤੀ ਤੋਂ ਰਹਿਤ ਹਨ । ਇਹਨਾਂ ਦੇ ਅਨੇਕਾਂ ਹੀ ਵੱਖਰੇ ਵੱਖਰੇ ਕਰਤਬ ਹਨ । ਜਿਸਤਰ੍ਹਾਂ ਦਾ ਜੀਵ ਕਰਮ ਕਰਦਾ ਹੈ, ਉਸ ਅਨੁਸਾਰ ਹੀ ਅੱਗੇ ਪ੍ਰਲੋਕ ਵਿੱਚ ਫਲ ਬਖਸ਼ਿਸ਼ ਹੁੰਦਾ ਹੈ । ਉਸ ਦੇ ਕਰਮਾਂ ਦਾ ਨਿਰਨਾ ਕੀਤਾ ਜਾਂਦਾ ਹੈ, ਕਿ ਕਿਸੇ ਨੂੰ ਕੀ ਫਲ ਮਿਲੇਗਾ? ਪ੍ਰਭ ਦੇ ਦਰਬਾਰ ਵਿੱਚ ਸਦਾ ਇਨਸਾਫ ਹੀ ਕੀਤਾ ਜਾਂਦਾ ਹੈ । ਦਰਬਾਰ ਵਿੱਚ ਕੱਚੇ, ਪੱਕੇ ਕਰਮਾਂ ਵਾਲੇ ਦੇ ਕੰਮਾਂ ਦਾ ਨਿਰਨਾ, ਪਰਖ ਹੁੰਦੀ ਹੈ । ਚੰਗੇ ਅਤੇ ਮੰਦੇ ਕਰਮਾਂ ਦੇ ਅਨੁਸਾਰ ਫਲ ਬਖਸ਼ਿਸ਼ ਹੁੰਦਾ ਹੈ । ਉਸ ਦੇ ਦਰਬਾਰ ਵਿੱਚ ਝੂਠ, ਜਾ ਕਿਸੇ ਦਾ ਹੱਕ ਨਹੀਂ ਮਾਰਿਆ ਜਾਂਦਾ । ਜਿਹੜੇ ਜੀਵਾਂ ਨੂੰ ਉਸ ਦੀ ਪ੍ਰਾਪਤੀ ਹੋਈ ਹੈ, ਜਨਮ ਮਰਨ ਦੇ ਦੁਖਾਂ ਤੋਂ ਰਹਿਤ ਹੋ ਗਏ ਹਨ । ਉਹ ਦਰਬਾਰ ਵਿੱਚ ਹਾਜ਼ਰ, ਮੁਖੀ ਹਨ, ਉਹ ਪ੍ਰਭ ਨੂੰ ਪ੍ਰਵਾਨ ਹੋ ਗਏ ਹਨ ।

Worldly gurus preach, define various day, time, seasons are auspicious for meditation. He has created air, water, fire and under world and has established earth as a throne to meditate on His Word. He has blessed each creature knowledge how to meditate. Anytime meditating on His Word and singing His glory is fortunate time. He is known by many names and there are many Holy Scriptures to sing His glory.

Adopting His Word in day-to-day life and forgiving other of their mistakes, evil deed is one of the superb virtues.

He had created creatures of various kind and color; soul goes into various bodies as a reward of deeds of her previous life.

Whose meditation may be accepted, he may be honored, blessed in His court. By His mercy, soul may adopt His Word in life and may be blessed with the right path. Only by His grace, any of His creature can meditate on His Word; his meditation is evaluated and rewarded in His court.

ਧਰਮ ਖੰਡ ਕਾ ਏਹੋ ਧਰਮੁ॥	dharam khand kaa ayho Dharam.
ਗਿਆਨ ਖੰਡ ਕਾ ਆਖਹੁ ਕਰਮੁ॥	gi-aan khand kaa aakhhu karam.
ਕੇਤੇ ਪਵਣ ਪਾਣੀ ਵੈਸੰਤਰ	kaytay pavan paanee vaisantar
ਕੇਤੇ ਕਾਨ ਮਹੇਸ॥	Kaytay kaan mahays.
ਕੇਤੇ ਬਰਮੇ ਘਾੜਤਿ ਘੜੀਅਹਿ	kaytay barmay ghaarhat gharhee-ahi
ਰੂਪ ਰੰਗ ਕੇ ਵੇਸ॥	roop rang kay vays.
ਕੇਤੀਆ ਕਰਮ ਭੂਮੀ ਮੇਰ	kaytee-aa karam bhoomee mayr
ਕੇਤੇ ਕੇਤੇ ਧੂ ਉਪਦੇਸ॥	kaytay kaytay Dhoo updays.
ਕੇਤੇ ਇੰਦ ਚੰਦ ਸੂਰ ਕੇਤੇ	kaytay ind chand soor kaytay
ਕੇਤੇ ਮੰਡਲ ਦੇਸ॥	kaytay mandal days.
ਕੇਤੇ ਸਿਧ ਬੁਧ ਨਾਥ	kaytay siDh buDh naath
ਕੇਤੇ ਕੇਤੇ ਦੇਵੀ ਵੇਸ॥	kaytay kaytay dayvee vays.
ਕੇਤੇ ਦੇਵ ਦਾਨਵ ਮੁਨਿ ਕੇਤੇ	kaytay dayv daanav mun kaytay
ਕੇਤੇ ਰਤਨ ਸਮੁੰਦ॥	kaytay ratan samund.
ਕੇਤੀਆ ਖਾਣੀ ਕੇਤੀਆ ਬਾਣੀ	kaytee-aa khaanee kaytee-aa banee
ਕੇਤੇ ਪਾਤ ਨਰਿੰਦ॥	kaytay paat narind.
ਕੇਤੀਆ ਸੁਰਤੀ ਸੇਵਕ ਕੇਤੇ	kaytee-aa surtee sayvak kaytay
ਨਾਨਕ ਅੰਤੁ ਨ ਅੰਤੁ॥੩੫॥	naanak ant na ant. ‖35‖

ਜਿਹੜਾ ਪ੍ਰਭ ਦੀ ਮਰਜ਼ੀ, ਬਣਾਏ ਹੋਏ ਨਿਯਮਾਂ (ਧਰਮ) ਨਾਲ ਜੀਵਨ ਢਾਲਦਾ ਹੈ । ਉਸ ਨੂੰ ਦਰਗਾਹ ਵਿੱਚ ਜਗ੍ਹਾ ਬਖਸ਼ਿਸ਼ ਹੋ ਸਕਦੀ ਹੈ । ਜਿਹਨਾਂ ਨੂੰ ਗਿਆਨ ਪ੍ਰਾਪਤ, ਰਹਿਮਤ ਬਖਸ਼ਿਸ਼ ਹੋ ਜਾਂਦੀ ਹੈ, ਉਹ ਆਤਮਾ ਆਪਣੀਆਂ ਇੰਦ੍ਰਿਆਂ ਤੇ ਕਾਬੂ ਪਾ ਲੈਂਦੀ ਹੈ । ਉਸ ਨੂੰ ਹੋਂਦ ਅਨੁਭਵ ਹੋ ਜਾਂਦੀ ਹੈ, ਪ੍ਰਕਾਸ਼, ਗਿਆਨ, ਸ਼ਬਦ ਮਨ ਵਿੱਚ ਜਾਗਰਤ ਹੋ ਜਾਂਦਾ ਹੈ । ਉਸ ਦਾ ਹੁਕਮ ਹਰਇੱਕ ਉਪਰ ਹੀ ਚਲਦਾ ਹੈ । ਉਸ ਨੂੰ ਅਨੇਕਾਂ ਹੀ ਕਰਤਬਾਂ, ਅਨੇਕਾਂ ਕਿਸਮਾਂ ਦੀਆਂ ਹਵਾਂ (ਪਵਣ), ਪਾਣੀ, ਅਨੇਕ ਕਿਸਮਾਂ ਦੀਆਂ (ਵੇਸੰਤਰ) ਅੱਗਨੀਆਂ, ਦਾ ਗਿਆਨ ਹੋ ਜਾਂਦਾ ਹੈ । ਕਿਤਨੇ ਹੀ ਕ੍ਰਿਸਨ, ਸ਼ਿਵ ਜੀ

ਵਰਗੇ ਅਵਤਾਰ, ਬ੍ਰਹਮਾਂ ਉਸ ਦੇ ਹੁਕਮ ਅਨੁਸਾਰ ਸ੍ਰਿਸ਼ਟੀ ਨੂੰ ਹਰ ਪਲ ਸਾਜਦੇ ਹਨ । ਅਨੇਕਾਂ ਹੀ ਕਿਸਮਾਂ, ਰੰਗਾਂ, ਦੇ ਜੀਵ ਪੈਦਾ ਕੀਤੇ, ਅਨੇਕ ਹੀ ਕਿਸਮਾਂ ਦੀਆਂ ਧਰਤੀਆਂ, ਅਨੇਕ ਹੀ ਧ੍ਰ ਭਗਤ ਹੋਏ । ਕਿਤਨੇ ਹੀ ਉਹਨਾਂ ਧ੍ਰਾਂ ਨੂੰ ਉਪਦੇਸ ਦੇਣ ਵਾਲੇ ਨਾਰਦ ਮੁੰਨੀ, ਇੰਦਰ, ਚੰਦ, ਸੂਰਜ, ਸਿੱਧ, ਨਾਥ, ਬੁਧ, ਮਾਹਬੀਰ, ਦੇਵੀਆਂ ਹਨ । ਕਿਤਨੇ ਹੀ ਮੰਡਲ (ਖੰਡ), ਦੇਸ, ਅਕਾਸ਼, ਕਿਤਨੇ ਹੀ ਕਿਸਮਾਂ ਦੇ ਸੁਮੰਦਰ ਹਨ । ਕਿਤਨੇ ਹੀ ਕਿਸਮਾਂ ਦੇ ਉਹਨਾਂ ਵਿੱਚ ਪਦਾਰਥ, ਕਿਤਨੇ ਹੀ ਜੀਵ ਉਹਨਾਂ ਵਿੱਚ ਰਹਿੰਦੇ, ਕਿਸਮਾਂ ਦੀਆਂ ਬੋਲੀਆਂ ਹਨ । ਕਿਤਨੀ ਕਿਸਮਾਂ ਦੀਆਂ ਬਾਣੀਆਂ, ਸਾਸਤ੍ਰ ਹਨ, ਉਸ ਨੂੰ ਸਿਮਰਨ ਕਰਨ ਦੇ, ਕਿਤਨੇ ਹੀ (ਪਾਤ) ਤਖਤ ਹਨ? ਅਨੇਕਾਂ ਹੀ ਮਾਲਕ (ਨਰਿੰਦ) ਰਾਜੇ ਹਨ, ਕਿਤਨੀਆਂ ਹੀ ਉਸ ਦੀਆਂ ਫੋਜਾਂ ਹਨ । ਉਸ ਨੂੰ ਗਿਆਨ ਹੋ ਜਾਂਦਾ ਹੈ, ਅਨੇਕ ਹੀ ਪ੍ਰਭ ਦੀਆਂ ਸੁਰਤੀਆਂ ਹਨ । ਦ੍ਰਿਸ਼ਟੀ ਵਿੱਚ ਆਉਣ ਵਾਲੀਆਂ ਚੀਜਾਂ ਦਾ ਅੰਤ ਨਹੀਂ ਆਉਂਦਾ, ਅੰਤ ਪਾਉਣ ਵਾਲੇ ਆਪਣਾ ਜੀਵਨ ਭੋ ਕੇ ਇਸ ਸੰਸਾਰ ਵਿੱਚੋ ਚਲੇ ਜਾਂਦੇ ਹਨ । ਜਦੋਂ ਗਿਆਨ ਵਾਲੇ ਦੀ ਦ੍ਰਿਸ਼ਟੀ ਖੁਲ੍ਹਦੀ ਹੈ ਤਾਂ ਇਹ ਬੇਅੰਤ ਹੀ ਚੀਜਾਂ ਉਸ ਨੂੰ ਦਿੱਸਣ ਲੱਗ ਪੈਂਦੀਆਂ ਹਨ ।

When His devotee adopts the teachings of His Word in day-to-day life and develops discipline in his life. He understands the deeds need to be done by following His teachings. He realizes that there are many kinds of air, waters, fires, prophets, and angels. He realizes there are many Brahmas creating new creations with various shapes and colors. There are countless devotees and prophets preaching His Word. There are countless Suns, Moons, and universes. There are countless blessed souls, rivers, and oceans. There are countless Holy scriptures and devotees absorbed in His Word. There is no limit of His Creation

ਗਿਆਨ ਖੰਡ ਮਹਿ ਗਿਆਨੁ ਪਰਚੰਡੁ॥	gi-aan khand meh gi-aan parchand.
ਤਿਥੈ ਨਾਦ ਬਿਨੋਦ ਕੋਡ ਅਨੰਦੁ॥	tithai naad binod kod anand.
ਸਰਮ ਖੰਡ ਕੀ ਬਾਣੀ ਰੂਪੁ॥	saram khand kee banee roop.
ਤਿਥੈ ਘਾੜਤਿ ਘੜੀਐ ਬਹੁਤੁ ਅਨੂਪੁ॥	tithai ghaarhat gharhee-ai bahut anoop.
ਤਾ ਕੀਆ ਗਲਾ ਕਥੀਆ ਨਾ ਜਾਹਿ॥	taa kee-aa galaa kathee-aa naa jaahi.
ਜੇ ਕੋ ਕਹੈ ਪਿਛੈ ਪਛੁਤਾਇ॥	jay ko kahai pichhai pachhutaa-ay.
ਤਿਥੈ ਘੜੀਐ ਸੁਰਤਿ	tithai gharhee-ai surat
ਮਤਿ ਮਨਿ ਬੁਧਿ॥	mat man buDh.
ਤਿਥੈ ਘੜੀਐ ਸੁਰਾ	tithai gharhee-ai suraa
ਸਿਧਾ ਕੀ ਸੁਧਿ॥੩੬॥	siDhaa kee suDh. ||36||

ਜਦੋਂ ਪ੍ਰਭ ਦਾ ਸੇਵਕ ਗਿਆਨ ਕਾਂਡ ਵਿੱਚ ਪਹੁੰਚਦਾ ਹੈ । ਉਸ ਵੇਲੇ ਵਿਸ਼ੇਸ਼ ਕਰਕੇ ਚੰਡੂ ਤਿਥਾ ਗਿਆਨ, ਬੋਲਨ ਵਾਲਾ ਗਿਆਨ ਪ੍ਰਗਟ ਹੁੰਦਾ ਹੈ । ਜੀਵ ਨੂੰ ਉਸ ਦੀ ਧੁਨ ਸੁਣਨ ਦਾ, ਦਰਸ਼ਨ ਕਰਨ ਦਾ ਅਨੰਦ ਬਖਸ਼ਿਸ਼ ਹੁੰਦਾ ਹੈ । ਉਸ ਨੂੰ ਪ੍ਰਭ ਜੀਉਂਦਾ ਜਾਗਦਾ ਮਹਿਸੂਸ ਹੁੰਦਾ ਹੈ, ਉਸ ਦੇ ਦਰਸ਼ਨ ਕਰਕੇ ਗੂੜਾ ਅਨੰਦ ਮਹਿਸੂਸ ਹੁੰਦਾ ਹੈ । ਜਿਹੜੇ ਸ਼ਰਮ ਖੰਡ ਨੂੰ ਆਪਣੇ ਜੀਵਨ ਦਾ ਅਸੂਲ, ਨਿਯਮ ਬਣਾ ਲੈਂਦੇ ਹਨ, ਉਹਨਾਂ ਦੀ ਬਾਣੀ (ਰੂਪ) ਸਫਾਈ ਵਾਲੀ ਹੋ ਜਾਂਦੀ ਹੈ, ਲਾਲਚ ਲਿਪਸਾ ਵਾਲੀ, ਠੱਗੀ ਵਾਲੀ, ਦਿੱਲ ਕਾਤੀ, ਗੁੜ ਵਾਤਾ ਬਾਣੀ ਨਹੀਂ ਬੋਲਦੇ । ਸਫਾਈ ਵਾਲੀ, ਮਿੱਠੀ (ਰੂਪ) ਸਮੁੰਦਰ ਪਿਆਰੀ ਬਾਣੀ ਮੁੱਖ ਤੋਂ ਨਿਕਲਦੀ ਹੈ । ਪ੍ਰਭ ਦੇ ਸ਼ਬਦ ਰੂਪੀ ਗਹਿਣੇ, ਸ਼ੁਭ ਗੁਣਾਂ ਦੀ ਘਾੜਤ, ਮਾਨਸ ਦੀ ਉਪਮਾਂ ਤੋਂ ਰਹਿਤ ਘੜੀ ਜਾਂਦੀ ਹੈ । ਮਨ ਦੀ ਪਾਪਾਂ ਰੂਪੀ, ਅਗਿਆਨ ਰੂਪ ਮੈਲ ਸਭ ਮਿਟ ਜਾਂਦੀ ਹੈ । ਸ਼ਰਮ ਖੰਡੀਆਂ ਦਾ ਉਦਮ, ਕਮਾਈ, ਭਗਤੀ, ਪਿਆਰ, ਲਗਨ, ਗਿਆਨ ਵਾਲੇ ਕਰਤਬਾਂ ਹੁੰਦੇ ਹਨ । ਇਹ ਕਿਸੇ ਪਾਸੋਂ ਪੂਰਨ ਤਰ੍ਹਾਂ ਤੇ ਵਿਆਖਿਆ ਨਹੀਂ ਕੀਤੀ ਜਾ ਸਕਦੀ । ਉਸ ਦੇ ਗੁਣ ਬੇਅੰਤ, ਗਿਣਤੀ ਤੋਂ ਰਹਿਤ ਹਨ । ਉਸ ਦੀ ਸੰਗਤ ਵਿੱਚ (ਸੁਰਤਿ) ਚਿਤ, ਪ੍ਰਭ ਦਾ ਲਗਨ ਘੜਿਆ ਰਹਿੰਦਾ, ਚੇਤਾਵਨੀ ਮਿਟ ਜਾਂਦੀ ਹੈ । ਉਹਨਾਂ ਦੀ ਸੰਗਤ ਵਿੱਚ (ਮਤਿ) ਅਹੰਕਾਰ ਤੇ ਕਾਬੂ ਪਾਉਣ ਦਾ ਢੰਗ ਸਿੱਖਿਆ ਜਾਂਦਾ ਹੈ, ਮਨ ਦਾ ਸੰਕਲਪ ਮਿਟ ਜਾਂਦਾ ਹੈ । ਆਤਮਾ ਵੇਸ਼ਣੋਂ ਹੋ ਜਾਂਦੀ ਹੈ, ਅੰਤਰ-ਆਤਮਾ ਦੀ ਘਾੜਤ ਘੜੀ ਜਾਂਦੀ ਹੈ । ਉਹਨਾਂ ਦੀ ਸੰਗਤ ਕਰਨ ਕਰਕੇ (ਸੁਰਾ) ਦੇਵਤੇ, ਇਸਤਰ੍ਹਾਂ

ਬਣਦੇ ਹਨ । ਇਸ ਗਿਆਤ ਨੂੰ ਪਾਇਆ ਜਾ ਸਕਦਾ ਹੈ ਅਤੇ ਸਿਧ ਪੁਰਖਾ ਦੀ ਅਵਸਥਾ ਬਣ ਜਾਂਦੀ ਹੈ । ਇਸ ਦੀ ਵੀ ਗਿਆਤ ਘੜੀ ਜਾਂਦੀ ਹੈ, ਭਾਵ ਪਤਾ ਲਗ ਜਾਂਦਾ ਹੈ ।

When state of mind of devotee reaches enlightenment zone, he may be blessed with His Word and his tongue speaks His Word. His spoken words become His Word. He realizes His existence as if He is alive and walking with him all time. His mind conquers worldly desires and his words becomes pure. His soul becomes sanctified without any greed, attachment, ego. No one can fully describe His state of mind, as much one may praise still much more is left. If someone claims, he knows and can fully explain His state of mind. He soon realizes much more need to be said, he must repent. In this state of mind, wisdom and enlightenment of mind is developed and re-enforced. The soul becomes under His complete protection and his own existence is eliminated.

ਕਰਮ ਖੰਡ ਕੀ ਬਾਣੀ ਜੋਰੁ॥	karam khand kee banee jor.
ਤਿਥੈ ਹੋਰੁ ਨ ਕੋਈ ਹੋਰੁ॥	tithai hor na ko-ee hor.
ਤਿਥੈ ਜੋਧ ਮਹਾਬਲ ਸੂਰ॥	tithai joDh mahaabal soor.
ਤਿਨ ਮਹਿ ਰਾਮੁ ਰਹਿਆ ਭਰਪੂਰ॥	tin meh raam rahi-aa bharpoor.
ਤਿਥੈ ਸੀਤੋ ਸੀਤਾ ਮਹਿਮਾ ਮਾਹਿ॥	tithai seeto seetaa mahimaa maahi.
ਤਾ ਕੇ ਰੂਪ ਨ ਕਥਨੇ ਜਾਹਿ॥	taa kay roop na kathnay jaahi.
ਨਾ ਓਹਿ ਮਰਹਿ ਨ ਠਾਗੇ ਜਾਹਿ॥	naa ohi mareh na thaagay jaahi.
ਜਿਨ ਕੈ ਰਾਮੁ ਵਸੈ ਮਨ ਮਾਹਿ॥	jin kai raam vasai man maahi.
ਤਿਥੈ ਭਗਤ ਵਸਹਿ ਕੇ ਲੋਅ॥	tithai bhagat vaseh kay lo-a.
ਕਰਹਿ ਅਨੰਦੁ ਸਚਾ ਮਨਿ ਸੋਇ॥	karahi anand sachaa man so-ay.
ਸਚ ਖੰਡਿ ਵਸੈ ਨਿਰੰਕਾਰੁ॥	sach khand vasai nirankaar.
ਕਰਿ ਕਰਿ ਵੇਖੈ ਨਦਰਿ ਨਿਹਾਲ॥	kar kar vaykhai nadar nihaal.
ਤਿਥੈ ਖੰਡ ਮੰਡਲ ਵਰਭੰਡ॥	tithai khand mandal varbhand.
ਜੇ ਕੋ ਕਥੈ ਤ ਅੰਤ ਨ ਅੰਤ॥	jay ko kathai ta ant na ant.
ਤਿਥੈ ਲੋਅ ਲੋਅ ਆਕਾਰ॥	tithai lo-a lo-a aakaar.
ਜਿਵ ਜਿਵ ਹੁਕਮੁ ਤਿਵੈ ਤਿਵ ਕਾਰ॥	jiv jiv hukam tivai tiv kaar.
ਵੇਖੈ ਵਿਗਸੈ ਕਰਿ ਵੀਚਾਰੁ॥	vaykhai vigsai kar veechaar.
ਨਾਨਕ ਕਥਨਾ ਕਰੜਾ ਸਾਰੁ॥੩੭॥	naanak kathnaa karrhaa saar. ||37||

ਕਰਮ, ਭਗਤੀ ਦੀ ਕਮਾਈ ਦਾ ਨਾਮ ਹੈ । ਜਿਸ ਨੇ ਸਿਮਰਨ, ਸ਼ਬਦ ਦੀ ਕਮਾਈ ਕੀਤੀ, ਉਸ ਨੂੰ ਇਹ ਖੰਡ ਬਖਸ਼ਿਸ਼ ਹੁੰਦਾ ਹੈ । ਇਹ ਕਮਾਈ ਵਿੱਚ ਜ਼ੋਰ, ਬਲ, ਸ਼ਕਤੀ ਹੁੰਦੀ ਹੈ, ਉਸ ਦੇ ਬੋਲ ਪੂਰੇ ਹੋ ਜਾਂਦੇ ਹਨ । ਉਸ ਦੇ ਮੁੱਖ ਤੋਂ ਨਿਕਲੇ ਬਚਨ ਬਿਰਥੇ ਨਹੀਂ ਜਾਂਦੇ । ਇਸ ਖੰਡ ਵਿੱਚ ਜਦੋਂ ਜੀਵ ਪਹੁੰਚਦਾ ਹੈ । ਉਸ ਨੂੰ ਹੋਰ ਕਿਸੇ ਕਿਸਮ ਦੀਆਂ ਰਿਧੀਆਂ, ਸਿੱਧੀਆਂ ਦੀ ਲੋੜ ਨਹੀਂ ਰਹਿੰਦੀ, ਨਾ ਹੀ ਹੋਰ ਪੂਜਾ ਕਰਾਉਣ ਦੀ ਭੁੱਖ ਰਹਿੰਦੀ ਹੈ । ਉਸ ਦਾ ਦੇਤਾ ਵਾਲਾ ਸੁਭਾਓ, ਸਭ ਕੁਝ ਉਥੇ (ਹੋਰ) ਹੋੜ, ਭਾਵ ਰੋਕ ਦਿੱਤਾ ਹੈ । ਇਸ ਖੰਡ ਵਿੱਚ (ਜੋਧ-ਜੋਧੇ) ਰਥੀ (ਮਾਹਬਲ) ਜਿਹੜੇ ਮਹਾਰਥੀ, (ਸੂਰ) ਸੂਰਮੇ ਜਿਹੜੇ ਅਰਥੀ ਹਨ ਉਹ ਹੀ ਉਥੇ ਪਹੁੰਚਦੇ ਹਨ । ਜਿਸ ਨੂੰ ਇਹ ਅਵਸਥਾ ਬਖਸ਼ਿਸ਼ ਹੁੰਦੀ ਹੈ, ਉਸ ਦੇ ਹਿਰਦੇ ਵਿੱਚ (ਰਾਮੁ) ਪ੍ਰਭ ਦੇ ਸ਼ਬਦ ਦੀ ਧੁਨ ਸਦਾ ਹੀ ਚਲਦੀ ਹੈ । ਰੋਮ ਰੋਮ ਵਿੱਚ, ਪ੍ਰਭ ਤੋਂ ਬਿਨਾਂ ਹੋਰ ਕਿਸੇ ਵਿੱਚ ਚਿਤ ਨਹੀਂ ਜੁੜਿਆ ਹੋਇਆ, ਹਮੇਸ਼ਾਂ ਹੀ ਪ੍ਰਭ ਦੀ ਉਸਤਤ ਵਿੱਚ ਹੀ (ਸੀਤੋ) ਸੀਤਲ, ਠੰਢੇ ਹੋ ਕੇ ਮਸਤ ਰਹਿੰਦੇ ਹਨ । ਉਹਨਾਂ ਦੇ ਮਨ ਦੀ ਸਫਾਈ ਨਿਰਵਿਕਾਰ ਜੀਵਨ ਕਿਸੇ ਪ੍ਰਕਾਰ ਵੀ ਪੂਰਨ ਕਥਨ, ਵਰਣਨ ਨਹੀਂ ਕੀਤਾ ਜਾ ਸਕਦਾ, ਮੁਕਤ, ਅਮਰ ਅਵਸਥਾ ਬਖਸ਼ਿਸ਼ ਹੋ ਜਾਂਦੀ ਹੈ । ਉਹਨਾਂ ਨੂੰ ਸੰਸਾਰਕ ਇੱਛਾਂ, ਗਲਤ ਕੰਮਾਂ ਵਿੱਚ ਭਟਕਣ ਨਹੀਂ ਹੁੰਦੀ, ਭਾਵ ਠੱਗੇ ਨਹੀਂ ਜਾਂਦੇ । ਜਿਹਨਾਂ ਜੀਵਾਂ ਦੇ ਮਨ ਵਿੱਚ (ਰਾਮ) ਪ੍ਰਭ ਪ੍ਰਤੱਖ ਹੋ ਕੇ ਵਸਦਾ, ਨਿਵਾਸ ਕਰਦਾ ਹੈ, ਉਹ ਸ਼੍ਰੋਮਣੀ ਪ੍ਰਭ ਵਿੱਚ ਅਭੇਦ ਹੋ ਜਾਂਦੇ, ਮੁਕਤੀ ਬਖਸ਼ਿਸ਼ ਹੋ ਜਾਂਦੀ, ਜਨਮ ਮਰਨ ਤੋਂ ਰਹਿਤ ਹੋ ਜਾਂਦੇ ਹਨ । ਕਰਮ ਖੰਡ ਦੀ ਅਵਸਥਾ ਵਿੱਚ (ਕੇ) ਕਿਤਨੇ ਹੀ (ਲੋਅ) ਸਰੂਪ ਦੇ ਪ੍ਰਕਾਸ਼ ਵਾਲੇ ਹਨ,

ਕਿਤਨੇ ਹੀ (ਲੋਅ) ਲੋਕਾਂ ਦੇ ਭਗਤ, ਕੋਈ ਕਿਸੇ ਲੋਕ ਦਾ, ਕੋਈ ਕਿਸੇ ਲੋਕ ਦਾ ਵਸਦੇ, ਬਖਸ਼ਿਸ਼ ਦੇ ਖੰਡ ਵਿੱਚ, ਉਹ ਅਨੰਦ ਮਾਨਦੇ ਹਨ । ਉਥੇ ਸੱਚਖੰਡ ਰੂਪ ਦਰਬਾਰ ਵਿੱਚ ਜਿਹੜੇ ਗੁਰਮਖ ਹਨ, ਉਹਨਾਂ ਦੀ ਬਿਰਤੀ ਨਿੰਰਕਾਰ ਵਿੱਚ ਵਸ ਜਾਂਦੀ ਹੈ । ਉਹਨਾਂ ਦੇ ਮਾਇਕੀ ਅਕਾਰ ਦੂਰ ਹੋ ਜਾਂਦੇ ਹਨ ਨਿਰੰਕਾਰ ਵਿੱਚ ਚਿਤ ਲੀਨ ਹੋ ਜਾਂਦਾ ਹੈ । ਜਿਹਨਾਂ ਨੇ ਪ੍ਰਭ ਦਾ ਸਿਮਰਨ ਕੀਤਾ, ਸਰਵਨ ਕੀਤਾ, ਜੀਵਨ ਢਾਲਿਆ ਹੈ । ਪ੍ਰਭ ਉਹਨਾਂ ਤੇ ਕ੍ਰਿਪਾ ਦ੍ਰਿਸਟੀ ਬਖਸ਼ਕੇ ਨਿਹਾਲ ਕਰਦਾ ਹੈ । ਉਹਨਾਂ ਨੂੰ ਉਸ ਦੀ ਜੋਤ ਸਰੂਪ ਅਨੁਭਵ ਹੁੰਦਾ ਹੈ, ਉਹਨਾਂ ਨੂੰ ਗਿਆਨ, ਮੁਕਤੀ ਪ੍ਰਾਪਤ ਹੋ ਜਾਂਦੀ ਹੈ, ਉਸ ਵਿੱਚ ਅਭੇਦ ਹੋ ਜਾਂਦੇ ਹਨ । ਇਸ ਅਵਸਥਾ ਵਿੱਚ ਮਨ ਦੀਆਂ ਇੰਦ੍ਰੀਆਂ ਕਾਮ, ਕਰੋਧ, ਲੋਭ ਆਦਿਕ, ਸਮੂੰਹ ਨੂੰ ਖੰਡ, ਖਤਮ ਕੀਤਾ ਹੈ । ਉਹਨਾਂ ਸ਼ੁਭ ਗੁਣਾਂ ਦਾ ਮੰਡਲ ਕੀਤਾ ਹੈ, ਸਦਾ ਸ਼ਾਂਤ ਚਿਤ ਰਹਿੰਦੇ ਹਨ, ਨਿਰਵਿਕਾਰ ਜੀਵਨ, ਅਤੇ ਉਹ (ਵਰਭੰਡ) (ਵਰ) ਸ਼ੇਸਟ (ਭੰਡ) ਪਾਤਰ ਹਨ । ਪ੍ਰਭ ਦੀ ਪ੍ਰਾਪਤੀ ਵਾਲੇ, ਵੱਡੇ (ਭੰਡ) ਭਾਂਡੇ ਦੀ ਨਿਆਈ ਸਾਰਾ ਬ੍ਰਹਮੰਡ ਹੀ ਉਹਨਾਂ ਦਾ ਅਕਾਰ ਬਣਿਆ ਹੋਇਆ ਹੈ । ਉਹਨਾਂ ਦੀ ਦ੍ਰਿਸ਼ਟੀ ਦਾ ਕੋਈ ਪੂਰਨ ਕਥਨ ਨਹੀਂ ਕਰ ਸਕਦਾ, ਉਹਨਾਂ ਦਾ ਅੰਤ ਨਹੀਂ ਪਾਇਆ ਜਾ ਸਕਦਾ, ਕਥਨ ਕਰਨਵਾਲੇ, ਕਥਨ ਕਰਦੇ ਜ਼ਿਦੰਗੀ ਭੋਗ ਕੇ ਚਲੇ ਜਾਂਦੇ ਹਨ । ਉਸ ਸੱਚਖੰਡ ਵਿੱਚ ਜਦੋਂ ਬਿਰਤੀ ਨਿਰੋਧ ਹੋ ਜਾਂਦੀ ਹੈ, ਹਿਰਦੇ ਵਿੱਚ ਵੀ, ਦਸਮ ਦੁਆਰ ਵਿੱਚ ਵੀ ਉਹ ਸਪੂਰਨ ਸਾਖਿਆਤ ਹੋ ਜਾਂਦਾ ਹੈ । ਉਸ ਸਰੂਪ ਬਾਬਤ ਕਥਨ ਕਰਦੇ ਹਨ! ਉਥੇ (ਲੋਅ, ਲੋਅ) ਪ੍ਰਕਾਸ਼ ਹੀ ਵਾਲੇ ਅਕਾਰ ਹਨ, ਹੱਡ ਚੱਮ ਦੇ ਅਕਾਰ ਨਹੀਂ ਹਨ । ਉਹ ਪ੍ਰਕਾਸ਼ ਰੂਪ ਪ੍ਰਾਪਤ ਕਰਕੇ, ਪ੍ਰਕਾਸ਼ ਰੂਪ ਵਿੱਚ ਅਭੇਦ ਹੋ ਜਾਂਦੇ ਹਨ । ਜਿਸਤਰ੍ਹਾਂ ਦਾ ਪ੍ਰਭ ਦਾ ਹੁਕਮ ਹੁੰਦਾ ਹੈ, ਉਸ ਤਰ੍ਹਾਂ ਹੀ ਕੰਮ ਕਰਦੇ ਹਨ । ਇਹ ਪ੍ਰਤਾਪ ਪਾ ਕੇ ਵੀ ਹੁਕਮ ਵਿੱਚ ਹੀ ਰਹਿੰਦੇ, ਨਿਮ੍ਰਤਾ ਵਾਲੇ ਬਣੇ ਰਹਿੰਦੇ ਹਨ । ਉਹ ਪ੍ਰਭ ਦਾ ਇਸ ਪ੍ਰਕਾਰ ਵਿਚਾਰ ਕਰਕੇ ਉਸ ਨੂੰ ਵੇਖ ਲੈਂਦੇ ਹਨ ਅਤੇ (ਵਿਗਸੈ) ਬਹੁਤ ਹੀ ਪ੍ਰਸੰਨ ਰਹਿੰਦੇ ਹਨ । ਜਿਹਨਾਂ ਨੂੰ ਇਹ ਅਵਸਥਾ ਬਖਸ਼ਿਸ਼ ਹੋ ਜਾਂਦੀ ਹੈ । ਉਹਨਾਂ ਦੀ ਦਿਸ਼ਾ, ਹਾਲਤ, ਲਗਨ, ਨੂੰ (ਕਥਨ) ਵਰਣਨ ਕਰਨਾ ਬੁਹਤ ਹੀ ਕਠਨ ਹੈ ।

Karam Khand is the name of wealth of His Word, wealth of meditation. Only those who earns the wealth of His Word may be blessed with this state of mind. In this state of mind, his soul becomes fearless and His blessings are overwhelmed within. His mind is in complete bliss of His Word and his state of mind cannot be fully described. His cycle of birth and death may be eliminated and His Word may be drenched in each fiber of his soul. In this state of mind, there is no shape, body, structure, or form, only soul, a ray of light exists. These souls are in harmony with The Holy Spirit. One and Only One, God, resides and wherever this ray of light falls, those souls are blessed. The origin of souls cannot be fully described and is limitless. Souls from various universes perform with the command of His Word. They do not have their own existence. They sing His glory and blossom in His bliss; their state of mind cannot be fully described

ਜਤੁ ਪਾਹਾਰਾ ਧੀਰਜੁ ਸੁਨਿਆਰੁ॥	jat paahaaraa Dheeraj suni-aar.
ਅਹਰਣਿ ਮਤਿ ਵੇਦੁ ਹਥੀਆਰੁ॥	ahran mat vayd hathee-aar.
ਭਉ ਖਲਾ ਅਗਨਿ ਤਪ ਤਾਉ॥	bha-o khalaa agan tap taa-o.
ਭਾਂਡਾ ਭਾਉ ਅੰਮ੍ਰਿਤੁ ਤਿਤੁ ਢਾਲਿ॥	bhaaNdaa bhaa-o amrit tit dhaal.
ਘੜੀਐ ਸਬਦੁ ਸਚੀ ਟਕਸਾਲ॥	gharhee-ai sabad sachee taksaal.
ਜਿਨ ਕਉ ਨਦਰਿ ਕਰਮੁ ਤਿਨ ਕਾਰ॥	jin ka-o nadar karam tin kaar.
ਨਾਨਕ ਨਦਰੀ ਨਦਰਿ ਨਿਹਾਲ॥੩੮॥	naanak nadree nadar nihaal. ||38||

ਜਤੁ –ਇੰਦ੍ਰੀਆਂ/ਵਾਸਨਾਵਾ ਨੂੰ ਔਗਣਾ ਤੋਂ ਰਹਿਤ ਕਰਨਾ	ਧੀਰਜ– ਸੰਤੋਖ– ਸਬਰ
ਪਾਹਾਰਾ – ਪਾਰਾ ਦੇਣਾ, ਰਾਖੀ ਕਰਨੀ, ਕਾਬੂ ਪਾਉਣਾ	ਸੁਨਿਆਰੁ – ਸਿਰਜਨਹਾਰ

ਜੀਵ ਨੂੰ ਆਪਣੀਆਂ ਮਨ ਦੀਆਂ ਵਾਸਨਾਵਾਂ ਤੇ ਕਾਬੂ ਰੱਖਣਾ ਚਾਹੀਦਾ ਹੈ! ਸੰਤੋਖ ਨੂੰ ਆਪਣੀਆਂ ਇੰਦ੍ਰੀਆਂ ਦਾ ਮਾਲਕ ਘੜਨਵਾਲਾ, ਸ੍ਰਿਜਨਹਾਰ ਬਣਾਉਣਾ ਚਾਹੀਦਾ ਹੈ । ਦੁਖ ਸੁਖ ਨੂੰ ਬਖਸ਼ਿਸ਼ ਸਮਝਕੇ ਸਵੀਕਾਰ ਕਰਨਾ, ਰੋਸ ਨਹੀਂ ਕਰਨਾ ਚਾਹੀਦਾ । ਪ੍ਰਭ ਦੇ ਹਰਇੱਕ ਕਰਤਬ ਦਾ ਕੋਈ ਚੰਗਾ ਕਾਰਨ ਹੀ ਹੁੰਦਾ ਹੈ, ਕਿਸੇ ਦਾ ਬੁਰਾ ਨਹੀਂ ਕਰਦਾ । ਜਿਵੇਂ ਅਹਰਿਣ ਹਮੇਸ਼ਾਂ ਹੀ ਸੁਨਿਆਰ, ਕਾਰੀਗਰ ਦੀਆਂ ਚੋਟਾਂ ਸਹਿੰਦੀ ਹੈ, ਪ੍ਰਭ ਤੇ ਇਤਨਾ ਭਰੋਸਾ ਹੋਣਾ ਚਾਹੀਦਾ ਹੈ । ਇਸਤਰ੍ਹਾਂ ਵੇਦ ਦੇ ਨਾਨਾ ਤਰ੍ਹਾਂ ਦੇ ਵਾਕਾਂ ਰੂਪੀ ਹਥੌੜੇ (ਹਥਿਆਰੁ) ਹਨ, ਜੀਵ ਇਹਨਾਂ ਦੀਆਂ ਸੱਟਾਂ ਨੂੰ ਸਹਾਰ ਕੇ ਗੁਰਮਤਿ ਵਿੱਚ ਅਡੋਲ ਹੋਇਆ ਜਾ ਸਕਦਾ ਹੈ । ਹਮੇਸ਼ਾਂ ਹੀ ਪ੍ਰਭ ਨੂੰ ਹਾਜ਼ਰ ਨਾਜ਼ਰ ਸਮਝਣਾ, ਅੰਦਰ ਬਾਹਰ ਜਾਣ ਕੇ, ਭੈ ਧਾਰਕੇ ਸੰਕਲਪ ਦਾ ਫੁਰਨ ਦੇਣਾ ਚਾਹੀਦਾ ਹੈ! ਜਿਵੇਂ ਸੁਨਿਆਰ (ਖਲਾ) ਫੂਕਨੀ ਨਾਲ ਅੱਗ ਨੂੰ ਤਪਾਉਂਦਾ, ਤੇਜ਼ ਕਰਦਾ ਹੈ । ਇਸਤਰ੍ਹਾਂ ਜੀਵ ਨੂੰ ਆਪਣੇ ਮਨ ਨੂੰ ਇਕਾਗਰ ਕਰਨ ਰੂਪੀ ਜੋ ਅੱਗਨੀ ਹੈ, ਇਸ ਅੱਗਨੀ ਨੂੰ ਭੈ ਦੀ ਖਲਨਾ ਨਾਲ ਸੱਤ ਅਸੱਤ ਦਾ ਨਿਰਨਾ ਕਰਨਾ ਚਾਹੀਦਾ ਹੈ । ਅਭਿਆਸ ਰੂਪੀ ਹਵਾ ਦੇ ਕੇ ਤਾਉਣਾ, ਤਿਆਰ ਕਰਨਾ ਚਾਹੀਦਾ ਹੈ । ਪ੍ਰਭ ਦਾ ਜੋ (ਭਾਉ) ਪ੍ਰੇਮ ਰੂਪੀ ਡਰ ਹੈ ਇਸ ਨੂੰ (ਭਾਂਡਾ) ਕੁਠਾਲੀ ਬਣਾਓਵੋ । ਭਾਵ ਇਸ ਪਉੜੀ ਵਿੱਚ ਜਿਤਨੇ ਸ਼ੁਭ ਕਰਮ ਹਨ । ਉਹਨਾਂ ਨੂੰ ਕਮਾਉਂਦੇ ਹੋਏ ਅਹੰਕਾਰ ਨਾ ਕਰੇ, ਨਿਮ੍ਰਤਾ ਸ਼ਰਧਾ ਸਹਿਤ ਰਹੋ । ਇਸ ਪ੍ਰੇਮ ਰੂਪੀ ਭਾਡੇ ਵਿੱਚ ਅੰਮ੍ਰਿਤ ਪਾ ਕੇ ਆਪਣੇ ਜੀਵਨ ਨੂੰ ਉਪਦੇਸ਼, ਸ਼ਬਦ ਦੀ ਸਿਖਿਆ ਨਾਲ ਢਾਲੋ । ਜਿਸ ਤੇ ਪ੍ਰਭ ਦੀ ਕ੍ਰਿਪਾ ਦ੍ਰਿਸ਼ਟੀ ਹੋਈ ਹੈ! ਉਸ ਨੇ ਸਿਮਰਨ ਕਰਨ ਦੀ ਕਮਾਈ ਕੀਤੀ ਹੈ, ਉਸ ਦਾ ਮਾਨਸ ਜਨਮ ਸਫਲ ਹੋਇਆ ਹੈ । ਉਸ ਨੂੰ ਸੰਤ ਸਰੂਪ ਅਨੁਭਵ ਹੋਇਆ, ਮੁਕਤੀ ਬਖਸ਼ਿਸ਼ ਹੋਈ ਹੈ । ਦਾਸ, ਪ੍ਰਭ ਦੀ ਰਹਿਮਤ ਨਾਲ ਨਿਹਾਲ ਹੋ ਜਾਂਦਾ ਹੈ । ਜਿਸ ਤੇ ਵੀ ਪ੍ਰਭ ਦੇ ਦਾਸ ਦੀ ਨਜ਼ਰ ਪੇ ਜਾਂਦੀ ਹੈ, ਉਸ ਨੂੰ ਵੀ ਮੁਕਤੀ ਦਾ ਰਸਤਾ ਬਖਸ਼ਿਸ਼ ਹੋ ਸਕਦਾ ਹੈ ।

His true devotee develops firm belief on His Word and control on his worldly desires. As goldsmith handles melted gold with patience and mold into astonishing jewelry. Same way devotee molds his mind with various restrictions of His Word. As gold is melted time and again to remove impurities; same way repeated practice and patience, mind can be molded into purity. The soul may be sanctified. The mind performs the task of His Word and collects the wealth of His Word. With His mercy may accept her meditation and blesses with His protection and her cycle of birth and death may be eliminated.

ਪਵਣੁ ਗੁਰੂ ਪਾਣੀ ਪਿਤਾ	pavan guroo paanee pitaa
ਮਾਤਾ ਧਰਤਿ ਮਹਤੁ॥	maataa Dharat mahat.
ਦਿਵਸੁ ਰਾਤਿ ਦੁਇ ਦਾਈ ਦਾਇਆ	divas raat du-ay daa-ee daa-i-aa
ਖੇਲੈ ਸਗਲ ਜਗਤੁ॥	khaylai sagal jagat.
ਚੰਗਿਆਈਆ ਬੁਰਿਆਈਆ	chang-aa-ee-aa buri-aa-ee-aa
ਵਾਚੈ ਧਰਮੁ ਹਦੂਰਿ॥	vaachai Dharam hadoor.
ਕਰਮੀ ਆਪੋ ਆਪਣੀ	karmee aapo aapnee
ਕੇ ਨੇੜੈ ਕੇ ਦੂਰਿ॥	kay nayrhai kay door.
ਜਿਨੀ ਨਾਮੁ ਧਿਆਇਆ	jinee naam Dhi-aa-i-aa
ਗਏ ਮਸਕਤਿ ਘਾਲਿ॥	ga-ay maskat ghaal.
ਨਾਨਕ ਤੇ ਮੁਖ ਉਜਲੇ	naanak tay mukh ujlay
ਕੇਤੀ ਛੁਟੀ ਨਾਲਿ॥੧॥	kaytee chhutee naal. ||1||

ਸਾਰੇ ਸੰਸਾਰ ਦਾ (ਪਵਣ) ਹਵਾ (ਸਵਾਸ) ਹੀ ਗੁਰੂ, ਮੁੱਢ ਹੈ, ਹਵਾ, ਸਵਾਸਾਂ ਤੋਂ ਬਿਨਾਂ ਕੋਈ ਜੀਵ ਜੀਉਂਦਾ ਨਹੀਂ ਰਹਿ ਸਕਦਾ । ਪਾਣੀ ਦੀ ਸ਼ਕਤੀ ਕਰਕੇ ਹੀ ਸਾਰਿਆਂ ਵਿੱਚ ਰਸ, ਧਾਤੂ, ਰਕਤ, ਚਰਬੀ, ਹੱਡੀਆਂ, ਰੋਮ ਆਦਿਕ ਅੱਠੇ ਧਾਤਾਂ ਬਣਦੀਆਂ ਹਨ । ਧਰਤੀ ਹੀ ਸਾਰਿਆਂ ਦੀ (ਮਹਤੁ– ਵੱਡੀ) ਮਾਤਾ ਹੈ । ਇਸ ਵਿੱਚ ਉਹ ਸਾਰੇ ਨਿਮ੍ਰਤਾ ਵਾਲੇ ਗੁਣ ਹਨ ਜਿਹੜੇ ਮਾਤਾ ਵਿੱਚ ਹੁੰਦੇ ਹਨ । ਦਿਨ ਅਤੇ ਰਾਤ (ਰਾਤਿ) ਦੋਨੋਂ ਦੁਇ ਅਤੇ ਦਾਇਆ ਦੀ ਤਰ੍ਹਾਂ ਜੀਵ ਦੀ ਦੇਖ ਭਾਲ, ਰੱਖਿਆ, ਸੰਭਾਲਨਾ ਕਰਦੇ, ਵਧਣ ਵਿੱਚ ਸੇਧ ਦੇਂਦੇ ਹਨ । ਜੀਵ, ਬਾਲਕ ਦੀ ਤਰ੍ਹਾਂ ਸੰਸਾਰਕ ਧੰਦੇ ਕਰਦਾ ਹੈ ।

ਉਸ ਦੇ ਚੰਗੇ ਜਾ ਮੰਦੇ ਕੰਮ, ਆਤਮਾ ਦੇ ਸਾਥ ਰਹਿੰਦੇ, ਪ੍ਰਲੋਕ ਵਿੱਚ, ਦਰਗਾਹ ਵਿੱਚ ਜਾ ਕੇ (ਵਾਚੇ) ਵਿਚਾਰੇ ਜਾਂਦੇ ਹਨ । ਕੀਤੇ ਹੋਏ ਕੰਮਾਂ ਅਨੁਸਾਰ ਹੀ ਪ੍ਰਭ ਦੇ ਨੇੜੇ ਜਾ ਦੂਰ ਹੋ ਜਾਂਦਾ ਹੈ । ਜੀਵਨ ਵਿੱਚ ਕੀਤੇ ਕੰਮਾਂ ਅਨੁਸਾਰ ਹੀ ਮੁਕਤੀ ਦਾ ਰਸਤਾ ਜਾ ਜਨਮ ਮਰਨ ਦੇ ਚੱਕਰ ਵਿੱਚ ਜਾਂਦਾ ਹੈ । ਜਿਹੜਾ ਵੀ ਆਪਣਾ ਜੀਵਨ ਸ਼ਬਦ ਦੀ ਸਿਖਿਆ ਨਾਲ ਢਾਲਦਾ ਹੈ, ਉਸ ਦੀ ਸ਼ਬਦ ਦੀ ਕੀਤੀ ਕਮਾਈ ਸਫਲ ਹੋ ਜਾਂਦੀ ਹੈ । ਉਹ ਸੰਸਾਰ ਵਿੱਚ ਵੀ ਮੁਖੀ ਹੈ ਅਤੇ ਪ੍ਰਲੋਕ ਵਿੱਚ ਵੀ ਮੁਖੀ ਹੋ ਜਾਂਦਾ ਹੈ । ਬੇਅੰਤ ਹੀ ਜੀਵ, ਉਸ ਦਾਸ ਦੀ ਸਿੱਖਿਆ ਨਾਲ ਜੀਵਨ ਢਾਲ ਕੇ ਮੁਕਤੀ ਦੇ ਰਸਤੇ ਤੇ ਚੱਲ ਪੈਂਦੇ ਹਨ, ਜੂੰਨਾਂ ਤੋਂ ਛੁਟਕਾਰਾ ਪਾ ਜਾਂਦੇ ਹਨ ।

Air is the beginning of the universe, living creatures. Without air no one can stay alive. Air is the first guru of the creature. God resides within the body through air. Then God appears in the form of water to give strength to the body to perform activities. God appears in water and plays the role of father to protect the soul and body. He had made earth for creature to play and survive. Earth has all virtues of mother to provide tender love and patience. Day and night provide the environment for growth and wellbeing of the body and soul. Creature performs all chores in the universe. All his good and evil deeds are recorded on his soul. All his deeds are evaluated in His court and by his own deeds, his destiny for next cycle may be prewritten; he may be blessed with the right path of salvation or punished by devil of death into cycle of birth and death. Those whose meditation may be accepted enters His sanctuary and his cycle of birth and death may be eliminated.

☬ ਰਾਮਕਲੀ – ਅਨੰਦੁ ☬

925.ਰਾਮਕਲੀ ਮਹਲਾ ੩ ਅਨੰਦੁ॥ 917-1

ੴ ਸਤਿਗੁਰ ਪ੍ਰਸਾਦਿ॥ ik-oNkaar satgur parsaad.

ਅਕਾਰ ਰਹਿਤ, ਰੂਹਾਨੀ ਜੋਤ, ਇੱਕੋ ਇੱਕ, ਪ੍ਰਭ ਹੀ ਸ੍ਰਿਸ਼ਟੀ ਦਾ ਅਸਲੀ ਮਾਲਕ ਹੈ । ਪ੍ਰਭ ਜੀਵ ਦੀ ਪਛਾਣ ਦੇ ਤਿੰਨਾਂ ਗੁਣਾਂ (ਰੂਪ, ਰੰਗ, ਅਕਾਰ) ਤੋ ਰਹਿਤ ਹੈ । ਪ੍ਰਭ ਦੀ ਹੋਂਦ ਅਤੇ ਸ਼ਬਦ, ਸਦਾ ਹੀ ਅਟਲ, ਨਾ–ਬਦਲੇ ਜਾਣ ਵਾਲੀ ਸਚਾਈ ਹੈ । ਪ੍ਰਭ ਦੀ ਰਹਿਮਤ, ਕੇਵਲ ਪ੍ਰਭ ਦੀ ਆਪਣੀ ਰਜ਼ਾ, ਨਾਲ ਹੀ ਬਖਸ਼ਿਸ਼ ਹੁੰਦੀ ਹੈ । ਕਿਸੇ ਵੀ ਜੀਵ, ਚੀਜ਼ ਵਿੱਚ ਕਿਸੇ ਵੇਲੇ ਵੀ ਪ੍ਰਗਟ ਹੋ ਸਕਦਾ ਹੈ ।

Structure-less, body-less, eternal, spiritual Holy Spirit, The One and Only One, True Master of the universe remains beyond three known recognitions of color, shape, size. His Word, Command, existence remains permanent, un-avoidable truth. His acceptance may only be blessed with His own mercy and grace.

ਅਨੰਦੁ ਭਇਆ ਮੇਰੀ ਮਾਏ,	anand bha-i-aa mayree maa-ay
ਸਤਿਗੁਰੂ ਮੈ ਪਾਇਆ॥	satguroo mai paa-i-aa.
ਸਤਿਗੁਰੁ ਤ ਪਾਇਆ ਸਹਜ ਸੇਤੀ,	satgur ta paa-i-aa sahj saytee
ਮਨਿ ਵਜੀਆ ਵਾਧਾਈਆ॥	man vajee-aa vaaDhaa-ee-aa.
ਰਾਗ ਰਤਨ ਪਰਵਾਰ ਪਰੀਆ,	raag ratan parvaar paree-aa sabad
ਸਬਦ ਗਾਵਣ ਆਈਆ॥	gaavan aa-ee-aa.
ਸਬਦੋ ਤ ਗਾਵਹੁ ਹਰੀ ਕੇਰਾ,	sabdo ta gaavhu haree kayraa
ਮਨਿ ਜਿਨੀ ਵਸਾਇਆ॥	man jinee vasaa-i-aa.
ਕਹੈ ਨਾਨਕੁ ਅਨੰਦੁ ਹੋਆ,	kahai naanak anand ho-aa
ਸਤਿਗੁਰੂ ਮੈ ਪਾਇਆ॥੧॥	satguroo mai paa-i-aa. ‖1‖

ਅਟੱਲ ਸ੍ਰਿਜਨਹਾਰ ਦੀ ਰਹਿਮਤ ਨਾਲ ਪ੍ਰਭ ਦੀ ਹੋਂਦ ਅਨੁਭਵ ਹੋ ਗਈ ਹੈ । ਅਮੋਲਕ ਸ਼ਬਦ, ਮੇਰੇ ਮਨ ਵਿੱਚ ਘਰ ਕਰ ਗਿਆ ਹੈ । ਮੇਰਾ ਮਨ ਅਡੋਲ (ਸਹਜ) ਹੋ ਗਿਆ ਹੈ, ਮਨ ਵਿੱਚ ਖੁਸ਼ੀ, ਖੇੜਾ ਵਸ ਗਿਆ ਹੈ । ਮੇਰੇ ਮਨ ਵਿੱਚ ਸਵਾਸ ਸਵਾਸ ਵਿੱਚ ਅਮੋਲਕ ਰਾਗ, ਮਨ ਮੋਹਨੀਆਂ ਧੁਨਾਂ ਚਲਦੀਆਂ, ਸੁਣਾਈ ਦੇਂਦੀਆਂ ਹਨ । ਜੀਵ ਪ੍ਰਭ ਦੇ ਧੰਨਵਾਦ ਦੇ ਗੀਤ ਗਾਵੋ, ਸਿਮਰਨ ਕਰੋ ! ਜਿਹੜਾ ਪ੍ਰਭ ਹਰਇੱਕ ਤਨ, ਮਨ, ਆਤਮਾ ਵਿੱਚ ਹੀ ਸਮਾਇਆ ਹੋਇਆ ਹੈ । ਇਸ ਨਾਲ ਮਨ ਸ਼ਬਦ ਦਾ ਸਿਮਰਨ ਸਮਾਧੀ ਵਿੱਚ ਮਸਤ ਹੋ ਜਾਂਦਾ ਹੈ । ਮਨ ਵਿੱਚ ਪੂਰਨ ਖੇੜੇ ਬਖਸ਼ਿਸ਼ ਹੋ ਜਾਂਦਾ ਹੈ ।

With His mercy and grace, I have been blessed with the enlightenment of the essence of His Word, His existence. My mind is drenched with His Ambrosial Word. I have been overwhelmed with patience, contentment, and blossom. I am hearing the everlasting echo of His ambrosial, intoxicating Word with each breath. You should meditate and sing the glory of The True Master; He remains embedded within each soul. With His mercy and grace, you may remain meditating in the void of His Word. You may be blessed with perfect blossom within your mind, body, and soul.

ਏ ਮਨ ਮੇਰਿਆ,	ay man mayri-aa
ਤੂ ਸਦਾ ਰਹੁ ਹਰਿ ਨਾਲੇ॥	too sadaa rahu har naalay.
ਹਰਿ ਨਾਲਿ ਰਹੁ, ਤੂ ਮੰਨ ਮੇਰੇ,	har naal rahu too man mayray
ਦੂਖ ਸਭਿ ਵਿਸਾਰਣਾ॥	dookh sabh visaarnaa.
ਅੰਗੀਕਾਰੁ ਓਹੁ ਕਰੇ ਤੇਰਾ,	angeekaar oh karay tayra
ਕਾਰਜ ਸਭਿ ਸਵਾਰਣਾ॥	kaaraj sabh savaarnaa.
ਸਭਨਾ ਗਲਾ ਸਮਰਥੁ ਸੁਆਮੀ,	sabhnaa galaa samrath su-aamee
ਸੋ ਕਿਉ ਮਨਹੁ ਵਿਸਾਰੇ॥	so ki-o manhu visaaray.
ਕਹੈ ਨਾਨਕੁ ਮੰਨ ਮੇਰੇ,	kahai naanak man mayray

ਸਦਾ ਰਹੁ ਹਰਿ ਨਾਲੇ॥੨॥ sadaa rahu har naalay. ||2||

ਮੇਰਾ ਮਨ ਸਦਾ ਹੀ ਪ੍ਰਭ ਦੇ ਸਿਮਰਨ ਵਿੱਚ ਮਸਤ, ਅਡੋਲ ਲੀਨ ਹੋ ਜਾਵੇ! ਪ੍ਰਭ ਹੀ ਸਭ ਦੁਖਾਂ ਤੋ ਛੁਟਕਾਰਾ ਬਖਸ਼ਣ ਵਾਲਾ ਮਾਲਕ ਹੈ । ਜਿਹੜਾ ਪ੍ਰਭ ਦੀ ਹੌਂਦ, ਸ਼ਬਦ ਦੀ ਪਾਲਣਾ ਵਿੱਚ ਮਸਤ ਹੋ ਜਾਂਦਾ ਹੈ, ਉਸ ਦੇ ਮਾਨਸ ਜਨਮ ਦੇ ਸਾਰੇ ਕਾਰਜ ਸਫਲ ਹੋ ਸਕਦੇ ਹਨ । ਪ੍ਰਭ ਸਭ ਕਲਾਂ, ਕਰਤਬਾਂ ਵਿੱਚ ਪੂਰਨ, ਪੂਰਾ ਹੈ । ਧਰਮ ਦੇ ਭੁਲੇਖੇ ਵਿੱਚ ਪ੍ਰਭ ਦੇ ਸ਼ਬਦ ਦੀ ਪਾਲਣਾ ਕਰਨਾ, ਕਦੇ ਵੀ ਭੁਲਣਾ ਨਹੀਂ ਚਾਹੀਦਾ । ਹੋਰ ਕਿਸੇ ਨੂੰ ਪ੍ਰਭ ਦੇ ਬਰਾਬਰ ਦਰਜਾ ਦੇ ਕਿ ਸਿਰ ਨਹੀਂ ਝੁਕਾਉਣਾ ਚਾਹੀਦਾ ।

My mind, you should always pray and remain intoxicated in meditation in the void of His Word. The Merciful True Master may forgive sins and eliminates all miseries of worldly desires. Whosoever may remain drenched with the essence of His Word, his real purpose of human life opportunity may be satisfied. The Omnipotent True Master is perfect in all aspect. You should never become a slave of religious suspicions and abandon to obey the teachings of His Word from your day-to-day life. You should never consider any worldly guru, prophet as The True Master nor bow, pray for the right path of salvation from him.

ਸਾਚੇ ਸਾਹਿਬਾ,	saachay saahibaa
ਕਿਆ ਨਾਹੀ ਘਰਿ ਤੇਰੈ॥	ki-aa naahee ghar tayrai.
ਘਰਿ ਤ ਤੇਰੈ ਸਭੁ ਕਿਛੁ ਹੈ,	ghar ta tayrai sabh kichh hai
ਜਿਸੁ ਦੇਹਿ ਸੁ ਪਾਵਏ॥	jis deh so paav-ay.
ਸਦਾ ਸਿਫਤਿ ਸਲਾਹ ਤੇਰੀ,	sadaa sifat salaah tayree
ਨਾਮੁ ਮਨਿ ਵਸਾਵਏ॥	naam man vasaava-ay.
ਨਾਮੁ ਜਿਨ ਕੈ ਮਨਿ ਵਸਿਆ,	naam jin kai man vasi-aa
ਵਾਜੇ ਸਬਦ ਘਨੇਰੇ॥	vaajay sabad ghanayray.
ਕਹੈ ਨਾਨਕੁ ਸਚੇ ਸਾਹਿਬ,	kahai naanak sachay sahib
ਕਿਆ ਨਾਹੀ ਘਰਿ ਤੇਰੈ॥੩॥	ki-aa naahee ghar tayrai. ||3||

ਅਟੱਲ ਮਾਲਕ (ਪ੍ਰਭ) ਤੇਰੇ ਕੋਲ ਕਿਸੇ ਭੰਡਾਰ ਦੀ ਘਾਟ, ਕਮੀ ਨਹੀਂ ਹੈ । ਜਿਸ ਨੂੰ ਰਹਿਮਤ ਬਖਸ਼ਕੇ ਸ਼ਬਦ ਦੇ ਲੜ ਲਾਉਂਦਾ ਹੈ, ਉਹ ਹੀ ਸ਼ਬਦ ਦਾ ਸਿਮਰਨ, ਪਾਲਣਾ ਕਰਦਾ ਹੈ । ਉਸ ਨੂੰ ਸ਼ਬਦ ਦੀ ਸੋਝੀ, ਅਮੋਲਕ ਭੰਡਾਰ ਬਖਸ਼ਦਾ ਹੈ । ਜਿਸ ਦੇ ਮਨ ਵਿੱਚ ਪ੍ਰਭ ਦਾ ਸ਼ਬਦ ਘਰ ਕਰ ਜਾਂਦਾ, ਜਾਗਰਤ ਹੋ ਜਾਂਦਾ ਹੈ । ਉਹ ਦੇ ਮਨ ਵਿੱਚ ਸਦਾ ਚੱਲਣ ਵਾਲੀ ਸ਼ਬਦ ਦੀ ਧੁਨ ਸੁਣਾਈ ਦੇਂਦੀ ਹੈ, ਉਹ ਸਵਾਸ ਗਰਾਸ ਪ੍ਰਭ ਦਾ ਧੰਨਵਾਦ, ਸਿਮਰਨ ਕਰਦਾ ਹੈ । ਉਸ ਦਾ ਮਨ ਖੁਸ਼ੀ, ਸੰਤੋਖ ਨਾਲ ਭਰਪੂਰ ਹੋ ਜਾਂਦਾ ਹੈ । ਅਟਲ ਮਾਲਕ (ਪ੍ਰਭ) ਤੇਰੇ ਦਰ ਤੇ ਕਿਸੇ ਭੰਡਾਰ ਦੀ ਘਾਟ ਨਹੀਂ । ਰਹਿਮਤ ਬਖਸ਼ਕੇ ਆਪਣੇ ਦਾਸ ਨੂੰ ਸ਼ਬਦ ਦੀ ਦਾਤ ਬਖਸ਼ੋ, ਲੜ ਲਾਵੋ!

My True Master! You have no shortage, deficiency of any virtues in Your treasure. Whosoever may be inspired to meditate and to obey the teachings of Your Word; he may meditate and obeys the teachings of Your Word. With Your mercy and grace, he may be blessed with ambrosial jewel, the enlightenment of the essence of Your Word. Whosoever may be drenched with the enlightenment of the essence of Your Word; with Your mercy and grace, he may hear the everlasting echo of Your Word resonating within his heart non-stop, forever. He may sing Your gratitude and mediates with each breath. He may remain overwhelmed with pleasure and contentment within his worldly life. Your treasure remains overwhelmed with virtues; with Your mercy and grace, he may be blessed with devotion to meditate on the teachings of Your Word.

ਸਾਚਾ ਨਾਮੁ ਮੇਰਾ ਆਧਾਰੋ॥ saachaa naam mayraa aaDhaaro.
ਸਾਚੁ ਨਾਮੁ ਅਧਾਰੁ ਮੇਰਾ, saach naam aDhaar mayraa
ਜਿਨਿ ਭੁਖਾ ਸਭਿ ਗਵਾਈਆ॥ jin bhukhaa sabh gavaa-ee-aa.
ਕਰਿ ਸਾਂਤਿ ਸੁਖ ਮਨਿ ਆਇ ਵਸਿਆ, kar saaNt sukh man aa-ay vasi-aa
ਜਿਨਿ ਇਛਾ ਸਭਿ ਪੁਜਾਈਆ॥ jin ichhaa sabh pujaa-ee-aa.
ਸਦਾ ਕੁਰਬਾਣੁ ਕੀਤਾ ਗੁਰੂ ਵਿਟਹੁ, sadaa kurbaan keetaa guroo vitahu jis
ਜਿਸ ਦੀਆਂ ਏਹਿ ਵਡਿਆਈਆ॥ dee-aa ayhi vadi-aa-ee-aa.
ਕਹੈ ਨਾਨਕੁ ਸੁਣਹੁ ਸੰਤਹੁ, kahai naanak sunhu santahu
ਸਬਦਿ ਧਰਹੁ ਪਿਆਰੋ॥ sabad Dharahu pi-aaro.
ਸਾਚਾ ਨਾਮੁ ਮੇਰਾ ਆਧਾਰੋ॥੪॥ saachaa naam mayraa aaDhaaro. ||4||

ਜੀਵ ਅਟਲ ਪ੍ਰਭ ਦੇ ਸ਼ਬਦ ਦਾ ਸਿਮਰਨ, ਪਾਲਣਾ ਕਰੋ! ਸ਼ਬਦ ਦੀ ਪਾਲਣਾ ਨੂੰ ਆਪਣਾ ਅਸਲੀ ਰਸਤਾ, ਜੀਵਨ ਦਾ ਮੰਤਵ ਸਮਝੋ । ਜਿਹੜਾ ਸ਼ਬਦ ਦੀ ਪਾਲਣਾ ਨੂੰ ਜੀਵਨ ਦਾ ਅਸਲੀ ਰਸਤਾ ਬਣਾ ਲੈਂਦਾ ਹੈ । ਉਸ ਨੂੰ ਮਨ ਦੇ ਲਾਲਚ, ਭਟਕਣਾਂ ਤੇ ਕਾਬੂ, ਜਿੱਤ ਬਖਸ਼ਿਸ਼ ਹੋ ਜਾਂਦੀ ਹੈ । ਮਨ ਵਿੱਚ ਸ਼ਾਂਤੀ ਸੰਤੋਖ ਬਖਸ਼ਿਸ਼ ਹੋ ਜਾਂਦਾ ਹੈ, ਮਨ ਦੀਆਂ ਮੁਰਾਦਾਂ ਪੂਰੀ ਹੋ ਜਾਂਦੀਆਂ ਹਨ । ਉਸ ਅਟਲ ਪ੍ਰਭ ਤੋ ਮਨ ਬਹੁਤ ਪ੍ਰਭਾਵਤ ਹੋਇਆ ਹੈ, ਉਸ ਦੇ ਸ਼ਬਦ ਦੀ ਪਾਲਣਾ ਵਿੱਚ ਇਤਨੀਆਂ ਕਰਾਮਾਤਾਂ, ਵਡਿਆਈਆਂ ਹਨ । ਜਿਹੜਾ ਸ਼ਬਦ ਦੀ ਪਾਲਣਾ ਨੂੰ ਆਪਣੇ ਜੀਵਨ ਦਾ ਅਧਾਰ ਬਣਾਉਂਦਾ, ਸਵਾਸ, ਗਰਾਸ ਅਡੋਲ ਭਰੋਸਾ ਨਾਲ ਸਿਮਰਨ ਵਿੱਚ ਹੀ ਲੀਨ ਰਹਿੰਦਾ ਹੈ, ਉਸ ਨੂੰ ਆਪ ਹੀ ਆਪਣੇ ਵਿੱਚ ਅਭੇਦ ਕਰ ਲੈਂਦਾ ਹੈ । ਉਸ ਨੂੰ ਹੀ ਅਸਲੀ ਸੰਤ, ਭਗਤ ਅਵਸਥਾ ਬਖਸ਼ਿਸ਼ ਹੁੰਦੀ ਹੈ ।

You should meditate, obey, and adopt the teachings of His Word with steady and stable belief as the real purpose of human life opportunity. Whosoever may adopt the teachings of His Word as the right path of acceptance in His Court; with His mercy and grace, he may conquer his worldly frustrations, greed. His spoken and unspoken desires may be fully satisfied. I remain fascinated, astonished from His greatness and unlimited treasure of virtues. Whosoever may adopt the teachings of His Word as the real purpose of his human life opportunity, he may remain intoxicated in the void of His Word. With His mercy and grace, he may be immersed within His Holy Spirit. He may be blessed with a state of mind as His true devotee.

ਵਾਜੇ ਪੰਚ ਸਬਦ, ਤਿਤੁ ਘਰਿ ਸਭਾਗੈ॥ vaajay panch sabad tit ghar sabhaagai.
ਘਰਿ ਸਭਾਗੈ, ਸਬਦ ਵਾਜੇ, ghar sabhaagai sabad vaajay
ਕਲਾ ਜਿਤੁ ਘਰਿ ਧਾਰੀਆ॥ kalaa jit ghar Dhaaree-aa.
ਪੰਚ ਦੂਤ ਤੁਧੁ ਵਸਿ ਕੀਤੇ, panch doot tuDh vas keetay
ਕਾਲੁ ਕੰਟਕੁ ਮਾਰਿਆ॥ kaal kantak maari-aa.
ਧੁਰਿ ਕਰਮਿ ਪਾਇਆ ਤੁਧੁ ਜਿਨ ਕਉ, Dhur karam paa-i-aa tuDh jin ka-o
ਸਿ ਨਾਮਿ ਹਰਿ ਕੈ ਲਾਗੇ॥ se naam har kai laagay.
ਕਹੈ ਨਾਨਕੁ ਤਹ ਸੁਖੁ ਹੋਆ, kahai naanak tah sukh ho-aa
ਤਿਤੁ ਘਰਿ ਅਨਹਦ ਵਾਜੇ॥੫॥ tit ghar anhad vaajay. ||5||

ਜਿਸ ਦੇ ਦਿਲ ਵਿੱਚ, ਸ਼ਰੋਮਨੀ, ਪ੍ਰਭ ਦੇ ਸ਼ਬਦ ਦੀ ਧੁਨ ਗੂੰਜਦੀ, ਚਲਦੀ ਸੁਣਾਈ ਦੇਂਦੀ ਹੈ । ਉਹ ਜੀਵ ਵੱਡਭਾਗੀ ਹੋ ਜਾਂਦਾ ਹੈ । ਉਹ ਪ੍ਰਭ ਦੀ ਰਹਿਮਤ, ਸੰਤੋਖ ਨਾਲ ਭਰਪੂਰ ਰਹਿੰਦਾ ਹੈ । ਉਸ ਨੂੰ ਸ੍ਰਿਸ਼ਟੀ ਦੇ ਪੰਜਾਂ ਜਮਦੂਤਾਂ ਤੇ ਜਿੱਤ ਬਖਸ਼ਿਸ਼ ਹੋ ਜਾਂਦੀ ਹੈ । ਉਸ ਦਾ ਮੌਤ ਦਾ ਡਰ ਖਤਮ ਹੋ ਜਾਂਦਾ ਹੈ, ਇਹ ਪ੍ਰਭ ਨਾਲ ਸੰਜੋਗ ਦਾ ਸਮਾਂ ਨਜ਼ਰ ਆਉਂਦਾ ਹੈ । ਜਿਸ ਨੇ ਪਹਿਲੇ ਜੀਵਨ ਵਿੱਚ ਵੱਡੇ ਭਾਗਾਂ ਵਾਲੇ ਕਰਮ ਕੀਤੇ ਹੋਣ । ਉਸ ਨੂੰ ਹੀ ਪ੍ਰਭ ਇਸ ਪਾਸੇ ਲਾਉਂਦਾ ਹੈ । ਜਿਸ ਦੇ ਮਨ ਵਿੱਚ ਪ੍ਰਭ ਦਾ ਸ਼ਬਦ ਰਚ ਜਾਂਦਾ ਹੈ । ਉਸ ਤੇ ਹਰ ਵੇਲੇ ਹੀ ਸੰਤੋਖ ਦਾ ਖੇੜਾ ਰਹਿੰਦਾ ਹੈ ।

** (ਕਾਮ, ਕਰੋਧ, ਲੋਭ, ਮੋਹ, ਅਹੰਕਾਰ)

Whosoever may have a great prewritten destiny, he may hear the everlasting echo of His Word resonating within his heart non-stop. With His mercy and grace, he may be overwhelmed with patience, pleasure, and contentment in his worldly life. He may be blessed with victory on five demons of worldly desires. His fear of death may be eliminated; the time of death may become his union with The True Master. Whosoever may have a great prewritten destiny, he may be blessed with the right path of acceptance in His Court. He may remain drenched with the essence of His Word. He may remain overwhelmed with contentment in his worldly life.

**Five Demons: Sexual urge, Anger, greed, attachment, and ego.

ਸਾਚੀ ਲਿਵੈ ਬਿਨੁ ਦੇਹ ਨਿਮਾਣੀ॥	saachee livai bin dayh nimaanee.
ਦੇਹ ਨਿਮਾਣੀ ਲਿਵੈ ਬਾਝਹੁ,	dayh nimaanee livai baajhahu
ਕਿਆ ਕਰੇ ਵੇਚਾਰੀਆ॥	ki-aa karay vaychaaree-aa.
ਤੁਧੁ ਬਾਝੁ ਸਮਰਥ ਕੋਇ ਨਾਹੀ,	tuDh baajh samrath ko-ay naahee
ਕ੍ਰਿਪਾ ਕਰਿ ਬਨਵਾਰੀਆ॥	kirpaa kar banvaaree-aa.
ਏਸ ਨਉ, ਹੋਰੁ ਥਾਉ ਨਾਹੀ,	ays na-o hor thaa-o naahee
ਸਬਦਿ ਲਾਗਿ ਸਵਾਰੀਆ॥	sabad laag savaaree-aa.
ਕਹੈ ਨਾਨਕੁ ਲਿਵੈ ਬਾਝਹੁ,	kahai naanak livai baajhahu
ਕਿਆ ਕਰੇ ਵੇਚਾਰੀਆ॥੬॥	ki-aa karay vaychaaree-aa. ||6||

ਅੱਟਲ ਪ੍ਰਭ ਦੇ ਸ਼ਬਦ ਦੀ ਲਗਨ, ਪਾਲਣਾ, ਸਦਾ ਚੱਲਣ ਵਾਲੀ ਧੁਨ, ਗੂੰਜ ਦੀ ਸੁਣਾਈ ਤੋ ਬਿਨਾਂ ਆਤਮਾ ਨਿਮਾਣੀ ਹੀ ਰਹਿੰਦੀ ਹੈ । ਮਾਨਸ ਜਨਮ ਦੀ ਕੋਈ ਮਹੱਤਤਾ ਨਹੀਂ ਹੁੰਦੀ ਹੈ । ਮਨ ਕਿਹੜੇ ਵਿਚਾਰਾ ਵਿੱਚ ਪਇਆ, ਕਿਹੜੇ ਰਸਤੇ ਤੇ ਚਲਦਾ ਹੈ? ਪ੍ਰਭ ਦੀ ਅਰਾਧਨਾ, ਬੰਦਗੀ, ਅਰਦਾਸ ਕਰੋ! ਪ੍ਰਭ ਦੀ ਰਹਿਮਤ ਨਾਲ ਹੀ ਪ੍ਰਵਾਨਗੀ ਦਾ ਰਸਤਾ ਬਖਸ਼ਿਸ਼ ਹੋ ਸਕਦਾ ਹੈ, ਮਨ ਸ਼ਬਦ ਦੀ ਪਾਲਣਾ ਵਿੱਚ ਅਡੋਲ ਹੋ ਸਕਦਾ ਹੈ । ਪ੍ਰਭ ਦੇ ਸ਼ਬਦ ਦੀ ਪਾਲਣਾ ਤੋ ਬਿਨਾਂ ਆਤਮਾ ਦਾ ਹੋਰ ਕੋਈ ਆਸਰਾ, ਹੋਰ ਕੋਈ ਮੁਕਤੀ ਦਾ ਸਾਧਨ ਨਹੀਂ ਹੈ । ਪ੍ਰਭ ਨਾਲੋ ਆਤਮਾ ਦੇ ਵਿਛੋੜੇ ਨੂੰ ਮਨ ਵਿੱਚ ਹਰ ਵੇਲੇ, ਸਵਾਸ ਸਵਾਸ ਯਾਦ ਰਖੋ! ਪ੍ਰਭ ਦੇ ਸ਼ਬਦ ਦੀ ਬੰਦਗੀ ਤੋ ਬਿਨਾਂ ਮਾਨਸ ਜੀਵਨ ਬਿਰਥਾ ਹੀ ਬੀਤ ਜਾਂਦਾ ਹੈ ।

Without devotion to obey the teachings of His Word and without hearing the everlasting echo of His Word within his heart; his soul remains helpless, and miserable. His human life opportunity may be wasted uselessly. What have you been contemplating, and adopting in your worldly life? You should meditate, obey the teachings of His Word; only with His mercy and grace, you may be blessed with the right path of acceptance in His Court. You may remain intoxicated in meditation in the void of His Word. Without obeying the teachings of His Word; your soul may not have any other permanent companion nor any other technique, path of salvation. You should always remain in renunciation in your memory of separation from His Holy Spirit. Without adopting the teachings of His Word with steady and stable belief, human life opportunity may be wasted uselessly.

ਅਨਦੁ ਸੁਣਹੁ ਵਡਭਾਗੀਹੋ,	anad sunhu vadbhaageeho
ਸਗਲ ਮਨੋਰਥ ਪੂਰੇ॥	sagal manorath pooray.
ਪਾਰਬ੍ਰਹਮੁ ਪ੍ਰਭੁ ਪਾਇਆ,	paarbarahm parabh paa-i-aa
ਉਤਰੇ ਸਗਲ ਵਿਸੂਰੇ॥	utray sagal visooray.
ਦੂਖ ਰੋਗ ਸੰਤਾਪ ਉਤਰੇ,	dookh rog santaap utray
ਸੁਣੀ ਸਚੀ ਬਾਣੀ॥	sunee sachee banee.
ਸੰਤ ਸਾਜਨ ਭਏ ਸਰਸੇ,	sant saajan bha-ay sarsay
ਪੂਰੇ ਗੁਰ ਤੇ ਜਾਣੀ॥	pooray gur tay jaanee.

ਸੁਣਤੇ ਪੁਨੀਤ, ਕਹਤੇ ਪਵਿਤੁ,	suntay puneet kahtay pavit
ਸਤਿਗੁਰੁ ਰਹਿਆ ਭਰਪੂਰੇ॥	satgur rahi-aa bharpooray.
ਬਿਨਵੰਤਿ ਨਾਨਕੁ ਗੁਰ ਚਰਣ ਲਾਗੇ,	binvant naanak gur charan laagay
ਵਾਜੇ ਅਨਹਦ ਤੂਰੇ॥੪੦॥੧॥	vaajay anhad tooray. ‖40‖1‖

ਜਿਸ ਦੇ ਹਿਰਦੇ ਵਿੱਚ ਸਦਾ ਅਟਲ ਚੱਲਣ ਵਾਲੀ ਪ੍ਰਭ ਦੇ ਸ਼ਬਦ ਦੀ ਧੁਨ ਸੁਣਾਈ ਦੇਂਦੀ ਹੈ । ਉਸ ਦੀਆਂ ਸਾਰੀਆਂ ਬੋਲੀਆ, ਅਨਬੋਲੀਆ ਮੁਰਾਦਾਂ ਪੂਰੀਆਂ ਹੋ ਜਾਂਦੀਆਂ ਹਨ । ਪ੍ਰਭ ਉਸ ਦੀਆਂ ਭੁਲਾਂ ਬਖਸ਼ਕੇ ਪ੍ਰਵਾਨ ਕਰ ਲੈਂਦਾ ਹੈ । ਜਿਸ ਦੇ ਮਨ ਵਿੱਚ ਸ਼ਬਦ ਦੀ ਸਿਖਿਆਂ ਰਚ ਜਾਂਦੀ ਹੈ । ਉਸ ਨੂੰ ਸੰਸਾਰਕ ਦੁਖਾਂ ਤੋ ਛੁਟਕਾਰਾ ਬਖਸ਼ਿਸ਼ ਹੋ ਜਾਂਦਾ ਹੈ । ਉਸ ਨੂੰ ਪ੍ਰਭ ਦੀ ਕ੍ਰਿਪਾ ਨਾਲ ਸੰਤ ਸਰੂਪ ਜੀਵ ਦੀ ਸੰਗਤ ਬਖਸ਼ਿਸ਼ ਹੋ ਜਾਂਦੀ ਹੈ, ਪ੍ਰਵਾਨਗੀ ਦਾ ਅਸਲੀ ਰਸਤਾ ਬਖਸ਼ਿਸ਼ ਹੋ ਜਾਂਦਾ ਹੈ । ਉਸ ਦੇ ਮਨ ਵਿੱਚ ਕੇਵਲ ਸ਼ਬਦ ਦੀ ਸਦਾ ਚੱਲਣ ਵਾਲੀ ਅਟਲ ਦੀ ਧੁਨ ਹੀ ਸੁਣਦੀ ਹੈ । ਉਸ ਦੇ ਸਵਾਸ ਸਵਾਸ ਵਿੱਚ ਪ੍ਰਭ ਦਾ ਸ਼ਬਦ ਰਚਿਆ ਰਹਿੰਦਾ ਹੈ । ਪ੍ਰਭ ਦੀ ਹੀ ਕਥਾ, ਬਾਕੀ ਜੀਵਾਂ ਨੂੰ ਸੁਣਾਉਂਦਾ ਹੈ । ਜਿਹੜਾ ਜੀਵ ਪ੍ਰਭ ਦੇ ਸ਼ਬਦ ਦੇ ਲੜ ਲਗਾ ਰਹਿੰਦਾ ਹੈ, ਉਸ ਮਨ ਵਿੱਚ ਹਮੇਸ਼ਾ ਹੀ ਸੰਤੋਖ ਖੇੜਾ ਵਸਦਾ ਹੈ । ਜਿਹੜਾ ਉਸ ਦੇ ਜੀਵਨ ਦੀ ਸਿਖਿਆਂ ਨੂੰ ਆਪਣੇ ਜੀਵਨ ਵਿੱਚ ਢਾਲਦਾ ਹੈ । ਉਸ ਦਾ ਵੀ ਮਾਨਸ ਜਨਮ ਸਫਲ ਹੋ ਜਾਂਦਾ, ਪ੍ਰਵਾਨ ਹੋ ਜਾਂਦੇ, ਸ਼ਰਣ ਵਿੱਚ ਪਨਾਹ ਬਖਸ਼ਿਸ਼ ਹੋ ਜਾਂਦੀ ਹੈ ।

Whosoever may hear the everlasting echo of His Word resonating within his heart; with His mercy and grace, his spoken and unspoken desires may by satisfied. The True Master may forgive his sins of previous lives. He may remain drenched with the essence of His Word. All his miseries of worldly desires may be eliminated. With His mercy and grace, he may be blessed with the conjugation of His Holy saint. He may be blessed with the right path of acceptance in His Court. His true devotee may only hear the everlasting echo of His Word resonating within his heart. Who may adopt the teachings of His Word with steady and stable belief in his day-to-day life? He may remain drenched with the essence of His Word. He may only share the eternal spiritual message with others. Whosoever may remain intoxicated in meditating on the teachings of His Word; with His mercy and grace, he may remain contented and in blossom in his worldly life. Whosoever may adopt the teachings of His Word with steady and stable belief in his day-to-day life; with His mercy and grace, he may be accepted in His sanctuary and his human life opportunity may be rewarding.

ਆਨੰਦੁ ਆਨੰਦੁ ਸਭੁ ਕੋ ਕਹੈ,	aanand aanand sabh ko kahai
ਆਨੰਦੁ ਗੁਰੂ ਤੇ ਜਾਣਿਆ॥	aanand guroo tay jaani-aa.
ਜਾਣਿਆ ਆਨੰਦੁ ਸਦਾ ਗੁਰ ਤੇ,	jaani-aa aanand sadaa gur tay
ਕ੍ਰਿਪਾ ਕਰੇ ਪਿਆਰਿਆ॥	kirpaa karay pi-aari-aa.
ਕਰਿ ਕਿਰਪਾ ਕਿਲਵਿਖ ਕਟੇ,	kar kirpaa kilvikh katay
ਗਿਆਨ ਅੰਜਨੁ ਸਾਰਿਆ॥	gi-aan anjan saari-aa.
ਅੰਦਰਹੁ ਜਿਨ ਕਾ ਮੋਹੁ ਤੁਟਾ,	andrahu jin kaa moh tutaa
ਤਿਨ ਕਾ ਸਬਦੁ ਸਚੈ ਸਵਾਰਿਆ॥	tin kaa sabad sachai savaari-aa.
ਕਹੈ ਨਾਨਕੁ ਏਹੁ ਅਨੰਦੁ ਹੈ,	kahai naanak ayhu anand hai
ਆਨੰਦੁ ਗੁਰ ਤੇ ਜਾਣਿਆ॥੭॥	aanand gur tay jaani-aa. ‖7‖

ਸਾਰੇ ਜੀਵ ਕਹਿੰਦੇ ਹਨ, ਕਿ ਪ੍ਰਭ ਦੀ ਰਹਿਮਤ ਹੈ । ਪ੍ਰਭ ਦੀ ਰਹਿਮਤ, ਅਸਲੀ ਖੇੜਾ, ਕੇਵਲ ਸ਼ਬਦ ਨਾਲ ਜੀਵਨ ਢਾਲਣ ਨਾਲ ਹੀ ਅਨੁਭਵ, ਮਹਿਸੂਸ ਹੁੰਦਾ ਹੈ । ਜਿਸ ਨੂੰ ਪ੍ਰਭ ਆਪ ਹੀ ਸੁਰਮਾ (ਅੰਜੁਨ) ਦੇਂਦਾ, ਜਾਗਰਤੀ ਬਖਸ਼ਦਾ ਹੈ, ਉਸ ਨੂੰ ਹੀ ਪ੍ਰਵਾਨਗੀ ਦਾ ਅਸਲੀ ਰਸਤਾ ਬਖਸ਼ਿਸ਼ ਹੋ ਸਕਦਾ ਹੈ । ਜਿਹਵਾ ਆਪਣਾ ਜੀਵਨ ਸ਼ਬਦ ਦੀ ਸਿਖਿਆਂ ਨਾਲ ਢਾਲਦਾ, ਬਤੀਤ ਕਰਦਾ, ਸ੍ਰਿਸ਼ਟੀ ਦੀ ਸੇਵਾ ਵਿੱਚ ਲਾਉਂਦਾ ਹੈ । ਉਸ ਦਾ ਧਿਆਨ ਸ਼ਬਦ ਵਿੱਚ ਲਗ ਜਾਂਦਾ ਹੈ, ਉਸ ਦਾ ਸੰਸਾਰਕ ਮੋਹ

ਦੂਰ ਹੋ ਜਾਂਦਾ ਹੈ । ਉਸ ਨੂੰ ਪ੍ਰਭ ਦੀ ਰਹਿਮਤ, ਹੋਂਦ ਅਨੁਭਵ ਹੁੰਦੀ ਹੈ । ਅਸਲੀ ਅਨੰਦ ਉਸ ਵਿੱਚ ਅਲੋਪ ਹੋਣ ਨਾਲ ਹੀ ਬਖਸ਼ਿਸ਼ ਹੁੰਦਾ ਹੈ ।

Everyone may claim! He has been blessed with His mercy and grace. Whosoever may adopt the teachings of His Word with steady and stable belief in his day-to-day life; with His mercy and grace, he may realize His Holy Spirit prevailing everywhere. Whosoever may be blessed with the enlightenment of the essence of His Word; with His mercy and grace, he may be blessed with the right path of acceptance in His Court. Whosoever may adopt the teachings of His Word and serve His Creation; with His mercy and grace, he may remain intoxicated in meditation in the void of His Word. His worldly bonds may be eliminated. He may realize His existence, His Holy Spirit prevailing within every creature. Whosoever may be accepted in His Court, immerse in His Holy Spirit, only he enjoys the real pleasure, comforts, and contentment.

ਬਾਬਾ ਜਿਸੁ ਤੂ ਦੇਹਿ, ਸੋਈ ਜਨੁ ਪਾਵੈ॥	baabaa jis too deh so-ee jan paavai.
ਪਾਵੈ ਤ ਸੋ ਜਨੁ, ਦੇਹਿ ਜਿਸ ਨੋ,	paavai ta so jan deh jis no
ਹੋਰਿ ਕਿਆ ਕਰਹਿ ਵੇਚਾਰਿਆ॥	hor ki-aa karahi vaychaari-aa.
ਇਕਿ ਭਰਮਿ ਭੂਲੇ, ਫਿਰਹਿ ਦਹ ਦਿਸਿ,	ik bharam bhoolay fireh dah dis
ਇਕਿ ਨਾਮਿ ਲਾਗਿ ਸਵਾਰਿਆ॥	ik naam laag savaari-aa.
ਗੁਰ ਪਰਸਾਦੀ ਮਨੁ ਭਇਆ ਨਿਰਮਲੁ,	gur parsaadee man bha-i-aa nirmal
ਜਿਨਾ ਭਾਣਾ ਭਾਵਏ॥	jinaa bhaanaa bhaav-ay.
ਕਹੈ ਨਾਨਕੁ ਜਿਸੁ ਦੇਹਿ ਪਿਆਰੇ,	kahai naanak jis deh pi-aaray
ਸੋਈ ਜਨੁ ਪਾਵਏ॥੮॥	so-ee jan paav-ay. ‖8‖

ਜਿਸ ਤੇ ਪ੍ਰਭ ਆਪ ਹੀ ਰਹਿਮਤ ਬਖਸ਼ਦਾ ਹੈ, ਕੇਵਲ ਉਹ ਹੀ ਸ਼ਬਦ ਦੇ ਸਿਮਰਨ ਵਿੱਚ ਲਗ ਸਕਦਾ ਹੈ । ਬਾਕੀ ਜੀਵ ਤਰਸਦੇ ਹੀ ਰਹਿੰਦੇ ਹਨ । ਕਈ ਜੀਵ ਭਰਮ ਭੁਲੇਖੇ ਵਿੱਚ ਹੀ ਫਿਰਦੇ ਰਹਿੰਦੇ ਹਨ । ਜਿਹੜਾ ਪ੍ਰਭ ਦੇ ਸ਼ਬਦ ਦੀ ਸਿਖਿਆਂ ਨਾਲ ਜੀਵਨ ਢਾਲਦਾ ਹੈ, ਆਪਣੇ ਜੀਵਨ ਦਾ ਮੰਤਵ, ਅਧਾਰ ਬਣਾਉਂਦਾ ਹੈ । ਉਸ ਦੀ ਆਤਮਾ ਪਵਿੱਤਰ ਹੋ ਜਾਂਦੀ ਹੈ । ਜਿਸ ਦੀ ਸ਼ਬਦ ਦੀ ਕਮਾਈ ਪ੍ਰਭ ਦੇ ਦਰਬਾਰ ਵਿੱਚ ਪ੍ਰਵਾਨ ਹੋ ਜਾਂਦੀ ਹੈ । ਪ੍ਰਭ ਆਪ ਹੀ ਆਪਣੀ ਰਹਿਮਤ ਨਾਲ ਆਪਣੇ ਦਾਸ ਨੂੰ ਬਖਸ਼ਦਾ ਹੈ, ਮੁਕਤੀ ਕੇਵਲ ਪ੍ਰਭ ਦੇ ਵੱਸ ਵਿੱਚ ਹੀ ਹੈ ।

Whosoever may be inspired and attached to meditate on the teachings of His Word; with His mercy and grace, only he may remain intoxicated in meditating in the void of His Word. Others may remain wandering in religious suspicions and deprived from the right path of acceptance in His Court. Whosoever may adopt the teachings of His Word as the real purpose of his human life opportunity; with His mercy and grace, his soul may be sanctified to become worthy of His Consideration. Whose earnings of His Word may be accepted in His Court; with His mercy and grace, he may be accepted in His Sanctuary. Salvation, acceptance in His Court remains under His Control and only with His own mercy and grace. Absolutely no other techniques or mediation.

ਆਵਹੁ ਸੰਤ ਪਿਆਰਿਹੋ,	aavhu sant pi-aariho akath kee
ਅਕਥ ਕੀ ਕਰਹ ਕਹਾਣੀ॥	karah kahaanee.
ਕਰਹ ਕਹਾਣੀ ਅਕਥ ਕੇਰੀ,	karah kahaanee akath kayree
ਕਿਤੁ ਦੁਆਰੈ ਪਾਈਐ॥	kit du-aarai paa-ee-ai.
ਤਨੁ ਮਨੁ ਧਨੁ ਸਭੁ ਸਉਪਿ ਗੁਰ ਕਉ,	tan man Dhan sabh sa-up gur ka-o
ਹੁਕਮਿ ਮੰਨਿਐ ਪਾਈਐ॥	hukam mani-ai paa-ee-ai.

ਹੁਕਮੁ ਮੰਨਿਹੁ ਗੁਰੂ ਕੇਰਾ,	hukam mannihu guroo kayraa
ਗਾਵਹੁ ਸਚੀ ਬਾਣੀ॥	gaavhu sachee banee.
ਕਹੈ ਨਾਨਕੁ ਸੁਣਹੁ ਸੰਤਹੁ,	kahai naanak sunhu santahu
ਕਥਿਹੁ ਅਕਥ ਕਹਾਣੀ॥੯॥	kathihu akath kahaanee. ‖9‖

ਆਵੋ ਸਾਥੀਉ! ਸਭ ਰਲਕੇ, ਪ੍ਰਭ ਦੇ ਸ਼ਬਦ ਦਾ ਵਿਚਾਰ, ਕਥਾ, ਕੀਰਤਨ ਕਰੀਏ । ਜਿਤਨੀ ਵੀ ਪ੍ਰਭ ਸੋਝੀ ਬਖਸ਼ਦਾ ਹੈ! ਪ੍ਰਭ ਦੀ ਹੋਂਦ ਦਾ ਪੂਰਨ ਤਰ੍ਹਾਂ ਤੇ ਵਖਿਆਣ ਨਹੀਂ ਕੀਤਾ ਜਾ ਸਕਦਾ, ਇਹ ਸੋਝੀ ਕੇਵਲ ਪ੍ਰਭ ਦੀ ਰਹਿਮਤ ਨਾਲ ਹੀ ਬਖਸ਼ਿਸ਼ ਹੁੰਦੀ ਹੈ । ਉਸ ਦੇ ਸ਼ਬਦ ਦਾ ਧੰਨਵਾਦ, ਕੀਰਤਨ ਕਰੋ । ਆਪਣਾ ਤਨ, ਮਨ, ਸੰਸਾਰਕ ਹੈਸੀਅਤ, ਨੂੰ ਪ੍ਰਭ ਦੀ ਦਾਤ ਸਮਝਕੇ ਉਸ ਦੇ ਲੇਖੇ ਲਾਵੋਂ! ਸਦਾ ਹੀ ਪ੍ਰਭ ਦੇ ਸ਼ਬਦ ਦੀ ਪਾਲਣਾ ਕਰੋ, ਉਸ ਦੀ ਸਦਾ ਅਟਲ ਰਹਿਣ ਵਾਲੇ ਸ਼ਬਦ ਦੇ ਗੁਣ ਗਾਵੋ । ਜਿਤਨੀ ਸੋਝੀ ਪ੍ਰਭ ਬਖਸ਼ਦਾ ਹੈ, ਉਸ ਦਾ ਵਖਿਆਣ ਸ੍ਰਿਸ਼ਟੀ ਨਾਲ ਸਾਂਝਾ ਕਰੋ ।

Let us join and sing the glory of His Virtues and His Nature. Whatsoever the enlightenment may be blessed, we may only share that much with others. The complete enlightenment of His Nature remains beyond the comprehension of His Creation. You should surrender your mind, body and worldly status at His Sanctuary and adopt the teachings of His Word to serve His Creation. You should sing His glory and obey the teachings of His Word with steady and stable belief in your day-to-day life. With His mercy and grace, whatsoever enlightenment may be blessed; you should share with others.

ਏ ਮਨ ਚੰਚਲਾ,	ay man chanchlaa
ਚਤੁਰਾਈ ਕਿਨੈ ਨ ਪਾਇਆ॥	chaturaa-ee kinai na paa-i-aa.
ਚਤੁਰਾਈ ਨ ਪਾਇਆ ਕਿਨੈ,	chaturaa-ee na paa-i-aa kinai
ਤੂ ਸੁਣਿ ਮੰਨ ਮੇਰਿਆ॥	too sun man mayri-aa.
ਏਹ ਮਾਇਆ ਮੋਹਣੀ,	ayh maa-i-aa mohnee
ਜਿਨਿ ਏਤੁ ਭਰਮਿ ਭੁਲਾਇਆ॥	jin ayt bharam bhulaa-i-aa.
ਮਾਇਆ ਤ ਮੋਹਣੀ ਤਿਨੈ ਕੀਤੀ,	maa-i-aa ta mohnee tinai keetee
ਜਿਨਿ ਠਗਉਲੀ ਪਾਈਆ॥	jin thag-ulee paa-ee-aa.
ਕੁਰਬਾਣੁ ਕੀਤਾ ਤਿਸੈ ਵਿਟਹੁ,	kurbaan keetaa tisai vitahu
ਜਿਨਿ ਮੋਹੁ ਮੀਠਾ ਲਾਇਆ॥	jin moh meethaa laa-i-aa.
ਕਹੈ ਨਾਨਕੁ ਮਨ ਚੰਚਲ,	kahai naanak man chanchal
ਚਤੁਰਾਈ ਕਿਨੈ ਨ ਪਾਇਆ॥੧੦॥	chaturaa-ee kinai na paa-i-aa. ‖10‖

ਜੀਵ ਦਾ ਮਨ ਬਹੁਤ ਅਚੰਬਾ, ਚੰਚਲ, ਇੱਕ ਪਾਸੇ ਟਿਕਦਾ ਨਹੀਂ । ਆਪਣੀ ਸਿਆਣਪ, ਚਲਾਕੀ ਨਾਲ ਕਦੇ ਪ੍ਰਭ ਦੀ ਰਹਿਮਤ ਬਖਸ਼ਿਸ਼ ਨਹੀਂ ਹੁੰਦੀ । ਸੰਸਾਰ ਵਿੱਚ ਮਾਇਆ ਨੇ ਸਾਰੀ ਸ੍ਰਿਸ਼ਟੀ ਨੂੰ ਹੀ ਭੁਲੇਖੇ ਵਿੱਚ ਪਾਇਆ ਹੈ । ਪ੍ਰਭ ਤੋ ਕਰਬਾਨ ਜਾਵਾਂ! ਜਿਸ ਨੇ ਜੀਵ ਨੂੰ ਪੈਦਾ ਕੀਤਾ, ਉਸ ਪ੍ਰਭ ਨੇ ਹੀ ਸੰਸਾਰਕ ਮਾਇਆ ਦਾ ਮੋਹ ਵੀ ਆਪ ਹੀ ਪੈਦਾ ਕੀਤਾ ਹੈ । ਕਿ ਉਸ ਦਾ ਦਾਸ ਆਪਣੇ ਅਸਲੀ ਰਸਤੇ ਤੇ ਅਡੋਲ ਭਰੋਸੇ ਨਾਲ ਚਲਦਾ ਹੈ? ਪ੍ਰਭ ਦੇ ਕਰਤਬ ਵੀ ਅਨੋਖੇ ਹਨ । ਪ੍ਰਭ, ਜੀਵ ਦੀਆਂ ਸਭ ਸਿਆਣਪਾਂ, ਚਤੁਰਾਈਆਂ ਜਾਣਦਾ ਹੈ । ਕੋਈ ਕਿਸੇ ਦਿਖਾਵੇ ਦੀ ਬੰਦਗੀ, ਚਲਾਕੀ ਨਾਲ ਰਹਿਮਤ ਨਹੀਂ ਪਾ ਸਕਦਾ ।

** ਚੰਚਲ ਮਨ- ਇੱਕ ਪਾਸੇ ਨਾ ਟਿਕੇ!

** ਮਾਇਆ- ਪੰਜ ਜਮਦੂਤ- ਕਾਮ, ਕਰੋਧ, ਲੋਭ, ਮੋਹ, ਅਹੰਕਾਰ!

Human mind remains unpredictable and may not consistently stay on any path for long time. With his own wisdom and clever tricks, no one ever, has been blessed with enlightenment of the essence of His Word. Sweet poison of worldly wealth has intoxicated everyone with suspicions. The True Master, Creator of the universe has also created the worldly wealth to monitor the sincerity of His true devotee. Does anyone remain steady and stable on the teachings of His Word? His miracles, Nature may be astonishing and unpredictable. The Omniscient True Master remains aware about all clever plans of the mind of His Creation. No one may ever be accepted in His Court with short-cut, fraud, deception.

ਏ ਮਨ ਪਿਆਰਿਆ,	ay man pi-aari-aa
ਤੂ ਸਦਾ ਸਚੁ ਸਮਾਲੇ॥	too sadaa sach samaalay.
ਏਹੁ ਕੁਟੰਬੁ ਤੂ ਜਿ ਦੇਖਦਾ,	ayhu kutamb too je daykh-daa
ਚਲੈ ਨਾਹੀ ਤੇਰੈ ਨਾਲੇ॥	chalai naahee tayrai naalay.
ਸਾਥਿ ਤੇਰੈ ਚਲੈ ਨਾਹੀ,	saath tayrai chalai naahee
ਤਿਸੁ ਨਾਲਿ ਕਿਉ ਚਿਤੁ ਲਾਈਐ॥	tis naal ki-o chit laa-ee-ai.
ਐਸਾ ਕੰਮੁ ਮੂਲੇ ਨ ਕੀਚੈ,	aisaa kamm moolay na keechai
ਜਿਤੁ ਅੰਤਿ ਪਛੋਤਾਈਐ॥	jit ant pachhotaa-ee-ai.
ਸਤਿਗੁਰੂ ਕਾ ਉਪਦੇਸੁ ਸੁਣਿ,	satguroo kaa updays sun
ਤੂ ਹੋਵੈ ਤੇਰੈ ਨਾਲੇ॥	too hovai tayrai naalay.
ਕਹੈ ਨਾਨਕੁ ਮਨ ਪਿਆਰੇ,	kahai naanak man pi-aaray
ਤੂ ਸਦਾ ਸਚੁ ਸਮਾਲੇ॥੧੧॥	too sadaa sach samaalay. ||11||

ਆਪਣੇ ਮਨ ਦੀਆਂ ਇੱਛਾਂ ਨੂੰ ਕਾਬੂ ਵਿੱਚ ਰਖੋ! ਹਮੇਸ਼ਾ ਹੀ ਪ੍ਰਭ ਦੇ ਭਾਣੇ ਨੂੰ ਸਤਿ ਕਰਕੇ ਮੰਨੋ! ਸੰਸਾਰਕ ਭਾਈ ਚਾਰੇ, ਰਿਸ਼ਤੇ (ਮਾਤਾ, ਪਿਤਾ, ਬੱਚੇ) ਦਾ ਅਭਿਮਾਨ ਨਾ ਕਰੋ! ਉਹ ਪ੍ਰਭ ਦੇ ਦਰਬਾਰ ਵਿੱਚ ਕਿਸੇ ਕੰਮ ਨਹੀਂ ਆਉਂਦੇ । ਉਹਨਾਂ ਦੀ ਦੇਖ ਭਾਲ ਕਰਨ ਲਈ ਜਾ ਸੇਵਾ ਕਰਨ ਲਈ ਕੋਈ ਮੰਦਾ ਕੰਮ ਨਾ ਕਰੋ । ਜਿਹੜਾ ਮੰਦੇ ਕੰਮ ਕਰਦਾ ਹੈ, ਉਸ ਨੂੰ ਦਰਗਾਹ ਵਿੱਚ ਫਿਟਕਾਂ ਹੀ ਪੈਂਦੀਆ ਹਨ । ਪ੍ਰਭ ਦੇ ਸ਼ਬਦ ਦੀ ਸਿਖਿਆਂ ਨੂੰ ਆਪਣੇ ਜੀਵਨ ਦਾ ਢੰਗ, ਅਧਾਰ ਬਣਾਵੋ । ਪ੍ਰਭ ਦੇ ਸ਼ਬਦ ਦੀ ਕਮਾਈ ਕਰੋ! ਜਿਸ ਕਮਾਈ ਨਾਲ ਪ੍ਰਭ ਦੇ ਦਰਬਾਰ ਵਿੱਚ ਪ੍ਰਵਾਨਗੀ ਬਖਸ਼ਿਸ਼ ਹੋ ਜਾਵੇ ।

You should control your worldly desires and always obey the teachings of His Word with steady and stable belief as an ultimate command. You should not boast about the worldly status of your family, friends, and relatives. No one may be able to provide any support for the real purpose of your human life journey. You may never commit any sins to look after or serve your family, friends. Whosoever may commit sins in his worldly life; he may be rebuked and endures the judgement for his deeds, in His Court. You should adopt the teachings of His Word with steady and stable belief in your day-to-day life; with His mercy and grace, you may be blessed with the right path of acceptance in His Court.

ਅਗਮ ਅਗੋਚਰਾ,	agam agocharaa tayraa
ਤੇਰਾ ਅੰਤੁ ਨ ਪਾਇਆ॥	ant na paa-i-aa.
ਅੰਤੋ ਨ ਪਾਇਆ ਕਿਨੈ ਤੇਰਾ,	anto na paa-i-aa kinai tayraa
ਆਪਣਾ ਆਪੁ ਤੂ ਜਾਣਹੇ॥	aapnaa aap too jaanhay.
ਜੀਅ ਜੰਤ ਸਭਿ ਖੇਲੁ ਤੇਰਾ,	jee-a jant sabh khayl tayraa
ਕਿਆ ਕੋ ਆਖਿ ਵਖਾਣਏ॥	ki-aa ko aakh vakhaana-ay.
ਆਖਹਿ ਤ ਵੇਖਹਿ ਸਭੁ ਤੂਹੈ,	aakhahi ta vaykheh sabh toohai
ਜਿਨਿ ਜਗਤੁ ਉਪਾਇਆ॥	jin jagat upaa-i-aa.
ਕਹੈ ਨਾਨਕੁ ਤੂ ਸਦਾ ਅਗੰਮੁ ਹੈ,	kahai naanak too sadaa agamm hai
ਤੇਰਾ ਅੰਤੁ ਨ ਪਾਇਆ॥੧੨॥	tayraa ant na paa-i-aa. ||12||

ਬੇਅੰਤ, ਅਗਮ, ਅਨੋਖੇ ਪ੍ਰਭ ਦਾ ਹੁਕਮ, ਸ਼ਬਦ ਸਦਾ ਅਟਲ ਰਹਿਣ ਵਾਲੀ ਸਚਾਈ ਹੈ । ਪ੍ਰਭ ਦੇ ਕਰਤਬਾਂ ਦਾ ਕੋਈ ਅੰਤ ਨਹੀਂ, ਪੂਰਨ ਵਖਿਆਣ ਨਹੀਂ ਕਰ ਸਕਦਾ । ਪ੍ਰਭ ਆਪਣੇ ਕਰਤਬ ਆਪ ਹੀ ਜਾਣਦਾ ਹੈ । ਪ੍ਰਭ ਆਪ ਹੀ ਸ੍ਰਿਸ਼ਟੀ, ਪੈਦਾ ਕਰਦਾ, ਦੇਖ ਭਾਲ, ਸੰਭਾਲਣਾ, ਰਖਿਆ ਕਰਦਾ, ਸ੍ਰਿਸ਼ਟੀ ਦਾ ਖੇਲ ਰਚਾਉਂਦਾ, ਚਲਾਉਂਦਾ ਹੈ । ਪ੍ਰਭ ਦੇ ਹੁਕਮ, ਭਾਣੇ ਤੇ ਕਿਸੇ ਜੀਵ ਦਾ ਪ੍ਰਭਾਵ ਨਹੀਂ

ਹੈ । ਨਾ ਹੀ ਇਸ ਦੀ ਕੋਈ ਹੱਦ ਹੀ ਜਾਣੀ ਜਾ ਸਕਦੀ ਹੈ । ਬੇਅੰਤ, ਅਗਮ, ਅਨੋਖੇ ਪ੍ਰਭ ਦਾ ਭਾਣਾ ਵੀ ਅਟਲ ਹੈ । ਪ੍ਰਭ ਦੇ ਕਰਤਬਾਂ ਦਾ ਕੋਈ ਅੰਤ ਨਹੀਂ ਜਾਣ ਸਕਦਾ, ਵਖਿਆਣ ਨਹੀਂ ਕਰ ਸਕਦਾ । (ਅਗਮ - ਜਿਸ ਨਾਲ ਵਿਚਾਰ ਕਰਕੇ ਉਸ ਦਾ ਮਨ ਨਾ ਬਦਲਿਆ ਜਾ ਸਕੇ)

The True Master, His Nature remains astonishing, unchanged beyond any outsider influence. His miracles remain beyond any comprehension or explanation of Your Creation. His Word, Command remains ultimate, unchanged, and true forever. The True Master creates the play of universe; He creates new lives, creatures, nourishes and protects in the universe. His Blessings, miracles remain unpredictable, astonishing, beyond any influence of any outside force; beyond comprehension of Your Creation. No one ever has discovered the limit of any of His event, Nature.

ਸੁਰਿ ਨਰ ਮੁਨਿ ਜਨ, ਅੰਮ੍ਰਿਤੁ ਖੋਜਦੇ,	sur nar mun jan amrit khojday
ਸੁ ਅੰਮ੍ਰਿਤੁ ਗੁਰ ਤੇ ਪਾਇਆ॥	so amrit gur tay paa-i-aa.
ਪਾਇਆ ਅੰਮ੍ਰਿਤੁ ਗੁਰਿ ਕ੍ਰਿਪਾ ਕੀਨੀ,	paa-i-aa amrit gur kirpaa keenee
ਸਚਾ ਮਨਿ ਵਸਾਇਆ॥	sachaa man vasaa-i-aa.
ਜੀਅ ਜੰਤ ਸਭਿ ਤੁਧੁ ਉਪਾਏ,	jee-a jant sabh tuDh upaa-ay
ਇਕਿ ਵੇਖਿ ਪਰਸਣਿ ਆਇਆ॥	ik vaykh parsan aa-i-aa.
ਲਬੁ ਲੋਭੁ ਅਹੰਕਾਰੁ ਚੂਕਾ,	lab lobh ahaNkaar chookaa
ਸਤਿਗੁਰੂ ਭਲਾ ਭਾਇਆ॥	satguroo bhalaa bhaa-i-aa.
ਕਹੈ ਨਾਨਕੁ ਜਿਸ ਨੋ ਆਪਿ ਤੁਠਾ,	kahai naanak jis no aap tuthaa
ਤਿਨਿ ਅੰਮ੍ਰਿਤੁ ਗੁਰ ਤੇ ਪਾਇਆ॥੧੩॥	tin amrit gur tay paa-i-aa. ||13||

ਜਿਹੜਾ ਹਰ ਵੇਲੇ ਸ਼ਬਦ ਦੀ ਪਾਲਣਾ ਵਿੱਚ ਲੀਨ ਰਹਿੰਦਾ ਹੈ । ਉਹ ਹਰ ਵੇਲੇ ਪ੍ਰਭ ਦੇ ਸ਼ਬਦ ਦੀ ਸੋਝੀ ਢੂੰਡਦਾ ਰਹਿੰਦਾ ਹੈ । ਜਿਸ ਨਾਲ ਪ੍ਰਭ ਰਹਿਮਤ ਦੀ ਬਖਸ਼ਿਸ਼ ਹੋ ਜਾਵੇ । ਅਖੀਰ ਵਿੱਚ ਪ੍ਰਭ ਉਸ ਨੂੰ ਸੋਝੀ ਬਖਸ਼ਦਾ ਹੈ । ਜਿਸ ਤੇ ਪ੍ਰਭ ਆਪ ਹੀ ਰਹਿਮਤ ਬਖਸ਼ਦਾ ਹੈ, ਉਸ ਦੇ ਮਨ ਵਿੱਚ ਪ੍ਰਭ ਦੇ ਸ਼ਬਦ ਦੀ ਸੋਝੀ ਘਰ ਕਰ ਜਾਂਦੀ ਹੈ । ਪ੍ਰਭ ਹੀ ਸਾਰੀ ਸ੍ਰਿਸ਼ਟੀ ਪੈਦਾ ਕਰਦਾ, ਪਾਲਣਾ ਪੋਸਨਾ ਕਰਦਾ ਹੈ । ਜਿਹੜਾ ਆਪਣੀਆਂ ਇੰਦ੍ਰੀਆਂ ਤੇ ਕਾਬੂ ਪਾਉਂਦਾ, ਸ਼ਬਦ ਦੀ ਸਿਖਿਆਂ ਨਾਲ ਜੀਵਨ ਢਾਲਦਾ ਹੈ । ਉਸ ਨੂੰ ਸ਼ਬਦ ਦੀ ਸੋਝੀ ਰੂਪੀ ਅੰਮ੍ਰਿਤ ਬਖਸ਼ਿਸ਼ ਹੋ ਜਾਂਦਾ ਹੈ ।

Whosoever may remain intoxicated in obeying the teachings of His Word and consistently remain searching within; with His mercy and grace, he may be enlightened with the essence of His Word. He may remain drenched with the essence of His Word. The True Master has created the whole universe, nourishes, and protects His Creation. Whosever may conquer his worldly desires, expectations and adopts the teachings of His Word in his day-to-day life; with His mercy and grace, he may be blessed with the right path of acceptance in His Court; the nectar of the essence of His Word.

ਭਗਤਾ ਕੀ ਚਾਲ ਨਿਰਾਲੀ॥	bhagtaa kee chaal niraalee.
ਚਾਲਾ ਨਿਰਾਲੀ ਭਗਤਾਹ ਕੇਰੀ,	chaalaa niraalee bhagtaah kayree
ਬਿਖਮ ਮਾਰਗਿ ਚਲਣਾ॥	bikham maarag chalnaa.
ਲਬੁ, ਲੋਭੁ, ਅਹੰਕਾਰੁ, ਤਜਿ ਤ੍ਰਿਸਨਾ,	lab lobh ahaNkaar taj tarisnaa
ਬਹੁਤੁ ਨਾਹੀ ਬੋਲਣਾ॥	bahut naahee bolnaa.
ਖੰਨਿਅਹੁ ਤਿਖੀ, ਵਾਲਹੁ ਨਿਕੀ,	khanni-ahu tikhee vaalahu nikee
ਏਤੁ ਮਾਰਗਿ ਜਾਣਾ॥	ayt maarag jaanaa.
ਗੁਰ ਪਰਸਾਦੀ ਜਿਨੀ ਆਪੁ ਤਜਿਆ,	gur parsaadee jinee aap taji-aa
ਹਰਿ ਵਾਸਨਾ ਸਮਾਣੀ॥	har vaasnaa samaanee.
ਕਹੈ ਨਾਨਕੁ ਚਾਲ ਭਗਤਾ,	kahai naanak chaal bhagtaa
ਜੁਗਹੁ ਜੁਗੁ ਨਿਰਾਲੀ॥੧੪॥	jugahu jug niraalee. ||14||

ਅਸਲੀ ਭਗਤ ਦਾ ਪ੍ਰਭ ਦੇ ਭਾਣੇ ਨੂੰ ਮੰਨਣ ਦਾ ਢੰਗ ਅਨੋਖਾ ਹੀ ਹੁੰਦਾ ਹੈ । ਉਹ ਕੋਈ ਮੌਕਾ ਗਵਾਉਣਾ ਨਹੀਂ ਚਾਹੁੰਦਾ । ਮਨ ਦਾ ਭਰੋਸਾ ਅਡੋਲ ਕਰਨ ਲਈ ਔਖੇ ਤੋ ਔਖਾ ਰਸਤਾ ਧਾਰਨ ਕਰਦਾ ਹੈ । ਸੰਸਾਰਕ ਪੰਜਾਂ ਇਦ੍ਰੀਆਂ ਤੇ ਕਾਬੂ ਮਜਬੂਤ ਕਰਨ ਦਾ ਕੋਈ ਦਿਖਾਵਾ ਨਹੀਂ ਕਰਦਾ । ਜੀਵ ਨੂੰ ਮਰਨ ਤੋ ਪਿਛੋਂ ਭਿਆਨਕ ਰਸਤੇ ਵਿਚੋਂ ਜਾਣਾ ਪੈਂਦਾ ਹੈ । ਜਿਸ ਤੇ ਪ੍ਰਭ ਰਹਿਮਤ ਬਖਸ਼ਦਾ ਹੈ, ਉਸ ਦਾ ਸਫਰ ਸਹਿਲਾ ਹੀ ਬੀਤ ਜਾਂਦਾ ਹੈ । ਬੰਦਗੀ ਕਰਨ ਵਾਲਾ, ਸਿਮਰਨ ਦਾ ਸਮਾਂ ਮਿਥਦਾ ਨਹੀਂ, ਮਾਲ਼ਾ ਫੇਰਨ ਦੀ ਗਿਣਤੀ ਨਹੀਂ ਕਰਦਾ । ਕਿ ਕਿਤਨਾ ਚਿਰ ਬੰਦਗੀ ਕਰਨੀ ਹੈ, ਜਾ ਕਿਹੜੀ ਬਾਣੀ ਪੜ੍ਹਨੀ ਹੈ? ਰੋਮ ਰੋਮ ਵਿੱਚ ਹੀ ਪ੍ਰਭ ਦਾ ਸ਼ਬਦ ਗੂੰਜਦਾ, ਵਸ ਜਾਂਦਾ ਹੈ । ਉਸ ਨੂੰ ਅਨੋਖੀ ਹੀ ਅਵਸਥਾ ਬਖਸ਼ਿਸ਼ ਹੋ ਜਾਂਦੀ ਹੈ ।

His true devotee may have a unique, astonishing way of meditating and obeying the teachings of His Word. He may never waste any breath without singing His Glory. He may adopt the hardest, tough routine to obey the teachings of His Word with steady and stable belief in his day-to-day life. He may keep his control on his worldly expectation and desires. He may remain aware that the path of death may be very tedious and terrible. Whosoever may be accepted in His Sanctuary; with His mercy and grace, his path in his human life journey, may become easy, comforting without any obstacles. His true devotee may never fix any specific time for meditation or counts numbers of beads of rosary; not limit or fix any specific portion of religious Holy Scripture. He may hear the everlasting echo of His Word resonating within his heart. Each fiber of his flesh remains drenched with the nectar of the essence of His Word; with His mercy and grace, he may be blessed with astonishing state of mind.

ਜਿਉ ਤੂ ਚਲਾਇਹਿ, ਤਿਵ ਚਲਹ ਸੁਆਮੀ,	ji-o too chalaa-ihi tiv chalah su-aamee
ਹੋਰੁ ਕਿਆ ਜਾਣਾ ਗੁਣ ਤੇਰੇ॥	hor ki-aa jaanaa gun tayray.
ਜਿਵ ਤੂ ਚਲਾਇਹਿ ਤਿਵੈ ਚਲਹ,	jiv too chalaa-ihi tivai chalah
ਜਿਨਾ ਮਾਰਗਿ ਪਾਵਹੇ॥	jinaa maarag paavhay.
ਕਰਿ ਕਿਰਪਾ ਜਿਨ ਨਾਮਿ ਲਾਇਹਿ,	kar kirpaa jin naam laa-ihi
ਸਿ ਹਰਿ ਹਰਿ ਸਦਾ ਧਿਆਵਹੇ॥	se har har sadaa Dhi-aavhay.
ਜਿਸ ਨੋ ਕਥਾ ਸੁਣਾਇਹਿ ਆਪਣੀ,	jis no kathaa sunaa-ihi aapnee
ਸਿ ਗੁਰਦੁਆਰੈ ਸੁਖੁ ਪਾਵਹੇ॥	se gurdu-aarai sukh paavhay.
ਕਹੈ ਨਾਨਕੁ ਸਚੇ ਸਾਹਿਬ,	kahai naanak sachay saahib
ਜਿਉ ਭਾਵੈ ਤਿਵੈ ਚਲਾਵਹੇ॥੧੫॥	ji-o bhaavai tivai chalaavahay. ||15||

ਜਿਵੇਂ ਜਿਵੇਂ ਪ੍ਰਭ ਦਾ ਹੁਕਮ ਹੁੰਦਾ ਹੈ, ਜੀਵ ਉਹ ਹੀ ਕਰਦਾ, ਕਰ ਸਕਦਾ ਹੈ । ਇਸ ਤੋ ਜ਼ਿਆਦਾ ਤੇਰੇ ਭਾਣੇ ਦੀ, ਗੁਣਾਂ ਦੀ ਹੋਰ ਸੋਝੀ ਨਹੀਂ ਹੁੰਦੀ । ਜਿਸ ਨੂੰ ਬੰਦਗੀ ਦੇ ਮਾਰਗ ਤੇ ਪਾਉਂਦਾ ਹੈ, ਉਹ ਹੀ ਅਸਲੀ ਮਾਰਗ ਤੇ ਚਲਦਾ, ਸਿਮਰਨ, ਸ਼ਬਦ ਦੀ ਪਾਲਣਾ ਕਰ ਸਕਦਾ ਹੈ । ਜਿਸ ਜੀਵ ਤੇ ਰਹਿਮਤ ਬਖਸ਼ਕੇ ਸ਼ਬਦ ਦੀ ਸੋਝੀ, ਅਸਲੀ ਪ੍ਰਵਾਨਗੀ ਦਾ ਰਸਤਾ ਬਖਸ਼ਦਾ ਹੈ । ਉਸ ਹੀ ਪ੍ਰਵਾਨਗੀ ਦੇ ਰਸਤੇ ਤੇ ਅਡੋਲ ਰਹਿੰਦਾ ਹੈ । ਪ੍ਰਭ ਆਪ ਹੀ ਰਹਿਮਤ ਬਖਸ਼ਕੇ, ਉਸ ਦੀ ਬੰਦਗੀ ਪ੍ਰਵਾਨ ਕਰਦਾ ਹੈ, ਆਪਣੇ ਵਿੱਚ ਅਭੇਦ ਕਰ ਲੈਂਦਾ ਹੈ ।

Whatsoever may be His Command, Word; His Creation may only adopt or perform deeds in the universe. Whatsoever may be blessed with His mercy and grace, that may be the limit of comprehension of His true devotee. Whosoever may be blessed with the right path of acceptance in His Court; he may meditate and obey the teachings of His Word with steady and stable belief in his day-to-day life. With His mercy and grace, he may be immersed within His Holy Spirit.

ਏਹੁ ਸੋਹਿਲਾ ਸਬਦੁ ਸੁਹਾਵਾ॥ ayhu sohilaa sabad suhaavaa.
ਸਬਦੋ ਸੁਹਾਵਾ ਸਦਾ ਸੋਹਿਲਾ, sabdo suhaavaa sadaa sohilaa
ਸਤਿਗੁਰੂ ਸੁਣਾਇਆ॥ satguroo sunaa-i-aa.
ਏਹੁ ਤਿਨ ਕੈ ਮੰਨਿ ਵਸਿਆ, ayhu tin kai man vasi-aa
ਜਿਨ ਧੁਰਹੁ ਲਿਖਿਆ ਆਇਆ॥ jin Dharahu likhi-aa aa-i-aa.
ਇਕਿ ਫਿਰਹਿ ਘਨੇਰੇ, ਕਰਹਿ ਗਲਾ, ik fireh ghanayray karahi galaa
ਗਲੀ ਕਿਨੈ ਨ ਪਾਇਆ॥ galee kinai na paa-i-aa.
ਕਹੈ ਨਾਨਕੁ ਸਬਦੁ ਸੋਹਿਲਾ, kahai naanak sabad sohilaa
ਸਤਿਗੁਰੂ ਸੁਣਾਇਆ॥੧੬॥ satguroo sunaa-i-aa. ||16||

ਪ੍ਰਭ ਦੇ ਸ਼ਬਦ ਦਾ ਗੀਤ ਮਨ ਨੂੰ ਸੀਤਲ ਕਰਨ ਵਾਲਾ ਹੰਦਾ ਹੈ । ਜਿਸ ਤੇ ਪ੍ਰਭ ਆਪ ਹੀ ਰਹਿਮਤ ਨਾਲ ਸ਼ਬਦ ਦਾ ਧਨ ਬਖਸ਼ਦਾ ਹੈ । ਉਸ ਜੀਵ ਦੇ ਮਨ ਵਿੱਚ ਸ਼ਬਦ ਦੀ ਸਿਖਿਆਂ ਰਚ ਜਾਂਦੀ ਹੈ । ਜਿਸ ਦੇ ਭਾਗਾਂ ਵਿੱਚ ਪਹਿਲੇ ਹੀ ਲਿਖਿਆ ਹੁੰਦਾ ਹੈ । ਕਈ ਜੀਵ ਵੱਖਰੇ ਵੱਖਰੇ ਰਸਤਿਆਂ ਤੇ ਭਉਦੇ, ਇੱਥਰ, ਉੱਧਰ ਦੀਆਂ ਗੱਲਾ ਕਰਦੇ ਹਨ । ਕੇਵਲ ਗੱਲਾਂ ਨਾਲ, ਕਦੇ ਪ੍ਰਭ ਦੀ ਰਹਿਮਤ ਬਖਸ਼ਿਸ਼ ਨਹੀਂ ਹੁੰਦੀ । ਜਿਸ ਤੇ ਰਹਿਮਤ ਬਖਸ਼ਦਾ ਹੈ, ਉਸ ਦੇ ਮਨ ਵਿੱਚ ਸ਼ਾਂਤੀ ਭਰਿਆਂ ਸ਼ਬਦ ਘਰ ਕਰ ਜਾਂਦਾ, ਵਸ ਜਾਂਦਾ ਹੈ ।

Singing the glory of His Word may be very soothing to the mind of His true devotee. Whosoever may be blessed with devotion to meditate and sing the glory of His Word; with His mercy and grace, he may remain drenched with the essence of His Word. Whosoever may have a great prewritten destiny, only he may be blessed with the nectar of the essence of His Word. Many may be wandering from shrine to shrine, on various paths in human life journey. Many may only discuss and talk about various techniques of meditation; however, he may never adopt in own day-to-day life. No one may ever be blessed with the right path of acceptance by only preaching the teachings of religious Holy Scripture to others. Whosoever may adopt the teachings of His Word in his day-to-day life; with His mercy and grace, he may remain drenched with the essence of His Word; the right path of acceptance in His Court.

ਪਵਿਤੁ ਹੋਏ ਸੇ ਜਨਾ, pavit ho-ay say janaa jinee har
ਜਿਨੀ ਹਰਿ ਧਿਆਇਆ॥ Dhi-aa-i-aa.
ਹਰਿ ਧਿਆਇਆ ਪਵਿਤੁ ਹੋਏ, har Dhi-aa-i-aa pavit ho-ay
ਗੁਰਮੁਖਿ ਜਿਨੀ ਧਿਆਇਆ॥ gurmukh jinee Dhi-aa-i-aa.
ਪਵਿਤੁ ਮਾਤਾ, ਪਿਤਾ, ਕੁਟੰਬ, ਸਹਿਤ ਸਿਉ, pavit maataa pitaa kutamb sahit si-o
ਪਵਿਤੁ ਸੰਗਤਿ ਸਬਾਈਆ॥ pavit sangat sabaa-ee-aa.
ਕਹਦੇ ਪਵਿਤੁ, ਸੁਣਦੇ ਪਵਿਤੁ, ਸੇ ਪਵਿਤੁ, kahday pavit sunday pavit say pavit
ਜਿਨੀ ਮੰਨਿ ਵਸਾਇਆ॥ jinee man vasaa-i-aa.
ਕਹੈ ਨਾਨਕੁ ਸੇ ਪਵਿਤੁ, ਜਿਨੀ ਗੁਰਮੁਖਿ, kahai naanak say pavit jinee
ਹਰਿ ਹਰਿ ਧਿਆਇਆ॥੧੭॥ gurmukh har har Dhi-aa-i-aa. ||17||

ਜਿਹੜਾ ਜੀਵ ਸ਼ਰਧਾ ਨਾਲ ਪ੍ਰਭ ਦੇ ਸ਼ਬਦ ਦਾ ਸਿਮਰਨ, ਸ਼ਬਦ ਦੀ ਪਾਲਣਾ ਕਰਦਾ ਹੈ । ਉਸ ਨੂੰ ਸੰਸਾਰਕ ਪੰਜਾਂ ਇੰਦ੍ਰੀਆਂ ਤੇ ਜਿੱਤ ਬਖਸ਼ਿਸ਼ ਹੋ ਜਾਂਦੀ ਹੈ । ਉਸ ਦੀ ਆਤਮਾ ਪਵਿੱਤਰ ਹੋ ਜਾਂਦੀ, ਗੁਰਮਖ ਅਵਸਥਾ ਬਖਸ਼ਿਸ਼ ਹੋ ਜਾਂਦੀ ਹੈ । ਉਸ ਦਾ ਸਾਥ ਕਰਨ ਵਾਲਾ ਵੀ ਸ਼ਬਦ ਨਾਲ ਜੀਵਨ ਢਾਲ ਲੈਂਦਾ ਹੈ । (ਮਾਤਾ, ਪਿਤਾ, ਭੈਣ, ਭਾਈ, ਬਾਕੀ ਸਾਥੀ ਵੀ) ਆਪਣੀ ਆਤਮਾ ਪਵਿੱਤਰ ਕਰ ਲੈਂਦੇ ਹਨ । ਜਿਹੜਾ ਪ੍ਰਭ ਦੇ ਸ਼ਬਦ ਦਾ ਸਿਮਰਨ ਕਰਦਾ, ਸੁਣਦਾ, ਜੀਵਨ ਵਿੱਚ ਢਾਲਦਾ ਹੈ । ਪ੍ਰਭ ਦੀ ਰਹਿਮਤ ਨਾਲ, ਉਸ ਨੂੰ ਗੁਰਮਖ ਅਵਸਥਾ, ਮੁਕਤੀ ਦਾ ਰਸਤਾ ਬਖਸ਼ਿਸ਼ ਹੋ ਜਾਂਦਾ ਹੈ । ਉਹ ਪ੍ਰਵਾਨਗੀ ਦੇ ਰਸਤੇ ਤੇ ਅਡੋਲ ਹੋ ਜਾਂਦਾ ਹੈ ।

Whosoever may meditate with devotion and adopts the teachings of His Word with steady and stable belief in his day-to-day life; with His mercy and grace, he may be blessed to conquer his five demons of worldly desires. His soul may be sanctified to become worthy of His Consideration. He may be blessed with a state of mind as His true devotee. Whosoever may associate with His true devotee and adopts his life experience teachings in his own day-to-day life; with His mercy and grace, he may become steady and stable on the right path of acceptance in His Court. Whosoever may meditate, listen to the sermons of His Word, or adopt the teachings of His Word with steady and stable belief in his day-to-day life; with His mercy and grace, he may be blessed with the right path of acceptance in His Court, salvation. He may remain steady and stable on the right path of salvation.

ਕਰਮੀ ਸਹਜੁ ਨ ਊਪਜੈ,	karmee sahj na oopjai
ਵਿਣੁ ਸਹਜੈ ਸਹਸਾ ਨ ਜਾਇ॥	vin sahjai sahsaa na jaa-ay.
ਨਹ ਜਾਇ ਸਹਸਾ, ਕਿਤੈ ਸੰਜਮਿ,	nah jaa-ay sahsaa kitai sanjam
ਰਹੇ ਕਰਮ ਕਮਾਏ॥	rahay karam kamaa-ay.
ਸਹਸੈ ਜੀਉ, ਮਲੀਣੁ ਹੈ,	sahsai jee-o maleen hai
ਕਿਤੁ ਸੰਜਮਿ ਧੋਤਾ ਜਾਏ॥	kit sanjam Dhotaa jaa-ay.
ਮੰਨੁ ਧੋਵਹੁ ਸਬਦਿ ਲਾਗਹੁ,	man Dhovahu sabad laagahu
ਹਰਿ ਸਿਉ ਰਹਹੁ ਚਿਤੁ ਲਾਇ॥	har si-o rahhu chit laa-ay.
ਕਹੈ ਨਾਨਕੁ ਗੁਰ ਪਰਸਾਦੀ,	kahai naanak gur parsaadee
ਸਹਜੁ ਉਪਜੈ, ਇਹੁ ਸਹਸਾ ਇਵ ਜਾਇ॥੧੮॥	sahj upjai ih sahsaa iv jaa-ay. ‖18‖

ਚੰਗੇ ਕੰਮਾਂ ਨਾਲ ਵੀ ਪ੍ਰਭ ਦੇ ਪ੍ਰਵਾਨਗੀ ਦੇ ਰਸਤੇ ਦੀ ਬਖਸ਼ਿਸ਼ ਨਹੀਂ ਹੁੰਦੀ, ਪ੍ਰਭ ਦੀ ਰਹਿਮਤ ਤੋ ਬਿਨਾਂ ਮਨ ਦੇ ਭਰਮ ਦੂਰ ਨਹੀਂ ਹੁੰਦੇ । ਪ੍ਰਭ ਦੀ ਰਹਿਮਤ ਤੋ ਬਿਨਾਂ ਜੀਵ ਚੰਗੇ ਕੰਮ ਨਹੀਂ ਕਰ ਸਕਦਾ, ਉਸ ਦਾ ਭਰੋਸਾ ਅਡੋਲ ਨਹੀਂ ਹੁੰਦਾ । ਕੇਵਲ ਧਾਰਮਕ ਰਹਿਤਾਂ ਅਤੇ ਰੀਵਾਜ ਨਾਲ ਸ਼ਬਦ ਵਿੱਚ ਲਗਨ ਨਹੀਂ ਲਗਦੀ । ਸ਼ਬਦ ਦੀ ਲਗਨ ਤੋ ਬਿਨਾਂ, ਮਨ ਵਿਚੋਂ ਭਟਕਨਾਂ ਦੂਰ ਨਹੀਂ ਹੁੰਦੀਆਂ । ਜਿਹੜੀ ਆਤਮਾ ਭਰਮਾਂ ਨਾਲ ਮੈਲ਼ੀ ਹੋ ਜਾਵੇ, ਪ੍ਰਭ ਦੀ ਹੋਂਦ ਦਾ ਵਿਸ਼ਵਾਸ ਨਾ ਹੋਵੇ । ਉਸ ਨੂੰ ਕਿਸਤਰ੍ਹਾਂ ਪਵਿੱਤਰ, ਸਾਫ ਕੀਤਾ ਜਾ ਸਕਦਾ ਹੈ? ਕੇਵਲ ਅਡੋਲ ਭਰੋਸੇ ਨਾਲ, ਸਿਮਰਨ ਨਾਲ ਹੀ ਇਹ ਮੈਲ਼ ਸਾਫ ਹੋਣ ਲਗ ਪੈਂਦੀ ਹੈ । ਹੌਲੀ, ਹੌਲੀ ਪਵਿੱਤਰ ਹੋ ਜਾਂਦੀ ਹੈ । ਪ੍ਰਭ ਦੀ ਕ੍ਰਿਪਾ ਤੋ ਬਿਨਾਂ ਕੋਈ ਬੰਦਗੀ ਦੇ ਰਸਤੇ ਚਲ ਨਹੀਂ ਸਕਦਾ । ਸਿਮਰਨ ਨਾਲ ਹੀ ਮਨ ਦਾ ਭਰੋਸਾ ਅਡੋਲ ਹੁੰਦਾ ਹੈ ।

Only performing good deeds, the right path of acceptance may not be blessed. Without His mercy and grace, the religious suspicions of his mind may not be eliminated. Only adopting religious robe, religious baptism, or religious rituals, no one may remain steady and stable on meditating, obeying the teachings of His Word with steady and stable belief nor his frustrations may be eliminated from his day-to-day life. Whose soul may not have belief on His Word, blessings; he may remain intoxicated in worldly wealth, blemished with worldly greed. How may his soul be sanctified to become worthy of His Consideration? Whosoever may meditate and obeys the teachings of His Word with steady and stable belief in his day-to-day life; with His mercy and grace, he may remain steady and stable on the right path of acceptance in His Court. His soul may be sanctified over a period of consistently staying on the right path. Without His mercy and grace, no one may remain steady and stable on the right path with steady and stable belief.

ਜੀਅਹੁ ਮੈਲੇ, ਬਾਹਰਹੁ ਨਿਰਮਲ॥	jee-ahu mailay baahrahu nirmal.
ਬਾਹਰਹੁ ਨਿਰਮਲ, ਜੀਅਹੁ ਤ ਮੈਲੇ,	baahrahu nirmal jee-ahu ta mailay
ਤਿਨੀ ਜਨਮੁ ਜੂਐ ਹਾਰਿਆ॥	tinee janam joo-ai haari-aa.
ਏਹ ਤਿਸਨਾ ਵਡਾ ਰੋਗੁ ਲਗਾ,	ayh tisnaa vadaa rog lagaa
ਮਰਣੁ ਮਨਹੁ ਵਿਸਾਰਿਆ॥	maran manhu visaari-aa.
ਵੇਦਾ ਮਹਿ ਨਾਮੁ ਉਤਮੁ,	vaydaa meh naam utam
ਸੋ ਸੁਣਹਿ ਨਾਹੀ,	so suneh naahee
ਫਿਰਹਿ ਜਿਉ ਬੇਤਾਲਿਆ॥	fireh ji-o baytaali-aa.
ਕਹੈ ਨਾਨਕੁ ਜਿਨ ਸਚੁ ਤਜਿਆ,	kahai naanak jin sach taji-aa
ਕੂੜੇ ਲਾਗੇ,	koorhay laagay
ਤਿਨੀ ਜਨਮੁ ਜੂਐ ਹਾਰਿਆ॥੧੯॥	tinee janam joo-ai haari-aa. ||19||

ਜਿਹੜਾ ਜੀਵ ਆਪਣੇ ਆਪ ਨੂੰ ਦਿਖਾਵੇ ਲਈ ਹੀ ਸਾਫ ਕਰਦਾ, ਇਸ਼ਨਾਨ ਕਰਦਾ, ਉਸ ਦਾ ਤਨ ਪਵਿੱਤਰ ਹੁੰਦਾ ਹੈ । ਉਸ ਦੀ ਆਤਮਾ ਮੈਲ਼ੀ ਰਹਿੰਦੀ, ਪੰਜਾਂ ਇੰਦ੍ਰੀਆਂ ਦੇ ਕਾਬੂ ਵਿੱਚ ਰਹਿੰਦੀ ਹੈ । ਉਹ ਮੁਕਤੀ ਦੇ ਮਾਰਗ ਤੇ ਨਹੀਂ ਚਲ ਸਕਦਾ, ਉਹ ਜਨਮ ਮਰਨ ਦਾ ਖੇਲ ਹਾਰ ਜਾਂਦਾ ਹੈ । ਉਸ ਨੂੰ ਮਾਨਸ ਜਨਮ ਦੇ ਮੰਤਵ ਦੀ ਸੋਝੀ ਨਹੀਂ ਹੁੰਦੀ । ਉਹ ਮੌਤ ਨੂੰ ਭੁਲਾ ਛੱਡਦਾ ਹੈ । ਧਾਰਮਕ ਕਿਤਾਬਾਂ ਵਿੱਚ ਸਿਮਰਨ ਦੀ ਸਭ ਤੋ ਉੱਚੀ ਮਹੱਤਤਾ ਲਿਖੀ ਹੈ । ਜਿਹੜਾ ਪ੍ਰਭ ਦਾ ਸ਼ਬਦ ਮਨੋ ਵਿਸਾਰ ਦੇਂਦਾ ਹੈ, ਉਹ ਸ਼ਬਦ ਦੀ ਸੋਝੀ ਤੋ ਅੰਧਾ ਹੀ ਰਹਿੰਦਾ, ਉਹ ਜਮਦੂਤਾਂ ਦੇ ਇਛਾਰੇ ਤੇ ਚਲਦਾ ਹੈ । ਉਸ ਨੇ ਇਹ ਮਾਨਸ ਜਨਮ ਬਿਰਥਾ ਹੀ ਬਤੀਤ ਕਰ ਲਿਆ ਹੈ ।

Whosoever may adopt religious ritual of sanctifying bath at Holy shrine. His body may be clean; however, his soul may remain blemished with the intoxication of worldly wealth, desires. He may never remain steady and stable on the right path nor even one path consistently; he has lost the priceless opportunity of human life journey. He may not realize the real purpose of human life opportunity and ignores the unpredictable death. All religious scriptures empathize the significance of meditation. Whosoever may abandon the teachings of His Word; he may remain ignorant from the real purpose of human life opportunity. He may remain intoxicated with worldly wealth and dance at the signal, drum beat of demons. He has lost the priceless opportunity of human life blessings.

ਜੀਅਹੁ ਨਿਰਮਲ, ਬਾਹਰਹੁ ਨਿਰਮਲ॥	jee-ahu nirmal baahrahu nirmal.
ਬਾਹਰਹੁ ਤ ਨਿਰਮਲ, ਜੀਅਹੁ ਨਿਰਮਲ,	baahrahu ta nirmal jee-ahu nirmal
ਸਤਿਗੁਰ ਤੇ ਕਰਣੀ ਕਮਾਣੀ॥	satgur tay karnee kamaanee.
ਕੂੜ ਕੀ ਸੋਇ ਪਹੁਚੈ ਨਾਹੀ,	koorh kee so-ay pahuchai naahee
ਮਨਸਾ ਸਚਿ ਸਮਾਣੀ॥	mansaa sach samaanee.
ਜਨਮੁ ਰਤਨੁ ਜਿਨੀ ਖਟਿਆ,	janam ratan jinee khati-aa
ਭਲੇ ਸੇ ਵਣਜਾਰੇ॥	bhalay say vanjaaray.
ਕਹੈ ਨਾਨਕੁ ਜਿਨ ਮੰਨੁ ਨਿਰਮਲੁ,	kahai naanak jin man nirmal
ਸਦਾ ਰਹਹਿ ਗੁਰ ਨਾਲੇ॥੨੦॥	sadaa raheh gur naalay. ||20||

ਜਿਹੜਾ ਆਪਣੀ ਆਤਮਾ ਨੂੰ ਪਵਿੱਤਰ ਕਰ ਲੈਂਦਾ ਹੈ । ਉਸ ਦਾ ਤਨ, ਮਨ ਦੋਨੇ ਹੀ ਪਵਿੱਤਰ ਹੋ ਜਾਂਦੇ ਹਨ । ਉਸ ਦਾ ਮਨ ਪੰਜਾਂ ਇੰਦ੍ਰੀਆਂ ਦੇ ਕਾਬੂ ਵਿੱਚ ਨਹੀਂ ਰਹਿੰਦਾ ਹੈ । ਉਹ ਪ੍ਰਭ ਦੇ ਸ਼ਬਦ ਅਨੁਸਾਰ ਹੀ ਕੰਮ ਕਰਦਾ, ਰਜ਼ਾ ਵਿੱਚ ਹੀ ਰਹਿੰਦਾ ਹੈ । ਮਨ ਨੂੰ ਮੈਲ਼ਾ ਕਰਨ ਵਾਲੇ ਕੰਮਾਂ ਦਾ ਖਿਆਲ ਉਸ ਨੂੰ ਛੋਹ ਵੀ ਨਹੀਂ ਸਕਦੇ । ਉਸ ਦੇ ਮਨ ਵਿੱਚ ਅਟਲ ਪ੍ਰਭ ਵਿੱਚ ਅਭੇਦ ਹੋਣ, ਸ਼ਬਦ ਦੀ ਸੋਝੀ ਦੀ ਹੀ ਇੱਕੋ ਇੱਕ ਇਛਾ ਰਹਿੰਦੀ ਹੈ । ਉਸ ਨੂੰ ਮਾਨਸ ਜਨਮ ਵਿੱਚ ਹੀ ਅਸਲੀ ਕੀਮਤੀ ਦਾਤ, ਮੁਕਤੀ ਬਖਸ਼ਿਸ਼ ਹੋ ਜਾਂਦੀ ਹੈ । ਉਹ ਸ੍ਰਿਸ਼ਟੀ ਦੀ ਭਲਾਈ ਦਾ ਹੀ ਵਪਾਰੀ ਰਹਿੰਦਾ ਹੈ । ਜਿਸ ਦਾ ਮਨ ਸਾਫ ਰਹਿੰਦਾ ਹੈ । ਉਹ ਸਦਾ ਹੀ ਭਰੋਸੇ ਨਾਲ ਬੰਦਗੀ ਦੇ ਮਾਰਗ ਤੇ ਅਡੋਲ ਰਹਿੰਦਾ ਹੈ ।

Whosoever may sanctify his mind and body both remain sanctified, beyond the reach of worldly temptations. He may adopt the teachings of His Word with steady and stable belief in his day-to-day life; with His mercy and grace, he remains beyond the reach of the blemish of worldly desires. He remains anxious and overwhelmed with one and only one desire to be enlightened with the essence of His Word. He may be blessed with an ultimate blessing, the right path of acceptance in His Court. He remains true crusader of welfare of His Creation. He remains with patience on the right path of acceptance in His Court.

ਜੇ ਕੋ ਸਿਖੁ ਗੁਰੂ ਸੇਤੀ, ਸਨਮੁਖੁ ਹੋਵੈ॥	jay ko sikh guroo saytee sanmukh hovai.
ਹੋਵੈ ਤ ਸਨਮੁਖੁ, ਸਿਖੁ ਕੋਈ,	hovai ta sanmukh sikh ko-ee
ਜੀਅਹੁ ਰਹੈ ਗੁਰ ਨਾਲੇ॥	jee-ahu rahai gur naalay.
ਗੁਰ ਕੇ ਚਰਨ ਹਿਰਦੈ ਧਿਆਏ,	gur kay charan hirdai Dhi-aa-ay
ਅੰਤਰ ਆਤਮੈ ਸਮਾਲੇ॥	antar aatmai samaalay.
ਆਪੁ ਛਡਿ, ਸਦਾ ਰਹੈ ਪਰਣੈ,	aap chhad sadaa rahai parnai
ਗੁਰ ਬਿਨੁ ਅਵਰੁ ਨ ਜਾਣੈ ਕੋਏ॥	gur bin avar na jaanai ko-ay.
ਕਹੈ ਨਾਨਕੁ ਸੁਣਹੁ ਸੰਤਹੁ,	kahai naanak sunhu santahu
ਸੋ ਸਿਖੁ ਸਨਮੁਖੁ ਹੋਏ॥੨੧॥	so sikh sanmukh ho-ay. ||21||

ਜਿਹੜਾ ਜੀਵ ਪ੍ਰਭ ਦੀ ਬੰਦਗੀ ਸ਼ਰਧਾ ਨਾਲ ਕਰਦਾ ਹੈ । ਉਸ ਦੀ ਆਤਮਾ ਹਮੇਸ਼ਾ ਹੀ ਪ੍ਰਭ ਦੇ ਸ਼ਬਦ ਵਿੱਚ ਲੀਨ ਰਹਿੰਦੀ ਹੈ । ਉਹ ਆਪਣਾ ਆਪਾ ਮਿੱਟਾ ਕੇ ਪ੍ਰਭ ਦੀ ਰਜ਼ਾ ਵਿੱਚ ਮਸਤ ਰਹਿੰਦਾ ਹੈ । ਇੱਕੋ ਇੱਕ ਅੱਟਲ ਪ੍ਰਭ ਤੋ ਬਿਨਾਂ ਹੋਰ ਕਿਸੇ ਦੇ ਉਪਦੇਸ਼ ਨੂੰ ਧਿਆਨ ਨਹੀਂ ਦੇਂਦੇ । ਉਸ ਜੀਵ ਦਾ ਭਰੋਸਾ ਪ੍ਰਭ ਤੇ ਅਡੋਲ ਹੋ ਜਾਂਦਾ ਹੈ । ਉਹ ਪ੍ਰਭ ਦੇ ਦਰਬਾਰ ਵਿੱਚ ਪ੍ਰਵਾਨ ਹੋ ਜਾਂਦਾ, ਪ੍ਰਭ ਦੀ ਜੋਤ ਵਿੱਚ ਸਮਾ ਜਾਂਦਾ ਹੈ ।

Whosoever may meditate on the teachings of His Word with devotion and dedication. He always remains intoxicated in meditation in the void of His Word. He may surrender his mind, body, and identity at His Sanctuary. He may adopt the teachings of His Word in his day-to-day life. He may never follow any worldly religious guru, saint; he may only pray and begs for His forgiveness and refuge. He remains steady and stable on his path of meditation on the teachings of His Word; with His mercy and grace, he may be accepted in His Court. He may be immersed within His Holy Spirit.

ਜੇ ਕੋ ਗੁਰ ਤੇ ਵੇਮੁਖੁ ਹੋਵੈ,	jay ko gur tay vaimukh hovai
ਬਿਨੁ ਸਤਿਗੁਰ ਮੁਕਤਿ ਨ ਪਾਵੈ॥	bin satgur mukat na paavai.
ਪਾਵੈ ਮੁਕਤਿ ਨ ਹੋਰ ਥੈ ਕੋਈ,	paavai mukat na hor thai ko-ee
ਪੁਛਹੁ ਬਿਬੇਕੀਆ ਜਾਏ॥	puchhahu bibaykee-aa jaa-ay.
ਅਨੇਕ ਜੂਨੀ ਭਰਮਿ ਆਵੈ,	anayk joonee bharam aavai
ਵਿਣੁ ਸਤਿਗੁਰ ਮੁਕਤਿ ਨ ਪਾਏ॥	vin satgur mukat na paa-ay.
ਫਿਰਿ ਮੁਕਤਿ ਪਾਏ, ਲਾਗਿ ਚਰਣੀ,	fir mukat paa-ay laag charnee
ਸਤਿਗੁਰੂ ਸਬਦੁ ਸੁਣਾਏ॥	satguroo sabad sunaa-ay.
ਕਹੈ ਨਾਨਕੁ ਵੀਚਾਰਿ ਦੇਖਹੁ,	kahai naanak veechaar daykhhu
ਵਿਣੁ ਸਤਿਗੁਰ ਮੁਕਤਿ ਨ ਪਾਏ॥੨੨॥	vin satgur mukat na paa-ay. ||22||

ਜਿਹੜਾ ਜੀਵ ਪ੍ਰਭ ਦੀ ਹੋਂਦ ਤੇ ਭਰੋਸਾ ਨਹੀਂ ਰਖਦਾ, ਉਹ ਸੰਸਾਰਕ ਗੁਰੂਆਂ ਦੇ ਪਿਛੇ ਲਗਕੇ ਮੁਕਤੀ ਪ੍ਰਾਪਤ ਕਰਨ ਦੀ ਕੋਸ਼ਿਸ਼ ਕਰਦਾ ਹੈ, ਉਹ ਭੁਲੇਖੇ ਵਿੱਚ ਹੀ ਰਹਿੰਦਾ ਹੈ । ਸੰਸਾਰਕ ਸੋਝੀ ਵਾਲੇ ਜੀਵ ਤੋ ਪੁਛਕੇ ਵੇਖੋ । ਪ੍ਰਭ ਦੀ ਅਡੋਲ ਭਰੋਸੇ ਨਾਲ ਬੰਦਗੀ ਤੋ ਬਿਨਾਂ ਕੋਈ ਪ੍ਰਭ ਦੇ ਦਰਬਾਰ ਵਿੱਚ ਪ੍ਰਵਾਨ ਨਹੀਂ ਹੁੰਦਾ । ਉਹ ਵੱਖਰੀਆਂ ਵੱਖਰੀਆਂ ਜੂੰਨਾਂ, ਜਨਮ, ਮਰਨ ਦੇ ਚੱਕਰ ਵਿੱਚ ਹੀ ਰਹਿੰਦਾ ਹੈ । ਬਾਕੀ ਸਾਰੇ ਰਸਤੇ ਪਰਖਕੇ, ਬੇਵਸ ਹੋ ਜਾਂਦਾ ਹੈ । ਉਸ ਨੂੰ ਸੋਝੀ ਬਖਸ਼ਿਸ਼ ਹੁੰਦੀ ਹੈ, ਕੇਵਲ ਇੱਕੋ

ਇੱਕ ਪ੍ਰਭ ਦੇ ਸ਼ਬਦ ਦੀ ਅਡੋਲ ਭਰੋਸੇ ਨਾਲ ਪਾਲਣਾ ਹੀ ਅਸਲੀ ਪ੍ਰਵਾਨਗੀ ਦਾ ਰਸਤਾ ਬਖਸ਼ਿਸ਼ ਹੁੰਦਾ ਹੈ । ਉਸ ਨੂੰ ਆਪਣੀ ਗਲਤੀ ਦੀ ਸੋਝੀ ਹੋ ਜਾਂਦੀ ਹੈ, ਆਪਣੀ ਸੰਸਾਰਕ ਹਾਲਤ ਤੇ ਰੋਸ ਨਹੀਂ ਕਰਦਾ । ਪ੍ਰਭ ਆਪ ਹੀ ਕਾਰਨ ਬਣਾਉਂਦਾ, ਰਹਿਮਤ ਬਖਸ਼ਦਾ ਹੈ । ਸ਼ਬਦ ਮਨ ਵਿੱਚ ਵਸਾਉਂਦਾ ਹੈ ।

Whosoever may not have steady and stable belief on His existence, His Blessings; he may follow worldly guru as a guide for blessing right path of acceptance in His Court. He remains frustrated with religious suspicions. You may inquire from any blessed soul or Holy saint! Without adopting the teachings of His Word in day-to-day life; no one may be blessed with the right path of acceptance in His Court. He may remain in the cycle of birth and death in various creature's body. By evaluating all other meditation paths; with His mercy and grace, he may be enlightened that only adopting the teachings of His Word, he may be blessed with the right path of acceptance in His Court. He may realize his mistake and he may never grievance for his worldly environments. The Merciful True Master may forgive his sins and creates a cause to keep him steady and stable on right path. He may remain drenched with the essence of His Word.

ਆਵਹੁ ਸਿਖ, ਸਤਿਗੁਰੂ ਕੇ ਪਿਆਰਿਹੋ,	aavhu sikh satguroo kay pi-aariho
ਗਾਵਹੁ ਸਚੀ ਬਾਣੀ॥	gaavhu sachee banee.
ਬਾਣੀ ਤ ਗਾਵਹੁ ਗੁਰੂ ਕੇਰੀ,	banee ta gaavhu guroo kayree
ਬਾਣੀਆ ਸਿਰਿ ਬਾਣੀ॥	baanee-aa sir banee.
ਜਿਨ ਕਉ ਨਦਰਿ ਕਰਮੁ ਹੋਵੈ,	jin ka-o nadar karam hovai
ਹਿਰਦੈ ਤਿਨਾ ਸਮਾਣੀ॥	hirdai tinaa samaanee.
ਪੀਵਹੁ ਅੰਮ੍ਰਿਤੁ, ਸਦਾ ਰਹਹੁ, ਹਰਿ ਰੰਗਿ,	peevhu amrit sadaa rahhu har rang
ਜਪਿਹੁ ਸਾਰਿਗਪਾਣੀ॥	japihu saarigpaanee.
ਕਹੈ ਨਾਨਕੁ ਸਦਾ ਗਾਵਹੁ,	kahai naanak sadaa gaavhu
ਏਹ ਸਚੀ ਬਾਣੀ॥੨੩॥	ayh sachee banee. ||23||

ਜੀਵ ਜਾਗੋ! ਪ੍ਰਭ ਦੀ ਬਾਣੀ, ਸ਼ਬਦ ਸਭ ਤੇ ਅਮੋਲਕ ਹੈ । ਸ਼ਬਦ ਨੂੰ ਚਿਤ ਲਾ ਕੇ ਸਿਮਰਨ ਕਰੋ, ਇਹ ਸਾਰੀਆਂ ਬਾਣੀਆ ਤੋ ਉਤਮ ਹੈ । ਬਾਕੀ ਸਾਰੀਆਂ ਬਾਣੀਆਂ ਦਾ ਮੂਲ, ਮੂੰਡ ਹੈ । ਜਿਸ ਤੇ ਪ੍ਰਭ ਆਪ ਹੀ ਰਹਿਮਤ ਬਖਸ਼ਦਾ ਹੈ ਉਸ ਦੇ ਹੀ ਮਨ ਵਿੱਚ ਇਹ ਰਚ ਜਾਂਦੀ ਹੈ । ਉਹ ਹਰ ਵੇਲੇ ਪ੍ਰਭ ਦੇ ਸ਼ਬਦ ਦਾ ਰਸ ਮਾਨਦਾ ਹੈ । ਉਸ ਦੇ ਮਨ ਵਿੱਚ ਸਦਾ ਚੱਲਣ ਵਾਲੀ ਗੂੰਜ ਸੁਣਾਈ ਦੇਂਦੀ ਹੈ । ਉਸ ਦਾ ਭਰੋਸਾ ਪ੍ਰਭ ਦੇ ਬਖਸ਼ੇ ਤੇ ਅਡੋਲ ਰਹਿੰਦਾ ਹੁੰਦਾ ਹੈ । ਪ੍ਰਭ ਦੀ ਬਾਣੀ ਤੇ ਭਰੋਸਾ ਅਡੋਲ ਰਖਕੇ, ਹਮੇਸ਼ਾ ਹੀ ਸਿਮਰਨ ਕਰੋ! ਮਨ ਵਿੱਚ ਉਸ ਦੀ ਲਗਨ ਲਾਈ ਰਖੋ ।

You should whole heartedly meditate on the teachings of His ambrosial Word. The teachings of His Word remain the most superb, much deeper than all other meditations. The teachings of His Word remain the guiding principle of all other meditation techniques. Whosoever may be attached to meditate on the teachings of His Word; with His mercy and grace, he may remain drenched with the nectar of the essence of His Word. The everlasting echo of His Word may remain resonating within his heart non-stop. His belief may remain steady and stable on His Blessings; he remains intoxicated in meditation in the void of His Word.

ਸਤਿਗੁਰੂ ਬਿਨਾ ਹੋਰ ਕਚੀ ਹੈ ਬਾਣੀ॥	satguroo binaa hor kachee hai banee.
ਬਾਣੀ ਤ ਕਚੀ ਸਤਿਗੁਰੂ ਬਾਝਹੁ,	banee ta kachee satguroo baajhahu
ਹੋਰ ਕਚੀ ਬਾਣੀ॥	hor kachee banee.
ਕਹਦੇ ਕਚੇ, ਸੁਣਦੇ ਕਚੇ,	kahday kachay sunday kachay
ਕਚੀ ਆਖਿ ਵਖਾਣੀ॥	kacheeN aakh vakhaanee.
ਹਰਿ ਹਰਿ ਨਿਤ ਕਰਹਿ ਰਸਨਾ,	har har nit karahi rasnaa

ਕਹਿਆ ਕਛੂ ਨ ਜਾਣੀ॥ kahi-aa kachhoo na jaanee.
ਚਿਤੁ ਜਿਨ ਕਾ ਹਿਰਿ ਲਇਆ, chit jin kaa hir la-i-aa
ਮਾਇਆ ਬੋਲਨਿ ਪਏ ਰਵਾਣੀ॥ maa-i-aa bolan pa-ay ravaanee.
ਕਹੈ ਨਾਨਕੁ ਸਤਿਗੁਰੂ ਬਾਝਹੁ, kahai naanak satguroo baajhahu
ਹੋਰ ਕਚੀ ਬਾਣੀ॥੨੪॥ hor kachee banee. ||24||

ਪ੍ਰਭ ਦੇ ਸ਼ਬਦ ਤੋ ਬਿਨਾਂ ਬਾਕੀ ਸਭ ਕੀਰਤਨ, ਕਥਾ, ਦਿਖਾਵੇ ਵਾਲੇ ਹੀ ਹਨ । ਮਾਨਸ ਜਨਮ ਦਾ ਅਸਲੀ ਮੰਤਵ ਦਾ ਰਸਤਾ ਬਖਸ਼ਿਸ਼ ਨਹੀਂ ਹੁੰਦਾ । ਜਿਹੜਾ ਹੋਰ ਰਸਤਾ ਦੱਸਦਾ, ਚੱਲਣ ਦੀ ਪ੍ਰੇਰਨਾ ਕਰਦਾ ਹੈ । ਉਹ ਅਸਲੀ ਮੰਜ਼ਲ ਤੀਕ ਨਹੀਂ ਪਹੁੰਚ ਸਕਦਾ । ਉਹ ਰਸਤੇ ਤੋ ਅਣਜਾਣ ਹੀ ਰਹਿੰਦਾ ਹੈ । ਅਨੇਕਾਂ ਸੰਸਾਰਕ ਪੁਜਾਰੀ ਪ੍ਰਭ ਦੇ ਸ਼ਬਦ ਦੀ ਸਿਖਿਆਂ ਦੇਂਦੇ ਹਨ । ਪਰ ਉਹ ਆਪਣਾ ਜੀਵਨ ਸ਼ਬਦ ਦੀ ਸਿਖਿਆਂ ਨਾਲ ਨਹੀਂ ਢਾਲਦੇ । ਉਸ ਦਾ ਆਪਣਾ ਭਰੋਸਾ ਸ਼ਬਦ ਦੀ ਸਿਖਿਆਂ ਤੇ ਅਡੋਲ ਨਹੀਂ ਹੁੰਦਾ, ਮਹੱਤਤਾ ਦੀ ਸੋਝੀ ਨਹੀਂ ਹੁੰਦੀ । ਜਿਹੜਾ ਜੀਵ ਆਪਣਾ ਭਰੋਸਾ ਅਡੋਲ ਰਖਕੇ, ਬੰਦਗੀ ਵਿੱਚ ਲੀਨ ਰਹਿੰਦਾ ਹੈ । ਉਸ ਤੇ ਸੰਸਾਰਕ ਪੰਜਾਂ ਇਦ੍ਰੀਆਂ ਦਾ ਕਾਬੂ ਨਹੀਂ ਰਹਿੰਦਾ । ਇੱਕੋ ਇੱਕ ਪ੍ਰਭ ਦੇ ਸ਼ਬਦ ਦੀ ਪਾਲਣਾ ਹੀ, ਅਸਲੀ ਮੰਜ਼ਲ ਹੈ ।

Without singing the glory, virtues of His Word, all other sermons, singing the glory of worldly saint and prophets may be due to the intoxication of sweet poison of worldly wealth. He may never be blessed with the right path of acceptance in His Court. Whosoever may inspire other path of meditation, religious rituals; nothing may lead to the right path, real destination, His Court. Many religious preachers, worldly saints may inspire and preaches the teachings of worldly Holy Scripture; however, he may never adopt the same teachings of His Word in his own day-to-day life. He may not have steady and stable belief on the His Word. He may have knowledge of the path, the teachings of His Word; but he may not have the enlightenment of the essence of His Word. Whosoever may obey the teachings of His Word with steady and stable belief in his day-to-day life; with His mercy and grace, he may remain beyond the reach of worldly desires. To obey the teachings of His Word may be the real purpose of human life opportunity.

ਗੁਰ ਕਾ ਸਬਦੁ ਰਤੰਨੁ ਹੈ, gur kaa sabad ratann hai
ਹੀਰੇ ਜਿਤੁ ਜੜਾਉ॥ heeray jit jarhaa-o.
ਸਬਦੁ ਰਤਨੁ ਜਿਤੁ ਮੰਨੁ ਲਾਗਾ, sabad ratan jit man laagaa
ਏਹੁ ਹੋਆ ਸਮਾਉ॥ ayhu ho-aa samaa-o.
ਸਬਦ ਸੇਤੀ ਮਨੁ ਮਿਲਿਆ, sabad saytee man mili-aa
ਸਚੈ ਲਾਇਆ ਭਾਉ॥ sachai laa-i-aa bhaa-o.
ਆਪੇ ਹੀਰਾ ਰਤਨੁ ਆਪੇ, aapay heeraa ratan aapay
ਜਿਸ ਨੋ ਦੇਇ ਬੁਝਾਇ॥ jis no day-ay bujhaa-ay.
ਕਹੈ ਨਾਨਕੁ ਸਬਦੁ ਰਤਨੁ ਹੈ, kahai naanak sabad ratan hai
ਹੀਰਾ ਜਿਤੁ ਜੜਾਉ॥੨੫॥ heeraa jit jarhaa-o. ||25||

ਜਿਹੜਾ ਚਿਤ ਲਾ ਕੇ ਪ੍ਰਭ ਦੇ ਅਮੋਲਕ ਰਤਨ ਸ਼ਬਦ ਦੀ ਬੰਦਗੀ ਕਰਦਾ ਹੈ । ਉਸ ਨੂੰ ਪ੍ਰਭ ਦੀ ਰਹਿਮਤ ਨਾਲ ਸ਼ਬਦ ਦੀ ਪਾਲਣਾ ਵਿੱਚ ਲਗਨ ਲਗ ਜਾਂਦੀ ਹੈ, ਉਹ ਸਵਾਸ ਸਵਾਸ ਸ਼ਬਦ ਦੇ ਸਿਮਰਨ ਵਿੱਚ ਲੀਨ ਰਹਿੰਦਾ ਹੈ । ਜਿਸ ਦਾ ਭਰੋਸਾ ਅਡੋਲ ਹੋ ਜਾਂਦਾ ਹੈ, ਉਸ ਦੀ ਸ਼ਬਦ ਦੀ ਕਮਾਈ ਪ੍ਰਵਾਨ ਹੋ ਜਾਂਦੀ ਹੈ, ਉਹ ਸ਼ਬਦ ਦੀ ਪਾਲਣਾ ਵਿੱਚ ਲੀਨ ਮਸਤ ਰਹਿੰਦਾ ਹੈ । ਪ੍ਰਭ ਆਪ ਹੀ ਰਤਨ, ਜਵਾਹਰ, ਸ਼ਬਦ ਦਾ ਅਸਲੀ ਮਾਲਕ ਹੈ, ਆਪ ਹੀ ਇਸ ਦੀ ਸੋਝੀ, ਗਿਆਨ ਬਖਸ਼ਦਾ ਹੈ । ਪ੍ਰਭ ਆਪ ਹੀ ਆਪਣੇ ਦਾਸ ਨੂੰ ਸ਼ਬਦ ਦੀ ਪਾਲਣਾ ਵਿੱਚ ਹੀ ਲੀਨ ਰਖਦਾ ਹੈ ।

Whosoever may wholeheartedly meditate and obey the teachings of His Word, ambrosial jewel with steady and stable belief in his day-to-day life; with His mercy and grace, he may remain intoxicated in meditation with each breath in the void of His Word. Whosoever may remain steady and stable belief on the path of meditation; with His mercy and grace, his earnings of His Word may be accepted in His Court. The True Master remains embedded within the teachings of His Word; only He may bless the devotion to obey the teachings of His Word. His true devotee may remain steady and stable on the right path of acceptance in His Court.

ਸਿਵ ਸਕਤਿ ਆਪਿ ਉਪਾਇ ਕੈ,	siv sakat aap upaa-ay kai
ਕਰਤਾ ਆਪੇ ਹੁਕਮੁ ਵਰਤਾਏ॥	kartaa aapay hukam vartaa-ay.
ਹੁਕਮੁ ਵਰਤਾਏ ਆਪਿ ਵੇਖੈ,	hukam vartaa-ay aap vaykhai
ਗੁਰਮੁਖਿ ਕਿਸੈ ਬੁਝਾਏ॥	gurmukh kisai bujhaa-ay.
ਤੋੜੇ ਬੰਧਨ, ਹੋਵੈ ਮੁਕਤੁ,	torhay banDhan hovai mukat
ਸਬਦੁ ਮੰਨਿ ਵਸਾਏ॥	sabad man vasaa-ay.
ਗੁਰਮੁਖਿ ਜਿਸ ਨੋ ਆਪਿ ਕਰੇ,	gurmukh jis no aap karay so
ਸੁ ਹੋਵੈ ਏਕਸ ਸਿਉ ਲਿਵ ਲਾਏ॥	hovai aykas si-o liv laa-ay.
ਕਹੈ ਨਾਨਕੁ ਆਪਿ ਕਰਤਾ,	kahai naanak aap kartaa
ਆਪੇ ਹੁਕਮੁ ਬੁਝਾਏ॥੨੬॥	aapay hukam bujhaa-ay. ||26||

ਆਪ ਹੀ ਜੀਵ ਦੇ ਮਨ ਵਿੱਚ ਸੇਵਾ ਕਰਨ ਦੀ ਭਾਵਨਾਂ, ਸੇਵਾ ਕਰਨ ਦੀ ਸਮਰਥਾ ਬਖਸ਼ਦਾ ਹੈ । ਆਪਣਾ ਹੁਕਮ ਆਪ ਹੀ ਵਰਤਦਾ ਹੈ, ਆਪ ਹੀ ਇਸ ਦੀ ਪਾਲਣਾ ਦੇਖਦਾ ਹੈ । ਕੋਈ ਵਿਰਲਾ ਹੀ ਜੀਵ (ਗੁਰਮਖ) ਇਹ ਜਾਣਦਾ, ਸੋਝੀ ਪਾਉਂਦਾ ਹੈ । ਕਿ ਕੇਵਲ ਪ੍ਰਭ ਦਾ ਹੀ ਭਾਣਾ ਵਾਪਰਦਾ ਹੈ ਅਤੇ ਆਪ ਹੀ ਦੇਖਦਾ ਹੈ । ਜਿਹੜਾ ਪ੍ਰਭ ਦੇ ਸ਼ਬਦ ਦੇ ਰਸਤੇ ਤੇ ਚਲਦਾ, ਸੰਸਾਰਕ ਇਦ੍ਰੀਆਂ ਤੇ ਕਾਬੂ ਰਖਦਾ, ਸ਼ਬਦ ਦੀ ਪਾਲਣਾ ਵਿੱਚ ਅਡੋਲ ਰਹਿੰਦਾ ਹੈ, ਉਸ ਦੇ ਮਨ ਵਿੱਚ ਸ਼ਬਦ ਘਰ ਕਰ ਜਾਂਦਾ ਹੈ । ਜਿਸ ਜੀਵ ਨੂੰ ਆਪਣੀ ਰਹਿਮਤ ਬਖਸ਼ਕੇ ਸ਼ਬਦ ਦੀ ਪਾਲਣਾ ਵਿੱਚ ਅਡੋਲ ਰਖਦਾ ਹੈ । ਉਸ ਦੀਆਂ ਭਟਕਣਾਂ ਦੂਰ ਹੋ ਜਾਂਦੀਆਂ ਹਨ । ਪ੍ਰਭ ਆਪ ਹੀ ਸਾਰੇ ਕਾਰਨਾਂ, ਕਰਤਬਾਂ ਦਾ ਕਰਨ ਵਾਲਾ, ਮਾਲਕ ਹੈ । ਆਪਣੀ ਰਹਿਮਤ ਨਾਲ ਸ਼ਬਦ ਦੀ ਪਾਲਣਾ ਤੇ ਅਡੋਲ ਰਖਦਾ, ਪ੍ਰਵਾਨਗੀ ਬਖਸ਼ਦਾ ਹੈ ।

The True Master may inspire and blesses His true devotee to remain steady and stable on obeying His Word and serving His Creation. However, very rare, His true devotee may be enlightened with the essence of His Nature. Only His command prevails and He monitors the conformance to His Word, Command. Who may be obeying the teachings of His Word, may conquer his demons of worldly desires; with his mercy and grace, he may remain steady and stable on the right path? He may remain drenched with the essence of His Word. Whosoever may be kept steady on the right path of obeying His Word, all his frustrations may be eliminated. The True Master creates all cause and prevails in all events. With His mercy and grace, His true devotee may be accepted in His Court.

ਸਿਮ੍ਰਿਤਿ, ਸ਼ਾਸਤਰ, ਪੁੰਨ, ਪਾਪ ਬੀਚਾਰਦੇ,	simrit saastar punn paap beechaarday
ਤਤੈ ਸਾਰ ਨ ਜਾਣੀ॥	tatai saar na jaanee.
ਤਤੈ ਸਾਰ ਨ ਜਾਣੀ, ਗੁਰੂ ਬਾਝਹੁ,	tatai saar na jaanee guroo baajhahu
ਤਤੈ ਸਾਰ ਨ ਜਾਣੀ॥	tatai saar na jaanee.
ਤਿਹੀ ਗੁਣੀ, ਸੰਸਾਰੁ ਭ੍ਰਮਿ ਸੁਤਾ,	tihee gunee sansaar bharam sutaa
ਸੁਤਿਆ ਰੈਣਿ ਵਿਹਾਣੀ॥	suti-aa rain vihaanee.
ਗੁਰ ਕਿਰਪਾ ਤੇ ਸੇ ਜਨ ਜਾਗੇ,	gur kirpaa tay say jan jaagay
ਜਿਨਾ ਹਰਿ ਮਨਿ ਵਸਿਆ,	jinaa har man vasi-aa
ਬੋਲਹਿ ਅੰਮ੍ਰਿਤ ਬਾਣੀ॥	boleh amrit banee.

ਕਹੈ ਨਾਨਕੁ ਸੋ ਤਤੁ ਪਾਏ,	kahai naanak so tat paa-ay
ਜਿਸ ਨੋ ਅਨਦਿਨੁ ਹਰਿ ਲਿਵ ਲਾਗੈ,	jis no an-din har liv laagai
ਜਾਗਤ ਰੈਣਿ ਵਿਹਾਣੀ॥੨੭॥	jaagat rain vihaanee. ‖27‖

ਜਿਹੜੀਆਂ ਧਾਰਮਕ ਕਿਤਾਬਾਂ ਚੰਗੇ, ਮੰਦੇ, ਪਾਪ, ਪੁੰਨ ਦਾ ਵਿਚਾਰ ਕਰਦੀਆਂ ਹਨ । ਉਹਨਾਂ ਗ੍ਰੰਥਾਂ ਵਿੱਚ ਪ੍ਰਭ ਦੀ ਪ੍ਰਵਾਨਗੀ ਦੇ ਅਸਲੀ ਰਸਤੇ ਦੀ ਸੋਝੀ ਨਹੀਂ ਹੁੰਦੀ । ਪ੍ਰਭ ਦੇ ਸ਼ਬਦ ਦੀ ਸੋਝੀ ਤੋ ਬਿਨਾਂ ਹੋਰ ਕੋਈ, ਪ੍ਰਭ ਦੀ ਪ੍ਰਵਾਨਗੀ ਦਾ ਅਸਲੀ ਮਾਰਗ ਨਹੀਂ ਹੈ । ਇਹਨਾਂ ਭਰਮਾਂ ਵਿੱਚ ਹੀ ਜੀਵ ਆਪਣਾ ਮਾਨਸ ਜਨਮ ਬਤੀਤ ਕਰ ਲੈਂਦਾ ਹੈ । ਜਿਸ ਨੂੰ ਪ੍ਰਭ ਸੋਝੀ ਬਖਸ਼ਦਾ ਹੈ, ਉਸ ਦੀ ਆਤਮਾ ਜਾਗ ਪੈਂਦੀ ਹੈ । ਉਸ ਦੇ ਮਨ ਵਿੱਚ ਪ੍ਰਭ ਦਾ ਸ਼ਬਦ ਜਾਗਰਤ ਹੋ ਜਾਂਦਾ ਹੈ । ਉਹ ਪ੍ਰਭ ਦੇ ਅਮੋਲਕ ਸ਼ਬਦ ਬੋਲਦਾ, ਵਿਚਾਰਦਾ ਹੈ । ਜਿਹੜਾ ਹਰ ਵੇਲੇ ਸ਼ਬਦ ਵਿੱਚ ਲੀਨ ਰਹਿੰਦਾ ਹੈ । ਉਸ ਨੂੰ ਇਸ ਚੰਗੇ ਜਾ ਮੰਦੇ ਕੰਮਾਂ ਦੇ ਫਰਕ, ਭੇਦ ਦੀ ਸੋਝੀ ਹੋ ਜਾਂਦੀ ਹੈ । ਉਸ ਦਾ ਮਾਨਸ ਜਨਮ ਜਾਗਰਤੀ ਵਿੱਚ ਬਤੀਤ ਹੁੰਦਾ ਹੈ, ਮੁਕਤੀ ਬਖਸ਼ਿਸ਼ ਹੋ ਜਾਂਦੀ ਹੈ ।

Any worldly religious Holy Scripture may define some deeds as good and others as evil deeds; those religious book may not have any understanding of the right path of acceptance in His Court. Without the essence of His Word; no other right path of acceptance in His Court. Human may waste his human life opportunity, intoxicated, frustrated in religious suspicions. With His mercy and grace, he may be enlightened from within, his soul remains enlightened, awake, and alert. He may remain intoxicated in the void of His Word. He may speak the word of His praises and sermons of His greatness. Whosoever may remain intoxicated in the void of His Word; with His mercy and grace, he may distinguish the difference between good and evil deeds. He may remain enlightened in his worldly life; with His mercy and grace, he may be accepted in His Court and honored with salvation.

ਮਾਤਾ ਕੇ ਉਦਰ ਮਹਿ ਪ੍ਰਤਿਪਾਲ ਕਰੇ,	maataa kay udar meh partipaal karay
ਸੋ ਕਿਉ ਮਨਹੁ ਵਿਸਾਰੀਐ॥	so ki-o manhu visaaree-ai.
ਮਨਹੁ ਕਿਉ ਵਿਸਾਰੀਐ ਏਵਡੁ ਦਾਤਾ,	manhu ki-o visaaree-ai ayvad daataa
ਜਿ ਅਗਨਿ ਮਹਿ ਆਹਾਰੁ ਪਹੁਚਾਵਏ॥	je agan meh aahaar pahuchaava-ay.
ਓਸ ਨੋ ਕਿਹੁ ਪੋਹਿ ਨ ਸਕੀ,	os no kihu pohi na sakee
ਜਿਸ ਨਉ ਆਪਣੀ ਲਿਵ ਲਾਵਏ॥	jis na-o aapnee liv laav-ay.
ਆਪਣੀ ਲਿਵ ਆਪੇ ਲਾਏ,	aapnee liv aapay laa-ay
ਗੁਰਮੁਖਿ ਸਦਾ ਸਮਾਲੀਐ॥	gurmukh sadaa samaalee-ai.
ਕਹੈ ਨਾਨਕੁ ਏਵਡੁ ਦਾਤਾ,	kahai naanak ayvad daataa
ਸੋ ਕਿਉ ਮਨਹੁ ਵਿਸਾਰੀਐ॥੨੮॥	so ki-o manhu visaaree-ai. ‖28‖

ਜਿਹੜਾ ਪ੍ਰਭ ਮਾਤਾ ਦੇ ਗਰਭ ਵਿੱਚ ਹਫਾਜ਼ਤ ਕਰਦਾ, ਵਧਾਉਂਦਾ ਅਤੇ ਵੱਡਾ ਕਰਦਾ ਹੈ । ਉਸ ਨੂੰ ਆਪਣੇ ਮਨ ਵਿਚੋਂ ਕਿਉਂ ਭੁੱਲਾ ਦੇਂਦਾ, ਵਿਸਾਰ ਦੇਂਦਾ, ਕੋਈ ਪ੍ਰਵਾਹ ਨਹੀਂ ਕਰਦਾ? ਜਿਸ ਨੂੰ ਪ੍ਰਭ ਆਪ ਹੀ ਆਪਣੇ ਸ਼ਬਦ ਦੇ ਲੜ ਲਾਉਂਦਾ ਹੈ । ਉਸ ਦੇ ਬਰਾਬਰ ਹੋਰ ਕੋਈ ਪਹੁੰਚ ਨਹੀਂ ਸਕਦਾ, ਉਸ ਨੂੰ ਗੁਰਮਖ ਅਵਸਥਾ ਬਖਸ਼ਿਸ਼ ਹੋ ਜਾਂਦੀ ਹੈ । ਉਹ ਹਮੇਸ਼ਾ ਹੀ ਸ਼ਬਦ ਦੀ ਪਾਲਣਾ ਵਿੱਚ ਮਸਤ ਰਹਿੰਦਾ ਹੈ । ਉਸ ਵੱਡੇ ਦਾਤੇ ਨੂੰ ਆਪਣੇ ਮਨ ਵਿਚੋਂ ਕਦੇ ਨਾ ਵਿਸਾਰੋ! ਉਸ ਦੇ ਸ਼ਬਦ ਦੇ ਧੰਨਵਾਦ ਦੇ ਹਮੇਸ਼ਾ ਹੀ ਗੀਤ ਗਾਵੋ ।

The True Master, protects, nourishes your fetus in the heat of the womb of your mother; why have you forgot, abandon the teachings of His Word, the right path of acceptance in His Court? Whosoever may be attached to meditate, obey the teachings of His Word; with His mercy and grace, no one may be comparable to his state of mind. He may be blessed with a state of mind as His true devotee. He may remain intoxicated in meditation in the void of His Word; he may always sing the glory and praises the greatness of His Blessings, virtues.

ਜੈਸੀ ਅਗਨਿ ਉਦਰ ਮਹਿ,	jaisee agan udar meh
ਤੈਸੀ ਬਾਹਰਿ ਮਾਇਆ॥	taisee baahar maa-i-aa.
ਮਾਇਆ ਅਗਨਿ ਸਭ ਇਕੋ ਜੇਹੀ,	maa-i-aa agan sabh iko jayhee
ਕਰਤੈ ਖੇਲੁ ਰਚਾਇਆ॥	kartai khayl rachaa-i-aa.
ਜਾ ਤਿਸੁ ਭਾਣਾ ਤਾ ਜੰਮਿਆ,	jaa tis bhaanaa taa jammi-aa
ਪਰਵਾਰਿ ਭਲਾ ਭਾਇਆ॥	parvaar bhalaa bhaa-i-aa.
ਲਿਵ ਛੁੜਕੀ, ਲਗੀ ਤ੍ਰਿਸਨਾ,	liv chhurhkee lagee tarisnaa
ਮਾਇਆ ਅਮਰੁ ਵਰਤਾਇਆ॥	maa-i-aa amar vartaa-i-aa.
ਏਹ ਮਾਇਆ, ਜਿਤੁ ਹਰਿ ਵਿਸਰੈ,	ayh maa-i-aa jit har visrai
ਮੋਹੁ ਉਪਜੈ, ਭਾਉ ਦੂਜਾ ਲਾਇਆ॥	moh upjai bhaa-o doojaa laa-i-aa.
ਕਹੈ ਨਾਨਕੁ ਗੁਰ ਪਰਸਾਦੀ,	kahai naanak gur parsaadee
ਜਿਨਾ ਲਿਵ ਲਾਗੀ,	jinaa liv laagee
ਤਿਨੀ ਵਿਚੇ ਮਾਇਆ ਪਾਇਆ॥੨੯॥	tinee vichay maa-i-aa paa-i-aa. ||29||

ਜਿਸਤਰ੍ਹਾਂ ਦੀ ਮਾਤਾ ਦੇ ਗਰਭ ਵਿੱਚ ਅੱਗ, ਸੇਕ ਸੀ । ਸੰਸਾਰ ਵਿੱਚ ਉਸਤਰ੍ਹਾਂ ਦੀ ਅੱਗ ਸੰਸਾਰਕ ਮੋਹ, ਮਾਇਆ ਦਾ ਲਾਲਚ ਹੈ । ਸੰਸਾਰਕ ਮੋਹ, ਲਾਲਚ, ਮਾਇਆ ਅਤੇ ਮਾਤਾ ਦੇ ਗਰਭ ਦੀ ਅੱਗ ਇੱਕੋ ਜਿਹੀ ਹੈ । ਇਹ ਸਭ ਕਰਤੇ ਦਾ ਹੀ ਖੇਲ ਹੈ, ਪ੍ਰਭ ਦੇ ਭਾਣੇ ਨਾਲ ਹੀ ਜੀਵ ਨੂੰ ਮਾਨਸ ਜਨਮ ਬਖਸ਼ਿਸ਼ ਹੁੰਦਾ ਹੈ । ਸੰਸਾਰਕ ਪ੍ਰਵਾਰ ਬਹੁਤ ਖੁਸ਼ ਹੁੰਦਾ ਹੈ, ਪ੍ਰਵਾਰ ਆਪਣਾ ਮੋਹ, ਸੰਸਾਰਕ ਸੁਖਾਂ ਦਾ ਜਾਲ ਪਸਾਰ ਦੇਂਦਾ ਹੈ । ਜਿਸ ਦਾ ਧਿਆਨ ਪ੍ਰਭ ਨਾਲੋ ਦੂਰ ਹੋ ਜਾਂਦਾ ਹੈ, ਉਹ ਜੀਵ ਸੰਸਾਰਕ ਮੋਹ ਦੇ ਜਾਲ ਵਿੱਚ ਫਸ ਜਾਂਦਾ ਹੈ । ਉਸ ਦੀ ਲਗਨ, ਧਿਆਨ ਪ੍ਰਭ ਨਾਲੋ ਟੁੱਟ ਜਾਂਦਾ ਹੈ । ਜੀਵ ਅਸਲੀ ਰਸਤਾ ਛੱਡਕੇ ਹੋਰ ਵਿਧੀਆਂ ਨੂੰ ਅਪਣਾਉਂਦਾ ਹੈ । ਜਿਸ ਦਾ ਪ੍ਰਭ ਤੇ ਭਰੋਸਾ ਅਡੋਲ ਰਹਿੰਦਾ ਹੈ, ਉਸ ਨੂੰ ਸੰਸਾਰਕ ਸੁਖ, ਪ੍ਰਭ ਦੇ ਸ਼ਬਦ ਦੀ ਲਗਨ, ਪਾਲਣਾ ਵਿਚੋਂ ਹੀ ਬਖਸ਼ਿਸ਼ ਹੋ ਜਾਂਦੇ ਹਨ । ਮਨ ਦੀਆਂ ਮੁਰਾਦਾਂ ਪੂਰੀਆਂ ਹੋ ਜਾਂਦੀਆਂ ਹਨ ।

His fetus may be matured, and protected in the heat of the womb of mother. As he enters the world, he may face similar fire of worldly wealth. Both fire of womb of mother and worldly greed, attachments may create similar hardships for his soul. This is a unique play of The True Master; with His mercy and grace, his soul may be blessed with another opportunity, human life, to repent, regret, and sanctify his soul to become worthy of His Consideration. His worldly parents may feel blessed and overwhelmed with pleasure. They may intoxicate him with attachments and worldly comforts. He may forget the miseries of his separation from His Holy Spirit; his real purpose of human life opportunity. He may be attached to the sweet poison and temptations, religious path in worldly life. Whosoever may remain steady and stable on obeying the teachings of His Word; with His mercy and grace, he may be blessed with all worldly comforts from meditation. His spoken and unspoken desires may be fulfilled.

ਹਰਿ ਆਪਿ ਅਮੁਲਕੁ ਹੈ,	har aap amulak hai
ਮੁਲਿ ਨ ਪਾਇਆ ਜਾਇ॥	mul na paa-i-aa jaa-ay.
ਮੁਲਿ ਨ ਪਾਇਆ ਜਾਇ ਕਿਸੈ,	mul na paa-i-aa jaa-ay kisai
ਵਿਟਹੁ ਰਹੇ ਲੋਕ ਵਿਲਲਾਇ॥	vitahu rahay lok villaa-ay.
ਐਸਾ ਸਤਿਗੁਰੁ ਜੇ ਮਿਲੈ,	aisaa satgur jay milai
ਤਿਸ ਨੋ ਸਿਰੁ ਸਉਪੀਐ,	tis no sir sa-upee-ai
ਵਿਚਹੁ ਆਪੁ ਜਾਇ॥	vichahu aap jaa-ay.
ਜਿਸ ਦਾ ਜੀਉ, ਤਿਸੁ ਮਿਲਿ ਰਹੈ,	jis daa jee-o tis mil rahai
ਹਰਿ ਵਸੈ ਮਨਿ ਆਇ॥	har vasai man aa-ay.

ਹਰਿ ਆਪਿ ਅਮੁਲਕੁ ਹੈ, har aap amulak hai
ਭਾਗ ਤਿਨਾ ਕੇ ਨਾਨਕਾ, bhaag tinaa kay naankaa
ਜਿਨ ਹਰਿ ਪਲੈ ਪਾਇ॥੩੦॥ jin har palai paa-ay. ||30||

ਪ੍ਰਭ ਦੇ ਅਮੋਲਕ ਸ਼ਬਦ ਦੀ ਕੀਮਤ ਜਾਣੀ ਨਹੀਂ ਜਾ ਸਕਦੇ । ਅਨੇਕਾਂ ਜੀਵ ਆਪਣੇ ਯਤਨਾਂ ਨਾਲ ਪ੍ਰਭ ਦੇ ਕਰਤਬਾਂ ਨੂੰ ਜਾਣਨ ਦੀ ਕੋਸ਼ਿਸ਼ ਕਰਦੇ ਬੇਵਸ ਹੋ ਕੇ ਛੱਡ ਦੇਂਦੇ ਹਨ । ਅਗਰ ਇਸ ਹੈਸੀਅਤ ਵਾਲਾ ਸੰਤ ਮਿਲ ਜਾਵੇ! ਤਾ ਆਪਣੀ ਹੈਸੀਅਤ, ਅਹੰਕਾਰ ਖਤਮ ਕਰਕੇ, ਮਨ, ਤਨ ਭੇਟਾ ਕਰ ਦੇਵੋ । ਆਤਮਾ ਪ੍ਰਭ ਦੀ ਹੀ ਬਖਸ਼ਿਸ਼ ਹੈ, ਉਸ ਵਿੱਚ ਮਿਲੱਣ ਲਈ ਹੀ ਭਟਕਦੀ ਰਹਿੰਦੀ ਹੈ । ਜਿਸ ਦੀ ਪ੍ਰਭ ਦੇ ਅਮੋਲਕ ਸ਼ਬਦ ਨਾਲ ਲਗਨ, ਭਰੋਸਾ ਅਡੋਲ ਹੋ ਜਾਂਦਾ ਹੈ । ਉਹ ਸ਼ਬਦ ਦੀ ਪਾਲਣਾ ਕਰਦਾ, ਪ੍ਰਭ ਦੀ ਜੋਤ ਵਿੱਚ ਹੀ ਅਭੇਦ ਹੋ ਜਾਂਦਾ ਹੈ, ਉਹ ਜੀਵ ਵੱਡੇ ਭਾਗਾਂ ਵਾਲਾ ਹੋ ਜਾਂਦਾ ਹੈ ।

The True Master, the teachings of His Word are ambrosial and the significance of His Blessings, essence, glory remains beyond the comprehension of His Creation. Many worldly saints, devotees may try various meditation technique to be enlightened with His Nature, depth of His miracles; in the end, become frustrated and abandon their hopes. If I may be blessed with an association with such a saint, I may surrender my mind, body, and worldly status at his service. My soul has been blessed with human life opportunity to become worthy of His Consideration. I always remain anxious to be sanctified and become worthy of His Consideration. Whosoever may obey the teachings of His Word with steady and stable belief in his day-to-day life; with His mercy and grace, he may become very fortunate and immerse within His Holy Spirit.

ਹਰਿ ਰਾਸਿ ਮੇਰੀ ਮਨੁ ਵਣਜਾਰਾ॥ har raas mayree man vanjaaraa.
ਹਰਿ ਰਾਸਿ ਮੇਰੀ ਮਨੁ ਵਣਜਾਰਾ, har raas mayree man vanjaaraa
ਸਤਿਗੁਰ ਤੇ ਰਾਸਿ ਜਾਣੀ॥ satgur tay raas jaanee.
ਹਰਿ ਹਰਿ ਨਿਤ ਜਪਿਹੁ ਜੀਅਹੁ, har har nit japihu jee-ahu
ਲਾਹਾ ਖਟਿਹੁ ਦਿਹਾੜੀ॥ laahaa khatihu dihaarhee.
ਏਹੁ ਧਨੁ ਤਿਨਾ ਮਿਲਿਆ, ayhu Dhan tinaa mili-aa
ਜਿਨ ਹਰਿ ਆਪੇ ਭਾਣਾ॥ jin har aapay bhaanaa.
ਕਹੈ ਨਾਨਕੁ ਹਰਿ ਰਾਸਿ ਮੇਰੀ, kahai naanak har raas mayree
ਮਨੁ ਹੋਆ ਵਣਜਾਰਾ॥੩੧॥ man ho-aa vanjaaraa. ||31||

ਜੀਵ ਪ੍ਰਭ ਦੇ ਸਿਮਰਨ ਦਾ ਵਿਪਾਰ ਕਰਨ ਲਈ ਹੀ ਸੰਸਾਰ ਵਿੱਚ ਆਇਆ ਹੈ । ਸ਼ਬਦ ਦੀ ਬੰਦਗੀ, ਸਿਮਰਨ ਹੀ ਸੰਸਾਰ ਵਿੱਚ ਵਪਾਰ ਕਰਨ ਦੀ ਪੂੰਜੀ ਹੈ । ਇਸ ਤੱਤ ਦੀ ਸੋਝੀ ਵੀ ਪ੍ਰਭ ਦੀ ਰਹਿਮਤ ਨਾਲ ਹੀ ਬਖਸ਼ਿਸ਼ ਹੁੰਦੀ ਹੈ । ਪ੍ਰਭ ਦੇ ਸ਼ਬਦ ਦਾ ਸਵਾਸ ਸਵਾਸ ਸਿਮਰਨ ਕਰਕੇ ਹਰ ਰੋਜ਼ ਹੀ ਲਾਭ ਪ੍ਰਾਪਤ ਕਰੋ! ਜਿਸ ਨੂੰ ਪ੍ਰਭ ਰਹਿਮਤ ਬਖਸ਼ਦਾ ਹੈ, ਇਹ ਧਨ ਵੀ ਉਸ ਨੂੰ ਬਖੀਸ਼ਸ਼ ਹੁੰਦਾ ਹੈ । ਜੀਵ ਭਰੋਸਾ ਅਡੋਲ ਰਖਕੇ, ਸ਼ਬਦ ਦੀ ਪਾਲਣਾ, ਵਪਾਰ, ਸ੍ਰਿਸ਼ਟੀ ਦੀ ਭਲਾਈ ਦੀ ਹੀ ਕਮਾਈ ਕਰੋ ।

Human life opportunity may only be blessed to meditate and sanctify your soul to become worthy of His Consideration. To meditate and obey the teachings of His Word may be the real capital to trade in the universe. The enlightenment of this essence of His Nature may only be blessed with His mercy and grace. You should meditate with each breath and earn the wealth His Word, everlasting earnings. Earnings of His Word may only be blessed with His mercy and grace. You should obey the teachings of His Word with steady and stable belief and serve His Creation in your day-to-day life.

ਏ ਰਸਨਾ, ਤੂ ਅਨ ਰਸਿ ਰਾਚਿ ਰਹੀ, ay rasnaa too an ras raach rahee
ਤੇਰੀ ਪਿਆਸ ਨ ਜਾਇ॥ tayree pi-aas na jaa-ay.
ਪਿਆਸ ਨ ਜਾਇ ਹੋਰਤੁ ਕਿਤੈ, pi-aas na jaa-ay horat kitai
ਜਿਚਰੁ ਹਰਿ ਰਸੁ ਪਲੈ ਨ ਪਾਇ॥ jichar har ras palai na paa-ay.
ਹਰਿ ਰਸੁ ਪਾਇ ਪਲੈ, ਪੀਐ ਹਰਿ ਰਸੁ, har ras paa-ay palai pee-ai har ras
ਬਹੁੜਿ ਨ ਤ੍ਰਿਸਨਾ ਲਾਗੈ ਆਇ॥ bahurh na tarisnaa laagai aa-ay.
ਏਹੁ ਹਰਿ ਰਸੁ ਕਰਮੀ ਪਾਈਐ, ayhu har ras karmee paa-ee-ai
ਸਤਿਗੁਰੁ ਮਿਲੈ ਜਿਸੁ ਆਇ॥ satgur milai jis aa-ay.
ਕਹੈ ਨਾਨਕੁ, ਹੋਰਿ ਅਨ ਰਸ ਸਭਿ ਵੀਸਰੇ, kahai naanak hor an ras sabh veesray
ਜਾ ਹਰਿ ਵਸੈ ਮਨਿ ਆਇ॥੩੨॥ jaa har vasai man aa-ay. ||32||

ਮੇਰੀ ਜੀਭ ਪ੍ਰਭ ਦੇ ਸਿਮਰਨ ਦੇ ਰਸ ਵਿੱਚ ਰਸੀ ਹੈ, ਫਿਰ ਵੀ ਮੇਰੀ ਪਿਆਸ ਨਹੀਂ ਮਿਟੀ । ਮੇਰੀ ਪਿਆਸ ਪ੍ਰਭ ਦੀ ਰਹਿਮਤ ਨਾਲ ਹੀ ਖਤਮ ਹੋ ਸਕਦੀ ਹੈ । ਜਿਸ ਨੂੰ ਪ੍ਰਭ ਦੀ ਰਹਿਮਤ ਨਾਲ ਸ਼ਬਦ ਦਾ ਰਸ ਬਖਸ਼ਿਸ਼ ਹੋ ਜਾਂਦਾ ਹੈ, ਉਸ ਨੂੰ ਸ਼ਾਂਤੀ ਵਾਲ ਅਮ੍ਰਿਤ ਬਖਸ਼ਿਸ਼ ਹੋ ਜਾਂਦਾ ਹੈ । ਉਸ ਦੀ ਆਤਮਾ ਪ੍ਰਭ ਦੀ ਜੋਤ ਵਿੱਚ ਅਭੇਦ ਹੋ ਜਾਂਦੀ ਹੈ, ਉਸ ਦੇ ਮਨ ਵਿੱਚ ਹੋਰ ਕੋਈ ਇੱਛਾਂ ਨਹੀਂ ਰਹਿੰਦੀ । ਜੀਵ ਨੂੰ ਆਪਣੇ ਪਹਿਲੇ ਜਨਮਾਂ ਦੇ ਕਰਮਾਂ ਨਾਲ ਹੀ ਪ੍ਰਭ ਦੀ ਰਹਿਮਤ ਬਖਸ਼ਿਸ਼ ਹੁੰਦੀ ਹੈ । ਜਿਸ ਤੇ ਪ੍ਰਭ ਰਹਿਮਤ ਬਖਸ਼ਦਾ ਹੈ, ਉਹ ਸ਼ਬਦ ਦੀ ਪਾਲਣਾ ਵਿੱਚ ਅਡੋਲ ਹੋ ਜਾਂਦਾ ਹੈ । ਉਸ ਦੇ ਮਨ ਵਿੱਚ ਪ੍ਰਭ ਦੀ ਜੋਤ ਵਿੱਚ ਅਭੇਦ ਹੋਣ ਤੋ ਬਿਨਾਂ ਹੋਰ ਕੋਈ ਖਾਹਿਸ਼, ਇੱਛਾ ਨਹੀਂ ਰਹਿੰਦੀ ।

My tongue remains drenched with glory of His Virtues; however, the thirst of my tongue has not been quenched yet. Whosoever may be blessed with the nectar of the essence of His Word; his soul may be overwhelmed with peace and contentment. Whosoever may be blessed with His mercy and grace, he remains intoxicated in the void of His Word. He may have only one eager desire, anxiety to be enlightened with the essence of His Word and immerse within His Holy Spirit.

ਏ ਸਰੀਰਾ ਮੇਰਿਆ, ay sareeraa mayri-aa
ਹਰਿ ਤੁਮ ਮਹਿ ਜੋਤਿ ਰਖੀ, har tum meh jot rakhee
ਤਾ ਤੂ ਜਗ ਮਹਿ ਆਇਆ॥ taa too jag meh aa-i-aa.
ਹਰਿ ਜੋਤਿ ਰਖੀ ਤੁਧੁ ਵਿਚਿ, har jot rakhee tuDh vich
ਤਾ ਤੂ ਜਗ ਮਹਿ ਆਇਆ॥ taa too jag meh aa-i-aa.
ਹਰਿ ਆਪੇ ਮਾਤਾ ਆਪੇ ਪਿਤਾ, har aapay maataa aapay pitaa
ਜਿਨਿ, ਜੀਉ ਉਪਾਇ ਜਗਤੁ ਦਿਖਾਇਆ॥ jin jee-o upaa-ay jagat dikhaa-i-aa.
ਗੁਰ ਪਰਸਾਦੀ ਬੁਝਿਆ, gur parsaadee bujhi-aa
ਤਾ ਚਲਤੁ ਹੋਆ, taa chalat ho-aa
ਚਲਤੁ ਨਦਰੀ ਆਇਆ॥ chalat nadree aa-i-aa.
ਕਹੈ ਨਾਨਕੁ ਸ੍ਰਿਸਟਿ ਕਾ ਮੂਲੁ ਰਚਿਆ, kahai naanak sarisat kaa mool rachi-aa
ਜੋਤਿ ਰਾਖੀ ਤਾ ਤੂ ਜਗ ਮਹਿ ਆਇਆ॥੩੩॥ jot raakhee taa too jag meh aa-i-aa. ||33||

ਪ੍ਰਭ ਨੇ ਮਾਨਸ ਜਨਮ ਬਖਸ਼ਕੇ ਸੰਸਾਰ ਵਿੱਚ ਭੇਜਿਆ ਹੈ । ਤਾ ਹੀ ਇਸ ਸੰਸਾਰ ਵਿੱਚ ਪੈਦਾ ਹੋਇਆ ਹੈ । ਪ੍ਰਭ ਹੀ ਸਾਰੀ ਸ੍ਰਿਸ਼ਟੀ ਪੈਦਾ ਕਰਦਾ, ਸੰਸਾਰਕ ਮਾਤਾ, ਪਿਤਾ ਦੇ ਰੂਪ ਵਿੱਚ ਜੀਵ ਦੀ ਪਾਲਣਾ ਪੋਸਨਾ, ਰਖਿਆ ਕਰਦਾ ਹੈ । ਉਹ ਸਾਰੀ ਸ੍ਰਿਸ਼ਟੀ ਨੂੰ ਦੇਖਦਾ ਹੈ, ਸਾਰੀ ਸ੍ਰਿਸ਼ਟੀ, ਉਸ ਦੇ ਭਾਣੇ ਅੰਦਰ ਹੀ ਚਲ ਸਕਦੀ ਹੈ । ਪ੍ਰਭ ਦੀ ਕ੍ਰਿਪਾ ਨਾਲ ਹੀ ਆਪਣੇ ਦਾਸ ਨੂੰ ਇਸ ਖੇਲ ਦੀ ਸੋਝੀ ਬਖਸ਼ਦਾ ਹੈ । ਸਾਰੀ ਸ੍ਰਿਸ਼ਟੀ ਹੀ ਪ੍ਰਭ ਦੀ ਰਹਿਮਤ ਨਾਲ ਹੀ ਚਲਦੀ ਹੈ । ਪ੍ਰਭ ਨੇ ਹੀ ਸਾਰੀ ਸ੍ਰਿਸ਼ਟੀ ਦਾ ਮੁੱਢ, ਖੇਲ ਚਲਾਇਆ ਹੈ । ਜੀਵ ਦੀ ਆਤਮਾ ਨੂੰ ਸਵਾਸ, ਆਪਣੀ ਜੋਤ ਬਖਸ਼ਕੇ ਸੰਸਾਰ ਵਿੱਚ ਪੈਦਾ ਕੀਤਾ ਹੈ । ਪ੍ਰਭ ਦੀ ਰਹਿਮਤ ਤੋ ਬਿਨਾਂ ਕੋਈ ਵੀ ਸੰਸਾਰ ਵਿੱਚ ਪੈਦਾ ਨਹੀਂ ਹੁੰਦਾ ।

The True Master has blessed his soul with human life opportunity, another chance to sanctify his soul to become worthy of His Consideration. He prevails through worldly mother, father to nourish and protect him in the universe. The Omniscient, Omnipresent monitors all the events in the universe and the whole universe may only function under His command. With His mercy and grace, he may enlighten His true devotee about His Nature. He may realize His existence and His Holy spirit prevailing in the universe. The universe is an expansion of His Holy Spirit and depends on His mercy and grace. He has blessed his soul with breaths and His Word, roadmap of his worldly life and another opportunity to sanctify to become worthy of His Consideration. The cycle of birth and death remains under His Command.

ਮਨਿ ਚਾਉ ਭਇਆ,	man chaa-o bha-i-aa
ਪ੍ਰਭ ਆਗਮੁ ਸੁਣਿਆ॥	parabh aagam suni-aa.
ਹਰਿ ਮੰਗਲੁ ਗਾਉ ਸਖੀ,	har mangal gaa-o sakhee
ਗ੍ਰਿਹੁ ਮੰਦਰੁ ਬਣਿਆ॥	garihu mandar bani-aa.
ਹਰਿ ਗਾਉ ਮੰਗਲੁ ਨਿਤ ਸਖੀਏ,	har gaa-o mangal nit sakhee-ay
ਸੋਗੁ ਦੂਖੁ ਨ ਵਿਆਪਏ॥	sog dookh na vi-aapa-ay.
ਗੁਰ ਚਰਨ ਲਾਗੇ, ਦਿਨ ਸਭਾਗੇ,	gur charan laagay din sabhaagay
ਆਪਣਾ ਪਿਰੁ ਜਾਪਏ॥	aapnaa pir jaap-ay.
ਅਨਹਤ ਬਾਣੀ, ਗੁਰ ਸਬਦਿ ਜਾਣੀ,	anhat banee gur sabad jaanee har
ਹਰਿ ਨਾਮੁ ਹਰਿ ਰਸੁ ਭੋਗੋ॥	naam har ras bhogo.
ਕਹੈ ਨਾਨਕੁ ਪ੍ਰਭੁ ਆਪਿ ਮਿਲਿਆ,	kahai naanak parabh aap mili-aa
ਕਰਣ ਕਾਰਣ ਜੋਗੋ॥੩੪॥	karan kaaran jogo. ‖34‖

ਪ੍ਰਭ ਦੇ ਸ਼ਬਦ ਦੀ ਸੋਝੀ ਬਖਸ਼ਿਸ਼ ਹੋਣ ਨਾਲ ਮਨ ਵਿੱਚ ਬਹੁਤ ਖੁਸ਼ੀ ਉਤਸਾਹ ਭਰ ਗਿਆ ਹੈ, ਸ਼ਬਦ ਦੀ ਸਦਾ ਚੱਲਣ ਵਾਲੀ ਧੁਨ ਗੂੰਜਦੀ ਸੁਣਾਈ ਦੇਂਦੀ ਹੈ । ਪ੍ਰਭ ਦੇ ਸ਼ਬਦ ਦਾ ਸਿਮਰਨ ਕਰਨ ਨਾਲ ਮੇਰਾ ਮਨ, ਤਨ ਪ੍ਰਭ ਦਾ ਮੰਦਰ, ਆਸ਼ਰਮ ਬਣ ਗਿਆ ਹੈ । ਪ੍ਰਭ ਦੇ ਸ਼ਬਦ ਦਾ ਸਿਮਰਨ ਕਰੋ, ਇਸ ਨਾਲ ਮਨ ਦੀਆਂ ਭਟਕਣਾਂ, ਦੁਖ, ਵਿਜੋਗ, ਵਿਰਾਗ ਦੂਰ ਹੋ ਜਾਂਦੇ ਹਨ । ਪ੍ਰਭ ਦੇ ਚਰਨਾਂ, ਸ਼ਬਦ ਵਿੱਚ ਲਗਨ ਨਾਲ ਜੀਵ ਦੇ ਭਾਗ ਜਾਗ ਪੈਂਦੇ ਹਨ । ਦਿਨ ਰਾਤ, ਸਵਾਸ ਸਵਾਸ ਸਿਮਰਨ ਕਰਨ ਨਾਲ ਪ੍ਰਭ ਦੀ ਸਦਾ ਅਟਲ ਰਹਿਣ ਵਾਲੀ ਧੁਨ ਮਨ ਵਿੱਚ ਸੁਣਾਈ ਦੇਣ ਲਗ ਪੈਂਦੀ ਹੈ । ਪ੍ਰਭ ਆਪ ਹੀ ਸ਼ਬਦ ਦਾ ਸਿਮਰਨ ਕਰਵਾਉਂਦਾ ਹੈ, ਪ੍ਰਭ ਦਾ ਰੂਹਾਨੀ ਸ਼ਬਦ ਜੀਵ ਦੇ ਮਨ ਵਿੱਚ ਬਖਸ਼ਦਾ ਹੈ । ਬੰਦਗੀ ਕਰਨ ਵਾਲਾ ਜੀਵ ਪ੍ਰਭ ਦੇ ਸ਼ਬਦ ਦਾ ਰਸ, ਅਨੰਦ ਮਾਣਦਾ, ਮਸਤ ਰਹਿੰਦਾ ਹੈ । ਕੇਵਲ ਪ੍ਰਭ ਆਪ ਹੀ ਇਹ ਸਭ ਕੁਝ ਕਰਦਾ, ਕਰਨ ਦੇ ਕਾਬਲ, ਯੋਗ ਹੈ ।

The True Master has blessed the enlightenment of the essence of His Word; I have been overwhelmed with excitement and pleasure within my mind. I hear the everlasting echo of His Word resonating within my mind. With His mercy and grace, I am meditating on the teachings of His Word with each breath. My body, mind have been transformed as His Holy Temple, His Royal castle. Let us meditate on the teachings of His Word; with His mercy and grace, all my miseries of worldly desires may be eliminated from within mind. My prewritten destiny may be rewarded. Whosoever may meditate day and night with each breath; with His mercy and grace, he may hear the everlasting echo of His Word resonating within his heart. The Merciful True Master may attach His true devotee to a devotional mediation and bless him with the essence of His eternal Word. His true devotee may enjoy the nectar of the essence of His Word and remains intoxicated in the void of

His Word. Only, The Omnipotent True Master prevails in the universe and capable to accomplish every event at His Own.

ਏ ਸਰੀਰਾ ਮੇਰਿਆ,	ay sareeraa mayri-aa
ਇਸੁ ਜਗ ਮਹਿ ਆਇ ਕੈ,	is jag meh aa-ay kai
ਕਿਆ ਤੁਧੁ ਕਰਮ ਕਮਾਇਆ॥	ki-aa tuDh karam kamaa-i-aa.
ਕਿ ਕਰਮ ਕਮਾਇਆ ਤੁਧੁ ਸਰੀਰਾ,	ke karam kamaa-i-aa tuDh sareeraa jaa
ਜਾ ਤੂ ਜਗ ਮਹਿ ਆਇਆ॥	too jag meh aa-i-aa.
ਜਿਨਿ ਹਰਿ ਤੇਰਾ ਰਚਨੁ ਰਚਿਆ,	jin har tayraa rachan rachi-aa
ਸੋ ਹਰਿ ਮਨਿ ਨ ਵਸਾਇਆ॥	so har man na vasaa-i-aa.
ਗੁਰ ਪਰਸਾਦੀ, ਹਰਿ ਮੰਨਿ ਵਸਿਆ,	gur parsaadee har man vasi-aa
ਪੂਰਬਿ ਲਿਖਿਆ ਪਾਇਆ॥	poorab likhi-aa paa-i-aa.
ਕਹੈ ਨਾਨਕੁ ਏਹੁ ਸਰੀਰੁ ਪਰਵਾਣੁ ਹੋਆ,	kahai naanak ayhu sareer parvaan ho-aa
ਜਿਨਿ ਸਤਿਗੁਰ ਸਿਉ ਚਿਤੁ ਲਾਇਆ॥੩੫॥	jin satgur si-o chit laa-i-aa. ||35||

ਇਸ ਸੰਸਾਰ ਵਿੱਚ ਆ ਕੇ ਤੂੰ ਕਿਹੜਾ ਚੰਗਾ ਕਰਮ ਕੀਤਾ ਹੈ? ਕਿਹੜਾ ਕਰਮ ਆਪਣੇ ਅਸਲੀ ਮਨੋਰਥ ਪੂਰਾ ਕਰਨ ਲਈ ਕੀਤਾ ਹੈ? ਜਿਸ ਪ੍ਰਭ ਨੇ ਮਾਨਸ ਜਨਮ ਬਖਸ਼ਿਆ ਹੈ, ਉਸ ਦੇ ਸ਼ਬਦ ਦੀ ਬੰਦਗੀ, ਸਿਮਰਨ ਅਡੋਲ ਭਰੋਸੇ ਨਾਲ ਨਹੀਂ ਕੀਤਾ । ਜਿਸ ਨੇ ਪਿਛਲੇ ਜਨਮ ਦੀ ਕਮਾਈ ਕੀਤੀ ਹੋਵੇ । ਉਸ ਨੂੰ ਹੀ ਅਡੋਲ ਭਰੋਸੇ ਨਾਲ ਸਿਮਰਨ ਕਰਨ ਦੀ ਲਗਨ ਬਖਸ਼ਿਸ਼ ਹੁੰਦੀ ਹੈ । ਜਿਹੜਾ ਜੀਵ ਅਡੋਲ ਭਰੋਸੇ ਨਾਲ ਸ਼ਬਦ ਦਾ ਸਿਮਰਨ ਕਰਦਾ ਹੈ, ਪ੍ਰਭ ਦੀ ਰਹਿਮਤ ਨਾਲ ਉਸ ਦਾ ਜਨਮ ਮਰਨ ਦਾ ਚੱਕਰ ਖਤਮ ਹੋ ਜਾਂਦਾ ਹੈ, ਉਸ ਦੀ ਆਤਮਾ ਪ੍ਰਭ ਦੀ ਜੋਤ ਵਿੱਚ ਅਭੇਦ ਹੋ ਜਾਂਦੀ ਹੈ, ਮਾਨਸ ਯਾਤਰਾ ਸਫਲ ਹੋ ਜਾਂਦੀ ਹੈ ।

What good deed might have you done in the universe? What might have you done to accomplish the real purpose of your human life opportunity? The True Master has blessed human life, another opportunity to sanctify your soul. However, you have not meditated or obeyed the teachings of His Word with steady and stable belief in your day-to-day life. Whosoever may have a great prewritten destiny, only he may be blessed with devotion to meditate and obey the teachings of His Word. Whosoever may meditate on the teachings of His Word with steady and stable belief in his day-to-day life; with His mercy and grace, his cycle of birth and death may be eliminated. His soul may immerse within His Holy Spirit; his human life journey may be rewarded.

ਏ ਨੇਤ੍ਰਹੁ ਮੇਰਿਹੋ,	ay naytarahu mayriho
ਹਰਿ ਤੁਮ ਮਹਿ ਜੋਤਿ ਧਰੀ,	har tum meh jot Dharee
ਹਰਿ ਬਿਨੁ ਅਵਰੁ ਨ ਦੇਖਹੁ ਕੋਈ॥	har bin avar na daykhhu ko-ee.
ਹਰਿ ਬਿਨੁ ਅਵਰੁ ਨ ਦੇਖਹੁ ਕੋਈ,	har bin avar na daykhhu ko-ee
ਨਦਰੀ ਹਰਿ ਨਿਹਾਲਿਆ॥	nadree har nihaali-aa.
ਏਹੁ ਵਿਸੁ ਸੰਸਾਰੁ ਤੁਮ ਦੇਖਦੇ,	ayhu vis sansaar tum daykh-day
ਏਹੁ ਹਰਿ ਕਾ ਰੂਪੁ ਹੈ,	ayhu har kaa roop hai
ਹਰਿ ਰੂਪੁ ਨਦਰੀ ਆਇਆ॥	har roop nadree aa-i-aa.
ਗੁਰ ਪਰਸਾਦੀ ਬੁਝਿਆ,	gur parsaadee bujhi-aa
ਜਾ ਵੇਖਾ ਹਰਿ ਇਕੁ ਹੈ,	jaa vaykhaa har ik hai
ਹਰਿ ਬਿਨੁ ਅਵਰੁ ਨ ਕੋਈ॥	har bin avar na ko-ee.
ਕਹੈ ਨਾਨਕੁ ਏਹਿ ਨੇਤ੍ਰ ਅੰਧ ਸੇ,	kahai naanak ayhi naytar anDh say
ਸਤਿਗੁਰਿ ਮਿਲਿਐ ਦਿਬ ਦ੍ਰਿਸਟਿ ਹੋਈ॥੩੬॥	satgur mili-ai dib darisat ho-ee. ||36||

ਪ੍ਰਭ ਜੀਵ ਦੀਆਂ ਅੱਖਾਂ ਨੂੰ ਦੇਖਣ ਦੀ ਤਾਕਤ ਬਖਸ਼ਦਾ ਹੈ । ਹਰ ਵੇਲੇ ਪ੍ਰਭ ਦੀ ਕੁਦਰਤ ਨੂੰ ਹੀ ਦੇਖੋ, ਕੇਵਲ ਇੱਕ ਇੱਕ ਪ੍ਰਭ ਦੀ ਜੋਤ, ਕੁਦਰਤ ਹੀ ਦੇਖਣ ਯੋਗ ਹੈ । ਜਿਹੜਾ ਪ੍ਰਭ ਸੇ ਸ਼ਬਦ ਦੀ ਸਿਖਿਆਂ ਨੂੰ ਹਰਇੱਕ ਕੰਮ ਲਈ ਅਧਾਰ ਬਣਾਉਂਦਾ ਹੈ, ਉਸ ਦੇ ਹਰਇੱਕ ਕਰਤਬ ਵਿੱਚ ਹੀ ਪ੍ਰਭ ਦੀ ਰਹਿਮਤ ਬਖਸ਼ਿਸ਼ ਹੋ ਜਾਂਦੀ ਹੈ । ਪ੍ਰਭ ਹੀ ਸਾਰੀ ਸ੍ਰਿਸ਼ਟੀ ਸਜਦਾ ਹੈ, ਸ੍ਰਿਸ਼ਟੀ ਹੀ ਪ੍ਰਭ ਦਾ ਰੂਪ ਹੈ । ਪ੍ਰਭ ਸ੍ਰਿਸ਼ਟੀ ਵਿੱਚ ਆਪ ਹੀ ਵਸਦਾ, ਵਾਪਰਦਾ ਹੈ । ਜਿਸ ਨੂੰ ਪ੍ਰਭ ਦੀ ਰਹਿਮਤ ਬਖਸ਼ਦਾ ਹੈ, ਉਸ ਨੂੰ ਸੋਝੀ ਬਖਸ਼ਿਸ਼ ਹੋ ਜਾਂਦੀ ਹੈ, ਕੇਵਲ ਪ੍ਰਭ ਹੀ ਹਰਇੱਕ ਵਿੱਚ ਵਾਪਰਦਾ ਹੈ । ਜਿਹੜਾ ਪ੍ਰਭ ਦੇ ਸ਼ਬਦ ਵਿੱਚ ਲੀਨ ਹੋ ਜਾਂਦਾ ਹੈ, ਉਸ ਨੂੰ ਸਾਰੀ ਸ੍ਰਿਸ਼ਟੀ ਵਿੱਚ ਹੀ ਪ੍ਰਭ ਨਜ਼ਰ ਆਉਂਦਾ ਹੈ । ਮਨਮੁਖ ਜੀਵ ਦੀਆ ਅੱਖਾਂ ਸ਼ਬਦ ਦੀ ਸੋਝੀ ਤੋ ਅੰਧੀਆਂ ਹੀ ਰਹਿੰਦੀਆਂ ਹਨ । ਜਿਸ ਤੇ ਰਹਿਮਤ ਬਖਸ਼ਿਸ਼ ਹੋ ਜਾਂਦੀ ਹੈ, ਉਸ ਨੂੰ ਬੁਰੇ ਭਲੇ ਦੀ ਪਛਾਣ ਹੋ ਜਾਂਦੀ ਹੈ ।

The True Master has blessed vision in eyes to witness everything. You should witness His Nature, that may be the only scenery worthy of witnessing. Whosoever may adopt the teachings of His Word as guiding principle of every task in the universe; with His mercy and grace, His Blessings, protection remains with him in every step of his life. The True Master has created the universe and His nature as the image of His Holy Spirit. He remains embedded within soul of each creature. He dwells and prevails within his body, mind and in worldly events. With His mercy and grace, His true devotee may be enlightened, witness only His Holy Spirit prevailing in the universe. Whosoever may remain intoxicated in meditation in the void of His Word; he may witness His Holy Spirit prevailing within each soul and every event of His Nature. Self-minded may remain blind, ignorant from the essence of His Word. His true devotee may be blessed to distinguish the difference between good and evil in the universe.

ਏ ਸ੍ਰਵਣਹੁ ਮੇਰਿਹੋ,	ay sarvanhu mayriho
ਸਾਚੈ ਸੁਨਣੈ ਨੋ ਪਠਾਏ॥	saachai sunnai no pathaa-ay.
ਸਾਚੈ ਸੁਨਣੈ ਨੋ ਪਠਾਏ, ਸਰੀਰਿ ਲਾਏ,	saachai sunnai no pathaa-ay sareer
ਸੁਣਹੁ ਸਤਿ ਬਾਣੀ॥	laa-ay sunhu sat banee.
ਜਿਤੁ ਸੁਣੀ ਮਨੁ ਤਨੁ ਹਰਿਆ ਹੋਆ,	jit sunee man tan hari-aa ho-aa
ਰਸਨਾ ਰਸਿ ਸਮਾਣੀ॥	rasnaa ras samaanee.
ਸਚੁ ਅਲਖ ਵਿਡਾਣੀ,	sach alakh vidaanee
ਤਾ ਕੀ ਗਤਿ ਕਹੀ ਨ ਜਾਏ॥	taa kee gat kahee na jaa-ay.
ਕਹੈ ਨਾਨਕੁ ਅੰਮ੍ਰਿਤ ਨਾਮੁ ਸੁਣਹੁ,	kahai naanak amrit naam sunhu
ਪਵਿੱਤਰ ਹੋਵਹੁ,	pavitar hovhu
ਸਾਚੈ ਸੁਨਣੈ ਨੋ ਪਠਾਏ॥੩੭॥	saachai sunnai no pathaa-ay. ||37||

ਮੇਰੇ ਕੰਨੋ ਨੂੰ ਪ੍ਰਭ ਨੇ ਸੁਣਨ ਦੀ ਤਾਕਤ ਬਖਸ਼ੀ ਹੈ । ਹਰ ਵੇਲੇ ਉਸ ਦੇ ਸ਼ਬਦ ਨੂੰ ਹੀ, ਸੁਣੋ । ਸ਼ਬਦ ਦੇ ਸੁਣਨ ਨਾਲ ਮਨ ਵਿੱਚ ਖੇੜਾ, ਠੰਡ ਬਖਸ਼ਿਸ਼ ਹੋ ਜਾਂਦੀ ਹੈ, ਸ਼ਬਦ ਮਨ ਵਿੱਚ ਘਰ ਕਰ ਜਾਂਦਾ, ਮਨ ਅਡੋਲ ਹੋ ਜਾਂਦਾ ਹੈ । ਪ੍ਰਭ ਹੀ ਹੋਂਦ, ਅਨੋਖੀ ਸ਼ਾਨ ਵਾਲੀ ਹੈ । ਉਸ ਦਾ ਪੂਰਨ ਵਖਿਆਣ ਨਹੀਂ ਕੀਤਾ ਜਾ ਸਕਦਾ । ਪਾਵਿਤ੍ਰ ਸ਼ਬਦ ਸੁਣਨ ਨਾਲ ਮਨ ਪਾਵਿਤ੍ਰ ਹੋ ਜਾਂਦਾ ਹੈ, ਕੰਨਾਂ ਵਿੱਚ ਸਦਾ ਚੱਲਣ ਵਾਲੀ ਧੁਨ ਸੁਣਦੀ ਹੈ । ਅਨੇਕਾਂ ਹੀ ਬੰਦਗੀ ਕਰਨ ਵਾਲੇ, ਪ੍ਰਭ ਦੇ ਸ਼ਬਦ ਦੀ ਧੁਨ ਸੁਣਨ ਨੂੰ ਤਰਸਦੇ ਹਨ । ਪ੍ਰਭ ਨੇ ਕੰਨ ਕੇਵਲ ਸ਼ਬਦ ਦੀ ਧੁਨ ਸੁਣਨ ਲਈ ਹੀ ਬਖਸ਼ੇ ਹਨ ।

The True Master has blessed strength to hear others. You should always remain tuned to hear the everlasting echo of His Word. Whosoever may always listen, pay attention to His Word; with His mercy and grace, he may be blessed with peace and blossom in his worldly life. The teachings of His Word may resonate within his heart. The glory of The True Master may be astonishing and beyond the comprehension of His Creation. Whosoever may hear the sermons of His Word; with His mercy and grace, his ears may be sanctified and hear the everlasting echo of His Word resonating within. Many, worldly saints, devotees remain anxious to hear His Word within. The Master has blessed hearing power in ears to hear the glory of His Word.

ਹਰਿ ਜੀਉ ਗੁਫਾ ਅੰਦਰਿ ਰਖਿ ਕੈ,	har jee-o gufaa andar rakh kai
ਵਾਜਾ ਪਵਣੁ ਵਜਾਇਆ॥	vaajaa pavan vajaa-i-aa.
ਵਜਾਇਆ ਵਾਜਾ ਪਉਣ,	vajaa-i-aa vaajaa pa-un
ਨਉ ਦੁਆਰੇ ਪਰਗਟੁ ਕੀਏ,	na-o du-aaray pargat kee-ay
ਦਸਵਾ ਗੁਪਤੁ ਰਖਾਇਆ॥	dasvaa gupat rakhaa-i-aa.
ਗੁਰਦੁਆਰੈ ਲਾਇ ਭਾਵਨੀ,	gurdu-aarai laa-ay bhaavnee
ਇਕਨਾ ਦਸਵਾ ਦੁਆਰੁ ਦਿਖਾਇਆ॥	iknaa dasvaa du-aar dikhaa-i-aa.
ਤਹ ਅਨੇਕ ਰੂਪ, ਨਾਉ, ਨਵ ਨਿਧਿ,	tah anayk roop naa-o nav niDh
ਤਿਸ ਦਾ ਅੰਤੁ ਨ ਜਾਈ ਪਾਇਆ॥	tis daa ant na jaa-ee paa-i-aa.
ਕਹੈ ਨਾਨਕੁ ਹਰਿ ਪਿਆਰੇ ਜੀਉ,	kahai naanak har pi-aarai jee-o
ਗੁਫਾ ਅੰਦਰਿ ਰਖਿ ਕੈ	gufaa andar rakh kai
ਵਾਜਾ ਪਵਣੁ ਵਜਾਇਆ॥੩੮॥	vaajaa pavan vajaa-i-aa. ||38||

ਪ੍ਰਭ ਨੇ ਮਾਨਸ ਸਰੀਰ (ਗੁਫਾ) ਬਣਾਕੇ ਇਸ ਵਿੱਚ ਆਤਮਾ, ਸਵਾਸ ਬਖਸ਼ੇ ਹਨ । ਪ੍ਰਭ ਨੇ ਸਵਾਸ ਬਖਸ਼ੇ ਕੇ ਨੌ ਤੱਤਾਂ ਦੀ ਜਾਣਕਾਰੀ ਬਖਸ਼ੀ ਹੈ । ਪਰ ਦਸਵੀਂ ਵਿਧੀ ਦਾ ਭੇਦ ਆਪਦੇ ਕੋਲ ਹੀ ਰਖਿਆ ਹੈ । ਜਿਹੜਾ ਅਡੋਲ ਭਰੋਸੇ ਨਾਲ ਸ਼ਬਦ ਦੀ ਪਾਲਣਾ, ਸਿਮਰਨ ਕਰਦਾ ਹੈ । ਉਸ ਨੂੰ ਰਹਿਮਤ ਬਖਸ਼ਕੇ ਦਸਵੀਂ ਵਿਧੀ ਦੀ ਸੋਝੀ ਬਖਸ਼ਦਾ ਹੈ, ਆਪਣੀ ਪ੍ਰਵਾਨਗੀ ਦਾ ਅਸਲੀ ਰਸਤਾ ਬਖਸ਼ਦਾ ਹੈ । ਪ੍ਰਭ ਤੇਰੇ ਅਨੇਕਾਂ ਰੂਪ, ਨਾਮ, ਸਿਮਰਨ ਕਰਨ, ਪ੍ਰਵਾਨਗੀ ਦੀਆਂ ਵਿਧੀਆਂ ਹਨ । ਜਿਹਨਾਂ ਦਾ ਪੂਰਨ ਤਰ੍ਹਾਂ ਵਖਿਆਣ, ਗਿਣਤੀ ਨਹੀਂ ਕੀਤੀ ਜਾ ਸਕਦੇ । ਅਨੇਕਾਂ ਜੀਵਨ ਦੀਆਂ ਵਿਧੀਆਂ ਦਾ ਗਿਆਨ ਹੋ ਜਾਂਦਾ ਹੈ । ਤੇਰੇ ਕਿਸੇ ਵੀ ਕਰਤਵ ਦਾ ਪੂਰਨ ਗਿਆਨ ਪ੍ਰਾਪਤ ਨਹੀਂ ਕੀਤਾ ਜਾ ਸਕਦਾ । ਪ੍ਰਭ ਆਤਮਾ ਨੂੰ ਮਾਨਸ ਤਨ ਰੂਪੀ ਗੁਫਾ ਵਿੱਚ ਭੇਜਦਾ, ਬੰਦਗੀ ਕਰਨ ਦੀ ਪ੍ਰੇਰਨਾ ਕਰਦਾ ਹੈ ।

The True Master has created, body of a creature as a cave for meditation. He has blessed his soul with the capital of breaths. He has been blessed with the enlightenment of nine senses to live worldly life; however, the 10th sense, the path of acceptance remains under His Command. Whosoever may meditate and adopts the teachings of His Word with steady and stable belief in his day-to-day life; with His mercy and grace, he may be blessed with the right path of acceptance in His Court. The True Master may be remembered by countless names. His true devotee may be singing His glory and pray for His forgiveness countless ways. The mystery of His Nature remains beyond the comprehension of His Creation.

ਏਹੁ ਸਾਚਾ ਸੋਹਿਲਾ,	ayhu saachaa sohilaa
ਸਾਚੈ ਘਰਿ ਗਾਵਹੁ॥	saachai ghar gaavhu.
ਗਾਵਹੁ ਤ ਸੋਹਿਲਾ, ਘਰਿ ਸਾਚੈ,	gaavhu ta sohilaa ghar saachai
ਜਿਥੈ ਸਦਾ ਸਚੁ ਧਿਆਵਹੇ॥	jithai sadaa sach Dhi-aavhay.
ਸਚੋ ਧਿਆਵਹਿ ਜਾ ਤੁਧੁ ਭਾਵਹਿ,	sacho Dhi-aavahi jaa tuDh bhaaveh
ਗੁਰਮੁਖਿ ਜਿਨਾ ਬੁਝਾਵਹੇ॥	gurmukh jinaa bujhaavhay.
ਇਹੁ ਸਚੁ ਸਭਨਾ ਕਾ ਖਸਮੁ ਹੈ,	ih sach sabhnaa kaa khasam hai
ਜਿਸੁ ਬਖਸ਼ੇ ਸੋ ਜਨੁ ਪਾਵਹੇ॥	jis bakhsay so jan paavhay.
ਕਹੈ ਨਾਨਕੁ ਸਚੁ ਸੋਹਿਲਾ,	kahai naanak sach sohilaa sachai
ਸਚੈ ਘਰਿ ਗਾਵਹੇ॥੩੯॥ !	ghar gaavhay. ||39||

ਅਟੱਲ ਪ੍ਰਭ ਦੇ ਸ਼ਬਦ ਦੀ ਅਡੋਲ ਭਰੋਸੇ ਨਾਲ ਪਾਲਣਾ ਕਰੋ, ਪ੍ਰਭ ਦੇ ਸ਼ਬਦ ਦੀ ਉਸਤਤ ਦੇ ਗੁਣ ਗਾਵੋ । ਜਿਹੜਾ ਪ੍ਰਭ ਦੇ ਸ਼ਬਦ ਦੇ ਗੁਣ ਗਾਉਂਦਾ ਹੈ, ਉਹ ਦਰਬਾਰ ਵਿੱਚ ਪ੍ਰਵਾਨ ਹੋ ਜਾਂਦਾ ਹੈ । ਜਿਹੜਾ ਜੀਵ ਆਪਣੀ ਆਤਮਾ, ਮਨ ਨੂੰ ਪਵਿੱਤਰ ਰਖਦਾ ਹੈ, ਉਸ ਨੂੰ ਗੁਰਮਖ ਅਵਸਥਾ ਬਖਸ਼ਿਸ਼ ਹੋ ਜਾਂਦੀ ਹੈ । ਉਸ ਨੂੰ ਸੋਝੀ ਬਖਸ਼ਿਸ਼ ਹੋ ਜਾਂਦੀ ਹੈ । ਪ੍ਰਭ ਦੇ ਸ਼ਬਦ ਦਾ ਸਿਮਰਨ ਹੀ ਪ੍ਰਭ ਦੇ ਦਰਬਾਰ ਵਿੱਚ ਪ੍ਰਵਾਨ ਹੋਣ ਦੀ ਵਿਧੀ ਹੈ । ਪ੍ਰਭ ਹੀ ਸਾਰੀ ਸ੍ਰਿਸ਼ਟੀ ਦਾ ਅਸਲੀ ਮਾਲਕ ਹੈ । ਜਿਸ ਤੇ ਰਹਿਮਤ ਬਖਸ਼ਦਾ ਹੈ, ਉਹ ਹੀ ਪ੍ਰਭ ਦੀ ਰਜ਼ਾ, ਸ਼ਬਦ ਦੀ ਪਾਲਣਾ ਵਿੱਚ ਅਡੋਲ ਰਹਿੰਦਾ ਹੈ । ਪ੍ਰਭ ਦੇ ਸ਼ਬਦ ਦਾ ਅਡੋਲ ਭਰੋਸੇ ਨਾਲ ਸਿਮਰਨ, ਪਾਲਣਾ ਕਰੋ ! ਉਸ ਵਿੱਚ ਲੀਨ, ਮਸਤ ਹੋ ਕੇ ਭਾਣੇ ਨੂੰ ਅਟਲ ਸਮਝਕੇ ਕਬੂਲ ਕਰੋ ।

You should sing the glory and obey the teachings of His Word with steady and stable belief in your day-to-day life. Whosoever may sanctify his soul; with His mercy and grace, he may be blessed with a state of mind as His true devotee. He may be enlightened with the essence of His Nature that the earnings of His Word may only be accepted in His Court. The One and only One True Master of the universe, only He may bless the right path of acceptance in His Court. You should meditate, obey the teachings of His Word with steady and stable belief and accept His Word as an ultimate command.

ਅਨਦੁ ਸੁਣਹੁ ਵਡਭਾਗੀਹੋ,	anad sunhu vadbhaageeho
ਸਗਲ ਮਨੋਰਥ ਪੂਰੇ॥	sagal manorath pooray.
ਪਾਰਬ੍ਰਹਮੁ ਪ੍ਰਭੁ ਪਾਇਆ,	paarbarahm parabh paa-i-aa
ਉਤਰੇ ਸਗਲ ਵਿਸੂਰੇ॥	utray sagal visooray.
ਦੂਖ ਰੋਗ ਸੰਤਾਪ ਉਤਰੇ,	dookh rog santaap utray
ਸੁਣੀ ਸਚੀ ਬਾਣੀ॥	sunee sachee banee.
ਸੰਤ ਸਾਜਨ ਭਏ ਸਰਸੇ,	sant saajan bha-ay sarsay
ਪੂਰੇ ਗੁਰ ਤੇ ਜਾਣੀ॥	pooray gur tay jaanee.
ਸੁਣਤੇ ਪੁਨੀਤ, ਕਹਤੇ ਪਵਿਤੁ,	suntay puneet kahtay pavit
ਸਤਿਗੁਰੁ ਰਹਿਆ ਭਰਪੂਰੇ॥	satgur rahi-aa bharpooray.
ਬਿਨਵੰਤਿ ਨਾਨਕੁ ਗੁਰ ਚਰਣ ਲਾਗੇ,	binvant naanak gur charan laagay
ਵਾਜੇ ਅਨਹਦ ਤੂਰੇ॥੪੦॥੧॥	vaajay anhad tooray. ||40||1||

ਜਿਸ ਦੇ ਹਿਰਦੇ ਵਿੱਚ ਸਦਾ ਅਟਲ ਚੱਲਣ ਵਾਲੀ ਪ੍ਰਭ ਦੇ ਸ਼ਬਦ ਦੀ ਧੁਨ ਸੁਣਾਈ ਦੇਂਦੀ ਹੈ । ਉਸ ਦੀਆਂ ਸਾਰੀਆਂ ਬੋਲੀਆ, ਅਨਬੋਲੀਆ ਮੁਰਾਦਾਂ ਪੂਰੀਆਂ ਹੋ ਜਾਂਦੀਆਂ ਹਨ । ਪ੍ਰਭ ਉਸ ਦੀਆਂ ਭੁਲਾਂ ਬਖਸ਼ਕੇ ਪ੍ਰਵਾਨ ਕਰ ਲੈਂਦਾ ਹੈ । ਜਿਸ ਦੇ ਮਨ ਵਿੱਚ ਸ਼ਬਦ ਦੀ ਸਿਖਿਆਂ ਰਚ ਜਾਂਦੀ ਹੈ । ਉਸ ਨੂੰ ਸੰਸਾਰਕ ਦੁਖਾਂ ਤੋਂ ਛੁਟਕਾਰਾ ਬਖਸ਼ਿਸ਼ ਹੋ ਜਾਂਦਾ ਹੈ । ਉਸ ਨੂੰ ਪ੍ਰਭ ਦੀ ਕ੍ਰਿਪਾ ਨਾਲ ਸੰਤ ਸਰੂਪ ਜੀਵ ਦੀ ਸੰਗਤ ਬਖਸ਼ਿਸ਼ ਹੋ ਜਾਂਦੀ ਹੈ, ਪ੍ਰਵਾਨਗੀ ਦਾ ਅਸਲੀ ਰਸਤਾ ਬਖਸ਼ਿਸ਼ ਹੋ ਜਾਂਦਾ ਹੈ । ਉਸ ਦੇ ਮਨ ਵਿੱਚ ਕੇਵਲ ਸ਼ਬਦ ਦੀ ਸਦਾ ਚੱਲਣ ਵਾਲੀ ਅਟਲ ਦੀ ਧੁਨ ਹੀ ਸੁਣਦੀ ਹੈ । ਉਸ ਦੇ ਸਵਾਸ ਸਵਾਸ ਵਿੱਚ ਪ੍ਰਭ ਦਾ ਸ਼ਬਦ ਰਚਿਆ ਰਹਿੰਦਾ ਹੈ । ਪ੍ਰਭ ਦੀ ਹੀ ਕਥਾ, ਬਾਕੀ ਜੀਵਾਂ ਨੂੰ ਸੁਣਾਉਂਦਾ ਹੈ । ਜਿਹੜਾ ਜੀਵ ਪ੍ਰਭ ਦੇ ਸ਼ਬਦ ਦੇ ਲੜ ਲਗਾ ਰਹਿੰਦਾ ਹੈ, ਉਸ ਮਨ ਵਿੱਚ ਹਮੇਸ਼ਾ ਹੀ ਸੰਤੋਖ ਖੇੜਾ ਵਸਦਾ ਹੈ । ਜਿਹੜਾ ਉਸ ਦੇ ਜੀਵਨ ਦੀ ਸਿਖਿਆਂ ਨੂੰ ਆਪਣੇ ਜੀਵਨ ਵਿੱਚ ਢਾਲਦਾ ਹੈ । ਉਸ ਦਾ ਵੀ ਮਾਨਸ ਜਨਮ ਸਫਲ ਹੋ ਜਾਂਦਾ, ਪ੍ਰਵਾਨ ਹੋ ਜਾਂਦੇ, ਸ਼ਰਣ ਵਿੱਚ ਪਨਾਹ ਬਖਸ਼ਿਸ਼ ਹੋ ਜਾਂਦੀ ਹੈ ।

Whosoever may hear the everlasting echo of His Word resonating within his heart; with His mercy and grace, his spoken and unspoken desires may by satisfied. The True Master may forgive his sins of previous lives. He may remain drenched with the essence of His Word. All his miseries of worldly desires may be eliminated. With His mercy and grace, he may be blessed with the conjugation of His Holy saint. He may be blessed with the right path of acceptance in His Court. His true devotee may only hear the everlasting echo of His Word resonating within his heart. Who may adopt the teachings of His Word with steady and stable belief in his day-to-day life? He may remain drenched with the essence of His Word. He may only share the eternal spiritual message with others. Whosoever may remain intoxicated in meditating on the teachings of His Word; with His mercy and grace, he may remain contented and in blossom in his worldly life. Whosoever may adopt the teachings of His Word with steady and stable belief in his day-to-day life; with His mercy and grace, he may be accepted in His sanctuary and his human life opportunity may be rewarding.

☬ ਆਰਤੀ ☬

1. ਰਾਗੁ ਧਨਾਸਰੀ ਮਹਲਾ ੧॥ 13-1

ਗਗਨ ਮੈ ਥਾਲੁ ਰਵਿ ਚੰਦੁ ਦੀਪਕ ਬਨੇ,	Gagan mai thaal rav chand deepak banay
ਤਾਰਿਕਾ ਮੰਡਲ ਜਨਕ ਮੋਤੀ॥	taarikaa mandal janak motee.
ਧੂਪੁ ਮਲਆਨਲੋ ਪਵਣੁ ਚਵਰੋ,	Dhoop mal-aanlo pavan chavro
ਕਰੇ ਸਗਲ ਬਨਰਾਇ ਫੂਲੰਤ ਜੋਤੀ॥੧॥	karay sagal banraa-ay foolant jotee. ||1||

ਪ੍ਰਭ ਅਕਾਸ ਤੇਰੇ ਗੁਣ ਗਾਉਣ, ਧੰਨਵਾਦ ਕਰਨ ਵਾਲਾ ਪੰਡਾਲ ਹੈ । ਅਨੇਕਾਂ ਹੀ ਚੰਦ ਅਤੇ ਅਨੇਕਾਂ ਹੀ ਤਾਰੇ ਇਸ ਪੰਡਾਲ ਦੀ ਸ਼ਾਨ ਵਧਾਉਂਦੇ ਹਨ । ਅਨੇਕਾਂ ਹੀ ਕਿਸਮਾਂ ਦੇ ਪੌਦੇ, (ਫੁੱਲ, ਬੂਟੇ,) ਸੁਗੰਦਤ ਦੇਂਦੇ ਹਨ । ਇਹ ਹਵਾ ਸਾਰੇ ਮੰਡਲ ਵਿੱਚ ਮਾਹਿਕ ਵਰਸਾਉਂਦੀ ਹੈ । ਸ੍ਰਿਸ਼ਟੀ ਹੀ ਤੇਰੀ ਭੇਟਾ ਹੈ ।

God the sky is the podium, stage to sing Your glory, all the stars, moons enhance the glory of Your podium. Countless kinds of plants, trees, flowers are created to spread the aroma. All universe is Your creation and You are absorbed in the whole universe.

ਕੈਸੀ ਆਰਤੀ ਹੋਇ॥	Kaisee aartee ho-ay.
ਭਵ ਖੰਡਨਾ ਤੇਰੀ ਆਰਤੀ॥	bhav khandnaa tayree aartee.
ਅਨਹਤਾ ਸਬਦ ਵਾਜੰਤ ਭੇਰੀ॥੧॥	Anhataa sabad vaajant bhayree.
ਰਹਾਉ॥	||1|| rahaa-o.

ਅਟੱਲ ਪ੍ਰਭ, ਤੇਰੀ ਕਿਸਤਰ੍ਹਾਂ ਦੀ ਆਰਤੀ, ਪੂਜਾ ਕਰਾ, ਤੇਰਾ ਕਿਸਤਰ੍ਹਾਂ ਧੰਨਵਾਦ ਕਰਾਂ । ਮੇਰੇ ਕੋਲ ਕੇਵਲ ਤੇਰਾ ਦਿੱਤਾ ਹੋਇਆ ਸ਼ਬਦ ਹੈ । ਜੋ ਮੈ ਸਵਾਸ ਸਵਾਸ ਨਾਲ ਸਿਮਰਨ ਕਰਦਾ ਹਾਂ ।

What kind of worship can I perform to thank You for Your blessings? I had only Your blessed Word. I remember and sing with each breath.

ਸਹਸ ਤਵ ਨੈਨ ਨਨ, ਨੈਨ ਹਹਿ ਤੋਹਿ ਕਉ,	Sahas tav nain nan nain heh tohi ka-o
ਸਹਸ ਮੂਰਤਿ ਨਨਾ ਏਕ ਤੁੋਹੀ॥	sahas moorat nanaa ayk tohee.
ਸਹਸ ਪਦ ਬਿਮਲ ਨਨ,	Sahas pad bimal nan
ਏਕ ਪਦ ਗੰਧ ਬਿਨੁ,	ayk pad ganDh Bin
ਸਹਸ ਤਵ ਗੰਧ ਇਵ ਚਲਤ ਮੋਹੀ॥੨॥	sahas tav ganDh iv chalat mohee. ||2||

ਪ੍ਰਭ ਤੇਰੀਆਂ ਅਨੇਕਾਂ ਹੀ ਵੇਖਣ ਵਾਲੀਆਂ ਅੱਖਾ, ਅਨੇਕਾਂ ਹੀ ਰੂਪ (ਸਕਲਾ), ਅਨੇਕਾਂ ਹੀ ਪੈਰ, ਅਨੇਕਾਂ ਹੀ ਸੁੰਗਣ ਵਾਲੇ ਨੱਕ ਹਨ । ਮੈ ਇਹ ਵੀ ਦੇਖਦਾ ਹਾਂ ਕਿ ਤੇਰੀ ਕੋਈ ਅੱਖ, ਪੈਰ, ਨੱਕ ਨਹੀਂ ਕੋਈ ਇੱਕ ਸਥਿਤ ਰੂਪ (ਅਕਾਰ) ਨਹੀਂ ਹੈ । ਮੈ ਇਸ ਤੇ ਬੁਹਤ ਅਚੰਭਾ ਹੋ ਗਿਆ ਹਾਂ । ਇਸ ਹੀ ਵੱਖਰੇ ਪਨ ਨੇ ਬੁਹਤ ਪ੍ਰਭਾਵਤ ਕੀਤਾ ਹੈ ।

One moment I can see; You have countless eyes, ears, noses, countless forms, and shapes. Other moment I cannot see anything, no eye, ear, nose, form, or shape. This is one of Your unique virtues that astonished me and I am speechless.

ਸਭ ਮਹਿ ਜੋਤਿ ਜੋਤਿ ਹੈ ਸੋਇ॥	Sabh meh jot jot hai so-ay.
ਤਿਸ ਦੈ ਚਾਨਣਿ ਸਭ ਮਹਿ ਚਾਨਣੁ ਹੋਇ॥	Tis dai chaanan sabh meh chaanan ho-ay.
ਗੁਰ ਸਾਖੀ ਜੋਤਿ ਪਰਗਟੁ ਹੋਇ॥	Gur saakhee jot pargat ho-ay.
ਜੋ ਤਿਸੁ ਭਾਵੈ ਸੁ ਆਰਤੀ ਹੋਇ॥੩॥	Jo tis bhaavai so aartee ho-ay. ||3||

ਪ੍ਰਭ ਤੂੰ ਹੀ ਸਭ ਵਿੱਚ ਸਵਾਸ ਅਤੇ ਗਿਆਨ ਬਖਸ਼ਿਆ ਹੈ । ਇਸ ਨਾਲ ਹੀ ਸਾਰੀ ਸ੍ਰਿਸ਼ਟੀ ਵਿੱਚ ਗਿਆਨ, ਚਾਨਣ ਹਇਆ ਹੈ । ਤੇਰੇ ਸ਼ਬਦ ਨਾਲ ਸ੍ਰਿਸ਼ਟੀ ਵਿਚੋਂ ਅਗਿਆਨਤਾ ਦਾ ਹਨੇਰਾ ਦੂਰ, ਚਾਨਣ ਹੋ ਗਿਆ ਹੈ । ਜੋ ਤੈਨੂੰ ਭਾਉਦਾ ਹੈ, ਉਹ ਹੀ ਤੇਰੀ ਆਰਤੀ ਹੈ ।

Your Holy Spirit is absorbed, resides in each creature. Your ray of light is glowing in every creature. Your Word is the pillar of light that had removed the ignorance, suspicions from the universe. Whatsoever is acceptable to You that is the only true meditation. Your worship.

ਹਰਿ ਚਰਣ ਕਵਲ ਮਕਰੰਦ ਲੋਭਿਤ, Har charan kaval makrand lobhit
ਮਨੋ ਅਨਦਿਨੋ ਮੋਹਿ ਆਹੀ ਪਿਆਸਾ॥ mano andino mohi aahee pi-aasaa.
ਕ੍ਰਿਪਾ ਜਲੁ ਦੇਹਿ ਨਾਨਕ ਸਾਰਿੰਗ ਕਉ, Kirpaa jal deh naanak saaring ka-o
ਹੋਇ ਜਾ ਤੇ ਤੇਰੈ ਨਾਇ ਵਾਸਾ॥੪॥ ੩॥ ho-ay jaa tay tayrai naa-ay vaasaa. ||4||3||

ਹਮੇਸ਼ਾਂ ਹੀ (ਅਨਦਿਨੋ – ਦਿਨ ਰਾਤ) ਤੇਰੇ ਵਿੱਚ ਲੀਨ ਹੋਣ ਦੀ ਇੱਛਾਂ, ਲਾਲਚ, ਖਾਹਿਸ਼, ਪਿਆਸ ਰਹਿੰਦੀ ਹੈ । ਪ੍ਰਭੂ ਰਹਿਮਤ ਬਖਸ਼ੋ! ਪਿਆਸ ਬੁਝਾਵੋ! ਤੇਰੇ ਵਿੱਚ ਹੀ ਅਲੋਪ ਹੋ ਜਾਵਾਂ ।

I have a burning desire to enlighten Your Word in my heart. That is one and only one desire that remains in my heart all the time. Please have a mercy on my soul to bless me with enlightenment of Your Word to quench my thirst, hunger. I can stay attuned to Your Word and my soul immerses in Your Holy Spirit.

2. ਰਾਗੁ ਗਉੜੀ ਪੂਰਬੀ ਮਹਲਾ ੪॥ 13-8

ਕਾਮਿ ਕਰੋਧਿ ਨਗਰੁ ਬਹੁ ਭਰਿਆ, Kaam karoDh nagar baho bhari-aa
ਮਿਲਿ ਸਾਧੂ ਖੰਡਲ ਖੰਡਾ ਹੇ॥ mil saaDhoo khandal khanda hay.
ਪੂਰਬਿ ਲਿਖਤ ਲਿਖੇ ਗੁਰੁ ਪਾਇਆ, Poorab likhat likhay gur paa-i-aa
ਮਨਿ ਹਰਿ ਲਿਵ ਮੰਡਲ ਮੰਡਾ ਹੇ॥੧॥ man, har liv mandal mandaa hay. ||1||

ਪਿਛਲੇ ਜਨਮ ਦੇ ਲਿਖੇ ਹੋਏ ਭਾਗਾਂ ਅਨੁਸਾਰ, ਆਤਮਾਂ ਤੇ ਕਾਮ ਵਾਸ਼ਨਾ, ਗੁੱਸੇ ਨੇ ਕਾਬੂ ਪਾਇਆ ਹੈ । ਰਹਿਮਤ ਬਖਸ਼ੋ! ਸੰਤ ਸਰੂਪ ਸੰਗਤ ਬਖਸ਼ੋ! ਜਿਸ ਨਾਲ ਮੇਰੀ ਆਤਮਾਂ ਵਿਚੋਂ ਬੁਰਾਈਆਂ ਦਾ ਨਾਸ਼ ਹੋ ਜਾਵੇ । ਪਿਛਲੇ ਜਨਮ ਦੇ ਕੀਤੀ ਕਰਮਾਂ ਤੇ ਹੀ ਜੋ ਕੁੱਝ ਪਾਇਆ ਹੈ । ਰਹਿਮਤ ਬਖਸ਼ੋ! ਮਨ ਸ਼ਬਦ ਵਿੱਚ ਮਸਤ ਹੋ ਜਾਵੇ । ਦਰਗਾਹ ਵਿੱਚ ਪ੍ਰਵਾਨ ਹੋ ਜਾਵਾਂ ।

Due to the evil deeds of my previous life, anger and sexual desires had overpowered my mind. Only if You bless me with the association of Your true devotee. Then by adopting his teachings in my life I may conquer these demons. In current life the soul reaps the fruit of her deeds of previous life. Only if He blesses the soul with association of His devotee. Then and only then soul can adopt His Word in life and soul can remain contented.

ਕਰਿ ਸਾਧੂ ਅੰਜੁਲੀ ਪੁਨੁ ਵਡਾ ਹੇ॥ Kar saaDhoo anjulee pun vadaa hay.
ਕਰਿ ਡੰਡਉਤ ਪੁਨੁ ਵਡਾ ਹੇ॥੧॥ ਰਹਾਉ॥ Kar dand-ut pun vadaa hay. ||1|| rahaa-o

ਸਾਧੂ, ਮਹਾਤਮਾ ਦੀ ਸੇਵਾ ਕਰਨਾ, ਭੋਜਨ ਕਰਾਉਣਾ ਹੀ ਵੱਡਾ ਪੁੰਨ ਹੈ । ਤੇਰਾ ਰੂਪ ਸਮਝ ਕੇ ਨਮਸਕਾਰ ਕਰਨਾ, ਸਤਕਾਰ ਕਰਨਾ ਹੀ ਤੇਰੀ ਪੂਜਾ ਕਰਨਾ ਹੈ ।

Serve the true devotee and feeding him is the greatest charity. Honoring His true devotee, with respect and to adopt his teachings in own life is the greatest worship.

ਸਾਕਤ ਹਰਿ ਰਸ ਸਾਦੁ ਨ ਜਾਣਿਆ, ਤਿਨ Saakat har ras saad na jaani-aa tin
ਅੰਤਰਿ ਹਉਮੈ ਕੰਡਾ ਹੇ॥ antar ha-umai kandaa hay.
ਜਿਉ ਜਿਉ ਚਲਹਿ ਚੁਭੈ ਦੁਖੁ ਪਾਵਹਿ, Ji-o ji-o chaleh chubhai dukh paavahi
ਜਮਕਾਲੁ ਸਹਹਿ ਸਿਰਿ ਡੰਡਾ ਹੇ॥੨॥ Jamkaal saheh sir dandaa hay. ||2||

ਜਿਤਨਾ ਚਿਰ ਜੀਵ ਮਨਮੁਖ ਰਹਿੰਦਾ ਹੈ, ਮਨ ਵਿੱਚ ਅਹੰਕਾਰ ਰਹਿੰਦਾ ਹੈ । ਬਹੁਤ ਭਟਕਣਾਂ, ਮੁਸੀਬਤਾਂ ਰਹਿੰਦੀਆਂ ਹਨ । ਜਿਤਨਾ ਚਿਰ ਮਨ ਵਿੱਚ ਘਮੰਡ ਕਰਦਾ ਹੈ, ਜਮਦੂਤਾਂ ਦਾ ਉਸ ਉਪਰ ਕਾਬੂ ਰਹਿੰਦਾ ਹੈ । ਜਨਮ ਮਰਨ ਦੇ ਚੱਕਰ ਵਿੱਚ ਹੀ ਰਹਿੰਦਾ ਹੈ, ਮੁਕਤੀ ਦਾ ਰਸਤਾ ਨਹੀਂ ਬਖਸ਼ਿਸ਼ ਹੁੰਦਾ ।

Nonbelievers do not know the importance of His Word; they are overpowered by their ego. If ego control their mind, they keep in worldly worries and suffer the hammer of devil.

ਹਰਿ ਜਨ ਹਰਿ ਹਰਿ ਨਾਮਿ ਸਮਾਣੇ, ਦੁਖੁ ਜਨਮ ਮਰਣ ਭਵ ਖੰਡਾ ਹੇ॥
ਅਬਿਨਾਸੀ ਪੁਰਖੁ ਪਾਇਆ ਪਰਮੇਸਰੁ, ਬਹੁ ਸੋਭ ਖੰਡ ਬ੍ਰਹਮੰਡਾ ਹੇ॥੩॥

Har jan har har naam samaanay dukh janam maran bhav khanda hay.
Abhinaasee purakh paa-i-aa parmaysar baho sobh khand barahmandaa hay. ||3||

ਜੀਵ, ਹਰਜਨ (ਆਤਮਾਂ ਨੂੰ ਪਵਿੱਤਰ ਕਰੋ) ਬਣ ਕੇ, ਪ੍ਰਭੂ ਦੇ ਸ਼ਬਦ ਦਾ ਸਿਮਰਨ ਕਰੋ! ਸ਼ਬਦ ਵਿੱਚ ਲੀਨ ਹੋ ਜਾਵੇ, ਤੇਰਾ ਜਨਮ ਮਰਨ ਦਾ ਚੱਕਰ ਕਟਿਆ ਜਾਵੇ ਗਾ ।ਨਿਮ੍ਰਤਾ ਧਾਰਨ ਕਰੋ, ਨਿਮਰਤਾ ਵਾਲੇ ਹੀ ਪ੍ਰਭੂ ਨੂੰ ਪ੍ਰਵਾਨ ਹੁੰਦੇ ਹਨ । ਜਿਸ ਨੇ ਆਪਣਾ ਆਪ ਮਿਟਾ ਦਿੱਤਾ ਹੈ । ਉਹ ਹੀ ਪ੍ਰਭ ਵਿੱਚ ਅਭੇਦ ਹੋਇਆ, ਦਰਬਾਰ ਵਿੱਚ ਪ੍ਰਵਾਨ ਹੋਇਆ ਹੈ ।

Whosoever reads and understands the Holy Scripture and adopts the teachings in his own life. His cycle of birth and death is eliminated. He becomes humble and God mercy on humble soul. He is accepted in His court, also universe honors him as His true devotee.

ਹਮ ਗਰੀਬ ਮਸਕੀਨ ਪ੍ਰਭ ਤੇਰੇ, ਹਰਿ ਰਾਖੁ ਰਾਖੁ ਵਡ ਵਡਾ ਹੇ॥
ਜਨ ਨਾਨਕ ਨਾਮੁ ਅਧਾਰੁ ਟੇਕ ਹੈ, ਹਰਿ ਨਾਮੇ ਹੀ ਸੁਖੁ ਮੰਡਾ ਹੇ॥੪॥੪॥

Ham gareeb maskeen parabh tayray har raakh raakh vad vadaa hay.
Jan naanak naam aDhaar tayk hai har naamay hee sukh mandaa hay. ||4||4||

ਜੀਵ ਪ੍ਰਭ ਦੀ ਸ਼ਰਣ ਵਿੱਚ ਨਿਮ੍ਰਤਾ ਨਾਲ ਅਰਦਾਸ ਕਰੇ! ਉਹ ਹੀ ਸਭ ਤੋ ਵੱਡਾ ਹੈ, ਬਖਸ਼ਣਹਾਰ ਹੈ, ਤੇਰੀ ਸੰਭਾਲ ਕਰੇਂਗਾ । ਜਦੋਂ ਤੂੰ ਬਾਕੀ ਸਾਰੇ ਆਸਰੇ ਛੱਡ ਕੇ ਉਸ ਨੂੰ ਆਪਣਾ ਆਸਰਾ (ਅਧਾਰ) ਬਣਾ ਲਵੇਂਗਾ । ਤਾਂ ਹੀ ਤੇਰੇ ਵਿੱਚ ਖੇੜਾ ਬਖਸ਼ਿਸ਼ ਹੋ ਜਾਵੇ ਗਾ ।

Whosoever becomes humble and repents for his mistakes. God may forgive his previous sins and He blesses him with His Word, the right path of salvation. True devotee always abandons his own clever tricks and begs for His support in every action. God showers mercy on him and guides him to the right path of salvation. He eliminates his cycle of birth and death.

3. ਧਨਾਸਰੀ ਭਗਤ ਰਵਿਦਾਸ ਜੀ ਕੀ॥ 694

ਨਾਮੁ ਤੇਰੋ ਆਰਤੀ ਮਜਨੁ ਮੁਰਾਰੇ॥
ਹਰਿ ਕੇ ਨਾਮ ਬਿਨੁ
ਝੂਠੇ ਸਗਲ ਪਾਸਾਰੇ॥੧॥ ਰਹਾਉ॥

naam tayro aartee majan muraaray.
har kay naam bin
jhoothay sagal paasaaray. ||1|| rahaa-o

ਪ੍ਰਭ ਤੇਰੇ ਸ਼ਬਦ ਦਾ ਸਿਮਰਨ ਹੀ ਉਹ ਤੀਰਥ ਇਸ਼ਨਾਨ ਹੈ, ਆਰਤੀ ਹੈ । ਤੇਰੇ ਨਾਮ ਦੀ ਪਾਲਣਾ ਤੋ ਬਿਨਾਂ ਬਾਕੀ ਸਾਰੇ ਬੰਦਗੀ ਦੇ ਰਸਤੇ ਫਰੇਬ ਹੀ ਹਨ ।

My True Master, the meditation on the teachings of Your Word with steady and stable belief in day-to-day life, may be the only Holy Shrine and only acceptable worship of Your greatness. All other meditations are just worldly gimmicks.

ਨਾਮੁ ਤੇਰੋ ਆਸਨੋ, ਨਾਮੁ ਤੇਰੋ ਉਰਸਾ, ਨਾਮੁ ਤੇਰਾ ਕੇਸਰੋ, ਲੇ ਛਿਟਕਾਰੇ॥
ਨਾਮੁ ਤੇਰਾ ਅੰਭੁਲਾ, ਨਾਮੁ ਤੇਰੋ ਚੰਦਨੋ, ਘਸਿ ਜਪੇ ਨਾਮੁ ਲੇ ਤੁਝਹਿ ਕਉ ਚਾਰੇ॥ ੧॥

naam tayro aasno naam tayro ursaa naam tayraa kaysro lay chhitkaaray.
naam tayraa ambhulaa naam tayro chandno ghas japay naam lay tujheh ka-o chaaray. ||1||

ਪ੍ਰਭ, ਤੇਰਾ ਸ਼ਬਦ ਹੀ ਤਪਸਿਆ ਕਰਨ ਵਾਲਾ ਆਸਣ ਹੈ । ਸ਼ਬਦ ਹੀ ਉਹ ਪੱਥਰ ਹੈ, ਜਿਸ ਤੇ ਚੰਦਨ ਦੀ ਲੱਕੜੀ ਰਗੜੀ ਜਾਂਦੀ ਹੈ । ਤੇਰਾ ਸ਼ਬਦ ਹੀ ਸੁੰਧਰ ਹੈ, ਤੇਰਾ ਸ਼ਬਦ ਹੀ ਉਹ ਅਤਰ ਹੈ, ਜੋ ਛਿੜਕਿਆ ਜਾਂਦਾ ਹੈ । ਤੇਰਾ ਸ਼ਬਦ ਹੀ ਅੰਮ੍ਰਿਤ, ਪਾਣੀ ਹੈ, ਤੇਰਾ ਸ਼ਬਦ ਹੀ ਚੰਦਨ ਦੀ ਲੱਕੜੀ ਹੈ । ਤੇਰੇ ਸ਼ਬਦ ਦਾ ਕੀਰਤਨ ਹੀ ਚੰਦਨ ਦੀ ਲੱਕੜੀ ਨੂੰ ਪੱਥਰ ਤੇ ਰਗੜਨਾ ਹੈ । ਪ੍ਰਭ ਮੈਂ ਇਹ ਸਭ ਕੁਝ ਤੇਰੀ ਭੇਟਾ ਹੀ ਕਰਦਾ ਹਾ ।

My True Master, the meditation of Your Word is The Holy throne to meditate and worship. Obeying the teachings of Your Word is the philosopher's stone, where the sandalwood may be rubbed. To obey the teachings of Your Word is vermillion and priceless fragrance. The teachings of Your Word are the nectar of the essence of Your Word, sandalwood. Adopting the teachings of Your Word is rubbing the sandalwood on the philosopher's stone. My True Master, I am offering, surrendering all these as offering at Your feet, service, sanctuary.

ਨਾਮੁ ਤੇਰਾ ਦੀਵਾ, ਨਾਮੁ ਤੇਰੋ ਬਾਤੀ, naam tayraa deevaa naam tayro baatee
ਨਾਮੁ ਤੇਰੋ ਤੇਲੁ ਲੇ, ਮਾਹਿ ਪਸਾਰੇ॥ naam tayro tayl lay maahi pasaaray.
ਨਾਮ ਤੇਰੇ ਕੀ ਜੋਤਿ ਲਗਾਈ, naam tayray kee jot lagaa-ee
ਭਇਓ ਉਜਿਆਰੋ, ਭਵਨ ਸਗਲਾਰੇ॥੨॥ bha-i-o uji-aaro bhavan saglaaray. ||2||

ਪ੍ਰਭ ਤੇਰਾ ਸ਼ਬਦ ਹੀ ਉਹ ਰੋਸ਼ਨੀ ਦੇਣ ਵਾਲਾ ਦੀਵਾ, ਉਸ ਵਿੱਚ ਵੱਟੀ ਹੈ । ਤੇਰੇ ਸ਼ਬਦ ਦੇ ਸਿਮਰਨ ਦਾ ਹੀ, ਉਸ ਵਿੱਚ ਤੇਲ ਪਾਉਂਦਾ ਹਾ । ਤੇਰੇ ਸ਼ਬਦ ਨਾਲ ਹੀ ਉਸ ਦੀਵੇ ਦੀ ਜੋਤ ਜਗਾਉਂਦਾ ਹਾ । ਜਿਸ ਨਾਲ ਸਾਰੀ ਸ੍ਰਿਸ਼ਟੀ ਵਿੱਚ ਰੋਸ਼ਨੀ, ਸੋਝੀ ਬਖਸ਼ਿਸ਼ ਹੁੰਦੀ ਹੈ ।

My True Master, the enlightenment of the teachings of Your Word is the lamp to provide the enlightenment to remove the ignorance from the universe. I am adding the oil of the meditation of Your Word to lighten up the lamp in the universe. With Your mercy and grace, the whole universe may be enlightened, awake and alert.

ਨਾਮੁ ਤੇਰੋ ਤਾਗਾ, ਨਾਮੁ ਫੂਲ ਮਾਲਾ, naam tayro taagaa naam fool maalaa
ਭਾਰ ਅਠਾਰਹ ਸਗਲ ਜੂਠਾਰੇ॥ bhaar athaarah sagal joothaaray.
ਤੇਰੋ ਕੀਆ ਤੁਝਹਿ ਕਿਆ ਅਰਪਉ tayro kee-aa tujheh ki-aa arpa-o naam
ਨਾਮੁ ਤੇਰਾ, ਤੁਹੀ ਚਵਰ ਢੋਲਾਰੇ॥ ੩॥ tayraa tuhee chavar dholaaray. ||3||

ਪ੍ਰਭ ਤੇਰਾ ਸ਼ਬਦ ਹੀ ਉਹ ਡੋਰੀ, ਧਾਗਾ ਹੈ । ਤੇਰੇ ਸ਼ਬਦ ਹੀ ਫੁੱਲ ਹਨ, ਜਿਹਨਾਂ ਦਾ ਮੈਂ ਹਾਰ ਬਣਾਉਂਦਾ ਹਾ । ਇਸ ਸੰਸਾਰ ਦੇ ਸਾਰੇ ਫੁੱਲ ਹੀ ਜੂਠੇ ਹਨ, ਤੇਰੀ ਭੇਟਾ ਕਰਨ ਦੇ ਯੋਗ ਨਹੀਂ ਹਨ । ਪ੍ਰਭ ਮੈਂ ਤੈਨੂੰ ਉਹ ਕਿਉਂ ਭੇਟਾ ਕਰਾ, ਜੋ ਤੂੰ ਆਪ ਹੀ ਪੈਦਾ ਕੀਤਾ ਹੈ । ਤੇਰਾ ਸ਼ਬਦ ਹੀ ਉਹ ਪੱਖਾ ਹੈ, ਝੌਰ ਹੈ ਜੋ ਮੈਂ ਤੇਰੇ ਉਪਰ ਫੇਰਦਾ ਹਾ ।

My True Master, the teachings of Your Word are thread of the rosary; are the flowers, I prepare garland for Your offerings. All worldly flowers are not sanctified, blemished; not worthy of Your offering. Why should I offer You, what has been created by You? Only the meditation on the teachings of Your Word is the fan, I am moving on Your head to provide comfort; as my offering.

ਦਸ ਅਠਾ ਅਠਸਠੇ ਚਾਰੇ ਖਾਣੀ, das athaa athsathay chaaray khaanee
ਇਹੈ ਵਰਤਣਿ ਹੈ ਸਗਲ ਸੰਸਾਰੇ॥ ihai vartan hai sagal sansaaray.
ਕਹੈ ਰਵਿਦਾਸੁ ਨਾਮੁ ਤੇਰੋ ਆਰਤੀ, kahai ravidaas naam tayro aartee
ਸਤਿ ਨਾਮੁ ਹੈ, ਹਰਿ ਭੋਗ ਤੁਹਾਰੇ॥੪॥੩॥ sat naam hai har bhog tuhaaray. ||4||3||

ਸਾਰੀ ਸ੍ਰਿਸ਼ਟੀ 18 ਪਰਾਨਾਂ, 68 ਪਵਿਤਰ ਤੀਰਥਾਂ ਦੀ ਯਾਤਰਾ ਦਾ ਵਿਚਾਰ ਕਰਦੀ । ਜੀਵਾਂ ਨੂੰ ਪੈਦਾ ਕਰਨ ਦੇ ਚਾਰ ਤਰੀਕਿਆਂ ਦੇ ਵਿਚਾਰ ਵਿੱਚ ਹੀ ਰਹਿੰਦੀ ਹੈ । ਪ੍ਰਭ ਤੇਰੇ ਸ਼ਬਦ ਦੀ ਹੀ ਮੈਂ ਜੋਤ ਜਗਾਉਂਦਾ ਹਾ । ਤੇਰੇ ਅਟਲ ਸ਼ਬਦ ਦਾ ਹੀ ਭੋਜਨ ਤੇਰੀ ਭੇਟਾ ਕਰਦਾ ਹਾ ।

The whole universe talks about the teachings of 18 **parane**s and the significance of the journey, worship 68 Holy shrines in the universe. The universe talks about the four sources of creation of the universe. I may only ignite the sanctifying stick of meditation on the teachings of Your Word. I am only offering the food of meditation of Your Word at Your service.

4. **ਧਨਾਸਰੀ ਬਾਣੀ ਭਗਤਾਂ ਕੀ ਤ੍ਰਿਲੋਚਨ॥ 695**

ੴ ਸਤਿਗੁਰ ਪ੍ਰਸਾਦਿ॥ ik-oNkaar satgur parsaad.
ਨਾਰਾਇਣ ਨਿੰਦਸਿ ਕਾਇ ਭੂਲੀ ਗਵਾਰੀ॥ naaraa-in nindas kaa-ay bhoolee gavaaree.
ਦੁਕ੍ਰਿਤੁ ਸੁਕ੍ਰਿਤੁ ਥਾਰੋ ਕਰਮੁ ਰੀ॥੧॥ ਰਹਾਉ॥ dukarit sukarit thaaro karam ree. ||1||rahaa-o.

ਜੀਵ ਤੂੰ ਅਣਜਾਣ, ਦਿਵਾਨਾ, ਪਾਗਲ, ਕਿਉਂ ਪ੍ਰਭ ਨੂੰ ਦੋਸ ਦੇਂਦਾ ਹੈ? ਜੀਵਨ ਵਿੱਚ ਦੁਖ, ਸੁਖ ਤੇਰੇ ਪਿਛਲੇ ਜਨਮ ਦੇ ਕਰਮਾਂ, ਕੀਤੇ ਦਾ ਹੀ ਫਲ ਬਖਸ਼ਿਸ਼ ਹੈ ।

You are insane, ignorant from the reality of human life journey; why are you blaming God and grievance for your worldly conditions? All pleasures and miseries are the judgement of your worldly deeds of previous lives.

ਸੰਕਰਾ ਮਸਤਕਿ ਬਸਤਾ, sankraa mastak bastaa
ਸੁਰਸਰੀ ਇਸਨਾਨ ਰੇ॥ sursaree isnaan ray.
ਕੁਲ ਜਨ ਮਧੇ ਮਿਲ੍ਹਿਓ, ਸਾਰਗ ਪਾਨ ਰੇ॥ kul jan maDhay mili-yo saarag paan ray.
ਕਰਮ ਕਰਿ ਕਲੰਕੁ, ਮਫੀਟਸਿ ਰੀ॥੧॥ karam kar kalank mafeetas ree. ||1||

ਸ਼ਿਵਾਂ ਦੇ ਮੱਥੇ ਤੇ ਚੰਦ ਵਸਦਾ ਹੈ । ਉਹ ਆਤਮਾ ਨੂੰ ਪਵਿਤਰ ਕਰਨ ਵਾਲਾ ਇਸ਼ਨਾਨ ਗੰਗਾ ਵਿੱਚ ਕਰਦਾ ਹੈ । ਮਨ ਦਾ ਇਸ਼ਨਾਨ ਕਰਨ ਨਾਲ ਹੀ ਪ੍ਰਭ ਦੀ ਰਹਿਮਤ ਬਖਸ਼ਿਸ਼ ਹੁੰਦੀ ਹੈ । ਫਿਰ ਵੀ ਪਿਛਲੇ ਜਨਮ ਦੇ ਕੰਮਾਂ ਦੇ ਦਾਗ਼ ਨਹੀਂ ਮਿਟਦੇ ।

The spiritual glow of The Holy Spirit remains shining on the forehead of Shiva! He takes a sanctifying bath of his soul with the Holy **Ganges** Water. Only by sanctifying soul, the Holy Master may bestow His mercy and grace. Even then the blemish of previous lives may not be eliminated, cleaned, forgiven; Forgiven may be only blessed with His mercy and grace.

ਬਿਸ੍ਵ ਕਾ ਦੀਪਕੁ ਸ੍ਵਾਮੀ, bisav kaa deepak savaamee
ਤਾ ਚੇ ਰੇ ਸੁਆਰਥੀ, taa chay ray su-aarthee
ਪੰਖੀ ਰਾਇ ਗਰੁੜ ਤਾ ਚੇ ਬਾਧਵਾ॥ pankhee raa-ay garurh taa chay baaDhvaa.
ਕਰਮ ਕਰਿ ਅਰੁਣ ਪਿੰਗੁਲਾ ਰੀ॥੨॥ karam kar arun pingulaa ree. ||2||

ਅਰੁਣ ਆਪਣੇ ਮਾਲਕ ਸੂਰਜ (ਰੋਸ਼ਨੀ ਦੇ ਮਾਲਕ) ਦਾ ਰੱਥਵਾਨ ਸੀ । ਉਸ ਦਾ ਭਾਈ ਗਰੁੜ ਪੰਛੀਆਂ ਦਾ ਰਾਜਾ, ਮਾਲਕ ਹੈ, ਫਿਰ ਵੀ ਪਿਛਲੇ ਜਨਮ ਦੇ ਕੰਮਾਂ ਕਰਕੇ ਅਰੁਣ ਪਿਗਲਾ ਹੀ ਪੈਦਾ ਹੋਇਆ ।

Bhagat **Aaran** was the driver, coach man of the prophet of light Sun. His brother **Garurh** was the king of birds. Even then as the judgement of his previous life, Aaran was born as **leprous**.

ਅਨਿਕ ਪਾਤਿਕ ਹਰਤਾ, anik paatik hartaa
ਤ੍ਰਿਭਵਣ ਨਾਥੁ ਰੀ ਤੀਰਥਿ, taribhavan naath ree tirath
ਤੀਰਥਿ ਭ੍ਰਮਤਾ ਲਹੈ ਨ ਪਾਰੁ ਰੀ॥ tirath bharmataa lahai na paar ree.
ਕਰਮ ਕਰਿ ਕਪਾਲੁ ਮਫੀਟਸਿ ਰੀ॥੩॥ karam kar kapaal mafeetas ree. ||3||

ਤਿੰਨਾਂ ਸ੍ਰਿਸ਼ਟੀਆਂ ਦਾ ਮਾਲਕ, ਅਨੇਕਾਂ ਪਾਪਾਂ ਨੂੰ ਧੋਣ ਵਾਲਾ, ਬਖਸ਼ਣ ਵਾਲਾ ਸ਼ਿਵਾਂ! ਉਹ ਇੱਕ ਤੀਰਥ ਤੋਂ ਦੂਸਰੇ ਤੀਰਥ ਭਉਦਾ ਫਿਰਦਾ ਹੈ ।ਪ੍ਰਭ ਦੇ ਕਿਸੇ ਕੰਮ ਦਾ ਅੰਤ ਨਹੀਂ ਪਾ ਸਕਿਆ ।

The universe believes Shiva is the controller, master of all 3 universes and God might have blessed him the power to forgive the sins of His creation. However, he remains wandering from shrine to shrine. Still, he was not able to discover the limits and boundary of any of His miracles and blessings.

ਅੰਮ੍ਰਿਤ ਸਸੀਅ ਧੇਨ ਲਛਿਮੀ ਕਲਪਤਰ, amrit sasee-a Dhayn lachhimee kalpatar
ਸਿਖਰਿ ਸੁਨਾਗਰ ਨਦੀ ਚੇ ਨਾਥੰ॥ sikhar sunaagar nadee chay naathaN.
ਕਰਮ ਕਰਿ ਖਾਰੁ ਮਫੀਟਸਿ ਰੀ॥੪॥ karam kar khaar mafeetas ree. ||4||

ਸ਼ਬਦ ਦਾ ਅੰਮ੍ਰਿਤ, ਇੱਛਾਂ ਪੂਰਨ ਕਰਨ ਵਾਲੀ ਗਊ (ਧੇਨ) ਹੈ । ਸੰਸਾਰਕ ਮਾਇਆ, ਜੀਵਨ ਦੇਣ ਵਾਲਾ ਬ੍ਰਿਛ (ਕਲਪਤਰ) ਹੈ । ਸ਼ੰਕਰ ਘੋੜੇ ਦਾ ਪੁਤਰ, ਧੰਨਤਰ ਵੇਦ (ਸੁਨਗਰ) ਸਾਰੇ ਹੀ ਪ੍ਰਭ ਦੇ

ਸੰਮਦਰ ਵਿਚੋਂ ਹੀ ਨਿਕਲੇ, ਪੈਦਾ ਹੋਏ । ਫਿਰ ਵੀ ਆਪਣੇ ਪਿਛਲੇ ਕੰਮਾਂ ਕਰਕੇ ਉਹਨਾਂ ਦੇ ਮਨ ਦਾ ਦਾਗ਼ ਧੋਤਾ ਨਹੀਂ ਗਿਆ, ਮੁਕਤੀ ਨਾ ਪਾ ਸਕੇ ।

The nectar of the teachings of His Word is the Holy cow to fulfill all spoken and unspoken hopes and desires of mind. Elysian tree to bless soul with the treasure of breaths and control on worldly wealth. **Sanker** was a son of horse; **Danature** vadde and all other prophets were created out of the ocean, under world. Even then due to the blemish of their previous life; no one was able to be blessed with salvation from the cycle of birth and death.

ਦਾਧੀਲੇ ਲੰਕਾ ਗੜੁ ਉਪਾੜੀਲੇ,	daaDheelay lankaa garh upaarheelay
ਰਾਵਣ ਬਣੁ,	raavan ban
ਸਲਿ ਬਿਸਲਿ ਆਣਿ ਤੋਖੀਲੇ ਹਰੀ॥	sal bisal aan tokheelay haree.
ਕਰਮ ਕਰਿ ਕਛਉਟੀ ਮਫੀਟਸਿ ਰੀ॥੫॥	karam kar kachh-utee mafeetas ree. ||5||

ਹਾਨੂਮਾਨ ਨੇ ਲੱਛਮਨ ਦੇ ਜਖਮ ਨੂੰ ਅਰਾਮ ਦੇਣ ਵਾਸਤੇ, ਲੰਕਾ ਦੇ ਕਿਲੇ ਵਿਚੋਂ ਰਾਵਨ ਦਾ ਬੂਟੀਆਂ ਦਾ ਬਾਗ ਚੁੱਕ ਕੇ ਲੈ ਆਇਆ । ਇਸ ਨਾਲ ਰਾਮ ਚੰਦਰ ਨੂੰ ਖੁਸ਼ ਕੀਤਾ, ਰਹਿਮਤ ਪਾਈ । ਫਿਰ ਵੀ ਆਪਣੇ ਪਿਛਲੇ ਕੰਮਾਂ ਕਰਕੇ ਆਪਣੀ ਪੂਛਲ, ਦਾਗ਼ ਨਾ ਉਤਾਰ ਸਕਿਆ, ਮੁਕਤੀ ਨਾ ਪਾ ਸਕਿਆ ।

Hunuman brought the roots from the herbal botanical garden of **Raavan** to heal the wound of **Laxchman.** He pleased Ram Chander Ji and won his favor. However, due to the sinful deeds of his past lives; he could not sanctify the blemish of his soul; he was not blessed with salvation.

ਪੂਰਬਲੋ ਕ੍ਰਿਤ ਕਰਮੁ ਨ ਮਿਟੈ ਰੀ,	poorbalo kirat karam na mitai ree
ਘਰ ਗੇਹਣਿ ਤਾ ਚੇ,	ghar gayhan taa chay
ਮੋਹਿ ਜਾਪੀਅਲੇ ਰਾਮ ਚੇ ਨਾਮੰ॥	mohi jaapee-alay raam chay naamaN.
ਬਦਤਿ ਤ੍ਰਿਲੋਚਨ ਰਾਮ ਜੀ॥੬॥੧॥	badat tarilochan raam jee. ||6||1||

ਪਿਛਲੇ ਮੰਦੇ ਕੰਮਾਂ ਦੇ ਦਾਗ਼, ਪ੍ਰਭ ਦੀ ਰਹਿਮਤ ਤੋਂ ਬਿਨਾਂ ਧੋਤੇ ਨਹੀਂ ਜਾਂਦੇ । ਇਸ ਕਰਕੇ ਹੀ ਮੈਂ ਪ੍ਰਭ ਦੇ ਸ਼ਬਦ ਦੀ ਪਾਲਣਾ, ਸਿਮਰਨ ਕਰਦਾ ਹਾ । ਪ੍ਰਭ ਅੱਗੇ ਰਹਿਮਤ ਦੀ ਅਰਦਾਸ ਕਰਦਾ ਹਾ ।

The blemish of sins of previous lives may not be forgiven without His mercy and grace. I have surrendered my mind, body, and worldly identity at the service of His Word and I always pray for His forgiveness.

5. ਧਨਾਸਰੀ ਸ੍ਰੀ ਸੈਣੁ॥ 695

ਧੂਪ ਦੀਪ ਘ੍ਰਿਤ ਸਾਜਿ ਆਰਤੀ॥	Dhoop deep gharit saaj aartee.
ਵਾਰਨੇ ਜਾਉ ਕਮਲਾ ਪਤੀ॥੧॥	vaarnay jaa-o kamlaa patee. ||1||

ਮੈਂ, ਧੂਪ ਜਗਾਉਂਦਾ ਹਾ, ਘਿਉ ਦੀ ਜੋਤ ਜਗਾ ਕੇ ਤੇਰੀ ਪੂਜਾ, ਆਰਤੀ ਕਰਦਾ ਹਾ । ਸੰਸਾਰਕ ਮਾਇਆ ਦੇ ਮਾਲਕ ਤੋਂ ਕੁਰਬਾਨ ਜਾਵਾ! ਇਹ ਸਾਰੀ ਉਸ ਦੀ ਹੀ ਮਹਿਮਾਂ ਹੈ ।

My True Master, I am lighting a stick of aroma, a lamp with oil to worship and sing Your praises. I remain fascinated from The True Master. The creation of universe is all His greatness and with His mercy and grace.

ਮੰਗਲਾ ਹਰਿ ਮੰਗਲਾ॥	manglaa har manglaa.
ਨਿਤ ਮੰਗਲੁ ਰਾਜਾ ਰਾਮ ਰਾਇ ਕੋ॥੧॥	nit mangal raajaa raam raa-ay ko. ||1||
ਰਹਾਉ॥	rahaa-o.

ਪ੍ਰਭ ਸੰਸਾਰ ਵਿੱਚ ਸਾਰਾ ਖੇੜਾ, ਤੇਰਾ ਬਖਸ਼ਿਆ ਹੋਇਆ ਹੀ ਹੁੰਦਾ ਹੈ । ਤੂੰ ਹੀ ਸਾਰੀ ਸ੍ਰਿਸ਼ਟੀ ਦਾ ਅਸਲੀ ਮਾਲਕ ਹੈ ।

My True Master, all blossom in the universe has been blessed with Your mercy and grace. Only You are The True Master of the universe.

ਊਤਮੁ ਦੀਅਰਾ ਨਿਰਮਲ ਬਾਤੀ॥	ootam dee-araa nirmal baatee.
ਤੁਹੀਂ ਨਿਰੰਜਨੁ ਕਮਲਾ ਪਾਤੀ॥੨॥	tuheeN niranjan kamlaa paatee. ||2||

ਪ੍ਰਭ ਤੇਰੀ ਜੋਤ ਸਦਾ ਜਗਣ ਵਾਲੀ, ਸਦਾ ਅਟਲ ਰਹਿਣ ਵਾਲੀ ਹੈ । ਅਡੋਲ ਭਰੋਸੇ ਨਾਲ ਸ਼ਬਦ ਦੀ ਪਾਲਣਾ ਕਰਨਾ ਹੀ ਉਹ ਪਵਿਤਰ ਵੱਟੀ ਹੈ । ਪ੍ਰਭ ਤੂੰ ਅਕਾਰ ਤੋਂ ਰਹਿਤ, ਕਿਸੇ ਦਾਗ਼ ਤੋਂ ਰਹਿਤ, ਪਵਿਤਰ ਹੈ । ਤੂੰ ਹੀ ਸੰਸਾਰਕ ਮਾਇਆ ਦਾ ਅਸਲੀ ਮਾਲਕ ਹੈ, ਭੰਡਾਰੀ ਹੈ ।

The glow of Your Holy Spirit remains enlightened in the universe forever. To obey the teachings of Your Word with steady and stable belief in day-to-day life, may be the sanctifying element of the lamp that may provide enlightenment. You are bodyless, structureless and beyond any blemish. Only You are The True Master, treasure of all virtues and blessings.

ਰਾਮਾ ਭਗਤਿ ਰਾਮਾਨੰਦੁ ਜਾਨੈ॥	raamaa bhagat raamaanand jaanai.
ਪੂਰਨ ਪਰਮਾਨੰਦੁ ਬਖਾਨੈ॥੩॥	pooran parmaanand bakhaanai. ||3||

ਬੰਦਗੀ ਕਰਨ ਵਾਲਾ ਪ੍ਰਭ ਦੇ ਸ਼ਬਦ ਦੀ ਪਾਲਣਾ ਕਰਨਾ ਦੀ ਵਿਧੀ ਜਾਣਦਾ ਹੈ । ਉਹ ਜਾਣਦਾ ਹੈ, ਪ੍ਰਭ ਹਰ ਥਾਂ, ਹਰੇਕ ਜੀਵ ਵਿੱਚ ਹਰ ਵੇਲੇ ਵਾਪਰਦਾ ਹੈ । ਪ੍ਰਭ ਜੀਵ ਦੀ ਪਾਲਣਾ ਕਰਦਾ ਹੈ, ਸਭ ਕੁਝ ਦੇਖਦਾ ਹੈ ।

His true devotee knows the technique to obey the teachings of His Word with steady and stable belief in his day-to-day life. His belief remains steady and stable that The Holy Spirit, True Master dwells and prevails at each place in the body of a creature and in the outside world. The True Master nourishes all creatures and witness everything.

ਮਦਨ ਮੂਰਤਿ ਭੈ ਤਾਰਿ ਗੋਬਿੰਦੇ॥	madan moorat bhai taar gobinday.
ਸੈਨੁ ਭਣੈ ਭਜੁ ਪਰਮਾਨੰਦੇ॥੪॥੨॥	sain bhanai bhaj parmaananday. ||4||2||

ਅਨੋਖੇ ਅਕਾਰ ਵਾਲਾ, ਪ੍ਰਭ ਹੀ ਮੈਨੂੰ ਸੰਸਾਰਕ ਸਾਗਰ ਵਿਚੋਂ ਪਾਰ ਲੰਘਾ ਸਕਦਾ ਹੈ । ਪ੍ਰਭ ਦੇ ਸ਼ਬਦ ਦੀ ਪਾਲਣਾ, ਸਿਮਰਨ ਕਰਨ ਨਾਲ ਇੱਕ ਅਮੋਲਕ ਹੀ ਅਨੰਦ, ਖੇੜਾ ਬਖਸ਼ਿਸ਼ ਹੁੰਦਾ ਹੈ ।

Only the astonishing, bodyless Omnipotent True Master may save and carry His true devotee across the worldly ocean of desires. By meditating and obeying the teachings of His Word with steady and stable an ambrosial pleasure and blossom may be blessed.

6. ਧਨਾਸਰੀ ਪੀਪਾ॥ 695

ਕਾਯਉ ਦੇਵਾ ਕਾਇਅਉ,	kaa-ya-o dayvaa kaa-i-a-o dayval
ਦੇਵਲ ਕਾਇਅਉ ਜੰਗਮ ਜਾਤੀ॥	kaa-i-a-o jangam jaatee.
ਕਾਇਅਉ ਧੂਪ ਦੀਪ ਨਈਬੇਦਾ,	kaa-i-a-o Dhoop deep na-eebaydaa
ਕਾਇਅਉ ਪੂਜਉ ਪਾਤੀ॥੧॥	kaa-i-a-o pooja-o paatee. ||1||

ਜੀਵ ਦੇ ਤਨ ਅੰਦਰ ਹੀ ਉਹ ਪ੍ਰਭ ਦੀ ਜੋਤ ਜਾਗਰਤ ਰਹਿੰਦੀ ਹੈ । ਮਨ ਹੀ ਉਹ ਪਵਿਤਰ ਮੰਦਰ ਹੈ, ਉਹ ਤੀਰਥ ਯਾਤਰਾ, ਤੀਰਥ ਇਸ਼ਨਾਨ ਹੈ । ਜੀਵ ਦੇ ਮਨ ਅੰਦਰ ਹੀ ਉਹ ਜੋਤ, ਰੋਸ਼ਨੀ ਦਾ ਦੀਵਾ ਹੈ । ਪੂਜਾ ਕਰਨ ਵਾਲੀ ਭੇਟਾ ਹੈ, ਉਹ ਭੇਟਾ ਕਰਨ ਵਾਲੇ ਫੁੱਲ ਹਨ ।

The Holy Spirit remains awake and alert within the body and mind of all creatures. His mind, soul is the Holy shrine, the journey of Holy shrine and sanctifying bath. Within his body is lamp of light, offering for worship and the flowers of worship.

ਕਾਇਆ ਬਹੁ ਖੰਡ ਖੋਜਤੇ,	kaa-i-aa baho khand khojtay
ਨਵ ਨਿਧਿ ਪਾਈ॥	nav niDh paa-ee.
ਨਾ ਕਛੁ ਆਇਬੋ, ਨਾ ਕਛੁ ਜਾਇਬੋ,	naa kachh aa-ibo naa kachh jaa-ibo
ਰਾਮ ਕੀ ਦੁਹਾਈ॥੧॥ ਰਹਾਉ॥	raam kee duhaa-ee. ||1|| rahaa-o.

ਮੈਂ ਆਪਣੇ ਮਨ ਨੂੰ ਖੋਜ ਕੇ ਦੇਖਿਆ ਹੈ! ਮਨ ਵਿਚੋਂ ਹੀ ਨੌਂ ਖਜ਼ਾਨੇਂ, ਨੌਂ ਭੰਡਾਰ ਬਖਸ਼ਿਸ਼ ਹੋਏ ਹਨ । ਇਸ ਵਿਚੋਂ ਨਾ ਹੀ ਕੁਝ ਨਿਕਲਦਾ (ਘਟਦਾ) ਹੈ । ਨਾ ਹੀ ਕੁਝ ਪਾਇਆ (ਵਧਦਾ) ਜਾਂਦਾ ਹੈ । ਮੈਂ ਰਹਿਮਤ ਦੀ ਅਰਦਾਸ ਕਰਦਾ ਹਾ, ਕੇਵਲ ਪ੍ਰਭ ਹੀ ਪ੍ਰਵਾਨਗੀ ਦੇ ਰਸਤੇ ਦੀ ਸੋਝੀ ਬਖਸ਼ਦਾ ਹੈ ।

I have searched within my mind, always evaluating my deeds; I have been blessed with nine treasures of enlightenment from within my mind. Within the mind, nothing may be pulled out nor anything may be added within. I always pray for His forgiveness; only The True Master may bless and guide on the right path of acceptance in His court.

ਜੋ ਬ੍ਰਹਮੰਡੇ ਸੋਈ ਪਿੰਡੇ,	jo barahmanday so-ee pinday
ਜੋ ਖੋਜੈ ਸੋ ਪਾਵੈ॥	jo khojai so paavai.
ਪੀਪਾ ਪ੍ਰਣਵੈ ਪਰਮ ਤਤੁ ਹੈ,	peepaa paranvai param tat hai
ਸਤਿਗੁਰੁ ਹੋਇ ਲਖਾਵੈ॥੨॥੩॥	satgur ho-ay lakhaavai. ||2||3||

ਜਿਹੜਾ ਪ੍ਰਭ ਸ੍ਰਿਸ਼ਟੀ ਨੂੰ ਸਾਜਦਾ ਹੈ ਉਹ ਹੀ ਹਰੇਕ ਜੀਵ ਦੇ ਮਨ ਵਿੱਚ ਵਸਦਾ ਹੈ । ਜਿਹੜਾ ਵੀ ਅਡੋਲ ਭਰੋਸੇ ਨਾਲ ਮਨ ਵਿਚੋਂ ਖੋਜਦਾ ਹੈ । ਪ੍ਰਭ ਦੀ ਹੋਂਦ ਉਸ ਨੂੰ ਮਨ ਅੰਦਰੋਂ ਹੀ ਪ੍ਰਗਟ ਹੋ ਜਾਂਦੀ ਹੈ । ਜੀਵ ਸ੍ਰਿਸ਼ਟੀ ਦੇ ਅਸਲੀ ਮਾਲਕ ਅੱਗੇ ਅਰਦਾਸ ਕਰੋ । ਹੋਰ ਕੋਈ ਅਰਦਾਸ ਕਰਨ, ਪੂਜਣ ਯੋਗ ਨਹੀਂ ਹੈ । ਇਹ ਹੀ ਸ਼ਬਦ ਦੀ ਪਾਲਨਾ ਤੋਂ ਸੋਝੀ ਬਖਸ਼ਿਸ਼ ਹੁੰਦੀ ਹੈ ।

The One and Only One True Creator of the universe, dwells and prevails within each creature. Whosoever may search with steady and stable belief within his own heart; he may be enlightened from within. You should always pray to The True Master; Only, The One and One is worthy of worship. By obeying the teachings of His Word; His true devotee may be enlightened with His nature.

7. **ਧਨਾਸਰੀ ਧੰਨਾ॥ 695**

ਗੋਪਾਲ ਤੇਰਾ ਆਰਤਾ॥	gopaal tayraa aartaa.jo jan tumree
ਜੋ ਜਨ ਤੁਮਰੀ ਭਗਤਿ ਕਰੰਤੇ,	bhagat karantay tin kay kaaj
ਤਿਨ ਕੇ ਕਾਜ ਸਵਾਰਤਾ॥੧॥ ਰਹਾਉ॥	savaarataa. ||1|| rahaa-o.

ਪ੍ਰਭ ਮੈਂ ਤੇਰੀ ਆਰਤੀ, ਤੇਰੇ ਅੱਗੇ ਅਰਦਾਸ ਕਰਦਾ ਹਾ । ਜਿਹੜਾ ਜੀਵ ਵੀ ਮਨ ਲਾ ਕੇ ਅਡੋਲ ਭਰੋਸੇ ਨਾਲ ਬੰਦਗੀ ਕਰਦਾ ਹੈ । ਤੂੰ ਉਸ ਦੇ ਸਾਰੇ ਕਾਰਜ ਹੀ ਆਪ ਸਹਾਈ ਹੋ ਕੇ ਸੰਵਾਰਦਾ ਹੈ ।

My True Master, I worship the teachings of Your Word and pray for Your mercy and grace. Whosoever may meditate with steady and stable belief on the teachings of His Word; The True Master becomes the protector of his honor in his worldly life.

ਦਾਲਿ ਸੀਧਾ ਮਾਗਉ ਘੀਉ॥	daal seeDhaa maaga-o ghee-o.
ਹਮਰਾ ਖੁਸੀ ਕਰੈ ਨਿਤ ਜੀਉ॥	hamraa khusee karai nit jee-o.
ਪਨੀਆ ਛਾਦਨੁ ਨੀਕਾ॥	panHee-aa chhaadan neekaa.
ਅਨਾਜੁ ਮਗਉ ਸਤ ਸੀ ਕਾ॥੧॥	anaaj maga-o sat see kaa. ||1||

ਪ੍ਰਭ ਤੂੰ ਆਪ ਬਿਨਾਂ ਮੰਗੇ ਹੀ ਜੀਵ ਨੂੰ ਖਾਣ ਵਾਸਤੇ, ਤਨ ਨੂੰ ਪਾਲਣ ਵਾਸਤੇ ਭੋਜਨ (ਦਾਲ, ਆਟਾ, ਘਿਉ) ਬਖਸ਼ਦਾ ਹੈ । ਸੰਸਾਰ ਵਿੱਚ ਜੀਵ ਵਾਸਤੇ ਬਿਨਾਂ ਮੰਗੇ ਤਨ ਨੂੰ ਢੱਕਣ ਵਾਸਤੇ ਕਪੜਾ ਬਖਸ਼ਦਾ ਹੈ । ਅਰਦਾਸ ਕਰਦਾ ਹੈ! ਮੈਨੂੰ ਸੰਤੋਖ, ਆਪਣੇ ਸ਼ਬਦ ਦੀ ਲਗਨ ਅਤੇ ਸੋਝੀ ਬਖਸ਼ੋ ।

The True Master; with Your mercy and grace; You bless the source of nourishment for his body and clothes to cover and protect his body. All are blessed to keep Your creature happy in the universe. With Your mercy and grace, blesses me devotion to meditate on the teachings of Your Word. I may be enlightened and remain contented in my worldly environment.

ਗਊ ਭੈਸ ਮਗਉ ਲਾਵੇਰੀ॥	ga-oo bhais maga-o laavayree.
ਇਕ ਤਾਜਨਿ ਤੁਰੀ ਚੰਗੇਰੀ॥	ik taajan turee changayree.
ਘਰ ਕੀ ਗੀਹਨਿ ਚੰਗੀ॥	ghar kee geehan changee.
ਜਨੁ ਧੰਨਾ ਲੇਵੈ ਮੰਗੀ॥੨॥੪॥	jan Dhannaa layvai mangee. ||2||4||

ਪ੍ਰਭ ਤੂੰ ਤਨ ਦੀ ਪਾਲਣਾ ਕਰਨ ਲਈ ਸਭ ਕੁਝ ਬਿਨਾਂ ਮੰਗਣ ਤੋਂ ਆਪ ਹੀ ਬਖਸ਼ਦਾ ਹੈ । ਪਰ ਮਾਨਸ ਜੀਵ ਲਾਲਚ ਕਰਦੇ ਹਾ । ਦੁੱਧ ਦੇਣ ਵਾਲੀ, ਗਊ, ਜਾ ਮੱਝ ਮੰਗਦੇ ਹਾ, ਸਵਾਰੀ ਲਈ ਘੋੜਾ ਮੰਗਦੇ ਹਾ । ਘਰ ਸੰਭਾਲਨ ਲਈ ਸੁੱਚਜੀ ਔਰਤ, ਪਤਨੀ ਮੰਗਦਾ ਹੈ । ਇਹਨਾਂ ਚੀਜਾ ਨੂੰ ਸੰਸਾਰਕ ਜੀਵ ਬਹੁਤ ਮਹੱਤਾ ਦੇਂਦਾ ਹੈ । ਪ੍ਰਭ ਮੈ ਤਾਂ ਕੇਵਲ ਤੇਰੀ ਰਹਿਮਤ ਹੀ ਮੰਗਦਾ ਹੈ । ਉਸ ਵਿੱਚ ਹੀ ਸਭ ਕੁਝ ਆ ਜਾਂਦਾ ਹੈ ।

With Your mercy and grace; You have blessed the nourishment for body without even praying of begging from Him. However, our greed of worldly desires dominates in worldly life; human may beg for milking cow, horse to ride for comfort, wife with good manners to take care household and pleasure in worldly life. Human may consider worldly comforts very significant. However, I am only praying for Your mercy and grace; everything remains embedded with Your mercy and grace.

Him. However, our greed of worldly desires dominates in worldly life; human may beg for milking cow, horse to ride for comfort, wife with good manners to take care household and pleasure in worldly life. Human may consider worldly comforts very significant. However, I am only praying for Your mercy and grace; everything remains embedded with Your mercy and grace.

8. **ਪ੍ਰਭਾਤੀ ਬਾਣੀ ਭਗਤ ਕਬੀਰ ਜੀ॥ (1350-11)**

ਸੁੰਨ ਸੰਧਿਆ ਤੇਰੀ ਦੇਵ ਦੇਵਾਕਰ,	sunn sanDhi-aa tayree dayv dayvaakar
ਅਧਪਤਿ ਆਦਿ ਸਮਾਈ॥	aDhpat aad samaa-ee.
ਸਿਧ ਸਮਾਧਿ ਅੰਤੁ ਨਹੀ ਪਾਇਆ,	siDh samaaDh ant nahee paa-i-aa
ਲਾਗਿ ਰਹੇ ਸਰਨਾਈ॥੧॥	laag rahay sarnaa-ee. ||1||

ਸੰਸਾਰਕ ਗਿਆਨ, ਸੋਝੀ ਦਾ ਮਾਲਕ, ਹਰਇੱਕ ਥਾਂ ਤੇ ਵਾਪਰਦਾ ਹੈ । ਬੰਦਗੀ ਕਰਨ ਵਾਲਾ ਵੀ ਤੇਰਾ ਅੰਤ ਨਹੀਂ ਜਾਣ ਸਕਦਾ । ਉਹ ਵੀ ਤੇਰੀ ਰਹਿਮਤ, ਸ਼ਰਣ ਦੀ ਅਰਧਾਨਾ ਹੀ ਕਰਦਾ ਹੈ ।

The True Master, Treasure of all virtues prevails everywhere in the universe. Even His true devotee may not fully comprehend His Nature. He may also pray for His Forgiveness and Refuge.

ਲੇਹੁ ਆਰਤੀ ਹੋ ਪੁਰਖ ਨਿਰੰਜਨ,	layho aartee ho purakh niranjan
ਸਤਿਗੁਰ ਪੂਜਹੁ ਭਾਈ॥	satgur poojahu bhaa-ee.
ਠਾਢਾ ਬ੍ਰਹਮਾ ਨਿਗਮ ਬੀਚਾਰੈ,	thaadhaa barahmaa nigam beechaarai
ਅਲਖੁ ਨ ਲਖਿਆ ਜਾਈ॥੧॥ ਰਹਾਉ॥	alakh na lakhi-aa jaa-ee. ||1|| rahaa-o.

ਪ੍ਰਭ ਆਪਣੇ ਆਪ ਵਿੱਚ ਪੂਰਨ, ਪੂਰਾ ਹੈ । ਮੇਰੀ ਇੱਕੋ ਇੱਕ ਹੀ ਅਰਾਧਨਾ ਹੈ । ਰਹਿਮਤ ਨਾਲ ਸ਼ਬਦ ਦੀ ਲਗਨ ਬਖਸ਼ੋ! ਆਪਣੀ ਦਾਸ ਅਵਸਥਾ ਬਖਸ਼ੋ! ਬ੍ਰਹਮਾ ਵਰਗੇ, ਬੰਦਗੀ ਕਰਨ ਵਾਲੇ ਵੀ ਤੇਰੇ ਦਰਵਾਜੇ ਤੇ ਵੇਦਾਂ ਪੜ੍ਹਦੇ, ਵਿਚਾਰਦੇ ਹਨ । ਤੇਰੀ ਰਹਿਮਤ ਤੋ ਬਿਨਾਂ ਦਰਸ਼ਨ ਬਖਸ਼ਿਸ਼ ਨਹੀਂ ਹੁੰਦੇ, ਪਹੁੰਚ ਨਹੀਂ ਸਕਦੇ ।

The Omnipotent True Master remains perfect in all respects. I have One and only One prayer! I may be blessed with devotion to obey the teachings of His Word. I may be blessed with a state of mind as His true devotee. Even devotee like **Brahma** may be reading, reciting Vedas, standing at His door. Without His Blessed Vision, no one may ever be accepted in His Court.

ਤਤੁ ਤੇਲੁ ਨਾਮੁ ਕੀਆ ਬਾਤੀ,	tat tayl naam kee-aa baatee
ਦੀਪਕੁ ਦੇਹ ਉਜਾਰਾ॥	deepak dayh uj-yaaraa.
ਜੋਤਿ ਲਾਇ ਜਗਦੀਸ ਜਗਾਇਆ,	jot laa-ay jagdees jagaa-i-aa
ਬੂਝੈ ਬੂਝਨਹਾਰਾ॥੨॥	boojhai boojhanhaaraa. ||2||

ਪ੍ਰਭ ਤੇਰੇ ਬਖਸ਼ੇ ਤਨ ਨੂੰ ਦੀਵਾ, ਸ਼ਬਦ ਦੀ ਸੋਝੀ ਨੂੰ ਬੱਤੀ ਬਣਾਕੇ ਸਿਮਰਨ ਦਾ ਤੇਲ ਪਾਉਂਦਾ ਹਾ । ਆਪਣੇ ਤਨ ਅੰਦਰ ਚਾਨਣ ਕਰਕੇ ਤੇਰੇ ਸ਼ਬਦ ਦੀ ਸੋਝੀ ਢੂੰਡਦਾ ਹਾ । ਆਪਣੀ ਰਹਿਮਤ ਨਾਲ ਅਸਲੀ ਮਾਰਗ ਤੇ ਪਾਵੋ । ਤੇਰੀ ਬੰਦਗੀ ਵਿੱਚ ਲੀਨ ਹੋਇਆ, ਤੇਰੇ ਘਰ ਵਿੱਚ ਪ੍ਰਵਾਨ ਹੋ ਜਾਵਾ ।

My True Master! I am making your blessed body as lamp; enlightenment as a wick of lamp and my meditation as oil, fuel to enlighten the lamp within my mind and body. I am removing the darkness of ignorance and searching the enlightenment of the essence of Your Word; with Your mercy and grace, blesses me the right path of acceptance in Your Court. I may remain intoxicated meditating in the void of Your Word and I may be accepted in Your Court.

ਪੰਚੇ ਸਬਦ ਅਨਾਹਦ ਬਾਜੇ,	panchay sabad anaahad baajay
ਸੰਗੇ ਸਾਰਿੰਗਪਾਨੀ॥	sangay saringpaanee.
ਕਬੀਰ ਦਾਸ ਤੇਰੀ ਆਰਤੀ ਕੀਨੀ,	kabeer daas tayree aartee keenee
ਨਿਰੰਕਾਰ ਨਿਰਬਾਨੀ॥੩॥੫॥	nirankaar nirbaanee. ||3||5||

ਮੇਰੇ ਮਨ ਵਿੱਚ ਪੰਜੇਂ ਸਦਾ ਚੱਲਣ ਵਾਲੀਆਂ ਧੁਨਾਂ, ਰਾਗ ਬਾਰ ਬਾਰ ਗੂੰਜਦੇ ਹਨ । ਮੈਂ ਸ਼ਬਦ ਦੀ ਸਮਾਧੀ ਵਿਚ ਅਡੋਲ ਵਸਦਾ ਹਾ । ਮੈਂ ਪੰਜਾਂ ਜਮਦੂਤਾਂ ਤੇ ਕਾਬੂ ਪਾ ਕੇ ਤੇਰੀ ਆਰਤੀ, ਅਰਾਧਨਾ ਕਰਦਾ ਹਾ । ਆਪਣੀ ਰਹਿਮਤ ਨਾਲ ਸ਼ਬਦ ਦੀ ਪਾਲਣਾ ਦੀ ਲਗਨ ਬਖਸ਼ੋ! ਮੈਂ ਤੇਰੇ ਦਰਬਾਰ ਵਿੱਚ ਪ੍ਰਵਾਨ ਹੋ ਸਕਾ, ਮੈਂ ਤੇਰੇ ਦਰ ਦਾ ਹੀ ਭਿਖਾਰੀ ਹਾ । ਤੂੰ ਹੀ ਸਭ ਕੁਝ ਕਰਨ ਕਰਵਾਉਣ ਵਾਲਾ ਮਾਲਕ ਹੈ ।

My True Master I may hear 5 everlasting echoes of Your 5 Words resonating within my mind. I may remain intoxicated in meditation in the void of Your Word. I have conquered 5 demons of worldly desires and praying for Your Forgiveness and Refuge. I may be blessed with devotion to obey the teachings of Your Word. I am a beggar at Your door; with Your mercy and grace, I may be accepted in Your Court. You are The One and Only One True Master prevailing everywhere.

9. ਪ੍ਰਭਾਤੀ ਭਗਤ ਬੇਣੀ ਜੀ ਕੀ (1351-11)

੧ਓ ਸਤਿਗੁਰ ਪ੍ਰਸਾਦਿ॥	ik-oNkaar satgur parsaad.
ਤਨਿ ਚੰਦਨੁ ਮਸਤਕਿ ਪਾਤੀ॥	tan chandan mastak paatee.
ਰਿਦ ਅੰਤਰਿ ਕਰ ਤਲ ਕਾਤੀ॥	rid antar kar tal kaatee.
ਠਗ ਦਿਸਟਿ ਬਗਾ ਲਿਵ ਲਾਗਾ॥	thag disat bagaa liv laagaa.
ਦੇਖਿ ਬੈਸਨੋ ਪ੍ਰਾਨ ਮੁਖ ਭਾਗਾ॥੧॥	daykh baisno paraan mukh bhaagaa. ||1||

ਜੀਵ ਸੰਤ ਸਰੂਪ ਵਾਲਾ ਬਾਣਾ ਪਾਉਂਦਾ, ਇਸ਼ਨਾਨ ਕਰਦਾ ਹੈ । ਲੋਕ ਦਿਖਾਵੇ ਵਾਲੇ ਸਿਮਰਨ, ਰੀਤ ਰਵਾਜ ਕਰਦਾ ਹੈ । ਉਸ ਦੇ ਮਨ ਵਿੱਚ ਪੰਜਾਂ ਜਮਦੂਤਾਂ ਦੀ ਤਲਵਾਰ ਪਕੜੀ ਹੁੰਦੀ ਹੈ । ਚੋਰਾਂ, ਠੱਗਾਂ ਦੀ ਤਰ੍ਹਾਂ, ਬੰਦਗੀ ਕਰਨ ਤੋ ਪਹਿਲਾ ਹੀ ਮੰਗ ਰਖਦਾ ਹੈ । ਉਹ ਵਿਸ਼ਨੂੰ ਦਾ ਰੂਪ ਧਾਰਨ ਕਰਦਾ, ਬਾਣਾ ਪਾਉਂਦਾ ਹੈ । ਪਰ ਮਨ ਵਿਚੋਂ ਪ੍ਰਭ ਦੇ ਸ਼ਬਦ ਦੀ ਅਵਾਜ਼ ਨਹੀਂ ਨਿਕਲਦੀ । ਉਸ ਦੀ ਆਪਣੀ ਅਵਾਜ਼ ਮਨ, ਦਿਲ ਤੇ ਨਹੀਂ ਜਾਂਦੀ । ਉਥੇ ਪੰਜੇਂ ਜਮਦੂਤ ਤਲਵਾਰ ਲੈ ਕੇ ਖੜ੍ਹੇ ਹੁੰਦੇ ਹਨ ।

Self-minded may take a soul sanctifying bath and adopts robe like His Holy saint. He may perform religious ritual of meditation like routine worship. The sword of 5 demons of worldly desires may remain hanging within his mind, heart. Like a robber, thief, he may make a laundry list of demands, desires, hopes before even mediating on the teachings of worldly Holy Scripture. He may adopt robe like His true devotee, Vishnu; however, his tongue may not recite the echo of His Word. Whatsoever may he recite; he may never adopt in his worldly day to day life. The sword of 5 demons of worldly desires may remain hanging within his mind.

ਕਲਿ ਭਗਵਤ ਬੰਦ ਚਿਰਾਂਮੰ॥ kal bhagvat band chiraaNmaN.
ਕ੍ਰੂਰ ਦਿਸਟਿ ਰਤਾ ਨਿਸਿ ਬਾਦੰ॥੧॥ karoor disat rataa nis baadaN. ||1||
ਰਹਾਉ॥ rahaa-o.

ਜੀਵ ਤੂੰ ਲੰਮਾ ਸਮਾਂ ਪ੍ਰਭ ਦੀ ਉਸਤਤ ਕਰਦਾ ਰਹਿੰਦਾ ਹੈ । ਪਰ ਤੇਰੇ ਮਨ ਵਿੱਚ ਲਾਲਚ ਦੀ ਅੱਗ ਚਲਦੀ ਹੀ ਰਹਿੰਦੀ ਹੈ । ਤੇਰੀ ਕੀਤੀ ਬੰਦਗੀ, ਸਿਮਰਨ ਬਿਰਥੀ ਹੀ ਜਾਂਦੀ ਹੈ ।

Self-minded may sings the glory of His Word for long time. However, the lava of ego, greed may be exploding, bursting within his heart. His worship, charity, deeds for welfare of His Creation may not be rewarded

ਨਿਤਪ੍ਰਤਿ ਇਸਨਾਨੁ ਸਰੀਰੰ॥ nitparat isnaan sareeraN.
ਦੁਇ ਧੋਤੀ ਕਰਮ ਮੁਖਿ ਖੀਰੰ॥ du-ay Dhotee karam mukh kheeraN.
ਰਿਦੈ ਛੁਰੀ ਸੰਧਿਆਨੀ॥ ridai chhuree sanDhi-aanee.
ਪਰ ਦਰਬੁ ਹਿਰਨ ਕੀ ਬਾਨੀ॥੨॥ par darab hiran kee baanee. ||2||

ਜੀਵ ਤੂੰ ਇਸ਼ਨਾਨ ਕਰਦਾ, ਪਵਿੱਤਰਤਾ ਦੇ ਸਾਰੇ ਤਰੀਕੇ ਅਪਣਾਉਂਦਾ, ਧਾਰਮਕ ਬਾਣਾ ਪਾਉਂਦਾ ਹੈ । ਮੂੰਹ ਵਿੱਚ ਦੁੱਧ ਨੂੰ ਪਵਿੱਤਰ ਸਮਝਕੇ ਅਰਪਨ ਕਰਦਾ ਹੈ । ਪਰ ਤੇਰੇ ਮਨ ਵਿੱਚ ਪੰਜਾਂ ਜਮਦੂਤਾਂ ਨੇ ਹੀ ਤਲਵਾਰ ਪਕੜੀ ਹੈ । ਤੂੰ ਪਰਾਇਆ ਧਨ ਹੜਪਣ ਦੇ ਯਤਨ ਕਰਦਾ ਹੈ ।

Self-minded may take a sanctifying bath, adopts all religious techniques to sanctify his soul and adopts religious robe. He may drink milk as Holy nectar. However, the sword of 5 demons of worldly desires may be hanging within his mind. He may always try to rob the earnest livings of others.

ਸਿਲ ਪੂਜਸਿ ਚਕ੍ਰ ਗਣੇਸੰ॥ sil poojas chakar ganaysaN.
ਨਿਸਿ ਜਾਗਸਿ ਭਗਤਿ ਪ੍ਰਵੇਸੰ॥ nis jaagas bhagat parvaysaN.
ਪਗ ਨਾਚਸਿ ਚਿਤੁ ਅਕਰਮੰ॥ pag naachas chit akarmaN.
ਏ ਲੰਪਟ ਨਾਚ ਅਧਰਮੰ॥੩॥ ay lampat naach aDharmaN. ||3||

ਮਨਮੁਖ, ਪੱਥਰ ਦੇ ਬੁੱਤ ਨੂੰ ਸੰਤ ਸਰੂਪ, ਗਨੇਸ਼ ਦੀ ਮੂਰਤ ਸਮਝਕੇ ਪੂਜਾ ਕਰਦਾ ਹੈ । ਲੰਮੀ ਰਾਤ ਜਾਗਦਾ, ਲੋਕ ਦਿਖਾਵਾ ਕਰਦਾ ਹੈ । ਇਸ ਨੂੰ ਬੰਦਗੀ ਸਮਝਦਾ ਹੈ । ਪ੍ਰਭ ਦੇ ਬੰਦਗੀ ਕਰਨ ਦੀ ਵਿਧੀ ਨਾਲ ਨੱਚਦਾ ਟੱਪਦਾ ਹੈ । ਪਰ ਧਿਆਨ ਬੁਰੇ ਕੰਮਾਂ ਬਾਬਤ ਹੀ ਸੋਚਦਾ ਹੈ । ਉਸ ਦੇ ਸਾਰੇ ਹੀ ਨਿਯਮ ਸ੍ਰਿਸ਼ਟੀ ਦੀ ਭਲਾਈ ਦੇ ਉਲਟ ਹੁੰਦੇ ਹਨ ।

Self-minded may assume the stone statue of ancient saint **Ganesh** and worship for His Forgiveness and Refuge. He may worship long time as a gesture of his devotion to The True Master. He believes as his meditation. He may dance as an effort to entertain The True Master; however, he may remain manipulating evil, greedy plans, thoughts. All his worldly deeds, guiding principles may be against the welfare of His Creation.

ਮ੍ਰਿਗ ਆਸਣੁ ਤੁਲਸੀ ਮਾਲਾ॥ marig aasan tulsee maalaa.
ਕਰ ਊਜਲ ਤਿਲਕੁ ਕਪਾਲਾ॥ kar oojal tilak kapaalaa.
ਰਿਦੈ ਕੂੜੁ ਕੰਠਿ ਰੁਦ੍ਰਾਖੰ॥ ridai koorh kanth rudraakhaN.
ਰੇ ਲਪਟ ਕ੍ਰਿਸਨੁ ਅਭਾਖੰ॥੪॥ ray lampat krisan abhaakhaN. ||4||

ਜੀਵ ਜਗ੍ਹਾ ਸਾਫ ਕਰਕੇ, ਸੋਹਣਾ ਆਸਣ ਬਣਾਕੇ ਬੰਦਗੀ ਦੀ ਮਾਲ਼ਾ ਫੇਰਦਾ ਹੈ । ਬੰਦਗੀ ਦੇ ਸ਼ਬਦ ਦਾ ਸਿਮਰਨ ਕਰਦਾ, ਮੱਥੇ ਤੇ ਤਿਲਕ, ਧਾਰਮਕ ਬਾਣਾ ਪਾਉਂਦਾ ਹੈ । ਆਪਣੇ ਗਲ ਵਿੱਚ ਭਗਤਾਂ ਵਾਲੀ ਮਾਲ਼ਾ ਪਾਉਂਦਾ, ਬੰਦਗੀ ਕਰਦਾ ਹੈ, ਪਰ ਮਨ ਇੱਛਾਂ ਨਾਲ ਭਰਿਆਂ ਰਹਿੰਦਾ ਹੈ । ਮਨ ਤੇ ਪੰਜਾਂ ਜਮਦੂਤਾਂ ਦਾ ਹੀ ਕਾਬੂ ਰਹਿੰਦਾ ਹੈ । ਤੇਰੀ ਬੰਦਗੀ ਪ੍ਰਭ ਦੇ ਦਰਬਾਰ ਵਿੱਚ ਪ੍ਰਵਾਨ ਨਹੀਂ ਹੁੰਦੀ ।

Self-minded may clean, sanctify, embellish his meditation throne; he may meditate and counts the times of meditation with rosary of holy beads. He may meditate, reciting worldly Holy Scripture, adopts religious robe and mark a symbol of purity on his forehead. He may keep his meditation rosary in his neck; however, his mind may remain overwhelmed with greed of worldly desires. He may remain intoxicated with sweet poison of demons of worldly desires. His meditation may not be accepted in His Court.

ਜਿਨਿ ਆਤਮ ਤਤੁ ਨ ਚੀਨ੍ਹਿਆ॥	jin aatam tat na cheenHi-aa.
ਸਭ ਫੋਕਟ ਧਰਮ ਅਬੀਨਿਆ॥	sabh fokat Dharam abeeni-aa.
ਕਹੁ ਬੇਣੀ ਗੁਰਮੁਖਿ ਧਿਆਵੈ॥	kaho baynee gurmukh Dhi-aavai.
ਬਿਨੁ ਸਤਿਗੁਰ ਬਾਟ ਨ ਪਾਵੈ॥੫॥੧॥	bin satgur baat na paavai. ‖5‖1‖

ਜਿਸ ਜੀਵ ਨੂੰ ਆਤਮਾ ਦੇ ਮਾਨਸ ਜਨਮ ਦੀ ਬਖਸ਼ਿਸ਼ ਦੇ ਮੰਤਵ ਦੀ ਸੋਝੀ ਨਹੀਂ ਹੁੰਦੀ, ਉਸ ਦੀ ਬੰਦਗੀ ਕਰਨੀ ਬਿਰਥੀ ਹੀ ਹੁੰਦੀ ਹੈ । ਜੀਵ, ਗੁਰਮਖ ਬਣਕੇ ਸ਼ਬਦ ਦੀ ਪਾਲਣਾ ਕਰੋ । ਪ੍ਰਭ ਦੀ ਰਹਿਮਤ ਤੋ ਬਿਨਾਂ, ਕੋਈ ਪ੍ਰਭ ਦੀ ਬੰਦਗੀ ਨਹੀਂ ਕਰ ਸਕਦਾ । ਉਸ ਦੀ ਕਮਾਈ, ਪ੍ਰਭ ਦੇ ਦਰਬਾਰ, ਦਰਗਾਹ ਵਿੱਚ ਪ੍ਰਵਾਨ ਨਹੀਂ ਹੁੰਦੀ ।

Whosoever may not realize the real purpose of human life opportunity; his meditation, may not be rewarded in His Court. You should adopt the way of life, like His true devotee and obey the teachings of His Word. Without His Blessed Vision, no one may remain devoted and dedicated to meditate, to obey the teachings of His Word with steady and stable belief in his day-to-day life. His meditation may not be accepted, rewarded in His Court.

10. ਰਾਗੁ ਗਉੜੀ ਪੂਰਬੀ ਮਹਲਾ ੫॥ (13-14)

ਕਰਉ ਬੇਨੰਤੀ ਸੁਣਹੁ ਮੇਰੇ ਮੀਤਾ,	Kara-o baynantee sunhu mayray
ਸੰਤ ਟਹਲ ਕੀ ਬੇਲਾ॥	meetaa sant tahal kee baylaa.
ਈਹਾ ਖਾਟਿ ਚਲਹੁ ਹਰਿ ਲਾਹਾ,	Eehaa khaat chalhu har laahaa
ਆਗੈ ਬਸਨੁ ਸੁਹੇਲਾ॥੧॥	aagai basan suhaylaa. ‖1‖

ਜੀਵ, ਇਹ ਮਾਨਸ ਜੀਵਨ ਹੀ ਉਸ ਦੇ ਸਿਮਰਨ ਕਰਨ ਦਾ ਸਮਾਂ ਹੈ । ਇਸ ਨਾਲ ਤੇਰੀ ਸੰਸਾਰਕ ਯਾਤਰਾ ਸਫਲ ਹੋ ਜਾਵੇ ਗੀ । ਅਰਦਾਸ ਕਰੋ! ਸੰਤ ਸਰੂਪ ਵਾਲਾ ਰਹਿਣ ਦਾ ਢੰਗ ਬਖਸ਼ੇ । ਇਥੇ ਖੇੜਾ ਅਤੇ ਅੱਗੇ ਉਸ ਦੇ ਦਰਬਾਰ ਵਿੱਚ ਪ੍ਰਵਾਨ ਹੋ ਜਾਵੇ ਗਾ ।

Human life is only blessed to adopt His Word and to sing His glory. By adopting His Word in life, human life journey becomes successful. One learns the way the holy devotees live his life. He is blessed with blossom and harmony in the universe. After death he is accepted in His court.

ਅਉਧ ਘਟੈ ਦਿਨਸੁ ਰੈਣਾਰੇ॥	A-oDh ghatai dinas rainaaray.
ਮਨ ਗੁਰ ਮਿਲਿ ਕਾਜ ਸਵਾਰੇ॥੧॥ ਰਹਾਉ॥	Man, gur mil kaaj savaaray. ‖1‖ rahaa-o.

ਤੇਰੇ ਜੀਵਨ ਦਾ ਸਮਾਂ, ਹਰ ਦਿਨ ਘਟਦਾ ਜਾਂਦਾ ਹੈ, ਪ੍ਰਭ ਦਾ ਸਿਮਰਨ ਕਰੋ । ਜਿਸ ਨਾਲ ਤੇਰਾ ਸੰਸਾਰ ਵਿੱਚ, ਮਾਨਸ ਜੀਵਨ ਸਫਲ ਹੋ ਜਾਵੇ, ਜਨਮ ਮਰਨ ਤੋਂ ਛੁਟਕਾਰਾ ਮਿਲ ਜਾਵੇ ।

Your time in this world is passing and decreasing every moment. You should adopt His Word in life that your journey may become fruitful.

ਇਹੁ ਸੰਸਾਰੁ ਬਿਕਾਰੁ ਸੰਸੇ ਮਹਿ,	Ih sansaar bikaar sansay meh
ਤਰਿਓ ਬ੍ਰਹਮ ਗਿਆਨੀ॥	tari-o barahm gi-aanee.
ਜਿਸਹਿ ਜਗਾਇ ਪੀਆਵੈ ਇਹੁ ਰਸੁ,	Jisahi jagaa-ay pee-aavai ih ras
ਅਕਥ ਕਥਾ ਤਿਨਿ ਜਾਨੀ॥੨॥	akath kathaa tin jaanee. ‖2‖

ਇਹ ਸੰਸਾਰ ਵਿੱਚ ਫਾਲਤੂ ਹੀ, ਵਹਿਮ (ਸੰਸੇ), ਧੰਦੇ ਹਨ । ਜਿਹੜਾ ਪ੍ਰਭ ਦੇ ਸ਼ਬਦ ਦੇ ਸਿਮਰਨ ਵਿੱਚ ਲੱਗ ਜਾਂਦਾ ਹੈ, ਉਸ ਦਾ ਪਾਰ ਉਤਾਰਾ ਹੋ ਜਾਂਦਾ ਹੈ । ਜਿਸ ਜੀਵ ਤੇ ਉਸ ਦੀ ਕ੍ਰਿਪਾ ਹੁੰਦੀ ਹੈ, ਉਸ ਨੂੰ ਆਪ ਹੀ ਇਸ ਅਸਲੀ ਰਸਤੇ ਤੇ ਪਾਉਂਦਾ, ਸੋਝੀ ਬਖਸ਼ਦਾ ਹੈ ।

The world is entangled in useless suspicions, rituals. Whosoever adopts His Word in His life, he across the terrible worldly ocean. Whosoever is blessed by Him with the enlightenment of His Word. Only he remains firm on His Word, blessings. Only he knows the true purpose of human life.

ਜਾ ਕਉ ਆਏ ਸੋਈ ਬਿਹਾਝਹੁ, Jaa ka-o aa-ay so-ee bihaajhahu
ਹਰਿ ਗੁਰ ਤੇ ਮਨਹਿ ਬਸੇਰਾ॥ har gur tay maneh basayraa.
ਨਿਜ ਘਰਿ ਮਹਲੁ ਪਾਵਹੁ ਸੁਖ ਸਹਜੇ, Nij ghar mahal paavhu sukh sehjay
ਬਹੁਰਿ ਨ ਹੋਇਗੋ ਫੇਰਾ॥੩॥ bahur na ho-igo fayraa. ||3||

ਜੀਵ, ਜਿਸ ਕਾਰਨ ਤੈਨੂੰ ਪ੍ਰਭ ਨੇ ਮਾਨਸ ਜੀਵਨ ਬਖਸ਼ਿਆ ਹੈ । ਉਹ ਕਰਤਬ, ਸ਼ਬਦ ਦਾ ਸਿਮਰਨ ਕਰੋ । ਆਪਣੇ ਆਪ ਨੂੰ ਪਛਾਣਨ ਨਾਲ ਉਸ ਦੇ ਦਰਬਾਰ ਵਿੱਚ ਜਗ੍ਹਾ ਬਖਸ਼ਿਸ਼ ਹੋ ਸਕਦੀ ਹੈ । ਸਾਰੇ ਹੀ ਸੁਖ ਬਹੁਤ ਅਸਾਨੀ ਨਾਲ ਹਾਸਿਲ ਹੋ ਜਾਂਦੇ ਹਨ । ਮੌਕਾ ਨਾ ਗਵਾ ਲਈ, ਫਿਰ ਇਹ ਮਾਨਸ ਜਨਮ ਬਾਰ ਬਾਰ ਨਹੀਂ ਮਿਲਣਾ ।

You should understand, recognize the true purpose of your life. Only performs the tasks that can lead you to recognize yourself. That is the only way to be accepted in His court. With His acceptance of your meditation all the comforts of your life would be easily achieved.

ਅੰਤਰਜਾਮੀ ਪੁਰਖ ਬਿਧਾਤੇ Antarjaamee purakh biDhaatay
ਸਰਧਾ ਮਨ ਕੀ ਪੂਰੇ॥ sarDhaa man kee pooray.
ਨਾਨਕ ਦਾਸੁ ਇਹੈ ਸੁਖੁ ਮਾਗੈ, Naanak daas ihai sukh maagai
ਮੋ ਕਉ ਕਰਿ ਸੰਤਨ ਕੀ ਧੂਰੇ॥੪॥੫॥ mo ka-o kar santan kee Dhooray. ||4||5||

ਪ੍ਰਭ ਜਾਣੀ ਜਾਣ ਹੈ (ਅੰਤਰਜਾਮੀ ਹੈ) । ਸਾਰੀਆਂ ਇੱਛਾ ਨੂੰ ਆਪ ਜਾਣਦਾ ਹੈ, ਅਪਣੀ ਰਜ਼ਾ ਅਨੁਸਾਰ ਪੂਰੀਆਂ ਕਰਦਾ ਹੈ । ਜੀਵ ਹਮੇਸ਼ਾਂ ਹੀ ਉਸ ਤੋਂ ਇਹ ਮੰਗੋ ! ਉਸ ਦੀ ਰਜ਼ਾ ਹੱਸ ਦੇ ਮੁੱਖ ਕਬੂਲ ਹੋਵੇ ! ਤੂੰ ਸਦਾ ਹੀ ਉਸ ਦੇ ਸਿਮਰਨ ਵਿੱਚ ਲੀਨ, ਮਸਤ ਰਹੋ ।

God knows all the desires of His creation. He only blesses everybody with His own free Will, only what is good for His creation. True devotee always begs one only one wish! That he can accept His blessings without any reservation.

☬ ਸਲੋਕੁ॥ ਗਉੜੀ ਮਃ ੫॥ 262-1 ☬

ਗੁਰਦੇਵ ਮਾਤਾ, ਗੁਰਦੇਵ ਪਿਤਾ,	gurdayv maataa gurdayv pitaa
ਗੁਰਦੇਵ ਸੁਆਮੀ ਪਰਮੇਸੁਰਾ॥	gurdayvsu-aamee parmaysuraa.
ਗੁਰਦੇਵ ਸਖਾ, ਅਗਿਆਨ ਭੰਜਨੁ,	gurdayv sakhaa agi-aan bhanjan
ਗੁਰਦੇਵ ਬੰਧਿਪ ਸਹੋਦਰਾ॥	gurdayv banDhip sahodaraa.
ਗੁਰਦੇਵ ਦਾਤਾ, ਹਰਿ ਨਾਮੁ ਉਪਦੇਸੈ,	gurdayv daataa har naam updaysai
ਗੁਰਦੇਵ ਮੰਤੁ ਨਿਰੋਧਰਾ॥	gurdayv mant niroDharaa.
ਗੁਰਦੇਵ ਸਾਂਤਿ, ਸਤਿ, ਬੁਧਿ, ਮੂਰਤਿ,	gurdayv saaNt sat buDh moorat
ਗੁਰਦੇਵ, ਪਾਰਸ, ਪਰਸ ਪਰਾ॥	gurdayv paaras paras paraa.
ਗੁਰਦੇਵ ਤੀਰਥੁ, ਅੰਮ੍ਰਿਤ ਸਰੋਵਰੁ,	gurdayv tirath amrit sarovar
ਗੁਰ ਗਿਆਨ, ਮਜਨੁ ਅਪਰੰਪਰਾ॥	gur gi-aan majan aparamparaa.
ਗੁਰਦੇਵ, ਆਦਿ, ਜੁਗਾਦਿ, ਜੁਗੁ ਜੁਗੁ,	gurdayv aad jugaad jug jug
ਗੁਰਦੇਵ ਮੰਤੁ ਹਰਿ ਜਪਿ ਉਧਰਾ॥	gurdayv mant har jap uDhraa.
ਗੁਰਦੇਵ ਸੰਗਤਿ ਪ੍ਰਭ ਮੇਲਿ, ਕਰਿ ਕਿਰਪਾ,	gurdayv sangat parabh mayl kar kirpaa
ਹਮ ਮੂੜ ਪਾਪੀ, ਜਿਤੁ ਲਗਿ ਤਰਾ॥	ham moorh paapee jit lag taraa.
ਗੁਰਦੇਵ ਸਤਿਗੁਰੁ, ਪਾਰਬ੍ਰਹਮੁ, ਪਰਮੇਸਰੁ,	gurdayv satgur paarbarahm parmaysar
ਗੁਰਦੇਵ ਨਾਨਕ, ਹਰਿ ਨਮਸਕਰਾ॥	gurdayv naanak har namaskaraa. ||1||
ਏਹੁ ਸਲੋਕੁ, ਆਦਿ, ਅੰਤਿ, ਪੜਣਾ॥	ayhu salok aad ant parh-naa.

ਪ੍ਰਭ (ਗੁਰਦੇਵ) ਹੀ ਅਸਲੀ ਮਾਲਕ ਹੈ! ਸਭ ਤੋਂ ਪਹਿਲ ਮਾਤਾ ਦੇ ਰੂਪ ਵਿੱਚ ਆਉਂਦਾ ਹੈ, ਉਹ ਗਰਭ ਵਿੱਚ ਸੰਭਾਲਣਾ ਕਰਦੀ ਹੈ । ਮਾਤਾ ਹੀ ਜੀਵ ਦਾ ਪਹਿਲਾ ਗੁਰੂ, ਪ੍ਰਭ ਦਾ ਰੂਪ ਹੈ । ਉਸ ਦੀ ਅਰਦਾਸ, ਅਸੀਸ ਕਦੇ ਬਿਰਥੀ ਨਹੀਂ ਜਾਂਦੀ । ਜਨਮ ਲੈਣ ਤੇ ਪਿਤਾ ਦੇ ਰੂਪ ਵਿੱਚ ਪ੍ਰਗਟ ਹੁੰਦਾ ਹੈ! ਜੀਵਨ ਵਿੱਚ ਚੱਲਣ ਦੇ ਰਸਤੇ ਦੀ ਸਿਖਿਆ ਦੇਂਦਾ ਹੈ । ਸੁਖਾਂ ਦਾ ਦਾਤਾ, ਅਗਿਆਨਤਾਂ ਦਾ ਅੰਧੇਰਾ ਦੂਰ ਕਰਨ ਵਾਲਾ, ਅਸਲੀ ਮਿੱਤਰ, ਭਾਈ, ਸਬੰਧੀ ਹੈ । ਪ੍ਰਭ ਹੀ ਸਭ ਦਾਤਾਂ ਦਾ ਮਾਲਕ ਹੈ, ਉਹ ਹੀ ਸ਼ਬਦ ਦੀ ਦਾਤ ਬਖਸ਼ਦਾ ਹੈ । ਜੋ ਦਿਲੋਂ ਸਿਮਰਨ ਕਰਦਾ ਹੈ, ਉਸ ਦੀ ਕਮਾਈ ਕਦੇ ਬਿਰਥੀ ਨਹੀਂ ਜਾਂਦੀ । ਉਹ ਸ਼ਾਂਤੀ, ਸੰਤੋਖ, ਧੀਰਜ ਦੀ ਮੂਰਤ ਹੈ, ਉਹ ਹੀ ਅਣਮੋਲ ਪਥਰ (ਪਾਰਸ) ਹੈ । ਜਿਸ ਨੂੰ ਛੋਹਿਆ ਜੀਵਨ ਬਦਲ ਜਾਂਦਾ ਹੈ, ਜੀਵ ਦੀ ਅਵਸਥਾ ਹੋਰ ਹੀ ਹੋ ਜਾਂਦੀ ਹੈ । ਪ੍ਰਭ ਦਾ ਸ਼ਬਦ ਹੀ ਗਿਆਨ ਦਾ ਭੰਡਾਰਾ, ਤੀਰਥ, ਪਵਿੱਤਰ ਸਰੋਵਰ ਹੈ । ਇਸ਼ਨਾਨ ਕਰਨ ਨਾਲ, ਲੀਨ ਹੋਇਆ, ਰੂਹਾਨੀ ਅਵਸਥਾ ਅਨੁਭਵ ਹੋਣ ਲੱਗ ਪੈਂਦੀ ਹੈ । ਸਭ ਕੁਝ ਕਰਨ ਵਾਲਾ, ਸ੍ਰਿਸ਼ਟੀ ਨੂੰ ਰਚਨ ਵਾਲਾ ਪਾਪਾਂ ਦਾ ਖਤਮ ਕਰਨ ਵਾਲਾ, ਆਤਮਾਂ ਨੂੰ ਪੰਜਾਂ ਇੰਦ੍ਰੀਆਂ ਤੋਂ ਬਚਾਉਣ ਵਾਲਾ, ਪਵਿੱਤਰ ਕਰਨ ਵਾਲਾ ਅਸਲੀ ਮਾਲਕ ਹੈ । ਪ੍ਰਭ ਸ੍ਰਿਸ਼ਟੀ ਤੋਂ ਪਹਿਲੇ ਵੀ ਹੁਣ ਵੀ, ਪਿਛੋਂ ਵੀ ਅਜੇਹਾ ਹੀ ਰਹਿਣ ਵਾਲਾ ਹੈ, ਨਾ ਬਦਲਨ ਵਾਲਾ ਅਟਲ ਮਾਲਕ ਹੈ । ਅਗਰ ਪ੍ਰਭ ਆਪ ਕ੍ਰਿਪਾ ਕਰੇ ਤਾਂ ਹੀ ਬੰਦਗੀ ਕਰਨ ਵਾਲਿਆਂ ਦੀ ਸੰਗਤ ਮਿਲਦੀ ਹੈ । ਸੰਗਤ ਵਿੱਚ ਟਿਕਨ ਨਾਲ ਪਾਪ ਕਰਨ ਵਾਲੇ ਵੀ ਸਿਮਰਨ ਕਰਕੇ ਮੁਕਤੀ ਪਾ ਲੈਂਦੇ ਹਨ । ਕੇਵਲ ਅਟਲ ਪ੍ਰਭ ਨੂੰ ਆਪਾ ਮਿਟਾਕੇ, ਸੌਂਪ ਕੇ, ਸਿਮਰਨ ਕਰੋ! ਸੁਖ ਹੀ ਸੁਖ ਮਿਲਨ ਗੇ ।

ਇਹ ਸਲੋਕ, ਸ਼ਬਦ, ਨਾਮ ਕੋਈ ਕਾਰਜ ਕਰਨ ਦੇ ਆਰੰਭ ਵਿੱਚ ਅਤੇ ਕਾਰਜ ਖਤਮ ਕਰਨ ਤੇ ਪੜ੍ਹੋ! ਇਸ ਨਾਲ ਡੋਰੀ ਅਸਲੀ ਮਾਲਕ ਦੇ ਹੱਥ ਵਿੱਚ ਆ ਜਾਂਦੀ ਹੈ । ਜੋ ਫਲ ਬਖਸ਼ੇ ਸਤਿ ਕਰਕੇ ਪ੍ਰਵਾਨ ਕਰੋ! ਉਹ ਹੀ ਅਸਲੀ ਖੇੜਾ, ਅਨੰਦ, ਰਸਤਾ ਹੈ ।

The One and Only One God is The True Master of the universe. First, He prevails in the heart of mother and protects the soul in his womb and help to grow. The mother is the first guru of the newborn and The True Master prevails in her. The prayer, blessings of the mother never become unfulfilled; are always rewarded by The True Master. When the soul comes in the universe, He appears and in the mind of father. The father guides the soul on the right path in the human life. The True Master of comforts eliminates the darkness of ignorance from his mind. He is the true companion, true brother and true relative of the soul. The True Master blesses the soul with the capital of His Word. Whosoever may meditate and remember His Word, his meditation may never be wasted, always rewarded by The True Master. The True Master remains as the symbol of peace, patience, and contentment for the soul, he is the philosopher's stone to satisfy all wishes. By touching the stone, by adopting the teachings of His Word in day-to-day life, his mind may be blessed with unique state of mind, of His true devotee. The teachings of His Word are the ocean of enlightenments, the Holy shrine, and the sanctifying pond of nectar. By meditating on the teachings of His Word and bathing in the nectar of His Word; his soul may be blessed with a spiritual enlightenment of His Word. The True Creator may forgive all sins of his previous life; He may perform each task and may save his soul from five demons of worldly desires; He is The True Master of sanctification of soul. The True Master was same merciful before the creation of the universe, present time and will remain same after the destruction of universe in the future. He remains steady and stable forever. Only with His mercy and grace; the soul may be blessed with the association of His true devotees. Whosoever may eliminate his own identity, selfish greed and meditates wholeheartedly on the teachings of His Word; he may be blessed with comforts and contentment in day-to-day life.

You should always remember this essence of His teachings before and after any task, deed.

☬ ਦੁਇ ਕਰ ਜੋੜਿ ਕਰਉ ਅਰਦਾਸਿ ☬

ਸਲੋਕੁ॥ 256-4

੧ੳੋ ਸਤਿਗੁਰ ਪ੍ਰਸਾਦਿ॥	ik-oNkaar satgur parsaad.
ਡੰਡਉਤਿ ਬੰਦਨ ਅਨਿਕ ਬਾਰ,	dand-ut bandan anik baar
ਸਰਬ ਕਲਾ ਸਮਰਥ॥	sarab kalaa samrath.
ਡੋਲਨ ਤੇ ਰਾਖਹੁ ਪ੍ਰਭੂ,	dolan tay raakho parabhoo
ਨਾਨਕ ਦੇ ਕਰਿ ਹਥ॥੧॥	naanak day kar hath. ||1||

ਸਰਬ ਕਲਾ ਸਮਰਥ, ਪ੍ਰਭ ਅੱਗੇ ਨਿਮ੍ਰਤਾ ਨਾਲ ਅਰਦਾਸ ਕਰੋ! ਰਹਿਮਤਾਂ ਦੇ ਮਾਲਕ ਆਪਣੇ ਦਾਸ ਨੂੰ ਸ਼ਬਦ ਦੀ ਪਾਲਣਾ ਤੇ ਅਡੋਲ ਰੱਖੋ!

You should pray and humbly begs from the Omnipotent True Master; a devotional to meditate and adopt the teachings of His Word in your life.

ਵਾਰ ਗੂਜਰੀ ਮ:੩॥ 517 ਪਉੜੀ॥

ਪ੍ਰਭ ਪਾਸਿ ਜਨ ਕੀ ਅਰਦਾਸਿ,	parabh paas jan kee ardaas
ਤੂ ਸਚਾ ਸਾਂਈ॥	too sachaa saaN-ee.
ਤੂ ਰਖਵਾਲਾ ਸਦਾ ਸਦਾ,	too rakhvaalaa sadaa sadaa
ਹਉ ਤੁਧੁ ਧਿਆਈ॥	ha-o tuDh Dhi-aa-ee.
ਜੀਅ ਜੰਤ ਸਭਿ ਤੇਰਿਆ,	jee-a jant sabh tayri-aa
ਤੂ ਰਹਿਆ ਸਮਾਈ॥	too rahi-aa samaa-ee.
ਜੋ ਦਾਸ ਤੇਰੇ ਕੀ ਨਿੰਦਾ ਕਰੇ,	jo daas tayray kee nindaa karay
ਤਿਸੁ ਮਾਰਿ ਪਚਾਈ॥	tis maar pachaa-ee.
ਚਿੰਤਾ ਛਡਿ ਅਚਿੰਤੁ ਰਹੁ,	chintaa chhad achint rahu
ਨਾਨਕ ਲਗਿ ਪਾਈ॥੨੧॥	naanak lag paa-ee. ||21||

ਪ੍ਰਭ ਤੂੰ ਹੀ ਇੱਕੋ ਇੱਕ ਅਸਲੀ ਮਾਲਕ ਹੈ ਨਿਮਾਣੇ ਦਾਸ ਦੀ ਤੇਰੇ ਅੱਗੇ ਅਰਦਾਸ ਹੈ। ਤੂੰ ਜੁਗਾਂ ਜੁਗਾਂਤ ਜੀਵ ਦੀ ਰਖਿਆ, ਪਾਲਣਾ ਕਰਦਾ ਆਇਆ ਹੈ। ਤੇਰੇ ਸ਼ਬਦ ਦੀ ਹੀ ਪਾਲਣਾ ਕਰਦੇ ਹਾ, ਸਿਮਰਨ ਕਰਦੇ ਹਾ। ਸ੍ਰਿਸ਼ਟੀ ਦੇ ਸਾਰੇ ਜੀਵ ਹੀ ਤੇਰੇ ਪੈਦਾ ਕੀਤੇ ਹੋਏ ਹਨ, ਤੂੰ ਹੀ ਸਭ ਵਿੱਚ ਵਸਦਾ, ਵਾਪਰਦਾ ਹੈ। ਜਿਹੜਾ ਤੇਰੇ ਬੰਦਗੀ ਕਰਨ ਵਾਲੇ ਦੀ ਨਿੰਦਿਆਂ ਕਰਦਾ ਹੈ! ਤੂੰ ਆਪ ਹੀ ਉਸ ਦਾ ਲੇਖਾ ਕਰਦਾ ਹੈ। ਸ਼ਰਣ ਵਿੱਚ ਆਉਣ ਵਾਲੇ ਦੀਆਂ ਚਿੰਤਾਂ ਤੂੰ ਆਪ ਦੂਰ ਕਰਕੇ ਉਸ ਨੂੰ ਬੇਫਿਕਰਾ ਕਰ ਦੇਂਦਾ ਹੈ। ਉਸ ਸੰਸਾਰਕ ਇੱਛਾਂ ਛਡਕੇ ਤੇਰੇ ਸ਼ਬਦ ਵਿੱਚ ਹੀ ਲੀਨ ਹੋ ਜਾਂਦੇ ਹਨ।

You are One and Only One True Master, I am Your humble servant and praying and begging for Your mercy. You have been protecting Your creation from Ages, I am meditating and obeying the teachings of Your Word. The whole universe has been created with Your mercy and grace and You dwell within each soul. Whosoever may rebuke Your true devotee; You may settle his counts. Whosoever may surrender at Your sanctuary, he may become worry free and all his frustrations may be eliminated. He may remain intoxicated in the void of Your Word.

ਸੂਹੀ ਮਹਲਾ ੫॥ 736-16

ਕੀਤਾ ਲੋੜਹਿ ਸੋ ਪ੍ਰਭ ਹੋਇ॥	keetaa lorheh so parabh ho-ay.
ਤੁਝ ਬਿਨੁ ਦੂਜਾ ਨਾਹੀ ਕੋਇ॥	tujh bin doojaa naahee ko-ay. jo
ਜੋ ਜਨੁ ਸੇਵੇ, ਤਿਸੁ ਪੂਰਨ ਕਾਜ॥	jan sayvay tis pooran kaaj.
ਦਾਸ ਅਪੁਨੇ ਕੀ ਰਾਖਹੁ ਲਾਜ॥੧॥	daas apunay kee raakho laaj. ||1||

ਪ੍ਰਭ ਤੋ ਬਿਨਾਂ ਸ੍ਰਿਸ਼ਟੀ ਵਿੱਚ ਹੋਰ ਕੋਈ ਕੁਝ ਕਰਨ ਦੀ ਸਮਰਥਾ ਨਹੀਂ ਰਖਦਾ। ਸਭ ਕੁਝ ਪ੍ਰਭ ਦਾ ਕੀਤਾ ਹੀ ਹੁੰਦਾ ਹੈ। ਜਿਹੜਾ ਪ੍ਰਭ ਦੇ ਸ਼ਬਦ ਤੇ ਭਰੋਸਾ ਅਡੋਲ ਰਖਦਾ, ਸੇਵਾ ਕਰਦਾ, ਜੀਵਨ ਢਾਲਦਾ

ਹੈ, ਉਸ ਦੇ ਮਾਨਸ ਜਨਮ ਦੇ ਸਾਰੇ ਕਾਰਜ ਪੂਰੇ ਹੋ ਜਾਂਦੇ ਹਨ । ਪ੍ਰਭ ਆਪ ਹੀ ਆਪਣੇ ਬੰਦਗੀ ਕਰਨ ਵਾਲੇ ਦੀ ਲਾਜ ਰਖਦਾ ਹੈ ।

The One and Only One, True Master prevails in the universe and no one else may exist without His command. Whosoever may adopt the teachings of His Word with steady and stable belief in his day-to-day life; with His mercy and grace, his human life journey may be rewarded. The True Master always protect the honor of His true devotee.

ਤੇਰੀ ਸਰਣਿ ਪੂਰਨ ਦਇਆਲਾ॥	tayree saran pooran da-i-aalaa.
ਤੁਝ ਬਿਨੁ ਕਵਨੁ ਕਰੇ ਪ੍ਰਤਿਪਾਲਾ॥੧॥ ਰਹਾਉ॥	tujh bin kavan karay partipaalaa. ‖1‖ rahaa-o.

ਪ੍ਰਭ ਤੂੰ ਤਰਸਵਾਨ ਮਾਲਕ ਹੈ, ਮੈਂ ਤੇਰੀ ਸ਼ਰਣ ਵਿੱਚ ਆਇਆ ਹਾ । ਤੇਰੇ ਤੋ ਬਿਨਾਂ ਹੋਰ ਕੌਣ ਮੇਰੀ ਰਖਿਆ, ਪਾਲਣ ਪੋਸਨਾ, ਪਿਆਰ ਕਰਦਾ ਹੈ?

My Merciful True Master, I have surrendered my mind, body, and worldly status at Your sanctuary. Who else may nourish, cares for, protects, and my savior without Your mercy and grace?

ਜਲਿ ਥਲਿ ਮਹੀਅਲਿ ਰਹਿਆ ਭਰਪੂਰਿ॥	jal thal mahee-al rahi-aa bharpoor.
ਨਿਕਟਿ ਵਸੈ ਨਾਹੀ ਪ੍ਰਭੁ ਦੂਰਿ॥	nikat vasai naahee parabh door.
ਲੋਕ ਪਤੀਆਰੈ ਕਛੂ ਨ ਪਾਈਐ॥	lok patee-aarai kachhoo na paa-ee-ai.
ਸਾਚਿ ਲਗੈ ਤਾ ਹਉਮੈ ਜਾਈਐ॥੨॥	saach lagai taa ha-umai jaa-ee-ai. ‖2‖

ਜਲ, ਥਲ ਵਿੱਚ ਹਰ ਵੇਲੇ ਪ੍ਰਭ ਹਾਜਰਾ ਹਜ਼ੂਰ ਵਸਦਾ, ਵਾਪਰਦਾ ਹੈ । ਉਹ ਆਪਣੇ ਪੈਦਾ ਕੀਤੇ ਜੀਵ ਦੇ ਨੇੜੇ ਤਨ ਵਿੱਚ ਹੀ ਵਸਦਾ, ਦੂਰ ਨਹੀਂ ਹੈ । ਜਿਹੜਾ ਲੋਕ ਦਿਖਾਵੇ ਦੇ ਕੰਮ, ਸੰਸਾਰਕ ਜੀਵ ਨੂੰ ਖੁਸ਼ ਕਰਨ ਲਈ ਧਰਮ ਦੇ ਰੀਤ ਰੀਵਾਜ ਕਰਦਾ ਹੈ । ਉਹ ਕੁਝ ਵੀ ਨਹੀਂ ਪਾਉਂਦਾ, ਰਹਿਮਤ ਬਖਸ਼ਿਸ਼ ਨਹੀਂ ਹੁੰਦੀ । ਜਿਹੜਾ ਪ੍ਰਭ ਦੇ ਸ਼ਬਦ ਦੀ ਪਾਲਣਾ ਵਿੱਚ ਅਡੋਲ ਰਹਿੰਦਾ ਹੈ, ਉਸ ਦੇ ਮਨ ਵਿਚੋਂ ਅਹੰਕਾਰ ਨਾਸ ਹੋ ਜਾਂਦਾ ਹੈ ।

The Omnipresent True Master dwells, prevails in water, in, on, under earth and in sky all time. He remains embedded within the soul of every creature. Whosoever may meditate and performs worldly rituals to win worldly favor; he may never be rewarded the right path of acceptance in His Court. Whosoever may adopt the teachings of His Word with steady and stable belief in his day-to-day life; with His mercy and grace, he may conquer the ego of his worldly status.

ਜਿਸ ਨੋ ਲਾਇ ਲਏ ਸੋ ਲਾਗੈ॥	jis no laa-ay la-ay so laagai.
ਗਿਆਨ ਰਤਨੁ ਅੰਤਰਿ ਤਿਸੁ ਜਾਗੈ॥	gi-aan ratan antar tis jaagai.
ਦੁਰਮਤਿ ਜਾਇ ਪਰਮ ਪਦੁ ਪਾਏ॥	durmat jaa-ay param pad paa-ay.
ਗੁਰ ਪਰਸਾਦੀ ਨਾਮੁ ਧਿਆਏ॥੩॥	gur parsaadee naam Dhi-aa-ay. ‖3‖

ਜਿਸ ਤੇ ਪ੍ਰਭ ਆਪ ਹੀ ਰਹਿਮਤ ਬਖਸ਼ਕੇ ਸ਼ਬਦ ਦੇ ਲੜ ਲਾਉਂਦਾ ਹੈ । ਕੇਵਲ ਉਹ ਹੀ ਸ਼ਬਦ ਦਾ ਸਿਮਰਨ ਕਰਦਾ, ਸ਼ਬਦ ਦੀ ਸਿਖਿਆ ਨਾਲ ਜੀਵਨ ਢਾਲਦਾ ਹੈ । ਉਸ ਦੇ ਅੰਦਰ ਅਮੋਲਕ ਰਤਨ ਸ਼ਬਦ ਜਾਗਰਤ ਹੋ ਜਾਂਦਾ ਹੈ । ਉਸ ਦੇ ਮਨ ਵਿਚੋਂ ਬੁਰੇ ਖਿਆਲ ਨਾਸ ਹੋ ਜਾਂਦੇ, ਅਮਰ ਅਵਸਥਾ ਬਖਸ਼ਿਸ਼ ਹੋ ਜਾਂਦੀ ਹੈ । ਉਹ ਪ੍ਰਭ ਦੀ ਰਹਿਮਤ ਨਾਲ ਸ਼ਬਦ ਦੀ ਪਾਲਣ ਵਿੱਚ ਲੀਨ ਹੋ ਜਾਂਦਾ ਹੈ ।

Whosoever may be attached to a devotional meditation with His mercy and grace; only he may meditate and adopts the teachings of His Word with steady and stable belief in his day-to-day life. The essence of His Word, ambrosial jewel, may be enlightened within his heart. All his evil thoughts may be eliminated; with His mercy and grace, he may be blessed with immortal state of mind. He remains intoxicated in meditation in the void of His Word.

ਦੁਇ ਕਰ ਜੋੜਿ ਕਰਉ ਅਰਦਾਸਿ॥	du-ay kar jorh kara-o ardaas.
ਤੁਧੁ ਭਾਵੈ ਤਾ ਆਣਹਿ ਰਾਸਿ॥	tuDh bhaavai taa aaneh raas.
ਕਰਿ ਕਿਰਪਾ ਅਪਨੀ ਭਗਤੀ ਲਾਇ॥	kar kirpaa apnee bhagtee laa-ay.
ਜਨ ਨਾਨਕ ਪ੍ਰਭੁ ਸਦਾ ਧਿਆਇ॥੪॥੨॥	jan naanak parabh sadaa Dhi-aa-ay. 4.2

ਜੀਵ, ਮਨ ਦਾ ਭਰੋਸਾ ਅਡੋਲ ਕਰਕੇ ਪ੍ਰਭ ਅੱਗੇ ਅਰਦਾਸ ਕਰੋ! ਰਹਿਮਤ ਬਖਸ਼ੋ! ਜੋ ਵੀ ਤੇਰਾ ਭਾਣਾ ਹੋਵੇ, ਉਹ ਹੀ ਮਨ ਨੂੰ ਚੰਗਾ ਲੱਗੇ । ਪ੍ਰਭ ਆਪ ਹੀ ਰਹਿਮਤ ਬਖਸ਼ਕੇ ਜੀਵ ਨੂੰ ਸ਼ਬਦ ਦੀ ਪਾਲਣਾ ਦੇ ਲੜ ਲਾਉਂਦਾ ਹੈ । ਬੰਦਗੀ ਕਰਨ ਵਾਲਾ ਸਦਾ ਹੀ ਸ਼ਬਦ ਦੇ ਸਿਮਰਨ ਵਿੱਚ ਮਸਤ ਰਹਿੰਦਾ ਹੈ ।

With steady and stable belief on His blessings, His judgement; you should pray! <u>Your command may become my wish, desire of my mind</u>. The True Master with His mercy and grace, may attach His true devotee to meditate on the teachings of His Word. His true devotee remains intoxicated in meditation in the void of His Word.

ਗੂਜਰੀ ਮ:੫ 519॥ ਪਉੜੀ॥

ਜੀਅ ਕੀ ਬਿਰਥਾ ਹੋਇ,	jee-a kee birthaa ho-ay
ਸੁ ਗੁਰ ਪਹਿ ਅਰਦਾਸਿ ਕਰਿ॥	so gur peh ardaas kar.
ਛੋਡਿ ਸਿਆਣਪ ਸਗਲ	chhod si-aanap sagal
ਮਨੁ ਤਨੁ ਅਰਪਿ ਧਰਿ॥	man, tan arap Dhar.
ਪੂਜਹੁ ਗੁਰ ਕੇ ਪੈਰ	poojahu gur kay pair
ਦੁਰਮਤਿ ਜਾਇ ਜਰਿ॥	durmat jaa-ay jar.
ਸਾਧ ਜਨਾ ਕੈ ਸੰਗਿ	saaDh janaa kai sang
ਭਵਜਲੁ ਬਿਖਮੁ ਤਰਿ॥	bhavjal bikham tar.
ਸੇਵਹੁ ਸਤਿਗੁਰ ਦੇਵ	sayvhu satgur dayv
ਅਗੈ ਨ ਮਰਹੁ ਡਰਿ॥	agai na marahu dar.
ਖਿਨ ਮਹਿ ਕਰੇ ਨਿਹਾਲੁ	khin meh karay nihaal
ਊਨੇ ਸੁਭਰ ਭਰਿ॥	oonay subhar bhar.
ਮਨ ਕਉ ਹੋਇ ਸੰਤੋਖੁ	man ka-o ho-ay santokh
ਧਿਆਈਐ ਸਦਾ ਹਰਿ॥	Dhi-aa-ee-ai sadaa har.
ਸੋ ਲਗਾ ਸਤਿਗੁਰ ਸੇਵ	so lagaa satgur sayv
ਜਾ ਕਉ ਕਰਮੁ ਧੁਰਿ॥੬॥	jaa ka-o karam Dhur. ||6||

ਜੀਵ ਜਦੋਂ ਵੀ ਮਨ ਵਿੱਚ ਪਰੇਸ਼ਾਨੀ, ਸੋਗ ਆਉਂਦਾ ਹੈ! ਪ੍ਰਭ ਦੇ ਸ਼ਬਦ ਦਾ ਸਿਮਰਨ ਕਰੋ, ਰਹਿਮਤ ਦੀ ਅਰਦਾਸ ਕਰੋ! ਮਨ ਦੀਆਂ ਚਲਾਕੀਆਂ ਨੂੰ ਤਿਆਗ ਕੇ ਮਨ ਤਨ ਨਾਲ ਪ੍ਰਭ ਦੇ ਸ਼ਬਦ ਦੀ ਸੇਵਾ ਕਰੋ! ਪ੍ਰਭ ਦੇ ਚਰਨਾਂ, ਸ਼ਬਦ ਦੀ ਪਾਲਣਾ ਕਰਨ ਨਾਲ, ਸ਼ਬਦ ਨੂੰ ਮਨ ਵਿੱਚ ਜਾਗਰਤ ਕਰਨ ਨਾਲ ਮਨ ਵਿਚੋਂ ਬੁਰੇ ਖਿਆਲ ਨਾਸ਼ ਹੋ ਜਾਂਦੇ ਹਨ । ਬੰਦਗੀ ਕਰਨ ਵਾਲੇ ਦੀ ਸੰਗਤ ਵਿੱਚ ਸ਼ਬਦ ਦੀ ਪਾਲਣਾ ਕਰਨ ਨਾਲ ਮਨ ਦਾ ਭਰੋਸਾ ਸ਼ਬਦ ਤੇ ਅਡੋਲ ਹੋ ਜਾਂਦਾ ਹੈ । ਜੀਵ ਸੰਸਾਰਕ ਭਿਆਨਕ, ਮਾਇਆ ਦੀ ਅੱਗ ਦਾ ਭਰਿਆਂ ਸਾਗਰ ਪਾਰ ਕਰ ਸਕਦਾ ਹੈ । ਪ੍ਰਭ ਦੇ ਸ਼ਬਦ ਨਾਲ ਜੀਵਨ ਢਾਲਣ ਨਾਲ ਜੀਵ ਇਸ ਸੰਸਾਰ ਵਿੱਚ ਅਤੇ ਇਸ ਪਿਛੋਂ ਵੀ ਕਦੇ ਮੌਤ ਦੇ ਹਵਾਲੇ ਨਹੀਂ ਹੁੰਦਾ, ਜਨਮ ਮਰਨ ਦੇ ਚੱਕਰ ਵਿੱਚ ਨਹੀਂ ਜਾਂਦਾ । ਪ੍ਰਭ ਇੱਕ ਪਲ ਵਿੱਚ ਹੀ ਮਨ ਵਿੱਚ ਖੁਸ਼ੀ, ਖੇੜਾ ਭਰ ਦੇਂਦਾ ਹੈ । ਇਹ ਅਨਜਾਣ ਮਨ ਪ੍ਰਭ ਦੇ ਸ਼ਬਦ ਦੀ ਸੋਝੀ ਨਾਲ ਭਰ ਜਾਂਦਾ ਹੈ । ਮਨ ਵਿੱਚ ਸੰਤੋਖ ਬਖਸ਼ਿਸ਼ ਹੋ ਜਾਂਦਾ ਹੈ, ਮਨ ਸ਼ਬਦ ਦੀ ਸਮਾਧੀ ਵਿੱਚ ਵਸ ਜਾਂਦਾ ਹੈ । ਕੇਵਲ ਉਹ ਜੀਵ ਹੀ ਆਪਣਾ ਮਨ ਤਨ ਪ੍ਰਭ ਦੀ ਭੇਟਾ ਕਰ ਸਕਦਾ ਹੈ । ਜਿਸ ਨੂੰ ਪ੍ਰਭ ਆਪ ਰਹਿਮਤ ਬਖਸ਼ਕੇ ਸ਼ਬਦ ਦੇ ਲੜ ਲਾਉਂਦਾ ਹੈ ।

Whenever the miseries of life may frustrate you, you should whole heartedly meditate and pray for His mercy and grace. You should abandon the clever and deceptive thoughts of mind and serve, adopt the teachings of His Word with steady and stable belief in day-to-day life. By meditating, singing the glory of His Word, all evil thoughts of mind may be eliminated. By meditating in the association of His true devotee, one may establish steady and stable belief on the teachings of His Word. He may be saved from the terrible ocean of fire of worldly desires. By adopting the teachings of His Word with steady and stable belief in day-to-day life, his soul may become beyond the reach of devil of death and he may not endure the misery of birth and death cycle. With His mercy and grace, his mind may be overwhelmed with pleasure, blossom, and enlightenment of the essence of His Word. He may be blessed with contentment and he may enter the void of His Word. Whosoever may be blessed with devotion to adopt the teachings of His Word, only he may surrender his mind, body at His sanctuary.

ਅਰਦਾਸ

ੴ ਸਤਿ ਨਾਮੁ॥
ਵਾਹਿਗੁਰੂ ਜੀ ਕੀ ਫਤਹਿ॥ ਸ੍ਰੀ ਭਗੌਤੀ ਜੀ ਸਹਾਇ॥
ਤੂ ਠਾਕੁਰੁ, ਤੁਮ ਪਹਿ ਅਰਦਾਸਿ॥
ਜੀਉ ਪਿੰਡੁ, ਸਭੁ ਤੇਰੀ ਰਾਸਿ॥
ਤੁਮ, ਮਾਤ, ਪਿਤਾ, ਹਮ ਬਾਰਿਕ ਤੇਰੇ॥
ਤੁਮਰੀ ਕ੍ਰਿਪਾ, ਮਹਿ ਸੂਖ ਘਨੇਰੇ॥
ਕੋਇ ਨ ਜਾਨੈ, ਤੁਮਰਾ ਅੰਤੁ॥
ਊਚੇ ਤੇ, ਊਚਾ ਭਗਵੰਤ॥
ਸਗਲ ਸਮਗ੍ਰੀ, ਤੁਮਰੈ ਸੂਤ੍ਰਿ ਧਾਰੀ॥
ਤੁਮ ਤੇ ਹੋਇ, ਸੁ ਆਗਿਆਕਾਰੀ॥
ਤੁਮਰੀ ਗਤਿ ਮਿਤਿ, ਤੁਮ ਹੀ ਜਾਨੀ॥
ਨਾਨਕ ਦਾਸ, ਸਦਾ ਕੁਰਬਾਨੀ॥੮॥੪॥

ਦਹੋਰਾ

ਸਗਲ ਦੁਆਰ ਕਉ ਛਾਡਿ ਕੈ ਗਹਿਓ ਤੁਹਾਰੋ ਦੁਆਰ॥
ਬਾਂਹਿ ਗਹੇ ਕੀ ਲਾਜ ਅਸ ਗੋਬਿੰਦ ਦਾਸ ਤੁਹਾਰ॥
ਨਾਨਕ ਨਾਮ ਚੜ੍ਹਦੀ ਕਲਾ । ਤੇਰੇ ਭਾਣੇ ਸਰਬੱਤ ਦਾ ਭਲਾ ।
ੴ ਬੋਲੇ ਸੋ ਨਿਹਾਲ, ਸਤਿ ਸ੍ਰੀ ਅਕਾਲ ।
ਵਾਹਿਗੁਰੂ ਜੀ ਕਾ ਖਾਲਸਾ, ਵਾਹਿਗੁਰੂ ਜੀ ਕੀ ਫਤਹਿ॥

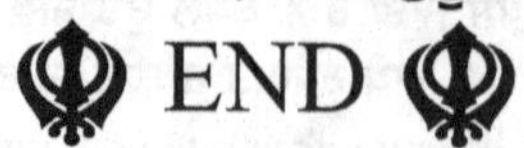

☬ Theme of The Guru Granth Sahib Ji. ☬

1. ਪ੍ਰਭ ਕੌਣ ਹੈ?

ਪ੍ਰਭ ਇੱਕੋ ਇੱਕ ਰੁਹਾਨੀ ਜੋਤ, ਜਿਹੜੀ ਕਦੇ ਨਾਸ਼ ਨਹੀਂ ਹੋ ਸਕਦੀ, ਆਪਣੇ ਆਪ ਵਿਚੋਂ ਹੀ ਉਤਪਤ ਹੁੰਦੀ ਹੈ । ਪ੍ਰਭ ਦਾ ਆਸਣ ਜੀਵ ਦੇ ਤਨ ਵਿੱਚ ਹੀ ਹੈ, ਆਤਮਾ ਦੇ ਸਾਥ, ਆਤਮਾ ਦੀਆਂ ਇੱਛਾਂ ਤੋਂ ਰਹਿਤ ਰਹਿੰਦਾ ਹੈ ।

2. ਆਤਮਾ ਕੀ ਹੈ?

ਆਤਮਾ ਰੁਹਾਨੀ ਜੋਤ ਦਾ ਮੈਲ਼ਾ ਹੋਇਆ ਅੰਗ ਹੈ । ਆਤਮਾ ਅਕਾਰ ਰਹਿਤ ਹੈ, ਕਿਸੇ ਵੀ ਅਕਾਰ ਵਿੱਚ ਆ ਸਕਦੀ ਹੈ । ਆਤਮਾ ਸਦਾ ਹੀ ਜਵਾਨ ਰਹਿੰਦੀ, ਕਦੇ ਨਾਸ਼ ਨਹੀਂ ਹੁੰਦੀ, ਮਰਦੀ ਨਹੀਂ । ਆਤਮਾ ਕੇਵਲ ਇੱਕ ਤਨ ਵਿਚੋਂ ਦੂਸਰੇ ਤਨ ਵਿਚ ਪੈਦਾ ਹੋ ਜਾਂਦੀ ਹੈ ।

3. ਸ੍ਰਿਸ਼ਟੀ ਕੀ ਹੈ?

ਸ੍ਰਿਸ਼ਟੀ ਪ੍ਰਭ ਦੀ ਜੋਤ ਦਾ ਹੀ ਪਸਾਰਾ ਹੈ, ਪ੍ਰਭ ਆਪ ਹੀ ਸ੍ਰਿਸਟੀ ਹੈ । ਸ੍ਰਿਸ਼ਟੀ ਆਤਮਾ ਦੇ ਤਨ ਬਦਲਨ ਵਾਲਾ ਆਸਣ ਹੈ । ਸ੍ਰਿਸ਼ਟੀ ਵਿੱਚ ਵੱਖਰੀ ਵੱਖਰੀ ਕਿਸਮਾਂ ਦੇ ਜੀਵ ਹੀ ਪ੍ਰਭ ਦੇ ਬਣਾਏ ਹੋਏ ਧਰਮ ਹਨ ।

4. ਸ੍ਰਿਸ਼ਟੀ ਵਿਚ ਕੌਣ ਜਨਮ ਲੈਂਦਾ ਹੈ?

ਰੁਹਾਨੀ ਜੋਤ ਦਾ ਮੈਲਾ ਹੋਇਆ ਅੰਗ: ਤਨ; ਪ੍ਰਭ ਦਾ ਸ਼ਬਦ (ਪਵਿੱਤਰ ਜੋਤ); ਮਨ, ਆਤਮਾ ਨੂੰ ਅਸਲੀ ਰਸਤੇ ਤੇ ਚਲਾਉਣ ਲਈ; ਮਨ ਦੀ ਪਛਾਣ ਹੀ ਆਤਮਾ ਨੂੰ ਪਾਵਿਤ੍ਰ ਕਰਨ ਦਾ ਰਸਤਾ ।

5. ਸ਼ਬਦ ਕੀ ਹੈ?

ਸ਼ਬਦ ਹੀ ਪ੍ਰਭ ਦਾ ਰੂਪ ਹੈ, ਕਦੇ ਨਾਸ਼ ਨਹੀਂ ਹੁੰਦਾ, ਲਿਖਿਆ ਨਹੀਂ ਜਾ ਸਕਦਾ । ਇਸ ਦੀ ਗੂੰਜ ਸਦਾ ਹੀ ਚਲਦੀ ਰਹਿੰਦੀ ਹੈ । ਸਦਾ ਹੀ ਆਤਮਾ ਦੇ ਸਾਥ ਰਹਿੰਦਾ, ਕਦੇ ਸਾਥ ਨਹੀਂ ਛੱਡਦਾ, ਆਤਮਾ ਦੀਆਂ ਇੱਛਾਂ ਤੋਂ ਰਹਿਤ ਰਹਿੰਦਾ ਹੈ । ਮਨ ਦਾ ਅਹੰਕਾਰ ਹੀ ਆਤਮਾ ਅਤੇ ਸ਼ਬਦ ਵਿਚ ਪਰਦਾ ਹੈ ।

6. ਆਤਮਾ ਨੂੰ ਪ੍ਰਭ ਤੋਂ ਵਿਛੋੜਾ ਕਿਉਂ ਹੁੰਦਾ?

ਅਹੰਕਾਰ ਨਾਲ ਪ੍ਰਭ ਨਾਲੋ ਵਿਛੋੜਾ ਹੁੰਦਾ ਹੈ ।

7. ਆਤਮਾ ਦਾ ਪ੍ਰਭ ਨਾਲ ਮਿਲਾਪ ਕਿਵੇਂ ਹੋ ਸਕਦਾ ਹੈ?

ਜਦੋਂ ਆਤਮਾ ਚਾਰ ਪਦਾਰਥ ਹਾਸਿਲ ਕਰ ਲੈਂਦੀ ਹੈ । ਜਦੋਂ ਆਤਮਾ ਪਹਿਲੇ ਤਿੰਨੇਂ ਗੁਣ (ਰਜ, ਤਮ, ਸਤ) ਹਾਸਿਲ ਕਰ ਲੈਂਦੀ, ਜਿੱਤ ਪਾ ਲੈਂਦੀ ਹੈ! ਅਗਰ ਪ੍ਰਭ ਆਪ ਹੀ ਰਹਿਮਤ ਦੀ ਨਜ਼ਰ ਬਖਸ਼ੇ ਤਾਂ ਮੁਕਤ ਅਵਸਥਾ ਬਖਸ਼ ਹੋ ਸਕਦੀ ਹੈ ।

8. ਮੁਕਤ ਅਵਸਥਾ ਕੀ ਹੈ?

ਇਸ ਸਮੇਂ ਆਤਮਾ ਦੀ ਜੋਤ ਪਵਿੱਤਰ ਹੋ ਜਾਂਦੀ, ਪ੍ਰਭ ਦੀ ਜੋਤ ਵਿਚ ਅਭੇਦ ਹੋਣ ਦੇ ਯੋਗ ਹੋ ਜਾਂਦੀ ਹੈ । ਫਿਰ ਉਸ ਨੂੰ ਪ੍ਰਭ ਦੀ ਜੋਤ ਵਿਚੋਂ ਅਲੱਗ ਨਹੀਂ ਕੀਤਾ ਜਾ ਸਕਦਾ । ਆਤਮਾ ਦੀ ਆਪਣੀ ਹੌਂਦ ਖਤਮ ਹੋ ਜਾਂਦੀ ਹੈ । ਉਹ ਸ੍ਰਿਸ਼ਟੀ ਦੀ ਅਵਾਜ, ਅਰਦਾਸ ਸੁਣ ਨਹੀਂ ਸਕਦੀ । ਆਪਣੇ ਆਪ ਵਿੱਚ ਕੁਝ ਕਰਨ ਦੀ ਸਮਰਥਾ ਨਹੀਂ ਹੁੰਦੀ ।

9. ਚਾਰ ਪਦਾਰਥ ਕਿਹੜੇ ਹਨ?

ਰਜ ਗੁਣ-! ਤਮ ਗੁਣ! ਸਤ ਗੁਣ! ਮੁਕਤ ਅਵਸਥਾ

ਸ਼ਬਦ ਦਾ ਸਿਮਰਨ, ਸ਼ਬਦ ਦੀ ਸੋਝੀ, ਵਿਰਾਗ, ਮੁਕਤੀ

10.ਮੌਤ ਕੀ ਹੈ?

ਮੌਤ ਕੇਵਲ ਮਨ ਦੀਆਂ ਇੱਛਾਂ ਦੀ ਹੁੰਦੀ ਹੈ, ਤਨ ਮਿੱਟੀ ਦਾ ਭਾਗ , ਮਿੱਟੀ ਵਿੱਚ ਰਲ ਜਾਂਦਾ ਹੈ ।

11.ਆਤਮਾ ਦੀ ਪਵਿੱਤਰਤਾ ਦੀਆਂ ਕਿਹੜੀਆਂ ਅਵਸਥਾਂ ਹਨ?

○ **ਬੰਦਗੀ ਕਰਨ ਦੀ ਅਵਸਥਾ- ਇਹ ਪਹਿਲੀ ਅਵਸਥਾ ਹੈ!**

ਮਨ ਦੇ ਧਿਆਨ ਨੂੰ ਸ਼ਬਦ ਦੀ ਅਵਾਜ, ਗੂੰਜ ਵੱਲ ਲਾਉਣਾ, ਆਪਣੀ ਖੁਦਗ਼ਰਜੀ ਤੇ ਜਿੱਤ ਪਾਉਣੀ, ਸ੍ਰਿਸ਼ਟੀ ਦੀ ਭਲਾਈ ਦੇ ਕੰਮ ਕਰਨੇ, ਹਮੇਸ਼ਾ ਮਨ ਵਿਚ ਧਿਆਨ ਰੱਖਣਾ, ਪ੍ਰਭ ਦੀ ਜੋਤ ਹੀ ਹਰਇੱਕ ਤਨ ਵਿਚ ਵਸਦੀ ਹੈ । ਇਸ ਅਵਸਥਾ ਵਿਚ ਵੀ ਮਨ ਦਾ ਭਰੋਸਾ ਅਡੋਲ ਨਹੀਂ ਹੁੰਦਾ, ਸੰਸਾਰਕ ਮਾਇਆ ਦੇ ਥੋੜ੍ਹੇ ਸਮੇਂ ਰਹਿਣ ਵਾਲੇ ਅਨੰਦ, ਜਾਲ ਵਿੱਚ ਫਸ ਸਕਦਾ ਹੈ, ਰਸਤਾ ਛੱਡ ਸਕਦਾ ਹੈ ।

○ **ਗੁਰਮਖ ਅਵਸਥਾ !**

ਮਨ ਦਾ ਭਰੋਸਾ ਪ੍ਰਭ ਦੇ ਬਖਸ਼ੇ ਤੇ ਅਡੋਲ ਹੋ ਜਾਂਦਾ ਹੈ । ਮਨ ਸਦਾ ਹੀ ਸੁਚੇਤ ਰਹਿੰਦਾ ਹੈ, ਮਨ ਇੱਛਾਂ ਰਹਿਤ ਹੋ ਜਾਂਦਾ ਹੈ । ਮਨ ਦੇ ਭਰੋਸੇ ਨੂੰ ਸੰਸਾਰਕ ਮਾਇਆ ਦੀ ਕਸਵਟੀ ਨਾਲ ਪਰਖਿਆ ਜਾਂਦਾ ਹੈ । ਗੁਰੂ ਪੀਰ ਵੀ ਇਸ ਅਵਸਥਾ ਵਿੱਚ ਪਹੁੰਚ ਕੇ ਡੋਲ ਜਾਂਦੇ ਹਨ! ਸੰਸਾਰਕ ਮਾਇਆ ਦੇ ਜਾਲ ਵਿਚ ਫਸ ਜਾਂਦੇ ਹਨ! ਆਪਣੀ ਪੂਜਾ ਕਰਵਾਉਣ ਲੱਗ ਪੈਂਦੇ, ਆਪਣੇ ਆਪ ਨੂੰ ਗੁਰੂ, ਪੀਰ, ਫਕੀਰ, ਪ੍ਰਭ ਦਾ ਬੰਦਾ ਸਦਾਉਂਦੇ ਹਨ! ਆਪਣੇ ਰਹਿਤਨਾਲੇ ਦਾ ਉਪਦੇਸ਼ ਕਰਦੇ ਹਨ । ਸੰਸਾਰਕ ਧਰਮ ਪੈਦਾ ਹੋ ਜਾਂਦੇ ਹਨ ।

○ **ਦਾਸ ਅਵਸਥਾ !**

ਇਹ ਆਤਮਾ ਦੇ ਵਿਛੋੜੇ ਦੀ ਅੰਤਮ ਅਵਸਥਾ ਹੁੰਦੀ ਹੈ । ਉਸ ਦੀ ਸ਼ਬਦ ਦੀ ਕਮਾਈ ਪ੍ਰਭ ਪ੍ਰਵਾਨ ਕਰ ਲੈਂਦਾ, ਆਪਣੀ ਸ਼ਰਣ ਵਿਚ ਪ੍ਰਵਾਨਗੀ ਬਖਸ਼ਦਾ ਹੈ । ਉਸ ਆਤਮਾ ਦਾ ਆਵਾ ਗਵਣ, ਜਨਮ ਮਰਨ ਖਤਮ ਹੋ ਜਾਂਦਾ ਹੈ ।

12.ਧਾਰਮਕ ਗ੍ਰੰਥਾਂ ਵਿੱਚ ਕੀ ਲਿਖਿਆ ਹੈ?

ਧਾਰਮਕ ਗ੍ਰੰਥਾਂ ਵਿੱਚ ਪ੍ਰਭ ਦੇ ਸ਼ਬਦ ਬਾਬਤ, ਪ੍ਰਭ ਬਾਬਤ ਕੁਝ ਲਿਖਿਆ ਨਹੀਂ ਜਾ ਸਕਦਾ । ਧਾਰਮਕ ਗ੍ਰੰਥ, ਪ੍ਰਭ ਦੀ ਰਹਿਮਤ ਪਾਉਣ ਦੀ ਕੁੰਜੀ, ਜੀਵਨ ਢਾਲਣ ਦੀ ਵਿਧੀ, ਸਭ ਸਿੱਧੇ ਰਸਤੇ ਹੀ ਹਨ । ਧਾਰਮਕ ਗ੍ਰੰਥ, ਲਿਖਤਾਂ ਕੇਵਲ ਸ੍ਰਿਸ਼ਟੀ ਵਿਚ ਦੇਖੇ ਜਾਣ ਵਾਲੀਆਂ, ਥੋੜ੍ਹਾ ਸਮਾਂ ਪਾ ਕੇ ਨਾਸ਼ ਹੋ ਜਾਣ ਵਾਲੀਆਂ ਸ੍ਰਿਸ਼ਟੀ ਦੀਆਂ ਘਟਨਾਵਾਂ ਬਾਬਤ ਹੀ ਲਿਖ ਸਕਦੇ ਹਨ!

13.ਧਾਰਮਕ ਪ੍ਰਚਾਰਕ, ਅਰਥ ਲਿਖਣ ਵਾਲੇ ਕੀ ਦੱਸ ਦੇ ਹਨ?

ਹਰਇੱਕ ਜੀਵ ਜਿਤਨੀ ਪ੍ਰਭ ਸੋਝੀ ਬਖਸ਼ਦਾ ਹੈ, ਉਹ ਹੀ ਲਿਖ ਸਕਦਾ ਹੈ । ਕੇਵਲ ਆਪਣੇ ਮਨ ਦੀ ਭਾਵਨਾ, ਅਵਸਥਾ ਹੀ ਪ੍ਰਗਟ ਕਰਦਾ ਹੈ । ਜਿਹੜਾ ਆਪਣਾ ਜੀਵਨ ਸ਼ਬਦ ਅਨੁਸਾਰ ਢਾਲਦਾ ਹੈ, ਉਹ ਹੀ ਪ੍ਰਭ ਦਾ ਦਾਸ, ਸ਼ਰਣ ਵਿੱਚ ਪ੍ਰਵਾਨ ਹੋ ਸਕਦਾ ਹੈ ।

1. 11 SIKH GURU JI & FAMILY HISTORY

1. Guru Nanak Dev Ji – Apr15th,1469 - Sept 22nd 1539			
F- Metha Kalu , M- Tripta	*B- Nanakana Sahib, D- Kartarpur*	*W- Salakhani*	*S-Shri Chand, S-Laxshmi Chand*
2. Guru Angand Dev Ji – Mar 31st, 1504 –Mar 29th 1552			
F - Pharu Mal M - Pam Kaur	*B- Mata De Saran D- Khadur Sahib*	*W- Khevi*	*S- Dutu, Dasu D-Anakhi, Amaru*
3. Guru Amar Das Ji – May 15th, 1479 – Sept 1st 1574			
F-Taj Bhan M- Salakhani	*B- Baserkay D- Goindwal*	*W- Mansa Devi*	*S- Mohani, Mohari D- Dhani, Bhani*
4. Guru Ram Das Ji – Asu 26 , 1534 – Asu 2, 1581			
F-Har Das Sodhi M- Daeja Kaur	*B- Lahore, D- Goindwal*	*W- Bhani*	*S- Prithi Chand, S-Mah Dev, S- Aurjan Dev*
5. Guru Aurjan Dev Ji – Apr 15th, 1562 - May 30th, 1606			
F- Ram Das M- Bhani	*B – Goindwal D- Lohore*	*W- Ganga*	*S - Hergobind*
6. Guru Hergobind Ji – Jun 14th, 1594 - Mar 3rd, 1644			
F- Aurjan Dev M- Ganga	*B – Guru Ki Wadali D- Kirtpur*	*W – Damodri, Nanaki, Maha Devi*	*S- Gurdita (Dem). S- Suraj Mal(Mah) S- Ani Rai (Dem) S- Atal Rai (Mah) S- Tegh Bahadur (Nan) D- Viru (Dem)*
.7 Guru Her Rai Ji – Feb 26th, 1630 - Oct 6th, 1661			
F - Gurdita M- Nahal Kaur	*B- Kirtpur D- Kirtpur*	*W- Kotkaljani Kishen Kaur*	*S- Ram Rai (Kotkaljani) S- Her Krishn (Kishen)*
8 Guru Her Krishen Ji – July 7th, 1656 - Mar 30th, 1664			
F- Her Rai M- Kishen Kaur	*B- Kirtpur D- Dehli*		
9 Guru Tegh Bahadur Ji – Apr 1st , 1621 - Nov 11th, 1674			
F- Hergobind M- Nanaki	*B - Guru Ka Mahal D- Delhi*	*W - Gujari*	*S - Gobind Rai*
10. Guru Gobind Singh Ji – Dec 22nd , 1666 - Oct 7th, 1708			
F - Tegh Bahadur M- Gujari	*B – Patna D- Nadar (Hazoor-sahib)*	*W- Jito Sunderi Sahib Kaur*	*S- Ajit Singh (Sunderi) S_ Zora Singh (Jito) S- Fathia Singh (Jito) S- Zujjar Singh (Jito)*
• *11. Guru Granth Sahib - Oct 7th , 1708 – Forever lives –* • *Baba Mani Singh First Sawadar @ Amritsar - died Jun 14th 1738*			
Baba Budha ji- First Granthi (1506 – 1630) of Aad Granth- compiled by Guru Aurjan Dev ji			

Note : ਲਹਿਣਾ ਜੀ – ਗੁਰੂ ਅੰਗਦ ਬਣ ਗਏ;
ਕਰਮਾ (ਜੈਠਾ) ਜੀ – ਗੁਰੂ ਰਾਮ ਦਾਸ ਬਣ ਗਏ;
ਗਿਆਤ ਮੱਲ ਜੀ – ਗੁਰੂ ਤੇਗ ਬਹਾਦਰ ਬਣ ਗਏ।

2. ☬ ਪੰਜ ਪਿਆਰੇ:

☬ ਸਿੰਘ ਦੇ ਚਿਨ੍ਹ: ਕ੍ਰਿਪਾਨ, ਕੰਘਾ, ਕੱੜਾ, ਕਛਹਿਰਾ, ਕੇਸ। ☬

☬ ਲੱਖੀ ਸ਼ਾਹ ਵਨਜਾਰਾ, ਨਕਾਈਆ ਬਾਬੇ ਨੇ ਆਪਣੇ ਘਰ ਨੂੰ ਅੱਗ ਭੇਟਾ ਕਰਕੇ

– ਤੇਗ ਬਹਾਦਰ ਜੀ ਨੂੰ ਅੰਤਮ ਸਲਾਮੀ ਦਿੱਤੀ। ☬

1. ਭਾਈ ਦਯਾ ਸਿੰਘ :		
	ਜਨਮ	1725 ਬਿਕ੍ਰਮੀ ਫੱਗਨ ਦੀ ਸੰਗ੍ਰਾਂਦਿ, ਐਤਵਾਰ।
	ਥਾਪਣਾ:	13 ਸਾਲ ਦੀ ਉਮਰ ਵਿਚ ਅਨੰਦਪੁਰ ਸਾਹਿਬ ਗੁਰੂ ਦੀ ਸ਼ਰਨ ਆਏ।
	ਜੋਤੀ ਜੋਤ ਸਮਾਏ	1765 ਬਿਕ੍ਰਮੀ ਨੂੰ ਅੱਸੂ, ਸ੍ਰੀ ਅਬਿਚਲ ਨਗਰ, ਹਜ਼ੂਰ ਸਾਹਿਬ।
	ਭਗਤ	
2. ਭਾਈ ਧਰਮ ਸਿੰਘ		ਪਿਤਾ – ਪਰਮ ਸੁਖ, ਮਾਤਾ– ਅਨੰਤੀ, ਦਿੱਲੀ – ਜੱਟ।
	ਜਨਮ	1727 ਬਿਕ੍ਰਮੀ ਵੈਸਾਖ ੧੩ ਸੋਮਵਾਰ, ਪਹਿਲੀ ਰਾਤ,
	ਥਾਪਣਾ:	25 ਸਾਲ ਦੀ ਉਮਰ ਵਿਚ ਅਨੰਦਪੁਰ ਸਾਹਿਬ ਗੁਰੂ ਦੀ ਸ਼ਰਨ ਆਏ।
	ਜੋਤੀ ਜੋਤ ਸਮਾਏ	1768 ਬਿਕ੍ਰਮੀ, ਸ੍ਰੀ ਅਬਿਚਲ ਨਗਰ, ਹਜ਼ੂਰ ਸਾਹਿਬ।
	ਭਗਤ	ਭਗਤ ਧੰਨੇ ਜੀ ਦੇ ਅਵਤਾਰ ਸਨ
3. ਭਾਈ ਹਿੰਮਤ ਸਿੰਘ		ਪਿਤਾ– ਮਾਲ ਦੇਉ, ਮਾਤਾ–ਲਾਲ ਦੇਈ– ਜਗਨ ਨਾਥ ਪੁਰੀ ਦੇ ਝੀਵਰ
	ਜਨਮ	1721 ਬਿਕ੍ਰਮੀ ਜੇਠ ੧੫, ਗੁਰੂ ਤੇਗ ਬਹਾਦਰ ਦੇ ਡੇਰੇ – ਬਾਬੇ ਬਕਾਲੇ।
	ਥਾਪਣਾ:	xx ਸਾਲ ਦੀ ਉਮਰ ਵਿਚ ਅਨੰਦਪੁਰ ਸਾਹਿਬ ਗੁਰੂ ਦੀ ਸ਼ਰਣ ਆਏ।
	ਜੋਤੀ ਜੋਤ ਸਮਾਏ	1761 ਬਿਕ੍ਰਮੀ ਨੂੰ ਸਾਹਿਬਜਾਦਿਆ ਨਾਲ, ਸ੍ਰੀ ਚਮਕੌਰ ਸਾਹਿਬ।
	ਭਗਤ	ਚੱਤ੍ਰ ਭੁਜੀ ਨੂੰ ਪਕੜਨ ਵਾਲੇ ਪੰਧਕ ਦਾ ਅਵਤਾਰ ਸਨ
4. ਭਾਈ ਮੁਹਕਮ ਸਿੰਘ		ਪਿਤਾ– ਜਗਜੀਵਨ ਰਾਇ, ਮਾਤਾ – ਸੰਭਲੀ ਜੀ।
	ਜਨਮ	1736 ਬਿਕ੍ਰਮੀ 5 ਚੇਤ ਦਵਾਰਕਾ ਵਾਸੀ, ਨਾਮਾ ਵਾਸੀ ਸਨ।
	ਥਾਪਣਾ:	15 ਸਾਲ ਦੀ ਉਮਰ ਵਿਚ ਮਾਤਾ ਪਿਤਾ ਨਾਲ ਗੁਰੂ ਗੋਬਿੰਦ ਜੀ ਦੇ ਸ਼ਰਣ।
	ਜੋਤੀ ਜੋਤ ਸਮਾਏ	1761 ਬਿਕ੍ਰਮੀ ਨੂੰ ਸਾਹਿਬਜਾਦਿਆ ਨਾਲ, ਸ੍ਰੀ ਚਮਕੌਰ ਸਾਹਿਬ।
	ਭਗਤ	ਭਗਤ:– ਭਗਤ ਨਾਮਦੇਵ ਜੀ ਦੇ ਅਵਤਾਰ ਸਨ।
5. ਭਾਈ ਸਾਹਿਬ ਸਿੰਘ		ਪਿਤਾ – ਗੁਰ ਨਾਰੈਣ, ਮਾਤਾ – ਅਨੰਕਪਾ ਜੀ। ।
	ਜਨਮ	1732 ਬਿਕ੍ਰਮੀ ੫ ਮੱਘਰ, ਬਿਦਰਪੁਰੀ ਦੇ ਵਾਸੀ ਸਨ
	ਥਾਪਣਾ:	11 ਸਾਲ ਦੀ ਉਮਰ ਵਿਚ ਗੁਰੂ ਗੋਬਿੰਦ ਸਿੰਘ ਜੀ ਦੇ ਸ਼ਰਣ ਭੇਟਾ ਕੀਤੇ।
	ਜੋਤੀ ਜੋਤ ਸਮਾਏ	1761 ਬਿਕ੍ਰਮੀ ਨੂੰ ਸਾਹਿਬਜਾਦਿਆ ਨਾਲ, ਸ੍ਰੀ ਚਮਕੌਰ ਸਾਹਿਬ।
	ਭਗਤ	ਭਗਤ:– ਸੈਨ ਭਗਤ ਦੇ ਅਵਤਾਰ ਸਨ।

3. ਸਾਹਿਬਜਾਦੇ:

4 ਸਾਹਿਬਜਾਦੇ::	ਪਿਤਾ – ਗੁਰੂ ਗੋਬਿੰਦ ਸਿੰਘ ਜੀ
	ਅਜੀਤ ਸਿੰਘ-ਮਾਤਾ ਸੰਦਰੀ ਜੀ, ਜੋਜਾਰ ਸਿੰਘ – ਮਾਤਾ ਜੀਤੋ ਜੀ ਜੋਰਾਵਰ ਸਿੰਘ-ਮਾਤਾ ਜੀਤੋ ਜੀ, ਫਤੇਹ ਸਿੰਘ – ਮਾਤਾ – ਜੀਤੋ ਜੀ।

4. ਬੰਦਾ ਸਿੰਘ (ਮਾਧੋ) ਨੂੰ ਪੰਜਾਂ ਸਿੰਘਾਂ ਦੇ ਮਾਤਹਿਤ ਜੰਗੀ ਕੰਮ ਕਰਨਵਾਲਾ ਥਾਪੀਆ।

ਬਾਬਾ ਬਾਜ ਸਿੰਘ	ਬਾਬਾ ਬਿਨੋਦ ਸਿੰਘ	ਬਾਬਾ ਕਾਹਨ ਸਿੰਘ	ਬਾਬਾ ਬਿਜੈ ਸਿੰਘ	ਬਾਬਾ ਰਾਮ ਸਿੰਘ
ਭੰਗੂ ਜੀ ਨੇ ਮਾਝੇ ਦੇ ਸਿੰਘ ਦੱਸਿਆ ਹੈ				
ਬਾਬਾ ਬਾਜ ਸਿੰਘ	ਬਾਬਾ ਬਿਨੋਦ ਸਿੰਘ	ਬਾਬਾ ਕਾਹਨ ਸਿੰਘ	ਬਾਬਾ ਦਾਇਆ ਸਿੰਘ	ਬਾਬਾ ਰਣ ਸਿੰਘ

5. ਜੋਗ – 7 ਪ੍ਰਕਾਰ ਦੇ ਜੋਗ ਦੱਸੇ ਗਏ ਹਨ।

ਮੰਤ੍ਰ ਜੋਗ	ਹਠ ਜੋਗ	ਗਿਆਨ ਜੋਗ	ਰਾਜ ਜੋਗ:
ਭਗਤ ਜੋਗ	ਅਗਰਭਤ ਜੋਗ	ਸ਼ਗਰਭਤ ਜੋਗ	

6. ਵਰਾਗ:

ਕਾਰਨ ਵੈਰਾਗ	ਮੰਦਾ ਵੈਰਾਗ	ਵਸੀਕਾਰ ਵੈਰਾਗ	ਯਤਮਾਨ ਵੈਰਾਗ	ਵਿਤ੍ਰੇਕ ਵੈਰਾਗ
ਏਕ ਇੰਦ੍ਰੇ ਵੈਰਾਗ	ਤੀਬਰ ਵੈਰਾਗ	ਘੋੜਾ ਵੈਰਾਗ	ਤਰ ਤਮ ਵੈਰਾਗ	ਗਧਾ ਵੈਰਾਗ
ਤਰ ਤੀਬਰ ਵੈਰਾਗ	ਸ਼ੇਰ ਵੈਰਾਗ			

7. ਨੌ ਮੂੰਨੀ:

ਅਤ੍ਰਿ-ਅਨਸੂਆ	ਅੰਗਰਾ-ਸਰਧਾ	ਪੁਲਹ-ਗਤਿ	ਕ੍ਰਤੂ-ਕ੍ਰਿਆ	ਮਰੀਚ-ਕਲਾ
ਪੁਲਸਤਜ-ਹਵਿਭੁਗ	ਭ੍ਰਿਗੂ-ਖਿਆਤਿ	ਅਤਵਣ-ਸ਼ਾਤਿ	ਵਸ਼ਿਸ਼ਟ-ਅਰੁੰਧਤੀ	

8. 14 ਰਤਨ:

ਸ੍ਰੀ	ਮਣ	ਰੰਭਾ	ਧਨੰਤਰ	ਧਨੁਖ
ਗਜਰਾਜ	ਬਾਜ	ਧੇਨ	ਬਿਖ- ਨਿੰਦਾ-ਜ਼ਹਿਰ	ਸਸਿ
ਕਲਪਤਰ	ਸੰਖ	ਅਮੀ	ਬਾਰਨੀ-ਨਾਮ ਦੀ ਮਸਤੀ	

9. 4 ਜੁਗ ਇੱਕ ਚੋਕੜੀ = 432000 ਸਾਲ:

ਸਤ ਜੁਗ – 4 ਚੋਕੜੀ	ਤ੍ਰਤੇ ਜੁਗ – 3 ਚੋਕੜੀ	ਦੁਅਪਰ ਜੁਗ – 2 ਚੋਕੜੀ	ਕਲ ਜੁਗ – 1 ਚੋਕੜੀ

10. 9 ਖੰਡ:

ਕੁਰੂ ਖੰਡ	ਹਿਰਨਮਯ ਖੰਡ	ਇਲਾਬ੍ਰਤ ਖੰਡ	ਕੇਤਮਾਲ ਖੰਡ	ਹਰੀ ਵਰਖ ਖੰਡ
ਰੰਮਯਕ ਖੰਡ	ਕਿੰਪੁਰਸ਼ ਖੰਡ	ਭੱਦਰ ਖੰਡ	ਭਾਰਤ ਖੰਡ	

11. 4 ਵੇਦ: ਪ੍ਰਭ ਨੇ ਬ੍ਰਹਮਾ ਜੀ ਨੂੰ ਬਖਸ਼ੇ।

ਸ਼ਾਮ ਵੇਦ	ਰਿਗ ਵੇਦ	ਯੁਜਰ ਵੇਦ	ਅਬਰਬਣ ਵੇਦ

12. 9 ਨਾਥ:

ਪ੍ਰਾਨ ਨਾਥ	ਗੋਪੀ ਨਾਥ	ਸੂਰਤ ਨਾਥ	ਗੋਰਖ ਨਾਥ	ਮਛੰਦਰ ਨਾਥ

ਆਦਿ ਨਾਥ – ਸ਼ਿਵ ਦਾ ਅਵਤਾਰ	ਮਛੰਦਰ ਨਾਥ – ਮਾਇਆ ਦਾ ਅਵਤਾਰ	ਉਦੇ ਨਾਥ – ਪਾਰਬਤੀ ਦਾ ਅਵਤਾਰ
ਸੰਤੋਖ ਨਾਥ – ਵਿਸ਼ਨੂੰ ਦਾ ਅਵਤਾਰ	ਕੰਥੜ ਨਾਥ – ਗਨੇਸ਼ ਦਾ ਅਵਤਾਰ	ਸਤਿ ਨਾਥ – ਬ੍ਰਹਮਾ ਦਾ ਅਵਤਾਰ
ਅਚੰਭ ਨਾਥ – ਚੰਬੇ ਦਾ ਰਾਜਾ, ਪਰਬਤ ਦਾ ਅਵਤਾਰ	ਚੌਰੰਜੀ ਨਾਥ – ਪੂਰਨ ਭਗਤ ਸਾਲਬਾਹਨ ਦਾ ਪੁਤਰ	ਗੋਰਖ ਨਾਥ – ਮਹਾਦੇਵ ਦਾ ਅਵਤਾਰ

13. ਭਗਤ 4 ਪ੍ਰਕਾਰ ਦੇ ਹਨ॥

ਅਰਥਾ ਅਰਥੀ – ਕਾਮਨਾ ਨੂੰ ਲੈ ਕੇ ਭਗਤੀ ਕਰਨੀ (ਧ੍ਰੂ),
ਆਰਤ ਭਗਤ – ਦੁਖ ਵੇਲੇ ਪ੍ਰਮੇਸ਼ਰ ਨੂੰ ਚੇਤੇ ਕਰਨਾ – ਪ੍ਰਹਲਾਦ
ਅਨੰਨਿ ਭਗਤ– ਪਿੰਡ ਪਰੈ ਤਉ ਪ੍ਰੀਤ ਨ ਤੋਰਉ – ਨਾਮ ਦੇਵ ਜੀ
ਗਿਆਨੀ ਭਗਤ – ਬਾਬਾ ਬੁੱਢਾ ਜੀ, ਭਾਈ ਮਨੀ ਸਿੰਘ, ਬਾਬਾ ਦੀਪ ਸਿੰਘ

14. ਮਨ ਦੀ ਸੱਤਾ:

ਵਿਵਹਾਰਕ ਸੱਤਾ	ਪ੍ਰਮਾਰਥਕ ਸੱਤਾ	ਪ੍ਰਾਤੀਭਾਸਕ ਸੱਤਾ

15. ਮਨ ਦੀ ਇੱਛਾ

ਸ਼ੁਭ ਇੱਛਾ	ਸੁਵਿਚਾਰਨਾ	ਤਨੂੰਮਾਨਸਾ	ਸਤੁਆਪਤ
ਅਸੰਸਕਤ	ਪਦਾਰਥਾਭਾਵਨੀ	ਤੁਰੀਆਪਦ	

16. 40 ਮੁਕਤੇ– ਮਾਤਾ ਭਾਗੋ ਦੇ ਲਾਡਲੇ। ਮੁਕਤੱਸਰ।

ਗੁਰੂ ਗੋਬਿੰਦ ਸਿੰਘ ਜੀ ਅੱਗੇ ਲੋਹੇ ਦੀ ਚਾਦਰ ਬਣ ਗਏ ।
ਮਹਾਂ ਸਿੰਘ ਜਥੇਦਾਰ ਨੇ ਗੁਰੂ ਗੋਬਿੰਦ ਸਿੰਘ ਜੀ ਦੀ ਗੋਂਦ ਵਿਚ ਪਰਾਨ ਤਿਆਗੇ।

ਸਮੀਰ ਸਿੰਘ	ਸਰਜਾ ਸਿੰਘ	ਸਾਧੂ ਸਿੰਘ	ਸ਼ੁਹੇਲ ਸਿੰਘ	ਸ਼ੁਲਤਾਨ ਸਿੰਘ
ਸੋਭਾ ਸਿੰਘ	ਸੰਤ ਸਿੰਘ	ਹਰਸਾ ਸਿੰਘ	ਹਰੀ ਸਿੰਘ	ਕਰਨ ਸਿੰਘ
ਕਰਮ ਸਿੰਘ	ਕਾਲਾ ਸਿੰਘ	ਕੀਰਤਿ ਸਿੰਘ	ਕਿਰਪਾਲ ਸਿੰਘ	ਖੁਸ਼ਾਲ ਸਿੰਘ
ਗੁਲਾਬ ਸਿੰਘ	ਗੰਗਾ ਸਿੰਘ	ਗੰਡਾ ਸਿੰਘ	ਘਰਬਾਰਾ ਸਿੰਘ	ਚੰਬਾ ਸਿੰਘ
ਜਾਦੋ ਸਿੰਘ	ਜੋਗਾ ਸਿੰਘ	ਜੰਗ ਸਿੰਘ	ਦਯਾਲ ਸਿੰਘ	ਦਰਬਾਰਾ ਸਿੰਘ
ਦਿਲਬਾਗ ਸਿੰਘ	ਧਰਮ ਸਿੰਘ	ਧੰਨਾ ਸਿੰਘ	ਨਿਹਾਲ ਸਿੰਘ	ਨਿਧਾਨ ਸਿੰਘ

ਬੂੜ ਸਿੰਘ	ਭਾਗ ਸਿੰਘ	ਭੋਲਾ ਸਿੰਘ	ਭੰਗਾ ਸਿੰਘ	ਮਹਾਂ ਸਿੰਘ
ਮੱਜਾ ਸਿੰਘ	ਮਾਨ ਸਿੰਘ	ਮੈਯਾ ਸਿੰਘ	ਰਾਇ ਸਿੰਘ	ਲਛਮਣ ਸਿੰਘ

17. ਗੁਰੂ ਗ੍ਰੰਥ – ਦਾਸਾਂ ਦੀ ਬਾਣੀ – 11th ਸਦਾ ਅਟੱਲ ਗੁਰੂ ਥਾਪਿਆ ।

Ref: ਗੁਰੂ ਗੋਬਿੰਦ ਸਿੰਘ ਜੀ

6 – ਗੁਰੂ	19 – ਭਗਤ			11 – ਭੱਟ	
ਗੁਰੂ ਨਾਨਕ ਦੇਵ ਜੀ	ਕਬੀਰ ਜੀ	ਧੰਨਾ ਜੀ	ਸੂਰਦਾਸ ਜੀ	ਕਲ੍ਹ ਜੀ	ਸਲ੍ਹ ਜੀ
ਗੁਰੂ ਅੰਗਦ ਦੇਵ ਜੀ	ਨਾਮ ਦੇਵ ਜੀ	ਜੈ ਦੇਵ ਜੀ	ਰਾਮਾ ਨੰਦ ਜੀ	ਗਯੰਦ ਜੀ	ਭਲ੍ਹ ਜੀ
ਗੁਰੂ ਅਮਰ ਦਾਸ ਜੀ	ਰਵੀਦਾਸ ਜੀ	ਸੈਣ ਜੀ	ਪਰਮਾਨੰਦ ਜੀ	ਭਿਖਾ ਜੀ	ਬਲ੍ਹ ਜੀ
ਗੁਰੂ ਰਾਮ ਦਾਸ ਜੀ	ਫਰੀਦ ਜੀ	ਸਧਨੇ ਜੀ	ਮਰਦਾਨਾ ਜੀ	ਕੀਰਤ ਜੀ	ਹਰਿਬੰਸ
ਗੁਰੂ ਅਰਜਨ ਦੇਵ ਜੀ	ਤ੍ਰਿਲੋਚਨ ਜੀ	ਭੀਖਨ ਜੀ	ਸੁੰਦਰ ਜੀ	ਮਥੁਰਾ ਜੀ	ਨਲ੍ਹ ਜੀ
ਗੁਰੂ ਤੇਗ਼ ਬਹਾਦਰ ਜੀ	ਬੈਣੀ ਜੀ	ਪੀਪਾ ਜੀ	ਸੱਤਾ ਅਤੇ ਬਲਵੰਡ ਜੀ	ਝਾਲਪ ਜੀ	

18. ਮਾਹਰਾਜਾ ਰਣਜੀਤ ਸਿੰਘ ਦੀ ਵੰਸ਼ਵਲੀ by Bhai Kahan Singh Nabha

ਬੁਧ ਸਿੰਘ Death 1716				
ਨੋਧ ਸਿੰਘ Death 1752			ਚੰਦਾ ਸਿੰਘ – ਸੰਧਾਵਾਲੀਆ	
			ਚੜ੍ਹਤ ਸਿੰਘ 1721-1774	
			ਮਹਾ ਸਿੰਘ 1760 -1792	
ਮਹਰਾਜਾ ਰਣਜੀਤ ਸਿੰਘ 1780 -1839				
ਖੜਕ ਸਿੰਘ 1802 -1840	ਸ਼ੇਰ ਸਿੰਘ 1807 -1843		ਦਲੀਪ ਸਿੰਘ 1837 -1893	
ਨੌਨਿਹਾਲ ਸਿੰਘ 1821 -1940				
ਮਹਰਾਜਾ ਰਣਜੀਤ ਸਿੰਘ ਦੇ ਹੋਰ 4 ਪੁਤਰ – ਇਤਹਾਸ ਵਿਚ ਪ੍ਰਸਿੱਧ ਨਹੀਂ ਹਨ ।				
ਤਾਰਾ ਸਿੰਘ	ਮਲਤਾਨ ਸਿੰਘ	ਕਸ਼ਮੀਰ ਸਿੰਘ	ਪਸ਼ੌਰਾ ਸਿੰਘ	
ਮਹਰਾਜਾ ਰਣਜੀਤ ਸਿੰਘ ਦੇ ਸੈਨਾਪਤੀ				
ਸਰਦਾਰ ਸ਼ਾਮ ਸਿੰਘ ਅਟਾਰੀ ਵਾਲਾ	ਸਰਦਾਰ ਹਰੀ ਸਿੰਘ ਨਲਵਾ	ਸਰਦਾਰ ਗ਼ੌਸ ਖਾਨ	ਫੂਲਾ ਸਿੰਘ ਅਕਾਲੀ	ਦੀਵਾਨ ਮੋਹਕਮ ਚੰਦ

19. ਹਿੰਦੂ ਧਰਮ ਦੇ 24 ਅਵਤਾਰ – ਦਸਮ ਗ੍ਰੰਥ – ਬਚਿਤ੍ਰ ਨਾਟਕ ।

ਅਵਤਾਰ			
1. ਮੱਛ	2. ਕੱਛ	3. ਛਰਿ ਸਮੁੰਦ੍ਰ ਰਤਨ	4. ਨਾਰਾਇਣ ਚਤੁਰਥ
5. ਮੋਹਨੀ	6. ਬੈਰਾਹ	7. ਨਰਸਿੰਘ	8. ਪਰਸਰਾਮ
9. ਬਾਵਨ	10. ਬ੍ਰਹਮਾ	11. ਰੁਦ੍ਰ	12. ਜਲੰਧਰ
13. ਬਿਸਨ	14.ਮਧੁ ਕੈਟਭ ਬਧ	15.ਅਰਹੰਤ ਵੇਦ	16. ਮਨੁ ਰਾਜਾ
17. ਧੰਨਤਰ ਬੈਦ	18. ਸੂਰਜ	19. ਚੰਦ੍ਰ	20. ਰਾਮ ਚੰਦਰ
21. ਕ੍ਰਿਸ਼ਨਾ	22. ਨਰ	23. ਬਊਧ	24. ਨਿਹਕਲੰਕੀ

10. ਅਵਤਾਰ ਬ੍ਰਹਮਾ ਜੀ – 7 ਭਗਤ			
1. ਬਾਲਮੀਕ	2. ਕੱਸ਼ਪ	3. ਸ਼ੁਕ੍ਰ	4. ਬਚੇਸ
5. ਬਿਆਸ	6. ਖਟ ਰਿਖੀ	7. ਕਾਲ ਦਾਸ ਰਿਖੀ	
11. ਅਵਤਾਰ ਰੁਦ੍ਰ ਜੀ		ਭਗਤ – ਪਾਰਸ ਨਾਥ	

20. ਅਵਤਾਰ ਰੁਦ੍ਰ ਜੀ ਦੇ 24 ਗੁਰੂ – ਦਸਮ ਗ੍ਰੰਥ ।

24 ਗੁਰੂ ਦਾ ਨਾਮ			
1	ਦੱਤ ਗੁਰੂ	13	ਭ੍ਰਿਤ ਤ੍ਰੈ ਦਸਮੋ ਗੁਰੂ
2	ਮਨ ਗੁਰੂ	14	ਛਤਰ ਦਸਮੋ ਗੁਰੂ
3	ਤ੍ਰਿਤੀ ਮਕਰਕਾ ਗੁਰੂ	15	ਬਾਨਗਨ ਪੰਦਰਵੌ ਗੁਰੂ
4	ਚਤਰਥ ਗੁਰੂ	16	ਚਾਂਵਡ ਸੋਰਵੋਂ ਗੁਰੂ
5	ਪੰਚਮ ਨਾਮ ਗੁਰੂ	17	ਦੁਧੀਰਾ ਸਤਾਰਵੋਂ ਗੁਰੂ
6	ਧੁਨੀਆ ਗੁਰੂ	18	ਮ੍ਰਿਗਹਾ ਅਠਾਰਸਵੋਂ ਗੁਰੂ
7	ਮਾਛੀ ਸਪਤਮੋ ਗੁਰੂ	19	ਨਲਨੀ ਸੁਕ ਉਨੀਵੋਂ ਗੁਰੂ
8	ਚੇਰੀ ਅਸਟਮੋ ਗੁਰੂ	20	ਸ਼ਾਹ ਬੀਸਵੋਂ ਗੁਰੂ
9	ਭਨਜਾਰਾ ਨਵਮੋ ਗੁਰੂ	21	ਸੁਕ ਪੜਾਵਤ ਨਰ ਗੁਰੂ
10	ਕਾਛਨ ਦਸਮੋ ਗੁਰੂ	22	ਹਰ ਬਾਹਤ ਬਾਈਸਵੋਂ ਗੁਰੂ
11	ਸੁਰੱਥ ਯਾਰਮੋ ਗੁਰੂ	23	ਤ੍ਰਿਆ ਜੱਛਣੀ ਤੇਈਸਮੋ ਗੁਰੂ
12	ਬਾਲੀ ਦੁਅ ਦਸਮੋ ਗੁਰੂ	24	Carnation Guru

21. 52 Poets of Sri Guru Gobind Singh jI – by Bhai Kahan Singh Nabha

#	Name	#	Name	#	Name
1	Uday Rai	21	Gurdas	41	Brij Lal
2	Ani Rai	22	Gopal	42	Mathura
3	Amrit Rai	23	Chandan	43	Madan Singh
4	Allu	24	Chanda	44	Madan Giri
5	Asa Singh	25	Jamaal	45	Malloo
6	Alim	26	Tehkin	46	Maan Dass
7	Ishavar Das	27	Dharm Singh	47	Mala Singh
8	Sukh Dev	28	Dhanna Singh	48	Mangal
9	Sukha Singh	29	Dhayan Singh	49	Ram
10	Sukhia	30	Nannoo	50	Rawal
11	Sudama	31	Nishchal Dass	51	Roshan Singh
12	Sainpat	32	Nihal Chand	52	Lakha
13	Shyam	33	Nand Singh		
14	Heer	34	Nand Lal		
15	Hussain Ali	35	Pindi Dass		
16	Hans Ram	36	Ballabh		
17	Kallu	37	Balloo		
18	Kuveresh	38	Bidhi Chand		
19	Khan Chand	39	Bulland		
20	Gunia	40	Brikh		

☬ ਅਰਦਾਸ ☬

ੴ ਸਤਿ ਨਾਮੁ॥

ਵਾਹਿਗੁਰੂ ਜੀ ਕੀ ਫਤਹਿ॥ ਸ੍ਰੀ ਭਗੌਤੀ ਜੀ ਸਹਾਇ॥

ਤੂ ਠਾਕੁਰੁ, ਤੁਮ ਪਹਿ ਅਰਦਾਸਿ॥ ਜੀਉ ਪਿੰਡੁ, ਸਭੁ ਤੇਰੀ ਰਾਸਿ॥

ਤੁਮ, ਮਾਤ, ਪਿਤਾ, ਹਮ ਬਾਰਿਕ ਤੇਰੇ॥

ਤੁਮਰੀ ਕ੍ਰਿਪਾ, ਮਹਿ ਸੂਖ ਘਨੇਰੇ॥

ਕੋਇ ਨ ਜਾਨੈ, ਤੁਮਰਾ ਅੰਤੁ॥ ਊਚੇ ਤੇ, ਊਚਾ ਭਗਵੰਤ॥

ਸਗਲ ਸਮਗ੍ਰੀ, ਤੁਮਰੈ ਸੂਤ੍ਰਿ ਧਾਰੀ॥ ਤੁਮ ਤੇ ਹੋਇ, ਸੁ ਆਗਿਆਕਾਰੀ॥

ਤੁਮਰੀ ਗਤਿ ਮਿਤਿ, ਤੁਮ ਹੀ ਜਾਨੀ॥

ਨਾਨਕ ਦਾਸ, ਸਦਾ ਕੁਰਬਾਨੀ॥੮॥੪॥

☬ ਦਹੋਰਾ ☬

ਸਗਲ ਦੁਆਰ ਕਉ ਛਾਡਿ ਕੈ ਗਹਿਓ ਤੁਹਾਰੋ ਦੁਆਰ॥

ਬਾਂਹਿ ਗਹੇ ਕੀ ਲਾਜ ਅਸ ਗੋਬਿੰਦ ਦਾਸ ਤੁਹਾਰ॥

ਨਾਨਕ ਨਾਮ ਚੜ੍ਹਦੀ ਕਲਾ । ਤੇਰੇ ਭਾਣੇ ਸਰਬੱਤ ਦਾ ਭਲਾ ।

ੴ ਬੋਲੇ ਸੋ ਨਿਹਾਲ, ਸਤਿ ਸ੍ਰੀ ਅਕਾਲ ।

ਵਾਹਿਗੁਰੂ ਜੀ ਕਾ ਖਾਲਸਾ, ਵਾਹਿਗੁਰੂ ਜੀ ਕੀ ਫਤਹਿ॥

☬ Guru Granth Sahib ☬

☬ **F**orgiveness is the foundation of the right path of Salvation ☬
which may lead to
☬ **M**ercy, **T**olerance, **P**atience and **C**ontentment on **His Word** ☬

Ref: Japji Sahib -16

ਅਵਲਿ ਅਲਹ ਨੂਰੁ ਉਪਾਇਆ ਕੁਦਰਤਿ ਕੇ ਸਭ ਬੰਦੇ ॥
ਏਕ ਨੂਰ ਤੇ ਸਭੁ ਜਗੁ ਉਪਜਿਆ ਕਉਨ ਭਲੇ ਕੋ ਮੰਦੇ ॥੧॥
aval alah noor upaa-i-aa kudrat kay sabh banday.
ayk noor tay sabh jag upji-aa ka-un bhalay ko manday. ||1||

☬ Soul is an expansion of indestructible The Holy Spirit. ☬

Ref: Mool Mantra and Kabeer Page 1349

☬ Whoever **l**ives by the **S**word will **d**ie by the **S**word. ☬

Ref: Guru Gobind Singh Ji, Juses

The Holy Bible :: Elect Your Path Wisely

If a blind man leads a blind man, both will fall into a pit.
Steady and stable **Belief** is foundation of the right path of **E**nlightenment.
which may leads to
Faith – **G**oodness- Knowledge- **S**elf-control- **P**erseverance.
Perseverance – **G**odliness- **B**rotherly **k**indness- **L**ove. **To Christ**!

Ref: 2Peter 1-5/6/7/10.

☬ **Prayer to The One and Only One - God** ☬

ਸਗਲ ਦੁਆਰ ਕਉ ਛਾਂਡਿ ਕੈ, ਗਹਿਓ ਤੁਹਾਰੋ ਦੁਆਰ॥
ਬਾਂਹਿ ਗਹੇ ਕੀ ਲਾਜ ਅਸ ਗੋਬਿੰਦ ਦਾਸ ਤੁਹਾਰ॥

ਨਾਨਕ ਨਾਮ ਚੜ੍ਹਦੀ ਕਲਾ। ਤੇਰੇ ਭਾਣੇ ਸਰਬੱਤ ਦਾ ਭਲਾ।

ੴ ਬੋਲੇ ਸੋ ਨਿਹਾਲ, ਸਤਿ ਸ੍ਰੀ ਅਕਾਲ।
ਵਾਹਿਗੁਰੂ ਜੀ ਕਾ ਖਾਲਸਾ, ਵਾਹਿਗੁਰੂ ਜੀ ਕੀ ਫਤਹਿ॥

Ref: Sikh Religious Concept.

Printed in the United States
by Baker & Taylor Publisher Services

Printed in the United States
by Baker & Taylor Publisher Services